द फाउंटनहेड

आयन रँड

अनुवाद : मुग्धा कर्णिक

डायमंड पब्लिकेशन्स

फ्रँक ओकॉनर यांस

द फाउंटन हेड
आयन रँड

अनुवाद – मुग्धा कर्णिक

The Fountainhead
Ayn Rand
Translator - Mugdha Karnik

प्रथम आवृत्ती : २०१२

ISBN 978-81-8483-496-3

अक्षरजुळणी

अक्षरवेल, पुणे

मुखपृष्ठ

शाम भालेकर

मुद्रक

रेप्रो इंडिया, पुणे

प्रकाशक

डायमंड पब्लिकेशन्स

१२५५ सदाशिव पेठ, लेले संकुल, पहिला मजला
निंबाळकर तालमीसमोर, पुणे – ४११ ०३०.

☎ ०२० – २४४५२३८७, २४४६६६४२

diamondpublications@vsnl.net
www.diamondbookspune.com

प्रमुख वितरक

डायमंड बुक डेपो

६६१ नारायण पेठ, अप्पा बळवंत चौक

पुणे – ४११ ०३०. ☎ ०२० – २४४८०६७७

पंचविसाव्या वर्षाच्या विशेष आवृत्तीसाठी लेखिकेची प्रस्तावना

आजवर खूप लोकांनी मला विचारलं आहे की, पंचवीस वर्ष सातत्याने 'द फाउंटनहेड' या कादंबरीच्या आवृत्त्या निघत आल्या आहेत त्याबद्दल मला काय वाटतं. एक शांत समाधान वाटण्यापलिकडे मला तसं विशेष काही वाटत नाही. मला माझ्या लिखाणाबद्दल काय वाटतं हे व्हिक्टर ह्यूगोच्या एका वाक्यात मी अधिक चांगलं सांगू शकेन : 'केवळ स्वतःच्या काळापुरतेच सुसंगत वाटेल असे मी लिहीत असेन तर मला माझी लेखणी मोडून फेकून द्यावी लागेल.'

काही लेखक, ज्यांत मी स्वतःचीही गणना करते, केवळ त्यांच्या-त्यांच्या मर्यादित कालखंडापुरतेच जगत नाहीत, तेवढ्यापुरताच विचारही करीत नाहीत आणि तेवढ्यापुरतेच लिखाणही करीत नाहीत. महिन्याभरात, वर्षभरात विस्मृतीत जाण्यासाठी लिहिला जावा असा कादंबरी हा वाङ्मयप्रकार नाहीच. आजकाल जे चित्र दिसते आहे, त्यात कादंबऱ्या नियतकालिकांच्या प्रमाणावर लिहिल्या जातात आणि तितकीच लवकर त्यांची रद्दी होते, हे अत्यंत क्लेशदायक आहे; आज सर्वत्र प्राबल्य असलेल्या सौंदर्यशास्त्रीय तत्त्वज्ञानाचेच हे दृश्य परिणाम आहेत. केवळ कॉंक्रीट-बाउंड (मूल्यविचार नाकारून केवळ वस्तूविचार करणारी शैली), केवळ वास्तवात जेवढे घडते त्याचे वृत्तान्तकथन करणारी शैली ही त्या तत्त्वज्ञानाची फलिते आहेत आणि आता त्याची पुढली वाट बंद झाली आहे... उरले आहेत ते केवळ भयकल्लोळाचे आवाज.

रोमॅन्टिसिझम- किंवा स्वच्छंदतावाद या एका- एकाच नव्हे पण मुख्यत्वे या एका साहित्यप्रवाहात शाश्वत अशा साहित्यकृतींचीनिर्मिती होऊ शकते आणि आज तो प्रवाह बव्हंशी आटला आहे. स्वैर कल्पनाविलासावर भर देणाऱ्या लेखनावर विवेचन करण्याची ही जागा नव्हे, त्यामुळे, ज्यांना या साहित्यप्रवाहाचा स्पर्शही होऊ दिला गेलेला नाही अशा महाविद्यालयीन विद्यार्थ्यांसाठी मी केवळ एवढेच सांगून ठेवू इच्छिते की, रोमॅंटिसिझम हा एक संकल्पनात्मक विचार करणारा कलाप्रवाह आहे. दैनंदिन जगण्याच्या रटाळ तपशीलांशी त्याचे घेणेदेणे नसतेच. मानवी अस्तित्त्वाच्या निरंतर, मूलभूत आणि वैश्विक अशा समस्यांशी आणि मूल्यांशी त्याचे घट्ट नाते असते. जे घडते आहे त्यांची नोंद ठेवणे किंवा प्रतिमा शब्दांत उतरवणे हे त्याचे उद्दिष्टच नव्हे. त्या प्रवाहाचे वैशिष्ट्य आहे आदर्शांची निर्मिती करणे आणि ते प्रक्षेपित करणे. ॲरिस्टॉटलच्या शब्दात, 'त्याचे नाते जे जसे आहे त्याच्याशी नसून, जे जसे असू शकेल किंवा असायला हवे त्याच्याशी असते'.

आणि ज्यांना कोणत्याही गोष्टीचा आपल्या काळाशी संदर्भ जोडून घेणे फार महत्त्वाचे वाटते, त्यांच्यासाठी मला हे सांगावेसे वाटते की, आजच्या आपल्या या युगात, आजवरच्या संपूर्ण वाटचालीत आपले भवितव्य कसे असायला हवे याचे चित्र कल्पिण्याची सर्वात अधिक गरज मानवजातीला वाटावी अशीच परिस्थिती आहे.

मी जेव्हा फाउंटनहेड ही कादंबरी लिहिली तेव्हा पंचवीस वर्षांपर्यंत तिच्या आवृत्त्या निघत रहातील हे मला माहीत होते, असा दावा मी अजिबात करणार नाही. मी असा काही विशिष्ट कालखंडाचा विचारही केला नव्हता. ही कादंबरी टिकून रहायला हवी हे मात्र मला माहीत होते. तशी

ती टिकून राहिली.

पण हे मला पंचवीस वर्षांपूर्वी माहीत असताना- 'द फाउंटनहेड' ही कादंबरी एका मागोमाग एक अशा बारा प्रकाशकांकडून नाकारली जात होती, त्यातल्या काहींनी ती 'अती-बौद्धिक' असल्याचे सांगितले, काहींनी ती 'अती वादग्रस्त' ठरेल असे सांगितले, काही म्हणाले की, ती विकलीच जाणार नाही, कारण तिच्यासाठी वाचकच नसतील - या कादंबरीच्या इतिहासातला अतिशय कठीण टप्पा होता तो... मला दुःसह वाटलेला टप्पा. माझ्यासारख्या इतर कोणत्याही लेखकाला, असल्याच प्रकारची लढाई लढावी लागली तर उपयोगी ठरावा म्हणून हा तपशील इथे मी दिला आहे... यातून एवढंच ध्यानात राहू द्या, की तरीही हे शक्य झालं.

'द फाउंटनहेड'किंवा त्याच्या इतिहासाच्या कोणत्याही टप्प्याबद्दल बोलताना, ते लिहिणं ज्या माणसामुळे शक्य झालं त्याचा उल्लेख मी टाळूच शकत नाही : माझे पती - फ्रँक ओ'कॉनर.

मी तिशीत असताना एक नाटक लिहिलं होतं, 'आयडीयल'. त्या नाटकाची नायिका एक सिने अभिनेत्री, एके ठिकाणी माझाच संवाद म्हणते, 'मी जी उदात्तता एक छद्म आभास म्हणून रंगवते, ती मला प्रत्यक्षात पहायची आहे, सत्यात उतरलेली, माझ्या जिवंतपणी, माझ्या जगण्यात. ती आकांक्षा असलेलं आणखीही कुणीतरी, कुठेतरी अस्तित्त्वात आहे हे मला जाणून घ्यायचं आहे. नाहीतर मग ते स्वप्न पहाण्यात, आणि काहीतरी अशक्य असं प्रत्यक्षात उतरवण्यासाठी स्वतःला जाळत रहाण्यात काय अर्थ आहे? आत्म्यालासुद्धा इंधन लागतं... नाहीतर आत्माही कोरडाठाक पडून बंद पडू शकतो.'

फ्रँक माझं इंधन होता. माझ्या आयुष्याच्या दिवसाप्रहरांत मी फाउंटनहेडमधे रंगवलेल्या त्या आदर्श जगण्याचा भाव त्यानेच मला दिला. आणि नंतर बराच काळपर्यंत सभोवार ज्यांच्याबद्दल केवळ घृणा आणि तुच्छता वाटू शकते असल्या कळकट माणसांच्या आणि घटनांच्या दलदलीशिवाय काहीही नसताना तो भाव टिकवून धरायलाही त्यानेच मला मदत केली. आम्हा दोघांमधला सर्वांत महत्त्वाचा बंध हाच आहे की आम्हा दोघांनाही कधीही फाउंटनहेडमधे प्रतिबिंबित झालेल्या मूल्यांपेक्षा दुय्यम दर्जाची मूल्ये स्वीकारून जगत रहाण्याचा मोह झाला नाही. कधीही होणार नाही.

या कादंबरीच्या लेखनासाठी काहीसा वास्तवाचा स्पर्श दिल्याचे केवळ एकच उदाहरण आहे, आणि तेही आहे फ्रँकच्या बाबतीतलेच. एक खराखुरा संवाद मी त्याच्या तोंडून उचलून कादंबरीत घातला आहे. फाउंटनहेडच्या भाग दोनच्या शेवटीशेवटी टूही रॉर्कला प्रश्न विचारतो, 'तू माझ्याबद्दल काय विचार करतोस, ते मला सांगत का नाहीस?' रॉर्क उत्तरतो, 'पण मी तुझा विचारच करीत नाही.' हेच उत्तर फ्रँकने तत्सम संदर्भातच एका वेगळ्या प्रकारच्या व्यक्तीला दिले होते. माझ्या व्यावसायिक कामासंदर्भात बोलताना एकदा फ्रँक म्हणाला होता, 'बदल्यात एक पोर्क चॉपही मिळत नसताना तू मोती उधळते आहेस.' हे वाक्य मी डॉमिनिकच्या तोंडी स्टोडार्ड खटल्याच्या वेळच्या प्रसंगात घातलं.

मला वैफल्याने घेरून टाकलंय, असं फार वेळा नाही होत आणि जेव्हा होतं तेव्हा एका रात्रीपेक्षा जास्त काळ ते टिकत नाही. पण ती एक रात्र अशी होती... फाउंटनहेड लिहितानाची... मला अवतीभोवती 'जे जसं चाललं होतं' त्याचा इतका तीव्र उद्वेग आला होता, की मला 'ते कसं असावं' यासंबंधीच्या आदर्श कल्पना साकारण्यासाठी एकही पाऊल पुढे टाकण्याची इच्छाशक्ती उरली नाही. फ्रँक माझ्याशी रात्रभर कितीतरी वेळ, कितीतरी तास बोलत बसला. त्याने मला पटवून दिलं , की आपल्याला ज्यांचा तिरस्कार वाटतो त्यांच्याकडे हे जग सोपवून देऊन बाजूला होऊन चालणार नाही. तो जेव्हा थांबला तेव्हा माझ्या मनातली वैफल्यभावना नाहीशी झाली होती... आणि

नंतर पुन्हा कधीही ती तितक्या तीव्रतेने मला जाणवलीही नाही.

मला पुस्तकं कुणालातरी अर्पण करण्याची कल्पना फारशी पटत नसे. ज्या वाचकाची जशी योग्यता असेल, तसं ते ते पुस्तक त्याच्याशी बोलतं, असंच मी मानत होते. पण त्या रात्री, मी फ्रँकला सांगितलं, की मी फाउंटनहेड तुला अर्पण करणार आहे, कारण त्यानेच ते वाचवलं होतं. आणि दोन वर्षांनंतर फाउंटनहेडची मुद्रितं घेऊन तो घरी आला. त्या पानांवरचे स्पष्ट, नीटस शब्द- टु फ्रँक ओ'कॉनर- वाचून त्याची मुद्रा किती हर्षोत्फुल्ल झालेली... जी पाहून माझ्या आयुष्यातला सर्वांत उत्फुल्ल क्षण मला मिळाला...

मला बऱ्याच लोकांनी विचारलं आहे, की या गेल्या पंचवीस वर्षांत मी बदलले आहे का. नाही, मी बदलले नाही- उलट अधिकच आहे. माझ्या कल्पना बदलल्या का? नाही. माझ्या मूलभूत मूल्यनिष्ठा, जीवनासंबंधीचा आणि मानवासंबंधीचा माझा दृष्टिकोन अजिबात बदललेला नाही. माझ्या आठवणीत माझ्या ज्या निष्ठा होत्या त्यात बदल झालेला नाही, पण माझी त्या निष्ठांच्या संदर्भातली समज अधिक गहिरी झाली आहे. त्या कुठे कशा लागू होतात, त्यांचा परिघ किती आहे, त्यांचे नेमकेपण किती आहे हे मला आता अधिक स्पष्टतेने, प्रगल्भतेने समजते आहे. फाउंटनहेडसंबंधी आता मी काय मूल्यमापन करेन? ते लिहून मी संपवलं तेव्हा मला जितका अभिमान वाटलेला तितकाच आजही वाटतो.

मी फाउंटनहेड लिहिले ते माझे तत्त्वज्ञान सादर करण्याचे एक माध्यम म्हणूनच का? या प्रश्नाचं उत्तर देण्यासाठी मी १९६३ मध्ये एका कॉलेजमध्ये दिलेल्या माझ्या एका व्याख्यानातला अंश इथे उद्धृत करेन: 'माझ्या लिखाणाचा हेतू आणि उद्दिष्ट आहे, आदर्श मानवाची प्रतिमा चित्रित करणे. नैतिकदृष्ट्या आदर्श काय याचे चित्रण करणे हे माझे अंतिम साहित्यिक उद्दिष्ट आहे, स्वयंसिद्ध उद्दिष्ट- कादंबरीत आलेला नीतिउपदेश, बौद्धिक किंवा तत्त्वज्ञानात्मक मूल्यांचा उल्लेख ही सर्व त्या उद्दिष्टाची साधने आहेत.

'मला हे मुद्दाम सांगावेसे वाटते की माझ्या वाचकांना तत्त्वज्ञानात्मक प्रबोधन करणे हा माझा हेतू नाही. माझा हेतू, माझे प्रमुख कारण, माझी मूळ प्रेरणा केवळ हॉवर्ड रोर्कची व्यक्तिरेखा उभी करणे- किंवा ॲटलस श्रग्डमधील नायकनायिकांचे चित्रण करणे एवढेच आहे... त्यातच माझा हेतू सिद्ध होतो.

'मी लिहिते, वाचते हे केवळ माझ्या कथेसाठी. माझ्या कथेसाठी माझी एकच कसोटी असते: या व्यक्तिरेखांना मला प्रत्यक्षात पहायला आवडेल का? या घटनांचे निरीक्षण मला प्रत्यक्षात करायला आवडेल का? या कथेतून मिळणारा अनुभव अशा तऱ्हेने समरसून घेण्याइतकी त्याची योग्यता आणि सामर्थ्य आहे का? या व्यक्तिरेखांची कल्पना करणे हेच साध्य आहे असे वाटावे इतक्या त्या सशक्त आहेत का?...

'माझा हेतू हा आदर्श मानवाची प्रतिमा रेखणे हा असल्यामुळे, मला तो ज्या पार्श्वभूमीवर घडला, त्याचे अस्तित्व का शक्य होऊ शकले या गोष्टींची निश्चित मांडणी करणे आवश्यक झाले. माणसाचं चरित्र त्याच्या मूळ नैतिक, मौलिक बैठकीवर ठरतं, त्यामुळे मला आदर्श मानवाची नैतिक बैठक आणि मूल्ये कोणती असतील, त्याच्या कृतीशीलतेमागील प्रेरणा कोणत्या असतील हे निश्चित करणं आवश्यक झालं, म्हणजेच मला एक नैतिकतेची विवेकनिष्ठ संहिता निश्चित करावी लागली, व्याख्याबद्ध करावी लागली. माणूस इतर माणसांबरोबर वावरतो, इतरांशी व्यवहार करतो त्यामुळे मला आदर्श माणूस कोणत्या सामाजिक व्यवस्थेमधे अस्तित्व राखू शकेल आणि कृती करू शकेल, त्या व्यवस्थेचे तपशीलही रेखावे लागले... एक मुक्त, उत्पादक, विवेकनिष्ठ व्यवस्था, ज्यातून प्रत्येक

माणसातील सर्वोत्तमाचा कस लागेल आणि त्याचे पारितोषिकही मिळेल, आणि ती अर्थातच 'लेस्से-फेअऱ' म्हणजे मुक्त भांडवलदारी व्यवस्थाच आहे.

'पण राजकारण, नीतिशास्त्र किंवा तत्त्वज्ञान यापैकी काहीही स्वयंसिद्ध उद्दिष्ट होऊ शकत नाहीत. जीवनात नाही आणि साहित्यकृतीतही नाही. केवळ माणूस हाच स्वयंसिद्ध उद्दिष्ट आहे.'

फाउंटनहेडमध्ये इतक्या वर्षांनंतर मी काही फार मोठे फेरफार करू इच्छिते का? नाही.- आणि म्हणूनच मी त्यात काहीही बदल केलेला नाही. ते जसं लिहिलं गेलं तसंच ठेवायचं आहे मला. पण एक छोटीशी त्रुटी आणि एक छोटीशी चूक त्यात आहे, आणि एक थोडंसं गोंधळ उडवून देऊ शकेल असं वाक्यही त्यात आहे. याचे थोडे निराकरण आणि स्पष्टीकरण करण्याची माझी इच्छा आहे. ते असे :

त्रुटी आहे ती शब्दार्थासंदर्भातली. रॉर्कच्या खटल्याच्या भाषणात मी एक शब्द वापरला आहे 'इगोटिस्ट'. खरे पहाता तो 'शब्द इगोइस्ट' असाच हवा होता. ही त्रुटी राहून गेली कारण मी जो शब्दकोष वापरत होते त्यातील या दोन शब्दांच्या व्याख्यांमध्येच चूक होती, त्यामुळे 'इगोटिस्ट' हा शब्द मला हव्या असलेल्या अर्थाच्या जवळ आहे असा माझा गैरसमज झाला. (वेबस्टर्स डेली युज डिक्शनरी, १९३३). (या दोन शब्दांबाबत आधुनिक तत्त्वज्ञानाचे अभ्यासक मात्र या शब्दकोषकारांपेक्षाही अधिक मोठे गुन्हेगार आहेत.)

एक गोंधळ उडवून देऊ शकेल असं वाक्यही मी रॉर्कच्या भाषणात योजून ठेवलं आहे. 'या अत्यंत प्राथमिक गरजांपासून ते अत्युच्च समजल्या जाणाऱ्या अमूर्त धार्मिक कल्पनांपर्यंत, चाकापासून गगनचुंबी इमारतीच्या रचनेपर्यंत... आपण जे आहोत आणि आपल्याकडे जे काही आहे ते सारंकाही माणसाच्या एकाच गुणविशेषामधून येतं- त्याच्या विचारशील मनाच्या कार्यामधून.'

या वाक्याचा विपर्यास करून धर्म किंवा धार्मिक कल्पनांचं श्रेष्ठत्व मी मान्य केलं असा अर्थ काढला जाऊ शकतो. लिहिताना या वाक्यावर मी थोडीशी चाचपडले होते हे अजून आठवतं मला. पण मग रॉर्कची आणि माझी स्वतःची नास्तिकता इतकी स्पष्ट असताना, या पुस्तकाचा आत्मा इतका स्पष्टपणे व्यक्त होत असताना असा विपर्यास होणार नाही असे मी ठरवले. शिवाय मी अमूर्त धार्मिक कल्पना या मानवी मनाची निर्मिती आहेत, कुठल्याही पारलौकिक शक्तीची निर्मिती नाही हे या वाक्यातूनच सुचवले आहे असाही विचार मी केला.

पण असल्या गोष्टीत ध्वनित काय होते आहे एवढ्यावरच अवलंबून राहणे गैरच. मी ज्या संकल्पनांबद्दल बोलत होते, त्यात त्यांच्या धार्मिकतेला महत्त्व नसून त्यांच्या वैशिष्ट्यपूर्ण उत्कटतेचा विचार होता. पण गेल्या अनेक शतकांपासून असल्या विशिष्ट उत्कट अनुभवांवर धर्मानेच मक्तेदारी स्थापित केली आहे. नीतिशास्त्र म्हणजे केवळ धार्मिक कल्पनांतून व्यक्त होणारे नीतिशास्त्र नव्हे तर नैतिकतेच्या नियमांचा संकल्पनात्मक विचार, मूल्यविचारांचा परिघ. सत् आणि असत् याबद्दल माणसाने आखलेल्या नियमांशी जोडल्या गेलेल्या भावनांची उदात्तता, उत्कटता, आदर, भव्यता या साऱ्यांचाच संबंध खरे तर मानवी मूल्यनिष्ठांशीच येतो, पण त्यावर पूर्णपणे धर्माचा पगडा बसला आहे.

याच अर्थाने पुस्तकातील आणखी एका भागात अशीच शब्दयोजना आहे. हॉप्टन स्टोडार्ड आणि रॉर्क यांच्यामधला एक छोटासाच संवाद आहे. जर तो संदर्भविहीन पद्धतीने उचलला तर त्याचाही विपर्यास होऊ शकतो.

'... तुम्ही कर्माने फार फार धार्मिक आहात हे मला दिसतंय, तुमचा मार्ग निराळा आहे एवढंच. तुम्ही डिझाइन केलेल्या इमारतींत तुमच्या कर्मनिष्ठेचं प्रतिबिंब मला स्पष्ट दिसतं.'

'हे खरंय' रॉर्क अस्फुटसा म्हणाला. त्याचे ओठ जेमतेम विलग झालेले...

या संवादाचा संदर्भ लक्षात घेतला तर रॉर्कची अत्यंत गहिरी मूल्यनिष्ठा, त्याची सर्वोत्तमाप्रती असलेली निष्ठा, त्याचा आदर्शवाद यालाच उद्देशून स्टोडार्ड हे म्हणतो आहे हे अगदी स्पष्ट होते. (मंदिर बांधण्याच्या प्रस्तावाचं त्याचं समर्थन पहा). स्टोडार्ड मंदिराची उभारणी आणि नंतर झालेला खटला यातून तो संदर्भ स्पष्टच होतो.

यावरूनच पुढे मी फाउंटनहेडच्या प्रत्येक वाक्यात गुंतलेल्या प्रश्नाकडे वळते आणि या पुस्तकाचा प्रभाव इतके दिवस का टिकून राहिला हे समजून घ्यायचे असेल तर तो प्रश्न समजून घेणे महत्त्वाचे ठरते.

नैतिक मूल्यविचाराच्या क्षेत्रात धर्माची मक्तेदारी इतकी प्रबळ आहे, की जीवनविषयक विवेकनिष्ठा आणि नैतिकतेचा भावार्थ इतर दृष्टिकोनातून स्पष्ट करणे महाकठीण कर्म होऊन बसले आहे. नीतिशास्त्रावर कब्जा करून धर्माने नैतिकता जणू माणसाच्या विरुद्ध असलेल्या अस्त्रासारखी वापरली, त्याचप्रमाणे भाषेतल्या सर्वोच्च नैतिक संकल्पनाही पार्थिवाच्या पलिकडे, माणसाच्या पोहोचेपलिकडे नेऊन ठेवल्या. 'उत्कट अनुभव' येण्याची भावस्थिती ही केवळ पारलौकिक तत्त्वाचे ध्यान करतानाच प्राप्त होते असेच गृहीत धरले जाऊ लागले. 'पूजा' याचा अर्थ केवळ माणसापेक्षा कुणातरी वरच्या शक्तीला श्रद्धेने निष्ठा वहाणे असाच घेतला जाऊ लागला. 'श्रद्धा' म्हणजे केवळ गुडघे टेकून, माथा लववून कुठल्याशा पवित्र समजल्या जाणाऱ्या गोष्टीचा आदर करणे असे ठरूनच गेले. जे जे काही मानवाच्या ऐहिक जीवनाचा स्पर्श नसलेले असते तेच 'पवित्र' असे सर्वांनी मान्य करून टाकले. वगैरे वगैरे.

पण या संकल्पना अखेर खरोखरच्याच भावनांना शब्द देणाऱ्या संकल्पना आहेत... पारलौकिक असे काहीही अस्तित्वात नसतानाही त्या खऱ्याच असतात. या भावना अनुभवताना खरोखरच उदात्त उत्कट वाटते. धर्मश्रद्धांना अपेक्षित असल्यानुसार स्वतःला क्षुद्र लेखले नाही तरीही हे अनुभव येऊ शकतात. मग या भावनांचा उद्गम किंवा संदर्भ वास्तवात कुठे होत असतो? आदर्श नैतिक मूल्यांशी निष्ठा वाहताना येणारा हा भावनिक अनुभव माणसाला येतोच. आणि तरीही केवळ धार्मिक अनुभवांव्यतिरिक्त या भावानुभवांना काहीच ओळख नाही, परिभाषा नाही, शब्दच नाहीत.

गूढवादाच्या धुरळ्यातून मानवी भावानुभवांच्या या सर्वोच्च पातळीला बाहेर काढणे गरजेचे आहे. त्या अनुभवांचा संबंध केवळ एकाच गोष्टीशी आहे हे सांगितले गेले पाहिजे- तो संबंध आहे मनुष्यत्वाशी.

याच अर्थाने, याच भावार्थाने आणि उद्देशाने, याच जीवनहेतूने मी फाउंटनहेडमधील मनुष्यपूजेचे नाट्य उभे केले आहे.

ही भावना फार कमी, फार मोजक्या लोकांना अनुभवता येते. मानवी जीवनातील उदात्तता काहींना अगदी क्षणकाळ पेटून विझलेल्या ठिणगीसारखी जाणवते... त्यातून काहीच परिणाम साध्य होत नाही. काहींना मी कशाबद्दल बोलते आहे हेच कळणार नाही. काहीजण केवळ ठिणग्या विझवण्याचेच कार्य अंगीकृत असल्यासारखे वावरतात.

मनुष्य-पूजा म्हणजे काय याबद्दल वैचारिक गोंधळ नको. धर्माच्या पकडीतून नैतिकता सोडवून तिला निधर्मी स्वरूप देण्याच्या नावाखाली अतिशय अविचारी, अविवेकी स्वरुप देण्याचे अतिशय गर्हणीय काम होते आहे. उदाहरणार्थ, आधुनिक समूहवादाचे विविध प्रकार (साम्यवाद, फॅशिझम, नाझीवाद वगैरे), धर्मोपदेशातील निःस्वार्थ सेवावाद जसाच्या तसा ठेवतात आणि केवळ देवाच्या ऐवजी समाजाची पूजा करायला शिकवतात. आधुनिक तत्त्वज्ञानातील अनेक पंथ असे आहेत, जे वास्तवाची ओळख विसरून वास्तव म्हणजे सातत्याने बदलणारा प्रवाह आहे असे प्रतिपादन करतात. यात ते चमत्कारांनाही स्थान देतात आणि माणसाच्या किंवा समाजाच्या लहरींनाही स्थान देतात. हे

नव-गूढवादाचे अनुयायी मनुष्य-पूजा नव्हे तर मनुष्यजीवनाचा अतिशय वाईट पद्धतीने अधिक्षेप करतात. त्यांच्या धर्मवादी पूर्वसुरींपेक्षा अधिक कडवा अधिक्षेप.

मानवी अस्तित्त्वाचा अधिक्षेप करण्याची सर्वांत वाईट पद्धत म्हणजे आजकालच्या आपल्या कॉंक्रीट-बाउंड- मूल्यविचार न करता केवळ समोर जे दिसते त्याचा विचार करणाऱ्या, सांख्यिकीविचार करणाऱ्या बुद्धिवाद्यांची. मानवी प्रेरणांची ताकद ओळखण्याची क्षमताच नसल्यामुळे ते घोषित करून टाकतात की, मनुष्य हा पूजेयोग्य असूच शकत नाही, कारण - असली उदाहरणं आम्हाला तरी कुठे दिसली नाहीत बुवा!

मी म्हणते आहे त्या अर्थानं ज्यांना माणसातील अत्युच्च क्षमतेचे भान असते तेच केवळ मनुष्य-पूजक असू शकतात, आणि ती क्षमता प्रत्यक्षात उतरावी म्हणून ते प्रयत्न करीत रहातात. मनुष्य-द्वेष्टे असतात ते, जे माणसाला असाहाय्य, नीतीभ्रष्ट आणि तुच्छ पशूसम मानतात आणि माणूस या वर्णनातून कधी बाहेर पडणारच नाही अशीच काळजी घेत रहातात. माणसाला मानवजातीबद्दल जे ज्ञान होते ते स्वतःच्याच माध्यमातून प्रथम होते हे इथे लक्षात ठेवायला हवे.

या दोन ध्रुवांमधील सर्वांत महत्त्वाचा फरक असा आहे:की एका प्रकारच्या विचारसरणीत मानवाच्या आत्मगौरवाची उत्कट अनुभूती आणि त्याच्या पृथ्वीतलावरील आनंदसिद्धीचे पावित्र्य यासाठी परमनिष्ठा वाटते. आणि दुसऱ्या बाजूला या दोन्ही गोष्टी अशक्य व्हाव्यात या दृष्टीने काम करण्यासाठी परमनिष्ठा असते. बहुसंख्य मानवजात आपली सर्व मानसिक शक्ती आणि जीवन या दोन ध्रुवांमध्ये लोंबकळत घालवते. नेमका प्रश्न आपल्याला कधी समजूच नये यासाठी जीव पाखडते. पण यामुळे प्रश्नाचे स्वरुप बदलत नाही.

फाउंटनहेडमधील मांडलेला जीवनार्थ थोडक्यात सांगायचा तर मी माझ्या हस्तलिखिताच्या वर एक उद्धृत लिहिले होते त्यातून चांगला स्पष्ट होतो. पण मी ते उद्धृत पुस्तकात दिले नव्हते. याचे कारण सांगण्याची ही संधी मिळाल्याचा मला मनापासून आनंद होतो.

त्या उद्धृताचा लेखक फ्रेडरिक नित्शे याच्या तत्त्वज्ञानाबाबत फार गंभीर तात्विक मतभेद माझ्या मनात आहेत. नित्शे हा एक गूढवादी आहे, त्यात विवेकनिष्ठा नाही. त्याच्या आधिभौतिकतेमध्ये 'बायरनिक' रंग आहे आणि त्याचे विश्व काहीसे गूढत्वाने भारलेले 'दुष्टप्रकृतीचे' आहे. आपल्या ज्ञानमीमांसेमध्ये तो इच्छाशक्तीपेक्षा, किंवा भावनेपेक्षा, किंवा सहज प्रवृत्तीपेक्षा, किंवा रक्ताच्या ओढीपेक्षा किंवा एखाद्या व्यक्तिरेखेच्या अंगभूत सद्‌गुणांपेक्षा मानवी विवेकनिष्ठेला दुय्यम स्थान देतो. पण, कवी म्हणून तो अनेकदा- नेहमीच नव्हे- मानवाच्या थोरवीचे फार सुंदर -बुद्धिनिष्ठ नव्हे- भावनिष्ठ वर्णन करतो.

मी जे उद्धृत निवडले होते त्यात तर हे अगदी स्पष्ट आहे. त्याच्या शब्दशः अर्थाला मी मान्यता देऊ शकत नाही. त्यात एक प्रकारची नियतीवादी मानसिकता आहे, जिचे कधीही समर्थन करता येणार नाही. परंतु त्याचा अर्थ काव्यात्म भावचित्रणाच्या पातळीवर घेतला (आणि बौद्धिक पातळीवर आपण 'मूलभूत निश्चिंती' या शब्दाऐवजी 'मूळ तात्विक बैठक 'असा शब्द योजला), तर या उद्धृतातून आत्मसन्मानाच्या उत्कट भावनेची प्रचिती मिळते- फाउंटनहेड ही कादंबरी ज्या गोष्टीचा तात्विक, विवेकनिष्ठ चौथरा घडवते आहे त्याची भावनिष्पत्ती काय असेल ते त्यातून अगदी थोडक्यात पोहोचते.

'कामातून नव्हे तर श्रद्धेतून निश्चित होते श्रेणी... या जुन्या धार्मिक सूत्राच्या भाषेला नव्या, अधिक खोल अर्थाचा साज चढवला तर असं म्हणता येईल- एखाद्या उदात्त आत्म्याला स्वतःबद्दलची जी मूलभूत निश्चिंती असते ती कधी कुणाला मिळवता येत नाही, शोधता येत नाही आणि ती कधी

हरपूनही जात नाही. - त्या उदात्त आत्म्याला स्वतःबद्दलच नितान्त गौरव वाटत असतो.-'(फ्रेडरिक नित्शे, बियॉन्ड गुड अँड इव्हल.)

मानवी इतिहासात मानवाबद्दल हा दृष्टिकोन व्यक्त होणे विरळाच. आज तर तो उरलेलाच नाही. आणि तरीसुद्धा हाच दृष्टिकोन मनात नकळत वागवत- वेगवेगळ्या प्रमाणात, मनात गोंधळ उडून जात, खूप असोशीने, प्रचंड आकांक्षा मनात वागवत युवक आयुष्याची सुरुवात करू पहातात. अनेकांच्या मनात तो दृष्टिकोन म्हणून स्पष्ट नसतोच... असते एक धुकट, विरळ, अव्याख्य, प्रचंड अपेक्षांची जाणीव, आपले जीवन महत्त्वाचे आहे ही जाणीव, आपण काहीतरी भव्य करू शकतो ही शक्यता आणि पुढे काहीतरी भव्यदिव्य सापडेल ही आशा.

आयुष्याची सुरुवातच सारेकाही त्यागून करणे हे मानवी स्वभावातच काय कुठल्याही जीवाच्या स्वभावात नाही. स्वतःच्याच तोंडावर थुंकून किंवा अस्तित्त्व नाकारून कोणीही जगण्याचा आरंभ करीत नाही... हे घडले तर ते एका भ्रष्ट प्रक्रियेनंतर घडते... किती वेगाने ती प्रक्रिया घडेल ते वेगप्रमाण व्यक्तीव्यक्तीनुसार भिन्न असते. नीतीभ्रष्टतेच्या पहिल्या स्पर्शानिशी कुणी मोडून पडतात, कुणी विकले जातात, कुणी सावकाश घसरत घसरत जातात आणि अंतरीचे स्फुल्लिंग विझवून बसतात.. ते हातून कधी निसटलं, कसं निसटलं त्यांना कळतही नाही. आणि मग हे सारेच जण त्यांच्या वडीलधाऱ्यांच्या उपदेशाच्या विशाल दलदलीच्या प्रदेशात नाहीसे होतात... जे त्यांना सतत सांगत समजावत रहातात की- स्वतःच्या मनचं खरं करण्यात प्रगल्भता नसते, आपलीच मूल्यं घट्ट धरून बसण्यात सुरक्षितता नसते, स्वतःच्या आत्मसन्मानाचा बाऊ करणं व्यवहार्य नसतं. आणि तरीही, काही मोजकी माणसं ठाम रहातात, आत्मतेजाशी प्रतारणा करता कामा नये हे त्यांना जाणवतं, त्याला कसा आकार द्यावा, हेतू शोधावा, सत्यात उतरवावं याचा विचार करीत रहातात ती. पण कुणाचंही भवितव्य काहीही घडो, आयुष्याच्या उषःकाली प्रत्येक माणसाला मानव स्वरुपाची, जीवनातील सामर्थ्यशीलतेची उदात्त जाणीव स्पर्शून गेलेली असतेच.

फार थोडे मार्गदर्शक दीपस्तंभ असतात त्यांच्यासाठी. फाउंटनहेड हा त्यातील एक आहे.

फाउंटनहेड इतकी वर्षं का टिकून आहे याचे हे मूलभूत कारण आहे... युवकांच्या आत्म्याच्या तेजस्वितेचा, मनुष्यत्वाच्या थोरवीचा... आपण कायकाय शक्य करू शकतो हे दाखवून देणारा हुंकार आहे तो.

प्रत्येक पिढीतील थोड्याच व्यक्तींना मानवी क्षमतेची समज असेल, त्याची परिपूर्णता प्रत्यक्षात आणण्याची प्रज्ञा फार थोड्यांत असेल आणि बाकीचे सारे स्वतःच्याच क्षमतेशी प्रतारणा करीत रहातील हे खरे असले तरीही त्याने काही फरक पडत नाही. हे मोजकेच लोक अखेर जग चालवतात आणि जीवनाला अर्थ देतात- आणि या मोजक्या लोकांनाच उद्देशून मी बोलत आले आहे, नेहमीच. बाकी साऱ्यांची मला पर्वाच नाही. ते प्रतारणा करतील ती माझ्याशी नव्हे किंवा फाउंटनहेडशी नव्हे... ते स्वतःच्या आत्म्याशीच प्रतारणा करतील.

आयन रँड

न्यू यॉर्क, मे १९६८

अनुवादकाचे मनोगत

आयन रँडच्या ॲटलस श्रग्डच्या मी केलेल्या अनुवादाच्या प्रस्तावनेत मी उल्लेख केला होता की प्रथम मी फाउंटनहेडचा अनुवाद करायला सुरुवात केली होती, आणि मग तो आधीच प्रसिद्ध झाल्याचे कळल्यानंतर थोड्या दुःखानेच ते काम थांबवले होते. डिसेंबर २०१०मध्ये ॲटलस श्रग्डचा अनुवाद प्रसिद्ध झाला. या अनुवादाच्या अनेक वाचकांनी मला आग्रहाने फाउंटनहेडचाही अनुवाद मी करावा असे सुचविले, आणि मी आनंदाने लगोलग फाउंटनहेडचा अनुवाद करायला सुरुवात केली.

या वेळी हाताशी तंत्रज्ञान असल्यामुळे, हे काम फार लवकर पूर्ण झाले. सुलभतेने झाले.

मी आतापर्यंत अनेक तरूण वाचकांना हे सांगितले आहे, या प्रस्तावनेत ते पुन्हा एकदा सांगितले पाहिजे. आयन रँडचे विचार पचनी पडायलाच नव्हे तर पचवायलाही कठीण आहेत. ॲटलस श्रग्ड वाचून जगाबद्दल निराशा आल्याचे सांगणारे बरेच वाचक मला भेटले आहेत. अनुवाद वाचणाऱ्या माझ्या तरुण मराठी वाचकांना मी माझे मत आवर्जून सांगू इच्छिते, की जरी आयन रँडने फाउंटनहेड प्रथम आणि ॲटलस श्रग्ड नंतर लिहिले असले तरीही वाचताना क्रम उलट करायला हरकत नाही. फाउंटनहेडच्या नायकामधे जी घृणास्पद वाटणाऱ्या जगालाही पुरून उरण्याची आणि उंच जाण्याची विजिगिषु वृत्ती आहे ती अधिक महत्त्वाची आहे. ॲटलस श्रग्डमधे आयन रँडने जे काल्पनिक आदर्श विश्व उभे केले आहे त्याची प्रतीकात्मकता विसरून जायला होऊ शकेल इतके ते प्रभावी वास्तव असल्यासारखे चित्रण आहे. ही कमाल लेखनशैलीची आहे. पण असे प्रत्यक्षात होणे शक्य नाही म्हणून निराशेचा विचार करण्याची चूक घडू शकते. फाउंटनहेडचा नायक हा त्या निराशेवरचा उतारा आहे. तो वास्तवाच्या जवळ आहे. ॲटलस श्रग्डमधल्या डॅग्नी किंवा रीअर्डन या व्यक्तिरेखांचा संघर्ष जसा आपल्याला बळ देऊ शकतो तसाच हॉवर्ड रोर्कचा संघर्ष आहे.

आयन रँडच्या तत्त्वज्ञानात्मक विचारातून, तिच्या कल्पनाविष्कारातून झरलेल्या तत्त्वसंकल्पनांतून आपल्याला अनेक ठरीव साच्यांमधील तत्त्वकल्पनांपासून मुक्ती मिळवायला मदत होते. अर्थात् ती मुक्ती आपली आपणच मिळवायची असते. आपलं आत्मतेज आपणच उजळायचं असतं.

आपल्या अवतीभोवती कुटुंब, समाज, धर्म, विचारप्रणाली, एखाद्या महान् व्यक्तीने घालून दिलेली मार्गप्रणाली यांच्या नियमांचा, परंपरांचा एवढा गहजब चालतो की त्यांच्या गदारोळांतून आपल्याला आपला सूर सापडेनासा होतो, त्यांच्या गडद सावल्यांमधून आपल्याला आपला सूर्य सापडेनासा होतो. स्वतंत्र विचार करण्याची, कृती करण्याची आणि स्वतःच्या क्षमतांचा विकास करण्याची आपली उपजत वृत्ती आपण कधी नादानपणे, कधी व्याकुळ होत सोडून देतो. पारंपारिक नीतीमूल्यांना आव्हान देण्याचे तर मनातही येऊ शकणार नाही एवढा तथाकथित संस्कारांचा दबाव असतो.

या दोन्ही कादंबऱ्या करीत असताना आपण मान्य केलेल्या 'स्वार्थ' या संकल्पनेच्या भोंगळ व्याख्येचा विचार करणे भाग पडत गेले. टिकलीएवढ्या आसमंतासंबंधी अतिशय कोत्या बुद्धीने विचार करणाऱ्यांच्या क्षुद्र लोभालाच स्व अर्थ समजून ही संकल्पनाच रद्दबातल करण्याची फार मोठी

चूक आपण करून बसलो आहोत. आणि खराखुरा स्व अर्थ जपणे आणि त्यासाठी जीवनाला भिडणे म्हणजे काय हे समजण्यासाठी तरी आयन रँडच्या विचाराचे मनन करायला हवे.

स्वार्थ वाईट ठरवणे म्हणजे स्वतःच्या अस्तित्त्वावर मुळातच आघात करू पहाणे. यातून छोट्याशा वैयक्तिक आनंदासाठी केलेल्या सुंदर कृतीपासून ते जागतिक पातळीवरल्या सत्ताखेळातील धोरणात्मक कृतींपर्यंत साऱ्यावरच परिणाम होत गेला आहे. स्वतःच्या अस्तित्त्वाच्या अर्थाचा शोध घेणे, आपण किती आणि काय करू शकतो ते आपल्यावरील इतर कुणाचीही बंधने, अपेक्षांची ओझी दूर करून सतत शोधणे, आणि एकदा ते समजल्यानंतर न थकता, न हार जाता, न तडजोडी करता स्वतःचे पूर्ण सामर्थ्य आकाराला आणण्याची धडाडी म्हणजे स्वार्थ. आपण जे करतो ते कुणासाठी उपयुक्त असेल की नाही तो विचार गौण. त्यातून आपल्याला वस्तू नव्हे, यश मिळेल की नाही हे महत्त्वाचे. पैसा नव्हे, मोल मिळेल की नाही हे महत्त्वाचे. एवढे प्रत्येकाला स्वतःला समजणे म्हणजे माणूस स्वार्थी असणे. फसवू पहाणाऱ्या घरच्या नाहीतर दारच्या लुटारूंना, सत्तेच्या पटावर आपल्या खिशात दान पडावं म्हणून स्वत्व गुंडाळून नोटांची टरफलं वेचणाऱ्यांना स्वार्थी म्हणून आपण 'स्व' या शब्दाचा, 'अर्थ'च्या अर्थाचाच अधिक्षेप करीत आलो आहोत.

स्वार्थ या शब्दाचे, संकल्पनेचे उदात्त कंगोरे उलगडून दाखवण्याचं एकमेवाद्वितीय काम आयन रँडने आपल्या कादंबऱ्यांतून केलं आहे. हे कंगोरे समजणं माझ्या मराठी भाषेच्या मुलांसाठी फार महत्त्वाचं वाटतं मला. स्वार्थाच्या अर्थाचं मातेरं करून त्यांची बुद्धी त्यात इतक्या प्रकारे घोळवली जाते की त्यातली अनेकानेक स्वत्व विसरून आयुष्यभर इतरांच्या, आणि पर्यायाने असमाधानाच्या जोखडाला बांधली जातात. आईवडिलांच्या प्रतिष्ठेसाठी, खानदानाच्या परंपरेसाठी, समाजाच्या अपेक्षांसाठी वाट्टेल त्या तडजोडी करायला तयार होतात तरुण, त्यांना स्वतःवर स्वार्थीपणाचा शिक्का नको असतो. पालकांच्या आवडीनिवडींपुढे आपली आवडनिवड मारून टाकतात तरुण, त्यांना स्वतःवर कृतघ्नतेचा शिक्काही नको असतो, बंडखोरीचाही नको असतो आणि स्वतःच्या निर्णयाने येणारी जबाबदारीही कदाचित् नको असते. माहीत नाही किती स्फुल्लिंगं अशीच विझून गेली...

अशा आत्मतेजाच्या स्फुल्लिंगांनी स्वतःवर जमत चाललेली राख जोराने झटकून फुलून यावं, धडधडून उजळावं यासाठी थोडी मदत व्हावी म्हणून... व्यक्तिमत्त्व दडपणाऱ्या परिस्थितीविरुद्ध निषेधाचा उद्गार काढून स्वतःचं आयुष्य घडवू पहाणाऱ्यांना नकोसं झालेलं ओझं भिरकावून देण्यासाठी नैतिक मूल्यांचाच आधार मिळावा म्हणून... फाउंटनहेडसारखं मार्गदर्शक पुस्तक मराठीत आणायलाच हवं होतं मला.

अखेर आपापली तेजस्विता आपली आपणच जपायची असते.

वेगळा मूल्यविचार देणाऱ्या या दोन महाकादंबऱ्यांचा अनुवाद करणं हे माझं स्वतःबरोबरच इतरांचीही तेजस्विता फुलवण्याचं साधन ठरलं याचा मला उत्कट आनंद आहे.

मुग्धा कर्णिक
mugdhadkarnik@gmail.com

अनुक्रम

भाग १
पीटर कीटींग

१

हॉवर्ड रॉर्क हसला.

तो एका कपारीच्या टोकावर नग्न उभा होता. तिथून थेट खोलवर खाली विस्तीर्ण जलाशय पसरला होता. तोंड फुटून आकाशात झेपावता झेपावताच मध्येच गोठून गेलेले कातळ त्या संथ पाण्याभोवती उभे होते. वाटत होतं... पाणी निश्चल आहे आणि ते कातळ प्रवाही. ऐन युद्धात आघात-प्रत्याघातांच्या मधलाच एखादा क्षण असा असतो की, जेव्हा सारंकाही स्तब्ध होऊन जातं... पण ती स्तब्धता वेगापेक्षाही अधिक प्रवाही असते. सूर्यकिरणांत न्हाऊन चमकत असलेल्या या कातळांची स्तब्धता अशीच काहीशी होती. खाली पसरलेला तलाव पोलादाच्या धारदार पातळ चकतीसारखा त्या कातळांना अर्ध्यात कापून काढत होता. खोलवर पाण्यात उतरलेल्या आकाशातून सुरू होत पुन्हा आकाशातच विलीन होणारी सारी पाषाणमाया पसरलेली सभोवार. जग जणू अधांतरी ओठंगून उभं राहिलेलं. जणू एक बेटच अवकाशात तरंगणारं... कपारीवर उभ्या असलेल्या त्या आकृतीच्या पायाशी नांगरून पडलेलं.

आकाशाच्या पडद्यावर त्याने मागे तोल टाकला. त्याची रेखीव देहाकृती सरळ रेषा आणि कठोर कोनांतून साकारल्यासारखी, अवयवांच्या वळणांना प्रतलांतून सामावून घेणारी होती. तो निश्चल उभा होता. कितीतरी वेळ... हातांचे तळवे पसरून, खांद्यांची पाती आणि मानेचा बाक ताणून, त्याच्या बोटांच्या टोकांत रक्त उतरलेलं आणि वारा पाठीच्या पन्हळीतून घुसळून त्याचे केस, आकाशावर उधळून देत होता. त्याचे केस सोनेरी नव्हते, लालही नव्हते... संत्र्याच्या सालीसारखे गर्द केशरी, चमकदार केस होते ते.

आज सकाळी जे घडलं होतं त्या आठवणीने त्याला हसू येत होतं... आणि पुढे जे घडणार होतं त्याच्या चाहुलीनेही.

पुढले काही दिवस कठीण असणार हे त्याला ठाऊक होतं. काही प्रश्नांना भिडावं लागणार होतं. काय करायचं त्याची योजना आखायला हवी होती. भविष्याचा विचार करायला हवा होता. पण खरं तर तो काहीही विचार करणार नव्हता, हे ही त्याला माहीत होतं. कुठेतरी मनाच्या तळाशी सारंकाही नितळ स्पष्ट होऊन चुकलं होतं. पुढे काय घडणार ते जवळपास ठरल्यासारखंच होतं. आणि आता त्याला फक्त हसून घ्यायचं होतं.

त्याने थोडासा विचार करायचा प्रयत्नही केला, पण पुढच्याच क्षणी तो ते विसरूनही गेला. त्याची नजर आसमंती पसरलेल्या कातळांवर स्थिरावली. त्याचं हसू थांबलं. निसर्गनियमांची अटळता रेखलेला त्याचा चेहरा होता. अटळ, अदय, अप्रश्नेय. गालांची उभट ठेवण असलेल्या त्या चेहऱ्यावर राखी रंगांचे डोळे होते. संथ, थंडगार नजर... त्याच्या बंद जिवणीवर पुसटशी तुच्छतादर्शक रेष होती. हा चेहरा एखाद्या विरक्त संन्यस्ताचा असू शकेल किंवा एखाद्या निर्मम मारेकऱ्याचा.

ग्रेनाइटच्या त्या कातळांकडे तो पहात राहिला... - या कातळांतून भिंती उभ्या रहातील, त्याच्या नजरेच्या टप्प्यात एक वृक्ष आला... - याचे खोड चिरून फळ्या निघतील. जमिनीच्या

पोटात लपलेल्या खनिज लोखंडाची चाहूल देत खडककपारीतून एक लाल गंज चढल्यासारखी रेष फिरली होती... इथलं कच्चं लोखंड वितळवून पोलादी गर्डर्स आभाळात चढतील.

हे कातळ इथे माझ्यासाठी उभे आहेत... माझ्या हातून विंधले जाण्याची, चिरले जाण्याची, माझ्या स्वरातल्या आज्ञेने सुरुंग लागून भंगण्याची वाट पहात... आणि मग माझ्या हातून पुन्हा नवा आकार धारण करण्याची वाट पहात थांबले आहेत...

मग त्याने मान झटकली. त्याला पुन्हा एकदा आज सकाळच्या प्रसंगाची आठवण झाली... बऱ्याच गोष्टी उरकायच्या होत्या. पाऊल पुढे टाकत तो अगदी कडेवर येऊन उभा राहिला आणि हात उंचावत त्याने खालच्या प्रतिबिंबित आकाशात सूर मारला.

तीरासारखा पाणी कापत तो पलिकडच्या किनाऱ्यापाशी पोहोचला. खडकावर उतरवून ठेवलेल्या कपड्यांपाशी पोहोचताच त्याने थोडं खंतावत अवतीभोवती नजर टाकली. गेली तीन वर्षं स्टँटनमधे रहात असल्यापासून ही त्याची विसाव्याची जागा बनली होती... पोहायला, शांत बसायला, विचार करायला, एकान्त शोधण्यासाठी, जिवंतपणाचा अंगभर, मनभर अनुभव घेण्यासाठी तो इथंच येऊन बसायचा. एखादा तासभर मिळाला तरी पुरत असे त्याला. पण अनेकदा तेवढाही वेळ काढता येत नसे. आज स्वातंत्र्याच्या पहिल्यावहिल्या क्षणांत त्याला प्रथम आठवण झाली ती याच जागेची. कारण त्याला माहीत होतं... आज तो इथे येणार होता शेवटचाच.

आज सकाळीच त्याची स्टँटन इन्स्टिट्यूट ऑफ टेक्नॉलजीच्या आर्किटेक्चरल स्कूलमधून हकालपट्टी झाली होती.

त्याने कपडे चढवले. जुनी डेनिमची पँट आणि अर्ध्या बाह्यांचा बटणं तुटलेला शर्ट चढवून तो तलावाकाठच्या दगडाधोंड्यातून निघालेल्या निरुंद पायवाटेवरून झपाझप चालत, हिरव्या उताराच्या कडेने जाणाऱ्या वाटेवरून सरसरत खालच्या रस्त्यावर उतरला.

त्याची पावलं सहज, हलक्या गतीने जणू भरारत होती. भर उन्हात त्या लांबलचक रस्त्यावरून तो निघाला होता. मॅसेच्युसेट्सच्या किनाऱ्यावर वसलेलं स्टँटन, रस्त्याच्या टोकापर्यंत पसरलेलं. आणि तिथल्या एका टेकाडावरची स्टँटन इन्स्टिट्यूटची इमारत जणू त्या छोट्याशा नगराच्या कोंदणात जडवलेल्या रत्नासारखी भासत होती.

स्टँटनची नगरसीमा उकिरड्याने सुरू होत होती. कचऱ्याचा ढिगारा गवतातून डोकावत होता. काहीतरी धुमसत होतं नि धूर पसरत होता. पत्र्याची डबडी उन्हात चमकून उठत होती. पहिल्या काही घरांसमोरून जाणारा रस्ता पुढे चर्चपर्यंत जात होता. करड्या निळसर कबुतरी रंगाची कौलं असलेलं ते चर्च गॉथिक शैलीत बांधलेलं. त्याचे दणकट लाकडी आधार कशालाच आधार न देणारे, केवळ शोभेचेच होते. खिडक्यांतून रंगीत काचचित्रे जडवलेली. त्यांच्या छज्ज्यांच्या जागी दगडी भासतील अशा कुठल्याशा कृत्रिम पदार्थाच्या चौकटी केलेल्या आणि मग पुढे सुरू होत होते ते, गावात शिरणारे, दुतर्फा नटव्या हिरवळींनी कोंदलेले लांबलचक रस्ते. त्या हिरवळीच्या चौकोनांमागे उभी होती विविध प्रकारे पिळवटलेली लाकडाची घरं. अकारण अवजड छपरांखाली दबलेली, अनावश्यक मनोरे आणि अस्थानी तटबंदी उभारलेली. लढाऊ किल्ल्याला शोभतील अशा निरुंद खिडक्या लादलेली, अवाढव्य सज्जे, व्हरांड्यांनी जडावलेली घरं. खिडक्यांमधून शुभ्र पांढरे पडदे झुळझुळत होते. एका दाराच्या आडून कचऱ्याने ओसंडलेला डबा डोकावत होता. एका दारापुढच्या पायरीवर मांडलेल्या उशीवर एक केसाळ पेकिनीज कुत्रं लाळ गाळत बसलं होतं. एका अंगणात दोरीवर वाळत घातलेले लंगोट फडफडत होते.

हॉवर्ड रॉर्क जात असताना अनेक लोक माना वळवून त्याच्याकडे पहात होते. त्यातल्या काहींच्या

नजरेत अकारणसा तिरस्कार दाटत होता. अनेकांची त्याच्याबद्दल हीच प्रतिक्रिया असे, पण रॉर्कला फिकीर नव्हती. त्याच्या दृष्टीने रस्ते रिकामेच पडलेले. अंगावर सूतही न ठेवता तो तिथून तितक्याच सहजपणे चालत जाऊ शकला असता.

दुकानांच्या रांगांनी वेढलेला एक मोठा हिरवागार चौक स्टँटनच्या मध्यभागी होता. बहुतेक दुकानांच्या खिडक्यांमधे बॅनर्स झळकले होते.

''१९२२च्या तुकडीचे स्वागत! १९२२च्या तुकडीला शतशत शुभेच्छा!''

स्टँटन इन्स्टिट्यूट ऑफ टेक्नॉलजीच्या नव्या तुकडीची आज सुरुवात होणार होती.

रॉर्क एका गल्लीत वळला. एका हिरव्यागार घळीच्या बाजूने छोट्याशा टेकाडापर्यंत घरांची रांग होती. त्यातलं शेवटचं घर होतं मिसेस कीटींगचं. रॉर्क गेली तीन वर्षं तिथे एका खोलीत भाड्याने रहात होता.

तो पोहोचला तेव्हा मिसेस कीटींग अंगणातच कठड्याच्या वरच्या बाजूला टांगलेल्या पिंजऱ्यातल्या कॅनरी पक्ष्यांना दाणे टाकत होत्या. त्याला पहाताच त्यांचा छोटासा गुबगुबित हात अर्ध्यातच थबकला. उत्सुकता दाटलेल्या नजरेने त्या त्याच्याकडे निरखून पहात राहिल्या. मग त्यांनी चेहऱ्यावर सहानुभूतीचे भाव नेमक्या मात्रेत जुळवले. त्यातला प्रयत्न स्पष्टच दिसत होता.

रॉर्कचं त्यांच्याकडे लक्षच नव्हतं. तो अंगणातून पलिकडे निघून जाणार, तोच त्यांनी त्याला थांबवलं.

'मि. रॉर्क,'

'काय?'

'मि. रॉर्क, मला फार म्हणजे खूपच वाईट वाटलं हो... म्हणजे जे झालं ते फार वाईट झालं...' किंचित् अवघडल्यासारखं दाखवत, अडखळत त्या म्हणाल्या.

'का... काय झालं?' त्याने विचारलं.

'हेच की- तुम्हाला काढलं ना इन्स्टिट्यूटमधून! मला किती वाईट वाटलं म्हणून सांगू... माझी भावना तुमच्यापर्यंत पोहोचावी इतकंच... आणखी काय बोलणार मी तरी...'

तो त्यांच्याकडे पहात उभा राहिला. पण तो आपल्याकडे पहातच नाहीये की काय असं त्यांना वाटलं पण नाही, सत्य यापेक्षाही भयंकर होतं. तो नेहमीच अगदी थेट पहायचा. त्याचे ते भयंकर थंड डोळे अंतरंगाचा नको इतका वेध घेताहेत असंच वाटायचं. तो पहात असायचा, पण वाटायचं आपण त्याच्या खिजगणतीतच नाही... तो तिथं नुसताच उभा होता. त्याने काहीही उत्तर दिलं नाही.

'पण मी काय म्हणते,' त्या बोलत राहिल्या, 'होतात कधीकधी अशा चुका... येतात अडचणी... आता तुम्हाला आर्किटेक्ट नाही होता येणार म्हणा- होय ना? पण तुमच्यासारख्या तरुण माणसाला कुठेही हसत-हसत काम मिळेल. चांगलीशी कारकुनाची नोकरी मिळाली तरी काय वाईट आहे मी म्हणते. किंवा काहीतरी सेल्समन वगैरे म्हणून काम करता येईल, बरोबर ना? पोट भरण्याची तशी काही काळजी नको वाटायला तुम्हाला.'

तो जायला वळला.

'ओः, विसरलेच की, मि. रॉर्क,'

'काय?'

'अहो, तुम्ही बाहेर गेलात आणि डीनचा फोन आला होता.'

आतातरी त्याच्या चेहऱ्यावर काही भाव उमटतील म्हणून त्या वाट पहात राहिल्या. त्याच्या चेहऱ्यावर थोडीतरी भावना उमटणं म्हणजे तो आतून मोडल्याची खूण असेल- त्या नकळत विचार

करत होत्या. त्याच्याबाबतीत त्यांना नेहमीच असं वाटायचं- की तो कधीतरी मोडून पडलेला दिसला पाहिजे.

'काय?'

'डीन,' आपल्या शब्दांचा काहीतरी परिणाम होईल या अपेक्षेने त्या पुन्हा बोलल्या, 'डीननी स्वतःहून फोन केला तुम्हाला- म्हणजे त्यांच्या सेक्रेटरीने.'

'बरं?'

'तिने निरोप दिलाय तुमच्यासाठी. निरोप मिळताच डीनना भेटायला या म्हणून सांगितलंय.'

'थँक्यू.'

'तुमचा काय अंदाज? आता काय बरं बोलायचं असेल त्यांना तुमच्याशी?'

'काय माहीत!'

त्याच्या या शब्दांआडून त्यांना स्पष्टच ऐकू आलं- 'मला काय करायचंय!'

त्या चकित होऊन पहातच राहिल्या. काही क्षण असेच गेले. तो जायला वळला तेव्हा त्या अचानक बडबडू लागल्या.

'अरे हो! आज पीटीचा पदवीदान समारंभ आहे.'

'आज? अरे हां.'

'माझ्यासाठी हा क्षण किती मोठा असणार आहे! माझ्या लेकाला शिकून मोठं करण्यासाठी मी किती कष्ट उपसले, किती काटकसरीत घर चालवलं याचा नुसता विचार केला तरी... पण जाऊ दे ते. माझी काही तक्रार नाही. मी तक्रारी करणाऱ्यांतली नाहीच मुळी. आणि कशाला तक्रार असावी? माझा पीटी पहिल्यापासूनच हुशार होता.'

त्या आकसून उभ्या होत्या. त्यांची लहानखुरी, मजबूत शरीरयष्टी कपड्यांत इतकी आवळून लपेटलेली की वाटत होतं त्यांच्या कडक कांजीच्या ड्रेसचा दाब पडून त्यांच्या घोट्यांजवळची, मनगटांजवळची चरबी सरकून एकत्र गोळा होत असेल.

'पण अर्थात्,' त्यांचा लाडका विषय निघाल्यावर त्या बोलत सुटल्या, 'बढाई नाही मारत मी. काही आयांच्या नशिबात असतं, काहींच्या नसतं. प्रत्येकाची आपापली जागा ठरलेली असते शेवटी. पण आता पीटीकडे बघत रहा तुम्ही. त्याने काही काम-एके-काम करावं असं माझं म्हणणं नाही. त्याच्या नशिबाने त्याला जेवढं यश मिळेल तेवढं मिळेल- परमेश्वराची कृपा म्हणेन मी. पण अमेरिकेच्या सर्वश्रेष्ठ आर्किटेक्ट्समधे त्याची गणना नाही झाली तर ही त्याची आई कारणांचा शोध नक्कीच घेईल.'

तो जायला वळला.

'पण मी काय अशी बडबडत राहिले... किती वेळ खाल्ला मी तुमचा...' त्या म्हणाल्या, 'जा, तुम्हाला घाई करायला हवी. कपडे बदलायचे असतील. जायचंय ना डीनकडे? ते वाट पहात असतील.'

त्याच्या पाठमोऱ्या सडपातळ आकृतीकडे त्या पहात राहिल्या. त्यांना नेहमी एक सुप्त भीती वाटायची, की त्यांच्या छान सजवलेल्या नीटनेटक्या घरात तो अचानक आलेल्या वादळासारखा सुसाटेल आणि त्यांची कॉफी टेबल्स, चिनी फुलदाण्या, फोटोफ्रेम्स तोडूनफोडून टाकेल. खरं तर त्याने असं कधीही काही केलं नव्हतं किंवा दर्शवलंही नव्हतं. पण त्या नकळत तसं काहीतरी घडण्याची वाट पहात रहायच्या.

रॉर्क जिना चढून त्याच्या खोलीत गेला. त्याची खोली लांबरूंद होती. रिकामी रिकामी. चुन्याच्या सफेदीमुळे तिथं भरपूर प्रकाश खेळत होता. तिथं रॉर्क रहातो आहे असं मिसेस कीटींगना कधी

वाटलंच नाही. त्यांनी पुरवलेल्या जुजबी फर्निचरमध्ये त्याने स्वतःची काहीच भर घातली नव्हती. कसली चित्रं, स्पर्धांमधे जिंकलेले कसले-कसले चषक वगैरे काहीच नव्हतं आणलं त्याने. रहात्या घरात सापडणारा मानवी स्पर्श तिथं नव्हताच. त्याचे मोजके कपडे आणि बरीचशी चित्रं घेऊन तो तिथं आला होता. एका कोपऱ्यात त्याने त्या चित्रांची चवड लावून ठेवली होती. तिथे जणू तो नाही त्याची चित्रच रहात होती, असं मिसेस कीटींगना वाटायचं.

रॉर्क त्या चित्रांच्या चवडीजवळ गेला. पहिल्यांदा आता ही चित्र नीट पॅक करायला हवी होती. सहजच तो एकेक चित्र उचलून पाहू लागला. लांबरुंद कागदांवरच्या त्या रेखाकृती इमारतींच्या होत्या. पृथ्वीच्या पाठीवर कधीही उभ्या न राहिलेल्या इमारतींची संकल्पचित्रं. माणसाने पहिल्यांदाच नवा विचार करून बांधल्यासारख्या इमारती होत्या त्या. त्यांना कोणतीही विशेषणं जोडता आली नसती. पण प्रत्येक इमारत स्वतःचा हेतू निर्विवादपणे दर्शवत होती. त्यावरून कुणा ड्राफ्ट्समनचा हात फिरला नव्हता. दार, खिडक्या, खांब, तुळया यांची कशीबशी कोंबाकोंबी त्यात केलेली नव्हती. पोथीनिष्ठ रचनांचा स्पर्शच नव्हता कुठे. त्या इमारती जणू मनःपूतपणे भुईतून उगवून वर आलेल्या. जिवंत, पूर्णरूप, अपरिवर्तनीय आणि योग्यच. त्यावरच्या पेन्सिलच्या ठळक रेषा ओढणाऱ्या हाताला अजून बरंच काही शिकायचं होतं. पण तरीही त्यातली एकही रेषा निरुद्देश नव्हती. आवश्यक असलेलं एखादं प्रतल तिथून गायब आहे असं कुठेही नव्हतं. त्या रचना सरळसाध्या होत्या. त्यांच्याकडे पहाणाऱ्या एखाद्या जाणत्या नजरेला कळलं असतं, की हा निरलंकृत साधेपणा साध्य करण्यासाठी किती गुंतागुंतीची विचारप्रक्रिया, केवढा बौद्धिक ताण कामाला लागला होता. एकाही तपशीलावर ठरीव नियमांची मोहोर उठलेली नव्हती. या रचना गॉथिक नव्हत्या, क्लासिकल नव्हत्या, रेनेसांस नव्हत्या... त्या होत्या हॉवर्ड रॉर्कच्या रचना.

तो मध्येच थबकला. एका चित्राने त्याचं लक्ष वेधून घेतलं होतं. त्या चित्राबद्दल त्याला नेहमीच असमाधान वाटायचं. दिलेल्या अभ्यासाव्यतिरिक्त एखादं वेगळंच काम तो स्वतःला घालून घेत असे. फिरतफिरता एखाद्या जागी थांबून त्या विशिष्ट पार्श्वभूमीवर कसली इमारत साजून दिसेल असा विचार करून त्या काल्पनिक इमारतीचं रेखाचित्र काढायची त्याची सवय होती. त्यातलीच ही एक रचना होती. त्यात काहीतरी खटकत होतं त्याला. अनेकदा रात्ररात्र जागून त्या चित्राकडे पहात डोक्याला ताण देऊन झाला होता त्याचा. पण त्यातली चूक त्याला हुलकावण्या देत होती. आता अचानकपणे ते चित्र समोर येताच त्याला त्यात काय बदल करायला हवा ते लख्खकन समजलं. त्याने ते चित्र उचलून टेबलवर टाकलं आणि त्यावर वाकून काम करण्यात तो गुंग झाला. त्याच्या पेन्सिलीच्या धारदार रेषा त्या नीटस चित्रावर जणू वार करू लागल्या. मधूनच थबकून तो त्याकडे पहात राही. कागदावर टेकलेली बोटांची टोकं जणू त्या इमारतीलाच धरून ठेवत होती. उठावदार शिरा, बळकट मनगटं आणि ठळक सांधे असलेल्या त्या राकट हातांची बोटं लांबसडक निमुळती होती.

तासाभरानंतर दारावरची टकटक ऐकून तो मान वर न करताच म्हणाला, 'या आत.'

'मिस्टर रॉर्क!!' मिसेस कीटींग किंचाळल्याच. उंबरठ्यावर खिळून त्या त्याच्याकडे डोळे विस्फारून पहातच राहिल्या आणि तो काही न कळल्यासारखा त्यांच्याकडे प्रश्नार्थक मुद्रेने पहात राहिला.

'अहो, काय हे?' त्यांच्या स्वरात चीड उतरलेली. 'काय करताय तुम्ही? तिथे डीन तुमची वाट पहात असतील...'

'अरे हो. खरंच की. मी विसरलोच.'

'तुम्ही विसरलात?'

'हो!' त्यांना वाटलेल्या आश्चर्याचं आश्चर्य त्याच्या उत्तरातून डोकावलं.

'वेल, मी एवढंच म्हणेन,' त्यांचा आवाज बद्द होता, 'तुमची ना तीच योग्यता होती. अगदी योग्यच कारवाई झाली तुमच्यावर म्हणेन मी. पदवीदान समारंभ साडेचारला सुरू होणार आहे. तुम्हाला भेटायला त्यांनी कसा वेळ काढावा आता... तुमची अपेक्षा तरी काय आहे...'

'मी लगेचच निघतो, मिसेस कीटींग.'

केवळ कुतूहलापोटी त्या हे करत होत्या असं नव्हतं. या भेटीनंतर बोर्डाचा निर्णय मागे घेतला जाणार नाही ना अशी भीतीच होती त्यांच्या पोटात.

तो बाथरूममध्ये शिरला. हात धुवून केस हातानेच जरा सारखे करताना तो त्यांना दिसत होता. बाहेर येऊन तो जिना उतरून गेला तेव्हा त्यांना समजलं की तो डीनच्या भेटीला निघालाय. त्या पुन्हा किंचाळल्या,'मि. रॉर्क,... हे काय हे? तुम्ही असेच निघालात की काय?'

'हो. का बरं?'

'त्यांच्याकडे जाताना अशा अवतारात? तुमचे डीन आहेत ते!'

'होते! भूतकाळ झाला, मिसेस कीटींग.'

आणि तो हे अगदी आनंदातच म्हणतोय... त्या चाट पडल्या होत्या.

□ □ □

स्टँटन इन्स्टिट्यूट ऑफ टेक्नॉलजीची इमारत टेकडीच्या माथ्यावर उभी होती. तिच्या तटबंदीसारख्या भिंतींमुळे खाली पसरलेल्या शहरावर मुकुट चढवल्यासारखी भासायची ती. मध्ययुगीन किल्ल्यासारख्या त्या इमारतीच्या पोटाजवळ एक गॉथिक शैलीतलं चर्चही डकवलेलं. त्या शैक्षणिक संस्थेत कधीकाळी युद्धजनक परिस्थिती उद्भवली असतीच तर त्या इमारतीच्या रचनेचा चांगलाच उपयोग झाला असता. विटांच्या त्या जाडजूड भिंतीमधे सैनिकांना रायफली किंवा तिरंदाजांना तीर रोखण्यासाठी निरुंद फटी ठेवलेल्या. सैनिकांना लपण्यासाठी आडोसे बांधलेले. चाल करून येणाऱ्या फौजेवर उकळतं तेल ओतण्यासाठी दगडी पन्हळीही होत्या... सारी व्यवस्था होती युद्धाची. नाजूक जाळीदार नक्षीकामानं सजलेलं कॅथिड्रल हवा नि प्रकाश या दोन बलवत्तर शत्रूंना अडवत उभं होतं.

डीनचं कार्यालयसुद्धा रंगीत काचचित्रांनी मढवलेल्या एका उंच खिडकीतून येणाऱ्या स्वप्नील धूसर प्रकाशात न्हाऊन निघून एखाद्या चॅपेलसारखंच दिसत होतं. हाताची घडी घालून उभ्या असलेल्या संतांच्या काचेरी प्रतिमांच्या वस्त्रप्रावरणांतून तो प्रकाश झिरपत होता. कधीही वापरात न आलेल्या तिथल्या फायरप्लेसवरच्या दोन गार्गोइल्सच्या डोक्यांवर एक लाल नि एक जांभळा प्रकाशाचा ठिपका चमकत होता. फायरप्लेसवर टांगलेल्या पार्थेनॉनच्या तैलचित्राच्या मध्यभागी एक हिरव्या रंगाचा कवडसा विसावला होता.

रॉर्क आत शिरताच कन्फेशनच्या डेस्कसारखं कोरीव काम केलेल्या डेस्कमागून डीनच्या आकृतीची अलगद तरंगती हालचाल झाली. डीन म्हणजे एक जाडे, गिड्डे गृहस्थ होते. त्यांचा मांसल विस्तार जणू त्यांच्या वादातीत प्रतिष्ठेच्या बंधनामुळेच केवळ अडून राहिला होता.

'ओः, रॉर्क- नै का?' ते हसून म्हणाले, 'ये, ये आत. बैस.'

रॉर्क बसला. त्याच्या तोंडून अपेक्षित विनवणी ऐकण्याच्या तयारीत डीन पोटावर हातांची बोटं एकमेकांत गुंतवून वाट पहात बसून राहिले. जेव्हा काही क्षणांनंतरही कसलीच विनवणी बाहेर पडली नाही तेव्हा डीननी घसा खाकरला.

'तुझ्या भल्याची मला प्रथमपासून किती आस्था आहे ते तुला माहीतच आहे.' त्यांनी सुरू केलं, 'त्यामुळे सकाळी जो काही दुर्दैवी प्रकार घडला त्याबद्दल मी दुःख वगैरे व्यक्त करणं... मला वाटतं अनावश्यक ठरेल.'

'अगदीच अनावश्यक.' रॉर्क म्हणाला.

डीनच्या नजरेत थोडी शंका उतरली, पण तरी त्यांनी बोलणं सुरू ठेवलं.

'हे ही सांगायला नकोच की मी काही तुझ्याविरुद्ध मत दिलं नाही. मी तटस्थ राहिलो. पण तुला ऐकून बरं वाटेल- की तुझ्या बाजूने बोलणारे- अगदी जोरात बोलणारे असे काही पाठीराखेही होते हां तुझे. मोजकेच- पण जोरदार. तुझे स्ट्रक्चरल इंजिनिअरिंगचे प्राध्यापक तर तुझ्या बाजूने मोहीम उघडल्याच्या थाटातच बोलत होते. तुझे गणिताचे प्राध्यापकही त्यांना सामील होते. पण दुर्दैवाने, तुला काढून टाकण्यासाठी मतदान करणं हे आपलं कर्तव्य आहे असं मानणाऱ्यांची संख्या त्यांच्या तुलनेत जरा जास्तच होती. तुझे डिझाइनचे टीकाकार प्राध्यापक पीटरकिन तर फारच रागात होते. त्यांनी तर हा प्रतिष्ठेचाच प्रश्न केला. त्याला- म्हणजे तुला- काढलं नाही तर मीच राजिनामा देतो म्हटले. तू त्यांना बरंच चिडवलं आहेस हे तर तूही मान्य करायला हवंस.'

'मान्य आहे मला.'

'तिथंच तर सगळा प्रश्न आला. आर्किटेक्चरल डिझाइन या विषयाबद्दल तुझा जो दृष्टिकोन आहे त्याबद्दल बोलतोय मी. तू त्या विषयाकडे कधीच पुरेसं लक्ष दिलेलं नाहीस. काय? एकीकडे तू इंजिनिअरिंगच्या सर्व विषयांत उत्तम कामगिरी केलीस. भावी आर्किटेक्टच्या दृष्टीने स्ट्रक्चरल इंजिनिअरिंगचं महत्त्व कोण नाकारतंय? पण म्हणून टोक कशाला गाठायचं? आपल्या विषयातला जो कलात्मक, स्फूर्तिदायक असा भाग आहे, त्याकडे संपूर्ण दुर्लक्ष करून केवळ रुक्ष, तांत्रिक, गणिती विषयांकडेच सारं लक्ष केंद्रित करायचं हे कशासाठी? तुला आर्किटेक्ट व्हायचंय. सिव्हिल इंजिनिअर नाही!'

'ही चर्चा आता अप्रस्तुत नाही का?' रॉर्कने विचारलं, 'जे झालं ते झालं. आता माझ्या विषयांच्या निवडीची चर्चा करून काय उपयोग?'

'मी तुला मदत करण्याचा प्रयत्न करतोय, रॉर्क. आम्ही तुला खूप संधी दिली, हे तू सुद्धा मान्य करशील. विचार कर, तुला किती वेळा सांगून झालं, सावध करून झालं होतं, -हे होण्याआधीच तुला सावध केलं होतं की नाही?'

'केलं होतं.'

डीन खुर्चीतल्या खुर्चीत चुळबुळले. रॉर्कच्या सान्निध्यात त्यांना जरा अवघडल्यासारखंच होत असे. रॉर्कची नजर त्यांच्यावर विनम्रपणे खिळली होती. डीन विचार करत होते. -तो सरळच तर पहातोय माझ्याकडे. जराही उद्धटपणा नाही त्याच्या पहाण्यात. लक्ष देऊन ऐकतोय. पण काहीतरी वेगळंच वाटतंय त्याच्या बघण्यात... वाटतं की, त्याच्या लेखी आपलं काही अस्तित्त्वच नाही. मोलच नाही.

'तुला दिलेल्या प्रत्येक डिझाइन प्रकल्पात-' डीन बोलू लागले, 'तू काय करून ठेवलंस... तुझी ती शैली- नाही शैली नाही म्हणू शकत तिला- पण जी काही भयंकर पद्धत वापरतोस तू- सारंच प्रस्थापित कलामूल्यांच्या विरोधात जाणारं आहे. जगन्मान्य परंपरांचा काहीच आदर नाही. तू काय स्वतःला मॉडर्निस्ट म्हणवतोस की काय मला माहीत नाही. पण हा तर मॉडर्निझमही नाही. वाईट वाटून घेऊ नकोस. पण हा तुझा शुद्ध मूर्खपणाच आहे.'

'वाईट नाही वाटत मला...'

'स्वतःच्या मनाने काही रचना करण्याच्या प्रकल्पांत तू जी काही मनमानी केलीस ती केलीस. तुझ्या प्राध्यापकांना त्या डिझाइन्सना नेमकं काय म्हणायचं तेच कळलं नाही, म्हणून त्यांनी तुला पास केलं इतकंच. पण तुला ऐतिहासिक शैलीतलं ट्यूडॉर चॅपेल करायला सांगितलं किंवा फ्रेंच ऑपेरा हाऊस करायला सांगितलं तेव्हा तू जी काय खोक्यांवर खोकी रचल्यासारखी रचना पुढे आदळलीस- त्याला काय म्हणावं... तो काय अभ्यास होता? की मुद्दाम अधिक्षेपच केलास?'

'अधिक्षेपच झाला तो.' रॉर्क उत्तरला.

'इतर विषयांतली तुझी गती लक्षात घेऊन तुला एक संधी द्यावी असा आम्ही विचार करीत होतो. तर तू हे- हे सबमिट केलंस.' समोर पडलेल्या कागदावर मूठ आपटत ते म्हणाले, 'तुझ्या शेवटच्या वर्षातला अंतिम प्रकल्प म्हणून रेनेसांस व्हिला तुला करायचा होता- खरंच हे म्हणजे अतीच झालं. आजवरच्या तुझ्या सगळ्या प्रतापांवर कडीच केलीस तू, मुला!'

त्या कागदावर एक रेखाचित्र होतं. काच आणि काँक्रीटमधून उभ्या राहिलेल्या एका घराचं आणि कागदाच्या कोपऱ्यात टोकेरी उभट सही होती- हॉवर्ड रॉर्क.

'हे असलं काहीतरी सबमिट केल्यानंतर आम्ही तुला पास करावं अशी अपेक्षाच कशी करतोस तू?'

'अपेक्षा नव्हती तशी.'

'तू आम्हाला काही पर्यायच ठेवला नाहीस. स्वाभाविक आहे- आता आमच्याबद्दल तुझ्या मनात कडवटपणा भरला असेल... पण आम्ही तरी काय करणार होतो?'

'मला असं काहीच वाटत नाही.' रॉर्क अगदी शांतपणे उत्तरला,'मी तुमची क्षमा मागायला हवी. मी शक्यतो असं कधी होऊ देत नाही. यावेळी माझ्या हातून चूक झाली. तुम्ही मला हाकलेपर्यंत मी वाट पाहिली. मी केव्हाच सोडून जायला हवं होतं.'

'हे बघ, हे बघ... असा निराश होऊन बोलू नकोस. हे काही बरोबर नाही. विशेष म्हणजे मी आत्ता तुला जे सांगणार आहे ते पहाता तुला निराश होण्याची गरजच नाही.'

डीन आत्मविश्वासाने हसून पुढे झुकले. आपण आता एक पुण्यकृत्य करणार असल्याचा तुपकट तवंग त्यांच्या चेहऱ्यावर जमून आला.

'तुला भेटायला बोलावलं ते याच करिता. तुला लवकरात लवकर सांगायचं ठरवलं होतं मी. तू असा निराश होऊन इथून रिकाम्या हाताने जाऊ नयेस असं मला फार तीव्रतेने वाटलं. ओः! काय सांगू तुला, मी हे अध्यक्षांशी बोललो तेव्हा त्यांचा बराच राग ओढवून घेतलाय मी. अजूनही त्यांनी तसं काही ठामपणे हो म्हटलेलं नाही माझ्या प्रस्तावाला. लक्षात असू दे. पण सांगतो तुला काय नि कसं ते- विचार कर. आता तुला हे प्रकरण किती गंभीर आहे ते कळलंच असेल. तू असं करायचं, एक वर्षभर थांबायचं. विश्रांती घे, वाचन कर- असं म्हणू, की थोडा मोठा हो, काय? कदाचित् त्यानंतर आम्ही तुला परत घेऊ. म्हणजे मी काही वचन देत नाहीये. अगदी कुठेही वाच्यता नाही करायची याबाबत. कारण यापूर्वी असं कधीच घडलेलं नाही.

पण एकंदर परिस्थिती आणि तुझा बाकी सगळा चांगला रेकॉर्ड पहाता... तुला संधी मिळायला हवी- आणि ती मिळू शकते.'

रॉर्कचं स्मितहास्य काही वेगळंच वाटलं डीनला. त्यात आनंद नव्हता, कृतज्ञता तर नव्हतीच. करमणूक झाल्यासारखं स्वच्छ हसू होतं ते.

'मला वाटतं तुम्हाला कळलं नाही माझं म्हणणं...' रॉर्क म्हणाला, 'मला परत यायचंय असं तुम्हाला कशामुळे वाटलं? मला नाही परत यायचं इथं. इथे नवीन शिकण्यासारखं माझ्या दृष्टीने

आता काहीही उरलं नाही.'

'मला कळत नाहीये.' डीन जरा ताठरूनच बोलले.

'यावर काही बोलण्यात खरंच काही अर्थ आहे का? तुम्हाला आता त्यात काहीच रस असणार नाही.'

'जे बोललास ते कृपा करून जरा स्पष्ट करून सांग.'

'तुमची इच्छा. मला आर्किटेक्ट व्हायचंय. आर्किओलॉजिस्ट नव्हे. रेनेसांस व्हिलाचा अभ्यास करण्यात मी का वेळ घालवावा? जे मी कधीही बांधणार नाही, ते मी का बरं शिकत बसू?'

'माय डियर बॉय, रेनेसांस शैली अजिबात मृतप्राय किंवा लुप्त झालेली नाही. त्या शैलीत अजूनही लोकं घरं बांधतात- जागोजाग, रोजच्या रोज त्याचा प्रत्यय येतो.'

'हो ना. असेलही. पण मी नाही बांधणार ती.'

'हा पोरकटपणा आहे! असं बरोबर नाही.'

'मी इथे आलो आर्किटेक्चर शिकायला. मी प्रकल्प करतो ते भविष्यात खरोखरचं बांधकाम करताना उपयोगी पडेल असं काहीतरी शिकायला मिळावं म्हणून. मी जे प्रकल्प केले ते त्याच हेतूने केले. मी ते प्रत्यक्ष बांधताना कसे बांधेन याचाच केवळ विचार होता माझ्या मनात. मला इथून जे जे शिकण्यासारखं होतं ते झालंय आता शिकून. तुमच्या नावडत्या स्ट्रक्चरल सायन्सच्या विषयातून मला पुरेसं ज्ञान मिळालंय. आणखी एक वर्ष इथे इटालियन पिक्चर पोस्टकार्ड्स रंगवण्यात घालवून माझ्या ज्ञानात काहीही नवी भर पडणार नाही.'

एक तासापूर्वी ही मुलाखत शांतपणे पार पडावी एवढीच इच्छा डीनच्या मनात होती. आता त्यांना वाटत होतं की रॉर्कने काहीतरी भावना व्यक्त करावी. या परिस्थितीत तो इतक्या शांतपणे बोलूच कसा शकतो...अनैसर्गिक वाटत होतं त्यांना सारंच.

'म्हणजे तू मला असं सांगतोयस का की- तू आर्किटेक्ट झाल्यावर- जेव्हा केव्हा होशील तेव्हा- तू खरोखरच तुझ्या पद्धतीने इमारती बांधणार आहेस?'

'होय.'

'अच्छा! आणि तुला त्या कोण बांधू देईल असं वाटतं तुला, बाबा?'

'तो प्रश्नच नाही. मला कोण थांबवणार हा प्रश्न आहे.'

'हे बघ- हे जरा गंभीर वळण घेतंय. मी खरं तर या आधीच तुझ्याशी शांतपणे, सविस्तर बोलून घ्यायला हवं होतं. माझी चूकच झाली. हो कळलं, कळलं- कळलं. मला बोलू दे जरा. तू कुठेतरी एकदोन मॉडर्निस्टिक बिल्डिंग बघितल्या असशील आणि त्यातून तू प्रेरित वगैरे झाला असशील. पण ही सगळी आधुनिकतावादी चळवळ अल्पजीवी ठरणार आहे हे समजून घे. सर्व तज्ज्ञांनी यावर एकमत प्रकट केलंय. वास्तुकलेतील जे जे काही अप्रतिम सौंदर्यशाली आहे ते ते सारं आधीच घडून गेलयं असा निर्वाळा दिला आहे साऱ्या कलासमीक्षकांनी. प्रत्येक ऐतिहासिक वास्तुशैलीमध्ये सौंदर्याचा केवढा प्रचंड खजिना दडला आहे. आपण त्या थोर कलावंतांकडून थोडीफार उसनवारी करू शकतो. पण त्यांच्यापुढे जाणारे आपण कोण? त्यांच्या कलात्मक दृष्टीबद्दल मनात आदर ठेवून आपण थोडेफार अनुकरण करण्याचे धारिष्ट्य दाखवू शकतो बस्स.'

'कशासाठी?' रॉर्कने विचारलं.

नाही... नाही.. डीन विचार करीत होते. त्याने एक शब्दच तर उच्चारला. अगदी निष्पाप प्रश्न आहे त्याचा. धमकावणी कसली त्यात...

'पण ते तर उघड आहे...'

‘हे पहा,’ रॉर्कने खिडकीकडे बोट दाखवत म्हटलं,’तुम्हाला हा कॅम्पस आणि हे शहर दिसतंय? किती माणसं तिथे रहातात, जगतात, दिसतंय तुम्हाला? वेल, ते लोक आर्किटेक्चरबद्दल किंवा कशाही बद्दल काय विचार करतात याच्याशी मला काहीही कर्तव्य नाही, तर त्यांचे आजेपणजे त्याबद्दल काय विचार करत असतील त्याच्याशी मला का घेणंदेणं असावं?’

‘या आपल्या परंपरा आहेत. पवित्र आहेत त्या.’

‘का म्हणून?’

‘हे भगवान! तू काय वेड पांघरतोयस की काय?’

‘मला खरंच कळत नाही. हे जे आहे ते फार महान वास्तुशिल्प आहे असा विचार मी करावा असं तुम्हाला का वाटतं?’ तो पार्थेनॉनच्या चित्राकडे बोट दाखवत होता.

‘तो?!’ डीन गरजले, ‘तो पार्थेनॉन आहे!’

‘आहे ना! मग?’

‘असल्या मूर्ख प्रश्नांची उत्तरं देत बसायला मला वेळ नाहीये.’

‘ठीक आहे तर,’ रॉर्क उठून उभा राहिला. टेबलवरची फूटपट्टी उचलून तो त्या चित्राकडे चालत गेला, ‘मी सांगतो तुम्हाला यात काय सडकेपणा आहे तो.’

‘पार्थेनॉन आहे तो!!’ डीन किंचाळलेच.

‘हो हो... गॉड डॅम इट- पार्थेनॉन!’

चित्राच्या काचेवर त्याची पट्टी आपटली.

‘हे पहा- या इथे.’ रॉर्क म्हणाला, ‘त्याच्या सुप्रसिद्ध स्तंभांवरचे सुप्रसिद्ध कंगोरे- फ्लूटिंग्ज! कशाकरता? हे स्तंभ लाकडाचे असत तेव्हा त्यांचे जोड लपवण्यासाठी या नळ्या कोरल्या जायच्या. पण हे खांब लाकडाचे नाहीत. संगमरवराचे आहेत. हे ट्रायग्लिफ्स- कसले आहेत हे? लाकडाचे आहेत? जेव्हा माणूस लाकडी घरं बांधायचा तेव्हा जोडकाम लपवण्यासाठी यांची गरज असायची. पण तुमच्या ग्रीकांनी काय केलं! संगमरवराचा दगड घेतला आणि त्यात लाकडी बांधकामाची नक्कल करायला सुरुवात केली. कारण त्यांच्या पूर्वसुरींची परंपरा त्यांना पाळायची होती. मग आले तुमचे रेनेसांसचे महान मास्टर्स. त्यांनी काय केलं- लाकडी बांधकामाच्या संगमरवरात केलेल्या नकलेची नक्कल त्यांनी प्लास्टरमधे केली. आणि आता आपण लाकडाच्या संगमरावतल्या नकलेच्या प्लास्टरमधल्या नकलेची नक्कल स्टील नि काँक्रीटमध्ये करायची धडपड करतो. कशासाठी?’

डीन त्याच्याकडे आश्चर्याने पहात राहिले. त्यांना त्याच्या शब्दांमुळे धक्का बसला नव्हता. त्याच्या बोलण्याच्या धाटणीचं त्यांना नवल वाटत होतं.

‘नियम?’ रॉर्क म्हणाला,’हे आहेत माझे नियम. एका प्रकारच्या साधनसामग्रीतून जे शक्य होतं, साध्य होतं तेच आणि तसंच दुसऱ्या प्रकारच्या सामग्रीतून घडवण्याचा प्रयत्न करू नये. दोन पदार्थ सारखे नसतात. दोन जागा, दोन ठिकाणं भिन्न प्रकृती असतात. दोन वेगवेगळ्या इमारतींचा हेतू वेगवेगळाच असतो. इमारतीचा हेतू, तिची जागा, पार्श्वभूमी, वापरले जाणारे साहित्य या साऱ्यांचा विचार होऊनच इमारतीचा आकार ठरतो. प्रत्येक गोष्टीचं सौंदर्य, साफल्य, तिची परिणामकारकता हे सारं तिच्या मध्यवर्ती कल्पनेमागच्या विचारातून साकार होतं. त्या विचारातूनच प्रत्येक तपशील घडतो. इमारत जिवंत असते,- असायला हवी. एखाद्या जिवंत माणसासारखी. केवळ स्वतःच्या उद्दिष्टाशी प्रामाणिक. केवळ स्वतःच्या हेतूने प्रेरित असायला हवी ती. एकमार्गी. माणूस आपल्या देहाचे तुकडे कुणाकडून उधारीवर घेत नाही. तसंच इमारतीनेही आपल्या आत्म्याचे आणि शरीराचे तुकडे इकडून तिकडून गोळा करून चालत नाही. वास्तुशिल्पी जी संकल्पना तिच्या आत्म्याशी

जडवतो तीच तिच्या दाराखिडक्यांतूनही अभिव्यक्त व्हायला हवी.'

'पण अभिव्यक्तीचे सारे प्रकार फार पूर्वीच आपल्या पूर्वसुरींनी शोधून ठेवले आहेत.'

'कसली अभिव्यक्ती? त्याच्या लाकडी पूर्वजांपेक्षा पार्थेनॉनचं उद्दिष्ट वेगळं होतं. पार्थेनॉनचं उद्दिष्ट आणि एखाद्या विमानतळाचं उद्दिष्ट वेगळं असतं. प्रत्येक आकाराला काही वेगळा स्वयंसिद्ध अर्थ असतो. प्रत्येक माणूस स्वतःचा अर्थ, अभिव्यक्ती, उद्दिष्ट ठरवून घेत असतो. इतरांनी काय केलं ते इतकं महत्त्वाचं का ठरावं? एखादी गोष्ट दुसऱ्या कुणीतरी शोधलेली आहे म्हणून केवळ पवित्र कशी काय ठरू शकते? इतरांचंच बरोबर असतं- आपण स्वतःच्या मताचा आग्रह धरू नये असं का मानायचं? त्या इतरांची संख्या किती आहे यावर सत्य अवलंबून असतं? कसल्यातरी कोष्टकांत बसवण्यासाठी साऱ्या गोष्टी दाबून पिळवटून बसवायच्या हा आग्रह कशासाठी? मला कळत नाही याचं कारण काय असावं... कधीच कळलं नाही... समजून घ्यायला आवडेल मला.'

'हे भगवान! खाली बैस आधी. हां- आता ठीक आहे. आणि कृपा करून ती पट्टी खाली ठेवायला काही प्रचंड तात्विक हरकत आहे का आपली? थँक यू. आता जरा माझं ऐक. आधुनिक वास्तुशैलीचं महत्त्व आपल्या क्षेत्रात आहे हे कोण नाकारतंय? पण जुन्या सौंदर्यविचाराशी आधुनिक तंत्रज्ञानाचा मेळ घालणं हेच तर महत्त्वाचं आहे- तेच आपल्याला शिकायचंय. भूतकाळाची साद ही लोकांची गरज आहे. आर्किटेक्चरमधे कुणा एकाच माणसाने सारंकाही शोधून काढलं असं थोडंच झालंय? वास्तुशास्त्रीय सृजन ही एक अतिशय संथ, संयत, सातत्यपूर्ण, अनामिकांनी आकाराला आणलेली प्रक्रिया आहे. सामूहिक प्रज्ञेतून स्फुरलेली आहे.... यात प्रत्येक माणूस अनेकानेक प्रज्ञावंतांबरोबर काम करतो. सहकार्य करतो. स्वतःचं व्यक्तित्व इतरांच्या- बहुसंख्यांच्या अपेक्षांच्या पायावर घालतो.'

'पण असं पहा,' रॉर्क शांतपणे म्हणाला,'माझ्याकडे- समजून चालू मी साठ वर्षं जगणार आहे. यातला बराचसा काळ मी कामात व्यतीत करेन. मला कोणतं काम आवडतं त्याची मी निवड केली आहे. जर मला त्या कामात आनंद मिळणार नसेल तर मी स्वतःला साठ वर्षांच्या छळाची शिक्षा फर्मावल्यासारखंच आहे, नाही का? माझ्या क्षमतेला साजेसं उत्तम काम करीत राहिलो तरच मला आनंद मिळणार आहे. पण माझ्या क्षमतेला इतरांच्या अपेक्षांची परिमाणं छेद देणार असतील किंवा जखडून धरणार असतील तर ते मला चालणार नाही. माझी परिमाणं मी ठरवतो. माझे मापदंड मी तयार करतो. मला कोणत्याही परंपरांचा वारसा चालवण्यात रस नाही. कोणत्याही परंपरेचं आताचं टोक म्हणून मला उभं रहायचं नाही. कदाचित मीच एक नवी परंपरा सुरू करणार असेन. आरंभ असेन मी नव्या वाटेचा.'

'वय काय तुझं?' डीननी विचारलं.

'बावीस.'

'मग मी समजू शकतो.' निःश्वास टाकत ते म्हणाले,'अजून थोडा काळ... मग कळेल तुला हळुहळू.' ते हसले,'आपल्या शाश्वत परंपरा गेली हजारो वर्षं टिकून आहेत. अन् त्यात काही फार मोठे मूलगामी बदल करणं कुणालाही जमलेलं नाही. कसला तो आधुनिकतावाद! अल्पजीवी, फुसकट. स्वतःकडे लक्ष वेधून घेण्यासाठी पिसारा फुलवून नाचणारे लोक ते. त्यांच्या करीअरचा आलेख पाहिलास कधी? टिकून राहिलेलं एकतरी नाव सांगू शकशील? हेन्री कॅमेरॉनकडे पहा. वीस वर्षांपूर्वी केवढं नाव गाजत होतं त्याचं सगळीकडे. आज काय शिल्लक आहे? वर्षाकाठी एखाद्या गॅरेजचं काम मिळालं तरी नशीब! फुकट गेलाय... दारू पिऊन पडतो कुठेतरी...'

'आपण हेन्री कॅमेरॉनबद्दल चर्चा थांबवू.'

'ओः... मित्र आहे का तुझा?'

'नाही. पण त्याच्या इमारती पाहिल्यात मी.'

'आणि त्या तुला-'

'त्याबद्दल चर्चा नको म्हटलं मी.'

'ठीक तर. एकच सांगतो. मी तुला बरंच- काय म्हणू- सैल सोडतोय. तुझ्यासारखं वर्तन करणाऱ्या विद्यार्थ्याबरोबर मी एवढंही बोलत नाही. माझा हेतू एकच आहे- शक्य झालं तर- तुझी जी शोकांतिका होऊ घातलीय ती टाळावी- एवढंच. तुझ्याकडे बुद्धी आहे. पण तू अगदी जाणूनबुजून स्वतःच्या पायावर धोंडा पाडून घ्यायचं ठरवलेलं दिसतंयस. आयुष्याचं वाटोळं करून घेशील नाहक.'

डीन मनातल्या मनात विचार करीत होते. झक मारली नि या मुलासाठी शक्य ते सारं करीन असं वचन त्या गणिताच्या प्राध्यापकांना दिलं. त्यांनी रॉर्कच्या एका प्रकल्पाचं चित्र दाखवून सांगितलं होतं की हा मुलगा मोठा माणूस होणार म्हणून. डीन भरीला पडले होते. मोठा माणूस की मोठा गुन्हेगार... डीननी नाक मुरडलं. त्यांना तर दोन्ही प्रकारांचा कंटाळा होता.

रॉर्कच्या भूतकाळाची त्यांना थोडी माहिती मिळाली होती. रॉर्कचे वडील ओहायोतले किरकोळ स्टीलचे व्यापारी होते. काही वर्षांपूर्वीच वारले होते. त्याच्या प्रवेशपरीक्षेच्या कागदपत्रांत इतर कोणत्याही नातेवाईकांचा उल्लेख नव्हता. त्याबद्दल विचारल्यावर त्याने खांदे उडवून 'काही माहिती नाही बुवा' असं उत्तर दिलं होतं. नसावेत कुणी म्हणाला होता. यापलिकडे त्याला त्यात काडीचाही रस नव्हता. तसा तो असावा अशी अपेक्षा कुणी व्यक्त केली तर त्याला नवल वाटायचं. कॅम्पसवर त्याची कुणाशीच विशेष मैत्री झाली नव्हती. कॅम्पसमधल्या विद्यार्थी मंडळाचं सदस्यत्वही त्याने घेतलं नव्हतं. त्याचं शालेय शिक्षण, गेल्या तीन वर्षातलं इन्स्टिट्यूटमधलं शिक्षण त्याने बाहेर सुट्टीतल्या नोकऱ्या करून केलं होतं. लहानपणापासून तो बांधकामांवर मजुरी करत आला होता. प्लास्टरिंग, प्लंबिंग, मशीनरीची कामं, जी मिळतील ती काम करत आला होता तो. छोट्यामोठ्या शहरांतून कामं करत भटकला होता. गेल्याच उन्हाळ्याच्या सुटीत तो एका गगनचुंबी इमारतीच्या कामावर रिव्हेट्स पकडण्याचं काम करत उभा असलेला डीनने पाहिला होता. बॉस्टनमधल्या त्या साइटवर त्याची उंच सडपातळ आकृती डागाळलेला ओव्हरकोट घालून उभी होती. वरून येणारे आगीचे गोळे आता त्याच्या तोंडावरच आपटतील असं वाटत असताना अखेरच्या क्षणी हात लांबवून ते बादलीत पकडण्याचं काम तो लीलया करत असताना पाहून डीन थक्क झाले होते.

'हे पहा, रॉर्क,' डीन जरा मऊ आवाजात म्हणाले, 'तू शिक्षण घेण्यासाठी खूप कष्ट घेतलेस हे मला माहीत आहे. एकच वर्ष बाकी राहिलं तुझं. आताच्या तुझ्या परिस्थितीत हे लक्षात घेणं महत्त्वाचं नाही का? आर्किटेक्टच्या करीअरमधे व्यवहार हा सांभाळावा लागतोच. आर्किटेक्ट हा काही स्वयंपूर्ण असत नाही. संपूर्ण सामाजिक व्यवस्थेचा एक छोटासा भाग असतो तो. सहकार्य हा आजच्या युगाचा मंत्र आहे अखेर. विशेषतः, आपल्या व्यवसायात तर फारच महत्त्वाचं आहे ते. तू कधी आपली गिऱ्हाइकं कोण असतील वगैरे विचार केलायस का?'

'हो. केला.' रॉर्क उत्तरला.

' क्लायंट्सचा विचार करावाच लागतो बाबा!' डीन बोलू लागले, 'क्लायंट्सचं महत्त्व आपण नजरेआड करूच शकत नाही. तू बांधलेल्या घरांत रहाणार कोण? तीच लोकं ना? मग त्यांच्या कलात्मक दृष्टीला भावेल रुचेल असंच काहीतरी तुला द्यावं लागणार. ज्यांची सेवा करायची त्यांचीच इच्छा तुला शिरोधार्य मानावी लागेल. इथेच हा विषय संपतो, नाही का?'

'वेल, मी म्हणेन की माझ्या गिऱ्हाइकांसाठी मी जास्तीत जास्त सोयीचं, तर्कशुद्ध बांधणीचं

आणि सुंदर घर कसं देऊ शकेन याचा मी विचार करू शकेन. मला जे योग्य आणि सुंदर वाटेल ते त्यांना विकण्याचा आणि सौंदर्यदृष्टी घडवण्याचा मी प्रयत्न करेन असंही मी म्हणू शकेन. पण तसं मी म्हणणार नाही. कारण कुणाची सेवा करण्यासाठी किंवा कुणाला मदत करण्यासाठी काम करण्याचा हेतूच नाही माझा. मला गिऱ्हाइकांसाठी काम करता यावं हा माझा हेतूच नाही. तर मला काम करायचंय म्हणून मला गिऱ्हाइक मिळालं पाहिजे.'

'तुझ्या कल्पना तू त्यांच्यावर लादणार म्हणतोस? काय योजना काय तुझी गिऱ्हाइकं मिळवण्याची?'

'मी कुणावरही माझ्या कल्पना लादणार नाही आणि कुणाच्या लादून घेणार नाही. माझं काम ज्यांना हवंसं वाटेल ते येतील माझ्याकडे.'

आणि तेव्हा डीनना उमजलं, रॉर्कच्या वागण्याबद्दल त्यांना काय आक्षेपार्ह वाटत होतं.

'कसंय ना, रॉर्क,' ते म्हणाले, 'मी काय सांगतोय, मी तुझ्याशी सहमत आहे की विरुद्ध आहे याबद्दल तुला काहीतरी पर्वा आहे असं थोडं जरी दर्शवलंस, तरी तुझं बोलणं-वागणं थोडं तरी सुसह्य होऊ शकेल!'

'हे खरंय...' रॉर्क म्हणाला, 'तुम्ही माझ्याशी सहमत आहात की नाही याने मला खरंच काही फरक पडत नाही.' तो हे इतक्या निष्कपटपणे बोलून गेला होता की जणू त्यालाही ते प्रथमच लक्षात आलेलं आणि त्यालाही त्याचं आश्चर्य वाटलेलं.

'तुला इतर लोक काय विचार करतात याची पर्वा नाही हे एकवेळ मला समजू शकतं. पण निदान त्यांना तसं वाटण्यापुरतं दर्शवावं एवढीही तसदी तुला घेता येत नाही का?'

'नाही.'

'पण हे- हे भयंकर आहे.'

'अं... हं... शक्यय. मी काय म्हणणार त्यावर आता?'

'बरं झालं, आपली भेट झाली.' डीन अचानक जरा जास्तच मोठ्याने बोलू लागले. 'काय आहे ना की माझ्या डोक्यावरचं ओझं उतरलं. आता मला उगाच टोचणी लागून रहाणार नाही. आज आमच्या बैठकीत सगळेच म्हणत होते की आर्किटेक्टच्या व्यवसायासाठी तू योग्य नाहीस म्हणून. आत्ता तुझ्याशी बोलल्यानंतर ते मला पटतंय. माझ्या परीने तुला मदत करण्याचा प्रयत्न मी केला. पण बोर्डाचा निर्णय योग्य होता हे मला पटतंय आता. तुला काहीही मदत करण्यात अर्थ नाही. तू धोकादायक ठरू शकतोस.'

'कुणासाठी?' रॉर्कने विचारलं.

पण मुलाखत संपल्याचं दर्शवत डीन उठून उभे राहिले होते.

रॉर्क त्यांच्या खोलीतून बाहेर पडला. तिथल्या लांबरुंद दालनांतून सावकाश पावलं टाकत, जिने उतरत तो खालच्या हिरवळीवर उतरला. आजवर जेव्हा जेव्हा डीनसारखी माणसं भेटली तेव्हातेव्हा त्याला त्यांचा उमज पडू शकला नव्हता. त्याच्या नि त्यांच्या वर्तनात काहीतरी महत्त्वाचा फरक आहे हे त्याला कळत होतं. पण कोणता ते स्पष्ट झालं नव्हतं. त्याबद्दल विचार करायचं त्याने सोडून दिलं होतं. पण इमारतीची मध्यवर्ती कल्पना शोधावी तसाच तो माणसांमधल्या मध्यवर्ती धारणांचा शोध घेत रहायचा. स्वतःच्या कृतीशीलतेमागचा विचारस्रोत त्याला माहीत होता... पण तसा त्यांचा त्याला शोधूनही सापडत नव्हता. त्याला क्षिती नव्हती. इतरांचा विचार करून वागण्याची कला त्याला कधीच साधली नव्हती. पण तरीही त्याला प्रश्न पडायचेच. ते असे का वागत असतील... तो पुन्हा एकदा डीनचा विचार मनाशी घोळवू लागला. त्यांच्या वागण्याच्या पद्धतीत काहीतरी रहस्य

आहे असं त्याला वाटत राहिलं. काहीतरी तत्त्व आहे त्यामागे. शोध घ्यायला हवा त्याचा.

अन् इतक्यात त्याच्या दृष्टीस पडले मावळत्या सूर्याच्या अखेरच्या किरणांत न्हाऊन निघालेले राखी रंगाचे दगड. इन्स्टिट्यूटच्या भिंतींच्या बाजूने काढलेल्या तटबंदीचे ते दगड या तलम रेशमी प्रकाशात किती सुंदर दिसत होते... तो विचार करू लागला... मी या दगडाचा कसा उपयोग करू शकेन बरं... त्याला इतर सर्वांचा, डीनचा आणि त्यांच्यामागे दडलेल्या कुठल्याशा अजब तत्त्वाचा पार विसर पडला. आणि डोळ्यासमोर आला एक कागद. त्या कागदावर राखी रंगाच्या दगडांतून साकारलेल्या मोकळ्या भिंती उभ्या रहात होत्या. त्या भिंतींमधून उमटलेल्या लांबरुंद खिडक्यांच्या काचांवरून स्वच्छ सूर्यकिरण अलगद उतरून आकाशाची प्रभा खाली उतरवत होते आणि कागदाच्या कोपऱ्यात धारदार रेषांची सही रेखलेली- हॉवर्ड रॉर्क.

❑

२

'तर मित्र हो, आर्किटेक्चर ही एक महान कला आहे- दोन दैवी गुणांच्या पायांवर खंबीरपणे उभी असलेली कला. सौंदर्य आणि उपयोगिता यांचा अनोखा संगम. थोडा व्यापक विचार केला तर असं लक्षात येईल की मानवजातीला दिशादर्शक ठरणाऱ्या तीन शाश्वत सत्यांपैकीच दोन या दोन मूल्यांत उतरली आहेत. सत्य, शिव, सुंदर- सत्य, प्रेम आणि सौंदर्य... आपल्या या कलेचे सत्य... म्हणजे आपल्या बांधवांवरील प्रेम आणि सौंदर्य... आहाहा... सौंदर्य ही तर आपणा सर्व कलाकारांची देवताच नाही का... एखाद्या सुंदर स्त्रीच्या रुपातलं असो वा इमारतीच्या... सौंदर्य तर खरेच. हं... अं... हां... अखेरीस मी तुम्हाला इतकेच सांगू इच्छितो... तुम्ही सारे आता आर्किटेक्ट्स् म्हणून या व्यवसायात पदार्पण करणार आहात. आपल्या पवित्र कलापरंपरांचे जतन आणि संवर्धन करण्याचे दायित्व तुमच्यावर आले आहे. हं... हां... तर माझं म्हणणं एवढंच आहे- जा, पुढे जा. या तीन सत्यांची शस्त्रे धारण करून, धैर्याने भविष्याकडे दृष्टी ठेवून जगात प्रवेश करा. या महान संस्थेने इतकी वर्षं ज्या सर्वोत्तम मूल्यांची पाठराखण केली, त्या मूल्यांशी एकनिष्ठ रहा. मी असे म्हणत नाही की तुम्ही भूतकाळाचे गुलाम होऊन रहा. पण केवळ काहीतरी नवीन करायचे म्हणून काहीतरी भूछत्री प्रयोग करण्याच्या मागे लागू नका. स्वयंभू असल्याचा अज्ञानमूलक सोस टाळा. मी तुम्हा सर्वांना शुभेच्छा देतो. तुम्हा सर्वांना प्रदीर्घ, यशस्वी कारकीर्द लाभो. - आणि- या जगाचा निरोप घ्याल तेव्हा कालरूपी वालुकेवर तुमची पदचिन्हे उमटतील असे भरीव कार्य तुमच्या हातून घडो.'

उजवा हात उंचावून, हसत हसत साऱ्यांना अभिवादन करत, वातावरणात जरा मस्तीची पखरण करीत गाय फ्रँकनने मोठ्या डौलात आपल्या भाषणाची अखेर साधली. त्याच्या समोरचे भव्य प्रेक्षागार टाळ्या नि प्रशंसोद्गारांनी गदगदून जिवंत झाले.

तरुण, उत्सुक, घामाने भिजलेल्या चेहऱ्यांचा समुद्र समोर पसरलेला. गेली चाळीस मिनिटे अतिशय गंभीर भाव धारण करून व्यासपीठाकडे नजर खिळवून गाय फ्रँकनचं दीक्षान्त भाषण ऐकत होते ते सारे. गाय फ्रँकनची स्वारी खास या कार्यक्रमासाठी न्यू यॉर्कहून इथे आली होती. फ्रँकन अँड हेयर या नामवंत आर्किटेक्ट फर्मचा गाय फ्रँकन, आर्किटेक्चरल गिल्ड ऑफ अमेरिका या संघटनेचा उपाध्यक्ष गाय फ्रँकन, अमेरिकन ॲकेडमी ऑफ आर्ट्स अँड लेटर्सचा सदस्य, नॅशनल फाइन आर्ट्स कमिशनचा सदस्य, न्यू यॉर्कच्या आर्ट्स अँड क्राफ्ट कमिशनचा सेक्रेटरी, सोसायटी ऑफ आर्किटेक्चरल एन्लाइटन्मेन्टचा अध्यक्ष असलेला गाय फ्रँकन, फ्रान्सने लिजन ऑफ ऑनर देऊन गौरवलेला, ग्रेट

ब्रिटन, बेल्जम, मोनॅको, सयाम या देशांचे शासकीय सन्मान मिळवलेला गाय फ्रँकन हा स्टँटन इन्स्टिटट्यूट ऑफ टेक्नॉलजीचा सर्वांत चमकदार माजी विद्यार्थी होता. त्याने न्यू यॉर्कमधली ट्फ्रक नॅशनल बँकेची इमारत डिझाइन केली होती. तिच्या पंचवीस मजल्यांच्या डोक्यावर हॅड्रियन मॉजोलियमची लघु प्रतिकृती उभारलेली. त्यातली वाऱ्यावर फडफडल्यासारखी दिसणारी काचेची मशाल सतत जनरल इलेक्ट्रिकच्या बल्ब्जनी पेटून उठलेली असायची.

गाय फ्रँकन व्यसपीठावरून खाली उतरला. त्याची प्रत्येक हालचाल टायमिंगचं काटेकोर भान ठेवून केलेली असायची. मध्यम उंची, मध्यम बांधा असूनही आपण जरा जाडेजुडेच वाटतो याचं त्याला वैषम्य वाटायचं. एकावन्न वर्षांचे असूनही आपण तेवढे प्रौढ वाटत नाही याचीही त्याला जाणीव होती. त्याच्या चेहऱ्यावर एकही सुरकुती नव्हती, एकही सरळ रेष नव्हती. गोलगोलगोल... वर्तुळं, गोल, अर्धगोल अशा वक्राकारांच्या छानदार नक्षीतून त्याचा चेहरा साकारला होता. त्यातच विनोदबुद्धीची चमक असणारे छोटेसे मण्यांसारखे डोळे.

त्याच्या कपड्यांतून तपशीलांकडे लक्ष देणाऱ्या कलासक्त नजरेची साक्ष मिळायची. पायऱ्या उतरत असताना त्याच्या मनात विचार आला, हे कॉलेज को-एड् असते तर काय बहार आली असती...

समोरचे प्रेक्षागृह किती सुंदर आहे... तो विचार करीत होता. वायूविजनाकडे जरा दुर्लक्ष झालंय... त्यामुळे आजच्या गर्दीत जीव घुसमटतोय. पण त्या हॉलमध्ये हिरव्या संगमरवराने मढलेल्या शोभिवंत हिरव्या भिंती होत्या, ओतीव लोखंडाचे नक्षीदार कॉरिन्थियन खांब सोनेरी मुलाम्याने रंगवलेले. भिंतीवर सोनेरी मुलाम्याच्या फळांच्या माळा चिकटलेल्या. तो विचार करीत होता... यातली अननसं तर एवढ्या वर्षांनंतरही चांगलीच टिकून राहिली आहेत. मला अगदी भरून येतंय आज. वीस वर्षांपूर्वी मीच तर हे प्रेक्षागृह आणि मागचे दालन बांधले... आणि आज हा मी इथे आलो आहे... प्रमुख पाहुणा म्हणून.

ते प्रेक्षागृह मस्तके आणि शरीरांच्या घट्ट गर्दीने असे गच्च भरलेले... की कुठल्या शरीराचं कुठलं मस्तक ते कळतच नव्हतं. हात, खांदे, छात्या, पोटं यांच्या थरथरत्या जेलीचा एक ढीगच तिथं पडला होता. त्यातलंच एक छानसं, गोरंगोरं, कुरळ्या केसांचं मस्तक होतं पीटर कीटींगचं.

तो अगदी पुढ्यातच बसला होता. व्यासपीठावरून नजर ढळू न देण्याचा प्रयत्न करीत होता. खरं म्हणजे त्याला आपल्याकडे कोणकोण पहातंय ते पाहून घेण्याचा जबरदस्त मोह होत होता. त्याला माहीत होतं, अनेकांच्या नजरा त्याच्याकडे वळत होत्या. आणि वळत रहाणार होत्या. तो मागे वळून पहाणार नव्हता, पण आपल्यावर एकवटलेल्या नजरांची जाणीव त्याची पाठ सोडत नव्हती. त्याचे गडद काळे चमकदार डोळे सावध होते. त्याची छोटीशी पातळ चंद्रकोरीसारखी जिवणी छानशा उदारमनस्क स्मितहास्याची चाहूल देत होती. त्याच्या प्रमाणबद्ध मस्तकावरच्या कुरळ्या केसांच्या वलयांनी कपाळाच्या दोन बाजूंच्या खळग्यांवरून छानशी महिरप धरली होती. त्याच्या देहबोलीतून त्याला स्वतःच्या छान दिसण्याची जाणीव आहे हे कळत होतं. स्टँटनचा एकदम स्टार विद्यार्थी होता पीटर कीटींग. तो विद्यार्थी संघटनेचा अध्यक्ष होता, ट्रॅक टीमचा कॅप्टन होता, तिथल्या सगळ्यात मोठ्या क्लबचा सदस्य होता. कँपसमधल्या सर्वांचा लाडका हिरो होता तो.

सगळी गर्दी मला पदवी स्वीकारताना पहायलाच जमली आहे असा विश्वास होता त्याला. प्रेक्षागृहात एकूण किती माणसं जमली असावीत याचा तो नजरेने अंदाज घेत होता. सर्वांना त्याची शैक्षणिक कारकीर्द माहीत होती. आज त्याच्यापुढे जाईल असं कुणीच नव्हतं. हां... म्हणायला शिलंकर होता एक. शिलंकर त्याचा जबरदस्त प्रतिस्पर्धी होता. पण गेल्या वर्षी त्याने शिलंकरला मागे

टाकलं होतं. शिलंकरला मागे टाकायचं एवढ्याच एका उद्देशाने त्याने कुत्र्यासारखी मरमर केली होती. आज त्याला कुणाची स्पर्धाच नव्हती... आणि अचानक त्याच्या घशात एक आवंढा उतरला. पोटात एक जडशीळ रिकामं, थंडगार अवकाश जणू ठप्पकन उतरलं. एक गरगरीत पोकळी भिरभिरत, शिवशिवत त्याच्या शरीरभर पसरली. त्या पोकळीला एका प्रश्नाचा हलकासा वास होता. आजचा दिवस मला जेवढं मोठं करतो आहे, तेवढा मोठा मी आहे का खरंच? त्याने गर्दीतून शिलंकरला शोधून काढलं. त्याचा पिवळट चेहरा, त्याचा सोनेरी फ्रेमचा चष्मा दिसताच तो आश्वस्त होत खुशीत, मऊसर हसला. शिलंकर दिसण्यात, असण्यात आपली बरोबरी कधीच करू शकणार नाही अशी पुन्हा एकदा त्याला खात्री पटली. तो निःशंक झाला. मी शिलंकरच्या नेहमीच पुढे असेन. जगातल्या सगळ्या शिलंकर्सच्या पुढेच राहीन मी. जे मला मिळणार नाही ते मी इतर कुणालाही मिळू देणार नाही हे नक्की. बघत राहू दे सर्वांना माझ्याकडे. बघत रहाण्यासारखंच काम असेल माझं. सभोवारचे उष्ण श्वास त्याला जाणवत होते. त्याच्याबद्दलच्या अपेक्षा जणू वातावरणात दाटलेल्या नि त्याला त्या श्वासातून टॉनिकसारख्या मिळत होत्या. काय मस्त आहे आपलं जीवन... पीटर कीटींगच्या मनात आलं.

त्याचं डोकं किंचित गरगरल्यासारखं झालं. धुंद झालेला तो. मस्त. त्या धुंदीतच तो व्यासपीठावर कधी पोहोचला, कधी साऱ्या चेहऱ्यांना सामोरा गेला, उभा राहिला ते त्याला कळलंच नाही. त्याची सडपातळ, रेखीव, घडीव आकृती टाळ्यांच्या प्रचंड कडकडाटासमोर उभी होती. त्या आवाजाच्या स्फोटातूनच त्याला कळलं की तो पदवीधर झाला होता. अव्वल गुणांनी. 'आर्किटेक्ट्स गिल्ड ऑफ अमेरिका'कडून त्याला सुवर्णपदक मिळालं होतं. 'आर्किटेक्चरल एन्लायटन्मेन्ट ऑफ युएसए'ने त्याला पारितोषिक दिलं होतं, पॅरिसची 'एकोल डे ब्यू आर्ट्स'ची शिष्यवृत्तीही त्याला देऊ करण्यात आली होती.

आणि मग तो हस्तांदोलनांत आंदुळला गेला. चेहऱ्यावरचा घाम हातातल्या पदवीच्या पुंगळीने निपटत, कुणाला मानेनेच ओळख देत, स्मितहास्य करत, काळ्या गाऊनमधे घुसमटत तो गर्दीत वावरू लागला. आपली आई आपला हात घट्ट धरू पहात हुंदके देतदेत रडते आहे हे फारसं कुणाला दिसू नये अशी इच्छा करत तो पुढेपुढे सरकत होता. इन्स्टिट्यूटचे अध्यक्ष त्याचा हात हाती घेत जोशात म्हणाले, 'स्टँटनला तुझा कायम अभिमान वाटेल, माय बॉय.' डीननी त्याचा हात घट्ट दाबत म्हटलं,'उज्ज्वल भवितव्य आहे तुझं... एकदम उज्ज्वल... फारच उज्ज्वल.' प्रा. पीटरकिननी त्याचा हात धरून ठेवत, खांद्यावर थोपटत सांगितलं, '... आणि याचा तुला खरंच खूप उपयोग होणार आहे भविष्यात... माझंच बघ, मी जेव्हा पी-बडी पोस्ट ऑफिस बांधलं तेव्हाचा माझा अनुभव-' कीटींगने पुढचं काही ऐकलंच नाही, कारण त्यांच्या पी-बडीच्या अनुभवाची गोष्ट त्याने यापूर्वी हजारदा ऐकली होती. पीटरकिननी बांधलेली एकमेव इमारत होती ती. मग त्यांनी बांधकामातलं आपलं करीअर ज्ञानदानाच्या पवित्र कार्यासाठी वाहून टाकलं होतं. बरेच लोक कीटींगशी त्याच्या अंतिम प्रकल्पाबद्दल बोलत होते. कलाप्रासाद हा त्याच्या अंतिम प्रकल्पाचा विषय होता. पण कीटींगला त्याच्या त्या प्रकल्पाबद्दल त्या क्षणी काहीही आठवत नव्हतं.

सगळ्या गोंधळात एकच दृश्य त्याच्या मनःपटलावर स्पष्ट रेखलं गेलं होतं. गाय फ्रँकन त्याचा हात हाती घेऊन हसत होता. त्याच्या कर्णपटलावर गाय फ्रँकनचे शब्द गुंजारव करत राहिले, 'बेटा, मी तुला आधीच सांगितलंय... माझी ऑफर तर आहेच. पण अर्थात आता तुला ही शिष्यवृत्तीही मिळालीये. तेव्हा आता तू ठरव काय करायचं ते. तुझ्यासारख्या तरुणाच्या दृष्टीने ब्यू आर्ट्सचा डिप्लोमा महत्त्वाचा तर आहेच. पण माझ्याकडे आलास तर मला फार आनंद होईल हे नक्की सांगतो.'

त्यांच्या निरोपाची पार्टी खूपच लांबली. अत्यंत गंभीर वातावरणात चाललेली सगळी भाषणं कीटींगने मन लावून ऐकली. विशेषतः अमेरिकन आर्किटेक्चरच्या भवितव्याची आशा, भविष्य आपली सुवर्णद्वारे तुमच्यासाठी उघडत आहेत वगैरे ऐकायला त्याला फार छान वाटत होतं. एवढ्या सगळ्या प्रथितयश, थोरथोर लोकांच्या ओठी आपलं नाव ऐकताना मस्तच वाटत होतं त्याला. त्या पिकल्या केसांच्या वक्त्यांकडे पहाताना तो विचार करत होता, मी यांच्याइतका -किंवा यांच्यापेक्षाही- यशस्वी होईन तेव्हा मी यांच्यापेक्षा खूपच तरूण असेन हे नक्की.

आणि मग त्याला अचानक हॉवर्ड रॉर्कची आठवण आली.

त्याची आठवण होताच आपल्या मनात छोटासा आनंदाचा तरंग का उठावा... त्याला आश्चर्य वाटून गेलं. मग त्याला तेही आठवलं... आजच हॉवर्ड रॉर्कला इन्स्टिट्यूटमधून काढून टाकण्यात आलं होतं. त्याने स्वतःला थोडासा दोष दिला आणि मग त्याच्याबद्दल वाईट वाटून घेण्याची जणू स्वतःवर सक्ती केली. पण त्याच्या हकालपट्टीचा विचार मनात येताच त्याला जरा बरंच वाटत होतं. आज जे घडलं त्यातून त्याची स्वतःची भीती किती निरर्थक होती तेच सिद्ध झालं होतं. त्याला अनेकदा रॉर्कपासून आपल्याला धोका आहे, तो आपला स्पर्धक बनेल अशी भीती वाटत आली होती. शिलिंकरपेक्षाही तो आपल्याला जास्त टक्कर देईल असं त्याला वाटायचं. जरी रॉर्क त्याच्यापेक्षा दोन वर्षांनी लहान आणि एक वर्ष मागे होता तरीही त्याला असं वाटायचं खरं. 'त्याच्या आणि माझ्या हुशारीबद्दल तुलना करून मी साशंक राहिलो खरा... पण आज जे घडलं त्यातून सारंकाही एकदाचं स्वच्छ झालं ना... आता काय त्याचं?'- तो विचार करीत होता. शिवाय रॉर्क त्याच्याशी नेहमीच चांगला वागत आलेला. कधी एखाद्या मुद्द्यावर तो अडला असेल तर- म्हणजे अडचण अशी नव्हे... पण वेळ नसेल, एखादा प्लान सरळ करता येत नसेल - म्हणजे वेळ नसल्यामुळेच- पण तो मदतच करायचा की... 'ख्राइस्ट... रॉर्क एखादा प्लान किती सहज सरळ मांडून द्यायचा, किती सोपेपणाने... चुटकीसरशी-एकच खटका दाबून जणू सारी गुंतागुंत सुटून जावी... समजा त्याने माझ्याशी स्पर्धा करण्याची शक्यता होती असं मानलं तरी- आता काय राहिलं त्याचं... संपला तो आता.' -आणि हे मनाशी स्पष्ट मांडल्यानंतर पीटर कीटींगला अखेर हॉवर्ड रॉर्कबद्दल पुरेशी सहानुभूती वाटू शकली.

कीटींगला भाषणाची विनंती करण्यात आली तेव्हा तो आत्मविश्वास गोळा करून उठला. घाबरल्याचं दर्शवून चालणार नव्हतं. खरं म्हणजे आर्किटेक्चरबद्दल बोलण्यासारखे काही मुद्देच त्याच्यापाशी नव्हते. पण काहीतरी बोलायला तर हवंच- त्यांच्या पातळीवर गेल्याच्या ऐटीत, पण त्या धेंडांपैकी कुणीही दुखावलं जाणार नाही इतपत विनम्रभावे तो बोलू लागला.

-'आर्किटेक्चर ही एक महान कला आहे... आपली दृष्टी भविष्याकडे आहे आणि हृदयात भूतकाळाबद्दल आदर. सर्व कलाकौशल्यांमधील सर्वात उदात्त अशी ही कला आहे... सामाजिकदृष्ट्या महान आणि आज आपणा सर्वांना स्फूर्ती देणारे आजचे वक्ते बोलले त्याप्रमाणे तीन शाश्वत सत्ये जपणारी ही कला आहे- सत्य, प्रेम आणि सौंदर्य ही ती शाश्वत मूल्ये...'

आणि मग बाहेर पडल्यावर निरोप घेण्याचा गदारोळ चालू असतानाच कुणातरी मुलाने त्याच्या खांद्यावर हात टाकत कुजबुजत त्याला सांगितलं, 'जा आता घरी लवकर. तिथला गोंधळ लवकर आटप आणि निघून ये. बॉस्टनला जायचंय. आपलीच गँग आहे फक्त. मी तुला तासाभरात पिकअप करायला येतो.' टेड शिलिंकर म्हणालेला, 'अरे म्हणजे काय- पीटी, तू तर यायलाच हवं. तुझ्याशिवाय काय मजा आहे का... हो... तुझं अभिनंदन करायला हवं नाही का... केलं हां... वाईट वाटायचा काही प्रश्न नाही. सगळ्यात हुशार जो असेल तो जिंकेल- काय?'

पीटर कीटींगने शिलंकरच्या खांद्यावर हात टाकला. त्याचे डोळे ममत्वाने डबडबले, जणू शिलंकर त्याचा सगळ्यात जिवलग मित्र होता. मग त्याची नजर सर्वांप्रति ममतेने ओथंबत राहिली. तो म्हणालेला, 'थँक्स टेड. मित्रा, मला ते एजीएचं सुवर्ण पदक मिळालं त्याचं मलाच वाईट वाटतंय बघ. खरं तर ते तुलाच मिळायला हवं होतं. पण या साल्या बुढ्या खोडांच्या मनात कधी काय येईल सांगता येत नाही.'

आणि आता कीटींग घरी निघाला होता. अंधारातून रस्ता कापताकापता आईपासून आता कशी सुटका करून घेता येईल याचा विचार करीत होता. आईने आपल्यासाठी खूपच कष्ट काढले आहेत, तो विचार करीत होता. ती अनेकदा तसं बोलूनही दाखवायची. प्रतिष्ठित असूनही तिने खूप कष्ट उपसलेले. घरात भाडेकरू ठेवलेले. तिच्या घराण्यात जगण्यासाठी एवढी तडजोड कुणालाच करावी लागली नव्हती.

त्याच्या वडिलांचं एक छोटंसं स्टेशनरीचं दुकान होतं स्टँटनमध्ये. काळ बदलला, तसा त्यांचा धंदा बसत गेला. आणि बारा वर्षांपूर्वी पीटर कीटींगचे वडील हर्नियाचं निमित्त होऊन वारले. लुईझा कीटिंगकडे हे एका प्रतिष्ठित गल्लीच्या टोकाचं घर, विम्याचे नियमित हप्त्याने मिळणारे पैसे आणि मुलगा एवढंच उरलं होतं. विम्याची रक्कम थोडकीच होती, पण घरभाड्याचे मिळणारे पैसे आणि घट्ट मुठीचा खर्च यातून कीटींगबाईंनी दिवस सावरून नेले होते. उन्हाळी सुटीत कामं करून तिचा लेकही हातभार लावायचा. हॉटेलमधे कारकुनाच्या नोकऱ्या किंवा हॅटच्या जाहिरातीसाठी कामं करून तो चार पैसे जोडायचा. माझ्या मुलाला जगात योग्य ती प्रतिष्ठा मिळायलाच हवी या एका हेतूला त्या एखाद्या जळूसारख्या जाम चिकटून राहिल्या होत्या. कीटींगला आठवून - थोडी गंमत वाटली कधीकाळी त्याला चित्रकार होण्याची इच्छा होती. त्याच्या चित्रकलेच्या आवडीला साजेसं अधिक चांगलं क्षेत्र निवडण्याचं श्रेय त्याच्या आईचं होतं. तिने सांगितलेलं, 'आर्किटेक्चर हे एक अधिक चांगलं क्षेत्र आहे. प्रतिष्ठित व्यवसाय आहे तो. शिवाय त्यात अधिक चांगल्या लोकांशी संबंध येतो.' आईने त्याला या करीअरमध्ये कधी ढकललं त्याला कळलंही नव्हतं. गंमत आहे, कीटींग विचार करीत होता, गेल्या इतक्या वर्षांत मला माझ्या सुरुवातीच्या त्या स्वप्नाची आठवणही झाली नाही. वेल... बरोबरच आहे, आज ती आठवण काढायची आणि विसरूनही जायचं. योग्य दिवस आहे...

आर्किटेक्ट्सचं करीअर तसं भन्नाटच असतं. एकदा नावारुपाला आलं, शिखर गाठलं की मग खाली यायची पाळीच येत नाही सहसा. तो विचार करीत होता. अन् मग त्याला अचानक हेन्री. कॅमेरॉन आठवला. वीस वर्षांपूर्वी गगनचुंबी इमारती बांधायला सुरुवात करणारा कॅमेरॉन आता दारुड्या झालाय नि कुठल्यातरी काठावरच्या ऑफिसमध्ये दिवस काढतोय. कीटींग शहारला आणि झपझप चालू लागला.

लोक अजूनही त्यांच्या खिडक्यांतून डोकावून माझ्याकडे पहात असतील का... त्याला वाटून गेलं. दिवे लागलेल्या घरांच्या खिडक्यांचा एखादा पडदा फडफडला, कुणी डोकावलं की त्याला वाटायचं, मलाच पहाण्यासाठी असेल कां... नसेल तर कधीतरी असा दिवस उजाडेलच- मला पहायला लोक धडपडतील.

तो आला तेव्हा हॉवर्ड रॉर्क घराच्या पायऱ्यांवर बसला होता. मागच्या पायरीला टेकून कोपरांवर रेलून, पाय लांब करून तो बसलेला. मॉर्निंग ग्लोरीची वेल खांबांवर चढली होती आणि मागच्या खिडक्यांवर वेलीच्या जाळीचा पडदाच धरलेला. रस्त्यावरच्या दिव्याच्या प्रकाशाला त्या जाळीने अडसर केलेला.

वसंतातल्या त्या रात्री तो उघडावाघडा दिवा कसासाच वाटत होता. त्या दिव्याच्या झोतात भवतीचा अंधार अधिक गडद आणि मुलायम झालेला. अंधारात तो एकटाच तळपत होता. त्याच्या प्रकाशात, अंधाराच्या फटीच्या सीमेवर, पर्णभाराने जडावलेल्या काही फांद्या तेवढ्या दिसत होत्या. त्यांच्या किंचितशा दिसण्याला उगीच मोठं परिमाण मिळत होतं, जणू त्या अंधारात महामूर पानांशिवाय इतर काही नव्हतंच. काचेच्या गोलाच्या त्या कृत्रिम प्रकाशात ती पानं जास्तच जिवंत वाटत होती. त्यांचा रंग त्या प्रकाशाला मिळालेला आणि वाटत होतं उद्या दिवसाच्या उजेडात ती आणखी गडद हिरवी दिसतील. दृष्टीच्या पलिकडली संज्ञा जणू तो प्रकाश देत होता. त्याला वासही नव्हता, स्पर्शही नव्हता, पण तरीही त्या रंगाला गंध असावा, पोत असावा असं वाटत होतं... वसंताची आणि अवकाशाची एकत्र जाणीव देणारा तो प्रकाश.

त्या अर्ध्यामुर्ध्या अंधारात समोर अंधुक दिसणाऱ्या दाट केशरी रंगाच्या केसांची ओळख पटताच कीटींग पायऱ्यांपाशीच थबकला. या माणसाची आज रात्री भेट व्हावी असं केव्हापासून वाटत होतं त्याला. रॉर्क एकटा सापडला हे त्याला फार बरं वाटलं आणि थोडी भीतीही वाटली.

'अभिनंदन, पीटर.' रॉर्क म्हणाला.

'ओः... ओः थँक्स...' आजच्या दिवसात इतर कुणीही केलेल्या अभिनंदनापेक्षा त्याच्या अभिनंदनामुळे आपल्याला खराखुरा आनंद झाला याची नोंद कीटींगच्या मनाने घेतली. रॉर्कला आनंद वाटला आहे याबद्दल त्याला जणू बुजरा आनंद झाला. आणि याबद्दल लागलीच त्याने स्वतःला दूषणही दिले.

'म्हणजे... तुला माहीत होतं की...' त्याने थोडं जोरातच विचारलं, 'तुला आई सांगत बसली होती वाटतं?'

'हो. त्या सांगत होत्या.'

'कशाला सांगायचं,,, ती ना!'

'का? त्यात काय गैर आहे?'

'हे बघ हॉवर्ड, मला खूप वाईट वाटतंय तुला...'

रॉर्कने त्याचं मस्तक किंचित् मागे केलं आणि वर पहात म्हणाला, 'विसर ते.'

'मी... मला काहीतरी बोलायचं होतं तुझ्याशी. हॉवर्ड, तुला काहीतरी सल्ला विचारायचाय, बसू इथे?'

'काय झालं?'

कीटींग त्याच्याशेजारीच पायरीवर बसला. रॉर्कसमोर कसलाही अभिनिवेश ठेवणं त्याला जमलंच नसतं. शिवाय आता काही नाटक वठवण्याचा त्याला कंटाळा आला होता. एक पान फडफडत खाली आल्याचा हलकासा आवाज झाला. नाजूक काचेरी वसंतस्वर होता तो.

त्या क्षणी त्याला रॉर्कबद्दल खूप माया वाटली. त्या मायेत दुःख होतं, आश्चर्य होतं आणि असाहाय्यताही.

'तुला वाटेल,' कीटींगच्या स्वर अगदी मनापासून लागलेला, 'तुझ्यावर एवढं संकट कोसळलं असताना मी मात्र माझंच सांगत बसलोय...'

'सांगितलं ना, विसर ते. काय झालं सांग.'

'तुला माहितीये,' कीटिंग स्वतःच्याच प्रामाणिक उद्‌गारांमुळे दचकायचाच बाकी होता. 'मी तुझा विचार अनेकदा चक्रम म्हणूनच केलाय. पण आर्किटेक्चरबद्दल तुला जितकं कळतं ना तितकं या कुठल्याच गाढवांना कळत नाही. त्यांचं कुणाचंच कधी नसेल एवढं प्रेम तुझं आहे या विषयावर.'

'बरं?'

'म्हणजे मी तुला हे का विचारू इच्छितो मला माहीत नाही... मी असं कधी तुला सांगितलंही नाही हॉवर्ड, पण खरं सांगतो, मला डीनच्या मतापेक्षाही तुझं मत महत्त्वाचं वाटतं. करताना मी कदाचित् डीनने सांगितलं तेच करेन... पण माझ्या अंतःकरणात तुझ्याच मताची किंमत अधिक असेल. का माहीत नाही... हे मी का बोलतोय हेही मला माहीत नाहीये...'

रॉर्क एका बाजूवर वळून त्याच्याकडे पहात राहिला. आणि मग हसला. त्याचं हसू किती तरूण होतं, खेळकर आणि मित्रत्वाचं. रॉर्ककडून असं हास्य क्वचितच यायचं. कीटींगला वाटलं, कुणी त्याचा हात हाती घेऊन थोपटावा, इतकं ते आश्वासक हसू होतं. आणि मग तो रात्रीच्या पार्टीबद्दलच सारंकाही विसरून गेला.

'कमॉन.' रॉर्क म्हणाला, 'तू काय मला घाबरतोस की काय? चल, सांग मला काय झालं ते.'

'माझ्या स्कॉलरशिपबद्दल रे... ती पॅरीसची स्कॉलरशिप मिळालीय ना?'

'मग?'

'ती चार वर्षासाठी आहे. पण दुसरीकडे- मला गाय फ्रँकनने त्याच्याबरोबर काम करायला मागेच बोलावलं होतं. आज त्याने पुन्हा एकदा सांगितलं. यायचं तर अजूनही ये म्हणाला. मला कळत नाही काय करावं. काय निवडावं.'

रॉर्क त्याच्याकडे पहात शांत बसून होता. पायरीवर त्याची बोटं हलकेच ताल धरत होती.

'माझा सल्ला हवा असेल, पीटर, तर प्रथम हे सांगतो की तू मला विचारून पहिली चूक केली आहेस.' रॉर्क अखेर बोलला. 'मला काय, कुणालाही अशा गोष्टींत सल्ले विचारू नये. आपल्या कामाबद्दल कुणालाही विचारायची काय गरज? तुला काय हवंय तुला कळत नाहीये? आपलं मन आपल्याला कळत नाही- हे तुला सहन तरी कसं होतं?'

'हेच तर. मला तुझं हेच आवडतं, हॉवर्ड, तुला बरोबर कळतं काय करायचं ते.'

'माझं कौतुक पुरे.'

'पण खरंच. तू कसा काय स्वतःचे निर्णय घेऊन टाकतोस?'

'पण तू कसा काय स्वतःचे निर्णय इतरांना घेऊ देतोस?'

'पण मला खात्री नसते ना, हॉवर्ड, मला कधीच खात्री वाटत नाही स्वतःची. ते म्हणतात तेवढा मी खरंच हुशार आहे का याचीही खात्री वाटत नाही मला. हे मी कुणाकडेही कबूल करणार नाही- फक्त तुझ्याकडे करतो. कारण तुला नेहमी तू करतोस ते योग्यच असल्याची इतकी खात्री असते की मी...'

'पीटी!' मिसेस कीटींगची हाक त्यांच्यामागे फुटली, 'पीटी, स्वीटहार्ट! तू इथे बाहेर काय करतोयस?'

त्या दरवाजात उभ्या होत्या. गडद लाल रंगी टाफेटाचा खास रेशमी ड्रेस त्यांनी घातला होता. त्यांच्या चर्येवर आनंद आणि राग यांची सरमिसळ झाली होती.

'आणि इथे मी एकटी बसून तुझी वाट बघतेय. एवढा छान सूट घालून तू तिथे धुळीत पायऱ्यांवर काय बसला आहेस. ऊठ बरं. आत्ताच्या आत्ता ऊठ. घरात या दोघांनी. हॉट चॉकोलेट आणि कुकीज् ठेवल्यात तुमच्यासाठी.'

'पण आई, हॉवर्डशी मी काहीतरी महत्त्वाचं बोलतोय.' कीटींग कुरकुरत उठला.

त्यांनी ते ऐकलंच नसावं. त्या घरात शिरल्या आणि मागोमाग की रॉर्कने त्या दोघांकडे पाहिलं. खांदे उडवले आणि तोही आत गेला. मिसेस कीटींग आरामखुर्चीत विसावल्या. त्यांच्या कडकडीत

स्कर्टचा फडफड आवाज येत होता.

'वेल... काय चर्चा चालली होती तुम्हा दोघांची?' त्यांनी विचारलं.

कीटींग अॅशट्रेशी चाळा करू लागला. मग त्याने काडेपेटी उचलली, टाकली. मग शेवटी आईकडे दुर्लक्ष करून तो रॉर्ककडे वळला.

'हे बघ, रॉर्क, उगाच भाव खाऊ नकोस.' तो जरा जास्तच मोठ्याने बोलत होता. 'मी ती स्कॉलरशिप सोडून देऊन काम करायला लागू की फ्रँकनला थांबायला लावू आणि ब्यू-आर्ट्स करून सगळ्या अडाण्यांवर छाप पाडायला जाऊ? तुला काय वाटतं ते सांगना?'

काहीतरी निसटून गेलं होतं. मघाचा तो क्षण छिन्न झाला होता.

'थांब पीटी, हे काय चाललंय मला तरी कळू दे...' मिसेस कीटींग बोलू लागल्या.

'तू थांब जरा एक मिनिट, आई! हॉवर्ड, मला याचा काळजीपूर्वक विचार करायला हवा, असली स्कॉलरशिप काय रोज उठून मिळत नसते. तू त्यात कशाला महत्त्व द्यायला पाहिजे हे चांगलं सांगू शकतोस. ब्यू-आर्ट्सचा अभ्यासक्रम- तो किती महत्त्वाचा आहे ते तू जाणतोस.'

'छे... मला नाही वाटत तसं...'

'ओ हेल... तुझ्या चक्रमपणाच्या कल्पना मला माहीत आहेत रे. पण या परिस्थितीत मी व्यवहाराच्या दृष्टीने काय करावं?... या क्षणी आदर्शाच्या गप्पा करून काही उपयोग नाही, आत्ता मला केवळ...'

'तुला माझा सल्ला नकोय खरं तर...' रॉर्क म्हणाला.

'अर्थात हवाय! मी विचारतोय ना तुला?'

पण भोवतीने कोणी श्रोते असले की कीटींगचा सगळा नूरच पालटून जायचा. कुणीही असो. काहीतरी निसटून गेलं होतं. त्याला इतकंच कळलं की रॉर्कला काहीतरी समजलं होतं. रॉर्कची नजर त्याला अस्वस्थ करीत होती आणि त्यामुळे त्याला राग येत होता.

'मला आर्किटेक्चरची प्रॅक्टिस करायचीय.' कीटींग ओरडला, 'नुसती चर्चा करण्यात मला रस नाही. एकोलची प्रतिष्ठा मोठीच आहे. फालतू प्लंबिंग शिकत स्वतःला आर्किटेक्ट समजू लागलेल्या सर्वांपेक्षा उच्च पातळीवर नेऊन बसवण्याची शक्ती आहे एकोलमध्ये. आणि दुसरीकडे फ्रँकनबरोबर काम करण्याची संधी. गाय फ्रँकन स्वतः निमंत्रण देतोय!'

रॉर्कने मान फिरवली.

'कितीजणांना अशी संधी मिळेल?' कीटींग आंधळेपणाने ओरडतच राहिला, 'अजून एक वर्षाचा अवकाश. ते सगळे स्मिथ अँड जोन्स नाहीतर असल्याच कुठल्यातरी फर्ममध्ये काम करत असल्याची शेखी मिरवतील फार तर... आणि मी- मी फ्रँकन अँड हेयरमध्ये असेन!'

'अगदी बरोबर आहे तुझं, पीटर,' मिसेस कीटींग उभ्या रहात म्हणाल्या, 'अशा महत्त्वाच्या प्रश्नावर आईला कशाला विचारशील तू. फारच महत्त्वाचा प्रश्न आहे हा... बोलून घे तू मि. रॉर्कबरोबर.'

त्याने आईकडे पाहिलं. ती काय विचार करते आहे हे त्याला ऐकायचं नव्हतं. तिला बोलण्याची संधी मिळण्याअगोदरच काही निर्णय घेता आला असता तरच... तरच त्याला स्वतःचा निर्णय घेण्याची किमान संधी होती. त्या थबकल्या होत्या, वळून निघून जाण्याच्या आविर्भावात. अर्थात त्याची इच्छा असती तर त्या खरंच तिथून गेल्याही असत्या. आई तिथून जावी असं त्याला खरोखरच वाटत होतं... पण तो तसं म्हणू शकला नाही.

'नाही आई, असं का म्हणतेस? अर्थात मला तुझंही मत हवंय... काय वाटतं तुला, सांग.'

त्यांनी त्याच्या त्रासिक आवाजाकडे दुर्लक्ष केलं आणि हसून म्हणाल्या, 'पीटी, मी कधी काही

विचार करते का? सगळं तूच ठरवायचंय.'

'वेल...' तो तिच्याकडे पहात अडखळत बोलू लागला, 'मी ब्यू आर्ट्ससाठी गेलो तर...'

'जरूर जा, छानच...' कीटींगबाई म्हणाल्या, 'जा ब्यू आर्ट्सला. काय ग्रँड जागा आहे ती. घरापासून एक महासागर पार... अर्थात् तू तिथे गेलास तर मि. फ्रँकन दुसऱ्या कुणालातरी घेतीलच. लोक जरा बोलतील इकडेतिकडे... सर्वांना एवढं तर माहितीच असतं की फ्रँकन दरवर्षी स्टँटनमधल्या चांगल्यातल्या चांगल्या विद्यार्थ्याला उचलतो. दुसऱ्या कुणाला त्याने घेतलं तर... माहीत नाही... बरं दिसेल का ते? अर्थात ते काही महत्त्वाचं नाही.'

'म्हणजे? काय म्हणतील लोक?'

'म्हणजे तसं बोलून बोलून काय बोलणार? तुमच्या वर्गातला तो दुसरा मुलगा खूपच हुशार होता म्हणतील... फ्रँकन बहुतेक शिलिंकरलाच घेईल नाही?'

'नाही...' त्याने रागेजून आवंढा गिळला, 'छे! शिलिंकर काय...'

'हो...' त्या अगदी गोड आवाजात बोलल्या, 'शिलिंकरच जाईल बहुतेक.'

'पण...'

'तुला कशाला काळजी हवी, कोण काय बोलेल याची... तू तुझ्या मनासारखं वाग.'

'तुला वाटतं फ्रँकन-'

'मी कशाला फ्रँकनचा विचार करू? मला काय त्याचं?'

'आई, मी फ्रँकनकडे रुजू व्हायला हवंय का?'

'मला काय हवंय त्याचा कुठे प्रश्न येतो, पीटी, तू बॉस आहेस, तू ठरवायचं.'

आपल्याला ही आपली आई खरोखर आवडते का... त्याच्या मनात पुसटसा प्रश्न उमटला. पण ती त्याची आई होती. आणि या एका गोष्टीपुढे कसल्याही कारणांची मात्रा चाललीच नसती.

'अर्थातच आई, पण... ते तर मला माहीत आहे, पण- हॉवर्ड?'

मदतीची याचनाच होती त्याच्या स्वरात. रॉर्क तिथेच कोपऱ्यात दिवाणावर बसलेला. अर्धवट पसरून, एखाद्या मांजरीच्या पिल्लासारखा शरीराची घडी घालून. कीटींगला नेहमीच याचं आश्चर्य वाटायचं. रॉर्कच्या हालचालीत किती नेमकेपणा असायचा, निःशब्द ताण सतत जाणवायचा त्याच्या वावरण्यात, मांजरासारखाच नेमकेपणा असायचा त्याच्या पावलांत. आणि तो विश्रांत असतानाही तसाच मांजरासारखा पूर्णपणे शरीर सैल सोडून द्यायचा. जणू त्याच्या शरीरात एकही हाड नसावं इतका सैल. रॉर्कने त्याच्याकडे पाहिलं. तो म्हणाला, 'पीटर, तुला मिळालेल्या दोन्ही संधींबद्दल माझं खरंखुरं मत काय आहे ते तुला चांगलं माहीत आहे. मी म्हणेन त्यातल्या त्यात कमी वाईट जे आहे त्याची निवड कर. ब्यू आर्ट्समध्ये जाऊन तू काय शिकणार नवीन? आणखी थोडे रेनेसांसकालीन प्रासाद आणि नाटकाचे सेट्स... तुझ्यात जे काही शिल्लक असेल त्याचाही खात्मा करतील ते. तुला करू दिलं तर कधीमधी चांगलं कामही करतोस तू. तुला खरंच काही शिकायचं असेल तर फ्रँकनकडे कामाला जा. फ्रँकन हलकट आहे आणि मूर्खही आहे. पण निदान इमारती बांधायची तर संधी मिळेल तुला. स्वतःचं स्वतः स्वतंत्र काम करायला जरा लवकर सुरुवात करता येईल तुला तिथे.'

'अगदी मि. रॉर्कना सुद्धा कधीकधी शहाणपणा सुचतो म्हणायचा,' मिसेस कीटींग म्हणाल्या, 'जरी भाषा ट्रक ड्रायव्हरची वापरत असले तरीही...'

'मी चांगलं काम करतो असं तुला खरंच वाटतं?' कीटींग त्याच्याकडे पहात होता. जणू त्याच्या त्या एका वाक्याचीच नोंद त्याने घेतली होती... बाकी कशाचं काही महत्त्वच नव्हतं.

'कधीकधी,' रॉर्क म्हणाला, 'फार वेळा नाही.'

'चला मग आता ठरलं तर...' कीटींगबाईंनी सुरुवात केली.

'मला अजून विचार करू दे, आई.'

'आता सारं ठरल्यासारखंच आहे.... चला मी तुम्हाला हॉट चॉकोलेट आणते हं.'

त्या आपल्या प्रिय पुत्राकडे पाहून गोड हसल्या, आपण त्याच्या शब्दाबाहेर नाही, आपल्याला त्याच्याबद्दल किती कृतज्ञता वाटतेय वगैरे सगळं त्या गोड हास्यातून टपटपलं. मग त्या घाईघाईने तिथून निघून गेल्या.

कीटींग अस्वस्थपणे फेऱ्या मारू लागला. मग थांबून त्याने सिगरेट पेटवली. फकफक करून तो धूर सोडू लागला. मग त्याने रॉर्ककडे पाहिलं.

'तू आता काय करणार आहेस, हॉवर्ड?'

'मी?'

'मी किती स्वतःत गुंग आहे... माझंच बोलत बसलो. आईच्या मनात काही नसतं. पण ती मला वात आणते... जाऊ दे ते खड्ड्यात. तू काय करणार आहेस?'

'मी न्यू यॉर्कला चाललो.'

'अरे व्वा. नोकरी करायला?'

'नोकरी करायला.'

'आर्किटेक्चरमध्ये?'

'आर्किटेक्चरमध्येच, पीटर.'

'फारच छान. आय ॲम ग्लॅड. कुठून काही नक्की कळलंय?'

'मी हेन्री.कॅमेरॉनकडे काम करायला जातोय.'

'ओः नो हॉवर्ड!'

'येस.'

'पण आता त्याचं काहीच उरलं नाही... तो संपलाय. ओः, मला माहीत आहे त्याचं नाव मोठं आहे पण त्यात काही दम नाही! त्याला कुठलीच महत्त्वाची कामं मिळत नाहीत... गेल्या अनेक वर्षांत काहीही मिळालेलं नाही त्याला. त्याचं ऑफिस म्हणजे- पडीक जागा आहे कसलीतरी म्हणे. त्याच्याकडे जाऊन तुझं भविष्य काय रहाणार? काय शिकणार तू त्याच्याकडे?'

'फार काही नाही... फक्त इमारती कशा बांधाव्यात- तेवढंच.'

'अरे देवा... तू काय करायचं ठरवलंयस स्वतःचं... अगदी स्वतःची वाटच लावून घ्यायची असंच ठरवलंयस का! मला वाटलं होतं- वेल- सांगतोच- मला वाटलं होतं- आज जे घडलं त्यावरून तू काहीतरी धडा शिकला असशील.'

'शिकलो ना.'

'हे बघ हॉवर्ड, तुला दुसरं कुणी कामावर घेणार नाही असं वाटून तू हे करतो आहेस कां... तसं असेल तर मी तुला मदत करेन. मी फ्रँकनला जरा घोळात घेतो. त्याच्या ओळखीतून-'

'थँक्यू पीटर, पण त्याची गरज नाही. माझा निर्णय झालाय.'

'तो काय म्हणाला?'

'कोण?'

'-कॅमेरॉन.'

'मी त्याला अजून भेटलेलो नाहीये.'

इतक्यात बाहेर हॉर्न वाजला. कीटींगला आठवलं. तो धावतच कपडे बदलायला निघाला

आणि वाटेतच त्याच्या आईच्या अंगावर आदळला. त्यांच्या हातातल्या ट्रेमधला एक भरलेला कप सांडला.

'पीटी!'

'जाऊ दे जाऊ दे, आई!' त्याने त्यांच्या दंडाला धरत म्हटलं, 'मी खूप घाईत आहे, स्वीटहार्ट, सगळ्या दोस्तांबरोबर पार्टी ठरलेली- प्लीज प्लीज प्लीज- आत्ता काही बोलू नकोस... मी अजिबात उशीर करणार नाही! मी आल्यावर आपण माझ्या फ्रँकन अँड हेयरच्या नोकरीचं सेलेब्रेशन करू!' त्याने तिची अगदी प्रेमभराने पापी घेतली. त्याला विरोध करणं शक्यच झालं नसतं असा छान आकर्षक हसत होता तो... आणि मग दडदड पायऱ्या चढून तो वर गेला. मिसेस कीटींग आनंदाने, लटक्या रागाने, मान हलवत राहिल्या.

खोलीत पोहोचल्यावर कपडे काढून इकडेतिकडे टाकताना त्याला आठवलं, न्यू यॉर्कला तार करून कळवायला हवं होतं. हा विषय अख्ख्या दिवसात त्याच्या डोक्यातही आला नव्हता. पण आता त्याला अचानक तीव्रतेने वाटून गेलं. त्याला आत्ताच्या आत्ता ती तार जायला हवी असं वाटत होतं. त्याने एक कागद घेऊन त्यावर खरडलं- केटी, डियरेस्ट, न्यू यॉर्कला येतोय. फ्रँकनची नोकरी. लव्ह एव्हर- पीटर-

त्या रात्री पीटर दोन दोस्तांच्या मधे बसून बॉस्टनला गाडीने गेला. वाऱ्याला आणि रस्त्याला भिडत जात असताना त्याला वाटलं, जग त्याच्यासमोर खुलं होतंय... समोरच्या हेडलाइट्ससमोरून अंधार जसा दूर सरत होता तसंच काहीस होतंय. तो मुक्त होता. तो सज्ज होता. थोडी वर्षं... अगदी लवकरच... त्या गाडीच्या वेगापुढे काळ टिकणारच नव्हता. त्यांच्या हॉर्नच्या आवाजाने लोक जसे झोपेतून उठून बसत होते... तसेच उद्या त्याच्या नावाचा गजर होईल तेव्हाही... तो खूप मोठमोठी कामं करणार होता, महान्, अपूर्व, अभूतपूर्व अशी काहीतरी कामं करणार होता... कसली बरं... ओ हेल... आर्किटेक्चरमधली.

❑

३

पीटर कीटींग न्यू यॉर्कच्या रस्त्यांकडे पहात होता. इथली माणसं खूपच छान कपडे घालून हिंडतायत.

फिफ्थ ॲव्हेन्यूवर फ्रँकन अँड हेयरचं ऑफिस असलेल्या इमारतीसमोर तो थांबला. आज त्याचा इथला पहिला दिवस होता. आजुबाजूने घाईगर्दीने येणारी जाणारी माणसं तो पहात राहिला. काय स्मार्ट आहेत हे सगळे. स्वतःच्या कपड्यांकडे त्याने जरा नाखुषीनेच पाहून घेतलं. न्यू यॉर्कमध्ये पुष्कळ गोष्टी शिकून घ्याव्या लागणार- त्याने खूणगाठ बांधली.

आणखी वेळ काढत रहाणं अशक्य झालं तेव्हा तो दरवाजाकडे वळला. डोरिक पोर्टिकोचं मिनिएचर केल्यासारखा तो दरवाजा होता. पायघोळ झगा घालणाऱ्या प्राचीन ग्रीक कलाकारांनी ठरवलेल्या मापांचं अगदी तंतोतंत पालन- फक्त इंचांच्या हिशेबात केलेलं. दोन संगमरवरी खांबांच्या मध्ये बसवलेलं काचेचं फिरतं दार लखलखत होतं. आणि त्यावर रस्त्यावरच्या गाड्यांचे धावते फराटे प्रतिबिंबित करणारी निकेलची पट्टी बसवली होती. त्या फिरत्या दारातून आत जात झगमगत्या संगमरवरी लॉबीतून कीटींग आत शिरला. लाल रंगात रंगलेल्या, सोनेरी मुलाम्यात नटलेल्या लिफ्टने तो तिसाव्या मजल्यावरच्या महोगनी दरवाजासमोर आला. त्यावर होती एक चकचकीत नाजुकशी

पितळी पट्टी... त्यावर नाजूक अक्षरांत नाव कोरलेलं फ्रँकन अँड हेयर - आर्किटेक्ट्स.

फ्रँकन अँड हेयरच्या ऑफिसची रिसेप्शन रूम एखाद्या जुन्या प्रासादातल्या खाजगी बॉलरूमसारखी दिसत होती. पांढऱ्या-रुपेरी रंगातल्या भिंतींवर पिलॅस्टर्स होते. खांबांचा आभास देणारी नक्षी होती. त्या खांबांची टोकं गोगलगायींच्या नक्षीत वळत होती. मधेमधे ग्रीक शैलीचे अर्धरांजण कोरलेले. ग्रीक मंदिरांची कोरीव उठावचित्रे भिंतींच्या पॅनेल्सवर शोभत होती. नक्की कसली ते कळणार नाही इतकी लहान. पण खांब, सज्जे, प्राचीन उद्ध्वस्त दगडी बांधकाम त्यातून प्रतीत होत होतं.

या सर्वांशी विसंगत असा एखादा कन्वेयर बेल्ट आपल्या पायाखालून सरकतो आहे की काय असं उंबरठा ओलांडून आत येताच कीटींगला वाटून गेलं होतं. त्या सरकत्या पट्ट्याने त्याला फ्लोरेन्टाइन सज्जासारख्या काउंटरमागच्या टेलिफोन - स्विचबोर्डच्या पुढ्यात बसलेल्या स्वागत कक्षाच्या कारकुनासमोर नेऊन सोडलं. तिथून पुढे एका भव्य ड्राफ्टिंग रुमच्या दाराशी नेऊन सोडलं. समोर लांबलचक टेबलंच टेबलं पसरली होती. छतापासून खाली उतरलेल्या स्टीलच्या दांड्यांच्या टोकांना हिरवट छटेच्या लॅम्पशेड्स बसवलेल्या. त्यांचं एक जंगलच झालेलं. टेबलांवर भल्या मोठ्या ब्लू-प्रिन्ट्सच्या फाइली पडलेल्या, पिवळ्या ड्रॉवर्सचे मनोरे लागलेले, कागद, पत्र्याचे डबे, नमुन्याच्या विटा, गोंदाने भरलेले डबे, बांधकाम कंपन्यांनी काढलेली उघड्या बायांची कॅलेंडर्स अशी सारी गर्दी होती. चीफ ड्राफ्ट्समन कीटींगकडे नीट न पहाताच त्याच्यावर ओरडला. तो कंटाळून गेलेला, पण कामाच्या घाईतही होता. लॉकर रूमच्या दिशेने त्याने अंगठा दाखवला. लॉकरच्या दाराकडे हनुवटीने निर्देश करत तो टाचा नि चवड्यांवर डुलत उभा राहिला. कीटींगने तिथून एक राखी रंगाचा स्मॉक काढून घेऊन अंगावर ओढला. हा स्मॉक प्रत्येकाने घातलाच पाहिजे असा फ्रँकनचा आग्रह असे. तो पट्टा सरकत अखेर ड्राफ्टिंग रूममधल्या एका कोपऱ्यातल्या टेबलपाशी थांबला. कीटींगसमोर प्लानचे कागद पडले होते. त्यावर त्याला काम करायचं होतं. चीफ ड्राफ्ट्स्मन त्याचं अस्तित्त्व विसरून जाऊन त्याच्याकडे पाठ करून काम करू लागला.

कीटींग समोरच्या कागदांवर झुकला. त्याचे डोळे त्यावर खिळले होते. घशात काहीतरी अडकलं होतं. त्या कागदांची मोतिया रंगाची लकाकीच फक्त त्याला दिसत होती. बाकी काहीही डोक्यात शिरत नव्हतं. कागदावर उठणाऱ्या रेषा पाहून त्याला कमाल वाटली कारण त्याला खात्री होती की त्याचा हात थरथरत होता. तो त्या रेषा ओढत राहिला. त्या कुठे जातात, त्यांचा हेतू काय त्याला माहीत नव्हतं. समोरचा प्लान म्हणजे कुणीतरी केलेलं जबरदस्त काम आहे एवढं त्याला कळत होतं. असल्या कामाला आव्हान देणं सोडाच त्याला त्याच्या जवळपासही येता आलं नसतं. आपण चांगले आर्किटेक्ट होऊ असं आपल्याला का आणि कशावरून वाटलं होतं... तो नकळत विचार करीत राहिला.

बऱ्याच वेळानंतर त्याला पुढल्या टेबलावर राखी रंगाच्या आणखी एका चुरगळलेल्या स्मॉकमधून डोकावणारे खांदे दिसले. त्याने इकडेतिकडे पाहिलं. जरा सावधपणे, जरा कुतुहलाने... मग जरा खुषीत येऊन, थोड्या तुच्छतेने... मनात तुच्छतेचा स्पर्श जागताच तो पुन्हा एकदा पहिल्यासारखा पीटर कीटींग झाला आणि त्याला पुन्हा एकदा मानवजातीबद्दल प्रेम वाटायला लागलं. त्याने पाहिलं, ओढलेले बसके गाल, फेंदरं नाक, बसक्या हनुवटीवरचा मोस, टेबलांच्या कडांवर टेकलेली पोटं... त्याला छान वाटलं. हे असले लोक जे करू शकतात त्यापेक्षा मी नक्कीच काहीतरी चांगलं करू शकतो. तो हसला. पीटर कीटींगला असल्या बांधवांची गरज होती.

त्याने पुन्हा जेव्हा समोरच्या प्लान्सकडे नजर टाकली, तेव्हा त्याला त्या जबरदस्त कामातल्या

चुका ढळढळीत दिसू लागल्या. तो एका खाजगी घराच्या एका मजल्याचा प्लान होता. घराचा अवकाश उगाचच खाऊन टाकणारे वेटोळलेले हॉलवेज् बांधायची काही गरजच नव्हती. लांबलचक सॉसेजेस्सारख्या खोल्या बांधून त्यांना कायमचं अंधारात लोटणारा प्लान होता तो. जीझस्-असलं काहीतरी मी करून ठेवलं असतं तर पहिल्या टर्ममध्येच मला नापास केलं असतं तिकडे. त्यानंतर तो भराभर, सहजपणे, आनंदात काम करू लागला.

लंचटाईमच्या अगोदरच कीटींगची तिथल्या सर्वांशी बऱ्यापैकी मैत्री झालेली, नक्की कुणाशीच नाही, पण साधारण मैत्रीचं बियाणं रुजेल एवढा अघळपघळ थर त्याने सर्वत्र अंथरून ठेवला खरा. शेजारी काम करणाऱ्या सर्वांशी तो हसून बोलत होता, उगाच डोळे मिचकावून आपण काहीतरी समजून घेऊ शकतो असं दर्शवत होता. पाणी प्यायला कूलरजवळ जातानाची प्रत्येक फेरी त्याने भेटणाऱ्या सर्वांवर आपल्या आनंदी हास्याची, हर्षोत्फुल्ल नजरेची उधळण करण्यात कारणी लावली. त्याचे डोळे ज्याच्याज्याच्यावर स्थिरावत त्याला वाटे की याच्या दृष्टीने आपण कित्ती महत्त्वाचे आहोत, आपली मैत्री त्याला हवीय. तो एक फार स्मार्ट मुलगा आहे, आणि कित्ती चांगला... अशी भावना अगदी सहजपणे त्याच्या वाटेत पसरत गेली.

पलिकडच्या टेबलावर एक उंचसा भुऱ्या केसांचा मुलगा एका ऑफिसच्या एलेव्हेशनवर काम करत असलेला कीटींगने पाहिला. त्याच्या खांद्यांवरून कागदावर झुकत त्या कागदावरच्या तीन मजली खांबांवर चढलेल्या पुष्पमालांच्या नक्षीकडे पहात कौतुकभरल्या स्वरात म्हणाला.

'म्हातारा अजून चांगलं काम करतो नाही?'

'कोण?' त्या मुलाने विचारलं.

'आणि कोण? फ्रँकन!' कीटींग उत्तरला.

'कसला फ्रँकन,' तो मुलगा सपाट स्वरात बोलला. 'त्याने गेल्या आठ वर्षात एखादं डॉगहाऊसदेखील डिझाइन केलेलं नाहीये.' मागच्या काचेच्या दाराकडे बोट दाखवत त्याने पुढे सांगितलं, 'तो करतो सगळी डिझाइन्स.'

'काय?' कीटींगने वळून पहात विचारलं.

'हं... स्टेंगेल. तोच करतो ही सारी कामं.'

मागच्या काचेच्या दाराआड दोन काटकुळे खांदे टेबलवर झुकलेले दिसत होते. त्यामधून एक छोटंसं त्रिकोणी ड़ोकं वाकलेलं. आणि डोळ्यावर चष्म्याची भिंगं चमकत होती.

दुपारी कधीतरी उशीराने तिथं थोडी गडबड उडाल्यासारखी वाटली. बंद दाराआड कुणीतरी महत्त्वाची व्यक्ती येऊन बसली की बाहेर जशी दबकी गडबड उडते तसंच. आजुबाजूच्या कुजबुजीतून कीटींगला कळलं की गाय फ्रँकन आलाय आणि वरच्या मजल्यावरच्या त्याच्या ऑफिसमध्ये स्थानापन्न झालाय. अर्ध्या तासानंतर मागचा काचेचा दरवाजा उघडला आणि बोटांच्या टोकात एक कार्डबोर्ड पकडून स्टेंगेल बाहेर आला.

'ऐ... तू. तूच,' त्याची चष्म्यातली नजर कीटींगवर टेकलेली. 'याचे प्लान्स तू करतो आहेस?' त्याने त्याला कार्डबोर्ड दाखवला. ' चल, हे बॉसकडे नेऊन ओके करून आण. तो काय म्हणतो ते ऐकून घे. जरा हुशारी दाखव चेहऱ्यावर. कशानेही काहीही फरक पडणार नाही म्हणा, तरीही.'

तो उंचीने कमी होता आणि त्याचे हात लांबलांब होते, तो वाकला की जणू घोट्यापर्यंतच लोळणार की काय असं वाटायचं. लांब बाह्यांच्या शर्टमध्ये लोंबकळणाऱ्या दोऱ्यांसारखे वाटायचे त्याचे हात. पण मोठ्ठ्या पंजांचे कुशल हात होते त्याचे. त्या जाड भिंगातून पहाणाऱ्या नजरेपुढे कीटींगचे डोळे एक निमिषभर जणू गोठून गेले. मग कीटींग हसून प्रसन्न मुद्रेने म्हणाला, 'येस, सर.'

कार्डबोर्ड दाही बोटांच्या टोकांवर तोलत, लाल गालिचाने मढवलेल्या जिन्याने चढत तो गाय फ्रँकनच्या ऑफिसकडे गेला. त्या कार्डबोर्डवर वॉटरकलर्समध्ये रंगवलेल्या एका ग्रेनाइटमध्ये बांधण्याच्या घराचं पर्स्पेक्टिव्ह होतं. त्याला तीन उंच निमुळत्या खिडक्या होत्या, पाच सज्जे होते, चार बंदिस्त छज्जे, बारा खांब, एक ध्वजस्तंभ, आणि दारासमोर दोन सिंह होते. कोपऱ्यात हातानेच नीटसपणे रंगवलेलं- मि. अँड मिसेस जेम्स एस् व्हॉटल्स यांचे निवासस्थान, फ्रँकन अँड हेयर- आर्किटेक्ट्स. कीटींगने हलकेच शीळ घातली...ओहो... शेव्हिंग लोशन्सचा उत्पादक, अब्जाधीश जेम्स व्हॉटल्स.

गाय फ्रँकनचं ऑफिस पॉलिश केल्यासारखं चमचमत होतं. नाही पॉलिश नाही... चकमकीचा थर दिल्यासारखं होतं... नाही चकमकीचा थर पण नाही, आरसे वितळवून प्रत्येक वस्तूवर ओतावेत तसं ते चमकत होतं, कीटींग विचार करीत होता. तिथल्या प्रत्येक पृष्ठभागावर आपल्या प्रतिबिंबाचे छोटेछोटे तुकडे चहूबाजूंनी फुलपाखरांसारखे भिरभिरताना कीटींगला दिसू लागले. तो जिथे जाईल तिथे ती भिरभिरत होती. चिपेन्डेलच्या कॅबिनेट्सवरून, जेकोबियन खुर्च्यांवरून, लुई द फिफ्टिन्थ शैलीच्या मँटलपीसवरून... सगळीकडून. कोपऱ्यातल्या अस्सल रोमन पुतळ्याची त्याच्या नजरेने नोंद घेतली. पार्थेनॉनची, ऱ्हिम कॅथिड्रलची, व्हर्सायची जुनी सेपिया छटेतली छायाचित्रं तिथे होती. डोक्यावर पेटती मशाल मिरवणाऱ्या फ्रिंक नॅशनल बँकेच्या इमारतीची छायाचित्रंही तिथे होती.

गाय फ्रँकनच्या महाकाय महोगनी डेस्कच्या बाजूच्या चकचकीत पॅनेलवर त्याला स्वतःचेच पाय चालत येताना दिसले. गाय फ्रँकन डेस्कच्या मागे बसला होता. गाय फ्रँकनचा चेहरा पिवळट दिसत होता आणि गाल ओघळले होते. त्याने कीटींगकडे पाहिलं तेव्हा त्याच्या नजरेत काहीच ओळख नव्हती... पण पुढच्याच क्षणी त्याला आठवलं आणि मग तो तोंडभर हसला.

'वेल, वेल, वेल, किट्रिज, बेटा, ये, ये, ये... चल आलास तू... झालं सगळं व्यवस्थित तर... छान झालं. बरं झालं आलास. हे काय आणलंयस हातात? वेल, काही घाई नाहीये. अजिबात घाई नाहीये. बैस, बैस. कसं वाटलं इथे, सांग बरं?!'

'ओः सर, काय सांगू... मला जरा जास्तच मजा येतेय असं वाटतंय...' कीटींग अगदी एखाद्या निष्पाप लहान मुलासारखा आनंदात बोलत होता. 'पहिली नोकरी आहे माझी, सर, मी ठरवलेलं की, अगदी औपचारिक शिस्तीने वागायचं. पण... अशा इतक्या सुंदर, भव्य ठिकाणी आल्यानंतर मी- मला वाटतं मी जरा गडबडूनच गेलोय. पण मी ठीक आहे सर...'

'अर्थात्, अर्थात्...' गाय फ्रँकन म्हणाला, 'तुझ्यासारख्या तरुण नवख्या मुलाला पहिल्या दिवशी थोडं बावरल्यासारखं होणारच. पण काही काळजी करू नकोस... तुझं सगळं छान व्यवस्थित चालेल इथे.'

'मी माझ्याकडून जास्तीत जास्त प्रयत्न करीन, सर.'

'खात्री आहे मला त्याची... हां तर हे काय पाठवलंय त्यांनी?' फ्रँकनने हात पुढे केला आणि मग कागद घेण्याऐवजी तोच हात कपाळावर टेकवला. 'वैतागून गेलोय या डोकेदुखीने. नाही.. नाही... तसं काही फार काळजीचं कारण नाही...' कीटींगच्या चेहऱ्यावर काळजी उमटलेली पाहून तो किंचित् हसला, 'जरा जास्तीचं काम पडलं एवढंच. डोकेदुखी काय असतेच...'

'काही आणून देऊ का तुम्हाला, सर?'

'नको नको. थँक्यू. मला काही आणू नकोस. जे आहे तेच घेऊन जाता आलं तर पहा.' त्याने डोळा मारला, 'काल रात्रीची शँपेन आहे पोटात... कसली फालतू शँपेन होती त्यांच्याकडची. आधीच एक तर मला शँपेन मनापासून आवडतच नाही. तुला सांगू किट्रिज, वाइन्सबद्दल माहिती करून घेणं फार महत्त्वाचं आहे बरं कां... उदाहरणार्थ समज एखाद्या गिऱ्हाइकाला आपल्याला

डिनरला घेऊन जावं लागलं- तर ऑर्डर काय करायची ते नीट कळलं पाहिजे. तुला एक गुपित सांगतो, व्यावसायिक गुपित हं... क्वेलची डिश मागवली- तितर म्हणजे क्वेल- ही म्हणजे लाडकी डिश असतेच बहुतेकांची- पण बरेच लोक त्याच्या जोडीला बर्गंडी मागवतात. आपण नाही मागवायची. आपण काय मागवायचं? आपण मागवायची- क्लो व्होजो- १९०४ची. कळलं?आपला वेगळा ठसा उमटतो आपोआप. योग्य आणि चोखंदळ निवड. आपला वेगळेपणा नेहमीच दिसला पाहिजे. तुला इथे कुणी पाठवलं म्हणालास?'

'मि. स्टेंगेलनी, सर.'

'ओः, स्टेंगेल,' त्याचं नाव उच्चारताना फ्रँकनचा स्वर ऐकताच कीटींगच्या मनात एक नोंद क्लिक झाली. भविष्यात कधीतरी उपयोगी पडणारी माहिती त्याला मिळून गेलेली. 'आपलं काम आपण वर घेऊन यायला कमीपणा वाटला का महोदयांना? लक्षात ठेव हं, तो एक फार चांगला डिझायनर आहे. न्यू यॉर्कमधला नंबर एकचा डिझायनर. पण आजकाल जरा डोक्यात जास्तच हवा गेलीये असं दिसतंय. कागदावर काळं करतो तर त्याला वाटतं तो एकटाच काय तो काम करतो इथे. तू धंद्यात थोडा काळ काढलास की शिकशील बेटा, - ऑफिसमधलं खरं काम चार भिंतींच्या बाहेरच जास्त होत असतं. उदाहरणार्थ, कालचीच गोष्ट बघ. क्लॅरियन रिअल इस्टेट असोसिएशनने दिलेली मेजवानी... दोनशे पाहुणे होते. डिनर आणि शँपेन... हो- तीच शँपेन.' त्याने नाक मुरडत खांदे उडवले- 'डिनरनंतरच्या चार शब्दांच्या अनौपचारिक भाषणात आपल्याला बरंच कायकाय बोलता येतं. व्यवसायासंबंधी, धंद्यासंबंधी फार उघडउघड बोलायचं नसतं तिथे, तो असभ्यपणाच समजला जातो. सभ्यतेला धरून म्हणजे... फक्त आपले काही सामाजिक विचार मांडायचे असतात. म्हणजे... कसा आपला व्यवसाय सामाजिक बांधिलकी मानतो, आर्किटेक्ट निवडताना का आणि कसा काळजीपूर्वक निवडला पाहिजे, आर्किटेक्ट कसा कुशल हवा, त्याला समाजात प्रतिष्ठा असायला हवी, तो चांगला प्रस्थापित असायला हवा वगैरे.. मनात घरं करतील अशी छोटीछोटी छान चमकदार वाक्यं...'

'हं... आपण उदाहरणार्थ असं म्हणू शकतो की आपली बायको निवडताना जितकी काळजी घ्याल तितकीच काळजी त्या बायकोला रहाण्यासाठी जे घर बांधाल त्यासाठी आर्किटेक्ट निवडतानाही घ्या... हा हा...'

'अरे वा... छानच की. मी हे टिपून ठेवलं तर चालेल का, किट्रिज?'

'...माझं नाव कीटींग आहे, सर.' कीटींग ठासून म्हणाला, 'आणि त्यात काय विचारायचं, सर, घ्या ना टिपून, मला आनंदच वाटेल, सर.'

'कीटींग - अरे खरंच की, बरोबर- कीटींग!' फ्रँकनचं ठेवणीतलं हसू अगदी जिंकून घेणारंच होतं, 'अरे, होतं काय, इतक्या लोकांच्या सतत भेटीगाठी होत असतात, नावं विसरायला होतं... हं काय म्हणालास तू... आपली बायको-'

कीटींगने संपूर्ण वाक्य पुन्हा एकदा सांगितलं आणि फ्रँकनने समोर ठेवलेल्या अनेक छान टोकं काढलेल्या पेन्सिलींतली एक घेऊन ते पॅडवर लिहून घेतलं. त्या सगळ्या टोकदार पेन्सिलींचा वापरच झालेला नव्हता. मग पॅड बाजूला सरकवत, सुस्कारा सोडत, केसांवरून हात फिरवत तो म्हणाला, 'हं... चला, हे काय आहे ते बघून तर घ्यायलाच हवं.'

कीटींगने अतीव अदबीने ते ड्रॉइंग त्याच्यासमोर सरकवलं. फ्रँकन मागे खुर्चीच्या पाठीवर रेलला. तो कार्डबोर्ड समोर धरत त्याकडे पाहू लागला. एकदा डावा डोळा मिटून एकदा उजवा डोळा मिटून पहात ते त्याने इंचभर मागे सरकवलं. कीटींगला वाटलेलं तो त्या ड्रॉइंगवर आता उभ्या

आडव्या रेषा मारून ते पार उलटंपालटं करून टाकील. पण फ्रँकन त्या चित्राकडे नुसताच पहात राहिला आणि कीटींगला अचानक कळून चुकलं, की तो काही पहातच नव्हता. फ्रँकन केवळ ते नीट पहाण्याच्या, हालचाली करीत होता कीटींगला तसं भासवण्यासाठी... आणि मग कीटींगला फार हलकं हलकं वाटलं. तो हवेतच तरंगू लागला जणू. भविष्याचा मार्ग खुला झाला होता... स्वच्छ...

'हं.. हां...' फ्रँकन दोन बोटांनी हनुवटी खाजवत पुटपुटत होता, 'हं... हो...'

तो कीटींगकडे वळत म्हणाला, 'काही वाईट नाही तसं... वाईट नाहीच. जरा जास्त उठावदार करता आलं असतं... पण... वेल... ड्रॉइंग तर नीटस रेखीवच दिसतंय... तुला काय वाटतं, कीटींग?'

कीटींग विचार करत होता, यातल्या चार खिडक्यांच्या बरोबर समोर हे भलेमोठे खांब येणार आहेत. पण त्याने पाहिलं, फ्रँकन आपल्या गडद जांभळ्या नेकटायशी बोटचाळा करण्यात गुंगलेला. मनातलं मनात ठेवत तो म्हणाला, 'मी जरा सुचवू का एक, सर, मला वाटतं की चौथ्या आणि पाचव्या मजल्याच्या मधल्या भागात जे या मॅन्शनच्या नावासाठी केलेलं कारटूश आहे ते अगदीच साधंसं वाटतंय, म्हणजे एवढ्या भव्य मॅन्शनचं नावही तसंच भारदस्तपणे समोर आलं पाहिजे. त्यापेक्षा स्ट्रिंग कोर्सची उठावदार नक्षी केली तर जास्त शोभून दिसेल.'

'अगदी बरोबर बोललास. अगदी हाच विचार करत होतो मी. नक्षीदार स्ट्रिंगकोर्सच चांगला शोभेल इथे. पण, पण मला वाटतं त्यामुळे बाजूच्या दाराखिडक्यांची जी रचना साधलीये त्याला थोडी बाधा येईल, नाही वाटत तुला?'

' हं.. येईल खरी...' त्याच्या स्वरात बुजरेपणाची नेमकी मात्रा होती, 'पण तरीही, खिडक्यापेक्षा इमारतीचा प्रथमदर्शनी दिमाख- फसाडचं महत्त्व जास्त असायला हवं ना...'

' बरोबर. दिमाख. आपल्या गिऱ्हाइकांना दिमाखदार वास्तू देणे सर्वात जास्त महत्त्वाचं वाटतं मला. हो. नक्कीच इथे स्ट्रिंगकोर्स हवा. नक्षीदार... पण फक्त काय आहे... आतापर्यंतची सारी प्राथमिक ड्रॉइंग्ज मी ओके केली होती. आणि स्टेंगेलने हे इतकं व्यवस्थित करून दिलंय.'

'तुम्ही बदल सुचवलात तर तो करायला मला वाटतं मि. स्टेंगेलना आनंदच व्हायला हवा.'

फ्रँकनची नजर कीटींगच्या नजरेला क्षणभर भिडली. मग फ्रँकननेच पापण्या खाली वळवल्या. त्याने बाहीवर चिकटलेला धागा झटकला.

'ते तर झालंच, प्रश्नच नाही...' तो डळमळीत होता, 'पण, स्ट्रिंगकोर्सची खरंच एवढी गरज आहे का? इतकं महत्त्वाचं आहे?'

'मला वाटतं,' कीटींग सावकाश बोलू लागला, 'मला वाटतं, की मि. स्टेंगेलनी डिझाइन करून पाठवलेली सारीच्या सारी ड्रॉइंग्ज ओके करण्यापेक्षा तुम्हाला आवश्यक वाटणारे बदल करणं जास्त महत्त्वाचं आहे.'

फ्रँकन काहीही न बोलता त्याच्याकडे सरळ पहात राहिला, त्याचे हात ढिले पडलेले आणि नजर तीक्ष्ण होती... त्यावरूनच कीटींगला कळलं. त्याने केवढा मोठा डाव खेळला होता, आणि तो जिंकला होता. आपली सरशी झाल्याचं कळल्यानंतर कीटींगला प्रचंड भीती वाटली.

ते एकमेकांकडे मूकपणे पहात राहिले. आपण एकमेकांना फार चांगल्या रीतीने समजून घेऊ शकतो याची दोघांनाही साक्ष पटली होती.

'आपण नक्षीदार स्टिंगकोर्स टाकलाच पाहिजे.' गाय फ्रँकन अधिकारवाणीने बोलला. 'हे इथेच ठेव. स्टेंगेलला जाऊन सांग, मी बोलावलंय.'

तो जायला वळला, पण पुन्हा फ्रँकनने त्याला थांबवलं. फ्रँकनचा स्वर अगदी आनंदी, मृदू होता.

‘ओह्, कीटींग, मी तुला एक सुचवू का? आपल्यातच म्हणून सांगतो... या राखी रंगाच्या स्मॉकवर तू निळ्या रंगाचा टाय घातलायस- बर्गंडी रंगाचा टाय जास्त शोभेल. काय वाटतं तुला?’

‘होय सर,’ कीटींग सहजपणे उत्तरला, ‘उद्याच पहाल तुम्ही.’

बाहेर पडत त्याने दार नीट लावून घेतलं. बाहेरच्या स्वागतकक्षात त्याने पाहिलं, एक अगदी प्रतिष्ठित वाटणारा पिकल्या केसांचा माणूस एका स्त्रीला दाराकडे घेऊन चालला होता. त्याने हॅट घातली नव्हती, म्हणजे तो ऑफिसमधलाच कुणीतरी असणार हे नक्की होतं. त्या स्त्रीने मिंक कोट घातलेला, ती क्लायंट होती हे नक्की.

तो माणूस तिच्यासमोर झुकला नव्हता, तिच्या वाटेत पायघड्या घालत नव्हता, तिच्यावर चवरी ढाळत नव्हता- केवळ तिच्यासाठी दार उघडून धरून उभा होता तो. पण कीटींगला वाटलं तो हे सारंकाही करीत असल्यासारखाच वागतो आहे.

फ्रिंक नॅशनल बँकेची इमारत लोअर मॅनहॅटनच्या परिसरात उभी होती. तिची लांबलचक सावली सूर्याच्या बरोबरीने प्रवास करत होती. मत्स्यालयापासून ते मॅनहॅटनच्या पुलापर्यंतच्या आसपासच्या कळकट बसक्या घरांवर, घड्याळ्याच्या काट्यासारखी लांबलचक सावली पडत होती तिची. सूर्य अस्ताला गेल्यावर, त्याची जागा तिच्या डोक्यावरची हेड्रियन मॉझोलियमची मशाल घेत होती. तिच्या लालकेशरी प्रकाशाचे फराटे मैलोनमैल अंतरावरच्या इमारतींच्या सर्वांत वरच्या खिडक्यांच्या काचांवर प्रतिबिंबित होत होते. फ्रिंक नॅशनल बँकेच्या या इमारतीवर रोमन वास्तुकलेचा इतिहासच जणू रेखला होता. त्यातले सर्व महत्त्वाचे नमुने त्यात वापरलेले. बराच काळ ही इमारत म्हणजे शहरातील सर्वोत्कृष्ठ इमारत म्हणून गणली जात होती. कारण इतर कुठल्याही इमारतीवर असेल असा कुठलाही रोमन शैलीचा नमुना तिच्यावर नाही असं होऊच शकत नव्हतं. तिला कैक खांब होते, कमानी, पेडिमेन्ट्स, फ्रीझेस, उठावचित्रे, ट्रायपॉड्स, ग्लॅडिएटर्स, अर्न्स, व्होल्यूट्स असं सारंकाही होतं त्यात. ती संगमरावरने बांधलीय की पेस्ट्री नॉझलमधून आयसिंग करावं अशी पिळून काढलीय प्रश्नच पडायचा. पण ती शुभ्र संगमरवरातूनच बांधलेली होती खरी. पण आता हे फक्त त्या संगमरवराची किंमत चुकवलेल्या मालकांनाच आठवत होतं. बाकी त्या संगमरवराचा रंग बदलून आता त्याला गचाळ, कोड फुटल्यासारखी छटा प्राप्त झाली होती. मधूनच काळपट, मधूनच तपकिरी, हिरवट छटांचे पट्टे तयार झालेले. नाजूक स्वच्छ वातावरणाला साजेशा असलेल्या त्या शुभ्र दगडाला शहरातल्या हवेने, आम्लतेने धुरकटलेला रंग चढत गेलेला. जणू तो दगड सावकाशीने सडत चालला होता. तरीही ती इमारत ख्यातनाम झालेली. इतकी ख्यातनाम की त्यानंतर गाय फ्रँकनला पुन्हा कुठलं डिझाइनचं काम करण्याची गरजच पडली नाही. त्याने त्यानंतर एकही काम स्वतः केलं नाही. गरजच संपली.

फ्रिंक नॅशनल बँकेच्या इमारतीपलिकडे तीन चौक सोडून होती डाना बिल्डिंग. ती तेवढीशी उंच नव्हती. आणि तिला सामाजिक प्रतिष्ठा वगैरे काहीच लाभलेलं नव्हतं. तिच्या रेषा सरळ आणि कठोर होत्या. आतल्या पोलादी सांगाड्याशी पूर्णपणे प्रामाणिक अशी ती वास्तू होती. एखादं घडीव शरीर जसं हाडांच्या रचनेचं सौंदर्य आपोआप दाखवतं... तसंच होतं त्या इमारतीचं सौंदर्य. इतर उसन्या सजावटीची गरजच नव्हती त्या सौंदर्याला. ती रचना मिरवत होती फक्त तिच्या खणखणीत रेषांचे स्पष्ट कोन, स्वच्छ प्रतले आणि छतापासून खालवर जमिनीपर्यंत सरळ उतरत येणाऱ्या खिडक्यांच्या लांबसडक रांगा. न्यू यॉर्ककर क्वचितच डाना बिल्डिंगकडे निरखून पहात. कधीकाळी एखादा गावाकडचा माणूस न्यू यॉर्कमध्ये आला आणि चांदण्यात डाना बिल्डिंगकडे त्याचं लक्ष गेलंच तर तर तो विचार करीत उभा राही... आपण स्वप्न तर पहात नाही ना... पण असे कुणीतरी

विरळाच. डाना बिल्डिंगमध्ये काम करणारे लोक आपल्या या जागेवर खूष होते. त्यांचे हॉल्स आणि त्यांची ऑफिसेस यांचे सुंदर तर्कशुद्ध प्लान्स, हवेशीर, भरपूर प्रकाश देणारी रचना सारंच मस्त होतं. त्यांनी कुठल्याही इतर जागेसाठी अदलाबदल केली नसती. पण हे लोक काही फार नव्हते, फारसे प्रतिष्ठितही नव्हते. कुठल्याही प्रतिष्ठित माणसाला आपलं ऑफिस गोदामासारख्या दिसणाऱ्या इमारतीत असावं हे परवडण्यासारखं नव्हतं. डाना बिल्डिंगचं डिझाइन हेन्री कॅमेरॉनने केलं होतं.

अठराशे ऐंशीच्या सुमारास, न्यू यॉर्कचे आर्किटेक्ट्स एकमेकांशी दुसऱ्या क्रमांकावर रहाण्यासाठी स्पर्धा करत होते. प्रथम क्रमांकाची आशाच कुणी बाळगत नसे. प्रथम क्रमांकावर होता, हेन्री कॅमेरॉन. हेन्री कॅमेरॉन तेव्हा सहजी मिळायचा नाही कुणाला. त्याची अपॉइन्टमेन्ट मिळायला दोन दोन वर्षं वाट पहायला लागायची. त्याच्या ऑफिसमधून बाहेर पडणारं प्रत्येक डिझाइन त्याने स्वतः जातीने केलेलं असायचं. तो काय बांधणार ते तो स्वतः ठरवायचा. त्याला आवडलेली कामंच फक्त पत्करायचा. तो बांधायचा तेव्हा त्याचे क्लायंन्ट्स तोंड बंद ठेवायचे. स्वतः कधीही कुणाच्या आज्ञा न पाळणारा कॅमेरॉन इतरांकडून संपूर्ण आज्ञाधारकपणाची अपेक्षा करायचा. त्याच्या यशस्वी कारकीर्दीची वर्षं रोंरावत्या रॉकेटसारखी होती- त्याचं लक्ष्य कुणालाही कळत नव्हतं. लोक त्याला वेडा म्हणायचे. पण तो जे देईल ते मुकाट्याने स्वीकारायचे. त्याच्या रचनेचं महत्त्व कळो वा न कळो... कारण एकच होतं... ती हेन्री कॅमेरॉनची बिल्डिंग होती.

सुरुवातीला त्याच्या बिल्डिंग्ज केवळ थोड्या वेगळ्या असत... त्यामुळे कुणाला फार दचकायला होत नसे. क्वचित् कधीतरी तो वेगळेच प्रयोग करी, पण लोकांची तेवढी अपेक्षा असायचीच. आणि त्याच्याबरोबर वाद घालायची कुणाची प्राज्ञाच नव्हती. त्याच्या हातून घडणाऱ्या प्रत्येक इमारतीबरोबर त्याच्यात काहीतरी वाढत होतं. काहीतरी धडपडणारं अस्तित्त्व आकाराला येत चाललं होतं. त्याचा कधीही स्फोट होईल असं वाटायचं आणि गगनचुंबी इमारतीच्या जन्मासरशी तो स्फोट झालाच. खांबांच्या आधारावर बांधकामं वाढण्याचा काळ सरला आणि नवीन बांधकामं पोलादाच्या सशक्त सळयांच्या उंचीवर वाढायला लागली. त्यांच्यावरचा भार किती याचा विचार करायची गरज संपली, त्यांची मर्यादा किती याचा विचार राहिलाच नाही. या नव्या तंत्रज्ञानाची ताकद हेन्री कॅमेरॉनला प्रथम उमजली. त्याला आकार कोणता मिळेल ते त्यालाच प्रथम समजलं. उंच इमारत ही दिसायलाही उंचच दिसायला हवी हे प्रथम त्यानेच मान्य केलं. इतर आर्किटेक्ट्स वीस मजली उंच इमारत एखाद्या जुन्या विटांनी बांधलेल्या मॅन्शनसारखी दिसावी म्हणून डोकं झिजवायचे. तिची उंची डोळ्यांत घुसू नये म्हणून शक्य तितके आडव्या नक्षीचे प्रकार वापरून तिची उंची लपवायचे. परंपरेच्या खुजेपणात तिला दडपण्यासाठी शक्य तितकी पारंपारिक नक्षी घुसडायचे. पोलादाच्या वापराची लाज वाटायची जणू त्यांना. काहीही करून, काहीतरी करून ती प्राचीन वाटावी, बुटकी, सुरक्षित वाटावी असा त्यांचा प्रयत्न असायचा. हेन्री कॅमेरॉन आपल्या गगनचुंबी रचना सरळ, उभ्या, लांबसडक, खणखणीत रेषांतून घडवायचा. त्यांचं पोलाद आणि त्यांची उंची हे त्यांचं बिरूद म्हणून मिरवू द्यायचा. इतर आर्किटेक्ट्स् आपापल्या उंच इमारतींवर फ्रीझेस आणि पेडीमेन्ट्स चिकटवून त्यांना परंपरेशी जोडून द्यायचे, तर हेन्री कॅमेरॉनने ठरवून टाकलेलं, गगनचुंबी वास्तुरचनेने ग्रीकांची नक्कल करण्याची गरज नाही. हेन्री कॅमेरॉनने ठरवून टाकलेलं की कुठल्याही आधुनिक रचनेने इतर कुठल्याही पारंपारिक रचनांची नक्कल करण्याची गरज नाही.

तो तेव्हा एकोणचाळीस वर्षांचा होता. ठेंगणासा, मजबूत बांध्याचा, अस्ताव्यस्त कपडे, विस्कटलेले केस असलेला कॅमेरॉन कुत्र्यासारखा धावूनधावून छाती फुटेस्तोवर काम करायचा. तहानभूक-झोप कशाचीही पर्वा नसायची त्याला काम करताना. क्वचितच दारू प्यायचा, पण प्यायला

तर जब्बर प्यायचा. मूर्ख क्लायंन्ट्सना अर्वाच्च्य शिव्या घालायचा, त्याचा द्वेष करणाऱ्यांना केवळ हसून सोडून न देता त्यांच्या द्वेषाग्नीला वारा घालायचा. त्याची वर्तणूक सामंती होती आणि रहाणी हमालासारखी. त्याच्या कार्यासक्तीची तीव्रता त्याच्या भवतालातल्या कुठल्याही माणसाला झोंबायची... त्याचा धगधगता आंतराग्नी इतरांनाच नव्हे तर त्याला स्वतःलाही असह्य व्हायचा. ते वर्ष होतं १८९२.

१८९३मध्ये शिकागो शहरात कोलंबियन एक्पोझिशनचं उद्घाटन झालं. लेक मिशिगनच्या काठावर दोन हजार वर्षांपूर्वीचं रोम उभं राहिलं. फ्रान्स, स्पेन, अथेन्स आणि नंतर कुठल्याही विकसित झालेल्या सर्व सुधारित आवृत्त्यांसह साकारलेलं रोम. प्रचंड खांब, विजय कमानी, निळी तळी, स्फटिकांच्या पुष्करिणी आणि पॉपकॉर्न... यांनी भरलेली स्वप्नसृष्टी तिथे उभी राहिली. ते प्रदर्शन उभं करणारे आर्किटेक्ट जास्तीत जास्त जुन्या संदर्भाचं काय कुठून चोरता येईल, उचलता येईल ते शोधण्यासाठी एकमेकांशी चढाओढ लावत होते. साऱ्या जुन्या वास्तूंमधली उचलेगिरी इथे जाहीरपणे एका नवजात देशाच्या डोळ्यासमोर उलगडली. शुभ्रधवल प्लेग होता तो... आणि तसाच पसरलाही.

लोक आले, चकित होऊन पहात राहिले, आणि अमेरिकेच्या नव्याने उभ्या रहाणाऱ्या शहरांमध्ये त्यांनी जे पाहिलं त्याची बीजं नकळत घेऊन गेले. त्या बीजांतून या उचलेगिरीचे तण सारीकडे पसरले. साध्या पोस्ट ऑफिसलाही डोरिक पोर्टिकोची भूल पडायला लागली. विटांच्या वाड्यांवर लोखंडी पेडीमेन्ट्स चढले. बारा मजले एकावर एक चढवून पार्थेनॉनसदृश नक्षी सजू लागली. या तणांच्या वाढीने इतर कुठल्याही नव्या सृजनाचा गळा घोटला.

हेन्री कॅमेरॉनने या प्रदर्शनासाठी काम करायला नकार तर दिलेलाच, पण वरून त्याला शिवीगाळही केली होती. त्याची ही प्रतिक्रिया सगळीकडे बरोब्बर प्रसृत झाली. नंतर सर्वांना हेही कळलं की कॅमेरॉनने एका बँकरवर शाईची दौत फेकून मारली होती. त्याने कॅमेरॉनला एक रेलरोड स्टेशन डायनामंदिराच्या डिझाइनमध्ये करायला सांगितलं होतं. तो बँकर त्याच्याकडे पुन्हा कधीच गेला नाही. इतरही अनेकजण त्याच्याकडे जायचे बंद झाले. कारण या साऱ्या गोष्टी अनेकांनी अनेकांना चवीचवीने सांगितल्या.

त्याच्या एकुटवाण्या संघर्षमय वाटचालीनंतर नुकतीच कुठे त्याने आपल्या मनाप्रमाणे, आपल्याला भिडलेल्या सत्याला स्मरून काम करायला सुरुवात केली होती... शेवटचा अडथळा त्याला पार करता आला नाही. समोरची वाट बंद झाली होती. त्याच्या जडणघडणीला साक्ष असलेल्या त्याच्या देशाने, त्याच्या कामाची नवता आणि महत्ता, ओळखायला आत्ताशी कुठे सुरुवात केलेली. अचानक दोन हजार वर्षांपूर्वीच्या अभिजाततावादाच्या गोंधळात हा देश ढकलला गेला आणि त्याच्या लेखी कॅमेरॉनची गरज संपली. त्याचं काही स्थानच उरलं नाही.

तिथून पुढे इमारती डिझाइन करण्याची गरज संपली. केवळ छायाचित्रं पेश केली की काम व्हायचं. ज्या आर्किटेक्टच्या दिमतीला उत्तम लायब्ररी असेल तो उत्तम आर्किटेक्ट ठरायचा. अनुकरणाचे अनुकरण. कॉपीची कॉपी. आणि याला मान्यता होती संस्कृतीची, वीस शतकांच्या भग्नावशेषांची, त्या भव्य प्रदर्शनाची आणि फॅमिली आल्बममधल्या प्रत्येक पिक्चर पोस्टकार्डची.

या साऱ्याच्या विरोधात हेन्री कॅमेरॉनला प्रतिवाद करणं अशक्य होतं. केवळ स्वतःच्या धारणेशी असलेली निष्ठा त्याची सोबत करीत होती. तो ना कुणाची उद्धृतं वापरू शकत होता, ना संस्कृतीविषयक विद्वज्जड भाषणं देऊ शकत होता. तो इतकंच सांगत असे की -इमारतीचा आकार तिच्या हेतूशी सुसंगत असावा. इमारतीची आंतरिक रचना हा तिच्या सौंदर्याचा कणा असतो. नवीन प्रकारच्या

तंत्रज्ञानाने बांधल्या जाणाऱ्या इमारतीचा रुपबंधही नवाच असायला हवा. मी डिझाइन करतो ते माझ्या मनासारखं काम करता यावं म्हणून... आणि केवळ म्हणूनच.- पण त्याचं काहीही ऐकून घेण्याची गरज आता लोकांना वाटत नव्हती. त्यांच्या तोंडी नावं होती- विट्रुवियस, मायकेल अँजेलो आणि सर क्रिस्तोफर रेन यांची.

माणसांना कुणाच्याही जबरदस्त आसक्तीचा, स्वतःच्या कामावरील प्रेमाचा द्वेष वाटतो. हेन्री कॅमेरॉनची एकच मोठी चूक होती, त्याचं आपल्या कामावर निरतिशय प्रेम होतं. म्हणूनच तो झगडला होता आणि म्हणूनच तो हरला होता.

लोक म्हणायचे, आपण संपतोय हे कॅमेरॉनला कळलंच नाही. किंवा कळलं असेल तर त्याने तसं कधी दिसू दिलं नाही. त्याचे क्लायंन्ट्स कमीकमी झाले आणि त्याची वागणूक अधिकाधिक उन्मत्त होऊ लागली. त्याच्या नावाचा दबदबा कमीकमी झाला, तसतसा तो आपलं नाव अधिकाधिक अभिमानाने सांगू लागला. त्याचा एक बिझनेस मॅनेजर होता. अगदी गंभीर, सौम्य, मवाळ वाटणारा तो मनुष्य पोलादासारखा कणखर होता. कॅमेरॉन यशाच्या शिखरावर होता तेव्हा त्याचा वादळी स्वभाव शांतपणे झेलून घेत, तो त्याच्याकडे क्लायन्ट्सना घेऊन यायचा. कॅमेरॉन क्लायन्ट्सचा अपमान करायचा, पण तो लहानखुरा माणूस त्यांना पुन्हा एकदा वळवून घेऊन यायचा. तो मनुष्य मरून गेला.

कॅमेरॉनला कधीच लोकांना तोंड देणं जमलं नव्हतं. लोकांच्या असण्यानसण्याने त्याला काही फरक पडत नव्हता. त्याला स्वतःच्या जीवनाने काही फरक पडत नव्हता. महत्त्व होतं ते फक्त इमारतींना. कुणाला कसलं समर्थन देणं त्याला जमलंच नव्हतं. तो फक्त आज्ञा सोडायचा. तो कुणालाच आवडत नसे. सर्वांना त्याची भीती वाटत असे. आता त्याची भीती बाळगायचं कारण उरलं नव्हतं.

तो जगत राहिला. जे शहर नव्याने बांधायची स्वप्ने त्याने पाहिली होती त्या शहराचे रस्ते पाहून आता त्याचं मन घृणेने भरून जाई. त्याच्या रिकाम्या ऑफिसमधल्या डेस्कसमोर तो बसून राही. स्तब्ध, भयाण, प्रतीक्षेत झुरत असल्यासारखा... तो जगत राहिला. एका वृत्तपत्राने एका बातमीत दिवंगत आर्किटेक्ट कॅमेरॉन असा त्याचा अजाणता केलेला उल्लेख त्याने वाचला. तो जगत राहिला आणि मग श्वास दारूत बुडवू लागला. दिवसरात्र, एक शब्दही कुणाशी न बोलता, न थांबता तो दारू पीत रहायचा. आणि मग कुणी त्याला काम द्यायचा विचार जरी केला तरी कॅमेरॉनला या स्थितीपर्यंत आणून सोडणारे सारेजण कावकाव करीत- ' कॅमेरॉन? छे. त्याचा विचारही करू नका. पाण्यात मासा तसा दारूत कॅमेरॉन पोहत असतो म्हणा. म्हणून तर हल्ली कामं मिळत नाहीत त्याला.'

तो जगत राहिला- आपलं एका प्रसिद्ध बिल्डिंगमधलं तीन मजल्यांचं मूळ ऑफिस सोडून देऊन एका आडरस्त्यावरच्या एकमजली ऑफिसात त्याला मुक्काम हलवावा लागला, मग तिथून पुढे तो अगदीच आडबाजूला डाऊनटाऊनमध्ये गेला... मग अखेर एका तीनखणी जागेत त्याचं ऑफिस आलं. ही जागा त्याने निवडली होती कारण त्यातल्या एका खोलीच्या खिडकीवर नाक टेकलं की समोरच्या विटांच्या भिंतीवरून त्याला डाना बिल्डिंग दिसायची.

कॅमेरॉनच्या ऑफिसचे सहा मजले चढून जाताना हॉवर्ड रॉर्क जिन्याच्या प्रत्येक लँडिंगवरच्या खिडकीपाशी थांबून डाना बिल्डिंगकडे पहात होता. तिथली लिफ्ट बंद पडली होती. फार मागे कधीतरी त्या जिन्यांना कळकट फायलींसारखा हिरवट रंग दिलेला असणार. थोडे रंगांचे कपचे अजूनही पायाखाली येत पिचत होते. रॉर्क झपाझप जिने चढून गेला. जणू त्याला भेटीची वेळ

दिलेली होती. काखेत स्वतःच्या ड्रॉइंग्जचा फोल्डर होता आणि नजर डाना बिल्डिंगकडे. खाली उतरून येणाऱ्या एका माणसावर तो आदळलाच. गेल्या दोन दिवसात असा तो बरेचदा धडपडलेला. रस्त्यातून चालत असताना, मान वर करून तो फक्त न्यू यॉर्कच्या इमारतींकडेच पहात होता.

कॅमेरॉनच्या अँटेरूमच्या खोनपटात एका छोट्याशा टेबलवर टेलिफोन आणि टाइपरायटर ठेवलेला. एक पिकल्या केसांचा अस्थिपंजर मनुष्य मागे बसला होता. तो दोन बोटांनी, लक्षपूर्वक काहीतरी जोरजोरात टाइप करत होता. एक पिवळट बल्ब त्याच्या पाठीवर निःसत्व प्रकाशाचं फिकुटलेलं वर्तुळ रेखत होता. घामाने भिजलेला त्याचा शर्ट पाठीवर मधेमधे चिपकलेला.

रॉर्कची चाहूल लागताच त्याने सावकाश डोकं वर केलं. रॉर्ककडे पहात तो थांबून राहिला. वाट बघत. त्याच्या थकलेल्या डोळ्यांत औत्सुक्य नव्हतं, प्रश्न नव्हते, होता तो केवळ थकवा, कंटाळलेपणा.

'मला मि. कॅमेरॉनना भेटायचं होतं.' रॉर्क म्हणाला.

'असं? कशाबद्दल?' त्या माणसाने उगाच विचारायचं म्हणून विचारलं होतं.

'नोकरीबद्दल.'

'कसली नोकरी- काय काम करणार?'

'ड्राफ्टिंगचं.'

तो माणूस कोऱ्या चेहऱ्याने त्याच्याकडे पहात राहिला. बऱ्याच काळात असली विनंती त्याच्या कानावर पडली नसावी. अखेर तो जागचा उठला, आणि एकही अक्षर न बोलता मागचं दार उघडून आत शिरला. ते दार त्याने अर्धवट उघडंच ठेवलं होतं. त्याचा आवाज बाहेर येत होता.

'मि. कॅमेरॉन, बाहेर एकजण आलाय. इथे नोकरीचं विचारायला आलाय म्हणतोय.'

मग एका खणखणीत, जबरदस्त आवाज आला- त्यात वयाच्या थकव्याचा लवलेशही नव्हता.

'काय? कोण मूर्ख आहे तो? हाकलून दे त्याला... - थांब एक सेकंद. बघू तरी. पाठव त्याला आत.'

तो म्हातारा वळला. त्याने दार उघडून धरलं आणि मानेनेच आत जायला सांगितलं. रॉर्क आत गेला. दार त्याच्या मागे हलकेच बंद झालं.

त्या लांबरुंद ओक्याबोक्या खोलीच्या एका टोकाला हेन्री कॅमेरॉन त्याच्या डेस्कमागे बसून होता. पुढे झुकून, हात टेबलावर जुळवून. त्याचे केस आणि दाढी काळीभोर होती. तुरळक कुठेतरी पांढरे केस चमकत होते. त्याच्या मानेचे स्नायू दोरखंडांसारखे जाडजूड होते. पांढऱ्याशुभ्र शर्टाच्या बाह्या त्याने कोपरांच्या वर दुमडून घेतल्या होत्या. त्याचे रापलेले दंड मजबूत होते. त्याच्या रुंदट चेहऱ्याची ठेवण घट्ट होती. जणू वयपरत्वे तो घट्ट होत गेलेला. त्याचे डोळे गडद रंगाचे होते, जिवंत आणि तरूण.

रॉर्क उंबरठ्यावर उभा राहिला आणि त्या दोघांची नजरानजर झाली.

खिडकीतून येणारा उजेड मळकट राखाडी होता. ड्राफ्टिंग टेबलवरचे, हिरव्या फाइल्सवरचे धुळीचे पुंजके त्या उजेडात धुळकट स्फटिक मांडल्यासारखे दिसत होते. पण भिंतीवर, खिडक्यांच्या मधे लावलेलं एक चित्र रॉर्कला दिसलं. ते चित्र होतं एका इमारतीचं... कधीच आकाराला न आलेल्या एका गगनचुंबी इमारतीचं.

रॉर्कने प्रथम नजर वळवली ती त्या चित्राकडे पहाण्यासाठीच. तो चालत पुढे गेला आणि त्या चित्रासमोर उभा राहून पहात राहिला. कॅमेरॉनची नजर त्याच्यापाठोपाठ फिरत होती. एखाद्या लांबलचक सुईसारखी. एका बाजूला खिळलेली ती तीक्ष्ण नजरेची सुई जणू सावकाश एक वळण फिरत रॉर्कच्या शरीरात घुसत होती. त्याला खिळून ठेवत होती. त्याचे केशरी रंगाचे केस, त्याच्या

मोकळ्या हाताचा पंजा जणू काहीतरी प्रश्न विचारताना थबकल्यासारखा वळून राहिला होता- कॅमेरॉन सगळ्याची नोंद घेत होता.

'वेल, मला भेटायला आला आहेस की चित्रच पहायला?' कॅमेरॉनने विचारलं.

रॉर्क त्याच्याकडे वळून पहात उत्तरला, 'दोन्हीसाठी.'

तो चालत त्याच्या डेस्ककडे गेला. बहुतेक लोकांना रॉर्कसमोर आपण अस्तित्त्वात आहोत की नाही असं भांबावलेपण जाणवायचं. कॅमेरॉनला मात्र अचानक त्याच्या डोळ्यात आपलं खरंखुरं अस्तित्त्व दिसून गेलं.

'काय हवंय?' कॅमेरॉनने फटकारत विचारलं.

'मला तुमच्याकडे काम करायला आवडेल.' त्याच्या स्वरातून दुसरंच एक वाक्य ऐकू येत होतं.- 'मी तुमच्याकडे काम करणार आहे.'

'हो का?' कॅमेरॉनने त्याच्या त्या अध्याहृत वाक्याला नकळत उत्तर दिलं. 'का? काय झालं? ते सगळे बडे प्रतिष्ठित आर्किटेक्ट्स तुला घ्यायला तयार नाहीत वाटतं?'

'मी कुठे प्रयत्नच केलेला नाहीये.'

'का बरं? इथे काम मिळवणं सगळ्यात सोपं असेल असं वाटलं? कुणीही कधीही उठून इथे निर्विघ्नपणे येऊ शकेल असं वाटलं? मी कोण आहे ते माहीत आहे?'

'हो. म्हणूनच इथे आलोय.'

'कुणी पाठवलं तुला इथे?'

'कुणीच नाही.'

'कशासाठी माझी निवड केलीस?'

'ते तुम्हाला माहीत आहे.'

'मी तुला ठेवून घेईन असं गृहीत धरण्याचा उद्दामपण करू धजलास कसा? तुला वाटलं की मी आता इतका गयागुजरा झालोय की कुणीही फडतूस पोऱ्या आला तरी मी लागलीच दार उघडून धरून पायघड्या अंथरीन? तू विचार केलास, की बुढ्ढा कॅमेरॉन- संपलाचै आता- बेवडा- सांग केलास की नाही असा विचार... बेवडा ढोसणारा अपेशी कॅमेरॉन - आता तो काय फार विचार करणारै थोडाच- घेईलच मला ठेवून- हो का नाही. सांग असाच विचार करून आलास ना? बोल ना... गप्प का? म्हण म्हण... तसं नाही तसं नाही...'

'त्याची गरज नाही!'

'यापूर्वी कुठे काम केलंस?'

'आत्ताच सुरुवात करतोय.'

'काय शिकलास?'

'तीन वर्ष स्टँटनमधे काढली.'

'ओः? महोदयांना आळस आला का शिक्षण पूर्ण करण्याचा?'

'मला काढून टाकलं त्यांनी.'

'ग्रेट!' कॅमेरॉनने डेस्कवर हाताची मूठ आपटली आणि जोराने हसत सुटला, 'हे मस्तच. त्या स्टँटनसारख्या शेणगोळ्याला तू चांगला वाटला नाहीस. पण हेन्री कॅमेरॉनकडे तू काम मिळवू शकतोस, नाही? तू ठरवून टाकलंस- इथे काय कुठलाही कचरा चालेल. का हकालपट्टी झाली माननीय महोदयांची तिथून? बेवडेबाजी? रंडीबाजी? काय होतं?'

'हे कारण होतं.' रॉर्कने आपली ड्रॉइंग्ज पुढे केली. कॅमेरॉनने त्यातलं पहिलंच पाहिलं. मग

दुसरं.. मग तिसरं. मग त्याने तळापर्यंत अख्खी चळत पाहिली. तो एकेक पान उलटताना होणारी फडफड रॉर्क ऐकत राहिला. मग कॅमेरॉनने मान वर केली आणि म्हणाला, 'बस खाली.'

रॉर्क बसला. कॅमेरॉन त्याच्याकडे पहातच राहिला. त्याची बोटं त्या कागदांच्या चळतीवर ताल धरत राहिली.

'हे फार चांगलं काम आहे असं वाटतंय नाही का तुला?' कॅमेरॉन म्हणाला. 'वेल, महाभयंकर आहे हे. काय बोलू? हा म्हणजे सर्वात भयंकर गुन्हा आहे. हे बघ.' त्याने एक ड्रॉइंग रॉर्कच्या तोंडासमोर फडकवलं, 'हे बघ जरा. तुझी कल्पना तरी काय होती? हा प्लान इथे सरकवायची काय गरज होती? की हे फक्त गोजिरवाणं दिसावं एवढ्यासाठीच जोडायचं होतं? तुला काय वाटतं तू कोण आहेस? गाय फ्रँकन की काय... मग झालं कल्याण! बघ या बिल्डिंगकडे- मूर्खा! अशी कल्पना करतोस आणि मग तिचं काय करायचं तुला कळत नाही! एक महाप्रचंड ताकदीची कल्पना स्फुरते तुला आणि मग तू तिचं वाटोळं करतोस! तुला अजून किती शिकायचंय- कल्पना आहे तुला?'

'होय. आणि म्हणूनच इथे आलोय.'

'आणि ही बघ इथे! मी तुझ्या वयाचा असताना मला ही सुचली असती तर... पण तिची पण तू वाट लावलीस. मी काय केलं असतं माहीतीये? हे बघ. तुझे जिने आणि तुझी फर्नेस रूम गेली खड्ड्यात! पाया घालत असतानाच...'

तो कितीतरी वेळ असाच रागारागाने बोलत राहिला. तोंडाने शिव्या बरसत होत्या. एकाही ड्रॉइंगने त्याचं समाधान झालं नाही. पण जणू त्या साऱ्या इमारती बांधल्या जात आहेत अशा तऱ्हेने तो बोलत होता, हे रॉर्कच्या लक्षात आलं.

तो अचानक बोलायचा थांबला. ती ड्रॉइंग्ज त्याने बाजूला ढकलून दिली. त्या चळतीवर मूठ ठेवत त्याने विचारलं, 'आपण आर्किटेक्ट व्हायचं हे तू कधी ठरवलंस?'

'मी दहा वर्षाचा होतो तेव्हा.'

'हाः. एवढ्या लहान वयात कुणालाच आपल्याला काय करायचंय ते कळत नसतं. खोटं बोलतोयस.'

'असं वाटतं तुम्हाला?'

'माझ्याकडे असा टक लावून पहात राहू नकोस. काय आहे? तू आर्किटेक्ट व्हायचं का ठरवलंस?'

'तेव्हा मला ते कळत नव्हतं. पण माझा देवावर कधीच विश्वास नव्हता म्हणून.'

'कमॉन, काहीतरी पटेलसं बोल.'

'कारण या पृथ्वीवर माझं प्रेम आहे. एवढ्या एकाच गोष्टीवर प्रेम करतो मी. आणि या पृथ्वीच्या अंगावर उभ्या रहाणाऱ्या गोष्टींचे आकार मला आवडत नाहीत. मला ते बदलावेसे वाटतात.'

'कुणासाठी?'

'स्वतःसाठी.'

'वय काय तुझं?'

'बावीस.'

'हे सगळं कुठूनतरी ऐकून बोलतोयस?'

'नाही.'

'बाविसाव्या वर्षी असं कुणी बोलत नसतं. तू विचित्रच आहेस.'

'शक्यय.'

'मी काय तुझं कौतुक करीत नाहीये.'

'मी तसं समजतही नाहीये.'

'तुला कुणी नात्यागोत्याचं आहे?'

'नाही.'

'कामं करून शिकलास?'

'हो.'

'कसली कसली कामं केलीस?'

'बांधकामांवरच असायचो.'

'पैसे किती आहेत जवळ?'

'सतरा डॉलर्स आणि वर तीस सेन्ट्स.'

'न्यू यॉर्कमधे कधी आलास?'

'काल.'

कॅमेरॉनने आपल्या हाताखाली पडलेल्या कागदांकडे पाहिलं.

'गॉड डॅम यू.' तो हलकेच उद्गारला.

'गॉड डॅम यू.' तो पुढे ओणावत अचानक गरजला, 'मी नव्हतं तुला इथे बोलावलं. मला कोणी ड्राफ्ट्समन नकोयत. इथे ड्राफ्ट करायला काही काम नाहीये. स्वतःला आणि माझ्या कामगारांना मिशनच्या मदतीवर सोडून द्यायची गरज पडणार नाही एवढंही काम नाहीये माझ्याकडे. कुणी मूर्ख द्रष्टा पुरुष इथे उपासमारीने मरायला यायला नकोय मला माझ्या सोबतीला. मी नाही घेणार असली जबाबदारी. मी मागून घेतली नव्हती ती. मला कधी वाटलं नव्हतं, परत कधी मला असलं काही पहायला मिळेल म्हणून. संपवलं होतं मी ते सारं. माझ्या लेखी केव्हाच, कित्येक वर्षांपूर्वी संपलंय ते सारं. इथे पडून असणाऱ्या अर्धवटांवर मी खूष आहे, त्यांच्याकडे कधी काही नव्हतं आणि कधी नसेलही. त्यांचं काय होईल त्यांना पर्वाही नाहीये. मला बस्स आहे तेवढंच. तू कशाला यायला हवं होतंस इथे? तुलाही माहितीये. स्वतःचं वाटोळं करण्याच्याच वाटेवर आहेस तू. आणि मी त्यात तुला आणखी मदत करणार. मला तुझं तोंडही पहायचं नाहीये खरंतर. मला अजिबात आवडलेला नाहीस तू, तुझा चेहराच आवडलेला नाही मला. तू किती स्वार्थी, आत्मकेंद्री दिसतोस माहितीये... शिवाय उद्धट आहेस. स्वतःला काहीतरी फार समजतोस. वीस वर्षांपूर्वी तुझं थोबाड फोडून ठेवलं असतं मी. आनंदाने... -उद्या नऊच्या ठोक्याला कामावर हजर हो.'

'होय.' रॉर्क उभा रहात म्हणाला.

'आठवड्याला पंधरा डॉलर्स. मी तेवढेच देऊ शकतो.'

'हो.'

'अरे मूर्खा, तू कुणाकडेही जायचं होतंस. आता तू दुसऱ्या कुणाकडेही गेलास तर ठार मारीन मी तुला. नाव काय तुझं?'

'हॉवर्ड रॉर्क.'

'उशीर केलास तर नोकरी संपली म्हणून समजायचं.'

'होय.'

रॉर्कने ती ड्रॉइंग्ज उचलून घ्यायला हात पुढे केला.

'इथेच ठेव ती.' कॅमेरॉन गरजला, 'आता चालता हो इथून.'

❑

४

'टूही.' गाय फ्रँकन म्हणाला, 'एल्सवर्थ टूही. सभ्य गृहस्थाने फार छान काम केलंय, नाही? हे वाच, पीटर.'

फ्रँकने हसतच पुढे वाकून कीटींगकडे न्यू फ्रंटियरचा ऑगस्टचा अंक दिला. न्यू फ्रंटियरच्या पांढऱ्या कव्हरवर त्यांची निशाणी होती. रंगांची पॅलेट, लायरचं तंतुवाद्य, हातोडा, स्क्रू ड्रायव्हर आणि उगवता सूर्य. या मासिकाचा खप तीस हजारावर होता. आपण देशाचे बौद्धिक नेतृत्व करतो असा ते दावा करीत. आणि आजवर कुणीही त्यांच्या या दाव्याला आव्हान दिलं नव्हतं. कीटींगने तो लेख वाचून काढला. 'संगमरवर आणि खल' अशा शीर्षकाचा तो लेख एल्सवर्थ टूहीने लिहिलेला.

'...आणि आता आपण या महानगराच्या क्षितिजरेषेवर नव्याने दाखल झालेल्या आणखी एका महत्त्वाच्या गोष्टीकडे पाहू. फ्रँकन अँड हेयर यांनी बांधलेल्या मेल्टन बिल्डिंगकडे मी चोखंदळ वाचकांचे लक्ष वेधू इच्छितो. क्लासिकल पावित्र्य आणि कॉमन सेन्स यांचा विजय होतच असतो याची साक्षीदार अशी ही शुभ्र-धवल इमारत आहे. एका अजरामर अशा परंपरेच्या शिस्तीतच असे सुंदर वास्तुशिल्प उभे रहाते आणि अगदी रस्त्यावरच्या साध्यासुध्या माणसाचेही मन सहज जिंकून घेते. यात कुठेही काहीतरी वेगळं करण्याचा दिखाऊ सोस दिसत नाही. नाविन्याचा विकृत ध्यास दिसत नाही, आत्मकेंद्री विचारांचा नंगा नाच दिसत नाही. गाय फ्रँकन, जे या इमारतीचे वास्तुशिल्पकार आहेत, ते नेहमीच पूर्वापर चालत आलेल्या, कलाकारांना आणि कारागिरांना शिरसावंद्य ठरलेल्या परंपरांशी बांधिलकी मानत आलेले आहेत. या परंपरांच्या मर्यादेतच राहून ते आपली सृजनशील प्रतिभा जपतात. क्लासिकल कला परंपरांचे बंधन त्यांनी स्वतःहून स्वीकारल्यामुळेच त्यांची प्रतिभा एका सच्चा कलाकाराची प्रतिभा वाटते. मी इथे असं म्हणेन की परंपरानिष्ठ शिस्तीतूनच खरीखुरी अभिजात कलाकृती संभवते...

'सर्वांत महत्त्वाचं म्हणजे, आपल्या या राजस महानगरामध्ये अशी एक इमारत उभी रहाणे हे प्रतीकात्मक आहे. तिच्या दक्षिणेकडे उभं राहून पाहिलं की आपल्याला एक प्रभावी प्रत्यय येतो. तिच्या तिसऱ्या ते अठराव्या मजल्यापर्यंत अगदी हेतूतः पुनरावृत्ती होत असल्यासारखा एक नक्षीदार, डौलदार स्ट्रिंगकोर्स चढत जातो. जरा कंटाळवाणाही वाटतो तो, पण त्यातही हेतू असावा. यातील लांबलचक आडव्या क्षितिजसमांतर रेषा जणू आपल्याला समतेचे तत्व अधोरेखित करून दाखवतात. या उंचच उंच इमारतीला या रेषांमुळे जणू थोडं खाली खेचल्यासारखा आभास मिळतो. पहाणाऱ्याच्या दृष्टीला सुखावणाऱ्या या पृथा रेषा खरे तर या पृथ्वीच्याच. या पृथ्वीवरील जनांच्या, सामान्य जनांच्या. या रेषा आपल्याला सांगतात, की कुणीही सामान्य मनुष्य पातळीपेक्षा फार जास्त वर जाऊ नये. ही सुंदर वास्तू आपल्याला सांगते आहे की सारे काही एका बंधनातच रहावे लागते... मानवी बंधुभावाच्या स्ट्रिंगकोर्सने सारे काही बांधले जाते आहे...'

आणखीही बरंच काही होतं पुढे. कीटींगने संपूर्ण लेख वाचून काढला आणि मग मान वर करत उद्गारला. 'वा...!!' तो आश्चर्यानंदाने जणू भारला होता.

फ्रँकन आनंदाने हसला. 'हे मस्तच झालं नाही? ते पण टूहीकडून- ऐऱ्यागैऱ्याकडून नव्हे. त्याचं नाव फार कुणी ऐकलं नसेल. पण लवकरच त्याचं नाव ज्याच्या त्याच्या तोंडी होईल बघ. लिहून ठेव. मला कळतं बरोब्बर. हं... तर त्याला मी फार काही वाईट काम करतो असं वाटत नाही तर? तो लिहितो-बोलतो म्हणजे काय... काय भाषा आहे त्याची. महाभयंकर धारदार- बर्फाची सुरी... त्याने

वापरायची ठरवली ना एखाद्यावर की संपलंच समजा. तू वाच एकदा तो इतर काही लोकांबद्दल कसं लिहितो ते. तुला हल्लीच डर्किनने बांधलेले पिंजरे माहीते ना? अरे... टूही जिथे ते बोलला ना- मी त्याच पार्टीत होतो तेव्हा.' फ्रँकन खिदखिदत होता, 'टूही म्हणाला, मिस्टर डर्किनना जर आपण आर्किटेक्ट आहोत अशी भावना झाली असेल तर, कुणीतरी त्यांच्या लक्षात आणून द्या जरा... की सध्या कुशल प्लंबर्सचा फारच तुटवडा पडलाय म्हणून. असं म्हणाला तो- भर पार्टीत. सर्वांच्या समोर!'

'मला उत्सुकता आहे...' कीटींग म्हणाला, 'वेळ येईल तेव्हा तो माझ्याबद्दल काय म्हणेल, काय लिहील...'

'हे त्याने प्रतीकात्मक वगैरे काय लिहिलंय मला काही कळलं नाही बाबा... मानवी बंधुभावाचा स्ट्रिंगकोर्स... तो यासाठी माझं कौतुक करत असेल तर जरा काळजीच वाटते हं मला...'

'समीक्षक कलाकृतीचा काय अर्थ लावेल ते त्याच्यावरच सोडलं पाहिजे, मि. फ्रँकन. कलाकाराचाही अधिकार नाही तो. मि. टूहींनी केवळ तुमच्या अंतर्मनात जो अर्थ दडलेला असेल तोच शब्दांत मांडला, इतकंच.'

'ओः,' फ्रँकन जरा गोंधळूनच बोलत होता, 'असं वाटतं तुला?' मग त्याचा चेहरा जरा उजळला,'शक्यय, शक्यय. अगदी शक्यय. तू चलाख आहेस हं, पीटर.'

'थँक्यू, मि. फ्रँकन,' कीटींग जायला उठला.

'थांब ना. कुठे जातोस. चल एकेक सिगरेट होऊन जाऊ दे. मग आहेच धबडगा.'

फ्रँकन तो लेख पुन्हा चाळत होता. खूष होता. कीटींगने फ्रँकनला एवढा खुललेला कधीच पाहिला नव्हता. ऑफिसमधलं कुठलंही ड्रॉइंग, कुठलंही पूर्ण झालेलं काम त्याला एवढं खुलवून गेलं नव्हतं. दुसऱ्या माणसाने त्याच्याबद्दल लिहिलेलं काहीतरी छापून आलेलं काहीतरी लोक वाचणार या भावनेने तो केवढा सुखावला होता.

कीटींग आरामखुर्चीत बसून होता. त्याचा या फर्ममधला महिना एकदम छानच गेला होता. त्याने तसं काही विशेष केलं नव्हतं, तो काही विशेष बोलला नव्हता, पण सर्वांना एक गोष्ट कळली होती, गाय फ्रँकनकडे कुणाला काम करून घ्यायला पाठवायचं असलं तर या नवीन मुलाला पाठवायचं, फ्रँकन खूष होतो. गाय फ्रँकनच्या डेस्कसमोर बसून त्याने गप्पा मारल्या नाहीत असा क्वचित एखादा दिवस गेला असेल. तो अतिशय आदरपूर्वक वागत असे, पण मैत्री वाढीला लागली होती. आपल्या भोवती असलेल्या माणसांबद्दल नाखुषी व्यक्त करीत सुस्कारे टाकणाऱ्या गाय फ्रँकनच्या समोर तो न कंटाळता बसून ऐकत राही.

बरोबर काम करणाऱ्या ड्रॉफ्ट्समन लोकांकडून गाय फ्रँकनबद्दल मिळेल ती माहिती कीटींग जमवत गेला. त्याला कळलं गाय फ्रँकन मोजकंच जेवायचा पण फार रसिक खवय्या होता तो. स्वतःला गॉर्मे समजण्यात त्याला भूषण वाटायचं. त्याला कळलं की तो एकोल डी ब्यू आर्ट्स मधून पदवीधर झाला होता. डिस्टिंक्शन मिळालेलं त्याला. त्याने संपत्तीशीच लग्नगाठ बांधलेली आणि ते लग्न फारसं सुखाचं ठरलं नव्हतं. त्याला कळलं होतं की त्याला पायमोजे आणि रुमाल मॅचिंग असावेच लागतात. त्याला राखी रंगाच्या ग्रेनाईटमध्ये काम केलेलं जरा जास्तच आवडायचं... आणि त्याच्या मालकीची एक राखी ग्रेनाईटची खाण कनेक्टिकटमध्ये होती, ती जोरात चालायची. त्याचं स्वतःचं घर एक बॅचेलर अपार्टमेन्ट होतं. ते प्लमच्या गडद लाल रंगात लुई द फिफ्टिन्थ शैलीत सजवलेलं. मोठ्या प्रतिष्ठित घराण्यात जन्मलेली त्याची पत्नी वारलेली. तिने तिची सारी संपत्ती त्यांच्या मुलीच्या नावे करून ठेवलेली. ही मुलगी सध्या एकोणीस वर्षांची होती आणि कॉलेज

शिक्षणासाठी कुठेतरी दूर गेली होती.

या शेवटच्या माहितीत कीटींगला फारच रस होता. त्याने सहजच म्हणून फ्रँकनकडे त्याच्या मुलीच विषयही काढला. फ्रँकनने हो हो करत वेळ मारून नेली आणि विषय टाळला. कीटींगने तो विषय सोडून दिला. अधिक माहिती हाती येईपर्यंत काहीही बोलायचं नाही. आपल्या लेकीबद्दल बोलणं फ्रँकनला व्यथित करीत होतं हे त्याला समजून चुकलं. पण त्याचं कारण काही उलगडेना.

फ्रँकनचा पार्टनर ल्यूशियस एन हेयर याच्याशी कीटींगची एकदा गाठ पडली होती. तीन आठवड्यात दोनदा तो ऑफिसला आला होता. पण तो फर्मचं कसलं काम करतो ते कोडंच होतं. हेयरला हेमोफिलिया नव्हता, पण त्याच्याकडे पाहून तशी शंका यायची. तो एक जीर्णशीर्ण उमराव होता. लांब बारीक मान, टक्कल, बाहेर आल्यासारखे डोळे असं त्याचं रुप होतं. प्रत्येकाशी थोडं घाबरटपणे खूप गोड बोलायचा तो. एका फार जुन्या घराण्याचा अखेरचा वारस होता तो. फ्रँकनने त्याला पार्टनर करून घेतलं ते केवळ त्याच्या सामाजिक प्रतिष्ठेचा लाभ उठवण्यासाठीच असं बोललं जायचं. गरीब बिचाऱ्या ल्यूशियसचं बड्या लोकांना फार वाईट वाटायचं आणि त्याने असल्या काही व्यवसायात पडून हातपाय हलवावे याचं कौतुकही. बांधू दे ना बिचाऱ्याला आपलं घर... ते म्हणायचे. त्याच्याकडे बघून फर्ममध्ये काम चालून यायची. त्यानंतर पुढचं काम फ्रँकन बघायचा. ल्यूशियस हेयरला पुढे काहीही करावं लागायचं नाही. सर्वांचंच हित.

ड्राफ्टिंग रूम्समधल्या सर्वांचा पीटर कीटींग फारच लाडका बनला. तो जणू फारा वर्षांपासून तिथेच काम करीत होता असं वाटायचं त्यांना. तो कुठेही गेला तरी तिथला अविभाज्य भाग होऊन जाणे हा त्याच्या डाव्या हातचा मळ होता. एखाद्या मऊ, छान स्पंजसारखा होता तो. काहीही सहजपणे शोषलं जाईल असा स्पंज. त्याच्या भवतालातली हवा, भावभावना सारं त्याच्या आतवर झिरपे. त्याचं छानदार हसू, त्याचं आनंदी बोलणं, त्याचं सहज खांदे उडवणं सारंच कसं हलकंफुलकं होतं. त्याच्या मनावर, जिवावर काहीही ओझं नसावं... त्यामुळे तो कुणाला कसला दोष देत नाही, मागण्या करीत नाही, कुणावर काही आरोप करीत नाही, असं वाटायला लागलेलं सर्वांनाच.

तो लेख वाचत असतानाचा फ्रँकनचा चेहरा निरखत कीटींग बसला होता. फ्रँकनने मध्येच वर पाहिलं तेव्हा त्याला कीटींगचे डोळे जाणवले. तो अगदी कौतुकाने फ्रँकनकडे पहात होता. आणि त्याच्या जिवणीच्या टोकांवर किंचित् जाणवेल न जाणवेलशी तुच्छताही होती. हसू फुटण्या अगोदरच त्याची चाहूल लागावी तसं. फ्रँकनला एकदम उबदार लाटेने कवेत घेतल्यासारखं वाटलं. त्या तुच्छतेच्या भावनेतूनच त्याला खऱ्या अर्थाने छान वाटून गेलं. त्याच्या डोळ्यातलं कौतुक त्याच्या ओठांवरील तुच्छतेच्या छटेमुळे अधिकच समाधान देत होतं. त्या तुच्छतेने त्याच्या अनर्चित कौतुकाला मान्यता देऊन टाकली होती. नुसतं आंधळं कौतुक काय कामाचं... त्याचा त्रास होतो. खरंखुरं मनापासूनचं कौतुक झालं तर जबाबदारी येते... अनर्चित कौतुकच मोलाचं होतं.

'पीटर, जाताना जरा हे मिस जेफर्सकडे देऊन जा. माझ्या स्क्रॅपबुकमधे ठेवायला सांग.'

खाली उतरता उतरता कीटींगने ते मासिक हवेत उडवलं आणि झेललं. त्याचे ओठ जणू शीळ घालत होते... आवाजही न करता.

ड्राफ्टिंग रूममध्ये त्याला टिम डेव्हिस भेटला. त्याचा खास मित्र झालेला तो. एका ड्रॉइंगवर वैतागाने वाकला होता. टिम डेव्हिस पुढल्या टेबलवर काम करायचा. उंच, भुऱ्या केसांचा टिम या ऑफिसमधला सर्वांत चांगला, भरवशाचा मानला जाणारा ड्राफ्ट्समन आहे हे कीटींगच्या केव्हाच लक्षात आलेलं. असल्या गोष्टी त्याला कुणीही न सांगता आपोआप कळायच्या. डेव्हिस ज्या ज्या प्रोजेक्ट्वर काम करायचा त्यातलं काही ना काही काम आपल्याला मिळावं म्हणून कीटींग प्रयत्न

करायचा. लवकरच त्यांची मैत्री दुपारी एकत्र जेवणे, संध्याकाळी एका शांत 'ठिकाणी' एकत्र बसणे इथवर गेली. डेव्हिसचं एलेन डफीवर कसं बेफाट, अफाट प्रेम आहे याच्या गप्पा कीटींग मन लावून ऐकत बसायचा. नंतर त्याला त्यातलं एक अक्षरही आठवलं नसतं तरीही.

आत्ता त्याने पाहिलं, डेव्हिस तोंड पाडून बसला होता. सिगरेट आणि पेन्सिलचं टोक एकाच वेळी चावत होता. कीटींगला काही विचारावं लागलंच नाही. त्याने फक्त डेव्हिसच्या खांद्यांवर झुकत आपला चेहरा हसरा केला. डेव्हिसने सिगरेट थुंकून टाकली आणि तो फुटलाच. त्याला आज या आठवड्यात तिसऱ्यांदा ओव्हरटाईम काम करायला लागणार होतं.

'आजही उशीरपर्यंत काम करायचंय... किती उशीर ते देवच जाणे. ही फालतूची हजामत आज रात्रीच पुरी करून हवीय त्यांना!' त्याने हात कागदावर आपटला,' बघ. बघ. किती वेळ जाईल याच्यात... तासन्तास लागतील हे पूर्ण व्हायला. काय करू काय मी?'

'वेल, तू सगळ्यात चांगलं काम करतोस म्हणून... टिम, तुझी गरज आहे त्यांना.'

' खड्ड्यात गेलं ते सगळं! आज माझी एलेनबरोबर डेट होती! आता तिला नाही कसं सांगू? ही तिसरी वेळ आहे. ती विश्वासच ठेवणार नाही माझ्यावर. तिने गेल्याच वेळी सांगितलं होतं मला. संपलं सगळं. आता मी वर जातो- सर्वशक्तिमान गाय फ्रँकनकडे, आणि त्याचे प्लान्स आणि त्याची नोकरी कुठे घालून घे ते सांगतो त्याला. बास मला... पुरे झालं!'

'थांब, थांब,' कीटींग त्याच्या आणखी जवळ जात म्हणाला, 'दुसरा मार्ग आहे... मी करून ठेवेन हे काम.'

'हं?'

'मी थांबतो. मी करेन तेवढं. घाबरू नकोस. कुणालाही कळणारसुद्धा नाही काही.'

'पीट! तू करशील?'

' नक्की करेन. आज मला तसं काहीच करण्यासारखं नाहीये. फक्त बाकीचे सगळे जाईपर्यंत तू थांब. मग फुट.'

' हा... पीट!' डेव्हिस चांगलाच मोहात पडलेला, पण सुस्कारला,'पण पीट, त्यांना कळलं तर ते मला डब्यात घालतील. तू अजून या कामात नवीन आहेस.'

'नाही कळणार त्यांना.'

' मला नोकरी गमावून चालणार नाही, पीट, तुला माहीत आहे सगळं. मी आणि एलेन लवकरच लग्न करतोय. काही झालं तर...'

' काहीही होणार नाही.'

संध्याकाळी सहा वाजल्यानंतर कीटींग त्याच्या टेबलपाशी बसवून डेव्हिस तिथून चोरट्यासारखा बाहेर पडला.

कीटींग त्या एकुलत्या हिरव्या दिव्याच्या प्रकाशात त्या तीन रिकाम्या खोल्यांकडे पहात राहिला. दिवसभराच्या गडबडगोंधळानंतर आता त्या फारच सुनसान वाटत होत्या... आणि त्याला वाटलं तो मालक आहे तिथला... तो मालक होणार होता तिथला... त्याची पेन्सिल ज्या खात्रीने कागदावर फिरत होती तितक्याच खात्रीने हा विचार त्याच्या डोक्यात फिरला.

त्याचं काम पूर्ण झालं तेव्हा रात्रीचे साडेनऊ वाजले होते. डेव्हिसच्या टेबलवर सारंकाही व्यवस्थित रचून ठेवून तो निघाला. रस्त्याने चालताना त्याच्या मनात एक मस्त, तृप्त भावना झळकत होती, थोडीशी हिणकस वाटणारी... जरा जास्तच जेवण झालं की वाटावं तसं वाटत होतं त्याला. आणि मग अचानक त्याला आपल्या एकलेपणाची सप्पकन जाणीव झाली. आजची ही गोष्ट कुणालातरी

सांगायला हवी होती. कुणाला सांगणार... आज प्रथमच त्याला वाटलं की आई न्यू यॉर्कमध्ये असायला हवी होती. पण ती स्टँटनमधेच राहिलेली. तो कधी तिला आणायची व्यवस्था करेल याची वाट पहात थांबलेली. आज जाण्यासारखी एकही जागा नव्हती. केवळ त्याचं अठ्ठाविसाव्या रस्त्यावरचं बोर्डिंगहाऊस. तिथली तिसऱ्या मजल्यावरची छोटीशी स्वच्छ खोली. बस्स एवढंच गन्तव्य. न्यू यॉर्कमधे त्याला बरेच लोक भेटले होते. बरेच लोक, बऱ्याच मुली. त्यातल्या एकीसोबत त्याने एक मस्त रात्रही घालवली होती... पण आत्ता तिचं नावही आठवत नव्हतं त्याला. पण त्या कुणासोबत जायचंही नव्हतं त्याला आत्ता. आणि मग त्याला आठवली कॅथरीन हॅलसे.

पदवीदान समारंभाच्या रात्री त्याने तिला तार पाठवली होती, आणि नंतर तो तिला पार विसरून गेला होता. आता तिला भेटावं असं त्याला तळमळून वाटलं. तिचं नाव स्मरणात जागताच त्याची इच्छा, कामना इतकी तीव्र बनली की, त्याला थांबायला उसंत नव्हती. समोर आलेल्या बसमध्ये झेपावत तो ग्रीनिच व्हिलेजकडे निघाला. वरच्या डेकवर, अगदी पुढल्या बाकावर एकटाच बसला तो. समोरून येणाऱ्या सिग्नलचा रंग लाल झाला की तो शिव्या घालायचा. कॅथरीनच्या बाबतीत त्याचं नेहमी असंच होत असे... आपल्याला असं काय होतं... तो विचार करीत राहिला.

गेल्या वर्षभरापूर्वीच बॉस्टनमधे त्यांची भेट झाली होती. तिथे ती तिच्या विधवा आईसोबत रहायची. पहिल्या भेटीतच कीटींगच्या लक्षात आलेलं कॅथरीन ही एक घरगुती, जरा मठ्ठच मुलगी आहे. तिचं गोड हास्य सोडलं तर तिच्यात फारसं काही खास नव्हतं... तिला पुन्हा भेटावं असं काही नव्हतंच. त्याने तिला दुसऱ्याच दिवशी पुन्हा फोन केलेला. विद्यार्थी दशेत त्याला भेटलेल्या अनेकानेक मुलींमध्ये ही एकटीच अशी होती, थोडी चुंबनं घेण्यापलिकडे त्याने तिला काही केलं नव्हतं. त्याला भेटलेली प्रत्येक मुलगी त्याच्याबरोबर झोपायला तयार असे- हे त्याला माहीत होतं. कॅथरीनही नाही म्हणणार नाही हे तो जाणून होता. ती त्याच्या प्रेमात पडलेली. आणि हे तिने सहज कबूलही करून टाकलेलं, लाज, भीती काहीही न बाळगता, त्याच्याकडून काही अपेक्षा न ठेवता. पण कसं कोण जाणे त्याने तिचा कधीच गैरफायदा घेतला नाही. ज्या मुलींना तो बरोबर घेऊन जायचा त्या फारच सुंदर सुंदर, उत्तमोत्तम उंची कपडेलत्ते घालणाऱ्या मुली असायच्या. त्याला अभिमान वाटायचा स्वतःचा. त्याचे सवंगडी त्याच्यावर जळायचे. कॅथरीनचा गबाळेपणा, अजागळ कपडे याचा त्याला फार राग यायचा. इतर कुणी मुलगा तिच्याकडे पहातही नसे याचं त्याला वाईट वाटायचं. पण तिला घेऊन तो फ्रॅटर्निटी डान्सला गेला तेव्हा त्याला जितका आनंद झालेला तो आजवर कधी मिळाला नव्हता. तो अनेकदा अनेकींच्या जबरदस्त प्रेमात पडलेला. अनेकदा त्याने ठरवलेलं की आता आपण या, त्या मुलीशिवाय जगूच शकत नाही. आठवडेच्या आठवडे तो कॅथरीनला विसरून जायचा आणि तीही कधी त्याला आठवण द्यायची नाही. तो नेहमीच तिच्याकडे परतून यायचा. अचानक, अनपेक्षितपणे... आज रात्री जसा जात होता तसाच.

तिची आई शालेय शिक्षिका होती. गेल्या हिंवाळ्यात ती वारली. कॅथरीन मग न्यू यॉर्कमध्ये तिच्या कुणा काकांबरोबर रहायला म्हणून गेली. तिच्या काही पत्रांना कीटींगने ताबडतोब उत्तरं लिहिली होती. काही पत्रांना महिन्यामहिन्यांनी. ती मात्र नियमित उत्तरं द्यायची. पण त्याने लिहिलं नाही तर तीही काही लिहायची नाही. थांबून रहायची. तिचा विचार करताना त्याला वाटलं, तिची जागा कुणीच घेऊ शकत नाही. आणि मग न्यू यॉर्कमधे आल्यानंतर- समोर बसेस होत्या, हाताशी टेलिफोन्स होते... पण तरीही एक महिनाभर तो तिला साफ विसरला होता.

आपण येतोय हे तिला आगाऊ कळवून ठेवायला हवं असं त्याच्या डोक्यातही आलं नाही. ती घरी असेल की नाही वगैरे प्रश्नच त्याला पडले नाहीत. तो नेहमीच असा येऊन थडकायचा आणि ती

त्याला सापडायचीच. आजही ती घरी होतीच.

एका जुनाट, अस्ताव्यस्त, मोठ्या घराच्या वरच्या मजल्यावर ती रहात होती. तिने दार उघडलं.

'हेलो, पीटर,' ती सहजपणे म्हणाली. जणू त्यांची कालच तर भेट झाली होती.

ती त्याच्यासमोर उभी होती. घातलेल्या कपड्यांच्या मानाने अगदीच लहानशी, अगदीच बारीकशी. कंबरेच्या बारीक पट्ट्याखाली छोटासा काळा घेरदार स्कर्ट होता. मुलाच्या शर्टसारखा शर्ट घातलेला तिने. त्याची कॉलर एका बाजूला थोडी ओघळली होती. तिच्या कॉलरबोनचं टोक दिसत होतं. त्या शर्टच्या बाह्या इतक्या लांब होत्या आणि तिच्या हडकुळ्या हातांवर कशाशाच दिसत होत्या.

मान कलती करून तिने त्याच्याकडे पाहिलं. तिने तिचे केस मानेवर कसेबसे बांधले असूनही ते विखुरलेलेच दिसत होते. बॉब केल्यासारखे. तिच्या चेहऱ्याभोवती हलक्याशा गोलाकार प्रभावळीसारखे उभे राहिलेले. तिचे डोळे राखी रंगाचे होते. आणि तिला चष्मा होता. तिची जिवणी हलकेच खुलली. गोड, मोहक हसू होतं तिचं.

'हेलो, केटी,' तो म्हणाला.

त्याला शांत वाटलं. या घरात किंवा बाहेरही आपल्याला घाबरण्यासारखं काहीच नाही अशी काहीशी निश्चिती त्याच्या मनात पसरत गेली. आपण न्यू यॉर्कमधे कसे कामात होतो, कसा वेळच नव्हता वगैरे सांगण्याची त्याने मनाशी तयारी चालवलेली. पण कसल्याही स्पष्टीकरणांची गरजच नव्हती...

'तुझी हॅट दे बरं माझ्याकडे.' ती म्हणाली, 'त्या खुर्चीवर बसताना जरा जपून हं. ती जरा खिळखिळीच झालीये. आतल्या खुर्च्या जरा बऱ्या आहेत. ये, आतच ये.'

लिव्हिंग रूम तशी साधीच होती पण त्यात एक डौल होता. सर्व वस्तू अतिशय अभिरुचीपूर्ण होत्या. तिथली पुस्तकं कीटींगच्या डोळ्यात भरली. साध्या लाकडी फळ्यांवर खालपासून वरपर्यंत पुस्तकंच पुस्तकं रचलेली. त्यात कितीतरी मौल्यवान पुस्तकं होती. अनेक पुस्तकं कशीही रचून ठेवलेली. खरोखर वापरात असल्यासारखी दिसणारी. एका स्वच्छ पण तकलादू डेस्कवर रेम्ब्रांटचं एक एचिंग होतं. पिवळं पडलेलं, डागाळलेलं ते चित्र नक्कीच कुठल्यातरी भंगाराच्या दुकानातून कुणाच्यातरी दर्दी नजरेने हेरलं असणार आणि उचललं असणार. या चित्राने त्याच्या मालकाला चांगली कमाई करून दिली असती, तरीही ते न विकता ठेवून घेण्याइतका तो रसिक होता. तिचे काका काय काम करतात हे कधी कीटींगने तिला विचारलंच नव्हतं... काय करत असतील ते, त्याला प्रश्न पडला.

तो उगीच इकडेतिकडे बघत राहिला. ती मागे उभी आहे ही भावनाच त्याला किती निश्चिंत करून जात होती. खूप बरं वाटत होतं त्याला. मग मागे वळत त्याने तिला मिठीत घेतलं आणि तिचं चुंबन घेतलं. तिचे ओठ त्याला उत्सुकतेने भिडले. पण ती खूप काही उत्तेजित नव्हती, भीतीही नव्हती तिला. अपेक्षा न करताही हे मिळण्यात तिचा आनंद सामावला होता.

'गॉड, आय हॅव मिस्ड यू.' तो म्हणाला. तो अगदी खरंच मनापासून म्हणाला. गेल्या साऱ्या दिवसांत, विशेषतः तिची आठवण नसतानाच त्याला तिची खरोखरची कमतरता जाणवली होती.

'तू होता तसाच आहेस.' ती म्हणाला, 'फक्त जरासा बारीक झाला आहेस वाटतं. पण छान दिसतोएस. तू पन्नाशीला येशील तेव्हा तू खरंच खूप छान दिसशील, पीटर.'

'हे काय कसलं कौतुक- म्हणजे आत्ता नाही दिसत?'

'नाही नाही. तू आत्ता छान नाही दिसत असं कुठं म्हटलं मी? ते तर तू दिसतोसच.'

'असं कुणाचं तोंडावर कौतुक करू नये.'

'का नाही? तू छान दिसतोस हे तुला तर माहीतच आहे. पण तू पन्नाशीत कसा दिसशील त्याची मी कल्पना करीत होते. तुझ्या कपाळावर दोन्हीकडे किंचित पिकलेले केस असतील. राखी केस आणि राखी रंगाचा सूट. गेल्याच आठवड्यात एका दुकानाच्या खिडकीत पाहिला मी- तेव्हाच मला वाटलं तू असला सूट घालशील, तोपर्यंत तू बडा आर्किटेक्ट झालेला असशील.'

'तुला खरंच वाटतं असं?'

'म्हणजे काय... अर्थात्.' स्तुती करायची म्हणून ती अजिबात बोलत नव्हती. या बोलण्याचा अर्थ स्तुतीसारखा घेतला जाईल अशी शंकाही तिच्या मनात नव्हती. ती केवळ तिला जे वाटत होतं ते बोलून दाखवत होती. आपल्या शब्दांवर, वाक्यांवर वेगळा भर देऊन बोलायचीही गरज तिला वाटत नव्हती.

तो वाट पहात होता, की ती आत्ता तो प्रश्न विचारेल, मग विचारेल. पण त्यांचं बोलणं त्यांच्या स्टँटनमधल्या दिवसांवरच घसरलं. तो तिला जवळ घेऊन बसला होता. तिची मान त्याच्या दंडांवर टेकली होती. तिचे नाजूकसे खांदे त्याच्या मिठीत होते. तो त्यांच्या जुन्या स्विमसूट्सबद्दल बोलत होता, तिच्या उसवलेल्या स्टॉकिंग्जबद्दल बोलत होता, स्टँटनमधल्या त्यांच्या लाडक्या आइस्क्रीम पार्लरमध्ये ते दर उन्हाळ्यात कसे जात असत त्याबद्दल बोलत होता आणि हसत होता. हसता हसताच त्याला वाटलं की आपण हे काय बोलतोय... किती तरी महत्त्वाच्या गोष्टींबद्दल बोलायचंय, किती गोष्टी हिला सांगायच्या आहेत, विचारायच्या आहेत. महिनोन्‌महिने न भेटलेली माणसं असलं काहीतरी बोलण्यात वेळ घालवतात का... पण तिला त्याचं काहीच वाटत नव्हतं. आपला वियोग झाला होता वगैरे तिला काही जाणीवच नसावी.

अखेर त्यानेच विचारलं, 'माझी तार मिळाली होती तुला?'

'हो. मिळालेली. बरं झालं कळवलंस ते.'

'मग माझं न्यू यॉर्कमधे कसं चाललंय, काय चाललंय वगैरे विचारलं नाहीस?'

'हं. सांग ना.'

'का. तुला फार काही रस नाही वाटतं...'

'असं का म्हणतोस? अर्थात मला रस आहे. मला सगळं ऐकायचंय.'

'पण मग तू स्वतःहून विचारत का नाहीस?'

'तुला सांगायचं तेव्हा सांगशीलच ना मला...'

'पण तुला फार काही फरक पडत नाही, हो ना?'

'काय?'

'मी काय करतो त्याने-'

'अर्थात् फरक पडतो, पीटर. पण खरंय, तसा फार फरक नाही पडत.'

'वाः! काय गोड वाटलं...'

'पण खरंच सांगते, तू काय करतो आहेस त्याने मला का फरक पडावा... तू आहेस हेच महत्त्वाचं आहे माझ्यासाठी. तेवढंच.'

'म्हणजे?'

'एवढंच की तू इथे आहेस, तू या शहरात आहेस. तू या जगात आहेस... मला कळत नाही. पण माझ्या दृष्टीने तेच महत्त्वाचं आहे.'

'केटी, तू ना एक वेडी मुलगी आहेस. हे तुझं जे काय तंत्र आहे ना-'

‘तंत्र?’

‘हो तंत्र. तू एका पुरुषाला इतक्या उघडपणे कसं काय सांगतेस की तू त्याच्या मागे वेडी झाली आहेस म्हणून?’

‘पण ते खरंच आहे.’

‘अग पण असं कुणाला सांगू नये. पुरुषांना तुझं कौतुकच रहाणार नाही अशाने.’

‘पण मला पुरुषांना माझं कौतुक असावं अशी गरजच नाहीये.’

‘पण माझ्या कौतुकाची तर आहे ना?’

‘पण तुला तर कौतुक आहेच माझं...’

‘आहे बाबा आहे...’ त्याची मिठी अधिकच घट्ट झाली. ‘जरा जास्तच आहे. मी तुझ्यापेक्षा जास्त वेडा आहे.’

‘मग काय... झालं तर. हो की नाही?’ त्याच्या केसातून हात फिरवत ती म्हणाली.

‘हं... ते तर आहेच. मला गंमत वाटते... पण ते जाऊ दे... मला तुला मी काय काय केलं, काय काय करतोय सगळं सांगायचंय. महत्त्वाचं आहे ते.’

‘मला ऐकायचंय सगळं. खरंच, पीटर.’

‘मी फ्रँकन अँड हेयरमधे नोकरीला आहे... ऊफ्- तुला माहीत तरी आहे का मला माहीत नाही!’

‘हो. माहितीये. मी हूज् हू इन आर्किटेक्चरच्या पुस्तकात पाहिलं. त्यांच्याबद्दल खूप चांगलं लिहिलंय त्यात. मी काकांनाही विचारलं. ते म्हणाले ते तर धंद्यात एकदम टॉपला आहेत.’

‘पैजेवर सांगावं. टॉप म्हणजे एकदम टॉप. फ्रँकन न्यू यॉर्कमधलाच काय या देशातला सर्वोत्तम डिझायनर आहे. जगातलाही असेल. सतरा स्कायस्क्रेपर्स बांधल्यात त्याने आजवर. आठ कॅथिड्रल्स आणि सहा रेलरोड टर्मिनल्स... आणि कायकाय बांधलंय, गणतीच नाही. पण खरं सांगू, अगदी खरं सांगायचं तर तो एक फुकटचंबू, महामूर्ख बुढ्ढा आहे. अंगाला तेल लावूनच सगळीकडे पुढेपुढे सरकत असतो, आणि-’ तो थबकला. हे आपल्या तोंडातून गेलं याचं त्याला आश्चर्यच वाटत होतं. तो तिच्याकडे पहातच राहिला. असं काही बोलण्याचा त्याचा हेतूच नव्हता. किंबहुना असा विचार मनातल्या मनात करण्याचेही धार्ष्ट्य त्याने केले नव्हते.

ती अगदी शांतचित्ताने त्याचं बोलणं ऐकत होती. तिने विचारलं, ‘हं? मग पुढे?’

‘वेल... आणि...’ तो गोंधळून अडखळला. तिच्याशी खोटं काहीतरी बोलणं त्याला शक्यच नव्हतं. ‘आणि त्याच्याबद्दल माझं अगदी खरखुरं मत हेच आहे. त्याच्याबद्दल मला काडीचा आदर वाटत नाही. पण तरीही त्याच्याकडे काम करायला मिळतंय यात मी भयंकर खूष आहे. कळतंय?’

‘नक्कीच.’ ती संथपणे म्हणाली, ‘तू महत्त्वाकांक्षी आहेस, पीटर.’

‘तुला माझा राग नाही येत याबद्दल?’

‘नाही. तुला हे करायचंय ना?’

‘अर्थात्. मला हेच हवं होतं. आणि खरं सांगायचं तर ते फार काही वाईट नाहीये. फारच मोठ्ठी कंपनी आहे ती. शहरातली सर्वात मोठी. आणि मी खूप छान काम करतोय. फ्रँकन खूष आहे माझ्यावर. मी प्रगती करतोय. मला हवा तो हुद्दा, हवं ते काम मिळू शकेल- लवकरच. आजच मी एकाचं काम स्वतःकडे घेतलं. त्याला कल्पनाही नाहीये की थोड्याच दिवसात त्याची इथली किंमत संपलेली असेल, कारण- केटी, मी हे काय बोलतोय?’

‘ठीक आहे डियर, मी समजू शकते.’

'हः... तुला कळलं असतं तर तू मला टाकून बोलली असतीस. माझी जी लायकी आहे ते बोलली असतीस. मला थांबवलं असतंस...'

'नाही पीटर, मला तुला बदलायचा प्रयत्न करायचाच नाहीये. माझं तुझ्यावर प्रेम आहे.'

'मग देवच तुझं रक्षण करो!'

'माहीत आहे मला तेही.'

'तेही तुला माहीत आहे? आणि ते तू असं बोलतेस- इतक्या सहजपणे? जसं काही हवापाण्याबद्दल बोलावं तसं... किती छान संध्याकाळ आहे... अशा सुरात?!'

'वेल. त्यात काय एवढं? मी कशाला चिंता करू? माझं तुझ्यावर प्रेम आहे.'

'अजिबात काळजी करू नकोस, केटी. कधीच काळजी नको करायला तुला... मी दुसऱ्या कुणावरही कधी प्रेम करू शकणारच नाही...'

'मला तेही माहीतीये.'

त्याने तिला आणखी जवळ ओढलं. क्षणभर तिचं हलकंसं शरीर त्याच्या मिठीत अदृश्यच होईल अशी भीती वाटली त्याला. तिच्यासमोर आपण असे कबुलीजबाब का देत सुटतो त्याला प्रश्नच पडला... ज्या गोष्टी आपण स्वतःशी मान्य करत नाही त्याही तिच्याकडे सांगून टाकतो. आपला विजय साजरा करण्यासाठी आपण इथे आलो होतो... ती भावना कुठे हरवली... पण आता त्याला काही वाटत नव्हतं. त्याला खूप मोकळं मोकळं वाटत होतं. त्याच्या छातीवरचं अनाम ओझं तिच्या सान्निध्यात आपोआप उतरे. तिच्या सान्निध्यात तो जणू स्वतःलाच सापडायचा. तिच्या ब्लाउझच्या कापडाचा मनगटांना होणारा स्पर्श हे या क्षणी त्याच्यासाठी सर्वस्व होतं.

मग तो तिला तिच्याबद्दलचे प्रश्न विचारू लागला. ती आनंदाने त्याला आपल्या काकांबद्दल सारंकाही सांगू लागली.

'ते एकदम छानच आहेत, पीटर. खरोखर मस्त माणूस आहे. तशी काही फार चांगली परिस्थिती नाही त्यांची. तरीही त्यांनी मला इथे रहायला परवानगी दिली. अगदी दिलदारपणे ठेवून घेतलं त्यांनी मला. त्यांची अभ्यासिका रिकामी करून त्यांनी मला ती खोली दिली. आता बिचारे इथेच लिव्हिंग रूममध्ये काम करत बसतात. तू भेट त्यांना, पीटर. आता सध्या ते बाहेरगावी गेलेत. एका व्याख्यानमालेसाठी गेलेत. पण ते आले की तू त्यांना नक्की भेटच.'

'नक्की. नक्की भेटेन मी त्यांना.'

'तुला माहितीये, मला नोकरी करायची होती. स्वतःच्या पायावर उभं रहायचं होतं मला. पण त्यांनी अजिबात ऐकलं नाही. म्हणाले, बेटा, सतराव्या वर्षी नोकरी- नाही. नाही चालणार. मला काही लाजशरम नाही की काय? मला बालमजुरी अजिबात मान्य नाही. हे काय अजबच आहे ना... मला त्यांचे सगळेच विचार कळतातच असं नाही. पण सगळेच म्हणतात की ते फार बुद्धिमान आहेत म्हणून. त्यांनी असं काही दर्शवलं की मी त्यांच्या आसऱ्याने रहातेय हे त्यांच्यावरच फार मोठे उपकार आहेत. केवढा मोठेपणा आहे हा, नाही?'

'तू अख्खा दिवस इथे काय करत असतेस?'

'अं... तसं सध्या फार काहीच करत नाही. वाचते. इथे अंकलची खूप पुस्तकं आहेत आर्किटेक्चरवरची. टनावारी आहेत. ती वाचत बसते. ते इथे असतात तेव्हा मी त्यांची भाषणं वगैरे टाइप करून देते. त्यांना मी हे काम करते हे सुद्धा पसंत नाहीये. त्यांच्याकडे टाइपिस्ट होती तीच बरी वाटत होती त्यांना. पण मला आवडतं ते करायला. म्हणून मग शेवटी कर म्हणाले. तिचा पगारसुद्धा दिला त्यांनी मला. मी नकोच म्हणत होते, पण त्यांनी घ्यायलाच लावले पैसे.'

'त्यांचा चरितार्थ कशावर चालतो?'

'खूप कायकाय करत असतात ते. मलाच माहीत नाही. उदाहरणार्थ कलेचा इतिहास शिकवतात. लिहितात. ते प्राध्यापक वगैरेसारखे असावेत.'

'आणि तू कॉलेजमधे कधीपासून जाणार?'

'अं... बघू.. काय ना... अंकलना तेवढंसं पसंत नसावं ते. मी त्यांना सांगितलं- मला काम करून कॉलेज करायची इच्छा आहे वगैरे. पण त्यांना वाटतंय की मला ते जमणार नाही. ते म्हणाले नाहीत तसं काही. पण म्हणाले, की देवाने हत्तीला कष्टाची कामं करण्यासाठी जन्माला घातलं आणि डासाला पंख फडफडवत इकडेतिकडे फिरण्यासाठी. निसर्गाच्या नियमांविरुद्ध जाऊन काही प्रयोग करणं बरोबर नाही. पण अर्थात्... तुला जे करावंसं वाटत असेल ते तू कर बेटा...त्यांचा तसा काही विरोध नाही. मीच काय ते ठरवायचंय.'

'त्यांनी सांगितलं म्हणून तू थांबू नकोस.'

'ओः. मी थांबावं अशी त्यांची इच्छाही नाही. पण मीच विचार करतेय... बघ, मी शाळेत असताना काय फार उजेड पाडला नव्हता. गणितात तर ढढ्ढोबाच होते. त्यामुळे मलाच प्रश्न पडतोय... काय करावं... पण तशी काही घाई नाही. ठरवेन सावकाश.'

'हे बघ, केटी, हे काही मला बरोबर वाटत नाही. तू आजवर सतत कॉलेजचा विचार करत होतीस. हा जो कोणी तुझा अंकल आहे ना-'

'असा काय बोलतोस रे... तू त्यांना ओळखतसुद्धा नाहीस. ते किती छान आहेत तुला माहीत नाही. एवढा चांगला माणूस मला तरी पहिल्यांदाच भेटला आयुष्यात. ते प्रेमळ आहेत, समंजस आहेत आणि किती गमत्या स्वभाव आहे माहीतीये त्यांचा. खूप विनोदी आहेत ते. त्यांच्यासोबत असताना कुठलीही गोष्ट फारशी कठीण वाटत नाही. सगळा ताण जातो आपल्यावरचा. पण खरं तर ते फार गंभीर प्रकृतीचे आहेत. ते माझ्याशी तासन्तास बोलत रहातात, माहीतीये? कधीच कंटाळत नाहीत. माझ्या वेडपटपणावर रागावत नाहीत. त्यांनी मला किती माहिती दिली आजवर- संपांबद्दल, झोपडपट्ट्यांत रहाणाऱ्या गरीबगुरीब लोकांबद्दल, मेहनत-मजुरी करून जगणाऱ्या कष्टकऱ्यांबद्दल. सतत हेच बोलत असतात. स्वतःबद्दल कधीच बोलत नाहीत ते. त्यांचा एक मित्र मला सांगत होता, त्यांनी मनात आणलं असतं तर त्यांनी भरपूर पैसा कमावला असता, इतके बुद्धिमान आहेत ते. पण त्यात त्यांना रसच नाही.'

'हे काय माणूसपणाचं लक्षण नाहीये.'

'तू भेटच त्यांना. त्यांनासुद्धा तुला भेटायचंय. मी सांगितलं त्यांना तुझ्याबद्दल. त्यांनी तुला नाव काय ठेवलंय माहितीये?- टीस्क्वेअर रोमिओ.'

'ओः, अस्सं का?'

'अरे गमतीने म्हणतात ते. त्यांच्या मनात काही नाही. ते असेच गमतीत कायकाय बोलतात. तुझ्यात आणि त्यांच्यात किती साम्य आहे रे. आणि ते तुला मदत पण करतील. त्यांना आर्किटेक्चरमधलं खूप कळतं. तुला एल्सवर्थ अंकल खूप आवडतील बघ.'

'कोण?'

'अंकल.'

'तू काय म्हणालीस. तुझ्या अंकलचं नाव काय?' त्याचा आवाज बदललेला.

'एल्सवर्थ टूही.' त्याचे हात एकदम ढिले पडले. तो तिच्याकडे पहातच राहिला.

'का? काय झालं?' तिने विचारलं.

त्याने आवंढा गिळला. त्याच्या गळ्याचं हाड वरखाली होत असलेलं तिने पाहिलं.

'हे बघ, केटी' त्याचा स्वर कठोर होता, 'मला तुझ्या अंकलना भेटायचं नाहीये.'

'पण का?'

'नाही भेटायचं. तुझ्यामार्फत नाही. केटी, तुला माहीत नाही... मी- मी भोवतीच्या लोकांचा वापर कसा करता येईल याचाच विचार करत असतो. मला तुझा वापर करायचा नाहीये. कधीच नाही. मला तसं करायला देऊही नकोस तू.'

'माझा वापर? हे काय? काय झालं?'

'बस्स इतकंच. एल्सवर्थ टूहीची भेट मिळावी म्हणून मी माझा उजवा हातसुद्धा काढून देईन. कळलं?' तो जोरात हसला, 'त्यांना आर्किटेक्चरबद्दल बरंच कळतं म्हणतेस? वेड्या पोरी, सध्या आर्किटेक्चरमध्ये सर्वात महत्त्वाचं कोण असेल तर तोच. अजून नसेल कदाचित् पण येत्या दोनएक वर्षांत तसंच होईल. फ्रँकनला विचार हवं तर- त्या चोराला बरोब्बर कळतं. आर्किटेक्चरल समीक्षेचा बादशहा बनेल तो थोड्याच काळात. तुझा अंकल एल्सवर्थ. बघत रहा. आमच्या धंद्याबद्दल फारसं कुणी काही लिहीत नाही, त्यामुळे जे काय मार्केट आहे ते त्याच्याच हातात राहील. तो लिहितो त्यातलं प्रत्येक बारीकसं विरामचिन्हंसुद्धा जिभल्या चाटत वाचणारे आमच्या ऑफिसातले बडे लोक पाहिलेस तर... तुला वाटतं तो मला मदत करू शकेल? वेल... तो माझं करीअर घडवू शकतो. आणि घडवेलही. मी भेटेन त्याला नक्कीच. पण मी तयार असायला हवं त्याच्यासाठी... मी फ्रँकनला भेटलो तसाच. पण इथे नाही. तुझ्यामार्फत नाही. कळलं? तुझ्यामार्फत नाही!'

'पण पीटर, त्यात काय हरकत आहे?'

'कारण मला ते तसं व्हायला नकोय! कारण हे जे आमचं जग आहे ते फार घाणेरडं आहे. माझं काम, माझा धंदा- मी त्यासाठी जे काही करतो ते, करेन ते- सगळंच. तुला त्यातून मला बाजूला ठेवायचंय. पूर्णपणे. माझ्याकडे तूच तर आहेस एक. तू यातून बाजूला रहा, केटी!'

'कशातून?'

'मलाही नाही माहीत ते.'

ती उठली आणि त्याच्या हाताच्या विळख्यात उभी राहिली. त्याने आपलं मस्तक तिच्या गुडघ्यांवर टेकवलं होतं. ती खाली पहात त्याच्या केसातून हात फिरवत राहिली.

'ठीक आहे पीटर, मला वाटतं मला समजतंय. तुला जेव्हा वाटेल तेव्हा भेट त्यांना. कधी भेटायचं असेल तेव्हा मला सांग फक्त. माझा वापर करण्याची गरज पडली तर तसं सांग. मला त्यात काही गैर वाटणार नाही. त्याने काहीही फरक पडणार नाही.'

त्याने डोकं वर करत तिच्याकडे पाहिलं तेव्हा ती हसतहसत त्याच्याचकडे पहात होती.

'मला वाटतं तू जरा जास्तच कामं करत असणार, पीटर. जरा जास्तच दमलायस. चल चहा करू तुझ्यासाठी?'

'अरे- मी सगळं विसरूनच गेलो होतो. पण मी जेवलेलोच नाहीये... वेळच झाला नाही मला.'

'काय हे. किती वेडेपणा. चल आधी किचनमध्ये. चल उठ आधी. काहीतरी करून देते तुला चल.'

दोन तासांनंतर तो तिथून निघाला तेव्हा त्याला खूप हलकंहलकं वाटत होतं. स्वच्छ, आनंदी आणि निर्भय झालेला तो. टूही आणि फ्रँकनचा विसर पडलेला त्याला. उद्या परत यायचं वचन देऊन तो निघालेला आणि उद्यापर्यंतचा वेळ कसाबसा काढणार होता तो.

ती दारापाशी उभी होती... कितीतरी वेळ दाराच्या मुठीवर तिचा हात तसाच थबकून राहिलेला.

त्या मुठीवर अजूनही त्याचा स्पर्श होता. ती विचारात पडलेली, आता हा खरंच उद्या येईल की तीन महिन्यांनी...

□ □ □

'आज रात्री तुझं काम संपलं की माझ्या ऑफिसमधे ये. मला बोलायचंय.' कॅमेरॉन म्हणाला.

'होय.' रॉर्क उत्तरला.

चवड्यांवर गर्रकन वळत कॅमेरॉन ड्राफ्टिंग रूममधून बाहेर पडला. गेल्या महिन्याभरात रॉर्कशी एवढं लांबलचक वाक्य तो प्रथमच बोलला होता.

रॉर्क रोज तिथे येत होता, आपलं काम करत होता. एक शब्दही कधी तो त्याच्याशी बोलला नव्हता. कॅमेरॉन आत यायचा. रॉर्कच्या मागे बराच वेळ उभा राहून त्याचं काम पहात रहायचा. जणू रॉर्कचा कागदावर स्थिरावलेला हात आपल्या नजरेच्या टोचणीने लटपटतोय का हे त्याला पहायचं असायचं. दुसरे दोन ड्राफ्ट्समन तो मागे उभा असेल या कल्पनेनेच आपलं काम बिघडवून ठेवायचे. रॉर्कचं मात्र लक्षही नसायचं. तो शांतपणे काम करीत रहायचा. बोथट झालेली पेन्सिल बाजूला ठेवत, दुसरी टोकदार उचलून घेत त्याचं काम चालूच रहायचं.

'अः हः...' मधूनच कॅमेरॉन घशातून गुरगुरायचा. रॉर्क मागे वळून पहात नम्रपणे विचारायचा, 'काय झालं?'

कॅमेरॉन काहीही उत्तर न देता तुच्छतेने डोळे बारीक करून पहात नजरेनेच सुचवायचा- उत्तर देण्याची मला गरज वाटत नाही. आणि तिथून निघून जायचा. रॉर्क पुन्हा आपलं काम करीत रहायचा.

'हे काही चांगलं लक्षण नाही...' तिथला पोरगेलासा ड्राफ्ट्समन लूमिस म्हाताऱ्या सिम्पसनला म्हणाला. 'म्हाताऱ्याला हा नवा माणूस काही आवडलेला दिसत नाही. काही चूक नाही त्यात फारसं. पण हा काही इथे टिकणार नाही.'

सिम्पसन म्हातारा होता, असाहाय्य होता. कॅमेरॉनच्या तीन मजली ऑफिसपासून तो त्याच्याबरोबर टिकून चिकटून होता. रस्त्यावरच्या मवाल्यासारखा हा लूमिस इथे कसा काय आला याचा त्याला प्रश्नच पडायचा. बहुतेक बाकी सर्वांनी हाकलून दिल्यामुळे असेल...

पण त्या दोघांनाही रॉर्क आवडला नव्हता. त्याचा चेहरा कुणालाच आवडायचा नाही. बंद तिजोरीसारखा चेहरा होता त्याचा... काही तरी अनमोल जपण्यासाठी सुरक्षित कुलूपबंद असलेली तिजोरी... ज्याच्याशी इतरांना काहीच कर्तव्य नव्हतं.

त्याच्या असण्याने जणू त्या खोलीत एक थंडगार, अस्वस्थ करणारी जाणीव पसरून रहायची. काहीतरी वेगळंच होतं त्याच्या असण्यात. त्याचं अस्तित्त्व जाणवत रहायचं. आणि तरीही तो आहे असं वाटायचंही नाही... की त्यांच्या स्वतःच्याच अस्तित्त्वावर प्रश्नचिन्ह टाकायचा तो... कळत नसे.

काम संपवल्यानंतर तो दूरवर घेतलेल्या आपल्या घराकडे चालत जायचा. ईस्ट नदीवरच्या एका झोपडपट्टीवजा वस्तीत त्याने जागा घेतली होती. अडीच डॉलर आठवड्याचं भाडं होतं. तेवढ्या पैशात त्या घराचा अख्खा मजला त्याला मिळाला होता. एकच एक अखंड मोकळी खोली होती ती, जी या आधी गोदामासारखी वापरली गेली होती. वरच्या छपराच्या तुळयांतून पाणी गळायचं. पण दोन भिंतींजवळच्या खिडक्या चांगल्या लांबरूंद होत्या. त्याच्या काही तावदानांत काचा होत्या, काहीत पुठ्ठे टाकलेले. एका बाजूची खिडकी नदीवर उघडायची, दुसऱ्या बाजूची शहराच्या तोंडावर.

आठवडाभरापूर्वी कॅमेरॉन ड्राफ्टिंग रूममधे आलेला आणि रॉर्कच्या टेबलवर एका फार्म हाऊसचं काहीशा हिंस्त्र रेषांतून साकारलेलं ड्रॉइंग टाकून म्हणालेला, 'बघा, यातून घर उभं करायला जमतंय का तुम्हाला!' एवढंच ओरडून सांगून पुढे काहीही स्पष्टीकरण न देता तो गेला होता. त्यानंतरच्या दिवसांत तो रॉर्कच्या टेबलाकडे फिरकलाही नाही. काल रात्री रॉर्कने ते ड्रॉइंग पूर्ण करून त्याच्या टेबलवर ठेवून दिलं होतं. आज सकाळी कॅमेरॉन ऑफिसात आला. त्याने स्टील जॉइन्ट्सची काही ड्रॉइंग्ज रॉर्कच्या टेबलावर टाकून, त्याला आपल्या ऑफिसात यायला फर्मावलं. मग अख्ख्या दिवसात तो तिथं फिरकला नव्हता. बाकीचे सगळे लोक निघून गेल्यानंतर रॉर्कने आपलं टेबल ऑइलक्लॉथने झाकून ठेवलं आणि तो कॅमेरॉनकडे गेला. त्याची फार्महाऊसची ड्रॉइंग्ज कॅमेरॉनच्या टेबलवर पसरून ठेवलेली होती. दिव्याचा उजेड कॅमेरॉनच्या गालावर, दाढीवर पडून त्यातले रुपेरी केस चमकत होते. त्याच्या ड्रॉइंग्जच्या कोपऱ्यावर प्रकाशाचा शिडकावा झाला होता. त्यात पेन्सिलच्या काळ्या रेषा ठळक एम्बॉस झाल्यासारख्या वाटत होत्या.

'यू आर फायर्ड.' कॅमेरॉन म्हणाला.

खोलीच्या अर्ध्यातच एका पायावर भार टाकून, एक खांदा किंचित उंचावून, हात खाली टाकून रॉर्क थांबला. त्याने विचारलं, 'खरंच की काय?' त्याचा स्वर शांत होता.

'इथे ये.' कॅमेरॉन म्हणाला, 'बैस.'

रॉर्क बसला.

'तुझं काम खूपच छान आहे.' कॅमेरॉन म्हणाला, 'इतकं छान की तू स्वतःचं जे काही करायला निघाला आहेस ते कठीण आहे. काही उपयोग नाही रॉर्क, खरंच काही उपयोग नाही. आत्ताच थांब नाहीतर नंतर फार उशीर झालेला असेल.'

'काय म्हणायचंय तुम्हाला?'

'तुझ्यात प्रतिभा आहे, ती तू ज्या आदर्शाच्या मागे उधळायला निघाला आहेस ते तुला कधीच सापडणार नाही. ते तुला तिथवर कधी पोहोचू देणार नाहीत. उपयोग नाही, रॉर्क. तुझ्यात अद्वितीय असं काहीतरी आहे आणि त्यातून तू स्वतःचीच छळछावणी उभारणार आहेस. विकून टाक, रॉर्क, आत्ताच विकून टाक. तुला जे हवं ते मिळणार नाही, पण तुझ्यात जे आहे त्याच्यासाठी ते तुला पैसे देतील. नक्की देतील आणि भरपूर देतील. थोडं त्यांच्या कलाने काम करावं लागेल. मान्य करून टाक, रॉर्क. तडजोड कर. आत्ताच तडजोड केलीस तर बरं, कारण नंतर केव्हातरी तुला ती करावीच लागेल. पण तोपर्यंत तुला जे भोगावं लागेल ते तुला नकोनकोसं होईल. तुला माहीत नाही. मी भोगलंय. वाचव स्वतःला त्यापासून. सोडून जा मला. जा, दुसरीकडे जा कुठेही.'

'तुम्ही स्वतः असं कधी केलंत?'

'स्वतःला कोण शहाणा समजतोस तू, नालायका?! तुझं काम चांगलं म्हटलं म्हणजे झालं... लगेच माझ्याशी तुलना करतोस-' पण तो वाक्य तोडत थांबला, कारण त्याने पाहिलं, रॉर्क हसत होता. क्षण दोन क्षण तो पहातच राहिला. आणि मग तोही हसला उत्तरादाखल. इतकं व्यथित हास्य रॉर्कने कधीच अनुभवलं नव्हतं.

'नाही,' कॅमेरॉन हळुवारपणे म्हणाला, 'ही मात्रा लागू नाही पडणार, हं? नाही... हं, बरोबर आहे तुझं. तुला चांगलं कळतंय तू किती छान काम करतो आहेस ते- आणि ते खरंय. पण तरीही मला तुझ्याशी बोलायला हवं. मला कळत नाहीये कसं सांगावं ते. तुझ्यासारख्या जिवंत माणसांशी बोलायची सवयच सुटून गेलीय माझी. सुटून गेलीय? की कधी नव्हतीच ती मला कोण जाणे. मला आत्ता त्याचीच खरं तर भीती वाटतेय. तू समजून घ्यायचा प्रयत्न करशील मला काय सांगायचंय ते?'

'मला ते समजतंय. मला वाटतं तुम्ही तुमचा वेळ फुकट घालवणार आहात.'

'माझ्याशी उद्धटपणा करू नकोस, कारण आता मी तुझ्याशी उद्धटपणे बोलू शकत नाही. तू माझं ऐकायला हवंस. ऐकशील माझं- मला प्रत्युत्तर न करता?'

'ऐकेन, सॉरी, उद्धटपणे बोलण्याचा माझा हेतू नव्हता.'

'तुला माहीतीये, तू माझ्याकडे येणं हे अगदी गैर होतं. तुला इथे ठेवून घेतलं तर तो अपराध ठरेल माझा. कुणीतरी तुला माझ्याविषयी सावध करायला हवं होतं. माझी तुला काहीही मदत होणार नाही. तू जे करू पहातोस त्यात मी तुला उत्तेजनच देईन. परावृत्त तर नाहीच करणारच. व्यवहार वगैरे शिकवणं माझ्याने कधीच होणार नाही. उलट, मी तुला अधिकाधिक त्याच रस्त्यावर ढकलेन- तू जाऊ पहातोस त्याच मार्गावर. तू जो आहेस, जसा आहेस, तसाच रहावास म्हणून मी तुला थापटूनथापटून तयार करेन. अधिकच कट्टर बनशील तू माझ्याबरोबर राहून. तुला कळतंय? अजून एक महिना जाऊ दे... मी तुला हातचा जाऊ देणार नाही... आत्ताच मी जा म्हणतोय ते मोठ्या कष्टाने. त्यामुळेच सांगतोय, माझ्याशी वाद घालू नकोस. जा. जाता येणं शक्य आहे तोवर जा.'

'पण खरंच मी जाऊ शकतो का आत्तातरी? आपल्या दोघांसाठीही थोडा उशीरच झालाय, नाही का? मला तर बारा वर्षांपासून उशीर झालाय...'

'प्रयत्न कर, रॉर्क. एकदाच, थोडं समजुतीने घे... खूप बडेबडे लोक आहेत... तुला घेतील ते. काढून टाकलेला भिडू असलास तरीही घेतील. मी सांगितलं तर. त्यांच्या मेजवान्यांतल्या भाषणांत हसतात ते मला... पण त्यांना सोयीचं असतं तेव्हा ते माझ्या कामातून उचलेगिरी करतातच. आणि मी निवडलेला ड्राफ्ट्समन् चांगलाच असतो हे त्यांना पक्कं माहीत आहे. गाय फ्रँकनसाठी पत्र देतो तुला. तो फार वर्षांपूर्वी माझ्याकडे कामाला होता. मला वाटतं मी त्याला कामावरून काढून टाकलेलं... पण त्याने आता काही फरक पडत नाही. जा त्याच्याकडे. सुरुवातीला तुला जड वाटेल. पण नंतर सवय होईल. नंतरच्या वर्षांत माझे आभार मानशील.'

'हे सगळं तुम्ही मला का सांगता आहात? तुम्हाला हे मनापासून बोलायचं नाहीये. असं काही तुम्ही केलं नाही कधी.'

'म्हणूनच बोलतोय! कारण असं मी कधीच केलं नाही म्हणूनच! हे बघ, रॉर्क, एक गोष्ट आहे तुझ्यातली- ज्याची मला भीती वाटते. असं नाही की फक्त तू जे काम करतोस ते बघून मी बोलतोय... मी पर्वा केली नसती. स्वतःचं वेगळेपण दिसण्यासाठी स्टंटबाजी करणारा नाहीस तू. तसंही करतात लोक. बरं असतं तेही. जरा लोकांपेक्षा वेगळं काहीतरी करायचं, विरुद्ध वागायचं आणि मग जमतील तेवढ्या बघ्यांच्या गर्दीची तिकिटं वसूल करायची हा धंदा पुष्कळजण करतात. तसं करणारा असतास तर मी काळजीच केली नसती. पण तसं नाहीये. तुझं तुझ्या कामावर प्रेम आहे. ईश्वर तुझं रक्षण करो बाबा, तुझं तुझ्या कामावर खरोखरचं प्रेम आहे. हाच तर शाप असतो रे. तुझ्या कपाळावर ढळढळीत शिक्का उमटलेला दिसतो त्याचा... तुझं तुझ्या कामावरचं प्रेम त्यांनाही दिसेल. मग त्यांना तुला कुठं चेपायचं ते बरोब्बर कळेल. तू कधी रस्त्यावरच्या लोकांकडे बघतोस? तुला भीती नाही वाटत त्यांची? मला वाटते. ते तुमच्या कडेने ये-जा करतात, डोक्यावर हॅट्स, बगलेत कसलीकसली पुडकी... पण ते त्यांचं खरं इंगित नसतं. त्यांचं इंगित असतं- ज्या कुणाचं आपापल्या कामावर प्रेम असतं त्यांचा रागराग करणं, द्वेष करणं. त्याचीच त्यांना भीती वाटते. का ते मला माहीत नाही. तू स्वतःला त्या सर्वांसमोर उघड करशील, रॉर्क, अगदी सर्वांसमोर.'

'मला तर रस्त्यावरच्या कुणाची दखलही नसते.'

'माझं काय केलं त्यांनी पाहिलंस तू?'

'मला एवढंच दिसतं, की तुम्ही त्यांना कधीही घाबरला नव्हता. मला का सांगताय त्यांची भीती बाळगायला?'

'म्हणूनच तर... म्हणूनच रे' टेबलावर मुठी वळवत, पुढे झुकत तो म्हणाला, 'रॉर्क, मी सगळं बोलून दाखवायला हवं का रे? क्रूर आहेस तू, हो ना? ठीक आहे, तुला अखेरीस माझ्या आजच्या या स्थितीला यायचंय का? तुलाही माझ्यासारखंच व्हायचंय का शेवटी?'

रॉर्क उठून उभा राहिला. टेबलावरच्या प्रकाशाच्या वर्तुळाबाहेर तो उभा होता.

'जर माझ्या आयुष्याच्या अखेरीस,' रॉर्क म्हणाला, 'आज या ऑफिसमध्ये तुम्ही जसे आहात तसा मी असेन तर- मी तो माझा माझ्या योग्यतेच्या पलिकडचा सन्मान समजेन.'

'खाली बैस,' कॅमेरॉन गरजला, 'मला अभिनिवेश आवडत नाहीत.'

रॉर्कने स्वतःकडेच चमकून पाहिलं आणि म्हणाला, 'सॉरी, मी नकळत उभा राहिलो.'

'वेल, बैस खाली. ऐकून घे. मला कळतं. आणि मला बरंही वाटलं त्यामुळे. पण तुला माहीत नाही. मला वाटलं होतं, इथे थोडे दिवस काढल्यानंतर तुझ्या डोक्यातलं विभूतीपूजेचं भूत उतरेल. पण तसं झालं नाही हे दिसतंय मला. मला कळतंय तू मनात काय विचार करत असशील ते- कॅमेरॉन काय महान् माणूस आहे- काय झुंजतोय- खरा योद्धा... हुतात्मा होतोय एका हरणाऱ्या लढाईत. आणि माझ्याबरोबर झुंजत मरण्याचीही तुझी तयारी असेल. आयुष्याच्या अखेरीपर्यंत माझ्याबरोबर स्वस्त अन्नाच्या गाडीवरचं कदान्न खाऊन जगण्याचीही तुझी तयारी असेल. आत्ता तुला ते सगळं फार उदात्त, ध्येयप्रेरित वगैरे वाटत असेल- वयाच्या एवढ्या 'प्रगल्भ' टप्प्यावर- बाविसाव्या वर्षी तुला हे फार छान वाटत असेल. पण तुला त्याचा अर्थ कळतो का खरोखर? तीस वर्षांपर्यंत हरलेली लढाईच झुंजत रहायचं... का तर ती ऐकायला छान वाटतीये म्हणून? पण त्या तीस वर्षांत किती दिवस असतात माहीत आहे तुला? तुला माहीतीये, या दिवसांत कायकाय होतं? रॉर्क! काय होतं माहिते तुला?'

'कशाला बोलता त्याबद्दल?'

'नाही! नाहीच बोलावसं वाटत मला त्याबद्दल! पण बोलायलाच हवं. तू ऐकायला हवंस ते. तुझ्यासाठी काय वाढून ठेवलेलं असणार आहे, ते समजायला हवं तुला. असे असे दिवस उगवतील... तू तुझ्या हातांकडे पहाशील आणि तुला वाटेल काहीतरी हातात घ्यावं आणि त्यांच्या शरीरातलं हाडन् हाड ठेचून काढावं... कारण ते जे काही करीत असतील ती संधी तुला मिळाली असती तर तू काय करू शकला असतास याची जाणीव करून देत ते तुला खिजवत राहतील... आणि तुला ती संधी मिळणार नाही. तुला तुझं शरीर नकोसं होईल कारण त्या शरीरानेच कुठेतरी तुझ्या हातांचा घात केलेलाय... असे दिवस येतील की तू बसमध्ये चढत असताना ड्रायव्हर तुझ्यावर खेकसेल. तो मागत असेल फक्त एक डाईम... पण तुला त्या पलिकडचंही ऐकू येत राहील... तुला वाटेल तो तुला हसतोय, कारण तू कुचकामी ठरला आहेस... ते तुझ्या कपाळावरच लिहिलंय... ते ज्यासाठी तुझा द्वेष करतात तोच कपाळावरचा लेख. तुला असाही दिवस पहावा लागेल, जेव्हा तू एखाद्या हॉलच्या कोपऱ्यात उभा असशील. व्यासपीठावरचा एखादा प्राणी बिल्डिंगजबद्दल बोलताना तू ऐकत रहाशील... तो तुझ्या आवडत्या कामाबद्दल बोलतोय, तू ऐकतोयस... आणि तो जे काही बोलतोय ते ऐकून तू सुन्नपणे वाट पहात रहाशील... कुणीतरी पुढे होऊन या किड्याला अंगठ्यांच्या दोन नखांमध्ये टिचून मारत का नाही... आणि इतक्यात तुला ऐकू येईल, टाळ्यांचा कडकडाट... लोक त्याला डोक्यावर घेताना ऐकशील तू, आणि तुला किंकाळी फोडावीशी वाटेल... कारण तुला कळेनासं होईल की ते खरे की आपण... तुला कळेनासं होईल की, तू एका रित्या भकास कवट्यांनी भरलेल्या जागेत

आहेस की कुणीतरी तुझीच कवटी रिकामी करून टाकली आहे... कारण तुझे शब्द म्हणजे त्या रिकाम्या अवकाशात भाषा म्हणून काही उरलेलेच नाहीत... तुला बोलावसं वाटलं तरी... पण तसं होणारच नाही... तुला केव्हाच दूर सारलेलंय त्या सर्वांनी... बिल्डिंग्जबद्दल त्यांना काही सांगावं असं तुझ्याकडे काही राहिलेलंच नाही! हेच हवंय तुला?'

रॉर्क स्तब्ध बसून राहिला. त्याच्या मुद्रेवर गडद सावल्या उमटलेल्या. खोल गेलेल्या गालांवर एक उभी रेघ, हनुवटीवरून काट मारल्यासारखा एक काळा त्रिकोण, आणि कॅमेरॉनकडे टक लावून पहाणारे डोळे.

'नाही? अजून पुरेसं नाही झालं?' कॅमेरॉनने विचारलं,'ठीक आहे... मग एक दिवस, तुझ्यासमोरच्या कागदावर एक इमारत असेल... अशी इमारत... जी पाहून तिच्यापुढे गुडघे टेकून मान झुकवावीशी वाटेल... तिची संकल्पना तू स्वतःच केलीस यावर तुझा विश्वासही बसणार नाही क्षणभर. पण तुझीच कलाकृती असेल ती... मग तुला वाटेल ही धरा किती सुंदर आहे... श्वासांत वसंताचा गंध उतरलाय... तुझं तुझ्या बांधवांवरचं प्रेमही जागं होईल... कारण या जगात दुष्टावा असणंच शक्य नाही... आणि मग तू ते ड्रॉइंग घेऊन घराबाहेर पडायचा विचार करशील... ती रचना प्रत्यक्षात उभारण्यासाठी उत्सुक. मनात शंकाच असणार नाही काही. हे चित्र पहाणारा अगदी पहिला माणूससुद्धा ते प्रत्यक्षात उतरवण्यासाठी उत्सुक होणारच. पण तू घरातून बाहेर पडून फार लांब जाऊच शकणार नाहीस. कारण दारापाशीच तुला तुझा गॅससप्लाय बंद करण्यासाठी आलेला माणूस अडवेल... तू फार काही जेवलेलाही नसशील. कारण हे ड्रॉइंग पूर्ण करण्यासाठी तू पैसे वाचवत होतास, पण तरीही काहीतरी खायला तर लागतंच माणसाला... पण त्या गॅसचं बिल तू भरू शकलेला नाहीयेस... ठीक आहे. तेही तू सोडून देतोस... हसून घालवतोस... पण अखेर जेव्हा तू ते ड्रॉइंग घेऊन एका माणसाच्या ऑफिसमधे शिरतोस- तेव्हा त्याच्या जागेतली एवढी जागा तुझ्या शरीराने व्यापली याबद्दल तू स्वतःला दोषी मानतोस... त्याच्या नजरेला आपण पडू नये, फक्त आपला याचना करणारा आवाजच त्याच्या कानावर पडावा म्हणून तू अंग चोरून घेतोस... शक्य तितकं आकसून घेतोस. आर्जव करतोस तू. तुझा स्वर जणू त्याचे तळवे चाटत असतो. तुला नंतर घृणा वाटणार आहे स्वतःची, पण तू म्हणतोस चालेल- फक्त ही एक इमारत मला साकारू दे.. मला सगळं चालेल. तुला वाटेल तुझं सारं अंतरंग उचकटून, विखरून त्याच्या समोर मांडावं... ते पाहून तरी तो तुला ही संधी देईल... ही इमारत उभारण्याची एक संधी. पण तो तुला सांगेल- व्हेरी सॉरी... हे काम आत्ताच आम्ही गाय फ्रँकनकडे सुपूर्द केलं... आणि तू घरी परतशील. आणि तुला माहीत आहे तू घरी जाऊन काय करशील ते? तू रडशील. धाय मोकलून रडशील, एखाद्या बाईसारखा, एखाद्या दारुड्यासारखा, एखाद्या जनावरासारखा... हे आहे तुझं भवितव्य- हॉवर्ड रॉर्क- हेच. सांग, अजूनही तुला हेच स्वीकारायचंय?'

'होय.' रॉर्क म्हणाला.

कॅमेरॉनची नजर खाली वळली. मग त्याचं मस्तक खालीखाली गेलं. त्या मस्तकाला सावकाश हिसके बसत राहिले. मग ते अखेर थांबले. तो निश्चल बसून राहिला. त्याचे खांदे पडलेले, हातांची जुडी मांडीवर वळलेली.

'हॉवर्ड,' कॅमेरॉनचा स्वर अस्फुट होता, 'मी हे कधीच कुणाला सांगितलं नव्हतं....'

'थँक्यू...' रॉर्क म्हणाला.

बऱ्याच वेळानंतर कॅमेरॉनने मस्तक वर केलं.

'जा आता घरी.' कॅमेरॉन म्हणाला. त्याचा आवाज सपाट होता, 'अलिकडे खूप काम करत

होतास तू. आणि उद्याही खूप काम आहे.' त्याने त्या फार्महाऊसच्या चित्रांकडे निर्देश केला, 'हे खूप छान आहे वगैरे ठीक आहे. तू काय करू शकतोस ते मला पहायचं होतं. पण प्रत्यक्षात बांधण्यासाठी त्यात बरेच बदल करावे लागतील. तुला पुन्हा काम करावं लागेल यावर. उद्या तुला सांगतो की मला नक्की काय हवंय.'

❑

५

फ्रँकन अँड हेयरच्या फर्मसोबत कीटींगचं एक वर्ष पूर्ण झालं होतं. तिथल्या सर्वांनीच आपसात तो भावी वारसदार असल्याचं जवळपास मान्य केलं होतं. युवराज कीटींग. पण त्याच्याकडे अजूनही कोणतीही महत्त्वाची जबाबदारी नव्हती. अजूनही तो एक ड्राफ्ट्समनच होता. पण फ्रँकनचा सर्वात लाडका होता तो. फ्रँकन त्याला लंचला घेऊन जायचा. आजवर कुठल्याही कर्मचाऱ्याच्या वाट्याला हा सन्मान आला नव्हता. आपल्या क्लायंट्सबरोबर सर्व महत्त्वाची बोलणी करताना फ्रँकन कीटींगला केवळ उपस्थित रहाण्यासाठी बोलवून घ्यायचा. इतक्या आकर्षक व्यक्तिमत्त्वाचा तरुण आर्किटेक्टच्या ऑफिसमध्ये पाहून क्लायंट्सना जरा बरं वाटत असावं असं दिसत होतं खरं.

ल्यूशियस हेयरला एक वाईट खोड होती. तो अचानक फ्रँकनला कुणाकडेतरी बोट दाखवून विचारे, 'या माणसाला तू कधी घेतलंस?' खरं तर तो माणूस तिथं तीन वर्षं काम करीत असायचा. पण आश्चर्य म्हणजे हेयरने कीटींगचं नाव लक्षात ठेवलं होतं, इतकंच नव्हे तर तो त्याला छान हसून अभिवादन वगैरेही व्यवस्थितच करायचा. तो त्याला खरोखर ओळखायचा. नोव्हेंबरमधल्या एका उदासवाण्या दुपारी कीटींगने त्याच्याशी खूप वेळ गप्पा मारल्या होत्या. जुन्या पोर्सेलीनच्या वस्तूंचा विषय होता. हेयरचा छंद होता तो. त्याच्याकडे फार मोठा संग्रह होता, खूप प्रेमाने जमवलेला.

कीटींगने या विषयात केवढातरी रस दाखवलेला. आदल्या दिवशीच्या रात्रीपर्यंत त्याला त्या विषयाबद्दल ओ की ठो माहीत नव्हतं. पण मग ती रात्र त्याने सार्वजनिक वाचनालयात कारणी लावली होती. सारी माहिती घेतली होती. हेयरला मनापासून आनंद झालेला. त्याच्या ऑफिसमधे इतर कुणालाही त्याच्या या छंदात काडीचा रस नव्हता. मुळात त्याची स्वतःचीही दखल फारसं कुणी घेत नसे.

हेयरने फ्रँकनला म्हटलं, 'तू माणसं बाकी छान निवडतोस, गाय. तू घेतलेला तो नवीन मुलगा- काय बरं त्याचं नाव- कीटींग- तो आपल्याकडे टिकून रहायला हवा हं.'

'हो हो.' फ्रँकन म्हणाला, 'अगदी बरोबर आहे तुझं.'

ड्राफ्टिंग रूममधे कीटींगने आपलं लक्ष आता टिम डेव्हिसवर केंद्रित केलं होतं. त्याचं स्वतःचं काम आणि ड्रॉइंग्ज वगैरे, त्याच्या दिवसाचे टाळता येणारच नाहीत म्हणून भरायचे तपशील झाले होते. खरंखुरं काम त्याला टिम डेव्हिसवरच करायचं होतं. त्याच्या करीअरच्या प्रवासातला सर्वात मोठा टप्पा त्याला टिम डेव्हिसच्याच रुपात समोर दिसत होता.

डेव्हिस बहुतेकवेळा त्याच्यावर आपलं काम टाकायचा. सुरुवातीला केवळ रात्रीचं ज्यादा काम. मग हळुहळू तो त्याचं दैनंदिन कामही सोपवायला लागला. आधी त्यात तो गुप्तता राखायचा. मग तो उघडच त्याला काम करायला सांगू लागला. डेव्हिसला हे कुणाला कळू द्यायचं नव्हतं. पण कीटींगने ते सर्वांना कळेल अशी व्यवस्था केली. तो अगदी निरागसपणे सांगायचा- मी केवळ टिमच्या पेन्सिलीची भूमिका बजावतोय... मी काम करतो त्यात टिमचं महत्त्व वाढतंच. कमी थोडंच

होतं? त्यात काय लपवायचं?

सुरुवातीसुरुवातीला डेव्हिस कीटींगकडे काम द्यायचा. मग चीफ ड्राफ्ट्समनने ही व्यवस्था मान्य करून टाकली. डेव्हिसला देण्याच्या सूचना तो कीटींगकडे देऊन टाकायचा. कीटींग नेहमीच उपलब्ध असायचा. हसत हसत, हो मी करतो ना, म्हणायचा. 'असल्या किरकोळ गोष्टींसाठी टिमला कशाला त्रास द्यायचा. मी करून टाकतो.'

डेव्हिस सैलावला आणि ही सोय त्याच्या अंगवळणी पडून गेली. तो सिगरेट फुंकत इकडेतिकडे फिरत रहायचा. कधी स्टुलावर डोळे मिटून बसत एलेनबद्दल दिवास्वप्नं रंगवायचा. मधूनच कधीतरी विचारायचा, 'ते काम झालं का रे, पीट?'

त्याच वसंतात डेव्हिसचं एलेनशी लग्न झालं. बरेचदा तो कामावर उशिराच यायचा. एकदा त्याने कीटींगला विश्वासात घेत सांगितलं, 'ए पीट, तुझं नि म्हाताऱ्याचं छान जुळतं ना... माझ्याबद्दल जरा मधूनमधून दोन चांगले शब्द बोलत जा हं त्याच्याशी. माझ्या बारीकसारीक चुकांकडे जरा दुर्लक्ष केलं तरी पुरे. हे भगवान... मला सध्या कामावर यायचाच इतका कंटाळा येतोय म्हणून सांगू...'

कीटींग फ्रँकनला म्हणायचा, 'सॉरी मि. फ्रँकन, ते मुरे बेसमेन्टचे प्लान्स जरा मागे राहिले... पण काय झालं ना, टिम डेव्हिसचं बायकोशी काल रात्री भांडण झालं होतं. नवीन नवीन लग्न झालेली जोडपी कशी वागतात माहीत आहे ना... जरा सांभाळून घ्यायला हवं आपण.' किंवा कधीकधी सांगायचा, 'पुन्हा तेच मि. फ्रँकन, टिम डेव्हिस- काही नाही- नेहमीचंच. त्याला तुम्ही माफ करा हं प्लीज. तो तरी काय करणार बिचारा, त्याचं लक्ष कामात लागतच नाहीये...'

जेव्हा फ्रँकनने आपल्या कर्मचाऱ्यांच्या यादीवरून नजर टाकली तेव्हा त्याच्या लक्षात आलं की त्याचा सर्वात जास्त पगार खाणारा ड्राफ्ट्समन ऑफिसमधे सर्वात कमी उपयोगाचा होता.

जेव्हा टिम डेव्हिसला डिच्चू मिळाला तेव्हा तो स्वतः सोडून कुणालाच आश्चर्य वाटलं नाही. त्याला काही समजेनासंच झालं. त्याने ओठ घट्ट मिटून घेतले... या जगाबद्दलचा कडवट द्वेष त्याच्या मनात काठोकाठ भरून आला. तो यापुढे त्याच्या मनात कायमचा मुक्कामाला येणार होता. त्याला माहीत होतं, एक पीटर कीटींग सोडला तर त्याचा या जगात कुणीही खरा मित्र नाही.

कीटींग त्याचं सांत्वन करीत राहिला. फ्रँकनला शिव्या मोजत राहिला. मानवतेबद्दल, अन्यायाबद्दल बोलत राहिला. एका स्वस्तशा दारूच्या दुकानात सहा डॉलर्स खर्च करून त्याने एका छुटपुट आर्किटेक्टच्या सेक्रेटरीला दारू पाजली आणि टिम डेव्हिससाठी एका नोकरीचा ताबडतोब बंदोबस्त केला.

त्यानंतर जेव्हा जेव्हा डेव्हिसचा विचार त्याच्या मनात यायचा तेव्हा तेव्हा त्याला मनातल्या मनात एकदम छान मस्त वाटायचं. त्याने एका माणसाच्या आयुष्याचं वळण बदलून टाकलं होतं. एका रस्त्यावरून त्याला ढकलून देऊन दुसऱ्याच वाटेला लावलं होतं. एक माणूस- त्याच्या लेखी टिम डेव्हिस आता केवळ एक माणूस होता- माणूस म्हणजे एक जितीजागती चौकट असते आणि त्यात असतं एक जिवंत मन. आपल्याला इतरांमधल्या मनाची, जिवंतपणाची इतकी भीती का वाटत असे? आणि आता त्याने असं एक मन आपल्या इच्छेच्या बळावर वळवलं होतं.

फ्रँकन, हेयर आणि चीफ ड्राफ्ट्स्मन यांच्या एकमुखी निर्णयाने टिम डेव्हिसची जागा, पगार, टेबल सारंकाही पीटर कीटींगला देण्यात आलं. पण त्याच्या मनात दाटलेल्या समाधानाचं हे तर एक अगदी छोटंसं कारण होतं. त्याला वाटणारं खरं समाधान तसं खोट्या कारणातून येत होतं, पण ते अधिक उबदार वाटायचं त्याला. धोकादायकही... तो अनेकदा बोलून दाखवायचा- ' ओः! टिम

डेव्हिस... त्याची आताची नोकरी मीच त्याला मिळवून दिली...'

त्याने हे आईलाही कळवलं. त्यांनी त्याच्या मैत्रिणींना सांगितलं, 'माझा पीटी किती निःस्वार्थी मुलगा आहे.'

तो आईला दर आठवड्याला नियमितपणे पत्र लिहीत असे. त्याची पत्रं त्रोटक पण सादर सविनय असत. तिची पत्रं लांबलचक, सविस्तर आणि उपदेशपर असत- तो ती पूर्णपणे वाचतही नसे.

तो मधूनमधून कॅथरीन हॅलसेला भेटायचा. त्याने वचन दिल्याप्रमाणे तो त्यांच्या भेटीच्या दुसऱ्या दिवशी गेलाच नव्हता. दुसऱ्या दिवशी सकाळी जाग आल्यानंतर आपण तिला कायकाय बोललो ते आठवलं होतं त्याला. आणि हे सगळं आपण तिच्याकडे बोललो यामुळे त्याला तिचाच राग आला होता. पण आठवड्याभरानंतर तो पुन्हा तिच्याकडे गेला. ती त्याला त्यावरून जराही रागावली नव्हती. त्यांनी तिच्या अंकलचा विषयच काढला नाही. त्यानंतर महिन्या दोन महिन्यांत एखादी फेरी व्हायची त्याची. तिला भेटून त्याला बरं वाटायचं, पण त्यानंतर तो कधीही तिच्याशी त्याच्या करीअरबद्दल काहीही बोलला नाही.

त्याने हॉवर्ड रॉर्कशी त्याबद्दल बोलायचा प्रयत्न केला. पण तो प्रयत्न फसला. तो दोनदा रॉर्ककडे गेला होता. रॉर्कच्या घराचे पाच मजले चढून जाताना तो वैतागून गेला होता. पण रॉर्क भेटताच त्याला फार बरं वाटलं. त्याने आश्वस्त करावं म्हणून वाट पहात राहिला. रॉर्कने आपल्याला कशाबद्दल आश्वस्त करावं, का करावं त्याचं त्यालाच स्पष्ट होत नव्हतं. तो स्वतःच्या नोकरीबद्दल बोलत राहिला. त्याने मनापासून रॉर्कच्या नोकरीची, कॅमेरॉनच्या ऑफिसचीही चौकशी केली. रॉर्क सर्व प्रश्नांची उत्तरं देत होता. पण कीटींगला वाटलं त्याचे स्थिरावलेले डोळे म्हणजे एक लोखंडी भिंतच आहे.. आणि त्या भिंतीवर टकटक करण्याचा तो प्रयत्न करतो आहे. आणि त्याला कळलं ते दोघेही जे बोलताहेत त्या दोन भिन्न गोष्टी आहेत. भेट संपतासंपता कीटींगची नजर रॉर्कच्या विरलेल्या बाह्यांचा, झिजलेल्या जोड्यांचा, त्याच्या पँटवरच्या पॅचचा वेध घेऊ लागली. आणि मग त्याला फार बरं वाटलं. तो जरासा खुशीतच मिटक्या मारत होता, पण त्याचबरोबर त्याला फार अस्वस्थही वाटत राहिलं. नकोसं वाटत राहिलं. मग त्याने शपथ घेतली- परत कधीही रॉर्कला भेटायचं नाही... आणि मग त्याचं त्यालाच आश्चर्य वाटलं. तो मनात जाणून होता की त्याला रॉर्कला भेटत रहावंच लागेल... का बरं असं वाटतंय मला?...

□ □ □

'वेल,' कीटींग म्हणाला,'मी तिला लंचचं निमंत्रण देऊ शकलो नाही. जीभ उचलली नाही माझी. पण परवा ती माझ्याबरोबर मॉसनच्या प्रदर्शनाला येतेय. आता पुढे?'

तो जमिनीवर बसला होता. मागच्या कोचवर डोकं टेकून पाय पसरून बसला होता. फ्रँकनचा एक हिरवट पिवळ्या छटेचा पायजामा घालून तो बसला होता.

बाथरूमच्या उघड्या दारातून त्याला फ्रँकन दात घासत उभा असलेला दिसत होता. वॉशबेसिनच्या चमकत्या कडेवर त्याचं पोट विसावलं होतं.

'अरे वा! हे मस्तच.' टूथपेस्टच्या फेसातून फ्रँकन बोलला, 'तेही ठीकच आहे की, हो की नाही?'

'नाही.'

'अरे पीट, कालच तुला सांगितलं की सगळं समजावून. मिसेस डनलॉपचा नवरा तिच्यासाठी

नवा बंगला बांधतोय.'

'हां हां...' कीटींग केस मागे सारत कसंबसं उत्तरला,'हां हां... आत्ता आठवलं. जीझस, गाय. आत्ता डोकं ठिकाणावर येतंय माझं.

त्याला अंधुकअंधुक आठवलं, काल रात्री फ्रँकन कसल्याशा पार्टीला त्याला बरोबर घेऊन गेला होता. त्याला आठवलं, बर्फाच्या मोठ्याशा तुकड्यात ठेवलेलं कॅव्हियर... काळा जाळीदार इव्हनिंग गाऊन आणि मिसेस डनलॉपचा सुंदर चेहरा. पण त्याला हे आठवेना की तो फ्रँकनच्या घरी कसा पोहोचला. तो आठवायचा प्रयत्न करू लागला. फ्रँकनच्या बरोबर गेल्या वर्षभरात कित्येक पार्ट्यांना गेला होता. आणि अनेकदा फ्रँकनने त्याला इथे आणलं होतं.

'ते काही फार मोठं घर नसेल.' टूथब्रश तोंडात एका कडेला धरत फ्रँकन म्हणाला. त्याचा गाल त्यामुळे एका बाजूला फुगला होता. 'पन्नास हजारापर्यंतचं असेलसा अंदाज आहे माझा. ते तसे किडूकमिडुक लोकच आहेत. पण मिसेस डनलॉपचा मेहुणा- क्विम्बि- माहीतेय ना- बडा रिअल इस्टेटवाला आहे तो. त्या कुटुंबात जरा शिरकाव मिळाला तर बरंच आहे, नाही का? त्या कामातून हे काम निघालं पाहिजे, पीट. तू करशील ना हे, पीट, विश्वास टाकू?'

'नक्कीच.' कीटींग मान डोलवत म्हणाला, 'तू माझ्यावर नेहमीच विश्वास टाकू शकतोस, गाय...'

तो स्वस्थ बसून होता. आपल्याच पायाच्या अंगठ्याकडे नजर खिळवून स्टेंगेलचा विचार करत होता. स्टेंगेल- फ्रँकनचा डिझायनर. त्याला विचार करावासा वाटत नव्हता, तरीही त्याचं मन वारंवार स्टेंगेलच्या विषयाशी येऊन धडपडत होतं. आपोआप... कारण त्याची पुढली पायरी होती ती... स्टेंगेल.

स्टेंगेल मैत्रीच्या जाळ्यात ओढता येण्यासारखा नव्हता. स्टेंगेलच्या चष्म्याच्या थंडगार काचांपुढे कीटींगचे मैत्री जोडण्याचे सर्व प्रयत्न हरले होते. स्टेंगेल त्याच्याबद्दल काय विचार करतो हे ड्राफ्टिंग रूम्समध्ये सर्वांना माहीत होतं. त्याबद्दल त्यांची आपसात कुजबूजही होत असे. पण ते मोठ्याने बोलून दाखवण्याची कुणाची हिंमत नव्हती. स्टेंगेल बोलून दाखवायचा. फ्रँकनच्या ऑफिसातून त्याच्या ड्रॉइंग्जवर बदल करणाऱ्या रेषा फ्रँकनच्या नव्हेत तर कीटींगच्या हाताने केलेल्या आहेत हे त्याला माहीत होतं. पण स्टेंगेलची एक दुखरी नस होती. गेले काही दिवस तो फ्रँकनला सोडून स्वतःचं ऑफिस उघडायची योजना आखत होता. त्याने भागीदारही पाहून ठेवला होता. एक तरुण आर्किटेक्ट होता त्याचा भागीदार. अक्कल कमी असली तरी भरपूर श्रीमंती होती त्याची. स्टेंगेल फक्त संधीची वाट पहात होता. कीटींगने या गोष्टीचा बराच विचार केला होता. दुसरं काही सुचतच नव्हतं त्याला सध्या. फ्रँकनच्या बेडरुममधे जमिनीवर पसरून बसून पुन्हा एकदा तो त्याचाच विचार करीत होता.

दोन दिवसांनंतर तो मिसेस डनलॉपना घेऊन फ्रेडरिक मॉसन नावाच्या कुणा चित्रकाराच्या प्रदर्शनाला गेला तेव्हा त्याची योजना तय्यार झाली. तिच्या कोपरांवर मधेमधे हाताचा वेढा घालत तो तिला तिथल्या तुरळक गर्दीतून फिरवत होता. आपण चित्रांपेक्षा तिच्या सुंदर चेहऱ्याकडेच फारवेळा पहातोय हे तिच्या लक्षात यावं एवढी काळजी तो घेत राहिला.

'होय होय.' एका ऑटो-डम्पच्या देखाव्याच्या चित्राकडे बघताना तिने चेहऱ्यावर कौतुकाचे अपेक्षित भाव आणले होते, ते पाहून तो बोलू लागला, 'फारच छान काम आहे. यात वापरलेले रंग पहा, मिसेस डनलॉप, असं म्हणतात, हा जो मॉसन नावाचा चित्रकार आहे, त्याने फार कठीण दिवस काढलेत. नेहमीचीच कथा म्हणा. नाव कमवायचा प्रयत्न करतोय. नेहमीचीच दुःखी कथा. साऱ्या कलाप्रांतामध्ये हेच घडत असतं. माझ्या व्यवसायातही तेच आहे.'

'ओः, खरंच?' मिसेस डनलॉप म्हणाल्या. या क्षणी त्यांना आर्किटेक्चरवर चर्चा करण्यात

जास्त रस होता.

'आता हे...' कीटींग एका चित्रासमोर थांबत बोलला. त्यात एक म्हातारी रस्त्यातच उभी राहून वाकून आपल्या अनवाणी पायांची बोटं खाजवत असलेली दाखवली होती, 'या कलेला आपण सामाजिक डॉक्युमेन्ट म्हणू शकतो. अशा कलेचं कौतुक करायलाही धैर्य लागतं.'

'सुंदरच आहे हे, प्रश्नच नाही.' मिसेस डनलॉप म्हणाल्या.

'धैर्य... धैर्य फार लोकांत सापडत नाही. असं सांगतात की मॉसन उपाशी मरत होता, तेव्हा मिसेस स्तुवेसांतना त्याच्या प्रतिभेचा शोध लागला. तरुण कलाकारांची प्रतिभा हुडकून काढून त्यांना आधार देण्याइतकी उदात्त कृती कोणतीच नसेल, नाही का?'

'नक्कीच. किती उदात्त.' मिसेस डनलॉपना पटलंच ते.

'मी श्रीमंत असतो ना,' कीटींगच्या चेहऱ्यावर साक्षात सहानुभूती अवतरलेली, 'तर मी तर हा माझा छंदच बनवून टाकेन. नवीन कलाकारांची प्रदर्शनं भरवायची. नवीन पियानिस्टच्या कन्सर्टला पैसे पुरवायचे, नवीन आर्किटेक्टकडून घरं बांधून घ्यायची...'

'मी आणि माझा नवरा, आम्ही पण एक नवीन घर बांधायच्या बेतात आहोत, मि. कीटींग, तुम्हाला माहितीये? छोटंसंच- लाँग आयलंडवर बांधणार आहोत.'

'ओः हो का? किती छान. मला हे सांगितल्याबद्दल तर आभारच. तुम्ही वयाने लहानच आहात तशा, मिसेस डनलॉप. हे मला सांगून तुम्ही माझा ससेमिरा लावून घेणार आहात पाठीशी- याची जाणीव नाही दिसत तुम्हाला. आता तुमचं काम माझ्याच फर्मला मिळावं म्हणून मी तुमचा पिच्छाच पुरवेन. की तुम्ही आधीच कुणाला काम द्यायचं ते ठरवून टाकलंयत? तसं असेल तर मग तुम्हाला काहीच चिंता नको. एकदम सुरक्षित आहात तुम्ही.'

'नाही नाही. मी अजिबात सुरक्षित नाही हं.' मिसेस डनलॉप जरा नखरे करत म्हणाल्या, 'आणि मला थोडा धोका चालेल. फ्रँकन अँड हेयरच्या फर्मचा गेले काही दिवस मी विचार करतेच आहे. खूपच चांगली फर्म आहे हे मी ऐकून आहे.'

'ओः थँक्यू, मिसेस डनलॉप.'

'मि. फ्रँकन खूपच महान आर्किटेक्ट आहेत हे मला माहीत आहे.'

'अं? ह. हो ना.'

'का? काय झालं?'

'नाही काही नाही.'

'नाही. काहीतरी आहे. काय झालं, सांगा ना.'

'मी खरं सांगू?'

'नक्कीच! सांगा ना.'

'वेल, असंय ना... गाय फ्रँकन- हे एक नाव आहे फक्त. तुमच्या घराचं डिझाइन ते स्वतः तर कधीच करणार नाहीत. हे आमचं व्यावसायिक गुपित आहे खरं तर... मी बोलू नये... पण खरंच सांगतो... मला कळत नाही नेमकं काय... पण तुमच्याशी बोलताना मला अप्रामाणिकपणे काहीतरी उगाच बोलता येत नाहीये एवढं खरं... आमच्या ऑफिसमार्फत डिझाइन होणाऱ्या साऱ्या उत्तमोत्तम इमारतींचं डिझाइन करणारे खरे डिझायनर आहेत मि. स्टेंगेल. तेच करतात सारं काम.'

'कोण?'

'क्लॉड स्टेंगेल. कधी ऐकलं नाही ना त्याचं नाव? पण त्याला उजेडात आणण्याचं धैर्य कुणी दाखवेल तेव्हाच तुम्हाला कळेल त्याचं नाव. तो नावारुपाला येईल हे नक्की. तोच सारं काम करतो

आत्ता. तोच सगळ्या देखाव्यामागचा प्रतिभावंत आहे. पण फ्रँकन आपली सही टाकतो त्याच्या ड्रॉइंग्जवर आणि सगळं श्रेय त्याला जातं. सगळीकडे असंच तर चालतं.'

'पण मि. स्टेंगेल हे चालवून का घेतात?'

'काय करेल बिचारा? त्याला कोण काम देणार स्वतंत्रपणे? लोक कसे असतात तुम्हाला माहितीये. सगळ्यांना मळलेली वाट हवी असते. अमकाच एक ट्रेडमार्क हवा म्हणून त्याच गोष्टीसाठी तिप्पट पैसे मोजायची तयारी असते त्यांची. धैर्य नसतं कुणाकडे तेवढं, मिसेस डनलॉप. स्टेंगेल केवढा प्रतिभावंत कलाकार आहे. पण ते ओळखण्याची ताकद असलेले लोक हाताच्या बोटावर मोजता येतील असे आहेत. त्याला केव्हापासून स्वतंत्र काम करायची इच्छा आहे. पण त्याला कुणी मिसेस स्तुवेसान्त भेटली नाही ना अजून अशी संधी द्यायला.'

'खरंच?' मिसेस डनलॉप म्हणाल्या, 'विचार करण्यासारखी गोष्ट आहे! मला थोडी अधिक माहिती द्या ना तुम्हीच.'

त्याने तिला सारंकाही सांगितलं. फ्रेडरिक मॉसनची सारी चित्रं पाहून झाल्यानंतर मिसेस डनलॉप कीटींगचा हात हातात घेऊन म्हणाल्या, 'खरंच केवढा चांगुलपणा आहे हा तुमचा. फार वेगळे आहात तुम्ही. मि. स्टेंगेलची आणि माझी भेट करून देण्याने तुम्ही स्वतः कुठे अडचणीत येणार नाही ना? मी तसं सुचवताना जरा घाबरतच होते. तुम्ही रागवाल की काय अशी भीती होती मनात. तुम्ही खरंच किती निःस्वार्थी विचार केलात. तुमच्या जागी इतर कुणी असा विचारही केला नसता.'

कीटींगने हे कानावर घालून स्टेंगेलला डनलॉपसोबतच्या लंचिऑनचं आमंत्रण दिलं. स्टेंगेलने त्याचं म्हणणं एक शब्दही न बोलता ऐकून घेतलं. मग मानेला झटका देत तो म्हणाला,

'यात तुझं काय ते सांग मला.'

कीटींगने काही उत्तर देण्याच्या आतच स्टेंगेलने पुन्हा एकदा मान झटकली आणि डोकं मागे केलं.

'ओः...' स्टेंगेल उद्गारला, 'हं कळलं.'

मग तो पुढे झुकला. चेहऱ्यावर तुच्छता ओतप्रोत होती.

'ओके. जाईन मी त्या लंचला.'

डनलॉपचं घर बांधण्याचं काम- पहिलं काम- मिळाल्यावर स्टेंगेलने फ्रँकन अँड हेयरची फर्म सोडून दिली.

फूटपट्टी टेबलाच्या काचेवर आपटत फ्रँकन किंचाळला.

'बास्टर्ड साला! कसला हलकट आहे तो... त्याच्यासाठी किती केलं मी...'

'आणखी काय अपेक्षा होती तुझी, गाय?' कीटींग आरामखुर्चीत पसरून बोलत होता, 'असंच चालतं जगात.'

'पण मला कळत नाही त्या सापाला या कामाची खबर लागली कशी? आपल्या नाकाखालून पळवलं त्याने काम... साला.'

'वेल, मला त्याचा कधीच भरवसा वाटला नव्हता.' कीटींगने खांदे उडवले, 'मानवी स्वभाव असतो...'

त्याच्या आवाजातला विखार खरा होता. स्टेंगेलकडून कृतज्ञतेचे दोन शब्दही निघाले नव्हते.

जाताजाता तो एवढंच म्हणालेला, 'मला वाटलेलं त्यापेक्षाही तू जास्त हलकट आहेस... गुड लक. एक दिवस तू एकदम बडा आर्किटेक्ट होशील यात शंका नाही.'

अशा तऱ्हेने कीटींग फ्रँकन अँड हेयरचा चीफ डिझायनर झाला.

त्याचं स्वागत करण्यासाठी फ्रँकनने छोटंसं सेलेब्रेशन ठेवलं. एका महागड्या, शांतशा रेस्तराँमधे छोटीशी धमाल.

'येत्या दोनेक वर्षांत...' तो तेचतेच बोलत होता. 'येत्या दोनेक वर्षांत तू पहाशील... पीट, तू एकदम चांगला मुलगा आहेस. मला आवडतोस. मी तुझ्यासाठी बरंच काही करू शकतो. केलंच आहे याआधीही, हो ना? तू कुठल्या कुठे पोहोचशील, पीट, दोनेक वर्षं फक्त...'

डिझाइनचं पहिलं काम करताना कीटींगच्या मनात टिम डेव्हिसचा, स्टेंगेलचा विचार आला. कित्येकजण होते, ज्यांना हे पद, हे काम हवं होतं. त्या सर्वांना हरवून तो तिथं पोहोचला होता. त्याला मस्त वाटत होतं. विजयी भावना मनात काठोकाठ भरून होती. स्वतःच्या महान असण्याचा एक व्यवस्थित पुरावा त्याला मिळाला होता.

मग स्वतःच्या बंद खोलीत, काचांच्या भिंतींमागे बसून कोऱ्या कागदाकडे पहात बसलेला असताना, अचानक काहीतरी थंडगार, रितंरितं त्याच्या घशातून पोटात गपकन् उतरलं. कसल्यातरी विवरात खोलखोल उतरत चालल्याची जुनीच भावना होती ती. तो डोळे मिटून टेबलाला टेकून बसला. हा रिकामा कागद भरून काढणं हे आपलं खरं काम आहे हे त्याला इतक्या वेळात कधीच खऱ्या अर्थाने जाणवलं नव्हतं.

एक लहानसं घर बांधायचं होतं. पण ते डोळ्यासमोर उभं रहाण्याऐवजी त्याच्या डोळ्यासमोर जणू खचत चाललं होतं. त्याला त्याचा आकार जमिनीतल्या खड्ड्यासारखा दिसत होता... त्याच्या पोटात पडलेल्या खड्ड्यासारखाच. एक सुन्न पोकळी होती. डेव्हिस आणि स्टेंगेल मधूनच त्यात खुळखुळत होते.

फ्रँकन त्याला त्या घराबद्दल बोलताना म्हणाला होता, 'ते कसं प्रतिष्ठित, भारदस्त वाटलं पाहिजे. प्रतिष्ठित दिसणं महत्त्वाचं. त्यात कोणतीही उठवळ नखरेबाजी चालणार नाही त्यांना. रुबाबदार पाहिजे. आणि बजेटमध्ये राहूनच करायचं.'

आपल्या डिझायनरला कल्पना सुचवणं म्हणजे फ्रँकनच्या दृष्टीने इतकंच होतं. पुढचं काम त्यांचं. हातपाय थंड पडून स्तब्ध बसलेल्या कीटींगच्या डोळ्यासमोर आपले क्लायंट्स तोंडावरच आपल्याला हसताहेत असं चित्र उभं राहिलं. एल्सवर्थ टूहीचा सर्वशक्तिमान पातळ आवाज त्याच्या कानात वाजू लागला... प्लंबिंगच्या क्षेत्रातल्या संधींकडे कीटींग महोदयांनी जरूर लक्ष द्यावे...

त्याला प्रत्येक दगडाधोंड्याचा संताप येत होता. आपण आर्किटेक्ट होण्याचा निर्णय घेतला याबद्दल त्याला स्वतःचाही राग येत होता.

त्याने रेखन करायला घेतलं तेव्हा त्याने कशावर काम करायचंय त्याचा विचार सोडून दिला. तो विचार करू लागला, फ्रँकनने ही कामं केलीत, स्टेंगेलने केलीत, हेयरने केलीत... अनेकांनी केलीत. त्यांना जमतं ते मला का नाही जमणार?

कच्ची स्केचेस करण्यात त्याने भरपूर दिवस घालवले. फ्रँकन अँड हेयरच्या लायब्ररीत त्याने भरपूर वेळ काढला. क्लासिकल इमारतींची छायाचित्रे काढून त्यातले अनेक तुकडताकडे उचलून त्याने आपल्या घराचा चेहरामोहरा ठरवला. मग त्याच्या मनावरचा ताण हटला. आत्ता सगळं बरोबर जमलं होतं. चांगलं जमत होतं. त्याच्या हाताखाली ते घर वाढत गेलं. कारण लोक अजूनही जुन्या मास्टर्सची भक्ती करीत होते. त्याला गरजच नव्हती फार विचार करायची, डोक्याला ताण देण्याची... भीती बाळगण्याची किंवा जोखीम पत्करायची. सगळं काही तयार होतं त्याच्यासाठी.

सगळी ड्रॉइंग्ज तयार झाली तेव्हा, तो तिथं उभा राहून थोडा वेळ जरासा अनिश्चितपणे

त्यांच्याकडे पहात राहिला. त्याला कुणी सांगितलं असतं की ही अगदी गचाळ वास्तू आहे तरी त्याने मान्य केलं असतं. किंवा कुणी सांगितलं असतं की ही अतिशय सुंदर वास्तू आहे तरीही त्याने मान्य केलं असतं. त्याला कसलीच खात्री वाटत नव्हती. काहीतरी निश्चित मत मिळायला हवं होतं. त्याला स्टँटनची आठवण आली. तिथे असताना काही अडलं तर मी काय बरं करायचो... कशावर विसंबून असायचो... त्याने कॅमेरॉनच्या ऑफिसमध्ये फोन लावला आणि रॉर्ककडे फोन द्यायला सांगितलं.

रात्री तो रॉर्कच्या घरी गेला. त्याच्या समोर सगळे प्लान्स, पर्स्पेक्टिव्ह, एलेव्हेशन सारे कागद त्याने पसरून ठेवले. रॉर्क टेबलाची कड पकडून ते कागद पहात उभा राहिला. तो बराच वेळ काहीच बोलला नाही.

कीटींग अस्वस्थ झाला. अस्वस्थपणाबरोबरच त्याच्या मनातला रागही वाढत वाढत गेला. आपण अकारण अस्वस्थ होतोय याचाच त्याला राग येत होता. शेवटी त्याला दम धरवेना. तो बोलत सुटला, 'तुला माहीतीये, हॉवर्ड, सगळे म्हणतात स्टेंगेल शहरातला सगळ्यात चांगला डिझायनर आहे. नोकरी सोडायची त्याची पूर्ण तयारी झाली होती असं मला वाटत नाही. पण मी त्याला भाग पाडलं. ते जमवून आणण्यासाठी मला बरंच काम करावं लागलं... मी-'

तो थबकला. त्याच्या आवाजात उत्साह नव्हता, अभिमानही नव्हता. इतरत्र हेच तो वेगळ्या प्रकारे बोलला असता. इथे मात्र त्यात याचनेचा सूर मिसळला होता.

रॉर्कने वळून त्याच्याकडे पाहिलं. त्याच्या नजरेत तुच्छता नव्हती. फक्त डोळे जरासे विस्फारले गेले. तो लक्ष देऊन ऐकत होता पण बुचकळ्यात पडल्यासारखा. तो काहीही न बोलता पुन्हा ड्रॉइंग्जकडे वळला.

कीटींगला नागवं झाल्यासारखं वाटलं. डेव्हिस, स्टेंगेल, फ्रँकन या कुणाचाही इथे काही संबंध येत नव्हता, संदर्भ लागणार नव्हता. त्याच्या दृष्टीने लोक हे इतर लोकांपासून संरक्षण करण्यासाठी वापरण्याच्या ढाली होत्या. रॉर्कला लोकांचं काही देणंघेणं नसायचं. कधीच. इतरांच्या अस्तित्त्वातून कीटींगला त्याची किंमत कळायची. रॉर्क तसं काहीच देऊ शकत नव्हता त्याला. त्याच्या मनात आलं, ही ड्रॉइंग्ज घेऊन आत्ताच्या आत्ता इथून पळून जावं. धोका रॉर्कमुळे नव्हता. कीटींग तिथं थांबून राहिला हाच त्याला स्वतःला धोका होता. रॉर्क पुन्हा त्याच्याकडे वळला.

'तुला हे असलं काहीतरी करायला आवडतं का, पीटर?' त्याने विचारलं.

'ओः. ते माहीते मला.' कीटींग किंचाळल्यासारखा बोलत होता,'तुला हे असलं काही आवडत नाही ते माहीतीये. हा धंदा आहे. मला एवढंच सांग, तुला याबद्दल प्रॅक्टिकली काय वाटतंय ते. तत्त्वज्ञान सांगू नकोस किंवा-'

'तुला उपदेश करत नाहीये मी. मला फक्त जरासं नवल वाटतं.'

'हॉवर्ड, तू मला मदत केलीस थोडीशी तर बरं होईल. हे माझं पहिलंच काम आहे. ऑफिसमधे या कामावर माझ्या दृष्टीने बरंच काही अवलंबून आहे. मला आत्मविश्वास वाटत नाहीये. तुला काय वाटतं? तू मदत करशील मला?'

'हं, ठीक आहे.'

रॉर्कने ते फ्लूटेड पिलास्टर्स, पेडीमेन्ट्स, रोमन चित्रे, दाराजवळचे दोन गरूड वगैरेंनी सजलेल्या फसाडचं स्केच बाजूला भिरकावलं. त्याने प्लान्स उचलले. ट्रेसिंग पेपरचे दोन ताव त्यावर टाकत त्याने रेखन करायला सुरुवात केली. कीटींग त्याच्या हातातली पेन्सिल पहात उभा राहिला. त्याने घेतलेलं प्रवेशद्वारा बाहेरचं अवाढव्य अंगण नाहीसं होताना तो पहात होता. आतले वळणावळणांचे

कॉरिडॉर्स, अंधारे रहातील असे कोने नाहीसे होताना पहात होता. त्याऐवजी तिथे एक प्रशस्त लिव्हिंग रूम आकाराला आली. जी जागा त्याला फारच तोटकी वाटली होती तीच जागा आता छान ऐसपैस वाटत होती. बागेत उघडणारी प्रचंड मोठी खिडकी, प्रशस्त स्वयंपाकघर सारंच व्यवस्थित होतं. बऱ्याच वेळानंतर रॉर्कने पेन्सिल खाली ठेवली तेव्हा त्याने विचारलं, 'आणि फसाडचं काय?'

'ते मी काही करणार नाही. क्लासिक शैली हवी असली तर निदान ती चांगली क्लासिक असेल एवढं पहा. एक पिलास्टर पुरेल तिथे तीनतीन घालायची काय गरज आहे? आणि ती दाराजवळची बदकं काढून टाक. जरा अतीच होतंय ते.'

कीटींग त्याच्याकडे पाहून कृतज्ञतेने हसला. ड्रॉइंग्ज काखेत मारून जिने उतरून जात असताना मात्र त्याच्या मनात राग भरून होता. तो दुखावला होता.

तीन दिवस राबून रॉर्कच्या स्केचेसवरून त्याने नवे प्लान्स तयार केले. नवी, पहिल्यापेक्षा साधी एलेव्हेशन्स केली. आणि मग फ्रँकनला मोठ्या दिमाखात त्याने आपली ड्रॉइंग्ज सादर केली.

'वेल...' त्याची ड्रॉइंग्ज बारकाईने निरखत तो म्हणाला, 'वेल... मी म्हणेन... काय छान कल्पनाशक्ती आहे तुझी, पीटर. मला... जरा धाडसीच वाटतो प्लान. पण...' तो खाकरला आणि म्हणाला, 'मला वाटतं माझ्या मनातही असंच काहीसं होतं...'

'अर्थातच,' कीटींग म्हणाला, 'मी तुझ्या वास्तूंचा अभ्यास केलाय. आणि तू काय करतोस, ते का चांगलं ठरतं त्याचा विचार केलाय. तुझ्या कल्पना झेलायला मी शिकलोय बरं का.'

फ्रँकन हसला. आणि कीटींगला कळलं, त्याच्या मखलाशीवर फ्रँकनचाही विश्वास बसला नव्हता. तो खोटंच बोलतोय हे त्याला कळत होतं. पण तरीही ते दोघेही समाधान पावले होते. एकमेकांशी अधिकच घट्ट बांधले गेले होते. त्यांची पद्धत एक होती, त्यांची अपराधी भावनाही एकाच जातकुळीची होती.

□ □ □

कॅमेरॉनच्या डेस्कवर पत्र पडलं होतं. सिक्यूरिटी ट्रस्ट कंपनीच्या बोर्ड ऑफ डायरेक्टर्सनी कॅमेरॉनला काम देणं शक्य नसल्याचं मोठ्या खेदाने कळवलं होतं. ऍस्टोरियाच्या नव्या ब्रांचच्या इमारतीसाठी कॅमेरॉनने ड्रॉइंग्ज पाठवली होती. ते काम कंपनीने गुल्ड अँड पेटिंगिलला दिलं होतं. आधी ठरल्याप्रमाणे प्राथमिक ड्रॉइंग्जसाठी त्यांनी चेक पाठवला होता. ती रक्कम ड्रॉइंग्ज करायला आलेला खर्च भरून काढण्यासाठीही पुरेशी नव्हती.

ते पत्र उघडून डेस्कवरच पडलं होतं. कॅमेरॉन समोर बसून होता. टेबलला स्पर्श न करता, हातावर हात धरून, बोटं घट्ट मिटून तो सुन्न बसून होता. तो कागदाचा एक छोटासा तुकडा होता केवळ. पण तरी त्याच्या समोर तो देहाची जुडी करून, स्तब्ध बसलेला. जणू त्यात काहीतरी अमानवी शक्ती होती, रेडियमसारखी, आजुबाजूला सर्वत्र त्याची धोकादायक किरणं फाकत होती. त्याचा स्पर्श झाला तर त्याला भाजून काढेल...

गेले तीन महिने तो त्या सिक्युरिटी कंपनीचं काम मिळेल याची वाट पहात होता. गेली दोन वर्षं त्याच्या समोर मधूनमधून चालून येणाऱ्या साऱ्या संधी मधेच अंतर्धान पावत. पुसटशी आश्वासनं मिळायचीछोटासा आणि स्पष्ट नकार. त्याच्या ड्राफ्ट्समनपैकी एकाला रजा द्यावी लागली होती. जागेच्या मालकाने सुरुवातीला नम्रपणे, नंतर रुक्षपणे, आणि मग उद्धटपणे भाडं केव्हा देणार याची चौकशी केली होती. पण ऑफिसमधल्या कुणीच ते फारसं मनावर घेतलं नव्हतं. पगार थकला तरीही कुणी तक्रार केली नव्हती. सिक्युरिटी ट्रस्ट कंपनीचं काम मिळेल अशी सर्वांनाच अपेक्षा होती. ज्या

व्हाइस प्रेसिडेंटने कॅमेरॉनला ड्रॉइंग्ज द्यायला सांगितली होती, तो म्हणालेला, 'मला माहीतीये, काही बोर्ड मेम्बर्सचा दृष्टिकोन माझ्यापेक्षा वेगळा असेल. पण मि. कॅमेरॉन तुम्ही कामाला लागा. ही एक संधी घ्या. मी भांडेन तुमच्यासाठी.'

कॅमेरॉनने संधी घेतली होती. तो आणि रॉर्क जबरदस्त काम करीत होते- प्लान्स वेळेआधी तयार व्हावेत, गुल्ड अँड पेटिंगेलच्या आधी ड्रॉइंग्ज पाठवता यावीत म्हणून त्यांनी स्वत:ला जुंपून घेतलेलं. पेटिंगेल बँकेच्या अध्यक्षांच्या बायकोचा चुलतभाऊ होता आणि पॉम्पेइच्या अवशेषांचा नावाजलेला अभ्यासक. बँकेच्या अध्यक्षांना ज्युलिअस सीझरचं भारी कौतुक होतं आणि एकदा रोमला जायची संधी मिळालेली असताना त्यांनी सव्वा तास केवळ कलोसियम पहाण्यात घालवला होता.

रॉर्क आणि कॅमेरॉन आणि एक कॉफीपॉट, असे तिघे, त्या ऑफिसमध्ये पहाटेपासून पहाटेपर्यंत कडाक्याच्या थंडीत रहात होते. नकळत कॅमेरॉन विजेच्या बिलाचा विचार करीत रहात असे. मग प्रयत्नपूर्वक तो विचार बाजूला सारून तो पुन्हा कामावर लक्ष केंद्रित करे. एकदा भल्या पहाटे त्याने रॉर्कला सँडविचेस आणायला पाठवलं. ड्राफ्टिंग रुममधले दिवे जळतच होते. बाहेर झुंझुर प्रकाशाचा शिडकावा झालेला पण ऑफिसमधे मात्र अंधारच होता, कारण त्यांच्या खिडकीच्या बरोबर समोर एक विटांची भिंत आडवी आली होती. कामाच्या शेवटच्या दिवशी मध्यरात्रीनंतर रॉर्कने कॅमेरॉनला घरी जायला लावलं. कॅमेरॉनचे हात थरथरत होते. त्याचे गुडघे ड्राफ्टिंगच्या उंच स्टुलाचा आधार वारंवार शोधत होते. तोल जाऊ न देण्याची त्याची केविलवाणी धडपड पाहून रॉर्कने त्याला खाली नेलं. टॅक्सीत बसवून दिलं. रॉर्कच्या चेहऱ्यावरच्या ओढलेल्या रेषा, प्रयत्नपूर्वक ताणलेले डोळे, सुकलेले ओठ कॅमेरॉन पहात होता. सकाळी कॅमेरॉन पुन्हा परतला आणि ड्राफ्टिंग रूममधे शिरला तेव्हा कॉफीपॉट खोलीच्या मध्यातच लवंडलेलं, कॉफीच्या काळपट थारोळ्यात रॉर्कचा हात टेकलेला. तो तिथंच शेजारी जमिनीवर गाढ झोपी गेलेला. टेबलवर प्लान्स पूर्ण करून ठेवलेले...

तो त्या पत्राकडे पहात राहिला. आपण किती काम केलं याचा विचार त्याच्या मनात नव्हता. ॲस्टोरियामधे जी इमारत उभी रहायला हवी होती, आणि आता कधीच रहणार नव्हती त्या इमारतीचा विचार तो करत नव्हता... तो केवळ त्या विजेच्या न भागवलेल्या बिलाचा विचार करीत होता... त्याच्या मनाची अवनती होती ही...

या गेल्या दोन वर्षांत कॅमेरॉन आपल्या ऑफिसमधून आठवडेच्या आठवडे नाहीसा होत असे. रॉर्कला तो घरीही सापडत नसे. काय होतंय हे त्याला समजत होतं. पण तो काहीच करू शकत नव्हता. केवळ कॅमेरॉन सुरक्षित असावा एवढीच आशा करण्याशिवाय हाती काहीच नव्हतं. मग कॅमेरॉनला आपल्या दु:सह दु:खाची लाजही वाटेनाशी झाली. तो लडखडतच ऑफिसमधे यायचा. कुणाचीही भीड न ठेवता, झिंगून यायचा. त्याच्या ऑफिसच्या भिंती हे एकमेव पवित्र स्थान वाटायचं त्याला पृथ्वीवरचं... त्या भिंतींच्या पुढ्यात तो आपला कैफ मिरवत रहायचा.

रॉर्कने जागेच्या मालकाला तोंड द्यायचं काम स्वत:कडे घेतलं. तो त्याला शांतपणे एकच सांगायचा, अजून आठवडाभर तुम्हाला भाडं देऊ शकत नाही. त्या मालकाला रॉर्कची भीती वाटत असावी बहुधा. तो फार काही बोलायचा नाही त्याला. कीटींगला हे कळलं. त्याला हव्या त्या सगळ्या गोष्टी त्याला बरोब्बर कळायच्या, तशीच हीही कळली. एका संध्याकाळी तो रॉर्कच्या खोलीत पोहोचला. हीटर नसल्यामुळे ती खोली थंडथंड पडली होती. ओव्हरकोट तसाच ठेवून कीटींग बसला. त्याने पाकिट काढलं. त्यातून दहादहा डॉलर्सच्या पाच नोटा काढल्या आणि त्या रॉर्कच्या हातात सारल्या.

'तुला गरज आहे हे माहीत आहे मला. आता नको म्हणू नकोस. तुला जमेल तेव्हा परत दे वाटल्यास.'

रॉर्क जरासा चकित होऊन पहात राहिला. पैसे घेत तो म्हणाला, 'हो, मला गरज आहे. थँक्यू, पीटर.'

मग कीटींग म्हणाला, 'तू काय चालवलंयस हे? कशाला कॅमेरॉनवर वेळ वाया घालवतो आहेस? हे असं जगायची काय गरज आहे तुला? सोडून दे, हॉवर्ड, माझ्याबरोबर चल. आमच्याकडे. मी फक्त म्हणण्याचा अवकाश आहे. फ्रँकन आनंदाने घेईल तुला. आठवड्याला साठ डॉलर्सवर सुरुवात करशील.'

रॉर्कने खिशातून त्या नोटा बाहेर काढल्या आणि त्याला परत दिल्या.

'ओः फॉर गॉड्स्सेक, हॉवर्ड, मला तुला दुखवायचा हेतू नव्हता.'

'माझाही नव्हता.'

'पण प्लीज, हॉवर्ड, पैसे ठेवून घे.'

'गुड नाइट, पीटर.'

□ □ □

कॅमेरॉन सिक्युरिटी ट्रस्ट कंपनीचं पत्र घेऊन ड्राफ्टिंग रूममधे आला तेव्हा रॉर्क कालच्या गोष्टीचाच विचार करत होता. कॅमेरॉनने ते पत्र रॉर्कला दिलं आणि काही न बोलता त्याच्या ऑफिसमधे शिरला. रॉर्कने ते पत्र वाचलं आणि तोही त्याच्या ऑफिसमधे गेला. एखादं काम हातून गेलं की कॅमेरॉनला तो त्याच्या ऑफिसमधे यायला हवा असे हे त्याला माहीत होतं. ते त्या कामाबद्दल काहीही बोलत नसत. दुसरंच काहीतरी बोलत रहात. त्याला केवळ रॉर्कचा सहवास हवा असे. त्याच्या असण्याचाच फक्त आधार.

कॅमेरॉनच्या डेस्कवर न्यू यॉर्क बॅनरची कॉपी पडलेली रॉर्कला दिसली.

वायनान्ड वृत्तपत्र साखळीतलं हे सर्वात महत्त्वाचं प्रकाशन होतं. एखाद्या किचनमधे, सलूनमधे, एखाद्या फालतू ड्रॉइंगरूममधे, सबवेमधेच या पेपरचं स्थान होतं. पण कॅमेरॉनच्या ऑफिसमधे? कॅमेरॉनने रॉर्कची नजर पाहिली आणि तो हसला.

'सकाळीच घेतला इकडे येतायेता. गंमत आहे की नाही? आज हे पत्र मिळणार अशी मला कल्पनाही नव्हती. पण हे वृत्तपत्र आणि हे पत्र- दोन कागद किती साजून दिसतात एकत्र. मी ते का विकत घेतलं आज कोण जाणे... काहीतरी प्रतीकात्मक जाणीव झाली की काय मला कोण जाणे... बघ हॉवर्ड, बघ तरी तो पेपर, मजा वाटेल तुला.'

रॉर्कने पेपरवर नजर टाकली. पहिल्याच पानावर एका मांसल ओठांच्या कुमारी मातेचं छायाचित्र होतं. तिने आपल्या प्रियकराला ठार मारलं होतं. तिच्या आत्मवृत्ताचा पहिला भाग त्या छायाचित्राखाली छापलेला. आणि तिच्या खटल्याचा समग्र वृत्तान्त. पुढल्या पानांत कुठल्यातरी ग्राहकोपयोगी वस्तू बनवणाऱ्या कंपन्यांविरुद्ध मोहीम उघडलेली. आजचे राशीभविष्य, चर्चमधल्या उपदेशाचे अध्यात्मसार, नववधूंसाठी पाककृती, सुंदर लांबसडक पाय उघडे टाकलेल्या तरुणींचे फोटो, नवऱ्याला मुठीत कसे ठेवावे याचे धडे, सुंदर-गुटगुटीत मुलांची स्पर्धा, संगीतिका लिहिण्यापेक्षा घरची खरकटी भांडी धुणं कसं श्रेष्ठ याचं वर्णन असलेली एक कविता, एक लेख- मूल जन्माला घालणारी प्रत्येक स्त्री कशी संतच होते हे त्यात पटवून दिलेलं.

'हेच उत्तर आहे आपल्याला, हॉवर्ड. हेच उत्तर. तुला आणि मला. हा पेपर. हा अस्तित्वात

आहे आणि तो आवडीने वाचला जातो. तू याच्याशी लढणार? यांच्या समजेत शिरतील, पोहोचतील असे शब्द आहेत तुझ्याकडे? या लोकांनी आपल्याला हे उत्तर पाठवायची गरजच नव्हती. वायनान्डच्या या बॅनरची एक प्रत पाठवली असती तरी पुरलं असतं. सोपं झालं असतं. आणि स्पष्टही. तुला माहीतीये... येत्या काही वर्षांत हा गेल वायनान्ड- हरामजादा साला - या जगावर राज्य करेल. फारच छान जग असणार आहे ते... आणि कदाचित् त्याचंच बरोबर असेल.'

कॅमेरॉनने तो पेपर हाताच्या तळव्यावर तोलून धरला.

'त्यांना जे हवं ते द्यायचं, हॉवर्ड, आणि मग ते आपली पूजा करतात, त्यांचे तळवे की आणखी काय चाटण्याबद्दल...? काय उपयोग आहे कशाचा? पण तरीही काही फरक पडत नाही. मला कशाने काही फरक पडेनासा झालाय याचंही मला आता काही वाटत नाही...' मग तो रॉर्ककडे पहात म्हणाला, 'फक्त तुला जरा चांगली सुरुवात करून देता येईपर्यंत मला वेळ हवाय, हॉवर्ड...'

'असं बोलू नको.'

'मला बोलायचंय. गंमत आहे, हॉवर्ड. पुढल्या वसंतात तुला इथे येऊन तीन वर्षं पुरी झालेली असतील. फार लांब काळ वाटला ना... वेल, मी तुला काही शिकवलं का? मी सांगतो- मी तुला खूप काही शिकवलं आणि काहीच शिकवलं नाही. तुला तसं कुणीच काही शिकवू शकत नाही. तुझ्यात जो मूळ प्रेरणास्रोत आहे त्यात कुणीच काही बदल करू शकत नाही. तू जे करतोस ते तुझंच असतं सर्वस्वी. मी ते अधिक चांगलं करायला फार तर थोडी मदत करू शकतो. तुला मी फार तर साधनं देऊ शकतो. पण इप्सित तुझंच असतं. तू काही कुणी विनम्र शिष्य असणार नाहीस- अर्ली जेकोबियन किंवा लेट कॅमेरॉन, असल्या तथाकतित शैलींमधल्या फिकुटलेल्या प्रतिकृती काढत रहाणार नाहीस तू- तू तू होशील- ते पहायला मी जगलो तर मला किती बरं वाटेल!'

'तू जगशील तोपर्यंत. आणि हे तर तुला चांगलं माहीत आहे.'

कॅमेरॉन आपल्या ऑफिसच्या बोडक्या भिंतींकडे पहात उभा राहिला. डेस्कवरच्या बिलांच्या चळतीकडे पहात राहिला, खिडक्यांच्या काचांवरून घरंगळणाऱ्या पावसाच्या धारांतून ओघळणारी काजळी पहात राहिला.

'त्यांना मी काहीच उत्तर देऊ शकत नाही, हॉवर्ड, त्यांना सामोरं जाण्यासाठी मी तुला सोडून जातोय म्हण. तू त्यांना उत्तर दे. सर्वांना उत्तर दे. वायनान्ड पेपर्स आणि त्यांचं अस्तित्त्व शक्य करणारं जे काही आहे, त्याच्या मागे जे काही दडलं आहे त्या सर्वांना तुला उत्तर द्यायचंय. मोठं अजब काम सोपवतोय मी तुझ्यावर. आपलं उत्तर काय असेल, मलाही माहीत नाही. पण मला एवढं कळतं की उत्तर आहे आणि ते उत्तर तुझ्यात आहे. तूच ते उत्तर आहेस, हॉवर्ड, आणि कधीतरी तुला त्यासाठी योग्य ते शब्द सापडतील.

❑

६

एल्सवर्थ टूही लिखित 'सर्मन्स इन स्टोन' (पाषाणांतील उपदेश) १९२५च्या जानेवारीमध्ये प्रसिद्ध झालं. त्यावर गडद निळ्या रंगाचं कव्हर होतं आणि रुपेरी अक्षरांतलं नाव. एका कोपऱ्यात रुपेरी शाईत छापलेलं पिरॅमिडही होतं. त्याचं उपशीर्षक होतं 'आर्किटेक्चर फॉर एव्हरीबडी'. जबरदस्त यशस्वी ठरलं ते पुस्तक. आर्किटेक्चरचा संपूर्ण इतिहास त्यात दिला होता. चिखलमातीच्या झोपडीपासून ते गगनचुंबी इमारतीपर्यंतचा सारा इतिहास, कुणाही रस्त्यावरच्या सामान्य माणसालाही

समजेल अशा भाषेत लिहिलेला, पण तरीही ती भाषा शास्त्रीय वाटेल अशी होती. लेखकाने प्रस्तावनेतच म्हणून ठेवलं होतं, -आर्किटेक्चरला त्याच्या योग्य जागी म्हणजे लोकांपर्यंत पोहोचवण्याचा माझा हेतू आहे. तो पुढे म्हणाला होता- लोक ज्या सहजतेने बेसबॉलबद्दल बोलतात त्याच सहजतेने त्यांनी आर्किटेक्चरचा विचार करावा आणि बोलावं असा माझा हेतू आहे. आर्किटेक्चरच्या पाच तत्त्वांची चर्चा करून त्याने लोकांना बोअर केलं नव्हतं. खांब, भिंती, आधार, कॉंक्रीट याची चर्चा नव्हती त्यात. त्याच्या पुस्तकाची पानं इजिप्शियन गृहिणीच्या दैनंदिन कामाच्या तपशीलाने भरली होती, रोमन चर्मकारांच्या जीवनाचे तपशील होते त्यात चौदाव्या लुईच्या रखेलीचा दिनक्रम त्यात होता. हे लोक काय खातपीत असत, आंघोळी कशा करीत असत, खरेदीसाठी कुठे जात आणि त्यांच्या इमारतींचा त्यांच्या रोजच्या आयुष्यावर कसा परिणाम होत असे हे त्याने लिहिलं होतं. पण त्यातून वाचकांची अशी भावना होत होती की ते आर्किटेक्चरच्या पाच तत्त्वांबद्दल, रिइन्फोर्स्ड कॉंक्रीटबद्दल सारंकाही शिकले आहेत. त्याच्या वाचकांना त्याने पटवून दिलेलं की या विषयात काही समस्या नव्हत्या, काही नवीन विचारधारा उद्‌भवल्या नव्हत्या, कोणतंही विशेष देदीप्यमान यश कुणी कमावलं नव्हतं. आजच्याप्रमाणेच तेव्हाही अनाम राहिलेल्या सर्वसामान्य लोकांच्या गरजा, रोजचं रहाटगाडगं, याच्या पलिकडे हा विषय कधी गेलाच नाही. या शास्त्राला वेगळं काही ध्येय असायचं कारणंच नव्हतं. लोकांच्या दैनंदिन जगण्यावर मर्यादित स्वरुपाचा प्रभाव टाकण्यापलिकडे काहीच विशेष घडलं नाही. कोणत्याही संस्कृतीमध्ये ज्या काही अतुलनीय अशा घडामोडी होतात त्यांच्यावर सामान्य माणसांच्या जीवनाचाच खरा प्रभाव असतो, जसा आजच्या संस्कृतीवर वाचकाच्या जीवनाचा परिणाम होतो आहे. त्याचे शास्त्रीय विवेचन काटेकोर होते आणि त्याचा अभ्यास, व्यासंग अवाढव्य. बॅबिलॉनच्या स्वयंपाकाच्या भांड्यापासून ते बायझान्टियममधल्या पायपुसण्यांपर्यंत त्याने दिलेल्या संदर्भांना आव्हान देणं कुणालाही शक्य होणार नव्हतं. सारंकाही स्वतः पाहून आल्यासारखं, प्रभावीपणे, अधिकारवाणीने लिहिलं होतं त्याने. समीक्षकांनी लिहिलं, शतकांच्या इतिहासाचा प्रवास त्याने चालत चालत संपवला नव्हता. तो त्यातून जणू नाचत नाचत निघाला होता. विदूषकासारखा हसवत, मित्रासारखा रमवत, भविष्यवेत्त्यासारखा मंत्रमुग्ध करत त्याने हा प्रवास वाचकांना घडवला होता.

तो म्हणालेला, 'आर्किटेक्चर ही खरोखरची महान कला आहे कारण त्यात कुणाचीही नावं नोंदली गेली नाहीत. त्यातच या कलेची थोरवी दडली आहे. तो म्हणालेला, जगात अनेक सुप्रसिद्ध इमारती आहेत, पण सुप्रसिद्ध वास्तुशिल्पी फार थोडे. हे योग्यच होतं, कारण कुणाही एका माणसाने आर्किटेक्चरमध्ये किंवा कुठेही काही एकट्याने निर्माण केलं असं होत नाही. ज्या काहीजणांची नावं टिकून राहिली ते बरेचदा तोतये असत. ते बांधणाऱ्या सामान्य जनांचे श्रेय ते लाटत असत. काही जण लोकांची संपत्ती लाटतात काहीजण श्रेय. आपण एखाद्या प्राचीन वास्तूच्या भव्यतेकडे पहातो आणि तिच्या बांधकामाचे श्रेय कुणा एका माणसाला देतो, तेव्हा आपण फार मोठी आध्यात्मिक अफरातफर करतो. त्याच्या मागे असलेल्या बांधकाम मजुरांच्या फौजेचा आपल्याला विसर पडतो. ते अनामिक कारागीर, जे अंधाऱ्या युगायुगांपासून त्या एका माणसाआधी होऊन गेले, जे खालमानेने कष्ट उपसत राहिले- सारेच कष्टकरी विनयी असतात- ते सारेच आपापला वाटा उचलत होते या प्रगतीपथाच्या बांधणीसाठी. त्यांची आरती कुणीच गायली नाही. एखादी भव्य इमारत हे कुणा एकाचे श्रेय नसते, त्याच्या बांधणीवर एकट्यादुकट्याचा हक्क असूच शकत नाही. लोकशक्ती, लोकबळाचे एकवटलेले कार्य असते ते.'

तो सांगत होता, आर्किटेक्चरच्या ऱ्हासपर्वाची सुरुवात झाली ती मध्ययुगीन सामायिक संपत्तीची संकल्पना मागे पडून खाजगी संपत्तीची संकल्पना रुजू लागली तेव्हापासून. वैयक्तिक मालकांचा

स्वार्थ खाजगी बांधकामांमागे उभा राहिला आणि प्रत्येकाची हीन अभिरुची आकार घेऊ लागली. वैयक्तिक अभिरुचीचा हट्टाग्रह धरणे हीच मुळात एक हीन अभिरुची आहे. यामुळेच शहरांचे नियोजित स्वरूप धोक्यात येऊ लागले.

तो स्पष्ट करत होता की स्वतंत्र इच्छांना स्थानच असू शकत नाही, कारण मानवी सृजनाच्या सर्व परी त्या त्या युगाच्या आर्थिक संरचनेतून ठरत जातात. त्याने सर्व महान् ऐतिहासिक शैलींची स्तुती केली होती परंतु अशा शैलींचा मनमानी मिश्र वापर चूक आहे हे तो बजावून सांगत होता. त्याने आधुनिक आर्किटेक्चरच्या कल्पना उडवून लावल्या होत्या. तो म्हणालेला,'आजवर तरी या आधुनिक कल्पनांतून केवळ तुरळक कुणाच्यातरी व्यक्तिगत सोसाशिवाय काहीही निष्पन्न झालेलं नाही. त्यांचा कुठल्याही जनआंदोलनाशी सांधा जुळलेला नाही आणि त्यामुळे त्याचा परिणाम असा काहीच साधत नाही.' त्याने वर्तवलं होतं, की जेव्हा सारे मानव बंधुत्वाने वागतील तेव्हा एक चांगले जग आकाराला येईल, साऱ्या इमारती समसमान असतील, ग्रीस या लोकशाहीच्या जन्मदात्या राष्ट्रातील महान परंपरेनुसार एकमेकांशी जुळणाऱ्या असतील. हे त्याने असं काही लिहून काढलं होतं की जणू छापलेले ते शब्द वाचताना वाचकांना वाटायचं की लेखकाचा हात हे लिहिताना भावनेने सद्‌गदित होऊन थरथरला असावा. त्याने आर्किटेक्ट्सना आवाहन केलं होतं... आपापली वैयक्तिक मोठेपाणाची हांव सोडून द्या. लोकांच्या भावभावनांना मुखरित करण्यासाठी निष्ठा वहा. आर्किटेक्ट्स हे जनतेचे सेवक आहेत, नेते नव्हेत. स्वतःची क्षुद्र अहंता बाजूला ठेवून त्यांनी देशाचा आत्मा आपल्या रचनांतून प्रकट करायला हवा. आपल्या काळाच्या पावलांचा ताल ओळखायला हवा. वैयक्तिक छंदांच्या भ्रामक कल्पना दूर सारून त्यांनी सामान्यांचे चलन ओळखले पाहिजे, त्यामुळे त्यांचे काम जनसामान्यांच्या हृदयांशी नाते जोडणार आहे. आर्किटेक्ट्सनी कारणे शोधायची गरज नाही. समाजाला आज्ञा देणे हे त्यांचे कामच नव्हे, त्यांनी समाजाच्या आज्ञा पाळायच्या असतात.'

'सर्मन्स इन स्टोन'च्या जाहिरातीत समीक्षकांची उद्धृते छापली होती:

'अप्रतिम'

'एक भव्य यशस्वी पुस्तक!'

'कलेतिहासातील अभूतपूर्व कार्य!'

'ही तुमची संधी- एका आकर्षक व्यक्तिमत्त्वाच्या माणसाची आणि एका थोर विचारवंताची ओळख करून घेण्याची अपूर्व संधी!'

'स्वतःला बुद्धिवंत म्हणवून घेऊ इच्छिणाऱ्या कोणीही वाचायलाच हवे असे पुस्तक.'

अनेकांना स्वतःला बुद्धिवंत म्हणवून घेण्याची इच्छा तर होतीच. अभ्यास न करताच अभ्यासकाचा दर्जा मिळवण्याची थोडक्यात सोय होती ही. अधिकारवाणी मिळवण्याची स्वस्तात सोय, कोणतेही खास प्रयत्न न करता मत देण्याचं स्वातंत्र्य प्रत्येक वाचकाला मिळणार होतं. इमारतींकडे पाहून त्यांच्यावर व्यावसायिक पातळीवर टीका करणं कसं मस्त वाटत होतं. पृष्ठ क्रमांक ४३९वरचा मजकूर आठवला की झालं. कलेवरील चर्चा, परिसंवाद आयोजित करून त्याच त्याच परिच्छेदांतील वेगवेगळ्या वाक्यांचं आदानप्रदान करायचं- सोपं होतं. लब्धप्रतिष्ठितांच्या सुंदर ड्रॉइंगरूम्समधल्या चर्चांतून सर्वत्र एक संदर्भ फेकला जाऊ लागला- 'आर्किटेक्चर? हो हो, एल्सवर्थ टूहीच.'

त्याच्या तत्त्वानुसार एल्सवर्थ टूहीने कुठल्याही आर्किटेक्टचं नाव आपल्या पुस्तकात टाकलं नव्हतं.

'दंतकथा दृढ करणे, महानायकांचे तपशील प्रेमाने रंगवणे हे इतिहास-संशोधनातील प्रकार मला नेहमीच त्याज्य आणि गर्हणीय वाटत आले आहेत.' फक्त तळटीपांमधे काही नावं आली होती.

त्यातले बरेचसे संदर्भ गाय फ्रँकनचेच होते. 'त्यांना अलंकरणात जरा जास्तच रस आहे पण तरीही ते स्तुत्य म्हणायला हवे कारण क्लासिसिझमप्रति त्यांची निष्ठा निर्विवाद आहे.' एका तळटीपेत हेन्री कॅमेरॉनचा उल्लेख होता. 'आधुनिकतावादाचा प्रणेता म्हणून एक काळ त्याचे नाव गाजले आणि आता त्याची योग्य ती जागा त्याला मिळाली आहे- विस्मृतीत गेला आहे तो. अखेर जनतेचा आवाज हा ईश्वराचाच आवाज असतो.'

फेब्रुवारी १९२५मधे हेन्री कॅमेरॉनने व्यवसायातून निवृत्ती घेतली. गेलं वर्षभर हा दिवस उगवणार याची त्याला चाहूल लागली होतीच. तो रॉर्कशी बोलला नव्हता, पण त्या दोघांनाही ते उमजलं होतं. ते काम करत राहिले, कसलीच अपेक्षा नव्हती, केवळ शक्य तितका काळ पुढे जात रहायचं इतकंच होतं, बस्स. गेल्या वर्षभरात थोडीफार किरकोळ कामं त्यांच्या ऑफिसकडे आली होती. गावातली घरं, गॅरेजेस, जुन्या इमारतींची पुनर्रचना... ते कसलीही कामं स्वीकारत होते. पण असले थेंबथेंब येणंही बंद झालं होतं अखेर. पाईप्स कोरडे पडलेले. पाण्याची चावी त्याच्या समाजाने बंद केली होती- त्या समाजाचं बिल कॅमेरॉनने कधीच दिलं नव्हतं.

सिम्प्सन आणि रिसेप्शनमधला तो म्हातारा या दोघांनाही केव्हाच रजा दिलेली. फक्त रॉर्क राहिलेला. हिवाळ्यातल्या सर्द संध्याकाळी कॅमेरॉनचं शरीर डेस्कवर आडवं तिडवं झालेलं पहात रहायचा. हात पसरून, डोकं त्यातच खुपसून, कॅमेरॉन बसायचा, दिव्याखाली एक बाटली चमकत उभी असायची. मग एक दिवस फेब्रुवारी महिन्यात- कॅमेरॉनने बरेच दिवस दारूला हात लावला नव्हता- कपाटातून एक पुस्तक काढायला तो उभा राहिला आणि कोसळला. रॉर्कच्या पायावर कोसळला तो- अचानक, सहज, अखेरचा.

रॉर्क त्याला घरी घेऊन गेला. डॉक्टरांनी सांगितलं, उठायचा प्रयत्न केला तर ते शेवटचंच ठरेल. कॅमेरॉनला कळलं होतं. तो उशीवर डोकं टेकून पडून होता. स्वस्थ. हात दो बाजूंना विसावलेले. त्याचे डोळे सताड उघडे होते, रितेरिते. मग तो म्हणाला, 'तू ऑफिस बंद करशील ना, हॉवर्ड?'

'हो.' रॉर्क म्हणाला.

कॅमेरॉनने डोळे मिटून घेतले. तो आणखी काहीच बोलला नाही. रॉर्क त्याच्या बिछान्यापाशी रात्रभर बसून होता. तो झोपला आहे की जागा आहे ते कळण्याचा मार्गच नव्हता.

कॅमेरॉनची एक बहीण कुठूनशी, न्यू जर्सीतून उगवली. ती एक छोटीशी, आकसून गेलेली, पांढऱ्याधोप केसांची म्हातारी होती. थरथरणारे हात, शांत चेहरा- कधीही कुणाच्या लक्षात रहाणार नाही असा घाबरट, सारी आशा सोडून दिलेला मार्दवपूर्ण चेहरा होता तिचा. तिच्याकडे महिन्याचं थोडंफार उत्पन्न होतं. आणि तिने आपल्या भावाला न्यू-जर्सीला आपल्या घरी घेऊन जाण्याची जबाबदारी उचलली. तिने कधी लग्न केलं नव्हतं आणि तिला जगात दुसरं कुणीच नव्हतं. या जबाबदारीचं तिला ओझंही वाटलं नाही आणि आनंदही नव्हता. भावभावना जणू फार वर्षांपूर्वीच तिला सोडून गेल्या होत्या.

जाण्याच्या दिवशी कॅमेरॉनने रॉर्कच्या हाती एक पत्र दिलं. रात्री मांडीवर एक जुना ड्रॉइंगबोर्ड घेऊन, मागे उशी ठेवून टेकून बसत, फार वेदना सोसत त्याने ते लिहून काढलं होतं. एका बड्या आर्किटेक्टच्या नावे होतं. ते पत्र रॉर्कला नोकरीसाठी शिफारस देणारं पत्र होतं ते. रॉर्कने तो वाचलं आणि मग कॅमेरॉनकडे पहात ते मधोमध टरकावलं, पत्राकडे बघण्याची त्याला गरजही वाटली नाही. दुमड घालून त्याने ते पुन्हा फाडलं.

'नाही,' रॉर्क म्हणाला, 'तू त्यांच्याकडे काहीही मागायचं नाहीस. माझी काळजी करू नकोस.'

कॅमेरॉनने मान डोलावली. बराच वेळ गप्प बसून राहिला. मग म्हणाला, 'तू ऑफिस बंद कर,

हॉवर्ड. त्यातलं फर्निचर भाड्यापोटी देऊन टाक त्यांना. पण माझ्या खोलीतली भिंतीवरची चित्र काढून घे आणि माझ्याकडे पाठव. तेवढंच. बाकी सगळी कागदपत्रं, फाइल्स, ड्रॉइंग्ज, करारपत्रं- सगळंसगळं जाळून टाक.'

'हो.' रॉर्क उत्तरला.

मिस कॅमेरॉननी माणसं, स्ट्रेचर वगैरेची व्यवस्था केली. अँब्युलन्सने ते फेरीपर्यंत गेले. फेरीच्या प्रवेशद्वारापाशी कॅमेरॉन रॉर्कला म्हणाला, 'आता तू परत जातोयस, हॉवर्ड. मला भेटायला येत जा, नेहमी नेहमी नाही. कधीतरीच.'

ते कॅमेरॉनला स्ट्रेचरवर घेऊन वर गेले तेव्हा रॉर्क वळला आणि चालू लागला. काळवंडलेली सकाळ होती ती... थंडगार. समुद्राचा सडकट वास आसमंतात भरून होता. रस्त्यालगत कोपरावरच्या दगडावरून एक सी-गल वर्तमानपत्राचा तुकडा फडफडावा तसा उडाला.

त्या संध्याकाळी रॉर्क कॅमेरॉनच्या ऑफिसमधे गेला. त्याने दिवे लावले नाहीत. कॅमेरॉनच्या खोलीतला हीटर पेटवून त्याने जाळ केला. एक नजर ही न फिरवता त्याने ड्रॉवरमागून ड्रॉवर त्या जाळात ओतायला सुरुवात केली. त्या सुन्न शांततेत ते कागद फडफडत जळत राहिले. जळका वास त्या खोलीत भरून राहिला आणि जाळ फूत्कार टाकत राहिला. ज्वाळा एकमेकांना लपेटत राहिल्या, तडकत राहिल्या. मधूनच एखादा पांढरा तुकडा त्या जाळाच्या बाहेर सुटून येई. रॉर्क स्टीलच्या पट्टीच्या टोकाने त्याला पुन्हा आत लोटत होता.

कॅमेरॉनच्या प्रसिद्ध इमारतींची चित्र होती तिथे. न बांधलेल्या इमारतींचीही. बारीक रेषांमधली ब्लू-प्रिन्ट्स होती. कुठेतरी अजूनही उभ्या असलेल्या गर्डर्सची. ख्यातनाम सह्याशिक्के असलेली करारपत्र होती त्यात. आणि मधूनच एखाद्या लाल ज्वाळेच्या प्रकाशात एखादी सात आकडी संख्या पिवळट कागदावर चमकून उठे आणि आगीच्या कल्लोळात स्वाधीन होई.

एका जुन्या पाकिटातून बाहेर पडलेल्या पत्रातून एक वृत्तपत्रीय कात्रण बाहेर आलं. रॉर्कने ते उचलून घेतलं. अगदी जुनं झालेलं- घडीवर फाटणारं ते कात्रण होतं. त्याच्या हातातच त्याचा तुकडा पडला. ७ मे १८९२मधे हेन्री कॅमेरॉनने दिलेल्या मुलाखतीचं कात्रण होतं ते. त्यात त्याने म्हटलं होतं- 'आर्किटेक्चर हे करीअर नाही, धंदा नाही. माझ्या दृष्टीने ती एक मोहीम आहे. पृथ्वीवरच्या आपल्या अस्तित्त्वाचं समर्थन ज्या आनंदात आहे त्या आनंदाचं पावित्र्य जपण्यासाठी आर्किटेक्चर आहे.' त्याने तो कागदही आगीच्या स्वाधीन केला आणि पुढला फोल्डर उघडला.

कॅमेरॉनच्या डेस्कमधला, पेन्सिलीचा एकेक तुकडा उचलून त्याने जाळून टाकला. तो त्या जाळासमोर उभा राहिला. तो हलत नव्हता, खाली पहात नव्हता. त्या आगीचा उजेड त्याला जाणवत होता. दृष्टीच्या काठावर त्याला एक थरथर जाणवली. कधीच न बांधल्या गेलेल्या एका स्कायस्क्रेपरचं चित्र समोरच्या भिंतीवर लटकलेलं.

□ □ □

फ्रँकन अँड हेयरबरोबरच कीटींगचं हे तिसरं वर्ष होतं. मान ताठ ठेवून, जाणीवपूर्वक ताठ कण्याने तो चालायचा. महागड्या रेझर्सच्या आणि मध्यम किमतीच्या कार्सच्या जाहिरातीतला यशस्वी तरुण जसा दिसेल तसा तो दिसायचा. छान कपडे घालायचा. लोकांचं आपल्याकडे लक्ष जातंय याकडे त्याचंही लक्ष असायचं. पार्क ॲव्हेन्यूच्या बाजूच्याच एका रस्त्यावर त्याचं अपार्टमेन्ट होतं. लहानसंच पण फॅशनेबल. त्याने तीन मौल्यवान एचिंग्ज विकत घेतली होती, शिवाय एका क्लासिकची पहिली आवृत्ती मिळवून विकत घेतली होती- जी त्याने कधी उघडूनही पाहिली नाही, वाचणं दूरच.

कधीमधी तो आपल्या क्लायन्ट्सना मेट्रोपॉलिटन ऑपेराला घेऊन जायचा. त्याने एका फॅन्सी ड्रेस आर्ट्स बॉलमधे भाग घेतला. त्याने लाल मखमलीचे टाईट्स घालून मध्ययुगीन दगडफोड्याचा वेष धारण केला होता. त्याचा उल्लेख वृत्तपत्राच्या सोसायटी पेजवर झाला. त्याच्याबद्दल वृत्तपत्रात छापून आलेली ही पहिली बातमी. त्याने ते कात्रण जपून ठेवलं.

आपली पहिली बिल्डिंग आणि तिच्या बाळंतपणाच्या वेळची भीती आणि अनिश्चितता एव्हाना तो विसरूनही गेला होता. ते किती सोपं आहे हे त्याला चांगलंच कळलं होतं. चांगली भारदस्त, नक्षीदार फसाड, भव्य प्रवेशद्वार, प्रशस्त ड्रॉइंगरूम दिली की क्लायन्ट्स काहीही स्वीकारतात हे त्याला आता पक्कं कळलं होतं. आलेल्या पाहुण्यांवर छाप पाडता आली की झालं. प्रत्येकाचंच त्यात समाधान होतं. क्लायन्ट्सवर छाप पडण्यापलिकडे कीटींगला कसलीच पर्वा नव्हती, आणि पाहुण्यावर छाप पडण्यापलिकडे क्लायन्ट्सना पर्वा नव्हती आणि पाहुण्यांना कसलीच पर्वा नसावी.

मिसेस कीटींगनी स्टँटनचं घर भाड्याने दिलं आणि त्या न्यू यॉर्कमधे त्याच्या घरी रहायला आल्या. आई तिथं यावी असं त्याला अजिबात वाटत नव्हतं. पण तिला नको कसं म्हणणार- ती त्याची आई होती. आईला नाही म्हणावं अशी अपेक्षाच नसते. ती आली तेव्हा मात्र तो जरा उत्सुक झाला, त्याने जगात जे काही यश मिळवलं त्यामुळे ती खूष होईल असं त्याला वाटलं होतं. पण ती फार काही खूष झाल्याचं दिसलं नाही. तिने त्याचं घर फिरून पाहिलं. त्याचे कपडे, त्याचं बँकबुक पाहिलं, आणि म्हणाली, 'सध्यापुरतं एवढं ठीक आहे, पीटी,'

एक दिवस ती त्याच्या ऑफिसमधेही गेली आणि अर्ध्या तासात तिथून बाहेर पडली. त्या दिवशी संध्याकाळी तास दीड तास तिच्या पुढ्यात बसून बोटं मोडत तिचा सल्ला ऐकावा लागला होता त्याला.

'तो विदर्स नावाचा कोण आहे तो- त्याचा सूट तुझ्यापेक्षा जास्त महागातला वाटत होता. हे चालणार नाही. त्या सर्वांच्या समोर तुझी प्रतिष्ठा राहिलीच पाहिजे. तो बारीकसा कोण मुलगा होता, तुला ब्लू-प्रिन्ट्स आणून देणारा- कसा बोलत होता तो तुझ्याशी... नाही नाही. तसं काही खास नाही, पण मी तरी लक्ष ठेवलं असतं अशा कुणावरही. तो लांब नाकाचा कोण- तो काही तुझं चांगलं बघत नाही हं- मला कळतात अशा गोष्टी बरोबर. बेनेट म्हणून कोणी होता- हां बेनेट- तो फार जास्त महत्त्वाकांक्षी वाटला मला. मी तर असल्या कुणालाही हाकललंच असतं. मला बरोब्बर कळतात असल्या गोष्टी...'

मग तिने विचारलं, 'तुझा हा गाय फ्रँकन... त्याला कोणी मूलबाळ आहे का?'

'एक मुलगी आहे.'

'ओः...' मिसेस कीटींग म्हणाल्या, 'कशी आहे ती?'

'कधी भेटलो नाही.'

'काय हे पीटर,' ती म्हणाली, 'त्यांच्या कुटुंबियांना भेटायचा कधीच प्रयत्न केला नाहीस तू- उद्धटपणा वाटेल त्यांना हा.'

'ती इथे नसते, आई. कॉलेजसाठी बाहेरगावी असते ती. कधीतरी भेटेनच मी तिला. चल आता झोपू या. उशीर झाला. मला उद्या खूप काम आहे...'

पण तिच्या बोलण्याचा तो त्या रात्री विचार करीत राहिला. दुसऱ्या दिवशीही. त्याने पूर्वीही या गोष्टीचा विचार केला होता अनेकदा. फ्रँकनची मुलगी मागेच कॉलेज संपवून परतली होती हे त्याला माहीत होतं. आणि आता ती बॅनरमधे काम करत होती. गृहसजावटीवर एक कॉलम चालवायची ती. आणखी काहीच माहिती कळली नव्हती तिच्याबद्दल. ऑफिसमधल्या कुणालाच काही माहीत नव्हतं.

आणि फ्रँकन कधीच त्या विषयावर बोलायचा नाही.

दुसऱ्या दिवशी लंचिऑनच्या वेळी कीटींगने ठरवून टाकलं, आता हा विषय आपण काढायचाच.

'तुझ्या मुलीबद्दल बरंच काही चांगलं कानावर येतं हं.' तो फ्रँकनला म्हणाला.

'कुठं बरं तुझ्या कानावर तिच्याबद्दल बरंच काही चांगलं पडलं?' फ्रँकनचा स्वर आकसलेला.

'ओः वेल, कळतं ना इकडून तिकडून. आणि ती लिहिते किती छान.'

'हं. ती छान लिहिते खरं.' फ्रँकनने विषय संपवला.

'खरंच, गाय, तिला भेटायला आवडेल मला.'

फ्रँकन त्याच्याकडे बघत सुस्कारत म्हणाला, 'ती माझ्याबरोबर रहात नाही माहीते तुला. तिचं स्वतःचं स्वतंत्र अपार्टमेन्ट आहे. मला तिचा पत्ताही आठवत नाही, खरं तर. ओः भेटशीलच तिला पुढेमागे. तुला ती आवडणार नाही, पीटर.'

'का रे, असं का म्हणतोस?'

'काय आहे ते आहे... बाप म्हणून मी संपूर्ण अयशस्वी ठरलो बघ. बरं ते जाऊ दे, पीटर, मला सांग, मिसेस मॅनरिंग त्या नव्या जिन्याच्या बांधणीबद्दल काय म्हणत होत्या?'

कीटींगला खूप राग आला. मन खट्टू झालं. आणि सुटल्यासारखंही वाटलं. त्याने फ्रँकनच्या बुटक्या जाड्या आकृतीकडे पहात विचार केला, त्याच्या मुलीने त्याचंच रुप उचललं असेल की काय- त्याला तिचा एवढा राग वाटायचं काय कारण असेल. श्रीमंत आणि कुरूप- बऱ्याच असतात, तशीचही असावी, त्याने निष्कर्ष काढला. पण एवढ्या एका गोष्टीमुळे आपण थांबण्याचं काहीच कारण नाही. बघता येईल. पण सध्या तरी तो दिवस लांबणीवर पडल्याचा त्याला आनंद झाला. मग नव्या उत्साहाने त्याने ठरवलं, आज कॅथरीनला भेटायला जाऊ या.

मिसेस कीटींग कॅथरीनला स्टँटनमधेच भेटल्या होत्या. पीटर तिला विसरेल अशी त्यांना आशा होती. आता त्यांना कळलं की तो तिला मुळीच विसरलेला नाही. जरी तो तिच्याबद्दल कधीही बोलत नसे किंवा तिला घरीही कधी घेऊन आला नव्हता तरीही त्यांना कळलंच. मिसेस कीटींगनी कधीही तिचं नावही घेतलं नाही. पण त्या जनरल बोलत रहायच्या. गरीब घरच्या मुली कशा होतकरू तरुणांना पटवतात. चांगल्या हुशारहुशार पोरांचं करीअर चुकीच्या पोरींच्या फंदात पडून लग्न केल्याने कसं बरबाद होतं वगैरे उदाहरणं द्यायच्या. एखाद्या सेलिब्रिटीने आपल्या बावळट, सामान्य पत्नीला नीट वागता येत नाही म्हणून घटस्फोट दिला वगैरे बातम्या त्या त्याला खास वाचून दाखवायच्या.

पीटर कॅथरीनला फार थोड्या वेळा भेटला होता. त्या भेटींचाच विचार तो तिच्या घरच्या वाटेवर असताना करत होता. तिची भेट झाल्याचे दिवस- अगदी सामान्य होते, काही खास असं नव्हतंच त्यात. पण त्याच्या न्यू यॉर्कमधल्या दिवसांमधले सर्वांत लक्षात राहिलेले दिवस होते ते.

तो गेला तेव्हा ती आपल्या अंकलच्या खोलीच्या मध्यावर बसली होती. त्याला आत घेतलं तिने, पण त्या साऱ्या खोलीभर गालिचावर पत्रं, कागदपत्रं असा पसारा पडला होता. एक पोर्टेबल टाईपरायटर, वृत्तपत्र, कात्र्या, खोकी, गोंदाची बाटली असा सारा सरंजाम होता.

'ओः डियर!' कॅथरीन उद्गारली, त्या पसाऱ्यातच फतकल मारून ती पुन्हा बसली, 'ओः डियर!'

बाजूला रचलेल्या पांढऱ्या कागदांच्या चवडीवर हात ठेवत, त्याच्याकडे वर पहात ती गोड हसली... ती आता वीस वर्षांची झालेली. पण सतराव्या वर्षी जशी दिसायची तशीच अजूनही दिसत होती.

‘बस ना, पीटर. मला वाटलेलं तू यायच्या आत माझं काम संपलेलं असेल, पण नाहीच होते रे. अंकलची फॅनमेल आहे ही सारी. आणि त्यांची वृत्तपत्रातल्या समीक्षेची कात्रणं. मला ही सगळी विगतवारी लावून, त्यांना उत्तरं लिहायची आहेत. सगळं फाईलला लावायचंय. आभाराची पत्रं लिहायची आहेत. आणि... ओः ते तर तू पहायलाच हवंस... काय लिहितात काहीकाही लोकं त्यांना! आश्चर्य वाटतं मला. उभा कशाला राहिलायस, बस की खाली. एका मिनिटात आवरते मी सगळं.’

‘झालं तुझं आवरून आत्ताच.’ त्याने तिला उचलूनच घेतलं. आणि खुर्चीकडे नेलं. तिला धरून ठेवत, तिचं चुंबन घेतलं. ती आनंदून त्याच्या खांद्यांमधे डोकं लपवून हसत राहिली. तो म्हणाला, ‘केटी, मला काहीतरी सांगायचंय तुला. आज काय मस्त दिवस होता माहितीये. आज दुपारी बॉर्डमन बिल्डिंगचं उद्घाटन झालं. कुठेय माहितीये ती- ब्रॉडवेवर. बावीस मजल्यांची, गॉथिक स्पायर असलेली बिल्डिंग आहे ती. फ्रँकनचं पोट बिघडलेलं, म्हणून त्याने मला पाठवलं- त्याचा प्रतिनिधी म्हणून मी गेलो. नाहीतरी मीच डिझाइन केलेली बिल्डिंग होती ती. आणि- अरे पण तुला काहीच माहीत नाही ना-’

‘नाही कसं- मला सर्व माहीत आहे. तू बांधलेल्या सर्व बिल्डिंग्ज पाहिल्यात मी. त्या सर्वांची चित्रही आहेत माझ्याजवळ. पेपरमधून कापून ठेवते मी. एक वही केलीय मी त्यासाठी. अंकलसाठी एक केलीय तशीच एक तुझ्यासाठी. पीटर, काय मस्त आहे हे.’

‘काय?’

‘अंकलची चिकटवही. त्यांची पत्रं... हे सर्व...’ तिने त्या पेपर्सकडे हात केला. तिला जणू त्या पसाऱ्याला कवेत घ्यायचं होतं. ‘विचार कर जरा, साऱ्या देशभरातून ही पत्रं येतायत. काऱ्याकोपऱ्यातून. संपूर्ण अनोळखी लोक- पण त्यांना किती प्रेम वाटतं त्यांच्याबद्दल. आणि मी- माझ्यासारखी सामान्य मुलगी त्यांना मदत करतेय. केवढी जबाबदारी पडलीय माझ्यावर. मला खरंच खूप बरं वाटतंय... केवढं मोठं आणि महान आहे हे सारं... आपल्या आयुष्यातल्या सगळ्या बारीकसारीक गोष्टी तुच्छ ठरतात यापुढे... साऱ्या देशाचा संबंध येतो यात!’

‘हो का? त्यांनी सांगितलं का हे तुला?’

‘त्यांनी मला काहीही सांगितलं नाही. पण त्यांच्याबरोबर एवढी वर्षं काढल्यानंतर मलाही स्वतःहून काही कळतंच की... ते किती निःस्वार्थी आहेत, अहंपणा नावालाही नाही त्यांच्यात.’

त्याला राग आलेला, पण तिचं चमकदार हसू पाहून, तिच्यातला नवा आत्मविश्वास पाहून त्याला उत्तरादाखल हसणं भाग पडलं.

‘एक गोष्ट मी मान्य करतो, केटी, हे जे काही तू करतेयस ना, ते तुला मानवतंय, शोभतंय, एवढं खरं. जरा चांगले कपडे घालायला शिकलीस ना तर तू छानच दिसशील. एखाद्या दिवशी तुला फरफटतच एखाद्या चांगल्या ड्रेसमेकरकडे घेऊन जातो मी. कधीतरी गाय फ्रँकनला भेटायला घेऊन जायचंय तुला. तुला आवडेल तो.’

‘ओः! मला वाटलं- तू एकदा म्हणालेलास की मला तो नाही आवडणार...’

‘असं म्हणालो होतो मी? वेल, तेव्हा मी त्याला नीट ओळखलेलं नसेन कदाचित्. मस्त माणूस आहे तो. मला तुझी सर्वांशी ओळख करून द्यायचीये. तुला- ए, कुठे चाललीस उठून?’ तिचं लक्ष त्याच्या घड्याळाकडे गेलं होतं. ती दूर सरकायचा प्रयत्न करत होती.

‘अरे, नऊ वाजायला आले. अंकल एल्सवर्थ यायच्या आत मला हे सारं आवरायला हवं. अकरापर्यंत येतील ते, आज त्यांचं कामगारांच्या सभेत भाषण आहे. आपण एकीकडे बोलताबोलता मी काम करते ना, चालेल?’

‘अजिबात चालणार नाही! गेले खड्ड्यात तुझ्या लाडक्या अंकलचे फॅन्स! त्यांचं त्यांना निस्तरू देत की. तू आत्ता इथून हलणार नाहीयेस कुठेही.’

तिने सुस्कारा सोडत पुन्हा डोकं त्याच्या खांद्यावर टेकवलं.

‘तू एल्सवर्थ अंकलबद्दल असा रे काय बोलतोस? तुला ते समजलेलेच नाहीत अजून. तू त्यांचं पुस्तक वाचलंस का?’

‘हो. वाचलंय. ते एकदम छान आहे, महान आहे, महाभयंकर महान् आहे, बस्स! पण जिथे जातो तिथे सध्या त्यांच्या पुस्तकाचीच चर्चा ऐकून आता कान किटले माझे. त्यामुळे आता कृपया आपण वेगळ्या विषयावर बोललं तर चालेल का?’

‘तुला अजूनही अंकलना भेटायचं नाहीये?’

‘का बरं? असं का विचारतेस? मला त्यांना भेटायला अगदी जरूर आवडेल.’

‘ओः...’

‘का, काय झालं?’

‘तूच एकदा म्हणालेलास की तुला त्यांना माझ्यामार्फत भेटायचं नाहीये म्हणून.’

‘हो? मी जे जे काही मूर्खपणाचं बोलतो तेच नेमकं कसं गं लक्षात ठेवतेस तू?’

‘पीटर, तू अंकल एल्सवर्थना भेटू नकोसच.’

‘का नको?’

‘माहीत नाही मला. माझा वेडेपणा असेल कदाचित्... पण नको भेटूस तू त्यांना. कारण नाही सांगता येणार मला.’

‘वेल, विसरून जाऊ ते आपण. वेळ आली की भेट होईलच त्यांच्याशी. केटी, ऐक ना, काल मी माझ्या खोलीच्या खिडकीत उभा होतो. आणि मला तुझी आठवण आली... तू मला तेव्हाच्या तेव्हा जवळ हवी होतीस. मी तुला फोनच करणार होतो- मग लक्षात आलं, खूपच उशीर झालेला. कधीकधी मला तुझ्यावाचून एवढं एकटं एकटं वाटतं... मी-’

तिने त्याच्या गळ्यात हात टाकलेले. आणि इतक्यात ती त्याच्या पलिकडे बघू लागल्याचं त्याच्या लक्षात आलं. तिचं तोंड उघडं पडलेलं. ती उडी मारूनच पलिकडे गेली. गुडघ्यावर रांगत टेबलखाली पडलेलं जांभळट छटेचं पाकीट तिने उचललं.

‘काय हे- एवढं काय आकाश कोसळलं?’ त्याने रागारागात विचारलं.

‘अरे खूप महत्त्वाचं पत्र आहे हे.’ गुडघ्यांवर बसत तिने उत्तर दिलं. ते पाकीट घट्ट धरून ठेवलेलं तिने. ‘खूपच महत्त्वाचं. कुठल्या कुठे जाऊन पडलेलं, कचऱ्यातच. गेलं असतं कुठेतरी हरवून. एका गरीब विधवेने लिहिलंय ते. तिला पाच मुलं आहेत. तिच्या मोठ्या मुलाला आर्किटेक्ट होण्याची इच्छा आहे. अंकल एल्सवर्थ त्याच्यासाठी स्कॉलरशिपची व्यवस्था करणार आहेत.’

‘वेल,’ कीटींग उठून उभा राहिला, ‘आता बास झालं मला हे. चल इथून बाहेर जाऊ या, केटी, चल कुठेतरी भटकायला जाऊ. छान हवा आहे बाहेर. इथे बसून तू, तुझी तू नसतेसच.’

‘ओः चालेल... मस्तच- चल जाऊ. भटकून येऊ.’

बाहेर बर्फ भुरभुरत होता. हलकासा, नाजूक शिडकावा करणारा. हवेत तरंगत रहाणारा हिमवर्षाव. रस्त्यांच्या निरुंद फटीतून साचून राहिलेला. ते एकत्र लगटून चालू लागले. कॅथरीनचा दंड त्याच्या दंडाला चिकटून होता. त्यांच्या पावलांनी रस्त्याच्या पांढऱ्याशुभ्र पट्ट्यांवर तपकिरी फराटे उमटत होते.

वॉशिंग्टन चौकातल्या एका बाकावर ते दोघे बसले. सारा चौक बर्फाने वेढलेला. त्यामागची

घरं, शहर यांपासून त्यांना जणू तोडून टाकलेलं त्या बर्फाने. बर्फाच्या छायेतूनच पांढरे, हिरवे आणि लाल रंगाचे दिव्यांचे चमकते ठिपके सरकत होते.

ती त्याला बिलगून बसली होती. तो शहराकडे पहात होता. त्याला त्या शहराची नेहमीच भीती वाटायची... आत्ताही वाटली. पण आता त्याच्याकडे दोन नाजुकशी सुरक्षाकवचं होती- एक हा बर्फ आणि दुसरी शेजारी बसलेली ती मुलगी.

'केटी,' तो कुजबुजला, 'केटी...'

'आय लव्ह यू, पीटर...'

'केटी,' तो ठामपणे म्हणाला, त्याच्या शब्दातला विश्वासच असा होता की त्याला वेगळं उत्तेजित होण्याचं कारणच उरलं नव्हतं. 'आपलं लग्न ठरलंय, हो ना?'

तिने किंचित हनुवटी उचलली आणि तिच्या ओठांना एका शब्दाचा आकार मिळाला, 'हो.'

ती हे इतक्या गांभीर्याने उत्तरली की तो शब्द काही वेगळाच वाटला. तिने यापूर्वी कधीही भविष्यासंबंधी कोणताही प्रश्न मनात उमटू दिला नव्हता. कारण प्रश्न मनात येणं म्हणजे खात्री नसण्याचीच खूण पटण्यासारखं झालं असतं. पण तिने जेव्हा होकार भरला, तेव्हा तिला कळलं, की ती याची किती आसुसून वाट पहात होती... अधिक आनंद प्रकट केला असता तर ती फुटून गेली असती.

'वर्षादोनवर्षांत,' तो तिचा हात घट्ट धरत म्हणाला, 'आपण लग्न करू. माझं माझ्या फर्ममधलं स्थान अगदी पक्कं झालं की आपण लगेच लग्न करायचं. मला माझ्या आईला जरा समजावावं लागेल, पण येत्या वर्षात सारंकाही ठीक होईल.' तो शांतपणे बोलण्याचा प्रयत्न करीत होता, व्यवहाराचा विचार करून बोलण्याचा प्रयत्न करत होता, मनात भरलेली नवलाई ओसांडून जाऊ नये म्हणून काळजी घेत होता.

'मी वाट पाहीन, पीटर.' ती कुजबुजली, 'आपल्याला काही घाई नाहीये.'

'आपण कुणालाच काही बोलू या नको, केटी. आपलं गुपित... फक्त आपलंच- जोपर्यंत-' आणि अचानक त्याच्या मनात एक विचार चमकून गेला. आणि त्याचा थरकाप झाला. त्याला कळलं की हे यापूर्वी कधीच त्याच्या मनात आलं नव्हतं हे तो सिद्ध करू शकला नसता... पण तरीही त्याला कळलं की त्याने यापूर्वी खरोखरच कधीही असा विचार केला नव्हता. त्याने तिला दूर सारलं. तो रागारागाने म्हणाला, 'केटी, तू असा तर विचार नाही ना करणार की- मी हे तुझ्या त्या महान महाभयंकर अंकलमुळे करतोय म्हणून?'

ती हसली. तिच्या निर्घोर हास्याच्या नादामधूनच त्याला उत्तर मिळालं. तो तिच्या लेखी स्वच्छ निर्दोष होता. 'अरे देवा, पीटर! त्यांना हे अजिबात आवडणार नाही- पण आपल्याला काय पर्वा आहे त्याची?'

'त्यांना आवडणार नाही? का बरं?'

'ओः, मला वाटतं त्यांना लग्न ही संस्थाच मान्य नसावी. म्हणजे ते काही अनैतिक वागा असं सुचवतात असं नाही, पण ते मला नेहमी म्हणतात, की विवाहाची कल्पना आता कालबाह्य आहे वगैरे. ते म्हणतात, खाजगी मालमत्तेचा हक्क अबाधित ठेवण्यासाठी लग्नसंस्था राबवली जाते- असंच काहीतरी म्हणतात ते... त्यांना ते पसंत नाही एवढं मला नक्की कळलंय.'

'वेल, हे फारच छान झालं. आपण दाखवूच त्यांना.'

हे ऐकून त्याला मनापासून बरं वाटलं. त्यामुळे त्याच्या मनात नव्हे- त्याचं मन निष्कलंक होतं याची त्याला खात्री पटली होती- पण ज्या कुणाच्या मनात तो संशय येऊ शकेल त्याचं निराकरण

होईल. म्हणजे फ्रँकनच्या मुलीशी काही जुळलं तर लोकांना जे वाटलं असतं तसंच काहीसं या बाबतीतही लोकांना वाटण्याची शक्यता होती. याला आपण एवढं महत्त्व द्यावं, किंवा ही आपली भावना लोकांच्या मनातही असल्या हेतूच्या स्पर्शापासून दूर असावी असं आपल्याला इतक्या प्रकर्षाने वाटावं हे त्याला जरा विचित्रच वाटलं.

त्याने डोकं मागे टेकलं. हिमपाकळीचा चावरा स्पर्श त्याच्या ओठाला चाटून गेला. मग त्याने वळून तिचं चुंबन घेतलं. तिच्या ओठांचा स्पर्श मऊ आणि हिमस्पर्शासारखाच थंड होता.

तिची हॅट कलंडली होती. तिचे ओठ अर्धेच उमललेले, डोळे टपोरलेले, जरासे असाहाय्य होते आणि पापण्या चमकत होत्या. तिचा तळवा हाती घेऊन तो त्याकडे पहात राहिला. तिने काळा हातमोजा घातलेला. लहान मुलासारखी तिने तिची बोटं पसरून धरली होती. त्या मोज्याच्या लोकरीवर वितळलेले हिमकण मण्यांसारखे चमकत होते. बाजूने झपकन् गेलेल्या कारच्या दिव्यांच्या उजेडात ते तेजाळून उठले.

❑

७

'आर्किटेक्ट्स गिल्ड ऑफ अमेरिका' काढत असलेल्या मासिकातल्या संकीर्ण वृत्तांच्या गर्दीत हेन्री कॅमेरॉनने निवृत्ती पत्करल्याची थोडक्यात बातमी आली होती. त्याच्या कारकीर्दीबद्दलची सहा वाक्यं आणि त्याच्या दोन सर्वोत्कृष्ठ इमारतींची चुकीची नावं छापून बातमी संपलेली.

पीटर कीटींग फ्रँकनच्या ऑफिसमधे शिरला तेव्हा फ्रँकनची एका प्राचीन वस्तूंच्या डीलरशी सुसभ्य, सुसंस्कृत घासाघीस चालली होती. कीटींगने त्यात अडथळा आणला. मॅडम पाम्पादूच्या मालकीच्या एका तपकिरीच्या डबीचा व्यवहार चाललेला. त्याने मनात ठरवलेल्या किंमतीपेक्षा त्याला नऊ डॉलर्स आणि पंचवीस सेन्ट्स जास्त घालावे लागणार होते. तो डीलर निघून गेल्यानंतर फ्रँकनने जरा घुश्शातच विचारलं, 'काय झालं काय एवढं, कीटींग, हां?'

कीटींगने ते मासिक फ्रँकनच्या टेबलावर टाकलं. कॅमेरॉनच्या निवृत्तीची बातमी त्याने अंगठ्यानेच दाखवली.

'तिथला माणूस मला काहीही करून हवाय.' कीटींग म्हणाला.

'कोण माणूस?'

'हॉवर्ड रॉर्क.'

'कोण हा हॉवर्ड रॉर्क?' फ्रँकनने विचारलं.

'मी सांगतलेलं तुला त्याच्याबद्दल. कॅमेरॉनचा डिझायनर.'

'ओ हां हां... सांगितलेलंस खरं. मग काय- जा आणि घेऊन ये त्याला.'

'मी त्याला कोणत्या अटींवर नेमायचं याचं मला स्वातंत्र्य देणार आहेस तू?'

'हँ- हा काय प्रकार आहे? एक नवीन ड्राफ्ट्स्मन नोकरीवर ठेवायचा तर एवढं काय त्याचं?- आणि या साठी तू मधे टपकलास?'

'तो इथे येणं जरासं अवघड आहे. आणि त्याने इतरत्र कुठेही जाण्याचा निर्णय घेण्या अगोदर मला त्याला पकडायचंय.'

'खरं की काय? तो येणं अवघड आहे- वाः! कॅमेरॉनकडे काम केल्यानंतर तो इथे यावा म्हणून त्याचे पायबिय धरणार आहेस की काय? कॅमेरॉनकडे काम केलेलं असणं हे काही या माणसाचं फार

मोठं शिफारसपत्र नाहीये!'

'कम ऑन गाय, नाहीये का खरंच?'

'ओः वेल वेल, म्हणजे रचनेचा विचार केला तर आहे, सौंदर्यशास्त्राच्या दृष्टीने नाही. कॅमेरॉन कुणालाही चांगलंच मूलभूत ट्रेनिंग देतो हे खरंय. आणि अर्थात्, त्याच्या सद्दीत तोही मोठा होताच. अगदी खरं सांगायचं तर मी त्याच्याकडे काम केलंय, मी त्याचा सर्वात चांगला ड्राफ्ट्समन होतो तेव्हा. बुढ्ढा कॅमेरॉन त्याबाबतीत चांगलाच होता हे तर कुणीही मान्यच करेल. जा जा. जा तुझ्या त्या रॉर्कची एवढी गरज वाटत असेल तर घेऊन ये त्याला.'

'त्याची मला फार गरज आहे असं नाही, पण तो माझा जुना मित्र आहे. नोकरी नाही त्याला. एवढं केलं त्याच्यासाठी तर बरं वाटेल त्याला.'

'वेल, जा काय हवं ते कर. फक्त माझ्या डोक्याला ताप देऊ नकोस. हे पाहिलंस, पीटर, किती सुंदर डबी आहे... अलौकिक सुंदर! हो की नाही?'

त्या रात्री कीटींग पुन्हा एकदा रॉर्कच्या घराचे जिने चढला. न कळवताच गेला होता तो. त्याने जरा कचरतच दार वाजवलं, आणि आत शिरताना चेहरा एकदम हसरा केला. रॉर्क खिडकीच्या कट्ट्यावर बसून सिगरेट पीत होता.

'इथून चाललो होतो, संध्याकाळ रिकामी होती. मग आठवलं तू जवळच रहातोस... म्हटलं चला, हॉवर्डला हेलो म्हणू या. बरेच दिवस भेटलो नाही आपण.'

'मला माहीतीये तू कशासाठी आलायस ते. ओके- किती देशील?' रॉर्क म्हणाला.

'काय म्हणायचंय तुला, हॉवर्ड?'

'ते तुला कळतंय.'

'आठवड्याचे पासष्ट.' कीटींग बोलून गेला. त्याने कितीतरी वाक्य मनात तयार ठेवली होती. त्यांची गरज न पडताच, हे अशा प्रकारे बोलून पुरं होईल याची त्याला अपेक्षाच नव्हती. 'पासष्टने सुरुवात करू आपण. तुला पुरेसं वाटत नसेल तर मी थोडे-'

'पासष्ट पुरेत.'

'तू... तू येशील आमच्याकडे, हॉवर्ड?'

'कधीपासून सुरुवात करू?'

'काय.. कधीही, तुला जमेल तेव्हा... सोमवारपासून?'

'ठीक आहे.'

'थँक्स, हॉवर्ड!'

'एकाच अटीवर.' रॉर्क म्हणाला, 'मी अजिबात डिझायनिंग करणार नाही. कुठलंही. थोडंही नाही. चौदाव्या लुईच्या काळतली स्कायस्क्रेपर मी बांधणार नाही. तुमच्या सौंदर्यशास्त्राच्या भानगडीत मला अजिबात ओढायचं नाही. मी रहायला हवा असेन तर हे लक्षात ठेवायचं. मला इंजिनिअरिंगमधे टाका. पहाणीसाठी बाहेर पाठवा. बघ, ठरव, अजूनही मी तुला यायला हवा आहे का?'

' प्रश्नच नाही. तू जे म्हणशील ते मान्य. तुला आवडेल बघ. बघच तू. तुला फ्रँकनही आवडेल. तोही कॅमेरॉनच्या हाताखाली शिकलाय.'

' ते त्याने सांगूच नये कुणाला.'

'वेल...'

'नाही. काळजी करू नकोस. हे मी त्याच्या तोंडावर बोलणार नाही. मी कुणालाच काही बोलणार नाही. हेच हवं होतं ना?'

'नाही छे. मी अजिबात काळजी करीत नाही कसली. मी त्याचा विचारही करत नव्हतो तर.'

'चल, मग ठरलं. गुड नाईट. सोमवारी भेटू.'

'वेल, हां... पण मला काही घाई नाहीये. मी खरंच तुला भेटायला आलो होतो आणि...'

'काय झालंय, पीटर? काही अडचण?'

'नाही... मी...'

'मी हे का करतोय ते तुला जाणून घ्यायचंय...' रॉर्क हसत होता. त्या हास्यात विषाद नव्हता, फारसा रसही नव्हता, 'होय ना? तुला माहीत करून घ्यायचंय असलं तर सांगतो तुला. मी आता पुढचं काम कुठे करीन याने मला काहीही फरक पडत नाही. या शहरात असा एकही आर्किटेक्ट नाही, ज्याच्याबरोबर काम करायला मला आवडेल. पण कुठेतरी काम करायलाच हवं. मग तुझ्या फ्रँकनकडे का नको- एवढंच. मला जे हवंय ते तुझ्याकडून मिळालं की पुरे. मी स्वतःला विकतोय. सध्यापुरता मी तो खेळ खेळेन.'

'खरंच सांगतो हॉवर्ड, या सगळ्याकडे असंच काही पहायची गरज नाही. आमच्याबरोबर तू किती पुढे जाऊ शकशील... काही सांगता येणार नाही... तुला एकदा सवय झाली की सगळं ठीक होईल. थोडा बदलही मिळेल तुला, खरोखरचं ऑफिस कसं असतं ते पहाशील, कॅमेरॉनचा कबाडखाना-'

'आपण याबाबत तोंड बंद ठेवायचंय, पीटर, आणि ताबडतोब.'

'माझा काही टीका करण्याचा हेतू नव्हता किंवा... माझ्या मनात तसं काहीच नव्हतं.' काय बोलावं आणि काय वाटून घ्यावं त्याला कळेना. त्याचा विजय झाला होता खरा पण तो अगदी पोकळ वाटत होता. तरीही तो विजय तर होताच. त्याला वाटलं रॉर्कबद्दल आपल्याला माया वाटायला हवी.

'हॉवर्ड, चल बाहेर जाऊ जरा. एखादं ड्रिंक घेऊ... सेलिब्रेट करू ना...'

'सॉरी, पीटर, नोकरीच्या अपेक्षांत हे बसत नाही.'

कीटींग आलेला तेव्हा त्याने ठरवलं होतं, सावध वागायचं, बोलायचं, आपलं कौशल्य पणाला लावायचं. त्याचा हेतू इतका सहज साध्य होईल अशी अपेक्षाच नव्हती त्याची. आता काही उगाच जोखीम घ्यायला नको हे त्याला कळत होतं. काही न बोलता इथून निघून जायला हवं हेही त्याला कळत होतं. पण काहीतरी वेगळंच, त्याच्या व्यवहारवादी विचाराच्या पलिकडे त्याच्या मनात उभं रहात होतं. तो स्वतःला थांबवू शकला नाही. त्याचे शब्द निघून गेले, 'कधीतरी माणसासारखा वागू शकत नाहीस का तू आयुष्यात?'

'काय?'

'माणसासारखा! साधासुधा माणूस.'

'पण ते तर मी आहेच.'

'कधीतरी तू सैलावू शकत नाहीस का?'

रॉर्क हसला, कारण तो खिडकीच्या कठड्यावर कसाही टेकून पाय लोंबकळत ठेवून बसला होता.

सिगरेटही त्याने हातात, बोटात जेमतेमच पकडलेली.

'मी तसं म्हणत नाहीये!' कीटींग म्हणाला, 'माझ्याबरोबर एक ड्रिंक घ्यायला यायला तुला काय एवढं जड होतं?'

'पण कशाला?'

'नेहमी काहीतरी कारण कशासाठी लागतं तुला? सदान्कदा एवढं गंभीर असायची काय गरज

आहे? कधीतरी काही गोष्टी उगीच म्हणून नाही करता येत तुला? इतर करतात तसं? एखाद्या गंभीर म्हाताऱ्यासारखा आहेस तू. सगळं म्हणजे भयंकर महत्त्वाचंच असायला हवं. सगळं महान थोर असंच काहीतरी असायला हवं. सर्व गोष्टींना अर्थ असायलाच हवा असतो तुला. प्रत्येक मिनिट नि मिनिट- शांत बसतोस तेव्हाही तेच. कधीतरी तुला नुस्तं मजेत बिनमहत्त्वाचं रहाता येत नाही?'

'नाही.'

'सदान्‌कदा एकदम महानायकाच्या भूमिकेत असण्याचा वैताग नाही येत तुला?'

'माझ्यात महानायकासारखं काय आहे?'

'काहीच नाही आणि सगळंच. मला कळत नाही. तू काही करतोस असं नाही. तुझ्या भोवतीच्या लोकांना तू जे वाटायला लावतोस त्याबद्दल बोलतोय मी.'

'काय?'

'काहीतरी वेगळंच असतं तुझं. ताण जाणवतो तुझ्यात एक प्रकारचा. मी तुझ्याबरोबर असलो की मला वाटतं माझ्यासमोर पर्याय निवडण्याची काहीतरी सक्ती आहे- तू तरी नाहीतर बाकीचे तरी- कोणतंतरी एक निवडायला हवं. मला असला पर्याय नकोय. मला सर्वांना परकं व्हायचं नाहीये. मला त्यांच्यातलंच होऊन रहायचंय. जगात कितीतरी गोष्टी साध्या सोप्या आणि सुंदर आहेत. सगळ्यासाठी काही संघर्ष करायची, संन्यस्त व्हायची गरज पडत नाही.'

'मी कुठे कसला संन्यास घेतलाय?'

'तू कधीच संन्यास घेणार नाहीस. तुला जे हवं ते साध्य करायला तू प्रेतांच्या सड्यावरून चालत जाशील. पण तू संन्यस्त आहेस- जे तुला कधीच नको असतं त्याबद्दल.'

'कारण एकाच वेळी दोन्ही गोष्टींची इच्छा धरून चालत नाही.'

'कोणत्या दोन्ही गोष्टी?'

'हे बघ, पीटर, मी तुला माझ्याबद्दल कधीच काही सांगतलं नाही तसं. तुला त्या का कळतात? मी तुला कधी सांगितला पर्याय निवडायला? नाही. पण पर्याय आहे असं तुला का वाटलं? तुला माझ्यासोबत अवघडल्यासारखं का वाटतं- माझं चुकतं अशी तुला खात्री आहे, मग असं का वाटतं?'

'मला- मला नाही कळत.' तो लागलीच पुढे म्हणाला, 'तू कशाबद्दल काय बोलतो आहेस तेच मला कळत नाही.' मग त्याने अचानक विचारलं, 'हॉवर्ड, तू माझा राग का करतोस?'

'मी नाही तुझा राग करत.'

'वेल- तेच तर, तू निदान माझा राग तरी का नाही करत?'

'पण कशासाठी?'

'असंच- मला काहीतरी ओळख देण्यासाठी. मला हे कळतं की तुला मी आवडू शकत नाही. तुला कुणीच आवडत नाही. मग निदान माझा राग केलास तर ती काहीतरी ओळख असेल माझी, तेवढातरी चांगुलपणा दाखव.'

'माझ्यात चांगुलपणा नाही, पीटर.'

आणि पीटर काहीच बोलू शकला नाही तेव्हा रॉर्क म्हणाला: 'घरी जा, पीटर. तुला हवं ते मिळालंय. सोडून दे तेवढ्यावर. सोमवारी भेटू.'

□ □ □

फ्रँकन अँड हेयरच्या ड्राफ्टिंग रूममधल्या टेबलपाशी रॉर्क हातात पेन्सिल घेऊन उभा होता. कागदावर झुकून उभा असताना त्याचा एकच केशरी केस कपाळाच्या मधोमध आलेला. तुरुंगातला

युनिफार्म असावा तसा तो राखी रंगाचा स्मॉक त्याच्या अंगावर चिकटलेला.

त्याने ही नवीन नोकरी मान्य करून टाकली होती. तो ओढत असलेल्या पेन्सिलच्या रेषा स्वच्छ पोलादाच्या तुळयांच्या रेषा होत्या. त्या तुळया कसला भार पेलणार आहेत याचा विचार तो करतच नव्हता. कठीण गेलं सुरुवातीला. त्याच्या समोर पडलेल्या बिल्डिंगच्या प्लानमध्ये आणि त्या प्लानऐवजी दुसरी कुठली बिल्डिंग उभी राहू शकते या त्याच्या मनातल्या प्लानमधे खूप अंतर असायचं. तो काय करू शकला असता हे डोळ्यासमोर यायचं त्याच्या. समोरच्या रेषांमधे कोणते बदल करायला हवेत ते त्याला दिसत असायचं. एक सुंदर वास्तू साकारण्यासाठी त्या रेषा कुठे वळवायला हव्यात ते त्याला कळत रहायचं. ते सारं मनातल्या मनातच दडपून ठेवावं लागत होतं. ते मनीमानसीचं दृश्य बुजवून टाकावं लागत होतं. मिळालेल्या सूचनांबरहुकूम आज्ञाधारकपणे रेषा ओढत रहावं लागत होतं. मनात सारा दुखावा होऊन जात होता... थंडगार संतापाने तो खांदे उडवत रहायचा. कठीण आहे का... तो स्वतःला विचारायचा- स्वतःच उत्तर द्यायचा- शिकून घे, पचव.

पण वेदना मनात मुक्कामालाच आली होती... त्याला या साऱ्याचं राहून राहून आश्चर्य वाटायचं... आपण त्याबाबत काही करू शकत नाही याचं दुःखही. त्याच्या मनात उभ्या रहाणाऱ्या वास्तू कागदावरच्या रेषांपेक्षाही अधिक वास्तव वाटायच्या त्याला. ऑफिस आणि कामापेक्षाही खऱ्या. इतरांना हे का दिसत नाही... का त्यांना याचं काहीच वाटत नाही... त्याला प्रश्न पडायचा. तो समोर पडलेल्या कागदाकडे पहात होता. इतका बथ्थडपणा जगात का असतो- वर त्याला अधिकाराचा दर्जाही लाभतो... त्याला नवल वाटत होतं. त्याला हे नव्यानेच कळत होतं. हे वास्तव शक्य असू शकतं हेच त्याला शक्य वाटत नव्हतं.

पण हे फार काळ टिकणार नाही हा विश्वासही होता त्याला... थोडा काळ वाट पहावी लागेल. एवढंच काम होतं त्याला- वाट पहात थांबायचं. आपल्याला काय वाटतं त्याचा विचार करायचा नाही. जे आहे ते आहे- वाट पहायला हवीच.

'मि. रॉर्क, अमेरिकन रेडिओ कॉर्पोरेशन बिल्डिंगच्या गॉथिक कंदिलासाठी पोलादाच्या पिंजऱ्याचं काम दिलं होतं ते झालं का?'

ड्राफ्टिंग रूममधे त्याची कुणाशी मैत्री झाली नव्हती. तो जणू तिथल्या फर्निचरचा भाग होता. उपयुक्त, पण त्रयस्थ आणि मुकाट. इंजिनिअरिंग डिपार्टमेन्टच्या प्रमुखाने मात्र कीटींगला पहिल्या दोन आठवड्यांनंतर सांगितलं होतं, 'मला वाटलं होतं त्यापेक्षा तुला बरंच कळतं, कीटींग. थँक्स.'

'कशासाठी?' कीटींगने विचारलं.

'जे तू केलंस ते- हेतुतः केलं नसशीलच, खात्रीच आहे मला.' तो उत्तरला.

कधीकधी कीटींग रॉर्कच्या टेबलजवळ थांबून त्याला सांगायचा, 'तुझं काम आटपलं की रात्री जरा माझ्याकडे येशील, हॉवर्ड? विशेष काही नाही...'

रॉर्क आला की कीटींग दळायला सुरुवात करायचा, 'काय मग, कसं वाटतंय तुला इथे, हॉवर्ड? तुला काही हवं असलं तर मला सांग हं, मी लगेच व्यवस्था करीन-'

रॉर्क त्याला थांबवत म्हणायचा, 'काय करायचंय ते सांग?'

कीटींग ड्रॉवर उघडत त्यातून स्केचेस काढत म्हणे, 'ते- हे तसं चांगलं झालंय याची मला खात्री आहे तशी... पण म्हटलं तुला दाखवून घेऊ जाताजाता. कसं वाटतंय?'

रॉर्क त्या स्केचेसकडे नजर टाकत असे. ती स्केचेस कीटींगच्या तोंडावर फेकून इथून राजीनामा देऊन चालतं व्हावं असं त्याला मोठ्या तीव्रतेने वाटलं तरी तो थांबायचा. एकाच विचाराने- अखेर ही

एक इमारत होती. तिला जमेल तितकं वाचवायला हवं... दुसऱ्या कुणाला बुडत्या माणसाला पाहून त्याला वाचवण्यासाठी उडी घ्यावीशी वाटेल तसंच त्याला वाटायचं.

मग तो तासन्तास काम करीत बसे... कधीकधी रात्रभर. कीटींग त्याच्याकडे बघत बसून राही. तो कीटींगचं अस्तित्त्वच विसरून जात असे. त्याला केवळ ती इमारत दिसे आणि तिला थोडाफार आकार देण्याची संधी. त्याने दिलेला आकारही ते बदलतील, फाडून, पिळवटून टाकतील हेही त्याला माहीत होतं. तरीही काहीतरी तर्कशुद्धता निदान प्लान्समधे तरी रहावी एवढी तरी काळजी तो घेत रहायचा. त्याने नकार दिला तर जी बिल्डिंग उभी राहील त्यापेक्षा जरा उजवी बिल्डिंग होईल एवढं खरं होतं.

कधीकधी एखादं स्केच बरंच साधं, सरळ, स्वच्छ असे. इतर रचनांपेक्षा बरंच प्रामाणिक. मग रॉर्क म्हणायचा, 'हे काही अगदीच वाईट नाही, पीटर, सुधारणा आहे तुझ्यात.' आणि कीटींगला आंतवर कुठेतरी गोड धक्का बसायचा. गाय फ्रँकनने, त्याच्या क्लायन्ट्सनी किंवा इतर कुणीही केलेल्या कौतुकाने त्याला कधी इतका छान, मौल्यवान आनंद वगैरे वाटायचा नाही. पण मग ते तो विसरून जायचा. एखादी श्रीमंत स्त्री त्याच्या बिल्डिंग्ज कधीच बघितलेल्या नसतानाही चहा पितापिता म्हणायची, 'तुम्ही अमेरिकेचे उद्याचे आर्किटेक्ट आहात, मि. कीटींग.' आणि तिने केलेल्या कौतुकाने त्याला जरा घवघवीत बरं वाटायचं.

रॉर्कला असं शरण जाण्याचा थोडासा बदला तो घ्यायचा मधूनमधून. सकाळीच ड्राफ्टिंग रूममधे शिरून तो ट्रेसिंग करणाऱ्या पोऱ्याचं काम रॉर्कच्या टेबलावर फेकायचा आणि फर्मावायचा, 'हॉवर्ड, हे एवढं जरा करून दे मला. आणि लवकर!' किंवा कधीकधी दुपारी एखाद्या मुलाला रॉर्ककडे पाठवून निरोप द्यायचा- तो मुलगा मोठ्याने निरोप सांगायचा-'मि. कीटींगनी तुम्हाला आत्ताच्या आत्ता बोलावलंय.' कधीकधी स्वतःच ऑफिसबाहेर येऊन रॉर्कच्या दिशेने जात साधारण सर्वांना सांगितल्यासारखं तो म्हणे, 'हे काय चाललंय? ट्वेल्थ स्ट्रीटवरच्या कामाचे प्लंबिंगचे स्पेसिफिकेशन्स कुठेत? ओः हॉवर्ड, जरा फाइल्स शोधून ते पाहून ठेव बरं.'

सुरुवातीला त्याला रॉर्कच्या प्रतिक्रियेची जरा भीती वाटायची. पण काहीच प्रतिक्रिया आली नाही रॉर्क मुकाट्याने आज्ञा पाळतो आहे हे पाहून तो सुटलाच. रॉर्कला हुकूम सोडण्यात त्याला जणू शरीरसुख मिळायचं. रॉर्क गप्पपणे सगळं मान्य करतो आहे याचा त्याला थोडासा संतापही यायचा. तो हे करत राहिला. जोवर रॉर्क रागाने प्रत्युत्तर देत नाही तोवरच आपण हे करू शकतो हे त्याला चांगलं माहीत होतं, पण तो कधीतरी संतापाने तरी फुटावा असं त्याला वाटायचं.

बाहेर बिल्डिंग्जची तपासणी करायला पाठवलं जायचं तेव्हा रॉर्क खूष असायचा. बिल्डिंग्जच्या लोखंडी सांगाड्यांमधून तो सहज चालायचा, फूटपाथवर चालल्याइतकाच सहज. निरुंद फळकुटांवरून, अधांतरात लोंबकळणाऱ्या तुळयांवरून त्यांच्या इतकाच सहजपणे चालताना पाहून कामगार त्याच्याकडे उत्सुकतेने, जरा कौतुकाने बघायचे.

मार्चमधला एक दिवस होता. आकाश निळसर हिरवट दिसत होतं. वसंताची चाहूल जाणवत होती. सेंट्रल पार्कमधे पाचशे फूट खाली जमिनीच्या मातीरंगावर आकाशाची छटा पसरली होती. लवकरच ती माती हिरवीगार होणार होती. निष्पर्ण फांद्यांच्या जाळीतून खालचं सांठलेलं पाणी फुटक्या काचांसारखं चकाकत होतं. तिथं एक अपार्टमेन्ट होटेल होणार होतं. तिथे फिरताफिरता रॉर्क एका इलेक्ट्रिशियनच्या समोर थांबला.

तो माणूस बऱ्याच वेळापासून खूप मेहनतीने बीमच्या भोवतीने कॉन्डुइट्स गुंडाळून नेत होता. ते काम व्हायला कित्येक तासाचे श्रम आणि चिकाटी लागणार होती. तिथं इतकी गिचमीड होती की

काही मोजमापच नव्हतं. रॉर्क खिशात हात घालून त्या माणसाची धडपड बघत उभा राहिला.

क: तो माणूस अचानक वळला आणि त्याने मान वर उचलून रॉर्ककडे पाहिलं. त्याचं डोकं भलंमोठं होतं आणि चेहरा इतका कुरूप की नजर खिळून रहावी. तो चेहरा म्हातारा नव्हता किंवा गलेलठ्ठही नव्हता. त्याच्यावरल्या रेषा खोलवर होत्या, इतक्या की तो बुलडॉगसारखा दिसत होता. त्यावरचे डोळे मोठमोठे, गोलगोल आणि निळेशार होते.

'वेल?' त्या माणसाने रागाने विचारलं, 'काय बघतोस रे?'

'तू वेळ वाया घालवतोयस स्वतःचा.' रॉर्क म्हणाला.

'हां?'

'हां.'

'काय म्हणतोस!'

'तुझे पाइप्स बीमच्या मागून वळवायला तुला तासन्तास लागतील.'

'तुझ्याकडे दुसरा उपाय आहे?'

'नक्कीच.'

'पळ, पोट्ट्या. इकडे कॉलेजकुमारांचं काय काम नाही.'

'त्या बीममध्ये आरपार भोक पाड आणि त्यातून पाइप्स काढ.'

'काय?'

'तुळईला भोक पाड.'

'वेड लागलंय मला.'

'कर सांगतो ना.'

'असं कधीच कुणी करत नाही.'

'मी केलंय.'

'तू?'

'सगळीकडे करतात आता.'

'इथे नाही तसं होणार. मी नाही करणार.'

'मग मी करतो.'

तो माणूस ओरडलाच, 'वा वा... ऑफिसातली पोट्टी मर्दानी कामं करायला कधीपास्नं लागली?'

'तुझा टॉर्च दे माझ्याकडे.'

'ओय हिरो, राहू दे राहू दे... तुझी नाजूक बोटं जळतील भाजतील उगीच...'

रॉर्कने त्याच्या हातातून ग्लव्ह्ज घेतले, गॉगल्स घेतले आणि ऍसिटिलीन टॉर्च घेतला. गुडघे टेकून बसत त्याने निळ्या ज्वाळेचा नेम तुळईच्या मध्यावर धरला. तो माणूस बघत राहिला. रॉर्कचा हात स्थिरावलेला. ती फूत्कारणारी तेजस्वी ज्वाला त्याने पूर्णपणे आपल्या नियंत्रणात आणलेली. तिच्या हिंस्त्र ऊर्जेने त्याचा दंड अगदी किंचित थरथरत होता. पण त्याने तिचा नेम सरळ एका रेषेत धरलेला. त्याच्या बसण्यात, कामात जरासाही अतिरिक्त ताण नव्हता. जो काय ताण होता तो दंडात साकळलेला. असं वाटत होतं की त्या धातूला खरवडून काढणारी शक्ती त्या निळ्या ज्वालेपेक्षा त्याच्या दंडातून स्त्रवत होती.

काम संपवून त्याने टॉर्च खाली ठेवला आणि उभा राहिला.

'जीझस!' तो इलेक्ट्रिशियन उद्गारला,'तुला टॉर्च इतका छान चालवता येतो!'

'असं दिसतंय खरं, हं?' त्याने ग्लव्ह्ज, गॉगल्स काढून त्याला परत दिले, 'आता यापुढे हे

असंच करायचं. फोरमनला सांग मी सांगितलंय म्हणून.'

तो इलेक्ट्रिशियन त्या तुळईतून कापून निघालेल्या त्या रेखीव छिद्राकडे आदराने पहातच राहिला. मग तो पुटपुटला, 'हे असं काम करायला कुठ शिकलास, लाल्या?'

त्याचा विजय झाला आहे याची ही कबुली रॉर्कनेही सहज हसून स्वीकारली.

'ओः, मी इलेक्ट्रिशियन म्हणून काम केलंय, प्लंबर म्हणून काम केलंय, रिव्हेट कॅचर म्हणून काम केलंय... खूप काय काय केलंय.'

'आणि शिवाय शाळाही शिकलास?'

'हां. थोडाफार...'

'आर्किटेक्ट होणारेस?'

'होय.'

'मला वाटतं तू पहिलाच असा असशील की छान छान चित्रबित्रं काढणं, चहापार्ट्या देणं याच्या पलिकडेही काहीतरी काम येणारा. इथे ती गोजिरवाणी गुणी बाळं पाठवली जातात ती पहायला हवीस तू.'

'तू एवढी सफाई द्यायची गरज नाही. मलाही ते लोक आवडत नाहीत. चल आता पाईप्सच्या मागे जा. चल, निघतो.'

'चल, लाल्या.'

पुढल्या वेळी रॉर्क कामावर आला तेव्हा त्या निळ्या डोळ्यांच्या इलेक्ट्रिशियनने दुरूनच त्याला हात हलवून जवळ बोलावलं. कारण नसताना कसल्याशा कामाबद्दल सल्ला विचारला. आपलं नाव सांगितलं- माइक होतं त्याचं नाव- गेल्या कित्येक दिवसात रॉर्क आला नाही म्हणून तक्रारही केली. पुढल्या वेळी तो गेला तेव्हा दिवसपाळी नुकतीच संपली होती. रॉर्कची पहाणी पूर्ण होईपर्यंत माइक थांबून राहिला.

'काय एकेक बीअर मारायची का, लाल्या?' त्याने विचारलं.

'हो. चल. थँक्स.' रॉर्क म्हणाला.

ते एका तळघरात चाललेल्या बारमधे कोपऱ्यातलं टेबल पकडून बसले. बीअर पितापिता माइकने त्याला त्याची लाडकी गोष्ट सांगितली- पाचव्या मजल्यावरच्या परातीवरून तो खाली पडला होता- तीन बरगड्या मोडून घेतल्या पण जीव मात्र वाचला होता. रॉर्क त्याला आपल्या बांधकामांवरच्या दिवसांबद्दल सांगू लागला. माइकला एक खरंखुरं नावही होतं.- शॉन झेवियर डॉनिगन, पण त्या नावाचा सर्वांनाच विसर पडलेला. त्याच्याकडे त्याची स्वतःची हत्यारं होती आणि एक जुनी फोर्ड गाडी होती. देशभरात एका बांधकामावरून दुसऱ्या बांधकामावर जात कामं करत फिरायचं एवढंच एक त्याचं इप्सित असायचं. त्याची लोकांशी मैत्री वगैरे होत नसे. चांगलं काम करणारी माणसं त्याला आवडत, पण ते तेवढंच. कुणीही आपल्या कामात तरबेज असेल तर माइक त्यांचे जोडे उचलायलाही तयार. त्याचं स्वतःच्या कामावर अतिशय प्रेम होतं आणि जे कोणी आपल्या कामावर एकचित्त होऊन प्रेम करतील त्यांच्यावर. तो आपल्या क्षेत्रात दादा होता आणि यथातथा काम करणाऱ्यांबद्दल त्याला यत्किंचितही सहानुभूती वाटायची नाही. जगाविषयी त्याचं एक साधं सरळ निरिक्षण होतं- तो म्हणायचा जगात दोनच प्रकारची माणसं असतात- कार्यक्षम आणि अकार्यक्षम. अकार्यक्षम माणसांशी त्याला काहीच देणंघेणं नव्हतं. त्याचं बिल्डिंग्जवर प्रेम होतं, पण सगळ्या आर्किटेक्ट्स्चा मात्र त्याला फार राग यायचा.

'एक जण होता रे, लाल्या.' पाचव्या बीअरनंतर तो एकदम भावुक आवाजात म्हणाला, 'एकच

एक. तू खूप लहान आहेस अजून, नावही ऐकलं नसशील त्याचं. पण त्याला खरोखर कळायचं बिल्डिंग्जमधलं. मी तुझ्याएवढा होतो, तेव्हा त्याच्याकडे काम केलंय.'

'कोण होता तो?'

'हेन्री कॅमेरॉन नाव होतं त्याचं. वारला तो... बरीच वर्षं झाली त्याला.'

रॉर्क कितीतरी वेळ गप्प बसून त्याच्याकडे पहात राहिला. मग म्हणाला, 'तो जिवंत आहे, माइक.' आणि मग पुढे म्हणाला, 'आणि मी त्याच्याकडे काम केलंय.'

'काय म्हणतोस काय?'

ते एकमेकांकडे पहातच राहिले. त्यांच्या मैत्रीवर जणू मोहोर उमटली गेली.

काही आठवडे गेले असतील, एके दिवशी माइकने रॉर्कला थांबवलं. त्याच्या कुरूप चेहऱ्यावर गोंधळ उडाल्याचं स्पष्ट दिसत होतं. 'मला सांग, लाल्या, इथला सुपरवायझर एका माणसाला सांगत होता की तू एक अत्यंत नादान, हट्टी, बेक्कार आणि हलकट माणूस आहेस म्हणून. आजवर तुझ्यासारखा हरामजादा त्याला भेटलेला नाही म्हणाला तो. काय केलंस काय तू त्याला?'

'काहीच नाही.'

'पण मग तो असा का बोलत होता?'

'मला नाही माहीत.' रॉर्क उत्तरला, 'तुला माहीते?'

माइक त्याच्याकडे बघत राहिला.

मग हसून उत्तरला, 'नाही.'

□

८

मे महिन्याच्या सुरुवातीला पीटर कीटींग वॉशिंग्टनकडे रवाना झाला. एका धनाढ्य मानवतावाद्याने एका म्यूझियमच्या बांधणीसाठी देणगी दिली होती. सदसद्विवेकबुद्धी शाबूत आहे हे दाखवण्याची गरज देणगी देण्याने भागते... कीटींगने मोठ्या डौलात त्यांना सांगितलं, की हे म्यूझियम नेहमीपेक्षा वेगळं असणार आहे. यात आपण पार्थेनॉनची प्रतिकृती करणार नसून नाइम्सच्या मेसन कारीची प्रतिकृती करणार आहोत.

कीटींगला जाऊन काही काळ गेला तेवढ्यातच एका ऑफिसबॉयने रॉर्कला मि. फ्रँकनचा निरोप दिला. मि. फ्रँकननी रॉर्कला ऑफिसमधे बोलावलं होतं. रॉर्कने त्याच्या दरबारात प्रवेश केला तसा डेस्कआडून फ्रँकन हसून म्हणाला, 'ये ये, मित्रा ये. बस, बस ना...' रॉर्कच्या डोळ्यात फ्रँकनला असं काही तरी दिसलं- त्याने रॉर्कला इतकं जवळून कधीच पाहिलं नव्हतं- की त्याचा स्वर आकसला. तो रुक्षपणे म्हणाला, 'बस.'

रॉर्क बसला. एक सेकंदभर फ्रँकन त्याच्याकडे पहात राहिला, पण त्याला काही निश्चित निष्कर्ष काढता आला नाही. मात्र या माणसाचा चेहरा अगदीच वाईट आहे एवढं मत त्याने बनवलं. पण तो अगदी लक्षपूर्वक पहात ऐकत होता.

'तूच कॅमेरॉनकडे काम केलेलंस... होय ना?' फ्रँकनने विचारलं.

'होय.'

'मि. कीटींग मला तुझ्याबद्दल नेहमीच चांगलं सांगतात.' फ्रँकनने गोडगोड सुरुवात केली पण तो पुन्हा थबकला. त्याच्या गोड बोलण्याचा रॉर्कवर काहीच गोड परिणाम झाला नाही. रॉर्क केवळ

त्याच्याकडे पहात वाट बघत राहिला.

‘हे पहा, तुझं नाव काय?’

‘रॉर्क.’

‘हां तर रॉर्क, माझ्याकडे एक क्लायन्ट आहे. जरा विचित्रच आहे म्हण. त्याच्या मनाप्रमाणे काम करून देणं अवघडच आहे. पण तो फार महत्त्वाचा माणूस आहे. फारच महत्त्वाचा. त्याचं समाधान झालंच पाहिजे. त्याने आम्हाला ऐंशी लाख डॉलर्सचं काम दिलंय. ऑफिस बिल्डिंग आहे ती. पण प्रश्न असा आहे की, त्याला काय हवं याबद्दल त्याच्या काही जरा जास्तच स्पष्ट कल्पना आहेत. त्याला त्याची बिल्डिंग-’ फ्रँकनने जरा दिलगीर असल्यासारखेच खांदे उडवत वाक्य पुरं केलं, ‘या बिल्डिंगसारखी दिसायला हवीय.’ त्याने रॉर्ककडे बोटाच्या चिमटीत पकडलेला एक फोटो दिला. तो फोटो होता डाना बिल्डिंगचा.

बोटात तो फोटो पकडून रॉर्क स्तब्ध बसून राहिला.

‘तुला माहीत आहे ही बिल्डिंग?’ फ्रँकनने विचारलं.

‘हो.’

‘वेल, हेच हवंय त्याला. आणि मि. कीटींग इथे नाहीत सध्या. मी बेनेट, कूपर आणि विलियम्सला स्केचेस करायला सांगितलं होतं. पण त्याने ती फेकून दिली. मग मी म्हटलं की तुला संधी द्यावी.’

फ्रँकन त्याच्याकडे पहात होता. आपण काय छान ऑफर करतोय त्याचंच त्याला कौतुक वाटत होतं. पण काहीच प्रतिक्रिया उमटली नाही. हा मनुष्य डोक्यात कोणी घण घातल्यासारखा बसून होता.

‘अर्थात्,’ फ्रँकन म्हणाला, ‘तुझ्या दृष्टीने ही मोठीच संधी ठरेल. मोठं काम आहे... पण म्हटलं तुलाही प्रयत्न करू द्यावा. घाबरू नकोस. तू स्केच केल्यानंतर कीटींग आणि मी त्यात काय त्या सुधारणा करूच की. प्लान्स तयार कर आणि एक चांगलंसं स्केच दे. या माणसाला काय हवंय ते तुला कळेल बहुतेक. हो की नाही? तुला कॅमेरॉनच्या ट्रिक्स माहीत असणार सगळ्या. अर्थात या बिल्डिंगसारखी अगदीच रासवट बिल्डिंग तर आपल्या ऑफिसमधून जाणं शक्यच नाही. त्याला खूष करायचंय वगैरे ठीक आहे, पण आपलं नावही आपल्याला राखलं पाहिजे. आपले बाकीचे क्लायन्ट्स घाबरून दूर जाता कामा नयेत. मुख्य मुद्दा काय तर डिझाइन साधं पाहिजे. या- याला साजेसं. पण त्यातही कलात्मकता हवी. म्हणजे कसं माहीते का- जरा कठोर शैलीतली ग्रीक बिल्डिंग द्यायची. आयनिक ऑर्डर वापरायची गरज नाही. डोरिक चालेल. साध्या पेडीमेन्ट्स हव्यात, साधी मोल्डिंग्ज घ्यायची... असं काहीसं. कळतंय का तुला? चल हे घे आणि कामाला लाग. मला दाखव काय करू शकतोस ते. बेनेट सांगेल तुला बाकीचे तपशील आणि... काय झालं काय-’ फ्रँकनचा आवाज तटकन तुटला.

‘मि. फ्रँकन, डाना बिल्डिंग ज्या पद्धतीने डिझाइन केली गेली होती त्या पद्धतीने मला हे डिझाइन करू द्या.’

‘हँ?’

‘मला करू दे हे. डाना बिल्डिंगची प्रतिकृती नको करायला. हेन्री.कॅमेरॉनने ही बिल्डिंग ज्या पद्धतीने केली असती त्या पद्धतीने मी काम करेन.’

‘म्हणजे तुला आधुनिक शैलीत म्हणायचंय?’

‘मी- वेल, तसं म्हणा.’

‘तुला वेडबीड लागलंय?’

'मि. फ्रँकन, प्लीज माझं ऐका,' रॉर्कचे शब्द तोलून मापून येत होते. तारेवर तोल सांभाळून चालल्यासारखे, खालच्या खोल खाईत कोसळणार नाही अशी काळजी घेत, नेमकेपणाने. 'तुम्ही जे काही करता त्याबद्दल मी तुम्हाला दोष देत नाही. मी तुमची नोकरी करतोय. मी तुमचे पैसे घेतो. मला तुमच्यावर आक्षेप घेण्याचा काहीच हक्क नाही. पण या वेळी- या वेळी क्लायन्टला हे हवंय. तुमच्यावर काहीच जोखीम नाही. त्यालाच ते हवंय. विचार करा, हा एक माणूस- तो पहातो, विचार करतो, समजून घेतो आणि ते त्याला हवंस वाटतं... ते बांधायची त्याची ताकद आहे. तुम्ही क्लायन्टच्या इच्छेच्या विरोधात जाणार? जे तुम्ही कधीही केलेलं नाही- आणि कशासाठी? त्याला फसवायचं? त्याला तीच ती कचरपट्टी देऊ करायची... कशासाठी? तशी पुष्कळ गिऱ्हाइकं आहेतच की तुमच्याकडे. एक- फक्त एकजण असा वेगळा तुमच्याकडे चालून आलाय... त्याला फसवायचं?'

'तू स्वतःची मर्यादा ओलांडतोयस असं नाही वाटत तुला?' फ्रँकनने थंड आवाजात विचारलं.

'तुम्हाला काय फरक पडणार आहे? मला माझ्या पद्धतीने करू दे काम. त्यांना दाखवा फक्त. त्यांनी तीन डिझाइन्स आधीच नाकारली आहेत. चौथं नाकारलं तर काय बिघडणार आहे? पण तसं नाही झालं... तसं नाही झालं तर...' रॉर्कला कुणालाही जिंकून घेण्यासाठी काय कसं बोलावं ते कधीच कळलं नव्हतं. तो आताही ते करत नव्हता. त्याचा आवाज कठोर होता, सपाट होता. बोलण्याचा प्रयत्न केलेला त्यात स्पष्ट ऐकू येत होता. त्यामुळे त्याचं बोलणं हे आर्जव न वाटता धिक्कार वाटत होता... ज्या माणसापुढे त्याला आर्जव करायचं होतं त्याचाच धिक्कार. कीटींगला हे दृश्य पहायला फारच आवडलं असतं. त्याला हे रॉर्कचं आर्जव आहे हे कळलं असतं. पण फ्रँकनला मात्र यात आपला फार मोठा विजय होतोय असं वाटणं शक्यच नव्हतं. प्रथमच रॉर्कने अशा तऱ्हेने कुणाचं आर्जव केलं होतं... पण फ्रँकनला तो आपला अपमान करतोय असंच वाटलं.

'मला कळतंय का- जरा सांगा हं...' फ्रँकन म्हणाला, 'आपण माझ्यावर टीका करता आहात आणि मला आर्किटेक्चरबद्दल काहीतरी अक्कल शिकवू पहाता आहात. बरोबर?'

'मी भीक मागतोय तुमच्याकडे.' रॉर्कने क्षणभर डोळे मिटून घेतले.

'मि. कीटींगचं संरक्षण तुला नसतं, तर याबद्दल मी तुझ्याशी अजून कणभरही चर्चा केली नसती. पण तू तसा नवखा आणि अननुभवी आहेस- हे तर स्पष्टच आहे- मी तुला एकच सांगतो, मला माझ्या ड्राफ्ट्समनकडून सौंदर्यविषयक मतं ऐकायची तितकीशी सवय नाही. हा फोटो घे- कॅमेरॉनने केली असती अशी वगैरे बिल्डिंग मला नको आहे. यातलं सूत्र आपल्याजोगतं करून घ्यायचं आहे आणि तू मी सांगितल्याप्रमाणे दर्शनी भागावर क्लासिक धर्तीचंच काम करून आण. कळलं?'

'मी नाही करू शकणार हे..' रॉर्क अगदी शांत आवाजात उत्तरला.

'काय? तू माझ्याशीच बोलतो आहेस ना? सरळ सॉरी म्हणतोस?'

'मी सॉरी म्हणालो नाही, मि. फ्रँकन.'

'काय म्हणालास?'

'मी नाही करू शकणार हे -असं म्हणालो.'

'का?'

'ते कारण तुम्हाला जाणून घ्यायचं नाहीये. मला काहीही डिझाइन करायला सांगू नका. तुम्हाला हवं तर दुसरं कोणतंही काम सांगा, करेन. पण हे नाही. आणि कॅमेरॉनच्या कामाच्या बाबतीत तर नाहीच.'

'डिझाइन करणार नाही? म्हणजे काय? तुला कधीतरी आर्किटेक्ट व्हायचंय ना- की नाही?'

'अशा तऱ्हेने नाही.'

'ओः असं का... तू करू शकणार नाहीस- म्हणजे करणार नाहीस.'

'तसं हवं तर तसं.'

'ऐक, मूर्ख उद्धट मनुष्या, माझा विश्वास बसत नाही यावर.'

रॉर्क उठत म्हणाला, 'मी निघू का, मि. फ्रँकन?'

'माझ्या संपूर्ण आयुष्यात,' फ्रँकन गरजला, 'हे असलं कधी ऐकलं नाही. हे असलं कधी पाहिलं नव्हतं. इथे मला तू काय करणार नि काय करणार नाहीस हे सांगतोस? मला अक्कल शिकवतोस, माझ्या अभिरुचीवर टीका करतोस, माझ्यावर मत देतोस?'

'मी कशावरही टीका करत नाही.' रॉर्क शांतपणे म्हणाला, 'मी मतही देत नाही. पण काही गोष्टी मी नाही करू शकत. तेवढ्यावरच जाऊ दे ते. मी निघू?'

'तू ही खोलीच काय, ही फर्म आत्ताच्या आत्ता आणि कायमची सोडू शकतोस! जा आणि मर! जा आणि दुसरी नोकरी शोध! प्रयत्नच करून पहा! जा पैसे उचल तुझे आणि नीघ!'

'येस, मि. फ्रँकन.'

त्या दिवशी रॉर्क त्या तळघरातल्या बारमधे गेला. काम संपल्यानंतर माइक नेहमीच तिथे यायचा. तो आता एका कारखान्याच्या कामावर होता. फ्रँकनची सगळी कंत्राटं घेणाऱ्या त्याच कंत्राटदाराने त्याला काम दिलं होतं. आज रॉर्क तिथे पहाणीसाठी येईल अशी त्याची अपेक्षा होती. त्यामुळे त्याने जरा रागातच विचारलं, 'काय लाल्या? आज काय आळस आला होता वाटतं?'

काय झालं ते कळलं तेव्हा माइक गप्प झाला. रागावला की तो दात विचकणाऱ्या बुलडॉगसारखाच दिसायचा. मग त्याने जबरदस्त शिवी हासडली.

'हरामजादे साले!' त्याच्या शिव्या अधिकाधिक हिंस्र होत गेल्या. रागारागाने तो आवंढे गिळत होता.

'शांत रहा, माइक.'

'आता काय करायचं, लाल्या?'

'पुन्हा असलंच कोणीतरी शोधायचं... पुन्हा असलंच काहीतरी होईपर्यंत.'

□ □ □

कीटींग वॉशिंग्टनहून परतला आणि सरळ फ्रँकनच्या ऑफिसात गेला. तो मधे कुठेच थांबला नव्हता त्यामुळे त्याला बातमी कळली नव्हती. फ्रँकनने त्याचं तोंड भरून स्वागत केलं.

'बॉय, आलास परत, वा व्वा! चल काय घेणार तू सांग, व्हिस्की-सोडा की थोडी ब्रँडी?'

'नको. थँक्स. एक सिगरेट दे फक्त.'

'घे... अरे व्वा... वॉशिंग्टन मानवलंय तुला. छानच दिसतोयस तू. काय केलंस काय- यू लकी बास्टर्ड? ये ये, कितीतरी गोष्टी सांगायच्यात तुला! वॉशिंग्टनचं काम कसं काय? सगळं ठीक?' आणि कीटींगने उत्तर देण्याच्या आतच तो घाईघाईने पुढे बोलत राहिला. 'इथे काय भयंकर त्रास आहे मला. भयंकर वैतागलोय मी. तुला लिली लँडॉ आठवते? मला वाटलेलं माझं नि तिचं आता जुळलंच. पण मागच्या वेळेस भेटलो आणि काय करावं तिने- माझ्याकडे बघितलंही नाही सालीने. तिला कोणी पटवलं माहीते? आश्चर्य वाटेल तुला- कोणी ऐरागैरा नाही- गेल वायनान्ड! आता काय आकाशातच उडायला लागली पोरगी. त्याच्या पेपरभर तिचे फोटो नि तिच्या सेक्सी तंगड्या... आता अशा तंगड्या दाखवायला मिळाल्यावर मग काय पाहिजे. माझा काय पाड लागणार त्याच्यापुढे...

आणि त्याने काय केलं माहीते- ती म्हणायची मला जी गोष्ट खरी मनापासून हवीय ती मला कुणीच देऊ शकणार नाही... तिचं ऑस्ट्रियातलं खेडं -जिथे ती जन्मली. वायनान्डने ते अख्खं गाव विकत घेतलं. इथे त्याची वीट नि वीट आणून पुन्हा सगळं इथे- हडसनच्या काठावर उभं केलं. सगळं मुळाबरहुकूम. दगडी वाटा, चर्च, सफरचंदाची झाडं, डुकरांचे वाडे... नी सारंच! आणि मग ते लिलीला बहाल केलं. दोन आठवडे झाले त्याला. मग काय होणार? बॅबिलॉनच्या राजाने आपल्या होमसिक बायकोसाठी हँगिंग गार्डन्स करवून घेतल्या होत्या, मग गेल वायनान्डने का मागे रहावं? लिली अगदी हसून, लाजून कृतज्ञता दाखवत होती- पण खरं तर ती बिचारी अगदीच दीनवाणी झाली होती. एक मिंक कोट मिळाला असता तर जास्त आवडलं असतं तिला. तिला ते गावबिव काही नको होतं. आणि बदमाष वायनान्डला ते चांगलं ठाऊक होतं. पण झालं ते आता उभं हडसनवर. गेल्या आठवड्यात तिच्यासाठी त्याने तिथं पार्टी ठेवली होती- तिथेच- त्या गावात. कॉस्च्यूम पार्टी! वायनान्डपण सेसेर बोर्जियासारखा ड्रेस घालून आलेला. काय पार्टी होती! ऐकलं ते खरं असेल तर- पण वायनान्डचं तसं काहीच खरं नसतं म्हणा... आणि मग दुसऱ्या दिवशी त्याने शालेय विद्यार्थ्यांना ऑस्ट्रियन गावाची सहल घडवली- ती तरी कधी पहाणार ऑस्ट्रियन गाव म्हणे- स्वतःचा फोटो काढून घेतला त्यांच्याबरोबर. मोठा मानवतावादीच की नाही... मग ते फोटो सगळ्या बॅनरभर छापले. त्याला भरपूर फोडणी होती- उच्च शैक्षणिक मूल्ये वगैरेची. मग बॅनरला महिला मंडळांची भावभरी पत्रं आली तीही छापली. लिलीला सोडल्यानंतर तो त्या गावाचं काय करणार ते कळलं तर बरं होईल. ते तर तो करणारच- म्हणजे लिलीला सोडणारच. त्याच्याबरोबर कुणी टिकलंय. त्याने सोडल्यानंतर कदाचित माझा नंबर लागेल लिलीकडे- काय म्हणतोस?'

'नक्की लागेल.' कीटींग उत्तरला. 'काय बाकी? ऑफिसमधे कसं काय?'

'ओः. आहे तसंच आहे. ल्यूशियसला सर्दी झालेली. माझी सगळी बॅस आर्मानॅक पिऊन टाकली साल्याने. एकतर ते त्याच्या हृदयाच्या कंडिशनसाठी काही फार चांगलं नव्हतं... आणि शंभर डॉलरचा नग होता तो! शिवाय तो आणखी एका लफड्यात अडकलाय. ते त्याचं वेड की खूळ. त्याचं पोर्सेलिन कलेक्शन. त्याने कुठून तरी काळ्या बाजारातून एक टीपॉट विकत घेतलं. चोरीचा माल होता ते माहीत असून ही घेतला. डोक्याला भरपूर ताप झाला माझ्या. नसतं लचांड लागलं असतं मागे आपल्या. कसंबसं सुटलोय... अरे हो- त्या तुझ्या मित्राला मी गचांडी दिली. काय त्याचं नाव?...रॉर्क.'

'ओः,' कीटींगने एक क्षण जाऊ दिला, मग विचारलं, 'का? काय झालं?'

'साला जाम उद्धट होता! कुठून आणलेलंस त्याला?'

'काय घडलं काय?'

'अरे मला वाटलं, आपण याला एक संधी देऊ काम करायची- चांगली संधी होती. मी त्याला फॅरेल बिल्डिंगसाठी स्केच करायला सांगितलं. ते रे- ब्रेन्टने शेवटी केलं स्केच आणि आपण त्यांच्या गळी उतरवलं. साधी डोरिक शैलीतली बिल्डिंग दिली शेवटी. -पण तुझा मित्र सरळ नाही म्हणाला. आलेली संधी लाथाडली त्याने. त्याचे काही आदर्शबिदर्श असावेत असं दिसतंय. मग म्हटलं चल चालता हो... काय झालं... हसतोयस का?'

'काही नाही. चित्र माझ्या डोळ्यासमोर उभं राहिलं.'

'आता त्याला परत घ्यायची गळ घालू नकोस मला.'

'अजिबात नाही. चुकूनही म्हणणार नाही.'

त्यानंतर अनेक दिवसपर्यंत कीटींग विचार करत होता, रॉर्कला जाऊन भेटावं का? तो भेटला

तर त्याच्याशी काय बोलावं त्याला कळत नव्हतं. पण काहीतरी बोलावं लागणार होतं. तो जाण्याचा बेत पुढे ढकलत राहिला. त्याच्या कामात आता त्याला पुरेसा आत्मविश्वास आला होता. रॉर्कची तशी काही फार गरज वाटत नव्हती. कित्येक दिवस लोटले आणि त्याने रॉर्कशी काहीही संबंध ठेवला नाही. त्याला विसरून जाण्यात एक प्रकारची सुटका वाटत होती त्याला.

आपल्या खोलीच्या खिडकीपलिकडे रॉर्कला छतं दिसत होती, पाण्याच्या टाक्या दिसत होत्या, धुरांडी, खालून वेगात धावणाऱ्या गाड्या दिसत होत्या. त्याच्या खोलीतल्या शांततेत, रिकाम्या दिवसांत, त्याच्या रिकाम्या हातांत एक धोका होता. आणि खाली पसरलेल्या शहरांतून तो धोका वाढत चाललाय असं त्याला वाटत होतं. जणू प्रत्येक खिडकी, प्रत्येक फूटपाथची पट्टी, घट्ट मिटून त्याला विरोध करीत होती. त्याला त्याचं काही विशेष वाटत नव्हतं. हे असंच असणार हे त्याने केव्हाच मान्य करून टाकलेलं.

त्याने एक यादी काढली. त्यातल्या त्यात जरा कमी घृणास्पद वाटणाऱ्या आर्किटेक्ट्स्ची यादी होती ती... त्यांच्या गचाळपणाची कमीतकमीपासून जास्तीतजास्तपर्यंत प्रतवारीच लावली होती त्याने. मग तो कामाच्या शोधात निघाला. पद्धतशीरपणे, थंड डोक्याने, रागलोभ मनात न धरता. या दिवसांचा त्रास झाला की नाही त्याने स्वतःला कळूही दिलं नाही. हे करायला पाहिजे एवढंच त्याने डोक्यात धरलं.

तो ज्या ज्या आर्किटेक्ट्सना भेटला ते सारे भिन्नभिन्न प्रकृती होते. काहीजण त्याच्याकडे डेस्कच्या पलिकडून दयार्द्र नजरेने पहात आणि त्या नजरेतून त्याच्या आर्किटेक्ट होण्याच्या महत्त्वाकांक्षेबद्दल सहानुभूती ओसांडत असे... तरुण रक्ताची विचित्र, अनाकलनीय महत्त्वाकांक्षा असते, असं म्हणत असत त्या नजरा... फिजूल आहे... एक आकर्षण असायचं त्याच्या वाट्याला येणाऱ्या दुःखाबद्दल. त्च् त्च् त्च्... बिचारा वेडाय खरा... काहीजणांच्या जिवण्या आणखी थोड्या पातळ होऊन जायच्या हसताना. ओठ आंत ओढून किंचित हसताना त्यांना तो त्यांच्या खोलीत आल्याचं खूप बरं वाटायचं... आपण किती यशस्वी आणि सुरक्षित आहोत हे नव्याने जाणवायचं. काहीजण अगदी थंडपणे बोलायचे, जणू काही त्याची महत्त्वाकांक्षाच त्यांना स्वतःचा वैयक्तिक अपमान वाटायची. काहीजण एकदम थोडक्यात, फटकन् बोलायचे. त्यांचे आवाजच पुरेसे स्पष्ट करत असत- आम्हाला चांगल्या ड्राफ्टस्मन्सची गरज आहे. नेहमीच असते. पण ही क्वालिफिकेशन्स त्याला लागू होऊच शकत नाहीत. आणि हे स्पष्ट सांगावं लागण्याची वेळ त्याने - त्यांच्यावर आणू नये एवढी मर्यादा पाळावी...

यात कुणाचाही दुष्टावा नव्हता. त्याच्या गुणवत्तेबद्दल ते काही बोलत होते असंही नाही. तो कुचकामी होता असंही कुणी सुचवत नव्हतं. पण तो चांगला आहे का नाही हे पारखून पहाण्याची कुणीही तसदी घेत नव्हतं. क्वचित कुणी त्याला त्याची स्केचेस पहायला मागितली. ती पुढे करताना त्याचा हात शरमेने आखडत असे, जणू कुणी त्याचे कपडे ओरबाडून काढत असावं... शरम त्याचं शरीर उघडं पडल्याची नव्हती, पण ते पहाणाऱ्यांच्या डोळ्यात काहीच भाव नसावा याची होती.

कधीमधी तो कॅमेरॉनला भेटायला न्यू जर्सीला जाऊन येत असे. टेकडीच्या माथ्यावरच्या त्याच्या बहिणीच्या घराच्या अंगणात ते एकत्र गप्पा मारत बसत. व्हीलचेअरवर बसून गुडघ्यांवर ब्लँकेट पांघरून कॅमेरॉन बसे, 'कसं चाललंय, हॉवर्ड? बरंच जड जातंय?'

'नाही!'

'त्या भडव्यांपैकी एखाद्याच्या नावे पत्र देऊ का?'

'नको.'

मग कॅमेरॉन तो विषय सोडून देत असे. रॉर्कला सगळे नाकारताहेत याबद्दल बोलायची, विचार करायचीही इच्छा नव्हती कॅमेरॉनची. आपली खाजगी मालमत्ता असावी अशा पद्धतीने तो आर्किटेक्चरबद्दल बोलत राही. सहज. दूर अंतरावर, नदी पलिकडे क्षितिजाच्या कडेवर दिसणाऱ्या शहराकडे पहात ते दोघे किती वेळ बसून रहात. आकाश अंधारत जायचं, निळ्या हिरव्या गडद काचेसारखं चमकू लागायचं, बिल्डिंग्ज त्या काचेवर धरलेल्या वाफेसारख्या वाटू लागायच्या. अचानक ढगांनी सरळसोट, काटकोनी चौकोनी आकार धारण केले की काय असं वाटायचं. सूर्यास्ताची किरणे त्यांच्या टोकांवर अडकल्यासारखी बिलगून रहायची...

उन्हाळ्याचे दिवस सरले आणि रॉर्ककडची यादी संपली. तो पुन्हा एकदा त्याच त्याला नाकारणाऱ्या ठिकाणांचा फेरा करायला बाहेर पडला. रॉर्कच्या लक्षात आलं, की काही ठिकाणी त्याच्याबद्दलची काहीबाही माहिती पोहोचली होती. त्याला पुन्हा तेच ते शब्द ऐकायला मिळू लागले- कुणी थेट बोलायचं, कुणी घाबरत, कुणी रागाने कुणी दिलगिरीच्या सुरात- 'तुला स्टँटनमधून लाथ मारून हाकललं होतं ना. तुला फ्रँकनच्या ऑफिसमधूनही गचांडी दिलेली ना...' वेगवेगळे आवाज एकच गोष्ट ओवत होते- त्याला हाकलण्याचा निर्णय त्यांच्या आधीच कुणीतरी घेऊन झाला होता... हुश्श...

संध्याकाळी तो खिडकीच्या कठड्यावर बसून सिगरेट फुंकत राही. हाताचा तळवा खिडकीच्या काचेवर पसरून, थंड काचेचा स्पर्श अनुभवत... संपूर्ण शहर त्याच्या त्या तळव्याखाली पकडून धरत.

सप्टेंबरमधे त्याने आर्किटेक्चरल ट्रिब्यूनच्या अंकात एजीएच्या गॉर्डन प्रेस्कॉटने लिहिलेला एक लेख वाचला. लेखाचं शीर्षक होतं- मेक वे फॉर टुमॉरो- भविष्यासाठी वाट द्या. त्या लेखात म्हटलं होतं की या व्यवसायाची शोकांतिका केवळ नव्या प्रतिभावंतांच्या मार्गात अडथळे आणल्यामुळे होणार आहे. संघर्षाच्या कठीण वाटचालीत कितीएक बुद्धीमंतांची प्रतिभा हरपून गेली असेल, कुणाच्या लक्षातही येणार नाही. नवीन विचार, ताजे रक्त, अभिजात प्रतिभा, नवी दृष्टी, नवा साहसी दृष्टिकोन न मिळाल्यामुळे आर्किटेक्चरचा व्यवसाय नष्टप्राय होत चालला आहे. त्यात असंही म्हटलं होतं, की होतकरू आर्किटेक्ट्सना हेरून त्यांना प्रोत्साहन देणे, विकसित करणे, त्यांना संधी देणे हे व्रत आता प्रस्तुत लेखक घेत आहे. रॉर्कने गॉर्डन प्रेस्कॉटबद्दल कधीही काही ऐकलं नव्हतं. पण त्या लेखाचा सूर प्रामाणिक वाटत होता. त्याने मनाची तयारी करून प्रेस्कॉटच्या ऑफिसचा रस्ता धरला... पहिल्यांदाच त्याला थोडी आशा वाटली होती.

गॉर्डन एल् प्रेस्कॉटचं ऑफिस राखी, काळ्या आणि लाल रंगात केलेलं. अगदी योग्य प्रमाणात संयत आणि साहसी वाटणारं. त्याची सेक्रेटरी फारच सुंदर आणि तरूण होती. तिने रॉर्कला सांगितलं, की मि. गॉर्डन प्रेस्कॉट कुणालाही आधी वेळ घेतल्याशिवाय भेटत नाहीत, पण पुढल्या बुधवारी सव्वादोन वाजता तुम्हाला वेळ देता येईल.

त्या बुधवारी सव्वादोन वाजता, त्या सेक्रेटरीने गोड हसून त्याला कृपा करून क्षणभर बसून घ्या सांगितलं. चार पंचेचाळीस वाजता त्याला गॉर्डन प्रेस्कॉटच्या ऑफिसमधे प्रवेश मिळाला. गॉर्डन प्रेस्कॉटने तपकिरी चौकड्यांचं ट्वीड जॅकेट घातलं होतं. वर पांढऱ्या अंगोरा वुलचा टर्टलनेक स्वेटर चढवला होता. तो उंचापुरा, दणकट बांध्याचा पस्तिशीचा मनुष्य होता. पण त्याचा चेहरा बराच जाणता वाटला असता. त्याचं नाक छोटंसं होतं, तोंड कॉलेजकुमारासारखं फुगवलेलं होतं. चेहरा उन्हाने रापलेला. भुरे केस बारीक कापलेले- एकदम लष्करी स्टाइलने. एकदम पुरुषी व्यक्तिमत्त्व, एकदम रासवट वाटावं असं काळजीपूर्वक वठवलेलं. त्याला आपल्या दिसण्याची चांगलीच जाणीव

होती. सतत.

तो रॉर्कचं म्हणणं शांतपणे ऐकून घेत राहिला. त्याचे डोळे स्टॉपवॉचचं काम करत होते. रॉर्कच्या शब्दाशब्दाने खाल्ला जाणारा त्याचा सेकंद नि सेकंद तो जणू नोंदून ठेवत होता. त्याने त्याचं पहिलं वाक्य पुरं होऊ दिलं. दुसऱ्या वाक्याला मधेच तोडत तो खटकन म्हणाला, 'मला तुझी ड्रॉइंग्ज बघू.'- जणू रॉर्क कायकाय बोलणार हे आपल्याला अगोदरच माहीत आहे हे त्याने दर्शवलं.

त्याने ती ड्रॉइंग्ज आपल्या तांबूस रापलेल्या हातांत धरली. त्यावर नजर टाकण्याअगोदर तो म्हणाला, 'हं हं... माझ्याकडे कितीतरी तरूण मुलं सल्ला घेण्यासाठी येत असतात... कितीतरी...'

पहिल्या स्केचवरून नजर फिरवली त्याने, पण ते नीट न पहाताच त्याने डोकं वर उचललं. 'उघड आहे, व्यवहार आणि उदात्त मूल्ये यांची सांगड घालण्याचं काम मोठं अवघड असतं... नवख्या आर्किटेक्ट्स्ना तेच तर जमत नाही.' त्याने ते स्केच तळाला टाकलं, 'आर्किटेक्चर ही मुख्यत्वे एक उपयुक्ततावादी संकल्पना आहे. प्रश्न असा आहे की आपण व्यावहारिक तत्त्वांच उत्थान अमूर्त सौंदर्यकल्पनांमधे करणार आहोत की नाही. बाकी सर्व बकवास आहे.' त्याने पुढली दोन स्केचेस पाहिल्यासारखी केली आणि तळाला टाकली. 'मला बरं कां, आर्किटेक्चरसाठी आर्किटेक्चर महत्त्वाचं मानून काहीतरी मोहीमा चालवणाऱ्या थोरथोर द्रष्ट्या वगैरे लोकांचा वैताग येतो. सर्वात महत्त्वाचं आहे ते मानवी समीकरणांतल्या सामायिक धाग्याचं.' त्याने पुढलं स्केच तळाला टाकलं. 'लोकांची अभिरुची, लोकांच्या भावना हे कोणत्याही कलाकाराची अंतिम प्रेरणा असायला हवी. खरा प्रतिभावंत तोच की जो साधारणांना अभिव्यक्ती देईल. अपवादात्मक गुणवत्ता तीच म्हणता येईल की जी सामान्यतेमधल्या गुणस्त्रोताला वळण देईल.'

त्याने ती सगळी कागदांची चवड हातात तोलली. आपण अर्धीअधिक स्केचेस चाळल्याचं त्याच्या लक्षात आलं. मग त्याने ती टेबलवर टाकली.

'हां तर, तुझं काम.' तो म्हणाला. 'चांगलंय. पण व्यवहार्य नाही... प्रगल्भता नाही त्यात. त्यात फोकस नाही. शिस्त नाही. कसं म्हणू... अजून पौगंडावस्थेतच आहे. नवीनतेसाठी नवीनता करतोस तू. आजच्या युगाच्या आत्म्याशी सांधा जुळत नाहीये. आज कशाची प्रचंड गरज आहे- त्याच्याशी जुळेलसं काम - हे पहा, मी दाखवतो तुला...' त्याने ड्रॉवर उघडून एक स्केच बाहेर काढलं. 'माझ्याकडे एक अगदी नवखा मुलगा आलेला. कुणाची शिफारस नाही, काही नाही. कधी कुठे काम केलेलं नव्हतं. असं काहीतरी काम केलं तर- मग कुठे नोकरी शोधत बसायची गरजच नाही. त्याचं एकच स्केच मी पाहिलं आणि लगेच त्याला कामावर घेऊनही टाकलं. आठवड्याला पंचवीस डॉलर्सवर सुरुवातही करून दिली त्याला. तो खूपच चांगलं काम करू शकेल यात शंकाच नाही मला.' त्याने ते स्केच रॉर्ककडे दिलं. त्यात धान्याच्या कणगीच्या आकारात पार्थेनॉनची अस्थिपंजर सावली कोंबलेली.

'याला म्हणतात नवनवोन्मेषशालिनी प्रतिभा...' गॉर्डन प्रेस्कॉट म्हणाला, 'शाश्वत मूल्यांमध्ये नवतेचा शोध घेणं. हे असं काहीतरी करण्याचा प्रयत्न कर. मला नाही वाटत, मी तुला काही फार उज्ज्वल भवितव्याचं स्वप्न दाखवू शकेन असं. आपण आपलं स्पष्ट असलेलं बरं नाही कां... मी उगाच तुझी दिशाभूल करणार नाही. तुला अजून खूप शिकून घ्यायला हवं. तुझ्यातला नेमका कुठला गुण तुला पुढे नेईल ते आत्ताच सांगणं कठीण आहे. पण कष्ट केलेस तर... आर्किटेक्चर हा मोठा कठीण व्यवसाय आहे बाबा. स्पर्धाही भयंकर असते... फारच भयंकर... आणि मला वाटतं आता- झालं आपलं बोलून नाही कां... माझ्या सेक्रेटरीने कुणालातरी थांबवून ठेवलंय बाहेर...'

□ □ □

ऑक्टोबरमधल्या एका संध्याकाळी रॉर्क घरी चालत निघालेला. मागे पडलेल्या लांबलचक दिवसांच्या माळेतला- महिन्यांतलाच एक दिवस आणि दिवसभरात कायकाय झालं होतं त्याला सांगताही आलं नसतं. तो कुणाला भेटला होता, कुणाकडून कुठल्या शब्दांत नकार झेललेले. कुठल्याही ऑफिसमधे असला की हातातल्या त्या तेवढ्या काही मिनिटांकडे लक्ष केंद्रित करून तो बाकी सारं विसरून जायचा. आणि ते ऑफिस सोडलं की ती मिनिटं विसरून जायचा. जे करणं भाग होतं ते करून झालेलं असायचं, त्यावर विचार करत बसायचाच नाही तो. घरी जाताना पुन्हा तो मोकळा होऊन परतत असे.

समोर एक लांबलचक रस्ता ताणलेला. पुढे कुठेतरी त्या रस्त्याच्या कडेच्या उंच इमारती एकत्र आलेल्या दिसत होत्या. जरासे हात रुंदावले तर स्पर्श करता येतील, त्यांचे मनोरे हाताने पकडून दूर सारता येतील इतक्या जवळ. तो झपझप चालू लागला. फूटपाथ जणू स्प्रिंगबोर्डसारखा त्याच्या पावलांना वेग देत होता.

उंचावर कुठेतरी एक दिव्यांनी तेजाळलेला त्रिकोण त्याला दिसला. त्याच्या खालची इमारत त्याला दिसत नव्हती. खाली काहीही असल्याची कल्पना करायला तो मोकळा होता. मग अचानक त्याला वाटलं, या क्षणी, या शहराला, या शहरातील प्रत्येकाला वाटत होतं की तो कधीही कुठली इमारत उभी करू शकणार नाही. केवळ त्याच्या अंतरीची प्रगाढ निश्चिती सोडली तर सर्वांनीच, त्याने सुरुवात करण्याआधीच त्याला खालसा केलं होतं. तो झुंजत होता. त्या कुणाकुणाच्या ऑफिसमधल्या घटना म्हणजे वास्तवाची काहीतरी फालतू उपांगं होती. तो ज्या मार्गावर चालणार होता त्याच्या इप्सिताला ओझरता स्पर्शही न करू शकणाऱ्या दुर्लक्ष करण्याच्या लायकीच्या घटना होत्या त्या.

ईस्ट नदीकडे वळणाऱ्या एका गल्लीत तो शिरला. दूरवर एक एकटाच ट्रॅफिक लाईट दिसत होता. काळ्या अंधारातला लाल ठिपका. कडेची जुनाट लहानशी घरं जमिनीवर बसकण मारून, आभाळाच्या भाराने जणू लवलेली. गल्ली रिकामी होती- पोकळीत चालल्यासारखा त्याच्या पावलांच्या आवाजाचा प्रतिध्वनी उठत होता. कॉलर कानापर्यंत ओढून, हात खिशात खुपसून तो चालत होता. त्याची सावली त्याच्या टाचातून निघून लांबत होती. एखाद्या दिव्याच्या शेजारून जाताना त्या सावलीचा फराटा विंडशील्डवर फिरणाऱ्या वायपरसारखा अर्धगोल गिरकी घेत राही.

❑

९

जॉन एरिक स्नाइटने रॉर्कची स्केचेस पाहिली. तीन स्केचेस बाजूला काढून ठेवून त्याने बाकीची नीट सारखी रचून ठेवली. पुन्हा एकदा त्या तीन स्केचेसकडे पहात राहिला तो. मग त्यातलं एकेक त्या उरलेल्या चळतीवर टपाटप ठेवत गेला, आणि म्हणाला, 'लक्षवेधक आहेत, जरा अतिरेकी वाटतात पण लक्षवेधक तर आहेतच. आज रात्री काय करतोयस?'

'का?'

'म्हणजे मोकळा आहेस का? लगेच सुरुवात करणार? जा कोट काढून ठेव, ड्राफ्टिंग रूममधे जा. कुणाकडून तरी सामान घे आणि आम्ही एक डिपार्टमेन्टल स्टोअर रिमॉडेल करतोय, त्याच्यासाठी स्केच बनवून आण. साधारण कल्पना येईल इतपत रफ स्केच कर. पण ते मला उद्या मिळालं पाहिजे. रात्री उशीरपर्यंत काम करायला जमेल ना? हीटर चालू आहे आणि तुझ्यासाठी काहीतरी जेवणाचा

बंदोबस्त करायला सांगतो ज्योला. ब्लॅक कॉफी पाहिजे की स्कॉच की काय? जे हवं ते ज्योला सांग. करणार आहेस?'

'हो.' रॉर्क अविश्वसून उत्तरला, 'मी अख्खी रात्र काम करू शकतो.'

'फारच छान! हे मस्तच झालं! मला हवं होतं तसं झालं एकदा. मला एकतरी कॅमेरॉन-टाईप हवा होता. बाकी सगळे आहेत माझ्याकडे. हां- तुला फ्रँकनकडे किती देत होते ते?'

'पासष्ट.'

'वेल, गाय म्हणजे काय... त्याचं काय सांगावं. मी काय एवढी उधळपट्टी करू शकत नाही. जास्ती जास्त पन्नास. ठीके? ठीके. जा, सरळ आत जा. बिलिंग्ज तुला सगळे तपशील सांगेल. मला काहीतरी आधुनिक हवंय. कळलं? आधुनिक, धम्माल. एकदम धक्कादायक वाटायला पाहिजे. डोळे बाहेर येऊ देत बघणाऱ्यांचे. तुला पूर्ण मोकळीक. काही कशावर मर्यादा नाही, संयम नाही... सूट तू पुरा... काय हव्वं ते आक्रीत उभं करू शकतोस तू. जेवढं जमेल तेवढं वेगळं कर... कमॉन.'

जॉन एरिक स्नाइट टाणकन उभा राहिला. भल्या मोठ्या ड्राफ्टिंग रूमचा दरवाजा त्याने जोरात ढकलला, आत शिरत एका टेबलपाशी जाऊन थांबला. तिथे उभ्या असलेल्या एका आडव्या बांध्याच्या ढिम्म गोल चेहऱ्याच्या माणसावर ओरडला, 'बिलिंग्ज,- हा रॉर्क. हा आपला मॉडर्निस्ट. त्याला ते बेन्टन स्टोअर दे. त्याच्यासाठी कामाचं सामान काढ. त्याच्याकडे चाव्या दे आणि काय लॉक करायचं वगैरे सांगून दे. आज सकाळपासून तो कामावर राहिला असं दाखवायचं. पन्नास. डॉल्सन ब्रदर्सबरोबर केव्हा वेळ ठरलेली? मला उशीर झालाय. निघतो मी. आता आज रात्री मी परत येणार नाही.'

बाहेर पडताना त्याने दरवाजा जोरात ढकलला. बिलिंग्जच्या चेहऱ्यावर कणभरही आश्चर्याचे भाव नव्हते. रॉर्क जणू काही कायम तिथंच काम करीत आला असावा असा तो पहात होता. त्याच्या बोलण्यात चढउतार नव्हते. एक कंटाळवाणा संतत स्वर होता. वीस मिनिटांत त्याने रॉर्कला एका टेबलपाशी कागदाचे ताव, पेन्सिली, इतर साधनं, प्लान्सचा सेट, त्या डिपार्टमेन्ट स्टोअरचे फोटो, काही तक्ते आणि एक लांबलचक सूचनांची यादी देऊन एकटं सोडलं.

रॉर्क त्या स्वच्छ पांढऱ्या कागदांकडे पहात राहिला. त्याची बोटं पेन्सिलीच्या बारीकशा दांड्यावर घट्ट आवळली गेली होती. त्याने पेन्सिल खाली ठेवली, पुन्हा उचलून घेतली. त्या गुळगुळीत दांड्यावरून तो अंगठा फिरवत राहिला. मग त्याच्या लक्षात आलं की पेन्सिल थरथरतेय. त्याने ती झटकन् खाली ठेवली. त्याला स्वतःचाच राग आला... ही नोकरी आपल्यासाठी इतकी महत्त्वाची ठरावी ही स्वतःच्या मनाची अशक्तता वाटली त्याला. गेले काही रिकामे महिने म्हणजे काय होते त्याची तीव्र जाणीव अचानकपणे त्याच्या मनाला दुखवून गेली होती. बोटांच्या टोकांनी त्याने कागद दाबून धरलेला... जणू त्या कागदानेच बोटांना जखडून ठेवलेलं. विजेने भारलेला पृष्ठभाग मानवी हाडामांसाला चिकटला तर जसा धरून ठेवेल, दुखवेल तसा. त्याने त्याची बोटं प्रयत्नपूर्वक उचलली आणि तो कामाला लागला...

जॉन एरिक स्नाइट पन्नास वर्षांचा होता. त्याच्या चर्येवर नेहमीच करमणूक होत असल्यासारखे, लबाड, कसेसेच भाव असत. तो जणू दर्शवायचा की प्रत्येक माणसाचं काहीतरी घाणेरडं रहस्य मला माहीत आहे, पण मी बोलणार नाही, कारण सरळ आहे... ते आपणा सर्वांनाच माहीत आहे. तो तसा नावारुपाला आलेला आर्किटेक्ट होता. हे सांगतानाही त्याचा चेहरा बदलायचा नाही. त्याच्या दृष्टीने गाय फ्रँकन हा एक अव्यवहारी आदर्शवादी वेडा माणूस होता. त्याला स्वतःला क्लासिक शैलीची शेपूट धरून बसण्यात रस नव्हता. तो अधिक कुशल आणि उदार दृष्टिकोन घेणारा आर्किटेक्ट

होता. मॉडर्न शैलीबद्दल त्याला काही आकस नव्हता. एखाद्या क्लायन्टने सांगितलंच तर सपाट छपरांची खोकी बांधायला तो आनंदाने तयार असायचा, तो त्यांना प्रागतिक म्हणायचा. त्याने रोमन मॅन्शन्सही बांधली होती, त्यांना तो शिस्तबद्ध म्हणायचा. आणि गॉथिक चर्चेस बांधली तर तो त्यांना आध्यात्मिक म्हणायचा. त्या सर्वांत काही फार मूलभूत फरक आहे असं त्याला अजिबात वाटायचं नाही. तो कधीही रागावत नसे, मात्र त्याला एक्लेक्टिक-सरमिसळ म्हटलेलं चालायचं नाही.

त्याची स्वतःची अशी एक पद्धत होती. त्याने पाच प्रकारचे डिझायनर्स ठेवले होते. काहीही काम आलं की तो त्यांच्यात एक स्पर्धा लावून द्यायचा. तो त्यातलं सर्वात चांगलं कोणतं ते स्वतः ठरवायचा आणि मग बाकिच्यांतले तुकडे उचलून त्यात सुधारणा करायचा. 'एक से भले छे!' तो म्हणायचा.

स्नाइट त्याला कामावर ठेवायला का बिचकला नव्हता ते बेन्टन स्टोअरचं अंतिम चित्र पाहिल्यावर रॉर्कला कळलं. तिथला अवकाश त्याने ठरवल्यानुसारच राहिला होता. त्याच्या खिडक्याही तशाच होत्या. वायूविजनासाठी त्याने केलेला विचारही जिवंत ठेवलेला. पण त्यात कॉरिंथियन कॅपिटल्स, गॉथिक व्हॉल्टिंग, झुंबरं, मूरिश पद्धतीची मोल्डिंग्ज या साऱ्यांची भरमार केलेली. ड्रॉइंग अतिशय नजाकतीने जलरंगात करून, कार्डबोर्डवर माउंट केलेलं आणि त्यावर टिश्यूपेपरचं आवरण चढवलेलं. ड्राफ्टिंग रूममधल्या लोकांना ते चित्र केवळ दुरूनच पहायची परवानगी होती, तेही चारचारदा हात धुवून आल्यानंतरच. सगळ्या सिगरेटी विझवणं सक्तीचं होतं. जॉन एरिक स्नाइटच्या दृष्टीने ते चित्र क्लायन्ट्ससमोर रुबाबात सादर होणं हा एक मोठा महत्त्वाचा सोहळा असायचा. त्याने एक चिनी तरूण आर्किटेक्ट केवळ याच कामासाठी नोकरीवर ठेवला होता. ही चित्रं रंगवून सादर करणं हे त्याचं एकमेव काम होतं.

रॉर्कला या नोकरीतून काय अपेक्षा करायची ते माहीत होतं. इथे आपलं काम जसंच्या तसं उभं झालेलं कधीच दिसणार नाही याची त्याला कल्पना होती. जे काही उभं राहील ते असं विखुरलेल्या

तुकड्यांमधून... आणि ते पहायची त्याची इच्छाच नव्हती. पण निदान हवं तसं डिझाइन करण्याचं तरी किमान स्वातंत्र्य होतं. एकेका रचनेचा खरोखरचा प्रश्न सोडवायचा अनुभव तरी मिळत होता. इच्छा होती त्यापेक्षा कमीच असलं तरी अपेक्षेपेक्षा जास्तच काम करायला मिळत होतं. त्याने तेवढ्यावरच मान्य करून टाकलं. त्याला तिथले बाकीचे डिझायनर्स भेटले तेव्हा त्याला समजलं की त्या सर्वांची टोपणनाव त्यांच्यात्यांच्या शैलीवरूनच पडलेली. एक क्लासिक, एक गॉथिक, मग तिसरा रेनेसांस आणि चौथा मिसळ. त्याला कुणीतरी हाकही मारली- 'ऐ ऐ, मॉडर्निस्टिक,' त्याने तोंड किंचित वाकडं केलं...

□ □ □

बांधकाम कामगारांच्या ट्रेड युनियन्सच्या संपामुळे गाय फ्रँकनचं माथं भडकलं होतं. तो संप सुरू झालेला नॉइस बेलमाँट होटेलच्या बांधकाम कंत्राटदारांच्या विरोधात, पण हां हां म्हणता सगळ्याच नव्या बांधकामांवर तो पसरलेला. नॉइस बेलमाँट होटेलचं काम फ्रँकन अँड हेयरच्या फर्मला मिळाल्याचं वृत्तपत्रांतून छापून आलेलं.

सगळ्या वृत्तपत्रांनी कंत्राटदारांना पाठिंबा दिलेला, आणि संपकऱ्यांपुढे मान न तुकवण्याचा सल्लाही. संपकऱ्यांवरचा सगळ्यात आक्रमक हल्ला केला होता वायनान्ड साखळीतल्या बड्या वृत्तपत्रांनी.

'आम्ही आजवर नेहमीच, प्रस्थापित लब्धप्रतिष्ठितांविरुद्ध सामान्यांच्या बाजूने आवाज उठवत आलो आहोत.' वायनान्डच्या संपादकीयांत म्हटलं होतं, 'परंतु, कायदा आणि सुव्यवस्था ढासळून

पाडण्याचे आम्ही कधीही समर्थन करणार नाही.' लोक वायनान्ड पेपर्सचं प्रतिनिधीत्व करीत की वायनान्ड पेपर्स लोकांचं, ते कधीच कुणाला कळलं नसतं, पण दोघांची चाल अगदी हातात हात घालून साथसाथ असे. अर्थात् एक गोष्ट फारशी कुणाला माहीत नव्हती- गाय फ्रँकन सोडल्यास फार लोकांना कल्पनाही नव्हती त्याची. गेल वायनान्डच्या मालकीचं एक कॉर्पोरेशन होतं, त्या कॉर्पोरेशनच्या मालकीचं एक कॉर्पोरेशन होतं, त्या कॉर्पोरेशनकडे नॉइस बेलमाँटची मालकी होती.

या माहितीमुळे तर गाय फ्रँकन फारच अस्वस्थ झाला होता. गेल वायनान्डची रिअल इस्टेटमधली गुंतवणूक त्याच्या वृत्तपत्रीय साम्राज्यातल्या गुंतवणुकीपेक्षा कैक पटींनी जास्त होती. पहिल्यांदाच गाय फ्रँकनला वायनान्डचं काम मिळालं होतं आणि त्याने ते गच्च पकडून धरलं होतं. या एका कामातून कित्येक कवाडं किलकिली होणार होती... संधीच संधी... त्याने आणि कीटींगने जिवाचं रान करून चांगल्यात चांगलं काम केलं होतं. होटेलच्या गब्बर भावी गिऱ्हाइकांना उत्तमातले उत्तम रोकोको पॅलेस, प्लास्टरची फुलं, संगमरवरातले छोटे देवदूत, पितळी लेस लावलेले उघडे एलेव्हेटर्स वगैरे सगळं मिळावं म्हणून केवढा आटापिटा केला होता... या संपाने भविष्यातल्या सगळ्या संधींचा चुराडा केला होता. फ्रँकनला कोणीही दोष दिला नसता, पण गेल वायनान्डचं काही सांगता येत नाही... तो कशावरून कुणाला दोषी ठरवेल... वायनान्डची मर्जी कुणावर बसेल, कुणावर खप्पा होईल याची भाकितं कोण वर्तवणार... सगळ्यांनाच माहीत होतं ते. तो ज्या आर्किटेक्ट्सना पहिलं काम द्यायचा, त्यांना पुन्हा कधीही दुसरं काम देत नसे.

फ्रँकनचा मूड इतका बिघडलेला की, त्याच्या आरडा ओरड्यातून कधी नव्हे तो पीटर कीटींगही सुटला नाही. कीटींगने खांदे उडवले आणि त्याच्याकडे पाठ करून काहीही न बोलता आपला निषेध दर्शवून निघून गेला. मग कीटींग उगाचंच इथेतिथे भटकत राहिला. अकारणच ड्राफ्ट्समेनवर खेकसला. ल्यूशियस हेयर समोरून आला आणि त्याच्यावर धडकला तेव्हा तो त्याच्यावरही खेकसला, 'जरा समोर बघून चाल ना!' हेयर चकित होऊन पापण्या फडफडवत त्याच्याकडे पहातच राहिला.

ऑफिसमधे काहीच करण्यासारखं नव्हतं, बोलण्यासारखं काही नव्हतं आणि सगळ्यांना टाळावसं वाटत होतं त्याला. कीटींग लवकरच निघाला आणि डिसेंबरच्या संधिप्रकाशातून एकटाच चालतचालत घरी गेला.

घरी जाताच त्याने जोरात एक शिवी हासडली. तापलेल्या रेडिएटर्समधून रंगाचा उग्र दर्प येत होता. आईने वास घालवायला खिडक्या उघडल्या तेव्हा त्याने थंडीलाही शिव्या हासडल्या. आपल्या या अस्वस्थतेचं कारण त्याला उमगेना. काही काम नसल्यामुळे एकटेपणा आलेला... एकटं रहायची सवयच सुटलेली त्याची. सहन होत नव्हता एकटेपणा.

त्याने टेलिफोनचा रिसीव्हर खस्सकन उचलला आणि कॅथरीन हॅलसेला फोन लावला. तिचा स्वच्छ निर्मळ आवाज जणू तापलेल्या कपाळावर कुणा थंडगार हाताचा स्पर्श व्हावा तसा त्याला सुखावून गेला. तो म्हणाला, 'ओः, तसं काहीच नाही, डियर, म्हटलं आज रात्री घरी आहेस का ते पहावं. डिनरनंतर येऊन गेलो असतो.'

'हो आहे तर. घरीच आहे मी, पीटर.'

'हं... मग साडेआठ वाजता येऊ?'

'हो, ये ना. पीटर, तू एल्सवर्थ अंकलचं ऐकलंस की नाही?'

'हो ऐकलं... गॉड डॉम इट... ऐकलंय सगळं तुझ्या अंकल एल्सवर्थबद्दल... सॉरी. चुकलं माझं, केटी, क्षमा कर मला केटी, माझ्या मनात नव्हतं असं... पण अख्खा दिवस तुझ्या अंकलबद्दलच ऐकतोय सारखं. मला समजतंय... हे फार छान आहे वगैरे, पण हे बघ, आपण आज पुन्हा त्यांच्याचबद्दल

बोलायचं नाही!'

'नाही, अर्थातच नाही, आयॅम सॉरी. मला समजू शकतं रे. चल, मी वाट बघते तुझी.'

'भेटू या.'

त्याने एल्सवर्थ टूहीची नवी कथा ऐकली होती. पण त्याला त्याबद्दल विचार करायचा नव्हता. कारण मग आपोआपच संपाचा विषय निघाला असता. वैताग आलेला त्याला त्या संपाचा. सहा महिन्यांपूर्वी त्याच्या सर्मन्स इन स्टोनच्या यशाच्या लाटेच्या जोरावर त्याला वायनान्ड पेपर्सच्या साखळीतल्या सिंडिकेटेड कॉलममधे 'वन स्मॉल वॉइस' हे सदर मिळालं होतं. ते बॅनरमधेही छापलं जायचं. तिथं एक कलाविभाग सुरू झाला, नंतर आता ते एल्सवर्थ टूहीचं अनौपचारिक न्यायपीठ झालेलं. तिथून तो कलाप्रांतातल्या विविध गोष्टींवर, -साहित्य, न्यू यॉर्कची रेस्तराँ, आंतरराष्ट्रीय घडामोडी, समाजशास्त्र -मुख्यतः समाजशास्त्रावर आपलं मत, आपला अंतिम निर्णय देत असे. ते सदर एकदम लोकप्रिय ठरलेलं. पण बांधकाम कामगारांचा संप झाला आणि एल्सवर्थ टूहीची स्थिती जरा कठीणच झाली. या संपाला आपला पाठिंबा आहे हे त्याने लपवलं नव्हतं. पण आपल्या सदरात मात्र त्याने त्याविषयी चकार शब्द काढला नव्हता, कारण गेल वायनान्डच्या पेपरमधे स्वतःच्या मनाला पटेल ते, वाटेल ते लिहिण्याचा अधिकार फक्त गेल वायनान्डला होता. दुसऱ्या कुणालाही नाही. पण या संपाला पाठिंबा देण्यासाठी संपाच्या सहानुभूतीदारांनी एक जाहीर सभा बोलावली होती. प्रसिद्धीचं वलय लाभलेली अनेक प्रस्थं तिथे उपस्थित रहाणार होती. एल्सवर्थ टूहीलाही आमंत्रण होतं. निदान त्याचं नाव जाहीर करण्यात आलं होतं.

त्या संध्याकाळच्या कार्यक्रमाबदंदल बरीच चर्चा चालली होती. पैजा लागत होत्या. आडाखे बांधले जात होते. टूही हे धारिष्ट्य दाखवेल की नाही हाच चर्चेचा मुख्य मुद्दा होता.

'तो जाईल बघ,' एक ड्राफ्ट्स्मन जोरजोरात दुसऱ्याला सांगताना कीटींगने ऐकलेलं.

'तो आत्मबलिदान करेल. त्या जातकुळीचा माणूस आहे तो... वर्तमानपत्रांच्या दुनियेतला एकमेव प्रामाणिक माणूस आहे तो.'

'नाही जाणार,' दुसरा एकजण बोलला, 'असली काहीतरी थेरं वायनान्ड खपवून घेईल? एकदा वायनान्डने एखाद्या माणसाला धडा शिकवायचं ठरवलं की मग काय खरं नसतं. जगण्याचा नरक करून टाकतो तो एखाद्याचा. कधी करेल ते नाही सांगता येणार- पण करतो नक्कीच आणि ते त्यानेच केलं हे सुद्धा कुणी सिद्ध करू शकत नाही. एकदा वायनान्ड पाठी लागला की संपतोच माणूस.'

कीटींगला या सगळ्याबद्दल इकडून तिकडून कुठूनच रस नव्हता. या सगळ्या प्रकाराचा त्याला संताप येत चाललेला.

तो न बोलताच जेवायला बसला. आणि मिसेस कीटींगनी जेव्हा सुरुवात केली, 'ओः, अरे तुला सांगायचं राहिलंच-' तेव्हा तो वस्सकन ओरडला, 'तू आत्ता कॅथरीनबद्दल एक अक्षरही बोलायचं नाहीयेस. गप्प रहा.' मिसेस कीटींग पुढे एक शब्द बोलल्या नाहीत. त्याच्या प्लेटमधे अधिकाधिक पदार्थ वाढण्यावर त्यांनी पूर्ण लक्ष केंद्रित केलं.

त्याने ग्रीनिचला जाण्यासाठी टॅक्सी पकडली. घाईघाईने जिने चढून वर गेला आणि त्याने बेल दाबली. तो थांबून राहिला. काहीच प्रतिसाद आला नाही. भिंतीला टेकून तो वाट पहात राहिला. बेल वाजवत राहिला. तो येणार हे माहीत असताना ती बाहेर जाणं शक्यच नव्हतं. कसं शक्यय... तो अविश्वासानेच पुन्हा जिना उतरला. रस्त्यावर गेला. त्याने रस्त्यातून तिच्या खिडकीकडे पाहिलं. तिथे अंधार होता.

प्रचंड विश्वासघात झाल्याची भावना त्याच्या डोळ्यांत जळत होती आणि तो खिडकीकडे पहात राहिला. त्याला खूप खूप एकटं वाटलं. जणू या प्रचंड शहरात तो बेघर, निराश्रित झाला होता. क्षणभर तो स्वतःचं असणंच विसरला, आपला पत्ता विसरला. मग त्याला त्या सभेची आठवण झाली. त्या जाहीर सभेची. त्याच सभेमधे तिचे अंकल जाहीररीत्या हुतात्मा होणार होते. अरे हां- ती तिथेच गेली असणार... मूर्ख कुठली. तो मोठ्याने ओरडला, 'गेली खड्ड्यात!' आणि मग तो झपझप पावलं टाकत त्या सभेच्या जागेकडे निघाला.

हॉलच्या दाराच्या चौकटीवर एक उघडा बल्ब पेटलेला. निळसर पांढरा, थंड पण तेजस्वी. त्याचा प्रकाश रस्त्यावर झेपावत होता. वरून कुठून तरी पडणारी पावसाची बारीकशी पागोळी त्या प्रकाशात चकाकत होती. काचेच्या चकाकत्या तारेसारखी बारीक धार. का कोण जाणे त्याला आठवलं, असल्याच गोठलेल्या आयसिकल्स खुपसून माणसं मारल्याची उदाहरणं होती. काहीही आठवतं आपल्याला वेड्यासारखं...

दारापाशी पावसात काहीजण उगाचंच रेंगाळत होते. काही पोलीसही होते. दार उघडंच होतं. हॉलमधे घुसू न शकलेली माणसं लॉबीमधे खचाखच भरली होती. तिथं लावलेल्या लाउडस्पीकरवरून आतलं भाषण ऐकायला येत होतं. आतल्या दारापाशी येणाऱ्या लोकांना पत्रकं वाटणाऱ्या कार्यकर्त्यांच्या आकृत्या दिसत होत्या. एक आकृती होती क्षयी, दाढीचे खुरटे खुंट वागवणाऱ्या, लांब मानेच्या तरूणाची, दुसरी होती महागडा फरच्या कॉलरचा कोट घालून उभ्या असलेल्या गुलजार तरूणाची, आणि तिसरी होती कॅथरीन हॅलसेची.

ती पावसात भिजत उभी होती. कशीतरीच गबाळ्यासारखी थकून उभी होती. पोट पुढे काढून खांदे पाडून. तिचं नाक चमकत होतं. डोळे उत्तेजित होते. कीटींग थांबून तिच्याकडे पहातच राहिला.

तिचा हात अनभावितपणे त्याला पत्रक द्यायला पुढे आला. मग तिच्या नजरेत ओळख आली. तिला काही नवल वाटल्याचं चिन्हंच नव्हतं. ती आनंदात म्हणाली, 'हां पीटर.... इथेच आलास, किती बरं केलंस...'

'केटी,' त्याचा आवाज किंचित दाटला, 'व्हॉट द हेल....'

'पण काय करू... यायला तर पाहिजेच होतं ना, पीटर.' तिच्या आवाजात कणभरही खेद नव्हता. 'पण तुला कसं सांगू... मला...'

'पहिल्यांदा आत हो, पाऊस आहे.'

'पण मला हे केलंच पाहिजे.'

'मूर्ख मुली, निदान पावसात भिजू तरी नकोस.' त्याने तिला दारातून आत ढकलून लॉबीच्या कोपऱ्यात नेलं.

'पीटर डार्लिंग, तू रागावला नाहीस ना... अरे काय झालं माहीते का? मला वाटलेलं अंकल मला आज रात्री इथे येऊच देणार नाहीत. पण शेवटच्या क्षणी ते म्हणाले- यायचं असेल तर चल. पत्रकं वाटायला मदत कर म्हणाले. तू समजून घेशील याची मला खात्री होती- म्हणून तर आले. मी लिव्हिंग रूममधे तुझ्यासाठी चिठ्ठीपण लिहून ठेवली होती...'

'वाः, तू माझ्यासाठी लॉक केलेल्या घरात चिठ्ठी लिहून ठेवलेलीस?'

'ओः ओः... काय रे वेडेपणा... मी विचारच केला नाही. तू आत कसा जाशील वगैरे... मूर्खपणाच झाला... ए, रागावू नकोस हां आता... चुकलं. तुला समजतंय का?... हे त्याच्यासाठी किती महत्त्वाचं ठरणार आहे ते. इथे येऊन ते कशावर पाणी सोडतायत कळतंय तुला? मला खात्रीच होती ते येणार याची. जे लोक म्हणत होते ना, की ते जाणारच नाहीत म्हणून त्यांना मी आधीच

म्हटलेलं. त्यांना आता संपवतीलच ते- पण त्यांना काही फरक पडणार नाही. ते असेच आहेत. मला भीतीही वाटते आणि खूप बरंही वाटतंय. त्यांनी जे केलंय ते- माझा पुन्हा एकदा मानवजातीवर विश्वास बसू लागलाय बघ. पण मला तुझी काळजी वाटते... वायनान्ड आता काय करील...'

'गप्प रहा. शांत हो. मला माहीते सगळं. मला कंटाळा आलाय आता त्याचा. मला तुझे अंकल, वायनान्ड आणि हा संप- कशाबद्दलच काही बोलायचं ऐकायचं नाहीये. चल इथून जाऊ या.'

'ओः नो पीटर, आत्ता नाही. मला त्यांचं भाषण ऐकायचंय.'

'श्शः... गप्पा बंद करा जरा...' कोपऱ्यातून कोणी तरी फिस्कारलं.

'आपलं भाषण जातंय,' ती कुजुबुजली, 'हा ऑस्टिन हेलर बोलतोय. तुला ऑस्टिन हेलरचं भाषण ऐकायचं नाही?'

कीटींगने वर लाउडस्पीकरच्या दिशेने जरा आदराने पाहिलं... मोठमोठ्या लोकांची नावं ऐकून त्याला आदरच वाटायचा. त्याने ऑस्टिन हेलरचं फार काही वाचलं नव्हतं. पण क्रॉनिकल दैनिकाचा तो गाजलेला स्तंभलेखक होता. स्वतंत्र वृत्तपत्र होतं ते. वायनान्ड पेपर्सचा नंबर एकचा शत्रू आणि स्पर्धक. ऑस्टिन हेलर एका नावाजलेल्या घराण्यात जन्मलेला. ऑक्सफर्डमधे त्याचं शिक्षण झालेलं. त्याने एक साहित्य-समीक्षेचं व्यासपीठ सुरू केलं होतं. जगभरात कुठेही चाललेल्या स्वातंत्र्याच्या संकोचावर तो तुटून पडत असे. खाजगी क्षेत्रात असो की सार्वजनिक क्षेत्रात. स्वर्ग असो की धरती... त्याला धर्मगुरू शिव्या मोजत, बँकर्स शिव्या घालत, क्लबमधून जाणाऱ्या बायकांना त्याचा संताप येत असे, श्रमिक संघटनांना त्याचा द्वेष वाटे. तो ज्या उच्चभ्रू लब्धप्रतिष्ठितांवर कोरडे ओढत असे त्यांच्यापेक्षाही त्याचं वागणं अधिक आदबशीर असे. ज्या श्रमिकांची बाजू घेऊन तो लिहीत असे त्यांच्यापेक्षा त्याची शरीरप्रकृती दणकट होती. तो ब्रॉडवेवरच्या नव्या नाटकावर छान लिहायचा, मध्ययुगीन कवितेवरही छान लिहायचा आणि आंतरराष्ट्रीय आर्थिक व्यवहारांवरही छान लिहू शकत होता. त्याने कधीही धर्मादाय देणग्या वगैरे दिल्या नाहीत. पण स्वतःचे पैसे खर्च करून तो राजकीय बंदिवासात असलेल्यांचे खटले लढवण्यासाठी मदत करीत असे.

लाउडस्पीकरमधून येणारा आवाज खणखणीत, नेमका होता. त्यावर किंचितसा ब्रिटिश उच्चारांचा प्रभाव जाणवत होता.

'आपल्याला एक लक्षात घेतलं पाहिजे,' ऑस्टिन हेलर म्हणत होता, 'आपणा सर्वांना दुर्दैवाने एकत्र जगणं भाग आहे. त्यामुळे आपल्याला जे काही कायदेकानू करावे लागतात ते कमीत कमी असावेत. राज्यव्यवस्था ही संकल्पनाच मुळात फार अनैतिक आहे, त्यामुळे तिचे मूल्यमापन करण्यासाठी काही नैतिक परिमाण असावे हे जरा कठीणच आहे. समाज या राज्यव्यवस्थेपायी आपल्या सदस्यांकडून वेळ, पैसा, विचार, प्रयत्न आणि आज्ञापालनाची अपेक्षा हे सारं वसूल करत असतो- याचे मोजमाप आपल्याला अवश्य काढता येईल. त्यासाठी आपण देत असलेली किंमत आणि आपल्याला त्यातून होणारा फायदा, सांस्कृतिकता यांचे प्रमाण बरेच व्यस्त आहे. माणसाला काम करण्यासाठी जुलूम जबरदस्ती करणे सर्वस्वी गैर आहे. कोणत्या अटींवर आपण काम करू ते प्रत्येकाने ठरवायचं आहे. त्या अटी ठरवण्यासाठी काही कायदा बंधनकारक ठरवणं हे मला पटूच शकत नाही. आणि तसंच त्याच्या अटी त्याला कामावर ठेवणाऱ्याने मान्य कराव्यात असाही कायदा असू शकत नाही. सहमत होण्याचे किंवा न होण्याचे स्वातंत्र्य हा आपल्या समाजाचा मूलभूत पाया आहे. संपावर जाण्याचे स्वातंत्र्यही याचाच एक भाग आहे. हेल्स किचनमधे वाढलेल्या एका अव्वल दर्जाच्या हरामजाद्याने आजकाल आपल्याला या संपाच्या संदर्भात कायदा आणि सुव्यवस्थेबद्दल बरंच काही जोरजोरात सुनावायला सुरुवात केली आहे, त्याला आता याची आठवण करून देण्याची

गरज निर्माण झाली आहे.'

लाउडस्पीकरमधून टाळ्यांचा कडकडाट झाला. लॉबीतल्या काही लोकांनी आश्चर्याने श्वास रोधला. कॅथरीनने कीटींगचा दंड पकडला, 'ओः पीटर! तो हे वायनान्डबद्दल बोलतोय. वायनान्डचा जन्म हेल्स किचनमधे झालेला. तो हे बोलू शकतो, त्याला परवडेल. पण आता वायनान्ड याचा राग एल्सवर्थ अंकलवर काढेल.'

कीटींगने हेलरचं उर्वरित भाषण ऐकलंच नाही. त्याचं डोकं प्रचंड दुखू लागलेलं. आवाजाने जणू त्याचे डोळेही दुखत होते. पापण्या घट्ट मिटून तो भिंतीला टेकून उभा राहिला.

अचानक सगळीकडे पसरलेल्या विचित्र शांततेने त्याची तंद्री मोडली. त्याने दचकून डोळे उघडले. हेलरच्या भाषणाचा शेवट त्याने ऐकलाच नव्हता. लॉबीतले लोक एकदम सावधचित्त झाल्याचं त्याला कळलं. लाउडस्पीकरच्या नळकांडीतून येणाऱ्या खर्रखुर्र आवाजाने साऱ्या नजरा जणू खेचून घेतल्या होत्या. आणि मग त्या शांततेला भेदून एक आवाज आला,

'लेडीज् अँड जेन्टल्मन, आपणां सर्वांसमोर आता येत आहेत, मि. एल्सवर्थ मॉक्टन टूही!'

वेल... कीटींग विचार करत होता, बेनेटने पैज जिंकली. काही सेकंद तसेच टकटकत शांततेत गेले. आणि मग जे घडलं त्याने कीटींगच्या मस्तकावर जणू जोरदार प्रहार झाला. तो आवाज नव्हता की प्रहारही नव्हता, पण जणू क्षणक्षण चिरले गेले. तो क्षण आधीच्या क्षणापासून कापून निघाला होता. त्याला केवळ धक्का जाणवला. त्या आवाजाची स्पष्ट जाणीव होता होता त्याला कळलं की हा टाळ्यांचा कडकडाट होता. एवढा प्रचंड आवाज होता तो की त्याला वाटलं आता हा लाउडस्पीकर फुटेल... कितीतरी वेळ तो कडकडाट चालूच होता. लॉबीच्या भिंतींवर धडकत होता, रस्त्यावर सांडत होता. त्याच्या आसपासचे सगळे लोक त्यात सहभागी झालेले. कॅथरीनचे ओठ विलग झालेले, ती स्तंभित होऊन उभी होती. त्याला दिसलं ती श्वासही घ्यायचं विसरून उभी होती.

कितीतरी वेळानंतर अचानक शांतता पसरली. सन्नाटाच. त्या कडकडाटापेक्षाही अधिक धक्कादायक वाटणारा सन्नाटा. जणू त्या आवाजाच्या स्फोटात तो लाउडस्पीकर विदीर्ण होऊन बंद पडलेला. लॉबीतल्या लोकांच्या हालचाली थांबलेल्या. आणि मग तो आवाज आला.

'मित्र हो,' तो सहजपणे गांभीर्यपूर्वक बोलू लागला, 'माझ्या बंधूंनो,' तो पुढे अगदी हळुवार स्वरात म्हणाला. तो स्वर किंचित् भारावलेला होता आणि थोडासा हसरा होता, जणू स्वतःच्या भावविवशतेचं हसू येत होतं त्याला. 'आपण केलेल्या स्वागतामुळे मी थोडा अधिकच उल्हसित झालो आहे, भारावून गेलो आहे. आपणा सर्वांतच एक लहान मूल दडलेलं असतं, जे कौतुकाने आनंदून जात असतं. तसाच मी ही आनंदून गेलो आहे, याबद्दल मला क्षमा करा. पण मला हे समजतंय... आणि मी हे स्वागत त्याच अर्थाने स्वीकारतो आहे, आपण हा जो सन्मान करीत आहात तो व्यक्तिशः माझा नसून, ज्या तत्त्वाचे विवेचन करण्याचे सद्भाग्य मला आज रात्री लाभले आहे, त्या तत्त्वाचा सन्मान आहे.'

तो आवाज नव्हे, एक चमत्कार वाटत होता. जणू मखमलीचा बॅनर उलगडत होता तो आवाज. तेच ते ओळखीचे इंग्रजी शब्द असूनही प्रत्येक शब्द अशा स्पष्टतेने उच्चारला जात होता की ती भाषा काही वेगळीच वाटत होती... एक नवी भाषा... पहिल्यानेच बोलली गेलेली भाषा. तो आवाज महाकाय होता.

कीटींग तोंडाचा आ वासून उभा होता. तो आवाज काय म्हणत होता ते त्याच्या डोक्यातच शिरत नव्हतं. केवळ त्या आवाजाच्या सौंदर्याने तो नादावून गेला होता... त्या शब्दांचं लाघवच असं होतं की त्यांना अर्थ असण्याची गरजच नव्हती. त्या आवाजाने सांगितलेलं काहीही मान्य केलं

असतं त्याने. मोहिनी पडत होती त्या आवाजाची... त्या मागे कुठेही आंधळेपणाने चालत गेला असता तो.

'..आणि म्हणून, मित्र हो,' तो आवाज सांगत होता. 'आपल्या या शोकात्म संघर्षातून एक गोष्ट फार महत्त्वाची शिकलो आहोत आपण- एकतेची गरज. आपण एक झालं पाहिजे, नाहीतर पराभव हा ठरलेलाच आहे. आपली प्रबळ इच्छाशक्ती- सर्वहारांची, शोषितांची, वंचितांची इच्छाशक्ती आपल्याला एकतेच्या घट्ट गुंफणीत बांधू शकेल. आपलं ध्येय एक आहे, मनातला विश्वास एक आहे. आपल्या मनातले क्षुद्र हेतू, सुखसुविधांचे आत्मकेंद्रित क्षुल्लक प्रश्न बाजूला सारून आपण एक होण्याची वेळ आता आली आहे. जनांच्या सर्वसमावेशक प्रवाहाबरोबर स्वतःला झोकून देऊन, नव्या भवितव्याकडे वाहून नेणाऱ्या या बलशाली लाटेबरोबर जाण्याची तयारी असो वा नसो, आपल्याला जावेच लागणार आहे. मित्र हो, इतिहास घडत असताना कधीही कुणाची परवानगी घेत नाही, कुणाची संमती विचारीत नाही. जनसामान्यांच्या एक सूर एक ताल गर्जनेसारखाच त्या गर्जनेतून घडणारा इतिहास हा अटळ असतो. आपण या हाकेला प्रतिसाद द्यायला हवा. आपण संघटित होऊ या, मित्र हो. संघटित व्हा, संघटित व्हा, संघटित व्हा एवढेच मी सांगेन.'

कीटींगने कॅथरीनकडे पाहिलं. तिथे कॅथरीन उरलीच नव्हती. लाउडस्पीकरमधल्या आवाजात विरघळून गेलेला एक पांढरट चेहरा होता फक्त. तिला आपल्या अंकलचा आवाज येत होता असं नव्हतं. कीटींगला मत्सर वगैरे अजिबात वाटला नाही. वाटला असता तर बरं झालं असतं. त्या चेहऱ्यावर मायाही नव्हती. काहीतरी थंडगार, भावनाहीन असं तिला स्पर्शून गेलं होतं. त्या स्पर्शाने ती रितीरिती झाली होती. तिच्या स्वतःच्या कामना तिला जणू सोडून गेल्या होत्या. कुठल्याच मानवी हेतूच्या कह्यात नव्हती ती. एका अनाम अस्तित्त्वहीनतेत ती गिळली जात होती.

'आपण जाऊ या इथून.' तो कुजबुजला. पण त्याचा आवाज हिंस्त्र झाला होता. तो प्रचंड घाबरून गेलेला.

ती त्याच्याकडे वळली. आपल्या बेहोषीतून ती जराशी बाहेर येऊ लागलेली. त्याला कळलं की ती स्वतःला त्याची ओळख पटवण्याचा प्रयत्न करीत होती. त्याचा अर्थ तिच्या लेखी जणू इतका वेळ हरवून गेलेला. मग तीही कुजबुजली, 'हो हो. जाऊ या इथून बाहेर.'

ते रस्त्यावर आले. दिशाहीन भरकटल्यासारखे चालत सुटले. थंडीचा कडाका होता. पण ते तसेच पुढे जात राहिले. हालचाल करत राहिल्याने स्वतःच्या स्नायूंचं अस्तित्त्व तरी कळत होतं.

'आपण भिजतोय.' अखेर कीटींगला जाणवलं. तो प्रयत्नपूर्वक सहज बोलत होता. त्यांच्यातल्या शांततेने तो घाबरून गेलेला. त्या शांततेमुळे कळत होतं, की त्या दोघांनाही एकच गोष्ट जाणवली होती आणि ती गोष्ट खरोखर घडली होती. 'चल, कुठेतरी बसू. काहीतरी प्यायला हवंय.'

'हो. खूपच थंडी वाजतेय... काय वेडेपणा केलाय मी... मी अंकलचं भाषण ऐकायला आलेले आणि तेच अर्धवट सोडलं.' हे ठीक झालं. तिने त्याचा सहजपणे उल्लेख केला ते बरं झालं. त्यात थोडीशी दिलगिरीही व्यक्त करून टाकली तेही बरं झालं. ती अनामिक भीती आता नाहीशी झाली.

'पण मला तुझ्याबरोबर यावंसंही वाटत होतं. पीटर, मला नेहमीच तू बरोबर हवा आहेस...' तिच्या या शब्दांसरशी मघाच्या भीतीदायक जाणीवेने अखेरचा आचका दिला. ती हे बोलली याचं कारणच ती भीती होती. तिच्या या बोलण्यासरशी तिने जणू भीतीला उडवून लावलं आणि कीटींगच्या चर्येवर बऱ्याच वेळानंतर हसू फुललं. तिचे ग्लव्हज आणि बाहीच्या मधल्या तिच्या उघड्या मनगटांना त्याची बोटं चाचपत राहिली... तिच्या कायेची ऊब त्याच्या त्वचेत झिरपली.

□ □ □

खूप दिवसांनंतर, कीटींगच्या कानावर एक गोष्ट पडली. साऱ्या शहरभर गवगवा झालेला. त्या सभेनंतर दुसऱ्याच दिवशी गेल वायनान्डने एल्सवर्थ टूहीच्या पगारात वाढ केली होती. टूही संतापला होता, आणि त्याने रागारागाने वायनान्डला सांगितलेलं,

'मला लाच देण्याचा प्रयत्न करू नका, मि. वायनान्ड.'

वायनान्डने उत्तर दिलेलं, 'मी काही तुला लाचबिच देत नाहीये. उगाच स्वतःवर फुलं उधळून घेऊ नकोस.'

□ □ □

संप मिटल्यानंतर थांबून राहिलेली बांधकामं साऱ्या शहरभर धडाक्यात सुरू झाली. कीटींग दिवसरात्र कामात गुंतून राहू लागला. नवीन कामांचा ओघ लागला होता. फ्रँकन सगळ्यांशी पुन्हा हसूनखेळून वागू लागला. आपण काही कटू बोललो असलो तर ते विसरायला म्हणून त्याने स्टाफला एक छोटीशी पार्टी दिली. मिस्टर आणि मिसेस डेल एन्सवर्थचा रिव्हरसाइड ड्राइव्हवरचा लेट रेनेसांस शैलीत राखी रंगाच्या ग्रेनाइटमधे बांधलेला प्रासादतुल्य बंगला हा कीटींगचा लाडका प्रोजेक्ट होता, तो पूर्ण झाला. मिस्टर आणि मिसेस डेल एन्सवर्थनी हाऊसवॉर्मिंगची मेजवानी ठेवली. त्या पार्टीला गाय फ्रँकन आणि पीटर कीटींग दोघांनाही आमंत्रण होतं. पण ल्यूशियस हेयरला मात्र बोलवायचं राहून गेलं होतं- चुकून. पण आजकाल ल्यूशियस हेयरच्या बाबतीत अशा चुका जरा जास्तच व्हायला लागलेल्या. फ्रँकनला या पार्टीत खूपच मजा आली, कारण या बंगल्यातल्या ग्रेनाइटच्या प्रत्येक चौरस फुटामागे एका विशिष्ट ग्रेनाइट खाणीला भरपूर पैसा पोहोचता झालेला. कीटींगलाही या पार्टीत खूप मजा आली कारण मि. एन्सवर्थ अगदी छान हसून म्हणाले होते, 'पण अरे! मला तर वाटलेलं की तूच फ्रँकनचा पार्टनर आहेस! अरे हां... नावच मुळी फ्रँकन अँड हेयर आहे नाही का... असा कसा गोंधळ झाला माझा. जाऊ दे, मी असं म्हणेन की तू आज जरी पार्टनर नसलास तरी होण्यातला आहेस एवढं नक्की!'

ऑफिसमधलं सारंकाही सुरळीत चाललं होतं. एखादा टप्पा असतोच असा की जेव्हा सारंकाही नीट चाललेलं असतं.

त्यामुळे एन्सवर्थच्या पार्टीनंतर एकदा सकाळीच फ्रँकन ऑफिसमधे चिडचिडत आलेला पाहून कीटींगला फारच आश्चर्य वाटलं. त्याला विचारल्यावर त्याने कीटींगला 'ओः, नाही- काही नाही. काहीही नाही.' असं म्हणत उडवून लावलं. ड्राफ्टिंग रूममधे तीन ड्राफ्ट्स्मन डोक्यात डोकी घालून काहीतरी कुजबुजत बोलत होते. समोर पडलेल्या न्यू यॉर्क बॅनरमधून काहीतरी चोरट्यासारखं वाचत होते. त्यातल्या एकाने तोंडाने चुकचुक केलं. त्याला पहाताच तो पेपर त्यांनी झटकन् लपवला. त्याला चौकशी करत बसायला वेळ नव्हता. कंत्राटदाराचा माणूस त्याच्या ऑफिसमधे येऊन वाट पहात बसलेला. शिवाय बरीच पत्र पहायची होती, ड्रॉइंग्ज ओके करायची होती.

मधे तीनएक तास असेच कामात, भेटीगाठींत सरले. आपण इतकं काम केलं, करतोय या भावनेनेच त्याला खूप छान वाटत होतं. त्याच्या एका प्रोजेक्टच्या डिझाइनसाठी काही चांगले नमुने शोधायला त्याला लायब्ररीत जायचं होतं. शीळ घालत, एक ड्रॉइंग हातात खेळवत तो ऑफिसच्या बाहेर पडला. त्याच तंद्रीत तो रिसेप्शन रूमच्या अर्ध्यात पोहोचला आणि एकदम थबकला. हातातला ड्रॉइंगचा कागद फडफडत त्याच्या गुडघ्यावर चिकटला. अशा पद्धतीने थबकणं रीतीचं होणार नाही हे सुद्धा त्याला सुचलं नाही.

रिसेप्शन डेस्कच्या कठड्याला टेकून एक तरुण मुलगी क्लर्कशी बोलत उभी होती. तिची

नाजूक, उंच-सडपातळ आकृती साधारण मानवी आकृतीच्या परिमाणांच्या पलिकडची वाटत होती. तिची बाह्यरेखा जणू आलंकारिक चित्रातल्या स्त्री आकृती सारखी लांबसडक, अलवार वाटत होती. तिच्या समोर सर्वसामान्य आकृती बोजड, अवजड वाटली असती. तिने एक साधा राखी रंगाचा सूट घातलेला. त्या सूटचा साधेपणा आणि तिच्या आकृतीचा डौल- दोन्हीचा एकत्र परिणाम फारच देखणा आणि रुबाबदार होता. दंडापासून हाताची डौलदार रेष पुरी करणारी तिची लांबसडक बोटं कठड्यावर टेकलेली. तिचे डोळे राखी रंगाचे होते. पण त्यात लंबगोल आकार असा कुठेच जाणवत नव्हता. पापण्यांना समांतर अशा दोन रेषा होत्या त्या फक्त जणू थंडगार, शांत चित्तवृत्ती असावी तिची... पण जिवणी कडवट. तिचा चेहरा, तिचे पांढरट सोनेरी केस, तिचा सूट... कशालाच काही विवक्षित रंग असा जाणवत नव्हता. फक्त एक शिडकावा होता रंगांचा... खरेखुरे रंग त्यांच्यापुढे भडक वाटावेत असा. कीटींग खिळून उभा राहिला, कारण जेव्हा कलाकार सौंदर्याविषयी बोलतात तेव्हा ते नेमकं कशाबद्दल बोलतात ते त्याला अचानक उमजलं...

'भेटेन तर आत्ताच, नाहीतर मग जाऊ दे.' ती त्या क्लर्कला सांगत होती. 'त्यांनी मला बोलवलंय. आणि मला फक्त हा आत्ता वेळ आहे तेवढाच.' तिच्या बोलण्यात आज्ञार्थ नव्हता, पण आज्ञार्थ वापरण्याची गरजच नाही हे तिच्या स्वरातूनच स्पष्ट होत होतं.

'होय, पण..' क्लर्कच्या स्विचबोर्डवरचा बझर वाजून दिवा लागला, तिने तो लगेच कनेक्ट केला. आणि घाईने म्हणाली, 'हो. होय मि. फ्रँकन...' तिने ऐकत सुटकेचा निःश्वास टाकला, 'होय, मि. फ्रँकन.' ती त्या पाहुणीकडे वळत म्हणाली, 'आपण लगेचच आत जाऊ शकता. प्लीज.'

ती तरुणी वळली आणि जिन्याकडे जाताजाता तिची कीटींगशी नजरानजर झाली. तिची नजर एक निमिषार्धही त्याच्यावर न ठरता पलिकडेच गेली जणू. त्याला वाटलेलं कौतुक काहीसं हरपलं. त्याला तिचे डोळे पहायला मिळाले होते. त्यात थकवा होता, थोडी तुच्छता होती. पण त्या किंचित् डोळाभेटीतही त्याला काहीशा क्रौर्याचा थंड स्पर्श अनुभवाला आला.

जिना चढून वर जाणाऱ्या तिच्या पावलांचा आवाज कानात शिरताच ती भावना नाहीशी झाली आणि पुन्हा एकदा तिच्या सौंदर्याचं कौतुक त्याच्या मनात दाटून आलं. तो उत्सुकतेने रिसेप्शन क्लर्कच्या दिशेने गेला.

'कोण होती ही?' त्याने विचारलं.

क्लर्कने खांदे उडवत उत्तर दिलं, 'ती? -आपल्या बॉसची पोरगी.'

'काय म्हणतोस काय... साला लकी फ्रँकन. मला जरासुद्धा पत्ता लागू दिला नाही त्याने!' कीटींग म्हणाला.

'तुमचा गैरसमज होतोय,' क्लर्कने शांतपणे सांगितलं, 'ती त्यांची कन्या आहे. डॉमिनिक फ्रँकन.'

'ओः,' कीटींग म्हणाला,'ओः, लॉर्ड!'

'हां?' त्या मुलीने त्याच्याकडे उपहासाने पाहिलं. 'आज सकाळचा बॅनर वाचला का तुम्ही?'

'नाही. का बरं?'

'वाचा. तिचा कॉलम वाचा.' स्विचबोर्डचा बझर वाजला म्हणून ती वळली.

त्याने एका पोऱ्याला बॅनरची कॉपी आणायला पाठवलं. त्याने घाईघाईने तिचं सदर वाचायला घेतलं. 'तुमचं घर' या नावाचं सदर होतं तिचं. त्याने ऐकलेलं, की ती आजकाल तिचं सदर फार गाजत होतं. ख्यातकीर्त न्यू यॉर्ककरांच्या घरांबद्दल ती लिहीत असे. तिचा कॉलम फक्त अंतर्गत सजावटीबद्दल असे. पण क्वचित् कधीकधी ती आर्किटेक्चरल समीक्षेतही शिरायची. आजचा तिचा

विषय होता मि. आणि मिसेस डेल एन्सवर्थ यांचं रिव्हरसाइड ड्राईव्हवरचं घर. त्या लेखातला एक भाग असा होता,-'आत प्रवेश करताना तुम्ही सुंदर, भव्य आणि सोनेरी छटेच्या संगमरवराने मढलेल्या लॉबीत शिरता... तेव्हा तुम्हाला वाटेल की तुम्ही चुकून मुख्य पोस्ट ऑफिसच्या सिटी हॉलमधे शिरलात की काय. पण तसं नसतं. मात्र तसं वाटावं असं बाकी सारंकाही तिथं उपलब्ध आहे. मेझ्नीन आहे, कोलोनेड आहे- कशाला बरं आहे ही खांबांची रांग असं विचारू नका, सुजून गॉयटर झाल्यासारखा दिसणारा जिना आहे, चामडी पट्ट्यांनी बांधलेल्या खलित्यांची डिझाइन आहे. फक्त ते चामडं नाही, संगमरवर आहे. डायनिंग रूमला तांब्याच्या द्राक्षांनी लहडलेल्या वेलींनी वेढलेला राजेशाही ब्राँझ दरवाजा आहे, -पण तो चुकून छतावर बसवलेला आहे. भिंतींच्या पॅनेल्सवर गाजरं, पेट्यूनियाची फुलं, शेगांचे झुबके यांच्या गुच्छांच्या मधूनमधून मेलेली बदकं, ससे वगैरे मंडळी लटकवली आहेत. हे सगळं खरोखरचं असतं तर इतकं छान दिसलं नसतं मला वाटतं. पण ती सगळी प्लास्टरमधे केलेली फालतू नक्कल असल्यामुळे चालून जातंय.

'बेडरूमच्या खिडकीसमोर विटांची भिंत आडवी आलीये, फार नीटसही नाही ती, पण बेडरूम पहायला जातंय कोण... समोरच्या खिडक्या मोठाल्या असल्यामुळे त्यातून भरपूर उजेड आत येतो आणि बाहेरच्या बाजूने खिडकीवर बसवलेल्या संगमरवरी बालदेवदूतांचे पायही. चांगले गुटगुटीत आहेत हे संगमरवरी बालदेवदूत गडद रंगाच्या ग्रेनाइटच्या पार्श्वभूमीवर रस्त्यातून बघायला बरे वाटतात. तसे छानच आहेत ते... फक्त जेव्हा जेव्हा खिडकीच्या बाहेर बघू तेव्हा तेव्हा तुम्हाला त्यांची गोंडस पावलं बघायला लागली तर प्रश्न येतो. पण जर ते बालदेवदूत बघून कंटाळा आला तर तुम्ही प्रवेशद्वाराच्या त्रिकोणावर बसलेल्या मर्क्यूरीचा लोखंडी पार्श्वभाग पहात बसू शकता. खूप सुंदर प्रवेशद्वार आहे हे.

उद्या आपण मि. अँड मिसेस स्माइथ-पिकरिंग यांच्या घराची सैर करणार आहोत.'

□ □ □

कीटींगनेच हे घर डिझाइन केलं होतं, तरीही त्याला स्वतःच्या रागातूनही हसू फुटत होतं. हे वाचताना फ्रँकनला काय वाटलं असेल, कसं वाटलं असेल आणि मिसेस डेल एन्सवर्थना सामोरं जाताना फ्रँकनची काय दशा होईल त्याचा विचार करून करून त्याला गंमत वाटत होती. मग तो ते घर आणि तो लेख दोन्ही विसरला. लक्षात होती फक्त तो लेख लिहिणारी ती तरुणी.

त्याने हाताला येतील ती तीन स्केचेस उचलली आणि फ्रँकनच्या ऑफिसकडे निघाला. त्या स्केचेस वर काहीही बोलायचं नव्हतं त्याला. फ्रँकनच्या दाराबाहेरच्या लँडिंगजवळ तो थबकला, आतून फ्रँकनचा आवाज येत होता. जोरजोरात, रागारागाने, असाहाय्य संतापाने तो ओरडत होता. फ्रँकनची हार झाली की तो तसाच ओरडत असे.

'असलं भयंकर लिहिशील अशी अपेक्षाच नव्हती! माझ्या स्वतःच्या मुलीने... तू काय वाट्टेल ते केलंस तरी मी मान्य करतच आलोय... पण हे- हे म्हणजे कहर झाला. मी करू तरी काय? काय काय नि कुणाकुणाला सांगत बसू? तुला माझ्या स्थितीची काहीतरी कल्पना आहे?'

मग कीटींगला तिच्या हसण्याचा आवाज ऐकू आला. तो आवाज इतका उत्फुल्ल होता आणि इतका निष्प्रेम की त्याला कळलं आत जाण्यात काही अर्थ नाही. तो आत जाणार नव्हता कारण त्याला माहीत होतं... की त्याला भीती वाटतेय, मघाशी तिचे डोळे पाहून वाटली होती तशीच.

तो वळून जिने उतरून गेला. तो खाली पोहोचला तेव्हा तो मनाशी विचार घोळवत होता... आता तिला कधी बरं भेटता येईल... लवकरच भेटायला हवं... आणि आता फ्रँकन ते थांबवू शकणार

नाही. त्याच्या मनात उत्सुकता काठोकाठ भरून राहिली. फ्रँकनची मुलगी कशी असेल याचं त्याने गेले काही वर्षं जे चित्र रंगवलं होतं, ते चूक ठरल्याबद्दल सुटकेचा निःश्वास सोडला त्याने. पुन्हा एकदा त्याने आपल्या भविष्यातलं लाडकं चित्र निर्धोकपणे मनात आणलं. पण कुठेतरी मनाच्या कोपऱ्यात एक इच्छा पुसटशी डोकावत होती... ती पुन्हा कधीच भेटली नाही तर किती बरं...

❑

१०

राल्स्टन हॉलकोम्बची मान दिसतच नसे. पण त्याची हनुवटीच इतकी भरपूर होती की मानेची कमतरता जाणवत नसे. त्याची हनुवटी आणि जबडा यांची एक सलग उलटी कमान त्याच्या छातीवर टेकलेली असे. त्याचे गुलाबी गाल मऊमऊ होते. वयपरत्वे आलेला पीचच्या भाजलेल्या सालीसारखा मऊपणा. त्याचे दाट पांढरेशुभ्र केस त्याच्या कपाळावरून पाठीवर मध्ययुगीन पुरुषांच्या आयाळीसारखे रुळत होते. त्यातून त्याच्या कॉलरवर नेहमी कोंडा भुरभुरत असायचा.

लांबरुंद रिमची हॅट, फिक्या हिरव्या सॅटिनच्या शर्टावर गडद रंगाचा बिझनेस सूट, पांढऱ्या रेशमी ब्रोकेडचा व्हेस्ट, हनुवटीखालून डोकावणारा भला थोरला बो असा जामानिमा करून, साधीसुधी नव्हे- एबनीच्या लाकडाची आणि वर सॉलिड सोन्याची गोल मूठ बसवलेली काठी घेऊन तो न्यू यॉर्कच्या रस्त्यातून निघालेला. त्याचं अवाढव्य शरीर जणू या नीरस, गद्य संस्कृतीला आणि त्यांच्या कंटाळवाण्या कपड्यांना शरण गेलेलं, पण त्याची छाती आणि पोट पुढे होऊन त्याच्या अंतरात्म्याची रंगीन साक्ष देत होतं.

या असल्या गोष्टी त्याला माफ केल्या जात, कारण तो प्रतिभावंत होता. शिवाय तो अमेरिकेच्या आर्किटेक्ट्स गिल्डचा अध्यक्ष होता. राल्स्टन हॉलकोम्बला संघटनेतल्या त्याच्या सहकाऱ्यांची मते, दृष्टिकोन अजिबात पटत नसे. तो कोणी हांवरट बिल्डर नव्हता की धंदेवाईक नव्हता. मी एक आदर्श जपणारा माणूस आहे हे तो नेहमीच ठामपणे सांगायचा.

अमेरिकन आर्किटेक्चरची परिस्थिती भयाण आहे असं तो नेहमी म्हणायचा. आर्किटेक्चरचे व्यावसायिक तत्त्वशून्यपणे वाट्टेल त्या शैलींची मिश्रणं करतात ही त्याची मुख्य तक्रार होती. इतिहासाच्या कुठल्याही कालखंडात आर्किटेक्ट्स आपापल्या काळानुरूप वास्तुरचना करीत होते. त्यांनी कधीही भूतकाळातून उचलाउचली केली नव्हती असं त्याचं जाहीर मत होतं; आपण इतिहासाचे नियम पाळूनच इतिहासाशी एकनिष्ठ राहू शकतो, म्हणजेच आपण आपली मुळं वर्तमानातील आपल्या जीवनातच घट्ट रोवली तरच हे साध्य होईल. ग्रीक, गॉथिक किंवा रोमन शैलीच्या इमारती बांधणं हा मूर्खपणा आहे असं त्याचं मत होतं. आपण आपल्या आधुनिक युगाला साजेशा आधुनिक शैलीतच बांधकाम केलं पाहिजे असा त्याचा आग्रह होता- आणि ती साजेशी आधुनिक शैली राल्स्टन हॉलकोम्बला सापडली होती, ती म्हणजे रेनेसांस शैली.

तो त्याची कारणं स्पष्ट सांगायचा. 'रेनेसांस युगानंतर जगात तसं फारसं काही ऐतिहासिक महत्त्वाचं घडलंच नव्हतं. आपण अजूनही त्याच कालखंडात वावरतो आहोत असं मानायला काहीच हरकत नाही. आपली संपूर्ण जीवनपद्धती तशीच राहिली आहे आणि आपल्या भौतिक रहाणीमानाचे सर्व आविष्कार त्याच कालखंडाशी विशेषतः सोळाव्या शतकातील महान कलाकारांच्या कलानिष्ठांचा आदर बाळगून झाले पाहिजेत.'

त्याच्या आधुनिकतेच्या कल्पनांपेक्षा काहीतरी वेगळंच बोलणाऱ्या अवलियांचा त्याला राग येत

असे. त्यांच्याकडे दुर्लक्ष करणे उत्तम... मात्र तो एक सांगायचा, की भूतकाळाशी पूर्णपणे फारकत घेणारे लोक आळशी, अडाणी असतात आणि 'नाविन्य हे सौंदर्यापेक्षा महत्त्वाचं ठरूच शकत नाही' - हे म्हणताना त्याचा स्वर भावविवश होऊन कापत असे. तो आलतूफालतू कामं घ्यायचाच नाही. केवळ अवाढव्य, भव्य अशीच कामं तो स्वीकारायचा. त्याचं स्पेशलायझेशन होतं भव्य, शाश्वत ठरणाऱ्या कामांचं. कितीतरी स्मारकं आणि भव्य वास्तूंचं काम त्याने केलं होतं. आंतरराष्ट्रीय प्रदर्शने वगैरेंची कामं तो करीत असे.

कुठल्यातरी गूढ प्रेरणेने भारलेल्या संगीतकारासारखा तो झपाटून जाऊन एखादं काम करायचा. अचानक त्याला प्रेरणेची उबळ यायची. म्हणजे सपाट छताच्या इमारतीवर तो अचानकपणे प्रचंड घुमट बांधण्याचा निर्णय घ्यायचा. किंवा एखाद्या व्हॉल्टवर सोनेरी पानांची नक्षी चिकटवण्याचा निर्णय ठोकायचा, कधी दगडात बांधून पूर्ण झालेली फसाड तोडायला लावून संगमरवरात बांधून काढायचा. त्याचे क्लायन्ट्स पांढरे पडायचे, फाफलायचे आणि पैसे मोजायचे. त्याचं बादशाही व्यक्तिमत्त्व क्लायन्ट्सची कंजुषी मोडून काढून आपल्या मनाप्रमाणे काम करवून घेण्यात फारच उपयोगी पडायचं. त्याच्या नावामागे तो कलाकार असल्याचं जबरदस्त वलय होतं. त्याची प्रतिष्ठा वादातीत. त्याचं घराणं नामांकित होतं. अर्ध्या वयाचा असताना त्याने एका -कमी नामांकित - च्युईंगगमच्या धंद्यात अफाट पैसे कमावलेल्या कुटुंबातल्या मुलीशी लग्न केलं होतं. त्यांची सर्व संपत्ती, मालमत्ता त्या एकुलत्या एक मुलीच्या नावे होती.

राल्स्टन हॉलकोम्ब आता पासष्ट वर्षांचा होता. तो सांगताना आपलं वय जरा वाढवून सांगे. मग मित्रमंडळी त्याच्या प्रकृतीबद्दल आणखी थोड्या स्तुतीचा वर्षाव करीत. मिसेस राल्स्टन हॉलकोम्ब बेचाळीस वर्षांच्या होत्या. त्या आपलं वय कमी करून सांगत.

मिसेस राल्स्टन हॉलकोम्ब दर रविवारी दुपारी एक छोटंसं अनौपचारिक गप्पाष्टक ठेवत. 'आर्किटेक्चरच्या क्षेत्रात जो जो कुणी काहीतरी आहे तो तो आमच्या या गप्पांमध्ये हजेरी लावतोच.' ती तिच्या मित्रमैत्रिणींना सांगत असे. 'आणि त्यांनी हजेरी लावावी हे बरं...'

मार्च महिन्यात एका रविवारी दुपारी कीटींग हॉलकोम्ब मॅन्शनला हजेरी लावायला गेला. ते मॅन्शन म्हणजे फ्लोरेन्टाइन प्रासादाची बरीचशी थेट प्रतिकृती होती. या अनौपचारिक भेटींमध्ये तो अनेकदा सहभागी होत आला होता. आणि आताशा त्याला कंटाळा यायला लागलेला. कारण आता इथे कोणकोण भेटणार याचा त्याला अंदाज येऊन चुकलेला. पण यावेळी जायलाच हवं होतं. राल्स्टन हॉलकोम्बने केलेल्या कुठल्याशा राजसभागृहाच्या पूर्तीनिमित्त त्याचा सन्मान केला जाणार होता.

हॉलकोम्बच्या भव्य दरबारी संगमरवरी बॉलरूममधे गर्दी विखरून गेली होती. भरपूर लोक आलेले असूनही त्या प्रचंड मोठ्या जागेत गर्दी वाटत नव्हती. इथे तिथे किरकोळ पुंजक्यांसारखे जमून होते सगळे. सगळे पाहुणे आपापल्या प्रतिष्ठेला जपत, आपण हसतखेळत वागतोय असं दाखवण्याचा प्रयत्न करीत उभे होते. आपली चमक दिसावी असाही प्रत्येकाचा प्रयत्न होता. तळघरांतील कबरीत पावलं वाजावीत, प्रतिध्वनित व्हावीत तशी त्यांची पावलं तिथल्या संगमरवरी लादीवर वाजत होती. उंच उंच मेणबत्त्या पेटल्या होत्या. त्यांचा पिवळट प्रकाश बाहेरून येणाऱ्या मळकट प्रकाशाशी झुंजत होता, दीनवाणा दिसत होता. वेळेआधीच सूर्यास्ताचा उजेड पसरला असावा असं ते मिश्रण झालं होतं. नव्या राजसभागृहाच्या इमारतीची प्रतिकृती खोलीच्या मध्यावर उंचशा चौथऱ्यावर ठेवली होती. बाजूने लहानलहान विजेच्या दिव्यांची आरास होती.

मिसेस राल्स्टन हॉलकोम्ब चहाच्या टेबलच्या अध्यक्षीय स्थानावर बसल्या होत्या. पाहुण्यांनी

नाजूक सुंदर, अर्धपारदर्शक पोर्सेलेनच्या कपांतून चहाचे दोनदोन घोट उगीच घेतल्यासारखे केले आणि मग सारेच बारच्या दिशेने नाहीसे झाले. दोन शाही बटलर्सनी इथेतिथे सोडलेले सगळे कप्स गोळा करून नेले.

मिसेस राल्स्टन हॉलकोम्ब त्यांच्या एका मैत्रिणीने वर्णन केल्याप्रमाणे सुबक ठेंगणी पण बुद्धिमान स्त्री होती. स्वतःच्या लहान चणीबद्दल तिला मनातल्या मनात बरंच दुःख वाटत असे. पण त्यावरचा उपाय तिचा तिनेच शोधून काढलेला. आपण कसे लहान मुलींच्या कपड्यांच्या सेक्शनमधून दहा नंबरचे कपडे निवडू शकतो यावर ती बोलत रहायची. उन्हाळ्यात तर ती शाळकरी कपडे घालून, काटकुळे पाय आणि त्यावरच्या निळसर शिरा दाखवत उंडारायची. तिला प्रसिद्ध माणसांचं फारच कौतुक होतं. तिच्या आयुष्याचं ध्येयच होतं ते. ती त्यांची शिकार करतच फिरायची जणू. ते भेटल्यावर डोळे मोठाले करून, अपरंपार कौतुक सांडत त्यांच्याकडे पहायची आणि स्वतःचं महत्त्व सांगत रहायची. आपण यशस्वी असूनही विनम्र आहोत हे सांगत रहायची. ऐकणाराने तिच्या मृत्यूनंतरचे जीवन, सापेक्षतावादाचा सिद्धांत, आइटेक आर्किटेक्चर, गर्भनिरोधन, चित्रपट वगैरे विषयांवरच्या मतांमध्ये फारसा रस घेतला नाही तर, ती रागाने गप्प बसायची. तिला गरीब परिस्थितीतल्या मित्र-मैत्रिणी बऱ्याच होत्या आणि ती त्याची भरपूर जाहिरात करायची. एखाद्या मित्राची किंवा मैत्रिणीची आर्थिक परिस्थिती जरा सुधारतेय असं वाटलं तर तिला आपला विश्वासघात झाल्यासारखंच वाटायचं... मग तिची त्याच्याशी किंवा तिच्याशी मैत्री संपायची. तिला श्रीमंतांचा मनापासून राग यायचा, त्यांच्या श्रीमंतीमुळे तिचा वेगळेपणाचा शिक्का हरवून जायचा ना... आर्किटेक्चर म्हणजे तिला परसबाग वाटायची. तिचं खरं नाव कॉन्स्टन्स होतं, पण तिला स्वतःचं किकी हे टोपणनाव खूपच आवडायचं. तिशी ओलांडल्यावर तिने आपल्या मैत्रिणींना या नावानेच हाक मारायला भाग पाडलं होतं.

कीटींगला मिसेस हॉलकोम्बच्या सान्निध्यात कधीच बरं वाटायचं नाही. कारण ती एकसारखी त्याच्याकडे पहात हसत रहायची. तो काहीही बोलला तरी डोळा मारून हसून म्हणायची, 'कित्ती रे तू खट्याळ!' त्याच्या मनात खट्याळपणाचा 'ख'ही नसला तरीही. पण आजही त्याने नेहमीसारखाच तिचा हात हाती घेऊन अभिवादन केलं आणि ती चांदीच्या टीपॉटच्या मागून हसली. आज तिने हिरव्यागार मखमलीचा दरबारी गाऊन घातलेला आणि बॉब केलेल्या केसांवर गर्द गुलबक्षी रंगाच्या रिबनचा एक चिमुकला- खूप्पच गोडगोड बो बांधलेला. तिची चामडी उन्हाने रापलेली आणि सुक्की ठाक पडलेली. तिच्या नाकपुड्यांवरच्या कातडीवरची छिद्रं चांगलीच मोठी झालेली. तिने कीटींगला चहाचा कप दिला तेव्हा तिच्या बोटावरचा चौकोनी कटचा पाचू मेणबत्तीच्या प्रकाशात लखलखला.

कीटींगने त्या नव्या इमारतीच्या कौतुकाचे दोन शब्द बोलून टाकले आणि ती प्रतिकृती बघण्याच्या मिषाने सटकला. त्या प्रतिकृतीसमोर सभ्यतेला धरून योग्य वाटेल एवढी मिनिटं मोजत तो उभा राहिला. लवंगांच्या स्वादाच्या गरम चहाने त्याचे ओठ भाजले.

हॉलकोम्ब त्या प्रतिकृतीकडे एकदाही पहात नव्हता, पण त्यासमोर कोण कोण कितीकिती वेळ उभं रहातंय याकडे त्याचं बरोबर लक्ष होतं. त्याने कीटींगच्या खांद्यावर थाप देत, तरुण मुलं रेनेसांसमधल्या सौंदर्याची बूज राखायला शिकत आहेत हे कसं छान आहे वगैरे भाष्य केलं.

मग कीटींग पुढे गेला. आलेल्या पाहुण्यांपैकी काहीजणांशी हस्तांदोलन वगैरे करून झाल्यावर तो पुन्हा घड्याळाकडे पहात मिनिटं मोजू लागला. इथून अजून किती वेळानंतर बाहेर पडलं तर सभ्यतेला धरून होईल असा विचार करत होता... आणि मग तो खाडकन् थांबला.

कमानीच्या मागे असलेल्या छोट्या लायब्ररीपाशी तीन तरुणांसोबत डॉमिनिक फ्रँकन उभी

होती. कॉकटेल ग्लास हातात धरून खांबावर रेलून ती उभी होती. तिने काळ्या मखमलीचा सूट घातला होता. त्या जाड नि जड कापडातून एकही किरण परावर्तित होत नव्हता. ते कापड जणू तिच्या शरीराला तिथं घट्ट रोवून धरीत होतं. तिच्या चेहऱ्यावरून, हातांवरून, गळ्यावरून सैरावैरा धावणारी किरणं त्या काळ्या मखमलीपाशी थांबत होती. तिच्या आरस्पानी त्वचेच्या तेजस्वितेतून घरंगळणारा प्रकाश काचेत एकवटून त्याची एक शुभ्र ठिणगी तिच्या हातातल्या ग्लासवर छोट्याशा क्रॉससारखी लकाकत होती.

कीटींग पुढे घुसला आणि त्याने फ्रँकनला शोधून काढलं.

'वेल पीटर!' फ्रँकन हसत म्हणाला, 'काय? काही ड्रिंक घेणार? गरम नव्हे...' त्याने हळूच पुढे म्हटलं, 'मॅनहॅटन्स ठेवलीय... अगदीच काही वाईट नाहीये.'

'नको, थँक्स.' कीटींग म्हणाला.

'एन्त्र नूस' फ्रँकन त्या इमारतीच्या प्रतिकृतीकडे पहात डोळा मारत म्हटलं, 'काय अफाट गोंधळ घातलाय, नाही?'

'अगदी...' कीटींग म्हणाला, 'प्रमाणबद्धतेचा काही पत्ताच नाही. तो वरचा घुमट हॉलकोम्बच्या चेहऱ्यासारखाच वाटतोय. छतावर त्याचा चेहराच सूर्योदयासारखा उगवलाय!' ते लायब्ररीच्या समोरच थांबलेले. कीटींगचे डोळे त्या काळ्या ड्रेसमधल्या मुलीवरच खिळले होते. फ्रँकनचं लक्ष जाणं भागच पडेल अशा तऱ्हेने तो तिच्याकडे पहात होता, फ्रँकन सापळ्यात अडकवल्याची त्याला गंमत वाटत होती.

'आणि प्लान- प्लान पाहिलास का? दुसऱ्या मजल्यावर- ओः!' अखेर फ्रँकनचं लक्ष गेलं.

त्याने कीटींगकडे पाहिलं, आणि मग लायब्ररीच्या दिशेने नजर टाकली, मग पुन्हा कीटींगकडे वळला.

अखेर तो म्हणाला, 'वेल, नंतर मला बोल लावू नकोस म्हणजे झालं... तूच निमंत्रण दिलंस हे लक्षात ठेव.

ते एकत्रच लायब्ररीत गेले. कीटींग थबकला, पण आपल्या डोळ्यातली असोशी जरा जास्तच दर्शवत सामोरा गेला. फ्रँकनने खोट्याखोट्या आनंदाचा चेहरा चढवून ओळख करून दिली, 'डॉमिनिक, माय डियर! ओळख करून देतो तुझी, हा पीटर कीटींग, माझा अगदी उजवा हात, पीटर, माझी कन्या.'

'हाउ डुयू डू.' त्याचा आवाज मुलायम होता.

डॉमिनिकने मान झुकवून अभिवादन केलं.

'आपली भेट व्हावी अशी बरेच दिवस मनात इच्छा होती, मिस फ्रँकन.'

'अरे वा... आता मजा येईल.' डॉमिनिक म्हणाली, 'तुम्हाला माझ्याशी छानछान वागायची इच्छा असणारच अर्थात्, पण ते धोरणीपणाचं होणार नाही.'

'असं का म्हणता, मिस फ्रँकन?'

'तुम्ही माझ्याशी वाईटच वागलात तर बाबांना जरा जास्त आवडेल. माझं आणि बाबांचं पटत नाही.'

'मिस फ्रँकन- मी...'

'नाही, सुरुवातीलाच हे स्पष्ट करणं बरं तुमच्या दृष्टीने. तुम्ही तुमचे आडाखे पुन्हा एकदा तपासून पाहू शकता.' तो फ्रँकनकडे पहाण्यासाठी वळला, पण तोवर फ्रँकन अदृश्य झालेला.

'नाही. गेले ते.' ती सावकाश बोलू लागली, 'या असल्या गोष्टी हुशारीने करणं बाबांना फारसं

साधत नाही. ते फारच उघडे पडतात. तुम्ही त्यांना ओळख करून द्यायला सांगितलीत, पण ते त्यांनी माझ्या लक्षात येऊ न देता करायला पाहिजे होतं, नाही का? जाऊ दे, ठीके. आपण दोघंही ते मान्य करून टाकू, म्हणजे झालं. बसा.'

ती एका खुर्चीत टेकली. तोही तिच्या शेजारी जाऊन बसला. ती आधीची तरुण अनोळखी मुलं काय करावं न सुचून थोडा वेळ संभाषणात सहभागी होता येतंय का ते पहात, उगीच हसत रेंगाळली, मग अखेर निघून गेली. कीटींग जरा निःश्वास टाकून विचार करत होता, हिच्यात घाबरण्यासारखं काहीच नाही. पण तिचे शब्द आणि ते उच्चारण्यातली तिची सहज निरागसता यात मोठी विरुद्ध संगती होती. कशावर विश्वास ठेवावा ते कळत नव्हतं.

'मी ओळख करून मागितली हे खरंच आहे.' तो म्हणाला, 'पण उघड आहे ना? कोण मागणार नाही? पण मी माझे आडाखे काय बांधीन यात कदाचित् तुमच्या बाबांचा काही संबंध नसेलही... असं नाही वाटत तुम्हाला?'

'आता मला हे सांगू नका, की मी किती सुंदर आहे, छान आहे आणि माझ्यासारखी कोणी आजवर तुम्हाला कधीच भेटली नाहीये... आणि आता तुम्ही माझ्या प्रेमात पडणार आहात अशी तुम्हाला भीती वाटते आहे... वगैरे. नंतर कधीतरी म्हणालच ते, पण आत्तापुरतं आपण ते पुढं ढकलू या. तेवढं सोडलं तर आपलं बरं जमेलसं वाटतं मला.'

'पण तुम्ही सगळं कठीण करून ठेवण्याचा प्रयत्न करताय, हो ना?'

'हं. बाबांनी तुम्हाला सावध करायला हवं होतं.'

'केलं ना.'

'मग तुम्ही त्यांचं ऐकायला हवं होतंत. बाबांच्या बाबतीत एक-. मी त्याच्या इतक्या सगळ्या उजव्या हातांना भेटलेय की मला जरा शंकाच यायला लागली होती... पण तुम्ही बरेच दिवस टिकून आहात असं दिसतंय. मी तुमच्याबद्दल बरंच ऐकलंय. अभिनंदन.'

'मी तुमची भेट व्हावी म्हणून बऱ्याच वर्षांपासून प्रयत्न केला. आणि तुमचं सदरही मला इतकं-' तो थबकला. आपण हे बोलायला नको होतं, आणि सुरुवात केलीच तर थांबायला तरी नको होतं हे त्याला तत्क्षणी जाणवलं.

'इतकं काय?' तिने हलकेच विचारलं.

'इतकं आवडतं.' हा विषय इथेच थांबेल अशी अपेक्षा करत तो उत्तरला.

'हो हो...' ती म्हणाली, 'ते एन्सवर्थ हाऊस तुम्हीच डिझाइन केलं होतंत. सॉरी. मला कधीकधीच येतात असे प्रामाणिकपणाचे झटके. यावेळी तुम्ही शिकार झालात. फार वेळा नाही होत असं. तुम्ही माझं कालचं सदर वाचलं असेल तर कळलंच असेल तुम्हाला.'

'वाचलं ना. आणि बरं का- मीही आता तुमचंच उदाहरण ठेवून मोकळेपणाने खरं ते सांगतो. माझी काही तक्रार नाही, समीक्षकांवर कधी टीका करू नये, तक्रार करू नये. पण खरोखर... ही हॉलकोम्बची बिल्डिंग- तुम्ही ज्या ज्या गोष्टींसाठी आम्हाला फाडून काढलंत त्या त्या सर्व गोष्टींबाबत कित्येक पटींनी वाईट आहे. काल तुम्ही त्यांच्यावर एवढी स्तुतीसुमनं का बरं ढाळलीत? की तसं करणं भाग वगैरे होतं?'

माझी एवढी स्तुती 'अजिबात करू नका. तसं करणं मला अजिबातच भाग वगैरे नव्हतं. गृहसजावटीच्या कॉलममधे मी काय लिहिते याचा विचार पेपरमधे कुणी करत असेल असं वाटतं की काय तुम्हाला? मी इमारतींबद्दल असं काही लिहिणं अपेक्षितही नाही. पण मला सध्या गृहसजावटीवर लिहिण्याचा कंटाळा आलाय.'

'मग हॉलकोम्बची एवढी स्तुती?'

'कारण त्याची ती वास्तू एवढी प्रचंड वाईट आहे, की ती कशी वाईट आहे हे लिहिणं म्हणजे कळस झाला असता. मग म्हटलं त्याची खूप स्तुती केली तर मला जरा तरी मजा येईल.'

'तुम्ही असा विचार करून लिहिता?'

'हो असाच विचार करून लिहिते. पण माझं लिखाण कुणीही वाचत नाही. ज्यांना आपलं घर सजवणं परवडत नाही, अशा गृहिणीच वाचतात ते सदर.'

'पण तुम्हाला आर्किटेक्चरबद्दल काय आवडतं नेमकं?'

'काहीच नाही.'

'यावर मी विश्वास ठेवीन? जर कशाबद्दल काहीच म्हणायचं नसेल तर मग तुम्ही लिहाल कशासाठी?'

'असंच काहीतरी करायचं म्हणून करते, लिहिते. इतर ज्या काही गोष्टी केल्या असत्या त्यातली ही सर्वांत गचाळ आणि सगळ्यात जास्त करमणूक करणारी ठरेल म्हणून करते.'

'कमऑन... हे काही पटेलसं कारण नाही...'

'माझ्याकडे कधीच पटेलशी कारणं नसतात.'

'पण तुम्हाला तुमचं काम आवडत तर नक्कीच असणार...'

'आवडतं ना... दिसतंयच ना तुम्हाला.'

'यू नो... मला तुमचा हेवा वाटायचा. वायनान्ड पेपर्ससारख्या महाप्रचंड साखळीबरोबर तुम्ही काम करता याचा हेवा वाटायचा मला. देशातली सर्वात बडी कंपनी आहे ती. सगळ्यात चांगले लेखक, पत्रकार आहेत त्यांच्याकडे आणि-.'

'हे बघा,' ती पुढे झुकून त्याला विश्वासात घेतल्यासारखं बोलू लागली, 'थोडी मदत करते तुम्हाला. तुम्ही आत्ता जर माझ्या वडिलांना भेटला असतात आणि ते वायनान्ड पेपर्ससाठी काम करीत असते तर, हे जे तुम्ही बोलताय ते एकदम योग्य ठरलं असतं. पण माझ्याशी बोलताना नव्हे. तुम्ही हेच बोलाल अशी माझी अपेक्षा असेल आणि मी जी अपेक्षा करते त्याचप्रमाणे झालं तर ते मला आवडत नाही- हा फरक आहे. तुम्ही वायनान्ड पेपर्स एक अत्यंत गदळ, घाणेरडे पेपर काढणारी कंपनी आहे असं म्हटलंत- पीतपत्रकारितेचा कळस करतात ते असं सांगितलंत आणि त्यांचे सगळे लेखक एकत्र केले तरी त्यांना दमडीची किंमत येणार नाही असं म्हटलंत तर मला तुमच्या बोलण्यात जास्त रस वाटू शकेल.'

'असं तुमचं खरंच मत आहे?'

'अजिबात नाही, पण माझं मत काय असेल त्याचा विचार करून तेच बोलणारे लोक मला आवडत नाहीत.'

'थँक्स- मला गरज पडेल तुमच्या मदतीची. मला असं कुणी भेटलं नव्हतं कधी- पण नाही तेही तुम्हाला ऐकण्यात रस नसणार. बरोबर? पण एक सांगतो- तुमच्या पेपर्सबद्दल मी जे बोललो ते खरं होतं. मला नेहमीच गेल वायनान्डचं कौतुक वाटत आलंय. त्याला भेटायची फार इच्छा आहे. आहे तरी कसा तो?'

'अगदी ऑस्टिन हेलरने म्हटल्याप्रमाणेच आहे तो- अव्वल दर्जाचा हरामजादा.' त्याचा चेहरा पिळवटला. त्याला आठवलं हे विशेषण ऑस्टिन हेलरने कुठे वापरलेलं. कॅथरीनची आठवणसुद्धा समोर खुर्चीच्या हातावर विसावलेल्या नाजूक गोऱ्या हाताच्या पार्श्वभूमीवर जडशीळ, भडक वाटत होती.

'पण, मला विचारायचं होतं,' त्याने विचारलं, 'तो व्यक्तिशः कसा आहे- प्रत्यक्ष?'

'मला नाही माहीत. कधी भेटले नाही त्याला.'

'कधीच नाही?'

'नाही.'

'मी ऐकलंय की तो खूपच छान माणूस आहे.'

'नक्कीच असेल. मला कधी फारच काही अनैतिक चैन कराविशी वाटली तर भेटेन त्याला.'

'तुम्ही टूहीला ओळखता?'

'ओः,' ती म्हणाली. तिच्या डोळ्यात पूर्वी एकदा पाहिलेली ती छटा त्याला आत्ता दिसली. आणि तिच्या आवाजातली मिठास त्याला आवडली नाही. 'ओः, एल्सवर्थ टूही. अर्थात, त्याला मी ओळखते. तो एकदम मस्त माणूस आहे. मला आवडतं त्याच्याशी बोलायला. तो एकदम नखशिखान्त बदमाष आहे.'

'काय म्हणता, मिस फ्रँकन! हे मी तुमच्याकडून प्रथमच ऐकतोय...'

'मी काही तुम्हाला धक्का बसावा म्हणून हे म्हणत नाहीये. मला खरोखरच ते अभिप्रेत आहे. तो एकदम अस्सल आहे. एकदम परिपूर्ण. आजकाल जगात एवढी परिपूर्णता कुठल्याच क्षेत्रात पहायला मिळत नाही, मिळते का? तो आहे. त्याच्या शैलीत परिपूर्ण. बाकीचे सगळे कसे अधलम् मधलम् असतात... थोडं इथे थोडं तिथे चालतं त्यांचं. कशाचा कशाला मेळ नसतो. पण टूहीचं तसं नाही. तो कसा सलग अखंड आहे. मला कधीकधी जगाचा अतिशय संताप येतो तेव्हा मला एका गोष्टीने धीर येतो... की, ठीक आहे... कधीतरी सूड उगवला जाईल या जगावर माझ्या वतीने- कारण जगाची जी लायकी आहे ते अखेर जगाला मिळून जाईल. कारण या जगात एल्सवर्थ टूही आहे.'

'तुमच्या वतीने सूड? कसला?' तिने त्याच्याकडे पाहिलं. क्षणमात्र तिच्या पापण्या वर झाल्या. त्या क्षणी तिचे डोळे समांतर रेषांसारखे न दिसता जरा हळुवार झाले, स्वच्छ झाले.

'हुशारीने बोललात तुम्ही - प्रथमच.'

'का?'

'मी जी काही फालतू बडबड करत होते त्यातून नेमकं काय उचलायचं ते तुम्हाला समजलं. त्यामुळे आता मला तुम्हाला उत्तर द्यायला हवं. माझ्याकडे सूड उगवून घेण्यासारखं काहीच नाही, याचाच सूड उगवायचाय मला. आता आपण एल्सवर्थ टूहीबद्दल बोलू.'

'मी ज्याच्यात्याच्याकडून ऐकलंय की, एल्सवर्थ टूही म्हणजे एकदम संत माणूस आहे. एकदम आदर्शवादी, पूर्णतः स्वच्छ- कधीही भ्रष्ट होणारच नाही असा.'

'ते खरंय. सरळसरळ लबाडी करणारा माणूस कितीतरी परवडला. पण टूही म्हणजे लोकांसाठी कसोटीचा दगड वाटतो मला. त्याच्याबद्दल कोणाला काय वाटतं त्यावरून त्यांच्या व्यक्तिमत्त्वाची परीक्षा करता येते.'

'का? म्हणजे नक्की काय म्हणायचंय तुम्हाला?'

ती खुर्चीवर रेलून बसली. हात लांब करून तिने गुडघ्यावर ठेवले. हातात हात धरून बोटं गुंतवली आणि ती अगदी सहजपणे हसू लागली.

'टीपार्टीत चर्चा करण्यासारखं काहीच नाही म्हणायचं मला. किकीचं बरोबर आहे. तिला माझा भयंकर राग येतो. पण मधूनमधून मला बोलावणं तिला भाग असतं. आणि मला आल्याशिवाय रहावत नाही. मी तिला नको असते हे इतकं उघड असतं. तुम्हाला माहीते, आज मी राल्स्टन हॉलकोम्बला माझं त्याच्या त्या वास्तूबद्दलचं खरं मत सांगून टाकलं. पण तो विश्वासच ठेवायला

तयार नाही. हसतहसत म्हणाला, तू एक खूप गोड मुलगी आहेस-'

'वेल, नाही का तसं?'

'काय?'

'तुम्ही-एक गोड मुलगी?'

'नाही. आज तर नाहीच. मी तुम्हाला भरपूर अस्वस्थ केलंय. हो की नाही? चला त्याची भरपाई करून टाकते. मी तुमच्याबद्दल काय विचार करते ते तुम्हाला सांगून टाकते. कारण तुम्ही नक्कीच त्याचा विचार करत रहाणार, काळजी करत रहाणार. मला वाटतं तुम्ही चलाख आहात, तसे सुरक्षित आहात, उघड आहे तुमचं वागणं, बरेच महत्त्वाकांक्षी आहात आणि तुमचं चालून जाईल. मला तुम्ही आवडलात तसे. मी बाबांना सांगेन तसं, की मला तुमचा उजवा हात पसंत पडला म्हणून, त्यामुळे बॉसच्या लेकीकडून तुम्हाला धोका नाही हे तुम्हाला कळेल. अर्थात मी तुमच्याबद्दल बाबांकडे काहीच बोलले नाही तर ते तुमच्या पथ्यावर जास्त पडेल. कारण मी शिफारस केली तर उलटा परिणाम होण्याचीच शक्यता जास्त आहे.'

'तुमच्याबद्दल मला काय वाटलं ते एक सांगू?'

'एकच का- कितीही सांगा.'

'मला वाटतं मी तुम्हाला आवडलो हे तुम्ही मला सांगितलं नसतंत तर मला जास्त बरं वाटलं असतं. कारण मग ते खरं असण्याची थोडी तरी शक्यता होती.'

ती खदखदून हसली.

'चला, तुम्हाला एवढं कळत असेल, तर आपलं बरंच बरं जमेल. आणि मग कदाचित् ते खरंही ठरेल.'

गॉर्डन प्रेस्कॉट त्या कमानीखाली अवतीर्ण झाला. हातात ग्लास होता. त्याने राखी रंगाचा सूट घातलेला आणि रुपेरी लोकरीचा टर्टलनेक स्वेटर. त्याचा पोरगेलासा चेहरा नुकताच हजामत केल्यासारखा दिसत होता... एकदम सक्काळसक्काळीच उठून घासूनपुसून लख्खं झाल्यासारखा.

'डॉमिनिक, डार्लिंग,' तो ग्लास हलवतच ओरडला, 'हेलो, कीटींग.' त्याने रुक्षपणे म्हणून टाकलं आणि पुढे बोलू लागला, 'डॉमिनिक, कुठे दडून बसली होतीस? इथे आलीयेस ते कळलं, किती वेळ शोधत होतो तुला!'

'हेलो, गॉर्डन,' ती अगदी व्यवस्थित बोलली. तिच्या स्वरात औद्धत्य नव्हतं. पण त्याच्या एकदम उत्साहाने उतू जाणाऱ्या आवाजासमोर ती इतक्या शांतपणे बोलली यातच तिचा निर्विकारपणा स्पष्ट झाला. तिची तुच्छता त्यांच्या दोन स्वरांतील तफावतीतूनच स्पष्ट ऐकू आली होती. पण प्रेस्कॉटने ते कानावर घेतलंच नाही.

'डार्लिंग, तुला दरवेळी पहातो तर आदल्यावेळेपेक्षा जास्तच छान दिसतेस तू. असं शक्य तरी वाटेल कुणाला!'

'सातव्यांदा,' डॉमिनिक म्हणाली.

'काय?'

'मी भेटल्यानंतरच तुझं हे वाक्य सातव्यांदा. मी मोजतेय, गॉर्डन.'

'तू कधीच गंभीरपणे बोलत नाहीस, डॉमिनिक, कधीच गंभीर होणार नाहीस तू.'

'होते तर, गॉर्डन, आत्ताच मी माझे मित्र पीटर कीटींग यांच्याबरोबर खूप गंभीर चर्चा करीत होते.'

एका स्त्रीने प्रेस्कॉटकडे पाहून हात हलवला आणि ती संधी साधून त्याने सुटका करून घेतली.

त्याचा अगदीच खुळखुळा झाला. आपल्याबरोबर गंभीरपणे बोलण्यासाठी तिने दुसऱ्या माणसाला कटवलं याचा कीटींगला अर्थातच फार आनंद झाला.

पण तो बोलण्यासाठी म्हणून तिच्याकडे वळला तशी ती मधाळ आवाजात म्हणाली,'काय बरं बोलत होतो आपण मि. कीटींग?' आणि तेवढ्यात हॉलच्या दुसऱ्या टोकाला असलेल्या एक म्हाताऱ्याशा माणसाकडे तिने नजर खिळवली.

'आपण म्हणत होतो-' कीटींगने सुरुवात केली.

'असो... तो पहा, युजीन पेटिंगेल, फार आवडतो मला तो. त्याला हेलो म्हणून यायलाच हवं मला.'

आणि ती निघालीसुद्धा. सत्तरीच्या घरातल्या त्या वृद्ध आकृतीच्या दिशेने ती डौलात चालत गेली. कीटींगला कळेना की त्याला गॉर्डन प्रेस्कॉटच्या माळेत बसवून ती गेली की हा केवळ अपघात होता. तो बॉलरूममधे मनाविरुद्धच गेला. इतर पाहुण्यांशी सक्तीने बोलत राहिला. डॉमिनिक फ्रँकनकडे त्याची नजर पुनःपुन्हा वळत राहिली. ती लोकांशी बोलायला थांबली की त्याचीही नजर थबकत होती. तिने पुन्हा एकदाही त्याच्याकडे नजर टाकली नाही. त्याला कळेना की आपल्याला थोडंफार तरी यश मिळालं की एकदम नापासच झालो आपण...

ती निघाली तेव्हा त्याने बरोबर दारापाशी असण्याची वेळ साधली. ती थांबून अगदी गोडच हसली. तो तोंडातून काही शब्द काढण्याअगोदरच ती म्हणाली, 'नाही, नाही. तुम्ही मला घरी सोडण्याची काहीच गरज नाही. माझी कार बाहेर उभी आहे. तरीपण, थँक्यू.'

ती गेली आणि तो दारापाशी हक्काबक्का उभा राहिला. मनातल्या मनात तो विचार करत होता की आपण लाजेने लाल तर झालेलो नाही ना.

त्याच्या खांद्यावर एक हात पडला. वळून पहातो तो फ्रँकन.

'घरी निघालास, पीटर? चल मी सोडतो तुला.'

'पण तुला क्लबला पोहोचायचंय ना, सात वाजता?'

'ठीके रे. थोडं उशीरा जाईन. काही फरक पडत नाही. तुला घरी सोडतो. चल, चल.' त्याच्या चेहऱ्यावर काहीतरी वेगळेच भाव होते. काहीतरी मनात होतं त्याच्या. नेहमीसारखं नाही... काहीतरी वेगळंच.

कीटींग त्याच्या मागोमाग गेला. फ्रँकनच्या कारमधे बसल्यानंतरही तो गप्पच होता.

'वेल?' फ्रँकनने जरा शंकित स्वरातच विचारलं.

कीटींग हसला, 'तू म्हणजे गाढव आहेस बघ, गाय. आपल्याकडे काय आहे याची किंमत नाही तुला. तू मला कधीच का सांगितलं नाहीस? मी इतकी सुंदर मुलगी याआधी कधी पाहिली नाही.'

'ओः. हो तर.' फ्रँकनच्या उत्तरात आनंद नव्हता, 'तोच तर त्रास आहे ना?!'

'त्रास? त्रास कसला यात?'

'तुला तिच्याबद्दल खरोखर काय वाटलं, पीटर? तिचं दिसणं सोडून दे. ते किती झटकन् विसरशील कळेल तुला लवकरच. तुझं मत काय झालं तिच्याबद्दल?'

'वेल, व्यक्तिमत्त्व आहे तिला खासच.'

'थँक्स, एवढं मवाळ विधान केल्याबद्दल.'

फ्रँकन उदास गप्प बसून राहिला. मग तो बोलू लागला तेव्हा त्याच्या स्वरात ताण होता आणि काहीतरी विचित्र आशा.

'तुला माहीते पीटर, मला जरा आश्चर्यच वाटलं. मी पहात होतो दुरून, बराच वेळ गप्पा मारत

होतास तू. ते जरा नवलच. मला वाटलेलं, ती तुला एखादाच विषारी डंख मारेल आणि हाकलून देईल. काय सांगावं... कदाचित् तुझं नि तिचं पटेलही. मला तर तिचं कधी काही कळतच नाही. कदाचित्... पीटर, तिने तुला जे सांगितलं- तू तिच्याशी वाईट वागलास तर मला जास्त आवडेल वगैरे... त्याकडे अजिबात लक्ष देऊ नको हं.'

त्याच्या अंतःकरणपूर्वक उद्गारातून त्याचा हेतू इतका स्पष्ट झालेला की पीटर कीटींग शीळच घालायच्या बेतात होता, पण त्याने वेळीच स्वतःला रोखलं. फ्रँकन पुढे जड स्वरात म्हणाला, 'तू तिच्याशी वाईट वागावंस अशी माझी कणभरही इच्छा नाहीये.'

'तुला एक सांगू, गाय,' कीटींग समजावणीच्या सुरात म्हणाला, 'तू असं तिथून पळून जायला नको होतंस.'

'तिच्याशी कसं बोलायचं ना, मला कधीच कळत नाही.' त्याने सुस्कारा टाकला, 'कधीच जमलं नाही ते मला. काय प्रकार आहे मला कळत नाही, पण काहीतरी चुकून गेलंय. ती माणसासारखी वागतच नाही. तिला दोन शाळांनी काढून टाकलेलं. कॉलेज कसं काय पूर्ण केलं मला कळत नाही. पण तुला सांगतो, चार वर्षं- चार वर्षांतला प्रत्येक दिवस नि दिवस- मला प्रत्येक पत्र उघडताना घाम फुटायचा- तिला काढल्याचं पत्र असेल म्हणून. मग मला वाटलं, एकदा ती मार्गाला लागली की माझी काळजी संपली... पण ती आता अधिकच वाईट वागते.'

'पण तुला काळजी तरी कसली वाटते?'

'माहीत नाही... प्रयत्न करतो मी फार विचार न करण्याचा. तिचा विचार मनात नसतो तेव्हा फार आनंदात असतो मी. पण जमत नाही फारसं... मला वाटतं माझी बाप बनण्याची, जबाबदारी घेण्याची लायकीच नव्हती. पण तरीही वाटत रहातं, की अखेर माझीच जबाबदारी आहे ना... पण खरं सांगतो, मला तिच्याशी कर्तव्य नको असं वाटतं कधीकधी... पण मनातून जबाबदारीची जाणीव जात नाही. काहीतरी करायला हवं मला... कोणीच तर नाही तिची जबाबदारी घ्यायला.'

'तू उगीच तिला भिऊन रहातोस, गाय. आणि खरंच तसं काहीच भिण्यासारखं नाहीये तिच्यात.'

'असं वाटतं तुला खरंच?'

'हो, खरंच.'

'मग कदाचित् तूच तिला सांभाळून घेशील. चला... बरंच झालं तू तिला भेटलास एकदा ते. तुझी तिच्याशी भेट होऊ नये असं मला खरोखरच वाटत होतं. हं... खरंच. तूच सांभाळशील तिला... तू- तू एखादी गोष्ट ठरवलीस की तिच्या पाठी पडतोसच ना पीटर?'

'वेल...' कीटींग खांदे उडवत म्हणाला, 'मला भीती तर निश्चितच वाटत नाही कशाची.'

मग तो मागे रेलून सैलावून बसला. जणू फार काही महत्त्वाचं संभाषण झालंच नव्हतं. आणि मग तो शांतच बसून राहिला. फ्रँकनही गप्पच झाला.

□ □ □

'पोरांनो,' जॉन एरिक स्नाइट म्हणाला, 'या कामात कसलीही कसूर बाकी ठेवायची नाही. या वर्षीचं हे आपलं सर्वात महत्त्वाचं काम आहे असं समजा. जास्त पैसा नाही मिळणार यात, समजून घ्या, पण त्यातली प्रतिष्ठा महत्त्वाची आहे. कनेक्शन्स पोरांनो, कनेक्शन्स. हे काम आपल्या हाती आलं तर- काही बडे आर्किटेक्ट्स् मत्सराने हिरवेपिवळे होतील. हे पहा, ऑस्टिन हेलरने मला स्पष्टच सांगितलंय, त्याने आजवर तीन फर्म्सना विचारून झालंय. बड्या फर्म्स होत्या सगळ्या. त्यांनी त्याच्या जे काही गळ्यात मारायचा प्रयत्न केला ते त्याने सरळ नाकारलं. त्यामुळे आता

आपल्यावर भिस्त आहे. काहीतरी वेगळं करायचंय. आगळं वेगळं. पण अभिरुचीसंपन्न आणि हटके. आता कामाला लागा, आणि चांगल्यात चांगलं काम द्या.'

त्याचे पाचही डिझायनर्स त्याच्या भोवती गोल करून बसले होते. 'गॉथिक'वाला कंटाळलेला. 'संकीर्ण'वाल्याने आधीच हातपाय गाळल्यासारखे वाटत होते. 'रेनसांस'वाला छतावर फिरणाऱ्या माशीचा माग घेत होता, रॉर्कने विचारलं, 'ते नक्की काय म्हणाले, मि. स्नाइट?'

स्नाइटने खांदे उडवले आणि रॉर्ककडे करमणूक झाल्यासारखा बघत राहिला, जणू रॉर्कने त्याच्या नव्या क्लायन्टच्या खाजगी रहस्याबद्दल काहीतरी लाजिरवाणा प्रश्न विचारला होता.

'विशेष काही शहाणपणाचं नाही बोलला तो- आपल्यातच राहू दे हं हे, पोरांनो. त्याचं भाषेवरचं प्रभुत्व लक्षात घेता, तो बोलताना काही फारसं स्पष्ट बोलला नाही खरं. मला आर्किटेक्चरबद्दल काही कळत नाही म्हणाला. त्याला आधुनिक शैलीतलं काही हवंय की कुठली ऐतिहासिक शैली हवीय, तेही त्याने स्पष्ट केलं नाही. तो जेमतेम एवढंच म्हणाला, की मला माझं असं घर हवंय. पण बरेच दिवसांपासून तो ते लांबणीवर टाकत होता कारण म्हणे सगळी घरं सारखीच दिसतात- आणि फार बेकार दिसतात. घर बांधण्याचा उत्साहच कसा वाटणार म्हटला. पण तरीही मला ज्या वास्तूवर प्रेम करता येईल असं घर मला हवंय म्हणाला. 'ज्या वास्तूला काही अर्थ असेल' अशी वास्तू हवी म्हणाला. म्हणजे कशी कोणती ते काही मला कळत नाही अशी स्पष्ट कबुलीही दिली त्याने. हे आणि एवढंच. आता यातून काय समजणार आपल्याला. हा गडी ऑस्टिन हेलर नसता तर मी असल्या गोंधळाच्या गिऱ्हाइकाला हातही लावला नसता. त्याच्या बोलण्याला काही अर्थ नाही एवढं मीही मान्य करतो. का? काय झालं रॉर्क?'

'काही नाही.' रॉर्क म्हणाला.

ऑस्टिन हेलरच्या घराच्या वास्तूवरची पहिली बैठक अशी संपली. नंतर स्नाइटने आपल्या पाच डिझायनर्सना ट्रेनमधे कोंबलं आणि ते सारे कनेक्टिकटला हेलरने निवडलेली जागा पहायला म्हणून गेले. किनाऱ्यावरची खड्काळ जागा होती ती. एका छोट्याशा खेड्यापासून तीन मैल अंतरावर. सँडविचेस खात, शेंगदाणे तोंडात टाकत ते त्या जागेकडे पहात होते. समुद्राच्या काठावर खडकांच्या चढणीचा अंत समुद्रात सरळ उभ्या उतरणाऱ्या कड्यात होत होता. खडकांचे उभट सुळके दूरवर आडव्या पसरलेल्या समुद्रात घुसले होते.

'हीच ती जागा.' हातात पेन्सिल खेळवत स्नाइट म्हणाला, 'भयंकर आहे की नाही?' तो उसासला, 'मी सांगून पाहिलं, जरा दुसरी जागा निवडा म्हणून. पण तो नाराज वाटला. मग मी आपलं तोंड गप्पच ठेवलं.' त्याने पेन्सिल फिरवली, 'त्याला त्याचं घर तिथ्थेच हवंय. त्या खडकाच्या माथ्यावर.' पेन्सिलीच्या टोकाने त्याने नाक खाजवलं. 'किनाऱ्यापासून जरा दूर घेतलं तर चालेलं का विचारलं, तो खडक खिडकीतून दिसेल अशा टप्प्यावर घर बांधू म्हणून सुचवलं तर तेही त्याला आवडलं नाही.' आता त्याने खोडरबर चावला. 'केवढा खडक फोडून काढावा लागेल विचार करा, शिवाय नंतर वरची जागा सारखी करून घ्यावी लागेल.' पेन्सिलीच्या टोकाने त्याने नख साफ केलं. त्याचा काळपट डाग नखावर तसाच राहिला. 'वेल... आहे हे असं आहे. बघून घ्या नीट. त्या खडकाची चढण, प्रकार पाहून ठेवा. घराकडे जाणारी वाट अवघड होईल. सगळे सर्व्हे केलेले आहेत. फोटोग्राफ्सही आहेत. ठीकाय- अरे कुणाकडे सिगरेट आहे का? चला. माझं सांगून झालं. सध्या एवढंच. कुणाला काही मदत लागली तर मी सूचना करेनच. वेल... परतीची ट्रेन किती वाजताची आहे रे?'

अशा तऱ्हेने ते पाचही डिझायनर्स आपल्या कामाला लागले. चौघेजण लगेचच ड्रॉइंगबोर्डला

चिकटले. रॉर्क त्यानंतर कितीतरी वेळा एकटाच त्या जागेवर आला.

स्नाइटबरोबर काढलेले पाच महिने जणू रॉर्कच्या मागे ओसाडीसारखे पसरलेले. या पाच महिन्यांबद्दल तुला काय वाटतं असं विचारलं असतं तर त्याला काहीच सांगता आलं नसतं, काहीही आठवत नव्हतं एवढं नक्की सांगता आलं असतं. त्याने काढलेलं प्रत्येक स्केच त्याला आठवत होतं. थोडा प्रयत्न केला असता तर त्यांचं पुढे काय झालं तेही आठवलं असतं, पण तो प्रयत्न करणार नव्हता.

पण ऑस्टिन हेलरच्या घराच्या कामावर त्याचा जीव जडला होता- तसा इतर कुठल्याही कामावर जडला नव्हता. अनेकदा संध्याकाळी तो ड्राफ्टिंग रूममधेच थांबून रहायचा. समुद्राकडेच्या त्या कपारीवरची जागा डोक्यात घोळवत, कोरा कागद समोर घेऊन बसायचा. त्याची स्केचेस पूर्ण झाल्याशिवाय कुणालाही पहायला मिळणार नव्हती.

एका रात्री उशीरा कधीतरी ती स्केचेस पूर्ण झाली. तो ते कागद समोर ठेवून बसून राहिला. एक हात कपाळावर, एक हात खाली लोंबकळत राहिला. त्या लोंबकळणाऱ्या हाताच्या बोटांत रक्त उतरून ती जडशीळ झाली तरी त्याला जाणीव नव्हती. खिडकीपलिकडे आकाश उजळत गेलं. तो स्केचेसकडे पहात नव्हता. त्याला खूप रितंरितं वाटत होतं... खूप थकवा आलेला.

त्याच्या स्केचेसमधलं घर रॉर्कने जणू डिझाइन केलंच नव्हतं. ती तिथल्या खडकांच्या सुळक्यांनीच साधलेली रचना होती. जणू ती कपारच वाढत गेलेली आणि घराचा आकार धारण करून बसलेली... तिच्या अस्तित्त्वाचा हेतू साध्य झाल्याची साक्ष देत होती... किती वर्षांच्या प्रतीक्षेनंतर... ते घर कितीतरी वेगवेगळ्या पातळ्यांतून साकारत गेलेलं. खडकांच्या नैसर्गिक पायऱ्यांच्या साथीने उभं होत गेलेलं. त्यात एक स्वाभाविक लय होती, त्याची प्रतले, त्याचा आकार एखाद्या सुरावटीसारखी वाहती होती. खडकाच्या पोताला सुसंगत असा ग्रेनाइटचा रंग होता. घराच्या उभट रेषांना गच्चीच्या आडव्या रेषांनी थेट समुद्राच्या रुपेरी लाटांचं रूप घेऊन घेरून टाकलेलं. थेट क्षितिजालाच कवेत घेणाऱ्या रेषा.

दुसऱ्या दिवशी बाकीचे लोक कामावर परतून आले तरी रॉर्क टेबलपाशीच बसून होता. मग ती स्केचेस स्नाइटच्या ऑफिसमधे रवाना झाली.

दोन दिवसांनंतर, ऑस्टिन हेलरला दाखवण्याचं अंतिम चित्र तयार होऊन आलं. साऱ्या चित्रांवर संस्कार करून अखेरचं चित्र जॉन एरिक स्नाइटने स्वतः करवून घेतलेलं. त्या चिनी चित्रकाराने ते रंगवून, टिश्यूपेपरचा नाजूक पडदा चढवून ते टेबलवर मांडलं. ते रॉर्कचंच घर होतं. पण आता त्याच्या भिंती लाल विटांच्या होत्या, खिडक्या नेहमीच्या प्रमाण मापांच्या होत्या. त्यावर हिरव्या रंगाची शटर्स होती. त्यातून फुटलेल्या दोन पंखांना कात्री लावलेली. समुद्रावर झेपावणारी गच्ची आता रॉट आयर्नच्या नक्षीदार वेलींच्या सज्ज्यात बांधली गेलेली. शिवाय प्रवेशद्वाराजवळ खांब होते, पेडीमेन्ट्स होती, वातकुक्कुट चढवलेला त्रिकोणी स्पायर होता.

जॉन एरिक स्नाइट स्केचच्यावर हात पसरून टेबलजवळ उभा राहिला. जणू काहीतरी कुंवार सौंदर्य जपायचं होतं... त्या नाजूक रंगातल्या साजूक चित्राला कुणी हात लावायचा नव्हता.

'मि. हेलरच्या मनात हेच असणार, मला खात्री आहे.' तो म्हणाला, 'फार छान, रॉर्क- तुला कितीवेळा सांगू मी- फायनल स्केचच्या जवळपास मला सिगरेट फुंकलेली चालत नाही म्हणून? तिकडे उभा रहा. राख उडवशील.'

ऑस्टिन हेलर बारा वाजता येणार होता. पण साडेअकरा वाजता मिसेस सिमिंग्टन अनपेक्षितपणे येऊन थडकल्या आणि मि. स्नाइटना ताबडतोब भेटायचं म्हणून हटून बसल्या. मिसेस सिमिंग्टनचं

घर नुकतंच मि. स्नाइटनी बांधून पुरं केलेलं आणि त्या रहायलाही गेलेल्या. मोठी हट्टी पुरंध्री होती ती. शिवाय तिच्या भावाच्या अपार्टमेन्ट हाऊसचं काम मिळवण्याच्या अपेक्षेत होता स्नाइट. त्यामुळे तिची भेट नाकारणं शक्यच नव्हतं. विनम्रभावाने त्याने तिला आपल्या ऑफिसमध्ये नेलं. आत जाताच तिने जराही भीडभाड न ठेवता तक्रारी सुरू केल्या. तिच्या लायब्ररीच्या छताला तडा गेलेला आणि ड्रॉइंग रूमच्या खिडक्यांवर सतत वाफ धरून रहात होती. स्नाइटने आपल्या चीफ इंजिनिअरला बोलावून घेतलं. त्या दोघांनी मिळून स्पष्टीकरणं, समर्थनं आणि कंत्राटदारांच्या बेभरवशी कामावर टीका सुरू केली. ऑस्टिन हेलर आल्याची सूचना त्याच्या रिसेप्शनिस्टने बझरवर दिली तरीही मिसेस सिमिंग्टन उठायचं नाव काढेनात.

त्यांना जायला सांगणं किंवा ऑस्टिन हेलरला तिष्ठत ठेवणं दोन्ही शक्य नव्हतं. अखेर स्नाइटने तिला आपल्या गोडबोल्या इंजिनिअरच्या हवाली केलं आणि जरावेळासाठी म्हणून तो तिथून सटकला. मग रिसेप्शन रूममधे शिरत त्याने ऑस्टिन हेलरशी हस्तांदोलन केलं आणि म्हणाला, 'तुम्ही जरा प्लीज ड्राफ्टिंग रूममधे याल कां, मि. हेलर? तिथे उजेड भरपूर आहे. आणि स्केच तिथंच ठेवलंय. उगाच इथून तिथे हलवण्याची जोखीम नको म्हटलं.'

हेलरची काहीच हरकत नव्हती. तो शांतपणे स्नाइटच्या पाठोपाठ ड्राफ्टिंग रूममधे शिरला. ऑस्टिन हेलर उंच, भरदार देहयष्टीचा माणूस होता. सोनसळी रंगाचे केस आणि चौकोनी चेहऱ्यावरच्या शांत डोळ्यांभोवती हजारो सुरकुत्या पडलेल्या.

चिनी चित्रकाराच्या टेबलवरच ते चित्र ठेवलेलं. तो चित्रकार अदबीने बाजूला झाला. पुढचं टेबल रॉर्कचं होतं. त्याची हेलरकडे पाठ होती. मागे वळून न पहाता तो त्याचं काम करीत राहिला. स्नाइट आपल्या क्लायन्ट्स्शी बोलत ड्राफ्टिंग रूममधे आलाच तर बाकी कर्मचाऱ्यांनी मधे काहीही बोलायचं नाही अशी स्नाइटची ताकीद असे.

स्नाइटने टिश्यूपेपरचं आवरण दूर सारलं, जणू वधूचा मुखडा दाखवण्यासाठी... मग तो मागे सरला आणि हेलरची प्रतिक्रिया निरखू लागला. हेलर खाली वाकला आणि तसाच उभा राहिला. काहीही न बोलता कितीतरी वेळ तो त्या चित्राकडे एकाग्रतेने पहात राहिला.

'हे पहा, मि. स्नाइट...' त्याने बोलायला सुरुवात केली आणि तो पुन्हा थांबला

स्नाइट वाट पहात राहिला. त्याला कळलं, तो जे काही बोलणार आहे त्यात त्याला अडवता कामा नये.

'हे म्हणजे-' अचानक हेलर मोठ्याने बोलला. त्याने मूठ त्या चित्रावरच आपटली. स्नाइटचा चेहरा कसनुसा झाला. 'इतकं जवळपास पहिल्यांदाच कुणी पोहोचलंय, मला जे हवंय त्याच्या!'

'तुम्हाला हे आवडेल याची खात्रीच होती मला, मि. हेलर.'

'नाही आवडलेलं मला!'

स्नाइट बिचकून थांबला.

'पण ते खूप जवळ आलंय... खूप जवळ.' हेलरच्या स्वरात खेद होता, 'पण तरीही मला जसं हवंय तसं नाही ते. कुठेतरी काहीतरी चुकलंय. कुठे ते मला सांगता येणार नाही... पण हे बरोबर नाही. मला क्षमा करा... मी काही निश्चित सांगू शकत नाहीये, मला कळतंय. पण मला एकतर काहीतरी आवडतं तरी नाहीतर मग नाहीच आवडत. मला माहीते या घरात मला बरं नाही वाटणार. उदाहरणार्थ... हा दरवाजा पहा. चांगलाय. पण त्याकडे लक्षच जाणार नाही, कारण तो आपण इतक्या ठिकाणी पाहिलेला असतो.'

'आः पण आपली परवानगी असेल तर मी काही गोष्टी सांगू का, मि. हेलर. आपल्याला

आधुनिक रचना हवी आहे, पण घर घरासारखंही वाटलं पाहिजे ना... जरा शाही वाटलं पाहिजे, जरा घरगुती वाटलं पाहिजे, हो ना... अगदी या घरासारख्या कठोर वाटणाऱ्या घरालाही थोडातरी मवाळणारा स्पर्श हवाच. आर्किटेक्चरच्या दृष्टीने हे अगदी योग्य होईल.'

'शक्यय. त्यातलं मला काही कळत नाही. मी अगदी योग्य असं स्वतः काही करत नाही आयुष्यात..'

'मी तुम्हाला हे जरा समजावून देऊ का... मग तुम्हाला यातली संगती कळेल...'

'मला कळतंय. कळतंय मला. तुमचं बरोबरच असेल. पण...' त्याच्या स्वरात थोडंसं औत्सुक्य होतं... पण थोडंसंच. 'यात काहीतरी एकसूत्रता असती ना... एक मध्यवर्ती कल्पना... ती दिसते आणि नाहीयी होते आहे जणू. थोडा जिवंतपणा हवा होता... तो आहेही आणि नाहीही. काहीतरी निसटून गेलंय. आणि काहीतरी जास्तीचं आहे. थोडं स्वच्छ असायला हवं होतं हे. कठोर. नाही काय म्हणतात त्याला... त्यात एकात्मता असायला हवी होती...'

रॉर्क वळला. तो टेबलाच्या पलिकडे होता. त्याने ते स्केच हिसकावून घेतलं. त्याचा हात त्यावरून विजेसारखा फिरू लागला. त्याच्या हातातल्या पेन्सिलीने ते चित्र जणू उभं चिरलं. त्या अस्पर्श जलरंगातील चित्रावर नव्या रेषा उमटू लागल्या. समोरचे खांब त्याने खोडून टाकले. पेडिमेन्ट्स, प्रवेशद्वार, स्पायर, पडदे, विटा सगळंसगळं त्या पेन्सिलीच्या काळ्या रेषांनी मिटवून टाकलं. दगडाचे दोन पंख तिथे झेपावले. त्या रेषांनी खिडक्या रुंदावून टाकल्या. नक्षीदार बाल्कनीला चिरून टाकत त्या रेषांनी तिथे एक सणसणीत गच्ची समुद्राला सामोरी उभी केली.

कुणाला काही कळण्याच्या आत काही क्षणांत हे घडून गेलं. मग स्नाइट भानावर येत पुढे झाला. पण हेलरने त्याचं मनगट पकडलं आणि त्याला थोपवलं. रॉर्कच्या हाताचे फटकारे भिंती मागे सारत होते, नव्या भिंती उभारत होते. एकदाच रॉर्कने मस्तक मागे करत क्षणमात्र हेलरच्या डोळ्यात पाहिलं. तेवढी ओळख दोघांना पुरेशी होती. जणू त्यांनी हातात हात घेतले. रॉर्क पुन्हा काम करू लागला. जेव्हा त्याने पेन्सिल खाली टाकली तेव्हा त्या कागदावर त्याने डिझाइन केलेलं घर जसंच्या तसं उभं होतं. काळ्या दमदार रेघांतून साकारलेलं. सारीसगळी पाच मिनिटंही लागली नव्हती याला.

स्नाइटने घशातून आवाज काढण्याचा प्रयत्न केला. हेलर काहीच बोलला नाही, तेव्हा त्याला वाटलं आता आपल्याला बोलायची परवानगी आहे. तो गर्रकन वळला आणि रॉर्कवर ओरडत म्हणाला, 'चालता हो इथून! यू आर फायर्ड, गॉड डॅम यू. चालता हो आत्ताच्या आत्ता!'

'चल, आपण दोघेही फायर्ड!' ऑस्टिन हेलर रॉर्कला डोळा मारत म्हणाला, 'कम ऑन. जेवलायस का तू? चल कुठेतरी बसू. बोलायचंय तुझ्याशी.'

रॉर्क हॅट आणि कोट घ्यायला आपल्या लॉकरपाशी गेला. ड्राफ्टिंग रूममधले सगळे सुन्न झाले होते. कुणीही हुं सुद्धा म्हणत नव्हतं. ऑस्टिन हेलरने ते स्केच उचललं. त्या अतिपवित्र कार्डबोर्डची चारवेळा घडी घातली आणि आपल्या कोटाच्या खिशात सारली.

'पण मि. हेलर...' स्नाइट हडबडून बोलू लागला, 'मला काय म्हणायचंय ते तरी ऐका. जर तुम्हाला हेच हवं असेल तर ठीक आहे... मी परत एकदा स्केच करून घेतो. ऐका तर खरं...'

'आत्ता नाही,' हेलर म्हणाला, 'आत्ता नाही.' दाराकडे जाताजाता त्याने सांगितलं, 'तुमचा चेक पाठवून देतो मी.'

आणि मग हेलर बाहेर पडला. आणि त्याच्या पाठोपाठ रॉर्कही. हेलरने दरवाजा ढकलला. तो दरवाजा त्यांच्या मागे बंद झाला तेव्हा त्याचा आवाज हेलरच्या एखाद्या लेखाचा दणक्यात शेवट व्हावा तसा वाटला. रॉर्क एवढ्या वेळात एक अक्षरही बोलला नव्हता.

एवढ्या महागड्या रेस्तराँमधे रॉर्कने पहिल्यांदाच पाऊल टाकलेलं. तिथल्या मंद प्रकाशात, चांदी आणि क्रिस्टलच्या चमकत्या किणकिणीसोबत हेलरचा आवाज मिसळला, '... कारण मला हेच घर हवंय. कारण मला फारा दिवसांपासून हेच घर हवं होतं. तू ते माझ्यासाठी बांधशील- प्लान्स करशील- बांधकामावर देखरेख करशील?'

'हो.' रॉर्क उत्तरला.

'आज सुरुवात केली तर आपल्याला किती वेळ लागेल?'

'साधारण आठ महिने.'

'हिवाळा सरतसरता मला घर ताब्यात मिळेल?'

'हो.'

'अगदी त्या स्केचमधलं...'

'अगदी तसंच.'

'हे बघ, आर्किटेक्टबरोबर कसलं काँट्रॅक्ट करतात वगैरे मला काही माहिती नाही. तुला माहीत असायला हवं. तेव्हा असं कर, एक कागद तयार कर. माझ्या वकिलाला आज दुपारीच दाखवून ओके करून घे. चालेल?'

'हो.'

हेलर या समोर बसलेल्या मुलाचं जरा बारकाईने निरिक्षण करू लागला. टेबलवर ठेवलेला त्याचा हात तो पहातच राहिला. त्याला त्या हाताची जणू क्षणभर भूल पडली. त्याची लांबसडक बोटं, ठळक सांधे आणि शिरा. त्याला वाटून गेलं की या माणसाला मी काम देतो आहे की मी स्वतःच त्याच्या चाकरीत शिरतोय...

'तू जो कोणी आहेस, वय काय आहे तुझं?' हेलरने विचारलं.

'सव्वीस. तुम्हाला कुणाचे रेफरन्सेस लागतील का?'

'खड्ड्यात गेले रेफरन्सेस. हे काय माझ्या खिशात आहेत रेफरन्सेस. नाव काय तुझं?'

'हॉवर्ड रॉर्क.'

हेलरने खिशातून चेकबुक काढलं आणि टेबलवर ठेवलं. पेन काढून लिहितालिहिता तो म्हणाला, 'हे पहा, मी तुला पाचशे डॉलर्स देऊन ठेवतो. तुला एखादी जागा घ्यावी लागेल ऑफिससाठी. आणि कायकाय लागेल ते बघ तू आणि काम चालू कर.'

त्याने चेक फाडून बोटांच्या टोकांत धरत जरा झोकातच रॉर्ककडे दिला. डोळे बारीक करून, जरा करमणूक झाल्यासारखी मुद्रा करून तो रॉर्ककडे पहात होता. पण त्याच्या त्या हालचालीत सलाम होता. चेकवर लिहिलं होतं- 'हॉवर्ड रॉर्क, आर्किटेक्ट.'

❑

११

हॉवर्ड रॉर्कने स्वतःचं ऑफिस उघडलं.

एका जुन्या इमारतीतल्या सर्वात वरच्या मजल्यावरची ती एक मोठी प्रशस्त खोली होती. तिच्या खिडक्याही चांगल्या लांबरूंद होत्या. दूरवर क्षितिजापाशी हडसन नदीची चिंचोळी पट्टी दिसायची तिथून. खिडकीवर हात टेकवला की जणू बोटांमधूनच तिथली जहाजं फिरताना दिसायची.

एक डेस्क, दोन खुर्च्या आणि एक मोठं ड्राफ्टिंग टेबल इतकं सामान त्याने घेतलेलं. दारावरच्या

काचेवर शब्द होते- 'हॉवर्ड रॉर्क, आर्किटेक्ट'

त्या शब्दांकडे पहात तो बराच वेळ उभा राहिला. मग आत शिरून दार बंद करून घेतल्यावर त्याने टी-स्क्वेअर उचलून घेतला आणि पुन्हा टेबलवर फेकला. जणू त्याने नांगर टाकला.

जॉन एरिक स्नाइटने हरकत घेतलेली. आपली ड्रॉइंगची साधनं घ्यायला रॉर्क जेव्हा स्नाइटच्या ऑफिसमधे आला तेव्हा स्नाइट बाहेर आला. त्याचा हात हाती घेऊन अगदी प्रेमात येत म्हणाला, 'वेल, रॉर्क, कसा आहेस तू? ये ये, आत ये. मला बोलायचंय तुझ्याशी!'

रॉर्क समोर बसताच तो मोठ्यामोठ्याने बोलायला लागला,'हे बघ बाबा, त्या दिवशी मी तुला जे काही बोललो असेन ते तू मनात ठेवणार नाहीस अशी आशा आहे मला. तेवढं तुला नक्कीच कळतं. कसं होतं तुला माहीतीये. जरा डोकं फिरलं माझं त्यादिवशी- पण ते तू जे काम केलंस त्याबद्दल नव्हतं... तू त्या सुंदर स्केचवर हात टाकलास त्याने मी संतापलो. बरं ते जाऊ दे. आता मनात काही किल्मिष नाही ना तुझ्या?'

'नाही. अजिबात काही नाही.' रॉर्क उत्तरला.

'आणि अर्थातच मी काही तुला कामावरून कमी केलेलं नाहीये. तू काय खरोखर मी तुला काढलं म्हणून समजत होतास की काय? अगदी या क्षणी तू कामावर रुजू होऊ शकतोस.'

'कशासाठी, मि. स्नाइट?'

'कशासाठी म्हणजे? ओः. तू काय हेलरच्या कामाचा विचार करतोयस की काय? पण हेलरकडे एवढं लक्ष देऊ नकोस हां. तू पाहिलंस ना तो कसा आहे ते. तो चक्रम आहे. एका मिनिटात साठ वेळा मन बदलतं त्याचं. तुला तो खरोखर ते काम देईल असं मनातही आणू नकोस. या गोष्टी इतक्या सरळपणे होत नसतात. बाबा, असं होत नसतं.'

'आम्ही कालच कॉट्रॅक्ट केलं. सह्या झाल्या.'

'ओः अस्सं? अरे वा... फारच छान! वेल, हे बघ रॉर्क, काय करायचं मी सांगतो तुला. ते काम तू आपल्याकडे घेऊन ये ना. मी हवं तर तुझं नाव घालीन या कामासाठी- जॉन एरिक स्नाइट आणि हॉवर्ड रॉर्क. आपण पैसेही वाटून घेऊ शकतो. म्हणजे तुझा पगार तर वेगळाच देईन मी. तुला पगारवाढही द्यायला हवी आता, भरपूर दिवस झाले तू इथे येऊन. आणि हे बघ, तू आणलेल्या कुठल्याही कामासाठी हीच अरेंजमेन्ट राहील बरं का. आणि- हे भगवान्- हसायला काय झालं तुला?'

'मि. स्नाइट, मला माफ करा. नाही जमणार.'

'मला वाटतं, तुला कळत नाहीये मी काय म्हणतोय ते.' स्नाइट जरा आश्चर्यानेच म्हणाला, 'अरे तुला कळत नाही का? तू सुरक्षित रहाशील. इतक्यातच सगळी जबाबदारी घ्यायची तयारी तरी आहे का तुझी? हे एक मिळालं म्हणून काय झाल... नंतर तुला अशीच कामं मिळत रहातील अशी अपेक्षा आहे की काय तुझी? कामं नाही मिळाली, तर काय करशील तू? हे असं केलंस तर हातात नोकरी राहील आणि हळुहळू स्वतंत्रपणे काम करण्याची तयारी करता येईल तुला... तेच करायचं असेल तर. चार ते पाच वर्षांत तू स्वतंत्रपणे पंख पसरायला तयार होशील. सगळे तसंच करतात.'

'हं.'

'मग तुला कबूल आहे?'

'नाही.'

'पण- अरे देवा, तुला काय वेड लागलंय का! आत्ताच तू एकट्याच्या जिवावर सुरुवात करणार? अनुभव नाही, ओळखीपाळखी नाहीत, ... काहीच तर नाही तुझ्याकडे. कधी कुणी असं

वागल्याचं ऐकलं नाही बाबा. कुणालाही विचार. बघ काय सांगतात ते. वेडेपणा आहे हा शुद्ध!'

'असेलही.'

'ऐक माझं, रॉर्क, जरा ऐकून तर घेशील?'

'तुम्हाला हवं तितका वेळ ऐकेन मी, मि. स्नाइट. पण आधीच सांगतो, तुम्ही काहीही सांगितलंत तरी आता काही फरक पडणार नाही. त्याची तुम्हाला हरकत वाटत नसेल तर ऐकून घ्यायला माझीही हरकत नाही.'

स्नाइट बराच वेळ बोलत राहिला. रॉर्क ऐकत राहिला. त्याने मधे काहीही विचारलं नाही, अडवलं नाही आणि उत्तरही दिलं नाही.

'वेल, तुझं हे असंच असेल तर, फुटपाथवर येशील तेव्हा मी तुला परत कामावर घ्यावं अशी अपेक्षा करू नकोस.'

'नाही करणार तशी अपेक्षा, मि. स्नाइट.'

'या धंद्यातलं कुणीही तुला घेणार नाही कामावर यानंतर. तू माझ्याशी कसा वागलास ते पाहून ठेवतील सारे.'

'माझी तीही अपेक्षा नाही, मि. स्नाइट.'

त्यानंतर काही दिवस हेलर आणि रॉर्कला कोर्टात खेचायचा विचार स्नाइट करीत राहिला. पण मग त्याने तो विचार सोडून दिला, कारण यासाठी पूर्वीचं काहीच उदाहरण नव्हतं, शिवाय हेलरने त्याला त्याच्या कामाचे पैसे दिले होते. शिवाय ते घर खरोखरच रॉर्कने डिझाइन केलं होतं. आणि शिवाय ऑस्टिन हेलरवर जगात कुणीही खटला भरला नसता.

रॉर्कच्या ऑफिसमधे पहिला आला तो पीटर कीटींग. तो न सांगता, न कळवता सरळ एका दुपारी येऊन ठेपला. रॉर्कच्या डेस्कसमोर बसून प्रसन्न हसत राहिला.

मग दोन्ही हात पसरत म्हणाला, 'वेल, हॉवर्ड! काय धमाल!'

तो गेलं वर्षभर रॉर्कला भेटला नव्हता.

'हेलो, पीटर.'

'स्वतःचं ऑफिस! नावबिव लावून! वाः... काय मस्त! मस्तच!'

'तुला कुठून कळलं, पीटर?'

'ओः, कानावर येतातच असल्या गोष्टी. आणि तुझी खबरबात तर मी ठेवणारच ना. हो की नाही? मला तुझ्याबद्दल किती वाटतं, काय वाटतं तुला माहीत नाही की काय? मी तुझं अभिनंदन करायला आणि शुभेच्छा द्यायला आलोय हे काय सांगायला हवं का?'

'नको.'

'चांगली जागा मिळाली तुला. भरपूर उजेड आहे, प्रशस्त आहे. खूप काही भारदस्त वाटत नाही, पण सुरुवात करायला म्हणून चांगली आहे... शिवाय तसं सगळं अनिश्चितच आहे, हो ना हॉवर्ड?'

'हो.'

'तशी तू मोठीच जोखीम पत्करलीस.'

'शक्यय.'

'तू खरंच हे तडीला नेणार आहेस? म्हणजे हा स्वतंत्र काम करायचा विचार...'

'तसं दिसतंय खरं.'

'बघ हो. अजूनही तसा उशीर झालेला नाही. माझ्या कानावर आलं तेव्हा मलाही वाटलं की तू

ते काम स्नाइटच्या हवाली करशील. चांगली रक्कम खिशात टाकता आली असती तुला.'

'नाही केलं तसं.'

'पण पुन्हा एकदा विचार तरी करणार आहेस की नाहीस?'

'नाही.'

कीटींगला कळेना आपल्या मनात अशी तगमग का होते आहे... जे कळलं ते खोटंय अशी आशा करत तो तिथे आला होता, रॉर्क कदाचित् थोडा डळमळीत असेल, शरण जाण्याच्या तयारीत असेल अशी आशा करीत आला होता. त्याने रॉर्कबद्दलची बातमी ऐकली तेव्हापासून त्याच्या मनात ही तगमग होती. नंतर तो त्याचं कारण विसरला पण तरीही ती खट्टू भावना मनात दबून होतीच. अचानक वैतागाची लाट पसरावी तशी ती आठवण त्याला बोचत होती. तो मनाशी नकळत विचार करायचा- आता काय झालं आपलं... आज काय कळलं आपल्याला ओः हां... रॉर्क. रॉर्कने नवीन ऑफिस उघडलं. ठीक आहे- मग काय झालं... पण ते शब्द त्रासदायक होते. अपमानित झाल्यासारखं वाटत होतं त्याला.

'तुला सांगू, हॉवर्ड, मला तुझ्या धाडसाचं कौतुक वाटतं. खरंच सांगतो, मला तुझ्यापेक्षा जास्त अनुभव आहे आणि या व्यवसायात आता माझं बऱ्यापैकी नावही आहे- तू राग मानू नकोस- पण तुझ्यापेक्षा बरंच जास्त आहे... तरीही- वस्तुनिष्ठपणे बोलतोय मी- मी असं काही करण्याचं धाडस केलं नसतं.'

'नसतं केलंस.'

'हं... तू माझ्याआधी उडी घेतलीस तर. पण ठीक आहे. ठीकच आहे. तुला माझ्या मनःपूर्वक शुभेच्छा.'

'थँक्यू, पीटर.'

'तुला यश मिळेल, खात्रीच आहे मला.'

'असं?'

'हो. नक्कीच. का तुला खात्री नाही?'

'मी त्याचा विचारच केला नाही.'

'तू त्याचा विचार केला नाहीस?'

'फार नाही.'

'म्हणजे तुला खात्री नाहीये का, हॉवर्ड? खात्री वाटत नाहीये?'

'हा प्रश्न तू एवढ्या उत्सुकतेने का विचारतोयस?'

'नाही नाही... उत्सुकता कसली... काळजी वाटते एवढंच. हॉवर्ड, आत्ता तुला खात्री नसणं हे काही फार चांगलं लक्षण नाही. तुझी परिस्थिती पहाता तर नक्कीच नाही. तुझ्या मनात शंका आहे का काही?'

'अजिबात नाही.'

'पण तू म्हणालास तसं...'

'मला खात्री असते, पीटर.'

'तुला रजिस्ट्रेशन मिळवावं लागेल, त्याचा विचार केलास का तू?'

'अर्ज केलाय मी.'

'तुझ्याकडे पदवी नाही. परीक्षेत तुला फार त्रास देतील ते.'

'हां. देतीलही.'

'तुला लायसन्स नाही मिळालं तर तू काय करशील?'

'मिळेल मला ते.'

'वेल, चल म्हणजे आता आपल्या गाठीभेटी एजीएममधे होत रहातील. ओळख दाखव मला. कारण आता तू काय स्वतंत्र आर्किटेक्ट असशील. आणि मी ज्युनिअर.'

'मी एजीएममधे जाणारच नाही.'

'म्हणजे काय? आता तू सदस्य होऊ शकतोस.'

'शक्यय.'

'तुला निमंत्रण येईल त्यांचं.'

'त्यांना सांग तसदी घेऊ नका म्हणून.'

'काय?'

'तुला आठवतं, पीटर, आपण अगदी हे असलंच बोलणं सात वर्षांपूर्वीही केलं होतं. मी स्टँटनच्या विद्यार्थी मंडळाचा सदस्य व्हावं म्हणून तू मला सांगत राहिलास. आता पुन्हा तेच सुरू करू नकोस.'

'तू एजीएत भाग घेणार नाहीस? संधी असताना?'

'मी कशाचाही सदस्य होणार नाही, पीटर, कधीच.'

'पण तू समजून घे. अशा गोष्टींची मदत होते.'

'कशासाठी?'

'आर्किटेक्ट होण्यात- बस्तान बसण्यात.'

'मला आर्किटेक्ट होण्यासाठी मदत नकोय.'

'तू उगाच सगळं कठीण करून ठेवशील स्वतःसाठी.'

'ते खरंय.'

'आणि कठीण म्हणजे कठीणच असतं, या क्षेत्रात,'

'माहीत आहे.'

'तू त्यांचं निमंत्रण नाकारलंस तर उगीच शत्रुत्व ओढवून घेशील त्यांचं.'

'त्यांचं शत्रुत्व मी असंही ओढवून घेणारच आहे.'

□ □ □

ही बातमी सर्वप्रथम रॉर्कने हेन्री कॅमेरॉनला जाऊन सांगितली होती. हेलरशी कॉंट्रॅक्ट केल्यानंतर तो एक दिवसासाठी न्यू जर्सीला गेला होता. नुकताच पाऊस पडून गेला होता आणि कॅमेरॉन बागेत आलेला. ओल्या वाटेवर अडखळत पावलं टाकत, काठीवर भार देत तो चालत होता. गेल्या हिवाळ्यापासून तो थोडाथोडा चालण्याइतपत सावरलेला. आताही तो थोडा वाकून, प्रयत्नपूर्वक चालत होता. चालताचालता पायाखालच्या नव्या गवताच्या कोवळ्या पात्यांकडे पहात तो क्षणकाळ थांबून रहात होता. मधेच कधीतरी काठी उचलून क्षणभर स्वतःच्या पायावर तोल सावरत एखाद्या पात्याच्या अर्धोन्मिलित पेल्याला किंचित धक्का लावून त्यातून घरंगळणारा दंवाचा थेंब संधिप्रकाशात विरताना पहात होता. रॉर्क टेकाड चढून येताना त्याने पाहिलं आणि त्याच्या कपाळावर प्रश्नार्थक आठी पडली. गेल्याच आठवड्यात रॉर्क येऊन गेला होता. या त्यांच्या भेटी म्हणजे दोघांसाठीही केवढातरी मोठा आनंदाचा ठेवा असायच्या. म्हणूनच त्या फार वारंवार होऊ नयेत असंही त्यांना वाटायचं.

'वेल? परत कशाला आलास आता?' कॅमेरॉनने जरा तुटकपणेच विचारलं.

'काहीतरी सांगायचं होतं तुम्हाला.'

'थांबता आलं असतं.'

'मला नाही वाटत तसं...'

'वेल?'

'मी माझं स्वतःचं ऑफिस उघडतोय. आत्ताच माझ्या पहिल्या इमारतीचं काम घेतलं मी.'

कॅमेरॉन जमिनीवर काठी गोलगोल फिरवत राहिला. दोन्ही हात काठीच्या मुठीवर ठेवून त्याने मातीत एक वर्तुळ पूर्ण केलं. त्या वर्तुळाच्या गिरकीच्या तालावर त्याने सावकाश मान डोलावली. कितीतरी वेळ डोळे मिटून तो उभा होता.

मग रॉर्ककडे पहात तो म्हणाला, 'ठीके. इतक्यात बढाई मारू नकोस.' मग पुढे म्हणाला, 'जरा मला खाली बसायला मदत कर.' इतक्या दिवसात प्रथमच त्याने काही हालचाल करायला मदत मागितली होती. नाहीतर त्याला मदत करण्यासाठी हात पुढे केला तरी तो संतापून जात असे हे त्याच्या बहिणीने आणि रॉर्कनेही अनुभवलं होतं.

रॉर्कने त्याच्या कोपराला धरून त्याला बाकाजवळ नेलं. मावळत्या सूर्याकडे नजर लावत कॅमेरॉनने कठोर स्वरात विचारलं, 'कसलं काम? कुणासाठी? किती पैसे मिळणार आहेत?'

शांत बसून त्याने रॉर्कची सगळी कथा ऐकून घेतली. त्याने बरोबर आणलेल्या तडकलेल्या कार्डबोर्डवरच्या स्केचवर जलरंगावर उमटलेल्या पेन्सिलीच्या काळ्या रेषांचं जाळं निरखत राहिला. मग त्याने त्याला बरेच प्रश्न विचारले- कुठला दगड वापरणार, पोलाद किती लागेल, रस्ते कसे आहेत, काँट्रॅक्टर कोण, एकूण खर्चाचा अंदाज काय वगैरे सारं विचारून घेतलं. अभिनंदन केलं नाही आणि काही मतही व्यक्त केलं नाही. पण रॉर्क जायला निघाला तेव्हा अचानक तो म्हणाला, 'तू ऑफिस उघडलंस की फोटो काढ आणि मला दाखवायला घेऊन ये.' मग मान झटकत, नजर टाळत त्याने एक शिवी हासडली आणि म्हणाला, 'मी बुढा झालो आता. डोकं गेलं कामातून. विसर ते.'

रॉर्क काहीच बोलला नाही.

तीन दिवसांत तो पुन्हा परतला तेव्हा कॅमेरॉन त्याला पाहून उद्गारला, 'तुझी कटकट वाढलीय.'

रॉर्कने काही न बोलता त्याच्या हाती एक पाकीट दिलं. कॅमेरॉनने ते फोटो पाहिले. खोलीचा फोटो, खिडकीचा फोटो, दाराचा फोटो सगळे फोटो पाहून झाल्यावर त्याने दाराचा फोटो हातात धरून ठेवला. त्या दारावरचं नाव पहात तो म्हणाला, 'वेल, जगलो तर मी हे पहायला!'

त्याने फोटो खाली ठेवला. 'अगदी तसंच नाही. जसं मला आवडलं असतं तसा नाही... पण पाहिलं तर खरं. कुणी म्हणतात आपल्याला पुढल्या जगात पृथ्वीवरच्या जीवनाची छाया दिसते. तसंच काहीसं असावं हे. कदाचित् यापुढे मी सारं असंच पाहू शकेन. शिकून घेतोय.'

त्याने पुन्हा तो फोटो उचलला. 'हॉवर्ड, बघ याच्याकडे.' त्याने तो फोटो दोघांच्या मधे धरला. 'काही फार म्हणत नाही तो. फक्त- हॉवर्ड रॉर्क, आर्किटेक्ट. पण हे कसं वाटतंय माहीतीये- पूर्वी लोक किल्ल्यांच्या प्रवेशद्वारांवर त्यांचं त्यांचं ब्रीदवाक्य कोरून ठेवायचे आणि मग त्यासाठी प्राणपणाने लढायचे. काहीतरी भीषण, जगड्व्याळ आहे- आणि त्याच्यासमोर हे आव्हान उभं ठाकलंय. सगळ्या दुःखाला सामोरं- तुला माहीत आहे, या जगात किती दुःख भरलंय?- तू आता ज्याला सामोरं जायला निघाला आहोस ना त्याच गोष्टीतून त्या दुःखाचा उगम होतो. ती का अस्तित्त्वात आहे, ती काय आहे, ती तुझ्याविरुद्ध चाल करून का येणार आहे- माहीत नाही... कळत नाही मला. पण मला एक कळतं. तू हे एवढे शब्द अखेरपर्यंत वाहून नेलेस ना- तर तू जिंकशील, हॉवर्ड, आणि हा केवळ तुझा आणि तुझ्यासाठी मिळवलेला विजय नसेल... तो आणखीही कशाचा तरी विजय असेल- जे

जिंकायला हवं, जे या जगाला पुढे नेतं, ज्याला कधीही मानवंदना मिळत नाही असं काहीतरी मूल्य. तुझ्या अगोदर घायाळ होऊन पडलेल्या अनेकांच्या वतीने मिळवलेला विजय असेल तो. ईश्वर तुझ्या पाठीशी राहो- किंवा जो कुणी सर्वोत्तमाची अंतिम पारख करीत असेल, जो मानवी संज्ञेतील सर्वोच्च गुणसमुच्चय असेल तो तुझ्या पाठीशी राहो. तू नरकाच्या वाटेवर निघाला आहेस, हॉवर्ड.'

□ □ □

रॉर्क त्या खडकाच्या दिशेने निघाला. निळ्या आभाळात हेलरच्या घराचा पोलादी सांगाडा घुसत होता. त्या उंच प्रतलावर सांगाडा उभा राहिलेला आणि कॉंक्रीट ओतलं जात होतं. तिथल्या पायऱ्या पायऱ्यांच्या रचनेची चढण खाली थरथरणाऱ्या रुपेरी पाण्याच्या चादरीवर ओठंगून उभी होती. प्लंबर्स आणि इलेक्ट्रिशियन्सनी आपल्या लाइन्स टाकायला सुरुवात केली होती.

गर्डर्सच्या आणि खांबांच्या उभट रेषांमधून बांधलं गेलेलं आकाश तो पहात होता. आकाशातून छिनून काढलेले अवकाशाचे रिकामे चौकोन तो पहात होता. नकळत त्याने हातानेच त्या भिंती पूर्ण लिंपल्या. भविष्यातील खोल्यांना आकार देणाऱ्या भिंती. त्याच्या पावलाखालून एक दगड गडगडत टेकडीच्या उतारावरून खाली गेला. त्या स्वच्छ उन्हातल्या निर्मळ वातावरणात तो ध्वनी थेंब टपटपल्यासारखा गुंजत गेला.

तो अगदी माथ्यावर उभा होता. पाय रोवून, अवकाशावर रेलल्यासारखा. समोर सामान पडलं होतं. पोलादातले रिव्हेट्सचे गोल, दगडांच्या राशीत मधूनच चमकणारे स्फटिक आणि लाकडाच्या नव्याकोऱ्या फळ्यांचे आधार. आणि त्यातच त्याला दिसला इलेक्ट्रिक तारांच्या आडून डोकावणारा बुलडॉगसारखा चेहरा- त्या चेहऱ्यावर पसरत गेलेलं रुंद हासू. त्यावरचे निळेनिळे डोळेही विजयाने हसत होते.

'माइक!' रॉर्क अविश्वसून ओरडला.

माइकने काही महिन्यांपूर्वीच फिलाडेल्फियामधे एक मोठं काम घेतलं होतं. त्यामुळे त्याला स्नाइटच्या ऑफिसमधे हेलर आला वगैरे ते माहीत असण्याचं कारणच नव्हतं.- असं रॉर्कला वाटलं होतं.

'हेलो, लाल्या,' माइक जरा जास्तच सहजपणे म्हणाला, 'हेलो, बॉस.'

'माइक, तू कसा-'

'कसला तू आर्किटेक्ट- काय कामावर लक्ष नाही तुझं. आज माझा इथला तिसरा दिवस आहे. वाट बघतोय तू कधी तोंड दाखवणार याची.'

'माइक, तू आलास कसा इथे? एवढ्या छोट्याशा कामावर तू? काय झालं काय?' माइकने यापूर्वी कधीही खाजगी घरांची कामं घेतलेली त्याने पाहिली नव्हती.

'उगीच नाटक करू नको. मी इथे का नि कसा आलो तुला माहीत नाही काय? तुझं पहिलं काम आहे हे- हे मी चुकवेन असं वाटलं की काय तुला? हे छोटं काम आहे की काय? वेल... असेलही आणि कदाचित् नसेलही.'

रॉर्कने हात पुढे केला आणि माइकचा धूळभरला हात त्याच्या हातावर घट्ट मिटला, जणू रॉर्कच्या हातावर त्याच्या हाताने रेखलेली धूळ त्याला शब्दात सांगता येत नव्हतं ते सारंकाही सांगून गेली. आणि मग त्याला भीती वाटली की आपण काहीतरी बोलू म्हणून तो गुरकावला, 'पळ, बॉस, पळ. कामात खोटी करू नको, जा.'

रॉर्क त्या घरातून चालत गेला. काही क्षण असेही होते, जेव्हा तो व्यवस्थित, नेमक्या सूचना

द्यायला थांबायचा- गणितातला एक प्रश्न सोडवल्यासारखा. तेव्हा ते त्याने बांधलेलं घर होतं हे तो क्षणभर विसरायचा. फक्त पाईप्स, रिव्हेट्स यांचंच अस्तित्त्व त्याला जाणवायचं. त्याचं स्वतःचं अस्तित्त्व तो विसरून जायचा.

पण कधीकधी त्याच्या आंतवरून काहीतरी उसळून यायचं. भावना नव्हे, शारीर पातळीवरची एक हिंस्त्र लहर... आणि मग त्याला वाटायचं थांबावं आता, विसावावं... स्वतःच्या असण्याचा पडताळा घ्यावा... त्याच्या सभोवार चढत जाणाऱ्या पोलादी चौकटीच्या मध्यवर्ती असणारं आपल्या शरीराचं तेजस्वी अस्तित्त्व भोगून घ्यावं. तो थांबायचा नाही. पुढे जात रहायचा. पण त्याचे हात त्याचं गुपित उघड करून टाकत. त्याचे हात तिथल्या साऱ्या खांबांवरून, तुळयांवरून हलकेच फिरत रहायचे. तिथे काम करणाऱ्या साऱ्या कामगारांच्या ते लक्षात आलं होतं. ते म्हणायचे, 'हा मनुष्य या घराच्या प्रेमात पडलाय. हात बाजूला ठेवताच येत नाहीत त्याला.'

कामगारांना तो आवडला होता. कॉंट्रॅक्टरच्या मुकादमांना मात्र तो अजिबात आवडला नव्हता. कॉंट्रॅक्टर मिळवायला त्याला तसा त्रासच पडलेला. बऱ्याच चांगल्या फर्म्सनी ते काम नाकारलेलं.

'आम्ही असली कामं घेत नाही.'

'छे. हे कोण करणार. एवढंसं घर नि डोक्याला ताप किती.'

'हे असलं घर कोण वेडा बांधतोय? असला वेडा माणूस नंतर पैसे तरी देईल की नाही शंकाच आहे. मरू दे जाऊ दे खड्ड्यात.'

'असलं कधी पाहिलं नव्हतं नि केलं नव्हतं. कल्पनाच करू शकत नाही असल्या कामाची. आपण आपलं साधं नीट बांधकाम करावं हे बरं.'

एका कॉंट्रॅक्टरने त्याचे प्लान्स पाहिले आणि मग ते बाजूला फेकून देत निर्णायक स्वरात म्हणाला, 'हे उभंच राहू शकणार नाही.'

'राहील.' रॉर्क म्हणाला.

तो कॉंट्रॅक्टर निर्विकारपणे रेकत म्हणाला, 'होऽऽऽ? आणि हे मला सांगणारे तुम्ही कोण हो एवढे?'

अखेर त्याला एक छोटीशी फर्म सापडली. त्यांना कामाची गरज होती. पण तरीही त्यांनी अवाच्या सवा दर लावून काम घेतलं. आपण फारच विचित्र काम करण्याची जोखीम घेतली आहे त्यामुळे त्याची भरपाई व्हायला हवी असं त्यांचं म्हणणं होतं. बांधकाम सुरू झालं. त्यांचा फोरमन आज्ञा पाळत होता, कामं करत होता, पण त्याला एकंदरीत फारच त्रास होत होता या कामाचा. आपली भाकितं खरी ठरतील अशा अपेक्षेनेच तो वावरत होता. ते घर त्यांच्या डोईवर कोसळलं असतं तर त्याला जास्त बरं वाटलं असतं बहुधा. रॉर्कने एक जुनी फोर्ड कार घेतली होती. तो अनेकदा साइटवर चक्कर मारायचा. गरज नसतानाही जायचा. त्या जागेपासून दूर राहून ऑफिसमधे बसणं, टेबलपाशी काम करणं सगळंच कठीण होत होतं. साइटवर असताना त्याला कित्येकदा वाटायचं आता ऑफिस वगैरे सगळं विसरून स्वतःच ठोकाठोक करायला घ्यावी, लहानपणी केली होती तशी. हे घर आपल्या हाताने बांधून पुरं करावं.

त्या अर्धवट बांधकामातून तो सहजच फिरायचा. फळ्यांवर हलकेच पाय देत, तारांची भेंडोळी चुकवत तो नोट्स काढायचा, कणखर आवाजात थोडक्यात सूचना द्यायचा. तो शक्यतो माइकच्या दिशेने बघायचा नाही. पण माइक त्याच्यावर लक्ष ठेवून असायचा, त्या घराची रोजची प्रगती मापायचा. तो त्याच्या जवळून गेला की डोळा मारायचा. एक दिवस माइक म्हणाला, 'जरा स्वतःला आवर, लाल्या, अगदी उघड्या पुस्तकासारखा वाचता येतो तुझा आनंद. एवढं आनंदी असणं,

दिसणं, शोभत नाही तुला!'

रॉर्क त्या कपारीच्या टोकावर घराच्या शेजारी उभा होता. खाली भवताली पहात होता. रस्त्याची राखी-काळी रिबन काठाकाठाने फिरली होती. एक उघडी कार तिथून गावात घुसली. त्यात पिकनिकला चाललेल्या लोकांची गर्दी भरलेली. भडक रंगाचे स्वेटर्स, वाऱ्यावर फडफडणारे स्कार्व्हज्, मोटरच्या घरघरीवर मात करून येणारी निरर्थक बोंबाबोंब, उगाच हसण्याचे फवारे- सगळं पिकनिकचं वातावरण. एक मुलगी कडेला बसली होती. तिने तंगड्या कारच्या बाजूवर टाकलेल्या. तिने घातलेली गवताची पुरुषी हॅट तिच्या नाकावर ओघळत होती. हातातल्या यूक्लालेवर ती जोरजोरात फटकारे ओढत होती. त्याच्या कर्कश आवाजासरशी हेय्यय्यय्य! करून ओरडत होती. हे सगळे लोक त्यांच्या जगण्याचा एक दिवस साजरा करीत होते. काम आणि मागे पडलेल्या दिवसांच्या ओझ्यातून सुटका झाल्याचा आनंद. त्यांनी काम केलं होतं, ओझी वाहिली होती ती केवळ एका ध्यासातून- आणि हाच होता त्यांचा ध्यास!

त्या धावत्या कारकडे तो पहात राहिला. त्याला वाटलं- काहीतरी फरक आहे. महत्त्वाचा फरक. या दिवसाचं त्याच्या लेखी आणि त्यांच्या लेखी असलेलं महत्त्व- यात फार मोठा फरक होता. तो कोणता ते स्पष्ट करायला पाहिजे असं त्याला वाटून गेलं. पण तो ते विसरून गेला. खालून एक ट्रक धापा टाकत वर चढत होता. त्यात भरल्या होत्या चकाकत्या ग्रेनाइटच्या लाद्या.

□ □ □

ऑस्टिन हेलर आपलं घर पहायला अनेकवार येऊन गेला. ते दिवसागणिक वाढताना पाहून त्याला अजूनही थोडा आश्चर्याचा धक्का जाणवे. रॉर्क आणि ते घर यांचा तो फार बारकाईने विचार करत राही. त्या दोघांतही जणू काहीतरी तादात्म्य होतं. त्यांचा वेगवेगळा विचार करणं शक्य नव्हतं.

कुठल्याही प्रकारच्या सक्तीविरुद्ध आवाज उठवणारा हेलर, रॉर्कच्या व्यक्तिमत्त्वाने गोंधळूनसा जात होता. या माणसाला कुठल्याही प्रकारच्या सक्तीचा स्पर्शच होणं शक्य नव्हतं. तो स्वतःच एक प्रकारची सक्ती होता. कुठल्याशा अव्यक्त गोष्टी- कुठल्या ते हेलरला शब्दांत पकडता येत नव्हतं- पण त्यांना तो जणू अखेरचं आव्हान देत असल्यासारखा वाटायचा त्याला. एका आठवड्यातच हेलरला कळून आलं, की त्याला इतका चांगला जिवलग मित्र यापूर्वी कधीच मिळाला नव्हता. रॉर्कची मूलभूत निर्विकार वृत्तीच या मैत्रीला कारणीभूत होती, हेही त्याला उमजलं. रॉर्कच्या जाणिवेच्या खोलवर पाहिलं तर त्याला हेलरची जाणीव अशी नव्हतीच. त्याला त्याची गरज नव्हती, त्याची आर्जवं करण्याची गरज नव्हती. त्याच्याकडून कसली मागणीही नव्हती. जणू त्यांच्यात मर्यादेची एक अदृश्य रेषा ओढलेली हेलरला जाणवली. त्या रेषेच्या पलिकडे जायचा प्रश्नच नव्हता. त्या रेषेपलिकडे रॉर्क त्याच्याकडून काही अपेक्षा करीत नव्हता, काही अपेक्षा करू ही देत नव्हता. पण रॉर्कच्या नजरेत उमटणारं कौतुक, रॉर्कचं स्मितहास्य, रॉर्कने केलेली त्याच्या एखाद्या लेखाची स्तुती हे हेलरला खूप मनापासून सुखावून जायचं. तो लाच देत नसायचा आणि भीकही घालत नसायचा, या भावनेचा स्वच्छ आनंद हेलरला मिळायचा.

उन्हाळ्यातल्या संध्याकाळी ते टेकडीच्या अर्ध्यावर असलेल्या एका लांबरुंद खडकावर बसायचे. अंधार दाटून वरच्या बाजूला असलेल्या घराला भिडेपर्यंत, अखेरचे सूर्यकिरण पोलादी कांबींच्या टोकांवरून उतरून जाईपर्यंत त्यांच्या गप्पा चालायच्या तिथंच.

'तू माझ्यासाठी बांधलेल्या या घरातलं मला नेमकं काय एवढं आवडत असावं, हॉवर्ड?'

'घरसुद्धा एखाद्या व्यक्तीसारखं प्रामाणिक असू शकतं... आणि तितकंच अभावाने.' रॉर्क उत्तरला.

'ते कसं?'

'वेल, हे पहा, तिथे असलेला प्रत्येक भाग आहे तिथे आहे कारण त्याची तिथे गरज आहे. दुसरं काही कारणंच नाही. घर आतून जसं दिसतंय तसंच बाहेरून दिसतंय. तू जिथे वावरणार आहेस त्या खोल्यांनीच घराचा आकार ठरवलाय. आतल्या अवकाशाने बाहेरच्या वास्तूचा आकार ठरवला. त्यातलं अलंकरणही रचनेच्या पद्धतीतूनच आलंय. ज्या तत्त्वाच्या आधारावर ते घर उभं आहे त्या तत्त्वाच्या शिस्तीतूनच अलंकरण मिळून गेलंय त्याला. जिथेजिथे आधार आहेत तिथेतिथे ते तुला बाहेरूनही दिसतात. तू घराकडे पहात असताना त्या रचनेची संपूर्ण प्रक्रिया तू एकसंधपणे पाहू शकतोस. प्रत्येक पायरी, प्रत्येक टप्पा, त्या घराची वाढ तुझ्या डोळ्यासमोरच रहाते. ते कशातून आकाराला आलं आणि का उभं राहू शकलं हे तू पाहू शकतोस. पण तू आजवर काय पहात आलास- अशा इमारती, की ज्यांचे खांब कशालाच आधार न देता उभे असतात. हेतूविहीन कॉर्निसेस, पिलॅस्टर्स, मोल्डिंग्ज, लटक्या कमानी आणि लटक्याच खिडक्या. तू अशा इमारती पहात आला आहेस, की बाहेरून वाटावं त्यांमधे केवळ एक नि एकच सलग दालन असेल. बाहेरून दिसतात सहा मजली उंच खांब, अखंड सहा मजली खिडक्या- पण आत जावं तर असतात सहा मजले. किंवा मग अशा इमारती की ज्यांत एकच दालन असतं खरोखर, पण फसाद उगीचच मजले पाडल्यासारखी कापून ठेवलेली असते. खिडक्यांच्या रांगा असतात, बँडकोर्सेस असतात. कळतोय फरक? तुझं घर तुझ्या गरजेचा आकार वागवतंय. बाकीच्या वास्तू लोकांवर छाप पाडण्यासाठी बांधलेल्या असतात. तुझ्या घराचा हेतूच तुझ्या घराचा आत्मा आहे. इतरांच्या घराचा आत्मा इतरांच्या नजरांत असतो.'

'तुला माहीतीये, मी सुद्धा जवळपास असाच विचार केलेला? मला नेहमी वाटतं, मी या घरात रहायला जाईन तेव्हा माझ्या जगण्याचा पोतही बदलेल. अगदी रोजचं रूटीनसुद्धा काहीतरी सच्चेपणाने पाळलं जाईल. कसं ते मला सांगता नाही येत. दचकू नकोस- पण मला राहून राहून वाटतंय की त्या घराला साजेसं काहीतरी मला करायला हवं जीवनात.'

'तोच तर माझा हेतू आहे.' रॉर्क म्हणाला.

'आणि हो, तू माझ्या सोयीची किती काळजी घेतलेली आहेस- त्याबद्दल आभार. कितीतरी गोष्टी माझ्या लक्षातही आल्या नव्हत्या., पण तू जवळजवळ प्रत्येक गरजेचा विचार केला आहेस असं दिसतंय. उदाहरणार्थ माझी अभ्यासिका मला सर्वांत जास्त वापरावी लागते आणि तिला तू किती छान जागा दिली आहेस, बाहेरून सुद्धा अभ्यासिकेची जागा महत्त्वाची आहे हे कळतं. ती लायब्ररीशी जोडलेली आहे तीही एकदम सोयीने. आणि दिवाणखाना, पाहुण्यांसाठी खोल्या वगैरे अगदी दूर- मला त्यांच्या कोलाहलापासून दूर रहाता येईल अशा. खरंच खूप विचार केला आहेस तू माझा.'

'खरं सांगू? मी तुझा विचार केलाच नाही यात, मी विचार केला तो फक्त घराचा. कदाचित त्यामुळेच मी तुझ्या सोयीचा विचार साधला असावा.'

□ □ □

हेलरचं घर नोव्हेंबर १९२६मधे बांधून पूर्ण झालं.

जानेवारी १९२७मधे आर्किटेक्चरल ट्रिब्यूनने एक सर्व्हे प्रसिद्ध केला. गेल्या वर्षात बांधल्या गेलेल्या सर्वोत्तम अमेरिकन घरांचा आढावा होता त्यात. त्यांच्या संपादकांनी निवडलेल्या अत्त्युत्तम आर्किटेक्चरल डिझाइन असलेल्या चोवीस घरांसाठी बारा चकचकीत पानं खर्ची घतली होती. हेलरच्या घराचा त्यात उल्लेखही नव्हता.

न्यू यॉर्क पेपर्सच्या रविवार आवृत्त्यांमधून न्यू यॉर्कच्या सभोवार नवीन बांधल्या गेलेल्या निवासी बंगल्यांबद्दल थोडक्यात लिहून यायचं. हेलर हाऊसचा मात्र त्यात उल्लेख नव्हता.

आर्किटेक्ट्स गिल्ड ऑफ अमेरिकातर्फे प्रसिद्ध होणाऱ्या वार्षिकात अमेरिकेत बांधल्या गेलेल्या सुंदर इमारतींचे फोटो छापले गेले. त्यांचं शीर्षक होतं- 'भविष्याकडे पहाताना...'

त्यातही हेलर हाऊसचा उल्लेख नव्हता.

अमेरिकन आर्किटेक्चरबद्दल काही निवडक श्रोत्यांपुढे जी व्याख्याने होत त्यातल्या कुठल्याही व्याख्यात्याने कधीही हेलर हाऊसचा संदर्भ दिला नाही.

एजीएच्या क्लब-हाऊसमधे त्यावर थोडी चर्चा झाली, मतं व्यक्त झाली.

'देशाचा उपमर्द आहे हा. हेलर हाऊससारखी वास्तू इथे, या भूमीवर उभी राहू शकते. आपल्या व्यवसायाला कलंक आहे हा. कायदा झाला पाहिजे.' राल्स्टन हॉलकोम्ब म्हणाला.

'यामुळेच तर क्लायन्ट्स् दूर पळतात. असं घर पाहिलं की त्यांना वाटतं, सगळेच आर्किटेक्ट्स माथेफिरू असतात.' जॉन एरिक स्नाइट म्हणाला.

'एवढं काही संतापजनक झालंय असं मला वाटत नाही.' गॉर्डन प्रेस्कॉट म्हणाला, 'मला वाटतं ते घर म्हणजे जाम विनोदी आहे. पेट्रोलपंप आणि चंद्रावर जाणाऱ्या यानाची कॉमिक कल्पना यांचा अजब संकर साधलाय.'

'दोनच वर्षं थांबा आणि पहा. ते घर पत्त्यांच्या बंगल्यासारखं कोसळून पडेल.' युजीन पेटिंगेल म्हणाला.

'वर्षांची भाषा हवीच कशाला?' गाय फ्रँकन म्हणाला, 'हे असले आधुनिक प्रयोग एका सीझनपुरतेही टिकत नाहीत. मालकच कंटाळेल आणि येईल धावत आपल्याकडे, नेहमीसारखं छान कलोनियल घर बांधून द्या म्हणून.'

हेलर हाऊसला आसपासच्या परिसरांत मात्र भरपूर नाव मिळालं. लोक त्या टेकडीच्या समोर रस्त्यावर गाड्या पार्क करून लोक तिथं उभे रहायचे. त्या घराकडे बोटं दाखवत, हसत. हेलरची गाडी गेली की पेट्रोलपंपवरचे पोऱ्ये कुत्सितपणे हसायचे. हेलरच्या स्वयंपाकीण बाईंना आजुबाजूच्या दुकानदारांच्या हिणवणाऱ्या नजरा सोसाव्या लागत. हेलर हाऊसला आसपासचे लोक बूबी हॅच- वेड्याचं घर- म्हणायचे.

पीटर कीटींगने आपल्या मित्रांना हसतहसत सांगितलं, 'ए, हे काही बरोबर नाही हां, तुम्ही बोलता ते. मी हॉवर्ड रॉर्कला गेली बरीच वर्षं ओळखतो. तो तसा हुशार आहे, खरंच. तो माझ्याकडे थोडा काळ कामही करत होता. हां, त्या घराच्या बाबतीत जरा वेडगळपणा झालाय खरा. पण शिकेल तो. त्याला भविष्य आहे- तुम्हाला नाही वाटत तसं? खरंच नाही वाटत?'

अमेरिकेच्या भूमीवरचा दगडही हलला तर त्यावर आपली टिप्पणी करणाऱ्या एल्सवर्थ टूहीला हेलर हाऊसचं अस्तित्त्वच जणू माहीत नव्हतं. आपल्या कॉलममधे त्याने एक शब्दही लिहिला नव्हता त्याबद्दल. आपल्या वाचकांना या घराबद्दल काहीही माहिती- अगदी टीका करूनसुद्धा- देण्याची गरज त्याला वाटली नाही. त्याने मौन राखलं.

❑

१२

आल्वा स्कॅरेटने न्यू यॉर्क बॅनरच्या पहिल्याच पानावर एक सदर सुरू केलं होतं- 'निरिक्षण आणि चिंतन. त्यातून लोकांना मार्गदर्शन मिळे, प्रेरणा मिळे, लोकमत तयार होत असे. देशभरातल्या नगरानगरांतून ते सदर वाचलं जात असे. या सदरात काही वर्षांपूर्वी एक विधान प्रसिद्ध झालं आणि ते फारच प्रसिद्धी पावलं.

-'आपण आपल्या संस्कृतीतील काही नवीन बडेजावी कल्पनांचा त्याग केला आणि आपले पूर्वज आदिमानव ज्या आदितत्त्वाचं आचरण करीत आले ते करू लागलो तर आपलं बरंच जास्त कल्याण साधेल- आपल्या मातेचा आदर करणं हे ते आदितत्त्व.'

आल्वा स्कॅरेट ब्रह्मचारी होता. वीस लक्ष डॉलर्सचा धनी होता, उत्तम गोल्फ खेळायचा आणि वायनान्ड पेपर्सचा मुख्य संपादक होता.

झोपडपट्टीतली परिस्थिती आणि झोपडीदादा यांच्या विरुद्ध मोहीम चालवण्याची कल्पना आल्वा स्कॅरेटच्याच डोक्यातून निघालेली. बॅनरने तीन आठवडे ती मोहीम चालवली. असला चारा चघळायला आल्वा स्कॅरेटला मनापासून आवडायचं. त्यात मानवी स्वभावाला रुचेल पचेल असा बराच रस असायचा, सामाजिक जाणिवा वगैरेंची काळजी घेतली जायची. रविवारच्या आवृत्तीत नदीत सूर मारणाऱ्या पोरींचे उडालेले स्कर्ट्स टिपणाऱ्या फोटोच्या सोबत हे एकदम फिट जायचं. खप वाढायचा. इस्ट नदीकाठच्या झोपडीदादांची उदाहरणे हे मोहिमेतले सर्वांत प्रभावी साधन होते. तिथले झोपडीमालक पार वरमून जायचे. या जमीनमालकांनी आपल्या जमिनी एका फुटकळ रिअल इस्टेट एजन्सीला विकून टाकायला नकार दिलेला. मोहीमेच्या अखेरीस ते दबले आणि त्यांनी जागा विकून टाकल्या. ती रिअल इस्टेट एजन्सी ज्या कंपनीच्या मालकीची होती, त्या कंपनीचा मालक गेल वायनान्ड होता हे कुणालाही सिद्ध करता आलं नसतं.

वायनान्ड पेपर्समधे एखादी मोहीम चालली नाही अशी वेळ फार क्वचितच यायची. त्यांनी नुकतीच एक मोहीम आधुनिक विमानवाहतुकीवर चालवली होती. विमानप्रवासाचा वैज्ञानिक इतिहास त्यांनी वाचकांच्या माहितीकरता छापला होता. रविवार कुटुंब पुरवणीकरीता लिओनार्दो द विन्चीच्या फ्लाइंग मशीनच्या चित्रांपासून ते अत्याधुनिक बॉंबर्सपर्यंत सारंकाही. जळणाऱ्या इकॅरसचं रंगीत चित्रही छापलं होतं. त्याची निळी-हिरवी तनु, पिवळट छटेतले मेणाचे पंख, जांभळट राखी धूर... आणि बाजूला लालबुंद डोळ्यांची, स्फटिकगोल हातात घेऊन मनुष्य आकाशात उडेल अशी भविष्यवाणी वर्तवणारी चेटकी, शिवाय वटवाघळं, रक्तपिपासू व्हॅंपायर्स आणि लांडग्यात रुपांतर होणारी माणसं- वेअरवुल्व्ज साऱ्यांची त्या चित्रात हजेरी होती.

त्यांनी एक विमानाचं मॉडेल तयार करण्याची स्पर्धाही घेतली होती. दहा वर्षाखालील सर्व मुलग्यांसाठी- ती स्पर्धा खुली होती. त्यांनी फक्त बॅनरसाठी तीन नवीन वर्गणीदार गोळा करून पाठवायचे होते की स्पर्धेत प्रवेश. गेल वायनान्ड स्वतः लायसन्स्ड वैमानिक होता. या मोहिमेच्या निमित्ताने त्याने लॉस एंजेल्स ते न्यू यॉर्क हा प्रवास एका खास बांधणीच्या विमानातून एकट्याने केला. त्या विमानाची किंमत एक लक्ष डॉलर्स होती. विमानवेगाचा विक्रम प्रस्थापित केला त्याने. पण न्यू यॉर्कला पोहोचता पोहोचता त्याची काहीतरी चूक झाली होती आणि चुकून ते विमान त्याला एका खडकाळ माळावर उतरवावं लागलं. ते लॅंडिंग मोठं रोमहर्षक होतं. अचूक आणि धाडसी. कसे कोण जाणे, निव्वळ योगायोगाने बॅनरचे अनेक वार्ताहर आणि फोटोग्राफर्स त्याच भागात नेमके पोहोचलेले.

गेल वायनान्ड विमानातून उतरला. कोणताही नाणावलेला पायलट हादरून गेला असता, पण गेल वायनान्ड शांतपणे कॅमेऱ्यांना सामोरा उभा होता. त्याच्या वाऱ्यावर फडफडणाऱ्या जॅकेटवर एक सुंदर गार्डेनियाचं फूल तसंच ताजंतवानं शोभत होतं. हातात एक सिगरेट शिलगावलेली. त्याचा हात जराही थरथरत नव्हता. जमिनीवर टेकल्यांनंतर पहिली गोष्ट कोणती कराविशी वाटली असा प्रश्न विचारल्यावर त्याने उपस्थितांतल्या सर्वात सुंदर स्त्रीचं चुंबन घ्यायची इच्छा प्रदर्शित केली. आणि मग तिथे असलेल्या स्त्रियांपैकी सर्वात अजागळ, सर्वात म्हाताऱ्या स्त्रीच्या कपाळाचं त्याने अतिशय गंभीर मुद्रेने चुंबन घेतलं आणि तिला पाहून मला माझ्या आईची आठवण झाली म्हणाला.

नंतर जेव्हा गलिच्छ वस्तीची मोहीम सुरू झाली तेव्हा गेल वायनान्ड आल्वा स्कॅरेटला म्हणाला, 'कर, काय हवं ते कर. पार चोथा करून टाक विषयाचा.' आणि मग आपली यॉट घेऊन तो सागरी-जगप्रवासाला निघून गेला. बरोबर एक सुंदरी होती. ती पायलट होती. आपलं ते खास विमान त्याने तिलाच नजर केलं होतं.

आल्वा स्कॅरेट कामाला लागला. त्या मोहिमेतला एक भाग त्याने डॉमिनिक फ्रँकनवर सोपवला. वस्तीतल्या घरांची खरीखुरी परिस्थिती लोकांसमोर मांडायची होती. मानवी कहाण्या हव्या होत्या. ते त्याने डॉमिनिकला सांगितलं. डॉमिनिक नुकतीच बियरित्झमधे उन्हाळा घालवून आलेली. ती दरवर्षी उन्हाळ्यात एक महिनाभर कुठेतरी सुटीसाठी जायची. आल्वा स्कॅरेट तिची सुटी मंजूर करायचा, कारण ती त्याची लाडकी होती. तिच्याबद्दल त्याच्या मनात फार गोंधळ होता. तिला नोकरीची गरज नव्हती. मनात येईल तेव्हा ती नोकरी सोडू शकते याची त्याला कल्पना होती.

डॉमिनिक फ्रँकन इस्ट साइडच्या झोपडपट्टीतल्या एका एक हॉल-बेडरूम घरात रहायला म्हणून गेली. दोन आठवडे तिथे राहिली. त्या खोलीला खिडक्या नव्हत्या, पण उजेड यायचा. पाच जिने चढून जायला लागायचे. पाणी नव्हतं. ती खालच्या एका लेकुरवाळ्या कुटुंबाच्या स्वयंपाकघरात स्वतःचं जेवण स्वतः शिजवायची. शेजाऱ्यांच्या घरी जाऊन गप्पा मारायची. मागच्या बाजूच्या जिन्यांच्या लॅन्डिंगवर बसायची. स्वस्तातल्या थेटरांत शेजारपाजारच्या पोरांबरोबर एक डाईम तिकिटाचा सिनेमा पहायला जायची.

विटलेले ब्लाऊझ, विरलेले स्कर्ट घालून वावरली ती. तिथल्या नॉर्मल कपड्यांत तिचा नाजूकपणा उपासमारीने ओढवलेल्या कुपोषणासारखा भासला त्या सर्वांना. त्यामुळे कुणाला काही वेगळं वाटलंच नाही. शेजाऱ्यांना खात्री होती, की या पोरीला टीबी असणार. पण किकी हॉलकोम्बच्या दिवाणखान्यात ती ज्या सहजपणे ऐटीत वावरली असती तितक्याच सहजपणे ती इथेही वावरत होती. ती आपल्या खोलीची लादी घासूनपुसून लख्ख ठेवायची. बटाटे सोलायची, थंड पाण्याच्या बादलीभर पाण्यात आंघोळ करायची. या गोष्टी तिने पूर्वी कधीही केल्या नव्हत्या, तरीही आता ती सारंकाही सराइतासारखी करत होती. तिला काम करणं कधीच जड वाटत नव्हतं. फक्त तिच्या आकृतीशी सारं विसंगत वाटत होतं. तिला या नवीन पार्श्वभूमीचंही काही वाटत नव्हतं. तिला प्रतिष्ठितांच्या दिवाणखान्यांत जितकं निर्विकार वाटत होतं तितकंच इथेही वाटत होतं.

दोन आठवडे संपले तेव्हा ती तिच्या सेंट्रल पार्कमधल्या होटेलच्या पेन्टहाऊस अपार्टमेन्टमधे परतली... त्या वस्तीतल्या जीवनाबद्दलचे तिचे लेख बॅनरमधे प्रसिद्ध झाले. अतिशय निर्दयपणे खणखणीत लिहिलेले लेख होते ते.

डिनर पार्टीत गेल्यांनंतर तिच्यावर गोंधळलेल्या प्रश्नांची सरबत्ती झाली.

'माय डियर, ते सगळं खरंच तूच लिहिलंस का?'

'डॉमिनिक, तू खरोखरच तिथे राहिलीबिहिली नव्हतीस ना?'

'ओः येस,' तिने उत्तर दिलेलं, 'आणि बरं का मिसेस पाल्मर, तुमच्या मालकीचं बाराव्या रस्त्यावरचं घर आहे ना,' बोलताना तिच्या नाजूक मनगटावरचं पाचूचं जड कंकण हेलकावत होतं, 'त्याची मोरी रोज तुंबते आणि सगळी घाण बाहेर अंगणापर्यंत वहात येते. उन्हं पडली की ती घाण निळी जांभळी इंद्रधनूच्या रंगाची दिसू लागते.'

'आणि मिसेस ब्रूक्स, क्लॅरिज इस्टेटवरचा तुमच्या मालकीचा ब्लॉक आहे ना त्याच्या छतावरून पाणी गळून गळून आता फारच सुंदर स्टॅलाक्टाइट्स तयार झाले आहेत.' तिचं सोनेरी केसांचं मस्तक तिच्या खांद्यावर लावलेल्या छोट्याशा गार्डेनियाच्या गुच्छावर किंचित टेकलेलं. त्यांच्या मुलायम पाकळ्यांवर पाण्याचे थेंब चमकत होते.

मग तिला समाज-कार्यकर्त्यांच्या बैठकीत बोलण्याचं आमंत्रण आलं. फार महत्त्वाची सभा होती ती. एकदम क्रांतिकारक, आक्रमक मूड होता सर्वांचा. त्या क्षेत्रातल्या काही नामवंत महिला पुढारी आल्या होत्या. आल्वा स्कॅरेटला फारच आनंद झाला हे निमंत्रण आल्याचा. त्याने तिला आशिर्वाद देत म्हटलं, 'जा बेटा, जा. एकदम जिंकून टाक त्यांची मनं. आपल्याला समाज-कार्यकर्त्यांची गरज आहे.'

ती त्या कोंदट हॉलमधे भाषण द्यायला उभी राहिली आणि समोरचे सपाट घडीचे चेहरे पहात राहिली. आपण किती सद्गुणी असा चिकट भाव त्यांवर ओतप्रोत भरलेला. ती कसल्याही अभिनिवेशाविना सरळसोट बोलली. बरंच बोलली. त्यात ती हेही म्हणाली होती- 'पहिल्या मजल्यावरच्या बिऱ्हाडाला आपण भाडं भरावं असं वाटतच नाही. त्यांची पोरं शाळेत जाऊ शकत नाहीत कारण त्यांच्याकडे घालायला कपडे नसतात. त्यांचा बाप कोपऱ्यावरच्या गुत्त्यात उधारीवर दारू पीत असतो. त्याची तब्येत एकदम चांगली आहे, त्याला चांगली नोकरी आहे. दुसऱ्या मजल्यावरच्या जोडप्याने आत्ताच एकूणसत्तर डॉलर्स पंचाण्णव सेंट्स नगद खर्चून नवा रेडिओ घेतला. चौथ्या मजल्यावरच्या कुटुंबप्रमुखाने उभ्या आयुष्यात कधी एक पूर्ण दिवस काम केलंय असं झालेलं नाही. आणि त्याला काम करायची इच्छाच नाही. त्याला नऊ मुलं आहेत, चर्चच्या दानधर्मावर जगतात ती. दहावं जन्माला येण्याच्या मार्गावर आहे...' तिचं बोलून संपलं तेव्हा काही टाळ्या पडल्या- तिच्यावरचा राग दर्शवण्यासाठी वाजवलेल्या. तिने हात उंचावला आणि म्हणाली, 'टाळ्या वाजवण्याची, पसंती दर्शवण्याची काहीच गरज नाही. मला अपेक्षाच नाही.' मग तिने नम्र स्वरात विचारलं, 'कुणाला काही प्रश्न विचारायचे आहेत का?'- प्रश्न नव्हतेच.

ती घरी परतली तेव्हा आल्वा स्कॅरेट तिची वाट पहात थांबलेला. तिच्या पेन्टहाऊसच्या दिवाणखान्यात त्याची आकृती विशोभित दिसत होती. त्याचा आडवातिडवा देह एका नाजूकशा खुर्चीच्या हातावर टेकलेला. खिडकीच्या काचेपलिकडे पसरलेल्या शहराच्या चमकत्या देखाव्याच्या पार्श्वभूमीवर तो एखाद्या गारगॉइलसारखा भासत होता. तिच्या दिवाणखान्यात एखादं भित्तिचित्र लटकवलेलं असावं तसा तो शहराचा देखावा खिडकीत उतरलेला. खिडकीबाहेर दिसणारे नाजूक मनोरे आतल्या नाजूक फर्निचरच्या रेषांशी सुसंगत होते. दूरवरच्या खिडक्यांतून उजळलेले दिवे तिच्या दिवाणखान्यातल्या चमकदार फरशीवर हलकेच प्रकाश उजळत होते. बाहेरच्या प्रत्येक भौमितिक आकाराला आतल्या वस्तूंच्या स्वच्छ आकारांची साथ होती. आल्वा स्कॅरेट तिथे विशोभितच होता. एखाद्या गावातला प्रेमळ डॉक्टरसारखं किंवा क्लबमधल्या पत्ते पिसणाऱ्यासारखं त्याचं व्यक्तिमत्व होतं. त्याच्या गलेलठ्ठ चेहऱ्यावर उदार, वत्सल भाव होते. तो त्याचा ट्रेडमार्क होता. त्याचं ते वत्सल, प्रसन्न हास्य त्याच्या प्रतिष्ठेला बाध न आणता उलट शोभायचं. त्याचं लांब, पातळ, आकडेबाज नाक तेवढं त्याच्या व्यक्तिमत्त्वातील प्रेमळ बाज घालवायचं. पण प्रतिष्ठेला साजून दिसायचं. त्याचं

पायांच्या वर तरंगणारं पोट प्रतिष्ठेचा डौल घालवायचं पण प्रेमळपणाला अधोरेखित करायचं. तो हसतच उठला आणि डॉमिनिकचा हात हाती घेत म्हणाला, 'म्हटलं घरी जाताजात तुला भेटून जावं. तुला काहीतरी सांगायचं होतं. कार्यक्रम कसा झाला, बेटा?'

'अपेक्षेप्रमाणेच.' तिने हॅट खुर्चीवर भिरकावत उत्तर दिलं. तिचे केस कपाळावर आले आणि खांद्यावर पसरले. एखादी चकाकती धातूची बेदिंग कॅप घालावी तसे तिचे केस होते. ती खिडकीपाशी गेली आणि शहराकडे पहात उभी राहिली. बाहेर पहातच तिने विचारलं, 'काय सांगायचं होतं तुला?'

आल्वा स्कॅरेट तिच्याकडे सुखावून पहात राहिला. जमेल तेव्हा तिचा हात हाती घेणं किंवा खांद्यावर थाप मारणं या पलिकडे आपण काही प्रगती करू शकत नाही हे तो एव्हाना समजून पचवून चुकला होता. तो विषय त्याने तसा मनातून काढून टाकलेला, पण तरीही मनात कुठेतरी काही आशा शिल्लक होतीच अंधुकशी- काय सांगावं!

'तुझ्यासाठी एक चांगली बातमी आहे, बेटा.' तो म्हणाला, 'मी एका योजनेवर थोडं काम करत होतो. थोडे बदल सुचवतोय. महिला कल्याण क्षेत्रात काही गोष्टी जरा एकत्रितपणे आणाव्यात असा विचार करतोय. म्हणजे कसं, शाळा, घरगुती बजेट, बालकल्याण, बालगुन्हेगारी आणि असे बरेचसे विषय आपण एका छत्रीखाली आणू. आणि हे काम माझ्या लाडक्या पोरीशिवाय दुसरं कोण करू शकेल...'

'म्हणजे मी करावं असं म्हणतोस की काय?' तिने मागे वळून न पहाताच विचारलं.

'दुसरं कोण? गेल परतून आला की मी त्याचा ओके घेतोय यावर.'

ती वळली आणि हाताची घडी घालून त्याच्याकडे बघत राहिली. मग म्हणाली, 'थँक्यू, आल्वा. पण मला नकोय ते.

'नकोय? काय बोलतेस काय तू?'

'मला ते नकोय एवढंच.'

'अरे! हे काय हे! केवढी मोठी संधी मिळतेय तुला, कळतंय का?'

'कशासाठी संधी?'

'कशासाठी म्हणजे? तुझ्या करीअरसाठी केवढी मोठी संधी आहे ही.'

'मी कधी म्हटलं मला करीअर करायचंय म्हणून?'

'पण तू काय कायम एक फुटकळ सदर लिहीत रहाणार आहेस की काय? तेही मागच्या पानावरचं?'

'कायम नाही. मला कंटाळा येईपर्यंत लिहिणार!'

'पण तू विचार कर, खरोखरचं मैदान मिळालं तर तू कायकाय करू शकशील! एकदा गेलचं लक्ष तुझ्याकडे गेलं की तुला केवढी संधी मिळू शकते विचार कर.'

'त्याचं लक्ष माझ्याकडे जावं अशी माझी कणभरही इच्छा नाहीये.'

'पण डॉमिनिक, आम्हाला तुझी गरज आहे. आज रात्रीनंतर सर्व स्त्रियांच्या गळ्यातला ताईत होशील तू.'

'मला नाही वाटत तसं.'

'म्हणजे? तुझ्या आजच्या भाषणावर, आजच्या सभेवर बातमी टाकण्यासाठी मी दोन कॉलम राखून ठेवलेत आज.'

टेलिफोनचा रिसीव्हर उचलत तिने त्याच्या हाती दिला, 'त्यांना सांगून टाक, भरून टाका

जागा म्हणाव दुसऱ्या कशानेही.'

'पण का?'

तिने डेस्कवरच्या पसाऱ्यातून टाइप केलेले काही कागद उपसून काढले आणि त्याच्याकडे दिले.

'हे वाच. हे भाषण आज मी तिथे केलं होतं.'

त्याने त्यावरून झर्रकन नजर टाकली. आणि गप्प राहिला. मग त्याने कपाळ गच्च पकडून धरलं. आणि झेपावून टेलिफोन घेतला आणि त्या सभेचं अगदी छोटसं वृत्त द्यायच्या सूचना दिल्या. वक्त्याचं नावही टाकू नका म्हणून स्पष्टच सांगितलं.

'चला, झालं? मला कामावरून काढलंय का, तेही सांग.' डॉमिनिकने त्याचं बोलून झाल्यावर विचारलं.

त्याने उदास चेहऱ्याने मान हलवली, 'तुला तसं व्हायला हवंय का?'

'तसंच काही नाही.'

'मी सारं दाबून टाकतो. गेलला काहीही कळणार नाही यातलं.' तो पुटपुटला.

'हं ते कर. मला काहीही फरक पडत नाही.- असाही नाही नि तसाही नाही.'

'ऐक डॉमिनिक, हे बघ- मला माहीत आहे... मी प्रश्न विचारायचे नाहीत. पण तू हे असं सगळं कशासाठी करतेस?'

'काहीही कारण नाही.'

'हे पहा, तुला माहीतीये, त्या शाही डिनरपार्टीत तू याच विषयाबद्दल काही शेरेबाजी केली होतीस. आणि आता या लढाऊ संघटनेने तुला बोलावलं तर तू हे असं सगळं बोललीस!'

'पण ते खरंय ना, दोन्ही गोष्टी खऱ्याच आहेत. दोन्ही एकाच नाण्याच्या बाजू आहेत. हो की नाही?'

'हो. आहेत ना. पण तू जे बोललीस त्याची जागा जरी बदलली असतीस ना, आणि वेळही- तर बरं झालं असतं की नाही?'

'मग त्यात काय अर्थ राहिला असता?'

'तू जे केलंस त्यात काय अर्थ होता?'

'तसा काहीच नाही. पण निदान माझी करमणूक तर झाली.'

'मला तुझं काही कळतचं नाही, डॉमिनिक. तू पूर्वीपासून अशीच वागत आली आहेस. तू किती छान वागतेस, लिहितेस... वाटतं की तू आता खरीखुरी झेप घेणार, तोवर तू असं काहीतरी करून सगळं नासवून टाकतेस. का?'

'कदाचित् तेच त्याचं कारण असेल.'

'तू मला सांगशील? -कारण मला तू आवडतेस. मी तुझा मित्र आहे. तुझं भलं व्हावं असं मला वाटत असतं. तू नेमकी कशाच्या मागे आहेस?'

'मला वाटतं ते उघडच आहे, नाही का? मी कशाच्याच मागे नाहीये.'

त्याने हात हवेत उडवले, असाहाय्यपणे खांदे उडवले. ती आनंदात हसत होती.

'तू एवढा दुःखी कशाला दिसतोयस? मलाही तू आवडतोस, आल्वा. आणि मलाही तुझं भलं व्हावं असं वाटतं. एवढंच कशाला, मला तुझ्याशी बोलायलाही आवडतं आणि हे खूपच महत्त्वाचं आहे. आता बस स्वस्थ जरा, मी तुला एक ड्रिंक देते. मला वाटतं तुला आता खरंच ड्रिंकची गरज आहे, आल्वा.'

तिने एका फ्रॉस्टेड ग्लासमधे बर्फाचे क्यूब्ज टाकून ड्रिंक आणलं. त्यांची नाजूक किणकिण त्या शांततेत जाणवत होती.

'तू म्हणजे ना, डॉमिनिक... लहानच आहेस तू अजून, खट्याळ छोटीशी मुलगी.'

'अर्थातच. आहेच मुळी.'

ती टेबलाच्या कडेवर विसावली. हातांवर मागे रेलून पाय हलवत बसली.

मग ती म्हणाली, 'आल्वा, तुला सांगू, मला हवं असलेलं काम जर मला मिळालं ना, तर ते फार भयंकर होईल.'

'हँ? हे काय भलतंच? काहीही वेड्यासारखं बोलतेस काय? काय अर्थ होतो याचा.'

'जे बोलले तोच अर्थ. एखादं असं काम मला मिळालं, की जे मला मनापासून आवडतंय- अगदी मला सोडवणारच नाही... तर ते फार भयंकर ठरेल माझ्या दृष्टीने.'

'का?'

'कारण मग मला तुझ्यावर अवलंबून रहावं लागेल. तू एकदम मस्त माणूस आहेस, आल्वा. पण तुझ्याकडून मला काही स्फूर्ती वगैरे मिळायचा प्रश्नच येत नाही. आणि तुझ्या हातातल्या चाबकासमोर थरथर कापायचं वगैरे काही फार छान वाटणार नाही मला. अंहं... लगेच रागवूबिगवू नकोस... तुझा चाबूक म्हणजे इतका छान-छोटासा नर्मदिल रेशमी चाबूक असेल... पण ते तर अधिकच वावगं वाटतं मला. आपल्या बॉसवर- गेलवरही मला अवलंबून रहावं लागेल- हां हां जरूर तो एकदम छानच माणूस असणार रे, पण फक्त एवढंच की मला त्याचं तोंडही बघायची इच्छा नाहीये. कधीच.'

'तुझा काय दृष्टिकोन आहे मला कळत नाही. काहीतरी वेड्यासारखं बोलतेस. गेल काय, मी काय- आम्ही तुझ्यासाठी काहीही करू. आणि मी स्वतः तर व्यक्तिशः-'

'ते तितकंच नाही, आल्वा. तुझा एकट्याचा प्रश्न नाहीये. मला कोणतंही काम, विशेष काम, एखादी कल्पना, एखादी व्यक्ती फार प्रिय वाटायला लागली- तर मला या जगावर जास्तच अवलंबून रहावं लागेल. प्रत्येक गोष्टीला धागेदोरे बांधलेलेच असतात. सगळं एकमेकांत गुंतलेलं असतं. आपण सगळे जाळ्यात अडकतो. ते जाळं जणू दबा धरून बसलेलं असतं. एक आसक्ती पुरेशी असते- ती आपल्याला वाटू लागली की आपण त्यात ढकलले जातो. एक गोष्ट- जी आपल्याला फार मौल्यवान वाटू लागते... तीच आपला घात करते. ती तुमच्या हातून कधी, कोण काढून घेणार आहे हे तुम्हाला माहीत असतं? नसतं. पण कुणीतरी तोच प्रयत्न सतत जीव लावून करत असतं... आणि तुम्हाला सर्वांची भीती वाटू लागते. मग तुम्ही लडबडता, रेंगता, भीक मागता, त्यांचं सारंकाही मान्य करता... तुमची प्रिय वस्तू, कल्पना, व्यक्ती तुमच्यापासून छिनावून घेतली जाऊ नये म्हणून साऱ्या तडजोडी करत जाता. आणि पहा, कुणाकुणाला आणि कशाकशाला स्वीकारत जातो आपण.'

'तू एकंदर मानवजातीवरच टीका करते आहेस असंच समजू ना?'

'कसंय ना- आपली एकंदर मानवजातीची कल्पनासुद्धा फार विचित्र आहे. आपण मानवजातीबद्दल बोलतो तेव्हा आपण एक धूसर, उदात्त चित्र मनात ठेवल्यासारखं बोलतो... काहीतरी गंभीर, भव्य कल्पना असते आपली. पण खरं म्हणजे आपल्याला माहीत असलेली मानवजात म्हणजे आपल्याला रोजच्या रोज भेटणारे लोक असतात. बघा त्यांच्याकडे. त्यांच्यापैकी कुणाबद्दल काहीतरी गंभीर, उदात्त भावना वाटते आपल्याला? हातगाडीवरच्या मालासाठी घासाघीस, भांडणं करणाऱ्या बायका, भिंतींवर काहीतरी घाणेरडं चितारून ठेवणारी नादान कार्टी, बेवडेबाजी-प्रवीण लब्धप्रतिष्ठित... किंवा त्यांचे आध्यात्मिक भाईबंद. हे खरंय की जेव्हा लोक जरा दुःखात असतात तेव्हा त्यांच्याबद्दल थोडा तरी आदर वाटू शकतो. काहीतरी आदर वाटण्यासारखं असतं त्यांच्यात.

पण जेव्हा ते आनंदात मौजमजा करीत असतात तेव्हा पाहिलं तर?... तेव्हा त्यांचं खरं स्वरूप कळतं आपल्याला. स्वतःच कष्ट करून कमावलेला पैसा ते कुठल्यातरी फालतू करमणुकीवर ओततात... आणि अतोनात पैसा असलेलेही काय करतात, सारं जग त्यांना खुलं असतं... पण ते जीव रमवण्यासाठी काय निवडतात... जरा बऱ्या दर्जाच्या गुत्त्यात पडतात एवढंच. ही घ्या तुमची मानवजात. मला दुरून देखील हात नाही लावायचा असल्या मानवजातीला...'

'काहीही काय! असा विचार करून कसं चालेल? हे काही संपूर्ण चित्र नाहीये. आपल्यातल्या वाईटातल्या वाईट माणसातही काहीतरी चांगुलपणा असतोच ना. प्रत्येक काळ्या ढगाला रुपेरी कडा असतेच ना...'

'मग तर अधिकच वाईट. एखादा माणूस काहीतरी सत्कृत्य करतोय हे कळतं आणि मग कळतं की तो मन रिझवण्यासाठी कसले फालतू तमाशे पहातो- कसा आदर वाटणार त्याच्याबद्दल? किंवा कुणी एक चित्रकार लाखमोलाचे सुंदर कॅनव्हास रंगवतो म्हणून आपल्याला माहीत असतं- आणि मग कळतं तो भेटेल त्या उठवळ पोरीबरोबर संधी मिळेल तेव्हा झोपत असतो.'

'तुला हवंय तरी काय? परिपूर्णता?'

'-किंवा मग काहीच नको. त्यामुळे- लक्षात घे,- मला काहीच हवंसं वाटत नाही.'

'याला काय अर्थ आहे?'

'मला एकच गोष्ट हवीशी वाटते, जी मिळवता येणं शक्य आहे. ती म्हणजे माझं स्वातंत्र्य. आल्वा, मुक्त आहे मी.'

'तू याला स्वातंत्र्य म्हणतेस?'

'हो. मी काही मागत नाही. कशाची अपेक्षा करीत नाही. कशावर अवलंबून असत नाही.'

'आणि कधी तरी तुला जे हवं ते मिळून गेलं तर?'

'नाही मिळणार. मी पहाणारच नाही. जे असेल ते अखेर तुझ्या त्या छानछान जगाचाच भाग असेल. मला ते तुम्हा सर्वांबरोबर वाटून घेणं भाग पडेल. नकोच. तुला माहीतीये. मला एखादं पुस्तक खूप आवडलं ना, तर ते मी पुन्हा कधीही वाचत नाही. नुस्ता मनात विचार आला तरी वाईट वाटतं मला... दुसऱ्या किती डोळ्यांखालूनही ते पुस्तक गेलं असेल... कसल्याकसल्या संज्ञांचा स्पर्श त्याला झाला असेल. असल्या गोष्टी मी नाही शेअर करू शकत. असल्या लोकांबरोबर नाही.'

'डॉमिनिक, कशाबद्दलही इतकं तीव्रतेने काही वाटून घेणं म्हणजे विक्षिप्तपणा ठरतो.'

'मला काही वाटलं तर तीव्रतेनेच वाटतं. नाही तर काहीच वाटत नाही.'

'डॉमिनिक, माय डियर,' त्याच्या स्वरात खरोखरचा काळजीचा भाव होता, 'मी तुझा बाप असतो तर बरं झालं असतं. तुझ्या बालपणात काहीतरी भयंकर शोकांतिका झाली होती का?'

'छे! काहीच नाही. छान बालपण होतं माझं. मोकळेपणा होता, शांत, काहीही त्रास नव्हता. हां मला कंटाळा यायचा अनेकदा. पण मला सवय आहे त्याची.'

'मला वाटतं तू आपल्या काळाचं दुर्दैवी अपत्य आहेस. मी नेहमीच म्हणतो. आपण फार नकारात्मक झालो आहोत. एक ऱ्हासपर्व आहे हे. आपण मोकळ्या मनाने साध्यासुध्या मूलभूत मूल्यांचा स्वीकार केला तर-'

'आल्वा, तू कसं काय हे असलं बोलू शकतोस रे? हे असलं सगळं तू तुझ्या संपादकीयांसाठी राखून ठेवशील तर बरं...' त्याच्या डोळ्यांतले भाव पाहून ती थबकली. त्याचा गोंधळ तर उडालेलाच पण तो दुखावल्यासारखाही दिसत होता. मग तिला हसूच फुटलं. ती हसतच म्हणाली, 'माझं चुकलं. तुला हे सगळं खरोखर वाटतं! तुझा या गोष्टींवर खरोखरचा विश्वास की श्रद्धा वगैरे असेल... ओः

आल्वा! म्हणूनच मला तू जाम आवडतोस. म्हणूनच मी आत्ता आज मी त्या सभेत जे केलं तेच करणार आहे.'

'काय?' त्याने घाबरून विचारलं.

'बोलत रहाणार, तू जसा आहेस तसा आहेस हे मान्य करून. तुझ्याशी असल्या गोष्टींबद्दल बोलणं बरं वाटतं मला. तुला हे माहीत आहे ना, आल्वा, आदिमानवाने देवांच्या प्रतिमा माणसांशी मिळत्याजुळत्या बनवल्या होत्या हे? जरा विचार कर फक्त, तुझा तसला पुतळा बनवला तर तू कसा दिसशील?- नागडा, पोटबिट पुढे ओथंबलेलं.'

'आता याचा कुठे संबंध आला?'

'कशाशीच नाही. डार्लिंग, क्षमा कर, चुकलं माझं. तुला सांगू मला पुरुषांचे नागडे पुतळे आवडतात. यडपटासारखा बघू नकोस. मी म्हटलं पुतळे आवडतात. माझ्याकडे होता एक तसला. हेलिओसचा होता म्हणे तो. युरपमधल्या एका म्यूझियमकडून मी तो विकत घेतलेला. तो मिळवायला मला खूप त्रास पडलेला. विकण्यासाठी नव्हताच तो, अर्थात्. मी त्याच्या प्रेमातच पडलेले. मी तो घरी आणला, आल्वा.'

'कुठेय तो? जरा बदल म्हणून तुला आवडलेली एखादी गोष्ट पहायला मला आवडेल.'

'फुटला तो.'

'फुटला? म्यूझियममधली चीज फुटली? कसा फुटला?'

'मी फोडला तो.'

'कसा?'

'मी तो इथून शाफ्टमधून खाली टाकून दिला. खाली काँक्रीटची जमीन आहे.'

'तू वेडीबिडीच आहेस का काय? का केलंस तसं?'

'तो दुसऱ्या कुणाच्याही नजरेस कधी पडू नये म्हणून.'

'डॉमिनिक!'

तिने मान झटकली. जणू विषय उडवून लावला. तिच्या केसांची लहर पाऱ्यासारखी गदगदली. ती म्हणाली, 'आय ॲम सॉरी, डार्लिंग, तुला धक्का द्यावा असा काही हेतू नव्हता माझा. पण मला वाटलं मी हे तुला सांगू शकेन, कारण, तू एक असा आहेस- की ज्याला कसलाही फारसा धक्का बसत नाही. मी सांगायला नको होतं. जाऊ दे. काही उपयोग नाही म्हणू आपण.'

ती हलकेच उडी मारत टेबलावरून उतरली.

'चल, जा घरी आता, आल्वा.' ती म्हणाली, 'उशीर झालाय. मीही दमलेय. उद्या भेटू.'

□ □ □

गाय फ्रँकनने त्याच्या लेकीचे लेख वाचले. तिने डिनरमधे आणि नंतर सभेमधे केलेल्या भाषणांबद्दल ऐकलं. त्याला त्यातलं फारसं काही कळलं नाही, पण एवढं समजलं की आपल्या मुलीकडून हीच अपेक्षा होती. त्याच्या मनाला तिचा विचार खात असायचा. तिच्याबद्दल विचार करताना तो चक्रावूनच जायचा. घाबरून जायचा. त्याने स्वतःला प्रश्नही केला... आपल्याला आपल्या लेकीचा द्वेष वाटतो?

पण एक चित्र त्याच्या डोळ्यासमोर राहून राहून यायचं. अचानकपणे. हा प्रश्न मनात येताच ते चित्र ही मनःपटलावर सर्र्कन सरकून जायचं. ते तिच्या बालपणातलं एक स्मृतिचित्र होतं. त्याच्या कनेक्टिकटच्या जवळील शेतावरच्या घरात घालवलेल्या एका उन्हाळ्याच्या सुटीतली स्मृती. त्या

दिवशी बाकी काय झालेलं, घडलेलं ते त्याला आठवत नव्हतं. त्या एका क्षणाकडे त्याचं लक्ष कसं एकवटलं, त्याला आठवत नव्हतं. पण एवढंच आठवत होतं की, तो घराच्या गच्चीवर उभा होता. खाली पहात असताना त्याला ती दिसली. हिरवळीच्या टोकाशी झुडपांच्या हिरव्या कुंपणावरून पलिकडे झेपावून उडी मारण्याच्या प्रयत्नात होती ती. ते कुंपण तिच्या लहानशा शरीराच्या मानाने खूपच उंच होतं. तो विचार करत होता, की हिला शक्यच नाही होणार ते... आणि त्याच क्षणाच्या अवकाशात तिने त्या हिरव्या भिंतीवरून पलिकडे झेप टाकली. त्या झेपेची सुरुवात त्याला आठवत नव्हती, तिने पावलं टेकली कशी तेही आठवत नव्हतं. पण अजूनही त्याला स्पष्ट दिसत होती ती- चित्रपटाची एक चौकट कापून चिकटवल्यासारखं ते चित्र त्याच्या मनात घट्ट रुतून राहिलेलं. अक्षुण्ण. त्या एका निमिषात तिचं शरीर अवकाशात अधांतरी तरंगलेलं, तिचे लांबसडक पाय विरुद्ध बाजूंना पसरलेले, दंड उंचावून ताणलेले, हात हवेला ढकलत असल्यासारखे, तिचा पांढरा ड्रेस आणि सोनेरी केस क्षणभरच वाऱ्यावर पसरलेले... एकच क्षण... त्या लहानशा शरीरातून झालेल्या विमुक्ततेच्या छोट्याशा विस्फोटाचा तो साक्षीदार होता. आयुष्यात एकदाच.

हा एक क्षण त्याच्यासोबत का राहिला त्यालाही कधी कळलं नाही. त्या क्षणाचं काय महत्त्व होतं... त्या वेळी कळलं नव्हतं... पण काळाच्या ओघात इतक्या गोष्टी लोपून गेल्या, तरी ही एक आठवण राहिली होती. आपल्या मुलीचा संताप संताप येई तेव्हा तेव्हा त्याला नकळत हीच एक आठवण होत रहायची... का... आणि ते चित्र मनात उभं राहिलं की त्याचं मन नकळत हळुवार होऊन जायचं. का... तो स्वतःला सांगत रहायचा, काही नाही, पितृत्वाची स्वाभाविक वत्सलता असतेच शेवटी- माझ्या मनाविरुद्ध माझं पितृवात्सल्य उफाळून येत दुसरं काय... पण कितीही नाकबूल केलं तरी त्याला वाटत रहायचं, तिला मदत करायला हवी... कशासाठी मदत... कशात मदत ते त्याला स्पष्ट होत नव्हतं. पण ती भावना मात्र दृढ होत होती. तिला कशाच्या तरी विरोधात मदत करायला हवी होती असं त्याला अंधुकअंधुक वाटत रहायचं.

मग तो त्यासाठी पीटर कीटींगकडे आशेने पाहू लागला. त्याने मनाशी मान्य न केलेलं उत्तर तो हळुहळू पचवू लागला. पीटर कीटींगच्या सहवासात त्याला आश्वस्त वाटू लागलं. त्याला वाटू लागलं, कीटींगचा साधेपणा, निरोगी भाव आपल्या मुलीच्या कुजकटपणावरचा उतारा ठरू शकतो.

डॉमिनिकला भेटण्याचे कित्येक प्रयत्न अयशस्वी ठरल्याचं कीटींगने कुणाकडेही मान्य केलं नव्हतं. त्याने तिचा टेलिफोन नंबर गाय फ्रँकनकडून मिळवलेला, आणि त्याने बरेचदा तिला फोन केलाही. तिने फोन घेतलेला, ती छान हसून बोललीही होती, आणि नक्की भेटू या म्हणालेली. म्हणालेली, 'मला सुटका थोडीच आहे- भेटावं तर लागेलच, पण आत्ता मी खूप कामात आहे- येते काही आठवडे वेळच नाहीये. पुढच्या महिन्यात एक तारखेलाच फोन कराल?'

फ्रँकनला अंदाज आलाच. त्याने कीटींगला स्वतःहून सांगितलं, की मी डॉमिनिकला लंचचं आमंत्रण देतो आणि तुमची भेट घडवून आणतो. मग तो म्हणाला, 'म्हणजे विचारेन मी, पण कदाचित् ती नाहीसुद्धा म्हणेल.'

डॉमिनिकने आश्चर्याचा धक्काच दिला त्याला. काहीही आढेवेढे न घेता ती एकदम आनंदाने हो म्हणाली.

ती त्यांना थेट रेस्तराँमधेच भेटली. छान हसत होती ती, जणू काही खूप काळ वाट पाहिल्यानंतरची ही पुनर्भेट तिला हवीशी वाटत होती. ती मजेत बडबड करत होती, कीटींगचं भान हरपलं होतं जणू. त्याला वाटलं आपण उगीच हिला घाबरत होतो.

असा अर्धा तास घालवल्यावर ती फ्रँकनला म्हणाली, 'मला भेटायला एवढा वेळ काढलात

आज तुम्ही, बाबा, खूप छान वाटलं. सध्या तर तुम्ही खूपच कामात आहात ना.'

फ्रँकनचा चेहऱ्यावर अचानक काळजीचे भाव उमटले. 'माय गॉड, डॉमिनिक, बघ विसरलोच होतो!'

'का कुणाची अपॉइंटमेन्ट होती वाटतं?' तिने मृदु स्वरात विचारलं.

'काय रे देवा! कसा विसरलो- पूर्ण विसरलो. अँड्रू कोल्सनने आज सकाळी फोन केलेला. लिहून ठेवायला विसरलो. दोन वाजता भेटायलाच पाहिजे म्हणालेला तो... तुला माहीते कसं असतं हे. अँड्रू कोल्सनला नाही तर म्हणू शकत नाही... मरो. आजच कशाला अडमडला कोण जाणे...' मग त्याने काहीशा संशयाने विचारलं, 'तुला कसं कळलं, अपॉइंटमेन्ट असेल असं?'

'का? मला कसं कळेल? काळजी करू नका, बाबा, मी आणि मि. कीटींग तुम्हाला काहीही म्हणणार नाही. आम्ही छान जेवू-बिवू... काळजी नको. आणि मला आज दिवसभरात दुसरं काहीही काम नाहीये, त्यामुळे मी यांच्यापासून स्वतःची सुटका करून घेऊन नाहीयी होईन याची काळजी करूच नका.'

फ्रँकनला थोडी शंकाच आली. तिला आणि कीटींगला एकान्तात सोडण्यासाठी आपण आधीपासूनच ही सबब द्यायची तयारी केली होती हे हिला कळलं की काय. त्याला खात्री वाटेना, ती त्याच्याकडे सरळच -जरा रोखूनच पहात होती. तिथून पळ काढायला त्याला बरंच वाटलं.

डॉमिनिक कीटींगकडे वळली. तिच्या नजरेत इतकं मार्दव होतं की त्याच्या मागे तुच्छतेव्यतिरिक्त कोणतंही दुसरं कारण असूच शकत नव्हतं.

'हं, आता आपण आरामात बसू या.' ती म्हणाली, 'बाबा कशाच्या मागे आहेत ते आपणा दोघांनाही कळतंय, त्यामुळे ठीक आहे. तू काही वाटून घेऊ नकोस उगीच. मलाही काही वाटत नाही. एक बरंय की बाबा तुझ्या ऐकण्यात आहेत, लगाम तुझ्या हाती आहे. पण तो लगाम ओढत नेण्याने तुला फार काही मदत होणार नाही हे मला माहीत आहे. त्यामुळे आपण ते विसरून जाऊ आणि जेवून घेऊ.'

तिथून तत्क्षणी उठून चालतं व्हावं अशी त्याला इच्छा झाली. पण आपण तसं करणार नाही हेही त्याला पुरेपूर माहीत होतं. त्याच्या मनात असाहाय्य संताप दाटला.

ती म्हणाली, 'कपाळाला आठ्या घालू नकोस, पीटर. तू ही मला डॉमिनिक म्हण आता. कारण पुढेमागे म्हणूच तसं, नाही का?... आता बरेचदा भेटेन मी तुला. बऱ्याच लोकांना भेटत असते मी. तुला भेटत राहिल्याने बाबांना बरं वाटणार असेल तर- चालतंय की.'

जेवताना ती त्याच्याशी एखाद्या जुन्या मित्राशी गप्पा माराव्यात तशी गप्पा मारत होती. मजेत, मोकळेपणाने. जरा जास्तच खुलेपणाने - आपल्याकडे लपवण्यासारखं काहीच नाही हे दर्शवतानाच आणखी खोलात शिरू नये हा इशाराही त्यातून प्रतीत होत होता. तिच्या वागण्याबोलण्यातून सांडणारी दयाबुद्धी इतकी स्पष्ट होती की या नात्याचं काही भविष्य असणार नाही हे स्पष्ट होत होतं. शत्रुत्वाने वागण्याची गरजच नव्हती. ती आपल्याला प्रचंड नकोशी वाटते आहे हे त्याला स्पष्ट कळलं. पण तो तिच्या ओठांच्या हालचालीकडे पहात राहिला. एकावर एक पाय ठेवून बसण्याच्या सुंदर, डौलदार हालचालीकडे पहात राहिला. एखादं महागडं यंत्र नीट मिटून ठेवावं तशी तिची प्रत्येक हालचाल होती. तिला पहिल्यांदा पाहिलं तेव्हा मनात उमटलेलं तेच अजब कौतुक पुन्हा एकदा त्याला वाटत होतं. ते निघाले तेव्हा ती म्हणाली, 'आज मला थिएटरला घेऊन चलशील, पीटर? कुठलंही नाटक असू देत, चालेल. मला डिनरनंतर फोन कर. बाबांना सांग तसं, त्यांना आनंद होईल.'

'अर्थातच मला मात्र याचा आनंद होण्याचं कारण नाही, एवढं मला समजायला हवं. तरीही- मला आनंद वाटतोय, डॉमिनिक.'

'असं तुला कशाला समजायला हवं?'

'कारण तुला थिएटरला जाण्याचीही इच्छा नाहीये आणि रात्री मला भेटण्याचीही इच्छा नाहीये.'

'नाहीये, हे खरंय. आता तू मला थोडाथोडा आवडू लागला आहेस, पीटर. साडेआठ वाजता मला फोन कर.'

कीटींग ऑफिसात परतताच फ्रँकनने त्याला लागलीच वर बोलावून घेतलं.

'वेल?' फ्रँकनने जरा काळजीनेच विचारलं.

'काय झालं काय, गाय?' कीटींगचा स्वर अगदी निष्पाप होता. 'एवढी कसली काळजी वाटतेय तुला?'

'नाही... म्हणजे मला फक्त... अगदी खरं सांगतो- तुमचं दोघांचं पटू शकतं का एवढंच पहायचंय मला. तुझा तिच्यावर काहीतरी चांगला प्रभाव पडावा अशी आशा आहे मला. काय झालं?'

'काही झालं नाही. मजेत वेळ गेला. तुझी रेस्तराँची निवड चांगलीच असते म्हणा, त्यामुळे जेवण चांगलं होतंच. आणि हो आज रात्री तुझ्या लेकीला मी नाटकाला घेऊन जातोय.'

'छट्!'

'का? खरंच.'

'हे कसं काय जमवलंस तू?'

कीटींगने खांदे उडवले. 'मी तुला मागेच म्हटलेलं. डॉमिनिकला घाबरण्याचं काहीच कारण नाही.'

'मी घाबरत नाही रे... पण- ओः 'डॉमिनिक' म्हणण्यापर्यंत प्रगती झाली? अभिनंदन, पीटर.- नाही मी घाबरत नाही, फक्त मला ना तिचं काही कळत नाही. तिच्यापर्यंत कुणी पोहोचणंच मुश्किल असतं. तिला कधी मैत्रिणी नव्हत्याच. किंडरगार्टनपासून- कधीच नाही. तिच्याभोवती गर्दी असते पण मित्र नसतात. मला कळत नाही काय विचार करायचा. आताही- एकटीच रहाते. भोवतीने सतत पुरुष असतात आणि...'

'काय हे, गाय, तू स्वतःच्या मुलीबद्दल असा काहीतरी विचारसुद्धा मनात आणता कामा नये.'

'नाही नाही. तसं काही मला मुळीच वाटत नाही. तेच तर आहे ना... तसा विचार करू शकलो असतो तरी म्हटलं असतं- भले. पण ती आता चोवीस वर्षांची झाली आणि अजूनही कौमार्य अबाधित आहे तिचं. मला माहीत आहे- मला कळतं. एखाद्या बाईकडे पाहून आपण सांगू शकतो ना? मी काही नैतिकतावादी नाही, पीटर- आणि हे म्हणजे जरा विचित्रच आहे. तिच्या वयात हे अनैसर्गिक नाही कां... ती दिसते किती सुंदर... तिच्या वागण्यारहाण्यावर कसलीही बंधनं नाहीत- तरीही... तिने लग्न केलं तर बरं- देवाकडे प्रार्थना करतो मी- खरंच. वेल- हे बघ हे काही बोलू नकोस हां तिला- आणि अर्थही काढू नकोस भलताच- मी काही तुला आमंत्रण देतोय असं नाही.'

'अर्थात् नाही.'

'आणि हो, पीटर. हॉस्पिटलमधून फोन होता- ल्यूशियस आता बराच बरा आहे म्हणाले ते. वाचला म्हणायचा.' ल्यूशियस हेयरला स्ट्रोक आलेला. पीटर कीटींगने त्याच्या प्रकृतीची बरीच काळजी दाखवलेली, पण हॉस्पिटलमधे भेटायला मात्र गेला नव्हता तो.

'अरे वा... बरं झालं ना...' कीटींग म्हणाला.

'पण तो कामावर कधी येऊ शकेल असं वाटत नाही... आता वयही झालं त्याचं, पीटर. बुढ्ढा

झाला तो. शेवटी एक वेळ येतेच ना... किती काळ ओझी वहायची... धंदा, उद्योग, व्यवसाय.' हातात पेपरनाइफ धरून तो डेस्कवरच्या कॅलेंडरवर ताल धरत राहिला, 'सगळ्यांचं तेच होतं शेवटी, पीटर, आज नाही- उद्या... पुढे नजर ठेवून काम करीत रहायचं...'

□ □ □

कीटींग त्याच्या घराच्या दिवाणखान्यात जमिनीवरच बसला होता. फायरप्लेसमधे खोटेखोटे ओंडके धगधगलेले दिसत होते. गुडघ्यांवर हात ठेवून तो आईच्या प्रश्नांना उत्तर देत होता.- डॉमिनिक कशी दिसते, कसले कपडे घालते, ती तुला काय म्हणाली, तिच्या आईने तिला नेमका किती पैसा ठेवला मागे वगैरे.

तो आजकाल डॉमिनिकला अनेकदा भेटत होता. आजही तो तिच्याबरोबर चारदोन नाइटक्लब्जची वारी करून परतलेला. त्याचं निमंत्रण आजकाल ती नेहमीच स्वीकारत होती. हे बरं की वाईट याबद्दल त्याच्या मनात शंकाच होती. त्याला भेटायला नकार देऊन त्याचं महत्त्व वाढवण्यापेक्षा त्याला भेटून त्याच्याकडे आपण दुर्लक्ष करू शकतो असं दाखवणं तर तिला अभिप्रेत नसेल... पण तरीही दरवेळी तिला भेटल्यांनंतर त्याला पुढल्या भेटीची घाई सुटायची. तो तशी तजवीजही करू लागायचा. गेल्या महिन्याभरात तो कॅथरीनला भेटला नव्हता. तीही तिच्या अंकलच्या व्याख्यानमालेसाठी कसल्याशा संशोधनात्मक कामात गुंतलेली.

मिसेस कीटींग एका दिव्याखाली बसून पीटरच्या डिनर जॅकेटच्या लायनिंगला थोडं रफू करत होत्या. दोन प्रश्नांमधे मधूनच त्याला चांगले कपडे घालून जमिनीवर बसल्याबद्दल ओरडत होत्या. तो तिच्या रागावण्याकडेही लक्ष देत नव्हता आणि प्रश्नांकडेही. पण त्याच्या वैतागलेल्या, कंटाळलेल्या मुद्रेतही एक प्रकारचा सुटकेचा भाव होता. जणू तिचे शब्द त्याला पुढे जायला समर्थन पुरवत होते. तो फार वेळा उत्तर देत नव्हता.

'हं... नाही... मला माहीत नाही... हो हो. छानच दिसते ती... खूप छान दिसते. बराच उशीर झालाय, आई. दमलोय मी. चल, मी झोपतो आता...'

दारावरची घंटी वाजली.

'या वेळी कोणाचं काय झालं आता?' मिसेस कीटींग म्हणाल्या.

कीटींगने धडपडत उठून दार उघडलं. समोर कॅथरीन होती. एक जाडजूड पॉकेटबुक हातात धरून ती उभी होती. काहीतरी मनात ठरवून आलेली दिसत होती पण अवघडलेली. ती थोडी मागे सरकत म्हणाली, 'गुड इव्हनिंग, पीटर, आत येऊ? तुझ्याशी बोलायचंय.'

'केटी! अर्थात् आत ये. किती छान केलंस आलीस ते. ये आत ये. आई, केटी आलीये.'

मिसेस कीटींग तिच्या पायांकडे पहात होत्या. तिची पावलं डोलणाऱ्या होडीत उभं राहिलेल्या माणसासारखी धडपडत तोल सावरत होती. तिने आपल्या लेकाकडे पाहिलं. तिला एक नक्की कळलं, काहीतरी खूप महत्त्वाचं घडलेलं, सावधपणे हाताळायला हवं...

'गुड इव्हनिंग, कॅथरीन.' ती मृदू स्वरात बोलली.

तिला पहाताच कीटींगच्या मनात आनंदाची तीव्र कळ उठली होती. तेवढंच एक भान उरलं होतं त्याला. त्या आनंदातूनच त्याला कळलं- काहीही बदललेलं नव्हतं. तो सुरक्षित होता. निश्चिंत. तिच्या असण्याने सारे प्रश्न, साऱ्या कुशंकांचं मळभ दूर सरलं होतं. ती पहिल्यांदाच अशी इथे आली आहे, न बोलावता आली आहे, इतका उशीर झाला आहे वगैरे प्रश्न त्याला जाणवलेही नाहीत.

'गुड इव्हनिंग, मिसेस कीटींग.' ती म्हणाली. तिचा आवाज स्पष्ट, खणखणीत होता, पण

काहीसा पोकळ. 'मी तुम्हाला त्रास तर देत नाहीये ना... बराच उशीर झालाय नं...'

'अगं बेटा, त्यात काय झालं. एवढं काही नाही.' मिसेस कीटींग म्हणाल्या.

कॅथरीन अर्थाचं भान सुटून गेल्यासारखी बोलत सुटली.

'मी... मी हॅट काढून ठेवू का... कुठे ठेवू ही, मिसेस कीटींग? इथे टेबलवर? चालेल का? नको, नाहीतर या कपाटावर ठेवते... जरा ओलसर झालीय ती रस्त्यात. माझी हॅट. हो- ओलसर आहे जरा... वार्निश खराब व्हायचं उगीच. छान कपाट आहे हे... खराब नाही ना व्हायचं ते...'

'काय झालं काय, केटी?' कीटींगने विचारलं. काहीतरी बिनसलंय हे अखेर त्याच्या लक्षात आलं.

तिने त्याच्याकडे पाहिलं तेव्हा तिच्या डोळ्यात भय उतरलेलं. तिचे ओठ विलग झाले, ती हसायचा प्रयत्न करीत होती.

'केटी!' तो हबकून उद्गारला. ती काहीच बोलली नाही. 'कोट काढ तुझा. इकडे ये, इथे जरा उबेला बस बरं.'

त्याने एक छोटंसं स्टूल फायरप्लेसच्या जवळ मांडलं आणि तिला त्यावर बसवलं. तिने काळा स्वेटर आणि एक जुना काळा स्कर्ट घातलेला. घरात घातलेले शाळकरी कपडे तिने बाहेर निघताना बदलले नव्हते. ती पोक काढून, गुडघे जवळ घेऊन आकसून बसून राहिली. मग ती बोलली तेव्हा तिचा स्वर बदललेला. खालच्या आवाजात, बरीच सहजपणे बोलली ती. स्वरात प्रथमच दुःखाला वाट मिळालेली.

'तुझी जागा किती छान आहे... छान उबदार आणि मोकळी मोकळी. तुला हवं तेव्हा खिडक्या उघडू शकतोस तू?'

'केटी, डार्लिंग,' तो हळुवारपणे म्हणाला, 'काय झालं सांगशील?'

'काहीच नाही. काही घडलं असं नाहीच... पण मला आज तुझ्याशी बोलायलाच हवं होतं. आज रात्रीच. आत्ताच.'

त्याने मिसेस कीटींगकडे पाहिलं, 'तुला हवं तर...'

'नाही नाही. नको. मिसेस कीटींगना ऐकू देत. त्यांनी ऐकलं तर बरंच होईल एका परीने.' ती त्यांच्याकडे वळून अगदी सहजपणे बोलली, 'असंय ना, मिसेस कीटींग, मी आणि पीटर- आम्ही लग्न करायचं ठरवलंय.' ती पुन्हा पीटरकडे वळून बोलली तेव्हा तिचा आवाज किंचित फाटला, 'पीटर, मला लग्न करायचंय. आत्ता, उद्या, लवकरात लवकर.'

मिसेस कीटींगचा हात सावकाश स्वतःच्या मांडीवर विसावला. त्या कॅथरीनकडे पहात होती. त्यांच्या डोळ्यांत कोणतेही भाव नव्हते. त्या इतक्या शांतपणे, आब राखून बोलू लागल्या की, एवढी प्रगल्भ प्रतिक्रिया कीटींगने तिच्याकडून अपेक्षिली नव्हती, 'मला माहीत नव्हतं. मला खूप आनंद वाटला, माय डियर.'

'तुमची हरकत नाही? तुमची खरंच काही हरकत नाही.' कॅथरीनने आवेगाने विचारलं.

'असं काय म्हणतेस, बेटा, या गोष्टीचा निर्णय केवळ तुमचा दोघांचाच असणार.'

'केटी!' त्याने कसाबसा आवाजावर ताबा मिळवला, 'काय झालं काय? लवकरात लवकर कशासाठी?'

'ओः! ओः- असं वाटू शकेल कुणाला की मी असं का बोलतेय... म्हणजे मुली जशा अडचणीत येतात तसं काही... ओः नो...' ती लाजेने लालेलाल झाली, 'ओः माय गॉड! नाही नाही... तसं काहीच नाही... तसं नाही हे तुला माहीत आहे... ओः तुला असं तर नाही ना वाटलं, पीटर, की मी... की मी...'

'नाही. नाही. तसं काहीही मला वाटलेलं नाही.' तो तिच्या शेजारी बसत हसायलाच लागला. तिच्या शरीराच्या जुडीभोवती हात लपेटत तो म्हणाला, 'चल, सावर बरं स्वतःला. काय झालंय काय? तुला हवं तर मी तुझ्याशी आत्ता लग्न करू शकतो- पण आधी काय झालं ते तर सांग.'

'काही नाही... मी ठीक आहे आता. मी सांगते... तुला वाटेल मी खुळी आहे. मला नं... मला अचानक वाटलं की मी कधीच तुझ्याशी लग्न करू शकणार नाही. माझं काहीतरी भीषणच होत चाललंय... मला सुटका करून घ्यायला हवी त्यापासून असं वाटू लागलं मला.'

'नेमकं काय झालं सांग.'

'माहीत नाही. काहीच झालं नाही तसं पाहिलं तर... मी माझ्या कामात गर्क होते दिवसभर. नोट्स् काढत होते. कुणाचे फोन नव्हते, कुणी भेटायला आलं नव्हतं. आणि अचानक काळोख पडल्यानंतर मला हे असं सगळं वाटू लागलं. दुःस्वप्नच. इतकी भीती वाटायला लागली मला अचानक... सांगू शकत नाही शब्दांत. नाही... अशी साधीसुधी भीती नव्हती ती. मी कसल्यातरी भयंकर संकटात सापडून मरणारच अशी खात्री वाटत होती मला. काहीतरी माझ्यावर चाल करून येतंय आणि त्याच्या विळख्यातून मी सुटू शकणार नाही... कारण ते मला सुटू देणार नाही आपल्या तावडीतून... खूप उशीर झालाय सुटका करून घ्यायला... असं काहीसं होतं ते... '

'कशाच्या विळख्यातून?'

'ते मला कुठे कळत होतं... सगळंच. माझं जगणंच... मऊशार, अगदी सहज... वाळूत घसरत रुतत जात होतं जणू.. असं काही होईल असा संशयसुद्धा येणार नाही कुणाला अशी सपाट वाळू... सहज चालत जावं आणि लक्षात येईपर्यंत उशीरच झालेला असतो. मला वाटत राहिलं मी पण अशीच त्यात नाहीयी होणार... आणि माझं तुझं लग्न कधी होणारच नाही. आत्ताच मला तिथून पळ काढायला हवा... आत्ता नाही तर कधीच नाही... तुला नाही असं वाटलं कधी? अशी भीती... अकारण, असीम भीती... काही थांगच लागत नाही अशी भीती तुला वाटलीये कधी?'

'हं...' तो पुटपुटला.

'मला खूळ लागलंय असं नाही ना वाटत तुला?'

'नाही, केटी. पण याची सुरुवात कुठून झाली... काही विशेष घडलं होतं?'

'शीः... आता विचार केला तर हसूच येत मला...' ती वरमून हसली, 'काय झालं माहीते... मी माझ्या खोलीत बसले होते. जरा गारवा होता म्हणून मी खिडकी उघडली नव्हती. भोवतीने कागदांचा, पुस्तकांचा एवढा पसारा पडलेला की मला लिहायलासुद्धा टेबलवर जागा उरली नव्हती. मी लिहायला सुरुवात केली की कोपराच्या धक्क्याने काही ना काहीतरी खाली पडायचं. जमिनीवरसुद्धा सगळा खच पडलेला कागदांचा. कागदच कागद. त्यांची फडफड होत होती. खोलीचं दार अर्धवट उघडं होतं. त्यातून वाऱ्याची झुळूक येत असावी. अंकलसुद्धा दिवाणखान्यात बसून काम करत होते. माझं काम एकदम व्यवस्थित चाललं होतं. बराच वेळ काम करत बसले होते मी. किती वाजले त्याचाही पत्ता नव्हता. आणि अचानक मी घाबरले. का कोण जाणे... कदाचित् त्या खोलीत कोंडल्यासारखं वाटलं असेल मला... किंवा त्या शांततेचा परिणाम असेल. कसलाच आवाज नव्हता आसपास... दिवाणखान्यात... सगळं शांत- फक्त तो कागद फडफडत होता... तोही इतका हलकेच की जणू कुणाच्या तरी अखेरच्या घरघरीचा श्वास असावा. दिवाणखान्यात अंकलही दिसेनात. पण भिंतीवर एक सावली दिसली मला. त्यांचीच सावली. पोक काढून बसलेली... हालचाल न करणारी... पण केवढी प्रचंड वाटली ती मला!' ती शहारली. आता पुन्हा तिला तिची भीती खरी वाटत होती. ती कुजबुजत म्हणाली, 'तेव्हाच माझ्या अंगावर आलं सगळं. ती सावली- हलतच नव्हती. पण मला

वाटून गेलं... हे सगळे कागद हलतायत. सावकाश सावकाश जमिनीवरून उठत माझ्याभोवती फेर धरून माझ्या गळ्यापाशीच येतायत. मी त्यांच्यात बुडून जाईन की काय... आणि मी किंकाळी फोडली... आणि पीटर, त्यांना ती ऐकूसुद्धा आली नाही. ऐकलंच नाही त्यांनी... कारण ती सावली हललीसुद्धा नाही. मग मी हॅट उचलली, कोट घातला आणि पळत सुटले. मी दिवाणखान्यातून धावत गेले तेव्हा मला वाटतं ते म्हणाले काहीतरी... की कॅथरीन, काय झालं, कुठे निघालीस, वाजलेत किती... असंच काहीतरी. पण मी मागे वळूनच पाहिलं नाही. उत्तरही दिलं नाही. मला त्यांची भीती वाटत होती. अंकल एल्सवर्थची भीती! त्यांनी कधी एक शब्द मला उणादुणा बोललेला नाही अख्ख्या आयुष्यात! बस्स... इतकंच झालं, पीटर... मला काही कळत नाही, पण मला भीती वाटतेय. आता एवढी नाही, तुझ्याबरोबर असताना नाही... पण मला भीती वाटतेय...'

मिसेस कीटींग बोलू लागल्या. त्यांचा आवाज रुक्ष होता आणि कडक. 'सरळ आहे. तुला जे झालं ते कशामुळे झालं ते अगदी सरळ आहे, डियर, तू क्षमतेपेक्षा खूप जास्त काम अंगावर घेतलंस आणि जरा अतीच केलंस. त्यातून थोडासा उन्माद झाला असणार आणिक काही नाही.'

'हं... शक्यय.'

'नाही,' कीटींग बद्ध स्वरात म्हणाला, 'नाही, ते तेवढंच नाही.' त्याला संपाच्या त्या सभेच्या वेळी त्या लॉबीत घुमणारा, लाउडस्पीकरवरून येणारा आवाज आठवत होता. मग त्याने घाईघाईने म्हटलं, 'हो. आईचं बरोबरच आहे. तू ना अती कामाने स्वतःचं मरण ओढवून घेते आहेस, केटी. तुझा तो अंकल... एखाद दिवस त्याची मान मुरगाळून टाकीन बघ मी.'

'ओः, पण त्यांची काहीच चूक नाहीये. मी काम करावं हे त्यांनाच पसंत नाहीये. कितीतरी वेळा ते माझ्या हातातून पुस्तकं खेचून घेतात आणि मला सिनेमा वगैरे तरी बघायला जा म्हणून सांगतात. ते स्वतःच म्हणाले की मी अतीच काम करते म्हणून. पण मला आवडतं ते काम. मी काढलेली प्रत्येक नोट, सगळी माहिती... शेकडो मुलांपर्यंत पोहोचतेय. देशभरातल्या हजारो मुलांपर्यंत. म्हणजे त्यांच्या शिक्षणासाठीच मी काम करतेय ना- मी. माझा छोटासा वाटा उचलतेय मी एवढ्या मोठ्या कार्यात. मला खूप अभिमान वाटतो आणि मला थांबावसंही वाटत नाही. कळतंय का तुला? खरं म्हणजे मला तक्रारीला जागाच नाही. आणि मग... मग... आज रात्रीसारखं काहीतरी... मला कळत नाही मला काय झालंय, काय होतंय.'

'हे बघ, केटी, आपण उद्याच जाऊन लायसन्ससाठी अर्ज करू. आणि मग लग्न करून टाकू. कुठेही, तू म्हणशील तिथे.'

'हो पीटर,' ती कुजबुजली, 'तुझी खरंच हरकत नाही? तसं खरं काही कारण नाही... पण मला खरंच मनापासून हे हवंय. किती वाट पहातेय मी... मग मला कळेल की सगळं काही ठीक आहे. आपण निभावून नेऊ. मी नोकरी करेन हवं तर... म्हणजे तुझी अजून तेवढी तयारी नसेल तर किंवा...'

'ओः, वेडी कुठली. अजिबात बोलूही नकोस तसलं काही. आपलं व्यवस्थित चालेल. काहीही बिघडत नाहीये. एकदा लग्न करू आणि मग बाकीचं सारंकाही व्यवस्थितच होईल.'

'डार्लिंग, तू समजू शकतोस... तुला कळतंय सारं...'

'होय, केटी...'

'चला, मग ठरलं आता सगळं,' मिसेस कीटींग म्हणाल्या, 'मी तुझ्यासाठी गरम चहा आणते हं, कॅथरीन. घरी जाण्याआधी तुला गरज आहे चहाची.' त्यांनी चहा केला आणि कॅथरीनने तो अगदी कृतज्ञ भावे घेतला. मग ती हसून म्हणाली, 'मला नेहमी भीती वाटायची, मिसेस कीटींग, की

तुम्हाला हे पसंत पडणार नाही म्हणून.'

'कशावरून ठरवलंस असं...' मिसेस कीटींग रेकून म्हणाल्या. त्यांच्या स्वरात प्रश्नार्थ नव्हता. 'चल आता घरी जा बरं शहाण्या मुलीसारखी... आणि छान झोप काढ.'

'आई, आजच्या दिवस केटीला इथेच राहू देत ना. ती तुझ्याबरोबर झोपेल.'

'वेल, पीटर, हे काय वेड्यासारखं? तिचे अंकल काय म्हणतील?'

'हो हो... नाही- अगदी बरोबर. मी ठीक आहे आता, पीटर. मी घरीच जाते.'

'बघ हं... तुला-'

'नाही. आता गेली माझी भीती. खरंच. मी अगदी ठीक आहे. आणि मला अंकल एल्सवर्थची भीती वाटत नाही. खरंच नाही, मनातून काढून टाक ते.'

'वेल, ठीके. पण थांब अजून जरा.'

'पीटर, काय हे. आता अजून किती उशीरपर्यंत तिने घराबाहेर वेळ काढायचा? जाऊ दे आता तिला.'

'मी सोडून येतो तिला.'

'नको, पीटर, केला तेवढा वेडपटपणा पुरे झाला माझा. नको. खरंच नको येऊस. मी जाईन.'

दारात गेल्यानंतर त्याने तिचं चुंबन घेतलं आणि तिला सांगितलं, 'मी उद्या दहा वाजता येतो तुझ्याकडे. आपण जाऊन लायसन्सचा अर्ज करून टाकू.'

'होय, पीटर.' ती अस्फुट उत्तरली.

ती गेल्यानंतर दार लावून घेऊन तो क्षणभर तसाच उभा राहिला. त्याच्या मुठी आवळल्या गेल्या आहेत हे त्याच्या लक्षातही आलं नव्हतं. मग तो तसाच दिवाणखान्यात गेला. हात खिशात खुपसून आईला सामोरा उभा राहिला. त्याची नजर काहीतरी मूक मागणी करीत असल्यासारखी तिच्यावर खिळली. मिसेस कीटींग त्याच्याकडे शांतपणे पहात राहिल्या. त्यांनी ती नजर टाळली नाही आणि काही प्रतिसादही दिला नाही.

मग त्यांनी विचारलं, 'झोपायचंय की नाही तुला, पीटर?'

या वाक्याची अपेक्षाच नव्हती त्याला. ती संधी साधून तिथून ताबडतोब पळून जावं, वळून आपल्या खोलीत जावं असा मोह झाला त्याला. पण तिच्या मनात काय चाललेलं ते जाणून घेऊन स्वतःचं समर्थन तिच्याकडे करायला हवं असंही त्याला वाटत होतं.

'आई, हे बघ, मला आता याच्यात तू काहीही मोडता घातलेला नकोय.'

'मी काहीही मोडता घातलेला नाहीये.' मिसेस कीटींग म्हणाल्या.

'आई, तू हे समजून घे- माझं केटीवर प्रेम आहे. मला कोणीही थांबवू शकत नाही. इतकंच.'

'फारच छान, पीटर.'

'तुला ती का आवडत नाही मला कळत नाही...'

'मला काय नि कोण आवडतं नि नावडतं याचं तुला आता काही महत्त्व वाटायचं कारण नाही.'

'असं कसं, आई, आहेच ना... तुला माहीतीये... असं कसं बोलतेस तू?'

'पीटर, मला स्वतःसाठी काही आवड-निवड महत्त्वाची वाटत नाही. मी माझ्यासाठी असा काहीच विचार करत नाही... कारण जगात मला कशानेच काही फरक पडत नाही- फक्त तू... जरा जुन्या वळणाची आई आहे मी... आहे ते आहे. बदलायला हवं मला, मला कळतंय... कारण आजकाल मुलांना आवडत नाही आईने फार ढवळाढवळ केलेली. पण मी तरी काय करू...'

'ओः, आई, मला तसं काहीही वाटत नाही. मी तुला दुखवणार नाही कधी...'

‘तू नाही मला दुखवणार, पीटर... तू स्वतःला दुखवलंस की मी दुखवली जाईन आणि ते मला फारच कठीण होईल.’

‘मी कुठे स्वतःला दुखवून घेतोय?’

‘वेल, माझं ऐकून घ्यायला तयार असलास तर...’

‘मी कधी तुझं ऐकायला तयार नसतो? कधी नाही म्हटलंय मी?’

‘माझं मत ऐकायचं असेल तर- मग मी म्हणेन, मी गेली एकोणतीस वर्षं जे आयुष्य काढलं, तुझ्याबद्दल ज्या आशा बाळगल्या... त्या सगळ्याची अखेरच होईल आता.’

‘पण का? का?’

‘मला कॅथरीन आवडत नाही असं नाहीये, पीटर. मला खूप आवडते ती. छान, चांगली मुलगी आहे, मधेच कधीतरी अशी डोक्यात खूळ भरल्यासारखी, काहीतरी बागुलबोवा उभी करत सुटली नाही तर- चांगली आहे ती तशी. चांगल्या घरातली मुलगी आहे. कुणाही चांगल्या नोकरदार, कष्टाळू मुलाला चांगली बायको म्हणून शोभेल. पण तुला? पीटर, ती तुझी बायको म्हणून विचार करायचा! तुझी!’

‘पण...’

‘तू खूप साधा आहेस, पीटर, खूपच नम्र आहेस. हा तुझ्या स्वभावाचा दोष आहे. तू स्वतःची किंमत कमी करतोस. तू स्वतःला इतरांच्याच- सामान्यांच्याच रांगेत बसवतोस. हे चुकतं.’

‘असं काही नाही. आणि मला सामान्य समजण्याची चूक कुणालाही करू देत नाही मी!’

‘मग डोकं वापर! तुझ्या समोर किती मोठं काम आहे, संधी आहे ते कळत नाही तुला? इतक्या थोड्या वेळात तू केवढा मोठा पल्ला गाठला आहेस... आणि किती पल्ला गाठायचाय तुला कळत नाही? आर्किटेक्चरच्या व्यवसायात तू अगदी टॉपला नाही तरी निदान टॉपच्या बराच जवळ पोहोचू शकतोस. अशी चिन्ह आहेत... आणि...’

‘टॉपच्या जवळ? असा विचार करतेस का तू? हे बघ, मी माझ्या देशातला सर्वोत्तम- टॉपचा- आर्किटेक्ट म्हणून ओळखला जाणार नसेन ना... तर मग मला काहीच नको!’

‘आह... पण तिथं पोहोचणार कसा तू, पीटर? आहे त्या नोकरीवर पालथं पडून? कुठेही पोहोचायचं

तर कशाचा तरी त्याग करावा लागतो, पीटर.’

‘पण...’

‘आता तुझं आयुष्य असं वाटेल तसं उधळून देण्यासारखं राहिलेलं नाही, पीटर. जर काही महत्त्वाकांक्षा बाळगून असशील तर- मनाला येईल तसं वागायचं, हौस वाटली की पुरवायची असं करून चालणार नाही... सामान्य माणसं करू शकतात, कारण त्यांना कशानेच काही फरक पडत नसतो. तुला किंवा मला काय वाटतं ते महत्त्वाचं नाही, पीटर. तुझं करिअर महत्त्वाचं आहे. इतर लोकांचा आदर मिळवायचा, प्रतिष्ठा मिळवायची तर काही गोष्टीत स्वतःवर बंधनं घातली पाहिजेत, नकार द्यायला शिकलं पाहिजे.’

‘तुला केटी आवडत नाही आणि तू केवळ तुझा पूर्वग्रह...’

‘मला का नाही आवडणार ती? वेल, हां हे आहे, की मला जी मुलगी फालतू कारणावरून खुळचटासारखी आपल्या मित्राच्या घरी धावत येते आणि त्याला अपसेट करते, वर मागचा पुढचा काही विचार न करता त्याच्या भविष्याचा विचार न करता सारंकाही वाऱ्यावर उधळून द्यायला सांगते ती फार काही आवडू शकत नाही... असली बायको तुला काय मदत करणार ते सरळच आहे. पण

माझ्यापुरतं बोलायचं तर, जर तुला वाटत असेल की मला माझ्या पूर्वग्रहाचीच पडलीय, तर मग तू आंधळा झालायस एवढंच म्हणेन मी. तुला कळायला हवं, पीटर, माझ्या दृष्टीने ही बायको तू करणं मला सोयीचंच आहे. माझं नि तिचं चांगलं जमेल, ती माझ्याशी पुरेशा आदराने वागेल, सासूची आज्ञा पाळेल. आणि तिकडे, मिस फ्रँकन...'

त्याचं तोंड वाकडं झालं. हा विषय निघणार हे त्याला माहीतच होतं. हा मुद्दा ती काढेल याची त्याला भीती वाटतच होती.

'हो पीटर,' मिसेस कीटींग शांतपणे, ठाम स्वरात म्हणाल्या, 'हे आपल्याला बोलावंच लागेल. मला माहीत आहे, की मिस फ्रँकनना सांभाळून घेणं मला शक्यच होणार नाही. इतकी सुंदर, प्रतिष्ठित, सुसंस्कृत समाजात सतत वावरणारी मुलगी, माझ्यासारख्या जुनाट, अशिक्षित बाईला एक मिनिटही चालवून घेणार नाही. घरातून बाहेरच काढून लावेल ती मला, बहुतेक. होय, पीटर, खरं सांगतेय मी. पण लक्षात घे, मी यात माझा विचारच करत नाहीये.'

'आई,' तो कठोर आवाजात म्हणाला,'हे जे तू डॉमिनिकशी माझं लग्न होण्याचं बोलते आहेस ना, तो तद्दन मूर्खपणा आहे. ती महामाया, ती माझ्याकडे कधी परत पाहील की नाही याचीही खात्री नाही मला.'

'तुझी पकड सुटतेय, पीटर. एके काळी तुला हाती लागणार नाही असं काही आहे हे तू सहजासहजी मान्य केलं नसतंस.'

'पण मला ती नकोय, आई.'

'ओः. नकोय... नकोय का? झालं तर मग. तेच तर म्हणतेय मी. पहा जरा नीट. तुझ्या हातात फ्रँकन आहे. शहरातला सर्वोत्तम आर्किटेक्ट... अगदी पूर्णपणे तुझ्या कह्यात. तू पार्टनर व्हावास म्हणून तुझ्या जवळपास विनवण्याच करतोय. या वयात. तुझ्यापेक्षा वयाने, मानाने मोठ्या असणाऱ्या किती लोकांना बाजूला सारून त्याने तुझी निवड का केलीय, सांग बरं? माझ्या मुलीशी लग्न कर असं तोच तुला सांगतोय चक्क. आणि तू- तू उद्या त्याच्याकडे जाशील आणि तू लग्न करून आणलेल्या कुठल्या बिनचेहऱ्याच्या पोरीशी ओळख करून देशील. जरासा विचार कर. थोडा दुसऱ्याचा विचार कर. त्याला कसं वाटेल हे? त्याच्या मुलीचा प्रस्ताव धुडकावून तू कुठल्यातरी फडतूस पोरीला पसंत केलंस हे कळल्यानंतर त्याला काय वाटेल? विचार कर.'

'त्याला अजिबात आवडणार नाही हे.' कीटींग कुजबुजला.

'पैजच लाव- त्याला आवडणार नाही... आणि दुसरीही पैज लाव, तो तुला दुसऱ्या क्षणी रस्ता दाखवेल. तुझी जागा घ्यायला बरेच जण तय्यार असतील. कोण तो... बेनेट ना?'

'ओः नो!' कीटींगने इतका संतप्त फूत्कार टाकला की, आपला दगड बरोब्बर बसल्याच त्यांना कळलं. 'बेनेट नाही!'

'हो...' विजयाने त्या म्हणाल्या, 'बेनेट! तसंच होईल. फ्रँकन अँड बेनेट. आणि तू फिरशील नवीन नोकरी शोधत. पण बायको तर मिळालेली असेल. मनपसंत बायको मिळालेली असेल तुला... काय?'

'आई, प्लीज...' तो कसाबसा घुसमटत बोलला. आता आपण हवं तितकं, हवं ते, हवं तसं बोलू शकतो हे तिला कळून चुकलं. 'ही असली बायको असणार आहे तुझी. बावळट, अजागळ. हात कुठे ठेवायचे तेही कळत नाही नि पाय कसे ठेवायचे तेही समजत नाही. इतकी भित्रट कोकरासारखी मुलगी आहे ती... कधी कुठल्या महत्त्वाच्या प्रतिष्ठित माणसाशी गाठभेट व्हायची वेळ आली तर ही दूर कुठे पळून, लपून बसेल कळणार नाही. तू स्वतःला फार काही समजतोस? उगीच कशाला

स्वतःला फसवतोस, पीटर कीटींग? कुणीही आपल्या महत्त्वाकांक्षेपर्यंत एकट्याने पोहोचू शकत नाही. किती लोकांना योग्य स्त्रीच्या साथीमुळे आपल्या इप्सितापर्यंत पोहोचता आलंय आजवर- उडवून नको लावूस तू. खरंय ते. तुझा फ्रँकन बघ. त्याने काही कुठल्या मोलकरणीशी लग्न नाही केलं... नक्कीच नाही. पुन्हा पैज! इतर लोक तुमच्याकडे कसं पहातात त्याचाही विचार करावा लागतोच. ते सगळे तुझ्या पत्नीबद्दल काय विचार करतील? तुझ्याबद्दल काय विचार करतील? तू काय कोंबड्यांची खुराडी बांधणार आहेस की काय रस्त्यावरच्या टपरीवाल्यांसाठी? विसरू नकोस तू काय आहेस ते... या जगातली बडीबडी धेंडं जो पट खेळतात त्यात तुला खेळायचंय. त्यांच्या उंचीला पोहोचायला लागेल तुला. ज्या मनुष्याने एका असल्या सुमार, कपड्यांच्या गुंडाळीसोबत लग्न लावलं त्याच्याबद्दल ते लोक काय विचार करणार? कौतुक वाटेल त्यांना? की विश्वास वाटेल तुझा? आदर वाटेल तुझ्याबद्दल?'

'बास्स. आता गप्प बैस!' तो किंचाळला.

पण ती बोलतच राहिली. कितीतरी वेळ ती बडबडत राहिली. तो रागारागाने आपली बोटं मोडत बसून राहिला. मधूनच तो विव्हळत होता, 'पण आई, माझं तिच्यावर प्रेम आहे... शक्य नाही मला ते. आई!... नाही. शक्य नाही... माझं तिच्यावर प्रेम आहे.'

पहाटेचा झांझर प्रकाश रस्त्यावर पसरू लागला तेव्हा तिने अखेर त्याला सोडलं. तिचे अखेरचे शब्द जरा मवाळ, थकलेले होते, 'पीटर, निदान एवढं तरी कर. थोडे महिने तरी थांब. तिला सांग तसं. हेयर कधीही मरू शकतो. मग तू एकदा पार्टनर झालास की, कर हवं तर तिच्याशीच लग्न. मग कदाचित् चालून जाईल तुझं. तेवढं तरी थांबायला तिची हरकत नसावी. तिचं प्रेम आहे ना तुझ्यावर... बघ, विचार कर, पीटर. विचार करणारच असशील तर हाही विचार कर, की तू जे करशील त्याने तुझ्या आईच्या हृदयावर केवढा आघात होतोय. एवढं महत्त्वाचं नाही ते... पण किंचितसा विचार कर- जमल्यास. तासभर स्वतःचा विचार केलास तर निदान मिनिटभर तरी दुसऱ्याचा विचार करशील तर बरं...'

त्याने झोपायचा प्रयत्नही नाही केला. कपडे बदलले नाहीत. तासामागून तास गेले, तो पलंगावर बसून राहिला. एकच इच्छा स्पष्टपणे त्याच्या मनात होती... काळ एक वर्ष पुढे सरकावा, सारंकाही स्थिरस्थावर झालेलं असावं... कसंही.

सकाळी दहा वाजता कॅथरीनची डोअरबेल त्याने वाजवली तेव्हा त्याने मनाशी तसं निश्चित काहीच ठरवलं नव्हतं. ती त्याचा हात हाती घेऊन त्याला बरोबर घेऊन जाईल, निर्णय तिचा असेल, त्याला काहीही करावं लागणार नाही अशी अंधुकशी कामना तो करीत होता.

कॅथरीनने दार उघडलं. तिच्या मुद्रेवरचं हास्य प्रसन्न होतं, विश्वासाचं होतं, जणू काहीच घडलं नव्हतं. ती त्याला आपल्या खोलीत घेऊन गेली. तिच्या डेस्कवरच्या पुस्तकांच्या, कागदांच्या चळतींवर उन्हाचे रुंद पट्टे उमटलेले. खोली स्वच्छ, नीटनेटकी होती. गालिचावर मशीनने झाडल्याचे पट्टे तसेच होते. कॅथरीनने ऑरगंडीचा ब्लाउझ घातलेला. कडक, बाह्या फुललेला. तिचे चुकार केस सूर्यकिरणांत न्हाऊन चमकत होते. तिच्या घरात आल्यानंतर कसलीतरी दहशत आपला कब्जा घेईल ही त्याची अपेक्षा फोल ठरल्याचं त्याला थोडं वाईटच वाटलं. सुटकाही वाटली आणि निराशाही.

'मी तयार आहे, पीटर,' ती म्हणाली, 'थांब, माझा कोट घेऊन येते.'

'तू तुझ्या अंकलना सांगितलंस की नाही?'

'ओः. हो. सांगितलं ना. काल रात्रीच सांगितलं. मी परतले तेव्हा ते काम करीत जागेच होते.'

'काय म्हणाले ते?'

'काही नाही. हसले फक्त आणि मला विचारलं, लग्नाची भेट म्हणून काय हवं? पण खूप हसले ते.'

'आहेत कुठे ते? निदान मला भेटावं असंही नाही वाटलं का?'

'त्यांना पेपरच्या ऑफिसला जायचं होतं. ते म्हणाले की त्यांना खूपच आवडेल तुला भेटायला आणि भेटत रहायला जरा जास्तच- वेळ आणि संधी आहेच पुढे. पण एकदम खुशीत म्हणाले बरं का...'

'हे बघ, केटी, मला तुला एक गोष्ट सांगायची होती,' तो अडखळला. तिच्या नजरेला नजर न देताच तो सपाट आवाजात बोलू लागला. 'कसंय ना... ल्यूशियस हेयर, फ्रँकनचा पार्टनर खूप आजारी आहे आणि फार काळ काढेल असं वाटत नाही. फ्रँकन बरेच दिवसांपासून आडून आडून सुचवतोय... की मी हेयरची जागा घ्यावी. पण फ्रँकनच्या डोक्यात एक वेड आहे. त्याच्या मुलीशी मी लग्न करावं असं त्याला वाटतं. गैरसमज करून घेऊ नकोस आता- असं काहीही नाहीये हे तुला माहितीये, मला माहितीये. पण मी तसं त्याला स्पष्ट सांगू शकत नाही. त्यमुळे मी विचार करत होते की... की आपण जर काही आठवडे वाट पाहिली तर... फर्ममध्ये माझं स्थान पक्क झालेलं असेल. आणि फ्रँकन माझं काहीही वाकडं करू शकणार नाही. आपलं लग्न झालं असं कळलं तरी तो काहीच करू शकणार नाही... पण अर्थात् सगळं तुझ्यावर अवलंबून आहे.' त्याने तिच्याकडे पाहिलं तेव्हा त्याच्या आवाजात आतुरता होती, 'तुला आत्ताच करावंसं वाटत असेल हे- तर आत्ताच करू.'

'पण, पीटर,' ती अगदी शांतपणे, गंभीर चेहऱ्याने थोडीशी चकित होऊन बोलत होती, 'त्यात काय एवढं, आपण वाट पाहू, थांबू थोडं.'

त्याने सुटकेचा श्वास टाकला. त्याचा चेहरा खुलला आणि त्याने डोळे मिटून घेतले.

'अर्थात् आपण थांबू थोडं.' ती अगदी ठामपणे म्हणाली, 'मला कुठे हे माहीत होतं... आणि महत्त्वाचं आहे हे. घाई करण्याची काहीच गरज नाही.'

'फ्रँकनची मुलगी मला पळवेल अशी भीती नाही वाटत तुला?'

ती हसली, 'ओः, पीटर, मी काय तुला ओळखत नाही का?'

'बघ, तरीसुद्धा तुला...'

'नाही रे. हे उलट बरंच झालं. खरं सांगते, आज सकाळीच उठून मी विचार करत बसले होते, की आपण थोडं अजून थाबंलो असतो तर बरं झालं असतं. पण म्हटलं तू काहीतरी ठरवून आलेला असलास तर आपण गप्प रहायचं. तुलाही थांबणंच योग्य वाटत असेल तर मग काय प्रश्नच सुटला. मलाही थांबायचंय थोडं. कारण नं, आजच सकाळी आम्हाला कळलं, वेस्ट कोस्टवरच्या एका खूप म्हणजे भयंकरच मोठ्या विद्यापीठात अंकलना व्याख्यानमाला देण्यासाठी बोलावलंय. या उन्हाळ्यात जायचंय त्यांना. काम अर्धवट टाकून त्यांना असं सोडून जायला मला भयंकर अपराधी वाटत होतं. मग मला वाटलं आपण वेडेपणाच करतोय. आपण दोघेही तसे अजून फार काही मोठे झालेलो नाही, नाही का? आणि एल्सवर्थ अंकल एवढे हसत सुटलेले... खरंच थोडं थांबणं शहाणपणाचं होईल.'

'हं... बरं ठीक आहे... पण केटी, काल रात्रीसारखं परत पुन्हा तुला कधी वाटलं तर...'

'अरे नाही! काल रात्रीबद्दल तर मला लाजच वाटतेय. मला रात्री मला काय झालेलं कळतच नाही. मी आठवायचा प्रयत्न केला तर मला काही नीट समजतच नाहीये. तुला माहीते, कसं मूर्खासारखं वाटतं असं काही घडल्यानंतर! दुसऱ्या दिवशी सगळं कसं स्वच्छ आणि सरळ वाटतं. मी रात्री खूपच मूर्खासारखं काहीतरी बरळत होते का रे?'

'जाऊ दे आता ते. तू शहाणी मुलगी आहेस तशी. दोघांनाही शहाणपणा सुचला हे बरं झालं.

आपण अगदी थोडाच काळ वाट पहायची हं. जास्त नाही.'

'हो, पीटर.'

तो अचानक जोरात म्हणाला, 'बघ हं केटी, आत्ताच काय तो हट्ट धर...' आणि मग तो हसत सुटला. जणू तो ते गमतीतच म्हणालेला.

तीही आनंदाने हसून म्हणाली, 'बघितलंस?' तिने हात हवेवर पसरले.

'वेल...' तो पुटपुटला, 'वेल, ठीके, केटी, थांबू या. ठरलं आता. दोघांसाठीही श्रेयस्कर ठरेल ते. चल, मग मी पळू आता. ऑफिसला उगाच उशीर नको.' तिच्या खोलीतून आत्तापुरती, आजच्यापुरती सुटका करून घ्यायला हवी असं त्याला फार तीव्रतेने वाटलं. 'मी तुला फोन करतो. उद्या डिनर घेऊ बरोबर, हं.'

'हो, पीटर, मस्तच.'

तो निघाला. सुटका झालेली पण त्याला फार रितंरितं वाटत होतं. त्याला राहून राहून वाटत राहिलं, कीं ही संधी आता फिरून येणार नाही... आपण दवडली ती...

काहीतरी त्या दोघांनाही घेरून रहाणार होतं... आणि त्यांनी आधीच शरणागती पत्करलेली.

तो मनातच चडफडत होता. आपण कशालातरी टक्कर द्यायला हवी होती असं त्याला वाटत होतं... पण कशाला ते स्पष्ट होत नव्हतं. तो घाईघाईने ऑफिसात शिरला. मिसेस मूरहेडबरोबर भेटीची वेळ टळून चालली होती.

तो गेल्यावर, कॅथरीन तिच्या खोलीत काही न सुचून कितीतरी वेळ उभीच राहिली होती. तिलाही आतून रितंरितं वाटत होतं. संज्ञा थंड पडल्यागत. या क्षणापर्यंत तिला कळलं नव्हतं की तिच्या मनात अजूनही कुठेतरी आशा शिल्लक होती की तो जबरदस्तीने ओढून नेईल तिला त्याच्याबरोबर. तिने खांदे टाकले आणि स्वतःशीच हसली. स्वतःला दोष देत हसली आणि मग पुढे होत कामाला लागली.

❑

१३

ऑक्टोबरमधला एक दिवस. हेलर हाऊस जवळपास पूर्ण होत आलेलं. त्याकडे बघत उभ्या असलेल्या एका टोळक्यातला एक काटकुळासा ओव्हरऑल्स घातलेला तरुण रॉर्कजवळ आला.

'हे बूबी हॅच तुम्ही बांधलंत का?' त्याने जरा बिचकतच विचारलं.

'तुम्हाला हे घर म्हणायचंय का? तसं असेल तर- हो.' रॉर्क उत्तरला.

'ओः. क्षमा करा मला, सर. लोक त्याला त्याच नावाने ओळखतात म्हणून मी म्हटलं तसं. मी नाही म्हणणार त्याला तसं. माझ्याकडे एक काम आहे... म्हणजे माझंच- मीच एक पेट्रोल पंप बांधतोय. इथून दहा मैल दूर असेल माझी जागा. पोस्टाच्या जवळ. मला तुमच्याशी त्या संदर्भात बोलायला आवडेल.'

नंतर, त्याच्या गॅरेजच्या समोर टाकलेल्या एका बाकड्यावर बसून जिमि गोवॅनने आपल्या कामाचे तपशील त्याला दिले. तो शेवटी म्हणाला, 'आणि मि. रॉर्क, मी तुमचा विचार का केला ते सांगतो, मला ते तुमचं घर खूप आवडलं. का ते नाही सांगता येणार मला, पण आवडलं खरं. ते खूप अर्थपूर्ण वाटलं मला. शिवाय दुसराही विचार केला मी, की लोकांनी समोर उभं राहून आश्चर्याने बघत रहाणं वगैरे एखाद्या घरासाठी काही फारशी उपयोगी ठरणारी गोष्ट नाही, पण धंद्यासाठी

चांगली ठरेल. येऊ देत, खिदळू देत, पण ते त्याबद्दल बोलत राहिले तर चांगलंच आहे. धंद्याच्या दृष्टीने. म्हणून मी विचार केला की तुमच्याशी बोलून घ्यावं. ते सगळे मला वेड्यात काढतील, पण तुम्ही पर्वा कराल त्याची? मी तर नाही करत.'

जिमी गोवॅनने गेली पंधरा वर्ष वेड्यासारखे कष्ट उपसले होते. स्वतःचा धंदा सुरू करण्यासाठी म्हणून बचत केली होती. त्याच्या आर्किटेक्टच्या निवडीवर लोकांनी बरीच शेरेबाजी केली. काहीजणांनी संताप व्यक्त केला. जिमीने कुणालाही एका शब्दाने स्पष्टीकरण दिलं नाही, स्वतःची बाजू मांडली नाही. तो नम्रपणे इतकंच म्हटला, 'असेल, असेलही...' पण पेट्रोलपंपाचं काम त्याने रॉर्ककडेच सोपवलं.

डिसेंबरच्या अखेरीस तो पेट्रोलपंपही उघडला. बॉस्टन पोस्ट रोडच्या एका बाजूला उभा होता तो. काचा आणि काँक्रीटमधून आकारलेल्या दोन लहानलहान रचना झाडांच्या पार्श्वभूमीवर अर्धवर्तुळात उभ्या होत्या. ऑफिसचं सिलिंडर आणि कॅफेचा लंबगोल बसका आकार यांमध्ये पेट्रोल भरण्याचे पंप्स खांबांच्या रांगेसारखे उभे होते. सगळी रचना गोलगोल-अर्धगोलांतून साकारलेली. कुठेही सरळ रेषा, कोन, काटकोन नव्हतेच. जणू एका प्रवाहात ओतले गेलेले आकार, वाहता वाहता मधेच थबकलेले आणि एकमेकांशी नेमका मेळ साधून उभे राहिलेले. मानवाचा हेतू त्यामागे असेल हे लक्षातही येणार नाही इतके सहजसंभव. जमिनीवर फुटलेल्या बुडबुड्यांचा पुंजकाच उभा रहावा तसे ते आकार जमिनीला अगदी लगटूनच असल्यासारखे होते. पण किंचित वर उचलल्यासारखे तरल. जणू वाऱ्याबरोबर उडून जातील की काय असं वाटण्याइतके तरल. प्रसन्न वास्तू होती ती. कुशलतेतून येणारी सहज प्रसन्नता. एखाद्या शक्तिमान विमानाचं इंजिन असावं तसे.

रॉर्क उद्घाटनाच्या दिवशी संपूर्ण वेळ तिथे थांबला. कॅफेमधून कॉफी घेऊन प्यायला. तिथं थांबणाऱ्या गाड्यांचं निरिक्षण करीत राहिला. रात्री उशीरा तिथून निघाला तो. गाडी चालवता चालवता मधेच त्याने मागे वळून पाहिलं, मागे रस्ता ओस पडलेला आणि त्या पेट्रोलपंपाचे दिवे त्याच्याकडे पाहून लुकलुकत होते. दोन रस्त्यांच्या क्रॉसिंगवर तो पंप होता. दिवस-रात्र गाड्या त्याच्यासमोरून ये-जा करणार होत्या. ज्या शहरांत असल्या वास्तूंना थारा नव्हता त्या शहरातून आलेल्या गाड्या असणार होत्या त्या. तो समोर रस्त्याकडे पाहू लागला. आणि त्याने आरशावरूनही नजर हटवली. त्या आरशात अजूनही ते दूरचे लुकलुकणारे दिवे प्रतिबिंबित होत होते.

त्यानंतर येणारे महिने रिकामपणाचे होते. कामच नव्हतं. प्रत्येक सकाळी तो ऑफिस उघडून बसून रहायचा... कारण बसणं भाग होतं. तो दाराकडे पहात वाट पहात रहायचा. ते दार कधी उघडलं जात नव्हतं. त्याची बोटं फोनवर विसरून टेकलेली असायची... तो फोन कधी वाजायचाच नाही. ऑफिसमधून निघण्यापूर्वी रोज तो अॅश-ट्रे रिकामा करायचा, त्यात केवळ त्याच्या स्वतःच्याच सिगरेट्सची थोटकं असायची.

'तू कामाचं काय करायचं ठरवलं आहेस, हॉवर्ड?' ऑस्टिन हेलरने त्याला एक दिवस विचारलं. तो त्याला डिनरला घेऊन गेला होता.

'काहीच नाही.'

'पण काहीतरी करावं तर लागेलच.'

'माझ्या हातात काहीच नाहीये.'

'लोकांना कसं हाताळायचं त्याचं एक तंत्र आहे, ते शिकून घ्यायला हवं तुला.'

'नाही जमत मला.'

'का?'

'नाही जमत. उपजतच मला याची समज नसेल कदाचित.'

'हे कुणाकडेच उपजत नसतं. ही सवय अंगात मुरवून घ्यावी लागते.'

'नाही शक्य होत ते मला. माझ्याकडे ते नाही की काहीतरी एक्स्ट्रा आहे म्हणून मला ते करता येत नाही कोण जाणे. शिवाय, ज्या लोकांना हाताळावं लागतं असले लोक मला मुळातच आवडत नाहीत.'

'पण नुसतं स्वस्थ बसून कसं चालेल. काहीतरी कामं मिळवण्याचा प्रयत्न करावा लागेलच.'

'काम मिळवण्यासाठी मी लोकांना काय सांगू? मी फक्त माझं काम दाखवू शकतो. ते त्यांच्यापर्यंत पोहोचलं नाही तर मी जे बोलेन तेही काही पोहोचणार नाही. मी समज कोणीही नसेन त्यांच्यासाठी, पण माझं काम- तेच तर महत्त्वाचं आहे ना. त्याच्याशीच कर्तव्य असायला हवं ना. दुसरंतिसरं काहीही त्यांना सांगायची माझी इच्छा नाही.'

'पण मग तू करणार तरी काय? तुला काळजी नाही वाटत?'

'नाही. याची मला अपेक्षा होतीच. मी वाट पहातोय.'

'कुणाची?'

'माझ्या जातकुळीच्या लोकांची.'

'म्हणजे कसल्या?'

'ते नाही सांगता येत मला. हां, मला माहीत आहे ते, पण सांगता येत नाही. मला ते स्पष्ट करता आलं असतं तर खरंच बरं झालं असतं. या मागे एक तत्त्व असलं पाहिजे. पण कोणतं ते मला नाही सांगता येत.'

'प्रामाणिकपणा?'

'हो... पण तेवढंच नाही. गाय फ्रँकन हा एक प्रामाणिक माणूस आहे. पण तेवढंच नसतं ते. धैर्य? राल्स्टन हॉलकोम्बकडे आहे धैर्य, त्याच्या स्वतःपुरतं... पण- नाही सांगता येत. मला बाकी बाबतीत तसं नेमकेपणाने बोलता येतं. पण हे नाही जमत. हां- पण मला माझ्या प्रकारातले लोक चेहऱ्यांवरून ओळखू येतात मात्र. त्यांच्या चेहऱ्यात काहीतरी वेगळं असतं. तुझं घर आणि तो पेट्रोलपंप यांच्यासमोरून येजा करणारे हजारो लोक असतील... त्यातला एखादा जर तिथे थांबला आणि त्याने पाहिलं, तर मला पुरेसं आहे.'

'म्हणजे तुला इतरांची गरज वाटते तर, हॉवर्ड?'

'अर्थात्. का? हसतोस कशासाठी?'

'मला नेहमी वाटत आलंय की तू म्हणजे मला भेटलेला एक आत्यंतिक असामाजिक मनुष्य आहेस.'

'का? मला काम देण्यासाठी इतर लोकांची गरज आहेच मला. मी काय शाही थडगी बांधत नाहीये. मला त्यांची इतरही काही गरज असावी असं वाटतं का तुला? जरा व्यक्तिगत रीतीने? असं?'

'तुला कुणाचीही व्यक्तिगत गरज नाही.'

'नाही.'

'तू हे मोठ्या अहंभावानेही म्हणत नाहीयेस.'

'म्हणायला हवं?'

'शक्यच नाही ते तुला. ते जमण्यापेक्षाही अधिक उद्दाट, उन्मत्त आहेस तू.'

'खरंच मी तसा आहे का?'

'तू काय आहेस ते तुला नाही माहीत?'

'नाही. म्हणजे तू किंवा कुणीही माझ्याकडे मी कसा आहे हे कसं बघता ते नाही माहीत.'

हेलर शांत बसून राहिला. त्याच्या मनगटाची हालचाल सिगरेटची वर्तुळं रेखत होती. मग तो हसत सुटला आणि म्हणाला.

'हे अगदी टिपिकल आहे.'

'काय?'

'हेच- तू मला विचारलंही नाहीस की मी तुझ्याकडे कसा दृष्टीने पहातो. इतर कुणीही हा प्रश्न पहिला विचारला असता.'

'आय ॲम सॉरी. म्हणजे मी निर्विकार आहे असं समजू नकोस. माझे अगदी थोडे मित्र आहेत, त्यापैकी एक आहेस तू. आणि मला टिकवायचीय ही मैत्री. मला सुचलंच नाही विचारायचं.'

'ते मला माहीत आहे. तेच तर म्हणतोय मी. तू एक स्वयंकेंद्री, आत्मकेंद्री राक्षस आहेस, हॉवर्ड. तू अधिकच भयंकर वाटतोस कारण तू त्याबद्दल अगदी निष्पापही आहेस.'

'खरंय.'

'हे मान्य करताना तरी किमान चिंता दर्शव!'

'का?'

'तुला सांगू, मला एक गोष्ट नेहमी बुचकळ्यात टाकते. तू मला भेटलेल्या सगळ्या मनुष्यमात्रांतला सर्वात थंड, निष्ठूर असा माणूस आहेस. मला माहीत आहे की तू एक निष्ठूर माणूस आहेस, शांत भासत असलास तरीही... तरीही मला हे कळत नाही, मला तुझ्या सहवासात काहीतरी नवीन संजीवनी मिळाल्यासारखं का वाटतं?'

'म्हणजे काय?'

'सांगता येत नाही... बस्स. एवढंच.'

असे कितीतरी आठवडे गेले. रॉर्क रोज आपल्या ऑफिसला चालत जायचा, आठ तास डेस्कपाशी बसायचा. वाचत रहायचा. पाच वाजता घरी जायचा. ऑफिसपासून थोडं जवळ असलेल्या जरा बऱ्याशा खोलीत तो आता रहायला गेलेला. त्याचे खर्च कमी असायचे. अजून भरपूर दिवस जातील एवढे पैसे होते त्याच्याकडे शिल्लक.

एक दिवस सकाळी त्याच्या ऑफिसमधला फोन वाजला. एका मुलीचा चटपटीत आवाज होता. तिने आर्किटेक्ट मि. रॉर्क यांची अपॉइंटमेन्ट मागितली. त्या दुपारीच एक लहानखुरी, सावळीशी बाई त्याच्या ऑफिसमधे आली. तिने मिंक कोट घातला होता. तिच्या कानातली विदेशी कर्णभूषणे तिच्या मानेच्या प्रत्येक हेलकाव्यासरशी किणकिणत होती. तिची मान एकसारखी डोलतच होती. एखाद्या पाखराच्या मानेसारखी. तिचं नाव होतं, मिसेस वेन विल्मॉट. आणि तिला लॉंग आयलंडवरच्या तिच्या जागेत घर बांधायचं होतं. तिने रॉर्कची निवड केली याचं कारण तिने स्पष्टच सांगितलं, तो ऑस्टिन हेलरचा आर्किटेक्ट होता. ती ऑस्टिन हेलरची चाहती होती. एवढंसं काहीतरी करून पुरोगामी बुद्धिवादी असल्याचा दावा करणाऱ्या लोकांमध्ये तो एखाद्या द्रष्ट्यासारखा होता असं तिचं ठाम मत असल्याचं तिने सांगून टाकलं.

'हो की नाही?'

तिने सांगून टाकलं की 'मी हेलरची कट्टर अनुयायी आहे.' तिने म्हटलं की 'मि. रॉर्क, तुम्ही फारच तरुण आहात. पण हरकत नाही, मी उदारमतवादी आहे आणि तरुणांना मदत करायला मला आवडेल.' तिला मोठ्ठ घर हवं होतं. तिला दोन मुलं होती आणि त्यांना स्वतंत्र व्यक्तिमत्त्व असावं

यावर तिचा ठाम विश्वास होता.

'हो की नाही?'

त्या दोघांचीही स्वतंत्र नर्सरी असावी असं तिचं मत होतं. लायब्ररी हवीच होती तिला कारण 'मी म्हणजे प्रचंडच वाचत असते- थकून जाईपर्यंत.' एक म्यूझिक रूम हवी होती, एक कॉंझर्वेटरी बांधायची होती-'आम्ही लिलीज् ऑफ द व्हॅली वाढवतो घरात, माझे मित्र-मैत्रिणी म्हणतात ते खास माझ्यासाठीच निर्माण झालेलं फूल आहे.' नवऱ्यासाठी एक गुहा हवी. 'त्याचा माझ्यावर पूर्ण विश्वास आहे. घर मला जसं हवं तसं करून घ्यायला सांगितलंय त्याने, कारण मला या गोष्टी खरंच खूप छान जमतात. मी बाई झाले नसते तर आर्किटेक्ट झाले असते.' नोकरांसाठी वेगळी जागा हवी आणि तीन कार्ससाठी पार्किंग. एक तासभर सगळे तपशील स्पष्ट करून झाल्यानंतर, ती म्हणाली, 'आणि हो, घराची शैली म्हणाल तर मला इंग्लिश ट्यूडॉर शैली हवी. इंग्लिश ट्यूडॉर शैली म्हणजे माझा जीव की प्राण.'

तो तिच्याकडे पहात राहिला. मग त्याने सावकाश विचारलं, 'तुम्ही ऑस्टिन हेलरचं घर पाहून आलात का?'

'नाही. मला पहायचं होतं ते. पण कसं पहाणार... मी त्यांना कधी भेटलेलेच नाही. मी फक्त त्यांची चाहती आहे. अगदी सर्वसामान्य चाहती. ते प्रत्यक्षात कसे आहेत? तुम्ही सांगू शकाल मला. मला फार उत्सुकता आहे. नाही घर नाही पाहिलं मी त्यांचं... कुठे मैनच्या जवळ आहे ना कुठेसं?'

रॉर्कने त्या घराचे फोटो डेस्कच्या कप्प्यातून बाहेर काढले आणि तिच्या पुढ्यात सारले.

'हे.' तो म्हणाला, 'हे आहे हेलरचं घर.'

तिने ते फोटो पाहिले. तिची नजर त्या गुळगुळीत कागदाच्या पृष्ठभागावरून पाण्याच्या धारेसारखी घरंगळली आणि दुसऱ्याच क्षणी तिने ते डेस्कवर टाकले.

'फारच छान,' ती म्हणाली, 'वेगळंच आहे. अगदी वेगळं. पण अर्थात, हे असलं काही मला नकोय. हे असं दिसणारं घर माझ्या व्यक्तिमत्त्वाला न्याय देऊ शकत नाही. माझे मित्रमैत्रिणी सांगतात, की माझं व्यक्तिमत्त्व एलिझाबेथन आहे...'

त्याने शांत डोक्याने, शांत स्वरात तिला ट्यूडॉर शैलीतील घर बांधणं कसं चुकीचं होईल हे समजावून सांगायला सुरुवात केली.

तिने त्याला मधेच थांबवत सांगितलं, 'हे पहा, मि. रॉर्क, तुम्ही मला काहीतरी शिकवण्याचा प्रयत्न करताय असं समजू का मी? नाही ना? माझ्या अभिरुचीबद्दल मला खात्री आहे, आणि मला आर्किटेक्चरमधलं बरंच काही कळतं बरं कां. मी आमच्या क्लबमधे एक स्पेशल कोर्स केलाय. माझ्या मित्रमैत्रिणी म्हणतात की मला तर अनेक आर्किटेक्ट्सपेक्षा जास्त समज आहे या विषयातली. माझा निर्णय पक्का आहे- मला इंग्लिश ट्यूडॉर शैलीतलंच घर हवंय. त्यात मला काही वाद नकोय.'

'तुम्हाला दुसरा कुठलातरी आर्किटेक्ट शोधावा लागेल, मिसेस विल्मॉट.'

ती विस्मयचकित होऊन त्याच्याकडे पहातच राहिली.

'म्हणजे? तुम्ही हे काम नाकारताय?'

'हो.'

'तुम्हाला माझं काम नकोय?'

'नकोय.'

'पण का?'

'मी असल्या प्रकारची कामं घेत नाही.'

'पण मला वाटलं की आर्किटेक्ट्स-'

'होय. तुम्ही सांगाल ते आणि तसं बांधून देणारे आर्किटेक्ट्स खूप आहेत. या शहरातला कोणताही आर्किटेक्ट तुमचं काम करेल.'

'पण मी तुम्हाला पहिली संधी दिली.'

'माझ्यावर एक उपकार कराल, मिसेस विल्मॉट? तुम्हाला ट्यूडॉर शैलीतलं घर हवं होतं तर तुम्ही माझ्याकडे कशासाठी आलात ते सांगाल?'

'वेल, मी गृहीत धरलं की अशी संधी मिळाली तर तुम्हाला आवडेल. आणि शिवाय मला माझ्या मित्रमैत्रिणींना सांगताही आलं असतं की माझ्या घराचं काम करणारा आर्किटेक्ट ऑस्टिन हेलरचा आर्किटेक्ट आहे म्हणून.'

त्याने पुन्हा एकदा समजावून सांगायचा प्रयत्न केला. पण बोलत असतानाच त्याला कळत होतं की काहीही उपयोग नाही. त्याचे शब्द एखाद्या पोकळीत विरून जात असल्यासारखेच वाटत होते. त्याच्यासमोर कुणी मिसेस वेन विल्मॉट नावाची व्यक्ती नव्हतीच. समोर होतं एक टरफल- त्यात भरलेली मित्रमैत्रिणींची मतं, छानछान भेटकार्डांवर पाहिलेली चित्रं, अमीर-उमरावांबद्दल वाचलेल्या कथाकहाण्या... या सर्वांना उद्देशून त्याला बोलावं लागणार होतं. हा अस्तित्त्वविहीन पदार्थ त्याचं काही ऐकू शकत नव्हता, त्याला उत्तर देऊ शकत नव्हता. बहिरा, संज्ञाशून्य कापसाच्या गठ्ठ्यासारखा पदार्थ.

'आय ॲम सॉरी.' मिसेस वेन विल्मॉट म्हणाल्या, 'पण इतक्या अविचारी माणसाबरोबर बोलायची ही माझी पहिलीच वेळ. सवय नाही मला तशी. मला खात्री आहे, की मला कितीतरी अधिक चांगले नावाजलेले आर्किटेक्ट्स मिळतील. जे माझं काम आनंदाने स्वीकारतील. तुम्हाला काम द्यायला माझ्या पतीचा विरोध होता. त्यांचं म्हणणं बरोबर ठरतंय याचं मला वाईट वाटतंय. गुड डे, मि. रॉर्क.'

ती चालताना शांतपणे चालत गेली खरी पण अखेरीस दारावर संताप काढलाच. त्याने ते फोटो पुन्हा कप्प्यात सारले.

□ □ □

मार्च महिन्यात ऑस्टिन हेलरने मि. रॉबर्ट मंडींना त्याच्या ऑफिसमधे पाठवलं. मि. मंडींचे केस स्टीलच्या रंगाचे होते आणि आवाज ही स्टीलसारखा कणखर होता. पण त्यांचे डोळे निळे, हळुवार आणि भावविवश होते. त्यांना कनेक्टिकटमधे एक घर बांधायचं होतं. ते त्याबद्दल फारच भावनाप्रधान होऊन बोलत होते, नव्या नवरदेवाच्या औत्सुक्याने किंवा काहीतरी अखेरची इच्छा पूर्ण करायला जात असल्यासारखे.

'हे घर माझ्यासाठी केवळ घर नाही, मि. रॉर्क,' त्यांच्या आवाजातला बुजरेपणा असा होता की जणू ते आपल्यापेक्षा मोठ्या वयाच्या, मोठ्या अधिकाराच्या माणसाशी बोलत असावेत,'हे घर म्हणजे... माझ्या दृष्टीने हे एक प्रतीक असणार आहे, मी इतकी वर्षं काम केलं, वाट पाहिली ती या एका इच्छेपायी. मी हे तुम्हाला सांगतोय, कारण तुम्हाला कळलं पाहिजे. माझ्याकडे आता भरपूर पैसा आहे. त्याचा विचारही करायला नको. पण मी काही नेहमीच पैसेवाला होतो असं नाही. जरा उशीराच आला माझ्याकडे पैसा. माहीत नाही. तरुण माणसांना वाटतं, एकदा उद्दिष्टापाशी पोहोचल्यावर आपण आपला प्रवास विसरून जातो... पण तसं नसतं. काहीकाही गोष्टी सोबतच रहातात. मला नेहमी आठवतं. मी लहान होतो, जॉर्जियामधलं लहानसं गाव होतं. मी लहानसहान

कामं करायचो, घोडेवाल्यांची. घोडागाड्या जवळून जाताना अंगावर चिखल उडायचा. बाकीची मुलं हसायची मला. त्यावेळी मी ठरवून टाकलं होतं, की मी माझं स्वतःचं घर बांधेन. त्या घोडागाड्या जिथून यायच्या त्या घरासारखं घर. नंतर कितीतरी कठीण प्रसंग आले, पण मी त्या इच्छेचा विसर स्वतःला पडू दिला नाही कधी. त्याचा फायदाच झाला. नंतर दिवस पालटले. मी केव्हाच घर बांधू शकलो असतो, पण धीर नाही झाला. भीती वाटली. वेल... आता मला वाटतं योग्य वेळ आलीय. कळतंय तुम्हाला, मि. रॉर्क? ऑस्टिन म्हणाला, तुम्हाला नक्की कळेल माझी आस्था.'

'हो.' रॉर्क काहीशा आतुरतेने म्हणाला, 'कळतंय मला.'

'तिथे, माझ्या गावाजवळ एक जागा होती.' मि. मंडी म्हणाले, 'सगळी जमीन त्यांच्या अधिकारात होती. त्यांचं मॅन्शन होतं ते. रॅन्डॉल्फ प्लेस म्हणायचे त्याला. जुन्या शेतावरचा वाडाच तो. आता कुणी तसं काही बांधत नाही. मी तिथे जाऊन बारीकसारीक कामं करायचो. मागल्या दाराने वस्तूंची ने-आण, पोचवा पोचवी करायचो. ते घर हवंय मला, मि. रॉर्क. अगदी तस्संच हवं. पण जॉर्जियात नव्हे- मला परत नाही जायचं तिथे. इथे- या शहराजवळ मी जागा घेतलीय. रॅन्डॉल्फ प्लेससारखीच ती दिसावी म्हणून तुम्ही मला मदत करायची, मि. रॉर्क, झाडं लावू, वेगवेगळी रोपटी लावू. जॉर्जियात असतात ती सगळी इथं लावू. फुलं बिलं सगळं. काहीतरी करून त्यांना वाढवेन मी इथे. कितीही खर्च झाला तरी चालेल. अर्थात् आता विजेची साधनं असतील, घोडागाड्यांऐवजी कार्स असतील. पण सगळे दिवे मला मेणबत्त्यांच्या झुंबरांच्या आकारात हवेत आणि गराजही प्रथमदर्शनी तबेल्यासारखं वाटलं पाहिजे. सगळं अगदी तस्संच. माझ्याकडे रॅन्डॉल्फ प्लेसचे फोटोग्राफ्स आहेत. त्यांचं जुनं फर्निचरही मी विकत घेऊन ठेवलंय.'

रॉर्कने मि. मंडींबरोबर बोलायला सुरुवात केली. ते थोडे अवाक् होऊन ऐकत राहिले. त्यांना त्याच्या बोलण्याचा राग येत नव्हता. ते बोलणं त्यांच्यापर्यंत पोहोचतच नव्हतं.

'तुम्हाला दिसत नाहीये का?' रॉर्क म्हणत होता, 'तुम्ही यातून स्वतःच्या कर्तृत्वाचा, स्वतःच्या जीवनाचा काहीच गौरव करणार नाही आहात. तुम्ही गौरव करताय तो त्या दुसऱ्या लोकांचा. ते तुमच्या वरचढ होते त्याचाच गौरव करणार आहात तुम्ही यातून. तुम्ही त्याला आव्हान देत नाही आहात. तुम्ही त्यांचं ओझं फेकून देतच नाही... उलट त्यांना कायम उच्च स्थान देणार आहात तुम्ही. त्या उसनवारीच्या आकारात स्वतःला कायमचं कोंडून घेणार आहात तुम्ही? एकदा त्यापासून मुक्त करा स्वतःला... आणि पूर्णपणे नवीन, स्वतःचं, स्वतःची मुद्रा असलेलं घर बांधा. तुम्हाला रॅन्डॉल्फ प्लेस खरोखर नकोच आहे. ते प्रतीक कशाचं होतं... ते हवंय तुम्हाला, हो की नाही? त्यासाठी तर तुम्ही आयुष्य वेचलंत. संघर्ष केलात. हो ना?'

मि. मंडी कोऱ्या, निर्लेप चेहऱ्याने ऐकत राहिले. रॉर्कला पुन्हा एकदा सुन्न करणारी असाहाय्यता घेरून राहिली. हे वास्तव नाही... त्याच्यासमोर मि. मंडी नावाची कुणी व्यक्ती नव्हतीच. केव्हाच संज्ञा हरपलेले काही अवशेष होते फक्त, रॅन्डॉल्फ प्लेसमधे जगलेल्या माणसाचे. अवशेषांशी काय चर्चा करणार आणि काय पटवणार...

'नाही.' मि. मंडी म्हणाले, 'तसं नाही. तुमचं म्हणणं बरोबर असेलही. पण मला ते सगळं नकोय. तुम्ही सांगताय ती कारणं पटतात मला, चांगली वाटतात ती, पण मला रॅन्डॉल्फ प्लेसचं पाहिजे.'

'का?'

'कारण मला आवडतं ते घर. मला आवडतं म्हणून हवंय मला तेच.'

जेव्हा रॉर्कने त्याला दुसरा आर्किटेक्ट पहायला सांगितलं तेव्हा मि. मंडी अनपेक्षितपणे उसळून

म्हणाले, 'पण मला तुम्ही आवडलात. तुम्हीच का नाही बांधत ते माझ्यासाठी? तुम्हाला काय फरक पडतो?'

रॉर्कने काहीच उत्तर दिलं नाही.

नंतर ऑस्टिन हेलर त्याला म्हणाला, 'मला वाटलंच होतं, तू त्याचं काम नाकारशील म्हणून. तुला दोष देत नाही मी, हॉवर्ड. पण तो एवढा श्रीमंत आहे, प्रचंड पैसा आहे त्याच्याकडे... तुला थोडी मदत झाली असती. अखेर जीव तर जगवायचा आहेच ना तुलाही.'

'या अशा पद्धतीने... नाही.' रॉर्क म्हणाला.

□ □ □

एप्रिल महिन्यात जॅन्स-स्टुअर्ट रिअल इस्टेट कंपनीचे मि. नॅथॅनियल जॅन्स रॉर्कच्या ऑफिसमधे पोहोचले. मि. जॅन्स एकदम मोकळेपणाने आणि आडपडदा न ठेवता बोलणारे गृहस्थ होते. त्यांनी सांगून टाकलं की त्यांच्या कंपनीला एक लहानशी ऑफिस बिल्डिंग- तीस मजल्यांची- बांधायची आहे. लोअर ब्रॉडवेवर जागा निश्चित केली आहे. त्याने हेही सांगितलं, की त्याला रॉर्कची निवड करण्यात काडीचाही रस नव्हता, किंबहुना त्याच्या नावाला त्याने विरोधच केलेला. पण त्याचा मित्र ऑस्टिन हेलर याने फारच आग्रह धरला होता, म्हणून त्याने रॉर्कला भेटायचं आणि चर्चा करायचं मान्य केलं होतं. मि. जॅन्सना रॉर्कच्या कामाबद्दल फार काही आत्मीयता वाटली नव्हती, पण हेलरने त्याला इथे जवळपास ढकललं होतं. इतर कुणालाही काम देण्याअगोदर निदान रॉर्कशी बोलून त्याचं मत ऐकून तरी घे असा लकडा लावलेला. त्यामुळे आता रॉर्कचं म्हणणं ते ऐकून घेण्यासाठी तो आता इथे आलेला- 'तेव्हा बोला काय बोलायचं ते.'

रॉर्ककडे बोलण्यासारखं खूप होतं. त्याने शांतपणे सुरुवात केली खरी, पण ते त्याला जड जात होतं. कारण त्याला हे काम खूप हवं होतं... मनापासून. वेळ पडली तर हे काम मि. जॅन्सच्या हातातून बंदुकीच्या धाकावरसुद्धा काढून घेण्याची त्याची तयारी होती... बंदूक असती तर.

पण काही वेळानंतर, सारं सोपं झालं. बंदुकीचा विचार मनातून गेला. आणि ते काम मिळवण्याची इच्छाही नाहीशी झाली. काम मिळणे-मिळवणे हे हेतू दुय्यम ठरले. तो केवळ बिल्डिंगच्या विचारात गुंतून गेला. बोलत राहिला.

'मि. जॅन्स, तुम्ही कार खरेदी करता तेव्हा तुम्हाला तिच्या खिडकीवर गुलाबांच्या माळा कोरलेल्या चालत नाहीत. प्रत्येक फेन्डरवर सिंहाची आकृती असण्याचा आग्रह धरत नाही तुम्ही. गाडीच्या टॉपवर देवदूत बसलेला नको असतो तुम्हाला... असं का?'

'तो तर खुळेपणा ठरेल.' मि. जॅन्स म्हणाले.

'का खुळेपणाचं ठरेल ते? मला वाटतं फार सुंदर दिसेल ते. शिवाय चौदाव्या लुईचा रथ तसा होता. आणि चौदाव्या लुईला जे चांगलं वाटलं ते आपल्यालाही वाटायला काय हरकत आहे? आपण काहीतरी नवीनच पायंडे पाडायचं काही कारणच नाही. जुन्या परंपरा पाळायला काय हरकत आहे?'

'हे असलं सगळं तुला मान्य नाही हे नक्की!'

'मला मान्य नाही. पण तुमचा त्यावरच विश्वास आहे ना... आता एका मानवी शरीराचा विचार करा. मानवी शरीराला एखादी छान शहामृगाच्या पिसांचा झुबका लावलेली वळणदार शेपटी लावलेली तुम्हाला का आवडत नाही? कानांना पानाचा आलंकारिक आकार असलेला का पटणार नाही आपल्याला? सुंदर आकार असेल तो... आपल्या या नैसर्गिक कानाचा आकार किती खडबडीत कसासाच आहे. का, का पटत नाही तुम्हाला ही कल्पना? कारण यात काही अर्थ नसेल. त्याचा

काही उपयोग नसेल. मानवी शरीरातला एकही स्नायू अनाठायी नाही यातच त्याच्या रचनेचे सौंदर्य सामावले आहे. एकही रेष तिथे नाहक रेखलेली नाही. प्रत्येक तपशीलाचा काही हेतू आहे. माणूस संकल्पनेला अर्थपूर्ण करून त्याचं जीवन जगण्यासाठी उपयुक्त ठरेल अशीच प्रत्येक अवयवाची रचना आहे. मला एक सांगाल, हेच तत्त्व बिल्डिंगच्या बाबत का नाही लागू होत... बिल्डिंगला सुद्धा एक हेतू असतो. तो हेतू जाणवू नये अशी व्यवस्था का करतो आपण? तिच्या रचनेला कसकसल्या झालरी लावून आपण तिच्या हेतूचं सौंदर्य बिघडवून, पाकीटबंद करून का टाकतो? ते पाकीट कशासाठी वापरतोय याचीही आपल्याला कल्पना नसते. दहा प्रकारच्या बिनबापाच्या शैली एकत्र करून आपल्याला कसली तरी संकरित वाणाची, बिनमेंदूची, बिनह्रदयाची, बिन काळजाची, फक्त भरपूर केसाळ, नख्या, पिसं आणि शेपट्या असलेली जनावरं निर्माण करण्याचा सोस का वाटतो? का? तुम्ही सांगा मला, कारण मला तरी कधीच ते समजलेलं नाही.'

'वेल,' मि. जॅन्स म्हणाले, 'मी कधी असा विचार केलाच नव्हता.' पण त्यांच्या आवाजात खात्री नव्हती. 'पण आम्हाला आमची बिल्डिंग भारदस्त, प्रतिष्ठित दिसायला हवी आहे. सौंदर्य हवं आहे त्यात. खरंखुरं सौंदर्य म्हणतात ते.'

'कोण कशाला सौंदर्य म्हणतं?'

'वेल... मी- मला...'

'सांगा मला, मि. जॅन्स, तुम्हाला खरोखर एखाद्या सुंदर, पोलादी, आधुनिक इमारतीवर ग्रीक खांब, फळांच्या परड्या चिकटवणं म्हणजे सौंदर्य वाटतं का?'

'बिल्डिंग सुंदर असते किंवा का नसते वगैरे गोष्टींवर मी कधी विचारही केला नाही.' मि. जॅन्सनी कबुली दिली, 'पण हां, मला वाटतं लोकांना हेच हवं असतं.'

'त्यांना ते हवं असतं असं तुम्ही का समजता?'

'माहीत नाही.'

'मग त्यांना काय हवं असेल त्याची काळजी तुम्ही का करावी?'

'लोकांचा विचार करावाच लागतो.'

'बहुतेक लोक समोर जे येईल ते स्वीकारतात. त्यांना मत असं काही नसतंच, असं नाही वाटत तुम्हाला? त्यांना काय वाटेल याचा विचार करून त्यांना काय द्यावं असा विचार करायचा की स्वतःच्या मताने निर्णय घ्यायचा?'

'त्यांच्यावर जबरदस्ती करण्यात काही अर्थ नाही.'

'तशी काहीच गरज नाही. फक्त थोडा धीर धरायला हवा. कारण तुमच्या बाजूने विवेक आहे... हो मला माहीत आहे, विवेक आपल्या बाजूला असावा असं फारसं कुणाला वाटतच नाही. पण तुमच्या विरुद्ध बाजूला आहे केवळ एक आंधळी, थुलथुलीत स्थितीप्रियता.'

'माझ्या बाजूला विवेक असावा असं मला वाटणार नाही असं का म्हणता तुम्ही?'

'तुम्हालाच असं नव्हे, मि. जॅन्स, बऱ्याच लोकांना असं वाटतं. अखेर सर्वांनाच काहीतरी जोखीम पत्करावी लागते. ते पत्करतातही. पण काहीतरी ओळखीचं असलं तरच - मग ते गदळ, मूर्खपणाचं असलं तरी चालतं... पण ओळखीचं काहीतरी केलं की लोकांना सुरक्षित वाटतं.'

'हे अगदी खरंय...' मि. जॅन्स म्हणाले.

अखेर मि. जॅन्स विचारपूर्वक म्हणाले, 'तुम्ही म्हणताय त्यात तथ्य आहे, मि. रॉर्क, मला जरा विचार करू दे. मी लवकरच कळवतो तुम्हाला काय ते.'

एक आठवड्यानंतर मि. जॅन्सनी त्याला फोन केला, 'शेवटचा निर्णय आमच्या संचालक

मंडळाचा असेल. तुम्ही प्रयत्न करणार का, मि. रॉर्क? प्लान्स तयार करा. कच्ची स्केचेस द्या. मी मांडतो. मी काही आश्वासन देऊ शकणार नाही. पण मी तुमच्या बाजूने आहे, आणि मी तुमच्या वतीने भांडेन.'

दोन आठवडे दिवसरात्र काम करून रॉर्कने प्लान्स तयार केले. ते जॅन्स-स्टुअर्ट रिअल इस्टेटच्या संचालक मंडळापुढे सादर करण्यासाठी त्याला बोलवणं आलं. एका लांबलचक टेबलच्या एका बाजूला उभं राहून तो बोलू लागला. त्याची नजर एकेका चेहऱ्यावरून फिरत होती. खाली टेबलकडे पहाण्याचं तो प्रयत्नपूर्वक टाळत होता, पण दृष्टीच्या एका कडेवर त्याच्या ड्रॉइंगचा कागद होताच... बारा लोकांच्या डोळ्यासमोर पडलेला. त्याला खूप प्रश्न विचारले त्यांनी. अनेकदा त्याच्याऐवजी मि. जॅन्स उत्तर द्यायला धावून जात. ते हाताची मूठ टेबलावर आपटत होते. गुरकावून विचारत होते-'तुम्हाला दिसत नाही का? -हे तर स्पष्टच आहे ना? मग काय झालं, मि. ग्रान्ट? कुणीही बांधलं नसलं म्हणून काय झालं? गॉथिक, मि. हबार्ड? कशासाठी गॉथिक हवं? हे तुम्ही नाकारलंत ना, तर मी राजीनामा देण्याच्याच मनःस्थितीत आहे आता!'

रॉर्क शांत स्वरात बोलत राहिला. त्या खोलीत आपल्या शब्दांची खात्री असलेला तो एकमेवच होता. आपल्याला काही आशा नाही हेही त्याला कळत होतं. त्याच्यासमोरचे बारा चेहरे वेगवेगळे होते, पण काहीतरी एक होतं- चेहऱ्यातलं साम्य नव्हे... डोळ्यांतलं साम्य नव्हे... पण काहीतरी समान धर्म होता. काहीतरी असं की, ज्यात त्यांच्या चेहऱ्यावरचे सगळे भाव एकरंग होत होते. कुणा वेगवेगळ्या व्यक्तींचे चेहरे नाही... एकाच प्रकारची लंबगोल मांसाची एकके फक्त. तो सर्वांशी बोलत होता आणि कुणाशीच बोलत नव्हता. त्याच्या शब्दांना प्रतिसाद नव्हता, अगदी त्यांच्या कानांच्या पडद्यांवर आपटून प्रतिध्वनीही उमटत नव्हता. त्याचे शब्द जणू एखाद्या विहीरीत खोलखोल पडत होते. दगडांवरून घासत-घसरत. कुठलाही दगड त्यांना अडवत नव्हता. त्यांवर ते आपटून पुढे आणखी खाली खोलवर तळाशी जात होते... आणि तळ कुठे होता... नव्हताच.

मंडळाचा निर्णय त्याला लवकरच कळवण्यात येईल असं त्याला सांगितलं गेलं. त्याला तो निर्णय तिथंच कळला होता. त्यामुळे पत्र हाती पडलं तेव्हा त्याला काहीच वाटलं नाही. ते पत्र मि. जॅन्सनी लिहिलं होतं.- 'डियर मि. रॉर्क, हे काम तुम्हाला देण्यास बोर्ड असमर्थ आहे कारण...' त्या औपचारिक शब्दांच्या कठोर आवरणातून एक आर्जव फुटूनफुटून बाहेर येऊ पहात होतं... त्याच्या समोर येण्याचं धैर्य नसलेल्या एका माणसाचं आर्जव होतं ते.

□ □ □

जॉन फार्गो ने आपल्या जगण्याची सुरुवात हातगाडीवर धंदा लावून केली होती. वयाच्या पन्नासाव्या वर्षी त्याच्या हाती बऱ्यापैकी संपत्ती जमलेली आणि सिक्स्थ ॲव्हेन्यूवर स्वतःच्या मालकीचं एक डिपार्टमेन्ट स्टोअर. वर्षानुवर्षं तो त्याच रस्त्यावर समोरच्या बाजूला असलेल्या एका बड्या डिपार्टमेन्ट स्टोअरशी टक्कर देऊन होता. पिढीजात मालकीतून चाललेलं एका मोठ्या परिवाराचं ते स्टोअर होतं. गेल्या वर्षी त्या परिवाराने ती जागा सोडून देऊन आपलं स्टोअर शहरात दुसरीकडे हलवलेलं. शहराचं व्यावसायिक केंद्र आता उत्तरेकडे सरकतंय अशी त्यांची खात्री झालेली. आपल्या परिसराची पडझड आणखी वेगाने होण्याची तजवीज त्यांनी मुक्काम हलवून करून टाकलेली. समोरच्या प्रतिस्पर्ध्याला संकटाची जाणीव व्हावी आणि भय वाटावं असाही हेतू होता. जॉन फार्गोने प्रत्युत्तर दिलेलं. त्याने जाहीर केलं की आपण त्याच जागी नवीन स्टोअर बांधणार. शहारात कुठेच कुणी बांधलं नसेल असं झकास स्टोअर बांधण्याची घोषणा त्याने केली. आपला परिसर सावरून घेण्याचा

निश्चय जाहीर केला.

त्याने जेव्हा रॉर्कला ऑफिसमधे बोलावलं, तेव्हा त्याने आपण यावर नंतर विचार करून कळवू वगैरे काहीच सांगितलं नाही. तो म्हणाला, 'आर्किटेक्ट तुम्ही आहात.' तो आपल्या डेस्कवर पाय ठेवून, पाइप ओढत, शब्द आणि धूर सांडत बोलू लागला, 'मला कशासाठी किती जागा लागेल, मी किती खर्च करू शकतो हे मी तुम्हाला सांगेन. आणखी पैसा लागणार असेल तर मला तेवढं सांगा. बाकी सगळं तुमच्यावर. मला काही बिल्डिंग्जबद्दलचं ज्ञान नाही. पण कुठल्या माणसाला काय कळतं एवढं मला लगेच समजतं. कामाला लागा.'

फार्गोने रॉर्कची निवड केली होती कारण तो एक दिवस गोवॅनच्या पेट्रोलपंपावर थांबला होता. तिथं थांबून त्याने काही विचारपूस केली होती. नंतर त्याने हेलरच्या अनुपस्थितीत त्याच्या कुकच्या हातावर चिरीमिरी टेकवून हेलरचं घर आतून पाहून घेतलं होतं. त्यानंतर आणखी काही जाणून घ्यायची गरजच फार्गोला पडली नव्हती.

□ □ □

मे महिन्याच्या अखेरीस रॉर्कचं ड्राफ्टिंग टेबल फार्गो स्टोअरच्या स्केचेसनी ओसांडून वाहत होतं तेव्हाच त्याला आणखी एक काम मिळालं.

मि. व्हिटफोर्ड सॅनबर्नचं ऑफिस अनेक वर्षांपूर्वी हेन्री कॅमेरॉनने बांधलं होतं. त्यांना जेव्हा त्यांच्या गावी घर बांधायचं झालं तेव्हा त्यांनी आपल्या पत्नीने सुचवलेल्या सर्व आर्किटेक्ट्सना मोडीत काढत कॅमेरॉनला पत्र टाकलं. कॅमेरॉनने त्यांना उत्तरादाखल दहा पानी पत्र लिहीलं. पहिल्या तीन ओळीत त्याने त्यांना आपल्या निवृत्तीची कल्पना दिली. बाकी सारं पत्र हॉवर्ड रॉर्कबद्दल भरभरून लिहिलेलं. त्या पत्रात त्याने काय लिहिलेलं ते रॉर्कला कधीच कळलं नाही. सॅनबर्नने ते त्याला दाखवलं नाही आणि कॅमेरॉन त्याला काहीही सांगणार नव्हता. मिसेस सॅनबर्नच्या जबरदस्त विरोधाला न जुमानता सॅनबर्नने आपल्या घराचं काम त्याच्यावर सोपवलं.

मिसेस सॅनबर्न अनेक धर्मादाय संस्थांच्या अध्यक्षस्थानी होत्या. त्यातून त्यांची अधिकार गाजवण्याची वृत्ती इतकी बळावली होती, की सांगता सोय नाही. मिसेस सॅनबर्नना त्याच्या हडसनच्या तीरी असलेल्या जमिनीवर फ्रेंच शॅटो हवा होता. आपण दरबारी घराण्यातल्या आहोत असं दर्शवण्यासाठी मालकीचा प्रासादतुल्य बंगला असणं किती सोयीचं होतं. अर्थात ते घर काही पिढीजात नाही हे लोकांना कळेलच पण तरीही वाटू शकेल...

मि. सॅनबर्ननी रॉर्कशी काँट्रॅक्ट केलं. कशाप्रकारचं घर तो बांधणार आहे याची पुरेशी कल्पना रॉर्कने त्यांना दिली होती. मि. सॅनबर्नना ते अगदी मनापासून मान्य होतं. स्केचेससाठी थांबायचीही त्यांना गरज वाटली नव्हती.

'पण अर्थात्, फॅनी, मला आधुनिक शैलीतलंच घर हवंय, हे मी तुला फार पूर्वीच सांगितलंय. कॅमेरॉनने जसं घर डिझाइन केलं असतं तसंच घर मला हवंय.' त्यांनी बायकोला सांगून टाकलेलं.

'आता कॅमेरॉन या नावाला काहीतरी अर्थ उरलाय का?' तिने विचारलं होतं.

'ते मला माहीत नाही, फॅनी, मला फक्त एवढंच कळतं, की त्याने माझ्यासाठी जी बिल्डिंग बांधली तिच्या पासंगालासुद्धा पुरेल अशी एकही बिल्डिंग अख्ख्या न्यू यॉर्कमधे शोधून सापडणार नाही.'

त्यांच्या काळोख्या, सामानसुमानाने भरलेल्या, चकचकीत पॉलिशलेल्या महोगनीत सजलेल्या व्हिक्टोरिअन ड्रॉइंगरूममधे अनेक दिवस वादावादी होत राहिली. मि. सॅनबर्न डळमळले. आपल्या

हाताच्या फटकाऱ्याने त्या खोलीकडे निर्देश करत रॉर्कने त्यांना विचारलं, 'हे- हेच हवंय का तुम्हाला?'

'हं.. तुम्ही उद्धटपणा करणार असाल तर...' मिसेस सॅनबर्ननी बोलायला सुरुवात केली, पण मि. सॅनबर्न उद्रेक झाल्यासारखे फुटून उद्गारले, 'ख्राइस्ट, फॅनी, बरोब्बर बोलतोय तो. हे- हेच मला नको आहे. मला वैताग आलाय याचाच. नेमका याचाच.'

स्केचेस पूर्ण होईपर्यंत रॉर्क कुणालाही भेटला नाही. ते घर अखेर कागदावर उतरलं. साध्या दगडात बांधलेलं घर असणार होतं ते. लांबरूंद खिडक्या, अनेक सज्जे, गच्च्या असलेलं ते घर नदीकाठी पसरलेल्या बागेत उभं असणार होतं. नदीच्या विस्तीर्ण पात्रासारखंच प्रशस्त, बागांसारखंच खुलं... त्याच्या चढत जाणाऱ्या रेघांचा नीट मागोवा घेत गेलं तर कळत होतं, की बागेच्या फुलत्या रेषांशी नेमकी सम साधून त्या घराच्या सज्जांची चढण विस्तारत होती. भिंतींच्या वास्तवापाशी जाऊन अलगद ठेपत होती. असं वाटत होतं की झाडं त्या घरात शिरत होती आणि त्यातूनच बाहेर येत होती. ते घर सूर्यप्रकाशाला अडवत नव्हतं, एखाद्या ओंजळीसारखं सूर्यप्रकाश गोळा करत होतं. आणि अधिक तेजस्वी करून घरभर फिरवत होतं.

प्रथम मि. सॅनबर्न ती स्केचेस पहाणार होते. त्यांनी ती बारकाईने पाहिली आणि म्हणाले, 'मी- मला कळत नाही कसं सांगावं...मि. रॉर्क, कॅमेरॉन तुमच्याबद्दल जे जे म्हणाला ते अगदी बरोबर होतं.'

पण बाकीच्यांनी ती स्केचेस पाहिल्यानंतर, मि. सॅनबर्नना तेवढीशी खात्री वाटेनाशी झाली. मिसेस सॅनबर्न त्या घराला भयंकर म्हणाल्या. संध्याकाळची वादावादी पुन्हा एकदा सुरू झाली.

'या इथे कोपऱ्यांवर छोटे मनोरे टाकले तर काय बिघडणार आहे मला कळत नाही...' मिसेस सॅनबर्न म्हणाल्या.'या सपाट छपरांवर भरपूर जागा आहे त्यासाठी.' त्यांच्या डोक्यातून मनोरे काढून टाकल्यावर त्यांनी सुरुवात केली, 'पण खिडक्या तरी निदान नक्षीदार हव्यात... काय हरकत काय आहे तेवढं करायला? केवढाल्या खिडक्या आहेत या... कशासाठी एवढ्या मोठ्या खिडक्या हव्यात, मला कळत नाही. काही प्रिव्हसीच रहात नाही. पण ठीक आहे, मि. रॉर्क तुमचा एवढा हट्टच असेल तर मी एक वेळ मान्य करेन. पण निदान मग त्या खिडक्यांच्या तावदानांचे भाग तरी करा. जरा सौम्य होईल चित्र. थोडा राजेशाही स्पर्श मिळेल... यू नो... जरासा सरंजामी स्पर्श.'

ज्या ज्या लोकांना, मित्रमैत्रिणींना, नातेवाईकांना मिसेस सॅनबर्ननी ती स्केचेस दाखवली त्यांच्यापैकी कुणालाच ती आवडली नाहीत. मिसेस वॉलिंग म्हणाल्या हे तर अगदी हास्यास्पदच आहे. मिसेस हूपर म्हणाल्या अगदीच रासवट आहे ते, असंस्कृत. मि. मेलँडर म्हणाले, अगदी फुकट भेट म्हणून जरी कुणी दिलं तरी घेणार नाही मी असलं घर. मिसेस ऍपलबी म्हणाल्या, घर आहे की जोड्यांचा कारखाना. मिस डेव्हिटनी त्या स्केचेसवरून नजर टाकली आणि त्या कौतुकाने उदगारल्या, 'अरे वा... काहीतरी कलात्मक दिसतंय, माय डियर... कुणी डिझाइन केलंय हे? रॉर्क? रॉर्क? कधी ऐकलं नाही नाव... वेल अगदी खरं मत देऊ कां, फॅनी? कुणीतरी उल्लू बनवतंय तुम्हाला.'

त्यांच्या दोन मुलांचंही एकमत नव्हतं. ज्यून सॅनबर्न एकोणीस वर्षांची होती. तिला वाटायचं सगळे आर्किटेक्ट्स एकदम रोमँटिक असतात. आपल्याकडचा आर्किटेक्ट एकदम तरुण आहे म्हटल्यावर ती खूपच खूष झालेली. पण तिला रॉर्कचा जामानिमा फारसा आवडला नव्हता. तिच्या सूचक बोलण्याला त्याने काहीच प्रतिसाद दिला नव्हता. त्यामुळे तिने ठरवून टाकलं की ते घर एकदम घाणेरडं आहे. आणि निदान ती तरी त्यात रहाणार नव्हती. रिचर्ड सॅनबर्न चोवीस वर्षांचा होता. कॉलेजमधे हुशार विद्यार्थी म्हणून प्रसिद्ध असलेला रिचर्ड आजकाल दारूच्या आहारी गेलेला. त्याने अचानक आपल्या कंटाळ्यातून उठून आपल्या कुटुंबियांना जरा धक्काच दिला. त्याने जोरजोरात

सांगून टाकलं की हे घर लाजवाब आहे. त्याला ते खरोखर सुंदर वाटलेलं की आपल्या आईबद्दलच्या उद्वेगातून तो हे बोलत होता, कळायला मार्ग नव्हता.

व्हिटफोर्ड सॅनबर्न प्रत्येक नव्या मतासरशी हेलकावत होता. डळमळत होता. तो म्हणायचा, 'नाही, नक्षीदार खिडक्या करणं म्हणजे अगदीच मूर्खपणा होईल. पण निदान ती म्हणतेय तर एक कॉर्निस तरी देऊ शकता तिला, मि. रॉर्क, कौटुंबिक शांती प्रस्थापित होण्यासाठी मला मदत होईल त्याची. थोडीशी... अगदी हलकीच कॉर्निस. विशेष काही फरक पडणार नाही, मला वाटतं. नाही का?'

अखेर रॉर्कने सांगून टाकलं की मी दिलेली स्केचेस मि. सॅनबर्नना जशीच्या तशी मान्य असतील आणि त्यांनी त्यांवर सही केली, तरच मी हे काम घेईन अन्यथा नाही. मि. सॅनबर्ननी सही केली आणि मगच ते वाद थांबले.

कोणताही नामवंत कॉंट्रॅक्टर हे काम हाती घ्यायला तयार नव्हता हे ऐकून मिसेस सॅनबर्नना फारच आनंद झाला.

'पाहिलंत?' त्या विजयाने उदगारल्या. मि. सॅनबर्न पहायला तयार नव्हते. त्यांनी एक कोपऱ्यातली कंपनी शोधून काढली. त्यांनी कुरबूर करत ते काम स्वीकारलं. उपकार केल्याच्या थाटात. हा कॉंट्रॅक्टर आपल्या बाजूने आहे याचा शोध मिसेस सॅनबर्नना ताबडतोब लागला. स्वतःचे आजवरचे संकेत मोडत त्यांनी त्याला अगदी चहाला बोलवलं. आता त्यांच्या मनात घरासंबंधी काही विचार उरलाच नव्हता. त्यांना केवळ रॉर्कचा द्वेष वाटत होता. आणि त्या कॉंट्रॅक्टरला सर्वच आर्किटेक्ट्सचा द्वेष वाटत असे- तत्त्वतःच.

सॅनबर्न हाऊसचे बांधकाम उन्हाळाभर आणि मग हिवाळाभर चालले. दररोज काहीतरी नवीन युद्धप्रसंग ठाकायचा.

'पण मी तुम्हाला आधीच सांगितलं होतं, मि. रॉर्क, मला बेडरूममधे तीन कपाटं हवीत म्हणून. हो, मला पक्कं आठवतंय. शुक्रवार होता, आपण ड्रॉइंगरूममधे बसलो होतो. मि. सॅनबर्न खिडकीजवळच्या मोठ्या खुर्चीत बसले होते आणि मी... प्लान्सचं काय? कसले प्लान्स? तुमचे प्लान्सबिन्स भानगडी मला कळत नाहीत- माझ्याकडून तुम्ही ही अपेक्षाच कशी करता?'

'माझी रोझाली आन्टी म्हणत होती, तिला हा गोल जिना चढता येणं अशक्य आहे. आम्ही काय करावं, मि. रॉर्क? तुमच्या घराच्या सोयीने आमचे पाहुणे निवडायचे की काय आम्ही?'

'मि. हल्बर्ट म्हणतात, हे असलं छत काही टिकणार नाही. हो हो. मि. हल्बर्टना आर्किटेक्चरमधलं बरंच कळतं. ते व्हेनिसला दोन वर्षं राहून आलेत.'

'ज्यून, बिचारी ज्यून... ती म्हणतेय तिची खोली अगदी तळघरासारखी अंधारी होतेय. वेल... असं तिला वाटतंय, मि. रॉर्क, खोली जरी अंधारी नसली तरी तरी तिची भावना तशी होते आहे- हेही महत्त्वाचंच आहे. एकूण एकच.'

रॉर्क रात्ररात्र जागून पुन्हा नव्या बदलांसाठी प्लान्स तयार करायचा. त्याला काही इलाज नव्हता. म्हणजे सारं नव्याने करणं आलं. मजले, जिने, पार्टिशन्स... जे जे सगळं उभं झालेलं ते ते सारं मोडावं लागायचं. म्हणजे कॉंट्रॅक्टरचा खर्च वाढत होता. कॉंट्रॅक्टर खांदे उडवत म्हणायचा,'मी आधीच सांगितलं होतं. हे असले नवे नखऱ्याचे आर्किटेक्ट्स निवडले की हे असंच होणार. बघालच तुम्ही, तो त्याचं काम संपवून जाईपर्यंत या घराचा खर्च केवढा वाढलेला असेल ते.'

आणि मग जेव्हा ते घर आकाराला येऊ लागलं तेव्हा रॉर्कलाच त्यात बदल करावासा वाटला. पूर्वेकडची बाजू त्याला कधीच आवडली नव्हती. ती उभी रहाताना, त्याला स्वतःला त्यात काय

खटकत होतं ते स्पष्ट झालं. ती चूक कशी सुधारायची तेही त्याला उमजलं. ते केल्यावर हे घर खऱ्या अर्थाने एकसंध होईल अशी त्याला खात्री वाटली. त्याच्या दृष्टीने हे त्याचे सुरुवातीचे प्रयोग होते, सुरुवातीच्या पायऱ्या. तो उघडपणे मान्य करू शकत होता स्वतःच्या चुका. पण मि. सॅनबर्ननी हा बदल करायला नकार दिला. आता त्यांची पाळी होती. रॉर्कने त्यांच्या विनवण्या केल्या. त्याच्या मनात ते सुधारित चित्र उभं झाल्यानंतर जे आहे ते तसंच बांधून टाकायला त्याचा जीव धजत नव्हता.

'मी तुमच्याशी सहमत नाही असं नाही, तुमचं म्हणणं योग्यच आहे हे मला दिसतंय. पण मला आता आणखी पैसे घालणं परवडत नाही. सॉरी.'

'मिसेस सॅनबर्ननी जे अनाठायी बदल घडवायला सांगितले त्यात जो ज्यादा खर्च झाला त्या मानाने हे काहीच नसेल.'

'तो विषय पुन्हा काढू नका.'

'मि. सॅनबर्न,' रॉर्कने सावकाश विचारलं, 'हे बदल करण्याची परवानगी असेल, तर त्यावर जो खर्च येईल त्याची जबाबदारी तुमच्यावर असणार नाही, असं मी लिहून दिलं तर तुम्ही त्यावर सही करालं? परवानगी द्याल?'

'जरूर, असा काही चमत्कार तुम्ही घडवून आणू शकणार असाल तर का नाही!'

त्यांनी सही केली. पूर्वेकडची बाजू पुन्हा नव्याने बांधली जाऊ लागली. रॉर्कने स्वतः त्याचा खर्च केला. त्याला मिळालेल्या फीपेक्षा जास्त खर्च होत होता तो. मि. सॅनबर्नना वाईट वाटलं. त्यांना ते पैसे आपण द्यावे असं वाटलं. मिसेस सॅनबर्ननी त्यांना थांबवलं. 'काही नाही. लबाडी आहे केवळ. तुझ्यावर दबाव टाकण्याची क्लृप्ती. तुझ्या चांगुलपणाचा गैरफायदा घ्यायचा, ब्लॅकमेल करायचं एवढाच हेतू आहे त्याचा. तू पैसे देशील याचीच खात्री वाटतेय त्याला. थांब जरा आणि बघ. तोच पैसे मागून घेईल स्वतः. त्याला तसा सोडू नकोस तू.'

रॉर्कने कधीच पैसे मागितले नाहीत आणि मि. सॅनबर्ननी कधी दिले नाहीत.

घर बांधून पूर्ण झालं तेव्हा मिसेस सॅनबर्ननी त्यात रहायला जायला नकार दिला. मि. सॅनबर्न त्या घराकडे आशेने पहात होते. ते त्यांना खूप आवडलेलं. त्यांना अस्सच घर हवं होतं, पण ते मान्य करण्याइतकाही उत्साह त्यांच्यात आता उरला नव्हता. ते शरण गेले. ते घर रिकामंच राहिलं. मिसेस सॅनबर्ननी आपल्या नवऱ्याला आणि मुलीला घेऊन फ्लोरिडाला जाण्याची टूम काढली. 'तिथे निदान जरा सभ्य वाटणारं स्पॅनिश शैलीतलं घर तरी आहे आमचं. नशीब!!ते आम्ही तसंच विकत घेतलेलं. आयतं. असला अर्धवट आर्किटेक्ट निवडून त्याच्या हाती काम दिलं की हे असं होतं. फुकटचा त्रास, विकतचं दुखणं.'

तिच्या मुलाने मात्र सर्वांना आश्चर्याचा धक्का दिला. त्याने फ्लोरिडाला जायला ठाम नकार दिला. हे घर मला आवडलंय असं सांगून त्याने आपण इथेच रहाणार असल्याचं जाहीर करून टाकलं. त्या घरातल्या तीन खोल्या त्याच्यासाठी फर्निश केल्या गेल्या. ते सारे गेल्यानंतर हडसन नदीकाठच्या त्या घरात तो एकटा राहू लागला. रात्रीच्या वेळी नदीवरून पाहिलं तर त्या भव्य, मृतवत् घराच्या एकाच एकुटवाण्या खिडकीचा आयत प्रकाशाने उजळलेला दिसायचा.

आर्किटेक्ट्स गिल्ड ऑफ अमेरिकाच्या बुलेटिनमधे एक छोटासा वृत्तान्त प्रसिद्ध झाला.

'एक चमत्कारिक घटना. खेदजनक नसती तर गंमतीशीर वाटावी अशी. प्रख्यात उद्योगपती मि. व्हिटफोर्ड सॅनबर्न यांनी नव्याने बांधलेल्या एका घराच्या संदर्भात ही हकिकत कळते आहे. हे घर कुणा एका हॉवर्ड रॉर्क नावाच्या आर्किटेक्टने बांधले. या घराच्या बांधकामावरील खर्च जवळपास एक

लक्ष डॉलर्सच्या घरात गेला. परंतु त्यांच्या कुटुंबाला हे घर रहाण्यायोग्य वाटले नाही. आता त्या घरात कुणीही रहात नाही. ते भकास पडून आहे. व्यावसायिक अकार्यक्षमतेची इतकी बोलकी साक्ष क्वचितच पहायला मिळते.'

❑

१४

ल्यूशियस हेयर मरणाला झुंजवत होता. तो आता स्ट्रोकमधून बऱ्यापैकी सावरला होता आणि त्याने ऑफिसमधेही यायला सुरुवातही केले होती. त्याच्या डॉक्टरने आणि गाय फ्रँकनने खूप सांगून पाहिलं, पण त्याने ऐकलं नाही. फ्रँकनने त्याला त्याची पार्टनरशिप विकत घेण्याची ऑफरही दिली. पण आपल्या खोल गेलेल्या. पाणावलेल्या डोळ्यांनी शून्यात बघत त्याने हट्टीपणे सरळ नकार दिला. तो दर दोन-तीन दिवसांनी ऑफिसमधे यायचा. त्याच्या समोरच्या ट्रेमधे येऊन पडलेली पत्रे वाचून काढायचा. डेस्कच्या पुढ्यात बसून समोर पडलेल्या कोऱ्या कागदांच्या पॅडवर फुलंपानं काढत बसायचा. थोड्या वेळाने घरी जायचा. चालताना पावलं ओढत सावकाश चालायचा तो. कोपर अंगाजवळ घेऊन हात समोर ठेवत तो चालायचा तेव्हा त्याचे हात, बोटं थरथरत असायची. तो अजिबात निवृत्त होणार नव्हता. फर्मच्या स्टेशनरीवर आपलं नाव पहायला त्याला आवडत होतं.

महत्त्वाच्या क्लायन्ट्सबरोबर आपली आजकाल ओळख करून दिली जात नाही, अर्धअधिक बांधकाम झालं तरी आपल्याला स्केचेस दाखवली जात नाहीत याचं त्याला थोडं वैषम्ययुक्त नवल वाटायचं. हे त्याने बोलून दाखवलं तेव्हा फ्रँकनने दुखावल्या स्वरात त्याला सांगितलं, 'पण ल्यूशियस, तुला तुझ्या या दुखण्यात आता त्रास द्यायचा का बारीकसारीक गोष्टींसाठी. दुसरा कुणी असता तर एव्हाना निवृत्त होऊन घरी आराम करत बसला असता.'

त्याला फ्रँकनचं नवल वाटायचं. पण पीटर कीटींगच्या वर्तनामुळे तो गोंधळून गेलेला. कीटींग त्याला नीटसं अभिवादनही करीत नसे आताशा, केलं तरी मागाहून आठवल्यासारखं अगदी औपचारिकता पार पाडण्यासाठीच. एकदा तर तो बोलत असताना कीटींग वाक्य पूर्ण व्हायच्या आतच तिथून चालता झाला होता. त्याने एखाद्या ड्राफ्ट्समनला काही बारीकशी सूचना केली तर ती अंमलात आणली जात नसे. किंवा तो ड्राफ्ट्समन त्याला येऊन सांगत असे की मि. कीटींगनी ती सूचना निकाली काढली. हेयरला कळतच नव्हतं. त्याच्या पोर्सेलीनच्या छंदात इतका रस घेणारा एक नम्र मुलगा एवढीच त्याची आठवण होती. सुरुवातीला त्याने कीटींगला क्षमा करून टाकली. मग त्याने त्याला गोडीत घेण्याचा प्रयत्न केला. त्याचा तो कसाबसा प्रयत्न परिणामशून्य ठरला. मग त्याला कीटींगची प्रचंड भीती वाटू लागली. त्याने फ्रँकनकडे तक्रारही केली. आवाजात कशीबशी अधिकारवाणी आणायचा त्याचा प्रयत्नही फुकटच गेला. त्याने रडतच तक्रार केली.

'गाय, तुझा तो कीटींग, काय झालंय काय त्याला? किती उद्धटासारखा वागतोय तो अलिकडे माझ्याशी. बघ, त्याला काढून टाक नाहीतर कामावरून. फार झालं.'

'हे बघ, ल्यूशियस,' फ्रँकनचं उत्तर रुक्ष होतं, 'म्हणूनच म्हणतो मी, की आता बास, आता निवृत्ती पत्कर तू. तू उगीच जिवाला त्रास करून घेतोस... आता आणखी काहीतरी कल्पना करायला लागलायस तू. वयपरत्वे.'

तशातच कॉस्मोस्लॉत्निक बिल्डिंग डिझाइन करण्याची स्पर्धा जाहीर झाली. हॉलिवुडच्या

कॉस्मोस्लॉत्निक पिक्चर्सनी त्यांचं भव्य ऑफिस न्यू यॉर्कमधे उभारण्याची घोषणा केली होती. त्यांना गगनचुंबी इमारत हवी होती. त्यात एक मूव्ही थिएटर, आणि ऑफिसेसचे चाळीस मजले असणार होते. आर्किटेक्टच्या निवडीसाठी जागतिक पातळीवर स्पर्धा भरवण्यात आली होती. एक वर्षभर आधीपासून याची घोषणा करण्यात आली होती. त्यांच्या घोषणेत त्यांनी म्हटलं होतं, कॉस्मोस्लॉत्निक हे केवळ चित्रपटसृष्टीतीलच आघाडीचे व्यावसायिक नसून सर्व कलाप्रकारांना कवेत घेण्याची त्यांची झेप आहे. चित्रपट हे एक असे माध्यम आहे की ज्यात सर्वच कलांना स्थान आहे. आर्किटेक्चर ही सौंदर्यशास्त्रदृष्ट्या जराशी दुर्लक्षित शाखा असल्यामुळे कॉस्मोस्लॉत्निक आता त्या शाखेलाही पटावर आणण्यासाठी हा प्रयत्न करीत आहे.

'आय विल टेक द सेलर' आणि 'वाइव्ह्ज् फॉर सेल' या दोन चित्रपटांसाठी कास्टिंगच्या बातम्या यायला लागल्या आणि पार्थेनॉन, पँथिऑनची चर्चाही सुरू झाली. ऱ्हीम्स कॅथिड्रलच्या पायऱ्यांवर स्विमसूट घालून बसलेल्या मिस सॅली ओ'डॉनचे फोटो सर्वत्र झळकले. मि. प्रॅट पर्सेल यांची एक मुलाखत प्रसिद्ध झाली. आपण चित्रपट सृष्टीत आलो नसतो तर मास्टर बिल्डर होण्याचे स्वप्न कसे पाहिले होते याबद्दल ते बरंच काही बोलले. मिस डिम्पल्सनी एक लेख लिहिला, त्यात राल्स्टन हॉलकोम्ब, गाय फ्रँकन आणि गॉर्डन प्रेस्कॉट या तिघांची अमेरिकन आर्किटेक्चरच्या भवितव्याबद्दलची उद्धृते देण्यात आली होती. शिवाय चित्रपटसृष्टी या विषयावरची सर ख्रिस्तोफर रेन यांची एक काल्पनिक मुलाखतही छापण्यात आली होती. रविवार पुरवण्यांमधे कॉस्मोस्लॉत्निकच्या सिनेतारकांचे हातात टी स्क्वेअर्स आणि फूटपट्ट्या घेऊन, अर्ध्या चड्ड्या आणि स्वेटर्स घातलेले फोटो छापले गेले. त्यांच्या पार्श्वभूमीवर 'कॉस्मोस्लॉत्निक बिल्डिंग?' असं लिहिलेला मोठा बॅनर होता.

ही स्पर्धा सर्व देशांतील सर्व आर्किटेक्ट्ससाठी खुली होती. ब्रॉडवेवर उभी राहणारी ही इमारत एक कोटी डॉलर्स खर्चून बांधण्यात येणार होती. आधुनिक तंत्रज्ञानाची उत्तुंग प्रतिभा आणि अमेरिकन जनतेची अस्मिता यांचे प्रतीक म्हणून ती उभारण्यात येणार होती. जगातील सर्वात सुंदर इमारत म्हणून आधीच तिची प्रसिद्धी करण्यात येत होती. पारितोषिकाच्या निवड समितीवर परीक्षक म्हणून कॉस्मोचे प्रतिनिधी मि. शूप आणि स्लॉत्निकचे प्रतिनिधी मि. स्लॉत्निक, स्टँटन इन्स्टिट्यूटचे प्रोफेसर पीटरकिन, न्यू यॉर्क शहराचे महापौर, एजीएचा अध्यक्ष राल्स्टन हॉलकोम्ब आणि एल्सवर्थ टूही काम पहाणार होते.

'कामाला लाग, पीटर!' फ्रँकनने कीटींगला मोठ्या उत्साहात सांगितलं. 'तुला तुझं काम दाखवायची संधी आहे. सुवर्णसंधी. तुझ्यातली सगळी हुशारी पणाला लाव. जिंकलास तर जग जिंकशील. आणि आम्ही तुझ्यासाठी काय करू तेही सांगतो.- तुझं नाव दारावर लागेल, फर्मच्या नावासोबत. तू जिंकलास तर बक्षिसाच्या रकमेपैकी एक पंचमांश रक्कम तुझी. एकूण रक्कम साठ हजार डॉलर्स आहे माहीत आहे ना?'

'हेयर हरकत घेईल कदाचित्.' कीटींग सावध स्वरात बोलला.

'घेऊ दे त्याला हरकत. मी जसं ठरवलं तसं करणार. हे केल्याने आपलं भलं होणार आहे हे कदाचित् शिरेलही त्याच्या डोक्यात. आणि मी- मला काय वाटतं तुला माहीत आहे, पीटर. तुझा विचार मी माझा पार्टनर म्हणूनच करतो. तुझा हक्क आहे तो. तू स्वकष्टाने मिळवलेलं स्थान आहे ते. आता एवढी ही किल्ली हाती आली की बस्स.'

कीटींगने जवळपास पाच वेळा आपलं डिझाइन बदललं. त्याला वैताग आलेला या कामाचा. ती इमारत जन्म घेण्यापूर्वीच तिचा प्रत्येक गर्डर त्याला नकोसा वाटत होता. तो काम करताना त्याचे

हात थरथरत होते. हाताखाली आकार घेणाऱ्या ड्रॉइंगचा तो विचारच करीत नव्हता. तो विचार करीत होता आपल्या बाकीच्या प्रतिस्पर्ध्यांचा... कोणीतरी दुसराच ही स्पर्धा जिंकेल आणि मग तो दुसरा कोणीतरी जाहीररित्या त्याच्यापेक्षा श्रेष्ठ गणला जाईल हाच विचार त्याला सतावत होता. तो 'दुसरा' काय करत असेल. हा प्रश्न तो कसा सोडवेल... त्याच्यापेक्षा श्रेष्ठ कसा ठरेल...त्या 'दुसऱ्या' माणसाला हरवणं भाग होतं. बाकी काही महत्त्वाचं नव्हतं. तिथं पीटर कीटींग नव्हताच. एक पोकळी होती, भोवतालचं सारं खेचून घेणारी. त्या कुठल्याशा उष्ण कटिबंधातल्या वनस्पतीबद्दल त्याने ऐकलं होतं... जी आपल्या अंतरीच्या पोकळीत किड्याला खेचून घेते, त्याचा जीवरस शोषून घेते आणि त्यातूनच स्वतःचं अस्तित्त्व टिकवते.

त्याची स्केचेस तयार झाली आणि त्याच्या मनात प्रचंड अनिश्चिततेची वावटळ भिरभिरू लागली. पांढऱ्याशुभ्र संगमरवरात उभ्या रहाणाऱ्या त्या वास्तूचं पर्स्पेक्टिव्ह त्याच्यासमोर नीटसपणे पसरलेलं. रबरातून साकारलेला रेनेसाँस प्रासाद चाळीस मजले उंच ताणून धरावा तशी ती वास्तू दिसत होती. त्याने रेनेसाँस शैली मुद्दामच निवडलेली. साधारण सगळ्या परीक्षकांना खांब वगैरे आवडतात हे त्याला माहीत होतं. शिवाय राल्स्टन हॉलकोम्ब परीक्षकांमधे होता. त्याने हॉलकोम्बच्या सगळ्या लाडक्या इटालियन प्रासादांतून उचलेगिरी केली होती. चांगलं दिसत होतं... दिसत असावं... खात्री नव्हती वाटत त्याला. विचारण्यासारखं कुणीही नव्हतं.

हे शब्द मनात उमटतानाच त्याच्या मनातून आंधळ्या संतापाची लाट फुटली. मनाशी कारण स्पष्ट होण्याआधीच तो संताप उसळला होता. आणि त्याच क्षणी कारणही लख्ख झालं होतं... कुणीतरी होतं, ज्याला तो विचारू शकत होता. त्याला त्या नावाचा विचारही करायचा नव्हता... त्याच्याकडे जायचंही नव्हतं... त्याचा संताप चढत चढत गेला. चेहऱ्यापर्यंत. त्याच्या डोळ्यांखालची चामडी तापली. आणि तत्क्षणी त्याला कळून आलं, की तो त्याच्याकडे जाणार हे त्याच्या मनात ठरलंच होतं.

त्याने तो विचार मनाबाहेर लोटून दिला. तो कुठेही जाणार नव्हता.

पण मग जेव्हा वेळ आली तेव्हा त्याने आपलं ड्रॉइंग एका फोल्डरमधे घातलं आणि तो रॉर्कच्या ऑफिसमधे गेला.

रॉर्क एकटाच बसलेला. त्याच्या त्या एका खोलीच्या ऑफिसमधे काही काम चालल्याचं चिन्ह नव्हतं.

'हेलो, हॉवर्ड!' तो हसतमुखाने म्हणाला, 'कसा आहेस? मी कशात व्यत्यय आणला का?'

'हेलो, पीटर,' रॉर्क म्हणाला, 'नाही. ये.'

'फार जास्त बिझी नाहीस ना, की...?'

'नाही.'

'बसू मग जरा वेळ?'

'बस.'

'वेल, हॉवर्ड, खूप छान काम चाललंय तुझं. मी फार्गो स्टोअर पाहून आलो. मस्तच आहे. अभिनंदन.'

'थँक्यू.'

'तू म्हणजे एकदम मुसंडीच मारलीस, नाही? तीन कामं मिळवून करून झालीसुद्धा.'

'चार.'

'ओः... चार... वाः छानच. त्या सॅनबर्न कंपनीबरोबर तुला जरा त्रास झाला म्हणे.'

'हो. झाला.'

'हं... अखेर सगळं काही सुतासारखं सरळ थोडंच असतं, हो की नै? त्यानंतर काही नवीन काम मिळालं की नाही? एखादं तरी?'

'नाही. काहीही नाही.'

'वेल, येतील येतील. मी नेहमी म्हणतो. आर्किटेक्ट्सनी एकमेकांशी काही गळेकापू स्पर्धा करण्याची गरज नाही. खूप काम आहे सर्वांसाठी. सगळ्यांनी व्यावसायिक सहकार्याची भावना ठेवली पाहिजे. आपण एक असलं पाहिजे. उदाहरणार्थ ही स्पर्धा- तू भाग घेतलास की नाही?'

'कसली स्पर्धा?'

'अरे! अरे कॉस्मोस्लॉत्निक स्पर्धा.'

'मी नाही भाग घेतला.'

'घेतला नाहीस? घेणार आहेस की नाही आता तरी...'

'नाही.'

'पण का?'

'मी स्पर्धांमधे भाग घेत नाही.'

'पण का?'

'कमॉन, पीटर, तू काही या विषयावर बोलायला आलेला नाहीस इथे.'

'सांगतो ना. मी या स्पर्धेत भाग घेतलाय... माझं स्पर्धेचं स्केच तुला दाखवायला म्हणून आलो. मला तू मदत कर असं म्हणतं नाहीये हं मी. फक्त तुझी प्रतिक्रिया हवी आहे. तुझं मत दे फक्त.'

त्याने घाईघाईने फोल्डर उघडला.

रॉर्कने ती स्केचेस बारकाईने पाहिली. कीटींगने जरा ओरडूनच विचारलं, 'काय? बरंय ना.'

'नाही. बेक्कार आहे. आणि तुलाही ते कळतंय.'

मग त्यानंतर कितीतरी तास कीटींग नुसता बसून पहात राहिला. बाहेर आकाश अंधारत गेलं. शहरातल्या इमारतींच्या खिडक्या उजळत गेल्या. रॉर्क बोलत होता, समजावत होता. त्याच्या प्लान्समधून पेन्सिलीच्या रेषांनी फटकारे ओढत होता. थिएटरच्या एक्झिट्स, खिडक्या, हॉल्स साऱ्यांना नीट गुंफत होता, निरुपयोगी कमानींना हद्दपार करीत होता, जिन्यांच्या रांगा सरळ मांडत होता. कीटींग एकदाच अडखळत बोलला, 'जीझस, हॉवर्ड! तू का नाही या स्पर्धेत भाग घेत... तू काय काम करतो आहेस!'

रॉर्क उत्तरला, 'कारण मी नाही तसं करू शकत. मी प्रयत्न केला तरी मला जमणार नाही. मी आटून जातो. कोरा होऊन जातो. त्यांना जे हवंय ते मी नाही देऊ शकत. पण दुसऱ्या कुणाचं तरी बट्ट्याबोळ झालेलं काम दुरुस्त करणं वेगळं असतं. ते मी करू शकतो.'

त्याने प्लान्स बाजूला सारले तेव्हा सकाळ झाली होती.

'आणि दर्शनी बाजू? एलेव्हेशन?'

'खड्ड्यात गेलं एलेव्हेशन. तुझ्या त्या रेनेसांस दर्शनाची मला कवडीइतकी फिकीर नाही.' पण तरीही त्याने नजर टाकलीच. त्या पर्स्पेक्टिव्हवरून पेन्सिलच्या रेघा ओढण्यापासून तो स्वतःला रोखू शकला नाही. 'ठीक आहे. खड्डयात गेलास. द्यायचंच असेल तर निदान जरा बऱ्यापैकी रेनेसांस तरी द्या त्यांना... असं काही असतं का खरं तर... पण ते मी नाही तुला करून देणार. तुझं तूच कर. पण जरा साधं असू दे. पीटर, साधं. जरा प्रामाणिक असू दे. खोटारडेपणाला शक्य तितका प्रामाणिक चेहरा द्यायचा प्रयत्न करा. जा आता आणि या सूत्रात बसेल इतपत काहीतरी कर.'

कीटींग घरी गेला. त्याने रॉर्कचे प्लान्स नकलून काढले. रॉर्कने एलेव्हेशनवर केलेलं स्केच

त्याने नीट उतरून घेतलं. नीटसपणे रेखलं. मग ती ड्रॉइंग्ज त्याने स्पर्धेसाठी पाठवून दिली.

'जगातील सर्वात सुंदर इमारत' स्पर्धा, कॉस्मोस्लॉत्निक पिक्चर्स इन्कॉर्पोरेशन, न्यू यॉर्क' - असा पत्ता घातलेल्या त्या पाकिटावर प्रेषकाचं नाव होतं- फ्रँकन अँड हेयर, आर्किटेक्ट्स, पीटर कीटींग- असोसिएटेड डिझायनर.

□ □ □

हिवाळ्याच्या उरलेल्या महिन्यांतही रॉर्कला काहीच काम मिळालं नाही. कुठलीच संधी नाही, ऑफर्स नाहीत, काम मिळण्याची काहीच आशा नव्हती. तो डेस्कपाशी बसून रहायचा. अंधार पडला तरी दिवे लावायचंसुद्धा त्याच्या लक्षात यायचं नाही. हालचाल संपल्याचा साचलेपणा त्या ऑफिसच्या आकाशातून, दारातून, त्यातल्या हवेतून साकळत त्याच्या स्नायूस्नायूंत भरून राहिलेला. मध्येच तो उठून उभा रहायचा आणि एखादं पुस्तक भिंतीवर फेकायचा... आपला हात काम करतोय की नाही त्याची खात्री करून घेण्यासाठी, आवाज ऐकण्यासाठी. मग त्याला हसू फुटायचं, स्वतःलाच हसत तो ते पुस्तक उचलून पुन्हा नीट जागच्या जागी ठेवून द्यायचा. मग तो डेस्कवरचा दिवा लावायचा. मग हात बाजूला घेण्यापूर्वी तो थबकायचा. प्रकाशाच्या त्या शंकूत न्हायलेले स्वतःचे हात पहात तो सावकाश बोटं पसरायचा. तेव्हा त्याला आठवलं, एकदा कॅमेरॉन म्हणाला होता... त्याने झटक्यात हात काढून घेतले. कोट घेऊन, दिवे घालवत त्याने दार ओढून घेतलं आणि तो घरी गेला.

उन्हाळा तोंडावर आला आणि त्याला कळलं, की जवळ असलेले पैसे फार दिवस पुरणार नाहीत. दर महिन्याच्या पहिल्या तारखेला तो जागेचं भाडं भरून टाकायचा. पुढे तीस दिवस गाठीशी आहेत, तेवढ्या काळात आपलं हे ऑफिस आपल्या ताब्यात आहे ही भावना फार आश्वासक होती. रोज सकाळी तो शांत चित्ताने ऑफिस उघडायचा. अंधार दाटत यायचा तसं त्याला कॅलेंडरकडे पहाणं नकोसं वाटू लागायचं. तीस दिवसांतला आणखी एक दिवस संपला... हे लक्षात आलं तेव्हा तो जाणीवपूर्वक कॅलेंडरशी डोळा भिडवू लागला. आता शर्यत लागली होती, त्याच्या भाड्याच्या पैशात आणि- आणि कुणांत? त्याला माहीत नव्हतं. कदाचित् रस्त्यात भेटणाऱ्या प्रत्येक माणसाशी त्याच्या दिवसांची शर्यत लागली होती.

तो ऑफिसात वर जाताना एलेव्हेटरचा ऑपरेटर त्याच्याकडे विचित्र नजरेने पहात असे. त्याने काही विचारलं तर तो उत्तर देत असे. त्यात औद्धत्य नसायचं, पण त्याच्या सुरात एक निर्विकारपणा असायचा. तो स्वर जणू कोणत्याही क्षणी उर्मट होऊ शकला असता. तो तिथं काय करत होता, कशाला येत होता हे त्यांना कळत नव्हतं. त्यांना एवढं नक्की माहीत होतं की मनुष्याकडे कधीच कुणी क्लायन्ट्स् येत नाहीत.

ऑस्टिन हेलरने आग्रह धरला म्हणून तो त्याने दिलेल्या काही पार्ट्यांना गेला होता. त्याला पाहुणे विचारत, 'ओः... तुम्ही आर्किटेक्ट आहात का? सॉरी, मला माहीत नव्हतं... आर्किटेक्चरबद्दल एवढी काही माहिती नाही मला. तुम्ही काय बांधलंत आजवर?' त्याचं उत्तर ऐकून ते म्हणायचे, 'हो का.. असं असं...' आणि त्यांची प्रयत्नपूर्वक विनयशील झालेली देहबोली त्यांच्या मनातल्या कॉमेन्ट्स त्याला सांगून जायची... स्वतःला आर्किटेक्ट समजतो बिचारा...

त्यांनी कधीही त्याच्या बिल्डिंग्ज पाहिल्या नव्हत्या. त्याच्या बिल्डिंग्ज चांगल्या आहेत की वाईट त्यांना माहीतही नव्हतं. पण या बिल्डिंग्जबद्दल त्यांनी कधी कुठे ऐकलं नव्हतं हे नक्की.

ही लढाई अशी होती की त्याच्यासमोर लढणारं कुणीच नव्हतं. पण लढायला तर लागणार होतं. समोर शत्रू दिसत नसतानाही लढणं भाग होतं त्याला.

अर्धवट बांधकामं चालू असलेल्या इमारतींच्या बाजूने जाताना तो पोलादाच्या सांगाड्यांकडे बघत थांबायचा. त्याला वाटून जायचं हे पोलादाचे गर्डर्स, या तुळया इमारतींचा आकार धारण करण्याऐवजी आपल्याला थोपवणारी कुंपणं होत आहेत. तो आणि ते लाकडी कुंपण यांमध्ये असलेल्या काही पावलांचं अंतर तो कधीच पार करू शकणार नाही की काय... ते दुःखच होतं... बोथटलेलं, आत कुठेही न पोहोचणारं दुःख. हे सत्य आहे- तो स्वतःला सांगे. नाही हे सत्य नाही- त्याचं शरीर गर्जून सांगे. त्याचं शरीर अजब होतं- अत्यंत निरोगी, विकृतीचा स्पर्शही नसलेलं शरीर.

फार्गो स्टोअर उघडलं. पण एका नव्या इमारतीमुळे साऱ्या परिसराची पडझड थांबणार नव्हती. फार्गोच्या स्पर्धकाने घेतलेला निर्णय योग्य होता. भरती उलटलेली. पाणी आता अपटाऊनच्या दिशेला वळलेलं. त्याचे ग्राहक त्याला सोडून चाललेले. जॉन फार्गोच्या व्यावसायिक अपयशाबद्दल खुलेआम चर्चा होऊ लागलेली. त्याचा व्यावसायिक निर्णय चुकला होताच पण शिवाय त्याने काहीतरी विचित्र हास्यास्पद इमारत बांधून घेऊन आणखी मूर्खपणा करून ठेवला असं सारेच बोलू लागले. लोक काहीतरी नवीन प्रकारच्या बांधलेल्या इमारती खपवून घेत नाहीत हे सिद्धच झालं आता असं म्हणू लागले लोक. हे नवीन स्टोअर शहरातलं सर्वात छान, प्रसन्न, स्वच्छ-मोकळं स्टोअर होतं- पण तसं कुणी म्हणत नव्हतं. त्याचा प्लान इतका कौशल्याने मांडलेला की सारीच कामं आणि व्यवस्थापन सुविहित होत होतं. तो भाग आधीच घसरणीला लागलेला, पण त्याचा दोष या इमारतीवर आला.

ॲथेल्स्टन बीझली- आर्किटेक्चरच्या व्यवसायातील विनोदमूर्ती, एजीएचा दरबारी विदूषक, ज्याने कधीही कोणतीही इमारत बांधली नव्हती, धर्मादाय कारणांसाठी नाच वगैरे कार्यक्रम आयोजित करण्यापलिकडे कधी कर्तृत्व दाखवलं नव्हतं, एजीए बुलेटिनमधल्या त्याच्या 'क्रिप्स अँड क्रक्र्स' या शीर्षकाच्या कॉलममधे तो म्हणाला होता,

'बर कां, मुलामुलींनो, ऐका एक परिकथा आणि लक्षात घ्या तिचं तात्पर्य- कोणे एके काळी एक मुलगा होता, हॅलोवीनच्या भोपळ्याच्या रंगाचे केस होते त्याचे, तो स्वतःला तुमच्यासारख्या सर्व मुलामुलींपेक्षा जास्त शहाणा समजायचा. मग हे सिद्ध करण्यासाठी त्याने एक घर बांधलं, जे खूपच छान होतं, पण त्यात कुणी राहू नाही शकलं. त्याने एक स्टोअरही बांधलं, खूपखूप छान, पण ते दिवाळखोरीत जातंय. शिवाय एक फारच प्रतिष्ठित बांधकाम केलं त्याने- कच्च्या रस्त्याकडेची एक टपरी बांधली त्याने. पण ही शेवटची वास्तू चांगली धंदा करतेय बरं कां, या हुशार मुलाला अखेर तेच एक योग्य क्षेत्र असू शकतं.'

मार्चच्या अखेरीस रॉर्कने पेपरात रॉजर एनराइटबद्दल एक बातमी वाचली. रॉजर एनराइट अब्जाधिपती होता. त्याचा तेलव्यापार होता. कुठल्याही बाबतीत मोजूनमापून काही करणं त्याला माहीतच नव्हतं. त्यामुळे पेपरात त्याच्याबद्दल नेहमीच काही ना काही येत असे. त्याने केलेल्या नवनव्या उद्योगांमुळे त्याच्याबद्दल वेगवेगळ्या स्तरांत भिन्नभिन्न प्रतिक्रिया उमटत. थोडं कौतुक, थोडा उपहास. त्याचा सर्वात अलिकडचा प्रकल्प होता गृहनिर्माणाचा. त्याला एक अपार्टमेन्ट बिल्डिंग बांधायची होती. त्यातलं प्रत्येक युनिट स्वतंत्र, एखाद्या महागड्या बंगल्यासारखं स्वयंपूर्ण, स्वमग्न असायला हवं अशी त्याची इच्छा होती. हे एनराइट हाऊस म्हणून ओळखलं जाणार होतं. एनराइटने जाहीर केलं होतं, की ते त्याला इतरत्र कुठेही अस्तित्त्वात असलेल्या कुठल्याही इमारतीसारखं दिसणं अपेक्षित नव्हतं. त्याने अनेक आर्किटेक्ट्सना बोलावून घेतलं होतं आणि सर्वांनाच नाकारलं होतं. शहरातले उत्तमोत्तम आर्किटेक्ट त्याच्याकडून नकार घेऊन परतले होते.

रॉर्कला वाटलं की, ही बातमी म्हणजे जणू त्याच्यासाठी व्यक्तिगत निमंत्रण आहे. केवळ त्याच्याचसाठी निर्माण झालेली संधी. पहिल्यांदाच तो एखादं काम मिळावं म्हणून धडपडू लागला.

त्याने रॉजर एनराइटशी भेट मागितली. त्याची भेट त्याच्या सेक्रेटरीशी झाली. त्याचा हा सेक्रेटरी तरुण माणूस होता. चेहऱ्यावर सतत कंटाळलेले भाव होते. त्याने रॉर्कला अनुभवासंबंधी खूप प्रश्न विचारले. सावकाशपणे. जणू ते प्रश्न विचारायला त्याला फार प्रयास पडत होते. या परिस्थितीत... म्हणजे कितीही प्रश्न विचारले तरीही काहीही फरक पडणार नाही हे माहीत असताना प्रश्न विचारण्याचा सोपस्कार पार पाडायचा म्हणजे... रॉर्कच्या बिल्डिंग्जचे फोटो त्याने वरवर पाहिले. आणि सांगून टाकलं, की मि. एनराइटना यात काहीही रस वाटणे शक्य नाही.

एप्रिलच्या पहिल्या आठवड्यात रॉर्कने शेवटचं भाडं भरलं- आणखी एक महिना. त्याला मॅनहॅटन बँक कंपनीच्या नव्या बिल्डिंगसाठी ड्रॉइंग्ज द्यायची होती. रिचर्ड सॅनबर्नचा एक मित्र मि. विडलर, संचालक मंडळाचा सदस्य होता. विडलरने त्याला सांगितलं होतं, 'मला खूप भांडावं लागलंय तुमच्या नावासाठी, मि. रॉर्क, पण मला वाटतं मी जिंकलोय. मी त्यांना स्वतः सॅनबर्न हाऊसमधून आतून फिरवून आणलंय. डिक आणि मी मिळून त्यांना काही गोष्टी नीट समजावून दिल्या. पण संचालक मंडळाला प्रथम स्केचेस दाखवावी लागतील. त्यामुळे अजून काहीही नक्की नाही. पण तसं ठरल्यासारखंच आहे. त्यांनी आणखी दोन आर्किटेक्ट्सना नाकारलंय. त्यांना तुमच्या कामात रस आहे. कामाला लागा. गुड लक!'

हेन्री कॅमेरॉनला पुन्हा एक स्ट्रोक आलेला. आणि डॉक्टरांनी त्याच्या बहिणीला सांगितलेलं, की आता काही परिस्थिती सुधारण्याची अपेक्षा करू नका. तिचा विश्वास नव्हता. तिला उलट अधिकच आशा वाटली होती. कारण कॅमेरॉन बिछान्यात पडल्यापडल्या हसत रहायचा, प्रसन्न दिसायचा. आनंदी वाटायचा. आपला भाऊ आनंदी दिसू शकतो हे तिने प्रथमच पाहिलेलं.

पण एके संध्याकाळी ती जरा घाबरली. तो अचानक म्हणाला, 'हॉवर्डला आत्ताच्या आत्ता बोलावून घे.'

निवृत्तीनंतरच्या गेल्या तीन वर्षांत, त्याने कधीही रॉर्कला बोलवणं असं पाठवलं नव्हतं. रॉर्क येण्याची तो वाट तेवढी पहात रहायचा.

रॉर्क तासाभरात आला. कॅमेरॉनच्या बिछान्याच्या कडेला तो बसून होता. कॅमेरॉन त्याच्याशी नेहमीप्रमाणे बोलत होता. त्याला मुद्दाम बोलावून घेतल्याचं काही कारण त्याने दिलं नाही, उल्लेखसुद्धा केला नाही. रात्र सुखद उबदार होती आणि कॅमेरॉनची खिडकी बागेत उघडत होती. भोवताली सारं शांतशांत होत गेलं, झाडं शांत झाली, आजुबाजूच्या साऱ्या हालचाली थांबल्या. दोन वाक्यांमधल्या शांततेत अंधार झाल्याचं कॅमेरॉनच्या लक्षात आलं कॅमेरॉनने बहिणीला सांगितलं, 'हॉवर्डसाठी गादी टाक दिवाणखान्यात, तो आज इथेच रहातोय.' रॉर्कने त्याच्याकडे पाहिलं आणि तो समजला. त्याने माथा झुकवून होकार भरला. कॅमेरॉनने ज्या गंभीर नजरेतून त्याला सांगितलं ते तितक्याच गांभीर्याने मान्य करणं एवढंच त्याच्या हातात होतं.

रॉर्क तिथे तीन दिवस राहिला. त्याबद्दल कुणी काही बोललं नाही. त्याला किती दिवस रहावं लागेल त्याची चर्चा झाली नाही. तो तिथं असणं हे अगदी नैसर्गिक असल्यासारखं होतं. मिस कॅमेरॉननाही ते समजलं. यावर काही बोलू नये हेही समजलं. त्या शांतपणे आपली कामं करीत राहिल्या. प्राप्त परिस्थिती मान्य करून टाकण्याचं धैर्य दाखवलं त्यांनी.

रॉर्क तिथं त्याच्या खोलीत कायम रहावा असं मात्र कॅमेरॉनला अपेक्षित नव्हतं. तो म्हणायचा, 'अरे जा, जरा बाहेर चक्कर मारून ये. बागेत फिरून ये. किती छान झालीय बघ बाग. नवीन कोवळं गवत उगवतंय.' तो बिछान्यात पडून खिडकीतून त्याच्याकडे समाधानाने पहात होता. निष्पर्ण झाडांमधून फिरणारी रॉर्कची आकृती निळ्या आकाशाच्या पार्श्वभूमीवर रेखलेली...

मात्र रॉर्कने जेवताना सोबत बसावं हा त्याचा आग्रह होता. मिस कॅमेरॉन त्याच्या गुडघ्यांवर ट्रे ठेवायच्या. आणि रॉर्कचं जेवण तिथंच बाजूच्या स्टुलावर ठेवून द्यायच्या. कधीही न मिळालेलं किंवा शोधलेलं साधं दैनंदिन कौटुंबिक आन्हिक पार पाडताना त्यालाही खूप छान वाटत होतं. प्रथमच.

तिसऱ्या दिवशी संध्याकाळी कॅमेरॉन उशीला टेकून बसला होता. नेहमीसारखाच बोलत होता तो, पण शब्द जरा सावकाश येत होते. त्याची मान हलेनाशी झालेली. रॉर्क ऐकत राहिलेला. कॅमेरॉनच्या बोलण्यातल्या, शब्दाशब्दांमधल्या अंतरामधून कसलं दुःख सांडत होतं ते ऐकत होता, पण दर्शवत नव्हता.

त्याचे शब्द तसे सहज वाटत होते... आणि ती सहजता आणण्यासाठी सोसलेली वेदना हे कॅमेरॉनचं अखेरचं गुपित असणार होतं.

कॅमेरॉन बोलत राहिला, भविष्यात बाजारात येणाऱ्या वेगवेगळ्या मटिरिअल्सबद्दल. 'हलक्या धातूंकडे लक्ष ठेव तू आता, हॉवर्ड,... थोड्याच... काळात, त्यातून काही प्रचंड बदल... घडून येतील पहा... प्लास्टिक्सकडे... लक्ष ठेव. ... संपूर्ण नवं युग येऊ घातलंय...त्यातून- कायकाय होईल... नवीन साधनं,... नवी हत्यारं.... नवीन आकार... तुला- त्या मूर्खांना दाखवून द्यावं लागेल... माणसाच्या मेंदूतून काय- काय... नवीन मिळालंय त्यांना... कायकाय शक्य होणार आहे.... गेल्या आठवड्यात... मी वाचलं...एक नवीन प्रकारची... कंपोझिट टाईल येतेय... मी विचार करतोय... दुसरं काही वापरता येणार नाही- तिथे ती वापरता येईल. उदाहरणार्थ एखाद्या छोट्या घरासाठी... पाच हजार... डॉलर्स फक्त...'

थोड्या वेळाने तो थांबला आणि शांत राहिला. त्याचे डोळे मिटलेले. मग अचानक रॉर्कला त्याचे अस्फुट शब्द ऐकू आले, 'गेल वायनान्ड...'

रॉर्क पुढे झुकून नवलानेच ऐकू लागला.

'मला... आणखी कुणाचाही ...एवढा तिरस्कार वाटत नाही. फक्त गेल वायनान्ड... नाही. कधी पाहिलेलंही नाही मी त्याला... पण या जगात... जे जे काही चुकतंय... घाण आहे... त्याचं प्रतीक आहे तो. अत्यंत घाणेरड्या भडक अभिरुचीचा... विजय त्याच्यामुळे होतोय... तुला त्याच्याशी लढावं लागेल, हॉवर्ड...'

मग तो बराच वेळ काहीच बोलला नाही. पुन्हा त्याने डोळे उघडले तेव्हा तो हसला. म्हणाला :

'मला माहीत आहे... तू आता कशाला सामोरा जातो आहेस... तुझ्या ऑफिसमधे...' रॉर्कने कधीही त्याला त्यातलं काही सांगितलं नव्हतं. 'नको- जे होतंय ते नाकारू नकोस. काही बोलू नकोस. मला कळतंय. मला माहीत आहे... पण ... ठीक आहे ते... घाबरून जाऊ नकोस. तुला आठवतं? मी तुला फायर करायचा प्रयत्न केलेला तो... तुला मी त्या दिवशी काय बोललेलो ते विसर. ते म्हणजे काही पूर्ण सत्य नव्हतं... हे आता सांगतो ते खरंय. घाबरून जाऊ नकोस... जे झालं ते अखेर... इट वॉज वर्थ इट...'

त्याचा आवाज खोल गेला होता... आता तो बाहेर फुटेनासा झाला. पण त्याची नजर अजून जिवंत होती. तो शांत पडून रॉर्ककडे पहात राहिला... अर्ध्या तासाने त्याचा सहजपणे प्राण गेला.

□ □ □

कीटींग आताशा कॅथरीनला अनेकदा भेटायचा. त्याने आपला परिणय जाहीर केला नव्हता, पण त्याच्या आईला माहीत होतं. आणि आता ते काही केवळ त्याचं असं गुपित राहिलं नव्हतं. कॅथरीनला वाटायचं की आता त्याला या नात्याचं तसं पूर्वीसारखं महत्त्व वाटेनासं झालंय की काय.

त्याची वाट पहायला लागण्याचे दिवस, एकटेपणा संपला होता खरा, पण तो परत येण्याची निश्चिंती कुठेतरी हरवली होती.

'आपण या स्पर्धेच्या निकालाची वाट पाहू या, केटी,'- त्याने तिला सांगितलेलं, 'फार काही वेळ लागणार नाही आता. मे महिन्यात निकाल जाहीर होईल. मी जिंकलो तर कायमची तरतूद होईल आयुष्याची. मग आपण लग्न करू. मग मी तुझ्या अंकलना भेटेन. आणि त्यांनाही मला भेटावसं वाटेल. आणि मी जिंकेनच, बघ तू.'

'तू जिंकशीलच.'

'शिवाय, बुढ्ढा हेयर अजून एक महिना मुष्किलीने काढेल. डॉक्टर म्हणाले, त्याला कधीही दुसरा स्ट्रोक येऊ शकतो. की संपलं. समजा मेला नाही तरी ऑफिसमधे तर निश्चितच येण्याच्या स्थितीत रहाणार नाही तो.'

'ओः, पीटर, तू असं कशाला बोलतोस... असा... असा इतका स्वार्थी विचार करू नको तू.'

'आय ॲम सॉरी, डियर, वेल, खरंय, स्वार्थी विचारच केला मी... सगळेच करतात.'

तो डॉमिनिकबरोबरही भरपूर वेळ घालवायचा. डॉमिनिक त्याच्याकडे स्वस्थपणे पहात रहायची, जणू काही तो म्हणजे एक केव्हाच सोडवून झालेला, उत्तर सापडलेला प्रश्न होता. मधूनच एखादी व्यर्थ संध्याकाळ घालवायला एक निर्वैर, निरर्थक जोडीदार म्हणून तो तिला बरा वाटायचा. तिला आपण आवडू लागलो की काय अशी शंका त्याला आली. पण हे चिन्ह काही फार आश्वासक नव्हतं एवढं त्याला कळत होतं.

कधीकधी ती फ्रँकनची मुलगी आहे हे तो विसरून जायचा. ती हवीशी वाटण्याची सारी बाकीची कारणं तो विसरून जायचा. कारणांची गरज संपली होती जणू. ती हवीशी होती बस्स. तिच्या सहवासाचंच आकर्षण पुरेसं होतं. ती समोर असणं हेच पुरेसं होतं.

पण तरीही तिच्यासमोर तो असाहाय्य होऊन जाई. एखादी स्त्री त्याच्यासमवेत असताना इतकी अविकारी राहू शकते हेच त्याला पचनी पडत नव्हतं. पण तिला खरोखरच काही वाटत नव्हतं... त्याला त्याचीही खात्री नव्हती. तो वाट पहात रहायचा, तिच्या मूडचा अंदाज घ्यायचा प्रयत्न करीत रहायचा. तिच्या मनासारख्या प्रतिक्रिया, प्रतिसाद देता यावा म्हणून खूप विचार करून बोलायचा. पण त्याला उत्तर मिळत नव्हतं.

वसंतातल्या एका रात्री ते दोघे एका बॉलला गेले. त्यांनी नाचायला सुरुवात केली. त्याने तिला जवळ घेतलं. तिच्या शरीरावर त्याची बोटं त्याने जरा जास्तच रोवली. तिच्या ते लक्षात आलंय, हेतू कळलाय हे त्याला समजलं. तिने दूर होण्याचा प्रयत्न केला नाही. तिची नजर त्याच्यावर काट्यासारखी स्थिरावलेली. जणू कसल्याशा अपेक्षेत असल्यासारखी. ते तिथून निघाले तेव्हा त्याने तिची शाल पकडली आणि तिच्या खांद्यावर बोटं टेकवली. ती हलली नाही किंवा तिने शाल अंगासरशी लपेटून घेण्याचाही प्रयत्न केला नाही. त्याने हात काढायची वाट पहात ती थांबून राहिली. त्याने हात काढला आणि मग ते दोघे टॅक्सीच्या दिशेने गेले.

टॅक्सीच्या कोपऱ्यात ती शांत बसली होती. त्याच्या सहवासात शांत बसण्याइतकं महत्त्व तिने यापूर्वी कधीच त्याला दिलं नव्हतं. पायावर पाय टाकून, शाल घट्ट लपेटून, गुडघ्यावरून बोटं गोलगोल फिरवत ती बसली होती. त्याने तिच्या दंडाभोवती सावकाश हात गुंफला. तिने विरोध केला नाही आणि प्रतिसादही दिला नाही. फक्त तिची बोटं फिरायची थांबली. त्याचे ओठ तिच्या केसांवर टेकले. ते चुंबन नव्हतं. त्याने केवळ आपले ओठ तिच्या केसांवर काही क्षण टेकवून धरले.

टॅक्सी थांबली तेव्हा तो कुजबुजत म्हणाला,' डॉमिनिक,... मी वर येऊ... थोड्या वेळासाठी...'

'हो.' तिने उत्तर दिलं. तो शब्द सपाट होता, त्रयस्थ होता. त्यात यत्किंचितही आमंत्रण नव्हतं. पण या आधी तिने कधीही त्याला घरी येऊ दिलं नव्हतं. तो धडधडत्या हृदयाने तिच्या पाठोपाठ गेला...

तिच्या घरात शिरल्याबरोबर एक निमिषार्ध ती थांबली, प्रतीक्षेत असल्यासारखी. तो स्तिमित होऊन तिच्याकडे पहात राहिला... आनंदून. ती पुन्हा हलली तेव्हा त्याच्या लक्षात आलं की ती थांबली होती. मग ती त्याच्यापासून दूर ड्रॉइंगरूममधे गेली. बसली तेव्हा तिचे हात दो बाजूंना गळून पडल्यासारखे विसावले. ती जणू अनरक्षित होती. तिचे डोळे अर्धवट मिटलेले. आयताकृती. रिते.

'डॉमिनिक...' तो म्हणत होता,' डॉमिनिक... तू किती सुंदर आहेस!' मग तो तिच्याशेजारी बसला. त्याचं बोलणं अस्फुट होतं, 'डॉमिनिक... डॉमिनिक... माझं तुझ्यावर प्रेम आहे. हसू नकोस मला... प्लीज हसू नकोस... माझं सारं जीवन... तू मागशील ते... तुला माहीत नाही तू किती सुंदर आहेस... डॉमिनिक... माझं तुझ्यावर प्रेम आहे...'

तिच्या शरीराभोवती हात वेढलेले असताना, चेहरा तिच्या चेहऱ्यावर झुकलेला असताना तिचा काहीतरी प्रतिसाद आहे का ते पहाण्यासाठी तो थांबला... विरोध किंवा प्रतिसाद- काहीही नव्हतं. त्याने तिला जवळ ओढलं आणि तिच्या ओठांचं चुंबन घेतलं.

त्याचे हात ढिले पडले. तिचं शरीर त्याने तसंच मागे जाऊ दिलं. तो अवाक् होऊन तिच्याकडे पाहू लागला. ते चुंबन नव्हतं. त्याने स्त्रीचा देह मिठीत घेतला नव्हता. त्याने धरून ठेवलेलं, चुंबन घेतलेलं ते जे काही होतं ते जिवंत नव्हतं. तिचे ओठ त्याला उत्तर देण्यासाठी किंचितही हलले नव्हते. तिचे बाहू त्याला कवेत घेण्यासाठी कणभरही पुढे झाले नव्हते. तिला घृणा वाटल्याचंही चिन्ह नव्हतं. एक वेळ घृणा वाटणंही चाललं असतं. हे तर असं होतं... की त्याने तिला कितीही वेळ धरून ठेवलं असतं, कितीही चुंबनं घेतली असती, शरीराची सारी वासना पूर्ण करून घेतली असती तरीही तिच्या शरीराला काहीही कळलं नसतं... तिने दखलही घेतली नसती. ती त्याच्याकडे पहात होती आणि त्याच्या आरपार पहात होती. एक सिगरेटचं थोटूक ॲशट्रेच्या बाहेर पडलेलं पाहून तिने हात लांबवला आणि ते पुन्हा ट्रेमधे टाकलं.

'डॉमिनिक,' त्याने वेडपटासारखं बोलायला सुरुवात केली, 'मी तुला किस करावं असं तुला वाटत नव्हतं का?'

' हो.' ती हसत नव्हती. तिने सरळ उत्तर दिलेलं. काहीशा असाहाय्यपणे.

'तुला याआधी कुणी किस केलं नव्हतं?'

'हो. कितीतरी वेळा.'

'तू नेहमी अशीच वागतेस का?'

'नेहमीच. अशीच.'

'मग मी तुला किस करावं असं तुला का वाटलं?'

'मला पहायचं होतं काही होतं का ते.'

'तू माणूस नाहीस, डॉमिनिक.'

तिने मस्तक उचललं आणि ती उठून उभी राहिली. आता तिच्या शरीराची पुन्हा पहिल्यासारखी काटेकोर हालचाल होऊ लागली. त्याला कळत होतं, तिच्या स्वरात त्याला साधासुधा असाहाय्य स्वर कधीही ऐकायला मिळणार नाही. जवळपणाचा तो क्षण संपलेला. पण ती बोलू लागली तेव्हा तिच्या स्वरात एक जवळीक होती, मोकळीक होती... अशी की ती किती काय उघड करते आहे, कुणाजवळ करते आहे याने तिला स्वतःला काहीही फरक पडणार नव्हता.

'मला वाटतं मी एकदम थंड, अजिबात लैंगिक आकर्षण नसलेली बाई असणार. आय ॲम सॉरी, पीटर, तुला कळलं ना? तुला कुणीही प्रतिस्पर्धी असण्याची सुतराम शक्यता नाही. पण त्यात तुझाही समावेश आहे. निराशा पदरी आली, डार्लिंग?'

'तू... कधीतरी तू बाहेर येशील यातून... कधी ना कधी...'

'एवढीही लहान नाहीये मी आता, पीटर. पंचवीस. एखाद्या पुरुषाबरोबर झोपणं हा छान अनुभव असू शकेल. ती इच्छा व्हावी अशी इच्छा होती माझी. एक स्वैर स्त्री होणं आवडेल मला कदाचित्... बाकी सर्व बाबतीत तर आहेच मी स्वैर... पीटर, तू आता लाजणार होतास की काय... गंमतच आहे.'

'डॉमिनिक, तू कधीच कुणाच्या प्रेमात पडली नव्हतीस... थोडीसुद्धा?'

'नाही पडले. मला तुझ्या प्रेमात पडावं असं खूप वाटत होतं. सोयिस्कर झालं असतं. तुझा काही त्रास नव्हता मला. पण, तू पाहिलंस ना? मला काही वाटतंच नाही. मला काही फरकच पडत नाही. तू असलास काय किंवा आल्वा स्कॅरेट असला काय की ल्यूशियस हेयर असला काय...'

तो उठला. तिच्याकडे बघायची सुद्धा इच्छा होत नव्हती त्याला. तो खिडकीपाशी जाऊन हात पाठीशी बांधून बाहेर पहात उभा राहिला. स्वतःची कामना, तिचं सौंदर्य साऱ्याचा त्याला विसर पडलेला. आता फक्त एवढंच आठवत होतं- की ती फ्रँकनची मुलगी होती.

'डॉमिनिक, माझ्याशी लग्न करशील?'

हे आत्ताच बोलायला हवं होतं. तिचा विचार करत राहिला असता तर त्याने ते कधीच विचारलं नसतं. त्याला तिच्याबद्दल काय वाटतं त्याने आता काहीही फरक पडत नव्हता. त्याच्या आणि त्याच्या भविष्याच्या वाटेत, त्याच्या वाटण्याचा अडथळा तो येऊ देणार नव्हता. तिच्याबद्दल आता त्याला केवळ द्वेष वाटत होता.

'तू खरंच असं विचारतोयस?' तिने विचारलं.

तो तिच्याकडे वळला. तो सहज, घाईघाईने बोलू लागला. खोटंच तर बोलायचं होतं. त्यात त्याला आत्मविश्वास वाटत होता. काहीच कठीण नव्हतं.

'माझं तुझ्यावर प्रेम आहे, डॉमिनिक. तुझं वेड लागलंय मला. मला एक संधी दे. दुसरं कुणी नसेल तुझ्या आयुष्यात तर- मग काय हरकत आहे? माझ्यावर प्रेम करायला शिकशील तू. कारण मी तुला समजून घेऊ शकतो. मी सहनशील आहे. वाट पाहीन. तुला आनंदात ठेवण्याचा प्रयत्न करीन.'

ती अचानक शहारली आणि मग हसत सुटली. अगदी सहजपणाचं हसू होतं तिचं. तिच्या ड्रेसचा फिकटसा आकार गदगदत होता. ती ताठ उभी होती. मस्तक मागे टाकून हसत होती. जणू एक तार त्याच्या अपमानाच्या लहरींनी थरथरत होती. त्याला अपमान वाटत होता कारण त्या हास्यात त्याची थट्टा नव्हती, कडवटपणाही नव्हता. ती अगदी स्वच्छ, साध्या आनंदाने हसत होती.

मग ती थांबली. त्याच्याकडे पाहू लागली. तिचा स्वर शुद्ध प्रामाणिक लागलेला, 'पीटर, जर मला कधी कसल्यातरी भीषण गोष्टीसाठी स्वतःला भयंकर भयंकर शिक्षा द्यावीशी वाटली, अगदी वाईट घृणास्पद शिक्षा द्यावीशी वाटली तर- मी तुझ्याशी लग्न करेन.' तिने पुढे म्हटलं, 'वचन समज हवं तर.'

'मी थांबेन, तू काहीही कारण निवडू शकतेस त्यासाठी. चालेल.'

मग ती पुन्हा स्वच्छ हसली, तिचं थंडगार, आनंदी हास्य... ज्याची त्याला भयानक भीती वाटायची.

'खरंच, पीटर, हे करण्याची तुला खरोखर, मुळीच गरज नाहीये. तुला पार्टनरशिप मिळणारच आहे एवीतेवी. आपले संबंध मैत्रीचे असतीलच. चल आता तुला घरी जायला हवं. आणि विसरू नकोस. बुधवारी हॉर्सशोला जायचंय आपल्याला. अर्थात आपण हॉर्सशोला जातोय. बुधवारी. मला खूप आवडतात हॉर्सशोज्. गुड नाईट, पीटर.'

तो चालत घरी निघाला. त्या छान वासंतिक रात्रीच्या उबदार वातावरणातून चालत जाताना तो रागारागाने पावलं टाकत होता. डॉमिनिकशी लग्न करण्याच्या बदल्यात कुणी त्याला अख्खी फ्रँकन अँड हेयर फर्म देऊ केली तरी त्याने नकार दिला असता... आणि स्वतःचा रागराग होत त्याला मनाच्या तळाशी हेही कळत होतं... उद्या सकाळी कुणी तशी ऑफर दिली तर... तो मुळीच ती नाकारणार नाही.

❑

१५

भीती यालाच म्हणतात. दुःस्वप्नात वाटतं ते हेच... पीटर कीटींग विचार करीत होता. जेव्हा ती भीती असह्य होते तेव्हाच जाग येते. पण ही भीती दूरही सारता येत नव्हती. जागही येत नव्हती. गेले काही दिवस, आठवडे ती कणाकणाने वाढत गेलेली. आणि आता तो त्या भीतीच्या पकडीत सापडलेला. पराभवाची शब्दात न मावणारी घाणेरडी भीती. तो ही स्पर्धा हरेल की काय ही भीती. तो हरणार याची त्याला खात्रीच होती. प्रतीक्षेच्या एकेका दिवसागणिक त्याची खात्री वाढत चालली होती. त्याचं कामात लक्ष लागत नव्हतं. लोक त्याच्याशी बोलत तेव्हा तो दचकायचा. गेल्या कित्येक रात्री त्याला झोप नव्हती.

तो ल्यूशियस हेयरच्या घराच्या दिशेने निघालेला. शेजारून जाणाऱ्या लोकांचे चेहरे न पहाण्याचा प्रयत्न त्याने केला, पण ते जमत नव्हतं. तो नेहमीच लोकांकडे पहात आला होता. आणि लोकही त्याच्याकडे पहात असायचे. त्याला त्यांच्यावर ओरडावंसं वाटत होतं. माझ्याकडे पाहू नका, मला एकट्याला सोडा असं सांगावसं वाटत होतं. ते त्याच्याकडे टक लावून पहात होते. त्याला वाटलं... त्यांना कळलंय... हा अपेशी ठरणार...

तो हेयरच्या घरी निघालेला, येणाऱ्या संकटापासून स्वतःला वाचवायचा एकमेव मार्ग म्हणून... तो त्या स्पर्धेत हरला तर... आणि ते तर होणारच होतं... फ्रँकनला धक्का बसेल आणि त्याचा भ्रमनिरास होईल कदाचित्. आणि मग हेयर मेला तर... कधीही लुडकला असता बुढ्ढा... फ्रँकनचं मन बदलू शकेल. जाहीर अब्रू निघाल्यावर कीटींगला पार्टनर म्हणून घेण्यात फ्रँकनला अडचण वाटू शकली असती. फ्रँकनच्या मनात किंतू आला तर मग खेळ खल्लास. आणखी बरेच जण संधीची वाट पहात होतेच. बेनेट... त्याला बाहेर काढणं त्याला जमलं नव्हतं. क्लॉड स्टेंगेलने स्वतःचा चांगलाच जम बसवलेला. हेयरची पार्टनरशिप विकत घेण्यासाठी त्याने फ्रँकनला ऑफरही दिली होती. कीटींगकडे तसं म्हणायला काहीच नव्हतं. फ्रँकनचा विश्वास त्याने कमावला होता, एवढंच काय ते म्हणता आलं असतं... पण काय भरवसा. हेयरची जागा आणखी कुणी घेतली तर कीटींगचं भवितव्य धोक्यातच आलं असतं. संधी अगदी जवळ येऊन ठेपली असताना हुकली असती तर... त्याला क्षमा नव्हती.

अनेक रात्री तळमळून काढल्यानंतर तो एका निर्णयाला पोहोचला होता. थंडपणे, कठोरपणे तो निर्णय त्याच्या मनात स्पष्ट झाला होता. या विषयाची तड लावायलाच हवी होती. स्पर्धेचा निकाल जाहीर होण्यापूर्वीच फ्रँकनच्या विश्वासाचं ठाम कृतीमधे रुपांतर करून घेणं आवश्यक होतं.

हेयरला बळजबरीने बाहेर काढून त्याची जागा घेणं गरजेचं होतं. थोडे दिवस गाठीशी होते.

हेयरच्या चारित्र्यासंबंधी फ्रँकनने केलेलं गॉसिप त्याला आठवत होतं. त्याने ऑफिसमधून हेयरच्या फाइल्स काढून बघितल्या होत्या. त्यात त्याला हवं ते सापडलं होतं. पंधरा वर्षांपूर्वीचं एका कॉंट्रॅक्टरने लिहिलेलं पत्र त्याला सापडलं. त्यात केवळ एकच वाक्य होतं. वीस हजार डॉलर्सचा चेक हेयरच्या नावे पाठवत असल्याचं पत्र होतं ते. कीटींगने त्या विशिष्ट बिल्डिंगच्या नोंदी काढून पाहिल्या. ते एकूण बांधकाम ज्या किंमतीचं असायला हवं होतं त्यापेक्षा जरा जास्तच आकडे वाटत होते. त्याच वर्षी हेयरने त्याचं पोर्सेलिनचं कलेक्शन सुरू केलं होतं.

तो पोहोचला तेव्हा हेयर त्याच्या खोलीत एकटाच बसलेला. छोटीशी, कोंदट खोली होती ती. वर्षानुवर्ष कुणी वापरली असेल की नाही असा प्रश्न पडावा. गडद महोगनीची पॅनेल्स, पडदे आणि बहुमूल्य किंमतीचं जुनं फर्निचर होतं तिथे. सारं स्वच्छ ठेवलेलं तरीही त्या खोलीत कसासाच जुनकट, सडकट वास भरलेला. कोपऱ्यातल्या एका छोट्या टेबलावर दिवा जळत होता. त्याच्या भोवतीने खूप जुने, नाजूक पोर्सेलीनचे पाच कप्स ठेवलेले दिसत होते. हेयर पोक काढून ते कप्स निरखत बसला होता. त्याच्या मुद्रेवर धूसरसा आनंद पसरलेला. त्याचा नोकर कीटींगला आत घेऊन आला तेव्हा तो शहारल्यासारखा झाला आणि आश्चर्याने पहात राहिला. पण मग त्याने कीटींगला बसायला सांगितलं.

स्वतःचा आवाज त्याने ऐकला तेव्हा कीटींगला कळलं की येतायेता त्याची भीती गळून पडलेली. त्याचा आवाज स्थिर होता आणि स्वच्छ. टिम डेव्हिस गेला, क्लॉड स्टेंगेलला घालवलं... आता हा एकच राहिला... त्याने विचार केला.

त्याने आपल्या येण्याचा हेतू स्पष्ट केला. त्या खोलीच्या साचलेल्या हवेत त्याने विचारपूर्वक आणि थोडक्यात, नेमका असा एक परिच्छेद रेखला. एखाद्या पैलू पाडलेल्या रत्नासारखा रेखीव.

'आणि म्हणून, उद्या सकाळपर्यंत तू निवृत्ती घेतल्याचा निर्णय फ्रँकनला कळवला नाहीस तर,' त्याने समारोप करताना हातात एक कागद नाचवला, 'हा कागद एजीएकडे पोहोचता होईल. काय? कळलं?'

तो थांबून राहिला. हेयर स्तब्ध बसून राहिला. त्याचे फिकुटलेले, बटबटीत डोळे कोरे होते. तोंडाचा आं वासलेला. कीटींग शहारला. हा वेडाबिडा झालाय की काय...

मग हेयरचे ओठ हलले आणि त्याची पांढरट गुलाबी जीभ खालच्या दंतपंक्तीला टक्कर दिल्यासारखी हलत बाहेर डोकावली.

'पण मला नाही निवृत्त व्हायचं.' तो तक्रारीच्या पण निष्पाप स्वरात बोलून गेला.

'तुला निवृत्त व्हावंच लागेल.'

'मला नाही व्हायचं निवृत्त. नाही होणार. मी चांगला नामवंत आर्किटेक्ट आहे. नेहमीच होतो. मला त्रास द्यायचं थांबवत का नाही तुम्ही. सर्वांना मी निवृत्त व्हायला हवाय. तुला एक गुपित सांगतो.' तो पुढे झुकला आणि धूर्तपणे कुजबुजत म्हणाला, 'तुला माहीत नसेल, पण मला माहीत आहे. तो मला फसवू शकणार नाही असा. गायला मी निवृत्त व्हावं असं फार वाटतय. त्याला वाटतं की तो माझ्यापेक्षा जास्त हुशार आहे, मला बनवू शकेल. पण मला बरोब्बर कळतं. त्याला चांगला धडा मिळेल.' तो हलकेच खिदळला.

'मला वाटतं तुला मी काय सांगतोय ते कळलं नाही. हे बघतोयस का तू?' कीटींगने ते पत्र हेयरच्या हातात कोंबलं. तो कागद हेयरच्या थरथरत्या हातात उलगडला जाताना तो पहात राहिला. मग तो टेबलावर पडला. आणि हेयरच्या डाव्या हाताची कापरी बोटं त्यावर आंधळेपणाने आपटत

राहिली. तो आवंढा गिळत म्हणाला, 'तू हे असं करू शकत नाहीस. एजीएला हे पाठवलंस तर ते माझं लायसन्स रद्द करतील.'

'नक्कीच.' कीटींग म्हणाला, 'करतीलच.'

'आणि सगळं पेपरात छापून येईल.'

'अगदी सगळ्या पेपरांत येईल.'

'तू असं करू शकत नाहीस.'

'जरूर करीन- तू निवृत्ती पत्करली नाहीस तर नक्की करीन.'

हेयरचे खांदे आकसले. तो टेबलावर आणखी झुकला. त्याचं डोकं तेवढं कडेच्या वर राहिलं. भीतीने आकसून तो डोकं लपवण्याच्या प्रयत्नात होता.

'तू असं काही करणार नाहीस. प्लीज, असं काही करू नकोस तू.' हेयरचं बोलणं लांबलचक विव्हळण्यासारखंच होतं. 'तू चांगला मुलगा आहेस. एकदम चांगला आहेस तू. मला माहीते तू असं काही करणार नाहीस, हो ना?'

तो पिवळट कागद टेबलावर पडला होता. हेयरचा कामातून गेलेला हात सरपटत त्यापाशी पोहोचायची धडपड करीत होता. कीटींगने पुढे झुकून तो कागद त्याच्या हाताखालून ओढून घेतला.

हेयर त्याच्याकडे पहात राहिला. डोकं एका बाजूला कललेलं, तोंड वासलेलं. त्याच्या नजरेत भय होतं, कीटींग आता आपल्याला मारेल असं... त्याची नजर इतकी करुणास्पद होती की तो जणू सुचवत होता, मार मला चालेल...

'प्लीज,' हेयर कुजबुजला, 'तू तसं काही करणार नाहीस, हो ना? मला बरं नाही वाटत. मी कधी तुला त्रास दिलाय का? मला काहीतरी आठवतंय... मी तुझ्यासाठी काहीतरी... चांगलं काहीतरी केलं होतं एकदा.'

'काय? काय केलेलंस तू माझ्यासाठी?' कीटींग खेकसला.

'तुझं नाव पीटर कीटींग ना? पीटर कीटींग... मला आठवतंय. मी काहीतरी केलं होतं तुझ्यासाठी. गायचा खूप विश्वास आहे ना तुझ्यावर? तू नको हं गायवर विश्वास ठेवू... मी कधीच ठेवला नाही त्याच्यावर विश्वास. पण तू मला आवडतोस. आम्ही तुला आता लवकरच आमचा डिझायनर करू.' त्याचं तोंड तसंच उघडं राहिलेलं. लाळेची बारीकशी तार ओठांच्या कोपऱ्यातून गळत होती.

'प्लीज, हे असं नको करू.'

कीटींगच्या डोळ्यांत तिरस्कार दाटला. त्याच्या घृणेतून तो बोलत सुटला. ते दृश्य त्याला सहन होईना.

'तुझ्या अब्रूचे धिंडवडे निघतील. जाहीर पंचनामा.' कीटींग म्हणाला, त्याचा आवाज लखलखत होता, 'चोर म्हणतील तुला सगळे. अफरातफरी करणारा लफंगा. लोकं बोट दाखवतील तुझ्याकडे. पेपरांतून फोटो येतील तुझे. त्या बिल्डिंगचे मालक तुझ्यावर खटला भरतील. तुरुंगात टाकतील तुला.'

हेयर काहीच बोलला नाही. तो स्तब्ध बसून होता. टेबलावरचे कप्स अचानक किणकिणायला लागलेले कीटींगला जाणवले. हेयरच्या शरीराचा थरकाप त्याला दिसत नव्हता. त्या शांततेत ती किणकिण स्पष्टच ऐकू येत होती. जणू ते कप आपले आपणच किणकिणत होते.

'बाहेर पड.' कीटींग त्या आवाजाला झाकत ओरडला, 'बाहेर पड फर्ममधून. कशाला चिकटून रहायचंय तुला? तू गेलास कामातून आता. कधी कामाचा होतास म्हणा तू?'

टेबलच्या कडेला लगटलेल्या त्या पिवळट चेहऱ्यावरचं तोंड उघडंच होतं आणि त्यातून

कण्हल्यासारखा आवाज फुटला.

कीटींग पुढे झुकून बसून होता. गुडघ्यावर कोपर टेकवून हाताने तो कागद त्याच्यासमोर फडफडवत होता.

'मी...' हेयर गुदमरल्यासारखा बोलला, 'मी...'

'गप्प बैस. आता काही बोलायचं नाही. हो किंवा नाही- एवढंच उत्तर दे. लवकर काय तो विचार कर. तुझ्याशी वाद घालायला नाही आलो मी.'

हेयर थरथरायचा थांबला. त्याच्या चेहऱ्यावरून एक सावली सरकत गेली. कीटींगने पाहिलं त्याचा एक डोळा अजिबात लवत नव्हता. त्याचं तोंड उघडंच पडलेलं. त्या तोंडाच्या भोकातून अंधार वर वहातवहात त्याच्या चेहऱ्यात भिनत होता जणू. तो चेहरा खोलखोल बुडून चाललेला.

'उत्तर दे मला!' कीटींग अचानक घाबरून किंचाळला, 'उत्तर का देत नाहीस तू?'

त्याच्या चेहऱ्याचं अर्धुक कलंडलं आणि त्याचं डोकं पुढे आपटलं. टेबलावर घसरत गेलं आणि मग जमिनीवर कोसळलं. तो खाली पडतापडता त्या कपांमधले दोन कप खाली गालिचावर पडून हलकेच चूरचूर झाले. कीटींगची पहिली प्रतिक्रिया होती ती सुटल्याची. त्याचं शरीर डोक्यामागोमाग कोसळून ढिगाऱ्यासारखं गोळा होऊन पडलं होतं. आवाज नव्हता, चीत्कार नव्हता. केवळ फुटलेल्या पोर्सेलीनचा किणकिण नाद.

तो संतापेलच... फुटलेल्या कपांकडे पहातापहाता कीटींग विचार करत होता. तो उठून ते तुकडे गोळा करू लागला. ते पारच फुटून गेले होते. दुरुस्तीच्या पलिकडे. मनात नकळत तो हाही विचार करत होता... की हा दुसरा स्ट्रोक आला अखेर. अपेक्षेनुसार. आता आपल्याला तातडीने हालचाल करावी लागणार हे त्याच्या लक्षात आलं... पण ठीक आहे, आता तरी हेयरला निवृत्ती घ्यावीच लागेल.

मग तो हेयरच्या देहाच्या मुटकुळीजवळ सरकला. का कोण जाणे त्याच्याच्याने त्या देहाला स्पर्श करवेना.

'मि. हेयर,' त्याने हलकेच हाक मारली. त्याच्या हाकेत थोडं मार्दव होतं... आदरच व्यक्त करावा तसं. त्याने सावधपणे हेयरचं डोकं उचललं. आणि मग खाली पडू दिलं. त्याचा काही आवाज झाला नाही. त्याला स्वतःच्याच घशातली उचकी ऐकू आली. हेयर मेला होता.

तो त्याच्या शवाशेजारी बसून राहिला. टाचांवर बैठक टेकवून, हात गुडघ्यांवर ठेवून, तो समोर पहात राहिला. दारावरच्या पडद्यावर त्याची नजर थांबली. ते मखमलीचे पडदे धुळकटलेले आहेत की ती मखमलीचीच चमक आहे कोण जाणे... किती जुन्या पद्धतीचे पडदे आहेत हे. मग तो थरथरू लागला. त्याला ओकारी होणार असं वाटू लागलं. तो उठून खोलीच्या बाहेर गेला. त्याने दार उघडं टाकलं. त्याला आठवलं की घरात कुठेतरी हेयरचा नोकरही आहे. त्याने मदतीसाठी हाक मारल्यासारखी किंकाळी फोडली.

□ □ □

कीटींग नेहमीसारखाच ऑफिसला आला. त्याने साऱ्या प्रश्नांची उत्तरं दिली. त्याने सांगितलं, की त्या दिवशी हेयरने त्याला डिनरनंतर घरी बोलावून घेतलेलं. हेयरला आपल्या निवृत्तीची चर्चा करायची होती. त्याच्या बोलण्यावर सर्वांचाच विश्वास बसला. कीटींगला ते अपेक्षितच होतं. हेयरचा अंत सर्वांच्या अपेक्षेप्रमाणेच झालेला. फ्रँकनला सुटल्यासारखंच वाटलं.

'आज ना उद्या तो जायचाच होता. बरं झालं त्याच्याही जिवाला फार त्रास झाला नाही आणि

आपणही सुटलो.' फ्रँकन म्हणाला.

कीटींग गेल्या काही आठवड्यांच्या मानाने फारच मंद झाल्यासारखा वाटत होता. जणू तो सुन्न झालेला. कोरा. कामावर असताना, घरात, रात्रीच्या वेळात एक विचार सतत त्याचा पाठलाग करायचा. संथ, सावकाश, संतत... तो खूनी होता... नाही... पण जवळपास तसंच. जवळपास खूनीच. हा काही अपघात नव्हता हे त्याला चांगलं माहीत होतं. असा धक्का बसून हेयरला दुसरा स्ट्रोक येऊ शकतो याची त्याला आधीपासूनच जाणीव होती, कल्पना होती. हे त्याला आतवर जाणवत होतं... तो भयभीत होता स्वतःच्याच योजनाबद्ध हालचालीने. दुसरा स्ट्रोक येऊन हेयर हॉस्पिटलमधे जाईल हे आपल्याला कळत होतं... पण एवढीच अपेक्षा होती आपली? दुसऱ्यांदा स्ट्रोक येणं म्हणजे आणखी काहीही होऊ शकतं याची आपल्याला कल्पना नव्हती खरंच? जे झालं ते आपण गृहीत धरलेलं का? त्याने आठवून पाहिलं. मनाचा कप्पाकप्पा धुंडाळला. त्याला काहीही वाटत नव्हतं. काही वाटावं अशी अपेक्षाच नव्हती... अशीही नि तशीही. फक्त त्याला जाणून घ्यायचं होतं. ऑफिसमधे त्याच्या सभोवती काय चाललंय याची त्याला दखल नव्हती. पार्टनरशिपची बोलणी संपवून टाकायला आता थोडाच अवधी उरला होता हेही तो विसरला.

हेयरच्या मृत्यूनंतर एक दिवस फ्रँकनने त्याला ऑफिसमधे बोलावून घेतलं.

'बैस, पीटर,' त्याच्या मुद्रेवरचं हास्य नेहमीपेक्षा जरा जास्तच रुंद होतं. 'वेल, एक चांगली बातमी द्यायचीय तुला, बेटा. ल्यूशियसचं मृत्यूपत्र आज सकाळी उघडून वाचलंय त्यांनी. त्याला कुणी नातेवाईक नव्हते हे तुला माहीतच आहे. वेल, मलाच आश्चर्याचा धक्का बसला. बिचाऱ्याला मी तर कधीही एवढंही अकलेचं श्रेय दिलं नव्हतं... पण कधीकधी तो चांगला विचारही करायचा असं दिसतंय... त्याने त्याची सारी संपत्ती तुझ्या नावे करून टाकली होती... एकदमच धक्कादायक ना? मस्तच. आता तुला गुंतवणुकीबद्दल चिंता करायला नको. पार्टनरशिप- काय झालं, पीटर? अरे! पीटर, बेटा काय झालं... बरं वाटत नाहीये का?'

कीटींगने डोकं टेबलवर आपल्या दंडात खुपसलं. आपला चेहरा फ्रँकनच्या नजरेला पडता कामा नये. त्याला ओकारी होणार होती. तो किळसलेला. किळस, घृणा, तिरस्कार... स्वतःचाच... कारण त्या भयाकुल मनःस्थितीतही त्याला एक प्रश्न स्पर्शून गेलेला... नक्की किती बरं पैसे ठेवले असतील हेयरने...

ते मृत्यूपत्र पाच वर्षांपूर्वी केलेलं. ज्या एका एकमेव माणसाने त्याला ऑफिसमधे आदर दाखवलेला त्याच्याबद्दल वाटलेल्या उमाळ्यापोटी किंवा पार्टनरचं नाक खाली करण्याच्या उद्देशाने त्याने तसं केलं असावं. ते करून तो सगळं विसरूनही गेला होता. त्याची सारी संपत्ती, मालमत्ता एकूण दोन लक्ष डॉलर्सची होती. शिवाय त्याची फर्ममधली भागीदारी आणि त्याचं पोर्सेलीनचा संग्रह.

त्या दिवशी कीटींगने ऑफिस लवकर सोडलं. अभिनंदनाचा वर्षाव त्याने नीटसा स्वीकारलाही नाही. तो घरी गेला आणि त्याने आईला बातमी सांगितली. ती लिव्हिंगरूममधेच तोंड वासून काही उद्गार काढत असताना त्याने बेडरूममधे जाऊन दार बंद करून घेतलं. तो डिनरच्या आधीच बाहेर पडला. रात्री जेवला नाहीच. त्याच्या लाडक्या अड्ड्यावर जाऊन तो पी पी दारू प्यायला. आणि त्या नशेच्या धुंदीत त्याची नजर स्वच्छ लखलखीत झाली. त्याने स्वतःला सांगितलं... तुझं काही चुकलेलं नाही, पीटर कीटींग, सगळे करतात तेच तूही केलंस. कॅथरीन म्हणालेलीच की, तू स्वार्थी आहेस- सगळेच असतात. स्वार्थी असणं काही फार छान नसतं. पण तू काही एकटाच नाहीस तसा... इतरांपेक्षा जास्त भाग्यवान ठरलास इतकंच. भाग्यवान ठरलास कारण इतर अनेकांपेक्षा तू बराच बरा आहेस... मग त्याला जरा बरं वाटलं. हे फालतू प्रश्न परतपरत त्रास देणार नाहीत अशी

आशा करत तो पुटपुटला- ज्याचा तो असतो शेवटी... तो टेबलवरच झोपून गेला.

ते फालतू प्रश्न परत कधीच त्याला त्रास द्यायला उभे रहिले नाहीत. नंतरच्या दिवसांत त्याला त्या प्रश्नांकडे फिरून पहायला वेळच झाला नाही.

त्याने कॉस्मोस्लॉत्निक स्पर्धा जिंकली होती.

□ □ □

या स्पर्धेतलं यश मोठं ठरेल हे पीटर कीटींगला माहीत होतं. पण एवढा मोठा विजयोत्सव त्याने अपेक्षिलाच नव्हता. थोडेफार ढोलताशे वाजतील असं वाटलं होतं... एवढा मोठा वाद्यांचा गजर त्याने अपेक्षिला नव्हता.

टेलिफोनच्या एका घंटीने सुरुवात झाली. विजयी उमेदवाराचे नाव जाहीर झाले. मग अख्ख्या ऑफिसमधला हरएक फोन खणखणू लागला. ऑपरेटरची बोटं स्विचबोर्डवर नाचता नाचता थकून गेली. शहरातल्या प्रत्येक वृत्तपत्रातून फोन आले. सर्व सुप्रसिद्ध आर्किटेक्ट्सच्या ऑफिसांतून फोन आले. प्रश्न सुरू झाले. वार्ताहर मुलाखतीसाठी वेळा मागून घेऊ लागले. अभिनंदनांचा वर्षाव झाला. मग तो महापूर एलेव्हेटर्समधून लोटला. ऑफिसच्या दारांतून घुसला. निरोप, तारा, कीटींगला ओळखणारे लोक, कधीही न पाहिलेले लोक ऑफिसमधे येऊ लागले. रिसेप्शनिस्टला वेड लागायची पाळी आली. कुणाला आत सोडायचं, कुणाला बाहेर टेवायचं तिला कळेनासं झालं. कीटिंगचा सारा वेळ नुसता हस्तांदोलनातच जायचा. ओलसर, मऊ कातडी दात्यांचं एक चाक जणू दुसऱ्या चाकांच्या दात्यांत अडकून गरगरत होतं. पहिल्यावहिल्या मुलाखतीत, फ्रँकनच्या ऑफिसातल्या गर्दीसमोर, कॅमेऱ्यांसमोर तो काय बोलला ते त्याला आठवतच नव्हतं. फ्रँकनने आपलं दारूचं कॅबिनेट खुलं केलेलं. फ्रँकन सर्वांना एकच गोष्ट सांगत राहिला- कॉस्मोस्लॉत्निकची ही बिल्डिंग पीटर कीटींगने सर्वस्वी एकट्याने डिझाइन केली आहे. फ्रँकनला पर्वा राहिली नव्हती. तो उत्साहाच्या भरात उदारधी झालेला. शिवाय स्टोरी म्हणून छान वाटत होती.

फ्रँकनच्या अपेक्षेपेक्षाही ही स्टोरी जास्त क्लिक झाली. वृत्तपत्रांच्या पानांवरून पीटर कीटींगचा चेहरा देशाकडे पहात होता. त्याचा छान, देखणा, चिकणा, हसरा, कुरळ्या केसांच्या महिरपीतला चेहरा- गरीबीशी संघर्ष, महत्त्वाकांक्षा, निश्चयाचे बळ वगैरे गोष्टींवर भरभरून छापलेल्या स्तंभांच्या चौकटीत छान शोभत होता. एका आईच्या दृढ निश्चयापोटी, केवढे गोमटे फळ लागलेले... तिच्या मुलाच्या यशासाठी तिने केवढा स्वार्थत्याग केलेला... पीटर कीटींग झटक्यात आर्किटेक्चरची सिंड्रेला ठरला.

कॉस्मोस्लॉत्निक मंडळी खूष होती. पारितोषिक विजेता आर्किटेक्ट इतका तरुण, देखणा आणि गरीब- म्हणजे अगदी अलिकडेपर्यंत गरीब- असू शकेल याची त्यांनी अपेक्षाच केली नव्हती. त्यांना तरुण प्रतिभावंताचा शोधच लागलेला. कॉस्मो-स्लॉत्निकला तरुण प्रतिभावंत फारच प्रिय होते. मि. स्लॉत्निक स्वतःच स्वतःला एक तरुण प्रतिभावंत समजत - त्यांचे वय केवळ त्रेचाळीस होते.

जगातल्या सर्वात सुंदर इमारतीचं कीटींगचं रेखाचित्र सर्व वृत्तपत्रांमधून झळकलं. त्यात बहुतेकांनी खाली दोन ओळी टाकलेल्या- 'यातील प्लान्सचा साधेपणा, स्वच्छ आणि तर्ककठोर कौशल्य, त्यातील अवकाशाची स्वयंसिद्ध अचूक बांधणी, पारंपारिक सौंदर्याचा आधुनिकतेशी घातलेला मेळ याचे श्रेय आहे फ्रँकन अँड हेयर आणि पीटर कीटींग यांना.'

मि. शूप आणि मि. स्लॉत्निक यांच्याशी हस्तांदोलन करताना कीटींग अनेक न्यूजरील्समधे

झळकला. त्याखालील सबटायटल्स या दोघांना त्याच्या बिल्डिंगबद्दल काय वाटतं ते उद्धृत करीत होती. मिस डिम्पल विलियम्सबरोबर हस्तांदोलन करतानाही कीटींग झळकला, त्यातील सबटायटल्स त्याला तिच्या नव्या सिनेमाबद्दल काय वाटतं ते उद्धृत करीत होती. आर्किटेक्चरल मेजवान्यांमधे, चित्रपटसृष्टीच्या मेजवान्यांमधे मधे पीटर कीटींगला सन्माननीय पाहुणा म्हणून बोलवण्यात येत होतं. तो विसरून जायचा की कुठे चित्रपटांबद्दल बोलायचं नि कुठे आर्किटेक्चरबद्दल बोलायचं. तो आर्किटेक्चरल क्लब्जचा पाहुणा होता, चाहत्यांच्या क्लबचा पाहुणा होता. कॉस्मो स्लॉत्निकने तो आणि त्याच्या बिल्डिंगचं चित्र असं एकत्र पोस्टर तयार करवून घेतलं. दोन डाइम्स आणि पत्ता घातलेलं पाकीट पाठवलं की ते पोस्टर घरपोच येत असे. कॉस्मो थिएटरच्या व्यासपीठावर तो सलग आठवडाभर रोज संध्याकाळी हजेरी लावत होता. कॉस्मोस्लॉत्निकच्या प्रत्येक नव्या रिलीजबरोबर तो हे करणार होता. फूटलाइट्सच्या झगमगाटात तो साऱ्यांना झुकून अभिवादन करीत राही. काळ्या टक्सेडोमधली त्याची सडपातळ आकृती छानच दिसायची. आणि तो आर्किटेक्चरच्या महत्त्वाबद्दल दोन मिनिटांचं भाषण करायचा.

अटलांटिक सिटीमध्ये झालेल्या एका सौंदर्यस्पर्धेचा परीक्षक म्हणून त्याने काम केलं. त्यातल्या विजेत्या सुंदरीला कॉस्मोस्लॉत्निकच्या चित्रपटासाठी स्क्रीन टेस्ट देण्याची संधी मिळणार होती. एका फायटरबरोबर त्याचा एक फोटो प्रसिद्ध झालाच शीर्षक होतं-चॅम्पियन्स. त्याच्या बिल्डिंगचं एक स्केल मॉडेल तयार करवून घेतलं होतं त्यांनी आणि स्पर्धेतील इतर एंट्रीजच्या फोटोग्राफ्सबरोबर ते फिरत्या प्रदर्शनात पाठवलं होतं. देशभरातल्या सगळ्या कॉस्मोस्लॉत्निक थिएटर्सच्या प्रांगणात ते क्रमाक्रमाने दाखवण्यात आलं.

मिसेस कीटींग पहिल्याने हुंदके देतदेत रडल्या होत्या मग त्यांनी पीटरला जवळ घेतलं होतं. माझा विश्वासच बसत नाही असं म्हणत राहिल्या त्या कितीतरी वेळ. पीटीबद्दलच्या प्रश्नांना उत्तरं देताना त्यांचं ततपप झालेलं सुरुवातीला. त्या थोड्या बावचळून, थोड्या वरमून माध्यम प्रतिनिधी म्हणतील तेव्हा पोझ देत राहिल्या. मग त्यांना सवय झाली. त्यांनी खांदे उडवत पीटरला सांगितलेलं, मग काय त्यात, जिंकलाच आहेस तू. जिंकणारच होतास. आणि कोण तुझी बरोबरी करणार होतं... एवढं काही आश्चर्य नाही त्यात. वार्ताहरांशी बोलताना त्यांचा स्वर बदलला. त्या थोडक्यात, तुटक बोलून मोकळ्या व्हायच्या. पीटीच्याबरोबर घेतल्या जाणाऱ्या एखाद्या फोटोत जरी त्यांना घेतलं नाही तर त्या उघडउघड संतापायच्या. त्यांनी एक मिंक कोटही घेतला होता आता.

कीटींग प्रवाहपतित होता पण प्रवाहावर स्वार झाल्यासारखा मजेत होता. भोवतीची गर्दी आणि कोलाहल त्याला प्रिय वाटू लागलेला. अनंत चेहऱ्यांच्या गर्दीसमोर, कौतुकाने संपृक्त वातावरणात जेव्हा आता तो उभा राही तेव्हा त्याला कुठलेही प्रश्न भेडसावत नसत, मनात शंका उभ्या रहात नसत, कशाचीच गरज नव्हती उरली आता. तो महान् होता. तसं सांगणाऱ्या लोकांच्या पटीतच तो महान् ठरत होता. त्याचंच बरोबर होतं, तसं सांगणाऱ्या लोकांच्या पटीत तो बरोबर होता. त्या चेहऱ्यांकडे, त्यांच्या डोळ्यांकडे पहाताना त्याला वाटायचं त्याचा नवा उद्‌भव होतो आहे त्यांच्या माध्यमातून. त्याला त्यांच्याकडून जीवनदान मिळालेलं. हा होता पीटर कीटींग. टक लावून पहाणाऱ्या बुब्बुळांतील प्रतिबिंबांचं प्रतिबिंब होतं त्याचं शरीर.

एका संध्याकाळी वेळ काढून त्याने दोन तास कॅथरीनबरोबर घालवले. त्याने तिला घट्ट धरून ठेवलं होतं. ती कुजबुजत त्यांच्या भविष्याची स्वप्नं रंगवत राहिली. तो तिच्याकडे समाधानाने पहात राहिला. तिचे शब्द तो ऐकत नव्हता. तो विचार करत होता, त्यांचा असा फोटो निघाला तर किती वृत्तपत्रं तो वाटून घेतील...

एकदा त्याला डॉमिनिकही भेटली. उन्हाळा घालवण्यासाठी ती शहर सोडून चालली होती. डॉमिनिकचा प्रतिसाद अगदीच निराश करून गेला त्याला. तिने त्याचं अगदी योग्य मोजक्या शब्दात अभिनंदन केलं, पण ती त्याच्याकडे नेहमीसारखीच पहात होती. जणू मधे महत्त्वाचं काहीही घडलं नव्हतं. आर्किटेक्चरवर लिहिणाऱ्या सर्व सदरांतून त्याची दखल घेतली गेलेली, पण तिने मात्र स्वतःच्या सदरामधे त्याचा किंवा कॉस्मोस्लॉत्निक बिल्डिंगचा एकदाही उल्लेख केला नव्हता.

'मी निघालेय कनेक्टिकटला.' तिने त्याला सांगितलं, 'बाबांची जागा वापरणार आहे तिथे या उन्हाळ्यात. तो बंगला फक्त माझ्या वापरासाठी मोकळा ठेवणार आहेत ते या वेळी. नाही, पीटर, मला तू तिथे भेटायला वगैरे अजिबात यायचं नाहीस. नाही. एकदाही नाही. मी चाललेय ती मला कुणालाही भेटायला लागू नये याच हेतूने.' तो निराश झाला खरा पण तरीही त्याच्या विजयी मूडमधे फारसा फरक पडला नाही. आताशा त्याला डॉमिनिकची भीती वाटेनाशी झालेली. त्याला एक आत्मविश्वास वाटू लागलेला. तो तिच्यात काहीतरी बदल घडवून आणू शकेल ही आशा वाटत चाललेली. ती परत आल्यानंतर तो त्यात लक्ष घालणार होता.

पण एक गोष्ट त्याच्या विजयाच्या आनंदात थोडीशी बाधा आणत होती. फार नाही पण क्वचितच, हलकेच. त्याच्याबद्दल उधळली जाणारी स्तुतिसुमनं त्याला फार प्रिय होती. पण कुणी त्याच्या बिल्डिंगबद्दल बोलू लागलं की त्याला नकोसं व्हायचं. ऐकणं भागच असायचं तेव्हा त्याच्या पारंपारिक सौंदर्याच्या आधुनिकतेशी सांगड वगैरे घालण्याबद्दल ऐकायला त्याला आवडायचं. पण त्यांनी प्लान्सबद्दल चर्चा सुरू केली की... आणि लोक फारच जास्त बोलत असत प्लान्सबद्दल- की तो अस्वस्थ व्हायचा. 'यातील प्लान्सचा साधेपणा, स्वच्छ आणि तर्ककठोर कौशल्य, त्यातील अवकाशाची स्वयंसिद्ध अचूक बांधणी,' वगैरे ऐकल्यानंतर त्याच्या मनात विचार आला- त्याने विचार करायचं थांबवलं. त्याच्या मनात काहीही शब्द आकारले नव्हते. तो त्यांना अवसरच मिळू देत नव्हता. मनात एक जडशीळ, काळीकुट्ट भावना होती आणि एक नाव...

बक्षीस जाहीर झाल्यानंतर दोन आठवडेपर्यंत त्याने ते नाव मनातून दूर ढकलायचा प्रयत्न केला. एवढं लक्ष देण्याची काहीच गरज नाही असं त्याने स्वतःला बजावलं होतं. आपल्या डळमळीत

भूतकाळाबरोबरच तो विचार गाडून टाकायचा होता. संपूर्ण हिंवाळाभर त्याने स्वतःची मूळ स्केचेस, त्यावर दुसऱ्याच एका हाताने ओढलेल्या रेघांसहित जपून ठेवली होती. निकाल जाहीर झाल्याच्या दिवशी संध्याकाळी त्याने ती जाळून नष्ट केली. ते पहिलं...

पण तरीही तो विचार मनातून पूर्णपणे हटेना. मग अचानक त्याला काहीतरी सुचलं. त्याची अनाम भीती जाऊन आता त्याला एक व्यावहारिक धोका जाणवू लागला. तो दूर करण्याचा मार्ग होता. मग मात्र त्याची भीती पळाली. त्याने सुटकेचा निःश्वास टाकला. त्याने रॉर्कच्या ऑफिसमधे फोन लावला, आणि त्याला भेटण्याची वेळ ठरवून घेतली.

तो अगदी आत्मविश्वासाने त्याला भेटायला गेला. रॉर्कच्या सान्निध्यात त्याला नेहमी जो अवघडलेपणा किंवा अस्वस्थपणा येई त्याचा लवलेश आज त्याच्या मनात नव्हता. आता त्याला सुरक्षित वाटत होतं. हॉवर्ड रॉर्कचा संबंध संपला.

□ □ □

रॉर्क ऑफिसमधे डेस्कपाशी टेलिफोन वाजण्याची वाट पहात बसला होता. सकाळपासून एकदाच फोन वाजला होता. तोही पीटर कीटींगचा. तो येतो आहे हे सांगण्यासाठी त्याने फोन केलेला. एव्हाना ही गोष्ट रॉर्क विसरून गेलेला. तो वाट पहात होता फोन वाजण्याची- कारण

मॅनहॅटन बँक कंपनीच्या बिल्डिंगची ड्रॉइंग्ज त्याने दिली होती. त्याबाबतीत काय ठरतंय ते त्याला जाणून घ्यायचं होतं.

त्याच्या ऑफिसच्या जागेचं भाडं भरायचं राहून गेलेलं. तो जिथे रहात होता तिथलं भाडंही भरायचं होतं. त्याच्या खोलीचा प्रश्न नव्हता. त्याने मालकाला थांबायला सांगितलेलं. आणि तो ही थांबायला तयार होता. तो थांबला नसता तरी फार फरक पडला नसता. पण ऑफिसच्या जागेने फरक पडत होता. त्या जागेच्या मधल्या दलालालाही त्याने भाड्यासाठी थांबायला सांगितलं. भाडं द्यायला उशीर का होईल ते त्याने सांगितलं नाही. पण उशीर होईल एवढंच सांगितलं. तेवढंच सांगणं त्याला शक्य होतं. पण ही दया त्या दलालाने दाखवणं फार गरजेचं आहे याची जाणीव त्याला स्वतःलाच असल्याने त्याला आपला आवाज भीक मागतोय असा वाटला... हा छळ होता. ठीक आहे... त्याने विचार केला- छळ तर छळ. त्याचं काय एवढं?

टेलिफोन बिल गेले दोन महिने भरलेलं नव्हतं. त्याला अखेरची वॉर्निंग मिळाली होती. येत्या काही दिवसात टेलिफोन बंद केला जाणार होता. पण वाट पहायला हवी होती. येत्या काही दिवसांत काहीही होऊ शकत होतं.

विडलरने त्याला उत्तर मिळेल असं सांगितलेलं खरं, पण त्यांचा निर्णय आठवड्या- आठवड्याने लांबणीवर पडत होता. संचालक मंडळ कुठल्याचं निर्णयाला येत नव्हतं. कुणी हरकती घेत होतं, कुणी बाजू मांडत होतं. कितीतरी बैठका घेऊन झाल्या होत्या. विडलर त्याला फार काही स्पष्ट सांगायचा नाही, पण त्याला अंदाज लागत होता. दिवसचे दिवस सन्नाट्यात सरायचे. ऑफिसमधे सन्नाटा होताच. तो शहरभर पसरायचा. त्याच्या आत खोलवर सन्नाटा भरून होता.

तो डेस्कसमोर पसरून बसला होता. चेहरा दंडावर टेकलेला. आणि बोटं टेलिफोनवरच राहून गेलेली. आपण असं बसता कामा नये असं त्याला वाटून गेलं. पण आज त्याला खूप थकल्यासारखं वाटत होतं. निदान हात त्या फोनवरून काढावा असा त्याने विचार केला. पण तो तसाच बसून राहिला. वेल... खरंच आहे... त्या फोनवर तर सगळं अवलंबून आहे आता. रागाने मनाचा भुगा झाला तरी तो त्या फोनवरच अवलंबून होता. तो, त्याचा प्रत्येक श्वास, त्याचा कणन्‌कण. त्याचा हात तसाच त्यावर राहिला. हे आणि पत्रं. पत्रांशीसुद्धा तो असाच जखडलेला. पत्रांच्या बाबतीतही त्याने स्वतःला फसवलं होतं. एखादं पत्र दाराच्या फटीतून आत सरकलं की तो स्वतःला पुढे झेपावण्यापासून बळजबरीने परावृत्त करायचा. धावत न सुटता थांबून, त्या पडलेल्या पाकिटाकडे नजर टाकून मग शांतपणे पुढे चालत जाणं आणि ते सावकाश उचलणं हीच एक कसोटी ठरत होती. ती दाराची फट आणि तो टेलिफोन या दोन गोष्टींशिवाय काही जग उरलंच नव्हतं.

हा विचार मनात येताच पुन्हा एकदा त्याने दाराजवळच्या जमिनीकडे, त्या फटीकडे नजर टाकली. तिथं काहीच नव्हतं. दुपार टळलेली. आता पत्र येण्याची वेळही टळलेली. त्याने मनगटावर घड्याळाकडे म्हणून बघितलं. मनगट रिकामं होतं. घड्याळ केव्हाच गहाण टाकलेलं त्याने. त्याने खिडकीकडे पाहिलं. दूरवरच्या एका मनोऱ्यावर घड्याळ दिसायचं. साडेचार वाजलेले. आता पत्र येण्याची शक्यताच नव्हती.

त्याचा हात टेलिफोनकडे रिसीव्हर उचलण्यासाठी सरकला. त्याची बोटं एक नंबर फिरवू लागली.

'नाही, अजूनही काही नाही.' विडलरचा आवाज पलिकडून येत होता.'आम्ही काल भेटायचं ठरवलं होतं. पण काही कारणाने ते रद्द करावं लागलं. मी त्यांच्या पाठीमागे शिकारी कुत्र्यासारखा लागलोय. उद्यापर्यंत नक्की काहीतरी उत्तर मिळेल. मी वचन देऊ शकतो. म्हणजे तसं वाटतंय मला.

उद्या नाही झालं तर... तर मग एकदम पुढच्या आठवड्यावर जाणार ते. मधे वीकेन्ड आहे ना. पण सोमवारी नक्की होईल... तुम्ही खरंच केवढा धीर दाखवला आहे आमच्या बाबतीत, मि. रॉर्क, मला खरंच कौतुक वाटतं.' रॉर्कने रिसीव्हर ठेवला. त्याने डोळे मिटून घेतले. थोडावेळ असं शांत राहून विश्रांती घ्यावी असं वाटत असतानाच तो टेलिफोनच्या बिलात अखेरची तारीख काय होती याचा विचार करू लागला. सोमवारपर्यंत कसं सांभाळावं हे...

'हेलो, हॉवर्ड,' पीटर कीटींग म्हणाला.

रॉर्कने डोळे उघडले. कीटींग आत येऊन त्याच्या समोर उभा राहून हसतमुखाने उभा होता. उन्हाळ्यात घालतात तसला हलका कोट होता. त्याच्या अंगावर बटणं उघडी टाकलेली, बटनहोलमधे एक निळं फूल खोचलेलं. हात कमरेच्या मागे नेऊन, पायांत अंतर ठेवून तो उभा होता. हॅट किंचित मागे सारलेली. कुरळे केस कपाळावर झुकलेले. त्या निळ्या फुलावर असलेल्या दंवबिंदूंसारखेच त्याच्या कपाळावर आणि केसांवरही दंवबिंदू असावेत असं वाटावं इतका तो ताजातवाना वाटत होता.

'हेलो, पीटर,' रॉर्क म्हणाला.

कीटींग आरामात खाली बसला. हॅट काढून त्याने ती डेस्कवर टाकली आणि स्वतःच्या गुडघ्यांवर हाताने थापटत तो म्हणाला, 'काय, हॉवर्ड, काय मजा येतेय की नाही?'

'अभिनंदन.'

'थँक्स. काय झालं, हॉवर्ड? असा अवतारात का दिसतोयस. निदान- माझ्या जे कानावर आलंय त्यानुसार, तुझ्याकडे फार काही काम नाहीये. हं?'

अशा स्वरात बोलायचा त्याचा हेतू खरं तर नव्हता. नीट बोलायचं, मित्रत्वाने बोलायचं असं ठरवून आलेला तो. मग त्याने मनात ठरवलं, थोड्या वेळाने बोलू नीट. पण आत्ता आधी आपण रॉर्कला भीत नाही हे त्याला दाखवायला पाहिजे. पुन्हा कधीही आपल्याला त्याची भीती, दरारा वाटणार नाही हे त्याला स्पष्ट व्हायला पाहिजे.

'नाही. फार काम नाहीये.'

'हे बघ, हॉवर्ड, हे सोड ना आता तू...'

असं काही बोलायचा त्याचा अजिबातच हेतू नव्हता. जे तोंडून निसटलं होतं त्याने तो स्वतःच चकित झाला. त्याचं तोंड वासलं.

'काय सोडू?'

'तू आणत असलेला आव. किंवा तू म्हणतोस तशा- तुझ्या विशिष्ट कल्पना म्हण हवं तर. तू जरा जमिनीवर पाय का नाही टेकत? इतर सर्वांसारखं काम का नाही करत तू? हा वेडेपणा बंद कर ना...' त्याची गाडी घसरत चाललेली. त्याला थांबताही येईना. जणू ब्रेक लागतच नव्हते.

'काय झालं काय, पीटर?'

'तुझं या जगात कसं चालणार? शेवटी लोकांबरोबर रहावं लागतं, यू नो. दोनच मार्ग आहेत. एकतर त्यांना सामील व्हायचं किंवा त्यांच्याशी लढा द्यायचा. तू दोन्हीपैकी काहीच करत नाहीस.'

'नाही. काहीच करत नाही.'

'लोकांना तू नकोसा आहेस. तू नको आहेस त्यांना. तुला भीती नाही वाटत याची?'

'नाही.'

'तू गेलं वर्षभर काहीच काम केलेलं नाहीस. आणि करण्याची शक्यता वाटत नाही. काय थोडेफार शे-दोनशे डॉलर्स शिल्लक असतील तुझ्याकडे... की संपलं.'

'चूक पीटर, माझ्याकडे आता फक्त चौदा डॉलर्स आणि सत्तावन्न सेंट्स शिल्लक आहेत.'

'वेल? आणि माझ्याकडे बघ! मीच स्वतःची शेखी मिरवणं बरोबर नाही. पण मुद्दा तो नाहीये. मी शेखी मिरवत नाही. कोणीही म्हटलं तरी काही फरक पडत नाही... बघ माझ्याकडे! आपण दोघांनी सुरुवात कशी केली आठव आणि आता आपण दोघेही कुठे आहोत ते पहा. मग विचार कर... सगळं तुझ्यावरच अवलंबून आहे. फक्त आपण जगातल्या सर्वांपेक्षा जास्त शहाणे आहोत ही जी काय तुझी कल्पना आहे ना तेवढीच बाजूला ठेवायची गरज आहे... कामाला लाग. एखाद्या वर्षात तुला या फडतूस जागेत तुझं ऑफिस होतं याची लाज वाटेल, असं ऑफिस बनवशील तू. लोक धावत येतील तुझ्यामागे. क्लायन्ट्स येतील, मित्र मिळतील, ड्राफ्ट्स्मनची फौज असेल तुझ्यापाशी. मला काय, हॉवर्ड- मला काय फरक पडणार? मी स्वतःसाठी काही मिळवण्यासाठी तुझ्याशी हे बोलत नाहीये. किंबहुना तू उभा राहिलास तर... माझ्यासाठी एक महाभयंकर स्पर्धक तयार करून ठेवतोय मी याची मला कल्पना आहे. पण मला हे तुला सांगितलंच पाहिजे. विचार कर, हॉवर्ड, विचार कर! तू नाव कमावशील, पैसा कमावशील, प्रतिष्ठा मिळेल, कौतुक मिळेल... आमच्यात येशील तू! वेल? अरे, बोल ना काहीतरी. काहीतरी बोलशील?'

रॉर्कचे डोळे लक्षपूर्वक त्याच्याकडे लागलेले. त्यात नवल होतं, तिरस्कार नव्हता. रॉर्कच्या मानाने एवढा आविर्भाव म्हणजे शरणागतीच्या जवळपासचीच पायरी. त्याने आपल्या नजरेतला पोलादी पडदा दूर केला नसला तरीही त्यात एक असाहाय्य भाव डोकावला होता. कुतूहलही सामावलं होतं. तो म्हणाला,

'हे बघ, पीटर, माझा विश्वास बसतो तुझ्यावर. मला हे सांगून तुझा काहीच फायदा नाही हे मला दिसतंय. मला त्याहीपुढे जाऊन माहीत आहे की मला यश मिळावं अशी काही तुझी इच्छा नाही.- ते ठीक आहे. मी तुला दोष देत नाही. मला ते नेहमीच माहीत होतं. तू मला आत्ता ज्या गोष्टींकडे आकर्षित करू पहातो आहेस त्या मला खरोखरच मिळाव्यात असं तुला अजिबात वाटत नाही.- आणि तरीही तू मला खूप कळकळीने प्रयत्न करायला सांगतो आहेस. आणि तुला हेही माहीत आहे की मी तुझा सल्ला स्वीकारला तर मी त्या सर्व गोष्टी मिळवू शकतो. तुला माझ्याबद्दल प्रेम वाटतंय म्हणून तू हे सांगतोस असंही नाही. कारण तसं असतं तर तुला एवढा राग आला नसता, किंवा तू घाबरला नसतास. पीटर, तुला नेमका कोणत्या गोष्टीचा एवढा त्रास होतो, कसलं दडपण येतं?'

'माहीत नाही...' कीटींग घशातल्या घशात उत्तरला.

ही कबुली होती, हे त्याला कळत होतं. स्वतःच्या उत्तरासरशी त्याला प्रचंड भय वाटलं. त्याने कशाची कबुली दिली होती... त्याचं स्वरूप त्याला नीटसं कळत नव्हतं. पण रॉर्कलाही ते कळत नव्हतं याचीही त्याला खात्री होती. पण ते जे काही होतं, ते उघड झालं होतं... आणि त्या दोघांनाही त्याचा नीटसा थांग लागत नव्हता. केवळ त्याचा धूसर आकार जाणवून गेलेला. ते शांत बसून राहिले, एकमेकांकडे पहात बसून राहिले, नवल करत आणि मनाशी मान्य करून टाकत.

'चल, जाऊ दे, पीटर,' रॉर्क हलकेच म्हणाला, मित्राशी बोलावं तसा, 'आपण पुन्हा कधीही याबद्दल चर्चा करायची नाही.'

मग अचानक कीटींगला कंठ फुटला. त्याचा आवाज मोकाट सुटला होता. त्यात एक नवाच भडकसा भाव उतरलेला.

'ओः हेल! मी केवळ एक व्यावहारिक बाजू तुला सांगायचा प्रयत्न करत होतो. तुला सामान्य रीतीने काम करायचं असेल तर-'

'गप्प बस!' रॉर्क ओरडला.

कीटींग थकून मागे रेलला. त्याच्याकडे बोलण्यासारखं दुसरं काहीच नव्हतं. तो काय बोलायला आलेला ते तो आता पार विसरून गेला होता.

'आता सांग,' रॉर्क म्हणाला, 'काय सांगायचं होतं तुला... त्या स्पर्धेसंबंधी काही तरी?'

कीटींग दचकून ताठ बसला. रॉर्कला कसं काय कळलं असेल हा विचार करताकरताच तो सैलावत गेला. कारण त्याच्या मनातला तिरस्कार आता पुरेसा जागा झालेला. तो बाकी सगळं दडपण विसरला.

'ओः. हां!' कीटींग बोलू लागला तेव्हा त्याच्या स्वरात उर्मट, रागेजलेली हलकीशी छटा मिसळलेली. 'हो. मला त्याबद्दलच बोलायचं होतच तुझ्याशी. आठवण केलीस त्याबद्दल आभार. तू अंदाज केलास ते बरोबर आहे- कारण मी काही कृतघ्न प्राणी नाही, एवढं तर तू जाणतोस. मी इथे तुझे आभार मानायला आलो, हॉवर्ड. त्या बिल्डिंगमधे तुझाही सहभाग होता. तू मला त्याबाबतीत काही सल्ला दिलास हे मी विसरणार नाही कधीच. तुला श्रेय द्यायची माझी तयारी आहे.'

'त्याची काहीच गरज नाही.'

'ओः. माझी हरकत असेल असं नाही, पण मला माहीतीये, की त्याबद्दल मी काही बोलावं हे तुलाच रुचणार नाही. तू स्वतः काही बोलणार नाहीस याचीही मला खात्री आहे, कारण लोक किती विचित्र असतात तुला माहीतीए. कशाचाही काहीही अर्थ लावतील. मूर्खासारखा. पण मला बक्षिसाची जी रक्कम मिळणार आहे, त्यातला काही हिस्सा तुला मिळायला हवा असं मला मनापासून वाटतं. आणि आत्ताच्या परिस्थितीत, तुला गरज असताना तुला हे पैसे मिळाले तर, मला खरंच आनंद वाटेल.'

त्याने त्याचं पाकीट काढलं. आधीच लिहून ठेवलेला चेक त्यातून काढला आणि डेस्कवर ठेवला. त्यावर लिहिलं होतं,- 'हॉवर्ड रॉर्क यांस पाचशे डॉलर्सची रक्कम देण्यात यावी'.

'थँक्यू, पीटर,' रॉर्क चेक उचलून घेत म्हणाला. मग त्याने तो उलटा केला आणि आपलं फाउंटनपेन काढलं. चेकच्या मागच्या बाजूवर लिहिलं- 'पीटर कीटींग यांस द्यावे'. त्या खाली सही करून त्याने तो चेक कीटींगकडे सरकवला.

'आणि ही माझी तुला लाच, पीटर,' तो म्हणाला, 'त्याच हेतूसाठी. तोंड बंद ठेवण्यासाठी.'

कीटींग त्याच्याकडे काही न कळून पहात राहिला.

'मी सध्या तुला हे एवढंच देऊ शकतो.' रॉर्क म्हणाला, 'माझ्याकडून तू आणखी काहीही वसूल करू शकत नाहीस सध्या तरी. पण नंतर, माझ्याकडे पैसा असेल, तेव्हासाठी आत्ताच विनंती करून ठेवतो- मला तेव्हा ब्लॅकमेल करू नकोस. तू करू शकशील हे मी मोकळेपणाने सांगतो. आणि त्या बिल्डिंगशी माझा कोणत्याही प्रकारे काहीही संबंध होता असं कुणालाही कळता कामा नये ही माझी इच्छा आहे.'

हे समजल्याचे भाव कीटींगच्या चेहऱ्यावर फारच सावकाश उमटत गेले. ते पाहून रॉर्कला हसू आलं.

'नाही?' रॉर्क म्हणाला, 'तू मला या गोष्टीवरून ब्लॅकमेल करणार नाहीस? जा आता घरी, पीटर, तू अगदी सुरक्षित आहेस. मी त्याबद्दल कधी कुणाकडे ब्रही काढणार नाही. ती तुझीच बिल्डिंग आहे , तिचा प्रत्येक गर्डर, तिच्या प्लंबिंगचा इंचनइंच. आणि तिच्यासोबत छापला जाणारा तुझा प्रत्येक फोटो. सारं सारं- केवळ तुझंच.'

कीटींग ताडकन् उठून उभा राहिला. तो थरथर कापत होता,

'गॉड डॅम यू!' तो किंचाळला, 'गॉड डॅम यू! तू स्वतःला काय समजतोस? लोकांशी अशा प्रकारे वागायचा परवाना कुणी दिला तुला? त्या बिल्डिंगचं नाव नको तुला... तू इतका महान् आहेस

की तुला तिचा स्पर्श नको? मला तिची लाज वाटावी असं वाटतं तुला? हलकट, सडका साला, स्वतःला काय समजतो! अरे तू आहेस कोण? तू एक अपेशी भिकारी आहेस, चार दमड्यांची अक्कल नाही तुला. फुकट, फुकट, फुकट आहेस तू, आणि इथे उभा राहून माझ्याविरुद्ध न्यायनिर्णय करतोस? तू विरुद्ध सगळा देश... सगळ्यांविरुद्ध तू? काय म्हणून ऐकून घेऊ मी तुझं? मला तुझी यत्किंचितही भीती वाटत नाही. तू मला हात लावू शकत नाहीस. माझ्या साथीला सारं जग आहे. माझ्याकडे बघू नकोस असा. मला नेहमीच तुझा द्वेष वाटलाय. नेहमीच. तुला माहीत होतं... नाही का? नेहमीच मला तुझा द्वेष वाटला. नेहमीच. आणि वाटत राहील. कधीतरी तुला मी मोडून तोडून टाकेन. शपथ घेतो मी... कधीतरी... अगदी मी केलेली ती अखेरची गोष्ट असली तरी चालेल मला.'

'पीटर,' रॉर्क म्हणाला, 'कशाला इतकं सगळं उघड करतोस?'

कीटींगचा श्वास थांबला आणि त्याच्या घशातून एक विव्हल किंकाळी फुटली. तो खुर्चीत कोसळला. खुर्चीचे हात घट्ट पकडून तो स्तब्ध बसून राहिला.

थोड्या वेळाने त्याने मान वर केली. त्याने दगडी मुद्रेने विचारलं, 'ओः गॉड, हॉवर्ड, मी काय बडबडलो हे?'

'चल, आता शांत झालास का तू? जाऊ शकशील एकट्याने?'

'हॉवर्ड, माझं चुकलं. मी क्षमा मागतो हवं तर तुझी.' त्याचा आवाज चिरफाळत होता. त्यात कसलीच खात्री नव्हती. 'माझं डोकं फिरलंय. मला वाटतं माझा तोल गेला. मला हे असलं काही म्हणायचं नव्हतं. का म्हणालो मी तसं- कळत नाही. खरंच सांगतो...'

'तुझी कॉलर सरळ कर. ती दुमडलीय.'

'तू त्या चेकचं जे काही केलंस त्यामुळे मला वाटतं मी संतापलो. पण मीही तुझा अपमानच केला. आय ॲम सॉरी. मी वेड्यासारखं वागलो. तुला दुखवायचा हेतू नव्हता माझा. आपण तो फालतू कागद नाहीसा करू.'

त्याने तो चेक उचलला. एक काडी उजळून तो हातातच जळू दिला. अगदी अखेरच्या तुकड्यापर्यंत जळू दिला.

' हॉवर्ड, हे विसरून जाऊ ना आपण?'

'आता तू घरी जायला हवंस, पीटर.'

कीटींग जड शरीराने उठला. त्याचे हात काहीतरी निरर्थक हालचाली करीत राहिले. मग तो कसाबसा बोलला, 'वेल, वेल, गुड नाइट, हॉवर्ड, लवकरच भेटू... एवढ्यातल्या एवढ्यात इतक्या सगळ्या गोष्टी घडून आल्या माझ्या बाबतीत. मला विश्रांतीची गरज आहे खरं म्हणजे... चल... निघतो, भेटू, हॉवर्ड...'

बाहेर पडून रॉर्कच्या ऑफिसचं दार लोटून घेतल्यावर कीटींगला एकदम थंडगार भावना जाणवली- सुटकेची. त्याला खूप जड वाटत होतं, खूप थकल्यासारखं वाटत होतं, पण एक प्रकारची निश्चिंती होती मनात. त्याला एक गोष्ट पूर्णपणे कळली होती- त्याला रॉर्कचा द्वेष वाटत होता. आता त्याबद्दल मनात शंका- आशंका, बाळगण्याचं, नवल करीत कुढत रहाण्याचं काही कारण उरलं नव्हतं. सगळं सोपं आणि सरळ होतं. त्याला रॉर्कचा द्वेष वाटत होता. कारणं? कारणांचा विचारही करण्याची गरज नव्हती. फक्त द्वेषच करायची गरज उरलेली. आंधळेपणाने, शांतपणे, रागाशिवाय... केवळ द्वेष जपायचा होता. मधे काहीही आडवं येता कामा नये... कधीही ते विसरता कामा नये... कधीही.

□ □ □

सोमवारी दुपारी बऱ्याच उशीराने फोन वाजला.

'मि. रॉर्क?' विडलर बोलला,'तुम्ही ताबडतोब इथे येऊ शकाल का? मला फोनवर काहीच बोलायचं नाहीये. लगेच या निघून.' तो आवाज स्वच्छ होता, आनंदाची चमकदार चाहूल होती त्यात.

रॉर्कने खिडकीबाहेर पाहिलं. दूरवरचं घड्याळ पाहिलं. तो त्या घड्याळाकडे पाहून हसू लागला. एखाद्या जुन्या परिचित शत्रूबरोबर हसावं तसा. आता त्याची गरज पडणार नव्हती. त्याचं स्वतःचं घड्याळ असेल- लवकरच. त्याने मान वर केली... जणू शहराकडे पहाणाऱ्या त्या मळकट डायलचा धिक्कार करीत होता तो.

त्याने कोट घेतला. खांदे मागे करत कोट सरकवला. स्वतःच्या स्नायूंच्या हालचालीत त्याला खूप सुख वाटलं.

बाहेर रस्त्यावर उतरत त्याने टॅक्सी पकडली- न परवडणारी चैन.

संचालक मंडळाचे अध्यक्ष त्याची वाट पहात होते. सोबत विडलर आणि मॅनहॅटन बँकेचे व्हाइस-प्रेसिडेंटही होते. तिथं एक लांबलचक टेबल होतं. त्यावर रॉर्कची ड्रॉइंग्ज पसरून ठेवलेली. तो आत आल्यावर विडलर उठून उभा राहिला. त्याच्याकडे चालत येत त्याने हस्तांदोलनासाठी हात लांबवला. विडलरच्या मघाच्या शब्दांसारखीच त्या खोलीत प्रसन्नतेची चाहूल होती. त्यांचे शब्द नेमके केव्हा कानावर पडले ते रॉर्कला कळलं नाही कारण आत प्रवेश करताक्षणीच त्याला ते जाणवले होते.

'वेल, मि. रॉर्क, हे काम तुमचं आहे.' विडलर म्हणाला.

रॉर्कने मान तुकवली. काही क्षण आपल्या आवाजावर विश्वास ठेवून बोलणं कठीण गेलं त्याला.

अध्यक्षांनी त्याच्याकडे बघून हसत त्याला जवळ बोलवून बसवून घेतलं. रॉर्क टेबलजवळ बसला. तिथे त्याची ड्रॉइंग्ज पडली होती. त्याने टेबलवर हात टेकवला. पॉलिश्ड महोगनीचा स्पर्श हाताला उबदार, जिवंत वाटत होता. जणू तो स्वतःच्या बिल्डिंगच्या पायाशीच हात जडवत होता... त्याची सर्वात महत्त्वाची बिल्डिंग असणार होती ती. मॅनहॅटनच्या मध्यावर उभी होणार असलेली पन्नास मजली बिल्डिंग...

'मला हे सांगायलाच हवं,' अध्यक्ष बोलू लागले, 'या तुमच्या बिल्डिंगवरून आम्ही खूपच वाद घातले आहेत. प्रचंड वाद. नशीब... आता सगळं संपलं. तुम्ही सुचवलेल्या नव्या संकल्पना आमच्या काही सदस्यांच्या घशात जरा अडकल्याच. काही लोक किती वेड्यासारखे परंपरांना चिकटून बसतात तुम्हाला माहीतीच असेल. पण आम्ही त्यांना शांत करू शकलो अखेर. मि. विडलरनी खूपच शर्थ केली, तुमच्या वतीने.'

ते तिघेही बरंच काहीकाही बोलले. रॉर्क जेमतेम ऐकत होता. त्याच्या कानात पहिल्या खोदाईचा आवाज गुंजायला लागला होता. आणि मग त्याच्या कानावर अध्यक्षांचे शब्द आले, 'त्यामुळे हे काम आता तुम्हाला मिळतंय. एकच बारीकशी अट आहे.' तो अध्यक्षांकडे पाहू लागला.

'एक छोटी तडजोड आहे. तुम्ही तेवढं मान्य केलंत की आपण काँट्रॅक्टवर सह्या करू. बिल्डिंगचा दर्शनी भाग तुम्हा आधुनिकतावाद्यांना तसा नाहीतरी फारसा महत्त्वाचा वाटतच नसतो. तुमच्या दृष्टीने प्लान्सलाच जास्त महत्त्व असतं नाही का... आणि ते बरोबरच आहे. आणि तुमच्या प्लानमध्ये काही गडबड करायला आम्ही धजणारच नाही. खरं म्हणजे ते प्लान्स इतके तर्कशुद्ध आहेत, त्याचमुळे आम्ही तुमच्याकडे काम देतोय. त्यामुळे तुमची हरकत नसावी...'

'काय हवंय तुम्हाला?'

'थोडे बदल दर्शनी भागातच करायचे अशी सूचना आहे. दाखवतो मी तुम्हाला. मि. पार्करचा मुलगा आर्किटेक्चर शिकतो आहे... आम्ही त्याच्याकडून एक स्केच करवून घेतलं. अगदी रफ स्केच. मंडळाच्या इतर सदस्यांना दाखवता यावं म्हणून. आम्ही काय तडजोड सुचवतोय ते त्यांना कळावं म्हणून. हे पहा.'

त्यांनी त्याच्या ड्रॉइंग्जखाली ठेवलेलं एक स्केच बाहेर काढलं आणि रॉर्ककडे दिलं.

त्या स्केचवर रॉर्कचीच बिल्डिंग होती. व्यवस्थित रेखलेली. त्याचीच बिल्डिंग होती ती... पण तिच्या दारात एक साधासा डोरिक पोर्टिको होता, माथ्यावर एक कॉर्निस होती आणि त्याने केलेल्या अलंकरणाच्या जागी एक ग्रीक शैलीतील अलंकरण होतं.

रॉर्क उठून उभा राहिला. उभं रहाणं भाग होतं. उभं रहाण्याच्या क्रियेवर त्याने लक्ष केंद्रित करण्याचा प्रयत्न केला. मग बाकी सगळं सोपं झालं. टेबलची कड एका हाताने पकडून दुसऱ्या हातावर भार घेत तो उभा राहिला. मनगटावरच्या शिरा तटतटल्या होत्या.

'तुमच्या लक्षात आलं ना?' अध्यक्ष समजुतीच्या स्वरात म्हणाले, 'आमच्या जुनाट लोकांनी तुमची अनलंकृत बिल्डिंग नाकारलीच. लोकही असलं काही मान्य करणार नाहीत असंही ते म्हणत होते. मग आम्ही मध्यम मार्ग काढला. या प्रकारे आपण पारंपारिक नसली तरीही जरा सवयीची बिल्डिंग देतो लोकांना. शिवाय थोडं प्रतिष्ठित तर वाटतंच जुन्या अलंकरणामुळे. बँकेत शेवटी तेच महत्त्वाचं असतं, नाही का? बँकांच्या बिल्डिंग्जना क्लासिक पोर्टिको असायला हवा असा काहीतरी अलिखित नियम असावा असं दिसतंय. आणि बँकेसारख्या संस्थेला नियम झुगारून देणारी, बंडखोर संस्था असल्यासारखं दर्शवून चालत नाही. त्यामुळे लोकांचा विश्वास जरा पातळ होतो. लोकांना काही नवीन केलं तर चटकन् विश्वास बसत नाही. पण हे जे आपण करू त्यामुळे सारेच तसे खूष होतील. व्यक्तिशः माझा काही असा आग्रह नाहीये. पण त्याने फार काही बिघडत नाही असं वाटतं बुवा मला. मंडळाने तसाच निर्णय घेतलाय. अर्थात् तुम्ही याच स्केचनुसार काम करावं असं आमचं अजिबातच म्हणणं नाही. हे आपलं उदाहरण आहे. तुम्ही तुम्हाला हवं तसं डिझाइन करा आणि दर्शनी भागात काहीतरी क्लासिक ठेवा म्हणजे झालं.'

मग रॉर्कने उत्तर दिलं. त्याच्या आवाजाचा पोत काही वेगळाच होता. त्याची जातकुळी त्यांना कळेना. त्या आवाजात असीम असं गांभीर्य होतं की प्रचंड भावनिक खळबळ होती... कळत नव्हतं. तो शांत गांभीर्याने बोलत होता असं त्यांनी गृहीत धरलं कारण तो आवाज संथपणे, चढउतारांशिवाय, कुठल्याही रंगच्छटांविना पुढे सरकत होता. प्रत्येक स्वर जणू यांत्रिकपणे विशिष्ट अंतराने फुटत होता. खोलीतल्या हवेवर त्या शांत आवाजाचे कसलेच तरंग उठत नव्हते.

हा माणूस अगदी सामान्य स्वरात बोलतोय एवढा निष्कर्ष त्यांनी काढला. मात्र त्याचा उजवा हात टेबलाची कड घट्ट धरून होता. ड्रॉइंग्ज उचलून घेतानाही त्याने डाव्या हाताने घेतली, जणू त्याचा एक हात जायबंदी झालेला.

तो बराच वेळ बोलत राहिला. त्याने रचलेल्या या वास्तूला क्लासिक डिझाइनचा स्पर्श का होता कामा नये हे त्याने सांगितलं. त्याने हे सांगितलं की प्रामाणिक माणसासारखीच प्रामाणिक बिल्डिंगही एकाच विश्वासावर एकसंधपणे उभी असावी लागते. एखाद्या गोष्टीत किंवा एखाद्या जिवंत अस्तित्वात ती एकसंधताच महत्त्वाची असते. एखाद्या छोट्याशा अवयवाने, भागाने जर त्याच्या मध्यवर्ती कल्पनेशी विसंगत वर्तन केलं तर ते अस्तित्वच लयाला जातं. त्याचा मृत्यू ओढवतो. या पृथ्वीवर आजवर जे काही उत्तम, उन्नत आणि उदात्त ठरलं ते सारं केवळ स्वतःशी तत्त्वनिष्ठ होतं म्हणूनच तसं ठरलं.

अध्यक्ष म्हणाले, 'मि. रॉर्क, मी सहमत आहे तुमच्याशी. तुम्ही म्हणता आहात त्याचा कुणीही प्रतिवाद करू शकणार नाही. पण दुर्दैवाने व्यवहारात कुणालाही इतकी बिनचूक प्रामाणिक तत्त्वनिष्ठा जपता येत नाही. अखेर मानवी व्यवहारांत भावनिकतेला काहीतरी स्थान द्यावच लागतं. तर्ककठोरपणे किती उत्तरं देणार आपण? ही चर्चा खरं तर व्यर्थ आहे. मी तुमच्याशी सहमत असलो तरीही तुम्हाला मदत करू शकत नाही. हा विषय संपला. मंडळाचा हा अंतिम निर्णय होता... फार जास्त काळ चर्चा झाली होती या विषयावर, तुम्हाला माहीतच आहे ते.'

'आपण मला मंडळाच्या सर्व सदस्यांबरोबर बोलण्याची संधी द्याल का?'

'आय ॲम सॉरी, मि. रॉर्क, पण मंडळ आता या संबंधी काहीही चर्चा करणार नाही. हा अंतिम ठराव होता. या आमच्या अटी मान्य करून तुम्ही काम स्वीकारणार की नाही एवढंच आता मी तुम्हाला विचारतो. मी हेही सांगतो की तुम्ही नकार द्याल या शक्यतेचाही विचार मंडळाने केला आहे. तसे झाले तर हे काम गॉर्डन प्रेस्कॉट यांना द्यावे असा एक जोरदार प्रवाह होता. पण तुम्ही हे काम स्वीकाराल अशी मला खात्री वाटते असं मी मंडळाला सांगितलं आहे.'

ते थांबून राहिले. रॉर्क काहीच बोलला नाही.

'तुम्हाला परिस्थिती समजली आहे ना, मि. रॉर्क?'

'होय.' रॉर्कची नजर खाली वळलेली. तो ड्रॉइंग्जकडे पहात होता.

'वेल?'

रॉर्कने काहीच उत्तर दिलं नाही.

'होय- की नाही, मि. रॉर्क?'

रॉर्कने मान वर केली. त्याचे डोळे मिटलेले.

'नाही.' रॉर्क उत्तरला.

काही क्षण गेले. अध्यक्षांनी विचारलं, 'तुम्ही काय करता आहात, समजतंय तुम्हाला?'

'होय.' रॉर्क उत्तरला.

'गुड गॉड!' विडलर अचानक ओरडला, 'हे काम किती मोठं आहे तुम्हाला माहीत नाही का? तरुण आहात तुम्ही. अशी संधी पुन्हापुन्हा येत नसते. आणि- जाऊ दे- बोलतोच मी! तुम्हाला किती गरज आहे या संधीची! या कामाची! मला माहीत आहे किती गरज आहे ते!'

रॉर्कने सगळी ड्रॉइंग्ज गोळा केली. गुंडाळी करून ती काखेत मारली.

'वेडेपणा आहे हा!' विडलर दुःखाने म्हणाला, 'मला तुम्ही हवे आहात. तुमची बिल्डिंग आम्हाला हवी आहे. तुम्हालाही गरज आहे. तुम्हाला इतकं टोकाला जाण्याची काही गरज आहे कां. इतकाही स्वार्थ पहायचा नाही का?'

'काय?' रॉर्क आश्चर्याने उद्गारला.

'टोकाला जाताय तुम्ही. आणि स्वतःचा स्वार्थ पहात नाही आहात.'

रॉर्क हसला. त्याने आपल्या ड्रॉइंग्जच्या गुंडाळीकडे पाहिलं. ती थोडी अधिक जवळ घेतली आणि म्हणाला, 'मी केलेली ही कृती, इतर कुणाच्याही, कुठल्याही कृतीपेक्षा सर्वात जास्त स्वार्थीपणाची आहे.'

तो चालतच आपल्या ऑफिसला गेला. त्याने आपली ड्रॉइंगची साधनं आणि इतर काही स्वतःच्या गोष्टी बांधून घेतल्या. एक छोटंसंच पुडकं झालं त्याचं. ते हातात घेऊन त्याने दार लावून घेतलं. चावी दलालाकडे देऊन टाकली. ऑफिस बंद करीत असल्याचं त्याला सांगून टाकलं. घरी जाऊन ते पुडकं तिथे ठेवून तो माइक डॉनिगनच्या घरी गेला.

'नाही?' माइकने त्याच्याकडे बघितल्यावरच विचारलं.

'नाही.' रॉर्क उत्तरला.

'काय झालं?'

'सांगेन कधीतरी.'

'हरामजादे साले!'

'जाऊ दे ते, माइक.'

'आता ऑफिसचं काय?'

'मी ऑफिस बंद करून आलो.'

'कायमचं?'

'सध्यापुरतं.'

'खड्ड्यात जाऊ देत सर्वांना, लाल्या, परमेश्वर बघून घेईल त्यांना.'

'गप्प बैस आता. मला आता नोकरी हवीय. तू मदत करशील का?'

'मी?'

'मला तुमच्या धंद्यात काम देईल असं कुणी ओळखीचं नाही दुसरं. मला कामावर ठेवणारं कोणीच नाही. तू ओळखतोस सर्वांना.'

'कसल्या कामांत? काय बोलतोयस तू?'

'बिल्डिंगवरच्या कामांत. बांधकामात. पूर्वी केलंच होतं की मी.'

'म्हणजे मजुरीवर?'

'हो. मजूर म्हणूनच.'

'वेड लागलंय का तुला, नालायक कुठला!'

'सोड ते, माइक. काम मिळवून देशील का? तेवढंच सांग.'

'पण का? कशासाठी? तुला कुठल्याही आर्किटेक्टच्या ऑफिसमधे काहीतरी काम मिळू शकतं. तुला माहीतीये.'

'नको, माइक, पुन्हा ते नको.'

'का?'

'मला नकोच ते आता. स्पर्शही नको. मला पहायचंही नाही तिकडे. ते जे काही करतात त्यात माझा हातभार लागायला नकोय मला.'

'दुसरं काहीतरी काम बघ मग.'

'कुठेही काम केलं तरी मला विचार करावा लागेलच. मला विचारच करायचा नाही. त्यांच्या पद्धतीने नाहीच. कुठेही गेलो तरी त्यांच्याच पद्धतीने वागावं लागतं. मला असं काम हवं की मला विचार करण्याची गरज पडणार नाही.'

'आर्किटेक्ट्स कधी मजुरांची कामं करत नाहीत.'

'हा आर्किटेक्ट सध्या तेच करणार.'

'तू दुसरं एखादं काम शिकून घेऊ शकतोस.'

'मला काहीही शिकायचं नाहीये.'

'मग काय तुला मजुरांच्या टोळीत घालू मी? या शहरात?'

'तेच हवंय मला.'

'नाही. गॉड डॅम यू. नाही करणार मी! नाही करू शकणार! आणि नाही करणार!'

'का?'

'लाल्या, या शहरातल्या सगळ्या भडव्यांना तुझ्याकडे बघून हसायची, मिटक्या मारायची संधी देणार मी? त्या कुत्र्यांनी तुझी ही अवस्था केली... तुझ्याकडे पाहून फुगतील साले आणखी- तसं मी करू देईन त्यांना?'

रॉर्क हसला.'मला त्याचं काही वाटत नाही. तुला काय एवढं, माइक?'

'वेल. मी नाही तसं होऊ देणार. साल्या कुत्र्यांना एवढा आनंद नाही मिळू देणार मी.'

'माइक,' रॉर्कचा आवाज मऊ झालेला, 'मला करण्यासारखं दुसरं काहीच नाही.'

'हेल. हो. आहे. मी सांगतो ते आता ऐक. आणि ऐक म्हणजे ऐक. तुझं काहीतरी नीट मार्गी लागेपर्यंत माझ्याकडे पुरेसे पैसे आ-'

'आता तू ऐक. मी ऑस्टिन हेलरला जे सांगितलं तेच तुला सांगतो. तू मला परत पैसे देऊ केलेस तर आपल्यातलं नातं, मैत्री संपली असं समज.'

'पण का?'

'वाद घालू नकोस, माइक.'

'पण...'

'मी तुझ्याकडून अधिक मोठी मेहेरबानी मागतोय. मला नोकरी दे. तुला माझ्याबद्दल वाईट वाटण्याचं काही कारण नाही. मला वाईट वाटत नाही तर!'

'पण... पण तुझं कसं होईल, लाल्या?'

'कुठे?'

'म्हणजे... तुझं भविष्य काय असेल...'

'मी पैसे वाचवेन आणि परत येईन. किंवा कदाचित त्या आधीच कुणीतरी परत बोलवून नेईल मला.'

माइक त्याच्याकडे पहात राहिला. रॉर्कच्या डोळ्यात त्याने जे पाहिलं ते रॉर्कला त्याला पाहू द्यायचं नव्हतं हे त्याला कळलं.

'ठिके, लाल्या,' माइकचा स्वर मऊ होता.

तो बराच वेळ विचार करत राहिला. आणि मग म्हणाला, 'हे बघ, लाल्या, मी तुझ्यासाठी या शहरात तरी निश्चितच नोकरी बघणार नाही. नाही करू शकत. विचार केला तरी मळमळतं मला. पण काहीतरी तसलीच नोकरी बघतो तुझ्यासाठी.'

'ठीक तर. काहीही चालेल. मला कशानेच फरक पडत नाही.'

'त्या भडव्या फ्रँकनच्या लाडक्या कॉंट्रॅक्टरसाठी मी इतकी कामं केलीत की त्याच्यासाठी कामं करणारे सगळेच्या सगळे माझ्या ओळखीचे आहेत. त्याची कनेक्टिकटला एक ग्रेनाइटची खाण आहे. त्या खाणीचा एक फोरमन माझा मित्र आहे. आज इथे आलाय तो. खाणीत काम केलंयस कधी?'

'एकदा. बऱ्याच वर्षांपूर्वी.'

'ते काम चालेल तुला?'

'बेशक.'

'मी भेटतो त्याला. मी त्याला काही सांगणार नाही तुझ्याबद्दल. फक्त एक मित्र आहे एवढंच सांगेन, बस्स.'

'थँक्स, माइक.'

माइक कोट घ्यायला पुढे झाला. पण मग त्याचे हात मागे गेले. जमिनीकडे पहात तो

म्हणाला, 'लाल्या...'

'सारंकाही ठीक होईल, माइक.'

रॉर्क घरी गेला. अंधार पडलेला. रस्त्यात कुणीही नव्हतं. सोसाट्याचा वारा सुटलेला. थंडी झोंबत होती, गाल सोलवटत होती. हवेच्या धांदोट्या निघत असल्याचं ते एकच चिन्ह होतं. बाकी त्या दगडी गल्लीत काहीही हलत नव्हतं. एकही झाड नव्हतं कुठे, पडदे नव्हते, झालरी नव्हत्या... फक्त दगड, काचा, अस्फाल्टचे कठोर आकार तेवढे होते. वाऱ्यावर झुलण्यासारखं काहीच नव्हतं तिथे. चेहऱ्यावर तो जोरदार वारा जाणवणं विचित्रच वाटत होतं. पण दूरवर एका कोपऱ्यावरच्या कचऱ्याच्या डब्यात एक वृत्तपत्र तेवढं फडफडत होतं. जाळीवर धडकत फडफड करणाऱ्या त्या कागदामुळे वाऱ्याला खरं अस्तित्त्व प्राप्त होत होतं.

□ □ □

दोन दिवसांनंतर, रॉर्क कनेक्टिकटकडे निघाला.

ट्रेनमधून त्याने एकदाच वळून पाहिलं. शहराची क्षितिजरेखा अचानक खिडकीत अवतीर्ण झाली. काही क्षण तशीच राहिली. संधिप्रकाशात त्या बिल्डिंग्जचे सारे तपशील धूसर झाले होते. त्या नाजूक उभट आकारांचा धूसर, निळसर, पोर्सेलीनसारखा रंग जणू संध्याकाळचा रंग होता, दूरत्वाचा रंग होता. वास्तवाचा नाही. ते आकार केवळ बाह्यरेखा दर्शवत उभे होते. जणू कसले रिकामे साचेच मांडून ठेवलेले कुणी. त्या दूरांतरामुळे शहर जणू सपाट केल्यासारखं दिसत होतं. ते सुळके खूप उंच भासत होते. बाकीच्या सपाट दुनियेशी विसंगत. त्यांचं वेगळंच जग होतं जणू. माणसाने कसल्या उत्तुंग कल्पना केल्या आणि त्या साकार केल्या याचं जिवंत विधान ते आकार आभाळावर रेखत होते. रिकामे साचे होते. ते पण माणूस इथवर आलेला आणि आणखी पुढे जाणार होता. आकाशाच्या किनारीवरची ती शहराची बाह्यरेखा एक प्रश्नचिन्ह घेऊन उभी होती आणि एक आश्वासनही.

एका प्रसिद्ध गगनचुंबी मनोऱ्याचे दिवे लागलेले. त्याच्या सर्वात वरच्या मजल्यावर स्टार रूफ रेस्तराँ होतं. असंख्य टाचण्यांची टोकं पेटून उठावीत तसं ते दृश्य होतं. आणि मग ट्रेन वळली आणि शहर दृष्टीआड झालं.

त्या संध्याकाळी, स्टार रूफ रेस्तराँमधे पीटर कीटींगच्या सन्मानार्थ पार्टी होती. आता फ्रँकन अँड कीटींग म्हणून ओळखल्या जाणाऱ्या फर्ममधे कीटींग भागीदार झाल्याबद्दल ती पार्टी होती.

एका लांबलचक टेबलच्या एका टोकाला गाय फ्रँकन बसला होता. त्या टेबलवर टेबलक्लॉथ ऐवजी प्रकाशाचीच चादर अंथरल्यासारखी भासत होती. आज रात्री गाय फ्रँकनला आपल्या कपाळाच्या कडेने रुपेरी केस डोकावत असल्याचं दुःख वाटत नव्हतं. त्याचे बाकीचे केस चकचकीत काळे होते आणि त्यावर ते काही रुपेरी केस उठून दिसत होते. त्यामुळे तो अधिकच झकास ऐटबाज वाटत होता. त्याच्या काळ्या सुटावर त्याचा पांढरा शुभ्र शर्ट जसा उठून दिसत होता तसाच परिणाम त्या रुपेरी केसांनीही साधत होता. सन्मानाच्या आसनावर अर्थात पीटर कीटींग बसला होता. मागे टेकून खांदे ताठ ठेवून, तो बसला होता. त्याच्या हाताच्या पकडीत ग्लासची नाजूक दांडी होती. त्याचे काळेकुरळे केस त्याच्या गोऱ्या कपाळावर खुलून दिसत होते. तो एक शांतसा क्षण असा होता की आलेल्या पाहुण्यांपैकी कुणाच्याच मनात मत्सर, ईर्षा, राग, दुष्टावा नव्हता. तो गोरापान मुलगा असा गंभीर दिसत होता, जणू त्याचं फर्स्ट कम्यूनियन चाललेलं असावं. त्या दालनातही आपोआपच एक बंधुत्वाची गंभीर भावना दाटली. राल्स्टन हॉलकोम्ब बोलायला उभा राहिला. त्याच्या हातात

ग्लास होता. त्याने आपलं भाषण व्यवस्थित तयार केलेलं, पण तो ते भाषण बाजूला सारून एकदम मनापासून काहीतरी दुसरंच बोलायला लागला. त्याला स्वतःलाही मनातून नवल वाटलं.

'आपण सारे एका फार महत्त्वाच्या मानवी कार्याचे रक्षणकर्ते आहोत. मानवी प्रयत्नांमधला सर्वात गौरवशाली प्रयत्न. आपण खूप काही साध्य केलंय. काही चुकाही झाल्या असतील. पण आपल्या वारसदारांसाठी मार्ग प्रशस्त व्हावा म्हणून आपण सारे मनापासून प्रयत्न करतो. आपण अखेर मनुष्यप्राणी आहोत आणि सतत काही ना काही शोध घेणे हे आपले विधिलिखित असते. पण हृदयातल्या परमेश्वराच्या साक्षीने आपण सत्याच्या शोधात असतो. मानवजातीला जे उदात्ततेचे वरदान आहे त्याला अनुसरूनच आपण शोध घेत रहातो. आपला शोधप्रवास हा एक उदात्त प्रवास आहे. अमेरिकन आर्किटेक्चरच्या भवितव्यास मी अभिवादन करतो!'

❑

भाग २

एल्सवर्थ टूही

१

मुठीत घट्ट पकडून धरलेला पोलादी दांडा जणू त्याच्या तळव्यांशी एकजीव व्हायचा. पाय खडकावर घट्ट रोवताना तळव्यांना दाब जाणवायचा. शरीराचं अस्तित्त्व नव्हे केवळ जीवघेण्या ताणाचे काही बिंदूच जाणवायचे. गुडघे, मनगटं, खांदे आणि त्याच्या हातातल्या ड्रिलचं टोक. ते टोक एका लांबलचक शहाऱ्यासारखं, थरथरत असलेलं रंध्रारंध्रातून जाणवायचं, पोटाचे स्नायू, फुप्फुसं सारं थरथरून जायचं. समोरच्या दगडी दरडींच्या सरळसोट रेषा त्या थरथरीमुळे करवती वाटू लागायच्या. ते ड्रिल आणि त्याचं शरीर जणू एकाच इच्छाशक्तीचा ताण असल्यासारखं एकवटून जायचं, आणि ते पोलादी ड्रिल ग्रेनाइटच्या छाताडात सावकाश घुसायचं. हॉवर्ड रॉर्कचा गेल्या दोन महिन्यांचा हाच दिनक्रम होता. हेच आयुष्य.

तो त्या तापलेल्या खडकांच्या मध्यावर उभा होता. त्याचा चेहरा उन्हात तापून रापून ताम्रवर्णी झालेला. पाठीवर त्याचा शर्ट घामाने भिजून मधेमधे चिकटलेला. खाणीच्या मधोमध उभा होता तो. आजुबाजूने खडक पायऱ्यापायऱ्यांनी चढत एकमेकांशी टक्कर घेत गेले होते. संपूर्ण परिसरात कुठेही वळणदार रेष नव्हतीच. गवत नव्हतं, माती नव्हती. साध्यासुध्या खडकांच्या प्रतलांतून, धारदार करवती-कडांतून साकारलेलं जग. वादळवारा, भरती ओहोटी, यांच्या प्रवाही प्रक्रियांतून वाळूच्या कणाकणांवर संस्कार घडून, त्या कणांच्या एकवटण्यातून शतकानुशतकांच्या संथ प्रवासातून निर्माण झालेले गाळाचे मवाळ खडक नव्हते. ते घडले होते पृथ्वीच्या गर्भात झालेल्या उद्रेकातून बाहेर फेकल्या गेलेल्या वितळलेल्या लाव्हारसातून. सावकाश, आतवरून, खोलातून येत शांत होत, थंड होत आज ते खडक पडलेले असले तरीही त्या प्राचीन उद्रेकाची हिंसक मुद्रा बाळगून होते ते. आणि त्यांच्या हिंसकतेला आज त्या खडकांवर पाऊल रोवून उभ्या असलेल्या माणसाची हिंसकता भिडत होती.

त्याला ते काम आवडत होतं. त्याचे स्नायू आणि तो ग्रेनाइट यांच्यामध्ये जणू बलस्पर्धा चालली होती. रात्री तो पार थकलेला असायचा. शरीराच्या थकव्याचा असा रिकामपणा त्याला मनापासून आवडायचा.

रोज संध्याकाळी तो खाणीपासून दोन मैलांवर असलेल्या गावाकडे चालत जायचा. सगळे कामगार तिथेच रहात. एक रान पार करून जावं लागायचं. त्या रानाच्या मातीचा स्पर्श मऊसर, उबदार होता. वैराण, कठीण खडकाळीत दिवस काढल्यानंतर हे सुख काही आगळंच वाटायचं. काहीतरी नवाच आनंद गवसल्यासारखं वाटून त्याच्या चेहऱ्यावर हास्य फुलायचं. रोज संध्याकाळी त्याच्या पायाच्या तळव्यांखाली हलकेच दबून प्रतिसाद देणाऱ्या त्या रानातल्या मातीवर हलकीशी पदचिन्हे उमटत.

तो रहायचा त्या खुराडेवजा घरात एक बाथरूम होती. जमिनीच्या फळकुटांचा रंग केव्हाच उडून गेलेला. पांढरट राखाडी रंगाची ती फळकुटं अगदीच उघडीवाघडी दिसायची. तो खूप वेळ टबमधे पडून रहायचा. थंडगार पाणी मुरत जाऊन त्याच्या त्वचेवर जमलेली धूळ हळूहळू निसरून

जायची. टबच्या कडेवर मान टेकवून, डोळे मिटून पडून रहायचा तो. त्याच्या थकव्याचं परिमाणच एवढं प्रचंड होतं की त्यातच एक प्रकारची सुटका असायची. स्नायूंमधला ताणलेपणा अगदी संथपणे, कणाकणाने निवळत जातानाचं सुख त्याला भोगता यायचं.

इतर कामगारांच्यासोबतच तो तिथल्या भटारखान्यात बसून जेवत असे. कोपऱ्यातल्या एका टेबलवर एकटाच बसत असे तो. भल्यामोठ्या चुलाण्याचा तेलकट धूर तिथे सतत चिकटपणे व्यापून राहिलेला असे. तो थोडंच खायचा. खूपसं पाणी प्यायचा. नशा येण्यासाठी स्वच्छ काचेच्या ग्लासमधलं स्वच्छ चकाकतं पाणी पुरेसं होतं त्याला.

छपराच्या अगदी खालीच एका चौकोनी कप्पेवजा जागेत त्याचा बिछाना होता. उतरत्या छपराचे पत्रे त्याच्या बिछान्याच्या जवळ उतरायचे. पाऊस पडायचा तेव्हा त्याला छपरावर वाजणाऱ्या एकेका थेंबाची तडतड ऐकू यायची. इतका जवळ असायचा पावसाचा नाद की, आपलं शरीर पावसात भिजत कसं नाही असा झोपेतल्या झोपेत प्रश्न पडायचा त्याला.

कधीकधी रात्रीच्या जेवणानंतर तो घरामागच्या रानात फिरायला जायचा. रानातल्या जमिनीवर पालथा पडून अंग टाकायचा. कोपर टेकून हाताच्या तळव्यांवर हनुवटी ठेवून समोरच्या गवताच्या पात्यांवरल्या नाजूक शिरांचं जाळं निरखत रहायचा. एखादी फुंकर घातल्यावर गवताची पाती थरथरताना आणि पुढल्या क्षणीच स्तब्ध होताना पहायचा. मग पुन्हा पाठीवर लोळत शांत पडून मातीची ऊब अनुभवायचा. वर डोक्यावर, उंचावर पानजाळी अजूनही हिरवी दिसत असायची. ते गच्चगच्च हिरवेपण लवकरच पडणाऱ्या अंधाराची चाहूल देत असायचं... अंधारात गुडुप होण्याआधी एकदाच अखेरचं हिरवेपण मिरवायची त्या पानांना घाई होती जणू. हिरवट पिवळी छटा ल्यायलेल्या आकाशाच्या पार्श्वभूमीवर ती पानं जराही न सळसळता सुन्न ओटंगून असायची. आकाशाची ती किंचितशी चकाकीही अंधाराची चाहूल सांगण्यासाठीच चढलेली असावी. तो आपलं शरीर मातीवर रेलून धरायचा. थोडा प्रतिरोध करत ती त्याच्या शरीराला आधार द्यायची. एक छोटासा विजय होता तो. पायांच्या स्नायूंत त्याला ती सुखद शारीर संवेदना जाणवायची.

क्वचितच कधीतरी तो नुसता बसून रहायचा. किती वेळ... भान उरायचं नाही. मग तो किंचित हसायचा. बळी जात असलेल्या कुणा एकाकडे बघून मारेकऱ्याने हसावं तसा. आपले दिवस कसे जाताहेत, याबद्दल विचार करत राहायचा. एवढ्या वेळात तो किती बिल्डिंग्जचं काम करू शकला असता, करायला हवं होतं... आणि कदाचित् आता कधीच करू शकणार नाही. अनाहुत पाहुण्यासारखं सामोरं येणारं ते दुःख तो कुतूहलानं निरखत राही. स्वतःला सांगे... हां आलं हे पुन्हा वर... हे किती काळ चालणार तेही पहायचं होतं त्याला. आपला स्वतःचा त्या दुःखाशी चाललेला संघर्ष पहाण्यात त्याला एक विचित्र, कडवट आनंद मिळे. हे दुःख आपलं स्वतःचंच आहे हेही कधीकधी तो विसरून जात असे. तुच्छतेने हसत असे... स्वतःच्या वेदनेला आपण हसतो आहोत हे विसरून... असे क्षण तसे क्वचितच येत, पण येत असत तेव्हा त्याच्या मनाला खाणीतलीच भावना व्यापून जायची. त्या पाषाणाला विंधायचं होतं... एक मेख खोलवर रुतवून स्वतःबद्दल करुणा जागवू पहाणाऱ्या त्या दुःखाच्या त्याला ठिकऱ्या ठिकऱ्या उडवून द्यायच्या होत्या.

□ □ □

डॉमिनिक फ्रँकन त्या उन्हाळ्यात तिच्या वडिलांच्या जमिनीवरच्या कलोनियल प्रासादात एकटीच रहात होती. खाण-कामगार रहात असलेल्या गावापासून तो प्रासाद तीन मैल दूर होता. ती कधी कुणाही पाहुण्यांना घरी बोलवत नसे. एक वृद्ध नोकर आणि त्याची वृद्ध पत्नी एवढीच दोन माणसं

तिला तिथे दिसत. तीही गरजेपुरतीच. ते त्या प्रासादापासून थोड्या अंतरावर, तबेल्यांपाशी रहात. तो नोकर बाग, झाडं, घोडे यांची देखभाल करीत असे. त्याची पत्नी घराची देखभाल करीत असे आणि डॉमिनिकसाठी जेवण बनवून ठेवत असे. ती अतिशय शिस्तीने जेवण वाढून ठेवत असे. साऱ्या पद्धती, रीतिरिवाज तिने डॉमिनिकच्या आईच्या काळापासून शिकून घेतलेले. रात्री डॉमिनिक टेबलवर एकटीच बसायची पण सारी मांडणी साग्रसंगीत केलेली असायची. मेणबत्त्यांच्या पिवळ्या ज्योती स्थिरपणे डौलात तेवत असायच्या, खडी ताजीम दिल्यासारख्या- रांगेत. खोलीतला अंधार त्या खोलीला जणू ताणून आणखी रुंदावून ठेवायचा. खिडक्यांच्या रांगाही पहारेकऱ्यांसारख्या शिस्तीत असायच्या. त्या लांबलचक टेबलच्या मध्यावर एका छोट्याशा प्रकाशडोहात एक काचेचा क्रिस्टल बौल ठेवलेला असायचा. त्यात एक शुभ्रकमळ आपल्या पाकळ्या पसरून संथ तरंगत असायचं. त्याच्या हृत्स्थानी असलेला पिवळा केशरपुंज मेणबत्तीच्या ज्योतीच्या एखाद्या थेंबासारखाच...

ती वृद्धा अतिशय शांतपणे, जराही जास्तीचा आवाज होऊ न देता काम करीत असे आणि काम झाल्यावर शक्य तितक्या पटकन अदृश्य होत असे. डॉमिनिक वरच्या बेडरूममधे पोहोचली की तिचे नाजूक लेसचे नाइटगाउन्स तिथे छान घड्या घालून ठेवलेले असत. सकाळी बाथरूममधे शिरली की टबमधे गरम पाणी भरून ठेवलेलं असे. स्नानासाठी ठेवलेल्या सुगंधी द्रव्यांचा सुवास भरून असे. फिक्या निळसर हिरव्या लाद्या स्वच्छ चकचकीत पुसून ठेवलेल्या असंत. तिच्या शरीराला गिळूनच टाकतील असे मोठमोठे टॉवेल्स पसरून ठेवलेले असत. पण हे सगळं काम करणाऱ्या व्यक्तीच्या पावलांची कुठे चाहूलही नसे. कुणी नसावंच जणू. दिवाणखान्यातल्या कपाटातल्या व्हेनिशियन काचेच्या अतिसुंदर नाजूक वस्तूंना ती वृद्धा जशी नाजूकपणे काळजीपूर्वक हाताळीत असे तशीच ती डॉमिनिकलाही जपे. डॉमिनिकने अनेक उन्हाळे, अनेक हिवाळे माणसांच्या गर्दीत एकान्त शोधण्यात घालवले होते. खरोखरचा एकान्त अनुभवण्याचा तिचा पहिलाच प्रयोग होता. त्याची तिला नवलाई वाटत होती. आपल्या एकटेपणाच्या गरजेला शरण जाण्याचा कमकुवतपणा तिने कधी आजवर दाखवला नव्हता... पण आता स्वतःच्या कमकुवतपणाला शरण जाण्यात सुखही वाटत होतं तिला.

ती आळसावून हात ताणून द्यायची, खाली पडू द्यायची. जडावलेपणा शरीरभर पसरण्याचा गोडवा मन भरून घ्यायची... पहिला मद्याचा प्याला पोटात गेल्यावर येतं तसलं छान जडावलेपण.

आपल्या सुती वस्त्रांची जाणीव ती भोगायची. हालचाल करताना मांड्यांना होणारा वस्त्राचा स्पर्श ती भोगायची. त्यातून तिला स्वतःच्या शरीराचीच सुखद जाणीव होत होती.

दूरवर पसरलेल्या त्यांच्या जमिनीवर ते घर एकटंच उभं होतं. मैलोनमैल लांबवर एकही शेजार नव्हता. ती घोड्यावर बसून दूरवरची रपेट करत असे. एकाट रस्त्यांवरून, न रुळलेल्या पायवाटांवरून निर्दिश भटकंती करीत असे ती. तिच्या भरधाव वेगाच्या फटकाऱ्याने पालापाचोळा उडत असे, डहाळ्या तुटून पडत असत. काहीतरी खूप छान, अतुल्य असं काहीतरी आपल्याला पुढल्या वळणावर भेटणार असं वाटून कितीकदा तिचा श्वास रोधला जात असे. स्वतःच्या मनातल्या त्या अपेक्षेला काहीच ओळख देऊ शकत नव्हती ती. कसली अपेक्षा, कुणाची अपेक्षा, कशाची अपेक्षा... काहीच स्पष्ट नव्हतं. कसल्याशा विंधून टाकणाऱ्या आनंदाची, सुखाची लवलव मनात होती.

कधीकधी ती चालतचालत घरापासून दूर जात असे. कुठे जायचं, कधी परतायचं काहीही न ठरवता, वाट फुटेल तिथे, पाय नेतील तिथे. रस्त्यातून जाताना काही परिचितांच्या कार्स तिला आडव्या येत, खाणीतले लोक तिला ओळखत असत, ते अदबीने मान झुकवत. तिच्या आईप्रमाणेच

तिलादेखील लोक वाड्याची मालकीण म्हणून ओळखत. ती रस्ता टाळून रानाच्या वाटेला लागत असे. हात झुलवत, माथा उंचावून, वाटेतल्या वृक्षांच्या माथ्यांकडे नजर लावत चालत राही. पानांआड ढगांचे थवे तरंगत चाललेले पहात राही. त्या ढगांच्या चालीमुळे अचानक वाटून जायचं की, ते झाडच अचानक जोरजोरात झुलू लागलं आहे. तिरपं होऊन आंता अंगावर येऊन आदळणार, चेंगरून टाकणार- ती थबकायची. वाट पहायची. मस्तक उंच करून पहात रहायची, गळ्यात श्वास थांबायचा... जणू तिला खरंच त्या झाडाखाली चेंगरून जाण्याची इच्छा होत होती. मग ती खांदे उडवत पुन्हा चालू लागायची. वाटेत आडव्या येणाऱ्या फांद्यांना हाताने घाईघाईने दूर लोटताना तिच्या हातांवर ओरखडे उठायचे. दमून गेल्यावर कितीतरी वेळ ती तशीच बळाने चालत रहायची. स्नायूंचा थकलेपणा न जुमानता ती हट्टाने चालत रहायची. मग थकून धरणीवर अंग टाकून देऊन शांत पडून रहायची. तिच्या शरीराचा क्रॉस कितीतरी वेळ नि:स्तब्ध रानात पाषाणवत पडून रहायचा. तिचे उच्छ्वास निःश्वास होत. रितेपणाची, सपाट भावना अंगभर मुरताना हवेचा भार तिला वक्षांवर जाणवायचा.

काही सकाळी अशा उगवायच्या, तिला ग्रेनाइटच्या खाणीतून येणाऱ्या सुरुंगस्फोटांच्या आवाजाने जाग यायची. पांढऱ्या रेशमी उशीवर हात पसरून ती ते आवाज ऐकत रहायची. काहीतरी ध्वस्त करणारे ते आवाज तिला फार आवडत.

□ □ □

त्या एका सकाळी सूर्य जरा जास्तच तापला होता. खाणीवरचे प्रस्तर आज तर खूपच जास्त तप्त असणार याची तिला खात्री होती. असह्य उष्णता असेल तिथे... तिला आज कुणी नजरेसही पडू नये असं वाटत होतं. आणि खाणीवर मजुरांचा मोठ्ठा ताफा असेल हे तिला माहीत होतं. म्हणूनच ती आज खाणीवर निघाली. त्या तळपत्या उन्हात ती खाण पहाणं हे किती भयानक असणार होतं... हे करून पहायलाच हवं.

रानाच्या सावलीतून ती त्या महाकाय दगडी वाडग्यासमोर येऊन ठेपली तेव्हा वाटलं भाजून काढणाऱ्या वाफेच्या यातनागृहात ती ढकलली गेलीय. ती उष्णता सूर्याकडून नव्हे, पृथ्वीला चिरून खणून काढलेल्या त्या खड्ड्यातून येत होती. त्याच्या सपाट कडांवरून परावर्तित होऊन येत होती. तिचे खांदे, मस्तक, पाठ त्यामानाने थंडच वाटत होते. त्या तापलेल्या कातळांचा उष्ण उच्छ्वास तिच्या पायांकडून हनुवटीकडे चढत तिच्या नाकपुड्यांत घुसत होता. खालची तापलेली हवा थरथरताना दिसत होती. ग्रेनाइटच्या अंतरंगातून मधूनच कुठेतरी ठिणग्या बाहेर पडत होत्या. तिला वाटून गेलं की ते कातळ हलताहेत, थरथरताहेत, आणि आता ते वितळून पांढराशुभ्र लाव्हा होऊन वाहू लागणार आहेत. ड्रिल्स, हातोडे चालत होते आणि जडशीळ हवेवरही आघात करीत होते. उष्णतेने खदखदणाऱ्या त्या भट्टीच्या कडेवर माणसं काम करताना पहाणं म्हणजे अत्याचार होता. कसल्या अक्षम्य गुन्ह्यांची भयंकर शिक्षा भोगणारे कैदी कामगार होते हे कोण जाणे... तिला मान दुसरीकडे वळवणंही अशक्य झालं होतं.

तिची तिथे उभी असलेली आकृती त्या खालच्या जागेचा मूर्तिमंत अपमान होती. तिच्या वस्त्राचा निळसर हिरवा पाण्याचा रंग, अतिशय साध्या दिसणाऱ्या अतिशय उंची स्कर्टच्या गवताच्या पात्यांसारख्या नीटस रेखीव चुण्या काचेच्या धारदार कडांसारख्या करकरत होत्या. खडकमाथ्यांवर रोवून उभी असलेली तिची नाजूक पावले, तिच्या केसांचं झुळझुळीत रेशमी हेल्मेट आणि आकाशावर रेखलेल्या तिच्या शरीराचा अतिनाजूक वाटणारा डौल... सारंकाही साक्ष देत होतं बागशाहीतल्या शीतलतेची, आणि ती ज्या दिवाणखान्यांतून वावरायची, त्या दिवाणखान्यांच्या ऐश्वर्याची.

तिने खाली पाहिलं. तिची दृष्टी बांधली गेली- लाल-केशरी केसांचा एक पुरुष मान वर करून तिच्याकडे पहात होता.

ती खिळल्यासारखी उभी राहिली. तिला पहिली जाणीव झाली, ती दृष्टीची नव्हेच- तर स्पर्शाची. जाणीव झाली होती ती नजरेस पडणाऱ्या अस्तित्त्वाची नव्हे तर चेहऱ्यावर एक चपराक बसल्याची. तिचा एक हात तसाच अवघडून हवेत अधांतरी राहिला. बोटं हवेवर पसरलेली, आधारासाठी भिंतीला टेकावीत तशी. तिला कळलं, त्याच्या नजरेची अनुमती मिळाल्याशिवाय तिला हलता येणार नव्हतं.

तिला त्याचे ओठ दिसले. त्यावरची किंचित तुच्छतेची छटाही तिने पाहिली. त्याचे सरळ, किंचित ओढलेले गाल तिने पाहिले. आणि त्याच्या डोळ्यांतली थंडगार, विशुद्ध बुद्धीची चमक तिला जाणवली. त्या मुद्रेवर दयामाया नव्हती. तो चेहरा तिने आजवर पाहिलेल्यातला सर्वात सुंदर चेहरा असणार होता हे तिला जाणवलं... अमूर्त ऊर्जेचं मूर्त रूप होता तो चेहरा. ती संतापाने थरारली, निषेध, धिक्कार दाटून आलेला त्या थरारात... आणि सुखसुद्धा. तो तिच्याकडे पहात राहिला. तो केवळ दृष्टिक्षेप नव्हता, त्यात स्वामित्वाची थेट जाणीव होती. तिला वाटत राहिलं की आपल्या मुद्रेतून त्याला त्याची लायकी दाखवून देणारं उत्तर मिळावं. पण त्याऐवजी तिची नजर त्याच्या रापलेल्या बाहूंवरला दगडाच्या धुळीचा लेप न्याहाळत राहिली. त्याच्या बरगड्यांना घामाने भिजून चिकटलेला शर्ट, त्याच्या लांबसडक पायांच्या रेषा. ती विचार करत होती तिने पाहिलेल्या, तिला आवडणाऱ्या पुरुषशिल्पांचा... तो त्याच्या वस्त्रांविना कसा दिसेल याचा विचार ती करत होती. त्याची नजर हे सारे ओळखून घेत असल्यासारखी स्थिर होती. तिला लख्खकन् वाटून गेलं की अखेर आपल्याला आयुष्यातील आसक्ती गवसली. या माणसाचा प्रचंड, असीम द्वेष करण्याची आसक्ती.

ती प्रथम हलली. ती वळली आणि त्याच्यापासून दूर गेली. खाणीचा सुपरिंटेंडंट समोरून येताना पाहून तिने त्याला हात केला. तो धावतच पुढे आला.

'अरे, मिस फ्रँकन,' तो ओरडलाच, 'तुम्ही! कशा आहात, मिस फ्रँकन!'

त्याचा आवाज खाली त्या माणसापर्यंत पोहोचेल अशी आशा ती करत होती. आयुष्यात प्रथमच तिला मिस फ्रँकन असल्याचा आनंद वाटला. वडिलांची प्रतिष्ठा, मालमत्ता यांचा आजवर जी राग करत आलेली, तिलाच आज त्याबद्दल आनंद वाटला. तिच्या मनात आलं, तो खालचा माणूस केवळ एक मजूर होता... या खाणीच्या मालकाच्या मालकीचा... आणि ती जवळपास मालकीणच होती या जागेची.

तो सुपरिंटेंडंट अदबीने तिथे उभा होता. ती हसून म्हणाली, 'म्हटलं कधीतरी आपल्याकडे वारशाने येणार आहे ही खाण... कधी ना कधी तरी त्यात थोडा रस दाखवायला हवा, नाही का?'

सुपरिंटेंडंट तिला वाट दाखवत पुढे निघाला. खाणीचं काम कसं चालतं ते दाखवू लागला. ती त्याच्या मागोमाग खाणीच्या दुसऱ्या बाजूपर्यंत गेली. खाली लावलेल्या पत्र्यांच्या धुळकट शेडपर्यंत गेली. तिथली प्रचंड यंत्रसामग्री तिने पाहिली. बऱ्यापैकी वेळ मधे गेल्यानंतर ती पुन्हा त्या ग्रेनाइटच्या वाडग्याच्या कडेवर जाऊन उभी राहिली.

चालताचालताच तो तिला दिसला. तो काम करत होता. एक लाल-केशरी केस त्याच्या कपाळावरून चेहऱ्यावर आला होता. ड्रिलच्या थरथरीसोबत तोही थरथरत होता. त्या ड्रिलची थरथर त्याच्या शरीरातील नस नि नस दुखवत असावी... सगळं शरीर दुखावत असावी... ती इच्छा करीत होती.

ती पुन्हा वरच्या खडकावर जाऊन उभी राहिली तेव्हा पुन्हा एकदा त्याने वर पाहिलं. ती येताना त्याच्या लक्षात आलं असेल, असं तिला वाटलं नव्हतं. पण त्याने वर पाहिलं तेव्हा ती परतून येणार याची त्याला खात्री होती, हे स्पष्ट झालं. पुन्हा एकदा त्याच्या ओठांच्या कोपऱ्यांवर तेच किंचित तुच्छतेचं हसू लपलेलं. शब्दांपेक्षा अधिक अवमानकारक. तिच्याकडे थेट पहात रहाण्याचा उद्धटपणा तो करू धजत होता. तो हलत नव्हता. नजर वळवण्याची सवलत देत नव्हता. तिच्याकडे अशा नजरेने पहाण्याचा आपल्याला अधिकार नाही हे मान्यच नव्हतं त्याला जणू. त्याने तो अधिकार घेऊन टाकलेला... नव्हे तो सुचवत होता की, तो अधिकार तिनेच तर त्याला दिला.

ती झटकन वळली आणि त्या खडकउतारावरून चालत खाणीपासून दूर गेली.

□ □ □

तिला त्याचे डोळे किंवा ओठ आठवत नव्हते. तिला आठवत होते त्याचे हात. त्या दिवसाचा अर्थ तिच्या मनात वस्तीला आलेल्या त्या एका क्षणचित्रात सामावला होता. त्याचा ग्रेनाइटवर विसावलेला हात. तिला तो पुन्हापुन्हा दिसत राहिला. खडकावर रोवलेली त्याच्या बोटांची टोकं, त्याची ती लांबसडक बोटं. मनगटापासून बोटांच्या सांध्यांतून टोकांपर्यंत पसरत गेलेल्या शिरांचा पंखा. ती त्याचा विचार करत होती तेव्हा मनात केवळ त्या खडकावर टेकलेल्या हाताचंच चित्र जिवंत होत होतं. तिला या चित्राची भीती वाटू लागली, तिला त्याचा अन्वयार्थच लागेना.

तो एक सामान्य मजूर होता, सक्तमजुरीचंच काम करत असल्यासारखा, रोजंदारीवरचा मजूर... ती विचार करत होती. तिच्या ड्रेसिंग टेबलसमोर बसून, समोर पसरलेल्या सुंदर काचेच्या वस्तूंकडे पहाताना तिच्या मनात हाच विचार होता. हिमशिल्पांसारख्या त्या नाजूक वस्तू तिच्याच नजाकतीचे, विलासी प्रतिबिंब होत्या... आणि तिच्या मनात त्याच्या श्रमलेल्या देहाचा विचार होता, त्याच्या घामाने, धुळीने मळलेल्या वस्त्रांचा विचार होता... त्याच्या हाताचा विचार होता. तिने मनातच तो विरोध अधोरेखित केला. कारण त्यात तिचे स्वतःचे अवमूल्यन होत होते. ती मागे रेलून डोळे मिटून विचार करत राहिली, आजवर किती प्रतिष्ठित, ख्यातकीर्त पुरुषांना तिने नाकारलं होतं. ती त्या खाणमजुराचा विचार करत होती. ज्याच्याबद्दल कौतुक वाटेल असा कुणी नव्हे, तर ज्याच्याबद्दल तिला तिरस्कार वाटत होता, असा एक पुरुष तिला अखेर विंधणार होता... तिने डोकं दंडावर टेकलं. त्या विचाराने ती सुखावून विकल होत होती...

दोन दिवस ती स्वतःची समजूत घालत राहिली. ती या इथून निसटून जाणार होती. तिने बॅगमधे ठेवलेले जुने ट्रॅव्हल फोल्डर्स धुंडाळले. रिसॉर्ट निश्चित केला, ट्रेन कुठली घ्यायची ते ठरवलं. बोट ठरवली, बोटीवरची खोली ठरवली. हे सारं करताना तिला मजा वाटत होती. कारण तिला मनोमन माहीत होतं यातलं काहीही ती करणार नव्हती. मनात असूनही करणार नव्हती. ती परतून खाणीकडे जाणार होती.

तीन दिवसांनंतर ती खाणीकडे गेली. तो काम करत होता त्या बाजूच्या दरडीवर ती उभी राहिली. त्याच्याकडे मोकळेपणाने पहात उभी राहिली. त्याने वर पाहिलं तेव्हा तिने नजर वळवली नाही. तिची नजर त्याला स्पष्ट सांगावा देत होती, मी काय करतेय ते मला कळतंय, पण ते तुझ्यापासून लपवावं असा काही आदर मला तुझ्याबद्दल का वाटावा? त्याची नजर तिला एवढंच सांगून गेली, - तू येणार अशी अपेक्षा होतीच माझी. तो पुन्हा खाली ड्रिलवर झुकून कामाला लागला. ती थांबून राहिली. त्याने वर पहायला हवं. त्याला हे कळतंय हे तिला कळलं. पण त्याने पुन्हा वर पाहिलं नाही.

ती तिथेच उभी राहून त्याचे हात निरखू लागली. खडकाला तो केव्हा स्पर्श करील त्याची वाट पहात राहिली. ड्रिलचा किंवा सुरुंगांचा तिला विसर पडला. तो ग्रेनाइट त्याच्या हातांनी तुटावा हाच विचार करायला तिला आवडत होतं.

सुपरिंटेंडंट तिच्या नावाने हाका मारत होता. तो घाईघाईने वर चढून आला. तो जवळ आला तेव्हा ती वळली.

'ही माणसं काम करताना बघायला आवडतं मला.' ती म्हणाली.

'हो हो. काय देखावा असतो नाही?' सुपरिंटेंडंटने होकार भरला, 'ती पहा तिथून ट्रेन निघाली, आणखी माल भरून.'

तिचं त्या ट्रेनकडे अजिबात लक्ष नव्हतं. तो खालचा माणूस तिच्याकडे पहात असलेला तिला दिसला. त्याची उर्मट नजर तिला खिजवून सांगत होती की, त्याने आत्ता तिच्याकडे पहाणं तिला नको होतं हे त्याला माहीत असूनही तो पहात होता. तिने मान वळवली. सुपरिंटेंडंटची नजर खालपासून वरपर्यंत फिरली आणि त्या खालच्या माणसावर थांबली.

'ए... तू. तूच.' तो ओरडला, 'तुला काम करण्याचे पैसे मिळतात की डोळे काढून बघण्याचे?'

तो माणूस पुन्हा त्याच्या ड्रिलवर झुकला. डॉमिनिक मोठ्ठ्याने हसली.

सुपरिंटेंडंट म्हणाला, 'हे लोक म्हणजे कठीण काम असतंय, मिस फ्रँकन. त्यातले काहीजण तर तुरुंगातून जाऊन आलेले आहेत.'

'हा माणूसही तुरुंगातून आलेला आहे का?' तिने खाली बोट दाखवत विचारलं.

'माहीत नाही. सगळ्यांनाच काही मी ओळखत नाही.'

तिने मनात आशा केली, त्याचाही तुरुंगाचा रेकॉर्ड असू दे... आजकाल कैद्यांना चाबकाने फोडून काढतात का. काढत असू देत. आणि हा विचार मनात येताच तिच्या पोटात खड्डा पडला. लहानपणी झोपेत उंच उंच जिन्यावरून खाली पडत असल्याचं दुःस्वप्न पडतं तेव्हा जसा पोटात खड्डा पडतो तसा...

ती तटकन् वळली आणि खाणीतून चालती झाली.

त्यानंतर ती बऱ्याच दिवसांनी परतली. तो तिला वाटेतच एका मोकळ्या सपाट खड्कावर अनपेक्षितपणे भेटला. ती थबकली. तिला त्याच्या फार जवळ जायचं नव्हतं. सुरक्षित अंतर असण्याची सबब आणि बचाव दोन्ही नसताना त्याला भेटणं तिला विचित्रच वाटलं.

तो तिच्याकडे थेट पहात उभा राहिला. त्या दोघांमधे एक गहिरी समज होती कारण आजवर ते एकमेकांशी एक अक्षरही बोलले नव्हते. त्याच्याशी बोलून टाकून तिने तो गहिरेपणा नष्ट केला.

'तू माझ्याकडे का बघत रहातोस नेहमी?' तिने धारदार स्वरात विचारलं.

दोघांमधलं अंतर निश्चित करण्यासाठी शब्द हेच उत्तम शस्त्र आहे असं तिला वाटलं होतं. दोघांनाही शब्दांशिवाय कळलेल्या सर्व अनाम गोष्टींना नाव देऊन तिने त्या नष्ट करण्याचा प्रयत्न केला. एक क्षणभरच तो शांतपणे तिच्याकडे पहात उभा राहिला. त्याने उत्तरच नाही दिलं तर... ती भयाने थरकापली, शांत राहूनच त्याने उत्तराची गरज नाही असं स्पष्टच सुचवलं तर... पण त्याने उत्तर दिलं.

तो म्हणाला, 'तुम्ही माझ्याकडे ज्यासाठी बघत रहाता त्याचसाठी.'

'तू काय म्हणतो आहेस मला कळत नाही.'

'तसं असतं तर तुम्ही याहून बरंच जास्त आश्चर्य दर्शवलं असतं आणि तुम्हाला रागही कमी आला असता, मिस फ्रँकन.'

‘तुला माझं नाव माहीत आहे तर?’

‘भरपूर जाहिरात करताय तुम्ही स्वतःच्या नावाची.’

‘उर्मटपणा नाही केलास तर बरं पडेल तुला. मी एक क्षणात तुला कामावरून काढून टाकायला सांगू शकते, माहीताय ना?’

त्याने इकडेतिकडे पाहिलं. खाली पाहिलं. आणि विचारलं, ‘मी बोलावून घेऊ का सुपरिंटेंडंटला?’

ती तुच्छतेने हसली. ‘नको नको. ते तर फारच सोपं होईल. पण आता तुला मी कोण आहे हे माहीत आहे तेव्हा- मी इथे आले की माझ्याकडे पहात रहाणं थांबव. कुणाचा गैरसमज व्हायचा.’

‘मला नाही तसं वाटत.’

तिने नजर वळवली. आपल्या आवाजावर ताबा मिळवायला तिला थोडा प्रयास पडला. ती खडकांकडे पहात म्हणाली, ‘इथे काम करणं खूप कठीण जातं तुला?’

‘हो. भयंकरच.’

‘थकत असशील.’

‘अमानुषपणे.’

‘कसं वाटतं?’

‘दिवस संपल्यावर एकेक पाऊल जड होतं. रात्री हातही हलवत नाही. बिछान्यात पडतो तेव्हा माझा एकेक स्नायू मला वेगवेगळा मोजता येईल... वेदनेची प्रत्येक सुटीसुटी कळ उठते त्यावरून.’

तिला अचानक उमजलं, तो तिला स्वतःबद्दल नव्हे तर तिच्याबद्दल सांगत होता. तिला जे ऐकावंसं वाटत होतं, तेच तो समजून उमजून सांगत होता... तिला ही वाक्य का ऐकायची आहेत हे त्याला पक्क ठाऊक होतं.

तिला संताप आला, फार छान शांतवणारा संताप होता तो, शीतल आणि ठोस. त्याच्या त्वचेला आपल्या त्वचेचा स्पर्श व्हावा, त्याचा हात आपल्या उघड्या हाताशी भिडवावा, अशी तिला तीव्र इच्छा झाली... ती इच्छा तिथेच थांबली. आणखी पुढे गेली नाही.

ती शांतपणे विचारत राहिली.

‘तू इथला वाटत नाहीस. यांच्यातला वाटत नाहीस. तू मजुरासारखा बोलत नाहीस. तू या आधी काय करत होतास?’

‘इलेक्ट्रिशियन होतो. प्लंबर होतो. प्लास्टरर होतो. बऱ्याच गोष्टी केल्या मी.

‘आता इथे का काम करतोस?’

‘तुम्ही मला जी मजुरी देता त्यासाठी, मिस फ्रँकन.’

खांदे उडवून ती त्याच्यापासून दूर गेली. तो तिच्या पाठमोऱ्या आकृतीकडे पहात उभा आहे हे तिला जाणवत होतं. तिने वळून पाहिलं नाही. ती खाणीवरून एक फेरफटका मारून तिथून निघाली. पण परतताना तो मधा उभा होता तो रस्ता घेतला नाही तिने. त्याला पुन्हा भेटणं तिने टाळलं.

❑

२

डॉमिनिक रोज सकाळी उठायची ती एक लक्ष्य ठरवून. खाणीवर जाणं टाळण्याचं लक्ष्य. तो दिवस सगळा ते लक्ष्य साध्य करण्यात जायचा. अशा प्रकारे एका आसक्तीशी संघर्ष करत रहाणं म्हणजे एक प्रकारे वेगळी आसक्तीच होती हे तिला कळत होतं. पण ते तिला मान्य होतं. त्याच्यामुळे

आपल्या आयुष्याची दिशा ठरण्याची ही एकमात्र वाट तिला मान्य होती. त्यातून उपजणाऱ्या व्याकुळतेत तिला एक काळंकुट्ट समाधान लाभायचं... कारण ती व्याकुळता त्याच्यापासून उत्पन्न झालेली होती.

दूरवर रहाणाऱ्या त्या भागातल्या एका परिचितांकडे ती एकदा गेली. ते एक छान, श्रीमंत कुटुंब होतं. न्यू यॉर्कमधे असताना त्यांचा सहवास तिला अगदी कंटाळवाणा वाटलेला. साऱ्या उन्हाळ्यात ती कुणाकडेही गेली नव्हती. ती आलेली पाहून त्या सर्वांना आश्चर्याचा सुखद धक्का बसला. स्विमिंग पूलच्या काठावर चार प्रतिष्ठितांबरोबर ती गप्पा मारत बसली. भोवतीचं कडक प्रतिष्ठेचं वातावरण, तिच्याशी वागताना नम्रपणे वागण्याची लोकांची पद्धत सारं निरखत होती ती. पाण्यात स्वतःचं प्रतिबिंब निरखत होती. त्या कुणाहीपेक्षा ती अधिक नाजूक, शालीन वाटत होती.

आणि मग ती विचार करू लागली तेव्हा तिच्या मनात कडवट थरार उमटला... या साऱ्यांना या क्षणी माझं मन वाचता आलं तर... मी एका खाणमजुराचा विचार करते आहे... त्याच्या शरीराचा- स्वतःच्या शरीराचा करावा, तितक्या समीप भावनेने मी त्याचा विचार करते आहे असं त्यांना कळलं तर... ती स्वतःशीच हसली. तिच्या आखीवरेखीव चेहऱ्यावरची विशुद्धता अशी दाट होती की कुणालाही त्या हास्याचं खरं स्वरूप कळूच शकलं नसतं.

ती पुन्हापुन्हा त्यांच्याकडे भेटायला म्हणून जात राहिली. केवळ त्यांच्या सहवासात, त्यांना तिच्याबद्दल वाटणाऱ्या आदरभावासमवेत तिच्या मनात त्याचा विचार असण्याची गंमत वाटून घेण्यासाठी.

एका अशाच संध्याकाळी एका पाहुण्याने तिला घरी सोडायला येतो म्हणून सुचवलं. तो एक नावाजलेला कवी होता. गोरापान, सडपातळ. त्याचे ओठ, त्याचा चेहरा छान प्रेमळ होता. डोळे जणू साऱ्या विश्वाचे आर्त वागवणारे. तिला त्याचा हेतू लक्षातही आला नाही. तो आपल्याकडे बराच वेळपासून जरा जास्तच लक्ष देतो आहे हे तिला कळलंही नव्हतं. ते गाडीतून तिच्या घरच्या रस्त्याला लागले तेव्हा तो थोडा तिच्याजवळ सरकला हे तिने पाहिलं. मग तो कुजबुजू लागला, काहीबाही बडबडू लागला. हे असलं वर्तन तिच्या परिचयाचं होतं. आजवर कितीतरी पुरुषांकडून हेच अनुभवलेलं. त्याने गाडी थांबवली. त्याचे ओठ तिच्या खांद्यावर टेकलेले तिला जाणवले.

ती धक्का बसल्यासारखी दूर सरकली. क्षणभर सुन्न बसून राहिली कारण काहीही हालचाल केली तरीही त्याला निसटता तरी स्पर्श झालाच असता... आणि त्याचा किंचितसा स्पर्शही तिला सहन होत नव्हता. तिने दार उघडलं. बाहेर उडी घेतली आणि दार जोरात आपटून बंद केलं. त्या आपटण्याने जणू त्याचं अस्तित्त्वच मिटून जाणार होतं. आणि मग ती आंधळेपणाने धावत सुटली. काही वेळानंतर ती धावायची थांबली. थरथर कापत, अंधार कापत घर दिसू लागेपर्यंत चालत राहिली. घर दिसल्यावर ती थांबली आणि काही क्षणांनंतर भानावर आली. बऱ्याच वेळाने तिला आपल्या वर्तनाची संगती लागली. असले प्रसंग पूर्वी कैक वेळा तिच्यावर गुजरले होते. पण तेव्हा तिची केवळ करमणूक झाली होती. तिला कधीही घृणा वाटली नव्हती. तिला काहीही वाटलं नव्हतं.

हिरवळीवरून चालत ती घरात शिरली. जिन्याने वर बेडरूमकडे जाताजाता तिची पावलं थबकली. खाणीतल्या त्या माणसाचा विचार पुन्हा तिच्या मनात होता. तिच्या विचारांना तिने स्पष्ट शब्दांत पकडलं- खाणीतल्या त्या पुरुषाला मी हवी आहे. ते तिला आधीच कळलं होतं. त्याच्या पहिल्या नजरेतून कळलं होतं. पण तिने ते कधी स्पष्टपणे मान्य केलं नव्हतं.

ती हसली. तिने आजूबाजूला पाहिलं. घरात ऐश्वर्य शांतपणे भरून होतं. त्या घराच्या तुलनेत तिच्या मनातले ते शब्द निखळ हास्यास्पद वाटत होते. हे तिच्या बाबतीत कधीही घडू शकत नाही हे

ती जाणून होती. आणि त्या पुरुषाला आपण दुःसह यातना देऊ शकतो याचीही तिला जाणीव होती.

त्यानंतरचे कितीक दिवस ती आपल्या घराच्या खोल्यांतून, दालनांतून निरुद्देश फिरत राहिली. हा तिचा बचाव होता. खाणीतले स्फोटांचे आवाज तिच्या कानावर येत तेव्हा तिच्या मुद्रेवर स्मित पसरे.

पण तिला जरा जास्तच खात्री वाटत होती आणि घर जरा जास्तच सुरक्षित होतं. त्या सुरक्षिततेला आव्हान देऊन अधिक बळकटी द्यावी असं तिच्या मनात आलं.

तिने तिच्या बेडरूममधल्या फायरप्लेसच्या पुढ्यातला संगमरवर निवडला. हातोडा हातात घेऊन ती त्यावर ओणवी झाली. घाव घालून तिने तो फोडायचा प्रयत्न केला. खूप प्रयत्न करून, बरीच शक्ती लावून बरेच घाव घातले तिने. तिच्या दंडांच्या स्नायूंत, हाडांत, खांद्यांच्या उखळीत वेदना उफाळल्या. अखेर त्या संगमरवरावर एक लांबलचक बारीकसा चिरा उमटला.

ती खाणीवर गेली. लांबूनच तो दिसला. ती सरळ त्याच्याजवळ गेली.

'हेलो.' ती सहजच म्हणाली.

त्याने ड्रिल थांबवलं. तो मागच्या एका खडकावर रेलत म्हणाला, 'हेलो.'

'मी तुझा विचार करत होते.' ती हलकेच म्हणाली. मग क्षणमात्र थांबून तिचा स्वर पुढे वाहवला, तेव्हाही त्यात तेच निमंत्रण होतं, 'कारण एक बारीकसं काम निघालंय. तुला थोडी वरकमाई करायला आवडेल ना?'

'नक्की आवडेल, मिस फ्रॅंकन.'

'आज रात्री माझ्या घरी येशील? रिजवुड रोडच्या बाजूने नोकरांचा दरवाजा उघडतो. फायरप्लेससमोरचा संगमरवराचा तुकडा फुटलाय, तो बदलायला हवाय. तो काढायचा आणि मग नवा बसवायचा. तुझं काम.'

तौ रागारागाने नाही म्हणेल अशी तिची अपेक्षा होती. त्याने विचारलं, 'किती वाजता येऊ मी?'

'सात वाजता ये. इथे तुला किती पैसे मिळतात?'

'तासाला बासष्ट सेंट्स.'

'तेवढी तर तुझी योग्यता असणारच. मी तुला तितकेच देईन. माझं घर माहीतीये?'

'नाही, मिस फ्रॅंकन.'

'गावात कुणालाही विचारलंस तरी कळेल.'

'हो, मिस फ्रॅंकन.'

ती थोड्या निराशेनेच निघाली. तिला वाटलं त्यांच्यामधलं गुपित सरलं होतं. एक काम करायचं अशाच स्वरात तो सारा वेळ बोलला होता. ते काम ती कुणालाही सांगू शकली असती अशाच स्वरात. तिला जाणवला खोलखोल ओढला जाणारा श्वास. आणि त्याला भेटल्यानंतर नेहमीच वाटणारी शरमेची आणि सुखावल्याची भावना... मग तिला कळलं की, त्यांच्यातली समज अधिकच गहिरी, अधिकच उघड झालेली आता. तिच्या अस्वाभाविक मागणीचा त्याने केलेला सहज स्वीकार. जराही आश्चर्य न वाटून घेऊन, त्याने दाखवून दिलेलं... तो कायकाय समजून चुकला होता.

तिने त्या वृद्ध दांपत्याला त्या रात्री घरात थांबवून घेतलं. त्यांची आदबशीर उपस्थिती त्या सरंजामी प्रासादाचं चित्र पूर्ण करीत होती. नोकरांच्या दरवाजाची घंटी सात वाजता वाजल्याचं तिने ऐकलं. त्या वृद्धेनं त्याला आतल्या दिवाणखान्यात आणलं. डॉमिनिक तिथे जिन्याच्या लॅंडिंगवर उभी होती.

तो तिच्याकडे पहात वर येत होता. ती तशीच पहात उभी राहिली. ती मुद्दाम पोझ घेऊन उभी आहे की काय अशी त्याच्या मनात शंका येईल एवढाच वेळ ती तशी उभी राहिली. त्याच्या मनात तशी खात्री होण्याआधीच ती हलली. आणि म्हणाली, 'गुड इव्हनिंग.' तिचा आवाज अगदी कठोर वाटेल इतका शांत होता.

त्याने काहीच उत्तर दिलं नाही. फक्त मान लववली आणि वर चढत गेला. त्याने त्याचे कामावरचेच कपडे घातलेले. हातात हत्यारांची पिशवी होती. त्याच्या हालचालीत एक सहजसा वेग होता, इथे तिच्या घरात, पॉलिश केलेल्या पायऱ्यांवर, नाजूकसाजूक बॅनिस्टर्सवर न शोभणारी ऊर्जा होती ती. तिच्या घरात तो विशोभित वाटेल अशी तिची अपेक्षा होती. पण खरं तर ते घरच त्याला शोभणारं नव्हतं.

तिने एका हाताने निर्देश करीत बेडरूमचं दार दाखवलं. तो मागोमाग गेला. त्याचं त्या खोलीकडे लक्षच नव्हतं. एखाद्या वर्कशॉपमधे प्रवेश करावा तसा तो आत शिरला. तो सरळ फायरप्लेसच्या दिशेला वळला.

'हेच.' ती त्या संगमरवराकडे बोट दाखवत म्हणाली.

तो काहीच बोलला नाही. तो ओणवा झाला. एक धातूची मेख घेऊन त्याने तिचं टोक त्या चिरेवर टेकवलं. हातोड्याने मागच्या टोकांवर वार केला. आता तो संगमरवर खोलवर दुभंगला.

त्याने तिच्याकडे पाहिलं. तिला याच नजरेची भीती वाटत होती. त्या नजरेतल्या हास्याचा आवाज ऐकू येत नव्हता, ते दिसतही नव्हतं, फक्त जाणवत होतं.

तो म्हणाला, 'आता तो फुटलाय आणि बदलायलाच हवा.'

तिने शांतपणे विचारलं,'हा कसल्या प्रकारचा संगमरवर आहे आणि त्याच्यासारखाच दुसरा कुठून मागवायचा ते माहीत आहे तुला?'

'होय, मिस फ्रँकन.'

'चल मग, कामाला लाग. तो काढून टाक.'

'होय, मिस फ्रँकन.'

ती त्याच्याकडे पहात तिथेच उभी राहिली. त्याचं काम पहात तिथे उभी रहाण्याची गरज नव्हती आणि होतीही. जणू तिच्या पहाण्याने त्याच्या कामात काही मदत होत होती. मग तिला जाणवलं, तिला आजूबाजूला पहाण्याचीच भीती वाटत होती. तिने प्रयत्नपूर्वक मान वर करून आजूबाजूला पाहिलं.

तिच्या ड्रेसिंग टेबलच्या काचेची कड सॅटिनच्या हिरव्या पट्टीसारखी चकाकत होती. त्यावरच्या काचेच्या बाटल्या, खाली ठेवलेल्या पांढऱ्या सपाता, आरशाशेजारी ठेवलेला आकाशी टॉवेल, खुर्चीच्या हातावर टाकून दिलेले स्टॉकिंग्ज, बिछान्यावरची पांढरी रेशमी चादर... सारं सारं तिच्या नजरेने नव्याने टिपलं. त्याच्या शर्टच्या पाठीवर ओलसर घामाचे डाग होते, धुळीचे डाग होते. त्याच्या दंडावर धुळीचे पट्टे उमटलेले. तिला वाटलं खोलीतल्या प्रत्येक वस्तूला त्याचा स्पर्श आहे. तिला वाटलं तिथली हवा एखाद्या पाण्याच्या डोहासारखी शांत खोल झाली आहे आणि त्यात ते दोघे एकत्र बुडून गेले आहेत. त्याच्या अंगाला शिवणारं पाणी नंतर तिला शिवतंय... साऱ्या खोलीला स्पर्शून जातंय. त्याने वर पहायला हवं... पण तो मान वर न करता काम करत राहिला.

ती त्याच्या जवळ गेली आणि गप्प उभी राहिली. त्याच्या इतक्या निकट ती कधीच गेली नव्हती. त्याचा एकेक केस तिला सुटासुटा दिसू शकत होता इतकी जवळ. त्याच्या मानेची नितळ त्वचा पहात राहिली ती. तिच्या सँडलचं टोक त्याच्या शरीरापासून केवळ इंचभर अंतरावर होतं.

पावलाची केवळ एक छोटीशी हालचाल त्याला स्पर्श करायला पुरेशी होती. ती एक पाऊल मागे सरली.

त्याने मान वळवली, वर पहायला नव्हे, पिशवीतून काहीतरी काढायला. पुन्हा त्याचं काम करू लागला.

ती मोठ्याने हसली. त्याने थांबून वर पाहिलं.

'काय?' त्याने विचारलं.

उत्तर देताना तिची मुद्रा गंभीर होती. स्वर मृदू.

'ओः आय ॲम सॉरी. मी तुला हसले असं वाटलं का तुला? नाही, तुला नाही हसले मी.'

ती पुढे म्हणाली, 'तुझ्या कामात व्यत्यय नाही आणायचा मला. तुला लवकर काम आटपून जायचं असेल ना? म्हणजे, थकला असशील ना. पण हे ही आहे म्हणा - मी तुला तासाच्या हिशेबाने पैसे देतेय, त्यामुळे थोडं काम लांबलं तर तुला जास्त पैसे मिळतील. तुला काही सांगायचं असेल तर सांग. बोल.'

'हो, मिस फ्रॅंकन.'

'हां, मग?'

'मला वाटतं ही फारच भयानक फायरप्लेस आहे.'

'असं? हे घर माझ्या वडिलांनी डिझाइन केलंय.'

'हो. अर्थातच, मिस फ्रॅंकन.'

'तू एखाद्या आर्किटेक्टच्या कामाबद्दल चर्चा करण्यात काहीच हंशील नाही.'

'काहीच नाही.'

'दुसऱ्या कशावरही बोलू शकतो आपण.'

'होय, मिस फ्रॅंकन.'

ती त्याच्यापासून आणखी दूर सरकली. पलंगावर बसून तिने हात मागे टेकले. पायावर पाय टाकून ते सरळ पुढे ताणले. खांद्यापासून कंबरेपर्यंत खाली तिचं शरीर सैलावलेलं त्यामुळे पायांचं सरळ ताणलेपण विसंगत दिसत होतं. तिच्या चेहऱ्यावरले कठोर भाव तिच्या संपूर्ण शरीराशीच विसंगत वाटत होते.

काम करताकरता तो तिच्याकडे पहात होता. बोलतही होता.

'मी अगदी असाच संगमरवर मिळवेन. अगदी याच दर्जाचा, मिस फ्रॅंकन. संगमरवरांतही खूप प्रकार असतात. फरक ओळखावा लागतो. साधारणतः तीन प्रकार आहेत त्यात. पांढरे संगमरवर जे चुनखडीच्या दगडाचं पुनर्स्फटिकीकरण होऊन बनतात. ऑनिक्स संगमरवर म्हणजे कॅल्शियम कार्बोनेटमधे इतर रासायनिक तत्त्वे शिरून बनतात आणि हिरवा संगमरवर- ज्यात मुख्यत्वे हायड्रस मॅग्नेशियम सिलिकेट किंवा सर्पेंटाइनचं मिश्रण झालेलं असतं. तो खरं तर खरा संगमरवर म्हणून म्हणताच येत नाही. खरा संगमरवर म्हणजे चुनखडीचा रुपांतरित दगड. उष्णता आणि दाब यांच्या संयुक्त प्रक्रियेतून घडलेला. दाब हा एक अतिशय महत्त्वाचा शक्तिमान घटक आहे. त्यातून एकदा एक प्रक्रिया सुरू झाली की तिच्या परिणामांवर काहीही नियंत्रण राहू शकत नाही.'

'कसले परिणाम?' तिने पुढे झुकत विचारलं.

'चुनखडीच्या कणांचं पुनर्स्फटिकीकरण आणि सभोवारच्या मातीतून विविध तत्त्वांचा त्यात होणारा समावेश. यामुळेच आपल्याला संगमरवरातील रंगाचे पट्टे मिळतात. बऱ्याचशा संगमरवरांत ते असतातच. गुलाबी संगमरवरात मॅंगेनीज ऑक्साइड असतं, राखी रंगाच्या संगमरवरात कार्बनयुक्त

कणांचा शिरकाव झालेला असतो. पिवळट छटा मिळते लोहाच्या हायड्रस ऑक्साइडमुळे. हा इथला जो तुकडा आहे, तो अर्थातच पांढराशुभ्र संगमरवर आहे. त्यातही बरेच प्रकार आहेत. बरीच काळजी घ्यावी लागेल, मिस फ्रँकन...'

ती आता पुढे झुकूनच बसली होती. तिच्या शरीराचं एक गाठोडंच झालं होतं. दिव्याचा उजेड तिच्या हाताच्या तळव्यावर पडलेला. तिचा गुडघ्यावरचा हात अर्धवट उमलल्यासारखा राहिला होता. तिच्या बोटांना तेजाची किनार आलेली. आणि तिच्या ड्रेसच्या काळ्या रंगामुळे त्या हाताला अधिकच तेजस्विता, अधिकच अनावृत्तता लाभलेली.

'...मी मागवतोय तो तुकडा बरोब्बर याच प्रतीचा, याच दर्जाचा असेल याची काळजी घ्यावी लागेल. उदाहरणार्थ पांढरा जॉर्जिया संगमरवर मागवणं बरोबर होणार नाही. अलाबामा संगमरवराइतका तो घोटीव कणांचा नसतो. हा अलाबामा संगमरवर आहे. खूपच वरच्या दर्जाचा, उच्च प्रतीचा. अतिशय उंची.'

तिचा हात त्या प्रकाशाच्या वर्तुळातून बाहेर गेलेला त्याने पाहिला. तो गप्प राहून काम करू लागला.

काम झाल्यावर उठून उभं रहात त्याने विचारलं, 'हा तुकडा कुठे ठेवू मी?'

'राहू दे तिथेच. मी सांगेन नंतर उचलायला.'

'मी नवा तुकडा मागवून घेतो. मापात कापलेला. इथे पोहोचला की पैसे द्या. तो मी बसवून देऊ का की-?'

'हो. नक्कीच. तो इथे येऊन पडला की, मी तुला कळवेन. किती पैसे द्यायचे तुला?' तिने टेबलवरच्या घड्याळाकडे नजर टाकली, 'किती वेळ झाला बरं तुला इथे येऊन? पाऊण तास झाला. म्हणजे अठ्ठेचाळीस सेंट्स.' बॅग पुढे ओढत, त्यातून एक डॉलरची नोट काढून त्याला देत ती म्हणाली, 'ठेव तुला चिल्लर.'

तो चिल्लर काढून तिच्या तोंडावर फेकेल अशी तिला आशा वाटली. पण त्याने ती खिशात घातली आणि म्हणाला, 'थँक्यू, मिस फ्रँकन.'

तिची लांब काळी बाही तिच्या मिटलेल्या मुठीवर किंचित थरथरताना त्याला दिसली.

'गुड नाइट,' ती म्हणाली. तिचा आवाज रागाने पोखरल्यासारखा झालेला.

त्याने झुकून म्हटलं, 'गुड नाइट, मिस फ्रँकन.'

तो वळला आणि जिना उतरून घरातून गेलाही.

तिने त्याचा विचार करणं थांबवलं. आता ती त्याने मागवलेल्या संगमरवराच्या तुकड्याची वाट पाहू लागली. तिला जणू वेड लागलं त्या संगमरवराची वाट पहाण्याचं. ताप चढल्यासारखी ती वाट पाहू लागली. दिवस मोजू लागली. हिरवळीच्या पलीकडून जा-ये करणाऱ्या ट्रक्सकडे डोळे लावून बसू लागली.

ती स्वतःला रागारागाने सांगायची- मी फक्त संगमरवराची वाट पहाते आहे. दुसरं काही नाही. काहीही नाही. काहीही कारण नाही. आता हे शेवटचंच. हा वेडेपणा आता संपेल. मग ती साऱ्यापासून मुक्त होणार होती. तो संगमरवर येऊन पोहोचला की सगळं संपेल.

संगमरवर येऊन पोहोचल्यावर तिने त्याकडे जेमतेम पाहिलं. तो घेऊन आलेला ट्रक बाहेरही पडला नसेल, तोच ती डेस्ककडे धावली. एका सुरेख कागदावर तिने लिहायला घेतलं-

'संगमरवर आलेला आहे. तो मला आजच बसवून हवा आहे.'

□ □ □

तिने तिच्या वृद्ध सेवकाला ती चिठ्ठी घेऊन खाणीवर पाठवलं. त्याला सांगितलेलं, 'त्याला दे. नाव नाही माहीत त्याचं. तो लाल केसांचा माणूस. इथे त्या दिवशी येऊन गेला होता- तो.'

त्याच्या हाती एका खाकी कागदाच्या तुकड्यावर पेन्सिलीत लिहिलेलं उत्तर आलं :

'आजच रात्री बसवून मिळेल तो तुम्हाला.'

□ □ □

आतुरतेने बेडरुमच्या खिडकीत उभी राहून वाट पहाण्याचा रिकामा उद्योग तिला गुदमरून टाकत होता. सात वाजता नोकरांच्या दरवाजाची घंटी वाजली. तिच्या दारावर टकटक झाली.

'आत ये.' ती ओरडून म्हणाली. स्वतःच्या आवाजातला विचित्र स्वर तिला लपवायचा होता.

दार उघडलं आणि तिची बाई आत शिरली. तिच्या पाठोपाठ आत शिरला एक बुटका, जाडा, फेंगड्या पायाचा मध्यमवयीन इटालियन माणूस. त्याच्या कानात एक सोन्याची रिंग होती आणि त्याने आपली जुनाट विरलेली हॅट अदबीने हातात धरली होती.

'यांना खाणीतून पाठवलंय, मिस फ्रॅंकन.'

डॉमिनिकने विचारलं, 'तू कोण?' तिच्या स्वरात किंकाळीही नव्हती आणि प्रश्नही नव्हता.

'मी पास्कल ओर्सिनी.' त्याने चकित होऊन उत्तर दिलं.

'काय हवंय तुला?'

'मी... मी... मला त्या लाल केसवाल्याने पाठवलं. इथे फायरप्लेसचं काम आहे म्हणाला तो. तो म्हणाला तुम्हाला ते आजच करून हवंय.'

'हो. हो, खरंच. मी विसरलेच होते.' ती उभी रहात म्हणाली.

खोलीतून बाहेर पडणं आवश्यक होतं. धावत कुठेतरी जायला हवं होतं. कुणाच्या दृष्टीस पडायला नको... शक्य तर स्वतःच्याही दृष्टीस पडायला नको...

ती बागेत कुठेतरी थबकली. थरथरत उभी राहिली. तिने डोळ्यांवर मुठी घट्ट दाबून धरलेल्या. निखळ संताप होता तो. एक लखलखीत तप्त भावना होती ती. बाकीचं सारंकाही स्वच्छ करून टाकणारी. त्या संतापाखाली एक भयही दबा धरून बसलेलं. भय अशासाठी की आता तिला त्या खाणीजवळ फिरकणं अशक्य बनलेलं... आणि तरीही ती जाणार होती, हे तिला समजत होतं.

त्यानंतर कितीतरी दिवसांनंतर संध्याकाळी जरा लवकरच निघून ती खाणीच्या दिशेने निघाली. लांबवर घोड्यावरून रपेट करून ती परतत होती आणि घराच्या बागेत लांबत चाललेल्या सावल्या पहाताना तिला जाणवलं... आज आणखी एक रात्र तशीच तळमळून काढणं तिला शक्य नव्हतं. सारे मजूर खाणीतून बाहेर पडायच्या आत तिला तिथे पोहोचायला हवं होतं. तिने घोडा वळवला. आणि वाऱ्याचे तडाखे खात ती खाणीवर पोहोचली.

पण तो तिथे नव्हता. मजूर नुकतेच निघायच्या बेतात होते, बरेचसे मजूर अजूनही त्या वाडग्याबाहेर पडायचे होते, तरीही तिला एका दृष्टिक्षेपात कळलं की, तो त्यांच्यात नव्हता. ती ओठ घट्ट मिटून तिथेच उभी राहून त्याला नजरेने शोधत राहिली. पण तिला समजलं होतं... तो तिथून गेला होता.

ती पुन्हा रानात शिरली. संधिप्रकाशात विरघळत चाललेल्या पानजाळीतून ती वेडीवाकडी कशीही घोडा पळवत होती. तिने थोडं थांबून एक अगदी बारीकशी लवलवती लांब फांदी तोडून घेतली. पान ओरबाडून टाकत तिने तिची छडी करून ती चाबकासारखी वापरत घोड्याला पळवत राहिली. त्या वेगात संध्याकाळ मावळून जाईल, तास लवकर सरकतील अशी नकळत आशा करीत

ती दौडत राहिली. काळाला ओलांडून उद्याची सकाळ उगवण्याआधीच गाठता येईल का...

-आणि तिला तो समोरच्या वाटेवर एकटाच चालताना दिसला.

ती त्याच वेगात पुढे गेली, त्याच्यापाशी पोहोचताच तिने लगाम खेचून घोडा थांबवला. त्या धक्क्याने ती स्प्रिंगसारखी लवलवली. तो थांबला.

दोघेही काहीच बोलले नाहीत. एकमेकांकडे पहात राहिले. तिला वाटलं, मूकपणे सरणारा प्रत्येक क्षण म्हणजे एक प्रतारणा आहे. ही निःशब्द भेट खूपच जास्त बोलून जात होती, अभिवादनाची गरज नुरणे...

तिने सपाट सुरात विचारलं, 'तू का आला नाहीस संगमरवर बसवायला?'

'मला वाटलं कुणीही आलं तरी तुम्हाला काहीच फरक पडणार नाही. -की फरक पडला, मिस फ्रँकन?'

त्या शब्दांचा ध्वनी तिला कानात नव्हे कानाखाली जाणवला. तिने हातातली छडी वर उचलली आणि सरळ त्याच्या चेहऱ्यावरून फटकारली. त्याच फटकाऱ्याच्या वेगात ती तिथून निघून गेली.

□ □ □

डॉमिनिक तिच्या बेडरूममधे ड्रेसिंग टेबलसमोर बसून होती. खूप उशीर झाला होता. घरात कुठेही कसलाही आवाज नव्हता. बेडरूमच्या मोठ्या खिडक्या गच्चीत उघडत होत्या. पलिकडच्या बागेत पानांची सळसळ नव्हती.

पलंगावरील ब्लँकेट्स उलगडून तिचीच वाट पहात होती. उंच अंधाऱ्या खिडक्यांच्या समोर तिची शुभ्र पांढरी उशी टेकवलेली. झोपायचा प्रयत्न करायला हवा... ती विचार करत होती. गेले तीन दिवस तिला तो दिसला नव्हता. ती हात केसांवरून फिरवत राहिली. स्वतःच्याच केसांचा मुलायम स्पर्श अनुभवत राहिली. कपाळाच्या खोबणीत पर्फ्यूमने ओली केलेली बोटं चोळत क्षणभर तिथेच धरून ठेवली तिने. त्या बोचऱ्या थंडगार स्पर्शाने तिला जरा बरं वाटलं. त्या पर्फ्यूमचा एक थेंब सांडून काचेवर रत्नासारखा चमकत होता... तितकाच मौल्यवान.

बागेत पावलं वाजलेली तिने ऐकली नाहीत. गच्चीच्या पायऱ्यांवर पावलं वाजली, तेव्हा तिला कळलं. ती कपाळाला आठ्या घालून विचारात पडली. कोण असेल? तिने खिडकीकडे पाहिलं.

तो आत आला. कामावरचेच कपडे घातलेले त्याने. मळकट, घामट शर्ट, त्याच्या बाह्या दुमडलेल्या, ट्राउझर्सवर दगडाच्या धुळीचे फराटे होते. तो तिच्याकडे पहात उभा राहिला. आता त्याच्या डोळ्यात ते समजुतीचं हास्य नव्हतं. त्याची मुद्रा दगडी होती, कठोर, क्रूर, आसक्तीने इतकी परिपूर्ण- की विरक्त वाटावी. त्याचे गाल ओढलेले, ओठ घट्ट मिटलेले. ती झटका बसावा तशी उठली. तिचे हात मागे गेले. बोटं ताणली गेली. तो हलला नाही. त्याच्या मानेवरची शीर तरारली, थरथरली, पुन्हा बसली.

मग तो तिच्याजवळ गेला. त्याचं मांस जणू तिच्या मांसात घुसेल की, काय अशा आवेगाने त्याने तिला जवळ घेतलं. त्याच्या हातांची हाडं तिच्या बरगड्यांना जाणवत होती. तिचे पाय त्याच्या पायांवर घट्ट रुतून राहिले आणि त्याचे ओठ तिच्या ओठांवर.

तिला प्रथम जाणवला तो भयकंप होता का... प्रथम तिने त्याच्या गळ्यापाशी आपल्या कोपरांनी आघात केला का... त्याच्या मिठीतून सुटायचा प्रयत्न केला का... की प्रथम ती त्याच्या बाहूंत शांत राहिली... जेव्हा त्याची त्वचा तिच्या त्वचेला बिलगली... ती याच गोष्टीचा तर विचार करत होती इतके दिवस, इतके दिवस अपेक्षा करत होती... हे असं असेल असं तिला माहीतच नव्हतं... ही गोष्ट

म्हणजे जगण्याचा भाग असणं शक्यच नाही... एका क्षणापेक्षा जास्त काळ कुणाला हे सहन होऊ शकेल... तिला कळत नव्हतं.

त्याच्यापासून दूर सरायचा तिने प्रयत्न केला. तो प्रयत्न त्याच्या बाहूपाशीच थकून थांबला. त्याला जाणवलाही नव्हता तो. तिच्या मुठींचे आघात त्याच्या खांद्यावर होत राहिले, त्याच्या चेहऱ्यावरही. त्याने एका हाताने तिची दोन्ही मनगटं धरली आणि तिच्या पाठीशीच धरून ठेवली. तिच्या खांद्याची पाती ताणली गेली. तिने मस्तक मागे केलं. त्याचे ओठ तिच्या वक्षावर टेकलेले तिला जाणवले. तिने एकच निकराचा प्रयत्न करून सुटका करून घेतली. ती ड्रेसिंग टेबलवरच धडपडली. मागे हात करून टेबलाची कड पकडून ती उभी होती. डोळे विस्फारलेले, त्यांचा रंग भीतीने उतरलेला, आकारही नाहीसा झालेला. तो हसत होता. त्याच्या चेहऱ्यावर हास्याच्या रेषा उमटलेल्या, पण आवाज नव्हता. कदाचित त्याने तिला मुद्दामच सुटू दिलं होतं. तो हात मोकळे ठेवून उभा होता. स्वतःच्या शरीराची स्पष्ट जाणीव तिला करून देण्यासाठीच असेल. मिठीत असण्यापेक्षा एवढ्या अंतरावरून तिला त्याचं शरीर आता नीट पहाता येत होतं. तिने त्याच्या मागे असलेल्या दाराकडे पाहिलं. त्याला तिच्या मनातली हालचाल जाणवली. दाराकडे झेपावण्याची इच्छा. त्याने हात पुढे केला, तिला स्पर्श न करता, आणि तो मागे सरला. तिचे खांदे किंचित उचलले गेले. तो तिच्या एक पाऊल जवळ गेला आणि तिचे खांदे पुन्हा पडले. ती खाली सरकून देहाची जुडी करून राहिली. त्याने तिला अवधी दिला. मग पुन्हा जवळ येत त्याने तिला सहजपणे उचलून घेतलं. तिने त्याच्या हातावर दात रोवले, रक्ताची चव जाणवली तिच्या जिभेला. त्याने तिचं मस्तक मागे केलं आणि ओठांवर ओठ टेकत तिला तोंड उघडायला भाग पाडलं.

ती हिंस्त्र आवेशाने झगडत होती. पण तिने तोंडातून एकही आवाज निघू दिला नाही. मदतीसाठी हाका मारल्या नाहीत. तिच्या आघातांमुळे त्याच्या श्वासांत होणारा फरक तेवढा तिला समजत होता. आणि ते खोल खोल निःश्वास सुखाचे होते हेही. तिने हात लांब करून ड्रेसिंग टेबलवरचा दिवा उचलण्याचा प्रयत्न केला. त्याने तो दिवा तिच्या हातून हिसकावून फेकून दिला. त्याच्या काचांची चूरचूर अंधारभर पसरली.

त्याने तिला बेडवर फेकलं तेव्हा तिला आपलं रक्त फुटून गळ्यात, डोळ्यांत उतरेल की काय असं वाटून गेलं. द्वेषाची, भयाची असाहाय्य परिसीमा झाली होती तिच्या रक्तात. तिला आपला द्वेष जाणवत होता आणि त्याच्या हातांचा स्पर्श. त्याचे हात तिच्या अंगांगावरून फिरत होते... ग्रेनाइट तोडणारे हात. तिने अखेरचा प्रयत्न केला. आणि मग अचानक ती व्याकुळ वेदना तिच्या देहातून फुटली, घशात उतरली आणि तिने किंकाळी फोडली... मग ती शांतशांत पडून राहिली.

प्रेमाची खूण म्हणून हळुवारपणे करण्याची ही कृती असू शकते... प्रतीकात्मक अधिक्षेप म्हणूनही करण्याची कृती असू शकते. प्रियकराने केलेली कृती की, शत्रूपक्षाकडील स्त्रियांवर बलात्कार म्हणून केलेली एखाद्या सैनिकाची कृती... त्याने ती केलेली. त्यात तुच्छभाव होता, प्रेम नव्हतं, तिचा अधिक्षेप करण्याचाच हेतू होता त्याचा. आणि त्याच जाणीवेने ती शांतपणे पडून त्याला शरण गेली. त्याच्याकडून एक जरी हळुवार स्पर्श किंवा शब्द आला असता तरी ती थंड राहिली असती. स्वतःच्या शरीरापासून अलिप्त झाली असती. पण त्याने स्वामित्वाच्या हक्काने तिला तुच्छ मानून तिच्या शरीराचा ताबा घेतला होता... तिला हवा होता तो आनंदकल्लोळ हाच होता.

मग तिला त्याचं शरीर सुखाच्या असह्य परिसीमेने थरथरताना जाणवलं. ते सुख तिच्यातून स्फुरलं होतं... तिच्या शरीरातून हे तिला कळलं. आणि तिने ओठ चावले... हे तिला कळावं, अशी त्याची इच्छा होती, हेही तिला उमजलं.

तो पलंगावर शांत पडून होता. त्याचं मस्तक पलंगाच्या कडेवर खाली कललेलं. तिच्यापासून थोडा दूरच झालेला तो. त्याचे श्वास अंतराअंतराने खोलखोल येत होते. त्याने तिला जसं सोडलं होतं त्याच स्थितीत ती उताणी पडून राहिलेली. तिचे ओठ विलग झालेले. तिला अगदी रितंरितं, सपाट वाटत होतं. आणि हलकंफूल...

तो उठलेला तिने पाहिला. खिडकीत त्याची आकृतीही तिला दिसली. तो एकही शब्द न बोलता, तिच्याकडे वळूनही न पहाता खिडकीतून बाहेर गेला हे तिच्या लक्षात आलं. पण हरकत नव्हती. बागेतून त्याची पावलं वाजत दूरदूर जाताना ती सुन्नपणे ऐकत राहिली.

ती बराच वेळ तशीच पडून राहिली. मग तिने तोंडातल्या तोंडात जीभ फिरवून पाहिली. तिच्या कंठातून खोलवर कसला आवाज आला तिला क्षणभर कळलं नाही. मग जाणवलं एक छोटासा शुष्कसा हुंदका बाहेर पडलेला. पण ती रडत नव्हती. तिचे डोळे जणू पक्षाघात झाल्यासारखे शुष्क पडलेले... उघडेच राहिलेले. तो हुंदका सरसरत तिच्या घशातून पोटाकडे गेल्यासारखी हालचाल जाणवली तिला. ती ताडकन उठून उभी राहिली. दोन्ही हातांनी पोट घट्ट पकडून ती टेबलाजवळ उभी राहिली. पलंगाजवळचं टेबल अंधारात खडखड वाजू लागलेलं. ती पहात राहिली. हे टेबल आपोआप कसं काय वाजतंय असा तिला प्रश्न पडला. मग तिला कळलं, की तीच थरथरत होती. ती काही घाबरलेली नव्हती. असं थांबून थांबून झटके दिल्यासारखं आपलं थरथरणं तिला वेड्यासारखंच वाटलं. उचकी लागावी तशी ती मधूनच हादरत होती. मग तिला वाटलं, आंघोळ करायला हवी. ती गरज अचानक उत्कट झाली, जणू बऱ्याच वेळापासून तिला आंघोळ करायची होती... आता दुसरं काहीच नाही... फक्त आंघोळ करायला हवी. पावलं ओढत ती बाथरूमपर्यंत गेली.

तिने दिवे लावले. तिथल्या उंच आरशात तिला आपलं प्रतिबिंब दिसलं. त्याच्या ओठांनी, दातांनी तिच्या शरीरावर उमटवलेल्या लाल-जांभळ्या खुणा तिला दिसल्या. तिच्या कंठातून एक विव्हल उद्गार निसटला. फार मोठा नाही अगदी हलकेच. ते दिसल्यामुळे नव्हे तर अचानक झालेल्या जाणिवेमुळे... तिला कळलं की, ती आता आंघोळ करणार नाही. स्वतःच्या शरीरावर असलेली त्याच्या शरीराची जाणीव तिला जपायची होती. त्याने उमटवलेली चिन्हं तिला हवी होती... या इच्छेचा अर्थही जाणवला तिला. ती गुडघ्यांवर बसली. टबची कड पकडून थांबली. त्या कडेवरून पलिकडे उतरायचा विचारही करू शकत नव्हती ती. तिचे हात सुटले, ती जमिनीवरच पहुडली. बाथरूमच्या लाद्या थंडगार होत्या. ती सकाळपर्यंत तशीच तिथेच पडून राहिली.

रॉर्क सकाळी उठला तेव्हा त्याला वाटलं, कालची रात्र एक टप्पा गाठल्यासारखी निर्णायक होती... त्याच्या आयुष्याच्या गतीमधला एक थांबा. असल्या थांब्यांसाठीच तर पुढे सरकत रहायचं होतं त्याला. हेलर हाऊस अर्धं बांधून झालेलं तेव्हा त्या घरातून फिरतानाचे क्षण असेच तर होते. कालची रात्र त्याच्यासाठी एखाद्या बिल्डिंगच्या कामासारखीच होती... कशी ते त्याला शब्दांत सांगता आलं नसतं. त्याच्या अंतरीचा प्रतिसाद तसाच काहीसा होता... त्याच्या अस्तित्त्वाच्या जाणीवेला काहीतरी परिमाण देणारा...

ते दोघेही त्यांच्या कृतीतील हिंसकतेला पार करून एका जाणीवेत एक झाले होते. त्याच्या कृतीतील अनागर हिंस्रपणाशिवाय त्यात अधिक काहीतरी समज होती. त्याला तिच्याबद्दल कणभर जरी कमी आसक्ती वाटली असती तर त्याने ते केलं नसतं. तिला त्याचा अर्थ कणभर जरी कमी जाणवला असता तर ती ज्या हिंस्रतेने झगडली तशी झगडली नसती. त्यांचा आनंद शब्दातीत होता कारण त्या दोघांनाही ती समज होती हेही त्यांना उमजत होतं.

तो खाणीवर गेला आणि नेहमीसारखंच काम करून आला. ती खाणीवर आली नाही आणि

त्याचीही तशी अपेक्षा नव्हती. पण तिचा विचार मनात सतत होता. त्याला कुतूहल वाटलं. दुसऱ्या एका व्यक्तीच्या अस्तित्त्वाची जाणीव रहाणं, सतत इतकं निकट वाटणं, गरज वाटणं ही अनोळखी भावना होती... त्या गरजेला काही वैशिष्ट्य नव्हतं. त्यात आनंद नव्हता, व्यथा नव्हती... ती जाणीव केवळ होती. ती या जगात आहे, हे कळत रहाणं यापुढे महत्त्वाचं होणार होतं. तिचा विचार करत रहाणं अनिवार्य झालं होतं... आज सकाळी ती कशी उठली असेल... तिने काय केलं असेल, तिच्या शरीराने- जे आता त्याचं होतं- कायमचं त्याचं होतं -काय हालचाल केली असेल... ती काय विचार करत असेल... तिचा विचार आता त्याच्या सोबत असणार होता.

त्या दिवशी संध्याकाळी त्या काजळलेल्या भटारखान्यात बसून जेवताना त्याने पेपर उघडला. रॉजर एनराइटचं नाव त्याच्या नजरेस पडलं. बाजारगप्पांच्या एका सदरात एक छोटासा परिच्छेद होता,

'आणखी एक महत्त्वाकांक्षी प्रकल्प डब्यात जाणार अशी चिन्हे दिसत आहेत. तेलाचा बडा व्यापारी रॉजर एनराइट या वेळी तोंडावर आपटलेला दिसतो आहे. त्याचा सगळ्यात अलीकडचा लाडका एनराइट हाऊसचा प्रकल्प त्याला थांबवावा लागणार अशी चिन्हे आहेत. मनाजोगता आर्किटेक्ट मिळत नाही असे कळते. हट्टी असंतुष्ट एनराइट महोदयांनी आजवर अर्धा डझन बड्या आर्किटेक्ट्सना बाहेरचा रस्ता दाखवल्याचे कळते. ते सगळेच्या सगळे फार नाणावलेले आर्किटेक्ट्स होते.'

पुन्हा एकदा रॉर्कला त्या असाहाय्य दुःखसंतापाची पकड जाणवली. कितीवेळा तो या दुःखसंतापाशी झगडलेला... पण तो काय करून दाखवू शकला असता हे मनात येतच होतं... काय शक्य झालं असतं, हे मनातून जातच नव्हतं... काय शक्य होतं आणि त्याला कशी दारं बंद झाली आहेत हे विसरता येत नव्हतं. आणि मग त्याच्या मनात डॉमिनिक फ्रँकन उभी राहिली. आत्ता त्याच्या मनात जे चाललं होतं, त्यात तिचा काहीही संबंध नव्हता तरीही- त्याला धक्काच बसला. या गोष्टींमधूनही तिचा विचार मनात रहातो आहे?...

एक आठवडा सरला. आणि त्या संध्याकाळी त्याच्यासाठी खोलीवर एक पत्र वाट पहात होतं. त्याच्या पहिल्या ऑफिसकडून न्यू यॉर्कच्या ऑफिसकडे मग तिथून माइककडे आणि माइककडून कनेक्टिकटकडे प्रवास करत ते आलं होतं. त्या पाकिटावरचा कोरीव अक्षरांतला तेल कंपनीचा पत्ता वाचून त्याला काहीच कळलं नाही. पत्र उघडून त्याने वाचलं :

'प्रिय मि. रॉर्क.

मी बरेच दिवस तुम्हाला शोधण्याच्या प्रयत्नात आहे. पण तुमचा काही पत्ता लागलेला नाही. शक्य तितक्या लवकर माझ्याशी संपर्क साधावा ही विनंती आहे. फार्गो स्टोअर बांधणारा माणूस तुम्हीच असाल तर, माझ्या एनराइट हाऊसच्या प्रकल्पाबद्दल तुमच्याशी चर्चा करायची आहे.

आपला विश्वासू,
रॉजर एनराइट '

अर्ध्या तासानंतर रॉर्क ट्रेनमधे बसलेला. ट्रेन सुटली तेव्हा त्याला डॉमिनिकची आठवण झाली. आपण तिला मागे सोडून जातोय असं वाटून गेलं. तो विचार तसा बिनमहत्त्वाचा होता, त्रयस्थ होता. पण आपण अजूनही तिचा विचार करतो आहोत, हे जाणवून त्याला आश्चर्य वाटलं... अजूनही...

□ □ □

डॉमिनिक विचार करत होती... काही दिवसांनंतर मी हे जे घडलं ते विसरून जाऊ शकेन... एकच आठवण राहील- जे घडलं त्यात मला सुख वाटलेलं... त्यालाही ते माहीत होतं आणि त्याहूनही जास्त म्हणजे ते त्याला माहीत होतं म्हणूनच तो आला होता. नाहीतर तो आला नसता. त्याच्यापासून स्वतःला दूर ठेवण्यासाठी एकच उत्तर मी देऊ शकले असते - घृणा दर्शवण्याचं.

पण घृणा मनात उपजत असतानाच तिला स्वतःच्या भीतीच्या आडून, त्याच्या सामर्थ्याच्या आडून त्यात सुख सापडलं होतं. तिला हीच अवनती हवीशी होती आणि ती त्याच्याकडून साध्य झाल्याबद्दल त्याचा भयंकर द्वेष वाटत होता तिला.

एका सकाळी तिला ब्रेकफास्ट टेबलवर येऊन पडलेलं पत्र मिळालं. आल्वा स्कॅरेटच पत्र होतं ते.

'कधी येतेस तू परत, डॉमिनिक? आम्हा सर्वांना तुझी उणीव चांगलीच जाणवतेय इथे. तू बरोबर असणं काही फारसं सुखावह असतं असं नाही. मला तर तुझी जरा भीतीच वाटते. पण तू सध्या दूर असल्याचा फायदा घेऊन तुझा आधीच फुललेला अहंभाव थोडा आणखी फुलवतो मी. सांगायला आनंद होतो की, आम्ही सारेच तुझी आतुरतेने वाट पहात आहोत. सम्राज्ञीच्या पुनरागमनासारखंच वाटेल तुझं परतणं.'

वाचून ती हसली. त्यांना माहीत असतं तर... या साऱ्यांना. ते सारे माझ्याबद्दल केवढा आदरभाव दाखवत. माझ्यावर बलात्कार झालाय... एका लाल केसांच्या खाणमजुराकडून. मी- डॉमिनिक फ्रँकन... माझ्यावर. त्या अपमानकारक शब्दांच्या चाहुलीतून तिला पुन्हा एकदा त्याच्या बाहूंत सापडलेलं सुख सापडून गेलं.

परिसरातून भटकंती करताना हेच शब्द पुन्हापुन्हा तिला आठवत. रस्त्यात लोक तिला झुकून अभिवादन करत, त्या नगरातल्या मोठ्या वाड्याची मालकीण चालली म्हणून लवत. तिला सर्वांना ओरडून हे सांगावसं वाटे.

चाललेल्या दिवसांची जाणीव नव्हती तिला. मनात घोळणाऱ्या त्या शब्दांच्या सोबत तिला विचित्र अलिप्तता वाटत राही. मग एके दिवशी सकाळी तिला आठवलं... आज एक आठवडा उलटला त्या घटनेला... आणि आठवडाभरात तो तिला दिसला नव्हता. ती वळली आणि रस्त्याला लागली. ती खाणीकडे निघालेली.

त्या काही मैलांचं अंतर कापत भर उन्हातून खाणीकडे गेली. ती सावकाश चालत होती. तिला अजिबात घाई नव्हती. हे तर अटळ होतं. त्याला पुन्हा पहायचं होतं... दुसरा काही हेतूच नव्हता. ती एक गरज होती. हेतू म्हणून त्यात काही नव्हतंच. नंतर... नंतर काही महत्त्वाच्या गोष्टीही होत्या. ओंगळशा... त्यांच्याकडे नंतर पहायला लागणार होतं... पण आता एवढं एकच. त्याला पुन्हा एकदा पहायचं होतं.

ती खाणीपाशी आली आणि सावकाश, निरखून निरखून पहात राहिली. वेड्यासारखी पहात राहिली, कारण जे कळत होतं त्याचं एवढं प्रचंड दडपण तिच्या मेंदूवर आलेलं... तिला पहाताक्षणीच कळलेलं की, तो तिथे नव्हता. काम पूर्ण वेगात सुरू होतं. सूर्य डोक्यावर होता आणि कामाच्या ऐन भरात एकही माणूस रिकामा बसलेला नव्हता. पण तो नव्हता त्यांच्यात. ती सुन्न होऊन कितीतरी वेळ तशीच उभी राहिली.

मग तिला फोरमन दिसला. त्याला तिने खुणेने बोलवून घेतलं.

'गुड आफ्टरनून, मिस फ्रँकन, आज छान हवा आहे नाही? उन्हाळा सुरू झाल्यासारखं वाटतंय... पण खरं तर हिवाळा तोंडावर आलाय. हो... बघा ना पानं गळायला सुरुवातही झाली, मिस फ्रँकन.'

तिने विचारलं,

'इथे एक माणूस काम करायचा. जर्द लालकेशरी केस होते त्याचे. तो कुठेय?'

'हां हां... कळला... गेला तो.'

'गेला?'

'सोडून गेला. न्यू यॉर्कला गेला मला वाटतं. अचानकच गेला.'

'कधी? आठवड्यापूर्वी?'

'छे छे. कालच गेला तो.'

'कोण-' अन् ती थांबली. ती विचारणार होती 'कोण होता तो?' पण मग तिने विचारलं

'कोण काल रात्री उशीरपर्यंत काम करत होतं? मी आवाज ऐकले.'

'ते? एक स्पेशल ऑर्डर होती मि. फ्रँकनची. कॉस्मोस्लॉत्निक बिल्डिंगसाठी. तुम्हाला माहीतच असेल. फारच घाई चालवलीय त्या कामाची.'

'हो ... हं... त्याचं का?'

'सॉरी...तुम्हाला त्रास झाला कां, मिस फ्रँकन?'

'नाही नाही... अजिबात नाही.'

ती निघाली. त्याचं नाव कळून घ्यायचं नाही. त्याच्यापासून मुक्त रहाण्याची तिची तेवढीच अखेरची संधी होती.

ती भरभर चालत निघाली. तिची अचानक सुटका झालेली जणू. त्याचं नाव आपल्याला माहीत नाही, हे आपल्या लक्षात कसं आलं नाही, आपण कधी विचारलंही नाही... तिला नवल वाटत होतं. कदाचित त्याच्या पहिल्या नजरेतूनच त्याच्याबद्दल जे कळायचं ते तिला कळलं असावं. तिला वाटलं असा एखादा अनामिक खाणमजूर न्यू यॉर्कमधे शोधून काढणं अशक्यच. ती सुरक्षित होती. त्याचं नाव माहीत असतं, तर ती एव्हाना न्यू यॉर्कच्या वाटेवर असती.

भविष्यात काय होईल... सरळ होतं. त्याचं नाव विचारायचं नाही एवढंच करायचं होतं. एक पळवाट होती. झगडण्याची संधी होती. मी कदाचित ती संधी झुगारून देईन- किंवा मग मोडून पडेन.

तसं झालंच तर त्याचं नाव विचारेन मी...

❑

३

पीटर कीटींग ऑफिसमधे शिरला तेव्हा उघडणाऱ्या दरवाजासरशी एकच जोरदार बिगुल वाजावं, तसा भास झाला. ज्या माणसासमोर सगळीच द्वारं आपोआप अशीच उघडतात, त्या माणसाच्या चाहुलीसरशी ते दारही जसं काही जोशात उघडलं होतं.

त्याचा ऑफिसमधला दिवस त्याच्या सेक्रेटरीने डेस्कवर नीट रचून ठेवलेल्या गठ्ठ्याने सुरू व्हायचा. कॉस्मोस्लॉत्निक बिल्डिंगच्या प्रगतीबद्दल किंवा फ्रँकन अँड कीटींग या फर्मबद्दल कुठल्या पेपरमधे काय छापून आलंय, ते पहायला त्याला आवडायचं. आजच्या पेपर्समधे कुठेच काही आलेलं दिसत नव्हतं आणि कीटींगच्या कपाळावर आठ्या चढल्या. पण एक फारच लक्षवेधक बातमी त्याला दिसली. एल्सवर्थ टूहीबद्दलची बातमी होती ती. थॉमस एल फोस्टर नावाचा एक मानवतावादी उद्योगपती नुकताच वारला होता. त्याने दिलेल्या मोठमोठ्या दानाच्या रकमांमधे एक भलामोठा आकडा एल्सवर्थ टूहीच्या नावे टाकलेला. त्याने एक लक्ष डॉलर्सची किरकोळ देणगी एल्सवर्थ टूहीला

दिलेली. 'माझे मित्र आणि आध्यात्मिक गुरू एल्सवर्थ टूही यांस त्यांच्या उदार हृदयासाठी आणि त्यांचे मानवतेवरील प्रेम लक्षात घेऊन मी ही देणगी देत आहे.' असे त्याने म्हटलेले. एल्सवर्थ टूहीने ती देणगी स्वीकारली आणि ताबडतोब तशीच्या तशी वर्कशॉप ऑफ सोशल स्टडी नावाच्या संघटनेला देणगी म्हणून देऊन टाकली. तिथे तो 'कला- समाजाचा आरसा' या विषयावर व्याख्याने द्यायचा. त्याने सांगून टाकलेलं की, त्याचा खाजगी वारसाहक्कावर विश्वास नाही. त्याने पुढे काहीही बोलायला नकार दिलेला. 'नाही नाही, मित्र हो, याबद्दल काहीही बोलणार नाही मी.' आणि मग आपल्या खुमासदार शैलीत त्याने स्वतःचं मोठेपण नाकारलेलं, 'लिहिण्याबोलण्यासाठी मी फक्त छान रसपूर्ण विषयांचीच निवड करतो. ती माझी खासियत आहे. आणि मी स्वतःला तसा विषय मानत नाही.'

पीटर कीटींगने ती बातमी वाचली. असं काही त्याने स्वतः कधीही केलं नसतं. त्यामुळे त्याला त्याचं प्रचंड कौतुक वाटलं.

मग त्याच्या मनात पुन्हा एकदा तीच जुनी खंत जागी झाली. तो अजूनही एल्सवर्थ टूहीला भेटू शकला नव्हता. कॉस्मोस्लॉत्निक स्पर्धेचा निकाल लागल्याच्या दुसऱ्याच दिवशी तो आपल्या व्याख्यानमालेसाठी प्रवासाला निघाला होता. कीटींगसाठी आयोजित केलेल्या सर्व पार्ट्या, समारंभ त्याच्या उपस्थितीविना फिके ठरलेले. त्याला भेटायला किती उत्सुक होता तो. टूहीच्या सदरात एकदाही त्याने कीटींगचा उल्लेख केला नव्हता. कीटींग रोज सकाळी आशेने त्याच्या 'वन स्मॉल व्हॉइस' या सदरावरून नजर टाकत असे. आजही त्याने पाहिलं. पण आज त्या सदराचं पोटशीर्षक होतं- 'गाणी आणि गोष्टी...' त्यात आज कोणतीही लोकगीतं कुठल्याही इतर शास्त्रीय, अभिजात संगीतापेक्षा कशी श्रेष्ठ आहेत याचा उहापोह केला होता. चर्चमधील कॉइरगान हे कुठल्याही इतर गीतांपेक्षा कसे आणि का सरस असते ते लिहिलेलं.

कीटींगने बॅनर फेकून दिला आणि खोलीत रागारागाने, अस्वस्थपणे येरझाऱ्या घालायला सुरुवात केली. एक वैतागवाणा प्रश्न त्याच्यासमोर आला होता. गेले काही दिवस तो प्रश्न पुढे ढकलण्यात घालवले होते त्याने. कॉस्मोस्लॉत्निक बिल्डिंगसाठी शिल्पकाराची निवड करण्याचा प्रश्न होता तो. बरेच महिने लोटले होते, बिल्डिंगच्या मुख्य लॉबीमधे 'उद्योग' या विषयावरचं एक प्रचंड शिल्प ठेवायचं होतं. ते काम स्टीवन मॅलरी नावाच्या एका शिल्पकाराला देण्यात आलं होतं. त्याबद्दल त्याला जरा आश्चर्यच वाटलं होतं. पण ते मि. स्लॉत्निकनी दिलं होतं, म्हणून कीटींगने काहीच आक्षेप घेतला नव्हता. त्याने मॅलरीची मुलाखत घेतली होती आणि त्याला सांगितलेलं, 'तुमची प्रतिभा काही वेगळीच आहे, म्हणून तुम्हाला हे काम दिलंय... आज तुम्हाला नाव नाही, पण हे काम केल्यानंतर तुमचं नाव नक्कीच होईल. या माझ्या बिल्डिंगसारखी कामं कुणाला रोज उठून मिळत नसतात.'

त्याला मॅलरी आवडला नव्हता. मॅलरीचे काळे डोळे नुकत्याच विझलेल्या- किंवा पुरत्या न विझलेल्या निखाऱ्यासारखे होते. मुलाखतीच्या वेळेत तो एकदाही हसला नव्हता. तो केवळ चोवीस वर्षांचा होता आणि एकच प्रदर्शन झालं होतं त्याचं. त्याला फार कामं मिळाली नव्हती. त्याचं काम जरा विचित्रच वाटत होतं. त्यात एक प्रकारची हिंसक ऊर्जा होती. कीटींगला आठवलं, बऱ्याच दिवसांपूर्वी एल्सवर्थ टूहीने त्याच्या वन स्मॉल व्हॉइसमधे लिहिलं होतं :

'ईश्वराने हे जग आणि मानवाकृती निर्माण केल्या हे गृहीतक आपल्याला मान्य नसते, तर कदाचित मि. मॅलरी यांच्या मानवाकृती आपल्याला पटल्या असत्या. मि. मॅलरी मानवाकृती म्हणून दगडात ज्या काही शिल्पाकृती कोरत आहेत, ते पहाता ईश्वराने ते काम त्यांच्याकडेच सोपवले असते, तर कदाचित त्यांनी त्या सर्वशक्तिमान परमेश्वरापेक्षा अधिक चांगले काम करून टाकले

असते... असते का?'

कीटींगला मि. स्लॉत्निकनी केलेल्या या निवडीबद्दल शंकाच होती. मग त्याला उलगडा झाला. डिंपल विलियम्स स्टीवन मॅलरीच्या शेजारीच रहायची. ग्रिनविच गावातल्या त्याच वस्तीत. आणि सध्यातरी मि. स्लॉत्निक डिंपल विलियम्सचा प्रत्येक शब्द झेलत होते. मॅलरीला काम देण्यात आलं होतं. आणि त्याने 'उद्योग' या नावे एका पुतळ्याची कच्ची शिल्पाकृती पाठवलीही होती. ती पाहिल्याबरोबर कीटींगला उमजलेलं की हा पुतळा त्याच्या सुंदर नाजूकसाजूक बिल्डिंगच्या लॉबीत एखाद्या पेटत्या लाटेसारखा दिसेल... तो होता एका नग्न सडपातळ आकृतीच्या पुरुषाचा पुतळा. त्यातला आवेश असा होता की जणू तो कुठल्याही युद्धनौकेला टक्कर देऊन ध्वस्त करून टाकेल... कसल्याही अडथळ्याच्या आरपार घुसेल. मूर्तिमंत आव्हानच होता तो पुतळा. दृष्टीवर तप्तमुद्रा उठवणारा पुतळा. त्याच्या भोवती लोक अधिकाधिक खुजे वाटले असते, अधिकाधिक केविलवाणे. प्रथमच आयुष्यात कीटींगला वीरश्री या शब्दाचा अर्थ त्या पुतळ्यात दिसला.

तो काहीच बोलला नाही. पण ती शिल्पाकृती मि. स्लॉत्निकच्या ऑफिसमधे पाठवून दिली त्याने. कीटींगला जे वाटलं, तेच मि. स्लॉत्निक आणि इतर अनेकांनी तीव्र शब्दांत बोलून दाखवलं. मि. स्लॉत्निकनी पीटर कीटींगला दुसरा शिल्पकार निवडण्याचे अधिकार दिले.

कीटींग आरामखुर्चीत बदकन बसला. टाळूवर जिभेने त्वक्‌त्वक् करत राहिला. हे काम आता ब्रॉन्सनला द्यावं का... तो कॉस्मोच्या अध्यक्षांची पत्नी मिसेस शूपचा मित्र होता. की पाल्मरला द्यावं- त्याची शिफारस मि. ह्यूज्बीकडून आली होती. ते लवकरच एका पाच दशलक्ष डॉलरच्या कॉस्मेटिकच्या कारखान्याची उभारणी करणार होते. कीटींगला जाणवलं, त्याला ही डळमळीत निर्णयप्रक्रिया मनापासून आवडत होती. त्याच्या हातात दोन माणसांची... कदाचित आणखीही काही जणांची भाग्यरेखा होती. त्यांचं काम, त्यांच्या आशा, अगदी त्यांच्या पोटात पडणारं अन्न हे सगळंच त्याच्या निर्णयावर अलंबून होतं. त्याला हवा तसा निर्णय तो घेऊ शकत होता. कोणत्याही कारणाच्या आधारे, काहीही कारण न देता... कसाही. नाणं उडवूनही तो ठरवू शकला असता, कोटाची बटणं मोजून अडमतडम् करून हो की नाही ठरवू शकला असता. तो एक बडा माणूस होता... त्याच्यावर अवलंबून असलेल्या माणसांवर त्याची महत्ता ठरत होती.

आणि त्याच्या नजरेला ते पाकीट पडलं.

त्याच्या डेस्कवर पत्रांच्या चवडीत वरचंच पत्र होतं ते. साधं, पातळसं, बारीकसं पाकीट होतं ते. पण त्याच्या एका कोपऱ्यावर बॅनरचा शिक्का होता. बॅनरचं मास्टहेड. त्याने उतावीळपणे ते उघडलं. त्यात एक प्रुफांची पट्टी होती. उद्याच्या बॅनरसाठी असलेली प्रुफं. त्याला दिसली, परिचित अक्षरं- वन स्मॉल व्हॉइस- एल्सवर्थ एम टूही. आणि त्याखाली होता एकच शब्द. कोणत्याही विशेषणाशिवाय मोठमोठ्या अक्षरांत सुटासुटा लिहिलेला. त्यातच सलामी होती.

कीटिंग

त्याच्या हातातून ती पट्टी खाली पडली. त्याने ती झडप घालून पकडली आणि वाचू लागला. मोठमोठी वाक्यं घाईघाईने वाचताना त्याचा जीव गुदमरत होता, पेपर हातात थरथरत होता, कपाळाची कातडी लालगुलाबी दिसू लागली होती.

टूहींने लिहिलेलं :

'महत्ता ही एक प्रकारची अतिशयोक्तीच असते. एखादं परिमाण वाढवत नेलं की, कधीतरी ते रिकाम्या अवकाशातच विलीन होतं. रिकामेपणा हा त्याचा अपरिहार्य विशेष ठरतो. खेळण्यातला एखादा फुगा फुगवत नेला की, काय होतं त्याचीच आठवण होते... हो की नाही... अर्थात तरीही

कधीकधी आपल्याला अशा एखाद्या अपवादाची दखल घ्यावी लागते. अपवादात्मकरीत्या ज्याला थोर म्हणता येईल असं कुणीतरी, काहीतरी आहे, असं वाटू लागतं. आपल्या आर्किटेक्चरच्या क्षितिजावर असा एक अपवाद झळकू लागेल अशी चिन्हं आहेत... पीटर कीटींग- एक अगदीच पोरसवदा आर्किटेक्ट, असा थोर आर्किटेक्ट ठरेल असे दिसते आहे.

त्याने डिझाइन केलेल्या नितान्तसुंदर अशा कॉस्मोस्लॉत्निक बिल्डिंगबद्दल आपण बरेच काही ऐकून आहोत आणि ते योग्यही वाटते. आता एकदा या बिल्डिंगच्या पलिकडे जाऊन पाहू या... या बिल्डिंगवर ज्या व्यक्तिमत्वाचा ठसा उमटलेला आहे, त्या माणसाकडे पाहू या.

या बिल्डिंगला कोणतेही व्यक्तिमत्त्व नाही- यातच मित्रहो, त्याच्या व्यक्तिमत्त्वाची महत्ता दडलेली आहे. ही महत्ता आहे एका निरहंकारी तरुण आत्म्याची... जो सारे काही मिळवतो, गोळा करतो आणि पुन्हा एकदा ज्या जगाकडून सारे मिळवले त्या जगाला अर्पण करतो. तत्पूर्वी त्या साऱ्याला त्याच्या बुद्धिमत्तेचा परीसस्पर्श झालेला असतो. अशा रीतीने हा एक माणूस एकटा रहात नाही, तर साऱ्यांचे, बहुसंख्य माणसांचे प्रतिनिधित्व करतो, साऱ्यांच्या आशा-आकांक्षांना स्वतःच्या माध्यमातून एकवटतो.

ज्यांना ती दृष्टी आहे त्या सर्वांना पीटर कीटींग आपल्या कॉस्मोस्लॉत्निक बिल्डिंगच्या बांधणीतून काय संदेश देतो ते स्पष्ट दिसेल. त्याने रचलेले खालचे तीन भव्य, बलशाली भासणारे मजले आपल्या साऱ्या समाजाला आधारभूत असलेल्या कष्टकरी वर्गाचे प्रतिनिधित्व करतात. वरपासून खालपर्यंत एकसारख्या आकारात रांगेत असलेल्या सूर्यमुखी खिडक्या सामान्य माणसांच्या आत्म्यांचेच प्रतिबिंब आहेत... अगणित अनाम बांधवांची एकता साधून प्रकाशाच्या दिशेने जाण्याच्या प्रयत्नात... खालच्या मजल्यांवरील स्तंभ आधारही देतात आणि आपल्या आनंददायी कॉरिंथियन कॅपिटल्समधून संस्कृतीचा फुलमळा कसा जनसामान्यांच्या मातीतून फुलतो, बहरतो हेच दर्शवतात...

साधारणतः साऱ्या समीक्षकांवर आरोप केला जातो की, ते केवळ टीका करून उदयोन्मुख प्रतिभावंताना निराश करतात, पण आज या सदरातून आम्ही पीटर कीटींगचे आभार मानू इच्छितो आहोत, की त्याने आम्हाला ही अतिशय दुर्मीळ... किती किती दुर्मीळ... अशी संधी प्राप्त करून दिली... समीक्षेचा खरा हेतू साध्य करण्याची संधी दिली... प्रतिभा अस्तित्त्वात असेल, तरच ती शोधून काढता येते... आणि ती संधी पीटर कीटींगने आम्हाला दिली. पीटर कीटींगच्या वाचनात हे सदर आलेच, तर त्याच्याकडून कोणतीही कृतज्ञता आम्हाला अपेक्षित नाही. आम्हीच कृतज्ञ आहोत.'

□ □ □

ती पट्टी तिसऱ्यांदा वाचली तेव्हा पीटर कीटींगच्या लक्षात आलं की, त्याच्या शीर्षकाच्या बाजूच्या मोकळ्या जागेत लाल पेन्सिलीने काहीतरी लिहिलेलं.

'प्रिय पीटर कीटींग,

ये कधीतरी मला भेटायला माझ्या ऑफिसमधे. तू कसा दिसतोस ते पहायला आवडेल मला.

इएमटी.'

ती पट्टी त्याने डेस्कवर फडफडत पडू दिली. केसांशी चाळा करत तो त्याकडे पहात उभा राहिला. तो आनंदाने दिग्मूढ झालेला जणू. मग तो गर्रकन त्याच्या कॉस्मोस्लॉत्निक बिल्डिंगच्या ड्रॉइंगकडे वळला. पार्थेनॉन आणि लूव्हर या दोघांच्या छायाचित्रांच्या मधोमध त्याने ते चित्र टांगलं होतं. त्याने त्यातल्या पिलास्टर्सकडे पाहिलं. यातून संस्कृतीचे फुलमळे जनसामान्यांच्या मातीतून

वगैरे फुललेले दिसतात असा विचार त्याने कधीच केला नव्हता. पण काय हरकत आहे असा आणि बाकीही त्याने जे काय छानछान लिहिलंय तसा विचार करायला... काही हरकत नाही.

मग तो फोनवर झेपावला. एल्सवर्थ टूहीच्या कर्कश, रटाळ आवाजाच्या सेक्रेटरीशी बोलून घेत त्याने दुसऱ्या दिवशी संध्याकाळी साडेचार वाजताची वेळ मागून घेतली.

नंतरचे सारे तास एका नव्याच चवीचे होते. जणू त्याची नेहमीची कामं आजवर एखाद्या सपाट, चमकदार भित्तीचित्रासारखी होती. आणि आता अचानक त्यातल्या प्रत्येक बारकाव्याला एल्सवर्थ टूहीच्या शब्दांचा स्पर्श होऊन त्यांना छानदार उठाव मिळालेला, त्रिमिती लाभलेली.

गाय फ्रँकन त्याच्या ऑफिसमधून अनेकदा उगाचच्या उगाच खाली उतरून यायचा तसा आला होता. त्याच्या शर्टाच्या, सॉक्सच्या सौम्य छटा आता त्याच्या कपाळावरल्या पिकल्या केसांना शोभेशा असायच्या आताशा. तो शांतपणे इथे तिथे उभा राहून प्रसन्न, आशीर्वादपर हास्य वागवत होता. कीटींगने त्याच्या समोरून ड्राफ्टिंग रूममधून आतबाहेर उगीच ये-जा केली. त्याला अभिवादन करत तो थांबला नाही पण त्याने जरा वेग कमी करत कुणाला कळणार नाही अशा तऱ्हेने त्याच्या खिशातल्या जांभळ्या रुमालाच्या घडीत ती कागदी पट्टी सरकवली आणि कुजबुजला, 'वेळ मिळाला की वाच ते, गाय.' मग पुढे जाता जाता मधेच अर्ध्यात थांबून त्याने विचारलं, 'आज माझ्याबरोबर लंच घेणार, गाय? प्लाझात थांब माझ्यासाठी.'

तो लंचवरून परतला, तेव्हा कीटींगला एका पोरगेल्याशा ड्राफ्ट्समनने वाटेत अडवलं, 'अहो, मि. कीटींग, एल्सवर्थ टूहीवर कुणी गोळ्या झाडल्या माहीत आहे तुम्हाला?'

कीटींगच्या घशातून कसेबसे शब्द फुटले, 'कुणी काय केलं म्हणालास?'

'मि. टूहींवर गोळी झाडली.'

'कुणी?'

'तेच तर मी विचारतोय. कुणी?'

'- एल्सवर्थ टूहीवर... गोळी झाडली?'

'मी रेस्तराँत चाललेलो तेव्हा एकाच्या हातात पेपर पाहिला. त्यात होतं. पेपर घ्यायला वेळ नाही मिळाला मला.'

'तो...मेला की?'

'मला पण नाही कळलं ते. फक्त गोळ्या झाडल्याचं कळलं.'

'तो मेला तर... तर म्हणजे उद्याचा त्याचा कॉलम छापणार नाहीत ते?'

'अं... का... का मि. कीटींग?'

'जा आणि एक पेपर घेऊन ये माझ्यासाठी.'

'पण मला-'

'तो पेपर घेऊन ये माझ्यासाठी आत्ताच्या आत्ता, मूर्खा.'

बातमी तर होती. दुपारच्या पेपरांत होती ती. सकाळची घटना होती ती. तो रेडिओ स्टेशनवर 'मुकी आणि असुरक्षित जनता' या विषयावर भाषण देण्यासाठी चालला होता, तेव्हा आपल्या कारमधून उतरतानाच त्याच्यावर गोळी झाडण्यात आली होती. गोळी चुकली होती. एल्सवर्थ टूही त्यानंतर अगदी शांतपणे, संयमाने वागला होता. काहीच नाट्यपूर्ण न बोलण्यातूनच त्याने नाट्य साधलं होतं.

'रेडिओच्या श्रोत्यांना ताटकळत ठेवता येत नाही, बाबांनो,' तो म्हणालेला. मग लगबगीने जिने चढून जात त्याने मायक्रोफोनचा ताबा घेतला आणि आपलं अर्ध्या तासाचं भाषण नेहमीप्रमाणेच

केवळ स्मरणशक्तीच्या जोरावर बोलून आला तो. त्याच्यावर गोळी झाडणाऱ्या हल्लेखोराला अटक झाली होती. पण तोही काही बोलला नाही. हल्लेखोराचं नाव वाचून कीटींगच्या घशाला कोरड पडली- हल्लेखोराचं नाव होतं, स्टीवन मॅलरी.

असं अकारण काहीही घडलं तर त्याची कीटींगला भीती वाटायची. ज्याची कारणं कुठेही वास्तवात सापडायची नाहीत, केवळ अंतःकरणातल्या अनाम जाणीवेतून चाहूल द्यायची ते भीतीदायक वाटायचं त्याला. जे काही घडलं होतं त्याचा त्याच्याशी प्रत्यक्ष असा काहीच संबंध नव्हता... पण काहीही असो, हल्लेखोर स्टीवन मॅलरी सोडून दुसरा कुणीही असता तर चाललं असतं त्याला. पण असं त्याला का वाटत होतं तेही त्याला कळत नव्हतं.

स्टीवन मॅलरी गप्पच राहिला होता. त्याने आपल्या या कृत्याचं काहीही स्पष्टीकरण दिलं नव्हतं. पहिल्यांदा सर्वांना असं वाटलं की, कॉस्मोस्लॉत्निक बिल्डिंगचं काम हातून गेल्यामुळे आलेल्या निराशेतून त्याने हे केलं असावं. तो अतिशय दारिद्र्यात दिवस कंठत होता हे सर्वांना माहीत होतं. पण ते काम जाण्यात एल्सवर्थ टूहीचा काहीही हात नव्हता, हे अगदी निःसंशय सिद्ध झालेलं. टूही कधीही मि. स्लॉत्निक यांच्याशी स्टीवन मॅलरीबद्दल बोलला नव्हता. टूहीने त्याचे 'उद्योग' नावाचे शिल्प पाहिलेही नव्हते. हा मुद्दा चर्चिला जात असताना स्टीवन मॅलरीने एकदाच तोंड उघडलेलं आणि सांगितलेलं की त्याने यापूर्वी कधीही टूहीची भेट घेणं दूरच त्याला पाहिलेलंही नव्हतं. टूहीचे कुणी मित्रही त्याला माहीत नव्हते.

'ते काम तुमच्या हातून जाण्यास मि. टूही जबाबदार होते असं तुम्हाला वाटतं का?' असं विचारल्यावर मॅलरीने नकारार्थी उत्तर दिलेलं.

'मग का?' त्याने काहीही उत्तर दिलं नाही.

हल्लेखोराला पोलिसांनी रेडिओस्टेशनसमोर ताब्यात घेतलं तेव्हा टूहीने त्याला ओळखलंच नव्हतं. त्याचं भाषण झाल्यानंतर त्याला त्याचं नाव कळलं. मग स्टुडिओतून बाहेर पडल्यावर वाट पहाणाऱ्या पत्रकारांच्या गर्दीला त्याने सांगितलं, 'छे छे... मी काही तक्रार वगैरे करणार नाही. माझे काही आरोप नाहीत. त्याला त्यांनी सोडून द्यावं अशीच माझी इच्छा आहे. बरं... पण आहे तरी कोण तो?'

त्याचं नाव ऐकल्यावर टूहीची नजर बराच वेळ शून्यात लागली. आणि गोळी चेहऱ्यापासून एका इंचावरून गेलेली असताना शांत राहिलेल्या टूहीने एकच शब्द उच्चारला...'कशासाठी?' ...तो शब्द त्याच्या तोंडून घरंगळला तेव्हा तो भीतीने जडशीळ झालेला होता.

त्याचं उत्तर कुणालाच देता आलं नाही तेव्हा टूहीने खांदे उडवले, तो हसून म्हणाला, 'हा फुकटच्या प्रसिद्धीसाठी केलेला प्रयत्न असेल- तर अरे बापरे... काय अभिरूची आहे!'

पण हे स्पष्टीकरण कुणालाच पटलं नाही. ते टूहीलाही मनापासून पटलेलं नाही, हे सर्वांना स्पष्ट कळत होतं. नंतर बराच वेळ मुलाखती चालल्या होत्या त्यात तो हसून खेळून साऱ्या प्रश्नांची उत्तरं देत राहिला. तो म्हणाला, 'माझ्या हत्येचा प्रयत्न होईल एवढा मी मोठा नि महत्त्वाचा आहे असं मला कधीच वाटलं नव्हतं. जरा जास्तच भावनाप्रधान ऑपेरेटा शैली आहे या नाट्यात- एवढं वैगुण्य सोडलं तर हत्या म्हणजे फार मोठा सन्मानच ठरू शकतो माणसाचा.'

त्याने एकंदर छानदार, डौलदार छाप पाडली... काहीच महत्त्वाचं घडलेलं नाही कारण या जगात कधीच काही फार महत्त्वाचं असं घडतच नसतं म्हणाला तो.

खटला चालू होईपर्यंत मॅलरीला तुरुंगात पाठवण्यात आलं. त्याच्याकडून काहीही माहिती मिळू शकली नाही. तो गप्पच राहिला.

त्या रात्री कीटींग बराच वेळ विचार करत अस्वस्थपणे जागा होता... आणि त्याला का कोण जाणे खात्री वाटत राहिली की, टूहीलाही अगदी हीच, अशीच अस्वस्थता वाट असणार. जसं मला समजतंय तसंच त्यालाही समजत असणार- स्टीवन मॅलरीचा उद्देश हा त्याने केलेल्या हत्येच्या प्रयत्नापेक्षाही अधिक धोकादायक आहे. पण तो उद्देश नेमका काय आहे ते आम्हाला कधीच समजणार नाही... की समजेल?... आणि मग त्याला त्याच्या भीतीचा गाभा कळला... त्याला अचानक वाटून गेलं... की तो उद्देश आयुष्याच्या अखेरीपर्यंत, येणाऱ्या सगळ्या वर्षांत कधीही आपल्याला कळता कामा नये... आपल्याला सुरक्षितता बाळगायला हवी...

□ □ □

एल्सवर्थ टूहीच्या सेक्रेटरीने सावकाश आरामात उठत कीटींगसाठी एल्सवर्थ टूहीच्या ऑफिसचं दार उघडून धरलं.

आताशा कीटींगला कुणा मोठ्या, प्रसिद्ध वगैरे माणसाला भेटण्याआधी पूर्वी जशी अस्वस्थता, थोडी भीती वाटायची तशी वाटत नसे... पण आता एक क्षणभर का होईना ते दार उघडल्याबरोबर त्याला पुन्हा एकदा ती पूर्वीची नवखेपणाची भीती जाणवून गेली. टूही कसा दिसत असेल कोण जाणे, तो विचार करत होता. त्या संपाच्या वेळच्या सभेत ऐकलेला त्याचा भरदार आवाज त्याच्या कानात अजूनही होता, त्यावरून त्याने कल्पना केलेली की, हा कोणीतरी तशाच भरदार शरीरयष्टीचा, दाट केसांची आयळ मानेवर वागवणारा पुरुषसिंह असावा. कदाचित् थोडेथोडे केस पिकत चाललेले असतील. चेहरा प्रेमळ, मृदू असावा... त्या आकाशातल्या पित्यासारखा...

'मि. कीटींग, --मि. टूही.' ओळख करून देत सेक्रेटरीने दार लावून घेतलं.

पहिल्याचं दृष्टभेटीत एल्सवर्थ मॉक्टन टूहीला पाहिल्यानंतर त्याला चांगला जाडाजुडा ओव्हरकोट द्यावा असं वाटायचं, इतकी त्याची यष्टी किरकोळ, झुरताड होती. अंड्यातून नुकत्याच बाहेर पडलेल्या पिलासारखा विसविशीत, लिबलिबित देह होता त्याचा. दुसऱ्या दृष्टिक्षेपात वाटायचं की तो जाडाजुडा ओव्हरकोट अतिशय उंची असायला हवा. कारण त्याने घातलेले कपडे अतिशय उंची, दर्जेदार असायचे. त्याचा सूट त्याच्या बारीकशा कुडीचा आकार लपवण्याचा प्रयत्न अजिबात करीत नसे. त्याच्या छातीच्या खोक्याचा खोलवटा सरळ दिसायचा त्या सुटातून. त्याची बारीकशी मान, खांद्यांची हाडकं सारंकाही व्यवस्थित स्पष्ट दिसायचं. त्याचं भव्य कपाळ त्याच्या एकूण शरीराच्या प्रमाणात खूपच मोठं वाटायचं. त्याचा चेहरा अतिशय रुंद कपाळापासून सुरू होत अतिशय टोकदार हनुवटीपर्यंत निमुळता होत गेलेला. उभट त्रिकोण. त्याचे केस चमकदार काळे कुळकुळीत होते. मधोमध भांग पाडून दुभागलेले. बारीक भांगाची रेष पांढरीशुभ्र दिसत होती. त्याची कवटी त्याच्या केशरचनेमुळे एकदम घट्ट आणि आटोपशीर दिसत होती. त्यामुळे कान जरा जास्तच बाहेर डोकावताना दिसत होते. एकदम कपाचे कान. त्याचं नाकही एकदम लांब, पातळ आणि टोकाखालच्या छोट्याशा काळ्याभोर मिशीमुळे अधोरेखित केल्यासारखं दिसत होतं. त्याचे डोळेही काळेभोर आणि विलक्षण चमकदार होते. त्या डोळ्यांत बुद्धिचातुर्याची चमक इतकी गडद होती की, वाटायचं त्याने चष्मा लावलाय तो पहाणाऱ्यांचं त्याच्या डोळ्यातल्या लखलखाटापासून संरक्षण व्हावं म्हणून.

'हेलो, पीटर कीटींग,' एल्सवर्थ मॉक्टन टूही त्याच्या त्या जादूभऱ्या आवाजात म्हणाला. 'मला सांग, नाइक ऍप्टेरॉसच्या मंदिराबद्दल तुझं काय मत आहे?'

'हाउ डु यू डू मि. टूही,' कीटींग बोलला, आणि दचकून अडखळला, 'माझं कशाबद्दल मत म्हणालात?'

'बैस बैस, मित्रा. नाइक ऍप्टेरॉसच्या मंदिराबद्दल तुझं मत विचारलं मी.'

'वेल... वेल... मी... मला...'

'अगदी छोटंसंच मंदिर आहे ते. चिमुकला रत्नखडाच. माझी खात्री आहे की, तुझ्या डोळ्यातही ते भरलंच असणार. पार्थेनॉनला उगीच भरमसाठ कीर्ती मिळाली आहे... नेहमी असंच होतं नाही का जगात? मोठ्यामोठ्या दांडगटांना सगळी प्रसिद्धी मिळून जाते आणि विनम्रभावे कोपऱ्यात लपलेल्या फुलाचं सौंदर्य कुणी पहातच नाही. ग्रीसच्या मुक्त आत्म्याला सलामी देणारं हे छोटंसं मंदिर म्हणजे अशीच एक दुर्लक्षित कलाकृती आहे. त्यातील समतोल, त्याच्या लहानशा पण प्रमाणबद्ध आकृतीचं सौंदर्य तुझ्याही लक्षात आलंच असणार, माझी खात्री आहे. इतकं लहानसं आहे ते... खरोखर फारच लहान. पण किती नजाकतीने काम केलंय त्यावर, नाही का?'

'हो ना.' कीटींग तोंडातल्या तोंडात पुटपुटला, 'ती तर माझी फार लाडकी वास्तू आहे... नाइक ऍप्टेरॉसचं मंदिर.'

'खरंच?' एल्सवर्थ टूहीने हसून विचारलं. त्याच्या हसण्याचा नेमका पोत कळला नाही कीटींगला. 'मला खात्रीच होती, खात्रीच होती तू असंच म्हणशील. खूप छान चेहरा आहे तुझा, पीटर कीटींग... पण असा बुचकळ्यात पडल्यासारखा पहाताना नाही पहावत. काही गरज नाही एवढा आ वासण्याची.'

आणि टूही अचानक खदखदून हसत सुटला. अतिशय अपमानास्पद वाटू शकेल असं हास्य होतं त्याचं... पण तो जणू स्वतःलाही हसत होता आणि कीटींगलाही... त्यांच्या भेटीतला खोटारडेपणा जणू तो आपल्या हास्याने अधोरेखित करीत होता. कीटींग क्षणभर दिङ्‌मूढ होऊन बसून राहिला... आणि पुढच्याच क्षणी तोही त्याच्या हास्यात सूर मिळवत सहजपणे हसू लागला... जणू एखाद्या जुन्या मित्राबरोबर बऱ्याच दिवसांनी गाठ पडली होती...

'हां... आत्ता कसं...' टूही म्हणाला, 'एखाद्या फार महत्त्वाच्या प्रसंगी फार गंभीर राहून बोलण्यात काही अर्थ नसतो, पटतं की नाही तुला? आणि आपली भेट म्हणजे कदाचित फार महत्त्वाची घटना ठरू शकते भविष्यात, कोणास ठाऊक!- आपल्या दोघांच्याही दृष्टीने. आणि अर्थात- मला हे कळू शकतं की तुला माझी थोडीफार तरी भीती वाटत असणारच... ओः, मी तर सरळ मान्य करतो बुवा, मलाही तुझी थोडी भीती वाटतच होती... त्यामुळे हे असं जास्त बरं नाही का?'

'हो हो, मि. टूही,' कीटींग प्रफुल्लित स्वरात उत्तरला. नेहमी लोकांना भेटताना त्याला जो आत्मविश्वास वाटायचा तो जरा उणावलेलाच, पण तरीही त्याला मोकळं मोकळं वाटू लागलेलं, जणू सगळी जबाबदारी त्याच्या खांद्यावरून उतरलेली आणि योग्य प्रकारे, अमुकच प्रकारे वागण्याचं बंधन त्याच्यावर राहिलं नव्हतं. योग्य तेच बोलायचा प्रयत्नही करावा लागणार नव्हता... जणू कुणीतरी सहज बोट धरून त्याच्याकडून योग्य तेच वदवून घेत होतं. 'तुमच्या भेटीचा क्षण हा महत्त्वाचाच असेल हे मला केव्हापासूनच माहीत होतं, मि. टूही... नेहमीच माहीत होतं... गेली कित्येक वर्षं...'

'खरंच?' एल्सवर्थ टूही म्हणाला, त्याचे चष्म्याआडचे डोळे लक्षपूर्वक पहात होते, 'का बरं?'

'कारण मला नेहमी आशा वाटायची की मी तुमच्या पसंतीस उतरेन, तुम्हाला मी आवडेन,... माझं काम तुम्हाला आवडेल... एक वेळ अशी येईल, असं वाटायचं मला. एवढंच नव्हे-'

'हां?'

'...मी कित्येकदा विचार करीत असे, ड्रॉइंग करताना तुमचा विचार मनात यायचा माझ्या... ही बिल्डिंग एल्सवर्थ टूहीच्या पसंतीस उतरेल का... टूही हिला नावाजेल की नाही? मी तुमच्या नजरेतून विचार करायचा प्रयत्न करायचो. मी- मला...' टूही लक्षपूर्वक कान देऊन ऐकत होता, 'मला तुम्हाला

भेटायचं होतं, तुम्ही केवढे मोठे विचारवंत आहात. सुसंस्कृ-'

'आता... आता पुरे हं...' टूहीचा आवाज मऊ होता पण आता त्याला पुढचं ऐकण्यात रस उरला नव्हता. 'हे बास झालं. मी रागावलोय असं नाही, पण हे असलं सगळं नाही बोललं तरी चालतंय, काय? तुला जरा विचित्र वाटेल, पण मला माझी स्तुती ऐकण्यात खरंच रस नसतो.'

टूहीची स्नेहार्द्र नजर कीटींगला सुखावत होती, सैलावत होती. त्याच्या नजरेत अथांग स्नेहभाव, समंजसपणा तर होताच पण बिनशर्त, अमर्याद दयार्द्रताही होती. जणू त्याच्यापासून काहीही लपवून छपवून ठेवण्याची गरजच नव्हती, कारण त्याने काहीही पोटात घातलं असतं, तो अमर्याद क्षमाशीलतेचा सागर होता जणू. त्याने कधीही कुणालाही कशासाठीही दोष दिला नसता अशी त्याची समंजस उदार नजर कीटींगला प्रथमच अनुभवाला येत होती.

'पण, मि. टूही,' तो कसाबसा बोलला, 'मला खरंच...'

'मी लिहिलेल्या लेखासाठी माझे आभार मानायचे होते तुला.' लटक्या हताशपणे सुस्कारत टूही म्हणाला, 'आणि ते तू करू नयेस म्हणून मी किती आटापिटा करत होतो. एवढं सोडून दे बाबा, हं? तू माझे आभार कशासाठी मानावेस? जे मी म्हटलं ते, ते तुझी पात्रता होती म्हणूनच म्हटलं असेल तर कशासाठी आभार, नाही का? श्रेय तुझंच तर आहे, हो ना?'

'पण तुम्ही मला तसं म्हणावत- म्हणजे मी-'

'महान आर्किटेक्ट आहेस असं मी म्हटलं हे? पण बेटा तुला तर ते माहीतच होतं ना? की खात्री नव्हती... हं? खात्री नव्हती की काय तुला?'

'वेल... मला...'

केवळ निमिषार्धाचा विराम होता तो... आणि कीटींगला वाटलं, हा विराम ऐकण्यातच टूहीला खरा रस होता. बाकीचं सगळं ऐकण्यात त्याला काहीच गम्य उरलं नव्हतं. त्याला अपेक्षित असलेलं संपूर्ण उत्तर मिळाल्याचा संतोष त्याच्या मुद्रेवर स्पष्ट जाणवत होता.

'आणि कॉस्मोस्लॉत्निक बिल्डिंगबद्दल बोलायचं तर, ते एक देदीप्यमान यश आहे हे कोण नाकारू शकतं? तुला माहीतीये, त्या बिल्डिंगचा प्लान मला फारच आवडला. आश्चर्य वाटलं मला... फारच वेगळा विचार केलायस तू त्यात. तुझ्या पहिल्या कामांपेक्षा पूर्णपणे वेगळा. फारच छान. फार वेगळा. हो की नाही?'

'अर्थातच.' कीटींग उत्तरला. त्याचा आवाज पहिल्यांदाच स्वच्छ, स्पष्ट उमटला. 'मी या आधी केलेल्या कुठल्याही कामापेक्षा या कामाची जातकुळी वेगळी होती. उत्तरं वेगळी हवी होती. त्यामुळे त्या विशिष्ट प्रश्नांची वैशिष्ट्यपूर्ण उत्तरं शोधायला वेगळ्या प्रकारे प्लान करणं आवश्यक होतं.'

'अर्थातच.' टूही अगदी हलकेच बोलत होता, 'फारच सुंदर काम झालंय. तुला अभिमान वाटावा असंच.'

कीटींगच्या लक्षात आलं की, टूहीचे डोळे त्याच्या चष्म्याच्या भिंगांच्या मध्यावर रोखलेले आणि त्या भिंगांतून निघालेली किरणं बरोबर त्याच्या डोळ्यांच्या बाहुल्यांवर परावर्तित होत होती. आणि कीटींगला लखकन कळलं, की कॉस्मोस्लॉत्निक बिल्डिंगचा प्लान त्याने स्वतः केलेला नाही हे टूहीला चांगलंच कळून चुकलं होतं. पण तरीही तो धास्तावला नाही. धास्ती वाटलीच तर ती एवढ्याचीच की- टूहीला त्याबद्दलही कौतुक असावं असं त्याला जाणवून गेलं.

'तुला कृतज्ञता वाटत असली- नाही नाही, छेः कृतज्ञता हा अगदीच अवघडून टाकणारा शब्द आहे. काय बरं म्हणता येईल... तुला माझा लेख आवडला एवढंच म्हणू आपण, नाही का?' टूही

बोलत राहिला आणि त्याचा आवाज अधिकाधिक मृदू होत गेला. जणू आपल्या कारस्थानात सहभागी झालेल्याला आपल्या शब्दांचे छुपे अर्थ बरोब्बर कळतील अशी खूणगाठ त्याने बांधली होती. 'तुझ्या बिल्डिंगमधला रूपकात्मक अर्थ समजून घेतल्याबद्दल... संगमरवरात तू जे अभिव्यक्त केलंस ते मी शब्दांतून लोकांपर्यंत पोहोचवलं म्हणून फार तर तू माझे आभार मानू शकतोस. अखेर काही साधासुधा गवंडी नाहीस. तू दगडातून विचार मांडणारा विचारवंत आहेस तू.'

'होय...' कीटींग म्हणाला, 'मी ती बिल्डिंग डिझाइन करत असताना माझ्या मनातले अमूर्त विचार अगदी हेच होते- जनसामान्यांच्या मातीतून फुलणारा संस्कृतीचा मळा... अस्सल संस्कृती अखेर सामान्य माणसांमधूनच उगम पावते यावर माझा तरी गाढ विश्वास आहे. पण हे सारं दुसऱ्या कुणालाही माझ्या बिल्डिंगमधून वाचता येईल अशी मी आशाच केली नव्हती.'

टूहीने स्मित केलं. त्याचे पातळ ओठ विलग झाले, त्यातून त्याचे दात किंचितसे डोकावले. तो कीटींगकडे पहात नव्हता. स्वतःच्याच हाताकडे पहात होता. नाजूक, पियानिस्टच्या बोटांसारखी निमुळती लांबसडक बोटं असलेला हात होता त्याचा. डेस्कवरचा एक कागद त्याने उचलला. मग म्हणाला, 'आपण वैचारिक आत्मिक सहोदर आहोत म्हणायचे. मानवता... तोच तर सर्वात महत्त्वाचा भाव आहे...' तो कीटींगकडे पहात नव्हता. त्याच्या पलिकडे आरपार पहात होता. त्याचा चष्मा त्याने कीटींगच्या चेहऱ्याच्या वर जाईल असा चढवला.

आणि कीटींगला कळलं की टूहीला हेही कळलं होतं, की त्याचा लेख वाचण्याआधी कीटींगने कधीही काही अमूर्त विचार केला नव्हता. आणि तरीही तसं म्हणण्याचा त्याचा खोटेपणाही टूहीला मान्यच नव्हे तर पसंतही होता. त्याच्या चष्म्याच्या काचा सावकाश पुन्हा एकदा कीटींगच्या चेहऱ्याकडे पाहू लागल्या. त्याच्या नजरेत स्नेहाचा साखरपाक झालेला जणू. थंडगार पण अगदी खराखुरा स्नेह. मग कीटींगला वाटून गेलं त्या खोलीच्या भिंती हळुहळू सरकत अंगावर येत आहेत... हलकेच, सावकाश... आणि त्या दोघांना अतीसमीप आणताहेत. त्या दोघांना म्हणजे टूहीला आणि त्याला नाही... तर कसल्यातरी अनाम अपराधाला आणि त्याला. तिथून उठून पळून जावं अशी तीव्र इच्छा झाली त्याला. तो तोंड वासून चित्रवत बसून राहिला.

आणि त्याला स्वतःलाच कळलं नाही की, तो हे आत्ताच का बोलून गेला... त्या शांततेत त्याचे शब्द त्यालाच ऐकू आले. 'आणि मला तुम्हाला हेही सांगायचं होतं, काल त्या माथेफिरूची गोळी तुम्हाला लागली नाही... याचा मला केवढा आनंद वाटला, मि. टूही.'

'ओः?... ओ थँक्स... ते काय? वेल... जाऊ दे ते. आपण आपलं मन कडू होऊ द्यायचं नाही. सार्वजनिक जीवनात महत्त्वाचं स्थान मिळाल्यानंतर काही ना काही मोल चुकवावं लागतंच शेवटी.'

'मला तो मॅलरी प्राणी कधीच आवडला नव्हता. विक्षिप्तच वाटतो तो. सतत काहीतरी ताणाखाली असल्यासारखा. मला नाही असली माणसं आवडत. त्याचं कामही मला कधी आवडलं नव्हतं.'

'फारच दिखाऊपणा आहे त्याच्या कामात. फार काही पुढे जाणार नाही तो.'

'त्याला संधी द्यायची कल्पना माझी नव्हती, बरं का. मि. स्लॉत्निकचा आग्रह होता. वशिला, दुसरं काय... पण शेवटी मि. स्लॉत्निंकनासुद्धा कळून आली आपली चूक.'

'मॅलरीने माझं नाव कधी घेतलं होतं तुझ्याकडे?'

'नाही, कधीच नाही.'

'मी तर त्याला कधी भेटलोही नाही, माहीतीये? कधी पाहिलंही नव्हतं त्याला या आधी. त्याने कशासाठी केलं असेल हे?'

आणि मग टूही स्तब्ध झाला. कीटींगच्या चेहऱ्यावर त्याला जे काही दिसलं होतं त्यासमोर तो

निःशब्द झाला. प्रथमच टूही एकदम सावधपणे पहात होता, त्याच्या मनात कुठेशी असुरक्षिततेची भावना जागलेली. हाच, हाच तो आपल्या दोघांमधला समान धागा... अजूनही बरंच काही असेल, पण त्याचा एक पैलू सहज ओळखण्यासारखा होता- त्याला भीती हेच एक नाव सहजपणे देता आलं असतं. आणि त्याला ठामपणे वाटून गेलं... कुठलंही सबळ कारण नसताना त्याला जाणवून गेलं, आजवर भेटलेल्या कुठल्याही माणसापेक्षा टूही त्याला सर्वात जास्त आवडला होता.

'वेल, कसं असतं ना.' कीटींग जरा हुशारून बोलू लागला. तो जे काही ठोकळेबाज बोलणार होता, त्याने विषयावर पडदा पडेल, अशी त्याला खात्री होती, 'मॅलरी एक अपयशी, बेक्कार शिल्पकार आहे. त्यालाही कळत असेलच की- यशस्वी प्रज्ञावंतांवर सूड उगवण्याचं एक प्रतीक म्हणून त्याने तुमची निवड केली असणार आणखी काय.'

पण टूहीच्या चेहऱ्यावर हास्य तरळलं नाही. त्याने कीटींगकडे टोकदार नजरेने पाहिलं... ती नजर क्ष-किरणांसारखी त्याच्या अंतरंगाचा वेध घेऊ पहात होती. त्या नजरेचा विंधणस्पर्श त्याला आत हाडांपर्यंत छेदून गेला. अन् मग टूहीची मुद्रा कठोर झाली, पुन्हा एकदा त्याला कुठेतरी कीटींगच्या हाडांतून, कीटींगच्या विस्मित चेहऱ्यामधून विसावा सापडला असावा. कीटींगचे प्रचंड अज्ञान जाणवून कदाचित् टूही सैलावला असावा.

मग तो सावकाश, थोड्या हिणवणाऱ्या स्वरात म्हणाला, 'तुझी माझी चांगलीच गट्टी जमणार आहे, पीटर.'

कीटींग अनभावितपणे एक क्षण गप्पच राहिला आणि मग घाईघाईने म्हणाला, 'ओः, मीही तशीच आशा करतो, मि. टूही!'

'अरे पीटर! मी काही इतका वयोवृद्ध झालेलो नाही अजून? माझ्या जन्मदात्यांच्या अभिरुचीचे स्मारक असे माझे नाव आहे,- एल्सवर्थ!'

'अं... हो, एल्सवर्थ.'

'आता कसं. हे बरं वाटतं. मला तसं माझं नाव ठीक वाटतं. गेल्या काही वर्षांत मला बाहेर-खाजगीत, जाहीरपणे जी काही नावं ठेवली गेली आहेत त्यांच्या तुलनेत हे चांगलंच आहे. मला तोही माझा सन्मानच वाटतो. आपल्याला शत्रू निर्माण झाले की, समजावं आपण योग्य त्या लोकांना योग्य त्या कारणांसाठी धोकादायक वाटू लागलो आहोत. काही गोष्टी नष्ट कराव्याच लागतात बाबा, नाहीतर त्या आपल्याला नष्ट करतील. भेटत राहू आपण वरचेवर.' त्याचा आवाज आता अधिकच मुलायम झाला होता, एका निर्णयाला पोहोचल्याचा ठामपणा आता त्यात होता. आता कीटींगबद्दल कोणतीही अनुत्तरित प्रश्नचिन्हे त्याच्या मनात कधीही उभी रहाणार नाहीत हे निश्चित झालेलं.

'उदाहरणार्थ, मी बरेच दिवसांपासून विचार करतोय, काही तरुण आर्किटेक्टस एकत्र आणावेत असा. मी कित्येकांना व्यक्तिशः ओळखतो. अगदी अनौपचारिक अशी संघटना असेल ती. वैचारिक देवघेव, थोडी सहकार्याची भावना जागवण्यासाठी प्रयत्न, व्यवसायाच्या भल्यासाठी प्रयत्न करायचा एवढंच. एजीएसारखी जडजंबाल संघटना नाही. केवळ तरुणांचा मैत्रगट असावा अशी. तुला रस आहे का, सांग.'

'हो हो. का नाही? तुम्ही अध्यक्ष असणार आहात?'

'नाही रे बाबा. मी कधीही कसलाही अध्यक्ष वगैरे होत नसतो. मला पदं भूषवण्याचा मनापासून तिटकारा आहे. माझ्या मनात होतं की, तुलाच अध्यक्ष करावा. आणखी कुणाचा विचारच करू शकत नाही मी.'

'माझा?'

'हो. तूच पीटर. तशी एकदम धूसर कल्पना आहे ही अजून. एक करून पहायचं. मी बरेच दिवसांपासून या कल्पनेशी खेळतोय म्हण नं. बोलू आपण पुन्हा कधीतरी यावर. तुझ्याकडून मला एक गोष्ट करून घ्यायचीय. तुला भेटण्यामागे तोच उद्देश होता माझा.'

'ओः जरूर जरूर, मि. टू- एल्सवर्थ, काहीही करू शकतो मी तुम- तुझ्यासाठी.'

'माझ्यासाठी नव्हे. तुला लॉइस कुक माहीतीये की नाही?'

'लॉइस- कोण?'

'कुक. नाही माहीत? होईल माहीत लवकरच. गतेनंतर प्रथमच एवढी मोठी प्रतिभावंत साहित्यिका प्रकाशात येतेय समज. तू वाच तिचं साहित्य, पीटर. मी असं कुणाला कधी सुचवत नसतो. अगदी चोखंदळ लोकांनाच सुचवतो. नेहमीच्याच रटाळ गोष्टींना पसंती देणाऱ्या मध्यमवर्गाच्या डोक्यावरून जाणारं साहित्य आहे तिचं. तिला आता स्वतःचं घर बांधायचंय. बॉवेरी स्ट्रीटवर स्वतःचं घर. हो बॉवेरीसारख्या भुरट्या चोरांच्या राज्यात, वेश्यावस्तीत तिला घर बांधायचंय. लॉइस कुक आहे ती बाबा. ती काय हव्वं ते करू शकते. खास तिची शैली आहे म्हण. तिने मला आर्किटेक्ट सुचवायला सांगितलंय. लॉइससारख्या व्यक्तिमत्त्वाला समजून घेण्यासाठी तुझ्यासारखाच माणूस हवा. याची मला खात्री आहे. तुला चालणार असेल, तर मी तिला तुझं नाव सुचवणार आहे. तिचं घर छोटं असेल पण महागडं असेल हे नक्की.'

'नक्की नक्की. एल्सवर्थ, तुझा चांगुलपणा झाला हा. तुझी चिठ्ठी वाचली तेव्हा मला वाटलं, चला तू माझ्यावर एवढा छान लेख लिहिलास त्याचा मी काहीतरी मोबदला असं नाही- पण उतराई होण्यासाठी काहीतरी करू शकतो तुझ्यासाठी. आणि तू तर आणखीनच उपकार करून ठेवतो आहेस माझ्यावर...'

'बेटा पीटर, तू किती साधा आहेस!'

'ओ! म्हणजे मी तसं म्हणायला नको होतं. सॉरी एल्सवर्थ, तुला दुखवायचा होतू नव्हता माझा. मी-'

'नाही नाही. मी ते काही मनावर घेत नाही. मला ओळखायला वेळ आहे अजून तुला. तुला विचित्र वाटेल, पण स्वतःचा स्वार्थ बाजूला ठेवून आपल्या बांधवांचा विचार करणं शक्य आहे या जगात, पीटर.'

मग ते दोघे लॉइस कुकबद्दल बोलत बसले. तिच्या तीन साहित्यकृतींवर चर्चा सुरू झाली.

'कादंबऱ्या? नाही, पीटर, त्यांना कादंबऱ्या नाही म्हणता यायचं, नाही नाही कथासंग्रहही नाहीत ते. काय म्हणावं त्यांना- असं म्हणता येईल की, त्या लॉइस कुकच्या साहित्यकृती आहेत. बस्स. केवळ लॉइस कुक. साहित्याचा एक आगळाच रूपबंध आकारला आहे तिने.' तिच्याकडे वारसाहक्काने चालत आलेल्या संपत्तीचीही त्यांनी चर्चा केली. यशस्वी व्यापारी घराण्याची ती वारसदार होती. तिला जे घर बांधायचं होतं त्याबद्दलही त्यांनी चर्चा केली.

कीटींगला दाराशी सोडायला टूही उठून उभा राहिला तेव्हा अगदी सहज आठवल्याच्या स्वरात तो म्हणाला, 'अरे हो, मघापासून काहीतरी अंधुक आठवत होतं मला -आपल्यात काहीतरी दुसराही संबंध आहे म्हणून... काही केल्या स्पष्ट होत नव्हतं. आता आठवलं- बरोबर- माझी भाची, कॅथरीन.'

कीटींगचा चेहरा ताठरला. या विषयावर चर्चा होता कामा नये- त्याने स्वतःला बजावलं. पण तो काही विरोध न दर्शवता कसनुसा हसला.

'तुम्ही लग्न ठरवलंय म्हणे?'

'हो.'

'छान छान.' टूही म्हणाला,'फारच छान. तुझा काका म्हणवून घ्यायला आवडेल मला. तिच्यावर खूप प्रेम आहे तुझं?'

'हो. खूप.' कीटींग उत्तरला.

त्याने आपल्या शब्दांवर कुठेही भार दिला नव्हता, त्यामुळे त्याचं उत्तर अधिकच गंभीर भासलं. कीटींगच्या अंतरातलं खरंखुरं गांभीर्य, प्रामाणिकपणा टूहीसमोर असा उघड झाला.

'कित्ती सुंदर.' टूही म्हणाला, 'तारुण्यातलं प्रेम, वसंत ऋतू, सूर्योदय, स्वर्ग, कोपऱ्यावरच्या दुकानातली सव्वा डॉलरच्या खोक्यात मिळणारी चॉकोलेट्स... देवांना लाभणारं आणि सिनेमात दिसणारं... प्रेम. काळजी नको, काळजी नको, मला हे पसंत आहे, पीटर. फार सुंदर वाटतं मला हे. कॅथरीनपेक्षा योग्य कोण सापडणार तुला, पीटर. ती एक अशी मुलगी आहे की, जगाचं काय झालं, कसं झालं तिला काही गम्य नसतं. त्यात काय समस्या आहेत की काही संधी आहेत तिला काही फिकीर नाही. काहीही फिकीर नाही कारण ती अगदी निष्पाप आहे, गोडगोड आहे, सुंदर आहे, जरा ॲनिमिक आहे बिचारी.'

'तुम्हाला जर-' कीटींगने बोलायला सुरुवात केली तेवढ्यात टूहीच्या चेहऱ्यावर प्रेमळ भाव पसरले.

'ओः पीटर, मला समजू शकतं. आणि मला पसंतही आहे हे. पण मी सत्यवादी आहे. अखेर प्रत्येक माणूस स्वतःचा गाढवपणा सिद्ध करण्याचा आटोकाट प्रयत्न करतोच कधी ना कधी. अरे अरे... काय हे... आपली विनोदबुद्धी सतत जागी असायला हवी बरं का... विनोदबुद्धीपेक्षा जास्त पवित्र असं या दुनियेत काहीही नाही. तरीही... मला ट्रिस्टान आणि इसोल्टची गोष्ट भारी आवडते. मिकी आणि मिनी माऊसनंतर तीच एक सर्वांगसुंदर कहाणी आहे बरं!'

❑

४

'टूथब्रश इन द जॉ टूथब्रश ब्रश ब्रश टूथ जॉ फोम डोम इन द फोम रोमन डोम कम होम होम इन द जॉ रोम डोम टूथ टूथब्रश टूथपिक पिकपॉकेट सॉकेट रॉकेट...'

पीटर कीटींगने डोळे बारीक केले, दूर कुठेतरी पहात असल्यासारखी त्याची नजर शून्यात लागलेली, पण त्याने पुस्तक खाली ठेवलं. पुस्तक बारीकसंच होतं आणि त्याच्या काळ्या रंगाच्या मुखपृष्ठावर लाल रंगात लिहिलं होतं - क्लाउड्स अँड श्राउड्स बाय लॉइस कुक. त्याच्या मलपृष्ठातून कळलं की, ते पुस्तक म्हणजे लॉइस कुक यांनी केलेल्या जगप्रवासाचं वर्णन आहे.

कीटींग मागे रेलून बसला तेव्हा त्याच्या मनभर एक सुखद, कल्याणकारी ऊब दाटली होती. त्याला हे पुस्तक आवडलेलं. रविवार सकाळच्या नाश्त्याची वेळ या पुस्तकाच्या वाचनामुळे एकदम घनगंभीर आध्यात्मिक अनुभूतीची वेळ बनली होती. हा अनुभव घनगंभीर होता याची त्याला खात्रीच होती.... कारण त्याला काहीही कळलं नव्हतं.

पीटर कीटींगला अमूर्त तत्त्वांची कधीही गरज पडली नव्हती. पण त्याच्याकडे त्यासाठी पर्याय अवश्य होता.

'एखाद्या गोष्टीपर्यंत माणसाला पोहोचता आलं तर ती पुरेशी उच्च नसते, एखाद्या गोष्टीची कारणं कळली तर ती फारशी महान नसते आणि एखाद्या गोष्टीचा तळ गाठता आला तर ती पुरेशी खोल नसते-' या विचारावर त्याचा परम विश्वास होता. त्या विश्वासाला आव्हान देण्याचे त्याच्या

कधी मनातही आले नसते. या विचाराची कुबडी आधाराला असल्यामुळे त्याने कधी कशापर्यंत पोहोचायचा प्रयत्न केला नाही, कशाची कारणं जाणून घ्यायचा किंवा कशाचा तळ गाठायचाही प्रयत्न केला नाही. जे कोणी तसा प्रयत्न करीत त्यांना तुच्छ ठरवणं सहज शक्य होत होतं. त्यामुळेच त्याला लॉइस कुकच लेखन फार आवडलं. ते आवडल्यावर अमूर्त, गंभीर, आदर्श अशा कल्पनांना प्रतिसाद देण्याची आपली क्षमता आहे हे कळून त्याला आपोआप आणखी उच्चकोटीतला आनंद वाटला. टूही म्हणालेला, 'हे बस इतकंच आहे. नाद नाद आहे, कवितेतले शब्द अखेर शब्दच आहेत, शैलीच्या विरुद्ध बंड पुकारणे ही एक शैलीच आहे, हे समजून घेण्यासाठी तेवढ्याच आत्मिक ताकदीची गरज आहे, पीटर.'

कीटींग विचार करीत होता, या पुस्तकाबद्दल आपण मित्रांशी चर्चा करू शकतो आणि जर हे त्यांना कळलं नसेल तर आपलं श्रेष्ठत्व आपोआपच सिद्ध होतं. आपलं श्रेष्ठत्व समजावून सांगण्याची गरज उरत नाही. आहे ते आहे. बस्स. श्रेष्ठ आहे ते आहे. बस्स. जे स्पष्टीकरण विचारतात त्यांच्यात ते असत नाही बस्स. त्याला ते पुस्तक भयंकरच आवडलं.

त्याने आणखी एक टोस्ट उचलला. टेबलाच्या टोकाला आईने आणून ठेवलेला रविवारच्या पेपरांचा गठ्ठा त्याला दिसला. नव्याने प्राप्त झालेल्या आत्मविश्वासाने त्याने त्यातला एक पेपर उचलला. आत्मिक श्रेष्ठत्वाची धुंद जाणीव त्याला बळ देऊन गेली होती. त्या पेपरांच्या गठ्ठ्यातून डोकावणाऱ्या साऱ्या जगाला तो आता सहजी सामोरा जाऊ शकत होता. पेपर उघडून त्याने त्यातल्या छायाचित्रांचं पान उघडलं. तो थबकला. हॉवर्ड रॉर्कने डिझाइन केलेलं, एनराइट हाऊसचं चित्र त्यात छापलेलं.

त्याला त्या चित्रावरचं शीर्षक पहावं लागलं नाही, कोपऱ्यातली सही पहावी लागली नाही. ही संकल्पना कोण करू शकतो, कोण साकारू शकतो हे त्याला मनोमन माहीत होतं. त्या चित्राच्या रेषाच सांगत होत्या त्यांच्या कर्त्याची ओळख, एकाच वेळी शांतस्वभावी आणि हिंसक आवेश असलेल्या त्या रेखा एकाच हातातून उतरलेल्या असणार. कागदावर विजेचा कल्लोळ मांडणाऱ्या तारांसारख्या त्या रेषा, नाजूक, निष्पाप वाटणाऱ्या त्या रेषा स्पर्शाच्या पलिकडे होत्या. चुकूनही त्यांचा धगधगता स्पर्श होऊ नये.

ईस्ट नदीच्या उघड्या तीरावर उभं रहाणारं ते एक वास्तुशिल्प होतं. पहिल्या दृष्टीक्षेपात त्याला ती इमारत आहे असं जाणवलंच नाही. असं वाटलं की खडकांची नैसर्गिक स्फटिकाकार रचनाच चढत गेली आहे. तीच अचूक, कठोर, गणिती योजना... मुक्त, अफाट वाटणाऱ्या वर्धमान रेषांना, रेखीव कोनांना बांधून धरणारी. अवकाशावर वार करणाऱ्या रेषा, तरीही एखाद्या रत्नशिल्पी कलाकुसरीची अतिनाजूक कारागिरी साधणाऱ्या. त्यातून जन्मलेले विविध स्फटिकाकार, प्रत्येक आकाराचे वेगळे अस्तित्त्व अबाधित ठेवून, पुनरावृत्ती न होता पुढल्या आकाराकडे झेपावत होते आणि त्या संपूर्णाशी एकात्म रहाण्याची किमया साधत होते. त्यात रहायला येणाऱ्या साऱ्यांना एका चौकोनात एकावर एक रचलेले चौकोनी पिंजरे नव्हे तर एकेक स्वतंत्र घर मिळणार होतं. एका खडकावर वाढत गेलेल्या स्वयंपूर्ण स्फटिकासारखं स्वतंत्र, तरीही दुसऱ्या स्फटिकाशी जोडलेलं.

कीटींगने त्या रेखाचित्राकडे पाहिलं. त्याला बऱ्याच दिवसांपूर्वीच खबर लागली होती, की एनराइटने त्याच्या लाडक्या एनराइट हाऊससाठी रॉर्कची निवड केली होती. त्याचे काही उल्लेखही त्याने पेपरमधे वाचलेले. फार काही नाही, अगदी थोडक्यात- मि. एनराइट यांनी कुणा एका तरुण आर्किटेक्टला काम दिले आहे, कारण समजले नाही, पण वेगळ्या प्रकारे काम करणारा कोणीतरी असू शकेल - एवढंच.

त्या चित्राखालच्या ओळी सांगत होत्या, या प्रकल्पाचे काम ताबडतोब सुरू होणार आहे.

हं... कीटींग विचार करू लागला, त्याने पेपर खाली टाकला. तो त्या लाल-काळ्या पुस्तकाशेजारी पडला. तो दोहोंकडे पाहू लागला. त्याला काहीतरी अंधुकसं जाणवून गेलं, जणू हॉवर्ड रॉर्कच्या समोर लॉइस कुक ही त्याची स्वसंरक्षणाची ढाल होती.

'काय आहे रे ते, पीटी?' मागून त्याच्या आईचा आवाज आला.

त्याने मागच्या मागे तिच्याकडे तो पेपर टाकला. एका क्षणात तो पेपर पुन्हा टेबलवर फेकला गेला.

'ओह्...' मिसेस कीटींगनी खांदे उडवले. 'हः...' त्या त्याच्या बाजूला जाऊन उभ्या राहिल्या. त्यांचा रेशमी झगा जरा जास्तच घट्ट बसला होता. आत घातलेला घट्ट कोर्सेट त्यातून स्पष्टच दिसत होता. गळ्यापाशी एक लहानशी पिन लखलखत होती. स्पष्ट कळावं की ती खऱ्या हिऱ्यांची आहे, एवढाच आकार होता तिचा. ती पिनसुद्धा त्यांच्या नव्या घरासारखीच दिसत होती. मौल्यवान आहे हे पहाताक्षणीच कळेल अशी. त्या घराची सजावट कीटींगने स्वतः केलेली. स्वतःसाठी केलेलं पहिलं काम. त्या घराचं फर्निचर त्याने नव्या फॅशनच्या मध्य-विक्टोरियन शैलीत केलं होतं. एकदम प्रतिष्ठित, खानदानी घर वाटत होतं ते. दिवाणखान्यातल्या फायरप्लेसच्या वरच्या बाजूला एक भलं मोठं तैलचित्र लटकावलेलं. एखादा राजघराण्यातला पूर्वज वाटावा अशा - पण खरोखर पूर्वज नसलेल्या- काल्पनिक माणसाचं.

'पीटी, बेटा, रविवारी सकाळी तुझ्यामागे घाई लावणं मलाही नकोसं होतं रे, पण आता कपडे करायला नकोत का? मला आता निघायला हवं... बघ मग तू विसरशील आणि उशीर करशील. मि. टूहींनी तुला एवढं घरी बोलवलंय.'

'हो. आई.'

'आणखी कोणी मोठी माणसं येणार आहेत?'

'आणखी कुणीही पाहुणे नसतील, पण एक माणूस असणार आहे. फार प्रसिद्ध नसलेला.' ती पहात राहिली. 'केटी असणार आहे तिथे.'

तिच्यावर त्या नावाचा जणू काडीमात्र परिणाम झाला नाही. आजकाल तिच्यावर जणू एक प्रकारच्या विश्वासाची, खात्रीची जाड साय जमली होती. त्या आवरणातून हा विशिष्ट प्रश्न तिला डिंवचू शकतच नव्हता जणू.

'कौटुंबिक चहाचं निमंत्रण आहे ते.' त्याने जरा जोर देऊनच सांगितलं, 'असं त्यानेच सांगितलंय मला.'

'फार चांगलं केलं. मि. टूही फार बुद्धिमान वाटतात मला.'

'होय, आई.'

तो जरा वैतागाने, घाईघाईने उठून आपल्या खोलीत गेला.

□ □ □

कॅथरीन आणि तिचे काका हल्लीच एका फार मोठ्या प्रतिष्ठित रेसिडेन्शल होटेलमधे रहायला गेले होते. कीटींग तिथे प्रथमच जात होता. त्यांच्या या नव्या अपार्टमेन्टमधे तसं काहीच विशेष नव्हतं. स्वच्छ, प्रशस्त, नीटनेटकं असं ते अपार्टमेन्ट होतं. केवळ त्यातली पुस्तकांची संख्याच दडपून टाकणारी होती. अगदी मोजकी चित्र होती तिथे, पण अगदी निवडक. अतिशय अमोल, अभिजात चित्रकृतीच होत्या तिथे. इथे आल्यावर कुणालाही एल्सवर्थ टूहीचं घर लक्षात रहायचं

नाहीच. लक्षात रहायचा तो त्या घराचा यजमान. आज यजमान महोदय गडद राखी रंगाचा सूट घालून तयार होते. गणवेशाच्या कडक शिस्तीत. पण त्यावर पायात त्याने काळ्या चामड्याच्या, लाल किनारीच्या, सपाता घातल्या होत्या. त्याच्या सूटच्या कठोरपणाला त्यामुळे छेद जात होता, तरीही त्या विसंगतीमधेही एक दिमाख जाणवत होता. एका रुंद, बसक्या खुर्चीत तो बसला होता. मुद्रेवर मोजून मापून दयाळू-कृपाळू भाव होते. त्याच्या त्या कृपाळू दृष्टीसमोर वावरताना कीटींग आणि कॅथरीन दोघांनाही आपलं अस्तित्त्व म्हणजे साबणाच्या फुसक्या बुडबुड्यांप्रमाणे वाटत राहिलं.

कॅथरीन कशीतरीच अवघडून खुर्चीच्या कडेवर पोक काढून, पायाची जुडी करून टेकली होती, ते पाहून कीटींग मनातल्या मनात वैतागलाच. लागोपाठ तिसऱ्यांदा तिने तोच सूट घातलेला. त्यानेही तो अस्वस्थ झालेला. गालिचाच्या मध्यभागी कुठेतरी नजर लावून ती बसून होती. तिने एकदाही आपल्या अंकलकडे पाहिलं नाही. टूहीबद्दल बोलताना तिच्या स्वरात जो उत्फुल्ल आनंद असायचा, तोच त्यांच्या समोरही ती दर्शवेल, अशी त्याची स्वाभाविक अपेक्षा होती, पण तिच्या वागण्यात आनंदच नव्हता. ती रंग उडाल्यासारखी दिसत होती... थकिस्त, ओझ्याखाली दबलेली.

टूहीच्या नोकराने चहाचा ट्रे आणला.

'तू ओतशील ना चहा, डियर?' टूहीने कॅथरीनला विचारलं, 'अहाहा... दुपारचा चहा म्हणजे खरा चहा. ब्रिटिश साम्राज्य पार लयाला गेल्यानंतर इतिहासकारांना एक गोष्ट नक्की मान्य करावी लागेल, की ब्रिटिशांनी जगाच्या नागरी संस्कृतीत दोन मोलाच्या गोष्टींची भर टाकली- हा चहा घेण्याची पद्धत आणि रहस्यकथा. कॅथरीन, माय डियर, तो किटलीचा कान असा काही धरते आहेस की जणू खाटकाचा कोयताच! पण ठीके ठीके. मला आणि पीटरला म्हणून तर आवडतेस तू, काय? समज तू एखाद्या डचेससारखी ऐटबाज असतीस तर कशाला आवडली असतीस आम्हाला? आणि आताशा डचेसची गरज वाटतेय कुणाला?'

कॅथरीनने चहा ओतता ओतता टेबलच्या काचेवर सांडून ठेवला... असा गबाळेपणा तिच्या हातून यापूर्वी कधीच झाला नव्हता.

'मला एकदा तुम्हा दोघांना एकत्र पहायचं होतं.' हातातला नाजूक चहाचा कप बेदरकारपणे तोलत टूही म्हणाला. 'वेडेपणाच म्हणायचा माझा, हो ना? असं काही खास नाही, पण कधीकधी मी जरा वेड्यासारखा भावुक होतो खरा. आपण सगळेच करतो असा वेडेपणा म्हणा. कॅथरीन, अभिनंदन, तुझ्या निवडीची दाद देतो. क्षमा मागतो हं तुझी- पण तुझी अभिरुची इतकी चांगली असेल असा संशयही आला नव्हता मला. तू आणि पीटर- छान जोडा दिसेल हं. काय काय करशील त्याच्यासाठी आता... त्याच्यासाठी गोडधोड करशील, त्याचे रुमाल धुशील, त्याच्या मुलांची आई होशील... अर्थात सगळ्या मुलांना गोवर कांजिण्या निघतात तशा त्यांनाही निघतील... त्रासच तो!'

'पण तुम्- तुला हे पसंत आहे ना?' कीटींगने जरा घाबरतच विचारलं.

'पसंत आहे? काय, पीटर?'

'आमचं लग्न- म्हणजे करूच ना आता...'

'हा काय प्रश्न झाला का, पीटर? अर्थात, मला पसंत आहे. पण तुम्ही किती लहान आहात अजून! तरुण लोकांचं असंच असतं... कशात काही नाही आणि उगीच प्रश्न उभे करायचे. हे सगळं काही मोठं पसंत-नापसंत करण्याइतकं महत्त्वाचं वाटतं की काय तुला?'

'मी आणि केटी सात वर्षांपूर्वी भेटलो.' कीटींग बचावाच्या पवित्र्यात म्हणाला.

'आणि तुम्हाला प्रथमदर्शनी प्रेम झालं- हो की नाही?'

'हो...' कीटींग उत्तरला. पण त्याला आपण हास्यास्पद ठरतोय की काय असं वाटून गेलं.

'आणि अर्थातच वसंत ऋतूचा रम्य काळ असणार तेव्हा... बहुतेकदा तसंच असतं. मखमली अंधारात बुडालेलं एखादं थिएटर असतं, जगाला विसरून एकमेकांत हरवलेले दोन प्रेमी जीव असतात. हात हातात घेऊन बसलेले... पण फार वेळ हात हाती घेतले की, ते घामेजतात बरं... खरं की नाही? पण तरीही, प्रेमात पडण्यासारखी गोड गोष्ट नसते. गोड आणि बकवास! अशी नजर वळवू नको, कॅथरीन... आपली विनोदबुद्धी नेहमी शाबूत ठेवावी. काय?'

तो सहृदय हसला. त्या हास्याच्या प्रेमळ वृष्टीत ते दोघे जणू न्हाऊन निघाले. त्याची सहृदयता एवढी विशाल होती की, त्या तुलनेत त्यांना स्वतःचं प्रेम अगदीच क्षुद्र वाटू लागलं. कारण काहीतरी इतकं क्षुद्रच इतकी विशाल सहृदयता जागवू शकत असेल, असं वाटत राहिलं त्यांना. त्याने विचारलं, 'अरे हो, पीटर, तुम्ही लग्न कधी करताय?'

'तशी अजून तारीख ठरवलेली नाही... माझी काय गडबड चाललीय तुला माहीतच आहे. शिवाय केटीचंही हे काम चालू आहे.- आणि हो.' तो अचानक जरा जोरातच बोलला. केटीच्या कामाचा विषय निघताच तो नकळत तडकला, 'आमचं लग्न झाल्यावर केटीला हे काम करता यायचं नाही हं. मला काही ते पसंत नाही.'

'प्रश्नच नाही. केटीला आवडत नसेल तर मलाही ते पसंत नाहीये.' टूही म्हणाला.

कॅथरीन एका वस्तीतल्या बालवाडीत काम करत होती. तिचीच कल्पना होती ती. तिचे अंकल तिथे अर्थशास्त्र शिकवायला जात असत. त्यांच्या सोबत गेलेली असताना तिनेच ठरवलं तिथे काम करायचं.

'पण मला आवडतं ते काम.' ती अचानक जोरजोरात बोलू लागली, 'तुला काय त्यात खटकतं मला कळतच नाही.' तिच्या आवाजात कर्कशपणा आलेला. त्यात निषेध होता, राग होता, 'मला आयुष्यात प्रथमच काहीतरी करताना इतका आनंद वाटतोय. असाहाय्य, दुःखी लोकांची मदत करते आहे मी. आजच मी सकाळी तिथे गेलेले. जायची काही गरज नव्हती, पण मला जावंसं वाटलं. तिथूनच आले मी आत्ता घाईघाईने. कपडे बदलायला सुद्धा वेळ नाही झाला मला. पण ते काही महत्त्वाचं आहे का खरंच? मी कशी दिसते त्याला काय महत्त्व आहे! आणि बरं का-' तिच्या आवाजातला कर्कशपणा आता मावळला होता, ती खूप उत्सुकतेने बोलू लागली, 'अंकल एल्सवर्थ, माहीतीये का? बिली हॅन्सनचा घसा दुखत होता. बिली कुठला ते आठवलं ना- हां, नर्स जागेवर नव्हती. मग मीच त्याच्या घशासाठी औषध दिलं. आर्गिरॉलने आतून तोंड पुसून घेतलं. बिचारा. घशात आतवर भयंकरच पांढरे म्यूकसचे ठिपके आले होते.' तिचा आवाज जणू उजळून निघालेला. एखाद्या अत्यंत सुंदर गोष्टीबद्दल सांगावं, तसं ती सांगत राहिली. आता तिची अंकलकडे पहाणारी नजर आनंदाने ओसांडत होती. कीटींगला अपेक्षा होती तसं अंकलबद्दलचं प्रेम आता कुठे तिच्या चेहऱ्यावर झळकलं. ती बराच वेळ तिच्या कामाबद्दल, तिथल्या मुलांबद्दल, त्या वस्तीबद्दल बोलत राहिली. टूही तिचं बोलणं अतिशय गंभीरपणे ऐकत होता. तो काहीही बोलला नाही, पण तो अतिशय लक्षपूर्वक ऐकत होता. त्याच्या मुद्रेवरचा मस्करीचा भाव आता लोपला होता. स्वतःचाच सल्ला विसरल्यासारखा तो अतिशय गंभीर झालेला, फारच गंभीर. कॅथरीनची प्लेट रिकामी आहे, हे लक्षात येताच त्याने तिच्या पुढ्यात सँडविचेसचा ट्रे सरकवला. ही साधीशी कृती करून त्याने तिला जणू सलामी दिली.

ती बोलताना थोडी उसंत घेईपर्यंत कीटींग कसाबसा थांबून राहिला. त्याला तो विषय बदलायचा होता. तो खोलीकडे पहात होता. रविवारचे पेपर्स तिथेच पडले होते. बऱ्याच दिवसांपासून त्याला हा प्रश्न विचारायचा होता, 'एल्सवर्थ, तुझं रॉर्कबद्दल काय मत आहे?'

'रॉर्क? रॉर्क- कोण रॉर्क?' टूहीने विचारलं. आपल्याला हे नाव माहीतच नाही हे दाखवण्याचा

त्याचा प्रयत्न इतका स्पष्ट होता, त्या प्रश्नात दडलेला हिणवणारा स्वर इतका स्पष्ट होता की, कीटींगला कळलं- टूहीला हे नाव चांगलंच माहीत होतं. एखाद्याबद्दलचं खरोखरचं अज्ञान असं जोर देऊन दाखवावं लागत नसतं. कीटींग उत्तरला,' हॉवर्ड रॉर्क, आर्किटेक्ट. एनराइट हाऊस करतोय तो.'

'ओः? ओः हां हां... अखेर कुणीतरी सापडला एनराइटला त्याचं एनराइट हाऊस डिझाइन करायला, नाही का?'

'आजच्या क्रॉनिकलमधे त्या घराचं चित्र छापून आलंय.'

'हो का... मी नजर टाकली क्रॉनिकलवरून...'

'मग? काय वाटलं तुला त्या बिल्डिंगबद्दल?'

'एवढी महत्त्वाची वाटली असती तर माझ्या लक्षात राहिलीच असती नाही का?'

'अर्थात, अर्थात...' कीटींगचे शब्द थुईथुई नाचले. त्याचा श्वास जणू प्रत्येक अक्षरासरशी धपापला, 'काय भयंकर बिल्डिंग आहे ती. वेड्यासारखंच काहीतरी. पुन्हा परत नजरेला असलं काही पडू नये.'

त्याला एकदम सुटल्यासारखं वाटलं. जणू त्याने उभा जन्म आपल्याला काहीतरी जन्मजात व्याधी आहे, या शंकेच्या छायेखाली काढलेला... आणि अचानक कुणी विशेषज्ञाने त्याला निरोगी असल्याचा दाखला दिला होता. त्याला खूप हसावंसं वाटत होतं... मुक्तपणे, वेड्यासारखं, सगळी लाजशरम सोडून. त्याला बोलावंसं वाटत होतं.

'हॉवर्ड माझा मित्र आहे.' तो मजेने म्हणाला.

'तुझा मित्र? तू ओळखतोस त्याला?'

'ओळखतो!? आम्ही एकत्रच शिकलो. स्टँटनमधे. एवढंच नव्हे- तो आमच्याच घरात तीन वर्षं राहिला. त्याच्या चड्ड्यांचे रंगही माहीतेत मला. तो शॉवर कसा घेतो तेही मला माहीते, मी पाहिलंय!'

'तुझ्या घरात राहिला तो स्टँटनमधे असताना?' टूहीने पुन्हा विचारलं. टूही जरा सावधपणे, नेमके प्रश्न विचारत राहिला. त्याचा आवाज रुक्ष होता. खालच्या आवाजात विचारलेले खटाखट प्रश्न.

कीटींगला हे जरा विचित्रच वाटलं. तो हॉवर्ड रॉर्कबद्दल खूप काही विचारत होता. पण ते प्रश्न निरर्थक वाटत होते. त्याच्या कौशल्यासंबंधी नव्हतेच ते. अगदी संदर्भहीन वाटावेत असे, व्यक्तिगत माहिती काढणारे प्रश्न. ज्याच्याबद्दल त्याने पूर्वी कधीही काही ऐकलं नव्हतं त्याच्याबद्दल असले प्रश्न विचारायचं काय प्रयोजन असेल?

'तो हसतमुख आहे?'

'फारसा नाही.'

'का, दुःखी आहे?'

'नाही.'

'स्टँटनमधे त्याला कुणी मित्र होते का रे?'

'त्याला कुठेच कधी मित्र नसतात.'

'का? तो नावडता होता का मुलांचा?'

'तो कुणालाच आवडण्यासारखा नाहीये.'

'का?'

'त्याच्या जवळ जाण्याचा कुणाला धीरच होणार नाही, असं त्याचं वागणं असतं.'

‘मौज-मजा करण्याची हौस आहे की नाही? दारूबिरू पितो?’

‘नाही. कधीच नाही.’

‘पैशाच्या मागे असतो की नाही?’

‘छेः!’

‘स्तुतिप्रिय आहे?’

‘गरजच नसते त्याला.’

‘देवावर विश्वास आहे का त्याचा?’

‘नाही.’

‘बडबड्या आहे की घुम्या?’

‘घुम्याच म्हणायचा...’

‘आपल्या कल्पनांबद्दल किंवा दुसऱ्या कुणाच्या कल्पनांबद्दल चर्चा वगैरे करतो का तो?’

‘ऐकून घेतो तो... पण अशा तऱ्हेने ऐकतो की, त्यापेक्षा न ऐकलं तर फार बरं.’

‘का?’

‘काय सांगू... तो ऐकत असतो ते पहाणंच अपमानकारक वाटतं... जणू आपण जे काही बोलतोय त्याने त्याला काडीचा फरक पडणार नाही.’

‘आर्किटेक्ट होण्याची त्याची पहिल्यापासूनची मनीषा होती की...?’

‘तो-‘

‘का? काय झालं पीटर?’

‘काही नाही. मला अचानक जाणवलं की, मी हा प्रश्न स्वतःला कधीच विचारला नाही. यात खटकण्यासारखं काय आहे सांगू? हा प्रश्न त्याच्याबाबतीत विचारायचीच गरज नाही. आर्किटेक्चरचं वेड आहे त्याला. इतकं वेड की, तो माणसासारखा विचारच करत नाही. त्याला काडीचीही विनोदबुद्धी नाही म्हण- या बाबतीत किंवा स्वतःच्या कुठल्याही बाबतीत. विनोदबुद्धी नसलेला हा एक नमुनेदार प्राणी आहे म्हण, एल्सवर्थ. त्याला आर्किटेक्ट व्हावंसं वाटलं नसतं तर त्याने काय केलं असतं, ते नाही विचारलंस.’

‘नाही.’ टूही म्हणाला, ‘त्याला आर्किटेक्ट होता आलं नाही, तर तो काय करील असं विचारायचं...’

‘आर्किटेक्ट होण्याचं ध्येय आहे त्याचं. तेवढं साध्य करण्यासाठी प्रेतांच्या सड्यावरून चालत जाईल तो... पण आर्किटेक्ट होईल.’

टूहीने गुडघ्यावर ठेवलेल्या कडक कांजीच्या नॅपकिनची नीट, टोकाला टोकं जुळवत, काळजीपूर्वक दुमडत, कडांवरून नखांची धार फिरवीत, व्यवस्थित घडी केली.

‘आपण मागे तरुण आर्किटेक्ट्सचा ग्रुप करायचं म्हणालो होतो आठवतं का, पीटर?’ त्याने विचारलं, ‘मी आपल्या पहिल्या बैठकीची तयारी करतोय बरं का. आपल्यात सामील होतील अशा अनेकांशी मी चर्चा केलीय, आणि- कदाचित तू अध्यक्ष असशील म्हटल्यानंतर त्यांच्या प्रतिक्रिया ऐकल्या असत्यास तर चांगलाच चढून गेला असतास तू.’

ते आणखी अर्धा तासभर तसेच हसतखेळत गप्पा मारत बसले. कीटींग जायला निघाला तेव्हा टूहीने नाट्यपूर्ण स्वरात घोषित केलं..

‘अरे हां, मी लॉइस कुकशी तुझ्याबद्दल बोललो आहे आणि ती लवकरच तुला फोन करेल.’

‘थँक्यू सो मच, एल्सवर्थ. आणि हो, मी ‘क्लाउड्स अँड श्राउड्स’ वाचतोय हं.’

'आणि?'

'आः! काय पुस्तक आहे ते, एल्सवर्थ. प्रचंडच! आपण आजवर ज्या ज्या गोष्टींचा विचार करत होतो, त्या त्या गोष्टींबद्दल किती वेगळ्या प्रकारे विचार करायला लावतं ते.'

'आहे की नाही, मग?!' टूही म्हणाला.

तो खिडकीजवळ जाऊन बाहेर पडलेल्या मवाळशा उन्हाकडे पहात उभा राहिला. आजची संध्याकाळ कदाचित या उन्हाळ्यातला अखेरचीच सुखद संध्याकाळ असेल. तो वळून म्हणाला, 'काय छान हवा पडलीय. या वर्षातील असा हा अखेरचाच स्वच्छ दिवस असेल बहुतेक. तू कॅथरीनला घेऊन फिरायला का नाही जात, पीटर?'

'ओः! चल खरंच जाऊ या, पीटर.' कॅथरीन खूप उत्सुकतेने सरसावली.

'वेल, जा की मग.' टूही हसत म्हणाला, 'काय कॅथरीन? तुला काय माझ्या परवानगीची गरज आहे की काय?'

ते बाहेर पडले. रस्त्यांवर संध्याकाळचा पातळसा प्रकाश अंथरलेला. कॅथरीन आपल्याला किती प्रिय आहे याचा काहीसा पुनःप्रत्यय घेत कीटींग चालत होता. इतर कुणाच्याही सहवासात जाणवणार नाही अशी भावविवशता त्याला तिच्या सहवासात जाणवायची. त्याने तिचा हात हाती घेताच तिने तो काढून घेतला आणि हातमोजा काढून टाकत तिने परत त्याच्या बोटात बोटं गुंतवली. अचानक त्याला आठवलं, हातात हात घेतल्यानंतर खरंच काही वेळाने ते घामेजतात... तो जरासा वैतागाने झपझप चालू लागला. त्याच्या मनात आलं, आपण दोघे एकत्र फिरताना खरंच मिकी आणि मिनी माऊससारखे दिसत असलो तर... इतरांना हे किती हास्यास्पद वाटत असेल. हे विचार झटकून टाकण्यासाठी म्हणून त्याने तिच्या चेहऱ्याकडे नजर खिळवली. ती समोरच्या सोनेरी उन्हाकडे पहात होती. तिचा नाजूकसा चेहरा तो पहात राहिला. तिच्या जिवणीच्या कोपऱ्यात एक किंचितशी रेघ होती, शांत, आनंदी हास्य होतं ते. पण तिच्या पापणीच्या खालचा रंग त्याला फिकटसा वाटला आणि ती खरंच ॲनिमिक आहे की काय, या शंकेने तो त्रस्त झाला.

□ □ □

लॉइस कुक दिवाणखान्याच्या मध्यावर जमिनीवर मांडी घालून बसलेली. तिचे भलेमोठे जाडे गुडघे, मांड्या दिसत होत्या. राखाडी रंगाचे स्टॉकिंग्ज तिने खाली गुंडाळून ठेवलेले, फिकटलेली गुलाबी चड्डीही दिसत होती. पीटर कीटींग तिथेच मांडलेल्या जांभळ्या सॅटिनचं आच्छादन असलेल्या चेझ लाँगच्या अगदी टोकाशी बसला. आपल्या क्लायन्टशी होणाऱ्या पहिल्याच भेटीत तो एवढा अस्वस्थ यापूर्वी कधीही झाला नव्हता.

लॉइस कुक सदतीस वर्षांची होती. ती बाहेर सांगताना, खाजगीत किंवा जाहीर कार्यक्रमांत आपलं वय चौसष्ट असल्याचं ठासून सांगत असे. लोक त्यावर हसत आणि एकमेकांना सांगत. त्यातून तिच्या नावाभोवती एक चिरतारुण्याचं छद्म वलय निर्माण होत गेलेलं. ती उंच होती, भरभरीत दिसायची. तिचे खांदे निरुंद होते आणि कुले मोठे. तिचा चेहरा लांबोळका, रोगट पिवळा होता. डोळे नाकाच्या फार जास्त जवळ होते. कानांच्या पाळ्यांवरून तेलकट वाटणारे केस लोंबत पुढे आलेले असायचे. तिची नखं वेडीवाकडी तुटकी होती. ती भयंकर गचाळ दिसत होती. पण तो अवतार तिने प्रयत्नपूर्वक केलाय हेही त्यातून कळत होतं. एखादी स्त्री इतरांचं लक्ष वेधून घेण्यासाठी जेवढ्या काळजीपूर्वक नटेल, तेवढ्याच काळजीने तिने गचाळपणा साध्य केलेला- आणि त्यातला उद्देशही तोच होता.

ती न थांबता बडबडत होती. ढुंगणावर मागेपुढे करीत ती डुलत होती.

'हो हो. बॉवेरीमध्येच. खासगी बंगला. बॉवेरीतलं देऊळ. मी जागा घेतलीय. मला हवी होती- घेतली- इतकं साधंय. किंवा असं म्हण की, माझ्या मूर्ख वकिलाने घेतली. तू भेट त्याला... त्याला हेलिटॉसिस आहे- घाण वास मारतो त्याच्या तोंडाला. मला माहीत नाही, तुला काम देणं मला केवढ्याला पडणार ते. पण त्याची काही गरज नाही. पैसा काय अतिसामान्य असतो. कोबीच्या गड्ड्यासारखाच. घराला तीन मजले हवेत. दिवाणखान्यात टाइल्स पाहिजेत.'

'मिस कुक, मी तुमचं 'क्लाउड्स अँड श्राउड्स' वाचलंय हं, आणि मला त्यातून खूपच आध्यात्मिक साक्षात्कार झाल्यासारखं वाटलं. तुमचं धैर्य आणि तुमच्या नवीन साहित्यिक प्रयोगाचं महत्त्व कळणारे फार थोडे लोक असतील, त्यात माझाही अंतर्भाव आहे, असं समजा. तुम्ही हे सारं केवळ एकटीच्या बळावर करताय हे-'

'ओह, सोड ते भंगार.' लॉइस कुक डोळा मारत म्हणाली.

'पण मला खरंच तसं वाटतं!' तो तावातावाने म्हणाला,'मला तुमचं पुस्तक खरंच आवडलं.'

ती कंटाळल्यासारखी दिसली.

'हे फारच सामान्य झालं.' तिने स्वर ओढला. 'कुणालाही तुमचं म्हणणं कळतं म्हणजे काय...'

'पण मि. टूही म्हणाले...'

'ओहो... मि. टूही.' आता तिचे डोळे सावध झाल्यासारखे वाटले, त्यात एक अपराधी भाव होता, काहीतरी दुष्ट खोडी केलेल्या लहान मुलाच्या डोळ्यात दिसावा तसा. 'मि. टूही. टूहींनी खूप रस घेऊन चालू केलेल्या एका तरुण लेखक संघटनेची मी अध्यक्ष आहे.'

'असं?' तो आनंदात म्हणाला. हा त्यांच्यातला पहिलाच थेट संवाद होता, 'अरे वा. हे छानच. मि. टूही एक तरुण आर्किटेक्ट्सची संघटना सुरू करायचा प्रयत्न करतायत. आणि त्याच्या अध्यक्षपदावर मला बसवण्याचा त्यांचा विचार चाललाय.'

'ओः. आमच्यातलेच एक आहात का?' तिने पुन्हा डोळा मारला.

'कुणाच्यातले?'

त्याला नीटसं कळलं नाही, पण तिची काहीशी निराशा झाल्याचं त्याला जाणवून गेलं. ती हसायला लागली. तिथेच बसून, त्याच्याकडे वर पहात मुद्दाम, हलकटपणे हसत होती ती. त्यात आनंदाचा भाव नव्हता.

'हा काय नादा-!' त्याने स्वतःला आवरलं,'काय झालं काय, मिस कुक?'

'ओ माय!' ती म्हणाली,'तू किती गोड गोड मुलगा आहेस आणि किती शुंदलशुंदल!'

'मि. टूही एक मोठा माणूस आहे.' तो रागारागाने म्हणाला, 'इतका सहृदय माणूस मी पाहिला नव्हता कधी.'

'हो तर. मि. टूही मस्तच माणूस आहे.' तिच्या स्वरात नावालाही आदर नव्हता. 'माझा एकदम चांगला जिवलग मित्र आहे तो. जगातला सर्वांत मस्त माणूस आहे तो. हे इथे जग आणि हा इथे टूही- निसर्गाचा नियमच जसा. शिवाय काय छान यमक जुळवता येतं पहा त्याच्या नावाशी- टूही- गूई-फुई- हुई- आणि ते काहीही असो, तो तर एकदम संत प्राणी आहे. एकदम दुर्मिळ प्रजातीतला. प्रतिभावंतांइतकाच दुर्मिळ. मी प्रतिभावंत आहे. मला दिवाणखान्याला खिडक्या नकोत. अजिबात- एकही नको. प्लान्स करताना हे लक्षात ठेव. खिडक्या नाहीत. टाईलची जमीन. आणि छताला काळा रंग द्यायचा. आणि मला वीज नकोय. माझ्या घरात वीज नको. फक्त केरोसीनचे दिवे. धुरांडी काढलेले केरोसीनचे दिवे आणि मेणबत्त्या. थॉमस एडिसन गेला खड्ड्यात. कोण होता तरी कोण तो?'

तिच्या बोलण्यापेक्षा तिच्या हसण्याने तो अधिक अस्वस्थ होता. तिच्या ओठांवर हास्य नव्हतं. जणू एक कायमस्वरूपी तिरस्काराची वक्राकार रेष तिच्या ओठांच्या कोपऱ्यांवर चिकटलेली. त्यामुळे ती एक हडळच वाटत होती.

'आणि हां, कीटींग, मला हे घर घाणेरडं दिसायला हवंय. एकदम भव्य कुरुपता. घाण घाण घाण. मला ते न्यू यॉर्कमधलं सर्वांत घाण दिसणारं घर असायला हवंय.'

'घाणेरडं घर हवं, मिस कुक?'

'सोन्या माझ्या, सुंदर घर असणं ही एक अतिसामान्य अपेक्षा आहे.'

'हो, पण पण- मला कळत नाही... मी असं कसं करणार. घाणेरडं घर डिझाइन करायचं म्हणजे-'

'कीटिंग, तुझं धैर्य गेलं कुठे? कधीतरी काहीतरी उदात्त करावं, असं नाही वाटत तुला? ते सगळे नुसते मरतात, जीव टाकतात सौंदर्य साकारण्यासाठी. एकमेकांशी स्पर्धा करतात. आपण त्या सर्वांना मागे टाकू. त्यांचे कष्ट त्यांच्या तोंडावर फेकू. सगळ्यांना एकाच घावात गारद करून टाकू. आपण परमेश्वर बनू शकतो. आपण घाण घाण बनू शकतो.'

त्याने ते काम स्वीकारलं. काही आठवडे सरल्यानंतर त्याला त्याबद्दल अस्वस्थही वाटेनासं झालं. तो जिथे जिथे या नवीन कामासंबंधी बोलायचा, तिथे तिथे त्याला कुतूहलमिश्रित, आदरमिश्रित नजरांचाच मुजरा मिळायचा. लॉइस कुकच नाव सगळ्या प्रतिष्ठित दिवाणखान्यांमधून ओळखीचं झालेलं. बोलताबोलता तिच्या पुस्तकांची नावं फेकली जायची, जणू त्यांच्या बौद्धिक उंचीवर चढलेल्या मुकुटातले लखलखते हिरेच होते ते. ती नावं घेताना त्यांच्या स्वरात एक प्रकारचं आव्हान असायचं. जणू बोलणारा काहीतरी विशेष शौर्याचं प्रदर्शन करीत असायचा. फार मस्त वाटायचं सर्वांनाच. ऐकणाऱ्यांनाही त्याबद्दल समाधान वाटायचं. तिची पुस्तकं फारशी विकली जात नसतानाही ती जरा जास्तच प्रसिद्धी पावलेली. तिला खूपच जास्त मान-सन्मान दिले जात होते. वैचारिकता आणि विद्रोहाची अग्रदूत बनली होती जणू. फक्त तिचा विद्रोह कुणाविरुद्ध होता ते काही कीटींगला स्पष्ट झालं नव्हतं. पण ते माहीत नाही तेच बरं, असंही त्याला आत कुठेतरी वाटायचं.

तिच्या मर्जीनुसार त्याने ते घर डिझाइन करून दिलं. संगमरवर आणि प्लास्टर दोन्हींचा अजब संगम असलेलं ते तिमजली घर गार्गो सजलेलं, घोडागाड्यांवर लावायच्या दिवट्यांनी प्रकाशलेलं. पोरांसाठी बांधलेल्या मनोरंजन नगरीतून उचलून आणल्यासारखा भूतबंगला होता तो. त्या घराचं स्केच त्याच्या इतर कुठल्याही इमारतीच्या स्केचपेक्षा जास्त ठिकाणी छापून आलं. कॉस्मोस्लॉत्निक बिल्डिंगचा तेवढा अपवाद. एका समीक्षकाने लिहिलं होतं, 'पीटर कीटींग केवळ गब्रू धंदेवाइकांना सुखवणारी डिझाइन्स करण्यात मशगुल न रहाता एका वेगळ्या पातळीवर जाऊन काम करू लागणार असं दिसतंय. लॉइस कुकसारख्या बुद्धिवंत क्लायन्टसाठी काही प्रयोगात्म काम करून त्यांनी जी सुरुवात केली आहे ती आश्वासक आहे.'

टूहीने आपल्या एका लेखात त्या घराचा उल्लेख 'कॉस्मिक जोक' असा केला.

पण पीटर कीटींगच्या मनात एक विचित्रशी कडवट चव राहून गेली. एखाद्या आवडत्या कामावर लक्ष केंद्रित करत असताना त्याला अचानक ती चव त्याला सणकावून जायची. आपल्या कामाचा अभिमान वाटण्याच्या क्षणीच त्या घराच्या कामाची घाणेरडी स्मृती त्याचं मन विटवून जायची. आपल्याला नक्की काय वाटतं, ते त्याला सांगता आलं नसतं, पण त्यात कुठेतरी शरमेचा भाग होता.

एकदा त्याने याची कबुली एल्सवर्थ टूहीकडे देऊन टाकली. टूही हसला, आणि म्हणाला,'बरंच

आहे की तुझ्या दृष्टीने हे, पीटर. स्वतःचं महत्त्व किती वाढवावं... स्वतःबद्दलच्या कल्पनांमध्ये फार वारं भरू देणं बरं नसतंच तसं. अमुकच काहीतरी अपरिवर्तनीय मूल्य हवं, असला आग्रह स्वतःवर लादून घ्यायची गरज नाही.'

❑

५

डॉमिनिक न्यू यॉर्कमधे परतली होती. परतण्यात काही हेतू नव्हता. ती परतली, कारण खाणीवर शेवटची जाऊन आली त्यानंतर तिला तिथे रहाणं अशक्य झालं होतं. आता शहरातच परतायला हवं होतं. अचानक तिला तीव्रपणे तशी गरज वाटू लागली. त्याला काही अर्थ नव्हता, पण ती जणू ती गरज अनावर होती. तिला त्या शहराकडून काहीच अपेक्षा नव्हती. पण त्या शहरातले रस्ते, इमारती आपल्याला धरून ठेवताहेत, ही जाणीव तिला हवीशी वाटत होती. सकाळी खालून रस्त्यावरून खोलातून येणारी रहदारीची दबलेली गुरगुर ऐकत तिला जाग यायची, तेव्हा ती तिटकारून जायची. तो आवाज तिला जाणीव करून द्यायचा... आपण कुठे आहोत, इथे का आलो आहोत याची जाणीव... पिळवटून जायची ती.

ती खिडकीपाशी उभी होती. हात पसरून, चौकट पकडून. जणू शहराचा तो तुकडा तिने धरून ठेवला होता. तिच्या हातांच्या कवेतल्या काचेमधे कितीतरी रस्ते होते, कितीतरी छपरं, कितीतरी इमारती.

ती दूरदूरवर चालत जायची. एक जुनकट कोट घालून, त्याची कॉलर उंचावून, हात खिशात लपवून ती भराभर चालत रहायची. त्याची भेट होण्याची काहीही शक्यता नाही हे तिने स्वतःला बजावून सांगितलेलं. ती त्याचा शोधही घेत नव्हती. पण तरीही ती बाहेर पडून फिरत रहायची, रस्त्यावर, निरुद्देश... तासन्‌तास.

तिला न्यू यॉर्कचे रस्ते अजिबात आवडत नसत. आजुबाजूने वावरणाऱ्यांचे चेहरे तिथे रांगेने दिसत रहायचे... कसल्याशा भीतीच्या साच्यातून ओतून काढल्यासारखे एकसमान भाव असलेल्या चेहऱ्यांची गर्दी. स्वतःबद्दलची भीती, सर्वांची भीती, एकमेकांची भीती. या भीतीतूनच ते एकमेकांवर तुटून पडत. एखाद्याने अमुक एक गोष्ट पवित्र मानली, तर ती खेचून घेण्याचा आकांत चालायचा. त्यांच्या भीतीचं कारणही तिला कळत नव्हतं, त्या भीतीचा पोतही तिला कळत नव्हता. पण तिला त्यांच्यात दबा धरून बसलेल्या त्या भीतीची चाहूल नेहमीच जाणवायची. तिने स्वतःला अगदी निर्लेप, मुक्त ठेवलं होतं... तेवढीच आसक्ती धरून- कशाचाही स्पर्श नको होता तिला. कशाचाही...

यापूर्वी त्यांच्या भयग्रस्त मुद्रांना रस्त्यात सामोरं जाणं तिला गमतीचं वाटायचं. तिला दुखावू शकेल, असं कुठलंही साधन ती त्यांना देणार नव्हती, त्यामुळे त्यांचा वांझोटा दुस्वास तिला मनोरंजक वाटायचा.

आता ती पूर्वीसारखी मुक्त नव्हती. वाटेवर पडणारं प्रत्येक पाऊल तिला क्लेशदायी वाटत होतं. ती त्याच्याशी बांधली गेली होती... आणि तो या शहराच्या प्रत्येक अंगाशी. तो जो कुणी अनाम खाण-कामगार होता, तो या शहरातल्या गर्दीत असेल, कुठलं तरी, कसलं तरी काम करीत असेल, या गर्दीवर अवलंबून असेल. त्यांच्यापैकी कुणीही त्याला त्रास देऊ शकत असेल, सारं शहर वाटेकरी झालं होतं तिच्याशी. तो सर्वांना उपलब्ध होता. इतर लोक वापरत असलेल्या वाटांवरून तो चालत असेल हे तिला सहन होतं नव्हतं. दुकानाच्या काउंटरवरून त्याला कुणी इसम सिगरेट देत

असेल या विचाराने तिचा संताप होत असे. सबवेतून जाताना त्याच्या कोपरांना इतरांचे कोपरे घासत असतील या विचाराने तिची लाहीलाही होत असे. अशी दूरदूरवर चालून आल्यानंतर ती घरी पोहोचायची तेव्हा तापाने फणफणलेली असायची. पण तरीही पुन्हा ती दुसऱ्या दिवशी बाहेर पडायची.

तिची सुट्टी संपली तेव्हा ती बॅनरच्या ऑफिसमधे राजिनामा द्यायला गेली. काम करताना मनोरंजन करून घेणं आता तिला शक्य होणार नव्हतं. तिने आल्वा स्कॅरेटच्या तोंडभर स्वागताला खाडकन् थोपवलं. ती म्हणाली, 'मी तुला एवढंच सांगायला आलेय, आल्वा, मी नोकरी सोडतेय.'

काही क्षण तो तिच्याकडे खुळ्यासारखा पहातच राहिला. मग कसाबसा उद्गारला, 'पण का?'

बऱ्याच दिवसांनंतर तिच्यापर्यंच बाहेरच्या जगाचा आवाज पोहोचला होता. गेल्या कित्येक दिवसांत ती कुणाशी काहीही बोललेली नव्हती. त्या त्या क्षणी जसं वाटेल तसं जगायचं, वागायचं. आपलं स्वातंत्र्य तिला फार प्रिय होतं. आपल्या कृतीसाठी काहीही कारणं असण्याची गरज तिला वाटली नव्हती. आता मात्र तिला आपल्या कृतीचं कारण विचारणाऱ्या 'का?' या प्रश्नाला उत्तर देण्यापासून पळ काढता येणार नव्हता. कारण आता कारण होतं. ती विचार करत होती: त्याच्यामुळे... त्याच्यामुळे मी आपला जीवनक्रम बदलते आहे की काय? हा तर आणखी एक पराभव असेल... तो त्या रानवाटेवर भेटल्यावर जसा हसला होता, तसाच जणू पुन्हा एकदा तिच्याकडे पाहून हसत होता. तिच्यासाठी कुठलाच पर्याय खुला नव्हता. कुठलाही निर्णय मुक्त राहिला नव्हता. नोकरी सोडायची तर त्याच्यामुळे सोडाविशी वाटली म्हणूनच सोडली असती. नाही सोडली तर केवळ त्याच्यामुळे आपल्या आयुष्यात काहीही बदल होणार नाही हे सिद्ध करण्यासाठीच- मनाविरुद्धच. दुसरा पर्याय अधिक कठीण होता.

तिने मान वर केली आणि म्हणाली, 'गंमत केली, आल्वा. तू काय म्हणतोस, ते पहायचं होतं. नाही सोडत मी नोकरी.'

□ □ □

कामावर यायला सुरुवात करून काही दिवस सरले होते, आणि एक दिवस एल्सवर्थ टूही तिच्या ऑफिसमधे आला.

'हेलो, डॉमिनिक,' तो म्हणाला, 'तू परतल्याचं आत्ताच कळलं मला.'

'हेलो, एल्सवर्थ.'

'मला फार बरं वाटलं ऐकून. तुला सांगू... मला नेहमी असं वाटतं, की तू ना, कधीतरी एक दिवस आम्हा सर्वांना काही न सांगता सवरता एखाद्या सकाळी नाहीशी होशील...'

'नुसतं वाटतं, एल्सवर्थ? की तशी आशा वाटते?'

तो तिच्याकडे पहात होता. त्याची नजर नेहमीसारखीच प्रेमळ, समंजस होती. पण त्यात एक थोडा स्वतःलाच हसत असल्याचा भाव होता... तिला आपला हा आविर्भाव आवडत नाहीये हे कळूनही आपण तशाच आविर्भावात बोलणार आहोत, असा भावही त्या नजरेत होता.

'चुकतेस तू.' तो अगदी प्रसन्न हसत म्हणाला. 'याबाबत तू नेहमीच चुकतेस.'

'असं? मी बसत नाही तुमच्या कोष्टकात, हो की नाही?'

'अर्थात मी विचारू शकतो की, कुठल्या कोष्टकात... पण समज मी नाही विचारलं. समज मी म्हटलं की कोष्टकांत बसणाऱ्या लोकांचे जसे काही उपयोग असतात, तसे कोष्टकात न बसणाऱ्या लोकांचेही असतातच. तसं म्हटलेलं आवडेल का तुला अधिक? अर्थात, मी अगदी साधं उत्तर देतो,

ते म्हणजे- मला तुझं नेहमीच कौतुक वाटत आलंय आणि नेहमीच वाटेल.'

'ही काही फार मोठी कौतुकाची बाब होत नाही.'

'काही असो, आपण एकमेकांचे शत्रू होऊ कधीकाळी, असं तर मला निश्चितच वाटत नाही, डॉमिनिक... हे बरं वाटतंय का?'

'हं... मला नाही वाटत आपण कधी शत्रू होऊ. तू म्हणजे मला मोठा दिलासा वाटतोस बघ, एल्सवर्थ.'

'अर्थात.'

'मला अभिप्रेत आहे त्या अर्थी?'

'तुला जसं आणि जे अभिप्रेत असेल तसं.'

तिच्या समोरच्या डेस्कवर सन्डे क्रॉनिकलचं फोटोफीचर्स पान उघडून पडलेलं. ज्या पानावर एनराइट हाऊसचं चित्र छापलेलं त्या पानावर. तिने तो पेपर उचलून त्याच्या पुढ्यात धरला. तिची नजर बारीक झालेली, प्रश्नार्थक. त्याने त्या चित्राकडे पाहिलं. आणि त्याची नजर संथपणे फिरत तिच्या चेहऱ्यावर क्षणमात्र स्थिरावली... आणि मग पुन्हा त्या चित्राकडे वळली. त्याने तो पेपर पुन्हा तिच्या डेस्कवर टाकला.

'बेमुर्वतपणे स्वैर आहे नाही?' तो म्हणाला.

'तुला सांगू, एल्सवर्थ, हे डिझाइन करणाऱ्या माणसाने आत्महत्या करून टाकायला हवी होती. इतक्या सुंदर संकल्पनेचं बीज ज्याच्या मनात स्फुरू शकतं, त्या माणसाला हे कळायला हवं, की ही संकल्पना मूर्त होता कामा नये. ही इमारत अस्तित्वात यावी, असं त्याला वाटू कसं शकतं... पण नाही... हा... हा ती बांधणार... मग बायका आपल्या पोरांचे लंगोट तिच्या गच्चीवर वाळत घालणार, पुरुष जिन्यात थुंकणार किंवा घाणेरडी चित्र त्याच्या भिंतींवर खरडणार... त्याने ती त्यांच्या हाती दिली की ते सारे तिचा भाग बनून जाणार. त्याने अशी इमारत बांधून तुझ्यासारख्यांच्या नजरेसमोर येऊ देणं चूक होतं. तुझ्यासारख्या माणसांना त्याबद्दल बोलायची संधी देणं चूक होतं. तू या इमारतीबद्दल पहिला उद्गार काढशील त्याने त्याचं काम विद्रूप होईल. पण ती संधी त्यानेच निर्माण केली आहे. तुझ्यापेक्षा अधिक घृणास्पद वाटतो तो मला. तू करशील ती केवळ एक क्षुद्रशी असभ्यता असेल. पण त्याने मात्र पावित्र्यभंग केला आहे. इतकी सुंदर संकल्पना साकार करण्याइतकी जाण असलेल्या माणसाला या जगात जिवंत रहावं अशीही इच्छा उरलेली असता कामा नये.'

'लिहिणार आहेस याबद्दल?' त्याने विचारलं.

'नाही. तसं केलं तर ती त्याच्या अपराधाचीच पुनरावृत्ती होईल.'

'आणि माझ्याशी त्याबद्दल बोलून?'

तिने त्याच्याकडे पाहिलं. तो मजेत हसत होता.

'हो तर.' ती उत्तरली, 'तोही त्याच अपराधाचा भाग आहे.'

'कधीतरी डिनर घेऊ आपण एकत्र, डॉमिनिक, तू मला पुरेसा वेळ देत नाहीस कधी.'

'ठीक आहे... कधीही. म्हणशील तेव्हा.'

□ □ □

एल्सवर्थ टूहीवर केलेल्या हल्ल्याबद्दल स्टीवन मॅलरीवर खटला भरला गेला, तेव्हा त्याने आपला हेतू सांगायला नकार दिला. त्याने काहीच सांगितलं नाही. काहीही शिक्षा झाली तरी त्याला जणू फरक पडणार नव्हता. पण एल्सवर्थ टूहीने मात्र एक छोटीशी खळबळ माजवून दिली. तो

अचानक न बोलावता, न सांगता मॅलरीच्या बचावार्थ कोर्टात दाखल झाला. मॅलरीला फार शिक्षा करू नये, अशी त्याने न्यायाधीशांना विनंती केली. मॅलरीचं भविष्य आणि करीअर बरबाद झालेलं पहायची आपली इच्छा नसल्याचं त्याने सांगितलं. न्यायालयात जमलेल्या सर्वांनाच त्याच्या या उदार कृतीने भरून आलं, अपवाद होता फक्त स्टीवन मॅलरीचा. स्टीवन मॅलरी ऐकत होता... काहीतरी असह्य क्रौर्याचा छळ भोगल्याचे भाव होते त्याच्या मुद्रेवर. न्यायाधीशांनी त्याला दोन वर्षांची कारावासाची शिक्षा ठोठावली आणि मग ती स्थगित ठेवली.

टूहीच्या उदारमनस्कतेची भरपूर चर्चा झाली. टूहीने सगळा स्तुतीवर्षाव नम्रपणे नाकारला.

त्याची एकच प्रतिक्रिया सर्व वृत्तपत्रांतून झळकली, 'मित्र हो, हुतात्मे तयार करण्याच्या प्रक्रियेत माझा हातभार लागू नये, एवढीच माझी इच्छा आहे.'

□ □ □

तरुण आर्किटेक्ट्सच्या प्रस्तावित संघटनेच्या पहिल्या बैठकीत गेल्यानंतर कीटींगला एक गोष्ट ताबडतोब कळली, टूहीला एकजिनसी माणसं निवडून घेण्याची कला चांगलीच साध्य होती. तिथे जमलेल्या अठरा माणसांच्यात काहीतरी साम्य होतं. काय, ते त्याला सांगता आलं नसतं, पण त्यांची सोबत त्याला फार सुखावह, सुरक्षित वाटत होती. कधी एकटा असताना किंवा दुसऱ्या कुठल्याही घोळक्यात असताना त्याला इतकं छान, मस्त वाटलं नव्हतं. या सुखाचा एक पैलू असा होता, की त्या साऱ्यांनाच तिथे खूप मस्त वाटत होतं, विनाकारणच. एक मऊमऊ भाईबंदीची दुलई पडलेली जणू सर्वांवर. बंधुत्वाची उदात्त कल्पना वगैरे नव्हे- सरळसोट भाईबंदी. आणि नेमकी हीच त्यांच्या सुखावलेपणाची कळ होती. उदात्ततेचा रंग चढवायची इथे गरजच नव्हती.

हा एक समान धागा सोडला तर कीटींग खरं तर जमलेल्या लोकांच्या दर्जाबद्दल खिन्नच झाला असता. कीटींग आणि गॉर्डन प्रेस्कॉट सोडल्यास त्यांच्यापैकी कुणीही नावाजलेला आर्किटेक्ट नव्हता. गॉर्डन प्रेस्कॉट बदामी रंगाचा टर्टल नेक स्वेटर घालून आलेला. तो थोडा वडीलधारेपणा दाखवण्याचा प्रयत्न करत होता, पण तोही इतरांइतकाच उत्सुक होता. इतर कुणाची नावंही कीटींगने कधी ऐकली नव्हती. त्यांच्यापैकी बरेचसे तरुण आत्ताच आर्किटेक्चरची परीक्षा पास झालेले. कसलेतरी अजागळ, ढगळे कपडे अडकवलेले आणि उगीच संतप्त भाव चेहऱ्यावर वागवणारे असे ते तरुण आत्ताशी कुठेकुठे ड्राफ्ट्समन म्हणून नोकरीला लागलेले. त्यात एकच तरुण मुलगी होती. तिने काही खाजगी घरं डिझाइन केलेली. त्यातली बरीचशी श्रीमंत विधवांचीच कामं होती. ती जरा जास्तच आक्रमक होती. घट्ट मिटलेल्या ओठांनी वावरत होती. केसांत एक पेट्यूनियाचं फूल माळलेलं तिने. एक मुलगा होता. त्याचे डोळे अगदी निष्पाप होते, शुद्ध होते. कुणीतरी एक जाडा कॉंट्रॅक्टरही होता. त्याचा चेहरा अगदीच कोरा होता. एक उंचनीच, रुक्ष वाटणारी बाई होती, ती इंटेरियर डेकोरेटर होती. आणखी एक बाई होती, तिचा व्यवसाय काय ते काही सांगता आलं नसतं.

ही संघटना करण्यामागचा हेतू काय होता ते कीटींगला कळलं नव्हतं. खूप काय काय बोललं जात होतं. त्यात काही सुसंगती नव्हती, सूत्र नव्हतं, तरीही त्या गप्पांचा एकच अंतःप्रवाह असावासं वाटत होतं.

त्या गोलगोल फिरणाऱ्या गप्पांमधला अंतःप्रवाहच तेवढा त्याला स्पष्ट जाणवत होता. कुणीही काही स्पष्ट बोलत नव्हतं, तरीही तो स्पष्ट होता. त्याच्यासकट ते सारेच त्या एकाच प्रवाहात डुंबत होते. पण त्याचं नेमकेपण काय ते त्याने शब्दात पकडलं नसतं.

ते सगळेजण अन्यायाबद्दल बोलत होते, युवकांना समाजाची दडपशाही वगैरे कसं सहन करावं

लागतं त्याबद्दल बोलत होते. कॉलेजशिक्षण संपल्यानंतर प्रत्येकाला निश्चितपणे विशिष्ट कामं मिळालीच पाहिजे असा त्यांचा बोलण्याचा सूर होता. आर्किटेक्ट असलेली ती बाई अचानक ओरडून बोलू लागली, श्रीमंतांमुळे विषमता कशी वाढतेय यावर जोरजोरात चार वाक्य बोलून ती गप्प झाली. तो कॉंट्रॅक्टर जोरात भुंकल्यासारखा चवताळून म्हणाला की, या जगात जगणं महाकठीण आहे, आणि मग त्याने सांगून टाकलं, 'आपण सर्वांनी एकमेकांना मदत करायला पाहिजे.' निष्पाप डोळ्यांच्या मुलाने विव्हल आवाजात सांगितलं,'आपण किती चांगल्या गोष्टी करू शकतो...' त्याच्या स्वरातली तळमळ त्या ठिकाणी अगदीच विसंगत वाटत होती. 'एजीए ही एक मूर्ख थेरड्यांची संघटना आहे' असं गॉर्डन प्रेस्कॉटने जाहीर सांगून टाकलं. 'त्यांना सामाजिक जबाबदारी म्हणजे काय त्यातलं शष्पही कळत नाही आणि त्यांच्यातल्या बहुतेकांत काहीही दम नाही. निःसत्त्व, रक्तहीन आहेत ते साले सगळे. त्यांना लाथ घालायची गरजच आहे आता.' ती बाई- तिचा व्यवसाय काय ते कळत नव्हतं ती- ती आदर्श आणि संघर्षाची गरज वगैरे गोष्टी बोलत होती, पण ते म्हणजे नेमके काय ते कुणालाच कळत नव्हतं.

अध्यक्ष म्हणून पीटर कीटींगला सर्वांनी एकमताने निवडून दिलं. गॉर्डन प्रेस्कॉट उपाध्यक्ष आणि खजिनदार झाला. टूहीने कुठलंही पद स्वीकारायला नकार दिला. मी केवळ निरीक्षक म्हणून मधूनमधून येईन, असं त्याने सांगून टाकलं. तो सल्लागार म्हणून काम करणार होता, पण तेही अधिकृत म्हणून नव्हे. या संघटनेचं नाव 'कौन्सिल ऑफ अमेरिकन बिल्डर्स' असं ठेवण्यात आलं. संघटनेचं सदस्यत्व फक्त आर्किटेक्ट्सपुरतंच मर्यादित असणार नव्हतं. त्यात आर्किटेक्चरशी संलग्न असलेल्या सर्व व्यवसायांचे लोक सदस्य होऊ शकणार होते. बांधकाम व्यवसायाचे हितसंबंध मनाशी जपणाऱ्या सर्वांना त्यात प्रवेश असणार होता.

मग टूही बोलू लागला. टेबलावर भार देत, उभा राहून त्याने बऱ्यापैकी लंबंचवडं भाषण केलं. त्याचा जबरदस्त आवाज आज अनुनयशाली, मऊसूत होता. त्या खोलीत तो आवाज भरून रहात होता आणि श्रोत्यांना जाणीव होत होती की, हा आवाज रोमन खुले सभागृहसुद्धा दुमदुमून टाकू शकतो. या जाणिवेने त्यांना जराशा गुदगुल्याच होत असाव्यात. एवढ्या जबरदस्त आवाजाचा माणूस केवळ आपल्यासाठी संयतपणे बोलतो आहे ही जाणीव सुखद होती.

'...आणि म्हणून म्हणतो, मित्र हो, आर्किटेक्चरच्या व्यावसायिकांना स्वतःच्या सामाजिक महत्त्वाची पुरेशी जाण नाही हे लक्षात घ्या. याची दोनपदरी कारणं आहेत. आपल्या संपूर्ण समाजाचा असामाजिक दृष्टिकोन हे एक कारण आणि दुसरं म्हणजे तुम्ही स्वतःच स्वतःबद्दल आत्मविश्वास बाळगून नसता हे. तुमची मानसिक जडणघडणच अशा तऱ्हेने झालेली आहे की, तुम्ही स्वतःला केवळ एक पैसा कमावणारं साधन मानता, लोकांकडून फी घेऊन पोटभरूपणा करणे एवढेच आपले काम आहे असं तुम्ही स्वतःच मान्य करून बसला आहात. मित्रांनो, तुम्हाला नाही वाटत की, जरा थबकून आपल्या सामाजिक भूमिकेचा पुनर्विचार करावा असं? सर्व कलांमध्ये तुमची कला ही सर्वश्रेष्ठ आहे, महत्त्वाची आहे. तुम्हाला मिळत असलेल्या पैशावर हे महत्त्व अवलंबून नाही. तुम्ही किती कलात्मक काम करता त्यावरही नाही. तुमचं महत्त्व ठरतं ते तुम्ही इतर मनुष्यमात्रांची किती महत्त्वाची गरज पुरवता त्यामुळे. तुम्ही मानवजातीला निवारा पुरवता. एवढं एक लक्षात घ्या आणि मग आपल्या शहरांकडे पहा, आपल्या झोपडपट्ट्यांकडे पहा... पहा केवढं मोठं आव्हान तुमच्यासमोर उभं आहे. पण हे आव्हान स्वीकारायचं, तर तुम्हाला अगोदर स्वतःची किंमत ओळखावी लागेल, आपल्या कामाची प्रतिष्ठा ओळखावी लागेल. चार तुकडे फेकून विकत घेतलेले भाडोत्री दास नाही तुम्ही श्रीमंतांचे. ज्यांना निवारा नाही, आधार नाही, अशा दीनदुबळ्यांसाठी तुम्ही परिवर्तनाचे

अग्रदूत होऊ शकता. आपण काय आहोत त्यामुळे आपली किंमत ठरत नाही दोस्त हो, आपण कुणासाठी काम करतो त्यावरून ठरते. आपण याच तत्त्वासाठी एकत्र येऊ. आपण या नवीन, व्यापक, उदात्त दृष्टिकोनाचा अंगीकार करू या. मी म्हणेन, आपण संघटित होऊ या, मित्र हो, एका उदात्त-उन्नत स्वप्नाच्या पूर्तीसाठी एकत्र येऊ या.'

कीटींग मन लावून ऐकत होता. त्यानेही आजवर पोट भरण्यासाठी करण्याचा एक व्यवसाय एवढाच विचार केला होता आर्किटेक्चरबाबतीत. या व्यवसायाची निवडदेखील त्याने आपल्या आईच्या आग्रही सूचनेवरून केली होती. आपण एक पोटभरू व्यावसायिक आहोत, या पेक्षाही अधिक काही आहोत, ही कल्पनाच किती मस्त वाटत होती. आपलं दैनंदिन काम हे सामान्य व्यवसायांपेक्षा कितीतरी ध्येयनिष्ठ आहे हे काय गोड वाटत होतं. त्याला फारच मस्त वाटत होतं. धुंदावला होता तो. खोलीत जमलेले बाकीचे सारेही त्याच मनःस्थितीत होते, हे त्याला जणवून गेलं.

'आणि जेव्हा ही प्रचलित प्रस्थापित समाजव्यवस्था कोसळून पडेल, तेव्हा बांधकामाचा व्यवसाय तिच्या ढिगाऱ्याखाली गाडला जाणार नाही याची आपण काळजी घेऊ. उलट नव्या समाजव्यवस्थेत या व्यवसायाला अधिक महत्त्व येईल, अधिक प्रतिष्ठा लाभेल असं पाहू.'

दारावरची घंटी वाजली. आणि टूहीचा नोकर पुढे झाला. त्याने दार उघडून धरलं तेव्हा डॉमिनिक फ्रँकनने प्रवेश केला.

टूहीने डॉमिनिकला आमंत्रण दिलेलं नव्हतं आणि ती येईल अशी त्याला यत्किंचितही अपेक्षा नव्हती, हे कीटींगला ताबडतोब उमजलं, कारण टूही बोलता बोलता अर्ध्या शब्दांवर थबकला होता. ती टूहीकडे पाहून हसली, मान हलवून एका हाताने भाषण चालू ठेव अशी खूण करत ती पुढे सरकली. त्याने केवळ भुवयांची हालचाल करीत किंचितसं अभिवादन करून भाषण चालू ठेवलं. ते अभिवादन तसं अनौपचारिक होतं, तेवढ्यानेच तिला त्याने जणू या गटात सामील करून घेतलं होतं. पण काही का असेना, ते निमिषमात्र उशिरानेच आलं असावं असं कीटींगला वाटून गेलं. यापूर्वी टूहीने असा नेमका क्षण चुकवल्याचं उदाहरण कीटींगने कधी पाहिलं नव्हतं.

डॉमिनिक सर्वांच्या मागे कोपऱ्यात बसली होती. क्षणभर कीटींगचं भाषणाकडे दुर्लक्ष झालं, तो तिचं लक्ष वेधून घेण्याचा प्रयत्न करीत राहिला. तिची नजर सावकाश सगळ्या खोलीवरून फिरत गेली. एकेका चेहऱ्याची नोंद घेत तिचे डोळे त्याच्यावर अखेर थबकले. त्याने मान लववून अभिवादन केलं, जणू त्याची नि तिची अगदी खास खूण पटली होती. तिची मान लवताना तिने क्षणमात्र पापण्या मिटून घेतल्याचं त्याने पाहिलं. मग तिने पुन्हा त्याच्याकडे पाहून घेतलं. बराच वेळ तिची नजर त्याच्यावर खिळलेली, पण त्यात हास्य नव्हतं. तिला जणू त्याच्यामधलं काहीतरी नवीनच सापडलेलं. वसंत सुरू झाल्यापासून त्याला ती दिसलीच नव्हती. त्याला ती जराशी थकलेली वाटली आणि मागच्या वेळी पाहिलेली आठवत होती त्यापेक्षा अधिकच छान.

मग तो एल्सवर्थ टूहीकडे वळून पुन्हा एकदा नीट ऐकू लागला. त्याचे शब्द नेहमीसारखेच धीरोदात्त होते, पण आता कीटींगला त्याचं भाषण ऐकताना थोडं अस्वस्थ वाटू लागलं होतं. तो मधूनच डॉमिनिककडे पहात होता. या बैठकीत, या खोलीत तिची उपस्थिती त्याला खटकत होती. ती या सगळ्यात बसत नाही हे त्याला समजत होतं. का ते नसतं सांगता आलं त्याला. पण हे त्याला प्रचंड खात्रीने जाणवत होतं. तो जणू दडपला गेला त्या जाणिवेने. तिचं सौंदर्य किंवा तिचा औद्धत्यपूर्ण वाटणारा रुबाब यामागे नव्हता. पण काहीतरी असं होतं की त्यामुळे ती या वातावरणात परकी होती. काहीतरी असं वाटत राहिलं... की ते सारे निर्धास्तपणे नागडे बसलेले आणि कुणीतरी त्यांना लाज वाटायला, स्वतःच्या निर्लज्जपणाची जाणीव करून द्यायला अंगभर कपडे घालून तिथे आलं होतं पण

ती काहीच करत नव्हती. ती लक्षपूर्वक ऐकत होती. एकदाच ती थोडी मागे रेलली, तिने पायावर पाय टाकत सिगरेट पेटवली. मनगटाला हलकासा झटका देत तिने काडीचे पेटती ज्योत विझवली आणि काडी शेजारच्या टेबलवरच्या ॲश-ट्रेमधे टाकली. तिच्या मनगटाचा तो काडी फेकतानाचा झटका त्याने पाहिला आणि त्याला क्षणभर भासलं की तिने ती काडी त्या सर्वांच्या तोंडावरच फेकलेली. आपण अगदीच हास्यास्पद विचार करतोय- त्याने स्वतःला सांगितलं. पण त्याच्या एक गोष्ट लक्षात आली, एल्सवर्थ टूही बोलताना एकदाही तिच्याकडे पहात नव्हता.

बैठक संपल्यानंतर मात्र टूही लगबगीने तिच्याजवळ गेला.

'डॉमिनिक, माय डियर!' तो प्रसन्नपणे म्हणाला, 'तू आलीस हा मी माझा सन्मान समजू का?'

'तुझी इच्छा.'

'तुला यात रस आहे असं माहीत असतं, तर मी तुला निमंत्रण पाठवलं असतं.'

'पण मला रस असेल असं तुला वाटलंच नाही.'

'नाही, म्हणजे खरंच... मला-'

'चूक झाली तुझी, एल्सवर्थ. मी अखेर एक पत्रकार आहे हे तू विसरलास. काहीतरी खास बातमी मिळवायची संधी अशी सोडायची? एका अक्राळविक्राळ गुन्ह्याचा प्रारंभ पहाण्याची संधी अशी वारंवार थोडीच मिळते!'

'तुला काय म्हणायचंय काय, डॉमिनिक?' कीटींगचा स्वर जरा तापलेला.

'हेलो, पीटर.' ती त्याच्याकडे वळून म्हणाली.

'तू ओळखतेसच म्हणा पीटरला.' टूही हसून म्हणाला.

'हो तर, पीटर पूर्वी माझ्या प्रेमात पडलेला.'

'काळ चुकीचा वापरते आहेस, डॉमिनिक.' कीटींग म्हणाला.

'डॉमिनिक जे काही बोलते ते सगळं फार गंभीरपणे घ्यायचं नसतं, पीटर. आपण ते फार गंभीरपणे घ्यावं अशी तिचीही अपेक्षा नसते. आमच्या या संघटनेत सामील होणार का, डॉमिनिक? व्यावसायिकदृष्ट्या तू पात्रतेच्या निकषांत अगदी छान बसतेस.'

'नको, एल्सवर्थ, मला नाही सामील व्हायचं यात. तेवढं करण्याइतका तुझा द्वेष नाही करत मी अजूनतरी.'

'तुझा एवढा विरोध कशासाठी आहे याला?' कीटींगने रागारागाने विचारलं.

'काय म्हणतोस पीटर!' तिने स्वर मुद्दामच ओढला, 'कशामुळे वाटलं बरं तुला असं? माझा अजिबात विरोध नाही. माझा विरोध आहे का सांग, एल्सवर्थ? मला उलट वाटतं की हे होणं अगदी योग्यच आहे- याची उघडउघड गरज निर्माण झाली आहे. आपणा सर्वांनाच याची गरज आहे आणि आपली हीच लायकी आहे.'

'तू पुढल्या बैठकीला पण येशील असं मी गृहीत धरू?' टूहीने विचारलं, 'इतकी गहिरी समज असलेला श्रोता मिळणं मोठं सुखद वाटेल मला. शिवाय ढवळाढवळही नसते तुझी.'

'नको, एल्सवर्थ, थँक्यू. मला फक्त जरासं कुतूहल वाटलं. मजेशीर घोळका गोळा केला आहेस यात वादच नाही. तरुण बांधकाम व्यावसायिक. अरे हो... तू त्या एनराइट हाऊस डिझाइन करणाऱ्या आर्किटेक्टला नाही बोलवलंस- काय रे नाव त्याचं? हॉवर्ड रॉर्क?'

कीटींगचा जबडा जणू घट्ट बंद झाला. पण ती निरागस मुद्रेने त्यांच्याकडे पहात होती. ती सहजच म्हणाली असावी. नक्कीच- तिला असं तर म्हणायचं नव्हतं- काय? त्याने मनातल्या मनात स्वतःला प्रश्न विचारला आणि स्वतःच उत्तरही दिलं- तिला तसं काहीच म्हणायचं नसणार... जे

त्याच्या मनात क्षणभरासाठी आलं होतं आणि त्याला भयचकित करून गेलं होतं... ते सारं तिला नक्कीच म्हणायचं नसणार.

'आजवर कधी कुठे मि. रॉर्कची आणि माझी भेट झालेली नाही.'

'तू ओळखतेस का त्याला?' कीटींगने विचारलं.

'नाही, मी फक्त एनराइट हाऊसचं स्केच पाहिलंय.' ती उत्तरली.

'आणि? काय वाटलं तुला- काय विचार केलास त्याबद्दल?'

'काहीच विचार केला नाही मी त्याचा.' ती उत्तरली.

ती जायला वळली, तेव्हा कीटींग तिच्या मागोमाग गेला. एलेव्हेटरमधून खाली जाताना तो तिच्याकडे बघत होता. तिने हातात काळे हातमोजे घातलेले. हातात एक पॉकेटबुक होतं. तिने इतकं सहज पकडलेलं की, एकाच वेळी तिचा हात बेदरकार वाटत होता आणि आकर्षकही. पुन्हा एकदा ते तिच्यासमोर विरघळला.

'डॉमिनिक, तू आज इथे खरोखर कशासाठी आलीस?'

'ओः, बरेच दिवसात कुठेच गेले नव्हते, म्हटलं इथूनच सुरुवात करू या. सांगू का, मी पोहायला जाते ना तेव्हा मला हळुहळू थंड पाण्याची सवय करत आत उतरणं हा छळवाद वाटतो. मी थेट उडी घेते, तो जो धक्का एकदाच बसतो ना त्यानंतर बाकीचं सगळं सोपं होऊन जातं.'

'काय म्हणायचंय काय तुला? तुला या संघटनेत इतकं काय चुकीचं वाटतं? अखेर आम्ही कुणीच काही निश्चित ठरवलेलं नाहीये. काहीही कार्यक्रम नाहीये आमच्यासमोर... आम्ही नक्की कशासाठी जमलो होतो हेसुद्धा मला माहीत नाही अजून.'

'तेच तर, पीटर, तेच. तुम्ही तिथे कशासाठी आहात हे सुद्धा तुम्हाला माहीत नाही.'

'आम्ही आपले असेच जमतो आहोत सध्या, गप्पाटप्पा होतील, आपल्या विषयाचेच आहेत सगळे. त्यात काय नुकसान आहे?'

'पीटर, मी थकलेय.'

'बरं, एवढं सांग, तुझं आजचं येणं निदान तुझ्या विजनवासातून बाहेर पडण्याची सुरुवात आहे असं समजायचं?'

'हो. तेवढंच- माझा विजनवास?'

'मी तुला किती निरोप ठेवले, भेटायचा प्रयत्न केला, माहीते तुला?'

'हो का?'

'तुला पुन्हा भेटून किती आनंद झालाय मला- ते सांगायला हवं का मी?'

'नको, तू सांगितलंस असं धरून चालू.'

'तू काहीशी बदललीयेस, डॉमिनिक. कशी बदलली आहेस ते नाही सांगता येत, पण काहीतरी बदल झालाय नक्की.'

'असं?'

'चल आपण हेही धरून चालू की तू किती छान दिसतेस, तेही मी तुला सांगून झालंय. कारण माझ्याकडे शब्दच नाहीत पुरेसे त्यासाठी.'

बाहेर अंधार पडलेला. त्याने टॅक्सी थांबवली. तिच्याजवळ बसल्यानंतर तो तिच्याकडे वळून पाहू लागला. त्याच्या नजरेत स्पष्टच निमंत्रण होतं. दोघांमधली निःशब्दता अधोरेखित होण्याची आशा करत तो तिच्याकडे पहात राहिला. तिने मान दुसरीकडे वळवली नाही. ती त्याचा चेहरा. जणू बारकाईने निरखत होती. कसलं तरी नवल वाटत होतं तिला, त्याला अंदाज लागत नव्हता, पण

कसल्यातरी विचारात बुडालेली ती. त्याने हलकेच तिचा हात हाती घेतला. त्याला तिच्या हाताच्या स्नायूंमधून एक ताठरपणा जाणवला. हात काढून घेण्यासाठी नव्हे, तर त्याच्या हाती हात राहू देण्यासाठी ती प्रयत्न करत असल्याचं त्याला जाणवलं. त्याने तिचा हात उचलून ओठ मनगटावर टेकवले.

त्याने तिच्याकडे पाहिलं. तिचा हात त्याने सोडला तेव्हा तो क्षणभर अधांतरीच राहिला. बोटं ताठरलेली. त्याने पूर्वी अनुभवलेला निर्विकारपणा नव्हता हा. तिला वाटणारी घृणा त्यात स्पष्ट झालेली. इतकी प्रचंड घृणा की, त्यात व्यक्तिगत असं काहीच नव्हतं. तिच्या मनातल्या घृणेत तो एकटा नव्हता... बरंच काही होतं. अचानक त्याला तिच्या शरीराची तीव्र जाणीव झाली. आसक्ती नव्हे, तिरस्कारही नव्हे... केवळ जाणीव. तिच्या वस्त्राखालचा तिचा देह त्याच्या इतक्या जवळ आहे, एवढीच जाणीव. तो नकळत उद्गारला, 'डॉमिनिक, कोण होता तो?'

ती गर्रकन त्याच्या दिशेने वळली. तिचे डोळे बारीक झाले. तिचे ओठ जणू सैलावून मऊ झाले. तिची जिवणी किंचितशा हास्यात रुंदावली. ती थेट त्याच्या डोळ्यात पहात उत्तरली, 'ग्रेनाइटच्या खाणीतला एक कामगार होता.'

तिचा हेतू साध्य झालेला. तो मोठ्याने हसला.

'भली अक्कल शिकलो मी, डॉमिनिक, अशक्य अशा गोष्टीचा संशय घेतला मी.'

'पीटर, किती विचित्र आहे नाही? मला मागे एकदा असं वाटून गेलेलं की, तुझ्याबद्दल आसक्ती वाटायला मी स्वतःला भाग पाडेन.'

'त्यात विचित्र काय आहे?'

'हेच की आपल्याला स्वतःबद्दलसुद्धा किती कमी गोष्टी माहीत असतात. कधीतरी तुलाही स्वतःबद्दलचं सत्य उमगेल, पीटर, आणि इतर बऱ्याच जणांपेक्षा तुला ते फार जास्त कठीण जाईल. पण इतक्यात त्याचा विचार करायची गरज नाही... अजून बराच काळ जावा लागेल त्यासाठी.'

'तुला कधीतरी मी हवासा वाटलो होतो, डॉमिनिक?'

'मला वाटायचं की, मला जगात काहीच नकोसं आहे, आणि तू माझ्या त्या हेतूत नेमका बसत होतास.'

'मला कळत नाही तू काय म्हणते आहेस. तू काय म्हणतेस ते तसं तर मला कधीच नीटसं समजत नाही. मला एवढं कळतं की मी तुझ्यावर नेहमीच प्रेम करत राहीन. आणि आता तुला मी पुन्हा अशी हरवू देणार नाही... आता तू परतली आहेसच तर-'

'-आता मी परतले आहेच तर, -पीटर, मला तुला पुन्हा भेटायची इच्छा नाहीये. हां, तसे आपण कुठे ना कुठे आपण भेटूच. पण मला भेटायचा प्रयत्न करू नकोस, मला फोन करू नकोस, मी तुला दुखवण्यासाठी म्हणून हे म्हणत नाहीये, पीटर- तसं अजिबातच नाहीये. मला राग यावा असं तू काहीही केलेलं नाहीस. माझ्यातच काहीतरी आहे... जे मला सामोरं यायला नको आहे. उदाहरणादाखल मी तुझी निवड केली याचा मला वाईट वाटतं. पण तू एकदम चपखल वाटतोस. तू- पीटर- या जगात मला ज्या ज्या गोष्टींचा तिरस्कार वाटतो त्या त्या सर्व गोष्टींचं प्रतिबिंब तुझ्यात आहे... आणि मला त्यांचा किती तिरस्कार वाटतो, याची मला आठवणही नको आहे. त्याची मला आठवण झाली, तर मी पुन्हा परतेन... तुझा अपमान नाही करत मी, पीटर, समजून घे. तू या जगातला सर्वात वाईट असा नाहीस- तू त्यांच्यातला सर्वोत्तम आहेस, हेच तर भीतीदायक आहे. मी कधी तुझ्याकडे परतले- तर मला येऊ देऊ नकोस. मी हे सांगतेय कारण मी आत्ता हे सांगण्याच्या मनःस्थितीत आहे. पण जर मी परतून तुझ्याकडे आले, तर तू मला थांबवू शकणार नाहीस. आणि

ही अखेरची वेळ आहे- मी तुला सावध करतेय.'

'मला कळत नाही.' त्याच्या स्वरात थंडगार संताप होता. त्याचे ओठ ताठरलेले, 'तू काय बोलते आहेस.'

'कळून घेण्याचा प्रयत्नही करू नकोस. काही फरक पडत नाही. फक्त आपण एकमेकांपासून दूर राहू, ठीक आहे?'

'मी तुझी आशा कधीच सोडणार नाही.'

तिने खांदे उडवले, 'ठीक आहे, पीटर, ही खरोखरच अखेरची वेळ- मी तुझ्यावर- किंवा कुणावरही दया दाखवतेय.'

❑

६

रॉजर एनराइटने पेनसिल्वेनियातल्या कोळसा खाणीतला कामगार म्हणून सुरुवात केली होती.

अब्जाधीश होण्याच्या त्याच्या वाटचालीत त्याला कोणीही मदत केली नव्हती.

'आणि म्हणूनच-' तो सांगायचा, 'माझ्या मार्गात कुणी अडथळाही आणला नाही.'

खरं म्हणजे खूप लोकांनी विविध प्रकारे त्याच्या मार्गात अडथळे आणलेले, पण त्याचं लक्षच नसायचं त्यांच्या उपद्व्यापांकडे. त्याच्या जीवनप्रवासातले अनेक टप्पे असे होते की, ज्याबद्दल फारसं चांगलं बोललं जात नसे. त्याचा प्रवास सार्वजनिकरीत्या धडधडीत उघड होता. जाहिरातीचा भलामोठा फलक लागावा तसा. ब्लॅकमेल करणाऱ्यांची आणि सवंग चरित्रकथा लिहिणाऱ्यांची त्याच्याकडे डाळ शिजलीच नसती. श्रीमंत वर्गाचा तो नावडता होता, कारण तो अगदीच नाठाळपणे श्रीमंत झाला होता.

तो बँकर्सचा राग करत असे. कामगार संघटना, स्त्रिया, एव्हान्जेलिस्ट्स आणि स्टॉक एक्स्चेंज या साऱ्यांपासून तो दूर रहात असे. त्याने कधी कुणाचे शेअर्स विकत घेतले नव्हते आणि स्वतःचे कुणाला विकले नव्हते. त्याच्या संपत्तीचा तो एकमेव मालक होता. आपली रोकड तो जसा स्वतःच्या खिशात बाळगत असे तसाच तो आपली संपत्तीही वागवत असे. त्याच्या तेल उद्योगासोबतच त्याच्या मालकीचं एक प्रकाशनगृह होतं, एक रेस्तराँ होतं, एक रेडिओचं दुकान होतं, एक गराज होतं, एक रेफ्रिजरेटर्सचा कारखानाही होता त्याचा. प्रत्येक नवीन उद्योगाला हात घालण्याआधी तो त्या क्षेत्राचा कितीतरी काळपर्यंत बारकाईने अभ्यास करत राही. सुरुवातीला तो जे काही करीत असे त्यातून वाटायचं की तो सर्वस्वी अनभिज्ञ आहे. आधीच्या सर्व अनुभवांना छेद देत तो कामाला लागे. त्याचे काही उद्योग यशस्वी होत, काही आपटी खात. पण तो ते सगळे उद्योग त्वेषपूर्ण आवेशाने चालू ठेवत असे. रोज किमान बारा तास काम करत असे तो.

त्याने इमारत बांधायचं ठरवलं तेव्हा त्याने आर्किटेक्ट शोधण्यात सहा महिने घालवले. रॉर्कबरोबर झालेल्या पहिल्याच अर्ध्या तासाच्या मुलाखतीत त्याने रॉर्कला ते काम देऊन टाकलं. नंतर त्याची ड्रॉइंग्ज पाहिल्यांनतर त्याने लागलीच काम सुरू करण्याच्या सूचना दिल्या. रॉर्क आपल्या ड्रॉइंग्जबद्दल काही बोलू लागला, तेव्हा एनराइटने त्याला थांबवलं, 'मला काहीही सांगू नकोस. अमूर्त आदर्श कल्पना मला सांगण्यात, समजावण्यात काहीही अर्थ नाही. मी स्वतः कधी कसले आदर्श बाळगले नाहीत. लोक म्हणतात की, मी अगदी अनैतिक आहे. मला जे आवडतं ते मी करतो, पण मला काय आवडू शकतं ते मात्र मला बरोब्बर कळतं.'

एनराइटपर्यंत पोहोचण्याचे आपले प्रयत्न कसे असफल ठरले होते हे रॉर्कने त्याला कधीच सांगितलं नाही. त्याच्या त्या कंटाळलेल्या सेक्रेटरीशी झालेल्या भेटीबद्दलही त्याने काही सांगितलं नाही. पण कसं कोण जाणे एनराइटला त्याची खबर लागलीच. ते कळताच पाच मिनिटांच्या आत त्याच्या सेक्रेटरीला कामावरून कमी करण्यात आलं. पुढल्या दहा मिनिटांत, दिवसाच्या ऐन मध्यात- मशीनवर एक पत्र अर्धवट टाइप केलेलं तसंच असताना, तो सेक्रेटरी ऑफिसबाहेर वाटेला लागलेला.

रॉर्कने पुन्हा ऑफिस उघडलं. तीच ती जुनी मोठी जागा. शेजारची आणखी एक खोली घेऊन त्याने ड्राफ्ट्समनसाठी जागा केली. बांधकाम विद्युतवेगाने होणं अपेक्षित होतं. त्या प्रमाणात ड्राफ्ट्स्मन कामावर घ्यावे लागले होते. ते सगळे तरुण, अननुभवी ड्राफ्ट्समन होते. त्यांच्याबद्दल त्याला काहीही माहिती नव्हती. त्याने शिफारसपत्रं मागवली नाहीत. आलेल्या अनेक अर्जदारांमधून त्याने निवड केलेली. केवळ त्यांची ड्रॉइंग्ज पाहून त्याने त्यांना कामावर घ्यायचं की, नाही ते ठरवलं होतं.

नंतरचे दिवस कामाच्या गच्च गर्दीचे होते. तो त्यांच्याशी काहीही बोलायचा नाही, बोलणं व्हायचं ते त्यांच्या कामाशीच. ऑफिसमधे सकाळी आलं की, जणू आपलं खाजगी आयुष्य संपल्यासारखं वाटायचं त्यांना. समोर पडलेल्या कागदांवरील रेखाकृतींपेक्षा काहीही महत्त्वाचं नाही, काहीही खरं नाही असं त्यांना वाटू लागायचं. त्यांना वाटायचं, त्यांचं ऑफिस म्हणजे एखाद्या कारखान्यासारखी संवेदनाशून्य, रुक्ष जागा आहे- पण तो नजरेला पडेपर्यंतच त्यांना असं वाटायचं. तो दिसला की, त्यांना वाटायचं की ही जागा म्हणजे एक भट्टी आहे, इंधन म्हणून त्यांची शरीरं त्यात टाकली जात आहेत- पहिलं त्याचंच.

कधीकधी तो रात्रभर ऑफिसमधे थांबायचा. ते सगळे सकाळी यायचे तेव्हाही तो कामच करत असायचा. तो थकलेला वाटायचाच नाही. एकदा तर तो दोन दिवस दोन रात्री सलग तिथेच राहिला. तिसऱ्या दिवशी दुपारी त्याला तिथेच झोप लागली. टेबलावर शरीर झोकून तो झोपून गेला. काही तासांनंतर त्याला जाग आली. काही न बोलता या टेबलकडून त्या टेबलकडे जात कायकाय कामं झाली ते पहात तो फिरला. काही चुका सुधारून घेत तो शांतपणे काम करत राहिला, जणू काही तासांपूर्वी सुरू झालेला एक विचार अनिरुद्ध गतीने पुढे सरकत राहिलेला.

'तू काम करत असताना असह्य वाटतोस, हॉवर्ड,' ऑस्टिन हेलरने एके दिवशी संध्याकाळी त्याला म्हटलं. कामासंबंधी काहीच विषय नसताना तो हे बोलून गेला.

'का?' रॉर्कने आश्चर्याने विचारलं.

'तुझ्यासोबत त्याच खोलीत थांबणं असह्य होतं... ताण हा संसर्गजन्य असतो, माहीते?'

'कसला ताण? मी तर काम करताना बिल्कूल ताणाखाली नसतो. अगदी आरामात असतो मी.'

'तेच तर. अगदी फुटायच्या बेतात आहेस असं वाटत असतानाच तू अगदी सहज-स्वाभाविक असतोस. काय वाटतं काय तुला, हॉवर्ड? अखेर ती केवळ एक इमारत आहे. तू असा काही वावरतोस की, जणू ते काहीतरी महापवित्र काम चाललंय. काहीतरी अजब रसायन असल्यासारखं- यातनांचा कळस की, संभोगसुखाची परमावधी भोगत असतोस तू, कोण जाणे.'

'नसते का ती?'

□ □ □

तो डॉमिनिकचा विचार फार वेळा करत नसे, पण जेव्हा तो विचार करत असे, तेव्हा तो काही अचानक झालेल्या आठवणीसारखा विचार नसे... ती सततच मनात असे. तिच्या विचाराची वेगळी

दखल घेण्याचीही गरज नसे. त्याला ती हवी होती. ती कुठे भेटेल तेही त्याला माहीत होतं. पण तो थांबून होता. त्याला असं थांबून रहाण्यात गंमत वाटत होती, कारण अशी वाट पहावी लागणं हे तिच्यासाठी किती असह्य झालेलं असेल याची त्याला कल्पना होती. तो भेटण्यापेक्षा तो न भेटण्याने ती त्याच्याशी अधिक घट्ट बांधली जात होती... अधिक तीव्रतेने तिचा छळ होत होता. सुटका करून घेण्यासाठी वेळही देत होता तो तिला... तसा प्रयत्न किती फोल आहे, हे पुन्हा एकदा तो भेटल्यानंतरच कळलं असतं तिला. आणि कधी भेटायचं हा निर्णय त्याचा होता हे कळल्यानंतर सुटकेचा प्रयत्नही आपण त्याच्याच इच्छेनुसार केल्याचंही तिला कळून आलं असतं. त्याने यातही तिच्यावर मात केल्यासारखी होती. त्यानंतर मात्र ती त्याला ठार करायला सज्ज झाली असती किंवा स्वेच्छेने त्याच्याकडे आली असती. दोन्ही कृतींचा अर्थ तिच्या लेखी तुल्यबल असता. त्याला ती या अवस्थेस यायला हवी होती. तो वाट पहात होता.

□ □ □

एनराइट हाऊसचं बांधकाम सुरू होणारच होतं, आणि रॉर्कला जोएल सटनच्या ऑफिसमधून बोलावणं आलं. जोएल सटन एक यशस्वी उद्योगपती होता. त्याला स्वतःच्या कार्यालयांसाठी एक प्रचंड इमारत बांधायची होती. जोएल सटनने आपली कारकीर्द घडवताना लोकांबद्दल काहीही समजून न घेणं हाच पायाचा दगड बनवलेला. त्याचं सर्वांवर प्रेम होतं. त्याच्या सौहार्दात काहीही भेदभाव नव्हता. तो सर्वांना समसमान पातळीवर आणून ठेवत असे. त्यात कुठे उंचसखल नव्हतं. दलदलीत कुठे असतो उंचसखलपणा...

जोएल सटन रॉर्कला भेटला तो एनराइटने दिलेल्या एका डिनरपार्टीमधे. जोएल सटनला रॉर्क आवडला. त्याला रॉर्कबद्दल एकदम कौतुक वाटलं. रॉर्क आणि इतरांत काही फरक आहे असं त्याला मुळीच वाटलं नाही. जेव्हा रॉर्क त्याच्या ऑफिसमधे आला तेव्हा त्याने सांगून टाकलं:

'मला कळत नाही. खरंच कळत नाही. नक्की काहीच कळत नाही, पण माझ्या डोक्यात जी एक छोट्टीशी बिल्डिंग आहे तिच्यासाठी मी तुझ्या नावाचा विचार करतोय. तुझं ते एनराइट हाऊस जरा अजबच आहे... पण छान आहे. सगळ्या बिल्डिंग्ज छान असतात, तुला फार आवडतात ना बिल्डिंग्ज?- आणि रॉजर एनराइट एकदम हुशार माणूस आहे. फारच हुशार. कुणाला संशयही येणारही नाही अशा अनपेक्षित धंद्यांतून पैसा कमावतो. रॉजर एनराइटकडून मी तर कधीही कल्पना उचलेन, निर्धास्तपणे. त्याला जे चांगलं वाटतं ते निर्विवाद चांगलंच असणार.'

त्या एका भेटीनंतर रॉर्कने बरेच दिवस पुढल्या भेटीची वाट पाहिली. पण जोएल सटन कुठलाही निर्णय घाईगडबडीत घ्यायचाच नाही.

डिसेंबर महिना होता. एकदा संध्याकाळी अचानक ऑस्टिन हेलर रॉर्कच्या घरी आला आणि त्याने सांगून टाकलं की, पुढल्या शुक्रवारी तुला माझ्याबरोबर मिसेस राल्स्टन हॉलकोम्बच्या पार्टीत यायला लागेल.

'छेः. अजिबात नाही येणार, ऑस्टिन.' रॉर्क उत्तरला.

'हे बघ, हॉवर्ड, ऐकून घे. का नाही येणार ते सांग... हो, मला माहीत आहे, तुला या सगळ्याचा वैताग येतो ते. पण ते काही कारण नाही होत. मी तुला इतर अनेक चांगली कारणं पुरवू शकतो येण्यासाठी. इथे या पार्टीत कुठल्या आर्किटेक्टला कुठलं काम मिळणार ते जवळजवळ ठरून जातं. आणि तू बिल्डिंगचं काम मिळवण्यासाठी काहीही करशील- हो हो माहीत आहे- तुझ्या पद्धतीच्याच बिल्डिंग्ज. पण तरीही ती काम मिळवण्यासाठी तू जीवही गहाण टाकशील हे माहीत आहे मला...

तुला जीव आहे की नाही कळत नाही मला... पण मग थोडेसे तास कंटाळा सहन केलास तर काय बिघडेल का... भविष्यातल्या संधींकडे पहा.'

'नक्की केला असता. पण या असल्या पार्ट्यांतून ते तरी होतं का... माझा विश्वास नाहीये.'

'या वेळी तरी चल.'

'याचवेळी खास का बरं?'

'वेल, एक म्हणजे ती महामाया किकी हॉलकोम्ब माझ्या पाठी पडलीय. काल तिने माझे दोन तास खाल्ले एवढ्यावरून. माझी लंचिऑन डेटही चुकवलीन तिने. एनराइट हाऊससारखी इमारत उभी रहातेय आणि तिचा आर्किटेक्ट तिच्या पार्टीत तिला मिरवता येत नाही म्हणजे काय... तिचा छंद आहे तो. ती आर्किटेक्ट 'गोळा' करते. मी तुला आणणार, असं तिने वचन वदवून घेतलंय माझ्याकडून.'

'कशासाठी?'

'शिवाय ती या पार्टीत जोएल सटनलाही बोलवतेय. जरा आलास नि त्याच्याशी गोड बोललास तर काही जीव जात नाही तुझा. तुला ते काम द्यायचं, असं त्याने जवळपास नक्की केलंय. थोडा भेटलाबोललास तर काम होऊन जाईल. त्याच्या मागोमाग आणखीही काहीजण येतील. सगळे असतील तिथे. मला तू तिथे पाहिजेस. तुला काम मिळायला पाहिजेत. पुन्हा पुढली दहा वर्षं मला ग्रेनाइटच्या खाणींबद्दलचा एक शब्दही ऐकायचा नाहीये. मला ग्रेनाइटच्या खाणी आवडत नाहीत!'

रॉर्क टेबलपाशी शांत रहाण्यासाठी टेबलची कड घट्ट पकडून बसला होता. ऑफिसमधे चौदा तास सतत काम करून तो पार थकला होता. त्याला वाटलं आपल्याला थकवा जाणवत कसा नाहीये- पण तो थकला तर होताच. खांदे पाडून सैलावायचा प्रयत्न त्याने केला, पण त्याला विश्रांती कशी ती माहीतच नव्हती. त्याचे हात ताणलेले, एक कोपर थरथरत होतं. दोन्ही पाय पुढ्यात पसरून तो बसलेला. एक दुमडून, एक टेबलावर टेकवून अर्धवट लोंबकळत. तो अस्वस्थ होता. आजकाल विश्रांती घेणंच त्याला कठीण वाटत चाललेलं.

त्याचं नवीन घर एका शांत रस्त्यावरच्या नवीन इमारतीत होतं. एक मोठीशी खोली होती ती. त्याने ते घर निवडलेलं कारण त्या इमारतीवर कॉर्निसेस नव्हत्या, आतल्या भिंतीवर पॅनेलिंग नव्हतं. त्याच्या खोलीत साधं सुटसुटीत फर्निचर होतं. स्वच्छ, मोकळी, काहीशी रिकामीरिकामी जागा होती ती. प्रतिध्वनी ऐकू येतील की काय असं वाटायचं.

'का येत नाहीस? एकदाच ये.' हेलर म्हणत होता. 'फार काही भयंकर नसेल ही पार्टी. तुला मजा वाटेल. तुझे काही जुने मित्रही भेटतील. जॉन एरिक स्नाइट असेल, पीटर कीटींग असेल. गाय फ्रँकन आणि त्याची लेक असेल. तू भेटायला हवंस तिला. तिचे लेख कधी वाचले आहेस?'

'येईन मी.' रॉर्क अचानक म्हणाला.

'अरे! असा अचानक शहाणपणाने वागलास की, धक्काच बसतो बघ. शुक्रवारी. मी तुला साडेआठला घ्यायला येईन. काळा टाय. आणि एखादा टक्सीडो आहे का तुझ्याकडे?'

'एनराइटने घ्यायला लावलाय मला एक.'

'एनराइट एक गुणी माणूस आहे!'

हेलर गेल्यावर रॉर्क कितीतरी वेळ टेबलपाशी तसाच बसून राहिला. त्याने पार्टीला जायचा निर्णय घेतलेला, कारण त्याला माहीत होतं की, या ठिकाणी तो भेटेल अशी डॉमिनिकची कणभरही अपेक्षा नसेल- आणि अशा ठिकाणी तो पुन्हा भेटावा अशी तर तिला कधीच इच्छा होणं शक्य नव्हतं.

□ □ □

'माय डियर किकी, तुला सांगू का?' एल्सवर्थ टूही म्हणाला, 'पाहुणे बोलावून त्यांचं आदरातिथ्य करणे हे एकच एक अवतारकार्य समजणाऱ्या श्रीमंत बाईइतकी निरुपयोगी गोष्ट जगात दुसरी कोणतीही नसेल. पण अखेर सर्व निरुपयोगी गोष्टींमधे एक मौज असतेच. उदाहरणार्थ उमरावशाही, जगातली सर्वोच्च निरुपयोगी संकल्पना.'

किकी हॉलकोम्बने लटकी नापसंती दर्शवण्यासाठी नाजूकपणे नाक मुरडलं, तिला उमरावशाहीशी केलेली तुलना भयंकर आवडलेली. तिच्या फ्लोरेन्टाइन बॉलरूमवर स्फटिकमण्यांच्या तीन प्रचंड झुंबरांचा प्रकाश लखलखत होता. टूहीकडे पहाणाऱ्या तिच्या डोळ्यांत त्यातल्या दिव्यांचं प्रतिबिंब नाचत होतं. तिच्या जडावलेल्या दाट पापण्यांमधून तिचे डोळे चमचमत्या ठिपक्यांनी भरून गेलेले दिसत होते.

'तू एकदम गचाळ काहीतरी बोलतोस, एल्सवर्थ. कशाला मी तुला निमंत्रण देत असते दरवेळी कोण जाणे.'

'तेवढ्यासाठीच तर बोलवतेस मला, डियर. मला हवं तितक्यांदा तू मला बोलवतच रहाशील मला वाटतं.'

'हं... गरीब बिचारी बाई मी, काय करू शकते याबद्दल!?'

'मि. टूहींशी नं... कधीही वाद उकरून काढायचा नाही.' मिसेस गिलेस्पी मधेच म्हणाल्या. ही एक उंचीपुरी बाई होती. हसताना ती जे मोठेमोठे दात दाखवत होती, तेवढ्याच आकाराच्या हिऱ्यांची माळ तिने गळ्यात घातली होती. 'काही उपयोग नसतो त्याचा. आपण तोंड उघडायच्या आधीच पराभूत झालेलो असतो.'

'काय आहे ना, मिसेस गिलेस्पी,' तो म्हणाला, 'युक्तिवाद किंवा वादविवाद ही एक अशी गोष्ट आहे की, जिचा काही उपयोगही नसतो आणि त्यात काही मौजही नसते. ती आपली काही डोकं असलेल्या माणसांवर सोडून द्यावी हे बरं. अर्थात डोकं असणं मान्य करणं ही एका प्रकारे आपल्या उणीवेचीच कबुली देण्यासारखं असतं. नाहीतरी असं म्हणतातच की जेव्हा आपण सर्व प्रकारे अपयशी ठरतो तेव्हाच आपली बुद्धी विकसित होऊ लागते.'

'मला माहीते हं, की असं काही तुम्हाला खरोखर अजिबात वाटत नाही, हो नं.' मिसेस गिलेस्पी म्हणाल्या खरं, पण त्यांच्या चेहऱ्यावरचं स्मितहास्य वेगळंच सांगत होतं. असलं सुंदर सत्य ऐकून त्या आनंदित झालेल्या. मिसेस हॉलकोम्ब दुसऱ्या कुणालातरी अभिवादन करायला वळल्याची संधी घेत त्यांनी त्यांनी टूहीचा विजयी मुद्रेने ताबा घेतला आणि त्याला दुसरीकडे पळवून नेलं.

'पण तुम्ही बुद्धिमान माणसं म्हणजे अगदी लहान मुलांसारखी असता हं. कित्ती भावनाप्रधान असता. तुमची कोडकौतुकं पुरवावीच लागतात आम्हाला.'

'तुमच्याजागी मी असतो, तर मी नसतं केलं असं, मिसेस गिलेप्सी. आम्ही लोक त्याचा गैरफायदा घेतो. आणि स्वतःच्या बुद्धिमत्तेचं प्रदर्शन करणं मला तरी फार असभ्यपणाचं वाटतं. आपल्या संपत्तीचं प्रदर्शन करण्यापेक्षाही अधिक असभ्यपणा आहे तो.'

' ओः संपत्तीचा विषय तर काढणारच तुम्ही. मी ऐकलंय तुमच्याबद्दल, तुम्ही जरा अतिडाव्या विचारसरणीचे आहात म्हणून... पण मी काही मनावर घेत नाही ते. अजिबात घेणार नाही. काय म्हणणं आहे तुमचं?'

'काही म्हणणं नाही माझं!' टूही म्हणाला.

'मस्करी करू नका हं माझी. तुम्ही काही फार धोकादायक वगैरे आहात असं मला वाटूच शकत नाही. तसले धोकादायक लोक अगदी घाणरडे, गचाळ लोक असतात, बोलतातही वाईट भाषेत.

तुमचं तसं नाही... तुमचा आवाजच किती छान आहे!'

'मला स्वतःला धोकादायक म्हणवून घ्यायचंय असं का वाटलं बरं तुम्हाला, मिसेस गिलेस्पी? मी म्हणजे केवळ एक सदसद्विवेकबुद्धी आहे... अगदी नाजूकशी अलवार गोष्ट म्हणा ना. तुमची स्वतःची सदसद्विवेकबुद्धी- विचार करा- या जगातील दीनदुःखितांबद्दल तुम्हाला वाटणाऱ्या चिंतेची संपूर्ण जबाबदारी वहायला सदैव तयार असलेली सदसद्विवेकबुद्धी दुसऱ्या कुणाच्यातरी देहात असेल, तर किती सोयिस्कर पडेल... तुमचा दिनक्रम पार पाडायला मोकळे राहू शकता.'

'वेल, किती विक्षिप्त कल्पना आहे! मला नाही कळत... हे शहाणपणाचं ठरेल की भयंकर...'

'दोन्ही, मिसेस गिलेस्पी, दोन्ही. सर्व शहाणपणाच्या गोष्टींत या दोन्ही गुणांचा अंतर्भाव असतो नाही तरी.'

किकी हॉलकोम्बने आपल्या बॉलरूमवरून समाधानाने नजर टाकली. झगमगत्या झुंबरांच्या वर उंचावरच्या छतावर मंदसा प्रकाश सारखा अंथरल्यासारखा पसरलेला. ते छत इतकं दूर, इतकं उंच होतं ते छत की खालच्या पाहुण्यांना जणू खुजं करून टाकत होतं. पाहुण्यांची एवढी गर्दी असूनही तिचा दिवाणखाना बजबजलेला वाटत नव्हता. पाहुण्यांच्या डोक्यांवर एक महाप्रचंड चौरस अवकाश धरून उभा राहिलेला तो दिवाणखाना. थोडा भयकारी वाटावा असा तो दरबारी अवकाश पाहुण्यांना कैद करीत होता. चिमखड्या रत्नासाठी अवाच्या सवा मोठ्या झाकणाची रत्नमंजुषा असावी तसं काहीसं.

पाहुण्यांच्या गर्दीचे दोन प्रवाह होऊन पुन्हापुन्हा विलग होत होते, एकत्र येत होते. त्या दोन आवर्तांच्या केंद्रस्थानी दोन व्यक्ती होत्या. एक होता पीटर कीटींग आणि दुसरा होता एल्सवर्थ टूही. एल्सवर्थ टूहीला त्याचे कपडे शोभत नव्हते. सूटआडून डोकावणाऱ्या पांढऱ्या शर्टाच्या त्रिकोणामुळे त्याचा चेहरा लांबट झाल्यासारखा वाटत होता. त्याची बारीक मान टायमुळे आणखी आवळून पिसं काढलेल्या कोंबडीच्या मानेसारखी वाटत होती. एखाद्या बळकट हाताने चुटकीसरशी मोडून टाकली असती ती. पण तरीही तो अगदी सहज, ऐटीत वावरत होता. इतर कुणाहीपेक्षा अधिक रुबाबात. आपले कपडे आपल्याला विशोभित दिसतात, हेच तो जणू मिरवत होता. त्याचा विरूप अवतार जणू त्याचं श्रेष्ठत्व सिद्ध करत होता. त्याच्या श्रेष्ठत्वापुढे त्याच्या कपड्यांचा भोंगळपणा तुच्छ होता.

खोल गळ्याचा गाउन घालून आलेल्या, गंभीर चेहऱ्याने जगाकडे पहाणाऱ्या एका चष्मेवाल्या तरुणीला तो म्हणत होता, 'माय डियर, स्वतःपलिकडचा विचार करणाऱ्या एखाद्या उद्दिष्टासाठी जोवर तुम्ही वाहून घेणार नाही तोवर तुमची बुद्धिमत्ता केवळ दिखाऊ रहाणार हे लक्षात घे.'

जोरजोरात वाद घालताना चेहरा लालनिळा पडलेल्या एका जाड्या गृहस्थाला तो म्हणत होता, 'पण मित्रा, मलाही ते मान्य नाही. मी केवळ इतकंच म्हणतो आहे, की हे इतिहासाचं अटळ असं वळण आहे. इतिहासाच्या प्रवाहाला विरोध करण्याची तुझी किंवा माझी प्राज्ञा आहे काय?'

एका गांजलेल्या चेहऱ्याच्या तरुण आर्किटेक्टला तो सांगत होता, 'नाही रे मुला, तू डिझाइन केलेल्या वाईट इमारतींबद्दल माझं खरंच काही म्हणणं नाही. पण मी केलेल्या समीक्षेबद्दल तू जे रडगाणं गायलास त्यातून तुझी अभिरूची किती वाईट आहे हे समजतं. जरा काळजी घ्यावी बोलताना. नाहीतर कुणीतरी ऐकवेल तुला- की तुला कसलाच पाचपोच नाही- ना इमारतीचा ना समीक्षेचा.'

एका अब्जाधीशाच्या विधवेशी गप्पा मारताना तो तिला सांगू लागला, 'हो तर, खरोखरच तुम्ही सोशल स्टडी वर्कशॉपसाठी काहीतरी देणगी द्यावी, असं मला मनापासून वाटतं. मानवी संस्कृतीच्या वाहत्या जलौघासाठी काहीतरी योगदान देण्याचा एक उत्तम मार्ग आहे तो. तेवढं केल्यामुळे तुमचा दिनक्रमही बिघडणार नाही आणि पचनसंस्थेवरही ताण येणार नाही!'

त्याच्या भोवती जमून ऐकणारे सारे जण म्हणत होते, 'किती विनोदी आहे ना तो? आणि किती निर्भय!'

पीटर कीटींग चेहऱ्यावर प्रसन्न हास्य वागवत फिरत होता. बॉलरूमच्या कान्याकोपऱ्यातून कौतुकाच्या लाटा आपल्या अंगावर येत असल्याचं त्याला जाणवत होतं. तो सर्वांकडे हसून पहात होता. सुगंधी अत्तरांनी दरवळणारे, रेशमी वस्त्रांत लपेटलेले, प्रकाशात न्हायलेले- इथे येण्यापूर्वी शॉवरमधे स्नान करून, तयार होऊन सजून नटून आलेले ते सारे लोक पीटर कीटींग नावाच्या नव्या ताऱ्याला अभिवादन करण्यासाठीच तर इथे आले होते याबद्दल त्याच्या मनात शंकाच नव्हती. मधूनच केव्हातरी तो विसरून जायचा, की आपणच पीटर कीटींग आहोत. मधूनच कुठूनतरी एखाद्या आरशात स्वतःचं प्रतिबिंब पाहून त्याला तो त्या कौतुकात सामील होऊ पहायचा.

एकदा ते दोन आवर्त एकमेकांत असे काही मिसळले की तो एल्सवर्थ टूहीला सामोराच ठाकला. लख्ख उन्हात एखाद्या जलाशयातून नुकतीच डुबकी मारून बाहेर आलेल्या ताज्यातवान्या, मस्तीने फसफसलेल्या लहान पोरासारखा तो उत्साहाने निथळत उभा होता. टूही त्याच्याकडे पहात उभा राहिला. त्याने हात खिशात टाकलेले. त्याच्या वीतभर पार्श्वभागावरची पॅन्ट थोडी उघडी पडलेली. लहानशा पावलांवर तोल सांभाळत, डुलत, तो कीटींगकडे पहात राहिला. त्याच्या निरखत्या नजरेत खुशी होती.

'एल्सवर्थ, काय मजा येतेय ना... काय मस्त संध्याकाळ आहे ही!' कीटींग म्हणाला. एखाद्या पोराने आईकडे विश्वासाने मन मोकळं करावं तसं. किंवा थोडी धुंदी चढली असावी तसं.

'मजेत, पीटर? आज तू म्हणजे एकदम केंद्रबिंदू झालायस हं. आमचं पिल्लू पीटर, एकदम सेलिब्रिटी झालं! होत होतं, असंच होतं. कळत नाही केव्हा आपण एक पायरी ओलांडली आणि पुढे गेलो ते... पण बरं का, पीटर, इथे एक व्यक्ती आहे अशी... तुझ्याकडे अगदी उघडउघड दुर्लक्ष करते आहे ती, नाही का?'

कीटींगला आश्चर्य वाटलं. टूहीला याची नोंद घ्यायला फुरसत कधी झाली... त्याने तोंड वाकडं केलं.

'असू दे, असू दे. अपवादाने नियम सिद्धच होतो, नाही का? पण तरीही, हे बरं नाही. मला, बरं कां, पीटर, नेहमी असं वाटत आलंय, की डॉमिनिक फ्रॅंकनला आकर्षित करून घेणारा पुरुष अगदी असामान्य कोटीतला असेल. त्यामुळे अर्थातच मी तुझा विचार करायचो. लक्षात ठेव, तिला वश करून घेणारा पुरुष तुझ्यापेक्षा नक्कीच कुठेतरी तुझ्यापेक्षा वेगळा आणि श्रेष्ठ असेल. तिच्याबाबतीत तुला तो मात देणार.'

'ती अजून कुणालाच पटलेली नाहीये.' कीटींग रागातच बोलून गेला.

'नाही. नक्कीच नाही. अजून तरी नाही. तीही एक कमालच वाटते मला. पण तो जो कोणी असेल तो असामान्यच असेल हे नक्की.'

'काय चाललंय हे तुझं? तुला डॉमिनिक फ्रॅंकन आवडत नाही, हो ना?'

'मी कधी म्हटलं तसं?'

थोड्या वेळाने कीटींगच्या कानावर टूहीचं बोलणं आलं. कुणाशी तरी गंभीरपणे चर्चा करत उभा होता तो. 'आनंद? पण ती तर अगदी मध्यमवर्गीय कल्पना आहे. आनंद म्हणजे तरी काय अखेर? आयुष्यात कितीतरी गोष्टी आहेत अशा... आनंदापेक्षा जास्त महत्त्वाच्या.'

कीटींग हळुहळू डॉमिनिकच्या दिशेने सरकू लागला. तिची नाजुकशी काया जणू हवेलाच रेलून मागे तोल टाकून उभी होती. तिचा इव्हनिंग गाउन काचेरी रंगाचा होता. तिच्या आरपार पहाता येईल

असं वाटलं त्याला. ती इतकी नाजूक वाटत होती... ती अस्तित्त्वात कशी आहे, याचंच नवल वाटत होतं. पण त्याच आभासात्मक वाटणाऱ्या तिच्या कायेत अशी काहीतरी अजब ताकद होती की, ती खरोखरच अस्तित्त्वाला धरून होती.

तो जवळ आला तेव्हा त्याच्याकडे दुर्लक्ष करण्याचा अजिबात प्रयत्न न करता ती त्याच्या दिशेने वळून बोलू लागली. पण तिच्या उत्तरांतल्या यांत्रिकपणाने आपोआपच तो नामोहरम झाला. काही मिनिटांतच तो तिथून सटकला.

रॉर्क आणि हेलर आले, तेव्हा किकी हॉलकोम्बने त्यांचं दारातच स्वागत केलं. हेलरने रॉर्कला जणू तिला सादर केलं. ती नेहमीसारखीच सुसाट रॉकेटच्या वेगाने बोलू लागली.

'ओः, मि. रॉर्क, तुम्हाला भेटायला किती उत्सुक होते मी, खूप ऐकलंय तुमच्याबद्दल. तुम्हाला सावध करून ठेवते हं- माझ्या नवऱ्याला तुम्ही अजिबात आवडत नाही... अर्थात ते केवळ कलादृष्टिकोनापुरतंच मर्यादित आहे. तुम्ही समजू शकता. काळजी करण्यासारखं काही नाही त्यात. या घरात मी तुमच्या बाजूने आहेच... आणि अगदी चांगलीच बाजू घेईन मी तुमची.'

'आभारी आहे, मिसेस हॉलकोम्ब, पण त्याची तशी गरज नाही.' रॉर्क म्हणाला.

'ओः, तुमचं एनराइट हाऊस मला फार म्हणजे फारच आवडलं हं. म्हणजे माझ्या कलादृष्टिकोनानुसार ते खरं तर योग्य नाही, पण सांस्कृतिकदृष्ट्या प्रगल्भ अशा आपल्यासारख्या सर्वांनी खुल्या मनाने सर्व नवीन प्रयोगांचा विचार करायला हवा. कलाप्रांतातील सृजनशीलतेचे नवनवे उन्मेष आपण स्वीकारले पाहिजेत. आपण उदारमनस्क असलं पाहिजे, नाही का?'

'नाही सांगू शकत मी. मी स्वतः काही फार उदारमनस्क नाही.' रॉर्क म्हणाला.

तो हे काही उर्मटपणे बोलायचं म्हणून बोलला नाही हे तिला जाणवलं. त्याच्या स्वरात किंवा आविर्भावात उर्मटपणाचा लवलेशही नव्हता. पण त्याच्याकडे पहाताच तो उर्मट असावा अशी तिची भावना झाली. त्याने घातलेले कपडे सभ्यतेच्या चौकटीत बसणारे होते. ते त्याच्या उंच, सडपातळ शरीरयष्टीवर शोभतही होते. पण त्याच्याकडे पाहून वाटत होतं की, हे कपडे त्याचे नाहीत. त्याचे लालकेशरी केस तर त्या औपचारिक कपड्यांवर भयानक विचित्र वाटत होते. त्याचा चेहरा तिला अजिबात आवडला नाही. एखाद्या श्रमिक कामगारासारखा चेहरा होता त्याचा. किंवा सैनिकासारखा. तिच्या दिवाणखान्यात तो विसंगत वाटत होता.

'आम्हा सर्वांना तुमच्या या पहिल्या इमारतीबद्दल फार उत्सुकता आहे बरं का!'

'माझी पाचवी इमारत आहे ही.'

'ओः! असं? अरे वा...'

तिने हाताची घडी करत नवीन पाहुण्यांकडे मोर्चा वळवला.

हेलर म्हणाला, 'आता पहिल्यांदा कुणाला भेटायचं सांग... ती बघ डॉमिनिक फ्रँकन आपल्याकडेच पहाते आहे. चल ये. तिलाच भेटू पहिल्यांदा.'

रॉर्क वळला. दिवाणखान्याच्या एका कडेला डॉमिनिक एकटीच उभी होती. तिचा चेहरा कोरा होता. चेहरा कोरा ठेवण्याचा प्रयत्नही नव्हता त्यात. एक भावहीन, अर्थहीन चेहरा... हाडांची, स्नायूंची केवळ एक नैसर्गिक रचना... विचित्रच वाटत होता तिचा चेहरा. खांदा किंवा हात जसा केवळ अवयव असतो... त्यातून भावभावनांची प्रतिबिंबं अजिबात दिसत नाहीत, तसा केवळ एक शारीर अवयव म्हणून होता तिचा चेहरा. ते जवळ पोहोचेपर्यंत ती त्यांच्याकडे पहात राहिली होती. पावलं समांतर ठेवून अवघडल्यासारखी ती उभी होती, जणू तिच्या पावलांखालच्या काही इंच जमिनीशिवाय दुसरीकडे जमीनच नव्हती. खाली पाहिलं तर तोल जाईल म्हणून ती जणू खाली

नजर टाकतच नव्हती. त्याच्या मनात आनंदाचा कल्लोळ फुसांडला... कारण त्याच्यामुळे तिच्यावर जो आघात होत होता, तो साहण्यासाठी तिची काया अगदीच दुबळी वाटत होती... आणि तरीही ती तो आघात किती समर्थपणे झेलत होती.

'मिस फ्रँकन, ओळख करून देतो - हॉवर्ड रॉर्क.' हेलर म्हणाला.

त्याने आवाज वाढवला नव्हता, तरीही त्याचं नाव जोरात म्हटल्यासारखं का वाटलं, हेलरला नवल वाटलं. मग त्याला जाणवलं की, अचानक शांतता पसरल्यासारखा त्याचा आवाज मोठा वाटला होता. पण शांतताही पसरली नव्हती. रॉर्कची मुद्रा विनम्र होती आणि डॉमिनिक शांतपणे म्हणत होती,

'हाउ डु यू डू, मि. रॉर्क.'

रॉर्कने झुकून अभिवादन केलं आणि म्हणाला, 'हाउ डु यू डू, मिस फ्रँकन.'

ती म्हणाली, 'एनराइट हाऊस...'

तिने जणू हे शब्द मनाविरुद्ध उच्चारले होते... तिने त्यापलिकडचं काहीतरी त्या शब्दांत पकडलं होतं.

रॉर्क म्हणाला, 'होय, मिस फ्रँकन.'

मग तिने स्मित केलं. ओळख करून दिल्यानंतर रीतीप्रमाणे करतात तेवढंच. ती म्हणाली, 'मी रॉजर एनराइटला ओळखते. आमचा कौटुंबिक मित्रच आहे म्हणायचा.'

'मी मि. एनराइट यांच्या मित्रपरिवाराला तसा ओळखत नाही.'

'एकदा बाबांनी त्याला डिनरला बोलावलेलं. अगदीच वाईट झाला तो कार्यक्रम. आमचे बाबा गप्पा मारण्यात, खुलवण्यात स्वतःला उस्ताद समजतात. पण मि. एनराइटना काही ते खुलवू शकले नाहीत. रॉजर तिथे ठोकळ्यासारखा बसून होता. बाबांना ओळखणाऱ्यांनाच कळेल- केवढा मोठा पराभव पत्करावा लागला हा त्यांना ते.'

'मी तुमच्या वडिलांकडे काम केलंय.' तिचा हात हालचालीच्या ऐन मध्यात गोठल्यासारखा थबकला. 'काही वर्षांपूर्वी. ड्राफ्ट्समन म्हणून.'

तिचा हात खाली आला. 'मग तुम्हाला कळू शकेल की, बाबांचं रॉजरशी का जमू शकत नाही.'

'हं. ते शक्यच नव्हतं.'

'मला वाटतं, रॉजरला मी आवडले असावे. पण मी वायनान्ड पेपर्समध्ये नोकरी करतेय यासाठी त्याने मला कधीच माफ केलेलं नाही.'

त्यांच्या बरोबर उभा असलेला हेलर स्वतःशीच विचार करीत होता- नाही- त्यांच्या भेटीत तसं काहीच विचित्र नव्हतं. काहीच तर नव्हतं. डॉमिनिक आर्किटेक्चरबद्दल काहीच बोलत नव्हती हे त्याला खटकलं. त्याने निष्कर्ष काढला- बहुतेक हा सुद्धा तिला नापसंत असावा- तिला कुणीच माणसं आवडत नाहीत तशी- तसंच हेही.

मग मिसेस गिलेस्पींनी येऊन हेलरला ओढून नेलं. रॉर्क आणि डॉमिनिक दोघेच राहिले. रॉर्क म्हणाला, 'मि. एनराइट शहरातून निघणारे सगळे पेपर्स वाचतात. सगळ्या पेपर्समधली संपादकीयं कापून काढून त्यांच्या टेबलवर उरलेला पेपर ठेवला जातो.'

'तो नेहमीच तसं करायचा. त्याचा खरा पिंड त्याला सापडलाच नाही. तो खरा वैज्ञानिकच व्हायचा. त्याला केवळ सत्याशीच कर्तव्य असतं. त्यावरची टिप्पणी त्याला अजिबात महत्त्वाची वाटत नाही.'

'आणि दुसरं टोक म्हणजे मि. फ्लेमिंग. ओळखता तुम्ही?' त्याने विचारलं.

'नाही.'

'ते हेलरचे परिचित आहेत. मि. फ्लेमिंग फक्त संपादकीयच वाचतात. फार लोकप्रिय आहेत ते. त्यांचं बोलणं ऐकायला आवडतं खूप लोकांना.'

ती त्याला निरखत होती. तो थेट तिच्या नजरेला नजर भिडवून पहात होता. विनम्रपणे. पहिल्यानेच भेटलेल्या कुणाही इतर पुरुषाप्रमाणेच. त्याच्या मुद्रेवर एखादातरी संकेत मिळावा म्हणून ती शोध घेत होती. त्याचं पूर्वीचं थोडं चेष्टेचं हसू. अगदी कुचेष्टासुद्धा चालली असती- तोही एक बंधच असता. पण तिला काहीच गवसत नव्हतं. तो पूर्णपणे अनोळखी असल्याप्रमाणे बोलत होता. तिऱ्हाइतांच्या दिवाणखान्यात तिसऱ्यानेच ओळख करून दिल्यानंतर एखादा माणूस सभ्यतेच्या संकेतांनुसार जसं बोलेल तसाच तो बोलत होता. सर्व रीतीभाती पाळून बोलत होता. ती सुद्धा या सादर सभ्यतेला सामोरी जात होती. मनात विचार करीत होती- माझी वस्त्रे त्याच्यापासून काहीही दडवून ठेवू शकत नाहीत. भूक भागवणाऱ्या अन्नापेक्षा मोठी निकटची भूक भागवण्यासाठी त्याने माझा उपभोग घेतला... आणि आता तो काही फुटांच्या अंतरावर उभा आहे... जणू त्यापेक्षा थोडं अधिक जवळ येणंही अनुचित वाटतंय त्याला. ती विचार करत होती- हीच तर कुचेष्टा करतो आहे तो. जे तो विसरू शकत नव्हता, आणि जे तो दर्शवत नाहीये... त्याच्या पार्श्वभूमीवरची कुचेष्टा. तिला वाटलं, तिने प्रथम ओळख द्यावी अशी त्याची इच्छा असावी... जे घडलं त्याची ओळख द्यायला लावून तो तिला वाकवू पहात होता का... कारण त्या घटिताची ओळख न देता तसंच पुढे जाणं तिला दुःसह होईल हे तो जाणून होता.

'आणि मि. फ्लेमिंग करतात काय?'

'पेन्सिलींना टोक काढण्याची शार्पनर्स बनवतात.'

'काय म्हणता? ऑस्टिनचे मित्र?'

'ऑस्टिनचे असे खूप मित्र आहेत. तो म्हणतो माझा धंदा आहे तो.'

'बरा चाललाय का त्याचा धंदा?'

'कुणाचा, मिस फ्रँकन? ऑस्टिनंच काही फारसं खरं नाही. पण मि. फ्लेमिंग एकदम यशस्वी आहेत. त्यांच्या कारखान्यांच्या शाखा आहेत तीन- न्यूजर्सी, कनेक्टिकट आणि ऱ्होड्स आयलंडमधे.'

'ऑस्टिनच्या बाबतीत चुकता तुम्ही, मि. रॉर्क. तो खूपच यशस्वी आहे. त्याच्या नि माझ्या धंद्यात आम्ही निर्लेप राहिलो तरच आमचं यश आहे असं म्हणता येतं.'

'ते कसं काय जमतं?'

'दोन मार्ग आहेत. एक म्हणजे लोकांकडे अजिबात लक्ष द्यायचं नाही किंवा मग लोकांच्या प्रत्येक गोष्टीकडे लक्ष द्यायचं.'

'कोणता मार्ग अधिक बरा वाटतो, मिस फ्रँकन?'

'जो जास्त कठीण असतो तो.'

'पण कठीणच मार्ग निवडायची इच्छा हीच एक प्रकारची विकलता नाही का?'

'नक्कीच, मि. रॉर्क. पण निदान विकलतेची जी काय कबुली द्यावी लागते, तिचा त्यातल्या त्यात सुसह्य प्रकार असतो तो.'

'मुळात खरोखरच विकलता असेल तरच हा प्रश्न उद्‌भवतो.'

इतक्यात गर्दीला बाजूस सारत कुणीतरी झपाट्याने तिथे येऊन ठेपलं आणि रॉर्कच्या खांद्यावर हात पडला. तो होता जॉन एरिक स्नाइट.

'रॉर्क, तू आणि इथे?' तो ओरडलाच, 'अरे वा वा! बहार आली. किती दिवसांनी भेटतोयस

तू. हो ना? हे बघ. मला बोलायचंय तुझ्याशी. डॉमिनिक, एक क्षणभरच हं.'

रॉर्कने तिच्याकडे पहात किंचित मान झुकवली. त्याचा चेहरा खाली गेला आणि त्याच्या लालकेशरी केसांची एक बट पुढे आली. क्षणभरासाठी तिला केवळ त्याचे लालकेशरी केसच दिसत राहिले. मग तो स्नाइटच्या मागोमाग गर्दीत मिसळला.

स्नाइट म्हणू लागला, 'गॉड, गेल्या काही वर्षांत तू किती छान प्रगती केलीस! हे बघ, एनराइट रिअल इस्टेटमधे गुंतवणूक करायच्या विचारात आहे का- काही माहितीये? म्हणजे काही नवीन बांधकाम काढणार आहे का तो?'

अखेर हेलरने स्नाइटपासून रॉर्कची सुटका केली आणि त्याला जोएल सटनकडे घेऊन गेला. जोएल सटन आनंदित झाला. रॉर्क इथे आला होता- एवढ्यानेच त्याच्या मनातली उरलीसुरली शंका नाहीशी झाली होती. त्याला एकदम सुरक्षित वाटलं. जोएल सटनने रॉर्कचं कोपर पकडलं. पाच गुबगुबीत, गोऱ्यागुलाबी बोटांनी त्याच्या काळ्या बाहीभोवती पकड घट्ट केली. जोएल सटन खाजगीत बोलल्यासारखा घशातल्या घशात म्हणाला, 'हे बघ, बेटा, सगळं ठरल्यासारखंच आहे. तुलाच काम देतोय मी. आता मला अगदी शेवटच्या पेनीपर्यंत पिळून काढू नकोस, तुम्ही आर्किटेक्ट लोक म्हणजे एकदम गळेच कापता. दरोडेखोरीच चालते तुमची. पण मी तुझ्यावर चान्स घेतोय. तू स्मार्ट आहेस तसा. रॉजरला पटवलास म्हणजे... आता मला पटवलास. म्हणजे जवळजवळ पटवलासच. करतो तुला फोन मी येत्या चारआठ दिवसात. मग बसून कॉंट्रॅक्टवर डोकी घासू. काय?'

हेलर पहात होता. या दोघांना एकत्र पहाणं हेच किती भयंकर आहे असं त्याच्या मनात आलं. रॉर्कची उंच, शेलाटी, कसल्याही दिखाऊपणाचा लेशही नसलेली आकृती आणि त्याच्या शेजारी उभा असलेला तो मांसाचा छोटासा गोळा... ज्याच्या निर्णयावर किती तरी गोष्टी अवलंबून असणार होत्या.

इतक्यात रॉर्कने इमारतीसंबंधीच्या त्याच्या कल्पना मांडायला सुरुवात केली. पण जोएल सटन चमकून त्याच्याकडे पाहू लागला. त्याच्या नजरेत थोडा दुखावल्याचा भाव होता. तो इथे इमारतीसंबंधी बोलायला थोडाच आलेला. पार्टीत काय असलं काहीतरी बोलायचं असतं थोडंच. मजा करायची असते.. आयुष्यातल्या महत्त्वाच्या गोष्टी विसरून जाऊन धमाल करण्याइतकी मौज दुसरी कुठली असू शकेल. जोएल सटन बॅडमिंटनबद्दल बोलू लागला. तो त्याचा छंद होता. एकदम खानदानी छंद आहे हा, तो सांगू लागला. इतरांसारखा मी गोल्फवर वेळ घालवत नाही म्हणाला. रॉर्क नम्रपणे ऐकून घेऊ लागला. या विषयावर बोलण्यासारखं त्याच्याकडे काहीच नव्हतं.

'तू खेळतोस ना बॅडमिंटन?' जोएल सटनने अचानक त्याला विचारलं.

'नाही.' रॉर्क उत्तरला.

'ना-ही-?' जोएल सटन म्हणाला, 'खरंच? छ्या... हे फारच वाईट झालं. अगदीच वाईट. मला तर वाटलं तू नक्कीच बॅडमिंटन खेळत असशील. इतका योग्य बांधा आहे तुझा... बारीक, सडसडीत... काय छान खेळू शकला असतास तू. मला वाटलेलं, आपल्या इमारतीचं काम चालू असताना आपण दोघांनी जोडीने खेळून आमच्या बुढ्ढ्या टॉम्पिकन्सची चड्डी उतरवली असती.'

'आपल्या इमारतीचं काम चालू असताना मला खेळायला वेळच होणार नाही, मि. सटन.'

'वेळ होणार नाही म्हणजे? ड्राफ्ट्समन कशासाठी असतात? थोडे आणखी ठेव हवं तर. मी पुरेसे पैसे घालणार आहे ना... पण तू खेळतच नाहीस. छीछीछी. अगदीच वाईट. मला वाटलेलं तू खेळत असशीलच. माझा आधीचा आर्किटेक्ट- माझी कनाल स्ट्रीटवरची बिल्डिंग त्याने बांधली होती- काय मस्त बॅडमिंटन खेळायचा. पण गेल्या वर्षी वारला तो. अपघातात गेला साला. चांगला आर्किटेक्ट होता तो. आणि तू- खेळत नाही म्हणतोस.'

'मि. सटन, तुम्हाला खरंच या गोष्टीचं इतकं वाईट वाटतंय का?'

'मला खरोखरच फार फार वाईट वाटतंय, बेटा.'

'पण तुम्ही मला काम देताय ते नेमकं कोणत्या हेतूने?'

'काय काय काय- मी काय कशासाठी काय?'

'काम कशासाठी देताय?'

'अर्थातच बिल्डिंग बांधण्यासाठी.'

'मी बॅडमिंटन खेळत असतो, तर तुमची बिल्डिंग अधिक चांगली बांधली गेली असती असं काही आहे का?'

'वेल... कामाच्या ठिकाणी काम आणि मौजमजेच्या ठिकाणी मौजमजा. व्यवहार जसा आहे तसा माणूसपणाचा स्पर्शही महत्त्वाचा आहे. काही फरक पडत नाही तसा- पण मला आपलं वाटलं- तुझी अंगकाठी इतकी मस्त आहे... की तू नक्कीच... पण जाऊ दे, जाऊ दे. ठीक आहे, आपल्याला काय सगळ्या गोष्टी थोड्याच मनासारख्या मिळतात?'

जोएल सटन जरासा दूर सरकला तोच रॉर्कच्या कानावर एकदम प्रसन्न स्वरातले शब्द आले.

'अभिनंदन, हॉवर्ड,'

रॉर्कने वळून पाहिलं तर पीटर कीटींग त्याच्याकडे पाहून थोडं उपहासानेच हसत होता,

'हेलो, पीटर, काय म्हणालास तू?'

'मी म्हणालो, अभिनंदन... जोएल सटनला गटवल्याबद्दल. फक्त एवढंच की, तू काही त्याला फारसं बरोबर हाताळलं नाहीस.'

'काय?'

'जोएल म्हणजे एक सोंग आहे, हं... मी ऐकला तुमचा संवाद... काय करणार? कानावर पडलाच तो. काय मजा आली मला... असं नसतं बाबा करायचं, हॉवर्ड. मी काय केलं असतं सांगू? मी शपथेवर सांगितलं असतं त्याला की, मी दोन वर्षांचा असल्यापासून बॅडमिंटनची रॅकेट हातात धरलीय म्हणून. कसा हा खेळ राजेशाही, खानदानी आहे... आणि अगदी चोखंदळ आवडीनिवडीच्या माणसालाच त्यातली गंमत कशी कळू शकते. आणि तो माझी परीक्षा पहायची वेळ येईपर्यंत मी एखाद्या उमरावासारखं ऐटीत बॅडमिंटन कसं खेळायचं ते शिकूनही घेतलं असतं. काही हरकत होती का हे असं करायला?'

'मी तसा काही विचारच केला नाही.'

'गुपित सांगतो तुला, हॉवर्ड, एकदम घडीतलं. तुला म्हणून फुकट सांगतो- शुभेच्छांसह. लोकांना तुमच्याकडून जशी अपेक्षा आहे तसं वागा. मग तुम्हाला हवे तसे वागतात लोक. तुला हा सल्ला फुकटात देतो कारण तू त्याचा कधीच वापर करणार नाहीस हे माहीत आहे मला चांगलंच. तुला तसं वागताच येणार नाही. तू काही बाबतीत भयंकर हुशार आहेस, हॉवर्ड, मी नेहमीच म्हणत आलोय... पण काही बाबतीत एकदम भयंकर बुद्दू.'

'शक्यंय.'

'काही गोष्टी शिकून घ्यायला हरकत नाही आता तुला,... किकी हॉलकोम्बच्या दिवाणखान्यातून खेळल्या जाणाऱ्या खेळात सहभागी व्हायचं ठरवलं असशील तर- तर ते आवश्यक ठरेल. मग? अखेर थोडं मोठ्या माणसासारखं वागायला शिकायचा विचार केला आहेस की काय? खरोखर सांगतो, तुला इथे बघून मला आज चांगलाच धक्का बसला. अरे हो- एनराइट हाऊसबद्दल अभिनंदन. नेहमीप्रमाणेच सुंदर काम आहे अर्थातच. सगळ्या उन्हाळाभर होतास कुठे तू? मला एकदा आठवण

कर हं. टक्स कसा घालावा याची शिकवणी द्यायला हवी तुला. अरे देवा! काय यडपटासारखा दिसतो टक्स तुझ्यावर. पण मला आवडतं असं. तू यडपट दिसलेला बघायला मला जाम गंमत येते. आपण जुने मित्र आहोत - हो की नाही हॉवर्ड?'

'तुला चढलीय, पीटर.'

'अर्थात मला चढलीय. पण आज रात्री मी अजिबात दारू प्यायलेलो नाही. मला झिंग चढलीय खरी, पण कसली तुला माहीते- तुला नाही कळणार. कारण मला ज्याची झिंग चढलीय ती गोष्ट तुझ्यासाठी नाहीये. तुला सांगू, हॉवर्ड, माझं तुझ्यावर फार प्रेम आहे. खरंच सांगतो. आज रात्री तर आहेच आहे.'

'होय, पीटर, तुझं माझ्यावर नेहमीच प्रेम राहील.'

रॉर्कची बऱ्याच लोकांशी ओळख झाली. बरेच लोक त्याच्याशी बोलले. ते सगळे हसून बोलत होते. त्याच्याशी मैत्री करण्याचा मनापासून प्रयत्न करत होते. स्तुती करत होते. शुभेच्छा व्यक्त करत होते. त्याच्यात रस दाखवत होते. पण ते सारं व्यक्त करणारे शब्द काय होते...'एनराइट हाऊस काय सुंदर आहे. अगदी कॉस्मोस्लॉत्निक बिल्डिंग इतकंच सुंदर आहे.'

'तुमचं भविष्य फार उज्ज्वल आहे, मि. रॉर्क, खरंच सांगतो. मला कळतं तसं... तुम्ही म्हणजे दुसरे राल्स्टन हॉलकोम्ब होणार.' त्याला शत्रुत्व भावनेची सवय होती. पण हे मित्रत्वाचे प्रदर्शन सरळ शत्रुत्वापेक्षा अधिक त्रासदायक होते. त्याने खांदे उडवले, मनात विचार केला, की लवकरच आपण इथून बाहेर पडू आणि ऑफिसच्या स्वच्छ वातावरणात जाऊन बसू.

त्याने पुन्हा एकदाही वळून डॉमिनिककडे पाहिलं नाही. ती गर्दीतून त्याच्याकडे निरखून पहात होती. त्याच्याशी थांबून बोलणाऱ्या सर्वांकडे ती पहात होती. ऐकताना थोडे झुकणारे त्याचे खांदे मधूनच तिच्या नजरेस पडत होते. हा सुद्धा त्याचा मला हिणवण्याचाच एक मार्ग आहे... ती विचार करत होती. तिच्या डोळ्यांदेखत तो साऱ्या गर्दीला उपलब्ध आहे, त्याच्याशी दोन क्षण थांबून बोलू इच्छिणाऱ्या कुणालाही तो वश होता... त्याचे तळपत्या उन्हातले, खाणीतले कष्ट पहाण्यापेक्षाही हे पहाणं तिला कष्टप्रद होणार होतं हे त्याला कळत होतं. ती तशीच उभी होती. शांतपणे, केवळ पहात. त्याने पुन्हा आपली दखल घ्यावी, अशी तिची अपेक्षाच नव्हती. पण तो तिथे असेपर्यंत तिला तिथं थांबणं भाग वाटत होतं.

आणखी एक व्यक्ती होती तिथे... जिला रॉर्कच्या तिथे असण्याची प्रखर, प्रकर्षाने त्याला जाणीव होत होती. रॉर्कने दिवाणखान्यात प्रवेश केल्या क्षणापासून त्याला त्याची जाणीव होती. एल्सवर्थ टूहीने त्याला आत येताना पाहिलं होतं. टूहीने आजवर त्याला कधीही पाहिलं नव्हतं आणि तो रॉर्क आहे, याची त्याला कल्पनाही नव्हती. पण तरीही तो आत शिरताच तो कितीतरी वेळ त्याच्याकडे बारकाईने पहात राहिला.

मग टूही गर्दीत शिरला, मित्रमंडळींशी हास्यविनोद करू लागला. पण हसण्याबोलण्याच्या मधल्या छोट्याछोट्या अवकाशांत त्याची नजर त्या लालकेशरी केसांच्या मनुष्याकडे वळत राहिली. त्याच्या घराच्या तेराव्या मजल्यावरून तो फुटपाथकडे बघत असे, तेव्हा आपल्या देहाची जुडी जर वरून खाली त्या फूटपाथवर फेकली तर तिचं काय होईल असा विचार त्याच्या मनात असायचा. त्याच भावनेने तो त्या मनुष्याकडे पहात होता. त्याला त्याचं नाव, माहीत नव्हतं, व्यवसाय माहीत नव्हता, त्याचा आगापिछा माहीत नव्हता. गरजच नव्हती तशी. त्याच्या नजरेत हा माणूस माणूस नव्हताच. त्याच्यातली शक्ती त्याच्या नजरेलाच जाणवत होती. टूही कधी असा माणसांकडे पहायचाच नाही. कदाचित मानवी देहात दृश्यमान झालेलं शक्तीस्वरूप पहाणं आता त्याची नजर बांधून ठेवत होतं.

थोड्या वेळाने त्याने जॉन एरिक स्नाइटला विचारलं, 'तो माणूस कोण आहे?'

'तो? तो हॉवर्ड रॉर्क. एनराइट हाऊसवाला, माहीते ना?'

'ओह्,' टूही म्हणाला.

'का काय झालं?'

'अर्थात. बरोबर आहे.'

'भेटायचंय त्याला?'

'नाही. मला नाही भेटायचं.' टूही उत्तरला.

उरलेली संध्याकाळ टूहीची नजर त्या हॉलमधे भिरभिरत राहिली. कुणी त्याच्याजवळ येऊन उभं राहिलं आणि तो त्याच्या नजरेआड झाला की तो किंचित वैतागाने मानेला झटका देऊन पुन्हा एकदा रॉर्कचा वेध घ्यायचा. त्याला रॉर्ककडे पहावंसं वाटत नव्हतं, पण तो नकळत त्याला शोधत होता. दूरवर खाली दिसणारा फूटपाथ जसा त्याला भिववायचा, तरीही तो त्याकडे पहात रहायचा तसाच.

संपूर्ण संध्याकाळभर तो केवळ रॉर्कच्या जाणिवेने पछाडला होता. आणि रॉर्कला मात्र टूही त्या दिवाणखान्यात आहे याचीही खबर नव्हती.

रॉर्क गेल्यानंतर डॉमिनिक मिनिटे मोजत उभी राहिली. ती बाहेर पडल्यानंतर तो रस्त्यावर जवळपास असणार नाही याची खात्री करून घेण्याइतका वेळ मधे जाऊ देत होती ती. मग तीही जायला निघाली.

किकी हॉलकोम्बच्या हाडकुळ्या, ओलसर हाताने तिचा हात निरोपादाखल हाती घेतला. क्षणभर तिने तिची मनगटं पकडली.

'माय डियर, तो नवा आर्किटेक्ट तुला कसा वाटला?' किकी हॉलकोम्बने विचारलं, 'तो- हॉवर्ड रॉर्क. तू त्याच्याशी बोलत उभी होतीस ते पाहिलं मी. कसा वाटला?'

'मला वाटतं- मला अजिबात आवडला नाही तो. कुणाबद्दल वाटला नसेल एवढा तिरस्कार वाटला मला त्याचा.' ती ठासून म्हणाली.

'ओ: खरंच का?'

'असला उद्दामपणा तुला आवडू शकतो? काय म्हणणार त्याच्याबद्दल? एक आहे मात्र, तो दिसायला खूप देखणा आहे. त्याने काय फरक पडतो म्हणा...'

'देखणा? तू काय मस्करी करतेस की काय, डॉमिनिक ?'

डॉमिनिक एकदम बावचळून गेली. किकी हॉलकोम्ब तिच्याकडे पहातच राहिली. आणि मग डॉमिनिकला कळलं, तिला त्याच्या चेहऱ्यात जे सापडलं होतं, ज्यामुळे त्याची मुद्रा तिला देवासारखी वाटली होती, ते इतरांना सापडणं शक्य नव्हतं. त्यांना त्याबद्दल काहीही न वाटणं स्वाभाविक होतं. तिने तो शेरा अगदी सहज म्हणून, जे अगदी उघड आहे त्याबद्दल म्हणून मारलेला. पण ती जणू तिच्यातल्याच आगळेपणाची कबुली होती.

'काय बोलतेस, तू?' किकी हॉलकोम्ब म्हणत होती, 'तो देखणा नाही, भयंकर पुरुषी आहे एवढंच.'

'एवढी दचकून जाऊ नकोस, डॉमिनिक,' मागून आवाज आला. 'किकीची सौंदर्यविषयक मते तुझ्यापेक्षा किंवा माझ्यापेक्षा भिन्न असू शकतात.' डॉमिनिक वळली. एल्सवर्थ टूही समोरच हसत, तिच्याकडे निरखून पहात उभा होता.

'तू-' तिने बोलायला सुरुवात केली आणि झटकन् शब्द आवरले.

'अर्थात.' टूहीने किंचित मान झुकवून तिच्या अनुच्चारित शब्दांना जणू मान्य करून टाकलं.

'मला थोडं श्रेय द्यायला हरकत नाही, डॉमिनिक, चोखंदळ निवडीचं- जवळपास तुझ्याइतकाच चोखंदळ आहे मी. सौंदर्याचा आस्वाद घेण्याचा हेतू नसेल माझा. ते मी तुझ्यावर सोडतो. पण आपण दोघं- तू नि मी- कधीकधी इतरांना न समजणाऱ्या गोष्टी समजू शकतो, हो की नाही?'

'कोणत्या गोष्टी?'

'माय डियर, कशाला उगीच चर्चा हवी. लांबलचक, तत्त्वज्ञानात्मक- आणि अनावश्यक. मला नेहमीच वाटत आलंय- आपली दोघांची मैत्री होऊ शकते. आपल्यात कित्येक साम्यस्थळं आहेत. आपण सुरुवात करतो दोन ध्रुवांवरून- पण त्याने काहीही फरक पडत नाही. आपली गाठ एकाच मुद्द्यावर पडते. फार छान संध्याकाळ गेली नाही, डॉमिनिक ?'

'तुला काय म्हणायचंय?'

'उदाहरणार्थ, मला बरं वाटलं, तुला कोण देखणं वाटतं ते कळून येणं. त्यामुळे तुला एका विशिष्ट रकान्यात मी टाकू शकतो आता. निःसंशयपणे. खात्रीने. शब्दांचीही गरज पडली नाही... केवळ एका चेहऱ्याच्या मदतीने.'

'तू जे काही म्हणतो आहेस, ते तुला समजू शकत असेल तर- तू जसा आहेस तसा असू शकत नाहीस.'

'नाही माय डियर, मी जे आहे तेच असायला हवं. किंबहुना, मी जे समजू शकतो त्यामुळेच.'

'तुला सांगू, एल्सवर्थ, तू जे आहेस असं मला वाटलं होतं, त्यापेक्षाही तू वाईट असावास असं आता मला वाटतंय.'

'-आणि कदाचित आत्ता तुला वाटतंय त्यापेक्षाही वाईट असेन मी. पण तरीही माझा काही उपयोग आहेच. आपण सगळेच एकमेकांच्या उपयोगी पडतोच. तूही मला उपयोगी पडशीलच... मला तरी वाटतं हं, एक वेळ अशी येईल की, तुला मला मदत करावीशी वाटेल.'

'काय म्हणतो आहेस तू?'

'हे बरं नाही, डॉमिनिक. फारच वाईट. काय अर्थय याला. मी काय म्हणतोय हे तुला समजत नसेल तर मी तुला समजावून सांगू शकतो अर्थात्. पण तुला समजत असेल तर तू माझ्या खिशात आहेस- पुढे काहीही सांगायला नको.'

'हे काय बोलताय तुम्ही दोघे? काय अर्थ तरी काय तुमच्या या बोलण्याचा?' किकी हॉलकोम्ब गोंधळून गेलेली.

'काही नाही. एकमेकांची थोडी गंमत करतोय आम्ही. नेहमीचंय. घाबरू नकोस, किकी. डॉमिनिक आणि मी, नेहमीच एकमेकांची चेष्टा करतो. फार काही साधत नाही आम्हाला... कारण, आमचा पिंडच नाही तो.'

'कधीतरी तू चूक करून बसशील, एल्सवर्थ.' डॉमिनिक म्हणाली.

'शक्यंय. आणि तू, तू तर आत्ताच चूक करून बसली आहेस.'

'गुड नाइट, एल्सवर्थ.'

'गुड नाइट, डॉमिनिक.'

डॉमिनिक गेल्यावर किकी त्याच्याकडे वळून बोलू लागली, 'तुम्हा दोघांना काय झालंय तरी काय, एल्सवर्थ? काहीच कारण नसताना काहीतरी कीस काढत बसता तुम्ही. कुणाचा चेहरा कसा आहे, कुणाची प्रथमदर्शनी छाप कशी पडते वगैरे गोष्टी किती निरर्थक आहेत.'

'चुकतेस तू किकी,' त्याचा स्वर अगदी मऊ मवाळ होता, तो स्वतःच्याच विचारात गढल्यासारखा उत्तरला. 'बरेच जण चूक करतात ही. माणसाच्या चेहऱ्याइतकी महत्त्वाची आणि बोलकी गोष्टच

नाही दुसरी. एखादा माणूस आपल्याला खऱ्या अर्थाने कळतो तो त्याचा चेहरा आपण पहिल्याप्रथम पहातो तेव्हाच. त्या एकाच नजरेत आपल्याला त्या व्यक्तीबद्दल बरंच काही आकलन होऊन जातं. अनेकदा आपण त्या आकलनाची नोंदही घेत नाही तरीही... आपापल्या आत्म्याची एक खास शैली असते असं नाही वाटलं तुला कधी, किकी?'

'काय काय, काय म्हणालास?'

'आत्म्याची शैली. प्रत्येक नागर-संस्कृतीला आपली अशी एक खास शैली असते असं एक तत्त्वज्ञ म्हणाला होता, माहीत आहे ना? शैली- हाच अगदी त्यातल्या त्यात जवळचा शब्द मला मिळाला असं तो म्हणालेला. तो म्हणायचा की, प्रत्येक नागर-संस्कृतीचं एक अगदी स्वतःचं खास असं मूलभूत तत्त्व असतं. एक सर्वोच्च, एकमेवाद्वितीय अशी मध्यवर्ती संकल्पना- त्या त्या संस्कृतीच्या सगळ्या माणसांच्या सर्व प्रयासांना एका सूत्रात बांधून ठेवणारं, एक संदर्भ पुरवणारं, एकात्म ठेवणारं असं एक तत्त्व... मला वाटतं, किकी, प्रत्येक माणसाच्या आत्म्याचीसुद्धा एक एवंगुणविशिष्ट शैली असते. त्याची एक मूलभूत अशी प्राणधून. तू बघ, त्या त्या माणसाच्या प्रत्येक विचारात, कृतीत, इच्छा आकांक्षांत त्या शैलीचं प्रतिबिंब दिसतंच दिसतं. त्या एका जित्याजागत्या जिवाच्या कणाकणातून ते लुकलुकत असतं. एखाद्या व्यक्तीचा जन्मभर अभ्यास करत राहिलो, तरी जे कळणार नाही, ते त्याचा चेहरा स्पष्ट करतो. माणसाचं वर्णन करायला खंडचे खंड खर्ची घालायची गरज पडेल कदाचित... पण केवळ त्याच्या चेहऱ्याकडे नीट पहा. इतर कशाचीच गरज पडत नाही.'

'हे तर एकदम मस्तच आहे, एल्सवर्थ. पण बरोबर नाही हं- असं खरंच असेल तर. म्हणजे लोक अगदी उघडेच पडतील की रे.'

'त्यापेक्षा ही जास्त म्हण. कारण त्याच वेळी तुम्हीही लोकांसमोर उघडे पडणार. एखाद्या प्रकारच्या चेहऱ्यावर तुमचा प्रतिसाद, तुमची प्रतिक्रिया काय असेल, त्यावर तुमचीही जातकुळी उघड होते. तुमच्या आत्म्याची जातकुळी. या जगात माणसांशिवाय अधिक महत्त्वाचं काय आहे... आणि माणसांचं एकमेकांशी जुळणारं नातं जितकं महत्त्वाचं आहे, त्यापेक्षा अधिक महत्त्वाचं काहीही नाही.'

'असं... मग मला सांग, तू माझ्या चेहऱ्यात काय बघितलंस?'

त्याने तिच्याकडे पाहिलं. जणू ती तिथं असल्याचं त्याच्या आत्ता लक्षात आलं होतं.

'काय म्हणालीस?'

'मी म्हटलं, माझ्या चेहऱ्यात तुला काय दिसलं?'

'अं? हां... तुला कुठले नटनट्या आवडतात सांग, मग सांगतो तुझ्याबद्दल...'

'मला असं स्वतःचं विश्लेषण करून घ्यायला भयंकर आवडतं... कोण बरं आवडतं मला... अं... अं... हां...'

पण तो ऐकतच नव्हता. त्याने पाठ फिरवली होती. काहीही न सांगता सवरता तो सरळ चालता झाला. थकल्यासारखा दिसत होता. असला उर्मटपणा तो कधीच करायचा नाही- म्हणजे जाणीवपूर्वक करायचा तेवढं सोडून. ती पहातच राहिली.

काही वेळ मधे गेला. तो मित्रांच्या घोळक्यात उभा होता. त्याचा रेशमी, भरदार आवाज दुमदुमला.

'... आणि म्हणूनच, या जगात निर्माण झालेली सर्वश्रेष्ठ संकल्पना आहे ती सारे मानव निरपवादपणे समान आहेत ही. संपूर्ण समतेचे तत्त्वच सर्वोच्च आहे.'

❑

७

'...ती उभी राहील, मि. एनराइट आणि मि. रॉर्क यांच्या आत्मकेंद्री मनोवृत्तीचे द्योतक म्हणून ती शहरात उभी असेल. एका बाजूला चाळींच्या रांगा, दुसऱ्या बाजूला एका गॅसहाऊसच्या टाक्या असल्या पार्श्वभूमीवर ही इमारत उभी असेल. हे अपघाताने घडलंय असं नाही. नियतीने एक चुणूक दिलीय, या इमारतीच्या भवितव्याची. या इमारतीच्या विटेविटेमध्ये भरलेला उद्दामपणा उठून दिसण्यासाठी यापेक्षा चांगली पार्श्वभूमी कोणती लाभली असती... साऱ्या शहरातल्या सर्व इमारतींची आणि त्या बांधणाऱ्या माणसांची जणू उपेक्षा करते आहे ही इमारत. आपल्या सर्व वास्तू तशा अर्थहीन असतात, वरवरच्या असतात. ही इमारत ते अधोरेखित करणार आहे. पण यात तिचा गौरव असणार नाही. तिने उभी केलेली विरुद्ध रंगसंगती ही तिलाच सुमारपणाच्या कुशीत घेणार आहे. या सर्वांशी अतिशय विसंगत असण्यातूनच तिचं दुर्दैव ओढवणार आहे. असं आहे की, एखाद्या डुक्करखान्यातल्या चिखलघाणीने बदबदलेल्या जमिनीवर एखादा सूर्यकिरण पडला तर ती घाण अधिकच नजरेत घुसते. दोष घाणीचा नाही, त्या किरणाचा असतो. आपल्या वास्तू व्यक्तित्वहीन आहेत, कुचंबल्यासारख्या उभ्या आहेत... पण हे किती उपयुक्त ठरतं आपल्याला. एनराइट हाऊस जरा जास्तच धीट आणि झगझगीत असेल. रंगीत पिसांचा तुराही असतोच की तसा झगझगीत. लक्षवेधक ठरेल ही वास्तू- मि. रॉर्कचा उद्दाम आत्मकेंद्रीपणा डोळ्यात भरण्याच्या दृष्टीने. बांधून झाल्यावर... शहराच्या मुद्रेवर झालेल्या जखमेसारखी वाटेल ही वास्तू. जखमही तर रंगीत, झगझगीत असतेच.'

किकी हॉलकोम्बच्या घरी झालेल्या पार्टीनंतर आठवड्याभरातच डॉमिनिक फ्रँकनच्या 'युअर हाऊस' या स्तंभामध्ये हा लेख छापून प्रसिद्ध झाला.

त्याच दिवशी सकाळी एल्सवर्थ टूही डॉमिनिकच्या ऑफिसमधे धडकला. बॅनर फडकावीत तिच्या समोर तिच्या लेखाचं पान उघडं धरून, तो उभा राहिला. चवड्यांवर किंचित मागेपुढे डुलत तो गप्पच उभा होता. जणू त्याच्या डोळ्यातले भाव तिला गडगडून ऐकू जावेत, अशी त्याची अपेक्षा होती... त्याच्या नजरेत खरोखरच हास्याचा गडगडाट होता. त्याचे ओठ मात्र घडी घातल्यासारखे घट्ट मिटलेले... निष्पापपणे.

'हं, काय?' तिने विचारलं.

'तुला रॉर्क त्या पार्टीच्या अगोदर कुठे भेटलेला?'

ती त्याच्याकडे बारकाईने पहात राहिली. तिचा एक हात खुर्चीच्या पाठीवर होता आणि बोटांच्या टोकांमध्ये पेन्सिल लोंबकळत होती. तिच्या ओठांवर हास्याची किंचितशी चाहूल होती फक्त.

ती उत्तरली, 'त्या पार्टीआधी मी रॉर्कला कधीही भेटले नव्हते.'

'गफलत झाली माझी. मला जरासं नवल वाटत होतं...' त्याने पेपर फडफडवत म्हटलं, 'म्हटलं एकदम हृदयपरिवर्तन कशाने झालं...'

'तसं होय? मी पार्टीत त्याला भेटले तेव्हाच तो मला आवडला नव्हता.'

'ते आलं माझ्या लक्षात.'

'बस, एल्सवर्थ, बस. उभा राहून तू काही फार रुबाबदार दिसत नाहीस, बस.'

'तुझी हरकत नाही? कामात नाहीस?'

'फार नाही.'

तो तिच्या डेस्कच्या कडेवर टेकला. पेपरची घडी गुडघ्यावर आपटत तो जरासा विचारात पडून काही क्षण बसून राहिला.

'डॉमिनिक, तुला सांगू? तू हे जे केलंयस ना... ते काही फार मुलायमपणे साधलेलं नाहीये. अजिबातच नाही.'

'का बरं?'

'तुला कळत नाही की, काय? दोन ओळींच्या मधे काय काय वाचता येतंय...? अर्थात, फार लोकांना कळणार नाही ते. त्याला कळेल, मला कळतंय.'

'ते मी ना तुझ्यासाठी लिहिलंय ना त्याच्यासाठी.'

'इतरांसाठी?'

'हो. इतरांसाठीच.'

'मग तू जे केलंस ते त्याच्या नि माझ्या दृष्टीने अगदीच नीचपणाचं ठरतं.'

'पाहिलंस? ते छान जमलंय असंच मला वाटत होतं.'

'ठीके! प्रत्येकाला आपापला मार्ग मोकळा असतो.'

'तू काय लिहिणार आहेस?'

'कशाबद्दल?'

'एनराइट हाऊसबद्दल.'

'काहीही नाही.'

'काहीच नाही?'

'काहीसुद्धा नाही.'

किंचित् मनगटाला झटका देत त्याने पेपर खाली टाकला.

मग तो म्हणाला, 'अरे हो, आर्किटेक्चरबद्दल बोलण्यावरून आठवलं, डॉमिनिक, तू आजवर कधीही कॉस्मोस्लॉत्निक बिल्डिंगबद्दल कसं काय काहीच नाही लिहिलंस?'

'त्याबद्दल लिहावं अशी लायकी आहे तिची?'

'ओह्... नक्कीच. ते वाचून काही लोक निश्चितच चिडतील.'

'आणि त्या लोकांना चिडवण्याचे कष्ट मी घ्यावेत एवढी त्यांची लायकी आहे?'

'असं दिसतं खरं.'

'कोण लोक?'

'ते मी तरी काय सांगू? आपलं लिखाण कोणकोण वाचतं, कसं सांगणार... पण त्यातच तर गंमत आहे ना. सगळे अनोळखी, तिऱ्हाईत लोक- ज्यांना आपण कधी पाहिलेलं नसतं, कधी बोललेलोही नसतो त्यांच्याशी आपण... आणि ते आपलं मत वाचतात... एखाद्या गोष्टीवर आपल्याला व्यक्त करावंसं वाटलेलं मत किती लोकांपर्यंत पोहोचतं. मला खरंच असं वाटतं... की तू लिहाव्यास चार ओळी, चार चांगले शब्द,- कॉस्मोस्लॉत्निक बिल्डिंगबद्दल.'

'तुला पीटर कीटींग फारच आवडतो असं दिसतंय, एकंदरीत.'

'मला? मला पीटर फारच आवडतो. तुलाही आवडू लागेल हळुहळू, जरा चांगली ओळख व्हावी लागेल त्याच्याशी. उपयोगी माणूस आहे तसा. कधीतरी वेळ काढून जात का नाहीस त्याच्याबरोबर. त्याची जीवनकथा समजून घ्यायला आवडेल तुला. बऱ्याच मनोज्ञ गोष्टी समजतील तुला त्यातून.'

'उदाहरणार्थ?'

'उदाहरणार्थ, तो स्टॅन्टनमधे शिकला.'

'ते माहीत आहे मला.'

'तुला त्यात रस नाही वाटला? मला वाटतो. स्टॅन्टन ही एक फार मस्त जागा आहे, गॉथिक आर्किटेक्चरच्या इमारतींना भरलेली. तिथल्या चॅपेलमधल्या रंगीत काचांची चित्र साऱ्या देशात नावाजली जातात. आणि विचार कर... किती तरूण विद्यार्थी तिथे जाऊन शिकतात. किती वेगवेगळे नमुने जातात तिथे. काही पदवी मिळवतात. काहींना हाकललं जातं.'

'हं, मग?'

'तुला नाही माहीत का... पीटर कीटींग रॉर्कचा फार जुना मित्र आहे.'

'नाही माहीत. असं का?'

'हो तर.'

'पीटर कीटींग सर्वांचाच जुना मित्र आहे, तसा.'

'खरंय, खरंय. एकदम वेगळाच मुलगा आहे तो. पण ते वेगळं, हे वेगळं. तुला माहीत नाहीसं दिसतंय... रॉर्क स्टॅन्टनला शिकायला होता.'

'नाही.'

'तुला रॉर्कबद्दल काहीच माहीत नाही म्हणजे.'

'मला मि. रॉर्कबद्दल काहीही माहिती नाही. आपण मि. रॉर्कबद्दल बोलतही नव्हतो.'

'नव्हतो खरं. खरंच की. आपण पीटर कीटींगबद्दल बोलत होतो. वेल, एखादा मुद्दा मांडताना आपल्याला त्याच्या बरोब्बर विरुद्ध मुद्दा घेतला की कधीकधी अधिक चांगल्याप्रकारे मुद्दा मांडता येतो. तुलनात्मक विचार म्हणून. तू कसं आज तुझ्या छोट्याशा खुमासदार लेखात केलंस... तसंच. पीटर कीटींगची किंमत नीट करायची तर आपण एक तुलना करून पाहू. दोन समांतर रेषा घेऊ. युक्लिडशी मी सहमत आहे बरं का... या दोन समांतर रेषा कधीही एकमेकांना मिळणार नाहीत. वेल- तर ते दोघेही स्टॅन्टनमधे शिकायला गेले. पीटरची आई घरीच काही भाडेकरू विद्यार्थी ठेवून घ्यायची. रॉर्क त्यांच्याकडेच रहात होता. तीन वर्षं. याला अर्थात फारसं काही महत्त्व नाही. फक्त तुलना अधिक गडद होते. अधिक बोलकी होते, अधिक वैयक्तिक होते. नंतर- म्हणजे तीन वर्षांनंतर पीटर कीटींग पदवीधर झाला- वर्गात पहिला होता तो त्याच्या. त्याच वेळी रॉर्कची हकालपट्टी करण्यात आली. बघतेस काय अशी? त्याला का हाकललं गेलं असेल ते आपण समजू शकतो- तू नि मी,- समजू शकतो आपण. पीटर तुझ्या वडिलांकडे नोकरीला लागला आणि आता तो तिथे भागीदार आहे. रॉर्कही तुझ्या वडिलांकडे नोकरीला होता. आणि तिथूनही त्याला गचांडी मिळाली. हो. हो- खरंय हे. तुझ्या मदतीशिवाय ते घडलं होतं बरं! पीटर कीटींगच्या नावे कॉस्मोस्लॉत्निकसारखी बिल्डिंग आहे. रॉर्कच्या नावे कनेक्टिकटमधे एक टपरी जमा आहे. पीटर कीटींग आता सह्या देत असतो त्याच्या फॅन्सना. आणि रॉर्कचं नाव साध्या बाथरूम सामानांच्या दुकानांतही ओळखीचं नाही अजून. रॉर्कला आता एक अपार्टमेन्ट हाऊस करायला मिळालंय आणि त्याच्यासाठी किती मौल्यवान काम आहे ते. जणू पहिलं मूल व्हावं तसं. तेच पीटर कीटींगला एनराइट हाऊसचं ते काम मिळालं असतं तर त्याच्या लक्षातही आलं नसतं. त्याला असली कामं रोज मिळतात. मला नाही वाटत, रॉर्क पीटर कीटींगच्या कामाचा फार आदरपूर्वक विचार करत असेल. कधीच केला नसेल आणि करणारही नाही. काहीही झालं तरी. आता हेच आणखी एक पायरी पुढे नेऊ. कोणत्याही प्रतिभावंत माणसाला स्वतःचा पराभव त्याच्या दृष्टीने एखाद्या सुमार वकुबाच्या माणसाकडून झालेला आवडत नसतो. असला एखादा सुमार माणूस जवळून पाहिला असल्यावर, त्याची अशी बेसुमार प्रगती होत असलेली

पाहून... काय वाटत असेल त्याला... त्याच वेळी तो मात्र झगडतोय... आणि लाथांपलीकडे काहीही मिळत नाहीये त्याला... त्याला हव्या असलेल्या, तो लायक असलेल्या सर्व संधी- त्या सुमार व्यक्तीच्या गळ्यात पडताना पहातोय तो... एकामागून एक... एकेका संधीसाठी त्याने प्राणही दिले असते स्वतःचे... तो पहातो या सुमार वकुबाचीच सगळीकडे पूजा चालली आहे... त्याच्या हक्काच्या जागेवर त्या सुमारपणाचीच प्रतिष्ठापना होते आहे. त्याचा बळी जातोय... तो हरतोय, त्याची उपेक्षा होतेय... तो चेचून चेचून, पिचून जातोय... त्याच्यापेक्षा थोर अशा कुणा प्रतिभावंतामुळे नव्हे... तर एका पीटर कीटींगमुळे. काय वाटतं तुला? नवखी आहेस अजून अशा खेळात, बाळे.'

'एल्सवर्थ!' ती किंचाळली, 'चालता हो इथून!'

ती खाडकन उठून उभी राहिली होती. एकच क्षण ती ताठ उभी राहिली आणि मग त्राण गेल्यासारखी ढिली पडली. डेस्कवर दोन्ही तळवे टेकवून वाकून उभी राहिली. काही वेळ तिच्या मानेच्या झटक्यांसरशी तिचे केस हेलकावत राहिले. मग ती शांत झाली... तिचा चेहरा केसांनी झाकलेलाच राहिला.

'पण, डॉमिनिक,' तो हलक्याफुलक्या स्वरात म्हणाला, 'मी केवळ तुला एवढंच सांगू इच्छित होतो की, पीटर कीटींग कसा उपयोगी आहे ते पहा.'

तिचे केस झटक्यासरशी मागे गेले. ती खुर्चीत कोसळल्यासारखी बसली. तिची नजर त्याच्यावर खिळलेली. तोंड विदीर्ण दिसत होतं.

'डॉमिनिक,' तो हलकेच म्हणाला, 'किती उघड होतेस तू. खूपच जास्त उघड...'

'जा आता इथून.'

'वेल. मी नेहमीच म्हणतो, तू मला फार कमी लेखतेस. पुढल्या वेळी तुला माझी मदत लागेल तेव्हा मला बोलावून घे.'

दारापाशी जात तो पुन्हा वळला आणि म्हणाला, 'अर्थात, व्यक्तिशः मला पीटर कीटींग हा आपला सर्वात थोर आर्किटेक्ट आहे असं मनापासून वाटतं बरं का.'

□ □ □

संध्याकाळी ती घरी पोहोचली तेवढ्यात फोनची घंटी वाजली.

'डॉमिनिक, माय डियर,' तो आवाज आवंढे गिळत बोलत होता, हे फोनवरच जाणवत होतं. 'तुला तसं खरंच वाटतं का?'

'कोण बोलतंय?'

'मी- मी जोएल सटन बोलतोय.'

'हेलो, जोएल, मला काय खरंच वाटतं का?'

'हेलो, डियर, तू कशी आहेस ते पहिल्याप्रथम सांग बरं... तुझे बाबा कसे आहेत? हां... मला विचारायचं होतं, तू ते एनराइट हाऊसबद्दल आणि त्या रॉर्कबद्दल जे लिहिलंयस ते तुला खरंच तसं वाटतं का? तू तुझ्या कॉलममधे आज म्हटलंयस ना, ते... मला जरा प्रश्नच पडलाय आता. म्हणजे, तुला माहीतीये ना माझ्या बिल्डिंगचं काम काढलंय ते? वेल, आम्ही आता अगदी सुरुवातच करणार होतो. भरपूर पैसा घालतोय मी त्यात. मी निवड करताना किती काळजी घेत असतो. मला वाटलं, सगळं पाहिलं मी. पण तुझं मत वाचलं आणि... मला तुझं मत फार महत्त्वाचं वाटतं. तू एकदम स्मार्ट आहेस... पहिल्यापासूनच. वायनान्डसारख्याच्या पेपरमधे काम करतेस, म्हणजे त्यातच आलं ना सगळं. वायनान्डला बिल्डिंग्जमधलं भरपूर कळतं. त्याने पेपरातून जेवढा पैसा कमावला त्याच्या

दसपटीने रिअल इस्टेटमधून कमावलाय, पैजेवर सांगतो मी... माहीत नाही कुणाला तितकंसं. पण अगदी पक्की माहिती आहे माझी. तू त्याच्याकडे काम करतेस... आता मला कळत नाही काय करावं... कारण? कारण, अगं मी ठरवून मोकळा झालेलो. हा जो रॉर्क आहे त्याला आमचं काम द्यायचं असं ठरलेलं माझं. त्याला मी सांगितलंही तसं. उद्या तो माझ्याकडे करारावर सह्या करायला येणार असंही ठरलंय. आणि आता... तुला खरंच वाटतं का... माझी बिल्डिंग रंगीत पिसांच्या तुऱ्यासारखी दिसेल असं?'

'ऐक, जोएल,' दातावर दात घट्ट आवळत ती बोलू लागली. 'माझ्याबरोबर लंचला येणार का उद्या?'

एका प्रचंड महागड्या होटेलच्या डायनिंग रुममधे ती जोएल सटनला भेटली. लांबरुंद पांढऱ्याशुभ्र टेबलांभोवती तुरळक माणसं बसली होती. त्यामुळे ती माणसं अधिकच उठून दिसत होती. रिकामी टेबल्स त्यांच्याभोवतीने खास नेपथ्यासारखी शोभत होती. जोएल सटन अघळपघळ हसत होता. डॉमिनिकइतक्या सौंदर्यवतीबरोबर जाण्याची त्याची आयुष्यातली पहिलीच वेळ होती.

'तुला सांगू का, जोएल,' तिचा चेहरा गंभीर होता. हास्याची चाहूलही नव्हती. 'तू रॉर्कची निवड केलीस हा एकदम योग्यच निर्णय होता तुझा.'

'ओः, खरंच वाटतं का तुला असं?'

'खरंच. तुझी होणारी बिल्डिंग इतकी सुंदर असेल... एखादी सुंदर, सशक्त संगीताची धून असावी तशी... बघताना श्वास रोधला जाईल अशी. तुझ्या गिऱ्हाइकांचाही श्वास अडकेल. शंभर वर्षांनंतर लोक तुझ्याबद्दल इतिहासात नोंद करतील.... तुझ्या कबरीचा शोध घ्यायला निघतील लोक.'

'अरे परमेश्वरा! काय म्हणतेस काय तू, डॉमिनिक?'

'तुझ्या बिल्डिंगबद्दल, रॉर्क तुला जी बिल्डिंग बांधून देईल त्याबद्दल... एक महान वास्तू असेल ती, जोएल.'

'म्हणजे, चांगली?'

'चांगली नाही- महान. महानच.'

'म्हणजे ते काही एकच होत नाही, नाही का?'

'छे, जोएल, त्यात फरक आहे. एकच नाही होत ते.'

'मला काय हे महान बिहान पटत नाही.'

'नाही ना. नाही, मला वाटलंच ते. मग तुला रॉर्क कशासाठी हवाय? तुला अशी बिल्डिंग हवी, की ती पाहून उगाच कुणाला धक्काबिक्का बसायला नको, हो की नाही? आपली बिल्डिंग कशी चारचौघींसारखी, छानदार, सुखीसमाधानी वाटणारी हवी तुला, हो की नाही सांग. जिला नुसतं पाहूनच आपले जुने घरगुती, स्वयंपाकघरातले छानछान, तऱ्हेतऱ्हेचे वास नाकात हुळहुळू लागतील. हो की नाही. सर्वांना आवडेल अशी हवी ती. सर्वांना... अगदी कुणालाही. उगीच काहीतरी महान गोष्टी करायला जायचं म्हणजे फार वैताग असतो, जोएल. तुझ्या फिगरलाही शोभणार नाही बघ.'

'वेल... अर्थात् मला लोकांना आवडेल अशीच बिल्डिंग हवी आहे बुवा. काय उगीच मजेखातर बांधतोय की, काय मी बिल्डिंग?'

'छे. काहीतरीच. आणि उगीच आत्म्याच्या समाधानासाठी वगैरेही भानगड नाही तुझी. हो नं?'

'म्हणजे रॉर्क काही चांगला आर्किटेक्ट नाही असंच तुझं म्हणणं आहे तर.'

ती किंचित ताठरून गेली. एक वेदनेची जीवघेणी कळ सोसावी तशी. पण तिचे डोळे जडावलेले, अर्धवट मिटलेले... जणू कुणाचा हात तिच्या अंगांगावरून फिरत होता.

ती म्हणाली, 'त्याने बांधलेल्या फारशा बिल्डिंग दिसतात का तुला अवतीभवती? त्याला कितीसे लोक काम देतायत, पहातोसच ना तू? न्यू यॉर्कमधे साठ लाख लोक रहातात. इतके सगळे लोक काही मूर्ख नसतील, असतील का?'

'शक्यच नाही.'

'अर्थात.'

'पण मला वाटलेलं, एनराइट...'

'हे बघ, तू काही एनराइट नाहीस. तो तुझ्याइतका हसतमुख नाही हे एक. शिवाय त्याने माझं मत विचारलंच नसतं. तू विचारलंस. म्हणून तर आवडतोस मला तू.'

'मी खरंच आवडतो तुला, डॉमिनिक?'

'अरे तुला माहीतच नव्हतं की काय? तू म्हणजे माझा एक लाडका हिरो आहेस, केव्हापासूनच!'

'मला तुझ्याबद्दल नेहमीच विश्वास वाटतो. तुझा सल्ला मी कधीही स्वीकारेन. डोळे मिटून. मी काय करायला हवं, असं तुला वाटतं?'

'अगदी सोपंय. तुला तुझ्या पैशाचा पुरेपूर मोबदला हवाय ना... तुला अगदी तुला आवडेल अशी बिल्डिंग हवी आहे, हो ना. तुला असा आर्किटेक्ट हवा की, ज्याला इतर बडे लोकही काम देतात... म्हणजे त्या निमित्ताने तूही त्यांच्या पंक्तीत आहेस हे त्यांनाही कळेल...'

'अगदी बरोब्बर. अगदी हेच. अरे, डॉमिनिक, पण तू काहीच खात नाहीयेस. कशालाच हात लावलेला नाहीस तू...'

'भूक नाहीये.'

'वेल, मग आता तूच सांग, कुणाला देऊ हे काम?'

'विचार कर, जोएल. आत्ता या क्षणी कोण आहे असा- ज्याच्याबद्दल सारी दुनिया चर्चा करतेय. सगळी उत्तमोत्तम कामं कुणाला मिळतायत? स्वतःचा आणि आपल्या गिऱ्हाईकांचाही खिसा गरम करू शकेल, असा कोण आहे? तरुण, प्रसिद्ध, सुरक्षित आणि लोकप्रिय- असा कोण दुसरा आर्किटेक्ट आहे?'

'मला वाटतं, पीटर कीटींग... होय ना?'

'होय, जोएल, पीटर कीटींग.'

□ □ □

'मला क्षमा करा, मि. रॉर्क, खरंच मला मनापासून वाईट वाटतं. पण मी धंद्यात आहे, ते काही मौजेखातर नव्हे. किंवा आत्म्याच्या समाधानासाठीसुद्धा नव्हे... म्हणजे... म्हणजे, माझी परिस्थिती समजून घ्या हो तुम्ही. मला तुमच्याविरुद्ध असं काहीच म्हणायचं नाहीये. उलट अगदी वेगळंच वाटतं मला तुमच्याबद्दल. तुम्ही फार महान आर्किटेक्ट आहात यात काही वादच नाही. पण तिथेच तर सगळा प्रश्न येतो. महान असणं वेगळं... पण आपल्याला व्यवहारही पहावा लागतो. तीच अडचण आहे, मि. रॉर्क, व्यवहार पहावा लागतो. आणि अखेर तुम्हालाही पटेल माझं म्हणणं... मि. कीटींगचं नाव खरंच फार चालतं. त्यांच्याकडे जी लोकांना सांभाळून घेण्याची खुबी आहे, ती दुर्दैवाने तुम्हाला साधलेली नाही.'

रॉर्क काही न बोलता, विरोध न दर्शवता ऐकून घेत होता, हे मि. सटनना फारच खटकलं.

रॉर्कने वाद घालावा असं त्यांना मनोमन वाटत होतं. म्हणजे मग त्यांना डॉमिनिकची वादातीत अशी वाटणारी समर्थनं त्यालाही ऐकवता आली असती. काही तासांपूर्वीच तर डॉमिनिकने ते सगळे युक्तिवाद त्यांच्या गळी उतरवले होते. पण रॉर्क काहीच बोलत नव्हता. निर्णय ऐकल्यावर त्याने केवळ मान किंचित झुकवली. काहीतरी समर्थनं, स्पष्टीकरणं ऐकवता यावीत, असं मि. सटनना फारफार वाटत होतं. पण त्यात काही अर्थच नव्हता. कारण समोरच्या माणसाने त्यांचा निर्णय सपशेल मान्य करून टाकलेला. पण मि. सटनना कुणालाही दुखवायला आवडायचं नाही. त्यांचं सर्वांवर प्रेम असायचं.

'खरं सांगायचं म्हणजे, मि. रॉर्क, हा निर्णय काही माझा एकट्याचा नाही. मला खरंच तुम्हाला हे काम द्यायचं होतं. मी खरंच ठरवलं होतं तसं. प्रामाणिकपणे सांगतो. पण मिस डॉमिनिक फ्रँकन यांच्यामुळे माझं मत पालटलं. त्यांच्या मताची मला फार कदर वाटते. या कामासाठी तुमची निवड करणं योग्य नाही, असं त्यांनीच मला पटवून दिलं. आणि हे मी तुम्हाला सांगितलं तरीही काही हरकत नाही म्हणाल्या त्या. खूप खुल्या मनाच्या आहेत त्या.'

अचानक रॉर्कने त्याच्याकडे नजर वर करून पाहिलं. रॉर्कचे गाल अचानक हलून पिळवटल्यासारखे वाटले त्याला. त्याचं तोंड किंचित वासलेलं. पाहिलं तर तो हसत होता. आवाज फुटत नव्हता बाहेर, पण श्वास आत खेचला गेला होता त्याचा.

'हे काय, हसताय का तुम्ही असे, मि. रॉर्क?'

'अच्छा, म्हणजे तुम्ही मला हे सांगावं अशी मिस फ्रँकनची इच्छा होती तर.'

'त्यांची इच्छा होती असं नव्हे... तसं कशाला असेल? त्या फक्त म्हणाल्या की मला वाटलं तर मी सांगू शकतो तसं.'

'हं. बरोबरच आहे.'

'यात त्यांचा हेतू किती प्रामाणिक आहे हेच कळतं, हो की नाही... त्यांचा त्यांच्या मतावर ठाम विश्वास होता आणि त्या अगदी जाहीरपणेसुद्धा आपली मतं मांडायला कचरणार नाहीत हेच त्यातून सिद्ध होतं.'

'होय.'

'का, काय झालं काय?'

'काही नाही, मि. सटन.'

'हे पहा, असं हसणं बरोबर नाही हं.'

'नाही.'

□ □ □

त्याच्या खोलीत अंधार होता. मोकळ्या भिंतीवर हेलर हाऊसचं रेखाचित्र चिकटवून ठेवलेलं. त्या चित्रामुळे ती खोली अधिकच रिकामी रिकामी वाटत होती आणि भिंत लांबचलांब. मिनिटामिनिटांनी काळ पुढे चालला आहे असं भान नव्हतं त्याला. घनघन असं काहीतरी त्याच्या खोलीत दाट साकळलेलं... तीच त्याची काळाची जाणीव होती. त्या काळाला दुसरं कसलंच परिमाण नव्हतं, जाणीवही होती ती फक्त त्याच्या अचल शरीराची.

दरवाजावर कुणीतरी टकटक केली. तो न उठताच उत्तरला, 'आत या.'

डॉमिनिक आत आली. जणू इथे पूर्वीही अनेकदा आल्यासारखी प्रवेशली ती. तिने जाड काळ्या कापडाचा सूट घातलेला. थोडा पोरकट वाटण्याइतका साधा. तिने आपली कॉलर गालांपर्यंत

वर ओढून उभी केली होती. हॅट तिच्या कपाळावर तिरपी आली होती. तिचा चेहरा त्यामुळे पूर्ण झाकला गेला होता. तो तिच्याकडे पहात बसून राहिला. ती वाट पहात होती... पुन्हा एकदा त्याच्या चेहऱ्यावर ते कुत्सित हसू उमटेल म्हणून... पण तसं झालं नाही. ते हास्य जणू त्या खोलीच्या अवकाशात विरघळून गेलेलं... तिच्या उभ्या रहाण्यातही ते सामावलं होतं... तिने हॅट काढून हातात घेतली. एखाद्या पुरुषाप्रमाणे तिने हॅट बोटांच्या टोकांनी खेचून काढली आणि हातात धरली. तिची मुद्रा कठोर होती, थंडगार, पण तिचे रेशमी मुलायम केस अबल, विकल वाटत होते.

ती म्हणाली, 'मला पाहून आश्चर्य नाही वाटलं?'

'आज तू येशील अशी अपेक्षा होती मला.'

तिने हात किंचित उंचावला आणि हॅट टेबलवर भिरकावली. त्या हॅटच्या वेगात तिच्या मनगटाच्या हालचालीतला आवेश फुटलेला.

'काय हवंय तुला?' त्याने विचारलं.

'तुला माहीतच आहे ते.'

'होय पण ते तुझ्या तोंडून ऐकायचंय. सगळं.'

'तुझी इच्छा...' तिचा स्वर आज्ञा स्वीकारल्यासारखा आणि त्याबरहुकूम कृती करत असल्यासारखा खणखणीत, नेमकाच होता. 'मला तुझी शय्यासोबत हवी आहे. आत्ता आणि नंतर कधीही, तुला जेव्हाकधी मला बोलवावसं वाटेल तेव्हा तेव्हा. मला तुझं शरीर हवं आहे. तुझी काया, तुझे ओठ, तुझे हात... मला तू हवा आहेस... असा... वासनेचा प्रमत्त उन्माद होऊन नव्हे... तर अगदी थंडपणे, जाणिवेच्या ज्ञात परिघात असतानाच... मला त्यात प्रतिष्ठेची अपेक्षा नाही, त्यात मला काहीही शरम वाटणार नाही, पश्चात्ताप वाटणार नाही. मला तू हवा आहेस... त्यात मला आत्मसन्मानाचा प्रश्न वाटतच नाही... ती दुविधाच नाही माझ्याकडे... मला तू हवा आहेस, तुझ्यासाठी मी एखाद्या पशूमादीसारखी, माजावर आलेल्या मांजरीसारखी, वेश्येसारखी असेन...'

ती सपाट स्वरात बोलत होती. एखाद्या धर्मश्रद्धेची संथा म्हणून दाखवावी तशी. ती निश्चल उभी होती. पावलं एकमेकांपासून काही अंतरावर टाकून... खांदे ताठ ठेवून, हात दोन बाजूंना सुट्टे ठेवून. ती बोलत असलेल्या शब्दांचा स्पर्शच तिच्या मनाला नव्हता जणू. एखाद्या लहान मुलासारखी निरागसपणे उभी होती ती.

'तुझा मला आत्यंतिक द्वेष वाटतो, रॉर्क, तुला माहीत आहेच. तू जे काही आहेस त्याबद्दल मला तुझा संताप वाटतो... मला तू हवासा वाटतोस याचा आणि तू मला हवासा वाटणं हे अपरिहार्य आहे याचा मला संताप येतो. मी तुला विरोध करेन. प्रतिरोध करेन. तुला नष्ट करण्याचा सर्वतोपरीने प्रयत्न करेन. जितक्या शांतपणे मी तुझ्याकडे तुझ्या संगाची भीक मागितली, तितक्याच शांतपणे हेही मी तुला सांगतेय. मी प्रार्थना करेन की, तू कधीही नष्ट होऊ नयेस... माझी कशावरही श्रद्धा नाही, तरीही... कशाची प्रार्थना करू... पण... पण मी तुला तुझ्या प्रत्येक पावलावर, प्रत्येक टप्प्यावर विरोध करेन. तुला मिळणारी कोणतीही संधी तुझ्यापासून मी हिसकावून नेईन. मी तुला घायाळ करेन... तू केवळ एकाच गोष्टीने घायाळ होऊ शकतोस, हे मला माहीत आहे... तुझं काम. मी तुझ्यावर उपासमार ओढवावी म्हणून प्रयत्न करेन, तुला ज्या गोष्टींपर्यंत पोहोचायचंय तिथवर पोहोचू देणार नाही मी तुला. आज मी ते केलंय... आणि म्हणून आज मी तुझ्याबरोबर संग करणार आहे.'

तो त्याच्या आरामखुर्चीत पसरून बसला होता. आरामात आणि तरीही सावध. त्याच्या निश्चलतेत जणू पुढच्या क्षणांचा आवेग गोठून राहिला होता.

'आज मी तुला घायाळ केलंय... पुन्हापुन्हा करेन. जेव्हाजेव्हा मी तुला अशा रीतीने हरवेन तेव्हातेव्हा मी तुझ्याकडे येईन. तुला माझ्यावर स्वामित्व गाजवू देईन. मला माझ्यावर स्वामित्व हवं आहे... कुणा प्रियकराकडून नव्हे तर माझ्या शत्रूकडून... जो माझा त्याच्यावरचा विजय धुळीला मिळवेल... वार करून नव्हे तर स्वतःच्या शरीराने माझ्या शरीराला स्पर्श करून. हे हवंय मला, रॉर्क. ही अशी आहे मी. तुला सगळं ऐकायचं होतं ना- ऐकलंस- आता काही म्हणायचंय तुला?'

'उतरून ठेव कपडे.'

ती क्षणभर सुन्न उभी राहिली. तिच्या ओठांचे दोन्ही कोपरे अचानक ताठरले. पांढरेफटक पडले. मग तिला दिसलं त्याच्या छातीवरचा शर्ट किंचित् थरथरला होता. त्याने श्वास रोधून घेतला होता. आता हसण्याची पाळी तिची होती. तिनेही त्याचं नेहमीचं कुत्सित हसू त्याला परत केलं.

तिने दोन्ही हातांनी कॉलरची बटन्स सोडवली, मग जॅकेटची... एकामागून एक, शांतपणे, न गडबडता. तिने जॅकेट जमिनीवर टाकलं. मग पांढरं स्वच्छ तलमसं ब्लाउझ काढून टाकलं. तिच्या हातांवर काळे लोकरीचे हातमोजे तेवढे तसेच राहिलेले. एकेक बोट सावकाश सोडवत तिने ते काढले. स्वतःच्याच बेडरूममधे वस्त्र उतरवावीत तशा मोकळेपणाने, संथपणे ती एकेक वस्त्र काढून टाकत होती.

मग तिने त्याच्याकडे पाहिलं. त्याच्यासमोर संपूर्ण नग्न उभी रहात ती वाट पहात राहिली. दोघांमधलं अंतर तिच्या पोटावर जडशीळ होऊन तिला चिणून काढत होतं. हा छळ तर तोही भोगत होता... दोघांनाही जे हवं होतं त्याचा असह्य ताण... मग तो उठला...

तिच्याकडे चालत आला... आणि त्याने तिला जवळ घेतलं तेव्हा तिच्या बाहूंनी सहजच त्याला विळखा घातला. त्याच्या कायेची मुद्रा जणू तिच्या त्वचेच्या कणाकणांवर रेखली गेली. त्याच्या बरगड्या, त्याचे बाहू, त्याची पाठ, त्याच्या खांद्यांची पाती, सारंसारं तिच्या बोटांच्या स्पर्शात गुरफटलं. तिचे ओठ त्याच्या ओठांवर होते... पहिल्या मीलनातील संघर्षापेक्षाही ही शरणागती अधिक हिंसक होती...

नंतर जेव्हा ती त्याच्या शय्येत त्याच्या ब्लकेटमधे त्याच्याशेजारी पडून राहिली तेव्हा तिची दृष्टी त्याच्या खोलीवरून फिरत राहिली. मग तिने विचारलं, 'रॉर्क, तू त्या खाणीत का काम करत होतास?'

'तुला माहीत आहे उत्तर.'

'हो... दुसऱ्या कुणीही एखाद्या आर्किटेक्टच्या ऑफिसमधे नोकरी केली असती.'

'आणि मग मला नष्ट करण्याचा प्रयत्न करावासा कसा वाटला असता तुला?'

'तुला समजतंय हे?'

'हो. शांत रहा. आता काही फरक पडणार नाहीये त्यामुळे.'

'तुला माहीत आहे की, एनराइट हाऊस ही न्यू यॉर्कमधली सर्वात सुंदर बिल्डिंग आहे?'

'हे तुला माहीत आहे हे ही मला माहीत आहे.'

'रॉर्क, तू त्या खाणीत तापत ग्रेनाइट फोडत होतास... तेव्हा तुझ्या मनात एनराइट हाऊस आणि अशा कितीतरी रचना होत्या... आणि तू एखाद्या...'

'बघ हं, एका क्षणात तू विकल होशील, डॉमिनिक... आणि मग उद्या तुला पश्चात्ताप होईल.'

'हं...'

'तू किती छान आहेस, डॉमिनिक.'

'नको म्हणूस असं...'

'तू छान आहेसच.'

'रॉर्क, मी तरीही तुला नष्ट करू पाहीन...'

'तुला तसं वाटलं नाही तर, मला तू हवीशी वाटशील?'

'रॉर्क...'

'पुन्हा ऐकायचंय? त्यातला अंश?... मला तू हवी आहेस, डॉमिनिक. हवी आहेस तू मला. हवी आहेस...'

'मी...' तिने तो शब्द उच्चारला नाही. पण तिच्या श्वासातून तो झरला.

'नको... इतक्यात नाही... इतक्यात नको उच्चार करू त्याचा. झोप आता.'

'इथे? तुझ्याबरोबर?'

'इथेच. माझ्याबरोबर. उद्या सकाळी तुला नाश्ता करून देईल. माझा नाश्ता मीच बनवतो हे माहीत होतं तुला? पहायला आवडेल तुला... खाणीत मला काम करताना पहात रहायचीस- तसंच. मग घरी जाशील आणि मला कसं नष्ट करता येईल, याचा विचार करशील... गुड नाइट, डॉमिनिक.'

❑

८

तिच्या लिव्हिंगरूमचे पडदे ओढलेले होते. शहराचा झगझगाट खिडकीच्या तावदानाच्या अर्ध्यापर्यंत पोहोचत होता. काचेच्या अर्ध्यावर काळोखे क्षितिज साठून होते. डॉमिनिक तिच्या डेस्कपाशी बसून उद्याच्या लेखावर शेवटचा हात फिरवत बसली होती. दारावरची घंटी वाजल्याचा आवाज आला तिला. तिला आधी न सांगता तिच्याकडे येण्याची कुणा पाहुण्याची प्राज्ञा नव्हती. तिने वर पाहिलं. हातात पेन्सिल अधांतरीच राहिली, ती जराशी रागाने, थोड्या कुतूहलाने वाट पहात राहिली. तिचं घरकाम सांभाळणाऱ्या बाईच्या पावलांचा आवाज येत होता. काही क्षणांतच ती आत आली आणि तिने सांगितलं, 'बाहेर एक गृहस्थ आले आहेत, तुम्हाला भेटायला, मॅडम.' तिच्या आवाजातला राग लपत नव्हता, कारण त्याने तिला नाव सांगितलं नव्हतं.

लालकेशरी केसांचा माणूस?- डॉमिनिकच्या तोंडावर आलेला प्रश्न. पण तिने आवरलं स्वतःला. हाताला झटका बसल्यासारखी तिची पेन्सिल तटकन हलली.

'पाठव त्यांना आत.'

दार उघडलं. दिवाणखान्याचा प्रकाश पाठीवर घेऊन एक लांब मानेची, बाटलीच्या आकाराची आकृती उभी होती. एक स्निग्ध, भरदार आवाज आला, 'गुड इव्हनिंग, डॉमिनिक.' तो एल्सवर्थ टूही होता. तिने त्याला कधीही घरी बोलावलं नव्हतं.

ती हसली आणि म्हणाली, 'गुड इव्हनिंग, एल्सवर्थ. कितीतरी दिवसात आपण भेटलो नाही.'

'मी भेटण्याची अपेक्षा असायला हवी होती तुला आता, नाही का?' तो बाईंकडे वळून म्हणाला, 'कॉइन्त्रू चालेल मला, असेल तर- प्लीज्... आणि खात्री आहे माझी असणारच...'

त्या बाईंनी डोळे विस्फारून डॉमिनिककडे पाहिलं; डॉमिनिकने शांतपणे मानेनेच होकार भरला. मागे दार लावून घेत त्या तिथून गेल्या.

'कामात तर असशीलच?' टूही तिच्या टेबलावरच्या पसाऱ्याकडे पहात म्हणाला. 'फार शोभतं तुला. छान. चांगले परिणामही मिळताहेत. आजकाल फार छान लिहायला लागली आहेस तू.'

तिने पेन्सिल टाकली. एक हात खुर्चीच्या पाठीवर टाकला. अर्धवट त्याच्याकडे वळत ती

निर्विकार मुद्रेने त्याच्याकडे पहात राहिली.

'काय हवंय, एल्सवर्थ?'

तो बसला नाही. तिचं घर चिकित्सक नजरेने न्याहाळत राहिला.

'वाईट नाही, डॉमिनिक, जशी अपेक्षा होती, तसंच घर आहे तुझं. जरासं कठोर, थंडंच वाटावं असं. तुला सांगू, ती निळसर हिमछटेची खुर्ची उगाच तिथे ठेवली आहेस. अगदीच उघड होते आहेस. अगदी जिथल्या तिथेच वाटतं सारं मग. तू काय करशील, काय निवडशील याची लोकांना जी अपेक्षा असू शकेल, त्याप्रमाणेच आहे नेमकं... मला त्यापेक्षा गाजरासारख्या लाल रंगाची खुर्ची आवडली असती. एकदम भडक, बटबटीत लालकेशरी रंग, अगदी मि. हॉवर्ड रॉर्क यांच्या केसांसारखा. -हे आपलं उगीच जाताजाता... केवळ एक उदाहरण म्हणून हं- मला वैयक्तिक असं काहीही म्हणायचं नाही, सांगून टाकतो. केवळ एक चुकीच्या रंगाचा फटकारा या खोलीचं चित्र खऱ्या अर्थाने पूर्ण करू शकतो. असं काहीतरी केलं की एक वेगळाच डौल येतो. तुझ्याकडच्या सगळ्या पुष्परचना एकदम छान आहेत. चित्रही- वाईट नाही काही.'

'ठीक आहे, एल्सवर्थ, कळलं. ठीक आहे. आता सांग, काय सांगायचंय?'

'पण हे काय तुझं? मी पहिल्यांदाच इथे आलोय. तू कधी बोलवलंसच नव्हतं मला घरी. का ते कळलं नाही मला...' तो बसला. एक पाऊल दुसऱ्या गुडघ्यावर ठेवून आरामात बसला. दुसरा पाय पुढे ताणून पसरलेला. बूट आणि पॅन्टच्या मधल्या पट्टीत त्याच्या पावलावरचा राखाडी रंगाचा मोजा दिसत होता. मोज्याच्या जरा वर त्याच्या पायाची उघडी त्वचा दिसत होती. पांढरट निळसर कातडीवर तुरळक केस होते.

'पण तुझं काय सांगावं... तू कधीच मिळूनमिसळून नसायचीस... भूतकाळ वापरला मी. तू काय म्हणालीस? आपण बरेच दिवसात भेटलो नाही म्हणून... खरंय. तू आजकाल किती बिझी आहेस... फारच वेगळंय हे. तू लोकांना भेटायला जातेस, डिनर्सला जातेस, क्लब्जमधे जातेस, टी पार्टीज् देतेस... खरंय की नाही?'

'हो, देते.'

'टी पार्टीज... हे म्हणजे फारच झालं. ही जागा तशी चांगली आहे पार्ट्या द्यायला. प्रशस्त आहे... भरपूर मोकळी जागा आहे माणसं भरायला. कोणाला भरायचं याची काळजी नसेल तर कितीही भरायची... आणि सध्या तुला काहीच पर्वा नाहीये, हो ना? काय काय खिलवतेस त्यांना तू?- अँचोवी पेस्ट आणि बारीक चिरलेली अंडी ... हृदयाकृती आकार दिलेली?'

'कॅव्हियर आणि चिरलेले कांदे... ताऱ्यांच्या आकारात.'

'आणि म्हाताऱ्या कोताऱ्या बायकांसाठी?'

'क्रीम चीझ आणि अक्रोडांचा चुरा.'

'तू अशी असल्या गोष्टींची काळजी घेत वावरताना पहायला मला फार आवडेल. विशेषतः म्हाताऱ्या बायांच्या बाबतीत तू किती सहृदय झाली आहेस, ते पहाणं मोठं हृदयस्पर्शी वाटतं मला. विशेषतः महामूर पैशांवर वेटोळी घालून बसलेल्या, ज्यांचे जावईबिवई रिअल इस्टेटच्या उद्योगात आहेत अशा सर्व म्हाताऱ्यांची फारच काळजी घेतेस तू. पण त्याहून भयंकर म्हणजे तू नॉक मी फ्लॅटसारखं नाटक बघायला कमोडोर हिग्बीच्या बरोबर गेलीस- कमोडोर हिग्बी! दात खोटे असले तरीही त्याच्या मालकीचा मोठ्ठा प्लॉट आहे ब्रॉडवे आणि चेम्बर्सच्या कोपऱ्यावर!'

त्या बाई ट्रे घेऊन आत शिरल्या. टूहीने एक ग्लास घेतला आणि नाजूकपणे दोन बोटांत धरला. त्या बाई तिथून जाईपर्यंत कॉइन्त्रूचा सुगंध नाकात भरून घेत राहिला.

‘माझ्या कार्यक्रमांवर एवढी बारीक नजर कशासाठी ठेवली जातेय सांगशील का. कोण ठेवतंय नको सांगूस. का तेवढंच सांग.’ डॉमिनिक निर्विकार स्वरात म्हणाली.

‘कोण ठेवतंय, तेही विचारू शकतेस. कुणीही ठेवतंय- प्रत्येक जण म्हण ना. अचानक मिस डॉमिनिक फ्रँकन यजमानिणीच्या भूमिकेत एवढी जोरात वावरायला लागली, तर लोक चर्चा करणार नाहीत असं वाटतंय की काय तुला? मिस डॉमिनिक फ्रँकन- जवळपास किकी हॉलकोम्बच्या भूमिकेत! आणि कैक पटींनी जास्त छान... आहाहा कित्तीकित्ती छान... खूपच डौलदार, खूपच जास्त संयत, खूपच कुशल... आणि विचार कर तूच... कित्तीतरी सुंदर- लावण्यवतीच. तुझ्या या लावण्याचा- एखादी बाई तुझा गळा कापायला तयार होईल असं लावण्य आहे तुझ्याकडे- त्याचा काहीतरी उपयोग कर... अजूनही सगळं वायाच चाललंय नं... अर्थातच. म्हणजे प्रत्येक गोष्टीचा काहीतरी ठरीव उपयोग असतोच ना शेवटी... म्हणून म्हटलं. चला निदान काही लोकांना तरी त्यातून काही ना काही फायदा होतो आहे. उदाहरणार्थ, तुझ्या वडिलांना किती आनंद होतो आहे, तुझ्या या नव्या उत्साहामुळे. चिंगुली डॉमिनिक लोकांशी नीट वागू लागली... शोनुली डॉमिनिक सर्वसामान्यपणे वागायला लागली... अर्थात त्यांचा भ्रम आहे तो. पण जरा आनंद मिळाला त्यांना त्यातून तर काय वाईट आहे... इतरही अनेकांना बरं वाटतंय यामुळे. उदाहरणार्थ मी. अर्थात केवळ मला बरं वाटावं म्हणून तू काहीही करणार नाहीस याची मला अगदी चांगली कल्पना आहे... पण माझं तेच तर वैशिष्ट्य आहे. मी कुणालाही मिळणाऱ्या आनंदातून माझा आनंद मिळवू शकतो- भाग्यवान आहे मी तसा... अगदी निःस्वार्थ वृत्तीने मला आनंद मिळवता येतो.’

‘माझ्या प्रश्नाचं उत्तर नाही दिलंस तू.’

‘देतोय की. तुझ्या कार्यक्रमांवर लक्ष ठेवण्याचं, कारण विचारलंस ना, तेच सांगतोय. कारण, मला त्यातून आनंद मिळतो. शिवाय कुणाला मी माझ्या शत्रूबद्दल माहिती गोळा करत असतो तर आश्चर्य वाटलं असतं समजा- तोही ऱ्हस्वदृष्टीदोषच असता तसा... पण मी माझ्याच बाजूच्या लोकांबद्दल माहिती ठेवून आहे, म्हटल्यावर प्रश्न कुठे येतो... मी तेवढा काही भोंगळभाऊ नाही... माझ्याबद्दल तुझं बाकी काहीही मत असलं तरी तू मला भोंगळभाऊ निश्चितच म्हणणार नाहीस, खरं ना?’

‘तुझ्या बाजूच्या, एल्सवर्थ, काय म्हणतो आहेस तू?’

‘हे पहा, डॉमिनिक, तुझ्या लेखनशैलीत आणि संवादशैलीत हाच एक एवढा दोष आहे. तू फार प्रश्न विचारतेस बुवा. वाईट आहे हे. विशेषतः गरज नसताना विचारणं तर फारच वाईट. चल, तुझं प्रश्नावलीतंत्र बाजूला ठेव. फक्त बोलत रहा. आपण दोघेही चांगल्या प्रकारे समजून आहोत... त्यामुळे आपल्या दोघांमधे काहीही प्रश्न उरलेले नाहीतच तसे. असते तर तू मला केव्हाच हाकलून काढलं असतंस. त्याऐवजी- तू तर मला एवढं महागडं लिक्युएर दिलंयस.’

त्याने त्या ग्लासची कड नाकाखाली धरली आणि सैल सुटल्यासारखा त्याचा छातीभर वास घेतला.

डिनर टेबलवर हीच कृती तोंडाचा मचमच आवाज केल्यासारखी घृणास्पद वाटली असती... पण इथे मात्र हीच कृती फारच रुबाबदार वाटत होती. कटक्रिस्टलच्या ग्लासच्या कडेवर त्याची नीटसपणे कापलेली मिशी टेकलेली.

‘ठीक आहे,’ ती म्हणाली, ‘बोल.’

‘तेच तर करतोय मी... माझा चांगुलपणाच समज हा- कारण तू बोलायला तयार नाहीस- तू. अजून नाही... अजून थोडा वेळ कदाचित... वेल, चल बोलून टाकू. केवळ विषय घोळवायचा म्हणून- की, कसे लोक तुझं आसुसून स्वागत करताहेत... तू त्यांच्यात आल्याचं स्वागत किती हर्षभराने

करताहेत, तुझ्याभोवती गुंजारव करत आहेत, का बरं एवढं... तुला काय वाटतं? ते स्वतः कितीतरी वेळा इतरांचा अधिक्षेप करतातच. पण ज्या कुणी त्यांचा सातत्याने अधिक्षेप केला अशी व्यक्ती जर अचानक विरघळली आणि एकदम लोकप्रिय होण्यासाठी धडपडू लागली तर ते लगोलग रांगत, लडबडत, नख्या आत दुमडून घेत आपली पोटं खाजवून घेण्यासाठी लोळण घेऊ लागतील... का करतात ते असं? याची कारणं दोन असू शकतात मला वाटतं... भलेपणाचा फायदा देऊन म्हणायचं तर ते उदारहृदयाने तुला पुन्हा एकवार आपला मैत्रीचा हात देऊ करू इच्छितात. फक्त भलेपणा गृहीत धरणं जरा मूर्खपणाचंच असतं... सत्य वेगळंच असतं. सत्य काय असू शकेल- तर त्यांना कळतंय... की त्यांची गरज मान्य करून तू स्वतःच स्वतःचं अधःपतन करून घेते आहेस. तुझ्या शिखरश्रेणीवरून तू खाली उतरली आहेस... प्रत्येक एकलेपणा हा शिखरासारखाच असतो- आणि त्यांना मनोमन आनंद होतो आहे, तुझ्याशी मैत्री करून ते तुला खालीखालीच आणत आहेत याचा. अर्थात्, त्यांच्यापैकी कुणालाच याची उघडउघड जाणीव नसणार... तुझ्याशिवाय. म्हणून तर ते करत असताना तुला त्याचा त्रास होतो... हे तू कधीही कुठल्याही उदात्त हेतूने प्रेरित होऊन केलं नसतंस- तू जो हेतू किंवा साध्य निवडले आहेस ते किती दुष्ट आहे... त्यापुढे तू निवडलेलं साधन अगदीच सुसह्य वाटत असेल तुला.'

'तुला सांगू, एल्सवर्थ, आत्ताच बोलताना तू जे वाक्य वापरलंस ते तू कधीही तुझ्या लिखाणात आणणार नाहीस.'

'असं? नक्कीच तसं असेल. मी अशा कितीतरी गोष्टी बोलतोय की ज्या मी माझ्या लिखाणात चुकूनही वापरणार नाही. तुला कुठलं वाक्य अभिप्रेत आहे?'

अ: 'प्रत्येक एकलेपणा हा शिखरासारखाच असतो.'

'ते होय? अगदी बरोबर... नाही वापरणार मी ते लिखाणात. तू वापरू शकतेस. जरूर वापर. पण तसं ते फार काही चांगलं नाही. ओबडधोबड आहे जरा. मी त्यापेक्षाही चांगलं वाक्य देईन तुला कधीतरी पुढेमागे, हवं तर. सॉरी, पण माझ्या छोट्याशा भाषणातून तेवढं एकच वाक्य तू उचललंस.'

'काय उचलावं अशी अपेक्षा होती तुझी?'

'अरे... उदाहरणार्थ मी तुला दोन कारणं सुचवली होती. एक कुतूहलजनक प्रश्न दडलेला त्यात. त्यातलं अधिक सहृदय कारण कोणतं ठरेल- लोकांच्या सद्‌गुणशाली स्वभावावर विश्वास ठेवावा आणि त्यांना केवळ अशोभनीयच नव्हे, तर न पेलणारा उदात्ततेचा गुण जडवावा की, ते जसे आहेत तसे मान्य करून टाकावं आणि त्यांनाही सारं सोपं करून द्यावं? अर्थात, मला न्यायापेक्षा दया निश्चितच जास्त महत्त्वाची वाटते, नेहमीच.'

'मला कवडीचाही फरक पडत नाही, एल्सवर्थ.'

'नाही? अमूर्त कल्पनाविलासाचा मूड नाही? फक्त निश्चित साध्य काय हेच हवं? ठीके. गेल्या तीन महिन्यांत तू पीटर कीटींगकडे किती नवीन कामं आणलीस?'

ती उठली आणि बाईंनी ठेवलेल्या ट्रेमधून तिने स्वतःसाठी लिक्युएर ओतून घेतलं.

'चार.' ग्लास उंचावून तिने ओठाला लावला.

मग तिने त्याच्याकडे वळून पाहिलं. आणि म्हणाली, 'हीच ती सुप्रसिद्ध टूही-शैली, नाही का? आपला शाब्दिक ठोसा लेखाच्या शेवटीही घालायचा नाही नि सुरुवातीलाही. जिथे अपेक्षाच नसेल तिथे घुसवायचा. अख्खा कॉलम बकवास लिहून भरायचा- ते एक वाक्य लिहिता यावं म्हणून.'

त्याने आदराने मान झुकवल्यासारखी केली.

'अगदी. म्हणून तर मला तुझ्याशी बोलायला आवडतं. आपण इतक्या मुलायमपणे दुष्टावा

करतोय हे मुळीच न समजू शकणारे लोक भोवती असताना तसं करण्यातली गंमतच निघून जाते. पण एक लक्षात ठेव... माझा बकवास कधीच अनाठायी किंवा अपघाती नसतो, डॉमिनिक. शिवाय माझी शैली इतकी उघड झालीय हेही मला माहीत नव्हतं. आता काहीतरी नवीन शोधायला हवं असं दिसतंय.'

'काही काळजी नको. त्यांना आवडतंय.'

'अर्थात. मी लिहिलेलं काहीही त्यांना आवडतं. मग? चार झाली का कामं? मी तीनच मोजली होती. एक निसटलं माझ्या नजरेतून.'

'एवढंच जर तुला जाणून घ्यायचं होतं, तर तुला इथे यायची काय गरज पडलेली, मला समजत नाही. पीटर कीटींग तुझा एवढा लाडका आहे आणि मी त्याला अगदी छानच मदत करतेय, तुझ्यापेक्षा जास्त चांगली. मला पीटीबद्दल आणखी प्रोत्साहनपर सल्ला द्यायची काहीच गरज नाही. हो की नाही?'

'चुकलीस तू. एका वाक्यात दोन चुका, डॉमिनिक. एक खरोखरची चूक आहे आणि एक असत्य आहे. चूक ही की, मला कीटींगला मदत करायची आहे हे गृहीत धरणं... आणि जाताजाता हेही सांगतो, की मी त्याला तुझ्यापेक्षा जास्त चांगल्या प्रकारे साह्यभूत होऊ शकतो, झालेलो आहे आणि होत राहीनही. पण ते फार दूरचं झालं. असत्य हे की मी इथे पीटर कीटींगबद्दल बोलायला आलो. मी कशाबद्दल, कुणाबद्दल बोलायला आलो ते तू मी येताक्षणीच ताडलं होतंस... आणि- आय हाय... त्यासंबंधी बोलायला तू तुझ्या लेखी माझ्यापेक्षाही अधिक कुणी घृणास्पद असेल त्याच्याशीही बोलायला तयार होशील- फक्त त्या विषयावर बोलता यावं म्हणून. अर्थात या क्षणी तुला माझ्यापेक्षाही घृणास्पद वाटेल, असं कोण असू शकेल बरं...'

'पीटर कीटींग.' ती उत्तरली.

त्याने नाक मुरडत तोंड वाकडं केलं. 'ओह्. नाही नाही. तो अजून तेवढा मोठा झालेला नाही. पण चल, आपण पीटर कीटींगबद्दल बोलू. तो तुझ्या वडिलांचा पार्टनर आहे हा किती सोयिस्कर योगायोग आहे... तू केवळ तुझ्या वडिलांसाठी कामं आणण्यासाठी मरमर करते आहेस, कर्तव्यदक्ष कन्येला साजेसंच आहे तुझं वर्तन. यापेक्षा कुणाची काय वेगळी अपेक्षा असणार? तू गेल्या तीन महिन्यांत फ्रँकन अँड कीटिंग फर्मसाठी केवढं जबरदस्त काम केलंस. केवळ काही म्हाताऱ्याकोताऱ्यांशी प्रेमळपणे गोडगोड हसून, आणि काही प्रतिष्ठित मैफलींमधे उंची फॅशनचे झगे घालून मिरवत... कल्पना करवत नाही... तू जर तुझं अप्रतिम सुंदर शरीर पीटर कीटींगला कामं मिळवून देण्यासाठी, केवळ दृष्टीसुखापेक्षा वेगळ्या सुखांसाठी देऊ केलंस, तर तू काय काय साध्य करशील.' तो थबकला. ती काहीच बोलली नाही, तेव्हा तो पुढे म्हणाला, 'अभिनंदन, डॉमिनिक, तुझ्याबद्दलची माझी सर्वोच्च अपेक्षा पूर्ण केलीस तू- या माझ्या बोलण्यावर जराही दचकली नाहीस!'

'त्यामागचा हेतू काय होता, एल्सवर्थ? धक्कातंत्र एवढाच- की काही सुचवतो आहेस?'

'ओ! कितीतरी हेतू असू शकतात... उदाहरणार्थ प्राथमिक चाचपणीचा हेतू असू शकेल. पण खरं म्हणजे- काहीच हेतू नव्हता. उगीच थोडं ग्राम्य बोलायचं म्हणून... तीही टूही शैलीच. तुला माहीतच आहे, मी नेहमीच योग्य वेळी अयोग्य योजना करतो. मी तसा मूलतः इतका एकमार्गी, शुद्ध सुसंस्कृतासारखा वागत असतो की, असं मधूनच जरा वेगळं काहीतरी बोललं की रंग भरतो. कंटाळवाण्या संभाषणात जरा वैविध्य येतं.'

'खरंच का, एल्सवर्थ? तू मूलतः काय आहेस, हा मला जरा प्रश्नच पडतो. मला कळलेलं नाही ते.'

'मी अभिमानाने सांगू शकतो, की मी तसा कुणालाच कळलेलो नाही.' तो हसतहसत म्हणाला, 'पण खरं तर त्यात रहस्य असं काहीच नाही. अगदी सोपंय. सर्व गोष्टी तासून तासून सोलीव मूलतत्त्वांपर्यंत आणायच्या. तशी मूलतत्त्वं किती मोजकीच असतात... दोनच खरं तर. आपणां सर्वांचाच ठाव लागायला पुरेशी. पण सारा गुंता सोडवत, तासत तिथपर्यंत पोहोचायलाच वेळ लागतो खरा. लोकांना एवढंच तर करायला आवडत नाही. आणि एवढं सगळं केल्यानंतर जे हाती लागणार तेही त्यांना आवडण्यासारखं नसतं- असं मला वाटतं.'

'मला चालतं. मी कोण आहे, ते मला माहीत आहे. बोल बोल, बोलून टाक. मी केवळ एक मादी आहे.'

'उगीच वेड पांघरू नकोस, बाळे. तू मादीपेक्षाही भयंकर आहेस. तू संत आहेस. जोगीण. एवंगुणविशिष्ट उदाहरण आहेस तू- तुला पाहून कळतं की सगळे संत का धोकादायक असतात, का त्यांना दूर ठेवावं...'

'आणि तू?'

'अगदी सत्य सांगायचं तर- मी कोण आहे ते मला माहीत आहे. ही एवढीच गोष्ट माझ्याबद्दलच्या बऱ्याच गोष्टी स्पष्ट करते. तुला हवं तर एक महत्त्वाची कल्पना सुचवून ठेवतो... तुला गरज नाही म्हणा... पण कदाचित भविष्यात उपयोगात आणशील तू.'

'कशासाठी?'

'तुला माझी गरज पडेल, डॉमिनिक. त्यामुळे मला थोडं समजून घेतलंस तर फायदाच होईल तुझा. पाहिलंस? माझं स्वरूप कळेल कुणाला, याची मला भीती वाटत नाही. तुला समजून आलं तरीही.'

'मला तुझी गरज पडेल?'

'ओः, कमॉन. थोडंसं धाडस दाखव.'

ती बसली आणि थंडपणे वाट पहात राहिली. आपल्याला होत असलेला आनंद लपवायचा अजिबात प्रयत्न न करता तो खुशीत हसला.

'तर काय...' छताकडे नजर फिरवत तो बोलू लागला, 'तू पीटर कीटींगसाठी खेचून आणलेल्या कामांबद्दल बोलू. क्रिऑन बिल्डिंगचं पहा. त्यात काहीच करायची गरज नव्हती तशी. हॉवर्ड रॉर्कला ते काम मिळण्याची तशीही शक्यता नव्हती. हां, लिंडसेंचं घर रॉर्कला मिळण्याची दाट शक्यता होती खरी. तू मधे पडली नसतीस, तर ते त्याला नक्की मिळालं असतं. स्टोनब्रूक क्लबहाऊसमधे पण त्याला चांगली आशा होती... पण तू तेही काढून घेतलंस त्याच्याकडून.' तिच्याकडे पहात तो खुदकन् हसला, 'काय डॉमिनिक? माझ्या शैलीवर किंवा शाब्दिक ठोशांवर काहीच बोलायचं नाही?' त्याच्या खळाळत्या आवाजावर त्याचं हसू गोठलेल्या तवंगासारखं हिंदकळत राहिलं.'पण नॉरिस कंट्री हाऊसच्या बाबतीत तू अपेशी ठरलीस तेवढी. गेल्याच आठवड्यात त्याला मिळालं बरं का ते काम. अर्थात्, तू झालीस म्हणून काय झालं... तुला तरी शंभर टक्के यश कसं बरं मिळेल. अखेर एनराइट हाऊस हे फार मोठं काम होतं... खूप बोललं जातंय त्याविषयी. बऱ्याच लोकांना मि. हॉवर्ड रॉर्क या प्राण्यात रस वाटू लागला आहे. पण तरीही तू खूपच चांगली कामगिरी बजावलीस, यात काही शंका नाही. तुला नाही वाटत, की मी तुझी स्तुती करतोय म्हणून? प्रत्येक कलाकाराला स्तुतीची गरज वाटतेच... तुझी स्तुती कोण करणार, कारण कुणाला माहीतच नाही तुझं काय चाललंय- फक्त रॉर्कला आणि मला माहीत आहे... तो तर तुझे आभार मानू शकत नाही! अरे हो... त्याला तरी माहीत आहे का हे कोण जाणे... नसेल, तर मग सगळी मजाच निघून जाते, हो की नाही?'

'मी हे काय करतेय ते तुला कसं काय माहीत?' तिने थकलेल्या स्वरात विचारलं.

'बाळे, ही कल्पना पहिल्याप्रथम मीच तुला दिली हे तू विसरलीस की काय?'

'हं... हो.' तिने हरवल्यागत उत्तर दिलं.

'मग आता कळलं, मी इथे का आलो ते... आता कळलं तू माझ्या बाजूने आहेस असं मी का म्हटलं?'

'हो. कळलं.' ती म्हणाली.

'हा आपला करार बरं... आपली संयुक्त आघाडी. आघाडीतले साथी कधीही एकमेकांवर विश्वास ठेवत नाहीत. पण त्याने त्यांची परिणामकारकता कमी होते असं काही नाही. आपली उद्दिष्टं अगदी एकमेकांविरुद्ध असतील. नव्हे आहेतच. पण त्याने काय फरक पडतो... परिणाम एकच. आपण एकाच उदात्त उद्दिष्टाने प्रेरित वगैरे असण्याची काहीच गरज नाही. केवळ शत्रू एक आहे तेवढं पुरे. आणि तसा तो आहे.'

'हो.'

'म्हणूनच तुला माझी गरज आहे. एकदा मी मदत केलीही तुला.'

'हो.'

'मी तुझ्या या मि. रॉर्कना भरपूर इजा पोहोचवू शकतो. तुझ्या चहापार्ट्यांपेक्षा कितीतरी जास्त प्रभावीपणे.'

'कशासाठी?'

'कशासाठी ते सोड. मी तुझी कारणं विचारतोय का?'

'ठीक आहे.'

'ठरलं मग? आपण यात साथसाथ?'

ती त्याच्याकडे पहात राहिली. मग थोडी पुढे झुकली. लक्षपूर्वक निरखणारा तिचा चेहरा भकास, रितारिता होता. मग ती म्हणाली, 'साथसाथ...'

'फारच छान, माय डियर, आता ऐक माझं. दर दोन दिवसांआड त्याचा उल्लेख तुझ्या कॉलममधे करते आहेस ते प्रथम थांबव. माहीतेय, माहीतेय मला... तू त्याच्यावर अगदी जहरी ताशेरे ओढतेस... पण ते जरा अतीच होतंय. त्याचं नाव तर लोकांपुढे येतच रहातं ना... ते नकोय तुला, खरं ना. शिवाय आणखी एक, तुझ्या त्या पार्ट्यांना मलाही बोलवत जा. ज्या काही गोष्टी तुला शक्य नाहीत त्या मी साधून घेईन, कसं? आणखी एक गोष्ट सांगतो, मि. गिल्बर्ट कोल्टनना ओळखतेस ना- कॅलिफोर्निया पॉटरीवाले... ते त्यांची एक शाखा पूर्वेकडे कुठेतरी काढायच्या तयारीत आहेत. त्यांना कुणीतरी चांगला मॉडर्निस्टच हवाय म्हणे. म्हणजे ते मि. रॉर्कचाच विचार करतायत म्हण ना. रॉर्कला अजिबात मिळू देऊ नकोस हे काम. प्रचंड मोठं काम आहे ते. भरपूर प्रसिद्धीही मिळेल त्याला... काहीतरी कर... मिसेस कोल्टनसाठी हवं तर एक नवीन सॅण्डविच निर्माण कर... काहीही कर. पण रॉर्कला ते मिळू देऊ नकोस...'

ती उठली. पावलं फरफटवत टेबलपाशी जात तिने एक सिगरेट घेतली. ती पेटवत ती त्याच्याकडे वळली आणि म्हणाली...'तुला जेव्हा जे काही सांगायचं असेल ते अगदी थोडक्यात सांगत चल आणि मुद्द्यापुरतं बोलत जा.'

'मला गरजेचं वाटेल तेव्हाच.'

ती खिडकीपाशी जाऊन खाली पसरलेल्या शहराकडे पहात उभी राहिली.

'तू कधीही रॉर्कविरुद्ध प्रत्यक्ष असं काहीही केलेलं नाहीस. तुला एवढी पर्वा असेल अशी शंका

आली नव्हती मला.'

'नाही केलं?'

'तू त्याचा कधी उल्लेखही केला नाहीस.'

'माय डियर, तेच तर मी किती मोठं काम केलं त्याच्या विरुद्ध. अजूनपर्यंत तेवढंच.'

'त्याच्याबद्दल तुला पहिल्याप्रथम केव्हा कळलं?'

'मी हेलर हाऊसची रेखाचित्रं पाहिली तेव्हा. ते माझ्या नजरेतून सुटलं असेल असं वाटतं तुला? आणि तुला, तुला केव्हा कळलं?'

'मी एनराइट हाऊसची रेखाचित्रं पाहिली तेव्हा.'

'त्या आधी कधीच नाही?'

'नाही.'

ती शांतपणे सिगरेट ओढत राहिली. मग त्याच्याकडे न पहाताच ती म्हणाली, 'एल्सवर्थ, आज आपण जे बोललो त्याची आपल्यापैकी कुणीही कुठे वाच्यता केली तर दुसरा ते नाकारील आणि ते कधीही सिद्ध होऊ शकणार नाही. त्यामुळे आपण एकमेकांशी खरं बोलायला हरकत नाही, नाही का? अगदी सुरक्षित असेल ते. तू त्याचा द्वेष का करतोस?'

'मी असं कधीच म्हटलेलं नाही.'

तिने खांदे उडवले.

'आणि बाकीचं उत्तर तुझं तू समजून घेण्यास समर्थ आहेस.'

तिने सिगरेटच्या ठिणगीच्या काचेतल्या प्रतिबिंबाकडे पहात मान डोलावली.

तो चालत तिच्यापाशी गेला आणि खिडकीतून खालच्या शहराचे दिवे पाहू लागला. इमारतींचे काटकोनी चौकोनी आकार, खिडक्यांतून झिरपणाऱ्या प्रकाशामुळे दीप्तीमान झालेल्या भिंती... जणू त्या प्रकाशावर झिरझिरीत जाळीचा पडदा पसरलेला. आणि एल्सवर्थ टूही मऊसूत आवाजात बोलू लागला, 'बघ, बघ, किती उदात्त दृश्य... केवढ्या देदीप्यमान प्रयत्नांची फलश्रुती आहे नाही? प्रचंडच! हजारो लोकांनी यासाठी कष्ट घेतले, आणि लक्षावधींना यातून फायदा मिळाला. आणि असं म्हणतात की, युगप्रवर्तक विचार करणाऱ्या डझनभर व्यक्ती जर जन्माला आल्या नसत्या तर यातलं काहीही घडून आलं नसतं... खरंही असेल ते. तसं खरंच असेल तर- तरीही आपण त्याबद्दल दोन प्रकारे विचार करू शकतो. दोन दृष्टिकोन संभवतात. आपण असं म्हणू शकतो की, हे दहाबारा लोक आपले उपकारकर्ते होते, त्यांच्या बुद्धीच्या, आत्मतेजाच्या घनघोर प्रपातांची समृद्धीच इतकी जबरदस्त होती की त्यांच्या सशक्त प्रवाहात अवघी मानवता भिजून निघाली... आपण कृतज्ञ असायला हवं. पण आपण असंही म्हणू शकतो... त्यांच्या या अमाप बुद्धी-संपदेशी आपण ना बरोबरी करू शकत ना ती सांभाळू शकत. या दहाबारा जणांनी आम्हाला आमची क्षुद्रता नेमकी दाखवून दिली आहे... आपण म्हणू शकतो... नको आम्हाला यांच्या बुद्धीतून उद्भवलेल्या दानाचं ओझं... आपण म्हणू शकतो की, त्या निसरड्या दलदलीजवळची एखादी गुहा किंवा काटक्यांवर काटक्या घासून कसाबसा मिळवलेला अग्नी हे आम्हाला पुरेसं वाटतं. हव्यात कुणाला या गगनचुंबी इमारती आणि निऑनच्या दिव्यांचा झगमगाट... आमच्या बुद्धीची, सृजनशीलतेची मर्यादा ही काड्याकाटक्यांतून मिळवलेल्या शेकोटीपुरती आणि अंधाऱ्या गुहेत वस्ती करण्याएवढीच असेल तर आम्हाला तेवढेच पुरे? डॉमिनिक, या दोन दृष्टिकोनांपैकी कुठला दृष्टिकोन अधिक मानवतावादी आहे असं म्हणशील तू? कारण, असं पहा, मी स्वतः पक्का मानवतावादी आहे.'

□ □ □

काही काळ लोटल्यावर लोकांशी जमवून घेणं, त्यांच्यात मिसळणं डॉमिनिकला थोडं सोपं जाऊ लागलं. स्वतःचा छळ मांडणं, स्वतःच्या सहनशीलतेची कसोटी पहाणं तिने अंगवळणी पाडून घेतलं. आणखी किती सहन करू शकतो आपण... हे एक सततचं आव्हान बनून गेलं. औपचारिक समारंभांतून, नाट्यक्षेत्रातल्या पार्ट्यांतून, डान्सेस, डिनर्समधून ती सहजपणे हसतमुखाने वावरू लागली. तिचा हसरा चेहरा अधिकच तेजस्वी वाटायचा आणि अधिकच थंड... हिवाळ्यातल्या सूर्यबिंबासारखा. रिकाम्या चेहऱ्याने ती रितेरिते शब्द ऐकून घ्यायची... त्या शब्दांचा बाजच असा असायचा की जणू ते बोलणाऱ्याला त्यापेक्षा अधिक उत्साहाचा प्रतिसाद मिळणं अपेक्षित नसायचंच. किंबहुना जास्त काही बोललं तर बोलणाऱ्याला अवमानच वाटला असता. कंटाळलेपणा हा एकच समान धागा होता जणू त्या संभाषणांमधला. त्यांची विसविशित तकलादू प्रतिष्ठा टिकवून धरणारं हमखास रसायन... ती प्रत्येक वाक्याला मान डोलवत असे, सारंकाही मान्य करून टाकत असे.

'होय होय, मि. होल्ट. मलाही तसंच वाटतं. पीटर कीटींगसारखा आर्किटेक्ट शतकात एखादाच असतो. आपल्या शतकात- तोच.'

'नाही, मि. इन्स्किप, हॉवर्ड रॉर्कची निवड करणार तुम्ही? तो दांभिक? अर्थातच तो दांभिक आहे... एखाद्या माणसाचा प्रामाणिकपणा तपासून पहायला आपल्याकडेही संवेदनशील प्रामाणिकपणा असावा लागतो... फार काही नाही ना?... नाही, मि. इन्स्किप, खरंच हॉवर्ड रॉर्क म्हणजे अगदीच सामान्य आहे. हो ना... वकूबच नाही त्याचा. सगळा प्रश्न आहे तो तुम्ही कोणते आकार किती अंतरावरून पहाता त्याचा फार विचार करू नका, मि. इन्स्किप- ओः थँक्यू... माझे डोळे तुम्हाला आवडले? हो हो...मी आनंदात असले की, माझ्या डोळ्यांत दिसतंच ते. तुम्ही हॉवर्ड रॉर्कचा वकूब ओळखलात याचाच मला खूप आनंद झाला...'

'तुम्ही भेटलायत का कधी मि. रॉर्कना, मिसेस जोन्स? नाही आवडला ना तो मनुष्य तुम्हाला? त्या माणसाबद्दल कुणालाही कधी सहानुभूती वाटणं शक्य नाही ना? अगदी खरंय. सहानुभूती ही किती उदात्त, हृद्य भावना आहे. एखाद्या अळीचा चेंदामेंदा झालेला पाहिलं तरी आपल्याला कशी मन भरून सहानुभूती वाटते नाही. आपलं आपल्यालाच किती शुद्ध वाटत रहातं नाही का, असा अनुभव आल्यानंतर? आपण अगदी मनःपूत प्रसरण पावू शकतो. पोट आत खेचून धरायला नको, पट्टा बांधायला नको. सहानुभूतीची भावना एकदा मनात दाटली की कसं शांत वाटतं. आणि किती सोपं... आपल्याला आपल्यापेक्षा खालच्याकडेच तर पहायचं असतं. वर पहावं लागलं तर मान आखडते नाही...सहानुभूतीची भावना मनात स्फुरणं ही गोष्टच इतकी छान आहे... कसं सत्शील वाटतं. वेदनांचं अस्तित्त्व समर्थनीय ठरतं त्यामुळे. जगात दुःख-वेदना असायलाच हव्यात नाही का... नाहीतर मग आपल्याला सहानुभूतीचा प्रत्यय कसा येणार... सत्शीलतेचा अनुभव कसा दाटणार मनात... ओः याच्या विरुद्धही काही आहे ना- का नाही... पण ते किती कठीण आहे सारं... कौतुकाची भावना, मिसेस जोन्स, कौतुक... पण त्यासाठी पुन्हा आपल्याला श्वास रोधून पोट आत धरून ठेवावं लागतं ना... पंचाईतच. त्यामुळे ज्या कुणाबद्दल आपल्याला थोडीदेखील दया वाटण्याची गरज नसते ना, ते लोक दुष्टच म्हटले पाहिजेत... हॉवर्ड रॉर्कसारखे.'

अनेकदा अशा एखाद्या समारंभानंतर, रात्री बऱ्याच उशीरा ती रॉर्कच्या खोलीवर यायची. तो तिथेच असेल, एकटा असेल याची निश्चिंती असायची. इथे त्याच्या खोलीत खोटं वागायची, खोटे होकार भरण्याची, स्वतःला मिटवून टाकण्याची गरज नसायची. इथे ती हवा तितका प्रतिकार करायला मोकळी होती. तिच्या प्रतिकाराला यत्किंचितही न घाबरणारा, किंबहुना त्याचीच आतुरतेने प्रतीक्षा करणारा समर्थ प्रतिस्पर्धी होता इथे. तिच्या लवलवत्या धारदार अस्तित्त्वाला साद घालणारी

इच्छाशक्ती तिला इथेच सापडत होती. तो तिच्या अस्तित्त्वाला अस्पर्श ठेवत होता... स्पर्श होता तो केवळ सरळ सामोऱ्या स्वच्छ सामन्याचा. त्यात हरणे वा जिंकणे असेल ते असेल, पण त्यातही ते अस्तित्त्व लखलखीत ताठ रहात होतं... त्याचा अर्थशून्य, व्यक्तित्वहीन, लगदा होऊन जात नव्हता.

शय्येत ते दोघे एकत्र येत तेव्हा- त्यांच्या मीलनात तोच प्राकृत, हिंसक आवेग असायचा. त्यांची एकमेक-शरणता त्यांच्या हिंसक प्रणयाने अधिकच अधोरेखित होत रहायची. पृथ्वीवरच्या सर्वच विस्मयकृतींमधे जो क्षुब्ध ताण जाणवतो तोच ताण त्यांच्या प्रणयातून सांडत रहायचा.. विद्युतभारासारखी विरोधातून उपजणारी शक्ती ताणलेल्या तारांतून जशी धावत जाते तसा... धरणाच्या भिंतीने अडवलेल्या पाण्याची कोंडलेली शक्ती असावी तसा... त्याच्या कायेचा तिच्या त्वचेवरला स्पर्श हा हळुवार नसायचाच कधी... व्याकूळ वेदनेचा कडेलोट असायचा त्यात... इतक्या अनिवार असोशीतून भळभळणारी वेदना. सरलेल्या काही तासांत दडपून ठेवलेल्या कामनेला, नाकारलेल्या आसक्तीला फुटून फुटून वाट मिळायची. मुठी आवळून, दात-ओठ खाऊन त्वेषाने केलेल्या कृतीसारखा तो असह्य व्याकूळसा शृंगार त्यांच्या तडफडीचाच विव्हल उद्गार होत असे. तो उत्कट क्षण द्वेष-त्वेष-वेदनेने संपृक्तसा होऊन मग जणू मिटून जायचा आणि त्यांच्या वेदनामय संघर्षाच्या प्रवासावर विरामचिन्हासारखी विसावणारी सुखाची परमावधी त्यांनी गाठलेली असायची...

एकदा ती त्याच्या खोलीत एका पार्टीतून परतून आली. तिने परिधान केलेला इव्हनिंग गाऊन अतिशय उंची होता... शरीरावर हिमाचा एक तलमसा थर लहरावा तसा त्याचा अतीनाजूक पोत होता... आणि ती भिंतीला रेलून उभी राहिली. भिंतीचं खरखरीत प्लास्टर तिच्या त्वचेला जाणवत होतं. ती सभोवारच्या सर्व वस्तूंकडे पहात उभी राहिली. किचनच्या ओबडधोबड टेबलावर कागदांचे ताव पडले होते, स्टीलच्या पट्ट्या, पाच बोटांच्या काळपट ठशांनी मळलेले टॉवेल्स, जमिनीवरच्या उघड्या लाकडी पट्ट्या... आणि तिने नजर स्वतःच्या अंगावरील तलम सॅटिनवरून फिरवली, रुपेरी सॅण्डलच्या पुढल्या त्रिकोणाकडे वळवली... इथे मी विवस्त्र होणार आहे, याचा विचार घोळवत राहिली. तिला त्याच्या खोलीतून असं फिरत रहायला आवडायचं. आपले हातमोजे पेन्सिलींच्या तुकड्यांच्या, खोडरबरांच्या, चिंध्यांच्या गर्दीत फेकून द्यायचे, त्याच्या डागाळलेल्या शर्टवर स्वतःची चंदेरी इवलीशी पर्स टाकायची, हिऱ्याचं कंकण खटक्याने उघडून त्याच्या अर्धवट काढून झालेल्या ड्रॉइंगजवळ पडलेल्या उष्ट्या ताटलीत टाकायचं... असं हेतूपूर्वक करायला तिला आवडायचं.

'रॉर्क,' त्याच्या खुर्चीच्या मागे उभी रहात त्याच्या खांद्यांवरून हात टाकत म्हणाली. तिचे तळवे त्याच्या शर्टआत घुसून छातीवर रुतले, 'आज मी मि. सिमॉन्सकडून त्यांचं काम पीटर कीटींगला देण्याचं वचन मिळवलं. पस्तीस मजल्यांची इमारत असेल ती. तो ठरवेल तितका खर्च मान्य केला जाईल. पैशाचा प्रश्नच नाही. केवळ कलात्मकता हवी... मुक्त कला.' त्याच्या दबलेल्या हास्याचा हुंकार तिला ऐकू आला, पण तो तिच्याकडे वळला नाही. फक्त त्याची बोटं तिच्या मनगटांवर मिटली. आणि त्याने तिचा तळवा थोडा आणखी खेचून आपल्या छातीवर घट्ट दाबून धरला. तिने त्याचं मस्तक मागे खेचलं आणि त्याच्या ओठांवर आपले ओठ टेकवले.

एके रात्री ती आली तेव्हा त्याच्या टेबलवर बॅनरचा त्यादिवशीचा पेपर पडला होता. 'युअर हाऊस - डॉमिनिक फ्रँकन' या सदराच्या पानावरच उघडून ठेवलेला तो. त्या दिवशीच्या कॉलममधे तिने म्हटलं होतं... 'हॉवर्ड रॉर्क हा आर्किटेक्चरमधला मार्क्वी द सेद आहे. तो स्वतःच्या इमारतींच्या प्रेमात पडलाय असं वाटतं... आणि बघा त्या इमारतींकडे...' त्याला बॅनर अजिबात आवडत नाही हे तिला माहीत होतं. तो केवळ तिच्यासाठीच त्याने आणला होता. हे तिच्या लक्षात आलेलं तो निरखत राहिला. त्याच्या चेहऱ्यावर तेच ते खिजवणारं अर्धस्मित होतं. तिला छळणारं... तिला राग

आला होता. तिने लिहिलेलं प्रत्येक वाक्य त्याने वाचावं अशी तिची इच्छा तर होती... पण ते वाचून तो इतका दुखावला जाईल की, तो विषयच तो टाळेल अशीही तिची अपेक्षा होती. नंतर... ते दोघे शय्येवर पहुडलेले असताना, त्याचे ओठ तिच्या वक्षावर टेकलेले असताना, त्याच्या केसांच्या केशरी गुंत्यातून आरपार पहात तिने त्या पेपरकडे पुन्हा एकवार नजर टाकली, तेव्हा तिच्या देहाची थरथर त्याला जाणवली.

एकदा ती जमिनीवर त्याच्या पायाशी बसली. तिचं मस्तक त्याच्या गुडघ्यांत खुपसलेलं, त्याचा हात तिने हातात धरून ठेवलेला, त्याच्या एकेका बोटाला तिची घट्ट मिटलेली मूठ स्पर्श करीत होती... त्याच्या बोटांचे कणखर सांधे ती स्पर्शाने अनुभवत होती. मग तिने हळुवारपणे विचारलं, 'रॉर्क, तुला कोल्टन फॅक्टरीचं काम हवं होतं ना? अगदी मनापासून हवं होतं ना?'

'हो, खरंच खूप हवं होतं.' त्याने न हसता, पण फारसं दुःख न दर्शवता उत्तर दिलं. तिने त्याचा हात उचलून ओठांपाशी नेला... आणि खूप वेळ तसाच धरून ठेवला.

ती अंधारातच बिछान्यावरून उठली आणि तशीच विवस्त्र चालत जात तिने सिगरेट पेटवण्यासाठी काडी उजळली. तिच्या पोटाची गोलाई त्या प्रकाशात किंचित् उजळली. तो म्हणाला, 'माझ्यासाठीही एक पेटव.' तिने एक सिगरेट त्याच्या ओठांमध्ये ठेवली आणि स्वतः सिगरेट ओढत घरभर फिरत राहिली. तो बिछान्यावरच बसून, कोपरांवर चेहरा टेकवून तिच्याकडे पहात राहिला.

एकदा ती आली तेव्हा तो त्याच्या टेबलपाशी काम करीत होता. त्याने तिला सांगितलं, 'मला हे पुर करायचंय. बस तू. थांब.' त्याने पुन्हा तिच्याकडे पाहिलंही नाही. ती शांतपणे कोपऱ्यातल्या एका खुर्चीवर शरीराची जुडी करून बसून वाट पहात राहिली. त्याच्या एकाग्रचित्त मुद्रेकडे, त्याच्या ताणलेल्या भुवयांकडे, मिटलेल्या ओठांकडे, मानेवर तडतड उडणाऱ्या शिरेकडे, त्याच्या नेमकेपणाने काम करणाऱ्या हाताच्या फटकाऱ्यांकडे ती पहात राहिली. तो कलाकारासारखा दिसत नव्हता... तो दिसत होता खाणीतल्या दगडफोड्यासारखा... भिंती फोडून ध्वस्त करणाऱ्या कामगारासारखा... एखाद्या धर्मगुरूसारखा. तिला वाटलं त्याने थांबूच नये... तिच्याकडे पाहूच नये... कारण त्याच्या कार्यमग्नतेची, आत्ममग्नतेची ती शुद्ध मुद्रा तिला पहात रहाविशी वाटत होती. त्याला कुठल्याही विषयविकाराचा स्पर्शच कधी झाला नव्हता जणू... ते पहायचं होतं तिला... मनातल्या त्याच्या दुसऱ्या प्रतिमेच्या स्मृतीसह...

कधीकधी तोही यायचा तिच्या घरी. ती जशी न कळवता यायची तसाच. तिच्याकडे कुणी पाहुणे असले तर तो तिला सांगायचा, 'कटव त्यांना.' तो तिच्या बेडरूममधे शिरायचा आणि ती पाहुण्यांना कटवायची. त्यांच्यात एक करार झालेला, मुक्यानेच... ते कधीही कुणालाही एकत्र दिसणार नव्हते. तो आपल्या साइटवर मळवलेल्या कपड्यांनिशीच यायचा. तिच्या पलंगावर शरीर झोकून देत तो तास-दोन तास काहीबाही बोलत बसे. पलंगाकडे न पहाता, तिच्या लेखांचा उल्लेख न करता... त्याच्या कामाबद्दल किंवा तिने पीटर कीटींगसाठी मिळवलेल्या कामाबद्दल काहीही उल्लेख न करता तो बोलत रहायचा. असं साधेपणाने बोलत राहून तो जे तास घालवत असे, ते पुढे ढकललेल्या त्या उत्कट प्रणयक्षणांपेक्षाही अधिक प्रणयाकुल होऊन जात.

काही संध्याकाळी ते दोघे तिच्या दिवाणखान्यातल्या भव्य खिडकीपाशी एकत्र बसून रहात. शहराच्या वर उंचावर असलेल्या त्या खिडकीपाशी त्याची आकृती पहायला तिला फार आवडे. तिच्याकडे अर्धवट वळून पहात तो सिगरेट ओढत खाली पसरलेल्या शहराकडे पहात राही. ती त्याच्याकडे दिठी खिळवून जमिनीवर बसून राही.

एकदा तो पलंगावरून उठला तेव्हा तिने दिवा लावला... तो त्या खिडकीपाशीच विवस्त्र उभा

होता. तिने त्याच्याकडे पाहिलं आणि ती बोलू लागली. तिचा स्वर नितळ शांत होता... निखळ सच्चा.

'रॉर्क, मी माझ्या आयुष्यात जे काही केलं आणि करते आहे ते केवळ या जगामुळे... ज्या जगामुळे तुला गेल्या उन्हाळ्यात त्या खाणीत काम करणं भाग पडलं होतं...'

'माहीत आहे ते मला.'

तो पलंगाकडे तोंड करून खालीच फरशीवर पाया जवळ घेऊन बसला. ती उलटी वळली आणि त्याच्या मांडीवर डोकं घुसळलं. तिची पावलं मागे उशीवर होती आणि तिचा हात खाली अंधातरी सोडलेला होता. त्या हाताचा तळवा त्याच्या पायावरून फिरत राहिला.

ती म्हणाली, 'पण अर्थात, जर गेल्या उन्हाळ्यात माझ्याकडे निर्णय असता- तू बेकार असताना, कफल्लक असताना- तर मी तुला त्याच खाणीत तेच काम करायला पाठवलं असतं.'

'तेही मला माहीत आहे. पण कदाचित तू तसं नसतं केलंस. तू कदाचित मला एजीएच्या क्लबहाऊसच्या वॉशरूममधे सफाई कामगार म्हणून लावून दिलं असतंस.'

'हं... कदाचित. तुझा हात माझ्या पाठीवर ठेव ना, रॉर्क... हां तसाच ठेव जरा वेळ. तिथेच.'

ती त्याच्या गुडघ्यांत तोंड खुपसून तशीच पडून राहिली. जराही हालचाल न करता. जणू त्याच्या हाताच्या तळव्याखालची तिची त्वचा सोडता बाकी काहीही जिवंत नव्हतंच.

ती जिथे जिथे जात होती, तिथे तिथे- प्रतिष्ठितांच्या दिवाणखान्यांत, प्रतिष्ठित रेस्तराँमधून, एजीएच्या कचेरीत एक विषय हमखास असायचा- बॅनरच्या मिस डॉमिनिक फ्रँकन यांचा हॉवर्ड रॉर्कबद्दलचा- तो रॉजर एनराइटचा वेडा आर्किटेक्ट- त्याच्याबद्दलचा तीव्र द्वेष... त्यातून रॉर्कला एक अजबशी प्रसिद्धी मिळत राहिली. लोक म्हणायचे, 'रॉर्क? अरे तो रे... ती डॉमिनिक फ्रँकन त्याला जबरी पाण्यात पहाते- तोच तो.'

'त्या फ्रँकनबाईला आर्किटेक्चरमधलं व्यवस्थित कळतं बरं... तो बेक्कार आहे, असं ती म्हणत असेल, तर तो नक्कीच बेक्कार असणार... म्हणजे मला वाटलं होतं त्यापेक्षाही वाईट असणार.'

'अरे देवा... हे दोघे किती एकमेकांचा दुस्वास करत असतील नाही! पण म्हणे ते एकमेकांना कधी भेटलेलेही नाहीत तसे.' तिला हे कानावर आलं की, खूप मजा वाटत असे. एजीए बुलेटीनमधे अथेल्स्टन बिझ्लीने मध्ययुगीन किल्ल्यांबद्दल चर्चा करताना लिहिलेलं वाचून तिला अशीच गंमत वाटली. त्याने लिहिलेलं, 'या वास्तूंमधल्या सुप्त संघर्षात्मक रचनांचं नेमकं रसग्रहण करण्यासाठी आपल्याला हे लक्षात घेतलं पाहिजे की, तत्कालीन सामंतांमधल्या लढाया अतिशय हिंस्त्र पद्धतीने लढल्या जात असत- तुलनात्मक अंदाज घ्यायचा तर आज मिस डॉमिनिक फ्रँकन आणि मि. हॉवर्ड रॉर्क यांच्यामधे जो हिंस्त्र संघर्ष चालला आहे, त्यावर नजर टाकायला हरकत नाही.'

ऑस्टिन हेलर आणि तिची तशी मैत्री होती. तो तिच्याशी या विषयावर बोलला. तो भयंकर रागावला होता. इतका संतापलेला तिने कधीच पाहिला नव्हता त्याला. त्याची नेहमीची नर्म उपहासगर्भ ऐट कुठल्याकुठे गायब झालेली.

'तू हे काय चालवलं आहेस असं वाटतं तुला, डॉमिनिक?' तो तिच्यावर खेकसला, 'पत्रकारितेतली ही अशी गुंडगिरी मी प्रथमच अनुभवतो आहे. जाहीरपणे... शी:! असले प्रकार एल्सवर्थ टूहीवर सोडले असतेस तर बरं झालं असतं, नाही?'

'एल्सवर्थपण छानच आहे, नाही का?' ती म्हणाली.

'निदान त्याने त्याचं गलिच्छ भोकाड रॉर्कच्या बाबतीत बंद तरी ठेवलं आहे- पण तो सुद्धा गलिच्छपणाच झाला. पण तुला काय झालंय? तू कुणाबद्दल लिहिते आहेस, तो काय माणूस आहे तुला काही कल्पना आहे? बुढ्ढ्या हॉलकोम्बच्या कुठल्यातरी महाभयंकर वास्तूची वारेमाप स्तुती

करून किंवा स्वतःच्या वडिलांच्या आणि त्यांच्या त्या नखरेल कॅलेंडरछाप भागीदाराच्या इमारतीवर कोरडे ओढून त्यांना घाम फोडून तू स्वतःची करमणूक करून घेत होतीस तोवर ठीक होतं... काही फरक पडत नव्हता- पण त्याच बुद्धीगम्य शैलीत तू रॉर्कसारख्यावरही प्रहार करते आहेस! मला वाटत होतं तुला काहीतरी नैतिक मूल्यांची, न्यायाची चाड आहे... तुला संधी मिळाली तर तू दाखवून देशील. मला वाटायचं तू अशी धश्चोटपणे लिहितेस, ते तुला ज्यांच्याबद्दल लिहिणं भाग पडतं, त्यांच्या सुमार वकूबालाच अधोरेखित करण्यासाठी. तू अशी इतकी बेजबाबदार, हरामी बया असशील असं मला कधीच वाटलं नव्हतं.'

'चुकलंच तुझं.' ती एवढंच म्हणाली.

एक दिवशी सकाळी रॉजर एनराइट तिच्या ऑफिसमधे शिरला. तिला अभिवादनही न करता तिला म्हणाला,'चल माझ्या बरोबर. हॅट घे तुझी आणि चल माझ्याबरोबर बघायला.'

'गुड मॉर्निंग, रॉजर,' ती म्हणाली, 'काय बघायला?'

'एनराइट हाऊस. जेवढं उभं राहिलंय तेवढं बघून घे.'

'अरे वाः! नक्कीच, रॉजर.' ती हसतच उठली, 'मला एनराइट हाऊस पहायला खूपच आवडेल.'

वाटेत ती त्याला म्हणाली, 'काय झालं, रॉजर? मला लाच देऊ करतो आहेस?'

तो त्याच्या लिमोझिनच्या लांबरुंद बैठकीवर ताठरपणे बसून होता. तिच्याकडे न पहाताच तो म्हणाला, 'मला निर्बुद्धांचा द्वेष समजू शकतो. मला अडाण्यांचा मत्सर समजू शकतो. हेतूपूर्वक केलेला हलकटपणा मला समजू शकत नाही. अर्थात- तुला हवं ते लिहायला तुझी तू मोकळी आहेस नंतर. पण निदान तो निर्बुद्धपणा किंवा अज्ञान असणार नाही हे तरी नक्की होईल.'

'तू मला फार उच्च लेखतो आहेस, रॉजर,' तिने खांदे उडवले आणि नंतर सारा वेळ ती गप्प बसून राहिली.

लाकडी कुंपण ओलांडून ते पलिकडे एनराइट हाऊसच्या उघड्या पोलादी सांगाड्याच्या, लाकडी फळ्यांच्या गुंताड्यात शिरले. चुन्याने माखलेल्या फळकुटांवरून ती आपल्या उंच टाचांच्या सॅंडल्स घालून हलकेच पावलं टाकत पण मोकळेपणाने, उन्नत माथ्याने, डौलात चालत होती. पोलादी चौकटींनी बंदिस्त झालेलं आकाश पहात ती थांबली. लांबसडक पोलादी कांबींनी जणू दूर ढकललेलं ते आकाश आणखी थोडं

दुरावल्यासारखं वाटत होतं. भविष्यात आकाराला येणाऱ्या वास्तूचे ते लोखंडी पिंजरे, उद्दंडपणे पुढे घुसणारे त्यांचे काटकोन चौकोन, साऱ्या गुंतागुंतीतून अगदी सहजपणे, तर्कशुद्धपणे अस्तित्त्वात येणारा त्यांचा संपूर्ण आकार, आता रिकाम्या असणाऱ्या चौकटीतून जाणवणाऱ्या हवेच्याच भिंती... हिवाळ्यातल्या त्या थंडगार दिवसाच्या पोटातून सर्रकन उभा राहिलेला तो पोलादी आकार एक वेगळंच आश्वासन देत होता, एक वेगळाच संभव श्वास घेत होता... जणू निष्पर्ण झाडावरचा पहिलावहिला हिरव्या कोंभाचा उद्‌भव असावा, तसा...

'ओः, रॉजर!'

त्याने तिच्याकडे पाहिलं आणि त्याला वाटलं, प्रार्थनामग्न चेहराच असा भारावलेला दिसतो.

'मी दोघांनाही फार उच्च लेखलं नाही...' तो रुक्षपणे म्हणाला, 'तुलाही नाही आणि या वास्तूलाही नाही.'

'गुड मॉर्निंग,' बाजूने एक करकरीत, पण खालच्या पट्टीतला आवाज आला.

रॉर्कला पाहून तिला मुळीच आश्चर्य वाटलं नाही. त्याची चाहूल तिला लागली नव्हती, पण या वास्तूचा विचार त्याच्याशिवाय पूर्ण होऊच शकत नव्हता. तो तिथेच होता, ती आत कुंपणातून

आल्यापासूनच ते तिला जाणवलेलं. ही रचना म्हणजे तोच होता... त्याच्या स्वतःच्या शरीरापेक्षाही जास्त व्यक्तिगत होती ही रचना त्याच्यासाठी. तो कोटाच्या खिशात हात घालून त्यांच्यासमोर उभा होता. थंडगार वाऱ्यात त्याच्या मस्तकावर हॅटही नव्हती.

'मिस फ्रँकन-- मि. रॉर्क.' एनराइट म्हणाला.

'आम्ही भेटलोय एकदा.' ती म्हणाली, 'हॉलकोम्बच्या घरी. कदाचित् आठवत असेल मि. रॉर्कना.'

'आठवतं ना, मिस फ्रँकन.' रॉर्क म्हणाला.

'मिस फ्रँकननी हे पहावं अशी माझी इच्छा होती.' एनराइट म्हणाला.

'मी दाखवू का सगळं तुम्हाला फिरवून?' रॉर्कने त्याला विचारलं.

'हो, प्लीज दाखवा.' प्रथम तिनेच उत्तर दिलं.

ते तिघेही त्या जंजाळातून सारं पहात फिरू लागले. कामगार, मजूर कुतूहलाने डॉमिनिककडे पहात होते. खोल्या कशा असतील, लिफ्ट्स कुठे असतील, हीटिंग प्लांन्ट कुठे असेल, खिडक्यांची रचना कशी असेल वगैरे तपशील रॉर्क समजावून देत होता. कंत्राटदाराच्या माणसाला सगळं सविस्तर समजावून द्यावं तशा सविस्तरपणे तो सारं सांगत होता. ती विचारत होती आणि तो सांगत होता.

'किती घनफूट बांधकाम असेल, मि. रॉर्क?'

'किती टन स्टील लागेल?'

'मिस फ्रँकन, इथे पाइप्स आहेत हं, सांभाळून. इकडून या.'

एनराइट बरोबर चालत होता. तो काही बघत नव्हता. त्याची नजर जमिनीवर होती. पण मग त्याने विचारलं, 'कसं काय चाललंय, हॉवर्ड?'

रॉर्कने हसत उत्तर दिलं. 'वेळापत्रकाच्या पुढे धावतोय आपण. दोन दिवस आधीच.' मग ते कामासंबंधी बोलत राहिले. तिला पूर्णपणे विसरून गेले क्षणभर. आजूबाजूच्या यंत्रांचे धाडधाड आवाज त्यांचा आवाज बुडवून टाकत होते.

त्या इमारतीच्या केंद्रस्थानी, तिच्या हृत्स्थानी उभी राहून ती विचार करत होती... तिच्याकडे त्याचं काहीच नसतं... शरीराशिवाय काहीच नसतं तर, तर हेच त्याचं शरीर होतं की, उघड, खुलं, सर्वांसाठी खुलं... सगळे गर्डर्स, कॉँडुइट्स्, झेपावणारं अवकाश सारं त्याच्याच अस्तित्त्वाचा भाग होता... इतर कुणाचाही नाही. त्याचंच हे- त्याचा चेहरा, त्याचा आत्मा जसा त्याचा, तसाच हा त्याने रेखलेला, साकारलेला आकारही त्याचाच. त्याच्या अंतर्यामीच्या कोंभातूनच स्फुरलेला हा आकार. तोच कारण आणि तोच परिणाम. पोलादाच्या प्रत्येक तारेतून, धारेतून त्याचीच चालना आकारलेली... प्रत्येक पोलादी रेषेत त्याच्याच हेतूची, त्याच्याच स्वत्वाची ओळख होती... आणि हे पहाताना, ओळखताना तो अधिकच तिचा झालेला.

'मिस फ्रँकन, दमला आहात का तुम्ही?' रॉर्कने तिच्या चेहऱ्याकडे पहात विचारलं.

'नाही,' ती उत्तरली, 'अजिबात नाही. मी विचार करते आहे... तुम्ही इथे प्लंबिंग फिक्स्शर्स कसली वापरणार आहात, मि. रॉर्क?'

मधे काही दिवस गेले, ती त्याच्या खोलीत त्याच्या ड्राफ्टिंग टेबलच्या कडेवर बसली होती. समोरच तिच्या कॉलमचं पान उघडून बॅनर पडलेला... तिचा लेख होता : 'मी एनराइट हाऊसच्या बांधकामावर जाऊन आले... मला मनापासून असं वाटतं, कधीतरी एखादा बॉम्बहल्ला व्हावा या शहरावर आणि ही वास्तू जमीनदोस्त व्हावी. त्याला साजेसा अंत हाच ठरला असता. ती जुनीपुराणी होत, काजळीने डागाळत जाताना पहाण्यापेक्षा- कौटुंबिक फोटो, घाणेरडे मोजे, फळांची सालपटं

असल्या सगळ्या गोष्टींनी त्या वास्तूची कणाकणाने झीज होत जाताना पहाण्यापेक्षा ते छान. या न्यूयॉर्क शहरातला एकही माणूस त्या इमारतीत रहायला पाठवता कामा नये.'

रॉर्क तिच्या शेजारी येऊन तिच्या गुडघ्यांना टेकून उभा राहिला. पेपरकडे पहात तो हसला.

'हे वाचून रॉजर पूर्णपणे गोंधळून गेलाय.' तो म्हणाला.

'त्याने हे वाचलं?'

'तो सकाळी हे वाचत असताना मी तिथेच होतो. पहिल्यांदा त्याने तुला अशा काही शिव्या मोजल्या... अरे बापरे... मग तो म्हणाला- एक क्षण थांब. मग त्याने ते पुन्हा वाचलं. गोंधळून त्याने वर पाहिलं... खूपच गोंधळलेला तो. पण रागात नव्हता मात्र. मग म्हणाला- हे असं वाचताना- पण मग तसं वाचलं तर वेगळंच काहीतरी वाटतंय...'

'तू काय म्हणालास?'

'काहीच नाही. डॉमिनिक, तुला सांगू, मी अतिशय आभारी आहे- पण माझी एवढी भरमसाठ स्तुती करणं केव्हा थांबवशील तू? दुसऱ्या कुणालातरी यातलं इंगित कळेल, आणि मग ते तुला आवडणार नाही.'

'दुसऱ्या कुणाला?'

'तुला माहीत आहे... मला ते कळलं. तू एनराइट हाऊसवर पहिल्यांदा लिहिलंस तेव्हाच कळलं. मला ते कळावं अशी तुझी इच्छाही होती. पण तुला नाही वाटत?- आणखी कुणाला तू तुझ्या पद्धतीने काय लिहितेस हे कळू शकेल म्हणून?'

'हो कळेलच. पण त्यांना ते कळल्यावर तुझ्यावर जो परिणाम होतो तो अधिकच वाईट असेल. तू त्यांना अधिकच अप्रिय होशील. अर्थात्. हे समजून घेण्याचा प्रयत्न तरी कुणी करेलसं वाटत नाही मला... फक्त एकच... रॉर्क, तुला एल्सवर्थ टूहीबद्दल काय वाटतं?'

'गुड गॉड, एल्सवर्थ टूहीबद्दल काही का वाटून घ्यावं मी?'

हेलर किंवा एनराइटने खेचून आणल्यामुळे रॉर्क कधीकधी पार्ट्यांबिर्ट्यांमधे तिला भेटायचा. ते तिला आवडायचं. त्याचं विनम्रपणे, निर्विकार स्वरातलं 'हेलो, मिस फ्रँकन.' तिला खूप आवडायचं. यजमानिणीची त्यांना एकत्र न येऊ देण्याची धडपड पाहून तिला मनस्वी गंमत वाटायची. त्या दोघांच्या एकत्र उपस्थितीत काहीतरी स्फोटक घडेल, काहीतरी नाट्यमय घडेल अशी अपेक्षा त्यांच्या भोवतीच्या लोकांना असायची. पण तसं काहीच घडायचं नाही. ती रॉर्कला मुद्दाम शोधत जायची नाही किंवा टाळायचीही नाही. एकाच घोळक्यात चुकून एकत्र आलेच तर ते एकमेकांशी बोलतही असत. इतर कुणाशीही बोलावं तितक्याच सरळपणाने. त्यात विशेष प्रयत्नही नसे. ते अगदी साधंसरळच असे. असल्या सार्वजनिक समारंभांत आपण एकमेकांशी अनोळखी किंवा शत्रूच असल्यासारखं वागावं यात एक खोलवर दडलेला अर्थ असल्यासारखं तिला वाटे. आम्ही दोघे एकमेकांसाठी खरोखर काय आहोत याचा थांगपत्ता कुणालाच लागू शकणार नाही... तेवढं सोडून बाकी सारा विचार करतील ते... तिच्या मनात स्मरणारे सारे विशेष क्षण अधिकच विशेष होऊन जात... त्या क्षणांना कुणाच्याही दृष्टीचा, शब्दांचा एवढंच काय त्यांच्या जाणिवेचाही स्पर्श होणार नव्हता. ती विचार करायची, त्यांच्या नात्याला इथे काही अस्तित्त्वच नाही- ते केवळ त्याच्यात आणि माझ्यात सुप्त आहे. दुसरीकडे कुठेही वाटणार नाही इतकी त्याच्यावरल्या स्वामित्वाची जाणीव तिला या गर्दीत होत होती. इथे त्याची फारशी दृष्टभेटही होत नसताना तो तिला सर्वात निकट वाटत होता. दिवाणखान्याच्या एका टोकाला तो एखाद्या घोळक्यात उभा असताना त्याच्या भोवतीचे चेहरे निर्विकार असले तर ती नजर वळवायची, त्याच्या भोवतीचे चेहरे शत्रुत्वाने पहात असले तर ती जरा

मजेने पहात रहायची, जर ते चेहरे हसरे, मित्रत्वाचे वाटले तर तिला राग यायचा. तो मत्सर नव्हता... तो चेहरा पुरुषाचा आहे की स्त्रीचा याची तिला फिकीर नव्हती. त्या चेहऱ्यांवर कौतुक दिसलं तर तिला तो त्यांचा उद्धटपणाच वाटायचा.

तिला ज्या काही गोष्टींमुळे अस्वस्थपणा यायचा, त्या तशा अगदीच साध्यासुध्या असायच्या. तो रहात असलेली गल्ली, त्याच्या घराची पायरी, त्याच्या घरासमोरून वळणाऱ्या गाड्या यांनी ती अस्वस्थ व्हायची. गाड्यांमुळे तर तिला फारच राग यायचा. त्या गाड्या पुढल्या रस्त्यावरून का नाही वळण घेत? त्याच्या घराच्या पुढल्या घरासमोरचा कचऱ्याचा डबा पाहून तिला वाटायचं, तो इथून सकाळी ऑफिसला गेला, तेव्हाही हा कचऱ्याचा डबा इथेच असेल का... त्या डब्यात वरच पडलेल्या सिगरेटच्या पाकिटाकडे त्याची नजर गेली असेल का... त्याच्या घराच्या लिफ्टमधून बाहेर पडणाऱ्या एका माणसाला पाहून ती एकदा स्तंभित झाल्यासारखी उभीच राहिली. तिला इतके दिवस वाटत होतं, त्याच्या या इमारतीत तो एकटाच रहात असावा. ती जेव्हा त्या छोट्याशा लिफ्टने वर जायची तेव्हा ती आतल्या भिंतीला टेकून हाताची घडी घालून उभी रहायची. सुखोष्ण पाण्याच्या शॉवरमधे उभं रहावं तसं तिला उबदार वाटायचं. पार्टीत कुणी माणूस तिला ब्रॉडवेवरच्या नव्या नाटकाबद्दल काहीतरी सांगत असायचा, पलिकडे रॉर्क कॉकटेलच्या प्याल्यातून घोट घेत असायचा, यजमानीण कुणाच्या तरी कानात कुजबुजताना तिच्या कानावर पडायचं,'माय गॉड, हा गॉर्डन डॉमिनिकला इथे घेऊन येईल असं मला वाटलंच नव्हतं. आता ऑस्टिन हेलर माझ्यावर वैतागेल, कारण तो त्या रॉर्कला घेऊन आलाय इथे- त्याचा मित्र आहे ना तो.'- हे सारं चालू असताना ती त्याच्या लिफ्टमधले उबदार क्षण आठवत रहायची.

नंतर रॉर्कच्या शय्येत डोळे मिटून लोळत असताना, तिचे गाल तापलेले असताना, ओठ ओलावले असताना आणि तिला तिने स्वतःच घातलेल्या नियमांचा विसर पडला...

ती कुजबुजली, ‘रॉर्क, आज तिथे एक माणूस तुझ्याशी बोलत होता... तो हसत होता तुझ्याशी... नालायक, मूर्ख कुठचा... गेल्याच आठवड्यात एका पार्टीत तो विनोदी सिनेमात कामं करणाऱ्या एका फालतू जोडगळीबरोबर असाच हसून बोलत होता. तेही त्याला भयंकर आवडत होते. मला त्याला सांगावसं वाटत होतं- बघू नकोस त्याच्याकडे... नंतर तुला इतर कशाहीकडे पहायचा अधिकार रहाणार नाही... तो आवडला तर तुला बाकी साऱ्या जगाचा द्वेष वाटायला हवा. असं इतकं स्पष्ट आहे ते... मूर्खा. हे किंवा ते- दोन्ही गोष्टी एकाच मापाने आवडून नाही चालणार... त्याच नजरेने पाहून नाही चालणार. नको बघूस त्याच्याकडे, नको त्याचं कौतुक करूस... नको स्तुती करूस... मी त्याला सांगणार होते. तू आणि ते सारे- एकत्र नाही पाहू शकत मी... सहन नाही होत मला. तुला त्यांच्यापासून दूर नेण्यासाठी मी काय वाट्टेल ते करीन... त्यांच्या जगापासून तुला दूरदूर नेण्यासाठी काय वाट्टेल ते... रॉर्क, वाट्टेल ते...’

तिला स्वतःचे शब्द कळत नव्हते. त्याच्या चेहऱ्यावरचं हास्य तिने पाहिलं नाही. त्याला सारं किती खोलवर समजलं आहे हे तिला कळलं नाही. केवळ तिच्या चेहऱ्यावर निकट झुकलेला त्याचा चेहरा तिला दिसत होता. त्याच्यापासून तिला काहीच लपवायचं नव्हतं... काही अव्यक्तसं राहिलं नव्हतं... सारंकाही खुलं होतं, सारी उत्तरं सापडली होती.

□ □ □

आपल्या करीअरला डॉमिनिकने अचानक असं वाहून घ्यावं याने पीटर कीटींग एकदम हबकून गेला होता. एवढी स्तुती... आणि फायदा तर केवढा होत होता... भयंकरच... सगळेजण त्याला तेच

सांगत होते...

पण कधीकधी काही एकान्त क्षणी त्याला हे सारं खूप अवघड भासत असे... त्यात त्याला स्तुतीही वाटत नसे... आणि कौतुक तर अजिबातच नाही... डोळ्यासमोरचा झगमगाट ओसरून जात असे...

तो गाय फ्रँकनला टाळायचा प्रयत्न करीत असे.

'कसं काय जमवलंस बाबा, पीटर तू हे? काय केलंस तरी काय?' फ्रँकन विचारीत राही. 'ती वेडी झाली असणार तुझ्यासाठी... डॉमिनिक असं काही करील यावर कुणीतरी विश्वास ठेवला असता...? तिने असं काही करणं म्हणजे अशक्यच. हे असं काहीतरी तिने पाच वर्षांपूर्वी केलं असतं, तर मी अब्जाधीश झालो असतो एव्हाना... पण अर्थात असं काहीतरी करण्यासाठी प्रेरणा मिळायला बाप थोडाच पुरणार, त्यासाठी...' कीटिंगच्या चेहऱ्यावरचा अस्वस्थपणा जाणवताच त्याने थोडं वाक्य बदललं- 'त्यासाठी तिला तिचा असा पुरुषच हवा होता... हो की नाही?'

'हे बघ, गाय.' कीटींगने बोलायला सुरुवात केली आणि तो थबकला, निःश्वास सोडत पुटपुटला, 'प्लीज् गाय, आपण इतक्यात हे...'

'हो हो, मला माहीत आहे. घाई करता कामा नये आपण. पण पीटर, व्हॉट द हेल, हे तर एखाद्या जाहीर वाङ्निश्चयाइतकंच स्पष्ट आहे, नाही का? उलट जरा अधिकच स्पष्ट आहे.'

बघतबघता फ्रँकनच्या चेहऱ्यावरचं हसू मावळलं. त्याची मुद्रा गंभीर झाली, शांत झाली, तो वृद्ध दिसू लागला... क्वचितच कधी तो असा नितळ प्रतिष्ठित दिसत असे.

'मला खूप बरं वाटतंय, पीटर.' तो अगदी साधेपणाने बोलला, 'हे व्हावं असं मला फार वाटत होतं. माझा डॉमिनिकवर जीव आहेच रे, नक्की... मला या गोष्टीचा इतका आनंद होतोय... तिला चांगल्या हाती सोपवून चाललोय मी, असं म्हणता येईल आता मला... तिला आणि इतरही सारंच...'

'हे बघ, बुढ्ढू, तू आता मला जरा जाऊ देशील का? भयंकर कामात आहे मी. ते कोल्टन फॅक्टरीचं काम- बाप रे बाप. केवढं प्रचंड काम आहे ते. डॉमिनिकमुळेच मिळालंय. मरेन मी त्या व्यापाने.... पण पहात रहा तू. आणि त्या कामाचा चेकसुद्धा!'

'ती काय जादूच करते नाही? ती हे का करते आहे, सांगशील? मी विचारलं तिला... तिने जे काही उत्तर दिलं, त्यातलं अवाक्षर काहीं मला कळलं नाही. काय वाट्टेल ते बोलत होती. ती कशी बोलते, माहीतच आहे तुला.'

'ओः वेल, ती हे करतेय तोवर आपल्याला चिंता करण्याचं काही कारण आहे का?'

त्याच्या प्रश्नाचं उत्तर आपल्याकडे नाही हे त्याला कबूल करवेना. गेले काही महिने तो डॉमिनिकला एकटीला, एकान्तात भेटू शकला नव्हता. अनेकदा प्रयत्न करूनही तिने त्याची भेट सपशेल नाकारली होती... कसं सांगणार हे गायला!

टूहीच्या मीटिंगनंतर टॅक्सीत तिच्याशी झालेलं बोलणं शेवटचंच होतं... ते संभाषण त्याला अजूनही आठवत होतं. किती शांतपणे ती अपमानकारक बोलली होती त्याच्याशी. त्यात राग नव्हता, हेतू नव्हता, कदाचित जाणीवही नव्हती तिला. त्या भेटीनंतर तिच्याकडून त्याने आताच्या तिच्या कामगिरीची अपेक्षा करणं शक्यच नव्हतं. आता ती जवळजवळ त्याची दलाली करत होती- भडवेगिरी. अरे बापरे, तो विचार करता करता दचकला होता... याचा विचार करताना माझ्या मनात हे असले शब्द येतात हेच किती भयंकर आहे...

तिने तिची ही कामगिरी सुरू केल्यानंतर ती त्याला अनेकदा भेटली होती. आपल्या पार्ट्यांमधे ती त्याला आवर्जून बोलवत असे. त्याच्या भावी क्लायन्ट्सशी ओळख करून देत असे. पण तरीही

तिच्याशी एकान्तात बोलण्याची क्षणभरही संधी त्याला मिळाली नव्हती. तिचे आभार मानण्याचा किंवा तिला प्रश्न विचारण्याचा त्याने बराच प्रयत्न केला, पण त्याला तिने जराही प्रतिसाद दिला नाही. तिची इच्छा नसताना तिच्याशी संभाषण सुरू ठेवणं सर्वस्वी अशक्य होतं... आणि भोवती भोचक नजरांचा पहारा असताना तर नाहीच. मग तो बिचारा पार्टीत एक ठरीव हास्य ओठांवर मिरवत, तिचा हात आपल्या बाहीवर राहू देत फिरत रहायचा. ती त्याच्या कडेला लगटून उभी असायची. तिची मांडी त्याच्या पायांना मधूनमधून घासायची.

तिचा एकूणच आविर्भाव ते दोघे घट्ट प्रेमात असल्यासारखा असायचा. आपण त्याच्या असं लगटून उभं रहातोय, याची विशेष जाणीव नसल्यासारखी वावरायची ती आणि त्यामुळे ती जवळीक अधिकच स्पष्ट व्हायची. कॉस्मोस्लॉत्निक बिल्डिंगबद्दल ती बोलत असायची, तेव्हा ती त्याला अगदी सहजच खेटून उभी रहायची. त्याचे मित्र हेवा व्यक्त करायचे. डॉमिनिक त्याच्या प्रेमात पडली आहे असं न वाटणारा अख्ख्या न्यू यॉर्क शहरात तो एकटाच होता.

तिच्या लहरीपणाची त्याला पूर्ण कल्पना होती. सध्याची तिची ही लहर बिघडवणं महागात लागलं असतं. तो आपला शहाण्यासारखा तिच्यापासून अंतर राखून रहायचा, कधीमधी तिला फुलं वगैरे पाठवून द्यायचा. त्याला घोड्यावर बसवलं होतं तिने. तोही बापडा बसला होता. विचार करणं टाळायचा तो. पण अस्वस्थपणाची एक करवती धार मधूनच टोचत रहायची... बारीकशी अणकुचीदार टोचणी.

एक दिवस एका रेस्तराँमधे अचानक तिची गाठ पडली. ती एकटीच जेवत बसलेली पाहून त्याने झडप घातल्यासारखी संधी साधली. तिच्याशी जुन्या मैत्रीच्या नात्याने बोलायचं, तिच्या त्या भयंकर औदार्याचा उल्लेखही करायचा नाही असं मनाशी घोळवत तो तडक तिच्या टेबलपाशी जाऊन ठेपला. आपण कसे भाग्यवान आहोत वगैरे बकवास तरतरीतपणे बराच वेळ केल्यानंतर त्याने विचारलं, 'डॉमिनिक, तू मला भेटत का नाहीस?'

'कशासाठी भेटायचं मी तुला?'

'अरे देवा परमेश्वरा!' तो नकळत ओरडला. बराच काळ दडपलेला राग त्याच्या उद्गारातून निसटलेला. पण पुढच्याच क्षणी त्याने सावरून घेतलं आणि तो हसून म्हणाला, 'अगं पण निदान मला तुझे आभार मानायची तरी संधी द्यायला हवी, असं नाही वाटलं तुला?'

'तू अनेकदा माझे आभार मानून झालेत.'

'ते वेगळं. आपण दोघं एकान्तात भेटायला हवं, असं नाही वाटलं तुला? मी या साऱ्या प्रकारामुळे जरा बुचकळ्यात पडलो असेन, बावचळलो असेन, असं नाही वाटलं तुला?'

'नाही, मी तसा काही विचार केला नाही. हं, खरंय, तसं झालं असेल खरं.'

'मग?'

'मग काय?'

'हे सगळं काय चाललंय काय?'

'आत्तापर्यंत साधारण पन्नास हजार डॉलर्सची कामं मिळालीत मला वाटतं.'

'तू वाकड्यात बोलू नकोस.'

'थांबवू सगळं?'

'ओः नो. ते नाही-'

'हं, कामं थांबवायला नको, हो ना. झालं? आपण आणखी काय बोलणार होतो? मी तुझ्यासाठी काही कामं करतेय, कामं आणतेय. आणि मी ते करतेय, याबद्दल तुला आनंद वाटतोय- आपलं

अगदी एकमत आहे यावर- आणखी काय बोलायचंय?'

'तू म्हणजे गमतीशीरच बोलतेस... आपलं एकमत आहे- हे बोलण्याची गरज नाही एकतर आणि बोललीसच तर ते अगदीच अंडरस्टेटमेन्ट आहे म्हणायचं. आहे त्या परिस्थितीत... दुसरं काय असणार? तू जे काही करते आहेस त्याच्याशी मी असहमत असू शकेन... किंवा हरकत घेऊ शकेन, अशी तुझी अपेक्षा आहे का?'

'नाही. माझी तशी अपेक्षाच नाही.'

'पण याबाबतीत आपलं एकमत आहे, एवढंच कसं म्हणता येईल? मी इतका प्रचंड ऋणी आहे तुझा... बाप रे... तसं म्हणशील तर चक्रावून गेलोय मी. गरगरतंय मला म्हण.... बघ मी पुन्हा वेड्यासारखं बोलत सुटेन आता... तुला आवडत नाही ते- माहीते मला. पण खरंच मी दबून गेलोय तुझ्या उपकारांखाली, मला माझंच काही सुचत नाही काय करावं.'

'छान, पीटर, आता मानलेस आभार.'

'तुला सांगू, तुला माझ्या कामाचं काही कौतुक आहे किंवा फिकीर आहे किंवा तू ते कधी नीट पहाशील, पारखशील- वगैरे मी कधीही गृहीत धरलं नव्हतं. असं मला वाटलंही नव्हतं कधी. आणि मग अचानक तू- मला त्याचाच फार आनंद वाटला, डॉमिनिक,' त्याचा आवाज किंचित कापला. कारण एखाद्या लांबलचक अदृश्य धाग्याच्या शेवटी दडलेल्या गळाच्या हुकसारखा त्याला त्याचा प्रश्न लपवायचा होता. त्याच्या अस्वस्थतेचा गाभा हाच होता. 'तुला खरंच मी महान् आर्किटेक्ट आहे असं वाटतं?'

ती मंद हसली आणि म्हणाली, 'पीटर, लोकांनी हे ऐकलं ना तर हसतील ते. विशेषतः हा प्रश्न तू मला विचारलास हे ऐकल्यावर नक्कीच.'

'हो. माहीते ते मला. पण... पण खरं सांग. तू जे माझ्याबद्दल बोलतेस, ते खरोखर मनापासून बोलतेस?'

'त्याने परिणाम योग्य होतो ना...काम होतं ना...'

'हो. पण तू माझी निवड का केलीस? मी खरोखरी चांगला आहे असं तुला वाटतं?'

'अरे! तू बाजारात खपतोयस चांगला, यातून काय सिद्ध होतं?'

'हो- नाही... म्हणजे... तसं नाही... मला विचारायचंय, डॉमिनिक, तू एकदा- मला एकदाच तुझ्याकडून ऐकायचंय की... की मी-'

'हे बघ, पीटर, मला आता पळायला हवं. पण जाण्याआधी तुला एक सांगायचं होतं, तुला उद्या नाही तर परवा, मिसेस लॉन्सडेलचा फोन येईल. लक्षात ठेव ती दारूबंदीवाली आहे, श्वानप्रेमी आहे, सिगरेट ओढणाऱ्या बायांचा तिला संताप येतो आणि तिचा पुनर्जन्मावर भयंकर विश्वास आहे. मिसेस पर्डीच्यापेक्षा आपलं घर चांगलं दिसायला हवं ही तिची महत्त्वाकांक्षा आहे. हॉलकोम्बने पर्डीचं घर डिझाइन केलेलं. मिसेस पर्डीचं घर बोजड, अगडबंब आहे, असं तू तिला सांग आणि सांग की खरा साधेपणा दाखवणंच खूप खर्चिक असतं- मग तुझं काम झालंच समज. बाकी तिला भरतकामाचा भारी छंद आहे. ते सगळं बोलशीलच तू.'

लॉन्सडेलच्या घराच्या विचारात तो खुशीत बाहेर पडला, तेव्हा तो स्वतःचा प्रश्न विसरूनही गेला होता. काही वेळाने जेव्हा त्याला आठवण झाली, तेव्हा तो वैतागलाच जरासा. खांदे उडवत त्याने मनाशी खूणगाठ बांधली... तिची त्याला टाळण्याची इच्छा हा डॉमिनिकच्या या लहरीतला सगळ्यात चांगला भाग होता. या अधिक्षेपाची भरपाई म्हणून तो टूहीच्या 'कौन्सिल ऑफ अमेरिकन बिल्डर्सच्या' कार्यक्रमांना नियमितपणे जाऊ लागला. या कार्यक्रमांना जाण्याचा विचार आपण भरपाई

असा का करतो आहोत, असा त्याने ओझरता विचार मनातल्या मनात केला खरा, पण तेवढ्यापुरताच. तिथे जाणं त्याला आधारासारखंच वाटायचं. गॉर्डन प्रेस्कॉटने जेव्हा आर्किटेक्चरचा अर्थ या विषयावर भाषण केलं तेव्हा तो लक्षपूर्वक ऐकत होता.

'म्हणूनच म्हणतो, आपल्या या कलेचे खरे रहस्य आहे ते एका तात्त्विक सत्यामध्ये. ते असे की, आपण जे काही उभे करतो ते खऱ्या अर्थाने काहीही नसते. आपण अवकाश निर्मितो. असे अवकाश की, ज्यातून देहसदृश काही आकृत्यांची हालचाल होणार असते... सोयीसाठी आपण त्यांना माणसे म्हणू. या रित्या अवकाशांना आपण सोयीसाठी खोल्या म्हणतो... अगदीच अडाणी माणसं आपल्या कामाला भिंती उभारणे असे नाव देतात. खरे म्हणजे आपण असे काहीही करत नसतो. मी इतका वेळ सिद्ध केल्यानुसार आपण फक्त रिकाम्या अवकाशाला आकार देतो. यातून एक फार भव्य, अवकाशव्यापी सत्य आपल्या डोळ्यासमोर येते, जे आपण सर्वार्थाने मान्य करायला हवे. असण्यापेक्षा नसणे श्रेष्ठ. सोप्या शब्दांत सांगायचे तर काहीतरी आहे यापेक्षाही काहीही नाही, ही स्थिती श्रेष्ठतर आहे. आर्किटेक्ट म्हणजे केवळ विटा रचणारा असे मानणे चूक आहे, याचे कारण विटेचे अस्तित्त्व हेच मुळात भ्रामक आहे. फालतू भ्रामक कल्पना. त्या अर्थाने आर्किटेक्ट हा एक आध्यात्मिक गुरू आहे, असे म्हणायला हवे. जे वास्तव वाटते ते तसे नाही हे मान्य करायचे धैर्य आर्किटेक्टमधे असते. तो अस्तित्त्वहीनतेचा निर्माता आहे. या विचारात अंतर्विरोध आहे असे कुणाला वाटेल, पण तो तर्कसंगतच आहे. हा विचार करायला अत्यंत उच्चप्रतीचे तर्कशास्त्र वापरावे लागते. नेहमीच्या तर्कशास्त्रापेक्षा विभिन्न आहे ते. सगळ्या जीवनाचे, कलाप्रेरणांमागचे वादात्मक तर्कशास्त्र. या एका मूलतत्त्वावरून पुढेपुढे विचार करीत गेलो, निष्कर्ष काढीत गेलो की, आपोआप आपण एका समाजशास्त्रीय निष्कृतीपाशी येऊन ठेपतो. याच तार्किक पायऱ्या चढताना आपल्याला सत्याचा शोध लागतो की, रूपवान स्त्री ही कुरूप स्त्रीपेक्षा निम्नस्तरावर असते, साक्षर मनुष्य निरक्षरापेक्षा गौण असतो, श्रीमंत मनुष्याची किंमत गरीबापेक्षा फारच कमी असते, आणि कुशल मनुष्य अकुशलापेक्षा कमी दर्जाचा असतो... या वैश्विक अंतर्विरोधाचे मूर्तिमंत उदाहरण म्हणजे आर्किटेक्ट. या सत्यदर्शनाच्या विशाल अर्थाने गर्वोन्नत होण्यापेक्षा आपण विनम्र झाले पाहिजे एवढेच खरे. बाकी सर्व फुटकळ बकवास आहे.'

हे असलं सगळं ऐकताना आपली किंमत काय, आपली कुवत काय... असले सगळे प्रश्न अजिबात पडत नसत. आत्मप्रतिष्ठा, आत्मसन्मान वगैरे जपण्याची भानगडच रहात नसे.

हे भाषण ऐकून कीटींगवर समाधानाची जाड साय जमून आली. त्याने नजर वळवून इतरांकडे पाहिलं. ते सगळे अगदी शांतपणे, एकचित्ताने ऐकत होते. खूष होते तेही. एक पोरगेलासा तरुण चुईंगगम चघळत होता. एक जण नखं साफ करत होता, दुसरा एक तंगड्या लांब पसरून बसला होता. हा मोकळेपणाही कीटींगला पसंत होता. उदात्त विचारांचं भाषणं ऐकताना उदात्ततेचं अवडंबर माजवायची काहीच गरज नव्हती.

कौन्सिल ऑफ अमेरिकन बिल्डर्सवाले महिन्यातून एकदा भेटायचे. भाषणं देणं आणि ऐकणं यापलिकडे तिथं काहीही घडत नसे. तशी अपेक्षाही नव्हती कुणाची. स्वस्तातल्या बिअरचे घुटके घेत सारे तिथं बसून रहायचे. त्यांच्यात संख्यात्मक वाढ नव्हती. पहिल्या महिन्यात झाले तेवढेच सदस्य होते. दर्जात्मक वाढ- ती तर कुणाला साधायचीच नव्हती.

वेस्ट साईडच्या एका गॅरेजच्या रिकाम्या जागेत त्यांच्या बैठका होत असत. अंधाऱ्या, चिंचोळ्या जिन्यातून वर जावं लागायचं. आतमधे काही खुर्च्या, एक टेबल आणि एक केराची टोपली एवढंच सामान होत. एजीएचे लोक या प्रकाराची टर उडवीत असत.

'तू कशासाठी त्या अर्धवटांमधे सामील झालायस?' एजीएच्या प्रशस्त सॅटीनी दालनात बसून फ्रँकन कीटींगला विचारात होता.

'मला तरी कुठे माहीते? उगीच आपलं... आवडतात मला ते लोक.'

एल्सवर्थ टूही सगळ्या बैठकांना हजेरी लावायचा. पण फार काही न बोलता, एकीकडे बसून रहायचा. अशाच एका बैटकीनंतर टूही आणि कीटींग दोघेच चालत निघाले. एका कळकट स्नॅकबारजवळ ते कॉफी घ्यायला थांबले. टूहीचा वावर असलेली कितीतरी रेस्तराँ केवळ तेवढ्यामुळे प्रसिद्ध झाली होती. कीटींगने तसं बोलून दाखवताच टूही उत्तरला, 'बरंच की. इथे निदान आपल्याला कुणी ओळखणार नाही नि ओळख दाखवत पीडणार नाही.'

सॅण्डविच खाताखाता टूही उगीच इकडचं तिकडचं बोलत होता. तो काय बोलतोय, त्यापेक्षा त्याच्या छान रेशमी आवाजात कीटींग गुंगत होता. विस्तीर्ण उघड्या माळावर, तारकांनी गच्च भरलेल्या आभाळाखाली जणू या आवाजाच्या रेशमी कोषात लपेटून, तो सुरक्षित उभा होता.

'दयाबुद्धी, पीटर,' तो रेशमी आवाज गुंफण करीत होता, 'ईश्वराची पहिली आज्ञा हीच आहे... कदाचित् हीच एकमेव आज्ञा आहे त्याची. म्हणूनच आज मी माझ्या कॉलममधे त्या नव्या नाटकाची सालडी काढली. त्यात दया-माया-भाव-भावनांचा लवलेशही नव्हता. आपण सर्वांशी प्रेमाने वागलं पाहिजे, पीटर, सर्वांना उदार अंतःकरणाने क्षमा केली पाहिजे... चुका काय, सगळेच करतात, आपणही करतोच. सर्वांमधेच काही ना काही त्रुटी असतातच. एक गोष्ट फार महत्त्वाची आहे बघ, आपण क्षुद्र- नीच- नालायकांवरही प्रेम करायला शिकलो, तर आपल्यातील क्षुद्रतेचाही प्रेमाने स्वीकार होईल. तेव्हाच आपल्याला वैश्विक समानतेचा अर्थ सापडेल... बंधुत्वाची कल्पना साकार होऊ शकेल... एका नव्या जगासाठी, पीटर, एका नव्या जगासाठी.'

❑

९

तेव्हा एल्सवर्थ मॉक्टन टूही फक्त सात वर्षांचा होता. जॉनी स्टोक्स आपला नवा संडे सूट घालून टूहीच्या घराच्या बाजूने चालला होता. लॉनवर उभ्या असलेल्या एल्सवर्थने पाण्याचा पाईप जॉनीकडे वळवून जॉनीला पूर्णपणे भिजवलं. जॉनीची आई खूप गरीब होती. हा सूट मिळवण्यासाठी जॉनी गेली दीड वर्ष थांबला होता. एल्सवर्थने जे केलं ते लपूनछपून केलं नव्हतं. शांतपणे लॉनच्या मध्यावर उभं राहून, नळ उघडून, त्याने जॉनीवर पाईप रोखला होता. जॉनीची आई त्याच्या मागून येतच होती. टूहीचे आईवडीलही तिथेच होते. त्याच्या घरी आलेले धर्मगुरूही तिथेच होते. जॉनी स्टोक्स एक हुशार तरतरीत मुलगा होता. त्याच्या गालांना खळ्या पडायच्या. केस कुरळे सोनेरी होते. त्या गोड मुलाकडे लोक माना वळवून पहात. एल्सवर्थ टूहीकडे कधीच कुणी पहायचं नाही.

सगळेजण या प्रकाराने स्तंभित झाले. इतके की, कुणाला त्याला थांबवायचंही सुचलं नाही. जॉनीला पूर्ण भिजवेपर्यंत एल्सवर्थ पाईप धरून राहिला... आणि मग तो ताठ मानेने स्वतःच्या घराकडे वळला. शिक्षा भोगायच्या तयारीने. खरंतर जॉनीनेच त्याला बदडलं असतं. पण त्याच्या आईने त्याला घट्ट पकडून धरलं होतं. एल्सवर्थने त्यांच्याकडे पाहिलंही नाही. पण आई आणि त्या धर्मगुरूंकडे वळून तो शांतपणे, स्पष्ट शब्दांत म्हणाला, 'जॉनी हा एक वाईट मुलगा आहे. शाळेतल्या सगळ्या मुलांना तो मारतो.'

हे अगदी खरं होतं.

त्याला शिक्षा करणं अवघड झालं. तसंही ते अवघडच होतं. कारण तो अगदीच नाजूक, अशक्त होता. अनेकदा आजारी पडायचा तो. शिवाय त्याने जे केलं ते उघडपणे, अन्यायाच्या विरोधात, बदला म्हणून केलं होतं. स्वतःच्या किरकोळ शरीरयष्टीची पर्वा न करता...

तो एक छोटासा हुतात्माच बनला. तो स्वतः काहीच बोलला नाही, पण त्याच्या आईने मात्र ते बोलून दाखवलं. त्या धर्मगुरूलाही ते पटल्यासारखं वाटलं. शिक्षा म्हणून त्याला रात्री उपाशी झोपवायचं असं त्याच्या वडिलांनी ठरवलं. तो जराही कुरकुरला नाही. खोलीत शांतपणे बसून राहिला. त्याच्या आईने रात्री नवऱ्याची नजर चुकवून त्याच्यासाठी खायला आणलं, तेव्हा त्याने त्याला हातही लावला नाही. त्याच्या वडिलांनी जॉनीच्या आईला सूटची भरपाई करून द्यायचं ठरवलं, ते त्याच्या आईला अजिबात आवडलं नाही. तिला ती बाई अजिबात आवडायची नाही.

एल्सवर्थचे वडील एका नामांकित शूज कंपनीच्या बॉस्टन शाखेचे मॅनेजर होते. बॉस्टनच्या जवळच एका उपनगरात त्यांचं छानसं, छोटंसं घर होतं. त्यांना बऱ्यापैकी पगार होता. बरं चालायचं. पण आपला स्वतःचा धंदा असावा, अशी त्यांची मनापासूनची इच्छा होती. पण ते बोलायचे नाहीत कधी त्याबद्दल फारसं. शांत, सत्प्रवृत्त, पण कल्पनाशून्य माणूस होता तो. जी काही महत्त्वाकांक्षा होती ती लग्न लवकर झाल्यामुळे पार लयाला गेली होती.

एल्सवर्थची आई एक किडमिडी, चंचल, सतत अस्वस्थ असणारी स्त्री होती. नऊ वर्षांत तिने पाच धर्मपंथ स्वीकारले, टाकले, बदलले. ऐन तारुण्याची तीन-चार वर्षं सोडली, तर ती कधीच फारशी छान दिसली नाही. एल्सवर्थ म्हणजे तिचे पंचप्राण. एल्सवर्थची मोठी बहीण हेलन त्याच्यापेक्षा पाच वर्षांनी मोठी होती. सुस्वभावी, निरोगी, सुंदर नसली, तरी नीटनेटकी अशी ती आनंदी मुलगी होती. तिचा काही प्रश्न नव्हता. एल्सवर्थ मात्र जन्मतःच अशक्त होता. तो जन्मल्याजन्मल्याच डॉक्टरांनी तो जगायची फारशी आशा नसल्याचं सांगून टाकलं होतं. तेव्हापासून तो त्याच्या आईचा लाडका झाला. त्याची काळजी वाहतावाहता तिची एकदम आत्मिक उन्नतीच होऊन गेली. त्या निळसर कातडीच्या, अस्थिपंजर बाळाला पाहून आपलं वात्सल्य उफाळून येतं याचा अर्थच आपलं वात्सल्य इतर आयांपेक्षा श्रेष्ठ आहे, असं तिने ठरवून घेतलं. ते बाळ अपंग न होता तसंच ठीक झालं याचा थोडासा विषादच वाटला की, काय बाईला असं वाटावं. हेलनबद्दल तिला जराही आत्मीयता नव्हती. हेलनवर प्रेम करण्यात कसली आलीये उदात्तता. चांगल्या निरोगी सणसणीत मुलीवर कोणीही प्रेम करील... मी नाही केलं, तर काही कमी पडत नाही तिला...

एल्सवर्थचे वडील मात्र आपल्या या पुत्राचे फारसे लाडकोड करू शकायचे नाहीत. त्यांना कारण सांगता आलं नसतं. पण एल्सवर्थ हा घराचा जणू अनभिषिक्त सम्राट होता. सत्ताधीश. आईवडील त्याचं ऐकत. आपण त्याचं का ऐकतो हा प्रश्न त्याच्या वडिलांना पडे. मनातल्या मनात.

एका संध्याकाळी ते सारे एकत्र बसले असताना मिसेस टूहींनी रडक्या भांडखोर स्वरात सुरुवात केली, 'होरेस, एल्सवर्थसाठी आता मला सायकल हवीच. त्याच्या वयाच्या सर्व मुलांकडे आहेत सायकली. विली लोव्हेटने परवाच घेतली. आता आपणही घेऊ या एल्सवर्थसाठी.'

'आत्ताच नको, मेरी, पुढल्या उन्हाळ्यात बघू. आत्ता जमणं जरा कठीण आहे.'

मिसेस टूहींचा आवाज लागलीच टिपेला गेला.

'आई, कशासाठी पण?' एल्सवर्थ बोलला. त्याचा आवाज अगदी मऊ, रेशमी होता. ठाम. त्याच्या आईवडिलांपेक्षा खालच्या पट्टीत बोलायचा तो, तरीही त्यांचं बोलणं जिथल्यातिथे थांबायचं. त्यात एक मऊसूत आर्जव असायचं. 'सायकलीपेक्षा कितीतरी महत्त्वाच्या गोष्टींची गरज आहे आपल्याला. आणि विली लोव्हेटची पर्वा कशाला करू मी? मला तो अजिबात आवडत नाही. मूर्ख

आहे तो. त्याच्या वडलांचं स्वतःचं दुकान आहे म्हणून त्यांना परवडतं सगळं. आणि काय! त्याचे वडील किती दाखवेगिरी करतात...मला नकोय खरंच सायकल.'

यातला शब्द नि शब्द खरा होता. एल्सवर्थला खरंच सायकल नको होती. पण मिस्टर टूही त्याच्याकडे जरा टवकारून पहात राहिले. हा असं कसं बोलतो याचंच त्यांना आश्चर्य वाटत होतं. त्यांच्या लक्षात आलं, चष्म्याच्या काचांआडून एल्सवर्थची नजर त्यांच्याकडेच लागली होती. त्या नजरेत काहीही भाव नव्हते. राग नाही, लोभ नाही, गोडवा नाही... एक कोरी करकरीत नजर होती ती. त्यांना वाटलं, आपल्या मुलाला एवढी समजूत आहे, याबद्दल आपल्याला बरं वाटलं पाहिजे- तरी पण- तरी पण त्याने विलीच्या वडिलांचं स्वतःचं दुकान असल्याचा उल्लेख का करावा... त्यांना त्याची चीडच आली.

एल्सवर्थला सायकल मिळाली नाही, पण घरात त्याच्या शब्दाला आणखी वजन आलं. आदर मिळाला. आईकडून थोडा अपराधी भावनेत भिजलेला हळवा आदर, आणि वडिलांकडून थोडा अस्वस्थ शंकित असा दुरावायुक्त आदर. ते त्याच्याशी बोलणं टाळू लागले. त्यांना दडपण वाटायचं त्याचं. त्यांना याबद्दल स्वतःचा रागही यायचा, वाईटही वाटायचं. आपण वेडेपणा करतो असंही वाटायचं.

'होरेस, मला एल्सवर्थसाठी नवा सूट घ्यायचाय. आजच दुकानात पाहिला मी. पसंत करून आलेय... मला-'

'आई, कशाला? माझ्याकडे चार सूट्स आहेत. आणखी एक कशासाठी आता? पॅट नूनानसारखा नटवेपणा मला नाही करायचा. रोज नवे सूट घालून मिरवतो. वडलांचं आइस्क्रीमचं दुकान आहे म्हणून करतो उधळपट्टी. मुलींसारखं त्याचं सारं लक्ष कपड्यांवरच असतं. मला असला बायकीपणा नाही करायचा.'

एल्सवर्थ बहुतेक साधूसंतच होणार... मिसेस टूहींना आनंद व्हायचा, थोडी चिंताही वाटायची. या मुलाला काहीच नको असतं. खरंच. एल्सवर्थला स्वतःसाठी कुठल्याही वस्तूबिस्तू घेण्यात रस नसायचा...

एल्सवर्थ अगदीच अशक्त, पंडुरोगी मुलगा होता. त्याचं पोट वरचेवर बिघडायचं, बारा महिने तेरा काळ सर्दी असायची आणि सर्दीने डोकं दुखत असायचं त्याचं. त्याच्या जेवणाखाणाची फारच काळजी घ्यावी लागायची त्याच्या आईला. पण तेव्हाही त्याचा आवाज गंभीर, दमदार होता. त्याच्या किरकोळ, रोगट शरीरयष्टीत तो आवाज अगदीच विशोभित वाटायचा. तो चर्चच्या कोरसमधे गायचा. शाळेत आदर्श विद्यार्थी म्हणून तो प्रसिद्ध होता. त्याचा अभ्यासही पूर्ण असायचा, गृहपाठ व्यवस्थित केलेला असायचा. त्याच्या वह्या नेहमी नीटनेटक्या असत. नखं स्वच्छ असत. रविवारच्या विविध छंदवर्गात तो आवडीने भाग घ्यायचा. खेळापेक्षा वाचनात रंगून जायचा. खेळात त्याला फारशी संधी नव्हतीच तशीही. गणितही त्याला फारसं जमायचं नाही, आवडायचं नाही. पण इतिहास, इंग्लिश, नागरिकशास्त्र, निबंधलेखन हे त्याचे आवडते विषय होते. त्यात तो पहिला यायचा. नंतर त्याला मानसशास्त्र आणि समाजशास्त्र या दोन विषयांत रुची वाटू लागली.

तो खूप मेहनत घेत असे अभ्यासावर. जॉनी स्टोक्ससारखं वर्गात फारसं लक्ष न देता सगळं येईल, अशी त्याची शीघ्रपाठी बुद्धी नव्हती. जॉनीला काहीही कष्ट न घेता सगळं बऱ्यापैकी यायचं. जसं त्याचं ठणठणीत निरोगी शरीर, छान हसरा चेहरा, सळसळता उत्साह हे अगदी स्वाभाविक होतं, तसंच त्याचं शिकणंही. पण जॉनी नको तेव्हा नको ते करायचा आणि एल्सवर्थ नियमानुसार, अपेक्षेनुसार सारं वर्तन ठेवायचा. निबंधलेखनाचंच उदाहरण घ्यायचं तर- जॉनी काहीतरी धक्कादायक

लिहून ठेवायचा... म्हणजे शाळेचे दिवस- सोनेरी काळ असा विषय दिला तर स्टोक्सने त्याला शाळा कशी अजिबात आवडत नाही, का आवडत नाही ते एकदम रोखठोक लिहून ठेवलं. तर एल्सवर्थने अतिशय काव्यमय भाषेत शाळेबद्दल गौरवलेख लिहिला. हा त्याचा निबंध विविध स्थानिक वृत्तपत्रांतून छापून आला.

नावं, तारीखवार तपशील लक्षात ठेवण्यातही त्याने जॉनीला मागे सारलं होतं. त्याची स्मरणशक्ती ओल्या सिमेंटसारखी त्यावर पडेल ते धरून ठेवायची. जॉनी भूगर्भातून फुटलेल्या खळाळत्या जिवंत, उष्णजलाच्या झऱ्यासारखा होता, तर एल्सवर्थ स्पंज.

मुलं त्याला एल्सी टूही म्हणायची. त्याच्या वाटेला फारसं कुणी जात नसे. सगळी त्याला टाळत, तेही त्याच्या लक्षात येणार नाही अशा बेताने. त्यांना त्याचा अंदाज लागत नसे. तो कुणालाही अभ्यासात मदत करीत असे. पण तो मुलांना अशी काही नावं पाडत असे की, कुणाचंही मन पार दुखवावं. भीतीच वाटायची त्याची. तो भिंतीवर कार्टून्स काढून त्यांना खिजवायचा. त्याच्या नाजूक प्रकृतीमुळे तो बायकी वाटे. पण त्याच्या वागण्यात मात्र बायकीपणाचा लवलेशही नव्हता. त्याचा जबरदस्त आत्मविश्वास आणि त्याचं इतरांना तुच्छ लेखणं अगदी सहज जाणवत असे सर्वांना. तो अजिबात घाबरत नसे कुणालाही.

भर रस्त्यात तो कुणाही दांडग्या मुलाच्या समोर जाऊन उभा रहात असे. स्वच्छ, करकरीत आवाजात तो त्यांच्या तोंडावर सांगायचा... जॉनी स्टोक्सला, तू भाड्याच्या घरात रहातोस -किंवा विली लोव्हेटला, तू बिनडोक आहेस - किंवा पॅट नूनानला, ए मासेखाऊ... असं काहीही तोंडावर बोलायचा. जॉनी किंवा इतर कुणीही मुलं त्याला कधीही मारत नसत. त्याच्या डोळ्यावरचा चष्मा फुटला असता तर... त्यांना भीती वाटत असे!

तो खेळात भाग घेऊ शकत नसे. इतरही अशक्त मुलं होतीच की, खेळू न शकणारी... पण एल्सवर्थ ती गोष्ट मोठ्या दिमाखाने मिरवत असे. खेळ वगैरे गोष्टी बुद्धीच्या अपरिपक्वतेचं लक्षण आहे असं तो सांगत असे. शक्तीपेक्षा बुद्धी श्रेष्ठ यावर आपला विश्वास आहे असं सांगे.

त्याचे खास, जिवलग मित्र असे कुणीच नव्हते. तो निष्पक्ष आणि प्रामाणिक म्हणून प्रसिद्ध होता... त्याच्या बालपणीच्या दोन प्रसंगांमुळे त्याच्या आईला त्याचा भयंकर अभिमान वाटायचा.

विली लोव्हेट हा श्रीमंताघरचा लाडावलेला मुलगा आणि ड्रिपि मून या गरीब मुलाचा वाढदिवस एकाच तारखेला यायचा. ड्रिपीची आई विधवा होती, लोकांचे कपडे धुवून द्यायची. सदान्कदा नाक गळणारा म्हणून तिच्या मुलाचं नाव पडलेलं ड्रिपि. त्याच्या वाढदिवसाला कुणीच जात नसे. ज्यांना लोव्हेटकडचं आमंत्रण नसे अशी कुणी मुलं गेली तरच. दोन्हीकडची आमंत्रणं असलेल्यांपैकी एकट्या टूहीने विलीऐवजी ड्रिपिच्या वाढदिवसाला जायचं ठरवलं. त्याने विलीचं नाक खाली झालं. ड्रिपिच्या वाढदिवसाच्या कार्यक्रमात काहीच मौजमजा नव्हती. पण एल्सवर्थला त्याचं काही विशेष वाटलं नाही. विलीच्या विरुद्ध गटाच्या टोळक्यातल्या मुलांनी एल्सवर्थच्या न येण्यावरून विलीला भरपूर टोमणे मारले.

दुसरा प्रसंग असाच. पॅट नूनानने एल्सवर्थला त्याच्या पेपरमधून पाहून लिहू देण्यासाठी जेली बीन्सची एक बॅग देऊ केली. एल्सवर्थने ती घेतली आणि त्याला पेपर कॉपी करू दिला. एक आठवड्यानंतर तो वर्गशिक्षिकेसमोर जाऊन उभा राहिला. न उघडलेली जेली बीन्सची बॅग तिच्यासमोर ठेवून त्याने आपला गुन्हा कबूल केला. पण ती देणाऱ्याचं नाव मात्र सांगितलं नाही. खूप प्रयत्न झाले त्याला बोलतं करण्याचे, पण तो बधला नाही. तो एवढंच म्हणाला की, तो एक फार हुशार मुलगा आहे; आणि माझा सद्सद्विवेक उशीरा जागा झाला त्याची शिक्षा आता त्याला मिळता कामा नये.

त्याला शाळा सुटल्यावर दोन तास थांबायची शिक्षा मिळाली. त्याला एकट्यालाच. परीक्षेतले मार्क्स तसेच ठेवावे लागले. पण या प्रकारामुळे पॅट नूनानच्या जोडीला जॉनी स्टोक्स आणि इतर अनेक हुशार मुलांवर संशयाची सावली पडली- एल्सवर्थ टूही वगळून.

एल्सवर्थ अकरा वर्षांचा होता, तेव्हा त्याची आई वारली. आणि त्याची अविवाहित आत्या ॲडलीन त्यांच्याकडे त्यांचं घर सांभाळायला, मुलांचं करायला म्हणून येऊन राहिली. ती चांगली उंचीपुरी, धिप्पाड बाई होती. कामाला वाघ. कुणी आपल्या प्रेमात पडलं नाही, याची तिला फार खंत वाटायची. एल्सवर्थची बहीण हेलन तिची फार लाडकी झाली. एल्सवर्थ मात्र मनाने काळा आहे असं तिचं ठाम मत झालं. अगदी ताबडतोब. तो तिच्याशी अगदी विनम्रपणे वागायचा. तिच्या हाताशी काम करायचा. कुणी पुरुष पाहुणे आले की, मग तर तो अगदी रीतीनेच वागायचा. तिला व्हॅलेंटाईन कार्ड द्यायचा, त्या कार्डासोबत गुलाब, गुलाबी लेस, प्रेमकविता वगैरे सगळं असायचं. अनेकदा तिच्यासाठी म्हणून स्वीट ॲडलीन हे गाणं मोठ्यामोठ्याने म्हणून दाखवायचा.

एक दिवस ती त्याला म्हणाली, 'एल्सवर्थ, तू म्हणजे ना जखमेतली अळी आहेस. जखमांवर पोट भरणारी कीड.'

'मग मी कधीच उपाशी मरणार नाही.' तो उत्तरला.

काही काळ गेल्यावर त्यांच्यात शस्त्रसंधी झाला. त्याने त्याला हवं तसं वागावं, हवं ते करावं हे आत्याने मान्य करून टाकलं.

हायस्कूलमधे गेल्यावर एल्सवर्थ उत्तम वक्तृत्व गाजवू लागला. तो शाळेतून गेल्यावर कितीतरी वर्षं चांगलं वक्तृत्व असलेल्या मुलाचा उल्लेख 'यंदाचा टूही' म्हणून केला जात असे. तो प्रत्येक वक्तृत्व स्पर्धा जिंकायचा. श्रोते नंतर त्याचा उल्लेख तो गोड मुलगा असा करायचे. त्याची पिचकी छाती, काटकुळे पाय, चष्मा यातलं काहीही त्यांच्या लक्षात रहायचं नाही. लक्षात रहायचा त्याचा आवाज. तो प्रत्येक वादविवाद जिंकायचा. तो काहीही सिद्ध करू शकत असे. एकदा 'तलवार श्रेष्ठ की लेखणी' या वादस्पर्धेत त्याने लेखणी श्रेष्ठ ही बाजू घेऊन विली लोव्हेटला हरवलं. मग पुन्हा विलीला आव्हान देऊन त्याने तलवार श्रेष्ठ ही बाजू घेतली आणि पुन्हा त्याला हरवलं.

वयाच्या सोळाव्या वर्षापर्यंत त्याला धर्मगुरू बनावंसं वाटायचं. धर्माबद्दल तो खूप विचार करी. ईश्वर आणि आत्मा या विषयावर तो बराच बोलत असे, वाचत असे. पण धर्मग्रंथ वाचण्यापेक्षा त्याचा भर चर्चच्या इतिहासावर जास्त असे. 'दीनदुबळ्यांकडेच अखेर जगाची सत्ता जाईल' या विषयावर त्याने केलेल्या भाषणाने अनेकांच्या डोळ्यात पाणी आलं होतं.

याच सुमारास त्याला मित्र मिळायला सुरुवात झाली. 'श्रद्धा' या विषयावर तो तासन्तास बोलत राही. ते ऐकत बसणारे बरेच श्रवणभक्त त्याला मिळाले. एक गोष्ट त्याला झटकन कळली. त्याची ही प्रवचनं ऐकायला त्याच्या वयाची हुशार, दणकट मुलं अजिबात यायची नाही. त्यांना त्याची गरजच नव्हती. पण दुबळी, भित्रट, अशक्त मुलं त्याच्याजवळ येत. ड्रिपी मून तर त्याच्या मागे इमानी कुत्र्याच्या लाचारीने फिरायचा. बिली विल्सनची आई वारली, तसा तो रोज संध्याकाळी एल्सवर्थच्या घरी येऊन बसू लागला. त्याचं बोलणं ऐकत, मधून शहारत, कोरड्या सताड डोळ्यांनी इकडेतिकडे पहात तो बसायचा. स्किनी डिक्सला लकवा भरला, तो आपल्या घराच्या खिडकीत बसून रस्त्यावरच्या वळणाकडे डोळे लावून एल्सवर्थची वाट पहात रहायचा. रस्टी हॅझल्टन परीक्षेत नापास झाला. तो कितीतरी वेळ रडत बसला होता. एल्सवर्थचा हात सारा वेळ त्याच्या खांद्यावर, पाठीवर फिरत होता.

एल्सवर्थला हे सगळे सापडत की, त्यांना तो सापडायचा हे कळायचं नाही. पण एखाद्या

निसर्ग-नियमासारखं ते घडत जायचं. निसर्गात जशी पोकळी रहात नाही, तसंच काहीसं. दुःखी मुलं आणि एल्सवर्थ टूही आपोआप एकत्र यायचे. त्याच्या घनगंभीर आवाजात तो त्यांना सांगायचा. 'दुःख उगाळणं चांगलं नाही. आपल्यावर ओढवलेल्या दुर्दैवाची तक्रार करू नये. सहन करा. माथा झुकवा. दुःख मान्य करून टाकावं. देवाने तुम्हाला दुःख सोसायची संधी दिली याबद्दल त्याचे आभार माना. यामुळे तुम्ही सुखी लोकांपेक्षा श्रेष्ठ कुळात जाऊन बसता. समजत नसेल तर समजून घेण्याचा प्रयत्नही करू नका. सर्व पातकं, दुष्ट विचार यांचं संवर्धन मनातच होतं. मन नको इतके प्रश्न विचारत रहातं. समजून घेण्यापेक्षा विश्वास ठेवायला शिका. परीक्षेत नापास झालात तरी त्यात आनंद मानायला शिका. सगळं काही समजणाऱ्या हुशार मुलांपेक्षा तुम्ही देवाला अधिकच प्रिय असाल, हे नक्की.'

लोकांना फार कौतुक वाटे, एल्सवर्थचे मित्र त्याला किती धरून असतात म्हणायचे. एकदा त्याच्याकडे कुणी गेलं की त्याच्यावाचून त्याचं पान हलेनासं व्हायचं. एल्सवर्थच्या सोबतीचं व्यसन जडायचं जणू.

एकदा त्याने बायबलच्या वर्गात आपल्या शिक्षकांना चकित केलं. ते शिकवत होते,'सगळं जग जिंकून घेतलं, पण आपला आत्मा हरवून बसला अशा माणसाची झोळी रिकामीच राहिली असं म्हणावं लागेल.'

त्यावर एल्सवर्थ म्हणाला,'मग आपल्या झोळीत इतरांचे आत्मे असतील तर आपण श्रीमंत झालो असं म्हणावं लागेल नाही का?'

ते शिक्षक उखडलेच. पण त्यांनी स्वतःला आवरत त्याला स्वतःचं म्हणणं स्पष्ट करायला सांगितलं. पण तो पुढे अवाक्षरही बोलला नाही.

वयाच्या सोळाव्या वर्षी त्याचा धर्माबिर्मातला रस पार संपला. त्याला शोध लागला समाजवादी विचारांचा.

त्याच्यातल्या या बदलामुळे त्याची आत्या चकितच झाली. ती म्हणाली, 'पहिली गोष्ट म्हणजे हा सगळा मूर्खपणा, देवाधर्माविरूद्ध आहे. काहीही अर्थ नाही त्याला. एल्सी, मला तुझं आश्चर्यच वाटतं. आत्म्याचं दारिद्र्य- इथपर्यंत ठीक आहे- पण नुसतंच दारिद्र्य! हे काही मला बरं वाटत नाही. शिवाय हे तुझ्याकडून तर अजिबातच अपेक्षित नाही. तू फारतर बारीकसारीक गोंधळ माजवून देऊ शकतोस. पण फार मोठ्या प्रमाणावरचा गोंधळ माजवण्याची तुझी कुवत नाही. काहीतरी चुकतंय, एल्सी, हे गणित काही जमत नाही!'

तो उत्तरला, 'एक म्हणजे- मला एल्सी म्हणू नकोस. दोन- तू चुकते आहेस.'

पण त्याच्यातला हा बदल त्याला चांगलाच मानवला. तो आक्रमक न होता अधिकच शांत झाला, निवळला, सौम्य झाला. लोकांशी तो जाणीवपूर्वक सौहार्दाने वागू लागला. त्याच्या नव्या भूमिकेने त्याच्या व्यक्तिमत्वाचे सर्व कंगोरे जणू मृदुमवाळ करून टाकले. त्याच्या निकटच्या मित्रांना तो अधिकच आवडू लागला. अगदी त्याच्या आत्याचीही काळजी कमी झाली. त्याच्या सैद्धांतिक क्रांतीकारक विचारसरणीमुळे तसं प्रत्यक्ष काहीच घडत नव्हतं. त्याने ना कोणत्या राजकीय पक्षाचं सदस्यत्व घेतलं ना कोणत्या संघटनेचं. तो भरपूर वाचन करीत असे. काही छुप्या बैठकांना हजेरी लावत असे. त्यात क्वचित् कधी बोलतही असे. पण फार नाही. मोजकंच. बहुतेकवेळा तो कोपऱ्यात बसून चुपचाप ऐकत रहायचा.

एल्सवर्थ टूही हार्वर्ड विद्यापीठात गेला. आपल्या विम्याची रक्कम केवळ त्याच्या हार्वर्डमधील शिक्षणासाठीच वापरली जावी असं मृत्यूपत्रच त्याच्या आईने करून ठेवलं होतं. हार्वर्डमधे त्याने

छानच प्रगती केली. इतिहास विषयात तो पहिला आला. त्याच्या आत्याचा अंदाज होता की तो समाजशास्त्र किंवा अर्थशास्त्र हे विषय निवडेल. तो समाजकार्यात पडेल अशी थोडी भीतीच वाटत होती तिला. पण तसं घडलं नाही. तो साहित्य, कला, चित्रकला यात खूपच रस घेऊ लागला. तिला अचंबा वाटला. आजवर त्याने कधीच कला-साहित्य वगैरेत रस दाखवला नव्हता.

'तू काही कलावंत वगैरे नक्कीच नाहीस, एल्सी.'

'तू चुकते आहेस, आन्टी.' तो उत्तरला.

एल्सवर्थ आपल्या सहाध्यायी मित्रांशी अगदी वेगळाच वागत असे. त्याने सर्वांना आपलंसं करून घेतलं होतं. त्यातली बरीचशी बड्या घराण्यांतून आलेली, श्रीमंतांची मुलं होती. सगळेच बडे वारसदार. त्यांच्यात वावरताना एल्सवर्थ टूहीने आपली गरीबीची पार्श्वभूमी लपवण्याचा प्रयत्न केला नाही. उलट थोडी जास्तच रंगवून सांगितली. आपले वडील बुटांच्या दुकानाचे मॅनेजर होते हे सांगण्याऐवजी त्याने सांगितलं की ते जोडे तयार करणारे कामगार होते. हे सांगताना त्याच्या स्वरात आवेश, अभिनिवेश, कडवटपणा नसायचा. जणू आपली नशीबाने थट्टा केलीय अशा स्वरात तो हे सांगायचा. जरासं बारकाईने पाहिलं तर ऐकणाऱ्याला वाटून जायचं, ही आपलीच थट्टा झालीये. त्याचं वागणं थोडंसं गर्विष्ठ असे, फार नाही... थोडंसंच. आपण गर्विष्ठ नाही हे दाखवण्याचा प्रयत्न करणारा गर्विष्ठ माणूस. त्याची नम्रता याचकाची नव्हे, दात्याची असायची. तो असा वेगळाच कुणीतरी असल्यासारखा, शिखरावर पोहोचल्यासारखा का वागतो हा प्रश्न पडला तरी कुणी विचारायचं नाही तसं. तसंच काहीतरी कारण असेल असं सगळे न बोलता गृहीत धरायचे. तिथल्या मुलांत टूहीशी मैत्री करणं हे सुरुवातीला लाइटली घेतलं जायचं. नंतर नंतर ते पुरोगामीपणाचं व्यवच्छेदक लक्षण मानलं जाऊ लागलं. एल्सवर्थला या बदलाची फारशी जाणीव किंवा पर्वा नसावी. त्या तरुण विद्यार्थ्यांमधे वावरताना त्याचा आविर्भाव असा असायचा की जणू त्याच्याकडे भविष्याची तपशीलवार परिवर्तन योजना तयारच आहे. फालतू वाद आणि चर्चांमधून आपली केवळ करमणूक होते आहे असा एक तुच्छभाव त्याच्या चेहऱ्याच्या रेषारेषांत कायम नांदत असायचा. नफ्याची रक्कम मोजणारा बनिया जसा सावधशा आनंदाने तृप्तपणे हसत असतो, तसा तो अनेकदा हसत असायचा. किंचित् खुषीचं हसू त्याच्या तोंडावर पसरून असायचं. त्याला काही विशेष कारण लागायचं नाही.

आता त्याचे बोलण्याचे विषय बदलले होते. देव-धर्म, दुःख सहन करण्याची गरज वगैरेवर तो बोलत नसे. आता तो जनसामान्यांबद्दल बोलत असे. एकदा एक वादचर्चा अखंड रात्र चालली होती. त्यात त्याने पटवून दिलं की धर्मामुळे स्वार्थ वाढीस लागतो, कारण धर्म केवळ व्यक्तीलाच महत्त्व देतो. नको इतकं महत्त्व देतो. धर्माची सगळी शिकवण ही केवळ व्यक्तीचा आत्मिक विकास व्हावा यासाठीच कामी येते.

'सद्गुणांचा खरा अर्थ साध्य करण्यासाठी माणसाची इतकी तयारी हवी की तो आपल्या बांधवांसाठी वाईटातला वाईट गुन्हाही करू धजेल. शारीरिक क्लेशांपेक्षा मानसिक क्लेश सहन करणं, आत्म्याची वंचना करणं हे अधिक कठीण आहे, अधिक श्रेष्ठ आहे. तुमचं मानवजातीवर प्रेम आहे म्हणता? पण प्रेम या शब्दाचा अर्थच तुम्हाला कळलेला नाही. कुठल्यातरी मदतनिधीला वर्गणी दिली की आपलं काम संपलं, जबाबदारी संपली असं वाटतं तुम्हाला... कळत नाही तुम्हाला... आपल्याकडची सर्वात मौल्यवान गोष्ट कोणती.. आपला आत्मा... तो दिला तरच म्हणता येईल की आपलं खरं प्रेम मानवजातीवर आहे. तरच आपण आपणाला खरे मानवतावादी म्हणू शकू... बहुसंख्य मानवजातीला एखादी चुकीची गोष्ट मान्य असेल, एखादे कुकर्म मान्य असेल, एखादे असत्यच सत्य वाटत असेल तर तुम्ही त्या गोष्टींच्या बाजूनेही उभं रहायची तयारी दर्शवली पाहिजे. आत्म्याची

कुर्बानी द्यायची तयारी ठेवली पाहिजे. अतिशय नीच कृत्यातही सामील होण्याची तयारी ठेवली पाहिजे. स्वतःच्या यःकश्चित अहंतेला बाजूला ठेवून लोकांच्या बरोबरीने चालायला शिकाल तेव्हाच तुम्हाला निःस्वार्थ सेवेतला उदात्त भाव कळेल. संकुचित वृत्तीने स्वतःचा अहंभाव जपत बसणाऱ्याला इतरांवर प्रेम करता येत नाही. अहंता टाका, स्वतःला पूर्ण मोकळं करा त्यापासून... मगच तुम्ही मानवतेच्या प्रेमाने भरून जाल. चर्चच्या अफूच्या सौदागरांनी सांगितलंय- की जीवनावर प्रेम करणाऱ्यांच्या हातून जीवन निसटेल, या ऐहिक जगातील जीवनाचा त्याग करणाऱ्यांनाच खरे जीवन मिळेल... तसं तथ्य आहे त्यात. पण त्यांनाच कल्पना नाही ते नक्की काय शिकवण देतायत याची. स्वतःचे अस्तित्त्वच नाकारायची तयारी असावी लागते, मित्र हो. आपापला चांगुलपणा जपत त्यावरच खूष होणाऱ्यांना हे कसे जमणार? स्वतःचा आत्मा ओवाळून टाकण्याची तयारी हवी. आणि त्यासाठी असामान्य थोरवी असावी लागते अंगी... सर्वांनाच नाही जमत ते.

नोकऱ्या करून शिकणारी मुलं त्याच्या बोलण्याकडे लक्षही देत नसत. पण गेल्या दोन-चार पिढ्या श्रीमंतीत लोळत आलेल्यां बड्या घराण्यातले काही तरूण त्याच्याकडे आकृष्ट झाले होते. त्याने दाखवलेल्या मार्गाने जाऊन त्यांना त्यांच्या कुवतीनुसार उद्दिष्टे मिळत होती.

तो अतिशय चांगल्या गुणांनी पदवी परीक्षा उत्तीर्ण झाला. न्यू यॉर्कमधे तो येण्याआधीच त्याची कीर्ती तिथे बऱ्यापैकी पसरली होती. अनेक बुद्धिवादी, गडगंज श्रीमंत लोकांनी आपापल्या मित्रमंडळींमधे टूहीचं वर्णन करून ठेवलं होतं. तो कसा वेगळाच आहे वगैरे. टूही तिथं पोहोचण्याआधीच बुद्धिमान, धैर्यवान, ध्येयवादी म्हणून ओळखला जात होता.

लवकरच न्यू यॉर्कमधल्या अनेकांचा तो आत्मिक आधार बनला. जे त्याच्याजवळ आले ते त्याला चिकटलेच. काहींनी मात्र त्याच्याकडे ढुंकूनही पाहिलं नाही. त्याच्याशी स्पर्धा करणाऱ्या एकाने म्हटलं, 'टूहीकडे चिकटी माणसं जातात. चिखल आणि गोंद यांचं घट्ट मिश्रण होतं चांगलं.'

जेव्हा हे टूहीला कळलं तेव्हा तो हसत म्हणाला, 'आणखीही बऱ्याच गोष्टी आहेत चिकट... प्लास्टर, जळवा, भिजलेले मोजे, रबरी गर्डल्स, चुइंगगम, टॅपिओका पुडींग...' आणि मग पुढे गंभीर चेहऱ्याने म्हणाला, 'आणि हो- सिमेंटही.'

न्यू यॉर्क विद्यापीठातून त्याने मास्टर्स डिग्री घेतली. त्याने प्रबंधाचा विषय निवडला होता,'चौदाव्या शतकातील नागर संस्कृतीतील सार्वजनिक वास्तूंचे प्रकार.'

उदरनिर्वाहासाठी तो अनेकविध कामं करायचा. तो नेमकं काय करतो आणि कधी करतो याचा पत्ता कुणालाही लागत नसे. विद्यापीठात तो व्यवसाय मार्गदर्शन करीत असे. वृत्तपत्रांतून, नियतकालिकांतून पुस्तकांची, नाटक-सिनेमांची, कला-प्रदर्शनांची परीक्षणं लिहीत असे. प्रासंगिक लेख लिहीत असे. कुठे व्याख्यानं देत असे. त्याच्या लिखाणातून त्याची वैशिष्ट्यं आता उघड होऊ लागली होती. पुस्तक परीक्षणांमधे तो ग्रामीण पार्श्वभूमीवरच्या कथावस्तूंना शहरी पार्श्वभूमीवरच्या कथावस्तूंपेक्षा जास्त झुकतं माप देई. कर्तृत्ववान नायकांच्या कादंबऱ्यांवर टीका करणारा तो सामान्य माणसाच्या जीवनावर बेतलेल्या कथांना डोक्यावर घेत असे. अपंग-दुर्बळांच्या कथांवर तो सहृदयपणे लिहीत असे. साधी माणसं हा त्याचा आवडीचा विषय होता. त्यांच्याबद्दल लिहिताना त्याची भाषा खुलून चमकदार होत असे. काहीही विशिष्ट आकृतीबंध नसलेल्या, नायकविहीन अशा कादंबऱ्या त्याला फार प्रिय असत.

व्यवसाय मार्गदर्शक म्हणून त्याचं बरंच नाव झालं. विद्यापीठातली त्याची छोटीशी खोली म्हणजे एखाद्या कन्फेशनलसारखी झाली होती. विद्यार्थी त्याच्याकडे शैक्षणिक मार्गदर्शनाबरोबरच आपले खाजगी प्रश्नही घेऊन येत असत. तो अगदी मनापासून, गांभीर्याने त्यांचे प्रश्न ऐकून घेई.

त्यावर त्यांच्याशी चर्चा करीत राही. विषयांची निवड, प्रेमप्रकरणं, भविष्यात करिअर कशात करावं सगळ्यावर तो चर्चा करीत असे.

प्रेमप्रकरणांत सल्ला देताना कुणाचं लफडं असेल तर तो सांगे, काही हरकत नाही. असं व्हायचंच. आपण आधुनिक आहोत. त्यात काहीही गैर नाही. पण कुणाची फार जास्त भावनिक गुंतवणूक झाली असेल तर मात्र तो त्यापासून परावृत्त करण्याचा आटोकाट प्रयत्न करीत असे. कुणी एखादा मुलगा लैंगिक अनुभवानंतर पश्चात्ताप व्यक्त करू लागला तर तो सांगे, 'त्यात कसली एवढी शरम... केलंस ते चांगलंच केलंस. आयुष्यात दोन गोष्टी लवकरात लवकर मागे साराव्यात. एक म्हणजे अहंभाव आणि दुसरं म्हणजे शरीरसंबंधाला दिलं जाणारं अवास्तव महत्त्व.'

बहुतेकवेळा मुलांना जो व्यवसाय निवडावासा वाटत असे तो निवडण्यापासून तो त्यांना प्रयत्नपूर्वक परावृत्त करायचा.

'नाही, मी तुझ्या जागी असतो तर मी कायद्याच्या अभ्यासाच्या भानगडीतच पडलो नसतो. तुला नको इतकं प्रेम आहे, कायद्याचं. ज्या विषयाबद्दल आपल्याला एवढं प्रेम वाटतं त्यात करिअर करू नये बघ. डोकं शांत ठेवून ज्या विषयाचा अभ्यास करता येईल त्यात करिअर करावं. एखादा नावडता विषयसुद्धा चालेल... पण आवडता विषय घेऊन करीयर- छे!'

'संगीताचा नाद तू सोडून द्यावास हे बरं... तुला हे जे वाटतंय ना की तुला संगीतात अगदी निसर्गदत्त गती आहे- यावरूनच सिद्ध होतं की तू संगीतात करिअर करू शकणार नाहीस... एवढं प्रेम आहे संगीतावर? चुकतोस तू... पोरकटपणा आहे हा... अगदी कितीही दुःख झालं ना तरी सोड तू तो नाद. त्यातच तुझं भलं आहे.'

'नाही नाही... मला फार वाईट वाटतं हे सांगायला, पण मला नाही पटत ते. तू आर्किटेक्चरची निवड करतो आहेत ते केवळ एका संकुचित स्वार्थी विचारातून. तुझ्या स्वतःच्या समाधानापलिकडे दुसऱ्याचा विचार तू केलास का... अरे आपलं करीअर हे संपूर्ण समाजाशी निगडीत असतं अखेर. तुझा सगळ्यात उत्तम उपयोग कोणत्या क्षेत्रात होईल ते पहा, तो विचार स्वतःच्या आवडीनिवडीपेक्षा मोठा ठरायला हवा. आणि समाजसेवेची संधी आर्किटेक्चरपेक्षा डॉक्टरकीत असते... पहा... जरा विचार करून पहा.'

त्याचा सल्ला स्वीकारलेल्या काही विद्यार्थ्यांना यश मिळालं. काही अपयशी ठरले. एकाने- एकानेच- आत्महत्या केली. ते सर्व विद्यार्थी कायम त्याच्या प्रभावाखाली राहिले. अनेकदा त्याला भेटायला येत राहिले. त्याला पत्र लिहीत राहिले. त्याच्या सल्ला घेत राहिले. एखाद्या यंत्राला पहिली चालना जशी बाहेरून द्यावी लागते, तशीच त्यांना टूहीच्या चालनेची गरज पडत रहायची. टूहीसुद्धा त्यांच्यासाठी वेळ राखून ठेवायचा. मार्गदर्शनासाठी, सल्ल्यासाठी आलेला कुणीही कधी विन्मुख परतायचा नाही.

त्याच्या आयुष्यात, कामात फारसं खाजगी असं काही राहिलंच नव्हतं. मानवजातीच्या या मित्राला स्वतःचा असा जिवाभावाचा एकही दोस्त नव्हता. त्याच्याजवळ घुटमळणाऱ्या कुणाच्याही तो स्वतः कधी फारसा जवळ जात नसे. तो सर्वांना जवळ घेई. त्याची माया मैलोगणती पसरलेल्या सपाट, गुळगुळीत, सोनेरी वाळूसारखी होती. ती वाळू बदलत्या वाऱ्याबरोबर जागा बदलायची नाही मात्र. शांत, संथ वाळू आणि वर उंचावर झळाळणारा सूर्य...

त्याच्या तुटपुंजा उत्पन्नातून तो अनेक सेवाभावी संस्था-संघटनांना पैशाची मदत करीत असे. पण एखाद्या लायक व्यक्तीला मात्र तो जराही मदत करीत नसे. धर्मादाय संस्थांसाठी तो आपल्या वर्तुळातल्या श्रीमंत मित्रांकडून मदत मिळवत असे. अडचणीतल्या व्यक्तींसाठी बोटही उचलायचा

नाही तो. असल्या सगळ्या संस्थांच्या व्यवस्थापक मंडळांवर तो विनावेतन काम करीत असे. अनेक मानवतावादी, क्रांतीकारी प्रकाशने यांच्यात एकच समान धागा होता. एल्सवर्थ एम. टूही हे नाव त्या सर्वांच्याच कागदोपत्रांत होतं. तो जणू एक स्वयंसिद्ध सेवाभावी कंपनीच होता.

त्याच्या आयुष्यात स्त्रियांना तसं स्थान नव्हतंच. शरीरसुखात त्याला विशेष रस नव्हता. कधी क्वचित् वासना चाळवलीच तर तो कुठल्यातरी खिदळणाऱ्या बेअक्कल पोरी जवळ करायचा.- तरूण, सडपातळ, भरदार छातीच्या असाव्यात एवढीच त्याची अपेक्षा असायची. फार नाही. कधी रेस्तराँमधली वेट्रेस, कधी पार्लरमधली, कधी एखादी स्टेनो-टायपिस्ट... बुद्धिमान बायकांबद्दल त्याला जराही आकर्षण नसायचं.

कुटुंबसंस्था ही एक मध्यमवर्गीय- बूर्झ्वा- संस्था आहे असं तो मानत होता. पण तसं तो उघड बोलत नसे. आणि जाहीरपणे लैंगिक स्वैराचाराचा पुरस्कारही करीत नसे. तसा त्याला लैंगिक विषयांचा कंटाळाच होता. या विषयावर नाहक चर्चा करण्यात वेळ व्यर्थ दवडला जातो असं त्याचं म्हणणं असायचं. त्यापेक्षा महत्त्वाचे अनेक विषय आहेत जगात म्हणायचा तो.

वर्ष सरत होती. त्याचा प्रत्येक दिवस, भरगच्च कार्यक्रमांनी व्यस्त दिवस जणू एखाद्या स्लॉटमशीनमधे नाण्यासारखा खणणकन पडत असे. त्यातून कधी काय गणित जुळणार होतं कोण जाणे...

त्याच्या अनेक कामांमधून एक काम आस्तेआस्ते नजरेत भरण्यासारखं उभं राहू लागलं. आर्किटेक्चरवरील एक नामवंत समीक्षक म्हणून तो मान्यता पावला. अनेक नव्याने सुरू झालेल्या, पाठोपाठ बंदही पडणाऱ्या नियतकालिकांतून तो या विषयावर सातत्याने लिहीत होता. न्यू व्हॉइसेस, न्यू पाथवेज, न्यू हॉरिझन्स अशी तो लिहित असलेली अनेक मासिकं बंद पडली. न्यू फ्रंटियर्स तेवढं जरा टिकून राहिलं. आणि त्या पडेल मासिकांतून टूहीचं नावही टिकलं. वास्तूसमीक्षेत आजवर कुणीच एवढं लक्ष घातलं नव्हतं. लिहिणारेही थोडे आणि वाचणारे फारच थोडे. टूहीची जणू या विषयातली मक्तेदारीच झाली. जरा आघाडीवरची मासिकं वास्तुकलेबद्दल काही माहिती हवी असल्यास टूहीला विचारू लागली.

१९२१मधे टूहीच्या खाजगी आयुष्यात एक बदल झाला. त्याच्या मोठ्या बहिणीची- हेलनची मुलगी कॅथरीन त्याच्याकडे रहायला आली. त्यांचे वडील गेल्याला बरीच वर्षं लोटली होती. आत्या कुठेतरी हलाखीत दिवस कंठत होती. कॅथरीनचे आईवडील वारले तेव्हा तिच्याकडे पहाणारं तसं जवळचं कुणीच नव्हतं. कॅथरीनला आपल्याच घरी ठेवण्याचा टूहीचा विचार मुळीच नव्हता. पण ती न्यू यॉर्क स्टेशनवर उतरली तेव्हा तिचा भविष्याला सन्मुख, उत्सुक असा चेहरा एक क्षणभर खूप सुंदर दिसला. अगदी सामान्यातल्या सामान्य रुपाचा माणूसही हे जग आपल्यासाठी आहे असा विचार करतो तेव्हा तो आनंद त्याला सुंदर बनवतो. असाच क्षण अनुभवणारा तिचा चेहरा टूहीने तेव्हा पाहिला. आणि तत्क्षणी टूहीने कॅथरीनला आपल्याच घरी राहू द्यायचा निर्णय घेतला.

१९२५ साली सर्मन्स इन स्टोन हे पुस्तक प्रसिद्ध झालं. टूही नावारुपाला आला.

एल्सवर्थ टूही एक फॅशन बनला. बुद्धीवादी म्हटल्या जाणाऱ्या उच्चवर्णीय थरात त्याला स्वतःकडे खेचून घ्यायची स्पर्धाच लागली. काही टीकाकारही होते त्याचे. ते त्याला नावे ठेवत. पण त्यात काही मजा नव्हती. कारण तो स्वतःच स्वतःवर काय वाट्टेल ते बोलत असे.

एका पार्टीत टूहीचा समाजवाद ऐकता ऐकता एक उद्योगपती खटकन् म्हणाला, 'हे बुद्धी बुद्धी प्रकरण मला काही कळत नाही... मला स्टॉक मार्केट सांगा ते कळतं मला चांगलं.'

टूही उत्तरला, 'मी काय वेगळं करतो... मी आत्म्याच्या स्टॉक मार्केटमधे खेळतो. आणि स्वस्त्यात खेळतो.'

सर्मन्स इन स्टोन्सचा सगळ्यात महत्त्वाचा फायदा टूहीला झाला, तो म्हणजे, बॅनरने त्याच्याशी एका कॉलमचा करार केला.

या कराराचा दोन्ही गटांना राग आला. सुरुवातीला सर्वांनाच या गोष्टीचा राग आला. टूहीने वायनान्डवर अनेकदा कडवट शेरेबाजी केली होती. कोरडेच ओढलेले. वायनान्ड पेपर्समधून टूहीवरही टीका झाली होती. पण वायनान्ड पेपर्सची कधीच एकच एक ठाम भूमिका नसायची. तात्विक दृष्टिकोनाची भानगड नव्हतीच. त्यांची सर्वांत महत्त्वाची भूमिका धोरणात्मक होती. ती म्हणजे जास्तीत जास्त लोकांचं जे काही मत बनलेलं असेल- बरोबर असो वा चूक- ते आपल्या पेपर्समधून प्रतिबिंबित करणे. त्यामुळे त्यांची भूमिका कधीही कशीही बदलत असे. कसलेही बकवास, फालतू आणि तकलादू विषय त्यांच्या पेपर्समधून गाजत रहायचे. साधारणपणे प्रस्थापितांच्या विरुद्ध, सामान्य माणसांच्या बाजूने असं त्यांचं स्वरूप असायचं. पण कुणालाच फारसा धक्का लागणार नाही, कुणाचा फार फायदा नाही, फार तोटा नाही अशा बेताने. मक्तेदारीला विरोध, संप-मोर्च्यांना पाठिंबा असंही ते करीत किंवा कधीकधी बाजू बदलून मक्तेदारीला पाठिंबा, संप-मोर्च्यांना विरोध असंही करीत. मन मानेल तसं, आलटून पालटून... ते वॉलस्ट्रीटला झोडून काढत, समाजवाद्यांना शिव्या घालत, सोज्वळ कथांच्या सिनेमांना उचलून धरत- सगळ्यात तोच एक आवेश असे. कर्कश आणि बटबटीत. पण तरीही तो आविर्भाव निर्जीव आणि मवाळपंथीच असे. टूहीची आजवरची कीर्ती, भूमिका बॅनरच्या पानांमधे खपून जाईल इतकी मवाळ नव्हती. बॅनरच्या दृष्टीने तो थोडा उग्रवादीच होता.

पण बॅनरच्या लोकांना आपल्या पेपरची भूमिका पक्की माहीत होती. बहुसंख्येला आवडणारं काहीही त्यांना चालत असे. तिथे सगळेजण म्हणायचे- 'गेल वायनान्ड काही डुक्कर नाही, पण तो सगळं हजम करू शकतो.' एल्सवर्थ टूही यशस्वी ठरला होता. लोकांना त्याचं लिहिणं बोलणं आवडत होतं... लोकांना अचानक आर्किटेक्चरमधे गोडी वाटू लागली होती. बॅनरमधे आर्किटेक्चरवर कुणीच लिहीत नव्हतं, म्हणून बॅनरने टूहीला बोलावलं. बस्स. हे इतकं सोप्प होतं.

आणि अशा प्रकारे बॅनरमधे 'वन स्मॉल व्हॉइस' हे सदर सुरू झालं. बॅनरमधे एक छोटीशी प्रस्तावना आली- 'येत्या सोमवारपासून बॅनरमधे तुमच्या भेटीला येईल एक नवीन मित्र. एल्सवर्थ एम. टूही- ज्यांचं सर्मन्स इन स्टोन हे पुस्तक खूपच लोकप्रिय ठरलंय. मिस्टर टूहींचं नाव वास्तुकलेसारख्या महान कलेशी जोडलं गेलं आहे. आधुनिक वास्तुरचनेची सर्व गुपिते समजून घेण्यास आपल्याला मि. टूहींची मदत होणार आहे. बॅनरच्या न्यू यॉर्कच्या आवृत्तीतूनच हे सदर प्रकाशित होईल.

-मि. टूही यांचे इतर कर्तृत्व किंवा दृष्टिकोन यांचा त्यात काहीही उल्लेख नव्हता.

एल्सवर्थ टूहीने कुणालाही कसलंही स्पष्टीकरण दिलं नाही. तू विकला गेलास असं म्हणणाऱ्या मित्रांकडे साफ दुर्लक्ष केलं. तो सरळ कामाला लागला. त्याने ठरवलं होतं, आर्किटेक्चरवर महिन्यातून फक्त एकदाच लिहायचं. बाकी सारे दिवस तो त्याला वाटेल ते लिहिणार होता आणि बॅनरशी जोडलेल्या लाखो वाचकांपर्यंत पोहोचणार होता.

वायनान्डच्या कोणत्याही पत्रकाराला वाटेल ते लिहिण्याची परवानगी नव्हती. एल्सवर्थ टूहीने मात्र आपल्या करारातच ती मिळवली. हा फार मोठाच विजय आहे असं बरेचजणांना वाटलं. पण स्वतः टूहीला मात्र तसं अजिबात वाटलं नाही. या परवानगीचे दोन अर्थ निघत होते. टूहीच्या नावाचा मान राखला गेला असा एक अर्थ... आणि दुसरा- जो टूहीला मनातून खरा वाटत होता- वायनान्डला

तो बंधनं घालण्याइतका महत्त्वाचा किंवा प्रभावी वाटत नव्हता. ती परवानगी ही त्याच्या तुच्छतेची साक्ष होती.

वन स्मॉल व्हॉइसमधे तो कधीही फारसं आक्रमक लिहीत नसे. राजकीय तर काहीच नाही. लोकांना सर्वसाधारणपणे पटतील अशा मूल्यांबद्दल साधारण हितोपदेश असायचा त्यात. 'सत्यापेक्षा दया श्रेष्ठ आहे, न्यायापेक्षा दया क्षेष्ठ आहे... काही उथळ लोकांना पटत नसले तरीही.'

'शरीरशास्त्राच्या दृष्टीने तसेच इतरही काही दृष्टिकोनांतून हृदय हेच मानवाचं उत्तमांग आहे. मेंदूला अवास्तव महत्त्व देण्यात येतं ही एक प्रकारे अंधश्रद्धाच आहे.'

'अध्यात्मातील एक सोपं आणि महत्त्वाचं समीकरण लक्षात घ्यावं, अहंभावातून जे निर्माण होतं ते सर्व पापमूलक आहे आणि दया-करुणेतून जे निर्माण होतं ते सर्व पवित्र आहे.'

'उदात्त भावनेचा एकमेव निकष असतो- सेवाभाव.'

'मानवी नियतीचे योग्य प्रतीक निवडायचे तर तो मान खत या वस्तूलाच द्यावा लागेल. खताच्या वापरानेच तर गहू पिकतो, गुलाब फुलतात,..'

'अगदी गचाळ असं लोकगीतही तथाकथित अभिजात रागदारी संगीतापेक्षा श्रेष्ठच मानायला हवं.'

'इतरांपेक्षा अधिक शौर्य अंगी असलेला मनुष्य अप्रत्यक्षपणे आपल्या बांधवांचा अपमानच करतो. जो गुण सर्वांबरोबर वाटून घेता येत नाही, तो गुण आपल्यात असावा अशी मनीषाच असता कामा नये.'

'जळत्या काडीने चटका दिल्यावर आपल्या सुमार बुद्धीच्या बांधवाइतकीच वेदना होत नाही असा बुद्धिमान, प्रतिभावंत मी तरी पाहिला नाही बुवा आजवर.'

'प्रतिभावंत असणं म्हणजे एक प्रकारचा फुगवटाच... सूज प्रमाणाबाहेर वाढत जाणं... हत्तीरोगातही तेच होतं. नाही का... दोहोंनाही रोगच म्हणावं लागेल.'

'आपल्या वरवरच्या कातडीखाली आपण सारे बांधवच आहोत. आणि मी- तेवढं सिद्ध करण्यासाठी साऱ्या मानवजातीला सोलून काढायला तयार आहे.'

बॅनरच्या ऑफिसमधे एल्सवर्थ टूहीला सन्मानपूर्वक वागवलं जाई आणि फारसं कुणी त्याच्या फंदात पडत नसे. गेल वायनान्डला तो फारसा आवडत नसल्याची कुजबूज चालत असे. वायनान्ड त्याच्याशी अतिशय विनम्रपणे वागत असे यावरून ते लोकांनी ताडलं होतं. आल्वा स्कॅरेट सौहार्दाने वागण्याचा प्रयत्न करीत असे पण अंतर राखूनच. टूही आणि स्कॅरेटमधे एक निःशब्द सामंजस्य होतं आणि ते एकमेकांपासून तसे सावधही रहात.

वायनान्डला भेटायचा प्रयत्नही टूहीने केला नाही. बॅनरमधल्या फार महत्त्वाच्या माणसांकडे टूही दुर्लक्षच करीत असे. इतर बारीकसारीक कलाकारांकडे लक्ष पुरवायला त्याने सुरुवात केली.

वायनान्ड कर्मचाऱ्यांचा एक क्लब त्याने स्थापन केला. ही काही कामगार संघटना नव्हती. एक मंडळ होतं फक्त. बॅनरच्या वाचनालयात, महिन्यातून एकदाच ते भेटत असत. पगार, कामाचे तास, सुखसोयी वगैरेंवर चर्चा करण्याचा त्यांचा उद्देश नव्हताच. खरं म्हणजे त्यांना विवक्षित असा काहीच उद्देश नव्हता. काही ठोस कार्यक्रम नव्हता. लोक एकत्र यायचे, भेटायचे, भाषणं ऐकायचे. बरेचदा एल्सवर्थ टूहीच भाषणं द्यायचा. नवी क्षितिजे किंवा वृत्तपत्रे ही कसा जनतेचा आवाज आहेत वगैरे विषय घेऊन तो बोलायचा. एकदा गेल वायनान्ड त्या बैठकीत मधेच अचानक हजर झाला. टूहीने हसून त्याचं क्लबमधे स्वागत केलं आणि सदस्य होण्यासाठी तो पात्र आहे असंही सांगून टाकलं. वायनान्ड सदस्य झाला नाही. तो अर्धा तास बसून जे काही चाललंय ते पहात, ऐकत बसून राहिला.

मग त्यांचं संपायच्या आतच जांभया देत तिथून चालता झाला.

आल्वा स्कॅरेटला एका गोष्टीचं समाधान होतं, की टूहीने त्याच्या क्षेत्रात ढवळाढवळ करायचा प्रयत्न केला नाही. त्याच्या धोरणात्मक निर्णयांमधे तो दखल घेत नसे. बदल्यात स्कॅरेटने त्याला एखादी जागा -विशेषतः खालच्या पातळीवरची जागा रिकामी झाली तर नाव सुचवण्याची सवलत दिली. महत्त्वाच्या जागांवरची माणसं आल्वा स्कॅरेट स्वतः निवडत असे. छोट्या जागांवर कोण येतंय-जातंय याची त्याला पर्वा नव्हती, टूहीला होती. अगदी साधी कॉपी-बॉयची जागा असली तरी टूही माणूस पाठवी. आणि त्याला काम दिलं जाई. त्याने पाठवलेली बरीचशी पोरं पोरसवदाच असायची. चलाख, भिरभिरत्या नजरेची आणि जरा गबाळी वाटणारी. त्यांच्यात इतरही काही साम्यस्थळं होती. पण ती सहज कळून येण्यासारखी नसत.

टूही अनेक मासिक सभांना नियमितपणे जात असे. त्यात कौन्सिल ऑफ अमेरिकन बिल्डर्स्, कौन्सिल ऑफ अमेरिकन रायटर्स, कौन्सिल ऑफ अमेरिकन आर्टिस्ट्स यांचा समावेश होता. सगळ्या त्यानेच सुरू केलेल्या संघटना होत्या.

कौन्सिल ऑफ अमेरिकन रायटर्स संघटनेची अध्यक्ष होती लॉइस कुक. तिच्या बॉवेरीकाठच्या घराच्या दिवाणखान्यात त्यांच्या बैठका व्हायच्या. त्या संघटनेत तीच काय ती एक ख्यातकीर्त होती. बाकीच्यांमधे एक लेखिका होती- तिच्या लिखाणाचं वैशिष्ट्य म्हणजे ती लिहिताना कधीच कॅपिटल लेटर्स वापरायची नाही. एक लेखक होता तो कधी स्वल्पविराम वापरायचा नाही, एक तरुण लेखक होता, त्याने त्याच्या हजार पानी कादंबरीत एकदाही ओ हे अक्षर वापरलं नव्हतं. एक कवी होता त्याच्या कवितांना यमक नसायचं, लयही नसायची. एक दाढीवाला मनुष्य होता, तो एकदम सभ्य-सुसंस्कृत होता. त्याच्या पुस्तकाच्या दर दहा पानांत, प्रत्येक ज्ञात शिवी असायचीच यावरून ते सिद्धच व्हायचं. आणखी एक लेखिका होती. ती लॉइस कुकच्या शैलीचं अनुकरण करायची. फक्त तिची शैली अधिकच गोंधळाची होती. तिला त्याबद्दल कुणी विचारलं तर ती सांगायची, तिला जीवन हे असंच दिसतं... 'माझ्या अंतर्मनाच्या लोलकातून जीवनाचं दर्शन मला होतं तेव्हा मला जीवन असं दिसतं. लोलकामुळे प्रकाशकिरणाचं काय होतं, तुम्हाला माहीत आहे ना?'

आणखी एक पिंजारलेला, गचाळ दिसणारा तरूण यायचा. त्याला सगळे म्हणायचे 'आईक, द जिनियस'. पण त्याने नेमकं काय केलं होतं ते कुणालाच माहीत नव्हतं. तो सारखं म्हणायचा आयुष्यभर प्रेम करायला हवं...

त्यांच्या कौन्सिलने एक जाहीरनामा प्रसिद्ध केला होता. लेखक हे कष्टकरी जनतेचे सेवक आहेत असं त्यात म्हटलं होतं. पण ते इतक्या साधेपणाने म्हटलं नव्हतं... बराच लांबलचक, खोलखोल अर्थपूर्ण असा क्लिष्ट जाहीरनामा होता तो. देशभरातील सर्व वृत्तपत्रांकडे तो धाडून देण्यात आला. न्यू फ्रंटियरच्या पृष्ठ ३२ वर त्याला जागा मिळाली तेवढीच. बाकी कुणीही तो छापला नाही.

कौन्सिल ऑफ अमेरिकन आर्टिस्ट्सच्या अध्यक्षपदी एक मरतुकडा तरूण होता. रात्री पाहिलेलं स्वप्न तो कॅनव्हासवर रंगवायचा म्हणे. आणि त्यांच्यातला एक चित्रकार कॅनव्हास वापरायचाच नाही. तो पक्ष्यांचे पिंजरे वगैरे काहीही घेऊन रंगवायचा. दुसरा एक होता त्याने म्हणे नवीन रंगतंत्र विकसित केलेलं... तो कागद काळा करून घ्यायचा आणि मग त्यावर खोडरबराने आकृत्या चितारायचा. एक प्रौढशी धष्टपुष्ट बाई होती त्यांच्यात, ती तिच्या सुप्त मनाच्या आदेशावरून चित्र काढायची. ती म्हणे तिच्या रंगवणाऱ्या हाताकडे कधी पहायचीच नाही आणि तो हात काय काढतो आहे याचा तिला पत्ताच नसायचा.- म्हणे! या जन्मी कधीच न भेटलेल्या तिच्या मृत प्रियकराचा आत्मा तिच्या हस्ते चित्र काढवून घेतो- म्हणे!...

या कौन्सिलमधे ते कष्टकऱ्यांबद्दल फारशी चर्चा करत नसत. त्यांचा संघर्ष असायचा कलेवर वास्तव आणि वस्तुनिष्ठता लादली जाण्याविरुद्ध.

काही मित्रांनी टूहीला जरासं डिवचलं... त्याचं वागणं-बोलणं विसंगत असल्याबद्दल... तो स्वतः व्यक्तिवादाच्या विरुद्ध असताना त्याने जमवलेले हे लेखक, कलाकार अगदी आत्यंतिक व्यक्तिवादी आहेत असं दिसतंय, म्हणाले. टूहीने हसत इतकंच म्हटलं होतं... 'खरंच वाटतं का तुम्हाला तसं?'

या कौन्सिल्सचा कुणीच फारशा गांभीर्याने विचार करीत नव्हतं. गप्पा मारताना एक सहज चघळायचा विषय म्हणून लोक बोलत असत त्यांच्याबद्दल. या कौन्सिल्स म्हणजे एक विनोदीच प्रकार आहे- लोक म्हणायचे. टूही हसतहसत म्हणायचा, 'खरंच वाटतं तुम्हाला असं?'

एल्सवर्थ टूही आता एकेचाळीस वर्षांचा होता. तो एका चांगल्या प्रतिष्ठित अपार्टमेन्टमधे रहात होता. पण त्याने मनात आणलं असतं तर त्याला ज्या प्रकारची रहाणी परवडली असती त्यापेक्षा ते फारच साधंसुधं होतं. स्वतःच्या बाबतीत 'काँझर्वेटिव' हे विशेषण मी फक्त एकाच बाबतीत लावून घेऊ शकतो असं तो खुषीने सांगायचा. त्याची कपड्यांची निवड अगदी 'काँझर्वेटिव' असायची. फार उंची कपडे निवडायचा तो. तो चिडलाय, रागावलाय असं कुणीच पाहिलं नव्हतं. तो नेहमी तसाच शांत असायचा. दिवाणखान्यात बसलेला असताना तसाच शांत असायचा, कामगारांच्या सभेतही तसाच शांत असायचा, व्याख्यान देतानाही तसाच शांत असायचा, आंघोळ करतानाही नि संभोग करतानाही तसाच शांत असायचा. आत्मविश्वासपूर्ण, किंचित् गंमत वाटत असल्यासारखा, थोडीशी तुच्छतेची झांक चेहऱ्यावर सतत मिरवत पण शांत, संयत...

लोकांना त्याच्या विनोदबुद्धीचं फारच कौतुक वाटायचं. स्वतःवरही सहज विनोद करतो याचं विशेषच. अतिशय महत्त्वाचं गुपित सांगितल्याच्या सुरात तो अनेकदा म्हणायचा, 'मी एक भयंकर माणूस आहे. कुणी सावध नाही का केलं तुम्हाला माझ्याबद्दल?'

त्याला लोकांनी अनेक विशेषणं बहाल केली होती. त्यातलं त्याचं सर्वात लाडकं विशेषण होतं-

थोर मानवतावादी एल्सवर्थ टूही.

❑

१०

१९२९ मधे एनराइट हाऊसचं उद्घाटन झालं.

औपचारिक समारंभ ठेवला नसला तरीही रॉजर एनराइटला स्वतःच्या आनंदासाठी हा क्षण जपायचा होता. त्याने काही मोजक्याच, आवडत्या मित्रांना बोलावलं. काचेचा दरवाजा उघडून तो आत शिरला आणि त्याच्या पाठोपाठ प्रसन्न उन्हाने तेजाळलेली स्वच्छ हवेची झुळूक. काही वृत्तपत्रांचे फोटोग्राफर्सही आले होते. रॉजर एनराइटला नकोसं होतं म्हणून मुद्दामच. त्याने त्यांच्याकडे दुर्लक्ष केलं. थोडावेळ तो रस्त्यावरच उभा राहून इमारतीकडे बघत राहिला. मग आत जाऊन लॉबीत फेऱ्या मारू लागला. थोडा थांबायचा मग पुन्हा फेऱ्या घालू लागायचा. तो काहीही बोलत नव्हता, त्याच्या कपाळावर क्षणकाळ आठ्यांचं जाळं पसरायचं. तो आता रागाने फुटणार की काय असंच वाटलं असतं. त्याला जवळून ओळखणाऱ्या मित्रांनाच कळलं असतं की रॉजरला निरतिशय आनंद झाला आहे.

बाहू उंचावून मनमुक्त आनंद व्यक्त करणाऱ्या उन्मनी आकृतीसारखी ती वास्तू नदीकाठावर उभी होती. एकातून एक फुटत, उमलत गेलेल्या स्फटिकरचनेसारखी ती खालून वर धावत होती. खरं तर धावत होती ती, बघणाऱ्याची नजर. आरोही लयीत नजर खेचून घेणारी ती दगडविटांमधली गती होती. फिक्या राखी दगडांची छटा आकाशाच्या निळ्या पार्श्वभूमीवर रुपेरी भासत होती. धातूसारखी चकाकणारी, पण जिवंतपणाची ऊब जाणवून देणारी. या दगडांना आकार देणारं साधन बाकी साऱ्या दगड कापून काढणाऱ्या पात्यांपेक्षा अधिक धारदार होतं- एका माणसाची प्रतिभाशाली इच्छा. त्या इमारतीला व्यक्तिमत्व होतं. एक आगळाच श्वास होता... बघणाऱ्याच्या मनात शब्द आपोआप स्मरत होते...'इन हिज इमेज अँड लाइकनेस...'

बॅनरचा एक तरुण फोटोग्राफर तिथं आला होता. नदीच्या काठावरल्या कठड्याला टेकून उभ्या असलेल्या हॉवर्ड रॉर्ककडे त्याचं लक्ष गेलं. हात मागे टेकवून तो वर पहात होता... त्याच्या इमारतीकडे. अगदी बेसावध, अनपेक्षित असा क्षण होता तो. त्या मुलाने रॉर्कची ती मुद्रा पाहिली आणि त्याला आठवलं, त्याला नेहमी एक प्रश्न पडायचा. स्वप्नातील दृश्यांत, स्वप्नांतल्या अनुभवांत एक वेगळीच तीव्रता असते. वास्तवात ती जाणवत नाही तशी... साधंसं गवतातून चालत असल्याचं स्वप्न पडलं तरी त्यातला आनंद वेगळाच असतो... स्वप्नातली भीतीही तशीच... अधिक गहिरी असते... स्वप्नातल्या प्रत्येक पावलात अपेक्षेची अनावर सळसळ असते, अकारण, शब्दातीत ब्रह्मानंद झाल्यासारखी अवस्था असते... जागेपणी ती कुठे जाते? आता रॉर्कची मुद्रा पहाताना त्याला जाणवलं... प्रथमच जागेपणी असा वास्तवातला आनंद दृश्यमान होतो आहे... त्या तरुण मुलाला अजून कामाचा तसा विशेष अनुभव नव्हता... पण त्याचं आपल्या कामावर प्रेम होतं. लहानपणापासून त्याने फोटोग्राफीचा छंद जोपासला होता.

-त्या एका क्षणाला त्याने कॅमेऱ्यात बंद केलं... रॉर्कची आनंदित मुद्रा.

नंतर बॅनरचा आर्ट एडिटर तो फोटो पाहून गुरकावला- 'हे काय?'

'हा- हॉवर्ड रॉर्क.'

'कोण हॉवर्ड रॉर्क?'

'तो- आर्किटेक्ट.'

'आर्किटेक्टचा फोटो काय करायचाय?'

'... हो... पण मला वाटलं...'

'आणि काय वेडाबिडा आहे काय हा माणूस? कसा हसतोय!'

तो फोटो मॉर्गमधे गेला.

एनराइट हाऊसमधल्या जागा लगेच विकल्या गेल्या. तिथं रहायला आलेल्या लोकांना रहायला चांगली जागा हवी होती. बाकी कशाची त्यांना पर्वा नव्हती. इमारतीच्या सौंदर्यमूल्यांवर चर्चा करत बसायला त्यांना वेळही नव्हता. त्यांना तिथे रहायला आवडलं होतं इतकंच. जाहीर वाच्यता न करता उपयुक्त क्रियाशील आयुष्य व्यतीत करणारे लोक होते ते.

पण बाहेर इतर अनेक लोक एनराइट हाऊसबद्दल भरपूर चर्चा करीत होते.

'किती बटबटीत, उघडी-वाघडी आणि खोटारडी वाटते ती इमारत, नाही?'

'माय डियर, समज, आपल्याला मिसेस मोरलॅण्डला घरी बोलवायचं असेल- आणि आपण या इमारतीत रहात असतो तर- किती शरम वाटेल आपल्याला- हो की नाही? त्यांचं घर किती सुंदर, अभिरुचीसंपन्न आहे पाहिलंयस ना?'

काहीजण म्हणाले,'मला आधुनिक इमारती आवडतात तशा. त्या प्रवाहात बरेच प्रयोग झालेत,

होत असतात. जर्मनीत तर खूपच... पण हे म्हणजे काहीतरी भलतंच वाटतंय. माथेफिरूपणाच.'

आपल्या सदरात एल्सवर्थ टूहीने एनराइट हाऊसचा काहीही उल्लेख केला नाही.

एका वाचकाने त्याने पत्र लिहिलं,'डियर मि. टूही, एनराइट हाऊसबद्दल तुमचं काय मत आहे? माझा एक मित्र इंटेरियर डेकोरेटर आहे. तो म्हणतो की ती इमारत अगदीच भोंगळ आहे. मला वास्तुकलेत फार रस आहे. पण या इमारतीबद्दल काय विचार करायचा ते मला समजत नाहीये. आपल्या सदरातून यावर भाष्य व्हावे ही अपेक्षा आहे.'

एल्सवर्थ टूहीने त्या वाचकाला पत्रोत्तर दिले.

'मित्रा, जगात इतक्या चांगल्या-चांगल्या इमारती आहेत. इतक्या महान घटना घडत आहेत. असे असताना मी माझ्या वृत्तपत्राची जागा फालतू विषयांवर लिहून वाचकांचा वेळ, वृत्तपत्राची मूल्यवान जागा व्यर्थ दवडणं योग्य ठरणार नाही.'

पण तरीही रॉर्ककडे लोक येत होते. मोजकेच, पण त्याला पटतील असे. त्या हिवाळ्यात त्याला गावाकडे एक मोठा बंगला बांधायचं काम मिळालं- नॉरिस हाऊस. मे महिन्यात मध्य-न्यू यॉर्कमधे एक पन्नास मजली इमारत बांधण्याचं कामही त्याला मिळालं. अँथनी कॉर्डने गेल्या काही वर्षांत वॉलस्ट्रीटवर बऱ्याच धाडसाने खेळून बराच पैसा कमावला होता. त्याला स्वतःची इमारत हवी होती. तो रॉर्ककडे आला.

रॉर्कचं ऑफिस आता चार खोल्यांच्या मोठ्या जागेत होतं. त्याच्या स्टाफला तो खूप आवडायचा. पण तो आवडतो असं म्हणणं त्यांचं त्यांनाच विचित्र वाटलं असतं. त्यांच्या आजच्या शब्दसंपत्तीनुसार, शिकवणुकीनुसार तो एक थंड, भावनाशून्य माणूस होता. पण त्याच्याबरोबर काम करताना त्यांना कळत गेलं की तो असा मुळीच नव्हता. पण तो नेमका कसा आहे किंवा त्यांना त्याच्याबद्दल काय वाटतं हे ते कुणीही अजिबात सांगू शकले नसते.

तो त्यांच्याकडे बघून हसत नसे, जेवायबिवायला बोलवत नसे, त्यांच्या कुटुंबियांची वास्तपुस्त चुकूनही करीत नसे, त्यांची प्रेम प्रकरणं, चर्चला जाणे वगैरे कशातही त्याने काडीमात्र रस घेतला नाही. पण तो त्यांच्यातल्या कौशल्याला प्रतिसाद देत असे. त्यांच्या सृजनशीलतेला प्रतिसाद देत असे. त्यांच्या ऑफिसचा एकच दंडक होता- काम चांगलं व्हायला हवं. त्याला पर्याय, सबबी, शॉर्टकट्स चालत नसत. काम चांगलं करणाऱ्याला त्यांच्या मालकाची मर्जी मिळतच असे. कृपादृष्टी म्हणून नव्हे मोबदला म्हणून. त्यात दयार्द्रता नव्हती. होती फक्त व्यक्तित्वाची ओळख. त्याच्या ऑफिसमधल्या सर्वांच्याच मनात आत्मसन्मानाची भावना आपोआप दृढावत गेली.

रॉर्कच्या ऑफिसमधल्या एकाने आपल्या मित्राला बॉसबद्दल कौतुकाने सगळं सांगितलं तेव्हा तो मित्र उद्गारला, 'एवढा थंड आहे तो! मला तर अमानुषपणाच वाटतो हा!'

पीटर कीटींगची संक्षिप्त आवृत्ती वाटावा, अशा एका नव्याने रुजू झालेल्या तरुण मुलाने ऑफिसमधे माणूसपणाचा स्पर्श देण्याचा प्रयत्न चालवला. तो दोन आठवडेही टिकला नाही तिथे.

माणसं निवडताना रॉर्कच्या चुका होत. फार वेळा नाही. त्याच्याकडे एक महिना टिकलेला माणूस त्याचा कायमचा मित्र बनायचा. ते स्वतःला त्याचे मित्र म्हणवायचे नाहीत. बाहेर त्याची स्तुतीही करायचे नाहीत, त्याच्याबद्दल कुठेच काहीच बोलायचे नाहीत. कुठेतरी त्यांना जाणवायचं, आपली त्याच्याशी असलेली निष्ठा ही स्वतःमधल्या सर्वोत्तमाला वाहिलेली निष्ठा आहे.

□ □ □

सारा उन्हाळा डॉमिनिकने न्यू यॉर्कमधेच काढला. उन्हाळ्यात भटकंती करण्याची, शहर

सोडून जाण्याची आपली प्रथा आपण मोडली याचा तिला मनोमन राग येत होता. पण त्यातही आनंदच होता. त्याच मूडमधे ती त्याच्याकडे जायची. त्याच्याकडे जायचं नसेल त्यादिवशी त्याने बांधलेल्या इमारतींवरून फेरफटका मारायची. बराच वेळ तिथेच काढायची. एकटीच गाडी काढून ती हेलर हाऊस, सॅनबोर्न हाऊस, गोवॅन सर्विस स्टेशन या त्याच्या साऱ्या रचना बघून आली. त्याबद्दल तिने त्याला कधीही एका शब्दानेही काही सांगितलं नाही.

एकदा तिने पहाटे दोन नंतरची स्टेटन बेटाची फेरीबोट पकडली. शहर दूरदूर जाताना पहात राहिली ती. आकाश आणि सागराच्या गडद काळसर निळ्या पडद्याला मधून छेद देणारं शहर. त्यातल्या इमारती, रस्ते, गाड्या काहीही इतक्या दुरून दिसत नव्हतं. केवळ एक ठाशीव, एकसंध शिल्प त्या पडद्याच्या पार्श्वभूमीवर उभं होतं. खालीवर खालीवर होणाऱ्या सरळसोट रेषांतून साकारलेलं, चढउतारांचे पायऱ्यापायऱ्यांचे कातीव आकार... जणू कुणाच्या संघर्षाचा आलेख होता तो. पण या संघर्षातून झेपावलेली अत्युच्च यशाची शिखरे, गगनचुंबी इमारतींच्या उंच रेषांतून ताठपणे मिरवत होती.

या इमारतींसारखीच विजिगिषु हात उंचावलेली लिबर्टीची प्रतिमा... तिच्या अगदी जवळून बोट सरसरत गेली. शहर दिसेनासं होऊ लागलं तेव्हा तिच्या मनाची एक जिवंत नस जणू ताणली गेली. जणू अंतर आणखी वाढलं असतं तर तो ताण तिला सहन झाला नसता. बोट पुन्हा शहराकडे जाऊ लागली तेव्हा ती पुन्हा उल्हसित झाली. तिने आपले हात पसरले. दूरच्या शहराचा आकार प्रथम तिच्या कोपरांपर्यंत, मग हातांच्या तळव्यांपर्यंत, मग बोटांच्याही बाहेर असा पसरत गेला. मग पुन्हा एकदा त्या इमारती तिच्या डोक्यावर आल्या. ती शहरात परतली.

पहाटे साडेचार वाजता बंदरापासून त्याच्या घरापर्यंत ती चालत गेली. तो झोपेतच होता. ती म्हणाली, 'काही नाही. झोप तू. मला फक्त इथे असावंसं वाटलं म्हणून आलेय मी. झोप.'

ती एका आरामखुर्चीत झोपून गेली. सकाळी तो नाश्ता करून निघाला. तिला जवळ घेऊन तिचं चुंबन घेऊन तो गेलाही. त्यांच्यात चार वाक्यांचाही संवाद झाला नाही. मग तीही निघाली.

कधी क्वचित् ते दोघे एकत्र शहराबाहेर फिरायला जायचे. किनाऱ्यावरच्या एखाद्या गर्दीपासून दूर, निवांत जागी थांबायचे. अंगावर ऊन घेत वाळूत पडून रहायचे. किंवा पाण्यात शिरायचे. त्याची उंच, शेलाटी आकृती लाटांना टक्कर देत पोहताना पहात रहायला तिला आवडायचं. दोघांच्या अंगावरून जाणाऱ्या लहरींचं एकत्र ओढाळणं पाहून ती रोमांचित व्हायची.

कधी शहरापासून दूरच्या गावातल्या एखाद्या छोट्याशा होटेलमधे ते उतरायचे. शहरासारख्याच मागे राहिलेल्या कुठल्याही विषयावर न बोलता... या साध्यासुध्या आनंदाचे क्षण आणि शहरातलं त्यांचं जाहीर वर्तन यातील दरी जाणवून दोघांनाही हसू फुटायचं... डोळ्यांतून सांडायचं...

आपली त्याच्यावर केवढी अधिसत्ता आहे हे सिद्ध करण्यासाठी ती कधीकधी मुद्दामच त्याच्याकडे जात नसे... तो आपल्याकडे येण्यासाठी तडफडतोय, पण ते टाळण्यासाठी मनाशी झुंज देतोय, आपण जाण्याची वाट पहातोय वगैरे चित्र रंगवायची... पण तो फारशी वाट न पहाता सरळ शरणागती पत्करल्यासारखा लगेच यायचा. फारच लवकर.

ती म्हणायची- रॉर्क, माझ्या हातावर ओठ टेक... तर तो झुकून तिच्या पावलाच्या घोट्यावर ओठ टेकायचा. तिची अधिसत्ता आहे हे सिद्ध करण्याची गरजच नाही असं सुचवून तो तिला हरवायचा.

तो तिला म्हणायचा, 'अर्थात् मला गरज आहे तुझी... तुला पाहिलं की वेडावतो मी... काहीही करू शकतो मी तुझ्यासाठी... हेच ऐकायचं आहे ना? जवळपास काहीही, डॉमिनिक. पण ज्या गोष्टी मला करायच्या नाहीत त्या मी करणार नाही. कितीही छळलंस तरीही, मला नरकयातना दिल्यास

तरीही मी काही गोष्टी करायला नकारच देईन. बरं वाटलं ऐकून? तुझी माझ्यावर सत्ता आहे का असा प्रश्न का पडतो तुला? अर्थात् आहे. इतकं साधं उत्तर आहे त्याचं. माझं जे जे काही तुझं होऊ शकतं ते सारं तुझंच आहे. जे नाही ते तू कधी मागणारही नाहीस... पण तू मला यातना देऊ शकतेस का... हेच तुला जाणून घ्यायचंय ना? नक्कीच देऊ शकतेस... मग काय एवढं त्यात?' हे शब्द शरणागतीचे शब्द नव्हते. कारण त्यांच्या उच्चारात व्यथेचा सूर नव्हता. किती सहजपणे सांगून टाकलेलं त्याने... तिला त्यात कसलाही विजय मिळवल्यासारखं वाटलंच नाही. उलट तीच त्याच्या अधिकाधिक अधीन झाली... हे अशा तऱ्हेने सहज व्यक्त करू शकणारा माणूस... जो सत्यच सांगत होता आणि तरीही त्याचं स्वतःवर पूर्णपणे नियंत्रण होतं... आणि त्याच्या हातीही नियंत्रणाची सूत्रं होती... तिला तो असाच असायला हवा होता...

□ □ □

जून महिन्याच्या अखेरच्या आठवड्यात केंट लॅन्सिंग नावाचा एक माणूस रॉर्कला भेटायला आला. चाळीस वर्षाचं वय असेल. तो एखाद्या फॅशन मॉडेलसारखा ऐटबाज कपडे घालून आलेला आणि दिसत होता एखाद्या कसलेल्या मल्लासारखा. खरं म्हणजे तो काही फार तगडा नव्हता, पिळदार शरीर नव्हतं की जाडाजुडाही नव्हता. तशी सडपातळ अंगकाठी होती त्याची. पण का कोण जाणे त्याच्याकडे बघताच एखाद्या बॉक्सरचीच आठवण होत असे. त्याला पाहून त्याच्या प्रकृतीशी काहीही साधर्म्य नसलेल्या भलत्याच गोष्टी आठवायच्या- उदाहरणार्थ माजलेला, अंगावर येणारा बैल, रणगाडा, पाणसुरुंग असं काहीही... तो एका कॉर्पोरेशनच्या बोर्डाचा सभासद होता. सेंट्रल पार्कच्या दक्षिणेला एक विलासी, पंचतारांकित होटेल बांधण्यासाठी ते कॉर्पोरेशन अस्तित्त्वात आलं होतं. त्यात बऱ्याच बड्या लोकांनी पैसा ओतलेला. त्या बोर्डवर कितीतरी सभासद होते. जमीन घेऊन झाली होती, पण त्यांनी आर्किटेक्ट ठरवला नव्हता. पण केंट लॅन्सिंगने स्वतःपुरतं पक्कं ठरवून टाकलेलं- त्यांचा आर्किटेक्ट रॉर्क असणार.

'हे काम करायला मला किती आवडेल ते तुम्हाला सांगून तरी काय उपयोग.' रॉर्क त्यांच्या पहिल्या भेटीतच त्याला म्हणाला.'पण हे काम मला मिळण्याची काहीही शक्यता नाही. लोक एकेकटे असतात तेव्हा माझं जुळतं त्यांच्याशी... पण तेच त्यांचा गट असला की मी अगदीच निष्प्रभ ठरतो हे मला माहीत आहे. मला आजवर एकाही बोर्डाने काम दिल्याचं उदाहरण नाही... आणि तसं भविष्यात कधी होईल असं मला वाटत नाही.'

'कोणतंही बोर्ड कधी काही काम करतं, निर्णय घेतं असं वाटतं तुला?'

'म्हणजे?'

'म्हणजे तेच. कोणतंही बोर्ड कधीही काहीही काम करीत नाही.'

'वेल- पण ती अस्तित्त्वात तर असतातच ना. आणि काही ना काहीतरी करत असतात.'

'करतात का काही? तुला माहीती आहे ना, काही काळापूर्वी सर्वांना असं वाटायचं, की पृथ्वी सपाट आहे हे स्पष्टच आहे. माणसांच्या भ्रमांचे भोपळे केवढे प्रचंड असतात यावर मी एक पुस्तक लिहीन कधीतरी. फार काही लोकप्रिय ठरणार नाही ते- खात्रीच आहे मला. पण 'बोर्ड ऑफ डायरेक्टर्स' या विषयावर त्यात एक प्रकरण नक्की असेल. तुला सांगतो त्यांचं खरं तर काहीही अस्तित्त्वच नसतं.'

'तुझ्यावर विश्वास ठेवायला आवडेल मला.... पण असं तू कसं काय म्हणू शकतोस ते कळत नाही मला.'

'उंहूं... तुला माझ्यावर विश्वास ठेवायला अजिबात आवडणार नाहीये. भ्रमांची कारणं कधी साजरीगोजरी नसतात. ती नेहमीच दुष्ट किंवा शोकात्म असतात. या बाबतीत ती दोन्हीही आहेत. मला एवढंच म्हणायचंय की 'बोर्ड ऑफ डायरेक्टर्स' म्हणजे एक-दोन महत्त्वाकांक्षी माणसं आणि बाकीची सगळी खोगीरभरती असते. माणसांचे गट म्हणजे केवळ पोकळ्या असतात नुसत्या. भव्य, प्रचंड पण रिकाम्या पोकळ्या. या पोकळ्या भरून काढायला पुढे कोण सरसावतं एवढाच प्रश्न असतो. एक युद्धच म्हण ना. घनघोर युद्ध. पण समोर दिसणाऱ्या शत्रूशी लढणं तसं सोपं असतं. - कारण तो समोर तरी असतो. पण तो समोर नसेलच तर? का बघतोस का असा? मी वेडा वाटतोय की काय तुला? तुला खरंतर हे समजायला हवं. तूही तर असल्याच पोकळ्यांशी लढत आला आहेस.'

'मी तुझ्याकडे असा बघतोय कारण तू मला आवडलास.'

'आवडणारच. जसा तू मला आवडलास तसा मी तुला आवडणारच. आपण माणसं बांधव असतो. बंधुत्वाची सहजप्रेरणा असते माणसात. मात्र बोर्ड्स, युनियन्स, महामंडळं आणि इतर गुलामांच्या जथ्थ्यांमधलं बंधुत्व नाही हे. - पण मी जरा जास्तच बोलतोय. अरे म्हणून तर मी चांगला सेल्समन आहे. अर्थात् तुला काहीही विकायचं नाहीये मला. आपण सध्या एवढंच म्हणू- की तू आमचं होटेल -'ऍक्विटानिया' बांधणार आहेस. आणि ही चर्चा इथंच थांबवू. काय?'

भिंतीआडची ही लढाई मोजमाप करता येण्यासारखी असती तर त्यातला हिंस्त्र आवेश महायुद्धाच्या तोडीचाच ठरता... पण केंट लॅन्सिंग ज्या गोष्टींशी लढत होता आणि त्यांना हरवत होता त्या युद्धभूमीवरच्या प्रेतांच्या सड्यासारख्या दृश्य नव्हत्या.

त्याला झगडावं लागत होतं ते एका विरविरीत शत्रूशी-

'हे बघ, पाल्मर, तो लॅन्सिंग कुणा रॉर्कचं नाव सुचवतोय. तुझं काय मत आहे? मोठे साहेब काय म्हणतायत?'

'कोण कुणाच्या बाजूचं आहे, हे स्पष्ट झाल्याशिवाय मी अजिबात मत मांडणार नाही.'

'लॅन्सिंग म्हणतोय खरा... पण थॉर्पचं म्हणणं आहे की...'

'टाल्बॉटही नवीन होटेल बांधतोय, त्याने त्याचं काम फ्रँकन अँड कीटिंगला दिलंय.'

'हार्पर म्हणतोय की गॉर्डन प्रेस्कॉटचं काम एकदम चांगलं असतं.'

'हे बघ, बेट्सी म्हणतेय की आपल्याला नक्की वेड लागलंय.'

'मला नाही आवडला रॉर्कचा चेहरा. कधी कुणाशी सहकार्य करील असं वाटतच नाही त्याच्याकडे बघून.'

'मला माहीत आहे. मला कळतात असल्या गोष्टी बरोब्बर. रॉर्क एक वेगळाच माणूस आहे. आपल्यात नाही बसत तो.'

'वेगळाच माणूस म्हणजे?'

'वेगळाच म्हणजे... म्हणजे... ओः हेल. तुला चांगलं समजतंय मी काय म्हणतोय ते...'

'थॉम्सन म्हणत होता की मिसेस प्रिशेट सांगत होत्या की म्हणे मि. मॅसींनी सांगितलं की जर...'

'वेल बॉइज्, कोण काय म्हणतो त्याच्याशी मला काहीएक कर्तव्य नाही. माझं मत मी ठरवतो. मी सांगतो, रॉर्क एक बेक्कार आर्किटेक्ट आहे. मला त्याचं ते एनराइट हाऊस अजिबात आवडलं नाही.'

'का?'

'का म्हणजे काय? नाही आवडलं. बस्स. मला माझं स्वतंत्र मत असण्याचा अधिकार नाही का?'

ही लढाई बरेच दिवस चालली. रॉर्क सोडून सर्वांची मतं मांडून झाली. लॅन्सिंगने त्याला स्वस्थ

रहायला सांगितलेलं.

'सारंकाही ठीक चाललंय. तू बाजूला रहा. तू काहीही करण्याची गरज नाही. बोलण्याचं काम मी करतो. जेव्हा समाजाचा प्रश्न येतो तेव्हा जो माणूस जास्तीत जास्त चांगलं काम करू शकतो, त्याला कमीत कमी मत असतं. त्याचं म्हणणं पूर्वग्रहदूषित असल्याचा शिक्का अगोदरच पडतो. आणि कोण काय बोलतं यापेक्षा कोण बोलतं यालाच फाजील महत्त्व असतं. एखाद्या कल्पनेवर मत देण्यापेक्षा एखाद्या माणसावर मत देणं किती सोपं असतं. अर्थात् माणसाची बुद्धिमत्ता लक्षात न घेता त्याच्यावर मत कसं काय व्यक्त केलं जातं हे माझ्या समजेपलिकडचं आहे. पण असं होतं खरं. कारणं शोधायची तर ती तोलून पहायचीही क्षमता हवी. तो तराजू काही सुतापासून बनलेला नसतो. पण माणसांचे आत्मे एकदम सुतासारखे असतात रे... त्यांना काही कणखर असा आकार नसतो, कसंही वेडंवाकडं वळवावं असं सूत. तुला हे काम का द्यावं हे खरं तर माझ्यापेक्षा तूच अधिक चांगल्या प्रकारे सांगू शकशील. पण ते तुझं ऐकून घेणार नाहीत आणि माझं ऐकतील. कारण मी मध्यस्थ आहे. त्यांच्या दृष्टीने दोन बिंदूंच्या मधलं कमीत कमी अंतर म्हणजे सरळ रेषा नसते- मध्यस्थ असतो... किंवा एकाहून अधिक मध्यस्थ असले तर मग सर्वात कमी अंतर असं वाटतं त्यांना. सुताच्या गुंड्याची मानसिकता ही अशी असते बाबा...'

'तू का एवढं भांडतो आहेस माझ्यासाठी?' रॉर्कने विचारलं.

'तू चांगला आर्किटेक्ट आहेस- ते कशामुळे? कारण काय चांगलं हे ठरवण्याच्या तुझ्या अशा काही मोजपट्ट्या आहेत- हो की नाही? आणि तू त्या सोडून देत नाहीस कुणासाठीही. मलाही एक चांगलं होटेल हवंय. आणि चांगलं काय याची माझी स्वतःची काही तत्त्व आहेत, मोजपट्ट्या आहेत. मला जे हवंय ते तू देऊ शकतोस. मी तुझ्यासाठी भांडतो तेव्हा, तू जे तुझ्या डिझाइनमधे करतोस तेच मी करत असतो. तुला काय वाटतं सचोटी ही काय फक्त कलाकाराची मक्तेदारी आहे की काय... आणि सचोटी म्हणजे तरी नेमकं काय असं वाटतं तुला? शेजाऱ्याच्या खिशातलं घड्याळ चोरण्याची इच्छा नसणे म्हणजे सचोटी की काय? नाही. इतकं सोपं नाही ते... असं असतं तर पंचाण्णव टक्के मानवजात म्हणजे प्रामाणिक, ताठ माणसं ठरली असती. पण पहातोच आपण, तसं नाहीये. तसं अजिबात नाहीये. सचोटी म्हणजे एखाद्या कल्पनेच्या, तत्त्वाच्या बाजूने ठाम उभं रहाण्याची क्षमता. त्यात विचार करण्याची क्षमता गृहीत असते. विचार करणं हे काही उसनवारीवर शक्य नसतं. गहाणवटही चालत नाही त्यात. आणि तरी बरं का... मानवजातीसाठी एखादं प्रतीक निवडायला मला कुणी सांगितलं ना- तर मी काय निवडेन माहीते? क्रॉस नाही, गरूड नाही, सिंह नाही, युनिकॉर्न नाही... मी निवडेन सोनेरी मुलामा दिलेले पोकळ गोल.'

रॉर्क त्याच्याकडे पहात राहिला. तो पुढे म्हणाला,'काळजी करू नकोस. ते सगळे माझ्या विरुद्ध आहेत. पण माझ्याकडे एक मोठा एक्का आहे... त्यांना कुणालाही स्वतःला काय हवंय ते कळत नाही. मला कळतं.'

जुलैच्या अखेरीस रॉर्कने ऍक्विटानियाच्या कामाच्या करारपत्रांवर सही केली.

□ □ □

एल्सवर्थ टूही त्याच्या ऑफिसमधे बसून समोर पडलेल्या पेपरच्या पानावर छापलेल्या ऍक्विटानियाच्या कराराच्या बातमीकडे पहात होता. ओठांच्या कोपऱ्यात सिगरेट पकडून तो धूर सोडत होता. एका बोटाने सिगरेटची राख झटकत होता. कितीतरी वेळ तरी तंद्रीत, तालात त्याचं हेच चाललं होतं.

त्याचं दार जोरात ढकललं गेलं. त्याने वर पाहिलं तो समोर दरवाजाला रेलून डॉमिनिक उभी होती. हाताची घडी घालून त्याच्याकडे जरा उत्सुकतेने निरखून पहाणारी तिची नजर बाकी काहीही दर्शवत नव्हती. पण तिच्या नजरेत एवढं औत्सुक्य दिसणं हेच धोक्याचं लक्षण होतं.

'माय डियर,' तो उठून उभा रहात म्हणाला, 'वा... वा... अलभ्य लाभ... अलभ्य लाभ... एकाच इमारतीत असूनही मी इथे आल्यापासूनच्या चार वर्षांत तू प्रथमच माझ्या ऑफिसमधे येते आहेस. विशेषच म्हणायचं.'

ती काहीच न बोलता हलकेच हसली... हे तर अधिकच धोकादायक. तो प्रसन्न स्वरात म्हणाला, 'माझे हे छोटंसं भाषण म्हणजे अर्थातच एक प्रश्न आहे... की आपली एकमेकांबद्दलची जाण जरा उतरणीला लागली आहे?'

'तसंच दिसतंय. मी इथे का आले हा प्रश्नच तुला मुळात पडला असेल तर नक्कीच. पण खरं म्हणजे तुला कळलंय, एल्सवर्थ, तुला कळलंय. ते काय माझ्या येण्याचं कारण... तुझ्या डेस्कवर पसरून पडलंय.' त्याच्या टेबलपाशी जात तिने त्या पेपराचा कोपरा थोडा फडफडवला. त्या बातमीवर टिचकी देत मोठ्याने हसतच ती म्हणाली,'जरा लपवला असता तर बरं झालं असतं असं वाटतंय का आता? पण तुला थोडीच मी इथे येईन अशी अपेक्षा होती? काही फरक पडत नाही तसा... पण कधीतरी तुला असं उघडं पडलेलं पहायला बरं वाटतं. अगदी रिअल इस्टेटच्या पानावरच उघडून पडलाय पेपर... व्वा!'

'तुला या बातमीचा भलताच आनंद झालेला दिसतोय!'

'होय एल्सवर्थ, आनंदच झालाय.'

'हे कॉंट्रॅक्ट त्याला मिळू नये म्हणून तू बरेच प्रयत्न केले होतेस...'

'केले ना! केलेच.'

'हे तू नाटक करते आहेस असं दाखवायचा प्रयत्न करू नकोस, डॉमिनिक, हे नाटक वाटत नाहीये.'

'हे नाटक नाहीच, एल्सवर्थ.'

'रॉर्कला हे काम मिळाल्याचा तुला खरोखर आनंद वाटतोय?'

'मला इतका आनंद झालाय की हा जो कोण केंट लॅन्सिंग आहे ना, त्याने मला विचारलं तर मी त्याच्याबरोबर झोपेनही!'

'मग आपला करार संपला तर!'

'अजिबात नाही. मी त्याला मिळणाऱ्या प्रत्येक कामात मोडता घालायचा प्रयत्न सोडणार नाही. पण आता ते इतकं सोपं राहिलेलं नाही. एनराइट हाऊस, कॉर्ड बिल्डिंग आणि आता हे. आपणा दोघांसाठीही हे सोपं नाही राहिलं. तो तुला हरवतोय, मागे सारतोय, एल्सवर्थ. एल्सवर्थ, समज, तुझं नि माझं जगाबद्दलचं जे मत आहे ते चुकीचं निघालं तर?'

'तुझं मत नेहमीच चुकीचं होतं, माय डियर. क्षमा कर, मला. तुझ्या वागण्याने मला नवल वाटायलाच नको होतं खरं... तुला यामुळे आनंदच होईल हे मला आधीच उमजायला हवं होतं... मला मात्र त्याला हे काम मिळाल्याचा आनंद झालेला नाही हे कबूल करतो मी. झालं समाधान? आता तुला खरं बरं वाटेल, नाही? ठीक तर. आता ऍक्विटानियाबाबतचा आपला पराभव मान्य करून पुढे कामाला लागायचं? हं?'

'नक्कीच, एल्सवर्थ. पुढे कामाला लागायचं. पूर्वीसारखंच. आज रात्रीच्या पार्टीत मी पीटर कीटींगसाठी एक छानसं हॉस्पिटलचं काम मिळवतेय.'

एल्सवर्थ टूही घरी गेला. आणि संध्याकाळभर हॉप्टन स्टोडार्डचा विचार करत बसला.

हॉप्टन स्टोडार्ड हा एक छोटासा माणूस वाटला तरी वीस अब्ज डॉलर्सची असामी होती. तीन वेगवेगळ्या लोकांचा वारसा त्याच्याकडे चालत आलेला. शिवाय गेली बहात्तर वर्षं सातत्याने, क्षणक्षण वेचून पैसा जोडत गेलेला तो. गोळाबेरीज वीस अब्ज डॉलर्स. त्याने आजवर सर्व प्रकारच्या व्यवसायांत पैसा गुंतवलेला. वेश्याव्यवसाय, ब्रॉडवेवरची भव्य नाटकं- विशेषतः धार्मिक बाजाची नाटकं, कारखाने, शेतजमिनींच्या गहाणवटी घेणे, गर्भ निरोधके... त्याने काहीही वर्ज्य मानलं नव्हतं. लहानखुरी, पोक निघालेली आकृती होती त्याची. त्याचा चेहरा निर्व्यंग होता, पण त्यावर सतत चिकटलेलं तेच ते हसू पाहून लोकांना त्याच्या चेहऱ्याचं ते व्यंग असावं असंच वाटायचं. व्ही आकारात वळलेले ओठ आणि उलट्या व्हीच्या आकारात वळलेल्या भुवया. त्याचे निळेनिळे डोळे गोलगोल होते आणि शुभ्र रुपेरी रेशमी लहरींचे केस विगसारखे खोटे वाटायचे. हा होता हॉप्टन स्टोडार्ड.

एल्सवर्थ टूही गेली अनेक वर्षं हॉप्टन स्टोडार्डला ओळखत होता. स्टोडार्ड एल्सवर्थ टूहीच्या प्रभावाखाली होता. हॉप्टन स्टोडार्डने कधी लग्न केलं नव्हतं. त्याला ना कुणी नातेवाईक होते ना कुणी मित्र. त्याचा कुणावरही विश्वास नसे. सर्वांचा त्याच्या पैशावर डोळा आहे असं त्याला ठामपणे वाटायचं. एका एल्सवर्थ टूहीबद्दल मात्र त्याला भयंकर आदर होता. तो स्वतः ज्या प्रकारे जगला होता, त्याच्या अगदी विरुद्ध प्रकारचं टूहीचं वर्तन होतं. त्याने सारंकाही पैशासाठीच केलं होतं आणि टूहीला पैशाची अजिबात पर्वा नव्हती. त्यामुळे टूही हा एक सद्‌गुणांचा पुतळाच आहे अशी त्याची खात्री होती. यामुळे तो स्वतःची किंमत काय करीत होता याचं त्याला भानच नव्हतं. स्वतःच्या आयुष्याबद्दल, कर्तुकीबद्दल त्याला प्रचंड अपराधी भावना होती. त्याचं मन त्याला सतत खात असे. वय वाढत गेलं तशी त्याची अपराधी भावना वाढतच गेली. मृत्यू समीप दिसू लागल्यावर तर तो अधिकच खंतावला. अधिकाधिक धार्मिक बनत गेला. देवाला लाच देऊन मनःशांती मिळवणं तसं सोपं असतं. तो अनेक धर्मपंथांच्या प्रार्थनांना जात असे. प्रवचनांना उपस्थिती लावत असे. त्यांना मोठमोठ्या देणग्या देत असे. मग एखादा नवीन धर्मपंथ पकडत असे. भीतीने बावचळून धावाधाव करावी अशी त्याची ही धावाधाव होती.

टूहीचा धर्माविषयीचा निरादर त्याला फार दुःखद वाटायचा. आपल्या या गुरूमधे एवढा एक दोष नसायला हवा होता असं त्याला मनोमन वाटायचं. पण टूही जी शिकवण द्यायचा ती तर देवाचीच शिकवण होती. दानधर्म, त्याग, गरीबांना मदत- सगळंच तर योग्य होतं. टूहीचा सल्ला घेतला की त्याला कसं सुरक्षित वाटायचं. टूहीने सुचवलेल्या अनेक संस्थांना त्याने मोठमोठाल्या देणग्या हसतहसत दिल्या होत्या.

स्वर्गामधे देव तसा पृथ्वीवर टूही- असंच त्याला वाटायचं. पण या वेळी मात्र हॉप्टन स्टोडार्डने टूहीचा सल्ला अजिबात ऐकला नव्हता.

हॉप्टन स्टोडार्डचं एक स्वप्न होतं. गेली काही वर्षं तो ते स्वप्न साकारण्यासाठी झटत होता. अगदी गुपचुप. त्याला एक मंदिर बांधायचं होतं. कोणा एका विशिष्ट पंथाचं नव्हे. तर सर्व धर्मांतील समान मूल्यांना एकत्र आणणारं, सद्धर्म, सद्‌भाव, श्रद्धा यांचं मंदिर. सर्वांसाठी खुलं असेल असं. हॉप्टन स्टोडार्डला कोणताही धोका पत्करायचा नव्हता. स्वर्लोकीचं आसन निश्चित असायला हवं होतं.

एल्सवर्थ टूहीने त्याची ही कल्पना उडवून लावली तेव्हा तो फार फार दुःखी झाला. टूहीने मतिमंद मुलांच्या निवाऱ्यासाठी एक योजना आखली होती. एक संघटना त्यासाठी काम करायला तयार होती. दैनंदिन खर्च चालवण्यासाठी देणगीदारही मिळाले होते. मुलांना दत्तक घेण्यासाठी

सुप्रसिद्ध दानशूरांची यादी तयार होती. पण जागा आणि इमारतीसाठी पैसा जमत नव्हता. हॉप्टन स्टोडार्डने ते पैसे दिले तर त्याचं किती चांगलं स्मारक होईल, त्याच्या दानशूरत्वाची कीर्ती कशी पसरेल हे सगळं टूहीने त्याला खूप समजावलं होतं. पण स्टोडार्डने त्याला जराही दाद दिली नाही. त्याला हॉप्टन स्टोडार्ड टेम्पल ऑफ द ह्यूमन स्पिरिट बांधायचं होतं. आणि त्या कल्पनेपासून तो जराही ढळणार नव्हता. त्याला कुठल्याही पर्यायी कामात रस नव्हता.

टूहीशी वाद घालणं त्याला जमत नव्हतं. पण तो कळवळून कळवळून म्हणत राहिला...'नाही एल्सवर्थ, हे मला बरोबर वाटत नाही रे... हे बरोबर नाही... नॉट राईट...'

शेवटी त्याने आपला निर्णय पुढे ढकलला. पण या उन्हाळ्याच्या अखेरपर्यंत त्याला काहीतरी नक्की ठरवायचं होतं. त्यानंतर तो जगातल्या सर्व तीर्थस्थळांच्या यात्रेसाठी प्रस्थान ठेवणार होता. लोर्ड्स, जेरुसलेम, मक्का ते बनारस.

ऍक्विटानियाचं कॉंट्रॅक्ट रॉर्कला मिळाल्यानंतर काही दिवसांतच टूही हॉप्टन स्टोडार्डला भेटायला त्याच्या घरी गेला. स्टोडार्डचं घर रिव्हरसाईड ड्राईव्हवर होतं. जडजड, उंची सामानाने ठासून भरलेलं घर. संध्याकाळची वेळ होती आणि स्टोडार्ड एकटाच घरी होता.

'हॉप्टन,' तो खेळकर स्वरात चीत्कारला, 'माझं चुकलं... त्या मंदिराच्या बाबतीत तू जे म्हणतोस तेच बरोबर आहे... पटलं मला.'

'काय म्हणतोस काय!' स्टोडार्ड विस्मयचकित होत उद्गारला.

'होय,' टूही म्हणाला, 'खरंच तुझं बरोबर होतं. त्या ऐवजी दुसरं काहीही असू शकत नाही. अंहं... मंदिरच बांधायचंस तू. मानवतेचे मंदिर. टेम्पल ऑफ ह्यूमन स्पिरिट...'

हॉप्टन स्टोडार्डने गपकनं आवंढा गिळला. त्याचे निळे डोळे पाणावले. आपल्या या गुरूला आपण एक आध्यात्मिक मुद्दा पटवू शकलो... म्हणजे आपण केवढीतरी आत्मिक प्रगती केली असणार असं त्याला वाटून गेलं. मग पुढे तो काय बोलला, त्याने काय ऐकलं- कशानेच काही फरक पडणार नव्हता. तो एखाद्या छोट्याशा आज्ञाधारक पोरासारखा गुरमटून बसून राहिला. एल्सवर्थ टूहीचा प्रत्येक शब्द कानाने झेलत, मान डोलावत, सारंकाही मान्य करीत गेला.

'फार महत्त्वाकांक्षी प्रकल्प होणार आहे हा. आणि हॉप्टन, जर तू हे नक्की करायचं ठरवलं असशील तर मग सारंकाही अगदी योग्यच प्रकारे करायला हवं. कसंय ना... प्रत्यक्ष ईश्वराला काही नजराणा देऊ करणं... म्हणजे आपण फारच आगाऊपणा केल्यासारखं होतंय, नाही? अन् मग करायचंच तर सगळं कसं छान, देखणं व्हायला हवं, नाहीतर मग तू ईश्वराचा अनादर केल्यासारखंच होईल ते.'

'हो हो हो. अगदी बरोबर. ते छानच असायला हवं. उत्तमच असायला हवं. सर्वोत्तम असायला हवं... तू मला मदत कर. करशील ना, एल्सवर्थ? तुला इमारतींबद्दल सगळं कळतं. कलात्मकता कळते. चांगलंच व्हायला हवं हे काम...'

'तुझी इच्छा असेल तर मी तर मदत करणारच ना...'

'माझी इच्छा असेल तर! काय बोलतोस काय तू- माझी इच्छा 'असेल'! अरे देवा... तुझ्याशिवाय मी काय करू शकतो? मला काय कळतंय त्यातलं... काहीही कळत नाही मला त्यातलं.-आणि ते सुंदरच व्हायला हवं.'

'तसं असेल तर मग ठीके... पण मग मी जस्सं सांगतो तस्सं करावं लागेल. करशील?'

'हो हो हो.. म्हणजे काय प्रश्नच नाही...'

'ठरलं तर. पहिली गोष्ट म्हणजे, आर्किटेक्ट ठरवायचा. ते फारच महत्त्वाचं आहे.'

'हो तर. नक्कीच.'

'तुला या कामासाठी आपले नेहमीचे चकचकीत, झुळझुळीत चिकणे आर्किटेक्ट्स घेऊन चालणार नाही. त्यांच्या श्वासाश्वासातून डॉलर्सचा नाद ऐकू येतो. तुझी जशी ईश्वरावर प्रगाढ श्रद्धा आहे तशीच श्रद्धा स्वतःच्या कामावर असलेला एखादा आर्किटेक्ट हवा या कामासाठी.'

'बरोबर, अगदी बरोबर.'

'मी सुचवेन ते नाव मान्य करावं लागेल तुला.'

'प्रश्नच नाही. कोण ते सांग फक्त.'

'हॉवर्ड रॉर्क.'

'अं? कोण आहे तो?' हॉप्टन स्टोडार्ड कोऱ्या चेहऱ्याने विचारत होता.

'तोच बांधेल हे मंदिर... टेम्पल ऑफ ह्यूमन स्पिरिट.'

'चांगला आहे का तो?'

एल्सवर्थ टूही वळला आणि त्याने थेट स्टोडार्डच्या डोळ्यात पाहिलं.

'माझ्या आत्म्याशपथ, हॉप्टन... तो सर्वोत्कृष्ठ आहे...'

'ओः!...'

'पण त्याला पटवणं कठीण आहे. तो काही विशिष्ट अटींवरच काम करतो. त्या अटी पाळाव्याच लागतात... फार बारकाईने पाळाव्या लागतात. त्याला संपूर्ण स्वातंत्र्याने काम करायचं असतं. तुला काय हवंय आणि तू त्यासाठी किती खर्च करायला तयार आहेस तेवढंच सांग फक्त त्याला, बाकी सारं त्याच्यावर सोडावं लागेल. त्याला जसं हवं तसं डिझाइन करू दे आणि हवं तसं बांधू दे. तरच तो काम करायला राजी होईल. त्याला मोकळेपणाने सांगून टाक की तुला आर्किटेक्चरमधलं काहीही कळत नाही. त्याला सांग की तू त्याची निवड केवळ एवढ्यासाठीच केलीस- की तो एकटाच असा आर्किटेक्ट आहे की जो काहीही न सांगता-सुचवता उत्तम काम करील.'

'ओके, तू शपथेवर सांगत असशील तर-'

'शपथेवर सांगतोय मी.'

'हो हो- ठीक आहे ना. आणि किती खर्च होतोय त्याची मला पर्वा नाही.'

'पण तुला त्याच्याशी फार काळजीपूर्वक बोलावं लागेल. मला वाटतं तो पहिल्यांदा सरळ नकारच देईल. तो म्हणेल की त्याचा देवावर अजिबात विश्वास नाही.'

'काय?!'

'होय. पण त्याच्या या म्हणण्यावर विश्वास ठेवू नकोस. तो त्याच्या पद्धतीने फार धार्मिक आहे. कट्टर. त्याने बांधलेल्या इमारती पाहिल्यास की तुला कळेल.'

'ओः.'

'पण तो कुठल्याही एका धर्मसंप्रदायाच्या प्रभावाखाली नाही. ते बरंच आहे की तुला. त्यामुळे तू निष्पक्ष राहिल्याचं श्रेय मिळेल.'

'खरंच की. ते बरं राहील.'

'आता लक्ष दे. श्रद्धेच्या बाबतीत बोलताना मुळात स्वतःकडे श्रद्धा असावी लागते हे तुला मान्य आहे. बरोबर की नाही?'

'अगदी बरोबर.'

'त्याची ड्रॉइंग्ज बघायला थांबून राहू नकोस. त्याला थोडा वेळ लागेल. त्यासाठी तुझी सफर पुढे ढकलण्याचं कारण नाही. त्याच्यावर काम सोपव. कॉंट्रॅक्ट करण्याची काही गरज नाही. तुझ्या

बँकेशी बोलून ठेव, त्याला लागतील तसे पैसे देण्याच्या सूचना दे त्यांना. बाकी सारं त्याचं त्याला करू दे. तू परत येईपर्यंत त्याला त्याची फी देण्याचीही गरज नाही. तू तुझी तीर्थयात्रा संपवून, जगभरची मंदिरं पाहून परतशील तेव्हा तुझ्यासाठी तू स्वतः निर्माण केलेलं मंदिर इथे तयार असेल, तुझी वाट बघत.'

'आः! मला अगदी हेच हवं होतं.'

'पण एक लक्षात ठेव. हे मंदिर लोकार्पण करण्याचा जाहीर कार्यक्रम दणक्यात व्हायला हवा. त्याला प्रसिद्धीही चांगली व्यवस्थित मिळायला हवी.'

'अर्थात् अर्थात्... प्रसिद्धी?'

'म्हणजे काय... आजकाल दणदणीत प्रसिद्धी केल्याशिवाय कुठला कार्यक्रम होतो का? प्रसिद्धी नसेल तर तुमच्या कामातच काही दम नाही असं गृहीत धरलं जातं. त्यात पैशाची कंजुसी करू नको बरं का... ते अगदीच अभागीपणाचं होईल. अगदी गैर.'

'खरंय.'

'आणि चांगली प्रसिद्धी करायची तर आत्तापासूनच नीट तयारी करायला लागेल. जेव्हा ते त्या मंदिराचं अनावरण करशील तेव्हा जबरदस्त वातावरण निर्मिती झालेली असली पाहिजे. कार्यक्रमाचा बार उडेल तेव्हा सारा आसमंत याच एका बातमीने निनादून गेला पाहिजे... गॅब्रिएलच्या हॉर्नमधून निघालेला टणत्कार जणू.'

'सुंदर! काय छान वाटतंय ऐकायला म्हणून सांगू तुझं हे बोलणं.'

'आणि असा परिणाम साधायचा तर एक गोष्ट फार काटेकोरपणे पाळायला हवी. वर्तमानपत्रातली फुटकळ पोरंटोरं आधीच काहीतरी अर्धवट बातम्या, स्टोऱ्या छापणार नाहीत हे पहावं लागेल. नाहीतर आधीच त्यातली हवा जाईल. टेम्पलची ड्रॉइंग्ज प्रसिद्ध करू नकोस. रॉर्कला सांग की ती तुला गुप्त ठेवायची आहेत. त्याची काहीच हरकत नसेल हे नक्की. एखाद्या कंत्राटदाराला सांगून मंदिराच्या जागेभोवती कडेकोट उंच भिंती घालून घे. तू परत येईपर्यंत, आणि स्वहस्ते अनावरण करेपर्यंत तिथे काय बांधलं जातंय हे बाहेरच्या कुणालाही दृष्टीस पडता कामा नये.- आणि मग- मग मात्र त्या मंदिराची छायाचित्रे देशभरातल्या प्रत्येक वर्तमानपत्रात झळकू देत!'

'एल्सवर्थ!'

'का? काय झालं?'

'मस्त कल्पना आहे ही. दहा वर्षांपूर्वी आम्ही सत्त्याण्णव कलाकारांचा ताफा घेऊन वर्जिनची कहाणी ब्रॉडवेवर केली होती- तेव्हा अगदी हेच केलं होतं.'

'हं. पण मधूनमधून लोकांचं या कामाकडे लक्ष जाईल, त्यांचं कुतूहल चाळवलं जाईल असंही पहा. एका चांगला प्रेस एजन्ट शोध आणि तुला जे जे जसंजसं हवंय ते त्याला समजावून सांग. असं करू या... मीच तुला नाव सुचवतो. त्याला सांग की दर एक दोन आठवड्यांतून एकदातरी स्टोडार्ड टेम्पलच्या रहस्यमय उभारणीचा उल्लेख छापून येत राहिला पाहिजे. त्यांचं कुतूहल चाळवू दे. त्यांना अंदाज बांधत राहू दे. वाट पाहू दे. उद्घाटनाची वेळ जवळ येईल तोवर ते पण एकदम तय्यार असतील.'

'बरोब्बर!'

'पण सर्वात महत्त्वाची गोष्ट लक्षात ठेव- रॉर्कचं नाव मी सुचवलं हे त्याला कधीही कळू द्यायचं नाही. याबद्दल खरं तर कुणालाच काही बोलू नकोस. या प्रकल्पाशी माझा काही संबंध आहे हे कधीही कुणालाही बाहेर कळता कामा नये. कुणालाही. घे शपथ.'

'पण का?'

'कारण फार जास्त आर्किटेक्ट्स् माझे मित्र आहेत रे बाबा. एवढं महत्त्वाचं काम कुणालाही एकाला दिलं की बाकीचे सारे- मला उगाच कुणालाही दुखवायचं नाहीये.'

'हं, हे बाकी खरंय.'

'घे बरं शपथ.'

'ओः, एल्सवर्थ!'

'शपथ घे. तुझ्या आत्म्याच्या मोक्षाची शपथ घे.'

'घेतली शपथ- ते जे काही असेल त्याची शपथ.'

'ठीक आहे. हे पहा, तुझा आजवर कधीही आर्किटेक्ट्सशी संबंध आलेला नाही, हो ना? आणि हा तर फार वेगळा आर्किटेक्ट आहे. काहीतरी बडबडून सारं बिघडवून ठेवशील तू. त्याच्याशी नेमकं काय बोलायचं ते मी तुला सांगतो.'

दुसऱ्या दिवशी टूही डॉमिनिकच्या ऑफिसमधे गेला. तिच्या डेस्कपाशी सुहास्य मुद्रेने उभा राहिला आणि गंभीरपणे म्हणाला, 'तुला हॉप्टन स्टोडार्ड आठवतो का? गेली सहा वर्षं तो सर्वधर्मीय श्रद्धांचं, मानवी आत्म्याचं मंदिर बांधण्याबद्दल बोलतोय... आठवलं?'

'साधारण...'

'आता बांधतोय तो ते.'

'हो?'

'त्याने ते काम हॉवर्ड रॉर्कला द्यायचं ठरवलंय.'

'खरंच की काय?'

'खरंच.'

'विश्वास नाही बसत...सगळे सोडून हॉप्टन!?'

'हं. हॉप्टन.'

'ओः, ठीक आहे... लागते मी कामाला.'

'नको. तू बाजूला रहा. मीच सांगितलंय त्याला रॉर्कला काम द्यायला.'

ती स्तब्ध झाली. ते शब्द तिच्यावर आदळताच तिची मुद्रा विलक्षण कोरी झाली.

तो पुढे म्हणाला, 'हे मी केलं हे तुला माहीत असावं असं मला मनापासून वाटलं. यात काहीही डावपेचांचा विरोधाभास वगैरे शोधू नकोस. ही गोष्ट बाकी कुणालाही माहीत नाही आणि नसेल. हं... विश्वास ठेवतोय तुझ्यावर- की तू ही हे कुणाला सांगणार नाहीस.'

तिचे ओठ आखडून गेल्यासारखे किंचित हलले, 'कशाच्या मागे आहेस तू?'

तो हसत म्हणाला, 'मी? मी त्याला जबरदस्त प्रसिद्धी मिळवून देणार आहे.'

□ □ □

रॉर्क हॉप्टन स्टोडार्डच्या ऑफिसमधे बसून त्याचं बोलणं ऐकत होता. तो दिङ्‌मूढ होऊन ऐकत होता. हॉप्टन स्टोडार्ड सावकाश बोलत होता. खूप मनापासून बोलत असावा असं वाटण्याइतका संथ आणि गंभीर. त्याने आपलं भाषण शब्दशः पाठ करून ठेवलं होतं हे त्यामागचं खरं कारण होतं. त्याचे छोटेछोटे डोळे रॉर्ककडे करुणा भाकल्यासारखे पहात होते. एका क्षणी रॉर्क आर्किटेक्चर विसरून मानवी निकषांचा विचार करू लागला. त्याला त्या ऑफिसमधून उठून पळून जावंसं वाटलं. हा मनुष्य त्याला सहन होईना. पण त्याची भाषा वेगळीच होती. त्या मनुष्याच्या मुद्रेशी संपूर्णपणे

विसंगत असे त्याचे शब्द होते.

'हे पहा, मि. रॉर्क, ही वास्तू जरी धार्मिक स्वरुपाची असली, तरीही ती केवळ तेवढ्यापुरतीच सीमित नाही. आम्ही या वास्तूला टेम्पल ऑफ ह्यूमन स्पिरिट म्हणतो आहोत, यावरून हे लक्षात येईल आपल्या. आमचा हेतू आहे... सर्व धर्मांच्या उद्दिष्टांचा अर्क- कुठल्याही एका संकुचित धर्मपंथाचा नव्हे, तर सर्व धर्मांच्या तत्त्वांचा अर्क... कुणी हे तत्त्व संगीतात पकडतात... कुणी कशात... आम्हाला तो दगडांतून साकार करायचा आहे. सर्व धर्मतत्त्वांचा अर्क काय असतो अखेर? मानवी अंतरंगाला लागलेली सर्वोच्च मूल्यांची, उदात्त ध्येयांची, सर्वोत्तमतेची ओढ. मानवी आत्ममूल्ये- हीच अखेर आदर्शांची निर्मिती करतात, तीच आदर्श प्राप्त करतात. मानवाची क्षमता हीच तर साऱ्या विश्वाच्या सृजनाची शक्ती आहे. मानवी आत्मतेज. तुमच्या कामाचं खरं स्वरूप हे आहे, मि. रॉर्क.'

हाताचे तळवे पालथे धरून रॉर्कने डोळे चोळले. त्याला फार असाहाय्य वाटत होतं. कसं शक्य आहे हे... शक्यच नाही... या माणसाला हे सारं खरंच हवंय का? 'या' माणसाला? ते शब्द त्याच्या तोंडून ऐकताना त्याला फार भयंकर वाटत होतं.

'मि. स्टोडार्ड, मला वाटतं माझी निवड करण्यात तुमची चूक झाली आहे.' त्याचे शब्दही संथपणे पण थकिस्तपणे उमटले, 'मला नाही वाटत तुम्हाला माझ्यासारखा आर्किटेक्ट चालेल. मी हे काम स्वीकारणंही चूक ठरेल. माझा देवावर विश्वास नाही.'

हॉप्टन स्टोडार्डच्या चेहऱ्यावरचे आनंदी, विजयी भाव पाहून तो स्तिमित झाला. हॉप्टन स्टोडार्ड मनोमन हर्षभरित झाला होता. एल्सवर्थ टूहीचं नेहमी बरोबरच असतं... केवढा द्रष्टा पुरुष आहे तो... त्याच्या आत्मविश्वासाने पुन्हा एकदा उसळी घेतली. तो ठाम स्वरात पुन्हा बोलू लागला. प्रथमच एखाद्या वयोवृद्ध माणसाने तरूण माणसाला वडिलकीच्या स्वरात, प्रेमाने समजावावं तसा तो बोलू लागला.

'त्याने काहीच फरक पडत नाही हो. तुम्ही कर्माने फार फार धार्मिक आहात हे मला दिसतंय., तुमचा मार्ग निराळा आहे एवढंच. तुम्ही डिझाइन केलेल्या इमारतींत तुमच्या कर्मनिष्ठेचं प्रतिबिंब मला स्पष्ट दिसतं.'

रॉर्क आपल्याकडे असा खिळल्यासारखा, टक लावून का पहात राहिला आहे असा त्याला प्रश्न पडला.

'हे खरंय...' रॉर्क अस्फुटसा म्हणाला. त्याचे ओठ जेमतेम विलग झालेले...

आपल्या रचनांबद्दल, इमारतींबद्दल या माणसाने आपल्याला काही सांगावं, जे आपल्याला स्वतःलाही नीटसं स्पष्ट झालं नव्हतं ते त्याला कळलेलं असावं... आणि हे तो किती सहजपणे, किती विश्वासाने बोलतो आहे... रॉर्क विचार करत होता. या माणसाबद्दल प्रथम दर्शनी ज्या शंका मनात आल्या त्या चूकच असल्या पाहिजेत. आपल्याला माणसं काही फारशी कळत नाहीत, दिसण्यावरून मत बनवणं योग्य नाही... शिवाय हॉप्टन स्टोडार्ड हे काम सुरू असताना पंचखंडांच्या कुठल्यातरी कोपऱ्यात असेल... त्याची काहीही ढवळाढवळ नाही... आणि ही संकल्पनाच किती सुंदर आहे... कुणीतरी आपल्याला हे सांगतंय... हॉप्टन स्टोडार्डचा आवाज विसविशीत असला तरीही तो काय सांगतो आहे ते त्याच्या आवाजापेक्षा महत्त्वाचं आहे. स्टोडार्ड म्हणत होता, 'मला त्या गोष्टीला ईश्वर म्हणावंसं वाटतं. तुम्ही आणखी काही म्हणू शकता. पण मला एवढंच हवंय... मला त्या इमारतीत तुमच्या आत्म्याची अभिव्यक्ती हवी आहे. ती मला द्या... तुम्हाला तुमची सर्वोत्तम प्रतिभा त्यात ओतायची आहे... तेवढं केलंत म्हणजे तुमचं काम तुम्ही केलंत असं म्हणेन मी. मी माझं काम करतो, तुम्ही तुमचं करायचं. मला त्यातून काय अभिप्रेत आहे त्याची काळजी तुम्ही कशाला

करावी? त्या इमारतीच्या बाह्यात्कारात तुमचा आत्मा प्रतीत होऊ दे... मला हवा तो अर्थ त्यातून आपोआप प्रतीत होईल- तुम्हाला तो कळो वा न कळो.'

आणि रॉर्कने स्टोडार्ड टेम्पल ऑफ ह्यूमन स्पिरिट बांधण्याचं काम स्वीकारलं.

❑

११

डिसेंबर महिन्यात कॉस्मोस्लॉत्निक बिल्डिंगचं शानदार उद्‌घाटन झालं. सेलेब्रिटीज्, फुलांची सजावट, न्यूजरील्सची निर्मिती, हवेतून गिरक्या घेणारे सर्चलाइट्स आणि झगमगाट... तीन तास भाषणंच चालली होती नुसती. सगळी एका साच्यातून काढलेली.

पीटर कीटींगला वाटत होतं, आपण आनंदी असायला हवं. पण नव्हता तो आनंदात. तो खिडकीत उभा राहून ब्रॉडवेच्या रस्त्याच्या कोपऱ्याकोपऱ्यावर उभ्या असलेल्या दाट गर्दीकडे पहात होता. चेहऱ्याचेहऱ्यांची दाट नक्षी काढलेली चादरच होती जणू अंथरलेली. आनंदाने ओसांडल्यासारखं वाटावं असा प्रयत्न करीत तो बोलत राहिला. पण आतवर काहीही पोहोचत नव्हतं त्याच्या. तो कंटाळून गेला होता हे त्याने मनाशी मान्य करून टाकलं. पण तरीही तो हसत राहिला, हस्तांदोलन करीत राहिला, फोटो काढून घेत राहिला. कॉस्मोस्लॉत्निक बिल्डिंग एका रस्त्याच्या बाजूला प्रचंड मोठा पांढराशुभ्र फोटोग्राफ उभारल्यासारखी उभी होती.

समारंभ संपल्यावर एल्सवर्थ टूहीने पीटर कीटींगला एक उत्तम, महागड्या रेस्तराँच्या शांतशा कोपऱ्यात नेलं. उद्‌घाटनाच्या निमित्ताने अनेकांनी पीटर कीटींगला पार्टीसाठी निमंत्रण दिलं होतं, पण त्याने एल्सवर्थ टूहीचं निमंत्रण स्वीकारत बाकीच्यांना नकार कळवला. घाईघाईने आपलं ड्रिंक हाती घेत तो खुर्चीत कोसळल्यासारखा पसरला, हे टूही पहात राहिला होता.

'किती भव्य समारंभ झाला नाही?' टूही म्हणाला, 'जीवनाकडून काय अपेक्षा करावी त्याचा हा एक उच्चतम बिंदू आहे, पीटर.' त्याने आपला ग्लास डौलात उचलला, 'तुझ्या जीवनात असे अनेकानेक विजयाचे क्षण येवोत ही आशा व्यक्त करतो... आजच्या या रात्रीसारखेच.'

'थँक्स,' त्याच्याकडे न पहाताच आपला ग्लास घाईघाईने उचलत कीटींग म्हणाला, मग त्याच्या लक्षात आलं की ग्लास रिकामाच होता.

'अभिमान वाटतोय की नाही, पीटर?'

'हो हो, अर्थात्.'

'मग बरंय. मला तुला असं आनंदात असलेलं पहायला आवडतं. आज रात्री तू फारच देखणा दिसत होतास. न्यूजरील्समधे चमकशील तू.'

कीटींगचे डोळे जरासे चमकले. 'वेल, अशी आशा आहे खरी मला.'

'पीटर, तुझं लग्न झालेलं नाही हे जरा त्यात वाईटच. शेजारी छानशी बायको उभी असती तर किती मस्त वाटलं असतं आजच्या समारंभात. लोकभावनेसाठी फारच उपकारक ठरतं ते. सिनेप्रेक्षकांच्या मानसिकतेलाही भावतं.'

'केटी तशी फोटोत फार छान दिसत नाही.'

'ओः, अरे खरंच की. तुझं केटीशी लग्न ठरलंय, नाही का! काय माझं डोकं... विसरलोच मी ते. ना. केटी नाही दिसत चांगली फोटोमधे. आणि अगदी खरं सांगायचं तर, असल्या समारंभात केटी फार काही साजूनही दिसणार नाही हे नक्की. केटीला आपण तशी बरीच स्तुतीपर विशेषणं लावू

शकतो- पण ती डौलदार, प्रतिष्ठित दिसते असं काही कुणी नक्कीच म्हणणार नाही. मला क्षमा कर पीटर, माझी कल्पनाशक्ती जरा जास्तच उधळते. कलेच्या प्रांतात वावरतो ना मी... प्रत्येक गोष्टीचा विचार कलात्मकतेच्या अंगानेच करतो मी. काय कलात्मक 'दिसेल' त्याचाच विचार. आणि आज रात्री तुझ्याकडे पहाताना, मी अगदी नकळतपणे विचार करीत राहिलो- तुझ्याशेजारी अगदी चित्रासारखी शोभून दिसेल अशा स्त्रीचा...'

'कोण?'

'ओः, जाऊ दे... माझ्याकडे लक्ष देऊ नकोस. शुद्ध सौंदर्यवादी दृष्टिकोनातून विचार करतो मी. वास्तवातलं आयुष्य असं सर्वांगसुंदर असतं थोडंच? लोकांच्या मनात तुझ्याबद्दल केवढा मत्सर असेल आधीच- त्यात आणखी भर नको पडायला.'

'कोण?'

'सोड ना, पीटर. ती काही तुला मिळणार नाही. ती तशी कुणालाच मिळणार नाही. तू लायक आहेस. पण तरीही तितका लायक नसावास.'

'कोण?'

'डॉमिनिक फ्रँकन, आणखी कोण?'

कीटींग ताठ बसला. त्याच्या डोळ्यातले सावध भाव टूहीने पाहिले. त्यात संतापही होता, विद्रोहही. टूही त्याच्या डोळ्यांत शांतपणे एकटक पहात राहिला. अखेर कीटींगनेच नजर झुकवली. तो पुन्हा खुर्चीत कोसळल्यासारखा झाला.

'ओः गॉड, एल्सवर्थ, माझं तिच्यावर प्रेम नाहीये.'

'तसं तर मला कधीच वाटलं नाही. पण मी विसरतोच... सर्वसाधारण माणसं प्रेमाला किंवा लैंगिक प्रेमाला किती महत्त्व देतात ते...'

'मी काही सर्वसाधारण माणूस नाही.' कीटींग कंटाळल्या स्वरातच म्हणाला. त्या स्वरात इवलासाही अंगार नव्हता. उगाच बोलायचं म्हणून बोललेला तो.

'ताठ बस, पीटर. असा पोक काढून बसलास तर हीरो कसा वाटणार तू?'

कीटींग रागातच खटकन् ताठ बसला.

'मला नेहमीच शंका यायची, की माझं डॉमिनिकशी लग्न व्हावं असं तुलाच फार वाटतं. कशासाठी? तुला काय एवढा रस त्यात?'

'तूच तुझ्या प्रश्नाचं उत्तर दिलंयस, पीटर. मला काय बरं रस असू शकेल त्यात? हं... पण आपण प्रेमाबद्दल बोलतो आहोत. शारीरिक, लैंगिक प्रेम, ही- बरं कां- पीटर, अतिशय गहिरी अशी स्वार्थी भावना आहे. आणि कुठल्याही स्वार्थी भावनेतून कधीही आनंद साध्य होत नाही. होतो? आज रात्रीचंच उदाहरण घे. आजची रात्र- कुठल्याही अहंकारी माणसाचा अहंकार सुखवायला पुरेशी होती. तुला आनंद वाटत होता का?--नको नको- उत्तर देण्याची गरजच नाही. मला फक्त एवढंच दाखवून द्यायचंय, की आपण आपल्या अगदी वैयक्तिक अशा आकांक्षांवर फारसा विश्वास दाखवू नये. आपल्या इच्छा आकांक्षांना खरोखरीच फारसं काही महत्त्व नसतं! हे पुरेपूर समजेपर्यंत खराखुरा आनंद सापडणं अशक्यच असतं. क्षणभर विचार कर आज रात्रीचा. माय डियर पीटर, आज रात्री खऱ्या अर्थाने पहाता तुला काहीच महत्त्व नव्हतं तिथं. आणि त्यात वावगं काहीही नाही. घडवणाऱ्यापेक्षा ज्याच्यासाठी ते घडवलं गेलं तो जास्त महत्त्वाचा असतो. पण तुला हे पचवता येत नव्हतं... आणि त्यामुळेच तुला अपेक्षित असलेला आनंद तुला या समारंभातून मिळू शकत नव्हता.'

'खरंय.' कीटींग पुटपुटला. हे त्याने इतर कुणाकडेही मान्य केलं नसतं.

'निःस्वार्थपणे त्या क्षणांचा अभिमान बाळगण्यातलं सौंदर्य तुझ्या हातून निसटलं. जेव्हा तू तुझा अहंकार पूर्णपणे बाजूला ठेवायला शिकशील, तुझ्या तथाकथित भावनांच्या आड दडलेल्या बदबदीत, बटबटीत, क्षुद्र लैंगिक गरजांमधील बाष्कळपणा लक्षात घेशील तेव्हाच तू मला अपेक्षित असलेली तुझी महत्तम उंची, क्षमता गाठू शकशील.'

'तुला खरंच माझ्याबद्दल असं वाटतं, एल्सवर्थ? खरंच वाटतं तुला असं?'

'तसं नसतं तर मी आज इथे तुझ्यासमोर असा बसलो नसतो. पण आपण पुन्हा एकदा प्रेमाबद्दल बोलू. व्यक्तिगत प्रेमभावना ही इतर कुठल्याही व्यक्तिगत गोष्टींप्रमाणेच फार वाईट असते. आणि त्यातून क्लेशच निर्माण होतात. नाही कळत? हे बघ, व्यक्तिगत प्रेमभावना ही एक प्रकारे भेदभावाची जननी आहे. अमक्यापेक्षा तमका जास्त आवडतो... असं मानणं म्हणजे एक प्रकारे अन्यायच असतो. आपण ज्या एकाला काहीतरी उथळ कारणामुळे निवडलं तो किंवा ती वगळता बाकी साऱ्या मानवजातीवर अन्यायच ना तो. सर्वांवर सारखं प्रेम करायला हवं. पण आपल्या छोट्याछोट्या, किडुकमिडूक स्वार्थी आवडीनिवडी बाजूला सारल्या नाहीत तर असली उदात्त भावना कधीच आपल्या मनात स्फुरू शकत नाही. या बारीकसारीक आवडीनिवडी मोठ्या जहरी असतात आणि वांझोट्याही. सर्व मानव एकसमान आहेत या एका मूलभूत वैश्विक नियमाशीच विसंगत असतात त्या.'

'म्हणजे तुला असं म्हणायचंय का की-' कीटींगला एकदम रस वाटू लागला या संभाषणात, 'की तात्त्विकदृष्ट्या, खोल कुठेतरी आपण सारे एकसमान असतो? आपण सगळे?'

'अर्थातच.' टूही उत्तरला.

हा विचार आपल्याला इतका मस्त, सुखद का बरं वाटतो आहे... कीटींगला प्रश्न पडला. पण त्या तत्त्वामुळे आपण समारंभाला आलेल्या गर्दीतल्या कुठल्याही खिसेकापूशी 'एकसमान' असू याची त्याला फिकीर वाटत नव्हती. तो विचार त्याच्या मनाला शिवून गेला, पण तरीही त्याला त्याचं काही वाटलं नाही खरं. श्रेष्ठत्व मिळवण्यासाठी तो आयुष्यभर धावत राहिला होता तरीही. ती विसंगती त्याला जराही खुपली नाही. तो आज रात्रीचा किंवा त्या गर्दीचा विचारच करीत नव्हता. तो विचार करीत होता त्या एका माणसाचा- जो आज तिथे नव्हता.

'तुला सांगू, एल्सवर्थ,' तो पुढे झुकत म्हणाला. त्याला छान वाटत होतं, पण त्यातही एक अस्वस्थता होती. 'मी... मला ना... इतर काहीही- अगदी काहीही करण्यापेक्षा तुझ्याशी असं बोलत बसायला फार आवडतं... आज रात्रीचंच बघ ना- मला कितीतरी लोकांकडून आमंत्रणं होती. पण इथे तुझ्याबरोबर बसून गप्पा मारण्यात मला किती आनंद मिळतो आहे... कळत नाही मला- तुझ्याशिवाय माझं कसं चालेल!'

'ते बरोबरच आहे. तसं असतंच.' टूही म्हणाला, 'मित्र अखेर कशासाठी असतात, हो की नाही?!'

□ □ □

दर वर्षीप्रमाणे या हिंवाळ्यातही कॉस्च्यूम आर्ट बॉल आयोजित करण्यात आला होता. या वर्षी त्याचा लखलखाट काही आगळाच होता. फारच नावीन्यपूर्ण कल्पना होती. हे आयोजन करणारांपैकी एकदम धडाकेबाज कल्पक म्हणवल्या जाणाऱ्या ॲथल्स्टन बिझ्लीला चमकदार कल्पनेचा एकदम झटकाच आला होता. त्याने त्या बॉलमधे सर्व आर्किटेक्ट्सना आपापल्या सर्वोत्तम इमारतीच्या वेषात यायला सांगितलं होतं. कार्यक्रम प्रचंड यशस्वी झाला.

पीटर कीटींग त्या संध्येचा सर्वांत लखलखता तारा म्हणायचा. कॉस्मोस्लॉत्निक बिल्डिंगची तशीच्या तशी कागदी प्रतिकृती करून त्याने डोक्यापासून गुडघ्यापर्यंत घातली होती. त्याचा चेहरा दिसत नव्हता, पण त्याचे डोळे सर्वात वरच्या मजल्याच्या खिडकीतून चकाकत होते. इमारतीच्या छतावरचं पिरमिड त्याच्या डोक्यावर मुकुटासारखं चढलेलं. मधल्या खांबांची रांग त्याच्या श्वासपटलावर जराशी धक्के देत होती. प्रवेशद्वाराच्या जागेतून मधूनच हात बाहेर काढून तो आपली बोटं हलवीत होता. ऐटबाज ट्राऊझर्स आणि पेटन्ट-लेदरचे पम्प्स घातलेले त्याचे पाय तसे मोकळेच होते, त्यामुळे तो नेहमीसारखाच ऐटीत चालत फिरत होता.

गाय फ्रँकन त्याची फ्रिंक नॅशनल बँकेची इमारत चढवून अगदी भारदस्त दिसत होता. त्याच्या पोटाचा घेर सामावून घेण्यासाठी जरा फेरफार करावे लागल्यामुळे खऱ्या इमारतीपेक्षा त्याच्या अंगावरची प्रतिकृती जरा जास्तच आडवी वाटत होती. त्याच्या डोक्यावरची हेड्रियन मशाल खऱ्याखुऱ्या विजेच्या छोट्याशा बल्बने पेटवली होती. राल्स्टन हॉलकोम्ब स्टेट कॅपिटलची इमारत घालून आलेला. आणि गॉर्डन प्रेस्कॉट धान्य चढवण्याचा एलेव्हेटर म्हणून एकदम मर्दाना दिसत होता. युजिन पेटिंग्जिल आपल्या काटकुळ्या लांबलांब पायांवर पार्क ॲव्हेन्यू होटेलचं ओझं कसंबसं पोक काढत पेलत होता. त्याचा चष्मा त्यावरच्या मनोऱ्याखालून चोंबड्यासारखा डोकावत होता. दोन विदूषक इमारतींच्या वेषात एकमेकांशी लढाई खेळत होते. या शहराच्या किनाऱ्याला लागणाऱ्या जहाजांचं स्वागत ज्या इमारतींचे मनोरे करतात त्या साऱ्या इमारतींच्या प्रतिकृतींनी एकमेकांना ढोसत होते. सर्वांना भयंकरच मजा आली.

बऱ्याच आर्किटेक्ट्स्‌नी, विशेषतः ॲथल्स्टीन बिझ्स्लीने थोड्या रागानेच बोलून दाखवलं. हॉवर्ड रॉर्कला निमंत्रण पाठवलं होतं तरीही तो आला नव्हता. तो एनराइट हाऊसची प्रतिकृती घालून येईल अशीच सर्वांची अपेक्षा होती.

□ □ □

डॉमिनिक हॉलमधे थांबली आणि दाराकडे वळून त्यावर कोरलेल्या 'हॉवर्ड रॉर्क- आर्किटेक्ट' या अक्षरांकडे पहात राहिली. तिने त्याचं हे ऑफिस कधीच पाहिलं नव्हतं. इथे यायची इच्छा तिने बराच काळ दडपून ठेवली होती. पण त्याची कामाची जागा पहायचीच होती तिला.

स्वागतकक्षातील मुलीला तिने आपलं नाव सांगितलं तेव्हा ती बिचारी दचकलीच, पण तिने आत जाऊन रॉर्कला सांगितलं.

'सरळ आत जा, मिस फ्रँकन,' ती म्हणाली.

ती आत शिरली तेव्हा रॉर्कच्या मुद्रेवर फिकटसं हसू होतं. पण त्यावर आश्चर्याचा लवलेशही नव्हता.

'तू एक ना एक दिवस इथे येशील हे मला माहीतच होतं.' तो म्हणाला, 'तुला दाखवू माझं ऑफिस?'

'ते काय आहे?' तिने विचारलं.

त्याचे हात ओल्या मातीने भरले होते. टेबलावर अर्धवट काढलेल्या रेखाचित्रांच्या पसाऱ्याच्या मधोमध एका इमारतीची ओबडधोबड प्रतिकृती साकारत होती. तिच्यावर विचार चालला होता अजून हे तिच्या कोनाकोनातून कळत होतं.

'द ॲक्विटानिया?' तिने विचारलं.

त्याने मानेनेच होकार दिला.

'तू हे असं नेहमी करतोस?'

'नाही. नेहमी नाही. कधीकधीच. हे जरा अवघड काम आहे. मला त्याच्याशी खेळायला आवडतं जरा वेळ. ही माझी सर्वात लाडकी इमारत असेल बहुतेक... चांगलीच अवघड आहे...'

'तू कर काम. मला पहायचंय तू काम करत असताना. चालेल ना?'

'चालेल ना!'

पुढल्याच क्षणी ती तिथे आहे हे तो विसरूनही गेला. ती एका कोपऱ्यात बसून राहिली आणि त्याच्या निमग्न हातांच्या हालचाली निरखत राहिली. भिंतींना उभारी देणारे हात. मधूनच उभारलेली रचना ध्वस्त करत पुन्हा नव्याने सुरुवात करणारे... संथपणे, शांतपणे... मधेच थबकणाऱ्या क्षणांतही एक प्रकारची निश्चिती होती. एका सरळ मुलायम प्रतलावरून फिरत गेलेला त्याचा तळवा ती निरखत होती. एखादा कोन साधत थेट वरच्या अवकाशात वर येणारी मातीची रचना प्रथम त्याच्या हाताच्या फटकाऱ्यात दृश्यमान होत होती...

ती उठून खिडकीकडे गेली. खाली पसरलेल्या इमारती त्याच्या टेबलवरच्या प्रतिकृतीएवढ्याच लहान दिसत होत्या. तिला वाटून गेलं, त्याचा हात त्या इमारतींवरूनही फिरताना दिसतो आहे... त्यांच्या भिंती, त्यांची छतं, काने कोपरे सारंकाही त्याच्या हाताखाली ध्वस्त होतं आहे, पुन्हा घडतं आहे. जणू दूरवरच्या त्या इमारतींच्या आकारांवरून तिचा हात फिरला. त्या इमारतींच्या आकारांवर जणू त्याची सत्ता होती आणि तीच मालकीची भावना तिच्यातून झिरपत होती.

ती पुन्हा वळून त्याच्याकडे पाहू लागली. समोरच्या प्रतिकृतीवर एकचित्त होऊन झुकलेल्या त्याच्या चेहऱ्यावर एक केस पुढे आलेला. त्याचं तिच्याकडे लक्षच नव्हतं. हाताखालच्या आकारावर त्याची नजर केंद्रित झालेली. जणू कुणा दुसऱ्या स्त्री-शरीरावर त्याचा हात फिरत असलेला आपण पहातो आहोत असं वाटलं तिला. एका शारीर आनंदाच्या लाटेने गदगदून ती विकल झाली... भिंतीचा आधार घेत उभी राहिली.

□ □ □

जानेवारीच्या सुरुवातीला कॉर्ड बिल्डिंग आणि ऍक्विटानिया होटेलच्या कामांचे खांब जमिनीतून वर येऊ लागले. रॉर्कने टेम्पलच्या रेखाचित्रांवर काम करायला सुरुवात केली.

पहिलं रेखाचित्रं पूर्णत्वाला गेल्यासारखं वाटताच त्याने आपल्या सेक्रेटरीला सांगितलं, 'स्टीव मॅलरीला बोलावून घे.'

'मॅलरीला- मि. रॉर्क? कोण? हां हां... तो गोळीबार करणारा शिल्पकार?'

'काय करणारा कोण?'

'त्याने एल्सवर्थ टूहीवर गोळी झाडली होती- हो ना?'

'हो का? हो, बरोबर, तोच.'

'तुम्हाला तोच हवा आहे?'

'अगदी तोच.'

त्याच्या सेक्रेटरीने अख्खे दोन दिवस वेगवेगळ्या आर्ट गॅलरीज्, कला-व्यापारी, आर्किटेक्ट्स्, वृत्तपत्रे... कुणाकुणाला फोन करण्यात घालवले. स्टीवन मॅलरी सध्या काय करतो, कुठे असतो कुणीच सांगू शकलं नव्हतं तिला. तिसऱ्या दिवशी तिने रॉर्कला सांगितलं, 'एक पत्ता मला मिळालय. त्याच्या गावचा. कदाचित् तिथे असेल तो. तिथे टेलिफोन नाही मात्र.'

रॉर्कने तिला एक पत्र डिक्टेट केलं. मॅलरीने त्याला फोन करावा अशी विनंती होती त्यात.

ते पत्र परत आलं नाही पण एक आठवडा गेला तरी उत्तरही आलं नाही. मग स्टीवन मॅलरीने फोन केला.

'हेलो?' सेक्रेटरीने फोन जोडून दिल्यानंतर रॉर्क बोलू लागला.

'स्टीवन मॅलरी बोलतोय.' एक कठोर आवाज पलिकडून बोलत होता. त्यानंतरची शांतता स्पष्ट करीत होती त्याच्या मनातली कडवट अनुत्सुकता.

'मला तुम्हाला भेटायला आवडेल, मि. मॅलरी. तुम्ही इथे यायची वेळ द्याल का?'

'कशासाठी भेटायचंय मला?'

'एक काम द्यायचंय. माझ्या एका इमारतीसाठी एक शिल्प तुम्ही करावंत अशी इच्छा आहे माझी.'

मग पुन्हा एकदा काही क्षण शांततेत गेले.

'ठीक आहे.' मॅलरी म्हणाला. त्याचा स्वर निर्जीव होता. त्याने पुढे विचारलं, 'कोणती इमारत?'

'स्टोडार्ड टेम्पल. तुमच्या कानावर आलं असेल कदाचित्.'

'हो. आलं ना... तुम्ही करताय का ते? कुणाच्या कानावर आलं नसेल? तुमच्या प्रसिद्धी सल्लागारांना देता तेवढे पैसे देणार का मला?'

'-प्रसिद्धी सल्लागारांना पैसे मी देत नाहीये. तुम्ही मागाल तितके पैसे मी देईन.'

'मी काही फार मागू शकत नाही हे माहीत असणार तुम्हाला.'

'कधी सोयीचं होईल तुम्हाला इथे येणं?'

'ओः हेल... सांगा कधी येऊ. मी काही फार कामात नाही हे माहीत आहे तुम्हाला.'

'उद्या दुपारी दोन वाजता चालेल?'

'चालेल.' तो उत्तरला. मग पुढे म्हणाला, 'मला तुमचा आवाज आवडला नाही.'

रॉर्क मोठ्याने हसला, 'मला आवडला तुमचा आवाज. ते सोडा आणि उद्या दोन वाजता या नक्की.'

'ओके.' मॅलरीने फोन ठेवला.

रॉर्कने फोन ठेवला तेव्हा त्याच्या मुद्रेवर स्मितहास्य होतं. पण अचानक ते लोपलं आणि तो गंभीर मुद्रेने फोनकडे पहात बसून राहिला.

मॅलरी दुसऱ्या दिवशी आलाच नाही. तीन दिवस असेच उलटले. त्याने काहीच कळवलं नाही. मग रॉर्क स्वतःच त्याच्या शोधात निघाला.

मासळी बाजाराचा वास भरून राहिलेल्या एका अंधाऱ्या गल्लीत मॅलरी रहात होता. ती एक मोडकी चाळवजा इमारत होती. खालच्या मजल्यावरच्या निरुंद प्रवेशद्वाराच्या एका बाजूला एक लाँड्री होती आणि दुसऱ्या बाजूला एक मोच्याचं दुकान होतं. एक गचाळ, घाणेरडी बाई तिथली मालकीण होती.

'मॅलरी? पाचव्या मजल्यावर. मागच्या बाजूला.' एवढं उत्तर देऊन ती डुलत डुलत तिथून गेली. रॉर्क चिंचोळ्या जिन्याने वर गेला. पिचकलेल्या लाकडी फळकुटांचा जिना होता तो. भिंतींवर वायरींच्या भेंडोळ्यांतून अंतराअंतराने पिवळट बल्ब्ज अडकवले होते. पाचव्या मजल्यावरच्या मेणचटलेल्या, चिकटा बसलेल्या दरवाजावर रॉर्कने टकटक केली.

दरवाजा उघडला. खंगलेल्या चेहऱ्याचा एक कृश तरुण उंबरठ्यावर उभा होता. त्याचे ओठ घट्ट आवळलेले, खालचा ओठ म्हणजे एक छोटासा चौकोनच होता... आणि त्याचे डोळे अतिशय भावदर्शी होते.

'काय हवंय?'

'मि. मॅलरी?'

'येस.'

'मी हॉवर्ड रॉर्क.'

मॅलरी मोठ्याने हसला. दरवाजाच्या मुठीवर रेलून, एका हाताने दार अडवत त्याला आत घेण्याचा विचारही नसल्याचं दर्शवत तो उभा राहिला. तो दारू प्यायलेला हे तर स्पष्टच होतं.

'वेल, वेल!' तो म्हणाला,'स्वतः... दस्तुरखुद्द?'

'मी आत येऊ का?'

'कशाला?'

रॉर्क जिन्याच्या कठड्यावर चढून बसला. 'तुम्ही आला का नाही वेळ ठरल्याप्रमाणे?'

'ओः, वेळ ठरल्याप्रमाणे? हां हां... वेल... सांगतो ना.' मॅलरी एकदम गंभीरपणे बोलू लागला. 'त्याचं असं झालं... मी येणारच होतो. मी निघालोही होतो तुमच्याकडे यायला. पण वाटेत काय झालं की- मला वाटेत एक थिएटर लागलं. तिथं 'टू हेड्स ऑन अ पिलो' नावाचा पिक्चर लागलेला. मी तो पहायला आत गेलो. टू हेड्स ऑन अ पिलो- पहायलाच हवा होता मला.' तो हसला. दारावर आडव्या टाकलेल्या हातावर त्याने डोकं टेकलं.

'मला आत येऊ दिलंस तर बरं होईल.' रॉर्कचा स्वर शांत गहिरा होता.

'ओः, मरू दे, जाऊ दे, ये बाबा, आत ये.'

ती खोली म्हणजे एक निरुंद अंधारी खाच होती भिंतींमधली. कोपऱ्यात एक अस्ताव्यस्त बिछाना होता. वृत्तपत्रे नि जुने कपडे इतस्ततः खोलीभर पडले होते. एक गॅसची शेगडी होती. भिंतीवर एक बारीकसा तपकिरी, मळकट रंगात रंगवलेला देखावा होता. बाकी इथे एक कलाकार रहातो असं जाणवण्यासारखं काहीही नव्हतं. चित्रं नव्हती, शिल्पं नव्हती.

तिथे ठेवलेल्या एकमेव खुर्चीवरची पुस्तकं, एक प्लेट स्वतःच खाली उतरवून ठेवत रॉर्क बसला. मॅलरी त्याच्या पुढ्यात उभा राहिला. त्याला तोल सांभाळतच उभं रहावं लागत होतं.

'हः... तू सगळंच चुकीच्या पद्धतीने करतो आहेस हे.' मॅलरी म्हणाला, 'असं नसतं करायचं. एका यःकश्चित शिल्पकाराकडे एवढा धावत आलायस म्हणजे जरा घाईत किंवा अडचणीत आहेस हे नक्की. कसं करायचं असतं हे- सांगतो तुला. तू मला तुझ्या ऑफिसमधे बोलवून घ्यायचं- मग मी पहिल्यांदा तिथे येईन तेव्हा तू तिथे थांबायचंच नाही. दुसऱ्या वेळी मला वेळ दिली की मला निदान-निदान दीडदोन तास रखडवून ठेवायचं. मग शेवटी रिसेप्शन रूममधे येऊन माझा हात हातात घेऊन विचारायचं की पॉन्डकच्या विल्सन्सना तुम्ही ओळखता का... अरे वा... बरं झालं आपले कॉमन मित्र आहेत हे किती छान झालं... पण आज ना मी जरा घाईत आहे. आपण परत कधीतरी लंच घेऊ सोबत. मी फोन करतो तुम्हाला. असं दोन महिने चालवायचं. मग मला कमिशन द्यायचं. मग मी ते केलं की मला सांगायचं माझं काम काही चांगलं नाही. माझं काम चांगलं नसतं हे तुम्हाला पहिल्यापासूनच माहीत होतं असंही सांगायचं मला. आणि माझं काम केराच्या टोपलीत फेकायचं. मग तुम्ही व्हॅलेरियन ब्रॉन्सनला काम द्यायचं. तो करणार. असं चालतं हे सगळं. पण- पण यावेळी तसं घडणार नाही.'

पण त्याची नजर रॉर्कला नीट पारखून घेत होती. आणि त्यात एक व्यावसायिक खात्री होती. बोलता बोलता त्याच्या स्वरातला उद्दामसा हेलकावा संथावला... आणि अखेरच्या वाक्यात त्याचा स्वर सपाट, निर्जीव झाला होता.

'नाही,' रॉर्क म्हणाला, 'यावेळी तसं घडणार नाही.'

तो तरुण निःशब्द होत त्याच्याकडे पहात राहिला.

'तू हॉवर्ड रॉर्क आहेस?' त्याने विचारलं. 'मला तू बांधलेल्या इमारती आवडल्या. म्हणूनच मला तुला भेटावंसं वाटत नव्हतं. कारण मग त्यानंतर जेव्हा जेव्हा मी त्या इमारतींकडे पाहिलं असतं मला घृणाच वाटली असती. त्यांना शोभेल अशा कुणीतरी त्या बांधल्या आहेत असा माझा विश्वास होता आणि- तो मला ढासळू द्यायचा नव्हता.'

'आणि तसंच असेल तर?'

'तसं होत नसतं.'

पण तो त्याच्या चुरगळलेल्या बिछान्याच्या कडेवर टेकला आणि पुढे झुकला. रॉर्कची चेहरपट्टी, मुद्रा न्याहाळताना जणू तो एखाद्या अती संवेदनाशील, अती काटेकोर अशा मोजमापात त्याला तोलत होता. आपल्या अशा निरखण्यातलं औद्धत्य त्याला जाणवतही नव्हतं.

'ऐक.' रॉर्क स्पष्ट स्वरात, पण काळजीपूर्वक बोलू लागला. 'स्टोडार्ड टेम्पलसाठी तू एक मूर्ती घडवावीस अशी माझी इच्छा आहे. मला एखादा कागद दिलास तर आत्ता, इथेच मी तुला करार लिहून देतो. मी जर तुझी मूर्ती न घेता दुसऱ्या शिल्पकाराला हे काम दिलं तर मी तुला दहा लक्ष डॉलर्सची नुकसान भरपाई देईन असं लिहून देतो तुला.'

'तू साधं सरळ बोललास तरी चालेल. मी दारू प्यालोय पण मला इतकी काही चढलेली नाही. मी समजू शकतो.'

'वेल?'

'मलाच का निवडलंस?'

'कारण तू एक चांगला शिल्पकार आहेस.'

'हे खरं नाही.'

'काय- तू चांगला शिल्पकार नाहीस?'

'नाही. ते तुझं कारण नाही. मला हे काम दे असं कुणी सांगितलं तुला?'

'कुणी नाही.'

'कुठल्यातरी पोरीने? माझ्याबरोबर झोपलेल्या?'

'तुझ्याबरोबर झोपलेली कुणी पोरगी मला माहीत नाही.'

'तुझ्या बिल्डिंगचं बजेट फार तोकडं आहे का?'

'नाही. मला अमर्याद खर्च करायची परवानगी आहे.'

'माझी दया आली?'

'नाही. कशासाठी दया वाटावी तुझी?'

'टूहीवर गोळी झाडणारा शिल्पकार म्हणून मला काम देऊन प्रसिद्धी मिळवायचीय?'

'अरे देवा! नाही!'

'मग? मग काय कारण आहे?'

'जे अगदी साधंसरळ कारण आहे ते सोडून तू नको ती, भलतीसलती कारणं का खणून काढतो आहेस?'

'कोणतं?'

'-की मला तुझं काम आवडतं!'

'हो हो. तसं तर सर्वच म्हणतात. तसं तर म्हणावंच लागतं ना. कल्पना कर की या खोटेपणावरचं झाकण कुणी उडवून लावलं तर! हां- तर तू म्हणतोस, तुला माझं काम आवडतं. ठीके. आता खरं कारण सांग.'

'मला तुझं काम आवडतं.'

मॅलरी पुन्हा बोलू लागला तेव्हा त्याचा स्वर शांत झालेला आणि तो मनापासून बोलत होता.

'म्हणजे तू मी केलेली शिल्पं पाहिलीस आणि ती तुला आवडली- तुला एकट्याला- तुझी तुला? ती आवडायला हवीत, का आवडायला हवीत असं कुणी सांगितलं, सुचवलं म्हणून नव्हे?... आणि मग तू ठरवलंस की तेवढ्या कारणासाठी- केवळ तेवढ्याच कारणासाठी... मी काय आहे, कोण आहे याचा काडीचाही विचार न करता... केवळ मी घडवलेल्या शिल्पांसाठी... ती काय सांगतात ते पाहून- केवळ तेवढ्यासाठी तू मला काम द्यायचं ठरवलंस आणि तू मला शोधून काढण्याचे कष्ट घेतलेस... इथे आलास, मी करत असलेला अपमान सहन केलास- केवळ तू ते पाहिलं होतंस म्हणून... तू जे पाहिलंस त्यामुळे मी तुला इतका महत्त्वाचा वाटलो... हवासा वाटलो? असं खरंच म्हणायचंय तुला?'

'होय. तेवढंच.' रॉर्क उत्तरला.

मॅलरीचे डोळे या उत्तराने कसे विस्फारले गेले ते पहाणं भयावह होतं. मग त्याने मान झटकली आणि तो स्वतःची समजूत घातल्यासारखा अगदी सहज म्हणाला, 'नाही नाही.' तो पुन्हा थोडा पुढे झुकला. त्याच्या निश्चित आवाजात आता आर्जव होतं.

'ऐकून घ्या, मि. रॉर्क. मी तुमच्यावर अजिबात रागावणार नाही. मला फक्त सत्य समजून घ्यायचंय. ठीके... मला एवढं नक्की कळलं की, माझ्याकडून काम करून घ्यायचा तुमचा निश्चय झालाय. आणि मी ते करेन हे तुम्हाला आता कळतंय. कितीही किंमत दिलीत तरी मी तयार होईन. तुम्हाला लाखो डॉलर्सचा करारही करायची गरज नाही. ही खोली पहा... मी काम करणार हे तर स्पष्ट आहे. मग तुम्ही मला सत्य सांगायला काय हरकत आहे? त्याने काय फरक पडणार तुम्हाला... पण माझ्यासाठी तुमचं उत्तर फार महत्त्वाचं आहे.'

'काय महत्त्वाचं आहे तुमच्यासाठी?'

'मला असं नकोय... असं नकोय... की- हे पहा. मला वाटलंच नव्हतं... मला पुन्हा कधी कुणी काम देईल असं. पण तुम्ही देताय. ठीके. मी करेन ते सारं पुन्हा एकदा. फक्त मला असं नकोय की मी विचार करायचा की मी काम करतोय ते कुणालातरी माझं काम आवडतंय म्हणून- आणि मग. नको. त्या चक्रातून मला पुन्हा जायचं नाहीये. तुम्ही मला खरं ते सांगितलंत तर मला बरं वाटेल. खरंच. शांत राहीन मी. तुम्ही माझ्यासाठी नाटक करायची काहीच गरज नाही ना? मी खरंच काहीच नाहीये. माझ्या लेखी तुमची किंमत अजिबात कमी होणार नाही.- तशी भीतीच बाळगू नका. तुम्हाला दिसतय ना? मला सत्य काय ते सांगितलंत तर ते अधिक बरं. मग सगळं सोपं होईल आणि- प्रामाणिकपणाचंही. माझ्या मनातला तुमच्याबद्दलचा आदर वाढेल. खरंच वाढेल.'

'काय झालंय काय तुला, बेटा? काय केलं तरी काय त्यांनी तुला? का बोलतो आहेस हे असं?'

'कारण...' मॅलरी अचानक किंचाळला- आणि मग त्याचा आवाज फाटला. त्याचं मस्तक खाली गेलं. अस्फुट स्वरात कुजबुजत तो पुढे म्हणाला,'... कारण गेली दोन वर्षं मी ही अशी काढलीत.' त्याचा हात खोलीकडे निर्देश करीत होता- '...ही अशी. तू आता जे मला सांगतो आहेस ते खरं नाही, अस्तित्त्वातच नाही असं स्वतःला मान्य करायला लावत... तशी सवय स्वतःला लावत काढलीत...'

रॉर्क त्याच्याजवळ गेला आणि त्याने त्याची हनुवटी धरून खटकन् वर उचलली. आणि तो म्हणाला,

'मूर्ख आहेस तू. मला तुझ्या कामाबद्दल काय वाटतं याचा विचारही करायचा तुला अधिकार नाही... मी इथे का आलोय, माझी कारणं काय असतील याचा तू विचारही करता कामा नयेस. तू या सर्वाच्या पलिकडे आहेस इतकं चांगलं काम आहे तुझं. तुला तरीही जाणून घ्यायचं असेल तर मी तुला सांगतो- तू आमच्यातला सर्वोत्तम शिल्पकार आहेस. मला असं वाटतं कारण तुझ्या मानवी प्रतिमांमध्ये माणूस काय असतो यापेक्षा तो काय असावा हे प्रकट होतं. कारण तू साध्या शक्यतांच्या पुढे जाऊन दुर्दम्य शक्यतांपर्यंत जातोस... आणि हे तू केवळ तुझ्या कामातूनच शक्य करतोस. तुझ्या मानवी प्रतिमांमधून कधीही कणभरही मानवजातीसंबंधीचा तुच्छभाव व्यक्त होत नाही. असं काम मी केवळ तुझ्याच रचनांतून अनुभवलं. मनुष्यप्राण्याबद्दलचा प्रचंड आदरभाव त्यातून ओसांडून वाहतो. तुझ्या मानवी रचना, मानवातील वीरत्वाचीच साक्ष देतात फक्त. आणि म्हणून सांगतो- मी इथे आलो ते तुझ्यावर उपकार म्हणून नव्हे किंवा तुझी दया आली म्हणून नव्हे किंवा तुला अन्नाला लावण्याची गरज आहे म्हणूनही नव्हे. मी आलो ते अगदी साध्या, अत्यंत स्वार्थी हेतूपोटी. स्वतःसाठी कुणीही माणूस चांगल्यात चांगलं अन्न मिळवण्याचा प्रयत्न करतोच, हो ना? जीवनसंघर्षात टिकण्याचा पहिला नियम आहे तो. स्वतःसाठी सर्वोत्तम तेच मिळवण्याचा प्रयत्न. मी इथे आलो ते तुझ्यासाठी नव्हे. मी आलो ते माझ्यासाठी.'

मॅलरी त्याच्यापासून झटक्याने दूर झाला. त्याने आपला चेहरा बिछान्यात लपवला. त्याचे दोन्ही हात डोक्याच्या कडेने सरळ पसरले होते. हाताच्या मुठी वळल्या होत्या. त्याच्या पाठीवर शर्टाचं कापड थरथरत होतं. तो हुंदके देऊन मुसमुसत होता... मुठी वळून उशीत रुतवत होता. रॉर्कला उमजलं, हा तरुण यापूर्वी कधीही असा रडला नव्हता. तो पलंगाच्या कडेवर बसून पहात राहिला. त्याच्या पिळवटणाऱ्या मनगटांवरून त्याची दृष्टी हलत नव्हती... पण त्याच्याकडे पहात रहाणंही असह्य होतं.

थोड्या वेळानंतर मॅलरी उठून बसला. त्याने रॉर्ककडे पाहिलं. प्रथमच तो अशी शांत, सहृदय मुद्रा पहात होता. त्या मुद्रेवर कीव नावाच्या भयानक भावनेचा अंशही नव्हता. दुसऱ्याचं दुःख चवीने पाहून स्वतःचं दुःख व्यक्त करण्याचा आनंद घेणारे त्याने बरेच पाहिले होते. भिकाऱ्यावर दया करून स्वतःची किंमत वाढवून घेणारे. रॉर्कचा चेहरा त्यातला नव्हता. दुसऱ्याच्या क्लेशातून स्वतःच्या आत्म्याचा उद्धार साधू पहाणारं औदार्य नव्हतं. थोडा थकवा होता त्यावर. जणू त्याने खूप काहीतरी सहन केलं होतं. पण त्याचे डोळे शांत होते. मॅलरीकडे पहाणाऱ्या त्याच्या नजरेत आदर होता, समजूत होती.

'झोपून रहा जरा वेळ. स्वस्थ पड जरा.' रॉर्क त्याला म्हणाला.

'त्यांनी तुला जगू कसं दिलं?'

'झोपून रहा. थोडी विश्रांती घे. मग आपण बोलू.'

मॅलरी उठू लागला. रॉर्कने त्याच्या खांद्यांना धरून पुन्हा त्याला झोपवलं. त्याचे पाय सरळ केले. डोकं नीट उशीवर ठेवलं. मॅलरीने जराही विरोध केला नाही.

मागे सरकताना रॉर्कचा धक्का पलंगाशेजारच्या पसाऱ्याने भरलेल्या टेबलाला लागला. काहीतरी खाली पडलं. मॅलरी झटकन उठून ते उचलायला झेपावला. पण त्या आधीच रॉर्कने त्याचा हात बाजूला करून ती वस्तू उचलली.

ती एक छोटीशी प्लास्टरची गोलाकार वस्तू होती. स्वस्त भेटवस्तूंच्या दुकानात विकली जाईल अशी. प्लास्टरच्या चकतीवर उपडं पडून खांद्यावरून मागे वळून पहात हसणारं, रांगणारं नागडं बाळ, त्याच्या कुल्यांना पडलेल्या खळ्या... त्याच्या स्नायूंच्या काही रेषांतून त्या वस्तूच्या शिल्पकाराची

सफाई जाणवत होती, ती लपूच शकत नव्हती. पण बाकी सारं अगदी मुद्दाम भडक, बटबटीतपणे करण्याचा उघडावाघडा प्रयत्न होता. त्यातला त्रास-त्रास स्पष्ट जाणवत होता. भयानक ओंगळ वस्तू होती ती.

रॉर्कचा हात क्षणभर थरथरल्याचं मॅलरीने पाहिलं. मग तो हात वर उचलला गेला. एक क्षणच थबकला- पण तो क्षण कितीतरी मिनिटं लांबल्यासारखा भासला मॅलरीला- हवेत अंधातरी गोठल्यासारखा त्याचा हात मग त्वेषाने सण्णकन पुढे आला. ती प्लास्टरची चकती त्याच्या खोलीच्या दुसऱ्या बाजूच्या भिंतीवर जाऊन आपटली आणि चक्काचूर होऊन जमिनीवर पडली. रॉर्कच्या मुद्रेवर इतका रक्त उतरल्यासारखा संताप उमटलेला प्रथमच कुणी पाहिला असेल.

'रॉर्क.'

'हं?'

'रॉर्क, मला तू या आधीच भेटायला हवा होतास रे.' त्याचा स्वर आता अगदी शांतशांत होता. डोकं उशीवर टेकलेलं आणि डोळे मिटलेले. 'मला काम देऊ करण्याच्या आधी... म्हणजे त्यात कोणतंही दुसरं कारण मिसळलं नसतं. कारण, तुला सांगू... मी तुझा खूप ऋणी आहे. मला काम देतो आहेस म्हणून नव्हे. इथे आलास म्हणूनही नव्हे. तू माझ्यासाठी यापुढे जे काही करशील त्यासाठीही नव्हे... केवळ तू आहेस... तू अस्तित्त्वात आहेस- एवढ्याचसाठी मी तुझा ऋणी आहे.'

मग तो कितीतरी वेळ तसाच शांत पडून राहिला. दुःख-क्लेशाच्या पलिकडे गेल्यासारखा. रॉर्क खिडकीजवळ उभा राहिला. त्या गलिच्छ खोलीकडे आणि बिछान्यावर क्लांत पडून राहिलेल्या त्या मुलाकडे पहात राहिला. त्याला वाटलं जणू तो स्वतःच कसलीशी वाट पहातो आहे... त्यांच्या दोघांच्या डोक्यांवर कसलातरी स्फोट होण्याची. या सर्वाला काही अर्थ असणं कसं शक्य आहे... मग त्याला जाणवलं... युद्धात लढताना खंदकात अडकून पडलेल्या माणसांना कसं वाटत असेल. ही खोली, त्यातलं दारिद्र्य हा काही अपघात नव्हता. हे तर होतं युद्धाचं पदचिन्ह. जगाच्या युद्धसामग्रीतील सर्वात जहरी स्फोटकांनी ओढवलेल्या विनाशाच्या खुणा इथे पहायला मिळत होत्या. युद्ध... कुणाविरुद्ध? या शत्रूला नाव नव्हतं... चेहरा नव्हता. पण हा मुलगा त्याचा संगीसाथी होता. त्या युद्धात विद्ध झालेला. रॉर्क त्याच्याजवळ जाऊन उभा राहिला. त्याला हातांवर उचलून नरकापासून दूर कुठेतरी सुरक्षित स्थळी घेऊन जायला हवं अशी एक नवीनच हळुवार भावना त्याच्या मनात स्फुरली. पण नरक कुठला आणि सुरक्षित स्थळ कोणतं हे निश्चित माहीत नव्हतं... केंट लॅन्सिंग काहीतरी म्हणाला होता एकदा... तो आठवण्याचा प्रयत्न करीत राहिला.

मॅलरीने डोळे उघडले आणि कोपरांवर भार देत तो अर्धवट उठून बसला. रॉर्कने खुर्ची ओढून बेडजवळ घेतली.

'आता बोल.' रॉर्क म्हणाला, 'जे जे बोलावंसं वाटत असेल ते बोल. तुझं कुटुंब, तुझं बालपण, तुझे मित्र, तुझ्या भावना याबद्दल मला काहीही ऐकायचं नाही. तू कशाचा 'विचार' करतोस ते सांग मला.'

मॅलरी चकित होत त्याच्याकडे पहात उद्गारला, 'तुला कसं कळलं?'

रॉर्क हसून गप्प राहिला.

'तुला कसं कळलं मला काय छळतंय ते... कणाकणाने मला जाळणारी, मारणारी गोष्ट आहे ही. लोकांचा द्वेष करावा असं मला कधीही वाटलं नव्हतं... पण करू लागलो मी. तुलाही तसंच होत होतं? आपले जिवलग म्हणवणारे मित्र... आपल्यातली सर्वात मूल्यवान मूल्यं सोडून बाकी सगळ्यावर जीव टाकतात. आणि आपल्याला जे प्राणप्रिय आहे ते मात्र त्यांना कस्पटासमान वाटतं. आपल्या

आत्म्याच्या हाकेचा एक स्वरही पोहोचत नाही त्यांच्यापर्यंत... तुला खरंच ऐकावसं वाटतं ते? मी काय करतो, जे करतो ते का करतो हे तुला समजून घ्यायचंय? मी काय विचार करतो ते तुला जाणून घ्यावंसं वाटतं? तुला ते कंटाळवाणं वाटणार नाही? महत्त्वाचं वाटतं तुला ते?'

'बोल तू...'

मग कित्येक तास तो तिथे बसून राहिला. ऐकत राहिला. मॅलरी त्याच्या कामाबद्दल भरभरून बोलत राहिला. त्याच्या शिल्पाकृतींमागचा त्याचा विचार काय, त्याच्या आयुष्याला आकार देणारा विचार कोणता ते जणू अधाशीपणे बोलत राहिला. पाण्यात बुडताबुडता किनाऱ्यावर फेकला गेलेला माणूस जसा मोकळ्या स्वच्छ हवेत छातीभरून श्वास घेत धुंद होईल तसा तो बेधुंद बोलत राहिला...

□ □ □

मॅलरी दुसऱ्या दिवशी सकाळी रॉर्कच्या ऑफिसमधे आला. रॉर्कने त्याला स्टोडार्ड टेम्पलची रेखाचित्रं दाखवली. ड्राफ्टिंग टेबलजवळ उभा राहून ती चित्रं बघता बघता मॅलरीचा नूर पालटत गेला. त्याच्या हालचालींत आता अनिश्चितता नव्हती. वेदनेची पुसटशी आठवणही त्यांतून डोकावत नव्हती. ती रेखाचित्रे उचलून धरणारे त्याचे हात आता खंबीर वाटत होते. आघाडीवरच्या सैनिकाच्या शस्त्र उचलणाऱ्या हातांसारखे. त्या आविर्भावातून स्पष्ट कळत होतं. त्याने काहीही सोसलं असलं तरीही आता काही हेतूसाठी फुललेल्या त्याच्या अंतरीच्या प्रेरणेला कशानेही धक्का पोहोचणार नव्हता. त्याचा अशरण आत्मविश्वास आता झळकत होता आणि तो रॉर्कला बरोबरीच्या नात्याने सामोरा जात होता.

तो बराच वेळ ती चित्रं पहात राहिला. मग अखेर त्याने मान वर केली, तेव्हा त्याच्या शांत संयत मुद्रेवरचे डोळे तेवढे नाचत होते.

'आवडलं?' रॉर्कने विचारलं.

'काहीतरीच शब्द वापरू नकोस.'

त्याने एक चित्र उचललं आणि तो खिडकीजवळ जाऊन बाहेर बघत राहिला. तिथून पुन्हा त्याची नजर रॉर्कच्या मुद्रेवर विसावली... पुन्हा खिडकीबाहेर गेली.

'...शक्य नाही वाटत हे.' तो म्हणाला, 'ते आणि हे एकत्र... शक्य नाही.' त्याने ते चित्र रस्त्याच्या दिशेने फडफडवलं.

खालच्या रस्त्याच्या नाक्यावर एक फुटकळ जुगाराची पूलरूम होती, कॉरिन्थियन पोर्टिको असलेलं एक लॉज होतं, ब्रॉडवेवरच्या एका संगीतिकेची जाहिरात करणारा एक भला मोठा फलक होता, एका गच्चीवर बांधलेल्या दोरीवर विटकी गुलाबी अंतर्वस्त्रे वाळत पडली होती.

'या शहरात, याच पृथ्वीच्या पाठीवर असलं काही उभं रहाणं शक्य नाही वाटत.' मॅलरी म्हणाला, 'पण तू केलंस ते शक्य. हे शक्य होऊ शकतं!... आता पुन्हा कधीही मला कसलीही भीती वाटणार नाही.'

'कसली?'

मॅलरीने ते चित्र सावकाश टेबलवर ठेवलं. आणि तो उत्तरला :

'तू काल म्हणाला होतास... अस्तित्त्वाचा- जीवनसंघर्षात टिकण्याचा पहिला नियम... स्वतःसाठी सर्वोत्तम तेच मिळवण्याचा माणूस प्रयत्न करतो म्हणालास... तुला विचित्र वाटेल... झाकलं माणिक... अप्रकाशित प्रतिभावंत हे सगळं जुनं झालं आता... यापेक्षाही वाईट काय असू शकेल विचार केलास कधी?- पूर्ण पारख झालेला प्रतिभावंत. बहुतेक लोक मूर्ख असतात. त्यांना चांगल्या वाईटाची

पारखच नसते. त्यांच्यावर रागावण्यात काही अर्थ नाही. पण काही माणसं अशी असतात की त्यांना सगळं बरोब्बर कळतं... उच्च कोटीची प्रतिभा त्यांना बरोबर समजते- पण ती त्यांना नको असते... तुला समजू शकतंय?'

'नाही.'

'नाही. तुला नाही कळणार. मी सारी रात्र तुझा विचार करत जागून काढली. झोपलोच नाही मी. तुझं रहस्य काय आहे सांगू? तू भयंकर निरागस आहेस.'

रॉर्क त्या पोरसवदा चेहऱ्याकडे खदखदून हसला.

'नाही.' मॅलरी म्हणाला, 'हसू नकोस. हे हसण्यावारी घालवण्यासारखं नाही. मी काय नि कशाबद्दल बोलतोय ते मला चांगलं कळलेलं आहे. तुला कळत नाही. तुला कळणारही नाही ते. तुला रोगटपणाचा स्पर्शही नाही या. इतका निरोगी आहेस तू की तुला रोगांच्या अस्तित्त्वाची कल्पनाही नाही. माहीत असलं तरी तुझा त्यावर विश्वास बसत नाही पुरेसा. माझा आहे. काही बाबतीत मला तुझ्यापेक्षा जास्त कळतं, कारण मी तुझ्याइतका सक्षम नाही. मला दुसरी बाजू नीट कळते. त्यामुळेच तू काल माझी जी अवस्था पाहिलीस... ती होऊ शकली...'

'आता संपलं ना ते.'

'हं... कदाचित्. पण सर्वस्वी नाही. आता मला भीती नाही वाटत. पण भीतीचं अस्तित्त्व मिटलेलं नाही. त्या भीतीचा पोत मला चांगला माहीत आहे. तुला त्याची कल्पनाही करता येणार नाही. हे बघ- कल्पना कर, तुला सर्वात भयप्रद वाटणारा अनुभव कोणता असेल? माझं सांगतो- एका बंद कोठडीमधे आपल्याला कोणीतरी सोडलंय... निःशस्त्र... त्या कोठडीच्या आत कसलंसं अनोळखी हिंस्र, जिभल्या चाटणारं श्वापद आहे... कसलंसं पिसाट अस्तित्त्व...ज्याचा मेंदू रोग लागून नष्ट झाला आहे... आपल्याकडे स्वसंरक्षणासाठी असतो केवळ आपला आवाज- आपला आवाज आणि आपली विचारक्षमता. आपण त्याला आक्रोश करून सांगू पहातो- त्याने आपल्याला स्पर्श करता कामा नये... आपण शब्द वापरतो... किती सुंदर शब्द, आतड्यातून पिळवटून आलेले शब्द, अगदी निरुत्तर करणारा युक्तिवाद, कुणाच्याही काळजाला भिडतील असे शब्द... संपूर्ण सत्याने संपृक्त शब्द... आणि मग आपल्याला दिसतात त्याचे आपल्याला निरखणारे डोळे... आणि मग आपल्याला कळतं- त्या पिसाट श्वापदाला आपण काय बोलतोय ते ऐकूच येत नाहीये... त्याच्यापर्यंत आपले शब्द पोहोचूच शकत नाहीत... कधीच पोहोचणार नाहीत... काहीही केलं तरीही. आणि तरीही ते आपल्या समोरच आहे, त्याचा श्वासोच्छ्वास सुरू आहे, ते हालचाल करतं आहे, त्याचा स्वतःचा काहीतरी हेतू आहे... अनाम अशरीर भय. या जगावर आज त्याच भयाची छाया दाटली आहे... मानवी समूहांतून ती दबा धरून बसली आहे. भयानक आहे ते... विचारांचे दरवाजे बंद करून, निर्बुद्धपणे, उन्माद चढल्यासारखा निर्दिश भटकणारा एक श्वापदी हेतू... धूर्त हेतू... मी काही घाबरट नाही तसा... पण मला भय वाटतं त्या निर्बुद्ध श्वापदाचं. मला एवढं नक्की कळतं... की ते अस्तित्त्वात आहे. त्याचा हेतू काय मला कळत नाही... त्याचं नक्की स्वरूप काय असावं तेही मला स्पष्ट होत नाही.'

'आमच्या डीन महोदयांच्या वर्तनामागचं तत्त्व.' रॉर्क म्हणाला.

'काय?'

'आहे काहीतरी... मला मधून मधून विचार पडतो त्याचा. मॅलरी, तू एल्सवर्थ टूहीवर गोळी झाडायचा प्रयत्न का केला होतास?' त्याच्या मुद्रेवरचे भाव दिसताच तो पुढे म्हणाला, 'तुला त्या विषयावर बोलायचं नसेल तर राहू देत. नको बोलूस.'

'नाही आवडतं मला त्याबद्दल बोलायला.' मॅलरीचा स्वर ताणलेला, 'पण तू योग्य प्रश्न विचारलास.'

'बस खाली.' रॉर्क म्हणाला. 'आपण तुझ्या कामाचं बोलू.'

रॉर्क त्या वास्तूबद्दल आणि त्याची शिल्पकाराकडून काय अपेक्षा आहे याबद्दल बोलू लागताच मॅलरी एकाग्रचित्ताने ऐकू लागला.

'फक्त एकच प्रतिमा. ती या इथे उभी राहील.' त्याने चित्राकडे बोट दाखवलं. 'सारी वास्तू या एका प्रतिमेच्या भोवतीने बांधली जाणार आहे. नग्न स्त्रीशिल्प. या वास्तूचा अर्थ तुला कळला तर या शिल्पातून काय अभिप्रेत व्हावं हेही कळेल. ते शिल्प मानवी चैतन्याचं मूर्त स्वरूप असावं. मनुष्यातील वीरत्व. आकांक्षा आणि आकांक्षापूर्ती दोन्हींचा संगम असावा त्यात... स्वतःचा शोध घेताघेता उन्नत झालेली आणि स्वतःच्या जाणिवेचे ज्ञान हीच उन्नती हे जाणवलेली उत्कट चेतना त्यात मूर्त व्हायला हवी. ईश्वराचा शोध घेताघेता स्वतःचाच शोध लागतो... त्या स्वत्वाच्या जाणीवेला काहीही प्राप्त करणं शक्य आहे हे त्यातून प्रतीत व्हायला हवं. मला हे घडवून देऊ शकेल असा तू एकमेव शिल्पकार आहेस.'

'हो.'

'मी जसा माझ्या क्लायंन्ट्ससाठी ज्या अटींवर काम करतो त्याच अटींवर तूही काम करायचं. मला काय हवंय ते तुला कळलंय. बाकीचं सारं तुझ्यावर. तुला जसं हवं तसं काम कर. या शिल्पासाठी मॉडेल सुचवायला मला आवडेल. पण ती तुझ्या अपेक्षा पूर्ण करू शकत नसेल तर तुला हवी तशी निवड करायला तू मोकळा आहेस.'

'तू कोणाला सुचवणार आहेस?'

'डॉमिनिक फ्रँकन.'

'ओः गॉड!'

'ओळखतोस?'

'पाहिलंय मी तिला. ती तयार झाली तर... ख्राईस्ट! या शिल्पासाठी तिच्यापेक्षा योग्य कुणीच नाही.- ती-' पण तो थबकला. त्याच्या आवाजातला उत्साह ओसरला. 'पण- ती नाही करणार हे. तुझ्यासाठी तर नक्कीच नाही.'

'करेल.'

□ □ □

गाय फ्रँकनला हे जेव्हा कळलं तेव्हा त्याने तिला अडवायचा खूप प्रयत्न केला.

'हे बघ, डॉमिनिक,' तो संतापून म्हणाला, 'काहीतरी मर्यादा बाळग. थोडी तरी मर्यादा ठेवावीच लागते- अगदी तुलाही. कशासाठी करते आहेस तू हे? रॉर्कच्या बिल्डिंगसाठी? सगळं सोडून रॉर्कसाठी? काय काय बोलली आहेस आजवर तू त्याच्याबद्दल- किती विरोध केला आहेस त्याला. आग ओकली आहेस त्याच्यावर आजवर... किती चर्चा करतील लोक... काहीतरी विचार कर. इतर कुणासाठी असलं काही केलं असतंस तर कुणाचं लक्षही गेलं नसतं. पण तू- आणि रॉर्क! मी तोंड काढू शकणार नाही बाहेर. जाईन तिथे प्रश्न विचारून लोकं छळतील मला. करू तरी काय मी?'

'स्वतःसाठी एक प्रतिकृती आधीच ऑर्डर करून ठेवा, बाबा. फार सुंदर शिल्प असणार आहे ते.'

पीटर कीटिंगने त्या विषयावरची चर्चा पूर्णपणे टाळली. पण एका पार्टीत डॉमिनिक भेटली तेव्हा, अनभावितपणे तो बोलून गेला,'तू रॉर्कच्या टेम्पलमधल्या शिल्पासाठी मॉडेल म्हणून उभी

रहाते आहेस असं ऐकलं...'

'हो.'

'मला पसंत नाही हे, डॉमिनिक.'

'असं?'

'ओः... क्षमा कर मला. हे बोलायचा काहीही अधिकार नाही मला... पण केवळ- केवळ तू हे रॉर्कसाठी करते आहेस म्हणून म्हणतोय. तुझी नि रॉर्कची मैत्री झालेली पहायची नाही मला. रॉर्क नाही- दुसरं कुणीही चालेल- रॉर्क नको.'

'का बरं?' तिने जराशा औत्सुक्यानेच विचारलं.

'मला नाही सांगता येत.'

तिच्या शोधक नजरेने तो अस्वस्थ झाला.

'कदाचित् असं असेल...' तो पुटपुटला, 'की...तुला त्याच्या कामाबद्दल एवढी तुच्छता, तिरस्कार वाटावा हेच मला मुळात पटत नव्हतं. तसं झालं त्याचा मला आनंदच वाटला म्हणा. पण तरीही ते फारसं बरोबर वाटत नव्हतं... तुझ्या दृष्टीने चूकच होतं ते.'

'हो, पीटर?'

'हो. पण तुला तो एक माणूस म्हणून आवडत नाही- होय ना?'

'नाही, मला तो व्यक्ती म्हणून आवडत नाही.'

एल्सवर्थ टूही फारच नाराज झाला होता. 'फारच चुकीचं वागते आहेस तू, डॉमिनिक.' तो तिच्या ऑफिसमधे येऊन बोलत होता. त्याचा नेहमीचा मुलायम मलईदार आवाज किंचित करवादलेला.

'हं... माहीत आहे मला.'

'तू अजूनही नकार देऊ शकतेस मन बदलून?'

'मी मन बदलणार नाही, एल्सवर्थ.'

खांदे उडवत तो खाली बसला. काही वेळाने त्याने किंचित स्मितहास्य केलं.

'ठीके, तुला हवं ते कर, माय डियर.'

समोर पडलेल्या लेखातल्या एका ओळीवरून उगीच पेन्सिल फिरवत ती गप्प बसून राहिली.

टूहीने सिगरेट पेटवली, 'हां- तर काय- त्याने या कामासाठी स्टीवन मॅलरीची निवड केलीये म्हणे.' तो म्हणाला.

'होय. गंमतीशीर योगायोग नाही का?!'

'अजिबात योगायोग नाहीये हा, माय डियर, असल्या गोष्टी योगायोगाने होत नसतात. त्यांच्या मागे एक अगदी प्राथमिक असा कारणभाव असतो. त्याला याची कल्पना नसेल. आणि मॅलरीची निवड कर असं त्याला कुणी सुचवलंही नसेल.'

'तुला पटली तर त्याची निवड.'

'अगदी मनापासून. त्यामुळे सारं कसं चपखल बसलं... खूपच छान.'

'एल्सवर्थ, तुला ठार करायचा प्रयत्न मॅलरीने कशासाठी केला होता बरं?'

'अजिबात कल्पना नाही मला. काहीच कळलं नाही मला. मला वाटतं मि. रॉर्क जाणून असतील ते... असायला हवं. ते जाऊ दे. त्या शिल्पासाठी तुझी निवड कुणी केली? रॉर्क की मॅलरी?'

'तुला काय करायचंय त्याच्याशी?'

'अच्छा? म्हणजे रॉर्क.'

'एक सांगते तुला. हॉप्टन स्टोडार्डने हे टेम्पलचं काम त्याला द्यावं हे तू सुचवल्याचं सांगून

टाकलं मी रॉर्कला.'

त्याची सिगरेट क्षणभर अर्ध्यातच थबकली, आणि मग पुन्हा त्याने ती ओठांत धरली.

'सांगितलंस? का?'

'त्याची रेखाचित्रं पाहिली मी.'

'इतकी चांगली होती?'

'फारच सुंदर, एल्सवर्थ.'

'काय म्हणाला मग तो?'

'काही नाही. हसला मोठ्याने फक्त.'

'अस्सं? चांगलंय. थोडं थांब. त्याच्या हसण्यात आणखी काही लोकांच्या हसण्याची भर पडेल असं वाटतं मला.'

□ □ □

त्या हिवाळी महिन्यांत रॉर्क रात्री जेमतेम तीन तास झोपत असे. त्याच्या हालचालींना एक तेज धार आली होती. जणू त्याचं शरीर आजुबाजूच्या सर्व शरीरांना ऊर्जाप्रवाह पुरवीत होतं. तो ऊर्जाप्रवाह त्याच्या ऑफिसमधून शहरातल्या तीन बिंदूंपर्यंत फुसांडत वहात होता. मॅनहॅटनच्या केंद्रभागी उभ्या रहाणाऱ्या तांब्याच्या नि काचेच्या कॉर्ड बिल्डिंगपर्यंत, सेंट्रल पार्कच्या दक्षिणेकडे उभ्या रहात असलेल्या ऍक्विटानिया होटेलपर्यंत आणि हडसन नदीच्या काठावर उभ्या असलेल्या स्टोडार्ड टेम्पलच्या वास्तूपर्यंत.

ऑस्टिन हेलरची आणि त्याची कधीमधी, वेळ मिळेल तशी भेट घडायची. हेलर खुशीत त्याच्याकडे पहात रहायचा.

'या तीनही वास्तू पूर्ण होतील ना, हॉवर्ड,' तो एकदा म्हणाला, 'त्यानंतर तुला कुणीही थोपवू शकणार नाही. कधीही नाही. कधीकधी मी विचार करतो... तू किती मोठा होणार आहेस... पण मला खगोलगणितातली आकडेवारी जमत नाही बाबा.'

मार्चमधल्या एका संध्याकाळी रॉर्क टेम्पलच्या साइटवर उभा होता. चहूबाजूंनी उंचउंच कुंपणाच्या भिंती होत्या. स्टोडार्डने तसा आग्रहच धरला होता. उद्या उभ्या रहाणाऱ्या भिंतींचे पहिलेवहिले दगड जमिनीबाहेर डोकावू लागले होते. उशीर झाला होता. बरेचसे कामगार निघून गेले होते. काळोखात बुडत चाललेली ती जागा जणू जगापासून तुटून एकटी पडली होती. पण आभाळाला अजूनही प्रकाशाचा स्पर्श होता. खालच्या काळोखाशी विसंगत. जणू वसंताची वर्दी देण्यासाठी नेहमीपेक्षा थोडा जास्त काळ थांबून राहिलेला. निःशब्द भूप्रदेशांतून मैलोगणती प्रवास करत आल्यासारखा एका जहाजाच्या भोंग्याचा आवाज कुठूनतरी दुरून, नदीवरून येत होता. स्टीवन मॅलरीसाठी बांधलेल्या लाकडी फळ्यांच्या स्टुडिओमधे अजूनही दिवा दिसत होता. तिथंच डॉमिनिक मॅलरीसाठी पोझ करत होती.

स्टोडार्ड टेम्पलची छोटीशी वास्तू फिकट राखी छटेच्या दगडातून उभी रहाणार होती. या वास्तूच्या रेषा क्षितिजसमांतर होत्या. स्वर्गाकडे डोळे लावणाऱ्या उंच-उभट रेषा नव्हेत तर पृथ्वीतलाला कवेत घेऊ पहाणाऱ्या रेषा. जमिनीशी सख्य करणारी वास्तू होती ती... खांद्यांशी समतल हात पसरून, सारे काही मान्य करून ताठ मानेने उभ्या असलेल्या आकृतीसारखी. ना जमिनीवर लोळण घेणारी ना आकाशाच्या उत्तुंगतेपुढे झुकलेली, अशी ती वास्तू जणू जमिनीला किंचित वर उचलत होती आणि तिच्या काही मोजक्या उभ्या रेषा आकाशाला थोडं खेचून आणत होत्या. मानवाकृतीच्या

प्रमाणांशी तिच्या रेषा अशा काही जुळलेल्या की त्यामुळे तिथे येणाऱ्या माणसाला क्षुद्रतेची नव्हे... तर स्वतःच्या क्षमतेची जाणीव झाली असती. आपल्या महत्तेसाठी योग्य ते कोंदण सापडल्याची जाणीव त्या वास्तूच्या प्रत्येक परिमाणातून पाझरणार होती. आत प्रवेश करणाऱ्या प्रत्येकाला ती वास्तू स्वतःचे अवकाश देणार होती. जणू एकेका माणसाच्या स्वागतासाठी ती आतुरतेने वाट पहात होती... त्याला पूर्णत्व देण्यासाठी. प्रसन्न अशी वास्तू होती ती. उत्कट आनंदाची प्रशांतता त्यात होती. एक असा प्राकार ज्यात कुणालाही आत्मशक्तीचा प्रत्यय यावा, पापाच्या कल्पनेचा स्पर्शही न व्हावा... स्वतःच्या ओजस्वितेच्या जाणिवेने जी आत्मशांती मनभर पसरते ती या वास्तूत प्रवेशणाऱ्या प्रत्येकाला मिळावी.

आतमधे कसलंही अलंकरण नव्हतं, कलाकुसर नव्हती. भिंतींची रचनाच अशी होती की त्या एकापाठोपाठ एक अशा पुढे पुढे येत होत्या, त्या भिंतींमधून लांबरूंद, प्रशस्त खिडक्या होत्या... त्यातूनच त्या वास्तूचं सौंदर्य आकाराला येत होतं.

अंगावर येणाऱ्या महिरपींची श्वास दडपून टाकणारी अतीभव्यता त्यात नावालाही नव्हती. भोवतालीच्या परिसराशी, नदी, झाडं, ऊन आणि दूरवरच्या क्षितीजरेषेवरच्या गगनचुंबी इमारतींच्या, मानवी कर्तृत्वाची साक्ष देणाऱ्या आकारांशी सलगी करणारी वास्तू होती ती. मधल्या दालनाच्या अगदी शेवटी, समोरच्या दरवाजाकडे तोंड करून, शहराच्या धूसर पार्श्वभूमीवर एका नग्न मानवी देहाचं शिल्प उभं रहाणार होतं.

समोर अंधारात त्याच्यासमोर आत्ता काहीही नव्हतं. सुरुवातीचे काही चिरे बसले होते तेवढेच. पण रॉर्कच्या मनात पूर्ण झालेली वास्तू उभी होती. त्याच्या बोटांच्या सांध्यांमधे अजूनही तिच्या रेषांची आठवण ताजी होती. बोटांत धरलेल्या पेन्सिलचे फटकारे अजून त्याला आठवत होते. तो त्याचा विचार करत बराच वेळ तसाच उभा राहिला. मग त्या खोदून ठेवलेल्या जमिनीवरून वाट काढत तो स्टुडिओच्या खोपटाकडे निघाला.

त्याने दार ठोकताच आतून मॅलरीचं उत्तर आलं, 'क्षणभर थांबा.'

आत डॉमिनिक आपल्या स्टँडवरून खाली उतरली आणि तिने अंगाभोवती वस्त्र लपेटून घेतलं. मग मॅलरीने दार उघडलं.

'ओः! तू?! आम्हाला वाटलं वॉचमन आला. इतक्या उशीरा कसा काय आलास?'

'गुड इव्हनिंग, मिस फ्रँकन.' त्याच्या अभिवादनाला तिने मानेनेच उत्तर दिलं.

'सॉरी, मी मधेच येऊन त्रास दिला...'

'नाही नाही. ठीक आहे. आमचं काम आज काही पुढे सरकलं नाही. मला हवी असलेली मुद्रा डॉमिनिकला पकडताच येत नाहीये. बस हॉवर्ड. वाजले तरी किती?'

'साडे नऊ. अजून थांबणार असाल तर मी जेवण पाठवून देऊ का?'

'कळत नाही काय करावं... चल एकेक सिगरेट ओढू.'

कच्च्या लाकडांच्या फळ्यांची जमीन, तशाच फळकुटांच्या भिंती, एका कोपऱ्यात लोखंडी स्टोव्ह. बस्स इतकाच जामानिमा होता तिथे. पण मॅलरी एखाद्या गर्भश्रीमंताच्या रुबाबात तिथं वावरत होता. त्याच्या चेहऱ्यावर, कपाळावर मातीचे डाग लागले होते. तो अस्वस्थपणे फेऱ्या घालत सिगरेटचे झुरके घेऊ लागला.

'डॉमिनिक, कपडे करायचे तर कर. मला नाही वाटत आज जास्त काही होईल आता.'

ती काही बोलली नाही. रॉर्ककडे नजर खिळवून ती उभीच होती.

मॅलरी रॉर्कला विचारलं, 'तू या आधीच कसा काय आला नाहीस? अर्थात्, मी कामात असतो

तर तुला आत घेतलंही नसतं म्हणा... पण- आज रात्री तू इथं काय करतो आहेस?'

'काही नाही, सहजच. ही जागा पहाविशी वाटली. लवकर पोहोचू शकलो नाही म्हणून उशीर झाला एवढंच.'

'तुला हेच हवंय का, स्टीव?' डॉमिनिक अचानक म्हणाली. अंगावरचं वस्त्र दूर सारत ती स्टॅण्डवर जाऊन उभी राहिली. मॅलरीने एकदा तिच्याकडे, एकदा रॉर्ककडे पाहिलं. आज दिवसभर तिच्याकडून जे मिळवण्याची तो धडपड करीत होता ते तिने आत्ता बरोब्बर पकडलं होतं. तिचं शरीर ताठ, सरळ असलं तरी त्यात एक अदृश्य ताण होता. मस्तक मागे टाकलेलं, दोन्ही बाहू सरळ रेषेत दो बाजूंना पसरलेले, हातांचे तळवे उंचावलेले. या पोझमधे तर ती गेले कित्येक दिवस उभी रहात होती. पण आता तिचं शरीर जणू जिवंत झालं होतं. इतकं स्थिर असूनही त्यातून लवलव जाणवत होती. त्याला जे पहायचं होतं ते तिच्या शरीरातून फुटत होतं. तिच्या डोळ्यासमोरच्या कुठल्याशा कल्पनेपुढे ती उन्मनी होऊन तल्लीन झाली होती. त्यात अभिमान होता, आनंद होता, आदर होता... साऱ्या भावनांचा कल्लोळ जणू त्या एकतान देहातून उधळत होता. अगदी योग्य क्षण. स्वतः पाहिलेल्या प्रतिमेच्या स्पर्शाने जिवंत झालेला क्षण.

मॅलरीच्या हातातली सिगरेट कुठल्याकुठे भिरकावली गेली. तत्क्षणीच तो स्वतःच्या स्टॅण्डपाशी जाऊन उभा राहिलेला.

'तशीच रहा, डॉमिनिक!' तो ओरडला, 'तशीच रहा... तशीच.'

तो काम करू लागला. डॉमिनिक निश्चल उभी होती.

रॉर्क भिंतीला टेकून तिच्याकडे पहात राहिला.

□ □ □

एप्रिलमधे स्टोडार्ड टेम्पलच्या भिंती जमिनीच्या वर दिसू लागल्या. चांदण्या रात्री, पाण्याखालच्या तरल प्रकाशात न्हाल्यासारख्या त्या शांत सुखद दिसू लागल्या होत्या. कुंपणाच्या उंचउंच भिंती त्यांचं रक्षण करीत उभ्या होत्या.

दिवसभराच्या कामानंतर ते चौघेजण अनेकदा तिथे थांबून रहायचे.- रॉर्क, मॅलरी, डॉमिनिक आणि माइक डॉनिगन. माइकने रॉर्कच्या एकाही बिल्डिंगचं काम चुकवलं नव्हतं.

सगळे कामगार निघून गेल्यावर ते चौघे मॅलरीच्या स्टुडिओत जमायचे. अपूर्ण शिल्पावर ओल्या कापडाचं आवरण पडायचं. वसंताची उबदार चाहूल देणारी झुळूक दारातून आत ये-जा करीत रहायची. बाहेर झाडाच्या झुकल्या फांदीवरच्या तीन नव्या पानांमागून ताऱ्यांनी गच्च भरलेलं आकाश डोकावत रहायचं. नव्या पालवीवर जणू पाण्याच्या थेंबांगत तारेच ठिबकत असायचे.

स्टुडिओत खुर्च्या नव्हत्या. मॅलरी स्टोव्हवर कॉफी नि हॉट डॉग्जची तयारी करायचा. तो आपल्या स्टॅण्डपाशी बसायचा. रॉर्क जमिनीवर पाय पसरून बसायचा, डॉमिनिक छोट्याशा स्टुलावर रेशमी झगा गुंडाळून बसायची.

आपापल्या कामाबद्दल कुणीच बोलत नसे. मॅलरी धमाल गोष्टी सांगायचा आणि डॉमिनिक लहान मुलीसारखी खळखळून हसत रहायची. विषय खास असा काहीही नसायचा. त्यांच्या स्वरांचा आनंदी खळाळच त्यांच्या बोलण्याला अर्थ देत होता जणू. एकमेकांच्या सहवासातला नितळ विसावा. त्यांना एकमेकांबरोबर रहाणं आवडायचं इतकंच. त्यांच्या विश्रांतीला बाहेर उभ्या रहाणाऱ्या भिंतींचा आशीर्वाद होता. आपापली कामं करून त्या भिंतींना अर्थ देणाऱ्या त्या चौघांच्याही उत्फुल्ल आनंदाचा हक्क त्या वास्तूला मान्य होता. त्यांच्या प्रसन्न गप्पांना ती वास्तू एखाद्या गोड गाण्याच्या हळुवार

सुरावटीसारखी साथ करायची. रॉर्कला इतकं गदगदून हसताना डॉमिनिकने कधी पाहिलंच नव्हतं. त्याचा चेहरा किती तरुण, विश्रांत दिसायचा.

कितीतरी वेळ ते जागत बसत. तुटक्याफुटक्या सरमिसळ कपांमधे मॅलरी कॉफी ओतायचा. कॉफीचा दरवळ बाहेरच्या नव्या पालवीच्या वासाला बिलगायचा.

□ □ □

मे महिन्यात ऍक्विटानिया होटेलचं काम थांबलं.

होटेलच्या मालकांपैकी दोघेजण सट्टाबाजारात कफल्लक झाले. तिसऱ्याची मालमत्ता वारसाहक्काच्या दाव्यात गोठवली गेली. चौथ्याने दुसऱ्या कुणाच्यातरी शेअर्समधे घोटाळा केला, आणि त्यात पकडला गेला. त्यांचं कॉर्पोरेशन इतक्या खटल्यांत अडकलं की त्यांचा गुंता सुटायला वर्षानुवर्ष गेली असती. काम अपूर्ण रहाणार होतं. किती काळपर्यंत...

'मी सगळं निस्तरीन. जरूर पडली तर एक दोघांना वरची वाट दाखवीन.' केंट लॅन्सिंगने रॉर्कला सांगितलं. 'मी ते त्यांच्या हातातून खेचून काढीन. आपण हे पूर्ण करायचंय. तू आणि मी. वेळ लागेल... खूपच जास्त वेळ लागेल. मी तुला धीर धरायला सांगत नाही. आपल्यासारख्या माणसांना धीर धरावाच लागतो. चायनीज एक्झेक्यूशनरसारखं. नाहीतर आपण वयाची पंधरा वर्षंही या जगात टिकणं कठीण. धीर तर हवाच... आणि युद्धनौकेसारखी चिलखती वृत्ती.'

एल्सवर्थ टूही डॉमिनिकच्या डेस्कसमोर बसतबसता हसला आणि म्हणाला, 'हं... अनफिनिश्ड सिंफनी,- अपूर्ण रागिणी- थँक गॉड.'

डॉमिनिकने आपल्या कॉलममधे ते वापरलं. 'सेंट्रल पार्क साऊथमधली अनफिनिश्ड सिंफनी'. पण पुढे थँक गॉड मात्र म्हटलं नव्हतं. हे नाव पटकनं सर्वांच्या तोंडी बसलं. एवढ्या गजबजलेल्या महत्त्वाच्या रस्त्यावर ती अपूर्ण, रिकामी, उदास वास्तू पाहून नवखे लोक विचारपूस करीत... आणि ज्यांना हॉवर्ड रॉर्कशी, त्याच्या प्रतिभेशी किंवा वास्तूकलेशी काहीही कर्तव्य नसे ते लोक उत्तर देत... 'ती ना... तीच ती अनफिनिश्ड सिंफनी.'

कधीकधी रॉर्क रात्री बऱ्याच उशीराने तिथे येई. समोरच्या झाडांखाली उभा राहून तिच्या निष्प्राण कलेवराकडे पहात राही. मातीच्या मॉडेलवरून त्याचे हात जसे फिरायचे तसेच आताही तिच्या हवेतल्या आकारावरून फिरत रहात... नकळत. अन् मग कोणताही आकार पूर्णत्वाला नेणारे त्याचे हात रितेपणाने भरून जात.

कधीकधी तो स्वतःला दामटत आतमधे प्रवेश करी. बिनछताच्या, बिनजमिनीच्या खोल्या, पायाखाली करकरणारी लाकडी फळकुटं, कोपऱ्याकोपऱ्यांतून डोकावणाऱ्या लोखंडी सळया... जणू कातडी फाडून हाडं बाहेर डोकावत होती. तो साऱ्यांची वास्तपुस्त करीत चालत राही.

तळमजल्यावर एका छोट्याशा खोलीत रखवालदार रहात असे. तो रॉर्कला ओळखायचा. तो त्याला हवा तितका वेळ फिरू देत असे. एकदा त्याने अचानक रॉर्कला थांबवलं आणि म्हणाला, 'मला एक मुलगा होता... म्हणजे झाला होता. तो जन्मतःच मृत होता.' त्याला काहीतरी सांगायचं होतं. पण ते नीट मांडता आलं नव्हतं. आपल्याला काय म्हणायचंय याची त्याची त्यालाच खात्री नव्हती. पण रॉर्क हसला. क्षणभर डोळे मिटून त्याने त्याच्या वृद्ध खांद्यांवर हाताने थोपटलं. हात हाती घेतल्यासारखा स्पर्श होता तो... आणि तो पुढे गेला.

फक्त पहिले काही आठवडे असं होत राहिलं... मग त्याने स्वतःला ऍक्विटानिया विसरायला भाग पाडलं.

ऑक्टोबरच्या एका संध्याकाळी रॉर्क आणि डॉमिनिक पूर्ण झालेल्या टेम्पलच्या वास्तूमधून फिरत होते. आठवडाभरातच उद्‌घाटन होणार होतं. स्टोडार्ड परतल्याच्या दुसऱ्याच दिवशी. तिथं काम करणारे कामगार, कंत्राटदार सोडले तर ती वास्तू अद्यापि कुणाच्याही दृष्टीस पडली नव्हती.

त्या शांत, नीरव संध्याकाळी त्या वास्तूचा आसमंत अगदी सामसूम होता. सूर्यास्ताचा लालिमा त्या मंदिराच्या फिकट राखी दगडावर पडून उषःप्रभेचाच भास होत होता.

ते दोघे त्या मंदिराकडे पहात थबकले आणि मग आत जाऊन आतल्या संगमरवरी मूर्तीसमोर उभे राहिले. एकमेकांशी काहीही न बोलता. त्यांच्या भोवतीने उभ्या असलेल्या भिंतींना आकार देणाऱ्या हातानेच त्यांच्या भोवतीच्या अवकाशाला घाट आणला होता. संयत नियंत्रणाखाली असल्यासारखा प्रकाश भिंतींवरून हलकेच ओघळत होता. प्रत्येक भिंतीच्या बदलत्या कोनांना त्या प्रकाशामुळे जणू शब्द मिळत होते... भाषणाचं एकेक वाक्य पुरं करीत असल्यासारखा प्रकाश त्यावरून पुढेपुढे सरकत होता.

'रॉर्क...'

'ग्रेस, माय डियरेस्ट?'

'नाही... काही नाही...'

ते गाडीकडे परतले, तेव्हा तिचं मनगट त्याने हातात घट्ट धरून ठेवलं होतं.

❑

१२

स्टोडार्ड मंदिराचं उद्‌घाटन एक नोव्हेम्बरच्या दुपारी होणार असल्याची घोषणा करण्यात आली.

प्रसिद्धी भरपूर झाली होती. प्रेस एजन्टने आपलं काम चोख बजावलं होतं. शहरभर या समारंभाची, हॉवर्ड रॉर्कची चर्चा होती. शहराला या मंदिराच्या रुपाने एक अतीसुंदर वास्तुशिल्प मिळणार अशी अपेक्षा व्यक्त होत होती.

३१ ऑक्टोबरच्या सुप्रभाती हॉप्टन स्टोडार्ड आपल्या जागतिक तीर्थयात्रेहून परतला. एल्सवर्थ टूही त्याला बंदराच्या धक्क्यावरच भेटला.

१ नोव्हेंबर उजाडली आणि हॉप्टन स्टोडार्डने उद्‌घाटन समारंभ रद्द झाल्याचे एका ओळीत सर्वत्र कळवून टाकले.

२ नोव्हेंबरच्या सकाळी न्यू यॉर्क बॅनरच्या 'वन स्मॉल व्हॉइस' या एल्सवर्थ टूहीच्या स्तंभाचं उपशीर्षक होतं 'पावित्र्यभंग'. त्यात लिहिलं होतं-

वॉलरस म्हणे, आता वेळ आली आहे...
बऱ्याच गोष्टी बोलायला हव्यात...
होड्यांबद्दल, जोड्यांबद्दल
भाज्यांबद्दल आणि राजांबद्दल...
- आणि हॉवर्ड रॉर्क बद्दल
वॉलरस म्हणे, आता वेळ आली आहे...
चर्चा करावीच लागेल या प्रश्नांवर-

समुद्र उकळू लागलाय काय...

आणि रॉर्कला पंख आहेत की काय...

□ □ □

आमच्या अत्यंत नावडत्या अशा तत्त्वज्ञाचे शब्द जरा बदलून वापरायचे तर- माशी मारणं हे काही आमचं काम नाही. पण एखादी माशी स्वतःच्या महत्तेबद्दल भलताच भ्रम होऊन जास्तच फडफडू लागते तेव्हा आपल्यापैकी थोरामोठ्यांनाही त्या माशीचा चेंदामेंदा करण्याचं बारीकसं काम करायला वाकणं भाग पडतं.

'अलिकडे कुणा हॉवर्ड रॉर्क या नावाच्या इसमाची जरा जास्तच चर्चा होऊ लागली आहे. पण आपल्याकडे भाषण-स्वातंत्र्याची उच्च परंपरा आहे... आणि अर्थातच त्यात आपला वेळ वाया दवडण्याचे स्वातंत्र्यही अंतर्भूत आहे. असल्या वायफळ चर्चेने तसं फारसं काही बिघडलंही नसतं. ज्याच्या नावावर एक अर्धवट बांधून पडलेली इमारत वगळता काहीही नाही त्या इसमासंबंधी चर्चा न करता तो वेळ लोकांनी सत्कारणी लावला असता तर चार भली कामं तरी पार पडली असती. खरोखरीच काहीही बिघडलं नसतं असल्या चर्चेने- जे हास्यास्पद आहे ते तेवढ्यावरच थांबलं असतं तर कोण काय म्हणणार होतं. पण आता या हास्यास्पदतेतून एक शोकांतिका जन्माला आली आहे. एक घोर फसवणूक त्यातून निर्माण झाली आहे.

'हॉवर्ड रॉर्क- तुमच्यापैकी अनेकांनी त्याचं नाव ऐकलंही नसेल बहुतेक. आणि यापुढे ऐकणारही नाही कदाचित्- हा एक आर्किटेक्ट आहे. एक वर्षापूर्वी त्याच्या खांद्यावर एक अद्वितीय जबाबदारी टाकण्यात आली. एक महान वास्तुशिल्प उभारण्याची जबाबदारी. त्याच्यावर पूर्ण विश्वास असलेल्या त्या व्यक्तीने त्याला स्वतःच्या अनुपस्थितीत आपल्या मनाप्रमाणे काम करण्याचे संपूर्ण स्वातंत्र्य दिले. आपल्या गुन्हेगारी प्रांतातील परिभाषा कलेच्या प्रांतात वापरायची झाली तर असं म्हणता येईल- की या विश्वासाच्या बदल्यात मि. रॉर्क यांनी जे काम केलं ते आध्यात्मिक पातळीवरील अफरातफर म्हणावं असं आहे.

'मि. हॉप्टन स्टोडार्ड, हे एक थोर मानवतावादी सद्गृहस्थ आहेत. या न्यू यॉर्क शहराला आपली भेट म्हणून एक सर्वधर्मांचं मंदिर देण्याची त्यांची इच्छा होती. कोणत्याही धर्मपंथाची बांधिलकी नसलेलं, केवळ मानवी श्रद्धाभावाचं प्रतीक असलेलं एक कॅथिड्रल त्यांना बांधायचं होतं. मि. रॉर्क यांनी त्यांना जे काही बांधून दिलं आहे त्याला फार तर एक गोदाम म्हणता येईल, पण गोदाम म्हणून वापरणंही कठीण जाईल ते. खरं तर ते कुंटणखान्यासाठी चांगलं वापरता येईल... त्यातील एक विशिष्ट शिल्प पाहून तर नक्कीच तसं वाटतं. काहीही असो- या वास्तूला मंदिर म्हणता येणार नाही, हे मात्र निश्चित.

'श्रद्धास्थळांच्या वास्तूंबाबतचे सर्वमान्य संकेत जणू येथे जाणीवपूर्वक, आसुरी वृत्तीने पायदळी तुडवण्यात आले आहेत. सर्व प्रार्थनामंदिरे कशी बंदिस्त असतात, भव्य आणि आवृत्त असतात. हे तथाकथित मंदिर मात्र एखाद्या टपरी नाहीतर ठेल्यासारखं उघडंवाघडं आहे. आत्म्याला एका वेगळ्याच उंचीवर घेऊन जाणाऱ्या, शाश्वताच्या शोधात नश्वरतेची जाणीव देणाऱ्या मंदिराचं वातावरण कसं असावं, मनातून खोलवर एक आर्तता जाणवावी असं घनगंभीर असावं... मानव या चराचराच्या पसाऱ्यात किती कःपदार्थ आहे याचं भान त्यातून जागावं असा त्याचा बाज असावा. पण ही वास्तू मात्र निव्वळ ऐहिकतेची, शारीरपातळीवरील फुटकळ सुखाचीच जाणीव देते. मंदिराच्या वास्तूमधे स्वर्गारोहणाची तृष्णा जागवणाऱ्या उंच उभट रेषांचे अस्तित्त्व गृहीतच असते. स्वतःच्या क्षुद्र स्वार्थाच्या

पलिकडे पहाण्याची मानवी गरजच त्यात प्रतिबिंबित होत असते. पण या अपेक्षेच्या अगदी उलट- ही वास्तू क्षितिजसमांतर पसरली आहे. चिखलात उपडी पडल्यासारखी... आत्मिक सुखापेक्षा लैंगिक सुखाचंच उदात्तीकरण करू पहाते आहे ती जणू. ज्या वास्तूमध्ये माणसं आत्मोद्धाराची आस ठेवून येणार त्या वास्तूच्या गर्भगृहात एका नग्न स्त्रीदेहाचं शिल्प मांडून ठेवलं आहे यातच या वास्तूचा अर्थ समजावा. अधिक काही म्हणायची गरजच उरत नाही.

'मंदिरात प्रवेश करणारा माणूस स्वतःच्या अस्तित्त्वाच्या व्यापतापांपासून मुक्ती मिळवण्यासाठी आलेला असतो. स्वतःचा मीपणा त्याला विसरायचा असतो, स्वतःची क्षुद्रता मान्य करून त्याला क्षमायाचना करायची असते. कारुण्याचा धनी होण्यातच त्याची संपूर्ण तृप्ती होणार असते. ईश्वराच्या दारी आलेल्या माणसाने गुडघे टेकून बसावं यापेक्षा योग्य कृती कोणती? पण मि. रॉर्कनी बांधलेल्या या मंदिरात डोकं ठिकाणावर असलेला कोणताही माणूस गुडघे टेकणारच नाही. ही वास्तू त्याला तसं करू देणार नाही. मग कुठल्या भावनांचा परिपोष करते ही वास्तू? वेगळ्याच आहेत त्या भावना- औद्धत्य, धिःक्कार, अधिक्षेप, आत्मप्रेम... या त्या भावना. हे देवालय नाहीच. एका आत्ममग्न आत्मप्रेमीची ही वास्तू आहे. देवालय नव्हे तर त्या विरुद्ध असलेली ही वास्तू आहे. सर्वच धर्मांची कुचेष्टा करण्याचं औद्धत्य त्यात साधलं आहे. आपण या वास्तूला ईश्वरहीनांची- पागान्सची वास्तू -कदाचित म्हणू शकलो असतो... पण तेही खरं नाही, कारण पागान्स हे अतिशय कलात्मक वास्तूशिल्पी होते.

'या स्तंभातून कधीही कुठल्याही धार्मिकतेला समर्थन दिले जात नाही. पण तरीही एक अगदी प्राथमिक सौजन्य आम्ही पाळतो. आमच्या बांधवांच्या धर्मश्रद्धांचा आम्ही योग्य तो आदर करतो. आम्हाला मनापासून वाटलं, की जाणीवपूर्वक धर्मकल्पनांवर केलेल्या या आघाताचं स्वरुप लोकांना समजावून देणं गरजेचं आहे. पावित्र्यभंगाचा हा निंद्य प्रयत्न असा नजरेआड करून चालणार नाही.

'या स्तंभातून केवळ वास्तुशास्त्रीय वैशिष्ट्यांचीच मीमांसा केली जाते याचा आम्हाला विसर पडला असे कुणीही समजू नये. एवढंच सांगावंसं वाटतं की या बाबतीत त्या मीमांसेचे प्रयोजनच नाही. सुमार दर्जाच्या कृतीची समीक्षा केली तर क्षुद्रतेचे उदात्तीकरण केल्याचाच दोष लागतो. या हॉवर्ड रॉर्कने पूर्वीही काही रचना केल्याचे अंधुक स्मरते. त्यातही अशीच स्वस्त दिखाऊगिरी केली होती त्याने. क्षमता नसताना महत्त्वाकांक्षेने पछाडलेल्या मनोवृत्तीची साक्ष होती त्यातही. दुर्दैवाने, ईश्वराने जन्माला घातलेल्या सर्वच प्रतिभावंतांना पंख असतातच असे नाही...

'एवढेच, मित्रहो, एवढेच. आजचे काम संपले याचा मनःपूर्वक आनंद आहे आम्हाला. मृत्यूलेख लिहिण्यातून आम्हाला यत्किंचितही आनंद मिळत नाही हे सत्य आहे.'

□ □ □

३ नोव्हेंबरला हॉप्टन स्टोडार्डने हॉवर्ड रॉर्कविरुद्ध करारभंगाचा, अपहाराचा खटला गुदरला. त्याने नुकसानभरपाईची मागणी केली. दुसऱ्या आर्किटेक्टकडून या मंदिरात फेरफार करून घेण्यासाठी पुरेशी रक्कम त्याने नुकसानभरपाईदाखल मागितली होती.

हॉप्टन स्टोडार्डचं मन वळवणं अगदीच सोपं होतं. तो त्याच्या जागतिक तीर्थयात्रेवरून परतला तोच जगभरातल्या सर्व धर्मांच्या शिकवणीचं ओझं वागवत. जवळपास सर्व धर्मांच्या शिकवणुकीनुसार त्याने आजवर केलेल्या पापांची सजा नरकातच भोगावी लागणार हे आता त्याला नक्की माहीत झालं होतं. पृथ्वीच्या पाठीवर कुठेही गेला तरी ते त्याला टाळता येणार नव्हतं. कुठल्याही धर्माचा स्वीकार केला असता तरीही त्याला मृत्यूपश्चात मिळणाऱ्या रौरवनरकापासून सुटका नव्हती हे त्याला स्वच्छ

समजलं होतं. त्याचं मन पार पोखरून निघालेलं. त्याच्या परतीच्या प्रवासात त्याच्या जहाजावरच्या नाविकांना सेवकांना या म्हाताऱ्याला वेड लागल्याची खात्रीच पटली होती.

तो परतला त्या दुपारीच एल्सवर्थ टूही त्याला त्याच्या मंदिराकडे घेऊन गेला. टूही काहीही बोलला नाही. हॉप्टन स्टोडार्ड पहातच राहिला... आणि मग त्याचे खोटे दात कडकड वाजल्याचा आवाज टूहीच्या कानावर येत राहिला. स्टोडार्डने जगभरात पाहिलेल्या कुठल्याच मंदिराशी या वास्तूचं साधर्म्य नव्हतं. त्याच्या अपेक्षेशी पूर्णतः विसंगत होती ती. काय विचार करावा, त्याला सुचेना. त्याने फार विकल होऊन डोळ्यात याचनेचे भाव आणून टूहीकडे पाहिलं... त्याच्या मिटीमिटी बुबुळांची लिबलिबित जेलीच झालेली जणू. त्या क्षणी टूही त्याला काहीही पटवू शकला असता. टूही बोलू लागला. नंतर त्याने त्याच्या स्तंभात जे लिहून काढलं तेच सारं त्याने त्याला ऐकवलं.

'पण तू तर म्हणालेलास- रॉर्क खूपच चांगला आर्किटेक्ट आहे म्हणून!' स्टोडार्ड अस्वस्थ होत म्हणाला.

'माझी तशीच अपेक्षा होती त्याच्याकडून.' टूही थंडपणे उत्तरला.

'पण मग असं का झालं?'

'मला नाही माहीत ते.' टूहीची नजर सारा ठपका स्टोडार्डवरच ठेवत होती. जणू त्याची पापंच या सर्वाला जबाबदार आहेत असं तो उघड सुचवत होता.

गाडीने घरी परतताना टूही स्टोडार्डशी अवाक्षरही बोलला नाही. स्टोडार्ड त्याच्या विनवण्या करीत राहिला. त्याने काहीतरी बोलावं म्हणून आर्जवत राहिला. पण तो गप्पच राहिला. त्याच्या या मख्ख आविर्भावाने स्टोडार्ड पुरता भेदरून गेला. त्याच्या घरात शिरल्यावर टूहीने त्याला आधी खाली बसू दिलं. मग स्वतः त्याला सामोरा उभा रहात एखाद्या न्यायाधीशाच्या गंभीर आविर्भावात तो बोलू लागला.

'हॉप्टन,... मी समजू शकतोय... हे का झालं असावं...'

'का? ...का झालं असावं?'

'मी तुला चुकीचा सल्ला मुद्दाम देईन असं वाटतं का तुला? काही कारण?'

'नाही नाही... शक्यच नाही. तुला यातलं सर्वात चांगलं कळतं. तुझ्याइतका प्रामाणिक माणूस या जगात शोधून सापडणार नाही. पण... पण हे असं का व्हावं- ते मला समजत नाही. अजिबातच समजत नाही.'

'मला समजतंय. मी रॉर्कचं नाव सुचवलं तेव्हा मला अगदी मनापासून खात्री होती की तो जे काही बांधेल ते सुंदरच बांधेल. अगदी प्रामाणिकपणेच काम करेल. पण त्याने तसं केलं नाही. हॉप्टन, माणसाने ठरवलेल्या सर्व गणितांवर, योजनांवर एकच शक्ती पाणी फिरवू शकते, हो ना?'

'क-क-कसली शक्ती?'

'तुझी ही भेट खुद्द ईश्वरानेच नाकारली आहे म्हण. त्यानेच हा मार्ग शोधला आहे तुझ्या धिक्काराचा. एखादं मंदिर तुझ्याकडून बांधलं जावं अशी तुझी पात्रता नाही हे देवाला कळलं... हा देवाचा निर्णय आहे. तू मला कदाचित् फसवू शकशील, हॉप्टन... इतरांनाही फसवू शकशील. पण देवाला नाही फसवू शकलास. तुझी कारकीर्द मी समजतो त्याहूनही भीषण, काळीकुट्ट असणार- हे तो जाणून असणारच.'

समोरच्या निःशब्द झालेल्या भयभीत हाडामांसाच्या गाठोड्याशी तो कितीतरी वेळ संथ स्वरात, कठोरपणे बोलत राहिला. अखेर तो म्हणाला, 'तुला नेमकं काय करायचंय? क्षमायाचना करायची आहे की क्षमा विकत घ्यायची आहे देवाकडून?! मंदिर बांधणाऱ्याचं हृदय मुळात निर्मळ असावं

लागतं, पवित्र असावं लागतं. तुला तिथवर पोहोचायचं तर तुला कितीतरी पायऱ्या पार कराव्या लागतील आधी. देवाची क्षमा मिळवण्याआधी आपल्या बांधवांकडून क्षमा मिळवावी लागेल. त्या बांधवांसाठी आधी काहीतरी करायला हवं होतंस तू. या इमारतीचं मंदिर बनू शकत नाही ते त्याचमुळे. या इमारतीत कदाचित् दुसरं काहीही बसू शकेल- समाजकल्याणाचं काम करणारी एखादी संस्था त्यात वसू शकेल- मतिमंद मुलांसाठी कार्य करणारी संस्था राहू शकेल कदाचित्-'

हॉप्टन स्टोडार्ड या गोष्टीला ताबडतोब कबूल झाला नाही. 'नंतर बघू एल्सवर्थ... नंतर... मला थोडा वेळ दे.' तो सुस्कारला.

पण एल्सवर्थ टूहीची रॉर्कवर खटला भरून त्या वास्तूत फेरफार करण्यासाठी भरपाई मागण्याची सूचना त्याने लगेच मान्य केली. काय फेरफार करायचे ते नंतर बघू म्हणाला होता तो.

'या प्रकरणात मी यापुढे जे काही लिहेन किंवा बोलेन त्याचं आश्चर्य वाटून घेऊ नकोस.' निघता निघता त्याने सांगितलं, 'काही गोष्टी खऱ्या नसल्या तरी मला लिहिणं भाग पडणार आहे. मला माझं नाव वाचवायचंय या प्रकारापासून. चूक तुझी आहे, माझी नाही. रॉर्कला काम द्यायला मी सांगितलं हे कुणालाही न सांगण्याचं वचन दिलं आहेस तू मला. लक्षात ठेव.'

दुसऱ्याच दिवशी 'बॅनर'मधे 'पावित्र्यभंग' छापून आलं आणि सुरुंगाची वात निघाली. स्टोडार्डने भरलेल्या खटल्यामुळे बत्तीही लागली, आणि एकच हलकल्लोळ माजला.

एखाद्या इमारतीबद्दल एवढा कालवा कुणी केला नसता. पण हल्ला धार्मिक कल्पनेवर झाला होता. त्यांच्या प्रसिद्धीच्या दलालाने वातावरण सज्ज करून ठेवलं होतं. लोकांचं लक्ष प्रत्यंचेसारखं ताणलं गेलं होतं... असल्या विषयाचा खूप जणांना चांगला उपयोग करून घेता येणार होता.

हॉवर्ड रॉर्क आणि त्याच्या मंदिराबद्दल जो सार्वजनिक संताप उफाळून आला त्याचं एल्सवर्थ टूही सोडून सर्वांनाच नवल वाटलं. धर्मगुरूंनी आपापल्या धार्मिक प्रवचनांत या वास्तूचा निषेध केला. महिला मंडळांनी निषेधाचे ठराव केले. काही दक्ष मातांनी एकत्र येऊन एक समिती स्थापन केल्याचंही वृत्तपत्रांच्या पान आठवर छापून आलं. मुलांचं रक्षण होण्यासाठी काहीबाही सांगणारा बराच आक्रस्ताळा अर्ज त्यांनी तयार केला होता. एका सुप्रसिद्ध चित्रतारकेने एक लेख लिहून सर्व कला कशा एकात्मिक असतात वगैरे विश्लेषण केलं आणि मग स्टोडार्ड मंदिराच्या वास्तूमध्ये रचनात्मक उच्चाराचा अभाव आहे हे ठासून सांगितलं. बायबलवर आधारित एका नाटकात तिने एकदा मेरी मॅग्डालीनचं काम केलं होतं त्यावेळच्या आठवणीही त्यातच लिहिल्या होत्या तिने. एका लब्धप्रतिष्ठित उच्चभ्रू स्त्रीने स्वतःच्या साहसी जंगलप्रवासात दिसलेल्या मंदिरांची वर्णनं करणारा एक लेख लिहिला. रानटी जमातींची श्रद्धा कशी सहृदय असते, हृदयस्पर्शी असते, भावपूर्ण असते वगैरे सांगून झाल्यावर आधुनिक मनुष्य हा नकारात्मक झाल्याची टीका तिने केली होती. स्टोडार्ड मंदिराची वास्तू आजच्या समाजाच्या लिबलिबित सडकेपणाचंच द्योतक असल्याचं तिने म्हटलं होतं. लेखाबरोबर छापलेल्या तिच्या फोटोत तंग तुमान घालून मृत सिंहाच्या मानेवर आपले नाजूकसे पाऊल रोवून ती उभी असल्याचं दिसत होतं. एका महाविद्यालयीन प्राध्यापकाने वाचकांची पत्रे सदरात एक पत्र लिहिलं होतं- आपल्याला आलेले आध्यात्मिक अनुभव लिहून झाल्यावर, असले आध्यात्मिक अनुभव स्टोडार्ड मंदिरासारख्या वास्तूत येणं शक्यच नाही हे त्याने सांगून टाकलं होतं. किकी हॉलकोम्बने जीवन आणि मृत्यू या विषयावर आपले विचार संपादकांस पत्र लिहून कळवले.

एजीएने एक परिपत्रक काढून स्टोडार्ड मंदिराची वास्तू ही आध्यात्मिकदृष्ट्या आणि कलात्मकदृष्ट्या निव्वळ फसवणूक असल्याचं निवेदन दिलं. अमेरिकन बिल्डर्स, रायटर्स, आर्टिस्ट्स यांच्या कौन्सिल्सनी जवळपास असलीच पत्रकं जरा अधिक भडक, शिवराळ भाषेत काढली. त्यांचं

अस्तित्त्व आजवर कुणाला माहीतही नव्हतं, पण अखेर संघटनाचं बळ महत्त्वाचं होतं. त्यामुळे त्यांच्या मताला वजन होतं. कुणीतरी कुणालातरी विचारायचा, 'अरे तू ऐकलंस की नाही? कौन्सिल ऑफ अमेरिकन बिल्डर्सने पत्रक काढलंय, ते म्हणतात स्टोडार्ड मंदिराची वास्तू म्हणजे आर्किटेक्चरल कचरपट्टी आहे.' आपल्याला कलाप्रांताची किती जवळून जाण आहे हे त्यातून आपोआपच ध्वनित व्हायचं. ऐकणारालाही आपल्याला अशा कुठल्या संस्थेची माहिती नाही असं दर्शवून थोडंच चालणार? तोही म्हणायचा, 'हो तर. मला वाटलंच होतं ते असं जाहीरपणे म्हणणार हे.'

हॉप्टन स्टोडार्डला सहानुभूतीची इतकी पत्रं आली की त्याला जरा मस्तच वाटू लागलं. त्याला एवढी लोकप्रियता कधीच लाभली नव्हती. एल्सवर्थचं बरोबरच होतं- तो विचार करू लागला- आपले बांधव आपल्याला क्षमा करू लागले आहेत. एल्सवर्थचं नेहमीच बरोबर असतं.

जरा दर्जेदार वृत्तपत्रांनी काही दिवसांनंतर या बातमीचा पाठपुरावा सोडून दिला. पण बॅनरने मात्र ती जिवंत ठेवली. बॅनरला आयताच विषय मिळाला चघळायला. गेल वायनान्ड शहरात नव्हता. हिंदी महासागरात कुठेतरी आपली विलासी नौका घेऊन तो भटकत होता. आणि आल्वा स्कॅरेटला कसलीतरी मोहीम चालवायला विषय हवा होता. मस्त विषय मिळाला त्याला. एल्सवर्थ टूहीला त्याला फार काही सांगावंच लागलं नाही. स्कॅरेट स्वतःच लाट बनवून त्यावर स्वार झाला.

त्यानं कायकाय लिहिलं. संस्कृतीच्या ऱ्हासाबद्दल लिहिलं, भावभोळ्या भक्तीचे, श्रद्धेचे दिवस संपल्याबद्दल चिंता व्यक्त केली. 'मी चर्चमधे का जातो/जाते' या विषयावर त्याने शालेय विद्यार्थ्यांसाठी बॅनर-निबंधस्पर्धा जाहीर केली. 'आमच्या बालपणीची चर्चेस' अशी एक लेखमाला भरपूर छायाचित्रांची जोड देऊन सुरू केली. गतकाळातील धर्मस्थळे, धार्मिक शिल्पे यांची छायाचित्रे छापण्याचा सपाटा लावला. स्फिंक्स, व्याघ्रमुखे, टोटेम-पोल्स यांचे फोटो छापायचे आणि शेजारीच डॉमिनिकच्या पुतळ्याचा भलामोठा फोटोही. त्या पुतळ्याखाली त्या निर्भत्सना करणाऱ्या ओळी असायच्याच. फक्त मॉडेलचं नाव तेवढं छापलं नाही त्याने. त्याने रॉर्कची व्यंगचित्रही काढून घेतली. अस्वलाचं कातडं पांघरून, हाती काटेरी सोटा घेतलेला रानटी रॉर्क... टॉवर ऑफ बॅबल कसा स्वर्गापर्यंत पोहोचला नाही, मेणाचे पंख लावून उडू पहाणारा इकॅरस कसा खाली आपटला वगैरे मिथकांचे संदर्भ वापरून त्याने विनोद पेरला.

एल्सवर्थ टूही शांतपणे गंमत पहात राहिला. त्याने केवळ दोन किरकोळ सूचना केल्या. बॅनरच्या फोटोग्राफी मॉर्गमधे त्याला रॉर्कचा तो फोटो मिळाला. एनराइट हाऊसच्या उद्घाटनाच्या वेळी आनंदात, अभिमानात चिंब भिजलेली रॉर्कची वर उचललेली मुद्रा पाहून त्या तरूण छायाचित्रकाराने काढलेला फोटो. एल्सवर्थने तो बॅनरमधे छापायला दिला आणि खाली ओळी टाकल्या 'झालं का समाधान, मि. सुपरमॅन?' दुसरी सूचना त्याने स्टोडार्डला केली की खटला सुरू होईपर्यंत ते मंदिर लोकांना पहाण्यासाठी खुलं करावं. आणि लोकांनी तिथं खूपच गर्दी केली. बहुतेकांनी डॉमिनिकच्या पुतळ्याच्या दगडी चौथऱ्यावर अश्लील वाक्य, चित्रं खरडली.

हाताच्या बोटांवर मोजण्यासारखे लोक असेही होते की, ज्यांना ती वास्तू आवडली. पण ते सहसा शांत रहाणारे लोक होते. असल्या जाहीर चर्चांमध्ये भाग घेण्याचा त्यांचा पिंडच नव्हता. रॉर्क आणि ती वास्तू यांच्या बाजूने ऑस्टिन हेलरने एक जहाल लेख लिहिला. पण तो ना आर्किटेक्चरमधला तज्ज्ञ होता ना धर्मशास्त्रातला. एकंदर गदारोळात त्याचा लेख कुठल्या कुठे बुडून गेला.

हॉवर्ड रॉर्क काहीही करत नव्हता, काहीही म्हणत नव्हता.

त्याची प्रतिक्रिया मागण्यात आली तेव्हा त्याने काही पत्रकारांना आपल्या ऑफिसमधे बोलावलं. त्याच्या स्वरात रागाचा लवलेशही नव्हता. तो इतकंच म्हणाला, 'माझ्या इमारतीबद्दल मी कुणाला

काय सांगू. इतरांच्या मेंदूत कोंबण्यासाठी निरर्थक शब्दांची भेंडोळी तयार करणं हे इतरांचा अवमान केल्यासारखं आहे आणि माझा स्वतःचाही. पण तुम्ही इथे आलात याचा आनंद आहे. मला काहीतरी निश्चितच सांगायचंय. या विषयाचा विचार करणाऱ्या प्रत्येकाला मी एकच गोष्ट करायची विनंती करेन- तुम्ही स्वतः तिथे जाऊन ती वास्तू पहा, आणि मग तिच्याबद्दल बोलावंसं वाटलंच तर स्वतःच्या मनाचे शब्द वापरा.'

बॅनरने ही मुलाखत अशी छापली-

'प्रसिद्धीच्या हव्यासाने पछाडलेल्या रॉर्क महाशयांनी पत्रकारांशी बोलताना आपल्या औद्धत्याचे चांगलेच दर्शन घडवले. लोकमत हे निरर्थक असते असे सांगून त्यांनी अधिक काही बोलण्यास नकार दिला, पण त्यातही स्वतःच्या जाहिरातबाजीची संधी सोडली नाही. त्यांनीच स्पष्ट केल्यानुसार जास्तीत जास्त लोकांनी त्यांची ती वास्तू पहावी यापलिकडे कशातही त्यांना रस नाही.'

रॉर्कने वकील द्यायला नकार दिला. स्वतःची बाजू स्वतःच लढवण्याचा निर्णय त्याने घेतला. ऑस्टिन हेलरने त्याला बरेच रागे भरले. निदान बाजू कशी मांडणार ते तरी सांग म्हटलं. पण त्याने त्याला काहीही सांगितलं नाही. तो म्हणाला, 'ऑस्टिन, काही सार्वजनिक नियम पाळतो ना मी... सारंकाही इतरांसारखं करतोच ना मी. इतरांसारखे कपडे घालतो, तसंच जेवतो, तेच रस्ते वापरतो. पण काही गोष्टी नाही करू शकत मी इतरांसारख्या... आणि ही एक गोष्ट त्यातली आहे.'

'अरे, पण तुला कायदे-कानू काहीतरी माहीत आहेत का? तो चुटकीसरसा जिंकेल अशाने.'

'काय जिंकेल?'

'हा खटला!'

'खटल्याला काय महत्त्व आहे या? तो हरला तरीही त्याने या वास्तूत काही फेरफार करू नये यासाठी मी काहीच करू शकत नाही. त्यावर त्याची मालकी आहे. ती वास्तू तो सुरुंगाने उडवून देऊन या पृथ्वीतलावरून पार नाहीशी करू शकतो. तो तिचं काहीही करू शकतो, च्युईंगगमचा कारखाना सुरू करू शकतो तिथं काहीही करू शकतो. मी खटला हरलो किंवा जिंकलो तरीही त्याचा तो अधिकार अबाधितच राहील.'

'-हो पण ते करण्यासाठी तुझ्याकडून पैसे वसूल का करू द्यायचे त्याला?'

'हं... कदाचित् तो माझ्याकडून त्यासाठी पैसा वसूल करू शकेल.'

स्टीवन मॅलरीने कशावरही काहीही मत व्यक्त केलं नाही. पण पुन्हा एकदा त्याचा चेहरा त्यांच्या पहिल्या भेटीत जसा दिसला होता तसाच दिसू लागला होता.

'स्टीव, बोल ना काहीतरी. तुला बरं वाटेल. तुझं दडपण कमी होईल.' रॉर्क त्याला म्हणाला.

'काय बोलायचं त्यात. मी तुला म्हटलंच होतं- ते तुला टिकू देणार नाहीत...' तो निर्विकारपणे बोलला.

'काहीतरीच. माझी काळजी सोड तू...'

'तुझी काळजी नाही... काळजी करून उपयोग तरी काय? काळजी दुसरीच आहे.'

नंतर एकदा स्टीवन मॅलरी खिडकीच्या चौकटीत बसून रस्त्याकडे बघत बसला होता. तो अचानक उद्गारला, 'हॉवर्ड, तुला आठवतं एकदा मी तुला म्हणालेलो- मला त्या श्वापदाची भीती वाटते म्हणून? त्या वेळी मला एल्सवर्थ टूहीची काहीही माहिती नव्हती तशी. मी त्याच्यावर गोळी झाडली त्या आधी मला हाच तो एल्सवर्थ टूही असं माहीतही नव्हतं. त्याचे लेख वाचले होते इतकंच. हॉवर्ड, मी त्याला मारायचा प्रयत्न केला कारण मला तेव्हाही वाटलं होतं की त्या पिसाट अस्तित्त्वाची, त्या श्वापदाची त्याला चांगलीच ओळख आहे... त्याच्या कह्यात असावं ते श्वापद...'

स्टोडार्डने खटला भरण्याचं जाहीर केलं त्या संध्याकाळी डॉमिनिक रॉर्कच्या घरी आली. पर्स टेबलवर ठेवून हातमोजे काढत टेबलपाशी बराचवेळ निःशब्दपणे उभी राहिली. त्याच्या या खोलीत ती जे निकट सहवासाचे क्षण उपभोगत होती ते जणू तिला थोडे लांबवायचे होते... तिने नजर काही क्षण स्वतःच्या बोटांवर खिळवून ठेवली. मग तिने नजर उचलली. तिची नजर म्हणत होती... तुझ्या वाट्याला आलेलं दुःख, यातना मला समजू शकतात, त्या माझ्याही आहेत आणि मी ही त्या साहते आहे... काही बोलायचं नाहीये त्यावर मला.

'चुकतेस तू...' तो म्हणाला. ते असे अनेकदा मध्यातूनच संवाद सुरू करू शकत. त्याचा स्वर अगदी हळुवार होता, 'मला असं काहीही वाटत नाहीये.'

'मला नाही जाणून घ्यायचं काहीही...'

'तुला कळायला हवं... जे मला वाटतं आहे त्यापेक्षा तू फारच जास्त कटु कल्पना करते आहेस. ते ती वास्तू नष्ट करणार आहेत- याचं खरंच मला फार काही वाटत नाही. कदाचित् असंही असू असेल- त्या दुःखाची तीव्रता इतकी जास्त असेल... माझ्या जाणिवेच्याही पलिकडची... पण तसं नसावं. तुला माझ्या दुःखाचं ओझं वाहायचं असेल तर वहा... पण माझ्या खांद्यावर आहे त्यापेक्षा जास्त नको जड करून घेऊ ते. तुला सांगू, मला दुःख भोगणं तसं जमतंच नाही. कधीच नाही जमलं. एका बिंदूपाशी जाऊन मग थांबून जातं ते. जोवर दुःखापासून अस्पर्शसा एक बिंदू माझ्यात शिल्लक असतो, तोवर ते दुःख मला नाही गिळू शकत. अशी पाहू नकोस तू...'

'कुठे थांबतं ते?'

'अशा टप्प्यावर- की ज्यानंतर मला बाकी कसलाच विचार शिवत नाही, भावना ग्रासत नाही- आठवतं ते इतकंच की मी त्या मंदिराला आकार दिला होता... मी ते बांधलं. त्यापुढे मला इतर काहीही महत्त्वाचं वाटत नाही.'

'तू ते बांधायलाच नको होतंस. ते त्याचं जे काही करणार आहेत ते शक्य होण्यासाठी तूच ते त्यांच्या हाती दिलंस.'

'त्याने काय फरक पडतो? त्यांनी अगदी ते समूळ नष्ट केलं तरीही काही फरक पडणार नाही. ते अस्तित्त्वात आलं होतं हे सत्य त्यामुळे बदलत नाही.'

तिने मान झटकली, 'तुझ्याकडून मी कामं हिसकावून घेत होते तेव्हा मी तुला कसल्या गोष्टींपासून वाचवू पहात होते हे कळतंय तुला? हे असं काही करण्याचा त्यांना काही अधिकारच मिळू द्यायचा नव्हता मला. तू बांधलेल्या वास्तूत रहाण्याचा अधिकार त्यांना मिळवू द्यायचा नव्हता मला... तुला त्यांचा स्पर्शच होऊ द्यायचा नव्हता मला... कोणत्याही प्रकारे...'

□ □ □

डॉमिनिक जेव्हा टूहीच्या ऑफिसमधे गेली तेव्हा त्याच्या मुद्रेवर स्वागताचं उत्सुक हसू फुटलं... अगदी मनापासून हसला तो. पण हसता हसता त्याच्या चेहऱ्यावर निराशा पसरत गेली आणि भुवया उंचावून तो पहात राहिला तेव्हा ओठावरचं हसू पुसण्याचंही भान त्याला राहिलं नाही. क्षणभर त्याचा चेहरा विचित्र भासला- ओठांवर हसू आणि डोळ्यांत निराशा. तो निराश झाला कारण तिच्या येण्यात नेहमीसारखी नाट्यपूर्णता नव्हती. तिच्या मुद्रेवर ना राग होता ना मिस्किल भाव होते. व्यावसायिक कामासाठी आलेल्या अनोळखी माणसासारखी ती आत शिरली होती.

-आणि तिने विचारलं, 'तू काय साध्य करू इच्छितोस यातून.'

नेहमीच्या रसरशीत शत्रुत्वाच्या भावनेला फुंकर घालण्याचा प्रयत्न करीत तो म्हणाला, 'बस,

बस, माय डियर, तुला पाहून किती बरं वाटलं मला, काय सांगू... कबूल करतो, फारच बरं वाटलं. किती वेळ लावलास यायला. तू या आधीच येशील अशी अपेक्षा होती माझी. माझ्या त्या छोट्याशा लेखावर किती तरी कौतुकाचा वर्षाव झाला... पण खरंच सांगतो- मजा नाही आली काही. तुझं काय म्हणणं आहे ते ऐकायचंय मला.'

'तू काय साध्य करू पहातो आहेस यातून?'

'हे बघ, डार्लिंग, तुझ्या त्या उदात्तउन्नत पुतळ्याबद्दल मी जे लिहिलं ते फारसं मनावर घेणार नाहीस तू मला वाटतं. मला वाटलं तू समजून घेशील... त्यावर काहीच न लिहिणं बरोबर ठरलं नसतं.'

'या खटल्यामागचा हेतू काय?'

'ओः... बरं तर... मला बोलतं करायचा चंगच बांधून आली आहेस तर... तुझं बोलणं ऐकायची किती तीव्र मनीषा बाळगून होतो मी. पण ठीक आहे- काहीच नसण्यापेक्षा अर्धा आनंद तर पदरी पाडून घेऊ दे मला... मला बोलायचं तर आहेच. किती आतुरतेने वाट पहात होतो मी तुझी. पण तू अशी उभी का, बस ना आरामात... नाही? ठीक आहे- तुझी इच्छा... उभ्याउभ्या पळून जात नाहीस तोवर ठीक आहे. हं... तर काय? खटला ना? खटल्यामागचा हेतू उघडच आहे की...'

'त्याला थांबवण्यासाठी काय उपयोग होणार खटल्याचा?' तिने विचारलं. आकडेवारी फेकण्याच्या तयारीत असल्यासारखा सूर होता तिचा. 'काय सिद्ध होणार त्यातून? तो हरला किंवा जिंकला तरीही... हा सगळा प्रकार म्हणजे झुंडीला मोकळे रान देणारा खेळ आहे- गलिच्छ आणि निरर्थक. तू तुझा वेळ असल्या फालतू बकवास गोष्टींमध्ये घालवत असशील असं वाटलं नव्हतं मला. ख्रिसमसचीही वाट पहायला नको- इतक्या लवकर सगळं विस्मरणात जाणार आहे हे.'

'अरे देवा... इतका का अपयशी ठरलो मी! मला वाटलं नव्हतं मी शिक्षक म्हणून इतका वाईट आहे असं. माझ्या संपर्कात दोन वर्षं काढूनही तू काहीच शिकली नाहीस! फारच निराशा करते आहेस तू माझी! आणि माझ्या माहितीतली तू सर्वात बुद्धिमान स्त्री आहेस... म्हणजे माझंच काहीतरी चुकलं असणार. बरं तर... बघू या... एक गोष्ट तर तुला चांगली कळली आहे- की मी माझा वेळ फालतू बकवास गोष्टींमध्ये वाया घालवत नाही. अगदी बरोबर. नाहीच घालवत. हे ही बरोबर आहे, माय डियर, की ख्रिसमसच्या आधीच या साऱ्याचा लोकांना विसर पडलेला असेल. आणि 'हेच' फार महत्त्वाचं आहे. हेच साध्य आहे. असं पहा की एखादा विषय जिवंत असेल तर त्याला आपण त्याविरोधात काहीतरी करू शकतो. तेच जर त्या विषयातली जान निघून गेली की तुम्ही त्याविरोधात काय बोलणार? सगळ्याच कलेवरांप्रमाणे एखाद्या विषयाचं कलेवर देखील पूर्णपणे नाहीसं होत नाही बरं! मागे काही ना काही सडत ठेवून जातं. तुमच्या नावामागे त्याचा सडका वास रेंगाळणं फार धोकादायक. आता पहा, मि. हॉप्टन स्टोडार्ड यांची कुणाला आठवणही रहाणार नाही. मंदिराची वास्तू सगळेजण विसरूनच जातील. खटलाही विस्मरणात जाईल. शिल्लक काय राहील माहीते? सांगतो- 'अं... हॉवर्ड रॉर्क? अरे असल्या माणसावर कुठे भिस्त ठेवायला निघालास? तो तर धर्मद्वेष्टा आहे. अगदीच अनीतीमान. पहिली गोष्ट म्हणजे तो तुला बांधकामाच्या पैशाच्या व्यवहारात गोत्यात आणेल.' 'रॉर्क? तो काही भला माणूस नाही. अरे तो रे- त्याच्या एका गिऱ्हाइकाला अखेर त्याच्यावर खटला गुदरावा लागला, कारण त्याने त्याच्या बिल्डिंगची वाट लावली.' 'रॉर्क? रॉर्क? थांब हं जरा... काय बरं होतं... तोच ना तो? त्याच्याबद्दल पेपरांत बरंच कायकाय छापून येत होतं. काहीतरी भानगड होती बाबा. काय ते नीट आठवत नाही. काहीतरी गडबड केलेली त्याने. त्या बिल्डिंगच्या मालकाने- काहीतरी भयंकरच बांधून ठेवलेलं त्याने- त्यासाठी मग त्याच्यावर केस

टाकलेली शेवटी. असल्या भानगडबाज माणसाशी आपल्याला काय घेणं बाबा? एवढे चांगलेचांगले आर्किटेक्ट्स् बाजारात असताना त्याच्या वाटेला जायचंच कशाला?' यासारख्या गोष्टींशी झगडून पहा बरं, माय डियर. सांग मला, कोणत्या प्रकारे याचा सामना करशील तू? विशेषतः जेव्हा तुमच्याकडे सामना करण्यासाठी स्वतःची प्रतिभा सोडली तर अन्य काहीही शस्त्र नाही. आणि प्रतिभा- ती या जगात शस्त्र म्हणण्यापेक्षा दंडाबेडीच जास्त ठरते.'

तिच्या डोळ्यांत निराशा उतरली. तिची नजर सुन्नपणे ऐकत होती. त्यात राग उतरत नव्हता. ती त्याच्या टेबलसमोर ताठ कण्याने, संयत मुद्रेने उभी होती. वादळात गस्त देत उभा असलेला सैनिक जसा वादळाचे तडाखे सोसत उभा असतो, सहनशक्तीची मर्यादा संपली तरी हे सहन करणं आपल्याला भाग आहे हे माहीत असतं त्याला... तशीच ती उभी होती.

'मी आणखी बोलत रहावं अशी तुझी अपेक्षा आहे, उघड आहे.' टूही म्हणाला,'कळतेय ना तुला मृतप्राय विषयाची परिणामकारकता? तुम्ही त्यापासून सुटका करून घेऊ शकत नाही. आपली बाजू मांडू शकत नाही. स्पष्टीकरण देऊ शकत नाही. कुणाला ऐकून घेण्यात रसच नसतो. प्रसिद्धी मिळवणं हे सोपं काम नाही. आणि एकदा मिळवली की तिचा पोत आपण बदलू शकत नाही. एखाद्या आर्किटेक्टला धुळीला मिळवायचं तर तो केवळ वाईट आर्किटेक्ट आहे एवढं म्हणून काही होत नाही. पण तो नास्तिक आहे, किंवा तो कोर्टकचेऱ्यांत अडकलाय, किंवा तो अमुकढमुक बाईबरोबर झोपतो, किंवा तो विकृत आहे, माशा पकडून त्यांचे पंख उपटतो असलं काही तरी लोकमानसात पसरलं की तो अगदी सहज धुळीला मिळू शकतो. तू म्हणशील या बोलण्यात काही शहाणपणा नाही, हो ना? खरंय, अजिबात शहाणपणा नाही. आणि म्हणूनच ते खरं ठरतं. शहाणपणा किंवा विचारीपणाशी विचारीपणाने झगडता येतं. अविचाराशी कसं काय झगडणार तुम्ही? तुझी अडचण कुठे होते मी सांगतो- तुझी काय किंवा तुझ्यासारख्या अनेकांची- तुम्ही अविचारी लोकांचा योग्य तो मान ठेवत नाही बघ! अविचार किंवा अविचारी समाज हा आपल्या आयुष्यातला फार मोठा नि महत्त्वाचा भाग आहे. त्याच्याशी पंगा घेतलात तर तुमचं काही खरं नाही. संधीच नाही काही जिंकायची. पण त्याच्याशी दोस्ताना केलात तर- आह्, माय डियर! हे बघ डॉमिनिक, तू घाबरून गेल्याचं किंचितसं चिन्ह जरी दिसलं ना तरी मी बोलायचं थांबेन, बरं का?'

'बोल तू.' ती म्हणाली.

'मला वाटतं, या ठिकाणी तू मला एक प्रश्न विचारायला हवास... पण कदाचित् तुला इतकं उघड बोलणं आवडत नाही, आणि मीच तो प्रश्न गृहीत धरून त्याचं उत्तर द्यावं असं तुला वाटत असावं... काय? बरोबरच आहे तुझं. प्रश्न असा आहे, की मी यासाठी हॉवर्ड रॉर्कचीच निवड का केली? कारण- माझ्याच लेखाचा संदर्भ देऊन सांगायचं तर- एखादी यःकश्चित माशी मारण्याचं काम मी करत नाही. अर्थात्, आत्ता मी हे बऱ्याच वेगळ्या अर्थाने म्हणतोय- पण ते जाऊ दे. शिवाय या निमित्ताने मला हॉप्टन स्टोडार्डकडून काहीतरी हवं होतं, ते मिळालं... पण तोही किरकोळच फायदा आहे, केवळ नैमित्तिक... प्यॉर ग्रेव्ही... वास्तव इतकंच आहे की हा सगळा प्रकार माझा एक प्रयोग होता. एक बारीकशी युद्धचाचणी म्हणू. आणि काय मस्त निरिक्षणं काढता आली आहेत, काय सांगू! तू स्वतःच त्यात गुंतलेली नसतीस तर तू या साऱ्या देखाव्याचं मर्मग्राही रसग्रहण करू शकली असतीस. खरंच- तुला माहीते, हा जो काही गदारोळ उडालाय ना, त्यात मी स्वतः फार काही केलंच नाही. करावंच लागलं नाही मला. तुला गंमत वाटेल- आपल्याला वाटतं ही जी आपली समाज नावाची गुंतागुंतीची, जगड्व्याळ, अगडबंब यंत्रणा आहे ती चालवायला केवढं सैन्य लागत असेल- पण मग लक्षात येतं, की तिचं एकच एक नेमकं मर्मस्थान सापडायचा अवकाश की केवळ

एका हलक्याशा अंगुलीस्पर्शाने सारी यंत्रणा भसासा कोसळून भंगाराचा ढिगारा तयार होऊ शकतो. माय डियर, हे सहज घडून येऊ शकतं. मात्र त्याला बराच काळ वाट पहावी लागते. शतकामागून शतके जातात. माझ्या अगोदर होऊन गेलेल्या अनेक तज्ज्ञांनी केलेल्या कामाचा फायदा मला आज मिळतो आहे. मला वाटतं, त्या रांगेतला मी कदाचित् अखेरचा आणि एकमेव विजयी वीर असेन- कारण मी त्यांच्यापेक्षा अधिक बुद्धिमान नसेन कदाचित्, पण आम्हाला नेमकं काय साध्य करायचंय याची माझ्याकडे अधिक सुस्पष्ट दृष्टी आहे. अर्थात् ही झाली अमूर्त संकल्पना. ठोस अशा वास्तवासंबंधी बोलायचं तर- माझ्या या प्रयोगात तुला मनोरंजक असं काही दिसतंय की नाही? मला दिसतंय. उदाहरणार्थ या प्रकरणात रॉर्कच्या विरुद्ध आणि बाजूने उभे राहिलेले लोक पहा. सर्वांनीच चुकीची बाजू निवडलीय. आल्वा स्कॅरेट, कॉलेजांमधले प्राध्यापक, वृत्तपत्रांचे संपादक, समाजातल्या आदरणीय माताभगिनी, चेंबर्स ऑफ कॉमर्सचे लोक... आपल्या जीवनाची किंमत असती तर या सर्वांनी रॉर्कच्या पाठीशी उभं रहायला हवं होतं. पण तसं झालं नाही. ते हॉप्टन स्टोडार्डच्या पाठीशी उभे राहिले. आणि दुसऱ्या बाजूला,- कुठल्याशा कोपऱ्यातला एक अतीपुरोगामी तरुणांचा गट 'सर्वहारा कलेचे नव-व्यासपीठ' म्हणवतात ते स्वतःला, त्यांनी रॉर्कला भांडवलदारी शक्तींचा बळी ठरवला आणि आपला पाठिंबा देऊ केला. खरं म्हणजे ते हॉप्टन स्टोडार्डच्या मागे असायला हवे होते. अर्थात्, रॉर्कला एवढं समजतं- त्याने त्यांचा पाठिंबा नाकारला. त्याला समजतं, तुला समजतं, मला समजतं. बऱ्याच जणांना नाही समजत. ओः... वेल... भंगाराचाही काही उपयोग असतोच.'

ती जायला वळली.

'डॉमिनिक, तू निघालीस की काय?' त्याचा स्वर दुखावलेला, 'तुला काहीच म्हणायचं नाही? काहीच बोलणार नाहीस तू?'

'नाही.'

'डॉमिनिक, तू मला अगदीच हिंपुटी करते आहेस हं. आणि मी किती उत्सुकतेने वाट पाहिली तुझी. सामान्यतः मी अगदी आत्मनिर्भर असतो. पण मलाही कधीमधी श्रोत्याची गरज वाटते. तू एकच एक अशी व्यक्ती आहेस, की जिच्यासमोर मी अगदी खुलेपणाने जसा आहे तसा बोलून मोकळा होतो. कारण मला माहीत आहे- तुला माझ्याबद्दल एवढी प्रचंड तुच्छता वाटते, की मी काहीही बोललो तरी तुला कवडीचाही फरक पडत नाही. पाहिलंस? मी जाणून आहे सारं, पण मला काही वाटत नाही त्याचं. शिवाय मी इतरांवर ज्या क्लृप्त्या वापरतो त्यांची मात्रा तुझ्यावर चालत नाही. विचित्र असलं तरी सत्य आहे- केवळ माझ्या प्रामाणिकपणाचीच मात्रा तुझ्यावर चालून जाते. मरो... काहीतरी प्रचंड चलाखीची कलाकारी केली आणि त्यातली मेख कुणालाच कळली नाही तर काय त्याचा उपयोग. हाः! पूर्वीची आमची डॉमिनिक असती तर म्हणाली असती, की ही तर अशा खुन्याची मानसिकता झाली... ज्याने इतक्या हुशारीने खून केला की त्यातली हुशारी कुणाजवळतरी उघड केल्याशिवाय त्याला चैनच पडत नाही... म्हणून तो खून कबूल करून टाकतो. आणि मी म्हटलं असतं, तुझं एकदम बरोबर आहे. मला श्रोता हवाय. बळी पडलेल्यांचा हाच तर एक त्रास असतो... त्यांना कळतच नाही की आपण बळी पडलोत म्हणून- ते ठीकच आहे. पण मग सारंच कंटाळवाणं होतं. अर्धी मजाच निघून जाते. तू किती विलक्षण मेजवानी वाटतेस मला काय सांगू. बळी जातानाही आपल्या वधातील कलात्मकता तू बारकाईने न्याहाळून, समजून घेऊ शकतेस... हे भगवंता... डॉमिनिक, मी तुझ्याकडे भीक मागतोय थांबण्याची... तरीही तू जायला निघतेस?'

तिने दाराच्या मुठीवर हात ठेवला. त्याने खांदे उडवले आणि तो खुर्चीत विसावला.

'ठीक आहे,' तो म्हणाला, 'जाताजाता एक सांगतो, हॉप्टन स्टोडार्डला विकत घेण्याचा

प्रयत्नही करू नकोस. सध्या तो माझ्या हातनंच घास चाटतोय. तो ऐकणार नाही.' तिने दार उघडून धरलेलं, पण ते पुन्हा लावून घेत ती उभी राहिली. 'हो, अर्थात् मला माहीत आहे, तू प्रयत्न केलास ते. उपयोग नाही. तू काही तेवढी श्रीमंत नाहीस. ती वास्तू संपूर्ण विकत घेण्याइतके पैसे तुझ्याजवळ नाहीत आणि ते तू उभेही करू शकत नाहीस. आणि फेरफार करण्यासाठी जो पैसा लागेल तो हॉप्टन तुझ्याकडून घेणार नाही. ते पैसे तू देऊ केले होतेस हेही माहीत आहे मला. ती भरपाई त्याला रॉर्ककडूनच हवी आहे. आणि हो, रॉर्कला मी तुझा प्रयत्न कळवला तर त्यालाही ते फारसं आवडणार नाही याची खात्री आहे मला.'

आता तरी ती संतापेल असा अपेक्षेने तो कुत्सित हसला. पण तिच्या मुद्रेने काहीच उत्तर दिलं नाही. ती पुन्हा एकदा दाराकडे वळली.

'आता एकच प्रश्न, डॉमिनिक. मि. स्टोडार्डचे वकील विचारत होते, तुला आर्किटेक्चरमधली तज्ज्ञ या नात्याने साक्षीदार म्हणून बोलावलं तर तू येशील का म्हणून. अर्थात्, फिर्यादी पक्षाच्या बाजूने. येशील ना?'

'हो. मी फिर्यादी पक्षाच्या बाजूने जरूर साक्ष देईन.'

□ □ □

हॉप्टन स्टोडार्ड विरुद्ध हॉवर्ड रॉर्कचा खटला १९३१च्या फेब्रुवारी महिन्यात सुरू झाला.

न्यायालयाचे दालन खचाखच गर्दीने भरले होते. डोक्याजवळ डोकी चिकटली होती. एखाद्या प्रचंड लठ्ठ सीलमाशाच्या कातडीवर त्याच्या बारीकशा हालचालीनेही जशी थरथर उमटते तसे त्या गर्दीतून उमटणाऱ्या प्रतिक्रियांचे तरंग भासत होते.

त्या गर्दीच्या कपड्यांचे रंग साधारणतः तपकिरी, मातकट भुरे असे मवाळ छटांचे होते. सर्व प्रकारच्या कलांचे प्रतिनिधीत्व करणाऱ्या लोकांचा तो एक फ्रूटकेकच होता जणू. त्यावर एजीएच्या लोकांची उपस्थिती घट्ट क्रीमसारखी सजली होती. उपस्थितांमधे अनेक प्रतिष्ठित पुरुष आणि त्यांच्या उंची पोषाख ल्यालेल्या, फारसं न बोलणाऱ्या बायका होत्या. प्रत्येक स्त्रीला तिच्या बरोबरच्या पुरुषाचा कलाप्रांत हे तिचं वैयक्तिक संस्थान वाटत असावं. आणि त्या डोळ्यात तेल घालून जणू आपापला प्रांत सांभाळत असाव्यात असा एकूण आविर्भाव होता. इतरांकडे तुच्छतेने पहाणाऱ्या त्यांच्या नजरांतून तो झळकत होता. जवळपास सारेच जण एकमेकांना ओळखत होते. त्या दालनातलं वातावरण संमिश्र होतं- एखाद्या परिषदेचा, उद्‌घाटन समारंभाचा आणि पिकनिकचा मूड त्यात सरमिसळ होता. बहुसंख्य उपस्थितांमधली भावना 'आपले लोक' 'आपली पोरं' 'आपलंच काम' अशी काहीशी होती.

स्टीवन मॅलरी, ऑस्टिन हेलर, रॉजर एनराइट, केंट लॅन्सिंग आणि माइक एका कोपऱ्यात एकत्र बसले होते. प्रयत्नपूर्वक इकडेतिकडे पहाणं टाळत होते. माइकला स्टीवन मॅलरीची काळजी वाटत होती. तो मॅलरीच्या जवळपासच रहात होता सारखा. शेवटी बसतानासुद्धा मुद्दाम त्याच्या शेजारीच बसला तो. आसपास चाललेल्या संभाषणांतले वाह्यात शब्द कानावर पडले की तो त्याच्याकडे निरखून पहात राही. अखेर मॅलरीच्या ते लक्षात आलं आणि तो त्याला म्हणाला, 'घाबरू नकोस, माइक, मी किंचाळणार नाही. मी कुणावर गोळीबारही करणार नाही.'

'सांभाळ स्वतःला, बाबा. आपल्याला मळमळलं की लगेच ओकारी काढायचीच असते असं काही नाही, हो की नाही!'

'माइक, तुला आठवतं? एकदा आपण इतके उशीरपर्यंत काम करत बसलो की उजाडायचीच

वेळ झाली. डॉमिनिकच्या गाडीची टाकी रिकामी होती, बसेसही बंद झालेल्या... आपण चालतच निघालो शेवटी. आपल्यातला जो कोणी पहिल्यांदा घरी पोहोचला तोवर उन्हं छपरांवर आलेली...'

'हं. तू त्याचा विचार कर. आणि मी ग्रेनाइटच्या खाणीचा विचार करतो.'

'कसली ग्रेनाइटची खाण?'

'एकदा मला त्या गोष्टीमुळे भयंकर घृणा आलेली या जगाची. पण मग अखेर कळलं... फार काही फरक पडत नाही असल्या गोष्टींमुळे.'

खिडकीतून डोकावणारं आकाश खिडकीच्या दुधी काचेसारखंच सपाट पांढरं दिसत होतं. छताच्या पाखांवरून, खिडक्यांच्या कठड्यांवरून जमून राहिलेलं बर्फच जणू तिथे प्रकाश ओतत होतं. तो काहीसा अस्वाभाविकसा प्रकाश त्या दालनातल्या प्रत्येक गोष्टीला उघडंवाघडं करीत होता.

न्यायाधीश त्याच्या उच्चासनावर पोक काढून डुलकी काढायच्या तयारीत असल्यासारखा बसला होता. त्याचा आकसलेला चेहरा, जणू काही सत्शीलतेच्या सुरकुत्या वागवत होता. त्याने आपले हात छातीसमोर बोटे जुळवून ताठ उभे ठेवलेले. हॉप्टन स्टोडार्ड आला नव्हता. रुबाबदार, सभ्य आणि मुत्सद्द्यासारख्या गंभीर मुद्रेचा त्याचा वकील तेवढा आला होता.

रॉर्क बचावपक्षाच्या टेबलपाशी बसला होता. गर्दीने त्याच्याकडे नजरा खिळवण्याचा प्रयत्न केला होता आणि मग रागारागाने सोडूनही दिला होता. त्यांना काहीच समाधान मिळू शकलं नव्हतं. तो पराभूत दिसत नव्हता किंवा त्याच्या नजरेत औद्ध्यत्यही नव्हतं. तो शांत, निर्विकार वाटत होता. सार्वजनिक ठिकाणचं सार्वजनिक व्यक्तिमत्त्व म्हणून काही वैशिष्ट्य त्याच्यात जाणवतच नव्हतं. तो जणू एकटाच आपल्या खोलीत रेडिओ ऐकत बसल्यासारखा शांत बसून होता. तो काही टिपणं काढत नव्हता. त्याच्यासमोर कागद-पेन काहीच नव्हतं. केवळ एक मोठासा ब्राऊनपेपरचा लिफाफा तेवढा समोर पडून होता. त्याच्याकडे पहाणाऱ्या गर्दीने त्याला कदाचित् माफही केलं असतं... पण एवढ्या मोठ्या सामुदायिक धिक्कारासमोर जो माणूस शांत बसू शकतो त्याला कसं माफ करणार... त्यातले काहीजण त्याच्याबद्दल सहानुभूती बाळगण्याच्या मानसिक तयारीने आले होते. पहिल्या काही मिनिटांच्या निरीक्षणानंतर त्यांना त्याचा मनोमन द्वेष वाटू लागला.

फिर्यादीच्या वकीलांनी फिर्याद अगदी साध्या शब्दांत मांडली. त्याने सांगितलं, 'हॉप्टन स्टोडार्ड यांनी रॉर्क यांना हे मंदिर डिझाइन करण्याचं आणि बांधण्याचं संपूर्ण स्वातंत्र्य दिलं होतं. मात्र हॉप्टन स्टोडार्ड यांची स्वच्छ अपेक्षा ते एक मंदिर असावं अशीच होती. कोणत्याही ज्ञात मापदंडांनुसार वादग्रस्त वास्तू ही मंदिर आहे असं म्हणता येत नाही, हे या क्षेत्रातील तज्ज्ञांच्या मदतीने फिर्यादीतर्फे सिद्ध करण्याचा प्रयत्न केला जाईल.'

आपल्या बचावार्थ भाषण करण्याचा आपला अधिकार रॉर्कने सोडून दिला.

फिर्यादी पक्षाच्या वतीने पहिला साक्षीदार म्हणून एल्सवर्थ मॉन्क्टन टूहीला पाचारण करण्यात आलं. तो साक्षीदाराच्या खुर्चीत बसला. खुर्चीच्या अगदी कडेवर टेकून तो मागे रेलला. एक पाय दुसऱ्या पायावर टाकून बसला. त्याच्या चेहऱ्यावरचे भाव आपलं मनोरंजन होत असल्याचं दर्शवत होते आणि तरीही चेहऱ्यावरचे हे भाव आपण कंटाळलो आहोत हे दिसू नये या पारिषद सभ्यतेपोटी आपण आणले आहेत असंही सूचित करण्यात तो यशस्वी झाला होता.

वकीलाने टूहीच्या व्यावसायिक गुणवत्तेविषयी बरेच प्रश्न विचारले, त्याच्या सर्मन्स इन स्टोन या पुस्तकाच्या प्रती किती खपल्या तेही विचारलं. मग त्याने टूहीच्या 'पावित्र्यभंग' या लेखाचं वाचन केलं आणि हा लेख आपणच लिहिला आहे का विचारलं. टूहीने होकार भरताच मग विद्वज्जड भाषेत

या मंदिराच्या वास्तुरचनेच्या गुणांसंबंधी प्रश्नावली सुरू झाली. टूहीने या वास्तूत दोषच दोष आहेत हे स्पष्ट करून टाकलं. मग त्याने ऐतिहासिक धांडोळा घेण्यास सुरुवात केली. अगदी सहजपणे, मोकळेपणाने बोलल्याच्या थाटात त्याने सर्व ज्ञात नागरी संस्कृतींची आणि त्यांच्या धर्मस्थळांची रूपरेषा मांडली. इंका ते फिनिशियन ते ईस्टर बेटांवरील सर्व स्थळांबद्दल माहिती देताना- शक्य तेथे तो ती धर्मस्थळे कधी बांधायला सुरुवात झाली नि कधी बांधून पूर्ण झाली हेही सांगून टाकत होता. त्यात किती कामगार, शिल्पकार कामाला होते त्यांची संख्या, आजच्या डॉलर्सच्या हिशेबात त्यांवर किती खर्च झाला असेल हेसुद्धा तो सांगत राहिला. समोरचे श्रोतेगण मंत्रमुग्ध होऊन ऐकत होते. टूहीने सिद्ध केलं की स्टोडार्ड मंदिर हे इतिहासाची वीट नि वीट, दगड नि दगड आणि प्रत्येक मूल्याला छेद देत होतं. अखेर समारोप करताना तो म्हणाला, 'मी हे दाखवण्याचा प्रयत्न केला आहे, की मंदिराची प्रतिष्ठापना करण्यामागे दोन अत्यंत महत्त्वाचे संकल्प असतात. तिथे येणाऱ्या माणसांच्या मनात भीतीयुक्त, आदरयुक्त असा आश्चर्यभाव जागा करणे हा एक आणि स्वतःच्या क्षुद्रतेची जाणीव होऊन त्यांच्या हृदयी विनम्रभाव जागवणे हा दुसरा. धार्मिक स्थळे, वास्तू यांमधून ऊर्ध्वगामी अशा उंच उभ्या रेषांची रचना असते किंवा भयंकर दिसणाऱ्या देवप्रतिमा असतात, किंवा इतर गागाइल्स वगैरेंसारख्या प्रतिमा असतात... दोन्हींचा हेतू माणसाच्या मनावर स्वतःच्या क्षुद्रतेचे भान बिंबवणे हाच असतो. त्यांच्या भव्यतेपुढे मानवाच्या हृदयात एक पवित्र असे भय निर्माण होते, -पापभीरुता- ज्यायोगे तो सद्वर्तनाच्या वाटेने आपोआपच जाईल. स्टोडार्ड मंदिर हे आपल्या साऱ्या सांस्कृतिक इतिहासालाच नाकारू पहाते आहे. आपल्या महान सांस्कृतिक भूतकाळाला दिलेला एक उद्दाम नकार आहे हा... या खटल्यामुळे लोकांमध्ये इतका संताप का निर्माण झाला याचे कारण समजण्यासारखे आहे... आपणा सर्वांनाच यातील कायदेशीर बाबींपेक्षाही यातील नैतिक संघर्षाची अधिक चिंता वाटते आहे. मानवतेबद्दल अथांग अशा धिक्कार भावनेचे प्रतीक आहे ही वास्तू. सर्व मानवजातीच्या मनातील पावित्र्याच्या कल्पनेला एका माणसाच्या अहंतेने

धिक्कारले आहे... त्याने सर्व मानवजातीचा, रस्त्यावरील प्रत्येक माणसाचा, या न्यायदालनातील प्रत्येक व्यक्तीचा अधिक्षेप केला आहे!'

हे भाषण न्यायालयातील एका साक्षीदाराचे नव्हते. जाहीर सभेत भाषण केल्यासारखा टूही बोलला होता. आणि त्याला मिळालेली प्रतिक्रिया तशीच होती... सर्व श्रोत्यांनी टाळ्यांचा कडकडाट केला. न्यायाधीशाने हातोडा आपटून सर्वांना दालन रिकामे करायला लावण्याची धमकी दिली. पुन्हा एकदा सारे स्थिरस्थावर झाले, पण लोकांच्या मुद्रा मात्र प्रक्षुब्धच राहिल्या... साऱ्या मुद्रांवरून सप्तसात्विक संताप ओसांडत होता. या खटल्यामध्ये आपणही प्रभावित पक्ष या नात्याने व्यक्तिशः सहभागी आहोत ही भावना काय मस्त समाधानकारक होती. त्यातल्या तीन चतुर्थांश लोकांनी स्टोडार्ड मंदिराची वास्तू पाहिलीही नव्हती.

'थँक यू, मि. टूही.' वकिलाने किंचित झुकल्यासारखं केलं. मग तो रॉर्ककडे वळला आणि पुन्हा किंचित झुकून अदबीने म्हणाला, 'आता आपण साक्षीदाराला प्रश्न विचारू शकता.'

'मला काहीही प्रश्न विचारायचे नाहीत.'

एल्सवर्थ टूहीची एक भुवई किंचित वर गेली आणि थोड्या खेदानेच तो तिथून उतरला.

'मि. पीटर कीटींग!' वकीलाने पुकारा केला.

पीटर कीटींगचा चेहरा छान ताजातवाना, पुरेशी झोप काढून आल्यासारखा दिसत होता. साक्षीदाराच्या पिंजऱ्याकडे जाताना तो एखाद्या कॉलेजकुमारासारखा हात, खांदे उगीचच हालवत धावतच गेला. त्याने शपथ वाहिली आणि पहिल्या काही प्रश्नांना त्याने अगदी प्रसन्नपणे उत्तरं दिली.

खुर्चीत बसताना तो जरा विचित्रपणेच बसला होता. त्याचे पाय जमिनीवर घट्ट टेकलेले, ताठरपणे गुडघे एकमेकांना चिटकवून तो बसलेला. पण त्याचं धड मात्र एका बाजूला कललेलं, सहजपणे बसल्यासारखा दर्शवत होता तो. तो रॉर्ककडे चुकूनही पहात नव्हता.

'तुम्ही स्वतः डिझाइन केलेल्या काही इमारतींची नावं सांगाल का मि. कीटींग?' वकिलाने विचारलं.

कीटींगने आपल्या काही प्रसिद्ध इमारतींची नावं सांगायला सुरुवात केली. सुरुवातीला त्याने चारपाच नावं झरझर घेतली, नंतरची नावं अगदी सावकाश सावकाश घेऊ लागला... जणू आता आपल्याला कुणीतरी थांबवावं अशी त्याची इच्छा असावी. शेवटचं नाव त्याने अर्धवटच उच्चारलं.

'तुम्ही तुमच्या सर्वात महत्त्वाच्या इमारतीचं नाव घ्यायला विसरलात वाटतं, मि. कीटींग. कॉस्मोस्लॉत्निक बिल्डिंग तुम्हीच डिझाइन केली होती नाही का?'

'हो...' कीटींग अस्फुटसं उत्तरला.

'आता मला सांगा, मि. कीटींग, तुम्ही स्टँटन इन्स्टिट्यूट ऑफ टेक्नॉलजीमध्ये शिकत होता त्याच काळात मि. रॉर्कही तिथेच शिकत होते, बरोबर?'

'हो.'

'तिथे असताना मि. रॉर्क यांचे वर्तन किंवा ख्याती कशी होती याबद्दल आपण काही सांगू शकाल का?'

'त्याला तिथून काढून टाकण्यात आलं होतं.'

'काढून टाकण्यात आलेलं? इन्स्टिट्यूटच्या दर्जाला साजेशी कामगिरी नव्हती म्हणून की काय?'

'अं... हो... तसंच होतं ते.'

न्यायाधीशाने रॉर्ककडे नजर टाकली. एखाद्या वकिलाने हा प्रश्न संदर्भ सोडून असल्याच्या मुद्द्यावरून हरकत घेतली असती. रॉर्कने काहीच प्रतिक्रिया दर्शवली नाही.

'त्यावेळी त्यांच्यात आर्किटेक्ट बनण्यासाठी आवश्यक अशी काही प्रतिभा वगैरे असल्याचं जाणवलं होतं तुम्हाला?'

'नाही.'

'थोडं मोठ्याने बोलाल का आपण, मि. कीटींग.'

'मला... नाही वाटलं की त्याच्यात काही हुशारी आहे असं...'

कीटींगच्या शब्दोच्चारांत काहीतरी गडबड होत होती. त्याचे काही शब्द खणखणीत येत होते, जणू प्रत्येक शब्द उद्गारवाचक असल्यासारखा यायचा. आणि मग एकदम सगळे शब्द गुंडाळत जायचे. जणू ते आपले आपल्यालाही कळू नयेत अशी त्याची इच्छा असावी. तो वकिलाकडे पहात नव्हता. त्याची नजर प्रेक्षकांवरच खिळलेली होती. मध्येच त्याच्या चेहऱ्यावर बालिश गुन्हेगारी भाव उमटत. जणू नुकतीच त्याने जाहिरातीच्या पोस्टरमधल्या सुंदर मुलीच्या चेहऱ्यावर मिशी काढून पळ काढला असावा. मध्येच तो प्रेक्षकांच्या गर्दीकडे दीनवाणा पहात होता. जणू खटला त्याच्यावरच चालला असावा.

'तुम्ही मागे एकदा रॉर्कला तुमच्याकडे नोकरी दिली होती, नाही का?'

'हो.'

'आणि मग तुम्हाला त्यांना कामावरून काढून टाकणं भाग पडलं.'

'हो... आम्हाला काढावं लागलं त्याला.'

'काम जमत नव्हतं?'

'हो.'

'त्यानंतरच्या त्यांच्या व्यावसायिक कारकीर्दीबाबत तुमचं काय मत आहे?'

'वेल, असंय की व्यावसायिक कारकीर्द हा एक फार सापेक्ष असा शब्द आहे. असंय की संख्यात्मक दृष्ट्या आमच्या ऑफिसमधल्या एखाद्या ड्राफ्ट्समनने मि. रॉर्क यांनी आजवर केलेल्या कामापेक्षा कित्येक पटींनी अधिक काम केलं असेल. दोन तीन बिल्डिंग्जची कामं केली याला आमच्या दृष्टीने काहीच महत्त्व नाही. तेवढ्या तर आम्ही दरमहिन्या-दोन महिन्यांना बांधून टाकतो.'

'त्यांच्या कामाबद्दल तुमचं व्यावसायिक मत आम्हाला द्याल का?'

'वेल, माझ्या मते ते फार अप्रगल्भ काम असतं. जरा दचकायलाच होतं त्याचं काम पाहून. कधीकधी त्यात जरा चमकही वाटते- पण मूलतः ते फार पोरकट वाटतं.'

'म्हणजे मि. रॉर्क यांना एक मुरलेला आर्किटेक्ट म्हणता यायचं नाही असं म्हणायचंय तुम्हाला?'

'हं म्हणजे ज्या पद्धतीने आपण मि. राल्स्टन हॉलकोम्ब, मि. गाय फ्रँकन, किंवा मि. गॉर्डन प्रेस्कॉट यांची नावं घेऊ शकू त्या दृष्टीने नाहीच नाही- पण तरीही मी त्याच्यावर अन्याय करणार नाही. मि. रॉर्क यांच्याकडे काही फार चांगल्या क्षमता आहेत. विशेषतः शुद्ध इंजिनिअरिंगच्या प्रश्नांबाबत तो फार चांगला विचार करू शकतो. त्याने त्या क्षेत्रातच काम केलं असतं तर तो काहीतरी निश्चितच साध्य करू शकला असता. मी त्याच्याशी हे बोलून पाहिलं- मदत करायचा प्रयत्न केला- खरोखरची मदत... पण ते म्हणजे त्याच्या त्या लाडक्या रिइन्फोर्स्ड काँक्रीटशी बोलल्यासारखंच वाया गेलं. अखेर त्याच्या एका गिऱ्हाइकाने त्याच्यावर खटला भरल्याचं कानावर आलं तेव्हा मला अजिबात आश्चर्य वाटलं नाही.'

'मि. रॉर्क यांचा आपल्या गिऱ्हाइकांबाबत काय दृष्टिकोन असतो, सांगू शकाल?'

'वेल, तोच तर मुद्दा आहे ना... सगळ्यात महत्त्वाचं तेच तर आहे. गिऱ्हाइकाला काय हवंय, त्याची इच्छा काय आहे, जगातल्या कुणालाही काय वाटतं काय आवडतं याची त्याला पर्वाच नसते. इतर आर्किटेक्ट्स त्याबद्दल एवढी काळजी का करतात हा प्रश्न पडतो त्याला. तो समजूनच घेत नाही काही. इतरांबद्दल थोडासा आदर बाळगावा ही भावनाच त्याला स्पर्श करीत नाही कधी. जरा लोकांना खूष केलं तर त्यात एवढं काय वाईट आहे मला कळत नाही. लोकांशी मैत्रीने वागलं तर काय बिघडलं, लोकप्रिय होण्यात काय चूक आहे असं...? तेवढ्यासाठी कुणीतरी सतत तुमच्याकडे उपहासाने का पहावं, दिवस-रात्र, सदासर्वकाळ उपहास... क्षणभराची उसंत नाही... चायनीज वॉटर टॉर्चरसारखी... माहीते तुम्हाला... टप- टप- टप- टप... एकेक थेंब डोक्यावर सतत पडत रहातो ते?'

दालनातल्या सर्वांच्या हळुहळू लक्षात येऊ लागलं, की पीटर कीटींग थोडा झोकून आलेला आहे. वकिलांच्या कपाळावर आठ्यांचं जाळं पसरलं. चांगला सराव करून घेतलेला असूनही साक्ष हाताबाहेर चालली होती.

'वेल, आता मला एक सागू शकाल कां, मि. कीटींग, मि. रॉर्क यांचा आर्किटेक्चरबद्दलचा दृष्टिकोन काय आहे?'

'सांगतो ना, हवं तर सांगतो... त्याला वाटतं आपण आर्किटेक्चरबद्दल साधं बोलतो तेव्हासुद्धा चपलाबूट काढून ठेवून गुडघे टेकून बोलायला हवं. असं वाटतं त्याला! आता हे कशासाठी? हां? कशासाठी? एवढं काय आहे त्यात मरायला? आपण सर्वांनी इतका अल्वार सोवळेपणा कशासाठी करायचा... माणसंच आहोत ना अखेर आपण? आपल्याला निर्वाह करायचा असतो... सगळं जरा

साधं सोपं ठेवलं तर काय बिघडेल? आपण सर्वांनी काहीतरी धीरोदात्त नायकासारखं वागलं पाहिजे ही फालतू अपेक्षा कशासाठी?'

'हे पहा, हे पहा, मि. कीटींग, मला वाटतं आपण विषयापासून जरा भरकटतो आहोत. आपण...'

'अजिबात नाही. मी काय म्हणतोय ते मला चांगलं कळतंय. तुम्हालाही कळतंय. सर्वांना कळतंय. इथे जमलेल्या सर्वांनाच कळतंय. मी त्या मंदिराच्या वास्तूबद्दलच बोलतोय. तुम्हाला समजत नाही का? एक मंदिर बांधायला एखाद्या दुरात्म्याची निवड मुळात करावीच का कुणी? अशा कामासाठी एखादा सज्जन, माणुसकीला धरून वागणाराच माणूस निवडायला हवा होता ना. कुणीतरी समंजस, क्षमाशील असा... क्षमाशील असायलाच हवं ना माणसाने... आपण चर्चमध्ये तरी का जातो- क्षमा मिळवण्यासाठीच ना...'

'हो, मि. कीटींग, पण आपण मि. रॉर्कबद्दल बोलतो आहोत.'

'वेल. रॉर्कचं काय? तो काही आर्किटेक्ट नाही. तो काही फार चांगलाही नाही. तो चांगला नाही हे सांगायला मी घाबरेन असं वाटतं की काय? तुम्हा सर्वांना त्याची एवढी भीती कशासाठी वाटते?'

'मि. कीटींग, तुम्हाला बरं वाटत नसेल तर आपण ही साक्ष इथेच थांबवू शकतो.'

कीटींगने त्याच्याकडे पाहिलं, आणि जणू तो खडबडून जागा झाला. त्याने प्रयत्नपूर्वक स्वतःवर नियंत्रण आणलं. काही क्षणांनंतर त्याने बोलायला सुरुवात केली तेव्हा त्याचा आवाज पडला होता.

'नाही. मी ठीक आहे. काय हवं ते विचारू शकता मला. कशाची उत्तर हवीत तुम्हाला?'

'तुमच्या व्यावसायिक भाषेत आम्हाला हे समजावून सांगाल कां- की ही जी स्टोडार्ड मंदिराची वास्तू आहे तिच्या रचनेबद्दल तुमचं काय मत आहे?'

'हो. जरूर सांगतो. स्टोडार्ड मंदिराची वास्तू... स्टोडार्ड मंदिराचा प्लान बरोबर निश्चित केलेला नाहीये. त्यामुळे त्यातील अवकाशात नुसताच गोंधळ माजतो. त्यातील रचनेत समतोल साधलेला नाही. प्रमाणबद्धता नाही... सारंच अर्धवट वाटतं.' त्याचं बोलणं एकसुरी होतं. त्याची मान आखडल्यासारखी ताठ होती. ती पुढे लटकू नये म्हणून तो पराकाष्ठा करत होता. 'सगळंच प्रमाण चुकलंय. रचनाबंधाचे मूलभूत नियम पायदळी तुडवले आहेत. त्यामुळे साऱ्याचा एकत्रित परिणाम-'

'जरा मोठ्याने बोला प्लीज्.'

'त्या साऱ्याचा एकत्रित परिणाम म्हणून ती एक गचाळ वास्तू दिसते, आर्किटेक्चरल निरक्षरताच जाणवते त्यातून. कुठेही रचनेसंबंधी काही विचार केल्याचं जाणवत नाही. सौंदर्याची सहजस्फूर्त जाणीव त्यात नाही. कल्पक सृजनाचा संपूर्ण अभाव आहे त्यात... त्यात...' त्याने डोळे मिटून घेतले, 'कलात्मक निष्ठा त्यात नावालाही नाही.'

'थँक यू, मि. कीटींग. माझे प्रश्न संपले.'

वकील रॉर्ककडे वळून थोड्या अस्वस्थ सुरात म्हणाला, 'तुम्ही प्रश्न विचारू शकता साक्षीदाराला.'

'मला काहीही विचारायचं नाही.'

अशा तऱ्हेने खटल्याचा पहिला दिवस संपला.

त्या संध्याकाळी हेलर, मॅलरी, माइक, एनराइट आणि लॅन्सिंग रॉर्कच्या खोलीत जमले. एकमेकांशी काहीही न ठरवता सारे न बोलावता आले. साऱ्यांच्या मनात एकच भावना होती. कुणीच खटल्याचा विषय काढला नाही, पण वातावरणात कसलाही ताण नव्हता. कुणीही मुद्दाम विषय

टाळतही नव्हतं. रॉर्क त्याच्या ड्राफ्टिंग टेबलवर बसला होता आणि प्लास्टिक उद्योगाच्या भवितव्यासंबंधी बोलत होता. अचानक मॅलरी मोठ्याने हसला. विनाकारणच वाटलं त्याचं हसू.

'काय झालं, स्टीव?' रॉर्कने विचारलं.

'काही नाही. मला अचानक जाणवलं, आम्ही सारे तुला आधार द्यायला, तुला जरा खुलवायला म्हणून आलो. पण तूच आम्हाला आधार देतो आहेस. हॉवर्ड, तू तुझ्या मित्रांना मैत्रीचा हात देतो आहेस.'

त्याच संध्याकाळी पीटर कीटींग एका गुत्त्यात एकटाच टेबलावर अंग टाकून देऊन हातांच्या घडीत डोकं टेकवून, बसून होता.

पुढल्या दोन दिवसांत फिर्यादीच्या वतीने अनेक साक्षीदार पिंजऱ्यात चढले. प्रत्येक साक्षीदाराच्या स्वतःच्या व्यावसायिक गुणवत्तेसंबंधी प्रश्न पार पडल्यानंतर पुढचे प्रश्न सुरू होत. वकील त्यांचा प्रसिद्धीप्रमुख असल्याच्या थाटात कळीचे प्रश्न विचारायचा. ऑस्टिन हेलरने उद्गार काढले होते, 'या खटल्यात साक्षीदार म्हणून बोलावलं जावं यासाठी आर्किटेक्ट्समध्ये अहमहमिका लागली असणार, कारण एरवी या व्यवसायात एवढी अफाट बोंबाबोंब प्रसिद्धी मिळण्याची शक्यताच नव्हती कधी... ती सुद्धा फुकट.'

यातल्या कुठल्याही साक्षीदाराने साक्ष देताना रॉर्ककडे पाहिलंही नाही. तो मात्र त्यांच्याकडे पहात होता. तो त्यांच्या साक्षी ऐकून घेत होता आणि मग प्रश्न विचारायचे नाहीत म्हणत होता.

राल्स्टन हॉलकोम्ब त्याचा लांबरूंद टाय घालून आणि सोन्याच्या मुठीची काठी हातात घेऊन साक्षीदाराच्या पिंजऱ्यात चढला तेव्हा एखाद्या जुन्या सरदाराची आठवण झाली सर्वांना. त्याची साक्ष लांबलचक होती, जडजंबाळ भाषेत तो बरंच काही बोलला. थोडक्यात तो एवढंच म्हणाला, 'सगळा मूर्खपणा आहे हा. भयंकर बालिशपणा आहे. मि. हॉप्टन स्टोडार्ड यांना मी काही फार सहानुभूती दाखवू शकत नाही... त्यांना कळायला पाहिजे होतं. आपल्या युगाला साजेशी अशी एकच आर्किटेक्चरल शैली आहे आणि ती म्हणजे रेनेसांस शैली. हे वैज्ञानिक सत्य आहे. आपल्यातले मि. स्टोडार्डसारखे प्रतिष्ठित लोक ही गोष्ट नजरेआड करून वागू लागले तर मग आजकालच्या बाजारबुणग्या, हवश्यानवश्या आर्किटेक्ट पोरांकडून तुम्ही काय अपेक्षा करणार? सगळ्या चर्चेसच्या, मंदिरांच्या, कॅथिड्रल्सच्या बांधणीसाठी रेनेसांस शैली ही एकमेव सुयोग्य शैली आहे हे केव्हाच सिद्ध झालंय. ख्रिस्टोफर रेनचं काय? सोडून द्या- आणि जगातल्या सर्व महान् धार्मिक वास्तूंचा विचार करा. रोम मधील सेंट पीटर्स- तुम्ही सेंट पीटर्समध्ये सुधारणा सुचवणार की काय? आणि मि. स्टोडार्ड यांनी जर नेमकेपणाने रेनेसांसचा आग्रह धरला नसेल, तर मग जे झालं ते अगदी योग्यच झालं. बरी अद्दल घडली म्हणायची.'

गॉर्डन प्रेस्कॉटने टर्टलनेक स्वेटर घालून त्यावरून कोट घातला होता. ट्वीड ट्राउझर्स आणि जडभारी गोल्फचे जोडे.

'आपण ज्या वास्तूची चर्चा करीत आहोत त्यातील अवकाशाचा आध्यात्मिकतेशी संबंध म्हणजे बोजवारा आहे नुस्ता.' तो म्हणाला, 'आपण क्षितिजसमांतरता ही एक मिती धरली, उभ्या रेषा ही दुसरी आणि तिरप्या कर्णात्मक रेषा म्हणजे तिसरी मिती धरली आणि अवकाशांची संगती चौथी मिती म्हणून लावली- आर्किटेक्चर ही एक चौथ्या मितीशी नाते असलेली कला आहे- तर आपण ही वास्तू होमालॉइडल- किंवा सर्वसामान्यांच्या आकलनासाठी सपाट किंवा चपटी आहे- असं म्हणू शकू. साऱ्या गुंतागुंतीतून एक स्पष्टता यावी तसे जीवन वहात येते किंवा कदाचित् असं म्हणता येईल की वैविध्यातून एकता किंवा एकतेतून वैविध्याचा जन्म होतो- हे तर आर्किटेक्चरमधील अविभाज्य

अशा अंतर्विरोधाचेच फलित आहे- याचा इथे पूर्णपणे अभाव आहे. मी शक्य तितकं सरळ सोपं करून मांडण्याचा प्रयत्न करतो आहे, पण- अखेर बौद्धिकदृष्ट्या अत्यंत आळशी अशा सर्वसामान्यांना समजावे म्हणून या वादविषयाला जुन्या तर्कशास्त्राच्या इवल्याशा पानाची मदत घेऊन झाकायचा प्रयत्न करणे हे केवळ अशक्य आहे.'

जॉन एरिक स्नाइटने फार काही सोंग न करता, साध्यासुध्या शब्दांत सांगून टाकलं की- 'मी रॉर्कला नोकरीवर ठेवलं होतं आणि तो बेभरवशाचा निघाला, त्याने गद्दारी केली आणि अगदी दुष्टपणाच केला हो

त्याने. माझं गिऱ्हाइक पळवून नेऊनच रॉर्कने आपल्या करीअरची सुरुवात केली होती.'

चौथ्या दिवशी फिर्यादीच्या वकिलाने आपल्या अखेरच्या साक्षीदाराला पाचारण केलं.

'मिस डॉमिनिक फ्रँकन.' त्याने गंभीरपणे नाव पुकारलं.

मॅलरीचा श्वास आत ओढला गेला- पण कुणालाच ते ऐकू नाही आलं. माइकने त्याचं मनगट घट्ट दाबून धरलं आणि त्याला हलू दिलं नाही.

त्या वकिलाने डॉमिनिकला खास शेवटासाठी राखून ठेवलेलं. तिच्याकडून त्याची खूप अपेक्षा होती हे एक कारण होतं. आणि दुसरं म्हणजे त्याला थोडी काळजीही वाटत होती. तिच्याकडून तो काहीच सराव करून घेऊ शकला नव्हता. तिने सरावास नकार दिला होता. तिने स्टोडार्ड मंदिराचा उल्लेख आपल्या सदरात एकदाही केला नव्हता. पण तिने रॉर्कबद्दल या आधी जे लिखाण केलं होतं त्यावर त्याने भिस्त ठेवली होती. शिवाय एल्सवर्थ टूहीने त्याला तिला बोलावण्याचा सल्ला दिला होता.

डॉमिनिक क्षणभर साक्षीदाराच्या पिंजऱ्यातल्या चौथऱ्यावर उभी राहिली आणि तिने साऱ्या गर्दीकडे नीट पाहून घेतलं. तिचं लावण्य डोळे फाडून पहायला लावेल असं होतं पण त्यात एक थंडपणा होता, जणू ते तिचं असं नव्हतंच. कुणीतरी तिऱ्हाईत सौंदर्य त्या खोलीत तिच्याबरोबर उभं होतं. तिच्याकडे पहाताना बलिवेदीवर चढलेल्या आकृतीची किंवा महासागरात हेलकावणाऱ्या जहाजाच्या कठड्यावर उभ्या असलेल्या एकल्या व्यक्तीची नकळत आठवण होत होती.

'तुमचं नाव काय?'

'डॉमिनिक फ्रँकन.'

'आणि तुमचा व्यवसाय?'

'पत्रकार.'

''बॅनर'मधल्या 'युअर हाऊस' नावाच्या अतिशय गाजणाऱ्या स्तंभाचे लेखन तुम्हीच करता का?'

''युअर हाऊस' मीच लिहिते.'

'तुमचे वडील गाय फ्रँकन हे एक प्रख्यात आर्किटेक्ट आहेत, बरोबर?'

'होय, माझ्या वडिलांनाही इथे साक्ष देण्यासाठी बोलवण्यात आलं होतं. त्यांनी नकार दिला. ते म्हणाले त्यांना स्टोडार्ड मंदिरासारख्या वास्तूशी काहीच देणंघेणं असू शकत नाही, पण तरीही आपण सारे सभ्यतेला धरून वागतो आहोत असं त्यांना वाटलं नाही.'

'वेल... आता- बरं का मिस फ्रँकन, आपण आपली उत्तरं केवळ प्रश्नांच्या संदर्भातच दिली तर बरं राहील. तुम्ही इथे साक्ष द्यायला आलात हे आमचं सद्भाग्यच म्हणू आम्ही, कारण तुम्ही एकमेव स्त्री साक्षीदार आहात या खटल्यातल्या, आणि धर्मश्रद्धांबाबत स्त्रियांना अधिक शुद्ध स्वरुपाची जाणीव असते. याशिवाय तुम्ही आर्किटेक्चरमधील एक अतिशय अधिकारी तज्ज्ञव्यक्ती आहात.

आपल्या या अधिकाराबद्दल संपूर्ण आदर बाळगून मी म्हणतो की या खटल्याबद्दल स्त्रियांना काय वाटत असेल याबाबत आपण अतिशय चांगला दृष्टिकोन मांडू शकाल याबद्दलही मला खात्री वाटते. स्टोडार्ड मंदिराबद्दल तुम्हाला काय वाटतं ते कृपा करून आपल्या शब्दात मांडाल का?'

'मला वाटतं मि. स्टोडार्ड यांनी एक चूक केली आहे. त्याच्या दाव्याच्या न्याय्यतेबद्दल मी निःशंक राहिले असते- जर त्यांनी त्या वास्तूमध्ये फेरफार करण्यासाठी नव्हे तर ती वास्तू जमीनदोस्त करण्यासाठी भरपाई मागितली असती.'

वकिलाने सुटकेचा निःश्वास टाकला. 'आपण आपली कारणं सांगू शकता या आपल्या मताच्या समर्थनार्थ?'

'आपण ती कारणं इथे आलेल्या प्रत्येक साक्षीदाराकडून ऐकली आहेत.'

'त्या सर्वांशी तुम्ही सहमत आहात असं म्हणू शकतो का आपण?'

'संपूर्णपणे. सर्व साक्षीदारांपेक्षा कित्येक पटींनी जास्त सहमत. फार चांगल्या आणि सुस्पष्ट साक्षी दिल्या त्यांनी.'

'हे कसं ... ते स्पष्ट कराल, मिस फ्रँकन? तुम्हाला नेमकं काय म्हणायचंय.'

'मि. टूही काय म्हणाले, की या मंदिराचं अस्तित्त्व म्हणजे आपणा सर्वांना धोका आहे. '

'ओः, असं असं.'

'मि. टूहींना यातला महत्त्वाचा मुद्दा फार चांगला लक्षात आलेला आहे. मी माझ्या शब्दांत तो थोडा अधिक स्पष्ट करू का?'

'अवश्य, अवश्य.'

'हॉवर्ड रॉर्कने मानवी आत्म्याचं मंदिर उभारलं. त्याने शक्तिशाली, अभिमानी, स्वच्छ, सुबुद्ध आणि निर्भय मानवाची कल्पना केली. मानवाचे पराक्रमी रूप त्याने पाहिले. त्याने त्या प्रतिमेसाठी असे एक मंदिर बांधले, ज्या ठिकाणी गेल्यानंतर माणसाला अनुभव येईल तो उन्नयनाचा, उत्कट आनंदाचा. निरपराध असल्याच्या जाणीवेतूनच अशा जातीचा उत्कट अनुभव येऊ शकतो... सत्य समजून घेणे, तेच मूल्य आत्मसात् करणे, स्वतःमधील अत्युच्च क्षमता प्रत्यक्षात आणण्याची परिसीमा करणे, स्वतःबद्दल कसलीही लज्जास्पदता न वाटणे... त्यासाठी काही कारणच नसणे... शुभ्र तेजस्वी उन्हाच्या शिडकाव्यात निर्विकल्प मनाने नग्न उभे रहाणे हे सारे ज्या मानवाला शक्य वाटावे अशा मानवासाठी त्याने ते मंदिर बांधले. त्याला वाटलं की अशी उत्कटता म्हणजेच आनंद आणि आनंद हा माणसाचा जन्मसिद्ध हक्क आहे. त्याला वाटलं होतं की मानवाला कोंदण म्हणून बांधलेली वास्तू ही पवित्र वास्तू असणारच. मानवाबद्दल आणि त्याच्या आनंदाबद्दल हॉवर्ड रॉर्कच्या या कल्पना होत्या. पण एल्सवर्थ टूही म्हणतो की मानवतेबद्दल अथांग अशा धिक्कार भावनेचे प्रतीक आहे ही वास्तू. एल्सवर्थ टूही म्हणतो की मानवाच्या मनात त्याच्या क्षुद्रतेचे भान जागवणे, किंवा त्याच्या मनात पवित्र भय निर्माण करणे, त्याला भयाने गुडघे टेकायला लावणे, लोळण घ्यायला लावणे हेच उन्नयन. एल्सवर्थ टूही म्हणतो की मानवाने स्वतःची क्षुद्रता मान्य करून क्षमायाचना करीत रहाणे, कारुण्याचा धनी होणे हेच त्याचे सर्वात उदात्त कर्तव्य होय. एल्सवर्थ टूही म्हणतो आपण क्षमा मागण्यासारखं काही केलंच नाही अशी भावना मानवांकडे असणे ही नीतीभ्रष्टताच. एल्सवर्थ टूहीला कळू शकलं की, ही वास्तू मानवाच्या आणि या पृथ्वीच्या गौरवार्थ बांधली गेली आहे- आणि एल्सवर्थ टूही म्हणाला की, ही वास्तू चिखलात उपडी पडल्यासारखी पसरली आहे. मानवाचा गौरव म्हणजे एल्सवर्थ टूहीच्या म्हणण्यानुसार केवळ फुटकळ शारीरपातळीवरील सुखाचा गौरव, कारण आत्मोद्धाराची आध्यात्मिक जाणीव मानवाच्या कक्षेत येऊच शकत नाही. एल्सवर्थ टूही म्हणतो की

मुक्ती मिळवण्यासाठी माणसाने ईश्वराच्या दारी गुडघे टेकूनच बसलं पाहिजे. एल्सवर्थ टूही हा मानवतावादी आहे.'

'मिस फ्रँकन, आपण येथे एल्सवर्थ टूही यांच्यासंबंधी चर्चा करीत नाही आहोत... त्यामुळे आपण आपल्या चर्चेचा-'

'मी एल्सवर्थ टूही यांच्यावर अजिबात दोषारोप करीत नाहीये. मी हॉवर्ड रॉर्क यांच्यावर दोषारोप करते आहे. असं म्हणतात की कोणतीही इमारत आपल्या भवतालाच भाग होऊन रहायला हवी. कसल्या जगात रॉर्कने हे मंदिर बांधलं? कसल्या प्रकारच्या माणसांसाठी बांधलं? जरा भवताली पहा. मि. हॉप्टन स्टोडार्ड यांच्यासाठी कोंदण म्हणून बांधलेली वास्तू पवित्र बनू शकेल? मि. राल्स्टन हॉलकोम्ब यांच्यासाठी बांधलेली? पीटर कीटींगसाठी बांधलेली? या सर्वांकडे पाहिल्यानंतर कुणाला एल्सवर्थ टूहीचा द्वेष वाटेल की हॉवर्ड रॉर्कचा? ज्याने हा एक अत्यंत गर्हणीय गुन्हा केला!? एल्सवर्थ टूहीचं मत अगदी बरोबर आहे. ही वास्तू म्हणजे पावित्र्यभंगच आहे, त्याने दिलेले समर्थन मला मान्य नसले तरीही त्याचा निष्कर्ष बरोबर आहे. जेव्हा एखादा मनुष्य बदल्यात पोर्कचा एक तुकडाही मिळत नसताना आपल्याकडले मोती विखरून देत असतो, तेव्हा तुम्ही दोष कुणाला देणार? त्याला काहीही मोबदला न देणाऱ्या हलकटांचा तुम्हाला राग येईल की त्या मनुष्याचा- की ज्याने आपल्याकडल्या मोत्यांची किंमत इतकी क्षुल्लक मानली... ते चिखलात विखरून टाकायला त्याला काहीच वाटलं नाही... आपले मोती चिखलात मिसळले जाताना सोबत त्या डुकरांचा गुरगुराट चालू झालेलाही ज्याने सह्य मानला... कोर्टाचा कारकून ज्याची नोंद ठेवतो आहे!'

'मिस फ्रँकन, ही साक्ष काही योग्य वळणाने चालली आहे असं वाटत नाही मला-'

'साक्षीदाराला आपले बोलणे पूर्ण करू द्यात.' अचानक न्यायाधीशाने फर्मावलं. त्याला कंटाळा आलेला आणि डॉमिनिकची फिगर पहायला त्याला छान वाटत होतं. शिवाय श्रोत्यांना हे मस्त वाटतंय हे त्याला कळत होतं. काहीतरी अनपेक्षित गरमागरम घडतंय हे त्यांना कळलं होतं- त्यांची सहानुभूती हॉप्टन स्टोडार्डच्या मागे असली म्हणून काय झालं.

'माननीय न्यायाधीश महाराज, काहीतरी समजुतीचा घोटाळा झाला आहे.' वकील म्हणाला, 'मिस फ्रँकन, तुम्ही फिर्यादीच्या बाजूने साक्ष देताय की आरोपीच्या? मि. स्टोडार्डसाठी की मि. रॉर्कसाठी?'

'अर्थात् मि. स्टोडार्डसाठी. मी- मि. स्टोडार्डनी हा खटला का जिंकायला हवा त्याची कारणं विशद करते आहे. मी सत्य तेच सांगण्याची शपथ घेतली आहे.'

'पुढे बोला.' न्यायाधीश म्हणाला.

'सर्व साक्षीदारांनी सत्य तेच सांगितले आहे. पण संपूर्ण सत्य नाही. मी केवळ त्यांनी गाळलेल्या जागा भरते आहे. त्यांनी द्वेषाचा, धोक्याचा उल्लेख केला. बरोबरच आहे. स्टोडार्ड मंदिर हे अनेक दृष्टिकोनांतून धोकादायक आहे. ते तसंच राहू दिलं तर आपल्याला आरशात स्वतःचं तोंड बघायची हिंमत होणार नाही पुन्हा कधी. आणि हे तर माणसांविरुद्ध फार मोठं क्रौर्य झालं. माणसांना काही करायला सांगा. त्यांना पैसा मिळवणे, प्रसिद्धी मिळवणे, प्रेम करणे, क्रौर्य दाखवणे, हत्या करणे, आत्मबलिदान करणे असलं काहीही करायला सांगा, ते करतील. पण आत्मसन्मान कमवायला सांगा, ते तुमचा रागराग करू लागतील. त्यांना चांगलंच कळतं. त्यांना त्यांची कारणं असतील. ते तुमचा राग करतात असं ते कधीही म्हणणार नाहीत. ते म्हणतील तुम्हीच त्यांचा राग करता. जवळपास सारखंच असतं म्हणा ते. त्यात गुंतलेली भावना त्यांनी नेमकी ओळखलेली असते. मग उगीच नको त्या अशक्य गोष्टींसाठी हुतात्मा होण्याची गरजच काय? ज्या प्रकारचं जग अस्तित्वातच

नाही त्या जगाला साजेशी वास्तू उभारण्यात काय हंशील आहे?'

'न्यायाधीश महाराज, याचा आपल्या खटल्याशी काय संबंध आहे मला कळत नाही-'

'अहो, मी तुमचा दावा सिद्ध करण्यासाठी मदत करते आहे. तुम्ही एल्सवर्थ टूहीचंच का ऐकलं पाहिजे ते मी तुम्हाला सांगते आहे... जे तुम्ही एवीतेवी करालच. स्टोडार्ड मंदिराची वास्तू नष्ट झाली पाहिजे. माणसांचं तिच्यापासून संरक्षण व्हावं म्हणून नव्हे तर तिचं माणसांपासून संरक्षण व्हावं म्हणून. काय फरक पडतो त्याने? मि. स्टोडार्ड तर जिंकतातच ना. इथे जे काही बोललं चर्चिलं गेलं त्या सर्वांशी मी सहमत आहे. एकाच मुद्द्याचा फरक आहे. मला वाटतं त्या मुद्द्याला बगल देऊन आपण सुटू नये. आपण ती वास्तू नष्ट करू या. पण तसं करून आपण काही सत्कार्य करतो आहोत असा आव आणता कामा नये. मान्य करू की आपण उंदीर आहोत आणि आपल्याला उत्तुंग पर्वतशिखरं आवडत नाहीत. किंवा कदाचित् आपण लेमिंग्ज आहोत- स्वहिताचा घात ओढवून घेणं हेच आपलं भागधेय आहे. या क्षणी मला एक गोष्ट फार स्पष्टपणे उमजते आहे की अखेर मी सुद्धा हॉवर्ड रॉर्कइतकीच निष्फळ ठरणार आहे. हे आहे माझं स्वतःचं स्टोडार्ड मंदिर- माझं पहिलं आणि शेवटचं.' ती न्यायाधीशाकडे झुकत म्हणाली, 'मला इतकंच सांगायचंय, न्यायाधीश महाराज.'

'तुम्ही विचारू शकता आता प्रश्न.' वकील रॉर्ककडे पाहून जरा ओरडलाच.

'मला काहीच विचारायचं नाही.' रॉर्क म्हणाला.

डॉमिनिक चौथऱ्यावरून उतरली.

वकीलाने न्यायासनाकडे पहात झुकून सांगितलं, 'फिर्यादीची कैफियत संपली.'

न्यायाधीशाने रॉर्ककडे पहात बोलण्याचा इशारा केला.

रॉर्क उठला आणि न्यायासनाकडे चालत गेला. त्याच्या हातात तो ब्राउन लिफाफा होता. त्याने लिफाफा उघडून स्टोडार्ड मंदिराच्या वास्तूचे दहा फोटोग्राफ्स काढले आणि न्यायाधीशासमोरच्या डेस्कवर मांडले. मग तो म्हणाला, 'बचावाची कैफियत संपली.'

❑

१३

हॉप्टन स्टोडार्डने खटला जिंकला. एल्सवर्थ टूहीने स्वतःच्या सदरात लिहिलं, 'मि. रॉर्क यांनी न्यायालयात उगीच काहीतरी सनसनाटी करून दाखवायचा प्रयत्न केला- फ्राइन या ग्रीक अभिनेत्रीने आपले कपडे फेडून टाकून सर्वांना चकित केलं होतं तसंच काहीसं- पण त्याचा काहीही उपयोग झाला नाही. त्या गोष्टीवर अर्थात आमचा कधीच विश्वास नव्हता.'

त्या मंदिराच्या वास्तूत फेरफार करण्यासाठी भरपाई देण्याचे आदेश रॉर्कला देण्यात आले. तो अपील करणार नसल्याचं त्याने सांगून टाकलं. हॉप्टन स्टोडार्डने घोषित केलं की ती वास्तू आता मतिमंद मुलांच्या संस्थेसाठी वापरात यावी म्हणून त्यात आवश्यक ते फेरफार केले जातील- स्टोडार्ड-मंतिमंद पुनर्वास म्हणून ती ओळखली जाईल.

खटल्याची सुनावणी संपली त्यानंतरच्या दुसऱ्याच दिवशी संध्याकाळी आल्वा स्कॅरेटने युअर हाऊस सदराची प्रुफं पाहिली आणि तो हबकलाच. डॉमिनिकने न्यायालयात दिलेली साक्ष त्यात जवळपास जशीच्या तशी होती. तिच्या त्या साक्षीतील निरुपद्रवी भाग त्यांनी छापायला दिलाच होता. ही संपूर्ण साक्ष वाचून आल्वा स्कॅरेट डॉमिनिकच्या ऑफिसकडे पळत सुटला.

'डार्लिंग, डार्लिंग, डार्लिंग,' तो म्हणाला, 'आपण हे छापू शकत नाही!'

ती त्याच्याकडे कोऱ्या चेहऱ्याने पहात राहिली... गप्पपणे.

'डॉमिनिक, स्वीटहार्ट, जरा विचार कर. तुझी भाषा, तुझ्या काहीकाही अफाट वाटणाऱ्या कल्पना वगैरे सोडूनच देऊ आपण. पण तुला चांगलं माहीते की या पेपरने या विषयावर काय भूमिका घेतली आहे... आपण मोहीम चालवली या विषयावर. तू माझं आजचं संपादकीय पाहिलं असशील- सभ्यतेचा विजय नाव दिलंय मी त्याला. पेपरचा एक लेखक आपल्या संपूर्ण धोरणाच्या विरुद्ध भूमिका घेऊन नाही लिहू शकत.'

'तुला ते छापावंच लागेल.'

'पण स्वीटहार्ट...'

'नाहीतर मी नोकरी सोडेन.'

'ओः काय हे, काय हे, काय हे... असा वेडेपणा करायचा नाही. काय वेड्यासारखं. असं काही होणार नाही तुला माहीते. आमचं तुझ्याशिवाय पानही हलत नाही, हलणार नाही...तुला माहीते...'

'तुला काहीतरी एक निवडावं लागेल, आल्वा.'

स्कॅरेटला कळत होतं की हे छापलं तर गेल वायनान्ड त्याला धारेवर धरेल, आणि डॉमिनिक फ्रँकन सोडून गेली तरीही गेल वायनान्ड त्यालाच धारेवर धरेल, कारण तिचं सदर लोकप्रिय होतं. वायनान्ड त्याच्या क्रूझवरून परतला नव्हता. स्कॅरेटने त्याला बालीमध्ये तपशीलवार तार पाठवली.

काही तासातच स्कॅरेटला उत्तर मिळालं. वायनान्डच्या खाजगी सांकेतिक भाषेत लिहिलेली ती तार होती. तिचा अनुवाद होता- 'काढून टाक त्या कुत्रीला.- जी.डब्लू.'

स्कॅरेट कोसळून त्या उत्तराकडे पहातच राहिला. ही आज्ञाच होती. त्याला पर्याय शोधण्याची मुभाच नव्हती त्यात. डॉमिनिकने शरणागती पत्करली तरीही तिला आता काढून टाकावंच लागणार होतं. तिने राजिनामा दिला तर किती बरं होईल. तो विचार करीत राहिला. तिला कामावरून काढून टाकण्याचा विचारही त्याला झेपत नव्हता.

टूहीने ज्या पोऱ्याला शिपाई म्हणून कामाला लावलं होतं, त्याच्या मदतीने टूहीने ती तारेची ती कॉपी मिळवली. ती खिशात टाकून तो डॉमिनिकच्या ऑफिसकडे गेला. खटल्यानंतर त्याची तिची भेटच झाली नव्हती. तो आत आला तेव्हा ती आपल्या टेबलचे कप्पे रिकामे करत होती.

'हेलो,' त्याने विचारलं, 'काय करते आहेस हे?'

'आल्वा स्कॅरेटच्या उत्तराची वाट पहातेय.'

'म्हणजे?'

'म्हणजे मी राजिनामा द्यायचा की कसं ते.'

'खटल्याबद्दल बोलाणार का थोडं?'

'नाही.'

'मला बोलायचंय. मला वाटतं मी हे मान्य करायला हवं की, तू प्रथमच मला चूक ठरवलंस.' त्याचा स्वर थंडगार, शब्द मोजून मापून होते. त्याची चर्या भावहीन होती. डोळ्यात जराही हसू नव्हतं. 'साक्षीदाराच्या पिंजऱ्यात तू जे केलंस ते करशील अशी मला जराही अपेक्षा नव्हती. फार घाणेरडी खेळी खेळलीस तू. अर्थात् तुझं नेहमीचंच आहे ते. तुझ्या दुष्टाव्याची दिशा ओळखण्यात माझी चूक झाली. पण एक गोष्ट तूही मान्य केलीस ते बरं झालं... की तुझी ही कृती निष्फळ होती. अर्थात्, तू तुझा मुद्दा मांडून घेतलास, आणि माझाही मांडलास. तुझ्या या कृतीचं एक छोटंसं बक्षीस देतोय मी तुला. ही माझी भेट.' त्याने तो तारेचा कागद तिच्या समोर टाकला. तिने तो वाचला आणि तो हातात धरून तशीच उभी राहिली. 'तू राजिनामा देऊ शकत नाहीस, माय डियर.' तो

म्हणाला,'तुझ्या त्या मोती उधळणाऱ्या हिरोसाठी तू स्वतःचा बळीही देऊ शकत नाहीस. तुला कुणाकडूनही पराभव पत्करायला आवडत नाही, स्वतःच जो काय ओढवून घेशील तो- नाही का... मला वाटतं हे तुला आवडेल.'

तिने तो कागद घडी घालून पर्समधे टाकला.

'थँक यू, एल्सवर्थ.'

'माझ्याशी संघर्ष करायचा असेल तर केवळ भाषणं देण्यापलिकडे काहीतरी करावं लागेल.'

'मी नेहमीच ते करत आलेय, असं नाही वाटत?'

'अं? हो. करत आली आहेस खरी. खरंय तुझं. पुन्हा एकदा तू मला चूक ठरवलंस. तू नेहमीच माझ्याशी लढत आली आहेस. आणि पहिल्यांदाच तू मोडून पडलीस आणि दयेसाठी आक्रोश केलास तू- त्या साक्षीदाराच्या पिंजऱ्यातून.'

'अगदी बरोबर.'

'माझं गणित तिथेच चुकलं.'

'होय.'

तो औपचारिकपणे मान झुकवून बाहेर पडला.

घरी घेऊन जाण्याच्या वस्तूंचं एक पार्सल तयार करून ती स्कॅरेटच्या ऑफिसमधे गेली. तिने त्याला हातातला तारेचा कागद दाखवला, पण त्याच्या हाती दिला नाही.

'ओके, आल्वा,' ती म्हणाली.

'डॉमिनिक, मी काहीच करू शकलो नाही, काहीच करू शकलो नाही... ते- पण तुला ही तार कशी कुठून मिळाली?'

'ठीक आहे ते, आल्वा. नाही, मी ती तुला देणार नाही. मला हवी आहे ती.' तिने तो कागद पुन्हा पर्समधे टाकला. 'माझा चेक पाठवून दे पोस्टाने. आणि इतरही जे काही बोलायचंय, निस्तरायचंय तेही पत्रानेच करायचं.'

'तू राजिनामा देणारच होतीस ना?'

'होय. पण हे मला अधिक छान वाटलं. कामावरून काढलं जाणं.'

'डॉमिनिक, मला हे किती भयंकर वाटतंय तुला काय सांगू... माझा विश्वासच नाही बसत. काही केल्या विश्वास नाही बसत.'

'तर अखेर तुम्ही लोकांनी हौतात्म्य माझ्या गळ्यात बांधलंतच. तसं होऊ नये म्हणून मी आयुष्यभर जागरूक राहिले. किती बेडौल वाटतं मला हुतात्मा होणं. आपल्या विरोधकांना फार जास्त महत्त्व दिल्यासारखं होतं ते. पण एक सांगते, आल्वा,- तुला सांगते कारण तुझ्याइतका अयोग्य माणूस शोधून मिळणार नाही मला हे सांगायला.- माझ्या किंवा त्याच्या बाबतीत- तुम्ही लोक जे काही कराल ते सगळं- मी स्वतःच्या बाबतीत काय करीन त्यापुढे अगदीच फिकं असेल. तुम्हाला वाटत असेल की मी स्टोडार्ड मंदिर झेलू शकले नाही, तर मग आता, मी काय काय झेलू शकते तेच दाखवून देईन मी.'

□ □ □

खटल्यानंतर तीन दिवस सरले होते. एल्सवर्थ टूही आपल्या खोलीत रेडिओ ऐकत बसला होता. त्याला काम करावंसं वाटत नव्हतं. आरामखुर्चीत विसावून तो बसून होता. एका कठीणशा सुरावटीवर त्याची बोटे ताल धरत होती. दारावरची टकटक ऐकून त्याने आवाज दिला, 'ये आत.'

कॅथरीन आत आली. तिने क्षमायाचना केल्यासारखं रेडिओकडे पाहिलं.

'तुम्ही काम करीत नव्हता नं, अंकल एल्सवर्थ, म्हणून आले. मला बोलायचंय जरा तुमच्याशी.'

ती पोक काढून उभी राहिलेली. तिच्या बारीकशा कुडीला कुठेच काही गोलाई नव्हती. तिने महागातला ट्वीड स्कर्ट घातला होता. पण त्याला इस्त्रीच नव्हती. जो काही थोडासा मेकप लावलेला त्यातून तिची निस्तेज काया तुकड्यातुकड्यातून दिसत होती. वयाच्या सव्वीसाव्या वर्षी ती तिशी लपवणाऱ्या स्त्रीसारखी दिसत होती. गेल्या काही वर्षात ती एल्सवर्थ अंकलच्या मदतीने, प्रोत्साहनाने समाज-कार्यकर्ती बनली होती. एका आधार केंद्रात तिला नोकरी होती. बँकेत तिचं स्वतःचं खातं होतं. मैत्रीणींना घेऊन लंचला जाण्याइतपत तिची परिस्थिती बरी झाली होती. तिच्या मैत्रिणी म्हणजे तिच्याचसारख्या समाजकार्यकर्त्या वयस्क बाया होत्या. त्या सगळ्या मिळून कुमारी मातांच्या प्रश्नांवर चर्चा करीत. गरीबांच्या मुलांच्या कलागुणांना वाव देण्यासाठी काय करता येईल, उद्योगधंद्याच्या जगतातील दुष्ट पद्धती वगैरेंवर चर्चा करीत.

गेल्या काही वर्षांत टूही तिचं अस्तित्त्व जणू विसरून गेला होता. पण तिला आपली फार चांगली ठळक जाणीव आहे हे तिच्या बुजऱ्या हालचालीतून त्याला कळत असे. तो क्वचितच तिच्याशी स्वतःहून बोलत असे. पण ती मात्र नेहमी त्याला बारीकसारीक गोष्टींत सल्ले विचारत असे. त्याच्या ऊर्जेवर चालणारी लहानशी मोटरच होती ती जणू... मधून मधून त्याच्याकडून इंधन भरून घेणं भाग असायचं तिला. नाटकाला जायचं तरी त्या नाटकांवरचं त्याचं मत जाणून घेतल्याशिवाय ती जात नसे. एखादा छोटासा अभ्यासक्रम करावासा वाटला तरी ती प्रथम त्याचं मत घेत असे. एकदा तिची एका हुशार, चुणचुणीत मुलीशी मैत्री झाली. ती आनंदी असायची आणि सामाजिक कार्यकर्ती असूनही तिचं गरीबांवर खरोखरचं प्रेम होतं. टूहीला ती आवडत नाही असं दिसताच कॅथरीनने तिची मैत्री सोडून दिली.

तिला सल्ला हवा असला की, ती अगदी थोडक्यात काय ते विचारून घ्यायची. आपल्यामुळे त्याचा वेळ वाया जाऊ नये याची पूर्ण खबरदारी घेत रहायची. जे काही बोलायचं ते जेवताना, तो लिफ्टच्या दिशेने जात असताना, तो रेडिओ ऐकत असताना मधल्या ब्रेकमधे किंवा व्यत्ययामधे. आपण त्याचा वेळ गृहीत धरत नाही हे ती दाखवून देत असे. त्याचा केवळ वाया जाणारा वेळच आपण घेतो हे अधोरेखित करीत रहायची.

ती अभ्यासिकेत शिरली तेव्हा टूहीने तिच्याकडे जरा आश्चर्यानेच पाहिलं.

तो म्हणाला, 'बस, बेटू, मी काही करीत नाहीये. तुझ्यासाठी मी वेळ काढणार नाही असं होईल? तो रेडिओ जरा बारीक कर तेवढा.'

तिने रेडिओचा आवाज कमी केला आणि तीही त्याच्या समोरच खुर्चीवर बसली. तिच्या हालचाली एखाद्या बावरलेल्या किशोरीसारख्या खूप अवघडलेल्या होत्या. आत्मविश्वासाने वावरणं ती जणू विसरून गेली होती. मधूनच कधीतरी तिच्या मानेचा झटका, एखादी हाताची हालचाल ती फारच विचलित झाल्याचं दर्शवत असे. आजकाल हे जरा जास्तच वाढत चाललं होतं.

तिने आपल्या अंकलकडे पाहिलं. चष्म्याच्या काचांआडचे तिचे डोळे तणावलेले होते पण फार काही उघडही होऊ देत नव्हते. ती म्हणाली,

'आजकाल काय करताय तुम्ही, अंकल एल्सवर्थ? तुमच्याशी संबंधित असा काहीतरी मोठा खटला जिंकला वगैरे वाचलं मी पेपरात. बरं झालं नाही. गेल्या कित्येक महिन्यांत मी पेपरच वाचलेले नाहीत. खूप कामात आहे मी सध्या... नाही... तसंही नाही. वेळ असायचा मला, पण घरी आल्यावर काही करूच नये असं वाटायचं. बिछान्यात पडलं की झोपून जायचं, बस्स. अंकल एल्सवर्थ, लोक

थकतात म्हणून झोपतात की कशापासून तरी सुटका हवी असते म्हणून झोपतात?'

'अरे, बेटा काय हे. असं काय बोलतेस तू? तुझ्या तोंडात शोभत नाही हे.'

तिने असाहाय्यपणे मान हलवली आणि म्हणाली, 'खरंय, माहीतीये मला.'

'काय झालं काय?'

आपल्या बुटांच्या टोकांवर नजर खिळवत ती कसंबसं म्हणाली, 'मला वाटतं, मला काही जमणारच नाही, अंकल एल्सवर्थ,' तिने नजर उचलून त्याच्याकडे पाहिलं. 'मी इतकी दुःखी असते. कशातच आनंद नाही वाटत मला.'

तो तिच्याकडे निःशब्दपणे पहात राहिला. त्याच्या मुद्रेवर सहानुभूती होती, नजरेत आस्था होती. ती अस्फुट स्वरात म्हणाली, 'तुम्हाला समजतंय ना?'

त्याने मानेनेच होकार भरला.

'तुम्हाला माझा राग नाही ना येत? माझा वैताग नाही ना येत?'

'माय डियर, कसं शक्य आहे!'

'मला हे बोलायचं नव्हतं, स्वतःशीही कबूल करायचं नव्हतं. ही काही आजची गोष्ट नाही. खूप दिवसांपासून चाललंय हे माझ्या मनात. मला सांगून टाकू दे सगळं... सांगायलाच हवं मला हे. पहिल्यांदा मी कन्फेशनला जायचे ना, तसंच काहीसं... नाही नाही मी पुन्हा तिकडे वळतेय असं काही मनात आणू नका. मला चांगलं माहीते की, धर्म म्हणजे वर्गविग्रहातील शोषणाचं एक साधन आहे फक्त. तुम्ही मला सगळं इतकं छान समजावून सांगितल्यानंतर मी पुन्हा अशी चूक करणं शक्यच नाही. मला काही चर्चमधे न गेल्याचं दुःख नाही. पण एवढंच की- माझं कुणीतरी ऐकायला हवं.'

'केटी, डार्लिंग, एक म्हणजे तू एवढी घाबरतेस कशासाठी? हं? माझ्याशी बोलायला घाबरायचं काहीच कारण नाही. शांत हो बघू. स्वतःसारखी वाग बरं जरा. अगदी मोकळेपणाने सांग, काय झालं ते.'

तिने त्याच्याकडे कृतज्ञतेने पाहिलं.

'तुम्ही किती संवेदनाशील आहात, अंकल एल्सवर्थ. मला हे बोलायचं नव्हतं- पण तुम्ही किती बरोबर ओळखलंत. मला खरंच भीती वाटते. कारण- कारण तुम्ही आत्ता जे म्हणालात ना तेच. स्वतःसारखी वाग- आणि त्याचीच मला भीती वाटते. स्वतःसारखं असण्याचीच भीती. कारण मी ना- फार कडूजहर झालाय माझा स्वभाव.'

तो हसत सुटला. तिला दुखावण्याच्या स्वरात नव्हे-, तर समजून घेतल्यासारखा. त्याच्या हास्याने तिचं वाक्य जणू खोडून निघावं. पण ती हसली नाही.

'नाही, अंकल एल्सवर्थ, खरं सांगतेय मी. मी सांगते पहा तुम्हाला. असंय ना- मी लहान असल्यापासून मला योग्य तेच वागावं, चांगलं तेच करावं असं ठामपणे वाटायचं. मला वाटायचं सर्वांना असंच वाटत असेल. पण आता नाही वाटत तसं. काही लोक करतात तसं वागण्याचा प्रयत्न, चुका करत असतील, पण प्रयत्न तर करतात. आणि काहीजण अजिबात तसं काही करत नाहीत. त्यांना पर्वाही नसते. मला नेहमीच पर्वा असायची. खूप विचार करायची मी स्वतःच्या वर्तनाबद्दल, सद्वर्तनाबद्दल. मला हेही चांगलं माहीत होतं, की मी काही फार हुशारबिशार नाहीये. आणि सत्-असत् वगैरे फार मोठा विषय आहे. पण मला

वाटायचं मला जे काही चांगलं आहे म्हणून समजतं तेवढं तर पाळायचा मी सर्वतोपरीने प्रयत्न करीन. प्रत्येकाने तेवढंच तर करायची गरज असते, हो ना? तुम्हाला माझी बडबड खूप बालिश

वाटत असेल ना?'

'नाही, केटी. अजिबात तसं काही नाही. तू बोलत रहा, बेटा.'

'वेल, सुरुवात करायची तर, मला हे माहीत आहे की स्वकेंद्री असणं म्हणजे दुष्टपणाच आहे. त्याबद्दल मला खात्री होती. त्यामुळे मी कधीही काहीही स्वतःसाठी मागायचं नाही एवढं ठरवून घेतलं. पीटर महिनोनमहिने फिरकायचाही नाही- नाही, मला माहीते तुम्हाला ते आवडत नाही...'

'काय आवडत नाही, माय डियर?'

'तेच- पीटर आणि मी. त्यामुळे मी तो विषय काढतच नाही. ते फारसं महत्त्वाचंही नाही. वेल... मी इथं तुमच्यासोबत रहायला आले तेव्हा मी किती आनंदात होते तुम्हाला माहीते? निस्वार्थपणाचा आदर्श कुणी असेल तर तुम्हीच असं म्हणता येईल मला. मी तुमचं अनुकरण करण्याचा खूप प्रयत्न केला. मी आता जे काम करतेय ते करायला मी घेतलं ते त्यातूनच. मी ते करावं असं तुम्ही कधी सुचवलंही नाहीत मला. पण ते तुम्हाला आवडेल हे मला उमजलं. कसं उमजलं ते विचारू नका- नाही सांगता येणार. तसं नक्की काहीच नव्हतं. तुम्ही छोट्याछोट्या गोष्टींबद्दल सहज बोलता. त्यातूनच उमजलं. मी सुरुवात केली तेव्हा मला किती आनंद वाटला होता. स्वार्थातूनच दुःखं निर्माण होतात हे मला माहीते. आणि खरा आनंद दुसऱ्यासाठी जगूनच मिळवता येतो हेही मला माहीते. तुम्हीच शिकवलंत ते. कितीतरी लोक तसंच म्हणतात... ते का- गेल्या काही शतकांत होऊन गेलेले सर्व महात्मे तेच शिकवत आलेत.'

'आणि?'

'वेल, माझ्याकडे पहा.'

त्याचा चेहरा तसाच अचल राहिला क्षणभर. मग तो मजेने हसला आणि म्हणाला, 'तुला काय झालंय, बेटा? तुझे स्टॉकिंग्ज मॅच होत नाहीत आणि तुझा मेकप जरा व्यवस्थित असायला हवा- एवढं सोडलं तर काहीच तर नाही?'

'हसू नका, अंकल एल्सवर्थ. प्लीज हसू नका. मला माहीत आहे की तुम्ही म्हणाल की सर्व गोष्टींवर हसायचं असतं. स्वतःवर पण हसायचं असतं. पण नाही येत मला तसं करता.'

'बरं केटी, मी नाही हसत. पण काय झालंय काय?'

'मी दुःखी आहे- दुःखीच असते. तेही इतक्या भयंकर, वाईट रीतीने... दुष्टावाच. मला वाटतं की हे फार घाणेरडं आहे. अप्रामाणिक आहे मी. मला भीती वाटते विचार करायचीही... स्वतःचा विचार करायचा टाळते मी- दिवसचे दिवस- स्वतःपासून नजर चुकवतेय मी. हे चूक होतंय सगळं. ढोंगी होतेय मी. मला स्वतःशी प्रामाणिक असावं असं किती वाटायचं. पण आता नाही मी प्रामाणिक- अजिबात नाहीये. अजिबातच नाहीये.'

'ठीके, डियर, ओरडू नको अशी. शेजारीपाजारी ऐकतील.'

तिने कपाळावरून हात मागे सारला. मान हलवून ती कुजबुजतच बोलली, 'सॉरी, होईन मी शांत.'

'बरं, माय डियर, आता सांग, तुला कशाचं दुःखं आहे?'

'माहीत नाही. मला काही समजतच नाही. उदाहरण सांगते. क्लिफोर्ड आधारकेंद्रात गर्भवतींसाठी सल्लाकेंद्र मी सुरू केलं. माझीच कल्पना होती ती. मी पैसा उभा केला. शिक्षिकाही मीच मिळवली. आता खूप चांगले वर्ग चालतात ते. मी मनाशी म्हणते की मला आनंद वाटायला हवा. पण नाही. मला काहीच वाटत नाही त्याबद्दल. मी स्वतःला समजावते- की, तू केलंस हे, तू मेरी गोन्सालेझच्या बाळाला चांगल्या कुटुंबात दत्तक दिलंस. आता त्यात आनंद मान. पण नाही वाटत मला आनंद. मला

काहीच वाटत नाही. मी स्वतःशी खरेपणाने मान्य केलं की मला कळतं, की माझ्या मनात एकच भावना आहे फक्त... थकल्याची. वर्षानुवर्षं मी थकत आलेय नुसती असं वाटतं. शरीराने नव्हे. फक्त थकवा... जणू काही... जणू काही- काही वाटून घ्यायला इथं या शरीरात कुणी उरलेलंच नाही.'

तिने आपला चष्मा काढून ठेवला. जणू त्याच्या नि तिच्या चष्म्याच्या काचांच्या दुहेरी अडथळ्यामुळे तिला त्याच्यापर्यंत पोहोचणं जड जात होतं. ती पुन्हा बोलू लागली तेव्हा तिचा आवाज आणखी खाली आलेला. खूप प्रयत्नपूर्वक बोलत होती ती.

'पण हे एवढंच नाही. त्यापेक्षाही काहीतरी वाईट होतंय. काहीतरी भयानक होत चाललंय माझं. मला लोकांचा द्वेष वाटू लागलाय आताशा, अंकल एल्सवर्थ. मी थोडीशी क्रूरपणे वागते, कुसकेपणाने वागते, फार कोत्या वृत्तीने वागते लोकांशी. अशी मी कधीच नव्हते हो. लोकांनी माझ्याशी कृतज्ञ असावं अशी माझी सतत अपेक्षा असते. म्हणजे जवळपास तशी मागणीच असते माझी. झोपडपट्टीतले लोक माझ्याशी वाकून-झुकून लुब्रेपणाने बोलतात, माझ्या पुढपुढे करतात तेव्हा मला बरं वाटतं. माझ्यापुढे अगदी लोटांगणं घालणारे लोकच मला आताशा आवडतात असं माझ्या लक्षात आलंय. एकदा मी एका बाईला म्हटलं- की- की तुझ्यासारख्या कचरपट्टी लोकांसाठी आम्ही जे काही करतो त्याची तुला जाणीव नाही. मग मी नंतर कितीतरी वेळ- किती तास- रडत बसले होते. भयंकर शरम वाटली मला स्वतःची. लोक माझ्याशी वाद घालू लागले की मला फार संताप येतो. सहन होत नाही मला. त्यांनी स्वतःच्या मनाने काही विचारच करू नये अशी माझी अपेक्षा असते. त्यांनी माझं ऐकावं, मीच त्यांचे निर्णय घ्यावेत... मी त्यांची अंतिम न्यायाधीश आहे जणू- असं वाटतं मला. एक मुलगी होती- आम्हाला सर्वांनाच फार काळजी वाटायची तिची. ती एका देखण्या पोराबरोबर फिरायची. तो मुलगा जरा वाईट वळणाचा होता. मी तिचं कित्येक आठवडे खूप डोकं खाल्लं. तो कसा तिला दगा देईल, गोत्यात आणेल वगैरे... तिने त्याला सोडावं म्हणून खूप सांगितलं मी तिला. अखेर त्यांनी लग्न केलं. आणि ते दोघे इतके मजेत जगताहेत. आसपासच्या सर्व जोडप्यांत सर्वात सुखी जोडपं असेल ते. तुम्हाला वाटतं मला याचा आनंद झाला असेल? छे. माझा संताप होतो. ती भेटते तेव्हा मी तिच्याशी जेमतेम धड चार शब्द बोलत नाही. आणखी एक मुलगी होती. तिला नोकरीची फार गरज होती. वाईट परिस्थिती होती तिच्या घरात. मी तिला सांगितलं की मी तुझ्यासाठी नोकरी बघेन म्हणून. पण मला काही मिळण्याआधीच तिची तिलाच नोकरी मिळाली. मला अजिबात आवडलं नाही ते. कुणीतरी माझ्या मदतीशिवाय खातेऱ्यातून बाहेर पडलं याचं मला वैषम्य वाटलं! -कालची गोष्ट, मी एका मुलाशी बोलत होते. त्याला कॉलेजमधे जायचं होतं. आणि मी त्याचं मन वळवत होते त्याने नोकरी धरावी म्हणून. मला एकीकडे खूप रागही येत होता. आणि अचानक मला जाणवलं- की यामागचं कारण होतं माझी कॉलेजमध्ये जाण्याची इच्छा अपूर्ण राहिली होती... तुम्हाला आठवतं? तुम्हीच मला नको म्हटला होतात... म्हणून मी पण त्या पोराला कॉलेजात जाऊ देणार नव्हते. अंकल एल्सवर्थ, कळतंय हे तुम्हाला? मी फार स्वार्थी होत चाललेय. एखाद्या लोकांकडून पैसे काढणाऱ्या बदमाषापेक्षाही घाणेरडा स्वार्थ आहे हा!'

त्याने शातपणे विचारलं, 'झालं सगळं सांगून?'

तिने क्षणभर डोळे मिटून घेतले... आणि मग आपल्या हातांकडे नजर खिळवत ती उत्तरली, 'हं... बहुतेक सगळं... फक्त एकच- की मी एकटीच अशी आहे अशातला भाग नाही. अनेकजण असेच आहेत. मी ज्यांच्याबरोबर काम करते त्यातल्या बहुतेक बायका अशाच आहेत. माहीत नाही त्या अशा कशामुळे झाल्या. मी अशी कशी होत गेले तेही कळत नाहीये मला. मी कुणाला मदत केली की किती आनंद व्हायचा मला. एकदा मला आठवतं- मी पीटरबरोबर जेवायला गेले होते. परत

येताना मला एक ऑर्गन वाजवणारा माणूस दिसला. मी माझ्याकडचे पाच डॉलर्स त्याला दिले. तेवढेच होते माझ्याकडे. मला ख्रिसमस नाइट पर्फ्यूमची बाटली घ्यायची होती त्यातून. खूप इच्छा होती मला. पण नंतर कधीही मला त्या ऑर्गनवाल्याची आठवण आली की मला कसं छान वाटायचं. त्या दिवसांत मी पीटरला अनेकदा भेटत असे. त्याला भेटून घरी परतताना इतका आनंद मनात दाटलेला असायचा की मी रस्त्यातल्या कुठल्याही नागड्याउघड्या पोराची पापी घेतली असती. पण आता- आता मला गरीबांचा राग येतो. मला वाटतं माझ्याबरोबरच्या सगळ्या बायांना तसाच राग येत असावा. पण त्या गरीबांना आमचा राग येत नाही- यायला हवा- पण नाही येत. ते केवळ आमचा तिरस्कार करीत असावेत. तुम्हाला कळतंय- गंमत आहे. मालक आपल्या गुलामांचा तिरस्कार करतात आणि गुलाम मालकांचा द्वेष करतात. इथे कोण कुठल्या भूमिकेत आहे कळत नाही मला. कदाचित ते उदाहरण इथे लागू होत नसेल... कळत नाही मला...'

तिने निकराने मान वर केली आणि अखेरचा बंडाचा उद्गार निघाला, 'मला काय स्पष्ट व्हायला हवं आहे हे तुम्हाला कळतंय की नाही? मी जे काहीतरी योग्य आहे असं वाटून फार प्रामाणिकपणे करायला निघाले ते करताना मी आतून नासत चाललेय- असं का? मला वाटतं कदाचित मी स्वभावतःच फार दुष्ट असेन आणि सद्वर्तन मला जमणारच नाही कधी... एवढं एकच स्पष्टीकरण असू शकतं. पण... पण असं शक्य नाही वाटत मला. आपले हेतू अगदी पूर्णपणे चांगले असताना, चांगुलपणा जमतच नाही असं कसं होईल? मी इतकी वाईट असणं शक्यच नाही. पण... पण मी तर सारंकाही सोडून दिलंय. माझा स्वतःचा असा काही स्वार्थ ठेवलाच नाही मी शिल्लक. माझं असं काहीच नाही... आणि तरीही मी किती केविलवाणी झालेय. आणि माझ्यासारख्याच त्या इतर बायकाही. आणि निःस्वार्थपणे काम करत असतानाही आनंदात असणारा एकही माणूस माझ्या पहाण्यात नाही- तुम्ही एकटेच अपवाद आहात.'

तिने मान खाली घातली आणि पुन्हा वर केली नाही. आपल्या प्रश्नांच्या उत्तराबद्दलही जणू तिला काही आस्था उरली नव्हती.

'केटी,' तो हळुवारपणे कृतक्कोपाने बोलला, 'केटी, डार्लिंग.'

ती निःशब्दपणे वाट पहात राहिली.

'तुला मी खरंच उत्तर द्यायला हवंय का?'

तिने मान डोलावली.

'कारण उत्तर तुझं तूच दिलं आहेस तू जे बोललीस त्यातच ते दडलंय.'

तिच्या डोळ्यांच्या पापण्यावर झाल्या. ती कोऱ्या नजरेने पहात राहिली.

'तू काय बोलते आहेस? तू कशाची तक्रार करते आहेस? तू दुःखी असल्याची तक्रार? केवळ केटी हॅलसेबद्दलची तक्रार- आणखी काहीही नाही? इतकं आत्मकेंद्री भाषण मी आयुष्यात पहिल्यांदाच ऐकलं कुणाकडून.'

ती लक्षपूर्वक ऐकू लागली. शाळकरी विद्यार्थिनीने एखादा कठीण धडा आल्यावर बावरून जावं तशी दिसत होती तिची चर्या.

'तू किती स्वार्थीपणा केलास ते कळतंय तुला? तू एक चांगलं उदात्त कार्य अंगिकारलंस. त्यातून तू जे सत्कार्य साध्य करशील त्या हेतूने नव्हे- तर तुला स्वतःला तुझा वैयक्तिक आनंद त्यात सापडावा म्हणून.'

'पण मला खरंच लोकांना मदत करायची इच्छा होती.'

'कारण तुला वाटलं त्यातून तू स्वतःचा चांगुलपणा, सत्शीलपणा सिद्ध करू शकशील.'

'हो, का- कारण मला वाटलेलं हे योग्य होईल. चांगलं काम करण्याची इच्छा असण्यात वाईट काय आहे?'

'आहे. जर तोच तुमचा मुख्य हेतू असेल तर. हा केवढा मोठा स्वार्थीपणा आहे दिसत नाहीये का तुला? मी जोवर चांगली आहे तोवर बाकी सारे गेले खड्ड्यात.'

'पण आपल्याला आत्मसन्मान वाटलाच नाही तर आपण- आपण काही असूच शकणार नाही ना?'

'तुम्ही काही असायला हवं हा आग्रह का?'

तिने गोंधळून जाऊन हात हवेत उडवले.

'तुमची पहिली चिंता जर स्वतःच्या असण्यासंबंधी, स्वतःच्या विचारासंबंधी असेल, स्वतःच्या भावभावनांसंबंधी असेल तर तुम्ही केवळ एक सामान्य स्वार्थी मनुष्यप्राणी आहात हे नक्की.'

'पण मी माझ्या शरीरातून बाहेर तर नाही ना पडू शकत.'

'नाही. पण स्वतःच्या आत्म्याच्या बारीकशा वर्तुळातून तर बाहेर पडू शकतेस.'

'म्हणजे मी आनंदी असण्याची इच्छाच करू नये?'

'नाही. कशाचीही इच्छा करू नये. मिस कॅथरीन हॅलसे किती महत्त्वाची व्यक्तीविशेष आहे हेच तू विसरायचा प्रयत्न केला पाहिजेस. कारण ती नाहीये कुणी महत्त्वाची. माणसं महत्त्वाची असतात ती केवळ इतर माणसांच्या संदर्भात... त्यांच्या उपयोगाच्या संदर्भात, ती काय सेवा देऊ शकतात त्या संदर्भात. ते संपूर्णपणे उमजल्याशिवाय, पचवल्याशिवाय तुझ्या वाट्याला हे नाही- तर ते दुःख, नाहीतर केविलवाणेपण येणार हे नक्की. तू लोकांशी क्रूरपणे वागतेस याचा शोध लागला तर एवढी आकाशपाताळ एक करणारी शोकांतिका घडल्यासारखं काय आहे त्यात? काय एवढं त्याचं? आपली वाढ होतानाच्या कळा आहेत या. काही टप्प्यांतूनच पुढे जावं लागतं. पशूतुल्य पातळीवर जगणाऱ्याच्या अवस्थेतून आध्यात्मिक पातळीवर काही एकदमच उडी मारून नाही जाता येत. त्यातल्या काही पायऱ्यांवर कदाचित दुष्ट वृत्तींचा परिपोष होत असेल. एखादी सुंदर स्त्री बहुतेकवेळा किशोरवयात अजागळ दिसते. सर्व प्रकारच्या वाढीच्या प्रक्रियेत नाशही असतोच. अंड फोडल्याशिवाय आम्लेट होत नाही. तुला कष्ट सोसावे लागतील... क्रूर व्हावं लागेल, अप्रामाणिक व्हावं लागेल, अस्वच्छ व्हावं लागेल... आपल्या अहंतेची सारी मुळं वेचून वेचून ठेचून काढण्यासाठी काहीही करायची तयारी हवी. ती अहंता मरून जाईल तेव्हा तुला कशाचीच पर्वा रहाणार नाही, आपल्या व्यक्तित्वाची ओळख पुसलेली असेल, आपल्या आत्म्याचं नाव विसरलेली असशील तेव्हा... तेव्हाच तुला मी म्हणतो तो खरा आनंद काय ते कळेल... आध्यात्मिक उदात्तश्रेणीची द्वारं तुझ्यासाठी खुली झालेली असतील.'

'पण मग, अंकल एल्सवर्थ,' ती कुजबुजत म्हणाली, 'ती द्वारं उघडतील तेव्हा त्यातून आत प्रवेश करेल ते कोण असेल?'

तो मोठ्याने खणखणीत हसला. तिच्या म्हणण्याला दाद दिल्यासारखा, 'माय डियर, मला वाटलं नव्हतं कधी तू मला असा आश्चर्याचा धक्का देशील म्हणून.'

मग पुन्हा एकदा तो गंभीर मुद्रेने बोलू लागला.

'चलाख शेरा होता तो, केटी, पण मला आशा आहे की केवळ चलाख शेराच असावा तो.'

'हो.' ती जरा डळमळीतपणे म्हणाली, 'असेल... पण तरीही.'

'अमूर्त कल्पनांबद्दल बोलताना आपण शब्दशः काहीच घेत नाही. अर्थातच तूच प्रवेश करशील त्यातून. आपलं व्यक्तित्व काही असं पूर्णपणे मिटून जात नसतं. त्याची व्याप्ती वाढते केवळ. तुझ्या व्यक्तित्वाचा भाग बनलेले असतील इतर अनेक आणि सारे विश्वही.'

'कसं? कशा रीतीने? कशाचा भाग?'

'कळतंय तुला आता, की या गोष्टींबद्दल चर्चा करणंही किती कठीण आहे ते. आपल्या भाषेची संपूर्ण रचनाच व्यक्तीवादी आहे. त्यातील संज्ञा, अंधविश्वास. व्यक्तित्व ही एक भ्रामक कल्पना आहे, माहीते? जुन्या, पडक्या विटा घेऊन कुणी नवीन घर बांधू शकत नाही. आजच्या भाषेतल्या संज्ञा वापरून जे आपण बोलतो त्यातून तू माझं म्हणणं समजून घेऊच शकत नाहीस. अहम् जपण्याच्या अंधविश्वासाने आपणा सर्वांच्या मनात विष कालवलं गेलं आहे. निःस्वार्थतेच्या पायावर आधारलेल्या समाजात काय योग्य असेल नि काय अयोग्य याची कल्पनादेखील करू शकत नाही आपण... त्या समाजात भावनांचा पोत कसा असेल तेही नाही कळणार आपल्याला. आपली अहंता प्रथम गाडून टाकली पाहिजे. म्हणून तर बुद्धीवर विसंबून चालत नाही. विचार करू नये आपण. विश्वास टाकावा. विश्वास ठेव, केटी, जरी तुझ्या मनाने, बुद्धीने आडकाठी केली तरीही. विचार करत राहू नको. श्रद्धेने वाग. हृदयाची साद ऐक, मेंदू दुय्यम आहे. विचार नव्हे, भावना महत्त्वाची, श्रद्धा महत्त्वाची.'

ती स्तब्ध बसून होती, अविचल, शांत. पण तरीही असं वाटत होतं की तिच्या अंगावरून एखादा रणगाडा गेल्यासारखा तिचा चेंदामेंदा झालाय. ती आज्ञाधारक स्वरात कुजबुजली, 'होय, अंकल एल्सवर्थ... मी... मला... मी असा विचार कधी केलाच नव्हता. मला वाटायचं आपण विचार केला पाहिजे... पण तुमचं म्हणणं बरोबर आहे- म्हणजे बरोबर हा शब्द योग्य असेल तर... असेल तर- होय- मी विश्वास ठेवायला शिकेन. मी समजून घ्यायचा प्रयत्न करेन- नाही समजून घ्यायचा नाही- भावना उमजून घेण्याचा प्रयत्न... म्हणजे- फक्त मी - मी इतकी निर्बल आहे... मला नेहमी वाटतं की मी तुमच्यापुढे किती लहान, क्षुद्र आहे... मला वाटतं माझं एका दृष्टीने बरोबर होतं- माझी काही किंमतच नाही... पण त्याने काय फरक पडतो... काहीही नाही....'

□ □ □

दुसऱ्या दिवशी संध्याकाळी जेव्हा दारावरची घंटी वाजली तेव्हा टूहीने स्वतःच उठून दार उघडलं.

पीटर कीटींगला पाहून त्याच्या चेहऱ्यावर हास्य पसरलं. खटला संपल्यावर कीटींग भेटायला येईल अशी त्याची अपेक्षा होती. कीटींगला गरज वाटणार हे त्याला माहीत होतं. त्याच्या अपेक्षेनुसार तो याआधीच यायला हवा होता खरं तर.

कीटींग आत शिरला तोच जरा अनिश्चितपणे. त्याचे हात जणू मनगटांना जड झाले होते. त्याचे डोळे सुजवटलेले. चेहऱ्यावरची लकाकी हरपलेली.

'हेलो, पीटर,' टूहीने हसून स्वागत केलं, 'भेटायला आलास? ये ये आत ये. नशीब जोरावर आहे आज तुझं. माझी अख्खी संध्याकाळ मोकळीच आहे आज.'

'नाही,' कीटींग म्हणाला, 'मी केटीला भेटायला आलोय.'

तो टूहीकडे पहातच नव्हता आणि टूहीच्या डोळ्यातले काचेआडचे भाव त्याला दिसले नाहीत.

'केटीला? अरे खरंच की!' टूही प्रसन्नपणे म्हणाला, 'काय आहे ना- की इथे तू केटीला भेटायला म्हणून कधीच आला नव्हतास याआधी. त्यामुळे मला ते सुचलंच नाही. पण, जा , आत जा. मला वाटतं ती घरातच आहे. तुला तिची खोली नाही माहीत? दुसरं दार-'

कीटींग जड पावलं टाकत हॉलमधून पलिकडे गेला आणि त्याने कॅथरीनचं दार ठोकलं. तिने उत्तर दिल्यावर तो आत गेला. टूही त्याच्याकडे पहात उभा होता, त्याची मुद्रा विचारमग्न होती.

कॅथरीन त्याला पहाताच उठून उभी राहिली. विश्वास न बसल्यासारखी काही क्षण ती उभीच

राहिली. मग धावत जाऊन तिने पलंगावर अस्ताव्यस्त पडलेली तिची काही अंतर्वस्त्र उशीखाली सारली. मग घाईघाईने चष्मा काढून तो काहीसा लपवतच खिशात टाकला. काय करावं तिला सुचत नव्हतं- आहे तसंच रहावं की, त्याच्यासमोरच ड्रेसिंग टेबलवर बसून थोडा मेकप लावावा.

गेले सहा महिने ती कीटींगला भेटली नव्हती. गेल्या तीन वर्षांत ते मधेच कधीतरी भेटायचे. बऱ्याच अंतरा अंतराने. क्वचित कधी लंचसाठी, कधी डिनरसाठी- आणि दोनवेळा सिनेमा पहायला म्हणून. कधीही एखाद्या सार्वजनिक ठिकाणीच त्यांची भेट झाली होती. त्याची नि टूहीशी ओळख झाल्यापासून, तो तिला भेटायला म्हणून त्यांच्या घरी असा आलाच नव्हता. जेव्हा भेट व्हायची तेव्हा जणू काहीच बदललेलं नाही अशाच सहजतेने ते गप्पा मारायचे. पण बरेच दिवसांत त्यांनी लग्न करण्याचा विषय काढला नव्हता.

'हेलो, केटी,' कीटींगचा स्वर मृदू होता, 'तू चष्मा वापरायला लागलीस, मला माहीतच नव्हतं.'

'हं... ते- फक्त वाचण्यापुरता- हेलो पीटर,... मी अगदीच अवतारात आहे आत्ता. किती दिवसांनी पहातेय तुला... खूप बरं वाटलं, पीटर.'

तो हॅट हातात घेऊन, ओव्हरकोट तसाच ठेवून जड शरीराने खाली बसला. ती हसून पहात राहिली त्याच्याकडे. तिने हाताने हवेत एक वर्तुळ ओढलं आणि म्हणाली, 'बरेच दिवसांनी भेटतोय नै आपण? कोट काढायचा आहे का की लगेच जायचंय-?'

'नाही, मी बराच वेळ काढून आलोय.' त्याने कोट काढला, हॅट उतरली. कोट पलंगावर टाकत तो पहिल्यांदाच हसला आणि त्याने विचारलं, '-की तू कामात आहेस आणि मला लवकर लवकर कटवायचा विचार करते आहेस?'

तिने पुन्हा एकदा तळवे क्षणभर डोळ्यांवर दाबून धरले आणि झटकन काढलेही. त्याला नेहमीसारखंच भेटायला हवं. सहजपणे बोलण्याचा प्रयत्न करीत ती म्हणाली, 'नाही नाही, मी अगदी अजिबात कामात नाहीये.'

तो खाली बसला आणि त्याने निःशब्दपणे तिला कवेत घेण्यासाठी हात पसरले. ती जवळ गेली. तिने आपले हात त्याच्या हाती दिले. त्याने तिला ओढून जवळ घेतलं.

दिव्याचा प्रकाश त्याच्या चेहऱ्यावर पडला होता आणि आत्ता कुठे तिला त्याचा चेहरा नीट न्याहाळता आला.

'पीटर,' तिने आवंढा गिळला, 'तू काय करून घेतलंयस हे? कसा दिसतो आहेस तू?'

'दारू प्यायलोय गेल्या काही दिवसांत खूप...'

'हे इतकी?'

'हं... जरा जास्तच... पण संपलं ते आता.'

'काय झालेलं तरी काय एवढं?'

'मला तुला भेटायचं होतं, केटी... तुला भेटायचं होतं.'

'डार्लिंग... तुला काय केलं कोणी?'

'कुणीही काही केलं नाही मला. ठीक आहे मी आता. ठीक आहे मी. कारण आता इथे आलो मी अखेरीस... केटी, तू हॉप्टन स्टोडार्डबद्दल काही वाचलंस का, ऐकलंस का?'

'स्टोडार्ड?...नाही आठवत. कुठेतरी पाहिलं होतं हे नाव.'

'वेल... जाऊ दे मग. काही फरक पडत नाही. मी विचार करत होतो, किती विचित्र आहे हे... काय आहे ना- हा स्टोडार्ड एक महाहलकट म्हातारा आहे... स्वतःचा सडकेपणा स्वतःलाच सोसवेनासा झाला त्याला साल्याला... म्हणून मग त्याने पापक्षालनार्थ शहराला एक मंदिर बांधून द्यायचं ठरवलं.

पण मला- मला जेव्हा हे सारं सोसवेनासं झालं तेव्हा मला केवळ एकच गोष्ट करायची होती... इथे यायचं होतं. बस्स.'

'तुला काय सोसवेनासं झालं होतं, पीटर?'

'मी काहीतरी फार वाईट केलंय, केटी. कधीतरी सांगेन मी तुला... आत्ता नाही. तू- तू मला क्षमा केली म्हणशील का? कशासाठी ते न विचारता? मी विचार करीन की मला त्या कुणीतरी क्षमा केली- जो मला कधीच क्षमा करू शकणार नाही. त्याला कुणी दुखवूच शकत नाही तर तो क्षमा कसली करणार?... ओः... त्यामुळेच तर सारं आणखी कठीण होऊन बसतंय माझ्यासाठी.'

तिला फार काही प्रश्नबिश्न पडलेले दिसले नाहीत. ती अगदी मनापासून म्हणाली, 'मी तुला क्षमा केली, पीटर.'

त्याने दोनदातीनदा मान हलवली आणि हलकेच म्हणाला, 'थँक यू.'

तिने आपलं कपाळ त्याच्या कपाळावर टेकवत म्हटलं, 'तू बरंच काहीतरी भोगलंयस ना, पीटर?'

'होय... पण आता ठीक आहे मी.'

त्याने तिला जवळ ओढलं आणि तिचं चुंबन घेतलं. आणि मग त्याच्या मनातून स्टोडार्ड मंदिराचा निचरा झाला... आणि तिच्या मनातला सुष्टदुष्टाचा संघर्ष नाहीसा झाला. त्यांना गरजच नव्हती कसलीही. खूप निर्मळ वाटत होतं त्यांना.

'केटी, आपण लग्न का नाही केलं गं अजून?'

'माहीत नाही,' आणि मग तिचं हृदय धडधडलं... तिला गप्प रहाणं अवघड झालं... आणि त्याचा गैरफायदा घेता कामा नये असंही तिच्या मनात आलं. ती घाईघाईने म्हणाली, 'आपल्याला थोडीच घाई होती कसली...'

'पण घाई करायला हवी आपण... आधीच आपण खूप उशीर केलाय.'

'पीटर, ... तू... तू मला पुन्हा एकदा लग्नाचं विचारतोयस की काय?'

'तुला एवढं आश्चर्य कशाला वाटायला हवं? तसं दर्शवलंस तर मला वाटेल की तुझ्या मनात नेहमीच शंका होती की काय... आणि आत्ता मला ते सहन नाही होणार. आज मी तेच सांगायला आलोय तुला. आपण लग्न करणार आहोत. आपण ताबडतोब लग्न करायचंय.'

'होय, पीटर.'

'आपण काही कुणाला कळवायची वगैरे गरज नाही. तारीख ठरवणं, तयारी, पाहुण्यांची यादी काहीही करायचं नाही. आपण नेहमी काही ना काही कारण काढून लग्न लांबणीवर टाकत आलोय. कसं काय होऊ दिलं हे आपण... मला कळत नाही. आपण सगळं आपलं असंच लटकत ठेवलं. आता आपण कुणालाही काहीही बोलायचं नाही. शहरातून बाहेर जाऊ आणि लग्न करूनच परतू. घोषणाबिषणा नंतर करू. नंतर देऊ काय स्पष्टीकरणं द्यायची ती- ज्यांना हवी त्यांना. यात तुझे काका, माझी आई आणि सर्वांचाच समावेश आहे.'

'होय, पीटर.'

'तुझी ती नोकरी उद्याच्या उद्या सोडून दे. मी ऑफिसमधून एक महिन्याची सुट्टी काढतो. गाय एकदम वैतागणार आहे- जाम मजा येईल मला. तुझी बांधाबांध करून ठेव. फार काही घ्यायची गरज नाही बरोबर. मेकप करायचीही गरज नाही. तू आज अवतारात दिसतेस म्हणालीस? इतकी छान कधीच दिसली नव्हतीस तू. मी परवा सकाळी नऊ वाजता येतो इथे. तू तयारीत रहा निघायच्या.'

'होय, पीटर.'

तो गेल्यानंतर तिचा बांध फुटला, तिने पलंगावर पडून हमसून हमसून मोकळेपणाने रडून घेतलं... आता तिला कशाचीच पर्वा नव्हती.

एल्सवर्थ टूहीने त्याच्या अभ्यासिकेचं दार उघडंच टाकलं होतं. ते दार उघडं असल्याची दखलही न घेता कीटींग तिथून गेल्याचं त्याने पाहिलं. मग त्याच्या कानी कॅथरीनच्या हुंदक्यांचा आवाज पडला. तो तिच्या खोलीकडे गेला आणि दार न वाजवताच आत शिरला. त्याने विचारलं, 'काय झालं काय, बेटा? पीटर काही बोलला का तुला दुखवण्यासारखं?'

ती पलंगावर अर्धवट उठून बसली. त्याच्याकडे पहात तिने कपाळावर आलेले केस झटक्यात मागे सारले. आनंदातिरेकाच्या तिच्या हुंदक्यांतून तिचे शब्द कसेबसे बाहेर फुटले... मनात जे आलं ते तसंच्या तसं तिच्या ओठांतून फुटलं होतं... ती काय बोलली ते तिचं तिलाही कळलं नाही, पण त्याला कळलं.

'मला आता तुमची भीती वाटत नाही, अंकल एल्सवर्थ!'

❑

१४

'कोण?' कीटींगने गप्पकन् आवंढा गिळला.

'मिस डॉमिनिक फ्रँकन.' कामवाल्या बाईने पुन्हा एकवार सांगितलं.

'काय दारूबिरू प्यायलीयेस की काय, मूर्खे!'

'मि. कीटींग!...'

ताडकन् उठून तिला बाजूला ढकलून देत तो धावतच दिवाणखान्यात शिरला, आणि त्याला डॉमिनिक फ्रँकन त्याच्या घराच्या दारात उभी असलेली त्याला दिसलीच.

'हेलो, पीटर.'

'डॉमिनिक!... डॉमिनिक, कसं काय हे?' त्याच्या मनात जो काही भावनांचा कल्लोळ उठलेला- त्यात औत्सुक्य होतं, अहंकार सुखावणारा आनंद होता, गोंधळ होता, आश्चर्य होतं,- त्यातून त्याला एक गोष्ट तीरासारखी जाणवली 'नशीब! आई घरात नाहीये...'

'तुझ्या ऑफिसला फोन केला होता मी, त्यांनी तू घरी गेल्याचं सांगितलं.'

'मला केवढा आनंद झालाय म्हणून सांगू- आश्चर्याचा धक्- ओः हेल डॉमिनिक! काय फायदा आहे बोलून? मी नेहमी तुझ्याशी काहीतरी बरोबर तेच बोलायचा प्रयत्न करतो आणि तुला बरोब्बर कळतं की ते किती निरर्थक आहे म्हणून... तेव्हा जाऊ दे ते. मी अगदी कितीही नीटपणे बोलण्याचा प्रयत्न केला तरी तुला कळतंय की मी अगदी सटपटून गेलोय. तू इथे येणं ही काही साधीसुधी गोष्ट नाही आणि मी काहीही बोललो तरी ते बहुतेक चुकीचंच ठरेल.'

'हो. हे कळलं ते बरं झालं.'

आपण हातात एक किल्ली धरून ठेवलीय हे लक्षात येऊन त्याने ती खिशात घातली. उद्या लग्नासाठी निघायचं होतं... त्यासाठी तो स्वतःची सूटकेस पॅक करत होता. त्याने अवतीभोवती नजर टाकली आणि तिथल्या व्हिक्टोरियन फर्निचरचा त्याला राग आला... डॉमिनिकच्या सुंदर नाजूक डौलदार आकृतीपुढे ते फर्निचर किती बटबटीत वाटत होतं. तिने राखी रंगाचा सूट घातला होता. त्यावर काळं फरचं जॅकेट होतं. त्याची कॉलर तिने गालापर्यंत वर केलेली. तिरप्या हॅटमुळे चेहरा अर्धा झाकलेला. साक्षीदाराच्या पिंजऱ्यात ती जशी दिसली होती किंवा डिनर पार्टीज्मधून ती जशी

दिसायची तशी ती आता अजिबातच दिसत नव्हती. अचानक त्याला तो क्षण आठवला. कितीतरी वर्षांपूर्वी तो गाय फ्रँकनच्या ऑफिसमधे जिन्यापाशी उभा असताना डॉमिनिकला पाहिल्यानंतर त्याला वाटलेलं... ही पुन्हा कधी भेटू नये. तेव्हा ती जशी दिसलेली तशीच ती आत्ताही वाटली. तिच्या मुद्रेवरचा स्फटिकशुद्ध रिक्त भाव त्याला भिववून गेला होता तेव्हा.

'अरे... डॉमिनिक, बस ना. कोट काढून ठेव.'

'नको. मी फार वेळ थांबणार नाहीये. आज आपण कसलेही आविर्भाव जपणार नाही आहोत- त्यामुळे मी आज इथे कशासाठी आले आहे ते तुला सांगून टाकू लगेच- की तुला काही रीतीचं संभाषण करणं आवश्यक वाटतं?'

'नाही, मला रीतीचं संभाषण करण्याची गरज वाटत नाही.'

'ठीक तर. तू माझ्याशी लग्न करशील, पीटर?'

तो स्तंभित उभा राहिला; मग तो धप्पकन खाली बसला... कारण हे ती खरोखर विचारते आहे हे त्याला कळलं होतं.

'तुला माझ्याशी लग्न करायचं असेल तर,' तिचं बोलणं काटेकोर, त्रयस्थपणे होतं, 'ते तुला आत्ताच करावं लागेल. माझी गाडी खाली आहे. आपण गाडीने कनेक्टिकटला जायचं आणि परतायचं. तीन तास लागतील.'

'डॉमिनिक...' तिचं नाव उच्चारण्यापलिकडे त्याला ओठही हलवायचे नव्हते. आपल्याला पक्षाघात झालाय असं त्याला वाटून घ्यायचं होतं. त्याला रसरसून जिवंत वाटत होतं हे जाणूनही तो स्तंभित झाल्यासारखं वागत होता, आपले स्नायू जखडून गेले आहेत असं स्वतःला पटवत होता.. कारण जाणीवेची, जागेपणाची जबाबदारी त्याला टाळायची होती.

'आपण कसलीही नाटकं करणार नाही आहोत, पीटर. साधारणतः लोक आपल्या कारणांबद्दल, भावभावनांबद्दल वगैरे प्रथम चर्चा करतात आणि मग सगळ्या आखण्या करतात. आपल्यासाठी केवळ हाच एक मार्ग आहे. हा प्रस्ताव मी इतर कोणत्याही पद्धतीने तुझ्यासमोर ठेवला तर तो खोटेपणा ठरेल. हे असंच असायला हवं. प्रश्न विचारायचे नाहीत, अटी घालायच्या नाहीत, स्पष्टीकरणं नाहीतच. आपण जे बोलणार नाही तेच एक उत्तर असेल. उत्तर नसणं हेच उत्तर. तुला विचार करत रहाण्यासाठी पर्याय नाहीतच- केवळ तुला हे करायचं आहे की नाही एवढाच पर्याय.'

'डॉमिनिक,' अर्धवट बांधलेल्या इमारतीतल्या उघड्या तुळईवरून चालताना एकाग्रचित्त करून चालावं तसा एकाग्रचित्त करून तो बोलत होता. 'मला एवढंच कळतंय... की मी तुझं अनुसरण करायला हवं. चर्चा नाही, बोलायचं नाही, फक्त उत्तर द्यायचं.'

'होय.'

'पण ... मला... कठीण जातंय ते.'

'ही एक वेळ अशी आहे, पीटर, की अधेमधे कसलेही सुरक्षित आडोसे नाहीत. लपायला जागा नाही. शब्दांचाही आडोसा नाही.'

'फक्त एकच गोष्ट मला सांगशील तर-'

'नाही.'

'मला वेळ देशील जरासा तर...'

'नाही. आत्ताच्या आत्ता खाली गेलो तरच- नाहीतर मग विसरून जायचं.'

'तुला राग नको यायला- मी जर- मला कधी आशाच नव्हती- तशी संधीच नाही दिलीस तू- की तू माझ्यावर कधी- नाही नाही. मी काहीच म्हणत नाही... पण मी काय विचार करावा अशी

अपेक्षा आहे तुझी? मी इथे एकटाच आहे... आणि...'

'आणि इथे तुला सल्ला देऊ शकेल अशी एकच व्यक्ती आहे- फक्त मीच. माझा सल्ला आहे- हे नाकारायचा. मी प्रामाणिकपणे सांगतेय तुला, पीटर. पण मी माझा प्रस्ताव मागे घेऊन तुला मदत मात्र करणार नाही मी. माझ्याशी लग्न करण्याची संधी मिळाली नसती तर बरं झालं असतं असं वाटेल तुला. पण तुला संधी आहे. आणि आता- निवड तू करायची आहेस.'

आता मात्र त्याला आपला आब राखून वागणं अवघड झालं. त्याने मान खाली घालत मूठ कपाळावर दाबून धरली.

'डॉमिनिक, पण का?'

'तुला माहीत आहेत कारणं. मी ती सांगितली होती तुला एकदा. फार पूर्वी. तुला त्याचं स्मरण करण्याचं धाडस नसेल, तर मी ती पुन्हा सांगावीत अशी अपेक्षा करू नकोस.'

तो मान खाली घालून स्तब्ध बसून राहिला. मग तो म्हणाला, 'डॉमिनिक, तुझ्या-माझ्यासारख्या दोन व्यक्ती लग्न करणं - पहिल्या पानाची बातमी आहे ही.'

'हो.'

'जरा नीटपणे हे सगळं केलं तर बरं नाही का... नीटपणे घोषणा करून आणि व्यवस्थित समारंभ करून?'

'मी कणखर आहे, पीटर, पण इतकी नाही... तू तुला हवे ते समारंभ, प्रसिद्धी मागाहून कर हवी तितकी...'

'मी आत्ता काहीही बोलावं असं वाटत नाही तुला? फक्त हो की नाही इतकंच?'

'इतकंच.'

तो तिच्याकडे वर पहात तसाच बराच वेळ बसून राहिला. तिची नजर त्याच्या डोळ्यांकडे होती, पण एखाद्या पोर्ट्रेटचे डोळे स्थिरावलेले असावेत तेवढाच त्या नजरेचा अर्थ होता. आपण इथे एकटेच आहोत- त्याला वाटून गेलं. ती मूकपणे, शांतपणे, वाट पहात उभी होती. त्याला कसलीच सवलत देत नव्हती ती. अगदी त्याला घाई करायला लावणारे शब्द किंवा हालचालही करत नव्हती ती.

'ठीक आहे, डॉमिनिक. होकार आहे माझा.' अखेर तो म्हणाला. तिने मान्य केल्यासारखी मान किंचित झुकवली. तो उठत म्हणाला, 'मी माझा कोट आणतो. तुझी गाडी घेऊन जायचंय?'

'होय.'

'तुझी गाडी उघडी आहे... हो ना? मी फर कोट घेऊ का?'

'नको, मफलर घे, पुरेल. जरा वारा लागेल एवढंच.'

'सामान नको? आपण लगेच शहरातच परतणार आहोत?'

'आपण लगेच परतायचं.'

त्याने दिवाणखान्याचं दार उघडंच ठेवलं. तो कोट घालताना, मफलर गुंडाळताना तिला दिसत होता.

जणू काही एखादी केपच खांद्यावर टाकली त्याने. मग तो दिवाणखान्याच्या दारात उभा राहिला. हॅट हातात घेऊन त्याने मूकपणेच तिला चलण्याचा इशारा केला. बाहेर आल्यावर त्याने एलेव्हेटरचं बटण दाबलं आणि तिच्यासाठी दरवाजा उघडून धरला. त्याच्या हालचाली आत्मविश्वासपूर्ण होत्या. त्यात आनंद नव्हता. भावना नव्हती. आजवर कधीच न अनुभवलेला थंड पुरुषी आविर्भाव होता त्याचा.

पलिकडे पार्क केलेल्या गाडीपर्यंत जाण्यासाठी रस्ता ओलांडताना त्याने तिचं कोपर सांभाळत असल्यासारखं घट्ट पकडलं. त्याने गाडीचं दार उघडलं. ती व्हीलमागे बसल्यानंतर तो काहीही न बोलता तिच्या शेजारच्या सीटवर जाऊन बसला. ती त्याच्यावरून पलिकडे झुकली आणि तिने त्याच्या समोरचा काचेचा विंडस्क्रीन सारखा केला.

'बरोबर नाही वाटला तर जसा वाटेल तसा सारखा करून घे, म्हणजे गाडी पळायला लागल्यावर थंडी नाही लागणार.' ती म्हणाली.

तो म्हणाला, 'ग्रँड कॉन्कोर्सवरून घे गाडी. सिग्नल्स जरा कमी लागतात तिथून.'

गाडी सुरू करताकरता तिने आपली हँडबॅग त्याच्या मांडीवर टाकली. अचानक त्यांच्यातला वैरभाव जणू मिटून गेला आणि एक शांत, हताश अशी साथ जणू सुरू झाली... जणू ते दोघेही कसल्याशा व्यक्तित्वहीन संकटाचे बळी होते आणि आता परिस्थितीवशात् एकमेकांना मदत करणं भाग होतं त्यांना.

ती सवयीने वेगात गाडी पळवत होती. त्या एकसमान वेगात घाईची जाणीवही नव्हती. ते दोघे शांतपणे मोटरच्या एकसुरी घरघरीत बसून होते. सिग्नलला गाडी थांबल्यावर किंचितशी चुळबुळही होत नव्हती दोघांच्या शरीरांची. ते दोघे जणू एका आवेगाच्या- बंदुकीतून निघालेल्या गोळीच्या सणसणत्या गतीत एकत्र जखडले होते. शहराच्या रस्त्यांवर संधिप्रकाशाची चाहूल उमटू लागली होती. पदपथांचे दगड पिवळट दिसू लागले होते. दुकानं अजूनही उघडीच होती. एका सिनेथिएटरच्या जाहिराती झळाळू लागल्या होत्या. लाल दिव्यांची उघडझाप हवेतला प्रकाश जणू शोषून पिऊन टाकत होती... आणि रस्ता अधिकच अंधारा भासू लागला.

पीटर कीटींगला बोलायची काही गरजच वाटत नव्हती. तो आता जणू पीटर कीटींग उरलाच नव्हता. तो जिव्हाळ्याची मागणी करत नव्हता की करुणेची याचना करत नव्हता. तो काहीच मागत नव्हता. तिच्या एकदा ते लक्षात आलं आणि तिने त्याच्याकडे पाहिलं. त्यात किंचितसा गौरव होता... अगदी हळुवार म्हणावा असा. त्याने तिच्या नजरेला शांतपणे नजर दिली... त्यात समजूत होती पण काही बोल नव्हता. जणू त्याची नजर म्हणत होती... 'अर्थातच,' त्यापेक्षा अधिक काहीही नाही.

ते शहराबाहेर गेले. समोर उजाड भुरकट रस्ता त्यांना भेटायला धावत होता. तो म्हणाला, 'इथे ट्रॅफिक पोलीस फार त्रास देतात. तुझं प्रेसकार्ड आहे का तुझ्याकडे?'

क 'मी आता प्रेसमधे नाही.'

'तू कुठे नाहीस?'

'मी आता पत्रकार नाही.'

'नोकरी सोडलीस?'

'नाही. मला काढलं कामावरून.'

'काय बोलतेस?'

'तू गेले काही दिवस कुठे गेला होतास की काय? मला वाटलं सगळ्यांना माहीत झालंय एव्हाना.'

'सॉरी. गेले काही दिवस काहीच खबरबात घेतली नाही मी कशाची.'

असे अनेक मैल गेल्यानंतर ती म्हणाली, 'मला सिगरेट दे जरा. माझ्या बॅगेत आहे.'

त्याने तिची बॅग उघडली. त्यात तिची सिगरेट केस, कॉंपॅक्ट, तिची लिप्स्टिक, तिचा कंगवा, तिचा अतीशुभ्र- स्पर्शही होऊ नये इतका शुभ्र रुमाल, तिच्या पर्फ्यूमचा किंचित हलकासा वास

येणाऱ्या तिच्या वस्तू त्याला दिसल्या. आत खोल कुठेतरी त्याला वाटून गेलं हे अगदी तिच्या ब्लाउझची बटणं उघडावीत तसंच...

पण त्याला त्याची थेट जाणीव नव्हतीच... तिची बॅग त्याने ज्या सहज हक्काने उघडली त्याचीही जाणीव नव्हती त्याला. त्याने सिगरेट काढली, ओठात धरून पेटवली आणि मग तिच्या ओठांमध्ये ठेवली.

'थँक्स,' ती म्हणाली. त्याने एक सिगरेट स्वतःसाठी पेटवली आणि बॅग बंद केली.

ग्रिन्विचला पोहोचल्यावर त्याने उतरून चौकशी केली, गाडी कुठून न्यायची, कुठे वळवायची ते तिला सांगितलं. न्यायाधीशाचं घर आल्यावर तो म्हणाला, 'हे आलं, इथेच.'

गाडी बाजूला घेतल्यावर तोच प्रथम उतरला आणि त्याने तिला उतरायला मदत केली. दारावरची घंटी त्यानेच पुढे होऊन वाजवली.

मण्यांची झालर लावलेल्या दिव्याच्या प्रकाशात आणि निळ्या-जांभळ्या जुनाट विटक्या रंगाच्या कापडाच्या खुर्च्या मांडून ठेवलेल्या दिवाणखान्यात त्यांचं लग्न लागलं. न्यायाधीशाची बायको आणि शेजारचा कुणी तरी चक नावाचा इसम साक्षीदार होते. चक हातातलं साफसफाईचं काम सोडून आला होता, त्याच्या अंगाला क्लोरॉक्सचा वास येत होता.

मग ते त्यांच्या गाडीकडे परतले आणि कीटींगने विचारलं, 'मी चालवू का आता गाडी? थकली असशील.'

'नको, मीच चालवते.' ती उत्तरली.

शहराकडे जाणारा रस्ता सुकून पिवळ्या पडलेल्या दुतर्फा शेतीमधून जात होता. पश्चिमेकडे तोंड करून उभ्या असलेल्या प्रत्येक घरावर थकिस्त लाल छटा आली होती. जांभळट धुक्याच्या जड शालीखाली शेतांच्या कडा विरळ झाल्यासारख्या वाटत होत्या आणि आकाशात एक प्रकाशाची शलाका स्थिरावून उमटली होती. काही मोजक्याच गाड्यांचे तपकिरी आकार समोरून धावत येताना दिसत होते. काहींचे दिवे लागलेले आणि त्या पिवळ्या प्रकाशगोलकांचा प्रखर उजेड नकोसा वाटत होता.

कीटींग रस्त्याकडे पहात होता. अगदीच निरुंद वाटत होता रस्ता. विंडशील्डच्या मध्यावरचा एक छोटासा डॅश, आजुबाजूंच्या शेतांनी, टेकड्यांनी घेरून टाकलेला. सारंकाही त्याच्या समोरच्या काचेच्या चौकोनी तुकड्यात बंदिस्त झालेलं. पण गाडी जसजशी पुढे गेली तसतसा रस्ता रुंदावला. खिडकीभर झाला. कडेने पसरला आणि त्यांना जाऊ देण्यासाठी जणू फाटत गेला. गाडीच्या दोन्ही बाजूंना राखी रंगाचे पट्टे धावू लागले. त्याला वाटलं विंडशील्डशी शर्यत लागलीये त्या पट्ट्यांची. तो रस्ता रुंदावण्याआधीच विंडशील्ड त्या डॅशमध्ये घुसेल अशा अपेक्षेने वाट पहात राहिला.

'आता आपण सुरुवातीला कुठे रहायचंय?' त्याने विचारलं, 'माझ्या घरी की तुझ्या?'

'तुझ्या घरी, अर्थातच.'

'तुझ्या घरी गेलो असतो तर जास्त बरं झालं असतं.'

'नाही. मी माझं घर बंद करून टाकणार आहे.'

'तुला माझं घर आवडणं शक्यच नाही.'

'का बरं?'

'माहीत नाही... ते तुला शोभण्यासारखं नाही.'

'आवडेल मला.'

ते थोडा वेळ शांत बसून राहिले. मग त्याने विचारलं, 'आता हे जाहीर कसं करायचं आपण?'

'जसं तुला हवं तसं. तुझ्यावर सोडते मी ते.'

अंधार दाटू लागला होता आणि तिने हेडलाइट्स लावले. तो रस्त्यावरच्या पाट्यांकडे पहात राहिला. रस्त्याच्या कडेला अचानक उगवल्यासारख्या त्या येत आणि म्हणत 'डावीकडे वळा'... 'पुढे क्रॉसिंग आहे.' नाहीतर असंच काहीतरी. त्यांच्यावरचा प्रकाश दुष्टपणे डोळे मिचकावत होता जणू.

ते निःशब्दपणे गाडीत बसून होते. त्या दोघांमधे शांतता हा एकच बंध होता आता. ते संकटाला भिडायला जात नव्हते. संकट येऊन ठेपलं होतं. आता त्यांचं धैर्य किती वगैरे प्रश्नच उरला नव्हता.

तो थोडा विचलित झाला... डॉमिनिक फ्रँकनच्या सहवासात नेहमीच त्याला डळमळीत वाटायचं, तसाच.

त्याने अर्धवट वळून तिच्याकडे पाहिलं. तिची नजर रस्त्याकडे होती. वाऱ्याला सामोरी तिची मुद्रा शांत होती, दूरांतरात हरवलेली आणि इतकी असह्य सुंदर... तो तिच्या हातांकडे पहात राहिला. चाकावर स्थिरावलेले तिचे हातमोजे घातलेले हात. ऍक्सिलरेटरवर स्थिरावलेल्या तिच्या नाजूक पावलांकडे तो पहात राहिला. मग त्याची नजर तिच्या पायावरून वरवर सरकली. तिच्या घट्ट राखी स्कर्टच्या मधोमध उमटलेल्या त्रिकोणावर ती स्थिरावली. मग अचानक त्याला जाणवलं, आपल्या मनात जे आहे त्याचा विचार करण्याचा आपल्याला आता अधिकार आहे.

प्रथमच त्यांच्या लग्नाचा हा अर्थ त्याला पूर्ण जाणीवेने कळला. मग त्याला कळलं, की ही स्त्री त्याला नेहमीच हवीशी होती. एखादी वेश्या हवीशी वाटेल त्याच पातळीवर... पण तिच्याबद्दलची वासना अधिक तीव्र, अधिक विखारी होती... आणि त्यात एक हताश भावही होता. माझी बायको- त्याने पहिल्यांदाच विचार केला होता... त्यात कणभरही आदरभाव नव्हता. त्याची वासना अशी जोरदार उफाळली की जर आता उन्हाळा असता तर त्याने तिला पुढल्या गल्लीत गाडी घ्यायला लावली असती आणि तिथेच तिला अंगाखाली घेतली असती.

त्याने हात सीटमागे टाकत तिच्या खांद्याभोवती वेढला. त्याची बोटं तिच्या खांद्याला जेमतेम स्पर्श करीत होती. ती हलली नाही, तिने विरोधही केला नाही किंवा त्याच्याकडे पहाण्यासाठी वळलीही नाही. त्याने हात काढून घेतला आणि तो समोर पहात बसून राहिला.

'मिसेस कीटींग,' तो सपाट सुरात म्हणाला. तिला संबोधन नव्हतं ते- केवळ एक वाक्य होतं.

'मिसेस पीटर कीटींग.' ती म्हणाली.

त्याच्या घरापाशी गाडी थांबली तेव्हा तो उतरला आणि त्याने तिच्यासाठी दरवाजा उघडून धरला. पण ती चाकामागे बसून राहिली.

'गुड नाइट, पीटर,' ती म्हणाली, 'आपण उद्या भेटू.'

त्याच्या चेहऱ्यावरचे भाव घाणेरड्या शिवीत बदलण्याआधीच ती म्हणाली, 'मी माझं सामान उद्या पाठवून देईन आणि मग सगळं बोलू. सारी सुरुवात उद्या होईल, पीटर.'

'तू कुठे चाललीस?'

'काही गोष्टी आवरायच्या आहेत.'

'पण मग आज रात्री लोकांना काय सांगू?'

'काही सांगावं लागलं तर- काहीही सांग.'

तिने गाडी झपकन् वळवली आणि ट्रॅफिकमधे शिरत ती चालती झाली.

□ □ □

रात्री ती रॉर्कच्या खोलीत शिरली तेव्हा त्याच्या चेहऱ्यावरचं हास्य नेहमीचं, अपेक्षेचं शांत स्मित नव्हतं... त्यात त्याने केलेल्या प्रतीक्षेची वेदना बोलकी झालेली.

खटला संपल्यापासून त्याने तिला पाहिलंच नव्हतं. आपली साक्ष संपल्यानंतर न्यायदालनातून ती निघून गेली होती, त्यानंतर तिची भेटच झाली नव्हती. तो तिच्या घरीही गेला होता पण तिच्या नोकराणीने मिस फ्रँकन भेटू शकत नसल्याचा निरोप त्याला दिलेला.

ती त्याच्याकडे पहात हसली. प्रथमच तिचं हास्य सारंकाही मान्य केल्यासारखं होतं... जणू त्याच्या दर्शनानेच सारे प्रश्न सुटून गेले होते, सर्व गुंते सुटले होते आणि ती केवळ त्याच्याकडे पहाणारी स्त्री म्हणून उरली होती स्वतःसाठी...

क्षणभर ते दोघे एकमेकांसमोर निःशब्दपणे उभे राहिले आणि तिच्या मनात आलं- ज्या शब्दांची कधी गरजच पडत नाही ते शब्द सर्वांत सुंदर असतात.

आणि मग जेव्हा तो पुढे झाला, तेव्हा ती म्हणाली, 'खटल्यासंबंधी काहीही बोलू नकोस, मग... नंतर...'

त्याने तिला बाहूंत घेतलं तेव्हा ती त्याला सामोरी भिडली. त्याच्या छातीला तिची छाती सरळ भिडली, त्याच्या पायांशी तिचे पाय... जणू काही ती त्याच्या अंगावर पहुडली होती. तिच्या पावलांना वजन जाणवत नव्हतं स्वतःचं... ती त्याच्या देहाच्या आधारावर ताठ उभी होती.

त्यांच्या शरीरांचं थरथरतं मीलन जितकं अतीव उत्कट होतं तितकेच अतीव उत्कट होते त्यांचे थकलेपणाचे बेभान क्षण... त्यांना कधी झोप लागली त्यांना कळलंही नाही.

सकाळी जेव्हा दोघांनीही कपडे केले आणि त्याच्या हालचालींचा आवाज घेत ती बसून होती, तेव्हा तिला जाणवली त्याच्या थकलेपणातली विश्रांती... आणि आपण त्याच्यापासून काय हिरावून घेतलंय ते कळलं तिला... आता तिची शक्ती त्याच्या मज्ञातंतूंतून वहात होती हे स्वतःच्या जडावल्या मनगटांतून तिला जाणवलं... त्यांनी दोघांनी जणू आपापल्या ऊर्जेची अदलाबदल केली होती.

तो खोलीच्या दुसऱ्या टोकाला होता. क्षणभर त्याची पाठ तिच्याकडे वळलेली असताना ती म्हणाली, 'रॉर्क,' तिचा स्वर गहिरा, शांत होता. तो तिच्याकडे वळला, त्याने जणू ही अपेक्षा केलीच होती आणि पुढचं सगळं ताडलं त्याने.

ती खोलीच्या मध्यावर येत उभी राहिली... तिच्या इथल्या पहिल्या रात्री ती येऊन उभी राहिली होती तशीच... एखादं कर्मकांड पार पाडण्याच्या तयारीत असल्यासारखी.

'माझं तुझ्यावर प्रेम आहे, रॉर्क.'

हे शब्द तिने प्रथमच उच्चारले होते.

पुढे काही बोलण्याआधीच त्या शब्दांचं प्रतिबिंब त्याच्या मुद्रेवर झाकोळलेलं तिला दिसलं.

'काल मी लग्न केलं. पीटर कीटींगशी.'

त्याने स्वतःला सावरण्यासाठी, आवरण्यासाठी मुठी आवळल्या असल्या, सोसण्यासाठी दात-ओठ घट्ट मिटून घेतले असते तर ते जास्त सोपं झालं असतं तिला... पण सोपं नव्हतं ते. कारण त्याने असं काहीच केलं नाही, पण हे सारं तो शारीर हालचालींच्या व्यक्त विसाव्याविना करतो आहे हे तिला कळत होतं.

'रॉर्क...' ती घाबरून अस्फुट स्वरात म्हणाली.

तो म्हणाला, 'ठीक आहे मी... थोडं थांब... क्षणभर.'

मग पुन्हा थांबून म्हणाला, 'हं... ठीक आहे... बोल आता.'

'रॉर्क, तुला भेटण्याआधी मला नेहमी भीती वाटायची, की तुझ्यासारखं मला कुणी भेटेल,

कारण मला माहीत होतं... त्या साक्षीदाराच्या पिंजऱ्यात जे काही दिसलं ते मला पहावं लागेल आणि मी तिथे जे काही केलं ते मला करावं लागेल. मला ते करताना अतिशय संताप येत होता, कारण तुझ्या बचावार्थ काही करावं लागणं हा तुझा अपमान होता आणि तुझा बचाव करण्याची माझ्यावर पाळी यावी हा माझाही अपमान होता... रॉर्क, मी काहीही मान्य करू शकते, फक्त जे लोकांना मान्य करणं फार सोपं वाटतं ते नाही मला जमत. तडजोड, अर्धवट, मध्यममार्ग, जवळपास, तेवढं तर तेवढं... या प्रकारच्या अधलंमधलम्ची पळवाट मला घ्यायची नाही. लोकांना त्यांची त्यांची कारणं असतील... मला माहीत नाही, आणि माहीत करून घ्यायचंही नाही. हे मला समजून घेता येत नाही एवढंच मी जाणते. तू काय आहेस याचा मी जेव्हा विचार करते तेव्हा मला केवळ तुझ्यासाठी योग्य अशाच जगाची कल्पना करता येते. किंवा निदान ज्या जगात तुझ्यासाठी तुझ्या पद्धतीने लढण्याची संधी तरी आहे अशा जगाची. ते जग अस्तित्त्वात नाही. आणि मला जे अस्तित्त्वात नाही असं जग आणि तू यामध्ये चिरफाळून जगता येणार नाही. त्याचा अर्थ इतकाच होईल... की ज्या माणसांची लायकीच नाही त्यांना तुझे प्रतिस्पर्धी म्हणून मान्यता देणं. त्यांच्या पद्धतींचा वापर करून तुला लढायला लावणं हा एक प्रकारचा पावित्र्यभंगच होईल. मी जे पीटर कीटींगसाठी करत होते- खोटी स्तुती, खोटेपणा, चमचेगिरी, मस्का लावणे हे सगळं करून त्याच्यासाठी कामं मिळवत होते- ते तुझ्यासाठी करावं लागणं हेच किती असह्य आहे... तुला त्यांनी जगू द्यावं म्हणून त्यांच्यापुढे भीक मागायची, तुला काम करू द्यावं म्हणून तोंड वेंगाडायचं... रॉर्क, त्यांच्या मूर्खपणाला हसायचं नाही- उलट त्यांच्याकडे तुला दुखावण्याची क्षमता आहे म्हणून त्यांच्यापुढे थरथर कापत रहायचं... हे मी करू शकणार नाही. म्हणून मी विकल आहे असं म्हणायचं? मला कळत नाही, जास्त ताकद कशासाठी लागते... हे सारं तुझ्यासाठी म्हणून मान्य करण्यासाठी की तुझ्यावरच्या प्रेमापोटी हे सारं नाकारण्यासाठी... मला कळत नाही. माझं फार जास्त प्रेम आहे तुझ्यावर.'

तो वाट पहात तिच्याकडे बघत होता. हे सारं त्याला आधीच कळून चुकलंय हे तिला जाणवत होतं... पण आत्ता हे बोलायलाच हवं होतं.

'तुला त्यांची जाणीवच नसते, रॉर्क. मला असते. मला होत रहाते त्यांची जाणीव... मी काय करू तुझ्यावर माझं प्रेम आहे त्याला... ही विरोधी संगती फार मोठी आहे. रॉर्क, तू जिंकू शकत नाहीस, ते तुला नष्ट करतील. पण ते पहायला मी असणार नाही. मी स्वतःला त्या आधीच नष्ट केलेलं असेन. निषेधाचा हा एकमेव मार्ग माझ्याकडे आहे. मी तुला दुसरं काय देऊ करणार? लोक ज्या गोष्टींचा त्याग करायला तयार असतात त्या किती क्षुल्लक असतात. मी तुला देते आहे- माझं लग्न- पीटर कीटींगशी. त्यांच्या जगात आनंद मिळवणं मी नाकारते आहे. मी दुःख स्वीकारेन. हेच माझं उत्तर असेल त्या सर्वांना... आणि तुला माझी भेट. मी कदाचित् तुला परत कधीही भेटणार नाही. प्रयत्न करेन न भेटण्याचा. पण मी तुझ्यासाठी जगेन... मी सोसत असलेल्या प्रत्येक मिनिटातून, मी करत असलेल्या प्रत्येक लाजिरवाण्या कृतीतून... मी तुझ्यासाठी जगत राहीन... माझ्या परीने... मला हा एकच मार्ग जगण्यासाठी खुला आहे.'

बोलण्यासाठी त्याचे ओठ हलले. पण ती पुढे बोलू लागली.

'थांब. मला पूर्ण करू दे बोलणं. तू विचारशील, मग स्वतःला संपवून का नाही टाकत मी? कारण- कारण माझं तुझ्यावर प्रेम आहे. कारण तू अस्तित्त्वात आहेस. हेच इतकं पुरेसं आहे... की मला मरायची मुभाच नाही. तू आहेस हे माहीत असावं म्हणून मला जगणं भाग आहे... तोवर मी या जगात- जसं आहे तसं ते स्वीकारून, त्या जगाला हव्या त्याच रुपात जगत राहीन. अर्धवट, मधल्या मार्गाने नव्हे- पूर्णपणे. मी आर्जवं करणार नाही, त्यांच्यापासून दूर पळणार नाही... पण त्यांना

सामोरी जाईन. त्यांच्यातली सारी विद्रूपता, क्लेश मी स्वतःहून अंगावर घेईन. त्यांनी माझ्या वाट्याला ते देण्याआधी मीच त्यातलं अत्यंत वाईट ते निवडून घेईन. कुठल्यातरी अर्धवट बऱ्या, संभाविताची बायको म्हणून नव्हे- पीटर कीटींगची बायको म्हणून राहीन मी. आणि केवळ माझ्या मनात- जिथे दुसऱ्या कुणाचाही स्पर्श पोहोचणार नाही, माझ्या मीच करून घेतलेल्या अवनतीच्या भिंतींआडच्या बंदिस्त गाभाऱ्यात तुझा विचार असेल, आणि स्वतःशीच कधीमधी मी म्हणेन- 'हॉवर्ड रॉर्क' ... आणि तुझं नाव घेण्याची पात्रता मी कमावली आहे असं समजेन मी.'

ती त्याच्यासमोर उभी राहिली. तिने चेहरा वर केला होता, तिचे ओठ घट्ट नव्हे सहज मिटलेले. तरीही तिचे ओठ तिच्या चेहऱ्यावर हळुवार वेदना रेखल्यासारखे दिसत होते... आणि सारंकाही स्वीकारल्यासारखे.

त्याच्या चेहऱ्यावर उमटलेली वेदना जणू एखाद्या जुन्या व्रणासारखी होती... त्याच्या अस्तित्त्वाचा भाग होऊन राहिलेली... फार पूर्वीच स्वीकारलेल्या दुःखाची जुनीच खूण.

'डॉमिनिक, मी आत्ता तुला सांगितलं की, ते लग्न आत्ताच्या आत्ता रद्द करवून घे- जगाला विसरून जा, माझ्या संघर्षाचा विचार सोडून दे- राग सोडून दे, चिंता सोड, आणि कसलीही आशा न बाळगताही फक्त माझ्यासाठीच जग, मला तुझी गरज आहे म्हणून जग, माझी बायको म्हणून जग, माझी मालमत्ता म्हणून जग, ... तर?'

तिने तिच्या लग्नाबद्दल सांगितलं तेव्हा त्याच्या मुद्रेवर जे व्यक्त झालं होतं तेच आता तिच्याही मुद्रेवर उमटलेलं त्याला दिसलं. पण ते पाहूनही तो मात्र न थरकापता शांतपणे तिच्याकडे पहात राहिला.

थोड्या वेळाने तिने उत्तर दिलं. तिच्या ओठांतून शब्द जणू सक्तीने बाहेर ढकलल्यासारखे आले, 'मी आज्ञा पाळेन तुझी.'

'मी तसं का सांगणार नाही हे कळलं आता? मी तुला थांबवण्याचा प्रयत्न करणार नाही. माझं तुझ्यावर प्रेम आहे, डॉमिनिक.' तिने डोळे मिटून घेतले. तो पुढे म्हणाला, 'हे तुला आता ऐकायला नकोसं वाटतंय? पण तुला हे सांगायला हवं मला. आपण एकत्र असलो की आपल्याला एकमेकांशी बोलायचीही गरज वाटत नाही. हे सांगतो आहे ते त्या भविष्याची तजवीज म्हणून... जेव्हा आपण विलग असू. माझं तुझ्यावर प्रेम आहे, डॉमिनिक. मी अस्तित्त्वात आहे तेवढ्याच खात्रीने... माझी फुफ्फुसं श्वास घेतात त्यात जो स्वार्थ असतो त्याच स्वार्थाने. मी श्वास घेतो माझ्या गरजेसाठी, माझ्या शरीराला ऊर्जा हवी म्हणून, माझा जीव जगवण्यासाठी. मी तुला दिला आहे तो माझा त्याग नव्हे, माझी करूणा नव्हे. तुला मी देतो आहे माझी अहंता आणि माझी सोलीव गरज. तुझ्यावर केवळ असंच प्रेम केलं जावं हीच तुझी इच्छा असेल. तू माझ्यावर असंच प्रेम करावंस असंच मलाही वाटतं. तू आत्ता माझ्याशी लग्न केलंस तर मीच तुझं अस्तित्त्व बनेन. पण मग मला तू का हवीशी वाटावीस... तुला स्वतःलाही तू नकोशी होशील... मग माझ्यावरचं तुझं प्रेमही कालांतराने मिटून जाईल. मी तुझ्यावर प्रेम करतो हे म्हणण्यासाठी कुणालाही आधी 'मी' म्हणता यायला हवं. तुझ्याकडून मी जी शरणागती मिळवू शकतो ती मला देईल ते केवळ एक फोलपट. मी ते तुझ्याकडून मागून घेतलं तर मी तुला ध्वस्त केलेलं असेन. म्हणून मी तुला थांबवणार नाही. जाऊ देईन तुला तुझ्या नवऱ्याकडे. आजची रात्र मी कशी काढणार आहे मला माहीत नाही... पण करीन मी हे पार. मला तू हवी आहेस- पूर्ण अस्तित्त्व म्हणून- माझ्यासारखीच पूर्ण... तू निवडलेल्या तुझ्या या लढाईनंतर तू रहाणार आहेस तशीच. लढाई ही कधीच निःस्वार्थपणे खेळली जात नाही.'

त्याच्या शब्दांतला नेमकाच ताण तिला जाणवत होता... तिला ते शब्द ऐकताना जितके दुःसह

वाटत होते त्यापेक्षा कित्येक पटींनी त्याला ते बोलायला दुःसह होते, हे तिला कळत होतं. त्यामुळे ती शांतपणे ऐकत राहिली.

'या जगाला घाबरून चालत नाही हे तुला शिकून घ्यायला हवं. त्या जगामुळे तू आज जशी स्वतःला शिक्षा देते आहेस तसं करायचं कारण नाही हे तुला कळायला हवं. त्या न्यायदालनात तू स्वतःला जसं जखमी करून घेतलंस तसं करायचं कारण नाही हे तुला कळायला हवं. ते तुझं तुला शिकू देईन मी. यात तुला माझी मदत नाही होऊ शकत. तुझा मार्ग तूच शोधायला हवास. तो तुला सापडला की तू माझ्याकडे परतून येशील. ते मला नष्ट करू शकणार नाहीत, डॉमिनिक. आणि ते तुलाही नष्ट करू शकणार नाहीत. तू जिंकशील, कारण तू स्वतःची मुक्ती जगाकडून मिळवण्याचा सर्वात कठीण मार्ग निवडला आहेस. मी तुझी वाट पाहीन. माझं तुझ्यावर प्रेम आहे. येणाऱ्या सर्व वर्षांच्या प्रतीक्षेसाठी मी हे तुला सांगतो आहे. माझं तुझ्यावर प्रेम आहे, डॉमिनिक.'

मग त्याने तिचं चुंबन घेतलं... आणि तिला जाऊ दिलं.

❑

१५

दुसऱ्या दिवशी सकाळी नऊ वाजता पीटर कीटींग खोलीतल्या खोलीत येरझाऱ्या घालत होता. त्याने दार आतून लावून घेतलं होतं. तो विसरून गेला होता की नऊ वाजता कॅथरीन त्याची वाट पहात थांबणार होती. त्याने स्वतःला तिचा विसर पाडला होता... तिचे सारे संदर्भ त्याने मनातून पुसून टाकले होते.

आईपासून स्वतःचं संरक्षण करण्यासाठी त्याने खोलीचं दार लावून घेतलं होतं. काल रात्री त्याचा वैतागलेला अस्वस्थ चेहरा पाहून तिने त्याच्याकडून खोदून खोदून विचारून सारंकाही काढून घेतलेलं. त्याने अखेर वैतागूनच तिला डॉमिनिकशी लग्न केल्याचं सांगितलेलं आणि ती कुठल्याशा म्हाताऱ्या नातेवाईकाला ती बातमी सांगण्यासाठी शहराबाहेर गेल्याचंही सांगितलं होतं. त्याच्या आईने आश्चर्योद्गार आणि प्रश्नांची बरसातच सुरू केली होती. त्याने कुठल्याच प्रश्नांची उत्तरं देण्याचं टाळलं होतं. स्वतःची घाबरगुंडी लपवण्याचा तो एकच मार्ग होता. आपल्याला खरोखर बायको आहे की नाही. ती सकाळी परतणार आहे की नाही... त्याला अजिबात खात्री नव्हती.

ही बातमी कुणालाही सांगायला त्याने आईला मनाई केली होती, पण तरीही तिने काल रात्री काही फोनकॉल्स केले होते. आज सकाळीही ती कुणाला तरी फोन करतच होती. -आणि आता त्यांचा फोन अखंड खणखणायला लागला होता. उत्सुक आवाजांत विचारणा सुरू झाली होती- खरंय का हे?- आणि मग अभिनंदनाचे, आश्चर्याचे, कौतुकाचे उद्गार त्या फोनमधून घरात ओतले जाऊ लागले. फोन करणाऱ्यांच्या नावांवरून, त्यांच्या सामाजिक प्रतिष्ठेवरून, ही बातमी पाण्यावर विस्तारत जाणाऱ्या तरंगांसारखी शहरभर पसरत चालल्याचं कीटींगला जणू दिसत होतं. तो कुणाचेच फोन घेत नव्हता. त्याला वाटलं न्यू यॉर्कचा कानाकोपरा ही बातमी साजरी करतोय आणि आपण एकटेच या बंद खोलीत घाबरून, हरवून, थंडगार पडून लपून आहोत.

दारावरची घंटी वाजली तेव्हा जवळपास मध्यान्ह झाली होती. त्याने हात कानावर दाबून धर... कोण असेल... त्यांना काय हवं असेल... त्याला मुळीच जाणून घ्यायचं नव्हतं. अन् मग त्याच्या कानावर त्याच्या आईचा आनंदाने चीत्कारणारा आवाज, तिचे बावळट शब्द पडले...

'पीटी डार्लिंग, अरे बाहेर येतोस ना... तुझी बायको आली... तिचं स्वागत कर, चुंबन घे

तिचं... ये बाहेर..'

तो पंख फुटल्यासारखा दिवाणखान्यात गेला आणि पहातो तो डॉमिनिक तिचा मिंक कोट काढत उभी होती. त्या फर कोट वर विसावलेल्या थंडगार हवेला तिच्या पर्फ्यूमचा सुवास होता. तो त्याच्या नाकपुड्यांत घुसला. ती अगदी अपेक्षेनुसार योग्य तितकंच हसत होती... म्हणत होती, 'गुड मॉर्निंग, पीटर.'

तो एक क्षणभर आखडून उभा राहिला- त्या क्षणात सारे टेलिफोन कॉल्स जणू पुन्हा एकदा जगला तो. आणि आत्ता कुठे त्याच्या मनात जिंकल्याची भावना जीव धरू लागली. खचाखच गर्दीने भरलेल्या स्टेडियममधे आखाड्यातल्या विजयी वीराने जसं डौलात फिरावं तसा तो चालू लागला. आपल्या चेहऱ्यावरच्या स्मितरेषेवर वरून स्पॉटलाइटचा प्रकाश पडलाय असं काहीसं त्याला वाटू लागलं. आणि मग तो म्हणाला, 'डॉमिनिक, माय डियर, हे म्हणजे माझं स्वप्न प्रत्यक्षात आल्यासारखं आहे.'

या त्याच्या वाक्यासरसा त्यांच्यामधील संकटातल्या साथीची समज असलेला प्रगल्भ संकेत मिटून गेला आणि त्यांचा विवाह ज्या हेतूसाठी घडून आलेला तो सत्यात उतरला.

तिला याचं बरं वाटलेलं दिसलं. ती म्हणाली, 'सॉरी, तू मला उंबरठ्यावरून उचलून आत आणलं नाहीस, पीटर.' त्याने तिचं चुंबनही घेतलं नाही, पण तिचा हात हाती घेऊन मनगटाच्या जरा वरच्या बाजूला हलकेच हळुवारपणे ओठ टेकवले.

त्याची आई तिथेच उभी होती हे लक्षात येताच तो विजयी मुद्रेने जोशात म्हणाला, 'आई- डॉमिनिक फ्रँकन.'

आईने डॉमिनिकच्या गालावर ओठ टेकताना त्याने पाहिलं. मिसेस कीटींगनी आवंढा गिळल्याचंही त्याने पाहिलं.

'मला इतका आनंद झाला आहे, इतका आनंद झाला आहे... आशीर्वाद असोत तुला परमेश्वराचे. तू इतकी सुंदर असशील अशी मला कल्पनाच नव्हती!'

आता पुढे काय करावं त्याला कळेना, पण डॉमिनिकने सूत्र हातात घेतली. सहजपणे... त्यांना विचार करायला वेळही न देता. ती दिवाणखान्यात शिरत म्हणाली, 'आता आधी आपण जेऊन घेऊ या. आणि मग तू मला घर दाखव, पीटर. माझं सामान एक तासाभरात येऊन पोहोचेल.'

मिसेस कीटींग खुलून हसल्या, 'आपल्या तिघांचं जेवण तयारच आहे, मिस फ्रँ...' ती थबकली, 'ओः डियर... मी काय नावाने हाक मारू तुला, बेटा? मिसेस कीटींग की...?'

'डॉमिनिक. अर्थातच डॉमिनिक.' तिच्या चर्येवर हास्य नव्हतं हे बोलताना.

'आपण हे जाहीर करून कुणाला आमंत्रण वगैरे द्यायचं आहे की नाही?' कीटींगने सुरुवात केली. पण डॉमिनिक म्हणाली, 'नंतर करू ते, पीटर. ते आपोआपच जाहीर होणार आहे.'

नंतर तिचं सामान आल्यानंतर ती न अडखळता त्याच्या बेडरूममधे गेलेली त्याने पाहिली. तिने नोकराणीला आपले कपडे कसे कुठे ठेवायचे वगैरे सूचना दिल्या. कपाट नीट लावण्यासाठी त्याला मदतीला बोलावलं.

मिसेस कीटींग जरा बुचकळ्यात पडल्या.

'अरे पण तुम्ही मुलं कुठे जाणार आहात की नाही? सगळं इतक्या पटकन् झालंय... किती रोमँटिक... पण तरीही- हनीमून वगैरे काहीच नाही?'

'नाही.' डॉमिनिक उत्तरली, 'पीटरला त्याच्या कामातून उगीच सवड काढायला लावायची नाहीये मला.'

तो म्हणाला, ‘अर्थात् हे तसं तात्पुरतं आहे, डॉमिनिक. आपल्याला दुसऱ्या अपार्टमेन्टमधे जावंच लागेल. जरा मोठ्या घरात. तू निवड करायचीस.’

‘छेः... कशासाठी! त्याची काहीच गरज नाहीये. आपण राहू ना इथेच.’

‘मग मी दुसरीकडे जाऊन राहीन.’ मिसेस कीटींगनी उदारपणे प्रस्ताव मांडला. डॉमिनिकबद्दलच्या भीतीतून त्या अचानक विचार न करताच हे बोलून गेल्या होत्या. ‘मी माझ्यासाठी एखादी छोटीशी जागा शोधेन.’

‘नाही,’ डॉमिनिक म्हणाली, ‘खरंच जाऊ नका. मला काहीही बदलायचं नाहीये. पीटरच्या आयुष्यात, ते जसं आहे तसं ठेवून मला स्वतःला बसवून घ्यायचंय.’

‘कित्ती गोड विचार आहे तुझा.’ मिसेस कीटींग हसून म्हणाल्या... इकडे कीटींग विचार करीत होता, यात काहीही गोड विचार नाहीये तिचा...

मिसेस कीटींगना आत कुठेतरी कळत होतं... यातून सावरल्यानंतर त्यांना त्यांच्या या सुनेचा भयंकर द्वेष वाटणार होता. तिने तिला हिणवलं असतं तर चाललं असतं तिला, पण ही थंडगार बर्फासारखी विनम्रता... अक्षम्य होती.

टेलिफोन वाजला. कीटींगच्या चीफ डिझायनरने अभिनंदन केलं आणि म्हणाला, ‘आत्ताच कळलं आम्हाला. गाय तर चकित झालाय पुरा. मला वाटतं तू त्याला फोन कर किंवा इकडे ये तरी. काहीतरी कर.’

कीटींग धावतपळतच ऑफिसकडे निघाला. घरातून जराशी सुटका झाल्याबद्दल जरा बरंच वाटलं त्याला. ऑफिसमधे प्रवेश करताना त्याने प्रेमाने मुसमुसलेल्या नवतरुणाचा मुखवटा बरोब्बर धारण केला. हसून खेळून ड्राफ्टिंग रुममधल्या सर्वांशी हस्तांदोलन केलं. सारेजण त्याला चिडवत होते, मत्सर दर्शवत होते, हल्लागुल्ला करत होते, चावट बोलत होते. त्यातून स्वतःला मोकळं करून घेत तो फ्रँकनच्या ऑफिसकडे धावला.

आत शिरताच फ्रँकनच्या चेहऱ्यावरचं आशीर्वादासारखं प्रेमळ हास्य पाहून त्याला क्षणभर खूप अपराधी वाटलं. फ्रँकनचे खांदे प्रेमभराने धरून हलवत तो पुटपुटला, ‘मी इतका आनंदात आहे, गाय, इतका आनंदात आहे.’

‘मला अपेक्षा होतीच... हे केव्हा ना केव्हा तरी होणार अशी.’ फ्रँकन शांतपणे म्हणाला, ‘पण आता कसं सारंकाही जिथल्या तिथे झालं. सारंकाही तुझं असावं हेही आता बरोबर वाटतं, पीटर, सारंकाही... ही खोलीसुद्धा सगळं. लवकरच.’

‘काय बोलतोयस तू हे?’

‘ए, तुला कळतं हं सगळं बरोबर. मी थकलोय आता, पीटर. खरं सांगू... कधी तरी अशी वेळ येते जेव्हा आपल्याला कळून चुकतं की, हे अगदी अखेरचं असं थकलो आपण... नाही तुला नाही कळणार, तू अजून खूप तरूण आहेस. पण जाऊ देत ना मला... नाहीतरी माझा इथे असून काय तसा उपयोग आहे? गंमत म्हणजे... आताशा मी माझा काही उपयोग असल्याचं नाटकही करीत नाही. कधीकधी मला प्रामाणिकपणे बोलायला आवडतं. बरं वाटतं... वेल- ते जाऊ दे- अजून एखादंदुसरं वर्ष- पण नंतर मात्र मी निवृत्त होणार. मग सगळं तुझं. थोडा काळ इथे लटकून रहायला मला आवडेल तसं... माझं प्रेम आहे या जागेवर तसं. किती गडबड असते, किती काम असतं... किती छान आहे ही जागा. लोक आदर करतात या फर्मचा. चांगली फर्म होती ही- फ्रँकन अँड हेयर, हो ना? काय म्हणतोय मी हे... म्हणजे फ्रँकन अँड कीटिंग. मग ती फक्त कीटींग फर्म असेल... पीटर?’ त्याने हलकेच विचारलं, ‘तुझ्या चेहऱ्यावर आनंद का दिसत नाही?’

'अर्थात् मी आनंदात आहे. खूप कृतज्ञ आहे... सगळंच... पण तू आत्ता निवृत्तीचा विचार करायची काय गरज आहे?'

'नाही, तसं नाही- मी विचारतोय- की हे सगळं तुझं असेल असं म्हणतो तेव्हा तुझ्या चेहऱ्यावर आनंद का नाही दिसत? तुला त्याचा आनंद झालेला मला आवडेल, पीटर.'

'फॉर गॉड्स्सेक, गाय, तू हे असं विचित्र काय बोलतो आहेस?'

'पीटर, हे माझ्या दृष्टीने खरंच खूप महत्त्वाचं आहे... की मी तुझ्यासाठी जे काही ठेवून जाईन त्याचा तुला आनंद वाटायला हवा. तुला त्याचा अभिमान वाटायला हवा. आणि तुला वाटतोय अभिमान, हो ना, पीटर? सांग...'

'कुणाला वाटणार नाही?' त्याने फ्रँकनची नजर टाळली. त्याच्या स्वरातलं आर्जव, विनवणी त्याला असह्य वाटू लागली होती.

'हो, कुणाला वाटणार नाही? अर्थातच, आणि तुला वाटतो, होय ना?'

'तुला काय हवंय तरी काय?' कीटींग रागारागाने ओरडलाच.

'तुला माझा अभिमान वाटायला हवा एवढंच मला हवंय, पीटर.' फ्रँकन अगदी विनयाने, मनापासून म्हणाला. 'मला आश्वस्त होण्याची गरज आहे- की मी काहीतरी कमावलं... या सगळ्याला काही अर्थ होता... अखेरचा हिशेब मांडताना मला एकच खात्री हवीय, की हे सारं व्यर्थ नव्हतं.'

'तुला खात्री नाही त्याची? तुला खात्री नाही?' कीटींगच्या डोळ्यांत राग उतरलेला... जणू फ्रँकनपासून काहीतरी त्याला वैयक्तिक धोका असावा तसा.

'काय झालं, पीटर?' फ्रँकनने मऊपणे विचारलं. थोडं त्रयस्थासारखंच.

'गॉड डॅम यू- तुला काय अधिकार आहे खात्री नसण्याचा? तुझ्या वयात, एवढं नाव, एवढी प्रतिष्ठा, एवढं सगळं कमावल्यानंतर-'

'मला नक्की माहीत असायला हवं, पीटर. मी किती कष्ट उपसले आहेत.'

'आणि तरीही तुला खात्री नाही?!' तो संतापला होता, भयकंपित झाला होता. आणि म्हणून त्याला कुणालातरी दुखवायचं होतं. त्याने एकच वाक्य फेकून मारलं- जे खूप दुखावेल याची खात्री होती त्याला. पण त्याला विसर पडलेला- की ते वाक्य त्याचं त्यालाच दुखवणार होतं... फ्रँकनला नव्हे. फ्रँकनला कळू शकणार नाही, कधीच कळणार नाही, त्याला अंदाजही येणार नाही. तो म्हणाला, 'मला माहीत आहे अशी एक व्यक्ती की ज्याला खात्री असेल... आयुष्याच्या शेवटी त्याला इतकी भयंकर खात्री असेल... की त्याचा गळा घोटायची तयारी असेल माझी तेवढ्याकरता!'

'कोण?' फ्रँकनने शांतपणे विचारलं. पण त्याला त्यात काहीच रस नव्हता.

'गाय! गाय, काय झालंय काय आपल्याला? आपण काय बोलतो आहोत हे?'

'मला नाही ठाऊक.' फ्रँकन उत्तरला. तो खूप थकल्यासारखा दिसत होता.

त्या संध्याकाळी फ्रँकन कीटींगच्या घरी डिनरला आला. त्याने छानदार कपडे केलेले. आणि मिसेस कीटींगचा हात हातात घेऊन त्याने ओठ टेकवले तेव्हा तो नेहमीसारखाच खुषीत होता. पण डॉमिनिकशी बोलताना तो गंभीर होता आणि तिच्याशी काय बोलावं हे त्याला सुचलं नाही. तिच्या चेहऱ्याकडे लागलेल्या त्याच्या नजरेत एक प्रकारचं आर्जवच होतं. तिच्याकडून अपेक्षित असलेल्या कुत्सित धारदार शब्दांऐवजी तिने अचानक केवळ समंजसपणे त्याच्याकडे पाहिलं होतं. ती काहीच बोलली नाही. तिने किंचित झुकून त्याच्या कपाळावर ओठ टेकले. ते औपचारिकतेपेक्षा क्षणभर जास्त वेळ तिथेच रेंगाळले. त्याला खूप कृतज्ञ वाटलं... आणि मग तो थरकापला.

'डॉमिनिक,' तो इतरांना ऐकू जाणार नाही इतक्या हळू आवाजात कुजबुजला, 'तू किती

भयंकर दुःखी असशील...' ती मजेत हसली आणि त्याचा हात हातात गुंतवत म्हणाली, 'नाही, बाबा, असं कसं म्हणताय तुम्ही?'

'क्षमा कर मला...' तो पुटपुटला, 'माझं डोकं फिरलंय. झालं ते फारच छान झालं...'

संध्याकाळभर पाहुणे येत राहिले. आमंत्रण न देता, न सांगता सवरता... ज्यांना कुणाला ती बातमी कळली त्यांनी आपला हक्कच आहे असं समजून कीटींगच्या घराला भेट दिली. त्यांना भेटून आपल्याला बरं वाटतंय की नाही हेच कीटींगला कळत नव्हतं. सगळा गोंधळ चालू होता तिथवर ठीकच होतं सगळं. डॉमिनिक व्यवस्थितच वागत होती. तिच्या वागण्यात उपहासाचा लवलेशही नव्हता.

शेवटचा पाहुणा घरातून गेला तेव्हा खूपच उशीर झाला होता. राखेने भरलेले ॲश-ट्रेज् आणि रिकाम्या ग्लासांच्या संगतीत ते दोघेच उरले. दिवाणखान्याच्या विरुद्ध टोकांना ते सामोरे बसून होते... आता जो विचार करणं भाग होतं तो लांबणीवर टाकत कीटींग बसून राहिला.

'ठीक आहे, पीटर,' डॉमिनिक उठून उभी रहात म्हणाली, 'चल, आटपून टाकू.'

तो अंधारात तिच्या शेजारी पडून होता. त्याची वासना निमलेली पण तिच्या निपचित, विरोधापुरताही प्रतिसाद न देणाऱ्या शरीराने भूक भागली नव्हतीच. तिच्यावर ही एक स्वामित्वमुद्रा उठवण्याची आशा बाळगून होता तो, पण आता पुरापुरा पराभूत झालेला. त्याच्या ओठांतून प्रथम फुटलेले शब्द होते,

'गॉड डॅम यू!'

तिने काहीही हालचाल केली नाही.

मग त्याला आठवलं, आसक्तीच्या ऐन आवर्तात गरगरत असताना त्याला एक शोध लागलेला आणि विसरला गेलेला.

'कोण होता तो?' त्याने विचारलं.

'हॉवर्ड रॉर्क.' तिने उत्तर दिलं होतं.

'ठीक आहे. नसेल सांगायचं तर नको सांगूस.' तो तडकून बोलला.

त्याने दिवा लावला. त्याने पाहिलं. ती मस्तक मागे टाकून स्तब्धशी पडून होती, विवस्त्र. तिची मुद्रा शांत होती, निष्पाप आणि निर्मळ. ती छताकडे पहात हलकेच म्हणाली, 'पीटर, मी हे करू शकले तर... आता मी काहीही करू शकेन.'

'तुला वाटत असेल की मी तुला फार वेळा हे करायला लावेन... ही तुझी कल्पना असेल तर...'

'तुला जितक्या वेळा करायची इच्छा असेल किंवा जितक्या कमी वेळा करायची... तुझी इच्छा, पीटर.'

दुसऱ्या दिवशी सकाळी नाश्ता करायला ते डायनिंग रुममधे आले तेव्हा डॉमिनिकला फ्लोरिस्टकडून आलेला एक लांबटसा बॉक्स तिच्या प्लेटजवळ ठेवलेला दिसला.

'हे काय आहे?' तिने नोकराणीला विचारलं.

'आजच सकाळी आलं ते, मॅडम. नाश्त्याच्या प्लेटजवळ ठेवावे म्हणून सूचनाही केली होती बरोबरच्या चिठ्ठीत.' तिने सांगितलं.

त्या बॉक्सवर मिसेस पीटर कीटींग असं नाव लिहिलेलं. डॉमिनिकने तो उघडला. त्यात शुभ्र लिलीच्या काही डहाळ्या होत्या. वर्षातल्या या ऋतूत ऑर्किडहूनही महाग. मोठ्या अक्षरांत नाव लिहिलेलं एक छोटंसं कार्ड त्यावर चिकटवलेलं. लिहिणाराच्या हाताचा सफाईदार वेग त्या अक्षरांत उतरलेला. जणू ती अक्षरं त्यावर गडगडून हसत होती:

'एल्सवर्थ एम. टूही.'

'किती छान!' कीटींग म्हणाला. 'काल संपूर्ण दिवसात त्याचा फोन कसा आला नाही, मला आश्चर्यच वाटत होतं जरा.'

'मेरी, ही फुलं जरा पाण्यात ठेव.' डॉमिनिकने मेरीकडे फुलं दिली.

दुपारी डॉमिनिकने टूहीला फोन केला आणि कधीतरी डिनरला यायचं आमंत्रण दिलं.

ते डिनर अखेर काही दिवसांनंतर ठरलं. कीटींगच्या आईने काहीतरी कारण सांगून त्या संध्याकाळी सुटका करून घेतली. आपल्याला या गोष्टींची सवय व्हायला थोडा अवधी लागेल अशी तिने स्वतःची समजूत घातली होती. त्यामुळे टेबलवर तिघांच्या जेवणाची व्यवस्था मांडलेली. क्रिस्टल होल्डर्समधे मेणबत्त्या, मध्यावर काचेच्या बुडबुड्यांमधे निळी फुलं ठेवलेला सेंटरपीस.

टूहीने आत शिरताच यजमानांना एकदम दरबारी रुबाबात लवून अभिवादन केलं. डॉमिनिक एखाद्या सराईत उच्चभ्रू यजमानिणीसारखी दिसत होती, जणू ती कायम याच भूमिकेत वावरत आली होती.

'वेल, एल्सवर्थ? वेल?' कीटींगने विचारलं... त्याच्या हाताच्या इशाऱ्यात हॉल, वातावरण, डॉमिनिक साऱ्याचा अंतर्भाव होता.

'माय डियर, पीटर,' टूही म्हणाला, 'अगदी उघड गोष्टींबद्दल बोलणं टाळावं, नाही का?'

डॉमिनिकने त्यांना आत दिवाणखान्यात नेलं. तिने डिनरड्रेस घातला होता. पांढऱ्या सॅटिनचा पुरुषी ढंगाचा ब्लाउझ आणि एक बिनघेराचा काळा स्कर्ट. तिच्या केशकलापासारखाच सरळ, मुलायम. तिच्या स्कर्टच्या निरुंद पट्ट्याखालची कंबर इतकी बारीक होती की दोन हातांत धरून सहजच कुणाला मोडून टाकता आली असती. तिच्या तोकड्या बाह्यांमुळे तिचे हात उघडे पडले होते. तिने मनगटावर तिच्या नाजूक मनगटाच्या मानाने खूपच जड असं एक सोन्याचं कंकण घातलं होतं. डौल साधतासाधता मधेच विकृत झाल्यासारखी तिची प्रतिमा होती. अगदी लहान मुलीसारखं दिसण्यातून तिने खूप प्रगल्भ दिसण्याचा परिणाम साधलेला.

'एल्सवर्थ, किती मस्त आहे नाही सगळं?' कीटींग डॉमिनिककडे पहात उद्गारला. कुणी आपल्या गलेलठ्ठ बँक अकाउंटकडे अभिमानाने पहावं तशीच त्याची नजर होती.

'माझी अपेक्षा होती तितकंच.' टूही म्हणाला, 'कमी नाही नि जास्त नाही.'

डिनर टेबलवर कीटींगच जास्त बडबड करत होता. त्याला जणू वात चढलेला. मांजर जशी सुखावून गवतात लोळत रहाते तसे त्याचे शब्द सुखावून लोळपटत होते.

'माहीते कां, एल्सवर्थ, डॉमिनिकने तुला आमंत्रण केलं. स्वतःहून. मी सांगितलं नव्हतं काही तिला. तू आमचा पहिलावहिला पाहुणा आहेस बरं का, आमंत्रण करून बोलावलेला. मला तर एकदम मस्त वाटतंय हे. माझी बायको आणि माझा लाडका मित्र. मला नेहमी असं उगीचच वाटायचं आपलं, की तुम्ही दोघे एकमेकांना फारसे आवडत नसावे असं. देव जाणे कुठून येतं माझ्या डोक्यात असलं सगळं. पण खरंच- आपण तिघे एकत्र... मला फारच छान वाटतंय.'

'मग तुझा गणितावर विश्वास नाही वाटतं, पीटर?' टूही म्हणाला. 'एवढं आश्चर्य कशाला वाटायला हवं? काही संख्या एकत्र आल्या की विशिष्ट बेरीज मिळणारच. तू, मी आणि डॉमिनिक अशा तीन संख्या एकत्र आल्या की हीच बेरीज मिळणार.'

'असं म्हणतात, दोघांत तिसऱ्याची गर्दी होते.' कीटींग मोठ्याने हसला, 'पण अगदीच चुकीचं आहे. एक से भले दो आणि दो से भले तीन... सगळं सापेक्ष आहे.'

'त्या म्हणीत एकच चूक आहे- ते म्हणजे गर्दी ही काहीतरी नकोशी गोष्ट असल्यासारखं

आपण सुचवत-बोलत असतो- चूक आहे हे. खरं म्हणजे अगदी उलट आहे... तुला आता त्यातला आनंद गवसतोच आहे म्हणा. मी आणखी पुढे जाऊन सांगेन की तीन ही एक गूढ संख्या आहे. उदाहरणार्थ होली ट्रिनिटी- किंवा त्रिकोण ज्याच्याशिवाय अख्खा सिनेउद्योग बंदच पडू शकेल. त्यातल्या त्रिकोणांचे इतके प्रकार आहेत... आणि सगळेच काही शोकांतिकेकडे जाणारे नसतात. आता आपल्या तिघांचंच पहा. मी आहे आपल्या या त्रिकोणाची सर्वात जास्त लांबीची बाजू... मी केवळ एक जागा चालवतोय- माझ्या थेट विरुद्ध असलेल्या व्यक्तीविशेषाची, नाही कां, डॉमिनिक, पटतंय की नाही तुला?'

ते डिझर्ट घेत असताना कीटींगला फोन आला. पलिकडल्या खोलीतून त्याचा खेकसणारा आवाज येत होता. एका महत्त्वाच्या कामावर काम करणाऱ्या एका ड्राफ्ट्स्मनला त्याच्या मदतीची गरज पडली होती. टूही डॉमिनिककडे पहात हसला. तिच्या वागण्यामुळे जे काही याआधी बोलणं शक्य झालं नव्हतं ते सारं त्याने एका स्मितहास्यातून व्यक्त करून टाकलं. तिच्या चेहऱ्याचा एकही स्नायू हलला नाही. तिने त्याच्या नजरेला नजर दिली होती. पण तरीही त्या चेहऱ्यावरचे भाव किंचित बदलले होते. जणू ती त्याने सूचित केलेल्या अर्थाला नाकारत नव्हती. एक प्रकारे तो अर्थ स्वीकारत होती. त्याला तिच्या थंड मुद्रेवर उमटलेला नकार परवडला असता. तिचा तिरस्कार या स्वीकारामुळे अधिकच गहिरा व्यक्त झाला होता.

'मग, परतून आलीस तर आमच्यात, डॉमिनिक.'

'होय, एल्सवर्थ.'

'आता यापुढे दयेची याचना नाही करणार?'

'त्याची गरज पडेल असं वाटतंय?'

'नाही. मला खरंच कौतुक वाटतं तुझं, डॉमिनिक... कसं वाटतंय तुला हे? मला वाटतं, पीटर तितकासा वाईट नाहीये... अर्थात् आपण दोघेही ज्याचा विचार करतो आहोत त्याच्याइतका चांगला नसेल- तो तर अतीप्रवीण असावा. पण अर्थात् आता तुला ते कळण्याची संधीच नाही, नाही का?'

तिच्या चर्येवर घृणा उमटण्याऐवजी गोंधळल्याचे भाव उमटले.

'नेमकं काय म्हणायचंय तुला, एल्सवर्थ?'

'ओः, अरे जाऊ दे ना, माय डियर, आता काय लपवालपवी करायची गरज उरली आहे? त्या किकी हॉलकोम्बच्या पार्टीत त्याला पहिल्यांदा भेटलीस तेव्हापासून तू त्याच्या प्रेमात पडली आहेस- की सरळच बोलू?-तुला त्याच्याबरोबर झोपायचं होतं तेव्हापासून... पण तो- तो तुझ्याकडे पाहून थुंकायलाही तयार नाही... म्हणून मग पुढचं सगळं करीत गेलीस तू.'

'असाच विचार करत होतास तू नेहमी?' तिने शांतपणे विचारलं.

'उघडच होतं नाही का ते? खंडिता नायिका... आणि तुला रॉर्कसारखाच माणूस शरीराच्या आदिम भुकेसाठी हवासा वाटेल हेही उघड होतं. आणि त्याला तुझ्या अस्तित्त्वाचीही दखल नसावी.'

'मी तुला जरा उच्च लेखलं ते चुकलंच, एल्सवर्थ.' ती म्हणाली. तिला आता त्याच्या तिथे असण्यात काहीही रस उरला नव्हता. तिला सावधही रहायची गरज वाटेनाशी झाली. तिच्या चेहऱ्यावरचे कंटाळलेले भाव पाहून तो जरा बुचकळ्यात पडला.

कीटींग परतला. टूहीने त्याच्या खांद्यावर थाप देत म्हटलं, 'अरे हां, पीटर, मी निघायच्या आधी मला जरा तुझ्याशी बोलायचंय बरं का. त्या स्टोडार्ड मंदिराच्या वास्तूची पुनर्बांधणी करायचीय. तू जरा रंडीबाजी करून टाक त्यात-'

'एल्सवर्थ...!' तो दचकून उद्‌गारला.

टूही खदखदून हसला. 'एवढा काय सज्जनपणा, पीटर. जराशी व्यावसायिक अश्लीलता चालते कधीमधी. डॉमिनिकला काही वाटायचं नाही त्याचं. माजी पत्रकार आहे ती.'

'काय झालं काय, एल्सवर्थ?' डॉमिनिकने विचारलं. 'एकदम खालीच उतरलास तू. एवढा अटीतटीला कशाने आलास?' ती उठत म्हणाली, 'कॉफी आपण बाहेर दिवाणखान्यात घेऊ या का?'

□ □ □

हॉप्टन स्टोडार्डने रॉर्ककडून मिळवलेल्या भरपाईत आणखी भरभक्कम भर टाकली आणि स्टोडार्ड मंदिराच्या वास्तूची पुनर्बांधणी सुरू झाली. हे काम करणाऱ्यांत एल्सवर्थ टूहीने निवडलेल्या आर्किटेक्टस्‌चा एक छोटा गटच होता. पीटर कीटींग, गॉर्डन प्रेस्कॉट, जॉन एरिक स्नाइट आणि कुणीतरी गस वेब नावाचा चोवीस वर्षांचा पोरगा. जरा प्रतिष्ठित बाया जवळून जात असल्या की, घाणेरडे अपशब्द फेकायचा तो. त्याने कधीही स्वतंत्रपणे एकही आर्किटेक्चरल काम केलं नव्हतं. बाकीच्या तिघांना सामाजिक प्रतिष्ठा होती, गस वेबला काहीही नव्हती... आणि म्हणूनच टूहीने त्याचा अंतर्भाव केला होता. गस वेबचा आवाज मोठ्ठा होता आणि आत्मविश्वास भयंकर. गस वेब म्हणायचा मी कशालाही घाबरत नाही. खरं होतं ते. ते सारे कौन्सिल ऑफ अमेरिकन बिल्डर्सचे सदस्य होते.

कौन्सिल ऑफ अमेरिकन बिल्डर्स एव्हाना चांगलीच वाढली होती. स्टोडार्डच्या खटल्यानंतर एजीएच्या क्लबमध्ये बऱ्याच घनघोर चर्चा झडल्या होत्या. एजीएवाल्यांचे एल्सवर्थ टूहीशी संबंध काही फार घनिष्ठ किंवा सौहार्दाचे नव्हते. विशेषतः कौन्सिल ऑफ अमेरिकन बिल्डर्सच्या स्थापनेनंतर तर नाहीच. पण या खटल्यामुळे त्यात थोडासा बदल झाला. बऱ्याच सदस्यांनी बोलून दाखवलं की वन स्मॉल व्हॉइसमधला तो लेखच स्टोडार्डच्या खटल्याला कारणीभूत होता. जो माणूस एखाद्या माणसाला आपल्या आर्किटेक्टवर खटला भरायला उद्युक्त करू शकतो त्याच्याशी सावधपणे वागलं पाहिजे यावर बऱ्याचजणांचं एकमत झालं. मग असं ठरलं की एल्सवर्थ टूहीला आपल्या एखाद्या लंचिऑनमधे भाषण द्यायला बोलवण्यात यावं. काही लोकांनी याला आक्षेपही घेतला. गाय फ्रँकननेही आक्षेप घेतला. एका तरुण आर्किटेक्टने फारच जोरदार आक्षेप घेतला. त्याने एक भाषणच ठोकलं. त्याचा आवाज पहिल्यांदाच लोकांसमोर बोलत असल्यामुळे भीतीने काहीसा थरथरत होता. तो म्हणाला की तो एल्सवर्थ टूहीचा चाहता आहे आणि टूहीच्या सामाजिक भूमिकेबद्दल त्याला प्रेम आहे, पण एखादी व्यक्ती आपल्यावर सत्ता गाजवते आहे असं एखाद्या गटाला वाटलं तर समजावं की त्या व्यक्तीशी टक्कर द्यायची वेळ आली आहे. पण त्याला बहुसंख्य सदस्यांनी विरोध केला. एल्सवर्थ टूहीला लंचिऑनला बोलवण्यात आलं. भरगच्च गर्दी होती. टूहीने अगदी छानदार, विनोदी भाषण केलं. या कार्यक्रमानंतर बरेच एजीएचे सदस्य कौन्सिल ऑफ अमेरिकन बिल्डर्सचेही सदस्य झाले. त्यात पहिला होता जॉन एरिक स्नाइट.

स्टोडार्ड मंदिर पुनर्बांधणीच्या कामातले चौघे आर्किटेक्ट्स कीटींगच्या ऑफिसमधे भेटले. स्टोडार्ड मंदिराच्या ब्लूप्रिन्ट्स, रॉर्कच्या मूळ रेखाचित्राचे फोटोग्राफ्स त्यांनी कॉन्ट्रॅक्टरकडून मिळवले होते. आणि कीटींगने एक मातीचं मॉडेलही करवून घेतलं होतं. सारंकाही टेबलावर मांडून ते भोवतीने बसले. बांधकाम व्यवसायावर मंदीमुळे कसं सावट आलंय याची चर्चा झाली, स्त्रियांबद्दल बोलताना गॉर्डन प्रेस्कॉटने त्यावर थोडे सार्वदेहिक विनोद सांगितले, हॅहॅ झालं. मग गस वेबने जोरात मूठ टेबलवरच्या मॉडेलच्या छतावर आपटली. ते मॉडेल अजूनही नीटसं सुकलं नव्हतं. टेबलवर त्याची माती पसरली.

'वेल, मित्रांनो, आता कामाला लागू या.' तो ओरडला.

'गस, हराम्या,' कीटींग ओरडला,'त्याला पैसे पडतात.'

'घंटा!' गस म्हणाला,'आपल्या खिशातून थोडेच जातायत ते?'

प्रत्येकाच्या हातात रॉर्कच्या मूळ रेखाचित्राची एकेक प्रत होती. कोपऱ्यात त्याची सही उठून दिसत होती. त्यांनी आठवडेच्या आठवडे घालवून त्या मूळ चित्रावरच खाडाखोड करून आपापली वेगळी संकल्पना रेखायची धडपड केली होती. त्यांनी जरा जास्तच वेळ काढला. गरज नसतानाही बदल केले. जणू ते बदल करण्यात त्यांना कसलासा वेगळाच आनंद मिळत होता. नंतर त्यांनी आपापल्या चार वेगळ्या संकल्पना एकत्र करून एक संमिश्रण तयार केलं. त्या कुणालाच यापूर्वी एखाद्या कामातून एवढा आनंद मिळालाय असं झालं नव्हतं. त्यांच्या बैठका कितीतरी वेळ चालायच्या. अगदी किरकोळ मतभेदही झाले. उदाहरणार्थ गस वेब म्हणाला, 'खड्ड्यात जा, गॉर्डन, तू स्वयंपाकघर करत असलास तर निदान मुताऱ्या तरी माझ्या घे.' पण हे फक्त वरवरचे मुद्दे होते. ते अंतर्यामी फार एकपणाने काम करत होते. त्यांची साथ घट्ट होत होती... गुन्हेगारी टोळीतला एकजण पकडला गेला तर तो मार खाईल, पण साथीदारांची नावं घेणार नाही... तसल्या प्रकारची साथ होती ती.

स्टोडार्ड मंदिर पाडून भुईसपाट करण्यात आलं नव्हतं. पण त्याच्या चौकटीत पाच मजले बसवण्यात आले होते. त्यात डॉर्मिटरीज्, वर्गाच्या खोल्या, रुग्णांसाठी विश्रांतीची खोली, स्वयंपाकघर, लॉन्ड्री सगळं बसवण्यात आलं. प्रवेशद्वाराजवळच्या दालनात रंगीबेरंगी संगमरवराच्या लाद्या बसवण्यात आल्या. जिन्यांना ॲल्युमिनियमचे नक्षीदार हस्तकारागिरीचे लोखंडी कठडे बसवण्यात आले होते. शॉवरस्टँड्सच्या भिंती काचेच्या होत्या, खेळाच्या खोल्यांच्या भिंतींवर सोनेरी मुलाम्याची कॉरिन्थियन पाने असलेले खांब होते. त्यातल्या मूळ उंचच उंच खिडक्या तशाच ठेवलेल्या- फक्त नव्याने बांधलेल्या मजल्यांमुळे त्यांना छेद गेले होते.

त्या चार आर्किटेक्ट्सनी ठरवलेलं की एकूण शैलीत एकात्मता रहायला हवी, त्यामुळे कुठलीच एक ऐतिहासिक शैली त्यांनी एकसंधपणे वापरली नव्हती. पीटर कीटींगने शुभ्र संगमरवरातली सेमी डॉरिक कमान मुख्य प्रवेशद्वारापाशी उभारली. आणि नव्याने काढलेल्या दरवाजांसाठी व्हेनेशियन शैलीतील सज्जे काढले. जॉन एरिक स्नाइटने वर एक सेमी गॉथिक मनोरा बांधून त्यावर एक क्रॉस टाकला आणि प्रत्येक मजल्याच्या रेषेवर चुनखडीच्या दगडांतल्या भिंतीवर ॲकँथसच्या आलंकारिक पानांची नक्षी खोदून घेतली. गॉर्डन एल्. प्रेस्कॉटने सेमी रेनेसांस कॉर्निस करून घेतली आणि तिसऱ्या मजल्यावर बाहेर डोकावणारी गच्ची काढून ती काचेने बंद करून घेतली. गस वेबने मूळ खिडक्यांना अलंकरण म्हणून क्युबिस्टिक शैलीत बाहेरच्या बाजूने ठोकळ्यांचं डिझाइन केलं आणि छतावर एक निऑन साईन बसवली 'हॉप्टन स्टोडार्ड होम फॉर सब्नॉर्मल चिल्ड्रेन.'

'क्रांती होऊ दे,' गस वेब त्या पूर्ण झालेल्या इमारतीकडे पहात म्हणाला, '-मग या देशातल्या प्रत्येक मुलाला असलं घर मिळेल!'

त्या वास्तूचा मूळ आकार त्या साऱ्या बदलांतूनही ओळखता येत होता. एखाद्या प्रेताचे तुकडे करून विखरून द्यावेत हे तर सदय कृत्य वाटावं... एखाद्या प्रेताचे तुकडे करून पुन्हा कसेही जोडले तर ते कसं वाटेल... तसं झालेलं त्या वास्तूचं.

सप्टेंबर महिन्यात त्या 'होम' चे नवे रहिवासी तिथे रहायला आले. काही तज्ज्ञांची नेमणूक स्वतः टूहीने केली. त्या पुनर्वासात रहाण्यासाठी योग्य ती मुलं मिळणं अधिक कठीण झालं होतं. बरीचशी मुलं इतर संस्थांतून आणवली गेली. काही उत्साही सामाजिक बांधिलकीवाल्या महिलांनी तीन ते पंधरा वर्षं वयोगटातल्या पासष्ट मुलांची तिथे रहाण्यासाठी निवड केली. जी मुलं सुधारण्याची

जराशी जरी आशा होती त्या मुलांना काटेकोरपणे वगळण्यात आलं. जी सुधारण्याची सुतराम शक्यता नव्हती अशीच मुलं घेण्यात आली. एक पंधरा वर्षांचा मुलगा त्यात होता, ज्याला कधी बोलताच आलं नव्हतं. एक सतत हसरा चेहरा असलेलं मूल होतं, ज्याला कधीच लिहायवाचायला शिकता आलं नसतं, एक बिननाकाची मुलगी होती- तिचे वडील हेच तिचे आजोबाही होते, एका जॅकी नावाच्या बालकाचं लिंग काय ते कधीच कळण्यासारखं नव्हतं. हे सारे तिथे त्यांच्या नव्या घरात रहायला आले. त्यांची नजर शून्यातून शून्यात फिरत होती... ज्या नजरांसमोर जगाचं अस्तित्त्व शून्य होतं अशी जीविते त्या वास्तूत जगू लागली.

एखाद्या प्रसन्न संध्याकाळी जवळपासच्या झोपडपट्ट्यातली मुलं स्टोडार्ड होमच्या बागेत नजर चुकवून घुसायची आणि मोठ्या मोठ्या खिडक्यांतून दिसणाऱ्या आतल्या, खेळण्यांनी भरलेल्या खोल्यांकडे, जिम्नॅशियमकडे, स्वयंपाकघराकडे आशाळभूत नजरांनी पहायची. या मुलांचे कपडे कळकट घाणेरडे असायचे, चेहरे धुळीने माखलेले असायचे, पण शरीरं चपळ असायची, ओठांवर खोडकर हसू असायचं आणि नजरेत बुद्धीची चमक लखलखत असायची. त्या होमची जबाबदारी सांभाळणाऱ्या स्त्रिया त्यांना रागारागाने ओरडून हाकलून काढायच्या- 'मवाली पोरं कुठली!'

महिन्यातून एकदा त्या होमसाठी दानधर्म करणाऱ्या लोकांचं मंडळ भेट द्यायचं. हे सगळे लोक खूप प्रतिष्ठित होते, आपकमाईने नसले तरी बापकमाईने प्रतिष्ठित. त्या मंडळात मिंक कोट्सचे फलकारे झुलायचे, हिऱ्यांच्या पिना लखलखायच्या. क्वचित कधी त्यात डॉलरचा सिगार किंवा एखादी चकचकीत डर्बी कारही असायची. एल्सवर्थ टूही त्यांना सारंकाही स्वतः हिंडून दाखवायचा. हे सारं पाहून झालं की त्या मिंक कोटांना वेगळीच ऊब यायची आणि ते परिधान करून आलेल्यांचा त्यावरचा हक्क अधिक शाबित व्हायचा. त्यांची नीतीमत्ता आणि उच्च प्रतिष्ठा अधिकच झळाळून उठायची. प्रेतागार पाहून जेवढी करूणा मनात जागेल त्यापेक्षा कैक पटींनी अधिक करूणा या भेटींनंतर त्यांच्या दयार्द्र मनांमध्ये जागलेली असायची. अशा भेटींहून परतताना एल्सवर्थ टूहीवर त्याच्या कामाबद्दल अभिनंदनाचा वर्षाव व्हायचा आणि मग त्याच्या इतर प्रकाशने, व्याख्यानमाला, रेडिओ फोरम्स, सामजशास्त्र कार्यशाळा असल्या मानवतावादी प्रकल्पांसाठी दानं मिळवण्यास त्रासच पडायचा नाही.

कॅथरीन हॅलसेच्या हाती या मुलांच्या ऑक्युपेशनल थेरपीची जबाबदारी सोपवण्यात आली आणि ती या होममध्ये कायमं वास्तव्यासाठी आली. तिने आपलं काम एकदम तडाख्याने धडाक्यात सुरू केलं. ती सतत याच विषयावर बोलत रहायची. कुणी श्रोता मिळण्याचा अवकाश. तिचा आवाज रुक्ष होत चाललेला. बोलत असताना तिच्या ओठांच्या कोपऱ्यापासून हनुवटीपर्यंत अलिकडेच उमटलेल्या रेषा जराशा लपायच्या. तिने चष्मा न काढलेलाच बरा वाटायचा लोकांना. तिचे डोळे बघवेनासे झाले होते. ती स्वतःच्या कामाबद्दल जरा चढ्या सुरातच बोलायची. हे काम म्हणजे धर्मार्थ काम वगैरे काही नसून माणसांचं पुनर्वसन असल्याचं ती आवर्जून सांगायची.

मुलांच्या कलागुणांना वाव देणाऱ्या हस्तकलांचा तास तिचा सर्वात लाडका होता. त्याला ती सृजनशील तासिका म्हणायची. या तासिकेसाठी एक खास खोली होती. या खोलीतून दूरवरच्या न्यू यॉर्क शहराची क्षितीजरेषा अंधुकशी दिसायची. मुलांना रंग, कागद वगैरे साहित्य देऊन त्यांना हवं ते करायला प्रोत्साहन दिलं जायचं. कॅथरीन त्यांच्या कामावर लक्ष ठेवत उभी असायची. जन्मवेळेसाठी मदत करायला देवदूताने उभं असावं तशी.

एकदा या सर्वांतला सर्वात मागास कलाकार जॅकी याने मूठभर रंगीत पट्ट्या आणि गोंदाची बाटली उचलून खोलीच्या कोपऱ्यात नेली, आणि भिंतीतून किंचित बाहेर आलेल्या एका तिरप्या

कठड्यावर तो पसरला. हा कठडा रॉर्कने सूर्यास्ताची किरणे वळवण्यासाठी रचला होता. आता तो हिरवा रंगवण्यात आलेला. कॅथरीनने जाऊन पाहिलं आणि ती नाचायचीच बाकी राहिली. जॅकीने गोंदाच्या सारवणावर त्या पट्ट्या टाकलेल्या. त्यातून एका तपकिरी कुत्र्याचा आकार तिला दिसला. त्याला पाच पाय होते आणि त्याच्यावर निळे ठिपके होते. जॅकीच्या चेहऱ्यावर अभिमान होता.

'आता कळलं, आता कळलं तुम्हाला?' कॅथरीन तिच्या सहकाऱ्यांना म्हणाली, 'किती छान आहे ना हे... केवढं नवल घडलंय. या मुलांना नीट प्रोत्साहन मिळालं तर ती कुठच्या कुठे जाऊन पोहोचतील काही सांगवत नाही. त्यांच्या या स्वाभाविक सृजनशीलतेला वावच मिळाला नाही तर किती निराश होतील त्यांची मने! त्यांना अभिव्यक्त होण्याची संधी मिळणं फार महत्त्वाचं आहे. तुम्ही जॅकीच्या चेहऱ्यावरचे भाव पाहिलेत?'

डॉमिनिकची मूर्ती विकली गेलेली. ती कुणी विकत घेतली कुणालाच माहीत नव्हतं. ती एल्सवर्थ टूहीने विकत घेतली होती.

□ □ □

रॉर्कचं ऑफिस पुन्हा एकदा एका खोलीत आकसलं होतं. कॉर्ड बिल्डिंग पूर्ण झाल्यावर त्याला नवीन काम मिळालं नव्हतं. मंदीमुळे बांधकाम व्यवसाय अडचणीतच आला होता. कामं निघतच नव्हती. गगनचुंबी इमारतींचा जमाना संपला असंच सारेजण म्हणत होते. मोठमोठे आर्किटेक्ट्स आपला धंदा गुंडाळत होते.

थोडीफार काम यायची त्यावर आर्किटेक्ट्सचे जत्थे घिरट्या घालायचे. पावाच्या लायनीत उभं राहिल्यासारखे, सारी प्रतिष्ठा गिळून. राल्स्टन हॉलकोम्बसारखे लोक त्यात होते. ज्यांनी कधी याचना केली नव्हती, एखादं काम स्वीकारण्याआधी ते ओळखीचे संदर्भ मागत, असे लोक आता एखाद्या कामासाठी लाचार झालेले. जेव्हा रॉर्कने काम मिळवायचा प्रयत्न केला तेव्हा - तुला एवढं तर कळायला हवं असा भाव मुद्रेवर आणून त्यला नकार देण्यात आला. त्यात विनम्रताही नसायची.

'रॉर्क?' एखादा सावध व्यावसायिक म्हणे, 'कोण तो सनसनाटी टॅब्लॉइड हिरो? पैसा काही रस्त्यावर पडलेला नाही आताशा- नंतर खटल्यांवर खर्च करत बसायला.'

काही काम मिळवली त्याने. निर्वासितांची घरं दुरुस्त करण्याची, त्यात पार्टिशन्स घालणे, प्लंबिंग नीट करणे यापलिकडे काहीही नसायचं.

'नको करूस ही कामं, हॉवर्ड,' ऑस्टिन हेलर रागात म्हणाला. 'हिम्मत कशी होते कुणाला तुला असली कामं देऊ करण्याची! कॉर्ड बिल्डिंग सारख्या स्कायस्क्रेपरनंतर, एनराइट हाऊससारख्या सुंदर बिल्डिंग नंतर हे-'

'मला कसलीही काम चालतात.' रॉर्क म्हणाला.

स्टोडार्ड खटल्यात त्याने भरलेले पैसे कॉर्ड बिल्डिंगमधून मिळालेल्या फीपेक्षा जास्त होते. पण त्याने काही पैसे वाचवून ठेवले होते. थोडे दिवस त्याला त्यातून काढता आले असते. तो मॅलरीच्या घराचं भाडं भरायचा आणि बरेचदा ते एकत्र जेवायचे त्याचे पैसेही द्यायचा.

मॅलरीने याला हरकत घेतली तेव्हा तो म्हणाला, 'गप बैस, स्टीव. मी हे काही तुझ्यासाठी करत नाहीये. असल्या काळात मला थोडी तरी चैन हवी. मी फक्त सगळ्यात महाग असलेली वस्तू विकत घेतोय. अख्ख्या देशाशी स्पर्धा आहे माझी. आणि ही तर मोठीच चैन झाली नाही का? त्यांना तू कसली तरी भुक्कड चित्र करायला हवी आहेत आणि मला नको आहेत. त्यांच्या विरुद्ध एवढं काहीतरी करणं मला छान वाटतं.'

'मी कशावर काम करू असं तुला वाटतंय, रॉर्क?'

'मला एवढंच वाटतंय की कुणालाही मी कशावर काम करू असं न विचारता तू काम करावंस.'

ऑस्टिन हेलरला हे मॅलरीने सांगितलं तेव्हा तो रॉर्कला एकटाच भेटला.

'तू स्वतः जर मॅलरीला मदत करतोस तर मला का नाही तू तुला मदत करू देत?'

'तू मला मदत करू शकला असतास तर मी तुला अवश्य करू दिली असती.' रॉर्क म्हणाला,'पण तसं शक्य नाहीये. त्याला काम करायला केवळ त्याचा वेळ मिळवून देणं आवश्यक असतं. त्याला गिऱ्हाइकं मिळवण्याची गरज नसते. मी तसं करू शकत नाही.'

'गंमत वाटते मला, हॉवर्ड, तुला दयाधर्म करताना पाहून.'

'माझा अपमान करायची गरज नाही हं. याला दयाधर्म नाही म्हणत. पण एक सांगतो, लोक म्हणतात की त्यांना इतरांची खूप कणव येते. रस्त्याकडेला गाडीने ठोकरलेला एखादा रक्तबंबाळ माणूस दिसला तर त्यांच्यापैकी बहुतेकजण नक्की मदत करायला थांबतील. पण स्टीवन मॅलरीकडे पहायला मात्र कुणी चुकूनही नजर वळवणार नाही. पण जर दुःखवेदना मोजायच्या झाल्या तर स्टीवन मॅलरीला जेव्हा त्याला हवं ते काम करता येत नाही तेव्हा त्याचं दुःख हे रणगाड्याखाली चेंगरलेल्या शेकडो माणसांच्या दुःखापेक्षा अधिक मोठं असेल. या जगातलं दुःख कमी करायचं असेल तर मॅलरीपासून सुरुवात करण्याची गरज आहे, हो की नाही?... असो... पण मी जे करतो ते त्यासाठीही करत नाही बरं.'

□ □ □

रॉर्कने कधीही ते पुन्हा बांधलेलं स्टोडार्ड मंदिर पाहिलं नव्हतं. नोव्हेंबरच्या एका संध्याकाळी तो ते पहायला गेला. ही दुःखापुढे शरणागती होती की ती वास्तू पहाण्याच्या भीतीवर मिळवलेला जय होता हे त्याचं त्यालाच कळत नव्हतं.

बराच उशीर झाला होता आणि स्टोडार्ड होमच्या समोरची बाग रिकामी झाली होती. ती वास्तूही अंधारात होती. वरच्या मजल्यावर मागच्या बाजूच्या खिडकीत एक दिवा जळत होता. रॉर्क त्या वास्तूकडे पहात बराच वेळ उभा राहिला.

ग्रीक कमानीखालचा दरवाजा उघडला आणि एक बारीकशी आकृती पायऱ्या उतरत खाली आली आणि थांबली.

'हेलो, मि. रॉर्क,' एल्सवर्थ टूही शांतपणे म्हणाला.

रॉर्कने त्याच्याकडे पाहिलं आणि तोही म्हणाला, 'हेलो.' त्याच्या पहाण्यात औत्सुक्याचा लेशही नव्हता.

'प्लीज, पळून जाऊ नका.' त्या आवाजात चेष्टा नव्हती. तो हे अतिशय गंभीरपणे म्हणाला होता.

'नव्हतो जाणार.'

'मला वाटतं मला ही अपेक्षाच होती की कधीतरी तुम्ही इथे यालच आणि मला वाटतं, मी तेव्हा इथे असावं अशी माझी इच्छा होती. मी अनेकदा इथे रेंगाळण्याचे बहाणे शोधत राहिलो आहे.' त्याच्या आवाजात बढाई नव्हती. तो साधेपणाने, जराशा थकल्या सुरात बोलला होता.

'वेल?'

'तुम्हाला माझ्याशी बोलायला हरकत असू नये. कारण असंय, की मला तुमचं काम फार चांगल्या प्रकारे समजतं. त्याचं मी पुढे काय करतो हा प्रश्न वेगळा.'

'तुम्ही त्याचं काहीही करू शकता.'

'मला तुमचं काम इतर कुणाहीपेक्षा अधिक चांगल्या रीतीने समजतं. कदाचित् डॉमिनिक फ्रँकनचा अपवाद वगळता. कदाचित् तिच्यापेक्षाही जास्त चांगलं. म्हणजे खूपच झालं नाही कां, मि. रॉर्क? तुमच्या अवतीभवती फारसे लोक नाहीत असं म्हणू शकणारे. तुमचा अंध चाहता असण्यापेक्षा हे नातं अधिक अर्थपूर्ण आहे, नाही का?'

'तुम्हाला माझं काम कळतं हे मला माहीत होतं.'

'मग माझ्याशी बोलण्यास तुमची काही हरकत नसावी.'

'कशाबद्दल?'

त्या अंधारात असं वाटलं की टूहीने निःश्वास टाकला असावा. काही क्षणांनंतर त्याने त्या वास्तूकडे बोट दाखवत विचारलं, 'तुम्हाला हे समजू शकतंय?'

रॉर्कने उत्तर दिलं नाही.

टूही मऊपणे बोलत राहिला, 'कसं दिसतंय हे तुम्हाला? एक अर्थहीन गोंधळ? योगायोगाने एकत्र वहात आलेली लाकडं? वेड्यांची जत्रा? पण तसं आहे का, मि. रॉर्क? तुम्हाला नाही वाटत, की त्यात काही संगती आहे? तुम्ही तर जाणता रचनेची भाषा, आकार-प्राकारांचा खोल अर्थ... तुम्हाला यात काहीच हेतू दिसत नाही?'

'त्यावर चर्चा करण्यात तरी कोणताच नाही.'

'मि. रॉर्क, आपण इथे दोघेच आहोत. माझ्याबद्दल तुम्ही काय विचार करता, तुम्हाला काय वाटतं ते तुम्ही मला सांगत का नाही? कोणत्याही शब्दांत सांगा. तुम्हाला वाटेल त्या. कुणीही ऐकणार नाही इथे आपलं बोलणं.'

'पण मी तुमच्याबद्दल काही विचार करतच नाही.'

टूहीच्या चेहऱ्यावर काहीतरी लक्षपूर्वक ऐकल्यासारखे भाव होते... ते शब्द जणू प्राक्तनासारखे अटळ आणि सरळ होते. तो शांत राहिला. आणि रॉर्कने विचारलं.

'तुम्हाला काय बोलायचं होतं माझ्याशी?'

टूहीने त्याच्याकडे पाहिलं... भोवतीने उभ्या असलेल्या निष्पर्ण झाडांकडे, खाली दूरवर वहाणाऱ्या नदीकडे आणि नदीपलिकडून खाली उतरलेल्या आकाशाकडे पाहिलं.

'काही नाही.' तो म्हणाला.

तो निघाला. रस्त्यावरच्या मातीची कचकच त्याच्या पावलांखाली वाजत राहिली. इंजिनाचे पिस्टन्स करकरत जावेत तशी.

रॉर्क त्या रिकाम्या रस्त्यावर त्या वास्तूकडे पहात एकटाच उभा राहिला.

❏

भाग ३

गेल वायनान्ड

१

गेल वायनान्डने कपाळावर पिस्तूल टेकवलं.

धातूच्या कडीचा दाब त्याला त्वचेवर जाणवला- आणखी काहीच नाही. त्याच्या हातात काहीही असू शकलं असतं. एखादा पाइपचा तुकडा, नाहीतर अंगठी वगैरे काहीही... एक थंडगार वर्तुळ होतं ते फक्त- त्याला काहीच अर्थ नव्हता.

'आता मी मरणार आहे.' तो मोठ्याने म्हणाला आणि त्याने जांभई दिली.

त्याला ना सुटका वाटली, ना हताशा, ना भीती... त्याच्या अखेरीचा हा क्षण त्याला किमान गांभीर्याची प्रतिष्ठाही देऊ शकत नव्हता. तो एक अनाम क्षण होता. काही मिनिटांपूर्वी त्याने त्याच हातात टूथब्रश पकडला होता. आता त्याच हातात तितक्याच सहजपणे, निर्विकारपणे त्याने पिस्तूल पकडलं होतं.

असं कुणी मरत नसतं, तो विचार करीत होता. मरताना निदान मस्त आनंद तरी व्हायला हवा किंवा चांगली भीती तरी वाटायला हवी. आपल्या अखेरीला आपण सलामी तरी द्यायला हवी. एखादी तरी भीतीची शिरशिरी उठू दे, मग मी हा चाप ओढतो. त्याला काहीच वाटलं नाही.

त्याने खांदे उडवले आणि पिस्तूल खाली केलं. ते डाव्या हाताच्या तळव्यावर आपटत तो उभा राहिला. लोक कसल्याशा काळ्याशार नाहीतर लालभडक मृत्यूची चर्चा करत असतात. तो विचार करत होता, गेल, तुझा मृत्यू मळकट राखाडी असेल. हा विचार हीच एक आत्यंतिक भीती आहे असं कुणीच का बरं नाही म्हटलं कधी? किंकाळी नाही... आर्जव नाही... झटके नाहीत. काहीतरी भयानक आपत्तीच्या अग्नीने सारंकाही शुद्ध करून जाणाऱ्या एखाद्या त्रयस्थ संकटाचं रिता अवकाशही नाही... हे तर एक कोतं, बारीकसं वळवळणारं भय आहे... भीतीही वाटत नाही त्याची. तू हे असं नाही करू शकत. त्याने स्वतःला सांगितलं. तो थंडपणे हसत होता स्वतःशी.- किती हीन अभिरुचीचं होईल ते.

तो स्वतःच्या बेडरूमच्या भिंतीकडे चालत गेला. त्याचं पेंटहाऊस त्याच्याच मालकीच्या एका प्रचंड मोठ्या होटेलच्या सत्तावन्नाव्या मजल्यावर होतं. मॅनहॅटनच्या मध्यावर होतं ते. तिथं उभं राहून त्याला खालचं संपूर्ण शहर दिसत असे. त्या पेंटहाऊसच्या छतावर त्याची बेडरूम होती. काचेचा पिंजरा. त्याच्या भिंती आणि छत प्रचंड मोठ्या काचांचं बनलेलं. मनात येईल तेव्हा बंद करून घेण्यासाठी निळसर स्वेडचे पडदे होते. छत झाकण्यासाठी काहीच नव्हतं. पलंगावर पडून डोक्यावरचे तारे तो पाहू शकत असे. विजेचा कडकडाट पाहू शकत असे किंवा पाऊस कोसळताना त्याचे थेंब आपटून त्याच्या डोक्यावर अधांतरात त्या अदृश्य कवचावर फुटताना त्याला दिसत. एखाद्या स्त्रीबरोबर पलंगावर असताना त्याला दिवे विझवून सारे पडदे उघडून टाकायला फार आवडत असे. 'आपण साठ लाख लोकांच्या नजरांच्या टप्प्यात संभोग करतोय.' तो सोबतच्या स्त्रीला सांगत असे.

आत्ता तो एकटाच होता. पडदे उघडे होते. तो शहराकडे पहात उभा राहिला. उशीर झालेला आणि खाली उसळलेला दिव्यांचा कल्लोळ आता थोडा उतरणीला लागलेला. या शहराकडे अजून

काही वर्षं पहात रहायला काही वाटणार नाही मला आणि पुन्हा कधीही ते दिसलं नाही, तरीही काही फरक पडणार नाही.

तो भिंतीला टेकला. थंडगार काचेचा स्पर्श त्याच्या तलम, रेशमी पायजम्यातून त्वचेत भिनला. त्याच्या शर्टच्या खिशावर जीडब्लू ही अक्षरं त्याच्याच लफ्फेदार शाही हस्ताक्षरावरून उचलून रेशमाने भरलेली.

लोक म्हणायचे, गेल वायनान्डच्या अनेक गोष्टी फसव्या आहेत, आणि त्यातली सर्वात जास्त फसवी कोणती असेल तर त्याचं दिसणं. तो एखाद्या अत्युच्च उमराव खानदानाचा शेवटचा, पार बिघडलेला वारस असावा, असं त्याला पाहून वाटायचं. पण सर्वांना माहीत होतं - तो होता गटारातला किडा. तो अतिशय उंच होता. देखणा म्हणता येईल एवढं मांस नव्हतं त्याच्या अंगावर. अगदीच सडसडीत होता तो. सारं मांस आणि स्नायू जणू विरून गेले होते. कठोरपणा दर्शवण्यासाठी ताठ उभं रहाण्याची त्याला गरजच पडायची नाही. पोलादाच्या एखाद्या महागड्या संयुगाच्या तुकड्यासारखा तो वाकायचा, पोक काढायचा, पण त्यातून लोकांना जाणवायची ती त्याच्यातली ताडकन् उठून सदैव कृतीस सज्ज रहाणारी ताकद. एखाद्या शक्तिमान स्प्रिंगसारखा तो कोणत्याही क्षणी सर्रकन उभा होऊ शकत असे. एवढं सुचवलं जाणंच पुरेसं होतं. तो क्वचितच ताठ उभा रहायचा. नाहीतर तो आरामात, विसावूनच फिरत असायचा. त्याने कसलेही कपडे चढवलेले असोत, तो अतिशय डौलदार दिसायचा.

त्याची मुद्रा आधुनिक नागर मूल्यांच्या बाहेरची होती जणू. प्राचीन रोममध्ये शोभेल असा चेहरा होता त्याचा. राजदरबारी ऐट मुळातच होती त्याच्यात. त्याचे किंचित पिकलेले लांब केस उंच कपाळावरून मागे सारलेले असत. कवटीसारख्या चेहऱ्याच्या उंच हाडांवर ताणून बसवलेली त्वचा होती. जिवणी लांब आणि पातळ. तिरप्या भुवयांखालचे डोळे फिकट निळे होते. फोटोत ते केवळ मिस्किलपणे पहाणारे पांढरट गोलक वाटायचे. एकदा एका चित्रकाराने त्याला सैतान मेफिस्टोफेलिसच्या चित्रासाठी मॉडेल म्हणून बसायची विनंती केली होती. नकार देताना वायनान्ड असा काही हसलेला की तो चित्रकार अतीव दुःखाने पहातच राहिला... कारण त्या हास्यामुळे तो विषयाला अधिकच साजेसा दिसत होता.

बेडरूमच्या काचेच्या भिंतीला टेकून तो उभा होता. हातात पिस्तुल जड झालेलं. 'आज तो विचार करू लागला-' आज काय बरं झालं होतं? या क्षणाला अर्थ देणारं, आत्ता मला सावरेल असं काहीतरी आज घडलं होतं का?

गेल्या अनेक दिवसांच्या बेरजेत भर टाकणारा आजचा दिवस इतर साऱ्या दिवसांपासून काही वेगळा काढता आला नसता. आज १९३२च्या ऑक्टोबरच्या मध्यावर, तो एकावन्न वर्षांचा होता, एवढं नक्की. बाकी सारं आठवावंच लागलं असतं.

तो सकाळी सहा वाजता उठून तयार झाला होता. वयात आला तेव्हापासून तो रात्री कधीच चार तासांपेक्षा जास्त झोपला नव्हता. मग खाली येऊन त्याने डायनिंग रुममधे बसून नाश्ता केला होता. त्याचं पेन्टहाऊस छताच्या एका कडेवर होतं, समोरच्या विस्तीर्ण गच्चीत बाग केली होती. त्याच्या घराच्या खोल्या अतिशय सुंदर सजवलेल्या. त्यातल्या साधेपणा आणि सौंदर्याची एरवी वाहवा झाली असती. पण हे घर न्यू यॉर्क बॅनरच्या- देशातल्या सर्वात सवंग वृत्तपत्राच्या मालकाचं आहे हे कळल्यानंतर लोक अवाक् होत.

नाश्त्यानंतर तो अभ्यासिकेत गेला होता. त्याच्या डेस्कवर देशातली सगळी महत्त्वाची वृत्तपत्रं, अनेक पुस्तकं, मासिकं येऊन पडली होती. तो आपल्या डेस्कवर बसून तीन तास एकटाच काम

करत बसला होता. वाचून, त्यावरच मोठ्या निळ्या पेन्सिलने टिपणं लिहून ठेवत होता. ती टिपणं गुप्त हेरांची सांकेतिक लिपी वाटावीत, अशी लिहिलेली असत. ती इतर कुणालाही वाचता येत नसत. केवळ त्याची मध्यमवयीन सेक्रेटरीच ती वाचू शकत असे. तो गेल्यानंतर ती आत आली होती. त्याने तिचा आवाज गेल्या पाच वर्षांत ऐकला नसेल, पण त्यांच्यात काहीही संवाद होण्याची गरजच नसे. संध्याकाळी तो पुन्हा अभ्यासिकेत परतत असे, तेव्हा ती सेक्रेटरी तिथून त्या वृत्तपत्रांच्या गठ्ठ्यांसकट नाहीयी झालेली असे. डेस्कवर त्याने काढलेली टिपणं नीट टाइप करून ठेवलेली असत.

दहा वाजता तो बॅनर बिल्डिंगमधे शिरला. लोअर मॅनहॅटनच्या एका भागात एक अगदी साधीशी, कळकट दिसणारी बिल्डिंग होती ती. बिल्डिंगच्या निरुंद दालनांमधून तो चालत जाताना अनेक कर्मचाऱ्यांनी त्याला 'गुड मॉर्निंग' म्हणून अभिवादन केलं होतं. अभिवादन त्यानेही केलं होतं. पण त्याचं तिथून जाणं म्हणजे

सजीव प्राण्यांचा श्वास थांबवणाऱ्या मृत्युकिरणाच्या परिणामासारखंच होतं.

वायनान्ड साम्राज्यातील कर्मचाऱ्यांवर लादलेल्या अनेक कठीण नियमांपैकी सर्वात कठीण होता तो म्हणजे- मि. वायनान्ड आत आले तरीही कुणाही कर्मचाऱ्याने आपलं काम थांबवायचं नाही, त्याची दखल घ्यायची नाही. तो कधी कुठल्या विभागात जाईल, याची कुणालाच खात्री देता यायची नाही. कोणत्याही क्षणी तो बिल्डिंगच्या कुठल्याही भागात उगवत असे. आणि त्याचा वावर हा अगदी विजेच्या धक्क्याइतकाच सहज असे. हा नियम पाळायचा कर्मचारी प्रयत्न करीत असत. पण त्याच्या अबोल नजरेखाली दहा मिनिटं काम करण्यापेक्षा तीन तास ज्यादा काम करणं त्यांना बरं वाटायचं.

आज सकाळी, ऑफिसमधे गेल्यावर त्याने रविवारच्या संपादकीयावरून, लेखांवरून नजर फिरवून घेतली. जे नको होतं, त्यावरून त्याच्या निळ्या पेन्सिलचे फटकारे उमटले. तो कधीच त्याची आद्याक्षरं त्यावर उमटवायचा नाही. सर्वांना माहीत होतं, केवळ गेल वायनान्डच असल्या विशिष्ट निळ्या रेघा ओढू शकतो. त्या रेघा जणू त्या त्या लेखाच्या लेखकांचंच अस्तित्त्व मिटून टाकत.

त्याने प्रुफं बाजूला ठेवली आणि मग कॅन्सासमधल्या स्प्रिंगव्हिलेच्या वायनान्ड हेराल्डच्या संपादकाशी फोन जोडून द्यायला सांगितलं. तो जेव्हा त्याच्या प्रादेशिक कार्यालयांत फोन करायचा तेव्हा तो त्याचं नाव कधीच सांगायचा नाही. त्याचा आवाज त्याच्या साम्राज्यातील प्रत्येक घटकाने ओळखणं अपेक्षित होतं.

'गुड मॉर्निंग, कमिंग्स.' त्या संपादकाने फोन उचलताच तो म्हणाला.

'माय गॉड!' तो संपादक सटपटून उत्तरला. 'तुम्ही...'

'होय, मीच,' वायनान्ड म्हणाला,'ऐक, कमिंग्स, पुन्हा जर का मला कालच्या पेपरमध्ये टाकलेला 'या वसंतातील अखेरचा गुलाब' सारखा बकवास दिसला, तर तू पुन्हा एकदा तुझ्या शाळेच्या भित्तीपत्रकाचा संपादक म्हणून जायचंस.'

वायनान्डने फोन ठेवला. मग त्याने वॉशिंग्टनमधल्या एका सेनेटरला फोन लावला.

'गुड मॉर्निंग, सेनेटर,' तो इसम दोन मिनिटात फोनवर येताच वायनान्ड बोलू लागला, 'तुम्ही फोनवर आलात याबद्दल खूप आभारी आहे मी. फारच आभारी आहे. मी फार वेळ घेणार नाही तुमचा, पण मी कृतज्ञता व्यक्त करायला हवी, असं प्रकर्षाने वाटलं मला. हॅयेस-लँस्टन बिल पास करण्यासाठी तुम्ही जे कष्ट घेतले, त्याबद्दल आभार मानायचे होते मला.'

'पण... मि. वायनान्ड!' त्या सेनेटरचा आवाज जणू लोटांगण घालत होता,'तुमच्या भावनेबद्दल खरंच बरं वाटलं मला, पण... ते बिल अजून पास झालेलं नाही.'

'ओः. खरंच की. जरा गोंधळ झाला माझा. उद्या पास होईल ते, नाही का?'

वायनान्ड एन्टरप्राइझेसच्या संचालक मंडळाची बैठक सकाळी साडेअकरा वाजता बोलावण्यात आली होती. वायनान्ड एन्टरप्राइझेसमधे एकूण बावीस वृत्तपत्रं, सात मासिकं, तीन वृत्तसेवा आणि दोन ध्वनीचित्रसेवा होत्या. वायनान्डच्या हाती पंचाहत्तर टक्के भागभांडवल होतं. बाकीच्या संचालकांना आपण या मंडळावर नेमके कशासाठी आहोत, ते कधीच कळलं नाही. तो हजर असो वा नसो, संचालक मंडळाची बैठक वेळेवरच सुरू व्हायला हवी असा त्याचा दंडक होता. आज तो तिथे बारा वाजून पंचवीस मिनिटांनी आला. एक वयोवृद्ध प्रतिष्ठित गृहस्थ भाषण करीत होते. संचालकांनीही वायनान्डच्या येण्याची दखल घेऊ नये असा नियम होता. तो त्या लांबलचक महोगनी टेबलाच्या बाजूच्या मुख्य खुर्चीवर जाऊन बसला. कुणीही त्याच्याकडे वळून पाहिलं नाही. जणू त्या खुर्चीत आत्ताच कुणीतरी भूत येऊन स्थानापन्न झालं होतं आणि त्याच्या अस्तित्त्वाची दखल घेण्याची प्राज्ञाच कुणात नव्हती. तो पंधरा मिनिटे ऐकत बसला. मग एका वाक्याच्या अर्ध्यातच उठला आणि आला तसा चालता झाला.

त्याच्या ऑफिसमधल्या भल्या मोठ्या टेबलवर त्याने स्टोनरिजचे नकाशे पसरून ठेवले होते. त्याचा स्थावर मालमत्तेतला नवीन प्रकल्प होता तो. आपल्या दोन मध्यस्थांबरोबर चर्चा करण्यात त्याचा अर्धा तास गेला. त्याने लाँग आयलंडमधे एक भला मोठा जमिनीचा पट्टा विकत घेतला होता. त्यातूनच 'स्टोनरिज डेव्हलपमेन्ट' ही कंपनी सुरू झाली होती. यात छोट्या घरांची वसाहत असणार होती. तिथला प्रत्येक रस्ता, कोपऱ्याचा दगड, घर नि घर गेल वायनान्ड बांधणार होता. ज्या थोड्या लोकांना वायनान्डचा हा प्रकल्प माहीत झालेला, ते त्याला वेड्यात काढत होते. या वर्षी कोणीही नवी बांधकामं काढायच्या भानगडीत पडत नव्हतं. पण गेल वायनान्डने आजवर अनेक असे 'वेड्यासारखे' वाटणारे निर्णय घेतले होते आणि जबरदस्त पैसा कमावला होता.

स्टोनरिज बांधण्यासाठी अजूनही त्याने आर्किटेक्ट निवडला नव्हता. कामावाचून खंगत चाललेल्या या व्यवसायात ही बातमी भराभर झिरपली होती. त्यानंतरचे अनेक आठवडे वायनान्डने कुणाही आर्किटेक्ट्सची पत्र वाचायचं नाकारलं होतं, देशभरातल्या उत्तमोत्तम आर्किटेक्ट्सकडून आलेले फोनकॉल्स घेतले नव्हते, त्यांच्या मित्रांमार्फत आलेले फोन्स नाकारले होते. त्याच्या आजच्या बैठकीनंतर, त्याच्या सेक्रेटरीने मि. राल्स्टन हॉलकोम्ब यांचा फोन असल्याचं सांगितल्यावर त्याने पुन्हा एकदा फोन घ्यायला नकार दिलेला.

जेव्हा ते मध्यस्थ गेले तेव्हा त्याने आपल्या डेस्कवरचं बटन दाबलं आणि आल्वा स्कॅरेटला बोलावून घेतलं. स्कॅरेट त्याच्या ऑफिसमध्ये हसतच शिरला. त्याच्यासाठी बझर वाजला की तो एखाद्या ऑफिसबॉयच्या आतुरतेने धावत येत असे.

'आल्वा, हा गॅलन्ट गालस्टोनचा काय नादानपणा आहे?'

स्कॅरेट हसून उत्तरला,'ओः ते होय... लॉइस कुकच्या कादंबरीचं नाव आहे ते.'

'कशाबद्दलची कादंबरी आहे ती?'

'ओः, काय वाट्टेल तो गचाळपणा आहे. ती कादंबरी म्हणे काहीतरी गद्यात्मक पद्य किंवा पद्यात्मक गद्य आहे म्हणे. एक मूतखडा असतो, त्याला वाटतं की तो अगदी स्वतंत्र व्यक्तित्वाचा कोणीतरी आहे. मूत्राशयात रहाणारा स्वतंत्र व्यक्तिविशेष... कळतंय तुला मी काय म्हणतोय... आणि मग तो माणूस, एरंडेल तेलाचा एक मोठासा डोस घेतो. मग त्याचे परिणाम कसकसे होतात

याचं अगदी संगतवार, तपशीलवार वर्णन येतं. असं खरंच होतं का त्याचं मला -मेडिकल ज्ञान नाही एवढं. पण ती त्या मूतखड्याची म्हणे अखेर असते. या सर्वांतून तिला म्हणे असं सूचित करायचंय की, स्वतंत्र इच्छा नावाची काही गोष्टच जगात नसते.'

'किती प्रती खपल्या या पुस्तकाच्या?'

'माहीत नाही. फार नसाव्यात. मोजक्या बुद्धिवंतामधे आहे त्याचा बोलबाला. पण आजकाल जरा वाढलाय म्हणे त्याचा खप.'

'बरोब्बर. काय चाललंय काय इथे, आल्वा?'

'काय? ओः, म्हणजे तुझ्या लक्षात आलंय का त्याचे उल्लेख? बऱ्याचदा झालेत खरे.'

'-माझ्या लक्षात हेही आलंय की, त्याचा उल्लेख अख्ख्या बॅनरभर होतोय. फार चलाखीने केला जातोय तो. तो हेतुपुरस्सर होतोय हे लक्षात यायला जर मला इतका वेळ लागला, तर ते फारच हुशारीने कुणीतरी करतंय हे नक्की.'

'म्हणजे तुला काय म्हणायचंय?'

'तुला काय वाटतंय मला काय म्हणायचं असेल? या पुस्तकाचा असा उल्लेख वाट्टेल तिथे, अनपेक्षित ठिकाणी का बरं होत असावा? एक दिवस एखाद्या खुन्याच्या मृत्युदंडाबद्दलची पोलीस स्टोरी असते- आणि म्हणे तो गॅलन्ट गालस्टोनसारखा धैर्याने मृत्यूला सामोरा गेला. दोन दिवसांनंतर पान सोळावर आल्बानीच्या सेनेटरची काहीतरी रटाळ स्टोरी येते, त्यात लिहिणारा म्हणतो सेनेटर हॅझलटन स्वतःला फार स्वतंत्र वृत्तीचे मानतात, पण शेवटी अखेर त्यांची स्थिती गॅलन्ट गालस्टोनसारखीच झालेली असेल. मग शोकसंदेशात पहायला मिळतं- काल महिलांच्या पानावर होतं- आज कॉमिक्समधे आहे. स्नूक्सी त्याच्या श्रीमंत घरमालकाला गॅलन्ट गालस्टोन म्हणून हाक मारतो.'

स्कॅरेट शांतपणे गुणगुणला, 'हीहीः... किती मूर्खपणाच आहे ना?'

'मलाही पहिल्यांदा तसंच वाटलं की, हा मूर्खपणा आहे. पण आता नाही तसं वाटत.'

'पण काय त्यात एवढं, गेल! यात फारसं गंभीर असं काय एवढं- केलं असेल आपल्या बाय-लायनर्सनी जरा प्लगिन करायचा प्रयत्न. ते आपले छोटे लोक आहेत. आठवड्याला चाळीस डॉलर्सवाले लोक आहेत.'

'तोच तर मुद्दा आहे. नव्हे- तो एक मुद्दा आहे. दुसरा मुद्दा असा की, हे पुस्तक म्हणजे काही बेस्टसेलर नाही. तसं असतं तर त्याचं नाव त्यांच्या डोक्यात येणं समजून घेता आलं असतं. पण तसं नाही. कुणीतरी मुद्दाम करतंय हे. पण का?'

'ओः, हे बघ, गेल! कशासाठी कुणी करेल हे मुद्दाम? आणि केलं असं तरी आपल्याला काय फरक पडतो त्याने... त्यात काही राजकीय हेतूने प्रेरित मुद्दा असता तरी- पण स्वतंत्र व्यक्तित्वाच्या बाजूने किंवा विरुद्ध बोलल्याने कुणाला काय मिळणार?'

'तुला कुणी याबद्दल बोललं होतं? हे नाव असं वापरण्याबद्दल?'

'नाही. खरंच सांगतो, यामागे कुणीही नाही. अगदी सहजस्फूर्त झालंय ते. बऱ्याच लोकांना ते एकाच वेळी गंमतीशीर वाटलंय इतकंच.'

'तू हे पहिल्यांदा कुणाकडून ऐकलंस?'

'तसं काही आठवत नाही... कोणी बरं सांगितलेलं... हं मला वाटतं एल्सवर्थ टूहीने असेल.'

'थांबव ते. आणि एल्सवर्थ टूहीला तसं सांग. विसरू नकोस.'

'ओके, तू म्हणतोस तर तसं. पण खरं म्हणजे ते करायची काही गरज नाही. लोक आपापली

करमणूक करून घेताहेत एवढंच.'

'माझ्या पेपरच्या माध्यमातून त्यांनी आपली करमणूक करून घेऊ नये, बस्स.'

'ठिक, गेले.'

दुपारी दोन वाजता वायनान्ड एका महिला मंडळाच्या राष्ट्रीय परिषदेत सन्माननीय पाहुणा म्हणून गेला होता. अध्यक्षाबाईंच्या उजवीकडच्या खुर्चीत तो बसला होता. हॉलमध्ये आवाज घुमत होता. सभोवार फुलं, खाद्यपदार्थ, चिकन वगैरेंचे वास भरले होते. लंचिऑननंतर वायनान्ड बोलायला उठला. त्या परिषदेचा विषय होता विवाहित स्त्रियांनी करिअर करण्याची गरज. गेली अनेक वर्षे, वायनान्ड वृत्तपत्रांतून नेहमीच विवाहित स्त्रियांनी करिअर करू नये, अशा सूर लावला जात असे. वायनान्ड वीस मिनिटं बोलला. त्याने काहीही ठाम भूमिका घेतली नाही, पण त्या हॉलमधे बोललेल्या प्रत्येक वक्त्याशी तो सहमत असल्याची छाप त्याने पाडली. गेल वायनान्ड श्रोत्यांवर नेमका काय प्रभाव पाडत असे, हे नक्की कुणीच सांगू शकत नसे, विशेषतः स्त्रीवर्गावर. तो तसं काहीच विशेष करायचा नाही. त्याचा आवाज खालच्या पट्टीत असायचा, त्यात एक प्रकारचा खणखणीतपणाही होता. जरासा एकसुरी आवाजातच बोलायचा तो. त्याची पद्धत, शैली, सारंकाही इतकं, बरोब्बर असायचं की, कधीकधी वाटायचं हा मुद्दाम उपहासाने इतकं काटेकोर वागतो आहे. तो साऱ्या श्रोत्यांना जिंकून घेत असे. लोक म्हणायचे, त्याचं अंगभूत ओजच इतकं आहे की, सारे त्याच्याकडे आकृष्ट होतात. त्याचा सोज्वळ आवाज शाळा, घर आणि कुटुंब यासारख्या विषयांवर बोलत असताना एवढा मुलायम व्हायचा की समोर बसलेली एखादी म्हातारीही मोहरून जात असे.

आपल्या ऑफिसमधे परतल्यावर वायनान्ड त्यांच्या सिटीरूममधे थांबला. एका उंच डेस्कजवळ उभा राहून निळ्या पेन्सिलीने लांबरुंद छपाईकागदावर मोठमोठ्या इंचभर अक्षरांत त्याने अग्रलेख लिहायला घेतला. त्या अग्रलेखात त्याने स्त्रियांच्या करिअर्सला पाठिंबा देणाऱ्या सर्व धुरिणांची सालडी काढली. अग्रलेखाच्या खाली त्याच्या जीडब्लू या आद्याक्षरांचा निळ्या ज्वाळेसारखा फराटा उमटलेला.

तो कधीच पुन्हा एकदा आपलं लिखाण वाचून पहायचा नाही- आताही त्याने ते पाहिलं नाही. ते कागद समोर दिसलेल्या पहिल्या उपसंपादकाच्या डेस्कवर फेकून तो तिथून निघून गेला. दुपारी उशिराने तो जेव्हा ऑफिसमधून निघण्याच्या तयारीत होता, तेव्हा त्याच्या सेक्रेटरीने त्याला सांगितलं की मि. एल्सवर्थ टूही आपली भेट मिळावी अशी विनंती करीत आहेत.

'येऊ दे त्याला.' वायनान्ड म्हणाला.

टूही आत आला तो ओठांवर सावधसं अर्धस्मित खेळवत. त्यात स्वतःची आणि बॉसची थोडी कुचेष्टा केल्याचा भाव होता. पण त्यातही त्याने नाजूकसा तोल सांभाळलेला, त्यातला साठ टक्के कुत्सितपणा स्वतःसाठी होता. त्याला माहीत होतं की, वायनान्डला आपल्याला मुळीच भेटायचं नाहीये आणि ही भेट मिळणं हे काही फार चांगलं लक्षण नव्हतं.

वायनान्ड त्याच्या डेस्कमागे बसून होता. त्याची चर्या सभ्यतेच्या संकेतांस धरून मख्ख होती. कपाळावर भुवयांना समांतर अशा आडव्या आठ्या किंचित दिसत होत्या. हा त्याच्या चेहऱ्याचा विशेष होता. कधीकधीच जाणवायचा. त्यामुळे त्याचा चेहरा डबल एक्पोजर झाल्यासारखा दिसायचा. त्याची मुद्रा कठोरपणे अधोरेखित केल्यासारखा.

'बसा, मि. टूही. काय करू शकतो मी आपल्यासाठी?'

'ओः, मी त्याहून अधिक फायदा घेणार म्हणतो तुमचा, मि. वायनान्ड,' टूही प्रसन्नपणे म्हणाला, 'मी तुमच्याकडून काही मागायला नव्हे तर माझी सेवा देऊ करायला आलो आहे.'

'ते कसं काय?'

'स्टोनरिज.'

वायनान्डच्या कपाळावरच्या रेषा अधिक ठळक झाल्या.

'वृत्तपत्राचा एक स्तंभलेखक स्टोनरिजसाठी काय मदत देणार?'

'वृत्तपत्राचा स्तंभलेखक- नाही काही करू शकणार, मि. वायनान्ड, पण आर्किटेक्चरमधला तज्ज्ञ करू शकतो...'

टूहीच्या स्वरातून एक खेळकर प्रश्नचिन्ह जणू तिथं उभं राहिलं.

टूहीची नजर वायनान्डच्या नजरेला धीटपणे भिडलेली नसती, तर कदाचित् त्याने त्याला ताबडतोब बाहेर काढलं असतं. पण त्या नजरेतून वायनान्डला कळलं की, त्याला या विषयावरून किती लोकांनी छळलं आहे आणि त्यांना टाळण्याचा त्याने किती आटोकाट प्रयत्न केला आहे, ते टूहीला किती चांगलं माहीत आहे; आणि तरीही आपण इथे भलत्याच भूमिकेत प्रवेश मिळवून वायनान्डला कसं सहज फसवलं होतं याचीही टूहीला जाणीव दिसत होती. त्याच्या या आगाऊपणामुळे वायनान्डची करमणूक झाली होती- तशी होणार हेही टूहीला कळलं होतं.

'ठीक आहे, मि. टूही, कुणाला विकून माझ्या गळ्यात बांधायचा प्रयत्न करताय?'

'पीटर कीटींग.'

'वेल?'

'काय?'

'वेल, विका मग.'

टूही थबकलाच. मग प्रसन्नपणे खांदे उडवून बोलायला लागला :

'अर्थातच तुम्हाला हे माहीत असणार की माझा आणि मि. कीटींगचा तसा काहीच संबंध नाही. मी केवळ त्याचा आणि- तुमचाही मित्र म्हणून हे करतो आहे.' त्याच्या आवाजात एक अनौपचारिक खेळकरपणा होता खरा, पण त्यातला ठामपणा जरासा ओसरला होता. 'प्रामाणिकपणे सांगतो, हे अगदीच बकवास वाटू शकेल, पण मी दुसरं काय म्हणू शकतो? जे आहे ते असं आहे. सत्य आहे.' वायनान्ड त्याला पुढे सरकायला मदत करत नव्हता. 'मी इथे यायचा विचार केला कारण मला वाटलं की, तुम्हाला माझं मत देणं हे कर्तव्य आहे माझं. नाही, नैतिक कर्तव्य नव्हे. सौंदर्यवादी दृष्टिकोनातून म्हणू. मला माहीत आहे की, तुम्ही काहीही करायला घेता तेव्हा त्यात सर्वोत्तमाची अपेक्षा करता. तुमच्या या प्रकल्पाचा आवाकाच एवढा प्रचंड आहे की हे काम पूर्ण करण्यासाठी पीटर कीटींगशिवाय दुसरा कोणी आर्किटेक्ट असूच शकत नाही. कौशल्य, अभिरुची, स्वयंप्रज्ञा, कल्पकता सर्वच बाबतीत. मि. वायनान्ड, हे माझं अगदी प्रामाणिक मत आहे.'

'माझा विश्वास आहे तुमच्यावर.'

'आहे?'

'अर्थातच. पण मि. टूही, मी तुमच्या मताला महत्त्व का द्यावं बरं?'

'वेल, अखेर... मी तुमचा आर्किटेक्चरमधला तज्ज्ञ आहे!'

आपल्या स्वरातला राग त्याला लपवणं जड गेलं.

'माय डियर, मि. टूही, माझी माझ्या वाचकांबरोबर गल्लत करू नका.' क्षणभरानंतर, टूही मागे टेकून बसला आणि त्याने असाहाय्यपणे समोर हात पसरले. हसल्यासारखे.

'मोकळेपणाने सांगायचं तर, मि. वायनान्ड, तुम्ही माझा शब्दाला फार किंमत द्याल असं मुळीच वाटलं नव्हतं मला. त्यामुळे मी तुम्हाला पीटर कीटींगला विकण्याचा प्रयत्न करणार नव्हतोच.

तसा विचारच नव्हता.'

'नाही? मग काय विचार होता?'

'तुम्हाला विनंती करायची होती की, तुम्ही तुमचा फक्त अर्धा तास एका व्यक्तीला द्या, जी तुम्हाला पीटर कीटींगचे गुण माझ्यापेक्षा चांगल्या रीतीने समजावून सांगेल.'

'कोण आहे ती?'

'मिसेस पीटर कीटींग.'

'मी या गोष्टीची मिसेस पीटर कीटींगशी का म्हणून चर्चा करावी?'

'कारण ती एक अत्यंत लावण्यवती स्त्री आहे आणि तितकीच कठीण.'

वायनान्ड मान मागे टाकून धो धो हसत सुटला.

'गुड गॉड, टूही, मी इतका का ढोबळ दिसतो?'

टूही दचकून बघत राहिला. या प्रतिक्रियेसाठी त्याची तयारी नव्हती.

'खरंच, मि. टूही, मला तुमची क्षमा मागायला हवी, माझ्या व्यक्तिगत आवडीनिवडी मी इतक्या उघड होऊ दिल्यामुळे तुम्हाला इतकं स्वस्त वागावं लागलं. पण मला कल्पना नव्हती, की तुमच्या अनेकानेक मानवतावादी कार्यांबरोबर तुम्ही भडवेगिरीही करता.'

टूही उठून उभा राहिला.

'सॉरी, तुम्हाला नाराज केल्याबद्दल, मि. टूही. पण मला या मिसेस कीटींगना भेटायची अजिबात इच्छा नाही.'

'ती तुम्हाला असेल, असं मी गृहीत धरलं नव्हतंच, मि. वायनान्ड. ते मी काही तासांपूर्वीच ताडलं होतं. सांगायचं असं की, आजच सकाळी मी या विषयावर पुन्हा एकदा तुमची भेट मिळवण्याची तजवीज करून ठेवली. मी जरा धाष्टर्य दाखवलं आहे, माफ करा, तुम्हाला एक भेट पाठवली आहे मी. आज रात्री घरी पोहोचाल, तेव्हा तुम्हाला माझी भेट मिळेल. मग तुम्हाला योग्य वाटलंच तर- तशी अपेक्षा आहे माझी- मला फोन करा आणि मी ताबडतोब हजर होईन. मग मला सांगा की, तुम्हाला मिसेस पीटर कीटींगना भेटायचं आहे की नाही.'

'टूही, विश्वास नाही बसत. पण मला वाटतं तुम्ही मला लाच देता आहात.'

'होय. देतोय.'

'तुम्हाला कळतंय ना की, तुम्ही हा जो काही तमाशा चालवला आहे त्यातून एकतर पूर्णपणे सुटाल किंवा नोकरी गमावून बसाल.'

'माझ्या भेटीबद्दल तुमचं काय मत होतं यावर सारं अवलंबून आहे, मला वाटतं.'

'ठीक आहे, मि. टूही, बघतो मी तुमची भेट काय आहे ती.'

टूही कमरेत किंचित झुकला आणि जायला निघाला. तो दारापाशी असताना वायनान्ड म्हणाला, 'एक सांगून ठेवतो, टूही, मला तुमचा वैताग येणार आहे काहीच दिवसांत.'

'योग्य वेळ येईपर्यंत तसं होणार नाही असा प्रयत्न मी करीन.' टूही म्हणाला. पुन्हा एकदा कमरेत झुकून बाहेर गेला.

वायनान्ड घरी परतला तोपर्यंत एल्सवर्थ टूहीचं अस्तित्त्वही विसरला होता.

त्या संध्याकाळी, त्याच्या पेन्टहाऊसमधे त्याने ज्या स्त्रीबरोबर डिनर घेतलं होतं, ती एक रेशमी सोनेरी केसांची गौराननना होती. तिच्या मागे तीन शतकांची परंपरा होती. गेल वायनान्डने तिच्याबरोबर जे अनुभवलं होतं, ते केवळ ध्वनित केलं असतं, तरी तिच्या घराण्यातले बाप, भाऊ त्याचं रक्त प्यायले असते.

क्रिस्टलचा चषक उंचावून ओठाशी नेणारा तिचा हात, रेखीव डौलदार होता. कुणा कुशल कारागिराने समोरचा मेणबत्त्यांचा चांदीचा स्टँड जसा घडवला होता तसाच सुंदर. वायनान्ड त्या हाताकडे कौतुकाने पहात होता. मेणबत्त्यांच्या ज्योतींचा प्रकाश तिच्या चेहऱ्यावर खेळत होता... त्याने तिचं लावण्य वेगळंच झळाळत होतं... इतकं सुंदर की त्याला वाटून गेलं की, ती सजीव नसती तर किती बरं झालं असतं... मग तिच्याकडे काहीही न बोलता कितीही वेळ पहात रहाता आलं असतं. काहीही विचार करता आला असता.

'अजून एक महिन्या-दोन महिन्यांत की नाही, गेल,' ती आळसावून हसत म्हणाली, 'जरा जास्त थंडी पडायला लागली नं की, आपण 'आय डू' घेऊन सरळ कुठेतरी किरणांच्या प्रदेशात जाऊ या. गेल्या वर्षीच्या हिवाळ्यात गेलो होतो तसेच.'

'आय डू' हे वायनान्डच्या यॉटचं नाव होतं. त्या नावाच्या अर्थाचं स्पष्टीकरण त्याने आजवर कुणालाही दिलं नव्हतं. अनेक स्त्रियांनी त्याला ते विचारलं होतं. या स्त्रीनेही विचारलं होतं यापूर्वी. आत्ता तो गप्प बसून असताना तिने पुन्हा विचारलं,'सांग ना डार्लिंग, काय अर्थ आहे या नावाचा. तुझ्या त्या सुंदर चिखलबोटीचं नाव हे का ठेवलंय?'

'ज्या प्रश्नांची उत्तरं मी देत नसतो, अशा अनेक प्रश्नांपैकी तो एक आहे.' तो म्हणाला.

'वेल, मग मी आता नवीन कपडे घ्यायची सुरुवात करू आपल्या सागरसफरीसाठी?'

'तुला हिरवा रंग फार शोभतो. समुद्रावर असताना तो फारच सुखद वाटतो दृष्टीला. तुझ्या केसांवर, दंडांवर त्याची जी झाक उतरते ती पहात रहायला आवडते मला. हिरव्या रेशमाच्या पार्श्वभूमीवर तुझ्या अनावृत दंडांकडे पहाणं आता होणार नाही... कारण आजची रात्र आपली शेवटची रात्र असणार आहे.'

तिची बोटं ग्लासच्या नाजूक दांडीवर गोठल्यासारखी झाली. आजची रात्र शेवटची असणार आहे, असं कुठलंही चिन्ह तिला या क्षणापर्यंत दिसलं नव्हतं. पण तो सारं संपवताना एवढंच म्हणून संपवू शकतो, हे तिला माहीतही होतं तसं. वायनान्डच्या सगळ्या मदनिका ते जाणून असत आणि त्याची कुठे चर्चाही करायची नसते हेही जाणून असत. थोड्या वेळाने तिने अगदी खालच्या आवाजात विचारलं, 'कारण काय घडलं, गेल?'

'अगदी उघड आहे- तेच.'

त्याने खिशात हात घातला आणि एक हिऱ्याचं कंकण काढलं. मेणबत्तीच्या प्रकाशात त्यातला शीतल अग्नी धगधगून उठला. त्याची जड सोनसाखळी त्याच्या बोटांवर विसावलेली. त्याला पेटी नव्हती, बटवा नव्हता, काहीच अवगुंठन नव्हतं. त्याने ते टेबलवरून जोरात तिच्याकडे भिरकावलं.

'आठवण माझी, माय डियर.' तो म्हणाला, 'ज्या गोष्टीची आठवण ते ठेवणार आहे, त्यापेक्षा कितीतरी अधिक मौल्यवान आहे ते.'

ते कंकण तिच्या समोरच्या चषकावर आदळलं होतं आणि त्याचा किण्ण ध्वनी घुमला... जणू तो चषक त्या स्त्रीच्या वाटचं किंकाळला होता. त्या स्त्रीच्या तोंडून अवाक्षरही निघालं नाही. त्याला माहीत होतं, हे त्याचं कृत्य भयंकर होतं. कारण असल्या वेळेस अशी भेट स्वीकारणाऱ्या स्त्रियांपैकी ती नव्हती. त्याच्या कुणीच स्त्रिया तशा नसत... पण तरीही ती भेट नाकारणार नव्हती हेही नक्की... कुणीच कधीही त्याची शेवटची असली भेट नाकारली नव्हती.

'थँक यू, गेल.' त्याच्याकडे न पहाताच, ते कंकण मनगटावर बांधता बांधता ती म्हणाली.

नंतर ते दिवाणखान्यात गेले, तेव्हा ती थबकली. त्याच्या बेडरूमकडे जाणाऱ्या जिन्यातल्या अंधारावर तिच्या लांब दाट पापण्या अडखळल्या. सपाट आवाजात तिने विचारलं, 'ही आठवण

मला कमावू देण्यासाठी- एकदा... गेल?'

त्याने मानेनेच नकार दिला.

'मी तसा विचार केला होता, पण मी थकलोय आता.'

ती गेल्यावर तो दिवाणखान्यातच कितीतरी वेळ उभा राहिला. तिच्या मनाला खूप यातना झाल्या असतील, आणि तिचं दुःख खरंही असेल, असा विचार करत राहिला... पण काही काळानंतर त्यातलं काहीच तिच्या दृष्टीने महत्त्वाचं असणार नाही- फक्त ते कंकण. असा विचार मनात आल्यानंतर मन कडूजहर होऊन गेलं असेल, अशी वेळ कधीतरी होऊन गेली होती- कधी ते त्याला स्मरतही नव्हतं. आजच्या रात्रीच्या प्रसंगात तोही तर एक भागीदार होता... पण त्याला काहीच जाणवत नव्हतं. हे आपण फार मागेच कसं काय करून टाकलं नव्हतं याचं नवल मनात होतं, तेवढंच.

तो आपल्या लायब्ररीत गेला. तिथे तास-दोन तास वाचत बसला. मग तो थांबला- एका महत्त्वाच्या वाक्याच्या मधेच थांबला. अकारण थांबला. पुढे वाचायची इच्छाच नव्हती उरली त्याला. दुसरं काहीही करण्याची इच्छा नव्हती उरली.

त्याला काहीही झालं नव्हतं- काहीही होणं ही एक बेरीज असते. सकारात्मक वास्तव. आणि कुठल्याही वास्तवामुळे तो असाहाय्य होणारा नव्हता. हे काहीतरी प्रचंड नकारात्मक होतं. जणू सारंकाही पुसून टाकलं गेलं होतं... शिल्लक होती फक्त रितेपणाची भावना. त्यात काहीतरी अभिरुचीहीनता होती... अगदी साधारण वाटणारी, पोकळ... एखाद्या खुनावर सोज्ज्वळ घरगुती स्मित चढवावं तशी.

काहीच निघून गेलं नव्हतं. फक्त इच्छा उडून गेली होती... अधिक काहीच नव्हतं... अगदी समूळ इच्छा गेली होती- इच्छा वाटण्याचीच इच्छा नाहीयेी झालेली. त्याला वाटलं ज्या माणसाचे डोळे जातात, त्याला निदान दृष्टीची संकल्पना तरी माहीत असते... पण त्यापेक्षाही अधिक भयानक आंधळेपणा त्याला माहीत होता. मेंदूतली दृष्टीची केंद्रंच नाहीये झाली तर दिसणं कसं असतं याची संकल्पनाच नाहीशी होते.

त्याने पुस्तक खाली ठेवलं आणि तो उठला. तिथे थांबण्याची इच्छाही नव्हती आणि तिथून हलण्याची इच्छाही नव्हती. आपण झोपायला हवं असं त्याला वाटून गेलं. पण इतक्या लवकर तो झोपत नसे. उद्या सकाळी आणखी लवकर उठता येईल. तो बेडरूममधे गेला, त्याने शॉवर घेतला, नाइटड्रेस घातला. ड्रॉवर उघडला तेव्हा त्याला आत ठेवलेलं पिस्तूल दिसलं. एकदम जणू ओळख पटली त्याला. अचानक त्याला त्यात रस वाटला, आणि त्याने ते उचलून घेतलं.

मरण्याचं ठरवल्यानंतरही तो जरासाही हलून गेला नाही तेव्हा त्याला वाटलं आता हे करायलाच हवं. हा विचार इतका साधा होता. की त्यावर काही युक्तिवाद करण्याचीही गरज वाटली नव्हती. फालतू विचार होता तो.

आता तो काचेच्या भिंतीला टेकून उभा होता. केवळ तो विचार अनाकर्षक असल्यामुळेच थांबलेला. आपण आपल्या आयुष्याचा विचार फालतू म्हणून करू शकतो, मृत्यूचा नाही.

तो पलंगावर जाऊन बसला. हातात पिस्तूल तसंच होतं. मरणाच्या दारात असलेला मनुष्य म्हणे आपल्या साऱ्या गतायुष्याचा पट सर्रकन पाहू शकतो. मला काहीच दिसत नाही. पण मी स्वतःला तो पहायला भाग पाडू शकतो. जबरदस्तीने स्वतःला मागे डोकावून पहायला लावू शकतो. माझ्या गतायुष्यात मला जगण्याची इच्छा तरी पुन्हा सापडेल किंवा ते संपवून टाकण्यासाठी कारण तरी मिळेल.

□ □ □

बारा वर्षांचा गेल वायनान्ड हडसन नदीच्या काठावर अंधारात एका पडक्या भिंतीमागे लपून उभा होता. त्याचा एक हात पाठीमागे होता. मूठ घट्टघट्ट आवळलेली, निमिषार्धात हल्ला करायच्या तयारीत तो थांबून होता.

त्याच्या पायाखालून सुरू होणारा दगडांचा ढिगारा भिंतीच्या ढासळलेल्या कोपऱ्याचा असावा. त्या ढिगाऱ्याच्या आड तो अर्धवट लपला होता. रस्त्यावरून जाणाऱ्याला तो सहज दिसला नसता. त्याच्या पलीकडे मागच्या बाजूला काहीही नव्हतं. सरळ तुटलेला नदीचा काठ होता तो. समोरच्या बाजूला अंधारलेला कच्चा रस्ता होता. काठावरची पडकी घरं नि गोदामं आकाशाच्या पार्श्वभूमीवर पुसटशी दिसत होती. पिवळट आजारी प्रकाशाने उजळलेल्या एका खिडकीच्या पुढ्यातली कॉर्निस लोंबकळत होती.

एका क्षणात त्याला मारामारी करायला उतरावं लागणार होतं- आणि तो जगणार की मरणार, ते ठरणार होतं. तो निश्चल उभा होता. त्याची वळलेली मूठ जणू त्याच्या फाटक्यातुटक्या कपड्यातल्या कृश शरीराच्या मर्मस्थानांतून निघालेल्या तारांशी जोडली गेली होती... त्याच्या उघड्या दंडाच्या तटतटलेल्या स्नायूंशी, त्याच्या मानेवरच्या कणखर शिरांशी. त्या तारा थरथरत होत्या. त्याचं शरीर निश्चल होतं. तो एक मूर्तिमंत अस्त्र बनला होता- प्राणघातक अस्त्र. एखाद्या बोटाचाही स्पर्श झाला असता तर त्या अस्त्राचा चाप ओढला गेला असता.

तिथल्या मुलांच्या टोळीचा म्होरक्या त्याला शोधत होता, हे त्याला माहीत होतं, आणि तो एकटा येणार नाही हेही. त्याच्या बरोबरची दोन मुलं चाकू चालवत. एकाने एक खून पाडला होता. तो त्यांची वाट पहात उभा होता. त्याच्या स्वतःच्या खिशात काहीच नव्हतं. तो त्यांच्या टोळीत वयाने सर्वात लहान होता. नुकताच त्यांच्यात सामील झालेला. त्याला धडा शिकवला पाहिजे असं म्होरक्याने ठरवलं होतं.

नदीवरच्या बार्जेस लुटण्यावरून सगळी सुरुवात झाली होती. त्याची आखणी चालली असताना म्होरक्याने ठरवलेलं की, हे काम रात्रीत करून घ्यायचं. सर्वांनी मान्य केलं होतं. पण गेल वायनान्डला हे पटलं नव्हतं. तो सावकाश पण ठामपणे, जराशा तुच्छतेने म्हणाला होता, पलिकडच्या बाजूच्या दुसऱ्या टोळीने मागच्या आठवड्यात हेच केलं होतं, आणि मग त्यांच्यातली सहा पोरं पोलिसांच्या हाती पडली होती. दोन पोरं थडग्यांत पोहोचली होती. हे करायचं तर पहाटेच्या वेळी करायला हवं... जेव्हा कुणाचीच अपेक्षा नसते. सगळ्या टोळीने त्याची थट्टा केली होती. त्याला काही फरक पडला नाही. गेल वायनान्डला आज्ञापालन करणं कधीच जमायचं नाही. फक्त स्वतःच्या निर्णयक्षमतेच्या अचूकपणावरच त्याचा विश्वास असायचा. मग त्या म्होरक्याने ठरवलं की, हे एकदाच काय ते मिटवून टाकायला पाहिजे. ती तीन पोरं इतकी हलकेच पावलं टाकत होती की, पलिकडच्या घरांत रहाणाऱ्या लोकांनाही त्यांच्या पावलांचे आवाजही आले नसते. गेल वायनान्डला ते आवाज शंभर फुटांवरून जाणवले. तो कणभरही हलला नाही. त्याचं मनगट जरा ताठरलं, बस्स.

नेमक्या क्षणी तो झेपावला. अंतराळात झेपावताना आपण कुठे जाऊन पडणार याचा विचारही त्याने केला नव्हता, जणू एखाद्या गोफणगुंड्यातून दगड सुटावा तसा तो उडाला होता. त्याची छाती त्याच्या एका शत्रूवर आपटली, पोट दुसऱ्यावर आणि पाय तिसऱ्याच्या छातीवर. तो चौघेही खाली कोसळले. त्या तिघांनी वर पाहिलं, तेव्हा गेल वायनान्ड ओळखू येत नव्हता. जणू गरगर फिरणारी एक मानवी वावटळ त्यांच्या अंगावर कोसळत होती. त्या वावटळीतून एक उकळता स्पर्श त्यांच्यावर आघात करीत होता.

त्याच्यापाशी त्याच्या मुठींशिवाय एकही शस्त्र नव्हतं. त्यांच्या बाजूने पाच मुठी आणि एक चाकू

होता. पण त्यांचा काही उपयोगच नव्हता. त्यांच्या मुठी जणू एखाद्या कठीण रबरी वस्तूवर आपटत होत्या. त्यांचा चाकू कशाततरी घुसून रक्त निघाल्याचं त्यांना कळलं. पण त्यांच्याशी लढणारी ती वावटळ जणू अजेय होती. त्याला वेदना जाणवून घ्यायला फुरसत नव्हती. त्याचा वेग कल्पनेपलीकडचा होता. तेवढ्या वेगाने वेदनेला त्याला गाठायला जमत नव्हतं. जणू ती वेदना मागे तरंगत रहात होती नि तो पुढे निघून जात होता. एका ठिकाणी निमिषार्धापेक्षा जास्त काळ तो ठरत नव्हता.

त्याच्या खांद्यांच्या पात्यांमध्ये जणू एक शक्तिशाली मोटर बसवली होती आणि त्याचे हात त्या ऊर्जेने गरगर फिरत होते. त्या जागी केवळ वर्तुळं दिसत होती. हातांचे तपशील वेगात असलेल्या चाकाच्या आऱ्यांसारखे अदृश्य होत होते. ते वर्तुळ जिथे टेकायचं, तिथे जे काही असेल ते थांबवलं जात होतं आणि पुन्हा ते गरगरू लागायचं. आपला चाकू वायनान्डच्या खांद्यात रुतून नाहीसा झालेला एका मुलाने पाहिला. पुढल्याच क्षणी त्याने जे पाहिलं, ते शेवटचंच ठरलं. खांदा झटकून तो चाकू वायनान्डच्या बाजूने उतरून त्याच्या बेल्टमधून बाहेर पडलेला त्याला दिसला. त्याच्या हनुवटीला काहीतरी चाटून गेलं आणि जेव्हा त्याचं डोकं मागच्या विटांच्या ढिगाऱ्यावर आपटलं, तेव्हा त्याला कसलीच दूध राहिली नव्हती.

उरलेले दोघे त्यानंतर बराच वेळ त्या वादळाशी लढत राहिले. त्या वादळी भोवऱ्यातून आता रक्ताचे तुषार चौफेर उडत होते. पण तरीही तो थांबत नव्हता. ते कुणा माणसाशी लढतच नव्हते. एका मानवी इच्छाशक्तीशी त्यांची गाठ पडली होती. अशारीर इच्छाशक्ती.

जेव्हा त्यांनी लढण्याचा प्रयत्न सोडून दिला आणि ते विटांच्या ढिगाऱ्यात कण्हत पडून राहिले, तेव्हा गेल वायनान्ड सावकाश आणि खालच्या आवाजात म्हणाला, 'आपण ते पहाटेच्या वेळीच करू.' आणि तो चालता झाला. त्या क्षणापासून तो त्या टोळीचा म्होरक्या बनला.

दोन दिवसांनंतर बार्जेस लुटण्याचा कार्यक्रम त्यांनी पहाटेच केला आणि तो जबरदस्त यशस्वी झाला.

गेल वायनान्ड हेल्स किचनच्या मध्यावर एका जुन्या घरात वडिलांबरोबर रहात होता. त्याचे वडील बंदरात खलाशी म्हणून काम करीत होते. निरक्षर, शांत स्वभावी, उंचापुरा असा तो माणूस होता. त्याने कधीही शाळेचं तोंड बघितलं नव्हतं. त्याचे वडील, आजोबा सारेच तसे निरक्षर होते. त्यांचं कुटुंब नेहमीच दारिद्र्यात जगलं होतं. पण त्यांचं घराणं फार पूर्वी कधीतरी उमराव घराणं होतं. कुणीतरी नावाजलेला उमराव त्यांचा मूळपुरुष होता... काहीतरी शोकांतिका घडली होती... एव्हाना विस्मरणात गेलेली. पण त्यानंतर त्यांचे वंशज कचऱ्यात लोटले गेले होते. पण तरीही सारेच वायनान्ड्स काहीतरी वेगळे वाटत– इतक्या गरीब वस्तीत, तुरुंगात, गुत्त्यात कुठेही असले, तरी ते त्यांच्या पार्श्वभूमीवर वेगळेच उठून दिसत. गेलचे वडील बंदरावर 'ड्यूक' म्हणून ओळखले जात. गेल दोन वर्षांचा होता तेव्हा त्याची आई क्षयाच्या दुखण्याने गेली होती. तो एकुलता एक मुलगा होता. त्याच्या आई-वडिलांच्या लग्नाची पण एक कहाणी होती. नक्की माहीत नव्हतं त्याला काहीच, पण तिचा एक फोटो त्याने पाहिलेला. आसपासच्या बायकांसारखी नव्हती ती. वेगळीच दिसायची. अतिशय सुंदर होती ती. ती गेली आणि गेलच्या वडिलांचा जीव जणू विझून गेला होता. त्यांचं गेलवर फार प्रेम होतं... इतकं गहिरं होतं की, त्यांना गेलशी आठवड्यात दोन वाक्यंही बोलायची गरज वाटत नव्हती.

गेल त्याच्या आई-वडिलांहून वेगळा दिसायचा. कुठून त्याने तोंडवळा उचलला होता कुणीच सांगू शकलं नसतं. वर्षांचं नव्हे शतकांचं अंतर पडलं असावं त्याच्या पूर्वगुणसूत्रांत आणि त्याच्यात. तो नेहमीच त्याच्या वयाच्या मानाने उंच होता. आणि खूपच बारीक अंगकाठीचा. मुलं त्याला 'स्ट्रेच

वायनान्ड' म्हणायची. तो स्नायू कमावण्यासाठी काय वापरायचा त्यांना कधी कळलं नाही, काहीतरी वापरायचा एवढं खरं.

बालपणापासून तो काही ना काही कामं करत आला होता. बरेच दिवस तो रस्त्याच्या कोपऱ्यावर वृत्तपत्रं विकायचा. एक दिवस त्याने एका प्रेसरुमच्या बॉसला गाठलं आणि सांगितलं की, एक नवीन सेवा सुरू करायची आहे... वाचकांच्या दारात रोज सकाळी पेपर टाकायची सेवा. त्याने सांगितलं की असं केलं तर खप वाढेल.

'खरं का काय?' तो मनुष्य म्हणाला.

'खरंच हे चांगलं चालेल.' वायनान्ड म्हणाला.

'जा जा. इथे तुझं डोकं चालवायची गरज नाही.' तो बॉस म्हणाला.

'तुम्ही मूर्ख आहात.' वायनान्ड म्हणाला. त्याचं काम सुटलं.

तो किराणा मालाच्या दुकानात काम करायचा. हरकाम्या म्हणून पळायचा, जमीन पुसायचा. टोपल्यांतून सडक्या भाज्या वेगवेगळ्या काढायचा. गिऱ्हाइकांच्या हाताशी रहायचा. शेरभर पीठ मापून द्यायचा, दुधाच्या चरवीतून लिटरभर दूध लोट्यात ओतून द्यायचा. एखाद्या हातरुमालाच्या इस्त्रीसाठी स्टीमरोलर प्रेस वापरण्यासारखं होत होतं हे. पण तो घट्ट ओठ मिटून काम करत रहायचा. एक दिवस त्याने त्या किराणा मालकाला सांगितलं की, दूध बाटल्यांमधे भरून विकलं- व्हिस्कीसारखं- तर किती सोयीचं होईल.

'तुझं थोबाड बंद ठेव आणि जा त्या मि. सुलिव्हानला काय हवंय ते पहा.' तो मालक म्हणाला, 'मी माझ्या धंद्यात काय करावं, ते तू नको सांगायला. इथे तुझं डोकं चालवायची गरज नाही.' तो सुलिव्हानला हवं असलेलं सामान भरू लागला आणि गप्प झाला.

मग एकदा तो एका पूलरूममधे कामाला लागला. तो पिंकदाण्या साफ करायचा, दारुड्यांनी ओकून घाण केली, तर ती साफ करायचा. पुढे आयुष्यभर काहीही कानावर आलं, तरी फारसं आश्चर्य वाटणार नाही अशा काही गोष्टी त्याने तिथेच ऐकल्या. कायमची निर्लेप वृत्ती कमावली त्याने तिथे. तिथेच तो प्रयत्नपूर्वक तोंड गप्प ठेवायलाही शिकला. दुसऱ्यांच्या मते त्याची जी जागा होती, तिथेच रहायला शिकला. आपल्या मालकाचा मूर्खपणा गपचूप तोंड मिटून झेलायला शिकला. वाट पहायला शिकला. त्याला काय वाटतं ते त्यानंतर कोणीच कधी ऐकलं नाही. त्याला त्याच्या संगतीत वावरणाऱ्या माणसांबद्दल बरंच काही वाटायचं- आदर नाही वाटला कधी.

फेरीबोटींवर त्याने शूपॉलिशवाल्याचं कामही केलं. बोटीवर येणाऱ्या हरएक ढेरपोट्या व्यापाऱ्याकडून, हरएक तर्रर खलाशाकडून त्याला शिव्या मिळायच्या, कामं करावी लागायची. तो काही बोललाच तर त्याला कुणीतरी भसाड्या आवाजात सांगायचं, 'तुझं डोकं चालवायची गरज नाही इथे.'

पण हे काम त्याला तरीही आवडलं होतं. गिऱ्हाइकं नसली की तो धक्क्याला रेलून मॅनहॅटनकडे पहात रहायचा. नव्या घरांच्या पिवळट फळ्यांकडे पहात रहायचा, रिकाम्या जमिनींकडे पहात रहायचा, तिथे काम करणाऱ्या क्रेन्सकडे पहायचा, दूर अंतरावर उभ्या रहाणाऱ्या मोजक्याच गगनचुंबी इमारतींकडे पहायचा. समोरच्या अवकाशात काय बांधायला हवं, काय नष्ट करायला हवं, काय शक्य आहे याचा तो विचार करत राही. एखादी गुरगुरणारी हाक कानावर पडे.-'ए पोरा!'- आणि त्याची तंद्री भंग पावत असे. आपल्या बाकावर जाऊन तो एखाद्या धुळकट बुटाची मरम्मत करू लागे. गिऱ्हाइकाला फक्त तपकिरी केसांचं एक डोकं आणि कामात गढलेले छोटेसे हात दिसत.

एखाद्या धुकट संध्याकाळी, गॅसबत्तीच्या प्रकाशात रस्त्याच्या कोपऱ्यावर, दिव्याच्या खांबाला

टेकून उभ्या असलेल्या त्या बारीकशा आकृतीकडे कुणाचं लक्षही नसे... मध्ययुगात शोभणारा तो दरबारी उमराव... त्याच्या सहजप्रवृत्ती किंचाळत होत्या... माझ्या हातात सत्ता हवी. त्याची प्रखर बुद्धी त्याला सांगत होती - हक्कच आहे मला सत्ता गाजवायचा. तो सरंजामी सरदार घडला होता सत्ता गाजवण्यासाठी, पण जन्माने त्याच्या हाती झाडू दिला होता आणि आज्ञा पाळायचं काम.

वयाच्या पाचव्या वर्षापासून त्याने विचारून विचारून लिहाय-वाचायला शिकून घेतलं होतं. हातात जे पडेल ते तो वाचून काढत असे. आपल्याला अमुक एक गोष्ट समजत नाही, हे त्याला सहन होत नसे. इतर कुणालाही जे माहीत आहे ते आपल्यालाही समजून घ्यायला हवं, असं त्याला वाटत असे. काही शतकांपूर्वी विस्मरणात गेलेल्या त्याच्या कुलचिन्हाच्याऐवजी त्याने स्वतःसाठी एक नवीन कुलचिन्ह लहानपणीच घेऊन ठेवलेलं जणू- प्रश्नचिन्ह. कोणतीही गोष्ट त्याला दुसऱ्यांदा समजावून सांगायला लागत नसे. सांडपाण्याचे पाईप्स टाकणाऱ्या इंजिनिअर्सकडून तो पहिल्यांदा गणित शिकला. बंदरातल्या खलाशांकडून तो भूगोल शिकला. एका गँगस्टरचा अड्डा असलेल्या क्लबमधे जमणाऱ्या राजकारण्यांकडून त्याने नागरिकशास्त्राचे धडे घेतले. तो कधीही शाळेत किंवा चर्चमधे गेला नव्हता. बारा वर्षांचा असताना तो एकदा चर्चमधे गेला. त्या वेळी सहनशीलता आणि विनम्रता यावर उपदेश चालला होता. पुन्हा कधी तो तिकडे फिरकला नाही. तेरा वर्षाचा असताना त्याला वाटलं शिक्षण शिक्षण काय आहे ते पाहू तरी. म्हणून त्याने स्वतःच जाऊन शाळेत नाव घातलं. तो मारामाऱ्या करून रक्तबंबाळ होऊन घरी आला, तरीही काही न बोलणाऱ्या त्याच्या वडिलांनी त्याच्या या निर्णयावरही काहीच मतप्रदर्शन केलं नाही.

पहिल्या आठवड्यातच त्याने वर्गशिक्षिकेला जिंकून घेतलं. त्याच्या हुशारीवर ती बेहद्द खूशा होती. त्याला सगळी उत्तरं माहीत असायची. त्याचा आपल्या शिक्षकांवर, त्यांच्या हेतूंवर विश्वास बसल्यानंतर तो अतिशय आज्ञाधारक बनला. आपल्या गँगमधे तो बरोबरच्या पोरांकडून ज्या शिस्तीची अपेक्षा बाळगत, असे त्याच शिस्तीने शाळेत तो स्वतः वागू लागला. पण त्याची इच्छाशक्ती जणू अस्थानी ठरली. पहिल्या महिन्यातच त्याला कळलं की, पहिलं येण्यासाठी त्याला काहीच प्रयत्न करावे लागणार नव्हते. एका महिन्यातच वर्गशिक्षिकेने त्याची दखल घेणंही सोडलं. काही नवल राहिलंच नाही. त्याला नेहमीच सारी उत्तरं माहीत असायची. तिला इतर जरा मंद, मद्दड मुलांवर लक्ष केंद्रित करणं भाग होतं. सरपटत चाललेल्या तासांमागून तासांत तो गप्प राहून, चिवटपणे बसून रहायचा. शिक्षिका तेच तेच पुन्हापुन्हा शिकवत रहायची. तेच तेच पुन्हापुन्हा चावून, रवंथ करवून घेत समोरच्या रिकाम्या डोळ्यांत, बद्द आवाजांत बुद्धीची एकतरी ठिणगी प्रकटावी म्हणून प्रयत्न करत रहायची. दोन महिन्यांनंतर इतिहासाची जी प्राथमिक माहिती तिने वर्गाकडून घटवून घेतली होती, त्याची उजळणी करून घेताना तिने प्रश्न विचारला.

'युनियनमधे मुळात किती राज्ये होती सांगा बरं.'

कुणीच हात वर केला नाही. मग गेल वायनान्डचा हात वर गेला. शिक्षिकेने त्याला उत्तर द्यायला सांगितलं. तो उभा राहिला.

'मला ज्या गोष्टी येतात त्यांचा चोथा मी दहा वेळा कशासाठी चावत राहू? का म्हणून?'

'कारण वर्गात तू एकटा नाहीस.' शिक्षिका उत्तरली.

त्याने असे काही शब्द उच्चारले की, ती भीतीने पांढरी पडली आणि पंधरा मिनिटांनी त्याचा पूर्ण अर्थ कळल्यानंतर शरमेने लाल झाली. तो दाराकडे गेला. उंबरठ्यापाशी गेल्यावर मागे वळून त्याने सांगितलं, 'अरे हां, युनियनमधे मूळ तेरा राज्यं होती.'

त्याच्या औपचारिक शिक्षणाची ती इतिश्री होती. हेल्स किचनमधले अनेक लोक त्यांच्या

वस्तीच्या बाहेरही गेलेले नव्हते. काहींनी तर ज्या झोपडीत जन्म घेतला, त्या झोपडीचा उंबरठाही ओलांडला नव्हता. पण गेल वायनान्ड अनेकदा शहरातल्या उत्तमोत्तम ठिकाणी जाऊन फिरून येत असे. तिथल्या समृद्ध रस्त्यांवरून फेरफटका मारत असे. सुसंपन्न अशा त्या जगाबद्दल त्याला अजिबात कडवटपणा वगैरे वाटत नसे. त्याच्या मनात त्याबद्दल द्वेषही नव्हता आणि भीतीही नव्हती. त्याला केवळ उत्सुकता होती. फिफ्थ ॲव्हेन्यूवर त्याला अगदी मस्त वाटे... तो सहज वावरे. तिथल्या राजेशाही निवासांपुढून तो हात खिशात घालून फिरत असे. बुटांच्या फाटक्या सोलांतून त्याची बोटं डोकावत असत. लोक त्याच्याकडे रागारागाने पहात. पण त्याच्यावर काहीही परिणाम होत नसे. तो तिथून फिरत गेला की, त्या लोकांना वाटून जायचं, हा रस्ता त्यांचा कमी नि त्याचा जास्त आहे. त्याला सध्या काहीही नको होतं तिथलं- फक्त समजून घ्यायचं होतं सारं.

त्याच्या वस्तीतल्या लोकांपासून हे लोक असे वेगळे कसे बनले हे त्याला समजून घ्यायचं होतं. त्यांचे कपडे, गाड्याघोडे, किंवा बँक्स यांनी त्याचं लक्ष वेधून घेतलं नाही. पुस्तकांनी घेतलं. त्याच्या वस्तीतल्या लोकांकडेही कपडे होते, घोडागाड्याही वापरायचे ते कधीमधी, पैसाही असायचा... त्यातला फरक महत्त्वाचा नव्हता. पण ते लोक पुस्तकं कधीच वाचायचे नाहीत. फिफ्थ ॲव्हेन्यूमधले लोक काय वाचतात, हे जाणून घ्यायचं ठरवलं त्याने. एक दिवस त्याने पाहिलं एक प्रतिष्ठित स्त्री एका घोडागाडीत बसून कुणाची तरी वाट पहात होती. ती प्रतिष्ठित होती हे त्याला आपोआप कळलं. याबाबतीत त्याची समज सोशल रजिस्टरपेक्षाही अधिक तीक्ष्ण होती. ती एक पुस्तक वाचत बसली होती. त्याने त्या घोडागाडीच्या पायरीवर उडी घेतली, पुस्तक खेचून घेतलं आणि तो पळाला. त्याला पकडणं शक्य होण्यासाठी खूपच चपळ आणि सडपातळ पोलिसांची गरज होती.

ते पुस्तक हर्बर्ट स्पेन्सरच्या पुस्तकाचा खंड होता. ते पुस्तक शेवटपर्यंत वाचण्यासाठी त्याला फार कष्ट पडले. पण त्याने ते पूर्ण केलं. जे वाचलं त्यातलं एक चतुर्थांश त्याला समजलं असेल. पण यातून त्याच्या एका नव्याच छंदाचा पाठपुरावा सुरू झाला. तो पद्धतशीरपणे, दातओठ खाऊन वाचनाच्या मागे लागला. काही मार्गदर्शन नसताना, मदत नसताना, काही आखून न घेता तो पुस्तकं जमा करून वाचत सुटला. एखाद्या पुस्तकातला एखादा परिच्छेद समजला नाही, तर तो त्या विषयाच्या जवळ जाणारं आणखी एखादं पुस्तक मिळवीत असे. त्याच्या वाचनाला कसेही फाटे फुटत होते. सर्व दिशांना. त्याने प्रथम वाचून काढले ते मोठ्या विचारवंतांचे ग्रंथ. आणि मग त्याच्या हाती लागली शालेय माध्यमिक पाठ्यपुस्तकं. त्या वाचनात काहीही क्रमवारीची शिस्त नव्हती. पण त्यातून त्याच्या मनात जे झिरपलं, त्यात मात्र शिस्त होती.

त्याला सार्वजनिक ग्रंथालयाचा शोध लागला. तो काही दिवस तिथे जात राहिला... त्या ग्रंथालयाची रचना त्याने नीट पाहून घेतली. मग एके दिवशी दिवसातल्या वेगवेगळ्या वेळी काही मुलं- मुश्किलीने केस विंचरून, कशीबशी आंघोळ करून आलेली मुलं सार्वजनिक वाचनालयाला भेट द्यायला येऊ लागली. आली तेव्हा ती अगदीच बारीक होती. गेली तेव्हा पोटापाशी जाडगेली झालेली. त्या संध्याकाळी गेल वायनान्डची स्वतःची अशी एक छोटीशी लायब्ररी सुरू झाली. त्याच्या तळघरात त्याने सारी पुस्तकं ठेवली. त्याच्या टोळीची पोरं त्याची आज्ञा विनातक्रार पाळत. हे काम विचित्रच होतं... कधीच कुठल्या गँगने पुस्तकांसारखी निरुपयोगी गोष्ट लुटण्याचं काम केलं नसेल. पण स्ट्रेच वायनान्डने आज्ञा दिली होती... आणि स्ट्रेच वायनान्डबरोबर कोणी वाद घालणार नव्हतं. तो पंधरा वर्षांचा होता तेव्हा एका सकाळी तो भयंकर जखमी अवस्थेत, पायाची हाडं मोडलेली, रक्तबंबाळ असा गटारात पडलेला सापडला. कुठल्यातरी दारू प्यालेल्या खलाशाने त्याला मारहाण करून फेकून दिलेलं. सापडला तेव्हा तो बेशुद्ध पडलेला. पण त्या रात्री तो शुद्धीत होता. मारल्यानंतर

त्याला एका अंधाऱ्या गल्लीत फेकून दिलं होतं. त्याला कोपऱ्यावर उजेड दिसलेला. तेवढ्या जखमा नि दुखापत घेऊन तो कसा काय सरपटत कोपऱ्यापर्यंत आला असेल... नवल वाटलेलं सर्वांनाच. पण खरं होतं ते. त्या फूटपाथवर एक रक्ताचा पट्टाच उमटलेला सर्वांनी पाहिलेला. तो रांगत पुढेपुढे सरकलेला. त्याला फक्त हात हलवता येत होते. त्याने एका दरवाजाच्या खालच्या बाजूला टकटक केली होती. तो गुत्ता होता... अजूनही उघडा होता. गुत्तेवाला बाहेर आला होता. गेल वायनान्डने कुणाकडे मदत मागण्याची ती अखेरची वेळ होती. गुत्तेवाल्याने त्याच्याकडे दगडी चेहऱ्याने पाहिलं होतं. त्याला समोरची वेदना दिसली होती, अन्याय कळला होता हे त्याच्या मुद्रेवर स्पष्ट होतं... आणि तरीही त्याची मुद्रा एकदम निर्विकार होती, बैलासारखा पहात राहिला तो. मग तो दार धाडकन लावून घेत आत निघून गेला. दोन गँग्सच्या झगड्यात त्याला अजिबात पडायचं नव्हतं.

अनेक वर्ष लोटल्यानंतर, गेल वायनान्डला, न्यू यॉर्क बॅनरच्या मालक संपादकाला- अजूनही त्या खलाशाचं आणि गुत्तेवाल्याचं नाव आठवणीत होतं. त्यांना कुठे शोधायचं तेही. त्याने त्या खलाशाला काहीही केलं नाही, सोडून दिलं. पण त्याने त्या गुत्तेवाल्याला देशोधडीला लावलं... त्याचा धंदा बसवला, त्याचं घर, त्याची शिल्लक सारंकाही गेलं... अखेर त्याने आत्महत्या केली.

गेल वायनान्ड सोळा वर्षांचा होता तेव्हा त्याचे वडील वारले. त्यावेळी तो एकटा होता. हातात नोकरी नव्हती. घराचं भाडं भरलेलं नव्हतं आणि खिशात पासष्ट सेंट्स होते. गाठीशी अस्ताव्यस्त कमावलेलं ज्ञान. आता आयुष्यात काय करायचं ते ठरवायची वेळ आली होती असं त्याने स्वतःशी ठरवून टाकलं. त्या रात्री तो झोपडीच्या छपरावर चढला आणि शहराचे दिवे पहात राहिला... ज्या शहरात त्याचं काही चालत नव्हतं... त्याने डोकं चालवलेलं चालत नव्हतं... त्याची नजर सभोवारच्या नरकसदृश घरांच्या खिडक्यांवरून सावकाश फिरत गेली. आणि मग शहरातल्या राजेशाही निवासस्थानांच्या खिडक्यांकडे वळली. अवकाशात तरंगणारे प्रकाशाचे चौकोन तर होते ते. पण तेवढेच पाहून ते कुठल्या प्रकारच्या वास्तूतले आहेत ते तो सांगू शकत होता. त्याच्या आजूबाजूचे उजेडाचे चौकोन कळकट, कसनुसे होते आणि ते दूरवरचे प्रकाशाचे तुकडे स्वच्छ, आखीव होते. त्याने स्वतःलाच एक प्रश्न विचारला. या सर्व प्रकारच्या घरांमधे- कळकट असोत वा स्वच्छ- कोणती गोष्ट नक्की जाते?... प्रत्येकापर्यंत पोहोचते? ते सगळेजण ब्रेड खातात... ते जो ब्रेड विकत घेतात त्या द्वारे त्यांच्यावर सत्ता गाजवली जाऊ शकते? ते बूट घेतात, कॉफी घेतात, ते- ... आणि त्याच्या आयुष्याचा मार्ग ठरून गेला.

दुसऱ्या दिवशी सकाळी तो गॅझेटच्या संपादकाच्या ऑफिसमधे गेला. तो एक खालच्या दर्जाचा पेपर होता. एका पडक्या बिल्डिंगमधे त्याचं ऑफिस होतं. त्याने त्या संपादकाकडे नोकरीची विचारणा केली. त्या संपादकाने त्याचे कपडे पाहून घेतले आणि विचारलं, 'तुला कॅटचं स्पेलिंग येतं कां?'

'तुम्हाला अँथ्रोपोमॉर्फालॉजीचं स्पेलिंग येतं कां?' वायनान्डने प्रतिप्रश्न केला.

'इथे नोकरी नाही सध्या.' तो संपादक उत्तरला.

'मी थांबून राहीन आसपास.' वायनान्ड म्हणाला, 'काही काम असलं की, सांगत जा मला. मला काही पैसे नका देऊ. जेव्हा मला आता पगार द्यायलाच हवा, असं तुम्हाला वाटेल तेव्हाच द्या.'

तो बिल्डिंगच्या पायऱ्यांवर बसून राहू लागला. एक आठवडाभर तो तिथे रोज येऊन नुसता बसत होता. कुणी त्याच्याकडे लक्ष दिलं नाही. रात्री तो दारात झोपायचा. त्याच्याकडचे सगळे पैसे संपून गेले तेव्हा त्याने टपऱ्यांवरच्या खाद्यपदार्थांची चोरी तरी केली किंवा कचऱ्याच्या कुंड्या धुंडाळून काहीतरी पोटात ढकलायला मिळवलं. अन् मग तो पुन्हा एकदा पेपरच्या ऑफिसच्या जिन्यांवर येऊन बसायचा.

एकदा एका बातमीदाराला त्याची दया आली. जिन्यावरून उतरता उतरता त्याने त्याच्या मांडीवर पाच सेन्ट्सचं नाणं टाकलं, आणि म्हणाला, 'जा ए पोरा, यातून एक बौल स्ट्यू घे.'

वायनान्डच्या खिशात एका दहा सेन्ट्सचं नाणं शिल्लक होतं. ते त्याने त्या बातमीदाराच्या अंगावर फेकलं आणि म्हणाला,'तू जाऊन यातून एक स्क्रू घे.' त्या माणसाने त्याला शिव्या घातल्या आणि उतरून गेला. ती दोन्ही नाणी तिथेच पडून राहिली, पण वायनान्डने त्यांना स्पर्शही केला नाही. ही गोष्ट सिटीरूममधे कळली. एका चिरगूट कारकुनाने खांदे उडवत दोन्ही नाणी खिशात टाकली.

आठवडा संपतासंपता सिटीरूममधल्या एका माणसाने वायनान्डला काहीतरी काम सांगितलं. बाकीही काही किरकोळ कामं निघत राहिली. तो एकदम सैनिकी शिस्तीत काम पार पाडायचा. दहा दिवसात त्यांनी त्याला पगार सुरू केला. सहा महिन्यांनंतर तो रिपोर्टर झाला. दोन वर्षाच्या आत तो सहसंपादक झाला.

गेल वायनान्ड वीस वर्षांचा होता, तेव्हा तो प्रेमात पडला. तेरा वर्षाचा असल्यापासून त्याला शरीरसंबंधांबद्दल जे जे काही माहीत होण्यासारखं असतं ते ते सारं माहीत होतं. बऱ्याचं पोरींबरोबर झोपूनही झालं होतं त्याचं. पण त्याने कधी कुणाच्या प्रेमात पडल्याच्या खोट्या कल्पना बाळगल्या नव्हत्या. हा सगळा एक साधा पाशवी गरजेचा व्यवहार आहे हे त्याच्या डोक्यात पक्क होतं... आणि त्या व्यवहारात तो फार प्रवीण होता- हे स्त्रिया फक्त त्याच्याकडे पाहून सांगू शकत. तो ज्या मुलीच्या प्रेमात पडला ती अतिशय सुंदर होती. ते सौंदर्य इतकं नाजूक होतं की, अस्पर्श वाटावं, पूजनीय वाटावं. नाजूक आणि शांत अशा त्या मुलीचा चेहरा जणू कसली तरी अनाम रहस्ये तिच्या अंतरी दडली असावीत असं वाटायला लावणारा होता.

ती गेल वायनान्डची झाली. आनंद सापडल्याचा हळुवार भाव त्याने मान्य करून टाकला. तिने म्हटलं असतं, तर त्याने लगेच तिच्याशी लग्न केलं असतं. पण ते एकमेकांशी फार कमी बोलायचे. जणू त्यांच्यात सारंकाही शब्दांशिवाय उमजून घेतलं जायचं.

एका संध्याकाळी त्याने बोलायचं ठरवलं. तो तिच्या पायाशी बसला, त्याचा चेहरा वर उचललेला, आपल्या आत्म्याचे बोल ऐकवायचे होते त्याला.

'माय डार्लिंग, तुझी जी इच्छा असेल, मी जे काही आहे, मी जे काही कधीही होऊ शकतो... ते सारं मी तुला अर्पण करू इच्छितो... मी तुझ्यासाठी काय वस्तू घेईन- ते नाही- तर माझ्यातल्या ज्या गोष्टीमुळे मला त्या तुझ्यासाठी घेणं शक्य होणार आहे ती गोष्ट... कुणीही माणूस त्या आपल्या क्षमतेचा त्याग करू शकत नाही, पण मी तिचाही त्याग करून तुझ्यासाठी ती वाहून टाकू शकतो... ती तुझीच आहे, तुझ्या सेवेसाठी, फक्त तुझीच.' त्या मुलीने हसून विचारलं, 'मला सांग, मी मॅगी केलीपेक्षा सुंदर दिसते असं वाटतं तुला?'

तो उठून उभा राहिला. काहीही न बोलता तो तिच्या घरातून चालता झाला. पुन्हा कधीही तो त्या मुलीला भेटला नाही. आपल्याला कुठलाही धडा दुसऱ्यांदा गिरवावा लागत नाही याचा अभिमान बाळगणारा गेल वायनान्ड पुन्हा कधीही कुणाच्या प्रेमात पडला नाही...

तो एकवीस वर्षांचा असताना त्याचं गॅझेटमधलं करिअर धोक्यात आलं. एकदाच आणि अखेरचंच. राजकारण आणि भ्रष्टाचार या प्रश्नांमुळे तो कधीच विचलित होत नसे. त्याला सारं माहीत होतं. निवडणुकांच्या दिवशी कुणाला ना कुणालातरी मारझोड झाल्याची सोंगं रचायला त्याच्या गँगला पैसे दिले जात. पण जेव्हा त्यांच्या प्रभागाच्या पॅट मुलिगन नावाच्या पोलीस कॅप्टनला खोट्या आरोपांत अडकवण्यात आलं, तेव्हा वायनान्डला संताप आला. कारण पॅट मुलिगन हा त्याच्या आयुष्यात

भेटलेला एकमेव प्रामाणिक माणूस होता.

गॅझेटची सूत्रं पॅट मुलिगनला अडकवणाऱ्या गटाच्या हातात होती. वायनान्ड काहीही बोलला नाही. त्याने मनातल्या मनात एक यादी काढली. कायकाय कसकसं केल्याने गॅझेटचा बोऱ्या वाजेल त्याची आखणी केली. त्याची नोकरीही गॅझेटबरोबर गाळात गेली असती, पण त्याला पर्वा नव्हती. त्याचा निर्णय त्याच्या आजवरच्या संपूर्ण वाटचालीत त्याने घालून घेतलेल्या नियमांच्या विरुद्ध जाणारा होता. पण त्याने विचार केला नाही. क्वचितच तो असा पेटून उठायचा. त्याचा नेहमीचा सावधपणा बाजूला ठेवून त्याने एकदम उडी घेतली. ही गोष्ट झालीच पाहिजे या विचाराने तो पुरता झपाटला. कारण आपण जो विचार करतो आहोत तो योग्य आहे, न्याय्य आहे याची त्याला पूर्णपणे खात्री होती. पण गॅझेटला नष्ट करणं ही केवळ पहिली पायरी असणार हेही त्याला माहीत होतं. मुलिगनला वाचवायला तेवढं पुरेसं नव्हतं.

गेली तीन वर्षं वायनान्डने एक कात्रण जपून ठेवलं होतं. एका सर्वाधिक खपाच्या फार बड्या दैनिकाच्या फार थोर संपादकाने एक अग्रलेख लिहिला होता. आजवर वाचलेल्या लेखांतला, नैतिकतेवरचा सर्वात सुंदर लेख होता तो. त्याने ते कात्रण बरोबर घेतलं आणि त्या थोर संपादकाच्या भेटीला तो गेला. त्याने ठरवलं होतं की, मुलिगनची कहाणी त्याला ऐकवायची आणि मग आपण दोघांनी मिळून साऱ्या यंत्रणेला टक्कर द्यायची.

शहराच्या एका टोकाला असलेल्या त्या पेपरच्या ऑफिसकडे तो चालत गेला. त्याला चालत जाणं आवश्यक वाटलं. त्याच्या आत उफाळलेला संताप नियंत्रित करण्याचा तोच एक उपाय होता. त्याला त्या संपादकाच्या ऑफिसमधे प्रवेश मिळाला. कुठल्याही नियमांना बगल देऊन कुठेही प्रवेश मिळवण्याचे त्याचे असे खास मार्ग होते. आतमधे एक जाडा मनुष्य डेस्कमागे बसला होता. त्याच्या बारीक डोळ्यांच्या खाचा जणू एकमेकांना टेकल्या होत्या.

त्याने स्वतःची ओळख करून दिली नाही. त्याने ते कात्रण टेबलवर ठेवलं आणि विचारलं, 'तुम्हाला हे आठवतं का?'

त्या संपादकाने त्या कात्रणावरून नजर टाकली आणि मग वायनान्डकडे नजर टाकली. ती नजर वायनान्डच्या ओळखीची होती. वायनान्डच्या तोंडावर दार आपटणाऱ्या गुत्तेवाल्याची नजर नेमकी अशीच होती. 'मी लिहिलेली प्रत्येक कचरपट्टी मी लक्षात ठेवावी अशी तुमची अपेक्षा आहे की काय?' त्याने विचारलं.

एक क्षण शांततेत सरला. वायनान्ड म्हणाला, 'थँक्स.'

त्याला आयुष्यात कुणाबद्दल कृतज्ञता वाटली असेल तर ती फक्त तेव्हाच. एकदाच. ती कृतज्ञता मनापासून होती. पुन्हा एकदा एक धडा शिकायला मिळाला होता त्याला. पुन्हा त्याची गरज पडणार नव्हती. पण त्या संपादकालाही कळलं की, त्याच्या त्या 'थँक्स'मधे काहीतरी विचित्र होतं, काहीतरी भयंकर. त्याला हे नाही कळलं की तो गेल वायनान्डचा मृत्युलेख होता.

वायनान्ड पुन्हा गॅझेटकडे परतला. आता त्याच्या मनात त्या संपादकाबद्दल किंवा राजकारणाच्या यंत्रणेबद्दल राग नव्हता.

त्याला तुच्छता वाटली होती ती केवळ स्वतःबद्दलच. पॅट मुलिगनबद्दलही. आणि सर्व प्रकारच्या नैतिकतेबद्दलही. ज्या लोकांच्या पायी बळी जायला तो किंवा पॅट मुलिगन निघाले होते त्यांचा विचार करताना त्याला शरम वाटली. त्याने स्वतःचा विचार 'बळी' म्हणून केला नव्हता, 'भोळसट' म्हणून केला. तो ऑफिसला गेला आणि त्याने कॅप्टन मुलिगनला धारेवर धरणारं एक जबरदस्त लेख लिहून टाकला.

'अरे! मला वाटलं की, तुला त्या बिचाऱ्या मुलिगनची जरा दया येत होती!' त्याचा संपादक खूश होऊन हसत म्हणाला होता.

'मला कुणाचीही दया येत नाही.' वायनान्ड उत्तरला होता.

गेल वायनान्डचं कौतुक किराणावाल्यांना किंवा खलाशांना नव्हतं, पण राजकारण्यांचा तो फारच लाडका झाला. त्या पेपरात काढलेल्या वर्षांत, तो लोकांशी जमवून घ्यायला चांगलाच शिकला होता. त्याची मुद्रा भविष्यात जशी कायमची असणार होती तशी तेव्हाच दिसू लागली होती. त्या मुद्रेवर हास्य नसायचं. पण जगाबद्दलचा एक कायमचा उपहास त्यावर कोरला गेला होता. त्याचा कुत्सितपणा आपल्याला हव्या त्या गोष्टींवर सोयीस्करपणे वळवून घेऊ शकत लोक. शिवाय पावित्र्य, निष्ठा वगैरे गोष्टींशी सोयरसुतक नसलेल्या माणसाशी व्यवहार करणं सोयीचं असायचं.

तो तेवीस वर्षांचा होता तेव्हा म्युनिसिपल निवडणुका जिंकण्यासाठी आसुसलेल्या प्रतिस्पर्धी राजकीय गटाने गॅझेट विकत घ्यायचं ठरवलं. त्यांना एक विषय लावून धरण्यासाठी वृत्तपत्राची गरज होती. त्यांनी तो व्यवहार गेल वायनान्डच्या नावाने केला. एक सभ्य चेहरा म्हणून त्याला पुढे केलं होतं त्यांनी. गेल वायनान्ड प्रमुख संपादक झाला. त्याने त्यांना हवा तो विषय लावून धरला, आणि त्यांना निवडणुका जिंकायला मदत केली. दोन वर्षांनंतर त्याने ती टोळी फोडली. त्यांच्या म्होरक्यांना तुरुंगात पाठवलं आणि गॅझेटचा एकमेव मालक म्हणून त्याचं नाव लागलं.

त्याची पहिली कृती होती, बिल्डिंगच्या दारावरची पाटी खाली काढण्याची. त्याने त्याचं नावच बदललं. द गॅझेटचा 'द न्यू यॉर्क बॅनर' झाला. त्याचे मित्र म्हणाले, कुणी प्रकाशक पेपरच्या नावात असा बदल करत नसतो.

'मी करतो.' तो म्हणाला.

बॅनरने पहिली मोहीम म्हणून एका सत्कार्यासाठी एक निधी उभारण्याची मोहीम सुरू केली. पेपरात शेजारी शेजारी, सारख्याच महत्त्वाच्या जागेवर, सारखीच ठळक प्रसिद्धी देऊन, दोन बातम्या लावण्यात आल्या. एक होती एका धडपडणाऱ्या विज्ञान संशोधकाची, जो एका महत्त्वाच्या संशोधनावर काम करताना उपाशीपोटी काम करीत होता; दुसरी होती एका कामवाल्या बाईची- तिच्या प्रेमिकाला खुनाच्या आरोपाखाली फाशी देण्यात आली होती. ती आता त्याच्या अनौरस अपत्याची माता बनणार होती. एका गोष्टीसाठी वैज्ञानिक आलेख वगैरे टाकण्यात आले होते. दुसरीत एका दुःखी चर्येच्या, कसेबसे कपडे घातलेल्या तरुणीचा फोटो होता. बॅनरने आपल्या वाचकांना या दोन दुर्दैवी जिवांसाठी आपल्याकडे आर्थिक मदत पाठवण्याचे आवाहन केलेलं. जे पैसे आले, त्यात त्या तरुण वैज्ञानिकासाठी नऊ डॉलर्स आणि पंचेचाळीस सेंट्स जमा झाले होते. आणि त्या कुमारी मातेसाठी एक हजार सत्त्याहत्तर डॉलर्स जमा झाले होते. गेल वायनान्डने आपल्या कर्मचाऱ्यांची एक बैठक बोलावली. त्याने पेपरचा तो अंक टेबलवर ठेवला आणि दोघांसाठी जमा झालेल्या रकमाही ठेवल्या.

'हे कळलं नाही असं आहे का कुणी इथे?' त्याने विचारलं. कुणीच उत्तर दिलं नाही तेव्हा तो पुढे म्हणाला, 'आता तुम्हा सर्वांना कळलं असेल- बॅनर कसल्या प्रकारचा पेपर होणार ते.'

त्या काळातले बाकीचे प्रकाशक आपल्या वृत्तपत्रावर आपली मुद्रा उमटवण्याच्या धडपडीत असत. गेल वायनान्डने आपलं वृत्तपत्र गर्दीच्या शरीराला नि आत्म्याला अर्पण केलं होतं. बॅनर दिसतही असे एखाद्या सर्कसच्या पोस्टरसारखा. आणि त्याच्या आतल्या पानांतही सर्कसचाच आत्मा वसत असे. त्याचा हेतूही तोच होता- कसरती, करामती, करमणूक करून तिकिटाचे पैसे लोकांच्या खिशातून काढण्याचा. त्याचाही एक ठसा होता. मुद्रा होती. पण ती कुणा एकाच्या व्यक्तिमत्त्वाची नव्हती. ती लक्षावधी माणसांची मुद्रा होती.

'गुणांचा प्रश्न असतो तेव्हा असलाच तर माणसामाणसात फरक असतो.' गेल वायनान्ड म्हणालेला, 'पण दुर्गुणांचा प्रश्न असतो तिथे सारे सारखेच असतात.'

तो आपल्या प्रश्नकर्त्याच्या डोळ्याला डोळा देत एकदा उत्तरलेला, 'या जगात जे फार मोठ्या प्रमाणात अस्तित्त्वात आहे त्याचीच मी सेवा करतो. मी बहुसंख्यांचे प्रतिनिधित्व करतो- हा एक सद्‌गुणच नव्हे का?'

लोकांना गुन्हेगारी, सनसनाटी आणि भावनातिरेक असलेल्या गोष्टींत जास्त रस होता. गेल वायनान्ड त्या त्यांना पुरवत होता. तो त्यांना हवं तेच द्यायचा. शिवाय ज्या गोष्टींची त्यांना शरम वाटली असती, त्या गोष्टी वाचण्याचं समर्थनही पुरवायचा. खून, दंगे, बलात्कार, भ्रष्टाचार सारंकाही रसभरीत शैलीत बॅनरमधे वाचायला मिळायचं, आणि शिवाय या सगळ्याविरुद्ध काहीतरी नैतिक संतापही त्यात व्यक्त केलेला असायचा. तीन स्तंभ तपशील चघळल्यावर एका ओळीचं नीतीतत्त्व गिळायला कुणाचीच हरकत नव्हती.

'लोकांना काहीतरी उदात्त काम करायला सांगितलं तर त्यांना कंटाळा येतो.' वायनान्ड म्हणालेला, 'त्यांच्या मनातलं काही करायला दिलं तर त्यांना लाज वाटते. पण दोन्ही गोष्टींची सरमिसळ करा, ते तुमच्या मुठीत येतात.'

तो बातम्या लावायचा- कुमार्गाला लागलेल्या तरुणींबद्दल, बड्या प्रस्थांच्या घटस्फोटांबद्दल, रस्त्यावर टाकून दिलेल्या पोरांच्या अनाथालयांबद्दल, ठिकठिकाणच्या वेश्यावस्त्यांबद्दल, धर्मादाय इस्पितळांबद्दल...

'पहिली द्या लैंगिकता. सेक्स.' वायनान्ड म्हणायचा, 'मग येऊ द्या रडवणाऱ्या भावनांचा डोस. त्यांना जरा खाज सुटू द्या, मग त्यांना आसवं गाळायला लावा- ते तुमच्या मुठीत येतील.'

बॅनरने कितीतरी मोठमोठ्या, धैर्यशाली मोहीमा चालवल्या. त्यांनी राजकारण्यांना उघडं पाडलं- 'न्यायालयाच्या पुढे एक पाऊल'; त्यांनी मक्तेदारीवर हल्लाबोल केला- 'पददलितांसाठीच केवळ'; त्यांनी श्रीमंतांची, यशस्वी लोकांची खिल्ली सातत्याने उडवली- ज्यांना कधीच श्रीमंतही होता येणार नाही आणि यशस्वीही होणं जमणार नाही, अशा लोकांना ती फारच आवडत असे. उच्चभ्रूंच्या वर्तुळातल्या बातम्या देताना ते त्याला थोडी कुत्सिततेची झालर लावत. रस्त्यावरच्या सामान्य माणसाला त्यातून दोन प्रकारचं समाधान मिळत असे... एक म्हणजे असल्या अप्राप्य, दिवाणखान्यांच्या आत त्याला डोकावता येत असे आणि आत डोकावताना पावलांची घाण पुसायचीही गरज नसे...

बॅनर नेहमीच सत्याला, अभिरुचीला, विश्वसनीयतेला जरासा ताण देत असे- वाचकांच्या मेंदूला अजिबात नाही. त्यातले ठसठशीत मथळे, बटबटीत फोटो आणि सवंगपणे केलेलं लिखाण लोकांच्या संवेदनांवर कोसळत असे, जाणिवेत घुसत असे... मध्ये काही विचार वगैरे करायची गरजच लागायची नाही. अन्न गुदद्वारातून थेट बाहेर फेकलं जावं तीच तऱ्हा... काही पचवायची गरजच नव्हती.

'बातमी ती की, जी-' गेल वायनान्ड त्याच्या कर्मचाऱ्यांना सांगत असे, 'जास्तीत जास्त लोकांमध्ये जास्तीत जास्त खळबळ उडवून देईल. जी त्यांना जब्बर धक्का देईल- उल्लू बनायला हवेत सारे त्या धक्क्याने. जितके अधिक उल्लू बनतील तितकं चांगलं... फक्त त्यांची संख्याही तशीच भरभक्कम हवी.'

एक दिवस त्याने रस्त्यावरून एका माणसाला पकडून ऑफिसमधे आणलं. तो एक साधासुधा माणूस होता. त्याचे कपडे चांगले नव्हते पण वाईटही नव्हते. तो जास्त उंच नव्हता पण बुटकाही म्हणता आलं नसतं त्याला. तो फार गोरा नव्हता, पण सावळाही नव्हता. त्याचा चेहरा त्याच्याकडे

पहात असतानाही मनावर ठसत नव्हता. त्याच्यातली ही वैशिष्ट्यहीनता भयावह होती. तो बुद्दू आहे असंही ठामपणे म्हणता आलं नसतं. वायनान्डने त्याला साऱ्या बिल्डिंगभर फिरवलं. सर्वांशी त्याची ओळख करून दिली आणि मग त्याला जाऊ दिलं. मग त्याने सर्वांना एकत्र बोलावून घेतलं आणि सांगितलं, 'कधीही काम करताना मनात कुठली शंका आली तर त्या माणसाचा चेहरा आठवायचा. तुम्ही त्याच्यासाठीच लिहिताय हे लक्षात ठेवायचं.'

'पण, मि. वायनान्ड,' एक तरुण संपादक म्हणाला, 'त्याच्या चेहऱ्यात लक्षात ठेवण्यासारखं काहीच नाही.'

'तोच तर मुद्दा आहे.' वायनान्ड म्हणाला.

गेल वायनान्डचं नाव प्रकाशन व्यवसायात गाजू लागलं आणि प्रतिष्ठित प्रकाशकांना त्याचा धोका वाटू लागला, तेव्हा काही प्रकाशकांनी त्याला बाजूला घेतलं. एका सार्वजनिक कार्यक्रमात, जिथे सारेच जमत असत, तिथे त्याला गाठून त्या सर्वांनी त्याला दूषणं दिली. सार्वजनिक अभिरुचीची तो वाट लावतोय वगैरे सांगितलं.

'लोकांना नसलेला आत्मसन्मान शाबूत ठेवण्याचा प्रयत्न करावा, हे काही माझं काम नव्हे.' वायनान्ड म्हणाला, 'लोकांना जे आवडतं असं ते चारचौघांत सांगतात ते तुम्ही सगळेजण त्यांना देता. मी त्यांना जे खरोखरच आवडतं तेच देतो. प्रामाणिकपणा हाच खरा व्यावसायिक सद्‌गुण आहे, सभ्य गृहस्थ हो,- पण तुम्हाला शिकवल्या गेलेल्या अर्थाने नव्हे.'

कोणतंही काम चांगल्या प्रकारे न करणं हे वायनान्डला शक्यच नव्हतं. त्याचं जे काही उद्दिष्ट असेल, त्यानुसार तो जी साधनं वापरायचा ती उत्तमच असायची. त्याची सगळी शक्ती, सगळी ऊर्जा, सारी इच्छाशक्ती त्याच्या पेपरच्या पानापानांतून प्रवाहित व्हायची. एक असामान्य प्रतिभा अतीसामान्यतेला पूर्णत्वास नेण्यासाठी इंधन म्हणून खर्ची पडत होती. बाष्कळ, भडक, संवग बातम्या गोळा करण्यात आणि आपल्या पेपरच्या पानांतून बरबटवण्यात त्याने स्वतःची जी शक्ती कामी लावली होती तिच्या जोरावर एखादा नवीन धर्मपंथ निर्माण होऊ शकला असता, इतकी त्याची आत्मशक्ती प्रभावशाली होती.

बॅनरला नेहमीच ताजी बातमी प्रथम मिळत असे. दक्षिण अमेरिकेत भूकंप झाला आणि भूकंपग्रस्त भागातून काहीच माहिती मिळेना तेव्हा वायनान्डने विमान भाड्याने घेतलं. आपल्या माणसांचा ताफा तिथे उतरवला आणि न्यू यॉर्कच्या रस्त्यांवर ज्यादा आवृत्ती आणली. त्याच्या प्रतिस्पर्ध्यांनी तसा विचारही केला नव्हता. या आवृत्त्यांमधून ज्वाळांची चित्रं होती, जमिनीला पडलेल्या प्रचंड भेगांची, चिरडलेल्या प्रेतांची चित्रं होती. अटलांटिकच्या किनाऱ्यावर एखाद्या बुडत्या जहाजातून आणी बाणीचा अखेरचा संदेश आल्याचं कळायचं, तेव्हा वायनान्ड स्वतः तिथे आपली बोट घेऊन कोस्ट गार्डच्याही आधी हजर व्हायचा. वायनान्ड त्या जहाजावरील लोकांच्या सुटकेसाठी स्वतः मार्गदर्शन करायचा आणि त्यात भागही घ्यायचा. वादळी समुद्रात जहाजावर चढताना त्याचा फोटो, हातात एखादं बाळ घेऊन उतरताना त्याचा फोटो, यासहित भरगच्च बातमी बॅनरमधेच छापून यायची. बर्फाची दरड कोसळून एका कॅनेडियन गावाचा जगाशी संपर्क तुटला, तेव्हा बॅनरने बलूनची व्यवस्था करून अन्न आणि बायबल्स वाटण्याची पहिली सोय केली. कोळशाच्या खाणीवर काम करणाऱ्या मजुरांच्या वसाहतीत बेमुदत संपामुळे लोक बेहाल झाले, तेव्हा बॅनरने सूप किचन्स सुरू केली आणि त्या मजुरांच्या सुंदर तरुण मुलींवर गरिबीमुळे कसलेकसले प्रसंग ओढवतात याची भरभरून वर्णनं छापली. एका खांबावर अडकलेल्या मांजराच्या पिल्लाची सुटका बॅनरच्याच फोटोग्राफरने केली.

'बातमी नसेल, तेव्हा ती तयार करा,' वायनान्डचा हुकूम असायचा.

शासकीय मनोरुग्णालयातून एक वेडा निसटला आणि नाहीसा झाला. तो मिळत नाहीये, आता काय होणार, तो काय करू शकतो, काय परिणाम होतील वगैरे भीतिदायक बातम्यांसकट, पोलिसांची अकार्यक्षमता वगैरेंवर ताशेरे, नागरिकांच्या संतप्त प्रतिक्रिया असं सगळं दोन आठवडे चालवल्यानंतर बॅनरच्या वार्ताहरानेच त्या वेड्याला पकडून पोलिसांच्या ताब्यात दिलं होतं. आणि मग चमत्कार- तो वेडा पकडला गेल्यानंतर दोनच आठवड्यांनंतर शहाणा झाला. रुग्णालयातून सुटला. आणि त्याने बॅनरला रुग्णालयातील दुःसह परिस्थितीची, त्याला मिळालेल्या वाईट वागणुकीची सारी माहिती दिली. यातून रुग्णालयात खूपच सुधारणा झाल्या. काही लोक म्हणत होते की, तो 'वेडा' वेड लागण्याआधी बॅनरमधेच काम करत होता. पण ते सिद्ध होऊ शकलं नाही.

एका लोकरीच्या कपड्यांच्या कारखान्यात आग लागली, तिथं तीस मुली काम करीत होत्या. त्यापैकी दोघी आगीत होरपळून मेल्या. मेरी वॉटसन् नावाच्या जीव वाचलेल्या मुलीने बॅनरला तिथे चाललेल्या शोषणाबद्दल मुलाखत दिली. त्यातून असल्या कारखान्यांविरुद्ध मोहीम सुरू झाली. त्यात शहरातल्या अनेक प्रतिष्ठित स्त्रिया सहभागी झाल्या. त्या आगीचा स्त्रोत कधीच कुणाला कळला नाही. कुणी म्हणालं मेरी वॉटसन् म्हणजेच बॅनरसाठी लिहिणारी एव्हेलीन ड्रेक. पण सिद्ध काहीच झालं नाही.

बॅनरच्या पहिल्या पाच वर्षांत गेल वायनान्ड आपल्या घरच्या बेडरूममधे कमी आणि ऑफिसच्या सोफ्यावर जास्तवेळा झोपायचा. तो कर्मचाऱ्यांकडून जी कामाची अपेक्षा करायचा, ती पूर्ण करणं कठीण होतं. तो स्वतः जी प्रयत्नांची पराकाष्ठा करायचा ती कल्पनेपलिकडची होती. तो त्यांना सैन्यासारखा दौडवायचा आणि स्वतःला गुलामासारखा राबवायचा. तो त्यांना चांगल्यात चांगला पगार देत असे. स्वतःला फक्त घरभाडं आणि जेवणाचे पैसे घेत असे. त्याचे रिपोर्टर्स जेव्हा महागड्या होटेल्समधल्या सुइट्समधे रहात, त्या वेळी तो स्वतः मात्र एका खोलीच्या घरात रहात असे. पैसा यायचा तसा तो खर्च करायचा- आणि सगळाच्या सगळा फक्त बॅनरवरच खर्च करायचा. तो पेपर जणू त्याच्या महागड्या रखेलीसारखा होता... जिची प्रत्येक गरज, सगळे लाड किंमतीची चौकशीही न करता पुरवले जात होते.

बॅनरने सर्वात पहिल्यांदा नवी टायपोग्राफिकल सामग्री विकत घेतली. बॅनर चांगल्यात चांगले पत्रकार सर्वात शेवटी घेत असे- सर्वात शेवटी, कारण ते एकदा तिथे आले की, तिथेच रहात. वायनान्ड त्याच्या प्रतिस्पर्ध्यांच्या पत्रकारांची चोरीच करायचा. तो देऊ करत असलेला पगार इतर कुणीच देऊ शकत नसे. त्याने एक अगदी साधा उपाय शोधला होता.

कुणा पत्रकाराला वायनान्डकडून बोलवणं आलं की, त्याला स्वतःच्या पत्रकारितेचा अधिक्षेप केल्यासारखं वाटायचं. पण तो यायचा. तो बरीच तयारी करून यायचा, आपण कशा अटी घालू, कसे शब्द वापरू वगैरे ठरवून यायचा... मी नोकरी स्वीकारली तर या अटींवर वगैरे सर्व वाक्य त्याच्या मनात तयार असायची. वायनान्ड आपल्या मुलाखतीची सुरुवातच आपण किती पगार देणार हे सांगत करायचा. मग सांगायचा, 'तुम्हाला अर्थातच्, बाकी काही अटी वगैरेंवर चर्चा करायची असेल तर अवश्य करा...' आणि मग त्या माणसाच्या गळ्यात उतरलेला आवंढा पहात तो म्हणायचा, 'नाही? फारच छान. मग सोमवारी येऊन मला रिपोर्ट करा.'

वायनान्डने त्याचा दुसरा पेपर फिलाडेल्फियामधे सुरू केला, तेव्हा स्थानिक वृत्तपत्रांचे प्रकाशक त्याला भेटले. युरोपियन टोळीप्रमुखांनी ॲटिला द हनच्या आक्रमणाशी संघर्ष करावा असा आविर्भाव त्यात होता. त्यानंतर सुरू झालेलं युद्ध तितकंच हिंसक होतं. वायनान्ड त्यांच्या तोंडावर हसला. गुंडांना आणवून पेपरच्या डिलिव्हरी व्हॅन्स पळवणं, वृत्तपत्र विक्रेत्यांना मारहाण करून दहशत बसवणं,

हे त्याला कुणी शिकवण्याची गरज नव्हती. त्याचे दोन प्रतिस्पर्धी पारच संपले. वायनान्ड फिलाडेल्फिया स्टार तगला.

बाकीचं जे घडलं ते फार झरझर. एखाद्या संसर्गजन्य रोगाच्या साथीने शहरांचा ताबा घ्यावा तसं, तो पस्तीस वर्षांचा होईतोवर अमेरिकेच्या सर्व महत्त्वाच्या शहरांमधे वायनान्ड पेपर्स सुरू झाले होते. चाळीस वर्षाचा होईतोवर वायनान्ड मासिके, वायनान्ड न्यूजरील्स, आणि इतरही अनेक वायनान्ड उद्योगांचे इन्कॉर्पोरेशन सुरू झाले.

कित्येक अप्रसिद्ध अशा कार्यक्रमांनी त्याच्या साम्राज्याची दौलत वाढत गेली. तो आपलं बालपण अजिबात विसरला नव्हता. फेरीबोटीवर शूपॉलिश करताकरता कठड्यापाशी उभं राहून जो काही विचार त्याने केला होता- वाढत्या शहराने दिलेल्या वाढत्या संधींचा विचार तो विसरला नव्हता. त्याने जमीन खरेदी केली, तिला किंमत येईल, अशी अजिबात अपेक्षा नसताना, सर्वांनी विरुद्ध सल्ला दिला असतानाही त्याने त्या जमिनी घेतल्या. शंभराच्या जागी हजाराचा भाव कधी होत गेला कळलंही नाही. त्याने बरेच धंदे विकत घेतले. त्यातले काही पार बारगळले. त्यात बाकी सर्वांची वाट लागली, तरीही गेल वायनान्ड तेवढा टिकून रहात असे.

त्याने एका संशयास्पद टॅक्सीसेवेची मक्तेदारी उघड करण्यासाठी मोहीम राबवली. आणि तिची फ्रँचाइझ मोडून पडली. मग ती फ्रँचाइझ आणखी एका अधिक संशयास्पद गटाला मिळाली- त्याचा ताबा गेल वायनान्डकडे होता. त्याने मध्यपश्चिमेकडच्या देशांना बीफ पुरवण्यासाठी काम करणाऱ्या एका गटाचा सारी विक्री ताब्यात घेण्याचा प्रयत्न हाणून पाडला आणि दुसऱ्या गटासाठी मार्ग मोकळा केला. तो गट त्याच्या हाताखाली काम करायला तयार होता.

अनेक लोकांना शोध लागत गेला की, वायनान्ड नावाचा तरुण फार कामाचा आहे, त्याला वापरलं पाहिजे. आपला वापर करून घेतला जावा म्हणून तो आनंदाने तयार असे. पण प्रत्येक वेळी लोकांना बऱ्याच उशिराने लक्षात येत असे की, त्यानेच त्यांचा वापर करून घेतलाय. गेल वायनान्डच्या नावाने गॅझेट विकत घेऊन त्याला वापरू पहाणाऱ्या लोकांचं जे झालं तेच सर्वांचं होत असे.

कधीक्वचित तो आपल्या भांडवली गुंतवणुकीवर नुकसानही सोसत असे. तो ज्या माणसांना धुळीला मिळवायचं मनात योजत असे, त्यांना तो धीमेधीमे धुळीला मिळवत असे. आणि त्याने कसकशी पावलं उचलली, याचा मागमूसही कुणाला लागत नसे. एका बँकेचा अध्यक्ष, एका इन्शुरन्स कंपनीचा प्रमुख, एका जहाज कंपनीचा मालक, आणि असे कितीतरी त्याने आजवर संपवले होते. त्याचा हेतू काय तेही कुणाला कळत नसे. ही माणसं त्याची प्रतिस्पर्धी होती असंही नव्हतं. त्यांना नामोहरम करून त्याला काहीही मिळवण्यासारखं नव्हतं.

लोक म्हणत, 'तो हरामजादा वायनान्ड कशाच्या मागे लागलाय माहीत नाही, पैशाच्या मागे तर नक्कीच नाही.'

जे कोणी त्याच्यावर सातत्याने टीका करीत त्यांची लवकरच आपापल्या व्यवसायातून गच्छन्ती होत असे. कुणाची आठवड्यांच्या हिशेबांत, कुणाची वर्षांच्या. कधीकधी तो फार मोठा अपमान आपल्या लक्षात आलाच नाही, असं दाखवत असे. आणि कधीकधी एखाद्या सहजशा शेऱ्यासाठीसुद्धा एखाद्याला धूळ चारत असे. तो कोणत्या गोष्टीला क्षमा करून टाकेल नि कोणत्या गोष्टीचा सूड उगवेल, सांगता येणं कठीण होतं.

एक दिवस त्याने दुसऱ्या एका वृत्तपत्रात लिखाण करणाऱ्या एका तरुण मुलाचा खूप छान लेख वाचला. त्याने त्याला बोलावून घेतलं. पण त्याने देऊ केलेल्या पगाराच्या आकड्याचा त्याच्यावर काहीच परिणाम झाला नाही.

'मी तुमच्यासाठी काम नाही करू शकणार. मि. वायनान्ड,' तो प्रामाणिकपणे म्हणाला, 'कारण... कारण तुमच्यासमोर काहीही ध्येयवाद नाही.'

वायनान्डची पातळ जिवणी किंचित्स्मितात रुंदावली.

'मानवी नीतिभ्रष्टतेपासून तुझी सुटका होणार नाही, बेटा.' तो हलकेच म्हणाला, 'तू ज्या बॉससाठी काम करतोस, तो ध्येयवादी असेल, पण त्याला पैशासाठी हात पसरावे लागतात आणि मग त्यासाठी अनेक तिरस्करणीय लोकांकडून आज्ञा स्वीकाराव्या लागतात. मी ध्येयवादी नाही, पण मी भीकही मागत नाही. तुझी तू निवड कर. दुसरा काही मार्ग नसतोच.'

तो मुलगा पुन्हा आपल्या पेपरकडे परतला. एक वर्षानंतर तो वायनान्डकडे परतला आणि त्याने विचारलं, अजूनही ऑफर आहे का म्हणून. वायनान्डने होकार दिला. त्यानंतर तो मुलगा बॅनर सोडून कुठेही गेला नाही. सगळ्या कर्मचाऱ्यांमध्ये त्याचं एकट्याचंच वायनान्डवर खऱ्या अर्थाने प्रेम होतं.

आल्वा स्कॅरेट हा एकमेव संपादक जुन्या गॅझेटमधून तिथे उरला होता. तो वायनान्डबरोबरच वर चढला होता. पण तरीही त्याचं वायनान्डवर प्रेम होतं असं म्हणता आलं नसतं. तो केवळ बॉसला धरून रहायचा. त्याने वायनान्डला वाहून घेतलेलं. पायाखालचं जाजम असावा तसा तो होता. आल्वा स्कॅरेटला कुणाचाच द्वेष वाटत नसे आणि प्रेमही वाटत नसे. तो धूर्त होता, कुशल होता आणि क्रौर्य म्हणजे नेमकं काय ते ठाऊकच नसल्यासारखा निष्पापपणे क्रूरही होता. तो जे काही लिहायचा त्यावर त्याचा पूर्णपणे विश्वास असायचा. बॅनरमधे जे जे छापलं जायचं त्यावर त्याचा पूर्ण विश्वास होता. त्याचा कुठलाही ठाम विश्वास दोन आठवड्यांपर्यंत सलग टिकायचा. वायनान्डसाठी तो फार उपयोगी होता- लोकमताचा वायुभारमापक होता तो.

गेल वायनान्डला खाजगी जीवन होतं की नव्हतं, लोकांना प्रश्न पडे. त्याचं ऑफिसच्या बाहेरचं आयुष्य बॅनरच्या मुखपृष्ठासारख्याच शैलीचं होत चाललं होतं... फक्त जरा अधिक उंचीवर. तीही जणू सर्कसच होती- राजेशाही करमणुकीचा खेळ होता तोही. एखाद्या सुंदर ऑपेरासाठी तो अख्ख प्रेक्षागृह घेऊन ठेवत असे. आणि केवळ स्वतःच्या -सध्याच्या रखेलीला घेऊन रिकाम्या प्रेक्षागृहात बसे. त्याला एका अनाम लेखकाने लिहिलेलं फार सुंदर नाटक सापडलं. त्याने त्याला प्रचंड मोठी बिदागी देऊन ते नाटक एकदाच सादर करून मग कायमचं बंद करायला फर्मावलं होतं. त्या नाटकाचा तो एकमेव प्रेक्षक होता. दुसऱ्या दिवशी सकाळी नाटकाची संहिता जाळून टाकण्यात आली. एका अतिशय प्रतिष्ठित उच्चभ्रू वर्तुळातल्या स्त्रीने त्याला एका सामाजिक कार्यासाठी मदत द्यायची विनंती केली, तेव्हा त्याने तिच्याकडे सही करून कोरा चेक दिला, आणि हसत कबूल केलं, की, ती त्यावर जेवढी रक्कम घालण्याचं धारिष्ट्य दाखवेल त्यापेक्षा कितीतरी मोठी रक्कम तो देण्याची शक्यता होती. एकदा एका गुत्यात भेटलेल्या एका खोटारड्या दरिद्री माणसासाठी त्याने कसलंस सिंहासन खरेदी केलं. नंतर त्याची दखलही घेतली नाही.

कधीकधी रात्री वायनान्ड स्वस्तातला सूट घालून ट्रेनने प्रवास करत, झोपडपट्ट्यांतल्या आपल्या वाचकांचा कानोसा घेत फेरफटका करी. एकदा एका बीअर जॉइन्टमधे एक ट्रक ड्रायव्हर गेल वायनान्डला जोरजोरात शिव्या घालत होता. भांडवलदारीच्या पापाचा तो सगळ्यात मोठा भागीदार आहे, असं म्हणत तो त्याच्यावर अतिशय रंगीबेरंगी शिव्यांचा वर्षाव करत होता. वायनान्ड त्याच्या सुरात सूर मिसळून स्वतःच्या हेल्स किचनमधल्या कमावलेल्या शिव्यांची त्यात भर घालत होता. मग वायनान्डने कुणीतरी टाकून दिलेली बॅनरची एक कॉपी उचलली. त्यात पान तीनवर त्याचा फोटो होता, तो फाडून काढला, त्यावर शंभर डॉलरची नोट क्लिपने लावली. ती त्या ट्रक ड्रायव्हरला देऊन कुणाच्या काही लक्षात येण्याआत तिथून चालता झाला.

त्याच्या ठेवलेल्या बाया इतक्या झटपट बदलत की, त्याबद्दल बाजारगप्पा उठायच्याही बंद झाल्या. असं म्हटलं जात असे की, जोवर तो एखाद्या बाईला विकत घेत नाही तोवर त्याला ती बरीच वाटत नाही... आणि ती बाईही अशी असावी लागते की, जी विकत घेता येण्यासारखी नसते.

आपल्या जगण्याचं गुपित अबाधित राखण्यासाठी तो ते चावडीवर मांडत होता जणू. अत्यंत भडक रंगात रंगवलेलं असायचं त्याचं संपूर्ण खाजगी आयुष्य. त्याने स्वतःला गर्दीच्या हाती सोपवलं होतं, तो कुणाचीही मालमत्ता असू शकत होता. सार्वजनिक उद्यानातल्या शिल्पासारखा, बसस्टॉपवरच्या बोर्डसारखा, बॅनरच्या पानांसारखा तो जगजाहीर झालेला. सिनेतारकांचे फोटो छापले जातील त्यापेक्षा अधिक वेळा त्याचे फोटो बॅनरच्या पानांत झळकायचे. अनेक प्रकारच्या समारंभात, तऱ्हेतऱ्हेच्या कपड्यांत त्याचे फोटो काढले गेले होते. त्याचा नागवा असा फोटो एकही काढलेला नव्हता, पण वाचकांना तोही काढल्यासारखा वाटायचा. व्यक्तिगत प्रसिद्धीचा त्याला अजिबात शौक नव्हता, पण धोरणात्मक भाग म्हणून त्याने सारं मान्य करून टाकलेलं. त्याच्या पेन्टहाऊसचा कानाकोपरा त्याच्या पेपर्सच्या नि मासिकांच्या पानांतून छापून आला होता.

'या देशातल्या प्रत्येक हरामजाद्याने माझ्या घराचीच काय घरातल्या आइसबॉक्सची नि बाथटबचीही आतली बाजू पाहिली आहे.' तो म्हणायचा.

□ □ □

त्याच्या आयुष्यातली एक बाजू मात्र फारशी कुणाला माहीत नव्हती. त्याबद्दल कधी कुठे अवाक्षरही छापून येत नसे. त्याच्या पेन्टहाऊसच्या खालचा, त्या बिल्डिंगचा सर्वात वरचा मजला म्हणजे त्याची सर्वस्वी खाजगी अशी आर्ट गॅलरी होती. ती कुलुपबंद असायची. त्याची व्यवस्था राखणारा कर्मचारी सोडला तर तो कुणालाही तिथे आत येऊ देत नसे. फारच मोजक्या लोकांना त्याचं अस्तित्व माहीत होतं. एकदा एका फ्रेंच राजदूताने त्याच्याकडे ती आर्ट गॅलरी पाहू देण्याची विनंती केली होती. आणि त्याने नकार दिला होता.

क्वचित कधीतरी तो त्या गॅलरीत उतरून जायचा आणि मग तिथे तासन्तास काढायचा. साऱ्या कलावस्तू त्याने केवळ स्वतःच्या निवडीने जमवल्या होत्या. स्वतःचे मापदंड लावून. त्याच्याकडे काही अतिशय प्रसिद्ध कलाकृती होत्या. काहीच ओळख नसलेल्या चित्रकारांची काही चित्रं होती. अनेकदा त्याने कलेतिहासात अमर झालेल्या कलाकारांच्या कृतीही नाकारल्या होत्या. केवळ त्या त्याला स्वतःला आवडल्या नव्हत्या म्हणून. कलाकृतींच्या किमती आणि त्याखाली कुणाच्या सह्या आहेत, याच्याशी त्याला काहीच कर्तव्य नव्हतं. या क्षेत्रातल्या ज्या व्यावसायिकांशी तो व्यवहार करीत असे त्यांच्या मते वायनान्डची निवड ही अत्युत्तम असायची.

एक दिवस त्याच्या सेवकाला वायनान्ड त्याच्या गॅलरीतून वर आलेला दिसला आणि त्याच्या चर्येवरचे भाव पाहून तो दचकून गेला. त्या चेहऱ्यावर वेदना सोसल्याचे गडद व्याकुळसे भाव होते... पण तो दहा वर्षांनी तरुण दिसत होता.

'तुम्हाला बरं वाटत नाहीये का, सर?' त्याने विचारलं.

वायनान्ड त्याच्याकडे निर्विकारपणे पहात म्हणाला,'जा, झोप तू.'

'आपण तुझ्या गॅलरीवर काय मस्त रविवार पुरवणी करू शकू.' आल्वा स्कॅरेट एकदा म्हणाला होता.

'नाही.' वायनान्ड उत्तरला.

'पण का, गेल?'

'हे बघ, आल्वा. या जगात प्रत्येक माणसाला स्वतःच्या आत्म्याचा काही भाग तरी लोकांच्या नजरेआड ठेवता येतो. अगदी कैद भोगणाऱ्या गुन्हेगाराला, रस्त्यावर खेळ करणाऱ्यांनासुद्धा ते जमतं. सर्वांना शक्य होतं ते- फक्त मलाच ती मुभा नाही. माझा आत्मा साराच्या सारा तुझ्या रविवारच्या बाजारू पुरवणीवर अंथरलेला असतो... तिरंगी छपाईत. त्यामुळे मला एक पर्यायी आत्मा असावा लागतो... जरी तो एका कुलुपात बंद असला तरीही... काही वस्तू आहेत त्या... पण त्यांना कुणाचे चाचपडणारे स्पर्श व्हायला नकोत.'

एक प्रक्रिया सुरू झाली होती... आणि या त्याच्या काही पूर्वखुणा होत्या... गेल वायनान्डच्या व्यक्तिमत्त्वात तो पंचेचाळीस वर्षांचा होताहोता काही वैशिष्ट्यपूर्ण बदल होत चालले होते. पण स्कॅरेटच्या ते लक्षात आलं नव्हतं. मग ते अनेकांना जाणवू लागले. उद्योजकांना खेळवण्यातला वायनान्डचा रस संपत चालला. पैसा लावणाऱ्यांना धडा शिकवण्यातला उत्साह संपला. तो जरा वेगळीच सावजं शोधू लागला, तो त्याचा खेळ होता की, वेड होतं की तो जाणूनबुजून सारं करत होता ते कळत नव्हतं. त्यात काही अर्थ वाटत नव्हता. त्यात एक भयानक विकृती आहे असंच वाटायचं कुणालाही.

ड्वाइट कार्सनपासून या खेळाची सुरुवात झाली. ड्वाइट कार्सन हा एक अतिशय बुद्धीवान तरुण लेखक होता. आपल्या तत्त्वनिष्ठांशी चुकूनही तडजोड न करणारा लेखक म्हणून त्याची फार तरुण वयातच कीर्ती पसरली होती. बहुसंख्येच्या विरोधात व्यक्तीचे हक्क उचलून धरणारा तो लेखक होता. खूप प्रतिष्ठित पण कमी खपाच्या काही मासिकांसाठी तो लिहायचा. त्यांच्यापासून वायनान्डला काहीही धोका नव्हता. वायनान्डने ड्वाइट कार्सनला विकत घेतलं. त्याने कार्सनला बॅनरमधे सदर लिहायला भाग पाडलं. त्यात त्याने व्यक्तीपेक्षा समष्टीचं महत्त्व कसं थोर आहे यावर लिहिणं अपेक्षित होतं. ते सदर अगदी वाईट असायचं. कंटाळवाणं आणि तर्कहीन. लोकांना राग यायचा ते वाचून. त्यात जागाही वाया जात होती आणि एवढा मोठा पगारही व्यर्थ जात होता. पण वायनान्डने ते तसंच चालू ठेवायचं म्हणून आदेश दिले होते.

कार्सनच्या या तत्त्वत्यागाने अगदी आल्वा स्कॅरेटलाही धक्का बसला.

'इतर कुणीही हे केलं असतं तर समजू शकलो असतो- पण कार्सनकडून ही अपेक्षा नव्हती, गेल.'

वायनान्ड हसला. कितीतरी वेळ तो हसत राहिला. त्याच्या हास्यात उन्मादाची छटा होती. स्कॅरेट कपाळावर आठ्या चढवून पहात राहिला. वायनान्डचं एखाद्या भावनेवर नियंत्रण न रहाणं त्याला अस्वस्थ करून गेलं. त्याला वायनान्डबद्दल जे काही माहीत होतं, त्याला या त्याच्या प्रतिक्रियेमुळे तडा गेला, स्कॅरेटला थोडंसं भय वाटून गेलं. जणू एकसंध वाटणाऱ्या भिंतीत त्याला एक बारीकसा तडा दिसला होता. एका छोट्याशा तड्यामुळे फार काही झालं नसतं त्या भिंतीला, पण तो तिथं असण्याचं काही कारणच नव्हतं.

काही महिन्यांनंतर वायनान्डने एका आक्रमक पुरोगामी डाव्या मासिकात काम करणारा एक तरुण लेखक विकत घेतला. तोही त्याच्या प्रामाणिक निष्ठेसाठी प्रसिद्ध होता. त्याने त्यालाही एक लेखमाला चालवायला दिली. त्यात त्याने निवडक बुद्धिमान व्यक्तींचं उदात्तीकरण करून बहुसंख्येला शिव्या घालणं अपेक्षित होतं. यामुळेही त्याचे अनेक वाचक रागावले. पण त्याने ते तसंच चालू ठेवलं. बॅनरच्या वितरणावर असल्या गोष्टींचा बारीकसारीक काय परिणाम होतो, त्याची आता त्याला पर्वा राहिली नव्हती.

त्याने एका संवेदनशील कवीला बेसबॉलच्या स्पर्धा कव्हर करण्याचं काम दिलं. एका कलासमीक्षकाला अर्थकारणाच्या बातम्या करायचं काम दिलं. एका समाजवाद्याला उद्योगपतींच्या

बाजूने लिहायला भाग पाडलं आणि एका भांडवलशाहीच्या समर्थकाला कामगारांच्या बाजूने लिहायला लावलं. एका नास्तिकाला धर्माच्या उदात्ततेवर लिहायला सांगितलं आणि एका वैज्ञानिकाला विज्ञानापेक्षा गूढ आंतरिक शक्ती कशी महत्त्वाची असते यावर लिहायला लावलं. एका महान संगीतकाराला त्याने भरमसाठ वार्षिक मानधन दिलं. अट एकच होती त्याने काहीही न करता, एकही ऑर्केस्ट्रा न करता गप्प बसायचं होतं.

यातल्या काहींनी हे करायचं नाकारलं सुरुवातीला. पण मग जेव्हा काही वर्षांनी अनपेक्षित घटनाक्रमांनंतर ते दिवाळखोरीच्या, उपासमारीच्या उंबरठ्यावर आले तेव्हा त्यांनी वायनान्डची ऑफर मागून घेत स्वीकारली. आपल्या सावजाच्या पूर्वकर्तृत्वामधे वायनान्डला काडीचाही रस नसे. लखलखतं यश मिळवलेल्या, पण कसल्याही ध्येयाचा किंवा तत्त्वनिष्ठेचा दावा न करणाऱ्या व्यावसायिक माणसांतही त्याला तसूभरही रस नव्हता. त्याच्या सर्व सावजांमधे एकच गोष्ट सामायिक होती- त्यांची नैतिकता, त्यांची तत्त्वनिष्ठा.

एकदा त्यांचा कणा मोडला की, वायनान्ड त्यांना ठरल्याप्रमाणे व्यवस्थित पगार देत रहायचा. पण त्याला त्यांच्याबद्दल यत्किंचितही पर्वा उरत नसे. तो त्यांना भेटतही नसे कधी. ड्वाइट कार्सन दारूत बुडाला. इतर दोघेही ड्रग्जच्या आहारी गेले. एकाने आत्महत्या केली. हे मात्र स्कॅरेटला अती झालं, 'हे जरा जास्तच होतंय, गेल. हा खूनच झाला म्हणायचा.'

'अजिबात नाही.' वायनान्ड म्हणाला, 'मी केवळ एक बाह्य परिस्थिती निर्माण केली म्हणू शकतोस फार तर. त्या दुर्दैवाचं कारण तर त्याच्या आत्म्यातच होतं. एखाद्या पोखरलेल्या झाडावर वीज कोसळल्यानंतर ते झाड कोसळलं तर ती चूक विजेच्या लोळाची नसते.'

'पण तू निरोगी झाडं कशाला म्हणतोस?'

'ती नसतातच अस्तित्त्वात, आल्वा,' वायनान्ड मजेत म्हणाला, 'नसतातच.'

आल्वा स्कॅरेटने या त्याच्या नव्या खेळाचं स्पष्टीकरण कधी विचारलं नाही. त्याला अंधुकशी कल्पना आली होती त्या कारणाची. स्कॅरेट खांदे उडवत हसायचा आणि लोकांना उडवून लावायचा, 'काळजीचं काहीच कारण नाही. त्याचा सेफ्टी व्हाल्व आहे तो.'

फक्त दोनच माणसांना गेल वायनान्डचा हेतू कळू शकत होता. आल्वा स्कॅरेटला अंशतः. आणि एल्सवर्थ टूहीला पूरेपूर.

एल्सवर्थ टूहीला वायनान्डबरोबर भांडण टाळायची जरी मनापासून इच्छा होती तरीही त्याला मनातून कुठेतरी थोडंसं वैषम्यही वाटे की, वायनान्डने त्याची शिकार करायचा प्रयत्न केला नव्हता. वायनान्डने आपल्याला लालूच दाखवायचा प्रयत्न करायला हवा असंही त्याला फार वाटायचं- मग त्याला परिणामांची पर्वा नव्हती. पण वायनान्ड त्याची क्वचितच दखल घेत असे.

वायनान्डला मृत्यूची भीती कधीच नव्हती. आत्महत्येचा विचार गेल्या अनेक वर्षांत फिरूनफिरून त्याच्या मनात येऊन गेलेला. आत्महत्येच्या मूळ हेतूने नव्हे- तर जीवनातली एक संधी म्हणून. तो त्या विचाराकडे त्रयस्थपणे पाहू शकत असे, एक नतमस्तक औत्सुक्य असावं तसा आणि मग त्याबद्दल विसरूनही जात असे. त्याच्या इच्छाशक्तीचं बळ कधीकधी पार ओसरून जायचं, त्यावेळी असीम थकव्याचे रिकामे क्षण अनुभवले होते त्याने. त्या त्या वेळी तो आपल्या आर्ट गॅलरीत काही तास काढून पुन्हा स्वतःला सावरून घ्यायचा.

असाच तो त्याच्या एक्कावन्नाव्या वर्षी काहीही फारसं झालेलं नसताना एका संध्याकाळी थकून गेला होता- एक पाऊल उचलण्याचीही इच्छा गमावून बसलेला.

□ □ □

गेल वायनान्ड पलंगाच्या कडेवर बसून होता. कोपरे गुडघ्यांवर टेकवून, पोक काढून, हातात पिस्तुल धरून...

कुठेतरी उत्तर आहे हे नक्की, तो विचार करत होता. पण मला जाणून घ्यायचं नाहीये... मला जाणून घ्यायचं नाहीये.

आपलं आयुष्य तपासून पहाण्याची इच्छा संपणं याच्या मुळाशी त्याला जे भय जाणवलं होतं त्यातून त्याला कळलं की आज तो मरणार नक्कीच नव्हता. कसलीतरी भीती वाटते आहे याचा अर्थ अजूनही आपला जगण्यावर एक पाय तरी आहे... याचा अर्थ केवळ पुढे जाऊन कसल्याशा अज्ञात संकटाला सामोरं जाणं एवढाच असेल तरीही... मरण्याच्या विचारातून तो कोरा रहात होता. जगण्याच्या विचारातून त्याला एक बारीकशी सवलत मिळत होती- भीतीची चाहूल त्यात होती.

त्याने पिस्तुलाचं वजन हातानेच तोललं. तो किंचित हसला- किंचित तुच्छतेचं हसू. नाही... हे तुझ्यासाठी नाही. इतक्यात नाही. अजूनही निरर्थकपणे मरू नये इतपत तुला वाटतंय. तू तेवढ्या विचाराने तरी थांबलास. तेवढंतरी शिल्लक आहे- काही तरी शिल्लक आहे.

त्याने पिस्तूल पलंगावर फेकलं... तो क्षण सरला होता. आणि त्या पिस्तुलापासून आता काहीच धोका उरला नव्हता. तो उठला. त्याला उत्साह उरला नव्हता, तो थकला होता, पण तो त्याच्या नेहमीच्या वाटेवर पुन्हा एकदा चालू लागलेला. आता काही प्रश्न उरले नव्हते... फक्त दिवस संपवायचा आणि झोपी जायचं. एक ड्रिंक घ्यायला म्हणून तो खाली आपल्या अभ्यासिकेत गेला. त्याने दिवा लावला तेव्हा त्याच्या नजरेला पडली ती टूहीची भेट. त्याच्या टेबलवर एक भला मोठा उभट खोका होता. त्याने तो संध्याकाळीच तिथे आलेला पाहिला होता. 'काय असेल ते- मरो.' असा विचार करून तो त्याचं अस्तित्त्व विसरून गेला होता.

त्याने आपलं ड्रिंक ओतून घेतलं आणि घुटके घेत उभा राहिला. तो खोका एवढा मोठा होता की कुठूनही त्याच्या नजरेच्या टप्प्यात आला असता. आणि ड्रिंक घेता घेता तो त्यात काय असेल असा विचार करीत राहिला. फर्निचरचा प्रकार असावा तर तो खूपच उंच उभट होता. टूही त्याला कसली किमती वस्तू पाठवणार- त्याला कळू शकत नव्हतं. त्याने अपेक्षा असल्या कसल्या वस्तूची केलीच नव्हती. त्याला वाटलेलं एखादं पाकिट असेल- कसल्यातरी ब्लॅकमेलची गर्भित सूचना देणारं पत्र... अनेक लोकांनी त्याला ब्लॅकमेल करण्याचे अयशस्वी प्रयत्न करून झाले होते. टूहीला त्यापेक्षा जास्त कळत असावं, असा त्याचा अंदाज होता.

त्याचं ड्रिंक संपेतोवर त्याला त्या खोक्यात काय असू शकेल याचा काहीच अंदाज आला नाही. एखाद्या कठीण शब्दकोड्यासारखा तो खोका तिथे उभा होता- त्याला रागच आला. जवळच कुठल्यातरी ड्रॉवरमधे हत्यारांची पेटी होती. ती काढून त्याने तो खोका उघडला.

ती होती स्टीवन मॅलरीने कोरलेली डॉमिनिक फ्रँकनची मूर्ती. गेल वायनान्ड त्याच्या डेस्ककडे गेला. हातातले प्लायर्स त्याने हलकेच खाली ठेवले- जणू ते काचेचे असावेत इतक्या काळजीपूर्वक. मग तो वळला आणि त्या शिल्पाकडे पुन्हा पहात राहिला. एक तासभर तो त्याकडे पहात उभा राहिला. मग टेलिफोनकडे जात त्याने टूहीचा नंबर फिरवला.

'हेलो?' टूहीने घोगऱ्या, वैतागल्या स्वरात उत्तर दिलं. गाढ झोपेतून उठून तो उत्तरला होता हे स्पष्टच होतं.

'ठीक आहे, या इथे.' वायनान्डने फोन ठेवूनही दिला.

अर्ध्या तासानंतर टूही त्याच्या घरी येऊन पोहोचला. वायनान्डच्या घरी यायची त्याची पहिलीच वेळ होती. वायनान्डने स्वतःच दार उघडलं. तो अजूनही नाइटड्रेसमधेच होता. तो काहीही न बोलता

अभ्यासिकेत शिरला आणि टूही मागोमाग गेला.

मस्तक उत्कट उत्फुल्लतेने मागे टाकून उभी असलेली ती संगमरवरातील नग्न मूर्ती- त्या खोलीचं संपूर्ण अस्तित्त्वच पालटून टाकलं होतं तिने... जणू आता ती नव्हतीच अस्तित्त्वात- ती खोली स्टोडार्ड मंदिराच्या वास्तूसारखी होऊन गेली होती. वायनान्डची दृष्टी एल्सवर्थ टूहीकडे अपेक्षेने खिळून राहिली होती. त्या अपेक्षेत दबलेलासा संतापही असावा.

'तुम्हाला अर्थातच या मॉडेलचं नाव हवं असणार?' टूहीच्या स्वरात विजयी छटा होती.

'हेल. अजिबात नाही.' वायनान्ड म्हणाला, 'मला या शिल्पकाराचं नाव हवंय.'

टूहीला हा प्रश्न का आवडला नसावा, याचं त्याला थोडंसं आश्चर्य वाटलं. टूहीच्या मुद्रेत अपेक्षाभंगापेक्षाही काहीतरी अधिक होतं.

'शिल्पकार?' टूहीने विचारलं, 'जरा थांबा हं... मला जरा आठवू दे. मला माहीत होतं ते... स्टीवन की स्टॅन्ली- स्टॅन्ली काहीतरी... नाही खरंच आठवत नाही.'

'तुम्हाला हे शिल्प विकत घेण्याची अक्कल असेल, तर तुम्हाला शिल्पकाराचं नाव विचारण्याचीही अक्कल असलीच पाहिजे. आणि ते कधीही न विसरण्याची.'

'मी पाहून ठेवीन, मि. वायनान्ड.'

'कुठे मिळालं हे शिल्प तुम्हाला?'

'एका आर्ट शॉपमधे. सेकंड ॲव्हेन्यूमधल्या दुकानांच्या रांगेतच.'

'ते तिथं कसं आलं?'

'माहीत नाही. विचारलंच नाही मी. मी ते विकत घेतलं, कारण ही मॉडेल माझ्या ओळखीची होती.'

'खोटं बोलताय तुम्ही. तुम्हाला त्यात तेवढंच दिसलं असतं, तर आज तुम्ही जी जोखीम पत्करलीत, ती पत्करली नसतीत. मी माझ्या गॅलरीत कुणालाही येऊ देत नाही. त्या गॅलरीसाठी काही भेट देण्याचं धाष्टर्य करणाऱ्याला मी क्षमा करीनसं वाटतं! असली भेट मला देण्याची प्राज्ञा कुणी केली नाही आजवर. याचं मोल, याची वादातीत कलात्मकता माहीत नसती तर तुम्ही खात्रीने ती मला नजर केली नसतीत. हे मी स्वीकारेनच याची खात्री असल्याशिवाय हे तुम्ही केलं नसतंत. मला हरवण्याची खात्री होती तुम्हाला आणि ते साध्य केलं आहेत तुम्ही.'

'फार आनंद झाला हे ऐकून, मि. वायनान्ड.'

'याचा आनंद होत असेल, तर हेही ऐकून ठेवा, यासारखं शिल्प तुमच्यासारख्याच्या मार्फत यावं याचा मला अतीव संताप वाटतो आहे. याचं मोल तुम्हाला कळतं याचाच मला संताप वाटतो आहे. तुमच्या व्यक्तित्वात बसत नाही ते, असं मला वाटतं. अर्थात, तुम्ही मला वाटत होतं त्यापेक्षा जास्त प्रमाणात कलातज्ज्ञ आहात, हे मला मान्य करावं लागतंय यानंतर.'

'जे काही म्हणताय... त्यातले कौतुकाचे शब्द तर मान्य करायला हवेत, थँक यू, मि. वायनान्ड.'

'आता सांगा, काय हवं होतं तुम्हाला? मी मिसेस पीटर कीटींगना भेटणं मान्य केलं तरच तुम्ही मला ही वस्तू द्याल हेच तुम्ही सुचवू इच्छिता नाही का?'

'छे छे, मि. वायनान्ड, मी हे तुम्हाला दिलंय. भेट म्हणून दिलंय. मी सांगू इच्छितो आहे ते इतकंच की- याच मिसेस पीटर कीटींग आहेत.'

वायनान्डने त्या शिल्पाकडे पाहिलं आणि मग टूहीकडे.

'ओः, तू किती मूर्ख आहेस...' वायनान्ड खालच्या आवाजात बोलला.

टूही त्याच्याकडे दचकून डोळे विस्फारून पहातच राहिला.

‘अखेर तू खरंच हे शिल्प वेश्येच्या खिडकीमधला लाल दिवा म्हणूनच वापरलंस!?’

वायनान्डने जणू सुटकेचा निःश्वास टाकला. आता टूहीच्या नजरेला नजर देण्याचीही त्याला गरज वाटत नव्हती. ‘हे बरं झालं, टूही, मला क्षणभर वाटलं तेवढा काही तू हुशार नाहीस.’

‘पण मि. वायनान्ड, काय...?’

‘तुला हे कळलं नाही... की तुझ्या त्या मिसेस कीटींगमधे मला जो काही रस वाटला असता, तो या शिल्पामुळे पुरेपूर नाहीसा होईल म्हणून.’

‘तुम्ही त्या स्त्रीला पाहिलेलं नाही, मि. वायनान्ड.’

‘ओः... सुंदर तर असेलच ती. ती या पुतळ्यात दिसते त्यापेक्षासुद्धा अधिक सुंदर असेल कदाचित. पण त्या शिल्पकाराने तिला जे दिलं आहे ते तर तिच्यात नसेलच. आणि तो चेहरा काहीही अर्थाविना पहाणं... एखादं मृतवत व्यंगचित्र पहावं तसं... तुला नाही वाटत की, त्या स्त्रीचा नंतर कुणालाही रागच येईल म्हणून?’

‘तुम्ही तिला पाहिलेलं नाहीत.’

‘ओः, ठीक आहे. भेटेन मी तिला. मी तुला म्हटलं होतं की- जो काही तमाशा तू चालवला आहेस, त्यातून एकतर पूर्णपणे सुटशील किंवा नोकरी गमावून बसशील. मी काही तिच्याबरोबर झोपण्याचं वचन नाही देत तुला. हो ना... फक्त भेटणार.’

‘तेवढंच हवं होतं, मि. वायनान्ड.’

‘तिला माझ्या ऑफिसमधे फोन करून वेळ ठरवून घ्यायला सांग.’

‘थँक यू, मि. वायनान्ड.’

‘शिवाय त्या शिल्पकाराचं नाव माहीत नाही हे तू खोटं सांगतो आहेस. पण तुला कुठे मी सांगण्याचा आग्रह करत राहू? ती सांगेल मला.’

‘ती नक्कीच सांगेल. पण मी कशाला खोटं सांगेन?’

‘देव जाणे. तो जराजरी कमी प्रतीचा शिल्पकार असता, तर तुला नोकरी गमवावी लागली असती.’

‘पण माझा करार आहे तुमच्याशी.’

‘ओः. ते सोड तुझ्या कामगार संघटनांसाठी, एल्सी! आणि आता मला वाटतं तू मला गुड नाइट म्हणावंस आणि इथून निघावंस हे बरं.’

‘होय मि. वायनान्ड, तुम्हाला रात्र सुखाची जावो.’

वायनान्ड त्याला हॉलपर्यंत सोडायला आला. दारापाशी वायनान्ड म्हणाला,

‘तू फारच वाईट बिझनेसमन आहेस, टूही. त्या मिसेस कीटींगला मला भेटवण्यासाठी तू इतका उत्सुक का आहेस मला माहीत नाही. कीटींगसाठी हे कमिशन मिळवण्याची तुला एवढी काय पडलीय माहीत नाही मला. पण जे काही असेल त्यासाठी एवढ्या सुंदर शिल्पाचा तू त्याग करावास, एवढं तर ते मौल्यवान निश्चितच नसणार.

❑

२

'तू ते पाचूचं कंकण का नाही घातलंस?' पीटर कीटींगने विचारलं,'गॉर्डन प्रेस्कॉटची ती मैत्रिण- लग्न करणार आहे म्हणे- ती तिच्या स्टार सफायरने सर्वांचं लक्ष वेधून घेत असते.'

'चुकलंच माझं, पीटर. पुढल्या वेळी घालेन.' डॉमिनिक म्हणाली.

'छान झाली पार्टी. तुझा वेळ चांगला गेला की नाही?'

'माझा वेळ नेहमीच चांगला जातो.'

'माझाही... पण- ओः गॉड, तुला खरं सांगू?'

'नको.'

'डॉमिनिक, मला मरणाचा कंटाळा आलेला. व्हिन्सेट नोल्टन म्हणजे त्रास आहे नुसता. कसला दिखाऊ आहे तो. नको नको वाटतं त्याच्या बरोबर.' त्याने सावधपणे विचारलं, 'मी कुठे दर्शवलं नाही ना तसं?'

'नाही. तू अगदी छान वागत होतास. तू त्याच्या सगळ्या विनोदांवर हसत होतास- दुसरं कुणी हसलं नाही तरी तू हसत होतास.'

'ओः तुझ्या लक्षात आलं का ते? तसं केल्याचा नेहमी फायदा होतो.'

'हो. आलं माझ्या लक्षात.'

'मी तसं करू नये असं वाटतं ना तुला?'

'मी नाही तसं म्हटलं.'

'तसं करणं फार नादानपणाचं वाटतं तुला... हो ना?'

'मला काहीच करणं नादानपणाचं वाटत नाही.'

तो आरामखुर्चीत थोडा पुढे घसरून बसला. त्यामुळे त्याची हनुवटी त्याच्या छातीत कशीशीच घुसून स्थिरावली, पण तरीही त्याने पुन्हा हलून सरळ बसण्याचा प्रयत्न केला नाही. त्याच्या दिवणाखान्यातल्या फायरप्लेसमधे आग पेटली होती. त्याने एकच पिवळ्या सिल्क-शेडचा दिवा ठेवून बाकी सारे बंद केले होते. पण त्यामुळे ती खोली छान उबदार एकान्ताची वाटण्याऐवजी नुसतीच भकास वाटत होती. रिकाम्या पडलेल्या अपार्टमेन्टसारखी. डॉमिनिक खोलीच्या दुसऱ्या टोकाला बसली होती. सरळ पाठीच्या एका खुर्चीत तिचं नाजूकसं कृश शरीर नेटकंच मावलं होतं. ती ताठरपणे बसली नव्हती. पण जणू तिचा डौल आरामात बसणं शक्य करीत नव्हता. ते दोघेच होते तिथे, पण ती एखाद्या सार्वजनिक कार्यक्रमात आवरून सावरून बसावी तशी बसून होती, किंवा भरगर्दीच्या रस्त्यातल्या दुकानाच्या खिडकीत मांडून ठेवलेल्या सुंदर ड्रेस चढवून ठेवलेल्या पुतळ्यासारखी. व्हिन्सेंट नोल्टनच्या घरून चहा-पार्टीला जाऊन ते नुकतेच परतले होते. हा कीटींगचा नवानवा मित्र होता. समाजात प्रचंड प्रतिष्ठा असलेला मित्र. ते येताना बाहेरून डिनर घेऊन आलेले आणि आता सारी संध्याकाळ रिकामी पडलेली. उद्यापर्यंत काहीच कार्यक्रम नव्हते.

'मिसेस मार्श ईश्वरवादावर बोलताना तू हसायला नको होतंस. त्यांचा त्यावर फार विश्वास आहे.' तो म्हणाला.

'चुकलंच माझं. पुढच्या वेळी काळजी घेईन.'

ती पुढे काहीतरी बोलेल, काहीतरी विषय काढेल, म्हणून तो वाट पहात राहिला. ती काहीच बोलत नव्हती. अचानक त्याला जाणवलं की, ती कधीच त्याच्याशी स्वतःहून कशावरही बोलायची

नाही. लग्न झाल्याला वीस महिने उलटले होते- त्यात एकदाही ती स्वतःहून कशासंबंधी बोलली नव्हती. हे कसं शक्य आहे- हास्यास्पद विचार आहे हा... मग त्याने बुद्धीला ताण देऊन ती स्वतःहून कधीकधी बोलली होती ते आठवायचा प्रयत्न केला. अर्थातच बोलली होती ती; ती विचारत असे : 'तू आज रात्री किती वाजेपर्यंत घरी येशील?' शिवाय तिने विचारलं होतं एकदा- 'मंगळवारच्या डिनरला डिक्सन्सनासुद्धा बोलवायचं आहे का?' आणि अशा अनेक गोष्टी विचारायची की ती.

त्याने तिच्याकडे पाहिलं. तिच्या चेहऱ्यावर कंटाळ्याचं चिन्ह नव्हतं. ती त्याला टाळतही नव्हती. ती तिथे व्यवस्थित त्याच्याकडे लक्षपूर्वक पहात, सावचित्त बसून होती. तिचं त्याच्याकडे पूर्ण लक्ष होतं. ती वाचायला काही पुस्तक घ्यायचा प्रयत्न करत नव्हती, कुठेतरी नजर लावून स्वतःतच मग्न होऊन बसत नव्हती. ती थेट त्याच्याकडेच पहात रहायची. तो काहीतरी बोलण्याची वाट पहात रहायची जणू. त्याला हे जाणवून गेलं, की ती नेहमीच आपल्याकडे अशी थेट पहात रहाते. आपल्याला हे आवडतं कां... त्याला विचार पडला. हं... आवडतं खरं. त्यामुळे कुणाबद्दल मत्सर वाटायचा प्रश्न नव्हता. अगदी तिच्या मनात काही विचार चालला असेल कां, याबद्दलही प्रश्न पडायचं कारण नव्हतं. अंहं... पण तसंही नव्हतं... कारण त्यामुळे काही सुटकाच नव्हती. दोघांनाही सुटका नव्हती.

'मी गॅलंट गाल्स्टोन वाचून संपवलं, बरं का.' तो म्हणाला, 'मस्त पुस्तक आहे. एकदम तरल बुद्धीमत्तेची निर्मिती आहे ती. एक दुरात्मा... त्याच्या गालांवरून अश्रू ओघळतात... एक विदूषक- ज्याचं हृदय स्वर्णिम आहे... एका क्षणासाठी का होईना तो देवाचं सिंहासन धरून ठेवू शकतो. आहे...मस्तंय.'

'मी पण सनडे बॅनरमधलं तेच परीक्षण वाचलं होतं.'

'पण मी ते पुस्तक वाचलंय. तुला माहीतीये ते.'

'चांगलं केलंस तू.'

'हं?' तिचे पसंतीचे शब्द ऐकून त्याला बरं वाटलं. छानच वाटलं.

'लेखिकेबद्दल सहानुभूतीने विचार केलास तू. मला खात्री आहे, की लोकांनी तिचं पुस्तक वाचल्याने तिला आनंद होत असेल. त्यात काय असणार हे अगोदरच माहीत असतानाही- तू तेवढा वेळ काढलास ते पुस्तक वाचायला. फार चांगलं केलंस.'

'मला माहीत नव्हतं. पण या परीक्षणाशी मी सहमत आहे खरा.'

'बॅनरमध्ये सगळ्यात चांगली परीक्षणं येतात.'

'खरंय. अर्थातच. त्यामुळे त्यांच्याशी सहमत असण्यात काहीच गैर नाही, हो की नाही?'

'अजिबातच नाही. मी नेहमीच सहमत असते.'

'कुणाशी?'

'सर्वांशी.'

'तू माझी चेष्टा करतेयस, डॉमिनिक?'

'तसं काही कारण तू मला दिलं आहेस का?'

'नाही. मला तरी माहीत नाही. नाही- तसं काहीच नाही.'

'मग मी चेष्टा करत नाहीये.'

तो थांबून राहिला. खालच्या रस्त्यावरून गेलेल्या ट्रकचा धडधडाट काही सेकंदांसाठी तिथे भरून राहिला. पण तो आवाज थांबल्यावर त्याला पुन्हा बोलणं भाग होतं.

'डॉमिनिक, तुला काय वाटतं ते ऐकायला मला आवडेल.'

'कशाबद्दल?'

'कशाबद्दल... कशाबद्दल म्हणजे-' त्याने काहीतरी महत्त्वाचा विषय काढायचा प्रयत्न केला आणि अखेर म्हणाला, 'उदाहरणार्थ व्हिन्सेंट नोल्टनबद्दल.'

'मला वाटतं, त्याचा पार्श्वभाग चाटावा अशा योग्यतेचा माणूस आहे तो.'

'फॉर ख्राइस्ससेक....., डॉमिनिक!'

'चुकलं माझं. वाईट भाषा झाली ही. रीतभातही नाही यात. अर्थातच चूक झाली माझी. कसं म्हणावं बरं... हं, व्हिन्सेंट नोल्टन ओळखीचा व्हावा असा फार छान माणूस आहे. जुन्या घराण्यातल्या लोकांना जरा सहिष्णुपणेच हाताळावं लागतं. आणि आपण दुसऱ्यांच्या मताची किंमत ठेवायला हवी. सहिष्णुता हा फार मोठा गुण आहे. म्हणून व्हिन्सेंट नोल्टनवर आपली मतं लादणं बरोबर होणार नाही. आणि त्याला जे हवं ते त्याला बोलू दिलं, ऐकून घेतलं तर तो आपल्याला मदत करील, कारण तसा तो फार मोठ्या मनाचा, मदत करणारा मनुष्य आहे.'

'हां... आता कसं... हे बरं वाटतं.' कीटींगला ही भाषा ओळखीची होती. 'मला वाटतं सहिष्णुता फार महत्त्वाची आहे. कारण-' तो थबकला. त्याचा आवाज पिळपिळीत झालेला, 'तू आधी जे बोललीस तेच पुन्हा बोललीस.'

'आलं तुझ्या लक्षात.' ती म्हणाली. त्या वाक्यावर प्रश्नचिन्ह नव्हतं. ते एक निर्विकार वाक्य होतं. त्यात उपहासही नव्हता. तो असता तर निदान काहीतरी वैयक्तिक स्पर्श असता त्याला... दुखवण्याची इच्छा तरी त्यात असती. पण तिच्या शब्दांतून गेल्या वीस महिन्यांत एकदाही तो वैयक्तिक स्पर्श जाणवला नव्हता.

तो त्या ज्वाळांकडे नजर लावून बसला. स्वतःच्या घरात, आपल्या फायरप्लेसमधल्या ज्वाळा पहात बसणं हे गृहस्थाच्या आनंदाचं निधान समजलं जात असे, असं त्याने नेहमी वाचलं होतं, ऐकलं होतं. तो जाणीवपूर्वक त्या ज्वाळांकडे पापणीही न लववता पहात बसून राहिला. ऐकलेलं वाचलेलं गृहीत सत्यात उतरावं अशा हट्टाने वाट पहात राहिला. अजून एकच मिनिट मी असाच बसलो तर मला आनंदाचा अनुभव नक्की येईल असा विचार करत राहिला. पण तसं काहीही झालं नाही.

हे चित्र आपण आपल्या मित्रमंडळात कसं छान रंगवू, आपल्या सुखासमाधानाने त्यांना कसं जळवू वगैरे विचार त्याने केला. पण आपण स्वतःची खात्री का पटवू शकत नाही? त्याला जे जे हवंसं होतं ते ते सारं त्याने मिळवलं होतं. त्याला अव्वल स्थान हवं होतं- गेल्या वर्षभरात तो त्याच्या व्यवसायात अव्वल क्रमांकावर होता. त्याला प्रसिद्धी हवी होती- त्याच्याकडे कात्रणांनी भरलेले पाच जाडजूड आल्बम जमले होते. त्याला संपत्ती हवी होती- त्याच्याकडे आता आयुष्यभर चैनीत काढता येईल इतकी संपत्ती होती. कुणालाही हवंसं वाटेल ते ते सारं त्याच्याकडे होतं. त्याने जे कमावलं होतं ते कमावण्यासाठी लोकांना किती कष्ट करावे लागले असते, किती वाट पहावी लागली असती. कितीएकांनी हे सारं मिळवण्याची स्वप्न पाहिली असतील, रक्ताचा घाम गाळला असेल आणि ते न मिळू शकताच त्यांचा अंतही झाला असेल. 'पीटर कीटींग हा जगातला सर्वात भाग्यवान माणूस आहे.' असं कितीवेळा कितीजणांनी म्हटलेलं त्याने ऐकलं होतं.

गेलं एक वर्ष तर त्याच्या आयुष्यातलं सर्वोत्तम वर्ष ठरलं होतं. त्याच्या मालमत्तेत आणखी एक अनमोल भर पडली होती- डॉमिनिक फ्रँकनची. 'पीटर, कसं काय जमवलंस तू हे?' या प्रश्नावर सहजपणे हसण्यात केवढा आनंद होता. कुणा अनोळखी लोकांशी तिची ओळख 'माझी बायको.' अशी करून दिल्यानंतर त्यांच्या चेहऱ्यावरचे वेडावलेले भाव, मत्सराचे भाव निरखण्याचं केवढं सुख होतं. एकदा एका पार्टीत एका नशा चढलेल्या प्रतिष्ठित, रुबाबदार माणसाने हेतूपूर्वक त्याला डोळा मारत विचारलेलं, 'ए, मला सांग, ती तिथं मारू सुंदरी आहे, तिला ओळखतोस तू?'

'थोडं फार,' कीटींगने खुषीत उत्तर दिलं होतं, 'माझी बायको आहे ती.'

तो नेहमी स्वतःला पटवायचा प्रयत्न करायचा- आपल्याला वाटलं होतं त्यापेक्षा आपलं विवाहित आयुष्य बरंच बरं चाललंय. डॉमिनिक अगदी आदर्श पत्नीच झाली होती. तिने त्याच्या आवडीनिवडींना जणू वाहून घेतलेलं. त्याची गिऱ्हाइकं, त्याचे मित्र साऱ्यांशी संबंध सांभाळणं, त्याचं घर चालवणं सारंच ती नीटच करायची. तिने त्याच्या आयुष्यात काहीच बदल केला नाही. त्याच्या कामाच्या वेळा, त्याचे आवडते पदार्थ, त्याच्या घरातलं फर्निचर काहीही तिने बदललं नाही. तिने स्वतःबरोबर कपड्यांशिवाय काहीही आणलं नव्हतं. तिने त्याच्या घरात एकाही पुस्तकाची किंवा ॲश ट्रेचीही भर घातली नाही. तो कोणत्याही विषयावर आपलं मत व्यक्त करीत असला तरी ती वाद घालायची नाही. त्याच्याशी सहमती दर्शवायची. तिने अगदी सहजपणे दुय्यम स्थान स्वीकारलं. त्याच्या पार्श्वभूमीत ती समरस झाली जणू.

त्याला वाटलेलं की, तिच्याशी लग्न केल्यावर तो प्रपातात घुसळून निघेल, अनाम खडकांवर आपटला जाईल. पण वास्तवात त्याच्या संथ जीवनप्रवाहास एखादा लहानसा झराही येऊन मिळाला नाही असं वाटावं, इतकं सारं जसंच्या तसं राहिलं होतं. जणू एक नदी वहात असताना कुणीतरी प्रवाहाच्या दिशेने शांतपणे पोहत- छे - पोहणं ही सुद्धा एक ऊर्जस्वल क्रिया असते- तरंगत निघालं होतं... त्याच्या मागोमाग. डॉमिनिकचं लग्नानंतरचं वर्तन कसं असावं यावर त्याचं काही नियंत्रण असतं, तर तिने अगदी हे अस्सच वागावं अशी त्याने अपेक्षा ठेवली असती.

मात्र त्याच्या रात्री अगदीच असमाधानकारक असतं. त्याला हवं तेव्हा ती त्याच्या स्वाधीन होत असे. पण त्यांचा समागम नेहमीच त्यांच्या पहिल्या रात्रीसारखाच असे. त्याच्या बाहूंत असे तिचा निर्विकार देह. त्यात प्रतिकार नसे, तिरस्काराचा उद्गार नसे, कसलीच प्रतिक्रिया नसे. त्याच्यापुरता विचार केला तर ती कुँवारच राहिली होती. तिला काहीही अनुभव देण्यास तो असमर्थ ठरला होता. प्रत्येक वेळी तो अवमानित होऊन ठरवून टाकत असे- पुन्हा हिला स्पर्शही करायचा नाही. पण तिच्या लावण्याच्या निकट सहवासात त्याची वासना पुनःपुन्हा बळावत असे. वासनेचा कडेलोट झाल्यानंतरच तो तिच्याजवळ जात असे- फार वेळा नाही.

त्याच्या आईने पहिल्यांदा त्याला अंधुक जाणवणारी, त्याने स्वतःशीही मान्य न केलेली गोष्ट बोलून दाखवली.

'मला सहन होत नाही हे.' त्याची आई पहिल्या सहा महिन्यांनंतर म्हणाली होती, 'कधीतरी ती माझ्यावर चिडली असती तरी चाललं असतं. अगदी रागावून फेकापेक, आदळआपट करून शिव्याशाप दिले असते ना, तरी परवडलं असतं मला. पण हे- हे नाही मला झेपत.'

'काय, आई?' त्याने विचारलं होतं. तो थोडासा हादरून गेलेला.

'काही उपयोग नाही, पीटर.' तिने उत्तर दिलेलं. त्याची आई- जिची बडबड, युक्तीवाद, शेरेबाजी, रागे भरणं एकदा सुरू झालं की, थांबता थांबत नसे, ती पुढे बोलायची थांबली. त्याच्या लग्नाबद्दल तिने आणखी एकही शब्द उच्चारला नाही. तिने एक छोटंसं घर घेतलं आणि ती त्याच्या घरातून बाहेर पडली. ती त्याला भेटायला अनेकदा येत असे. डॉमिनिकशी ती नेहमीच नम्रतेने, पराभूत स्वरात बोलत असे. आपल्या आईपासून सुटका मिळाली याचा आपल्याला आनंद व्हायला हवा असं त्याला वाटलं खरं- पण खरोखरच त्याला आनंद झाला नव्हता. आपल्या मनात ही चढत्या श्रेणीतली भीती कुठून येत चालली आहे, डॉमिनिकने असं काय केलंय आपल्याला- त्याला उत्तर मिळत नसे. तिला कशावरून रागवावं, ओरडावं असा तिचा एकही शब्द किंवा तिची एकही कृती त्याला गवसली नव्हती. पण गेले वीस महिने परिस्थिती अशीच होती- आजच्या रात्रीसारखीच.

तिच्याबरोबर एकट्याने बसणं त्याला असह्य वाटायचं- आणि तरीही त्याला तिच्यापासून सुटका नको होती आणि तीही त्याला टाळू पहात नव्हती.

'आज रात्री कुणीच येणार नाहीये का आपल्याकडे?' आगीवरून नजर वळवत त्याने सपाट स्वरात विचारलं.

'नाही.' ती उत्तरली आणि हसली, त्या हसण्यातच पुढल्या प्रश्नाची सुरुवात होती, 'तुला एकटं बसायचंय का? मी जाऊ का इथून?'

'नको!' तो किंचाळलाच. मी इतकं काही असाहाय्य झाल्यासारखं बोलता कामा नये, तो विचार करता करता एकीकडे मोठ्याने बोलत राहिला, 'अर्थातच नको. शांतपणे माझ्या बायकोबरोबर बसता येतंय, हे किती छान आहे.'

हा प्रश्न सोडवावा लागेल. त्याचं मन अनभावितपणे विचार करीत राहिलं. आपले एकत्र असण्याचे क्षण जरा सुसह्य होण्यासाठी काहीतरी मार्ग काढावा लागेल. यापासून पळ तर नाही काढता येणार- तिच्या दृष्टीने नव्हे- स्वतःसाठीच काहीतरी करणं गरजेचं आहे मला...

'आज रात्री काय करू या, डॉमिनिक?'

'काहीही, तुला हवं ते.'

'पिक्चरला जायचंय तुला?'

'तुला जायचंय?'

'ओः, माहीत नाही. वेळ घालवता येतो.'

'ठीक आहे, वेळ घालवू या.'

'नाही. त्याची काय गरज आहे. हे भयंकरच वाटतं ऐकायला.'

'हो?'

'आपण आपल्या घरातून पळ कशासाठी काढायचा? इथेच थांबू या.'

'ठीके, पीटर.'

तो थांबून राहिला. पण ही शांतता, ही सुद्धा एक पळवाटच आहे. अधिक वाईट प्रकारची पळवाट, तो विचार करत होता.

'चल, पत्ते खेळायचेत का?'

'तुला पत्ते खेळायला आवडतात?'

'ओः, त्याने वेळ-' तो थांबला. ती हसली.

'डॉमिनिक,' तो तिच्याकडे पहात राहिला, 'तू किती सुंदर आहेस. तू नेहमीच किती, किती सुंदर दिसतेस. मला नेहमीच तुला सांगावंसं वाटतं... मला तुझ्या सौंदर्याबद्दल काय वाटतं ते.'

'मला आवडेल ऐकायला पीटर.'

'मला तुझ्याकडे पहात रहायला आवडतं. गॉर्डन प्रेस्कॉट म्हणतो, तू म्हणजे देवाने मांडलेलं एकदम परिपूर्ण रचनात्मक गणित आहेस. व्हिन्सेंट नोल्टन म्हणतो, तू तर वसंतातला उषःकाल आहेस. आणि एल्सवर्थ- एल्सवर्थ म्हणतो की, जगातला इतर कुठल्याही स्त्रीचा आकार तुझ्यापुढे फिक्का ठरतो.'

'आणि राल्स्टन हॉलकोम्ब?' तिने विचारलं.

'ओः, जाऊ दे ते.' तो तडकून म्हणाला आणि पुन्हा ज्वाळांकडे पहात बसला.

ही शांतता मला का सहन होत नाही ते कळतंय मला, तो विचार करत होता. मी बोलतो आहे की, गप्प आहे तिला काहीच फरक पडत नाही, जणू मी अस्तित्त्वातच नाही किंवा कधीच नव्हतो...

आपल्या मरणाची कल्पना करण्यापेक्षाही भयंकर आहे हे... जन्मालाच आलो नाही आपण असं मानल्यासारखं. अचानक त्याच्या मनात तीव्र इच्छा निर्माण झाली... तिच्या दृष्टीने अस्तित्त्वात असण्याची.

'डॉमिनिक, मी काय विचार करतोय माहीतीये?' त्याचा स्वर उत्सुक होता.

'नाही. काय विचार करतोयस तू?'

'मी बरेच दिवस विचार करतोय- माझा मीच विचार करतोय. अजून कुणालाच सांगितलं नाहीये. कुणीच मला असं काही सुचवलं नव्हतं. माझीच कल्पना आहे.'

'अरे वा, कसली कल्पना?'

'मला वाटतं आपण इथून जरा दूर कुठेतरी रहायला जाऊ. उपनगराच्या बाजूला. आपलं एक घर बांधू. तुला आवडेल?'

'फारच आवडेल. तुझ्याइतकंच. तू स्वतः डिझाइन करणार आहेस?'

'हेल, नाही रे बाबा, बेनेट करून टाकेल माझ्यासाठी एखादं डिझाइन. तो आमची सगळी कंट्री होम्स करतो. एकदम हातखंडा आहे त्यात त्याचा.'

'तुला एवढा प्रवास रोजच्या रोज करायला आवडेल?'

'नाही. त्रासाचंच आहे ते तसं. पण तुला सांगू, आजकाल सगळेच बडे लोक असे दुरून दुरून येतात. मी शहरातच रहातो हे सांगताना मला एकदम कामगार वर्गात असल्यासारखंच वाटत रहातं.'

'तुला भोवतीने झाडं, बाग, निसर्ग वगैरे असलेलं आवडतं का?'

'ओः... ते सगळं बकवास असतं. मला वेळ तरी कधी मिळणार? झाड काय- झाडासारखं झाड असतं. वसंत फुलल्याचं एखादं न्यूजरील पाहिलं की त्यात सगळं आलं.'

'तुला बागकाम करायला आवडतं? सगळे म्हणतात की मातीत, स्वतः बाग फुलवण्यात एक मजा असते म्हणून.'

'गुड गॉड, छे रे बाबा. आपण केवढं मोठं घर घेणार असं वाटतं तुला. आपण माळी ठेवू शकतो. आणि चांगला माळी. त्यामुळे आपली बाग अशी होईल की, शेजारीपाजारी बघत रहातील.'

'मग काही खेळ वगैरे शिकणार कां?'

'हं. ते आवडेल मला.'

'कोणता?'

'मला वाटतं आपला गोल्फच बरा. जिथे आपण जरा प्रतिष्ठित, श्रीमंत नागरिक म्हणून ओळखले जातो तिथल्या कंट्री क्लबमधे सदस्य असायलाच हवं. क्वचित कधीतरी वीकेन्डला जाणं वेगळं आणि हे वेगळं. आपल्याला वेगळ्या प्रकारचे लोक भेटतात. जरा जास्तच उच्च वर्गातले... केवढा तरी जनसंप-' त्याने शब्द आवरले. आणि जरासा जोरातच म्हणाला, 'शिवाय मी घोडेस्वारी करीन.'

'मला खूप आवडतं घोड्यावर रपेट करायला. तुला आवडतं?'

'ते करायला कधी वेळ कुठे होता मला? वेल, पोटाच्या आतलं सगळं खळबळून निघतं. पण गॉर्डन प्रेस्कॉट कोण मोठा लागून गेला, स्वतःचे घोड्यावरचे फोटो काढून घ्यायला नि स्वतःच्या रिसेप्शन रुममधे चिकटवायला?'

'आणि जरा एकान्त मिळेल नाही का आपल्याला?'

'वेल, मला ती निर्मनुष्य एकान्ताची कल्पना काही फारशी आवडत नाही हं. मला वाटतं घर घेताना हाय-वेला लागूनच घ्यावं. म्हणजे लोकांना एकमेकांना सांगता येतं- की हीच ती कीटींग

इस्टेट. मी भाड्याच्या घरात रहात असताना क्लॉड स्टेंगेलने कंट्री होममधे रहावं, असा तो कोण एवढा लागून गेला. त्याने साधारण माझ्याच वेळेला सुरुवात केली स्वतंत्र कामाला. आणि आज मी कुठे आहे आणि तो कुठे आहे बघ. दोन-अडीच माणसांनी तरी त्याचं नाव ऐकलं असेल तर भाग्य म्हणायचं... आणि त्याचं घर वेस्टचेस्टरमधे असावं नि मी-'

आणि तो थांबला. ती त्याच्याकडे शांतपणे पहात बसून होती.

'ओः गॉड, खड्ड्यात जाऊ दे. तुला लांब जाऊन रहाण्यात रस नसेल तर तसं बोलत का नाहीस?'

'तुला जे करण्यात रस असेल त्यात मलाही आहे, पीटर, तुझा तू जो काही विचार केला असशील तो अमलात आणायला आवडेल मला.'

तो बराच वेळ शांत बसून राहिला.

'उद्या रात्री आपण काय करणार आहोत?' त्याला मनात असून शब्द आवरता आले नव्हते.

ती उठून डेस्ककडे गेली आणि तिने कॅलेंडर उघडलं.

'उद्या आपल्याकडे पाल्मर्स कुटुंबीय येणार आहेत डिनरसाठी.' तिने सांगितलं.

'ओः ख्राईस्ट!' तो विव्हळला, 'काय वैतागवाणे लोक आहेत ते! कशाला बोलावलं आपण त्यांना.'

ती ते कॅलेंडर बोटांच्या टोकांमधे पकडून उभी राहिली. जणू एखादं छायाचित्र होती ती, कॅलेंडर फोकसमधे आणि ती पार्श्वभूमीवर धूसर धूसर...

'आपल्याला पाल्मर्सना बोलवणं भाग आहे,' ती बोलू लागली, 'कारण मग आपल्याला त्यांच्या नवीन स्टोअरच्या बिल्डिंगचं काम मिळेल. त्यांचं काम मिळवणं आपल्याला भाग आहे कारण मग आपण एडिंग्टन दांपत्याला शनिवारच्या डिनरला बोलावू शकू. एडिंग्ट्न्सकडे काही आपल्याला देण्यासारखं काम नाहीये, पण ते फारच प्रतिष्ठित लोक आहेत. पाल्मर्स तुला वैताग आणतात आणि एडिंग्ट्न्स तुझा अधिक्षेप करतात. पण तुला ज्या लोकांचा तिरस्कार वाटतो, त्यांच्याशी तुला गोड वागलंच पाहिजे, तरच तुला तुझा तिरस्कार करणाऱ्या इतर लोकांवर छाप पाडता येईल.'

'तू हे असं कशासाठी बोलतेस?'

'तुला या कॅलेंडरकडे नजर टाकायची आहे, पीटर?'

'वेल, सगळेजण अखेर असंच तर करतात. त्यासाठीच तर सगळे जगत असतात.'

'होय, पीटर, बहुतेक सगळेच.'

'तुला आवडत नसेल तर तसं सांगत का नाहीस?'

'मला आवडत नाही असं मी कधी बोलले का?'

तो थोडा विचारात पडला.

'नाही,' त्याने कबूल केलं. 'नाही, तू कधी म्हटलं नाहीस तसं... पण तू ते ज्या पद्धतीने मांडतेस त्यातून ते सूचित होतं.'

'मी ते अधिक तपशीलवार मांडू का- व्हिन्सेंट नोल्टनबद्दल जसं मांडलं तसं?'

'मला तू-' आणि तो किंचाळला, 'तू मत व्यक्त केलंस ना- तर फार बरं वाटेल मला. गॉड डॅम इट. एकदा तरी तेवढं कर.'

तिने त्याच सपाट स्वरात विचारलं, 'कुणाचं मत व्यक्त करू, पीटर? गॉर्डन प्रेस्कॉटचं? राल्स्टन हॉलकोम्बचं की एल्सवर्थ टूहीचं?'

तो तिच्या दिशेने वळला. खुर्चीच्या हातावर रेलत, अर्धवट उठून बसत, अचानक ताठर झाला

तो. त्यांच्या मधे जे काही होतं त्याचा आकार आता स्पष्ट होऊ लागलेला. त्याला त्यासाठी शब्द सापडू लागले होते.

'डॉमिनिक,' तो समजुतीच्या स्वरात, मृदूपणे म्हणाला, 'हेच ते. आता मला समजतंय. काय होतंय ते आता समजतंय मला.'

'काही होतंय का?'

'थांब जराशी. हे खूप महत्त्वाचं आहे. डॉमिनिक, तू कधीही- म्हणजे एकदाही- तुला काय वाटतं, तुझं मत काय ते व्यक्त केलेलं नाहीस. कशाहीबद्दल केलं नाहीस. तू कधी कसलीही इच्छा प्रकट केली नाहीस.'

'त्यात काय बिघडलं?'

'पण बिघडतं ना... हे म्हणजे निर्जीव असल्यासारखं झालं. तू जशी काही सत्यात नाहीसच. तू म्हणजे केवळ एक शरीर आहेस. बघ, डॉमिनिक, तुला समजतच नाहीये. मी सांगतो. मृत्यू म्हणजे काय ते तुला कळतं ना? एखादं शरीर जराही हालचाल करत नाही, त्यात इच्छा नसते, काहीही अर्थ नसतो... कळतंय ना तुला? काहीच नाही. अजिबात काहीही नाही. वेल... तुझ्या शरीरात चेतना आहे- पण बस्स तेवढंच. बाकी- तुझ्या आत जे असायला हवं- तुझा- गैर समज करून घेऊ नकोस. मी धार्मिक अंगाने बोलत नाहीये, पण त्याला दुसरा शब्दच नाहीये. म्हणून मी तो शब्द वापरतो आहे. तुझा आत्मा- तुझा आत्माच नाहीये कुठे. इच्छा नाही, अर्थ नाही. साऱ्यामध्ये खरीखुरी तू कुठेच नाहीस.'

'खरीखुरी मी म्हणजे काय?' तिने विचारलं. पहिल्यांदाच ती लक्षपूर्वक ऐकताना दिसली. सहानुभूती नव्हती त्यात, पण निदान लक्ष देऊन ऐकत होती.

'कुणीही खरंखुरं असतं म्हणजे काय असतं?' तो जरासा उत्साहित झाला, 'फक्त शरीर नसतं. आत्मा असतो महत्त्वाचा.'

'आत्मा म्हणजे काय?'

'तू स्वतः- आपल्या आतमध्ये- तुझ्या अंतरात जे असतं ते.'

'म्हणजे जे विचार करतं, मूल्यमापन करतं, निर्णय घेतं- ते काहीतरी कां?'

'होय! तेच ते. ज्यामुळे आपल्याला भावनांचा स्पर्श होतो... तू त्याचा त्याग केला आहेस.'

'म्हणजे दोन गोष्टी अशा असतात की त्यांचा त्याग करता येत नाही. आपले विचार आणि आपल्या इच्छा?'

'ओः, समजतंय ना तुला? म्हणजे बघ, तुझ्या अवतीभोवतीच्या सर्वांच्या दृष्टीने तू निष्प्राण कलेवरासारखीच असतेस. चालता बोलता मृत्यूच एक प्रकारचा. हे तर एखाद्या हेतुपुरस्सर केलेल्या अपराधापेक्षाही भयंकर आहे. हा तर जगण्याला दिलेला एक...'

'नकार आहे?'

'हो. अगदी कोराकोरा नकार. तू इथे नसतेसच. कधीच नव्हतीस इथे तू. तू निदान या खोलीच्या पडद्यांबद्दल जरी बोलली असतीस ना... ते ओरबाडून काढले असतेस आणि नवीन घातले असतेस- तुझ्यातला काही भाग तरी जिवंत वाटला असता. पण तू कधीच काही केलं नाहीस. तू कधीही आपल्या स्वयंपाक्याला सांगितलं नाहीस की बाबा, आज डिझर्ट म्हणून हे कर. तू इथे नसतेसच, डॉमिनिक. तू जिवंतच नाहीस. तुझं 'तू'पण कुठे आहे?'

'तुझं कुठे आहे, पीटर?' तिने संथपणे विचारलं.

तो स्तब्ध झाला. त्याचे डोळे विस्फारले होते. तिला कळलं की या क्षणी त्याला स्वतःचे विचार

अगदी नितळ स्वच्छपणे दिसत होते. त्याच्या विचाराच्या कक्षेत मागली सारी वर्षं त्याला दिसून गेली होती.

'हे खरं नाही,' तो बोलला तेव्हा त्याचा स्वर पोखरून निघाल्यासारखा पोकळ आला, 'खरं नाही हे.'

'काय खरं नाही?'

'तू जे बोललीस ते.'

'मी काहीच बोलले नाही. मी फक्त एक प्रश्न विचारला.'

त्याचे डोळे तिला बोलण्याची विनंती करीत होते. ती उभी राहिली. त्याच्या पुढ्यात ताठपणे उभी राहिली. तिचा ताठपणा तिच्या जिवंतपणाची साक्ष होता. ज्याच्यासाठी तो तगमगत होता, तो तिचा हेतू त्याला सामोरा टाकला होता. ती न्याय करण्यासाठी जणू उभी होती.

'आता तुला कळू लागलंय, पीटर, नाही? थोडं अधिक स्पष्ट करू. तुला मी खऱ्या अर्थाने खरीखुरी कधीच नको होते. तुला कुणीच तसं खरोखरच्या स्वरुपात नको होतं. पण ते तुला दाखवायचं नव्हतं. तुला आपलं नाटक वठवायला मदत हवी होती सदैव. सुंदर, गुंतागुंतीचं नाटक. त्यातले सारे शब्दांचे खेळ, गाठी, झालरी... शब्दच शब्द. मी व्हिन्सेंट नोल्टनबद्दल जे बोलले ते तुला आवडलं नाही. पण तेच सारं मी जेव्हा साजऱ्या शब्दांत मांडलं, तेव्हा तुला ते आवडलं. मी कशावरही विश्वास ठेवावा, असं तुला अजिबात वाटत नव्हतं. फक्त मी विश्वास ठेवते आहे असं दर्शवावं एवढीच तुझी अपेक्षा होती. माझा खरा आत्मा, पीटर? तो स्वतंत्र असतो तेव्हाच तो खरा असतो... ते कळलंय तुला, होय की नाही? पडदे किंवा डिझर्टची आवडनिवड व्यक्त करण्यापुरताच तो खरा असतो- खरंय तेही. पडदे, डिझर्ट, धर्म आणि इमारतींचे आकार. पण तेही तुला खरोखर कधीच नको होतं. तुला हवा होता एक आरसा. लोकांना भोवतीने आरसे लागतात. आपलीच प्रतिबिंब पाडायला, प्रतिबिंबांची प्रतिबिंबं पाडायला. घाणेरड्या होटेल्समधे ठेवलेले असतात तसले, समोरासमोर मांडलेले आरसे- अनंत प्रतिबिंबं एकमेकांत पाडत जाणारे अर्थहीन आरसे. प्रतिबिंबांची प्रतिबिंबं आणि प्रतिध्वनींचे प्रतिध्वनी. त्याला आदि नाही अंत नाही असे. त्यांना काही केंद्रमध्य नसतो आणि काहीही अर्थही नसतो. मी तुला जे नेमकं हवं होतं तेवढंच दिलं. मी तू बनले, तुझे मित्र जे असतात ते बनले, बरीचशी माणसं जे असतात तेच बनले. फक्त मी झालरी लावून घेतल्या नाहीत. माझ्या बुद्धीचा रिकामपणा लपवायला मी दुसऱ्यांची पुस्तक परीक्षणं पाठ म्हणून दाखवली नाहीत. मी म्हटलं मला बुद्धीच नाही. माझ्यातल्या सृजनशीलतेचा अंधार लपवायला मी दुसऱ्या कुणाची डिझाइन्स उधार उसनवारीवर घेत नाही. मी काहीच निर्माण करीत नाही. मी कधीच असं नाही म्हटलं की, समतेचं तत्त्व हे फार उदात्त आहे आणि एकता हे मानवतेचं प्रमुख ध्येय असायला हवं- मी फक्त सर्वांशी सहमत होत गेले. तू याला मृत्यू म्हणतोस, पीटर? तो मृत्यू मी तुझ्यावर आणि सभोवारच्या सर्वांवर लादला आहे? पण तू- तू तर ते केलेलं नाहीस. लोक तुझ्याबरोबर मजेत असतात. त्यांना तू आवडतोस. तुझा सहवास त्यांना आवडतो. तू त्यांना कोराकोरा मृत्यूचा अनुभव दिलेला नाहीस. तो तू स्वतःवरच लादून घेतला आहेस.'

तो काहीच बोलला नाही. ती त्याच्यापासून दूर गेली आणि पुन्हा खाली बसली. वाट पहात राहिली.

तो उठला. काही पावलं चालून तिच्याकडे गेला. म्हणाला, 'डॉमिनिक...' आणि एकदम गुडघे टेकून तो तिच्यासमोर बसला. तिला घट्ट धरून ठेवत, तिच्या गुडघ्यामंधे डोकं खुपसून बसला.

'डॉमिनिक, हे खरं नाही... मी तुझ्यावर कधी प्रेमच केलं नाही, हे खरं नाही. माझं तुझ्यावर

खूप प्रेम आहे. नेहमीच होतं... ते केवळ दुसऱ्यांना दाखवण्यासाठी नव्हतं... खरंच माझं प्रेम होतं तुझ्यावर. फक्त दोन माणसांवर माझं खरंखुरं प्रेम होतं. एक तू आणि दुसरा एक पुरुष - ज्यानी मला नेहमी असंच वाटवून दिलंय. भीती नव्हती ती... पण एक भिंत होती- चढायला कठीण... तरीही आरोहणाचं आव्हान देणारी... चढून कुठे जायचं ते कळत नव्हतं... पण वर वर कुठेतरी. मला त्याचा नेहमीच द्वेष वाटायचा. पण तू- तू मला नेहमीच हवीशी वाटायचीस. म्हणून तर मी तुझ्याशी लग्न केलं. तू माझा तिरस्कार करतेस हे माहीत असताना... त्यामुळे तू मला या लग्नासाठी क्षमा करून टाकायला हवीस... तू तुझा सूड असा उगवता कामा नयेस- असा नाही, डॉमिनिक... डॉमिनिक, मला याच्याशी लढताही येत नाही- मला..'

'तुला द्वेष कुणाचा वाटत होता, पीटर?'

'त्याने काही फरक पडत नाही.'

'कोण होता तो?'

'कुणी नाही. मी-'

'नाव सांग त्याचं.'

'हॉवर्ड रॉर्क.'

ती बराच वेळ काहीच बोलली नाही. नंतर तिने त्याच्या केसांवर हात ठेवला. त्यात एक हळुवार भाव होता.

'मला तुझ्यावर सूड नव्हता उगवायचा, पीटर.'

'मग... मग का?'

'मी तुझ्याशी लग्न केलं, ते माझ्या कारणांसाठी. जगाला ज्या प्रकारचं वर्तन माझ्याकडून अपेक्षित होतं, तशीच मी वागले. फक्त मला कुठलीही गोष्ट अर्धवटासारखी करता येत नाही. ज्यांना तसं करता येतं, ते आत कुठेतरी चिरले गेलेले असतात. अनेक लोक अनेक ठिकाणी चिरफाळलेले असतात. ते स्वतःलाही त्या चिरफाळ्यांचा पत्ता लागू देत नाहीत. फसवतात ते स्वतःला. मी स्वतःला कधीही फसवत नाही. त्यामुळे मला जे करायचं होतं, ते मी पूर्णपणे आणि सुसंगतपणे केलं. मी कदाचित् तुझा सत्यानाश केला असेन. मला थोडं तरी काही वाटलं असतं, तर मी तुझी क्षमा मागितली असती नि म्हटलं असतं- माझा तसा हेतू नव्हता.'

'डॉमिनिक, माझं तुझ्यावर प्रेम आहे. पण मला भीती वाटते. कारण तू माझ्यातलं काहीतरी बदलून टाकलं आहेस. लग्न झाल्यापासून. मी तुला होकार दिल्यापासून... आत्ता जरी तू माझ्यापासून दुरावलीस ना, तरीही मी पहिल्यासारखा होणार नाही. तू माझ्याकडून काहीतरी हिरावून घेतलं आहेस-'

'नाही. तुझ्याकडे जे कधी नव्हतंच ते घेतलंय मी... आणि कबूल करते की, ते अधिक वाईट आहे.'

'काय?'

'एखाद्या माणसाचा आत्मसन्मान नष्ट करणं हे अतिशय वाईट समजलं जातं. पण ते खरं नाही. आत्मसन्मान नष्ट करता येतच नसतो. तो असल्याचा आभास निर्माण करण्याचा त्याचा प्रयत्न हाणून पाडणं हे सर्वात वाईट.'

'डॉमिनिक, मी- मला नाही बोलायचं काही.'

आपल्या गुडघ्यांवर विसावलेला त्याचा चेहरा पहात राहिली ती काही क्षण. तिच्या डोळ्यांत त्याला करुणा दिसली. आणि एका क्षणभरासाठी त्याला कळून आलं की, खरी करुणा ही किती

भयानक असते. पण त्याने त्या साक्षात्काराला मनात स्थान दिलं नाही. त्या अनुभवाला शब्द मिळण्याअगोदरच त्याने ते दार खाडकन लावून घेतलं.

ती खाली वाकली आणि तिने त्याच्या मस्तकावर ओठ टेकले. तिने त्याला दिलेलं पहिलंवहिलं चुंबन होतं ते.

'तुला हे भोगायला लागावं असं खरंच मला वाटत नाही, पीटर.' ती हलकेच म्हणाली, 'हे मी खरं सांगतेय. मनापासून. तुला यातून क्लेश व्हावेत असं मला वाटत नाही. मला बाकी काहीही वाटत नसलं तरीही एवढं मनापासून वाटतं.'

त्याने ओठ तिच्या हातावर टेकवून ठेवले.

त्याने मस्तक वर केलं तेव्हा ती त्याच्याकडे क्षणभर पहात राहिली. तो खरोखरच तिचा नवरा होता अशा नजरेने. ती म्हणाली, 'पीटर, तू आत्ता जे आहेस... तेवढं जरी घट्ट सांभाळून धरलंस...'

'माझं प्रेम आहे तुझ्यावर.' तो म्हणाला.

ते बराच वेळ तसेच शांत बसून राहिले. त्या शांततेत त्याला कुठल्याही प्रकारचा ताण जाणवत नव्हता.

टेलिफोनची घंटी वाजली.

त्या आवाजामुळे नव्हे- तर ज्या आतुरतेने कीटींग उडी मारून फोन घ्यायला उठला, त्या आविर्भावामुळे तो क्षण चूरचूर झाला. उघड्या दारातून तिला त्याचा आवाज ऐकू येत होता. त्या आवाजात अतिशय उघडीवाघडी सुटल्याची भावना होती.

'हेलो? ओः, हेलो एल्सवर्थ!...नाही नाही... अजिबात नाही. एकदम रिकामा बसलोय. ये ना... ये ये... अगदी सरळ निघून ये- बिनधास्त! ओकी डोकी!'

'एल्सवर्थ होता फोनवर.' दिवाणखान्यात परतत तो म्हणाला. त्याच्या प्रसन्न आवाजात थोडासा उद्दामपणाही मिसळला होता, 'त्याला यायचंय.'

ती काहीच बोलली नाही.

तो आवराआवर करू लागला. एखादी काडी नाहीतर सिगरेटचं थोटूक असलेले ॲश्‌-ट्रेज् त्याने रिकामे केले. पेपर उचलून ठेवले. गरज नसतानाही फायरप्लेसमधे एक ओंडका टाकला. सिनेमातल्या एका ऑपेरेटावर शीळ घालत इकडेतिकडे फिरला.

दारावरची घंटी वाजली तेव्हा तो पळतच दार उघडायला गेला.

'अरे वा,' टूही आत येत म्हणाला, 'वा वा... छानच... घरात उबेपाशी दोघेचजण बसून आहात! हेलो डॉमिनिक, मी व्यत्यय नाही ना आणला?'

'हेलो, एल्सवर्थ,' ती म्हणाली.

'तुझा व्यत्यय- असं कधीच होऊ शकत नाही, एल्सवर्थ.' कीटींग म्हणाला. 'मला किती आनंद झालाय तुला पाहून काय सांगू.' त्याने एक खुर्ची ओढून फायरप्लेसजवळ ठेवली. 'बस ना, एल्सवर्थ. काय घेशील तू? अरे तुझा आवाज फोनवर आला आणि... वेल... मला इतका आनंद झाला, छोट्या पिल्लासारखा उड्या मारतच सुटलो असतो.'

'शेपटी नको हं हलवूस, पिल्ला.' टूही म्हणाला, 'नको नको, ड्रिंक्स नकोत. कशी आहेस तू, डॉमिनिक?'

'वर्षभरापूर्वी होते तशीच आहे.' ती म्हणाली.

'पण दोन वर्षांपूर्वी होती तशी नाहीस, हो ना?'

'नाही.'

'दोन वर्षांपूर्वी आपण या सुमाराला काय बरं करत होतो?' कीटींगने उगीच विचारलं.

'तुमचं लग्न झालं नव्हतं.' टूही म्हणाला, 'प्राचीन इतिहास झाला. आणि काय बरं झालं होतं... आठवू दे मला. हं, मला वाटतं... स्टोडार्ड मंदिराची वास्तू पूर्ण झाली होती.'

'ओः... हां ते नै का!' कीटींग म्हणाला.

'तुझ्या मित्राची- हॉवर्ड रॉर्कची काय खबरबात, पीटर?'

'नाही. गेल्या वर्षभरात काहीच कामं नाही केली त्याने. या वेळी मला वाटतं तो संपलाच.'

'हं. मलाही तेच वाटतं. काय चाललंय आणखी, पीटर?'

'काही नाही... नुकतंच गॅलन्ट गालस्टोन वाचलं मी.'

'आवडलं?'

'हो! मला वाटतं फार महत्त्वाचं पुस्तक आहे ते. कारण खरोखर, स्वतंत्र इच्छा नावाची काही गोष्टच नसते. आपण काय आहोत, काय करतो यावर आपलं नियंत्रण असतं थोडंच? आपली काहीही चूक नसते त्यात. कुणालाच दोष देता येत नाही तसा. सगळं काही आपण कुठल्या परिस्थितीत वाढलो यावर अवलंबून असतं आणि आपल्या अंतःस्त्रावी ग्रंथींवर. आपण हुशार असलो तरी त्यात आपलं काही कर्तृत्व नसतं... आपल्या ग्रंथी चांगल्या आहेत हे नशीब म्हणायचं. कुणी बेक्कार असलं तरी त्यासाठी कुणी शिक्षा करता कामा नये. दुर्दैव त्यांचं दुसरं काय?' तो हे सारं फारच जोरजोरात उपेक्षेच्या स्वरात बोलत होता. साहित्यिक चर्चेला शोभणार नाही अशा स्वरात. तो टूहीकडे पहात नव्हता की डॉमिनिककडे पहात नव्हता. तिथल्या भिंतींकडे पाहून बोलत होता... जणू त्या भिंती ज्याच्या साक्षीदार होत्या त्या संवादाला उद्देशून तो बोलत होता.

'बरचसं बरोबर आहे,' टूही म्हणाला, 'जरा आणखी तर्कशुद्ध बोलायचं म्हटलं तर, आपण या तथाकथित बेक्कार लोकांना शिक्षा देण्याबद्दल बोलताच कामा नये. कारण त्यांची काहीही चूक नसताना त्यांनी भोगलंय एवढं- अक्कल कमी मिळालेली असते हेच दुर्दैव... त्यामुळे त्यांना शिक्षा तर सोडाच काहीतरी भरपाई म्हणून बक्षीसच द्यायचा विचार करायला हवा.'

'हां रे, खरंच. हे जास्त बरोबर आहे. अगदी तर्कशुद्ध.'

'आणि न्याय्य.' टूही म्हणाला.

'काय एल्सवर्थ, बॅनरला अगदी तुला हवं तिथे आणून पोचवलंस तू?' डॉमिनिकने विचारलं.

'हे... कशाच्या संदर्भात म्हणतेस तू?'

'गॅलन्ट गालस्टोनच्या.'

'ओः... छे. तसं नाही म्हणता यायचं. नेहमीच काही अनपेक्षित गोष्टी असतातच भोवतीने.'

'कशाबद्दल बोलताय तुम्ही?' कीटींगने विचारलं.

'काही नाही. आमच्या व्यावसायिक बाजारगप्पा रे.' टूही म्हणाला. त्याने हात उबेसाठी आगीच्या दिशेने जरासे ताणले आणि बोटं नाचवली. मग पुढे विचारलं, 'अरे हो, पीटर, तू स्टोनरिजसंदर्भात काही केलंस की नाही?'

'गॉड डॅम इट.' कीटींग म्हणाला.

'का, काय झालं?'

'तुला माहीत आहे चांगलं. त्या हरामजाद्याला माझ्यापेक्षा तू जास्त चांगलं ओळखतोस. असला प्रोजेक्ट डोळ्यासमोर असताना... वाळवंटात अप्सरा अवतरावी तसा हा प्रकल्प वाटतोय या कठीण काळात. आणि सगळे सोडून त्या हलकट वायनान्डचा प्रकल्प असावा ना तो.'

'का? वायनान्डला का एवढ्या शिव्या?'

‘ओः... काय पण एल्सवर्थ! तुला माहीते, इतर कुणाच्याही हातात असला प्रोजेक्ट असता तर मला यूँ काम मिळालं असतं ते.’ त्याने चुटकी वाजवली. ‘मला विचारावंही लागलं नसतं. मालकच माझ्याकडे चालत आला असता. विशेषतः माझ्यासारखा आर्किटेक्ट- एवढी क्षमता असताना- बसल्या जागी कुंथत बसलाय असं कळल्यावर तर नक्कीच. पण मि. गेल वायनान्ड! तो जणू कुणी महामहिम लामाच लागून गेलाय- आर्किटेक्ट्सच्या उच्छ्वासांनी दूषित झालेली हवाही त्याला चालत नाही जशी काही!’

‘अच्छा... प्रयत्न करून झालाय तर?’

‘काही विचारूच नकोस. संताप झाला माझा. वायनान्डची भेट घालून देतो म्हणणाऱ्या कसल्या कसल्या आलतूफालतू लोकांवर मी आत्तापर्यंत मी तीनेकशे डॉलर्स खर्च केले असतील. कुणाला लंच, कुणाला काय... हाती काय लागलं तर हँगोव्हर्स. पोपला भेटणंसुद्धा सोपं असेल त्या मानाने.’

‘म्हणजे तुला स्टोनरिजमध्ये रस आहे तर...’

‘तू काय माझ्यापुढ्यात गळ टाकतोयस काय, एल्सवर्थ? मी एक हात काढून देऊ शकतो या कामासाठी सध्या... उजवा हात.’

‘नको नको. तसं करू नको. मग तुझी ड्रॉइंग्ज कोण करील- किंवा ती तुझी आहेत असं दाखवता तरी कसं येईल बाबा. भौतिक पातळीवरचं काही नाही देऊ केलं तरी चालेल.’

‘आत्मा काढून देतो माझा हवं तर...’

‘खरंच आत्मा देशील तू, पीटर?’ डॉमिनिकने विचारलं.

‘तुझ्या मनात काय आहे, एल्सवर्थ?’ कीटींग तडकून म्हणाला.

‘अगदी व्यवहार्य अशीच सूचना करीन मी.’ टूही म्हणाला. ‘मला सांग, गेल्या काही वर्षांत तुझ्यासाठी सर्वात चांगलं मार्केटिंग कुणी केलं होतं? तुला सगळ्यात चांगली कामं कुणी मिळवून दिली होती?’

‘का? अर्थातच डॉमिनिकने.’

‘अगदी बरोबर. आणि जर तुला वायनान्डची भेट मिळत नसेल- आणि मिळाली तरी फारसा उपयोग होणार नाही बरं- तर- डॉमिनिक त्याचं मन वळवू शकेल असं नाही वाटत तुला?’

कीटींग त्याच्याकडे डोळे फाडून पहात राहिला.

‘तुला वेड लागलंय का, एल्सवर्थ?’

डॉमिनिक पुढे झुकून बसली. तिचं लक्ष वेधलं होतं.

‘जे काही मी ऐकून आहे,’ ती म्हणाली, ‘गेल वायनान्ड जेव्हा एखाद्या स्त्रीसाठी म्हणून काहीतरी करतो तेव्हा ती सुंदर असावी लागते. आणि ती सुंदर असेल तर तो कधीही केवळ उपकार म्हणून काही करत नाही.’

टूही तिच्याकडे पहात राहिला. आपण ही गोष्ट नाकारत नाही हे त्याने नजरेनेच अधोरेखित केलं.

‘काहीतरीच काय वेडेपणा.’ कीटींग रागाने खेकसला, ‘डॉमिनिकला तो कसा काय भेटणार?’

‘त्याच्या ऑफिसला फोन करून भेटीची वेळ मागायची की झालं.’ टूही उत्तरला.

‘आणि तो भेट देईलच असं कुणी सांगितलं?’

‘त्यानेच.’

‘कधी?!’

‘काल रात्री उशीरा- किंवा आज पहाटे असेल खरं म्हणजे.’

'एल्सवर्थ!' कीटींगने श्वास रोधला. तो पुढे म्हणाला, 'माझा विश्वास नाही बसत.'

'माझा बसतो.' डॉमिनिक म्हणाली, 'नाहीतर एल्सवर्थने हा विषय काढलाही नसता.' ती टूहीकडे पाहून हसली. 'अस्सं, तर वायनान्डने तुला मला वेळ द्यायचं वचन दिलं?'

'होय, माय डियर.'

'कसं काय जमवलंस हे?'

'ओः. मी त्याला फार चांगलं पटवून दिलं. अर्थात मधे फार वेळ जाता कामा नये. तुला हे करायचं असेल तर उद्याच फोन कर.'

'आत्ताच का नको?' कीटींग म्हणाला, 'ओः नाही नाही... खूपच उशीर झालाय नाही का... उद्या सकाळी पहिलं काम ते कर हं, डॉमिनिक.'

तिने त्याच्याकडे अर्धमिटल्या डोळ्यांनी पाहिलं. ती काहीच बोलली नाही.

'तू पीटरच्या करिअरसाठी बऱ्याच दिवसांत काहीच फारसं केलं नाहीस.' टूही म्हणाला, 'तुला पीटरसाठी खरंखुरं कठीण आव्हान पेलायला आवडेल की नाही?'

'पीटरला हवं असेल तर करेन.'

'मला हवं असेल तर?' कीटींग ओरडला, 'तुम्हा दोघांचं काय डोकंबिकं फिरलंय काय? आयुष्यात अशी संधी येते कधीकाळी... ते-' ते दोघेही त्याच्याकडे कुतूहलाने पहात असल्याचं त्याच्या लक्षात आलं. तो तडकून म्हणाला, 'ओः मूर्खपणा आहे तो.'

'कसला मूर्खपणा, पीटर?' डॉमिनिकने विचारलं.

'कसल्यातरी मूर्खासारख्या बाजारगप्पांमुळे तू मागे रहाणार आहेस कां? कुणाही दुसऱ्या आर्किटेक्टची बायको असल्या संधीसाठी हातापोटावर रांगत जाईल.'

'दुसऱ्या कुणाही आर्किटेक्टच्या बायकोला असली संधी दिलीच जाणार नाही.' टूही म्हणाला, 'दुसऱ्या कोणत्याही आर्किटेक्टला डॉमिनिकसारखी सुंदर बायको नाही. तुला नेहमीच याचा फार अभिमान वाटत आला आहे ना, पीटर.'

'डॉमिनिक स्वतःची काळजी घेऊ शकते. कोणत्याही परिस्थितीत.'

'त्यात काही शंकाच नाही.'

'ठीक आहे, एल्सवर्थ,' डॉमिनिक म्हणाली, 'मी उद्या वायनान्डला फोन लावेन.'

'एल्सवर्थ, तू म्हणजे कमाल आहेस! मस्तच!' कीटींग तिच्याकडे न पहाता बोलत होता.

'मला वाटतं आता मला एक ड्रिंक चालेल.' टूही म्हणाला, 'आनंद साजरा करायला हवा.'

कीटींग ड्रिंक्स आणायला आत गेला तेव्हा टूही आणि डॉमिनिक एकमेकांकडे पहात राहिले. तो हसला. कीटींग गेला त्या दिशेने पहात त्याने तिला मानेने हलकेच इशारा केला. त्याची करमणूक झालेली स्पष्टच दिसत होती.

'तुला अपेक्षा होतीच.' डॉमिनिक म्हणाली.

'अर्थात.'

'आता तुझा खरा हेतू सांग, एल्सवर्थ.'

'म्हणजे काय? पीटरसाठी तू स्टोनरिजचं काम मिळवावंस हाच. खूप मोठं काम आहे ते.'

'मला वायनान्डच्या बिछान्यात झोपवायला तू एवढा का आतुर झालायस?'

'तुला नाही वाटत- की सर्वच संबंधितांसाठी तो एक मजेदार अनुभव असेल म्हणून?'

'माझं हे लग्न ज्या पद्धतीने चाललंय त्याबद्दल तुझं समाधान नाही झालं ना, एल्सवर्थ? काय?'

'हं... नाही झालं फारसं. पन्नास टक्केच जेमतेम. अर्थात, जगात परिपूर्ण असं काहीच नाही...

जे मिळेल ते घ्यायचं आणि मग पुढचे प्रयत्न करायचे.'

'पीटरने माझ्याशी लग्न करावं म्हणूनही तू फार घाईला आलेलास. त्यातून काय निष्पत्ती होईल हे तुला चांगलंच माहीत होतं... माझ्या किंवा पीटरपेक्षाही जास्त चांगलं.'

'पीटरला तर अजिबातच माहीत नव्हतं.'

'वेल, तरीही पन्नास टक्के काम झालंच तुझं. पीटर कीटींग तुला हव्या त्या ठिकाणी सापडला... या देशातला सर्वात बडा आर्किटेक्ट आज तुझ्या हातावरचा मळ आहे.'

'तुझी शैली मला कधीच फारशी आवडली नव्हती, पण तू वर्णन करतेस ते अचूक. मी म्हटलं असतं- तो माझ्यापुढे शेपटी हलवणारा आत्मा आहे... तुझ्या शैलीत जरा मार्दव आहे.'

'पण उरलेले पन्नास टक्के, एल्सवर्थ? अपयशी ठरलास?'

'जवळपास संपूर्णच अपयश. चूक माझीच. तुझा कणा मोडण्यासाठी पीटर कीटींगसारखा मनुष्य अगदी नवऱ्याच्या भूमिकेतसुद्धा फारसं काही करू शकणार नाही, हे मला समजायला हवं होतं.'

'अरे वा- बऱ्याच उघडपणे बोलतो आहेस.'

'मी एकदा म्हटलं होतं तुला- तुझ्या बाबतीत केवळ एवढीच एक गोष्ट कामी येऊ शकते. उघड बोलणं. शिवाय, मला या लग्नातून काय साध्य करायचं होतं, ते कळायला तुला दोन वर्ष लागायचं कारण नव्हतं.'

'मग आता तुला उरलेलं काम गेल वायनान्ड फत्ते करील असं वाटतं?'

'कदाचित. तुला काय वाटतं?'

'मला वाटतं, मी पुन्हा एकदा केवळ उपाख्यान आहे. तू ज्याला एकदा प्यॉर ग्रेव्ही म्हटलेलास, हो ना? वायनान्डच्या विरुद्ध उठायला काय कारण मिळालं तुला?'

तो हसला. त्याला या प्रश्नाची अपेक्षा नव्हती, हे त्या हसण्यातून उघड झालं.

'दचकलास- इतक्या उघडपणे दाखवू तरी नकोस, एल्सवर्थ.' ती तुच्छतेने म्हणाली.

'ठीक आहे. आपण सरळसरळ बोलतोय नाही? मि. गेल वायनान्डनी माझं तसं काहीच बिघडवलं नाहीये. त्याने तुला भेटावं यासाठी मी बरेच दिवस आखणी करत होतो. बारीकसारीक तपशीलांत तुला रस असेलच तर- काल सकाळी त्याने एक गोष्ट केली. त्याने मला राग आलाय. जरा जास्तच चिकित्सक आहे तो. त्यामुळे मी ठरवलं, आता वेळ आलीय काहीतरी करण्याची.'

'आणि स्टोनरिज हाताशीच होतं.'

'आणि स्टोनरिज हाताशीच होतं. बरोबर. ही गोष्ट तुला आवडेल हे मला माहीत होतं. देश वाचवायला किंवा स्वतःच्या आत्म्यासाठी किंवा ज्या माणसावर प्रेम आहे त्याच्यासाठी स्वतःला विकायला तू कधीही तयार व्हायची नाहीस. पण पीटर कीटींगला- त्याची लायकी नसताना एखादं काम मिळावं म्हणून तू नक्कीच स्वतःला विकशील. मग तुझ्यामधे शिल्लक काय रहातं पाहू या. किंवा गेल वायनान्डमधे... तेही पहायला मला आवडेलच.'

'अगदी बरोबर, एल्सवर्थ.'

'सगळं? अगदी 'ज्या माणसावर प्रेम आहे त्याच्यासाठी' वगैरे म्हटलं तेही- केलं असशील तर?'

'होय.'

'तू स्वतःला रॉर्कसाठी विकणार नाहीस? अर्थात- तुला ते नाव उच्चारलेलं आवडत नाही म्हणा.'

'हॉवर्ड रॉर्क.' ती सहज म्हणाली.

'तुझं धैर्य बाकी दांडगं आहे, डॉमिनिक.'

कीटींग हातात कॉकटेल्सचा ट्रे घेऊन परतला. त्याचे डोळे ताप चढल्यासारखे भिरभिरत होते. तो नको इतके हातवारे करत होता.

टूहीने आपला ग्लास उंचावला. आणि म्हणाला, 'टु गेल वायनान्ड अँड द न्यू यॉर्क बॅनर!'

❑

३

गेल वायनान्ड उठला आणि ऑफिसच्या अर्ध्यावर तिला सामोरा आला.

'हाऊ डु यू डु, मिसेस कीटींग.'तो म्हणाला.

'हाऊ डु यू डू, मि. वायनान्ड.' डॉमिनिक म्हणाली.

त्याने तिच्यासाठी खुर्ची मागून सरकवून धरली. पण ती बसल्यावर तो समोरच्या खुर्चीवर जाऊन बसला नाही. तो तिला बारीक नजरेने निरखत उभा राहिला, मोजमाप घेतल्यासारखा. त्याच्या हालचालींतून हे करण्याची आपली गरज जाहीर आहे, असं सूचित होत होतं. जणू त्याचा हेतू तिला माहीत असलाच पाहिजे... आणि या वर्तनात गैर असं काहीच नाही हे ही.

'तुम्ही स्वतःच्या अलंकारिक शिल्पाची अलंकारिक आवृत्ती वाटता.' तो म्हणाला, 'बहुतेकदा- अगदी ठरलेलंच असतं- एखाद्या शिल्पाची मॉडेल्स पाहिल्यानंतर आपण नास्तिकच बनून जातो. पण या वेळी मात्र शिल्पकार आणि देव- दोघेही फार जवळ आले आहेत.'

'कोण शिल्पकार?'

'ज्याने तुमचा पुतळा घडवला तो.'

त्या पुतळ्यामागे काहीतरी कहाणी असावी, असं तेव्हाच वाटलं होतं, आणि आता खात्रीच पटली, तिच्या मुद्रेमधील छोट्याशा ताणावरून- तिच्या निर्विकार नियंत्रित मुद्रेवर अगदी क्षणमात्र उमटलेला विसंगत ताण.

'तुम्हाला तो पुतळा केव्हा आणि कुठे पहायला मिळाला, मि. वायनान्ड?'

'आज पहाटे, माझ्या आर्ट गॅलरीत.'

'कुठे मिळाला तो तुम्हाला?'

आता तो किंचित बुचकळ्यात पडलेला, 'पण ते तुम्हाला माहीत नाही का?'

'नाही.'

'तुमचे मित्र एल्सवर्थ टूही यांनी तो माझ्याकडे पाठवला. भेट म्हणून.'

'माझ्यासाठी ही भेटीची वेळ मिळवायला?'

'तुम्हाला वाटतंय त्या प्रत्यक्ष हेतूपोटी नव्हे... पण अप्रत्यक्षपणे- हो तसंच.'

'त्याने मला हे सांगितलं नव्हतं.'

'तो पुतळा माझ्याकडे असायला तुमची काही हरकत आहे कां?'

'तसंच काही नाही.'

'अरे- मला फार आनंद झालाय, असं तुम्ही म्हणाल अशी अपेक्षा होती माझी.'

'नाही झाला.'

तो बसला. डेस्कच्या कोपऱ्यावर सहजपणे किंचित टेकून, पाय पसरून, पावलं एकमेकांवर टाकत.

त्याने विचारलं, ‘तुम्ही बरेच दिवस तो पुतळा शोधतबिधत होतात की काय.’

‘गेली दोन वर्षं.’

‘तो मी तुम्हाला परत देणार नाही.’ तो तिच्या चेहऱ्याचं निरीक्षण करत म्हणाला, ‘हवं तर स्टोनरिज देईन.’

‘माझा विचार बदलला मी. टूहीने तो तुम्हाला दिला याचा आनंद झालाय मला.’

त्याला एक कडवट विजयानंदाचा झटका बसला... आणि थोडं हताश वाटलं. अखेर या स्त्रीचंही मन सहज वाचता आलं आपल्याला. तिचं मनही अखेर बटबटीत आहे हे स्पष्टच होतं... त्याने विचारलं, ‘कारण तुम्हाला त्यामुळे माझी भेट मिळाली, म्हणून?’

‘नाही. कारण जगात ज्या माणसांकडे तो पुतळा असावा, असं मला वाटतं त्यात तुम्ही शेवटून दुसरे असाल. पण शेवटचा टूही आहे.’

त्याची विजयाची भावना थोडी ओसरली. स्टोनरिजचं काम गटवू पहाणाऱ्या स्त्रीने हे असं बोलणं किंवा विचार करणं अपेक्षित नव्हतं.

त्याने विचारलं, ‘तो पुतळा टूहीकडे आहे हे तुम्हाला माहीत नव्हतं?’

‘नाही.’

‘आपण आपल्या या मित्राबद्दल- मि. एल्सवर्थ टूहीबद्दल जरा बसून चर्चा करायला हवी. मला कुणाचं प्यादं म्हणून काम करायला आवडत नाही. तुम्हालाही आवडत नसावं किंवा तुम्हाला कुणी तसं करायला भागही पाडू शकणार नाहीसं वाटतंय. मि. टूहींनी बऱ्याच गोष्टी सांगायच्या टाळल्या आहेत. उदाहरणार्थ या पुतळ्याच्या शिल्पकाराचं नाव.’

‘ते ही सांगितलं नाही तुम्हाला?’

‘नाही.’

‘स्टीवन मॅलरी.’

‘मॅलरी?... ज्याने त्याला...’ तो मोठ्ठ्याने हसला.

‘काय झालं?’

‘त्याने मला सांगितलं की, मला त्याचं नाव आठवत नाही म्हणून. हे नाव.’

‘मि. टूहींच्या कोणत्याही वागण्याने तुम्हाला अजून धक्का बसू शकतो की काय?’

‘बसला आहे- गेल्या अनेक दिवसांपासून बसतो आहे. जो काही बटबटीतपणा त्याच्यात आहे त्यातही एक सौम्यपणा आहे. कठीण आहे तो. त्याची कलाकारी मला जवळपास आवडतेय म्हणा ना.’

‘तुमची अभिरुची माझ्या गळी उतरू शकत नाही.’

‘कोणत्याच क्षेत्रात नाही? शिल्पकलेत- किंवा आर्किटेक्चरमध्येही नाही?’

‘- आर्किटेक्चरमधे नक्कीच नाही.’

‘असं म्हणणं हे फारफार चुकीचं आहे असं नाही वाटत तुम्हाला?’

‘कदाचित असेलही.’

त्याने तिच्याकडे पहात म्हटलं- ‘छान वाटताय तुम्ही मला.’

‘तसा हेतू नव्हता माझा.’

‘ही तुमची तिसरी चूक.’

‘तिसरी?’

‘पहिली होती मि. टूहींबाबत. या परिस्थितीत तुम्ही त्याची स्तुती करणं अपेक्षित होतं. त्याची

उद्धृतं वापरणं. आर्किटेक्चर संदर्भात त्याच्या मतांचा संदर्भ देणं.'

'पण तुम्हाला एल्सवर्थ टूही ही काय चीज आहे हे माहीत असावं अशीच अपेक्षा असणार कुणाचीही. त्यामुळे त्याची उद्धृत देण्याने काय साध्य होणार?'

'तुम्ही मला संधी दिली असती, तर मी तेच तुम्हाला सांगणार असतो. पण तुम्ही तशी वेळच येऊ दिली नाहीत.'

'अरे वा. यात तर अधिकच करमणूक होऊ शकते मग.'

'तुमची यातून करमणूक होण्याची अपेक्षा आहे की काय?'

'होय.'

'त्या पुतळ्यासंदर्भातही?' तो एकच मुद्दा जरा नाजूक जागी होता हे त्याच्या लक्षात आलेलं.

'नाही. पुतळ्यासंदर्भात नाही.' तिचा स्वर कठोर होता.

'मला सांगा, तो पुतळा कुणासाठी आणि कधी घडवण्यात आला होता?'

'हे सुद्धा मि. टूही विसरले का सांगायला?'

'उघड आहे.'

'तुम्हाला एका वास्तूबद्दल बराच हलकल्लोळ उडालेला आठवतो का? स्टोडार्ड मंदिर नावाची वास्तू होती ती. दोन वर्ष झाली असतील. तुम्ही तेव्हा इथे नव्हतात.'

'स्टोडार्ड मंदिर? पण मी दोन वर्षांपूर्वी कुठे होतो ते तुम्हाला कसं माहीत? एक क्षण- स्टोडार्ड मंदिर का... आठवतंय साधारण. काहीतरी पाखंडी चर्च की, असंच काहीतरी... बायबल ब्रिगेडला गदारोळ करायला छान संधी मिळालेली- ते?'

'होय.'

'त्यात एक...' तो थबकला. त्याचा आवाज किंचित ताठरला, बोलणं अवघड झाल्यासारखा- तिच्यासारखाच. 'त्यात एक नग्न स्त्रीच्या पुतळ्याचा संदर्भ आला होता.'

'होय.'

'अस्सं...'

तो काही क्षण गप्पच राहिला. तो पुन्हा बोलू लागला, तेव्हा त्याच्या आवाजाला धार होती. दबलेल्या रागाचा निखारा जणू त्यात धगधगत होता. कुणावरचा राग कळलं नाही तिला.

'मी बालीमध्ये होतो कुठेतरी. माझ्या आधी साऱ्या न्यू यॉर्कने तो पुतळा पाहिला याचं दुःखं वाटतं मला. पण मी बाहेर गेलो की, वर्तमानपत्र वाचत नसतो. माझ्या यॉटच्या जवळपास जरी कुणी बॅनर घेऊन आलं, तर त्या माणसाला कामावरून काढण्याचे माझे आदेश असतात.'

'तुम्ही स्टोडार्ड मंदिराची छायाचित्रं पाहिलीत?'

'नाही. ती वास्तू या पुतळ्याला साजेशी होती?'

'तो पुतळा त्या वास्तूला बराचसा साजेसा होता असं म्हणू शकतो आपण.'

'ती वास्तू- नष्ट करण्यात आली, होय ना?'

'होय. वायनान्ड पेपर्सच्या मदतीने.'

त्याने खांदे उडवले. 'मला आठवतंय, थोडंफार. आल्वा स्कॅरेटने एकदम धमाल उडवून दिलेली त्या विषयावरून. फारच मोठी बातमी होती ती. सॉरी, मी ती चुकवली. पण आल्वाने सारं छान सांभाळून घेतलेलं. पण मला सांगा, मी त्या वेळी इथे नव्हतो हे तुम्हाला कसं माहीत आणि मी इथे नव्हतो हे तुम्ही लक्षात कसं काय ठेवलंत इतकं?'

'त्या बातमीमुळे माझी तुमच्याकडची नोकरी गमावली मी.'

'तुमची नोकरी? माझ्याकडची?'

'माझं नाव डॉमिनिक फ्रँकन होतं हे माहीत नव्हतं तुम्हाला?'

त्याच्या जॅकेटखाली त्याचे खांदे पडले- त्यात नवल होतं, असाहाय्यता होती. तो तिच्याकडे सहजपणे पहात राहिला. मग म्हणाला, 'नाही...'

ती निर्विकारपणे हसली आणि म्हणाली, 'एकंदरीत टूहीने आपणां दोघांसाठी सारंकाही शक्य तेवढं कठीण करून ठेवलंय तर.'

'खड्ड्यात गेला टूही. मला हे समजून घेऊ दे... मला समजत नाहीये. तुम्ही डॉमिनिक फ्रँकन आहात?'

'होते.'

'तुम्ही या बिल्डिंगमधे काही वर्षं काम करत होतात?'

'सहा वर्षं?

'मी तुम्हाला यापूर्वी कधी भेटलो कसा नाही?'

'तुम्ही तुमच्या सर्व कर्मचाऱ्यांना भेटत नक्कीच नसणार.'

'मला काय म्हणायचंय ते कळतंय तुम्हाला.'

'मी ते स्पष्ट शब्दांत मांडू कां?'

'हो.'

'मी तुम्हाला भेटायचा या अगोदर प्रयत्न का नाही केला?'

'होय.'

'मला इच्छा नव्हती.'

'तेच तर मला कळत नाहीये.'

'हे मी सोडून देऊ की समजून घेऊ?'

'मी सोडवतो तुमचा प्रश्न. तुमच्यासारखी लावण्यवती माझी या क्षेत्रातली कीर्ती ऐकून असतानाही असं कसं झालं... तुम्हाला बॅनरमध्ये खरखुरं करीअर करायची संधी मिळाली असती यापूर्वीच.'

'मला बॅनरमध्ये खरंखुरं करिअर करण्यात काहीही गम्य नव्हतं.'

'का?'

'ज्या कारणासाठी तुम्हाला बॅनर आपल्या यॉटवर नकोसा वाटतो त्याच कारणासाठी असेल कदाचित्.'

'हं. हे पुरेसं कारण आहे.' तो शांतपणे म्हणाला. मग पुन्हा त्याचा स्वर पूर्ववत झाला, 'हं तर- कशासाठी तुम्हाला नोकरीतून काढलं होतं? आमच्या संपादकीय धोरणाच्या विरुद्ध काहीतरी केलंत तुम्ही?'

'मी स्टोडार्ड मंदिराचा बचाव करण्याचा प्रयत्न केला होता.'

'बॅनरमध्ये प्रामाणिकपणा दाखवून चालत नाही, हे एवढ्या वर्षांत कळलं नव्हतं तुम्हाला?'

'मला संधीच दिली नाही तुम्ही- हेच वाक्य मी तुम्हाला ऐकवणार होते.'

'गंमत वाटतेय का तुम्हाला?'

'तेव्हा नव्हती वाटली. मला इथे काम करायला आवडायचं.'

'या बिल्डिंगमध्ये हे बोलणाऱ्या तुम्ही एकट्याच असाल.'

'दोघांमधली एक असेन.'

'दुसरं कोण?'

'तुम्ही स्वतः, मि. वायनान्ड.'

'नका त्याची खात्री बाळगू.' त्याने डोकं वर उचललं, तेव्हा तिच्या नजरेतली मिस्किल छटा त्याला दिसली. आणि त्याने विचारलं, 'केवळ मला अडकवण्यासाठी तुम्ही तसं म्हणालात?'

'होय, मला वाटतं.' तिने सहजपणे उत्तर दिलं.

'डॉमिनिक फ्रँकन...' तो स्वतःशीच म्हणाला. 'आवडायचं मला तुमचं लिखाण. तुम्ही इथं पुन्हा तुमची नोकरी मागायला आलेल्या असता तर- किती बरं वाटलं असतं मला.'

'मी इथे स्टोनरिजबद्दल चर्चा करायला आले आहे.

'आः... हं. अर्थातच.' तो मागे रेलला. आता मनधरणीचं एखादं लांबलचक भाषण ऐकायला मिळणार अशा तयारीत बसला. अर्जदाराच्या भूमिकेत ती कशी बोलेले, काय युक्तिवाद करेल हे पहाणं मनोरंजक ठरेल असा विचार मनाशी करतच त्याने विचारलं, 'बरं तर, त्याबद्दल मला काय बरं सांगणार आहात तुम्ही?'

'तुम्ही ते काम माझ्या नवऱ्याला द्यावत अशी माझी इच्छा आहे. अर्थात तसं तुम्ही करावं याला काहीच कारण नाही. त्या बदल्यात मी तुमच्याबरोबर झोपण्याचं मान्य केलं, तरच तुम्ही ते करालं हे मला समजतं. ते कारण तुम्हाला पुरेसं वाटणार असेल, तर मी ते करायला तयार आहे.'

तो तिच्याकडे स्तब्धपणे, कोणतेही भाव मुद्रेवर उमटू न देता, निःशब्दपणे पहात राहिला. तीही त्याच्याकडे पहात राहिली. त्याच्या निरखणाऱ्या नजरेचं किंचितसं नवल वाटल्यासारखी. कितीही प्रयत्न केला तरीही तिच्या अविचल नितळ शुद्धतेव्यतिरिक्त कसलीच जाणीव त्याला होत नव्हती.

तो म्हणाला, 'मी हे सुचवणारच होतो. पण इतक्या उघड्यावाघड्या शब्दात नव्हे. आणि आपल्या पहिल्या भेटीत तर नव्हेच.'

'मी तुमचा वेळ वाचवला आणि फोल शब्दांची गरजही संपवली.'

'तुमचं तुमच्या नवऱ्यावर खूप प्रेम आहे का?'

'तिरस्कार वाटतो मला त्याचा.'

'त्याच्या कलाप्रतिभेवर तुमचा गाढ विश्वास आहे का?'

'तो एक अत्यंत सुमार आर्किटेक्ट आहे.'

'मग हे तुम्ही का करताय?'

'अशीच गंमत म्हणून.'

'मला वाटायचं असल्या कारणांसाठी एकटा मीच कायकाय धंदे करत असतो.'

'तुम्हाला हरकत नसावी. मला वाटतं, अभिजात प्रतिभा हा काही फार मोठा गुण तुम्हाला तरी वाटत नसावा.'

'आपल्या नवऱ्याला स्टोनरिजचं काम मिळालं, नाही मिळालं, तुम्हाला खरोखर काहीच वाटणार नाही, हो ना?'

'हो.'

'आणि माझ्याबरोबर झोपण्यातही तुम्हाला काही गम्य नसावं.'

'अजिबातच नाही.'

'असलं नाटक करू शकणाऱ्या स्त्रीचं मला कौतुक वाटलं असतं. पण हे नाटक नाहीये.'

'नाहीये. माझं कौतुक वाटून घेऊही नका. ते टाळण्याचा मी सर्वथा प्रयत्न केला आहे.'

तो हसला की कळायचं की हसण्यासाठी त्याच्या चेहऱ्यांच्या स्नायूंना वेगळं काही करायची गरजच नसे. त्याच्या चेहऱ्यावर चेष्टेचा हसरा भाव नेहमी असायचाच. क्षणभरासाठी तो भाव जरासा

प्रखर गहिरा होत असे इतकंच... आणि पुन्हा सहज मंदावत असे. आताही तो भाव तसाच प्रखर झालेला.

'म्हणजे अखेर,' तो म्हणाला, 'तुमचा खरा हेतू मीच आहे तर. स्वतःला माझ्याकडे सोपवून टाकायचं आहे तुम्हाला.' तिला आपल्या नजरेतील भाव लपवता आले नाहीत. ते पाहून तो पुढे म्हणाला, 'नाही नाही, इतक्यात एवढ्या- मी केवढी मोठी चूक करतो आहे असं वाटून एवढ्या खूष होऊ नका... मी ते नेहमीच्या अर्थाने म्हणालेलो नाही. अगदी विरुद्ध अर्थाने म्हणतोय. तुम्ही म्हणालात ना मघाशी- की मी तुम्हाला मी शेवटून दुसरा वाटतो म्हणून? तुम्हाला स्टोनरिज नको आहे. तुम्हाला स्वतःला सर्वात नीच हेतूसाठी, हाती लागणाऱ्या सर्वात नीच माणसाला विकायची इच्छा आहे.'

'हे तुम्हाला कळेल अशी अपेक्षा नव्हती माझी.' ती साधेपणाने म्हणाली.

'तुम्हाला- कधीकधी पुरुष असं करतात... स्त्रिया नाही... तुम्हाला माझ्याबद्दलची घृणा, तिरस्कार लैंगिक संबंधांतून व्यक्त करायची आहे.'

'नाही. मि. वायनान्ड. ती स्वतःबद्दलची घृणा आहे.'

त्याच्या ओठांची पातळ रेष किंचितशी हलली... जणू त्याच्या ओठांनी काहीतरी त्याच्या स्वतःबद्दलचाच साक्षात्कार निसटता पकडून धरला होता... अनभावितपणे एक कच्ची जागा सापडावी तसा... तो ओठ घट्ट मिटल्यासारखे करूनच बोलू लागला.

'खूप लोक स्वतःच्या आत्मसन्मानाबद्दल स्वतःचीच खात्री पटवण्यासाठी बरंच काय काय करत असतात.'

'हं.'

'आणि अर्थातच, स्वतःचा आत्मसन्मान शोधण्याची वेळ यावी, हे तो नसण्याचंच द्योतक असतं.'

'होय.'

'तुम्हाला आत्मघृणेचा शोध घेण्याचा अर्थ आता कळू शकतो?'

'की ती माझ्यात असू शकत नाही?'

'आणि ती तुम्हाला कधीच साध्य होणार नाही.'

'हे ही तुम्हाला समजेल अशी माझी अपेक्षा नव्हती.'

'आता मी काहीही बोलत नाही- नाहीतर मी शेवटून दुसरा माणूस असणं थांबून जाईल आणि मग तुमच्या हेतूच्या पूर्तीसाठी मी कुचकामी ठरेन.' तो उठून उभा राहिला, 'मी तुमचा प्रस्ताव स्वीकारतो हे तुम्हाला औपचारिकपणे सांगून टाकू?'

तिने मानेनेच होकार दर्शवला.

'खरं सांगायचं तर,' तो बोलू लागला, 'स्टोनरिज बांधायला मी कुणाची निवड करणार याला माझ्या लेखी काहीही महत्त्व नाही. मी बांधत असलेल्या कुठल्याही बिल्डिंगसाठी मी चांगले आर्किटेक्ट्स निवडलेले नाहीत आजवर. लोकांना जे हवं तेच मी देतो. या वेळी मी जरा निवड करायला वेळ लावला, कारण माझ्याकडे नेहमी काम करणाऱ्या लबाड लांडग्यांचा मला वैताग आला आहे. आणि काहीही मापदंड किंवा कारणांशिवाय कुणाची निवड करणं कठीणच असतं. मला आशा नव्हती- इतकं चांगलं कारण तुम्ही मला दिलंत- कृतज्ञ आहे मी.'

'मला पीटर कीटींगचं काम नेहमीच आवडत आलंय वगैरे बोलला नाहीत, हे फार बरं वाटलं मला.'

'तुम्हीही तर मला हे सांगितलं नाहीत- की वायनान्डच्या निवडक सख्यांच्या यादीत समावेश

झाल्याचा मला कोण आनंद होतो आहे म्हणून सांगू!'

'तुम्हाला कदाचित मी हे कबूल केल्याचा आनंद होईल... होवो... पण आपलं तसं बरं जमेलसं वाटतंय मला.'

'बरीच शक्यता आहे. निदान तुम्ही मला जरा नवीन अनुभव दिलात- मी जे करतो तेच करण्यासाठी- पण निदान प्रामाणिकपणाने. मी तुम्हाला सूचना द्यायला सुरुवात करू का आतापासूनच? त्यात काही वेगळं असेल असं भासवायचा मी अजिबात प्रयत्न करणार नाहीये.'

'तुमची इच्छा असेल तसं.'

'माझ्याबरोबर माझ्या यॉटवर तुम्ही दोन महिने समुद्रसफरीवर चलायचं. दहा दिवसांत निघायचंय आपल्याला. आपण परत येऊ तेव्हा तुम्ही तुमच्या नवऱ्याकडे परतायला मोकळ्या असाल- स्टोनरिजच्या करारपत्रासह.'

'फारच छान.'

'मला तुमच्या नवऱ्याला भेटायला आवडेल. सोमवारी रात्री तुम्ही दोघे माझ्याबरोबर डिनरला याल?'

'तुमची इच्छा असेल तर, हो.'

ती जायला निघाली, तेव्हा त्याने विचारलं.

'तुमच्यात आणि तुमच्या पुतळ्यात काय फरक आहे सांगू?'

'नको.'

'पण मला सांगायचंय. फार दचकायला होतं हे पाहून- एकच तत्त्व दोन परस्परविरुद्ध रूपबंध साकार करताना. तुमच्या त्या पुतळ्याची आत्मधून आहे ती उत्कट उत्फुल्लतेची... पण तुमची स्वतःची आत्मधून आहे ती व्याकूळ वेदनेची.'

'वेदना? मी तसं काही दर्शवलं आहे असं वाटत नाही मला.'

'नाही दर्शवलं. तेच म्हणायचंय मला. कुणीही आनंदी जीव वेदनेपासून इतका अस्पर्शित राहूच शकत नाही.'

□ □ □

वायनान्डने त्याच्या आर्ट डीलरला फोन केला आणि स्टीवन मॅलरीच्या शिल्पांचं प्रदर्शन फक्त त्याच्यासाठी मांडून ठेवायला सांगितलं. मॅलरीची भेट घ्यायचं मात्र त्याने टाळलं. त्याला ज्यांचं काम आवडायचं त्यांना तो सहसा भेटायचा नाही. त्या डीलरने त्याची आज्ञा तातडीने पाळली. वायनान्डने त्यातली पाच शिल्पं तिथल्यातिथे विकत घेतली. डीलरने काहीही किंमत सांगण्याआधीच त्याने त्याची भरघोस किंमत देऊनही टाकली.

'मि. मॅलरी विचारत होते,' त्या डीलरने विचारलं, 'त्यांच्या कामाकडे तुमचं लक्ष कसं काय गेलं?'

'मी त्यांचं एक शिल्प पाहिलं.'

'कोणतं?'

'त्याने काय फरक पडतो?'

डॉमिनिकशी भेट झाल्यानंतर वायनान्ड आपल्याला बोलावून घेईल अशी टूहीची अपेक्षा होती. वायनान्डने त्याला फोनही केला नव्हता. पण काही दिवसांनंतर सिटी रूममध्ये टूहीशी गाठ पडली, तेव्हा वायनान्डने त्याला विचारलं, 'मि. टूही, तुम्हाला आजवर इतक्या लोकांनी मारायचा प्रयत्न

[४४६]

केलाय कां- की तुम्हाला त्यांची नावंही लक्षात राहू नयेत?'

टूही हसून उत्तरला, 'बऱ्याच जणांना आवडेल खरं- खात्री आहे मला.'

'आपल्या बांधवांची फारच स्तुती करता बुवा तुम्ही!' एवढं बोलून वायनान्ड चालता झाला.

□ □ □

पीटर कीटींग त्या रेस्तराँच्या दालनाकडे टक लावून पहात होता. शहरातलं सर्वात प्रतिष्ठित आणि उंची रेस्तराँ होतं ते. कीटींग स्वतःवर खूश होता. इथे मी गेल वायनान्डचा पाहुणा आहे, हा विचार चवीने चघळत होता.

टेबलवर समोरच बसलेल्या वायनान्डच्या रुबाबदार आकृतीकडे नजर न खिळवण्याचा प्रयत्न करावा लागत होता त्याला. अशा सुप्रसिद्ध ठिकाणी हे डिनर ठरवल्याबद्दल तो वायनान्डचे मनोमन आभार मानत होता. लोक वायनान्डकडे डोळे फाडून पहात होते. लपतछपत, सराईतपणे इतरत्र पहात असल्याचा देखावा करत पण डोळे फाडूनच. त्यांच्या नजरांमध्ये टेबलवरच्या दुसऱ्या दोन पाहुण्यांचा आपोआपच अंतर्भाव होत होता.

डॉमिनिक दोघांच्या मधे बसली होती. तिने शुभ्र रेशमी झगा घातला होता. लांब बाह्या, बंद गळा असलेला तो झगा नन्सच्या झग्यांसारखा बंदबंद होता. संध्याकाळच्या पार्टीसाठी सर्वस्वी अयोग्य असल्यामुळेच तो पार्टीचा ड्रेस ठरला होता. तिने काहीही अलंकार घातले नव्हते. तिचे सोनेरी केस शिरोवस्त्रासारखेच वाटत होते. तिच्या शरीराच्या बारीकसारीक हालचालींसरशी शुभ्र रेशमी वस्त्राची सळसळ होत होती. त्यातून तिचा देह निष्पाप निरागसपणे उघडा पडत होता, आहुतीची वस्तू सार्वजनिकरीत्या समर्पण करण्यासाठी आणली जावी तसा. तो लपवण्याची गरज नव्हती, त्याची वासना धरण्याचीही गरज नव्हती. कीटींगला तो अगदीच अनाकर्षक वाटला होता. पण वायनान्डला तो फारच आवडल्याचं त्याच्या लक्षात आलं.

दूरच्या एका टेबलवरून कुणीतरी सतत त्यांच्यावर नजर लावून बसलेलं. कुणीतरी उंच, धिप्पाड आकृती होती ती. आणि मग तो महाकाय देह पायावर उठून उभा राहिला आणि कीटींगच्या लक्षात आलं- राल्स्टन हॉलकोम्ब त्यांच्या दिशेने घाईघाईने येऊ लागला होता.

'पीटर, अरे बेटा, आहेस कुठे? बरं वाटलं भेटलास.' हॉलकोम्बने जोरजोरात पीटर कीटींगचा हात हलवला, डॉमिनिकला झुकून अभिवादन केलं आणि वायनान्डकडे हेतूतः दुर्लक्ष केलं. 'आहेस कुठे तू? दिसतही नाहीस अलीकडे कुठे?' तीन दिवसांपूर्वी ते एकत्र जेवले होते.

वायनान्ड उठून, थोडासा पुढे झुकून, नम्रपणे उभा राहिलेला. कीटींग थोडासा गडबडला आणि मग मनाविरुद्ध कसाबसा बोलला,'मि. वायनान्ड - मि. हॉलकोम्ब.'

'मि. गेल वायनान्ड तर नव्हे?' हॉलकोम्ब निष्पापपणाची कमाल दाखवत म्हणाला.

'मि. हॉलकोम्ब, कफ सिरपची जाहिरात करणाऱ्या स्मिथ भावंडांना प्रत्यक्षात भेटलात तर ओळखाल का हो तुम्ही?'

'का नाही... ओळखेनच.' हॉलकोम्ब गडबडून उत्तरला.

'मग माझा चेहरा, बरं का मि. हॉलकोम्ब, तेवढाच जगजाहीर आहे.'

हॉलकोम्बने कसेबसे चार औपचारिक शब्द तोंडात घोळवले आणि तो पळालाच तिथून.

वायनान्ड गोडीत हसून म्हणाला, 'मि. हॉलकोम्ब जरी आर्किटेक्ट असले, तरीही त्यांची माझी ओळख करून द्यायला घाबरायचं तुम्हाला काहीच कारण नव्हतं, मि. कीटींग.'

'घाबरायचं कारण, मि. वायनान्ड?'

'अगदीच अनावश्यक. कारण सगळं ठरलंय आता. मिसेस कीटींगनी सांगितलं नाही का तुम्हाला, स्टोनरिज तुमचंच आहे ते?'

'मला- नाही, तिने मला नाही सांगितलं... मला नव्हतं माहीत...'

वायनान्डच्या चेहऱ्यावर स्मितहास्य होतं, पण ते चिकटवल्यासारखंच राहिलं होतं, आणि कीटींगला बोलत रहाणं भाग वाटू लागलं. कुणीतरी थांबण्याचा संकेत देईपर्यंत जणू बोलत रहायला हवं होतं. 'मला अजिबात म्हणजे तशी आशा फारच कमी होती. इतक्या लवकर हे होईल असं तर नाहीच... अर्थात आज तुम्ही डिनरला बोलावलंत ते एक सुचिन्ह आहे असंच समजलो मी- म्हणजे तुम्हाला निर्णय घ्यायला मदत होईल असं वाटलं...' तो अनभावितपणे बोलून गेला, 'तुम्ही नेहमीच असं समोरच्याला आश्चर्यचकित करता का हो... इतक्या सहज?'

'शक्य असेल तेव्हा तेव्हा.' वायनान्ड गंभीरपणे उत्तरला.

'तुम्ही माझा हा जो सन्मान केला आहे, त्यास मी पात्र ठरेन आणि तुमच्या अपेक्षा पूर्ण करू शकेन, असा मला विश्वास वाटतो, मि. वायनान्ड.'

'माझ्या मनात त्याबद्दल काहीही शंका नाहीत.' वायनान्ड म्हणाला.

आज तो डॉमिनिकशी काहीच बोलत नव्हता. जणू त्याचं पूर्ण लक्ष कीटींगवर केंद्रित झालं होतं.

'आजवर माझ्या कामाची लोकांनी नेहमीच कदर केली आहे.' कीटींग म्हणाला, 'स्टोनरिज हे माझं सर्वात चांगलं काम ठरावं असाच मी प्रयत्न करेन.'

'तुमच्या गाजलेल्या इमारतींच्या नावांची यादी पहाता, हे तर फार मोठं आश्वासन म्हणावं लागेल.'

'माझं काम आपल्या नजरेत यावं, इतकं काही महत्त्वाचं असेल, असं वाटलं नव्हतं मला, मि. वायनान्ड.'

'पण मला माहीत आहेत त्या सगळ्या. कॉस्मोस्लॉत्निक बिल्डिंग- शुद्ध मायकेलँजेलो.' कीटींगचा चेहरा नवलानंदाने थबथबला. वायनान्डची कलाक्षेत्रातील जाणकारी त्याला माहीत होती. असली तुलना तो उगीच करणार नाही याची त्याला खात्री होती. 'प्रुडेन्शियल बँक बिल्डिंग - अगदी अस्सल पॅलाडिओ. स्लॉटर्न डिपार्टमेन्ट स्टोअर- म्हणजे ख्रिस्टोफर रेनकडची उचलेगिरी आहे.' कीटींगच्या चेहऱ्यावरचे भाव बदलले, 'केवळ एका बिल्डिंगच्या किमतीत मला केवढी जबरदस्त कंपनी मिळतेय पहा. जबरदस्त बार्गेन! नाही का?'

कीटींग हसला. पण त्याचा चेहरा आता ताणलेला. तो म्हणाला, 'मी तुमच्या प्रखर विनोदबुद्धीबद्दल बरंच ऐकून आहे, मि. वायनान्ड.'

'माझ्या वर्णनशैलीबद्दल ऐकलं आहेत की, नाही तुम्ही.'

'म्हणजे?'

वायनान्ड त्याच्या खुर्चीतच जरासा वळला. डॉमिनिक एखादी निर्जीव वस्तू असावी अशा नजरेने तिचं निरिक्षण करू लागला.

'तुमच्या पत्नीचं शरीर अतिशय सुंदर, रेखीव आहे, मि. कीटींग. त्यांचे खांदे जरासे कृश आहेत, पण त्यांच्या इतर ठेवणीला साजेसे दिसतात ते. त्यांचे पाय जरा जास्तच लांबसडक आहेत. पण त्यामुळे एखाद्या लांबसडक नौकेचा डौल त्यांच्या शरीराला मिळतो. त्यांचे वक्ष तर फारच सुंदर आहेत, नाही का?'

'आर्किटेक्चर ही एक फारच बटबटीत कला आहे, मि. वायनान्ड,' कीटींग हसण्याचा प्रयत्न करत बोलला. 'त्यातल्या व्यावसायिकांना उच्च प्रतीची सुसंस्कृतता फारशी अंगवळणी पडत नाही.'

'तुम्हाल कळत नाहीये का, मी काय म्हणतोय ते, मि. कीटींग?'

'तुम्ही अगदी सभ्य गृहस्थ आहात हे मला माहीत नसतं, तर कदाचित मी गैरसमज करून घेतला असता. पण तुमच्या चेष्टेला मी मुळीच बळी पडणार नाही.'

'मी नेमकं तेच तर टाळायचा प्रयत्न करतो आहे.'

'मला कौतुक आवडतंच, मि. वायनान्ड, पण माझ्या पत्नीबद्दल चर्चा करावी इतकाही मी स्वकेंद्रित नाही, बरं का?'

'का नको, मि. कीटींग? आपल्याकडे असलेल्या वस्तूंबद्दल चर्चा करणं तसं सभ्यतेला धरून आहे- किंवा आपल्याकडे सामायिकपणे असलेल्या वस्तूंबद्दल...'

'मि. वायनान्ड, मी... मी समजलो नाही...'

'अधिक स्पष्ट करू कां?'

'नको- मी...'

'नको? मग आपण स्टोनरिजचा विषय सोडून द्यायचा का?'

'ओः, स्टोनरिजबद्दल बोलू या ना.- मी-'

'पण आपण तेच तर बोलतो आहोत, मि. कीटींग.'

कीटींग आजुबाजूला पाहू लागला. त्याला वाटत राहिलं... असल्या गोष्टी अशा प्रकारच्या ठिकाणी कशा काय होऊ शकतात. तिथली भव्यता, तिथलं ऐश्वर्य यामुळे हे अधिकच राक्षसी होऊ लागलं होतं.

एखाद्या कोंदट अंधाऱ्या तळघरात हे झालं असतं तर ठीक होतं. त्याला वाटलं- रस्त्यावर रक्त सांडलं तर समजू शकतं... पण दिवाणखान्यातल्या गालिचावर रक्त...

'मला कळतंय, की तुम्ही मस्करी करताय, मि. वायनान्ड.' तो म्हणाला.

'तुमच्या विनोदबुद्धीचं कौतुक करायची आता माझी पाळी, मि. कीटींग.'

'असल्या- असल्या गोष्टी कधी...'

'तुम्हाला हे असं मुळीच म्हणायचं नाहीये, मि. कीटींग. तुम्हाला म्हणायचंय की, असल्या गोष्टी केल्या जातात पण बोलल्या जात नाहीत.'

'मला वाटलं नव्हतं...'

'तुम्ही इथे येण्यापूर्वीच याचा विचार केला होता. तुमची हरकत नव्हती. मी अत्यंत घाणेरड्या पद्धतीने वागतो आहे हे मी मान्य करतो. मी सर्व नियम मोडून टाकतो आहे. अजिबात दया दाखवत नाहीये. प्रामाणिकपणा दाखवणं हे एक फार मोठं क्रौर्य असतंच.'

'प्लीज, मि. वायनान्ड, आपण सोडून देऊ हा विषय... मला कळत नाहीये... मी करू तरी काय?'

'अगदी सोपंय. तुम्ही माझ्या थोबाडीत मारायला हवी.'

कीटींग हीही करून हसला.

'हे तुम्ही केव्हाच- मघाशीच करायला हवं होतं.'

कीटींगच्या तळव्यांना घाम फुटलेला. तो मांडीवरच्या नॅपकिनचा आधार घेऊन बसला होता. वायनान्ड आणि डॉमिनिक शांतपणे खात होते. सावकाश आणि ऐटीत. जणू ते दुसऱ्याच कुठल्यातरी टेबलवर होते. कीटींग विचार करत होता, ती दोघं मानवी नव्हतीच. काहीतरी अदृश्य झालेलं. त्या दालनातील क्रिस्टलच्या दिव्यांचा प्रकाश क्ष किरणांसारखा हाडांत नव्हे आणखी खोलवर जात होता. ते दोघे जणू डिनर टेबलवर बसलेले आत्मे होते. उंची वस्त्रे घालून बसलेले आत्मे. त्यांच्यावर

मांसाचा बाह्याकार नव्हताच. भयप्रद वाटणारे... इतकी सुस्पष्टता भीतिदायकच वाटते. त्याला अपेक्षा होती की, ते दोघे दुष्ट वाटतील. पण ते खरोखरच निरागस दिसत होते. त्याच्या कपड्यांखालचं शरीर असं नाहीस झाल्यासारखं वाटलं तर त्यांना आपल्या जागी काय दिसेल... तो विचार करत होता.

'नाही?' वायनान्ड म्हणाला, 'तसं नाही करावंसं वाटत तुम्हाला, मि. कीटींग? पण अर्थातच तसं करायला हवंच असं कुठे आहे? केवळ मला यातलं काहीही नको आहे, एवढं म्हटलंत तरी पुरे आहे. माझी काही हरकत असणार नाही. ते तिथे मि. राल्स्टन हॉलकोम्ब बसलेत. ते ही स्टोनरिज तुमच्याइतकंच चांगलं बाधतील.'

'तुम्ही काय म्हणताय मला कळतच नाही, मि. वायनान्ड,' कीटींग कसाबसा बोलला. त्याची नजर टोमॅटो ॲस्पिकमधल्या सलाडवर खिळली होती. ते हलकेच थरथरत होतं. त्याला अगदी ओंगळ वाटलं.

वायनान्ड डॉमिनिककडे वळला.

'तुम्हाला आठवतं का आपलं संभाषण, मिसेस कीटींग? एका शोधाच्या संदर्भातलं? मी म्हटलेलं तुम्हाला तो कधीही साध्य होणार नाही. तुमच्या पतीकडे पहा. ते तज्ज्ञ आहेत- काहीही प्रयत्नाशिवाय. तसं करायचं असतं. त्यांच्याशी तुल्यबळ होऊन पहा कधीतरी. शक्य नाही हे हे मला सांगूच नका. तुम्ही तर अगदीच नवख्या आहात, माय डियर.'

आपण पुन्हा बोललं पाहिजे- कीटींगला वाटलं. पण त्याला जमत नव्हतं ते. ते सलाड जोवर समोर होतं तोवर त्याला बोलता येणार नव्हतं. सारं भय त्या प्लेटमधून येत होतं. समोर बसलेल्या त्या ऐटबाज राक्षसाकडून नव्हे. बाकी सारं अवकाश अगदी सुरक्षित उबदार होतं. तो पुढे झाला आणि त्याने कोपराने ती सलाडची प्लेट खाली पाडली.

त्याने कसेबसे 'चूक झाली, क्षमा करा' वगैरे शब्द उच्चारले. कुणीतरी तिथे आलं. विनम्र शब्दांची पखरण झाली आणि गालिचावरचं खरकटं नाहीसं झालं.

कीटींगच्या कानावर शब्द आले, 'का करताय तुम्ही हे?' त्याने पाहिलं ते दोन चेहरे त्याच्याकडे पाहू लागलेले- तेव्हा त्याला कळलं की ते शब्द त्याचे होते.

'मि. वायनान्ड हे सारं तुझा छळ करण्यासाठी म्हणत नाहीयेत, पीटर.' डॉमिनिक शांतपणे उत्तरली, 'ते हे सारं माझ्यासाठी बोलताहेत. मी किती झेलू शकते हे पहायचंय त्यांना.'

'हे खरंय, मिसेस कीटींग,' वायनान्ड म्हणाला, 'अंशतः खरंय. त्याचा दुसरा भाग माझ्यासाठी आहे. मला माझ्या कृतीचं समर्थन असणं आवश्यक वाटतं.'

'कुणाच्या नजरेत?'

'तुमच्या. आणि कदाचित माझ्याही.'

'गरज वाटते तुम्हाला त्याची?'

'कधीकधी. बॅनर हा एक तिरस्करणीय पेपर आहे, हो ना? वेल, मी आज ज्या स्थानावर आहे त्या स्थानावर पोहोचण्यासाठी आणि तेवढी सत्ता गाजवण्यासाठी मी माझ्या आत्मगौरवाची किंमत दिली आहे. आज त्या स्थानाचा वापर करून इतर माणसांमधे आत्मगौरवाचे काय खेळ चालतात ते पाहून स्वतःची करमणूक मी करून घेऊ शकतो.'

कीटींगला वाटून गेलं की, आता त्याच्या वस्त्रांखाली काहीच नसावं. कारण ते दोन चेहरे त्याची दखलही घेत नव्हते. तो सुरक्षित होता. टेबलवरची त्याची जागा रिकामी होती. तो जणू दूरवरून कुठूनतरी निर्विकारपणे पहात नवल करत होता, हे दोघे एकमेकांकडे शांतपणे का पहात राहिलेत...

त्यांच्यात शत्रूत्व नाहीच, ते दोघे एकाच हत्येच्या कटात सहभागी झाल्यासारखेही वाटत नाहीत... कॉम्रेड्स आहेत ते दोघे.

□ □ □

ते सफरीवर निघण्याच्या दोनच दिवस आधी वायनान्डने डॉमिनिकला संध्याकाळी उशीरा फोन केला.

'तुम्ही आत्ताच्या आत्ता इथे येऊ शकाल?' क्षणभराचा अवकाश ऐकताच तो पुढे म्हणाला, 'तुम्हाला वाटतंय तसं नाहीये. मी माझे करार पाळतो. तुम्ही इथे सुरक्षित असाल. मला फक्त तुम्हाला भेटायचंय.'

'ठीक आहे.' ती उत्तरली.

आणि त्याचा गंभीर स्वर म्हणाला, 'थँक्यू.' ती थोडीशी चकित झाली.

त्याच्या पेन्टहाऊसच्या लॉबीत जेव्हा एलेव्हेटरचं दार उघडलं तेव्हा तो दारातच तिची वाट पहात उभा होता. पण तिला बाहेर येऊ न देता तोच आत शिरला.

'नाही, माझ्या घरात येऊ नकाच तुम्ही.' तो म्हणाला, 'आपण खालच्या मजल्यावर जायचंय.'

एलेव्हेटरचा चालक चकित होऊन पहातच राहिला. एका कुलुपबंद दाराजवळ ती लिफ्ट थांबली. वायनान्डने कुलुप उघडलं आणि तिला प्रथम आर्ट गॅलरीत आत जाऊ दिलं. तो मागोमाग गेला. तिला आठवलं, या जागेत कधीही कुणी बाहेरच्या मनुष्याने पाऊल ठेवलं नव्हतं. ती काहीही बोलली नाही. त्यानेही काही स्पष्ट केलं नाही.

चार तास ती तिथेच होती. मूकपणे तिथल्या प्रशस्त दालनांतून फिरत राहिली. सौंदर्याचा अननुभूत खजिना तिथे उघडला होता, तो पहात राहिली. अतिशय उंची, जाडजूड गालिचा भिंतीपासून भिंतीपर्यंत पसरलेला. त्यातून पावलांचा आवाजही उमटत नव्हता.. बाहेरचा शहरातला गलबला इथे मिटून गेलेला. खिडक्या नव्हत्याच इथे. तो तिच्या मागून निःशब्दपणे फिरत राहिला. ती थांबली की थांबत होता. तिच्या नजरेचा मागोवा घेत त्याची नजर एकेका वस्तूवरून फिरत होती. क्वचित कधी त्याची नजर तिच्या चेहऱ्यावर थबकायची. स्टोडार्ड मंदिराच्या तिच्या पुतळ्याजवळ न थांबता ती पुढे गेली होती.

त्याने तिला कुठे थांबायला सांगितलं नाही आणि कुठे घाईही केली नाही. जणू त्याने ती जागा तिच्या स्वाधीन केलेली. निघायचं कधी तेही तिनेच ठरवलं. तो तिला दारापर्यंत सोडायला आला. मग तिने विचारलं.

'मी हे पहावं अशी तुमची का बरं इच्छा होती? यामुळे मी तुमच्याबद्दल जरा बरा विचार करीन असं काही नाही. उलट अधिक वाईट विचार करेन कदाचित.'

'हं. तीच अपेक्षा असायला हवी माझी.' तो शांतपणे म्हणाला, 'पण मी तसा विचार केला असता तर प्रश्न होता. मी तो विचार केला नाही. मला फक्त तुम्ही हे पहावत इतकंच वाटत होतं.'

❑

४

ते गाडीतून उतरले तेव्हा सूर्यास्त झालेला. आभाळ आणि समुद्राच्या समतल चादरीमध्ये आकाश हिरव्या छटेचं दिसत होतं आणि समुद्र पाऱ्याच्या रंगाचा. ढगांच्या कडा आणि यॉटमधल्या पितळी कड्याकोयंड्यांवर अग्निरंगाची झळाळी जराशी राहून गेली होती. यॉटची रेखा शुभ्र पांढऱ्या गतिमान रेषेसारखी होती. संथ अवकाशावर रेललेल्या संवेदनाशील जिवंत शरीरासारखी.

डॉमिनिकने शुभ्र पांढऱ्या पार्श्वभूमीवर रंगवलेल्या- 'आय डू' या सोनेरी अक्षरांकडे पाहिलं.

'या नावाचा अर्थ काय?' तिने विचारलं.

'ते उत्तर आहे.' वायनान्ड उत्तरला, 'फार काळापूर्वी मरून गेलेल्या लोकांना दिलेलं उत्तर. कदाचित तेच तेवढे अमर आहेत माझ्या दृष्टीने. माझ्या लहानपणी मला फार वेळा हे ऐकून घ्यायला लागायचं... 'तू नको डोकं चालवू तुझं. तू नाही इथे कारभार करत.''

तिला आठवलं, तिने ऐकलेलं की, या प्रश्नाचं उत्तर तो कधीच कुणालाही देत नसे. त्याने तिला सहजच उत्तर दिलं होतं. आणि आपण अपवाद करतो आहोत असा भावही त्यात नव्हता. त्याच्या एकंदर वागण्यातून त्याला काहीशी गहिरी, थोडी नवीनच वाटणारी अशी अंतिम शांतता गवसल्यासारखी वाटत होती, हे तिला जाणवलं.

ते वर पोहोचताच, यॉट पुढे सरकू लागली. जणू वायनान्डचं डेकवरचं पाऊल हाच तिचा संकेत होता. तो कठड्यापाशी उभा राहिला. तिला स्पर्शही न करता. दूर दूर जाणाऱ्या तपकिरी किनाऱ्याच्या वरखाली होणाऱ्या क्षितिजरेषेकडे पहात तो उभा होता. मग तो तिच्याकडे वळला. त्याच्या डोळ्यांत तिला कोणतीही नवी नजर सापडली नाही. कोणताही नवा हेतू सापडला नाही. एकसंध नजर होती त्याची- जणू तो कायमच तिच्याकडे असा पहात आला होता.

ते खाली गेले तेव्हा त्याने तिला तिच्या केबिनपाशी सोडलं आणि म्हणाला, 'काही हवं असेल तर मला प्लीज सांग हं.' आणि तो आतल्या बाजूच्या दारातून पलीकडे गेला. ती त्याची बेडरूम होती. त्याने दार लावून घेतलं आणि मग तो परतला नाही.

ती उगाचच इथून तिथे फिरत राहिली. फिकट सॅटिनवूडच्या पॉलिशने लकाकत असलेल्या पृष्ठभागांवरून तिच्या प्रतिबिंबांचे तुकडे सरसरत राहिले. एका बसक्या आरामखुर्चीत ती पसरली. पायावर पाय टाकून, हात डोक्यामागे टाकून पोर्टहोलच्या गोलाचा हिरवा रंग बदलत गडद निळा होत गेलेला पहात राहिली. तिने दिवा लावताच तो गडद निळा रंग अदृश्य झाला आणि चकाकत्या काचेचं अंधारं वर्तुळ तेवढं दिसत राहिलं.

स्टिवर्डने डिनर तयार असल्याची वर्दी दिली. वायनान्डने तिच्या दारावर टकटक केली आणि तिला सोबत घेऊन डायनिंग सलूनमधे गेला. त्याच्या आविर्भावाने ती थोडी बुचकळ्यात पडली. तो मजेत असल्यासारखा वावरत होता. पण त्यातली निरामय शांतता त्याच्या प्रसन्नतेला एक वेगळीच डूब देत होती.

जेवायला टेबलपाशी बसताना तिने विचारलं, 'मला असं एकटं का सोडलंत तुम्ही?'

'मला वाटलं तुम्हाला एकटं सोडलेलं बरं वाटेल.'

'का? या कल्पनेची सवय व्हावी म्हणून?'

'तुम्हाला तसं वाटत असेल तर तसं.'

'मी ती कल्पना तुमच्या ऑफिसमधे मी पहिल्यांदा आले तेव्हाच पचवलेली.'

'हो. मला क्षमा करा. माझा हेतू तुमच्यात काही विकलता असेल, असं सुचवण्याचा नव्हता. मला ते चांगलं माहीत आहे. अरे हो, तुम्ही मला विचारलं नाहीत- आपण जाणार कुठे हे.'

'ती सुद्धा एक प्रकारची विकलताच असेल.'

'खरंय. तुम्हाला त्यात काही रस नाही हे आवडलं मला. कारण मी कधीच कुठे जायचं ठिकाण ठरवून ठेवत नाही. ही नौका कुठल्याकुठल्या स्थळी जाण्यासाठी प्रवास करत नाही- त्यांच्यापासून दूर निघून जाण्यासाठी प्रवास असतो तिचा. मी एखाद्या बंदरात थांबतो, तेव्हा केवळ तिथून सोडून निघण्याच्या आनंदासाठीच तिथे थांबतो म्हणा ना. मी नेहमी तोच विचार करतो- हे आणखी एक ठिकाण- मला थांबवू शकत नाही, असं आणखी एक ठिकाण.'

'मी खूप प्रवास करत असे. मलाही तसंच वाटायचं. मला तेव्हा सगळे म्हणायचे की, मी माणूसघाणी आहे, मानवताविरोधी आहे म्हणून मी असा विचार करते.'

'त्यावर विश्वास ठेवण्याइतक्या तुम्ही वेड्या खासच नाही. हं?'

'माहीत नाही.'

'त्यातला मूर्खपणा तुम्ही आरपार पाहू शकता. डुक्कर हे मानवतेवरील प्रेमाचं प्रतीक आहे असं मानणाऱ्यांचा मूर्खपणा- जो प्राणी काय वाट्टेल ते स्वीकारतो. खरं म्हणजे जो माणूस सर्वांवर प्रेम करू शकतो किंवा कुठेही त्याला घरच्यासारखं वाटतं तोच खरा मानवताद्वेष्टा म्हणायला हवा. त्याची माणसाकडून काहीही अपेक्षा नसते. त्यामुळे कितीही नीच नीतिभ्रष्टतेचाही त्याला संताप येत नाही.'

'म्हणजे आपल्यापैकी वाईटातल्या वाईट माणसातही काही ना काही चांगुलपणा असतो असं म्हणणारा माणूस? त्याच्या बाबतीत बोलताय का तुम्ही?'

'हं. तो माणूस- की जो तुमची मूर्ती घडवणाऱ्या शिल्पकाराला आणि रस्त्याच्या कोपऱ्यावर मिकी माऊसचा फुगा विकणाऱ्या माणसाला सारख्याच मापात मोजतो. तो माणूस की, ज्याला तुमच्या शिल्पापेक्षा मिकीमाऊसचा फुगा जास्त पसंत करणाऱ्या माणसांचं प्रेम वाटतं... आणि असे खूप आहेत. मला तो माणूस अभिप्रेत आहे की, जो जोन ऑफ आर्कवरही जीव टाकतो आणि त्याचवेळी दुकानात काम करणाऱ्या एखाद्या सेल्स-गर्लवरही जीव ओवाळत असतो. तो माणूस की, जो तुमचं सौंदर्य आणि सबवेत भेटलेल्या कोणत्याही ढमाल्या, अजागळ बाईचं दिसणं यात फरक करत नाही... दोन्हींमुळे त्याची वासना सारखीच खवळते. दुर्बिणीच्या भिंगाशी स्वच्छ, निर्भय दृष्टी जडवून अवकाशाचा वेध घेणाऱ्या माणसाची आणि कोऱ्या नजरेने काहीही न पहाणाऱ्या मतिमंदाची किंमत त्याच्या लेखी सारखीच असते... असल्या उदारहृदयी,उदात्त लोकांची भरपूर मोठी फौज आहे आपल्याकडे. तुम्ही मानवतेच्या द्वेष्ट्या आहात, मिसेस कीटींग?'

'मला आठवतं तेव्हापासून ज्या गोष्टी मी पहात आले, विचार करत आले त्याच सर्व गोष्टींबद्दल तुम्ही बोलता आहात. याच गोष्टी-' ती थांबली.

'तुम्हाला छळत आल्या. अर्थातच. आपण मानवावर प्रेम करतो तेव्हा त्याचं खोटंच नाव मिरवणाऱ्या अनेक मनुष्यप्राण्यांचा आपल्याला द्वेष वाटणं स्वाभाविकच असतं. ईश्वर आणि पाखंड दोन्हीवर निष्पक्षपाती प्रेम करता येणं कसं शक्य आहे? फक्त पाखंड आपल्याला समजू शकत नाही... कारण ईश्वरही आपल्याला माहीत नसतो- एवढा फरक जरूर आहे.'

'लोक मला जे उत्तर नेहमी देतात, तेच तुम्हाला सांगितलं तर काय म्हणाल तुम्ही- की प्रेम म्हणजे क्षमाशीलता.'

'मी म्हणेन की असल्या असभ्यतेची क्षमता तुमच्यात नाही. जरी तुम्ही त्यात स्वतःला प्रवीण

मानत असलात तरीही.'

'-किंवा प्रेम म्हणजेच करूणा.'

'ओः गप्प रहा. या गोष्टी ऐकणं म्हणजे भयंकरच असतं. पण तुमच्या तोंडून त्या ऐकणं- अगदी विनोद म्हणूनही... फारच वाईट आहे.'

'तुमचं उत्तर काय असेल?'

'प्रेम म्हणजे आदर. अर्चना, उदात्तता आणि ऊर्ध्वगामी दृष्टी. घाणेरड्या जखमांवरची मलमपट्टी नव्हे ती. पण त्यांना माहीत नसतं हे. जे लोक प्रेमाची उधळण करण्याबद्दल बोलतात त्यांना प्रेम कधी जाणवलेलंच नसतं. सहानुभूती, करुणा, तिरस्कार, निर्विकारपणा यांची पचपचीत एकवट उकडहंडी करून त्याला नाव देतात ते प्रेमाचं. प्रेम करणं म्हणजे काय ते जसं तुम्हाला आणि मला माहीत आहे- एका सर्वोच्च मूल्यासाठी संपूर्ण निष्ठा वाहणं... ते झाल्यानंतर कोणत्याही खालच्या टप्प्यावर थांबणं शक्यच नसतं.'

'-जसं तुम्हाला आणि मला माहीत आहे...?'

'तुमच्या पुतळ्यासारख्या एखाद्या वस्तूकडे मी पहातो तेव्हा मला ते जाणवतं. त्यात क्षमाशीलता नाही- करूणा नाही. त्यात ते असायला हवं असं सुचवणाऱ्या माणसाला मला ठार करावंसं वाटेल. पण तो जेव्हा तुमच्या पुतळ्याकडे पहातो तेव्हा त्याला काहीही स्पर्शून जात नाही. ते शिल्प किंवा एखादा लंगडणारा कुत्रा सारं त्याच्या लेखी सारखंच. तुमच्या शिल्पाकडे पहाण्यात वेळ न घालवता त्या कुत्र्याची शुश्रूषा करण्याने आपल्याला अधिक उच्च प्रतीचा आध्यात्मिक आनंद मिळतो असंही म्हणेल तो. त्यामुळे तुम्हाला महानतेशी दृष्टभेट हवी असेल, उत्फुल्लतेचा अनुभव हवा असेल, ईश्वर हवा असेल आणि त्याला पर्याय म्हणून तुम्ही कुणाच्या जखमा धुण्याचं काम नाकारलंत तर तुम्हाला मानवताद्वेष्टे म्हटलं जातं, मिसेस कीटींग, कारण जे प्रेम मिळवण्याची मानवतेची लायकीच नाही ते प्रेम समजून घेण्याचा अपराध केलेला असतो तुम्ही.'

'मि. वायनान्ड, मला नोकरीवरून का काढून टाकण्यात आलं ते तुम्ही वाचलंत का?'

'नाही. तेव्हा वाचलं नव्हतं. आता धैर्य नाही होत.'

'का?'

त्याने त्या प्रश्नाकडे दुर्लक्ष केलं. तो हसत म्हणाला, 'आणि म्हणून- तुम्ही माझ्याकडे आलात आणि म्हणालात,'तू या जगातला सर्वात नीच माणूस आहेस- घे मला... आणि कळू दे मला आत्मघृणा. बऱ्याचशा लोकांना ज्याच्या आधाराने जगता येतं ते माझ्याकडे नाही. त्यांना जगणं सुसह्य वाटतं- आणि मला वाटत नाही.' कळलं तुम्हाला तुम्ही कायकाय दाखवून दिलंत मला स्वतःबद्दल?'

'ते दिसेल अशी अपेक्षा नव्हती माझी.'

'अंहं... न्यू यॉर्क बॅनरच्या प्रकाशकाकडून नाहीच नाही. तुमचं बरोबरच होतं. ते ठीक आहे. मीही अपेक्षा केली होती... आणखी एका उठवळ सुंदरीची- एल्सवर्थ टूहीची मैत्रीण.'

ते दोघेही हसले. तिला वाटून गेलं- की कसल्याही ताणतणावाशिवाय आपण बोलू शकतो हे किती विचित्रच आहे- तो या प्रवासाचा हेतू विसरून गेलाय, असंच वाटत होतं. त्याची मनःशांती त्या दोघांनाही जणू वेढून घेत होती.

त्यांचं डिनर किती सहज डौलाने त्यांना वाढलं गेलं तेही ती पहात होती. भिंतींच्या गर्द लाल महोगनी रंगाच्या पार्श्वभूमीवर पांढराशुभ्र टेबलक्लॉथ ती पहात होती. त्या यॉटवरल्या सर्व वस्तूंमधून एक प्रगल्भ विलासी भाव डवरलेला. इतक्या खऱ्याखुऱ्या अर्थाने विलासी म्हणता येईल, अशी ही

पहिलीच जागा ती अनुभवत होती. त्यातला विलास गौण होता. त्याची पार्श्वभूमी म्हणून ती अगदी योग्य होती. त्याकडे वेगळं लक्ष देण्याचंही कारण नव्हतं. तो स्वतःच्या ऐश्वर्याला जणू नमवीत होता. तिने श्रीमंत माणसं पाहिली होती. स्वतःच्या श्रीमंतीचं त्यांना नवल वाटत असावं अशा पद्धतीने ताठरून वागणारी ती माणसं, त्यांचं अंतिम लक्ष्य केवळ श्रीमंती हेच असावं. या जागेचा डौल हे तिच्या मालकाचं अंतिम उद्दिष्ट नव्हतं. तो सहज टेबलवर झुकला होता... काय असेल त्याचं अंतिम लक्ष्य... तिला प्रश्न पडत चाललेला.

'ही नौका तुम्हाला शोभते.' ती म्हणाली.

त्याच्या डोळ्यांत आनंद उतरलेला तिला दिसला... आणि हलकीशी कृतज्ञताही.

'थँक यू... आणि आर्ट गॅलरी?'

'होय. पण ती अधिकच अक्षम्य आहे.'

'माझ्यासाठी क्षमेची कारणं शोधू नका तुम्ही.' तो अगदी सरळपणे म्हणाला. त्यात दूषण देण्याचा हेतू नव्हता.

त्यांचं जेवून झालं. त्या अपरिहार्य निमंत्रणाची वाट पहात ती बसून राहिली. पण तो काही म्हणतच नव्हता. तो सिगरेट ओढत, यॉटबद्दल, समुद्राबद्दल बोलत बसून राहिला.

बोलताबोलता तिचा हात टेबलक्लॉथवर त्याच्या हाताच्या अगदी जवळ आला. तो त्या हाताकडे बघत राहिला हे लक्षात येताच तो खस्सकन मागे ओढावा अशी तिला क्षणभर इच्छा झाली. पण तिने प्रयत्नपूर्वक तो तसाच ठेवला. आता... ती वाट पहात राहिली.

तो उठला आणि म्हणाला, 'चला, डेकवर जाऊ या आपण.'

ते दोघे कठड्याला टेकून त्या काळ्याशार पोकळीकडे पाहू लागले. दिसत काहीही नव्हतं. चेहऱ्यावर झुळझुळणाऱ्या वाऱ्यातून अवकाशाची जाणीवच होत होती फक्त. तुरळक कुठेतरी दिसणारे तारे आकाशाला रूप देत होते. शुभ्र अग्निकणांसारखे पाण्यावरचे ठिपके महासागराला जिवंत करत होते.

तो सहजच मधल्या उभ्या दांड्याला एका हाताने धरत वाकून उभा होता. लाटांच्या कडा स्पष्ट करणारे शुभ्र वाहते अग्निकण पहात होती ती. त्याच्या आकृतीच्या भोवतीने नाचणारे ते कणही त्याला शोभून दिसत होते.

ती म्हणाली, 'मी आणखी एक गचाळ भावना सांगू, जी तुम्हाला कधीच जाणवली नसेल अशी?'

'कोणती?'

'महासागरावर असताना आपल्या क्षुद्रतेची जाणीव तुम्हाला कधीही झाली नसेल.'

तो खदखदून हसला, 'कधीच नाही. आकाशातल्या ग्रहताऱ्यांकडे पहातानाही नाही. पर्वतशिखरांकडे पहातानाही नाही. ग्रँड कॅन्यॉनचे रौद्र रूप पहातानाही नाही. का व्हावी? मी महासागराकडे पहातो तेव्हा मला माणसाची थोरवी जाणवते. या अर्थहीन अथांग पाण्यावर विजय मिळवण्याची क्षमता असलेली ही नौका तयार करण्याची माणसाची क्षमता मला दिसते. पर्वतशिखरांकडे पहाताना मला सुरुंग लावून बोगदे करू धजलेल्यांचं स्मरण होतं. ग्रहताऱ्यांकडे पहाताना मी विमानांचा विचार करतो.'

'होय. माणसं म्हणतात, निसर्गाचा विचार करताना त्यांना एक पवित्र आनंदानुभव येतो... मला तो निसर्गदर्शनाने कधीच येत नाही- तसा अनुभव येतो तो फक्त-'

'फक्त कशातून?'

'बिल्डिंग्जमधून...' ती कुजबुजत्या स्वरात म्हणाली, 'स्कायस्क्रेपर्समधून.'

'ते म्हणताना थबकलात का?'

'मी- माहीत नाही.'

'जगातला सर्वात सुंदर सूर्यास्त सोडून देऊन न्यू यॉर्कची क्षितिजरेषा पहाणं केव्हाही जास्त आवडेल मला. विशेषतः जेव्हा त्या इमारतींचे तपशील दिसत नाहीत- फक्त आकार जाणवतात. ते आकार आणि ते घडवणारा विचार. न्यू यॉर्क शहरावरलं आकाश आणि मानवी इच्छाशक्तीचं दृश्यरूप. आणखी कोणत्या धर्माची गरज आहे आपल्याला? आणि लोक मला कुठल्यातरी फालतू तीर्थयात्रांबद्दल सांगतात... कुठल्यातरी जंगलात, किड्यामकोड्यांच्या जळमटांत, कसल्यातरी पडीक देवळात श्रद्धेपोटी जातात म्हणे ते... किंवा कुठल्यातरी अज्ञात रोगजर्जर असंस्कृताने निर्माण केलेला ढेरपोट्या, क्रूर मुद्रेने हास्य करणारा दगडी वेताळ त्यांना पहावासा वाटतो... त्यांना सौंदर्य आणि प्रतिभा खरोखर पहायची असते का? त्यांना उदात्ततेचा स्पर्श हवा असतो का खरंच? येऊन पाहू दे त्यांना न्यू यॉर्ककडे डोळे भरून... हडसनच्या किनाऱ्यावर उभं राहून पाहू दे, गुडघे टेकू दे. मी माझ्या खिडकीतून न्यू यॉर्ककडे पहातो, तेव्हा- नाही मला क्षुद्रतेची जाणीव नाही

होत- मला वाटतं एखादं युद्ध झालं आणि या शहराला धोका निर्माण झाला, तर मी स्वतःला या शहराच्या आकाशावर झोकून देईन आणि माझ्या शरीराची ढाल करून या इमारतींना वाचवीन.'

'गेल, मला कळत नाही, मी तुझे शब्द ऐकते आहे की माझे स्वतःचेच.'

'तुम्ही आता काय म्हणालात ते ऐकलंत तुम्ही?'

ती हसली, 'खरं तर नाही. पण मी ते मागे घेणार नाही...'

'थँक यू... डॉमिनिक.' त्याच्या आवाजात मार्दव होतं. थोडी गंमत वाटली असावी त्याला. 'पण आपण तुझ्यामाझ्याबद्दल नव्हे इतर लोकांबद्दल बोलत होतो.' तो कठड्यावर दोन्ही कोपरं टेकून उभा होता. पाण्यावरच्या चमचमत्या अग्निकणांचा नाच पहात तो बोलत होता. 'स्वतःला क्षुद्र ठरवून घ्यायला माणसं इतकी आतुर का होत असावीत याच्या कारणांचा मागोवा घेणं मोठं मनोरंजक ठरतं. निसर्गासमोर क्षुद्रता वाटून घेणं हा त्याचाच भाग आहे. हा काही एखादा सुटा एकटादुकटा सामान्य दुर्गुण नाही. यथास्थित संस्थात्मक झालेला गलिच्छपणा आहे तो. तू पाहिलंस- हे असलं काहीतरी सांगत असताना माणूस स्वतःला किती उदात्त सत्त्वगुणांचा पुतळा मानून बोलत असतो? बघा, मला फार आनंद आहे की मी अगदी सुमार, छोटासा मनुष्य आहे... तोच माझा सद्‌गुण आहे बरं... ऐकलं आहेस कधी... एखादी फार मोठी व्यक्ती- सेलेब्रिटी म्हणते- नायगारा धबधब्यासमोर उभं राहिल्यानंतर मला कळलं की मी काही फार मोठा माणूस नाही... लोकांना फार आवडतं असलं. जणू जिभल्या चाटत असतात ते... की त्यांच्यातला सर्वश्रेष्ठ माणूसही भूकंपाच्या राक्षसी शक्तीपुढे एक धूलिकण आहे... कधीमधी उद्भवणाऱ्या झंझावाताच्या शक्तीपुढे चार पायांवर मातीत नाक घासत रेंगतच असतात ते सतत. पण अग्नी, वाफ, वीज यांना अंकित करणारी, महासागरातून शिडं फडकावित जाऊ धजणारी, विमानं बांधणारी, धरणं बांधणारी... आणि स्कायस्क्रेपर्स उभी करणारी मानवी बुद्धी अशी नव्हती. कसली भीती वाटत असते त्यांना? या रेंगण्यात धन्यता मानणाऱ्या प्राण्यांना द्वेष तरी नेमका कशाचा वाटतो? आणि का?'

'याचं उत्तर मला मिळेल तेव्हा,' ती म्हणाली, 'मी शांत होईन...'

तो कितीतरी वेळ बोलत राहिला. त्याच्या प्रवासाबद्दल, सफरींबद्दल, त्यांच्या भोवताली गडदलेल्या अंधारापलिकडच्या खंडांबद्दल. त्यांच्या पापण्यांना स्पर्श करणाऱ्या अवकाशाला अंधारामुळे मऊ मखमली पडद्याचा पोत आला होता. ती वाट पहात होती. ती उत्तरं द्यायची थांबून गेली होती.

त्याच्या संवादांमधले रिकामे क्षण त्याला जे अखेरीस म्हणायचं होतं, ते म्हणण्यासाठी त्याला वापरता यावेत म्हणून ती थांबून होती. तो काहीही म्हणत नव्हता.

'दमलीस का तू, माय डियर?' त्याने विचारलं.

'नाही.'

'थांब, मी तुझ्यासाठी डेक-चेअर आणतो. तुला बसता येईल जरा.'

'नको. मला इथं उभं रहायला आवडतंय.'

'थोडं गार पडलंय. पण उद्यापर्यंत आपण दक्षिणेकडे गेलेलो असू. आणि मग तुला समुद्र जणू पेटलेला दिसेल. भर रात्रीत. फार सुंदर दिसतं ते.'

तो गप्प झाला. पाण्यावर त्या नौकेचा आवाज जाणवत राहिला तिला. पाण्याच्या पृष्ठभागावर एक लांबलचक ओरखडा रेखणाऱ्या त्या यंत्राचा हलकासा निषेध करत होतं ते पाणी.

'आपण खाली कधी जायचंय?' तिने विचारलं.

'आपण खाली जाणार नाही आहोत.'

त्याने सहजगत्या उत्तर दिलेलं. शांतपणे. जणू हे सत्य होतं आणि तो त्यापुढे असाहाय्य होता.

'तू माझ्याशी लग्न करशील?'

ती दचकली हे तिला लपवता आलं नाही. त्याला ते आधीच कळलं होतं. तो समंजसपणे, शांतपणे हसत होता.

'आणखी काहीच न बोलणं उत्तम ठरावं.' तो काळजीपूर्वक बोलू लागला,'पण तुला स्पष्ट केलेलं हवं असेल तर... कारण आपल्यामधली निःशब्द शांतता, माझ्या अपेक्षेपेक्षा खूपच जास्त अर्थपूर्ण आहे. तुला मला फार काही सांगायची इच्छा नाही. पण आज रात्री मी आपल्या दोघांच्या वाटचं बोललोय. आताही मला तुझ्या वाटचं बोलू दे. तू माणसांबद्दलच्या तिरस्काराचं प्रतीक म्हणून माझी निवड केली आहेस. तुझं माझ्यावर प्रेम नाही. तुला मला काहीही द्यायची इच्छा नाही. तुझ्या लेखी तुझ्या आत्मघाताचं एक साधन आहे मी. मला सर्व माहीत आहे. कळलंय. मी ते स्वीकारलंय. आणि तू माझ्याशी लग्न करावंस, अशी माझी इच्छा आहे. जगावर उगवण्याचा सूड म्हणून, एक अत्यंत निर्घृण कृती करायची एवढ्याच हेतूने तू स्वतःला विकायला माझ्याकडे आलीस. पण शत्रूला स्वतःला विकण्यापेक्षाही, शत्रूशी लग्न करणं ही अधिक निर्घृण कृती असेल. शत्रूच्या दुष्टतेसाठी स्वतःवर आपत्ती ओढवून घेण्यापेक्षा- त्याच्यातील उत्तमासाठी स्वतःचा नाश करवून घेणं हे तू एकदा केलंस. पण तुझा बळी तुझ्या हेतूसाठी तेवढासा योग्य नव्हता. बघ, मी माझी केस तुझ्या शब्दांत मांडतो आहे. माझी कारणं काय असतील, मला असल्या लग्नातून काय मिळणार याला तू महत्त्व देऊ नकोस. मीसुद्धा ते तितकंच ठेवेन. मला काय वाटेल ते तू जाणून घ्यायचीही गरज नाही. त्याचा विचारही करण्याची गरज नाही. मी कसलंही वचन तुझ्याकडून मागणार नाही. कसल्याही कर्तव्यांची अपेक्षा ठेवणार नाही. जेव्हा तुला इच्छा होईल तेव्हा तू मला सोडून जाऊ शकतेस. जाता जाता,- तुझा त्याच्याशी काहीही मतलब नसला तरीही- माझं तुझ्यावर प्रेम आहे.'

ती उभी राहिली. मागच्या कठड्यावर एका हाताची बोटं टेकवून ती उभी होती.

'मला हे नको होतं.' ती म्हणाली.

'माहीत आहे मला. पण तुला उत्सुकता असेल तर सांगतो, तू एक चूक केलीस. तू मला एका अतिशय निर्मळ व्यक्तीचं दर्शन घडवलंस.'

'हे तर हास्यास्पद आहे... आपण कोणत्या परिस्थितीत भेटलो ते पहाता...'

'डॉमिनिक, मी जगाच्या दोऱ्या नाचवण्यात आयुष्य काढलंय. सारं पाहिलंय मी. तुला वाटतं...

की, मी कुणाच्याही शुद्धतेवर विश्वास ठेवेन- शुद्धता अशी कसल्यातरी विपरीत मार्गानेच- तू निवडलेल्या मार्गासारखीच- सामोरी येणार याचं मला नवल वाटत नाही. पण मला काय वाटतं याचा तुझ्या निर्णयावर काहीही प्रभाव पडण्याची गरज नाही.'

ती त्याच्याकडे पहात राहिली. गेल्या काही तासांकडे अविश्वासाने पहात राहिली. तिचे ओठ मृदू वाटत होते. तो पहात होता. तो आज जे जे बोलला होता, ते सारं तिच्या भाषेत बोलला होता. आताचा प्रस्ताव त्याने ज्या पद्धतीने मांडला होता तोही तिच्याच जगातला होता. त्याने स्वतःचा हेतू स्वतःच नष्ट केला होता. तो मांडत असलेला तिचा उद्देश खरं तर त्याने आधीच पराभूत केलेला, कारण अशा पद्धतीने बोलणाऱ्या माणसाबरोबर अधोगती साधणं शक्य नाही हे सुद्धा स्पष्ट होतं. तिला अचानक अनावर इच्छा झाली... त्याच्यापर्यंत पोहोचावं, त्याला सारंकाही सांगून टाकावं, त्याच्या प्रगल्भ समंजसतेत क्षणभराचा विसावा शोधावा... आणि मग त्याला पुन्हा कधीही भेटू नकोस, म्हणून सांगून टाकावं.

मग तिला आठवलं.

तिच्या हाताची हालचाल पाहिली त्याने. तिची बोटं कठड्यावर घट्ट रुतलेली नव्हती... आधाराची गरज असल्याचं सत्य ती स्वतःकडेच ठेवणार होती. तो क्षण महत्त्वाचा ठरू देणार नव्हती. तिची बोटं अगदी सहजपणे कठड्यावर विसावली, जणू कसलीतरी सूत्रं तिने सांभाळली होती. अगदीच वरवर... कारण या प्रसंगी फार काही गहनगंभीर प्रयत्नाची गरज नव्हतीच.

तिला आठवलं होतं स्टोडार्ड मंदिर. ती आपल्या समोर उभ्या असलेल्या या माणसाचा विचार करू लागली. जो सर्वोच्च उंचीसाठी सर्वोत्कट निष्ठेच्या बाता करीत होता, स्कायस्क्रेपर्सचं रक्षण आपल्या शरीराने करण्याच्या वल्गना करीत होता.- आणि मग तिला मनातच दिसलं न्यू यॉर्क बॅनरच्या एका पानावरचं छायाचित्र- हॉवर्ड रॉर्क एनराइट हाऊसकडे पहातानाचं- आणि त्याखालची ओळ-'झालं का समाधान, मि. सुपरमॅन?' तिने चेहरा उचलत त्याच्याकडे पाहिलं. आणि विचारलं, 'तुझ्याशी लग्न करू? मिसेस वायनान्ड पेपर्स होण्यासाठी?'

त्याच्या उत्तराच्या स्वरातला दुःसह प्रयत्न तिला जाणवला.

'तुला तसं म्हणायचं असेल तर- होय.'

'करेन मी लग्न तुझ्याशी.'

'थँक यू, डॉमिनिक.'

ती निर्विकारपणे थांबून राहिली.

तो तिच्याकडे वळून पुन्हा एकदा बोलू लागला, सारा दिवस तिच्याशी बोलला होता त्याच स्वरात. शांत, गंभीर स्वराला किंचितशी प्रसन्नतेची झालर होती.

'आपण सफर थोडक्यात आवरू. एका आठवड्यातच परतू या आपण. थोडे दिवस तू मला इथेही हवी आहेस. परतल्यावर तू रेनोला जायचं. मी तुझ्या नवऱ्याची काळजी घेतो. त्याला स्टोनरिज देतो, आणखी काय हवं ते देतो आणि देव त्याला खड्ड्यात घालो. तू परतलीस की, त्याच दिवशी आपण लग्न करू.'

'होय. गेल, आता आपण खाली जाऊ.'

'तुला इच्छा आहे?'

'नाही. पण मला आपलं लग्न महत्त्वाचं ठरू द्यायचं नाहीये.'

'मला ते महत्त्वाचं ठरू द्यायचं आहे, डॉमिनिक. म्हणूनच आज रात्री आणि आपलं लग्न होईपर्यंत मी तुला स्पर्श करणार नाही. मला माहीत आहे, यात काहीही अर्थ नाही. लग्नसमारंभाला आपल्या

दोघांच्याही दृष्टीने काहीच महत्त्व नाही, हे मी जाणतो. पण आपल्या दोघांमध्ये आपण काहीतरी परंपरागत करणं हेच मोठं वैचित्र्य ठरेल. म्हणून हवंय मला हे. अपवाद करण्यासारखं माझ्याकडे दुसरं काहीच नाही.'

'जशी तुझी इच्छा, गेल.'

अन् मग त्याने तिला जवळ ओढलं आणि तिच्या ओठांचं चुंबन घेतलं. त्याच्या शब्दांवरचा विराम होता तो. त्याचं पूर्ण झालेलं वाक्य... ते इतकं प्रखर होतं की तिने प्रयत्न केला शरीर ताठर करून त्याला प्रतिसाद न देण्याचा... आणि तिला कळलं तिचं शरीर प्रतिसाद देत होतं... सारं विसरायला भाग पडलं होतं तिला... केवळ तिला बाहूत घेणाऱ्या त्या पुरुषाचं शरीर तिच्या शरीराला कळत होतं.

त्याने तिला जाऊ दिलं. त्याच्या लक्षात आलंय, हे तिला कळलं. तो किंचित हसतच म्हणाला, 'दमली आहेस तू, डॉमिनिक. चल, गुड नाइट म्हणू? मी थोडा वेळ थांबतो इथेच.'

ती आज्ञाधारकपणे वळली आणि एकटीच खाली केबिनमधे गेली.

❑

५

'काय झालं काय? मला स्टोनरिज मिळणार आहे की नाही?' पीटर कीटींगने तडकून विचारलं.

डॉमिनिक दिवाणखान्यात शिरली. तो उघड्या दारातच उभा राहिला. नोकराने तिचं सामान आणलं आणि तो गेला. ती हातमोजे काढत म्हणाली, 'तुला स्टोनरिज मिळेल, पीटर, बाकी सारं तुला मि. वायनान्ड स्वतःच सांगतील. त्यांना आज रात्रीच तुला भेटायचंय. त्यांच्या घरी साडेआठला त्यांनी बोलावलंय तुला.'

'कशासाठी? बोडक्यासाठी?'

'ते सांगतील.'

ती हातमोजे तळहातांवर हलकेच आपटत उभी राहिली. काहीतरी ठरून गेल्याच्या आविर्भावात. पूर्णविराम दिल्यासारखी. ती खोलीत जायला वळली. तो आडवा आला.

'मला पर्वा नाही.' तो म्हणाला, 'काही फिकीर नाही मला. तुमच्याच सारखा वागेन मीही. तुम्ही फार महान आहात नाही कां?- ट्रक ड्रायव्हर्ससारखे वागता काय- तू आणि मिस्टर गेल वायनान्ड? सभ्यपणा गेला खड्ड्यात. दुसऱ्यांच्या भावना गेल्या खड्ड्यात. वेल. मीही तेच करेन. दोघांनाही वापरेन मीही. जेवढं शक्य आहे तेवढं सगळं पिळून घेईन. तेवढाच विचार करेन मीही. कसं वाटतंय आता? किडा तडफडायचा थांबला की, काही गंमतच नाही उरत ना? सगळी मजा गेली?'

'मला वाटतं हे बरंच झालं, पीटर. मला आनंदच आहे.'

संध्याकाळी वायनान्डच्या अभ्यासिकेत पाऊल टाकल्यानंतर मात्र त्याला हा अभिनिवेश सांभाळता येईना. गेल वायनान्डच्या घरात प्रवेश मिळाल्याची नवलाई त्याला मागे टाकता येईना. तो वायनान्डच्या समोर येऊन बसला तोवर त्याला केवळ काहीतरी जडभारी वागवत चालल्याच्या जाणिवेव्यतिरिक्त दुसरी कसलीच जाणीव उरली नव्हती. गालिचावर आपल्या जड पावलांचे ठसे उमटले असतील की काय असं वाटत राहिलं त्याला. खोल समुद्रात बुडी घेणाऱ्यांच्या पावलांवर शिशाची वजनं बांधलेली असतात, तशी जड झालेली त्याची पावलं.

'मि. कीटींग, मला तुम्हाला जे सांगायचं आहे, ते सांगायची किंवा करण्याची वेळच यायला

नको होती.' वायनान्ड म्हणाला. कीटींगने कधीही कुणाचा इतका कठोरपणे नियंत्रित आवाज ऐकलाच नव्हता. त्याला वेड्यासारखं वाटून गेलं की, वायनान्ड जणू आवाजावर मूठ ठेवून प्रत्येक स्वर नि व्यंजनाला दिशा देतो आहे.

'मी एकही शब्द जास्तीचा बोललो तर तो दुःसह ठरू शकतो. म्हणून मी अगदी थोडक्यात सांगतो. मी तुमच्या पत्नीशी विवाह करतो आहे. ती उद्या रेनोला जाईल. हे स्टोनरिजचं करारपत्र. मी सही केली आहे त्यावर. बरोबर दोनशेपन्नास हजार डॉलर्सचा चेक जोडलाय. तुमच्या बांधकामाच्या पैशांव्यतिरिक्त हे जास्तीचे पैसे मी देतोय. तुम्ही यावर काहीही बोलला नाहीत, तर मला फारच बरं वाटेल. मला माहीत आहे की, मी यापेक्षा खूप कमी पैशात तुमचा होकार मिळवू शकतो. पण मला कसलीही चर्चा नको आहे. या बाबत आपण घासाघीस केली तर ते असह्य वाटेल मला. म्हणून, तुम्ही कृपा करून याचा स्वीकार कराल कां? आणि विषय संपला असं आपण समजूया?'

त्याने करारपत्र डेस्कवर पुढे सरकवलं. कीटींगला तो चेक दिसला. आकाशी निळ्या रंगाचा तो चौकोनी कागदाचा तुकडा करारपत्रावरच एका पेपरक्लिपने लावला होता. डेस्कवरच्या दिव्याच्या उजेडात ती रुपेरी पेपरक्लिप चमचमत होती.

कीटींगचा हात ते घ्यायला पुढे झाला नाही. तो बोलू लागला, शब्दांना रूप देताना त्याची हनुवटी विचित्रपणे हलत राहिली.

'नको मला ते. माझा होकार या कशाच्याशिवायही असेल.'

त्याला समोरच्या चेहऱ्यावर चकित भाव उमटलेले दिसले- आणि थोडी कणवही.

'तुम्हाला नको? तुम्हाला स्टोनरिजही नको?'

'हवंय मला स्टोनरिज.' कीटींगचा हात पुढे झेपावला. त्याने ते कागद खस्सकन ओढून घेतले. 'सगळं हवंय मला! का म्हणून तुम्हाला सोडू मी? का पर्वा करावी मी?'

वायनान्ड उठून उभा राहिला. तो बोलला तेव्हा त्याच्या स्वरात सुटकेचा निःश्वासही होता आणि खेदही. 'बरोबर, मि. कीटींग. क्षणभर मला वाटून गेलं- की तुम्ही तुमचं लग्न जवळपास समर्थनीय ठरवू शकणार की काय. ते जसं होतं तसंच राहू दे. गुड नाइट.'

कीटींग घरी गेला नाही. तो नील ड्यूमॉंटच्या घरी गेला. तो त्याचा नवा डिझायनर होता आणि नवा जिवलग मित्र. नील ड्यूमॉंट एक काटकुळा, पंडुरोगी तरुण होता. उच्चभ्रू वर्तुळात जन्मलेला. प्रतिष्ठित पूर्वजांच्या वंशावळीचं जन्मजात ओझं वागवत आल्याने त्याचे खांदे जणू वाकले होते. तो चांगला डिझायनर नव्हता. पण त्याच्या बऱ्याच ओळखी होत्या. तो कीटींगशी ऑफिसमध्ये असताना आत्यंतिक नम्रपणे वागत

असे आणि ऑफिस सुटल्यावर कीटींग त्याच्याशी आत्यंतिक नम्रतेने वागत असे.

तो गेला तेव्हा ड्यूमॉंट घरीच होता. ते एकत्र निघाले आणि त्यांनी गॉर्डन प्रेस्कॉट आणि व्हिन्सेंट नोल्टनला गाठलं आणि मग रात्रीचा दिवस करायला, धमाल करायला म्हणून सारेच बाहेर पडले. कीटींगने फार दारू घेतली नाही. सगळे पैसे त्यानेच खर्च केले. गरजेपेक्षा जास्त खर्च केले. काहीतरी कारण काढून खर्च करायचा प्रयत्न तो करत राहिला. मोठमोठ्या टिप्स दिल्या त्याने. आणि एकसारखा विचारत राहिला- 'आपण मित्र आहोत- आहोत ना मित्र आपण? आहोत की नाही?' आजूबाजूचे ग्लासेस पहात त्यात पडणारी प्रकाशाची नाचरी प्रतिबिंबं तो निरखत राहिला. समोरच्या डोळ्यांच्या तीन जोड्या त्याला दिसत होत्या. ते डोळे झापडलेले. पण मधूनच त्यातल्या नजरा त्याच्याकडे समाधानाने वळत होत्या. कशा मऊ, आश्वासक नजरा होत्या त्यांच्या.

□ □ □

त्या संध्याकाळी आपलं सामान बांधून ठेवून डॉमिनिक स्टीवन मॅलरीला भेटायला गेली.

गेल्या वीस महिन्यांत तिने रॉर्कला पाहिलं देखील नव्हतं. क्वचित कधीतरी ती मॅलरीला भेटत असे. मॅलरीला कळत होतं- त्याला अज्ञात असलेल्या कसल्याशा संघर्षात तिची फारच तडफड झाली की ती येत असे. तिला यावंसं वाटत नसताना, ती येत होती हेही त्याला समजत होतं. त्याच्याबरोबर काढलेल्या त्या मोजक्या संध्याकाळी जणू तिच्या आयुष्यातून ओरबाडून काढलेला वेळ होता. तो कधीही तिला प्रश्न विचारत नसे आणि तिला भेटून त्याला नेहमी आनंदच होत असे. ते शांतपणे बोलत बसत. त्यात साथ केल्याची भावना असे. लग्न झालेल्या म्हाताऱ्या जोडप्याने एकमेकांची साथ करावी तशी. जणू त्याची तिच्या शरीरावर एकेकाळी मालकी होती आणि आता त्यातली नवलाई संपून गेलेली, उरलेली केवळ एक निकट साहचर्याची भावना. त्याने तिच्या शरीराला कधीही स्पर्श केला नव्हता, पण तिचं शिल्प घडवताना तिचं शरीर अतिशय वेगळ्या अर्थाने त्याचं झालेलं. आणि त्यातून त्या दोघांना लाभलेला अर्थ त्यांच्या मनात जिवंत राहिला होता.

त्याने दार उघडलं. तिला पाहून तो मनापासून हसला.

'हेलो, डॉमिनिक.'

'हेलो, स्टीव, कामात आहेस?'

'नाही. ये आत.'

त्याचा स्टुडिओ होता आता. एका जुन्या बिल्डिंगमधली प्रशस्त पण जुनाट खोली होती ती. तिच्या मागच्या वेळच्या भेटीनंतर त्या जागेत बराच बदल झालेला तिच्या लक्षात आलं. त्या खोलीत आता एक प्रसन्न हास्याचा शिडकावा झाल्यासारखा वाटत होता. जणू खूप वेळ रोधून ठेवलेला श्वास आता मोकळा झालेला. त्यात जुनं सेकंडहॅंड फर्निचर आलेलं. एक जुना पौर्वात्य गालिचा होता- वेगळाच पोत होता त्याचा आणि अतिशय देखणे रंग. जेडचे ॲश-ट्रेज् होते, उत्खननांमधून सापडलेल्या काही जुन्या शिल्पाकृती होत्या... त्याने मनमुराद खरेदी केलेली दिसत होती- वायनान्डच्या अकस्मात आश्रयामुळे हाती आलेल्या पैशातून त्याने जे जे हवंसं वाटलं, ते ते घेतलेलं. त्या वस्तूंच्या छानदार गर्दीच्या पार्श्वभूमीवर भिंती मात्र अगदीच बोडक्या होत्या. त्याने चित्रं विकत घेतली नव्हती. भिंतींवर केवळ एकच चित्र टांगलेलं. रॉर्कने काढलेलं स्टोडार्ड मंदिराचं मूळ रेखाचित्र.

तिने सावकाश सर्व वस्तूंवरून नजर फिरवली. प्रत्येक वस्तू तिथं का होती याचं कारण समजून घेत ती पहात होती. त्याने फायरप्लेसजवळ दोन खुर्च्या ढकलल्या आणि दोघेही तिथे समोरासमोर बसले.

तो सहजपणे म्हणाला,'क्लेटॉन, ओहायो.'

'काय करायला?'

'जेनर्स डिपार्टमेन्ट स्टोअरची नवी बिल्डिंग - मुख्य रस्त्यावर पाच मजली बिल्डिंग होतेय.'

'किती दिवसांपासून आहे तिथे?'

'महिना झाला असेल.'

ती तिथे आल्याबरोबर नेहमीच तो स्वतःहून त्या प्रश्नाचं उत्तर देत असे- तिला विचारायला न लावता. त्याच्या सांगण्यातल्या सहजतेमुळे तिला स्पष्टीकरण किंवा कारणं देण्याची गरज रहात नसे. तो काहीही शेरेबाजीही करीत नसे.

'मी उद्यापासून इथून दूर जातेय, स्टीव.'

'बऱ्याच दिवसांसाठी जातेयस?'

'सहा आठवड्यांसाठी. रेनोला.'

'बरं वाटलं ऐकून.'

'मी परत आल्यानंतर काय करणार ते तुला आत्ताच सांगू नये हे बरं. तुला आवडणार नाही ते.'

'आवडून घेईन मी- जर तू तुझ्या मनासारखं करणार असलीस तर.'

'मला करायचंय ते.'

फायरप्लेसमधल्या कोळशांच्या ढिगावर एका ओंडक्याचा आकार अजूनही तसाच होता. त्याला छोटेछोटे चौकोनी तडे गेल्यासारखी जाळी पडलेली. आणि तो ज्वाळांशिवायच धगधगत होता. खिडक्यांची ओळ पेटलेली दिसावी तसा. तो वाकला. त्याने एक नवा ओंडका निखाऱ्यांवर टाकला. ती खिडक्यांची माळ तुटली, अर्ध्यात दुभंगली आणि काजळी धरलेल्या विटांवर ठिणग्यांचा फवारा उडाला.

तो स्वतःच्या कामाबद्दल बोलत बसला. ती ऐकत राहिली. जणू कुठल्यातरी देशाच्या स्थलांतरित निर्वासिताच्या कानी थोड्या काळासाठी आपल्या भाषेतले शब्द पडत होते.

तो बोलायचा थांबलेला असतानाच्या एका अवकाशात तिने विचारलं, 'कसा आहे तो, स्टीव?'

'जसा नेहमी असतो तसाच. तो बदलत नाही, माहीते ना तुला?'

त्याने ओंडक्यावर लाथ मारली. थोडे निखारे बाहेर उडून पडले. ते पुन्हा आत सारत तो म्हणाला, 'मला नेहमी वाटतं, आपल्यापैकी तो एकटाच- त्याला अमरत्व प्राप्त झालंय. म्हणजे कीर्तीरुपे उरेल वगैरे असं नव्हे आणि तो कधीच मरणार नाही असंही नव्हे. पण तो जगतो आहे. जगण्याची संकल्पना त्याच्या असण्यातूनच स्पष्ट होते खरोखर. लोकांना शाश्वती हवी असते... पण ते पुढे सरणाऱ्या प्रत्येक दिवशी थोडेथोडे मरत रहातात. आज भेटलात तर मागल्या वेळेला भेटलेले ते ते नसतात. कोणत्याही घटकेला ते स्वतःचा काही ना काही भाग गमावत असतात. ते बदलतात, नाकारत रहातात, विसंगत वागतात आणि त्यालाच वाढ म्हणतात. आणि अखेरीला काहीच शिल्लक राहिलेलं नसतं. न बदललेलं, प्रतारणेशिवाय अखंड राहिलेलं काहीच नसतं. जणू कधी एकसंध असं काही अस्तित्त्व नव्हतंच. फक्त विशेषणांची रांग तेवढीच... काही विशेष विरतात, काही स्पष्ट होतात- काही आकारउकार नसतोच त्याला. कसली शाश्वती अपेक्षित असते त्यांना? एकही क्षण ते पक्का धरून ठेवू शकत नाहीत, तरीही? पण हॉवर्ड- तो जणू सतत अस्तित्त्व टिकवून राहील असं गृहीत धरू शकतो आपण.'

ती ज्वाळांकडे पहात बसून राहिली. त्यांच्या तेजातून तिच्या मुद्रेवर जिवंतपणाचा एक फसवा स्पर्श होत होता. थोड्या वेळाने त्याने विचारलं, 'कशी वाटते माझी नव्या वस्तूंची खरेदी?'

'छान आहे. तुझ्याकडे त्या आल्या आहेत हेच छान वाटतंय मला.'

'तू मागल्या वेळेला येऊन गेलीस त्यानंतर काय झालं माहीत नाही तुला अजून. एकदम नवलाचीच गोष्ट घडलीय. गेल वायनान्ड...'

'हं. मला माहीत आहे ते.'

'तुला कळलं? वायनान्ड- सगळे सोडून वायनान्ड... त्याला माझा शोध कसा काय कुठून लागला कळत नाही.'

'ते ही मला माहीत आहे. मी परत आल्यावर सांगेन तुला.'

'काय निवड आहे त्याची, काय दृष्टी! मी तर चकित झालो. त्याने सर्वोत्तम तीच शिल्प उचलली.'

'हो. बरोबरच आहे.'

मग तिने त्याच स्वरात विचारलं, पण त्याला कळलं की ती वायनान्डबद्दल बोलत नव्हती.

'स्टीव, त्याने कधी तुला माझ्याबद्दल काही विचारलं?'

'नाही.'

'तू कधी त्याला सांगितलंस मी भेटल्याबद्दल?'

'नाही.'

'माझ्यासाठी तसं केलंस का, स्टीव?'

'नाही. त्याच्यासाठी.'

तेवढ्या उत्तरातून त्याने सारंकाही सांगितलं होतं तिला. हे त्यालाही माहीत होतं नि तिलाही कळलं.

ती उठत म्हणाली, 'चल, चहा घेऊ या. मला दाखव, मी करते चहा.'

□ □ □

डॉमिनिक सकाळीच रेनोला जायला निघाली. कीटींग अजूनही झोपून होता. तिने त्याला निरोपासाठी म्हणून उठवलं नाही.

तो जागा झाला तेव्हा त्याला कळलं की, ती घरातून गेलेली होती. घड्याळाकडे पहाण्याआधीच त्याला ते कळलं- घरातली शांतताच सांगून गेली. त्याला वाटलं, म्हणावं, 'सुटलो...' पण तसं तो म्हटला नाही आणि तसं त्याला मनापासून वाटलंही नाही. एक सपाट वाक्य जणू डॉमिनिकच्या किंवा त्याच्या स्वतःच्या संदर्भाशिवाय त्याच्या मनात पसरून राहिलं फक्त... 'काही उपयोग नाही...'. तो एकटाच होता. आता काहीही मुखवटा धारण करण्याची गरज नव्हती. तो पलंगावर तसाच पसरून पडून राहिला. हात असाहाय्य झाल्यासारखे दोन बाजूंना पसरले होते. डोळ्यात भयचकित भाव होते आणि मुद्रा नमलेली. त्याला वाटलं हा शेवट आहे... एक प्रकारे मृत्यूच- पण त्या वाटण्यातही डॉमिनिकच्या जाण्याचा संदर्भ नव्हता.

तो उठला आणि कपडे करू लागला. बाथरूममधे त्याला तिने वापरून टाकलेला हँड-टॉवेल मिळाला. तो उचलून त्याने चेहऱ्यावर दाबून धरला. बराच वेळ तसा उभा होता तो. त्यात दुःख नव्हतं... कसली अनाम भावना होती, त्यालाही कळलं नाही. त्यात समजून घेणं नव्हतं... काहीच नाही... फक्त त्याला आठवत होतं, की त्याने दोनदाच तिच्यावर मनापासून प्रेम केलं होतं. त्या दिवशी- टूहीचा फोन येण्याआधी एकदा आणि आत्ता. मग त्याने बोटं उघडली... एखादा द्रव ओंजळीतून वाहून जाऊ द्यावा तसा त्याने तो टॉवेल खाली निसटू दिला.

तो ऑफिसमधे गेला आणि नेहमीप्रमाणे काम करत बसला. कुणालाही त्याच्या घटस्फोटाबद्दल काहीच माहीत नव्हतं आणि कुणाला सांगावं, असं त्याला वाटलंही नाही. नील ड्यूमाँटने त्याच्याकडे बघत डोळा मारत म्हटलं, 'काय रे बाबा, पीट, आज एकदम कसासाच दिसतोएस.' त्याने खांदे उडवले आणि त्याच्याकडे पाठ केली. ड्यूमाँटला नुसतं पाहूनच त्याला आज किळस वाटत होती.

तो ऑफिसमधून लवकर बाहेर पडला. त्याच्या मनाच्या तळाशी काहीतरी ढवळत होतं... काहीतरी करायला हवं होतं... कसलीतरी भूक लागल्याची जाणीव होत होती त्याला... कळत नव्हतं स्पष्टपणे. मग त्याला लख्खकन कळलं- आपल्याला एल्सवर्थ टूहीला भेटायला हवं. टूहीला गाठायला हवं. फुटलेल्या जहाजातून वाचलेला प्रवासी दूरच्या एखाद्या दिव्याच्या दिशेने पोहत निघावा, तसं त्याला वाटत होतं.

संध्याकाळी तो पावलं ओढत एल्सवर्थ टूहीच्या घराकडे निघाला. तो टूहीच्या घरात शिरला तेव्हा त्याला स्वतःचं जरासं कौतुक वाटलं. त्याच्या चेहऱ्यावरून टूहीला काहीही कळलं नव्हतं.

'ओः हेल्लो, पीटर,' टूही हवेशीरपणे म्हणाला, 'काय रे बाबा वेळा निवडतोस टपकण्याच्या. आज तर मी पारच कामात बुडालोय. भयंकर काम आहे. पण ठीक आहे... चल, काळजी करू नकोस. ये आत. शेवटी मित्र कशासाठी असतात... एकमेकांना अडचणीत टाकण्यासाठीच ना! बैस बैस. एक मिनिटात आलो मी.'

'सॉरी, एल्सवर्थ, पण- यावंच लागलं मला...'

'बैस आरामात. एक मिनिट- एकच मिनिट माझ्याकडे दुर्लक्ष कर, ठीके?'

कीटींग वाट बघत बसून राहिला. टूही काम करत राहिला. टाईप केलेल्या कागदांवर टिपणं काढत राहिला. त्याने पेन्सिलला टोक काढलं. त्या आवाजाने कीटींगच्या अंगावर शहारे येत होते. मग पुन्हा कागदावर झुकून तो लिहीत बसला. पानं उलटण्याचा आवाज मधूनमधून येत राहिला.

अर्ध्या तासानंतर त्याने कागद बाजूला सारले आणि तो कीटींगकडे पहात हसला.

'संपलं एकदाचं.' तो म्हणाला.

कीटींग बोलायला म्हणून पुढे झुकला, तेव्हा तो पुन्हा म्हणाला, 'जरासा थांब. हा एक एवढा फोन करायचाय...'

त्याने गस वेबचा फोन फिरवला, 'हेल्लो, गस,' तो हसतहसत बोलत होता, 'हे गर्भनिरोधक साधनांच्या चालत्याबोलत्या जाहिराती,... कसा आहेस तू?' टूहीच्या तोंडून असला उठवळ सूर कीटींगने आजवर कधी ऐकला नव्हता. इतकी घट्ट मैत्री की, वाट्टेल तसं बोललेलं चालेल असा तो सूर होता. वेबचा कर्कश आवाज आणि हसणं त्या रिसीव्हरमधून फाटत होतं. त्या रिसीव्हरमधून बराच वेळ घसा खाकरल्यासारखे चिरके, घोगरट ध्वनी त्या खोलीत ओतत राहिले. शब्द ओळखता येत नव्हते, पण त्यातला उद्दामपणा, मनमानी बोलण्याची प्रत जाणवत होती. आणि मधूनच किंचाळल्यासारखं हास्यही ऐकू येत होतं.

टूही त्याच्या खुर्चीत मागे रेलून हसऱ्या चेहऱ्याने ऐकत बसला.

'होय.' मधूनच तो म्हणत होता, 'हां हां... कसं बोललास... अरे बेट्या... नक्कीच... खड्ड्यात गेला...' मग तो आणखी मागे रेलला आणि पाय वर घेत बुटाचं टोक त्याने डेस्कवर टेकवलं.

'ऐक रे बेट्या, मी तुला सांगणार होतो... त्या बॅसेटबरोबर जरा सावधान. त्याला तुझं काम आवडतं. पण सध्या त्याला फार जास्त धक्के देऊ नकोस, ओके? जरा दांडगाई कमी कर. तुझ्या थोबाडावरचं ते भलंथोरलं भोक जरा बटन लावून बंद ठेव. मी कोण तुला सांगणारा- ते तुला चांगलंच माहीतीय. हां... बरोब्बर. आता बरोबर, बेट्या. हो का? छान छान. वेल. बायबाय सोनुल्या... ओ... मला सांग गस, तू तो ऐकलास की नाही? ब्रिटिश बाई नि प्लंबरचा?' मग त्याने तो जोक सांगितला. आणि रिसीव्हरच्या पलीकडून धोधो हसणं चिरफाळत आलं.

'वेल, बघ जपून पावलं टाक आणि आपलं पोटही जप, सोन्या. नाइटीनाइट.'

टूहीने रिसीव्हर खाली टाकला आणि म्हणाला, 'हं. आता बोल, पीटर.'

त्याने आळस देत शरीर ताणलं आणि मग तो पीटरच्या पुढ्यात येऊन उभा राहिला. पावलांच्या टाचांवर चवड्यांवर मागेपुढे करत राहिला.

'सांग पीटर, काय झालं? सगळी दुनिया पालथी पडली का काय तुझ्या डोक्यावर?'

कीटींगने आतल्या खिशात हात घालून एक चुरगळलेला, बराच हाताळलेला पिवळ्या रंगाचा चेक काढला. त्यावर त्याची सही होती आणि दहा हजार डॉलर्सची रक्कम एल्सवर्थ एम. टूहीच्या नावे त्यात भरली होती. त्याने ज्या आविर्भावात तो चेक टूहीला दिला त्यात देणगीदाराचा भाव नव्हता... भिकाऱ्याचा होता.

'प्लीज् एल्सवर्थ, हे घे. कुठल्याही सत्कार्यासाठी वापर. समाजशास्त्राची कार्यशाळा असेल नाहीतर- काहीही, तुला वाटेल ते. तुलाच जास्त कळतं. कुठलं का असेना... सत्कार्य...'

टूहीने तो चेक बोटांत धरला, घाणेरडं नाणं चिमटीत पकडावं तसा. मान तिरपी करत मग त्याने कौतुक दर्शवण्यासाठी ओठ दुमडले आणि चेक डेस्कवर फेकला.

'अरे वाः. फारच चांगलं काम केलंस तू पीटर. खरंच फार छान. पण कशाच्या निमित्ते ही देणगी बरें?'

'एल्सवर्थ, तुला आठवतं एकदा तू म्हणालेलास... आपण काय आहोत, काय करतो, यापेक्षा आपण कुणालातरी मदत करतो हे महत्त्वाचं, हो ना? ते सगळ्यात महत्त्वाचं असतं ना? तो हेतूच तेवढा चांगला आणि स्वच्छ असतो.'

'हे तर मी एकदा नव्हे हजारो वेळा म्हटलंय.'

'आणि ते खरंय, हो ना?'

'अर्थात खरंय. ते मान्य करण्याचं धाडस हवं आपल्यात.'

'तू माझा मित्र आहेस, हो ना? तू माझा एकमेव मित्र आहेस. मी- मी स्वतःसुद्धा माझ्याशी मैत्री करू शकत नाही... पण तू आहेस... तुझी माझ्याशी मैत्री आहे, हो ना एल्सवर्थ?'

'पण त्यात काय सांगायचं नवीन! अर्थातच. स्वतःशी स्वतःची जी मैत्री असते त्यापेक्षा ती जास्त मौल्यवान असेल. मजेशीर संकल्पना आहे म्हणा ही... पण खरीच आहे.'

'तुला समजून घेता येतं... दुसऱ्या कुणालाच समजत नाही... आणि तुला मी आवडतो.'

'अगदी खूपच- भक्तिभावाने... फावला वेळ मिळेल तेव्हा!'

'अं?'

'विनोदबुद्धी... पीटर. कुठेय तुझी विनोदबुद्धी? काय झालंय काय तुला? पोटदुखी जडलीय की, आत्मिक कुपचन झालंय?'

'एल्सवर्थ, मी...'

'हं?'

'मी तुला सांगू शकत नाही. तुलाही नाही.'

'डरपोक आहेस तू, पीटर.'

कीटींग असाहाय्यपणे पहात राहिला. तो आवाज कठोर होता, मऊही होता... त्याला कळेना आपल्याला दुःख वाटायला हवं की, अपमान की विश्वास.

'तू इथे आलास ते मला सांगायला की आपण काहीही केलं तरी काही फरक पडत नाही आणि मग तू जे काही केलंयस त्या बाबतीत तू विदीर्ण झाल्यासारखा वागतोस. कमॉन, पुरुषासारखा पुरुष आहेस तू- म्हण आत्मविश्वासाने काही फरक पडत नाही म्हणून. म्हण मी काही फार महत्त्वाचा नाही म्हणून. मनापासून म्हण. थोडं धैर्य दाखव. स्वतःचा इवलुसा अहम् विसर.'

'मी महत्त्वाचा नाहीये, एल्सवर्थ. मी महत्त्वाचा नाहीये. ओः गॉड... सगळ्यांनी जर हे मान्य केलं असतं तर! मी महत्त्वाचा नाहीये... मला महत्त्वाचं ठरायचंही नाहीये.'

'कुठून आले हे पैसे?'

'मी डॉमिनिकला विकलं.'

'तू नेमकं कशाबद्दल बोलतो आहेस? ती समुद्रसफर?'

'फक्त आता असं वाटतंय की, मी जणू डॉमिनिकला विकलंच नाही...'

'तुला कशाला पर्वा हवी, जर ती-'

'ती रेनोला गेलीय.'

'काय?'

टूहीच्या प्रतिक्रियेतला हिंस्र उद्गार त्याला अपेक्षित नव्हता... पण कशाचंही फार आश्चर्य वाटण्यापलीकडे गेला होता तो. थकून गेलेला. त्याने त्याला सारंकाही सांगितलं. जसजसं घडलं तसंच. फार वेळ नाही लागला सारं सांगायला.

'अरे महामूर्ख प्राण्या! हे तू होऊ द्यायला नको होतंस.'

'मी काय करू शकणार होतो? वायनान्डच्या विरोधात मी काय करणार होतो?'

'पण म्हणून त्याला तिच्याशी लग्न करू द्यायचं?'

'का नाही, एल्सवर्थ? हे तसं बरंच-'

'मला वाटलं नव्हतं कधी तो असं करील... पण... ओः... मी तुझ्यापेक्षा जास्त मूर्ख आहे!'

'पण डॉमिनिकच्या दृष्टीने ते बरंच झालं ना...'

'खड्ड्यात गेली डॉमिनिक! मी वायनान्डचा विचार करतोय.'

'एल्सवर्थ, काय झालंय काय तुला? तुला काय फरक पडतो?'

'गप्प रहा जरा, ओके? मला विचार करू दे.'

क्षणभरानंतर टूहीने खांदे उडवले आणि तो कीटींगच्या शेजारी येऊन बसला. त्याने कीटींगच्या खांद्यावरून हात टाकला.

'सॉरी, पीटर, माझं चुकलं,' तो म्हणाला, 'क्षमा मागतो मी तुझी. फार वाईटपणे बोललो मी तुझ्याशी. मला जरा धक्काच बसला. पण तुला काय वाटत असेल ते मला कळतंय. पण हे बघ, तू हे फार जास्त मनाला लावून घेऊ नको बरं. काही फरक पडत नाही.' तो यांत्रिक आवाजात बोलत होता. त्याचं मन त्यात नव्हतं. कीटींगच्या ते लक्षातही आलं नाही. तो ते शब्दच ऐकत होता फक्त. वाळवंटात फुटलेल्या शीतल झऱ्यासारखे ते शब्द त्याच्या कानावर पडत होते.

'काही फरक पडत नाही. तू तर केवळ माणूस आहेस एक. तेवढंच तर असायला हवं आपण. कोण कुणापेक्षा श्रेष्ठ आहे? पहिला दगड फेकण्याचा अधिकार कुणाला आहे? आपण सारी माणसंच आहोत ना शेवटी? काही फरक पडत नाही.'

□ □ □

'माय गॉड!' आल्वा स्कॅरेट ओरडलाच. 'तो? डॉमिनिक फ्रँकनशी?'

'होय.' टूहीने सांगितलं, 'ती परतल्याबरोब्बर ते लग्न करणार आहेत.'

टूहीने त्याला लंचचं निमंत्रण दिलं, तेव्हा स्कॅरेटला जरा आश्चर्यच वाटलेलं, पण ही बातमी ऐकल्यानंतर त्यातलं आश्चर्य संपून त्याची जागा या नव्या मोठ्या आणि दुःखद आश्चर्याने घेतली.

'मला डॉमिनिक आवडते,' स्कॅरेट म्हणाला. त्याने पुढ्यातली प्लेट बाजूला सारली. त्याची भूक गेली होती, 'मला फारच आवडायची ती. पण ती... मिसेस गेल वायनान्ड म्हणून येणार असेल तर!'

'माझीही अगदी हीच भावना झाली.'

'मी त्याला नेहमी सांगत आलोय की बाबा, लग्न कर. मदत होते त्याची. एक वातावरण तयार होतं आपल्याभोवती. सभ्यतेला धरून आपण वागतो हे जगजाहीर होतं वगैरे... आणि त्याने केलं असतं तर बरं पडलं असतं... तो नेहमीच जरा निसरड्या वाटांवरून चालत असतो- आणि निसटतही आलाय त्यातून, आजवर तरी. पण डॉमिनिक!'

'का? तुला का हे लग्न नकोसं वाटतं?'

'वेल... वेल, हे म्हणजे- खड्ड्यात जा, तुला कळतंय चांगलंच का ते!'

'मला कळतंय. पण तुला कळतंय कां?'

'हे बघ, ती भयंकर बाई आहे...'

'ते तर आहेच. तो त्यातला बारीकसा भाग झाला. त्यातला मोठा आणि महत्त्वाचा भाग हा की 'तो' महाभयंकर मनुष्य आहे.'

'वेल... काही बाबतीत- हो आहे.'

'आदरणीय संपादक महोदय, तुम्हाला माझं म्हणणं बरोब्बर कळलंय. पण कधीकधी काही गोष्टी व्यवस्थित मांडलेल्या बऱ्या असतात. त्यामुळे भविष्यात कुठेकुठे सहकार्याची गरज पडेल, ते स्पष्ट होतं. तुझ्या-माझ्यात बऱ्याच गोष्टी तशा समान आहेत- जरी तुला ते मान्य करायला आवडत नसलं तरीही... आपण एकच सुरावट जरा वेगवेगळ्या शैलीत आळवतो म्हणू आपण. विरुद्ध दिशांनी सुरुवात करून आपण तोच मध्य गाठतो असंही म्हणता येईल- तुझ्या शैलीतच बोलायचं झालं तर. पण आपले प्रिय बॉस एक वेगळीच धून आहेत. वेगळंच ध्रुपद आहे ते- तुला नाही वाटत, आल्वा? आपले प्रिय बॉस हा एक अपघात आहे. अनपेक्षित अशा अपघातांवर विश्वासून रहाता येत नसतं. काय? उदाहरणार्थ तू- तुझ्या खुर्चीवर सतत जीव मुठीत धरून बसलेला आहेस- गेली अनेक वर्ष, हो की नाही? तू पाहिलंयस मि. गेल वायनान्डना फार जवळून. त्यामुळे मी काय म्हणतोय ते तुला बरोब्बर कळतंय. तुला हे ही माहीते की मिस डॉमिनिक फ्रँकन याही आपल्या सुरावटीत बसत नाहीत. आणि हा एवंगुणविशिष्ट प्रभाव आपल्या बॉसच्या आयुष्यावर पडू नये हीच तुझीही इच्छा असणार. आणखी काही स्पष्ट करण्याची गरज आहे का?'

'तू फार चलाख आहेस, एल्सवर्थ,' स्कॅरेट जड स्वरात म्हणाला.

'ते तर गेल्या सर्व वर्षांत मी पुरेसं स्पष्ट केलंय.'

'मी बोलतो त्याच्याशी. तू नको हं काही बोलू. तू राग मानू नकोस, पण त्याला तू अजिबात आवडत नाहीस. अर्थात, मी बोलूनही काही फारसा फायदा होईल, असं वाटत नाही मला. त्याने ठरवून टाकलं असेल, तर कठीण आहे.'

'मलाही तसंच वाटतं. तुला करायचा तर कर प्रयत्न. पण उपयोग होणार नाही. आपण ते लग्न थांबवू शकत नाही आता. माझा एक फार चांगला गुण म्हणजे मी पराभव होतोय असं वाटलं की मी तो लगेच मान्य करून टाकतो.'

'पण मग तू मला-'

'तुला हे का सांगितलं? अरे बातमी म्हणून, आल्वा. मोठ्ठी बातमी. सर्वांआधी मिळालेली बातमी.'

'बरं केलंस, एल्सवर्थ, मला बरं वाटलं.'

'असंच बरं वाटत राहू देत तुला, आल्वा. वायनान्ड पेपर्स अशी सहजासहजी सोडून देण्यासारखी गोष्ट थोडीच आहे? एकतेत शक्ती आहे. तुझ्या शैलीत बोलायचं तर.'

'म्हणजे? काय म्हणायचंय तुला?'

'एवढंच की आपले कठीण दिवस येऊ घातलेत, मित्रा. एकमेकांना धरून राहिलेलं बरं.'

'म्हणजे काय, एल्सवर्थ, मी तुझ्याबरोबरच आहे... नेहमीच असतो.'

'तितकंसं बरोबर नाही हे. पण जाऊ दे. आत्ता आपल्याला केवळ वर्तमानाचा विचार करायचाय. आणि भविष्याचा. आपल्या परस्पर सामंजस्यावर शिक्कामोर्तब म्हणून एक करणार कां- जिमि

कर्न्सला शक्य तितक्या लवकर काढून टाकायचं. हं?'

'मला वाटलंच होतं. तू बरेच दिवस त्या दृष्टीने विचार करतोयस. पण काय वाईट आहे जिमि कर्न्समध्ये? हुशार मुलगा आहे तो. शहरातला सर्वोत्तम नाट्यसमीक्षक आहे तो. त्याच्याकडे डोकं आहे. चाबूक ओढल्यासारखा लिहितो. फारच हुशार आहे.'

'डोकं आहे त्याला- स्वतःचं. मला वाटतं तुला तुझ्या भोवतीने आणखी काही चाबूक असण्याची काही गरज नाही- तुझ्या हातात एक आहे तेवढा पुरे. त्याच्या हुशारीतून काय साध्य होईल याबाबत जरा सावध राहिलास तर बरं.'

'आणि त्याच्या जागी कुणाला लावायचं?'

'ज्यूल्स फौगलर.'

'ओः हेल, एल्सवर्थ!'

'का नाही?'

'तो साला हरामडा... आपल्याला परवडणार नाही तो.'

'इच्छा असेल तर सगळं होतं. त्याचं नाव केवढं जबरदस्त आहे बघ.'

'पण ते थेरडं एकदमच भि-'

'वेल, तुला नसेल घ्यायचं त्याला तर नको घेऊस. नंतर बोलू त्यावर. फक्त जिमि कर्न्सला तेवढं काढून टाक.'

'हे बघ, एल्सवर्थ, मी काही हा माझा लाडका, तो माझा लाडका करत नाही कधीच. जिमिला लाथ मारायला सांगत असलास तर करतो तसं. पण मला कळत नाही त्याने फरक काय पडणार आणि आपण आत्ता जे बोलतोय त्याच्याशी याचा काय संबंध?'

'तुला आत्ता कळत नाही.' टूही म्हणाला, 'कळेल.'

□ □ □

'गेल, तू सुखी व्हावंस हीच माझी इच्छा आहे.' वायनान्डच्या पेन्टहाऊसच्या अभ्यासिकेत एका आरामखुर्चीत बसून आल्वा स्कॅरेट बोलत होता, 'दुसरा-तिसरा कुठलाही विचार नाही माझ्या मनात.'

वायनान्ड सोफ्यावर एक पाय गुडघ्यात दुमडून दुसरा पाय त्यावर टाकून आडवा लोळत होता. सिगरेट ओढता ओढता तो शांतपणे ऐकत होता.

'मी डॉमिनिकला बरीच वर्षं ओळखतोय.' स्कॅरेट म्हणाला, 'तू तिचं नावही ऐकलं नव्हतंस तेव्हापासून. फार जीव आहे माझा तिच्यावर. वडिलकीच्या नात्याने म्हण. पण एक गोष्ट मान्य करावीच लागेल की, तुझ्या वाचकांना मिसेस गेल वायनान्ड म्हणून ज्या प्रकारच्या स्त्रीची अपेक्षा असेल तशी ती नाहीच नाही.'

वायनान्ड काहीच बोलला नाही.

'तुझी पत्नी हे एक सार्वजनिक व्यक्तिमत्त्व असणं क्रमप्राप्त आहे. सार्वजनिक मालमत्ता. तुझ्या वाचकांना काही गोष्टींची अपेक्षा करण्याचा अधिकार आहे. तुझ्या पत्नीकडूनही ते काही गोष्टींची अपेक्षा करणार. ती एक प्रतीक असेल- काही मूल्यांचं... म्हणजे कळतंय ना तुला मी काय म्हणतोय ते... इंग्लंडच्या राणीकडून कशा काही अपेक्षा असतात, तसंच काहीसं... डॉमिनिक असल्या अपेक्षा पूर्ण करील असं वाटतं तुला? ती कुठलीही भूमिका निभावणार नाही... ती तशी एकदम स्वैर... - मोकाटच बाई आहे. तिची कीर्ती तशी भयंकरच आहे. पण सर्वात महत्त्वाचं आणि वाईट म्हणजे ती-

विचार कर, गेल! ...ती घटस्फोटिता आहे! आपण पानंच्या पानं खर्च करतो घर आणि कुटुंबं यांचं संरक्षण, स्त्रीत्वाची शुद्धता वगैरेवर...! तू हा घास आपल्या लाखो वाचकांच्या गळी कसा उतरवणार आहेस? तुझी पत्नी म्हणून तू तिला कसं काय त्यांना विकू शकशील?'

'तुला असं नाही वाटत, आल्वा, की हा संवाद आता आपण थांबवावा!?'

'होय, गेल,' स्कॅरेट गरीबपणे उत्तरला.

स्कॅरेट थांबून राहिला. कडाक्याचं भांडण केल्यानंतर मिटवामिटवी करायची तयारी ठेवावी तशा तयारीत राहिला.

'मला सुचलं, गेल!' तो आनंदाने खिंकाळला, 'सुचलं मला आपण काय करू शकतो ते. आपण डॉमिनिकला पुन्हा पेपरमधे लिहायला सांगू. तिला एक सदर चालवायला देऊ. घरकुल! घरगुती गोष्टींतील सल्लामसलत, स्वयंपाकघरातील उपयोगी सूचना, लहान मुलं वगैरेंसंबंधी. त्यातून सगळा संभ्रम दूर होईल. ती अशी छान गृहिणी आहे म्हटल्यानंतर तिच्या तारुण्यासुलभ चुका विसरून जातील लोक. आपल्या महिलावर्गाने तिला माफ केलं की जिंकलं. आपण एक खास विभाग काढू.- 'मिसेस गेल वायनान्ड यांच्या पाककृती.' तिची थोडी छायाचित्रं टाकू, घरगुती पोषाखात, एप्रन लावून, केस जरा घरगुती बायकांसारखे बांधून...'

'चूप बस, आल्वा, नाहीतर तुझं मुस्काट फोडीन आता.' वायनान्ड आवाज न चढवता म्हणाला.

'होय, गेल.'

स्कॅरेट जाण्यासाठी उठू लागला.

'बस खाली. माझं बोलून व्हायचंय.'

स्कॅरेट आज्ञाधारकपणे बसला.

'उद्या सकाळी, तू आपल्या पेपर्समधल्या प्रत्येक माणसाला व्यक्तिशः मेमो पाठवायचा आहेस. त्यांना सांगायचं की सर्वांनी आपापल्या फाइल्स तपासायच्या आहेत. डॉमिनिक फ्रँकनच्या जुन्या सदराच्या संदर्भात त्यांच्याकडे तिचे कोणतेही फोटो वगैरे असलेच तर ते शोधून काढायचे आहेत. ते त्यांनी नष्ट करावेत अशी स्पष्ट सूचना तू त्यांना लेखी दे. त्यानंतर त्यांना हे सांग, की यापुढे माझ्या पेपर्समधे कुठेही तिचं नाव किंवा तिचे फोटो छापून आलेले दिसले तर त्यांना आणि त्यादिवशी कामावर असलेल्या संपूर्ण संपादकीय विभागाच्या कर्मचाऱ्यांना त्यांची नोकरी त्या दिवसापासून गमवावी लागेल. वेळ आली की माझ्या लग्नाची घोषणा आपल्या सर्व पेपरांत करायची आहे. ते केवळ टाळता येणार नाही म्हणूनच- अगदी कमीत कमी शब्दांत लिहायचं. त्यावर बातम्या, कथा-कहाण्या चालणार नाहीत. छायाचित्रे नाहीत. सगळीकडे हा निरोप पोहोचव आणि तो त्यांच्या भेजात शिरेल हे पहा. या सूचनेची अवज्ञा झाली तर- तुझ्यासकट कुणाचीही नोकरी तत्क्षणी जाऊ शकते हे समजून ऐस.'

'तू तिच्याशी लग्न करणार- आणि बातमी नाही?'

'बातमी नाही- आल्वा.'

'पण हे भगवान! ही तर मोठी बातमी ठरणार आहे... बाकीची वृत्तपत्रं...'

'बाकीची वृत्तपत्रं काय करतात याच्याशी माझा संबंध नाही.'

'पण- पण का, गेल?'

'तुला नाही समजणार ते.'

□ □ □

डॉमिनिक गाडीच्या चाकांचा पायांखालून येणारा आवाज ऐकत खिडकीपाशी बसली होती. मावळत्या उन्हात ओहायोतील खेडेगावं बाजूने सरकत जाताना पहात होती. तिने डोकं मागे विसावलेलं. बैठकीच्या मऊ गादीवर तिचे दोन्ही हात निश्चेष्ट असल्यासारखे पडून होते. त्या डब्यातल्या इतर सगळ्या निर्जीव वस्तूंपैकीच ती एक होती. खिडकीच्या चौकटीसारखीच पुढे सरकत जाणारी. कानाकोपऱ्यांतून अंधार जमू लागला. खिडकीच तेवढी उजेड पाझरत राहिली. जमिनीवरून परावर्तित होणारा सांध्यकालीन प्रकाश. ती त्या प्रकाशात विसावलेली. तो प्रकाश डब्यात शिरत होता आणि सामावत होता... त्याला बाहेर हाकून देण्यासाठी ती दिवा लावत नव्हती तोवर.

तिला कुठल्याच विशिष्ट हेतूची जाणीव नव्हती. तिच्या प्रवासाला गन्तव्य नव्हतं. फक्त प्रवास, फक्त गती आणि भोवतीने गतीचा धातूमिश्रित आवाज. तिला हलकं वाटत होतं. तिचं अस्तित्त्व जणू वेदनारहित ओहोटीत मिटल्यासारखं नाहीसं झालेलं, शांतपणे अदृश्य होत गेलेलं... राहिलेली फक्त त्या खिडकीतून दिसणारी एवढीशीच जमीन... बाकी कशालाच निश्चित आकार नव्हता.

जेव्हा तिला मंदावलेल्या वेगातून खिडकीच्या काचेपलिकडे... 'क्लेटॉन'... स्टेशनच्या बिल्डिंगच्या पत्र्यांखाली लावलेली पाटी दिसली तेव्हा तिला कळलं आपण कसली वाट पहात होतो. ही ट्रेन आपण का घेतली... यापेक्षा वेगवान गाडी का पकडली नाही... गाडीचं वेळापत्रक आपण तिच्या थांब्यांसाठी का तपासलं होतं... जरी त्या नावांचा अर्थ मनात लागला नव्हता- तिला आत्ता उलगडलं. तिने सूटकेस, कोट आणि हॅट सारं झटकन हातात पकडलं आणि ती धावली. कपडे नीट करायलाही तिने वेळ लावला नाही. पायाखालची जमीन इथून दूर दूर घेऊन गेली तर... ती डब्याच्या चिंचोळ्या पॅसेजमधून धावत गेली आणि घाईघाईने पायऱ्या उतरली आणि प्लॅटफॉर्मवर झेपावली. थंडगार बोचऱ्या हवेने तिच्या उघड्या गळ्यावर जणू आघात झाला. ती स्टेशनच्या त्या बिल्डिंगकडे पहात क्षणभर उभी राहिली. तिच्या मागे ट्रेन हालली आणि खडाड्खड करत निघून गेली.

मग तिने कोट चढवला, हॅट घातली. प्लॅटफॉर्मवरून चालत ती वेटिंगरुममधे शिरली. जमिनीवर चिकटलेल्या सुकलेल्या चुइंग-गमची नक्षी होती. ती तिथून बाहेर पडून एका चुलाण्याच्या उबेपुढून स्टेशनच्या पलिकडल्या चौकात शिरली.

उतरत्या छपरांच्या बसक्या रांगेच्या जरासा वर आकाशात अखेरचा सोनेरी पट्टा उमटलेला दिसत होता. विटांनी बांधलेला रस्ता आणि एकमेकांवर रेललेली घरं पहात ती निघाली. एक झाड होतं- पिळवटलेल्या निष्पर्ण फांद्याचं. ओसाड पडलेल्या गॅरेजच्या दारं तुटलेल्या चौकटीत वाढलेल्या रानटी झुडपांचा काटेरी झाडोरा झालेला. दुकानांची दारं अंधारी होती. कोपऱ्यावर एक औषधांचं दुकान तेवढं उघडं होतं. त्याच्या खिडकीतला दिवा फिकुटलेला आजारी प्रकाश फेकत होता.

ती इथे यापूर्वी कधीच आली नव्हती, पण ती जागा जणू तिच्यावर मालकी हक्क सांगत तिला घट्टघट्ट वेढून घेत होती. अवकाशात ग्रहांच्या भ्रमणकक्षेवर जसं त्यांचं गुरुत्वाकर्षण काम करतं, तसंच काहीसं आकर्षण तिथल्या जड वस्तूंमधून तिच्यावर काम करत होतं. तिची भ्रमणकक्षा ठरत होती. एका वॉटर हायड्रंटवर तिने हाताचा तळवा टेकला आणि त्याचा थंडावा मोज्यांतून तिच्या त्वचेत घुसला. हाच रस्ता आहे, त्या शहराने तिला सांगितलं. तिची वस्त्र किंवा तिचं मन ते थांबवू शकत नव्हतं. जे अटळ होतं त्याची शांत जाणीव मनात तशीच होती. पण आता तिला काहीतरी कृती करायची होती. सारं तसं ठरलेलं अगोदरच. तिने रस्त्यातल्याच एकाला थांबवून विचारलं, 'जेनर्स डिपार्टमेन्ट स्टोअरची नवी बिल्डिंग कुठे होते आहे?'

अंधाऱ्या रस्त्यातून ती संथपणे चालत राहिली. हिवाळ्याने रंग उडालेल्या हिरवळींमधून, थकल्याभागल्या अंगणांच्या कडेकडेने ती चालत राहिली. रिकाम्या पडलेल्या जागांमधून सळसळणाऱ्या

रानवेलींत अडकलेली पत्र्याची डबडी खडखडत होती. किराणा दुकानांच्या बंद दारांवरून, एका वाफेने धपापणाऱ्या लाँड्रीच्या बाजूने ती चालत राहिली. एका घराच्या उघड्या खिडकीतून तिला दिसलं, एक माणूस फायरप्लेसजवळ पेपर वाचत बसला होता. बरीच वळणं, गल्ल्या पार करत ती चालत राहिली. रस्त्याचे दगड तिच्या पंप्सच्या पातळ तळव्यातून तिला जाणवत होते. वाटेत भेटणारा एखादा माणूस तिच्या डौलदार शहरी आकृतीकडे आश्चर्याने पहात राही. तिच्या ते लक्षात आलं-तीही त्याच्याकडे थोड्या नवलाने पहात राही. तिला विचारायचं होतं- पण तुम्हाला कळत कसं नाही? मी इथे तुमच्यापेक्षा जास्त हक्काने असायला हवी. मधूनच ती थांबत होती. डोळे मिटून घेत होती. श्वास घेणं अचानक कठीण झालेलं तिला.

ती मुख्य रस्त्यावर आली आणि अगदी सावकाश चालू लागली. इथे थोडेफार दिवे उजळलेले. गाड्या व्यवस्थित तिरप्या रेषांत पार्क केलेल्या, एक मूव्ही थिएटर होतं, एका मोठ्या दुकानाच्या खिडकीत भांडी-कुंडी, गुलाबी अंतर्वस्त्रे असं कायकाय मांडून ठेवलेलं. ती ताठरपणे चालू लागली.

एका जुन्या बिल्डिंगच्या बाजूने भगभगीत उजेड येत असलेला दिसला तिला. एका पाडलेल्या बिल्डिंगच्या बाजूने उभ्या असलेल्या भिंतीवरून तो परावर्तित होत होता. एका खड्ड्यातून तो उजेड येत होता. हीच ती जागा असणार हे तिने ओळखलं. ही ती जागा नसो अशी काहीशी आशा ती करत होती. ते उशीरपर्यंत काम करत असले तर तो तिथे असेल. आज रात्री त्याला भेटायचं नव्हतं तिला. तिला फक्त ती जागा आणि ती बिल्डिंग पहायची होती. ती बाकी गोष्टींसाठी तयार नव्हती. त्याला उद्या भेटणार होती. पण आता थांबणंही शक्य नव्हतं. ती त्या खोदकामाकडे चालत गेली. रस्त्याच्या कडेलाच कोपऱ्यावरच होती ती साइट. कुंपण नव्हतंच. लोखंडी सळ्यांचा आवाज येत होता, एक क्रेन हलत होती, काही माणसं खोदून बाजूला केलेल्या मातीच्या ढिगाऱ्याच्या कडेला उभी होती, तिथल्या प्रखर उजेडात ती माती पिवळट दिसत होती. बाजूने केलेल्या पायरस्त्याच्या फळ्या तिला दिसत नव्हत्या, पण तिला पावलांचा आवाज आला. आणि तिला दिसला रॉर्क- रस्त्यावरून चालत येत असलेला. त्याने हॅट घातली नव्हती. त्याच्या अंगावर एक ढगळा कोट होता, समोरून बटन्स उघडीच टाकलेली त्याने.

तो थांबला. तिच्याकडे पहात थबकला. तिला वाटलं ती ताठ उभी आहे- आणि हे अगदी साधं सोपं आहे. त्याचे राखी डोळे, केशरी केस पहात होती ती, नेहमीप्रमाणेच. तो घाईघाईने पुढे झाल्याचं पाहून तिला थोडं आश्चर्यच वाटलं. आणि त्याचा हात तिच्या कोपरावर घट्ट रुतला.

' तू जरा बसायला हवं.' तो म्हणाला.

मग तिला जाणवलं, की कोपरावरच्या त्याच्या हाताच्या आधाराशिवाय ती उभी राहू शकली नसती. त्याने तिची सूटकेस घेतली. रस्ता ओलांडून तिला पलिकडे नेलं आणि एका रिकाम्या घराच्या पायरीवर बसवलं. बंद दरवाजाच्या फळीला टेकून ती विसावली. तो शेजारीच बसला. त्याचा पंजा तिच्या कोपरावर अजूनही घट्ट मिटून होता. त्यात हळुवारपणा नव्हता. तो जणू दोघांवरही नियंत्रण आणू पहात होता.

थोड्या वेळाने त्याने हात काढून घेतला. आता ती सावरली होती. बोलण्याच्या परिस्थितीत होती.

'ती तुझी नवीन बिल्डिंग आहे?'
'होय. तू स्टेशनपासून इथवर चालत आलीस?'
'हो.'
'बरंच अंतर आहे ते.'

'हो मला वाटतं.'

आपण एकमेकांना अभिवादन केलं नाही- आणि ते बरोबरच होतं, ती विचार करत होती. ही काही पुनर्भेट नव्हती. कधीच खंड न पडलेल्या एका प्रवाहातलाच एक क्षण होता तो. त्याला 'हेलो' म्हणणं किती विचित्र वाटलं असतं. कुणी स्वतःच स्वतःला कधी रोज सकाळी अभिवादन करतं का...

'आज सकाळी तू कधी उठलेलास?' तिने विचारलं.

'सात वाजता.'

'मी न्यू यॉर्कमधे होते तेव्हा. टॅक्सी घेऊन ग्रॅंड सेंट्रलला निघालेले. तू नाश्ता कुठे घेतलेलास?'

'गाडीवर.'

'त्या रात्रभर उघड्या असतात तसल्या - तसल्या गाडीवर?'

'होय. ट्रक ड्रायव्हर्ससाठीच असतात त्या.'

'बरेचदा जातोस तिथे?'

'कॉफी हवी असेल तेव्हातेव्हा.'

'मग तिथल्या टेबलावर बसतोस? आणि आसपास लोक असतात... तुझ्याकडे बघणारे?'

'वेळ असला तर बसतो तिथे. आणि आसपास लोक असतात. माझ्याकडे फार कोणी बघत नाही मला वाटतं.'

'आणि मग? तू कामावर चालत येतोस?'

'हो.'

'तू रोज चालत येतोस? इथल्या कुठल्याही रस्त्याने? कुठल्याही खिडक्यांसमोरून? कुणालाही खिडकी उघडून बाहेर बघावंसं वाटलं तर...'

'इथे कुणी फारसं खिडक्यांतून बाहेर बघत बसत नाही.'

त्यांची बसण्याची जागा जराशी उंचावर असल्याने त्यांना समोरच्या बाजूच्या खोदकामाकडे पहाता येत होतं. माती, कामगार, पोलादाचे खांब सगळंच त्या पिवळ्या भगभगीत उजेडात उठून दिसत होतं. पक्क्या रस्त्याच्या नि दगडी पायरस्त्याच्या मध्येच अशी उघडी माती किती विचित्र वाटते, ती विचार करत होती; जणू शहराचं वस्त्र मध्येच कुणीतरी टरकावलंय नि आतलं मांस उघडं पडलंय.

'तू गेल्या दोन वर्षांत दोन बंगले बांधलेस.'

'हो. एक पेनसिल्वेनियात आणि एक बॉस्टनजवळ.'

'ती अगदीच साधारण घरं होती.'

'फार पैसा खर्च झाला नाही त्यावर, तसं तुला म्हणायचं असेल तर. पण खूप छान काम होतं ते.'

'इथे किती दिवस असशील?'

'अजून एक महिनाभर.'

'रात्रीचं का काम करतो आहेस?'

'घाई आहे त्यांना.'

रस्त्यापलिकडे ती क्रेन हलू लागली होती. एक लांबलचक गर्डर हवेत तोलत क्रेन सावकाश फिरत होती. त्याची नजर त्यावर लागलेली तिने पाहिली. तो त्याचा विचार करत नसला तरी त्याच्या नजरेत सहजप्रवृत्त काळजीचा भाव होता. त्याच्या बिल्डिंगसाठी चाललेलं कुठलंही काम

त्याला तसंच जवळचं वाटत असणार.

'रॉर्क...'

त्यांनी एकमेकांना नावाने हाक मारली नव्हती. कितीतरी वेळ वाट पाहून मग ते नाव तिने उच्चारणं, त्याने ऐकणं यात तिला सुख वाटत होतं.

'रॉर्क, पुन्हा एकदा खाणीसारखंच झालं हे.'

तो हसला, 'तुला वाटत असेल तर तसं... पण खरंतर तसं नाहीये.'

'एनराइट हाऊसनंतर? कॉर्ड बिल्डिंगनंतर? हे?'

'मी तसा विचार करत नाही.'

'कसा विचार करतोस?'

'मला हे करायला आवडतं. प्रत्येक बिल्डिंग एका भिन्न व्यक्तीसारखी असते. एकमेव. पुनरावृत्ती नसते त्यात.'

तो रस्त्यापलिकडे पहात होता. त्याच्यात काहीच बदल झालेला नव्हता. तोच जुना हलकेफुलकेपणा, सहजगतीची जाणीव- हालचालीत, कृतीत, विचारात. ती म्हणाली, तिच्या वाक्याला ना सुरुवात होती ना शेवट, '...पाच मजली बिल्डिंग्ज बांधत रहायच्या आयुष्यभर...'

'गरज पडली तर तसं. पण तसं होणार नाही असं मला वाटतं.'

'कसली वाट पहातो आहेस तू?'

'मी नाही वाट पहात.'

तिने डोळे मिटून घेतले, पण तोंडावरचे भाव लपवू शकत नव्हती ती. तिच्या तोंडावर कडवटपणा, संताप आणि दुःख स्पष्ट उमटलेलं.

'रॉर्क, तू शहरात असतास तर मी तुला भेटायला आले नसते.'

'माहीतीये मला.'

'पण तू- असा कुठेतरी... कसल्यातरी अनाम, अनोळखी जागेत... मला पहायलाच हवं होतं. ही जागा पहायला आले मी.'

'परतणारेस कधी?'

'मी थांबण्याच्या हेतूने आले नाही हे ओळखलंस तू?'

'हो.'

'कसं?'

'कारण तुला अजूनही गाडीवरच्या जेवणाची भीती वाटते. खिडक्यांची भीती वाटते.'

'मी न्यू यॉर्कला जात नाहीये. लगेच नाही.'

'नाही?'

'तू मला काहीच विचारलं नाहीस, रॉर्क, फक्त मी स्टेशनपासून चालत आले का एवढंच विचारलंस.'

'काय विचारू मी तुला?'

'मी स्टेशनच्या नावाची पाटी वाचली आणि ट्रेनमधून उतरले.' तिचा आवाज बोथटलेला, 'इथे यायचा हेतू नव्हता माझा. मी रेनोला चालले होते.'

'आणि त्यानंतर?'

'मी पुन्हा लग्न करीन.'

'तुझा होणारा नवरा माझ्या माहितीतला आहे?'

'ऐकलंयस तू त्याच्याबद्दल. त्याचं नाव- गेल वायनान्ड.'

तिने त्याचे डोळे वाचले. तिला वाटलं तिला हसू येईल. अखेर त्याला चकित करणं साध्य झालेलं तिला. शक्य नव्हतं वाटलं कधी. पण ती हसली नाही. तो हेन्री कॅमेरॉनचा विचार करत होता; कॅमेरॉनच्या वाक्याचा : 'त्यांना मी काहीच उत्तर देऊ शकत नाही, हॉवर्ड, त्यांना सामोरं जाण्यासाठी मी तुला सोडून जातोय म्हण. तू त्यांना उत्तर दे. सर्वांना उत्तर दे. वायनान्ड पेपर्स आणि त्यांचं अस्तित्त्व शक्य करणारं जे काही आहे, त्याच्या मागे जे काही दडलं आहे त्या सर्वांना तुला उत्तर द्यायचंय.'

'रॉर्क.'

त्याने उत्तर दिलं नाही.

'हे तर पीटर कीटींगपेक्षाही वाईट आहे, हो ना?'

'फारच वाईट.'

'तुला मला थांबवायचं आहे?'

'नाही.'

त्याने तिचा कोपर सोडून दिल्यानंतर तिला स्पर्शही केला नव्हता. आणि तो स्पर्श रुग्णवाहिकेत शोभणारा होता. तिने तिचा हात त्याच्या हातावर ठेवला. त्याने त्याची बोटं मागे घेतली नाहीत किंवा निर्विकार असल्यासारखं दर्शवलं नाही. ती त्याचा हात धरून ठेवत वाकली आणि त्याच्या गुडघ्यावरून हात वर न उचलता तिने ओठ त्यावर टेकवले. तिची हॅट खाली पडली आणि तिचे सोनेरी केस आपल्या गुडघ्यांवर पसरलेले तो पहात राहिला. तिचे ओठ पुन्हापुन्हा त्याच्या हाताचं चुंबन घेत राहिले. त्याची बोटं तिच्या बोटांत गुंतली होती, प्रतिसाद देत होती. पण तो प्रतिसाद तितकाच राहिला.

तिने मान वर केली आणि ती रस्त्याकडे पाहू लागली. पलिकडे काही अंतरावर एका प्रकाशमान खिडकीच्या पार्श्वभूमीवर निष्पर्ण फांद्यांनी जाळी धरलेली दिसत होती. छोटीछोटी घरं अंधारात विरत गेलेली आणि निरुंद पायवाटांच्या कडेने वृक्ष उभे होते.

आपली हॅट खालच्या पायरीवर पडलेली पाहून ती वाकली. पायरीवर तिचा उघडा हात टेकला. तो घासून गुळगुळीत झालेला दगड स्पर्शाला थंड होता. तिला त्या स्पर्शाचं सुख वाटलं. ती तळवा तसाच टेकून क्षणभर बसून राहिली. किती पायांखाली आलेला का असेना तो... त्या वॉटर हायड्रंटसारखाच त्या दगडाचा स्पर्शही तिला प्रिय वाटत होता.

'रॉर्क, तू रहातोस कुठे?'

'भाड्याच्या खोलीत.'

'कसली खोली आहे?'

'साधी खोली आहे.'

'काय काय आहे त्यात? भिंती कसल्या आहेत?'

'कसला तरी रंग उडालेला वॉलपेपर आहे.'

'आणि फर्निचर?'

'एक टेबल, खुर्च्या आणि एक पलंग.'

'नाही. मला नीट वर्णन करून सांग.'

'एक कपाट आहे कपड्यांसाठी. एक खणांचं कपाटही आहे. खिडकीजवळ कोपऱ्यात पलंग आहे. दुसऱ्या बाजूला मोठंसं टेबल आहे.'

'भिंतीजवळ ठेवलं आहेस?'

'खिडकीच्याच बाजूला आहे. तिथे मी काम करत बसतो. मग एक सरळ पाठीची खुर्ची आहे, एक आरामखुर्ची आहे. तिच्यावरच एक दिवा आहे. एक मासिकांसाठी असतं तसलं रॅक आहे. ते मी कधीच वापरत नाही. बस्स एवढंच.'

'गालिचा किंवा पडदे नाहीत?'

'खिडकीवर पडदे आहेत कसलेतरी... आणि एक गालिचाही आहे. जमीन चांगली छान पॉलिश केलेली आहे. सुंदर जुन्यातलं लाकूड वापरलंय.'

'आज ट्रेनमधे बसल्यावर मी तुझ्या खोलीचा विचार करीन.'

तो रस्त्याकडे पहात बसला. ती म्हणाली, 'रॉर्क, आज रात्री मला तुझ्याकडे राहू देशील?'

'नाही.'

तिने त्याच्या नजरेच्या मागोमाग नजर नेली. खाली काम करणाऱ्या यंत्रावर गेली होती ती. थोड्या वेळाने तिने विचारलं,'तुला हे- या बिल्डिंगचं काम कसं मिळालं?'

'तिच्या मालकाने माझ्या न्यू यॉर्कमधल्या बिल्डिंग्ज पाहिल्या आणि त्याला आवडल्या त्या.'

एक ओव्हरऑल्स घातलेला माणूस खालून वर आला. अंधारात बारकाईने पहात त्यांच्यावर त्याची नजर स्थिरावली. 'बॉस, तूच आहेस का रे?'

'हो,' रॉर्कने उत्तर दिलं.

'जरा येशील का इकडे, एक मिनिट.'

रॉर्क त्याच्या दिशेने गेला. तिला त्यांचा सगळा संवाद ऐकू आला नाही. पण रॉर्क सहजपणे म्हणालेला- 'अरे सोप्पंय.' आणि मग ते फळ्यांवरून उतरत खाली गेले. तो माणूस वर हात करून काहीतरी सांगत होता. रॉर्कने मस्तक वर करून पोलादाच्या वरवर जाणाऱ्या चौकटीकडे पाहिलं. त्याच्या चेहऱ्यावर प्रकाश पडलेला. आणि तिला त्या चेहऱ्यावरची एकाग्रता दिसली. त्यात हास्य नव्हतं. पण कामात मन गुंतल्यानंतर आपोआप येणारा आनंदी भाव त्यात होता. कामात व्यग्र झालेल्या बुद्धीची चमक होती. त्याने खाली वाकून एक फळीचा तुकडा उचलला. खिशातून एक पेन्सिल काढली. फळ्यांच्या ढिगावर एक पाय ठेवून गुडघ्यावर तो तुकडा टेकवून त्यावर काहीतरी काढत होता. त्या माणसाला समजावून देत होता. तोही खुषीत मान हलवत होता. तिला शब्द ऐकू येत नव्हते, पण रॉर्कचं त्या माणसाशी किंवा त्या तिथल्या सर्व माणसांशी काय नातं असेल ते तिला कळत गेलं. काहीतरी वेगळीच निष्ठा, बंधुत्व- पण नेहमी कानावरून जाणाऱ्या या शब्दांचे अर्थ इथे जरा वेगळेच होते. त्याचं सांगून झालं. त्याने तो फळीचा तुकडा त्या माणसाच्या हातात दिला आणि ते दोघे कशावर तरी मोठमोठ्याने हसले. मग तो परत आला आणि तिच्या शेजारी पायरीवर बसला.

'रॉर्क,' ती म्हणाली, 'मी तुझ्याबरोबर इथे राहीन- जेवढी वर्षं आपल्याकडे शिल्लक असतील तेवढी वर्षं.'

तो तिच्याकडे पहात लक्ष देऊन ऐकू लागला, वाट पहात.

'मला इथे रहायचंय.' एखादा बांध पाणी अडवेल तसा ताण तिच्या शब्दांत होता. 'मला तू जगत असताना तुझ्याबरोबर जगायचंय. माझ्या पैशांना मी हातही लावणार नाही. देऊन टाकीन- समज स्टीव मॅलरीला देऊन टाकीन... तू म्हणशील तसं... किंवा टूहीच्या एखाद्या संस्थेला देईन. काही फरक पडत नाही. आपण इथे एक घर घेऊ. ही इथे आहेत ना तसलंच एखादं... मी घर सांभाळीन. हसू नकोस. मला येतं सगळं करता. मी जेवण बनवेन, तुझे कपडे धुवेन. जमीन पुसेन. आणि तू आर्किटेक्चर सोडून द्यायचं.'

तो हसला नाही. पुढे ऐकायचं आहे एवढाच भाव त्याच्या डोळ्यात होता.

'रॉर्क, समजून घे, प्लीज समजून घे. ते तुला काय करताहेत, काय करतील... ते पहाणं मला सहन होत नाही. हे खूप महान आहे रे- तू, तुझ्या बिल्डिंग्ज, तुला त्याबद्दल काय वाटतं. तू हे असं फार काळ नाही काढू शकत. हे टिकणार नाही. ते तुला टिकू देणार नाहीत. तू कसल्यातरी महाभयंकर संकटाच्या दिशेने वाटचाल करतो आहेस. दुसरा काही शेवट असूच शकत नाही याला. सोडून दे सारं. काहीतरी निरर्थक नोकरी पत्कर. त्या खाणीतल्यासारखीच. आपण राहू इथेच. आपण थोड्यात जगू आणि काहीही कुणाला द्यायचं नाही. आपण फक्त आपल्यासाठी जगू... आणि आपल्याला जे कळलंय त्यासाठी...'

तो हसला. त्या हास्यात समजुतीचा प्रयत्न होता... तो हसू आवरायचा प्रयत्न करत होता. पण ते त्याला जमत नव्हतं.

'डॉमिनिक,' त्याने तिचं नाव ज्या स्वरात उच्चारलं होतं त्याने पुढचं सारं सोपं होऊन गेलं. तो स्वर तिच्या सोबत रहाणार होता. 'मला एक क्षणभर का होईना मोह पडला असं सांगायला आवडलं असतं मला. पण खरोखर तसं नाही झालं.' तो पुढे बोलू लागला. 'मी खूप खूप क्रूर असतो ना तर मी हे मान्य केलं असतं. केवळ तू किती लवकर मला आर्किटेक्चरकडे जायला सांगशील ते बघण्यासाठी.'

'हो... शक्य आहे.'

'वायनान्डशी लग्न कर आणि रहा त्याच्याबरोबर. आज तू जे काही करते आहेस स्वतःचं त्यापेक्षा ते खूपच बरं असेल.'

'आपण इथे आणखी थोडा वेळ असेच बोलत बसलो तर चालेल तुला? त्याच्याबद्दल नव्हे- कशाहीबद्दल बोलू आपण. जणू काही सगळं व्यवस्थित आहे असं... काही वर्षांच्या लढाईतला छोटासा युद्धविराम असावा तसं... अर्ध्या तासाचा. मला तू इथे आल्यापासून रोज कायकाय केलंस ते सांग. जे जे आठवेल ते सांग.'

मग ते बोलत राहिले. जणू त्या रिकाम्या घराच्या पायऱ्या म्हणजे अंतराळात तरंगणारं यान होतं... तिथून ना पृथ्वी दिसत होती ना आकाश. मग त्याने रस्त्यावर एकदाही नजर टाकली नाही.

मग त्याचं लक्ष घड्याळाकडे गेलं. आणि तो म्हणाला,'आता एक तासाभरात पश्चिमेकडे जाणारी ट्रेन येईल. तुझ्याबरोबर स्टेशनवर येऊ मी?'

'आपण चालतचालत जाऊ या?'

'चालेल.'

ती उभी राहिली आणि तिने विचारलं, 'आता कधीपर्यंत- रॉर्क?'

तो रस्त्याकडे हात दाखवत म्हणाला, 'जोपर्यंत तू या सगळ्या गोष्टींचा द्वेष करायचं थांबवत नाहीस, जोपर्यंत त्यांच्याबद्दलची भीती मनातून काढत नाहीस, त्यांच्याकडे दुर्लक्ष करायला शिकत नाहीस- तोपर्यंत.'

ते स्टेशनकडे चालत निघाले. त्याच्या पावलांचा आवाज आपल्या पावलांबरोबर येत असलेला ऐकत ती चालत होती. बाजूने सरकत जाणाऱ्या भिंतींशी तिची नजर सलगी करत राहिली. तिचा जीव जडला या नगरावर... आणि त्याचा भाग असलेल्या प्रत्येक गोष्टीवर.

घरासाठी राखून ठेवलेल्या एका रिकाम्या जागेजवळून ते चालले होते. वाऱ्याने एक जुनं वर्तमानपत्राचं पान फडफडत तिच्या पायांवर येऊन चिकटलं. एखादं मांजर जसं लाडिकपणे पायावर अंग घासत राहिलं तसं ते पान तिच्या पायाभोवती चिकटून फडफडत होतं. तिला वाटलं की या

शहरातल्या प्रत्येक वस्तूचं तिच्याशी इतकंच जवळचं नातं आहे. ती वाकली आणि तिने तो पेपर उचलला आणि त्याची घडी घालू लागली, बॅगेत घालण्यासाठी.

'काय करतेस तू हे?' त्याने विचारलं.

'ट्रेनमधे वाचायला होईल ना.' ती खुळ्यासारखी बोलून गेली.

त्याने तो पेपर तिच्याकडून हिसकावून घेतला आणि चुरगळून झुडपांच्या गर्दीत फेकला. ती काहीच बोलली नाही. ते चालत राहिले पुढे.

स्टेशनच्या रिकाम्या प्लॅटफॉर्मवर एकच बल्ब पेटला होता. ते थांबून राहिले. तो रुळांकडे पहात होता... ट्रेन येण्याच्या दिशेने. रूळ थरथरू लागले, दूरवर एक पांढरा हेडलाइटचा उजेड उगवला. आणि भरवेगात मोठामोठा होत गेला. तो हलला नाही किंवा तिच्याकडे पहायला वळलाही नाही. त्या प्रकाशाच्या शलाकेत त्याची सावली प्लॅटफॉर्मभर पसरली... आणि क्षणार्धात नाहीशी झाली. निमिषमात्रासाठी त्या प्रखर प्रकाशाच्या पार्श्वभूमीवर त्याच्या शरीराच्या लांबसडक रेषा चित्रित झालेल्या तिला दिसल्या. इंजिन त्यांच्यापुढून निघून गेलं. आणि पुढच्या डब्यांची गती खडखडत मंदावली. तो सरकत जाणाऱ्या खिडक्यांकडे पहात होता. तिला त्याचा चेहरा दिसत नव्हता. फक्त गालाची रेष दिसत होती.

ट्रेन पूर्णपणे थांबली, तेव्हा तो तिच्याकडे वळला. त्यांनी हातात हात घेतले नाहीत. काहीही बोलले नाहीत. ते ताठ, एकमेकांना सामोरे उभे होते- क्षणभरच. सावधानच्या पवित्र्यात. जणू लष्करी सलामी देत होते एकमेकांना. मग आपली सूटकेस उचलून ती गाडीत चढली. एका मिनिटानंतर ट्रेन पुन्हा चालू लागली.

❑

६

चक : आणि मस्क्रात उंदीर का म्हणून नाही? माणसाने स्वतःला मस्क्रात उंदरापेक्षा श्रेष्ठ का म्हणून समजावं? झाडामातीत रहाणाऱ्या सगळ्या लहानमोठ्या प्राण्यांत जीव धडधडत असतोच. साऱ्या जीवनात शाश्वत दुःखगान आहे. फार जुनं दुःखं आहे ते. साऱ्या गीतांचं गीत. आपल्याला समजत नाही- पण समजून घेण्याची गरज तरी कुणाला आहे? फक्त सार्वजनिक लेखा तपासनीस आणि वैदू. शिवाय पोस्टमन यांना गरज. आम्ही फक्त प्रेम करतो. प्रेमाचं मधुर रहस्य. सारंकाही त्यातच आहे. मला प्रेम द्या आणि तुमचे तत्त्वज्ञ घाला तुमच्या चुलीच्या भोकात. मेरीने त्या बेघर मस्क्रात उंदराला घरात घेतलं तेव्हा तिचं हृदय खुललं. जीवन आणि प्रेम त्यात शिरलं. मस्क्रात उंदराच्या कातडीचा खोटाखोटा मिंक कोट होतो. पण तो मुद्दाच नाही. जीवन हा मुद्दा आहे.

जेक : (आत प्रवेश करत) अरे लोक हो, मला सांगा कुणाकडे जॉर्ज वॉशिंग्टनचं चित्र असलेला स्टॅम्प आहे का?

'पडदा.'

आइकने आपलं हस्तलिखित फाटकन बंद केलं आणि एक लांबलचक श्वास घेतला. त्याचा आवाज दोन तास मोठ्याने नाट्यवाचन केल्यानंतर घोगरट झालेला. आणि त्याने त्याच्या नाटकाचा शेवटचा क्लायमॅक्स एका श्वासात वाचला होता. तो आपल्या श्रोत्यांकडे पहात राहिला. त्याच्या चेहऱ्यावर स्वतःलाच हसत असल्याचे भाव होते, त्याच्या भुवया उद्दामपणे उंचावलेल्या, पण डोळ्यांत मात्र विनवणी होती.

एल्सवर्थ टूही जमिनीवर बसून होता. खुर्चीच्या पायावर तो आपली पाठ घासत खाजवून घेत होता, जांभया देत होता. गस वेब खोलीच्या मध्यावर पोटावर पालथा पडून होता, तो लोळत पाठीवर झाला. लॅन्सेलॉट क्लोकी हा एक विदेशवार्ता सांभाळणारा वार्ताहर आपला दारूचा ग्लास हातात घेऊन संपवत राहिला, ज्यूल्स फौग्लर- बॅनरचा नवा नाट्यसमीक्षक जसाच्या तसा गेले दोन तास बसून होता, लॉइस कुक, यजमानीण होती- आळोखेपिळोखे देत म्हणाली, 'जीझस, आइक, भयानक आहे हे.'

लॅन्सेलॉट क्लोकी स्वर ओढत म्हणाला, 'लॉइस, महामाये, तू तुझी जिनची बाटली कुठे ठेवतेस सांगशील? एवढी कंजुषी करू नकोस. एवढा बेक्कार पाहुणचार पहिल्यांदाच पाहिला मी.'

गस वेब म्हणाला, 'मला साहित्यातलं काही कळत नाही. एकदम अनुत्पादक- वेळ घालवायचा धंदा आहे तो. सगळ्या लेखकांना ठार केलं पाहिजे.'

आइक किंचाळल्यासारखा हसला, 'एकदम घाण, हँ?' त्याने आपले कागद फडकावत म्हटलं, 'एकदम खरोखरचीच घाण. मी ते कशासाठी लिहिलं असेल असं वाटतं तुम्हाला? याच्यापेक्षा वाईट, पडेल नाटक कुणी लिहू शकेल? दाखवून द्या मला. तुमच्या संपूर्ण आयुष्यात इतकं वाईट नाटक तुम्ही कुणी कुठेच ऐकलं नसेल.'

ही 'कौन्सिल ऑफ अमेरिकन रायटर्सची' औपचारिक बैठक नव्हती. असेच सहज म्हणून भेटले होते ते. त्याचं नवीन नाटक ऐकण्यासाठी आइकने काही मित्रांना बोलावलं होतं. त्याच्या सव्वीसाव्या वर्षापर्यंत त्याने अकरा नाटकं पाडली होती, पण त्यातलं कुठलंही कधी प्रत्यक्षात आलं नव्हतं.

'तू सोडून दे नाटक लिहिण्याचा प्रयत्न, आइक. बरं राहील.' लॅन्सेलॉट क्लोकी म्हणाला, 'लेखन हा गंभीर विषय आहे आणि कुणीही रस्त्यावरच्या आक्करमाशाने उठावं आणि लिहायला घ्यावं असं शक्य नसतं.' लॅन्सेलॉट क्लोकीचं पहिलं पुस्तक - विदेशी शहरांतल्या त्याच्या साहसी सफरीवर लिहिलेलं होतं आणि गेले दहा आठवडे बेस्ट-सेलरच्या यादीत होतं.

'का नाही, लॅन्स?' टूही मधाळ आवाजात बोलला.

'ठीक आहे,' क्लोकी चिडून म्हणाला, 'ठीक आहे... मला एक ड्रिंक द्या.'

'हे भयंकर आहे.' लॉइस कुक मान इकडून तिकडे हलवत म्हणाली, 'अगदी फारच भयंकर आहे. इतकं भयंकर आहे की मस्तच.'

'घंटा!' गस वेब म्हणाला, 'मी इथे कशाला येतो कोण जाणे!'

आइकने त्याचं हस्तलिखित फायरप्लेसच्या दिशेने फेकलं. तिथल्या जाळीवर आपटून ते बाहेरच पडलं. पानं उघडून अस्ताव्यस्त झाली.

'इब्सेन लिहू शकतो, तर मी का नाही?' त्याने विचारलं, 'तो चांगला लिहितो नि मी वाईट... पण हे काही कारण नाही ठरू शकत मी लिहू नये याचं.'

'व्यापक वैश्विक अर्थाने नक्कीच नाही.' लॅन्सेलॉट क्लोकी म्हणाला, 'तरीही तू फारच वाईट लिहितोस.'

'ते तू कशाला म्हणायला हवं. मीच बोललो ना स्वतः?'

'हे एक अतिशय सुंदर नाटक आहे.' एक आवाज उमटला.

नाकातून बोलल्यासारखा तो आवाज कंटाळल्यासारखा सावकाश शब्द टाकत होता. त्या संध्याकाळी तो प्रथमच बोलला होता- ज्यूल्स फौग्लरचा आवाज होता तो. एका व्यंगचित्रकाराने त्याचं एक व्यंगचित्र काढलं होतं मागे. त्यात दोन ओढलेली वर्तुळं होती. एक मोठं, एक लहान. मोठं

होतं ते होतं त्याचं पोट. लहान होतं तो होता त्याचा खालचा ओठ. त्याने फार ऐटबाज, छान शिवलेला सूट घातला होता. त्या कपड्याच्या रंगाला तो म्हणत असे 'मर्डी दॉय' -फ्रेंच फॅशनेबल शब्दात - साध्या शब्दात बदकाच्या शिटाचा रंग. तो सतत हातमोजे घालून बसत असे आणि एक नक्षीदार काठीही असे त्याच्या हातात. तो फारच सुप्रसिद्ध नाट्यसमीक्षक होता.

ज्यूल्स फौग्लरने काठी पुढे करून ते हस्तलिखित स्वतःकडे ओढून घेतलं. वाकून उचलून घेण्याच्या फंदात न पडता तो त्याकडे बघत राहिला आणि मग पुन्हा म्हणाला, 'फार महान नाटक आहे हे.'

'कशावरून?' लॅन्सेलॉट क्लोकीने विचारलं.

'मी सांगतो म्हणून.' ज्यूल्स फौग्लर उत्तरला.

'विनोद करतो आहेस कां, ज्यूल्स?' लॉइस कुकने विचारलं.

'मी कधीच विनोद करत नाही.' ज्यूल्स फौग्लर म्हणाला, 'अश्लील वाटतं मला ते.'

'मला शुभारंभाच्या प्रयोगाची तिकिटं पाठव हं दोन.' लॅन्सेलॉट क्लोकीने चिडवलं.

'शुभारंभाच्या दोन तिकिटांसाठी आठशेऐंशी डॉलर्स.' ज्यूल्स फौग्लर म्हणाला, 'या सीझनचं धडाक्यात चालणारं नाटक ठरेल हे, पहात रहाल तुम्ही.'

ज्यूल्स फौग्लरने वळून पाहिलं, तेव्हा टूही आपल्याकडे बघतोय, हे त्याच्या लक्षात आलं. टूही हसत होता. पण ते हास्य कारणाशिवाय नव्हतं. त्याच्या दृष्टीने एका फार महत्त्वाच्या विषयावर पसंतीची मुद्रा उमटवीत होता तो. फौग्लरची नजर इतरांकडे वळली तेव्हा त्यात तुच्छता होती. पण टूहीवर ती स्थिरावली तेव्हा त्यात समंजसता होती.

'तू 'कौन्सिल ऑफ अमेरिकन रायटर्सचा' सदस्य का होत नाहीस, ज्यूल्स?' टूहीने विचारलं.

'मी व्यक्तीवादी आहे.' फौग्लर म्हणाला, 'माझा संघटनांवर विश्वास नाही. शिवाय, त्याची गरजच काय?'

'नाही, काहीच गरज नाही.' टूही म्हणाला, 'तुला गरज नाहीच, ज्यूल्स. तुला मी आणखी काय शिकवणार?'

'मला तुझी एक गोष्ट फार आवडते, एल्सवर्थ, मला तुला काहीही स्पष्टीकरणं द्यायची गरजच पडत नाही.'

'आपल्याआपल्यात कसली स्पष्टीकरणं द्यायची. आपण सहाही जण सारखेच आहोत.'

'पाच.' फौग्लर म्हणाला, 'मला गस वेब आवडत नाही.'

'का नाही आवडत?' गसने विचारलं. त्याला त्यात काहीच वाईट वगैरे वाटलं नव्हतं.

'कारण तो घाणेरडा रहातो.' जणू त्याने तिसऱ्याच कुणालातरी उत्तर दिलं.

'ओः... हां हां.'

आइक उठून उभा राहिला. तो फौग्लरकडे टक लावून पहात होता. श्वास तरी घ्यावा की नाही त्याला खात्री वाटत नव्हती.

'तुम्हाला माझं नाटक आवडलं, मि. फौग्लर?' त्याने दबत्या आवाजात अखेर विचारून टाकलं.

'मी ते मला आवडलं असं म्हटलं नाही.' फौग्लर थंडपणे उत्तरला, 'ते फारच घाणेरडं आहे असं मला वाटतं. म्हणूनच ते महान् ठरेल.'

'ओः,' आइक म्हणाला. त्याला सुटका झाल्यासारखं वाटलं. त्याची नजर खोलीतल्या साऱ्या चेहऱ्यांवरून फिरली. त्यात एक छद्मी विजयी भाव होता.

'होय.' फौग्लर म्हणाला. 'तू ज्या दृष्टीकोनातून ते लिहिलं आहेस त्याच दृष्टिकोनातून मी

त्याची समीक्षा करतो आहे. आपले हेतू अगदी समसमान आहेत.'

'तू एकदम मस्त माणूस आहेस, ज्यूल्स.'

'मि. फौग्लर म्हणायचं मला.'

'तू एकदम मस्त माणूस आहेस आणि जगातला सगळ्यात धमाल हलकट हरामी आहेस, मिस्टर फौग्लर.'

फौग्लरने काठीच्या टोकाने खाली पडलेल्या हस्तलिखिताची पाने उलटली.

'काय गचाळ टाइपिंग करतोस तू, आइक.' तो म्हणाला.

'खड्ड्यात गेलं टाइपिंग, मी काय स्टेनोग्राफर नाहीये. मी सृजनशील कलावंत आहे.'

'हे नाटक सुरू झालं की, तुला एक सेक्रेटरी ठेवता येईल. मला नाटकाची स्तुती करावीच लागेल. दुसरं काही कारण नसलं तर निदान टाईपरायटरचा दुरुपयोग टाळण्याच्या दृष्टिने तरी नक्कीच. टाईपरायटर हे एक सुंदर यंत्र आहे- ते असं वाईट तऱ्हेने वापरणं बरोबर नाही.'

'ठीक आहे, ज्यूल्स,' लॅन्सेलॉट क्लोकी बोलू लागला, 'तू एकदम फार छान, तल्लख आणि हुशार वगैरे आहेस- प्रश्नच नाही. पण या गू-घाणीला नावाजायचं तुला काय कारण पडलंय.'

'कारण, तू जे म्हटलास तेच- ती गूघाण आहे हेच.'

'तू तर्कशुद्ध बोलत नाहीस, लॅन्स,' आइक म्हणाला, 'वैश्विक व्यापक अर्थाने नाहीच. चांगलं नाटक लिहून त्याला चांगलं म्हणवून घेणं... यात काय विशेष आहे? कुणीही करू शकतो ते. जराशी अक्कल किंवा प्रतिभा असेल तर शक्य होतं ते. आणि अखेर अक्कल ही अपघाती असते. आपल्या अंतस्त्रावी ग्रंथींचा अपघात. पण काय वाट्टेल ती घाण कागदावर ओतायची आणि त्यासाठी स्तुतीही करवून घ्यायची- करून बघ.'

'त्याने आधीच करून झालंय ते.' टूही म्हणाला.

'हे ज्याचं त्याचं मत झालं.' लॅन्सेलॉट क्लोकी म्हणाला. त्याने त्याचा ग्लास उलटा करून ओठांना लावला आणि बर्फाचा शेवटचा तुकडा चोखत राहिला.

'आइकला काही गोष्टी तुझ्यापेक्षा फार लवकर कळतात, लॅन्स.' ज्यूल्स फौग्लर म्हणाला. 'त्याने त्याच्या या छोट्याशा भाषणातूनच स्वतःला विचारवंत म्हणून सिद्ध केलंय, आणि हो- ते भाषण त्याच्या अख्ख्या नाटकापेक्षा चांगलं होतं.'

'माझं पुढलं नाटक मी त्यावरच लिहिणार- ठरलं.' आइक म्हणाला.

'आइकने त्याची कारणं मांडली, माझीही मांडली.' फौग्लर बोलत राहिला, 'आणि तुझीही, लॅन्स. माझं म्हणणं तपासून पहा, हवं तर. चांगल्या नाटकाची स्तुती करण्यात काय अर्थ आहे? काहीच नाही. तसं करणारा समीक्षक म्हणजे लोक आणि लेखक यांच्यामधला जरा वर चढवलेला निरोप्या पोऱ्या होतो: माझ्यासाठी विशेष काय काम रहातं त्यात? मला तर वैताग येतो. लोकांवर माझ्या व्यक्तिमत्त्वाची छाप पाडण्याचा अधिकार मला असलाच पाहिजे. नाहीतर मी निराश होईन. मला निराशावाद आवडत नाही. पण तेच जर एखादा समीक्षक, पूर्णपणे गचाळ नाटकाला चांगल्या उंचीवर नेऊन पोहोचवू शकला तर- काय? कळला ना माझा मुद्दा? म्हणून- मी या नाटकाला- काय बरं नाव त्याचं, आइक?- या नाटकाला मी हिट ठरवणार.'

'नो स्किन ऑफ यॉर आस्स.'

'काय म्हणालास?'

'हेच नाव आहे.'

'ओ, आय सी... म्हणून मी नो स्किन ऑफ यॉर आस्स हे नाटक हिट ठरवणार.'

लॉइस कुक मोठ्ठ्याने हसली.

'तुम्ही सगळे बारीकसारीक गोष्टींबद्दल फार घोळ घालता बुवा.' गस वेब लोळत हाताच्या उशीवर डोकं टेकून बोलत होता.

'आणि आता तुझीच गोष्ट बघ, लॅन्स,' फौग्लर बोलत राहिला, 'जागतिक घडामोडींच्या बातम्या देण्यात कसलं आलंय विशेष? लोक सगळ्या आंतरराष्ट्रीय घडामोडी वाचतात नि सोडून देतात. तुझी बायलाइन कुणी पाहिली तर नवल. पण तू काय कुठल्या जनरलपेक्षा, ॲडमिरलपेक्षा किंवा अँबॅसिडरपेक्षा कमी आहे का? लोकांना खास स्वतःची अशी जाणीव करून देणं हा तुझाही अधिकार होता. त्यामुळे तू जे केलंस ते योग्यच होतं. तू एकदम मस्त कचरा लिहिलास. -हो हो. कचराच. पण नैतिक समर्थन आहे त्या कचऱ्याला. हुशारीने लिहिलंय. जागतिक संकटांच्या पार्श्वभूमीवर तुझं स्वतःचं बारीकसं कुजकट व्यक्तिमत्त्व. आंतरराष्ट्रीय परिषदेत लॅन्सेलॉट क्लोकी कसा तर्रर्र झाला. एका हल्ल्याच्या काळात कुठल्या सुंदऱ्या लॅन्सेलॉट क्लोकीबरोबर झोपल्या, दुष्काळी देशाचा दौरा करताना लॅन्सेलॉट क्लोकीला हगवण कशी लागली. वेल... का नाही, लॅन्स? चाललं ते, हो की नाही? एल्सवर्थने तारून नेलं ते, हो की नाही?'

'लोकांना चांगल्या ह्यूमन इंटरेस्टच्या कथा आवडतात.' लॅन्सेलॉट क्लोकी ग्लासाकडे रागेरागे बघत म्हणाला.

'ओः बकवास करू नको रे, लॅन्स!' लॉइस कुक ओरडली. 'इथे कुणाला नाटक करून दाखवतोस? तुला चांगलं माहीतीये- काही ह्यूमन इंटरेस्ट वगैरे नव्हता- ही सरसहा एल्सवर्थ टूहीची करणी होती.'

'मी एल्सवर्थचे उपकार विसरत नाहीये.' क्लोकी घुश्शात म्हणाला, 'एल्सवर्थ माझा मित्रच आहे. तरीही माझं पुस्तक मुळात चांगलं नसतं, तर त्याने काय केलं असतं?'

आठ महिन्यांपूर्वी लॅन्सेलॉट क्लोकी एल्सवर्थ टूहीसमोर आपलं हस्तलिखित घेऊन उभा राहिला होता, आत्ता आइक फौग्लरच्या पुढ्यात उभा होता तसाच... टूहीने त्याला सांगितलेलं की हे पुस्तक बेस्टसेलरच्या यादीत झळकणार तेव्हा त्याचा विश्वास बसला नव्हता. पण त्याच्या दोन लाख प्रती खपल्यानंतर क्लोकीला त्यासंबंधीचं कुठलंही सत्य कुठल्याही रूपात ओळखता येणं शक्यच नव्हतं.

'वेल, तेच गॅलन्ट गालस्टोनच्या बाबतीत झालं.' लॉइस कुकने शांतपणे सांगितलं, 'इतकं घाणेरडं, गलिच्छ लेखन कुणीही कधीही कागदावर उतरवलं नसेल. मला माहीत असायला हवं. पण त्याने तेही तारलं.'

'माझी नोकरी गमावली असती मी त्यापायी.' टूही निर्विकारपणे म्हणाला.

'तू तुझ्याकडच्या दारूचं काय करतेस काय, लॉइस? आंघोळीसाठी राखून ठेवतेस काय?' क्लोकी म्हणाला.

'ठीक आहे रे बाबा, टीपकागद आहे नुसता.' लॉइस कुक आळसावतच उठली.

ती धबाधबा चालत खोलीच्या दुसऱ्या बाजूला गेली. वाटेत कुणाचं तरी अर्धवट टाकलेलं ड्रिंक तिने ग्लास उचलून संपवून टाकलं. मग बाहेर जाऊन बऱ्याच महागड्या बाटल्या घेऊन परतली. क्लोकी आणि आइक घाईघाईने उठले.

'मला वाटतं तू लॅन्सवर अन्याय करते आहेस हं, लॉइस.' टूही म्हणाला, 'त्याने आत्मचरित्र का बरं लिहू नये?'

'कारण त्याचं आयुष्य नोंद करण्याच्या लायकीचं सोड- जगण्याच्या लायकीचंही नाही.'

'आः, पण म्हणून तर मी ते बेस्टसेलर बनवलं.'

'मला सांगतोस हे!'

'कुणालातरी सांगायला आवडतं मला.'

आजूबाजूला बऱ्याच आरामशीर खुर्च्या पडलेल्या, पण टूहीला जमिनीवर बसायला बरं वाटत होतं. तो पोटावर लोळपटला. हाताच्या कोपरांवर त्याने कमरेपासूनचं धड ताठ तोलून धरलेलं. मधूनमधून या कोपरावरून त्या कोपरावर भार टाकत तो पडून होता. तंगड्या मागे टाकून हलवत होता. त्याला तो अनिर्बंध मोकळेपणा मस्त वाटत होता.

'मला कुणालातरी सांगायला आवडतं हे. पुढल्या महिन्यात मी एका गावठी डेंटिस्टची आत्मकथा पुढे रेटणार आहे. एकदम मस्त माणूस आहे तो- कारण त्याच्या आयुष्यातला एकही दिवस काहीही खास असं घडत नाही. त्याच्या पुस्तकातलं एकही वाक्य छान नाही. कल्पना करू शकता तुम्ही- एक अगदी फालतू मनुष्य आपला आत्मा उघडून दाखवतोय- त्याला वाटतंय केवढा मोठा साक्षात्कार घडवणारे तो जगाला!?'

'छोटी छोटी माणसं...' आइक हळुवार आवाजात म्हणाला, 'फार आवडतात मला ही छोटीछोटी माणसं. आपण जगातल्या सर्व छोट्या माणसांवर प्रेम केलं पाहिजे.'

'तुझ्या पुढल्या नाटकासाठी शिल्लक ठेव ते.' टूही म्हणाला.

'नाही, शक्य नाही ते.' आइक म्हणाला,'कारण ते यातच आहे.'

'तुझी कल्पना तरी काय, एल्सवर्थ?' क्लोकी वसकला.

'काय आहे? अगदी साधं आहे. जेव्हा आपण आयुष्यात ज्यांनी कधी खाणे, पिणे, झोपणे आणि शेजाऱ्यांशी गप्पा मारणे याव्यतिरिक्त काहीही विशेष केलेलं नाही त्यांनाच ललामभूत ठरवतो, आणि लाखो लोक ते प्रयत्नपूर्वक वाचतात तेव्हा आपोआपच कुणाचंतरी मोठं अचाट काम बेदखल ठरतं. त्याची नोंदही घ्यायची गरज उरत नाही. आपलं परिप्रेक्ष्य आणि सापेक्षता यांचा प्रश्न असतो. कुठल्याही प्रकारच्या क्षमतांची दोन टोकं धरली तर त्यांतल्या अंतराला मर्यादा असतेच. एखाद्या मुंगीला जे काही ऐकू येतं त्यात गडगडाटाचा समावेश असतोच असं नाही.'

'तू ना एल्सवर्थ, कधीकधी एकदम किडक्यासडक्या बूर्झ्वासारखा बोलतोस.' गस वेब म्हणाला.

'शांत हो, शांत हो, सोन्या.' टूहीला त्याचा अजिबात राग आला नव्हता.

'फार छान आहे हे,' लॉइस कुक म्हणाली, 'फक्त तू हे जरा जास्तच चांगल्या प्रकारे करतो आहेस, एल्सवर्थ. माझ्या पोटावर पाय आणशील तू. मला अजूनही प्रसिद्धीच्या झोतात रहाण्याची गरज वाटली तर, लवकरच मला काहीतरी खरोखरच चांगलं लिहावं लागेलसं दिसतंय.'

'या शतकात तरी नाही, लॉइस,' टूही म्हणाला, 'आणि कदाचित पुढल्या शतकातही नाही. तुला वाटतं त्यापेक्षा फार जास्त काळ लागेल त्याला.'

'पण तू एक बोलला नाहीस...!' आइक अचानक अस्वस्थ होऊन ओरडला.

'काय बोललो नाही मी?'

'माझं नाटक कोण करणार ते तू काहीच बोलला नाहीस!'

'ते माझ्यावर सोड.' ज्यूल्स फौग्लर म्हणाला.

'मी तुझे आभार मानायला विसरलो, एल्सवर्थ.' आइक गंभीरपणे म्हणाला, 'आभार मानतो मी तुझे. फडतूस नाटकं अनेक येतात, पण तुम्ही माझी निवड केलीत- तू आणि मि. फौग्लरनी.'

'तुझा फडतूसपणा चालवण्यासारखा आहे, आइक.'

'वेल... हे खूपच झालं.'

'अरे, खूपच झालं.'

‘कसं काय बरं?’

‘जास्त बोलू नकोस, एल्सवर्थ.’ गस वेब म्हणाला, ‘तू म्हणजे बडबडं कासव झालायस.’

क: ‘तुझं तोंड गप ठेव, शोनूल्या, मला बोलायचंय. कसं ते सांगू, आइक? वेल, उदाहरणार्थ, समज, मला इब्सेन आवडतच नसेल...’

‘इब्सेन चांगला आहे...’ आइक म्हणाला.

‘नक्कीच चांगलाय, पण समज मला नसेल आवडत. समज, लोकांनी त्याची नाटकं पाहू नयेत असंच मला वाटत असेल. तसं त्यांना सांगायचा प्रयत्न करून काय साध्य होणार, कोण ऐकणार? पण समज मी त्यांना सांगितलं की, तू इब्सेनइतकाच थोर नाटककार आहेस- तर- लवकरच त्यांना दोघांमधला फरकच कळेनासा होईल.’

‘जीझस, असं होऊ शकतं?’

‘हे एक उदाहरण आहे, आइक.’

‘पण काय मस्त होईल तसं झालं तर.’

‘मस्तच होईल. आणि मग ते नाटक पहायला गेले... नाही गेले... काहीच फरक पडणार नाही. मग कशानेच काही फरक पडणार नाही. लेखकांनी किंवा त्यांनी ज्यांच्यासाठी लिहिलं, त्यांनीही काही फरक पडणार नाही.’

‘ते कसं, एल्सवर्थ?’

‘हे पहा, आइक, नाट्यक्षेत्रात इब्सेन आणि तू- दोघांसाठी एकत्र जागाच नाही. हे तुला कळतं- की नाही?’

‘एका दृष्टीने, हो, बरोबर आहे.’

‘वेल, तुझ्यासाठी मी जागा करावी अशी तुझी इच्छा आहे, खरंय?’

‘ही सगळी वायफळ चर्चा याआधीच कुणीतरी करून आणि नोंदून ठेवलीय. आणि बऱ्याच चांगल्या पद्धतीने.’ गस वेब म्हणाला, ‘थोडक्यात आहे. एकदम कमीत कमी शब्दांत.’

‘कशात आहे, गस?’ लॉइस कुकने विचारलं.

‘‘जे कोणीच नव्हते ते सर्वकाही असतील’, मातामही, बायबलमधे म्हटलंय.’

‘गस जरा अतरंगी आहे पण प्रगल्भ आहे. मला आवडतो तो.’ आइक म्हणाला.

‘खड्ड्यात जा.’ गस म्हणाला.

लॉइस कुकचा बटलर आत आला. तो एकदम आदबशीर, प्रौढसा गृहस्थ होता. त्याने पूर्ण औपचारिक गणवेश घातला होता. त्याने पीटर कीटींग आल्याची वर्दी दिली.

‘पीट?’ लॉइस कुक आनंदाने चीत्कारली, ‘अरे. ढकल त्याला, ढकल आत. लगेच पाठव.’

कीटींग आत शिरला. आतली मंडळी पाहून तो दचकलाच.

‘ओः, हेलो. हेलो.’ तो कसाबसा बोलला, ‘तुझ्याकडे पाहुणे आहेत, मला माहीतच नव्हतं, लॉइस.’

‘हे काय पाहुणे नाहीत. ये ये. पीट, बस. तुला हवं ते ड्रिंक उचल. तू सर्वांना ओळखतोसच.’

‘हेलो, एल्सवर्थ,’ कीटींग म्हणाला. आधारासाठी त्याची नजर टूहीवर विसावली.

टूहीने त्याच्याकडे पहात हात हलवला. तो उठून एका आरामखुर्चीत बसला. पायावर पाय टाकून जरा रुबाबात बसला. खोलीतले सगळेच जरा आवरून सावरून बसले. कुणी ताठ बसलं, कुणी पाय जवळ घेतले, कुणी तोंडं मिटून घेतली... फक्त गस वेब तसाच लोळत राहिला.

कीटींग छान दिसत होता. ताजातवाना दिसत होता. त्या बिनखिडक्यांच्या बंदिस्त खोलीत

जणू गारगार हवेची झुळूक शिरावी असं वाटलं त्याच्या येण्याने. पण त्याचा चेहरा थोडासा फिक्कटही होता आणि त्याच्या हालचाली जराशा थकलेल्या वाटत होत्या.

'सॉरी, मी व्यत्यय आणला असेन तर क्षमा कर, लॉइस.' तो म्हणाला, 'करण्यासारखं काहीच नव्हतं आणि इतकं एकटं वाटलं मला, की म्हटलं जाऊन तुला भेटावं.' त्याने एकटं वाटल्याचा उल्लेख झर्रकन करून टाकला. थोडं स्वतःवरच नाराज असल्यासारखा तो हसत होता. 'नील ड्यूमॉंट आणि कंपनीचा वैताग आला मला. जरा जास्त बुद्धिमान कंपनीची गरज भासली, म्हणून तुझ्याकडे यायला निघालो. जरा विचारांना, आत्म्याला खाद्य मिळेल या आशेने आलोय, हं?'

'मी प्रतिभावंत आहे.' आइक म्हणाला, 'माझं नाटक होईल ब्रॉडवेवर. इब्सेनच्या बरोबरीने मी. एल्सवर्थ म्हणाला तसं.'

'आइकने आम्हाला आत्ताच एक नाटक ऐकवलं त्याचं.' टूही म्हणाला, 'अतिशय मस्त नाटक आहे.'

'तुला तर आवडेलच, पीटर.' लॅन्सेलॉट क्लोकी म्हणाला, 'खरोखरच मस्तय.'

'एक महान नाट्यकृती ठरणार आहे ती.' ज्यूल्स फौग्लर म्हणाला, 'तुला त्या नाटकायोग्य व्हावं लागेल, पीटर. हे असं एक नाटक आहे की, प्रेक्षकांतील प्रत्येकजण स्वतःबरोबर काय घेऊन येऊ शकतो त्यावर बरंच काही अवलंबून असेल. तुम्ही जर अगदी शब्दशः अर्थाने, रुक्ष आत्म्याने आणि मर्यादित कल्पनाशक्तीने विचार करत असाल, तर तुम्हाला त्यात काहीही मिळणार नाही. पण तुम्ही जर खरोखरच मानवतावादी असाल, विशाल हृदयी, हृदयात आनंदाचा मळा फुललेले रसिक असाल, बालपणीच्या भावना, संवेदनशीलता अजूनही तुम्ही जपली असेल तर तुम्हाला या नाटकातून अविस्मरणीय अनुभव मिळेल.'

'मात्र बालपणात शिरताना तुम्हाला स्वर्गाचं राज्य तेवढं मिळणार नाही.' एल्सवर्थ टूही म्हणाला.

'थँक्स, एल्सवर्थ,' ज्यूल्स फौग्लर म्हणाला. 'हे माझ्या परीक्षणात उपयोगी पडेल मला.'

कीटींग आइककडे, इतर सर्वांकडे डोळ्यांत उत्सुकता आणून पहात होता. ते सारेच फार शुद्ध आणि दूरचे वाटत होते. त्याच्यापेक्षा कितीतरी वरच्या पातळीवर त्यांचं ज्ञान होतं, त्यात ते सारे सुरक्षित होते, पण त्यांचे चेहरे कसे छान प्रेमळ वाटत होते त्याला. ते सारे जणू त्याला हात देऊन वर घेणार होते.

कीटींगला त्यांच्या मोठेपणाच्या जाणिवेने तहान भागल्यासारखं वाटलं. त्याला हवं असलेलं आध्यात्मिक खाद्य इथे मुबलक पडलेलं. त्याला आपली उंची वाढत असल्यासारखं वाटून गेलं. त्यांनाही त्यांची थोरवी त्याच्यामुळे सत्यात उतरल्याची भावना आली. त्या खोलीत जणू एक सर्किट तयार झालेलं आणि मग वर्तुळ पूर्ण झालं.

पीटर कीटींग सोडून त्यातल्या प्रत्येकाला या गोष्टीची जाणीव होती.

□ □ □

एल्सवर्थ टूहीने अचानकच आधुनिक आर्किटेक्चरच्या समर्थनार्थ बोलायला सुरुवात केली.

गेल्या दहा वर्षांत निवासी घरे ऐतिहासिक शैलींचं अनुकरण करूनच बांधण्यात आलेली, पण व्यापारी केंद्रे, कार्यालयीन इमारतीं, कारखाने, स्कायस्क्रेपर्स यांच्या बांधकामांत हेन्री. कॅमेरॉनचं तत्त्व जिंकत होतं. त्या विजयाला धार नव्हती. एक विसविशीत तडजोड होती ती. लोक त्यातून खांब, पेडिमेन्ट्सचा वापर वगळत होते. काही भिंती उघड्या राहू देत होते. पण त्यांना त्याची लाजच वाटायची. त्या चांगल्या दिसण्यात अपघात जास्त होता. हेतू नव्हे. कुठेतरी कडाकोपऱ्यांना ग्रीक

पद्धतीची नक्षी चढवून ते जणू बिल्डिंगची लाज झाकण्याचा प्रयत्न करत. कॅमेरॉनचे आकृतिबंध बरेच जण चोरत असत. फार कमी लोकांना त्यामागचा विचार कळत असेल. त्याच्या आकृतिबंधात खर्चावर बरीच बचत होत असे ही एकमेव गोष्ट पैसा ओतणाऱ्या मालकांना महत्त्वाची वाटत असे- कॅमेरॉन तेवढ्या बाबतीत सरळ जिंकला.

युरोपमध्ये, विशेषतः जर्मनीमध्ये, गेली काही वर्षं वास्तुशिल्पाचा एक आधुनिक पंथ जोर धरू लागला होता. त्यात चार भिंती, वर एक सपाट छत आणि काही दारखिडक्यांची भोकं पाडणे एवढंच अंतर्भूत होतं. ते त्याला नवीन आर्किटेक्चर म्हणत. वाट्टेल तसे मनमानी नियम आर्किटेक्टच्या मानेवर बसवण्याच्या प्रवृत्तीविरुद्ध, त्यातून मुक्त होण्यासाठी कॅमेरॉनने संघर्ष केला होता. या मुक्तीमध्ये सृजनशील आर्किटेक्टवर एक जबाबदारी येत होती. या नव्या पंथाने साऱ्या जबाबदारीतूनही मुक्ती दिली. ऐतिहासिक शैली माहीत करून घेण्याचीही गरज राहिली नाही. नवे नियम आले- अधिक कडक. जाणीवपूर्वक गचाळ काम करण्याचे नियम. सृजनाचं दारिद्र्य एक पद्धती बनू लागलं. 'सुमार काम' हाच अभिमानाने मिरवण्यासारखा मापदंड बनला.

'कोणत्याही बिल्डिंगने स्वतःचं सौंदर्य निर्माण करायचं असतं. तिच्या हेतूचं सूत्र आणि त्यानुसार केलेली रचना यामागचे जे नियम असतात त्यातच तिचं अलंकरण सामावलेलं असतं.' कॅमेरॉन म्हणाला होता.

'बिल्डिंगला सौंदर्य, अलंकरण, सूत्र काहीही असण्याची गरज असत नाही.' असं नवे आर्किटेक्ट्स म्हणत होते. असं म्हणणं सुरक्षित होतं. कॅमेरॉन आणि त्याच्यासारख्या काही माणसांनी नवा मार्ग आखला होता, आपल्या आयुष्याचे दगड बसवले होते त्याला. बाकीची माणसं- जी संख्येने बलवत्तर होती, जी पार्थेनॉनची नक्कल करण्यात सुरक्षित धन्यता मानत होती, त्यांना त्यातली जोखीम कळताच त्यांनी सुरक्षित मार्ग शोधला होता. कॅमेरॉनच्या वाटेवर चालायचं आणि नवे पार्थेनॉन तयार करायचे. सोपं होतं ते. नवे अधिक सोपे पार्थेनॉन... काच आणि काँक्रीट यांची चवड रचून तयार केलेले खोके. तालवृक्ष दुभंगला होता... त्यावर बुरशीने मुळं धरली होती... त्या डौलदार वृक्षाला वेडवाकडं करून इतर जंगलगर्दीत ओढायची तयारी झालेली.

त्या जंगलाला शब्द मिळाले.

'वन स्मॉल व्हॉइस' या सदराचं उपशीर्षक या वेळी होतं 'मी प्रवाहासंगे पोहतो.'

एल्सवर्थ टूहीने लिहिलं होतं.

'आधुनिक आर्किटेक्चरचा शक्तिशाली आविष्कार मान्य करण्यासाठी आम्ही बराच वेळ लावला. सार्वजनिक अभिरुचीची चिंता वाहणाऱ्या कुणालाही इतकी सावधगिरी तर बाळगलीच पाहिजे. अनेकदा क्वचित कुठेतरी दिसणारी एकेकटी विसंगत वाटणारी उदाहरणे म्हणजे जनपरिवर्तनाचा आविष्कार असल्याची चुकीची समजूत होऊ शकते. त्यांना अकारण महत्त्व देण्याचा प्रकार घडू नये, याची खबरदारी घ्यावी लागतेच. पण आधुनिक आर्किटेक्चर हे काळाच्या कसोटीवर उतरले आहे, असे आता अवश्य म्हणता येईल. बहुजनांच्या गरज पूर्ण करण्याची क्षमता त्यात निर्विवादपणे आहे. आम्ही त्याला सलाम करतो.

'या चळवळीच्या आद्य प्रणेत्यांचे स्मरण करणे येथे योग्य ठरावे. उदाहरणार्थ हेन्री कॅमेरॉन. या नवीन गौरवशाली परंपरेचा उदय त्याच्या काही रचनांमधून झालेला आपल्याला पहायला मिळतो. पण सर्व नव्या मार्गसंस्थापकांप्रमाणेच तोही भूतकाळाचे ओझे वागवत होताच. ज्या मध्यमवर्गातून तो आला होता, त्या वर्गाचे पूर्वग्रह त्याच्यातही मुरले होतेच. सौंदर्य आणि अलंकरण या अंधश्रद्धांचा तोही एक बळी होता. फरक इतकाच होता की त्याने स्वतःच्या मनाने सारंकाही अलंकरण केलं-

परिणामतः ते ऐतिहासिक कालातील कुठल्याही शैलीपेक्षा कमअस्सल ठरलं.

'आधुनिक आर्किटेक्चरची पूर्ण क्षमता फुलून येण्यासाठी एका सामूहिक जनआंदोलनाचीच गरज होती. आणि आता ते सर्वत्र, साऱ्या जगात पसरत चालल्याचं दिसत आहे. कुणा एकाची व्यक्तिगत आवडनिवड म्हणून काहीतरी वैचित्र्य आकाराला येतं, असं न होता त्या कलेत सुसूत्रता आली आहे, शिस्त आली आहे... कलाकारांवर विशिष्ट बंधने आहेत. मुख्य म्हणजे या कलेचा समूहस्वभाव पहाता व्यक्तीने समूहापुढे विनम्र होण्याची गरज मान्य झाली आहे.

'या नवीन आर्किटेक्चरचे नियम त्याच्या महाप्रचंड अशा जनाधारातूनच निर्माण झाले आहेत.

अभिजात कलांच्या नियमांइतकेच कठोर आहेत ते नियम. सामान्य माणसाच्या अविकृत प्रामाणिकपणासारखाच, अलंकरणशून्य असा अतीव साधेपणा ही त्याची गरज आहे. आंतरराष्ट्रीय बँकर्सची गरज असलेलं हे युग आता संपत चाललं आहे. पण त्या युगात जशी प्रत्येक बिल्डिंगवर कॉर्निस असणं आवश्यक होतं, तसंच आताच्या या नव्या युगात प्रत्येक बिल्डिंगचं छत हे सपाटच असणं आवश्यक झालं आहे. साम्राज्यवादी काळातील प्रत्येक घराला जशा कोपऱ्याच्या खिडक्या असायच्याच तसंच आहे हे... सूर्यप्रकाशाची सर्वांना समान वाटणी मिळावी याचं प्रतीक.

'विचक्षण बुद्धीचे लोक या नवीन आर्किटेक्चरच्या शैलीत सामाजिकदृष्ट्या महत्त्वाच्या बदलांचे प्रतिबिंब पाहू शकतील. जुन्या शोषणकेंद्री व्यवस्थेमध्ये, समाजाचे सर्वात महत्त्वाचे घटक जे कामगार- त्यांना स्वतःचे महत्त्व कधीही जाणवू न देण्याचा प्रयत्न असे. त्यांचे व्यावहारिक स्थान लपवून ठेवण्यात येत असे. अशा तऱ्हेने मालकवर्ग आपल्या सेवकांना सोनेरी झालरी लावलेल्या गणवेशांत लपेटून घेई. त्या काळातील आर्किटेक्चरमध्येही नेमके असेच प्रतिबिंब दिसे. कोणत्याही बिल्डिंगचे आवश्यक घटक असलेली दारे, खिडक्या, जिने असे सारे काही, वृथा नक्षीकामाखाली दडपले जात असे. पण आधुनिक बिल्डिंगमध्ये पहा, हेच घटक- ही श्रमशक्तीची प्रतीके अगदी सरळपणे सामोरी येतात. ज्या नवीन जगामध्ये कामगाराला स्वतःचे स्थान सापडणार आहे, त्या जगाची चाहूल आपल्याला लागते आहे नाही का?

'अमेरिकेतील आधुनिक आर्किटेक्चरचे उत्तम उदाहरण म्हणून मी आपले लक्ष बॅसेट ब्रश कंपनीच्या नव्या कारखान्याकडे वेधवू इच्छितो. लवकरच पूर्ण होत असलेला हा कारखाना एक अतिशय छोटीशी वास्तू आहे. पण त्याची साधीसुधी रचना, लहानसा आकृतीबंध या नव्या आर्किटेक्चरचे उत्तम प्रतिनिधित्व करते. लहानातील महानतेचे इतके प्रसन्न उदाहरण आहे हे! याचे डिझाइन ऑगस्टस वेब नावाच्या अतिशय होतकरू तरुण आर्किटेक्टने केले आहे.'

□ □ □

काही दिवसांनंतर पीटर कीटींग एल्सवर्थ टूहीला भेटला तेव्हा तो जरासा अस्वस्थच होता. त्याने विचारलं, 'मला सांग, एल्सवर्थ, तुला खरंच तसं म्हणायचं होतं?'

'काय?'

'आधुनिक आर्किटेक्चरबद्दल?'

'अर्थात तसंच म्हणायचं होतं. आवडला का तुला माझा लेख?'

'ओः. छानच वाटला. खूपच ठामपणे मांडलेलंस तू. पण एल्सवर्थ, तू... तू गस वेबलाच का निवडलंस? अखेर मीही काही आधुनिक म्हणता येतील अशी कामं गेल्या काही वर्षांत केली होती... पाल्मर बिल्डिंग अगदीच अनलंकृत होती, मौरी बिल्डिंगवर छत नि खिडक्या सोडल्या तर काहीही नव्हतं... आणि शेल्डन वेअर हाऊस तर...'

'काय हे पीटर, किती हावरटपणा. तुझ्यासाठी मी आजवर खूप केलं. कधीतरी कुणा दुसऱ्यासाठीही काहीतरी करू दे मला.'

पीटर कीटींगला आर्किटेक्चरवर बोलायला एक लंचिऑनसाठी आमंत्रण मिळालं होतं. तिथं तो म्हणाला, 'माझ्या करिअरचा आढावा घेतल्यावर मी याच निष्कर्षाप्रत आलो आहे, की मी नेहमीच एका तत्त्वाला अनुसरून काम करत आलो आहे. सतत परिवर्तनशील असणं हीच जीवनाची गरज आहे हे ओळखणारं तत्त्व. बिल्डिंग्ज या जीवनाचा अविभाज्य भाग आहेत, त्यामुळे आर्किटेक्चरमध्ये सतत बदल होत राहिले पाहिजेत. मी कधीच कुठल्या आर्किटेक्चरल पूर्वग्रहाला कवटाळून बसलो नाही. मी सतत माझं मन खुलं ठेवत गेलो. बदलत्या काळाची हाक ऐकत गेलो. सर्व नवीन रचना आधुनिक शैलीतच असाव्यात असं ओरडत फिरणारे दुराग्रही लोक हे सुद्धा ऐतिहासिक शैलीशिवाय कशालाही मोल न देणाऱ्या झापडबंद सनातन्यांइतकेच कोत्या मनोवृत्तीचे आहेत. माझ्या अभिजात शैलीत बांधलेल्या इमारतींची मला लाज वाटत नाही. त्या काळातील गरजांना दिलेला तो प्रतिसाद होता. मी बांधलेल्या आधुनिक इमारतींचीही मला लाज वाटत नाही. उंबरठ्यावर उभ्या असलेल्या नव्या जगाचं प्रतिनिधीत्व करत आहेत त्या. माझं असं प्रामाणिक मत आहे, की हे तत्त्व समजून येण्यातच आर्किटेक्ट असण्यातील आनंद आणि पारितोषिक सामावलं आहे.'

जेव्हा त्याला स्टोनरिज मिळाल्याची जाहीर घोषणा झाली तेव्हा त्याला भरपूर प्रसिद्धी मिळाली आणि त्याच्या व्यावसायिक वर्तुळात अनेकांनी थोड्या मत्सरयुक्त कौतुकाचे शेरे मारले. असं पूर्वी झालं की, तो किती आनंदून जात असे ते आठवून त्याने आनंदी रहायचा प्रयत्न केला. पण त्याला जमलं नाही. त्याला बरं वाटत होतं तसं... पण तो आनंद नव्हता- विटकी, विरविरीत अशी भावना होती ती.

स्टोनरिज डिझाइन करण्याचा एकंदर प्रयत्न त्याला झेपणारा होता. त्याने ज्या परिस्थितीत स्टोनरिजचं काम मिळवलं होतं त्याचंही त्याला आता फार काही वाटत नव्हतं. त्या घटनेचाही रंग एव्हाना उडालेला... फोलपट राहिलेलं.. जे घडलं ते मान्य करून झालेलं आणि जवळजवळ विसरही पडलेला त्याचा. स्टोनरिजमधली घरं इतक्या प्रचंड संख्येने होती की, ती डिझाइन करायची आहेत हा विचारही त्याला जड वाटत होता. खूप थकल्यासारखं झालेलं त्याला. सकाळी उठायचा तेव्हाही तो थकलेलाच असायचा. दिवसभर कामं उरकत असताना पुन्हा एकदा बिछान्यावर कधी जाऊन पडतो असं व्हायचं त्याला.

त्याने स्टोनरिजचं काम नील ड्यूमाँट आणि बेनेटकडे सोपवलं.

'जा, करा काय हवं ते. वाट्टेल ते करा.' त्याने कंटाळत सांगून टाकलं.

'कोणत्या शैलीत करायचं, पीट?' ड्यूमाँटने विचारलं.

'ओः कुठला तरी कालखंड घ्या नि करा. छोटी घरं विकत घेणारे लोक तसलीच घरं निवडतात. पण जरा वृत्तपत्रांसाठी आवश्यक ती काळजी घ्या. ऐतिहासिक शैलीला आधुनिकतेचा स्पर्श वगैरे. बाकी काय हवं ते करा. मी बघणार नाही.'

ड्यूमाँट आणि बेनेट कामाला लागले. कीटींग त्यांच्या छतांच्या रेषांमध्ये किरकोळ फेरफार करायचा. कधी खिडक्या लहानमोठ्या करायचा. त्याची प्राथमिक रेखाचित्रे वायनान्डच्या ऑफिसमधून मान्य होऊन यायची. वायनान्ड स्वतः ती बघतो की काय, ते कळायला त्याला मार्ग नव्हता. वायनान्ड त्याला पुन्हा भेटला नाही.

डॉमिनिक एक महिनाभरासाठी बाहेर होती, तेव्हाच गाय फ्रँकनने निवृत्तीची घोषणा केली. कीटींगने त्याला त्याच्या घटस्फोटाची बातमी दिली होती. कोणतंच स्पष्टीकरण दिलं नव्हतं. फ्रँकनने

शांतपणे बातमी ऐकून घेतली होती. इतकंच म्हणालेला, 'माझी अपेक्षा होतीच. ठीक आहे, पीटर. तुझाही दोष नाही नि तिचाही नाही.' त्यानंतर त्याने कधी तो विषयही काढला नाही. आता निवृत्ती जाहीर करताना त्यानेही काही स्पष्टीकरण दिलं नाही. फक्त म्हणाला, 'मी म्हटलं होतं तुला, फार मागेच. थकलो आता मी. गुड लक, पीटर.'

साऱ्या फर्मची जबाबदारी आपल्या एकट्याच्या खांद्यांवर असणं आणि दाराच्या पाटीवर आपलं एकट्याचंच नाव असणं या दोन्ही गोष्टींनी तो अस्वस्थ झाला. त्याला भागीदार हवा होता. त्याने नील ड्यूमाँटची निवड केली. नीलकडे नाव होतं, प्रतिष्ठा होती. तो दुसरा ल्यूशियस हेयर होता. फर्मचं नाव आता पीटर कीटींग अँड कॉर्नेलियस ड्यूमाँट झालं. काही मित्रांनी या निमित्ताने एक ओली पार्टी ठेवली, पण कीटींग गेला नाही. त्याने यायचं वचन दिलं होतं, पण तो साफ विसरला आणि कुठल्यातरी बर्फाळ ठिकाणी एकटाच निघून गेला. पार्टीच्या दुसऱ्या दिवशी सकाळी त्याला आठवण झाली त्या वेळी तो एकटाच गोठलेल्या एकाट सुनसान रस्त्यावरून भटकत होता.

फ्रँकन अँड कीटींगच्या फर्मने घेतलेलं स्टोनरिज हे शेवटचं काम होतं.

❑

७

न्यू यॉर्क स्टेशनवर डॉमिनिक उतरली तेव्हा वायनान्ड तिला घ्यायला आलेला. तिने त्याला काही कळवलं नव्हतं किंवा ती रेनोमध्ये असल्यापासून त्याच्याकडूनही काही संपर्क झाला नव्हता. आपण परतत असल्याचं तिने कुणालाच कळवलं नव्हतं. पण त्याची आकृती तिथं शांतपणे उभी असलेली पाहिल्यावर तिला कळलं की, त्याने तिच्या वकिलांचा माग ठेवला होता. घटस्फोटाच्या प्रक्रियेवर त्याचं पूर्ण लक्ष होतं. घटस्फोट मान्य झाल्याची तारीख, तिच्या ट्रेनची वेळ, डब्याचा नंबर सारंसारं त्याला माहीत होतं.

तिला पाहिल्यावर तो पुढे झाला नाही. ती त्याच्या दिशेने चालत गेली, कारण तिला कळलं की, त्याला तिला चालत येताना पहायचं होतं... त्यांच्यातलं छोटंसं अंतर पार करून येताना पहायचं होतं. ती हसली नाही, पण तिच्या गंभीर मुद्रेवरचे शांत भाव असे होते की, कोणत्याही क्षणी त्यांचं रुपांतर सहजपणे हास्यात होऊ शकलं असतं.

'हेलो, गेल.'

'हेलो, डॉमिनिक.'

तो नसताना तिने त्याचा विचारही केला नव्हता, कळतेपणी तर नाहीच. त्याच्या अस्तित्त्वाला काहीच व्यक्तिगत स्पर्श नव्हता. पण आता तिला अचानक काहीतरी ओळख पटली. कुणीतरी ओळखीचं, गरज वाटू शकेल असं भेटल्याची खूण पटली.

तो म्हणाला, 'मला तुझे बॅगेज-चेक्स दे. मी ते घ्यायला सांगेन नंतर. माझी कार आहे बाहेर.'

तिने त्याला बॅगेज-चेक्स दिले. ते त्याने कोटाच्या खिशात टाकले. आता वळून आपापल्या दिशेने ते जाणार हेच अपेक्षित होतं. तसंच त्यांनी ठरवलंही होतं. पण पुढल्याच क्षणी त्यांत बदल झाला होता. कारण ते न वळता तसेच एकमेकांकडे पहात उभे राहिले.

ती चूक सुधारायचा प्रयत्न प्रथम त्यानेच केला. तो किंचित् हसला.

'मला तसं बोलण्याचा हक्क असता तर मी म्हणालो असतो... तू अशी दिसशील हे माहीत असतं तर मला वाट पहाणं आणखी कठीण झालं असतं. पण मला तसा हक्क नाही म्हणून मी काही

बोलणार नाही.'

ती मोकळेपणाने हसली, 'ठीक आहे, गेल, हे छान नाटक झालं- आपण फार सहजपणे वागणं हेही नाटकच होईल. फार महत्त्व नको द्यायला कशालाच. जे मनात येईल ते बोलत राहू.'

'माझं प्रेम आहे तुझ्यावर.' तो म्हणाला. त्याच्या आवाजात काहीही भाव प्रकट झाले नव्हते. जणू त्यातून दुःख व्यक्त होत होतं. तिला उद्देशून म्हटलेलं वाक्य नव्हतंच ते.

'मलाही तुला भेटून एका अर्थी आनंद झाला, गेल. मला वाटलं नव्हतं. पण झाला खरा.'

'कोणत्या अर्थाने, डॉमिनिक?'

'माहीत नाही. तुझा संसर्ग झाला असं वाटतं बहुतेक. शांत वाटतंय. ठरून गेलंय सगळं आता.'

मग त्यांच्या लक्षात आलं, की ते दोघेही प्लॅटफॉर्मवर भर गर्दीत बोलत उभे होते. आजुबाजूने लोक होते, सामानाच्या गाड्या होत्या.

ते रस्त्यावर त्याच्या गाडीपाशी आले. ते कुठे जाणार वगैरे काहीही न विचारता ती शांतपणे त्याच्या शेजारी बसली. तिला कुठे फिकीर होती. पण तिला किंचित दुभंग वाटत होतं. कशालाही विरोध न करण्याची इच्छा आणि थोडंसं त्याबद्दलचं आश्चर्यही... त्याला काय ते ठरवू दे अशी एक जबरदस्त इच्छा मनात स्फुरत होती... मनात त्याच्याबद्दल निश्चिंतता होती- फार छान वाटत नव्हतं तिला, पण तरीही निश्चिंतता होतीच.

काही वेळानंतर तिच्या लक्षात आलं की, तिचा हात त्याच्या हातात होता. तिचा हातमोजा चढवलेला तळवा त्याच्या तळव्यावर होता. फक्त तिच्या उघड्या मनगटालाच तेवढा त्याच्या त्वचेला स्पर्श होत होता. त्याने तिचा हात केव्हा हाती घेतला, तिला कळलं नव्हतं. किती नैसर्गिक होतं ते... आणि तो भेटल्यापासून हे व्हावं, असं तिला वाटत होतं. पण तसं वाटून घेणं ती स्वतःला मंजूर करू शकत नव्हती.

'आपण कुठे चाललोत, गेल?' तिने विचारलं.

'लायसेन्स काढायचं. मग न्यायाधीशाला गाठायचं, लग्न करायचं.'

ती सावकाश ताठ उठून बसली आणि त्याच्याकडे वळली. तिने आपला हात त्याच्या हातून सोडवला नाही, पण तिची बोटं ताठरली, त्याच्यापासून जणू दुरावली.

'नाही.' ती म्हणाली.

ती हसली आणि हेतू पुरस्सर ते हास्य तिने ओठावर तसंच चिकटवून ठेवलं. तो तिच्याकडे शांतपणे पहात राहिला.

'मला खराखुरा विवाहसमारंभ हवाय, गेल. शहरातल्या सगळ्यात महागड्या होटेलमध्ये करायचंय मला लग्न. मला सुंदर कोरीव निमंत्रण पत्रिका हव्यात, पाहुणे- प्रचंड संख्येने पाहुणे हवेत, फुलं, चकचकाट, कॅमेऱ्यांचा लखलखाट, न्यूजरीलचे कॅमेरे सारंकाही हवं. गेल वायनान्ड ज्या प्रकारचं लग्न करील अशी लोकांना अपेक्षा आहे तस्संच लग्न करायचंय मला.'

त्याने तिची बोटं सोडून दिली. सहजपणे. त्यात राग नव्हता. तो थोडा वेळ हरवल्यासारखा दिसला. काहीतरी साधीशी आकडेमोड करत राहिल्यासारखा. मग म्हणाला, 'ठीक आहे. त्याला एक आठवडा लागेल. सगळी तयारी करायला. मी आज रात्रीसुद्धा करू शकलो असतो ते... पण कोरीव निमंत्रणपत्रिका- मग जरा वेळ लागतो... पाहुण्यांना एक आठवड्याचा तरी वेळ देऊ आपण- नाहीतर ते विचित्र वाटेल आणि तुला तर एकदम पद्धतशीर गेल वायनान्ड प्रकारातला सोहळा हवाय. मग मी आता तुला एखाद्या होटेलमध्ये पोहोचवतो. आठवडाभर तिथे रहा. मी याचा विचारच केला नव्हता त्यामुळे रिझर्वेशन केलेलं नाहीये कुठल्या होटेलचं. तुला कुठे रहायचंय?'

'तुझ्या पेन्टहाऊसमध्ये.'

'नाही.'

'मग नॉर्डलॅण्डमध्ये चालेल.'

त्याने पुढे झुकून शोफरला सांगितलं, 'जॉन, नॉर्डलॅण्डला घे गाडी.'

त्याने होटेलच्या लॉबीमध्ये तिला सांगितलं, 'आठवडाभरानंतर भेटतो तुला. नॉइस-बेलमाँटमध्ये- मंगळवारी दुपारी चार वाजता. निमंत्रणपत्रिका तुझ्या वडिलांच्या नावे निघतील. त्यांना सांगून ठेव की, मी त्यांना भेटेन म्हणून. बाकी सगळं मी पाहून घेईन.'

तो किंचित झुकला. त्याचा आविर्भाव तसाच होता. शांतशांत. त्या शांतपणाची दोन वैशिष्ट्यं जाणवत होती. एक म्हणजे त्याचा संयतपणा- एका अशा माणसाचा, ज्याला आपल्या नियंत्रणक्षमतेबद्दल इतका विश्वास होता की, तो संयतपणा स्वाभाविक होता आणि एक अगदी निर्व्याज साधेपणा- लहान मुलासारखा- जे होणार आहे ते बदलू शकत नाही हे मान्य करून टाकण्याचा साधेपणा.

त्या आठवड्यात तो तिला भेटला नाही. तीच वाट पहात राहिली, अस्वस्थ होऊन.

नॉइस-बेलमाँटच्या बॉलरुममध्ये, झगमगाटात, सहाशे पाहुण्यांच्या उपस्थितीत, न्यायाधीशाच्या समोर विवाहाची शपथ घेण्यासाठी त्याच्या शेजारी ती उभी राहिली, तेव्हाच तो तिला भेटला.

तिला हवं ते वातावरण त्याने जसंच्या तसं उभं केलं होतं. इतकं अपेक्षेबरहुकूम की जणू त्या अपेक्षेवर व्यंग्य केलेलं असावं. त्यातील अतिशयोक्त बडेजाव, उधळपट्टीचा देखावा तिला हवा तसाच होता. पण कळत होतं की, तो केवळ तिच्या इच्छापूर्तीसाठी रचलेला त्याने. त्यात एक तिऱ्हाईत भाव होता. तिची इच्छा प्रमाण मानून त्याने आज्ञाधारकपणे सारंकाही केलं होतं. त्याने ते रचलेलं पण गरजेपेक्षा जास्त अतिशयोक्ती करून त्याने सूड काढण्याचा प्रयत्नही केला नव्हता. सारं कसं गेल वायनान्डच्या- बॅनरच्या प्रकाशकाच्या जाहीर लग्नसमारंभात शोभेल असंच होतं. फरक एवढाच होता की, गेल वायनान्डला जाहीर लग्न समारंभ करायची मुळीसुद्धा इच्छा नव्हती.

त्याने स्वतःलाही या साऱ्या देखाव्याचा चपखल भाग बनवून टाकलं होतं. त्याच शैलीत तोही उतरला होता. तो आत प्रवेशला तेव्हा तिने पाहिलं, तो पाहुण्यांच्या गर्दीकडे पहात होता. एवढी गर्दी एखाद्या ग्रॅण्ड ऑपेराच्या उद्घाटनाला किंवा प्रचंड मोठ्या डिस्काउंट सेलला उपस्थित असू शकते, आपल्या आयुष्यातल्या संपूर्णपणे खाजगी अशा गंभीर प्रसंगी नव्हे... या गोष्टीचं भान तो जणू पूर्णपणे विसरला होता. तो अगदी अपेक्षेनुसार, अतिशय रुबाबदार, प्रतिष्ठित दिसत होता.

मग ती त्याच्या शेजारी उभी राहिली. गर्दी जणू एका जडशीळ शांततेत बदलली आणि ते न्यायाधीशाकडे वळले तेव्हा त्यांच्या पाठीशी एक अधाशी दृष्टिक्षेप बनून राहिली. तिच्या वधूवेशाचा पायघोळ झगा काळ्या रंगाचा होता. त्याने दिलेला जुईच्या फुलांचा गुच्छ तिने मनगटावरच्या काळ्या पट्टीवर लावला होता. न्यायाधीशाकडे वर पहाताना तिच्या चेहऱ्याभोवती हॅटच्या काळ्या झालरीची प्रभावळ होती. तो सावकाश शब्द उच्चारू लागला.

तिने वायनान्डकडे पाहिलं. तो ना तिच्याकडे पहात होता ना त्या न्यायाधीशाकडे. मग तिला उमजलं, तो त्या दालनात एकटाच उभा होता. तो झगझगाट, लखलखाट, ऐश्वर्याचा देखावा या सर्वातून त्याने स्वतःला हवासा क्षण स्वतःसाठी काबीज केला होता... तो स्वतःच्या निर्जन शिखरावर शांततेत उभा होता. त्याला धार्मिक सोहळा नको होता, कारण त्याबद्दल त्याच्या मनात काहीही आदर नव्हता, शासकीय यंत्रणेतला एक माणूस येऊन त्याने हा सोहळा पार पाडणेही त्याला फारसे मंजूर नव्हतेच. पण स्वतःपुरता तो सारा सोहळा त्याने अतिशय गंभीर, शुद्ध नैतिकतेचा सोहळा

बनवून टाकला. तिला वाटून गेलं, तिने अशा प्रकारच्या वातावरणात रॉर्कशी विवाह केला असता, तर तोही असाच उभा राहिला असता.

त्यानंतर झालेला भयावह वाटण्याइतका हास्यास्पद स्वागत समारंभ त्याला कुठेही स्पर्श करू शकला नाही. वृत्तपत्रांच्या कॅमेऱ्यांपुढे, गर्दीतल्या सर्वात वाचाळ गर्दीपुढे त्याने तिच्याबरोबर पोझ दिली. तिच्याबरोबर तासचे तास उभं रहात त्याने पाहुण्यांच्या न संपणाऱ्या सर्पिल रांगेशी हस्तांदोलन केलं. त्याच्यावर लखलखाटाचा परिणाम होत नव्हता, लिलीच्या पुष्पगुच्छांचा परिणाम होत नव्हता, ऑर्केस्ट्रा वाजवत असलेल्या सुरांचा परिणाम होत नव्हता किंवा गर्दीची रांग शँपेनपर्यंत पोहोचल्यावर लाट फुटल्यासारखी पसरत जात होती ते तो पहात नव्हता. स्वतःचा कंटाळा घालवण्यासाठी म्हणून इथे आलेल्या गर्दीचा त्याला स्पर्श होत नव्हता, त्यांच्यातल्या मत्सरयुक्त द्वेषभावनेचा, किंवा त्याचं निमंत्रण आल्यामुळे ते नाकारण्याच्या भीतीपोटी काही लोक तिथं मनाविरुद्ध आले होते त्यांच्या वैषम्याचा, काहीतरी गरमागरम ऐकायला मिळेल अशा भुकेतून आलेल्यांच्या कुतूहलाचा त्याला जराही स्पर्श होत नव्हता. त्याचं हे सार्वजनिक आत्मदहन पहाणं हा आपला वाजवी हक्कच आहे असं ते मानतात याची त्याला जाणीव नसावी, त्यांची उपस्थिती त्याला या प्रसंगावरचं शिक्कामोर्तब म्हणून आवश्यक वाटत असावी अशी त्यांची भावना होती याची त्याला जाणीव नव्हती, जमलेल्या सर्वांपैकी केवळ तो आणि त्याची वधू यांनाच हा समारंभ हिडीस वाटत होता याचीही त्याला जाणीव नव्हती.

ती त्याच्याकडे बारकाईने पहात होती. या साऱ्याचा तो एक क्षणभर तरी आनंद घेताना दिसला असता तरी तिला पुरेसं वाटलं असतं. त्याला या साऱ्यात एक क्षणभर तरी मिसळून जाऊ दे, तो या साऱ्याचा स्वीकार करताना मला दिसू दे, न्यू यॉर्क बॅनरच्या आत्म्याला साजेसं त्याला एकदा तरी वागू दे- ती विचार करीत होती. पण तिला ते सापडत नव्हतं. क्वचित कधीतरी त्याच्या चर्येवर व्याकुळतेची झांक दिसत होती, पण ती व्याकुळता सुद्धा त्याला स्पर्शू शकत नव्हती. आणि मग तिला आठवण झाली त्या दुसऱ्या पुरुषाची- तो म्हणाला होता- दुःखवेदना केवळ एका बिंदूपर्यंतच पोहोचतात... मग नाही.

अखेरचं अभिनंदन संपल्यानंतर ते दोघे तिथून जाण्यास मोकळे होते. पण त्याने तसं म्हटलं नाही. निर्णय तिचा असायला हवा होता म्हणून तो थांबून राहिला हे तिला कळलं. ती त्याच्यापासून दूर जात गर्दीत मिसळली. हसून खिदळून, जमलेल्यांचा मूर्ख बकवास ऐकत हातात शँपेनचा ग्लास धरून फिरत राहिली.

तिला आपले वडील त्या गर्दीत दिसले. गाय फ्रँकनच्या चेहऱ्यावर अभिमान होता, पण तो थोडा कष्टीही वाटत होता, कसलंसं कोडं पडल्यासारखा. त्याने तिच्या लग्नाची बातमी तशी शांतपणे झेलली होती. तो म्हणालेला, 'तू आनंदात असावंस एवढीच इच्छा आहे माझी, डॉमिनिक. खरंच, तेवढंच महत्त्वाचं

आहे. तो तुझ्यासाठी योग्य ठरो अशी आशा आहे मला.' त्याला खात्री नव्हती हे त्याच्या स्वरातून स्पष्टच होतं.

तिला गर्दीत एल्सवर्थ टूही दिसला. ती त्याच्याकडे पहात आहे हे लक्षात येताच तो झटकन, वळला. तिला मोठ्ठ्याने हसायची इच्छा झाली. पण एल्सवर्थ टूही असा पकडला गेल्याचं आता फार काही महत्त्वही वाटत नव्हतं तिला.

आल्वा स्कॅरेट वाट काढत तिच्याकडे आला. चेहऱ्यावरचे भाव तो प्रयत्नपूर्वक प्रसंगोचित ठेवू पहात होता, पण त्यातूनही त्याचा दुःखी, जखमी भाव सांडलाच. तिच्या आनंदाच्या, भविष्याच्या

शुभेच्छा कशाबशा पुटपुटून झाल्यावर तो अगदी रागाने खवळून म्हणाला, ‘पण कां, डॉमिनिक, का?’

आल्वा स्कॅरेट इतक्या बटबटीतपणे असा काही प्रश्न या लग्नाच्या संदर्भात विचारेल यावर विश्वास न बसून तिने थंडपणे विचारलं.

‘काय बोलतोयस तू, आल्वा?’

‘ही जी बंदी घातलीय त्याबद्दल.’

‘कसली बंदी?’

‘तुला चांगलं माहीते कसली बंदी ते. तुला आता मी विचारतोय- शहरातला प्रत्येक पेपर, अगदी फालतूतली फालतू लंगोटीपत्रंसुद्धा, वृत्तसेवासुद्धा- सारे जण हा समारंभ कव्हर करताहेत- फक्त बॅनरच का नाही मग? वायनान्ड पेपर्स सोडून सर्वांकडे येणार हे... काय सांगू मी लोकांना? स्पष्टीकरण तरी काय नि किती जणांना देऊ? आपल्या व्यवसायातल्या माजी का होईना साथीदाराला तू असं वागवलंस?’

‘तू मला सगळं परत नीट सांग, आल्वा.’

‘म्हणजे- तुला माहीत नव्हतं- की आपल्या वार्ताहरांपैकी एकालाही गेलने इथे येऊ दिलेलं नाही हे? की आपल्याकडे उद्या यातलं अवाक्षरही छापून येणार नाही हे? काहीही नाही. बातमी नाही, फोटोग्राफ्स नाहीत... पान अठरावर दोन ओळींची घोषणा छापायची म्हणे फक्त.’

‘नाही. मला नव्हतं माहीत.’ ती म्हणाली.

तिने त्याच्याकडे पाठ फिरवली तेव्हा तिच्या हालचालीतला झटका पाहून तो जरासं आश्चर्य करीत राहिला. तिने हातातला शँपेनचा ग्लास कुणालातरी वेटर समजून त्यांच्या हाती ठेवून दिला. ती गर्दीतून वाट काढत वायनान्डकडे गेली.

‘जाऊ या आपण, गेल.’

‘येस, माय डियर.’

त्याच्या पेन्ट हाऊसच्या दिवाणखान्यात ती नवल करीत उभी राहिली... हे आता तिचं घर असणार होतं... आणि किती घरासारखं वाटत होतं ते तिला...

तो तिच्याकडे पहात होता. तिच्याशी बोलण्याची किंवा तिला स्पर्श करण्याची इच्छा त्याने दर्शवली नाही. तो केवळ तिला पहात होता, निरखत होता... ती इथे- त्याच्या घरात आली होती, शहराच्या कितीतरी वर, उंचावर... हा क्षण त्याला जणू कुणाबरोबरही वाटून घ्यायचा नव्हता- तिच्याबरोबरही.

ती सावकाश त्या खोलीत फिरू लागली. हॅट काढून टाकत ती टेबलाच्या कडेवर रेलली. सामान्यतः ती कमी बोलत असे, सारंकाही स्वतःपुरतं बंद ठेवत असे- त्याच्या समोर हा बंदोबस्त मोडून का पडावा- ती मनाशीच विचार करीत होती. सारंकाही मोकळेपणाने व्यक्त करावंसं का बरं वाटावं याच्यासमोर... इतर कुणाकडेही कधी वाटत नाही असं...

‘अखेर तू तुझ्या मनासारखंच केलंस, गेल. तुला हव्या त्याच पद्धतीने तू लग्न केलंस शेवटी.’

‘होय, मला वाटतं.’

‘तुझा छळ करायचा प्रयत्न फुकट गेला म्हणायचा...’

‘खरंय... पण माझी काही हरकत नव्हती तशी.’

‘नव्हती?’

‘नव्हती. तुला जर तेच हवं होतं... वचन पाळण्याचा प्रश्न होता फक्त.’

'पण तुला तिरस्कार वाटत होता साऱ्याचा, गेल.'

'अगदी... मग काय झालं? पहिला क्षण कठीण होता... तू गाडीत बसल्यावर सांगितलंस तेव्हाचा. त्यानंतर मला एक प्रकारे बरंच वाटलं ते...' तो शांतपणे बोलत राहिला. तिच्या मोकळेपणाला योग्य प्रतिसाद दिल्यासारखा. निवड तिने करायची हे त्याने ठरवून घेतलेलं. तिच्याच पावलावर पाऊल टाकून तो वागणार होता. तो शांतही राहिला असता किंवा तिच्या अपेक्षेनुसार सारंकाही सांगत राहिला असता.

'का?'

'तुला तुझी चूक कळली नाही का- चूक असेल तर? तुला माझ्याबद्दल कणभरही काहीही वाटलं नसतं, तर माझा छळ मांडावा, असंही तुला वाटलं नसतं.'

'नाही, चूक नव्हती ती.'

'तू पराभव चांगला पचवतेस, डॉमिनिक.'

'तोही संसर्ग तुझाच असावा, गेल. आणि मला तुझे आभारही मानायचे आहेत एका गोष्टीसाठी.'

'कशाचे?'

'तू हा सोहळा वायनान्ड पेपर्समधून बाजूला ठेवलास.' तो तिच्याकडे जरा विशेष सावधपणे पहात राहिला क्षणभर, आणि मग हसला.

'त्यासाठी माझे आभार मानतेस. शोभत नाही तुला.'

'ते करणं तुलाही शोभण्यासारखं नव्हतं.'

'ते करणं मला भाग होतं. पण मला वाटलेलं तू रागावशील.'

'मी रागवायला हवं होतं. पण नाही. नाही राग आला मला. नाही आला. मी आभार मानतेय तुझे.'

'कृतज्ञतेसाठी कुणाला कृतज्ञता वाटू शकते? जरा कठीण आहे व्यक्त करणं... पण मला तसंच वाटतंय, डॉमिनिक.'

भिंतीवर पसरलेल्या मंद प्रकाशाच्या छटेकडे ती पहात राहिली. तो प्रकाश त्या खोलीचा भाग होता. भिंतींच्या रंगरूपाला एक वेगळंच परिमाण देणारा प्रकाश. या भिंतींच्या पलिकडे आणखीही काही खोल्या आहेत... आपण न पाहिलेल्या... ज्या आता आपल्या आहेत... ती विचार करत होती. आणि त्या आपल्या असणं तिला हवंसं वाटत होतं हे तिला जाणवून गेलं.

'गेल, आता आपण काय करणार आहोत मी विचारलंच नाही तुला. आपण जाणार आहोत कुठे? हनीमून करणार आहोत आपण? गंमत आहे- मी त्याचा विचारही केला नव्हता. मी फक्त लग्नसमारंभाचा विचार केला होता- त्यापलिकडे काहीच नाही. जणू सारं तेवढ्यावरच थांबणार होतं. तिथून पुढे तू काय करशील ते. हेपण मला शोभत नाही, गेल, हो ना?'

'पण हे माझ्या पथ्यावर पडणारं नाही, या वेळी. अकर्मक प्रयोग तुझ्याकडून- फार चांगलं चिन्ह नाही ते.'

'कदाचित असेलही. मला बरं वाटतंय.'

'असेलही... पण ते टिकणार नाही. नाही. आपण कुठेही जाणार नाही. तुला जायचं असेल तरच जाऊ.'

'नको.'

'मग इथेच राहू या. आणखी एक विचित्र अपवाद करतोय मी म्हण. तुझ्या-माझ्यासाठी हेच योग्य ठरेल. इथून जाणं हा माझा पळ काढण्याचा मार्ग होता. मला वाटतं तुझाही. या वेळी आपण पळून जायचं नाही.'

'होय, गेल.'

त्याने तिला जवळ घेतलं आणि चुंबन घेतलं, तेव्हा तिचा एक हात दुमडून त्याच्या नि तिच्या शरीरामध्ये होता. तिचा हात तिच्याच खांद्यापाशी होता. आणि त्याने दिलेल्या जुईच्या गुच्छाशी तिचा गाल टेकला होता. त्याचा सुगंध अजूनही टिकून होता. वसंताची हलकीशी आठवण देत होता.

ती त्याच्या बेडरूममध्ये शिरली, तेव्हा तिच्या लक्षात आलं, तिने इतके दिवस फोटोंमध्ये पाहिलेली ही खोली नव्हती. तो काचेचा पिंजरा नष्ट झालेला. आता त्या जागेच्या ठिकाणी एक बंदिस्त खोली होती. एकही खिडकी नसलेली बंदिस्त खोली. त्यात प्रकाश होता, एअर-कंडिशनिंग होतं- पण प्रकाशाचा किंवा हवेचा एकही कण बाहेरून आत येत नव्हता.

ती त्याच्या पलंगावर पडून होती. हातांचे तळवे चादरीचा थंडगार मऊ स्पर्श घेत टेकलेले. त्याच्या अंगाला स्पर्श होऊ नये अशा बेतानेच तिने हात ठेवलेले. पण तिच्या या कठोर निर्विकारपणामुळे तो काही असाहाय्य झाला नाही, रागावला नाही. त्याला समजत होतं सारं. तो मोठ्याने हसला. तिच्या कानावर त्याचा खरखरीत, मिस्किल आवाज पडला,-'हे नाही चालणार, डॉमिनिक.' ... आणि तिला कळून चुकलं की, ही भिंत त्यांच्यामध्ये उभी राहूच शकत नाही. तिच्यात ती भिंत उभारण्याची ताकदच नव्हती. तिला तिच्या देहाच्या प्रतिसादातूनच ते उमजलं... भूक, स्वीकार आणि आनंदाचा प्रतिसाद होता तो. तिला वाटत राहिलं- हा काही तिच्या इच्छेचा किंवा कामेच्छेचाही प्रश्न नव्हता. इतकंच की पुरुष हा जीवनाचा शक्तिस्त्रोत होता आणि स्त्री त्या व्यतिरिक्त कशालाही प्रतिसाद देऊच शकत नाही; या पुरुषाकडे जीवनेच्छा होती, मूल शक्ती होती आणि ही त्यांची कृती एक साधा परिपाक होता. आणि ती प्रतिसाद देत होती- ना त्या कृतीच्या गरजेला, ना त्या पुरुषाला... तिचा प्रतिसाद होता फक्त त्या शक्तिस्त्रोताला.

□ □ □

'वेल?' एल्सवर्थ टूहीने विचारलं, 'आता आलं लक्षात मी काय म्हणालो होतो?'

तो स्कॅरेटच्या खुर्चीच्या पाठीला टेकून उभा होता. आणि स्कॅरेट त्याच्यासमोर पडलेल्या पत्रांच्या गठ्ठ्यांकडे पहात बसून होता.

'हजारोंनी पत्र आलीत, एल्सवर्थ,' स्कॅरेटने उसासा टाकला, 'काय काय नावं ठेवतायत ते त्याला, पहायला हवंस तू. त्याने त्याच्या विवाहाची बातमी नीट का प्रसिद्ध केली नाही? त्याला कसली लाज वाटते? काय लपवायचंय त्याला? कुणाही सभ्य माणसाने केलं असतं तसं त्याने चर्चमध्ये लग्न का नाही केलं? एका घटस्फोटितेशी लग्न? सगळेजण असलेच प्रश्न विचारताहेत. हजारोंचे हजारो प्रश्न. आणि तो त्या पत्रांकडे पहायलाही तयार नाही. गेल वायनान्ड- ज्याला देशात लोकमताचा भूकंपनमापक समजलं जातं- तो गेल वायनान्ड गप्प आहे.'

'बरोब्बर. असा माणूस असूनही...' टूही म्हणाला.

'हे एक मासलेवाईक पत्र बघ,' स्कॅरेटने टेबलवरून एक पत्र उचललं आणि मोठ्याने वाचू लागला : ''मी एक सभ्य कुटुंबातील गृहिणी आहे आणि पाच मुलांची माता, आणि मला वाटतं आता माझ्या मुलांना मी तुमच्या वर्तमानपत्राच्या संगतीत राहू देणार नाही. मी ते गेली चौदा वर्षं घेत आले आहे. पण आता तुम्ही दाखवून दिलंत की तुम्ही एक असंस्कृत मनुष्य आहात, आणि तुम्हाला विवाहाच्या पवित्र संस्काराबद्दल काहीही आदर नाही हे तुम्ही एका अधःपतित बाईशी व्यभिचार करून - जी बाई काळ्या पोशाखात लग्न करते -ते बरोबरच आहे तिच्या दृष्टीने- तिच्याशी लग्न करून दाखवून दिले. मी तुमचे वर्तमानपत्र यापुढे वाचणार नाही, कारण तुम्ही मुलांसाठी योग्य

संस्कार देऊ शकत नाही आणि माझी तुम्ही घोर निराशाच केली आहे. तुमची विश्वासू, मिसेस पार्कर.' मी हे पत्र त्याला वाचून दाखवलं तर तो फक्त हसला.'

'हं. हः.' टूही म्हणाला.

'त्याच्या अंगात काय संचारलंय कोण जाणे?'

'त्याच्या अंगात काही संचारलेलं नाही, आल्वा. जे त्याच्यात होतं ते अखेर जराजरासं बाहेर पडतंय.'

'अरे हो... तुला माहीते, अनेक पेपरांनी त्या फालतू मंदिरातला डॉमिनिकच्या त्या नग्न पुतळ्याचा फोटो कुठूनतरी खणून काढला... आणि विवाहाच्या बातमीसोबतच छापला... मि. वायनान्ड यांचा कलाविषयातला रस स्पष्ट करण्यासाठी म्हणे- हलकट, हरामी स्साले. गेलवर चढायला बरंच वाटत असेल त्यांना! कसा सूड काढताहेत बघ ही ढेकणं. त्या फोटोची आठवण बरी झाली त्यांना- कुणी करून दिली कोण जाणे.'

'काय कळे?'

'अर्थात हे काय चहाच्या पेल्यातलं वादळ आहे म्हणा. काही आठवड्यातच सर्वांना विसर पडेल. फार काही नुकसान नाही होणार मला वाटतं.'

'नाही. या एवढ्या एका प्रसंगामुळे म्हणशील तर काहीच नाही. तेवढ्यानेच काही नाही होत.'

'म्हणजे? तुला भविष्यात काही अडचण येईल असं वाटतंय का?'

'या पत्रांतून चाहूल लागतेय, आल्वा. पत्रांचं काहीच महत्त्व नाही तसं... पण तो ती वाचत नाहीये हे महत्त्वाचं आहे.'

'ओः. जाऊ दे, उगीच फार काळजी करण्यात काहीच अर्थ नाही. गेलला कुठे थांबायचं, कुठवर ताणायचं बरोब्बर कळतं. उगीच राईचा पर्वत करण्यात काही अर्थ-' त्याने टूहीकडे नजर वर करून पाहिलं आणि त्याचा स्वर बदलला, 'पण खरंय, एल्सवर्थ, आपण काय करायचं आता?'

'काहीच नाही, मित्रा, काहीही नाही. अजून इतक्यात तरी आपण काहीही करू शकत नाही.' टूही स्कॅरेटच्या डेस्कच्या कडेवर टेकला आणि बुटाच्या टोकाने खाली पडलेल्या पत्राच्या गठ्ठ्यातली पाकिटं वरखाली करू लागला. तो आजकाल सहज म्हणून आल्वा स्कॅरेटच्या ऑफिसात दिवसांत कितीतरी वेळा अधूनमधून येऊन जात असे आणि स्कॅरेट त्याच्यावर बऱ्याच बारीकसारीक गोष्टींसाठी अवलंबून राहू लागलेला.

'काय रे, एल्सवर्थ, मला सांग,' स्कॅरेटने अचानक विचारलं, 'तू खरोखरी बॅनरशी निष्ठावंत आहेस का रे!'

'कसली भाषा बोलतोस, आल्वा. आजकाल कोणी असले बुरसट विचार करतं कां?'

'नाही. मला खरंच सांग. वेल... तुला कळतंय मला काय म्हणायचंय ते.'

'अजिबात कळत नाही. स्वतःच्या मीठभाकरीशी कोणी फितुरी करतं कां?'

'ते झालंच रे, तरीही... तुला सांगू, एल्सवर्थ, मला तू आवडतोस, पण मला कधीही नीट कळत नाही की तू केव्हा स्वतःची भाषा वापरतोस नि केव्हा माझी भाषा वापरायची म्हणून बोलत असतोस.'

'उगीच काहीतरी मानसशास्त्रीय गुंतागुंतीत शिरू नको तू. अडकशील उगीच. काय आहे काय तुझ्या मनात?'

'तू अजूनही न्यू फ्रंटियरसाठी का बरं लिहित असतोस?'

'पैशासाठी.'

'ओः सोड... ते तुला चणेफुटाण्यांसारखे आहेत.'

'वेल. ते जरा प्रतिष्ठित मासिक आहे. का लिहू नये मी त्यांच्यासाठी? तुम्ही काही मला पूर्णपणे तुमच्यासाठी म्हणून करारावर घेतलेलं नाही.'

'नाही. आणि तू कुणासाठी लिहितोस मला पर्वाही नाही तशी. पण आजकाल न्यू फ्रंटियर जरा विचित्र वागतोय.'

'कशाबद्दल?'

'गेल वायनान्डबद्दल.'

'काहीतरीच काय, आल्वा!'

'नाही नाही, सायबा, हे काहीतरीच नाही. तुझ्या लक्षात आलं नसेल. तू वाचत नसशील नीट. पण मला असल्या गोष्टींचा बरोबर वास लागतो. माझ्यात ती सवय मुरलीय म्हण. मला कळतं बरोबर. कुणीतरी पोरसवदा उपटसुंभ उगीच हवा काढतोय की एखादं मासिक व्यवस्थित नेमबाजी करतंय मला कळतं.'

'तू जरा अस्वस्थ झालायस, आल्वा. अतिशयोक्ती करतो आहेस उगीच. न्यू फ्रंटियर हे उदारमतवादी मासिक आहे, आणि तसे तर ते नेहमीच गेल वायनान्डवर शरसंधान करत असतात. सगळेच करतात. या व्यवसायातल्या बाकीच्या लोकांच्यात तो कधीच फारसा लोकप्रिय नव्हता. हे तू जाणतोस. आणि त्याने त्याला काहीही फरक पडलेला नाहीये, आहे कां, सांग.'

'हे वेगळं, ते वेगळं. एखाद्या गोष्टीच्या मागे एखादी व्यवस्था कामाला लागली असेल ना तर ते मला रुचत नाही. हे काहीतरी ठरवून केलं जातंय. छोट्याछोट्या गोष्टी एकत्र येतात- वाटतं की अगदी सहज निष्पापपणे चाललंय सारं आणि मग बघतबघता त्याचा एक ओहोळ होतो- आणि मग सगळं चपखल बसतं आणि मग-'

'तुला कारस्थानाचा भ्रम होतोय, आल्वा?'

'मला हे आवडत नाहीये. त्याच्या यॉट्सबद्दल, बायांबद्दल, महानगरपालिकेच्या निवडणुकांतल्या घोटाळ्यांबद्दल- जे कधीच सिद्ध होऊ शकले नाहीत- त्याबद्दल लोक बोलायचे तेव्हा ठीक होतं.' तो घाईघाईत बोलत होता, 'पण मला हे आजकाल नवीन बुद्धिवंतांच्या ग्राम्य भाषेतलं लिखाण चालतं ते आवडत नाही. गेल वायनान्ड- शोषणकर्ता आहे, गेल वायनान्ड भांडवलदारी चाचा आहे, गेल वायनान्ड या युगाचा रोग आहे- हे सगळं घाणच आहे- पण असल्या घाणीत सुरुंग दडलेला असतो.'

'अरे, ह्यात काय एवढं... जुन्याच गोष्टी नव्या शैलीत मांडतात लोक जरा. काही विशेष नाही त्यात. शिवाय एखाद्या मासिकाच्या संपादकीय धोरणामध्ये माझी काय भूमिका असणार- कधीतरी एखादा लेख देण्यापुरता माझा संबंध असतो.'

'हां... पण, माझ्या कानावर आलंय ते वेगळंच.'

'काय आलंय कानावर?'

'की तूच त्याला आर्थिक पाठबळ देतो आहेस म्हणून.'

'कोण? मी? कुठून?'

'म्हणजे तू स्वतः नाही. पण मी ऐकलं की तू त्या बेवड्या रॉनी पिकरिंगला पटवलंस आणि त्याने त्यांना एक लाखभर डॉलर्स दिले म्हणे... न्यू फ्रंटियर अगदी सगळ्या बाजूंनी अडचणीत आलं होतं तेव्हाच म्हणे हे जीवदान मिळालं त्यांना.'

'हेल! त्या रॉनीला आणखी कुठल्या महागड्या गटारात पडण्यापासून वाचवायचं होतं मला. एकदम वाया चाललेला रे तो पोरगा. त्याच्या आयुष्याला जरा हेतू दिला. पोरीबाळींवर उडवून

टाकले असते त्याने ते लाखभर डॉलर्स, त्यांचा जरा बरा विनियोग तरी झाला.'

'पण तू निदान एखादी अट तरी टाकू शकला असतास त्यांना... की गेल वायनान्डवर हत्यार उगारायचं थांबवा- नाहीतर बरं नाही होणार- असं काहीसं...'

'न्यू फ्रंटियर म्हणजे बॅनर नव्हे, आल्वा. त्यांची काही तत्त्व असतात. त्यांना अटी घालता येत नाहीत किंवा बरं नाही होणार असं सांगता येत नसतं.'

'या खेळात मला उल्लू बनवतोस काय, एल्सवर्थ? मला शिकवतोस?'

'वेल, तुला जरा बरं वाटेल असं काहीतरी सांगतो. तू ऐकलेलं नसशील हे. कुणाला कळता कामा नये अशीच तजवीज केली होती मी. बऱ्याच बेनामी व्यवहारांचा भाग आहे त्यात. तुला माहीतीये का, की मी मिशेल लेटनला बॅनरचे भरपूर शेअर्स विकत घ्यायला भाग पाडलं ते?'

'नाही!'

'होय.'

'ख्राइस्ट, एल्सवर्थ, हे तर मस्तच आहे! मिशेल लेटन? आपण असली खाण कधीही वापरू शकतो...

एक मिनिट हं- मिशेल लेटन?'

'होय. मिशेल लेटन. त्यात काय बिघडलं आता?'

'तोच ना रे- आजोबांची संपत्ती वारसाहक्काने मिळवलेला बच्चा- त्याला पचत नव्हती एवढी श्रीमंती...'

'तोच. त्याच्या आजोबाने त्याला जरा जास्तच पैसा ठेवला.'

'हो. पण तो महामूर्ख वेडा माणूस आहे. तो योगी झालेला, मग शाकाहारी झाला, मग एकतावादी. मग न्यूडिस्ट होऊन नंगा फिरला, आणि आता कुठे मॉस्कोमध्ये सर्वहारांचा राजमहाल बांधायला काढलाय त्याने म्हणे.'

'मग काय झालं त्यात?'

'पण जीझस! आपल्या भागधारकांत एक कम्युनिस्ट?'

'मिश काही कम्युनिस्ट वगैरे नाही. अब्जावधी डॉलर्सची संपत्ती उरावर घेऊन बसलेला कुणीही कम्युनिस्ट असू शकतो काय? तो लाल वगैरे काही नाही- जरा फिकट गुलाबी आहे फारफार तर. पिवळाच जास्त बरोबर... पण मनाने चांगलाय तो.'

'पण तो बॅनरवर?'

'आल्वा, तू गाढव आहेस. तुला कळत नाही का? मी त्याला त्याचा पैसा एका चांगल्या, दणकट, मध्यममार्गी वर्तमानपत्रात घालायला भाग पाडलंय. त्याच्या ज्या काय लाल-गुलाबी कल्पना असतील त्या सगळ्या दूर होण्यासाठी आणि त्याला योग्य दिशा मिळण्यासाठी हे पुरेसं आहे. शिवाय, यातून नुकसान काय आहे? तुझा लाडका गेल त्याच्या सगळ्या पेपरांवर छान नियंत्रण ठेवतोच, हो की नाही?'

'गेलला हे माहीत आहे?'

'नाही. गेल्या पाच वर्षांत गेल पहिल्यापेक्षा जरासा बेसावध झाला आहे. आणि तू त्याला सांगूही नकोस. गेलचं काय नि कसं चाललंय तू पहातो आहेस. त्याच्यावर थोडं दडपण आणायची व्यवस्था झाली तर कामी येईल आपल्याच. पैसा तर लागतोच. मिश लेटनशी नीट वाग. कामाचा माणूस आहे आपल्या.'

'ते आहेच.'

'ते आहेच. समजलं ना? माझं हृदय योग्य ठिकाणीच आहे, निश्चिंत ऐस. मी त्या बारीकशा पुरोगामी मासिकाला जराशी मदत केली हेच बघू नकोस फक्त- मी आपल्या परम सनातनी बॅनरकडेही चांगले पोत्याने पैसे आणलेत.'

'हं. आणलेस खरे... फारच चांगुलपणा झाला हा तुझा म्हणायचा, कारण तूही तर एक जरासा अतिरेकी पुरोगामीच तर आहेस.'

'आता तू माझ्या निष्ठेविषयी शंका घेणार नाहीस अशी आशा आहे.'

'नाही बहुतेक. बॅनरच्या बाजूनेच उभा रहा म्हणजे झालं.'

'अर्थात रहाणार. माझं प्रेम आहे बॅनरवर. काहीही करीन मी बॅनरसाठी. तेवढंच कशाला, न्यू यॉर्क बॅनरसाठी आयुष्यही खर्ची घालायला तयार आहे मी.'

❑

८

एखाद्या बेटावर असतानाही जमिनीचा स्पर्श बाकीच्या जगाशी आपला संबंध टिकवून धरतो, पण त्यांच्या पेन्टहाऊसमधे, टेलिफोनचं कनेक्शन तोडून टाकल्यानंतर वायनान्ड आणि डॉमिनिक दोघांनाही आपल्या पायांखाली असलेल्या सत्तावन्न मजल्यांची जाणीवही होत नव्हती, खाली ग्रेनाइटमधे रुतलेले पोलादी खांब आहेत, याची जाणीव विसरली जात होती आणि आपलं घर अवकाशात नांगरून ठेवलेलं आहे की काय, असं वाटून जात होतं त्यांना... बेट नव्हे एक ग्रहगोल. शहराचा देखावा छान वाटत होता. त्याच्याशी संपर्क होण्याचा प्रश्नच नव्हता... आकाशासारखाच. मन भरून पहायचा फक्त, बस्स. त्याचा त्यांच्या आयुष्याशी काहीही संबंध नव्हता.

तिची इच्छा असेल तर तो तिच्याशी बोलत बसायचा. तिला शांतता हवी असेल तर समाधानाने गप्प बसून रहायचा. आपल्या आर्ट गॅलरीतल्या वस्तूंकडे पहावं तसा काहीसा तिच्याकडे पहात रहायचा, अंतर राखून, हलकेच. तिने विचारलेल्या कुठल्याही प्रश्नाला तो उत्तर देत होता, पण स्वतः त्याने काहीही प्रश्न टाकले नाहीत. स्वतःला काय वाटतं ते त्याने कधीही उघड केलं नाही. ती जेव्हा एकटीच बसून रहायची तेव्हा तो तिला हाकही मारत नसे. एका संध्याकाळी ती तिच्या खोलीत वाचत बसलेली आणि तिचं लक्ष गेलं, तो गच्चीतल्या बगीच्याच्या थंडगार कठड्यावर एकटाच बसून असलेला तिला दिसला. त्याची नजर घराकडे नव्हती, तो केवळ तिच्या खिडकीतून येणाऱ्या प्रकाशाच्या कवडशात उभा होता.

दोन आठवडे उलटल्यानंतर तो बॅनरच्या ऑफिसमधे गेला. पण त्याच्या आसपास तो एकान्ताचा वास घुटमळत राहिला, जणू भविष्यात कायमच तो तसाच जपला जाणार होता. तो संध्याकाळी घरी परतला की, शहराचं अस्तित्त्व जणू मिटून जाई. त्याला कुठेही जाण्याची इच्छा नसे, तो कुणालाही घरात पाहुणे म्हणून बोलावत नसे.

तो कधी बोलला नाही, पण तिला उमजलं होतं, तिने घराबाहेर पाऊलही घालू नये अशीच त्याची मनोमन इच्छा होती. त्याच्याबरोबरही नाही आणि एकटीनेही नाही. एक निःशब्द निदिध्यास असावा तसं काहीसं होतं ते. त्याचा सक्तीने अंमल व्हावा अशी त्याची अपेक्षाच नव्हती. तो घरी आला की, तिला विचारीत असे, 'बाहेर गेली होतीस?'- तो प्रश्न 'कुठे गेली होतीस?' असा कधीच नसे. त्यात मत्सराची भावना नव्हती. ती कुठे गेली असेल याने त्याला काहीही फरक पडत नव्हता. तिला शूज घ्यायचे होते, तेव्हा त्याने तीन बड्या स्टोअर्सना त्यांचं कलेक्शन तिथे पाठवायला

लावलं. त्यासाठी बाहेर जाण्याची वेळच आली नाही तिच्यावर. तिला कुठलसा पिक्चर पहायचा होता असं तिने सांगताच त्याने छतावरच एक प्रोजेक्शन रूम बांधून घेतली.

तिने पहिले काही महिने हे पाळलं. मग जेव्हा तिला कळलं की, हा एकान्तवास आपल्याला खूपच आवडतो आहे, तेव्हा तिने तो हट्टाने मोडला. तिने त्याला आमंत्रणं स्वीकारायला भाग पाडलं, ती स्वतः वेगवेगळ्या पाहुण्यांना घरी निमंत्रित करू लागली. त्याने जराही नापसंती न दर्शवता सारं मान्य केलं.

पण त्याने घातलेली एक भिंत अभेद्य होती. त्याची पत्नी आणि त्याचे पेपर्स यांमधली भिंत. तिचं नाव त्या पेपरांमधून कधीही झळकलं नाही. मिसेस गेल वायनान्ड यांना सार्वजनिक जीवनात ओढण्याचा प्रत्येक प्रयत्न त्याने हाणून पाडला. तिला समित्यांवर घेण्याचा. धर्मादाय मोहिमांत सहभागी करून घेण्याचा, अनेक चळवळींना तिचा आशीर्वाद घेण्याचा कुणाचाही प्रयत्न यशस्वी होऊ शकला नाही. एखाद्या लेटरहेडकडे किंवा पाकिटाकडे पाहून पत्राच्या हेतूची शंका आली तर तो तिच्या नावे आलेली पत्रेही उघडून पहात असे आणि उत्तर न देता ती नष्ट करून टाकत असे- तसं तिला सांगत असे. ती गप्प राहून फक्त खांदे उडवीत असे.

तरीही तिला वाटणारी त्याच्या पेपरबद्दलची तुच्छता त्याच्या मनात उतरली नव्हती. तो तिला त्याबद्दल चर्चा करू देत नसे. त्याला त्याबद्दल काय वाटतं, किंवा तो काय विचार करतो हे तिला कळू शकलं नाही. एकदाच तिने एका भडक संपादकीयाबद्दल काही शेरेबाजी केली, तेव्हा तो थंड स्वरात म्हणाला, 'मी बॅनरबद्दल कधीही क्षमा मागितली नाही, आणि कधीही मागणार नाही.'

'पण हे भयंकर आहे, गेल.'

'मला वाटलं तू माझ्याशी लग्न केलंस ते बॅनरचा प्रकाशक या नात्याने.'

'मला वाटलं तुला तसा विचार करायला आवडत नाही.'

'मला काय आवडतं नि काय आवडत नाही याच्याशी तुझा संबंध नसतो. मी बॅनरमध्ये बदल करावा किंवा त्याचा त्याग करावा अशी अपेक्षा करू नकोस. मी जगातल्या कुणासाठीही तसं करणार नाही.'

ती हसत म्हणाली, 'मी तसं सांगणारही नाही, गेल.'

पण तो प्रतिसादापुरतंही हसला नाही.

बॅनरच्या इमारतीत तो एका नव्या ऊर्जेने, उत्साहाने, सळसळत्या आक्रमकतेने काम करू लागला. त्याच्या ऐन महत्त्वाकांक्षेच्या वर्षांपासून त्याला जवळून ओळखणाऱ्या सर्वांनाच जरासं नवल वाटलं. गरज पडली की तो ऑफिसमध्ये उशिरापर्यंत थांबून राहू लागला. अलीकडे बरेच दिवसांत तो असं करीत नसे. त्याच्या धोरणांत किंवा कार्यशैलीत काहीही बदल झाला नव्हता. आल्वा स्कॅरेट समाधानाने त्याचं निरिक्षण करत होता.

'आपण त्याच्या बाबतीत चुकीचा अंदाज बांधलेला, एल्सवर्थ.' स्कॅरेट आपल्या सततच्या साथीदाराला म्हणाला, 'गेल बदलला नाही. तसाच आहे. गॉड ब्लेस हिम... आधीपेक्षाही अधिक चांगला काम करतोय तो.'

'माय डियर आल्वा,' टूही म्हणाला, 'तुला वाटतं तितकं सगळं साधं नि सोपं नसतं... इतकं जलदीनेही काही होत नसतं.'

'पण तो किती आनंदात आहे... बघतोस ना तू किती प्रसन्न असतो तो?'

'जे काही झालंय त्यात... हे आनंदात असणंच फार धोकादायक चिन्ह आहे. आणि हे मी अपवाद करून माझ्या मानवतावादी दृष्टिकोनातून म्हणतो आहे- त्याच्या दृष्टीनेच ते घातक आहे.'

सॅली ब्रेन्टने मनाशी ठरवून टाकलं की, आपल्या बॉसला जरासं फसवायचं. बॅनरमध्ये सॅली ब्रेन्टचा भाव खूपच होता. ठेगणी ठुसकी, मध्यमवयीन अशी ती प्रौढा एकविसाव्या शतकाचा फॅशन-शो करीत असल्यासारखे कपडे घालायची. आणि एखाद्या सफाई कामगार-स्त्रीच्या भाषेत लिहायची. बॅनरमध्ये तिचा असा खास वाचकवर्ग होता. त्यामुळे जरा फाजील आत्मविश्वास होता तिला.

सॅली ब्रेन्टने ठरवलं, मिसेस गेल वायनान्डवर एक 'स्टोरी' करायचीच. अगदी तिच्याच खास प्रांतातली अशी स्टोरी अशा प्रकारे वाया चाललेली पाहून तिला फार वाईट वाटत होतं. वायनान्डच्या पत्रकारांना प्रवेश नाकारल्या जाणाऱ्या ठिकाणी कसं घुसायचं याचं खास प्रशिक्षण दिलेलं असे. त्यातलीच तंत्र वापरून तिने वायनान्डच्या पेन्टहाऊसमधे प्रवेश मिळवला. तिने एकदम नाट्यमय प्रवेश केला. काळ्या ड्रेसच्या खांद्यावर भलं थोरलं ताजं सूर्यफूल पिन केलेलं. हा तिचा ट्रेडमार्क बनलेला. ती धापा टाकतच डॉमिनिकला म्हणाली, 'मिसेस वायनान्ड, मी आलेय तुम्हाला मदत करायला- नवऱ्याला फसवण्यात मदत करणार आहे मी तुमची!'

मग तिने स्वतःच्या चावटपणावर खूष होत डॉमिनिकला डोळा मारला आणि म्हणाली, 'आमचे लाडके मि. वायनान्ड तुमच्यावर फार अन्याय करताहेत बरं कां... तुम्हाला प्रसिद्धीपासून असं वंचित ठेवण्याचं काय कारण आहे मला तरी कळत नाही बाई. पण आपण दोघी मिळून, बरं का, त्यांना सरळ करू. आपण बायकांनी ठरवलं तर एक पुरुष काय करू शकेल आपल्याविरुद्ध? तुमच्यावर किती छान स्टोरी होईल त्यांना कळतच नाहीये. त्यामुळे तुम्ही माझ्याशी अगदी दिलखुलास बोला आणि मी लिहिते. आणि ती इतकी मस्त होईल की, त्यांना ती छापण्याशिवाय पर्यायच रहाणार नाही.'

डॉमिनिक घरात एकटीच होती. आणि ती अशी काही हसली की सॅली ब्रेन्टला त्यातलं इंगित लक्षात येणं शक्यच नव्हतं. तिच्या बारीक नजरेला त्या हास्याचा अर्थच कळला नाही. डॉमिनिकने तिला हवं ते सांगितलं- अगदी सॅलीने ज्याची अपेक्षा केली होती तेच सारं.

'हो तर, मी त्याचा नाश्ता तयार करतेच. प्रश्नच नाही.' डॉमिनिक म्हणाली, 'त्याचा लाडका नाश्ता म्हणजे हॅम आणि अंडी. अगदी साध्या प्रकारे केलेलं हॅम आणि अंडी. हो, तर, मिस ब्रेन्ट, अगदी सुखी आहे मी. सकाळी झोपेतून उठून डोळे उघडते आणि विचार करते मनाशीच- हे सत्य आहे... वाटतच नाही... मी- एक गरीब सामान्य स्त्री एवढ्या मोठ्या थोर गेल वायनान्डची पत्नी बनले... हे खरं आहे का... सगळ्या जगातल्या एकाहून एक सुंदर अप्सरा त्याच्या पुढ्यात हात जोडून उभ्या असताना त्यांच्याऐवजी त्याने माझी निवड केली... हे स्वप्नच तर नाही ना... सांगू का... मी तर वर्षानुवर्षे त्याच्या प्रेमात होते. पण एक स्वप्नच होता तो माझ्यासाठी फक्त... सुंदरसं, अशक्य स्वप्न. आणि आता माझं स्वप्न सत्यात उतरलं... प्लीज, मिस ब्रेन्ट, अमेरिकेतल्या सर्व महिलांसाठी माझा हा संदेश पोहोचवा- धीर धरा, त्याचं बक्षीस नक्कीच मिळतं आणि प्रेम, रोमान्स सर्वांच्या वाट्याला येऊ शकतो. मला वाटतं फार सुंदर विचार आहे हा आणि जशी त्या विचाराची मला मदत झाली, तशीच इतर मुलींनाही होईल. हो हो. गेलला सुखी ठेवणं हीच माझ्या जीवनाची इतिकर्तव्यता मानते मी. त्याची सुखदुःखं वाटून घेईन मी. एक चांगली पत्नी आणि एक चांगली माता बनायचंय मला.'

आल्वा स्कॅरेटने तो लेख वाचला आणि त्याला तो इतका आवडला की तो सारी सावधगिरी विसरला.

'छापून टाक ती, आल्वा,' सॅलीने त्याला भरीस पाडलं. 'एक प्रूफ काढ आणि त्याच्या डेस्कवर ठेव. बघच तू, तो नक्की ओके करील ते.' त्या संध्याकाळी सॅली ब्रेन्टला गचांडी मिळाली. तिचा करार भरपूर महागडा होता. पण त्यातल्या उरलेल्या तीन वर्षांची पै न पै चुकती करून तिला हाकलून

देण्यात आलं आणि पुन्हा कधीही तिने बॅनरच्या इमारतीत कोणत्याही हेतूने प्रवेश करू नये, असं बजावण्यात आलं.

स्कॅरेटने भेदरून आरडाओरडा केला,'गेल, तू सॅलीला काढून टाकू शकत नाहीस! सॅली- नो.'

'माझ्या पेपरमधून मला जेव्हा ज्याला कुणाला काढावंसं वाटत असेल त्याला काढता येणार नाही, तेव्हा मी पेपर बंद करीन आणि ही बिल्डिंग उडवून देई, समजलं?' वायनान्ड शांतपणे उत्तरला.

'पण तिचे वाचक! तिचे वाचक आपला पेपर वाचायचं सोडून देतील.'

'गेले खड्ड्यात तिचे वाचक.'

त्या रात्री डिनरच्या वेळी, वायनान्डने खिशातून त्या प्रूफचा चुरगळलेला कागद काढला आणि डॉमिनिकच्या तोंडावर काहीही न बोलता फेकला. तो तिच्या गालावर आपटून खाली जमिनीवर पडला. तिने तो उचलून घेतला, वाचला आणि हसत सुटली.

सॅली ब्रेन्टने गेल वायनान्डच्या लैंगिक जीवनावर एक लेख लिहिला. एकदम बुद्धिगम्य, प्रसन्न, समाजशास्त्रीय दृष्टीकोन घेऊन लिहिल्याचा अभिनिवेश होता त्यात. एखाद्या घाणेरड्या लैंगिक मासिकानेही नाकारले असते, असे तपशील त्यात वर्णिले होते. तो लेख न्यू फ्रंटियरने छापला.

□ □ □

वायनान्डने डॉमिनिकसाठी खास ऑर्डर देऊन एक हार करवून घेतला. त्यातले हिरे प्लॅटिनमच्या अतीसूक्ष्म साखळ्यांनी जोडले होते. सहजपणे भिरकावल्यासारखे दिसावेत अशा मांडणीत ते हिरे अदृश्य कोंदणांत जडवलेले. तिच्या गळ्यात त्याने तो हार घातला तेव्हा पाण्याच्या थेंबांचा शिडकावा झाल्यासारखे ते हिरे दिसत होते.

ती आरशासमोर उभी राहिली. तिने तिचा गाऊन खांद्यावरून खाली पडू दिला आणि ते थेंब तिच्या त्वचेवर चमकत राहिले. ती म्हणाली,

'आपल्या नवऱ्याच्या तरुण मैत्रिणीचा खून करणाऱ्या त्या ब्रॉन्क्सच्या बाईची गोष्ट एकदम भयंकर गलिच्छ होती, गेल. पण मला वाटतं त्यापेक्षाही गलिच्छ आहे असल्या गोष्टी वाचायला आवडणाऱ्या लोकांचं औत्सुक्य. आणि त्यापेक्षाही गलिच्छ आहेत असल्या औत्सुक्याला खतपाणी घालणारे लोक. खरं म्हणजे त्या बाईमुळेच- फोटोत तिचे पाय पियानोच्या पायांसारखे दिसतात आणि गळ्याभोवती वळकट्या... तिच्यामुळेच हा हार शक्य झाला आहे. मला हा घालताना खूप अभिमान वाटेल.'

तो हसला. त्याच्या डोळ्यातली चमक एका वेगळ्याच धैर्याची खूण पटवत होती.

'हा या गोष्टीकडे पहाण्याचा एक दृष्टिकोन झाला.' तो म्हणाला, 'दुसराही आहे. मी असा विचार करतो की मी मानवी आत्मक्लेशाचा अत्यंत टाकाऊ भाग उचलतो... त्या बाईचं मन आणि तिच्याबद्दल वाचायला आवडणाऱ्या लोकांची मनं... आणि मग मी त्यातून हा तुझ्या खांद्यांवरचा हार घडवतो. मला असा विचार करायला आवडतो की, मी एक किमयागार आहे... इतकं खोलवरचं शुद्धीकरण शक्य करणारा किमयागार.'

तो तिच्याकडे पहात होता. त्या नजरेत क्षमायाचना नव्हती, पश्चात्ताप नव्हता, दुःख नव्हतं. ती नजर वेगळीच होती. यापूर्वीही तिला जाणवलेली. त्या नजरेत केवळ पूजा होती. आणि तिला जाणवून गेलं की, पूजा करण्यामधली एक पायरी अशीही असते की, पूजा करणारी व्यक्तीच पूजनीय ठरून जाते.

दुसऱ्या दिवशी संध्याकाळी तो तिच्या खोलीत आला तेव्हा ती आरशासमोर बसून होती. त्याने झुकून तिच्या मानेवर ओठ टेकले. आणि- त्याला तिच्या आरशाच्या कोपऱ्यावर चिकटवलेला कागदाचा तुकडा दिसला. तिची बॅनरमधली नोकरी संपवणारी ती सांकेतिक भाषेतली तार होती- अर्थही पुढे लिहून ठेवलेला.

फायर द बिच- जी. डब्लू. - हाकलून दे त्या कुत्रीला- जी डब्लू.

तो तिच्या मागे ताठ उभा राहिला. त्याने विचारलं, 'ही तुला कशी मिळाली?'

'एल्सवर्थ टूहीने दिली ती मला. मला वाटलं की जपून ठेवली पाहिजे. अर्थात तेव्हा मला वाटलं नव्हतं की, तिचा संदर्भ कधी असा लागेल.'

त्याने मान झुकवली, ते आपणच लिहिल्याचं मान्य केल्याचं दर्शवण्यापुरती. आणि मग तो काहीच बोलला नाही.

सकाळी तो कागद तिथून गेलेला असेल अशी तिची अपेक्षा होती. पण त्याने त्याला हातही लावला नव्हता. ती देखील तो तिथून काढणार नव्हती. तो कागद तिथेच राहिला, आरशाच्या कोपऱ्यात. तिला बाहूत घेऊन तो पलंगावर असताना अनेकदा त्याची नजर त्या कागदाकडे वळलेली तिला कळायची. काय विचार करत असेल तो... तिला कळलं नाही कधी.

□ □ □

वसंतात एक आठवडाभर तो एका प्रकाशक संमेलनासाठी न्यू यॉर्कपासून दूर गेला. लग्नानंतर पहिल्यांदाच ते एकमेकांपासून दूर राहिले होते. डॉमिनिक त्याला घ्यायला एअरपोर्टवर आलेली पाहून त्याला आश्चर्याचा धक्काच बसला. ती प्रसन्नचित्त दिसत होती, तिच्या स्वरात मार्दव होतं. तिच्या एकंदर वागण्यातून जे जाणवत होतं- त्याच्या अपेक्षेच्या बाहेर होतं... त्याचा विश्वास बसत नव्हता आणि तरीही तिच्यावर त्याला पूर्णपणे विश्वास टाकावा असं वाटत मात्र होतं.

घराच्या दिवाणखान्यात शिरल्याबरोबर त्याने कोचवर जाऊन अंग टाकून दिलं. तो जरासा अंग सैलावून बसला. घराच्या, आपल्या जगाच्या सुरक्षित उबेचा स्पर्श अनुभवत त्याला शांत पडून रहावंसं वाटत होतं हे तिला कळलं. त्याची तिच्याकडे पहाणारी नजर अगदी सन्मुख होती, काहीही पडदा नव्हता, भिंत नव्हती. ती ताठ उभी राहिली होती त्याच्यासमोर. म्हणाली, 'कपडे करून तयार हो, गेल. आपण नाटकाला जायचंय आज रात्री.'

तो उठून बसला. त्याच्या कपाळावर किंचित तिरप्याशा आठ्या उमटल्या. तिला त्याच्या स्वतःवरल्या नियंत्रणाचं कौतुकच वाटलं, त्याचा स्वतःवर किती पूर्णपणे ताबा होता, केवळ त्या आठ्यांतूनच काय व्यक्त व्हायचं ते झालं. त्याने विचारलं, 'काळा टाय घालायचा की पांढरा?'

'पांढरा. 'नो स्किन ऑफ यॉर नोझ'ची तिकिटं काढलीत मी. कठीण होतं ती मिळवणं.'

हे भयंकरच होतं... त्यांच्यामधला त्या क्षणापुरता ताणसुद्धा या मुद्द्यावर असणं भयंकरच हास्यास्पद होतं. तो हसत सुटला, असाहाय्यपणे त्या भयंकर हास्यास्पदतेला हसत सुटला.

'गुड गॉड, डॉमिनिक, ते तरी नको!'

'का बरं गेल, या शहरातल सर्वात जोरात चालणारं नाटक आहे ते सध्याचं. तुमच्याच समीक्षकाने- ज्यूल्स फौग्लरने म्हटलंय-' तो हसायचा थांबला. त्याला कळलं. '-की ते आपल्या या आजच्या युगाचं सर्वात महान् नाटक आहे. एल्सवर्थ टूही त्याच्या वन स्मॉल व्हॉइसमध्ये म्हणालाय की, नव्या जमान्याचा ताजा टवटवीत आवाज आहे हे नाटक म्हणजे. आल्वा स्कॅरेट म्हणालाय की हे नाटक शाईने नव्हे मानवी करुणेच्या दुधात पेन बुडवून लिहिलंय. सॅली ब्रेन्टने- तू तिला काढून

टाकण्याअगोदर लिहिलं होतं, की ते नाटक पाहून तिला भरल्या गळ्याने हसू येत राहिलं... अरे, हे नाटक तर बॅनरने मांडीवर घेतलंय. मला वाटलं होतं, ते तुला नक्कीच आवडेल पहायला.'

'हो, अर्थातच.'

तो उठून कपडे बदलायला गेला.

'नो स्किन ऑफ यॉर नोझ' बरेच महिने जोरात चाललं होतं. एल्सवर्थ टूहीने त्याच्या सदरात खेद व्यक्त करीत लिहिलं होतं की या नाटकाचं नाव जरासं बदलावं लागलं होतं- 'आपल्या संभावित मध्यमवर्गाच्या हातात अजूनही नाट्यक्षेत्राची सूत्र असल्याने त्यांच्या सभ्यपणाच्या कल्पनांनुसार हे बदल करावे लागले. कलाकारांच्या अभिव्यक्तीस्वातंत्र्यात ढवळाढवळ कशी केली जाते याचं हे ढळढळीत उदाहरण आहे. आपण विचारस्वातंत्र्याचा पुरस्कार करणारा समाज आहोत याचा उगीच बडेजाव मिरवण्याचा आपल्याला काहीएक अधिकार नाही. या सुंदर नाटकाचे मूळ नाव हे लोकभाषेतून आलेल्या साध्या रोखठोक अशा एका वाक्प्रचारावर आधारित होते.'

वायनान्ड आणि डॉमिनिक चौथ्या रांगेत मध्यावर बसले होते. एकमेकांकडे न पहाता नाटक ऐकत बसले होते. रंगमंचावर जे काही चाललं होतं ते निव्वळ गचाळ आणि भुक्कड होतं. पण त्यातला अंतःप्रवाह सारंकाही भयावह बनवीत होता. संवादातल्या मूर्खपणाला एक जडजंबाल बाज होता. अभिनेत्यांनी तो जणू अंगात रोगासारखा मुरवून घेतलेला. त्यांच्या छद्मी हास्यात, कुटील स्वरांत, त्यांच्या भोंगळ हालचालींतून तो ठिबकत होता. अर्थहीन संवादांतून मोठे साक्षात्कारी विचार मांडल्याचा अभिनिवेश होता. त्यात एक जबरदस्त औद्धत्य होतं. लोक हे स्वीकारणारच याचा विश्वास त्यातून ओसांडत होता. जणू त्याच्या लेखकाला माहीत होतं, त्याची ही गलिच्छ घाण प्रेक्षकांच्या मनात उदात्त होणार आहे... जे खरोखर उदात्त आहे ते नष्ट करण्याचा आणखी दुसरा कोणता चांगला मार्ग असू शकेल... नाटक त्याच्या पुरस्कर्त्यांचा हेतू तडीस नेत होतं. लोक हसत होते. त्यांची करमणूक होत होती. एकंदर सगळं नाटक एक असभ्य विनोद होता- पण रंगमंचावर नव्हे, प्रेक्षकांच्या मनात घडत असलेला विनोद. या व्यासपीठावरून ईश्वराला खाली खेचण्यात आलं होतं- त्या जागी प्रतिष्ठापना झालेली - नव्हे, सैतानाची नव्हे, तर कोकाकोलाचे घुटके घेणाऱ्या कोपऱ्यावरच्या फडतूस मवाल्याची.

श्रोते तसे शांत होते, थोडे बुचकळ्यात पडलेले. कुणीतरी हसलं की, मागोमाग बाकी सारे हसत होते, आपणही या नाटकाची मजा लुटू शकतो आहे या भावनेनेच त्यांना सुटल्यासारखं वाटत होतं. ज्यूल्स फौग्लरने कुणावरही काही विशिष्ट मत लादण्याचा प्रयत्न केला नव्हता. तो फक्त ठिकठिकाणी एवढंच म्हणाला होता, ज्याला या नाटकाचा आनंद घेता येणार नाही तो अत्यंत कमअस्सल माणूस असणार हे नक्की. 'स्पष्टीकरणं मागत बसू नका. तुम्हाला हे नाटक रुचेल इतके तुम्ही अभिरुचीसंपन्न असाल, तर ते तुम्हाला रुचेल- किंवा मग नाही रुचणार!' तो म्हणालेला.

मध्यंतरात वायनान्डच्या कानावर एका मध्यमवयीन जाडजूड बाईचं बोलणं पडलं. ती म्हणत होती, 'काय सुंदर नाटक आहे हे. मला नीटसं कळत नाहीये, पण एवढं जाणवतंय नक्कीच- की काहीतरी फारफार महत्त्वाचं आहे खरं त्यात.'

डॉमिनिकने त्याला विचारलं, 'तुला घरी जायचंय, गेल?'

तो उत्तरला, 'नको, थांबू या आपण शेवटपर्यंत.'

घरी परतताना तो गाडीत गप्पच होता. घरात शिरल्यानंतर तो थांबून राहिला- जे काही ऐकावं लागेल ते ऐकण्याच्या तयारीने, स्वीकारण्याच्या तयारीने. क्षणभर तिला वाटलं त्याला सोडून द्यावं. तिचं तिलाच फार रितंरितं वाटू लागलं. थकलेली ती. त्याला दुखवावंसं वाटत नव्हतं, उलट

त्याचाच मदतीचा हात हवासा वाटत होता तिला.

मग पुन्हा एकदा तिला नाटक पहाताना जे वाटलं होतं ते आठवलं. ती तेव्हा विचार करत होती- हे नाटक म्हणजे बॅनरचीच निर्मिती होती. बॅनरने याला जीवनदान दिलं होतं, पुष्ट केलं होतं, जिंकू दिलं होतं. आणि बॅनरनेच स्टोडार्ड मंदिराच्या नाशाची सुरुवात केली होती, अंत पाहिला होता... द न्यू यॉर्क बॅनर, नोव्हेंबर २, १९३०- वन स्मॉल व्हॉइस- पावित्र्यभंग, लेखक- एल्सवर्थ एम् टूही... द चर्चेस ऑफ अवर चाइल्डहूड, लेखक- आल्वा स्कॅरेट... 'झालं का समाधान, मि. सुपरमॅन?' आणि आता त्या वास्तूचा घडवलेला अंत हा काही फार दूरच्या भूतकाळातला नव्हता... ही तुलना काही दोन अतिशय वेगळ्या अस्तित्त्वांची नव्हती... एक वास्तू आणि एक नाटक... हा काही अपघात नव्हता. व्यक्तींपुरत्या मर्यादित घटना नव्हत्या त्या. आइक, फौग्लर, टूही, ती स्वतः आणि... रॉर्क. ही रस्सीखेच काळाच्या सीमेपलिकडे जात होती. दोन अमूर्त कल्पनांमधला संघर्ष. ज्या वृत्तीमधून त्या वास्तूची निर्मिती झाली त्या विरुद्ध हे नाटक लिहिणारी, शक्य करणारी प्रवृत्ती उभी ठाकलेली. तिच्यासमोर या दोन्ही वृत्तीप्रवृत्ती उघड झालेल्या. सहजपणे... स्पष्ट. या दोन वृत्तीप्रवृत्तींमधला संघर्ष जगाच्या सुरुवातीपासूनचाच... प्रत्येक धर्माला माहीत असलेलाच. ईश्वर आणि सैतान तर नेहमीच कल्पिले गेले. फक्त माणसांना आपल्यातल्या सैतानाचा आकारच उमजला नव्हता... एकच कुणी महाकाय असा सैतान नव्हता... तो संख्याबहुल होता... कोता आणि चिरगुट होता. बॅनरने स्टोडार्ड मंदिराचा नाश केला होता, तो या नाटकाला जागा करून देण्यासाठी. नाहीतर हे शक्य झालंच नसतं. मधला मार्ग शक्यच नव्हता. सुटका नव्हती, तटस्थता शक्य नव्हती... हे नाहीतर ते- नेहमी असंच तर होत आलेलं... या संघर्षाची प्रतीके अनेक होती. पण त्यांना नाव नव्हतं, अभिधान नव्हतं... रॉर्क, ती आतल्या आत आक्रंदन करीत होती... रॉर्क... रॉर्क... रॉर्क...

'डॉमिनिक, काय झालं?'

वायनान्डचा आवाज तिच्या संज्ञेत शिरला. तो मृदू आवाज चिंतातुर झालेला. आजवर त्याने कधीही आपली चिंता दर्शवली नव्हती. तिला त्या आवाजात स्वतःच्या चेहऱ्यावरच्या भावभावनांचं प्रतिबिंब पडल्याचं जाणवलं.

ती पुन्हा एकदा शांत झाली, ताठ उभी राहिली.

'मी तुझा विचार करते आहे, गेल.' ती म्हणाली.

तो वाट पहात उभा राहिला.

'सांग, गेल? सर्वोच्च उंचीसाठी सर्वोत्कट ध्यास?' ती हसली. त्या नाटकातल्या गबाळ हालचाली करणाऱ्या नटांसारखे तिने हात हलवले. 'सांग, गेल, तुझ्याकडे दोन सेंट्स्चा जॉर्ज वॉशिंग्टनचा स्टॅंप आहे का? किती वय आहे तुझं, गेल? किती कष्ट काढलेस तू? तुझं आयुष्य अर्ध्याहून अधिक तर सरलं, पण तुझं बक्षीस मिळालं तुला आज रात्री. तुझी सर्वोच्च ध्येयप्राप्ती... अर्थातच, कोणताही माणूस स्वतःच्या सर्वोच्च ध्येयाच्या उंचीशी बरोबरी करू शकत नाही. आता तू प्रयत्न केलास आणि पुरेसे कष्ट उपसलेस तर, तू त्या नाटकाच्या पातळीपर्यंत नक्की पोहोचू शकशील!'

तो शांतपणे सोसत, ऐकत उभा राहिला.

'मला वाटतं तू त्या नाटकाचं हस्तलिखित मिळवून तुझ्या त्या आर्ट गॅलरीत एका स्टॅण्डवर मांडायला हवंस. मला वाटतं, तू तुझ्या यॉटचं नाव बदलून यापुढे तिला 'नो स्किन ऑफ माय नोझ' म्हणावंस. मला वाटतं तू मला-'

'गप्प रहा.'

'रोज संध्याकाळी मेरीच्या भूमिकेत संवाद म्हणायला लावावंस. मस्क्रॅट उंदराला दत्तक घेणारी मेरी आणि...'

'डॉमिनिक, गप्प रहा.'

'मग बोल, तू बोल, मला तुझं म्हणणं ऐकायचंय.'

'मी कधीही स्वतःचं समर्थन कुणापुढेही केलेलं नाही.'

'वेल, मग स्वतःवर फुलं ढाळ. तेसुद्धा चालेल ना.'

'तुला ऐकायचंय, ऐक, मला किळस आली ते नाटक पाहून. तुला माहीत होतं ते- ब्रॉंक्सच्या त्या बाईपेक्षाही वाईट होतं हे.'

'खूप जास्त...'

'पण मला त्यापेक्षाही वाईट काहीतरी माहीत आहे... एखादं खरोखरचं महान नाटक लिहून ते आज जमलेल्या प्रेक्षकांपुढे सादर करणं... त्यांना त्यावर हसण्याची संधी देणं... आज आपण जे लोक खिदळताना पाहिले तसल्यांच्यासाठी स्वतःला हुतात्मा करून घेणं.'

त्याला कळलं, तिच्यापर्यंत यातलं काहीतरी पोहोचलं होतं. तिला ते ऐकून संताप आलेला की, ती चकित झाली त्याला स्पष्ट कळेना. हे शब्द तिच्या मनाच्या किती जवळचे होते, हे कळायचा त्याला मार्ग नव्हता. तो बोलत राहिला, 'मला किळस आली. पण बॅनरने केलेल्या अनेक गोष्टींतून मला किळस आलेली आहे. आजचा अत्याचार अधिकच वाईट होता, कारण त्यात काहीतरी नवीन रंग मिसळलेला आहे... नेहमीपेक्षा निराळा... त्यातला दुष्टावा अजब आहे. पण मूर्ख लोकांना असलंच काहीतरी आवडतं. बॅनरचा खास प्रांत आहे तो. बॅनर निर्माण झाला तोच मूर्खांसाठी... मी आणखी काय कबूल करायला हवं?'

'तुला आज रात्री काय वाटलं ते सांग.'

'एक छोटासा नरकच अनुभवला मी... कारण माझ्या शेजारी तू बसली होतीस. हेच ऐकायचं होतं ना? तो विरोध मला जाणवावा... तरीही तुझं गणित थोडं चुकलंच. मी त्या रंगमंचाकडे पहात होतो आणि विचार करत होतो... हे लोक असेच आहेत, त्यांचे आत्मे हे असेच आहेत... पण मी- मला तू सापडलीस. मला तू मिळालीस - तू आणि ते नाटक- दोघांमधला विरोध पहाताना मला जे दुःख होत होतं तेही भरून पावलं... मला आज यातना झाल्या- तुला तेच व्हायला हवं होतं... तशा त्या झाल्याच- पण त्या तेवढ्याच... एका बिंदूपर्यंत पोहोचल्या त्या नि मग-'

'गप्प बस!' ती किंचाळली, 'गप्प बस, गॉड डॅम यू!'

ते क्षणभर उभेच राहिले. दोघेही दचकून गेलेले. तो प्रथम हलला जागचा. तिला मदतीची गरज होती हे त्याला कळलं. त्याने तिचे खांदे धरले. तिने त्याचे हात जोराने झटकून टाकले. ती खिडकीजवळ जाऊन उभी राहिली... शहराकडे पहात... तिथल्या इमारतींकडे, काळोखाकडे पहात.

थोड्या वेळाने ती थकलेल्या आवाजात म्हणाली, 'आय ॲम सॉरी, गेल.'

त्याने उत्तर दिलं नाही.

'मला हे तुला बोलण्याचा काहीही अधिकार नव्हता.' ती वळली नव्हती. हात उभावून तिने खिडकीची चौकट धरून ठेवलेली. 'आपली फिटंफाट झाली, गेल. मला धडा मिळाला, तुला बरं वाटणार असेल तर... मीच पहिली मोडून पडले.'

'तुला काहीही धडा मिळायला नकोय मला,' त्याचा स्वर शांत गंभीर होता. 'डॉमिनिक, काय घडलेलं?'

'काही नाही.'

'मी कसली आठवण करून दिली तुला? मी बोललो त्यामुळे... नाही- काहीतरी वेगळंच होतं ते. त्या शब्दांचा अर्थ काय होता तुझ्या लेखी?'

'काही नाही.'

'एका बिंदूपर्यंतच जातात त्या यातना- या वाक्यावर तू फुटलीस- का?'

ती शहराकडे पहात होती. दूरवर तिला कॉर्ड बिल्डिंगचा मनोरा दिसत होता.

'डॉमिनिक, तू काय सोसू शकतेस ते मी पाहिलंय. हे काहीतरी विलक्षण होतं... तुला इतकं विकल करू शकणारं... मला कळायला हवं... काहीही अशक्य नाही. मी तुला त्याविरुद्ध मदत करू शकेन. जे काही असेल ते...' तिने उत्तर दिलं नाही. 'तिथे नाट्यगृहातही तो मूर्खपणाचा बाजार हे एकच कारण नव्हतं... काहीतरी वेगळं होतं तुझ्या मनात. मी पहात होतो तुझी चर्या. आणि मग आता इथे पुन्हा तेच उफाळलं होतं.. काय आहे ते, सांग मला.'

'गेल,' ती हळुवारपणे म्हणाली, 'तू मला क्षमा करशील?'

तो एक क्षण थबकलाच. हे ऐकायची अपेक्षाच नव्हती त्याची.

'कशासाठी क्षमा करायची मी तुला?'

'सगळंच. आणि आज रात्रीसाठी.'

'तो तुझा अधिकार आहे. याच अटीवर तू माझ्याशी लग्न केलंस. बॅनरची किंमत मी चुकती करावी म्हणून.'

'तुला ती चुकती करावी लागावी असं मला वाटत नाही.'

'का नाही वाटत आता तसं?'

'ते शक्यच नाही.'

स्तब्धपणे ती त्याच्या येरझाऱ्या घालणाऱ्या पावलांचा आवाज ऐकत राहिली.

'डॉमिनिक, काय होतं ते?'

'एका बिंदूपर्यंत पोहोचून थांबणारं दुःख? काही नाही... फक्त तुला ते बोलण्याचा अधिकार नव्हता. जी माणसं असं बोलतात ते किंमत देत असतात- ती किंमत तुला परवडणारी नाही. पण जाऊ दे ते... काय म्हणायचं ते म्हण... मलाही ते म्हणायचा अधिकार नाही.'

'हे एवढंच नव्हतं.'

'मला वाटतं, तुझ्या-माझ्यात पुष्कळ गोष्टी सारख्या आहेत. आपण दोघांनीही एकाच प्रकारची फितुरी केली आहे कधीतरी... कुठेतरी... नाही- तो शब्द वाईट आहे... नाही- मला वाटतं बरोबरच शब्द आहे तो. मला जे म्हणायचंय त्याच्या बराच जवळ जाणारा शब्द आहे तो.'

'डॉमिनिक, तसं तुला वाटू शकत नाही...' त्याचा आवाज जरासा विचित्र झालेला. ती त्याच्याकडे पहायला वळली.

'का बरं?'

'कारण मलाही आज रात्री तेच वाटत होतं... फितुरी केल्यासारखं.'

'कुणाशी?'

'माहीत नाही. मी धार्मिक मनोवृत्तीचा असतो, तर म्हटलं असतं देवाशी- पण नाही मी धार्मिक.'

'मलाही तेच म्हणायचं होतं, गेल.'

'तुला का असं वाटावं? बॅनर हे काही तुझं अपत्य नव्हे.'

'त्याच अपराधाच्या निरनिराळ्या छटा असतातच.'

तो तिच्याजवळ गेला आणि तिला बाहूंत घेत म्हणाला, 'तू जे शब्द वापरतेस त्यांचे अर्थ तुला

कळत नाहीत. तुझ्यामाझ्यात खूप सारखेपणा आहे, पण याबाबतीत नाही. माझे अपराध वाटून घेण्यापेक्षा तू माझ्यावर हवी तितकी थुंकत रहा, चालेल मला.'

तिने आपला हात त्याच्या गालांवर टेकला, तिच्या बोटांची टोकं त्याच्या कपाळांवर टेकलेली.

त्याने विचारलं, 'आता मला सांगशील- ते नेमकं काय झालं होतं?'

'काही नाही. मला पेलवेल त्यापेक्षा जास्त ओझं उचलण्याचा प्रयत्न केला मी. तू दमला आहेस, गेल. वर जा आता तू. मी थोडा वेळ इथे थांबते. जरा वेळ खाली पहाते शहराकडे. मग येईन मी... आणि मी ठीक होईन.'

❑

९

यॉटच्या कठड्याला टेकून डॉमिनिक उभी होती. डेकची लाकडी जमीन उबदारपणे तिच्या सपातांतून जाणवत होती. तिच्या उघड्या पायांना उन्हाचा स्पर्श होत होता. वाऱ्याने तिचा पांढरा ड्रेस फडफडत होता. वायनान्ड तिच्यासमोरच डेकवरच्या खुर्चीवर पसरला होता. ती पहात होती.

पुन्हा एकदा या नौकेवर आल्यानंतर त्याच्यात होणारा बदल ती पहात होती. त्यांच्या वासंतिक सफरीवर असतानाचे दोन महिने ती त्याचं निरिक्षण करत होती. एकदा तो धावत खाली गेलेला तिने पाहिलं होतं. ते चित्र तिच्या मनात तसंच राहिलं होतं. गतीचा एक फटकारा असल्यासारखी ती शुभ्र कपड्यांतली उंचीपुरी आकृती... केवढा आत्मविश्वास ओसांडत होता. त्याने एका हाताने कठडा पकडलेला. अचानक ब्रेक लागला तरी पर्वा नव्हती, तो पुढे जाणार होता. इथे तो एका किडक्या लोकप्रिय वर्तमानपत्री साम्राज्याचा भ्रष्ट प्रकाशक नव्हता. इथे तो होता केवळ स्वतःच्या नौकेत आरूढ झालेला धनाढ्य उमराव. तिला वाटून गेलं, किशोरवयीन कल्पनांत रंगवलेला प्रसन्न, ऐटबाज श्रीमंत सरदार असाच असतो.

डेकवरच्या त्या खुर्चीत तो इतका सहजपणे विसावलेला... तिच्या मनात आलं की ज्यांच्यासाठी विसावा हे एक अनैसर्गिक कृत्य असतं त्यांनाच हे असं विसावणं किती शोभून दिसतं. मग अगदी ढिलावलेपणाही हेतूपूर्वक वाटतो. ती त्याचा विचार करीत होती; गेल वायनान्ड त्याच्या अतीमानवी क्षमतेसाठी प्रसिद्ध होता. पण केवळ एक प्रचंड अशी वर्तमानपत्रांची साखळी निर्माण करू शकणाऱ्या महत्त्वाकांक्षी माणसाची शक्ती नव्हती ती. ही आत्ता इथे तिच्यासमोर दिसणारी व्यक्ती, सूर्याला सन्मुख होत, त्याला प्रत्युत्तर दिल्यासारखी विसावली होती- ही खरी शक्ती होती- अंतिम कारक, विश्वाच्या गतिमानतेतील खरी क्षमता.

'गेल,' ती अचानक अनभावितपणे उद्गारली.

त्याने डोळे उघडत तिच्याकडे पाहिलं.

'या हाकेचं रेकॉर्डिंग करता असतं तर फार बरं झालं असतं...' तो आळसावतच म्हणाला, 'ती हाक ऐकायला कशी वाटली हे कळलं तर तूच दचकशील. इथे वायाच गेली आहे ती म्हणा. पुन्हा एकदा बेडरूममध्ये वाजवायला आवडली असती मला ती.'

'तुला हवं तर पुन्हा बेडरूममध्येही मारेन हं, तुला हवं तर.'

'थँक यू डियरेस्ट, आणि मीही वचन देतो मी त्याचा गैरफायदा घेणार नाही, जास्त काही गृहीत धरणार नाही. तुझं माझ्यावर प्रेम नाहीये. तू कधीच कुणावर प्रेम केलेलं नाहीस.'

'असा विचार का करतोस?'

'तू एखाद्या माणसावर प्रेम केलं असतंस तर तू त्याला केवळ एका भयानक लग्नाच्या सर्कशीवर किंवा एका गचाळ नाटकाच्या संध्याकाळीवर सोडलं नसतंस. त्याला पार नरकाची यात्रा घडवली असतीस.'

'तुला कसं माहीत हे?'

'आपण भेटलो त्या दिवसापासून तू माझ्याकडे निरखून निरखून पहात रहाते आहेस, का बरं? कारण तू ज्याच्याबद्दल एवढं सगळं ऐकून होतीस तो गेल वायनान्ड मी वाटत नाही तुला. तुला सांगू, माझं तुझ्यावर प्रेम आहे. आणि प्रेम करणं म्हणजे अपवाद करणं. जर तुझं माझ्यावर प्रेम असतं तर तुला काय हवंसं वाटलं असतं... तुला मोडून टाकण्याचा, चिरडण्याचा प्रयत्न... कारण ते तुझ्या दृष्टीने अशक्य आहे. लोकांकडून ते होऊच शकत नाही. तुझं ज्याच्यावर प्रेम आहे त्या माणसाने हे सारं करावं हा अपवाद तू त्याच्यासाठी केला असतास. पण तेही सोपं नव्हतं तुझ्यासाठी.'

'हे खरं असेल, तर तू...'

'तर मग मी तुझ्यापुढे मृदू, विनम्र असायलाच हवं... तुला चकित करण्यासाठी- कारण मी तर या जगातला सर्वात नीच, हलकट, हरामी मनुष्य आहे ना...'

'मला नाही तसं वाटत, गेल.'

'नाही, आता मी शेवटून दुसरा वाईट माणूस राहिलो नाही?'

'आता नाही...'

'वेल, डियरेस्ट, मी आहे तसा, हे वास्तवच आहे.'

'तुला तसा विचार करावासा का वाटतो?'

'करावासा वाटत नाही. पण मी प्रामाणिक आहे. प्रामाणिक असणं ही माझी संपूर्णपणे खाजगी अशी चैन आहे. माझ्या बाबतीतला तुझा विचार बदलू नकोस. आपण भेटायच्या आधी तू माझ्याबद्दल जो विचार करत होतीस तोच कायम ठेव.'

'गेल, तुला खरोखर असं व्हावं असं वाटत नाहीये.'

'मला खरोखर काय व्हायला हवं ते सोड. मला दुसरं काहीही नको, फक्त तू हवीस. तुझ्याकडून काहीही प्रतिसाद नकोय मला. काही प्रतिसाद नकोच. थोडं आणखी निरखून पहात राहिलीस माझ्याकडे, तर माझ्या अनेक गोष्टी तुला अजिबात आवडणार नाहीत.'

'कोणत्या गोष्टी?'

'तू किती सुंदर आहेस, डॉमिनिक. एक सुंदर अपघात. देवाच्या हातून क्वचितच असं घडतं कधीतरी... अंतर्बाह्य सारखीच असलेली व्यक्ती.'

'कोणत्या गोष्टी, गेल?'

'तुला कळतंय का की तू नेमकी कशाच्या प्रेमात आहेस ते? शुद्ध तत्त्वनिष्ठेच्या. अशक्यप्राय. विमल, सुसंगत, सकारण, आत्मश्रद्ध, एकाच शैलीतून घडलेल्या कलाविष्कारासारखी तत्त्वनिष्ठा तुला हवी असते. हे फक्त कलेमध्येच सापडणं शक्य होतं. पण तुला ते हाडामांसात हवं आहे. त्या संकल्पनेच्या प्रेमात आहेस तू. आणि असं बघ, माझ्याकडे तत्त्वनिष्ठा कधीही नव्हती.'

'तुला याची कितपत खात्री आहे, गेल?'

'तुला बॅनरचा विसर पडला की काय?'

'बॅनर गेला खड्ड्यात.'

'ठीक आहे, बॅनर गेला खड्ड्यात. तुझ्या तोंडून ऐकायला बरं वाटतं ते. पण बॅनर हे काही एकमेव लक्षण नाही माझ्या तत्त्वहीनतेचं. मी कधीही तत्त्वनिष्ठा पाळली नाही हेसुद्धा फारसं महत्त्वाचं

नाही. महत्त्वाचं एवढंच आहे की, मला त्याची गरजही वाटली नाही कधी. मला त्या संकल्पनेचाही तिरस्कार वाटतो. त्या संकल्पनेतल्या गृहीत कल्पनांचा मला संताप येतो.'

'ड्वाइट कार्सन...' ती म्हणाली. तिच्या उच्चारणातील संपृक्त घृणा त्याने बरोबर टिपली.

तो खदखदून हसला, 'होय, ड्वाइट कार्सन. मी विकत घेतलेला माणूस. तो व्यक्तिवादी मनुष्य गर्दीचा पूजारी बनून गेला. आणि दारूबाजही. मी केला त्याला तसा. हे तर बॅनरपेक्षाही वाईट होतं, हो की नाही? तुला ती आठवण नकोशी वाटतेय की काय?'

'होय.'

'पण त्याबद्दल भरपूर आक्रोश होऊन गेलाय आधीच. इतके सारे महात्मे मी तोडूनफोडून टाकले... मला नाही वाटत, मला त्यातून केवढा आनंद मिळाला ते कधी कुणाला नीटसं कळलं असेल. एक वेगळीच हांव सुटलेली मला म्हण. एल्सवर्थ टूहीसारख्या अळ्यांची किंवा माझा मित्र आल्वासारख्यांची मला काहीही फिकीर वाटत नाही. पडेनात का शांतपणे... पण जरासा वरच्या पातळीवरचा माणूस भेटू दे... की मला त्याचं रुपांतर टूहीत करण्याची आस लागते. रहावत नाही मला. शरीराची भूक खवळावी तसं काहीसं वाटतं ते मला.'

'का?'

'मला नाही माहीत.'

'एक सांगून ठेवते जाताजाता, तुला एल्सवर्थ टूही कळलेला नाही.'

हे: 'शक्य आहे. त्या लिबिलिबित गोगलगायीच्या शंखाची वळणं मोजण्यात मी माझी शक्ती खर्च करावी अशी अपेक्षा आहे की काय तुझी?'

'आणि तुझ्या बोलण्यात विसंगतीही आहे.'

'कुठे?'

'तू मला तोडायचा प्रयत्न केला नाहीस तो?'

'अपवाद करणं म्हणतात त्याला, डॉमिनिक. माझं प्रेम आहे तुझ्यावर. तुझ्यावर प्रेम करणं भाग होतं मला. तू पुरुष असतीस तर... तुला वाचवायला देवच यावा लागला असता.'

'गेल,... का हे?'

'मी हे असलं सगळं का केलं?'

'हं.'

'सत्ता, डॉमिनिक, मला तेवढीच एक गोष्ट कायम हवीशी वाटत आली आहे. माझ्या मनाविरुद्ध वागू शकेल असा एकही माणूस नाही याचं ज्ञान... मी कुणालाही काहीही- अगदी काहीही करायला लावू शकतो याचं ज्ञान. ज्या माणसाला मी तोडू शकत नाही तो मला नष्ट करील. पण मी किती सुरक्षित आहे हे समजून घेण्यात वर्षानुवर्ष घालवली मी. लोक म्हणतात की मला लाजलज्जा काहीही नाही, आयुष्यात माझ्या हातून काहीतरी निसटून गेलं. वेल... फार काही निसटून गेलेलं नाही, खरं ना? मला जे हवंस वाटतं ते- ते अस्तित्त्वातच नाही.'

तो नेहमीसारखाच बोलत होता. पण त्याच्या अचानक लक्षात आलं की ती एखादी कुजबूज कान देऊन ऐकावी तशी त्याचं बोलणं ऐकत होती. एकही अक्षर निसटून जाऊ नये अशा एकतानतेने.

'काय झालं, डॉमिनिक? कसला विचार करते आहेस तू?'

'मी ऐकतेय, गेल.'

तिने बोलून दाखवलं नाही की ती त्याचे शब्द ऐकत होती आणि त्यामागच्या कारणांचा शोध घेत होती. तिला कळून गेलं होतं अचानक की तो जे काही बोलत होता त्या वाक्यांचा अशब्द अर्धांश

तिला समजत होता... तो कसली कबुली देत होता हे त्याला कळत नव्हतं तरीही...

'अप्रामाणिक लोक प्रामाणिकपणाबद्दल जो काही विचार करतात तेच सर्वात भयंकर असतं. मला एक स्त्री माहीत आहे, तिने कुठलीही निष्ठा तीन दिवस ओळीने पाळलीय असं झालेलं नाही. पण मी जेव्हा तिला सांगितलं की तिच्याकडे तत्त्वनिष्ठाच नाही तेव्हा ती फार दुखावलीबिखावली आणि म्हणाली, माझ्या तत्त्वनिष्ठेच्या कल्पना फार वेगळ्या आहेत तुझ्यापेक्षा... तिने म्हणे कधीही पैशांची चोरी केली नव्हती. वेल, तिला माझ्यापासून काहीच धोका उद्‌भवत नाही. मला तिचा रागही येत नाही. मला संताप येतो तो असीम तत्त्वनिष्ठेबद्दलच्या तुझ्या प्रेमाचा, डॉमिनिक.'

'खरंच?'

'तशी तत्त्वनिष्ठा अस्तित्त्वात नाही हे सिद्ध करताना मला फार मजा आली.'

ती त्याच्या खुर्चीच्या कडेला जाऊन बसली. लाकडी फळ्या उन्हाने किंचित तापलेल्या आणि तिच्या उघड्या पावलांना त्यांचा स्पर्श सुखद वाटत होता. ती आपल्याकडे इतक्या हळुवारपणे का पहातेय- त्याला प्रश्न पडला. त्याच्या कपाळावर किंचित आठ्या पडल्या. तिला जे उमजलं होतं त्याची हलकीशी छाया तिच्या नजरेत अजूनही तरळत होती हे तिला जाणवलं आणि तिने नजर वळवली.

'गेल, हे सारं मला कशाला सांगतोस? मी तुझ्याबद्दल असा विचार करावा असे तर तुला नक्कीच वाटत नाही.'

'नाही वाटत. तुला कशासाठी सांगावं मी हे आता? खरं सांगू? कारण ते सांगायला हवं म्हणून. कारण मला तुझ्याशी प्रामाणिकच रहायचंय, म्हणून. फक्त तुझ्याशी आणि स्वतःशी. पण हे तुला सांगायचं धैर्य मला इतरत्र कुठेही झालं नसतं. घरी हे सांगू शकलो नसतो मी तुला. किनाऱ्यावर असतानाही नाही. फक्त इथेच... कारण इथे काहीच पुरेसं खरं वाटत नाही, हो ना?'

'हं.'

'मला वाटलं की तू इथे ते स्वीकारशील... आणि मघाशी मला हाक मारताना- जी हाक मला रेकॉर्ड करावीशी वाटली... तेव्हा तू माझा विचार जसा करत होतीस तसाच करत रहाशील.'

तिने डोकं त्याच्या खुर्चीवर टेकवलं. तिचा चेहरा त्याच्या गुडघ्यांवर टेकलेला. हात सहजपणे खालच्या चमकत्या लाकडी फळ्यांवर विसावला, बोटं अर्धमिटली झाली... तिने आज त्याला स्वतःबद्दल बोलताना खरोखरच ऐकलं होतं हे तिला दर्शवायचं नव्हतं.

□ □ □

हिवाळ्यातल्या एका रात्री ते त्यांच्या गच्चीतल्या बागेत कठड्यापाशी शहराकडे पहात उभे होते. काळ्या आकाशातून धारांसारख्या सरसरत आलेल्या उजळलेल्या खिडक्यांच्या उभ्या रांगा सभोवार दिसत होत्या. जणू प्रकाशाचा एकेक थेंब घरंगळत खालच्या पेटलेल्या प्रकाशडोहात उतरत होता जणू. 'त्या बघ, डॉमिनिक, त्या उंचउंच इमारती. गगनचुंबी इमारती. आठवतं तुला? तुझ्यामाझ्यामधला पहिला धागा. आपण दोघेही त्यांच्या प्रेमात आहोत.'

त्याला हे म्हणण्याचा अधिकार असावा याचा आपल्याला राग यायला हवा असं तिला वाटून गेलं. पण नव्हता आला तिला राग.

'होय, गेल, माझं प्रेम आहे त्यांच्यावर.'

कॉर्ड बिल्डिंगच्या उभ्या रेषांवर तिची नजर ठरली होती. तिने कठड्यावरून आपली बोटं उचलली आणि त्या रेषांच्या पातळीवर आणून तिच्या दूरस्थ आकारालाच स्पर्श केला जणू. तो

आकार तिला दूषण देत नव्हता.

'एखाद्या स्कायस्क्रेपरच्या तळाशी उभा असलेला माणूस पहायला मला खूप आवडतो.' तो म्हणाला, 'तो एखाद्या मुंगीसारखा भासतो- असा ठरीव साच्याचा बकवास केला जातो नाही का अशा वेळी? मूर्ख साले. माणसानेच तर ती निर्माण केली. पोलाद आणि दगडातून केवढी आश्चर्यकारक भव्य रचना घडवली माणसाने. ती रचना त्याला खुजं बनवीत नाही, तो तर त्या रचनेपेक्षाही उंच ठरतो त्यामुळे. माणसाचं खरखुरं परिमाण काय आहे ते कळतं जगाला त्यातून. डॉमिनिक, आपलं या इमारतींवर प्रेम आहे म्हणजे कशावर आहे असं वाटतं तुला, ते आहे माणसाच्या सर्जनशीलतेवर, माणसातील वीरत्वावर.'

'तुझं माणसांमधल्या वीरत्वावर प्रेम आहे, गेल?'

'मला त्याबद्दल विचार करायला आवडतो खरा. पण विश्वास नाही माझा त्यावर.'

ती कठड्यावर रेलून उभी राहिली आणि खाली दूरवर एक हिरव्या दिव्यांची रांग ताणत गेली होती तिकडे पहात म्हणाली, 'तुला समजून घ्यायला मला आवडलं असतं.'

'का बरं... मी तर अगदी उघडच आहे की. मी तुझ्यापासून कधीही काही लपवून ठेवलेलं नाही.'

अंधाऱ्या नदीतटावर उघडझाप करणाऱ्या निऑनच्या पाट्यांचे शिस्तबद्ध झटके पहात तो उभा होता. मग दक्षिण दिशेला एका धूसर निळसर प्रकाशरेखेकडे बोट दाखवत तो म्हणाला, 'ती पहा बॅनर बिल्डिंग. दिसली? ती बघ, तिकडे. मी इतक्या सगळ्या गोष्टी केल्या पण एक फार महत्त्वाची गोष्ट राहून गेली आहे. न्यू यॉर्कमध्ये वायनान्ड बिल्डिंग नाही. कधीतरी मी बॅनरसाठी नवीन छप्पर बांधेन. या शहरातली सर्वात उंच इमारत असेल ती... माझ्या नावाची. मी आयुष्याची सुरुवात केली ती एका अगदीच केविलवाण्या परिस्थितीत... त्या पेपरचं नाव होतं 'गॅझेट'. काही अत्यंत गलिच्छ लोकांच्या हातचं बाहुलं होतो मी. पण तेव्हा मी विचार करायचो, वायनान्ड बिल्डिंगचा... कधीतरी भविष्यात ती उभी राहील असं स्वप्न पहायचो. गेली अनेक वर्षं मी तो विचार मनाशी जपला आहे.'

'पण मग अजूनपर्यंत बांधायला का नाही घेतलीस ती?'

'तयारी नव्हती माझी तशी.'

'का?'

'मी अजूनही तयार नाही त्यासाठी. मला कारण नाही कळत. एवढं माहीते मला... की माझ्या दृष्टीने खूपच महत्त्वाचं आहे ते. ते एक अंतिम प्रतीक असेल. योग्य वेळ येताच मला कळेल.'

त्याने पश्चिमेकडे नजर वळवली. अस्ताव्यस्त पसरलेल्या फिकुटलेल्या दिव्यांचा एक जमिनीचा तुकडा दाखवत तो म्हणाला, 'मी तिथे जन्मलो. हेल्स किचन. नरकाची रसोई.' ती लक्षपूर्वक ऐकू लागली.

तो क्वचितच त्याच्या पूर्वायुष्याबद्दल बोलत असे. 'सोळा वर्षांचा होतो मी. मी छतावर जाऊन उभा राहिलो आणि शहराकडे बघत होतो... आजच्यासारखाच. आणि मग मी काय होणार याचा निर्णय घेतला.'

त्याच्या स्वराचा पोत बदलला होता, जणू या क्षणाला अधोरेखित करण्यासाठी त्याला धार आलेली- तो स्वरच सुचवत होता- पहा, लक्ष दे, हे महत्त्वाचं आहे. त्याच्याकडे न पहाताच ती विचार करत होती, तो यासाठीच थांबून होता, यातूनच तिला उत्तर मिळणार होतं, त्याच्या व्यक्तित्वाची किल्ली गवसणार होती. अनेक वर्षांपूर्वी अनोळखी गेल वायनान्डबद्दल विचार करताना तिला प्रश्न

पडला होता, असला माणूस आपल्या आयुष्याबद्दल, आपल्या कामाबद्दल काय विचार करत असेल. तिला अपेक्षा होती की तो स्वतःबद्दल बोलताना बढाईने बोलेल, त्यात शरम लपवण्याचा प्रयत्न असेल किंवा अपराधी भावना लपवण्यासाठी त्यात उद्दंडता असेल. ती त्याच्याकडे पाहू लागली. त्याचं मस्तक किंचित उचललेलं. समोर पसरलेल्या आकाशाच्या पातळीत त्याची नजर होती. तिच्या अपेक्षेनुसार एकही गोष्ट त्याच्या बोलण्यात किंवा वागण्यात डोकावत नव्हती. त्याची मुद्रा दर्शवत होती, एक अपेक्षेपलिकडला धीरोदात्त भाव.

तिला कळलं, त्याच्या व्यक्तित्वाची हीच कळ होती. पण त्यामुळे कोडं अधिकच गुंतागुंतीचं झालं होतं. तरीही तिच्या आतवर कुठेतरी काहीतरी पोहोचलं, ती कळ कुठे वापरली जाऊ शकते हेही तिला कळलं आणि त्यातून ती नकळत म्हणाली,

'गेल, एल्सवर्थ टूहीला काढून टाक.'

तो जरासा दचकलाच, 'का बरं?'

'गेल, ऐक,' तिच्या आवाजात एक अधीरता होती. त्याच्याशी बोलताना कधीही हा स्वर उमटला नव्हता पूर्वी. 'मला टूहीला कधीही थांबवावंसं वाटलं नव्हतं. मी तर त्याला मदतही केली. मला वाटत होतं, या जगाची जी लायकी आहे त्या दृष्टीने एल्सवर्थ टूही योग्यच आहे. मी त्याच्यापासून कशालाही किंवा कुणालाही वाचवायचा कधी प्रयत्न केला नव्हता आजवर. मला कधी चुकूनही वाटलं नव्हतं- की ते मी बॅनरच्या बाबतीत करेन- ज्या बॅनरमध्ये तो अगदी चपखल बसतो. मला वाटलं नव्हतं की बॅनरला त्याच्यापासून वाचवायचा प्रयत्न मी करेन.'

'तू काय बोलते आहेस काय?'

'गेल, जेव्हा मी तुझ्याशी लग्न केलं, तेव्हा मला वाटलं नव्हतं की मला तुझ्याबद्दल कोणत्याही प्रकारची निष्ठा वाटू लागेल. मी आजवर जे काही केलं त्या सर्वाशी फार विसंगत आहे ते. इतकं विसंगत की मी सांगू नाही शकत तुला... माझ्यावर आपत्ती कोसळली असावीसं वाटतंय मला त्याबद्दल. विचित्र वळण आहे हे माझ्या दृष्टीने. नको विचारू नकोस कारण. मला स्वतःलाच ते समजून घ्यायला कितीतरी काळ जावा लागेल. फक्त एवढंच जाणते मी, एवढं देणं मी तुला देऊ लागते. एल्सवर्थ टूहीला काढून टाक. फार उशीर होण्याच्या आत त्याला बाहेर घालव. तू त्याच्या तुलनेत फार कमी विखार भरलेल्या अनेकांचा, फार कमी धोकादायक असलेल्या अनेकांचा कणा मोडला आहेस. टूहीला घालव, त्याच्या मागे लाग आणि त्याचा कण नि कण नष्ट होईपर्यंत स्वस्थ बसू नकोस.'

'पण का? आणि त्याचा विचार आत्ता तुझ्या मनात येण्याचं काय कारण?'

'कारण तो कशाच्या मागे आहे ते मला कळतंय.'

'कशाच्या मागे आहे?'

'वायनान्ड पेपर्सची सूत्रं हवी आहेत त्याला.'

तो खदखदून हसला. त्यात उपहास नव्हता किंवा रागही नव्हता. एखाद्या विनोदावर हसावं तसा हसत होता तो.

'गेल...' ती असाहाय्यपणे म्हणाली.

'ओः, हे भगवान, डॉमिनिक... आणि इथे मला वाटत होतं तुला खूप कळतं...'

'तुला टूही कधी समजलाच नाही.'

'आणि त्याची मला गरजही नाही. तू मला टूहीच्या मागे लागलेलं पाहू तरी शकशील? एका ढेकणाचा नायनाट करायला रणगाडा? एल्सीला काढायची काय जरूर आहे मला? असली लोकंच

माझ्यासाठी पैसा कमवत असतात. त्याचा बाष्कळपणा वाचायला आवडतो लोकांना. त्याच्यासारखे विदूषकी लोक मी काढून टाकत नाही. माशा पकडायचा चिकट कागदी सापळा असतो ना, तितकेच मौल्यवान असतात हे लोक माझ्यासाठी.'

'तोच तर धोक्याचा भाग आहे. त्यातला एक भाग.'

'त्याचे चाहते-वाचक हा? त्याच्यापेक्षा फार जास्त लोकप्रिय, प्रभावी शब्दप्रभू माझ्या नोकरीत राहून गेलेत. त्यातल्या काहींना लाथ मारून हाकलावं लागलं, तेव्हा- तिथेच संपले ते. त्यांची लोकप्रियता बॅनरच्या उंबरठ्यापाशीच संपली... बॅनर सुरूच राहिला.'

'त्याच्या लोकप्रियतेचा प्रश्न नाही. त्या लोकप्रियतेचं एक वेगळं वैशिष्ट्य आहे. तुला त्याच्या अटींवर त्याच्याशी लढता नाही यायचं. तू रणगाडा आहेस खरा- आणि ते शस्त्र अगदी स्वच्छ, उघड असतं. प्रामाणिकपणे लढणारं अस्त्र. उघड्यावर येतं, सामोरं येतं. समोर येणाऱ्या सर्वांना भुईसपाट करतं. समोरच्याचे वारही झेलून घेतं. असा आहेस तू. पण तो आहे एखाद्या विषारी रासायनिक वायू सारखा... छिलून काढणारा वायू... फुफ्फुसांचाच घास घेत जाणारा. पापाच्या अंतरंगाचं काही रहस्य असेल तर, मला वाटतं ते त्याला कळलेलं आहे. ते म्हणजे काय ते मलाही नाही माहीत. पण तो त्याचा वापर करतो हे मला माहीत आहे आणि त्याचा उद्देश काय आहे तेही मला कळतं.'

'वायनान्ड पेपर्सवर नियंत्रण मिळवण्याचा उद्देश?'

'दुसऱ्या एका उद्दिष्टासाठी पहिल्यांदा वायनान्ड पेपर्सचं नियंत्रण हवं आहे त्याला.'

'दुसरं कुठलं उद्दिष्ट?'

'जगावर नियंत्रण ठेवायचंय त्याला.'

तो तुच्छतेने पण शांतपणे म्हणाला, 'हे काय, डॉमिनिक? कसली थट्टा मांडली आहेस, आणि कशासाठी?'

'मी थट्टा करत नाहीये, गेल. मी हे फार गंभीरपणे सांगतेय तुला.'

'जगावर नियंत्रण करण्यासाठी, माय डियर, माझ्यासारखी माणसं असावी लागतात. टूहीसारख्या बुणग्यांना त्याचं स्वप्नही पडणार नाही.'

'मी तुला समजावून सांगण्याचा प्रयत्न करते. कठीण आहे बरंच. समजावून सांगायला सगळ्यात कठीण गोष्ट कोणती असते माहीत आहे- जी अगदी ढळढळीत उघड असते आणि आपण पहायलाच नकार देतो ती. पण तू जरा ऐकशील तर-'

'नाही ऐकणार. मला क्षमा कर, पण एल्सवर्थ टूही हा मला धोकादायक ठरू शकेल वा नाही या विषयावर चर्चा करणंच मला हास्यास्पद वाटतं. त्यावर गंभीरपणे चर्चा करणं मला अपमानास्पद वाटतं.'

'गेल, मी...'

'नाही, डार्लिंग, मला नाही वाटत तुला बॅनरबद्दल फार काही समजतं. आणि त्याची गरजही नाही. त्यात तू कोणत्याही प्रकारे सहभागी होऊ नयेस अशी माझी इच्छा आहे. विसर ते. बॅनरकडे मी पाहून घेईन.'

'ही तुझी मागणी आहे का, गेल?'

'निर्वाणीचं सांगतोय म्हण.'

'ठीक आहे.'

'विसरून जा. काहीतरी भयगंड मनात तयार करून घेऊ नकोस- एल्सवर्थ टूहीसारख्या माणसांबद्दल तर नक्कीच नाही. तुला शोभत नाही हे.'

'ठीक आहे, गेल. चल, आत जाऊ या. ओव्हरकोटशिवाय इथे उभा आहेस कितीवेळ. थंडी पडलीय.'

तो ओठातल्या ओठात हसला. यापूर्वी कधीच तिने अशा प्रकारची काळजी व्यक्त केली नव्हती. त्याने तिचा हात हातात घेत तळव्याचं चुंबन घेतलं आणि तो हात स्वतःच्या तळव्यावर धरून ठेवला.

□ □ □

त्यानंतर अनेक आठवडेपर्यंत ते एकान्तात असताना एकमेकांशी मोजकंच बोलत आणि एकमेकांबद्दल तर कधीच नाही. पण त्या शांततेत दुरावा नव्हता. त्यात एक समंजसता होती- अतिशय अलवार समंजसता. शब्दांची गरजच नसलेली. एखाद्या संध्याकाळी ते खोलीत बसून असत, काहीही न बोलता, केवळ एकमेकांचा सहवास असण्यात समाधानी. मध्येच ते दोघेही एकमेकांकडे बघायचे आणि स्मितहास्य करायचे, हात हाती घेतल्यासारखं उबदार स्मित.

मग एका संध्याकाळी तिला उमजलं, आज तो काहीतरी बोलणार होता. ती ड्रेसिंग टेबलपाशी बसली होती. तो आत येऊन भिंतीला टेकून तिच्या जवळच उभा राहिला. तिचे हात, तिचे उघडे खांदे यांवर त्याची नजर स्थिरावली होती, पण तिला वाटलं तो तिच्या शरीर सौंदर्याच्या पलीकडे काहीतरी खोलखोल पहात होता, तिच्यावरच्या त्याच्या प्रेमापेक्षाही काहीतरी गहिरं... तो स्वतःकडेच पहात होता जणू, आणि तिला कळलं की ही मानवंदना होती, अतुलनीय अशी वंदना.

'मी श्वास घेतो माझ्या गरजेसाठी, माझ्या शरीराला ऊर्जा हवी म्हणून, माझा जीव जगवण्यासाठी. मी तुला दिला आहे तो माझा त्याग नव्हे, माझी करुणा नव्हे. तुला मी देतो आहे माझी अहंता आणि माझी सोलीव गरज.' तिला रॉर्कचे शब्द ऐकू येत राहिले. रॉर्कचा आवाज जणू गेल वायनान्डसाठी शब्दोच्चार करीत होता... आणि तिला रॉर्कच्या प्रेमाच्या अभिव्यक्तीचे शब्द दुसऱ्या पुरुषाच्या प्रेमासाठी वापरताना प्रतारणा केल्यासारखं वाटलंच नाही.

'गेल,' ती हळुवारपणे म्हणाली, 'मी तुझ्याशी लग्न केलं या गोष्टीबद्दल कधीतरी मला तुझी क्षमा मागावी लागणार आहे.'

त्याने सावकाश मान हलवली. त्याच्या ओठांवर स्मित होतं. ती म्हणाली, 'तू मला या जगाला बांधून घालणारा साखळदंड व्हावंस असं मला वाटत होतं. त्याऐवजी तू माझं चिलखत झाला आहेस. आणि त्यामुळे माझं तुझ्याशी लग्न आता प्रामाणिक राहिलं नाही.'

'नाही. मी तुला केव्हाच सांगितलंय- तुझं कोणतंही कारण मला स्वीकार्य असेल.'

'पण तू सारे संदर्भ बदलून टाकलेस माझे. की मीच बदलले ते? मला नाही माहीत. आपण दोघांनी एकमेकांना काहीतरी केलंय... काहीतरी विचित्रच. मला जे सोडून द्यायचं होतं ते मी तुला दिलंय. आणि मला वाटत होतं की या लग्नामुळे माझी जगण्याची संज्ञाच पराभूत होईल. जगणं एक उत्फुल्ल गोष्ट असावी असं नेहमीच वाटत आलेलं मला. आणि तू- मी ज्या गोष्टी करू शकले असते त्या साऱ्या तू केल्या आहेस. आपण किती सारखे आहोत, कळतंय तुला?'

'मला ते पहिल्यापासून कळलं.'

'पण हे अशक्य असायला हवं होतं. गेल, मला आता तुझ्याबरोबर रहायचंय, दुसऱ्याच एका कारणासाठी. मला वाटतं मी जेव्हा तुला पूर्णपणे समजून घेऊ शकेन तेव्हा मी स्वतःलाच समजून घेऊ शकेन. उत्तर आहे त्याचं कुठेतरी. आपल्यात जी गोष्ट समान आहे, तिचं काहीतरी नाव आहे. मला माहीत नाही ते. पण ते खूप महत्त्वाचं आहे.'

'शक्य आहे. मला वाटतं मलाही ते समजून घ्यावंसं वाटायला हवं. पण नाही वाटत. मला

आता कशाचीच पर्वा नाही वाटत. मला भीतीही वाटत नाही कशाची.'

त्याच्याकडे वर पहात ती खूप शांतपणे म्हणाली, 'मला भीती वाटते, गेल.'

'कशाची, डियरेस्ट?'

'मी तुला जे काही करते आहे, त्याची.'

'का?'

'माझं तुझ्यावर प्रेम नाही, गेल.'

'मला त्याचीही पर्वा वाटू शकत नाही.'

तिने मस्तक झुकवलं आणि तो तिच्या सोनेरी हेल्मेटसारख्या केसांकडे पहात राहिला.

'डॉमिनिक.'

तिने आज्ञाधारकपणे वर पाहिलं.

'माझं तुझ्यावर प्रेम आहे, डॉमिनिक. माझं तुझ्यावर इतकं प्रेम आहे की, त्यात मला कशानेही फरक पडत नाही... तुझ्यामुळेही नाही. तुला कळतंय हे? फक्त माझं प्रेम- त्याला तुझा प्रतिसाद नव्हे. तुझ्या निर्विकारपणामुळेही काही फरक पडणार नाही. मी जगाकडून फार काही घेतलं नाही. फार काही हवंसं वाटलंही नाही. काहीतरी खूपखूप हवं, असं कधी वाटलंच नाही मला. अगदी संपूर्णपणे, अविभाज्यपणे, कडेलोटाची इच्छा असावी असं काहीच नव्हतं मला हवंसं. ते नसेल तर जगताच येणार नाही असा अखेरचा पर्याय उभा राहील असं काहीही नाही. आता ते सारंसारं तू आहेस माझ्यासाठी. पण जेव्हा माणूस त्या टप्प्यापर्यंत पोहोचतो, तेव्हा त्याला काय हवं असतं याची पर्वा संपते. पर्वा असते फक्त स्वतःच्या इच्छेची. तुझी नव्हे, माझीच... इच्छा बाळगण्याची तीव्रताच महत्त्वाची ठरते. त्यापेक्षा खालच्या टप्प्यावर कोणतीच भावना मान्य होत नाही, कशालाच महत्त्वही देता येत नाही. मला असं कधीही वाटलं नव्हतं. डॉमिनिक, कोणतीही गोष्ट 'माझी' आहे असं खऱ्या अर्थाने मला कधी म्हणताच आलं नव्हतं... आता मी तुझ्या बाबतीत जसं म्हणतो तसं- अंहं... कधीच नाही... माझी. तू काय म्हणालीस मघाशी... जगण्याची भावना ही उत्फुल्ल असायला हवी म्हणून? बरोबर म्हणालीस. तुला कळतंय. मला भीती वाटूच शकत नाही. माझं प्रेम आहे तुझ्यावर, डॉमिनिक, माझं प्रेम आहे तुझ्यावर. पहा... आता तू मला म्हणू देते आहेस तसं... माझं प्रेम आहे तुझ्यावर.'

तिने हात उंचावला आणि आरशावर चिकटवलेला तो तारेचा कागद काढला. तळहातात ठेवून तो बोटांनी सावकाश चुरगळत राहिली ती. तो कागदाची कुरकुर ऐकत राहिला. तिने हात पुढे केला आणि केराच्या टोपलीवर मूठ हलकेच उघडत तो कागद खाली पडू दिला. क्षणभर तिचा हात बोटं उघडून, तिरपा होऊन तसाच राहिला.

❑

भाग ४

हॉवर्ड रॉर्क

१

पानं उन्हात थरथरत हलकेच उतरत होती. त्यातल्या बहुतेकांत हिरवेपणा नव्हताच, क्वचित कुठेतरी तरतरीत हिरव्या रंगाचे बुंदके होते, इतक्या प्रखर हिरव्या रंगाचे की डोळ्याला खुपावेत. बाकी साऱ्या पानांना साधा रंग नव्हे प्रकाशाचा रंगस्पर्श होता. तापलेल्या धातूसारखा... बाह्यरेखा निश्चित नसणाऱ्या जिवंत ठिणग्यांसारखा. ते जंगल जणू सावकाश उकळ्या फुटणारा प्रकाश अंथरून ठेवल्यासारखं दिसत होतं. त्यातून हा रंग मिळत होता आणि त्यातले लहानलहान बुडबुडे हिरव्या रंगात फुटले होते... वसंताचा अर्क त्यातल्या वाफेतून उतरणार होता. रस्त्याच्या दोन्ही कडांची झाडं एकमेकांना फांद्याफांद्यांनी भेटत होती आणि जमिनीवरचे उन्हाचे तुकडे एकमेकांना हळुवारपणे कुरवाळणाऱ्या डहाळ्यांच्या हालचालींसरशी सरसर धावत होते.

त्या तरुणाला वाटून गेलं, आपल्याला मरणबिरण नको यायला बाबा इतक्यात. जग इतकं सुंदर दिसत असेल तर नको मरण. शब्दांऐवजी पानांची सळसळ, झाडांच्या फांद्यांच्यां आवाजातूनही इतकी आशा जागत असेल तर नको मरण. पण त्याला हेही माहीत होतं, असं वाटण्याचं कारण म्हणजे गेल्या काही तासांत त्याच्या कानावर मानवाची चाहूलही पडली नव्हती. तो एकटाच होता. पेनसिल्वेनियाच्या रानात, बुजलेल्या वाटांवरून सायकलने एकटाच प्रवास करत तिथं पहिल्यांदाच आलेला तो. एका अनाघ्रात जगाची नवलाई त्याला जाणवत होती.

तो अगदी पोरसवदा तरुण होता. १९३५च्या या वसंतात नुकताच पदवीधर झालेला. आणि आयुष्य खरंच जगण्याच्या लायकीचं आहे का, याचा पडताळा हवा होता त्याला. आपल्या मनात हा प्रश्न आहे की, नाही हे सुद्धा त्याला स्पष्ट झालेलं नव्हतं. तो मरण्याचा विचारही करत नव्हता. तो फक्त विचार करत होता... आयुष्यातला आनंद, काही अर्थ आणि जगण्यासाठी कारण शोधायला हवं. ते आजवर त्याला कुठेही मिळालं नव्हतं.

कॉलेजमध्ये शिकवलेल्या कोणत्याच गोष्टी त्याला आवडल्या नव्हत्या. सामाजिक बांधिलकी, सामाजिक जाणीव, समाजसेवेला वाहिलेली आयुष्यं, स्वार्थत्याग वगैरे बऱ्याच गोष्टी त्याला शिकवण्यात आल्या होत्या. सारेच म्हणायचे की हे सारं फार सुंदर आहे, स्फूर्तिदायक आहे वगैरे. पण त्याला काही कुठे स्फूर्ती मिळाली नव्हती. त्याला काहीच वाटलं नव्हतं.

आयुष्यातून आपल्याला काय हवंय हे त्याला सांगता आलं नसतं. ते त्याला इथे थोडंथोडं जाणवलं... या रानोमाळ एकान्तात. पण रानोमाळी निसर्गाच्या मांडीवर बागडणाऱ्या सुदृढ पशूचा आनंद मानणारांतला तो नव्हता. त्याला हवा होता सुदृढ माणसाचा आनंद- ज्याला निसर्गाचं आव्हान पेलणं, हत्यारं वापरणं, सामग्री जमवणं यातला आनंद हवासा वाटत होता. त्यामुळे त्याला जरा रागच आला आपल्याला या निसर्गाच्या सान्निध्यात इतकं छान वाटतंय याचाच. माणसं आणि माणसांची कामं यांच्या जगात ही पल्लवित झालेली आशा पुन्हा मावळेल याची खिन्नताही वाटून गेली त्याला. त्याला वाटलं, हे बरोबर नाही... माणसाचं काम ही निसर्गाने दिलेल्या आशेच्या पुढची पायरी असायला हवी, खालची नव्हे. माणसांचा राग करावा असं त्याच्या मनात नव्हतं. त्यांचं

कौतुक करावं, त्यांच्यावर प्रेम करावं हे त्याला मान्य होतं. पण तरीही त्याला वाटेत एखादं घर, किंवा गुत्ता किंवा सिनेमाचं पोस्टर नजरेसमोर येण्याची काहीशी भीतीच वाटत होती.

त्याला संगीत लिहायची जबरदस्त इच्छा होती... त्याला हव्या असलेल्या गोष्टीला दुसरं काही नाव देणं त्याला जमत नव्हतं. काय हवं ते समजून घ्यायचं असेल तर चायकोव्स्कीच्या पहिल्या कॉन्सेर्टोमधल्या सुरुवातीच्या ओळी किंवा राश्मानिनॉव्हच्या दुसऱ्या कॉन्सेर्टोमधल्या अखेरच्या ओळी ऐक असं तो स्वतःला सांगत असे. त्याला शब्द नाही देऊ शकलं कुणी अजून, कृतीतून किंवा विचारांतूनही... पण त्यांना त्या संगीताचा शोध लागला. मला पाहू दे, एखाद्या माणसाचं एखादं काम. प्रत्यक्ष पाहू दे... सत्यात उतरलेलं पाहू दे. त्या संगीताच्या सुरांना दिलेलं एखादं उत्तर पाहू दे मला. कुणी सेवा करणारा नको, कुणी सेवा घेणारा नको. त्यागाच्या वेदी नकोत किंवा आत्मदहनाचे प्रयोग नकोत... वेदनेपासून मुक्त, परिपूर्ण आणि अंतिम असं काहीतरी दिसू दे मला. मला कुणाची मदत नको, सेवा नको, फक्त एवढी साक्ष मला पटू दे. गरज आहे मला त्याची. हे बंधूंनो, माझ्या आनंदासाठी तुम्ही कोणीही काम करू नका, फक्त तुमचं काम दाखवा मला. दाखवा की हे शक्य आहे. तुमची यशस्विता, तुमची मिळकत दाखवा मला. आणि तेवढं कळलं की मला माझी यशाची वाटचाल सोपी होऊन जाईल.

रस्ता संपल्यासारखा वाटत होता तिथे दरडीच्या टोकापाशी त्याला एक निळा गोल ठिपका दिसू लागला. हिरव्या फांद्यांच्या कोंदणात तो निळा रंग पाण्याची तलम चादर ओढल्यासारखा दिसत होता. मी त्या कडेपाशी गेलो आणि तिथं केवळ अनंत निळाई सापडली... खाली-वर केवळ आकाशच आकाश सापडलं तर... त्याने डोळे मिटून घेतले आणि तो पुढे जात राहिला. एक शक्यता जणू क्षणभरासाठी पुढे ढकलत, स्वतःला एक स्वप्न पडू देत, तिथे कडेपाशी गेल्यावर डोळे उघडल्यावर निळे मुक्त आकाश भेटीला येईल अशी खात्री मनात खेळवत तो पुढे जात राहिला.

मग त्याचं पाऊल जमिनीवर टेकलं, गती थांबली. त्याने डोळे उघडले. तो स्तब्ध उभा राहिला.

त्याच्या समोर पसरलेल्या त्या लांबरुंद दरीत सकाळच्या पहिल्यावहिल्या सूर्यकिरणांत न्हात एक नगर उभं होतं. पण नगरही नव्हतं ते. अशी कुठे कधी नगरं असतात का... त्याने ही शक्यताही थोडी लांबणीवर टाकली... काहीही प्रश्न किंवा स्पष्टीकरण न विचारता तो निव्वळ पहात राहिला.

समोरच्या टेकडीच्या दरडीच्या प्रत्येक टप्प्यावर लहानलहान घरं होती. वरून खाली उतरत गेलेली. त्या दरडींवरच्या खडकांना जराही धक्का लावण्यात आला नव्हता हे त्याच्या लक्षात आलं. त्या उताराच्या नैसर्गिक सौंदर्याला कुठेही धक्का लागला नव्हता. तरीही त्या कुणा अनाम शक्तीला माहीत होतं की ती घरं कशी बांधावीत... त्या खडककपारीला ती घरं अशी बिलगून होती की यापुढे त्या टेकडीच्या उताराचा त्या घरांशिवाय विचारच करणं अशक्य होतं. जणू शतकानुशतकं, युगानुयुगं पृथ्वीच्या पोटातल्या महाऊर्जेने इतर अनेक योगायोगांशी मांडलेल्या मंथनातून हे खडक जन्माला आले होते आणि जणू त्यांची अभिव्यक्ती अंतिम रूपात परिपूर्ण व्हावी म्हणून वाट पहात होते... हे होतं त्यांचं अंतिम रूप... ही घरं, टेकडीचा भाग बनून राहिलेली घरं आणि तरीही त्या परिसराला त्याचा अर्थ प्राप्त करून देत स्वतःची मुद्रा उमटवणारी घरं.

ती घरं होती अतिशय साध्या पाषाणाची, टेकडीवर विखरून पडलेल्या दगडांसारखेच दगड आणि काचा. खिडक्यांच्या लांबरुंद काचा जणू सूर्याला ती रचना पूर्ण करण्यासाठी येण्याचं निमंत्रण देत होत्या. साऱ्या वास्तूच्या चिरेबंदीमध्ये उन्हाचं रसायन मिसळत होतं. बरीच घरं होती तिथे. लहानशी, एकमेकांपासून दूर दूर आणि एकमेकांपासून भिन्न. कोणतीही दोन घरं सारखी नव्हती. पण

एकाच रागाच्या वेगवेगळ्या बंदिशी असाव्यात तशी... एका प्रचंड ताकदवान कल्पनाशक्तीतून स्फुरलेल्या सिंफनीसारखी आणि त्यांना रूप-रंग-आकार देणाऱ्या त्या ऊर्जास्त्रोताचं प्रसन्न हास्य त्यांच्या रेखांतून सांडत होतं, जणू तो ऊर्जास्त्रोत स्वतःला पूर्णपणे उधळून देण्याचं आव्हान स्वतःलाच घेत तिथे मुक्तपणे भरधाव सुटला होता, आणि तरीही संपला नव्हताच. संगीत... त्याच्या मनात त्याने जागवलेलं संगीत जणू इथे मूर्त झालं होतं... त्याच्या डोळ्यासमोर उभं राहिलं होतं... त्याला तारा झंकारल्यासारखं वाटत होतं... विचारांची भाषा, दृष्टीची रंगभाषा आणि ध्वनीची स्वरभाषा यात काहीतरी सामाइक आहे का, तो विचार करीत होता की, ही गणिताची भाषा आहे? तर्क-विवेकाची शिस्त गणितात असते आणि त्यादृष्टीने संगीत हे गणितासारखंच तर असतं... आणि आर्किटेक्चर हे पाषाणातलं संगीतच तर असतं... त्याला वाटलं आपल्या डोळ्यांवर धुंदी आली असावी... कारण खाली दिसणारं हे दृश्य सत्यात असणं शक्यच नाही.

झाडं, हिरवळी, पाऊलवाटा, दगडात कोरलेल्या पायऱ्या, कारंजी, पोहोण्यासारखे जलाशय, टेनिस कोर्टस् सारं त्याला दिसत राहिलं आणि तरीही एकही जिवंत माणूस नव्हता दिसत तिथं. ती जागा रिकामी पडलेली.

त्याला या गोष्टीचा फारसा धक्का बसला नाही. ते दृश्य पाहून जेवढा धक्का बसला होता तेवढा तर नाहीच. किंबहुना हे स्वाभाविकच वाटलं त्याला... हे अस्तित्त्वाच्या पातळीवर प्रत्यक्षात असणं कठीणच वाटत होतं. या क्षणी तरी त्याला हे काय आहे हे जाणून घेण्याची उत्सुकताही वाटत नव्हती.

बऱ्याच वेळानंतर त्याने सभोवार सर्वत्र दृष्टी फिरवली आणि त्याला कळलं की, तिथं तो एकटा नव्हता. त्याच्यापासून काही अंतरावर एका मोठ्या शिळेवर एक माणूस बसला होता. खाली दरीकडे पहात, हरवून गेलेला तो. या तरुणाची चाहूल त्याला लागली नव्हती. तो माणूस उंच, सडपातळ होता. त्याचे केस लालकेशरी होते.

तो सरळ त्याच्या दिशेने चालत गेला. अखेर त्याचं लक्ष गेलं त्याच्याकडे. त्याचे डोळे राखी रंगाचे शांत गहिरे होते आणि अचानक त्या तरुणाला कळलं की, आपणा दोघांनाही नेमकं तेच वाटतं आहे... तो बोलला तेव्हा आपण एखाद्या अपरिचिताशी बोलतोय असं वाटलंच नाही त्याला.

'हे सत्यात आहे? नाही ना?' त्याने खाली बोट दखवत विचारलं.

'का बरं... सत्यातच आहे ते... आता.'

'हा सिनेमाचा सेट किंवा काहीतरी करामत तर नाही?'

'नाही. हा नवा समर रिसॉर्ट आहे. आत्ताच पूर्ण झालाय तो. येत्या काही आठवड्यांतच त्याचं उद्घाटन होईल.'

'कोणी बांधलाय तो?'

'मी बांधला.'

'काय नाव तुझं?'

'हॉवर्ड रॉर्क.'

'थँक यू,' तो म्हणाला. आपल्याकडे पहाणाऱ्या त्या दोन गहिऱ्या डोळ्यांना एवढ्या दोन शब्दांतून सारंकाही समजलंय हे त्याला कळलं. हॉवर्ड रॉर्कने स्वीकार केल्यासारखी मान किंचित झुकवली.

सायकल हाताने चालवत नेत तो तरुण पायवाटेने टेकडीवरून खाली त्या दरीत आणि घरांच्या दिशेने उतरत गेला. रॉर्क त्याच्याकडे पहात राहिला. त्याने त्या मुलाला यापूर्वी कधी पाहिलं नव्हतं

आणि पुन्हा कधी पहाणारही नव्हता. कुणालातरी संपूर्ण आयुष्याला सामोरं जाण्याचं धैर्य त्याने दिलं होतं हे त्याच्या गावीही नव्हतं.

□ □ □

मॉनाड्नॉक व्हॅलीतला हा समर रिसॉर्ट बांधण्यासाठी आपली निवड कशी काय झाली रॉर्कला प्रश्नच पडलेला.

दीड वर्षांपूर्वी, १९३३च्या हिवाळ्यातली घटना. त्याच्या कानावर या प्रकल्पाची माहिती आल्यावर तो मि. कॅलेब ब्रॅडलींना भेटायला गेला होता. कुठल्याशा बड्या कंपनीचे ते प्रमुख होते. ही जमीन विकत घेऊन त्यांनी रिसॉर्टची जोरदार जाहिरात चालवली होती. तो ब्रॅडलींकडे गेला तो केवळ एक काम करायला पाहिजे म्हणून, फार काही आशा मनात नव्हतीच, मिळणाऱ्या नकारांच्या यादीत आणखी एक भर पडणार हीच अपेक्षा होती. स्टोडार्ड मंदिरानंतर त्याने न्यू यॉर्कमध्ये काहीही बांधलं नव्हतं.

तो ब्रॅडलींच्या ऑफिसमध्ये शिरला तेव्हाच त्याने मनाशी खूणगाठ बांधून टाकली की- विसर मॉनाड्नॉक व्हॅली, हा मनुष्य कधीच तुला हे काम देणार नाही. कॅलेब ब्रॅडली एक ठेंगणासा, गुबगुबीत माणूस होता. त्याच्या गोलमटोल खांद्यांच्या मधोमध स्थिरावलेला त्याचा चेहरा तसा चलाख दिसत होता. त्याच्या चेहऱ्यावर पोरकटपणा होता, न शोभणारा. तो पन्नास वर्षांचा वाटत होता नि वीस वर्षांचा वाटायचा प्रयत्न करीत होता. त्याचे निळे डोळे कोरे होते, लबाडी नि कंटाळलेला भाव दर्शवणारे.

पण रॉर्कला मॉनाड्नॉक व्हॅलीचा विसर पडत नव्हता. त्यामुळे आपल्या भाषणाचा काहीही उपयोग होणार नाही हे विसरून त्याने भाषण करून टाकलं. मि. ब्रॅडली ऐकत होते. त्यांना रॉर्क काय म्हणतो त्यात रस वाटत नव्हता, पण तरीही ते रस घेऊन ऐकत असल्यासारखे दिसत होते खरे. रॉर्कला वाटलं त्या खोलीत तिसरंच कोणीतरी अदृश्य रूपात वावरत असावं. मि. ब्रॅडली फार काही बोलले नाहीत. विचार करून कळवतो म्हणाले. पण नंतर ते काहीतरी विचित्रच बोलले. त्यांच्या प्रश्नाचा हेतू लक्षात येणार नाही असा त्यांचा आवाज निर्लेप होता. त्या स्वरात तिरस्कारही नव्हता आणि कौतुकही नव्हतं.

‘स्टोडार्ड मंदिर बांधणारे आर्किटेक्ट तुम्हीच ना, मि. रॉर्क?’

‘होय.’

‘मी स्वतःच तुमच्या नावाचा विचार कसा केला नाही मला नवल वाटतंय.’ ब्रॅडली म्हणाले.

रॉर्क विचार करत होता, ब्रॅडलींनी आपल्या नावाचा विचार केला असता तर जास्त मोठं नवल होतं.

तीन दिवसांनंतर ब्रॅडलींनी त्याला फोन करून बोलावून घेतलं. रॉर्क आला तेव्हा आणखी चार जण तिथे आले होते. मॉनाड्नॉक व्हॅली कंपनीचे संचालक. रुबाबदार कपडे केलेले सर्वांनी. आणि चेहरे मि. ब्रॅडलींसारखेच बंद होते.

‘जे तुम्ही मला सांगितलंत तेच या सर्वांनाही सांगा, मि. रॉर्क.’ ब्रॅडली हसतच म्हणाले.

रॉर्कने आपली योजना मांडली. जाहिरातींत म्हटल्याप्रमाणे मध्यम उत्पन्न गटाच्या लोकांसाठी जरा हट के समर रिसॉर्ट बांधायची त्यांची कल्पना असेल तर प्रथम त्यांनी हे लक्षात घ्यायला हवं... की प्रायव्हसी किंवा एकान्त न मिळणे हा गरिबीचा एक मोठा शाप असतो. शहरातले अतिश्रीमंत लोक किंवा अतिगरीब लोकच उन्हाळी सुट्या मजेत व्यतीत करू शकतात. अतिश्रीमंतांकडे त्यांचे

खाजगी जमीनजुमले-इमले असतात म्हणून आणि अतीगरीबांना सार्वजनिक समुद्रकिनारे किंवा नाचण्याच्या जागा वगैरेंमधली गर्दी, अंगाला अंग लागणं, घामाचे वास वगैरेंची सवय झालेली असते म्हणून. जरा चांगल्या अभिरुचीच्या पण साधारण उत्पन्न असलेल्या लोकांना कुठे जायला जागाच नसते. कळपात राहून मजा करायला ज्यांना जमत नाही त्यांना काहीच पर्याय नसतो. गरिबीमुळे गुरांच्या कळपाचीच प्रवृत्ती होते असं गृहीत कशासाठी धरायचं? या लोकांसाठी एखादा आठवडा किंवा महिनाभर हव्या त्या सुखसोयींमध्ये रहायला मिळण्याची सोय का उपलब्ध करून देऊ नये? त्याने मॉनाड्नॉक व्हॅली पाहिली होती. हे करता येणं शक्य होतं. त्या टेकडीच्या उतारांना धक्का लावायचा नाही. सुरुंग वापरायचे नाहीत. पातळी सारखी करून घेण्यात पैसा खर्च करायचा नाही. एकच मोठंच्या मोठं मुंग्यांच्या वारुळासारखं होटेल न बांधता लहान लहान घरं बांधायची. एकमेकांपासून लपलेली छोटीछोटी घरं. प्रत्येक घराला स्वतःचा एकान्त असेल. एकमेकांना भेटायचं की नाही ते त्यांना ठरवता येईल. सर्वांना मिळून एकच मासळीबाजारासारखा पोहायचा तलाव नव्हे तर कंपनीला परवडतील तितके छोटेछोटे खाजगी तलाव बांधता येतील. ते स्वस्तात कसं करायचं ते दाखवून देता येईल त्यांना. अनेक टेनिस कोर्ट्सचा समूह एकत्र बांधून दिखाऊपणा करणारांच्या प्रदर्शनाची सोय करायची नाही. ही जागा केवळ लब्धप्रतिष्ठितांच्या गाठीभेटींची जागा असणार नाही, दोन आठवडे राहून बरासा नवरा गटवण्याची सोय असणार नाही... अशी जागा की जिथे असेच लोक येतील ज्यांचं स्वतःच्या जगण्यावर प्रेम आहे... ज्यांना स्वतःचं अस्तित्त्व छान भरभरून साजरं करण्याची इच्छा असेल... त्यांना त्यासाठी मोकळं सुटू देणारी ही जागा असेल.

ते सारे त्याचं म्हणणं शांतपणे ऐकून घेत होते. ते मधूनमधून एकमेकांकडे पहाताहेत हे त्याच्या लक्षात आलं. त्याला वाटलं की जेव्हा एखाद्या वक्त्याच्या तोंडावर हसता येत नाही तेव्हाच लोक असे एकमेकांकडे पहातात. पण ते चूक ठरलं. दोनच दिवसांनंतर त्याने मॉनाड्नॉक व्हॅलीच्या बांधकामाच्या करारपत्रावर सह्या केल्या.

त्याने आपल्या प्रत्येक ड्रॉइंगवर मि. ब्रॅडलींच्या सह्या घेतल्या. स्टोडार्ड मंदिर तो विसरला नव्हता. मि. ब्रॅडलींनी सर्वांवर सह्या केल्या, ओके लिहिलं, सर्व गोष्टी मान्य करत गेले ते, सर्व गोष्टींशी सहमत होत गेले. रॉर्कने स्वतःच्या मनाप्रमाणे काम करावं अशीच त्यांची मनापासूनची इच्छा दिसली. पण त्यांचा हा उत्साह एखाद्या लहान मुलाला खेळवण्यासाठी असावा तसा वाटत होता.

त्याला ब्रॅडलीबद्दल फार काही माहिती मिळू शकली नाही. त्याने रिअल ईस्टेटमध्ये, फ्लोरिडा भागातल्या जमीनखरेदीतून भरपूर पैसा कमावल्याची वदंता होती. त्यांच्या या सध्याच्या कंपनीत वारेमाप पैसा येत होता. भागधारक म्हणून अनेक श्रीमंतांची नावं घेतली जात होती. रॉर्कची आणि त्यांची भेट कधीच झाली नाही. संचालक मंडळाचे ते चौघे जण पुन्हा फारसे फिरकले नाहीत. एकदा-दोनदा साइटविझिटसाठी आले, तेव्हाही त्यांनी फारसा उत्साह दाखवला नाही. मि. ब्रॅडलींच्या हातात सारी सूत्र होती. पण बजेटवर बारीक नजर ठेवण्याव्यतिरिक्त त्यांनी बाकी सारं रॉर्कच्या हातात आनंदाने सोपवलं होतं.

नंतरच्या अठरा महिन्यांत रॉर्कला ब्रॅडलीबद्दल विचार करायलाही वेळ नव्हता. रॉर्क त्याच्या सर्वांत छान प्रकल्पाच्या कामात बुडून गेला होता.

गेलं वर्षभर तो तिथेच बांधकामाच्या साइटवरच रहात होता. टेकडीच्या उतारावर एक झोपडी ठोकून त्यात एक पलंग, एक टेबल आणि एक स्टोव्ह टाकून घेऊन तो राहू लागला. त्याचे जुने ड्राफ्ट्समन पुन्हा एकदा त्याच्याकडे रुजू झाले. काही जण तर शहरातल्या चांगल्या पगाराच्या नोकऱ्या सोडून तिथं तंबूत नि झोपड्यांत रहायला, फळकुटांनी ठोकलेल्या जमिनीवरच्या आर्किटेक्टच्या

ऑफिसमध्ये काम करायला आले. तिथे इतकं काम होतं की स्वतःसाठी चांगली घरं बांधून घेण्यात वेळ दवडणं त्यांना सुचलंच नाही. कितीतरी काळ लोटल्यानंतर त्यांना जाणवलं की, त्यांनी किती कष्टात दिवस काढले होते. आणि जाणवलं तेव्हा त्यांचा विश्वास बसेना, कारण त्यांच्या मनात एकच चित्र कोरलं गेलं होतं मॉनाड्नॉक व्हॅलीचं... तिथल्या बारा महिन्यांत जणू पृथ्वीचं आवर्तन थांबलं होतं, ऋतुचक्र थांबलं होतं आणि एकच एक वसंत ऋतू कायम अवतरला होता तिथं. बर्फ पडून गोठलेल्या जमिनीचा, फळकुटांच्या फटींतून शीळ घालत फिरणाऱ्या थंड बोचऱ्या वाऱ्याचा, लष्करी खाटांवर टाकलेल्या पातळशा ब्लँकेट्सचा, पेन्सिल पकडण्यापूर्वी ताठलेली बोटं मऊ पडावीत म्हणून चुलीच्या धगीवर ताणून धरलेल्या बोटांचा त्यांना पार विसर पडला होता. जगणं म्हणजेच एक अखंड वसंत ऋतू अशी मनःस्थिती होती त्यांची आणि तेवढंच आठवत होतं. नुकत्याच उगवून आलेल्या गवताच्या पात्यांना, झाडांच्या फांदीवरच्या पहिल्या पर्णकळ्यांना, आकाशाच्या पहिल्यावहिल्या निळाईला आत्म्याचा प्रतिसाद काय असतो... तो गवताला नसतो, कळ्यांना नसतो, आकाशालाही नसतो- तो प्रतिसाद असतो एका नव्या आरंभाला, एका नव्या विजिगिषु वाटचालीला आणि आता आपल्याला कुणीही थोपवू शकत नाही या विश्वासाला. तो विश्वास त्यांना पानाफुलांतून मिळत नव्हता... तर लाकडी सांगाड्यांतून, फावड्यांतून, दगडांच्या चिऱ्यांतून, प्रचंड काचांच्या तावांतून... भुईतून उगवत वरवर येणाऱ्या त्या रचनांमधून त्यांना तारुण्याची, गतीची, उद्दिष्टाची आणि सार्थकतेची लसलस जाणवत होती.

ते एक सैन्य होतं या मोहिमेवर उतरलेलं. पण या शब्दांत कुणीच त्याचा विचार करीत नव्हतं. अपवाद स्टीवन मॅलरीचा. स्टीवन मॅलरीने तिथली सर्व कारंजी, सर्व शिल्पाकृती रचल्या होत्या. पण तो खूप आधीपासून तिथे येऊन राहिला होता. त्याची गरज नसतानाही. युद्ध ही एक वाईट गोष्ट आहे, स्टीवन मॅलरी विचार करीत होता. युद्धात काही उदात्तता नसते, युद्धमोहिमांमध्ये काही सौंदर्य नसतं. पण हे एक युद्धच होतं, हे एक सैन्यच होतं आणि ही एक मोहीमच होती... आणि त्यात भाग घेणाऱ्या प्रत्येकासाठी तो एक अत्युच्च अनुभव ठरत होता. का? यातला फरक कोणता होता... कोणत्या नियमाने याचं स्पष्टीकरण मिळत होतं? तो कुणाशीही बोलला नाही याबद्दल. पण माइक त्याच्या इलेक्ट्रिशियन्सची गँग घेऊन आला तेव्हा त्याला माइकच्या मुद्रेवरही हेच भाव वाचता आले. माइक काहीही बोलला नाही, पण मॅलरीकडे पहात त्याने सारंकाही समजल्यासारखे डोळे मिचकावले.

'मी सांगितलेलं ना तुला, चिंता करू नकोस म्हणून.' एकदा तो अचानकपणे त्याला म्हणाला, 'त्या खटल्याच्या वेळी. खाणींचा विषय असो की खटल्याचा- तो हरूच शकत नाही. ते त्याला दडपून टाकूच शकणार नाहीत, स्टीव, कुणालाच शक्य नाही ते, अख्ख्या हलकट जगाला शक्य नाही ते.'

त्या साऱ्यांना खरोखरच जगाचा विसर पडलेला, मॅलरी विचार करीत होता. ही नवीन भूमी होती, त्यांची स्वतःची. त्यांच्या चहूबाजूने टेकड्या होत्या. आकाशाकडे झेपावणाऱ्या. त्यांची सुरक्षेची तटबंदी. आणि आणखी एक सुरक्षाकवच होतं त्यांच्याकडे. त्यांच्या बरोबर चालणारा तो आर्किटेक्ट. टेकडीच्या बर्फाने झाकलेल्या किंवा गवताने हिरवाळलेल्या उतारांवरून चालणारा, शिळांवरून, फळ्यांवरून चालणारा, ड्राफ्टिंग टेबलपाशी उभा रहाणारा, क्रेन्सपाशी जाऊन उभा रहाणारा, भिंतींवर चढणारा तो माणूस- ज्याने हे चित्र प्रत्यक्षात आणलेलं- त्या माणसाच्या मनातला विचार महत्त्वाचा होता- त्या विचारांतून काय प्रत्यक्षात आलं, त्याच्यातून निर्माण झालेली मॉनाड्नॉक व्हॅलीची संकल्पना, किंवा त्याची इच्छाशक्ती यापेक्षाही- त्या विचाराची पद्धती, त्यातील सुसूत्रता ही या टेकड्यांच्या पलीकडल्या विचारविश्वापेक्षा आगळीवेगळी होती. या मोहिमेवरच्या सैन्याचं संरक्षण

करण्याची क्षमता त्या विचाराच्या ताकदीमध्ये होती.

आणि मग मि. ब्रॅडली एकदा त्या साइटला भेट द्यायला आले. निरर्थक हसले आणि निघून गेले. मॅलरीचा अकारण संताप झाला आणि त्याला भीतीही वाटून गेली.

एका रात्री ते काटक्या पेटवून एकत्र बसलेले असताना तो म्हणाला, 'हॉवर्ड, पुन्हा एकदा स्टोडार्ड मंदिराचीच पुनरावृत्ती होणार असं वाटतंय मला.'

'होय.' रॉर्क म्हणाला, 'मलाही तसंच वाटतंय. पण त्यांच्या मनात नेमकं काय आहे ते काही कळत नाही.'

तो लोळपटत पोटावर पालथा पडला आणि खाली पसरलेल्या घरांच्या काचांतून कसलीकसली प्रतिबिंब चमचमत होती ते पहात राहिला. स्वयंप्रभ असल्यासारखी ती तावदानं जमिनीला फुटलेल्या प्रकाशाच्या झऱ्यांसारखी वाटत होती. तो म्हणाला, 'काही फरक पडत नाही, स्टीव, हो की नाही? ते त्याचं काय करतील नि इथं कोण रहायला येणार याने काय फरक पडणार? आपण बांधलं हे- एवढं तर खरं ना... तुला नंतर जी काही किंमत मोजायला लागणार असेल ती असेल- पण हे चुकवलं असतंस का तू?'

'नाही.' मॅलरी म्हणाला.

□ □ □

रॉर्कला त्यातलं एक घर स्वतःसाठी भाड्याने घ्यायचं होतं, आणि उन्हाळ्याचा एक महिना तिथं काढायचा होता. मॉनाड्नॉक व्हॅली पूर्ण झाल्यानंतरचा पहिला उन्हाळा. पण तो रिसॉर्ट सुरू होण्याआधीच त्याला न्यू यॉर्कहून एक तार मिळाली.

'मी तुला सांगितलं होतं, होतं की नाही? पाच वर्षं लागली मला माझ्या मित्रांना नि बांधवांना कटवायला. पण आता ऍक्विटानिया माझं आहे- आणि तुझं. ये आणि पूर्ण कर ते.- केंट लॅन्सिंग.'

त्यामुळे तो न्यू यॉर्कला गेला- अपूर्ण रागिणीवर जमलेला सिमेंट नि कचऱ्याचा थर साफ करून घ्यायला. सेंट्रल पार्कवर उंचच उंच क्रेन्स चढून गर्डर्स झुलवताना पहायला, खिडक्यांच्या फटी काचांनी बुजवायला, शहराच्या छपरावर लांबरूंद कठडे चढवायला, ऍक्विटानिया होटेल पूर्ण होऊन पार्कच्या क्षितिजरेखेवर रात्री लखलखत उभं राहिलेलं पहायला, तो गेला.

गेली दोन वर्षं तो अतिशय व्यस्त होता. मॉनाड्नॉक व्हॅली हे काही त्यांचं एकमेव काम नव्हतं. देशातल्या वेगवेगळ्या भागातून त्याला कामासाठी बोलावणी आली होती. अनपेक्षित ठिकाणांहून. खाजगी घरं, छोटी ऑफिसं, साधीसुधी दुकानं. त्याने ती कामं केली होती. मॉनाड्नॉक व्हॅलीतून ट्रेनने किंवा विमानाने त्या त्या ठिकाणी जाताजाता तो झोप काढून घेत असे. प्रत्येक नव्या कामाची एकच कथा असे- 'मी न्यू यॉर्कमधे होते आणि मला एनराइट हाऊस आवडलं.' 'मी कॉर्ड बिल्डिंग पाहिली.' 'ते जे मंदिर त्यांनी नष्ट केलं त्याचं चित्र पाहिलं मी.' जणू देशाच्या पोटातून एक अंतःप्रवाह वहात होता आणि कुठूनही अचानक उफाळून वर येत होता. अनपेक्षित ठिकाणी... छोटीच कामं असत ती, पण त्याच्या हाती सतत काम राहिलं होतं त्यामुळे.

मॉनाड्नॉक व्हॅलीचं काम पूर्ण झालं त्या उन्हाळ्यात आता तिचं पुढे काय होणार याचा विचार करायला त्याला फुरसतच उरली नाही. पण स्टीवन मॅलरी त्याचा विचार करीत राहिला.

'ते त्याची जाहिरात का करत नाहीयेत, हॉवर्ड? एकदम शांतशांत झालेत कसे? तुझ्या लक्षात नाही आलं? केवढी चर्चा होती त्यांच्या या बड्या प्रकल्पाबद्दल आधी. सुरुवात होण्याआधी कितीतरी कायकाय छापून यायचं त्याबद्दल. आपण सुरुवात केली तसतसं ते कमीकमी होऊ लागलं. आणि

आता! मि. ब्रॅडली आणि कंपनी मुकी-बहिरी झालीय की काय. खरं तर आत्ता त्यांनी जाहिरातबाजीचा कळस करायला हवा होता नाही का? का बरं हे असं?'

'काय माहीत मला तरी?' रॉर्क म्हणाला, 'मी आर्किटेक्ट आहे. भाड्याचा दलाल थोडाच आहे? तू तरी कशाला काळजी करतोस? आपण आपलं काम केलं. त्यांना त्यांचं करू दे. हव्या त्या पद्धतीने करू दे.'

'फारच विचित्र पद्धत म्हणायची ही. तू त्यांच्या फुटकळ जाहिराती चालल्यात त्या पाहिल्यास का? तू त्यांना जे जे सांगितलंस ते ते सारं लिहिताहेत ते. विश्रांती, एकान्त, शांती वगैरे सारंकाही. पण कसं?! त्या जाहिरातींचा एकत्रित परिणाम थोडक्यात असा आहे- की- मॉनाड्नॉक व्हॅलीत या आणि मरणाचा कंटाळा घ्या... ते जणू काही जाणूनबुजून लोकांना तिथे येण्यापासून रोखताहेत.'

'मी जाहिराती वाचत नाही, स्टीव.'

पण तरीही उदघाटन झाल्यापासूनच्या महिन्याभरात मॉनाड्नॉक व्हॅलीतलं घर नि घर भाड्याने गेलं होतं. तिथं येणारे लोक सरभेसळ होते. प्रतिष्ठित स्त्रीपुरुष- यापेक्षा चांगली घरं परवडू शकतील असे लोक, तरुण लेखक, चित्रकार, अप्रसिद्ध कलाकार, इंजिनिअर्स, पत्रकार आणि कामगारही. अचानक लोक मॉनाड्नॉक व्हॅलीबद्दल बोलू लागले. असली एखादी जागा बरेच दिवसांपासून हवी होती आणि कुणीच बांधली नव्हती आजवर. ती जागा एक मोठी बातमीच बनली. पण खाजगी वितरणासाठी असलेली बातमी. वृत्तपत्रांना अजूनही शोध लागला नव्हता तिचा. मि. ब्रॅडलींकडे प्रसिद्धीचा दलाल नव्हता. मि. ब्रॅडली आणि कंपनी सार्वजनिक जीवनातून गायब झाले होते. एका मासिकाने स्वतःहूनच मॉनाड्नॉक व्हॅलीची रंगीत छायाचित्रं छापली आणि हॉवर्ड रॉर्कची मुलाखत घ्यायला एका माणसाला पाठवलं. उन्हाळ्याच्या अखेरपर्यंत पुढल्या वर्षीचंही ॲडव्हान्स बुकिंग झालं होतं. ऑक्टोबरच्या एका सकाळीसकाळीच स्टीवन मॅलरी रॉर्कच्या ऑफिसमध्ये घुसला. सेक्रेटरीने त्याला थांबवण्याचा प्रयत्न केला, रॉर्क कामात होता आणि कुणालाही त्यात अडथळा आणायला परवानगी नव्हती. पण मॅलरीने तिला ढकलून दिलं होतं. तो त्याच्या ऑफिसात घुसला आणि त्याने दार लावून घेतलं होतं. त्याच्या हातात तिला एक वर्तमानपत्र दिसलं होतं.

रॉर्कने त्याच्याकडे पाहिलं आणि पेन्सिल खाली टाकली. एल्सवर्थ टूहीवर हल्ला केल्यानंतर मॅलरीची मुद्रा अशीच दिसत होती हे त्याला माहीत होतं.

'वेल, हॉवर्ड? तुला मॉनाड्नॉक व्हॅलीचं काम का मिळालं जाणून घ्यायचंय?'

त्याने ते वर्तमानपत्र टेबलावर फेकलं. तिसऱ्या पानावर बातमी होती,'कॅलेब ब्रॅडलीला अटक.'

'सगळं आहे त्यात.' मॅलरी म्हणाला, 'वाचू नकोस. ओकशील वाचून.'

'ओके, स्टीव. काय झालंय?'

'त्यांनी दोनशे टक्के विक्री केलीय.'

'कोणी? कशाची?'

'ब्रॅडली आणि त्याच्या टोळीने. मॉनाड्नॉक व्हॅलीची.' मॅलरीच्या आवाजातला ताण जहरी होता, स्वतःचा छळ मांडल्यासारखा. 'त्यांना वाटलं हे फालतू आहे. अगदी पहिल्यापासून वाटलं त्यांना तसं. त्यांनी ती जमीन जवळपास फुकटवारी घेतली होती. त्यांना वाटलं ही जागा रिसॉर्टसाठी योग्य असूच शकत नाही. तिथं पोहोचायचं साधन नाही, बसरूट नाही, जवळपास सिनेमाची थिएटर्स नाहीत- त्यांना वाटलं हा हंगामही चुकीचा आहे आणि लोक त्याकडे फिरकणारही नाहीत. त्यांनी भरपूर गाजावाजा केला आणि बऱ्याच बड्या बकऱ्यांना गाठून शेअर्स विकले. सगळीच बदमाषी. त्यांनी दोनशे टक्के विक्री केली.. त्यांना बांधकामाला जेवढे पैसे लागले त्याच्या दुप्पट पैसे त्यांनी

मिळवले. हा प्रकल्प आपटी खाणार याची खात्री होती त्यांना. त्यांना तो आपटी खायलाच हवा होता. त्यातून नफा निघून तो वाटायला लागणार नाही अशीच अपेक्षा होती त्यांची. ती जागा दिवाळखोरीत गेली की त्यातून सटकायची व्यवस्थित योजना तयार होती त्यांच्याकडे. सगळ्याची तयारी होती त्यांची. पण हे जे यश मिळालं तेवढं मात्र अजिबात अपेक्षित नव्हतं त्यांना. त्यांना पुढे जायचंय नव्हतं- कारण आता त्यांना आपल्या भागधारकांना पैसे द्यावे लागतील- या जागेतून जो पैसा मिळेल त्याच्या दुप्पट पैसा द्यावा लागेल आता त्यांना. आणि भरपूर पैसा निघतोय त्यातून. त्यांना वाटलं होतं की, त्यांनी या प्रकल्पाच्या अपयशाची सगळी व्यूहरचना करून ठेवली आहे. हॉवर्ड, तुला समजत नाहीये का? त्यांनी तुझी निवड केली ती हाती लागलेला सगळ्यात वाईट आर्किटेक्ट म्हणून!'

रॉर्कने डोकं मागे टेकलं आणि तो हसत सुटला.

'गॉड डॅम यू, हॉवर्ड! हे हसण्यासारखं नाहीये.'

'खाली बस, स्टीव. असा थरथरू नकोस. तू असा दिसतो आहेस की, जणू काहीतरी भयंकर हिंसाचार पाहून आलायस नुकताच.'

'होय, तसंच आहे. मी त्यापेक्षाही वाईट काहीतरी पाहिलंय. मला त्याचं मूळ दिसलंय. असले रक्तपात, हत्याकांडं कशामुळे शक्य होतात ते कळलंय. त्या नादान लोकांना भीती कशाची वाटते? युद्ध, खून, आगी, भूकंप? खड्ड्यात गेलं सगळं. भीती याची वाटायला हवी... या वर्तमानपत्रातल्या बातमीची. याची भीती बाळगायला हवी लोकांनी. यासाठी लढावं त्यांनी, लाज वाटली पाहिजे तर याची... हॉवर्ड, लोक शतकानुशतकं दुष्कर्म, पाप याचं स्पष्टीकरण आणि त्यावरचे उपाय सुचवत आले आहेत. कशाचाच उपाय चालला नाही. कोणतंच स्पष्टीकरण पुरेसं झालं नाही. पण या पापाचं मूळ... मी म्हणतो ते पिसाट पाशवी अस्तित्त्व- ते हेच हॉवर्ड, इथेच आहे ते. या बातमीत. त्यात आणि आणखी ते वाचून जबडा मिटून स्थितप्रज्ञतेने जे म्हणतील ना- हं... काय करणार... प्रतिभावंतांना असा संघर्ष करावाच लागतो, बरं असतं ते त्यांच्यासाठी... आणि मग कुठल्यातरी गावंढळ माणसांकडे जाऊन टोपल्या विणण्याची कला शिकायला बसतील ना- त्या हलकटांमध्ये आहे ते पाप. तीच ती त्या पाशवी अस्तित्त्वाची हालचाल. हॉवर्ड, मॉनाड्नॉकचा विचार कर. डोळे मीट आणि पहा त्याकडे. आणि मग विचार कर, त्या माणसांचा, ज्यांना वाटलं ते काहीतरी भयंकर विद्रूप आहे- म्हणूनच त्यांनी ते ऑर्डर केलं... हॉवर्ड, काहीतरी चुकतंय, काहीतरी चुकलंय या जगात- भयंकर चुकलंय... तुझं सर्वात सुंदर काम -तुझी गलिच्छ थट्टा म्हणून तुला दिलं गेलं असेल तर- काहीतरी भयंकर चुकलंय...'

'तू या सर्वांचा विचार करणं केव्हा थांबवशील? माझ्या संदर्भात जगाचा विचार? कधी विसराल तुम्ही हे? कधी शिकेल डॉमिनिक-'

तो थबकला. गेल्या पाच वर्षांत त्यांनी तिचं नाव एकमेकांच्या सहवासात उच्चारलंही नव्हतं. त्याने मॅलरीच्या डोळ्यांकडे पाहिलं. त्याला धक्का बसलेला. मॅलरीला कळलं, की त्याच्या शब्दांनी रॉर्क विद्ध झालेला... इतका विद्ध की त्याच्या तोंडून एक कबुलीजबाब निसटून गेलेला. पण रॉर्क त्याच्याकडे पहात जाणीवपूर्वक म्हणाला, 'डॉमिनिक तुझ्याचसारखा विचार करीत असे.'

मॅलरीला रॉर्कच्या भूतकाळाचा अंदाज होता, पण त्याने कधी बोलून दाखवलं नव्हतं काही. त्यांच्यातील निःशब्द शांतता नेहमीच मॅलरीला सारं समजत आहे हे दर्शवून जायची, रॉर्कला ते कळतं होतं आणि त्यावर चर्चा करायचीच नव्हती. पण आता मॅलरीने विचारलं, 'तू अजूनही ती परतून येण्याची वाट पहातो आहेस? मिसेस गेल वायनान्ड- गॉड डॅम हर!'

रॉर्कच्या शब्दात आवेशाचा एक स्वरही नव्हता, 'चूप बस, स्टीव.'

मॅलरी अस्फुट म्हणाला, 'सॉरी. चुकलं माझं.'

रॉर्क टेबलपाशी गेला. त्याचा आवाज पूर्ववत् झाला होता.

'घरी जा, स्टीव. आणि ब्रॅडलीला विसर. आता ते सगळे एकमेकांवर खटले भरत बसतील. पण आपल्याला त्याचा काही त्रास नाही. आणि ते मॉनाड्नॉक व्हॅलीचा नाशही करणार नाहीत. विसर आणि जा आता. मला काम आहे.'

त्याने ते वर्तमानपत्र कोपरानेच खाली ढकलून दिलं आणि तो पुन्हा एकदा कागदांवर झुकून काम करू लागला.

□ □ □

मॉनाड्नॉक व्हॅलीचा घोटाळा बराच गाजला. एक खटला झाला. काही सभ्य गृहस्थांना तुरुंगाची हवा खावी लागली. भागधारकांचे हितसंबंध जपण्यासाठी एका नवीन व्यवस्थापनाने सूत्र हाती घेतली. रॉर्कचा कुठेही संबंध आला नाही. तो व्यग्र होता. आणि त्या खटल्यासंबंधी काही वाचायला त्याला वेळही झाला नाही नि आठवणही. ब्रॅडलीने सारंकाही कबूल केलं. आपल्या भागीदारांची क्षमा मागितली- असल्या एकाट, सुनसान ठिकाणी रिसॉर्ट काढून तो यशस्वी होईल अशी अपेक्षाच त्याने केली नव्हती म्हणाला. आणि तो प्रकल्प अपयशी ठरावा म्हणून मी अगदी ठरवून एका मूर्ख आर्किटेक्टची निवड केली होती म्हणाला.

मग ऑस्टिन हेलरने हॉवर्ड रॉर्क आणि मोनाड्नॉक व्हॅलीवर एक लेख लिहिला. रॉर्कने डिझाइन केलेल्या सर्व इमारतींबद्दल त्याने लिहिलं. रॉर्कने जे जे त्याच्या वास्तूंमधून व्यक्त केलं होतं ते ते सारं त्याने शब्दांत लिहून काढलं. मात्र या वेळी लेखाची भाषा ऑस्टिन हेलरची नेहमीची शांत-संयत भाषा नव्हती. ती होती संतप्त कौतुकाची गर्जना.

'आणि अशी महान् प्रतिभा आपल्यापर्यंत एखाद्या बदमाषीद्वारे पोहोचणार असेल, तर खड्ड्यात जाऊ या आपण!'

कला-वर्तुळांत या लेखाने प्रचंड खळबळ उसळली.

'हॉवर्ड,' काही महिने उलटल्यानंतर मॅलरी त्याला म्हणाला, 'तू नावारुपाला आलास आता.'

'हं.' रॉर्क म्हणाला, 'असं दिसतंय खरं.'

'त्यातल्या तीन चतुर्थांश लोकांना हे सारं कशाबद्दल चाललंय कळत नाहीये. पण दुसऱ्या पाव हिश्शातले लोक तुझ्या नावासंबंधाने वाद घालताहेत हे त्यांना माहीत आहे. त्यामुळे तुझं नाव उच्चारताना आदराने उच्चारायला पाहिजे असं त्यांना वाटतं. भांडणाऱ्या पाव हिश्शातले चार दशांश लोक तुझा रागराग करतात, तीन दशांश लोकांना वाटतं की कुठल्याही वादात त्यांनी काहीतरी मत व्यक्त करायलाच हवं, दोन दशांशांना वाटतं की, आपण आपलं जोखीम न पत्करता नवीन प्रतिभावंताचा शोध लागलेला उचलून धरला पाहिजे. उरलेल्या एक दशांशांना खऱ्या अर्थाने काय चाललंय ते समजतं. पण अचानक सर्वांनाच हा कोणीतरी हॉवर्ड रॉर्क नावाचा गडी आहे आणि तो आर्किटेक्ट आहे याचा शोध लागलाय. एजीएच्या बुलेटिनमध्ये तुझा उल्लेख एक मोठा पण नाठाळ प्रतिभावंत म्हणून केला आहे. आणि 'भविष्यातील वस्तूसंग्रहालय' वाल्यांनी तुझ्या मोनाड्नॉक, एनराइट हाऊस, कॉर्ड बिल्डिंग आणि ऍक्विटानिया या प्रकल्पांची छायाचित्र व्यवस्थित काचेखाली वगैरे लावली आहेत- गॉर्डन प्रेस्कॉटच्या पुढल्याच खोलीत आहेत ती. आणि तरीही- तरीही मला आनंद झालाय खूप.'

केंट लॅन्सिंग एका संध्याकाळी म्हणाला, 'हेलरने मस्त काम केलं. तुला आठवतं, हॉवर्ड, मी तुला एकदा पिळवटलेल्या मानसिकतेबद्दल काय सांगितलेलं? मध्यस्थाचा तिरस्कार करू नको. तो आवश्यक असतो. कुणीतरी त्यांना सांगायला हवं होतं. एक चांगलं महान करिअर उभं रहायला दोघांची गरज असते- एक म्हणजे जो महान् असतोच असा माणूस- आणि दुसरा माणूस, कदाचित् अधिकच दुर्मिळ असतो तो- जो त्याची महत्ता ओळखण्याइतका आणि तसं म्हणून दाखवण्याइतका महान् असतो.'

एल्सवर्थ टूहीने लिहिलं, 'हा सगळा जो काही हास्यास्पद हलकल्लोळ उडालेला दिसतो आहे त्यातील सर्वात मोठा विरोधाभास कोणता असेल तर तो हा, की मि. कॅलेब ब्रॅडली या गृहस्थावर घोर अन्याय झाला आहे. त्याच्या नीतिमत्तेला जरूर नावे ठेवावीत पण त्याची पारख अगदी बरोबर आहे. आर्किटेक्चरल गुणवत्तेबाबत त्याने जे मत बनवलं, ते आपले अचानक कलासमीक्षक बनलेले, कालबाह्य, प्रतिगामी विचारसरणीचे विद्वान ऑस्टिन हेलर यांच्या मतापेक्षा खूपच समतोल आहे. कॅलेब ब्रॅडली हे त्यांच्या गिऱ्हाइकांच्या हीन अभिरुचीचे बळी आहेत असं म्हणता येईल. या सदराच्या मते त्यांची शिक्षा त्यांची कलादृष्टी लक्षात घेऊन सौम्य करायला हरकत नव्हती. मॉनाड्नॉक व्हॅली हा एक घोटाळाच आहे- पण फक्त आर्थिक दृष्ट्याच नव्हे.'

काम मिळण्याच्या दृष्टीने जे प्रचंड मोठे भांडवलदार होते, त्यांच्यापर्यंत रॉर्कचं नाव अजूनही पोहोचलं नव्हतं. त्याच्या नव्या प्रसिद्धीचा त्यांच्यावर काहीच परिणाम झाला नाही. जी माणसं पूर्वी म्हणत- 'रॉर्क? नाही ऐकलं कधी नाव...' आता म्हणत, 'रॉर्क? नको बाबा, तो जरा जास्तच सनसनाटी वाटतो.'

पण तरीही ज्यांना पैसे कमवायचे नव्हते, अशा मालकांसाठी पैसा कमावून देणारा भिडू म्हणून काही लोकांच्या लक्षात रॉर्क राहिलाच. अमूर्त कलात्मक चर्चेपेक्षा ही चर्चा अधिक समजण्यासारखी होती. शिवाय हे सारं समजणारे एक दशांश होतेच. मॉनाड्नॉक व्हॅलीनंतरच्या एका वर्षात रॉर्कने कनेक्टिकटमध्ये दोन घरं बांधली, शिकागोमध्ये एक सिनेमा थिएटर बांधलं आणि फिलाडेल्फियामध्ये एक होटेल बांधलं.

१९३६च्या वसंतात पश्चिमेकडच्या एका शहरात आंतरराष्ट्रीय पातळीवर होणाऱ्या 'मार्च ऑफ द सेंचुरीज्' -शतकांची घोडदौड- नावाच्या महाप्रदर्शनाची योजना तयार झाली. देशातल्या उत्तमोत्तम आर्किटेक्ट्सना शहराच्या नेतृत्वाने या प्रदर्शनाच्या रुपरेखेसाठी आमंत्रण दिलं. या नेतृत्वाला प्रागतिकतेचा चेहरा हवा होता. त्यांनी निवडलेल्या आठ आर्किटेक्ट्समध्ये हॉवर्ड रॉर्कही होता.

त्याला निमंत्रण मिळालं तेव्हा तो त्या समितीला जाऊन भेटला. त्याने सांगितलं की हे प्रदर्शन डिझाइन करायचं तर मी एकट्यानेच ते करायला तयार आहे.

'पण तुम्ही असं कसं म्हणू शकता, मि. रॉर्क?' अध्यक्षांनी सांगितलं,'ही अशी महाप्रचंड जबाबदारी पेलण्यासाठी आम्हाला जे जे उत्तम ते सारे हवेत. म्हणजे एक से भले दो, नाही का? आठ डोकी असतील तर- तुम्हाला कळतंय ना... या देशातील सर्वोत्तम असे प्रतिभावंत आर्किटेक्ट्स... मित्रत्वाने ठरवू, सहकार्य करू, एकत्रपणे करू काम. मोठमोठी कामं कशी उभी रहातात तुम्ही जाणताच.'

'मी जाणतो.'

'मग तुम्हाला कळेलच-'

'तुम्हाला मी यायला हवा असेन तर मला एकट्यालाच काम करू दिलं पाहिजे. मी समित्यांमधून कामं करत नाही.'

‘तुम्हाला असली संधी गमवायची आहे? हे तर इतिहासात मिळणारं स्थान आहे, जागतिक प्रसिद्धी, अगदी सरळसरळ अमरत्वाची संधी...’

‘मी एकत्र काम करत नाही. मी सल्ल्याने काम करत नाही, सहकार्य करत नाही, संयुक्तपणे काम करत नाही.’

रॉर्कच्या नकारावर आर्किटेक्चरच्या वर्तुळात बऱ्याच तावातावाने चर्चा झडल्या. लोक म्हणाले,’काय अहंमन्य आहे साला!’

यावर व्यक्त होत असलेला राग जरा जास्तच धारदार होता. बाजारगप्पांपेक्षा जास्त टोकदार. प्रत्येकाला जणू तो स्वतःचा व्यक्तिगत अपमान वाटला. दुसऱ्या माणसाचं काम बदलण्याचा, त्यात ढवळाढवळ करण्याचा अधिकार प्रत्येकाला हवा होता.

‘या घटनेतून,’ एल्सवर्थ टूहीने लिहिलं, ‘मि. हॉवर्ड रॉर्क यांचा अहंकार हा समाजविघातक वृत्तीकडे झुकणारा आहे ही एकच गोष्ट स्पष्ट होते. त्यांच्या बेलगाम व्यक्तिवादाचे औद्धत्य त्यातून स्पष्ट होते.’

निवडलेल्या इतर आठ जणांत पीटर कीटींग, गॉर्डन प्रेस्कॉट, राल्स्टन हॉलकोम्ब हे तिघे होते.

यादी पाहिली तेव्हा पीटर कीटींग म्हणाला, ‘मी हॉवर्ड रॉर्क बरोबर काम करणार नाही.’ त्याने कौन्सिलला कळवलं की, तुम्हाला निवड करावी लागेल- तो किंवा मी यातून. कौन्सिलने त्याला रॉर्कच्या नकाराविषयी कळवलं. पीटर कीटींगने या समितीचं नेतृत्व स्वीकारलं. प्रदर्शनाच्या प्रगतीवरील बातम्यांमध्ये त्यांचा उल्लेख पीटर कीटींग आणि त्याचे साथीदार असा होऊ लागला.

कीटींग गेल्या काही वर्षांत बदलला होता. त्याचं बोलणं कर्कश झालं होतं, त्याचा अंदाज लागत नसे. तो जोरजोरात ओरडत आज्ञा सोडायचा. छोट्याछोट्या गोष्टींवरून तडकायचा, धीर सुटल्यासारखा वागायचा आणि चिडला की ओरडत सुटायचा. त्याची शब्दकळा अपमानकारक शब्दांनी संपन्न झालेली. चावरे, जखमी करणारे शब्द वापरत असे तो. त्याच्या दुष्टाव्याची शैली स्त्रैण म्हणावी अशी होत चालली होती. त्याची चर्या सतत दुःखी-कष्टी वाटत असे.

१९३६च्या हिवाळ्यात रॉर्कने आपलं ऑफिस कॉर्ड बिल्डिंगच्या सर्वात वरच्या मजल्यावर हलवलं. कॉर्ड बिल्डिंग बांधतानाच त्याने ठरवलं होतं की कधीतरी या बिल्डिंगमध्येच आपलं ऑफिस असेल. नव्या ऑफिसच्या दारावर ‘हॉवर्ड रॉर्क, आर्किटेक्ट’ ही अक्षरं दिसताच तो क्षणभर थबकला आणि मग आत शिरला. लांबलचक दालनाच्या अखेरीस असलेल्या त्याच्या स्वतःच्या ऑफिसच्या खोलीच्या तीन भिंती काचेच्या होत्या. शहरापासून खूप उंचावर. तो खोलीच्या मध्यभागी थांबला. लांबरुंद काचांच्या तावदानांतून त्याला दूरवर फार्गो स्टोअर दिसत होतं, ऍक्विटानिया दिसत होतं आणि एनराइट हाऊसही. मॅनहॅटनच्या टोकापाशी खूप दूरवर त्याला हेन्री कॅमेरॉनची डाना बिल्डिंग दिसत होती.

नोव्हेंबरच्या एका दुपारी लाँग आयलंडला एका घराच्या कामाला भेट देऊन तो परतला आणि पावसात भिजलेला रेनकोट झटकत स्वागतकक्षापाशी उभा राहिला, तेव्हा त्याला आपल्या सेक्रेटरीच्या मुद्रेवरचे उत्तेजित भाव जाणवले. तो परत येण्याची अधीरतेने वाट पहात असावी ती.

‘मि. रॉर्क, हे काहीतरी फारच मोठं दिसतंय.’ ती म्हणाली, ‘मी तुमच्यासाठी उद्या दुपारी तीन वाजताची वेळ ठरवून घेतलीय. त्यांच्या ऑफिसमधे.’

‘कुणाच्या ऑफिसमधे?’

‘त्यांचा फोन आलेला अर्ध्या तासापूर्वी. मि. गेल वायनान्ड.’

❑

२

प्रवेशद्वारावर पेपरच्या मास्टहेडची प्रतिकृती लावली होती.

‘द न्यू यॉर्क बॅनर’

छोटीशी प्रतिकृती होती ती. त्या शब्दांमागची शक्ती, ख्याती लक्षात येण्यासाठी कोणत्याही प्रकारे विशेष काही करण्याची गरज नव्हती. बारीकसं मिश्किल हसू असावं तशी ती प्रतिकृती त्या इमारतीच्या उघड्या वाघड्या बेरूपाचं समर्थन करीत होती. आपल्या मास्टहेडची ताकद सौंदर्याच्या पूर्ण अभावाला तुच्छ लेखू शकते असं त्या कारखान्यासारख्या इमारतीला ठाऊक होतं.

प्रवेशद्वारापाशी असलेली लॉबी भट्टीच्या मुखासारखी होती. लिफ्ट्समधून बाहेर पडणारं मानवी इंधन तिथं ओतत होतं. तिथली माणसं वेगाने चालत होती असं नव्हे, पण त्यांच्या पावलांत एक सुप्त चापल्य होतं. काहीतरी हेतूने निघालेली पावलं होती ती. त्या लॉबीत कुणीही घुटमळत वेळ काढत उभं नव्हतं. लिफ्ट्स्चे दरवाजे सतत क्लिकक्लिकणाऱ्या झडपांसारखे तालबद्ध आवाज करत होते. भिंतीवरल्या एका बोर्डवर लाल, हिरव्या दिव्यांचे थेंब उघडमीट करीत होते. त्या लिफ्ट्स वर कुठेकुठे आहेत ते दर्शवत होते.

असं वाटत होतं की, त्या इमारतीतली प्रत्येक घटना, कृती असल्या बोर्ड्समधून नियंत्रित होत होती. कुठल्यातरी अधिकारी शक्तीला इथल्या प्रत्येक हालचालीची खबर होती. संपूर्ण इमारत जणू एका ऊर्जेचा वाहता प्रवाह होता, न खळाळता शांतपणे वाहणारा, एक अशी यंत्रणा जी कुणालाही नष्ट करता येणार नाही. लॉबीत क्षणभर थांबलेल्या त्या लालकेशरी केसांच्या माणसाकडे कुणीही लक्ष दिलं नाही.

हॉवर्ड रॉर्क त्या फरसबंदीच्या चौकोनाकडे पहात उभा राहिला. त्याने कधीही कुणाचा द्वेष केला नव्हता. या इमारतीत कुठेतरी तिचा मालक होता... ज्या माणसाने त्याला द्वेषभावनेच्या खूप जवळ जाणाऱ्या भावनेचा स्पर्श दिला होता.

गेल वायनान्डने डेस्कवरच्या एका लहानशा घड्याळावर नजर टाकली. काही मिनिटांतच त्याला एका आर्किटेक्टची भेट घ्यायची होती. मुलाखत काही फार कठीण नसेलच, तो विचार करीत होता, असल्या किती मुलाखती आयुष्यभर घेत आलेला तो. त्याला फक्त बोलायचं होतं. त्याला काय बोलायचंय हेही त्याला माहीत होतं. आर्किटेक्टने केवळ हुं हां केलं की झालं.

त्याची नजर पुन्हा डेस्कवरच्या प्रुफांकडे वळली. आल्वा स्कॅरेटने लिहिलेलं सेंट्रल पार्कमधल्या खारींना खाऊ घालण्याच्या परंपरेवरचं संपादकीय आणि एल्सवर्थ टूहीने लिहिलेलं सफाई कामगारांनी केलेल्या कला प्रदर्शनाचं कौतुक करणारं सदर त्याने वाचून काढलं. त्याच्या डेस्कवरचा बझर वाजला आणि त्याच्या सेक्रेटरीचा आवाज आला, ‘मि. हॉवर्ड रॉर्क, मि. वायनान्ड.’

‘ओके.’ वायनान्डने स्विच बंद केला. हात मागे घेताघेता त्याला डेस्कवरची दिव्यांची रांग दिसली. त्यातला प्रत्येक दिवा एका तारेशी जोडलेला होता. ती तार त्या इमारतीतल्या कुठल्यातरी विभागाशी जोडलेली, त्या त्या विभागातल्या एकेका कळीच्या माणसावर तिचं नियंत्रण होतं, त्या माणसाच्या नियंत्रणाखाली इतर अनेक माणसं काम करीत होती. प्रत्येक गटाकडे पेपरमधे छापून येणाऱ्या शब्दांना अंतिम रूप देण्याचं काम होतं. हे शब्द लक्षावधी घरांपर्यंत, लक्षावधी मेंदूंपर्यंत

पोहोचणार होते- हे छोटेछोटे रंगीत प्लास्टिकच्या बटणांसारखे दिवे त्याच्या बोटांखाली होते. पण या विचारामुळे हुरळून जायला त्याला वेळच नव्हता, त्याच्या ऑफिसचं दार उघडत होतं. त्याने आपला हात त्या बटणांपासून बाजूला केला.

वायनान्डला नक्की कळलं नाही की, तो रीतीप्रमाणे ताबडतोब उठून उभा राहिला की नाही, की तो त्या आत येणाऱ्या माणसाकडे पहात क्षणभर बसूनच राहिला होता... कदाचित् त्याला नुसतंच वाटून गेलं होतं की, आपण उठायला वेळ लावला. रॉर्कलाही नीटसं कळलं नाही की तो क्षणभर थबकून राहिला की थेट त्याच्याकडे चालत गेला ... त्या डेस्कमागच्या व्यक्तीकडे पहात तो थांबून राहिला की नाही... त्याला खात्री नव्हती. तो कदाचित् थांबलाही नव्हता... त्याला नुसतंच तसं वाटलं होतं. पण एक क्षण असा होता खरा, जेव्हा ते दोघेही वर्तमान विसरून एकमेकांकडे पहात राहिले, जेव्हा या माणसाला आपण इथे का बोलावलं हे वायनान्ड विसरून गेला, जेव्हा रॉर्क विसरून गेला की हा समोरचा माणूस डॉमिनिकचा पती आहे, जेव्हा त्या दोघांमध्ये दरवाजा नव्हता, डेस्क नव्हतं, गालिचा नव्हता... केवळ एकमेकांच्या जाणीवेने दोघे भारून गेले होते- दोघांची जाणीव एकाच प्रकारातली होती-

'गेल वायनान्ड हा आहे तर...'

'हा हॉवर्ड रॉर्क काय...'

मग वायनान्ड उठून उभा राहिला आणि त्याने हातानेच खुर्चीकडे निर्देश करत त्याला बसायला सांगितलं. रॉर्क बसला. आपण एकमेकांना अभिवादनही केलं नाही हे दोघांच्या लक्षातही आलं नाही.

वायनान्डने स्मित केलं आणि जे बोलायचा त्याने स्वप्नात देखील विचार केला नसता ते तो सहजच बोलून गेला. 'माझ्यासाठी काम करायची तुम्हाला इच्छा असेल असं वाटत नाही मला...'

'करायचंय मला तुमच्यासाठी काम.' रॉर्क म्हणाला. तो नकार देण्याच्या तयारीनेच आला होता.

'मी आजवर कायकाय बांधकामं केलीत ती पाहिलीत तुम्ही?'

'होय.'

वायनान्डने पुन्हा स्मित केलं, 'हे वेगळं असणार आहे. हे माझ्या पब्लिकसाठी नाहीये. मला काहीतरी स्वतःसाठी हवंय.'

'तुम्ही आजवर स्वतःसाठी काहीही बांधलेलं नाही?'

'नाही. हा जुनाट छपाई कारखाना आणि एका उंच इमारतीच्या छपरावर बांधलेला तो चौकोनी पिंजरा सोडल्यास काहीच नाही. एक संपूर्ण शहर बांधण्याची क्षमता असताना मी आजवर स्वतःसाठी काहीच का बांधलेलं नाही, तुम्ही सांगू शकाल? मला नाही माहीत त्याचं उत्तर. मला वाटतं तुम्हाला कळेल.' तो विसरला की, तो कुणालाही त्याच्या संदर्भात व्यक्तिगत अंदाज बांधण्याची मुभा देत नसे.

'कारण तुम्हाला आनंद सापडला नव्हता.' रॉर्क म्हणाला.

तो निरागसपणे उत्तरला. त्यात उद्दंडता नव्हती. जणू इथे तो उत्तर देताना केवळ प्रामाणिकपणानेच देऊ शकत होता. ही मुलाखतीची सुरुवात नव्हती, मध्य होता. फार पूर्वी सुरू झालेला एक संवाद जणू पुन्हा सुरू झालेला. वायनान्ड म्हणाला, 'जरा स्पष्ट करा हे.'

'मला वाटतं तुम्हाला समजलंय ते.'

'तुम्ही ते कसं स्पष्ट करता ते पहायचंय मला.'

'बरेचसे लोक जसं जगतात तसंच बांधकाम करतात... वहिवाट आहे म्हणून किंवा अपघातानेच. पण फार थोड्या लोकांना वास्तू हे एक महान् प्रतीक आहे हे समजतं. आपण आपल्या मनात जगत असतो आणि अस्तित्त्व म्हणजे ते मनातलं जगणं प्रत्यक्षात साकारण्याचा, त्याला उद्गार देण्याचा

प्रयत्न असतो. ज्या माणसाला हे समजतं त्याच्या दृष्टीने त्याचं स्वतःचं घर हे त्याच्या आयुष्याचं सत्यविधान असतं. त्याच्याकडे साधनं असूनही जर तो ते बांधत नसेल तर त्याचा अर्थच असा की त्याच्या जगण्यातून त्याला हवं ते लाभलेलं नसतं.'

'हे बोलणं- विशेषतः माझ्या संदर्भात बोलणं अतिशय हास्यास्पद आहे असं तुम्हाला नाही वाटत?'

'नाही.'

'मलाही नाही वाटत.'

रॉर्क हसला.

'मला वाटतं तुमच्या-माझ्याशिवाय असं कोणीच म्हणणार नाही. त्यातले दोन्ही भाग, पहिला- की मला जे हवं ते माझ्या जगण्यातून मिळालेलं नाही हा एक आणि दुसरा- की मला कुणी महान् प्रतीकांचा अर्थ समजणाऱ्या थोड्या लोकांत समाविष्ट करील. तुम्हाला त्यातलं हेही मागे घ्यावंसं वाटत नाही?'

'नाही.'

'किती वर्षांचे आहात तुम्ही?'

'छत्तीस.'

'मी छत्तीस वर्षांचा होतो तेव्हा माझ्याकडे आत्ता आहेत त्या सगळ्या पेपर्सची मालकी आली होती.' तो पुढे म्हणाला, 'मी काही व्यक्तिगत टिप्पणी करीत नाहीये. मी तसं का म्हणालो माहीत नाही. सहजच विचार मनात आला.'

'मी तुमच्यासाठी काय बांधावं अशी इच्छा आहे तुमची?'

'माझं घर.'

या दोन शब्दांचा रॉर्कवर जो परिणाम दिसला तो त्या शब्दांच्या सामान्य अर्थामुळे नसावा असं वायनान्डला वाटून गेलं. त्याला अकारण असं वाटून गेलं. त्याला विचारायचं होतं- का, काय झालं... पण तसं तो बोलू शकला नाही. कारण रॉर्कने तसं काहीच खरोखर दर्शवलं नव्हतं.

'तुम्ही जे निदान केलंत ते बरोबरच आहे.' वायनान्ड म्हणाला, 'कारण आता मला माझं स्वतःचं घर बांधायचंय. माझ्या आयुष्याच्या दृश्य आकाराचं आता मला भय वाटत नाही. तुम्ही मघाशी म्हटलात तसं- सरळ कबूल करायचं तर- आता मी आनंदात आहे.'

'कसल्या प्रकारचं घर हवंय तुम्हाला?'

'शहराबाहेर. मी जागा खरेदी केली आहे. कनेक्टिकटमधे आहे ती. पाचशे एकर. घर कसलं?- ते तुम्ही ठरवायचं.'

'मिसेस वायनान्डनी माझी निवड केली का?'

'नाही. मिसेस वायनान्डना यातली काहीच माहिती नाही. मला जायचं होतं शहराबाहेर, आणि त्यांनी मान्य केलं. मी विचारलेलं तिला आर्किटेक्ट निवडायला. माझी पत्नी म्हणजे पूर्वाश्रमीची डॉमिनिक फ्रॅंकन - ती आर्किटेक्चरवर लिहायची पूर्वी. पण तिने निवड माझ्यावर सोडली. मी तुमची निवड कशी केली जाणून घ्यायचंय? खूप वेळ लागला मला हे ठरवताना. मला प्रथम अगदी चाचपडल्यासारखं झालं होतं. तुमचं नावही कधी ऐकलं नव्हतं. मी कुठल्याच आर्किटेक्ट्स्ना ओळखत नव्हतो. अक्षरशः ओळखतच नव्हतो बरं कां- रिअल ईस्टेटमधे इतकी वर्षं घातलेली असूनही- ते जे काही मी बांधलं आणि ज्या मूर्खांनी माझ्यासाठी कामं केली ते सारं लक्षात घेऊन सांगतोय. हे काही स्टोनरिज नव्हे... हे हे म्हणजे- तुम्ही काय म्हणालात- आयुष्याचं सत्यविधान आहे माझ्या. मग मी

मॉनाड्नॉक पाहिली. त्यानंतर मला तुमचं नाव खऱ्या अर्थाने लक्षात राहिलं. पण मी भरपूर परीक्षा करत राहिलो. मी वाट्टेल तसा भरकटत फिरत राहिलो. घरं पाहिली, होटेल्स पाहिली, हरतऱ्हेच्या इमारती पाहिल्या. प्रत्येक वेळी काही आवडलं की मी आर्किटेक्टचं नाव विचारायचो. आणि दर वेळी न चुकता ते तुमचंच निघायचं. हॉवर्ड रॉर्क. म्हणून मग तुम्हाला बोलावून घेतलं.' त्याने पुढे विचारलं, 'मला तुमचं काम किती आवडलं, ते सांगू का तुम्हाला?

'थँक यू.' रॉर्क म्हणाला. त्याने निमिषार्धच डोळे मिटून घेतले.

'तुम्हाला सांगू, मला तुम्हाला भेटावंसं वाटत नव्हतं.'

'का?'

'तुम्ही माझ्या आर्ट गॅलरीबद्दल ऐकलंय कधी?'

'होय.'

'ज्यांचं काम मला आवडतं त्या माणसांना मी कधीच भेटत नाही. जी कलाकृती माझ्यासाठी खूप महत्त्वाची असते, तिच्या कर्त्याला भेटून मला त्यात बाध आणायचा नसतो. बरेचदा असे कलाकार त्यांच्यासंबंधीच्या आपल्या वाढलेल्या अपेक्षांचा भंगच करतात. अगदीच निराशाजनक असतात ते. तुम्ही तसे वाटत नाही. मला तुमच्याशी बोलणं अवघड वाटत नाही. मी हे तुम्हाला सांगतोय कारण तुम्हाला हे माहीत असायला हवं- की मला जीवनात फारच थोड्या गोष्टींबद्दल आदर आहे, पण माझ्या आर्ट गॅलरीतल्या वस्तूंबद्दल मला आदर वाटतो... आणि तुमच्या वास्तूंबद्दल. आणि असं काम करण्याच्या मानवी क्षमतेबद्दल. मी केवळ हा एवढाच धर्म पाळतो.' त्याने खांदे उडवले, 'मला वाटतं मी जे जे अस्तित्त्वात आहे त्यापैकी बऱ्याच गोष्टींना स्पर्श करून त्या नष्ट केल्या, दूषित केल्या, विकृत केल्या... पण या काही गोष्टींना मी कधीही स्पर्श केला नाही. असे का पहाताय?'

'सॉरी. क्षमा करा, तुम्हाला कशा प्रकारचं घर हवं आहे त्याबद्दल सांगा मला.'

'मला एका प्रासादतुल्य घर हवंय... फक्त एवढंच की राजप्रासाद हे काही खऱ्या अर्थाने फार विलासी असतात असं नाही. ते भव्य असतात. अगदीच चवचालपणे सार्वजनिक असल्यासारखे. छोटंसं घर हे खऱ्या अर्थाने सुखद विलासी असू शकतं. दोनच माणसांचा निवास असणारं- माझी पत्नी आणि मी. मुलाबाळांसाठी जागा करण्याचं कारण नाही. तसा आमचा विचारच नाही. पाहुण्यांची सोयही असण्याचं कारण नाही... तिथं कुणाचा पाहुणचार करण्याचा विचार नाही आमचा. कधीकाळी लागलीच गरज तर असावी म्हणून एक पाहुण्यांची खोली असू देत- पण त्यापेक्षा जास्त काही नाही. दिवाणखाना, जेवणाची खोली, अभ्यासिका, लायब्ररी, एक बेडरूम. नोकरांसाठी रहायची सोय, गराज. बस्स, हे एवढंच हवंय. मी तुम्हाला तपशील देईन नंतर. खर्च- लागेल तितका. कसं दिसावं...' तो खांदे उडवत हसला, 'मी तुमच्या वास्तू पाहिल्या आहेत. तुम्हाला घर कसं असावं हे सांगायचा प्रयत्न करणाऱ्या माणसाला स्वतः तुमच्यापेक्षा चांगल्या पद्धतीने घर डिझाइन करण्याची अक्कल असावी किंवा मग गप्प बसावं त्याने. मी फक्त एवढंच सांगेन, की त्या घराला रॉर्क-स्पर्श हवा.'

'म्हणजे काय असतं?'

'मला वाटतं तुम्हाला समजलंय ते.'

'तुमच्या शब्दांत ऐकायचंय ते मला.'

'मला वाटतं, काही इमारती नुसत्या पोकळ दिखाऊपणा करतात. केवळ देखावा. आणि काही कशालातरी घाबरून उभ्या असल्यासारखा दिसतात... आपण अशा दिसतो याचा न्यूनगंड असावा अशा.

काही इमारती अगदीच अस्थानी, मुळातच बिघाड झालेल्या, विकृत आणि खोटारड्या असतात. तुमच्या सर्व इमारतींत एकच भावना ठळकपणे मूर्त झालेली दिसते- हर्षोत्फुल्ल असतात जणू त्या. नुसता मिळमिळीत आनंद नव्हे तर एक आक्रमक, आव्हानासारखा आनंद. जणू तो आनंद अनुभवाला येणं हीसुद्धा एक प्राप्ती असते. त्यांच्याकडे पहाताना वाटतं, हे मला भावत असेल तर माझ्यात नक्कीच काहीतरी आहे.'

रॉर्क सावकाश बोलू लागला. तो उत्तर देत नव्हता.

'मला वाटतं हे तर घडायचंच होतं.'

'काय?'

'की हे तुम्हाला कधीतरी जाणवणं...'

'असं का म्हणताय हे... जणू तुम्हाला त्याचं वाईट वाटतंय.'

'मला वाईट वाटत नाहीये.'

'हे पहा, मी आजवर जे काही बांधलंय त्यामुळे माझ्याबद्दल मनात आकस धरू नका.'

'तसं नाही करत मी.'

'हे स्टोनरिज- ते नॉइस-बेलमॉन्ट आणि वायनान्ड पेपर्स यामुळे तर मला तुमच्याकडून घर बांधून घेणं जमतंय. एवढी चैन शक्य होण्यासाठी हे सगळं समर्थनीय ठरून जाऊ शकतं, नाही का? आता काय फरक पडतो त्यामुळे? ती सर्व साधनं होती. तुम्ही साध्य आहात.'

'तुम्हाला मला काहीही स्पष्टीकरण देण्याची गरज नाही.'

'मी स्पष्टी- हो खरंय मला वाटतं मी तसंच काहीतरी करत होतो.'

'गरज नाही त्याची. तुम्ही आजवर काय बांधलंत याचा मी विचार करतच नव्हतो.'

'मग कसला विचार करत होता?'

'माझ्या इमारतींमध्ये तुम्ही जे पाहू शकलात ते पहाणाऱ्या कुणासमोरही मी अगदी असाहाय्य असतो.'

'माझ्या विरोधात मदत लागेल असं वाटलेलं तुम्हाला?'

'नाही. मला कधीच असाहाय्य वाटत नाही एवढंच.'

'मलाही स्वतःच्या कृतींसाठी कधीच स्पष्टीकरण द्यावंस वाटत नाही. मग हे बरोबरच आहे, होय ना?'

'हो.'

'मला हव्या असलेल्या घराबद्दल तुम्हाला आणखी थोडं सांगायला हवं मला. मला वाटतं आर्किटेक्ट हा एखाद्या फादर कन्फेसरसारखा असतो. त्याच्या घरात जे लोक रहाणार आहेत त्यांच्याबद्दल त्याला इत्थंभूत माहिती असायला हवी. कारण तो त्यांना जे देतो, ते त्यांच्या अन्न-वस्त्रांपेक्षा अधिक निकट रहाणार असतं. एवढ्याच अर्थाने याचा विचार करा प्लीज... आणि हे सांगणं मला कठीण झालं तर मला क्षमा करा- मी आजवर कधीही कन्फेशनला गेलेलो नाही. असं आहे नं... मला हे घर हवंय, कारण माझं माझ्या पत्नीवर जिवापाड प्रेम आहे... काय झालं? याचा इथे काही संबंध नाही असं वाटतंय का?'

'नाही. बोलत रहा.'

'माझी पत्नी इतर लोकांच्यात मिसळलेली मला सहन होत नाही. यात मत्सराचा भाग नाही. त्यापेक्षाही वाईट, फारच वाईट आहे ते. शहराच्या रस्त्यांवरून ती चालते आहे अशी कल्पनाही मला सहन होत नाही. मला कुणाशीही तिला वाटून घेता येणार नाही... अगदी दुकानं, थिएटर्स, टॅक्सीज्

किंवा फूटपाथसारख्या गोष्टींशीही नाही. तिला दूर कुठेतरी ठेवून द्यायचंय मला. मला तिला कुणाच्या पोहोचेपलीकडे नेऊन ठेवायचंय... कसलाही स्पर्श नको व्हायला तिला... हे घर म्हणजे एक प्रकारचा किल्ला असावा... आणि माझ्या आर्किटेक्टने हे संरक्षण मला पुरवायला हवं.'

रॉर्क त्याच्याकडे थेट पहात राहिला. ऐकत रहाणं शक्य व्हावं म्हणून त्याला त्याच्याकडे पहाणं भाग होतं. त्याच्या नजरेतला जाणीवपूर्वक प्रयत्न वायनान्डच्या लक्षात आला, पण त्याला वाटलं हा प्रयत्न नाही तर त्याची कणखर नजर आहे केवळ. त्याला त्या नजरेतून आधार मिळत होता. काहीही कबूल करून टाकणं कठीण नव्हतं त्या नजरेसमोर.

'हे घर म्हणजे एक प्रकारचा तुरुंगच असायला हवा. नाही... तसंही नाही. तो खजिन्याच्या पेटीसारखा असायला हवा. दृष्टीस पडायला फार अमोलिक अशा वस्तूंसाठी असते ना, तशी मंजूषा. पण त्याहीपेक्षा अधिक... ते एक स्वयंपूर्ण असं छोटंसं विश्व असायला हवं... इतकं सुंदर, की आम्ही बाहेर काय सोडून दिलंय, ते आम्हाला कधी आठवताच कामा नये. स्वतःच्या परिपूर्णतेने इतकं संपृक्त असावं ते घर की, त्याच गुणामुळे त्याचा तुरुंग बनावा. त्याला गज किंवा भिंतींचे अडसर नकोत... केवळ तुमची प्रतिभा आमच्या आणि त्यांच्या जगामध्ये भिंत बनून रहावी... हे हवंय मला तुमच्याकडून... आणि आणखी एक. तुम्ही कधी एखादं मंदिर बांधलंय?'

एक क्षणभर या प्रश्नाचं उत्तर देण्याची शक्तीच नव्हती रॉर्कमध्ये, पण मग त्याला कळलं की तो प्रश्न अगदी स्वच्छ आणि मनापासून केलेला होता. वायनान्डला माहीत नव्हतं.

'होय.' रॉर्क उत्तरला.

'मग या कामाचाही विचार एखाद्या मंदिराच्या वास्तूसारखा करा. डॉमिनिक वायनान्डचं मंदिर... तुम्ही घर डिझाइन कराल त्या आधी तुम्ही तिला भेटावं अशी इच्छा आहे माझी.'

'मी काही वर्षांपूर्वी भेटलो होतो त्यांना.'

'असं? मग तुम्ही समजू शकता.'

'समजतंय मला.'

वायनान्डचं लक्ष रॉर्कच्या हाताकडे गेलं. त्याच्या हात त्याच्या डेस्कच्या कडेवर टेकलेला. त्याची लांबसडक बोटं काचेवर टेकलेली, बाजूलाच बॅनरची प्रुफं पडलेली. त्यातल्या एका उलगडलेल्या घडीतून 'वन स्मॉल व्हॉइस' चं शीर्षक डोकावत होतं. तो त्या हाताकडे पहात राहिला. त्याच्या मनात आलं, की या हाताचा साचा काढून ब्राँझचा पेपरवेट केला तर... या डेस्कवर किती सुंदर दिसेल तो.

'आता कळलं मला काय हवंय ते... लागा कामाला. लगेच सुरुवात करा. दुसरं जे काही हातात असेल ते बाजूला ठेवा. मागाल तितके पैसे देईन मी. मला ते घर उन्हाळ्यापर्यंत हवंय... ओः... मला क्षमा करा. वाईट आर्किटेक्ट्स बरोबर इतक्या वेळा कामं केली आहेत मी... तुम्हाला हे काम करायची इच्छा आहे की नाही ते विचारायला हवं होतं मी.'

रॉर्कचा हात प्रथम हलला, डेस्कवरून बाजूला झाला.

'होय.' रॉर्क म्हणाला, 'करीन मी ते.'

त्याच्या बोटांचे छाप डेस्कच्या काचेवर उमटलेले वायनान्डला दिसले. इतके स्पष्ट की जणू काचेवर त्याच्या रेषा कोरल्या गेल्या होत्या आणि त्या खोल रेषा ओलसर होत्या.

'किती वेळ लागेल तुम्हाला?' वायनान्डने विचारलं.

'जुलैपर्यंत पूर्ण करेन मी.'

'ती जागा पहायला लागेल तुम्हाला. मी स्वतः दाखवेन ती तुम्हाला. उद्या सकाळी घेऊन जाऊ

का मी तुम्हाला, माझ्या गाडीने जायचं.'

'जशी तुमची इच्छा.'

'नऊ वाजता या मग.'

'हो.'

'मी करारपत्र करून घेऊ का? तुम्हाला कशा पद्धतीने काम करायला आवडतं मला माहीत नाही. माझा नियम आहे खरं तर, मी जेव्हा एखाद्या माणसाबरोबर काम करतो तेव्हा मी त्या माणसाची संपूर्ण माहिती काढतो. त्याच्या जन्मापासूनची, शक्य तर त्या आधीचीसुद्धा. पण तुमच्याबाबतीत मी असं काहीच केलं नाही. मी विसरलोच. त्याची गरजच वाटली नाही.'

'तुम्हाला हवे ते प्रश्न विचारा. मी सांगतो.'

वायनान्ड हसून मानेनेच नकार देत म्हणाला, 'नको. तुम्हाला काहीही विचारायची गरज वाटत नाही मला. फक्त व्यवहाराचं पाहू.'

'मी कधीच कोणत्या अटी घालत नाही. एकच अट महत्त्वाची असते- तुम्ही माझी प्राथमिक रेखाचित्रं एकदा मान्य केलीत की ते जसंच्या तसंच बांधलं जायला हवं- त्यात बदल, फेरफार मी मान्य करणार नाही.'

'नक्कीच. ते तर झालंच. नाहीतर तुम्ही कामच करत नाही हे ऐकलंय मी. पण या कामाची मी काहीही प्रसिद्धी नाही केली तर चालेल ना तुम्हाला? तशा प्रसिद्धीचा तुम्हा व्यावसायिकदृष्ट्या उपयोग होईल हे माहीत आहे मला. पण हे घर मला बातमीत नको आहे.'

'अजिबात हरकत नाही माझी.'

'त्याची चित्र तुम्ही कुठेही प्रसिद्धीसाठी देणार नाही असं वचन द्याल?'

'दिलं वचन.'

'थँक यू. मी त्याची भरपाई करीन. वायनान्ड पेपर्स तुमची खाजगी प्रसिद्धीसेवा असल्यासारखं धरून चाला. तुमच्या इतर कुठल्याही कामासाठी मी तुम्हाला हवी तितकी प्रसिद्धी देईन.'

'नको मला प्रसिद्धी.'

वायनान्ड मोठ्ठ्याने हसला, 'अहो, कोणत्या जागी काय बोलता आहात तुम्ही. मला वाटतं, तुमच्या भाईबंदांनी ही मुलाखत कशी दिली असती याची तुम्हाला यत्किंचितही कल्पना नाही. तुम्ही गेल वायनान्डशी बोलता आहात याची तुम्हाला जाणीवच नसावी असं वाटतंय मला.'

'होती मला जाणीव.' रॉर्क उत्तरला.

'मी तुमचे आभार मानतोय, हे सांगून... मला नेहमीच गेल वायनान्ड असणं आवडत नाही.'

'कळलंय मला ते.'

'मी विचार बदलला, एकच व्यक्तिगत प्रश्न विचारतो मी तुम्हाला. तुम्ही म्हणालात की तुम्ही कोणत्याही प्रश्नाचं उत्तर द्याल म्हणून.'

'देईन ना.'

'तुम्हाला नेहमीच हॉवर्ड रॉर्क असणं आवडतं?'

रॉर्कच्या ओठांवर हसू उमटलं. त्याला गंमत वाटली होती जणू. थोडं नवलही वाटलेलं. त्याच्या स्मितात नकळत थोडीशी तुच्छता मिसळलेली.

'दिलंत तुम्ही उत्तर...' वायनान्ड म्हणाला.

मग तो उठून उभा रहात म्हणाला, 'उद्या सकाळी नऊ वाजता.' आणि त्याने हात पुढे केला.

रॉर्क गेल्यानंतर वायनान्ड आपल्या डेस्कपाशी कितीतरी वेळ हसऱ्या मुद्रेने बसून होता. त्याने

एक हात त्यातल्या एका प्लास्टिकच्या बटणाकडे लांबवला आणि तो थांबला. त्याला जाणवलं की आता पुन्हा एकदा त्याला त्याच्या नेहमीच्या पद्धतीने बोलायला हवं होतं. गेला अर्धा तास तो ज्या पद्धतीने बोलत होता तसं बोलून चालणार नव्हतं. मग त्याला समजलं, या मुलाखतीत वेगळं काय होतं. आयुष्यात प्रथमच तो एका माणसाशी मनात कसलंही किल्मिष न बाळगता, मोकळेपणाने बोलला होता. यावेळी त्याच्यावर कसलंही दडपण नव्हतं, काहीही लपवण्याची गरज पडली नव्हती. इतरांशी बोलताना असायचा तसा कोणताही भाव मनात नव्हता, ताण नव्हता, ताण जाणवलाच नव्हता... जणू तो स्वतःशीच बोलत होता.

त्याने बटन दाबून सेक्रेटरीला सांगितलं, 'मॉर्गमधून आपल्याकडे हॉवर्ड रॉर्कवर जे जे काही आहे ते सारं पाठवून द्यायला सांग.'

□ □ □

'चल अंदाज कर,' आल्वा स्कॅरेट म्हणाला. आपल्याकडून माहिती मागावी असं त्याचा स्वर आर्जवत होता.

एल्सवर्थ टूहीने डेस्कवरून नजरही वर न करता वैतागाने आपल्या हातानेच त्याला धुत्कारल्यासारखे केले.

'आल्वा, जा ना बाबा. मी भयंकर कामात आहे.'

'अरे ऐक तर, एकदम मस्तंय हे, एल्सवर्थ, तुला जाणून घ्यायला भयंकर आवडेल हे माहीते मला.'

टूहीने मान वर उचलली आणि त्याच्याकडे पाहिलं. डोळ्यांच्या कोपऱ्यांत पडलेल्या वैतागाच्या आठ्या खास स्कॅरेटसाठी होत्या- आपण त्याच्याकडे लक्ष देतोय हे फार उपकार आहेत हे त्याला दाखवण्यासाठीच. आपण सहनशीलतेची परिसीमा दाखवतोय हे अधोरेखित करण्यासाठी त्याने स्वर ओढला,

'ठीक आहे, सांगा आता काय ते.'

टूहीने केलेल्या या अधिक्षेपामुळे स्कॅरेटला काहीच वाटलं नाही. गेलं वर्षभर टूही त्याला हे असंच वागवत आला होता... स्कॅरेटला हा बदल म्हणून जाणवलाच नव्हता. आता त्यात काही वाटून घेण्यासारखं राहिलंच नव्हतं. दोघांनाही त्याची सवय पडून गेली होती.

स्कॅरेट एखादा हुषार विद्यार्थी शिक्षकाची चूक काढल्यावर हसेल तसा हसत होता.

'एल्सवर्थ, तुझी गुप्तचर यंत्रणा अपयशी ठरली हं.'

'काय बोलतो आहेस?'

'गेलचं काय चाललंय तुला काहीही माहीत नाही असं दिसतंय. आपल्याला सगळी माहिती असावी असा कित्ती कित्ती आग्रह असतो तुझा.'

'काय माहीत नाही मला?'

'त्याच्या ऑफिसमधे कोण आलं होतं माहीते?'

'आल्वा, माझ्या सोन्या, मला कोडी सोडवायचा खेळ खेळायला वेळ नाहीये.'

'हजार वर्षं गेली तरी तुला अंदाज बांधता येणार नाही.'

'ठीक आहे, चल, तुझ्यापासून सुटका करून घ्यायची तर तुझा खेळगडी व्हायलाच लागेल. मी योग्य तो प्रश्न विचारतो कसा... कोण बरं आलं होतं आपल्या लाडक्या गेलच्या ऑफिसात?'

'हॉवर्ड रॉर्क.'

टूही गर्रकन वळून त्याच्याकडे पाहू लागला. आपलं लक्ष भिकेच्या तुकड्यासारखं त्याच्या पदरी घालायला हवं या नेहमीच्या खेळाचा त्याला विसर पडला.

तो आश्चर्याने उद्गारला, 'नाही!'

'होय!' स्कॅरेटला आपण साधलेल्या परिणामाने एकदम धन्यता वाटली.

'वेल!!' टूही म्हणाला आणि हसत सुटला.

स्कॅरेट काय करावं ते न कळून हसला. या हसण्याचं नक्की काय कारण असावं याचा त्याला अंदाज लागत नव्हता. टूही हसतो म्हणून आपण हसायचं एवढंच कळत होतं त्याला.

'हं... जरा विचित्रच आहे हे. पण एल्सवर्थ, तू नक्की का हसतो आहेस?'

'ओः आल्वा, कितीतरी वेळ लागेल तुला सारं समजावायला!'

'मला वाटलेलं की यामुळे...'

'तुला काहीतरी चित्तचक्षुचमत्कारिक घडतंय याची जाणीव नाही, आल्वा? तुला फटाके आवडत नाहीत वाटतं? अपेक्षा कसली करायची ते सांगू तुला... लक्षात ठेव सगळ्यात वाईट युद्ध घडून येतात ती एकाच धर्माच्या दोन पंथांमध्ये किंवा नागरी युद्ध होतात ती एकाच वंशाच्या दोन बांधवांत.'

'मला नाही कळलं, तुला काय म्हणायचंय ते.'

'ओः मला काय म्हणायचंय ते समजून घेऊ इच्छिणारे बरेच लोक आहेत... झटकून टाकतो मी त्यांना.'

'तुला याबद्दल इतकं हसू येतंय... छानच आहे. पण मला वाटलेलं हे जरा वाईटच आहे.'

'अर्थातच ते वाईट आहे. पण आपल्या दृष्टीने नव्हे.'

'पण हे बघ, आपण- विशेषतः तू- हा रॉर्क नावाचा प्राणी शहरातला सर्वात टाकाऊ आर्किटेक्ट आहे, याची अगदी ठो ठो दवंडी दिलेलीस. आणि आता आपल्या बॉसनेच त्याला काम दिलं, म्हटल्यावर जरा अवघड होतं ना रे!'

'ते होय... हां हां... शक्य आहे...'

'वेल. आपणास असं वाटतं हे ऐकून फार आनंद वाटला.'

'तो वायनान्डच्या ऑफिसमधे काय करत होता? काही कामाच्याच संदर्भात होतं का हे?'

'ते तर मलाही माहीत नाही. कुणाकडूनच काही कळत नाहीये. कुणालाच माहीत नाहीये.'

'मि. वायनान्ड काही बांधण्याच्या विचारात होते का अलिकडे?'

'नाही. तुला कळलंय का?'

'नाही. खरंच माझी गुप्तचर यंत्रणा झोपलीय वाटतं. काय करणार... जमतं तेवढं करतो माणूस, आणखी काय?'

'पण सांगू का, एल्सवर्थ, मला एक कल्पना सुचलीये. आपल्याला याचा कुठे वापर करून घेता येईल ते पहातोय मी.'

'काय कल्पना आहे?'

'एल्सवर्थ, आजकाल गेल जरा विचित्रच वागतोय.' स्कॅरेटने काहीतरी महत्त्वाचा शोध जाहीर केल्याच्या आविर्भावात सांगितलं. टूही हलकेच हसत बसून होता.

'अर्थात्, एल्सवर्थ, तू याचा अंदाज बांधला होतासच म्हणा. तुझं बरोबरच होतं. तुझं बरोबरच असतं म्हणा. त्याला काय होतंय हे कळलं ना तर मला लॉटरीच फुटली म्हणावं लागेल. ते जे काही आहे ते डॉमिनिकमुळे आहे की, आणखी कशामुळे कोण जाणे. काहीतरी जबरदस्त बदल दिसतोय त्याच्यात. मध्येच अचानक तो प्रत्येक आवृत्तीची प्रत्येक ओळ वाचायला लागतो. काहीही फालतू

कारण पुरतं त्याला. त्याने एवढ्यातल्या एवढ्यात माझी अतिशय सुंदर, हृदयाला हात घालणारी संपादकीयं मारून टाकली... असं कधीही केलं नव्हतं त्याने. कधीच नाही. काय म्हणाला माहीते तो मला? तो म्हणाला, मातृत्व फार छान असतं वगैरे सर्व ठीक आहे, आल्वा, पण हे भगवान... क़िती पचपचीत करायचं ते काही मर्यादा ठेव. वैचारिक भ्रष्टतेचीही काहीतरी कमाल मर्यादा पाळा. कसली भ्रष्टता? मातृदिनाच्या निमित्ताने मी इतकं छान संपादकीय कधीच लिहिलं नव्हतं. खरं सांगतो, मी स्वतःच लिहितालिहिता सद्‌गदित झालेलो. हा बेटा केव्हापासून नीतिभ्रष्टतेच्या गप्पा करू लागला? त्या दिवशी त्याने ज्यूल्स फौग्लरला बोलवून घेतलं आणि त्याच्या तोंडावर त्याला सांगितलं की तो बौद्धिक तोंडबाजी करतो म्हणून. आणि त्याचा रविवारचा लेख त्याने कचऱ्याच्या टोपलीत फेकला. तो सुद्धा किती सुरेख लेख होता... कामगार रंगभूमीवर लिहिलेला लेख होता तो. ज्यूल्स फौग्लरला- आपल्या सर्वोत्तम लेखकाचा अपमान! गेलला एकही मित्र उरलेला नाही आता इथे. या अगोदर ते त्याचा राग करतच होते- आता तर त्यांची भाषा ऐकवत नाही.'

'ऐकलीय मी ती.'

'त्याची पकड ढिली होतेय, एल्सवर्थ. तू आणि तू निवडलेली तुझी पोरं नसती तर मला काम करणं कठीण होतं. ते सगळे मिळून जवळपास सगळं काम उरकतात माहीते? आपले जुने घिसेपीटे लोक आता केवळ नमनाच्याच लायकीचे उरलेत. खरं काम ही पोरंच करतात. तीच बॅनरला सांभाळतील. पण गेल- अरे तू ऐकलंस की नाही, गेल्या आठवड्यात त्याने ड्वाइट कार्सनला काढून टाकलं. मला वाटतं हे फार लक्षणीय आहे. अर्थात् ड्वाइट कार्सन म्हणजे नसतं ओझं झाला होता. त्रास नुसता. पण गेलला आपला आत्मा विकून टाकणाऱ्या त्याच्या लाडक्या लोकांपैकी तो पहिला होता. मला ड्वाइट कार्सन जवळ असलेला बरा वाटायचा. चांगलं होतं, गेलच्या खऱ्या उमेदीच्या दिवसांतला एक होता तो. असलं काहीतरी करणं म्हणजे गेलचा सेफ्टी व्हाल्व्ह आहे असं मला नेहमी वाटायचं. आणि मग त्याने अचानक कार्सनला जाऊ दिलं. मला बरं नाही वाटत हे, एल्सवर्थ, अजिबात बरं वाटत नाहीये.'

'हे काय चाललंय, आल्वा. तू मला या गोष्टी मला माहीत नसतील म्हणून सांगतो आहेस की जरा वाफ काढतो आहेस- माझ्या खांद्यावर- रूपकाची सरमिसळ केली त्याबद्दल क्षमा असावी, हां?'

'असंच वाटतं. मला गेलला लाथाडायला आवडणार नाही, मी इतके दिवस त्याला वेड्यासारखा धरून आहे की आता पार जखडला गेलो आहे. पण माझ्या मनात येतंच ते हे- हा हॉवर्ड रॉर्क- कशाची आठवण होते आहे तुला?'

'या विषयावर मी खंड दोन खंड लिखाण करू शकेन, आल्वा, पण आत्ता ते करायची वेळ आहे का?'

'नाही, पण आपल्या दोघांनाही त्याच्याबद्दलची एक गोष्ट नक्की माहीते. की तो वेडा आहे, विचित्र आहे, माथेफिरू आहे. पैसा, प्रेम किंवा सोळा इंची गन यांपैकी कशालाही न भुलता, न भिता आपल्याला हवं तेच करणारा तो मनुष्य आहे. ड्वाइट कार्सनपेक्षा वाईट. गेलच्या सगळ्या लाडक्या पिलांचा अर्क काढला तर हा त्यांच्या वरचढ ठरेल. हो की नाही? कळतंय तुला? असल्या माणसाच्या समोर उभं रहावं लागलं तर गेल काय करील?'

'अनेक गोष्टी शक्य आहेत, त्यातली एक तरी नक्कीच होईल.'

'मी गेलला ओळखत असलो- ओळखतोच मी गेलला चांगला- तर एकच होईल. म्हणून मला जरा आशाही वाटते. त्याच्या जुन्या औषधाचा एक डोस घेईल तो. त्याला बऱ्याच दिवसात त्याच्या

सेफ्टी व्हाल्व्हची गरज पडलेली नाही. तो त्या प्राण्याचा कणा मोडायच्या मागे लागेल पहा... बरंच होईल ते गेलच्या दृष्टीने. जरा नॉर्मल होईल. माझी कल्पना ही होती, एल्सवर्थ.' तो वाट पहात राहिला. टूहीच्या चेहऱ्यावर जराही उत्साह अवतरला नाही तेव्हा त्याने आपलं बोलणं गपकन् मिटून घेतलं, 'वेल, कदाचित चूकही ठरेन मी... कदाचित् काहीच होणार नाही यातून. मला वाटलं हा एक मानसशास्त्रीय परिणाम असू शकेल.'

'असं असेलही, आल्वा.'

'मग? हे कदाचित् अशा तऱ्हेने काम करीलसं वाटतं तुला?'

'शक्य आहे. कदाचित् तुला वाटतंय त्यापेक्षा अगदीच काहीतरी वाईटही घडू शकतं. पण आपल्याला आता त्याचं फार काही महत्त्व वाटायचं कारण नाही. कारण असं पहा, आल्वा, बॅनरपुरतंच बोलायचं तर- आपण आणि आपला बॉस यांत शक्तिप्रदर्शन झाल्यास, आपल्याला मि. गेल वायनान्ड यांची भीती बाळगण्याचं काहीच कारण उरलेलं नाही आता.'

□ □ □

मॉर्गमधे काम करणारा मुलगा कात्रणांनी भरलेला एक जाडजूड लिफाफा घेऊन आला, तेव्हा वायनान्डने वर पहात विचारलं, 'एवढं सगळं? मला माहीत नव्हतं तो इतका प्रसिद्ध आहे म्हणून.'

'वेल, ही सगळी स्टोडार्ड मंदिराच्या खटल्याची कात्रणं आहेत, मि. वायनान्ड.'

तो मुलगा थबकला. फार काही चुकलं नव्हतं, फक्त वायनान्डच्या कपाळावरच्या आडव्या आठ्या थोड्या गहिऱ्या झाल्या होत्या. वायनान्डला तो फारसा ओळखत नव्हता, त्यामुळे त्याला त्याचा अर्थ कळला नाही. आपल्याला कसली भीती वाटली ते त्याला समजलं नाही.

क्षणभरानंतर वायनान्ड म्हणाला, 'ठीक आहे. थँक यू.'

त्या मुलाने तो लिफाफा डेस्कच्या काचेवर ठेवला आणि तो गेला.

याः वायनान्ड त्या फुगीर पिवळ्या लिफाफ्याकडे पहात राहिला. त्याचं काचेवर पडलेलं प्रतिबिंब त्याला दिसत राहिलं, जणू तो आकार त्या पृष्ठभागात रुतला होता, डेस्कवर मुळं पसरत होता. तो भिंतींकडे पहात राहिला. तो लिफाफा उघडण्यापासून आपल्याला परावृत्त करू शकेल अशी कोणती शक्ती त्यांच्यात असेल का... तो विचार करत होता.

मग तो ताठ उठून बसला. त्याने आपले हात डेस्कच्या कडांपाशी सरळ पसरले. बोटं ताणली आणि स्वतःच्याच नाकपुड्यांवरून त्याची नजर घसरत खाली डेस्कवर घरंगळली. क्षणभर तो गंभीर मुद्रेने, गर्वोन्नत मुद्रेने, संयतपणे तो एखाद्या फॅरोच्या ममीसारखा बसून राहिला. मग एका हाताने तो लिफाफा उघडून वाचू लागला.

'पावित्र्यभंग'- एल्सवर्थ टूही, 'चर्चेस ऑफ अवर चाइल्डहूड'- आल्वा स्कॅरेट... संपादकीय, धर्मोपदेश, भाषणे, कुणाकुणाची वक्तव्ये, संपादकांस पत्रे,... बॅनर बेलगाम उधळलेला, छायाचित्रे, व्यंगचित्रे, निषेधाची पत्रके, संपादकांस पत्रे...

त्याने अक्षर नि अक्षर व्यवस्थित वाचून काढलं. त्याची बोटं टेकली होती. त्या कात्रणांना तो हात लावत नव्हता. एकदा नवीन कात्रण वाचायला घेतलं की त्याला स्पर्श न करता तो वाचत होता. त्याचा हात यांत्रिकपणे पान उलटण्याची हालचाल तेवढी करीत होता. शेवटचा शब्द वाचून झाला की त्याची नजर वर व्हायची, गरजेपेक्षा एक क्षणभरही जास्त वेळ कोणतंही कात्रण समोर रहात नव्हतं त्याच्या. पण स्टोडार्ड मंदिराच्या छायाचित्राकडे तो बराच वेळ पहात राहिला. रॉर्कच्या छायाचित्राकडे तर तो कितीतरी वेळ पहात राहिला. त्या उत्फुल्ल मुद्रेखालची ओळ होती, 'आता तरी

झालं का समाधान मि. सुपरमॅन?' त्याने ते त्या कात्रणातून कापून काढलं आणि आपल्या डेस्कच्या खणात टाकलं. मग तो पुन्हा पुढे वाचू लागला.

खटल्याबद्दल वाचलं त्याने- एल्सवर्थ एम. टूहीची साक्ष, पीटर कीटींगची साक्ष, राल्स्टन हॉलकोम्बची साक्ष, गॉर्डन प्रेस्कॉटची साक्ष, डॉमिनिक फ्रँकनच्या साक्षीचा केवळ थोडक्यात उल्लेख होता- उद्धृत नव्हतं. 'बचाव संपला.' वाचलं. मग वन स्मॉल व्हॉइसमधे किरकोळ उल्लेख- मग बराच काळपर्यंत काहीही उल्लेख नाही. पुढलं कात्रण एकदम तीन वर्षांनंतरचं होतं- मॉनाड्नॉक व्हॅलीचं.

त्याने सारंकाही वाचून संपवलं, तेव्हा खूप उशीर झाला होता. त्याचे सेक्रेटरी निघून गेले होते. हॉलचा आणि खोल्यांचा रितेपणा त्याला जाणवत राहिला. पण खालून छपाईयंत्रांची गुरगुर, घरघर ऐकू येत होती. त्यांची थरथर सर्वत्र जाणवत होती. त्याला ही थरथर फार आवडायची. जणू त्या इमारतीचं हृदय धडधडत असल्याचं कळत रहायचं त्यातून. तो ऐकत राहिला. ते उद्याचा बॅनर छापत होते. तो कितीतरी वेळ निश्चल बसून राहिला.

❑

३

रॉर्क आणि वायनान्ड एका टेकडीच्या माथ्यावर उभे होते. समोर सभोवार हलक्याशा उतारावर पसरत जाणारी जमीन पहात होते. टेकडीच्या माथ्यावर काही निष्पर्ण झाडं उभी होती, ती थेट खाली एका तलावाच्या काठापर्यंत उतरत होती. त्यांच्या उजाड फांद्या हवेत जणू भौमितीय आकृत्या काढत उभ्या होत्या. आकाशाचा निळसर हिरवा रंग हवेला आणखी थंडावा आणत होता. थंडीने पृथ्वीचे सारे रंग धुवून नेले होते. आताच्या रंगातूनच त्या रंगांचा जन्म होणार होता हे स्पष्ट करीत जमीन पहुडली होती. त्या निश्चेष्ट वाटणाऱ्या मातकट रंगात भविष्यातल्या हिरव्या रंगाचा संभव होता. थकिस्त वाटणारा जांभळा रंग नंतर ज्वाळेसारखा लालभडक होणार होता आणि राखी रंगातून सोनसळी रंग उमलणार होता. आज ती जमीन एखाद्या रसभरित कहाणीची रुपरेखा असावी तशी होती, किंवा इमारतीच्या पोलादी सांगाड्यासारखी... अजून तिचे तपशील भरले जाणार होते, रंग भरले जाणार होते. आत्ता त्या रंगीबेरंगी भविष्याची केवळ साधीसोपी आखणी दिसत होती.

'घर कुठे उभं रहावं असं वाटतं तुला?' वायनान्डने विचारलं.

'या इथे.' रॉर्क म्हणाला.

'मी ही तशीच आशा करीत होतो.'

वायनान्डने स्वतः शहरातून गाडी चालवत आणली होती. दोन तास ते त्या जागेतून फिरत होते. पायवाटांतून, रानातून, तलावापाशी, टेकडीवर सगळीकडून त्यांनी फेरफटका मारला. आता वायनान्ड वाट पहात शांत उभा होता. रॉर्क पायाखालच्या जमिनीचं निरीक्षण करीत होता. त्या देखाव्याच्या कुठल्या कुठल्या बिंदूंची सूत्रं गोळा करून तो आपल्या हातात घेत असेल बरं... वायनान्ड विचार करीत होता.

रॉर्क वळला तेव्हा वायनान्डने त्याला विचारलं, 'आता मी तुमच्याशी बोलू?'

'हो, बोला ना.' त्याने दर्शवलेला आदर त्याला अपेक्षित नसल्यासारखा तो हसला.

वायनान्डचा आवाज स्वच्छ आणि ठिसूळ असल्यासारखा वाटला. वरच्या आकाशाच्या हिमनील रंगतेजासारखा अलवार.

'तुम्ही हे काम का स्वीकारलंत?'

'कारण मी आर्किटेक्ट आहे म्हणून.'

'तुम्हाला कळतंय मला काय म्हणायचंय ते.'

'नाही. कळलं नाही मला.'

'तुम्हाला माझा संताप नाही आला?'

'नाही. का बरं?'

'त्याबद्दल मीच स्वतःहून बोलायला हवं असं वाटतंय का?'

'कशाबद्दल?'

'स्टोडार्ड मंदिराबद्दल.'

रॉर्क हसला,'अच्छा... म्हणजे कालच्या भेटीनंतर तुम्ही माझी माहिती घेतलीत तर.'

'मी आमचीच कात्रणं वाचली.' तो थांबून राहिला, पण रॉर्क काहीच बोलला नाही. 'सगळी वाचली.' त्याचा स्वर कठोर होता, स्वतःला धिक्कारणारा, थोडा आर्जवीही. 'आम्ही तुमच्याबद्दल जे जे काही म्हटलं ते सारं वाचलं मी.' रॉर्कच्या मुद्रेवरील शांतपणामुळे तो अधिकच संतप्त झाला. तो एकेक शब्द सावकाश, हेतूपूर्वक उच्चारत गेला, 'आम्ही तुम्हाला एक बेकार मूर्ख म्हटलं, अडाणी म्हटलं, ढोंगी म्हटलं, लुटारू म्हटलं, अहंमन्य म्हटलं...'

'स्वतःचा छळ मांडणं पुरे करा.'

वायनान्डने डोळे मिटून घेतले, जणू रॉर्कने त्याला थप्पड लगावली होती. क्षणभरानंतर तो म्हणाला, 'मि. रॉर्क, तुम्ही मला पुरेसं ओळखत नाही. तुम्ही एक गोष्ट समजून घ्या- मी कधीही क्षमायाचना करत नाही. माझ्या कोणत्याही कृतीसाठी मी कुणाचीही क्षमा मागत नाही.'

'पण क्षमा मागण्याचा विषय कुठून आला? मी तशी मागणी केलेली नाही.'

'तुमच्या संदर्भात जे शब्द वापरले गेले त्यांच्या पाठीशी मी उभा आहे. बॅनरमधे छापल्या गेलेल्या प्रत्येक शब्दाला माझं समर्थन असतंच.'

'मी तुम्हाला ते मागे घ्यायला सांगतही नाहीये.'

'मला माहीतीये, तुम्ही काय विचार केलात. मला काल स्टोडार्ड मंदिराबद्दल काहीही माहीत नव्हतं हे तुम्ही ओळखलंत. त्यात गुंतलेल्या आर्किटेक्टचं नाव मी विसरलो होतो. तुम्ही निष्कर्ष काढला असणार की ती मोहीम मी स्वतः चालवली नसणार. बरोबर आहे. मी नव्हतो त्यात. त्यावेळी मी दूर कुठेतरी होतो. पण तुम्हाला हे कळत नाहीये की ती मोहीम बॅनरला साजेशी होती, बॅनरच्या मानसिकतेला शोभणारी होती. बॅनर आत्तापर्यंत जे काही करत आला आहे त्यात चपखल बसणारी होती. त्यासाठी केवळ मी आणि मीच जबाबदार आहे. आल्वा स्कॅरेटने जे केलं ते केवळ माझा शिष्य म्हणून. मी इथे असतो तर कदाचित् मीही तेच केलं असतं.'

'तो तुमचा अधिकार असता.'

'विश्वास बसत नाही, मी तसं केलं असतं यावर?'

'नाही.'

'मला तुमची शाबासकी नकोय आणि दयाही नकोय.'

'तुम्हाला जे हवंय ते मी नाही करू शकत.'

'काय मागतोय मी असं वाटतंय तुम्हाला?'

'की मी तुमच्या थोबाडीत मारावी.'

'का नाही करत मग तुम्ही तसं?'

'मला जो राग आलेला नाही, तो दाखवणं मला जमत नाही.' रॉर्क म्हणाला, 'यात दयेचा भाग

नाही. मी जे काही केलं असतं त्या सगळ्यात हेच क्रूर आहे. फक्त मी क्रौर्यासाठी म्हणून ते करत नाहीये. मी तुमच्या थोबाडीत मारली तर तुम्ही मला स्टोडार्ड मंदिरासाठी क्षमा करून टाकाल.'

'तुम्हाला मी क्षमा करायची काय गरज?'

'नाही. तशी तुमची इच्छा आहे. यात कुठेतरी क्षमा करण्याची गरज आहे, हे तुम्हाला कळतंय. कुणी कुणाला करायची याबद्दल तुमच्या मनात स्पष्टता नाही. मी तुम्हाला क्षमा करावी अशी किंवा निदान किंमत मोजायला लावावी असं तुम्हाला वाटतंय- एकच ते- तुम्हाला वाटतंय त्यामुळे हिशेब चुकता होईल. पण असं पहा, मला त्याच्याशी काहीही कर्तव्य नाही. त्यात माझा काहीही संबंध नाही. मी काय करतो किंवा त्याबद्दल मला काय वाटतं याने आता काहीच फरक पडत नाही. तुम्ही काही माझा विचार करीत नाही आहात. मी तुम्हाला मदत करू शकत नाही. तुम्हाला आता भीती वाटते आहे ती काही माझी नव्हे.'

'मग कुणाची?'

'स्वतःचीच.'

'हे असं बोलायचा अधिकार तुम्हाला कुणी दिला?'

'तुम्हीच.'

'वेल- बोलत रहा.'

'अजून ऐकायचंय?'

'बोला पुढे.'

'मला वाटतं, की तुमच्यामुळे मला त्रास झाला हे कळल्यावर तुम्हाला दुःख होतंय. तसं व्हायला नको होतं असं तुम्हाला वाटतंय. आणि तरीही त्यापेक्षाही जास्त भीती वाटते आहे तुम्हाला ती याची- की मला खरोखर फार काही त्रास झालेला नाही.'

'बोला पुढे.'

'तुम्हाला भीती वाटते ती याची की, मी आता काही दयेपोटी किंवा औदार्यापोटी असा वागत नाहीये- मी केवळ निर्विकार आहे. तुम्हाला भीती वाटतेय कारण तुम्हाला माहीत आहे- स्टोडार्ड मंदिरासारख्या गोष्टींची किंमत मोजावी लागते... आणि मी तर किंमत मोजताना दिसत नाहीये तुम्हाला. मी हे काम स्वीकारलं याचं तुम्हाला खूप आश्चर्य वाटलं. मी ते स्वीकारणं यात काही धैर्याचा भाग होता, असं वाटतंय तुम्हाला? मला हे काम देण्यासाठी धैर्य दाखवलंत ते तुम्ही. कळतंय? मी स्टोडार्ड मंदिराचा हा असा विचार करतो. माझ्या लेखी ते संपलं, तुमच्या लेखी नाही.'

वायनान्डने आपला पंजा उघडला. बोटं मोकळी केली. त्याचे खांदे जरासे ढिलावले. तो सहजपणे उत्तरला, 'ठीक आहे, हे सगळं खरंय. अगदी सगळं.'

मग तो शांतपणे सारंकाही स्वीकारल्यासारखा ताठ उभा राहिला. त्याचं शरीर जणू त्याच्या भावनेला जाणीवपूर्वक प्रतिसाद देत होतं.

'तुम्ही मला तुमच्या पद्धतीने चांगलंच झोडून काढलंय हे मला वाटतं तुम्हाला माहीत असावं.' तो म्हणाला.

'होय. आणि ते तुम्ही अंगावर घेतलंतही. मग? आता तुम्हाला हवं ते मिळालं. आपला हिशेब चुकता झाला, असं म्हणून आपण आता स्टोडार्ड मंदिर विसरून जाऊ या का?'

'तुम्हाला खूप समज आहे किंवा मी फारच उघड होत गेलो. दोन्ही प्रकारे तुम्ही जिंकला आहात. मला इतकं उघड व्हायला आजवर कुणीच भाग पाडलं नव्हतं.'

'अजूनही मी तुमची इच्छा पूर्ण करावी असं वाटतंय तुम्हाला?'

'मला काय हवंय असं वाटतंय तुम्हाला आता?'

'मी तुम्हाला व्यक्ती म्हणून ओळख देणं. आता माझी पाळी आहे, हो ना?'

'तुम्ही भयंकरच प्रामाणिक आहात, होय ना?'

'का नसावं? तुम्ही मला त्रास देऊ शकलात, अशी ओळख मी देऊ शकत नाही तुम्हाला. पण मला आनंद देऊ शकलात हे मी सांगू शकतो. हा पर्याय चालेल ना तुम्हाला? ठीक आहे तर. तुम्हाला मी आवडलो याचा मला आनंद वाटला. तुम्ही माझ्याकडून झोडून घेणं हे जसं अपवादात्मक होतं तितकंच हे सांगणं माझ्यासाठीही अपवादात्मक आहे. मी कुणाला आवडलो की, नाही याची मी कधीच पर्वा करीत नाही. या वेळी करतो आहे. मला खरंच आनंद झालाय.'

वायनान्ड गडगडून हसला, 'तुम्ही एखाद्या निडर, निष्कपट सम्राटासारखे आहात. दुसऱ्याचा सन्मान करता, तेव्हा तुम्ही केवळ स्वतःचं स्थान आणखी उंच करून घेता. तुम्ही मला आवडला आहात हे कसं काय गृहीत धरलंत तुम्ही?'

'आता याचं स्पष्टीकरण खरं तर नको आहे तुम्हाला. तुम्ही स्वतःला माझ्यासमोर फार जास्त उघड होऊ दिलंत याबद्दल मला एकदा दूषण देऊन झालंय तुमचं.'

वायनान्ड एका पडलेल्या झाडाच्या खोडावर बसला. तो काहीच बोलला नाही पण त्याने त्याला बसायचं निमंत्रणही दिलेलं नि आज्ञाही. रॉर्क त्याच्या शेजारी बसला. रॉर्कची चर्या शांत होती, पण हास्याची खूण राहिली होती. थोडी गंमत वाटलेली, थोडी सावधता... जणू आता तो ऐकणार होता त्यातला प्रत्येक शब्द नवीन काहीही सांगणार नव्हता, केवळ रुकार देणार होता.

'तुम्ही अगदीच शून्यातून इथवर आला असणार ना?' वायनान्डने विचारलं, 'गरीब घरात जन्माला आलात.'

'हो. तुम्हाला कसं कळलं?'

'तुम्हाला कुणीही काहीही देणं- कौतुकाचे शब्द असोत, की एखादी कल्पना किंवा काहीतरी मौल्यवान- तुम्हाला काहीही देऊ करायचं म्हणजे आपल्याला गृहीत धरल्यासारखं वाटतं तुम्हाला. मी सुद्धा अगदी तळातून सुरुवात केली आहे. तुमचे वडील काय करायचे?'

'लोखंडाच्या व्यापारात होते.'

'माझे वडील बंदरात काम करायचे. तुम्ही लहानपणी काय करायचात? मिळेल ती कामं करायचात?'

'बऱ्याच वेगवेगळ्या प्रकारची. बहुतेकवेळा बांधकामांवर.'

'मी त्यापेक्षाही वाईट कामं केली. सगळ्याच प्रकारातली. तुम्हाला कुठलं काम सगळ्यात जास्त आवडायचं?'

'पोलादाच्या सांगाड्यांवर रिव्हेट्स पकडण्याचं.'

'मला हडसन फेरीवर बुटपॉलिशचं काम करायला आवडायचं. खरं तर मला राग यायला हवा होता. पण नाही यायचा. मला लोक आठवतही नाहीत त्यावेळचे. मला शहरच आठवतं फक्त. ते शहर- सदैव तिथेच उभं असलेलं... किनाऱ्यावर पसरून वाट पहात असलेलं, मी जणू त्याच्याशी रबरबँडने बांधलेला होतो. तो बँड ताणला जाऊन मला दूरवर दुसऱ्या किनाऱ्यापाशी घेऊन जायचा आणि पुन्हा परत स्थितीस्थापक होत मला परत ओढून घ्यायचा. त्यातून मला असं काहीतरी वाटू लागलं होतं- की माझी त्या शहरापासून सुटका होणार नाही आणि शहराची माझ्यापासून सुटका होणार नाही.'

वायनान्ड आपल्या बालपणाबद्दल क्वचितच बोलत असणार हे रॉर्कला त्याच्या स्वरावरून

कळलं. त्याचा आवाज चमकत होता, थोडा अडखळत होता. त्याचे ते लखलखीत शब्द जुन्या नाण्यासारखे वापरून गुळगुळीत झाले नव्हते.

'तुम्ही कधीतरी बेघर अवस्थेत उपास काढलेत?' वायनान्डने विचारलं.

'कधीकधी.'

'तुम्हाला वाईट वाटायचं?'

'नाही.'

'मलाही नाही वाटायचं. मला दुसऱ्याच काही गोष्टींचा राग यायचा. अवतीभोवतीचा गलेलठ्ठ मठ्ठपणा पाहून तुम्हाला संतापाने किंचाळावंसं वाटलं कधी? सर्व गोष्टी किती चांगल्या प्रकारे करता येणं शक्य आहे हे कळत असताना- आपल्या हातात केवळ ते करण्याची सत्ता नसते हे जाणवून..? आपल्या भोवतीची रिकामी डोकी उडवून देण्याची सत्ता आपल्या हाती नाही म्हणून? केवळ लोकांच्या आज्ञा पाळत रहायचं- तेही पुरेसं नाही- आपल्यापेक्षा अगदीच बेअकली लोकांच्या आज्ञा पाळाव्या लागतात हे जाणवून- कधी जाणवायचं हे तुम्हाला?'

'हो.'

'तुम्ही तो राग गिळून, पोटात साठवून, डोक्याच्या चिंध्या उडेपर्यंत वाट पाहिलीत- आणि कधीतरी संधी येईल तेव्हा तसल्या मूर्ख लोकांवर आपल्या भवतालावर सत्ता गाजवण्याचा विचार केलात?'

'नाही.'

'नाही? विसरू दिलंत तुम्ही सारं?'

'नाही. मला मठ्ठपणाचा, अकुशलतेचा मनापासून राग येतो. कदाचित् तेवढीच एक गोष्ट मला खरोखर संताप आणते. पण त्यामुळे मला तसल्या लोकांवर सत्ता गाजवण्याची इच्छा वगैरे झाली नाही. त्यांना काही शिकवावं असंही वाटलं नाही. मला फक्त माझ्या पद्धतीने काम करत रहावं एवढीच इच्छा उरली- त्यासाठी माझ्या डोक्याच्या चिंध्या झाल्या तरी चालेल असं वाटलं.'

'आणि झालं तसं?'

'नाही. फार काही नाही.'

'तुम्हाला मागे वळून पहायला- भूतकाळातल्या कोणत्याही घटनेकडे पहायला जमतं?'

'हो.'

'मला नाही होत. एक रात्र होती. मला खूप मारहाण झाली होती... आणि मी रांगत सरपटत एका दारापाशी गेलो. मला त्या फूटपाथची फरशी आठवतेय अजून. माझ्या नाकाखालीच होती ती... दिसते अजून डोळ्यासमोर... त्या दगडात शिरा होत्या, पांढरे डाग होते... तो फूटपाथ मागे सरकतो आहे याची खात्री करून घ्यावी लागत होती मला सतत. मी पुढे सरकत होतो की, नाही हे कळण्याच्या पलीकडे गेलेलो मी. पण त्या फुटपाथवरून कळत होतं मला. त्या शिरा आणि ते डाग हलत होते. मला पुढे सहा इंचावरच्या नव्या भेगेकडे किंवा ठिपक्याकडे सरकायचंय एवढंच मनात येत होतं. खूप वेळ लागला... माझ्या पोटाखाली रक्त होतं हे कळत होतं मला.'

त्याच्या आवाजात स्वकरुणेचा अंशही नव्हता. तो अगदी साधेपणाने बोलत होता, त्रयस्थासारखा, थोड्या नवलाने. रॉर्क म्हणाला, 'मला तुम्हाला मदत करायला आवडेल.'

वायनान्डच्या संथ हास्यात प्रसन्नता नव्हती. 'तुम्ही करू शकाल मदत. आणि मला वाटतं, ते योग्यही असेल. दोन दिवसांपूर्वी मी मदत करण्यासारखा माणूस आहे असा विचार करणाऱ्या कुणाचाही मी खून केला असता. तुम्हाला कळू शकतं अर्थातच, -भूतकाळातल्या त्या रात्रीचा मला द्वेष वाटत

नाही. मागे वळून पहाताना मला त्या रात्रीचा विचार करण्याची भीती वाटत नाही. बोलताना त्यातल्या त्यात तीच एक सांगण्यासारखी गोष्ट आहे. बाकीच्या गोष्टी तर सांगताही येणार नाहीत.'

'कळतंय मला. मीही त्याच गोष्टींबद्दल बोलत होतो.'

'कोणत्या असतील त्या? सांगा बरं.'

'स्टोडार्ड मंदिर.'

'तुम्हाला मला त्यासाठी मदत करायची आहे?'

'हो.'

'तुम्ही मूर्ख आहात. तुम्हाला कळत नाही का?'

'तुम्हाला कळत नाहीये का- की मी तुम्हाला मदत करायला सुरुवातही केली आहे.'

'कशी काय?'

'हे घर तुमच्यासाठी बांधणार आहे मी.'

वायनान्डच्या कपाळावर आठ्या उमटलेल्या रॉर्कने पाहिल्या. वायनान्डचे डोळे जरा जास्तच पांढरे दिसू लागले. जणू त्याच्या बुबुळांतला निळा रंग फिकट झाला आणि त्याच्या चेहऱ्यावर केवळ दोन पांढरे गोल दिसू लागले. तो म्हणाला, 'आणि त्यासाठी भलामोठा चेक घेणार आहात.'

रॉर्कचं हसू पूर्ण उमलण्याआधी त्याच्या डोळ्यात ते किंचित दबून होतं. हा अचानक केलेला अपमान एक प्रकारची शरणागती होती, हे कळणं त्या हास्यातून सांडत होतं. विश्वास ठेवण्याच्या कुठल्याही भाषेपेक्षा अधिक प्रभावी. रॉर्कचा हसू दाबण्याचा प्रयत्न त्याला सांगून गेला की, या विशिष्ट क्षणासाठी तो त्याला मुळीच मदत करणार नव्हता.

'हो, म्हणजे काय. प्रश्नच नाही.' रॉर्क शांतपणे म्हणाला.

वायनान्ड उठला,'चला, जाऊ या. आपण उगीच वेळ काढतोय. ऑफिसमधे मला यापेक्षा बऱ्याच जास्त महत्त्वाच्या गोष्टी करायच्या आहेत.'

परतीच्या प्रवासात ते फार बोलले नाहीत. नव्वदच्या वेगाने वायनान्ड गाडी पळवत होता. त्या वेगामुळे रस्त्याच्या कडेच्या दृश्याची जणू एक भिंत होऊन बाजूने सरकत होती. एका बंद, निःशब्द कॉरिडॉरमधून जात राहिल्यासारखे ते जात राहिले.

कॉर्ड बिल्डिंगच्या समोर त्याने गाडी थांबवली आणि रॉर्कला उतरू दिलं. मग तो म्हणाला, 'तुम्हाला त्या जागेवर जितक्या वेळा जायचं असेल तितक्या वेळा जाऊ शकता तुम्ही मि. रॉर्क. मी तुमच्याबरोबर असायची काहीच गरज नाही. माझ्या ऑफिसमधून लागतील ते सर्व आणि माहिती तुम्हाला मिळेल. आवश्यक असल्याशिवाय मला भेटू नका पुन्हा. मी खूप कामात असेन आता. पहिली ड्रॉइंग्ज झाली की मला कळवा.

□ □ □

ड्रॉइंग्ज पूर्ण झाली तेव्हा रॉर्कने वायनान्डच्या ऑफिसला फोन लावला. तो गेल्या महिनाभरात वायनान्डशी बोलला नव्हता.

'जरा थांबा हं, मि. रॉर्क.' वायनान्डच्या सेक्रेटरीने सांगितलं. तो थांबून राहिला. सेक्रेटरीचा आवाज पुन्हा लाइनवर आला. तिने सांगितलं की, आजच दुपारी ड्रॉइंग्ज घेऊन बोलावलंय तुम्हाला. तिने वेळही सांगितली. वायनान्ड स्वतः फोनवर आला नाही.

रॉर्क आत आला तेव्हा वायनान्डने त्याला अभिवादन केलं, 'हाऊ डु यू डू, मि. रॉर्क,' त्याचा स्वर आदबशीर आणि औपचारिक होता. जवळिकीची कुठलीही खूण त्याच्या कोऱ्या, आदबशीर

चर्येवर उमटली नव्हती.

रॉर्कने त्याच्याकडे एक मोठं पर्स्पेक्टिव्हचं चित्र आणि प्लान्स सरकवले. वायनान्ड प्रत्येक चित्राकडे नीट पहात राहिला. मग त्याने वर पाहिलं.

'मला फार बरं वाटलंय, मि. रॉर्क.' तो स्वर अगदी नको इतका नेमका होता. 'मला तुमचं काम प्रथमपासूनच वेगळी छाप पाडणारं वाटलंय. मी थोडा विचार केलाय आणि मला तुमच्याशी एक खास व्यवहार करायचा आहे.'

त्याची नजर रॉर्ककडे लागली होती. त्यात एक प्रकारचं मार्दव होतं. अगदी अलवार वाटावं असं. त्याला सावधपणे हाताळायची त्याची इच्छा होती हेही त्यातून स्पष्ट होतं. त्याच्या कसल्याशा हेतूसाठी तो काहीतरी राखून ठेवत होता जणू. त्याने ते स्केच उचललं आणि दोन बोटांत धरलं. त्यावर उजेड पडलेला. तो पांढरा कागद क्षणभर प्रकाशकिरण परावर्तित करत राहिला. त्यावरच्या काळ्या रेषा उठावदार दिसत होत्या.

'तुम्हाला हे घर बांधलं गेलेलं पहायचंय?' वायनान्डने सावकाश विचारलं, 'अगदी मनापासून?'

'होय.' रॉर्क उत्तरला.

वायनान्डने अजिबात हात न हलवता बोटं केवळ ढिली सोडली. तो कागद खाली डेस्कवर उलटा पडला.

'ते बांधलं जाईल, मि, रॉर्क, जसं तुम्ही डिझाइन केलंत तस्संच. या स्केचमध्ये जसं ते दिसतंय तसंच. एकाच अटीवर.'

रॉर्क मागे टेकून बसला होता. हात खिशात टाकलेले, लक्षपूर्वक ऐकत, वाट पहात बसून होता तो.

'अट काय ती विचारणार नाही, मि. रॉर्क? ठीक आहे. मी सांगतो तुम्हाला. मी हे घर एकाच अटीवर बांधून घेईन, जर मी देऊ केलेली ऑफर तुम्ही स्वीकारलीत तरच. मी यापुढे ज्या ज्या बिल्डिंग्ज् बांधेन त्यांचं डिझाइन तुम्ही करायचं. तुम्ही माझे एकमेव आर्किटेक्ट असाल. तुम्हाला कळेलच की, हे केवढं तरी मोठं काम असेल.. माझ्याकडे इतकं काम आहे की, संपूर्ण देशात माझ्याशी कुणीही स्पर्धा करू शकत नाही. या तुमच्या व्यवसायातल्या प्रत्येकाला माझा एकमेव आर्किटेक्ट म्हणून काम करायची इच्छा असेल. मी ते तुम्हाला देऊ करतोय. बदल्यात तुम्हाला काही अटींचं पालन करावं लागेल. त्या सांगण्याअगोदर तुम्ही याला नकार दिलात तर काय परिणाम होऊ शकतील तेही तुम्हाला सांगून टाकतो. तुम्ही ऐकलंच असेल, मी नकार चालवून घेत नाही. माझी सत्ता दोन्ही बाजूंनी काम करते. तुम्हाला या देशात त्यानंतर एकही काम मिळणार नाही, अशी व्यवस्था मी सहज करू शकतो. तुमचा स्वतःचा असा खास चाहतावर्ग आहे खरा. पण मी ज्या प्रकारचं दडपण आणू शकतो ते सहन करून तुमच्या बाजूने कुणीही रहाणार नाही. तुम्ही आपल्या आयुष्यातला बराच काळ रिकामं बसून घालवला आहे. मी जी अडवणूक करीन त्यापुढे तो काहीच नसेल. तुम्हाला कदाचित पुन्हा एकदा ग्रेनाइटच्या खाणीत जावं लागेल. हो हो. मला माहीत आहे ते. वर्ष १९२८. फ्रँकनच्या कनेक्टिकटच्या खाणीत तुम्ही काम केलं होतं. कसं कळलं? खाजगी गुप्तहेर नेमले मी. मि. रॉर्क, तुम्हाला पुन्हा खाणीत जाणं भाग पडेल, पण फरक इतकाच असेल की कोणतीही खाण तुम्हाला काम देणार नाही, एवढं मी पाहीन. आता मी तुम्हाला सांगतो, मला तुमच्याकडून काय हवं आहे.'

गेल वायनान्डबद्दल वावड्या उडवणाऱ्या कुणीही त्याच्या चेहऱ्यावर या क्षणी कोणते भाव होते, याचं वर्णन केलं नव्हतं. ज्या काही थोड्या माणसांनी ते पाहिले होते, ते त्याबद्दल बोलत नसत.

त्यांच्यापैकी ड्वाइट कार्सन पहिला होता. वायनान्डचे ओठ विलग झालेले, डोळ्यांत चमक उतरलेली. एका प्रचंड व्याकुळ वेदनेतून सुखप्राप्ती व्हावी तसा तो भाव होता, ती वेदना त्याच्या सावजाची होती, त्याची स्वतःची होती किंवा दोघांचीही होती.

'माझी सारी भविष्यातील बांधकामं तुम्ही लोकांच्या अपेक्षांनुसार बांधायची आहेत. तुम्ही कलोनियल पद्धतीने घरं बांधायची. रोकोको शैलीची होटेल्स बांधायची. अर्ध-ग्रीक शैलीच्या ऑफिस बिल्डिंग्ज बांधायच्या. तुमची अतुलनीय प्रतिभा तुम्ही लोकांच्या अभिरुचीच्या चौकटीत वळवायची आहे. आणि माझ्यासाठी पैसा कमवायचा. तुमची अफाट अभिजात प्रतिभा आज्ञाधारक बनवायची आहे. त्याला ते हार्मनी म्हणतात. मी जसा माझ्या प्रतिभेचा बॅनर बनवला, तसंच तुम्ही तुमच्या क्षेत्रात काहीतरी घडवायचं. बॅनर आकाराला आणायला प्रतिभेची गरज नव्हती असं वाटतं की काय तुम्हाला? तुमचं भविष्यातील करिअर हेच असेल. पण हे जे घर तुम्ही कागदावर रेखलं आहे, ते तेवढं जसंच्या तसं बांधलं जाईल. ती या पृथ्वीवर उभी रहाणारी अखेरची रॉर्क वास्तू असेल. माझ्यानंतर कुणाकडेही तुमची वास्तू असणार नाही. प्राचीन काळच्या राजेरजवाड्यांबद्दल वाचलं असेल तुम्ही- आपला प्रासाद बांधून झाला की, ते त्याच्या रचयित्याला ठार करत... त्यांच्याइतका सुंदर प्रासाद दुसऱ्या कुणाला त्यांनी बांधून देऊ नये म्हणून. ते त्यांना ठार करत किंवा त्यांचे डोळे काढत. अलिकडच्या प्रथा बदलल्यात. तुमच्या उर्वरित आयुष्यात तुम्ही बहुसंख्येची इच्छा प्रमाण मानून डिझाइन कराल. त्यासाठी मी कोणतेही युक्तीवाद पुढे करत नाहीये. मी फक्त पर्याय ठेवतोय तुमच्या समोर. तुम्हाला सरळ भाषेतलं बोलणं कळतं हे माहीत आहे मला. साधा पर्याय आहे हा. जर नकार दिलात तर यापुढे तुम्ही कधीही काहीही बांधणार नाही. हे स्वीकारलंत तर तुम्ही हे तुमच्या मनातलं घर बांधू शकाल आणि नंतर अनेक घरं किंवा इमारती बांधाल, ज्या तुमच्या मनाविरुद्ध असतील, पण त्यातून तुम्हाला नि मला दोघांनाही पैसा मिळेल. उर्वरित आयुष्यात तुम्ही केवळ स्टोनरिजसारखी भाड्याची घरं बांधत रहाल. हे हवंय मला.'

तो पुढे झुकून बसला. त्याला परिचित असलेली संतप्त प्रतिक्रिया, क्रोधायमान मुद्रा, दुखावलेल्या अभिमानाची साक्ष आता उमटेल याची वाट पहात राहिला.

'हो. का नाही?' रॉर्क मजेत उत्तरला, 'अगदी आनंदाने करीन मी हे. सोपंय ते.'

तो पुढे झुकला. त्याने एक पेन्सिल घेतली, वायनान्डच्या डेस्कवरून एक कोरं लेटरहेड उचललं. त्याच्या पाठीमागे त्याने भराभर काहीतरी रेखाटायला सुरुवात केली. त्याचा हात आत्मविश्वासाने सहज काम करत होता. कागदावर झुकलेल्या त्याच्या चेहऱ्याकडे वायनान्ड पहात होता. त्याच्या कपाळावर एकही आठी नव्हती. भुवया सरळ होत्या. लक्ष देऊन तो काम करत होता, शांतपणे.

रॉर्कने मान वर केली आणि तो कागद वायनान्डच्या दिशेने भिरकावला.

'हेच हवंय का तुम्हाला?'

वायनान्डचं घर पुन्हा एकदा कागदावर उमटलेलं. त्याला कलोनियल प्रांगण होतं, दुहेरी उतरती गॅंब्रेल छपरं होती, दोन प्रचंड धुरांडी होती, छोटेमोठे खांब होते, काही गोलगोल खिडक्या होत्या. ते विडंबन नव्हतं. अतिशय गांभीर्याने केलेला तो मिश्र शैलीचा नमुना होता, कोणत्याही वास्तुकलेच्या प्राध्यापकाने नावाजला असता असा.

'हे भगवान, नाही...!' त्याचा श्वास रोधला गेलेला. इतकी तात्काळ प्रतिक्रिया होती ती, इतकी विवश...

'मग गप्प बसा.' रॉर्क म्हणाला, 'आणि परत कधीही मला आर्किटेक्चरल सूचना करू नका.'

वायनान्ड खुर्चीतल्या खुर्चीत कोसळला आणि हसत सुटला. तो कितीतरी वेळ हसतच राहिला.

त्या हसण्यात आनंद नव्हता.

रॉर्कने थकल्यासारखी मान हलवली.

'तुम्हाला एवढं तर नक्कीच कळत होतं... आणि हा प्रयोग माझ्यावर होऊन चुकलाय अगोदरही. माझा समाजद्रोही दृष्टिकोन इतका प्रसिद्ध आहे, की पुन्हा कोणी मला मोहात पाडायचा प्रयत्न करण्यात वेळ घालवेल असं मला वाटलं नव्हतं.'

'हॉवर्ड, मी ते फार गांभीर्याने बोलत होतो. हे पाहीपर्यंत.'

'कळलं मला ते. पण तू इतका मूर्ख असशील असं मला वाटलं नव्हतं.'

'तू केवढा मोठा जुगार खेळलास कळतंय तुला?'

'अजिबात नाही. माझ्या बाजूने एक भिडू होता.'

'काय? तुझा प्रामाणिकपणा?'

'तुझा प्रामाणिकपणा, गेल.'

वायनान्ड बराच वेळ डेस्कच्या काचेकडे खाली पहात राहिला. थोड्या वेळाने म्हणाला, 'तू चुकतो आहेस माझ्या बाबतीत.'

'मला नाही वाटत तसं.'

वायनान्डने मस्तक वर उचललं. तो थकल्यासारखा दिसत होता. त्याचा स्वर आता पुन्हा निर्विकार झाला होता.

'तू पुन्हा एकदा स्टोडार्ड खटल्याच्या वेळचंच तंत्र वापरलंस, हो ना? 'बचाव संपला.' मी ते वाक्य ऐकायला त्या कोर्टरूममधे असायला हवा होतो असं वाटतंय मला. तू पुन्हा एकदा तो खटला माझ्या तोंडावर फेकलास, हो ना?'

'तसं म्हण.'

'पण या वेळी तू जिंकलास. मला काही फार आनंद झालेला नाहीये, हे तू जाणतोस मला वाटतं.'

'माहीत आहे ते मला.'

'असं समजू नकोस की मी हे केवळ करून बघायचं म्हणून केलं. तुझी परीक्षा पहायची म्हणून केलं. केवळ आजमावण्याचा आणि मग अरे वा वा अखेर सापडला मला हवा तसा माणूस म्हणायचा भाग नव्हता हा. तशी काही कल्पना बाळगू नकोस. माझ्यासाठी सबबी शोधायचा प्रयत्न करून पाहू नकोस.'

'नाही करत. मला माहीत आहे तुला काय हवंय ते.'

'मी यापूर्वी असा सहजी हरलो नसतो. ही तर सुरुवात असती. मी अजूनही पुढे करत राहू शकेन हे. मला करायचं नाहीये. तू शेवटपर्यंत अचल अटळ रहाशील म्हणून नव्हे. मीच टिकून रहाणार नाही. नाही. मला खरोखरच आनंद झालेला नाही. हे झालं त्याबद्दल मी तुझा ऋणी वगैरे नाही... पण ठीक आहे, काही फरक पडत नाही.'

'गेल, तू स्वतःशी किती खोटं वागू शकतोस त्याला काही मर्यादा आहे का?'

'मी खोटं वागत नाहीये. मी तुला आत्ता जे काही सांगितलं ते सर्व खरं आहे. मला वाटलं तुला कळलं ते.'

'आत्ता जे सांगितलंस ते- हं. मी त्याचा विचार करत नव्हतो.'

'तू जो विचार करतोस तो चूक आहे. तू इथे थांबणंही चूक आहे.'

'तुला मला हाकलायचंय का?'

'मी नाही करू शकत तसं. तुला कळतंय ते.'

वायनान्डची नजर रॉर्ककडून डेस्कवर पालथ्या पडलेल्या ड्रॉइंगवर गेली. तो त्या पाठकोऱ्या कागदाकडे पहात राहिला आणि मग त्याने तो सरळ केला.

त्याने खालच्या आवाजात विचारलं, 'आता मी तुला सांगू का, की मला काय वाटलं हे पाहून?'

'सांगितलंस तू मला.'

'हॉवर्ड, घर हे एखाद्याच्या आयुष्याची अभिव्यक्ती असते म्हणालास तू. माझं आयुष्य इतक्या सुंदर अभिव्यक्तीच्या योग्यतेचं आहे?'

'हो.'

'हे तुझं प्रामाणिक मत आहे?'

'माझं प्रामाणिक मत, गेल. माझं अतिशय मनापासूनचं मत. अंतिम मत. आपल्यामधे भविष्यात काय होईल ते होवो ते मत असंच राहील.'

वायनान्डने ते ड्रॉइंग खाली ठेवलं, आणि मग बराच वेळ प्लान्सकडे बारकाईने पहात राहिला. त्याने वर पाहिलं तेव्हा तो शांत झालेला दिसला.

'तू इतके दिवसात इथे आला का नाहीस?' त्याने विचारलं.

'तू गुप्तहेरांकडून माहिती घेण्यात मग्न होतास.'

वायनान्ड हसला. 'ओः... ते होय... जुन्या वाईट सवयी आहेत माझ्या. आणि जरा उत्सुकताही होती. आता मला तुझी सगळी माहिती आहे. फक्त तुझ्या आयुष्यातल्या स्त्रियांबद्दल काहीच कळलं नाही. एकतर तू फार गुप्तता बाळगलीस किंवा फार कुणी नव्हत्याच. त्या एका गोष्टीबद्दल काहीच माहिती नाही मिळाली.'

'फार कुणी नव्हत्या.'

'मला वाटतं मला तुझी आठवण येत होती. तुझ्या भूतकाळाची माहिती जमा करत रहाण्याचा हा उद्योग म्हणजे त्याची भरपाई करण्याचा प्रयत्न होता. तू न येण्याचं खरंखुरं कारण काय होतं?'

'तूच सांगितलेलंस मला.'

'तू नेहमीच एवढा आज्ञाधारक असतोस की काय?'

'मला योग्य वाटतं तेव्हा.'

'वेल, मग ही घे आणखी एक आज्ञा. तुला योग्य वाटणाऱ्या आज्ञांपैकीच असेल ती अशी आशा करतो, आज रात्री आमच्या घरी डिनरला ये. मी हे चित्र माझ्या बायकोला दाखवण्यासाठी घेऊन जातोय. मी तिला अजूनपर्यंत काहीही सांगितलेलं नाही, या संदर्भात.'

'काहीही सांगितलं नाहीस?'

'नाही. तिला हे पाहू दे. तू भेटच तिला. भूतकाळात ती तुझ्याशी चांगली वागलेली नाही, हे मला माहीत आहे- तिने तुझ्याबद्दल जे लिहिलंय ते वाचलंय मी. पण आता त्याला बराच काळ लोटला. आता काय फरक पडणार आहे त्यामुळे?'

'नाही. काही फरक पडत नाही.'

'मग येशील तू?'

'हो, येईन.'

❑

४

डॉमिनिक तिच्या खोलीच्या काचेच्या दरवाजापाशी उभी होती. बाहेरच्या बागेवर पसरलेल्या हिमचादरीवर ताऱ्यांचा प्रकाश चमचमताना वायनान्डला दिसत होता. त्या प्रकाशाचं हलकंसं प्रतिबिंब तिच्या पापण्यांना, तिच्या गालांना स्पर्श करीत असलेलं तो पहात होता. हा प्रकाश तिच्या चेहऱ्याला किती साजून दिसतो, तो विचार करत होता. ती त्याच्याकडे वळली. आणि तो प्रकाश तिच्या सोनेरी सरळ केसांना उजळणारी कंड होऊन राहिला. ती त्याच्याकडे पाहून नेहमीसारखीच शांत समंजसतेने हसली...

'काय झालंय, गेल?'

'गुड इव्हनिंग, डियर, असं का बरं विचारलंस?'

'आज आनंदात दिसतो आहेस. हा शब्द नाही खरा... पण त्याच्या जवळचाच.'

'हलकाफुलका म्हण. मला खूप हलकं वाटतंय. तीस वर्षांनी हलकं. अर्थात म्हणून काही मी तीस वर्षांपूर्वी जे होतो ते वाटून घ्यायचं नाहीये मला. तसं होत नसतं. या भावनेचा अर्थ काय... अखंडपणे मागे जाऊ शकणं... मागेमागे... अगदी सुरुवातीपर्यंत. अगदीच अविवेकी, अशक्य आणि मस्त्तय ही भावना.'

'या भावनेचा एक अर्थ असा की तुला कोणीतरी भेटलंय. बहुतेक कोणीतरी स्त्री.'

'हो भेटलंय मला कुणीतरी... स्त्री नाही- पुरुष. डॉमिनिक- तू आज रात्री किती सुंदर दिसते आहेस. पण हे तर मी नेहमीच म्हणतो. ते नव्हतं म्हणायचं मला. एवढंच की- तू सुंदर दिसते आहेस याचा मला आज खूप आनंद वाटतो आहे.'

'काय झालं, गेल?'

'काही नाही. किती गोष्टी किती बिनमहत्त्वाच्या असतात आणि जगणं किती सोपं असतं एवढंच.'

त्याने तिचा हात उचलून ओठांशी धरला.

'डॉमिनिक, आपलं लग्न टिकलं, हे एक मोठं आश्चर्यच आहे असा मी सतत विचार करत असतो. आणि आता ते कधीही मोडणार नाही असा विश्वास वाटतोय मला.' ती काचेच्या तावदानावर रेलली. 'एक

नजराणा आहे तुझ्यासाठी... नको सांगूस की हे वाक्य मी फार वेळा बोलतो म्हणून. या उन्हाळ्याच्या अखेरीस ती भेट नजर करीन तुला. आपलं घर.'

'घर? तू बरेच दिवसांत काही बोलला नव्हतास त्याबद्दल. मला वाटलं विसरलास तू ते.'

'मी दुसरा काही विचारच करत नव्हतो- गेले सहा महिने तोच विचार सतत होता मनात. तुझा विचार बदलला नाही ना? शहरातून बाहेर जाऊन रहायला आवडेल ना तुला?'

'होय गेल, तुला ते इतकं हवं असेल तर, निश्चितच. आर्किटेक्ट ठरवलास का?'

'त्यापेक्षाही जास्त केलंय. घराचं ड्रॉइंग करून आणलंय तुला दाखवायला.'

'ओः, दाखव मला.'

'माझ्या अभ्यासिकेत आहे. ये ना. पहाच ते.'

तिने हसून त्याच्या मनगटांवर बोटं अडकवत थोडंसं प्रोत्साहन दिल्यासारखी त्यावर घट्ट मिटली आणि मग ती त्याच्या मागोमाग गेली. त्याने अभ्यासिकेचं दार उघडलं आणि तिला आत

जाऊ दिलं. दिवे लावलेले होते आणि ते चित्र दाराकडेच तोंड करून त्याच्या डेस्कवर उभं टेकवून ठेवलं होतं.

ती थांबली. तिचे हात तिच्या मागे दाराच्या मुठीवर टेकलेले. त्याची सही दिसण्याइतकी जवळ नव्हती ती चित्राच्या, पण तिला त्या रेषांचं काम ओळखीचं होतं... एकच माणूस हे असं घर डिझाइन करू शकला असता.

तिचे खांदे वर्तुळ पूर्ण केल्यासारखे सावकाश पिळवटत हलले. जणू तिला कुणी खांबाला बांधून ठेवलेलं, सुटकेची आशाच नव्हती आणि फक्त शरीर शेवटचा निषेध व्यक्त करीत होतं.

तिला वाटलं, गेल वायनान्डच्या देखत ती रॉर्कच्या शय्येत असती तर तेही सुसह्य ठरलं असतं, यापेक्षा. हे चित्र, रॉर्कच्या शरीरापेक्षाही अधिक निकटचं होतं. गेल वायनान्डमधल्या शक्तीप्रपाताला उत्तर म्हणून जन्माला आलेलं हे चित्र त्या सर्वांवर अधिक्रमण करीत होतं. रॉर्कवर, वायनान्डवर आणि तिच्यावरही. आणि तरीही तिला अचानक उमजलं, हे होणं क्रमप्राप्तच होतं, अनिवार्य होतं.

'नाही...' ती अस्फुट म्हणाली, 'या अशा गोष्टी निव्वळ योगायोगातून घडून येत नाहीत.'

'काय?'

पण तिने एक हात उंचावत सारं संभाषण जणू दूर सारलं. ती त्या चित्राजवळ गेली. पावलांचा आवाजही होणं त्या गालिचा अंथरलेल्या खोलीत शक्य नव्हतं. चित्राच्या कोपऱ्यात तिला ती टोकेरी सही दिसली- 'हॉवर्ड रॉर्क'. त्या घराच्या आकाराइतकी भीतिदायक नव्हती ती. उलट थोडासा आधारच होता तिचा, एखाद्या अभिवादनासारखा.

'डॉमिनिक?'

तिने वळून त्याच्याकडे पाहिलं. त्याला तिचं उत्तर वाचून घेता आलं.

तो म्हणाला, 'मला माहीत होतं तुला आवडेलच म्हणून. शब्द पुरे पडणार नाहीयेत आज रात्री. जाऊ देत ते.'

ती डॅवेनपोर्टवर जाऊन बसली. उशांवर पाठ जोराने टेकवत बसली. ताठ बसायला त्यांची मदत होत होती. तिची नजर वायनान्डवरच स्थिरावलेली. तो तिच्यासमोर उभा होता. मँटलपीसवर रेलून, अर्धवट वळून, चित्राकडे पहात होता. तिलाही त्या चित्रापासून सुटका नव्हती. वायनान्डचा चेहरा तर त्या चित्राचा आरसाच झालेला.

'तू त्याला भेटलास, गेल?'

'कुणाला?'

'त्या आर्किटेक्टला.'

'अर्थातच. तासभरच झाला असेल.'

'कधी भेटलास तू त्याला पहिल्यांदा?'

'गेल्या महिन्यात.'

'गेले सारे दिवस तुझी त्याची ओळख झालेली? तू रोज संध्याकाळी घरी परतायचास तेव्हा... जेवत असताना... सारा वेळ?'

'तुला म्हणायचंय की मी तुला इतके दिवसात सांगितलं का नाही? मला हे चित्र तुला दाखवायला आणायचं होतं. माझ्या मनातही हेच घर होतं, पण मला ते व्यक्त करता आलं नसतं. मला काय हवं होतं ते जाणून घेऊन कुणी ते डिझाइन करू शकेल असं मला कधीच वाटलं नव्हतं. त्याने केलं ते.'

'कोणी?'

'हॉवर्ड रॉर्क.'

ते नाव गेल वायनान्डच्या तोंडून ऐकायचं होतं तिला.

'तू कशी काय निवड केलीस त्याची, गेल?'

'देशभरात सगळीकडे फिरलो मी. मला जी जी वास्तू आवडली ती ती वास्तू त्यानेच केलेली होती.'

तिने सावकाश मान हलवली.

'डॉमिनिक, मी गृहीत धरतो की तुला आता त्याबद्दल फारसं काही वाटत नसणार... पण तू बॅनरमधे असताना ज्याच्यावर सतत काटेरी टीका केलीस, त्याच आर्किटेक्टची मी निवड केली आहे हे माहीत आहे मला.'

'तू वाचलंस ते सारं?'

'वाचलं. थोडं बुचकळ्यात टाकणारं वाटलं मला तुझं लिखाण. हे तर अगदी स्पष्ट कळतं की तुला त्याच्या कामाचं कौतुक होतं, पण व्यक्तिशः तू त्याचा द्वेष करायचीस. पण तू स्टोडार्ड खटल्यात त्याच्या बाजूने बोललीस.'

'हो.'

'तू त्याच्यासाठी कामही केलंस एकदा. तो पुतळा. डॉमिनिक, तो पुतळा त्याच्या त्या मंदिरासाठी होता.'

'हो.'

'गंमत आहे, त्याच्या बचावार्थ तू जे लिहिलंस त्यासाठी तुला बॅनरची नोकरी गमवावी लागली. मी त्याची निवड केली, तेव्हा मला हे माहीत नव्हतं. मला त्या खटल्याबद्दलही काहीच माहीत नव्हतं. मी त्याचं नाव विसरलो होतो. डॉमिनिक, एका दृष्टीने त्यानेच तुला माझ्याकडे आणलं. तो पुतळा, त्याच्या मंदिरातला होता. आणि आता तो मला हे घर देतो आहे. डॉमिनिक, तू त्याचा द्वेष का करत होतीस?'

'मी त्याचा द्वेष नव्हते करत... फार दिवस लोटले आता त्याला.'

'मला वाटतं आता त्यातल्या कशानेही फरक पडत नाहीये. हो ना?' त्याने चित्राकडे निर्देश केला.

'मी त्याला कितीतरी वर्षांत पाहिलेलं नाहीये.'

'आत्ता एका तासाभरात भेटेल तो तुला. तो डिनरला येतोय आपल्याकडे.'

आपला हात हलतोय की, नाही खात्री करून घेण्यासाठी डॅव्हेनपोर्टच्या हातावरच्या नक्षीदार वलयावरून हात फिरवत ती म्हणाली, 'इथे?'

'हो.'

'तू त्याला डिनरला बोलावलंस?'

तो हसला. त्यांच्या घरात कुठल्याही पाहुण्यांना बोलवायला त्याला कधीही आवडत नसे हे आठवलं त्याला. 'हे वेगळं आहे. मला तो इथं हवाय. मला नाही वाटत तुला तो आठवत असेल नीटसा असं- नाहीतर तुला एवढं आश्चर्य वाटलं नसतं.'

ती उठली.

'ठीक आहे गेल. मी व्यवस्था करते. आणि मग कपडे बदलते.'

□ □ □

गेल वायनान्डच्या पेन्टहाऊसच्या दिवाणखान्यात ते एकमेकांना सामोरे उभे होते. तिला वाटलं, हे किती साधंसरळ आहे. तो इथंच तर असायचा. या खोल्यांतून फिरताना तोच तर होता तिची शक्ती. त्यानेच तिला इथे आणलं होतं आणि आता तो या जागेचाच ताबा घ्यायला आलेला. ती त्याच्याकडे पहात राहिली. गेल्या वेळच्या भेटीत त्याच्या शय्येत सकाळच्या प्रहरी ती जागी झाली होती, तेव्हा त्याच्याकडे तिने जसं पाहिलं होतं तशीच ती आताही पहात होती. मधली सारी वर्षं आणि मधली सारी वस्त्रंही, त्याच्या जिवंत स्मृतीच्या आड येणार नव्हती. हे असंच तर घडायचं होतं... अपरिहार्य होतं हे- त्याला तिने प्रथम त्या ग्रेनाइटच्या खाणीत पाहिलं त्या क्षणापासून - ते आता गेल वायनान्डच्या घरात- आणि आता तिला एक शांतता वाटली, काहीतरी अंतिम घडणार होतं आता आणि त्यात तिच्या निर्णयाचा काही भाग असणार नव्हता. आजवर तिने जे काही करायचं ते करून झालेलं, आता जे करायचं ते तो करणार होता.

ती ताठ उभी होती, मस्तक उचललेलं. तिच्या चेहऱ्याची प्रतलं लष्करी शिस्तीत रेखल्यासारखी होती आणि स्त्रीसुलभ नाजुकपणा होता त्यात. तिचे हात सरळ दो बाजूंना, तिच्या काळ्या झग्याच्या कडेने स्थिरावलेले.

'हाऊ डु यू डू, मि. रॉर्क.'

'हाऊ डु यू डू, मिसेस वायनान्ड.'

'आमच्यासाठी हे जे घर तुम्ही डिझाइन केलंय त्याबद्दल मी तुमचे आभार मानायला हवेत. तुमच्या सर्व वास्तूरचनांमधील सर्वात सुंदर वास्तू असेल ही.'

'असायलाच हवी होती, या कामाचं स्वरूपच तसं होतं, मिसेस वायनान्ड.'

तिने सावकाश मान वळवली.

'तू मि. रॉर्कना या कामाचं स्वरूप कसं काय स्पष्ट केलं होतंस, गेल?'

'जसं तुला सांगितलं होतं तसंच.'

रॉर्कने वायनान्डकडून काय ऐकलं असेल आणि त्याचा स्वीकार केला असेल... ती मनाशी विचार करत राहिली. ती बसण्यासाठी वळली. ते दोघेही बसले. रॉर्क म्हणाला, 'तुम्हाला हे घर आवडलं असेल तर त्याची मूळ संकल्पना मि. वायनान्डची आहे हे प्रथम लक्षात ठेवायला हवं.'

'तुम्ही आपल्या क्लायन्टबरोबर श्रेय विभागून घेताय की काय?' तिने विचारलं.

'एक प्रकारे.'

'तुमच्या व्यावसायिक तत्त्वांच्या- मी ऐकलंय त्याबद्दल- विसंगत वाटतं हे.'

'पण माझ्या वैयक्तिक तत्त्वांशी सुसंगत आहे.'

'ती मला कधीच कळली नव्हती बहुतेक.'

'माझा संघर्षावर विश्वास आहे, मिसेस वायनान्ड.'

'हे घर डिझाइन करतानाही संघर्षाचा भाग होता?'

'माझ्या क्लायन्टचा फार जास्त प्रभाव पाडून घेणं टाळावं लागलं मला.'

'ते कसं?'

'मला काही लोकांबरोबर काम करणं आवडलंय आणि काहींच्या बरोबर काम करायला अजिबात आवडलेलं नाही. पण त्याचा माझ्या कामावर तसा काही प्रभाव नाही पडायचा. या वेळी मात्र मला माहीत होतं, की हे घर जसं होईल तसं होईल कारण ते मि. वायनान्डसाठी तयार होणार होतं. मला त्याच्याशी थोडं झगडावं लागलं. किंवा मला एकतर त्या दिशेनेच काम करणं भाग होतं, किंवा त्या विरुद्ध दिशेने. तसंच काम करणं आवश्यक होतं. हे घर त्याच्या आर्किटेक्टपेक्षा, क्लायन्टपेक्षा किंवा

भविष्यात तिथे जे कुणी रहाणार त्यांच्यापेक्षाही अधिक उत्तम असायला हवं होतं. ते मी साधलं.'

'पण हे घर, त्यात तूच दिसतो आहेस, हॉवर्ड,' वायनान्ड म्हणाला, 'त्यात तूच आहेस.'-

त्याच्या तोंडून हॉवर्ड ही हाक ऐकली, तेव्हा तिच्या मुद्रेला प्रथमच भावनेचा स्पर्श झाला, थोड्या आश्चर्याचाही. वायनान्डच्या ते लक्षात आलं नाही. रॉर्कच्या आलं. त्याने तिच्याकडे पाहिलं. प्रथमच त्याची नजर तिला स्वतंत्रपणे भिडली. त्यात कोणताही अर्थ नव्हता, केवळ तिला जे आश्चर्य वाटलं होतं, त्याला होकार दिलेला त्याने.

'हे तू समजू शकलास, याबद्दल आभार, गेल.'

त्याने मुद्दाम त्याच्या नावाच्या संबोधनावर जोर दिला की, काय तिला खात्री नव्हती.

'हे फार विचित्र आहे.' वायनान्ड म्हणाला, 'स्वतःच्या मालकीहक्काविषयी मला जितकं तीव्रतेने वाटतं, मला वाटतं जगात दुसऱ्या कुणालाही वाटत नसेल. मी काहीतरी वेगळंच करून टाकतो माझ्या वस्तूंच्या संदर्भात. साध्या कोपऱ्यावरच्या दुकानातून एखादा साधा ॲश-ट्रे जरी मी विकत घेऊन खिशात घातला की मग तो माझा असतो. जगाच्या पाठीवर त्याचं महत्त्व माझ्या लेखी विशेष असतं, कारण तो माझा असतो. त्याला काहीतरी वेगळा दर्जा प्राप्त होतो माझ्या लेखी, वलय निर्माण होतं त्याला. माझं म्हणून जे काही असतं त्या सर्वच बाबतीत मला ही भावना वाटते. माझ्या ओव्हरकोटपासून ते माझ्या कंपोजिंग रुममधल्या जुन्यात जुन्या लायनोटाइपबद्दलही. न्यूज्स्टॅण्डवरच्या बॅनरच्या कॉपीज् असोत की हे पेन्टहाऊस- की माझी पत्नी. आणि मला तू बांधलेलं हे घर जितकं हवंहवंस आहे तितकं आणखी काहीही हवंहवंसं नव्हतं कधी, हॉवर्ड. डॉमिनिक त्यात रहाते आहे यावरून कदाचित् मी डॉमिनिकचा हेवासुद्धा करू लागेन... असल्या बाबतीत चक्रमच आहे मी जरासा. आणि तरीही मला वाटतंय की याचं स्वामित्व माझ्याकडे आहे असं मला पूर्णार्थाने कधीच वाटणार नाही... मी काहीही म्हटलं नि काहीही केलं तरीही ते घर तुझंच आहे. कायम तुझंच राहील.'

'ते माझं तर असायलाच हवं.' रॉर्क म्हणाला, 'पण वेगळ्या अर्थाने, गेल, ते घर तुझं आहे... मी आजवर जे काही बांधलंय ते सुद्धा. तू ज्या ज्या वास्तूच्या समोर थांबलास आणि तिच्या सामर्थ्याला उत्तर दिलंस ती प्रत्येक वास्तू तुझी होते.'

'कशी काय?'

'त्या व्यक्तिगत उत्तरातून. एखाद्या गोष्टीचं कौतुक वाटतं तेव्हा आपल्या मनात केवळ एक हुंकार असतो. एक स्वीकार, एक होकार, एक कबुलीजबाब. आणि तो हुंकार हे कितीतरी गोष्टींना दिलेलं उत्तर असतं... जीवनाला तथास्तु म्हटल्यासारखा असतो तो, ज्या पृथ्वीच्या कवेत ती गोष्ट असते त्या पृथ्वीला, ज्या विचारातून ती गोष्ट उद्भवली त्या विचाराला... आपण तिचं रसग्रहण करू शकलो म्हणून आपणा स्वतःला. पण असा हुंकार देणं किंवा न देणं शक्य होणं यातच स्वामित्वाचं खरखुरं गमक असतं. आपल्या अहंतेवर आपलं स्वामित्व असणं... आपला आत्मा म्हण हवं तर. आपल्या आत्म्याचं केवळ एकमेव असं काय कार्य असू शकतं तर, ते हेच- एखाद्या गोष्टीचं मूल्य ठरवणं- होकाराच्या किंवा नकाराच्या भाषेत. माझी इच्छा आहे, माझी इच्छा नाही. आपण माझेपणाशिवाय कशालाही होकार देऊ शकत नाही बघ. कर्त्याशिवाय ते कर्म होतच नाही. या अर्थाने, तुझं ज्या कुणावर, कशावर प्रेम जडतं त्या साऱ्याचं स्वामित्व तुझ्याकडे येतंच.'

'या अर्थाने तुम्ही सर्व गोष्टी इतरांबरोबर वाटून घेत असता?'

'मी मला खूप आवडणारी एखादी रागिणी ऐकतो, तेव्हा ती मी वाटून घेत नसतो. तिच्या रचयित्याला ती जे देऊ शकली ते ती मला देत नसते. त्याचा हुंकार माझ्या हुंकारापेक्षा वेगळा असेल. मला तिच्यातून काय मिळालं याच्याशी त्याचा संबंध नसेल. ते त्याला कळणारही नसतं. ते

फार व्यक्तिगत उत्तर असतं ज्याचं त्याचं. पण त्याला जे हवं ते त्याने साकार केलं तेव्हा त्याने मलाही एक मोठा उदात्त अनुभव दिला. मी वास्तूरचना करतो तेव्हा मी एकटाच असतो, गेल, आणि ते माझ्यासाठी काय आहे, हे तुला कधीही कळणारही नाही. पण तू जर त्याला तुझा स्वतःचा तथास्तु अर्पिलास, तर ते तुझंही आहेच. आणि ते तुझं झाल्याचा मला फार आनंद वाटेल.'

वायनान्ड हसून म्हणाला, 'मला आवडतंय असा विचार करायला- मॉनाड्नॉक व्हॅली माझी आहे, एनराइट हाऊस माझं आहे, कॉर्ड बिल्डिंग-'

'आणि स्टोडार्ड मंदिरही.' डॉमिनिक म्हणाली.

ती त्यांचा संवाद ऐकत बसून होती. बधिर झाल्यासारखं वाटत होतं तिला. त्यांच्या घरात आलेल्या कोणत्याही पाहुण्याशी वायनान्ड कधी या पद्धतीने बोलला नव्हता. रॉर्क कधीही आपल्या कुठल्या क्लायन्टशी अशा रीतीने बोलला नव्हता. आपला बधिरपणा लवकरच रागात बदलेल. धिक्कार आणि संतापात बदलेल. तिचा आवाज तेजधार होता. जे ऐकलं ते नष्ट करण्यासाठी कापत निघाल्यासारखा.

तिला वाटलं ती जिंकली. वायनान्डने उत्तर दिलं, त्याचा स्वर जडशीळ आला, 'होय.'

'स्टोडार्ड मंदिर विसर तू, गेल,' रॉर्क म्हणाला. त्याच्या स्वरात इतकी हलकीफूलकी प्रसन्नता होती की, कुणीही त्याबद्दल कितीही गंभीर चर्चा केली असती तरी तिचा काहीही परिणाम झाला नसता.

'होय, हॉवर्ड,' वायनान्ड हसतच उत्तरला.

रॉर्कची नजर आपल्याकडे वळल्याचं तिने पाहिलं.

'मिसेस वायनान्ड, आर्किटेक्ट म्हणून माझी निवड तुम्ही मान्य केलीत याबद्दल मी अजून तुमचे आभार मानले नाहीत. मि. वायनान्डनी माझी निवड केली हे माहीत आहे मला, पण तुम्ही माझी सेवा घ्यायचं नाकारू शकला असता. तसं तुम्ही केलं नाहीत याबद्दल मी तुमचा आभारी आहे, हे मला सांगायला हवं.'

या कशावरही विश्वास बसला नसता माझा... आता मी विश्वास ठेवते आहे, कारण मला तो दिसतो आहे.

ती सौम्यपणे, निर्विकार स्वरात म्हणाली, 'तुम्ही डिझाइन केलेलं घर मी स्वीकारणार नाही, असं सुचवून तुम्ही माझ्या अभिरुचीबद्दल प्रश्नचिन्ह उभं करताय असं नाही वाटत, मि. रॉर्क?' आज आपण काहीही बोललं तरी चालणार आहे, तिला वाटत होतं.

वायनान्डने विचारलं, 'हॉवर्ड, तू म्हणतोस तो हुंकार, एकदा भरला की पुन्हा कधी मागे घेता येतो का रे?'

तिचा स्वतःच्या कानांवर विश्वास बसत नव्हता, प्रचंड रागापोटी तिला हसावंसं वाटत होतं. हे विचारणारा आवाज वायनान्डचा होता, जो तिचा असायला हवा होता. तो याचं उत्तर देईल तेव्हा त्याने माझ्याकडे पहायला हवं, ती विचार करत होती, माझ्याकडे पहायला हवं त्याने.

'कधीच नाही.' रॉर्क वायनान्डकडे पहात उत्तरला.

'मानवी भावभावनांची शाश्वती नसणं, त्या भंगुर असणं वगैरे भाकडकथा पुष्कळ असतात.' वायनान्ड म्हणाला, 'मला नेहमी वाटत आलंय की, जी भावना बदलते ती कधीही खरोखर अस्तित्त्वातच नसते. मला जी पुस्तकं वयाच्या सोळाव्या वर्षी आवडली ती अजूनही आवडतातच.'

कॉकटेल्सचा ट्रे हाती घेऊन बटलर आत आला. स्वतःचा ग्लास धरून ती पहात राहिली, रॉर्कनेही स्वतःचा ग्लास उचलून घेतला. ती विचार करत होती, आत्ता माझ्या बोटांत असलेल्या

ग्लासच्या दांडीचा स्पर्श आणि त्याच्या बोटातील दांडीचा स्पर्श सारखाच असेल- एवढं तर आमच्यात समान आहे. वायनान्ड ग्लास धरून उभा राहिला. त्याच्या रॉर्ककडे पहाणाऱ्या नजरेत एक आगळाच नवलोत्सव होता, यजमानाची नजर नव्हती ती, स्वामित्वाची होती... जणू आपल्याकडे या मौल्यवान वस्तूची मालकी आहे यावर पुरेसा विश्वास बसत नसल्यासारखी. तिला वाटलं, मला वेड तर लागलेलं नाही... केवळ उन्माद आहे हा... पण ठीकच तर आहे सगळं. मी काहीतरी म्हणतेय... पण ते ठीक असावं. ते दोघेही ऐकताहेत, उत्तरं देताहेत, गेल हसतो आहे, मी जे काही बोलतेय ते योग्यच असणार...

जेवण वाढून तयार होतं, ती उठली आणि त्यांना डायनिंग रुमकडे घेऊन गेली. जणू प्रशिक्षित केलेल्या, वळण लावलेल्या ऐटबाज पाळीव जनावरासारख्या प्रतिक्षिप्त हालचाली होत्या तिच्या. ती टेबलच्या टोकाला बसली, ते दोघे तिच्या दोन बाजूंना एकमेकांना सामोरे बसले. रॉर्कच्या बोटांमधल्या चांदीच्या काटेचमच्यांच्या हालचाली ती निरखत होती. त्या चमकत्या धातूवर कोरलेली अक्षरं- जी. डब्लू... ती विचार करत होती, मी ही भूमिका कितीतरी वेळा निभावली आहे. मी आहे मिसेस गेल वायनान्ड- सुडौल, रुबाबदार. माझ्या या उजव्या बाजूला किती लोक बसून गेले आहेत, सिनेटर्स, न्यायाधीश, विमा कंपन्यांचे अध्यक्ष... आणि वाटतंय की ते सारं प्रशिक्षण या घडीसाठी कामी येणार होतं. गेल इतकी वर्षं त्या साऱ्या सिनेटर्स नि न्यायाधीशांना घरी जेवायला बोलवून छळ झेलत होता ते केवळ याच एका हेतूसाठी... जेव्हा त्याच्यासमोरचा पाहुणा असेल- हॉवर्ड रॉर्क.

वायनान्ड वृत्तपत्र व्यवसायाबद्दल बोलत होता. तो विषय रॉर्कशी बोलण्यात त्याला जराशीही हरकत वाटली नाही. जिथे गरज वाटली तिथे तीदेखील काही शेरे देत होती. तिच्या स्वरात एक चमकदार अनलंकृत बाज होता. ती जणू अलगदपणे लहरत चालली होती. कुठेही विरोध नव्हता. कुठलीही व्यक्तिगत प्रतिक्रिया अनावश्यक ठरली असती. व्याकुळता किंवा वेदना जाणवू देणं चूक ठरलं असतं. तिच्या मनात आलं की, संभाषणाच्या ओघात जर वायनान्ड म्हणाला असता की : 'तू त्याच्याबरोबर झोपली होतीस.' तर तीही तितक्याच सहजपणे उत्तरली असती : 'होय गेल, प्रश्नच नाही.'. पण वायनान्ड तिच्याकडे क्वचितच पहात होता, आणि जेव्हा पहात होता तेव्हा त्याच्या चेहऱ्यावरून तिला समजत होतं की आपलाही चेहरा नॉर्मल आहे.

नंतर ते दिवाणखान्यात परतले तेव्हा तिने पाहिलं, शहराच्या झगझगाटाच्या पार्श्वभूमीवर रॉर्क खिडकीपाशी जाऊन उभा राहिलेला. ती विचार करत होती, वायनान्डने हे घर बांधलं ते या शहरावरच्या त्याच्या अधिपत्याचं प्रतीक म्हणून, ज्या शहरात तो अखेर स्वतःची मुद्रा उमटवू शकला ते शहर सतत आपल्या नजरेसमोर असावं म्हणून. पण खरं तर ते बांधण्याचा खरा हेतू आज साध्य झालेला. रॉर्क त्या खिडकीपाशी उभा रहावा हा हेतू. आणि मला वाटतं गेललाही आज ते कळतंय... रॉर्कच्या देहाच्या आड समोरच्या शहराचा मैलोनमैल पट्टा दडला गेला होता. त्याच्या आकृतीच्या बाह्यरेषेच्या कडेकडेने काही दिव्यांचे ठिपके, काही उजळलेले चौकोन दिसत होते. तो सिगरेट ओढत होता. त्याची सिगरेट ओठांकडून खाली त्याच्या लांब बोटांत काळ्या आकाशाच्या पार्श्वभूमीवर सावकाश वरखाली होताना ती पहात होती. तिला वाटलं हे मागच्या अवकाशातले प्रकाशाचे ठिपके म्हणजे त्याच्या सिगरेटच्याच ठिणग्या असाव्यात.

ती हलकेच म्हणाली, 'गेललासुद्धा रात्रीच्या वेळी शहराकडे पहायला खूप आवडायचं. स्कायस्क्रेपर्सच्या प्रेमात पडलेला तो.'

मग तिला जाणवलं आपण भूतकाळ वापरला... का बरं... तिला नवल वाटलं.

नंतर नव्या घरासंबंधी बोलत असताना आपण काय बोललो, ते तिला आठवत नव्हतं. वायनान्डने

प्लान्सची ड्रॉइंग्ज बाहेर आणली. ती टेबलवर पसरली. ते तिघेही त्यात डोकी घालून उभे राहिले. रॉर्कच्या हातातली पेन्सिल त्या शुभ्रपांढऱ्या कागदांवरच्या बारीक भौमितिक आकृत्यांच्या रेषांतून फिरत राहिली. त्याचा आवाज अगदी जवळून तिच्या कानावर येत होता, काहीतरी समजावत होता. सौंदर्यमूल्यांबद्दल ते कुणीच आता बोलत नव्हते. कपाटं, जिने, स्वयंपाकघर, बाथरूम्स वगैरेंची चर्चा करत होते. सगळ्या सोयीसुविधा तिच्या मनासारख्या आहेत की नाही, हे रॉर्कने तिला विचारून घेतलं. तिला गंमत वाटत होती, ते सगळे जणू ती तिथे कधीकाळी रहाणार आहे हे गृहीत धरून बोलत होते.

रॉर्क गेल्यानंतर वायनान्डने तिला विचारलं, 'कसा काय वाटला तुला तो?'

तिच्या अंतरी एक संतप्त, विखारी पीळ उमटला आणि तिने थोडंसं घाबरत, थोडं मुद्दाम चिडवण्यासाठी म्हटलं, 'त्याला पाहून तुला ड्वाइट कार्सनची आठवण नाही होत?'

'ओः, विसर ड्वाइट कार्सन!'

वायनान्डचा आवाज गांभीर्य नाकारत होता, अपराधी भावना नाकारत होता आणि- 'विसर तू स्टोडार्ड मंदिर!' म्हणणाऱ्या त्या आवाजासारखाच आला होता.

□ □ □

स्वागतकक्षातली सेक्रेटरी दचकून पहातच राहिली. वृत्तपत्रांत अनेकदा पाहिल्यामुळे ओळखीचा वाटणारा तो चेहरा, तो खानदानी श्रीमंत वाटणारा माणूस पाहून ती अचंबित झालेली.

'गेल वायनान्ड,' त्याने किंचित माथा झुकवून स्वतःची ओळख सांगितली. 'मला मि. रॉर्कना भेटायचंय. पण ते फार कामात नसतील तरच. ते कामात असले, तर त्यांना प्लीज काहीच सांगू नका. मी काही अपॉइन्टमेंट घेतली नव्हती.'

वायनान्ड इथे अशा तऱ्हेने न सांगता-सवरता येईल अशी तिने अपेक्षाच केली नव्हती आणि इतक्या विनम्र स्वरात तो भेट मिळण्याची विनंती करील हे तर तिच्या कल्पनेपलीकडचं होतं.

तिने आत जाऊन तो आल्याचं सांगितलं. रॉर्क हसत बाहेर आला. यात काही जगावेगळं झाल्याची जाणीवही नव्हती त्याला.

'हेलो, गेल, ये आत.'

'हेलो, हॉवर्ड.'

तो रॉर्कपाठोपाठ त्याच्या ऑफिसमधे गेला. खिडक्यांच्या काचांमागचं शहर जणू कलत्या दुपारच्या संधिप्रकाशात विरघळत चाललेलं. हलकासा हिमवर्षाव होत होता. हिमकणिकांचे गडद ठिपके दिव्यांच्या उजेडात भिरभिरताना दिसत होते.

'मला तुझ्या कामात व्यत्यय नाही आणायचा, हॉवर्ड. काही फार महत्त्वाचं असं नाहीये.'

त्या दिवशीच्या डिनरनंतर गेल्या पाच दिवसांत तो रॉर्कला भेटला नव्हता.

'नाही, काही फार कामात नाही मी. कोट ठेव काढून. ड्रॉइंग्ज काढू बाहेर?'

'नको. मला घराबद्दल बोलायचं नाहीये. खरं म्हणजे मी उगीचच आलोय. ऑफिसमधे होतो सारा दिवस, मग मला वैताग आला आणि इथे यावंसं वाटलं. हसतोयस कशासाठी?'

'काही नाही. ते महत्त्वाचं नाही असं म्हणालास तू एवढंच.'

वायनान्ड त्याच्याकडे पहात हसला आणि मग त्याने मानेनेच होकार भरला.

तो रॉर्कच्या डेस्कच्या कडेवर टेकला, हात खिशात टाकून, एक पाय हलवत. स्वतःच्या ऑफिसमधेही तो कधी इतक्या मोकळेपणाने वावरला नव्हता.

‘तुझ्याशी बोलण्यात काही अर्थ नसतो, हॉवर्ड. मला नेहमी वाटतं की, मी माझी कार्बन कॉपी तुला वाचून दाखवतोय आणि तू मूळ प्रत आधीच पाहिली आहेस. मी जे बोलणार ते तू मिनिटभर आधीच जणू ऐकलेलं असतंस की काय असं वाटतं. आपल्या तारा जुळत नाहीत.’

‘तू याला तारा न जुळणं म्हणतोस?’

‘ठीक आहे... फारच जास्त जुळतात म्हणू.’ त्याची नजर त्या खोलीत सर्वत्र फिरत होती. ‘आपण ज्या गोष्टींना अंतरीचा हुंकार देतो, त्या गोष्टी आपल्या असतील तर हे ऑफिस माझं आहे?’

‘तर ते तुझं आहे.’

‘मला इथे काय वाटतं सांगू? नाही... घरच्यासारखं वाटतं असं नाही म्हणून चालणार. मला कुठेच घरच्यासारखं वाटत नाही कधी. मला राजप्रासादांत असल्यासारखं वाटतं असंही नाही म्हणणार मी किंवा युरोपच्या भव्य कॅथिड्रल्समधे असल्यासारखं वाटतं असंही म्हणणार नाही. हेल्स किचनमधे असल्यासारखं वाटतंय मला. जे काही मस्त दिवस अनुभवले मी तिथे... फार नव्हते- थोडेच... तसं वाटतंय मला इथे. पण कधीतरी, आज इथे बसलोय तसा बसलेलो असताना- अर्थात तेव्हा बंदराच्या एखाद्या पडक्या भिंतीवर बसायचो मी... वर ताऱ्यांनी खच्चून भरलेलं आकाश असायचं आणि अवतीभवती भंगाराचे ढिगारे असायचे. नदीतून कुबट सडका वास यायचा... हॉवर्ड, तू मागे वळून पहातोस तेव्हा तुला वाटतं असं कधी... की तुझे सगळे दिवस सुरळीतपणे पुढे सरकत राहिले, टाइप केलेल्या एकसारख्या अक्षरांसारखे? की काही थांबे होते कुठे... काही तरी मिळवल्याचे- आणि मग पुन्हा एकदा कवायत सुरू?’

‘होते ना...’

‘तुला त्यावेळी ते कळत होतं... की हे असे थांबे आहेत म्हणून?’

‘हो.’

‘मला नव्हतं कळत. मला नंतर कळायचं. पण त्यांची कारणं मला कधी कळली नाहीत. एक क्षण होता... मी बारा वर्षांचा असेन तेव्हा. एका भिंतीमागे लपून उभा होतो. आता आपल्याला ठार मारतील एवढंच मनात होतं. पण मला हेही माहीत होतं की, आपण मरणार नाही. मी नंतर काय केलं, जी काय मारामारी केली ते महत्त्वाचं नव्हतं- वाट पहात रहाण्याचा तो क्षणच तेवढा महत्त्वाचा होता. मला माहीत नाही तो क्षण असा लक्षात ठेवण्यासारखा किंवा अभिमान वाटण्यासारखा का वाटावा मला. त्या क्षणाचं स्मरण आत्ता इथे का व्हावं हेही नाही कळत मला.’

‘कारण शोधत राहू नकोस.’

‘तुला माहीत आहे ते?’

‘मी म्हटलं, कारण शोधत राहू नकोस.’

‘मी माझ्या भूतकाळाचा खूप विचार करतो आहे... तुला भेटल्यापासून. गेली कित्येक वर्षं मी भूतकाळाबद्दल विचार करणं सोडून दिलं होतं. ना- त्यातून काहीही निष्कर्ष काढू नकोस. भूतकाळात डोकावून पहाण्याने मला दुःखही होत नाही आणि आनंदही मिळत नाही. पहातो आहे केवळ. कसलाही शोध नाही घेत मी, फार मोठी शोधयात्राही नाही ती... थोडीशी पावलं टाकतो आहे... थोडा भटकतो आहे. थोडंसं थकल्यानंतर, संध्याकाळी रानोमाळ निवांत चक्कर टाकावी तसा... तुझ्याशी काय संबंध याचा- एकच विचार राहून राहून मनात येतो आहे माझ्या. मी विचार करत रहातो... तू आणि मी जवळपास एकाच पातळीवर जगायला सुरुवात केली. एकाच बिंदूपाशी. काहीच नसताना. मी तेवढाच विचार करतो. त्यावर काहीही शेरा नाही देत मी. त्यात काही विशेष अर्थ सापडत नाही

मला तसा. एवढंच, की आपण एकाच प्रकारे जगायला सुरुवात केली- याचा अर्थ काय होतो, मला सांगणार?'

'नाही.'

वायनान्डने इकडेतिकडे पाहिलं आणि एका फायलिंग कॅबिनेटवरचं वर्तमानपत्र त्याला दिसलं.

'इथे कोण मरायला बॅनर वाचतं?'

'मी वाचतो.'

'कधीपासून?'

'महिनाभरापासून.'

'सॅडिझम?'

'नाही. केवळ कुतूहल.'

वायनान्डने उठून तो पेपर उचलून घेतला आणि चाळायला सुरुवात केली. एके ठिकाणी थांबून तो किंचित हसला. त्याने तो वर धरला- त्या पानावर 'मार्च ऑफ द सेंच्युरीज' प्रदर्शनाच्या इमारतींच्या चित्रांची छायाचित्र छापली होती.

'भयंकरच आहे हे, नाही?' वायनान्ड म्हणाला, 'हा प्रकार आम्हाला उचलून धरावा लागतो हे किळसवाणंच आहे. पण तू त्या लोकांना जे सांगितलंस, ते आठवलं की मला जरा बरं वाटतं.' तो खिदळला, 'तू त्यांना सांगितलंस की, तू सहकार्य करत नाहीस किंवा संयुक्तपणे काम करत नाहीस!'

'पण ते काही केवळ सांगण्यापुरतं नव्हतं, गेल. ही तर साधी समजून घेण्यासारखी गोष्ट आहे. आपल्याच कामाशी आपण सहकार्य कसं काय करणार! मी माझ्या हाताखाली, माझ्या बिल्डिंग्जवर काम करणाऱ्या कामगारांशी सहकार्य करू शकतो. पण त्यांना विटा घालण्यात मी मदत नाही करू शकत. आणि ती बिल्डिंग डिझाइन करण्यात ते मला मदत नाही करू शकत.'

'ते जे तू त्यांना सांगितलंस, तसं मलाही सांगायला आवडलं असतं. मला त्या नागरी नेतृत्वाला माझ्या पेपरात फुकटची जागा देणं भाग पडतंय. पण ठीक आहे. त्यांच्या थोबाडीत देण्याचं माझ्या वाटचं काम तू केलंस, असं समजतो मी.' त्याने तो पेपर सहजपणे बाजूला टाकला, त्यात राग नव्हता. 'आज मला त्या लंचिऑनला जावं लागलं नाही का- तसंच हे. जाहिरातदारांचं राष्ट्रीय अधिवेशन. मी त्यांना प्रसिद्धी द्यायला हवी- एकदम शेपूट हालवत, लाळ गाळत, लुब्रेपणा करत सांगत होते ते. मला एवढी शिसारी आली रे- वाटलं मी वेडा होईन. संतापाच्या भरात कुणाचं तरी डोकं फोडीन. आणि मग मला तू आठवलास. मला वाटलं, या साऱ्याचा स्पर्श तुला नाही होऊ शकत. थोडाही नाही. जाहिरातदारांचं राष्ट्रीय अधिवेशन तुझ्या लेखी अस्तित्त्वातच नाही. कुठल्यातरी चौथ्या मितीत ते आहे... आणि तुझ्याशी संपर्कच होऊ शकत नाही त्या कशाचा. मी याचाच विचार करत राहिलो- आणि मला एक वेगळीच सुटका वाटली.'

तो पाय पसरून, हाताची घडी घालून, फायलिंग कॅबिनेटला रेलून बसला होता. तो हलकेच बोलू लागला, 'हॉवर्ड, माझ्याकडे एक मांजराचं पिल्लू होतं. सालं चिकटूनच बसलं मला. पिसवांनी भरलेलं, चिखलाने माखलेलं, ते हाडकुळं, गटारातलं पिल्लू माझ्यामागोमाग घरापर्यंत आलं. मी त्याला खायला घातलं आणि लाथेने बाहेर काढलं. पण दुसऱ्या दिवशी पुन्हा एकदा ते आपलं दाराशी हजर. शेवटी पाळलं मी ते. सतरा वर्षाचा होतो मी तेव्हा. गॅझेटमधे काम करत होतो. पुढं आयुष्यभर माझी जी कामाची शैली असणार होती, ती नुकतीच शिकून घेत होतो. मी सगळं झेलत होतो, पण नेहमीच ते सहन व्हायचं असं नाही. कधीकधी असह्य व्हायचं सारं. विशेषतः संध्याकाळी. एकदा मला जीव द्यावासा वाटत होता. रागापोटी नव्हे. मला राग आला की मी आणखी जास्त काम

करायचो. भीतीपोटीही नव्हे- घृणेपोटी, हॉवर्ड- घृणेपोटी. अशी तीव्र घृणा- की वाटत होतं... सगळं जग संथ झालेल्या पाण्याखाली बुडून राहिलंय- गटारांतून वहात आलेलं घाणघाण पाणी... सगळ्यात मुरत जाणारं- आकाशातही, माझ्या मेंदूतही... आणि मग मी त्या मांजराच्या पिलाकडे पाहिलं. आणि मला वाटलं- मला ज्या ज्या गोष्टींची किळस वाटते त्या गोष्टींचा याला स्पर्शही नाही... कधी होणारही नाही. ते स्वच्छ, निर्मळ होतं... अगदी पूर्णार्थाने. कारण जग किती हिडीस असू शकतं याची कल्पना करण्याची त्याच्याकडे क्षमताच नाही. त्या छोट्याशा मेंदूतली जाणीव कोणत्या प्रकारची आहे याचा विचार करत रहाणं किती सुखावह होतं काय सांगू तुला... एक जिवंत संज्ञा, निर्मळ आणि मुक्त. मी जमिनीवर झोपायचो. त्याच्या पोटावर गाल टेकायचो आणि त्याच्या पोटातून येणारी घुर्रघुर्र ऐकत रहायचो. आणि मग मला खूप बरं वाटायचं... घे, हॉवर्ड. मी तुझ्या ऑफिसला सडक्या वासाचा धक्का म्हटलं, तुला गटारातलं मांजर म्हटलं... तुला सलाम करण्याचा माझा हा मार्ग.'

रॉर्क हसला. वायनान्डला त्या हास्यातली कृतज्ञता स्पष्टच दिसली.

'गप्प रहा.' वायनान्ड जोरात म्हणाला, 'काही बोलू नकोस.' तो खिडकीपाशी जाऊन बाहेर पहात उभा राहिला. 'मला कळतच नाही माझं काय चाललंय. असं सगळं का बोलावं मी. माझ्या आयुष्यातली सर्वात आनंदी वर्षं आहेत ही. मी तुला भेटलो कारण मला माझ्या आनंदाचं शिल्प घडवून घ्यायचं होतं. मी इथे आलो विसाव्यासाठी आणि तो मला सापडलाही... आणि तरीही मी ज्या गोष्टी बोलतो... जाऊ दे. सोडून दे. हे बघ- काय खराब हवा झालीय. तुझं काम झालंय का? निघू शकतोस?'

'हो. जवळपास झालंच.'

'चल मग, कुठेतरी जवळपास जाऊन डिनर घेऊ.'

'ठीक आहे.'

'तुझा फोन वापरू? मी डॉमिनिकला सांगतो, घरी जेवायला येणार नाही म्हणून.'

त्याने नंबर फिरवला. रॉर्क ड्राफ्टिंग रूममधे जायला वळला. त्याला तिथे काही सूचना द्यायच्या होत्या. पण तो दारापाशी थांबला. हे त्याला ऐकायलाच हवं होतं.

'हेलो, डॉमिनिक? हो, थकली आहेस? नाही... मला वाटलं असं. नाही, मी आज घरी येत नाहीये जेवायला. चालेल ना, डियरेस्ट? नाही, माहीत नाही... मला उशीर होईल कदाचित्. इकडे डाऊनटाऊनमधेच जेवणार आहे. नाही. मी हॉवर्ड रॉर्कबरोबर डिनर घेतोय... हेलो, डॉमिनिक? हां, काय? मी त्याच्या ऑफिसमधूनच बोलतोय... ठीक आहे, डियर, सो लॉन्ग.' त्याने फोन ठेवला.

पेन्टहाऊसच्या लायब्ररीत डॉमिनिक टेलिफोनवर डोकं टेकून उभी होती... जणू काहीतरी कनेक्शन अजूनही शिल्लक होतं.

गेले पाच दिवस नि पाच रात्री ती आपल्या इच्छेशी झगडली होती- तिला त्याच्याकडे जायचं होतं, त्याला भेटायचं होतं... एकट्याला... कुठेही... त्याच्या घरी, ऑफिसमधे, रस्त्यावर- एक नजर किंवा एकच शब्द. पण एकट्याने. ती जाऊ शकत नव्हती. तिच्या बाजूने जे काही करायचं, ते करून झालं होतं. त्याची इच्छा असेल तेव्हा तो येणार होता. तो येईल हे तिला माहीत होतं. आणि तिने वाट पहावी ही त्याची इच्छा होती. ती वाट पहात होती- पण तिने एक विचार मनात घट्ट धरून ठेवला होता- एक पत्ता, कॉर्ड बिल्डिंगमधल्या ऑफिसचा.

ती टेलिफोनची दांडी हातात घट्ट धरून ती उभी राहिली होती. तिला त्या ऑफिसमधे जाण्याचा अधिकार नव्हता. पण गेल वायनान्डला होता.

□ □ □

बोलावल्यानुसार एल्सवर्थ टूही वायनान्डच्या ऑफिसमधे शिरला, तेव्हा तो काही पावलं चालून पुढे आला अन् थांबला. वायनान्डच्या ऑफिसच्या भिंती- बॅनरच्या इमारतीत फक्त वायनान्डची खोलीच तेवढी जरा भव्य नि विलासी होती- तिच्या भिंती बुचाच्या लाकडाच्या आणि तांब्यांच्या पॅनेल्सनी मढवलेल्या होत्या. त्यावर कधीही कसलीही चित्रं नसायची. आता वायनान्डच्या डेस्कसमोरच्या भिंतीवर काचेच्या फ्रेममध्ये एनराइट हाऊसच्या उद्घाटनाच्या वेळचा रॉर्कचा मोठा करून घेतलेला फोटो होता. नदीच्या कठड्याला टेकून माथा उंच करून उभा असलेला रॉर्क.

टूही वायनान्डकडे वळला. दोघेही एकमेकांकडे क्षणभर पहात राहिले.

वायनान्डने खुर्चीकडे निर्देश केला आणि टूही खाली बसला. वायनान्ड हसतच बोलू लागला, 'मला कधी वाटलं नव्हतं की मी तुमच्या सामाजिक विचारसरणीशी कधी सहमत होईन असं, मि. टूही, पण मला ते करावं लागणार असं दिसतंय. तुम्ही नेहमीच वरच्या वर्गांच्या ढोंगीपणावर टीका केलीत आणि जनसामान्यांच्या सद्‌गुणांची भलावण केलीत. आणि आता मला मी माझे आधीचे सर्वहारा वर्गातले फायदे गमावल्याचं फार वाईट वाटतंय. मी अजूनही हेल्स किचनमधे असतो तर मी या मुलाखतीची सुरुवात कशी केली असती माहीते- ऐक रे ए गांडू!- अशी- पण मी आता एक लब्धप्रतिष्ठित भयग्रस्त भांडवलदार असल्यामुळे तसं करू शकत नाही.'

टूही थांबून होता- त्याच्या मुद्रेवर कुतूहल होतं.

'आता मी अशी सुरुवात करतो- ऐका मि. टूही. तुमची टिकटिक कशी काय चालत रहाते माहीत नाही मला. तुमच्या हेतूंची चिरफाड करण्यात मला रस नाही. वैद्यकाच्या विद्यार्थ्यांकडे असते तितकी सहनशीलता माझ्या पोटात नाही. त्यामुळे मी काही प्रश्न विचारणार नाही आणि मला स्पष्टीकरणं ऐकायची नाहीत. मी तुम्हाला फक्त एवढंच सांगतो की, यापुढे तुम्ही तुमच्या सदरामधे एक नाव अजिबात कधीही उल्लेखायचं नाही.' त्याने फोटोकडे बोट दाखवलं. 'मी तुम्हाला जाहीरपणे आपली मतं बरोब्बर उलट करून मांडायला भाग पाडू शकतो आणि मला जाम मजा येईल तसं करताना, पण त्यापेक्षाही तुम्हाला तो विषय पूर्णपणे वर्ज्य करायला लावणं मला जास्त श्रेयस्कर वाटतं. एक शब्दही नाही, मि. टूही, पुन्हा कधीही नाही, चुकूनही. आता तुमचा करार किंवा त्यातलं एखादं वाक्य मला ऐकवायच्या भानगडीत पडू नका. बरं नाही होणार ते. तुमचं सदर चालू दे, पण त्याचं नाव लक्षात ठेवा आणि त्या लायकीचे विषयच निवडा. कीप इट स्मॉल! आपला आवाज लहानच ठेवा, मि. टूही- अगदी लहान.'

'होय, मि. वायनान्ड.' टूही सहज स्वरात उत्तरला. 'मला आत्ता मि. रॉर्कसंबंधी लिहिण्याचं कारणच नाहीये.'

'तेवढंच.'

टूही उठला.'होय, मि. वायनान्ड.'

❑

५

गेल वायनान्ड त्याच्या ऑफिसमधे डेस्कपाशी बसून एका संपादकीयाची प्रुफं तपासत होता. मोठी कुटुंबं असण्यातली नैतिक मूल्यं कोणती, या विषयावरचं संपादकीय होतं ते. चावून चावून चघळून चघळून थुंकलेलं चुइंग-गम पुन्हा एकदा उचलून पुन्हा एकदा तोंडात, मग पुन्हा फूटपाथवर बुटाच्या सोलखाली- ते पुन्हा तोंडात- मेंदूपर्यंत गेल्यासारखी ती वाक्यं. त्याने हॉवर्ड रॉर्कचा विचार

मनात आणला नि पुन्हा एकदा बॅनर वाचायला सुरुवात केली- जरा सोपं होत होतं सारं.

'नाजूकपणा हा मुलींचा सर्वात मोठा गुण आहे. रात्रीच आपली अंतर्वस्त्रे धुवून टाकायला विसरू नका. एखाद्या चांगल्या सांस्कृतिक विषयावर कसे बोलायचे ते शिकून घ्यायला हवे. मग तुम्हाला हव्या तितक्या डेट्स तुमच्याकडे चालून येतील हे नक्की.'

'तुमच्या राशीला उद्या अतिशय लाभदायक योग आहे. इंजिनिअरिंग, हिशेबनीस आणि प्रेमवीरांसाठी मन लावून काम करणे आणि मनापासून काम करणे फायदेशीर ठरेल.'

'मिसेस हंटिंग्टन कोल यांना बागकामाचा छंद आहे. शिवाय ऑपेरा, ऐतिहासिक काळात अमेरिकेत वापरले जाणारे साखरेचे बौल्स जमा करणे हेही त्यांचे छंद आहेत. त्यांचा गोड छोकरा 'किट' आणि त्यांची धर्मादाय कामं यांच्यात त्या आपल्या वेळेची व्यवस्थित विभागणी करतात.'

'मी नं मिली. मी नं अनाथ आहे.'

'संपूर्ण डाइटसाठी पत्ता घातलेल्या, स्टॅम्प लावलेल्या पाकिटातून दहा सेंट्स पाठवा.'

तो हॉवर्ड रॉर्कचा विचार करत पानं उलटत होता.

वायनान्ड साखळीतल्या सर्व पेपरांसाठी 'क्रीम-ओ-पुडिंग'वाल्यांबरोबर त्याने पाच वर्षांच्या जाहिरातींच्या करारावर सह्या केल्या. दर रविवारी प्रत्येक पेपरमधे दोन पानं जाहिरात असणार होती. त्याच्या समोर बसलेली माणसं जणू मांसगत विजयकमानींसारखी दिसत होती. कितीतरी संध्याकाळी त्यांनी प्रचंड सहनशीलता दाखवत, आकडेमोडी करत, रेस्तराँच्या टेबलांवर ग्लासांमागून ग्लास घशात रिचवत, काढलेल्या. किती महिने त्याने केलेला विचार, त्याची ऊर्जा- त्याची लसलसती जिवंत ऊर्जा प्रवाही होऊन त्यांच्या जाड जाड ओठांत ग्लासातून उतरणाऱ्या द्रव्यासारखी, त्यांच्या जाड बोटांतून उतरत अखेर दर रविवारी दोन अख्ख्या पानांच्या जाहिरातीत परिवर्तित झालेली... दोन पिवळे पुडिंगचे गोळे, स्ट्रॉबेरीजनी सजवून, बटरस्कॉच सॉसने नटवून त्या पानांवर पडणार होते. तो त्या माणसांच्या डोक्यांवरून पलीकडे भिंतीवरच्या छायाचित्राकडे पहात होता- आकाश, नदी आणि त्या माणसाचा उन्नत चेहरा.

पण किती दुखावतो जीव माझा, तो विचार करत होता. त्याचा विचार करताकरता प्रत्येक वेळी दुखावतो माझा जीव. त्याचा विचार करताना सारं सोपं होतं खरं- लोक, संपादकीयांचं वाचन, करार वगैरे सारं सोपं होतं... पण सोपं होतं कारण तो विचार इतका दुखावणारा असतो. दुःख हे सुद्धा एक उत्तेजकच आहे. मला वाटतं, मला त्या नावाचा द्वेष वाटतो कधीकधी. आणि तरीही मी त्याचं नाव घेतच राहीन. हे दुःख मला वागवायचं आहे.

मग जेव्हा तो आपल्या पेन्टहाऊसमधे रॉर्कला सामोरा बसला- आणि तेव्हा त्याला दुःखाची जाणीवही झाली नाही. कसल्याही किल्मिषाविना हसत रहावं एवढीच इच्छा होती त्याला.

'हॉवर्ड, तुझ्या आयुष्यात तू जे जे काही केलंस ते ते या जगाच्या आदर्शांनुसार चुकीचं होतं. आणि आता बघ, स्वतःकडे. या जगावर केलेला विनोदच आहेस तू.'

रॉर्क फायरप्लेसपाशी आरामखुर्चीत बसला होता.

फायरप्लेसमधल्या ज्वाळांचा प्रकाश अभ्यासिकेवर खेळत होता. त्या खोलीतल्या प्रत्येक वस्तूभोवती, तो उजेड जणू जाणीवपूर्वक आनंदाने गिरकी घेत होता. ज्या माणसाने हे सुंदर नेपथ्य आपल्यासाठी रेखून घेतलं होतं त्याच्या अभिरुचीवर आपल्या पसंतीची मोहोर उठवत होता. ते दोघेच होते तिथे. डॉमिनिक डिनर झाल्यानंतर तिथून काहीतरी कारण सांगून निघून गेली होती. त्या दोघांनाच तिथं बसायचंय हे तिला उमजलेलं.

'आम्हा सर्वांवरच विनोद केला आहेस तू.' वायनान्ड म्हणत होता. 'रस्त्यावरच्या प्रत्येक

माणसावर. मी नेहमी रस्त्यावरच्या माणसांकडे पहात असतो. मी अनेकदा सबवे लोकल्सनी गर्दीतून प्रवास करायचो, केवळ त्यातल्या कितीजणांच्या हातात बॅनर असतो ते पहाण्यासाठी म्हणून. मला त्या सर्वांचा फार द्वेष वाटायचा आणि कधीकधी, भीतीही वाटायची. पण आता मी त्यांच्याकडे पहातो आणि मला त्यांना म्हणावसं वाटतं, 'अरे मूर्खांनो!' बस्स, इतकंच.'

एके दिवशी सकाळीच त्याने रॉर्कच्या ऑफिसमधे फोन लावला, 'माझ्याबरोबर लंचला येणार, हॉवर्ड?... नॉर्डलँडमधे भेट मला अजून अर्ध्या तासात.'

रेस्तराँच्या टेबलवर समोरासमोर बसल्यावर तो खांदे उडवत हसला.

'तसं काहीच नाही, हॉवर्ड. काही खास नाही. अर्धा तास एकदम घाणघाण गेला माझा आणि ती तोंडावरची चव घालवायची होती मला बस्स.'

'कसला घाणघाण अर्धा तास?'

'लॅन्सेलोट क्लोकीबरोबर माझे फोटो काढून घेतले.'

'कोण लॅन्सोलोट क्लोकी?'

वायनान्ड खदखदून हसला, आपला संयत रुबाब विसरून, वेटरच्या दचकलेल्या नजरेकडे दुर्लक्ष करीत हसत राहिला.

'हेच ते, हॉवर्ड. म्हणूनच तुझ्याबरोबर लंच घ्यायची गरज वाटली मला. कारण तूच या अशा गोष्टी बोलू शकतोस.'

'आता काय झालं?'

'तू पुस्तकंबिस्तकं वाचत नाहीस? तुला माहीत नाही, लॅन्सेलोट क्लोकी हा 'आमचा आंतरराष्ट्रीय घडामोडींचा सर्वात संवेदनशील निरीक्षक' आहे हे? माझ्या लाडक्या बॅनरच्याच समीक्षकाने हे म्हणून ठेवलंय. कुठल्यातरी एका संघटनेने लॅन्सेलोट क्लोकीला या वर्षाचा सर्वात महत्त्वाचा लेखक म्हणून पुरस्कार जाहीर केला आहे. या रविवार पुरवणीत आम्ही त्याच्यावर एक चरित्रात्मक लेख लावतोय. त्यासाठीच मला त्याच्या खांद्यावर हात टाकून फोटो काढून घ्यावा लागला. तो रेशमी झुळझुळीत शर्ट्स घालतो आणि त्याच्या अंगाला सतत जिनचा वास येतो. त्याचं दुसरं पुस्तक त्याच्या बालपणाविषयी आहे. त्याच्या बालपणीच्या अनुभवातून त्याला आंतरराष्ट्रीय घडामोडींचा अभ्यास करण्याची दिशा कशी मिळाली वगैरे. लाखभर प्रती खपल्या त्याच्या. पण तू त्याचं नावही ऐकलेलं नाहीस. चलो, लंच खाओ अपना. तुला जेवताना पहायला आवडतं मला. मला फार मनापासून वाटतं बरं कां- की तू एकदम कफल्लक असायला हवा होतास... म्हणजे या लंचची तुला गरज आहे असं मला वाटलं असतं.'

कधीकधी तो दिवस संपतासंपता रॉर्कच्या ऑफिसमधे किंवा घरी अचानक यायचा. रॉर्कने एनराइट हाऊसमधे त्याचं एक स्फटिकाकृती घर घेतलं होतं. नदीवर डोकावणारं ते घर म्हणजे एक कामाची खोली, एक बेडरूम, एक लायब्ररी एवढंच होतं. फर्निचरही त्यानेच डिझाइन केलं होतं. या जागेत त्याला प्रचंड विलासी असं काहीतरी का जाणवावं, हे वायनान्डला बरेच दिवस उमगत नव्हतं. मग त्याला कळलं, तिथलं फर्निचर डोळ्यातच यायचं नाही. केवळ एक मोकळ्या अवकाशाची भरारती जाणीव मनात भरून रहायची... आणि तिथला तो कठोरसा साधेपणा हाच त्या अवकाशाचा विलास होता. खर्चाच्या दृष्टीने ते अगदीच

स्वस्तात झालेलं घर होतं- गेल्या पंचवीस वर्षांत इतक्या साध्या घरात पाहुणा म्हणून जाण्याचा योग वायनान्डला आला नव्हता.

'आपण दोघांनी सारख्याच पातळीवर सुरुवात केली, हॉवर्ड,' तो रॉर्कच्या खोलीकडे पहात

म्हणाला, 'माझ्या अनुभवानुसार आणि पडताळ्यानुसार तू अजूनही गटारातच असायला हवा होतास. पण तसं झालेलं नाही. मला ही खोली आवडली. मला इथे बसायला आवडतंय.'

'तुला इथे पहायला मलाही आवडतंय.'

'हॉवर्ड, तू कधीतरी कुणा एकाच माणसावर सत्ता गाजवली आहेस का रे?'

'नाही. आणि तशी संधी कुणी दिली तर ती मी घेणारही नाही.'

'माझा नाही विश्वास बसत.'

'एकदा मला तशी संधी देऊ केली होती कुणीतरी, गेल. मी नाकारली ती.'

वायनान्ड त्याच्याकडे जरा उत्सुकतेने पहात राहिला, प्रथमच त्याला रॉर्कच्या स्वरात जरासा प्रयास जाणवला.

'का?'

'ते करणं आवश्यक होतं.'

'त्या माणसाबद्दलच्या आदरापोटी?'

'स्त्री होती ती.'

'ओः... अरे मूर्खा, स्त्रीला आदर दाखवलास तू?'

'स्वतःसाठी असलेल्या आदरापोटी.'

'मला हे समजू शकेल अशी अपेक्षाच करू नकोस. आपण दोघे अगदीच विरुद्ध स्वभावाचे आहोत.'

'असं मलाही वाटलं होतं. तसा विचार करावासा वाटत होता मला.'

'आणि आता नाही वाटत तसं?'

'नाही.'

'मी केलेल्या प्रत्येक कृत्याचा तुला तिरस्कार वाटत नाही?'

'मला माहीत असलेल्या जवळपास प्रत्येक कृत्याचा.'

'आणि तरीही तुला मी इथे आलेला आवडू शकतो?'

'होय, गेल, एक माणूस होता- जो तुला प्रतीक मानत असे एका विशिष्ट दुष्प्रवृत्तीचं, जिने त्याचा नाश केला... जिच्यामुळे माझाही नाश होईल. त्याने माझ्याकडे त्याच्या द्वेषाचा वसा सोपवला होता. आणखी एक कारणही होतं, ज्यामुळे मला तुझा द्वेष वाटत असे- तुला भेटण्यापूर्वी.'

'ते मला कळलं होतं. तुझं मन कशामुळे पालटलं?'

'ते नाही सांगू शकत मी तुला.'

ते दोघेही कनेक्टिकटच्या त्या जागेकडे ड्राइव्ह करीत जात. हिमाने गोठून कठीण झालेल्या जमिनीतून त्या घराच्या भिंती वरवर येत होत्या. वायनान्ड रॉर्कच्या मागोमाग भविष्यातील त्याच्या घरातल्या खोल्यांतून फिरत राही. रॉर्क सूचना देत असताना बाजूला उभा राही. कधीकधी वायनान्ड एकटाच येई. बांधकामावरचे कामगार त्याची काळी रोडस्टर त्या टेकडीकडे वळणं घेत येताना पहात. मग कुठेतरी थांबून दूरवर त्याची आकृती उभी असे. आणि दूरवरूनच त्या वास्तूच्या आकाराकडे तो पहात रहात असे. त्याच्या आकृतीतून त्याची सारी प्रतिष्ठा, त्याचं समाजातलं स्थान व्यक्त होत असे. त्याच्या साध्या वाटणाऱ्या उंची ओव्हरकोटचा रुबाब, त्याच्या हॅटचा कोन, त्याच्या उभं रहाण्यातला डौल- त्यात ताणही होता, सैलावलेपणाही होता... या साऱ्यातून वायनान्ड साम्राज्याची सहजच आठवण होत असे. या महासागरापासून त्या महासागरापर्यंत धडधडणाऱ्या मुद्रणयंत्रांतून, वृत्तपत्रांतून, गुळगुळीत मासिकांच्या मुखपृष्ठांतून, न्यूजरील्सच्या चकाकत्या प्रतिमांतून, जगभर

पसरलेल्या तारांतून, प्रत्येक राजप्रासादातून, प्रत्येक राजधानीतून, प्रत्येक गुपितातून, प्रत्येक खलबतखान्यातून, दिवस-रात्र वहाणारा सत्ताप्रभाव... या माणसाच्या प्रत्येक किमती मिनिटातून उगम पावत होता.

गढूळलेल्या धुवणाच्या पाण्यासारख्या कळकट आकाशाच्या पार्श्वभूमीवर तो उभा असे. हिमकणांची पखरण त्याच्या हॅटभोवतीने हलकेच लहरत असे.

एप्रिलमधल्या एके दिवशी तो बऱ्याच आठवड्यांनंतर कनेक्टिकटमध्ये एकटाच गेला. शहराबाहेरच्या रस्त्यांवरून ती रोडस्टर उड्डाण केल्यासारखी जात होती. वेगाचा एक लांबलचक फराटाच. काचा आणि चामड्याने मढलेल्या त्याच्या त्या छोट्याशा चौकोनात त्याला कसलेही धक्के जाणवत नव्हते. त्याच्या दृष्टीने त्याची कार स्थिर होती. जमिनीवर तरंगत होती. आणि त्याच्या हातातल्या चाकामुळे बाजूने धावत जाणारी जमीन नियंत्रित होत होती. त्याला हवी असलेली जागा येईपर्यंत त्याला फक्त शांतपणे वाट पहायची होती तिथं बसून. बॅनरच्या ऑफिसमधलं त्याचं डेस्क त्याला जितकं प्रिय होतं तितकंच त्याला हातातलं कारचं चाकही आवडायचं. दोहोंतूनही त्याला तीच संवेदना लाभत असे- त्याच्या कुशल बोटांच्या मार्गदर्शनाखाली एक धोकादायक राक्षसी शक्ती मोकाट धावत असल्याची संवेदना.

त्याच्या दृष्टिपथाच्या कडेने काहीतरी सर्र्रकन गेलं. जवळपास मैलभर पुढे गेल्यानंतर त्याला आपल्याला ते जाणवावं याचं नवल वाटून गेलं... कारण ती केवळ रस्त्याकडेची रानटी झुडुपं होती. पुन्हा मैलभर गेल्यानंतर त्याला त्याचं आणखी नवल वाटलं, कारण ती रानझुडपं हिरवी होती. हिवाळ्याच्या मध्यात हिरवी झुडपं कशी बरं... आणि मग त्याला आणखी नवलाने जाणवलं- आता हिवाळा नव्हताच. तो गेल्या काही आठवड्यांत इतका व्यग्र होता की, ऋतूबदल त्याच्या लक्षातही आला नव्हता. आता त्याला दिसू लागलं. आजूबाजूच्या शेतांतून हेलकावणारी हिरव्याची चाहूल, अस्पष्ट कुजबूज कानी यावी तशी. त्याच्या मनात तीन वाक्य उमटलेली त्याला पाठोपाठ ऐकू आली. एकमेकांत गुंतलेली- वसंत आलाही.. मला अजून किती वसंत पहायला मिळणार आहेत कोण जाणे... मी पंचावन्न वर्षांचा झालो.

ही केवळ वाक्यं होती. भावना नव्हती त्यात कोणतीही. त्याला काहीच वाटत नव्हतं. औत्सुक्यही नाही आणि भीतीही नाही. पण त्याला एवढं कळलं की, काळाचं भान येणं हेसुद्धा आपल्यासाठी नवखंच आहे. कसल्याच संदर्भात त्याने आपल्या वयाचा कधीच विचार केला नव्हता. एका मर्यादेच्या परिघात आपलं स्थान काय, याचा विचार कधी त्याने केला नव्हता. त्याने ना परिघाचा विचार केलेला, ना मर्यादेचा. तो गेल वायनान्ड होता आणि तो स्थिर उभा होता... या कारसारखा- आणि वर्षं मागेमागे सरत गेलेली... या जमिनीसारखी आणि त्याच्या अंतरीच्या मोटरने समोरून येणाऱ्या वर्षांची मार्गक्रमणा नियंत्रित केली होती.

नाही, तो विचार करत होता, मला कसलाच पश्चात्ताप होत नाही. काही गोष्टी हुकल्या माझ्या, पण मी काही प्रश्न उभे करणार नाही, कारण मला सगळं भयंकर आवडत होतं- जे जसं झालं तसं- अगदी रितेरिते क्षणसुद्धा- अनुत्तरित राहिलं त्यावरही प्रेम होतं माझं- तेच तर अनुत्तरित आहे माझ्या आयुष्यात. पण मी प्रेम केलंच.

त्या प्राचीन कहाणीप्रमाणे खरोखरच कधी त्या अंतिम न्यायाधीशासमोर उभं राहून आयुष्याचा हिशेब देण्याची वेळ आलीच तर मी अतिशय अभिमानाने सांगेन- मी केलेल्या कोणत्याही कृत्याविषयी नाही बोलणार मी- मी बोलेन ते जे मी कधीही केलं नाही त्याबद्दल.- की मी कधीही कुणा दुसऱ्यांची मान्यता माझ्या कर्मासाठी शोधली नाही. मी उभा राहीन आणि म्हणेन- मी गेल वायनान्ड, मी सर्व

गुन्हे केले असतील- एक परमोच्च असा अपराध मात्र मी कधीही केला नाही... जीव अस्तित्त्वात असण्याच्या या मनोहारी सत्याला मी निष्फळ, कधीच ठरवलं नाही आणि जगण्यासाठी स्वत:पलीकडे काहीही समर्थन शोधायचा प्रयत्न केला नाही. हाच माझा अभिमान आहे. आज मी माझ्या शेवटाचा जरी विचार करीत असलो तरीही माझ्या वयाच्या इतर अनेकांप्रमाणे मी रडत नाहीये- की या साऱ्याचा अर्थ काय होता नि उपयोग तरी काय होता. मीच होतो अर्थ माझ्या अस्तित्त्वाचा आणि उपयोगही. मी गेल वायनान्ड- मी जगलो आणि मी कृतकृत्य आहे.

तो त्या टेकडीच्या पायथ्याशी पोहोचला आणि त्याने करकचून ब्रेक लावला. तो दचकून वर पहातच राहिला. त्याच्या गैरहजेरीत त्या घराने आकार घेतला होता. आता तो ओळखू येत होता... त्या ड्रॉइंगप्रमाणेच होता तो थेट. क्षणभर त्याला बालसुलभ आश्चर्य वाटलं- अरे हे तर अगदी चित्रातल्यासारखंच दिसतंय... जणू ते तसं दिसेल यावर त्याचा कधीच पुरेसा विश्वास नव्हता. फिकट निळसर आकाशाच्या पार्श्वभूमीवर ते घर अपूर्ण चित्रासारखं दिसत होतं. भिंतींची प्रतलं जलरंगांनी भरून काढलेली, उघड्या परातींचे दांडे पेन्सिलच्या रेषांसारखे... निळ्या कागदावर काढलेलं प्रचंड मोठं चित्र.

तो कारमधून उतरला आणि वर चढत गेला. रॉर्क कामगारांमधे उभा असलेला दिसला त्याला. तो जरा बाजूला उभा राहून रॉर्ककडे पाहू लागला- त्या वास्तूतून सूचना देत तो फिरत होता, मान वर करून पहात कुठेतरी मधेच अंगुलीनिर्देश करीत होता. तो थांबायचा तेव्हा त्याचे दोन्ही पाय जरासे अंतर ठेवून रोवलेले असत. हात सरळ खाली असत. मस्तक ताठ उंचावलेलं असे. आत्मविश्वासाचा सहज आविष्कार होता तो. त्याच्या वास्तूमध्ये जे रचनात्मक कठोरपणाचं अनलंकृत सौंदर्य होतं तेच त्याच्या प्राकृत, संयत हालचालींमधल्या नियंत्रित ऊर्जेत होतं. ताणाचं गणित सोडवण्यासाठीच तर रचना जन्म घेते, आणि परस्परविरोधी तोल साधून सुरक्षित रहाते, वायनान्ड विचार करत होता.

तो विचार करत होता, एक इमारत उभी करण्यामागे कसलीही संवेदनशीलता जडलेली नसते, एक यांत्रिक कृती आहे ती- गटरचे पाइप्स टाकण्याइतकी किंवा एखादी ऑटोमोबाइल कार तयार करण्याइतकीच. आणि तरीही रॉर्ककडे पहाताना आपल्याला आपल्या आर्ट गॅलरीत जो अनुभव मिळतो तोच अनुभव का प्रत्ययास येतो आहे? एखाद्या पूर्ण झालेल्या इमारतीत दिसतो त्यापेक्षाही, ड्राफ्टिंग टेबलपाशी असतो त्यापेक्षाही तो अशा अपूर्ण इमारतीत जास्त शोभतो. हेच त्याचं खरं कोंदण आहे. शोभतं त्याला. जसं डॉमिनिक म्हणाली होती... की यॉट मला शोभते- तसंच.

थोड्या वेळानंतर रॉर्क बाहेर आला आणि ते दोघे टेकडीच्या माथ्यावर, झाडांमधून फिरत राहिले. एका आडव्या झालेल्या झाडाच्या खोडावर ते बसले. झुडपांच्या गर्दीतून जरा पलीकडे त्यांना ती वास्तू दिसत होती. तिथली झुडपं अजूनही तशी बोडकीच होती. सुकलेली... पण तरीही त्यांच्यातला तरार वसंताची प्रसन्न जाणीव देत होता. त्यांच्या फांद्यांमधून त्यांचा अधीर पर्णहेतू आसुसून फुटून बाहेर झेपावू पहात होता.

वायनान्डने विचारलं, 'हॉवर्ड, तू कधी प्रेमात पडला होतास?'

रॉर्कने वळून थेट त्याच्याकडे पाहिलं आणि शांतपणे उत्तरला,'अजूनही प्रेमात पडलेलोच आहे.'

'पण जेव्हा तू तुझ्या एखाद्या इमारतीतून फिरतोस, तेव्हा त्या प्रेमापेक्षाही श्रेष्ठतर भावनेचा अनुभव येतो तुला?'

'खूपच श्रेष्ठतर, गेल.'

'मी विचार करत होतो, लोक म्हणत असतात की, या जगात आनंदप्राप्ती अशक्य आहे. जीवनात आनंद मिळवण्यासाठी किती धडपडतात ते पहा. किती झगडतात. कुणाही जीवाने घायाळ जीवन का जगावं? कुणाही माणसाने स्वतःचा आनंद सोडून दुसऱ्या कोणत्याही हेतूसाठी जगावं अशी मागणी करण्याचा कुणाला कसा काय अधिकार असू शकतो? प्रत्येकाला आनंद हवा असतो. प्रत्येक कणानिशी हवा असतो. पण नाही सापडत तो त्यांना. का नाही सापडत, मला कळत नाही. ते कण्हतकुथत रहातात, म्हणतात जीवनाचा अर्थच आम्हाला सापडत नाही. असले काही लोक तर मला फारच घृणास्पद वाटतात. जे कसल्यातरी उच्च प्रतीचा हेतू किंवा वैश्विक ध्येय शोधत रहातात, कशासाठी जगायचं ते त्यांना कळतच नाही... स्वतःचा शोध घेण्याची गरज असल्याचे हुंदके फोडत रहातात. आपल्या आजुबाजूला भरपूर असतात असले लोक. आपल्या या शतकाचा एकदम सर्वमान्य साचा आहे हा. कुठलंही पुस्तक उघडा. आत्मकथनांचे पाल्हाळ पहा. त्यांना वाटतं, हे असलं काहीतरी सांगणं म्हणजे एकदम उदात्त. मला तर असं सांगणं हे सगळ्यात लाजिरवाणं वाटलं असतं.'

'हे बघ, गेल,' रॉर्कने उठून एका झाडाची जराशी जाडसर फांदी तोडून दोन हातांत धरली. दोन टोकं दोन मुठींत पकडून त्याने सावकाश ती फांदी वाकवायला सुरुवात केली. त्याच्या मनगटांचे स्नायू टरारले, बोटांचे सांधे पांढरे पडले, 'आता मी या फांदीचं काहीही करू शकतो. धनुष्य, भाला, काठी, कठडा. आयुष्याचा अर्थ हाच असतो.'

'आपली ताकद?'

'आपलं काम.' त्याने ती फांदी फेकून दिली. 'या पृथ्वीतून आपल्याला जे मिळतं, आणि त्यातून आपण काय घडवतो... तू कसला विचार करतो आहेस, गेल?'

'माझ्या ऑफिसच्या भिंतीवरच्या फोटोचा.'

□ □ □

त्याच्या इच्छेनुसार स्वतःवर नियंत्रण ठेवून वागणं, अधीर न होणं- ते एक काम असल्यासारखं सांभाळणं- रोजच्या रोज- आणि मग रॉर्कच्या समोर शांतपणे उभं राहून त्याला त्यातूनच कळू देणं- 'माझ्याकडून फार कठीण अपेक्षा ठेवलीस तू. करीन मी ती पूर्ण- तुला तेच हवं असेल तर तेही.' डॉमिनिकने स्वतःचं अस्तित्त्व असं कठोरपणे शिस्तीत बांधून ठेवलं होतं.

रॉर्क आणि वायनान्डकडे प्रेक्षक म्हणून पहात असल्यासारखी ती शांतपणे उभी असायची. काहीही न बोलता. तिला वायनान्डला समजून घ्यायचं होतं. हेच उत्तर होतं.

त्यांच्या घरी रॉर्कचं येणंजाणं वाढलं, हे तिने स्वीकारलं. आणि अशा संध्याकाळी रॉर्क केवळ वायनान्डच्या ताब्यात असायचा, तिच्या नाही- हेही तिने मान्य केलं. ती त्याला सामोरी यायची ती केवळ निपुण यजमानीण म्हणून, त्रयस्थपणे, हसऱ्या मुद्रेने, व्यक्ती म्हणून नव्हे- तर वायनान्डच्या घराचा एक सुंदरसा भाग म्हणून. डिनर टेबलवर आपलं काम झाल्यावर ती त्यांना अभ्यासिकेत एकटं सोडून निघून जायची.

तिथून निघाल्यावर ती दिवाणखान्यात अंधार करून, दार उघडं ठेवून बसून रहायची, अभ्यासिकेच्या बंद दाराखालच्या फटीतून दिसणाऱ्या उजेडाच्या बारीकशा रेघेवर तिची नजर खिळून असे. हेच माझं काम आहे, एकटी असतानाही, अंधारात असतानाही, दुसऱ्या कुणालाही माहीत नसताना, फक्त मलाच माहीत असतानाही- त्या दाराकडे पहात रहायचंय मला... जशी तो इथे असताना मी त्याच्याकडे पहात होते तशीच- तक्रार नाही माझी... रॉर्क, माझ्यासाठी तू हीच शिक्षा

निवडली असशील, तर मी तिचा पूर्णपणे स्वीकार केला आहे... केवळ तुझ्या सान्निध्यात असताना एक भूमिका वठवण्यापुरतीच नव्हे, तर एकटी असतानाही पार पाडण्याचं कर्तव्य भोगेन मी. तुला माहीत आहे, मला हिंसक शिक्षा सहन करण्यात काहीच विशेष वाटलं नसतं... सहनशीलपणे वाट पहाणं अधिक कठीण आहे माझ्यासाठी. तू जास्तीत जास्त कठीण शिक्षा निवडलीस. आणि मला भोगली पाहिजे ती... आणि तुला अर्पण केली पाहिजे... तुझ्यासाठी... माय डियरेस्ट...

रॉर्क तिच्याकडे पहात असे, तेव्हा त्याच्या नजरेत जुन्या स्मृतींना नाकारण्याचा प्रयत्न नसे. त्याची नजर तिला सांगत असे- काहीही बदललेलं नाहीये, आणि काहीही शब्दांत व्यक्त करण्याची गरज नाहीये. तिला वाटायचं ती शब्दच ऐकते आहे त्याचे- का तुला एवढा धक्का बसतो? आपण वेगळे कधी झालो का? तुझा दिवाणखाना, तुझा नवरा आणि तू ज्या शहराला घाबरतेस ते, या खिडकीबाहेर पसरलेलं शहर... खरे आहेत का ते आता, डॉमिनिक? कळतंय तुला? कळायची सुरुवात झाली का आता?

'हो.' ती अचानक मोठ्याने उत्तरत असे- तो होकार चालू असलेल्या संभाषणात कुठेतरी चपखल बसेल अशी अपेक्षा करीत- रॉर्कला ते त्याचं उत्तर म्हणून कळेल हे माहीत असायचं तिला.

त्याने ती तिच्यासाठी शिक्षा म्हणून निवडलेली नव्हती. त्या दोघांनीही ती शिस्त लादून घेतलेली... अखेरची परीक्षा होती ती त्यांची. जेव्हा तिला जाणवलं की तिचं त्याच्यावरचं प्रेम त्या खोलीतून, वायनान्डच्या असण्यातून, त्याच्या वायनान्डवरील प्रेमातून, तिच्या प्रेमातून, त्या अशक्यशा परिस्थितीतून, तिच्या मौनातून आणि तिच्याभोवतीच्या बंधनांतून अधिकच खोल होत चाललेलं, तेव्हा तिला त्याचा हेतू कळला. इतकी बंधनं होती की कुठली बंधनं टिकूच शकत नव्हती.

ती त्याला कधीही एकटी भेटली नाही. ती वाट पहात राहिली.

घराचं बांधकाम चालू असताना ती एकदाही तिथे गेली नाही. तिने वायनान्डला सांगितलं, 'पूर्ण झाल्यानंतरच पाहीन मी ते घर.' तिने त्याला कधीही रॉर्कबद्दल प्रश्न विचारले नाहीत. त्याच्या समोर असताना ती आपले हात जाणीवपूर्वक पुढ्यात ठेवून बसत असे. साहवेनासे कठीण क्षण एखाद्या हिंसक हालचालीच्या सहाय्याने सहन करण्याचा आधार नाकारला तिने स्वतःला.- जेव्हा वायनान्ड रात्री उशीरा घरी येऊन जेव्हा तिला सांगत असे- मी इतका वेळ रॉर्कच्या घरी होतो,- तेव्हा. ते त्याचं घर तिने अजूनही पाहिलेलं नव्हतं. तिचे हात तिच्यासाठी सहनशीलतेचे मोजमाप होते...

एकदाच ती जराशी विकल झाली नि तिने विचारलं, 'काय चाललंय हे, गेल? जुनून?'

'असंच असावं.' तो म्हणाला. 'तुला तो आवडत नाही हे विचित्रच आहे.'

'तसं कधीच म्हणाले नाही मी.'

'दिसतंय की मला. फार आश्चर्य नाही वाटत मला. तुझी पद्धत आहे ती. तुला तो आवडणार नाही- कारण तो खरंतर अगदी तुला आवडावा असाच आहे. माझ्या असोशीचा राग करू नकोस.'

'नाही, राग नाही मला.'

'डॉमिनिक, मी तुला असं सांगितलं तर तुला ते समजू शकेल का- की तो भेटल्यानंतर माझं तुझ्यावरचं प्रेम अधिकच गहिरं झालंय? अगदी- सांगू दे मला हे- अगदी तू माझ्या मिठीत असतेस तेव्हाही, पूर्वीपेक्षा अधिकच गडद असतेस तू माझ्यासाठी. तुझ्यावरचा माझा हक्क अधिक खोल झाल्यासारखा वाटतो मला.'

गेल्या तीन वर्षांत त्यांनी एकमेकांना जो विश्वास दिला होता त्यातूनच तो अगदी सहजपणे बोलत होता सारं. ती नेहमीसारखीच त्याच्याकडे पहात होती. तिची नजर मऊ होती, तिरस्काराच्या

स्पर्शाविना आणि त्यात एक व्याकूळ भाव होता, करुणेच्या स्पर्शाविना.

'समजतंय मला, गेल.'

क्षणभरानंतर तिने विचारलं, 'तुझ्या दृष्टीने तो काय आहे, गेल? एखाद्या पवित्र वास्तूसारखा?'

'हेअरशर्ट सारखा आहे तो माझ्या दृष्टीने- पापक्षालनार्थ दाह करणारा.'

ती वर गेल्यानंतर तो खिडकीपाशी जाऊन उभा राहिला. वर आकाशाकडे पहात. मस्तक उंच करून. त्याच्या गळ्याचे स्नायू ताणले गेले होते अन् त्याच्या मनात आलं- आकाशाकडे पहाताना जो एक उन्नत गंभीर भाव जाणवतो तो आपल्या मनातल्या विचारांतून येतो की मस्तक उंचावण्यातून...

❑

६

'आधुनिक जगाची मूलभूत समस्या आहे ती ही,' एल्सवर्थ टूही म्हणाला, 'की स्वातंत्र्य आणि सक्ती या दोन गोष्टी एकमेकांविरुद्ध आहेत अशी एक वैचारिक चूक केली जाते आहे. या जगाला चिरडून टाकणाऱ्या राक्षसी समस्या सोडवण्यासाठी आपल्याला आपला वैचारिक गोंधळ प्रथम दूर सारला पाहिजे. तत्त्वज्ञानात्मक परिप्रेक्ष्यातून विचार केला पाहिजे. अंतिमतः स्वातंत्र्य आणि सक्तीची बंधनं ही एकरूप आहेत. उदाहरण देतो तुम्हाला. ट्रॅफिकचे दिवे आपलं मनात येईल तेव्हा रस्ता ओलांडण्याचं स्वातंत्र्य हिसकावून घेतात. पण हे स्वातंत्र्य गमावल्याने आपण ट्रकच्या खाली चिरडलं जाण्यापासून मुक्त होतो. आपल्याला एक काम नेमून दिलं आणि ते काम किंवा ती नोकरी सोडण्याचं स्वातंत्र्य आपल्याला नसेल तर, आपल्या करिअरला बंधनं पडतात हे खरंय. पण त्याच वेळी आपल्याला बेकारीच्या भयापासून मुक्ती मिळते. कोणतंही नवीन बंधन आपल्यावर घातलं जातं तेव्हा आपल्याला आपोआपच एका नवीन प्रकारच्या स्वातंत्र्याचा लाभ होतो. या दोन गोष्टी अभिन्न आहेत. सर्वार्थाने बंधने मान्य करणारा समाजच खऱ्या अर्थाने स्वातंत्र्य उपभोगतो.'

'अगदी बरोबर!' मिशेल लेटन किंचाळला.

अक्षरशः किंचाळलाच तो. आगीच्या बंबाचा कर्कश भोंगा अचानक वाजायला लागावा, तसा तो किंचाळलेला. त्याच्याकडचे सारेच पाहुणे दचकून त्याच्याकडे पाहू लागले.

तो त्याच्या कापडी आरामखुर्चीत पसरलेला. पाय नि पोट पुढे काढून, एखाद्या हट्टी मुलाने मुद्दाम वेडंविद्रं बसावं तसा. मिशेल लेटनच्या व्यक्तित्वातल्या जवळपास सर्वच गोष्टी अशा जेमतेम होत्या. पूर्ण होताहोता थबकून गेल्यासारख्या. त्याचं शरीर उंच वाढायला लागलं होतं- पण मध्येच त्याने विचार बदललेला, -त्याचं धड तेवढं उंच झालेलं नि पाय आखूड-जाडजूड राहिले. त्याच्या चेहऱ्याची ठेवण तशी नाजूक होती, पण त्यावर वाढलेल्या मांसाने हाडांच्या नाजूक रचनेची पार वासलात लावलेली. त्याचा चेहरा फुगीरलेला. तो जाडा वाटावा असा चेहरा नसला तरीही कायम गालगुंड झाल्यासारखे गाल मात्र होते त्याचे. मिशेल लेटन सतत ओठ पुढे काढून तक्रार करत असल्याच्या आविर्भावात असे. क्वचित कधीतरी उमटणारे भाव नव्हते ते. तो स्थायी भाव होता त्याचा. त्याच्या संपूर्ण शरीराचा. तो संपूर्ण शरीरानिशी तक्रार करत असे जणू.

मिशेल लेटन पंचवीसेक अब्ज डॉलर्सचा वारस होता. आणि वयाची सारीसगळी तेहत्तीस वर्षं त्या अपराधाची भरपाई केल्यासारखं वागत रहाण्यात घालवली होती त्याने.

एल्सवर्थ टूही त्याच्या कडक औपचारिक पोषाखात एका कपाटापाशी गबाळ्यासारखा टेकून उभा होता. त्याच्या बेफिकीर आविर्भावात एक रुबाब होता- थोडा उद्दामपणा होता. जणू भोवतीच्या

लोकांसाठी फार काही रीतभात पाळण्याची आवश्यकता नव्हती, असं तो आपल्या हालचालींतून सुचवत होता.

त्याची नजर खोलीभर फिरली. तो दिवाणखाना धड आधुनिक नव्हता-पण होता, धड कलोनियलही नव्हता-पण होता, फ्रेंच साम्राज्याची शैलीही त्यात नीटशी नव्हती-पण होती, सगळ्या फर्निचरमध्ये सरळ रेषांच्या बरोबरच हंसाच्या मानांसारखे वळणदार आधार होते, काळे आरसे होते आणि वादळात वापरण्याच्या जुन्या कंदिलांचे विजेचे दिवे होते. क्रोमियमचा चकचकाटही होता आणि जडजड पडदेही. सगळ्यात सामाइक असा एकच एक गुण होता- तिथली प्रत्येक वस्तू प्रचंड महागडी होती.

'अगदी बरोबर,' मिशेल लेटन पुन्हा एकदा ओरडून म्हणाला. जणू आता आपल्याशी कुणीतरी प्रतिवाद करील या तयारीने तो आधीच त्यांचा अपमान करून ठेवत होता. 'स्वातंत्र्याबद्दल उगीच गोंधळ माजवतात लोक. मला असं म्हणायचंय की, हा शब्द किती धूसर अर्थाने आणि कितीवेळा वापरला जातो. खड्ड्यात गेलं ते- अशी काही मोठी छान गोष्टतरी आहे का खरंच- स्वातंत्र्य म्हणजे. मला तरी वाटतं एखाद्या सुनियंत्रित, शिस्तबद्ध लोकनृत्यासारखे समान पदन्यास टाकणाऱ्या समाजात लोक जास्त आनंदात जगू शकतात. किती सुंदर, तालबद्ध असतात लोकनृत्य. पिढ्यानपिढ्यांची परंपरा असते त्या मागे. कोणीतरी उपटसुंभाने यावं नि काहीतरी नवीन बदल करावा असला मूर्खपणा नसतो त्यात. आपल्याला याची गरज आहे. एक आराखडा- म्हणजे तालबद्धता हवी, असं मला वाटतं. सौंदर्यही.'

'फार चपखल तुलना केलीस, मिश.' एल्सवर्थ टूही म्हणाला, 'तुझी बुद्धी फार सृजनशील आहे हे मी तुला नेहमीच सांगत आलोय.'

'म्हणजे मला असं म्हणायचंय की, लोकांना कमी पर्याय पुढ्यात असले, तर फारसं वाईट वाटत नाही. जास्त पर्यायांतून निवड करावी लागली तर त्रास होतो.' मिशेल लेटन म्हणाला, 'सतत आपलं काहीतरी निर्णय घ्यायला, निवड करायला लागणं- सारखी यात-त्यात दुविधा होत रहाणं. छेः. एखाद्या साचेबंद आराखडा असलेल्या समाजात माणसाला कसं सुरक्षित वाटेल. सतत कुणी ना कुणी काही ना काही प्रश्न विचारून त्रास देणार नाही कुणाला. कुणालाच काही करावं लागणार नाही. म्हणजे मला म्हणायचंय- सर्वांच्या भल्याचं असेल ते सोडून बाकी काही करायलाच नको.'

'अखेर आध्यात्मिक मूल्यांचा प्रश्न आहे.' होमर स्लॉटर्न म्हणाला,'आपण स्वतःला अद्ययावत् ठेवायला हवं. जगाबरोबर असायला हवं. हे शतक आध्यात्मिकतेचं पर्व आहे.'

होमर स्लॉटर्नचा चेहरा रुंद मोठाड होता. त्यावरचे डोळे झोपाळलेले असत. त्याच्या शर्टची बटन्स माणिक आणि पाचूंच्या खड्यांची असत. पांढऱ्या शर्टावर पुढे सलाडचे तुकडे सांडल्यासारखं वाटायचं ते. त्याच्या मालकीची तीन डिपार्टमेन्ट स्टोअर्स होती.

'कायदाच केला पाहिजे- सर्वांनी आधीच्या युगांतील गूढ रहस्यं शिकून घेतलीच पाहिजेत असा कायदा करायला हवा.' मिशेल लेटन म्हणाला. 'इजिप्तच्या पिरामिड्समधे सारी रहस्यं लिहून ठेवलेली आहेत.'

'खरंय, मिश.' होमर स्लॉटर्नने मान डोलावली, 'एकीकडे गूढवादाबद्दल बोलण्यासारखं बरंच काही आहे. आणि दुसरीकडे द्वंद्वात्मक भौतिकतावाद...'

'त्या दोहोंत काहीही अंतर्विरोध नाही.' मिशेल लेटनने तुच्छतेने स्वर ओढला, 'भविष्यातील जगात दोन्हींची सांगड घातली जाईल.'

'खरं सांगायचं म्हणजे,' एल्सवर्थ टूही म्हणाला, 'हे दोन्हीही वाद वरवर वेगळे वाटत असले,

तरीही एकाच सत्याची दोन स्वरुपे आहेत. त्यांचा हेतू एकच आहे.' त्याच्या चष्म्याच्या काचा लकाकल्या. जणू त्या स्वयंप्रकाशित होत्या. स्वतःच्या या विधानावर तो फारच खूष झाला होता.

'मी एकच गोष्ट जाणतो, निःस्वार्थ बुद्धी हे एकच नैतिक तत्त्व आहे.' जेसिका प्रॅट म्हणाली, 'अतिशय उदात्त आणि पवित्र कर्तव्य आहे ते आणि स्वातंत्र्यापेक्षा कित्येक पटींनी श्रेष्ठ असं मूल्य आहे ते. आनंद साधनेसाठी निःस्वार्थपणा हा एकमेव मार्ग आहे. जे कोणी निःस्वार्थ रहाण्यास नकार देतील त्यांना गोळ्या घालून ठार करावं अशा मताची आहे मी. त्यामुळे त्यांची दुःखातून सुटका केल्यासारखंच होईल. नाहीतरी त्यांच्या नशिबी खरा आनंद कधीच येणार नाही.'

जेसिका प्रॅट बोलताना फार विव्हल स्वरात बोलायची. तिच्या वयोवृद्ध चेहऱ्यावर मार्दव होतं. तिच्या कातडीवर मेकप नव्हता. पण बोट लावलं तर बोटाला पांढरी भुकटी लागेल की काय, अशी तिची त्वचा होती.

जेसिका प्रॅट एका जुन्या नामवंत घराण्यातली बाई होती. तिच्याकडे पैसा नव्हता. तिने आपल्या लहान बहिणीला- रेनीला- वाहून घेतलेलं. फार लहानपणीच त्या दोघी अनाथ झालेल्या. आणि रेनीला वाढवणं हेच तिच्या जीवनाचं एकमेव ध्येय होतं. तिने सर्व गोष्टींचा त्याग केलेला तिच्यासाठी. तिने तेवढ्यासाठी लग्न केलं नव्हतं. अनेक कारस्थानं नि कारवाया करून तिने रेनीचं लग्न होमर स्लॉटर्नशी जमवून, घडवून आणलेलं. मोठा विजय होता तो तिच्या दृष्टीने.

रेनी स्लॉटर्न एका फूटस्टूलवर अंग दुमडून, शेंगदाणे खात बसली होती. मधूनमधून बाजूच्या टेबलवरच्या काचेच्या डिशमधून आणखी एक, मग आणखी एक शेंगदाणा उचलायला ती हात लांबवत होती. आणखी कसलेही कष्ट घ्यायची तिची तयारी नव्हती. तिच्या फिकुटलेल्या चेहऱ्यावरचे तिचे फिकुटलेले डोळे कोरेपणाने कुठेतरी पहात होते.

'हे जरा जास्तच झालं, जेस,' होमर स्लॉटर्न म्हणाला, 'प्रत्येक जण काही साधुसंत असावा अशी अपेक्षा करणं बरोबर नाही.'

'माझी काहीच अपेक्षा नाहीये.' जेसिका प्रॅट गरीबपणे उत्तरली. 'मी कशाचीही अपेक्षा करणं केव्हाच सोडून दिलंय. पण आपल्याला सर्वांनाच शिक्षणाची गरज आहे. मला वाटतं मि. टूहींना समजतंय हे. प्रत्येकाला नीट, चांगलं शिक्षण सक्तीने मिळालं, तर आपलं जग जरा अधिक चांगलं असू शकेल. आपण लोकांवर चांगुलपणाची सक्ती केली तर ते आनंदात जगायला मोकळे होतील.'

'ही चर्चा अत्यंत निरुपयोगी आहे.' इव्ह लेटन म्हणाली. 'आजकाल कोणताही बुद्धिमान माणूस स्वातंत्र्य या कल्पनेवर विश्वास ठेवतच नाही. कालबाह्य झालं ते. भविष्यकाळ हा सामाजिक नियोजनाचा काळ आहे. सक्ती ही अत्यंत स्वाभाविक, नैसर्गिक आहे. झालं की. अगदी स्पष्टच आहे ते.'

इव्ह लेटन फार सुंदर होती. झुंबराच्या प्रकाशात उभी होती ती. तिचे काळेभोर रेशमी केस तिच्या मस्तकासरसे घट्ट बसलेले. तिच्या सॅटिनच्या गाऊनचा फिकट हिरवा रंग वाहत्या पाण्यासारखा जिवंत भासत होता... जणू आत्ता ते पाणी वाहून जाईल आणि तिची मृदु-मुलायम काया त्यातून दिसू लागेल. पाणबुडीतून अवतरणारी व्हीनस होती ती.

इव्ह लेटनला वाटायचं की, तिच्या आयुष्याची इतिकर्तव्यता कसल्या ना कसल्यातरी आधुनिकतेचा पुरस्कार करण्यात आहे. कसल्या ते महत्त्वाचं नव्हतं. नेहमीच एखादं झेपावतं उड्डाण करून इतरांच्या पुढे जायचं अशी तिची पद्धत होती. तिचं तत्त्वज्ञान एका वाक्यात सामवलेलं- मी काहीही करू शकते. संभाषणात वापरण्याचं तिचं एक लाडकं वाक्य होत- मी? मी आहे उद्यानंतरचा दिवस. ती अश्वपारखी होती, रेसिंग ड्रायव्हर होती, विक्रमी पायलट होती, जलतरणपटू होती. जेव्हा

तिला कळलं की, आता दिवस पालटले असून लोकांना विचारांचं कौतुक जरा जास्तच वाटू लागलं आहे, तेव्हा तिने पुन्हा एक नवी झेप घेतली- कुठल्याही खड्ड्याला पार करून ती आजवर घेत आली होती तशीच. ती एकदम नव्या कल्पनांच्या जगात उतरली. उतरल्यानंतर तिला आपल्याला आव्हान देणारे लोक इथे आहेत, याचं आश्चर्यच वाटू लागलं. आजवर तिला तिच्या नव्या क्षेत्रात कुणीही आव्हान दिलं नव्हतं. आपल्या राजकीय विचारांशी सहमत नसणाऱ्या, वाद घालणाऱ्या लोकांबद्दल तिने एकदम कर्कश रागीट अभिनिवेश अंगिकारला. हा तिचा व्यक्तिगत प्रश्न होता. ती उद्याच्या नंतरचा दिवस असल्यामुळे ती बरोबरच असणार हे स्पष्टच होतं.

तिच्या नवऱ्याला, मिशेल लेटनला तिचा भयंकर संताप येत असे.

'अगदी व्यवस्थित उपयोगी आहे बरं ही चर्चा.' तो खेकसला, 'सगळेच जण काही तुझ्याइतक्या 'प्रचंड' बुद्धिमत्तेचे नसतात, माय डियर. इतरांनाही मदत करायला हवी आपण. बौद्धिक नेतृत्वाची नैतिक कर्तव्यं आहेत ही. मला असं म्हणायचंय की, आपण सक्ती या शब्दाचा एवढा बागुलबुवा कशासाठी करतो आहोत? समाजाच्या भल्यासाठी केली जाणारी सक्ती ही सक्ती नसतेच. मी हे वैश्विक प्रेमापोटी म्हणतो आहे. पण या देशाला ते कोण नि कसं समजावून सांगणार, तेच मला कळत नाही. आपण अमेरिकन्स फारच जुनाट आहोत खरं.'

आपल्या देशाला माफ करणं त्याला शक्य होत नव्हतं, कारण या देशात त्याला पंचवीस अब्ज डॉलर्स मिळालेले, पण तेवढ्या तोलामोलाचा सन्मान काही मिळत नव्हता. लोक त्याचे विचार विचारातच घेत नसत. कला, साहित्य, इतिहास, जीवशास्त्र, समाजशास्त्र, आधिभौतिकता वगैरेंवरची त्याची मतं ऐकायचीही त्यांची तयारी नसे- चेक्स कसे हसत घेत. तो तक्रार करत असायचा की, लोक त्याची ओळख त्याच्या पैशासंबंधानेच ठेवत. त्याला त्यांचा द्वेष वाटत असे, कारण खरं तर ते त्याची काहीच ओळख ठेवत नसत.

'सक्ती या संकल्पनेबद्दल खूप काही बोलता येईल.' होमर स्लॉटर्न म्हणू लागला, 'सक्तीची आखणी लोकशाही मार्गाने झाली पाहिजे. सार्वत्रिक कल्याणाला अखेर प्राधान्य द्यायलाच हवंय- कुणाला आवडो वा न आवडो.'

अर्थवाही भाषा म्हणून विचार केला, तर स्लॉटर्नचं म्हणणं दोन भागांत होतं- दोन्ही परस्परविरोधी होते, पण त्याला त्याचं काहीच वाटत नव्हतं, कारण त्याच्या मनात त्याच्या बोलण्याला अर्थ नव्हताच. एक म्हणजे त्याला वाटायचं की या अमूर्त कल्पना, तत्त्वप्रणाली वगैरे सगळा बकवास होता. आपल्या गिऱ्हाइकांना तेच हवं असेल तर ते सगळं त्यांना मिळू द्यायला त्याची कोणतीही हरकत नव्हती. धंद्याला चांगलंच. दुसरं म्हणजे त्याला नेहमीच आपण पैसा मिळवण्याच्या धावपळीत आध्यात्मिकतेकडे दुर्लक्ष केलं याची टोचणी असायची, टूहीसारख्या माणसांना कळतही असेल यातलं काही. आणि त्याची स्टोअर्स त्याच्याकडून कुणी काढून घेतली- तर? सरकारी मालकीच्या स्टोअरमध्ये मॅनेजर म्हणून काम करणं... आयुष्य तसं सोपंच होईल की... मॅनेजरच्या पगारात आपल्याला सगळी प्रतिष्ठा, सुखसुविधा मिळतच रहातील- मालकीची जबाबदारी त्यातून वजा होईल हे चांगलंच की!

'हे खरंय का, की भविष्यातल्या समाजरचनेत कुठल्याही स्त्रीला हव्या त्या पुरुषाबरोबर झोपायची मुभा असेल...' रेनी स्लॉटर्नने विचारलं. तिला प्रश्नच विचारायचा होता, पण नंतर तिचा स्वर घरंगळला. तिला उत्तराचीही फारशी उत्सुकता नव्हती. एक भुसभुशीत कुतूहल वाटत होतं तिला- की हव्या त्या पुरुषाबरोबर झोपू शकणं किंवा कुणीतरी हवंसं वाटणं कसं बरं असेल?

'व्यक्तिगत आवडीनिवडींबद्दल बोलणं हा मूर्खपणा आहे.' इव्ह लेटन म्हणाली. 'कालबाह्य आहे ते. व्यक्ती अशी काही गोष्टच नसते. केवळ एका समूहाची ओळख खरी. अगदी स्पष्टच आहे हे.'

एल्सवर्थ टूही हसला. काही बोलला नाही.

'सामान्य लोकांबद्दल काहीतरी केलं पाहिजे.' मिशेल लेटनने घोषणा करून टाकली. 'त्यांचं नेतृत्व कुणीतरी करायला हवं. आपल्यासाठी काय योग्य ते त्यांना कळतच नाही. मला असं म्हणायचंय, की आपल्यासारखे सुसंस्कृत, सुस्थितीतले लोक समष्टीवाद चांगल्या प्रकारे समजू शकतात, आपण आपले व्यक्तिगत फायदे बाजूला सारायला तयार असतो, पण ज्याला यापासून फायदाच फायदा होणार आहे ते कामकरी, कष्टकरी लोक मात्र याबाबत अगदीच निर्विकार दिसतात. समूहवादी विचारसरणीला आपल्या या देशातल्या कामगारांची काहीच सहानुभूती नाही, याची कारणं मला समजूच शकत नाहीत.'

'नाही समजत?' एल्सवर्थ टूही म्हणाला. त्याच्या चष्म्याच्या काचा लकाकत होत्या.

'मला कंटाळा आला आता या सगळ्याचा.' इव्ह लेटन तडकून म्हणाली. ती फेऱ्या घालत होती. प्रकाश तिच्या खांद्यांवरून झुळझुळत होता.

संभाषणाने सांधा बदलला आणि गाडी कला आणि कलाक्षेत्रातील आजच्या आघाडीच्या विविध नामवंतांकडे वळली.

'लॉइस कुक म्हणते की, विवेकनिष्ठेच्या जोखडाखालून शब्दांना मुक्त करायला पाहिजे. ती म्हणते की विवेकनिष्ठेच्या अवजड दडपणाखाली शब्दांचा श्वास कोंडतो- भांडवलदारांनी सामान्य जनतेचं शोषण करावं तशीच ही स्थिती आहे. शब्दांची विवेकनिष्ठेशी घासाघीस व्हायला हवी- कलेक्टिव्ह बार्गेनिंगप्रमाणे. असं म्हणाली ती. ती किती छान बोलते नाही, एकदम ताजंतवानं वाटतं.'

'डी--- काय बरं त्याचं नाव? तो म्हणतो की, नाट्यकला ही प्रेमाचं हत्यार आहे. नाटक हे रंगमंचावर घडत असतं, असं म्हणणं चूक ठरवतो तो. तो म्हणतो नाटक हे प्रेक्षकांच्या हृदयात घडतं.'

'ज्यूल्स फौग्लरने गेल्या रविवारच्या बॅनरमधे वर्तवलंय की, भविष्यात नाट्यकलेची गरजच उरणार नाही. तो म्हणतो की, सामान्य माणसाचं दैनंदिन आयुष्य हे शेक्सपिअरच्या सर्वोत्तम शोकांतिकेपेक्षाही अधिक कलात्मक मूल्य असलेली कलाकृती असते. भविष्यात रंगकर्मींची गरजच रहाणार नाही. समीक्षक केवळ सामान्यांच्या जीवनाचं निरीक्षण करतील आणि त्यातल्या कलात्मक मूल्यांचे मूल्यमापन जाहीररित्या करतील. ज्यूल्स फौग्लर म्हणतो बुवा. त्याच्याशी मी सहमत आहे की नाही मला नाही सांगता येणार, पण हा एक वेगळा दृष्टिकोन आहे एवढं निश्चित.'

'लॅन्सेलोट क्लोकी म्हणतोय की, ब्रिटिश साम्राज्य लयाला जाणार. तो म्हणतो युद्ध होणार नाही, कारण जगातील सारे कामगार एक होऊन युद्ध रोखतील. आंतरराष्ट्रीय बँकर्स आणि बडे भांडवलदार युद्ध सुरू करतात आणि आता त्यांच्या बुडाखालून घोडी काढून घेण्यात आली आहेत. लॅन्सेलोट क्लोकी म्हणतो की, विश्व एक रहस्य आहे. आणि त्याची आई ही त्याची एकमेव जिवलग मैत्रिण होती बरं का... तो लिहितो की, बल्गेरियाचे अध्यक्ष रोज नाश्त्याला हेरिंग मासे खातात.'

'गॉर्डन प्रेस्कॉट म्हणतो की, आर्किटेक्चर म्हणजे फक्त चार भिंती नि त्यावरचं छत. मजला असणं वा नसणं याने काही फरक पडत नसतो. बाकी सारा घोळ हा भांडवलदारी व्यवस्थेचा भाग आहे. त्याने असं मत मांडलंय की, जगातल्या प्रत्येक माणसाच्या घरावर छप्पर येत नाही तोवर कुणालाही कुठेही काहीही बांधायची परवानगी मिळता कामा नये... वेल आणि मग घरं न बांधता रहाणाऱ्या भटक्या जमातींचं काय? त्यांना आपण घर हवसं वाटायला शिकवलं पाहिजे. प्रेस्कॉट त्याला द्वंद्वात्मक अनु-अवकाशात्म परस्परावलंबन म्हणतो.'

एल्सवर्थ टूही काहीच बोलला नाही. तो केवळ हसत उभा होता. त्याच्या डोळ्यासमोर एक

अवाढव्य टाईपरायटर होता. तो ऐकत असलेलं प्रत्येक नाव त्याच्या कीबोर्डवरची एकेक की होती. प्रत्येकाच्या अधिसत्तेखाली एकेक क्षेत्र होतं. प्रत्येक कीच्या आदळण्यासरशी एक ठसा उमटत होता. सर्वांमधून एका प्रचंड कोऱ्या कागदावर एकेक वाक्य उमटत होतं. टाईपरायटर... काम करण्यासाठी प्रत्येक कीवर टेकणारा एक हात असणं अध्याहृत असतं.

मिशेल लेटनचा रडका आवाज म्हणत होता, 'ओ, हो ना, बॅनर- खड्ड्यात जाऊ दे बॅनर.'

एल्सवर्थ टूही सावधपणे ऐकू लागला.

'हो ना...' होमर स्लॉटर्न म्हणत होता.

'बॅनर घसरत चाललाय.' मिशेल लेटन म्हणाला, 'नक्कीच घसरतोय. काय पण गुंतवणूक केली मी. या एका बाबतीत एल्सवर्थ चुकलाच.'

'एल्सवर्थ कधीच चुकत नसतो.' इव्ह लेटन म्हणाली.

'वेल. चुकला खरा या वेळी. त्यानेच मला त्या गचाळ पेपरात शेअर्स घ्यायला लावले.' त्याचं लक्ष टूहीच्या डोळ्यांकडे गेलं. मखमलीसारखी मऊसूत सहनशील नजर होती त्याची. तो घाईघाईने पुढे म्हणाला, 'म्हणजे माझी तक्रार नाही हं, एल्सवर्थ. ठीक आहे. मदतच होईल मला, इनकम टॅक्समधून थोडा खिसा वाचेल माझा. पण तो गचाळ, प्रतिगामी लंगोट गडगडतच चाललाय दिवसेंदिवस.'

'एवढा अधीर होऊ नकोस, मिश,' टूही म्हणाला.

'मी विकून टाकून निघू का बाहेर, काय म्हणतोस तू?'

'नाही, मिश, नाही.'

'ओके, तू म्हणत असशील तर तसं. मला परवडतंय. मला काहीही परवडतंय.'

'पण मला नाही परवडत!' होमर स्लॉटर्न अचानक फारच जोरात किंचाळला.'बॅनरमधे जाहिरात करणं परवडेनासं झालंय. त्यांचा खप- तो चांगला आहे अजूनही. पण काहीतरी वेगळीच प्रतिक्रिया मिळते आताशा- विचित्रच... एल्सवर्थ, मी विचार करतोय माझा करार मी रद्दच करून घ्यावा.'

'का?'

'तुला माहीत नाही की काय?- 'आम्ही वायनान्ड वाचत नाहीची चळवळ'- ऐकलं नाहीस तू?'

'ऐकलं ना.'

'कुणीतरी गस वेब नावाच्या माणसाने सुरू केलीय ती. ते मोटारींच्या काचांवर स्टिकर्स लावतात. सार्वजनिक जागांमध्ये चिकटवतात. वायनान्ड न्यूजरील्समध्ये फूत्कार टाकतात. मला वाटतं त्याचां तसा मोठा गट नसावा. पण गेल्याच आठवड्यात माझ्या फिफ्थ ॲव्हेन्यूवरच्या स्टोअरमधे एक घाणेरडी दिसणारी बया ओरडाआरडा करू लागली अचानक- म्हणे आम्ही श्रमिकांचे शत्रू आहोत- कारण का तर म्हणे आम्ही बॅनरमधे जाहिरात करतो. त्याकडेही दुर्लक्ष करू आपण. पण आमच्या एक फार जुन्या ग्राहक आहेत- अगदी गरीब स्वभावाची म्हातारी आहे ती. कनेक्टिकटची- गेल्या तीन पिढ्या रिपब्लिकन पक्षाचं काम करतात ते लोक- तिने मला फोन केला आणि म्हणाली की मी माझं अकाउंट बंद करायचा विचार करतेय, -कारण काय तर म्हणे कोणीतरी तिला सांगितलं की वायनान्ड हुकूमशहा आहे.'

'गेल वायनान्डला केवळ अगदी प्राथमिक राजकारण तेवढं कळतं.' टूही म्हणाला, 'तो अजूनही हेल्स किचनमधल्या लोकशाही मूल्यांनुसार विचार करतो. त्या काळच्या राजकीय भ्रष्टाचारातही एक प्रकारचा निरागस भाव होता, असं नाही वाटत तुम्हाला?'

'मला काय करायचंय त्याच्याशी. मी वेगळंच बोलतोय. बॅनर म्हणजे एक नसतं ओझं झालंय.

धंद्याला वाईट. आजकाल फार काळजीपूर्वक वागावं लागतं. भलत्याच लोकाशी तुमचं नाव जोडलं गेलं की- कधीही आपलं नाव गोत्यात येऊ शकतं. उगीच बदनामीचे शिंतोडे आपल्यावर उडायचे- हवेत कुणाला- आपल्याला नाही असलं परवडत.'

'ही काही अगदी उगीचच चाललेली बदनामी नाहीये बरं का...'

'मला काय घेणं आहे त्याच्याशी. खरं की खोटं याची मला पर्वाच नाही. गेल वायनान्डसाठी मी माझी मान कशाला अडकवून घेऊ? त्याच्याविरुद्ध लोकभावना असेल तर- माझं काम एवढंच- की दूर पळायचं- त्याच्यापासून शक्य तितकं लांब पळायचं. आणि मी एकटाच नाही. आम्ही बरेच जण आहोत असा विचार करणारे बरं... फेरीस अँड साइम्सचा जिम फेरीस, व्हिमो फ्लेक्सचा बिली शूल्झ, टॉडलर डॉग्जचा बड हार्पर, आणि- राहू दे रे तू ओळखतोस त्या सर्वांना, सगळे तुझे मित्रच आहेत की. आपलेच लोकं आहेत सगळे- उदारमतवादी व्यावसायिक. आम्ही सगळे बॅनरमधून जाहिराती देणं बंद करायचा विचार करतोय.'

'थोडा धीर धर, होमर. घाई करायला नको एवढी. प्रत्येक गोष्टीची वेळ यावी लागते. एक मानसशास्त्रीय नेमका क्षण असतो- माहीते का?'

'ठीके. तुझं म्हणणं मान्य करतो मी. पण वातावरण बदलतंय हे नक्की. एखाद्या दिवशी सगळंच भयंकर धोकादायक होईल.'

'शक्य आहे. मी सांगेन तुला केव्हा ते.'

'मला वाटलं एल्सवर्थ बॅनरसाठी काम करतो.' रेनी स्लॉटर्न गोंधळून जात, कोऱ्या नजरेने म्हणाली.

बाकीचे सगळं तिच्याकडे थोडे रागाने, थोडे कींव करत पाहू लागले.

'तू एकदम भोट आहेस, रेनी.' इव्ह लेटनने खांदे उडवत म्हटलं.

'पण बॅनरमधे काय वाईट आहे?'

'या घाणेरड्या राजकारणाचा तू नको ताप करून घेऊ, बेटा.' जेसिका प्रॅट म्हणाली. 'बॅनर हा एक वाईट पेपर आहे. मि. वायनान्ड एकदम दुष्ट माणूस आहे. श्रीमंतांच्या हितसंबंधांचं संरक्षण करत असतो तो.'

'तो दिसायला एकदम मस्तच आहे.' रेनी म्हणाली, 'त्याला सेक्स अपील आहे चांगलंच.'

'ओः! फॉर ख्राइस्ट्स सेक!' इव्ह लेटन किंचाळलीच.

'हे पहा, रेनीला स्वतःचं मत व्यक्त करायचा अधिकार आहे.' जेसिका प्रॅट सात्विक संतापाने उफाळून म्हणाली.

'कुणीतरी मला सांगितलं की, एल्सवर्थ टूही वायनान्डच्या कर्मचारी युनियनचा अध्यक्ष आहे म्हणून.' रेनी रेकत म्हणाली.

'ओः... नाही नाही, रेनी. मी कधीही कशाचाही अध्यक्ष नसतो. मी केवळ साधा सदस्य आहे युनियनचा. एखाद्या कॉपी बॉय इतक्याच दर्जाचा.'

' वायनान्ड कर्मचाऱ्यांची युनियन आहे?' होमर स्लॉटर्नने विचारलं.

'तो आपला छोटासा क्लब होता पहिल्यांदा.' टूही म्हणाला, 'गेल्या वर्षीच युनियन झाली त्यांची.'

'कुणी सुरू केला होता तो?'

'काय माहीत? कसं सांगणार आपण? सहजस्फूर्त होतं ते. सगळी जनआंदोलनं जशी सहजस्फूर्त असतात तसंच.'

'माझ्या मते वायनान्ड एक हरामजादा आहे.' मिशेल लेटन जोरात म्हणाला, 'काय समजतो काय तो स्वतःला? मी एका शेअरहोल्डर्सच्या मीटिंगला गेलो होतो- आणि हा आम्हाला अगदी कस्पटासमान वागवत होता. त्याच्या पैशात आणि माझ्या पैशात काय फरक आहे की काय एवढा? त्याच्या त्या बेक्कार पेपरमधला केवढा तरी हिस्सा माझ्या मालकीचा आहे- आहे ना? पत्रकारितेबद्दल मीही काही गोष्टी शिकवू शकतो त्याला. माझ्याही काही कल्पना आहेत. एवढी मग्रूरी कशासाठी दाखवतो तो? माहीते मोठा- स्वतःचा पैसा स्वतः कमावला म्हणून एवढी मिजास कशाला? हेल्स किचनमधून वर आला म्हणून एवढं नाक वर करून फिरायची काय गरज आहे? इतर लोकांच्या नशिबी हेल्स किचनमधे जन्म घ्यायचं भाग्य नव्हतं- तिथून वर यायला. जन्मजात श्रीमंती हा केवढा मोठा शाप आहे कुणाला काय कळे! लोक गृहीतच धरतात- पैसा नसता

तर आम्ही काय कवडीमोल असतो असं वाटतं की काय त्यांना कोण जाणे. मला असं म्हणायचंय... की मलाही जर गेल वायनान्डसारखीच संधी मिळत गेली असती- तर मी तो आत्ता आहे त्यापेक्षा दुपटीने पैसा कमावला असता... तिपटीने प्रसिद्धी कमावली असती. पण तो साला एवढा आत्मकेंद्री आहे की हे काही त्याला दिसतच नाही!'

कुणीच काही बोललं नाही. मिशेल लेटनच्या स्वरातला कापरा उन्माद चढत चाललेला त्यांना कळत होता. इव्ह लेटनची नजर टूहीकडे मदतीच्या अपेक्षेने बघत होती. टूही हसून एक पाऊल पुढे सरला.

'लाज वाटते मला तुझी, मिश.' तो म्हणाला.

होमर स्लॉटर्नने आवंढा गिळला. मिशेल लेटनला या विषयावरून काय कुठल्याच विषयावरून कुणीही आडवं जात नसे, त्याच्यावर टीका करीत नसे.

मिशेल लेटनचा खालचा ओठ आत गेला, अदृश्य झाला.

'मला तुझी लाज वाटते, मिश,' टूहीने पुन्हा तेच वाक्य म्हटलं. 'तू स्वतःची तुलना गेल वायनान्डसारख्या तुच्छ माणसाशी करावीस!'

मिशेल लेटनचं तोंड सावरत गेलं आणि हास्य म्हणता येईल, असं विचित्र काहीतरी त्याच्या ओठांवर चिकटलं.

'खरंय,' तो विनम्रभावे म्हणाला.

'नाही. तू कधीही गेल वायनान्डच्या करिअरच्या तोडीचं करिअर करू शकला नसतास. तुझी संवेदनशीलता आणि तुझा मानवतावाद किती सखोल आहे. यामुळेच तर तू तिथवर पोहोचू शकला नाहीस- मिश, तुझ्या श्रीमंतीमुळे नव्हे. पैशाचा कोण विचार करतो? पैशाचं युग संपलं. आपल्या क्रूर भांडवलदारी व्यवस्थेतील स्पर्धेस तुझी भावनाप्रधान वृत्ती तोंड देऊ शकत नाही. पण ते युग आता संपलं.'

'ते तर उघडच आहे.' इव्ह लेटन म्हणाली.

टूही तिथून निघाला, तेव्हा बराच उशीर झाला होता. त्याला फारच मस्त उत्साहित वाटत होतं. त्याने घरपर्यंत चालत जायचं ठरवलं. शहरातले रस्ते रिक्तनिःशब्द पडून होते आणि इमारतींचे दाट काळे आकार उन्नतमस्तक, कसल्याही संरक्षणाशिवाय आकाशाला भिडत होते. त्याला आठवलं, एकदा तो डॉमिनिकला म्हणालेला,- आपल्याला वाटतं ही जी आपली समाज नावाची गुंतागुंतीची, जगड्व्याल, अगडबंब यंत्रणा आहे ती चालवायला केवढं सैन्य लागत असेल- पण मग लक्षात येतं की, तिचं एकच एक नेमकं मर्मस्थान सापडायचा अवकाश की, केवळ एका हलक्याशा अंगुलीस्पर्शाने सारी यंत्रणा भसासा कोसळून भंगाराचा ढिगारा तयार होऊ शकतो.- डॉमिनिकची फारच कमतरता

भासत होती त्याला. आज संध्याकाळचे संवाद ऐकायला ती आपल्याबरोबर हवी होती, असं फार वाटलं त्याला.

कुणाशीच हे वाटून घ्यायला मिळत नाही... आतून त्याला नुसत्या उकळ्या फुटत होत्या. तो त्या गप्पगार रस्त्याच्या मध्यावर थांबला, मस्तक मागे झोकावत, गगनचुंबी इमारतींच्या माथ्यांकडे पहात तो खदखदा हसत सुटला.

एका पोलिसाने त्याच्या खांद्यावर थाप दिली. आणि विचारलं, 'काय हो महाशय, काय झालं?'

टूहीने पाहिलं. रुंद छातीवर ताणलेल्या निळ्या कापडावर बटन्स उठून दिसत होती, त्यावरचा चेहरा एकदम शांत, दगडी, धीरोदात्त होता. समोरच्या इमारतींइतकाच कणखर, बळकट असा तो माणूस असावा.

'आपलं कर्तव्य बजावताय, महोदय?' टूहीने विचारलं. त्याच्या हास्याचे प्रतिध्वनी अजूनही त्याच्या आवाजातल्या थरथरण्यात उमटत होते. 'कायदा आणि सुरक्षा, मानवी सभ्यता आणि जीवन यांचं संरक्षण करताय?' त्या पोलिसाने मान खाजवत त्याच्याकडे पाहिलं, 'तुम्ही मला अटकच करायला हवी, महोदय.'

'ओके, मित्रा, ओके,' तो पोलीस म्हणाला, 'पळ आता इथून. कधी ना कधी सगळ्यांनाच झेपते त्यापेक्षा जास्त होते.'

❑

७

अखेरचा रंगारी गेला तेव्हा पीटर कीटिंगच्या मनात जरा एकटेपणा दाटून आला... त्याचे हात जणू बधीर होऊन गळून गेले होते. हॉलमधे उभा राहून तो छताकडे पहात राहिला. डोळ्याला खुपणाऱ्या रंगाच्या चकाकीतूनही कोपऱ्यातल्या बुजवलेल्या चौकोनाच्या खुणा दिसत होत्या. जिना काढून टाकून तिथे एक चौकोनी फळी मारून टाकली होती त्यांनी. गाय फ्रँकनचं जुनं ऑफिस गेलं होतं. 'कीटिंग अँड ड्यूमाँटकडे' आता एकच मजला उरला होता.

तो त्या जिन्याचाच विचार करत होता. पहिल्यावेळी, बोटांच्या टोकांवर नाजूकपणे ड्रॉइंगचा कागद तोलत, लाल गालिचाने मढवलेल्या पायऱ्यांवरून तो चढत गेला होता. गाय फ्रँकनच्या चकचकीत ऑफिसमधे प्रतिबिंबांची फुलपाखरं भिरभिरताना त्याला आठवत होती. गेली चार वर्षं त्या ऑफिसमधे तो स्वतःच बसत होता.

आपल्या फर्मचं दुखणं काय, ते त्याला गेल्या दोनएक वर्षांपासूनच समजत होतं. जिना काढून तिथलं भगदाड बुजवण्यासाठी निळ्या ओव्हरऑल्समधली माणसं दाखल झाली, तेव्हाही त्याला त्याची स्पष्टच जाणीव होती. पण आता तिथे उरलेल्या पांढऱ्या रंगाखालून डोकावणारा चौकोन त्या जाणीवेला ढळढळीत रूप देत होता. अंतिम.

आपण उतरणीला लागल्याची प्रक्रिया त्याने मनाशी स्वीकारून टाकली होती... फार पूर्वीच. जाणीवपूर्वक तसा स्वीकार करण्याची निवड नव्हती ती. तो तरी एक सकारात्मक निर्णय झाला असता. ते आपोआप घडून आलं होतं... आणि त्याने ते घडू दिलं होतं. अगदी सहज घडल्यासारखी, वेदनारहित प्रक्रिया होती ती. डोळ्यावर झापड यावी, आणि त्यातून फार काही वाईट न होता अगदी हवीहवीशी झोप लागावी तसं झालेलं ते सारं. आता ही बोथट धारेची व्याकुळता जाणवली ती- हे असं का घडलं याचा विचार करण्याची इच्छा झाली म्हणून.

'द मार्च ऑफ द सेंचुरी' प्रदर्शन हातात होतं- पण तेवढ्याने काही फारसं झालं नव्हतं. 'द मार्च ऑफ द सेंचुरी'चं प्रदर्शन मे महिन्यात भरलं. आणि आपटलं. काय उपयोग आहे? पीटर कीटिंग विचार करत होता. आपटलं- हाच एक योग्य शब्द आहे. जोरदार आपटलं.

'या प्रदर्शनाचं नाव एकदम चपखल ठरलं असतं,' एल्सवर्थ टूहीने लिहिलं होतं. 'सर्व शतकं घोड्यावर बसून धावतपळत गेली असती तर.' या प्रदर्शनातील वास्तुशिल्पकलेबद्दल जे जे काही लिहिलं गेलं ते अशाच स्वरात लिहिलं गेलं.

कीटिंग विषण्ण होऊन कडवटपणे विचार करत राहिला, त्याने आणि बाकीच्या सात आर्किटेक्ट्सनी किती मन लावून, निष्ठेने काम केलं होतं, इमारतींची डिझाइन्स बनवली होती. हे खरं होतं- की त्याने अनेकदा सगळी प्रसिद्धी आपल्याच वाट्याला यावी म्हणून चालबाजी केली होती. पण डिझाइन्स करताना मात्र त्याने सर्वांना बरोबर घेऊन काम केलेलं. त्या सर्वांनी कितीदा तरी भेटीगाठी करून, एकमेकांशी चर्चा करून सारंकाही ठरवलं होतं. विचारांची देवाणघेवाण केली होती. खरोखरचा सामूहिक प्रयत्न होता तो. कुणीही स्वतःची वैयक्तिक मतं एकमेकांवर लादली नव्हती. स्वार्थीपणा केला नव्हता. अगदी राल्स्टन हॉलकोम्बनेही रेनेसांस जरा बाजूला ठेवलं होतं. त्यांनी आपल्या इमारती आधुनिक ठेवल्या होत्या. आजवर कधीही कुणी पाहिल्या नसतील एवढ्या आधुनिक. स्लॉटर्नच्या डिपार्टमेन्ट स्टोअरच्या सजवलेल्या खिडक्यांपेक्षा जास्त आधुनिक. एका टीकाकाराने लिहिलं होतं की, या साऱ्या इमारती टूथपेस्टच्या ट्यूबवर पाय पडल्यावर टूथपेस्टची वेटोळी जशी बाहेर पडतात तशा किंवा लहान आतड्यांच्या गुंत्यासारख्या दिसतात. त्याला अजिबात पटलं नव्हतं. पण लोक तसा विचार करत होते खरे- लोक विचार करत असलेच तर... कुणाला माहीत. त्याला एवढंच कळलं होतं, की या प्रदर्शनाची तिकिटं थिएटरमधून चालणाऱ्या स्क्रीनो गेम्सची बक्षीसं म्हणून वाटली जात होती. या प्रदर्शनातील एकाच गोष्टीने त्यांचं आर्थिक नुकसान टळलं... कुणी जॉनिटा फे नावाची कन्या त्या प्रदर्शनात वस्त्र म्हणून केवळ जिवंत मोर जवळ घेऊन नाचत होती.

पण ते प्रदर्शन आपटलं म्हणून काय झालं? त्यात काम केलेल्या इतर आर्किटेक्ट्सना काहीच नुकसान पोहोचलं नव्हतं. गॉर्डन प्रेस्कॉट तर जबरदस्त धंदा करत होता. ते कारण नाही, कीटिंग विचार करत होता. या घसरणीची सुरुवात त्या प्रदर्शनाआधीच झाली होती. कधीपासून ते त्याला सांगता येत नव्हतं.

कितीतरी स्पष्टीकरणं होती. मंदीने साऱ्यांनाच तडाखा दिला होता. पण बाकीचे बहुतेक सगळे सावरले होते, 'कीटिंग अँड ड्यूमाँटची' फर्म तेवढी ढासळलेली. गाय फ्रँकन गेल्यानंतर त्यांचे क्लायंट्स ज्या वर्तुळातून येत असत त्यातून आणि फर्ममधून काहीतरी निसटून गेलेलं. गाय फ्रँकनच्या करिअरमधे एक करामत होती, कलात्मकता होती, तो जे करत असे त्यात एक अविचारी ऊर्जा होती; केवळ गोंधळलेल्या कोट्याधीशांना सापळ्यात फसवण्याच्या कामासाठीच ती उपयोगात येत असली, तरीही त्याचा जोम नजरेत भरायचा. गाय फ्रँकनला लोक प्रतिसाद देत असत, त्यात काहीतरी विचार असायचा.

आता लोक ज्या गोष्टींना प्रतिसाद देताना दिसत, त्यात काहीही विवेक-विचार नसायचा. त्यांच्या व्यवसायातील पुढारपण गॉर्डन प्रेस्कॉटकडे गेलं होतं. अगदी फडतूस पातळीवर... आता भव्य-महान् असं काही उरलंच नव्हतं. गॉर्डन प्रेस्कॉट... जो आधिभौतिक व्यवहारवादी आर्किटेक्चर आणि सामाजिक नियोजनावर भाषणं द्यायचा, दुसऱ्यांच्या दिवाणखान्यांत बसून टेबलावर पाय ठेवायचा, औपचारिक डिनर्सना अर्ध्या चड्डीत जायचा, तिथे वाढलेल्या सूपसवर मोठ्यामोठ्याने

टीका करायचा... तो गॉर्डन प्रेस्कॉट 'कौन्सिल ऑफ अमेरिकन बिल्डर्सचा' अध्यक्ष होता. लब्धप्रतिष्ठित लोक आताशा म्हणू लागले होते, आम्हाला उदारमतवादी आर्किटेक्ट आवडतो. एजीए अजूनही ताठरपणे, प्रतिष्ठेला बाध आल्याची दुखरी जाणीव गोंजारत अस्तित्त्व टिकवून होतं, पण लोक त्याला वृद्धाश्रम म्हणायचे. 'कौन्सिल ऑफ अमेरिकन बिल्डर्सच्या' हाती व्यवसायाची सूत्रं होती आणि ते सतत व्यवसायातील नोकरीधंदा टिकवून ठेवण्यासाठी संघटनेचे सदस्य असणं बंधनकारक करण्याबद्दल बोलत असायचे. हे कसं काय शक्य होणार याची पक्की योजना अजूनतरी कोणी मांडली नव्हती. एल्सवर्थ टूहीच्या सदरात आताशा फक्त ऑगस्टस वेबचं नाव घेतलं जात असे. अवघ्या एकूणचाळिसाव्या वर्षी आपण जुनाट विचारांचे असल्याची चर्चा कीटिंगच्या कानी येत होती.

त्याने समजून घेण्याचा प्रयत्नच सोडून दिला होता. या जगाला गिळून टाकणारा हा नवा बदल कशा प्रकारचा आहे याचं स्पष्टीकरण आपल्याला नकोसं वाटणारं आहे. हे त्याला अंधुकअंधुक जाणवत असे. त्याच्या तरुणपणी त्याला गाय फ्रँकन किंवा राल्स्टन हॉलकोम्ब यांच्या कामाबद्दल हलकीशी तुच्छता वाटत असे. त्यांचं अनुकरण करून त्यांच्याशी स्पर्धा करणं हा एक सहजभाव होता. पण गॉर्डन प्रेस्कॉट आणि गस वेब यांनी जो काही विखारी खोटेपणा मांडला होता, त्यातल्या उद्दामपणाकडे डोळे मिटून दुर्लक्ष करणं त्याच्या लवचीक प्रवृत्तीलाही झेपत नव्हतं. हॉलकोम्बला महान मानणारे लोक होते, असं त्याला खरोखर वाटायचं आणि त्याचा उसना महानपणा उधार घेण्यात बऱ्यापैकी समाधान मिळू शकत होतं. त्याला हे कळत होतं की, गॉर्डन प्रेस्कॉटमधे कुणालाही काहीही महान् वाटत नव्हतं. प्रेस्कॉटच्या प्रतिभेबद्दल बोलणाऱ्या लोकांच्या स्वरात काहीतरी काळा कपटभाव असावा, असं त्याला जाणवायचं. जणू ते प्रेस्कॉटचं गुणगान करतानाच प्रतिभेच्या संकल्पनेवरच थुंकून घेत होते. प्रथमच, कीटिंग लोकानुनय करू शकत नव्हता. उघड होतं सारं... त्यालाही कळत चाललं होतं... लोकप्रियता म्हणजे चांगल्याला चांगलं म्हटलं जाणं, हा हेतूच राहिला नव्हता, ती बनली होती एका लांच्छनास्पदतेची अधिमुद्रा.

थांबता येणं शक्य नव्हतं, म्हणून तो काम करत राहिला. त्याला आपल्या ऑफिसची प्रचंड जागा परवडत नव्हती. तो त्यातल्या जेमतेम अर्ध्याच खोल्या वापरायचा. पण तरीही त्याने त्यांचा ताबा सोडला नाही. स्वतःच्या खिशातून तो त्यांचं भाडं भरत राहिला. काम करणं भागच होतं. त्याने बराच पैसा सट्टेबाजीत दवडला होता. हाती काहीच लागलं नव्हतं. अर्थात उरलेलं आयुष्य आरामात काढता येईल एवढी मिळकत त्याने जमवून ठेवलेली. या विचारांने तो अस्वस्थ होत नसे आताशा, पैसा काही महत्त्वाचा नव्हता आता त्याच्या लेखी. पण काही काम न करता बसायचं या कल्पनेनेच तो भयाकुल होत असे. हे काम त्याच्या हातून काढून घेतलं तर काय हे प्रश्नचिन्ह पलीकडे कुठेतरी भेडसावत उभं होतं.

तो सावकाश पावलं टाकू लागला होता. हात शरीराजवळ घट्ट धरून ठेवलेले असायचे. थंडीने गारठल्यासारखे खांदे कायम पडलेले. त्याचं वजन वाढत चाललेलं. चेहरा सुजवटलेला. तो बहुतेक वेळा चेहरा खालीच करून वावरायचा. डबल हनुवटीची वळी त्याच्या टायला लगटून होती. त्याच्या देखणेपणाच्या पुसटशा खुणा अजूनही होत्या आणि त्यामुळे तो अधिकच वाईट दिसायचा, जणू त्याच्या चेहऱ्याच्या रेषा, एका टिपकागदावर काढलेल्या आणि त्या रेषांची शाई पसरत आता त्यांचं रेखीव नेमकेपण पसरट झालेलं. त्याच्यावर येणाऱ्या केसांतले रुपेरी केस दिवसेंदिवस वाढत होते. तो अनेकदा प्यायला बसत असे, पण त्यात त्याला आनंद नव्हता.

त्याने आईला पुन्हा एकदा आपल्या घरी रहायला बोलावून घेतलेलं. ती परतली. लांबलचक संध्याकाळी ते दोघेच दिवाणखान्यात बसून रहात. गप्प बसून रहात. त्यात तिरस्कार नव्हता. जणू

ते दोघे एकमेकांच्या संगतीतून आश्वासकता शोधत. मिसेस कीटिंग काहीही सूचना करत नसंत, कसलीही दूषणं देत नसतं. त्यांच्या वर्तनात आता आपल्या लेकासाठी जरासा भेदरलेला, पण हळुवार भाव दिसत होता. कामवाली बाई होती, तरीही त्या त्याच्यासाठी स्वतः नाश्ता बनवायच्या. तो नऊ-दहा वर्षांचा असताना, गोवर आलेला असताना त्याचे भयंकर आवडते झालेले फ्रेंच पॅनकेक्स बनवायच्या. तिची ही धडपड त्याच्या लक्षात आलीच आणि त्याने काहीतरी प्रशंसोद्गार काढलेच तर ती घाईघाईने हुंकार देऊन पाठ फिरवत असे. तिला प्रश्न पडत असे- एवढंसं त्याने म्हटलं तर आपल्याला इतका का आनंद व्हावा आणि आनंद झाला तरी त्यामुळे डोळ्यात पाणी का भरावं.

ती अचानक कधीतरी शांततेचा भंग करीत विचारायची, 'सगळं नीट होईल ना, पीटी? होईल ना नीट?'

आणि तो तिला त्याचा अर्थ विचारायचा नाही. शांतपणे उत्तर द्यायचा, 'होय, आई, सगळं नीट होईल.' आपल्याला वाटणारी सारी करुणा एकवटून तो तिला विश्वास देण्याचा प्रयत्न करीत असे.

एकदा तिने त्याला विचारलं, 'तू आनंदात आहेस ना, पीटी? आहेस ना?' तो तिच्याकडे बघत राहिला. त्याला कळलं की ती त्याच्याकडे पाहून हसत नव्हती. तिचे डोळे सताड होते. भेदरून पहात होती ती. त्याला उत्तर देता आलं नाही तेव्हा ती किंचाळली, 'पण तू आनंदात असायलाच हवंस! पीटी, आनंदात असायलाच हवंस तू. नाहीतर मग मी कशासाठी जगले म्हणायचे?' त्याला वाटलं, उठावं, तिला जवळ घ्यावं आणि सांगावं की सगळं छान चाललंय.- आणि मग त्याला गाय फ्रँकन आठवला. त्याच्या लग्नाच्या दिवशी त्याला म्हणत असलेला- 'तुला माझा अभिमान वाटावा अशी इच्छा आहे माझी, पीटर... या सर्वाला काही अर्थ होता असं वाटू दे मला.' आणि मग तो जागचा हलू शकला नाही. त्याला जाणवलं कसलं तरी अस्तित्त्व- त्याला ओळख द्यायची नव्हती, समजून घ्यायचं नव्हतं त्याला ते कधीही- मनातल्या मनातही नाही. त्याने आईपासून नजर दूर वळवली.

मग एक दिवस ती अचानक कसल्याही प्रस्तावनेशिवाय म्हणाली, 'पीटी, मला वाटतं तू लग्न करावंस. लग्न केलंस तर जरा बरं वाटेल तुला.' त्याला उत्तर सुचेना. काहीतरी हलकंफुलकं बोलून विषय उडवावा म्हणून तो शब्द शोधत राहिला. तेवढ्यात ती म्हणाली. 'पीटी, तू... तू कॅथरीन हॅलसेशी लग्न का करत नाहीस?'

त्याच्या डोळ्यांत राग उतरला. त्याच्या सुजवटलेल्या पापण्या संतापाने जडावल्या. तो सावकाश आईच्या दिशेने वळला. त्याला आईची लहानशी, ठेंगणीशी आकृती दिसली. अगदीच निःशस्त्र. काहीसा अभिमान होता तिच्या मुद्रेत, तो जो काही वार करेल तो झेलायला ती तयार होती, त्याने काही बोलून तिचा धिक्कार करण्याआधीच तिने त्याला क्षमा करून टाकलेली... आणि त्याला कळलं तिला हा प्रयत्न करण्यासाठी केवढं धाडस गोळा करावं लागलं होतं. त्याचा राग गळाला, कारण स्वतःच्या वेदनेपेक्षाही अधिक तीव्रतेने त्याला तिची व्याकुळता जाणवली. त्याने एक हात किंचित उचलला नि पुन्हा खाली पडू दिला. त्यातूनच त्याने जणू सारंकाही सुचवलं. तो इतकंच म्हणाला, 'आई, आपण... जाऊ दे ते.'

शनिवार-रविवारी- नेहमीच नाही पण, महिन्यातून एकदा-दोनदा तरी तो शहरातून बाहेर कुठेतरी निघून जाई. कुठे जातो कुणालाच न सांगता. मिसेस कीटिंगना त्याची काळजी वाटत असे. त्यांना वाटायचं की त्याचे कुणा बाईशी संबंध असावेत- चांगल्या समाजातली नसावी ती, नाहीतर तो या विषयावर इतका चुपचाप कशासाठी राहिला असता. मिसेस कीटिंग आता वेगळीच आशा करू लागल्या- तो कुणा स्वार्थी लालची बाजारबसवीच्या जाळ्यात अडकलेला असला तरी चालेल,

पण तिला निदान त्याला आपल्याशी लग्न करायला लावण्याची तरी अक्कल असू दे.

तो एका दूरवरच्या गावात जात असे. तिथल्या एका टेकडीच्या पायथ्याशी त्याने एक छोटंसं घर भाड्याने घेतलेलं. तिथं त्याने आपले रंग, कुंचले, कॅनव्हास वगैरे गोष्टी आणून ठेवलेल्या. तो दिवसभर टेकडीवर बसून चित्र रंगवत असे. अचानक आपल्याला आपल्या तरूणपणाची महत्त्वाकांक्षा का आठवावी हे त्यालाही कळलं नव्हतं... त्याला चित्रकार व्हायचं होतं, पण त्याच्या आईने त्याची सारी महत्त्वाकांक्षा आर्किटेक्चरच्या वळणाला लावली होती. नेमकं काय घडलं आणि त्या ठिणगीवर पुन्हा फुंकर पडली ते त्याला कळलं नाही... पण त्याने ते घर घेतलं आणि तो तिथं आवडीने जाऊ लागला.

त्याला रंगवायला फारसं आवडत होतं की, नाही त्याला कळत नव्हतं. त्याला त्यातून आनंदही मिळत नव्हता आणि विसावाही लाभत नव्हता. स्वतःचा छळ मांडल्यासारखंच होतं ते. पण तरीही त्याला काही वाटत नव्हतं. कॅनव्हासच्या बारक्याशा स्टुलावर चित्रफलकासमोर बसून तो टेकड्यांच्या सुनसान रांगांकडे पहात राही. आकाशाकडे आणि रानाकडे दृष्टी लावून बसून राही. त्याला जे व्यक्त करायचं होतं, ते एक अबोल दुःख होतं एवढंच त्याला जाणवत होतं, सभोवार पसरलेल्या वसुंधरेच्या दर्शनाने मनात उमटलेली एक असह्य हळुवारशी नतमस्तकता जाणवत होती- आणि ते व्यक्त करण्यासाठी त्याच्याकडे असलेलं साधन जणू पक्षाघाताने जखडून गेलेलं. तो तसाच काम करीत राहिला. प्रयत्न करीत राहिला. आपल्या कॅनव्हासेसकडे पाहून त्याला उमजत होतं, त्यावरल्या बालिश प्रयत्नांतून काहीच व्यक्त होऊ शकत नव्हतं. काही फरक पडत नाही... कोणी पहाणार नाही ही चित्रं. त्या घराच्या एका कोपऱ्यात त्याने त्या चित्रांची चवड रचून ठेवली होती. काळजीपूर्वक कुलूप लावून तो बाहेर पडायचा. त्याला त्या चित्रांतून आनंद लाभत नव्हता, अभिमान वाटत नव्हता... कसलीच उत्तरं गवसत नव्हती. फक्त तो जेव्हा चित्रफलकासमोर बसायचा, तेव्हा त्याला शांतशांत वाटायचं एवढंच.

एल्सवर्थ टूहीचा विचार न करण्याचा तो आटोकाट प्रयत्न करत होता. एक दबलेली आंतरिक जाणीव त्याला जणू सांगत होती- आपण त्या विषयापासून दूर राहू तोवर आपल्याला आपला आत्मा काही प्रमाणात का होईना सुरक्षित ठेवता येईल. टूही त्याच्याशी जसं वागत होता त्याचं केवळ एकच स्पष्टीकरण होतं- आणि त्याला शब्द न मिळाले तर बरं असंच त्याला वाटत होतं.

टूही त्याच्यापासून दुरावला होता. वर्षागणिक त्यांच्यातल्या भेटीगाठी कमीकमी होत गेलेल्या. त्याने ते स्वीकारलं होतं आणि टूही कामात असतो असं म्हणून स्वतःची समजूत काढली होती. टूहीने त्याच्याबद्दल जाहीरपणे अवाक्षरही लिहिणंबोलणं बंद केलं होतं, याचं त्याला थोडं आश्चर्य वाटे. पण तरीही टूहीला महत्त्वाची कामं असतात, असं म्हणून त्याने सावरून घेतलेलं. 'मार्च ऑफ द सेंचुरीज्' वरच्या टूहीच्या टीकेमुळे त्याला खराखुरा धक्का बसला होता. आपलं कामच वाईट झालं असेल असं त्याने मान्य केलं. तो कोणताही दोष पत्करायला सज्ज झाला होता. स्वतःवर अविश्वास दाखवणं त्याला सोपं वाटत होतं. एल्सवर्थ टूहीवर कसा अविश्वास दाखवणार? अशक्य होतं...

नील ड्यूमॉटने त्याला टूहीबद्दल विचार करायला भाग पाडलं. नील जगाच्या अवस्थेबद्दल रडगाणं गायचा, हाताबाहेर गेलेल्या परिस्थितीबद्दल बोलायचा, परिवर्तन, समरसता वगैरे गोष्टी या अस्तित्त्वाचा भाग आहेत म्हणायचा. जमिनीवर पाय टेकायला हवेत म्हणायचा. त्याच्या लांबलचक गोंधळलेल्या व्याख्यानानंतर कीटिंगला कळलं की, त्यांच्या आवाक्यातला धंदा आता बसला आहे, आणि शासन कधीही सारंकाही आपल्या ताब्यात घेईल. कुणाला आवडो वा न आवडो, बांधकाम व्यवसाय मरणपंथाला लागलेला आणि लवकरच शासन बांधकाम व्यवसायावर कब्जा करेल. फक्त

शासनच बांधकामं करू शकेल. आपल्याला काहीतरी करायला लागेल- आत्ताच काहीतरी केलं तर काहीतरी पाड लागेल आपला. 'गॉर्डन प्रेस्कॉटकडे पहा.' नील ड्यूमॉट म्हणाला होता. 'त्याने तर गृहनिर्माण प्रकल्प आणि पोस्ट ऑफिस बांधण्यात स्वतःची मस्त मक्तेदारी तयार करून ठेवलीय. गस वेबकडे पहा. तोही सावकाश घुसत चाललाय त्या रॅकेटमधे.'

कीटिंगने काहीच उत्तर दिलं नाही. नील ड्यूमॉट त्याच्या मनातलेच छुपे विचार बोलून दाखवत होता. लवकरच आपल्याला या परिस्थितीला तोंड द्यावं लागणार आहे, हे त्याला कळून चुकलं होतं. तो क्षण पुढे ढकलण्याचाच तो प्रयत्न करीत होता.

त्याला कोर्टलँड होम्सचा विचारही करवत नव्हता. ईस्ट नदीच्या तीरावर ॲस्टोरियामधे कोर्टलँड होम्सचा शासकीय गृहनिर्माण प्रकल्प उभा रहाणार होता. अत्यल्प भाड्यावर देता येतील अशी घरे प्रायोगिक तत्त्वावर बांधण्याचा तो एक जंगी प्रकल्प होता. साऱ्या देशापुढे, साऱ्या जगापुढे आदर्श मॉडेल उभं करून दाखवायचं होतं सरकारला. गेलं वर्षभर आर्किटेक्ट मंडळी या प्रकल्पाची चर्चा करत होती. यासाठी जागेची निवड झाली होती, रीतसर जमीन संपादन करून झालं होतं, आर्किटेक्ट तेवढा ठरला नव्हता. कीटिंगला स्वतःशीही मान्य करायला जड जात होतं... कोर्टलँड प्रकल्पाची त्याला किती गरज वाटत होती आणि तो त्याच्या पदरात पडण्याची शक्यता किती कमी होती.

'हे बघ, पीट, आता उगीच आडपडदा ठेवण्यात काही अर्थ नाही.' नील ड्यूमॉट म्हणाला, 'दोस्ता, आपली गाडी घसरणीला लागलीय, हे तुला चांगलं कळतंय. आपण अजून एक किंवा दोन वर्षं तग धरू शकू- तुझ्या नावाच्या जोरावर, हो ना? आणि मग नंतर? आपलं काही चुकतंय असं नाही. फक्त आता खाजगी व्यवसायाचे दिवस संपले म्हणायचे. दिवसेंदिवस आपला मृत्यू जवळ येत चालला आहे. इतिहासाचा एक टप्पा आहे म्हणू हा. भविष्यकाळात एक नवी लाट अंगावर येते आहे म्हणू. त्यामुळे वेळीच लाटेवर स्वार व्हायला हवं. आणि त्यासाठी एक चांगली फळी हाताला लागण्यासारखी आहे. जरा चलाखी दाखवेल त्याला तरंगायला ती फळी मिळेल. कोर्टलँड होम्स.'

अखेर त्या नावाचा उच्चार उघडपणे झाला होता. कीटिंगला वाटलं, का बरं या नावाचा उच्चार एखाद्या दबलेल्या घंटानादासारखा वाटला होता... जणू त्या नादाने कसलंसं एक आवर्तन सुरू केलेलं, जे आता त्याला थांबवता येणं शक्य नव्हतं.

'काय म्हणायचंय तुला, नील?'

'कोर्टलँड होम्स. एल्सवर्थ टूही. आतातरी समजतंय का मला काय म्हणायचंय ते?'

'नील, मी...'

'तुला काय झालंय काय, पीट? ऐक. सगळेजण हसतायत तुला. सगळेच म्हणतायत, की ते कुणी जर एल्सवर्थ टूहीचे लाडकं पिलू असते, तर त्यांनी चुटकीसरसा कोर्टलँड होम्सचा प्रकल्प गटवला असता.' त्याने आपल्या मेनिक्युअर्ड बोटांनी चुटकी वाजवली, 'असा सहज. आणि तू का असा स्वस्थ बसून आहेस कुणालाच कळत नाहीये. हा प्रकल्प आपले मित्रवर्य एल्सवर्थ यांच्याच मर्जीवर चालतोय हे माहीतीये तुला.'

'खरं नाही ते. तो काय करणार? त्याच्याकडे कोणतीही अधिकाराची जागा नाही. तो कधीही कुठलं अधिकारपद स्वीकारत नाही.'

'कुणाला सांगतोस हे? कुठल्याही ऑफिसात जा, निर्णय हाती असलेले सगळे लोक त्याच्या पुठ्ठ्यातले असतात हे काय तुला कळत नाही. कसा काय तो साला आपली माणसं पेरतो कळत नाही मला. पण पेरतो खरा. काय झालंय काय, पीट? एल्सवर्थ टूहीकडून मेहेरबानी मागायला घाबरतोस की काय तू?'

हेच ते, कीटिंग विचार करत होता. आता कसा पाय मागे घेऊ? एल्सवर्थ टूहीला विनवायला आपल्याला भीती वाटते, हे त्याला स्वतःशीही मान्य करवत नव्हतं.

'नाही,' तो बद्द आवाजात उत्तरला, 'भीती कसली, नील... मी... ठीक आहे, मी बोलेन एल्सवर्थशी.'

□ □ □

एल्सवर्थ टूही ड्रेसिंग गाऊन घालून कोचावर पसरून बसलेला. ढिसाळपणे चितारलेल्या एक्स अक्षरासारखी त्याची आकृती दिसत होती. कोचावरच्या उशांवरून त्याचे हात दोन बाजूंना पसरलेले. पाय ताणून दोन दिशांना पसरलेले. तो ड्रेसिंग गाऊन रेशमी होता. कोटीझ फेस पाऊडरच्या ट्रेडमार्कचं डिझाइन त्यावर होतं. गडद केशरी पार्श्वभूमीवर पांढरट पुंजक्यांची नक्षी- एकदम भडक पण प्रसन्न वाटणारं ते डिझाइन इतकं उघडपणे फालतू होतं, पण त्यातच त्याचा डौल होता. त्या गाऊनच्या खाली त्याने पिस्ता रंगाचा सुरकुतलेला सुती पायजामा घातलेला. तो त्याच्या हाडकुळ्या पायांभोवती तरंगत होता.

हा खरा टूही, कीटिंग विचार करीत होता. त्याची खोली किती नीटनेटकी, व्यवस्थित होती, आणि त्यात हा असा बसलाय. त्याच्या मागच्या भिंतीवर एका प्रख्यात चित्रकाराचं एकच चित्र होतं. बाकी सारी खोली एखाद्या संन्याशाच्या मठीसारखी ओकीबोकी वाटत होती... छे- कीटिंगच्या मनात आलं- अज्ञातवासात गेलेल्या, ऐहिक वैभवाचे प्रदर्शन नकोसे झालेल्या राजाच्या कुटीसारखी...

टूहीच्या नजरेत मार्दव होतं, थोडेसे करमणूक झाल्यासारखे भाव होते, थोडं प्रोत्साहन होतं. टूहीने त्याचा फोन स्वतः घेतलेला. त्याने लगेच त्याला भेटायला यायची वेळही दिली. कीटिंग विचार करत होता की, असं सहजपणे अनौपचारिकपणे त्याने बोलावलं हे तर चांगलंच चिन्ह आहे. कशासाठी घाबरत होतो मी? कसल्या शंकांनी मनात घर केलं होतं माझ्या? मित्र आहोत आम्ही चांगले.

'ओ, अरे बापरे,' टूही जांभई देत म्हणाला, 'किती दमायला होतं मला आजकाल! प्रत्येक माणसाला कधी ना कधी असं वाटतंच असेल नाही, की दगडाधोंड्यासारखं स्वस्थ पडून रहावं. घरी आलो आणि मला वाटलं आता हे कपडे आणखी मिनिटभरही अंगावर नकोत रे बाबा. घामट कष्टकऱ्यासारखं वाटत होतं, खाज सुटलेली- म्हणून कपडे बदलूनच टाकले मी. तुझी काही हरकत नाही ना, पीटर? काही लोकांबरोबर अगदी कडक इस्त्रीत औपचारिक वागावं लागतं. तुझ्याबरोबर तसली कसली गरज नाही, खरं की नाही?'

'अर्थातच नाही.'

'थोड्या वेळाने ना, मी जरा आंघोळ करीन म्हणतो. गरम पाण्याचा टबबाथ म्हणजे किती सुख- आपल्याला काहीच करायला लागत नाही, लागणार नाही असं वाटतं मग. तुला आवडतं की नाही गरम पाण्याचा टबबाथ घ्यायला?'

'का... हो.. न आवडायला काय झालं...'

'वजन वाढतंय तुझं, पीटर. असंच चालत राहिलं तर लवकरच तू बाथटबमधे अगदी ओंगळ दिसू लागशील बरं. वजन वाढतंय आणि अगदीच पांढुरका दिसतोयस तू. एकदम वाईट कॉम्बिनेशन आहे हे बरं... छान नाही वाटत दृष्टीला. जाडे लोक कसे आनंदी, खेळकर दिसले पाहिजेत.'

'मी... मी ठीक आहे, एल्सवर्थ, पण फक्त...'

'तू कसा छान प्रसन्न दिसायचास पूर्वी. ते तसंच राखायला हवं. नाहीतर लोकांना कंटाळवाणा वाटू लागशील हं...'

‘मी काही बदललेलो नाहीये, एल्सवर्थ,’ अचानक तो जरा जोरातच बोलू लागला, ‘फार काहीच बदल झाला नाहीये माझ्यात. मी कॉस्मोस्लॉत्निक बिल्डिंग डिझाइन केली, तेव्हा जो होतो तोच आताही आहे.’

तो टूहीकडे आशेने पाहू लागला. आपण असं सुचवणं अगदीच बटबटीतपणा झाल्यासारखं वाटलं कीटिंगला. टूहीला यापेक्षा कितीतरी नजाकतीने सुचवलेलंही कळलं असतं. आपल्याला त्याने मदत करावी अशा अपेक्षेने तो बसून राहिला. टूही त्याच्याकडे कोऱ्या, मधाळ नजरेने पहात राहिला.

‘पीटर, हे तर फारच अतार्किक विधान झालं. बदल, परिवर्तन हा तर या विश्वाचा स्थायी भाव आहे. सर्वकाही बदलतं. ऋतू बदलतात, पानं, फुलं, पक्षी, नीतीमूल्य. माणसं, बिल्डिंग्जच्या शैली सारं बदलतं. द्वंद्वात्मक प्रक्रिया असतात या, पीटर.’

‘होय, अर्थातच, खूप गोष्टी बदलतात- आणि किती वेगाने होतो बदल. कळतही नाही आपल्याला, आणि अचानक एखाद्या दिवशी आपल्या समोर काहीतरी नवीनच उभं ठाकतं. आठवतं, काही वर्षांपूर्वीचीच गोष्ट असेल, लॉइस कुक, गॉर्डन प्रेस्कॉट आणि आइक आणि लॅन्स- हे सगळे कुणीही नव्हते. आणि आता... आता बघ... सगळे अव्वल स्थानावर आहेत. सगळी तुझीच माणसं. कुठेही पहा, कोणतंही मोठं नाव घ्या, सगळी तुझीचं निवडलेली माणसं असतात. तू म्हणजे कमाल आहेस, एल्सवर्थ. इतक्या कमी कालावधीत कुणी इतकं सगळं कसं काय साध्य करू शकतं...’

‘तुला वाटतंय त्यापेक्षा ते अगदी सोपंय, पीटर. तू त्यांचा विचार करतोस तो व्यक्तिशः. तुला वाटतं हे सगळं मी वेचकपणे केलंय. पण काय सांगू तुला, शंभर प्रसिद्धीप्रमुखांनी आयुष्यभर काम केलं, तरीही हे त्यांना शक्य होणार नाही. पण तीच गोष्ट फार पटकन् करून घेता येते. हे युग वेळ वाचवण्याच्या साधनांचं युग आहे, बाबा. काहीतरी मोठं करायचं असेल तर एकेका बिजाची सुटीसुटी काळजी घेण्यात काहीच हंशील नसतं. फक्त एक विशिष्ट प्रकारचं खत पसरून द्यायचं. बाकीची काळजी निसर्ग घेत असतो. मला वाटतं, तुझा असा समज झालाय की मी एकटा या साऱ्याला कारणीभूत आहे. पण तसं नाही. अरे बापरे, छे- तसं अजिबातच नाही. मी अनेकांमधला एक आहे. एका अतिप्रचंड चळवळीतली एक बारीकशी कळ आहे मी. अतिप्रचंड आणि अतिप्राचीन. घडलंय ते इतकंच, की मी निवडलं ते क्षेत्र तुझ्या आवडीचं होतं. कलाक्षेत्र - कारण मला असं वाटलं की आपल्याला जे कार्य तडीस न्यायचं आहे त्यातील अगदी निर्णायक मुद्दे याच क्षेत्रातून मुखरित होतात.’

‘हो हो, अर्थातच. पण मला एवढंच म्हणायचंय की तू किती हुषार आहेस. म्हणजे तू किती तरुण बुद्धिमान मुलांना निवडून वेचून काढलंस, त्यांची प्रतिभा, भविष्यात चमकण्याची त्यांची क्षमता तू बरोबर ओळखलीस. कसं काय तू हे आधीच ओळखू शकलास, मला तर कळतच नाही. ‘कौन्सिल ऑफ अमेरिकन बिल्डर्सच्या’ पहिल्या काही मीटिंग्जसाठी आपण कसल्या बेक्कार माडीवर बसायचो, आठवतंय? कुणीही आपल्याकडे गांभीर्याने पाहिलं नव्हतं. आणि तू कसल्याकसल्या फालतू संघटनांमध्ये वेळ घालवतोस म्हणून लोक तुला हसत होते तेव्हा.’

‘बेटा, पीटर, लोक साधारणपणे अनेक चुकीच्या गोष्टी गृहीत धरत असतात. उदाहरणार्थ, आपली एक जुनी म्हण आहे- फोडा आणि झोडा नि राज्य करा. वेल. तसंही घडलं म्हणा. पण त्यापेक्षाही खरा जबर शक्तिशाली उतारा मिळायला हे शतक उजाडावं लागलं. तो आहे- ऐक्य साधा आणि राज्य करा.’

‘काय म्हणायचंय तुला?’

‘तुला सहजी कळण्यासारखं नाहीच ते. आणि उगाच तुझ्या मस्तकाला कशाला जास्तीचा

ताप देऊ मी? नको वाया घालवू तुझी ताकद. फार काही त्राण उरलंय, असं वाटत नाही तुझ्याकडे बघून.'

'ओः, ठीक आहे मी तसा. जरा काळजीत पडल्यासारखा वाटत असेन मी- कारण...'

'काळजी करणं म्हणजे आपल्या भावनिक ऊर्जेचा अपव्यय. वेडेपणाच. जागृत व्यक्तीने असं कदापि करता कामा नये. आपण सगळे आपल्या चयापचय क्रियेमुळे होणाऱ्या रासायनिक प्रक्रिया आणि आपल्या आर्थिक पार्श्वभूमीतील विविध घटकांतून घडलेले प्राणीमात्र असतो, त्यामुळे कुठेही काहीही घडण्यासाठी, घडू नये म्हणून आपण यत्किंचितही प्रयत्न करू शकत नाही. मग काळजी कशासाठी करायची? अर्थातच काही दृश्य अपवाद आहेतच म्हणा. केवळ दृश्य. मुक्तपणे काही कृती शक्य आहे असं मानायला आपल्याला परिस्थिती भाग पाडते. उदाहरणार्थ, तू इथे कोर्टलँड होम्सबद्दल बोलण्यासाठी येणं.'

कीटिंग दचकला आणि मग कृतज्ञतेने हसला. टूहीने त्याच्या मनातलं ओळखून घेणं आणि मग त्याला अवघड वाटू नये म्हणून आधीच बोलून टाकणं हे किती टूहीसारखं होतं.

'अगदी बरोबर, एल्सवर्थ. मला तेच बोलायचं होतं तुझ्याशी. तू म्हणजे कमाल आहेस. मला एखाद्या पुस्तकासारखा वाचतोस तू, नाही?'

'कसल्या पुस्तकासारखा, पीटर? सस्त्यातली कादंबरी? प्रेमकथा? रहस्यकथा? की फक्त एक चोरलेली कथावस्तू? नाही. एखाद्या धारावाहिकासारखं वाचतो मी तुला- छान, लांबलचक, उत्सुकता ताणून धरणारी धारावाहिक... फक्त आता शेवटचा एक भाग उरलाय. कुठेतरी हरवलाय तो. आणि कोर्टलँड होम्स मिळाली नाहीत, तर बहुतेक तो शेवटचा एक भाग अपूर्णच राहून जाईल. होय. हा शेवट एकदम छान, चपखल बसेल.'

कीटिंग थांबून राहिला. त्याच्या डोळ्यात उघडीवाघडी असोशी उतरलेली. लाज बाळगायचं विसरून गेला होता तो. डोळ्यातलं आर्जव लपवायला हवं याचा विसर पडलेला त्याला.

'प्रचंड मोठा प्रकल्प आहे तो- कोर्टलँड होम्स. स्टोनरिजपेक्षाही मोठा. स्टोनरिज आठवतं तुला, पीटर?'

तो माझ्याशी वागताना जरा सैलावलाय, कीटिंग विचार करत होता. सदान्कदा जपून वागायला बोलायला कंटाळा येत असेल त्याला, थकलाय तो, त्याला कळतही नसेल तो काय-

'स्टोनरिज. गेल वायनान्डचा प्रचंड मोठा गृहनिर्माण प्रकल्प. तू कधी गेल वायनान्डच्या करिअरचा विचार केलास, पीटर? बंदरातला उंदीर होता तो- तिथवरून ते स्टोनरिजपर्यंत. एवढा मोठा पल्ला गाठणं म्हणजे काय ते कळतं तुला? त्या वाटेच्या पावलापावलावर गेल वायनान्डने किती प्रयत्नांची पराकाष्ठा केली, किती ऊर्जा ओतली, कितीकिती सोसलं याचं गणित मांडू शकतोस तू? आणि माझ्याकडे पहा- स्टोनरिजपेक्षा कितीतरी मोठा प्रकल्प मी माझ्या तळव्यात धरलाय- कसलाही प्रयत्न न करता.' त्याने आपला हात खाली घेतला आणि पुढे म्हणाला, 'म्हणजे मी धरलाच आहे असं नाही- बोलायची रीत. मी बोलतो ते शब्दशः घेऊ नकोस, पीटर.'

'मला संताप येतो वायनान्डचा.' कीटिंग जमिनीकडे नजर लावत घोगऱ्या आवाजात म्हणाला, 'कुणाचाही वाटत नसेल, एवढा द्वेष वाटतो मला त्याचा.'

'वायनान्डचा? तो तर तसा भाबडा माणूस आहे रे. सगळी माणसं पैशामागे धावत असतात असं मानण्याइतका भाबडा.'

'तू नाहीस पैशामागे, एल्सवर्थ. तू नीतिमान आहेस. म्हणून तर माझी तुझ्यावर श्रद्धा आहे. तेवढंच तर आहे माझ्याजवळ आता. तुझ्यावरचा विश्वास काही कारणाने उडाला ना, तर माझ्यासाठी

कुठेच काही शिल्लक नसेल.'

'थँक यू, पीटर. गोडच आहेस तू. जरा उन्माद चढल्यासारखा बोलतो आहेस, पण गोडच.'

'एल्सवर्थ, मला तुझ्याबद्दल काय वाटतं तू जाणतोस.'

'बऱ्यापैकी.'

'माहीते ना... म्हणून तर मला समजेनासं झालंय.'

'काय?'

ते बोलून टाकणं भाग होतं त्याला. हे कधीच बोलायचं नाही, असं ठरवलेलं त्याने, पण आता बोलायलाच हवं होतं.

'एल्सवर्थ, तू मला सोडून का दिलंस असं? आजकाल तू माझ्याबद्दल काहीच का लिहीत नाहीस? तुला जिथे कुठे काही करणं शक्य असतं, एखादं काम वळवून घेणं शक्य असतं, तेव्हा तेव्हा तू फक्त गस वेबचंच नाव का घेतोस?'

'का घेऊ नये, पीटर?'

'पण... मी...'

'मला फार वाईट वाटतं हे पाहून... तुला मी समजलेलोच नाही. इतकी वर्षं गेली, पण माझी तत्त्वं तुला समजूच शकली नाहीत. माझा व्यक्तीत्ववादावर विश्वास नाही, पीटर. कुणी एक माणूस दुसऱ्या कुणालाच जमणार नाही असं काही एक करू शकतो हे मला मान्यच नाही. माझा विश्वास आहे, की आपण सारे समान आहोत, नगाला नग आहोत. आज तू ज्या ठिकाणी उभा आहेस, ती जागा उद्या दुसरे कुणीही, सर्वजणही- घेऊ शकतात. समानतेचा खांदेपालट आहे हा. मी हे तुला नेहमीच तर सांगत आलो आहे. तुझी निवड मी का केली असं वाटतं तुला? तुला त्या स्थानावर मी का नेऊन बसवलं? निर्विवादपणे आपलं स्थान कायम करणाऱ्या व्यक्तींपासून या क्षेत्राचं रक्षण व्हावं म्हणून. या जगातल्या गस वेबसारख्यांसाठी जागा रहावी म्हणून. मी- उदाहरणार्थ, हॉवर्ड रॉर्कसारख्याविरुद्ध का उभा ठाकलो असं वाटतं तुला?'

कीटिंगचं मन ठेचकाळलेलं. त्याला वाटलं, काहीतरी सपाट, जडशीळ असं त्याच्या मनावर आदळलंय आणि नंतर ते काळनिळं पडून सुजणार आहे. आत्ता त्याला केवळ एक प्रकारचा बधीरपणा आलेला. विचाराच्या ज्या काही धांदोट्या त्याच्या हाती लागल्या होत्या त्यातून त्याला एवढंच कळत होतं, की आपण ही जी वचनं ऐकतोय ती फार उच्चकोटीतील नैतिक तत्त्वं आहेत आणि ही तत्त्वं तर सारेच जण स्वीकारत असतात... त्यातून काहीही वाईट, पापमूलक असं संभवूच शकत नाही, त्यामागचा हेतू दुष्ट असणं शक्यच नाही. टूहीची नजर थेट त्याच्याकडे पहात होती. त्याची ती गडद वाटणारी नजर सौम्य होती, कृपाळू होती. नंतर... नंतर विचार करू... पण एक गोष्ट त्याच्या मेंदूत चरचरत घुसली होती. आणि तिथंच चिकटून राहिली होती. त्याला तेवढंच ध्यानात आलं होतं. ते नाव...

आणि मग तो पुढे झुकला. टूही हा त्याचा एकमेव आधार असणार आहे, हे लक्षात असूनही काहीतरी जबरदस्त पिळवटून उफाळून आलं त्याच्या मनात. टूहीला दुखवण्याची अनावर इच्छा झाली त्याला, आणि त्याचे ओठ हास्यात विलग होत पातळ झाले आणि त्याचे दात, हिरड्या त्यातून दिसू लागले.

'या एका बाबतीत तू अपयशी ठरलास, नाही एल्सवर्थ? आता तो कुठे पोहोचलाय पहा तरी... हॉवर्ड रॉर्क.'

'ओः डियर मी... इतका ढोबळ विचार करणाऱ्या कुणाशीही चर्चा करणं किती कंटाळवाणं

असतं. तात्विक चर्चा समजून घेण्याची तुझी क्षमताच नाही, पीटर. तू केवळ व्यक्तिनिष्ठ विचार करतोस. तुला काय वाटतं, तुझ्या त्या कुणा हॉवर्ड रॉर्कच्या प्रारब्धाचा विचार करण्याशिवाय मला काही दुसरं चांगलं काम नाही की काय आयुष्यात? मि. रॉर्क- केवळ अगणित फुटकळ तपशिलांपैकी एक आहे तो. त्याचा वापर करणं सोयीचं वाटलं, तेव्हा केला मी. अजूनही मी अगदीच सोडून नाही दिलंय त्याला. अप्रत्यक्षपणे मी त्याच्यावर काम करतो आहे अजूनही. अर्थात मी हे मान्य करतो हां- की मि. हॉवर्ड रॉर्क हे मला जरा मोहातच पाडतात तसे. मी पुन्हा एकदा त्यांच्याविरुद्ध उभा ठाकलो नाही तर मला जरा लज्जास्पदच वाटेल नक्की. पण गरज पडेलच असं नाही. तात्त्विक स्तरावर काम करत असताना, बरं का, पीटर, व्यक्तिशः कुणाला संपवण्याचा विचारच करावा लागत नसतो.'

'म्हणजे काय?'

'म्हणजे, आपण दोनापैकी एकच तंत्र अवलंबू शकतो. आयुष्यभर एकेक तण उपटून काढण्याचा उद्योग आरंभायचा... मग असे दहा जन्म लाभले, तरी आपलं काम पूर्ण होणार नाही. किंवा मग मातीची मशागतच अशा तऱ्हेने करायची- असं एखादं रसायन त्यात मिसळायचं की, तण उगवूच शकणार नाहीत. हे तंत्र जरा वेगवान आहे. मी तण म्हणतो आहे कारण- ती एक रूढ प्रतिमा आहे, आणि तुला उगीच दचकून जायला होणार नाही. पण याच तंत्राने आपल्याला जे निवडू ते झाड नाहीसं करता येईल. हवी ती वनस्पती नामोहरम करता येईल.- गहू, बटाटे, संत्री, ऑर्किड्स् किंवा मॉर्निंग ग्लोरीज्... हवं ते.'

'एल्सवर्थ, तू काय बोलतो आहेस... मला समजत नाही.'

'अर्थातच, तुला समजणार नाही. माझा फायदाच आहे त्यात. मी या गोष्टी अगदी जाहीरपणे बोलत असतो, रोजच्या रोज बोलत असतो... आणि कुणालाही कळत नाही मी काय बोलतो आहे.'

'हॉवर्ड रॉर्क एक घर बांधतो आहे, ऐकलंस की नाही त्याबद्दल... गेल वायनान्डचं स्वतःचं घर?'

'माझ्या लाडक्या पीटरबाळा, हे तुझ्याकडून कळण्याची वेळ येईल की काय माझ्यावर?'

'वेल. काय वाटलं तुला ऐकून?'

'मला काय फरक पडतो? काही का असेना...'

'रॉर्क आणि वायनान्ड एकदम मित्र झालेत हे कळलं की नाही तुला? आणि वायनान्ड काय करू शकतो तू जाणतोस. तो रॉर्कला कुठल्याकुठे नेऊन पोहोचवेल. आता प्रयत्न करून बघ रॉर्कला थोपवण्याचा! कर कर प्रयत्न! बघू तरी...'

त्याच्या गळ्यात आवंढा अडकला आणि तो गप्प झाला. टूहीचा उघडा घोटा त्याचा पायजमा आणि सपातांच्या केसाळ चामड्याच्या मधल्या फटीतून डोकावत होता. कीटिंगची दृष्टी त्यावरच खिळून राहिली. टूही विवस्त्र- कीटिंगने कधी कल्पनाच केली नव्हती. किंबहुना टूहीला शरीर आहे, असा विचारच त्याने कधी केला नव्हता. त्याचा तो उघडा घोटा कसासाच- काहीसा अश्लील वाटत होता त्याला. नुसतं कातडं होतं त्यावर, निळसर पांढरं, ठिसूळ वाटणाऱ्या हाडांवर ताणून बसवलेलं. जेवण झाल्यानंतर प्लेटमधे पडून राहिलेल्या, वाळून गेलेल्या कोंबडीच्या हाडकांची आठवण झाली त्याला. जरासा हात लागला तरी तुटतील अशी ती हाडकं- त्याला वाटलं पुढे होऊन त्याचा घोटा आपल्या बोटांच्या चिमटीत पकडून कचकन् तोडून टाकावा.

'एल्सवर्थ, मी इथे आलो होतो ते कोर्टलँड होम्सबद्दल बोलायला!' त्याला त्या घोट्यापासून नजर दूर वळवणं जणू अशक्य झालेलं. बोलल्यामुळे नजरेची सुटका होईल अशी आशा वाटली त्याला.

'ओरडतोस कशासाठी... काय झालंय काय?... कोर्टलँड होम्स? हं... काय बोलायचंय तुला त्याबद्दल?'

तो दचकलाच. आता त्याला नजर वर करणं भाग पडलं. टूही साळसूदपणे थांबून वाट पहात राहिला.

'मला कोर्टलँड होम्स डिझाइन करायची आहेत.' तो म्हणाला. त्याचा आवाज पातळ फडक्यातून पेस्ट गाळावी तसा ठिबकला, 'ते काम तू मला मिळवून द्यावंस, अशी इच्छा आहे माझी.'

'का म्हणून देऊ मी ते काम तुला?'

यावर काही उत्तर नव्हतं. तो आता म्हणाला असता- कारण तूच लिहिलं होतंस की, मी एक महान् आर्किटेक्ट आहे- तर त्यातूनच पुढं स्पष्ट झालं असतं की, आता टूहीचा त्यावर विश्वास नव्हता. ही गोष्ट अशी उघड व्हायला नको होती त्याला. टूहीच्या उत्तराचा सामना करण्याचं धैर्य नव्हतं त्याच्यात. तो टूहीच्या घोट्यावरच्या दोन काळ्या केसांकडेच पहात राहिला. अगदी स्पष्ट दिसत होते ते त्याला. एक सरळ आणि एक गोलगोल कुरळा. बऱ्याच वेळानंतर त्याने उत्तर दिलं.

'कारण मला त्याची फार गरज आहे, एल्सवर्थ.'

'ते मला माहीत आहे.'

त्यानंतर बोलण्यासारखं काही उरलंच नाही. टूहीने त्याचा घोटा हलवला. पाऊल उचलत त्याने कोचच्या हातावर ठेवलं आणि आरामात पाय पसरले.

'नीट बस, पीटर, तू एखाद्या गारगॉईलसारखा दिसतो आहेस.'

कीटिंग हलला नाही.

'तू कशावरून असं ठरवलंस- की कोर्टलँड होम्सचा आर्किटेक्ट निवडण्याचं काम माझ्या हाती आहे म्हणून?'

कीटिंगने मान वर केली. त्याला जरा सुटल्यासारखं वाटलं. त्याने खूपच जास्त गोष्टी गृहीत धरल्या होत्या आणि टूहीला जरा दुखावलंच होतं - हेच कारण असणार, हेच कारण.

'म्हणजे काय... मला कळलं तसं. सगळेच म्हणतात. या प्रकल्पावर तुझा खूपच प्रभाव आहे... ते लोक, वॉशिंग्टनचे लोक... सगळीकडेच.'

'अगदी अनौपचारीकरित्या. मी आर्किटेक्चरचा तज्ज्ञ आहे, एवढ्याच नात्याने, बाकी काहीही नाही.'

'हो. बरोबर. तेच तर म्हणायचंय मला.'

'मी आर्किटेक्टचं नाव सुचवू शकतो. बस्स तेवढंच. मी काही तुला खात्री देऊ शकत नाही. माझा शब्द काही अंतिम नाही.'

'तेवढंच हवंय मला, एल्सवर्थ. तुझी शिफारस- एवढंच पुरे आहे मला.'

'पण पीटर, मी जर कुणाचं नाव सुचवणार असेन, तर मला काहीतरी कारण द्यावं लागेल. माझा शब्द चालतो म्हणून मी केवळ मित्राचं नाव पुढे नाही करू शकत. बरोबर होईल का ते? तूच सांग.'

कीटिंग त्याच्या ड्रेसिंग गाऊनकडे नजर खिळवून बसला... छ्या... पाऊडर पफ्स... पाऊडर पफ्स कशासाठी? त्या डिझाइनमुळेच अस्वस्थ होतोय मी. काहीही घालून बसलाय तो.

'तुझी व्यावसायिक कीर्ती पहिल्याइतकी खणखणीत राहिली नाही, पीटर.'

'तू म्हणालास 'मित्राचं नाव', एल्सवर्थ...' तो अगदी अस्फुट कुजबुजला.

'वेल, अर्थातच मी तुझा मित्र आहे. नेहमीच होतो. तुला त्याबद्दल शंका वाटतेय की काय?'

'नाही, ते शक्यच नाही, एल्सवर्थ.'

'वेल, चल हास बघू. हे बघ, तुला खरं सांगतो. आम्ही खरंच त्या कोर्टलँड होम्सवर अडकून पडलोत. त्यात एक बारीकशी मेख मारून ठेवलीय. मी ते काम गॉर्डन प्रेस्कॉट आणि गस वेबसाठी मिळवण्याचा प्रयत्नही केला होता. मला वाटलेलं त्यांच्याच जोगं काम आहे ते. मला वाटलं नव्हतं, तुला रस असेल असं. पण त्या दोघांनाही ते जमलं नाही. गृहनिर्माणामधला सर्वात मोठा प्रश्न काय आहे माहीत आहे तुला? आर्थिकदृष्ट्या परवडायला हवं ते, पीटर. महिन्याला पंधरा डॉलर्स भाड्यात परवडेल असं बऱ्यापैकी आधुनिक घर कसं डिझाइन करणार? कधी विचार केलास तू असा काही? वेल, कोर्टलँड होम्स डिझाइन करणाऱ्या आर्किटेक्टकडून ती अपेक्षा आहे... जर कुणी सापडलाच तर! अर्थातच... म्हणा भाडेकरू निवडून निवडून घेतले तर काहीतरी शक्य आहे. म्हणजे भाडी वेगवेगळी आकारायची. वर्षाला बाराशे डॉलर्स कमाई असलेली कुटुंबे, तेवढ्याच घरासाठी सहाशे डॉलर्स कमाई करणाऱ्या कुटुंबांपेक्षा जास्त भाडं देतील. अगदीच दरिद्री लोकांसाठी जरा कमी दरिद्री लोकांकडून वसुली करायची. पण तरीही इमारतीवरचा खर्च, मासिक खर्च शक्य तितका कमी ठेवायचा आहे. वॉशिंग्टनच्या लोकांना आणखी एक- ते ऐकलंस की नाही तू?- तो शासकीय गृहनिर्माण प्रकल्प- ज्यात एका घराची किंमत दहा हजार डॉलर्स पडली. खाजगी बिल्डरने तेच घर दोन हजार डॉलर्समधे दिलं असतं. कोर्टलँड होम्स हा एक आदर्श प्रकल्प व्हायचाय. सगळ्या जगासाठी आदर्श. सर्वोत्तम असायला हवं त्याचं डिझाइन. यापूर्वी कुठेही कधीही दिसले नसतील, असे सुंदर प्लान्स असायला हवेत त्याचे. एकदम कमी किमतीत. वरच्या सगळ्या बड्या लोकांना हे हवं आहे. गॉर्डन प्रेस्कॉट आणि गस वेबला जमलं नाही ते. त्यांनी प्रयत्न केला पण त्यांना नाकारण्यात आलं. किती लोकांनी हा प्रयत्न करून झाला, आश्चर्य वाटेल तुला यादी ऐकलीस तर. पीटर, तू तुझ्या प्रसिद्धीच्या शिखरावर असतानाही मी तुझं नाव विकू शकलो नसतो रे बाबा, त्यांना. काय सांगायचं मी त्यांना तुझ्याबद्दल? तू प्रतिनिधी आहेस तो एका आलंकारिक, संगमरवरी, सोनेरी शैलीचा. गाय फ्रँकनचा वारसा, कॉस्मोस्लॉत्निक बिल्डिंग, फ्रिंक नॅशनल बँक... आणि तो सेंच्युरीजच्या मार्चचा मूढगर्भ- पैसेही वसूल नाही झाले त्याचे-... त्यांना काय हवंय माहीते- खंडकरी शेतकऱ्याच्या उत्पन्नात कोट्याधीशाच्या घरचा स्वयंपाक बनवून हवाय त्यांना. तुला जमेल म्हणतोस?'

'मी... मी काही विचार करतोय, एल्सवर्थ. मी पहातोय आमच्या क्षेत्रातल्या घडामोडी. नवीन काय काय चाललंय त्याची नोंद घेतोय. मला वाटतं...'

'तुला जमणार असेल तर, हा प्रकल्प तुझाच समज. नाही जमलं तर माझ्याशी कितीही मैत्री असली तरीही त्याचा शून्य उपयोग असेल. देवाशपथ, तुला मदत करायला मला आवडेल. तू म्हणजे पावसात भिजलेल्या म्हाताऱ्या कोंबडीसारखा दिसतो आहेस. हे बघ, पीटर, मी एक करतो तुझ्यासाठी. उद्या माझ्या ऑफिसात ये. सगळा तीर्थप्रसाद देतो तुला. तो घरी ने आणि फोडत बस डोकं. बघ काय जमतंय का. मला काहीतरी प्राथमिक योजना कागदावर दे. मी कसलंही वचन देत नाहीये. पण उद्दिष्टाच्या थोडाफार तरी जवळ आलास... तर मी ते योग्य लोकांपर्यंत पोहोचवीन आणि अगदी सगळी प्रतिष्ठा पणाला लावून दामटत नेईन. एवढंच करू शकतो. माझ्या हातात तसं काहीच नाहीये. तुझ्याच हाती आहे सारं.'

कीटिंग त्याच्याकडे पहात बसला. कीटिंगची नजर चिंताक्रांत होती, थोडी उत्सुक होती पण हताशही.

'प्रयत्न करणार, पीटर?'

'तू मला प्रयत्न करू देशील?'

'अर्थात, पीटर. का नाही? सगळे सोडून तुला हे कोडं सोडवायला जमलं तर मला फारफार आनंद होईल.'

'मी असा का दिसायला लागलोय, सांगू का, एल्सवर्थ,' तो अचानक म्हणाला, 'मी असा दिसतोय याचं कारण... मी अपयशामुळे एवढा खचलोय असं नाही. पण मला कळेनासं होतंय... की मी असा कसा घसरत खाली आलो... इतक्या उंचावरून इतक्या खाली... काही कारण नसताना...'

'वेल, पीटर, याचा विचार करणंच किती भयप्रद होईल. अकारण घडल्यासारख्या वाटणाऱ्या गोष्टीच जास्त भयप्रद असतात. पण तरीही... जरा थांबून विचार करशील, तर थोडी मदत होईल कदाचित्. असा विचार कर की तू एवढ्या उंचीवर पोहोचण्याचं मुळात काही कारण होतं का? ओह्, चल, पीटर, हास बघू. अरे मी निव्वळ मस्करी करतोय तुझी. आपण आपली विनोदबुद्धी हरवली की सगळंच हरवलं समज.'

दुसऱ्या दिवशी सकाळी टूहीच्या बॅनरमधल्या छोट्याशा ऑफिसला भेट देऊन कीटिंग आपल्या ऑफिसात परतला. एक ब्रीफकेस भरून कोर्टलँड होम्सबद्दलची माहिती घेऊन आलेला तो. त्याने आपल्या ऑफिसच्या टेबलवर ते सगळे कागद मांडले आणि दरवाजा बंद करून घेतला. दुपारी त्याने एका ड्राफ्ट्स्मनला एक सँडविच आणून द्यायला सांगितलं. रात्री जेवणाच्या वेळी त्याने पुन्हा एकदा एक सँडविच मागवलं. 'मी काही मदत करू, पीट?' नील ड्यूमाँटने विचारलं, 'आपण बसून चर्चा करू या...' कीटिंगने मानेनेच नकार दिला.

तो रात्रभर टेबलपाशी बसून होता. थोड्या वेळाने त्याने कागदांकडे बघायचं थांबवलं. तो बसून विचार करत राहिला. तो त्या तक्त्यांचा आणि त्यावरच्या आकड्यांचा विचार करत नव्हता. ते त्याला समजले होते. आपल्याला हे करता येणं अशक्य आहे, हे त्याला पुरतं समजलं होतं.

दुसऱ्या दिवशी कामावर येणाऱ्या माणसांची पावलं दाराबाहेर वाजू लागली तेव्हा त्याला दिवस उजाडल्याचं कळलं. इथे तिथे, शहरात सर्वत्र नवा दिवस सुरू झालेला. तो उठून उभा राहिला. आपल्या डेस्ककडे जात त्याने टेलिफोनची डायरी काढली आणि त्यातला तो नंबर फिरवला.

'मी पीटर कीटिंग बोलतोय. मला मि. रॉर्क यांची भेट हवी होती. '

हे परमेश्वरा... काहीतरी कर... मला भेटायला नकार देऊ दे तो. नकार देऊ दे. परमेश्वरा... नको भेटू दे तो मला. माझ्या अखेरच्या श्वासापर्यंत त्याचा द्वेष करण्याचा हक्क असेल मग मला... नको भेटू दे तो मला...

'उद्या दुपारी चार वाजता चालेल का, मि. कीटिंग?' सेक्रेटरीने शांत, गोड आवाजात विचारलं, 'मि. रॉर्क भेटतील तुम्हाला तेव्हा.'

❑

८

पीटर कीटिंगला पाहून रॉर्क दचकलाच आणि ते आपण चेहऱ्यावर दिसू द्यायला नको होतं, हे त्याला उमजेपर्यंत उशीर झालेला. कीटिंगच्या ओठावर फिकटसं हसू उमटलेलं त्याने पाहिलं. आपली विकल अवस्था त्याने इतक्या शांतपणे मान्य केलेली पहाणं भयंकर होतं.

'तू माझ्यापेक्षा फक्त दोनच वर्षांनी लहान आहेस, हॉवर्ड?' त्याचा पहिलाच प्रश्न होता. गेल्या सहा वर्षात त्याने हॉवर्डला पाहिलंदेखील नव्हतं.

'माहीत नाही, पीटर, असणार. मी सदतीस वर्षाचा आहे.'

'मी एकुणचाळीस वर्षाचा- बस्स...'

रॉर्कच्या पुढ्यातल्या खुर्चीच्या दिशेने हात चाचपडत तो सरकला. रॉर्कच्या ऑफिसच्या तीन बाजूंच्या भिंतींचे काचेचे पट्टे पाहून त्याचे डोळे दिपल्यासारखे झाले. बाहेर दिसणाऱ्या आकाशाकडे नि शहराकडे तो एकटक पहात राहिला. इथे उंचीची जाणीवच होत नव्हती. खालच्या इमारती जणू त्याच्या पावलांखाली होत्या. खरंखुरं शहर नव्हे, तर महत्त्वाच्या इमारतींच्या लघुप्रतिकृती जणू गर्दीगर्दीने मांडून ठेवलेल्या. खाली वाकून त्यातली कोणतीही इमारत हातात उचलून घेता येईल, असं वाटलं त्याला. खालून काही काळे ठिपके सरकत होते. मोटारींचे ठिपके होते ते. सावकाश सरकत असल्यासारखे. खालचा एक चौक केवळ बोटांच्या टोकाने झाकता येत होता. शहराचे दगडी आणि प्लास्टरचे पृष्ठभाग प्रकाश शोषून घेत होते आणि पुन्हा आसमंतात फेकत होते असं वाटलं त्याला. सपाट, उभट पृष्ठभागांच्या घड्यांवर घड्या खिडक्यांच्या ठिपक्यांनी कोरल्या गेल्या होत्या. प्रत्येक पृष्ठभाग प्रकाश परावर्तित करत होता. गुलाबी, सोनेरी, जांभळट प्रकाशाच्या लड्या. त्यांच्या कडांवरच्या धूसर निळसर प्रकाशरेखांमुळे त्यांचे आकार स्पष्ट होत होते, काटकोन-चौकोन स्पष्ट होत होते आणि अंतरांचा अंदाज लागत होता. त्या इमारतींतून जणू प्रकाशकिरण वहात आकाशात झेपावत होते. त्यांच्या लकाकीने उन्हाळी आकाशाचा निळा रंग उगीचच थोडा गौण ठरत होता. जणू जिवंत अग्नीकुंडावर पाण्याचा पडदा पसरलेला असावा. परमेश्वरा, हे सारं कुणा माणसांनी आकाराला आणलं असेल... कीटिंग विचार करीत राहिला... आणि मग त्याला आठवलं, ते साकार करणारांमधे तोही एक होता.

त्याला क्षणभरच रॉर्कची सडपातळ आकृती काचेच्या दोन पडद्यांमधे ताठ उभी दिसली. मग रॉर्क त्याला सामोरा बसला.

अचानक कीटिंगच्या मनात आलं, वाळवंटात वाट हरवलेल्या किंवा अफाट सागरात आशा हरपलेल्या माणसांना अथांग आकाशाच्या साक्षीने केवळ सत्यच बोलणं भाग असतं. तसंच आपल्यालाही आता सत्यच बोलणं भाग आहे... या महान् शहराच्या साक्षीने.

'हॉवर्ड, तू मला इथे येऊ दिलंस, एका गालावर कुणी थप्पड दिली तर दुसरा गाल पुढे करावा असं काहीतरी भयंकर शिकवलं जातं आपल्याला, त्याचाच तर भाग नाहीना हा?'

तो स्वतःचा स्वर कसा आहे, याचा विचारही करत नव्हता. पण त्या स्वरात आत्मसन्मान होता.

रॉर्क त्याच्याकडे क्षणभर शांतपणे पहात राहिला. त्याच्या सुजवटलेल्या चेहऱ्यापेक्षा हा बदल अधिक महत्त्वाचा होता.

'माहीत नाही, पीटर. तुला खरोखरच्या क्षमाशीलतेबद्दल म्हणायचं असेल तर, नाही. मी खरोखर दुखावलेला असतो, तर मी कधीही क्षमा केली नसती. मी आत्ता जे करतो आहे, तेवढ्यापुरतंच म्हणायचं असेल तर, हो. कुणीतरी कुणालातरी खूप काही दुखावू शकतो, असं मला खरंच वाटत नाही. कुणी कुणाला फार दुखावू शकत नाही, फार मदत करू शकत नाही. तुला क्षमा करण्यासाठी तसं काही महत्त्वाचं नव्हतंच.'

'तसं तुला वाटलं असतं, तर बरं झालं असतं. त्यात कमी क्रौर्य असलं असतं.'

'शक्य आहे.'

'तू बदलला नाहीस, हॉवर्ड.'

'नाही बदललो.'

'मला हीच शिक्षा भोगायची असेल तर... भोगतोय मी ती, आणि ते तुला कळावं अशी माझी इच्छा आहे. आणि मलाही ते कळतंय. पूर्वी कधीतरी मी विचार केला असता, की चला, थोडक्यात सुटलो.'

'तू बदलला आहेस, पीटर.'

'होय. मलाही कळतंय ते.'

'तुला ही शिक्षा भोगावी लागते आहे, याचं मला वाईट वाटतं.'

'तुला खरंच वाईट वाटतंय, यावर माझा विश्वास बसू शकतो. पण ठीक आहे. हे आता अखेरचंच. खरी शिक्षा मी परवा रात्री भोगून झालीय.'

'इथे यायचं ठरवलंस तेव्हा?'

'हो.'

'मग आता घाबरू नकोस. काय झालंय?'

कीटिंग ताठ बसला. शांतपणे. तीन दिवसांपूर्वी रेशमी ड्रेसिंग गाऊन घालून बसलेल्या त्या माणसासमोर तो बसला होता तसा नव्हे. जवळपास आत्मविश्वासाने विश्रांत होऊन बसला होता तो. तो सावकाश बोलत होता, त्यात स्वतःविषयीची करुणा नव्हती.

'हॉवर्ड, मी एक परोपजीवी प्राणी आहे. मी नेहमीच परोपजीवी होतो. स्टँटनमधे माझे सर्वोत्तम ठरलेले सर्व प्रकल्प तूच डिझाइन केलेले असत. मी केलेलं पहिलं घर तूच डिझाइन केलंस. तूच कॉस्मोस्लॉत्निक बिल्डिंग डिझाइन केलीस. मी तुझ्या जीवनरसावर जगलो... किंवा तुझ्यासारख्या-आपल्या जन्माआधी होऊन गेलेल्या सर्व माणसांच्या- पार्थेनॉन डिझाइन करणाऱ्या, गॉथिक कॅथिड्रल्स डिझाइन करणाऱ्या, पहिली गगनचुंबी इमारत डिझाइन करणाऱ्या माणसांच्या जीवनरसावर. ते अस्तित्वात आले नसते, तर दगड दगडावर कसा रचावा हेसुद्धा मला स्वतःहून कळलं नसतं. माझ्याआधी रचल्या गेलेल्या आर्किटेक्चरविषयक ज्ञानात, माझ्या संपूर्ण कारकिर्दीत एका दरवाजाच्या मुठीचीसुद्धा भर मी टाकलेली नाही. जे माझं नव्हतं ते मी घेत गेलो आणि बदल्यात काहीही दिलं मात्र नाही. माझ्याकडे देण्यालायक काही नव्हतंच. मी हे उगाच नाटक म्हणून बोलत नाही, हॉवर्ड, आणि जे काही बोलतो आहे ते पूर्ण जाणीवेनिशी. आज मी पुन्हा एकदा तुझ्याकडे आलो आहे तो-मला वाचव हेच सांगायला. तुला मला बाहेर काढायची इच्छा असेल तर आत्ताच काढ.'

रॉर्कने सावकाश मान हलवली आणि एक हात हलवून, बोलत रहा असं सुचवलं.

'मला वाटतं तुला हे चांगलं माहीत असेल की, मी आर्किटेक्ट म्हणून संपल्यात जमा आहे. अगदी पुरा पुरा संपलो असं नाही, पण जवळपास तसंच. दुसरं कुणीही अशाच प्रकारे काही वर्षं तरी काढू शकलं असतं... मी नाही काढू शकत- मी जे काही होतो किंवा जे काही होतो असं लोकांना वाटतंय त्या पार्श्वभूमीवर मला ते कठीण आहे. घसरणीला लागलेल्या माणसाला कुणी माफ करीत नाही. माझी जी प्रतिमा त्यांच्या मनात आहे तिला जागलं पाहिजे मला. माझ्या आजवरच्या आयुष्यात मी जसा वागत आलो तशाच प्रकारे वागून मला ते साध्य करणं शक्य आहे. जे यश माझं स्वतःचं नव्हतं, त्यासाठी जी ख्याती-कीर्ती मला मिळाली, ती राखण्यासाठी आता मला पुन्हा एकदा प्रतिष्ठा हवी आहे... लायकी नसतानाही. मला एक शेवटची संधी दिलीय. ही माझी अखेरची संधी आहे हे मला माहीत आहे. हे मी करू शकत नाही हे मला चांगलं माहीत आहे. काहीतरी गचाळ काम करून आणून तुला ते दुरुस्त करायला नाही सांगणार मी. मी तुला ते डिझाइन करायला सांगतोय- आणि मग त्यावर माझं नाव टाकायची मुभा द्यायला.'

'काम कसलं आहे?'

' कोर्टलँड होम्स.'

'तो- गृहनिर्माण प्रकल्प?'

'होय. तू ऐकलंयस त्याबद्दल?'

'सारंकाही माहीत आहे मला त्याबद्दल.'

'तुला गृहनिर्माण प्रकल्पात रस आहे, हॉवर्ड?'

'तुला कुणी देऊ केलं हे काम? कोणत्या अटींवर?'

कीटिंगने सगळं नीट संगतवार, शांतपणे समजावून सांगितलं. कोर्टातली साक्ष तोंडपाठ म्हणून दाखवावी तसं टूहीबरोबरचं सारं संभाषण सांगितलं. त्याने ब्रीफकेसमधले कागद बाहेर काढले आणि डेस्कवर मांडले. रॉर्क त्या कागदांवरून नजर फिरवत असताना तो बोलत राहिला. रॉर्कने त्याला एकदा थांबवलं. 'जरा थांब, पीटर, गप्प रहा जरा.' तो बराच वेळ गप्प बसून वाट पहात राहिला. रॉर्कचा हात त्या कागदांवरून उगीचच फिरत राहिला, पण त्याला कळत होतं की, रॉर्क ते कागद वाचत नव्हता.

'हं. बोल आता.' रॉर्क म्हणाला.

तो आज्ञाधारकपणे पुन्हा एकदा सारं सांगू लागला. त्याने एकही प्रश्न केला नाही.

'मला हे कळतंय की, तू हे माझ्यासाठी करावंस असं एकही कारण नाही. तुला हा प्रश्न सोडवता येण्यासारखा असेल तर तू स्वतःच त्यांच्याकडे जाऊन हे काम करू शकशील.'

रॉर्क हसला, 'मी टूहीला पार करून जाऊ शकेन असं वाटतं तुला?'

'नाही. मला नाही वाटत ते तुला जमेलसं.'

'मला गृहनिर्माण प्रकल्पात रस आहे, असं तुला कोण म्हणतंय?'

'कुठल्या आर्किटेक्टला नसतो रस त्यात?'

'वेल, मला रस आहे, पण तुला वाटतोय तशा प्रकारचा नव्हे.'

तो उठला. त्याच्या त्या चपळ हालचालीत काहीसा ताण होता, अधीरपणा होता. प्रथमच कीटिंगने काही मत बनवलं, त्याच्या मनात आलं रॉर्कमधे असं दबलेलं औत्सुक्य पहाणं हे किती विचित्र वाटतंय.

'मला जरा यावर विचार करू दे, पीटर. ठेवून जा ते इथेच. उद्या रात्री माझ्या घरी ये. तेव्हाच सांगेन तुला काय ते.'

'तू मला... मला नकार नाही देत तू?'

'अजून तरी नाही.'

'तू कदाचित्... एवढं सगळं झाल्यानंतरही...?'

'खड्ड्यात गेलं ते.'

'तू हे करण्याचा विचार करतो आहेस...'

'मी आत्ताच काहीही सांगत नाहीये, पीटर, मला विचार करायला हवा. इतक्यात काही गृहीत धरू नकोस. मी यासाठी काहीतरी तुला अशक्य अशी मागणी करीन कदाचित्.'

'म्हणशील ते, हॉवर्ड, म्हणशील ते.'

'उद्या बोलू.'

'हॉवर्ड, मी... मी तुझे कसे आभार मानू... अगदी केवळ...'

'माझे आभार मानू नकोस. मी हे केलंच, तर त्यात माझा स्वतःचा काही उद्देश असेल. मला त्यातून तुझ्याइतकंच काहीतरी मिळवायचंय. कदाचित् जास्तच... एवढंच लक्षात ठेव, की मी कोणतीही गोष्ट दुसऱ्या कोणत्याच अटींवर करत नसतो.'

□ □ □

कीटिंग दुसऱ्या दिवशी संध्याकाळी रॉर्कच्या घरी आला. तो या भेटीची आतुरतेने वाट पहात होता की नव्हता, त्याला सांगता आलं नसतं. त्याचा दुखावा मनभर पसरत गेला होता. तो काम पार पाडत होता एवढंच, त्याला कशाचाच अंदाज लागत नव्हता.

तो रॉर्कच्या खोलीच्या मध्यावर उभा राहून ब:चहूकडे पहात राहिला. रॉर्क त्याला जे बोलला नव्हता त्याबद्दल त्याला कृतज्ञता वाटत होती. पण तो स्वतःच त्याबद्दल बोलू लागला. त्याने विचारलं, 'हे एनराइट हाऊस आहे ना?'

'होय.'

'तू बांधलंस ते?'

रॉर्कने मान हलवली. त्याला सारं समजलं. तो म्हणाला, 'बस, पीटर.'

कीटिंगने त्याची ब्रीफकेस आणली होती. ती त्याने आपल्या खुर्चीला टेकवून उभी केली. ती मधून बरीच फुगल्यासारखी दिसत होती. जडही असावी. तो फार जपून हाताळत होता ती. मग त्याने आपले हात पसरल्यासारखे केले, ते तसेच दो बाजूंना उचलून धरत त्याने विचारलं, 'वेल?'

'पीटर, क्षणभर तू असा विचार करू शकशील का... की तू जगात एकटाच आहेस?'

'असा विचार मी गेले तीन दिवस करतो आहे.'

'नाही. तसं नाही म्हणत मी. आजवर तू जे शिकला आहेस, ते विसरून तू विचार करू शकशील का- अगदी कठोरपणे विचार करायचा, स्वतःच्या बुद्धीने? काही गोष्टी तू समजून घेणं आवश्यक आहे. ही माझी पहिली अट आहे. मला काय हवंय ते मी सांगतो तुला. साधारणपणे लोक ज्या प्रकारे विचार करतात, तसाच तू विचार केलास तर मग तुला मी जे मागतो आहे त्यात काहीच विशेष वाटणार नाही. तसं म्हणालास तर मग मी ते करू शकणार नाही. तुला माझी मागणी किती महत्त्वाची आहे हे संपूर्णपणे, मनापासून समजल्याशिवाय नाही करणार मी ते.'

'मी प्रयत्न करतो, हॉवर्ड. मी... मी काल तुझ्याशी जे बोललो ते संपूर्ण प्रामाणिकपणे बोललो.'

'होय. तसं नसतं तर, मी तुला कालच परतवून लावलं असतं. आता मला असं वाटतंय की, तू समजून घेशील आणि आपली बाजू निभावशील.'

'तू करशील हे काम?'

'कदाचित्... मला जे हवं ते तू पुरेसं दिलंस तर.'

'हॉवर्ड... काहीही सांग, म्हणशील ते देईन... माझा आत्मा विकेन मी...'

'तेच तर तू समजून घ्यावंस अशी माझी इच्छा आहे. आत्मा विकून टाकणे ही जगातली सगळ्यात सोपी गोष्ट असेल. अनेकजण आपल्या आयुष्याचा प्रत्येक दिवस, प्रत्येक तास तेच करत असतात. मी तुला तुझा आत्मा जपायला सांगितलं तर... कळतंय तुला? ते का कठीण असेल...'

'होय... होय... मला कळतंय.'

'वेल? चल मग सांग, मला कोर्टलँड होम्सचं डिझाइन करावंसं का वाटावं... कारणं दे मला. मला ऑफर दे.'

'ते मला देतील ते सगळे पैसे मी तुला देईन. मला त्याची गरज नाहीये. तुला दुप्पट फी देईन मी त्यासाठी. मी देईन.'

'त्यापेक्षा अधिक काय ते कळू शकतं तुला, पीटर. मला केवळ याचाच मोह पाडतोस तू?'

'तू मला वाचवशील...'

'तुला मी का वाचवू, याचं काही कारण देऊ शकतोस तू मला?'

'नाही.'

'वेल?'

'हा एक खूप महत्त्वाचा लोकोपयोगी प्रकल्प आहे, हॉवर्ड. एक मानवतावादी प्रकल्प. झोपडपट्ट्यांत रहाणाऱ्या गरीब लोकांचा विचार कर. त्यांना परवडेल अशा किंमतीत बऱ्यापैकी सुखसोयी असलेली घरं तू त्यांना देऊ शकशील... एक उदात्त काम करू शकशील तू.'

'पीटर, काल तू यापेक्षा बराच जास्त प्रामाणिक होतास.'

त्याची नजर खाली वळली. खाली गेलेल्या आवाजत कीटिंग म्हणाला, 'तुला ते डिझाइन करायला आवडेल... म्हणून.'

'हो, पीटर, आत्ता तू माझ्या भाषेत बोलतो आहेस.'

'तुला काय हवंय?'

'ऐक आता. मी कमी खर्चाच्या घरांबद्दल गेली अनेक वर्षं विचार करतो आहे. मी कधीही झोपडपट्टीत रहाणाऱ्या गरीबांचा विचार केला नाही. मी विचार केला तो आधुनिक जगातल्या शक्यतांचा. नवीन पदार्थ, नवीन साधने... कितीतरी नवीन संधी, कितीतरी नवीन वापर. मानवी बुद्धीतून, प्रतिभेतून निर्माण झालेल्या इतक्या वस्तू नि साधने आज उपलब्ध आहेत. किती शक्यता आपण पडताळून, वापरून पाहू शकतो. तर्क नि बुद्धीचा वापर करून स्वस्तात, साध्यासोप्या पद्धतींनी बांधकामं करणं सहज शक्य आहे. मला अभ्यास करायला खूप वेळ मिळाला. स्टोडार्ड मंदिरानंतर मला बराच काळ फार काही कामं नव्हती. मी काही होण्याची वाट पहात बसलो नाही. मी काम करत राहिलो, कारण मी कुठल्याही मटीरिअलकडे या मटीरिअलचा वापर कशात करता येईल असा विचार न करता पाहूच शकत नाही. आणि ते सुचलं की मला ते ताबडतोब करून पहायचं असतं. उत्तर शोधायचं असतं, तड लावायची असते. खूप वर्षं असं काम करत आलो मी. फार आवडायचं मला ते. मी काम करत राहिलो कारण मला काही उत्तरं हवी होती. पंधरा डॉलर्स महिना भाड्यात परवडेल असं घर कसं बांधायचं असा तुला प्रश्न पडलाय? मी तुला दाखवतो, दहा डॉलर्समधे ते कसं बांधता येईल.' कीटिंग अनभावितपणे पुढे सरसावून बसला. 'पण प्रथम, तू मला विचार करून सांग, की हे काम करण्यात मी इतकी वर्षं का दवडली असावीत, पैसा? प्रसिद्धी? धर्मादाय काम? दयाबुद्धी?' कीटिंगने सावकाश नकारार्थी मान हलवली.

'ठीक आहे, तुला थोडंथोडं समजायला लागलंय. त्यामुळे आता हे लक्षात ठेव, आपण काहीही केलं तरी, झोपडपट्टीतल्या गरीब लोकांची चर्चा नको. त्यांचा याच्याशी काहीही संबंध नाही. मूर्ख लोकांना हे समजावून सांगण्याची वेळ ज्या कुणावर येत असेल त्याच्याबद्दल मला सहानुभूतीच वाटेल. हे समजून घे, की मला माझ्या क्लायंट्सबद्दल काहीही वाटत नाही, त्यांच्या आर्किटेक्चरल गरजा काय आहेत तेवढ्याशीच मी कर्तव्य ठेवतो. माझ्या बिल्डिंग्ज्‌ची मध्यवर्ती कल्पना आणि त्यातील समस्या यांच्याशी त्या निगडीत असतात. माझ्या बिल्डिंगला लागणाऱ्या सामग्रीचा- पोलाद, विटा वगैरेंचा मी जसा विचार करतो तितक्याच महत्त्वाच्या असतात त्या. पोलाद नि विटा हे काही माझं उद्दिष्ट नसतं. क्लायन्ट्स हेदेखील माझं उद्दिष्ट नसतं. दोन्हीही माझ्या कामाची साधनं आहेत. साध्य नव्हे. पीटर, लोकांसाठी काही करण्यापूर्वी आपण काहीतरी करून घेण्याच्या योग्यतेचं तर असायला हवं. आणि ते करून घेण्यासाठी आपल्याला त्या कामाची आसक्ती वाटायला हवी. त्यातून होणाऱ्या परिणामांची नव्हे. लोक नव्हे, काम. आपली स्वतःची कृती महत्त्वाची, त्यातून कुणाला तरी काहीतरी लाभ होणार हे नव्हे. मी डिझाइन केलेल्या घराची ज्यांना गरज आहे त्यांना त्या घरात रहाताना अधिक चांगल्या सुविधा मिळाल्या, असं वाटत असेल तर मला त्यात आनंद आहे. पण माझ्या कामाचा हेतू तो नाही. ते कारण नाही. किंवा ते माझं पारितोषिकही ठरू शकत नाही.'

तो खिडकीपाशी जाऊन नदीच्या अंधाऱ्या पात्रात थरथरणारी शहरातल्या दिव्यांची प्रतिबिंब पहात उभा राहिला.

'तू काल म्हणालास, कुठल्या आर्किटेक्टला गृहनिर्माण प्रकल्पांत रस नसेल... मला ती कल्पनाच भयंकर वाटते. आठवड्याला पंधरा डॉलर्स कमवणाऱ्या माणसासाठी बऱ्यापैकी सोयी असलेलं घर डिझाइन करणं हे मला योग्य वाटतं, पण इतरांच्या खर्चाने नव्हे. त्यामुळे कर वाढणार असतील, इतर घरांची भाडी वाढणार असतील, आणि आठवड्याला चाळीस डॉलर्स कमवणाऱ्या माणसाला त्यामुळे बिळात रहावं लागणार असेल, तर ते मला अजिबात मान्य नाही. न्यू यॉर्कमधे आत्ता हेच चाललंय. कुणालाही आधुनिक सुखसोयींची घरं परवडत नाहीयेत. अतिश्रीमंतांना नाहीतर अगदी गरीबांना तेवढी ती मिळवता येतात. स्वकष्टाच्या कमाईवर जगणाऱ्या जोडप्यांची अवस्था पाहिलीयेस तू? कशाबशा पडक्या डागडुजी केलेल्या इमारतींत रहातात ते. कपाटाएवढी स्वैपाकघरं आणि अगदी वाईट प्लंबिंग असतं त्यांच्या घरांचं. त्यांना तसं जगणं भाग असतं, कारण ते अगदीच काही टाकाऊ, अगदीच भुक्कड नसतात. ते चाळीस डॉलर्सची कमाई करतात म्हणून त्यांना गृहनिर्माण प्रकल्पात घर मिळू शकत नाही. पण त्या प्रकल्पासाठी त्यांच्याच खिशात हात घातला जातो. ते कर भरत असतात. त्यांचं स्वतःचं भाडं त्या करामुळेच वाढत रहातं. त्यांना अधिकाधिक वाईट प्रकारच्या भाड्याच्या घरांत बाडबिस्तरा हलवावा लागतो. एखाद्या माणसाला पंधरा डॉलर्स कमावणंच जमत असेल तर त्याला शिक्षा व्हावी, असं माझं मुळीच म्हणणं नाही. पण म्हणून पंधरा डॉलर्स कमावणाऱ्या कमी लायकीच्या माणसासाठी चाळीस डॉलर्स कमावणाऱ्या माणसाला शिक्षा व्हावी, हे मला अजिबात मान्य होऊ शकत नाही. अर्थात या विषयावर बरीच तात्विक चर्चा झडते आणि अनेक तत्त्वप्रणाली आहेत. पण जरा पहा आपण काय साध्य केलं आहे त्यातून. तरीही आर्किटेक्ट्स गृहनिर्माण प्रकल्पांच्या मागे असतात. एक तरी आर्किटेक्ट असा दाखव की जो नियोजित शहरांच्या नावे ओरडत नाही. नियोजनाचा आराखडा त्यांचाच असेल असं कशावरून वाटत असतं त्यांना? आणि असला तरीही कुणा एकाच्याच डोक्यातून निघालेली कल्पना साऱ्यांच्या माथी मारण्याचा कुणाला काय हक्क आहे? आणि नसला तर त्यांच्या कामाचं काय होतं? मला वाटतं दोन्ही गोष्टी त्यांना नकोच असतात. त्यांना एक समिती हवी असते, बैठका हव्या असतात, सहकार्य, संयुक्त विद्यम हवा असतो सर्वांना. आणि मग त्यातून साध्य काय होतं... 'मार्च ऑफ द सेंचुरीज्.' पीटर, त्या प्रदर्शनात तुम्हा आठ जणांनी मिळून जे काही केलंत, त्यापेक्षा कितीतरी चांगलं काम तुम्ही एकेकट्याने केलं आहे... कधीतरी स्वतःलाच विचार, असं का झालं ते.'

'माहीत आहे मला ते... पण कोर्टलँड...'

'होय, कोर्टलँड. वेल, मी तुला माझा कोणत्या गोष्टींवर विश्वास नाही, ते सांगितलं, म्हणजे मला काय हवं आहे आणि ते मिळवण्याचा माझा अधिकार काय आहे, ते तुला कळू शकेल. शासकीय गृहनिर्माण योजनांवर माझा विश्वास नाही. मला कुठल्याही उदात्त हेतूची पर्वा नाही. ते हेतू उदात्त असतात, असंही मुळात मला वाटत नाही, पण ठीक आहे त्याने काहीच फरक पडत नाही. तो माझा हेतू नाही, बस्स. त्या घरांत कोण रहाणार याचीही मला पर्वा नाही आणि ते बांधण्याची ऑर्डर कुणी दिली याच्याशीही कर्तव्य नाही. माझं कर्तव्य आहे फक्त त्या घरांशी. बांधलीच जाणार असतील तर ती निदान नीट तरी बांधली जाऊ द्यात.'

'तुला बांधायची आहेत ती?'

'गेल्या साऱ्या वर्षांत मी जेव्हा या प्रश्नावर डोकं घासत होतो, मला कधी वाटलंही नव्हतं की, मी शोधलेली उत्तर प्रत्यक्षात वापरली जाण्याची काही संधी असेल. मी आशा सोडली होती. एवढ्या

मोठ्या प्रमाणावर काय करता येऊ शकतं, ते मी दाखवून देऊ शकेन अशी संधीच मला मिळणं अशक्य होतं हे मला कळत होतं. इतर काही गोष्टींबरोबरच तुमच्या शासकीय गृहनिर्माण प्रकल्पांनी, सगळाच बांधकाम व्यवसाय एवढा महागडा करून ठेवलाय की, खाजगी मालकांना असले प्रकल्प करताच येत नाहीत. कमी भाड्याची घरं बांधणंही मुश्कील होऊन बसलंय. आणि मला शासकीय प्रकल्पात कोण शिरकाव देणार? ते तर तुलाही कळतंय. टूहीला ओलांडून जाणं मला शक्यच होणार नाही. आणि तो काही एकटाच नाही तसा. मला कधीही कुठलंही काम एखाद्या बोर्डाकडून, समितीकडून, मंडळाकडून मिळालेलं नाही आजवर... खाजगी असो वा सार्वजनिक. माझ्यासाठी कुणीतरी एखादा माणूस- केंट लॅन्सिंगसारखा एखादा माणूस लढत असेल तरच ते जमतं. त्यामागे एक कारण आहे, पण आता आपण त्याची चर्चा नको करूया. मला तुझी गरज कोणत्या परीने आहे, ते तू समजून घे. म्हणजे मग हा देवाणघेवाणीचा व्यवहार योग्य आहे हे तुला पटेल.'

'तुला माझी गरज आहे?'

'पीटर, मला हे काम बेहद्द आवडलंय. मला ते साकारलेलं पहायचंय. मला ते प्रत्यक्षात, अस्तित्त्वात आणायचंय. जितंजागतं जमिनीवर आलेलं पहायचंय त्याला. पण प्रत्येक जितंजागतं अस्तित्त्व एकात्म असतं. याचा अर्थ कळतो तुला? संपूर्ण, शुद्ध, पूर्णरूप, अखंड... एकात्मता देणारं तत्त्व काय असतं माहीतेय तुला? तो एक विचार असतो. एकच, एकसंध विचार... ज्यातून ते अस्तित्त्व निर्माण होतं, त्याचा प्रत्येक भाग निर्माण होतो. तो विचार, कुणीही बदलू शकत नाही, त्याला स्पर्शही करू शकत नाही. मला कोर्टलँड डिझाइन करायचंय. मला ते बांधलं गेलेलं पहायचंय. मी ते जसं डिझाइन करेन, तसंच्या तसं ते बांधलं गेलेलं पहायचंय मला.'

'हॉवर्ड, हे म्हणजे काहीच नाही, असं नाही म्हणणार मी.'

'कळतंय तुला?'

'हो.'

'माझ्या कामासाठी पैसा मिळवायला मला आवडतं. पण यावेळी मी ते सोडून देतो. माझं काम मी केलं आहे हे लोकांना कळलेलं मला आवडतं. तेही मी यावेळी सोडून देईन. माझ्या कामामुळे आनंदाने तिथे राहू लागलेले रहिवासी पहाणं मला आवडतं. पण त्यानेही काही फरक पडणार नाही. एकच गोष्ट खूप महत्त्वाची आहे. माझं उद्दिष्ट, तेच माझं पारितोषिक. माझी सुरुवात आणि शेवट सारंकाही माझ्या कामातच आहे. माझं काम माझ्याच पद्धतीने. पीटर, जगात तू मला दुसरं काहीही देऊ करू शकत नाहीस. एवढं दे, मग मला जे काही देता येण्यासारखं आहे ते मी या कामात देईन. माझं काम माझ्या पद्धतीने. एक संपूर्णपणे व्यक्तिगत, स्वकेंद्री, अहंकारी हेतू आहे हा. मी केवळ याच प्रकारे काम करू शकतो. मी हा असाच आहे.'

'होय, हॉवर्ड, मला समजतंय. माझ्या पूर्ण बौद्धिक ताकदीनिशी मला हे समजतंय.'

'मग माझी तुला ही ऑफर. मी कोर्टलँड होम्स डिझाइन करीन. तू सगळी फी ठेवून घे. पण ते मी केलेल्या डिझाइनबरहुकूम जसंच्या तसं बांधलं जाईल, याची शंभर टक्के हमी तू द्यायचीस.'

कीटिंग त्याच्याकडे थोडा वेळ पहात राहिला. त्याने जाणीवपूर्वक काही क्षण त्याच्या नजरेला नजर भिडवली.

'ठीक आहे, हॉवर्ड,' तो पुढे म्हणाला, 'तू काय मागतो आहेस, आणि मी कसलं वचन देतो आहे हे मला किती खोलवर कळलंय हे तुला कळावं म्हणून थांबलो होतो मी.'

'हे सोपं नसेल हे तुला कळतंय?'

'हे अतिशय कठीण असेल, हे मला कळतंय.'

'कठीणच असेल, कारण हा एक प्रचंड मोठा प्रकल्प आहे. शिवाय शासकीय प्रकल्प आहे. कितीतरी लोकांचे हितसंबंध त्यात गुंतलेले असतील. प्रत्येकाला आपापला अधिकार या ना त्या प्रकारे गाजवायची हौस असेल. तुला खूप लढावं लागेल. घनघोर लढावं लागेल. माझ्या निष्ठेची ताकद घेऊन तुला पुढे जावं लागेल.'

'मी त्याला साजेसं वागायचा प्रयत्न करेन, हॉवर्ड.'

'मी तुझ्यावर टाकलेला विश्वास हा कुठल्याही दयावादी उद्दिष्टापेक्षा पवित्र आहे,- किंवा तुझ्या आवडत्या शब्दात- उदात्त आहे हे जर तुला कळत नसेल तर तसं वागणं तुला शक्य होणार नाही. मी हे जे करतो आहे ते तुझ्यावरचे उपकार नाहीत, किंवा तिथं रहायला येणाऱ्या लोकांवरचे उपकार नाहीत, तर मी माझ्यासाठी केलेलं काम आहे, हे तुला कळत नसेल तर तुला तसं वागता येणार नाही. मी घातलेली ही अट तुला मान्य असेल, तरच तुझा माझ्या कामावर हक्क असेल हे समजून घे.'

'होय, हॉवर्ड.'

'ते कसं काय साध्य करायचं हे तुझं तू शोधून काढ. तू स्वतःसाठी त्यांच्याबरोबर जे करारपत्र करून घेशील ते चिलखतबंद करारपत्र असलं पाहिजे. आणि मग पुढल्या वर्षादोनवर्षात दर पाच मिनिटांनी जो जो नोकरशहा तुझ्याशी वाद घालायला उठेल त्याच्याशी तुला झुंजावं लागेल. माझ्याकडे तुझा शब्द, तुझं वचन एवढीच एक हमी असेल. द्यायची इच्छा आहे असं वचन?'

'मी वचन देतो.'

रॉर्कने दोन कागद काढले. त्यावर काहीतरी टाईप करून ठेवलेलं होतं. ते पुढे सरकवत तो म्हणाला, 'सही कर.'

'काय आहे ते?'

'आपल्यातलं करारपत्र. आपण ज्या गोष्टी मान्य केल्यात त्याचंच करारपत्र. आपल्या दोघांसाठी एकेक कॉपी. याला कोणताही कायदेशीर दर्जा नाही. पण मी एवढं तुझ्या डोक्यावर धरू शकतो. मी तुझ्यावर खटला भरू शकणार नाही. पण मी हे जाहीर करू शकतो. तुला प्रतिष्ठाच हवी असेल तर हे जाहीर होणं तुला परवडणार नाही. तुझं धैर्य कुठे कमी पडू लागलं तर, लक्षात ठेव, की तू तडजोड केलीस तर सारंकाही गमावून बसशील. पण तू तुझं वचन पाळलंस, तर माझं वचन आहे- तेही लिहिलंय त्यात- की मी कधीही ही गोष्ट कुणालाही सांगणार नाही. कोर्टलँड तुझंच असेल. ज्या दिवशी ते काम पूर्ण होईल त्यादिवशी हा कागद मी तुझ्याकडे पाठवून देईन, जाळायचा तर जाळून टाक.'

'ठीक आहे, हॉवर्ड.'

कीटिंगने सही केली आणि पेन रॉर्ककडे दिलं. रॉर्कनेही सही केली.

कीटिंग त्याच्याकडे क्षणभर पहात राहिला. मग अगदी सावकाशपणे एकेक शब्द जोखत, कसल्यातरी विचाराला आकार देत बोलल्यासारखा बोलू लागला, 'कुणीही म्हणेल की तू वेडा आहेस. सगळे म्हणतील की मी सगळंच खिशात घातलंय...'

'समाज जे काही माणसाला देऊ शकतो, ते सारंकाही तुला मिळणार आहे. तू सगळे पैसे ठेवून घेशील. त्यातून मिळणारी प्रसिद्धी, सन्मान वगैरे तुझंच असेल. तिथं रहाणाऱ्यांची कृतज्ञताही तुलाच मिळेल. आणि मी- मी केवळ एकच गोष्ट मिळवलेली असेन- जी कुणीच कुणाला देऊ शकत नाही, माणूस फक्त स्वतःलाच देऊ शकतो ती... मी कोर्टलँड बांधलेलं असेन.'

'तुला माझ्यापेक्षा खूप जास्त मिळणार आहे, हॉवर्ड.'

'पीटर!' त्याचा स्वर विजयी होता, 'तुला समजतंय हे?'

'हो...'

रॉर्क टेबलाला टेकला आणि मऊसर हसत राहिला. कीटिंगने ऐकलेला सर्वात प्रसन्न उच्चार होता तो.

'हे होईल, पीटर, हे होईल. सगळं ठीक होईल. तू काहीतरी एकदम मस्तच केलं आहेस. तू माझे आभार मानून सारंकाही घाण करून टाकलं नाहीस.'

कीटिंगने निःशब्दपणेच मान डोलावली.

'चल आता, आरामात बस, पीटर, ड्रिंक घेणार? आज रात्री आपण तपशीलांची चर्चा करायची नाही. बस फक्त आणि माझी सवय करून घे. मला घाबरायचं सोडून दे. काल मला काय म्हणालास ते विसर. या एका गोष्टीने सगळं स्वच्छ करून टाकलंय. आपण नवी सुरुवात करतोय. आपण आता पार्टनर्स आहोत. तू तुझं काम करायचंस. एकदम चांगला व्यवहार आहे हा. सहकार्य म्हणजे असं असायला हवं, असं मला नेहमी वाटतं, बरं का. तू लोकांकडे बघ, मी बिल्डिंगकडे बघतो. आपल्याला जे काम चांगलं जमतं ते आपण प्रामाणिकपणे करू.'

तो कीटिंगजवळ गेला आणि त्याने हात पुढे केला.

वर न पहाताच स्तब्ध बसलेल्या कीटिंगने हात हातात घेतला. त्याची बोटं क्षणभर त्या हातावर घट्ट मिटली.

रॉर्कने दिलेल्या ड्रिंकचे त्याने तीन मोठे घोट घेतले, आणि तो त्या खोलीकडे पहात बसला. बोटांमधे ग्लास धरून तो बसला होता. त्याचा हात स्थिर होता, हालचाल न करताही मधूनच बर्फाचे खडे किणकिणत होते.

त्याची नजर जडावून खोलीभर, रॉर्कच्या शरीरावरून फिरत राहिली. त्याला वाटलं, हे काही तो मुद्दाम मला दुखावण्यासाठी करत नाहीये. त्याला कळतही नाही. पण त्याच्या साऱ्या शरीरातून तो भाव बोलका होतो आहे. किती आनंदात आहे तो, फक्त जिवंत असण्याचा, अस्तित्त्वात असण्याचा आनंद... अन् मग त्याला अचानक जाणवलं की, कुणाही जिवंत प्राण्याला अस्तित्त्वात असण्याचा इतका आनंद होत असेल, असा त्याने यापूर्वी कधी विचारच केला नव्हता.

'तू किती तरुण आहेस, हॉवर्ड... किती तरुण... मी एकदा तुला म्हाताऱ्यासारखा वागत असल्याबद्दल, फार गंभीरपणे वागत असल्याबद्दल दूषणं दिली होती, आठवतं... फ्रँकनकडे माझ्या हाताखाली कामाला असताना.'

'सोड ना ते, पीटर. काहीही आठवणी न काढता आपलं चांगलं चाललंय की.'

'कारण तू दया दाखवतो आहेस. थांब, असा कपाळाला आठ्या नको घालूस. मला बोलू दे. मला कशाबद्दलतरी बोलायलाच हवं. मला माहीते, हा विषय मी काढू नये असंच तुला वाटत असणार. देवा... तू तो विषय काढू नयेस अशी इच्छा मी करत होतो! त्या रात्री मी किती प्रयत्नपूर्वक स्वतःला तयार करत होतो तू मला कायकाय बोलशील, ते सारं सोसण्यासाठी. पण तू काहीच बोलला नाहीस. हे चित्र उलट करू. आज तू माझ्या घरी आला असतास, कल्पना करू शकतोस, मी काय बोललो असतो आणि कसा वागलो असतो त्याची? तू तेवढा आत्मकेंद्री नाहीस म्हणून.'

'छे. असं मुळीच नाही. मी फार आत्मकेंद्री आहे, तसं म्हणशील तर. मी कधी तुलना करत नाही. दुसऱ्या कुणाच्या तुलनेत मी स्वतःचा विचार कधीच करत नाही. दुसऱ्या कोणत्याही गोष्टीचा भाग म्हणून माझं मूल्यमापन करायला नकार देतो मी सरळ. मी अगदी अहंमन्य मनुष्य आहे.'

'हो. तू आहेस. पण अहंमन्य माणसं दयाळू नसतात. आणि तू आहेस. तू अतिशय आत्मकेंद्री आहेस तसाच अतिशय दयाळूही आहेस. हे मला कोडं आहे.'

'कदाचित् त्या संकल्पनाच विचित्र असतील. कदाचित् लोक या शब्दांचा जसा विचार करत

आलेत तसा त्यांचा अर्थ नसेल. पण जाऊ दे ना ते. काहीतरी बोलायचंच असेल तर आपण आता जे करणार आहोत त्याबद्दल बोलू.' तो उघड्या खिडकीबाहेर जरासा झुकला. 'ते बघ, त्या तिथे उभा रहाणार आहे कोर्टलँड होम्सचा प्रकल्प. तो अंधारा मोकळा पट्टा दिसतो आहे- तेच कोर्टलँड. तो पूर्ण झाला की मी इथे माझ्या खिडकीत उभा राहून पाहू शकेन. मग तो या शहराचा भाग होईल. पीटर, मी कधी तुला सांगितलं का रे, या शहरावर माझं नितान्त प्रेम आहे हे?'

कीटिंगने ग्लासात उरलेलं ड्रिंक एका घोटात संपवलं.

'मला वाटतं मी निघावं आता, हॉवर्ड, मला आज जरा बरं नाही वाटत.'

'मी तुला फोन करीन- थोड्याच दिवसांनी. आपण इथेच भेटलेलं बरं. माझ्या ऑफिसात येऊ नकोस. तिथं तू दिसून येणं चांगलं नाही- कुणाच्यातरी लक्षात येईल. आणि हो, नंतर, जेव्हा माझी स्केचेस पूर्ण होतील तेव्हा तुला ती कॉपी करायला लागतील. तुझ्या पद्धतीने, तुझ्या हस्ते. काही लोकांना माझी ड्रॉइंगची पद्धत ओळखता येण्याची शक्यता आहे.'

'बरं. ठीक आहे...'

कीटिंग उठला आणि आपल्या ब्रीफकेसकडे जरा अनिश्चितपणे पहात राहिला. मग त्याने ती उचलली. त्याने काहीतरी तोंडातल्या तोंडात निरोपाचे शब्द उच्चारले, हॅट घेतली, दाराकडे गेला आणि थबकला. पुन्हा ब्रीफकेसकडे पहात राहिला.

'हॉवर्ड, मी तुला काहीतरी दाखवायला आणलेलं.'

तो पुन्हा खोलीत आला आणि त्याने ती ब्रीफकेस टेबलावर ठेवली.

'कुणालाच दाखवलेली नाहीत मी ही आजवर.' त्याने चाचपडत तिचे पट्टे उघडले, 'आईला नाही, एल्सवर्थ टूहीला नाही... मला फक्त तूच सांग... यात काही...'

त्याने रॉर्कच्या हातात आपले सहा कॅनव्हासेस दिले.

रॉर्कने ते एकापाठोपाठ एक पाहिले. गरजेपेक्षा बराच जास्त वेळ लावला त्याने. मग त्याच्या नजरेला नजर देण्याचा विश्वास वाटल्यानंतर त्याने त्याच्याकडे पाहिलं आणि कीटिंगने न उच्चारलेल्या प्रश्नाला मानेच्या नकारानेच उत्तर दिलं.

'आता फार उशीर झाला, पीटर,' तो मृदू स्वरात म्हणाला.

कीटिंगनेही मान हलवली, 'मला वाटतं... मलाही ते कळत होतं.'

कीटिंग गेल्यानंतर रॉर्क दाराला टेकून उभा राहिला. त्याने डोळे मिटून घेतले होते. त्याच्या मनात कीव दाटून आली होती... मळमळून आलं त्याला.

असं त्याला यापूर्वी कधीही वाटलं नव्हतं. हेन्री कॅमेरॉन ऑफिसमधे त्याच्या पायापाशी कोसळला तेव्हा नाही, स्टीवन मॅलरी त्याच्या समोरच पलंगावर पालथा पडून हुंदके देत रडत राहिला होता तेव्हाही नाही... हे क्षण तसे स्वच्छ, निर्मळ दुःखाचे होते. पण ही कीव... एखाद्या माणसाची किंमत संपल्याची, आशा संपुष्टात आल्याची ढळढळीत जाणीव, आता काहीही हाती लागू शकणार नाही यावरचं अंतिम शिक्कामोर्तब. या भावनेत एक लाजिरवाणा कळकट भाव होता. एका माणसावर असा अंतिम शेरा मारण्याची पाळी त्याच्यावर यावी, याचीही लाज वाटत होती त्याला... ज्या भावनेत सन्मानाचा एक कणही असू नये, अशी भावना त्याला प्रथमच स्पर्शून गेली होती.

हीच ती करुणा... तो विचार करत राहिला. त्याने आश्चर्याने मान वर उचलली. तो विचार करत राहिला. या गलिच्छ भावनेला लोक संवेदनशीलतेचा सद्गुण मानत असतील तर... या जगाचं काहीतरी भयंकर बिनसलं असणार.

❑

९

ते तलावाच्या काठावर बसले होते. एका खडकावर वायनान्ड बसला होता, रॉर्क जमिनीवर पसरला होता, डॉमिनिक ताठ बसून होती, गवतावर पसरलेल्या तिच्या आकाशी निळ्या स्कर्टच्या घेरातून तिचं शरीर सरळ ताठरपणे उगवल्यासारखं दिसत होतं.

त्यांच्या पलिकडून डोकावणाऱ्या टेकडीच्या माथ्यावर वायनान्ड हाऊस उभं होतं. आजुबाजूच्या जमिनीवरची शेतं टप्प्याटप्प्याने चढत टेकडीच्या उताराला गाठत होती. त्या घराचा आकार क्षितीजसमांतर आयताकारांतून घडलेला होता. त्यांच्या मधूनच एक उभा सुळका निघालेला. एकामागे एक असे ते आयताकार म्हणजे एकेक स्वतंत्र खोली होती. प्रत्येकीचा आकार आणि घडण चढतचढत जात एकमेकांत गुंतलेल्या आडव्या रेषांत प्रतीत होत होती. जणू पहिल्या टप्प्यावरच्या लांबरुंद लिव्हिंग रूमनंतर एक हात सलगपणे फिरत वरच्या चढणीला आकार देत गेला होता. मग तो थांबला होता आणि मग वेगळ्याच टप्प्यावर लहानलहान फटकारे देत, आकाशाकडे जात थांबला होता. जणू वरवर चढत येणाऱ्या शेतांचा संथ ताल वाढत गेला होता, द्रुत लयीत चढत जात मग अखेर एकेका स्वराघातात संपला होता.

'मला इथून त्या घराकडे पहात रहायला आवडतं.' वायनान्ड म्हणाला, 'काल तर मी इथे अख्खा दिवस बसून होतो. त्यावरचा प्रकाशाचा खेळ पहात राहिलो. तू बिल्डिंग डिझाइन करतोस तेव्हा दिवसातल्या कोणत्याही क्षणी, कोणत्याही कोनातून उन्हाचा खेळ कसा दिसेल ते तुला माहीत असतं? सूर्यावर नियंत्रण राखतोस की काय तू?'

'अर्थात्.' रॉर्कने मान वर न करताच उत्तर दिलं. 'दुर्दैवाने इथे नाही नियंत्रण ठेवू शकत मी उन्हावर. जरा तिकडे सरक, गेल. तू वाटेत येतो आहेस. मला पाठीवर ऊन घ्यायला आवडतं.'

वायनान्ड धप्पकन गवतावर आडवा झाला. रॉर्क पोटावर पालथा पडलेला. त्याने आपला चेहरा दंडात लपवलेला. त्याचे लालकेशरी केस शर्टच्या पांढऱ्या बाहीवर पसरलेले. एक हात समोर सरळ पसरलेला. हाताचा तळवा गवताला टेकून होता. डॉमिनिक त्याच्या बोटांमधून डोकावणाऱ्या गवताच्या पात्यांकडे पहात होती. मधूनच त्याची बोटं हलल्यावर गवताची पाती किंचितशी, हलकीशी चुरगाळली जात होती...

मागे तलाव पसरला होता. एक निळी चादर कडांपाशी गडद होत चाललेली. जणू दूरची झाडे संध्याकाळी त्याला कवेत घ्यायला जवळजवळ सरसावत होती. सूर्याने पाण्यावर एक चमचमता पट्टा ओढलेला. डॉमिनिकने वर घराकडे पाहिलं आणि विचार केला, वर जाऊन खिडकीत उभं राहून, टेकडीच्या पायथ्याशी, गवतावर थकून भागून, हात पसरून विसावलेल्या या आकृतीकडे पहायला मला आवडेल.

ती या घरात महिनाभर राहिली होती. तिला वाटलं नव्हतं, खरंच ती तिथे जाऊन राहील असं. आणि मग एक दिवस रॉर्क म्हणालेला, 'अजून दहा दिवसांत घर तयार असेल, मिसेस वायनान्ड.'

ती उत्तरलेली, 'होय, मि. रॉर्क.'

तिने ते घर पूर्णपणे स्वीकारलं. जिन्याच्या कठड्याचा हाताला होणारा स्पर्श. घराच्या आतल्या, तिच्या श्वासात शिरणाऱ्या हवेला कवेत धरून ठेवणाऱ्या भिंती. संध्याकाळी तिला दाबावे लागणारे दिव्यांचे स्विचेस आणि त्याने भिंतीतून फिरवलेल्या तारांमधून खेळणाऱ्या विजेने पेटणारे दिवे, त्याने फिरवलेल्या पाईप्समधून आलेले नळ उघडल्यानंतर त्यातून येणारं पाणी, ऑगस्टमधल्या सांध्यसमयी

त्याने त्याच्या ड्रॉइंगमधे डिझाइन केलेल्या फायरप्लेसमधून मिळणारी जाळाची ऊब, सारं स्वीकारलं तिने. तिला वाटलं, प्रत्येक क्षण, माझ्या जगण्याची प्रत्येक गरज... तिने विचार केला... का नाही? हेच तर माझ्या शरीराचंही आहे. माझी फुप्फुसं, रक्ताच्या धमन्या, मज्ञातंतू, मेंदू हे सारंच तर त्याच एका नियंत्रणाखाली आहे. तिला त्या घराशी तादात्म्य पावल्यासारखं वाटलं.

तिने स्वीकारलं, वायनान्डच्या शय्येत, त्याच्या बाहूंत झोपून उठल्यानंतर डोळे उघडल्यावर रॉर्कने डिझाइन केलेल्या भिंतींचं दर्शन, आणि दात घट्ट रोवून ती आपल्या शरीराच्या न भागलेल्या भुकेला उत्तर देत राहिली, कुठल्या पुरुषाने हे तिला दिलं... की दोघांनीही हे न कळता... स्वतःचीच कुचेष्टा केल्यासारखी ती त्या भुकेला शरणही जात राहिली.

ती घरातून फिरताना, जिने उतरताना, खिडकीपाशी उभी असताना वायनान्ड तिच्याकडे पहात रहायचा. तो एकदा तिला म्हणालेला, 'एखाद्या स्त्रीसाठीच ड्रेस डिझाइन करावा तसं घर डिझाइन करता येतं हे मला माहीत नव्हतं. तुला मी इथे जसं पाहू शकतो तसं तू नाही पाहू शकत स्वतःला, तुला कळूच शकत नाही की हे घर किती परिपूर्णतेने खास तुझंच आहे. प्रत्येक कोन, प्रत्येक खोलीचा प्रत्येक अंश हा तुझ्यासाठी कोंदण असावा असा आहे. तुझ्या उंचीशी, तुझ्या शरीराशी सारंकाही प्रमाणबद्ध आहे. अगदी भिंतींचा पोतही तुझ्या त्वचेच्या पोताशी एका वेगळ्याच प्रकारे नातं सांगतो. हे तर स्टोडार्ड मंदिरच आहे... पण केवळ एकाच व्यक्तीसाठी बांधलेलं. आणि ते माझं आहे. मला हेच हवं होतं. शहराचा स्पर्श होऊच शकत नाही तुला इथे. मला नेहमी वाटायचं की ते शहर तुला माझ्यापासून दूर नेईल. त्या शहराने मला सारंकाही दिलं. का कोण जाणे मला असं वाटत आलंय... की कधीतरी ते माझ्याकडून परतावा मागेल. पण इथे तू सुरक्षित आहेस आणि माझी आहेस.'

तिला किंचाळून सांगावंसं वाटलं त्याला, 'गेल, मी कधीही नव्हते इतकी सर्वार्थाने इथे त्याची आहे.'

त्यांच्या नव्या घरात फक्त रॉर्क हा एकच पाहुणा येऊ शकत होता. तिने रॉर्कचं तिथे दर वीकेन्डला येणं स्वीकारलं. ते सर्वात कठीण होतं पचवायला. तो तिचा छळ करण्यासाठी तिथे येत नव्हता, हे तिला माहीत होतं. वायनान्डने बोलावलं म्हणून तो येत असे, आणि वायनान्डच्या बरोबर बसायला त्याला आवडायचं. तिला आठवलं, एकदा एका संध्याकाळी तिने आपल्या बेडरूमकडे जाणाऱ्या जिन्याच्या कठड्यावर हात ठेवत म्हटलं होतं, 'तुम्हाला हवं तेव्हा नाश्त्यासाठी खाली या, मि. रॉर्क. डायनिंग रुममधलं बटन दाबा फक्त.'

'थँक यू, मिसेस वायनान्ड, गुड नाइट.'

एकदा तिला तो एकटाच दिसला. भल्या सकाळची वेळ होती. ती सारी रात्र झोपली नव्हती. हॉलच्या पलीकडच्या खोलीत तो झोपला आहे, याचाच विचार करत राहिली होती. घराला जाग येण्याआधीच ती उठून बाहेर आली होती. ती टेकडी उतरून खाली आली, तेव्हा आसमंतातली अनैसर्गिक वाटणारी शांतता तिला खूपच शांतवून गेली. सूर्य उगवण्यापूर्वीचा पसरून राहिलेला स्थिर प्रकाश, न हलणारी पाने, कशाची तरी वाट पहात थांबल्यासारखी शांतता झळाळत होती. तिच्या मागे पावलांचा आवाज झाला. ती थबकली आणि एका झाडाच्या खोडाला टेकून उभी राहिली. त्याने खांद्यावर पोहण्याचे कपडे टाकले होते. तो खाली तलावात पोहायला निघालेला. तो तिच्यासमोर थांबला. दोघेही आसमंताइतकेच स्तब्ध राहून एकमेकांकडे पहात राहिले. तो काहीच बोलला नाही. वळून पुढे चालत राहिला. ती बराच वेळ तशीच झाडाला टेकून उभी होती. थोड्या वेळाने ती घराकडे वळली.

आता, तलावाजवळ बसलेले असताना वायनान्ड त्याला म्हणत होता, 'तू म्हणजे जगातला सर्वात आळशी प्राणी वाटतोस, हॉवर्ड.'

'आहेच मी.'

'कुणीही इतकं आरामात विसावलेलं मी कधी पाहिलं नाही.'

'लागोपाठ तीन रात्री जागा राहून पहा कधीतरी.'

'मी तुला कालच इथे यायला सांगितलं होतं.'

'शक्यच नव्हतं.'

'तू इथेच झोपतो आहेस की काय आता?'

'आवडेल मला. काय मस्त वाटतंय.' त्याने डोकं वर केलं. त्याच्या डोळ्यात हसू होतं. जणू त्याने त्या टेकडीवरची वास्तू कधी पाहिली नव्हती, जणू तो त्याबद्दल बोलतच नव्हता. 'मला असं मरायला आवडेल. कुठल्यातरी काठाकिनाऱ्यावर... डोळे मिटायचे आणि मग परत यायचंच नाही.'

तिला वाटलं, मी जो विचार करते आहे तोच विचार तोही करतो आहे. आमच्यात अजूनही ते आहेच. गेलला नाही कळायचं. तो आणि गेल यांच्यामधे हे नाही. आत्तापुरतं तरी केवळ तो आणि मीच.

वायनान्ड म्हणाला, 'ए वेड्या, गधड्या, हे काय बोलतोस. शोभत नाही तुला, मस्करीतही नाही. तू कसल्यातरी कामात जरा जास्तच त्रास करून घेतो आहेस. काय प्रकार आहे?'

'व्हेंटिलेटर शाफ्ट्सवर डोकं फोडतोय सध्या. एकदम वैताग व्हेन्टिलेटर शाफ्ट्स आहेत.'

'कुणासाठी?'

'क्लायंट्स... किती प्रकारचे क्लायन्ट्स आहेत सध्या माझ्याकडे.'

'रात्री काम करायला लागतंय?'

'हो. या लोकांसाठीच. खूपच खास काम आहे. ऑफिसमधे बसून पण काही करू शकत नाही.'

'काय म्हणतोस काय?'

'काही नाही रे. लक्ष देऊ नकोस. मी झोपेत आहे.'

तिला वाटलं, हा गेलचा सन्मान आहे. त्याच्या समोर शरणागती पत्करल्यासारखं वागण्यातला विश्वास... तो मांजरासारखा विसावतो, आणि मांजरं कधीही त्यांची आवडती माणसं जवळ असल्याशिवाय विसावत नाहीत.

'जेवण झाल्यावर तुला मी वर ढकलतो आणि दाराला कुलूप घालतो.' वायनान्ड म्हणाला, 'मग तुला बारा तास झोपू देतो मी.'

'ठीक आहे.'

'लवकर उठशील? सूर्योदयापूर्वी पोहायला जाऊ.'

'मि. रॉर्क थकलेत ना, गेल?' डॉमिनिकचा स्वर जरासा तिखट होता.

रॉर्क कोपराच्या आधाराने किंचित उठला आणि त्याने तिच्याकडे थेट पाहिलं. तिला त्याची नजर कळली- थेट आणि सारंकाही समजून घेणारी.

'तू ना, गेल, शहरापासून दूर रहाणाऱ्यांच्या सगळ्या वाईट सवयी लागल्यात तुला...' ती म्हणाली, 'आपल्या पाहुण्यांवर तू स्वतःचं वेळापत्रक लादतोस. शहरात रहाणाऱ्या माणसाला त्याची सवय नसते.' ती विचार करत होती, तेवढा तो एक क्षण फक्त माझा स्वतःचा असू दे... तू तलावाच्या दिशेने चालत जातानाचं चित्र फक्त माझ्या मनात असू दे. इतर सगळ्याबरोबर ते सुद्धा गेलला नको देऊन टाकूस तू. 'मि. रॉर्क काही बॅनरचे कर्मचारी नाहीयेत, वाट्टेल तशा आज्ञा फर्मावायला.'

'या जगात सगळे सोडून मि. रॉर्कना आज्ञा फर्मावायला मला किती आवडेल म्हणून सांगू.' वायनान्ड मजेत बोलला, 'त्याने चालवून घेतलं तर...'

'तू त्यांना चालवून घ्यायला लावतोस.'

'काही हरकत नाही माझी, मिसेस वायनान्ड. गेलसारख्या जबरदस्त माणसाच्या आज्ञा पाळायला काही हरकत नाही वाटणार मला.'

या वेळी मला जिंकू दे, ती विचार करत होती, फक्त एवढ्याच एक वेळी... तुला त्याचं काहीच वाटत नाही. वेडेपणा आहे हा माहीते. निरर्थक वाटेल तुला... पण नाकार त्याची इच्छा. नाकार केवळ त्या एका स्मृतीसाठी...जी माझ्याकडे आहे, त्याच्याकडे नाही.

'मला वाटतं, मि. रॉर्क, तुम्ही विश्रांती घ्या उद्या. उशीरपर्यंत झोपून रहा. मी नोकरांना सांगून ठेवते, तुम्हाला कुणीही उठवायचं नाही म्हणून.'

'नाही नाही. रात्री व्यवस्थित झोपलो की मी छान ताजातवाना होईन, मिसेस वायनान्ड. मलाही नाश्त्याच्या आधी पोहून यायला आवडतं. गेल, तुझं आटपलं की माझं दार ठोठाव, आपण जाऊ.'

तलाव आणि टेकडीच्या त्या देखाव्याकडे ती पहात राहिली, कुठेही दुसऱ्या कुठल्या माणसाचं चिन्ह नव्हतं, एखादं घरही नव्हतं आसमंतात. पाणी, झाडं, ऊन आणि त्या तिघांचंच जग... आणि मग तिला वाटलं, त्याचं बरोबरच होतं. ते असे एकत्र असणं योग्यच होतं... ते तिघेही.

□ □ □

कोर्टलँड होम्सच्या ड्रॉइंग्जमधे सहा इमारती होत्या. प्रत्येक इमारत पंधरा मजली होती. एका अनियमितशा ताऱ्याच्या आकाराची प्रत्येक इमारत होती. मधोमध असलेल्या शाफ्टपासून तिचे बाहू पसरले होते. त्या शाफ्ट्समधे लिफ्ट्स, जिने, हीटिंग सिस्टिम, आणि इतर सगळ्या व्यवस्था बसवलेल्या. त्यांची अपार्टमेन्ट्स त्या मधल्या शाफ्टपासून लांबसर त्रिकोणी किरणांसारखी पसरलेली. त्या बाहूंमधल्या मोकळ्या जागेमुळे सर्व घरांतून तीनही बाजूंनी उजेड आणि हवा खेळती रहाणार होती. त्यांची छतं प्री-कास्ट होती. आतल्या भिंतींना प्लास्टिकच्या लाद्या असणार होत्या, रंगवण्याची, लिंपण्याची गरज नव्हती. सगळे पाईप्स, तारा घरांतल्या जमिनींच्या कडेकडेने झरी काढून त्यातून फिरवले जाणार होते, जेव्हा दुरुस्तीची गरज लागेल तेव्हा तिथून झडपा उघडून ते बदलता आले असते, तोडफोडीवरचा खर्च आपोआपच खाली येणार होता. स्वयंपाकघरं आणि बाथरूम्स संपूर्णपणे प्रीफॅब्रिकेटेड असणार होत्या, स्वयंपूर्ण असणार होत्या. आतली पार्टिशन्स हलक्याशा धातूची असणार होती. सहजपणे दुमडून-उलगडून वापरता येण्यासारख्या पार्टिशन्समुळे घर हवं तेव्हा सलग लांबरुंद करून वापरता येणार होतं, हवं तेव्हा खोल्या करता येणार होत्या. इमारतीत एकूणच हॉल्स आणि लॉबीज् नव्हत्या. त्यामुळे साफसफाईवरचा खर्च कमी होणार होता. सगळाच प्लान एक त्रिकोणात्मक रचनाकृती होती. काँक्रीट ओतून बांधल्या जाणाऱ्या इमारती असणार होत्या त्या. सरळसोप्या रचनांची मांडणी खूप गुंतागुंतीची होती. त्यात अलंकरण नव्हतं. गरजच नव्हती त्याची. इमारतींचा संपूर्ण आकार हीच एक शिल्पाकृती वाटणार होती.

कीटिंगने त्याच्या डेस्कवर प्लान्स पसरून ठेवले तेव्हा एल्सवर्थ टूहीने ते पाहिले नाहीत. तो पर्स्पेक्टिव्ह ड्रॉइंग्जकडे एकटक पहात राहिला. आ वासून पहात राहिला.

मग त्याने मान मागे टाकली आणि गडगडून हसत सुटला.

'पीटर,' तो म्हणाला, 'तू म्हणजे भयंकर भयंकरच प्रतिभावंत आहेस.' तो पुढे म्हणाला, 'मला काय म्हणायचंय ते तुला चांगलच कळतंय मला वाटतं.'

पीटर कोऱ्याकरकरीत चेहऱ्याने पहात राहिला.

'मी आयुष्य दवडलं जे साध्य करण्यात, ते तू साध्य करून दाखवलंस... आपल्या मागल्या अनेक शतकांतून, मानवजातीने केलेल्या युद्धांतून जे कमावता आलं नव्हतं ते तू कमावलं आहेस... पीटर, मी तुला अभिवादन करतो, तुझं मला फार आश्चर्य वाटतं, कौतुक वाटतं.'

'प्लान्सकडे पहा.' कीटिंग अस्वस्थपणे म्हणाला, 'दहा डॉलर्समधे देता येतील ही घरं.'

'निःसंशय... मला पहायचीही गरज नाही. अर्थातच हे मंजूर होणार, पीटर. अजिबात काळजी करू नकोस तू. हे स्वीकारलं जाईलच. अभिनंदन, पीटर.'

□ □ □

'अरे मुर्ख मनुष्या!' गेल वायनान्ड म्हणाला, 'काय मांडलंयस तू हे?'

त्याने रॉर्कच्या दिशेने आतल्या पानावर उघडून दुमडलेली बॅनरची कॉपी फेकली. त्या पानावर फोटो छापलेला, 'आर्किटेक्टने काढलेले कोर्टलँड होम्सचे ड्रॉइंग. १५,०००,००० डॉलर्सचा ऍस्टोरिया येथे बांधला जाणारा शासकीय गृहनिर्माण प्रकल्प. आर्किटेक्ट्स- कीटिंग अँड ड्यूमॉंट.'

रॉर्कने त्या फोटोकडे पाहिलं आणि विचारलं, 'काय म्हणायचंय तुला?'

'तुला चांगलं माहीते मला काय म्हणायचंय ते. मी माझ्या आर्ट गॅलरीतल्या वस्तू काय कलाकारांच्या सह्या बघून उचलतो असं वाटतं की काय तुला? पीटर कीटिंग जर हे डिझाइन करू शकत असेल तर मी आजच्या बॅनरची एकनिएक प्रत चावूनचावून खाईन!'

' पीटर कीटिंगने हे डिझाइन केलंय, गेल.'

'मूर्खा, कशासाठी करतो आहेस हे?'

'तू काय बोलतो आहेस ते मला समजून घ्यायचं नसेल, तर तू काहीही बोललास तरीही ते मला समजणारच नाही, गेल.'

'समजेल समजेल. मी बातमीच लावतो ना तशी- एका गृहनिर्माण प्रकल्पाचं डिझाइन हॉवर्ड रॉर्कने केलं आहे हे त्यातून समजेल सर्वांना. मस्त बातमी होईल आणि असल्या प्रकल्पांच्या पाठीशी उभ्या असलेल्या पिलावळीच्या मागे उभे असलेले मि. टूही नावाचे जे गृहस्थ आहेत त्यांचं तोंड बघण्यासारखं होईल.'

'तू लाव बातमी, मी तुझ्यावर बदनामीचा खटला टाकेन की नाही पहात रहा.'

'खरंच टाकशील की काय?'

'खरंच टाकेन. सोड तू, गेल. मला याची चर्चा करायचीच नाहीये, कळत नाही का तुला?'

नंतर घरी गेल्यावर वायनान्डने तो फोटो डॉमिनिकला दाखवला आणि विचारलं, 'हे कोणी डिझाइन केलं असेल?'

तिने त्या फोटोकडे पाहिलं. 'अर्थातच.' ती एवढंच म्हणाली.

□ □ □

'कुठे बदलतंय जग, आल्वा? काय बदल होतोय? कशातून कशात बदलं? आणि कोण बदल घडवून आणतंय?'

आल्वाच्या चेहऱ्यावर थोडे चिंताग्रस्त भाव होते, पण त्यातही वैतागलेला भाव जास्त होता. वायनान्डच्या डेस्कवर पडलेल्या आपल्या संपादकीयाच्या प्रुफांकडे तो पहात होता. 'बदलत्या जगातील मातृत्व' असं त्या संपादकीयचं शीर्षक होतं.

'त्यात काय एवढं, गेल?' तो निर्विकारपणे म्हणाला.

'तेच तर मलाही जाणून घ्यायचंय, त्यात काय आहे एवढं?' त्याने तो कागद उचलला आणि मोठ्याने वाचायला सुरुवात केली : 'आपल्याला माहीत असलेलं जग आता काळाच्या पडद्याआड गेलंय, संपलंय आणि उगाच स्वतःची खोटी समजूत घालण्यात काहीही अर्थ नाही. आपण भूतकाळात परतून जाऊ शकत नाही, पुढेच जायला हवं, भविष्याकडे. आजच्या मातांनी आपल्या भावनिक परिप्रेक्ष्याच्या कक्षा रुंदावायला हव्यात. केवळ स्वतःच्या अपत्यांसाठी असलेलं वात्सल्य त्यांनी अधिक उंचीवर नेऊन ठेवायला हवं, आणि प्रत्येक बालकावर प्रेम करायला हवं. मातांचं प्रेम त्यांच्या परिसरातल्या, त्यांच्या भागातल्या, त्यांच्या राज्यातल्या, संपूर्ण देशातल्या, या विशाल जगातल्या सर्व मुलांना लाभायला हवं. स्वतःच्या मेरी किंवा जॉनीवरच नव्हे, तर सर्व बालकांवर त्यांनी वात्सल्याचा वर्षाव केला पाहिजे.'

वायनान्डने नाक वाकडं केलं. 'आल्वा?... काहीतरी घाण-कचरपट्टी आपण द्यायची हे ठीक आहे... पण ही असली घाण?'

आल्वा स्कॅरेट वर पहातच नव्हता.

'काळ बदललाय, गेल, तुला भान नाही त्याचं.' तो म्हणाला. त्यात एक गर्भित इशारा होता. कसलीतरी गुरगुर होती, जणू भविष्यातल्या संदर्भासाठी कुणीतरी दात विचकून दाखवत होतं.

आल्वा स्कॅरेटकडून या वर्तनाची अगदीच अपेक्षा नव्हती... वायनान्डचा त्या संभाषणातला रसच संपला. त्याने त्या संपादकीयावर काट मारली. पण त्याच्या निळ्या पेन्सिलीचा फटकाराही थोडासा थकल्यासारखा उमटला, टोकाशी फिकटलेला. तो म्हणाला, 'जा आणि काहीतरी दुसरं पाड, आल्वा.'

स्कॅरेटने तो कागद उचलला आणि अवाक्षर न बोलता उठून खोलीतून चालता झाला.

वायनान्ड त्याच्या पाठमोऱ्या आकृतीकडे पहात राहिला. त्याला थोडी गंमत वाटली नि थोडासा किळसला तो.

गेल्या काही वर्षांत त्याच्या पेपरने जी दिशा हळूहळू अंगिकारली होती, त्याची त्याला कल्पना आली होती, त्याने तसं काहीच सुचवलं नव्हतं. बातम्यांतला छुपा 'कल' त्याच्या लक्षात आलेला. काही गोष्टी अर्धवट सूचित केल्या जात होत्या, काही धूसरपणे सुचवल्या जात होत्या, काही विशेषणांचा वापर वाढला होता, काही सूत्रं घट्ट धरून ठेवली जात होती, काही बातम्यांमधे कारण नसताना राजकीय निष्कर्ष घुसवले जात होते. एखाद्या बातमीत मालक विरुद्ध कर्मचारी, असा संघर्ष असेल तर आपोआपच मालकाचीच चूक असल्यासारखं वाटावं अशा भाषेत, शब्दांत ती लिहिली जाई. सत्य काहीही असो. एखाद्या वाक्यात भूतकाळाचा संदर्भ आला तर तो भूतकाळ 'काळा भूतकाळ' किंवा 'मृत भूतकाळ' असे. एखाद्या विधानात कुणाच्या व्यक्तिगत हितसंबंधांबद्दल लिहायचं असेल तर तो उल्लेख नेहमीच 'स्वार्थी हेतूतून केलेली कृती' किंवा 'लालसेतून मांडलेला खेळ' वगैरे असा असे. एका शब्दकोड्यात एक अर्थ लिहिलेला होता 'कालबाह्य व्यक्ती'- आणि शब्दकोड्यातला शब्द होता 'भांडवलदार'.

वायनान्ड याबद्दल तुच्छतेने केवळ खांदे उडवत आला होता. त्याला वाटलं होतं, त्याचे कर्मचारी चालू जमान्यातली भाषा ताबडतोब उचलण्यात पुरेसे वाकबगार आहेत, त्याचाच हा भाग आहे. विशेष काही महत्त्व नाही. ते सारं संपादकीयाच्या पानांवरून दूर ठेवायचा तो. बाकी काय छापलं जातंय त्याने काय फरक पडतो असा विचार तो करायचा. त्या घडीपुरती फॅशन आहे, ती असं म्हणून सोडून द्यायचा. असल्या कितीतरी फॅशन्समधले बदल पचवून तो टिकून राहिला होता.

'आम्ही वायनान्ड पेपर्स वाचत नाही' ही मोहीम सुरू झाली तेव्हाही, त्याला काहीच वाटलं

नाही. त्यानेही त्यातला एक स्टिकर मिळवला आणि स्वतःच्या कारच्या विंडशील्डवर लावला, त्याखाली लिहून ठेवलं, 'आम्ही पण वाचत नाही'. हा स्टिकर त्याने बरेच दिवस तसाच राहू दिला. अखेर तो एका तटस्थ वृत्तपत्राच्या बातमीदाराला दिसला आणि त्याने त्याचा फोटो काढून तो प्रसिद्ध केला. त्याच्या करिअरमधे त्याने इतक्या लढाया लढल्या होत्या, इतक्या टीकेला तोंड दिलं होतं, इतक्या मोठमोठ्या प्रकाशकांनी त्याच्यावर टीकेचा भडीमार केला होता, इतक्या बड्याबड्या गटांनी त्याला पाण्यात पाहिलं होतं की, त्याला कुणा गस वेबने सुरू केलेल्या वळवळीमुळे आपण सावध व्हावं असं वाटलंही नाही.

बॅनरची लोकप्रियता जरा घटली आहे हे त्याला कळलं होतं. 'होतं रे असं कधीमधी,' म्हणून त्याने आल्वा स्कॅरेटला उडवून दिलेलं त्याने. तो एखादी घोषवाक्य स्पर्धा घ्यायचा, कुठल्यातरी कार्यक्रमाची कुपनं देऊ करायचा, तेवढ्यापुरती विक्री वाढली की तो सारंकाही विसरून जात असे.

पहिल्यासारखं धडाकेबाज काम करण्याचा उत्साह तो गोळा करूच शकत नव्हता. खरं तर रोज सकाळी ऑफिसमधे आल्याआल्या त्याला काम करायचा केवढातरी उत्साह वाटत असे. तो अतिशय ताजातवाना होऊन कामाला हात घालीत असे. पण पहिल्या एका तासाभरातच भिंतींच्या पॅनेलमधल्या रेघारेघांचं निरिक्षण करायला सुरुवात करत असे तो. मनात गुणगुणत असे बालपणची बडबडगीतं. हा कंटाळा नव्हता, जांभई देण्याचं समाधानही नव्हतं त्या बसून रहाण्यात... जांभई येतेय येतेय... यावी... असं वाटूनही छानशी जांभई देता येत नव्हती त्याला. आपल्याला हे काम आवडत नाही असं तर तो म्हणूच शकत नव्हता. पण त्या कामाची चव निघून गेलेली आणि त्या दृष्टीने काही निर्णय घ्यावा असं वाटणं थांबलं होतं, संतापाने मुठी वळत नव्हत्या, केवळ नाकपुड्या फुलवून तो गप्प रहात होता.

त्याला वाटत होतं की, याचं कारण लोकांच्या अभिरुचीच्या बदलात असावं. त्या अभिरुचीच्या मागेमागे आपण का जाऊ नये, काही कारण नव्हतं. आजवर कितीतरी फॅड्स्च्या मागोमाग जात त्याने वाचकवर्गाला जिंकून घेतलेलं. पण हे त्याला जमत नव्हतं. त्यात काही नैतिकतेचा प्रश्न नव्हता. तो कोणतीही विवेकनिष्ठ, सकारात्मक भूमिका घेत नव्हता, काही महत्त्वाच्या उद्देशासाठी कुणाचा धिक्कार करू इच्छित नव्हता. केवळ एक टोकदार भावना होती, शील जपण्याच्या प्रयत्नासारखी, चिखलात पाय घालायला मनात चलबिचल व्हावी तशी. तो विचार करीत होता, काही फरक पडत नाही. हे काही कायमचं टिकत नाही... ही लाट जरा ओसरली आणि नवी आली की मी पुन्हा एकदा जिंकून घेईन. यावेळी केवळ स्वस्थ बसून रहाणं बरं...

आल्वा स्कॅरेटच्या या ताज्या भेटीनंतर आपण एवढं अस्वस्थ का व्हावं, नेहमीपेक्षा त्याची धार का जाणवावी, त्याला उत्तर सापडत नव्हतं. आल्वा स्कॅरेट या नव्या बाष्कळ विचारधारेत एवढा ओढला जावा हे त्याला विचित्रच वाटलं. पण त्यात आणखीही एक पदर होता. आल्वा आज ज्या तऱ्हेने त्याच्या ऑफिसातून बाहेर पडलेला त्यातून त्याने जणू जाहीर करून टाकलेलं- बॉसच्या मताची आता त्याला फारशी पर्वा राहिली नव्हती.

आल्वा स्कॅरेटला काढून टाकायला पाहिजे आता, त्याने विचार केला- आणि मग तो या विचाराने स्वतःच चकित होत, स्वतःलाच हसला. आल्वा स्कॅरेटला काढून टाकायचं? पृथ्वीचं भ्रमण थांबवण्याचा विचारही करायला हरकत नाही मग... किंवा मग अगदीच अशक्यकोटीतला विचार- बॅनर बंद करायचा...

पण मग उन्हाळ्याचे, हिवाळ्याचे महिने उलटताना कितीतरी दिवस असेही होते, जेव्हा त्याचं बॅनरवरचं प्रेम रसरसून यायचं. मग तो आपल्या डेस्कपाशी समोर पसरलेल्या पानांवर हात टेकवून

बसायचा; ताजीताजी शाई हाताला लागलेली असताना, हॉवर्ड रॉर्कचं नाव बॅनरमधे झळकलेलं दिसायचं तेव्हा स्वतःशीच आनंदाने हसायचा.

त्याच्या ऑफिसमधून सर्व विभागांना सूचना गेल्या होत्या, हॉवर्ड रॉर्कचं नाव झळकत राहिलं पाहिजे. कला-विभाग, मालमत्ता विभागात, संपादकीयांत, सदरांमधून जिथे जिथे शक्य होईल तिथे तिथे हॉवर्ड रॉर्क आणि त्याच्या वास्तूंचा उल्लेख होऊ लागला. एखाद्या आर्किटेक्टला प्रसिद्धी देण्याचे फारसे प्रसंग येतच नसत, इमारतींवरच्या बातम्यांचं मोल तर अगदीच क्षुल्लक असे, पण बॅनरने रॉर्कचं नाव लोकांसमोर आणण्याच्या वेगवेगळ्या क्लृप्त्या शोधून काढल्या. वायनान्ड स्वतः ते सारं संपादित करत असे. बॅनरच्या पृष्ठांवर ते लिखाण- नवलच वाटावं इतक्या चांगल्या अभिरुचीने ते लिहिलेलं असे. त्यात काहीही सनसनाटी नसे. रॉर्कचे नाश्ता घेताना फोटो वगैरे असलं काही त्यात नसे. करुण कहाण्या नसत, एखाद्या माणसाला खपवण्याचा उघडउघड प्रयत्न नसे. त्यात असे केवळ एका कलावंताचा अतिशय संयत शब्दांत केलेला गौरव.

तो त्याबद्दल कधीही रॉर्कशी बोलला नाही, आणि रॉर्कनेही त्याचा उल्लेख केला नाही. ते बॅनरसंबंधी चर्चा करत नसत.

आजकाल त्याच्या नव्या घरात तो सायंकाळी परतत, असे तेव्हा दिवाणखान्यातल्या टेबलवर बॅनर ठेवलेला असे- रोज. लग्नानंतर त्याने कधीच बॅनरची प्रत आपल्या घरात येऊ दिली नव्हती. त्याने प्रथम बॅनरची प्रत घरात पाहिली तेव्हा तो हसला, पण काही बोलला नाही.

मग एके दिवशी संध्याकाळी, तो त्याबद्दल बोलला. तो पानं उलटत होता. उन्हाळी सुटीबद्दलच्या एका लेखात मॉनाड्नॉक व्हॅलीतल्या त्या रिसॉर्टचीच सर्वात जास्त माहिती होती. त्याने मान वर करून डॉमिनिककडे पाहिलं. ती फायरप्लेसजवळ जमिनीवरच बसली होती. तो म्हणाला, 'थँक यू, डियर.'

'कशाबद्दल, गेल?'

'बॅनर घरात आल्याचा मला कधी आनंद वाटू शकेल हे समजून घेतल्याबद्दल.'

तो उठून तिच्या शेजारी जाऊन खाली बसला. तिचे नाजुकसे खांदे त्याने आपल्या हाताच्या कवेत घेतले. आणि म्हणाला,'विचार कर, गेली कित्येक वर्षं बॅनरने राजकारण्यांना, सिनेनटांना, देशाच्या भेटीवर आलेल्या ड्यूक्सना आणि खुनी-दरोडेखोरांना प्रसिद्धी दिली. विचार कर, मी किती मोठमोठ्या मोहिमा चालवल्या- वेश्या व्यवसायविरोधी मोहीम, सार्वजनिक वाहतुकीची मोहीम, घरच्या घरी भाज्या उगवा मोहीम... काय काय केलं... डॉमिनिक, मला एकदातरी माझा ज्यावर खरोखर विश्वास आहे ते लिहिता, छापता येतंय...'

'होय, गेल...'

'मला ही सगळी सत्ता हवी होती, ती मी मिळवली आणि वापरली कधीच नाही... आता बघत राहू देत सर्वांना, मी काय करू शकतो ते... त्या सर्वांना मी भाग पाडेन, त्याची किंमत ओळखायला. त्याचं मोल जे केलं जायला हवं ते करायला लावेन मी सर्वांना. मी त्याला योग्य ती प्रसिद्धी मिळवून देईन. लोकमत? मी घडवतो लोकमत.'

'त्याला हे हवंय असं वाटतं तुला?'

'कदाचित् नाही. मला पर्वा नाही त्याची. त्याला त्याची गरज आहे आणि ती त्याला मिळणार. त्याला प्रसिद्धी मिळावी ही माझी इच्छा आहे. आर्किटेक्ट या नात्याने तो तसा सार्वजनिक मालमत्ता असल्यासारखाच आहे. कुणाही वृत्तपत्राला त्याच्याबद्दल लिहायचं असेल, तर तो थांबवू शकत नाही त्यांना.'

'त्याच्यावर लिहिलेले एवढे सगळे लेख, तू स्वतः लिहितोस ते?'

'बरेचसे.'

'गेल, तू केवढा महान् पत्रकार होऊ शकला असतास...'

या मोहीमेचे पडसाद उमटले... त्याला सर्वस्वी अनपेक्षित असे. सर्वसाधारण वाचक अगदीच अलिप्त राहिले. पण बुद्धिवादी वर्तुळांमधे, कलाक्षेत्रात, व्यावसायिक वर्तुळांत लोक रॉर्कला हसत होते. त्यांची शेरेबाजी वायनान्डपर्यंत पोहोचली.

'रॉर्क? हो हो... वायनान्डचं लाडकं पिलू ना?'

'बॅनरचा ग्लॅमर बॉय.'

'पीतपत्रकारितेला गवसलेला प्रतिभावंत.'

'हाः हाः बॅनर आता कला विकतोय. दोन खोक्यांची झाकणं पाठवा आणि एक बऱ्यापैकी नक्कल मिळवा!'

'तुम्हाला आधी कळलं नव्हतं की काय? मला तर माहीतच होतं... रॉर्क तसलाच आहे. वायनान्ड पेपर्समधेच शोभेल अशीच कलाबुद्धी आहे त्याच्याकडे.'

'बघू या आपण,' वायनान्ड तुच्छतेने म्हणत होता आणि मोहीम चालवत होता.

जे जे लोक त्याच्या दबावापुढे झुकण्यासारखे होते, त्या त्या सर्वांची बांधकामं त्याने रॉर्ककडे सोपवायला लावली. गेल्या काही महिन्यांत त्याने रॉर्कच्या ऑफिसकडे अनेक कामं वळवली होती; हडसनच्या काठावरचा यॉट क्लब, एक ऑफिस बिल्डिंग, दोन खाजगी निवासस्थानं. तुला वेळ पुरणार नाही एवढी कामं आणून टाकतो बघ तुझ्या दारात. त्यांनी तुझी जेवढी वर्षं वाया घालवली ती सारी वर्षं भरून काढशील तू आता.'

ऑस्टिन हेलर एके संध्याकाळी रॉर्कला म्हणाला, 'थोडा आगाऊपणाचा दोष पत्करून सांगतो, मला वाटतं तुला या सल्ल्याची गरज आहे, हॉवर्ड... हं, तेच- मि. गेल वायनान्ड यांनी जे काही आरंभलं आहे त्याबद्दलच बोलतोय मी- अगदीच हास्यास्पद आहे हे. माझ्या विवेकी मनाला त्याची नि तुझी ही घनिष्ठ मैत्री अजिबातच रुचत नाही. अखेर मानवजातीचे दोन विभिन्न वर्ग आहेत- ना-मी टूहीची भाषा बोलत नाहीये. पण माणसांमाणसांमध्ये काही सीमारेषा असतात, ज्या ओलांडता येतच नाहीत.'

'होय असतात ना, पण त्या कुठे सुरू होता नि संपतात याचं योग्य, नेमकं विवेचन आजवर कुणीही करू शकलेलं नाही.'

'वेल, कुणाशी मैत्री करायची हा तुझा वैयक्तिक प्रश्न आहे. पण निदान त्या मैत्रीचा एक पदर तरी सांभाळ तू! आणि तुला याबाबतीत माझं म्हणणं ऐकलंच पाहिजे.'

'ऐकतोय ना.'

'मला वाटतं, तो तुझ्या पायाशी जी काही कामं आणून ओततो आहे तिथवर ठीक आहे. मला खात्री आहे, त्याबद्दल त्याला त्याच्यासाठी नक्कीच राखून ठेवलेल्या नरकाच्या वाटेवर काहीतरी बक्षीस नक्कीच मिळेल. जरा बरी जागा मिळेल त्याला नरकात. पण तो तुझ्यावर बॅनरमधून जी काही स्तुतीसुमनं उधळतोय ते थांबवायलाच हवं. तू त्याला थांबवायला हवंस. तुला कळत नाही का रे... बॅनरचा पाठिंबा मिळाला की, कुणाचीही पत बौद्धिकदृष्ट्या खाली होते!'

रॉर्क काहीच बोलला नाही.

'तुझं व्यावसायिकदृष्ट्या नुकसान होतंय, हॉवर्ड.'

'मला कळतंय ते.'

'मग थांबवशील तू त्याला?'

'नाही.'

'पण अरे, का?'

'मी ऐकून घेईन म्हटलं, ऑस्टीन. मी त्याच्याशी बोलेन, असं नाही म्हटलं.'

हिवाळ्याच्या सुरुवातीला एका दुपारी वायनान्ड रॉर्कच्या ऑफिसात आला. अनेकदा येत असे तो असा. मग ते तिथून एकत्रच बाहेर पडले.

तो म्हणाला, 'छान हवा पडलीय. चल जरा फिरू पायीपायी, हॉवर्ड. एक जमिनीचा तुकडा विक्रीला आहे, तुला दाखवायचाय.'

तो त्याला घेऊन हेल्स किचनमधे गेला. नवव्या आणि अकराव्या अॅव्हेन्यूच्या मधल्या भागातल्या एका मोठ्या आयताकार वस्तीच्या कडेकडेने ते फिरले. त्या जागेत कधीकाळी लाल मातीच्या विटांनी बांधलेली, आता पडझड झालेली घरं, मोडक्या फळकुटांची दारं, अशा कळकट घरांच्या उदास रांगा, पिचलेल्या फळ्यांच्या भिंती, मधल्या घरगल्ल्यांत टांगलेल्या तारांवर लटकलेली मळकट अंतर्वस्त्रे... जगण्याच्या जिवंत खुणा नव्हेत तर काहीतरी कुजत गेल्याची जरत्कारू जाणीव त्या आसमंतात भरलेली रॉर्क पहात होता.

'ही तुझ्या मालकीची जागा आहे?' रॉर्कने विचारलं.

'सगळी.'

'मला कशासाठी दाखवतोस हे? एखाद्या आर्किटेक्टला हे असलं चित्र दाखवणं म्हणजे त्याला प्रेतांचा ढिगारा पाहण्यापेक्षाही भयंकर शिक्षा वाटते- कळत नाही एवढं तुला?'

वायनान्डने रस्त्याच्या पलीकडल्या बाजूला असलेल्या एका नव्याने बांधलेल्या डायनरकडे बोट दाखवलं. पांढऱ्या लाद्यांनी त्याची समोरची बाजू मढवली होती.

'चल, तिथे बसू जरा.' वायनान्ड म्हणाला.

एका स्वच्छ चकचकीत स्टीलच्या टेबलजवळ ते खिडकीपाशी बसले. वायनान्डने कॉफी मागवली. शहरातल्या सर्वात उंची रेस्तराँमधे तो जितक्या सहजपणे वावरत असे, तोच सहजपणा इथेही होता. त्याचा रुबाब इथे काही वेगळ्याच ढंगाचा होता. त्याच्यामुळे या जागेचा अधिक्षेप न होता उलट ती जागाच बदलून गेल्याचा भास होत होता. जसा एखादा राजा आपल्या थाटात कधीच काही बदल करत नाही, तो ज्या घरात शिरेल तिथे तो महालात असल्याची वातावरण निर्मिती होते, तसंच होतं हे. तो त्या टेबलवर कोपर टेकत पुढे झुकला आणि कॉफीच्या वाफांतून, डोळे बारीक करून गंमत वाटल्यासारखा रॉर्कची चर्या न्याहाळू लागला. रस्त्यापलीकडे बोटाने दाखवत तो म्हणाला, 'ती बघ, ती माझी सर्वात पहिली मालमत्ता. पहिली जमीनखरेदी. हॉवर्ड, बरेच दिवस लोटले त्याला. मी तिला हातही लावलेला नाही.'

'कशासाठी वाचवून ठेवली होतीस ती?'

'तुझ्यासाठी.'

रॉर्कने कॉफीचा जड, पांढराशुभ्र मग ओठाला लावला. त्याच्यासारखेच बारीक केलेल्या आणि किंचित हसऱ्या डोळ्यांची नजर वायनान्डच्या नजरेला भिडलेली. त्याला कळत होतं की, वायनान्डला खूप उत्सुक प्रश्नांची अपेक्षा आहे, म्हणूनच तो शांतपणे वाट पहात राहिला त्यानेच सारं सांगण्याची.

'साल्या हेकट हरामखोरा,' वायनान्ड शरणागती पत्करत हसतच म्हणाला, 'ठीक आहे बाबा, मीच सांगतो, ऐक. मी इथेच जन्मलो. जेव्हा माझ्यात जमीन खरेदी करण्याची ताकद आली, तेव्हा प्रथम मी ही जागा विकत घेतली. एकेक घर करून, एकेक चौक घेत. बराच वेळ लागला त्याला. मी

एवढ्याच पैशात अधिक चांगली मालमत्ता घेऊ शकलो असतो, ती विकून दामदुपटीने पैसा मिळवू शकलो असतो. नंतर मी तेही केलं. पण जोवर हा अखंड तुकडा माझ्या ताब्यात आला नाही तोवर मी थांबून होतो. मला माहीत होतं की मी येत्या काही वर्षांत तरी या जमिनीचं काहीही करू शकणार नाही. तुला सांगू, मी तेव्हाच मनाशी ठरवलं होतं की, कधी ना कधी वायनान्ड बिल्डिंग इथे उभी राहील... ठीकै ठीकै... रहा किती गप्प रहायचं ते- पण आत्ता तुझा चेहरा कसा दिसला ते पाहून घेतलं मी.'

'ओः गॉड, गेल!...'

'का? काय झालं? करायची आहे ती बिल्डिंग तुला? भयंकर इच्छा आहे?'

'मला वाटतं मी माझा जीव पण देऊ करीन ते काम करण्यासाठी... फक्त मग मी ती बांधू नाही शकणार... हेच ऐकायचं होतं ना?'

'तसंच काहीसं. नको मला तुझा जीव नको. पण कधीतरी तुला असा आश्चर्यचकित झालेला पहायला मस्त वाटतं. चकित झाल्याबद्दल आभार. म्हणजे तुला हे कळलं की, वायनान्ड बिल्डिंगचा अर्थ काय असेल. या शहरातील सर्वात उंच इमारत असेल ती. आणि सर्वात देखणी, सर्वात महान्.'

'तेच तुला हवं असेल हे समजू शकतो मी.'

'इतक्यात नाही बांधणार मी ती. इतकी सगळी वर्षं मी वाट पाहिली आहे, आता तूही थोडी वाट पहा माझ्याबरोबर. तुला माहीते, मला तुझा काही प्रकारे छळ मांडायला आवडतो ते? मला तसं करायची इच्छा असते हे माहीते तुला?'

'माहीते.'

'मी तुला इथे आणलं ते केवळ हे सांगायला की, मी ती बांधेन तेव्हा ती तुझीच असेल. मी वाट पहात होतो कारण मला वाटायचं की, मी अजूनही त्यासाठी तयार नाही. तुला भेटल्यापासून मला वाटतंय, की आता मी तयार आहे- आणि तू आर्किटेक्ट आहेस म्हणून नाही म्हणतं मी हे केवळ. पण आपल्याला अजून थोडंसं थांबावं लागेल. अजून एक दोन वर्षं. जरा देशाची आर्थिक स्थिती सावरायला हवी. बांधकामं काढण्यासाठी चुकीची वेळ ठरेल ही. अर्थात्, सगळे म्हणतात की स्कायस्क्रेपर्सचे दिवस संपले म्हणून. गगनचुंबी इमारती कालबाह्य झाल्या म्हणतात ते. मी काडीचीही किंमत देत नाही असल्या मतांना. मी ती अशी काही बांधेन की सगळा खर्च वसूल होईल नंतर. वायनान्ड एन्टरप्राईझेस सगळ्या शहरभर इतस्ततः विखुरलेली आहेत. ती सगळीच्या सगळी मला एकाच इमारतीत आणायची आहेत. आणि बाकीची जागा भाड्याने घ्यायला लावू शकतो मी काही लोकांना. तेवढी ताकद आहे माझ्याकडे. कदाचित् न्यू यॉर्कमधे बांधली जाणारी ती अखेरची स्कायस्क्रेपर असेल. अधिकच चांगलं. सगळ्यात महान आणि अखेरची.'

रॉर्क रस्त्यापलिकडच्या त्या पडक्यासडक्या घरांकडे पहात राहिला.

'ती सगळी घरं जमीनदोस्त होतील, हॉवर्ड. सगळीच्या सगळी. हीच ती जागा, जिथे मी काहीही करू शकत नव्हतो... माझं डोकं वापरू शकत नव्हतो... त्या जागेवर आता एक बगीचा असेल आणि वायनान्ड बिल्डिंग... न्यू यॉर्कमधल्या उत्तमोत्तम वास्तू दिसतच नाहीत, कारण त्या एकमेकांना इतक्या चिकटून असतात, दाटीवाटीने उभ्या असतात. पण माझी बिल्डिंग दिसेल. साऱ्या परिसराचाच कायापालट करून टाकेल ती. बाकीचे येतील मागोमाग. हा परिसर चांगला नाही म्हणतात? कोण ठरवतं कुठला परिसर चांगला ते? पहात रहातील ते. हे कदाचित् न्यू यॉर्क शहराचं नवीन केंद्र होईल... जेव्हा हे शहर नव्याने जागं होईल. जेव्हा बॅनर एक चौथ्यापाचव्या दर्जाचा चिंधीपेपर होता तेव्हापासून मी याचं नियोजन करत आलोय. मी काही चूक केली नाही माझ्या

गणितात, हं? मी काय होईन ते मला माहीत होतं... माझ्या आयुष्याचं स्मारक, हॉवर्ड. तू माझ्या ऑफिसमधे पहिल्यांदा आलास तेव्हा तू काय म्हणालेलास आठवतंय? माझ्या जगण्याचं विधान. माझ्या भूतकाळातल्या काही गोष्टी अशा आहेत, की ज्या मला आवडल्या नव्हत्या. पण ज्या गोष्टींचा मला अभिमान वाटतो त्या तर रहातीलच. मी गेल्यानंतर ती बिल्डिंग म्हणजे गेल वायनान्ड असेल. वेळ आली की मला योग्य आर्किटेक्ट मिळेल हे मला ठाऊक होतं. पण मी काम दिलेला आर्किटेक्ट केवळ आर्किटेक्ट नसून त्यापेक्षा अधिक काही असेल असं वाटलं नव्हतं मला. मला खूप बरं वाटतंय हे सगळं असं घडून आलं याचं. हे एक पारितोषिकच मिळालं मला मोठं. जणू काही मला कुणीतरी क्षमा करून टाकलीय. माझी सर्वात शेवटची आणि महान कृती ही तुझीसुद्धा सर्वात महान् कर्तबगारी ठरावी. हे केवळ माझं स्मारकच नसेल तर, मला या जगात सर्वात महत्त्वाच्या वाटणाऱ्या प्रिय मनुष्यासाठी मी दिलेली सर्वोत्तम भेटही असेल. आठ्या घालू नकोस कपाळाला... मला तुझ्याबद्दल काय वाटतं ते तुला चांगलं माहीते. ते पहा पलीकडे, किती भयंकर आहे ते. तू त्याच्याकडे पहात बसलेला मला पहायचं आहे. तेच तर आपल्याला नष्ट करायचं आहे. तुला आणि मला. हॉवर्ड रॉर्कने बांधलेली वायनान्ड बिल्डिंग त्यातूनच उभी रहाणार आहे. मी जन्मलो तेव्हापासून याची वाट पाहिली आहे मी जणू काही. तूही वाट पाहिली आहेस आपल्या सर्वोच्च कामगिरीच्या संधीची- जन्मल्यापासून. ही इथे आहे ती. तिथे पलीकडे. माझ्याकडून, तुलाच.'

❑

१०

पाऊस थांबला होता, पण तो पुन्हा सुरू व्हावा असं वाटत होतं पीटर कीटिंगला. ओला फूटपाथ चमकत होता. इमारतींच्या भिंतींवर पाण्याचे गडदलेले डाग उठलेले. आणि आकाशातून थेंबही नव्हता त्यामुळे असं वाटत होतं की, शहराला थंडगार घाम फुटला आहे की काय... अवेळी अंधारून आल्यामुळे हवाही जडावल्यासारखी झालेली. अकाली आलेल्या वार्धक्यासारखीच अस्वस्थ करून सोडणारी. खिडक्यांमधून पिवळट उजेडाची छोटीछोटी डबकी साचल्यासारखी झालेली. कीटिंगला पावसाने गाठलं नव्हतं, तरीही त्याला हाडांपर्यंत भिजून चिप्प झाल्यासारखं वाटत होतं.

आज तो ऑफिसमधून लवकर बाहेर पडून घरी चालतचालत निघालेला. ऑफिस त्याला बऱ्याच दिवसांपासून खोटंच वाटू लागलं होतं. संध्याकाळ तेवढी त्याला खरी वाटायची. तेव्हा तो लपतछपत रॉर्कच्या घराकडे जायचा. तो स्वतःला रागारागाने सांगत राही, काही लपतछपत जात नाहीये मी- पण सत्य त्याला माहीत होतं. जरी तो एनराइट हाऊसच्या लॉबीतून आरामात चालत जाऊन लिफ्टने सहजच गेल्यासारखा वर जायचा तरीही त्यात चोरटेपणा होताच. त्याला काहीतरी काळजी वाटत रहायची. सगळ्या चेहऱ्यांकडे नीट पाहून घ्यावंसं वाटत रहायचं त्याला. आपल्याला कुणीतरी ओळखेल अशी भीती वाटत रहायची. एका अनाम अपराधाचं ओझं वागवत होता तो... नुसताच अपराधी भाव. भयप्रद वाटणारा.

कोर्टलँड होम्सच्या प्रत्येक तपशिलाची कच्ची स्केचेस तो रॉर्ककडून घ्यायचा, आणि मग आपल्या स्टाफकडून ती नीट काढून घ्यायचा. रॉर्कच्या सूचना ऐकून घ्यायचा तो. प्रत्येक संभाव्य हरकतीला उत्तर कसं द्यायचं ते तो तोंडपाठ करून ठेवायचा. एखाद्या रेकॉर्डिंग मशीनप्रमाणे तो सारं टिपून घेई. नंतर तो आपल्या ड्राफ्ट्स्मनला ती स्पष्टीकरणं देत असे, तेव्हा एखाद्या वाजणाऱ्या रेकॉर्डसारखाच त्याचा आवाज यांत्रिकपणे येत राही. त्याची काहीही हरकत नव्हती. तो कसलेच प्रश्न विचारत नसे.

आत्ता तो पावसाने भिजलेल्या रस्त्याने सावकाश चालत होता. पाऊस काही येत नव्हता. त्याने वर पाहिलं आणि नेहमीच्या बिल्डिंग्जच्या जागी त्याला रिकामं अवकाश दिसलं. ते धुकंही नव्हतं, ढगही नव्हते, दाट राखाडी रंगाचं आकाश जणू शब्दही न होऊ देता सारंकाही नष्ट करून टाकत होतं. इमारती अशा आकाशाच्या पडद्याआड जाताना पाहून तो नेहमीच अस्वस्थ होत असे. तो खाली पहात चालू लागला.

त्याला पहिल्यांदा जाणवले ते तिचे शूज्. त्याला जाणवलं की, या बाईचा चेहरा आपल्या ओळखीचा असणार, स्वतःचं रक्षण करण्याच्या प्रतिक्षिप्त क्रियेने त्याने नजर झटक्याने वळवली आणि नकळत पुन्हा एकदा तो जाणीवपूर्वक त्या शूज्कडेच पाहू लागला. चपटे, तपकिरी ऑक्सफर्ड शूज् होते ते. फारच जास्त कार्यक्षमतादर्शक. त्या चिखलराड रस्त्यात त्यांची चकाकी उठून दिसत होती. पाऊस आणि सुंदरता- दोन्हींबद्दल तुच्छता दर्शवत असलेले ते शूज्... त्याची नजर तपकिरी स्कर्टवरून मग त्यावरच्या जॅकेटवर स्थिरावली... -महागडं जॅकेट होतं ते, एखाद्या गणवेशासारखं अलिप्त... तिथून मग हातात घातलेल्या महागड्या ग्लव्हवर त्याची नजर गेली, त्या ग्लव्हच्या एका बोटाला भोक पडलेलं... मग वर पाहिलं त्याने, कोटाच्या लॅपेलवर एक अगदीच विद्रूप, हास्यास्पद अलंकार डकवलेला. फेंगड्या पायांचा मेक्सिकन, लाल एनॅमलची पँट... असा तो ब्रूच उगाचंच स्मार्टपणा दाखवण्याच्या प्रयत्नात तिथे अडकवलेला... अन् मग त्याची नजर आणखी वर गेली. पातळसे ओठ, चष्मा... तेच डोळे.

'केटी,' तो म्हणाला.

ती एका पुस्तकाच्या दुकानाच्या खिडकीपाशी उभी होती. तिची नजर पुढ्यातलं पुस्तक आणि अर्धवट पटलेली ओळख यात हिंदकळली. मग ओळख पटताच त्या चेहऱ्यावर हसू उमटलं. मग तिने पुन्हा पुस्तकाच्या नावाकडे बघून घेत सफाईने त्याचं नाव टिपून घेतलं आणि मग पुन्हा ती कीटिंगच्या दिशेने वळली. ती प्रसन्न हसत होती. कडवटपणा लपवण्यासाठी म्हणून नव्हे, उत्सुक स्वागतानेही नव्हे, नुसतंच प्रसन्न.

'अरे, पीटर कीटिंग,' ती म्हणाली, 'हेलो, पीटर.'

'केटी...' तो हात पुढे करू शकला नाही किंवा तिच्या जवळही जाऊ शकला नाही.

'अरे... कसा भेटलास नं. न्यू यॉर्क शहरही एखाद्या लहानशा गावासारखंच आहे- लहान गावाच्या फायद्याशिवाय म्हणा- अजूनही इथे गावात येताजाता भेटावी तशी माणसं भेटतात अजून म्हणायचं.'

तिच्या स्वरात कसलाही ताण नव्हता.

'तू काय करते आहेस इथे? मला वाटलं... म्हणजे मला कळलं होतं की तू...' त्याला माहीत होतं की, तिला वॉशिंग्टनमधे चांगली नोकरी मिळालेली आणि दोन वर्षांपूर्वीच ती तिथे रहायला गेलेली.

'बिझनेस ट्रिप. उद्या लगेच परत जायचंय. आणि मला तेच बरं वाटतंय. न्यू यॉर्क एकदम मरेल, संथ वाटतं मला.'

'वेल, तुला तुझी नोकरी आवडतेय म्हणजे... हो ना...?'

'नोकरी आवडते? काय वेडपट प्रश्न आहे हा. अख्ख्या देशात वॉशिंग्टन ही एकच जागा अशी आहे की, जी जरा सुसंस्कृत आणि प्रगल्भ आहे. लोक दुसरीकडे कुठे जगूच कसे शकतात असा प्रश्न पडतो आता मला. तुझं काय चाललंय, पीटर? मी तुझं नाव वाचलं होतं परवा पेपरमधे. काहीतरी बरंच महत्त्वाचं होतं वाटतं.'

'काय... काम करतोय. तू फारशी बदलली नाहीस, केटी, हो ना? म्हणजे तुझा चेहरा, जवळपास तसाच आहे... पूर्वीसारखीच दिसतेस तू तशी...'

'अरे, एकच तर चेहरा आहे मला. भेटून वर्षं-दोन वर्षं लोटली असली की, लोक लगेच चेहऱ्यातल्या बदलांविषयी का बोलतात मला कळतच नाही कधी! काल मला ग्रेस पार्कर भेटलेली आणि मग चालू झालं तिचं, माझ्या चेहऱ्यात कायकाय बदल झालाय याचा ताळेबंदच मांडला तिने. तिच्या तोंडून शब्द बाहेर पडायच्या आत ती पुढे काय बोलणार मला कळत होतं...'किती छान दिसतेस तू, अजिबात काही फरक पडलेला नाहीये तुझ्यात, एक दिवसाने तरी वय वाढलंय का गं तुझं, कॅथरीन.' लोक म्हणजे एकदमच संकुचित राहिलेले असतात.'

'पण तू खरंच छान दिसते आहेस. बरं वाटलं तुला पाहून.'

'मलाही बरं वाटलं तुला पाहून. तुमची बांधकामं वगैरे कशी काय चालली आहेत?'

'काय सांगू... तू बहुतेक कोर्टलँड होम्सबद्दल वाचलं असशील. मी कोर्टलँड होम्सचा प्रकल्प करतोय... गृहनिर्मा-'

'हां हां... तेच. त्याबद्दलच होतं ते. छान झालं हे, पीटर. केवळ पैशासाठी, भरपूर फीसाठी नव्हे तर काहीतरी सामाजिक हेतू आहे त्यात. मला वाटतं आर्किटेक्ट्सनी बरं का, नुसता खोऱ्याने पैसे ओढायचाच विचार न करता थोडा वेळ शासकीय कामांना दिला पाहिजे, जरा उदार मनाने कामं केली पाहिजेत.'

'त्यात काही विशेष नाही. संधी मिळाली तर उड्या पडतील सर्वांच्या शासकीय कामांवर. ते तर सर्वात मोठं रॅकेट आहे म्हणे. आणि शिरकाव मिळायला फारच कठीण. एकदम कडेकोट-'

'हो हो. माहीतीये ते सारं मला. काय आहे नं, सामान्य लोकांना आमच्या शासकीय कामाच्या पद्धती नीट माहीत नसतात. मग ते अशी काहीतरी मूर्खासारखी, भुक्कड नालस्ती करत रहातात. तू वायनान्ड पेपर्स वाचत जाऊ नकोस, पीटर.'

'मी कधीच वाचत नाही वायनान्ड पेपर्स, आणि त्याचा इथे काडीचाही संबंध- अरे, आपण हे काय बोलत राहिलोय, केटी...'

त्याच्या मनात आलं की ती त्याच्याशी काहीच देणं लागत नाही. ती रागावली, तिने तिरस्कार दर्शवला तर त्यातही काही मानवी भावनेचा स्पर्श असेल. त्याला भेटून तिला काहीतरी ताण जाणवला, असं तरी दिसायला हवं. पण त्याचा अंशही कुठे दिसत नव्हता.

'आपण तसं खूपच बोलू शकतो, पीटर,' ते शब्द तिने इतके सहज उच्चारले होते की त्याला जरासाही आनंद वाटला नाही त्यात. 'पण आपण काही इथे दिवसभर उभे राहू शकत नाही.' तिने हातावरच्या घड्याळाकडे पाहिलं. 'माझ्याकडे तासभर असेल अजून. मला कुठेतरी चहा पाजायला घेऊन चल. तुलाही मला वाटतं चहाची गरज आहे... थंडीने गोठल्यासारखा दिसतो आहेस तू.'

त्याच्या दिसण्याबद्दल तिने पहिल्यांदाच काही म्हटलं होतं. बाकी तिची नजर कोरी होती. त्याला वाटलं अगदी रॉर्कसुद्धा माझ्यातला बदल पाहून दचकला होता. दखल घेतलेली त्याने.

'हं, केटी, चल. मस्तच वाटेल. मी...' त्याला वाटलं की हे तिने न सुचवता आपण सुचवायला हवं होतं. त्यानी जे करणं योग्य ठरलं असतं, त्याचा विचार तिने एवढा पटकन करावा याचं त्याला जरासं वैषम्य वाटलं.

'चल, एखादी छानशी शांत जागा पाहून बसू...'

'थॉर्प्सर्मधे जाऊ या. इथेच कोपऱ्यावर आहे. तिथे वॉटरक्रेस सँडविचेस खूप छान मिळतात.'

तिनेच त्याचा दंड धरला आणि रस्ता क्रॉस करायला सुरुवात केली, आणि पलीकडे पोहचताच

सोडूनही दिला. ती क्रिया अगदी यांत्रिकपणे आपोआप घडलेली तिच्याकडून. तिला त्याची जाणीवही नव्हती.

थॉर्प्सच्या आत एक पेस्ट्रिज आणि गोडाधोडाचा एक काऊंटर होता. तिथे ठेवलेला साखरपाकातल्या हिरव्या नि पांढऱ्या रंगातल्या बदामांनी भरलेला वाडगा जणू डोळे वटारून कीटिंगकडे पहात होता. त्या साऱ्या जागेत संत्र्याच्या आयसिंगचा गोड वास भरून राहिलेला. मंद दिव्यांचा प्रकाशही केशरी रंगाचाच होता. त्या वासामुळे तो प्रकाशही चिकट भासत होता. टेबल्स खूपच छोटी होती, जवळजवळ खेटून मांडलेली.

तो टेबलवरच्या काळ्या काचेवर ठेवलेली लेसपेपरची गोल चकती निरखत बसला. पण त्याने नजर वर करून कॅथरीनकडे पाहिलं तेव्हा त्याला कळलं की काहीही सावधगिरी बाळगण्याची गरज नव्हती. त्याच्या नजरेलाही तिने काही प्रतिसाद दिला नाही. तिच्या चेहऱ्यावरचे भाव तसेच राहिले. तो तिच्याकडे पहातोय की दुसऱ्या टेबलवरच्या एखाद्या बाईकडे पहातोय तिला काहीच फरक पडत नव्हता. तिला स्वतःची जणू जाणीवच उरली नव्हती.

तिचं तोंड तेवढं बदललंय, असं वाटलं त्याला. तिचे ओठ आत ओढल्यासारखे झालेले. तिच्या जिवणीची केवळ बाह्यरेखाच तेवढी दिसत होती. काहीशी उद्दंड. लोकांना आज्ञा फर्मावणं सवयीचं झालं असावं त्या तोंडाला... फार काही महत्त्वाच्या आज्ञा नव्हेत, फारशा क्रूर आज्ञाही नव्हेत- फक्त बारीकसारीक, चिल्लर आज्ञा. प्लंबिंग नाहीतर कीटकनाशकांची व्यवस्था लावणाऱ्या आज्ञा. तिच्या डोळ्यांच्या कोपऱ्यांत उमटलेल्या बारीक चुण्याही दिसल्या त्याला. चुरगळून पुन्हा सरळ केलेल्या कागदासारखी तिथली त्वचा झालेली.

ती काहीतरी स्वतःच्या वॉशिंग्टनमधल्या कामासंबंधी सांगत राहिली आणि तो अर्धवट ऐकत राहिला. तो तिचे शब्द ऐकतच नव्हता. त्याला जाणवत होता तिच्या आवाजातला चढउतार, रुक्ष आणि कडकडीत स्वर.

कडकडीत गुलाबी युनिफॉर्म घातलेली वेट्रेस ऑर्डर घ्यायला आली. कॅथरीनने खटकन् सांगून टाकलं, 'टी-सँडविचेस. स्पेशल, प्लीज.'

कीटिंग म्हणाला, 'एक कप कॉफी.' कॅथरीनची नजर आपल्यावर खिळल्याचं जाणवून तो जरा कावराबावरा झाला. आत्ता आपण अन्नाचा कणही गिळू शकणार नाही हे तिच्यासमोर मान्य करायची भीती वाटली त्याला. तिला या कबुलीचा राग आला तर... त्याने सांगितलं, 'मला एक हॅम-चीझ सँडविच, राय ब्रेडवर.'

'पीटर, काय भयंकर खाण्याच्या सवयी लागल्या आहेत तुला. थांब गं बाई. पीटर, हे असलं काही तू खाणार नाहीयेस. बरं नसतं ते तब्येतीला. सलाड खा बरं तू. दिवसाच्या या प्रहरी कॉफी? आपण अमेरिकन्स ना फार जास्त कॉफी पितो.'

'ठीक आहे,' कीटिंग म्हणाला.

'चहाच आण आणि मिक्स सलाड. आणि हो वेट्रेस! सलाडबरोबर ब्रेड आणू नकोस. तुझं वजन वाढत चाललंय, पीटर- थोडे डाएट क्रॅकर्स आण, प्लीज.'

तो युनिफॉर्म नाहीसा होईपर्यंत कीटिंग थांबला आणि मग म्हणाला, 'मी बदललोय, हो ना, केटी? मी आता वाईटच दिसतो तसा, हो ना?' तिने अगदी टीका केली, तरी काहीतरी व्यक्तिगत धागा असेल तो.

'काय? ओः हां, असेल. निरोगी नाही वाटत ते. पण कुठल्याच अमेरिकन्सना पोषक आणि समतोल आहार वगैरेबद्दल काहीही कळत नाही हं. अर्थातच आणि... पुरुष जरा दिसण्याबिसण्याचा

जास्तच बाऊ करतात. बायकांपेक्षाही जास्त त्यांनाच कायकाय वाटत असतं दिसण्याबद्दल. आता सगळं बायकाच जास्त बघत असतात. सगळी उत्पादक कामं स्त्रियाच सांभाळतात हल्ली. जगाला चांगलं रूप देण्याचं काम अखेर स्त्रियांच्याच हातून होईल, बघ.'

'जगाला चांगलं रूप कसं देतात, केटी?'

'वेल, सगळ्यात महत्त्वाचा भाग म्हणजे अर्थातच आर्थिक...'

'नाही नाही. मी तसं नाही विचारलं, केटी. मी फार दुःखी आहे गं.'

'अरे! अरेरे! आजकाल फारच जास्त लोक दुःखी असल्याचंच ऐकायला मिळतं. कारण हा काळ एक स्थित्यंतराचा काळ आहे. आणि लोकांना आपली मुळं हरवल्यासारखं वाटतं. पण तू तसा नेहमी मजेत, प्रसन्न असायचास, पीटर.'

'तुला... तुला आठवतं मी कसा होतो ते?'

'अरे बापरे, तू म्हणजे सगळं साठपासष्ट वर्षांपूर्वी घडलं असल्याच्या थाटात विचारतो आहेस!'

'पण, खरंच किती गोष्टी घडल्या... मी...' त्याने आता खोल पाण्यात उडी घेतलीच, घ्यायलाच हवी होती... अगदी उघडपणे बोलणंच सोपं गेलं असतं. 'मी लग्न केलं, घटस्फोटही झाला माझा.'

'हो. मी वाचलं ते. तुझा घटस्फोट झाल्याचं ऐकून मला बरंच वाटलं.' तो जरासा पुढे झुकला, 'गेल वायनान्डशी लग्न करू शकेल अशी जर ती बाई होती, -तुझी बायको- तर मग तिच्यापासून सुटका झाली हे तुझं भाग्यच म्हणायचं.'

घाई, अधीरपणा हा तिच्या बोलण्याचा स्थायी धर्म झालेला. हे बोलतानाही ती तसंच घाईघाईने बोलली होती. त्याला विश्वास ठेवायला कठीण होत होतं, पण या विषयात तिला इतकंच म्हणायचं होतं.

'केटी, तू तू खूप सावरून घेते आहेस, मेहेरबानी... पण आव आणणं सोड, आणि...' पण एकीकडे त्याला भीती वाटत होती की, हा खरंच तिने आणलेला आव नव्हता, 'सोड नाटक, आणि सांग मला- तेव्हा तू माझ्याबद्दल काय विचार केलास तो. सगळं सांग, माझी काहीही हरकत नाही, मला ऐकायचंय ते... तुला कळत नाहीये का? ते ऐकलं तर मला जरासं बरंच वाटेल.'

'खरंच की काय, पीटर, आता मी काय तुला इथे दोष देत बसू की काय? मी एवढंच म्हणेन की तुझं वागणं फारच- बालिशपणाचं नसतं तर त्याला आत्मकेंद्री म्हणता आलं असतं.'

'तुला त्या दिवशी काय वाटलं होतं... मी सांगितल्याप्रमाणे आलो नाही... आणि नंतर तुला कळलं असेल की मी लग्न केलं...' तो हे कशासाठी बोलत होता... कोणती अंतःप्रवृत्ती त्याला ही आठवण क्रूरपणे करून देण्यासाठी भाग पाडत होती... काय मिळवायचं होतं त्याला... त्याला कळत नव्हतं... पण तोच एक मार्ग उरल्यासारखा तो बोलत राहिला, 'केटी, तू किती सोसलं असशील तेव्हा... हो ना?'

'हो, म्हणजे काय, अर्थातच. सगळ्या तरुण लोकांना अशा परिस्थितीत सोसावं लागतं तसंच. नंतर ते किती वेडपटपणाचं वाटतं... मी रडले, किंचाळले, अंकल एल्सवर्थना काय नाही नाही ते बोलत सुटले होते मी. अखेर त्यांनी एका डॉक्टरला बोलावलं, मला झोपेचं इंजेक्शन द्यायला. त्यानंतर काही दिवसांनी मी अचानक काही कारणाशिवाय रस्त्यातच घेरी येऊन पडले. ते म्हणजे अगदीच वाईट वाटलं हं मला. बेअब्रूच झाल्यासारखं. तसल्या सगळ्या गोष्टी व्यवस्थित झाल्या येणेप्रमाणे. मला वाटतं प्रत्येकजण असल्या चक्रातून जातच असेल - गोवर वगैरे होण्यासारखंच वाटतं मला ते आता. मी अपवाद असावं अशी अपेक्षा मी का बरं केली? अंकल एल्सवर्थ म्हणालेच तसं.'

कीटिंग विचार करत होता, दुःखाची जिवंत स्मृती असण्यापेक्षा मृत स्मृती अधिक वाईट असेल हे मला माहीत नव्हतं.

'आणि अर्थातच, नंतर कळलंच मला की, जे झालं ते भल्यासाठीच झालं. मी तुझ्याशी लग्न करून राहू शकले असते अशी मला कल्पनाच नाही करवत.'

'तुला कल्पना नाही करवत, केटी?'

'अरे म्हणजे, कुणाशीच नाही. मला शक्यच झालं नसतं ते, पीटर. घरगुती बाई म्हणून वावरणं माझ्या स्वभावातच बसणारं नव्हतं. भयंकर कोती आणि स्वार्थी भूमिका असते ती. अर्थात, आता मला समजू शकतंय की, तुला काय वाटत असणार, आणि आभारी आहे मी... तुला आता पश्चात्ताप वाटणं हे अगदी स्वाभाविक आहे... कारण तू मला- काय म्हणायचं- गंडवलं होतंस नाही का...' त्याने ओठ मुरडले, 'बघ, किती मूर्खपणाच्या वाटतात की नाही या गोष्टी. अगदी स्वाभाविक होतं तुझं ते आत्मकेंद्री वागणं. अगदी सर्वसामान्य प्रतिक्रिया होती तुझी. पण आता आपण त्याचा वस्तुनिष्ठपणे विचार केला पाहिजे. आपण आता मोठे झालो, विवेकी आहोत, इतकं गंभीर असं काहीच नसतं जगात. आपण जे करतो त्याला आपण तरी काय करणार. आपणही परिस्थितीचेच गुलाम असतो. सगळं अनुभवखाती जमा करायचं नि पुढे जायचं.'

'केटी! तू काही कुठल्या तिऱ्हाईत दुर्दैवी, पतित मुलीशी तिच्या समस्येबद्दल बोलत नाहीयेस. तू स्वतःबद्दल बोलते आहेस.'

'त्यात काही मूलभूत फरक आहे का? सर्वांचे प्रश्न सारखेच असतात, सर्वांच्या भावभावनाही सारख्याच.'

ती समोरच्या ब्रेडची कड चावताना पहात राहिला तो. त्याच्यासाठी मागवलेले पदार्थही आले होते टेबलवर. तो त्याच्या सलाडमधे काटा फिरवत बसला. एक करड्या रंगाचा डाएट क्रॅकर त्याने तोंडात ढकलला. मग त्याला शोध लागला, आपोआप खात जाण्याची कला कुणी हरवून बसलं तर पहिल्यापासून नीट प्रयत्नपूर्वक खाण्याची कला शिकणं किती अवघड असेल. तो क्रॅकर संपता संपेना. तो चावून पूर्णच होईना. त्याचा रखरखीत लगदा त्याच्या तोंडात फिरत होता, कणानेही तो घशाखाली उतरला नव्हता.

'केटी, गेली सहा वर्षं मी विचार करतो आहे की, कधीतरी मी तुला भेटून तुझी क्षमा मागेन- कशी मागेन हाच विचार... आणि आता मला संधी मिळाली आहे, पण मी क्षमा नाही मागणार आता... असं वाटतंय की, तो मुद्दाच राहिला नाही आता. हे बोलणंसुद्धा भयंकर आहे, कळतंय मला. पण आता तसंच वाटतंय खरं. मी माझ्या आयुष्यात केलेलं सर्वात भयंकर कृत्य होतं ते... तुला दुखावलं म्हणून नाही केवळ. ते तर केलंच मी- केटी, तुलाही कळत नाहीये कदाचित्, इतकं दुखावलं मी तुला. पण माझा खरा गुन्हा तो नव्हता... केटी... मला तुझ्याशी लग्न करायचं होतं. मला खरोखर करावीशी वाटलेली ती एकमेव गोष्ट होती. आणि ते मी केलं नाही, हे पाप सर्वात मोठं आहे... त्याला क्षमा नाही... आपल्याला हवी असलेली गोष्ट न करणं... इतकं गलिच्छ आणि अकारण असतं... इतकं भयानक... वेड लागल्यासारखं... त्यात काहीच अर्थ नसतो, प्रतिष्ठा नसते... काहीच नाही... फक्त वेदना... निव्वळ निरर्थक व्याकुळता... केटी, ते आपल्याला कशासाठी शिकवतात हे असं सगळं... की जे आपल्याला हवं ते करणं अगदी सोपं असतं... आणि पाप असतं... आपण आपल्या इच्छांवर नियंत्रण ठेवलं पाहिजे, असं का शिकवतात ते आपल्याला? ती तर जगातली सर्वात कठीण गोष्ट आहे. आपल्याला हवं ते करणं. त्याला फार मोठं धैर्य लागतं. म्हणजे आपल्याला खरोखरच जे हवं ते करायला. जसं मला तुझ्याशी खरोखर लग्न करायचं होतं. कुणातरी स्त्रीबरोबर मला झोपावंसं

वाटतं, किंवा दारू प्यावीशी वाटते किंवा मला पेपरात नाव यायला हवं असतं तसं नव्हे. या गोष्टी म्हणजे... त्यांना तर इच्छासुद्धा म्हणता कामा नये. आपल्या इच्छांपासून पळ काढण्यासाठी माणसं हे करत असतात. कारण खूप मोठी जबाबदारी असते ही... काहीतरी मनापासून हवं असण्याची.'

'हे बघ पीटर, तू हे जे काही बोलतो आहेस ना, ते एकदम ओंगळ स्वार्थीपणाचं आहे.'

'शक्य आहे. मला नाही माहीत. तुला मी नेहमीच खरं काय ते सांगत आलो. सगळ्याच गोष्टींबद्दल. तू विचारलं नाहीस तरीही. गरज होती माझी ती.'

'हो. खरंय. तो एक फारच चांगला गुण होता तुझा. तू तसा एकदम छान मुलगा होतास, पीटर.'

त्या हिरव्या-पांढऱ्या साखरपाकातल्या बदामांचा वाडगा छळतो आहे मला... तो रागातच विचार करत होता. वर्षाच्या या ऋतूत ते बदाम हिरवे-पांढरे असण्याची काही गरजच नव्हती. सेंट पॅट्रिक्स डेसाठी हे रंग सजवून ठेवले जातात. वसंत ऋतू म्हणून. छे- त्याहीपेक्षा सुंदर... वसंतागमाची प्रसन्न चाहूल सूचित करण्यासाठी... आत्ता त्यांचं काय काम!?

'केटी, मी असं नाही म्हणणार की, मी अजूनही तुझ्यावर प्रेम करतो... मलाच कळत नाही खरं काय ते. मी कधी स्वतःला विचारलंही नाही तसं. आता त्याने काही फरकही पडणार नाही. मी आता हे म्हणतोय ते सुद्धा काही आशा आहे म्हणून किंवा काही प्रयत्न करायचा किंवा... नाही. मला फक्त एवढंच कळतंय की माझं तुझ्यावर प्रेम होतं. केटी, खूप प्रेम केलं मी तुझ्यावर... नंतर मी त्याचं जे काय केलं ते केलं... हे आता जे काही, जसं काही सांगतोय... कदाचित् मी हे तुला अखेरचंच सांगत असेन... तरीही- सांगतो, माझं तुझ्यावर प्रेम होतं, केटी.'

ती त्याच्याकडे पहात राहिली. तिला बरं वाटलं असावं. फार काही खळबळ झाली नव्हती तिच्या मनात, फारसा आनंदही दिसत नव्हता. तिला कीवही नव्हती वाटत त्याची. नुसतंच बरं वाटलं असावं. त्याला वाटलं, ती निदान लोक असल्या सामाजिक कार्यकर्त्या बायकांना म्हणतात तसली निराशग्रस्त रुक्ष ब्रह्मचारिणी असती, सेक्सकडे तुच्छतेने पहात स्वतःच्या पावित्र्याचं स्तोम माजवणारी बाई असती, तर निदान ती तरी एक शत्रुत्वयुक्त ओळख असती. पण ही प्रतिक्रिया... प्रेमासक्ती ही केवळ सामान्य मानवी भावना आहे, तिचं फार कौतुक करण्याचं कारण नाही, कुणालाही हा असा अनुभव येतोच, त्यात एवढं काय असं सुचवणारी ही तिची प्रतिक्रिया... हे शब्द कुणाही पुरुषाकडून तिने ऐकले असते, तरी तिला इतकंच आणि इतकंच बरं वाटलं असतं... तिच्या लॅपलवरच्या त्या लाल इनॅमलच्या मेक्सिकन माणसाच्या ब्रूचने जशी इतरांच्या अभिरुचीला बारीकशी सवलत देऊ केली होती तशीच ती त्याचं म्हणणं आनंदी चेहऱ्याने ऐकून घेत त्याला सवलत देत होती.

'केटी... केटी, आपण असं ठरवून टाकू या की हे- आता काहीही फरक पडत नाही, आता कशानेच फरक पडणार नाही, हो ना? जे होतं त्याला या सगळ्यामुळे थोडाच बाध येतो, होय ना, केटी?... लोक नेहमी गतकाळ बदलता येत नाही म्हणून दुःखी असतात... काहीही केलं तरी त्यात बदल होत नाही... पण मला नाही तसं वाटत. तसं असतं तेच बरं असतं. आपण ते बिघडवून टाकू शकत नाही. आपण फक्त भूतकाळाचा विचार करू शकतो, हो ना? का करू नये? म्हणजे... तू म्हणालीस तसं, प्रगल्भ माणसांसारखं, उगीच स्वतःला फसवायला म्हणून नव्हे, वेडी आशा म्हणून नव्हे- फक्त मागे वळून पहाण्यासाठी म्हणूनच... तुला आठवतं, मी न्यू यॉर्कला आल्यावर पहिल्यांदा तुझ्या घरी आलो होतो ते? तू किती बारीकशी, लहानशी दिसत होतीस, आणि तुझे केस अस्ताव्यस्त झालेले. मी तुला म्हटलेलं, मी दुसऱ्या कुणावरही कधीही प्रेम नाही करू शकणार. मी तुला मांडीवर बसवून घेतलेलं. तुला काही वजनच नव्हतं... आणि मी तुला सांगितलं, मी दुसऱ्या कुण्णाकुण्णावर प्रेम नाही करणार. आणि तू म्हटलीस, मला माहीते ते...'

'आठवतं.'

'केटी, आपण बरोबर होतो तेव्हा... मला माझ्या खूप कृत्यांची शरम वाटते- पण आपण बरोबर असण्याचा एकही क्षण मला लज्जास्पद वाटत नाही. मी तुला जेव्हा विचारलं की, माझ्याशी लग्न करशील का- नाही, मी तुला लग्न करशील का असं कधी विचारलंच नाही. मी फक्त म्हटलं होतं की आपलं लग्न ठरलंय... आणि तू म्हटलीस 'हो'... बागेतला एक बाक होता तो... बर्फ पडत होता, हलकेहलके.'

'होय.'

'तू लहान मुलासारखे गंमतीशीर लोकरीचे हातमोजे घातलेलेस. छोटेछोटे. मला आठवतंय, त्या लोकरीच्या केसांत पाण्याचे थेंब स्फटिकाच्या कणांसारखे अडकलेले... बाजूने गाडी गेली तिच्या दिव्यांच्या उजेडात चमकत होते.'

'हो. मला वाटतं मधूनमधून मागे वळून पहायला हरकत नसावी. पण आपला दृष्टिकोन पुढेपुढे विस्तारत जातो. वाढत्या वयाबरोबर आपली आत्मिक उन्नती होत रहाते.'

तो बराच वेळ गप्प बसून राहिला. मग सपाट आवाजात म्हणाला, 'सॉरी. माझं चुकलं.'

'का? तू खूप गोड आहेस, पीटर. पण पुरुष जरा जास्तच भावनाप्रधान असतात असं मला नेहमीच वाटतं.'

त्याला वाटलं, नाही, हे काही नाटक नाही... असं नाटक कुणीच करू शकत नाही... अगदी आतून खोलवरूनच नाटक सुरू झालं असेल तर... स्वतःसाठीच कुणी नाटक करत असेल तर... आणि मग त्याला काही अंतच नाही, त्यातून सुटकाच नाही, सत्याचं अस्तित्त्वच नाही...

ती त्याच्याशी बोलत राहिली. काही वेळानंतर ती पुन्हा वॉशिंग्टनबद्दल बोलू लागली. अगदीच गरज पडेल तिथे तो उत्तर देत राहिला.

त्याला वाटलं की, हा एक साधा सरळ घटनाक्रम आहे. भूतकाळ नि वर्तमानकाळ. आणि भूतकाळात काही जखम झाली असेल तर ती वर्तमानातही वेदना देत रहाते. त्या वेदनेमुळे त्या घटिताला काहीसा चिरंतनाचा स्पर्श होतो... पण हे विपरितच होतं... भूतकाळ असा नष्टही करता येत असेल असं त्याला कधी जाणवलंच नव्हतं... पश्चात्कृतीने भूतकाळातील घटना अशी नाहीये केलेली तो पहात होता... तिच्यासाठी तो भूतकाळ कधी अस्तित्त्वातच नव्हता...

तिने हातावरच्या घड्याळाकडे पाहिलं आणि तिने एकदम अस्वस्थ होत एक दीर्घ उसासा टाकला.

'अरे बापरे, मला उशीरच झाला की. पळायला हवं मला.'

तो जड स्वरात म्हणाला, 'मी तुझ्याबरोबर नाही उठलो तर चालेल, केटी? बसतो मी जरा वेळ इथे. वाईट नको वाटून घेऊस, उद्धटपणा म्हणून नाही, मला वाटतं असंच बरं राहील.'

'हो हो, अर्थातच. अजिबात काही वाटणार नाही मला... मला सगळे रस्ते माहीत आहेत आणि दोन जुन्या मित्रांत कसली आलीय औपचारिकता.' तिने पर्स आणि हातमोजे उचलत म्हटलं. पेपर नॅपकिनचा नीट छोटासा गोळा करून तो चहाच्या कपात टाकला.

'मी परत कधी इथे आले की तुला फोन करेन, हं. आपण पुन्हा असंच भेटू कुठेतरी नि चहा पिऊ. अर्थात कधी ते काही मी सांगू शकत नाही. फार कामात असते मी. कुठेकुठे जावं लागतं मला. गेल्या महिन्यात मी डेट्रॉईटला होते आणि पुढल्या आठवड्यात सेंट लुईसला जाणार आहे. पण पुन्हा जेव्हा कधी मला न्यू यॉर्कला धाडतील, तेव्हा मी नक्की फोन करेन, पीटर. चल, निघते. फार छान झालं आपली भेट झाली.'

❑

११

गेल वायनान्ड यॉटच्या डेकच्या चकाकत्या लाकडी पृष्ठभागाकडे पहात होता. ते लाकूड, आणि दाराची पितळी मूठ, किरण पडून नुसती ज्वाळेच्या फराट्यासारखी लखलखत होती. त्याला आपल्या भोवतालाची जाणीव करून देत होती. पेटून उठलेल्या आकाश आणि सागराच्या मध्यात पसरलेलं मैलोगणती अवकाश गच्च उन्हाने भरलेलं. फेब्रुवारी महिना होता आणि प्रशांत महासागराच्या दक्षिण भागात त्याची यॉट इंजिन्स बंद करून एका जागीच स्थिर उभी होती.

तो कठड्यावर झुकला आणि खाली पाण्यात पडून राहिलेल्या रॉर्ककडे पहात राहिला. रॉर्क पाठीवर पडून संथ तरंगत होता. त्याचं शरीर एका सरळ रेषेत आखल्यासारखं दिसत होतं. हात पसरून डोळे मिटून तो पहुडला होता. त्याची त्वचा उन्हाने इतकी रापली होती, दिवसचे दिवस अशाच प्रकारे काढल्याची साक्ष देत होती. वायनान्डच्या मनात आलं, यॉटच्या माध्यमातून, रॉर्कच्या त्वचेच्या किंवा आपल्या कठड्यावर टेकलेल्या हातांच्या त्वचेच्या उन्हाने रापण्यातून... काळ आणि अवकाश यांना अशा प्रकारे कैद करायला किती मजा वाटते...

तो गेली काही वर्षं यॉटने सागरसफरीवर गेलाच नव्हता. या वेळी त्याला आपल्याबरोबर फक्त रॉर्क हवा होता. डॉमिनिकला मागेच ठेवून आलेला तो.

वायनान्ड म्हणाला होता, 'काय चाललंय, किती स्वतःला झिजवतो आहेस, हॉवर्ड. किती धावतो आहेस, असा वेग कुणालाच फार काळ परवडत नाही बरं... मॉनाड्नॉकनंतर चालूच आहे तुझी ही भरधाव दौड, हो ना?... विश्रांती घे आता... तुला शक्यच नाही ते जमणं म्हणा! चल, दाखवतोस धैर्य- विश्रांती घेण्याचं?'

रॉर्कने इतक्या सहज आणि झटकन हो म्हटलं की तो चकित झाला. रॉर्क खदखदून हसला, 'मी माझ्या कामापासून पळ काढत नाहीये, एवढा दचकलास कशाने? केव्हा थांबायचं मला कळतं. पण पूर्णपणे थांबता येणार नसेल तर ते मला नाहीच जमत. कळतंय मला की मी जरा जास्तच ताणलंय स्वतःला. खूपच कागद वाया घालवतोय मी आजकाल, अगदीच खराब काम होतंय माझ्या हातून.'

'तू कधी खराब कामही करतोस की काय?'

'खूपच. इतर अनेक आर्किटेक्ट्सपेक्षा जास्तच. आणि सबबीही नाहीत माझ्याकडे. माझं कौतुक एवढंच सांगू शकतो... की माझे वाया कागद माझ्याच ऑफिसमधल्या केराच्या टोपलीत पडतात.'

'बघ हं, सांगून ठेवतो, आपण महिनोनमहिने दूर असू. तुला माझ्याबरोबर येण्याचा पश्चात्ताप होऊ लागला नि आपल्या ड्राफ्टिंग टेबलच्या नावाने सुस्कारे सोडू लागलास, -अनेक लोक असतात असे, खरी विश्रांती कधीच घेता येत नाही त्यांना- तर मी तुला परत घेऊनबिऊन मुळीच येणार नाही. माझ्या यॉटवर मी एकदम अव्वल दर्जाचा हलकट हुकूमशहा असतो, लक्षात ठेव. तुला काय मागशील ते मिळेल, पण कागद-पेन्सिल नाही मिळणार. मी तुला फार बोलण्याचंही स्वातंत्र्य देणार नाही. एकदा आत आल्यावर गर्डर्स, प्लास्टिक्स, रिइन्फोर्स्ड कॉंक्रीट वगैरे कशावरही बोलायचं नाही. मी तुला शिकवेन कसं रहायचं- खायचं, झोपायचं, अगदी एखाद्या आळशी खुशालचेंडू अब्जाधीशासारखं कसं जगायचं.'

'करून पहायला आवडेल मला.'

रॉर्कच्या ऑफिसात काम बरंच होतं, पण पुढले काही महिने त्यासाठी रॉर्क तिथं असण्याची

गरज नव्हती. त्याचं आत्ताचं हातातलं काम पूर्ण होण्याच्या बेतात होतं. दोन नवी कामं येत्या वसंतात सुरू होणार होती.

कीटिंगला हवी असलेली कोर्टलँड होम्सची सगळी स्केचेस देऊन झाली होती. बांधकाम आता सुरू होणार होतं. प्रवासाला निघायच्या आधी डिसेंबरच्या एका संध्याकाळी रॉर्क कोर्टलँड होम्सच्या जागेवर पहायला म्हणून गेला. अनेक रिकामटेकड्या बघ्यांमधलाच एक म्हणून. पाया घालण्यासाठी स्टीम शॉव्हेल्सनी खोदकाम चालू होतं, भविष्यात तिथं पायाभरणी होणार होती. शेजारीच ईस्ट नदीची काळसर धूसर पट्टी दिसत होती नि पलीकडे तुरळक रुपेरी हिमकणांच्या पडद्यामागे दूर शहरातल्या इमारतींचे सुळके मवाळ झाल्यासारखे उभे होते. चित्रात जांभळट गुलबट जलरंगात फक्त सूचित करावे तसे.

वायनान्डने डॉमिनिकला जेव्हा तो फक्त रॉर्कला घेऊन सागर सफरीवर चाललाय हे सांगितलं, तेव्हा तिने काही विरोध दर्शवला नाही.

'डियरेस्ट, समजून घे, की मी काही तुझ्यापासून पळ काढत नाहीये. मला केवळ एकट्याला सर्वांपासून दूर जायचंय. हॉवर्डबरोबर असणं म्हणजे स्वतःबरोबर असण्यासारखंच आहे... उलट अधिकच शांतता वाटेल.'

'होय गेल, माझी काहीच हरकत नाहीये.'

पण तो तिच्याकडे पहात राहिला आणि मग अचानक खूपच आनंदात हसत सुटला.

'डॉमिनिक, मला वाटतं तुला मत्सर वाटतो आहे, हो ना... काय मस्त! आता मला त्याच्याविषयी अधिकच कृतज्ञता वाटते आहे... तुला त्याचा मत्सर वाटतो आहे.'

ती काहीच बोलू शकली नाही... कुणाचा मत्सर वाटतो आहे, हे सांगू शकली नाही.

डिसेंबरच्या अखेरीस यॉट निघाली. वायनान्डला रॉर्कला विश्रांतीची शिस्त लावण्याची संधीच मिळाली नाही, त्यामुळे हिरमुसलेल्या वायनान्डचं तोंड पाहून रॉर्क हसत होता. रॉर्क बिल्डिंग्जबद्दल बोलतच नसे. डेकवर तासनतास उन्हात लोळत पडून राही. जणू आयुष्यभर तेच करत आलेला. ते फार थोडं बोलत. दिवसचे दिवस ते एकमेकांशी एखादं तरी वाक्य बोलले का- वायनान्डला आठवावं लागलं असतं. ते काहीही बोलत नव्हते हे वायनान्डला शक्यच वाटत नव्हतं. त्यांच्यामधली शांतता हीच त्यांच्या संवादाचं माध्यम झाली होती.

आज ते दोघेही पोहायला एकत्र उतरले होते. वायनान्ड त्याच्या आधी पाण्याबाहेर आला. तो कठड्यापाशी उभा राहून पाण्यात पडून तरंगणाऱ्या रॉर्कच्या आकृतीकडे पहात विचार करू लागला, या क्षणी आपल्या हाती केवढी मोठी सत्ता आहे... यॉट सुरू करण्याचे आदेश मी देऊ शकतो... दूर निघून जाऊ शकतो, या केशरी मस्तकाच्या माणसाला इथेच उन्हात, समुद्रात सोडून जाऊ शकतो. या विचाराने त्याच्या मनात वेगळाच आनंद उचंबळून आला, त्या सत्तेची जाणीव आणि मग रॉर्कपुढल्या शरणागतीची... त्याला कळत होतं की जगातली कोणतीही शक्ती त्याला त्याच्या हातची सत्ता वापरायची सक्ती करू शकत नाही. त्याच्या हाती त्या नौकेची प्रत्येक कळ होती, स्वरयंत्रातून काही मोजकेच स्वर निघाले की, कुणाचे तरी हात व्हाल्व उघडायला सज्ज होते... आणि ते आज्ञाधारक यंत्र पुढे निघून जाऊ शकलं असतं. त्याला वाटलं, हा काही केवळ नैतिकतेचा प्रश्न नाही. ही कृती किती हिंसक असेल त्याचा विचार महत्त्वाचा नाही. एखाद्या प्रचंड देशाची नियती ठरवण्यासाठी गरजच पडली तर एखाद्या माणसाला असं समुद्रात सोडून दिलं जाऊ शकतं... पण काहीही झालं तरी त्याला मात्र या माणसाला इथे सोडून जाणं शक्य झालं नसतं. तो, गेल वायनान्ड , या क्षणी असाहाय्य होता. डेकच्या फळ्या त्याच्या पायाखाली होत्या आणि रॉर्क एखाद्या वाहत आलेल्या

लाकडासारखा अथांग सागराच्या लाटांवर तरंगत पडून होता... पण त्याच्याकडे यॉटच्या पोटात असलेल्या इंजिनपेक्षाही अधिक शक्ती होती. वायनान्ड विचार करत होता, कारण इंजिनची शक्ती याच प्रकारच्या शक्तीतून निर्माण झाली होती.

रॉर्क पाण्यातून बाहेर येत डेकवर चढला. वायनान्ड त्याच्या शरीराकडे पहात होता. पाण्याचे ओघळ त्याच्या कातडीवरून सरळसरळ ओघळत होते. तो म्हणाला, 'स्टोडार्ड मंदिराच्या वेळी तू चूक केलीस, हॉवर्ड. तो पुतळा डॉमिनिकचा नव्हे तुझा असायला हवा होता.'

'ना. मी फार जास्त आत्मकेंद्री आहे, ते नसतं करू शकलो मी.'

'आत्मकेंद्री? आत्मकेंद्री माणसाला तर फारच आवडलं असतं ते. तू काहीही अर्थाने शब्द वापरतोस.'

'अगदी अचूकपणे वापरतो मी शब्द. मला कशाचंही प्रतीक व्हायचं नाहीये. मी फक्त मी आहे.'

□ □ □

डेकच्या खुर्चीवर पसरून बसलेला वायनान्ड समाधानाने वर टांगलेल्या दिव्याकडे पहात होता. त्याच्या मागे एक दुधी काच बसवलेली. काळा अंधारा समुद्र त्याच्या भोवतीच्या प्रकाशाच्या भिंतींमुळे तुटल्यासारखा झालेला. यॉटच्या गतीचा आवाज तेवढा जाणवत होता. रात्रीची उबदार हवा त्याच्या चेहऱ्याला स्पर्शून जात होती. भोवतीने केवळ त्या डेकचाच परीघ मिटून, घेरून राहिला होता.

रॉर्क त्याच्या समोर कठड्याला टेकून उभा होता. काळ्या अवकाशाच्या पार्श्वभूमीला टेकून ती उंच शुभ्र वस्त्रांतील आकृती माथा उंचावून उभी होती, अपूर्ण इमारतीत असाच माथा उंचावून पहाताना वायनान्डने त्याला पाहिलं होतं. त्याने कठड्यावर पंजे रोवले होते. त्याच्या शर्टच्या तोकड्या बाह्यांमुळे त्याचे उघडे बाहू त्या उजेडात दिसत होते. त्याच्या दंडावरच्या स्नायूंवर, मानेवरच्या स्नायूंवर प्रकाश-सावल्यांचा खेळ सुरू होता. वायनान्डच्या मनात यॉटचं इंजिन, स्कायस्क्रेपर्स, ट्रान्सअटलांटिक केबल्स यांचे विचार चमकून गेले.

'हॉवर्ड, हेच तर हवं होतं मला. तू असा माझ्याबरोबर हवा होतास मला.'

'हं. माहीते.'

'हे खरं काय आहे माहीत आहे तुला? आत्यंतिक हाव आहे ही माझी. जगातल्या दोन गोष्टींबद्दल मी एकदम कंजूष आहे- तू आणि डॉमिनिक. मी एक असा अब्जाधीश आहे, की माझ्या मालकीचं काही नव्हतंच. तुला आठवतं तू मालकीबद्दल काय बोलला होतास ते... मला ना जणू खाजगी मालमत्तेच्या कल्पनेचा शोध लागलाय. एखाद्या आदिम माणसाला अचानक ती संकल्पना सापडावी तसं झालंय... आणि मग वेड्यासारखा सुटलोय मी. गंमत आहे. एल्सवर्थ टूहीचा विचार कर.'

'का? एल्सवर्थ टूही का?'

'म्हणजे तो ज्या गोष्टींची शिकवण पसरवतो आहे त्यांचा. मला आजकाल प्रश्न पडतो बरं का... की त्याला तो काय प्रचार करतोय ते कळतंय का खरोखर. अगदी संपूर्ण निःस्वार्थ जीवन? काय सांगू... ते तर मी जगलोय... मी त्याच्या आदर्श तत्त्वांचं मूर्तीमंत साकार रूप आहे हे त्याला कळतंय? अर्थात्, त्याला माझे हेतू पसंत पडण्यासारखे नाहीत. पण हेतूंमुळे सत्य बदलत नाही. जर हे खरं असेल, की तो तात्विकदृष्ट्या निःस्वार्थतेच्या मागे आहे- आणि टूही तत्त्वज्ञ तर आहेच- पैशाच्या पलीकडे तो पहात असेल, तर त्याला माझ्याकडे नीट पाहून घ्यायला हवं. माझ्या मालकीचं काहीच नव्हतं कधी. मला काही नकोच असायचं. मी कशाचीच काडीचीही पर्वा करत नसे- टूहीला कधी कल्पनाही करता येणार नाही अशा एकदम ब्रह्मवादी भूमिकेतून. मी या संपूर्ण जगाचा

वायुभारमापक बनून राहिलो. त्याच्या लाडक्या जनसामान्यांनी मला वरवर नेलं, कधी खाली आणलं. अर्थात् वाटेवर मी बरंच घबाड गाठीशी बांधलं. तरीही त्यामुळे हे चित्र थोडंच बदलतं? त्यातील वास्तव थोडंच बदलतं? समज मी त्यातली पै न पै दान करून टाकली असती, समज मला त्यातला काहीच पैसा नको असता, मी केवळ लोकसेवेसाठी, उदात्त हेतूने ते काम सुरू केलं असतं तर... मला काय करावं लागलं असतं? मी अगदी हेच केलं असतं. बहुजनसुखाय... सर्वात मोठ्या लोकसंख्येला जास्तीत जास्त आनंद देण्यासाठी काम केलं मी. बहुसंख्येची मतं, इच्छा-आकांक्षा, अभिरुची... त्या बहुसंख्येने मला त्यांचा पाठिंबा मुक्त हस्ते दिला, तीन सेंट्सची मतपत्रिका प्रत्येक पेपरविक्याकडे रोज सकाळी सुपूर्द होते, त्या रुपाने. वायनान्ड पेपर्स? गेली एकतीस वर्षं त्या पेपर्सनी गेल वायनान्ड सोडून बाकी सर्वांचं प्रतिनिधीत्व केलं आहे. मी माझी अहंता अस्तित्वातून पुसून टाकली... आपल्या मठीत कोंडून घेतलेल्या एखाद्या विरागी संतालाही शक्य नसेल झालं हे. तरीही लोक मला भ्रष्ट म्हणतात. का? विरक्त संत केवळ ऐहिक गोष्टींचा त्याग करतो. आत्म्याच्या उद्धारासाठी फार किरकोळ किंमत आहे ती. तो आपला आत्मा जपून ठेवतो आणि बाकी सर्वसंगपरित्याग करतो. पण मी- बघ माझ्याकडे- मी कार्स घेतल्या, रेशमी पायजमे घेतले, पेंटहाऊस घेतलं... आणि त्या बदल्यात जगाला माझा आत्मा देऊन टाकला. सांग... त्याग ही सद्गुणांची परीक्षा असेल तर- सांग अधिक मोठा त्याग कुणी केला? खरा संत कोण?'

'गेल... तू हे स्वतःशीही कधी मान्य करशील असं वाटलं नव्हतं मला.'

'का नाही करणार? मी काय करत होतो, ते मला चांगलं माहीत होतं. मला समूहाच्या आत्म्यावर सत्ता गाजवायची होती आणि ती मी गाजवली. समूहाचा आत्मा... फार विचित्र आणि गंतागुंतीची संकल्पना आहे ती... पण ज्या कुणाला ती समूर्त पहायची असेल त्यांनी केवळ न्यू यॉर्क बॅनरची प्रत उचलून पहावी.'

'हो...'

'अर्थात टूही मला सांगेल की त्याला अभिप्रेत असलेली निःस्वार्थ दयाबुद्धी ही नव्हे. त्याच्या म्हणण्यानुसार लोकांना काय हवंय, ते त्यांनी ठरवता कामा नये, मी ठरवावं. त्यांना काय आवडतं, किंवा त्यांना काय आवडतं असं मला वाटतं- या दोन्ही गोष्टी त्याला नको आहेत- त्यांना काय आवडायला हवं ते मी ठरवून घ्यावं आणि मग ते त्यांच्या नरड्यात कोंबावं असं त्याला वाटतं. ते नरड्यात कोंबावंच लागेल, कारण त्यांची खरीखुरी स्वाभाविक निवड आहे, ती बॅनर जसा आहे तशी. हं... आजकाल असले बरेच निःस्वार्थ वीर आहेत जगभर सगळीकडे.'

'कळतंय तुला ते?'

'अर्थातच. लोकसेवा करायची म्हणजे मग आणखी काय करणार? दुसऱ्यांसाठी जगायचं तर? एकतर सर्वांच्या इच्छांपुढे लोळण घ्यायची आणि स्वतःला भ्रष्ट म्हणवून घ्यायचं किंवा मग सर्वांवर तुमच्या कल्पना लादून कल्याण साधतो म्हणायचं. दुसरा काही मार्ग सुचतो तुला?'

'नाही.'

'मग उरतं काय? सभ्यपणाची मर्यादा सुरू कुठे होते? निःस्वार्थ दयावाद संपतो तिथं कशाची सुरुवात होते? मी कशावर प्रेम करतो, समजतंय तुला?'

'होय, गेल,' रॉर्कचा आवाज अगदीच जड येत होता, जणू त्याच्या मनाविरुद्ध बोलत होता तो... जवळजवळ दुःखानेच.

'तुला काय झालंय? असा का बोलतो आहेस तू?'

'सॉरी. क्षमा कर मला. कसला तरी दुसराच विचार करत होतो. बऱ्याच काळपासून मी तो

विचार करत होतो. आणि आता तर जास्तच... तू मला हे असं डेकवर लोळायला नि आळसात दिवस घालवायला शिकवलंस तेव्हापासून.'

'माझा विचार करतो आहेस?'

'अनेक गोष्टी आहेत, त्यातच एक तुझाही.'

'काय ठरवलंस मग?'

'मी काही निःस्वार्थ मनुष्य नाही, गेल. मी इतर कुणासाठी काहीही निर्णय घेत नाही.'

'माझा विचार नि काळजी करू नकोस. मी स्वतःला विकलंय, पण मी त्याबद्दल काही बाष्कळ कल्पना बाळगलेल्या नाहीत. मी कधी स्वतःचा आल्वा स्कॅरेट होऊ दिला नाही. तो बिचारा लोक ज्यावर विश्वास ठेवतात त्यावर खरोखरचाच विश्वास ठेवतो. मी लोकांचा तिरस्कार करतो. तेवढाच माझा बचाव आहे. मी माझं आयुष्य पणाला लावलं, पण मला त्याची चांगली किंमत पडली. सत्ता. मी ती कधी वापरली नाही. मला वैयक्तिक इच्छा प्रत्यक्षात आणता आल्या नाहीत. पण आता मी मोकळा आहे. आता मला जे पटतं त्यासाठी मी ती वापरू शकतो. डॉमिनिकसाठी. तुझ्यासाठी.'

रॉर्कने मान फिरवली. थोड्या वेळाने पुन्हा वायनान्डकडे वळत तो म्हणाला.

'तशी आशा करतो मी, गेल.'

'तू गेले काही आठवडे काय विचार करतो आहेस?'

'स्टँटनच्या डीनच्या वर्तनामागील तत्त्व.'

'कसलं तत्त्व?'

'या जगाला नष्ट करू पहाणारी गोष्ट... तू ज्याबद्दल बोलतो आहेस ती गोष्ट. खरोखरचा निःस्वार्थ- स्वत्वत्याग.'

'जे ध्येय कुणीच गाठू शकत नाही...'

'चुकतात ते. ते होतंय. जरी त्यांना अभिप्रेत असलेल्या अर्थाने नसेल तरी. मला हे लोकांबद्दल कधी कळायचं नाही. त्यांच्याकडे स्वत्व उरलेलंच नसतं. ते इतरांकरवी जगतात. ते परोपजीवी असतात- सेकंडहँड जगतात. पीटर कीटिंगकडे पहा.'

'तूच पहा पीटर कीटिंगकडे. मला त्याची घृणा वाटते.'

'मी पहात आलोय त्याच्याकडे. आणि त्याचं काय झालंय हेही पाहिलंय... आणि त्यातूनच मला हे कळत चाललंय. तो आता त्याची किंमत मोजतोय आणि कुठल्या पापाची सजा भोगतो आहोत आपण यावर विचार करतोय... त्याला वाटतंय की त्याने फारच स्वकेंद्री विचार केल्याची ही सजा आहे. काय केलंय असं त्याने? त्याची कुठली कृती, कुठला विचार स्वकेंद्री होता? आयुष्यातलं त्याचं ध्येय कोणतं होतं? त्याला नाव हवं होतं, महत्ता हवी होती- इतरांच्या लेखी. प्रसिद्धी, स्तुती, मत्सर- साऱ्या इतरांमुळे शक्य होणाऱ्या गोष्टी. त्याची निष्ठा काय असावी ते इतरांनी ठरवलं... त्याला निष्ठा वाटत नसली तरीही इतरांचा तसा विश्वास बसतो हे त्याला पुरेसं होतं. त्याच्या उद्दिष्टांमागे इच्छाशक्ती होती ती इतरांची. त्याला तेवढीच चिंता होती. त्याला महान बनायचं नव्हतं. इतरांनी आपल्याला महान मानावं एवढीच त्याची इच्छा होती. त्याला काहीही बांधण्यात रस नव्हता, पण इतरांना तसं वाटावं असं मात्र त्याला वाटत होतं. कुणावर तरी छाप पाडण्यासाठी कुणाकडून तरी उसनवारी करत आला तो. हा खराखुरा निःस्वार्थ भाव म्हणायचा. स्वत्वहीनता. खरं पहाता त्याने स्वतःचा अहंभाव, स्वत्वच तर सोडून दिलं. पण आता सारेच त्याला स्वकेंद्री म्हणतात.'

'बरेचसे लोक याच पद्धतीने जगतात.'

'हो! आणि प्रत्येक हिणकस कृतीचं हेच मूळ आहे असं नाही वाटत तुला? स्वकेंद्री वर्तन नव्हे

उलट पूर्णपणे स्वत्व विसरून जाणे. बघ त्यांच्याकडे. जो मनुष्य खोटं बोलतो, खोटं वागतो, पण एक प्रतिष्ठित वाटेल असा मुखवटा राखतो- त्याला स्वतःला चांगलं माहीत असतं की, तो अप्रामाणिक आहे, पण इतरांना तो प्रामाणिक वाटतो आणि तो त्याचा आत्मसन्मान लोकांच्या मनातल्या प्रतिमेतून मिळवत रहातो... उधार.

'जी मिळकत, जे यश स्वतःचं नाही त्याचं श्रेय घेणारा मनुष्य स्वतःची कुवत पुरती ओळखून असतो, माहीत असतं त्याला आपण किती सुमार आहोत ते. पण इतरांच्या नजरेत तो मोठा असतो, कर्तृत्ववान असतो तेच त्याला महत्त्वाचं वाटतं. आपल्यापेक्षा कमी लायकीच्या लोकांवर प्रेम असल्याचा दावा करणारा नि दुर्बळांना लटकून रहाणारा नैराश्यग्रस्त प्राणी केवळ तुलनेने स्वतःचं श्रेष्ठत्व ठसवण्यासाठी तसं वागत असतो. तसंच असतं, केवळ पैशाच्या मागे धावणाऱ्या माणसाचीही तीच दारुण कथा. पैसा मिळवण्याच्या इच्छेत तसं पापमूलक काहीच नाही. पण पैसा हे अखेर एक साधन आहे, काहीतरी साध्य करण्यासाठी. जेव्हा कुणाला तो स्वतःच्या काही हेतूसाठी हवा असतो- उद्योगधंद्यात गुंतवायला, काहीतरी घडवायला, अभ्यास करण्यासाठी, प्रवास करण्यासाठी, काहीतरी सुखसुविधा मिळवण्यासाठी, तेव्हा तो हेतू पूर्णपणे नैतिक असतो. पण जी माणसं पैशालाच प्रथम प्राधान्य देतात ती या हेतूंच्या पलीकडे जातात. वैयक्तिक ऐष ही एका मर्यादेपर्यंतच होऊ शकते. पण अनेकांना हवं असतं ते त्याचं प्रदर्शन. लोकांना दाखवण्यासाठी, दिपवून टाकण्यासाठी, लोकांचं जंगी स्वागत करून त्यांच्यावर छाप पाडण्यासाठी. हे लोक परोपजीवी, उधारीवर जगणारे असतात. आपले तथाकथित सांस्कृतिक समजले जाणारे प्रयत्न पहा. एखादा व्याख्याता कुठूनतरी उचललेलं निरर्थक उच्छिष्ट तोंडात घोळवून बाहेर काढत असतो, ज्याचा अर्थ ना त्याला लागत असतो ना त्याच्या श्रोत्यांना आणि कुणालाही काही पर्वा नसते त्याची... पण सगळे ऐकत बसून रहातात, कारण त्यांना बाहेर इतरांना सांगायचं असतं- की आम्ही फलाण्या सुप्रसिद्ध विद्वानाचं भाषण ऐकायला गेलो होतो... सगळेच उसनं जगणारे लोक.'

'मी एल्सवर्थ टूही असतो तर मी म्हटलं असतं, तू स्वार्थी विचाराच्या विरुद्धच तर युक्तिवाद करतो आहेस. ते सारेच स्वार्थी हेतूने वागत आहेत, कुणीतरी नोंद घ्यावी, कौतुक करावं, कुणालातरी आपलं वर्तन आवडावं याच हेतूने. होय ना?'

'कुणालातरी- दुसऱ्यांना आवडावं म्हणून वागत आहेत. स्वतःचा आत्मसन्मान बाजूला ठेवून. ते सर्वात जास्त महत्त्व कशाला देतात, मूल्य, न्याय, विचार, तत्त्व याबाबतीत ते इतरांना आपल्या वरचं स्थान देतात. दयावादी लोकहित-विचाराच्या चौकटीत बरोबर बसतं हे. खराखुरा स्वार्थी माणूस इतरांच्या मान्यतेचा विचारच करीत नाही. त्याला त्याची गरज नसते.'

'मला वाटतं, टूहीला हे चांगलं समजतं. त्यामुळेच त्याला या विखारी मूर्खपणाचा प्रसार करायला मदत होते. दुर्बलता आणि भिरूता. दुसऱ्यांकडे मदतीसाठी धावत जाणं किती सोपं असतं. आपल्या हिमतीवर उभं रहाणं किती कठीण. तुम्ही लोकांसाठी सद्गुणांचा आव आणू शकता. पण स्वतःला नाही फसवू शकत तसं. आपली अहंता तर सर्वात न्यायनिष्ठूर असते. ते पळ काढतात तिच्यापासून. सगळं आयुष्य पळ काढण्यातच घालवतात. धर्मादाय कार्याला काही हजार दान करून स्वतःला सद्गुणसंपन्न ठरवणं सोपं असतं, स्वतःच्या कर्तृत्वाच्या मापदंडावर स्वतःची किंमत, आत्मसन्मान मोजणं कठीण. कौशल्याचे अनेक सोपे पर्याय शोधून ठेवलेले असतात त्यांनी- प्रेम, दया, दानशूरत्व, गोडवा... पण खरोखर कौशल्याला पर्याय नसतो.'

'हाच तर असतो या उसनं जगणाऱ्यांचा भयंकरपणा. त्यांना सत्य, नवनवीन कल्पना, काम यांची काहीही किंमत नसते. त्यांना केवळ लोकांचा विचार करायचा असतो. हे खरंय का?- हा प्रश्न

ते कधीच विचारत नाहीत. ते विचारतात, इतरांना हे खरं वाटतं का? त्यांना काहीही ठरवायचं नसतं, केवळ पुनरावृत्तीचे धनी होतात ते. त्यांना काही करायचं नसतं, पण आपण करतो आहोत असं दर्शवायचं मात्र असतं. निर्मिती- छे. फक्त देखावा. त्यांचा क्षमतेवर विश्वासच नसतो, मैत्रीवर असतो. गुणांवर नाही, वशिल्यावर विश्वास असतो. जे लोक विचार करतात, काम करतात, निर्मिती करतात, त्यांच्याविना या जगाचं काय होईल? हे असतात आत्मकेंद्री लोक. जे दुसऱ्याच्या मेंदूने विचार करत नाहीत. दुसऱ्याच्या हस्ते काम करवून घेत नाहीत. जेव्हा आपण स्वयंनिर्णयाची क्षमता सोडून देतो तेव्हा आपण आपली विचारशक्तीच सोडून देतो. विचारशक्ती सोडणं म्हणजे जगणं सोडून देणं. उसनवार जगणाऱ्यांना वास्तवाची जाणीवच नसते. त्यांचं वास्तव हे त्यांच्या अंतरात नसतंच. ते असतं त्यांच्या शरीराला इतरांपासून वेगळं करणाऱ्या अवकाशात... त्यांना अस्तित्वच नसतं... ते कशाच्यातरी तुलनेत जगतात... रितेपणाशी जोडून घेतलेलं असतं त्यांनी स्वतःला. लोकांच्यातला हा रितेपणाच मला समजू शकत नाही. मी एखाद्या समितीसमोर गेलो की, मला थांबवायचा तो हाच रितेपणा. स्वत्वभावनेविनाच जगणारी माणसं. त्यांची मतं विचारप्रक्रियेशिवाय बनून गेलेली असतात. मोटर किंवा ब्रेक्सशिवाय त्यांची गती असते. त्यांना सत्ता हवी असते, जबाबदारीविना. हा असला उसनं जगणारा माणूस कृती करतो पण त्याच्या कृतीचा उद्गम त्याच्या भोवतीच्या प्रत्येक व्यक्तीतून झालेला असतो जणू. त्याची कार्यकारणं सर्वत्र विखरून असतात. त्याच्याशी वादही घालू शकत नाही आपण. विवेकाच्या आधारावर केलेला युक्तिवाद पटतही नाही त्याला. विवेकाचा विचारच पटत नाही. आपण बोलूच शकत नाही त्याच्याशी- त्याला ऐकू येत नसतं. तुमचा बचाव ऐकायला असतं रिकामं न्यायपीठ. एक आंधळा जमाव धावत असतो वेड्यासारखा. स्टीव मॅलरीला त्या श्वापदाला नाव देता आलं नाही. पण तो ओळखून आहे त्याचा भाव. त्याच त्या जिभल्या चाटणाऱ्या श्वापदाचं भय वाटतं त्याला- परोपजीवी श्वापद.'

'मला वाटतं तुझ्या या परोपजीवींना हे समजत असावं- जरी ते स्वतःशी अजिबात मान्य करीत नसले तरीही. बघ ना, ते काहीही स्वीकारतात. पण कुणाही स्वतंत्र प्रज्ञेने उभ्या रहाणाऱ्या माणसाला नाही स्वीकारत. ताबडतोब ओळखतात ते त्याला. अंतःप्रेरणेने. काही और द्वेष असतो त्याच्याबद्दल त्यांच्या मनात. गुन्हेगारांना माफ करतात ते. हुकूमशहांचं कौतुक मांडतात. गुन्हे आणि हिंसा एकत्रच नांदतात, त्यांचं परस्परावलंबित्व असतं आणि त्यांना असल्या साहचर्याची गरजच असते. त्यांच्या टिकलीएवढ्या व्यक्तिमत्त्वांची छाप त्यांना भेटेल त्या माणसावर पाडायची असते. स्वतंत्र बाण्याचा माणूस त्यांना उडवून लावतो कारण त्याच्या व्यक्तिमत्त्वात त्यांना स्थान नसतं, अस्तित्त्व नसतं... त्यांना तेवढंच एक अस्तित्त्व कळतं. जी जी कल्पना स्वतंत्र बाण्याचा पुरस्कार करते तिच्याबद्दल केवढा धिक्कार व्यक्त होतो ते पहा. स्वतंत्र व्यक्तिमत्त्वाच्या माणसाचा किती द्वेष केला जातो पहा. स्वतःच्याच आयुष्याकडे मागे वळून पहा, हॉवर्ड, आणि तू ज्या लोकांना भेटलास ते लोक पहा. त्यांना कळतं, त्यांना भय वाटतं. तू म्हणजे त्यांना स्वतःवरील जिवंत दूषण वाटत असशील.'

'कारण त्यांच्यात काही ना काही आत्मसन्मानाची जाणीव टिकून असते. माणसंच असतात ती अखेर. पण स्वतःचा शोध दुसऱ्यांमधे घ्यायची शिकवण मिळालेली असते त्यांना. तरीही कुणालाच संपूर्णपणे स्वत्वहीनपणे, मान तुकवून जगणं शक्य नसतं. तसं कुणालाच जगता येणार नाही. त्यामुळेच तर, शतकानुशतकं निःस्वार्थ सेवावाद हेच मानवाचे अत्युच्च ध्येय असावे असं शिकवलं जाऊनही, माणसं त्याचा स्वीकार या एका मर्यादित पद्धतीनेच करीत आली आहेत. स्वतःची किंमत इतरांमधून मिळवत रहातो तो, हे असं उधारीवर जगून. आणि यातून किती विचित्र गोष्टींचा उदय झाला आहे

पहा. एक विचित्र प्रकारचा स्वार्थ यातून घडला आहे... खऱ्या अर्थाने स्वार्थाचा विचार करणारा कोणताही माणूस तसल्या स्वार्थीपणाची कल्पनाही करू शकत नाही. आणि आजकाल तर स्वार्थी विचारांच्या विळख्यातून जगाची सुटका करण्यासाठी 'स्व' नष्ट करण्याचाच विचार सुचवला जातो आहे. आजकाल कसला उपदेश केला जातो ऐका! आपल्या आजुबाजूच्या प्रत्येकाकडे बघ. का त्यांच्या वाट्याला इतकं दुःख यावं... आश्चर्य वाटतं ना? का बरं ते आनंद शोधत वणवण करतात आणि त्यांना कधीच नाही मिळत तो? त्यातल्या एखाद्या माणसाने जर थबकून स्वतःला विचारलं की, आपण कधीतरी अगदी संपूर्णपणे व्यक्तिगत अशी इच्छा बाळगली होती का, तर त्याला बाकीच्याही प्रश्नांचं उत्तर मिळेल. त्याला कळेल की आपल्या सगळ्या इच्छा, आकांक्षा, आपले प्रयत्न, स्वप्न सारीच इतरांच्या सांगण्यावरून ठरली आहेत. अगदी संपत्ती कमावण्याची धडपडही त्याच हेतूपोटी असते- उसन्या आनंदासाठी, इतरांच्या नजरेतील प्रतिष्ठेसाठी. सन्मानाचा शिक्का हवा असतो तो इतरांकडून. त्या धडपडीत त्याला खरा आनंद कधीच मिळत नाही. यश मिळवल्यावरही त्यात त्याला आनंद नसतो. एकाही गोष्टीबाबत त्याला असं म्हणता येत नाही की, 'हे मला हवं होतं म्हणून मी केलं. माझ्या शेजाऱ्यांचे डोळे विस्फारावे म्हणून नव्हे.' अन् मग त्यांना प्रश्न पडत रहातो- त्यांना आनंद का वाटत नाही... आनंदाचा कुठलाही प्रकार हा प्रथमतः व्यक्तिगत असतो. आपले सर्वात आनंददायी क्षण हे अगदी स्वतःपुरते असतात, स्वतःसाठी असतात, इतर कुणाचा स्पर्शही त्याला होऊ नये असे असतात. आपल्याला ज्या गोष्टी पवित्र वाटतात, अमोल वाटतात त्या आपण कुणाहीबरोबर वाट्टेल तशा वाटून घेत नसतो. पण आताशा सदः आपल्याला सांगितलं जातं, की स्वतःची प्रत्येक खाजगी गोष्ट सार्वजनिक रिंगणात टाकावी, कुणाचेही स्पर्श होऊ देत... आनंद कसा- सार्वजनिक स्वरूपाचा हवा म्हणतात ते. आपल्या आत्मनिर्भर आनंदाला आपल्याकडे नेमका शब्दही नाही... जे आहेत ते सारे शब्द स्वार्थ किंवा अहंकार सूचित करतात... आणि या शब्दांचे अर्थ तर केव्हाच विकृत करून टाकण्यात आले आहेत... या शब्दांतून डोळ्यासमोर उभा रहातो- पीटर कीटिंग. गेल, मला वाटतं या जगात सगळ्यात भयंकर पाप कुठलं असेल तर ते हे- स्वतःला महत्त्वाचं वाटणारं उद्दिष्ट इतरांसाठी सोडून देणं. मला आवडणाऱ्या सर्व माणसांत मी एक गुण नक्कीच शोधतो, तो मला बरोबर ओळखत येतो- केवळ त्याच एका गुणाची मला पर्वा वाटते... मी माझे मित्र त्यावरून ठरवतो. आता मला कळलं तो गुण कोणता ते- एक स्वयंपूर्ण स्वत्त्व असावं लागतं मला माझ्या मित्रांमधे. बाकी कशानेही काही फरक पडत नाही.'

'अरे वा! तुला मित्र असल्याचं तू कबूल करतोस हेच कौतुक आहे.'

'माझं त्यांच्यावर प्रेम असतं हेही मी कबूल करतो. पण ते माझ्या जीवनाचं मुख्य कारण बनून राहिले असते तर मी त्यांच्यावर प्रेम करू शकलो नसतो हेही तितकंच खरं. पीटर कीटिंगला आता एकही मित्र उरलेला नाही हे तू पाहिलंस? का ते कळतंय तुला? जर माणसाने स्वतःचाच सन्मान राखला नाही तर त्याला इतरांवरही प्रेम करता येणार नाही, सन्मान राखता येणार नाही.'

'पीटर कीटिंग गेला खड्ड्यात. मी तुझा नि तुझ्या मित्रांचा विचार करतोय.'

रॉर्क हसला,'गेल, ही बोट जर बुडायला लागली, तर मी माझे प्राण देऊन तुझा जीव वाचवेन. कर्तव्य म्हणून नव्हे. केवळ तू मला आवडतोस म्हणून, माझी अशी काही कारणं आहेत म्हणून, माझ्या स्वतंत्र निष्ठा आहेत म्हणून. मी तुझ्यासाठी जीव देईन- मृत्यू पत्करेन, पण तुझ्यासाठी माझं जीवन जगू शकणार नाही मी... जगणारही नाही.'

'हॉवर्ड, माझ्याशी मैत्री करण्याची तुझी कारणं नि निष्ठा कोणत्या होत्या?'

रॉर्कने त्याच्याकडे पाहिलं आणि त्याला कळलं की, ज्या गोष्टींबद्दल वायनान्डशी बोलणं त्याने

टाळलं होतं, त्या साऱ्या गोष्टी तो आत्ता बोलून गेला होता. तो उत्तरला, '-की तू परोपजीवी म्हणून जन्मला नव्हतास,' वायनान्डच्या मुद्रेवर स्मित फुललं. त्याने तेवढं वाक्य ऐकलं आणि मग काहीच ऐकलं नाही. थोड्या वेळानंतर वायनान्ड खाली त्याच्या केबिनमधे गेला आणि रॉर्क डेकवर एकटाच उरला. तो कठड्याला रेलून समुद्रातल्या रित्या अंधाराकडे पहात राहिला.

त्याच्या मनात आलं, मी त्याला सर्वात वाईट परोपजीवी कोण ते तर सांगितलंच नाही- जो मनुष्य सत्तेमागे धावतो, तो सर्वात मोठा परोपजीवी असतो.

❑

१२

रॉर्क आणि वायनान्ड शहरात परतले, तेव्हा एप्रिल महिना उजाडलेला. निळ्या आभाळाच्या पार्श्वभूमीवरच्या गगनचुंबी इमारतींवर गुलाबी छटा चढली होती. दगडगोट्यांवरही चिनीमातीचा पोत चढलेला. रस्त्यावरच्या झाडांवर इवलाले हिरवे पुंजके उगवून आलेले.

रॉर्क ऑफिसमधे गेला. त्याच्या कर्मचाऱ्यांनी त्याच्याशी हस्तांदोलन वगैरे केलं आणि त्यांच्या चेहऱ्यांवर आवरलेल्या स्मितहास्यांचा ताण जाणवत होता. अखेर एक तरूण मुलगा ओरडलाच, 'व्हॉट् द हेल! बॉस, तुला पाहून आम्हाला किती आनंद झालाय हे आम्ही सांगू शकत नाही का?'

रॉर्क गदगदून हसला, 'सांग ना, मलाही किती आनंद होतोय माहीते, परत आल्याचा!'

मग तो त्याच्या ड्रॉफ्टिंग रुममधे टेबलापाशी बसला आणि ते सगळे त्याला गेल्या तीन महिन्यांत कायकाय घडलं त्याची खबर देऊ लागले. एकमेकांना थांबवत सगळं सांगायची घाई लागलेली त्यांना. तो हातात फूटपट्टी खेळवत होता- नकळत- आपल्या मातीपासून दुरावलेला माणूस मातीचा स्पर्श बोटांनी भोगून घेत असावा, तसा त्याचा तो चाळा होता.

दुपारी त्याने एक वर्तमानपत्र उघडलं. गेल्या तीन महिन्यांत त्याने पेपर पाहिलाही नव्हता. कोर्टलँड होम्सबद्दलच्या एका बातमीने त्याचं लक्ष वेधून घेतलं. त्याने त्यातली एकच ओळ वाचली- 'पीटर कीटिंग- आर्किटेक्ट, गॉर्डन प्रेस्कॉट आणि गस वेब, सहकारी रचनाकार.' तो स्तब्ध झाला.

त्या संध्याकाळी तो कोर्टलँड बघायला गेला. पहिली इमारत जवळपास पूर्ण झाली होती. एका विस्तीर्ण मैदानाच्या कडेला ती एकटीच उभी होती. दिवस संपला होता. सगळे कामगार निघून गेले होते. रात्रीच्या रखवालदाराच्या खोपटात दिवा होता. त्या इमारतीत रॉर्कने केलेल्या डिझाइनचा सांगाडा होता. पण त्या सुंदर समरूपावर दहा विशोभित गोष्टी मढवल्या होत्या. त्याच्या प्लानमधील नेमकेपणा शाबूत ठेवलेला, पण इतरत्र मात्र नको त्या अलंकरणाचा खर्च वाढवून ठेवलेला. त्या रचनेचे शिल्पवत वाटणारे सौंदर्य मोडून टाकून नको तिथे कंटाळवाणे चौकोनी ठोकळे मांडले होते. कुठेतरी भलतीकडे एक नवीन पाख काढण्यात आली होती. तिच्यावर नक्षीदार छत टाकून दिलेलं, भिंतीच्या बाहेर ट्यूमरच्या गाठीसारखा वाढलेला एक भाग डोकावत होता- ते जिम्नॅशियम होतं. सज्ज्यांची रांग काढलेली, तिच्या कठड्यांच्या धातूच्या पट्ट्या भगभगीत निळ्या रंगानी रंगवलेल्या. कोपऱ्यांवर खिडक्या बसवलेल्या- विनाकारणच. मधेच कुठेतरी एक दरवाजा काढून एखाद्या कोनाला छेद देऊन ठेवलेला. त्यावर धातूचं गोलाकार छत बसवून त्याला एका खांबाचा आधार दिलेला. नाटकाच्या नेपथ्यात, कपडेपटात शोभेल असं सरमिसळ सारं होतं तिथे, मधूनच विटांचे तीन उभे पट्टे कुठूनतरी सुरू होऊन कुठेतरी संपत होते... या शैलीला आजकाल 'ब्राँक्स मॉडर्न' म्हटलं जाई... मुख्य प्रवेशद्वाराबाहेर कसलं तरी उठावचित्र लावलेलं. त्यातल्या स्नायूमय देहांच्या गोंधळातल्या

एकाच्या हातात स्क्रू-ड्रायव्हर धरलेला दाखवला होता.

नुकत्याच लावून झालेल्या काचांवर पांढऱ्या रंगाच्या फुल्या ओढलेल्या. जणू त्या संपूर्ण इमारतीच्या अस्तित्त्वावरच चूक म्हणून फुली मारलेली. मॅनहॅटनच्या पलीकडे पश्चिम आकाशात एक लाल पट्टा उमटलेला आणि शहरातल्या साऱ्या इमारती त्याच्या पार्श्वभूमीवर सरळसोट काळ्या दिसत होत्या.

कोर्टलँडच्या पहिल्या इमारतीसमोरच्या जागेत जिथे नंतर रस्ता होणार होता, तिथेच रॉर्क उभा होता. तो ताठ उभा होता. त्याच्या गळ्याजवळचे स्नायू ताणलेले, मनगटं जडपणे खालीच स्थिरावलेली, शरीरापासून जरा दूर हात ठेवून तो जणू फायरिंग स्क्वाडसमोर उभा होता.

□ □ □

हे कसं घडलं कुणालाच कळलं नव्हतं. त्यात कुणाचा खास हेतू होता असंही नाही. ते घडलं, बस्स.

पहिल्यांदा टूहीने कीटिंगला एकदा सकाळीच बोलावून सांगितलं की, गॉर्डन प्रेस्कॉट आणि गस वेब यांनाही सहकारी रचनाकार म्हणून पैसे मिळतील.

'तुला काय फरक पडतो, पीटर? ते पैसे काही तुझ्या फीमधून कमी होणार नाहीयेत. तुझ्या प्रतिष्ठेतही काही बाध येणार नाही. कारण तू तर बिग बॉस आहेस. ते दोघे तुझे ड्रॉफ्ट्समन असल्यासारखंच समज. मला फक्त त्यांना जराशी संधी द्यायचीय, एवढंच. त्यांनाही जरासं नाव मिळेल. या प्रकल्पाशी नाव जोडलेलं आहे एवढं पुरे आहे त्यांना. मला फार इच्छा आहे त्यांना नाव मिळावं अशी.'

'पण कशासाठी? त्यांना त्यात काहीही करण्यासारखं नाहीये. सगळं तर झालंय.'

'ओः, काहीही बारीकसारीक राहिलेली कामं करतील ते. तुझ्या स्टाफचं काम वाचवतील. तू पाहिजे तर खर्चही वाटून घे त्यांच्याशी. अप्पलपोटेपणा नको करू.'

टूहीने खरंच सांगितलेलं. त्याच्या मनात आणखी कोणताच हेतू नव्हता.

प्रेस्कॉट आणि वेबचे कुणाशी काय संबंध होते, कुठल्या ऑफिसशी, प्रकल्पाशी संबंधित असलेल्या डझनभर अधिकाऱ्यांपैकी कुणाशी त्यांची जवळीक होती, त्यांची देणीघेणी काय होती, वगैरे गोष्टी कीटिंगला कधीच कळल्या नाहीत. कुणाची काय जबाबदारी आहे, याचा घोळ एवढा प्रचंड होता, की कुणाला नेमके कसले अधिकार आहेत ते स्पष्टच होत नव्हतं कधी. पण प्रेस्कॉट आणि वेबची बऱ्याच लोकांशी मैत्री होती खरी आणि त्यांना कामापासून दूर ठेवणं कीटिंगला जमत नव्हतं एवढं नक्की.

जिम्नॅशियमच्या कल्पनेपासून बदल व्हायला सुरुवात झाली. भाडेकरू निवडीचे अधिकार असलेल्या एका बाईने तावातावाने जिम्नॅशियमची मागणी केली. ती सामाजिक कार्यकर्ती होती आणि हा प्रकल्प बांधून पूर्ण झाला की तिची नोकरी संपणार होती. कोर्टलँड होम्सच्या 'समाजमंदिरा'ची संचालक म्हणून नियुक्ती मिळाली असती की, तिची कायमची सोय लागली असती. मूळ आराखड्यात जिम्नॅशियमची काहीच सोय नव्हती. तिथून अगदी हाकेच्या अंतरावर दोन शाळा होत्या, एक वायएमसीए होतं. पण तिने आरडाओरडा केला- गरिबांच्या मुलांवर हा अन्याय आहे. प्रेस्कॉट आणि वेब यांनी एक जिम्नॅशियम बसवून दिलं. इतर बदल झाले ते केवळ 'सौंदर्यवादी' भूमिकेतून. कमीत कमी खर्चात बांधता यावं म्हणून केलेल्या डिझाइनवर वाढीव बांधकामाचा बोजा वाढत चालला. समाजमंदिराच्या संचालिकाबाई वॉशिंग्टनला जाऊन एक बालरंगभूमी आणि एक सर्वसाधारण हॉल

मिळावा म्हणून झटू लागल्या. पुढल्या दोन कोर्टलँड बिल्डिंग्ज्च्या बांधकामांत त्यांचीही सोय करून हवी होती त्यांना.

ड्रॉइंगमधले बदल हळूहळू होत गेले. एका वेळी एक अशा धीम्या गतीने. वरून सुचवण्यात आलेले बदल ते दोघे करून टाकत.

'पण आता कामाला सुरुवात करायची आहे!' कीटिंग करवादून ओरडला होता.

'व्हॉट्टाहेल!' गस वेबने स्वर ओढलेला, 'आणखी दोनेक हजार डॉलर्स जास्त लागतील, त्यात काये एवढं?'

'अबे, गॅलऱ्या तर हव्याच.' गॉर्डन प्रेस्कॉट म्हणालेला, 'म्हणजे कसं जरा आधुनिक वाटतं. हे असं किती ओकंबोकं वाटतं, पटतं तुला? एकदम भकास वाटतं. शिवाय तुला या लोकांची मानसिक ठेवण काहीच कळत नाही. इथे रहायला येणारे लोक कसे असतील... त्यांना बिल्डिंगच्या मागच्या जिन्यांवर बसायची सवय पडलीये... फार आवडतं त्यांना ते. त्यांना अगदी चुकल्याचुकल्यासारखं होईल. थोडं मोकळ्यावर येऊन बसण्यासाठी काहीतरी सोय करायलाच हवी त्यांच्यासाठी. खर्च? खड्ड्यात गेला खर्च. हे बघ, तुला खर्चाचीच इतकी पडली असेल ना, तर मी सुचवतो- खूप खर्च वाचेल त्यात. आपण कपाटांच्या दारांना फाटा देऊ. कशाला हवीत त्यांना दारंवाली कपाटं? जुनी झाली ती पद्धत.' सगळ्या कपाटांची दारं उडवली गेली.

कीटिंग झगडला. यापूर्वी तो असा कधीच लढला नसेल यापूर्वी कुणाशी. त्याने जे जे शक्य आहे ते ते केलं. त्याच्या उरल्यासुरल्या शक्तिनिशी तो प्रामाणिकपणे लढला. त्याने सगळ्या अधिकाऱ्यांच्या भेटी घेतल्या. वाद घातले, आर्जवं केली, धमक्या दिल्या. पण त्याचा वशिला नव्हता. आणि त्याचे 'सहकारी रचनाकार' जणू सगळ्या अंतःप्रवाहांवर नियंत्रण राखून होते... त्यांच्या उपप्रवाहांवरही त्यांची पकड होती. सगळे अधिकारी खांदे उडवत आणि त्याला दुसऱ्या कुणाकडेतरी पाठवून देत. सौंदर्य-दृष्टीबद्दल कुणाला काही वाटतच नव्हतं.

'काय फरक पडतो?'

'तुमच्या खिशातून थोडेच जातायत पैसे?'

'सगळं तुमच्याच मनाप्रमाणे कसं होणार? त्या दोघांनाही काहीतरी करू दे.'

त्याने एल्सवर्थ टूहीला साकडं घातलं, पण टूहीला काहीच रस नव्हता. तो दुसऱ्याच कसल्या भानगडीत गुंतला होता आणि त्याला या घडीला नोकरशाहीशी पंगा घ्यायची इच्छा नव्हती. त्याने खरोखरच त्याच्या या बगलबच्च्यांना त्या इमारतींत काही भर घाला, असं सांगितलं नव्हतं, पण त्यांना थांबवायला हवं, असंही त्याला वाटत नव्हतं. त्याला या सगळ्या प्रकाराची गंमत वाटत होती.

'पण ते किती भयानक डिझाइन दिसतंय, एल्सवर्थ! तुलाही ते कळतंय.'

'ओः, असेल ना, पण ठीके ना, पीटर. तुमचे ते गरीब, गलिच्छ भाडेकरू नाहीतरी त्यातल्या आर्किटेक्चरल सौंदर्याचं रसग्रहण थोडंच करणार आहेत? प्लंबिंगची कामं व्यवस्थित होतात की नाही तेवढं बघ म्हणजे झालं.'

'पण कशासाठी? का? कशासाठी?' कीटिंग त्याच्या सहकाऱ्यांवर ओरडला होता.

'वेल, आम्ही काहीच करायचं नाही हे का म्हणून?' गॉर्डन प्रेस्कॉटने विचारलं, 'आम्हालाही आमची विशिष्ट अभिव्यक्ती हवी आहे.'

कीटिंगने करारपत्राचा हवाला दिला, तेव्हा त्याला सांगण्यात आलं, 'ठीके , ठीके, जा, सरकारवर खटला भरा, जा जा. करूनच पहा तुम्ही.'

कधीकधी त्याला संतापाने त्यांच्या मुंड्या मुरगाळून टाकाव्यात अशी इच्छा व्हायची. पण तशी

त्याला संधी मिळाली असती, तर कुणाची मुंडी धरावी, ते त्याला नेमकं कळलं नसतं. तसं कुणीच जबाबदार नव्हतं या साऱ्या घोळाला. त्यात कुणाचा हेतू नव्हता, काही कारण नव्हतं. सगळं जणू निरुद्देश घडत गेलं होतं.

रॉर्क परतून आला, त्याच दिवशी संध्याकाळी कीटिंग रॉर्कच्या घरी आला. त्याला कुणी बोलावलं नव्हतं. रॉर्कने दार उघडलं आणि म्हणाला, 'गुड इव्हनिंग, पीटर.' पण कीटिंगच्या तोंडून उत्तर फुटलं नव्हतं. ते दोघे शांतपणे खोलीच्या आत आले. रॉर्क खाली बसला, पण कीटिंग मात्र खोलीच्या मध्यावर उभाच राहिला. त्याने खालच्या आवाजात विचारलं, 'तू काय करायचं ठरवलं आहेस आता?'

'ते आता तू माझ्यावर सोडायला हवंस.'

'मी काहीच करू शकलो नाही, हॉवर्ड, मी खरंच काही करू शकलो नाही.'

'असं दिसतंय.'

'आता तू काय करू शकतोस? तू सरकारवर खटला तर टाकू शकत नाहीस.'

'नाही.'

आपण खाली बसायला हवं, कीटिंग विचार करत होता, पण खुर्चीपर्यंतचं अंतर फार जास्त होतं. आपण हललो तर ते अगदीच वाईट दिसेल, असं काहीसं त्याला वाटत राहिलं.

'तू मला काय शिक्षा करणार आहेस, हॉवर्ड?'

'काहीही नाही.'

'मी त्यांच्यासमोर सत्य सांगून टाकू का? सर्वांसमोर?'

'नको.'

थोड्या वेळाने कीटिंग अगदी अस्पष्ट, अस्फुट स्वरात म्हणाला, 'तू मला- मला मिळालेली सगळी फी आणि सारंच तुला देऊ देशील?'

रॉर्क हसला.

'क्षमा कर मला...' कीटिंग म्हणाला. त्याने नजर फिरवली.

तो थांबून राहिला, आणि मग जे आर्जव त्याला बाहेर फुटू द्यायचं नव्हतं ते बाहेर फुटलंच... 'मला भीती वाटतेय, हॉवर्ड...'

रॉर्कने सावकाश मस्तक हलवलं.

'मी जे काही करेन ते तुला दुखवावं म्हणून करणार नाही, पीटर. माझीही चूक आहे यात. आपली दोघांचीही.'

'तुझी चूक?'

'तुझ्या विनाशाला मीच कारणीभूत ठरलोय, पीटर. सुरुवातीपासूनच. तुला मदत करण्यापोटी तुझं नुकसान केलं मी... काही गोष्टी अशा असतात की, ज्यात कुणी कुणाची मदत मागू नये, आणि मागितली तर ती देणाऱ्याने देऊ नये. मी तुझे स्टँटनमधले प्रकल्प करून देत असे, ते चूक होतं. मी कॉस्मोस्लॉत्निक बिल्डिंग करणं गैर होतं. कोर्टलँड होम्स करणंही गैर होतं. तुझ्या कुवतीला झेपेल त्यापेक्षा बराच जास्त भार टाकला मी तुझ्यावर. सर्किटच्या मानाने खूप जास्त भाराचा विद्युत्प्रवाह त्यातून गेला तर काय होतं... फ्यूझ उडतो. आता आपणा दोघांनाही याची किंमत मोजावी लागेल. तुला ते कठीण जाणार आहेच, पण त्यापेक्षाही ते मला जास्त कठीण होणार आहे.'

'हॉवर्ड, मी आता इथून गेलो, तर तुला जास्त बरं वाटेल... हो ना?'

'हो.'

दारापाशी गेल्यावर कीटिंग थबकून म्हणाला, 'हॉवर्ड! तुला सांगू... त्यांनी हे हेतूपुरस्सर वगैरे केलं नव्हतं.'

'त्यामुळेच तर ते अधिक भयानक ठरतं...'

□ □ □

डॉमिनिकच्या कानावर टेकडीच्या रस्त्यावरून चढत येणारा कारचा आवाज पडला. तिला वाटलं वायनान्ड घरी परतत असणार. परतल्यापासून गेले दोन आठवडे तो रोज रात्री उशीरपर्यंत शहरातच काम करत थांबत असे.

तिथल्या शांततेत मोटरचा आवाज गरगरून भरला. घरात कसलाही शब्द नव्हता. ती मागे खुर्चीच्या उशीवर टेकली, तेव्हा तिच्या केसांचीच मंद्र सळसळ झाली तेवढीच. क्षणभरातच ती कार येते आहे वगैरे जाणीव विसरून गेली. या वेळी हा आवाज सवयीचाच होता. तिथल्या एकान्ताचा अविभाज्य भाग.

दारापाशी कार थांबल्याचं कळलं तिला. दार उघडंच असायचं. कुणी पाहुणे किंवा शेजारीपाजारी येतील अशी अपेक्षाच नसायची. दार वाजल्याचा आवाज तिला जाणवला. खालच्या हॉलमधे पावलं वाजली. ती तिथंच न थांबता पायऱ्या चढून सवयीने वरवर आली. दाराची मूठ फिरवल्याचा आवाज आला.

तो रॉर्क होता. उठून उभी रहातारहाता तिच्या मनात आलं, तो यापूर्वी कधीही तिच्या खोलीत शिरला नव्हता, पण त्याला सारं घर इंचइंच माहीत होतं, तिच्या देहाचा कणकण जसा माहीत होता तसंच. तिला क्षणभरासाठीही धक्का बसला नाही, केवळ एक आठवण झाली- भूतकाळात बसलेल्या एका धक्क्याची... त्यावेळी मला धक्का बसला असणार त्याला पाहून- पण आता नाही. आता, ती त्याच्यासमोर उभी राहिली, तोवर सारं सरळसाधं वाटू लागलेलं तिला.

ती विचार करत होती, आम्हा दोघांमधे अतिशय महत्त्वाच्या गोष्टी कधी मोठ्याने बोलून दाखवण्याची गरजच पडत नसते. जे असतं ते हे असंच व्यक्त केलं जातं. त्याला यापूर्वी कधीही मला एकटीला भेटायचं नव्हतं. आता तो आलाय. मी वाट पहात होते हे घडण्याची, आणि आता मी तयार आहे.

'गुड इव्हनिंग, डॉमिनिक.'

पाच वर्षांचा अवकाश लांघून जाणारी ती आपल्या नावाची हाक तिने ऐकली. ती शांत स्वरात उत्तरली, 'गुड इव्हनिंग, रॉर्क.'

'तुझी मदत हवी आहे मला.'

ती उभी रहात आली होती- स्टेशनच्या प्लॅटफॉर्मवर... ओहायोत, क्लेटॉनला. ती उभी होती स्टोडार्ड खटल्यात साक्षीदाराच्या पिंजऱ्यात, खाणीच्या काठावरच्या दरडीवर... हे वाक्य कानावर पडावं म्हणून... आता ते पडलं होतं.

'होय, रॉर्क.'

तो तिच्या त्यानेच डिझाइन केलेल्या त्या खोलीत आला आणि आत येऊन खुर्चीत तिला सामोरा बसला. मधे खोलीच्या रुंदीचं अंतर पसरलेलं. तीही सहजच कधी खाली बसली, तिला जाणवलंही नाही. तिला जाणीव होती फक्त त्याच्या हालचालींची, स्वतःच्या नव्हे. जणू त्याच्या देहातून त्याच्या नि तिच्या मज्जातंतूंचे दोन संच सामावले होते.

'येत्या सोमवारी रात्री बरोब्बर साडेअकरावाजता, तू गाडी घेऊन कोर्टलँड होम्सच्या जागेपाशी

यायचं आहेस, डॉमिनिक.'

तिला जाणीव होती फक्त स्वतःच्या पापण्यांची. त्यात वेदना नव्हती, केवळ जाणीव होती... जणू त्या घट्ट ताणलेल्या आणि पुन्हा कधीही लवणारच नव्हत्या. तिने कोर्टलँड होम्सची पहिली बिल्डिंग पाहिली होती. आपण पुढे काय ऐकणार हे तिला कळलं.

'तू तुझ्या कारमधे एकटीनेच असायला हवंस. अगोदरपासून ठरल्याप्रमाणे तू कुठेतरी जाऊन परतत असणार आहेस. अशी जागा की जिथे जायला कोर्टलँडवरून जाणाराच रस्ता घ्यावा लागतो. ते तुला नंतर सिद्ध करता यायला हवं. तुझ्या गाडीतलं इंधन कोर्टलँड होम्सच्या समोरच संपायला हवंय मला. रात्री साडेअकरा वाजता. तू गाडीचा हॉर्न वाजवायचा. तिथे एक म्हातारा रखवालदार आहे. तो बाहेर येईल. त्याला मदत करायला सांग आणि जवळच्या -म्हणजे एक मैलभर अंतरावर असलेल्या- गराजला पाठव.'

'होय, रॉर्क.' ती खंबीर आवाजात उत्तरली.

'तो तिथून गेला की तू कारच्या बाहेर यायचंस. रस्त्याच्या पलीकडेच बिल्डिंगच्या समोरच रिकामी जागा पडलीय. तिथेच एक जरासा खोल खड्डा आहे. शक्य होईल तितक्या भराभर तिथे चालत जा आणि खड्ड्यात उतरून तळाशी आडवी पड. उपडी सपाट झोप तिथे. थोड्या वेळाने कारकडे परत जा. तुला कळेल केव्हा यायचं ते. तू कारच्या आतमधे सापडायला हवीस आणि त्या कारच्या अवस्थेला साजेशी तुझी अवस्था असेल असं पहा.'

'होय, रॉर्क.'

'तुला समजलं?'

'हो.'

'सगळं?'

'हो. सगळं.'

ते उभेच होते. ती पहात होती त्याचे डोळे... आणि तो स्मितहास्य करत होता.

तो म्हणाला, 'गुड नाइट, डॉमिनिक,'

तो गेला आणि त्याची कार दूर जातानाचा आवाज येत राहिला. ती त्याच्या हास्याचा विचार करत राहिली.

तो जे काही करणार होता त्यात त्याला तिच्या मदतीची गरज नव्हती, हे तिला कळत होतं. रखवालदाराला तिथून दूर नेण्याची दुसरी काहीही क्लृप्ती तो लढवू शकला असता. या साऱ्यात तिला भाग घेऊ देण्याचा त्याचा हेतू वेगळा होता. त्यानंतर जे काही घडणार होतं, ते सहन करण्यासाठी ती यात सामील असणं गरजेचं होतं... ही एक परीक्षा होती.

त्याला हे सारं उघड करायचं नव्हतं. तिला हे सारं समजावं आणि भीती वाटू नये अशी त्याची इच्छा होती. स्टोडार्ड खटला स्वीकारणं तिला जमलं नव्हतं, जगाकडून तो दुखावला जाणं पहायचं नव्हतं तिला, म्हणून तर ती त्याच्यापासून दूर पळत होती... पण यात मात्र त्याला मदत करणं तिने मान्य केलं होतं. अगदी पूर्णपणे, मनापासून. ती आता मुक्त झालेली... आणि हे त्याला कळलेलं.

□ □ □

लाँग आयलॅण्डच्या अंधाऱ्या भागातून तो रस्ता सपाटीने सरपटत जात होता, पण डॉमिनिकला वाटलं होतं की, ती चढणीच्या रस्त्यावरून चालली होती. केवळ तीच एक भावना थोडीशी वेगळी होती... चढत गेल्याची भावना, जणू तिची कार सरळ वरवर चढत होती. तिची नजर रस्त्यावर

स्थिरावलेली, पण तिच्या नजरेच्या परिघावर दिसणारा डॅशबोर्ड तिला विमानाच्या पॅनेलसारखा भासत होता. डॅशबोर्डवरचं घड्याळ ११.१० ची वेळ दर्शवत होतं.

तिला जराशी गंमत वाटत होती. मी विमान चालवायला कधी शिकले नाही, पण ते करताना कसं वाटत असेल हे कळतंय मला आता. असंच असेल... कुठल्याही अडथळ्याविना सामोरं येणारं अवकाश आणि काही वेगळ्या प्रयत्नांची गरजच नाही, वजन नाही. तसं स्ट्रॅटोस्फिअरमधे होतं की ग्रहांतरीचं अवकाश? जिथे आपण अधांतरी तरंगू शकतो, गुरुत्वाकर्षणशक्तीचा नियम चालत नाही. कसलंच गुरुत्वाकर्षण नाही... आणि तिचं तिलाच कळलं की, ती मोठ्याने हसत सुटली होती.

उंच उंच जात असल्याची ती भावना... तेवढं सोडलं, तर ती अगदी नेहमीसारखीच होती. कार इतकी छान चालवणं तिला कधीच जमलं नव्हतं या पूर्वी. तिला वाटलं, कार चालवणं हे एक रुक्ष, यांत्रिक काम आहे- हे मला इतकं सहज, फारसं लक्षही न देता जमतंय, -साध्यासुध्या देहधर्मासारखं- याचा अर्थ माझं डोकं ताळ्यावर आहे... वर कुठेतरी तरंगणाऱ्या सिग्नलच्या लाल दिव्यांना पाहून ती आज्ञाधारकपणे थांबत होती. कुठल्यातरी उपनगरातून, अनाम रस्त्यांवरून जात, कोपऱ्यांवरून वळणं घेत जाताना तिला खात्री वाटत होती की, आज रात्री तिला कसलाही अपघात होऊच शकत नाही. तिची कार जणू रिमोट कंट्रोलने चालत होती... कसलेतरी स्वयंचलित किरण वगैरे... तिने वाचलेलं त्याबद्दल. काय बरं होतं- बीकॉन की रेडिओबीम?... ती केवळ चाकापाशी बसून होती आणि गाडी आपोआप चालत होती.

कशाचीही काळजी न करता बारीकसारीक गोष्टींचा विचार करत रहाण्यासाठी ती मुक्त झाली होती जणू. कसली काळजीच नव्हती आता, काहीही गंभीरपणे घ्यायची गरज नव्हती तिला... किती हलकं वाटतंय मला. एक प्रकारे सारंकाही स्वच्छ झालेलं... नेहमीपेक्षा सोपं... हवेच्या आवरणापेक्षाही स्वच्छ असलेल्या स्फटिकासारखं. छोट्याछोट्या गोष्टींचा विचार ती करत राहिली, स्वतःच्या काळ्या रेशमी ड्रेसचा तलम पोत, तो कसा गुडघ्याच्या वर घट्ट बसलाय, बुटातल्या बुटात पाय हलवल्यावर बोटं कशी ताणतात, बाजूने झर्रकन गेलेल्या एका काचेवर झळकणारी अक्षरं ... डॅनीज् डायनर... असंच काहीतरी.

गेलच्या व्यावसायिक मित्रमंडळातल्या कुठल्यातरी बँकरच्या पत्नीने- त्यांची नावंही तिला आठवत नव्हती- दिलेल्या डिनर पार्टीत ती एकदम मजेत वावरली होती. लाँग आयलंडवरच्या एका प्रचंड मोठ्या, प्रासादतुल्य घरात आयोजित केलेलं एकदम शाही डिनर होतं ते. ती आल्याबद्दल त्यांना कित्ती कित्ती आनंद झालेला आणि गेल न येऊ शकल्याचं खूपखूप वाईटही वाटलं होतं. तिच्या समोर आलेल्या बहुतेक सर्व पदार्थांचा तिने चवीने आस्वाद घेतलेला. लहानपणी रानातून, बागेतून खूपखूप धावून घरी परतल्यावर तिला जशी खवळून भूक लागायची, तशी खवळून भूक लागलेली तिला बरेच दिवसांनंतर... तेव्हा ती अशी जेवली की, तिच्या आईला किती बरं वाटायचं... तिला सतत भीती वाटायची की, आपली मुलगी फिकट दिसू लागेल.

तिने आपल्या बालपणीच्या गोष्टी सांगून डिनरटेबलवरच्या पाहुण्यांचं चांगलंच रंजन केलं होतं. खूप हसवलं होतं... इतकी मजा कुठल्याच पार्टीत आली नसेल आजवर- असं यजमान म्हणत होते. नंतर, ते सारे दिवाणखान्यात बसले होते. खिडक्या उघड्या होत्या. बाहेर दिसणाऱ्या झाडांपलीकडे, शहरांच्या दिव्यांपलीकडे, ईस्ट नदीच्या काठांपर्यंत मखमली काळ्या अंधाराचं, स्तब्ध आकाश ताणलेलं. ती खदखदून हसत होती, बडबड करत होती, सर्व पाहुण्यांशी प्रेमभराने हसत होती. तिच्याशी ते सहजपणे गप्पा मारत होते, जीवनातल्या गुजगोष्टी सांगत होते. तिला ते सारेच फार प्रिय वाटत होते त्या वेळी. जगातली सर्व माणसं तिला तेव्हा आवडली असती. एक पाहुणी स्त्री

तिला म्हणाली, 'डॉमिनिक, मला माहीतच नव्हतं, की तू इतकी मस्त मजेत असतेस ते!' आणि तिने उत्तर दिलेलं, 'मजेतच तर असणार! मला काळजीच नाही कसली तर!'

पण खरं तर तिचं संपूर्ण लक्ष तिच्या मनगटावरच्या घड्याळावर होतं. १०.५०ला इथून काहीही करून बाहेर पडायचं हे तिने ठरवलेलं. निघण्यासाठी ती काय कारण देणार, ते ठरलं नव्हतं, पण १०.४५ वाजता तिचं कारण सांगून झालं होतं. अगदी छान पटेल असं, कारण तिने अगदी आत्मविश्वासाने दिलं होतं. आणि १०.५०ला तिचं पाऊल ॲक्सिलरेटरवर होतं.

बंद रोडस्टर मॉडेलची कार होती तिची. काळ्या रंगाची, लाल चामड्याने मढवलेल्या सीट्सची. ती मनातल्या मनात जॉनची- त्यांच्या शोफरची- तारीफ करत होती, त्या चामडी सीट्स त्याने किती छान पॉलिश करून चकचकीत ठेवलेल्या. नंतर त्या कारचा पार चुथडा होणार होता... आपल्या अखेरच्या प्रवासात ती सुरेख दिसावी हे अगदी साजेसं होतं. आपल्या पहिल्या रात्री एखादी स्त्री कशी नटते... मला तर पहिली रात्र मिळालीच नाही... फक्त काहीतरी ओरबाडलं गेलं होतं... आणि दातावर राहिलेली खाणीच्या धूळमातीची चव...

मग तिच्या खिडकीच्या काचा दिव्यांनी जडवलेल्या उभ्या काळ्या पट्ट्यांनी भरून गेल्या. काचेला काय झालं असावं, असा विचार करत राहिली ती. आणि मग तिला कळलं ती ईस्ट नदीच्या काठाने जात होती आणि ते पलिकडल्या न्यू यॉर्कचे दिवे दिसत होते. ती हसली... नाही हे न्यू यॉर्क नाही. हे चित्र कुणीतरी माझ्या खिडकीच्या काचेवर चिकटवलंय आतून. माझं आहे ते. माझ्या हातात येईल असं. तिने बॅटरीपासून ते क्वीन्सबोरो पुलापर्यंतच्या बिल्डिंग्जना एका हाताने जणू स्पर्श केला... रॉर्क, हे माझं आहे, आणि मी तुला देतेय.

□ □ □

तो रखवालदार तिच्यापासून दूर निघाला होता. आता त्याची आकृती सव्वाफूट उंचीचीच दिसत होती. तो दहा इंच उंचीचा दिसू लागेल, तेव्हा मी चालायला लागेन, डॉमिनिक विचार करत होती. ती कारच्या बाजूला उभी होती आणि तो म्हातारा जरा भरभर चालेल तर बरं, अशी इच्छा करत होती.

ती इमारत आकाशाला जणू ताणून धरत होती आणि बाकीचं सारं आकाश जमिनीलगत ओघळून आलं होतं. अगदी जवळची घरं नि रस्ते जणू काही प्रकाशवर्षं दूर होते... अवकाशाच्या काठावर करवतीचे छोटेछोटे दाते उगवावेत तसे भासणारे.

तिच्या पायातल्या एका बुटाच्या तळाखाली एक गोटा आल्याचं तिला जाणवलं. तो तिला खुपत होता. पण तिने पाऊल हलवलं नाही, आवाज झाला असता. ती एकटी नव्हती. तोही रस्त्यापलीकडे त्याच इमारतीत कुठेतरी होता, हे तिला माहीत होतं. ती इमारत पूर्णपणे अंधारात, नीरव शांततेत होती. काळ्या काचेवरच्या पांढऱ्या फुल्या तेवढ्या उठून दिसत होत्या. त्याला दिव्याच्या उजेडाची गरज पडणार नाही. तिथले सर्व जिने, हॉल्स माहीत आहेत त्याला.

रखवालदाराची आकृती आता आणखी बारीक दिसू लागलेली. तिने कारचा दरवाजा उघडला. हॅट आणि बॅग आत टाकली आणि दार बाहेरून ढकललं. ती रस्त्यापलीकडे धावत जात असताना तिला दार बंद झाल्याचा आवाज आला.

तिच्या ड्रेसचं रेशमी कापड तिच्या गुडघ्याशी फडफडत होतं. त्याची जाणीव तिला बरी वाटत होती. धावण्यासाठी कारण होतं ते जणू. त्या वस्त्राचा अडथळा पार करून पुढे धावत जायचं होतं... जमिनीवर खाचखळगे पडलेले, गवत वाढलेलं. ती एकदा अडखळून पडलीच. पुन्हा उठून धावायला

सुरुवात केली तेव्हा तिला कळलं की ती पडली होती.

तिला तो खड्डा अंधारात जेमतेम दिसला. त्यात उतरून ती तळाशी गुडघे टेकून बसली आणि पुढच्याच क्षणी पोटावर पालथी सपाट झोपली. चेहरा तिने जमिनीच्या कुशीत लपवला.

तिच्या मांड्यांमधून वेठ फिरत होते आणि एकदाच तिने शरीर पिळवटून घेतलं... तिचे पाय, मांड्या, छाती, दंडांची त्वचा, संपूर्ण शरीराला मातीचा स्पर्श बिलगत होता... रॉर्कच्या शय्येत असल्यासारखंच वाटलं तिला.

तो ध्वनी तिला डोक्यावर घण बसावा तसा जाणवला. जमिनीच्या हादरण्याने ती त्या खड्ड्याबाहेर खड्ड्याच्या काठावर फेकली गेली. तिने पाहिलं, कोर्टलँड बिल्डिंगचा वरचा भाग तिरका झालेला आणि जणू क्षणभर तसाच स्तब्ध राहिलेला, मग त्यातून फाटल्यासारखं दिसणारं आकाश हलकेहलके रुंदावत गेलं. जणू ते आकाशच त्या इमारतीला मधोमध चिरून काढत होतं. मग ती आकाशाची रेघ हिरवट, निळसर प्रकाशात बदलली. इमारतीचा वरचा तो भाग उरलाच नाही... खिडक्यांच्या चौकटी, गर्डर्स इतस्ततः फेकले जात होते. इमारत आकाशभर झाली होती. मध्यावरून एक आगीच्या ज्वाळेची जीभ लवलवू लागली होती. मग आणखी एक स्फोट झाला... मग आणखी एक... आणि मग नदीपलिकडल्या स्कायस्क्रेपर्सच्या काचांतून तो आगीचा लोळ थरथरत प्रतिबिंबित होत राहिला.

त्याने तिला आडवं पडून रहायला सांगितलं होतं, हे ती विसरून गेली. उभी राहून पाहू लागली... तिच्यावर काचा, लोखंडाचे तुकडे बरसत राहिले. एका स्फोटानंतर त्या इमारतीच्या सर्व भिंती तेजाळून जात फुटल्या. तो इथंच कुठंतरी आहे... ती विचार करत होती... विनाश करण्यास प्रवृत्त झालेला निर्माणकर्ता... त्या रचनेचं प्रत्येक मर्मस्थान त्याला माहीत होतं. ताण आणि आधार या दोन्ही महत्त्वाच्या तत्त्वांचा नाजूक तोल त्याने उभा केला होता. स्फोट घडवून साऱ्या रचनेच्या चिंधड्या करण्यासाठी तो कळीच्या जागा निवडत राहिला असेल... एक शल्यविशारद जणू मारेकरी झाला होता, अत्यंत कौशल्याने हृदय, मेंदू, फुप्फुसं यांवर वार करत होता... तो इथंच असेल... सारंकाही पहात असेल... त्याने त्या इमारतीला जी हानी पोहोचवली होती त्यापेक्षा कैक पटींनी जास्त हानी त्याच्या संवेदनेला पोहोचली असेल... ती विचार करत होती. पण तो तिथंच होता आणि जे झालं त्याचं स्वागतच करत होता.

निमिषार्धासाठी सारं शहर त्या लोळाच्या प्रकाशात उजळून निघालेलं तिने पाहिलं. मैलोगणती दूर असलेल्या इमारतींच्या खिडक्यांचे कठडे, कॉर्निसेस तिला त्या उजेडात दिसल्या... अंधारात बुडालेल्या खोल्या, त्यांची छतं या साऱ्यांना हा प्रकाश चाटून गेला असेल... आकाशाच्या पार्श्वभूमीवर शहरातले मनोरे झळाळून गेलेले तिने पाहिले... हे शहर आता तिचं होतं... नि त्याचं.

'रॉर्क!' ती किंचाळली, 'रॉर्क! रॉर्क!' ती किंचाळत होती, हे तिला कळतही नव्हतं... त्या स्फोटाच्या आवाजात तिला स्वतःचा आवाज ऐकू येत नव्हता.

मग ती त्या धुमसत्या पडझडीतून शेताडीतून धावत सुटली... फुटक्या काचांचा खच पडला होता, त्या तुडवत ती निघाली... त्या काचा घुसून होणाऱ्या वेदनांत तिला सुख मिळत होतं. आता यापुढे कुठल्याही वेदना तिला कधीही छळणार नव्हत्या... त्या भागावर धुळीचं एक छत धरलं होतं. दूरवरून गाड्यांचे भोंगे वाजत जवळजवळ येत होते...

तिच्या कारचं स्वरूप अजूनही तसं कार म्हणण्याइतपत होतं. मागची चाकं कसल्याशा भट्टीच्या भागांखाली चिरडून गेली होती. गाडीच्या टॉपवर लिफ्टचं दार येऊन पडलं होतं. ती कशीबशी आत शिरली. ती आतून बाहेर पडलीच नव्हती असं चित्र दिसायला हवं होतं. तिने खाली पडलेल्या

काचांतून ओंजळभर काचा उचलल्या आणि स्वतःच्या मांडीवर, केसात टाकून घेतल्या. एक धारदार काच घेऊन तिने मानेवर, पायांवर, हातांवर कापून घेतलं. तिला वेदनेची जाणीव नव्हती. तिच्या हातातून रक्ताची चिळकांडी फुटलेली तिला दिसली. रक्ताने तिची मांडी भिजली. तिची मान कलंडली, तिला धाप लागली होती. तिला आता थांबायचं नव्हतं. ती मुक्त होती. ती आता कुणाला हार जाणार नव्हती. तिने चुकून आपली धमनी कापून घेतलेली... तिला पिसासारखं हलकं वाटू लागलं होतं. गुरुत्वाकर्षणाच्या नियमाला हसून वेडावत होती ती.

तिथे पोहोचलेल्या पहिल्या गाडीतून उतरलेल्या पोलिसांना ती सापडली, तेव्हा ती बेशुद्ध होती. काही श्वासांचं अंतर उरलं होतं तिच्या नि मृत्यूच्यामधे.

❑

१३

डॉमिनिकने पेन्टहाऊसच्या बेडरुमच्या भिंतींवर नजर टाकली. भवतालाशी ओळख पटण्याचा तो पहिलाच क्षण होता तिचा. हॉस्पिटलमधे बरेच दिवस काढल्यानंतर तिला इथे परत आणलं गेलं होतं हे तिला कळत होतं. त्या बेडरुमला जणू प्रकाशाची झिलई चढवली होती. सारंकाही स्वच्छ दिसत होतं... हवेच्या आवरणापेक्षाही स्वच्छ असलेल्या स्फटिकासारखं... तिला आठवलं. ही स्वच्छ दृष्टी आता कायम तिच्या सोबत असेल... वायनान्ड तिच्या बेडपाशी उभा असलेला तिला दिसला. तो जरासा मिश्किल नजरेने पहात होता.

हॉस्पिटलमधेही त्याला तिनं पाहिलेलं, तिला आठवलं. तेव्हा त्याच्या नजरेत हे हसू नव्हतं. पहिल्या रात्री डॉक्टरांनी त्याला सांगितलेलं की, ती जगणार नाही... तिने तेही ऐकलेलं. तिला तेव्हाच सर्वांना ओरडून सांगावंसं वाटलेलं- की मी जगणार आहे म्हणून... आता जगण्याशिवाय पर्यायच नाही मला... पण आता लोकांना काहीही सांगणं महत्त्वाचं वाटत नव्हतं... कधीच वाटणार नव्हतं...

आता ती परतली होती. तिच्या मानेवर, पायांवर, डाव्या दंडावर बँडेजपट्ट्या होत्या. पण तिचे समोर ब्लँकेटवर ठेवलेले हात मात्र मोकळे होते. मलमपट्टी काढून टाकलेली आणि व्रण तेवढे दिसत होते.

'तू किती गधडी आहेस गं!' वायनान्ड आनंदाने ओरडला, 'नाटक इतकं जास्त वठवायची काही गरज होती का तुला?'

पांढऱ्याशुभ्र उशीवर तिचे सोनेरी केस पसरले होते. हॉस्पिटलच्या बंद गळ्याच्या गाऊनमधे ती अगदीच लहानशी दिसत होती, बालपणातल्या डॉमिनिकपेक्षाही लहान. तिच्या मुद्रेवर एक शांत तेज होतं... बालपणात कधीच न सापडलेली शांती, निश्चिंतता... निष्पापपणा.

'माझं इंधन संपलेलं.' ती म्हणाली, 'मी कारमधे थांबून होते आणि अचानक...'

'मी ही कहाणी पोलिसांना सांगून झालीय आधीच. रखवालदारानेही तेच सांगितलंय. पण काचेशी जरा जपूनच खेळायचं असतं, हे कळत नाही तुला?'

गेल किती शांत दिसतो आहे... आणि किती आत्मविश्वास आहे त्याच्यात... सगळं काही बदलून गेलंय त्याच्यासाठी... माझ्याइतकंच.

'मला अजिबात दुखलं नाही.' ती म्हणाली.

'पुढल्या वेळी तुला असं नाटक करायचं असेल ना त्यावेळी मला सांग, मी तुला शिकवेन जरा.'

'पण त्यांचा विश्वास बसला ना?'

'हो हो. बसला तर. ठेवावाच लागला त्यांना विश्वास. तू मरायचीच बाकी होतीस. मला हे कळत नाही की, त्याने रखवालदाराचा जीव वाचवायची काळजी घेतली आणि तुझा जीव मात्र धोक्यात पडू दिला.'

'कुणी?'

'हॉवर्डने, माय डियर, हॉवर्ड रॉर्कने.'

'त्याचा इथे काय संबंध.'

'डार्लिंग, तू काय पोलिसांच्या चौकशीला सामोरी जात नाहीयेस. तेही करावं लागेलच म्हणा... आणि तेव्हा यापेक्षा जास्त पटण्यासारखं नाटक वठवावं लागेल. अर्थात् तू करशील म्हणा. मला नाही वाटत त्यांना कुणाला स्टोडार्ड खटल्याची आठवण येईल.'

'ओः.'

'तेव्हाही तू ते केलं होतंस, आणि नेहमीच करत रहाशील. तू त्याच्याबद्दल व्यक्तिशः जो काय विचार करत असशील तो असशील... पण त्याच्या कामाबद्दल मला जे वाटतं तेच तुलाही वाटेल.'

'गेल, मी हे केलं त्याने तुला आनंद झालाय?'

'होय.'

पलंगाच्या कडेवर विसावलेल्या तिच्या हाताकडे तो पहात राहिला. मग तो गुडघ्यांवर बसला आणि त्याने तो हात न उचलता, बोटांनी त्याला स्पर्शही न करता केवळ ओठ तिच्या हातावर घट्ट टेकवले. ती हॉस्पिटलमधे होती तेव्हा त्याने कायकाय सोसलं होतं याची तेवढीच एक कबुली त्याच्या या मुद्रेने दिली. तिने दुसरा हात उचलून त्याच्या केसांतून फिरवला. ती मनाशी म्हणत होती, मी मेले असते तर जे वाटलं असतं त्यापेक्षा अधिक दुःख तुला सोसावं लागणार आहे, गेल. पण ठीक आहे, नाही तुला फार सोसावं लागणार. आपण आहोत, तो, तू आणि मी- अस्तित्त्वात आहोत या एका गोष्टीच्या तुलनेत टिकू शकतील एवढ्या वेदना जगातच अस्तित्त्वात नाहीत. तुला खऱ्या महत्त्वाच्या गोष्टी कोणत्या ते तर आता कळलंय... तू मला गमावून बसला आहेस हे तुला माहीत नसलं तरीही.'

त्याने मस्तक वर उचललं आणि उठून उभा राहिला.

'तुला कोणत्याही प्रकारे दोष देण्याचा हेतू नव्हता माझा. क्षमा कर मला.'

'मी मरणार नाही, गेल, मला इतकं मस्त वाटतंय.'

'दिसतेच आहेस तू तशी.'

'त्याला अटक केलं त्यांनी?'

'त्याला जामिनावर सोडलंय त्यांनी.'

'तुला आनंद होतोय?'

'तू हे केलंस, आणि त्याच्यासाठी केलंस याचा मला फार आनंद वाटला. त्याने हे केलं त्याचाही आनंद वाटला. हे त्याने करायलाच हवं होतं.'

'होय. आणि आता पुन्हा एकदा स्टोडार्ड खटल्यासारखाच खटला चालेल.'

'अगदीच तसं नाही म्हणता येत.'

'तू आणखी एका संधीची वाट पहात होतास, गेल? गेली सगळी वर्षं?'

'होय.'

'मला पेपर दाखवशील?'

'नाही. तू बरी झाल्याशिवाय नाही.'

‘बॅनरसुद्धा नाही?’

‘विशेषतः बॅनर तर नाहीच.’

‘आय लव्ह यू, गेल, तू अखेरपर्यंत हे राखलंस तर...’

‘अं हं. मला लाच देऊ नकोस कसलीही. ही काही तुझ्यामाझ्यातली गोष्ट नाही. अगदी त्याच्यामाझ्यातलीही गोष्ट नाही.’

‘मग तुझ्या नि परमेश्वरातली आहे की काय?’

‘तसं म्हणायचं असेल तर तसं. पण आपण यावर चर्चा करायची नाही. सगळं संपेपर्यंत नाही. तुझ्या भेटीसाठी कुणीतरी वाट पहातंय बाहेर. रोज येतोय तो इथे.’

‘कोण?’

‘तुझा प्रेमिक. हॉवर्ड रॉर्क. आता तुझे आभार मानू देत का त्याला?’

त्याच्या स्वरातला चेष्टेखोर स्वर, आपण काहीतरी सर्वस्वी हास्यास्पद बोलत असल्याची खात्री... तिला जाणवलं की त्याला सत्याची पुसटशी कल्पनाही नव्हती. ती म्हणाली, ‘हो. मलाही भेटायचंय त्याला. गेल, समज मी त्याला माझा प्रेमिक म्हणून स्वीकारलं तर?’

‘दोघांनाही ठार मारून टाकेन मी. बरं आता, स्वस्थ पडून रहा बरं. डॉक्टरांनी सांगितलंय की तू बरीच विश्रांती घ्यायला हवीस... तुझ्या अंगावर वेगवेगळ्या जागी एकंदर सव्वीसएक टाके आहेत...’

तो खाली गेला. पायऱ्या उतरून जाणाऱ्या त्याच्या पावलांचा आवाज येत राहिला.

□ □ □

स्फोट झाल्या ठिकाणी पहिला पोलीस पोहोचला तेव्हा त्याला बिल्डिंगच्या मागच्या बाजूला नदीच्या काठावर सुरुंग उडवून देणारा प्लंजर दिसला. रॉर्क शेजारीच उभा होता. खिशात हात घालून कोर्टलँडच्या अवशेषांकडे पहात होता.

‘हे कसं काय झालं काही माहीते का रे बाबा तुला?’ त्या पोलिसाने विचारलं.

‘मला अटक करून टाका तुम्ही.’ रॉर्क म्हणाला,‘मी न्यायलयासमोर बोलेन.’

नंतर त्याच्यावर झालेल्या प्रश्नांच्या सरबत्तीला त्याने काहीही उत्तर दिलं नाही.

दुसऱ्या दिवशी सकाळी वायनान्डनेच त्याची जामिनावर सुटका करवून घेतली. जखमी डॉमिनिकची गंभीर अवस्था पाहून, ती कदाचित् जगणार नाही हे ऐकल्यावरही हॉस्पिटलमधे वायनान्ड शांत राहिला होता. एका न्यायाधीशाला झोपेतून उठवून जामिनाची व्यवस्था करण्यासाठी त्याने फोन केला, तेव्हाही तो शांत राहिला होता. पण वॉर्डनच्या ऑफिसात, त्या छोट्याशा कोठडीत रॉर्कला बसलेलं पहाताच तो संतापाने थरथरू लागला. ‘साल्या हलकटांनो!’ -दातओठ खाऊन तो बोलला आणि मग बालपणी बंदरावर आत्मसात् केलेल्या सगळ्या वेचक शिव्यांची मालिका सुरू झाली. त्याला परिस्थितीचं भान उरलं नाही. त्याला एवढंच दिसत होतं... रॉर्कला त्यांनी गजाआड टाकलं होतं. तो पुन्हा एकदा हेल्स किचनमधला स्ट्रेच वायनान्ड झाला होता... त्या काळात तो जसा अचानक संतापाच्या वावटळीत सापडायचा तसं आता झालं होतं. त्या पडक्या भिंतीच्या आड मारला जाण्याची वाट पहात उभा असताना त्याला संताप अनावर झाला होता तेच आताही झालं होतं. फक्त आता त्याला हेही माहीत होतं की तो गेल वायनान्ड होता, एका प्रचंड मोठ्या वृत्तपत्र साम्राज्याचा मालक... कसली तरी कायदेशीर बाब पूर्ण करण्याची गरज त्याला का पडावी हे त्याला समजत नव्हतं... आपण हा तुरुंग आपल्या मुठींनी किंवा आपल्या पेपर्सच्या मदतीने फोडून का टाकू शकत नाही, त्याला समजत नव्हतं... त्या क्षणी सारीच सरमिसळ झालेली... त्याला कुणालातरी

ठार मारायचं होतं, गरजच होती तशी... जशी त्या रात्री भिंतीआडून वाट पहाताना वाटली होती... आपल्या जिवाच्या रक्षणासाठी.

त्याने कशीतरी त्या कागदपत्रांवर सही केली. रॉर्क येईपर्यंत तो कसाबसा थांबून राहिला. मग ते दोघे एकत्र बाहेर पडले. रॉर्कने त्याचं मनगट घट्ट धरून त्याला बाहेर चालवत नेलं आणि मग गाडीत बसेपर्यंत वायनान्ड पुन्हा शांत झालेला. कारमधे बसल्यावर त्याने विचारलं, 'तूच केलंस हे, होय ना?'

'अर्थातच.'

'आपण एकत्र लढायचंय.'

'ही लढाई तुला तुझी बनवायची असल्यास- ठीक आहे.'

'आताच्या घडीला माझी स्वतःची- वैयक्तिक मिळकत असेल एकंदर... चारशे कोटी डॉलर्सची. तुला हवा तो वकील किंवा अख्खी वकिलांची फौज घ्यायची असेल तरीही शक्य आहे ते एवढ्या पैशात.'

'मी वकील करणार नाही.'

'हॉवर्ड! आता पुन्हा तू त्यांच्यासमोर फोटोग्राफ्स ठेवणार आहेस की काय?'

'नाही. यावेळी तसं नाही करणार.'

□ □ □

रॉर्क बेडरूममधे शिरला आणि पलंगाच्या शेजारी ठेवलेल्या खुर्चीवर बसला. डॉमिनिक त्याच्याकडे पहात होती. एकमेकांकडे पाहून ते हसले. आताही काही म्हणायची गरज नव्हतीच, ती विचार करत होती.

तिने विचारलं, 'तू तुरुंगात होतास?'

'काही तासांपुरताच.'

'कसं वाटलं?'

'आता तूही गेलसारखीच सुरुवात करू नकोस.'

'गेलने फार लावून घेतलं का?'

'फारच...'

'मी नाही करणार तसं.'

'मला कदाचित् काही वर्षांचा तुरुंगवास भोगावा लागेल. तू मला मदत करायचं मान्य केलंस तेव्हा तुला हे माहीत होतं.'

'हो. माहीत होतं.'

'मी गेलो तर गेलची काळजी घेण्याची भिस्त तुझ्यावर टाकतोय मी.'

'माझ्यावर?'

त्याने तिच्याकडे पाहिलं आणि मान हलवली, 'डियरेस्ट...' ती हाक तिला एक प्रकारे दोष लावणारी होती.

'हं?' अस्फुटपणे तिने प्रश्न केला.

'हा मी तुझ्यासाठी सापळा रचला हे कळलं नाही तुला?'

'कसा?'

'मी तुझी मदत मागितली नसती, तर तू काय केलं असतंस आता?'

'मी तुझ्याकडे आले असते. तुझ्या घरी. जाहीरपणे, सर्वांना सांगून... एनराइट हाऊसमधल्या तुझ्या घरी.'

'हं... पण आता तू तसं करू शकत नाहीस. तू मिसेस गेल वायनान्ड आहेस. कुणालाच तुझा संशय येणार नाही. सर्वांना वाटतंय की तू केवळ अपघातानेच तिथे होतीस. आपण एकमेकांसाठी काय आहोत हे सर्वांना कळलं तर मग हे मीच केलं याचा कबुलीजबाबच ठरेल तो.'

'अस्सं.'

'तू काही बोलू नयेस अशीच माझी इच्छा आहे. माझ्या नशीबात साथ वगैरे देण्याचा विचार करत असशील तर- सोडून दे. मी काय करणार ते मी तुला सांगणार नाही, कारण खटला सुरू होईपर्यंत तुझ्यावर नियंत्रण ठेवण्याचा तोच एक मार्ग आहे माझ्याकडे. डॉमिनिक, मला शिक्षा झालीच तर, तू गेलबरोबरच रहावंस अशी माझी इच्छा आहे... आणि त्याला कधीही आपल्याबद्दल कळू द्यायचं नाहीस तू... कारण तुला आणि त्याला एकमेकांची गरज असेल.'

'आणि तुझी निर्दोष मुक्तता झाली तर?'

'तर...' त्याने आजुबाजूला पाहिलं. ती वायनान्डची बेडरूम होती, 'ते मला इथे बोलायचं नाहीये. पण तुला माहीत आहे.'

'तुझा फार जीव आहे त्याच्यावर?'

'हो.'

'त्याच्यासाठी त्याग करावासा वाटण्याइतका...'

तो हसला, 'इथे मी पहिल्यांदा आलो तेव्हापासून तुला या एका गोष्टीची भीती वाटत आली आहे ना?'

'हो.'

तिच्याकडे थेट पहात त्याने विचारलं, 'हे शक्य आहे असं वाटतं तुला?'

'नाही.'

'माझं काम किंवा तू, डॉमिनिक, या दोन्हींचा मी कधीही त्याग करू शकणार नाही. पण मी त्याच्यासाठी एवढं मात्र करू शकतो... मला जावं लागलं तर मी तुला त्याच्याकडे सोपवून जाईन.'

'तू सुटशील.'

'तू हे म्हणण्याने माझं समाधान नाही होणार.'

'त्यांनी तुला शिक्षा ठोठावली- त्यांनी तुला तुरुंगात टाकलं, सक्तमजुरीवर पाठवलं, कुठल्याही गचाळ पेपरांतून त्यांनी तुझी बदनामी मांडली, त्यांनी तुला दुसरी कुठलीही बिल्डिंग डिझाइन करण्यापासून दूर ठेवण्याचा प्रयत्न केला, त्यांनी मला तुला कधीही भेटू दिलं नाही... तरीही मी म्हणेन मला काही फरक पडणार नाही. फार नाही. एका बिंदूपाशी जाऊन ते थांबेल.'

'हे तुझ्याकडून ऐकण्यासाठी मी सात वर्षं थांबलो, डॉमिनिक.' त्याने तिचा हात उचलला आणि त्यावर ओठ टेकले. वायनान्डचे ओठ जिथे टेकले होते तिथेच त्याच्या ओठांचा स्पर्श तिला जाणवला. मग तो उठला.

'मी वाट पाहीन,' ती म्हणाली, 'मी शांत राहीन. मी तुझ्याजवळ यायचा प्रयत्न करणार नाही. वचन.'

त्याने हसून मानेनेच होकार भरला. आणि मग तो गेला.

□ □ □

'असं क्वचित कधीतरी होतं... जागतिक स्तरावर काम करणाऱ्या अनाकलनीय शक्ती अचानक एकाच घटनेतून स्पष्ट होतात, एखाद्या भिंगात गोळा झालेल्या सूर्यकिरणांतून एकच प्रखर तेजस्वी बिंदू दिसावा तसंच काहीसं. कोर्टलँडची भयकंपित करणारी घटना ही अशीच एक घटना आहे. ब्रह्मांडद्रवाच्या पाझरातून हा आपला ग्रह अस्तित्त्वात आला तेव्हापासून ज्या एका शापाने, पापाने त्याला ग्रासले आहे त्याचीच अतिशय लघुरूप प्रतिकृती आपल्याला येथे पहायला मिळते. दया, करुणा, मानवता, बंधुत्व या सर्व कल्पनांचा केवळ एका माणसाच्या अहंकारामुळे झालेला उच्छेद आपल्याला पहायला मिळतो आहे येथे. पददलितांसाठी बांधलेल्या घरांना जमीनदोस्त केलं एका माणसाने. एका माणसाने हजारो लोकांना झोपडपट्टीच्या गलिच्छ, रोगट जीवनात, मरणाच्या दारात ढकललं. आपल्या नवजागृत समाजाने केवढं मोठं पाऊल उचललं होतं, मानवतावादी कर्तव्य पार पाडण्यासाठी, आपल्या गरीब बांधवांना बऱ्यापैकी घरं देण्यासाठी समाजातली सर्वोत्तम बुद्धिमत्ता कामाला लागली होती, आणि अशा वेळी एका अहंकारी माणसाने इतरांच्या प्रतिभेचे शतखंड तुकडे केले. आणि हे कशासाठी केलं त्याने? स्वतःच्या कसल्यातरी पोकळ कल्पनांच्या रक्षणार्थ केलं म्हणे हे त्याने. आपल्याकडे असल्या गुन्ह्यांसाठी केवळ तुरुंगवासाची शिक्षा होते याचं फार वैषम्य वाटतं मला. त्या माणसाचं आयुष्यच वजा करून टाकायला हवं. समाजाकडे हॉवर्ड रॉर्कसारख्या माणसांपासून कायमची सुटका करून घेण्याचे अधिकार असायला हवेत.' -एल्सवर्थ टूहीने न्यू फ्रंटियरमधे लिहिलं.

साऱ्या देशभरातून त्याचे प्रतिध्वनी गुंजत उठले. कोर्टलँडचा स्फोट अर्धा मिनिट टिकला असेल. लोकक्षोभाचा स्फोट कितीतरी वेळ होतच राहिला. त्या स्फोटाच्या प्लास्टरच्या धुळीचे कण वातावरणात भरून राहिले, त्यातली गंजकी धूळ नि कचरा सर्वत्र बरसत राहिला.

रॉर्कवर ग्रँड ज्यूरीने खटला भरला. त्याने निरपराध असल्याचा दावा केला. त्यापुढे त्याने काहीही सांगितलं नाही. गेल वायनान्डने दिलेल्या बाँडवर त्याची सुटका झाली होती. आणि आता तो खटल्याची वाट पहात होता.

त्याच्या हेतूसंबंधी अनेक शंका व्यक्त केल्या जात होत्या. काहीजणांच्या मते तो केवळ व्यावसायिक मत्सराचा भाग असावा. काहीजण म्हणत होते कोर्टलँड होम्सच्या डिझाइनमधे आणि रॉर्कच्या शैलीमधे खूपच साम्य होतं आणि कीटिंग, प्रेस्कॉट आणि वेब या लोकांनी त्याच्या शैलीची उसनवार केली होती. असं कुणाच्या शैलीचा अंतर्भाव आपल्या डिझाइनमधे करणं अगदी कायदेशीर आहे. बौद्धिक कल्पनांना काही मालमत्ताविषयक नियम लागू होत नाहीत. लोकशाही जीवनपद्धतीत कला ही सार्वजनिक मालकीची असते. रॉर्कला आपल्या कल्पनांची चोरी झाली असं वाटल्यामुळे त्याने सूडबुद्धीने हे कृत्य केलं असावं असं बऱ्याचजणांना वाटलं.

कुणालाच नक्की काही माहीत नव्हतं. त्याच्या हेतूंची कुणाला फारशी फिकीरही नव्हती. प्रश्न अगदी सोपा होता.- बहुसंख्य विरुद्ध एक माणूस. बस्स- आणखी काही हेतूंचा विचार करण्याची गरजच नव्हती.

गरीबांसाठी धर्मार्थ बांधलेली घरं. त्यांचा पाया होता हजारो वर्षांच्या शिकवणुकीचा... धर्मार्थ कार्य आणि आत्मत्याग या गोष्टींना आव्हान देताच येत नाही. पुण्यकृत्य, सद्वर्तन याचं अंतिम ध्येय, अंतिम कसोटी असलेल्या या गोष्टी... सेवा आणि त्याग यांच्या आरत्या गाणारी हजारो वर्षं... त्याग हे मानवी जीवनाचे सार्थक आहे, सेवा करा किंवा करून घ्या, दडपा किंवा दडपले जा... त्याग हा उदात्त असतो... तुम्हाला जे करायचं ते करा. हे टोक घ्या किंवा ते टोक. सेवा करा, त्याग करा... सेवा करा, सेवा आणि सेवा...

आणि या विरुद्ध एक मनुष्य- ज्याला सेवा करायची नव्हती नि करून घ्यायचीही नव्हती...

आणि हाच एक अक्षम्य असा गुन्हा होता...

ही फार सनसनाटी माजवणारी घटना ठरली. नेहमीची कावकाव आणि सात्विक संतापाचा रतीब घातला गेला. कुठल्याही कायदेशीर कारवाईआधीच गुन्हेगाराला शाब्दिक फासावर लटकवण्याच्या परंपरेत शोभणारा हलकल्लोळ होता तो. पण त्यासंबंधी आपला संताप व्यक्त करणाऱ्या प्रत्येक व्यक्तीच्या बोलण्यात एक ठाशीव, व्यक्तिगत दुश्मनीचा भाव होता.

'अगदीच नैतिकतेची चाड नसलेला माणूस आहे तो. पक्का स्वार्थी असणार.'

...एक उच्चभ्रू वर्तुळात ऐटीत वावरणारी, धर्मादाय कार्यक्रमासाठी काहीतरी करताना नटूनथटून जाणारी प्रौढा म्हणाली. धर्मादाय कार्यक्रमांचा एकदम लोकमान्य सन्मार्ग नसता तर स्वतःचे स्थान काय याचा विचारही करू धजली नसती ती, आणि आपल्या मैत्रिणींवर आपल्याकडचं जडजवाहीर दाखवण्याचाही मार्ग मिळाला नसता कधी तिला...

... एक समाज कार्यकर्ता म्हणाला, त्याला आयुष्यात कधी कसलंही ध्येय सापडू शकलं नव्हतं आणि त्याच्या वांझोट्या आत्म्याने त्याला कसलाही ध्यास जडू दिला नव्हता. पण इतरांच्या जखमांवर बोटं ठेवत तो आपले तथाकथित सद्‌गुण आणि अनर्चित आदर कमावण्यात कुशल बनला होता...

... सेवा आणि त्याग हे विषय जगातून वजा झाले असते तर त्याला लिहायला काही विषयच सापडले नसते असा एक कादंबरीकारही हेच म्हणाला. त्याचं बोलणं जिवाचे कान करून ऐकणाऱ्या गर्दीला तो सांगत असे की माझं तुमच्यावर प्रेम आहे, फारफार प्रेम आहे... आणि त्याबदल्यात मला तुमचं थोडंसं प्रेम द्या हो...

... एक स्तंभलेखिकाही हेच म्हणाली. ती जगातल्या 'लहान' माणसांबद्दल इतक्या आत्मीयतेने आणि इतक्या भावनाप्रधान शैलीत लिखाण करायची... त्या लिखाणाच्या मानधनातून तिने एक ऐसपैस वाडा विकत घेतलेला हल्लीच...

...सगळी लहान माणसं हेच म्हणाली, कारण त्यांना प्रेम, महान् प्रेम, प्रचंड प्रेम, सर्वव्यापी प्रेम याबद्दल ऐकायला खूप आवडायचं. प्रेमाने सारंकाही माफ होतं म्हणे आणि त्यामुळे ते काहीही करायला मोकळे रहात होते.

... इतरांच्या आत्म्यांवर जळूसारखं चिकटून जगणं एवढंच करू शकत असलेला प्रत्येक परोपजीवी मनुष्य हेच म्हणाला.

एल्सवर्थ टूही आता शांत होता. बसून गंमत पहात होता, हसत होता.

गॉर्डन प्रेस्कॉट आणि गस वेब यांना खास मेजवान्यांची निमंत्रणं मिळत होती. कॉकटेल पार्ट्यांना बोलावलं जात होतं. एका मोठ्याच आपत्तीतून त्यांचे जीव वाचले असल्यासारखं सारे त्यांना नाजूकपणे हाताळत, जपत होते. ते दोघे बोलताना रॉर्कने यातून काय साध्य केलं ते आपल्याला कळत नसल्याचं सांगत होते आणि आपल्याला न्याय मिळायला हवा असंही म्हणत होते.

पीटर कीटिंग कुठेही गेला नाही. त्याने पत्रकारांना भेट द्यायचं नाकारलं. तो कुणालाच भेटत नव्हता. पण त्याने एक निवेदन प्रसिद्ध केलं. त्यात त्याने रॉर्क निरपराध असल्याचा आपला विश्वास आहे असं म्हटलं होतं. त्या निवेदनाचं अखेरचं वाक्य मोठं विचित्र होतं... तो म्हणालेला, 'त्याला सोडून द्या ना, त्याचं त्याला एकटं का सोडून देऊ शकत नाही तुम्ही?'

कॉर्ड बिल्डिंगसमोर कौन्सिल ऑफ अमेरिकन बिल्डर्सच्या सदस्यांनी निदर्शन केलं. त्यामुळे काहीच साध्य झालं नाही, कारण रॉर्कच्या ऑफिसमधे काहीच कामं नव्हती. तो ज्या कामांना सुरुवात करणार होता ती सारी रद्द झाली होती.

यालाच म्हणतात एकता. सगळेच या नव्या संतापाच्या भावनेत चिंब भिजले. नव्याने पडद्यावर

येताना पायाची नखं नीट मेनिक्युअर करून घेणारी नवोदित नटी, रस्त्यावरच्या गाडीवर गाजरं विकत घेणारी गृहिणी, बहिणीचा प्रतिपाळ करावा लागला या सबबीवर पियानिस्ट बनण्याची इच्छा पूर्ण न करू शकलेला हिशेबनीस, आपल्या धंद्याचा द्वेष करणारा व्यापारी, आपल्या कामाचा द्वेष करणारा कामगार, सर्वांचा द्वेष करणारा बुद्धिवादी... सारेजण या संतापात आपला सूर मिळवत होते. या विषयाने कंटाळवाण्या आयुष्यात थोडी रंगत आणली. स्वतःपेक्षा थोडा वेगळा विचार करायची फुरसत मिळाली... आणि स्वतःचा विचार विसरून काहीतरी करणं म्हणजे केवढी मोठी सुटका होती हे त्यांना चांगलं माहीत होतं. सारे वाचक एक झाले होते. वृत्तपत्रे एक झाली होती.

गेल वायनान्ड प्रवाहाच्या विरुद्ध गेला.

'गेल!' आल्वा स्कॅरेटचा श्वास अडकला, 'आपण स्फोट घडवणाऱ्याचा बचाव नाही करू शकत!'

'गप्प रहा, आल्वा,' वायनान्ड म्हणालेला, 'मी तुझे दात घशात घालण्या आधी तोंड आवर.'

गेल वायनान्ड त्याच्या ऑफिसमधे उभा होता. माथा उंचावून, जगण्यावर मस्त खूष होऊन... एका रात्री शहराचे दिवे बघत तो बंदराच्या धक्क्यावर मस्त उभा होता- तसाच.

'आपल्या अवतीभवती आज जी हिडीस कोल्हेकुई चालली आहे,' बॅनरच्या एका अग्रलेखात तो म्हणालेला... खाली त्याची मोठ्यामोठ्या अक्षरातली सही उमटली होती- गेल वायनान्ड ,... 'एक गोष्ट कुणालाच आठवत नाही असे दिसते... ती म्हणजे हॉवर्ड रॉर्कने स्वतःहून शरणागती पत्करली होती. त्याने ती इमारत उडवली असेल- तर अटक करून घेण्यासाठी त्याला तिथे थांबण्याची काय गरज होती? पण आपल्याला त्याची कारणे जाणून घेण्यात रस नाही. आपण त्याची बाजू ऐकून न घेता आधीच त्याला गुन्हेगार ठरवून बसलो आहोत. आपल्याला त्याला गुन्हेगार ठरवायचे आहे. आपल्याला या खटल्याचा फारच आनंद होतो आहे असे दिसते. आपण जे ऐकता आहात त्याला सात्विक संताप म्हणणे योग्य नाही. ते आहे केवळ विषय चघळणे. कोणताही निरक्षर बैल, एखादा नालायक मवाली एखादा खून करतो आणि समाजाची सहानुभूती त्याच्या पदरात पडते. कित्येक मानवतावादी कार्यकर्ते त्याच्या बचावार्थ फळी उघडतात. पण एखाद्या प्रतिभावंतावर मात्र आधीच अपराधी म्हणून शिक्का मारायची घाई होते सर्वांना. कुणाही माणसाला तो केवळ लहान आहे, दुर्बळ आहे म्हणून मोडीत काढणे हे सर्वस्वी अन्यायकारक आहे, हे बरोबर. पण एखादा माणूस केवळ सबल आहे, महान आहे म्हणून त्याला लक्ष्य करणारा समाज नीतीभ्रष्टतेच्या कुठल्या पायरीवर उतरला आहे? परंतु आपल्या या शतकाचे संपूर्ण नैतिक वातावरण हे असेच होत गेले आहे... सुमारांचे शतक.'

आणखी एका अग्रलेखात वायनान्डने म्हटलं होतं, 'काही लोक ओरडून ओरडून सांगत आहेत, की हॉवर्ड रॉर्क त्याचं करिअर न्यायालयाच्या आतबाहेर करण्यात अधिक व्यतीत करीत आहे. वेल, हे तर सत्यच आहे. रॉर्कसारख्या मनुष्याला सतत, आयुष्यभर आपल्या समाजासमोर जाब देणे भाग पडते, यातून समाज दोषी सिद्ध होतो की रॉर्क?'

'माणसातील महत्ता म्हणजे काय आणि ती ओळखावी कशी हे जाणण्याचा आपण कधी प्रयत्नही करत नाही.' आणखी एका अग्रलेखात वायनान्डने लिहिलं होतं. 'आपण सगळे एका पचपचीत भावनेच्या आहारी जात एक गोष्ट गृहीत धरतो की, आत्मत्याग करणे म्हणजेच महत्ता. आपण सारे जणू जिभल्या चाटत हे मान्य करून टाकतो की आत्मत्याग किंवा स्वार्थत्याग म्हणजे सद्‌गुणाची महत्तम पायरी. जरा थांबून विचार करू, खरेच आत्मत्याग म्हणजे सद्‌गुण आहे कां? कुणी स्वतःची मूल्यनिष्ठा त्यागू शकतो? आत्मसन्मान त्यागू शकतो? आत्मनिर्भरता? ध्येयनिष्ठा? आपले आदर्श? स्वतःच्या भावभावनांमधील प्रामाणिकपणा त्यागू शकतात कुणी? स्वतःचे

विचारस्वातंत्र्य त्यागणे शक्य असते? ...हे तर माणसाचे सर्वात अमोलिक असे संचित असते. त्यांच्या रक्षणाकरिता तो जे काही देऊन टाकतो तो काही त्याचा त्याग नसतो, ती असते एक देवाणघेवाण. या मूळ निष्ठा कुठल्याही प्रकारच्या कारणासाठी त्याजता येत नसतात. मग आपण हा अतिशय जहरी, धोकादायक आणि मूर्खपणाचा प्रचार का चालवून घेतो? आत्मत्याग, स्वहिताचा त्याग? आत्म्याचा, स्वत्वाचा, स्वार्थाचा त्याग तर कदापि करू नये. जो माणूस स्वत्वाचा, स्वहिताचा कदापि बळी देत नाही त्याचा आदर करायला आपण शिकले पाहिजे.'

हे संपादकीय न्यू फ्रंटियरमधे आणि इतर अनेक वृत्तपत्रांमधे उद्धृत केले गेले आणि त्यावर टिपणी होती...'कोण बोलतंय पहा तरी...'

गेल वायनान्ड हसत होता. विरोध झाला की त्याला नेहमीच अधिकच जोर येत असे. ही लढाई होती... बऱ्याच वर्षांत तो अशी खरीखुरी लढाई लढला नव्हता. त्याच्या साम्राज्याची पायाभरणी करताना साऱ्या व्यवसायबंधूंकडून झालेल्या विरोधाशी तो लढला होता. त्यानंतर तसं सारं शांतच होतं. आता त्याला जी संधी मिळाली होती ती स्वप्नवत् होती. तारुण्यात मिळावी तशी लखलखीत संधी, अनुभवी संचिताच्या आधारावर त्याला हाताळता येणार होती. एक नवा आरंभ होता हा, आणि कलशाधयही. मी याच एका गोष्टीच्या प्रतीक्षेत जगत आलो... याच गोष्टीसाठी.

त्याच्या बावीस वृत्तपत्रांना, त्याच्या मासिकांना, पाक्षिकांना, न्यूजरील्सना त्याचे स्पष्ट आदेश पोहोचले होते. रॉर्कचा बचाव करायचा आहे. रॉर्कची बाजू उचलून धरायची आहे. अपप्रचाराला प्रत्युत्तर द्यायचं आहे.

'सत्य काहीही असो,' वायनान्डने त्याच्या सर्व कर्मचाऱ्यांना बोलावून सांगितलं, 'हा खटला काही केवळ सत्याधारित असणार नाही. हा जनमताच्या आधारावरच चालणारा खटला आहे. आपण आजवर लोकमत तयार करीत आलो आहोत. आत्ताही तेच करायचंय. रॉर्कची तळी उचलून धरा. ते तुम्ही कसं करता वगैरे मी विचारणार नाही. भरपूर प्रशिक्षण झालंय तुमचं आता. कुणालाही काहीही विकण्यात तुम्ही तरबेज आहात. किती तरबेज आहात ते दाखवून द्या मला.'

त्याच्या शब्दांना थंड प्रतिसाद मिळाला होता. सारे कर्मचारी एकमेकांकडे पहात गप्प बसून राहिले होते. आल्वा स्कॅरेट कपाळावरचा घाम पुसत होता. पण सर्वांनी त्याची आज्ञा पाळली.

बॅनरने एनराइट हाऊसचा फोटो छापला. खाली ओळी होत्या -'या माणसाला तुम्हाला धुळीला मिळवायचंय?'

वायनान्डच्या घराचा फोटोही त्यांनी छापला- 'याच्या तुलनेत तुम्ही उभे राहू शकता?'

मॉनाड्नॉक व्हॅलीचा फोटोही त्यांनी छापला- 'या माणसाने समाजासाठी काहीही केले नाही असे तुमचे मत आहे?'

बॅनरने रॉर्कवर चरित्रलेख छापला. त्या लेखाचा लेखक प्रथमच असा लेख लिहीत होता... तो लेख गेल वायनान्डने लिहिला होता. बॅनरने अनेक अशा खटल्यांच्या कहाण्या छापल्या, ज्यात निष्पाप, निरपराध माणसांवर त्या त्या काळच्या प्रचलित समज-गैरसमजांमुळे अन्याय्य शिक्षा लादल्या गेल्या होत्या. समाजाकडून अन्याय झालेल्या महामानवांवर बॅनरने एक लेखमाला चालवली. सॉक्रेटिस, गॅलिलेओ, पाश्चर, विचारवंत, वैज्ञानिक... लांबलचक मालिका... समाजाच्या रूढ विश्वासांविरुद्ध स्वतःच्या हिमतीवर एकटा उभा राहिलेला प्रत्येक माणूस, स्वतःला सापडलेल्या सत्यासाठी बहुसंख्येचा धैर्याने धिक्कार करणारा प्रत्येक माणूस..

'पण पण... हे परमेश्वरा, गेल, जरा समजून घे, अरे हा एक गृहनिर्माण प्रकल्प होता!' आल्वा स्कॅरेट कळवळून चित्कारला.

वायनान्डने असाहाय्यपणे त्याच्याकडे पाहिलं, 'मला वाटतं, तुम्हा मूर्खांना त्यात गृहनिर्माण प्रकल्पाचा काहीही संबंध नाही हे समजावून सांगण्याचा प्रयत्न करण्यात काहीही अर्थ नाही. ठीक आहे, आपण गृहनिर्माण प्रकल्पांबद्दल बोलू.'

बॅनरने गृहनिर्माण प्रकल्पांत कसे घपले चालतात यावर प्रकाश टाकणारी मालिका चालवली.- त्यातल्या लांड्यालबाड्या, अकार्यक्षमता साऱ्यावर लिहिलं. तुलना दिली- एखाद्या खाजगी बिल्डरने जे बांधकाम जेवढ्या पैशात केलं असतं त्याच्या पाचपट पैसे खर्च करून गचाळ इमारती कशा बांधल्या गेल्या आणि मग त्या कशा वापरायोग्यही राहिल्या नाहीत ते लिहिलं. हे सारे प्रयोग अतिशय वाईट प्रकारे केले गेले असूनही, फसले असूनही, केवळ दयावादी भूमिकेतून केले असल्यामुळे त्यांचं कौतुक कसं केलं गेलं, ते कसे स्वीकारले गेले आणि क्षम्य मानले गेले... हे त्याने चरचरीत शब्दांत लिहिलं.

'असं म्हणतात की, नरकाला सद्हेतूंच्या लाद्या बसवलेल्या असतात.' बॅनरमधे म्हटलं होतं. 'याचं कारण कदाचित् असं असू शकेल, की आपल्याला कुठल्या हेतूंमध्ये खरा चांगुलपणा असतो हे कधी कळतच नाही! निदान आता तरी शिकू या आपण. जगात आजवर सद्हेतूंसंबंधी एवढी जाहीर बडबड याच शतकात झाली... आणि पहातरी या जगाच्या परिस्थितीकडे.'

बॅनरचे सारे अग्रलेख, संपादकीय लेख गेल वायनान्ड लिहीत होता. नेहमीप्रमाणेच एका टेबलपाशी उभा राहून भल्या मोठ्या न्यूजप्रिंटच्या कागदांवर निळ्या पेन्सिलीने इंचइंच मोठ्या अक्षरात तो लिहीत असे. त्यांच्या अखेरीस उमटणारी त्याची जी.डब्लू. ही आद्याक्षरे आजकाल जरा अधिकच घसघशीत, गर्वोन्नत झाल्यासारखी भासत.

डॉमिनिक आता बरी झाली होती आणि त्यांच्या शहरापासून दूर बांधलेल्या घरात परतली होती. वायनान्ड संध्याकाळी खूप उशीराने घरी परतत असे. तो शक्य होईल तेव्हा रॉर्कला बरोबर घेऊन येत असे. ते दिवाणखान्यात एकत्र बसत. सताड उघड्या खिडकीतून प्रसन्न वासंतिक झुळूक आतबाहेर करीत असे. टेकडीचा अंधारलेला उतार घराच्या भिंतीपासून उलगडलेल्या रेशीमलडीसारखा तलावापर्यंत पोहोचलेला तिथून दिसत असे. खोलवर खाली झाडांच्या गर्दीतून तलावाचं चमचमतं पाणी डोकावत असे. ते खटल्याबद्दल कधीच काही बोलत नसत. पण वायनान्ड त्याच्या मोहीमेबद्दल बोलत असे. कुणा त्रयस्थाची मोहीम असावी तसा... रॉर्कचा त्याच्याशी काही संबंधच नसावा अशा स्वरात. वायनान्ड खोलीच्या मध्यावर उभा राहून बोलत होता, 'ठीक आहे... बॅनरचं सगळं करिअर अगदीच तिरस्करणीय होतं... सगळं... अगदी सगळं... पण या एका गोष्टीने साऱ्याची भरपाई होणार आहे. डॉमिनिक, मला माहीत आहे, तुला नेहमी प्रश्न पडतो... मला माझ्या भूतकाळाची शरम कशी वाटत नाही... हो ना? माझं बॅनरवर एवढं प्रेम कशासाठी? आता तुला उत्तर कळेल... सत्ता. माझ्या हातात जी सत्ता आहे... ती कधीच पणाला लावून परीक्षा घेतलेली नाही मी तिची. आता तुला पहायला मिळेल. त्यांनी जो विचार करावा असं मला वाटतं, तो विचार करायला भाग पाडेन मी त्यांना. मी जो म्हणेन तो विचार करतील ते. कारण, हे माझं शहर आहे आणि इथे माझा शब्द चालतो. मी इथला कर्ता आहे, हॉवर्ड, बघ तू, तुझा खटला सुरू होईपर्यंत मी लोकमत असं उलटंसुलटं फिरवेन ना, की कुठलाही ज्यूरी तुला दोषी ठरवू धजणार नाही. शिक्षा करण्याची हिंमत करणार नाही.'

त्याला रात्रीची झोप लागत नसे. झोपेची इच्छा होत नसे आणि गरजही वाटत नसे. रॉर्क आणि डॉमिनिकला तो म्हणे, 'जा, झोपा तुम्ही. मी येतो जरा वेळाने.' आणि मग डॉमिनिकला तिच्या बेडरूममधे आणि रॉर्कला पाहुण्यांच्या बेडरूममधे गच्चीवर येरझाऱ्या मारणाऱ्या त्याच्या पावलांचा

आवाज येत राही. त्या आवाजात एक अस्वस्थ, उत्फुल्ल आनंद निनादत राही. प्रत्येक पाऊल जणू एखाद्या वाक्यासारखं, एखाद्या ठाम विधानासारखं जमिनीवर ठासून पडत राही.

एकदा रात्री बऱ्याच उशीरा वायनान्डने त्या दोघांना झोपायला जायला सांगितलं. ते दोघेही जिना चढताचढता मधेच थबकले. दिवाणखान्यातून खस्सकन काडी उजळल्याचा आवाज आला. त्या आवाजानेच एक चित्र बोलकं केलं होतं... अस्वस्थपणे काडी उजळणारा तो हात, रात्रीतली पहिली सिगरेट पेटवत होता... आता पहाटेपर्यंत ते धूम्रहोत्र सुरू रहाणार होतं. गच्चीवरून फिरणाऱ्या पावलांच्या संगतीने एक ठिणगी इकडून तिकडे फिरत रहाणार होती.

त्या दोघांनी खाली पाहून एकमेकांकडे पाहिलं.

'भयंकर आहे हे,' डॉमिनिक म्हणाली.

'मस्त आहे हे,' रॉर्क म्हणाला.

'त्याने काहीही केलं तरी तो तुला मदत करूच शकणार नाही.'

'ते मला माहीत आहे. पण मुद्दा तो नाहीच.'

'तुला वाचवण्यासाठी तो प्रत्येक गोष्ट पणाला लावतोय. त्याला माहीत नाहीये, तू वाचलास तर तो मला हरवून बसणार आहे.'

'डॉमिनिक, त्याला जास्त कशाचं वाईट वाटेल? तुला हरवल्याचं की त्याची मोहीम हरल्याचं?'

तिने समजल्यासारखी मान हलवली.

'तो मला वाचवण्याचा प्रयत्न करतोय हे खरं नाही तसं... मी केवळ एक सबब आहे.'

तिने मान वर केली. तिने त्याच्या गालांवर बोटांच्या टोकांनी हलकेच स्पर्श केला. आणखी कसलीही मुभा ती स्वतःला देऊ शकत नव्हती. ती वळली आणि आपल्या बेडरूममधे शिरली. पलिकडून त्यानेही दार लावल्याचा आवाज तिच्या कानी आला.

□ □ □

'किती योग्यच आहे हे, नाही का,' लॅन्सेलॉट क्लोकीने एका लेखात लिहिलं होतं. 'की हॉवर्ड रॉर्कच्या बचावार्थ वायनान्ड पेपर्सनी जुंपून घेतले आहे? या विस्मित करणाऱ्या खटल्यातील नैतिकतेच्या मुद्द्यांबद्दल कुणाला शंका असलीच तर, हा घ्या पुरावा, कोण कुणाच्या पाठीशी उभा आहे हे पाहून सारे काही स्पष्ट होते. वायनान्ड पेपर्स- पीत पत्रकारितेचा बालेकिल्ला... भडकपणा, भ्रष्टाचार आणि चिखल चिवडणे हेच करत आले आहेत ते वर्षानुवर्षं. समाजाच्या अभिरुचीवर, सभ्यतेवर लागलेला संघटित कलंक, बुद्धीजीवी क्षेत्रातील गुंडाराज असेच ज्याचे वर्णन करता येईल, असे हे वृत्तपत्र साम्राज्य एका अशा माणसाकडून चालवले जाते की ज्याची नीतिमत्ता एखाद्या नरभक्षकाच्याही खालच्या पातळीवर आहे. हॉवर्ड रॉर्कची बाजू उचलून धरण्यासाठी वायनान्ड पेपर्सनी पुढे यावे हे साजेसेच आहे. हॉवर्ड रॉर्क हाच त्यांचा नायक असू शकतो. वृत्तपत्रसृष्टीतील ध्येयनिष्ठेला आजवर अव्याहत सुरुंग लावत आलेल्या गेल वायनान्डने एका दुष्प्रवृत्त सुरुंगलाव्याच्या मदतीसाठी आखाड्यात उतरावे हे अगदी शोभून दिसते.'

गस वेब एका जाहीर भाषणात म्हणाला होता, 'हे सगळे अलंकारिक भाष्य म्हणजे शेणगोठा आहे खरे तर. मी खरे काय ते सांगतो. तो वायनान्ड नावाचा प्राणी भरपूर संपत्ती जमा करून बसला आहे. भरपूर म्हंजे भरपूरच बरं का! गेली इतकी वर्षं मालमत्तेच्या खरेदी-विक्रीतल्या अनेक् भिडूंना कच्चं खाल्लंय त्याने. सरकारी खर्चाने गरीबांसाठी घरं बांधली जाणार म्हटल्यावर, त्याच्या पेकाटात लाथच बसली ना! आपल्या सामान्य गोरगरीब दुबळ्या जनतेसाठी डोक्यावर चांगलं छत आणि

त्यांच्या पोरांसाठी स्वच्छ आधुनिक संडास मिळालेलं त्याला बघवेल का? पैज लावा कसलीपण, त्याला हे अजिबात आवडलेलं नाही. किंचितही नाही! हा मामला त्या दोघांनी मिळूनच घडवून आणलाय... वायनान्ड आणि ते त्याचं लाल केसाचं लाडकं प्रियपात्र. माझी खात्री आहे, त्याला वायनान्डकडून चांगली घसघशीत रक्कम मिळाली असणार, हे करण्याच्या बदल्यात.'

'आम्हाला एका अत्यंत खात्रीलायक गोटातून असे कळते,' एका जहालपंथी वृत्तपत्राने लिहिले, 'कोर्टलँडच्या स्फोटाचे कृत्य हे एका देशव्यापी कारस्थानाची सुरुवात आहे. या देशात कल्याणकारी शासनाने सुरू केलेला प्रत्येक गृहनिर्माण प्रकल्प, ऊर्जाप्रकल्प, पोस्ट-ऑफिस आणि शाळा उडवून देण्याचा हा कट आहे. या कटाच्या अग्रभागी गेल वायनान्ड आहे, आणि त्याच्या पाठीशी अनेक माजलेले भांडवलदार उभे आहेत. आपल्याकडील अनेक श्रीमंत व्यक्तींचा त्यात समावेश आहे.'

'यातील एका स्त्रीची भूमिका कोणीही लक्षात घेतलेली नाही असे खेदाने म्हणावे लागते.' सॅली ब्रेन्टने न्यू फ्रंटियरमधे लिहिले होते, 'मिसेस गेल वायनान्ड यांनीही यात एक भूमिका वठवली आहे. आणि ती फारच संशयास्पद आहे एवढेतरी निश्चितच म्हणता येईल. मिसेस वायनान्ड यांनी अगदी योग्य वेळेस त्या रखवालदाराला तिथून दूर पाठवलं हा कितीतरी गोड योगायोग आहे नाही का? आणि आता त्यांचा नवरा मि. रॉर्क यांना वाचवण्यासाठी आकाशपाताळ एक करतो आहे, हा सुद्धा छानच योगायोग म्हणायचा! आपण जुन्या जमान्यातल्या मूर्ख समजुतींनुसार स्त्री-दाक्षिण्याच्या कल्पनांना चिकटून बसलो नसतो, तर केवळ एक सुंदरशी स्त्री त्यात जखमी झाली म्हणून तो भाग दुर्लक्षित करण्याचा वेडेपणा केला नसता. मिसेस वायनान्डचे समाजातील स्थान आणि त्यांच्या नवऱ्याची- जो आता स्वतःला वेडा ठरवण्यात यशस्वी झाला आहे- समाजातील तथाकथित प्रतिष्ठा याने जर आपण नको इतके दिपून गेलो नसतो तर आपण त्यांच्या या अपघातात जिवावर बेतेपर्यंत जखमी झाल्याच्या कहाणीची बारकाईने चौकशी केली असती. तसं खरोखरच झालं हे कशावरून? कुणालाही विकत घेता येतं, तसं डॉक्टर्सना विकत घेता येतं. आणि मि. गेल वायनान्ड तर असल्या गोष्टींत फारच वाकबगार आहेत. या सर्व मुद्द्यांचा विचार केला तर आपल्याला एका अतिशय किळसवाण्या 'रचनेच्या डिझाइन'ची बाह्यरेखा लक्षात येऊ लागेल.'

एका जुन्या पठडीतल्या शांतस्वभावी वृत्तपत्राने लिहिलं, 'वायनान्ड पेपर्सनी घेतलेली भूमिका अनाकलनीय आहे आणि अशोभनीयही.'

बॅनरचा खप दर आठवड्याला खाली येत होता... बिघडलेल्या एलेव्हेटरसारखा खाली जाण्याचा वेग दर आठवड्यागणिक वाढत होता. 'आम्ही वायनान्ड पेपर्स वाचत नाही.' वाले स्टिकर्स आणि पोस्टर्स जागोजाग दिसू लागली. सबवेच्या भिंतीवर, कोटांच्या खिशांवर, गाड्यांच्या काचांवर. वायनान्ड न्यूजरील्स थिएटर्समधून झळकू लागली की, लोक आरडाओरडा करून ती बंद पाडत. कोपऱ्याकोपऱ्यावरच्या दुकानात दिसणारा बॅनर तिथून अंतर्धान पावला. वितरकांना त्यांचे गठ्ठे उचलणं भाग होतं, पण ते विकण्यासाठी वर न ठेवता ते खाली लपवून ठेवत. कुणी फारच आग्रहाने मागून घेतला तरच ते पेपर काढून देत. सगळी तयारी झाली होती, खांब केव्हाच पोखरून निघाले होते, कोर्टलँड खटल्याने अखेरचा दणका मिळत होता.

गेल वायनान्ड विरुद्ध पेटलेल्या संतापाच्या रानवणव्यात रॉर्क जवळपास विसरलाच गेला. वायनान्डच्या खऱ्या वाचकांकडून सर्वात जास्त तिखट, संतप्त प्रतिक्रिया येत होत्या... महिलामंडळं, धर्मोपदेशक, माता, छोटे दुकानदार... सगळेच पेटलेले. संपादकांना येणाऱ्या पत्रांचे गठ्ठे जिथे ठेवले जात त्या खोलीपासून आल्वा स्कॅरेटला दूर ठेवावं लागत होतं. त्याने एकदा ती पत्र वाचायला सुरुवात केली आणि मग त्या अनुभवाची पुनरावृत्ती होऊ नये म्हणून त्याचे सहकारी त्याला आणखी

पत्रं वाचण्यापासून थोपवू लागले... त्याला पक्षाघाताचा झटका येईल की काय अशी भीती त्यांना वाटत होती.

बॅनरचे कर्मचारी गप्पपणे काम करत होते. कुणी नेत्रपल्लवी करीत नव्हतं, कुणी खालच्या आवाजात शिव्या मोजत नव्हतं, वॉशरूम्समधे शिरून चालणाऱ्या बाजारगप्पा बंद होत्या. काही पत्रकारांनी राजीनामे दिले होते. उरलेले काम करीत होते... जड अंतःकरणांनी, गोठलेल्या मुद्रांनी. लाइफबेल्टच्या आधारे तरंगत असताना बुडायची वाट पहाणाऱ्या खलाशांसारखे.

ऑफिसाच्या कामातला हा संथ बदल गेल वायनान्डच्या लक्षात आला. बॅनरच्या बिल्डिंगमधे तो शिरताच, त्याचे कर्मचारी खाडकन थांबायचे. त्याने मानेने अभिवादन केल्यानंतर त्यांचं प्रत्युत्तर मिळायचं, पण एक क्षण उशीर करूनच. पुढे निघून गेल्यावर त्याने मागे वळून दृष्टीक्षेप टाकलाच तर ते त्याच्या पाठीकडे टक लावून पहात असलेले सापडायचे.

त्याच्या आज्ञेच्या शेवटच्या अक्षरानंतर क्षणाचाही उशीर न लावता, 'होय, मि. वायनान्ड.' हे खाडकन् येणारं उत्तर आताशा जरा धीमेपणाने येऊ लागलं होतं. त्यातल्या विरामाला एक विवक्षित आकार होता. त्यामुळे त्या उत्तरावर- की उत्तराआधी प्रश्नचिन्ह उमटल्यासारखं वाटत असे.

'वन स्मॉल व्हॉइस' मधून कोर्टलँड खटल्याबद्दल अवाक्षर लिहिलं गेलं नव्हतं. स्फोट झाल्याच्या दुसऱ्याच दिवशी वायनान्डने टूहीला ऑफिसमधे बोलावून घेतलं होतं, आणि सांगितलं होतं, 'ऐक, तुला सांगून ठेवतोय, तुझ्या सदरातून एकही अक्षर नको आहे मला यासंबंधी. कळलं? तू बाहेर काय लिहितोस, विव्हळतोस याच्याशी मला काहीएक कर्तव्य नाही- सध्यापुरतं तरी. पण फार जास्त विव्हळू लागलास तर- हे सगळं एकदा संपलं की मी तुझी नीट काळजी घेईन.'

'होय, मि. वायनान्ड.'

'तुझ्या सदरापुरतं बोलायचं तर तू या स्फोटासंबंधात मुका, बहिरा, आंधळा आहेस असं समज. तू या स्फोटासंबंधी काही ऐकलंच नाहीस. तू रॉर्क हे नावही ऐकलेलं नाहीस. कोर्टलँड म्हणजे काय ते तुला माहीतच नाही. तू या बिल्डिंगमधे आहेस तोवर हे पाळ.'

'होय, मि. वायनान्ड.'

'आणि माझ्या नजरेला इथे फार जास्तवेळा पडणार नाहीस याची खबरदारी घे.'

'हो, मि. वायनान्ड.'

वायनान्डचा एक वकील मित्र होता. वर्षानुवर्षं त्याने त्याचे खटले सांभाळले होते. त्याने त्याला थांबवायचा प्रयत्न केला.

'गेल, काय चाललंय काय? लहान पोरासारखा वागतोयस तू. नवख्या हौशी पत्रकारासारखं चाललंय तुझं. जरा संयम ठेव, बाबा.'

'गप्प बस.' वायनान्ड म्हणाला.

'गेल, तू जगातला सर्वोत्तम वृत्तपत्र-व्यावसायिक आहेस. मी तुला सांगायला हवं का काही? लोकक्षोभाचं कारण असलेला कोणताही विषय लावून धरणं हे धंद्याच्या दृष्टीने वाईटच आहे... एका लोकप्रिय दैनिकाच्या दृष्टीने ती आत्महत्याच ठरेल.'

'तू गप्प बसला नाहीस तर, तुझं चंबूगबाळं उचलून फेकून देईन मी आणि दुसरा कुणीतरी लबाड लांडगा पकडीन.'

व्यावसायिक भेटीगाठी आणि लंचिऑन्समधे, डिनर्समधे गेल्यावर वायनान्ड आता खटल्याबद्दल युक्तीवाद मांडू लागला. आजवर तो कोणत्याही विषयावर कधीही वाद घालत नसे. कुणाचीही बाजू लावून धरत नसे. चर्चेच्या अखेरीस तो अंतिम निर्णय दिल्यासारखं एखादं विधान टाकून देत असे-

श्रोते त्याचं अंतिम मत आदराने ऐकून घेत. आता त्याला कुणी श्रोतेच मिळत नसत. ऐकणारे लोक निर्विकारपणे शांतपणे ऐकत असत असंही नाही, त्यात थोडा कंटाळलेपणा असे, थोडा तिरस्कार डोकावे. ज्या लोकांनी त्याची स्टॉक मार्केटसंबंधीची मते, रिअल ईस्टेटसंबंधीची मते, जाहिरात, राजकारण वगैरे विषयांवरची मते कानाच्या ओंजळी करून ऐकली होती, त्यांना त्याच्या कला, महत्ता किंवा न्यायाची आदर्श कल्पना वगैरे विषयांवरच्या मतांमध्ये शून्य रस होता.

काहीजण त्याला उत्तरही देत.

'होय, गेल, ते तर आहेच. पण दुसऱ्या बाजूने मला असंही वाटतं आणि पटतं बरं का... त्या इसमाने फारच स्वार्थीपणा केला. सगळ्या जगात हाच तर रोग लागलाय. स्वार्थ... स्वार्थ... फारच टोकाचा स्वार्थ. लॅन्सेलॉट क्लोकीने त्याच्या पुस्तकात हेच सांगितलंय. मस्त पुस्तक आहे हं. त्याच्या बालपणाविषयी लिहिलंय. वाचलंयस तू ते. तुझा फोटो पाहिला ना मी लॅन्सेलॉट क्लोकीबरोबर. क्लोकी जगभर फिरलाय. त्याला बरोबर कळतं सारं.'

'पण हे बघ, गेल, स्वतःचा विचार करण्याआधी त्याने इतरांचाही थोडा विचार करायला हवा होता ना... ज्या माणसाच्या हृदयात दुसऱ्याबद्दल प्रेमच नसेल तो काही फार चांगला असू शकत नाही असं मला तरी वाटतं. मी कालच एक नाटक पाहिलं, त्यातही तेच म्हटलेलं. आइकचं नवं नाटक आहे. काय बरं त्याचं नाव... आठवत नाही. तू पहायला हवंस ते. तुमच्याच समीक्षकाने -ज्यूल्स फौग्लरने म्हटलंय की ते एक खूप धाडसी आणि नाजूक काव्यमय नाटक आहे म्हणून.'

'तू मांडणी चांगली करतो आहेस या प्रकाराची, गेल, आणि त्याविरोधात मला काही प्रतिवाद करता येईल असं वाटत नाही मला. तू कुठे चुकतो आहेस हे मला सांगता नाही यायचं, पण काहीतरी बरोबर वाटत नाही खरं. कारण एल्सवर्थ टूही- गैरसमज करून घेऊ नकोस, त्याची राजकीय मतं मला जराही पटत नाहीत. तो जहालपंथी आहे माहीते मला. पण शेवटी तूही कबूल करशील की त्याचे आदर्श अगदी वादातीत आहेत. फार मोठ्या मनाचा माणूस आहे तो. वेल- एल्सवर्थ टूही म्हणाला...'

हे सारं त्याच्याशी बोलणारे लोक करोडपती, बँकर्स, उद्योगपती, व्यापारी अशा वर्गातले होते... जग असं अधोगतीला का चाललंय हे न कळून त्यासंबंधी ते त्यांच्या लंचिऑनच्या भाषणांत गळे काढत असत.

एके दिवशी सकाळी बॅनरच्या बिल्डिंगसमोर त्याची कार थांबली आणि त्याने बाहेर पाऊल टाकलं मात्र- एक स्त्री त्याच्या दिशेने धावली. ती आधीपासूनच प्रवेशद्वारापाशी वाट पहात थांबून होती. जाडीजुडी, प्रौढ बाई होती ती. घाणेरडा गचाळ ड्रेस आणि चुरगळलेली हॅट घातलेली तिने. कणकेच्या थापटलेल्या गोळ्यासारखा तिचा चेहरा होता, ओठांचं भजं होतं. काळे, गोलगोल, चमकदार डोळे होते तिचे. ती गेल वायनान्डसमोर उभी ठाकली आणि हातातली बीटच्या सडक्या पानांची जुडी तिने त्याच्या चेहऱ्यावर फेकली. त्यात बीट नव्हतंच. फक्त सडकी, लिबलिबित झालेली पानंच होती तेवढी. दोऱ्याने एकत्र बांधलेली. त्याच्या गालाला लागून ती खाली फूटपाथवर घरंगळली.

वायनान्ड स्तब्ध उभा राहिला. तिच्याकडे पहात राहिला. तिचं ओघळलेलं पांढरं फटफटित मांस आणि विजयश्री मिळवल्याच्या धुंदीत वासलं गेलेलं तोंड निरखत राहिला. स्वतःच्या सद्‌गुणीपणाच्या खात्रीने स्वतःवरच खूष असलेलं मूर्तीमंत पाप पहात होता तो. शेजारून जाणाऱ्या लोकांनी त्या बाईला धरून ठेवलेलं आणि ती घाणेरड्यातल्या घाणेरड्या शिव्या मोजत किंचाळत राहिली. वायनान्डने हात उचलून त्यांना खुणेनेच या दळभद्री जीवाला सोडून द्यायला सांगितलं आणि तो बॅनरच्या बिल्डिंगमधे शिरला. त्याच्या गालावर हिरवट-पिवळा चिकट फराटा उठला होता.

'एल्सवर्थ, आपण काय करणार आहोत रे?' आल्वा स्कॅरेट रडत म्हणाला, 'काय करायचं तरी काय?'

एल्सवर्थ टूही आपल्या डेस्कच्या काठावर किंचित टेकून बसून हसत होता. आल्वा स्कॅरेटची पापीच घ्यावीशी वाटत असल्यासारखे भाव होते त्याच्या चर्येवर.

'हा विषय सोडून का नाही देत सगळे? ही बातमी पहिल्या पानावरून घालवेल असं काहीतरी घडलं पाहिजे ना रे? काहीतरी आंतरराष्ट्रीय भयकंप माजेल असं काहीतरी काढू या का आपण? असल्या एखाद्या बारीकशा विषयावरून लोक इतके हातघाईवर आलेले पहिल्यांदाच पहातोय मी आयुष्यात. सुरुंग लावला! ख्राईस्ट, एल्सवर्थ, मागल्या पानावरची बातमी आहे ही. कितीवेळा असल्या घटना घडतात. जवळजवळ प्रत्येक संपाच्या वेळी कुणी ना कुणी सुरुंग फोडतोच, आठवतं? फरियर संपाच्या वेळी हेच झालेलं, ड्राय क्लिनर्सच्या संपाच्या वेळीही कुणीतरी काहीतरी उडवून दिलेलं. व्हॉट द हेल! याच वेळी एवढा क्षोभ कशासाठी? कुणाला एवढी फिकीर लागून राहिलीय? कशासाठी?'

'काही प्रसंग असे असतात, आल्वा, जेव्हा त्यातून बाहेर आलेले मुद्दे त्या घटनेपुरते मर्यादित नसतात. लोकांची प्रतिक्रिया काहीतरी विचित्र- अवाच्या सवा झाल्यासारखी वाटते खरी, पण तशी नसते. तुला इतकं काही दुःख व्हायचं कारण नाहीये. मला नवल वाटतं तुझं. आपल्या नशिबाचे आभार मानायला हवेस तू, ग्रह उच्चीचे आहेत तुझे. समजून घे. मी जे म्हणत होतो तुला... योग्य वेळ यायची वाट पहाणं- तो क्षण जवळ आला. योग्य वेळ ही येतेच कधी ना कधी. अशी संधी मला इतक्या लवकर- आणि अशी चांदीच्या तबकात घालून मिळेल अशी कल्पनाही केली नव्हती मी कधी. चल चल, जरा हस पाहू, आल्वा. आता इथून पुढे आपण सूत्रं हातात घ्यायची आहेत.'

'कसली सूत्रं?'

'द वायनान्ड पेपर्स!'

'वेडा झालास काय, एल्सवर्थ. तूही वेडा आहेस. त्या सर्वांसारखाच. तुला काय वाटतं? गेलच्या ताब्यात एकावन्न टक्के शेअर्स आहेत अजूनही.'

'आल्वा, आय लव्ह यू. तू म्हणजे एकदम मस्तच आहेस, आल्वा. माझं तुझ्यावर फारफार प्रेम आहे, पण तू इतका महाभयंकर मूर्ख नसतास तर जरा बरं वाटलं असतं मला. म्हणजे मला तुझ्याशी बोलता आलं असतं! मला कुणाशी तरी बोलायची फारफार गरज आहे!'

एल्सवर्थ टूहीने गस वेबशी एका संध्याकाळी बोलायचा प्रयत्न केला होता, पण त्याची निराशा झाली होती. गस वेब बरळलेला, 'तू ना... नको इतका रोमॅन्टिक आहेस, एल्सवर्थ. अतीच आधिभौतिक. कसला एवढा आनंद होतोय तुला, जिभल्या चाटण्याइतका? त्या झमेल्यात काहीही हाती लागण्यासारखं नाहीये. कशात रुतवशील आपले दात? फारफार तर आठवडा- दोन आठवडे चालेल हे आणखी... त्याने हाच स्फोट जर प्रकल्प पूर्ण झाल्यानंतर आणि त्यात लोक रहायला गेले असताना केला असता- थोड्या पोराबाळांच्या चिंधड्या उडाल्या असत्या- तर मग तुला काहीतरी दाती लागलं असतं. मग मलाही आवडलं असतं जरा. चळवळीसाठी उपयोग झाला असता. पण हे? हॅः. त्या मूर्खाला बेड्या पडतील, की संपलं. तू- तू आणि वास्तववादी? तू तर बुद्धिवादींच्या कळपातला सगळ्यात असाध्य नमुना आहेस, एल्सवर्थ, एकदम असाध्य. तुला वाटतं तू भविष्य घडवणार? सोन्याराजा, उगी स्वतःला फसवू नकोस. भविष्य घडवेन ते मी.'

टूहीने सुस्कारत म्हटलं, 'तुझं बरोबर आहे, गस.'

❑

१४

'तुम्ही किती चांगलं केलंत, मि. टूही.' मिसेस कीटिंग विनयाने म्हणाल्या, 'तुम्ही आलात, फार बरं वाटलं मला. पीटीसाठी काय करावं तेच कळेनासं झालंय मला. कुणालाही भेटत नाहीये तो. ऑफिसलाही जात नाहीये. मला फार भीती वाटते हो, मि. टूही. क्षमा करा मला, मी असं रडता कामा नये. पण कदाचित् तुम्ही काहीतरी मदत करू शकाल, त्याला यातून बाहेर काढा. त्याला तुमच्याबद्दल केवढा जिव्हाळा आहे, मि. टूही. काहीतरी करा.'

'हो. हो तर. नक्कीच. आहे कुठे तो?'

'इथेच आहे. त्याच्या खोलीत. असे या, मि. टूही.'

ही भेट अनपेक्षित होती. टूही कित्येक वर्षांत इथे आला नव्हता. मिसेस कीटिंगना फार कृतज्ञता वाटली. त्या त्याच्यापुढे हॉलमधून चालत निघाल्या आणि त्यांनी न ठोठावताच दार उघडलं... कुणी भेटायला आलंय असं सांगायलाही भीती वाटली त्यांना. त्याने भेटायला नकार दिला तर? त्या उसन्या उत्साहाने म्हणाल्या, 'हे बघ, पीटी, तुझ्याकडे कोण आलंय ते पहा तरी.'

कीटिंगने मान वर केली. पसाऱ्याने भरलेल्या टेबलासमोर तो बसला होता. एका ठेंगण्याशा मंद दिव्याखाली वाकून पेपरातलं शब्दकोडं सोडवत होता. टेबलावर लाल रंगाच्या द्रवाने- टोमॅटो ज्यूसने भरलेला ग्लास तसाच सुकत पडलेला. त्याच पसाऱ्यात एका जिगसॉ पझलचं खोकं पडलेलं, पत्त्यांचा कॅट विखरून पडलेला आणि त्यातच एक बायबलही होतं.

'हेलो, एल्सवर्थ,' तो हसून म्हणाला. त्याने उठायचा प्रयत्न केला, पण अर्ध्यातच विसरून गेला जणू तो.

मिसेस कीटिंगनी त्याच्या चेहऱ्यावरचं हसू पाहिलं आणि त्यांना सुटल्यासारखं वाटलं. त्यांनी बाहेर जात दार लोटून घेतलं.

त्याच्या ओठांवरचं हसू पूर्ण न होताच मिटूनही गेलं. जुन्या सवयीने तो परिचित हसला होता. मग त्याला सगळ्याच गोष्टींची आठवण झाली... त्याने समजून घेण्याचा प्रयत्न केला होता त्या सर्व गोष्टी त्याला आठवल्या.

'हेलो, एल्सवर्थ,' तो पुन्हा एकदा असाहाय्यपणे म्हणाला.

टूही त्याच्या पुढ्यात उभा राहिला. कुतूहलभरल्या नजरेने तो त्याच्या टेबलवरून, खोलीवरून नजर फिरवत राहिला.

'फारच हृदयस्पर्शी, पीटर,' तो बोलू लागला, 'फारच भावस्पर्शी! त्याने पाहिलं असतं तर त्याला फारच आवडलं असतं हे सारं.'

'कुणाला?'

'आजकाल जास्त बोलत नाहीस तू, नाही का, पीटर? लोकांत मिसळत नाहीस फारसा?'

'मला तुला भेटायचं होतं, एल्सवर्थ. तुझ्याशी बोलायचं होतं मला.' टूहीने एका खुर्चीची पाठ पकडली आणि एकदम झोकात ती हवेतून गर्रकन फिरवत टेबलजवळ मांडली आणि बसला.

'वेल, तेवढ्यासाठीच तर आलोय इथे. तुझं बोलणं ऐकण्यासाठीच.'

कीटिंग काहीच बोलला नाही.

'वेल?'

'मला तुला भेटायचं नव्हतं असा ग्रह करून घेऊ नकोस, एल्सवर्थ. मी फक्त... म्हणजे आईला

मी कुणाला आत घेऊ नकोस सांगितलेलं... पत्रकारांना टाळण्यासाठीच फक्त. ते पिच्छा सोडत नाहीत माझा.'

'वा वा वा... दिवस कसे बदलतात नाही, पीटर, मला आठवतंय... काही वर्षांपूर्वी तुला पत्रकारांपासून क्षणभरही कुणी दूर करू शकत नसे...'

'एल्सवर्थ, माझ्यात आता काहीही विनोदबुद्धी शिल्लक राहिलेली नाही. कणभरही नाही.'

'अरे वा... हे तर फारच छान. नाहीतर हसूनहसून मेलाच असतास नाही का?'

'मी थकलोय, एल्सवर्थ... आलास बरं वाटलं.'

टूहीच्या चष्म्याच्या काचा चकाकत होत्या आणि कीटिंगला त्याचे डोळे दिसत नव्हते. फक्त झळाळणाऱ्या दोन चकत्याच तेवढ्या दिसत होत्या. दुरून येऊ घातलेल्या कारचे संथगतीने पुढेपुढे येणारे, स्थिर भासणारे हेडलाइट्स दिसत रहावेत तशा.

'तू यामुळे सुटशील असं वाटतंय की काय तुला?' टूहीने विचारलं.

'कशामुळे?'

'हेच. विरक्तीचं सोंग काढलं आहेस ते. पश्चात्तापाचा देखावा. त्याच्याशी निष्ठा दर्शवण्यासाठी बाळगलेलं मौन!'

'एल्सवर्थ, काय झालंय काय तुला?'

'तर मग तो दोषी नाही. असं का? आम्ही सर्वांनी त्याला प्लीज एकट्याला सोडावं- असं वाटतं नाही का तुला?'

कीटिंगचे खांदे जरासे हलले. ताठ बसण्याची इच्छा होती त्याची, पण तेवढाही प्रयत्न करवला नाही त्याच्याच्याने. त्याचा जबडा किंचितसा हलला आणि त्याने विचारलं, 'तुला काय हवंय?'

'संपूर्ण कथा ऐकायचीय मला.'

'कशासाठी?'

'जरा सोपं करून सांगू का? जरा चांगलीशी सबब हवी आहे का, पीटर? पुरवू शकतो मी ती तुला, माहीते ना? एकच का, बत्तीस सबबी देऊ शकतो मी तुला... सगळ्या उदात्त सबबी. त्यातली कुठलीही सबब तू हसत घशाखाली घालशील. पण आज मला तुझ्यासाठी काहीही सोपं करायचं नाहीये. मूड नाही माझा. त्यामुळे तुला केवळ सत्य आणि सत्यच सांगतो. त्याला जन्मठेपेवर पाठवायचंय मला- तुझ्या हिरोला, तुझ्या परमेश्वराला, तुझ्या उदारधी मित्राला, तुझ्या देवदूताला.'

'तुला सांगण्यासारखं काहीही नाही माझ्याकडे, एल्सवर्थ.'

'तुझी उरली सुरली बुद्धी नाहीशी होण्याअगोदर एक गोष्ट समजून घेण्याइतकं डोकं ताळ्यावर ठेव. तू माझ्यासमोर काहीच नाहीस. तू बोलावंस अशी माझी इच्छा असेल तर तू बोलशीलच... मला माझा वेळ वाया घालवायचा नाहीये. कोर्टलँड कोणी डिझाइन केलं?'

'मी केलं.'

'मी आर्किटेक्चरमधला तज्ज्ञ आहे हे विसरला नाहीस ना?'

'कोर्टलँड मी डिझाइन केलं.'

'जशी कॉस्मोस्लॉत्निक बिल्डिंग डिझाइन केलीस, तसंच?'

'तुला काय हवंय, माझ्याकडून?'

'मला तू साक्षीदाराच्या पिंजऱ्यात हवा आहेस, पीटरबाळ, तू ही कथा न्यायालयासमोर सांगावीस ही माझी इच्छा आहे. तुझा मित्र तुझ्याइतका उघड होत नाही. तो काय करणार आहे मला कल्पना नाही. स्फोट घडवल्यानंतर तिथेच थांबून रहाणं ही जरा जास्तीची चलाखी होती त्याची. त्याच्यावर

संशय येईल हे त्याला माहीत होतं, आणि तो छान खेळतोय. देव जाणे तो कोर्टात काय सांगणार आहे ते. त्याला असा सुटू द्यायचा नाहीये मला. त्याचा हेतू काय- यापाशीच ते सारे अडून राहिलेत. मला माहीत आहे तो हेतू. पण मी सांगायचा प्रयत्न केला तर माझ्यावर कुणीही विश्वास ठेवणार नाही. पण तू ते शपथपूर्वक सांगायचंस. तू त्यांना सत्य सांगायचंस. कोर्टलँड कुणी डिझाइन केलं आणि का केलं ते तू सांगायचंस तिथे.'

'मीच डिझाइन केलं ते.'

'तू हे तिथे शपथेवर सांगणार आहेस? तुझ्या स्नायूंवर ताबा ठेवायचं बघ काहीतरी. एवढा थरथरतोयस कशासाठी?'

'तू जा इथून. सोड मला.'

'फार उशीर झाला त्याला, पीटी, कधी फाउस्ट वाचलंस?'

'तुला काय हवंय?'

'हॉवर्ड रॉर्कची मान.'

'तो काही माझा मित्र नाही. कधीच नव्हता. त्याच्याबद्दल मी काय विचार करतो सांगितलंय मी तुला.'

'माहीते, मूर्ख माणसा! मला चांगलं माहीत आहे. जन्मभर तू त्याची पूजा करीत आलास. गुडघे टेकून पूजा केलीस तू त्याची- एकीकडे त्याच्या पाठीत खंजीर खुपसत असलास तरीही. तुझ्याकडे दुष्टाव्याचंही धैर्य नव्हतं. तुला ना इथला रस्ता धरता आला ना तिथला. तुला माझा तिरस्कार वाटत होता- ओः मला कळत नाही असं वाटलं?- पण तू येत होतास माझ्या मागे. त्याच्यावर तुझं प्रेम होतं आणि त्याला तू नष्ट केलंस. ओः- नष्ट तर केलंसच तू त्याला. पीटी, आणि आता पळायला कुठेच जागा उरली नाही... आता साऱ्या चक्रातून जावंच लागेल तुला.'

'तुला काय त्याचं एवढं? तुला त्याच्यामुळे काय फरक पडतो?'

'हा प्रश्न तू फार पूर्वीच विचारायला हवा होतास. पण नाही विचारलास. म्हणजे तुला उत्तर माहीत होतं. नेहमीच माहीत होतं ते तुला. त्यामुळेच तर थरथरतो आहेस असा. स्वतःशी खोटं बोलायला मी का म्हणून मदत करू तुला? गेली दहा वर्षं तेच करत आलो मी. तेवढ्याचसाठी तर माझ्याकडे येत राहिलास तू. तेवढ्याचसाठी सारे येतात माझ्याकडे. पण काहीतरी मिळवण्यासाठी काहीतरी द्यावं लागतंच. माझ्या समाजवादी तत्त्वज्ञानात हे बसत नसलं तरीही... तुला माझ्याकडून हवं ते मिळालं. आता माझी पाळी आहे.'

'मी हॉवर्डसंबंधी काहीही बोलणार नाही. तू मला हॉवर्डबद्दल बोलायला भाग पाडू शकत नाहीस.'

'नाही? मग मला हाकलून का देत नाहीस इथून? माझं नरडं पकडून गळा आवळून का टाकत नाहीस माझा? माझ्यापेक्षा ताकदवान आहेस तू. पण तू तसं नाही करणार. करूच शकत नाहीस. तुला शक्ती काय असते कळतंय, पीटी? शारीरिक शक्ती? शक्तिमान स्नायू की बंदुका की पैसा? तू आणि गेल वायनान्ड - दोघांनी एकत्र आलं पाहिजे खरं तर. खूप काही सांगू शकशील तू त्याला. चल, सांग, पीटर... कोर्टलँड होम्स कुणी डिझाइन केली?'

'सोड माझा पिच्छा.'

'सांग, कोर्टलँड कुणी डिझाइन केलं.'

'जाऊ दे मला.'

'कुणी डिझाइन केलं कोर्टलँड?'

‘अगदी वाईट आहे हे... त्याच्यापेक्षाही वाईट आहे... तू हे जे मला करतो आहेस...’

‘कशापेक्षा वाईट आहे हे?’

‘मी ल्यूशियस हेयरला जे केलं त्यापेक्षाही वाईट.’

‘काय केलंस तू ल्यूशियस हेयरला?’

‘मी मारलं त्याला.’

‘काय बोलतोस तू?’

‘ते बरंच होतं यापेक्षा. कारण मी निदान त्याला मरू दिलं.’

‘गमजा करू नकोस.’

‘तुला हॉवर्ड रॉर्कला का ठार करायचंय?’

‘छेछे. मला त्याला अजिबात मारायचं नाहीये. त्याला तुरुंगात टाकायचंय मला. कळतंय तुला? तुरुंगात. कोठडीत. गजांआड. कुलुपात. थांबवायचंय त्याला. बांधून घालायचंय- आणि जिवंत. त्याला उठवतील तेव्हा उठेल तो. देतील ते खाईल तो. त्याला हलायला सांगितलं की हलेल. थांबायला सांगितलं की थांबेल. ज्यूट-मिलकडे जा सांगितलं की जाईल. आणि सांगितल्यानुसार काम करील. तो भरभर चालला नाही तर ढकलतील ते त्याला. आणि वाटलं तर थोबाडीत मारतील त्याच्या. त्याने आज्ञा पाळल्या नाहीत तर रबराच्या पाईपने मारतील त्याला. आणि मग तो आज्ञा पाळेल. त्याला आज्ञा पाळाव्या लागतील. पाळाव्याच लागतील त्याला आज्ञा.’

‘एल्सवर्थ!’ कीटिंग किंचाळला, ‘एल्सवर्थ!’

‘मला किळस येते तुझी. सत्य सांगू शकत नाहीस तू? नाही. तुला साखरपेरणी हवी तुझी. म्हणूनच मला गस वेब आवडतो. काहीही खोट्या कल्पना बाळगत नाही तो.’

मिसेस कीटिंगनी धाडकन दरवाजा उघडला. त्यांनी कीटिंगची किंचाळी ऐकली होती.

‘चालत्या व्हा आधी इथून.’ टूही त्यांच्यावर खेकसला. त्या मागे सरल्या. टूहीने धाडकन दार लावलं. कीटिंगने मान वर केली.

‘माझ्या आईशी असं वागण्याचा तुला काहीही अधिकार नाही. तिने काय वाकडं केलं तुझं?’

‘कुणी केलं कोर्टलँड डिझाइन?’

कीटिंग उठला आणि पाऊल ओढत एका कपाटापाशी गेला. त्यातला कप्पा उघडून त्याने एक चुरगळलेला कागद काढला आणि टूहीच्या हातात ठेवला. तो त्याचा रॉर्कबरोबरचा करार होता.

टूहीने तो वाचून काढला आणि खिदकन हसला. रुक्ष आवाज होता त्या हास्याचा. मग त्याने कीटिंगकडे पाहिलं.

‘तू म्हणजे माझं एक मोठंच यश आहेस, पीटर. पण कधीकधी मला माझ्या यशस्वी नमुन्यांवरून नजर दूर वळवावीशी वाटते.’

कीटिंग कपाटापाशीच उभा होता. त्याचे खांदे पडलेले. डोळे हरवलेले.

‘हे असं त्याच्या सहीसकट लिहिलेलं तुझ्याकडे मिळेल अशी अपेक्षा नव्हती मला. त्याने तुझ्यासाठी काय केलं- आणि तू त्याच्या बदल्यात हे करतो आहेस... नाही. मी तुझा जो काही अपमान केला ते सारं मी परत घेतोय, पीटर. तुला हे करायलाच हवं होतं. इतिहासाचे नियम बदलणारा तू कोण? तुला माहीत आहे, या कागदाचं महत्त्व? अशक्य अशी परिपूर्णता आकारली आहे या कागदाच्या तुकड्यात... शतकानुशतकांत रंगलेलं स्वप्न, मानवजातीच्या साऱ्या महान विचारप्रणालींचं ध्येय. तू त्याच्यावर खोगीर चढवलंस. तू त्याला स्वतःसाठी काम करायला लावलंस. तू त्याची क्षमता घेतलीस, त्याचं पारितोषिक, त्याचा पैसा, त्याची कीर्ती, त्याचं नाव सारंसारं तू

हिरावून स्वतःकडे घेतलंस. आम्ही तर केवळ याचा विचार केला, लेख लिहिले. तू प्रत्यक्ष उदाहरण प्रस्थापित केलंस. प्लेटोपासूनच्या सर्व विद्वान विचारवंतांनी तुझे आभार मानायला हवेत. हा इथे आहे... परीसाचा दगड... फिलॉसॉफर्स स्टोन- सोन्याला शिशात बदलणारा. मला आनंद वाटायला हवा. पण मला वाटतं शेवटी मी माणूस आहे, आणि मला नाही होत आनंद... मी किळसलोय. त्या बाकीच्या साऱ्यांना खरंच वाटत होतं- प्लेटोला आणि इतर काहींना की यामुळे खरंच शिशाचं सोनं होईल. मला मात्र सुरुवातीपासूनच सत्य कळलं होतं. मी स्वतःशी प्रामाणिक आहे, पीटर... आणि हा असला प्रामाणिकपणा फार कठीण जातो. त्यापासून तुम्ही सारेच पळ काढू पहाता. कोणतीही किंमत देऊन दूर पळता... आणि आत्ता या क्षणी मी तुला दोष देत नाही, पीटर, हे खरंच कठीण असतं.'

तो बळ गेल्यासारखा खाली बसला आणि त्याने दोन्ही हातांच्या बोटांनी त्या कागदाचे कोने पकडून ठेवले.

'हे किती कठीण आहे, हे तुला कळावं, म्हणून सांगतो- या क्षणी मला हा कागद जाळून टाकण्याची इच्छा होते आहे. त्यावरून काय वाटायचं ते वाटू दे तुला. मी काही फार जास्त श्रेयाचा धनी होऊ इच्छित नाही, कारण मला हेही माहीत आहे की मी उद्या हा कागद डिस्ट्रिक्ट ॲटर्नीकडे पाठवणार आहे. रॉर्कला हे कधीच कळणार नाही, आणि कळलं तरी त्याला फरक पडणार नाही... पण एक सत्य अनिवार्यपणे कळतंय मला... एक क्षण असा होता, की मला हा कागद जाळून टाकावासा वाटला होता.'

त्याने तो कागद नीट घडी घालून खिशात घातला. कीटिंग त्याच्या प्रत्येक हालचालीचं निरिक्षण करत होता. त्याचं डोकं त्याच्या कृतीमागून त्या त्या दिशेला वळत होतं. एखादं मांजराचं पिलू दोऱ्याला बांधलेल्या चेंडूच्या दिशेने मान फिरवत पहात रहातं तसं.

'मला घृणा वाटते तुझी.' टूही म्हणाला, 'देवा... प्रचंड किळस वाटते. तुम्हा सर्वांची, ढोंगी... भावनाविवशतेचं प्रदर्शन मांडणारे ढोंगी आहात तुम्ही सारे... माझ्या सुरात सूर मिळवता. मी शिकवलेली पोपटपंची करता, फायदा करून घेता... पण आपण काय करतो आहोत हे स्वतःशी मान्य करायची किमान हिंमत नसते तुमच्यात. सत्य कळलं की पिवळे पडता तुम्ही. तुमच्या स्वभावाचंच स्वरूप आहे ते मला वाटतं... आणि तेच माझ्या हातचं प्रमुख शस्त्र आहे. पण परमेश्वरा... मला थकायला होतं कधीकधी... तुमच्याविना एखादा क्षण तरी मला मोकळा हवा असतो. सारा जन्मभर मला हे नाटक वठवायला लागतंय... तुमच्यासारख्या कोत्या बुद्धीच्या सुमार लोकांसाठी... तुमचा शहाणपणा टिकवण्यासाठी... तुमचे देखावे, तुमची सदसद्विवेकबुद्धी आणि तुमची नसलेली मनःशांती टिकवण्यासाठी... मला जे हवंय त्याची किंमत मोजतो आहे मी. पण निदान मला माहीत तरी आहे की ती किंमत चुकती करणं मला भाग आहे... ती किंमत काय आणि मी काय खरीदणार आहे यासंबंधी माझ्या मनात भ्रम नाहीत.'

'तुला... तुला काय हवं आहे, एल्सवर्थ?'

'सत्ता हवी आहे मला, पीटी.'

वरच्या मजल्यावरून कुणाच्या तरी पावलांचा आवाज येत होता. कुणीतरी आनंदात ठेका धरून नाचत असावं.. झुंबरांची किणकिण झाली. कीटिंगची मान वर झाली आणि पुन्हा एकदा टूहीवर स्थिरावली. टूही निर्विकारपणे हसत होता.

'तू नेहमी म्हणायचास...' कीटिंगने घोगरटपणे बोलायला सुरुवात केली आणि तो थबकला.

'मी नेहमी तेच म्हणत आलो आहे. अगदी स्पष्टपणे, नेमकेपणाने आणि जाहीरपणे. तुम्हा

लोकांना ऐकू आलं नाही त्यात माझा दोष नाही. तुला कळत होतं म्हणा... तुला ऐकायचं नव्हतं. ते बरं असतं. बहिरेपणा पांघरण्यापेक्षाही अधिक सुरक्षित- माझ्या दृष्टीने. मी नेहमीच म्हणत आलो, की मला सत्ता गाजवायची आहे. माझ्या सर्व आध्यात्मिक पूर्वजांप्रमाणेच. पण मी त्यांच्यापेक्षा अधिक नशीबवान आहे. त्यांच्या प्रयत्नांचं फळ माझ्या ओंजळीत पडलंय. त्यांचं स्वप्न साकार झालेलं मी पहाणार आहे. माझ्या भोवतीनेच घडत चाललं आहे सारं. मी ते पारखू शकलो इतकंच. मला आवडत नाहीये ते. ते आवडण्यासारखं असेल असं वाटलंही नाही मला कधी. त्याचा आनंदाने उपभोग घेणं माझ्या नशिबात नसावं. तरीही, मला जेवढं शक्य होईल तेवढं समाधान मिळवेन मी. मी सत्ता गाजवेन.'

'कुणावर...?'

'तुझ्यावर. साऱ्या जगावर! अचूक, नेमकं मर्मस्थान सापडण्याचा प्रश्न असतो फक्त. एकदा तुम्हाला एका माणसाचा आत्मा काबीज कसा करायचा हे कळलं की नंतर साऱ्या मानवजातीला काबीज करता येतं. आत्मा, पीटर, आत्मा. चाबूक नको, तलवारी, दारूगोळा किंवा बंदुकांची गरजच पडत नाही मग. म्हणून तर सीझर, ॲटिल्ला, नेपोलियन वगैरेंसारखे लोक अपेशी ठरले, टिकू नाही शकले. आम्ही टिकून राहू. पीटर, आत्मा ही एक अशी गोष्ट आहे की ज्यावर सत्ता गाजवता येत नाही. तो तोडावा लागतो. त्यात एक मेख मारून ठेवायची, आणि मग आपली बोटं त्यात रुतवायची. त्या माणसावर कब्जा झालाच तुमचा. तुम्हाला चाबकाची गरज पडणार नाही, तो माणूसच आपल्याला चाबूक आणून देतो आणि स्वतःहून पाठ पुढे करतो. त्याला उलटं चालायला भाग पाडा- त्याची स्वतःची चालना त्याला नष्ट करून तुमचं काम पूर्ण करून टाकेल. माणसाला स्वतःच्याच विरुद्ध उभं करायचं. हे कसं काम करतं, पहायचंय? मी तुझ्याशी कधी खोटं बोललोय का ते आठव. मी हे तुला गेली कित्येक वर्षं सांगत आलो नाही का... पण तुला ऐकायचंय नसेल तर दोष माझा नाही, तुझा आहे. कितीतरी मार्ग आहेत. हा त्यातला एक- माणसाला क्षुद्र वाटायला लावणं. अपराधी वाटायला लावणं, त्याच्या आकांक्षांची माती करा. त्याची निष्ठा धुळीला मिळवा. कठीण असतं ते. अगदी वाईटातल्या वाईट माणसालाही त्याच्या दृष्टीतून काहीतरी वेडंवाकडं ध्येय गाठायचं असतं. त्याची त्यासंबंधीची निष्ठा त्याच्या मूल्यकल्पना नष्ट करून मारता येते. ती निष्ठाच त्याच्या विरुद्ध वापरा. सर्व प्रकारच्या निष्ठा धुळीला मिळवणारं ध्येय सुचवा त्याला. त्यांना निःस्वार्थ जगण्याचा उपदेश करा. माणसाला सांगा की त्याने इतरांसाठी जगलं पाहिजे. माणसांना नवा आदर्श द्या- निःस्वार्थ सेवावादाचा. हे करणं कुणालाही शक्य झालेलं नाही आणि होणारही नाही. प्रत्येक माणसाची जगण्याची सहजप्रवृत्ती या विरुद्ध आक्रोश करून उठत असते. पण त्यातून काय साध्य होतं, पहा. जगात जे उदात्त म्हणून मान्य झालं आहे ते करणं आपल्याला जमत नाही हे कळल्यानंतर त्याच्या मनात एक अपराधी भावना जळू लागते... आपण पाप करतो आहोत असं त्यांना वाटू लागतं. त्याला वाटतं आपण मूलतःच नालायक आहोत. त्याला वाटू लागतं जे ध्येय सर्वोच्च आहे ते आपल्या आवाक्यात नाही... आणि त्या हताश मनःस्थितीत असताना तो सर्वच आदर्शांचा, आकांक्षांचा त्याग करतो. मग त्याला वाटू लागतं, की जे आपल्याला जमलं नाही ते करायचा उपदेश आपण इतरांना तरी केला पाहिजे. पण कुणालाही जवळपास चांगलं किंवा जवळपास प्रामाणिक रहाणं शक्य नसतं. स्वतःच्या मूल्यनिष्ठा टिकवणं ही फार कठीण लढाई असते. जे आधीपासूनच भ्रष्ट झालं आहे ते टिकवण्यात काय अर्थ आहे असं वाटून माणूस आत्मसन्मान गमावून बसतो. आता तो तुमच्या हाती आलाच म्हणून समजा. तो तुमच्या आज्ञा पाळेल. हसत पाळेल... कारण त्याचा स्वतःवरचा विश्वास उडालेला असतो. त्याला कसलीच खात्री वाटत नाही, तो स्वतःला मलीन समजू लागतो. हा झाला एक

मार्ग... हा दुसरा... माणसाचा मूल्यविचारच नष्ट करायचा. चांगलं काय, थोरवी कशाला म्हणायची याची समजच त्याच्या बुद्धीतून नष्ट करून टाकायची. मग तसं होण्याचा प्रयत्नच कशाला करेल तो? थोर माणसांवर राज्य नाही करता येत. आपल्याला थोर माणसं नकोत. महत्तेची कल्पना नाकारायची नाही. ती आंतून नष्ट करत आणायची. महत्ता ही दुर्मिळ असते, कठीण असते, अपवादात्मक असते. यशाचे मापदंड सार्वत्रिक करून टाका, सर्वांच्या हाती लागतील असे ठरवा... सगळ्यात खालच्या माणसाला, सर्वात निर्बुद्ध माणसालाही ते हाती लागायला हवेत असे असू द्या... मग आपोआपच तुम्ही साऱ्या लहानमोठ्या प्रयत्नशीलतेमागची ऊर्जा फिकट करून टाकता. काहीही सुधारणा व्हावी, सर्वोत्तमाचा शोध घेण्याचा प्रयत्न व्हावा, परिपूर्णतेचा ध्यास असावा यासाठी काही प्रोत्साहनच मिळू नये अशीच व्यवस्था करायची. रॉर्कची खिल्ली उडवायची आणि पीटर कीटिंगला थोर आर्किटेक्ट म्हणून डोक्यावर घ्यायचं, की तुम्ही आर्किटेक्चर नष्ट करू शकता. लॉइस कुकचा गौरव केला की साहित्य बरबाद करता येतं. आइकला श्रेष्ठ ठरवलं की थिएटर नष्ट करता येतं. लॅन्सेलॉट क्लोकीला मोठं केलंत की पत्रकारितेचे बारा वाजवता येतात. तुम्हाला मंदिरांचे कळस जमीनदोस्त करण्याची गरज नाही... माणसं घाबरून जातील. सुमारबुद्धीची मंदिरं बांधा... आपोआपच बाकीचे कळस धुळीत लोळवले जातील. आणखी एक मार्ग आहे... लोकांना विनोदाने मारा... विनोद हा मानवाच्या आनंदाचे एक निधान आहे. ते विनाशाचं शस्त्र म्हणून वापरायला शिका. तुच्छतावादाचं शस्त्र. सोपं आहे. त्यांना सर्वच गोष्टी हसण्यावारी न्यायला सांगा. विनोदबुद्धी हा एक फार मोठा गुण आहे म्हणून पटवा त्यांना. माणसाच्या मनात काहीही पवित्र राहू देऊ नका... आपोआपच स्वतःच्या आत्म्याचंही पावित्र्य वाटणार नाही त्याला. माणसाच्या मनातली आदरभावना नष्ट करा, आपोआपच तो वीरत्वाचा आदर करणं विसरून जाईल. खिदळतखिदळत आदरभाव दाखवणं कुणालाच जमत नाही. तो आज्ञापालन करीत राहील आणि अमर्याद आज्ञापालन करील... कुछ भी चलता है- गंभीरपणे काहीही घ्यायचं कारण नाही. आणि हा आणखी एक मार्ग... सर्वात महत्त्वाचा. लोकांना आनंदी राहू देऊ नका. आनंद हा स्वयंपूर्ण असतो, स्वयंसिद्ध असतो. आनंदी माणसांकडे तुमच्यासाठी द्यायला वेळ नसतो नि तुमचा काही उपयोगही नसतो त्यांना. आनंदी माणसं मुक्त असतात. त्यांचा जीवनानंद हिरावून घ्यायचा. त्यांना जे महत्त्वाचं वाटतं, प्रिय वाटतं ते सारं काढून घ्यायचं. त्यांना जे हवं ते कधीच मिळू द्यायचं नाही. कसलीही वैयक्तिक इच्छा ही पापमूलक असते असं त्यांना वाटायला लागलं पाहिजे. 'मला अमुक हवं' असं म्हणणं ही स्वाभाविक इच्छा असूच शकत नाही, उलट त्यात काहीतरी लाजिरवाणी कबुली आहे असं वाटण्याच्या पातळीवर त्यांना आणून सोडायचं. निःस्वार्थ सेवावाद हा त्यात फार सहाय्यभूत ठरतो. सगळी दुःखी माणसं तुमच्याकडे येतील. तुमची गरज वाटू लागेल त्यांना. ते सांत्वनेसाठी येतील, पाठबळ घ्यायला येतील, सुटकेचा मार्ग शोधत येतील. निसर्ग कसा असतो... पोकळी म्हणून राहू देत नाही. माणसाचा आत्मा पोकळ करून टाका आणि मग तो अवकाश तुम्ही कशानेही भरून टाकू शकता. तू इतका दचकून का गेला आहेस मला कळत नाही, पीटर. हा तर सर्वात जुना शिरस्ता आहे. इतिहासात डोकावून पहा. आपल्या कुठल्याही नीतिशास्त्राकडे पहा. पौर्वात्य असोत की पाश्चिमात्य. साऱ्यांनीच तर वैयक्तिक सुखाचा बळी देण्याची शिकवण दिली आहे ना? शब्दांचे विविध विभ्रम एकच गोष्ट सांगत होते... त्याग, परित्याग, स्वसुखांचा त्याग... त्यांची सर्वांची धून एकच आहे... त्याग करा, त्याग करा... त्याग करा, त्याग करा... आजच्या नैतिकतेचे वारे पहा... जे जे काही आनंददायी आहे- सिगरेट असो की शृंगार, महत्त्वाकांक्षा असो की नफा कमवण्याचा हेतू- सारंकाही नीतिभ्रष्टतेचं लक्षण मानलं जाऊ लागलं आहे. पाप समजलं जाऊ लागलं आहे. एखादी गोष्ट मानवाला आनंददायक ठरते म्हटलं की, ती आपोआपच दुष्प्रवृत्तीला

खतपाणी घालणारी चंगळवादी गोष्ट आहे असं मानलं जाऊ लागतं. असा आपला प्रवास होतो आहे खरा. आपण आनंदाचं रूपांतर अपराधी भावनेत करून टाकलं आहे. आणि आपण मानवजातीचं नरडं पकडलं आहे. तुमचं पहिलं बाळ- टाका त्याला बलिकुंडात, कंटकशय्येवर निजून दाखवा, वाळवंटात जाऊन आत्मक्लेश करून घ्या. नाचू नका, गाऊ नका, रविवारी सिनेमे कसले बघता... पैसा कमवायची एवढी काय हौस... सिगरेट ओढू नका, दारू पिऊ नका... सारंकाही एकाच सूत्रात गुंफलेलं आहे. फार महान सूत्र आहे ते. काही मूर्ख लोकांना वाटतं, असले हे अमकं करू नका, तमकं करू नका वगैरे परिपाठ म्हणजे केवळ मूर्खपणा आहे. जुन्या परंपरांचं उरलेलं कवित्व आहे असं वाटतं त्यांना. पण कुठल्याही मूर्ख कल्पनांमध्ये काहीतरी हेतू दडलेला असतोच असतो. चूक कसली आहे ते शोधायची गरज नाही- पण त्यातून साध्य काय होतं ते तपासायला हरकत नाही. ज्या ज्या नीतिमूल्यप्रणालीने त्यागभावनेचा उपदेश केला, ती ती मूल्यप्रणाली अखेर सत्तारूढ झाल्याचं पहायला मिळेल... लक्षावधी माणसांवर नियंत्रण ठेवणारी सत्ता. अर्थात, या साऱ्याला जरा छानदार सरंजाम चढवावा लागतोच. सुखसोयींचा त्याग केल्याने 'काही आगळाच' आनंद लाभतो असं सांगावं लागतं लोकांना. फार काही स्पष्टता ठेवायची गरज नसते. जडजंबाळ धूसर शब्द वापरायचे. 'वैश्विक तादात्म्य'- 'शाश्वत आत्मा'- 'दिव्य हेतू'- 'निर्वाण'- 'स्वर्ग'- 'वांशिक उच्चत्व'-'सर्वहारांची हुकूमशाही'... हा सारा अंतःप्रेरणा भ्रष्ट करण्याचाच भाग आहे, पीटर. ही सर्वात जुनी मात्रा आहे. गेली अनेक शतकं हे प्रहसन चालू आहे आणि तरीही माणसं नित्य फसत राहिली आहेत. खरं म्हणजे हे किती सोप्या विवेकाच्या कसोटीवर ताडून पहाता येण्यासारखं आहे, कुठल्याही प्रेषिताचा उपदेश ऐका- तो त्यागाची भाषा बोलत असेल तर पळत सुटायला हवं. प्लेगपासून दूर पळू त्यापेक्षाही जास्त वेगाने, जास्त दूर. हे किती स्पष्ट असतं- जिथेजिथे त्याग घडून येतो तिथेतिथे कुणीतरी त्यागात चढवलेली अंजुली गोळा करत असतं. जिथेजिथे सेवा चालते तिथेतिथे कुणीतरी सेवा घ्यायला बसलेलं असतं. जो मनुष्य त्यागाची भाषा करत असतो तो खरं तर गुलामांची आणि त्यांच्या मालकीचीच भाषा बोलत असतो... आणि त्याला स्वतःलाच मालक व्हायचं असतं. पण जो माणूस तुम्हाला आनंदसाधना करायला सांगतो, सुखप्राप्ती करणे हा तुमचा मूलभूत हक्क आहे असं सांगतो, तुमचं प्रथम कर्तव्य स्वसंतोषासाठीच आहे हे सांगतो- तोच माणूस केवळ तुमच्या आत्म्याला खिशात टाकू पहात नसतो. तोच माणूस तुमच्याकडून काहीही मिळवू पहात नसतो. पण तो आला आणि तसं सांगू लागला तर तुम्ही सारे तुमची रिकामी डोकी आणखी हलकी होईपर्यंत किंचाळत सुटता... तो स्वार्थी सैतान आहे म्हणून भुंकायला सुरुवात करता. त्यामुळे ही लांडीलबाडी शतकानुशतकं सुरक्षित राहिली आहे. पण काहीतरी लक्षात आलंय का तुझ्या- मी म्हटलं की, हे किती सोप्या विवेकाच्या कसोटीवर ताडून पहाता येण्यासारखं आहे- कळतंय?

माणसाकडे एक अस्त्र आहे. विवेकाचं. त्यामुळे ते त्याच्याकडून काढून घेणं हे महत्त्वाचं. विवेकाचे आधारच काढून घ्यायचे. काळजीपूर्वक हं... तो अगदीच नाकारूनही चालत नाहीत. काहीही पूर्णपणे नाकारून चालत नाही, नाहीतर मग हातचा डाव जातो. विवेकविचार म्हणजे पाप ठरवून चालत नाही... काहींनी तेही करून झालंय म्हणा... आणि यशस्वीही झाले ते. पण तरीही आधुनिक जगात आपण एवढंच म्हटलेलं पुरे असतं... की विवेकनिष्ठेला मर्यादा असतात. त्यापलीकडेही काहीतरी आहे म्हणायचं. काय? काहीही स्पष्ट करण्याची गरज नसते. त्यापलीकडे काहीही कितीही असू शकतं... 'अंतःप्रेरणा'- 'भावना'- 'साक्षात्कार'-'अंतर्ज्ञान'- 'द्वंद्वात्मक पदार्थवाद'. कुठेतरी एखाद्या गुंतागुंतीच्या मुद्द्यात अडकलात आणि कुणी सांगितलं की, तुमच्या तत्त्वांना काही अर्थ नाही- तर काय आपण तयारच असलं पाहिजे... आपण सांगून द्यायचं की रूढ अर्थांच्या पलीकडेही काहीतरी

असतं. केवळ विचार न करता थोडं महत्त्व भावभावनांनाही द्यायला हवं. थोडी श्रद्धा हवी. विवेक खुंटीला टांगला की, एक जोकर वापरता येतो. तुम्हाला जे हवं ते बोलू शकता तुम्ही. गरजेनुसार बदल करू शकता आपल्या युक्तिवादात. तुमच्या घोळात अडकतोच तो. विचारी माणसांवर राज्य करता येईल का कुणाला? आम्हाला विचारी माणसंच नको आहेत.'

कीटिंग खाली जमिनीवर बसला होता. कपाटाच्या कडेलाच. तो थकून गेला होता. मांडी घालून तिथंच टेकला तो. त्याला त्या कपाटापासून लांब जायचं नव्हतं... त्याला कपाटाजवळ सुरक्षित वाटत होतं. तो कपाटाला टेकला... जणू त्याने देऊन टाकलेला तो कराराचा कागद अजूनही त्यात सुरक्षित होता.

'पीटर, तू हे सगळं ऐकलं आहेस. गेली दहा वर्षं मी याचा सराव करताना पहात होतास तू. साऱ्या जगात हे व्यवहारात आलं आहे. तुला घृणा कसली येते आहे एवढी? तिथे बसून माझ्याकडे असा आश्चर्यचकित झाल्यासारखा पाहून तू स्वतःला श्रेष्ठतर सिद्ध करू पहातोयस की काय? तू या खेळातला एक भिडू आहेस. तू स्वतःचा हिस्सा उचलला आहेस आणि आता तुला नियम पाळून खेळावं लागेल. हे सारं कुठे चाललंय याचा विचार करायची भीती वाटते तुला? मला नाही वाटत. सांगतो तुला कुठे चाललंय हे. भविष्यातल्या जगाकडे. मला हव्या असलेल्या जगाकडे. आज्ञाधारक आणि एकतेचे बळ मानणाऱ्या जगाकडे. असं जग की ज्यात व्यक्तीचा विचार व्यक्तीचा नसेल, प्रत्येकजण आपल्या शेजाऱ्याच्या डोक्यात काय विचार चालला असेल याचा अंदाज घेईल. शेजाऱ्याच्या डोक्यातला विचारही त्याच्या शेजाऱ्याच्या डोक्यात चाललेल्या विचारांचा अंदाज एवढाच असेल... अशीच साखळी पुढेपुढे... आणखी पुढे... जगभर, पीटर, जगभर... सर्वांनी एकमेकांशी सहमत असायलाच लागेल. त्या जगात कुणीही एक माणूस स्वतःची वेगळी इच्छा बाळगू शकणार नाही, केवळ इतरांच्या इच्छा पूर्ण करण्यासाठी झटेल तो... ते इतरही आणखी इतरांच्या इच्छा पूर्ण करण्यासाठी झटत असतील... जगभर, पीटर, जगभर. सर्वांनी सर्वांची सेवा करायची असल्यामुळे माणसं पैशासाठी वगैरे काम करणार नाहीत. पैसा हे एक अगदीच निष्पाप निरुपद्रवी कारण असतं काम करण्यामागचं... लोक काम करतील एका मस्तकहीन- बिनचेहऱ्याच्या राक्षसासाठी... प्रतिष्ठेसाठी. इतरांची मान्यता आपल्याला मिळावी म्हणून. त्यांचं मत आपल्याबद्दल चांगलं रहावं म्हणून... ते इतरही त्याच हेतूने काम करत असतील... इतरांच्या मान्यतेसाठी... त्यांचं मत... अशांचं मत की ज्यांना स्वतःचं वेगळं मत बाळगायची मुभाच असणार नाही. एक ऑक्टोपस... केवळ वळवळणाऱ्या भुजांचं अस्तित्त्व... मेंदूविहीन. पीटर, न्यायनिर्णय तर नसेलच... लोकमत, सार्वमत... शून्यांची सरासरी... कुणालाच व्यक्तित्व असण्याची मुभा नसेल. त्यामुळे शून्यच सारे. त्या जगाची मोटर बंद असेल आणि केवळ एकाच हृदयाचा कॉमन पंप हाताने चालवला जाईल. माझ्या हाताने... आणि माझ्यासारख्या आणखी काही निवडक माणसांच्या हातांनी. ज्यांना तुझ्यासारख्यांची गतीमती कळते- तू- एक महान, मस्त सुमार मनुष्य... तू- ज्याला मी सुमार म्हटल्याचा रागही येत नाही... लहान, सामान्य असं काहीही म्हटलेलं आवडतं तुला, चालतं तुला. तुमच्यासारखे सारेच छोटे लोक स्वतःवर राज्य करण्याच्या सिंहासनावर बसाल... सर्वंकष सत्ता असेल तुमच्या हाती. आजवरचे सारे शास्ते हेवा करतील तुमचा. सर्वंकष, अमर्याद- देव, प्रेषित आणि राजा या तिघांचे मिश्रण! लोकांचा आवाज. सुमार, सर्वसामान्य, सर्वसाधारण. तुला अहंतेच्या विरुद्धार्थी शब्द माहीत आहे, पीटर? साचेबंदपणा, पीटर. साचेबंदांची सत्ता. पण अगदी हिणकस कल्पनेलाही कुणीतरी कधीतरी जन्म द्यावा लागतो. आम्ही करू ते काम. देवाचा आवाज होऊ आम्ही. आमच्यापुढे झुकतील सर्व माथे... त्या सर्व माणसांचे, ज्यांनी माथा झुकवण्यापलीकडे दुसरं कधी काही शिकलेलंच नाही. आम्ही म्हणू ते

सेवावृत्तीने काम करीत आहेत. त्यांच्या सेवेसाठी आम्ही पदके देऊ. तुम्ही सारे कोण अधिक चांगल्या प्रकारे झुकतो आहे हे सिद्ध करण्यासाठी धावाल, एकमेकांवर पालथे पडाल... दुसरं काही प्रावीण्य मिळवण्यासारखं नसेलच. वैयक्तिक यशाची दुसरी कोणतीही शक्यता उरलेलीच नसेल. या चित्रात तुला हॉवर्ड रॉर्क दिसू शकतो? नाही? मग वेडपटासारखे प्रश्न विचारणं बंद कर. ज्यांच्याज्यांच्यावर अधिकार गाजवणं शक्य होणार नसेल त्या साऱ्यांना जावंच लागेल. आणि मधूनमधून असले नमुने जन्माला आलेच तर ते त्यांच्या बाराव्या वर्षापलीकडे जगणारच नाहीत. त्यांच्या मेंदूंची वाढ होईल आणि ते काम करू लागतील तेव्हा त्यांना दडपण जाणवू लागेल. जेव्हा आसपासचं दडपण सहन होईनासं होईल तेव्हा ते फुटून जातील. पोकळीच्या सापेक्ष मोजमापात तो दाब किंवा दडपण मोजता येईल. तुला खोल सागरातल्या प्राण्यांबद्दल माहिती आहे की नाही? त्यांना सूर्यप्रकाशात आणल्यावर काय होतं माहीते तुला? तेच झालं रॉर्कसारख्यांचं. तुझ्यासारखे इतर लोक हसून आमच्या आज्ञा पाळत रहातील. तू हे पाहिलंयस की नाही, मतिमंद सतत हसत असतात. माणसाच्या कपाळावरची आठी हा त्याला झालेला ईश्वराचा पहिला स्पर्श असतो. विचारशीलतेचा स्पर्श. पण आपल्याकडे ईश्वरही नसेल आणि विचारही. केवळ हसून केलेलं मतदान. सगळ्या स्वयंचलित तरफा. सगळेजण होकारच भरतील. आता तू जरा जास्त बुद्धिमान असतास, उदाहरणार्थ तुझ्या माजी पत्नीइतका... तर तू विचारलं असतंस... आम्हा सत्ताधाऱ्यांचं काय होईल? माझं काय- एल्सवर्थ मॉक्टन टूहीचं काय होईल? आणि मी उत्तर दिलं असतं... होय, बरोबर विचारलंस. मी देखील तुमच्यापेक्षा फार काही कमावणार नाही. माझा हेतू केवळ तुम्हा लोकांना समाधानात ठेवणं इतकाच असेल. खोटं बोलून तुमची वाहवा करायची, स्तुती करायची, तुमच्या पोकळपणाला आणखी फुगवायचं... लोक आणि लोककल्याण यावर भाषणं द्यायची. पीटर, माझ्या दोस्ता, माझ्या इतका खऱ्या अर्थाने निःस्वार्थ माणूस पाहिलेला नाहीस तू कधीच. तुला मी आत्ताच स्वतःचा आत्मा विकायला भाग पाडलंय, पण मी तुझ्याइतकाही स्वतंत्र वृत्तीचा नाही, तू लोकांचा वापर निदान स्वतःला जे हवंसं वाटत होतं ते मिळवण्यासाठी करत आलास. मला मात्र स्वतःसाठी काहीच नको आहे. मी लोकांचा वापर करतो ते केवळ मी त्यांच्यासाठी जे करू इच्छितो त्यासाठीच. ते माझं एकमात्र समाधान आहे, एकमेव कार्य आहे. माझा स्वतःचा सर्वस्वी खाजगी असा काहीही हेतू नाही. मला सत्ता हवी आहे. मला माझ्या कल्पनेतलं भविष्यातलं जग घडवायचंय. सर्वांना सर्वांसाठी जगू देत. सर्वांना त्याग करू देत आणि फायदा असा कुणाचाच नसावा. सर्वांनाच दुःख भोगू दे. आनंदाची गरजच नाही. प्रगती- थांबवायची आहे. सारंकाही साचू दे जिथल्या तिथं. सारेच साऱ्यांच्या इच्छांचे गुलाम. वैश्विक गुलामी- कुणाच्यातरी स्वामित्वाखाली असण्याचीही प्रतिष्ठा नाही. गुलामीची गुलामी. एक विशाल वर्तुळ... संपूर्ण समता. भविष्यातलं जग असेल हे.'

'एल्सवर्थ... तू... तू...'

'मी वेडा आहे? भीती वाटते तसं बोलून दाखवायला? हाः... कसा बसला आहेस तिथं... आणि तो शब्द तुझ्या थोबाडावर उमटलाय... तुझी अखेरची आशा आहे ही? वेडा आहे मी? बघ जरा आजुबाजूला. कोणताही पेपर उचल आणि वाच मथळे त्यातले... हेच होतंय ना? घडत चाललंय ना हे? मी तुला सांगितलेली प्रत्येक गोष्ट होते आहे प्रत्यक्षात. युरोप तर गिळलाच आणि आपण अडखळत का होईना चालतो आहोत त्या वाटेवर. मी जे बोललो ते सारं एका शब्दात सामावलंय- समूहवाद. आणि हाच नाही का आपल्या शतकाचा नवा देव? एकत्र कृती... एकत्रपणे विचार... एकत्रपणे भावना जाणवणं. एक होणं, सहमत होणं, आज्ञा पाळणं. आज्ञापालन, सेवावर्तन आणि त्याग. फोडा आणि राज्य करा हे आधी होतं. आता आहे एकी करा आणि राज्य करा. अखेर

आम्हाला या तत्त्वाचा शोध लागला. तुला तो रोमन सम्राट आठवतो का... तो म्हणालेला, अखिल मानवजातीची एकच मान असती तर किती बरं झालं असतं... मग मी ती कापून टाकली असती. गेली काही शतकं लोक त्याला हसत आले. पण अखेरचं हास्य आमचंच गाजेल. आम्ही त्याला जे अभिप्रेत होतं पण जमलं नाही ते साध्य केलंय. आम्ही लोकांना एक व्हायला शिकवलंय. त्यातून एकसंध अशी एकच मान तयार होतेय, लगाम आवळायला. आम्हाला तो जादूचा शब्द सापडला- समूहवाद. युरोपकडे बघ, मूर्खा. तुला वरचा गुंताडा सोडून देऊन आतला अर्क पहाता येत नाही की काय? एका अख्ख्या देशाने या तत्त्वाला निष्ठा वाहिली आहे- माणसाला वैयक्तिक हक्क नाहीत, जे काही आहे ते समूहाच्या हक्काचं आहे. व्यक्तीत्व हे पापच समजलं जातं आणि जनसमुदाय हा देव. कसलेही हेतू, किंवा सद्‌गुण मान्य नाहीत त्यांना. केवळ सर्वहारांची सेवा. ते एक चित्र. दुसरं चित्र पहा... एका देशाने हे मान्य करून टाकलंय की मानवाधिकार वैयक्तिक नसतातच. शासन हेच सर्वसार. व्यक्ती म्हणजे दुष्टत्वच. सारा वंश म्हणजे देव. व्यक्तीचा हेतू किंवा गुण बिनमहत्त्वाचा- वंशाची सेवा म्हणजे सारसर्वस्व. मी उगीच बरळतोय की हे दोन खंडांमधील वास्तव आहे? नीट बारकाईने पहा नांगी कशी हालते आहे. तुम्हाला एका चित्राची घृणा वाटली तर दुसऱ्या चित्राकडे ढकलूच तुम्हाला. इकडून तिकडे तिकडून इकडे. दरवाजे बंद केलेत आम्ही. नाणेफेक निश्चित उत्तर देणार. छाप -समूहवाद. काट- समूहवाद. जी तत्त्वप्रणाली व्यक्तीवादाचा गळा घोटते तिच्याशी लढायला दुसरी अशी तत्त्वप्रणाली वापरा जी व्यक्तिवादाचा गळा घोटते. तुमचा आत्मा कौन्सिलच्या हवाली करा किंवा पुढाऱ्याच्या हवाली करा. पण हवाली करा हे नक्की. सोडून द्या, सोडून द्या... माझ्या शैलीत सांगायचं तर, पीटर, अन्न म्हणून विष द्या आणि विषबाधेवरचा उतारा म्हणूनही विष द्या. त्याची सजावट बिल्कूल मस्त असली पाहिजे. पण हेतू अबाधित राहिला पाहिजे. मूर्खांना पर्याय द्यायलाच हवेत. जरा मजा वाटायला हवी, हो की नाही- पण हेतू अबाधित राहिला पाहिजे. व्यक्तीला नष्ट करा. व्यक्तींच्या आत्म्याला नष्ट करा. बाकी सारं आपोआप घडत जाईल. आजघडीला जगाची परिस्थिती काय आहे निरखून पहा. अजूनही मी तुला वेडा वाटतो का, पीटर?'

कीटिंग जमिनीवर पाय पसरून बसला होता. त्याने आपला एक हात उचलत बोटांच्या टोकांचं निरिक्षण चालवलं. मग बोटं तोंडात घालत एक नख कुरतडलं. पण ती हालचाल फसवी होती. तो माणूस केवळ ऐकण्यापुरता उरला होता. एकच संज्ञा- श्रुतीची. आणि टूहीला कळलं की तो काहीही उत्तर देईल अशी अपेक्षाच शक्य नव्हती.

कीटिंग शांतपणे वाट पहात राहिला. त्याला काहीही फरक पडत नव्हता आता. बोलण्याचा आवाज थांबलेला आणि आता तो पुन्हा सुरू होईपर्यंत वाट पहात रहाणं एवढंच त्याच्या हाती होतं.

टूहीने हात खुर्चीच्या हातांवर ठेवले, मग हाताच्या पंजांत खुर्चीचे हात पकडत तो उठला. आता संपलं होतं सारं.

'थँक यू, पीटर,' तो गंभीरपणे म्हणाला, 'प्रामाणिकपणा सोडून देणं फार कठीण असतं. मी आयुष्यभर मोठमोठ्या श्रोतृसमुदायांसमोर भाषणं केली. हे भाषण कुणापुढेही करण्याची संधी मला मिळणार नाही.'

कीटिंगने मान वर केली. त्याचा आवाज जणू भीतीचा हप्ता आगाऊ भरत असल्यासारखा होता. त्यात भीती नव्हती. पुढल्या तासाभरात जे वाटणार होतं त्याचा प्रतिध्वनी जाणवत होता त्यात.

'जाऊ नकोस ना, एल्सवर्थ.'

टूही त्याच्यासमोर उभा राहिला आणि मऊसर हसला.

'हेच ते उत्तर, पीटर. हाच माझा पुरावा. मी काय आहे ते तुला आता नीट कळलंय. मी तुला काय केलं तेही तुला माहीत आहे. माझ्या सद्‌गुणांबद्दल कसलाही भ्रम आता तुझ्या डोक्यात नाही. पण तू मला सोडू शकत नाहीस आणि कधीच सोडू शकणार नाहीस. आदर्शवादाच्या नावाने तू माझी आज्ञा पाळलीस. आदर्शांशिवायही तू माझ्या आज्ञा पाळत रहाशील. कारण आता तुला तेवढंच काय ते शक्य आहे... गुड नाईट, पीटर.'

❑

१५

'ही केवळ एक छोटीशी चाचणी आहे. आपण त्यासंबंधी काय विचार करतो त्यावरून आपण काय आहोत हे ठरवलं जाईल. हॉवर्ड रॉर्कच्या माध्यमातून आपण स्वार्थ, अहंता, समाजविघातक व्यक्तिवाद या आधुनिक जगाला शाप ठरत चाललेल्या दुर्गुणांना ठेचून टाकू शकतो... त्या दुर्गुणांच्या अतिरेकाने किती दुष्परिणाम होतात हे आताच आपण हे पाहिले आहे. या संबंधीचा एक पुरावा नुकताच डिस्ट्रिक्ट मॅजिस्ट्रेटच्या हाती लागला आहे. त्याचे स्वरुप काय प्रकारचे आहे हे आत्ताच सांगणे औचित्यास धरून होणार नाही. पण त्या आधारे रॉर्क अपराधी आहे हे निर्विवाद सिद्ध होते. आपण- म्हणजेच जनतेने आता न्यायाची मागणी केली पाहिजे.'

मे महिन्याच्या अखेरच्या दिवसांत एका सकाळी 'वन स्मॉल व्हॉइस' मधे हे छापून आलं. गेल वायनान्ड एअरपोर्टवरून घरी परतताना आपल्या कारमधे बसून पेपर वाचत होता. एका बड्या जाहिरातदाराला थोपवण्याचा अखेरचा प्रयत्न करण्यासाठी तो शिकागोला गेला होता. तीस लक्ष डॉलर्स किमतीचा जाहिरातीचा वार्षिक करार तो रद्द करणार होता. दोन दिवस खूप शर्थ करूनही वायनान्डला अपयश आलं होतं. तो जाहिरातदार हातचा निसटला होता. नेवार्कला उतरल्यावर त्याने न्यू यॉर्कचे पेपर्स विकत घेतलेले. त्याची गाडी त्याच्या घरी जायच्या तयारीत होती. तेवढ्यात त्याने वन स्मॉल व्हॉइस वाचलं.

क्षणभर त्याला प्रश्न पडला की आपण कुठला पेपर बघतोय. त्याने वर नाव पाहून घेतलं. बॅनरच होता तो. आणि नेहमीच्याच जागी तो स्तंभ छापला गेला होता. दुसऱ्या भागातल्या पहिल्या पानावरचा पहिला स्तंभ.

पुढे झुकत त्याने शोफरला गाडी ऑफिसला वळवून घ्यायला सांगितली. ते पान मांडीवर उघडं ठेवून तो बसून राहिला, ऑफिस येईपर्यंत.

तो ऑफिसमधे शिरताच त्याच्या लक्षात आलं. लिफ्टमधून उतरलेल्या दोन वार्ताहरांच्या डोळ्यांत, लिफ्ट चालवणाऱ्या माणसाच्या अस्वस्थ चोरटेपणात, त्याच्या खोलीच्या पुढल्या भागात थांबून राहिलेल्या सर्वांच्याच गोठलेल्या नजरांत, टाइपरायटरवर काम करणाऱ्या एका सेक्रेटरीच्या टाइपिंगमधे पडलेल्या खंडात, कुणाचा तरी हात तसाच अधांतरी तरंगत रहाण्यात त्याला प्रतीक्षेचा रंग उतरलेला दिसला. मग त्याला कळलं, जे घडलं ते इतकं अविश्वसनीय होतं... त्याचे परिणाम काय होतील हे त्याच्या पेपरमधे काम करणाऱ्या प्रत्येकाला समजून चुकलं होतं.

त्याला प्रथमच काहीसा धक्का बसला, कारण त्या प्रतीक्षेत तो आणि एल्सवर्थ टूहीमधल्या नाट्यासंबंधी एक नवलही होतं.

पण स्वतःच्या मनातल्या तरंगांची दखल घ्यायला त्याला वेळच नव्हता. त्याला जाणवत होता एक ताण. त्याच्या चेहऱ्याच्या हाडांतून, दातांतून, गालांवरून, नाकाच्या हाडावरून ताण फुटू पहात

होता. त्यावर ताबा ठेवायला हवा... तो स्वतःला सांगत होता... सांभाळ स्वतःला, लगाम घाल.

त्याने कुणालाही अभिवादन केलं नाही. तडक स्वतःच्या ऑफिसमधे शिरला.

आल्वा स्कॅरेट त्याच्या डेस्कसमोरच्या खुर्चीत पोक काढून बसला होता. स्कॅरेटच्या गळ्याभोवती एक घाणेरडं बँडेज गुंडाळलेलं. त्याचे गाल फुललेले. वायनान्ड खोलीच्या मध्यातच थांबला. बाहेर थांबलेल्या लोकांनी जरा सुटकेचा निःश्वास टाकला, कारण वायनान्डची मुद्रा त्यांना जरा शांत वाटली. आल्वा स्कॅरेटला जास्त पारख होती.

'गेल, मी इथे नव्हतो,' तो चिरकलेल्या अस्फुट आवाजात- आवाज असा उरलाच नव्हता त्याला- आवंढा गिळतगिळत म्हणाला, 'मी इथे गेले दोन दिवस नव्हतो. लॅरिंजायटिस झालेला मला, गेल. माझ्या डॉक्टरला विचार. मी इथे नव्हतो. मी आत्ताच बिछान्यातून उठलो, बघ तूच. मला एकशे तीन ताप आहे आत्ता. डॉक्टर मला जाऊ देत नव्हते. पण मी... मला उठायला परवानगी नव्हती... गेल मी इथे नव्हतो, खरंच सांगतो!'

वायनान्डने ऐकलं की नाही त्याला नक्की समजत नव्हतं. पण वायनान्डने त्याला आपलं बोलणं पूर्ण करू दिलं. जरासे उशीरानेच आपण काही ऐकल्याचे भाव त्याने चेहऱ्यावर आणले... जणू त्याच्या कानांवर बऱ्याच उशीराने सारे आवाज पोहोचत होते. क्षणभरानंतर, वायनान्डने विचारलं, 'कॉपी डेस्कवर कोण होतं?'

'ते... मला वाटतं ऍलन आणि फॉक होते.'

'हार्डिंगला घालवून दे. ऍलन, फॉक आणि टूहीला काढ. हार्डिंगची कॉंट्रॅक्टनुसार भरपाई करा. पण टूहीला नाही. सर्वांना पंधरा मिनिटांच्या आत बिल्डिंगच्या बाहेर हाकलून लावा.'

हार्डिंग हा त्यांचा व्यवस्थापकीय संपादक होता. फॉक कॉपी रीडर होता. ऍलन कॉपी डेस्कचा मुख्य होता. सगळेजण बॅनरमधे गेल्या दहा वर्षांपासून कामाला होते. स्कॅरेटच्या कानावर जणू अमेरिकेच्या अध्यक्षावर महाभियोग जाहीर झाल्याची बातमी पडली होती, किंवा न्यू यॉर्क शहर अशनीआघाताने नष्ट झाल्याची... किंवा कॅलिफोर्निया प्रशांत महासागरात बुडाल्याची...

'गेल!' तो किंचाळला, 'असं नाही करू शकत आपण!'

'चालता हो इथून!'

स्कॅरेट गेला.

वायनान्डने एक बटन दाबलं आणि बाहेरून थरथरत्या आवाजात उत्तर देणाऱ्या बाईशी तो बोलू लागला. 'कोणालाही आत सोडायचं नाही.'

'होय, मि. वायनान्ड.'

त्याने आणखी एक बटन दाबलं आणि वितरणप्रमुखाशी बोलला.

'रस्त्यावर आलेली प्रत्येक कॉपी थांबवा.'

'मि. वायनान्ड, आता खूप उशीर झाला! त्यातल्या बऱ्याचशा-'

'थांबवा त्या.'

'होय. मि. वायनान्ड.'

डेस्कवर डोकं टेकून थोडावेळ विश्रांती घ्यावी, शांत पडून रहावं असं वाटलं त्याला... पण त्याला ज्या प्रकारची विश्रांती हवी होती ती अस्तित्त्वातच नव्हती... झोपेपेक्षा खोलखोल... मृत्यूपेक्षा गहिरी... कधी न जगल्यासारखी विश्रांती... ही इच्छा जणू त्याने स्वतःलाच दिलेल्या दूषणासारखी होता... कारण त्याच्या कवटीतून धडका देणारा ताण खरं म्हणजे दुसरीच इच्छा व्यक्त करीत होता. झडझडून काहीतरी कृती करायची होती... त्या इच्छेच्या तीव्रतेने त्याला बधीर झाल्यासारखं वाटत

होतं. त्याने धडपडत काही कागद शोधायला सुरुवात केली. नेहमी ते कुठे ठेवलेले असतात तेही विसरला तो. त्याला संपादकीय लिहायचं होतं- जे घडलं त्याला छेद देणारं, प्रतिवाद करणारं. घाई करायला हवी होती. ते लिहिण्याआधी जाणारा वेळ जणू त्याच्या हक्काचा नव्हताच, त्याने कागदावर पहिला शब्द लिहिताच तो असह्य ताण उतरू लागला. त्याचा हात झरझर चालू लागला... तो विचार करत होता... शब्दांत केवढी मोठी शक्ती असते. जे वाचतात, ऐकतात त्यांच्यासाठी तर नंतर, पण ज्यांना शब्दांचा शोध लागला त्यांच्या दृष्टीने केवढी मोठी शक्ती होती ती, केवढं मोठं वरदान, एक प्रचंड मोठा वाट अडवणारा पहाड दूर झाला शब्दांनी... जीवनाचा पहिला स्रोत कुठून आला याचा शोध वैज्ञानिकांना लागलेला नाही अजून... तो विचार करत होता, याचं रहस्य विचारांना आकार देणाऱ्या शब्दांतच असेल कदाचित्.

ऑफिसच्या भिंतींतून, जमिनीखालून ऐकू येणारी धडधड त्याच्या कानावर येत होती. त्याच्या दुपारच्या टॅब्लॉइडची क्लॅरियनची छपाई चालली होती. तो आवाज ऐकून तो मनाशीच हसला. त्याचा हात अधिकच झरझर फिरू लागला. जणू त्या आवाजाने त्याच्या बोटात नवीन प्राण भरले होते.

त्याने त्याचं नेहमीचं संपादकीय 'आम्ही' टाकून दिलं होतं. त्याने लिहिलं, 'आणि माझे वाचक किंवा माझे शत्रू या प्रसंगावरून मला हसणार असतील, तर मी ते मान्य करतो. एक कर्ज होतं माझ्यावर ते फिटलं असं समजतो मी.'

तो विचार करत होता, 'या इमारतीचं हृदय आहे हे... त्याची स्पंदने. किती वाजलेत? हा आवाज मला खरंच ऐकू येतोय की माझंच हृदय धडधडतंय? एकदा डॉक्टरने माझ्या कानावर त्याचा स्टेथोस्कोप चढवला होता, माझी स्पंदनं ऐकवण्यासाठी. असाच आवाज होता तो. तो म्हणालेला की मी एक सुदृढ प्राणी आहे म्हणून. अनेक वर्षांपर्यंत धडधाकट राहीन म्हणाला तो... खूप वर्षांपर्यंत.

'मी माझ्या वाचकांवर एका तुच्छ प्राण्याला गेली अनेक वर्षं लादत आलो होतो. त्याची आध्यात्मिक प्रतिष्ठा हे एकच असे कारण होते की ज्यामुळे मी हे केले. तो धोकादायक आहे असे मानण्याइतक्या पायरीवर मी उतरलो नव्हतो कारण मी आपल्या समाजाला तितकासा तुच्छ मानू शकत नव्हतो. मी अजूनही माझ्या बांधवांचा आदर करतो आणि म्हणूनच एल्सवर्थ टूही हा एक फार मोठा उपद्रव ठरू शकेल असं मानायला मी तयार नव्हतो.'

असं म्हणतात की, ध्वनी कधी नष्ट होत नाही... तो अवकाशात दूरदूरपर्यंत प्रवास करीत रहातो. माणसाच्या स्पंदनाचे आवाज कुठे जात असतील? गेल्या छपन्न वर्षांत किती ठोके पडले असतील माझ्या हृदयाचे... सगळे एकत्र केले आणि एखाद्या यंत्राने एकत्र साकळून ठेवले तर... काही उपयोग होईल का त्यांचा? ते पुन्हा एकदा ध्वनिक्षेपित केले तर- खालच्या छपाईयंत्रांची धडधड असेल का ती?

'पण मी त्याला माझ्या वृत्तपत्रात स्थान देऊन पुरस्कृती दिली. आणि जाहीररीत्या पश्चात्ताप व्यक्त करणे हे आपल्या युगात अवमानास्पद समजलं जात असेल, तर मी तीच शिक्षा स्वतःला आता फर्मावत आहे.'

छपन्न वर्षं- स्वतःची स्वतःला कधी ऐकूही येत नाहीत अशी स्पंदनं, एकेक सुटंसुटं, स्वयंपूर्ण... स्वल्पविरामांसारखं नव्हे- पूर्णविरामांसारखं. पूर्णविरामांची एक सलग ओळ कागदावर उमटून या छपाईयंत्रांना बळ देत गेली. छपन्न- नव्हे एकतीस, आधीची पंचवीस वर्षं मला सज्ज करण्यात गेली. मी दारावरचं वृत्तपत्राचं नाव बदललं तेव्हा मी पंचवीस वर्षांचा होतो. प्रकाशक वृत्तपत्रांची नावं बदलत नाहीत- हा प्रकाशक बदलतो. द न्यू यॉर्क बॅनर- गेल वायनान्डचा बॅनर...

'ज्यांनी कुणी हे वृत्तपत्र वाचलं आहे, त्या सर्वांची मी क्षमा मागतो.'

निरोगी प्राणी आहे मी- आणि मी निर्माण केलेलं सारं निरोगीच असेल. आज मी त्या डॉक्टरला इथे आणायला हवं. या छपाईयंत्रांची धडधड ऐकवायला हवी त्याला. तो हसेल नेहमीसारखा, स्वतःवरच खूष होत, समाधानाने हसेल... डॉक्टर लोकांना अधूनमधून एखादा छान निरोगी नमुना पहायला आवडत असणार. दुर्मिळच असतात असले नमुने. मी त्याला हा छान आवाज ऐकवतो. त्याने आजवर असा मस्त निरोगी आवाज ऐकलाच नसेल- मग तो म्हणेल, की बॅनर अजून खूप वर्षं छान धडधाकट राहील.

त्याच्या ऑफिसचं दार उघडलं आणि एल्सवर्थ टूही आत आला.

वायनान्डने काहीही न दर्शवता त्याला आत शिरू दिलं आणि डेस्कपर्यंत येऊ दिलं. आपल्याला जे वाटतंय ते एखाद्या प्रमाणाबाहेरच्या कुतूहलासारखं आहे... रविवारच्या आवृत्तीत कसल्याकसल्या प्रचंड मोठ्या आकाराच्या किड्यांनी माणसांवर चाल केल्याची काहीतरी कार्टूनमालिका चालते त्यातल्या किड्यांसारखं अविश्वसनीय कुतूहल... त्याला कुतूहल वाटत होतं... कारण एल्सवर्थ टूही अजूनही बिल्डिंगमधेच होता. त्याने दिलेल्या आज्ञेची कडी ओलांडून तो इथवर येऊ शकला होता आणि तो हसतही होता.

'मी काही दिवस अनुपस्थित रहाण्याची परवानगी घेण्यासाठी आलोय, मि. वायनान्ड.' टूही म्हणाला. त्याची मुद्रा शांत होती. स्वसंतुष्टता लपवण्याचा प्रयत्नही नव्हता त्यात. एखाद्या कसलेल्या कलाकाराची मुद्रा होती ती. अतिशयोक्ती केली तर मुद्राभिनय परिणामकारक ठरत नाही हे माहीत होतं त्याला... तो अगदी नेहमीसारखा बोलत होता. यातूनच योग्य ते औद्धत्य साधणार होतं...

'आणि हेही सांगायचं होतं की, मी परतेन. याच नोकरीत, याच सदरासाठी, याच इमारतीत. दरम्यानच्या काळात तुम्हाला आपली चूक उमगेलच. मला क्षमा करा, माझं वर्तन सदभिरुचीला धरून नाही, पण मी याची वाट गेली तेरा वर्षं पाहिली आहे, आणि मी स्वतःला पाच मिनिटं बक्षीस म्हणून देऊ करतो आहे. तर- तुम्हाला स्वामित्वाची जाणीव जरा जास्तच असते नाही, मि. वायनान्ड? अमुक एक गोष्ट आपली आहे असं म्हणायला फार आवडतं तुम्हाला, नाही? कधी विचार केलात, की ते सारं कशावर आधारून असतं? स्वामित्वाचे आधार, पाया बळकट करण्यासाठी कधी वेळ दिलात तुम्ही? नाही. कारण तुम्ही फारच व्यवहारी मनुष्य आहात नाही का! व्यवहारी माणसं बँकेची खाती, रिअल ईस्टेट, जाहिरातींचे करारमदार, इतरं सेक्युरिटीज वगैरेंवर फार विचार करतात. आणि बाकी फालतू कामं- जसं सोन्याचा स्रोत कोणता, ते कुठून येतं वगैरेंची चर्चा ते आमच्यासारख्या बुद्धिवंतांवर सोडतात. ते क्रीम-ओ-पुडिंगची काळजी वाहतात आणि आमच्यासारख्यांकडे सिनेमे, नाटकं, रेडिओ, शाळा, पुस्तक परिक्षणं किंवा आर्किटेक्चरची समीक्षा असले फालतू विषय सोपवतात. तुम्ही पैसा कमावता- त्या वेळात आम्हाला वेळ घालवायला काहीतरी तुकडे फेकता... त्यांचा फार काही परिणाम कशावरच होणार नसतो असे तुकडे. पैसा म्हणजेच सत्ता, हो ना मि. वायनान्ड? माणसांवर सत्ता? किती नवखे भिडू असता तुम्ही! तुम्हाला स्वतःच्या महत्त्वाकांक्षेचं स्वरुपंच कळलेलं नाही, न पेक्षा तुम्हाला कळलं असतं की, तुम्ही त्या महत्त्वाकांक्षेच्या लायकच नाहीत. त्यासाठी जे मार्ग वापरायला लागतात ते तुम्हाला वापरता आले नाहीत, आणि त्याचे परिणामही तुम्हाला नकोसेच वाटले असते. तुम्ही हव्या तितक्या मगदुरात बदमाष कधी नव्हतातच. मी एवढं तर तुम्हाला नक्कीच सांगू शकतो. कारण अधिक वाईट काय असेल बरं... सर्वात बडा बदमाष असणं वाईट की सर्वात मोठा मूर्ख- मला सांगता येत नाही. पण म्हणूनच मी इथे परतून येईन. आणि मी जेव्हा परतून येईन तेव्हा- मी हा पेपर चालवेन.'

वायनान्ड शांतपणे म्हणाला :

'जेव्हा येशील तेव्हा... आत्ता इथून चालता हो.'

□ □ □

बॅनरच्या सिटीरुमचे सर्व कर्मचारी संपावर गेले.

वायनान्ड कर्मचारी संघटना एकजुटीने संपावर गेली. सदस्य नसलेले अनेकजण त्यांच्यात सामील झाले. खिळे जुळवणारे सारे कर्मचारी राहिले.

वायनान्डने कधी युनियनचा विचारही केला नव्हता. तो इतर कुणाही प्रकाशनापेक्षा जास्त पगार द्यायचा आणि त्याच्यासमोर कुणी आर्थिक मागण्या कधीच ठेवल्या नव्हत्या. कर्मचाऱ्यांना भाषणंबिषणं ऐकण्यात गंमत वाटत असेल तर त्याबद्दल त्याला काळजी करण्याचं काहीच कारण नव्हतं. डॉमिनिकने एकदा त्याला सावध करण्याचा प्रयत्न केला होता.

'गेल, लोकांना पगारवाढ हवी, कामाचे तास कमी करून हवे, किंवा अशाच काही व्यवहार्य मागण्या आहेत म्हणून त्यांनी युनियन केली तर तो त्यांचा हक्क आहे. योग्य आहे. पण काहीच ठोस मागण्या किंवा हेतू नसताना कुणी हे करतंय... जरा नीट लक्ष ठेव तू.'

'डार्लिंग, तुला कितीवेळा सांगू मी... बॅनरमधे लक्ष घालू नकोस.'

त्याने कधीही युनियनचे सदस्य कोण झाले, कोण नाही वगैरे जाणून घ्यायचा प्रयत्न केला नव्हता. आता त्याला कळलं की, त्यांची सदस्यसंख्या खूप कमी होती पण कळीच्या जागांवरचे लोक सदस्य होते. सगळे मोक्याच्या जागा सांभाळणारे लोक त्यांचे सदस्य होते. त्यातले कुणीही उच्च पदांवरचे अधिकारी नव्हते- त्यांच्या जरासे खालचे- निवडक, वेचक, कामात ज्यांचा मोठा हिस्सा असेल असे. स्पार्क प्लग्जसारखे अनिवार्य ठरणारे लोक. धावपळ करणारे लोक, सर्व प्रकारच्या बातम्या करणारे वार्ताहर, पुनर्लेखन करणारे, सहाय्यक संपादक. त्याने मुद्दाम त्यांचे अहवाल मागवून घेतले. ते सारेच गेल्या आठ वर्षांत तिथे रुजू झालेले लोक होते... बरेचसे मि. टूहींच्या शिफारसीवरून आलेले.

युनियनचे सदस्य नसलेले लोकही वेगवेगळ्या कारणांसाठी निघून गेले. काहीजण, वायनान्डच्या द्वेषापायी, काहीजण घाबरले म्हणून. या परिस्थितीचं विश्लेषण करण्यापेक्षा सोडून जाणं सोपं होतं. त्यातला एक बारकासा, घाबरट वाटणारा माणूस वायनान्डला हॉलमधे बघताच थांबला आणि म्हणाला, 'आम्ही परतून येऊ, बरं का स्वीटहार्ट, आणि तेव्हा इथलं सगळंच पालटलेलं असेल!'

काहीजण वायनान्डला टाळत बाहेर पडले. काहीजणांनी चामडीबचाऊ मार्ग निवडला.

'मि. वायनान्ड, असं करायला मला फार त्रास होतोय. फार वाईट वाटतंय मला... माझा नि युनियनचा काही संबंधही नव्हता. पण अखेर संप हा संपच असतो आणि मला उगीच संपफोड्या म्हणवून घ्यायचं नाहीये.'

'खरंच, प्रामाणिकपणे सांगतो, मि. वायनान्ड, मला काही कळत नाही चूक कोण, बरोबर कोण. मला वाटतं एल्सवर्थने फार घाणेरडी खेळी केली, आणि हार्डिंगने ते चालवून घेतलं तेही बरोबर नव्हतं. पण आजकाल कोणीही अमुक एका बाबतीत बरोबर बोलतो असं म्हणायचीच चोरी झालीय. नक्की काहीच सांगता येत नाही. एक गोष्ट नक्की, मी काही निदर्शनात वगैरे सहभागी होणार नाही. छे, सर, निदर्शनं करणं मला पटतच नाही.'

संपावरच्या लोकांनी दोन मागण्या लावून धरल्या. काढून टाकलेल्या चार लोकांना परत घ्यावं आणि कोर्टलँड खटल्यातली आपली भूमिका बॅनरने बदलावी.

हार्डिंगने- व्यवस्थापकीय संपादक म्हणून आपली भूमिका स्पष्ट करणारा एक लेख लिहिला. तो न्यू फ्रंटियरमधे छापून आला. 'मी मि. वायनान्ड यांच्या धोरणात्मक सूचनांचे पालन केले नाही, माझ्या स्थानावरच्या व्यक्तीने अशा प्रकारची कृती करणे हे कदाचित् अभूतपूर्व असेल. माझी जबाबदारी संपूर्णपणे ओळखून मी ही कृती केली. मि. टूही, ॲलन, फॉक आणि मी- आम्हा चौघांनाही बॅनरला वाचवण्याची इच्छा होती. बॅनरचे कर्मचारी, भागधारक, वाचक सर्वांच्या हिताची म्हणूनच ही कृती करण्यास आम्हा उद्युक्त झालो होतो. आम्हाला वाटले होते आम्ही मि. वायनान्ड यांना शांतपणे योग्य मार्ग दाखवून देऊ शकू. ते खुल्या दिलाने हे मान्य करतील आणि देशातील इतर पेपर्सप्रमाणेच योग्य भूमिका घेतील अशी आम्हाला आशा होती. आमच्या मालकाचा हुकूमशाही, बेभरवशी आणि काहीसा निष्ठूर स्वभाव आम्ही जाणून होतो, पण तरीही एक संधी घेतली आम्ही. व्यावसायिक कर्तव्यात कसूर होऊ नये म्हणून आम्ही स्वतःचा बळी द्यायला मागेपुढे पाहिले नाही. आमच्या मालकाला स्वतःच्या वृत्तपत्रात स्वतःची राजकीय, सामाजिक आणि आर्थिक मते मांडण्याचा अधिकार आहे हे आम्हाला मान्यच आहे. परंतु आजची परिस्थिती या अपेक्षेच्या पलीकडे गेली आहे असे म्हणता येईल. एका सामान्य गुन्हेगारासाठी एका वृत्तपत्राची प्रतिष्ठा कामी लागली आहे आणि पत्रकारांवर त्याची भलामण करण्याची वेळ येत आहे हे दुर्दैवी आहे. एका व्यक्तीच्या हाती सर्व सत्ता एकवटून हुकूमशाही पद्धतीने कोणतेही कार्य पार पडण्याचे दिवस आता सरले हे मि. वायनान्डच्या लक्षात येईल अशी आशा आम्ही बाळगतो. आमची रोजीरोटी आम्ही जिथे कमावतो त्या ठिकाणचे कामकाज कसे चालावे यात आम्हालाही काही मत असायला हवे हा आमचा आग्रह आहे. स्वतंत्र पत्रकारितेसाठीच हा आमचा लढा आहे.'

मि. हार्डिंग साठ वर्षांचे गृहस्थ होते आणि लॉंग आयलंडला त्यांचा जमीनजुमला होता आणि ते स्वतःचा फावला वेळ शिकार करणे आणि फिझन्ट्सची पैदास करणे यात घालवत असत. त्यांना मुलं नव्हती आणि त्यांची बायको सामाजिक अभ्यासमंडळाच्या संचालकमंडळावर अध्यक्ष होती. आणि त्यात एल्सवर्थ टूही अर्थातच चमकता सितारा होता. त्यानेच तिला त्या अभ्यासमंडळात शिरकाव दिला होता. मि. हार्डिंगचा लेख तिनेच लिहिला होता.

कॉपी डेस्कवरचे दोघेही टूहीच्या युनियनचे सदस्य नव्हते. ॲलनची मुलगी एक सुंदर दिसणारी नटी होती आणि आइकच्या सर्व नाटकांत तिला भूमिका मिळत. फॉकचा भाऊ लॅन्सेलॉट क्लोकीचा सेक्रेटरी म्हणून नोकरीवर होता.

गेल वायनान्ड त्याच्या ऑफिसमधे बसून पुढ्यातल्या कागदाच्या गठ्ठ्याकडे पहात होता. त्याला बरंच काम उरकायचं होतं. पण एक दृश्य एकसारखं त्याच्या डोळ्यासमोर येत राहिलं आणि ते त्याला हटवता येईना... त्याचा अर्थ त्याच्या सर्व कृतींना चिकटल्यासारखा झाला होता... फाटक्यातुटक्या कपड्यांतला एक मुलगा एका संपादकाच्या डेस्कसमोर उभा होता -

'तुला कॅटचं स्पेलिंग येतं का?!'

'तुम्हाला अँथ्रोपोमॉफालॉजीचं स्पेलिंग येतं?'

त्या व्यक्तिमत्त्वांची सरमिसळ झालेली, सारंच एक झालं. तो मुलगा आता जणू त्याच्यासमोर उभा होता, त्याच्या डेस्कसमोर, वाट पहात. आणि एकदा तर तो मोठ्याने ओरडला, 'जा इथून.' तो भानावर आला आणि स्वतःवर खूप रागवला. - काय चाललंय तुझं हे बुढऊ. वेड लागून घ्यायची वेळ नाहीये ही. मग त्याने स्वतःला सावरलं, पुन्हा तो मोठ्याने बोलला नाही स्वतःशी. पण ते संभाषण आवाज बाहेर न फुटता त्याच्या मनात सुरूच राहिलं... तो वाचत असताना... लेख तपासत असताना, सह्या करत असताना.

‘जा इथून. नोकऱ्या नाहीत इथे आता.’

‘मी वाट पहात थांबेन आसपास. जेव्हा हवं तेव्हा बोलवा मला. पगारही देऊ नका वाटल्यास.’

‘ते तुला पैसे देतायत. मूर्खा, तुला कळत नाही का? पैसे देतायत ते.’

मग तो मोठ्याने टेलिफोनमधे बोलायचा, सर्वसामान्य आवाजात, ‘मॅनिंगला सांगा, आपल्याला जागा भरायची आहे ही. प्रुफं पाठवून द्या लगेच. आणि कसलंही सँडविच पाठवा एखादं.’

काही थोडेजण थांबून होते त्याच्याबरोबर. काही पिकलेले म्हातारे आणि कॉपी बॉईज्. ते सकाळीच यायचे. बरेचदा त्यांच्या चेहऱ्यांवर कापल्या, खरचटल्याच्या खुणा असायच्या; कॉलर्सवर रक्ताचे डाग असायचे. एकदा एक जण धडपडत आत शिरला, त्याचं डोकं फुटलेलं. रुग्णवाहिका बोलावून घेऊन त्याला हॉस्पिटलमधे पाठवावं लागलं. त्यांच्या येत रहाण्यात विशेष धाडसाचा भाग नव्हता किंवा निष्ठेचाही भाग नव्हता. केवळ सवयीने येत होते ते. आपली बॅनरमधली नोकरी संपली तर जग संपलं अशा काहीशा भावनेने ते जगत आले होते, फार काळ तीच सवय जडली होती. म्हाताऱ्या कामगारांना कळेनासंच झालेलं. आणि तरुण पोरांना कसलीच फिकीर उरली नव्हती.

कॉपी बॉईज्ना वार्ताहरांचं काम देऊन पाठवलं जात होतं. ते जे काही लिहायचे ते वाचून वायनान्ड हताश व्हायचंही विसरून जायचा आणि खोखो हसत सुटायचा. एवढं पांडित्यपूर्ण इंग्रजी त्याने कधी वाटलं नव्हतं. पत्रकार होण्याची महत्त्वाकांक्षा बाळगून असलेल्या त्या तरुणांच्या मुद्रांवरील अभिमान तो पहात असे. त्यांनी लिहिलेले लेख, बातम्या तशाच्या तशा बॅनरमधे छापून आल्यानंतर मात्र त्याचं हसू लोपलं. पुनर्लेखन करणारी माणसं सोडून गेली होती.

त्याने नवीन माणसं भरायचा प्रयत्न केला. त्याने दुपटीतिपटीने पगार देऊ केले. त्याला हव्या असलेल्या माणसांनी त्याच्याकडे काम करायची इच्छा नाही असं कळवलं. काहींजण रुजू झाले, पण नसते आले तर बरं असे ते लोक होते. वर्षानुवर्षात कुठल्याच बऱ्या वृत्तपत्राकडे किंवा नियतकालिकात त्यांनी कामं केली नव्हती, महिनाभरापूर्वी असल्या लोकांना बॅनरच्या बिल्डिंगच्या लॉबीतही कुणी उभं राहू दिलं नसतं. त्यातल्या काहींना ताबडतोब बाहेरचा रस्ता दाखवण्यात आला. अर्ध्याअधिक वेळा ते नशेत असत. काहीजण वायनान्डवर उपकार करीत असल्यासारखेच वावरत.

‘जास्त आवाज करू नकोस, गेल, बुढ्या.’ त्यातला एकजण एकदा म्हणाला, आणि मग त्याला अक्षरशः उचलून फेकून दिलं गेलं... जिन्यातून दोन मजले धक्के मारून त्याला बाहेर काढलं गेलं. त्याचा घोटा मुरगळला. खालच्या पायरीवर बसून तो आश्चर्यभराने वर उभ्या वायनान्डकडे बघत राहिला.

इतर काहीजण जरा जपून वागणारे होते... ते फक्त दबा धरून वायनान्डकडे बघत रहायचे. त्यांच्या नजरांत धूर्तसे भाव असायचे. जवळपास डोळे मिचकावल्यासारखे. जणू ते त्याच्या गुन्ह्यात सामील झालेले साथी चोर होते. त्याने पत्रकारितेच्या महाविद्यालयांना लिहिलं. कुणीही प्रतिसाद दिला नाही. एका विद्यार्थी संघटनेने त्याला आपला ठराव पाठवला. त्यावर सर्वांनी सह्या केल्या होत्या.

‘... आमच्या करिअरची सुरुवात करताना आमच्या मनात या व्यवसायाविषयी नितान्त आदर आणि प्रतिष्ठा आहे. आम्ही आपल्या निष्ठा. पत्रकारितेची उच्च मूल्ये अबाधित ठेवण्याकरिता वहात आहोत. तुम्ही दिलेले निमंत्रण स्वीकारून आमच्यापैकी कुणीही आत्मसन्मानाला धक्का पोहोचवू इच्छित नाही.’

वृत्तसंपादक नोकरी सोडून गेला नव्हता. शहर-संपादक गेला होता. वायनान्डने स्वतःच शहरविभाग सांभाळायला सुरुवात केली. तोच व्यवस्थापकीय संपादक झाला, तारा करणे, पुनर्लेखन

करणे सगळं काही तो करायचा. कॉपी बॉय म्हणूनही तोच धावपळ करायचा. तो बिल्डिंगमधून बाहेर पडलाच नाही. तिथेच कोचवर झोपायचा. बॅनरच्या पहिल्या काही वर्षात तो जसा रहायचा तसाच राहू लागला. त्याच्यासमोर काहीच निश्चित नव्हतं, गळ्याला टाय नाही, शर्टाची कॉलर उघडी असा तो खालीवर धावत रहायचा. मशीनगनच्या खडखडाटासारखी त्याची पावलं धडधडत रहायची. लिफ्ट चालवणारे दोन मुलगे थांबले होते. बाकीचे सगळेच गेले होते. ते कसे, का, कधी गेले कुणालाच कळलं नव्हतं. संपाला सहानुभूती म्हणून की भीतीपोटी की केवळ इथे काय होणार हे न कळल्यामुळे ते गेले होते कळायला मार्ग नव्हता.

आल्वा स्कॅरेटला वायनान्डचा शांतगंभीरपणा समजूच शकत नव्हता. वायनान्डचा विचार करताना तो नेहमीच एक मस्त कुशल यंत्र अशा शब्दांत... - इतक्या संपूर्ण कौशल्यानिशी त्या यंत्राने कधीच काम केलं नसेल याआधी. आजकाल तो खूप कमी बोलायचा, थोडक्यात काम सांगायचा, जिथल्यातिथे निर्णय द्यायचा. सगळ्या यंत्रांची धडधड, ग्रीझ, शाई, कागदाचा कचरा, अस्वच्छ ऑफिस, रिकामी टेबलं, बाहेरून भिरकावल्या जाणाऱ्या दगडविटांनी मधूनच फुटणाऱ्या काचांची बरसात, या साऱ्यातून तो वाट काढत फिरायचा. डबल एक्पोझर केल्यासारखी वाटायची त्याची प्रतिमा. त्याच्याच पार्श्वभूमीवर त्याची प्रतिमा असावी तसा. वेगळ्याच मितीत आणि वेगळ्याच प्रमाणात. तो इथे शोभत नाही... आल्वा स्कॅरेट विचार करीत असे, कारण तो आधुनिक काळातला माणूस वाटतच नाही... तो आधुनिक शिलाईच्या पॅण्ट्स घालत असला तरीही तो दिसतो एखाद्या गॉथिक कॅथिड्रलमधून उगवल्यासारखा. किती उन्नत मस्तक असतं त्याचं. मांसहीन झाल्यासारखी ताठर चर्या. एखाद्या जहाजाचा कॅप्टन असावा तसा दिसतो तो... जे जहाज बुडतंय हे कॅप्टन सोडून सर्वांना माहीत आहे...

आल्वा स्कॅरेट गेला नव्हता. हे सारं घडतंय हे खरंच असं घडतंय हे त्याच्या डोक्यात झिरपतच नव्हतं. तो स्तंभित झाल्यासारखा इकडून तिकडे फिरत राही. ऑफिसपर्यंत आपल्या गाडीने रोज सकाळी येताना समोरचे निदर्शक बघून त्याला रोज नव्याने धक्का जाणवे. त्याला कधी कुणी इजा केली नाही. चारदोन टोमॅटोंचा मारा त्याच्या गाडीच्या काचेवर झाला तेवढाच. तो वायनान्डला मदत करायचा प्रयत्न करीत राही. स्वतःचं काम करून दुसऱ्या पाच जणांची कामं करायला धावत असे तो, पण त्याचं नेहमीचं कामही त्याच्याच्याने पुरं होत नसे.

तो काहीही न बोलता सर्वांगी फुटतफुटत चाललेला जणू. त्याचे सांधे जणू एका प्रश्नचिन्हाच्या घावाने सुटेसुटे होत चाललेले. तो सर्वांचा वेळ फुकट घालवत राही. कुठल्याही कामाच्या ऐन मध्यात तो विचारी, 'पण का? का? हे असं अचानक कसं काय घडलं...?'

खालच्या मजल्यावर तातडीने गरज पडल्यास असावी म्हणून एक प्रथमोपचार कक्ष गेलने सुरू केला होता. त्यातली नर्स पांढऱ्या गणवेषात इकडून तिकडे जात असलेली आल्वा स्कॅरेटने पाहिली. हातात कचऱ्याची बादली घेऊन इनसिनरेटरकडे कचरा जाळायला निघाली होती. त्यात रक्ताने माखलेल्या बॅंडेजपट्ट्या, कापसाचे गोळे वगैरे होतं. त्याने मान फिरवली. त्याला उलटी आल्यासारखं झालं. पण त्याहीपेक्षा अधिक हादरून गेला होता तो... या जाणीवेने... या सुसंस्कृत इमारतीत हे असं व्हावं... छान चकचकीत पॉलिशच्या फरशांच्या दुनियेत, आधुनिक व्यवहारांच्या कडक इस्त्रीच्या वातावरणात, जिथे लोक लिखित शब्दांच्या विवेकी जगात वावरतात, व्यापारव्यवसायांचे संकेत पाळले जातात, जिथे लहान मुलांच्या कपड्यांपासून अनेक वस्तूंच्या जाहिराती स्वीकारल्या जातात, गोल्फसारख्या उच्चभ्रू खेळांबद्दल गप्पाटप्पा चालतात... त्या जागेत केवळ काही दिवसांच्या अवधीत रक्तलांच्छित कापसाचे बोळे दिसू लागावेत... हॉलमध्ये... का? आल्वा स्कॅरेट विचार करत होता.

'मला काही समजेनासं झालंय.' तो समोर येईल त्याला रटाळ रडक्या सुरात सांगत रहायचा. 'मला समजतंच नाही की एल्सवर्थ एवढा बलवत्तर कधी नि कसा झाला... आणि एल्सवर्थ किती सुसंस्कृत माणूस आहे, आदर्शवादी आहे... तो काही कसल्यातरी खातेऱ्यात निपजलेला घाणेरडा अतिरेकी नाही. किती छान विनोदी आहे तो, किती मित्रत्वाने वागतो... आणि किती व्यासंगी आहे... सदासर्वकाळ तो विनोद करत असतो... तो कसा हिंसावादी असू शकेल... एल्सवर्थला हे सारं अपेक्षितच नसेल. हे सारं या थराला जाईल असं त्याला वाटलंसुद्धा नसेल. त्याचं लोकांवर प्रेम आहे. यावर मी पैज लावेन कधीही...'

एकदा वायनान्डच्या ऑफिसमधे बसलेला असताना त्याने बोलायचा प्रयत्न करून पाहिला,

'गेल, तू त्यांच्याशी बोलून बघ ना एकदा? एकदा भेट तर घे त्यांची?'

'गप्प बस.'

'पण, गेल, ते जे म्हणताहेत त्यात काहीतरी तथ्य असू शकतं. ते पत्रकार आहेत. तुला माहीते ते काय म्हणताहेत ते... वृत्तपत्रांचं स्वातंत्र्य-'

मग त्याला काहीतरी दिसलं. इतके दिवस तो ज्या प्रक्षोभाची नकळत वाट पहात होता- आणि आता त्याला वाटू लागलेलं की तसं काही आता होणार नाही- तो प्रक्षोभ त्याला वायनान्डच्या मुद्रेवर दिसला. त्याच्या डोळ्यांची बुबुळं दिसेनाशी झाली, डोळ्यांचा केवळ पांढराच भाग दिसू लागला... चकाकणारे, काहीही न पहाणारे पांढरे अर्धगोलच फक्त त्या मुद्रेच्या खलाटीत दिसत होते आणि हात थरथरत होते. पण क्षणभरातच यापूर्वी कधीही घडलं नव्हतं असं काहीतरी घडून गेलं... वायनान्डने स्वतःच्या प्रक्षोभावर नियंत्रण मिळवलं होतं... तो ओरडला नाही, घशातून एक हुंकारही निसटला नाही त्याच्या, एक निःश्वासही सोडला नाही त्याने. पण त्याने जो निकराचा प्रयत्न केला त्याची एकच खूण त्याच्या कपाळाच्या दोन्ही कडांना घामाच्या ओघळांतून निसटली... त्याच्या मुठी वळून डेस्कच्या कडेवर टेकलेल्या.

'आल्वा... मी जर गॅझेटच्या जिन्यावर आठवडाभर उपाशीतापाशी बसून काढले नसते तर स्वतंत्र असायला त्यांच्याकडे वृत्तपत्र असतं का रे?'

बाहेर पोलीस होते. बिल्डिंगच्या हॉल्समधेही पोलीस होते. त्याची थोडीफार मदत होत होती, पण फार नाही. एके रात्री कुणीतरी मुख्य प्रवेशद्वारामधून ॲसिड भिरकावलं. एका मोठ्या खिडकीची काच जळाली आणि भिंतींवर घाणेरडे कोड फुटल्यासारखे डाग पडले. बेअरिंग्जमधे शिरलेल्या वाळूमुळे एक छपाईयंत्र बंद पडलं. बॅनरमधे जाहिरात दिल्याबद्दल एका बारीकशा दुकानाची तोडफोड केली गेली. त्यानंतर बऱ्याच छोट्या जाहिरातदारांनी आपापल्या जाहिराती रद्द केल्या. वायनान्ड पेपर्सचं वितरण करणाऱ्या ट्रक्सवर हल्ले झाले. एक ड्रायव्हर त्यात ठार झाला. वायनान्ड कर्मचारी संघटनेने अशा हिंसक घटनांचा निषेध करणारं पत्रक प्रसिद्ध केलं. संघटनेने असल्या हिंसेला उत्तेजन दिले नसल्याचे त्यात स्पष्ट करण्यात आले होते. हे सारे कुणी केले ते कुठल्याच सदस्यांना माहीत नव्हते. न्यू फ्रंटियरने आपल्या अग्रलेखांत हे सारे निंद्य असल्याचे म्हटले, पण हा सारा लोकांच्या संतापाचा सहजस्फूर्त उद्रेक आहे असेही म्हटले.

स्वतःला उदारमतवादी व्यावसायिक म्हणवणाऱ्या एका संघटनेच्या वतीने होमर स्लॉटर्नने वायनान्डला एक नोटिस पाठवली, आणि सर्व जाहिरातींचे करार रद्द करून टाकल्याचे कळवले.

'आपणांस आमच्यावर खटला भरायचा असल्यास अवश्य भरावा. आमच्याकडे करार रद्द करण्यासाठी समर्थनीय कारण आहे असे आम्हाला वाटते. आम्ही आमच्या जाहिराती एका सभ्य वृत्तपत्रास दिल्या होत्या, लोकमताचा अनादर करून असभ्य प्रकारे लेखन करणाऱ्या वृत्तपत्राकडे

नव्हे. या संबंधामुळे आज आमच्या दरवाजापर्यंत निदर्शने, मोर्चे येत आहेत, आमच्या व्यवसायास बाधा पोहोचत आहे आणि आपले हे वृत्तपत्र आता कोणीही वाचक हातातही घेत नाहीत.'

या संघटनेत बॅनरचे जवळपास सर्व बडे जाहिरातदार सामील होते.

गेल वायनान्ड ऑफिसच्या खिडकीत उभा राहून शहराकडे पहात होता.

'मी आजवर अनेक संपांना पाठिंबा दिला आहे. ज्या काळात संपांच्या पाठीशी उभं रहाणं धोक्याचं समजलं जात असे त्या वेळीही मी त्यांच्याबरोबर रहात असे. मी गेल वायनान्डचा विरोध तर आयुष्यभर केला आहे. मला वाटलं नव्हतं, कधी असा दिवस उगवेल... की मला गेल वायनान्डच्या बाजूने बोलणं भाग पडेल. तोच मी आता म्हणतो आहे,- मी गेल वायनान्डच्या बरोबर आहे.' ऑस्टिन हेलरने क्रॉनिकलमधे लिहिलं.

वायनान्डने त्याला एक चिठ्ठी पाठवली, 'खड्ड्यात गेलास. मी तुला माझ्या बाजूने बोलायला सांगितलं नव्हतं.- जी.डब्लू.'

न्यू फ्रंटियरने ऑस्टिन हेलरचं वर्णन 'बड्या उद्योगांना विकला गेलेला प्रतिगामी' अशा शब्दांत केलं. बुद्धिवंत वर्तुळातल्या स्त्रिया म्हणू लागल्या- 'ऑस्टिन हेलर ना, तो जुन्या वळणाचा आहे!'

गेल वायनान्ड सिटी रूमच्या एका डेस्कपाशी उभा राहून नेहमीसारखा संपादकीय लिहीत होता. त्याचा पडझड झालेला कर्मचारीवृंद त्याच्याकडे पहात होता. तो घाई करत नसे, अचानक संतापाने फुटत नसे, त्याच्या वागण्यात काहीही बदल नव्हता. त्याच्या वागण्यातले छोटेछोटे फरक लक्षात येतील असं तिथे कुणी उरलंच नव्हतं. तो प्रेसरूममधे जात असे आणि तिथे गरजणाऱ्या यंत्रांमधून बाहेर पडणारा वृत्तपत्रांचा प्रवाह पहात उभा रहात असे... आवाज ऐकत उभा रहात असे, जमिनीवर पडलेला एखादा शिशाच्या पट्टीचा तुकडा उचलून तो खेळवत रहात असे... एखादं रत्न हाताळावं तशा प्रेमाने तो उचलून टेबलावर नीट ठेवून देत असे. जणू तो वाया घालवणं त्याला पसंत नव्हतं. इतरही अनेक गोष्टी वाचवण्याचा तो प्रयत्न करीत असे, नकळत, सहजगत्या. तो पेन्सिलींचे तुकडे उचलून ठेवत असे. एकदा एक मोडका टाइपरायटर दुरुस्त करण्यात त्याने अर्धा तास घालवला. फोन खणखणत राहिले पण तो तेच एक काम महत्त्वाचं असल्यासारखा गुंतून राहिला होता. त्यात काही खर्च कमी करण्याचा हेतू अजिबात नसे. रकमांकडे, आकड्यांकडे न पहाता तो अजूनही चेक्सवर सह्या करीत होता. त्या रकमा त्याला किती महागात पडणार आहेत याचा विचार करताकरता स्कॅरेटला घाम फुटायचा. पण वायनान्डचं तसं नव्हतं. या बिल्डिंगमधल्या प्रत्येक कणावर त्याचं प्रेम होतं. ज्या वस्तू बॅनरच्या होत्या त्या त्याच्या होत्या.

एके दिवशी संध्याकाळी त्याने डॉमिनिकला फोन केला. 'हो, छान आहे सारं. सगळं व्यवस्थित नियंत्रणाखाली आहे. तू उगाच अफवांवर विश्वास ठेवू नकोस. नाही. खड्ड्यात गेलं सगळं. तुझ्याशी बोलताना मला पेपरबद्दल बोलायचं नसतं हे माहीत आहे ना तुला... मला सांग बाग कशी दिसतेय आता. आज तू पोहायला गेली होतीस की नाही?...मला तलावाबद्दल सांग... कोणता ड्रेस घातला आहेस तू आज? आज डब्लूएलएक्सचा शो पहा रात्री. तुझ्या लाडक्या राश्मानिनॉफचा सेकंड कॉन्सेर्टो लावतील ते. म्हणजे काय... मला सगळ्याची माहिती असते. ओ के... ठीक आहे बाबा... माजी पत्रकार बायकोला फसवणं सोपं नसतं. हो. मीच लावून घेतले आज रेडिओचे कार्यक्रम दैनंदिनीमधे. अर्थात- खूप माणसं आहेत... फक्त काही नवी पोरं आहेत त्यांच्यावर विश्वास ठेवायला जड जातंय मला, मग जरा वेळ होता तेवढ्यात मीच केलं ते सारं. हे बघ. एक लक्षात ठेव... काहीही झालं तरी तू शहराकडे फिरकू नकोस. तू मला वचन दिलं होतंस... गुड नाइट, डियरेस्ट...'

फोन खाली ठेवल्यानंतर तो बराच वेळ फोनकडे पहात बसला. मुद्रेवर हास्य फुललं होतं.

घराच्या परिसराचा विचार कित्येक महासागर पार कराव्या लागणाऱ्या अप्राप्य भूमीसारखा वाटत होता त्याला. तो जणू एका किल्ल्यामध्ये शत्रूच्या अभेद्य वेढ्यात अडकला होता... आणि ही भावना त्याला आवडत होती. परिस्थितीचं वास्तव आवडत नव्हतं, केवळ ती भावना. त्याचा चेहरा खरेच त्या भूतकाळात होऊन गेलेल्या, किल्ल्याच्या तटबंदीवर लढत राहिलेल्या कुणा पूर्वजासारखाच असावा.

एका रात्री तो रस्त्यापलिकडल्या एका रेस्तराँमधे जेवायला गेला. बऱ्याच दिवसांत त्याने नीटपणे जेवण घेतलंच नव्हतं. तो परतला तेव्हा रस्त्यावर तसा उजेडच होता. उन्हाळ्यातली तपकिरी धुळकट संध्याकाळ होती ती. सूर्य मावळला तरीही त्याचे किरण जणू आळसावून ताणून पसरले होते... त्यांचा पाय इथून जणू निघत नव्हता. त्यामुळे आकाश स्वच्छ ताजंतवानं वाटत होतं आणि रस्ते मळकट. जुन्या बिल्डिंग्जच्या कोपरांवर थकिस्त केशरी, लालसर उजेडाचे तुकडे चिकटून होते. बॅनरच्या प्रवेशद्वारापाशी निदर्शक होते, एकूण आठजण होते आणि शेजारच्या पदपथावर लंबवर्तुळाकार फेऱ्या मारत होते. त्यातल्या एका मुलाला त्याने ओळखलं, तो पोलिस-वार्ताहर होता. बाकीच्यांना त्याने पूर्वी कधीच पाहिलं नव्हतं. त्यांच्या हाती फलक होते. 'टूही, हार्डिंग, ॲलन, फॉक' 'वृत्तपत्र-स्वातंत्र्याचा...' 'गेल वायनान्ड मानवी अधिकारांची पायमल्ली करीत आहे.'

एका बाईकडे त्याची नजर राहूनराहून वळत होती. तिचं ढुंगण तिच्या घोट्यांपाशीच सुरू होत होतं. तिच्या बुटांच्या घट्ट पट्ट्यांमधून बाहेर ओघळलेल्या मांसापासूनच... तिचे खांदे चौकोनी होते आणि तिच्या प्रचंड मोठ्या चौकोनी शरीरावर एक स्वस्तातल्या ट्वीडचा लांब कोट होता. तिचे पांढरट हात छोटेछोटेसेच होते. स्वयंपाकघरात पाडापाड करणारे हात असावेत तसे. तिचं तोंड म्हणजे एक बारीकशी फट होती फक्त. ओठ असे नव्हतेच. चालताना ती फदकफदक चालत होती. पण खूप वेगाने चालत होती. साऱ्या जगाला जणू तिची पावलं आव्हान देत होती... दुखावून तर पहा मला... तेच तिला हवं होतं जणू, तिच्या चेहऱ्यावरचे दुष्ट लबाड भाव किती स्पष्ट होते... बघाच मला दुखवून... बघा बघा... प्रयत्न तर करून पहा. तुमचाच पोपट होईल... ती कधीही बॅनरमधे कामाला नव्हती हे वायनान्डला कळलं. तिला तिथे कामावर घेतलं जाणं अशक्यच होतं. तिला लिहायवाचायला तरी येत असेल का शंका होती. तिच्या चालीतूनच कळत होतं की तिला लिहायवाचायला शिकण्याची कधी गरजच वाटली नसणार. तिच्या हातात फलक होता- 'आमच्या मागण्या...'

तो विचार करीत होता... सुरुवातीच्या वर्षांत तो बॅनरच्या जुन्या बिल्डिंगमधे कोचावर झोपून जायचा, कारण नवी छपाईयंत्र घेतली होती त्यांचे पैसे चुकते करायचे होते. आणि त्याचे प्रतिस्पर्धी पेपर विकायला यायच्या आत बॅनरच्या प्रती पोहोचत्या व्हायला हव्या होत्या... एका रात्री त्याला खोकल्याची ढास आली आणि त्यातून रक्त पडलं होतं., पण तो डॉक्टरकडे गेला नव्हता. नंतर कळलं की हे केवळ अती थकव्यामुळे झालं होतं.

तो घाईघाईने बिल्डिंगमधे शिरला. छपाई चालू होती. तो थांबून आवाज ऐकत राहिला.

रात्रीच्या वेळी बिल्डिंग जरा शांत होती. त्यामुळे ती आणखी मोठी वाटत होती. जणू आवाजाने तिला व्यापलं होतं आणि आवाज थांबल्यावर ती मोकळी झाली होती. उघड्या दारांतून प्रकाशाच्या पट्ट्या दिसत होत्या. हॉलकडे जाणाऱ्या चिंचोळ्या पट्ट्यासुद्धा प्रकाशलेल्या. कुठल्यातरी कोपऱ्यात एक टाईपरायटर खटखटत होता, गळक्या नळातून नियमित अवकाशाने थेंबथेंब टपटपत रहावेत तसा. वायनान्ड त्या हॉल्समधून चालत गेला. तो विचार करत होता, की त्याने म्युनिसिपल कॉर्पोरेशनच्या निवडणुकांमधे नामांकित बदमाषांची तळी उचलून धरलेली तेव्हा लोक त्याच्यासाठी काम करायला यायला हसत तयार होत होते, जेव्हा त्याने वेश्या वस्तीचं उदात्तीकरण करून त्यावर

लिहायला सुरुवात केली तेव्हाही कुठे काही बिघडलं नाही, जेव्हा त्याने कुणा भल्या माणसांची बदनामी करण्याचा विडा उचलला तेव्हा, गुंड टोळ्यावाल्यांच्या मातांची दुःखं मांडून त्याने आसवं पिळली तेव्हा... अनेक बुद्धिमान माणसं, आदरणीय माणसं त्याच्याकडे काम करायला हात जोडून उभी होती. आणि आज- आपल्या करीयरमधे पहिल्यांदाच तो प्रामाणिक भूमिका घेऊन उभा होता, प्रथमच अशी महान् म्हणता येईल अशी मोहीम चालवत होता... तेव्हा त्याच्या हाताशी काम करायला होते ते भुरटे पत्रकार, नादान लेखक, दारूडे लोक आणि ज्यांना सोडून जाण्याची हिंमत नव्हती असे लिबलिबित जुने कर्मचारी. याचा दोष आज त्याच्याकडे काम करायला तयार नसलेल्या लोकांचा होता का... कदाचित् नाही.

□ □ □

त्याच्या डेस्कवरच्या क्रिस्टलच्या दौतीवर सूर्याचा किरण चमचमला. हिरवळीवर बसून थंडगार पेयाचा घोट पोटात जावा, कोपरांखाली हिरवळीचा मऊ स्पर्श जाणवावा, अंगावर शुभ्र वस्त्रे असावीत अशी ताजीतवानी भावना त्याला लपेटून गेली. त्या चमकत्या दौतीकडे न पहाताच तो लिहीत राहिला. संपाच्या दुसऱ्या आठवड्यातली ती सकाळ होती. तो तासाभरासाठी आपल्या ऑफिसमधे जाऊन बसला होता. कुणीही आत येऊ नये अशा सूचना बाहेर दिल्या होत्या. एक लेख संपवायचा होता त्याला. त्याला फक्त सबब हवी होती. बिल्डिंगमधे काय चाललंय ते पहावं लागू नये तासभर- एवढंच.

त्याच्या ऑफिसचं दार अचानक उघडलं. आणि डॉमिनिक आत शिरली. त्यांच्या लग्नानंतर तिला बॅनर बिल्डिंगमध्ये यायला परवानगी दिली नव्हती त्याने.

तो उठून उभा राहिला. त्याच्या हालचालीत एक शांतसा आज्ञाधारकपणा होता... तो काहीही प्रश्न विचारणार नव्हता. तिने केशरी रंगाचा सुती ड्रेस घातला होता. ती अशी उभी होती की जणू तिच्या पार्श्वभूमीवर तलाव होता आणि त्याच्या पृष्ठभागावरून परावर्तित होणारी किरणं तिच्या ड्रेसच्या चुण्यांवर पसरलेली. ती म्हणाली,

'गेल, मी बॅनरमधली माझी जुनी नोकरी मागायला आलेय.'

तो तिच्याकडे मूकपणे पहात राहिला काही क्षण. मग तो हसला- आजारातून उठल्यासारखं हसू होतं ते.

तो आपल्या डेस्ककडे वळला. त्यावरचे लिहून झालेले कागद हातात घेत तिच्याकडे देत तो म्हणाला, 'हे बॅक-रूममधे दे. तिथल्या काय तारा आलेल्या असतील त्या माझ्याकडे आणून दे. मग सिटी डेस्कवर मॅनिंगला जाऊन रिपोर्ट कर.'

जे शब्दांत मांडणं अशक्य होतं, जे नजरेने शक्य झालं नसतं ते एका छोट्याशा कृतीने शक्य झालं होतं... दोघा व्यक्तिमत्वांमधली संपूर्ण समरसता साधली गेली होती- केवळ एक कागदांचा गठ्ठा त्याच्या हातातून तिच्या हाती गेला होता. त्यांच्या बोटांचा स्पर्शही झाला नाही एकमेकांना. ती वळली आणि ऑफिसमधून बाहेर पडली.

दोन दिवसांत असं वाटू लागलं की तिने कधी बॅनर सोडलाच नव्हता. फक्त आता ती घरांसंबंधाने एक सदर चालवत नव्हती... जिथे कुठे गरज होती तिथे तिथे तिचा हात चालत होता.

'ठीक आहे, आल्वा,' तिने स्कॅरेटला सांगितलं. 'हे अगदी व्यवस्थित स्त्रीसुलभ कामच आहे- रफू करण्याचं. जिथे कुठे ठिगळं लावायची गरज असेल तिथेतिथे मी लावीन ठिगळं... आणि हे भगवान, हे कापड आपलं फाटतंच चाललंय. जेव्हा कधी तुझे नवे वार्ताहर वाट्टेल तो घोळ घालतील

तेव्हा मला बोलवून घे खुशाल.'

स्कॅरेटला तिच्या स्वराचा अर्थ कळतच नव्हता, तिची वागायची पद्धत, तिचं तिथं असणं सगळ्याबद्दलच त्याला प्रश्न पडत होता.

'तू म्हणजे प्राण वाचवायलाच आलीस बघ, डॉमिनिक,' तो दुःखाने कसाबसा बोलला, 'आता कसं पहिल्यासारखं वाटतंय... तुला इथे पाहून. ओः! पहिल्यासारखंच असतं तर किती बरं झालं असतं ना... फक्त मला ना काहीच कळेनासं झालंय. गेल तुझा एक फोटो पण वापरायला देत नसे- तेव्हा बॅनर किती व्यवस्थित पेपर होता. आणि आता... जेव्हा बॅनरमधे दंगलसदृश वातावरण आहे, तेव्हा त्याने तुला इथे काम करायला परवानगी द्यावी!'

'तू तुझी कॉमेंटरी डब्यात घाल, आल्वा. वेळ नाही आपल्याकडे तेवढा.'

तिने एका न पाहिलेल्या सिनेमावर झकास परीक्षण लिहिलं. एका परिषदेला न जाताच तिने त्यावर बातमी लिहिली. 'रोजचा स्वयंपाक' या सदरासाठी लिहिणारी बाई आली नाही तेव्हा तिने अनेक पाककृतींची रांग लावली.

'मला माहीत नव्हतं, तुला जेवण करता येत ते.' स्कॅरेट म्हणाला.

'मला पण माहीत नव्हतं.' डॉमिनिक म्हणाली.

एका रात्री कामावरचा वार्ताहर दारू पिऊन तिथेच तर्र होऊन पडलेला पाहून बंदरात लागलेली आग कव्हर करायला ती स्वतःच गेली.

वायनान्डने ती बातमी वाचल्यावर म्हटलं, 'चांगलं लिहिलंय, पण पुन्हा एकदा असलं काही तू केलंस तर तुला नोकरीवरून काढून टाकेन. तुला इथे काम करायचं असेल तर या बिल्डिंगच्या बाहेर पाऊल ठेवायचं नाही.'

तिच्या तिथे असण्याबद्दल त्याची ही एकमेव कॉमेन्ट होती. तो तिच्याशी अगदी गरज पडेल तेव्हाच बोलायचा, कमीत कमी, आणि सहज. इतर कर्मचाऱ्यांशी बोलत असे तसाच. तो तिला काम सांगत असे. कधीकधी वेळेअभावी ते एकमेकांना भेटतही नसत. ती लायब्ररीत एका कोचवर झोपायची. क्वचित कधीतरी ती संध्याकाळी त्याच्या ऑफिसमधे यायची. दोघांना वेळ असेल तर जरावेळ ते शांतपणे बोलत बसत... काही विशिष्ट विषयावर नव्हे, रोजच्या कामातल्या छोट्याछोट्या प्रसंगांवर गप्पा मारत. कुठलंही विवाहित जोडपं जसं रोजच्या कामांबद्दल गप्पा मारत बसेल तसंच.

ते दोघेही रॉर्क किंवा कोर्टलँडबद्दल बोलत नसत. त्याच्या ऑफिसच्या भिंतीवर रॉर्कचं चित्र लावलेलं तिने पूर्वी कधी पाहिल नव्हतं. तिने विचारलं, 'हे कधी लावलंस तू?'

'वर्षभरापूर्वी.' हा एकच उल्लेख केला त्यांनी रॉर्कचा. बॅनरच्या विरुद्ध पेटत चाललेल्या लोकक्षोभाबद्दलही ते चर्चा करीत नसत. भविष्याबद्दलचा अंदाजही बांधत नसत. त्यांना बॅनरच्या बिल्डिंगबाहेर जे काही चाललं आहे त्याबद्दल काही बोलावसं वाटतही नसे. तो प्रश्न त्या दोघांमधे उभा रहातच नसे त्यामुळे तो विसरून जाणं सहज शक्य असे. तो प्रश्न त्यांच्यापुरता सोडवून झाला होता. आता एक साधी सरळ शांतता तेवढी उरली होती. एक काम करायचं होतं. एक वृत्तपत्र चालवायचं होतं. आणि ते दोघे ते काम एकत्रपणे करत होते.

रात्रीच्या मध्यात हातात कॉफी घेऊन ती अचानक कधीतरी यायची. आणि तो कृतज्ञतेने तो कप तिच्या हातातून घ्यायचा. काम न थांबवता घोट घ्यायचा. कधीतरी अतिशय गरज असतानाच त्याला आपल्या डेस्कवर ताजी सँडविचेस मिळायची. तिला या वस्तू कुठून कशा मिळायच्या याचा विचार करायलाही त्याच्याकडे वेळ नव्हता. मग त्याला शोध लागला की तिने एका इलेक्ट्रिक प्लेटची व्यवस्था केली होती आणि एका कपाटात थोड्या खाण्यापिण्याच्या सामग्रीचा साठा केला होता. तो

रात्रभर काम करत बसलेला असेल तर ती त्याच्यासाठी नाश्ता तयार ठेवायची. एखाद्या पुठ्ठ्यावर ताटल्या ठेवून ती पहाटेपहाटेच त्याच्याकडे यायची. बाहेर रिकाम्या रस्त्यांवर सन्नाटा असे आणि खिडकीतून डोकावणाऱ्या छतांवर पहाटेचा उजेड हलकेच शिंपडलेला दिसू लागे.

एकदा त्याला ती हातात झाडू घेऊन ऑफिसचा केर काढताना सापडली. मेन्टेनन्स विभाग ओस पडलेला. कचरा काढणारी बाई कधी आली की नाही आली लक्ष ठेवायला कुणाला वेळच नव्हता.

'हे काम करायचा पगार देतोय का मी तुला?' त्याने विचारलं.

'वेल, डुक्करखान्यात बसून आपण काम करू शकतो का? आणि तू मला किती पगार देणार ते विचारलंच नाही मी तुला. मला पगारवाढ हवीय.'

'हे नको करूस तू, बये! किती हास्यास्पद वाटतंय मला!'

'हास्यास्पद काय आहे? आता स्वच्छ झालं की नाही! फार काही वेळ लागला नाही. चांगलं झालं की नाही काम?'

'चांगलं झालं.'

ती झाडूच्या दांड्यावर रेलली आणि हसत म्हणाली, 'मला वाटतं, तूही इतरांसारखाच विचार करत असणार, की मी म्हणजे काहीतरी नखऱ्याची, विलासी वस्तू आहे... एकदम उच्च दर्जाच्या रखेलीसारखी जपून ठेवण्याची वस्तू, हो की नाही, गेल?'

'तुझ्या मनात असलं तर तू हे अशा पद्धतीने जगत राहू शकतेस?'

'या अशा पद्धतीने जगता यावं अशी माझी कायमच इच्छा होती... फक्त त्यासाठी योग्य ते कारण असायला हवं होतं.'

तिची सहनशक्ती त्याच्यापेक्षा जास्त होती हे त्याला कळत गेलं. तिच्या चेहऱ्यावर कधीही थकवा दिसत नसे. ती झोप काढत असावी असं त्याला वाटलं खरं, पण कधी ते कळू शकलं नाही त्याला.

कोणत्याही वेळी, बिल्डिंगच्या कुठल्याही भागात तो असला तरीही तिला सतत त्याची जाणीव असे. त्याला कोणत्यावेळी तिची गरज वाटेल ते तिला आपोआप कळत असे. एकदा तो डेस्कवरच डोकं टेकून झोपून गेला. त्याला जाग आली तेव्हा ती त्याच्याकडे पहात होती. तिने दिवे घालवलेले. ती खिडकीशेजारी एका खुर्चीवर बसली होती. चांदण्यात तिचा त्याच्याकडे वळून पहाणारा चेहरा शांत दिसत होता. त्याला तिचा चेहराच प्रथम दिसला. दंडावर टेकलेला चेहरा वर उचलताना वेदनेची कळ उठली त्याच्या मनात. त्या पहिल्याच क्षणी नीटसा भानावर येण्याआधी, वास्तवाची जाणीव पुरती मनात शिरण्याआधीच त्याच्या मनात संताप उसळला, असाहाय्य वाटलं त्याला, निषेधाचा हताश उद्गार मनात उमटला... हे सारं नेमकं काय झालंय याची स्पष्ट जाणीव नसताना त्याला एवढं कळलं की ते दोघेही कसल्याशा अथांग, संथ छळाच्या प्रक्रियेत सापडले आहेत... आणि त्याचं तिच्यावर खूप प्रेम आहे.

तिने ते सारं त्याच्या चेहऱ्यात वाचलं आणि तो उठून बसण्याआधीच ती त्याच्या खुर्चीजवळ येऊन उभी राहिली. त्याचं मस्तक तिने कुशीत घेतलं. त्याने विरोध नाही केला. तिच्या कुशीत तो विसावला. तिने त्याच्या केसांचं चुंबन घेतलं आणि ती कुजबुजली, 'सारं ठीक होईल, गेल, सगळं ठीक होईल.'

तीन आठवड्यांनंतर एका संध्याकाळी वायनान्ड बिल्डिंगच्या बाहेर पडला, परतल्यानंतर काय वाढून ठेवलं असेल याची पर्वा न करता, रॉर्कला भेटायला गेला.

त्याच्या ऑफिसला निदर्शकांचा वेढा पडल्यानंतर त्याने रॉर्कला फोन केला नव्हता. रॉर्कने त्याला अनेकदा फोन केला होता. वायनान्डने शांतपणे त्याला उत्तरं दिली होती. केवळं त्याच्या प्रश्नांना उत्तरं. त्याला स्वतःहून काहीही सांगितलं नव्हतं. संभाषण वाढवलंही नव्हतं. त्याने रॉर्कला सुरुवातीलाच सावध केलं होतं. 'इथे यायचा प्रयत्न करू नकोस. मी सांगून ठेवलंय. तुला आतही सोडणार नाहीत.'

या त्याच्या लढ्याचा विषयाच्या प्रत्यक्ष रूपाचा विचार त्याला मनाबाहेर ढकलावा लागला होता... रॉर्कच्या शारीर अस्तित्त्वाचा विचार त्याला विसरायचा होता कारण तो विचार म्हणजे रॉर्क तुरुंगात असल्याचा विचार असणार होता.

तो एनराइट हाऊसपर्यंतचं अंतर चालत गेला. चालल्यामुळे ते अंतर अधिक लांबल्यासारखं झालं होतं... टॅक्सीने गेला असता तर रॉर्क फारच लवकर जवळ आल्यासारखा वाटला असता त्याला. त्याने नजर पुढल्या सहा फूट रस्त्यावरच ठेवली होती. त्याला शहराकडे बघायचं नव्हतं.

'गुड इव्हनिंग, गेल,' तो आता आल्यावर रॉर्क त्याच्याकडे शांतपणे पहात म्हणाला.

'मला कळत नाही... अधिक वाईट काय... सरळ सरळ खरं काय ते बोलून टाकणं की अगदी मुद्दाम जे दिसतंय ते दिसतंच नाही असं दर्शवणं. मी अत्यंत गचाळ दिसतो आहे...बोल ना तसं.' दाराजवळच्या टेबलवर आपली हॅट फेकत वायनान्ड म्हणाला.

'तू एकदम भयंकर दिसतो आहेस. बस जरा. विश्रांती घे. बोलू नकोस. मी गरम पाणी लावतो, छान आंघोळ कर. नाही तू घाणेरडा दिसतो आहेस असं नाही. पण तुला जरा बरं वाटेल. मग बोलू आपण.'

वायनान्डने मान हलवली आणि दारापाशीच उभा राहिला..

'हॉवर्ड, बॅनरमुळे तुला मदत होत नाहीये. तुझं वाटोळं होतंय.'

हे शब्द तोंडावाटे काढण्यासाठी गेले आठ आठवडे त्याला मनाची तयारी करावी लागली होती.

'अर्थात्.' रॉर्क म्हणाला, 'मग त्याचं काय?'

वायनान्ड खोलीच्या आत येईना.

'गेल, त्याने मला काहीही फरक पडत नाही... मला लोकमताचा प्रवाह कसा आहे याची काहीही पर्वा नाही.'

'मी हे सोडून द्यावं असं वाटतंय तुला?'

'तू हे अगदी तुझ्याकडे असलेल्या अखेरच्या कवडीपर्यंत जपून ठेवावंस अशी माझी इच्छा आहे.'

त्याला समजलं, की वायनान्डला समजलं... याच गोष्टीला तोंड देण्याची वायनान्डची तयारी होत नव्हती आणि ते रॉर्कने बोलावं अशी वायनान्डची इच्छा होती, हेही त्याला समजलं.

'तू मला वाचवावंस अशी माझी अपेक्षा नाही. मी जिंकेन अशी एक आशा मला आहे. या संपामुळे त्यात बरावाईट काहीही बदल होणं संभवत नाही. माझी काळजी करू नकोस. आणि पराभव पत्करू नकोस. तू अखेरपर्यंत टिकलास- तर तुला माझी गरज वाटणार नाही पुन्हा कधी.'

वायनान्डच्या चेहऱ्यावरचे भाव झरझर बदलत गेले... राग, धिक्कार आणि मग मान्य केल्याचे भाव...

'मी काय म्हणतोय ते तुला कळतंय. आपण पूर्वीपेक्षा अधिक चांगले मित्र होऊ. आणि गरज पडली तर, तू मला भेटायला तुरुंगातही येशील. तोंड वाकडं करू नकोस. मला जास्त काही बोलायला लावू नकोस. आत्ता नको. मला आनंदच झाला या संपाचा. मला माहीत होतं, असं

काहीतरी व्हावं लागेल... तुला पहिल्यांदा पाहिलं तेव्हाच मला असं वाटलं होतं. तुलाही ते फार आधीपासून माहीत असणार.'

'दोन महिन्यांपूर्वी, मी तुला वचन दिलं होतं... ते एक वचन मला पाळायचं आहे.'

'पाळतो आहेस तू.'

'तुला खरंच माझा तिरस्कार वाटत नाही? तू तसं म्हणावंस असं खरंच वाटतं मला. आज मी तेच ऐकायला आलो होतो.'

'ठीक आहे. ऐक तर. तू मला आयुष्यात असा एकमेव माणूस भेटला आहेस की पुन्हा असा कोणीही भेटणार नाही मला... एक हेन्री कॅमेरॉन होता, त्याचा माझा ध्यास एक होता, तो त्या ध्यासासाठी मेला. आणि तू आहेस- एका गलिच्छ टॅब्लॉइडचा मालक. पण मी हे त्याला म्हणू शकलो नव्हतो, तुला म्हणतोय. एक स्टीव मॅलरी आहे- ज्याने त्याच्या आत्म्याबाबत कधीही तडजोड केली नाही. आणि तू... तू स्वतःचा आत्मा हरप्रकारे विकण्याशिवाय दुसरं काहीही केलं नाहीस. पण मी हे मॅलरीला नाही म्हणालो, तुला म्हणतोय... हेच ऐकायचं होतं तुला माझ्याकडून? पण एकच कर... आता मागे हटू नकोस.'

तो वळला आणि पुढे म्हणाला, 'बस्स, एवढंच. आता पुन्हा तुझ्या त्या भंकस संपाबद्दल काहीही बोलायचं नाही. बस आता. मी तुला एक ड्रिंक देतो... जरा विसावा घे आणि गचाळ दिसण्यातून जरा बाहेर ये.'

रात्री बऱ्याच उशीराने वायनान्ड बॅनर बिल्डिंग मधे परतला. त्याने टॅक्सी केली होती. आता त्याला काहीही फरक पडत नव्हता. त्याला अंतर लक्षातही आलं नाही.

डॉमिनिक म्हणाली, 'तू रॉर्कला भेटून आलास.'

'हो. तुला कसं कळलं?'

'ही बघ रविवार पुरवणीची तयारी. बेक्कारच आहे. पण चालवून घ्यावी लागेल. मी मॅनिंगला काही तासांसाठी घरी पाठवलं. बेशुद्धच व्हायच्या बेतात होता तो. जॅक्सनने सोडली नोकरी. पण त्याच्याशिवाय काही अडणार नाही. आल्वाचं सदर भयानक लिहिलेलं. त्याला आता व्याकरणही सांभाळता येत नाहीये. मी ते सगळं परत लिहिलं. त्याला सांगू नकोस. सांग की तू केलंस ते.'

'जा झोप तू आता. मी मॅनिंगची जागा घेतो. मी आता बऱ्याच तासांपुरता ताजातवाना राहीन.'

ते कामं करत राहिले. दिवस पुढे जात राहिले. परत आलेल्या गठ्ठ्यांनी सगळी जागा व्यापू लागली होती. पांढरे गठ्ठे कॉरिडॉर्समधूनही जमून राहिले होते. संगमरवरी लाद्या येऊन पडाव्यात तसे. प्रत्येक आवृत्तीत ते संख्या कमीकमी काढत होते. पण ते गठ्ठे वाढतच चालले होते. दिवस चालले होते... जो पेपर वाचला जात नाही, विकला जात नाही तो पेपर काढण्याच्या पराक्रमाचे दिवस...

❑

१६

संचालक मंडळाच्या बैठकांसाठी खास राखून ठेवलेल्या लांबलचक महोगनी टेबलच्या काचेसारख्या चकचकीत पृष्ठभागावर रंगीत छटेच्या लाकडाने जी डब्लू ही अक्षरे गेल वायनान्डच्या स्वाक्षरीवरून उचलून कोरली होती. बाकीच्या संचालकांना नेहमीच याचा फार राग येत असे. आता त्यांना त्याकडे लक्ष देण्यास वेळही नव्हता. पण मधूनमधून कुणाची तरी नजर त्याकडे वळत होती...

आणि ती अक्षरं पाहून आता मात्र त्यांना फार आनंद वाटत होता.

सगळे संचालक टेबलाभोवती बसले होते. मंडळाच्या इतिहासात ही पहिलीच बैठक अशी होती, की जी गेल वायनान्डने बोलावली नव्हती. पण बैठक भरली होती आणि वायनान्ड आला होता. संपाचा दुसरा महिना चालू होता.

वायनान्ड त्याच्या खुर्चीजवळ टेबलाच्या टोकापाशी उभा होता. पुरुषांच्या मासिकातल्या अतिशय व्यवस्थित पोषाख केलेल्या पुरुषाच्या चित्रासारखा तो दिसत होता. त्याच्या गडद रंगाच्या सूटच्या खिशातून पांढराशुभ्र रुमाल डोकावत होता. सारेच संचालक त्याला पाहून स्वतःशीच काही वेगळाच विचार करत होते- कुणी ब्रिटिश शिंप्यांचा विचार करीत होते, कुणी उमरावांचा, कुणी लंडनच्या वॉच-टॉवरचा, कुणी वध करण्यात आलेल्या राजाचा... की तो वध चॅन्सेलरचा होता?... जो किती धैर्याने मरणाला सामोरा गेलेला.

त्यांना त्या समोर उभ्या असलेल्या पुरुषाकडे पहावंसं वाटत नव्हतं. बाहेर चाललेल्या निदर्शनांचा एल्सवर्थ टूहीला आपला पाठिंबा आहे असं आपापल्या दिवाणखान्यांत झडणाऱ्या चर्चांमध्ये विव्हळून सांगणाऱ्या, सुगंधाच्या शिडकाव्याने दरवळणाऱ्या स्त्रियांचा, फिफ्थ ॲव्हेन्यूमधून हातात 'आम्ही वायनान्ड पेपर्स वाचत नाही' हा फलक घेऊन फेऱ्या मारणाऱ्या मुलीच्या रुंदट, चपट चेहऱ्याचा... आधार शोधत होत्या त्यांच्या नजरा. त्या आधारातून त्यांना आजच्या बैठकीत बोलण्याचं धैर्य लाभणार होतं.

वायनान्डला आठवत होत्या हडसनच्या काठावरच्या पडक्या भिंती, त्याला चाहूल लागत होती दुरून वाजत येणाऱ्या पावलांची. फक्त यावेळी त्याच्या हातात स्नायू तयारीत ठेवण्यासाठी काहीच नव्हतं.

'हे सारं समजून घेण्यापलीकडे गेलं आहे. हा व्यवसाय आहे की व्यक्तिगत मित्रांची पाठराखण करणारी खाजगी धर्मार्थ संस्था?'

'तीन लाख डॉलर्स एका आठवड्यात पाण्यात गेले... मला हे कसं कळलं याची चिंता करू नकोस, गेल, त्यात काही गुपित नाही. तुझ्या बँकरनेच सांगितलं मला. तुझा पैसा आहे, मान्य आहे. पण तुला तो या पेपरातून वसूल करायचा असेल तर- तुला सांगून ठेवतो, आम्हा सर्वांना तुझ्या सगळ्या करामती माहीत आहेत आता. तू कॉर्पोरेशनवर तुझा हा बोजा टाकू शकत नाहीस. एक पेनीसुद्धा नाही. यावेळी तू यातून निसटणार नाहीस, खूप उशीर झालाय, गेल, तुझे प्रताप चालवून घेतील असे दिवस सरले आता.'

वायनान्ड पहात होता, हे बोलणाऱ्या माणसाचे मांसल ओठ हलताना... आणि विचार करत होता... तूच तर चालवलास बॅनर... पहिल्यापासूनच. तुला माहीत नव्हतं ते, पण आता मी जाणतो- तूच होतास तो, तुझाच पेपर होता तो... आता त्यात वाचवण्यासाठी काहीच शिल्लक नाहीये.

'होय, स्लॉटर्न आणि त्याचे सहकारी पुन्हा परतायला तयार आहेत. फक्त युनियनच्या मागण्या मान्य कराव्यात एवढीच अट आहे त्यांची. त्यांच्या जुन्या करारांप्रमाणे ते सारी बाकी उचलायला तयार आहेत. अगदी खप वाढण्याची, पूर्ववत होण्याचीही वाट पहाणार नाहीत ते... खप पुन्हा पूर्वस्थितीला आणणं हे फार कठीण जाणार आहे हे लक्षात ठेव, मित्रा,- त्यांनी बराच चांगुलपणा दाखवलाय म्हणेन मी... मी होमरशी काल बोललो आणि त्याने शब्द दिलाय मला... आकडे ऐकायचेत का आपल्याला, मि. वायनान्ड , की माझ्या मदतीशिवाय ते ठाऊक आहेत आपणांस?'

'हाः! सिनेटर एडरिजनी तुला भेट नाकारली, गेल... अरे सोड रे, गेल्या आठवड्यात तू वॉशिंग्टनला फेरी मारून आलास माहीते आम्हाला. तुला माहीत नसेल तर सांगतो, सिनेटर एडरिज

सगळीकडे सांगत फिरतोय- की या प्रकरणाला तो दुरूनही हात लावणार नाही. आणि बॉस क्रेगला अचानक फ्लोरिडाला जावं लागलं म्हणे... खरं वाटतंय का तुला? - आजारी मावशीच्या उशाशी बसायला की काय? त्यातले कोणीही तुला मदत करणार नाहीत, गेल. हे काही रस्त्याच्या पेव्हर ब्लॉक्सचं काम नाही किंवा बारीकसं स्टॉक स्कँडलही नाही. आणि तूही आता पहिल्याइतका शक्तीशाली राहिलेला नाहीस.'

वायनान्ड मनाशी विचार करत होता- मी कधीच नव्हतो शक्तिशाली. कधीच तर नव्हतो... का घाबरताय तुम्ही माझ्याकडे बघून बोलायला? तुमच्या मानाने मी नगण्यच राहिलो हे माहीत असायला हवं तुम्हाला... रविवार पुरवणीतली अर्धनग्न तरूणी, बाळसेदार बालकांची छायाचित्र, बागेत खेळणाऱ्या खारींवरची संपादकीय... सारी अभिव्यक्ती तुमच्याच तर आत्म्यांसाठी होती. थेट तुमच्याच आत्म्यांसाठी... पण मग माझा आत्मा कुठे होता?

'या साऱ्यात काय अर्थ होता ते मला समजलं तर मी विकून खाईन स्वतःला. पगारात वाढ हवी म्हणून त्यांनी संप केला असता तर ठीक होतं... मी म्हटलं असतं, साल्यांना सडू देत तिकडे, अजिबात मान्य करायच्या नाहीत त्यांच्या मागण्या. पण हे- हे काय चाललंय काय? फालतू काहीतरी बुद्धिवादी प्रश्न काढून कुटत बसलेत सारे. मरो! आपण आपली कापडं कसल्यातरी तत्त्वांसाठी काढून देणार आहोत की काय?'

'तुम्हाला कळत नाहीये का? आपला बॅनर आता चर्चचं प्रकाशन झाला! मि. गेल वायनान्ड- करुणावादी! आपण गाळात चाललो असू- पण आपले आदर्श आहेत ना!'

'हां, आणि तेही मान्य केलं असतं... काहीतरी खराखुरा प्रश्न असता, राजकीय प्रश्न असता, तर ठीक होतं... पण कुणी माथेफिरू माणसाने सुरुंग लावून एक फालतू बिल्डिंग उडवून दिली या प्रश्नावर इतकं रणकंदन!? सगळे हसतायत आपल्याला. खरं सांगतो, वायनान्ड, मी तुझे अग्रलेख वाचायचा प्रयत्न केला आणि तुला माझं प्रामाणिक मत जाणून घ्यायचं असेल तर सांगतो... मुद्रण इतिहासातलं सर्वात फालतू लिखाण छापलंस तू... तू काय कॉलेजमध्ये शिकवणाऱ्या प्राध्यापकांसाठी लिहितोस काय?'

वायनान्ड विचार करत होता... मला कळतंय... तुम्हीच होता ते- गरोदर राहिलेल्या बाजारबसवीला पैसे देणारे, पण एका प्रतिभाशाली संशोधकाला वाऱ्यावर सोडणारे. मी पाहिलाय तुमचा चेहरा केव्हाच... मीच तुम्हाला उचललं आणि इथे आत आणलं. शंका मनात आली तर 'या' माणसाचा चेहरा आठवा--- पण मि. वायनान्ड , त्याचा चेहरा लक्षातच राहू शकत नाही. रहातो, बाळा, रहातो... तो तुला आठवण करून द्यायला येईल. तो परतून येईल आणि भरपाई मागेल... आणि मी करेन भरपाई... मी कितीतरी दिवसांपूर्वी कोऱ्या चेक्सवर सह्या केल्या होत्या. आणि आता ते वटवून मागताहेत... पण कोरा चेक हा नेहमीच आपल्याकडे असलेल्या सर्वस्वावर लिहून दिलेला असतो.

'ही तर एकदम मध्ययुगीन परिस्थिती आहे. लोकशाहीत शोभत नाही हे.' तो आवाज विव्हळत होता. मिशेल लेटन बोलू लागलेला. 'या ठिकाणी सर्वांची मतं लक्षात घेतली जायला हवीत. एक माणूस आपल्याला हव्या त्या पद्धतीने इतके सगळे पेपर्स चालवतो- काय आहे काय... एकोणिसावं शतक आहे की काय हे?' लेटनने ओठांचा चंबू केलेला. तो साधारणपणे एका बँकरच्या दिशेने नजर लावून बोलत होता. 'इथे कुणीतरी माझ्या कल्पना समजून घेण्याचा कधी प्रयत्न केलाय? माझ्या खूप कल्पना आहेत. आपण सगळ्या कल्पना एकत्र आणायला हव्यात. म्हणजे सांघिक कृती हवी... एक भलामोठा स्वरमेळ. या पेपरमधे जरा आधुनिक, उदारमतवादी, पुरोगामी धोरणांचा अवलंब

व्हायला हवा. उदाहरणार्थ, खंडाने शेत करणाऱ्यांचा प्रश्न घ्या-'

'गप रे, मिश.' आल्वा स्कॅरेट म्हणाला. स्कॅरेटच्या कपाळावरून घामाचे थेंब ओघळत होते. त्याला का ते कळत नव्हतं... पण संचालक मंडळाचा विजय व्हावा असं त्याला मनापासून वाटत होतं... त्या खोलीत काहीतरी गडबड होती. खूप गरम होतंय इथे... कुणी खिडकी उघडली तर बरं होईल.

'मी गप्प बसणार नाही.' मिशेल लेटन किंचाळला. 'मी कुणाइतकाही महत्त्वाचा-'

'प्लीज, मि. लेटन,' तो बँकर म्हणाला.

'ठीके.' लेटन म्हणाला, 'ठीके. फक्त एवढंच लक्षात ठेवा की मि. सुपरमॅनच्या खालोखाल माझ्याचकडे स्टॉक्स आहेत.' त्याने अंगठा नाचवत वायनान्डकडे निर्देश केला. पण त्याच्याकडे पाहिलं मात्र नाही. 'विसरू नका, एवढचं. नंतर इथे कोणाचा शब्द चालणार आहे याची जाणीव ठेवा म्हणजे झालं.'

'गेल,' आल्वा स्कॅरेट वायनान्डकडे बघत म्हणाला. त्याच्या डोळ्यात प्रामाणिक आणि संत्रस्त भाव होते. 'गेल, काही उपयोग नाही. पण आपण काही तुकडेतरी वाचवू शकू. हे पहा, आपण फक्त मान्य करायचं, की आमची चूक झाली कोर्टलँडबाबत आणि... आपण फक्त हार्डिंगला कामावर घेऊ. तो महत्त्वाचा माणूस आहे... आणि कदाचित् टूहीलाही-'

'या चर्चेत कुणीही टूहीचं नावही घ्यायचं नाहीये.' वायनान्ड म्हणाला.

मिशेल लेटनने खटकन तोंड उघडलं आणि तसंच बंद केलं.

'अगदी बरोबर, गेल!' आल्वा स्कॅरेट ओरडला. 'एकदम मस्त. आपण त्यांच्याशी वाटाघाटी करू. ऑफर देऊ. आपण कोर्टलँडवरचा पवित्रा बदलू. ते तर आपल्याला करावंच लागेल. नाही नाही, ते काही युनियनसाठी म्हणून नव्हे. पण आपल्याला खप वाढवावा लागेलच ना. गेल- आपण त्यांना ते ऑफर करू, आणि हार्डिंग, ऍलन, फॉक यांना घेऊ आपण. पण टू- एल्सवर्थला नाही घ्यायचं. थोडी माघार आपण घेऊ, थोडी ते घेतील. सर्वांचाच फायदा आहे त्यात. चालेल का, गेल?'

वायनान्ड काहीच बोलला नाही.

'मला वाटतं हे चालेल, मि. स्कॅरेट,' तो बँकर म्हणाला. 'मला वाटतं हा चांगला तोडगा आहे. अखेर मि. वायनान्डनाही स्वतःची प्रतिष्ठा राखायला हवी. एका स्तंभलेखकाचा बळी गेला तरी हरकत नाही, आपण आपल्याआपल्यात समंजसपणा दाखवू शकतो.'

'मला नाही समजत हे!' मिशेल लेटन ओरडला. 'मला अजिबात समजत नाही हे! का म्हणून आपण मि.- एका उदार मनस्क माणसाचा बळी जाऊ द्यायचा. केवळ...'

'मला मि. स्कॅरेटचं म्हणणं पटतं.' सिनेटर्सबद्दलची माहिती देणारा माणूस म्हणाला. इतरांनीही त्याला पाठिंबा दर्शवला. ज्या माणसाने अग्रलेखांवर टीका केली होती तो अचानक इतरांवर आवाज चढवत म्हणाला, 'मला वाटतं गेल वायनान्ड हा एक जबरदस्त बॉस होता अखेर!!'

मिशेल लेटनबद्दल काहीतरी त्याला अजिबात नकोसं वाटत होतं... आता तो वायनान्डकडे सुरक्षित भावनेसाठी पाहू लागला. वायनान्डचं लक्षच नव्हतं.

'गेल?' स्कॅरेटने विचारलं, 'गेल, काय म्हणतोस तू?'

काहीच उत्तर आलं नाही.

'गॉड डॅम इट, वायनान्ड , जे काही करायचं ते आत्ताच करावं लागेल. हे असंच चालू राहू शकत नाही.'

'निर्णय घे काहीतरी- नाहीतर बाहेर पड!'

'मी विकत घेऊन टाकतो तुला!' लेटन किंचाळला, 'विकतोस मला? विकतोस? वीक आणि जा- चालता हो बाहेर.'

'हे भगवान, वायनान्ड, वेडेपणा करू नकोस तू आता.'

'गेल, हा बॅनर आहे...' स्कॅरेट पुटपुटला... 'आपला बॅनर...'

'आम्ही तुझ्या जोडीने उभे राहू, गेल, आम्हीही पैशांची मदत करू थोडीथोडी .आपण पुन्हा एकदा पेपर उभा करू. तू जसं म्हणशील तसं करू... तू बॉस! पण देवाशपथ विनवतोय तुला- आता तरी बॉससारखा वाग.'

'शांत रहा, सभ्य गृहस्थ हो! शांत रहा. वायनान्ड, हे ठरलं आता. आपण कोर्टलँडवरची भूमिका बदलू. हार्डिंग, ऍलन आणि फॉकला कामावर परत घेऊ. आणि हे जहाज बुडण्यापासून वाचवू. हो की नाही?'

काहीही उत्तर आलं नाही.

'वायनान्ड, तुला कळतंय- हे तरी करायला हवं किंवा मग बॅनर बंद करायला हवा. तू हे असं किती काळ चालवणार... आम्हा सर्वांचे भाग विकत घेतलेस तरीही शक्य नाहीये ते. माघार- नाहीतर बॅनर बंद- दोनच पर्याय आहेत. तू माघार घ्यावीस हे बरं.'

वायनान्ड ऐकत होता. त्याने सर्वांची भाषणं ऐकली होती. त्यात काय मुद्दे असतील ते मनाने त्याने आधीच ऐकले होते... गेल्या काही दिवसांतच. त्याला इतर कुणाहीपेक्षा ते चांगलं कळत होतं.

बॅनर बंद कर.

त्याच्या मनःचक्षुंसमोर एकच चित्र येत होतं. गॅझेटच्या दारावर नवीन नामफलकाची पाटी चढतानाचं...

'तू माघार घे आता.'

तो एक पाऊल मागे सरला. त्याच्या पाठीमागे भिंत नव्हती... हाताशी फक्त खुर्चीची कड होती.

त्याला आठवला तो क्षण... जेव्हा तो बंदुकीचा चाप ओढता ओढता थांबला होता...

त्याला कळलं, की तो आत्ता चाप ओढत होता...

'ठीक आहे,' तो म्हणाला.

□ □ □

हे तर केवळ एका बाटलीचं झाकण आहे, वायनान्ड पायाखालच्या चमकत्या चकतीकडे पाहून विचार करत होता. पायाखाली येऊन येऊन पदपथाशी एकजीव झालेलं झाकण. न्यू यॉर्कच्या पदपथांवर अशा कितीतरी वस्तू रुतून असतात. बाटल्यांची झाकणं, सेफ्टी पिन्स, बिल्ले, साखळ्या... कधीकधी हरवलेली निखळून पडलेली रत्नं... सारंकाही एकजीव होतं... चपटं होऊन जातं... रात्रीच्या वेळी सारे पदपथ असल्या गोष्टींनी मधूनमधून चकाकत रहातात. शहराला घातलेलं खतच असतं ते जणू.

कुणीतरी बाटलीतलं पेय पिऊन टाकलं आणि झाकण भिरकावून दिलं... त्यावरून किती गाड्या गेल्या असतील, किती पावलं चालली असतील? आता ते कुणाला काढता येईल बाहेर? कुणी हाताने खणून ते बाहेर काढू शकेल? मीही सुटकेची अपेक्षा उगाच केली. गुडघे टेकून पश्चात्ताप व्यक्त करून पापक्षालन होईल अशी आशा करण्याचा अधिकारच नव्हता मला. लक्षावधी वर्षांपूर्वी पृथ्वीला नुकताच आकार येत होता तेव्हा... माझ्यासारखे कितीतरी सजीव होते तेव्हा... राळेच्या थेंबांत अडकलेल्या माशा, लाव्हारसात अडकून पडलेले प्राणी... मी विसाव्या शतकातला माणूस-

आणि मी एका पत्र्याच्या तुकड्यासारखा पदपथात रुतून पडलो... न्यू यॉर्कचे ट्रक्स जाऊनजाऊन अस्तित्त्व सपाट होण्यासाठी...

तो सावकाश चालत होता. त्याच्या कोटाची कॉलर वर उंचावलेली होती. त्याच्या समोर रिकामे रस्ते पडलेले आणि समोर दिसणाऱ्या इमारती कपाटात मांडून ठेवलेल्या विविध जाडीच्या, उंचीच्या उभ्या पुस्तकांच्या रांगांसारख्या दिसत होत्या... तो ओलांडत असलेले कोनेकोपरे अंधाऱ्या गल्ल्यामध्ये शिरत होते. रस्त्यातल्या दिव्यांचा प्रकाश शहराला सुरक्षेचं एक कवच देत होता, पण कुठकुठे तो प्रकाश भेगाळलेला. तो आणखी एका नाक्यावर वळला. तीन चार बिल्डिंग्ज सोडून एका दुकानातला दिवा डोकावत होता.

ते गहाणवटीचं दुकान होतं. बंद होतं पण बाहेर एक उघडा भगभगीत दिवा होता. चोरांना जरा आडकाठी व्हावी म्हणून. तो थांबून पहात राहिला. गहाणवटीचं दुकान ही जगातली सर्वात असंस्कृत गोष्ट असेल. जी वस्तू माणसाला खूप प्रिय वाटते, त्याच्या लेखी खूप मौल्यवान असते ती सर्वांच्या नजरांपुढे, चाचपून पहाणाऱ्या हातांसाठी, त्यावर घासाघीस करण्यासाठी तिथे मांडली जाते... अनेकांच्या दृष्टीने त्या वस्तू कचऱ्यासारख्याच असतात... भंगार... त्यात टाइपरायटर्सही असतात, जुनी व्हायोलिन्सही... स्वप्नपूर्तीची साधनं... जुनी छायाचित्रं, लग्नातल्या अंगठ्या... प्रेमाच्या निशाण्या सारं इतर जुन्यापुराण्या मालासमवेतच- मळक्या, विटक्या ट्राउझर्स, कॉफीपॉट्स, ॲश-ट्रेज्, नागड्या बायांचे प्लास्टरचे पुतळे, हताश जीवांनी सोडून दिलेल्या वस्तू... विकलेल्या नव्हे- गहाण ठेवून कधीच न सोडवून घेतलेल्या वस्तू... स्वच्छपणे त्यांच्याशी नातं तोडलेलं नव्हतं त्यांच्या मालकांनी... त्या अस्तित्त्वात त्यांची आशा गुंतून असेल अजूनही...मूढ गर्भासारखी मूढ आशा.

'हेलो, गेल वायनान्ड,' तो त्या खिडकीतल्या वस्तूंना म्हणाला.

त्याच्या पायांखाली एक लोखंडी जाळी आली आणि एक दुर्गंध त्याच्या अंगावर आदळला... धूळ, घाण, घाम, उबटघामट कपडे यांचा गोदामांतून घुसळत आलेला दुर्गंध... सडकेपणा हा स्थायीभाव झाल्यासारख्या घरगुती वासांचं मिश्रण... भुयारी मार्गांत साठलेला वास. त्याला वाटलं, हा तर अनेक लोकांच्या एकत्र असण्याचा उरलेला वास आहे... अनेक मानवी शरीरं घट्ट दाटून असताना, श्वासापुरतीही जागा नाही, हवा नाही अशा स्थितीतली... हीच ती गोळाबेरीज- इथे ठासून भरलेल्या मांसाच्या गर्दीत मधूनच कधीतरी कांजी केलेल्या शुभ्र पांढऱ्या कपड्यांचा गंध येत असेल, स्वच्छ केसांचा दरवळ असेल, तरुण निरोगी कांतीचा सुवास असेल. पण एकंदर गोळाबेरजेत लघुत्तम साधारणाचेच वर्चस्व असते. मग अशा गर्दीत दाटून गेलेल्या मनांचा, भलाबुरा फरक न करणाऱ्या, कसलाच मुक्तपणा न अनुभवलेल्या मनांचा उरलेला वास कसा असेल? द बॅनर... त्याने स्वतःच्या प्रश्नाला उत्तर दिलं आणि पुढे चालू लागला.

माझं शहर... तो विचार करत होता... मी प्रेम केलं या शहरावर, या शहरावर माझी सत्ता चालते असं वाटत होतं मला...

तो संचालक मंडळाच्या बैठकीतून उठून आला होता.

'आल्वा, तू सांभाळ आता, मी परत येईपर्यंत.'

कामाने थकून जेंजारलेल्या मॅनिंगशी बोलायला तो सिटी डेस्कपाशी थांबला नाही, सिटीरुमपाशीही तो थांबला नाही... ते सारे काय होतंय याची वाट पहात एकीकडे कामं उरकत होते. तो डॉमिनिककडेही गेला नाही. स्कॅरेट सांगेलच त्यांना सगळं नंतर. तो बिल्डिंगच्या बाहेर पडला होता. आपल्या पेन्टहाऊसमधे जाऊन बिनखिडक्यांच्या बेडरूममधे बराच वेळ एकटाच बसून राहिला.

जेव्हा तो बाहेर पडला तेव्हा अंधार पडलेला- सुरक्षित... तो एका पेपरच्या दुकानापाशी घुटमळला. दुपारच्या वृत्तपत्रांच्या आवृत्त्यांमध्ये वायनान्ड पेपर्समधल्या संपाची तडजोड ठळकपणे छापली गेली होती. युनियनने स्कॅरेटची तडजोड स्वीकारली होती. स्कॅरेट बाकी सर्व गोष्टींची काळजी घेईल याची त्याला खात्री होती. उद्याच्या बॅनरचं पहिलं पान स्कॅरेट व्यवस्थित बदलेल. पहिल्या पानावर छापला जाणारा अग्रलेख स्कॅरेट स्वतः लिहील... तो विचार करत होता... आपली छपाईयंत्र आत्ता धडधडत असतील. तासाभरात उद्याचा बॅनर रस्त्यावर असेल.

तो वाट फुटेल तसा चालत होता. त्याच्या मालकीचं काहीच नव्हतं इथे... पण त्याच्या अस्तित्त्वाचा प्रत्येक हिस्सा या शहराच्या मालकीचा होता. योग्यच होतं... हे शहर आता त्याचा मार्ग ठरवत होतं... आणि कुठलाही नाका, कुठलंही वळण मन मानेल तसं त्याला वळवून घेऊ शकत होतं. हा इथे आहे मी, मेरे मालिकों... तुम्हाला मुजरा करायला येतो आहे मी... आणि तुम्हाला माझ्याकडून जे काही हवं असेल त्यापुढे मान तुकवणार आहे मी. जिथे सांगाल तिथे जाईन मी. मीच तो माणूस- ज्याला हवी होती तुमच्यावर सत्ता...

त्या जुन्या घराच्या पायरीवर आपले पांढरे पुष्ट गुडघे दाखवत टेकलेली ती बाई... या बड्या होटेलसमोर टॅक्सी थांबवून आपलं पोट कसंबसं बाहेर रेटणारा, पांढरा, नक्षीचा शर्ट घातलेला तो माणूस... तो दुकानातल्या कठड्याला टेकून बीअर पीत उभा असलेला बारकासा माणूस... घराच्या खिडकीवर वाळत पडलेल्या डागाळलेल्या गादीवरून झुकून बाहेर पहाणारी ती बाई... त्या कोपऱ्यावर टॅक्सी पार्क करून उभा असलेला टॅक्सी ड्रायव्हर, ऑर्किड्स विकणारी बाई... च्युइंगगम विकणारी तोंडाचं बोळकं झालेली म्हातारी... पूलरूमच्या बाहेर दाराला टेकून उभा असलेला अर्ध्या बाह्यांच्या शर्टातला तो माणूस... हे सारे आहेत माझे मालक. माझे स्वामी... माझ्यावर सत्ता गाजवणारे बिनचेहऱ्याचे सत्ताधीश...

इथे उभा रहा... तो विचार करत होता, शहरातल्या उजळलेल्या खिडक्या मोज. नाही जमणार तुला... पण आकाशाच्या दिशेने एकावर एक चढत गेलेल्या प्रत्येक प्रकाशमान चौकोनामागे- त्या प्रत्येक दिव्याच्या बल्बखाली... ते पार त्या तिथवर... नदीपल्याडचा तो दिवा दिसतो आहे?- नाही- तो तारा नाही, दिवाच आहे... त्या सर्व ठिकाणी लोक आहेत... तुला कधीच न दिसलेले... पण तुझे मालक. जेवणाच्या टेबलवर, दिवाणखान्यांत, पलंगांवर पहुडलेले, त्यांच्या तळघरांत, त्यांच्या अभ्यासिकांमधून, त्यांच्या बाथरूम्समधून वावरत असतात तुझे मालक. तुझ्या पावलांखालून धावत असलेल्या भुयारी रेल्वेमधून धावपळ करतात ते, तुझ्या आजूबाजूच्या उभ्या रांगातून वरखाली करणाऱ्या लिफ्ट्समधून जा-ये करतात ते, रस्त्यावर धावणाऱ्या प्रत्येक बसमधून असतात ते... तुझे मालक, गेल वायनान्ड, तुझे मालक. एक महाभव्य जाळं आहे या शहरात पसरलेलं, इथून पसरलेल्या तारांच्या भेंडोळ्यांहून अधिक लांबलचक... इथे पसरलेल्या गॅस, पाणी, सांडपाणी वाहून नेणाऱ्या पाइप्सच्या जाळ्यापेक्षाही लांबलचक... अदृश्य जाळं आहे तुझ्याभोवती...त्यात अडकला आहेस तू. आणि त्यातली प्रत्येक तार या शहरातल्या प्रत्येकाच्या हाती आहे. त्यांनी तारांना जरासे झटके दिले आणि तू हललास. तू सत्ता गाजवत होतास. तुझ्या हातात लगाम होता. पण लगाम म्हणजे अखेर एक दोरीच... जिचं दुसरं टोक दुसऱ्या कुणाच्या तरी हाती असतं.

माझे मालक... अनामिक, बिनचेहऱ्याचे, मी न निवडलेले... त्यांनी मला पेन्टहाऊस दिलं, ऑफिस दिलं, यॉट दिली... आणि त्यापैकी सर्वांना, ज्यांना कुणाला हवं त्यांना मी तीन सेंट्सच्या किमतीला हॉवर्ड रॉर्कला विकून टाकलं.

तो एका संगमरवराने मढवलेल्या प्रांगणाच्या बाजूने चालत होता... त्या इमारतीत एक खोलवर

खोदून काढल्यासारखी गुंफा होती. प्रकाशाने ओतप्रोत. तिथून अचानक थंडगार हवेचे झोत अंगावर येत होते. एअर कंडिशनर्सचे झोत होते ते. तिथे रोमिओ ज्युलिएट लागला होता. त्याची अक्षरं सप्तरंगी इंद्रधनुष्यात झळकत होती. बॉक्स ऑफिसच्या बाहेर एका काचेच्या मागे एक फलक लागलेला 'बिल शेक्सपिअरची अमर प्रेमकथा! पण त्यात फार काही आगळंवेगळं नाही बरं! अगदी साधीशी मानवी प्रेमकथा आहे ती. ब्रॉन्क्सचा युवक ब्रुकलीनच्या युवतीला भेटला... अवतीभवती घडणारी गोष्ट. तुमच्यामाझ्यासारख्यांची.'

तो एका बारच्या बाजूने जात होता. शिळकट बीअरचा वास येत होता. आत एका टेबलापाशी एक बाई डोकं टेकून बसली होती. तिची छाती टेबलाच्या काचेवर टेकून सपाट झाली होती. एका ज्यूक बॉक्समधून वॅग्नरची 'सॉन्ग टू द इव्हनिंग स्टार' च्या धूनचं रिमिक्स वाजत होतं.

सेंट्रल पार्कमधली झाडं दिसू लागताच त्याने नजर खाली वळवली. तो ऍक्विटानिया होटेलच्या बाजूने जात होता.

तो एका नाक्यापाशी आला. असले अनेक नाके त्याने ओलांडले होते. पण या नाक्याने त्याचं लक्ष वेधलं. एकदम अंधारा नाका होता तो. एका बंद गराजच्या आणि एका एलेव्हेटरच्या खांबांच्यामधे चिरडला गेलेला एक पदपथ होता तिथे. तिथं थांबलेला एक ट्रक तिथून झर्रकन पुढल्या रस्त्यावर गेलेला दिसला त्याला. त्यावरचं नाव त्याने वाचलं नव्हतं, पण तो ट्रक कसला होता ते त्याला कळलं. त्या एलेव्हेटरच्या बाजूने कसाबसा घुसवलेला एक न्यूजस्टॅण्ड होता. त्याने नजर सावकाश वळवली. ताज्या पेपरांचा एक गठ्ठा तिथं पडलेला... त्याच्यासाठीच जणू. उद्याचा बॅनर.

तो त्याच्याजवळ गेला नाही. थांबून राहिला. विचार करीत होता... या पासून दूर रहाण्यासाठी, जाणून न घेण्यासाठी माझ्याकडे काही थोडी मिनिटं आहेत अजून.

माणसं एका मागोमाग एक तिथं थांबू लागलेली दिसत होती त्याला. बिनचेहऱ्याची माणसं. त्यांना वेगवेगळे पेपर्स घ्यायचे होते, पण त्यांनी पहिलं पान बघताच बॅनरसुद्धा घेतला. तो भिंतीला चिकटून उभा होता... वाट पहात. मी काय म्हणालोय हे मला सर्वात शेवटी कळायला हवं हेही बरोबरच आहे...

मग अखेर त्याला धीर धरवेनासा झाला. तिथं कुणीच गिऱ्हाइकं नव्हती आता... पिवळ्या दिव्याच्या प्रकाशात सगळे पेपर्स पसरून पडले होते... त्याची वाट पहात. त्या बल्बच्या पलिकडच्या काळोखात उभा असलेला दुकानदार त्याला दिसत नव्हता. रस्ताही रिकामाच होता. त्या लांबलचक बोळकांडीत त्या एलेव्हेटरचा सांगाडा दिसत होता. पदपथाचे दगड, कळकटलेल्या भिंती, लोखंडी खांबांची गर्दी... काही खिडक्यांतून प्रकाशही दिसत होता, पण तिथं कसलीच हालचाल नसावी अशी स्तब्धता होती. वर डोक्यावरून एक ट्रेन थडथडत गेली. एक कर्कश कचकच त्या खांबांवरून घरंगळत जमिनीत घुसली. असं वाटलं की धातूची प्रचंड साखळी मानवी चालनेशिवाय रात्रीला फाडत पुढे गेली.

तो आवाज मिटायची वाट पहात राहिला तो. मग त्या स्टॅण्डकडे गेला.

'बॅनर दे.' तो म्हणाला. त्याच्या हाती पेपर कुणी ठेवला, बाईने की बुवाने तेही त्याच्या लक्षात आलं नाही. एक रापलेला हात पुढे आला आणि पेपर पुढे सरकवला गेला.

तो चालू लागला आणि रस्ता ओलांडता ओलांडता थांबला. पहिल्याच पानावर रॉर्कचा फोटो होता. छान फोटो होता तो. शांत चेहरा, उभट गाल, आणि निष्ठूर वाटणारे ओठ. त्याने एलेव्हेटरच्या खांबाला टेकून अग्रलेख वाचला.

'आम्ही आमच्या वाचकांना सत्य आणि सत्यच देण्याचा नेहमीच प्रयत्न केला आहे... निर्भयपणे,

पूर्वग्रहदूषित न होता.

'...एका भयंकर गुन्ह्याचा आरोप असलेल्या माणसालाही संशयाचा फायदा देऊन आणि उदार मनाने विचार करून...'

'...पण अखेर खूप संशोधन केल्यानंतर आणि हाती आलेल्या नवीन पुराव्यांच्या पार्श्वभूमीवर आम्हाला आता खरोखरच असे वाटते, की आम्ही जरा जास्तच उदारता दाखवली...'

'... पददलितांच्या अधिकारांचे रक्षण करण्यासंबंधाने आता समाज खूपच जागृत झाला आहे...'

'... आम्ही लोकमताचा आदर करीत आहोत...'

'...मागील इतिहास, त्याचे करिअर आणि त्याचे व्यक्तिमत्त्व पहाता हे पटते आहे की हॉवर्ड रॉर्क हा एक दोषास्पद मनुष्य आहे. धोकादायक आहे. तत्त्वविहीन आणि समाजविघातक वर्तणूक आहे त्याची...'

'... तो अपराधी ठरेल असे तर आता वाटतेच आहे... कायद्याने हॉवर्ड रॉर्क यास जास्तीत जास्त शिक्षा फर्मावली जावी.' खाली सही होती 'गेल वायनान्ड.'

त्याने वर पाहिलं तेव्हा रस्त्यावर लख्ख उजेड झाला होता. तो त्या चिंचोळ्या पदपथावर समोर पहात उभा होता. समोरच्या खिडकीत एका चेझ लाउंजवर पिळवटल्यासारखी पहुडलेली मेणाची बाहुली होती... तिच्या अंगावर गुलाबी रंगाची निग्लिजी होती, पायात नाजूकशा पारदर्शक सँडल्स होत्या आणि एका बोटावरून मोत्यांची एक माळ लटकत होती.

त्याच्या हातातून पेपर कधी पडला ते त्याला कळलंच नाही. त्याच्या हातात तो राहिला नव्हता एवढंच. त्याने मागे वळून नजर टाकली. टाकून दिलेला पेपर आता सापडणं शक्यच नव्हतं... तो किती रस्ते ओलांडत कुठल्या वाटांनी चालत फिरत होता त्याला भान नव्हतं. आणि कशासाठी शोधू? तो विचार करीत होता. असे कितीतरी पेपर्स आहेत. शहर भरलंय.

'तू मला आयुष्यात असा एकमेव माणूस भेटला आहेस की पुन्हा असा कोणीही भेटणार नाही मला...'

हॉवर्ड, मी ते संपादकीय चाळीस वर्षांपूर्वीच लिहिलं. मी सोळा वर्षांचा होतो आणि झोपडीच्या छतावर चढलो होतो त्या रात्रीच मी ते लिहिलं.

तो चालत राहिला. आणखी एक रस्ता त्याला सामोरा आला. लांबलचक रिकामपणाचा रस्ता आणि ट्रॅफिक सिग्नल्सच्या हिरव्या दिव्यांची माळ... क्षितिजापर्यंत लांबत गेलेली. अंत नसलेली जपमाळ जशी. तो विचार करत होता. आता तो एका मण्याकडून दुसऱ्या मण्यापर्यंत चालत जाऊ लागला. तो म्हणाला, हे काही जपाचे शब्द नव्हेत... पण ते शब्द त्याच्या मनात त्याच्या एकेका पावलासरशी गुंजत राहिले... मिआ कल्पा- मिआ कल्पा- मिआ मॅक्झिमा कल्पा... माझी चूक... माझी चूक... माझी महाभयंकर चूक.

तो एका जुने बूट रचून ठेवलेल्या खिडकीजवळून गेला, एका मिशनच्या दारावरून गेला... त्या दारावर क्रूस लटकवलेला, एका राजकीय नेत्याचं दोन वर्षांपूर्वीचं पोस्टर भिंतीवरून अर्धवट लोंबत होतं.

एका किराणा दुकानासमोरच्या पिपात सडक्या भाज्या पडून होत्या. आता रस्ते निरुंद होत होते... भिंती अंगावर येत होत्या. नदीचा वास त्याच्या नाकात शिरला. तुरळक कुठेकुठे पेटलेल्या दिव्यांभोवती धुक्याचे पुंजके जमलेले दिसू लागलेले.

तो हेल्स किचनमधे पोहोचलेला.

आजूबाजूच्या इमारतींचे दर्शनी भाग जणू काही कुठलंस छुपं रहस्य अचानक उघड झाल्यासारखे वाटत होते. तिथल्या सडकेपणाला लाजभीड नव्हती, काही लपवण्याची छपवण्याची गरज नव्हती.

कोपऱ्यावरच्या गुत्त्यातून किंकाळल्याचे आवाज येत होते. कुणी आनंदाने किंचाळत होतं की भांडताना, कळायला मार्ग नव्हता.

तो एका रस्त्याच्या मध्यात उभा राहिला. प्रत्येक अंधाऱ्या बोळाचं तोंड तो निरखून पहात होता... भिंतींपासून, खिडक्यांपर्यंत... छतापर्यंत त्याची नजर फिरत होती.

मी इथून कधी बाहेरच पडलो नाही.

मी कधीच बाहेर निघालो नाही इथून. मी त्या किराणावाल्याला शरण गेलो, फेरीबोटीवरच्या खलाशांना शरण गेलो, पूलरूमच्या मालकाला शरण गेलो. तू नाही इथे काम सांभाळत... तू नाही इथले निर्णय घेत... तू नको तुझं डोकं वापरू... तू कसलेच निर्णय घेतले नाहीस, गेल वायनान्ड. तू फक्त त्यांनी सांभाळलेल्या कामांचा भाग बनून राहिलास.

मग त्याने वर पाहिलं, पलीकडे उभ्या असलेल्या शहराकडे, गगनचुंबी इमारतींच्या उंचउंच सुळक्यांकडे. दिव्यांच्या रांगा आधाराशिवाय काळ्या अवकाशात अधांतरी तरंगताना पहात होता तो, एक उंच लखलखता सुळका कुठेही नांगर न टाकता कसा आकाशात तरंगत होता... आकाशात एक झगमगता चौकोन कसा तरंगत होता... हे सारे कुठल्या इमारतींचे भाग होते त्याला पाठ होतं. तो त्यांचे आकार अवकाशात रेखू शकला असता. तो मनाशी म्हणत होता,- तुम्ही माझे न्यायाधीश आहात, माझे साक्षीदारही. या भोवतीच्या गळक्या बसक्या छपरांवरून तुम्ही उर्ध्वगामी होत राहिलात... अनिरुद्ध. तुम्ही तुमचा डौल जणू ताऱ्यांपर्यंत पोहोचवलात... विसविशित, थकिस्त, अपघाती अस्तित्त्व नाकारून. समुद्रात मैलोनमैल दूर असलेले डोळे तुम्हाला पहातील तेव्हा त्यांना या कशाचीच जाणीव नसेल आणि कशाने काही फरकही पडणार नाही त्यांना. पण तुम्हीच असाल ते अस्तित्त्व, शहराचं अस्तित्त्व. काही शतकांमागे क्वचित काही माणसं अशी निर्भयपणे एकाकी उभी राहिली असतील... म्हणूनच आम्ही म्हणू शकतो आता की आमच्या मागे असे पूर्वज होते. तुमच्यापासून सुटका नाही... रस्ते बदलतात... पण कुठूनही वर पाहिलं तर तुम्ही असताच, अपरिवर्तनीय. तुम्ही पाहिलंय मला, आज या रस्त्यांतून चालताना. तुम्ही माझी सारीच वाटचाल पाहिलीत... इतक्या वर्षांची... कारण मी जन्मलो होतो, तुमच्यातलाच एक होण्यासाठी.

तो चालत राहिला. उशीर झालेला. रिकाम्या पदपथांवर दिव्यांच्या खांबांखाली प्रकाशाची वर्तुळं स्तब्ध रेखली होती. टॅक्सीज्‌चे हॉर्न्स मधूनच कधीतरी वाजत होते. रिकाम्या वास्तूमध्ये दारावरची घंटी वाजत रहावी तसे. टाकून दिलेले पेपर्स जागोजाग पडलेले... रस्त्यात, बागेतल्या बाकड्यांवर, कोपऱ्यांवरच्या कचऱ्याच्या टोपल्यांत. त्यात कितीतरी बॅनरच्या प्रती होत्या. आज अनेक लोकांनी बॅनर वाचला होता. आपला खप वाढू लागलाय, आल्वा... तो विचार करत होता.

तो थबकला. समोरच्या कचऱ्यात एक बॅनरचा अंक पडलेला. पहिलंच पान वर होतं. रॉर्कचा फोटो दिसत होता इथूनही. त्याच्या चेहऱ्यावर रबरी बुटाच्या टाचेचा काळपट छाप उठलेला.

तो वाकला. त्याच्या शरीराची जुडी वळली. गुडघे नि कोपर टेकून तो पुढे झुकला आणि त्याने तो पेपर तिथून काढला. त्याने पहिलं पान दुमडलं आणि कोटाच्या खिशात घातलं. मग तो पुन्हा चालू लागला.

एक अज्ञात बुटाची टाच... शहरात अनिर्बंध फिरत होती... मीच तिला मुक्त सोडलं.

मी त्यांना मोकळं सोडलं... ज्यांनी ज्यांनी माझा नाश साधला त्या साऱ्यांना मीच मोकळं सोडलं. या पृथ्वीच्या पाठीवर एक श्वापद आहे... स्वतःच्याच षंढत्वाच्या कवचात बंदिस्त. मी ते कवच फोडून काढलं. ते असाहाय्य राहिले असते. काहीच तर निर्माण करीत नाहीत ते. मी त्यांच्या हाती आयुध दिलं. मी त्यांना माझी शक्ती दिली. माझी ऊर्जा दिली. माझी जीवनशक्ती दिली. मी एक

जबरदस्त आवाज निर्माण केला आणि त्या आवाजाला शब्द देण्याचं काम त्यांच्यावर सोपवलं. ती माझ्या तोंडावर बीटची पानं फेकणारी बाई... हक्कच होता तिला तसं करण्याचा... मीच ते शक्य केलं होतं तिच्यासाठी.

कशाशीही प्रतारणा होऊ शकते. कुणालाही क्षमा करता येते. पण स्वतःमधल्याच महत्तेला जागण्याचं धैर्य ज्यांच्यापाशी नसतं... त्यांना क्षमा नाही. आल्वा स्कॅरेटला क्षमा करता येईल. त्याच्याकडे प्रतारणा करावी असं काहीच नव्हतं. मिशेल लेटनला क्षमा करता येईल. पण मला क्षमा नाही. परोपजीवी म्हणून जगण्यासाठी, उधारीवर जगण्यासाठी माझा जन्म नव्हता झाला... ❑

१७

उन्हाळ्यातला एक स्वच्छ, निरभ्र दिवस होता तो. थंडावाही होता हवेत, जणू सूर्यावर कुणी अदृश्यसा पाण्याचा पडदा अंथरलेला आणि उष्णतेची ऊर्जा परिवर्तित होऊन एक स्वच्छ पारदर्शी चमक शहरातल्या इमारतींवर चढली होती. रस्त्यात राखाडी काळपट पुंजके जमून राहिल्यासारखे दिसत होते... बॅनरच्या खूपखूप प्रती रस्त्यात इतस्ततः पडल्या होत्या. जणू साऱ्या शहराने फिदीफिदी हसत बॅनरमधलं वायनान्डचं हृदयपरिवर्तन वाचलेलं.

'झालंच की नाई.' गस वेब 'आम्ही वायनान्ड पेपर्स वाचत नाही' संघटनेचा अध्यक्ष म्हणाला.

'एकदम झकास,' आइक म्हणाला.

'मला नं, एकदाच, अगदी एकदाच आपल्या महामहिम मि. गेल वायनान्डचं थोबाड पहायला मिळावं आज.' सॅली ब्रेन्ट म्हणाली.

'वेळ आलीच होती!' होमर स्लॉटर्न म्हणाला.

'किती मस्त झालं नाही? वायनान्डने शरणागती पत्करली.' एक घट्ट मिटल्या ओठांनी वावरणारी बाई म्हणाली. ती वायनान्डला ओळखत नव्हती, तिला नेमका प्रश्न काय तेही माहीत नव्हतं. पण लोक शरणागती पत्करतात हे तिला छान वाटायचं.

डिनरनंतर आपल्या स्वयंपाकघरात ताटं स्वच्छ करताना एका जाड्या बाईने ताटलीतलं खरकटं एका पेपराच्या तुकड्यावर काढून घेतलं. ती कुठल्याही पेपरचं पहिलं पान कधीच वाचत नसे. दुसऱ्या भागात छापून येणाऱ्या एका क्रमशः प्रेमकथेतच काय तो रस होता तिला. तिने कांद्याची सालं आणि मटणाची हाडं बॅनरच्या एका प्रतीत गुंडाळून फेकली.

'हे म्हणजे जबरदस्तच यश आहे.' लॅन्सेलॉट क्लोकी म्हणाला, 'पण मला युनियनचा राग आलाय हां. एल्सवर्थ, तुझा असा विश्वासघात कसा केला त्यांनी?'

'काहीतरीच पचकू नको, लॅन्स,' एल्सवर्थ टूही म्हणाला.

'काय म्हणतोस हे?'

'मीच सांगितलं त्यांना अटी मान्य करायला.'

'तू?'?'

'हं.'

'पण- अरे... वन स्मॉल व्हॉइसचं काय...'

'आणखी एक महिना वन स्मॉल व्हॉइसची वाट बघायला काय हरकत आहे तुझी? मी आजच श्रमिक न्यायालयात खटला दाखल केलाय, माझी बॅनरमधली नोकरी मला परत मिळावी म्हणून.

मांजराला खेळवायचे बरेच मार्ग असतात. आणि एकदा कणा मोडून झालाय म्हटल्यावर खेळवायचीही गरज नाही.'

त्या संध्याकाळी रॉर्कने वायनान्डच्या पेन्टहाऊसच्या दारावरची बेल वाजवली. बटलरने दार उघडलं आणि तो म्हणाला, 'मि. वायनान्ड तुम्हाला भेटू शकत नाहीत, मि. रॉर्क.' खाली उतरून रॉर्क रस्त्याच्या

पलिकडल्या बाजूला उभा राहून वर पहात राहिला. उंचावर एक प्रकाशमान चौकोन दिसत होता- वायनान्डच्या अभ्यासिकेचा.

सकाळी रॉर्क बॅनर बिल्डिंगमधे गेला. वायनान्डच्या सेक्रेटरीने त्याला सांगितलं, 'मि. वायनान्ड तुम्हाला भेटू शकणार नाहीत, मि. रॉर्क.' ती पुढे अतिशय नम्र स्वरात म्हणाली, 'मि. वायनान्डनी मला तुम्हाला हे सांगायला सांगितलंय... त्यांना तुम्हाला पुन्हा कधीही भेटायची इच्छा नाहीये.'

रॉर्कने त्याला एक लांबलचक पत्र लिहिलं...

'...गेल, मला कळतंय. तू यातून सुटशील अशी मी आशा करीत होतो, पण जे व्हायचं ते घडून गेलं. आता जिथे आहेस तिथून पुन्हा नवी सुरुवात कर. तू स्वतःचा कसा छळ करत असशील मला समजतंय. हे तू माझ्यासाठी करत नाहीयेस. यात माझा काहीच भाग नाही, मला माहीत आहे, पण तुला मदत होणार असेल तर मी जे पूर्वी सांगितलं तेच पुन्हा सांगेन तुला. माझ्या दृष्टीने काहीही बदललेलं नाहीये. तू जो आहेस तोच आहेस. मी तुला क्षमा करतो आहे असं मी म्हणणारही नाही, कारण असल्या गोष्टींचा उल्लेखही आपल्या दोघांत संभवत नाही. पण तू स्वतःला माफ करू शकत नसलास, तर ते मला करू देशील? यामुळे काहीही फरक पडत नाही, आणि हा काही तुझ्यावरचा अंतिम न्यायनिर्णय नाही. तुला हे विसरायला लावण्याचा अधिकार दे मला. तू सावरेपर्यंत माझ्या विश्वासाचा आधार घे. हे कुणीही कुणासाठी करू शकत नाही, याची कल्पना आहे मला... पण मी तुझ्या दृष्टीने जो काही होतो त्यामुळे तरी तू याचा स्वीकार कर. याला पर्यायी रक्तपुरवठा म्हण हवं तर... तुला गरज आहे त्याची. स्वीकार तो. त्या संपाशी झगडलास त्यापेक्षाही कठीण आहे हे. माझ्यासाठी म्हणून कर हे, तसं समजून तुला बरं वाटणार असेल तर तसं. पण कर. परत ये. पुन्हा एखादी संधी मिळेल तुला. तुला जे हरवल्यासारखं वाटतंय ते हरवू शकत नाही आणि सापडूही शकत नाही. ते गमावू नकोस.'

ते पत्र न उघडताच रॉर्ककडे परत आलं.

आल्वा स्कॅरेट बॅनर चालवत होता. वायनान्ड ऑफिसात बसून रहात असे. त्याने रॉर्कचं चित्र भिंतीवरून काढलं होतं. तो जाहिरातदारांचे करार, खर्च, हिशेब वगैरे सांभाळत असे. संपादकीय धोरणही स्कॅरेट ठरवत होता. वायनान्ड बॅनर वाचूनही पहात नसे.

बिल्डिंगमधल्या कुठल्याही विभागात वायनान्ड शिरला की कर्मचारी त्याची आज्ञा पहिल्याप्रमाणेच पाळत असत. तो अजूनही एक कुशल यंत्र होता आणि आता त्यांना कळलेलं... पहिल्यापेक्षा अधिक जोखमीचं यंत्र... ब्रेक नसलेली, इंधनज्वलनाची यंत्रणा गमावलेली कार उतारावरून धावत सुटावी तसं काहीसं...

तो पेन्टहाऊसमधे झोपत असे. डॉमिनिकला भेटलाच नव्हता तो. स्कॅरेटने त्याला सांगितलेलं, त्याच दिवशी ती त्यांच्या टेकडीवरच्या घरात परतलेली. एकदा त्याने सेक्रेटरीला कनेक्टिकटला फोन लावायला सांगितलं. तो शेजारीच उभा होता. सेक्रेटरीने बटलरला विचारलं मिसेस वायनान्ड तिथे आहेत कां... त्याने होकारार्थी उत्तर दिलं. सेक्रेटरीने फोन ठेवला आणि वायनान्ड ऑफिसात परतला.

त्याने विचार केला होता... की काही दिवस थांबून मग डॉमिनिककडे परतावं. तिला त्यांचं लग्न

जसं असावं असं मुळात वाटलं होतं... तसंच आता असणार होतं... 'मिसेस वायनान्ड पेपर्स.' तो ते मान्य करणार होता.

थांब जरासा... तो अधीरपणाच्या आकांतात स्वतःला सांगत होता. तू आता जसा आहेस तसा तिला सामोरा जायची तयारी कर. भिकारी असण्याची मानसिक तयारी कर. ज्या गोष्टींवर तुझा अधिकार नाही त्यांचं नाटक करण्याची गरज नाही. तू समान पायरीवर नाहीस, तू विरोध करू शकत नाहीस, तिच्या समोर आपली ताकद उभी करण्याची तुझी प्राज्ञाच नाही. आता फक्त मान तुकवून स्वीकार. तू तिला काहीही देऊ शकत नाहीस याची जाणीव ठेवून तिला सामोरा जा. तुझ्यावर ती जे काही फेकेल तेवढंच स्वीकारण्याच्या तयारीने जा. तुच्छताच असेल ती... पण ती तिच्याकडून येईल... आणि तेच एक बंधन असेल. ते तू ओळखतोस हे तिला दाखवून दे. आपली प्रतिष्ठा उघडपणे त्यागण्यात एक वेगळ्या प्रकारची प्रतिष्ठा असेल... ते आत्मसात् कर. थांब जरासा... तो आपल्या पेन्टहाऊसच्या अभ्यासिकेत खुर्चीच्या हातावर डोकं टेकून बसे. त्याच्या आजुबाजूला रिकाम्या खोल्यांव्यतिरिक्त कोणीही साक्षीदार नव्हते या दृश्याचे....

डॉमिनिक... तो विचार करीत राही... मी दुसरं काहीही सांगू शकत नाही तुला... फक्त मला तुझी फार गरज आहे... माझं तुझ्यावर प्रेम आहे. मी एकदा तुला सांगितलं होतं, की त्याचा तू विचारही करू नकोस म्हणून... आता मी ते भिक्षापात्रासारखं वापरेन... वापरेनच. माझं तुझ्यावर प्रेम आहे...

डॉमिनिक तलावाच्या काठावर पहुडली होती... त्या टेकडीवरच्या घराकडे पहात होती... डोक्यावर झुकलेल्या फांद्यांच्या जाळीकडे पहात होती. पाठ टेकून हातांवर डोकं विसावून ती पानांच्या थरथरीकडे पहात होती. हे काम छान वाटत होतं तिला, शांत समाधान देणारं... छान हिरवी छटा आहे... ती विचार करीत होती. वनस्पतींच्या हिरव्या छटेत आणि वस्तूंच्या हिरव्या रंगांत किती फरक असतो... या हिरव्यात प्रकाश मिसळला आहे. हा काही नुसता हिरवा रंग नाही... झाडाची जीवशक्ती दृश्य झाली आहे त्यात... खाली पहायलाच नको. या पानांच्या रंगाकडे पाहूनच मला झाडाचं खोड, फांद्या, मुळं सारंसारं जाणवतं. त्यांच्या कडांपाशी नाचणारं तेज म्हणजे ऊन आहे... तेही पहावं लागत नाही... आज हा सारा परिसर कसा दिसत असेल ते मला इथूनच कळतंय. तरंग उठवणारे प्रकाशाचे थेंब... तो तर तलाव आहे... पाण्यावरून परावर्तित होऊन येणारा प्रकाश कसा आगळाच असतो. किती अप्रतिम सुंदर दिसतो आहे तलाव आज. आणि त्याच्याकडे न पहाताच ते सौंदर्य या प्रकाशाच्या ठिपक्यांवरून समजून घेताना मस्त वाटतं. मला यापूर्वी कधीच हे इतकं सुंदर वाटलं नव्हतं... वसुंधरेचं दर्शन... किती भव्य, सुंदर पार्श्वभूमी आहे ही... पण ती खरी महत्त्वाची ठरते ती पार्श्वभूमी म्हणूनच. ज्या कुणाच्या ती मालकीची असते त्यांचा विचार करून मला फार दुःख होत असे. आता नाही होत. आता मला त्यावर प्रेम करता येतं. त्यावर त्यांची मालकी नाही. त्यांच्या मालकीचं काहीही नाही. ते कधीच जिंकत नाहीत. मी गेल वायनान्डचं आयुष्य पाहिलं, आणि आता मला कळतंय. त्यांच्या नावाने या धरेचा द्वेष करणं गैर आहे. ही धरा सुंदर आहे... आणि पार्श्वभूमीही आहे ती... पण त्यांची नव्हे.

आता काय करायचं ते तिच्या मनाशी स्पष्ट झालं होतं. पण ती थोडे दिवस थांबणार होती. ती विचार करत होती, मी सारं काही सहन करायला शिकले... आनंद साहवेनासा झाला आहे. आनंद कसा वागवायचा हे शिकायला हवं मला. आनंदाच्या ओझ्याने दबून जायचं नाही आता. तीच एक शिस्त बाणवायला हवी मला... आता तेवढीच एक गरज आहे माझी.

□ □ □

रॉर्क मॉनाडनॉक व्हॅलीमधल्या आपल्या घराच्या खिडकीत उभा होता. या उन्हाळ्यासाठी त्याने ते घर भाड्याने घेतलं होतं. एकान्त आणि विश्रांती हवी असली की तो तिथे जात असे. संध्याकाळ झाली होती. ती खिडकी झाडांच्या जाळीतून डोकावणाऱ्या एका खडकासमोर उघडत होती. गडदलेल्या वृक्षांच्या माथ्यांपलिकडे मावळतीचा प्रकाश पसरला होता. खाली घरं होती हे त्याला माहीत होतं, पण दिसत नव्हती ती इथून. ही जागा अशा पद्धतीने बांधल्याबद्दल इतर लोकांइतकीच त्यालाही कृतज्ञता वाटत होती..

भिंतीपलिकडून एका कारचा आवाज कानावर आला. जरासा नवलाने तो कानोसा घेत राहिला. कुणीही पाहुणा येणं त्याला अपेक्षित नव्हतं. कार थांबल्याचा आवाज येताच तो दार उघडायला गेला. डॉमिनिकला पाहिल्यावर त्याचं नवल सरलं.

जणू नुकतीच कुठे बाहेर जाऊन आल्यासारखी ती आत शिरली. तिने हॅट घातली नव्हती, स्टॉकिंग्ज नव्हते. फक्त उघड्या सँडल्स तेवढ्या पायात होत्या. मोकळ्यावर जाताना घालतात तसला सुती मोकळाढाकळा ड्रेस घालून आली होती ती. गडद निळ्या लिननचा लांब स्कर्ट आणि अर्ध्या बाह्यांचा शर्ट. बागेत काम करायला बरे पडतील असे कपडे होते ते.

तीन राज्यं ओलांडून ती आली असेल अशी दिसत नव्हती ती. आत्ताच खालून फेरफटका मारून आल्यासारखी दिसत होती. या क्षणाला काहीही विशेष गांभीर्य न देणं हेच त्याचं विशिष्ट गांभीर्य होतं, हे त्याला उमजलं. त्या क्षणाला वेगळं काढून विशेष स्थान द्यायचं नव्हतं तिला... या संध्याकाळचाच नव्हे, गेल्या सात वर्षांचा विशेष अर्थ आज पूर्णत्वाला जात होता.

'हॉवर्ड.'

तो असा उभा होता... जणू तो या हाकेचा ध्वनी या घरात उमटत असलेला तो पहात होता. त्याला हवं ते सारं जणू मिळालेलं.

पण आताच्या या क्षणीही एक दुःखद विचार मनात टिकून होता त्याच्या. तो म्हणाला, 'डॉमिनिक, तो सावरेपर्यंत थांब...'

'तो नाही सावरणार आता... तुला माहीत आहे ते.'

'थोडी दया दाखव त्याच्यावर.'

'त्यांची भाषा बोलू नकोस.'

'त्याला पर्यायच नव्हता.'

'तो पेपर बंद करू शकला असता.'

'ते त्याचं जीवन होतं.'

'हे माझं आहे.'

रॉर्कला माहीत नव्हतं की, वायनान्ड एकदा म्हणाला होता- की प्रेम म्हणजे अपवाद करणं. आणि वायनान्डला कधीही कळणार नव्हतं की, रॉर्कने त्याच्यावर इतकं प्रेम केलेलं... की याक्षणी ही एक तडजोड करण्याचा प्रयत्न करून त्याने केवढा मोठा अपवाद केला होता. मग त्याला कळलं, कुठल्याही प्रकारचा त्याग जसा व्यर्थ असतो, तसंच हे होतं.

'माझं प्रेम आहे तुझ्यावर.'

तिने घेतलेल्या निर्णयावर त्याने मोहोर उठवली जणू...

तिने त्या खोलीकडे पाहिलं. भिंती आणि खुर्च्यांसारख्या गोष्टींचं वास्तव जणू मनात झिरपू दिलं... ती या क्षणासाठी स्वतःकडून ज्या शिस्तीची अपेक्षा ठेवून होती त्यात मदत व्हावी म्हणून. या भिंती त्याने रेखलेल्या, या खुर्च्या त्याने वापरलेल्या, त्याच्या सिगरेट्सचं पाकीट टेबलवर पडलेलं...

जगण्यातल्या दैनंदिन गोष्टी तिच्या आताच्या या नव्या आयुष्यात सुंदर आणि विलासी झाल्यासारख्या वाटत होत्या तिला.

'हॉवर्ड, तू खटल्यामधे काय करणार आहेस हे मला माहीत आहे. त्यामुळे आता त्यांना आपल्याबद्दल सत्य समजलं तरीही काही फरक पडणार नाही.'

'काहीही फरक पडणार नाही.'

'तू त्या रात्री येऊन मला कोर्टलँडबद्दल सांगितलंस, मी तुला थांबवायचा प्रयत्न केला नव्हता. तुला ते करायलाच हवं होतं हे मी समजले. तू काय करणार याबद्दलच्या अटी तू तेव्हा ठरवल्या होत्यास. आता माझी पाळी. माझा कोर्टलँड स्फोट. मला जे करायचंय ते माझ्या पद्धतीने मला करू देत. मला प्रश्न विचारू नकोस. मला वाचवायचा प्रयत्न करू नकोस. मी काहीही केलं तरीही.'

'मला माहीत आहे तू काय करणार ते.'

'ते मला करायलाच हवं, हे तुला समजतंय?'

'हो.'

तिने एक बाहू उचलत बोटं जराशी उडवली, जणू तो विषय तिने मागे टाकला. विषय संपला होता. आता त्यावर चर्चा होणार नव्हती.

ती वळली आणि खोलीतून पलिकडे गेली. हे तिचं घर होतं हे तिच्या सहज पावलांतून जाणवावं... त्याचं तिच्या सोबत असणं हा येणाऱ्या सर्व दिवसांचा नियमच असणार होता हे जाणवावं... अशी वावरत होती ती. तिथे उभं राहून फक्त त्याच्याकडे पहात रहायचं होतं तिला... ही तृष्णा इतक्या घाईने भागवण्याचीही गरज आता संपली होती. आणि ती तो क्षण पुढे ढकलत होती कारण तिला कळत होतं- ती सज्ज नव्हती... कधीच सज्ज असणार नव्हती. टेबलवरून त्याचं सिगरेटचं पाकीट उचलण्यासाठी तिने हात लांबवला. त्याची बोटं तिच्या मनगटावर मिटली आणि त्याने तो हात खेचून तिला सामोरं जवळ घेतलं. आणि मग त्याचे ओठ तिच्या ओठांवर घट्ट मिटले. गेल्या सात वर्षांतल्या प्रत्येक क्षणी तिला हे हवं होतं... आणि तिने ती व्याकुळता थोपवली होती.... वाटलं होतं- जिंकलो आपण- पण ती व्याकुळता कधीच सरली नव्हती... कधीच थोपवली गेली नव्हती. ती साठून साचून कणाकणाने वाढत राहिली होती... आणि आता तिला ती अंगभर जाणवत होती... त्याच्या शरीराचा स्पर्श, तिचा प्रतिसाद आणि तिची प्रतीक्षा सारं एकाकार झालं होतं.

तिला कळलं नाही... तिची संयतता कामी आली होती की नव्हती... कळत नव्हतं तिला. कारण त्याने तिला उचलून घेतलं होतं. तो तिला मांडीवर घेऊन बसला होता. आवाजही बाहेर फुटू न देता तो हसत होता... एखाद्या लहान मुलाकडे कौतुकाने पाहून हसावं तसा... पण त्याच्या हाताच्या घट्ट मिठीतून त्याला वाटत असलेली काळजीही व्यक्त होत होती. तो तिला जणू सावरत होता. मग सारं सोपंच होऊन गेलं... त्याच्यापासून काहीच तर लपवायचं नव्हतं.

ती कुजबुजली , 'होय, हॉवर्ड,... इतकं...'

आणि तोही म्हणाला, 'किती कठीण गेलं सारं मला... किती वर्षं गेली...'

आणि मग ती वर्षं संपून गेली.

ती खाली घसरून जमिनीवर बसली. त्याच्या गुडघ्यांवर कोपरे टेकून त्याच्याकडे पहात हसली ती. तिला जाणवलं. ही शुभ्र गहिरी प्रशांती साऱ्या रंगांच्या एकवटण्यातूनच साध्य झालेली... तिने सोसलेल्या साऱ्या हिंस्त्र हिंसक रंगांनंतरची...

'हॉवर्ड... स्वेच्छेने, पूर्णपणे आणि कायमची... काहीही मनात न राखता, तुला किंवा मला काय सोसावं लागेल या कशाचीही भीती न बाळगता... तुझी पत्नी म्हणून किंवा तुझी रखेल म्हणून,

गुप्तपणे किंवा उघडपणे... तुला जसं हवं तसं राहीन मी... इथे किंवा तू ज्या तुरुंगात असशील तिथे एखादी बऱ्यापैकी खोली घेऊन... मधूनमधून जाळीच्या पडद्यातून मला तुला भेटता येईल म्हणून... काही फरक पडणार नाही, हॉवर्ड. तू जिंकलास तर- त्यानेही काही फरक पडणार नाही विशेष. तू केव्हाच जिंकला आहेस. मी जी आहे तीच असेन. आणि मी तुझ्याबरोबर असेन. आताही आणि नंतरही... तुला जसं हवं असेल तसं...'

त्याने तिचे हात हाती घेतले. त्याचे खांदे किंचित खाली उतरलेले. तो या क्षणापुढे शरणागत होता. तिच्याच इतका. तिला जाणवलं, दुःख व्यक्त करणं सोपं असतं. पण आनंद व्यक्त करणं हे संपूर्ण विवस्त्र होण्यासारखं असतं... इतरांच्या साक्षीने... ते दोघे एकमेकांसमोर मुक्तपणे आपला आनंद व्यक्त करू शकत होते. अंधार पडत चालला होता. ती खोली जणू विरघळत चालली होती. फक्त खिडकी तेवढी दिसत होती आणि त्यातून डोकावणाऱ्या आकाशाच्या पार्श्वभूमीवर त्याचे खांदे.

सकाळी ती डोळ्यावर आलेल्या उन्हाने जागी झाली. ती पाठीवर झोपलेली. आता तिच्या डोळ्यांपुढे छत होतं, झाडाफांद्यांची जाळी नव्हती. हलायचं नाही... केवळ चाहुलींतून ओळखायचं, सारं काही केवळ अंदाजाने ओळखण्याने त्याची जाणीव प्रखर होते अधिक. छताच्या प्लास्टिक टाइल्सच्या रचनेवर त्रिकोणत्रिकोणांच्या उन्हाच्या तुकड्यांची नक्षी स्पष्टच सांगत होती, -सकाळ झाली. आणि ही मॉनाड्नॉक व्हॅलीमधली बेडरूम होती. छतावर दिसणाऱ्या उन्हाच्या खेळाची नक्षी त्याने मांडली होती. उन्हाचा रंग हलकाच पांढरासा होता. म्हणजे अगदी सुरुवात होती सकाळीची. किरण आत आले होते ते स्वच्छ वातावरणाच्या पडद्यातून. सूर्य आणि बेडरूम यांच्यामधे कसलेही अडथळे आले नव्हते त्यांना. ब्लकेटचा जड मऊ स्पर्श तिच्या नग्न देहाला लपेटून होता... कालच्या रात्रीचा स्पर्श त्यात उतरलेला. तिच्या दंडांना जाणवणारा त्वचेचा स्पर्श शेजारीच झोपलेल्या रॉर्कचा होता.

ती बेडवरून हलकेच उठली. खिडकीपाशी उभी रहात तिने आळसावत बाहू उंचावले आणि खिडकीची कड पकडली. तिला वाटलं मागे वळून पाहिलं तर माझी सावली नसेलच तिथे... सूर्यकिरणं आरपार जात आहेत माझ्या शरीरातून... तिच्या शरीराला जणू वजनच नव्हतं.

पण तो उठायच्या आत तिला घाई करायला हवी होती. तिला एका खणात त्याचा नाईटड्रेस मिळाला. तो अंगावर चढवत ती दिवाणखान्यात गेली. तिने बेडरूमचं दार हळूच लावून घेतलं. फोन उचलून तिने शेरीफच्या ऑफिसला जोडून द्यायला सांगितलं.

'मी मिसेस गेल वायनान्ड बोलतेय.' तिने सांगितलं, 'मी मॉनाड्नॉक व्हॅलीतून मि. हॉवर्ड रॉर्क यांच्या घरातून बोलते आहे. एक चोरी झाली आहे इथे काल रात्री- त्याबद्दल तक्रार नोंदवायची होती. - माझी स्टार सफायरची अंगठी चोरीला गेली आहे - जवळपास पाच हजार डॉलर्स किमतीची असेल ...मला मि. रॉर्कनी भेट दिली होती ती... -हं. इथे तासाभरात पोहोचाल का तुम्ही?...थँक यू.'

ती किचनमधे गेली. कॉफी करायला टाकून कॉफी पॉटच्या खालच्या तप्त इलेक्ट्रिक कॉइलचा केशरी धगधगता रंग न्याहाळत उभी राहिली... जणू काही पृथ्वीवरचा तो सर्वात सुंदर रंग असावा.

तिने दिवाणखान्यातल्या खिडकीपाशी टेबल लावलं. तो फक्त ड्रेसिंग गाऊनवर बाहेर आला आणि तिला आपल्या नाइटड्रेसमधे पाहून हसत सुटला. ती म्हणाली, 'असाच बस आता. कपडे बदलू नकोस, आधी नाश्ता घेऊ.'

ते नाश्ता संपवून उठतच होते तेवढ्यात बाहेर कार थांबल्याचा आवाज आला. ती हसून दार उघडायला गेली.

शेरीफ, त्याचा सहाय्यक आणि स्थानिक वृत्तपत्रांचे दोन वार्ताहर असे चौघेजण आत आले.

‘गुड मॉर्निंग,’ ती म्हणाली, ‘या ना. आत या.’

‘मिसेस... वायनान्ड?’

‘अगदी बरोबर. मी मिसेस गेल वायनान्ड. आत या. बसा.’

तो गाऊन तिला नीट बसत नव्हता. तो कसाबसा कमरेपाशी पट्ट्याने आवळून गोळा केला होता. त्याच्या बाह्या तिच्या हाताच्या बोटांच्या खाली येत होत्या. पण एखाद्या सुंदर गाऊनमधे डौलात उभं रहावं तशीच ती तोल सावरत उभी होती. त्या परिस्थितीत काहीही गैर नाही असं तिथे तिला एकटीलाच वाटत असावं.

शेरीफच्या हाती एक वही होती. त्यात काय लिहावं त्याला प्रश्न पडलेला. तिनेच त्याला योग्य प्रश्न विचारायला मदत केली. आणि त्या प्रश्नांची अगदी वार्ताहरांना साजेशी योग्य उत्तरंही दिली.

‘ती एका मोठ्याशा नीलमची अंगठी होती, प्लॅटिनममधे बसवलेली. मी काढून इथेच टेबलवर ठेवलेली. माझ्या पर्सजवळ. रात्री झोपण्यापूर्वी. काल रात्री दहा वाजता असेल. सकाळी मी उठले तर नव्हती ती तिथे. हो हो, खिडक्या उघड्याच होत्या. नाही नाही. आम्हाला काहीच ऐकू आलं नाही. नाही. विमा नव्हता. वेळच झाला नाही तेवढा. हल्लीच दिली होती ती मला मि. रॉर्कनी. नाही इथे कुणीच नोकरचाकर नाहीत. आणि दुसरं कुणीही आलं नव्हतं. हो हो... बघा ना घरात शोध घेऊन. अवश्य... दिवाणखाना, बेडरूम, बाथरुम आणि स्वयंपाकघर... हो हो. अवश्य. तुम्हीही पाहू शकता. तुम्ही वार्ताहर असणार, नाही का? काही प्रश्न विचारायचे आहेत का मला?’

काही प्रश्न नव्हतेच बाकी. बातमी अगदी काठोकाठ होती. त्या वार्ताहरांना असल्या प्रकारची बातमी अशा प्रकारे वाढून मिळण्याचा हा पहिलाच अनुभव होता.

रॉर्कची चर्या सुरुवातीलाच तिने एकदा पाहिली होती आणि मग तिने तिकडे पहायचं टाळलं. पण त्याने वचन पाळलं. त्याने तिला थांबवायचा किंवा वाचवायचा प्रयत्न केला नाही. त्याला विचारलेल्या प्रश्नांना त्याने तिच्या म्हणण्याला साजेशी उत्तरंही दिली.

ते सगळे गेले. तिथून सुटल्याचा त्यांना फार आनंद होत असल्यासारखे ते सटकले. अगदी शेरीफला सुद्धा कळलं की त्या अंगठीचा शोध घेण्याची त्याला गरजच पडणार नव्हती.

डॉमिनिक म्हणाली, ‘मला फार वाईट वाटतंय. तुझ्यासाठी हे भयंकर होतं, माहीतीये मला. पण पेपरमधे हे छापून येण्यासाठी असं करणं आवश्यक होतं.’

‘तुला मी कोणता स्टार सफायर दिलाय ते तू मला सांगायला हवं होतंस.’

‘माझ्याकडे कधीच नव्हता स्टार सफायर. मला अजिबात आवडत नाही.’

‘कोर्टलँडच्या सुरुंगापेक्षा अधिक जोरदार स्फोट घडून येईल हा.’

‘होय. आता गेल पुरता दुसऱ्या बाजूला फेकला जाईल- तिथेच जागा आहे त्याची. तू एक तत्त्वहीन, समाजविघातक माणूस आहेस असं वाटतं नाही का त्याला? आता त्याच्या बॅनरमधून माझ्यावरही काळोखी फासू दे त्याला. का नाही... भोगू दे त्यालाही जरा. सॉरी, हॉवर्ड, माझ्याकडे तुझ्याइतकी दयाबुद्धी नाहीये. मी तो अग्रलेख वाचलाय. काहीही सांगू नकोस. मला आत्मत्यागाच्या गोष्टी सांगू नकोस, नाहीतर मी मोडून पडेन आता. त्या शेरीफला वाटत असेल बहुतेक की मी फार कणखर बाई आहे म्हणून... पण नाहीये तसं खरंच. मी हे जे केलं ते तुझ्यासाठी नव्हतं. मी तुझी परिस्थिती अधिकच बिकट करून ठेवली आहे. तुझ्यावर जे काही आरोप करणार आहेत ते त्यात आणखी एका लफड्याची भर घातली मी. पण, हॉवर्ड. आता आपण एकत्र आहोत... सर्वांच्या विरुद्ध एकत्रपणे. तू गुन्हेगार आणि मी व्यभिचारिणी. हॉवर्ड , तुला आठवतंय, मी तुला रस्त्यावरच्या जेवणाच्या टपऱ्यांशी किंवा कुठल्यातरी अनोळखी घरांच्या खिडक्यांशीही वाटून घ्यायला भीत असे.

आता आपली कालची रात्र त्यांनी साऱ्या वृत्तपत्रांतून रंगवली तरीही मला भीती वाटणार नाहीये. आनंदात आहे मी आता... आणि मुक्तही. माय डार्लिंग, तुला कळतंय का...?'

तो म्हणाला, 'डॉमिनिक, मी नंतर तुला कधीही या गोष्टीची आठवण करून देणार नाही... की हे बोलताना, तू रडते आहेस, डॉमिनिक...'

□ □ □

सगळीच्या सगळी बातमी- तिच्या अंगावरच्या त्याच्या नाईटड्रेससकट, त्याच्या अंगावरच्या केवळ ड्रेसिंग गाऊनसकट. नाश्त्याचं टेबल आणि एकच बेडच्या तपशीलांसकट न्यू यॉर्कच्या दुपारच्या पेपर्समधे प्रसिद्ध झाली.

आल्वा स्कॅरेट वायनान्डच्या ऑफिसमधे शिरला आणि त्याने एक पेपर त्याच्या डेस्कवर टाकला. आपलं वायनान्डवर किती प्रेम आहे याचा शोध स्कॅरेटला कधी लागलाच नव्हता... आत्तापर्यंत. आणि आता तो इतका विद्ध झाला होता की त्याच्या तोंडून शिव्यांव्यतिरिक्त काहीही बाहेर निघत नव्हतं.

'गॉड डॅम यू! मूर्ख मनुष्या... बरोबर अद्दल घडली तुला... बरोबर अक्कल शिकशील. फार आनंद वाटतोय मला... जळो तुझा मूर्खपणा. काय करणार आहोत आता आपण?'

वायनान्डने ती बातमी वाचली आणि त्या पेपरकडे पहात बसून राहिला. स्कॅरेट त्याच्यासमोर उभा होता. काही घडतच नव्हतं. एक ऑफिस होतं ते. एक माणूस हातात पेपर धरून डेस्कपाशी बसला होता. बस्स. तो वायनान्डचे हात पहात होता. पेपरच्या दोन्ही कडांवर टेकलेले. आणि अगदी स्थिर होते ते हात. नाही... सामान्यतः असे हात ठेवून कुणी फार वेळ स्थिर बसू शकणार नाही... हात अधांतरी उचलून, जराही न थरथरता.

वायनान्डने मस्तक वर केलं. स्कॅरेटला त्याच्या डोळ्यांत काहीच दिसलं नाही... केवळ एक सौम्यसं आश्चर्य... जणू वायनान्ड नवल करत होता स्कॅरेट इथे कशासाठी उभा आहे. मग भयाने थरकापून स्कॅरेट अस्फुट स्वरात म्हणाला, 'गेल, काय करायचं आपण?'

'बातमी आहे ही. लावायची आपण.' वायनान्ड म्हणाला.

'पण... कसं?'

'कसंही. तुला हवं तसं.'

स्कॅरेटचा आवाज जणू टुण्णदिशी उडी मारून फुटला. काही करायचं तर आत्ताच शक्य होतं... नाहीतर कधीच नाही हे त्याला माहीत होतं. हे करायची हिम्मत त्याला पुन्हा कधीही झाली नसती. आत्ता इथे उभा असताना त्याला दाराकडे जाण्याचीही भीती वाटत होती.

'गेल, तू तिला घटस्फोट द्यायला हवास.' त्याला आपण अजून इथेच उभे आहोत याचं नवल वाटत होतं. वायनान्डकडे न पहाता तो बोलत सुटला, 'गेल, आता काही पर्यायच नाही तुला. तुझी जी काही प्रतिष्ठा उरली आहे ती सांभाळायला हवी तुला. तू घटस्फोट दे तिला! म्हणजे खटला तूच भरणं आवश्यक आहे.'

'ठीक आहे.'

'करशील तू? लगेच करशील? पॉलला कागदपत्रं करायला सांगायचं का?'

'ठीक आहे.'

स्कॅरेट खोलीतून बाहेर पडला, तो तडक स्वतःच्या ऑफिसमधे शिरला. दरवाजा धाडकन लावून घेऊन त्याने टेलिफोनवर झडप घातली आणि वायनान्डच्या वकीलाला फोन लावून सांगितलं,

'सगळी हातातली कामं सोड. आजच्या आज, खटला दाखल कर कोर्टात. पॉल, आज, आत्ताच्या आत्ता. घाई करायला हवीय, पॉल... त्याचं मन पालटायच्या आत हे होऊन जायला हवं.'

वायनान्ड त्याच्या शहराबाहेरच्या घराकडे निघाला. डॉमिनिक तिथेच होती, त्याची वाट पहात होती.

तो तिच्या खोलीत शिरल्यानंतर ती उठून उभी राहिली. एक पाऊल पुढे आली... दोघांमध्ये कोणतंही फर्निचर नसावं अशा तऱ्हेने उभी राहिली. त्याच्या नजरेस आपण संपूर्ण पडावं अशी तिची इच्छा होती. तो त्या रिकाम्या अवकाशापार उभा होता आणि तिच्याकडे पहात होता. त्याला जणू ते दोघेही दिसत होते. डॉमिनिक आणि तिच्यासमोर उभा असलेला मनुष्य- गेल वायनान्ड नव्हे.

ती वाट पहात राहिली, पण तो काहीच बोलला नाही,

'वेल, खप वाढायला मदत करणारी बातमी दिली आहे मी तुला, गेल.'

त्याने ऐकलं पण तो इतका कोरा दिसत होता, की जणू वर्तमानाचा संदर्भ सुटून गेला होता. एखाद्या अनोळखी खातेदाराचं रिकामं खातं, बंद करताना कोरेपणाने तपासणाऱ्या.बँक टेलरसारखे त्याच्या चेहऱ्यावरचे भाव होते.

तो म्हणाला, 'मला फक्त एकच गोष्ट जाणून घ्यायची आहे... सांगणार असलीस तरच... आपल्या लग्नानंतर हे पहिल्यांदाच घडलंय?'

'हो.'

'पण अगदी पहिल्यांदाच नाही घडलेलं हे?'

'नाही. माझा भोग घेणारा तो पहिला पुरुष होता.'

'मला वाटतं मला हे कळायला पाहिजे होतं. स्टोडार्ड खटल्यानंतर तू लगेचच पीटर कीटिंगशी लग्न केलं होतंस.'

'तुला सगळं माहीत करून घ्यायचंय? मला सांगायचंय तुला. मी त्याला प्रथम भेटले तेव्हा तो ग्रेनाइटच्या खाणीत काम करत होता. का नाही? तू त्याला सक्तमजुरीच्या कैद्यांत बसवणारच आहेस... चक्की पिसायला... तो खाणीत काम करीत होता. माझा होकार विचारत बसला नाही तो. बलात्कार केला त्याने माझ्यावर. तिथून सुरुवात झाली. वापरायचंय हे? बॅनरमधे छापतोस?'

'त्याचं तुझ्यावर प्रेम होतं.'

'हो.'

'आणि तरीही त्याने हे घर आपल्यासाठी बांधलं?'

'हो.'

'मला फक्त जाणून घ्यायचं होतं.'

तो जायला वळला.

'गॉड डॅम यू!' ती किंचाळली. 'तू हे असं पचवू शकतोस... तर- तर तुला तू जे झालास ते होण्याचा काहीएक अधिकार नव्हता.'

'म्हणून तर मी ते पचवतो आहे.'

तो बाहेर गेला. जाताना त्याने हलकेच दार लावून घेतलं.

गाय फ्रँकनने डॉमिनिकला त्या संध्याकाळी फोन केला. तो निवृत्त झाल्यापासून त्याच्या खाणीच्या जवळच्याच एका गावातल्या आपल्या घरात राहू लागला होता. ती कोणाचेही फोन घेत नव्हती. पण नोकराणीने जेव्हा मि. फ्रँकन बोलत असल्याचं सांगितलं तेव्हा तिने फोन घेतला. तिला अपेक्षित असलेल्या संतप्त स्वराऐवजी तिच्या कानी पडला एक मऊ प्रेमळ आवाज.

'हेलो, डॉमिनिक,'

'हेलो, बाबा.'

'तू आता वायनान्डला सोडशील ना?'

'हो.'

'तू शहरात जाऊन रहाण्याची काही गरज नाही बरं का. अती करू नये ना कोणतीही गोष्ट. त्यापेक्षा माझ्याकडे येऊन रहा... जोवर- जोवर कोर्टलँड खटला पूर्ण होत नाही तोपर्यंत इथे रहा तू.'

तो जे बोलला नव्हता ते खूप महत्त्वाचं होतं, त्याच्या स्वरातला साधेपणा, कणखरपणा आणि त्यातून डोकावणारा किंचितसा आनंद तिला खूप भावला. ती उत्तरली, 'होय बाबा.' ते एका मुलीचं उत्तर होतं... त्यात थकवा होता, विश्वास होता, प्रसन्नताही. 'मी मध्यरात्रीपर्यंत पोहोचते तिथे. थोडं दूध आणि सँडविचेस एवढंच ठेवा माझ्यासाठी.'

'नेहमीसारखी वेगात येऊ नकोस हां. रस्ते फार काही चांगल्या अवस्थेत नाहीयेत.'

ती आली तेव्हा गाय फ्रँकन तिला दारातच भेटला. दोघेही एकमेकांकडे पाहून हसले. तो काही प्रश्न विचारणार नव्हता, दूषणं देणार नव्हता हे कळलं तिला. त्याने तिला खिडकीजवळ लावलेल्या जेवणाच्या टेबलपाशी नेलं. तिथून बाहेरच्या गवताचा वास येत होता. टेबलवर मोणबत्त्या लावलेल्या एका चांदीच्या वाडग्यात मोगऱ्याची फुलं ठेवलेली.

तिने थंडगार ग्लासभोवती बोटं मिटली. तोही समोर बसून सावकाश सँडविच खात राहिला.

'तुम्हाला काही बोलायचंय का, बाबा?'

'नाही. दूध पी आणि झोप तू.'

'बरं.'

त्याने एक ऑलिव्ह उचललं आणि त्याच्याकडे पहात विचारमग्न होऊन बसून राहिला. रंगीत टूथपिकवर ते फिरवत राहिला. मग त्याने तिच्याकडे वर पाहिलं.

'हे बघ, डॉमिनिक, मला हे सारं काय झालं कसं झालं वगैरे कळू शकत नाही. पण मी एक गोष्ट नक्की सांगू शकतो... हे जे झालं ते तुझ्यासाठी छान झालं. यावेळी निवड योग्य आहे.'

'हो, बाबा.'

'म्हणून मला फार बरं वाटलं.'

तिने मान हलवली.

'मि. रॉर्कना सांग... ते कधीही इथे येऊ शकतात म्हणून.'

ती हसली. 'कुणाला सांगू हे, बाबा?'

'हं? हॉवर्डला सांग.'

तिने टेबलवर ठेवलेल्या हातावर डोकं टेकवलं. तो मेणबत्तीच्या प्रकाशात तिच्या सोनेरी केसांकडे पहात राहिला. खाली डोकं करून आवाजावर नियंत्रण राखणं सोपं होतं, म्हणून ती म्हणाली, 'मला इथेच झोप लागेल... अशी दमलेय मी.'

पण तो उत्तरला, 'तो निर्दोष सुटेल, डॉमिनिक.'

□ □ □

न्यू यॉर्कमधून प्रसिद्ध होणारा प्रत्येक पेपर वायनान्डच्या ऑफिसमधे आणला जात असे. त्याची आज्ञाच होती तशी. तो प्रत्येक पेपर वाचत असे. शहरात चाललेली सारी कुजबूज त्याला

माहीत असे. एव्हाना सर्वांना हे कळलं होतं की ती बातमी स्वतःला मुद्दाम अडकवण्यासाठी केलेली होती. एका अब्जाधीशाची पत्नी पाच हजार डॉलर्सच्या अंगठीच्या चोरीची तक्रार असल्या परिस्थितीत पोलिसात दाखल करणार नाही हे सर्वांना कळत होतं. पण तरीही सगळेचजण ती गोष्ट मोठ्या चवीने चघळत होते. सर्वात वाईट चर्वितचर्वण चाललं होतं बॅनरच्या पानांतून.

आल्वा स्कॅरेटला बऱ्याच दिवसांनंतर एक घसघशीत मोहीम चालवायला मिळाली होती. तो अगदी मनापासून ती लावून धरत होता. वायनान्डच्या विरुद्ध जे काही वर्तन त्याने याआधी केलं असेल त्याचं क्षालन या मोहीमेने होतंय असं त्याला वाटत होतं. वायनान्डच्या नावाला पुन्हा एकदा प्रतिष्ठा मिळवून देण्याचा मार्ग आपल्या हाती आला आहे असं त्याला वाटत होतं. एका व्यभिचारी, अनैतिक स्त्रीच्या लोभात सापडून वायनान्ड कसा शिकार बनला हे लोकांना विकण्याचा तो हरप्रकारे प्रयत्न करू लागला. डॉमिनिकमुळे अनीतिमान अशा एका प्रश्नात त्याने चुकीची भूमिका घेतली, त्याचे स्वतःचे मत तसे नसतानाही त्याला भरीला पाडलं गेलं वगैरे... आपल्या प्रेमिकासाठी तिने संपूर्ण पेपरची, स्वतःच्या नवऱ्याची प्रतिष्ठा पणाला लावली, त्याच्या संपूर्ण आयुष्यभराच्या मिळकतीवर घाला घातला वगैरे. स्कॅरेटने वाचकांकडे वायनान्डला माफ करण्याची भीकच मागितली... त्याच्या प्रेमापायी त्याने हा शोकात्म निर्णय घेतला, स्वतःचा बळी दिला... स्कॅरेटच्या आकडेमोडीत व्यस्त प्रमाणाची मोजणी होती. डॉमिनिकसाठी वापरलेल्या प्रत्येक गलिच्छ विशेषणाच्या पटीत वायनान्डला सहानुभूती मिळत होती. स्कॅरेटच्या बदनामी तंत्राला नवी धार चढली. त्याला यश येऊ लागलं. विशेषतः बॅनरच्या जुन्या महिला वाचकवर्गाने चांगलाच प्रतिसाद दिला. पेपर पुन्हा उभा करण्याच्या खडतर प्रयत्नांना चांगलीच मदत झाली.

पत्र येऊ लागली. त्यात सांत्वनपर शब्दांची पखरण असायची. डॉमिनिक फ्रँकनबद्दल लिहिताना अगदी गलिच्छ शब्द वापरताना कुणी लेखणीवर लगाम ठेवत नव्हतं.

'एकदम जुने दिवस परतलेत, गेल,' आल्वा स्कॅरेट आनंदात म्हणत होता, 'अगदी जुने दिवस आठवतात मला!' तो सारी पत्रं वायनान्डच्या टेबलवर रचून ठेवायचा.

वायनान्ड त्या ऑफिसमधे एकटाच त्या पत्रांसोबत बसायचा. स्कॅरेटला कल्पनाही नव्हती... गेल वायनान्डने अनुभवलेलं हे सर्वात वाईट दुःख होतं. प्रत्येक पत्र वाचायची सक्ती केलेली त्याने स्वतःवर... डॉमिनिक... जिला बॅनरपासून अस्पर्श ठेवण्याचा त्याने आटोकाट प्रयत्न केला होता... ते बिल्डिंगमधे समोरासमोर येत असत तेव्हा स्कॅरेट त्याच्याकडे अपेक्षेने पहात असे. त्याच्या तोंडावरचं हास्य लुब्रेपणाचं असे. आणि एखाद्या शिष्याने चांगला अभ्यास केल्यानंतर, सगळं नीट शिकल्यानंतर गुरूकडून शाबासकी मिळण्याची वाट पहात रहावं तसे भाव असत ते.

वायनान्ड काहीच बोलत नसे. स्कॅरेटने एकदा बोलायचा प्रयत्न केला.

'मस्त उपयोग करून घेतला, हो की नाही, गेल?'

'हो.'

'अजून काही करता येईल का यातून?'

'तुझं काम आहे ते, आल्वा.'

'तीच सगळ्या सत्यानाशाचं कारण होती, गेल. हे सगळं होण्यापूर्वी, तू तिच्याशी लग्न केलंस त्याच वेळी मला याची भीती वाटली होती. त्यातूनच सगळी सुरुवात झाली. आठवतंय तुला, तू आम्हाला तुझ्या लग्नाची बातमी छापू दिली नव्हतीस? तेच तर लक्षण होतं. तिने बॅनरची वाट लावली. पण मी पैजेवर सांगतो, वेळ पडल्यास तिच्या प्रेतावर मी आपला बॅनर पुन्हा उभा करीन. अगदी पहिल्यासारखा... आपल्या

जुन्या बॅनरसारखा...'

'हो.'

'काही सुचवायचंय तुला, गेल? मी आणखी काय करू आता, सांग.'

'तुला हवं ते कर, आल्वा.'

□ □ □

एका झाडाची फांदी उघड्या खिडकीतून झुकली होती. पानं आकाशाच्या पार्श्वभूमीवर सळसळत होती... उन्हाळ्यातला सूर्य आणि बहुप्रसवा वसुंधरेची एकत्र साक्ष. डॉमिनिक जगाचा विचार एखाद्या पार्श्वभूमीप्रमाणे करीत होती. वायनान्ड विचार करत होता दोन हातांचा की ज्यांत झाडाची फांदी वाकवता येईल आणि जीवनाचा अर्थ उलगडेल. पानं खाली उतरून न्यू यॉर्कच्या क्षितिजरेषेवरच्या मनोऱ्यांना स्पर्श करीत होती. त्या गगनचुंबी इमारती उभ्या सूर्यकिरणांच्या स्तंभांसारख्या वाटत होत्या. अंतर आणि ऊन यामुळे पांढरट पडल्यासारख्या वाटत होत्या त्या.

हॉवर्ड रॉर्कवरचा खटला ऐकायला कौन्टी कोर्टात खचाखच गर्दी दाटली होती.

रॉर्क बचावपक्षाच्या टेबलपाशी बसून शांतपणे ऐकत होता.

डॉमिनिक प्रेक्षकांमधे तिसऱ्या रांगेत बसली होती. तिच्याकडे पहाताना लोकांना वाटत होतं की आपल्याला केवळ एक हास्यच दिसलं आहे की काय. पण ती हसत नव्हती. ती खिडकीबाहेरच्या फांदीवरला पर्णसंभार न्याहाळत होती.

गेल वायनान्ड कोर्टरूमच्या शेवटच्या रांगेत बसला होता. तो एकटाच आला होता. कोर्टरूम भरल्यानंतर. त्याच्याकडे वळणाऱ्या नजरा किंवा त्याच्यावर रोखलेल्या कॅमेऱ्यांचे फ्लॅश यांकडे त्याचं लक्षच नव्हतं. तो मधल्या जागेत क्षणभर उभा राहिला. त्या जागेचं सहजच एक सर्वेक्षण केल्यासारखी त्याची नजर चौफेर फिरली. त्याने राखाडी रंगाचा उन्हाळी कोट घातला होता. आणि पनामा हॅट घातली होती. हॅटची एक कड एका बाजूने उचलून वर वळवलेली.

त्याची नजर इतरांप्रमाणेच डॉमिनिकवरही गेली. खाली बसल्यानंतर त्याने रॉर्ककडे पाहिलं. वायनान्ड आत आल्या क्षणापासून रॉर्क त्याच्याचकडे पहात होता. वायनान्डने नजर वळवली.

'घडलेल्या गुन्ह्यामागील उद्देश सिद्ध करण्याचा सरकार पक्षाचा इरादा आहे.' सरकार पक्षाचे वकील ज्यूरींना उद्देशून आरंभीचे भाषण करू लागले, 'या गुन्ह्यामागचा उद्देश सामान्यतः, बहुसंख्य लोकांना अनुभवास येणाऱ्या मानवी भावभावनांच्या तुलनेत राक्षसी वाटेल, असंभव वाटेल असाच आहे.'

मॅलरी, हेलर, लॅन्सिंग, एनराइट, माइक आणि गाय फ्रँकन यांच्या बरोबर डॉमिनिक बसली होती. गाय फ्रँकन त्यांच्यात बसलेला पाहून त्याच्या अनेक जुन्या मित्रांनी आश्चर्य आणि नापसंती व्यक्त केली. पलिकडे अनेक सेलिब्रिटीज् बसलेल्या... एल्सवर्थ टूहीच्या एका बिंदूपासून मागे जणू धूमकेतूच्या पुच्छासारखी अनेक सिताऱ्यांची गर्दी पसरली होती. लॉइस कुक, गॉर्डन प्रेस्कॉट, गस वेब, लॅन्सेलॉट क्लोकी, आइक, ज्यूल्स फौग्लर, सॅली ब्रेन्ट, होमर स्लॉटर्न, मिशेल लेटन.

'त्याच्या सुरुंगाने जशी एक इमारत विनाश पावली, तसेच त्याच्या उद्दिष्टामुळे मानवी आत्म्यातून मानवतेच्या जाणीवेचा विनाश होऊ शकतो... मान्यवर ज्यूरींचे सदस्य हो, या जगातील सर्वात विषाक्त स्फोटकाशी आपली गाठ पडली आहे- एका स्वयंकेंद्री मनुष्याशी!'

खुर्च्यांवर, खिडक्यांच्या कठड्यांवर, दोन रांगांमधील मोकळ्या जागेत, भिंतींना लगटून अनेक मानवी देहांचा एकच एकसंध गच्च देह तयार झालेला. फक्त त्यांचे फिकटसे चेहरे तेवढे सुटेसुटे,

एकेकटे दिसत होते... एकसारखेपणा नव्हता. प्रत्येक चेहऱ्यामागे गतवर्षांचा, गतायुष्याचा आलेख होता, काढलेले कष्ट, आशा आणि जगण्यासाठी केलेल्या प्रामाणिक किंवा अप्रामाणिक असतील पण त्या प्रयत्नांची तप्तमुद्रा त्या सर्वांवर सारखीच उठली होती... दुष्टाव्याने हसणाऱ्या ओठांवर, कशाचीच पर्वा न उरलेल्या ओघळल्या ओठांवर, स्वतःच्याच प्रतिष्ठेची खात्री नसलेल्या घट्ट मिटल्या ओठांवर... सर्वांवर उमटल्या होत्या काहीतरी दुःख भोगल्याच्या खुणा.

'... आजच्या काळात, आजच्या घडीला साऱ्या जगासमोर विराट स्वरुपाचे प्रश्न असताना, मानवी अस्तित्त्वासंबंधी समस्या आ वासून उभ्या असताना, या माणसाने किती धूसर, अमूर्त कल्पनांना, स्वतःच्या कलाविषयक मतांना अवास्तव महत्त्व देऊन तेच एक महत्त्वाचं मानून समाजाविरुद्ध गुन्हा करण्याचे धाष्ट्र्य केले आहे.'

लोक आले होते- एक सनसनाटी खटला ऐकायला, सेलिब्रिटीज्ना बघायला, गप्पांसाठी विषय मिळवायला, आपण इथे आलो आहेत हे इतरांना दाखवून द्यायला, वेळ घालवायला. हे पार पडलं की मग परतून जातील ते नकोशा वाटणाऱ्या नोकरीधंद्यावर, परततील मन उडालेल्या कुटुंबाकडे, न निवडलेल्या मित्रांकडे, प्रतिष्ठित दिवाणखान्यांतून पाहुणे म्हणून जातील, संध्याकाळचे खास पोषाख... कॉकटेलचे प्याले... चित्रपट वगैरेंत गढतील, स्वतःशीही कबूल न केलेली दुःखं पुन्हा खांद्यावर घेतील, आशेचा चक्काचूर, अपूर्ण इच्छांचा जाच पुन्हा सोसू लागतील, ज्या मार्गांवर चालण्यासाठी त्यांनी एक पाऊलही कधी टाकलं नाही अशा मार्गांवर अधांतरी लटकत... विचार करणं टाळण्याच्या प्रयत्नांची पराकाष्ठा करण्याच्या दिवसांकडे परततील ते... काहीही बोलावं लागू नये, विसरता यावं, शरण जावं किंवा सोडून द्यावं... अशा परिस्थितीकडे परतून जातील ते.

पण त्यापैकी प्रत्येकाच्या वाट्याला एक असा क्षण आला होता... आता विस्मरणात गेलेला क्षण- एखाद्या मोकळ्या निवांत सकाळी एखादी स्वरधून कुणी ऐकली असेल... पुन्हा कधीच तसे सूर कानी आले नसतील. कुणालातरी एखादा अनोळखी अविस्मरणीय चेहरा बसमधे दिसला असेल... त्या त्या क्षणी त्यांना जगण्याचा एक वेगळाच अर्थ गवसला असेल. आणि त्यातल्या प्रत्येकाला आणखी काही वेगवेगळे क्षण आठवत असतील... झोप रुसलेल्या रात्रींतून... पावसाच्या संततधारेने कुंद झालेल्या दुपारींतून... कधी चर्चमधे असताना... कधी कातरवेळी रिकाम्या रस्त्यावर असताना... कधीकाळी त्यातल्या प्रत्येकाने विचार केला असेल... का या जगात इतकं दुःख आहे?... आणि इतका ओंगळपणा? त्यांनी कधीही या प्रश्नांची उत्तरं शोधायचा यत्नही केला नसेल... ती उत्तरं शोधायची गरजच नाही असं स्वतःला समजावत तसेच जगणं पुढे खेचत राहिले असतील. पण प्रत्येकाला. कधी ना कधी, एखाद्या क्षणी, एकान्तात भिडलेल्या सोलीव प्रामाणिक भावनेच्या भरात त्या उत्तराची गरज वाटली असेल.

'... संवेदनाहीन, उद्दाम स्वयंकेंद्री मनुष्य... ज्याला कसलंही मोल देऊन स्वतःच्या मनासारखंच सारं काही घडवून आणायचं होतं.'

ज्यूरींच्या बाकांवर बारा माणसं बसली होती. ते सारेजण लक्षपूर्वक ऐकत होते. त्यांच्या चेहऱ्यांवर कोणत्याही भावभावना उमटत नव्हत्या. लोक आपापसात कुजबुजत होते, की ज्यूरी म्हणून बसलेले हे सारेच फार कठोर वाटतात... त्यातले दोघेजण कारखान्यात काम करणारे अधिकारी होते, दोघेजण इंजिनिअर्स होते, एक होता गणिती, एकजण ट्रकड्रायव्हर होता, एकजण विटा लावणारा गवंडी होता, एक होता इलेक्ट्रिशियन, एक माळी आणि तीन औद्योगिक कामगार होते त्यांच्यात. रॉर्कने कोर्टाच्या यादीतल्या नेहमी बोलवल्या जाणाऱ्या बऱ्याच ज्यूरींना नाकारलं होतं. त्याने स्वतःच या बारा जणांची निवड केली होती. फिर्यादी पक्षाच्या वकिलाने त्याची निवड स्वीकारली होती. तो

मनाशी म्हणाला होता, नवख्या माणसाने स्वतःचा बचाव स्वतः करायचं ठरवलं की हे असंच होतं. एखाद्या कसलेल्या वकिलाने सौम्य लोकांची निवड केली असती. दयेच्या आर्जवाला प्रतिसाद मिळायचा तर त्यांचाच उपयोग झाला असता. रॉर्कने वेचून कठोर चेहरेच निवडले होते.

'... ही इमारत एखाद्या अतीश्रीमंताचा प्रासाद वगैरे असता तर गोष्ट वेगळी होती... पण एक गृहनिर्माण प्रकल्प... ज्यूरीचे सदस्य हो, एक गृहनिर्माण प्रकल्प!'

न्यायाधीश एका उच्चासनावर ताठ बसले होते. त्यांचे केस पिकलेले आणि मुद्रा एखाद्या लष्करी अधिकाऱ्यासारखी गंभीर.

'ज्या माणसाला समाजाला सेवा पुरवण्यासाठी प्रशिक्षित केलं गेलं, तो इमारत उभी करण्याऐवजी तिचा विनाशकर्ता झाला...'

तो आवाज सराईतासारखा आत्मविश्वासाने बोलत राहिला. त्या खोलीत भरून राहिलेल्या चेहऱ्यांवर रोज रात्रीचं जेवण जेवताना जसे भाव असतील तसेच भाव होते... तासाभरात आपण काय जेवलो ते विसरूनही जायचं इतपत समाधानाचे. त्यांना त्यातलं वाक्य नि वाक्य पटत होतं. ते सारं त्यांनी पूर्वीच ऐकलं होतं. नेहमीच ऐकत आले होते. त्यांच्या जगाच्या मूल्यधारणा याच तर होत्या. अगदी स्पष्ट होतं सगळं... पायापाशीच साचलेलं डबकं दिसतंच ना कुणालाही.

फिर्यादी पक्षाच्या वकिलांनी साक्षीदारांना समोर आणायला सुरुवात केली. रॉर्कला अटक करणारा पोलीस साक्षीदाराच्या पिंजऱ्यत उभा राहिला. आरोपीला आपण कसं त्या इलेक्ट्रिक प्लंजरच्या जवळ उभं असताना पकडलं हे त्याने सांगितलं. रात्रीचा रखवालदार सांगू लागला की त्याला कसं बिल्डिंगपासून दूर पाठवलं गेलं. त्याची साक्ष थोडक्यात आटपली. वकिल महोदयांस डॉमिनिकच्या संबंधाने विषय वाढवायची इच्छा नव्हती. कॉन्ट्रॅक्टरच्या सुपरिंटेंडंटने बिल्डिंगच्या जागेवरच्या स्टोअरमधून सुरुंग चोरीला गेल्याची साक्ष दिली. कोर्टलँडचं काम पहाणारे शासकीय अधिकारी, बिल्डिंग इन्स्पेक्टर्स, एस्टिमेटर्स आले आणि त्यांनी बिल्डिंगचं वर्णन केलं, त्यावरील खर्च सांगितला, झालेल्या नुकसानाचा अंदाज सांगितला. पहिल्या दिवशी खटल्याचं कामकाज एवढ्यावर संपलं.

दुसऱ्या दिवशीचा पहिला साक्षीदार होता पीटर कीटिंग.

तो साक्षीदाराच्या पिंजऱ्यात पुढे झुकून बसला होता. तो वकिलाकडे आज्ञाधारकपणे पहात राहिलेला. मधूनमधून त्याचे डोळे किंचित इकडून तिकडे वळत. तो प्रेक्षकांकडे, ज्यूरींकडे, रॉर्ककडे सारख्याच नजरेने पहात होता. त्याला आता कशाचाच काहीही फरक पडत नव्हता.

'मि. कीटिंग, कोर्टलँड होम्सच्या प्रकल्पाची ही इमारत डिझायनर म्हणून तुमच्या नावे आहे, ती तुम्हीच डिझाइन केली हे तुम्ही शपथेवर सांगाल काय?'

'नाही. मी ती डिझाइन केली नाही.'

'कुणी डिझाइन केली ती?'

'हॉवर्ड रॉर्कने.'

'कुणाच्या विनंतीनुसार?'

'माझ्या.'

'तसं तुम्ही का केलंत?'

'कारण ते डिझाइन स्वतः करण्याची माझी क्षमता नव्हती.'

त्याच्या आवाजात प्रामाणिकपणाचा लवलेशही वाटत नव्हता, कारण असल्या सत्याचा कबुलीजबाब देताना आवाजात जो प्रयास उतरायला हवा त्याचा पूर्णतः अभाव होता त्यात. तो

असत्य बोलत होता असं वाटावं असाही स्वर नव्हता त्यात. तो अंतर्बाह्य निर्विकारपणे बोलत होता.

वकिलाने त्याच्याकडे एक कागद दिला.

'या करारपत्रावर तुम्ही सही केली आहे?'

कीटिंगने तो कागद हातात धरला.

'हो.'

'ही हॉवर्ड रॉर्कची सही आहे?'

'हो.'

'यात मान्य केलेल्या अटी आपण ज्यूरींच्या सदस्यांना वाचून दाखवाल काय?'

कीटिंगने तो कागद मोठ्याने वाचून दाखवला. त्याचा आवाज अगदी स्पष्ट होता. वाचायचा सराव केल्यासारखा. एक सनसनी माजवणारी साक्ष असावी अशा हेतूने या साक्षीचे आयोजन झाल्याचे कुणालाही वाटले नाही इतक्या रटाळपणे तो वाचत गेला. एक सुप्रसिद्ध आर्किटेक्ट आपल्या अकार्यक्षमतेची जाहीर कबुली देतो आहे असं काही वाटलंच नाही कुणाला. एक मनुष्य पाठ केलेली उत्तरे देत होता इतकंच. असं वाटत होतं की त्याला कुणी मधेच थांबवलं तर तो पुढे काहीच बोलू शकणार नाही... पुढचं वाक्य त्याला आठवणारही नाही. तो पुन्हा पहिल्यापासून सारंकाही बोलायला सुरुवात करेल.

त्याने बऱ्याच प्रश्नांची उत्तरं दिली. वकिलाने रॉर्कच्या हातची कोर्टलँड होम्सची मूळ चित्रंही कोर्टात सादर केली. तीही कीटिंगकडूनच मिळाली होती. त्या चित्रांच्या कीटिंगने उतरवलेल्या नकला आणि कोर्टलँडची एक इमारत बांधून झाल्यानंतरचे फोटोही कोर्टात दाखवण्यात आले.

'मि. प्रेस्कॉट आणि मि. वेब यांनी केलेल्या उत्तमोत्तम सूचनांचा आपण खूप कडाडून विरोध केला होतात, याचं कारण काय होतं?'

'मला हॉवर्ड रॉर्कची भीती वाटत होती.'

'त्यांच्या व्यक्तिमत्त्वाबद्दलच्या पूर्वानुभवामुळे तुमची काही विशिष्ट अपेक्षा होती का?'

'काहीही शक्य होतं.'

'म्हणजे काय म्हणायचंय तुम्हाला?'

'माहीत नाही. मला भीती वाटत होती. मला नेहमीच भीती वाटायची.'

प्रश्न सुरू राहिले. ही कहाणी किती अजब होती, तरीही श्रोते कंटाळून गेले होते. त्याचं बोलणं ही कुणा प्रत्यक्ष सहभागी साक्षीदाराचं कथन वाटतच नव्हतं. बाकीचे सारे साक्षीदार याच्या मानाने कितीतरी जास्त पटींत खटल्यात गुंतल्यासारखे वाटत होते.

कीटिंग साक्षीदाराच्या पिंजऱ्यातून उतरला तेव्हा श्रोत्यांना काही वेगळंच वाटून गेलं. त्या चौथऱ्यावरून कुणी उतरलंच नव्हतं जणू... कुणी व्यक्ती नव्हतीच तिथे.

'फिर्यादी पक्षाचे कथन संपले आहे.' डिस्ट्रिक्ट ॲटर्नीने घोषित केले.

न्यायाधीशांनी रॉर्ककडे पाहिलं.

'सुरुवात करा.' ते म्हणाले. त्यांचा आवाज सौम्य होता.

रॉर्क उठून उभा राहिला.

'युअर ऑनर, मी कुणाही साक्षीदारांना येथे पाचारण करू इच्छित नाही. ही केवळ माझी साक्ष असेल आणि माझंच कथन.'

'शपथ वहा.'

रॉर्कने शपथ घेतली. तो साक्षीदाराच्या पिंजऱ्याच्या पायऱ्यांपाशी उभा राहिला. साऱ्या गर्दीची

नजर त्याच्यावरच होती. त्यांना वाटत होतं, की आता यातून तो सुटणार नाही, त्याला काहीही आशा नाही. त्याच्याबद्दल वाटणारा अनाम तिरस्कार बाजूला ठेवून त्याच्याकडे पहात होते ते. त्याच्याकडे पाहून अनेकांना उगीचच असुरक्षित वाटू लागायचं आणि तिरस्कार वाटायचा. पण आता, प्रथमच ते सारे त्याला तो जसा आहे तसा पाहू शकत होते... ते पहात होते- भीतीचा स्पर्शही नसलेला माणूस.

ते ज्या भीतीच्या स्पर्शाचा विचार करीत होते ती भीती कसल्याही दृश्य धोक्याची प्रतिक्रिया म्हणून येणारी भीती नव्हती. ती भीती होती एक सतत चिकटलेल्या जुन्या आजारासारखी, कुणाकडेही कबूल न करण्यासारखी भीती... जिच्या कवेत ते सारेच जगत आले होते. त्यांना स्वतःचं केविलवाणेपण आठवत होतं... एखाद्या वेळी जेव्हा ते अपमानजनक परिस्थितीत तडफदार उत्तर देऊ शकले असते... पण हिम्मत नव्हती झाली... आणि अशा तऱ्हेने त्यांना नामोहरम करणाऱ्यांचा त्यांना किती द्वेष वाटला होता. केविलवाणेपण... मनातल्या मनात आपण स्वतःला किती शूर, धैर्यशील मानू पहातो, पण प्रत्यक्षात काहीच उतरत नाही याचं वैषम्य... स्वप्न? स्वतःची फसवणूक? की सत्यपरिस्थितीचा खात्मा की ते सत्य कधी जन्मलंच नव्हतं... की कुरतडत रहाणाऱ्या -भीती, गरजा, परस्परावलंबित्व, द्वेष यांच्या मिश्रणांतून घोटलेल्या अनाम भावनांनी सत्याला मारून टाकलेलं?

जसा प्रत्येक माणूस स्वतःच्या स्वच्छ मनासमोर निश्चिंतपणे उभा राहील तसा निश्चिंतपणे रॉर्क त्यांच्यासमोर उभा होता... पण रॉर्क उभा होता तो शत्रुपक्षाच्या गर्दीसमोर. त्याच्याकडे पहाताना त्या सर्वांना अचानक जाणवून गेलं... की कुणाचाही द्वेष करणं त्याला शक्यच नव्हतं. एका लख्खकन चमकून गेलेल्या क्षणार्धात त्यांना त्याच्या जाणीवेची प्रत काय असावी ते कळून गेलं. प्रत्येकाच्या मनात प्रश्न उठला असेल- मला कुणाच्या पसंतीची गरज आहे का? त्याने काही फरक पडतो का? मी कुणाशी बांधील आहे का? आणि त्या क्षणापुरता प्रत्येक माणूस मुक्त होता... तिथे असलेल्या प्रत्येक मनुष्यमात्रासाठी सद्भावना बाळगण्याइतका मुक्त...

फक्त एकच क्षण... रॉर्क बोलायला सुरुवात करणार- त्या आधीचा शांततामग्न क्षण.

'हजारो वर्षांपूर्वी कुणीतरी माणसाने प्रथमच अग्नी कसा प्रज्वलित करायचा याचा शोध लावला असेल. त्याच्या बांधवांनी त्याने शिकवलेल्याच तंत्राने आग पेटवून त्यालाच त्या आगीत जिवंत जाळले असेल कदाचित्. मानवाला ज्या महाभूताची भयंकर भीती वाटत होती त्याच्याशी खेळणारा दुष्ट चेटक्या म्हणून त्याची संभावना झाली असेल. पण त्यानंतर सगळ्या मानवजातीला थंडीत ऊब देणारा, अन्न शिजवायला उपयुक्त ठरणारा, गुहांमधून उजेड देणारा अग्नी सहजप्राप्य झाला. त्यांनी ज्याची कल्पनाही केली नसेल अशी भेट त्याने त्यांना दिली होती आणि साऱ्या पृथ्वीवरूनच अंधाराची हकालपट्टी केली होती. त्यानंतर कित्येक शतकांनंतर, कुणा माणसाने प्रथमच चाकाचा शोध लावला. त्याच्या बांधवांनी त्याला बहुतेक त्याने तयार केलेल्या चाकांच्या मदतीने केलेल्या छलयंत्रावर बांधून त्याचे हालहाल केले असतील. निषिद्ध समजल्या जाणाऱ्या क्षेत्रात पाऊल टाकल्याबद्दल त्याला पाखंडी समजण्यात आलं असेल. पण त्यानंतर मानवसमूह दूरदूर क्षितिजापार सहज प्रवास करू लागले. त्याने त्यांना असे वरदान दिले होते ज्याची त्यांनी कल्पनाही केली नसेल... आणि त्याने जगाचा रस्ता उघडून दिला त्यांना.

'ज्याने कुणापुढेही झुकायला नकार दिला तो माणूस, ज्याने प्रथम नवा विचार केला तो माणूस... मानवजातीच्या ज्या ज्या कुळकथा नोंदल्या गेल्या त्यांच्या आरंभपर्वात उभा ठाकलेला दिसून येतो. प्रॉमिथियसला खडकाला बांधून घातलं गेलं... गिधाडांनी त्याचे लचके तोडले... कारण त्याने देवांकडून अग्नी चोरला होता म्हणे. ऍडमला दुःखभोगाचा शाप मिळाला कारण त्याने ज्ञानवृक्षाचे

फळ तोडून खाल्ले. आख्यायिका कोणतीही असो... कुठे ना कुठेतरी मानवजातीच्या स्मरणात, लपून असते ही जाणीव... की, मानवजातीच्या उज्ज्वल वाटचालीची सुरुवात कुणा एकापासून झालेली असते आणि त्या कुणालातरी आपल्या धैर्यशीलतेची किंमत चुकवावी लागलेली असते.

'साऱ्या शतकांच्या वाटचालींतून अशी माणसं होती, की ज्यांनी पहिली काही पावलं नव्या वाटांवर टाकली... त्यांच्या हाती एकच आयुध होतं... स्वतःच्या विचारातून स्फुरलेला संपूर्ण नवा दृष्टिकोन... त्यांची ध्येये भिन्नभिन्न असतील, पण त्यांच्यात हा एक सामायिक गुणविशेष होता- त्यांचे पाऊल पहिले होते, वाट नवी होती आणि दृष्टिकोन उधारीचा नव्हता. त्यांना प्रतिसाद मिळाला तो एकाच प्रकारचा- विद्वेषाचा. सारे महान सृजनकर्ते, विचारवंत, कलावंत, वैज्ञानिक, नवसंशोधक,- सारेच एकेकट्याने समकालीन लोकांशी संघर्ष करीत आले आहेत. प्रत्येक नव्या विचाराला विरोधच झाला. प्रत्येक नव्या शोधाला टीकास्पद ठरवलं गेलं. पहिल्याने तयार झालेली मोटर म्हणजे लोकांना खुळचटपणा वाटला. विमानाची कल्पनाच अशक्य ठरवली गेली होती. विजेवर चालणारा माग- पॉवरलूम- दुष्ट ठरवण्यात आला होता. ॲनेस्थेशिया हा पापमूलक म्हणून नाकारला गेला होता. पण स्वयंसिद्ध द्रष्ट्या बुद्धीचे वीर थांबले नाहीत, पुढे जात राहिले. त्यांनी संघर्ष केला, त्यांनी धिक्कार सोसला, त्यांनी किंमत चुकवली. पण ते जिंकले.

'कुठल्याही सृजनशील बुद्धिवंताने आपल्या बांधवांसाठी काही करायचं या दृष्टीने नवा विचार केला नव्हता. त्याची निर्मिती ही त्यांच्या आळसावलेल्या चाकोरीबद्ध आयुष्यात काहीतरी नावीन्य आणणार होती... तरीही ती ते नाकारत राहिले. त्यांची सर्जक प्रतिभा हेच त्यांचं उद्दिष्ट होतं. त्यांना सापडलेली कल्पना हेच सत्य आणि ते सत्य साकारण्यासाठी ते जीवापाड कष्ट घेत होते. एखादी रागिणी, एखादं पुस्तक, एखादं इंजिन... एखादं तत्त्वज्ञान, एखादं विमान किंवा एखादी इमारत- हे अशा बुद्धिवंतांचं इप्सित असतं... त्यांचं आयुष्य झोकून देतात ते त्यावर. तेच उद्दिष्ट असतं त्यांचं... संगीताचे श्रोते, पुस्तकाचे वाचक, इंजिनाचे चालक, तत्त्वज्ञानाचे अनुयायी, विमानाचे चालक किंवा इमारतीतले रहिवासी- हे त्यांचं उद्दिष्ट नसतं. ती निर्मिती हेच त्यांचं साध्य असतं- ती वापरणारे नव्हेत. ती निर्मिती हाच ध्यास असतो, त्यापासून कुणाला किती फायदा झाला हा नव्हे. त्या निर्मितीने त्यांच्या मनातल्या कल्पनेला सत्यात आणलेलं असतं. त्यांनी स्वतःच्या मनातली कल्पना हेच प्रमाणसत्य सर्वोच्च मानलेलं असतं आणि त्यासाठी बाकी सर्व माणसांच्या विरुद्ध उभे रहायला सज्ज असतात ते.

'अशा माणसाची दृष्टी, त्याची शक्ती, त्याचं धैर्य सारं काही त्याच्या आत्म्यातून स्फुरतं. माणसाचा आत्मा म्हणजेच त्याचं स्वत्व असतं. त्याची जाणीव असते ती. विचार करणे, काहीतरी वाटणे, योग्य-अयोग्य ठरवणे आणि कृती करणे ही सारी 'अहम्'चीच कार्ये आहेत.

'हे सृजनशील बुद्धिवंत निःस्वार्थ नव्हते. त्यांच्या सृजनशक्तीचं तेच तर रहस्य आहे- ते स्वयंसिद्ध होते, निजध्यासाने प्रेरित होते, स्वयंप्रकाशी होते. ते होते आद्य, ऊर्जेचे स्रोत, जीवनस्रोत, मूल नियंते... कुणीही सृजनकर्ते कुणाचीही सेवा करीत नव्हते, कशाचीही उद्दिष्टपूर्ती करीत नव्हते. ते जगले स्वतःसाठी.

'आणि स्वतःसाठी जगतानाच त्यांनी ज्या गोष्टी साध्य केल्या त्या मानवजातीच्या उज्ज्वल प्रगतीचे मापदंड ठरल्या. यशस्वितेचे स्वरूप हे असे असते.

'माणसाला जगण्यासाठी, जीवनसंघर्षात यशस्वी होण्यासाठी केवळ स्वतःच्या मनाचा आणि बुद्धीचाच आधार असतो. या जगात येताना तो निःशस्त्र असतो. त्याचा मेंदू हे त्याचं एकमेव अस्त्र असतं. पशू आपलं अन्न बळाने कमावतात. माणसाला नख्या नसतात, तीक्ष्ण सुळे नसतात, शिंगं

नसतात, फार काही बळकट स्नायूही नसतात. त्याला आपलं अन्न पेरावं, पिकवावं लागतं किंवा शिकार करून मिळवावं लागतं. धान्य पिकवण्यासाठी त्याला विचार करण्याची गरज असते. शिकार करण्यासाठी त्याला शस्त्राची गरज असते आणि शस्त्र तयार करण्यासाठी त्याला विचार करण्याची गरज असते. या अत्यंत प्राथमिक गरजांपासून ते अत्युच्च समजल्या जाणाऱ्या अमूर्त धार्मिक कल्पनांपर्यंत, चाकापासून गगनचुंबी इमारतीच्या रचनेपर्यंत... आपण जे आहोत आणि आपल्याकडे जे काही आहे ते सारंकाही माणसाच्या एकाच गुणविशेषामधून येतं- त्याच्या विचारशील मनाच्या कार्यामधून.

'पण मन हा गुणविशेष असतो व्यक्तीचा. सामूहिक मेंदू असा काही प्रकार अस्तित्त्वातच नाही. सामूहिक विचार असा काही प्रकार नाही. माणसांच्या एका गटाने एखाद्या विषयावर सहमती दर्शवली तर ती एक तडजोड असते, अनेक व्यक्तींच्या विचारांतून साधारण सरासरी संमतीदर्शक मुद्दे काढलेले असतात ते. एक दुय्यम परिपाक असतो तो विचारप्रकियेचा. प्राथमिक असते ती विवेकाची प्रक्रिया- ती प्रत्येक माणसाने आपापलीच पार पाडायची असते. आपण एक अन्नाचे ताट अनेक माणसांत वाटू शकतो, पण त्याचं पचन सामूहिक पोटात होत नाही. कुणीही माणूस आपल्या फुफ्फुसाचा वापर करून दुसऱ्यासाठी श्वास नाही घेऊ शकत. कुणीही माणूस स्वतःच्या मेंदूने दुसऱ्याच्या वाटचा विचार नाही करू शकत. शरीर आणि आत्मा यांची सारी कार्ये अगदी वैयक्तिक असतात. ती वाटून घेता येत नाहीत आणि देताही येत नाहीत.

'इतर माणसांच्या विचारांची फलनिष्पत्ती आपल्याकडे वारशाने चालत येते. आपल्याला चाकाचा वारसा मिळाला. आपण चाकाची गाडी बनवली. गाडीची मोटरकार बनवली. मोटरकारची पुढे विमानं बनली. पण या साऱ्या प्रक्रियेत आपल्याला इतरांकडून केवळ त्यांच्या विचारांची फलनिष्पत्तीच मिळाली. यातली चालनाशक्ती असते, मानवी सृजनशीलता- जी त्या फलनिष्पत्तीचा वापर साधन म्हणून करते, वापरते आणि मग पुढल्या पायरीला जन्म देते. ही सृजनशीलता कुणाला देता येत नाही, घेता येत नाही, वाटून घेता येत नाही किंवा उसनी घेता येत नाही. ती एकाच एका व्यक्तीची असते. त्यातून होणारे सृजन ही त्या व्यक्तीची मालमत्ता असते. माणसं एकमेकांकडून शिकतात, पण सारे शिकणे हे केवळ एक प्रकारे सामानाची देवघेव असते. कोणताही माणूस दुसऱ्याला विचारशक्ती देऊ शकत नाही. आणि तरीही ही विचारशक्ती हेच माणसाचं जीवनसंघर्षाचं साधन आहे.

'माणसाला या जगात काहीही दिलं गेलं नाही. त्याच्या गरजेची प्रत्येक गोष्ट त्याला निर्माण करावी लागते. आणि इथेच माणसाला त्याचा मूलभूत पर्याय भिडतो, त्याला जगण्यासाठी केवळ दोनच मार्ग असतात... स्वतःच्या बुद्धीच्या स्वतंत्र निर्मितीच्या आधारे जगणं... किंवा परोपजीवी म्हणून जगत इतरांच्या बुद्धीच्या निर्मितीचा उपभोग घेणं. सृजनशील माणूस नवीन काहीतरी निर्माण करतो. परोपजीवी उसनवार करतो. सृजनशील माणूस निसर्गाला एकट्याने भिडू शकतो. परोपजीवी माणसाला निसर्गाला भिडण्यासाठी मधल्या दलालाची गरज पडते.

'निसर्गावर मात करणे हे सृजनशीलतेचे काम असते. परोपजीवी माणसाला इतर माणसांवर मात करण्याची गरज पडते.

'सृजनशील माणूस स्वतःच्या कामासाठी जगतो. त्याला इतर माणसांची त्या अर्थी गरज नसते. त्याचं मुख्य ध्येय स्वयंप्रेरित असतं. परोपजीवी मनुष्य उसनवारीने जगतो. त्याला इतरांची फार गरज असते. इतर लोक हे त्याचं उद्दिष्ट बनतं.

'सृजनशील माणसाला गरज असते ती केवळ स्वातंत्र्याची. विचारशील मन हे कधीही सक्तीने काम करू शकत नाही. त्या मनाला कोणत्याही कारणासाठी मुरड घालणे, स्वत्वाचा त्याग करणे

किंवा दास्य पत्करणे जमणारच नाही. कृती आणि हेतू या दोन्हीसाठी त्याला संपूर्ण स्वातंत्र्यच हवं असतं. सृजनशील माणसाच्या दृष्टीने त्याचे इतर सर्व माणसांशी नातेसंबंध हे गौण असतात.

'उसनवार जगणाऱ्याला पोट भरण्याची साधनं मिळवण्यासाठी इतर माणसांशी संबंध राखण्याची प्राथमिक गरज असते. तो संबंधांना प्राधान्य देतो. तोच हे घोषित करतो की माणसाचा जन्म, त्याचं अस्तित्त्व हे दुसऱ्यांची सेवा करण्यासाठीच आहे. तोच देतो उपदेश निःस्वार्थ सेवावादाचा.

'निःस्वार्थ सेवावादाचे तत्त्वज्ञान माणसाने इतरांसाठी जगावे आणि स्वत्वाचा विचार इतरांसाठी बाजूला ठेवावा असे शिकवते.

'कोणताही माणूस दुसऱ्यासाठी जगू शकत नाही. तो जसे स्वतःचे शरीर वाटून घेऊ शकत नाही तसाच स्वतःचा आत्माही वाटून घेऊ शकत नाही, पण उसनवार जगणाऱ्यांनी निःस्वार्थ सेवावादाचा वापर शोषणाचे अस्त्र म्हणून केला आणि मानवजातीच्या नैतिकतेचा पाया उलटा करून टाकला. सृजनशील बुद्धीला ध्वस्त करून टाकेल अशीच शिकवण प्रत्येक बाबतीत माणसांना दिली गेली. दुबळेपणाने दुसऱ्याचा आधार शोधणं हा सद्‌गुण आहे असं शिकवलं गेलं माणसाला.

'जो मनुष्य इतरांसाठी जगू पहातो तो अवलंबून रहातो इतरांवर. त्याच्या हेतूचं स्वरूप परोपजीवी असतं आणि तो ज्यांची सेवा करतो त्यांनाही परोपजीवी बनवतो. सेवेकरी आणि सेवा घेणारे यांच्या या नात्यातून ते परस्परांना भ्रष्ट करीत रहातात. गुंतागुंतीची आहे ही संकल्पना. वास्तवात त्याचा पडताळा एवढाच की जो मनुष्य इतरांची सेवा करण्यासाठी जगतो तो गुलाम असतो. जर शारीरिक गुलामगिरी घृणास्पद असेल तर आत्म्याची गुलामगिरी ही किती पटींनी घृणास्पद असेल? जिंकून घेतलेल्या गुलामाकडे निदान काहीतरी आत्मगौरव असू शकतो. आपण गुलाम होण्याविरुद्ध संघर्ष केला एवढेतरी समाधान मिळू शकते त्याला... स्वतःची परिस्थिती त्याज्य आहे हे तरी जाणवत रहातं त्याला. पण जो मनुष्य स्वतःला प्रेमाच्या नावाने स्वेच्छेने गुलाम करतो तो सर्वात हीन पातळीवरचा प्राणी म्हणायचा. तो मानवाच्या प्रतिष्ठेला बाध आणतो, आणि प्रेम या संकल्पनेलाच अवमानित करतो. पण हाच आहे निःस्वार्थ सेवावादाचा अर्क.

'माणसांना शिकवलं जातं की आपला सर्वोच्च सद्‌गुण हा यश साध्य करणे हा नसून, इतरांना काहीतरी देत रहाणे हाच आहे. आणि तरीही एक सत्य उरतेच- कुणीतरी काहीतरी निर्माण केल्याशिवाय ते कुणालातरी देता येणं शक्य नसतं. वस्तूच्या वाटपाआधी ती निर्माण होणं आवश्यक असतं... नाहीतर वाटायला काही असणारच नाही. कोणत्याही लाभार्थीच्या गरजेआधी निमिती करणाऱ्या सृजनशील बुद्धिवंताची गरज असते. आणि तरीही आपल्याला शिकवलं जातं, वस्तू निर्माण करणाऱ्या माणसापेक्षा उसनवारीवर जगणाऱ्या माणसाचं कौतुक करायला, जे त्याने निर्माण केलेलं नाही ते तो वाटत असतो. पण त्या वस्तू निर्माण झाल्या नसत्या तर त्या वाटता आल्या नसत्या. आपल्याला धर्मादाय दानाचं भलंमोठं कौतुक करता येतं. पण खरोखर काहीतरी नवीन यश मिळवणाऱ्याबद्दल आपण खांदे उडवून मोकळे होतो.

'इतरांना त्यांच्या व्यथांपासून मुक्ती देण्याचा प्रयत्न करणं हे आपलं प्रथम कर्तव्य आहे असं शिकवलं जातं आपल्याला. पण व्यथा ही एक व्याधी आहे. ती दिसलीच तर त्यात विसावा देण्याचा, सहाय्य करण्याचा प्रयत्न कोणीही करतोच. पण हे करणे म्हणजेच जीवनातील सर्वोच्च सद्‌गुण आहे असं ठरवलं तर आपण व्यथेला, दुःखाला नको इतकं महत्त्वाचं स्थान देतो आहोत असाच त्याचा अर्थ होतो. मग माणूस इतरांच्या व्यथांकडेच जास्त लक्ष पुरवीत राहील... कारण त्याला सद्‌गुणी ठरण्याची आस लागून राहिलेली असते. निःस्वार्थ सेवावादाचे स्वरुप हे असे आहे. सृजनशील बुद्धीचा मनुष्य स्वतःला दुःखाच्या लिप्ताळ्यात गुंतवून घेत नाही, जीवनाच्या गुंतागुंतीच्या प्रश्नांत

गुंतवतो तो स्वतःला. आणि तरीही अशाच माणसांच्या कामांतून अनेक व्यथाव्याधींचे निर्मूलन झाले आहे... माणसाच्या शरीरातून आणि मनातूनही. कुठल्याही निःस्वार्थ सेवावाद्याला कल्पनाही करता आली नसती इतकी जनसेवा त्यांच्या कामातून शक्य झाली.

'माणसाला शिकवण मिळते, इतरांशी सहमत होणे हा सद्‌गुण आहे म्हणून. पण सृजनशील बुद्धीचा मनुष्य बहुधा इतरांशी असहमत असतो. प्रवाहाच्या दिशेने पोहणे चांगले हेच शिकवलेले असतानाही सृजनशील माणूस प्रवाहाच्या विरुद्ध पोहतो. सर्वांसोबत असावे हा सद्‌गुण मानला गेला असूनही सृजनशील माणूस एकटाच उभा ठाकतो.

'माणसांना शिकवलं जातं की अहंकार हा दुर्गुणाचा पर्यायी शब्दच आहे जणू, आणि निरहंकार म्हणजे अगदी आदर्श सद्‌गुण. पण सृजनशील बुद्धीचा माणूस पूर्णतः अहंकारीच असतो. आणि जो निरहंकारी माणूस असतो तो विचार करीत नाही, त्याला काही वाटत नाही, तो योग्यायोग्य बघत नाही, आणि कृतीही करीत नाही. कारण ही सारी कार्ये स्वत्वाची आहेत, अहम्‌च्या जाणीवेतून येणारी आहेत.

'इथे दिसेल नैतिकतेचा पाया उलट करण्याचा सर्वात भयाकारी परिणाम. इथे नैतिकतेचा मुख्य मुद्दाच विकृत झाला आणि माणसाला काही पर्यायच उरला नाही, काही स्वातंत्र्यच उरले नाही. सत् आणि असत् या दोन ध्रुवांचे विवरण म्हणून मानवाला दोन संकल्पना देण्यात आल्या. स्वत्ववाद आणि निःस्वार्थ सेवावाद. स्वत्ववाद या संकल्पनेचा अर्थच असा लावला गेला की, त्या अर्थानुसार स्वतःसाठी इतरांचा बळी देण्यात येतो. निःस्वार्थ सेवावादानुसार इतरांसाठी स्वतःचा बळी द्यावा लागतो. या अर्थसारणीमुळे माणूस निरपवाद इतर माणसांशी जखडला गेला. त्याच्यापुढे निवडीचा पर्याय होता केवळ दोन प्रकारच्या दुःखांचा. इतरांसाठी स्वतः दुःख सोसावे किंवा स्वतःसाठी इतरांना दुःख द्यावे. आणि मग अशीही शिकवण दिली गेली... आत्मसमर्पणात, आत्मदहनातच माणसाने आनंद शोधला पाहिजे... तेव्हा तर या सापळ्याचं दार अधिकच घट्ट बंद झालं. स्वतःला दुःख देण्याच्या विकृतीला आदर्श मानण्याची सक्ती झाली... कारण त्याचा पर्याय दुःसह होता... दुसऱ्याला दुःख देण्याचा. मानवजातीवर लादलेली महाभयंकर प्रचंड फसवणूक होती ती.

'जीवनाची मूलभूत तत्त्वे म्हणजे परस्परावलंबित्व आणि दुःखभोग आहेत असं मानवजातीच्या मनात भिनवलं गेलं ते याच सूत्राद्वारे.

'आत्मसमर्पण की इतरांवर जुलूम हे एकमेकांचे पर्याय होऊच शकत नाहीत. स्वातंत्र्य की पारतंत्र्य हे पर्याय आहेत. सृजनशीलांची नीतीतत्त्वे की परोपजीवींची तत्त्वप्रणाली, हा मुख्य चर्चेचा विषय आहे. त्याचा पाया आधारला आहे तो जीवन की मृत्यू या पर्यायांवर. विचारशील मन आणि बुद्धीच्या गरजांनुरूप जी नीतीतत्त्वे आखली गेली ती होती सृजनशीलांची नीतीतत्त्वे... त्यांच्या अनुसरणाने माणूस टिकून राहू शकला. परोपजीवींची तत्त्वप्रणाली रचली गेली आहे ती ज्यांच्याकडे जीवनसंघर्षात टिकून रहाण्याची क्षमता नाही त्यांच्या गरजांनुरुप. मानवाच्या स्वतंत्र प्रज्ञेतून, अहंतेतून जे काही आकाराला आलं ते सत्. जे मानवाच्या इतरांवर अवलंबून रहाण्यातून आकाराला आलं ते असत्.

'एक परिपूर्णरीत्या अहंकारी मनुष्य कधीही इतरांचा बळी मागत नाही. तो कुणाचाही वापर स्वतःसाठी करून घेण्यापासून स्वतःला दूर ठेवतो. तो आपलं साध्य इतर कुणाही मार्फत गाठू इच्छित नसतो. कसल्याही प्राथमिक हेतूंसाठी त्यांचा तो विचारही करीत नाही. त्याचं ध्येय, त्याचं उद्दिष्ट, त्याचे विचार, त्याच्या इच्छाआकांक्षा, त्याच्या शक्तीचा मूलस्त्रोत सारं काही त्याचं स्वतःचं असतं. तो इतर कुणासाठीही जगत नसतो- आणि तो इतर कुणालाही स्वतःसाठी जगायला सांगत

नाही. बंधुत्वाचा आणि परस्पर सन्मानाचा केवळ एवढा एकच आविष्कार तो जाणतो.

'क्षमतेच्या पातळ्या भिन्न असतील, पण मूलभूत तत्त्व तेच रहातं. माणसाची स्वतंत्र वृत्ती किती आहे, त्याची स्वयंस्फूर्ती किती आहे, त्याचं आपल्या कामावर किती प्रेम आहे यावरून त्याची कार्यकुशलता ठरते आणि त्याचे माणूस म्हणून मूल्य ठरते. स्वतंत्र वृत्ती हे मानवी सद्गुणांचे आणि मूल्यांचे एकमेव प्रमाण आहे. माणूस काय आहे आणि तो स्वतःचं काय करतो हे महत्त्वाचं- त्याच्याकडे काय आहे आणि त्याने इतरांसाठी काय केलं हे गौण. आत्मप्रतिष्ठेला काहीही पर्याय नाही. आणि आत्मप्रतिष्ठेचा एकमेव मापदंड असतो स्वतंत्र वृत्तीचा.

'कोणत्याही योग्य प्रकारच्या नातेसंबंधात कुणाचातरी, कुणासाठी तरी केलेला त्याग अंतर्भूत असूच शकत नाही. एखाद्या आर्किटेक्टला गिऱ्हाइकांची गरज असते जरूर, पण म्हणून तो आपलं काम त्यांच्या इच्छांच्या दावणीला नाही बांधू शकत. त्यांना त्याची गरज असते, पण केवळ त्याला काम देण्यासाठी त्यांनी घराचं काम काढलेलं नसतं. जेव्हा हेतू जुळतात, गरजा जुळतात तेव्हा माणसं आपापल्या कामाची परस्पर संमतीने, स्वतःच्या स्वतंत्र इच्छेने देवाणघेवाण करतात... परस्पर फायदा पहातात... इच्छा नसेल तर एकमेकांशी व्यवहार करावा अशी काही बळजबरी नसते त्यांच्यावर. ते स्वतःहून दुसऱ्या वाटा शोधतात. समानतेच्या पातळीवर उभ्या असलेल्या माणसांतच हे नाते शक्य असते. बाकी कुठल्याही दुसऱ्या प्रकारचे नाते हे मालक आणि गुलामाचे नाते असेल किंवा मारेकरी आणि त्याच्या सावजाचे असेल.

'बहुसंख्यांच्या निर्णयाने, सामूहिकरित्या कुठलेही काम होत नाही. प्रत्येक सृजनाचे काम हे एका व्यक्तीच्या विचाराच्या नेतृत्वाखालीच होते. कोणत्याही आर्किटेक्टला त्याची इमारत उभी करायला हाताखाली शेकडो माणसे लागतात. पण तो त्यांना आपल्या डिझाइनवर मतदान करायला नाही सांगत. ते एकत्र काम करतात, स्वयंनिर्णयाने एकत्र काम करतात आणि प्रत्येकजण त्याच्या कामापुरता मुक्त असतो. आर्किटेक्ट स्टीलचा वापर करतो, काचा, काँक्रीट या इतरांनी निर्माण केलेल्या वस्तूंचा वापर करतो. पण त्याचा स्पर्श होईपर्यंत ते स्टील, त्या काचा, ते काँक्रीट त्याच कच्च्या रुपात रहातं. तो त्यापासून जे निर्माण करतो ती त्याची व्यक्तिगत निर्मिती असते. त्याची खाजगी मालमत्ता असते. हा एवढा वर्तणुकीचा आराखडा सहकार्य करणाऱ्या लोकांनी लक्षात घेतलाच पाहिजे.

'या पृथ्वीतलावरील पहिला हक्क कोणता असेल तर तो स्वत्वाचा हक्क. माणसाचे प्रथम कर्तव्य स्वतःसाठीच असते. त्याचा नीतीनियम हाच असायला हवा की त्याने स्वतःचे ध्येय कधीही इतरांच्या व्यक्तित्वातून पाहू नये. त्याचे नैतिक कर्तव्य हेच असायला हवे की, स्वतःच्या इच्छेनुसार काम करावे, अर्थात् त्याची इच्छा मूलतः इतरांवर अवलंबून नसेल तर. या नैतिकतेत त्याच्या निर्मितीक्षम मनाच्या विचारांचा, कार्याचा संपूर्ण परीघ अंतर्भूत असतो. पण एखाद्या गुंडाच्या किंवा निःस्वार्थ सेवावाद्याच्या किंवा एखाद्या हुकूमशहाच्या विचाराला ही नैतिकता लागू होऊ शकत नाही.

'माणूस विचार करतो आणि काम करतो ते एकट्यानेच. परंतु दरोडा घालणे, शोषण करणे किंवा सत्ता गाजवणे हे एकट्या माणसाला करता येत नाही. दरोडा, शोषण आणि सत्ता यांमध्ये कुणीतरी बळी असणार हे ठरलेलेच असते. इतरांवर अवलंबून असलेली ती कार्यक्षेत्रे आहेत... ती परोपजीवींची कार्यक्षेत्रे आहेत.

'माणसांवर सत्ता गाजवू पहाणारी माणसं अहंकार जपूच शकत नाहीत. ती काहीच निर्मिती करीत नाहीत. त्यांचं अस्तित्त्वच इतरांच्या असण्यानसण्यावर अवलंबून असतं. त्यांचं ध्येय त्यांच्या प्रजेत असतं, प्रजेला अधिकाधिक अंकित कसं करावं हेच इप्सित असतं. एखादा भिकारी किंवा सामाजिक कार्यकर्ता किंवा दरोडेखोर जितका लोकांवर अवलंबून असतो तितकेच तेही असतात.

त्यांच्या अवलंबित्वाचा प्रकार वेगळा असतो इतकेच.

‘पण आपल्याला शिकवलं गेलं की, हे उसनवार जगणारे लोक, दुष्टकीर्त राजे, सम्राट, हुकूमशहा हीच मूर्तिमंत अहंकाराची उदाहरणे आहेत. शिकवणारांनी ही दिशाभूल करून अहंकार भावनेला हीन लेखलं. त्यांनी स्वतःलाही नष्ट केलं आणि इतरांनाही. ही दिशाभूल करण्यामागचा हेतू होता सृजनशीलतेला नष्ट करण्याचा. किंवा त्यांना लगाम घालण्याचा. दोन्हींचा अर्थ तोच.

‘इतिहासाच्या आरंभकाली, हे दोन प्रतिस्पर्धी एकमेकांविरुद्ध उभे ठाकले असतील. सृजनशील बुद्धिवंत आणि उसनवार जगणारा परोपजीवी. पहिल्या सृजनशीलाने जेव्हा चाकाचा शोध लावला असेल तेव्हा पहिल्या परोपजीवीनेही काहीतरी करून दाखवलं... त्याने निःस्वार्थ सेवावादाचा शोध लावला.

‘सृजनशील बुद्धिवंताला विरोध झाला, त्याला हाकलून देण्यात आलं, बहिष्कृत करण्यात आलं तरीही तो तिथून पुढे जात राहिला, स्वतःच्या शक्तीच्या बळावर साऱ्या मानवतेचे ओझे वहाण्याची क्षमता होती त्याच्यात. दुसरं काहीही करू न शकणाऱ्या परोपजीवीने केवळ अडथळे आणण्याचंच काम केलं. या स्पर्धेला आणखी एक नाव आहे- व्यक्ती विरुद्ध समष्टी.

‘एका समूहाचे बहुजनहित- त्यात वंश, वर्ग, धर्म किंवा राष्ट्रही आले- हे व्यक्तीवरील कुठल्याही दडपशाहीचे समर्थन ठरत होते. इतिहासातील बहुतांश क्रौर्यकथा घडल्या त्या अशा निःस्वार्थ हेतूंच्या नावाखाली. निःस्वार्थ सेवावादाच्या नावाखाली घडलेल्या दारूण हत्याकांडांची बरोबरी करण्यासारखी एकतरी घटना स्वार्थी हेतूंमुळे घडली आहे का? शोध घ्यावा. शोध घ्या की, जे घडतं ते माणसांच्या ढोंगीपणामुळे घडतं की त्या तत्त्वातच काहीतरी त्रुटी आहे. इतिहासात गाजलेले सर्वात क्रूर खाटीक मनापासून त्या तत्त्वावर विश्वास ठेवत होते. त्यांना खरंच वाटायचं की, गिलोटीन किंवा फायरिंग स्क्वाडच्या जोरावर ते आदर्श समाजाची स्थापना करू शकतील. तुम्हाला कुणाचाही खून करण्याचा काय अधिकार असा प्रश्न त्यांना कुणीही विचारला नाही, कारण ते निःस्वार्थ हेतूने खून करीत होते... साऱ्यांनी मान्यच केलं होतं की, इतर माणसांसाठी कुणाचा तरी बळी देणं समर्थनीयच आहे. आता पात्रे बदलली. पण शोकांतिकेचं वळण तेच राहिलं. एखादा मानवतावादी मानवजातीबद्दलच्या प्रेमाचे उमाळे काढून जाहीरनामे काढतो आणि त्याची परिणती होते रक्ताचे पाट वहाण्यात. सुरूच रहातं हे... सुरूच राहील... जोवर माणसं निःस्वार्थ कृती ही सत्प्रवृत्त असते असा विश्वास बाळगत रहातील तोवर. यामुळेच त्या सेवावाद्याला कृती करायला संधी मिळत रहाते आणि त्याच्या बळींना त्याचे अत्याचार सोसत रहायला लागतात. समष्टीवादी चळवळींचे नेते स्वतःसाठी काहीच मागत नसतात. पण त्या चळवळींचे परिणाम काय दिसत आहेत, पहा.

‘एकमेकांसाठी माणसं भलं काय करू शकतात आणि त्यांचे आपापसातील नाते काय असावे याचं थोडक्यात एकच उत्तर आहे- ढवळाढवळ नको.

‘जो समाज व्यक्तिवादाच्या तत्त्वांवर आधारलेला आहे त्याची परिणती पहा आता. हा, आपला देश, मानवेतिहासातील सर्वात उदात्त देश. अनेक प्रकारची थोर यशप्राप्ती या देशात शक्य झाली, समृद्धी शक्य झाली, स्वातंत्र्याची सर्वात उदात्त कल्पना इथे शक्य झाली. हा देश कधीच निःस्वार्थ सेवेवर आधारित नव्हता, त्यागाच्या, परित्यागाच्या किंवा निःस्वार्थ सेवावादाच्या कुठल्याही इतर वैशिष्ट्याचा इथे उदोउदो कधी झाला नाही. आनंदाचा शोध घेण्याचा माणसाचा परम हक्क मान्य करून हा देश अस्तित्त्वात आला. माणसाचा स्वतःचा आनंद. इतर कुणाचा नव्हे. एक अतिशय व्यक्तिगत, खास स्वतःचं, स्वार्थी असं उद्दिष्ट. पहा काय घडून आलं ते. स्वतःची सदसद्विवेकबुद्धी तपासून पहा.

‘हा फार प्राचीन संघर्ष आहे. माणसं सत्याच्या खूप जवळ पोहोचली, पण प्रत्येक वेळी ते सत्य पराभूत झालं आणि एकापाठोपाठ एकेक नागर संस्कृती विलयाला जात राहिल्या. नागर संस्कृती ही एका प्रगतीशील वाटचालीचा भाग असते... अशा समाजाकडे की ज्यात प्रत्येक व्यक्तीचा खाजगी अवकाश जपला जाऊ शकतो. एखाद्या रानटी मनुष्याच्या संपूर्ण जीवनातील सारे काही सार्वजनिक असते, त्याच्या टोळीच्या कायद्यांबरहुकूम त्याचे जगणे चालते. नागर संस्कृतीमध्ये माणूस माणसापासून मुक्त होण्याची प्रक्रिया सुरू होते. परिणत होत जाते.

‘आता, या आपल्या काळात, समष्टीवाद हा परोपजीवींचा परोपजीवींसाठी नियम झाला आहे... जुनाच राक्षस आहे हा... आता मोकाट उधळलाय चौखूर. माणसांना बौद्धिकदृष्ट्या अशा असभ्य पातळीवर आणलं आहे त्याने की त्याला पृथ्वीच्या इतिहासात तुलना नाही. या राक्षसाने अभूतपूर्व असा हाहाःकार माजवला आहे. मनामनात विष कालवलं आहे. युरोप तर जवळपास साराच गिळंकृत केला आहे त्याने. आणि आता आपला देश पादाक्रान्त करू पहातो आहे.

‘मी एक आर्किटेक्ट आहे. ज्या तत्त्वांवर याची बांधणी झाली आहे त्यातून काय आकाराला येणार याची मला कल्पना आहे. आपली वाटचाल एका अशा जगाकडे होते आहे, ज्यात मी स्वतःला जगताना पाहूच शकत नाही.

‘आता तुम्हाला कळलंय मी कोर्टलँड का उडवून दिलं.

‘मी कोर्टलँड डिझाइन केलं. मी ते तुम्हाला दिलं. मी ते नष्ट केलं.

‘मी ते नष्ट केलं कारण ते अस्तित्त्वात असावं हे मला मान्य नव्हतं. तो एक दोन मुंड्यांचा राक्षस होता. रुपाने आणि अर्थाने. मला दोन्ही नष्ट करायचे होते. त्याचं रूप दोन परोपजीवींनी बेरूप केलं होतं. जे आकाराला आणण्याची त्यांची क्षमता नव्हती, जे काम त्यांनी केलं नव्हतं, त्यात सुधारणा करण्याचा हक्क त्यांनी स्वतःकडे हिसकावून घेतला. त्यांना तसं करायची परवानगी मिळाली कारण सर्वांनी गृहीत धरलं की निःस्वार्थ भावाने केलेलं ते काम असल्यामुळे त्यात कुणाचेही हक्क नव्हते आणि या विरुद्ध उभं राहून झगडण्यासाठी माझ्या हाती काहीही नव्हतं.

‘मी कोर्टलँड डिझाइन करण्याचं काम स्वीकारलं कारण मी डिझाइन केलेलं काम जसंच्या तसं उभं राहिलेलं पहाण्याची माझी इच्छा होती... दुसरं काहीही कारण नव्हतं. हीच एक किंमत मागितली होती मी माझ्या कामाची. मला ती किंमत दिली गेली नाही.

‘मी पीटर कीटिंगला दोष देत नाही. तो असाहाय्य होता. त्याच्या हाती करारपत्र होतं, त्याला काम देणाऱ्यांनी करून दिलेलं. त्याकडे दुर्लक्ष केलं गेलं. त्याला वचन दिलं गेलं होतं की त्याने दिलेल्या डिझाइननुसार ही इमारत बांधली जाईल. ते वचन मोडलं गेलं. एखाद्या माणसाचं आपल्या कामातील एकात्मतेवर प्रेम असणं आणि ते जपण्याचा त्याला हक्क असणं हे आजकाल धूसर, अमूर्त, अनावश्यक मानलं जातं. आपण सर्वांनी फिर्यादींच्या वकिलांनी तसं सांगितलेलं ऐकलं आहे. ती इमारत विद्रूप का केली गेली? काहीही कारण नव्हतं. असल्या गोष्टींना कधीच कारणं नसतात... ती असते कुठल्यातरी परोपजीवी माणसांची ईर्ष्या, ज्यांना वाटतं की त्यांचा कोणाच्याही मालमत्तेवर, बौद्धिक संपदेवर हक्कच आहे. त्यांना तसं करायला कोणी परवानगी दिली? डझनभर अधिकाऱ्यांपैकी कुणा विशिष्ट अधिकाऱ्याने ती दिली असंही नाही. त्याला परवानगी द्यावी किंवा थांबवावी एवढा विचार करण्यापुरतीही कुणाला पर्वा नव्हती. कुणीच जबाबदार नव्हतं. कुणालाच जबाबदार धरता येणार नव्हतं. सगळ्या सामूहिक कृतींचं हेच तर नेमकं स्वरुप असतं.

‘मला जी हवी होती ती किंमत मला मिळाली नाही. पण कोर्टलँडच्या मालकांना मात्र ज्याची गरज होती ते माझ्याकडून मिळालं. त्यांना हवी होती एक योजना, ज्यात स्वस्तात स्वस्त इमारत

देणं शक्य होईल. त्यांचं समाधान करेल असं काम त्यांना कोणीही करून देऊ शकलं नव्हतं. मी करू शकत होतो आणि मी केलं. त्यांनी सगळा फायदा घेतला आणि मला माझं काम फुकटची भेट म्हणून देणं भाग पाडलं. पण मी निःस्वार्थ सेवावादी नाही. मी असल्या भेटी देत नसतो.

'असं सांगितलं गेलं की, मी गरीबांची घरं नष्ट केली. हे विसरलं जातंय की मी काम केलं नसतं तर गरीबांना हे विशिष्ट घर मिळूच शकलं नसतं. गरीबांची काळजी असणाऱ्या या लोकांना माझ्याकडे यावं लागलं... माझ्याकडे.... ज्याला गरीबांना मदत करण्याची कधी फिकीरच नव्हती, त्यांना माझ्याकडे यावं लागलं. असं मानलं जातंय की, या इमारतीत रहाणाऱ्या लोकांची गरीबी हाच त्यांचा माझ्या कामावरील हक्क प्रस्थापित करणारा मुद्दा ठरतो. त्यांची गरज ही माझ्या जीवनावर दावा सांगण्यासाठी पुरेशी आहे. माझ्याकडून ते जे मागतील ते सारं काही देणं हे माझं कर्तव्यच आहे. हाच तो परोपजीवींचा नारा... जो आज सारं जग गिळू पहातो आहे.

'मी इथे आलो आहे ते हे सांगण्यासाठी की, मी कुणाचाही माझ्या जीवनातील एका मिनिटावरला हक्कही मान्य करत नाही. माझ्या शक्तीच्या एका कणावरही कुणाचा अधिकार नाही. माझ्या यशावरही नाही. कोणीही मागणी केली तरीही- त्यांची संख्या कितीही मोठी असली तरीही- आणि त्यांची गरज कितीही मोठी असली तरीही- मला फरक पडत नाही.

'मी हे सांगायला इथे आलो आहे, की मी असा एक माणूस आहे की, जो इतरांसाठी जगत नाही.

'सारं जग आत्मत्यागाच्या गदारोळात नष्ट व्हायच्या मार्गावर असताना हे सांगायलाच हवं होतं.

'मला इथे येऊन हेच सांगायची इच्छा होती की माणसाच्या सृजनशील कामाची एकनिष्ठता ही कुठल्याही धर्मादाय कामापेक्षा अधिक महत्त्वाची आहे. तुमच्यापैकी ज्यांना हे समजत नाही... तीच आहेत ती माणसं... जगाला विनाशाकडे नेणारी.

'इथे येऊन मला माझ्या जगण्याच्या पूर्वअटी सांगायच्या होत्या. इतर कुणाच्याही अटींवर मी जगू इच्छित नाही.

'इतर माणसांसाठी माझी कोणतीही कर्तव्य आहेत असं मी मानत नाही. एकच अपवाद- मी त्यांच्या स्वातंत्र्याचा आदर करतो आणि मी गुलामांच्या समाजात भाग घेत नाही. माझ्या देशासाठी माझी दहा वर्षं देऊ इच्छितो, जी कदाचित् मी तुरुंगात काढेन, माझ्या देशाचं अस्तित्त्वच मिटून गेलं असेल तर... मी ती वर्षं माझा देश जसा होता ते आठवण्यात, त्याबद्दल कृतज्ञ राहून घालवेन. त्या देशाच्या आत्म्याची जागा ज्या तत्त्वाने घेतली आहे त्यात जगायला किंवा काम करायला नकार देईन मी... हीच माझी देशनिष्ठा व्यक्त करण्याची कृती असेल...

'ही माझी कृती, माझी निष्ठा मी सर्व सृजनशील मानवांना वाहिली आहे... जे जे कधीकाळी जन्मले आणि मी उडवून दिलेलं कोर्टलँड ज्या शक्तींनी शक्य केलं, त्याच शक्तींनी त्यांचाही छळ केला होता. प्रत्येक एकटेपणाचा क्षण, अधिक्षेपाचा क्षण, हताशेचा क्षण, छळाचा क्षण... जो त्यांना सोसावा लागला त्यासाठी आणि त्यांनी जिंकलेल्या लढायांसाठी... प्रत्येक विख्यात सृजनशील बुद्धिवंतासाठी आणि प्रत्येक अनाम राहून गेलेल्या, झगडता झगडता पराभूत झालेल्या, यश हाती येण्याआधीच मिटून गेलेल्या प्रत्येक सृजनशील प्रतिभावंतासाठी... शरीर आणि आत्मा दोन्हींचा नाश ओढवून घेतलेल्या प्रत्येक प्रतिभावंतासाठी वहातो आहे मी माझी निष्ठा- हेन्री कॅमेरॉनसाठी... स्टीवन मॅलरीसाठी... आणि त्या एका माणसासाठी... ज्याला स्वतःचं नाव घेतलेलं आवडणार नाही, पण जो या न्यायालयात बसला आहे आणि जाणतो आहे की मी त्याच्याचबद्दल बोलतो आहे.'

रॉर्क उभा होता. त्याच्या पायांत अंतर होतं. हात सरळ बाजूने सोडलेले. आणि मस्तक उन्नत. अपूर्ण इमारतीत उभा असावा तसाच. नंतर जेव्हा तो बचावपक्षाच्या टेबलपाशी बसला तेव्हाही न्यायालयातील अनेकांना तो उभा असल्याचाच भास होत होता... एक क्षणचित्र जे कधीच पुसलं जाणार नव्हतं.

त्यानंतर सुरू असलेल्या लांबलचक कायदेशीर चर्चेमध्येही ते चित्र त्यांच्या मनात तसंच राहिलं. ते ऐकत होते, न्यायाधीश फिर्यादी पक्षाच्या वकिलांना सांगत होते की, आरोपीने स्वतःचा अर्ज थोडासा बदलला आहे. त्याने स्वतःची कृती मान्य केली परंतु गुन्हा केला असे मात्र तो म्हणत नाही. तात्पुरतं संतुलन ढळण्याचा कायदेशीर प्रश्न उपस्थित केला गेला. आता निर्णय ज्यूरींनी घ्यायचा होता की आरोपीला आपल्या कृतीचे स्वरूप माहीत होते का किंवा ती कृती चूक होती याची त्याला जाणीव होती कां. वकिलांनी काहीच हरकत घेतली नाही. न्यायालयात एक वेगळीच शांतता पसरली होती. वकिलांना वाटत होतं की खटला त्यांनी जिकलेलाच आहे. त्यांनी अंतिम भाषण केलं. ते काय बोलले हे कुणालाच आठवलं नाही. न्यायाधीशांनी ज्यूरींना आवश्यक त्या सूचना दिल्या. ज्यूरी उठून दालनाबाहेर गेले.

लोक बाहेर जाण्याच्या तयारीत उठू लागले. सावकाशपणे, संथपणे... अजून बरेच तास वाट पहावी लागणार होती. मागच्या बाजूला वायनान्ड आणि पुढच्या रांगेत डॉमिनिक निश्चल बसून होते.

बेलिफ रॉर्कला बाहेर घेऊन जाण्यासाठी बाजूला येऊन उभा राहिला. रॉर्क बचावपक्षाच्या टेबलपाशी उभा राहिला. त्याची नजर डॉमिनिककडे वळली आणि मग वायनान्डकडे. मग तो वळून बेलिफबरोबर निघाला.

तो दारापाशी पोहोचला असतानाच खटकन एक आवाज झाला आणि पुन्हा एक कोरीकरकरीत शांतता पसरली. मग लोकांना कळलं की, ज्यूरींच्या खोलीच्या बंद दाराआडून दार ठोठावलं गेलं होतं. ज्यूरींचा निर्णय झाला होता.

जे लोक उठले होते ते तिथल्यातिथे गोठल्यासारखे उभे राहिले. न्यायाधीश जागेवर येऊन बसेपर्यंत ते उभे राहिले. सगळे ज्यूरी रांगेने दालनात आले.

'आरोपीने उठून ज्यूरींच्या समोर उभे रहावे.' कोर्टाच्या कारकुनाने सांगितले.

हॉवर्ड रॉर्क एक पाऊल पुढे आला आणि ज्यूरींना सामोरा उभा राहिला. दालनाच्या शेवटच्या रांगेत गेल वायनान्डही उठून उभा राहिला.

'मि. फोरमन, आपला निर्णय झाला आहे?'

'हो.'

'काय आहे आपला निर्णय?'

'आरोपी निर्दोष आहे.'

रॉर्कचं मस्तक वळलं ते शहराकडे किंवा न्यायाधीशांकडे किंवा डॉमिनिककडे पहाण्यासाठी नाही. त्याने वायनान्डकडे पाहिलं.

वायनान्ड झटक्याने वळला आणि चालू लागला. कोर्टाबाहेर पडणारा तो पहिला माणूस होता.

❏

१८

रॉजर एनराइटने ती सगळी जमीन, कोर्टलँड होम्सचे प्लान्स आणि कोर्टलँडचे भग्नावशेष सारं काही विकत घेतलं. त्याने त्या इमारतीच्या पायामधील सर्व मोडक्यातोडक्या सळया, पहारी काढून टाकून एक स्वच्छ भगदाड शिल्लक ठेवलं. त्याने हॉवर्ड रॉर्कला सारा प्रकल्प बांधण्यासाठी पुन्हा एकदा काम दिलं. एकाच कॉंट्रॅक्टरला काम दिलं आणि साऱ्या योजनेत अतिशय कडक पद्धतीने आर्थिक शिस्त पाळली जाईल हे पाहिलं. एनराइटने सारा प्रकल्प अशा तऱ्हेने कार्यान्वित केला की अगदी कमीतकमी भाड्यात ती घरं देता आली असती आणि त्याचाही थोडा फायदाच निघाला असता. ती घरे भाड्याने घेणाऱ्या लोकांचे उत्पन्न किती, त्यांची मत्ता किती, त्यांना मुलं किती नि ती खातात काय असले गैरलागू प्रश्न विचारले जाणार नव्हते. ज्या कुणाला तिथे भाड्याने घर घेण्याची इच्छा होती त्या कुणालाही दरवाजे उघडे होते. त्यांना अधिक महागातले घर परवडले असते का वगैरे चौकशा होणार नव्हत्या.

ऑगस्टच्या अखेरीस गेल वायनान्डला घटस्फोट मिळाला. त्याच्या अर्जीला आव्हान नव्हतेच. सुनावणीसाठी डॉमिनिक आली नाही. वायनान्ड एखाद्या कोर्टमार्शलला सामोरा जावा तसा उभा होता. एकूणच बीभत्स कायदेशीर भाषा ऐकून घेत होता. मॉनाड्नॉक व्हॅलीमधील घरातील नाश्त्याचे टेबल- मिसेस गेल वायनान्ड - हॉवर्ड रॉर्क वगैरे सर्व तपशील उगाळले गेले. पत्नी गैर वागली या कारणावरून त्याला कायद्याची सहानुभूती मिळाली. आणि मग त्याला तिच्यापासून स्वतंत्र घोषित करण्यात आलं. पुढे येणाऱ्या सर्व काळासाठी तो मुक्त होता... त्याच्या भविष्यकाळातील सर्व संध्याकाळी निःशब्दपणे, एकाकीपणे व्यतीत करण्यासाठी मुक्त...

एल्सवर्थ टूही आपला खटला कामगार न्यायालयासमोर जिंकला. त्याला नोकरीत ठेवून घ्यावे असे आदेश वायनान्डला देण्यात आले.

त्या दुपारी वायनान्डच्या सेक्रेटरीने टूहीला फोन केला आणि सांगितलं की, मि. वायनान्डनी आपल्याला रात्री नऊ वाजता कामावर रुजू होण्यास सांगितले आहे. टूहीने हसतच फोन खाली ठेवला.

संध्याकाळी बॅनर बिल्डिंगमधे प्रवेश करताना टूही हसतच होता. तो लोकांकडे पाहून हसत होता, हस्तांदोलन करीत होता, कुठल्याशा नव्या सिनेमाबद्दल विनोद करत होता आणि त्याच्या चेहऱ्यावर अगदी निरागस नवलाईचे भाव होते. जणू तो कालपर्यंत तर इथेच होता आणि लोक त्याचं इतकं विजयोत्सवी पुनरागमन झाल्यासारखं स्वागत का बरं करीत आहेत... मग तो स्वतःच्या ऑफिसच्या दिशेने सरकला. इतक्यात खाडकन् थांबला. त्याला जाणवलं की, आपण धक्का बसल्याचं न दर्शवता आत शिरायला हवं. त्याच्या ऑफिसच्या खुल्या दरवाजात वायनान्ड उभा होता.

'गुड इव्हनिंग मि. टूही,' वायनान्ड मृदू स्वरात म्हणाला, 'आत या.'

'हेलो मि. वायनान्ड,' टूहीचा आवाजही प्रसन्न होता, त्याच्या चेहऱ्याच्या स्नायूंनी बरोब्बर स्मितहास्याची कामगिरी साधली होती आणि पायांनी पुढे जाण्याची- याचा त्याला विसावा वाटत होता.

तो आत शिरला आणि काही न सुचून घुटमळला. त्याचंच ऑफिस होतं ते. काहीही बदल झाला नव्हता त्यात. त्याचा टाइपरायटर होता, कोरे कागद डेस्कवर रचून ठेवले होते. पण दार उघडच होतं आणि वायनान्ड तिथे काही न बोलता उभा होता. दाराच्या मुठीवर भार टाकून तो उभा होता.

'मि. टूही, बसा आपल्या जागेवर. कामाला सुरुवात करा. आपण कायदेशीर बाबींचं पालन केलं पाहिजे.'

टूहीने दिलखुलासपणे खांदे उडवले, खोलीत शिरून तो डेस्कसमोर बसला. हात डेस्कवर टेकलेले, तळवे पसरलेले. मग त्याने हात मांडीवर ठेवले. एक पेन्सिल घेतली, तिचं टोक तपासलं आणि ती पुन्हा खाली टाकली.

वायनान्डने एक मनगट स्वतःच्या छातीपाशी धरलं आणि तसंच धरून ठेवलं. त्याच्या कोपरापासूनच्या हाताचा आणि दंडाचा कोन झाला होता. बोटं खाली लवली होती. तो घड्याळाकडे पहात म्हणाला, 'नऊ वाजायला दहा मिनिटं आहेत. तुम्ही तुमच्या नोकरीवर रुजू झाला आहात, मि. टूही.'

'आणि मला एखाद्या लहान मुलासारखा आनंद झालाय. मि. वायनान्ड, खरंच सांगतो, मी हे असं कबूल करायला नको हे मला कळतंय, पण मला या जागेचा वियोग सहन होत नव्हता.'

वायनान्ड तिथून निघायची काही हालचालच करीत नव्हता. तो उभा राहिला, सहजपणे, त्याचे खांदे दाराच्या चौकटीला टेकले होते. छातीवर हाताची घडी होती. डेस्कवर एक चौकोनी हिरव्या काचेच्या शेडचा दिवा जळत होता, पण बाहेर अजूनही दिवसाचा उजेड होता. पिवळट आकाशावर थकिस्त मातकट रेघोट्या उमटलेल्या. त्या खोलीत संध्याकाळचा मळकट रंग उतरलेला... त्या दिव्याच्या प्रकाशात तो अगदीच विसविशित वाटत होता. दिव्याच्या प्रकाशाचं छोटंसं थारोळं टेबलावर पडलेलं, पण त्या प्रकाशात बाहेरचे कळकटलेले रस्त्यांचे आकार मिटून जात नव्हते आणि दारात उभ्या असलेल्या वायनान्डपर्यंत तो प्रकाश पोहोचत नव्हता.

दिव्याची शेड किंचित किणकिणत होती. आणि टूहीला पायांखाली थरथर जाणवत होती. छपाईयंत्र धडधडत होती. गेले काही क्षण तो ती धडधड ऐकत होता हे त्याला जाणवलं. फार छान वाटायचं त्या आवाजाने, आश्वस्त वाटायचं. जिवंत आणि कणखर आवाज होता तो. वृतपत्राच्या नाडीची धडधड. जगाच्या नाडीची धडधड लोकांपर्यंत पोहोचवणाऱ्या वृत्तपत्राची नाडी. एकेक स्वतंत्र थेंब टपटप करत यावा तशी लांबलचक रांग होती नादस्वराची. एकेक काचगोटी सरळ रेषेत घरंगळत जावी, माणसाच्या हृदयाची स्पंदने ऐकू यावीत तसा तो आवाज.

टूहीने पेन्सिल घेत एका कागदावरून ओढली. मग थोड्या वेळाने त्याला कळलं तो कागद थेट त्या दिव्याच्या प्रकाशात होता आणि तो कमळाचं, एका किटलीचं आणि एका दाढीवाल्या चेहऱ्याचं चित्र काढत असल्याचं वायनान्ड पाहू शकत होता. त्याने पेन्सिल टाकली आणि स्वतःवरच हसल्यासारखं करत त्याने डेस्कचा खण उघडला. त्यातल्या कार्बन पेपर्सकडे, पेपरक्लिप्सकडे तो निरखून पाहू लागला. त्याने काय करावं अशी वायनान्डची अपेक्षा होती त्याला कळेनासं झालं होतं. कुणीही सदर लिहायला काही अशी लागलीच सुरुवात करीत नाही. तो नवल करीत होता, की आपल्याला रात्री नऊ वाजता कामावर यायला का सांगितलं गेलं. पण त्याला वाटलं की हा वायनान्डचा शरणागती पत्करण्याचा मार्ग आहे. जरा अतीच काटेकोर वागून आपला पराभव सुसह्य करण्याचा प्रयत्न... पण या बाबतीत उगीच वाद घालून विषय वाढवणं त्याला परवडण्यासारखं नव्हतं.

छपाईयंत्र धडधडतच होती. मानवी हृदयाची धडधड रेकॉर्ड करून ती ध्वनीक्षेपकावर वाजवण्यात येत होती जणू. त्याला इतर कसलाच आवाज आला नाही आणि त्याला वाटलं की वायनान्ड गेला असेल तर हे असंच काहीतरी करीत रहाणं खुळचटपणाचं ठरेल... पण तो गेला नसेल तर त्याच्या दिशेने पहाणं अधिक चुकीचं ठरेल.

थोड्या वेळाने त्याने वर पाहिलं. वायनान्ड तिथेच होता. उजेडात त्याच्या अंगावरचे दोन बिंदू चमकत होते. कोपरावर मिटलेली त्याची लांबसडक बोटं आणि उंच कपाळ. त्या कपाळाचं निरिक्षण

करायचं होतं टूहीला. त्याच्या भुवयांवर आठ्या दिसत नव्हत्या. त्याच्या चेहऱ्यावरचे पांढरे डोळे किंचित उठून दिसत होते. ते डोळे टूहीकडेच पहात होते. पण त्या चेहऱ्यावर काहीही नव्हतं. कसलाच उद्देश त्यातून जाणवत नव्हता.

थोड्या वेळाने टूही म्हणाला, 'खरोखर, मि. वायनान्ड, तुमचं आणि माझं का जमू नये... याला तसं काहीही कारण दिसत नाही मला.'

वायनान्डने उत्तर दिलं नाही.

टूहीने एक कागद उचलला आणि टाइपरायटरमधे घातला. तो त्याकडे पहात बसला. हनुवटी बोटांत धरून, एखादा परिच्छेद लिहिताना तो जी पोझ घ्यायचा ती घेऊन बसला. टाइपरायटरच्या चाव्या उजेडात लकाकत होत्या.

-आणि छपाईयंत्रे थांबून गेली...

टूही एकदम दचकून ताठ बसला. आपोआप. कारण न कळताच. तो वृत्तपत्रात काम करणारा माणूस होता आणि जाणून होता की हा आवाज असा एकाएकी कधीच थांबत नाही.

वायनान्डने घड्याळाकडे पाहिलं आणि तो म्हणाला, 'नऊ वाजलेत. तुमची नोकरी संपली, मि. टूही. बॅनरचं अस्तित्त्व संपलं आहे.'

त्यापुढच्याच क्षणी टूहीवर वास्तवाची जाणीव आदळल्यासारखी झाली त्याला कळलं की आपला हात जड होत टाइपरायटरच्या चाव्यांवर आदळला आहे. त्या चाव्यांचा एकमेकांत गुंतत, आपटत झालेला किणकिणाट त्याच्या कानावर पडला.

तो काहीच बोलू शकला नाही. पण त्याला कळलं की आपला चेहरा अगदीच उघडावाघडा झाला असणार, कारण वायनान्ड त्याला उत्तर देत होता.

'हो, तुम्ही इथे गेली तेरा वर्ष काम करीत होतात... हो- मी सर्वांना विकत घेतलं. मिशेल लेटन सकट... सर्वांना. दोन आठवड्यांपूर्वी...' त्याचा आवाज निर्विकार होता, 'नाही. सिटी रुममधल्या मुलांना काहीही माहीत नव्हतं. फक्त प्रेस रुमच्या लोकांनाच कळलं होतं...'

टूहीने मान वळवली. त्याने एक पेपरक्लिप उचलून तळव्यात धरली. मग तळवा उलटा करून त्याने ती खाली पडू दिली... थोड्याशा आश्चर्यानेच तो पहात राहिला... उलट्या झालेल्या तळव्यात ती क्षणभरही न रहाता खालीच पडली होती... तो नियम निरपवाद होता.

तो उठला. वायनान्डकडे पहात उभा राहिला. त्या दोघांच्या मधे एक राखी रंगाच्या गालिचाची पट्टी होती.

वायनान्ड किंचित हलला, त्याने एकच खांदा किंचित झुकवला. वायनान्डचा चर्येवरचे भाव असे होते की जणू आता कशालाही बांध घालण्याची गरज नव्हती. अगदी साधासुधा दिसत होता त्याच्या चेहरा. त्यात राग नव्हता. त्याच्या मिटल्या ओठांआड एक हलकसं व्याकुळ हसू लपलेलं... विनम्रतेच्या जवळ जाणारा भाव होता तो.

वायनान्ड म्हणाला, 'हा बॅनरचा अंत होता... तुझ्या सहवासात मी त्याला सामोरं जावं हे खूपच साजेसं ठरावं मला वाटतं.'

□ □ □

अनेक वृत्तपत्रांत एल्सवर्थ एम. टूहीला नोकरी देण्यासाठी अहमहमिका लागली होती. त्याने 'कुरीयर'ची निवड केली. या वृत्तपत्राची प्रतिष्ठा खाशी होती आणि धोरण डळमळीत.

त्याच्या नोकरीच्या पहिल्या दिवशीच एल्सवर्थ टूही एका सहसंपादकाच्या डेस्कच्या कडेवर

टेकला आणि ते दोघे कुरीयरचा मालक मि. टाल्बॉट यांच्याबद्दल गप्पा मारू लागले. त्यांची नि टूहीची क्वचित कधीतरी भेट झाली होती.

'पण, मला सांग, माणूस म्हणून टाल्बॉट कसे आहेत?' एल्सवर्थ टूहीने विचारलं, 'त्याचा असा खास देव कोणता आहे? कशाच्या शिवाय त्याला बिलकूल करमत नाही?'

पलिकडच्या रेडिओरुममधला एक गंभीर आवाज म्हणत होता... 'काळ चालला पुढे.'

□ □ □

रॉर्क त्याच्या ड्रॉफ्टिंग टेबलपाशी बसून काम करीत होता. काचेच्या भिंतींपलिकडचं शहर नवी झळाली ल्यायल्यासारखं भासत होतं. ऑक्टोबरच्या पहिल्या थंडीने हवा स्वच्छ धुवून निघालेली जणू.

टेलिफोन वाजला. त्याने पेन्सिल काहीशा वैतागाने झटकली. तो ड्रॉइंग करत असताना त्याला टेलिफोनवर बोलावलेलं चालत नसे त्याला. तो डेस्ककडे गेला आणि त्याने टेलिफोन उचलला.

'मि. रॉर्क,' त्याची सेक्रेटरी म्हणाली, तिच्या आवाजात किंचितसा ताण होता, त्याची आज्ञा मोडावी लागल्याचा. 'मि. गेल वायनान्ड विचारत आहेत... की तुम्हाला उद्या चार वाजता त्यांच्या ऑफिसमधे जाणं शक्य होईल का?'

तिच्या कानापासच्या रिसीव्हरमधून शांततेचा हलकासा नाद येत होता. ती क्षणक्षण मोजत राहिली.

'तो स्वतः फोनवर आलाय?' रॉर्कने विचारलं. तेव्हा तिला कळलं की त्याचा आवाज असा येण्यासाठी फोनचं यंत्र निश्चितच कारणीभूत नव्हतं.

'नाही, मि. रॉर्क. मि. वायनान्डची सेक्रेटरी बोलते आहे.'

'हो हो. तिला हो सांग.'

तो पुन्हा ड्रॉफ्टिंग टेबलपाशी गेला आणि तिथे पडलेल्या रेखाचित्रांकडे पाहू लागला. पहिल्यांदाच तो असं हातातलं काम सोडून बसणार होता. त्याला माहीत होतं, आज आपण काम करू शकणार नाही. आशेचं दडपण आलं होतं त्याच्यावर आणि विसावाही वाटत होता...

पूर्वीच्या बॅनर बिल्डिंगच्या दारापाशी आल्यावर रॉर्कने पाहिलं, बॅनरचा नामफलक गेला होता. त्याची जागा दुसऱ्या कशानेही घेतली नव्हती. दारावर केवळ एक रंग उडालेला चौकोन तेवढा होता. त्या बिल्डिंगमधे आता फक्त क्लॅरियनचं ऑफिस होतं आणि बाकी खोल्या रिकाम्याच पडलेल्या. क्लॅरियन हा एक दुपारी निघणारा अगदीच फडतूस पेपर होता. टॅब्लॉइड पेपर. न्यू यॉर्कमधे वायनान्ड वृत्तपत्र साखळीचं प्रतिनिधीत्व करणारा एकमेव पेपर.

तो एलेव्हेटरकडे चालत निघाला. त्यात चढणारा तो एकटाच होता हे पाहून त्याला खूपखूप बरं वाटलं. त्याला तो पोलादाचा पिंजरा इतका प्रिय वाटला, आपलासा वाटला... जणू काहीतरी जे त्याचं होतं ते त्याला परत मिळालं होतं. त्याला वाटणारी सुटकेची भावना इतकी तीव्र होती की, त्यातूनच कळावं त्याचं आता समाप्त झालेलं दुःख किती तीव्र होतं... ते दुःख वेगळ्याच जातीचं होतं... तसं दुःख त्याच्या जीवनात तत्पूर्वी कधीही नव्हतं.

तो वायनान्डच्या ऑफिसमधे शिरला, तत्क्षणीच त्याला कळून चुकलं की, हे दुःख यापुढेही त्याला तसंच सोसावं लागणार आहे... त्यावर उपाय नव्हता आणि काही आशाही नव्हती. वायनान्ड त्याच्या डेस्कमागे बसला होता आणि रॉर्क आत शिरल्यावर थेट त्याच्या डोळ्याला डोळा देत उभा राहिला. एखाद्या अनोळख्याहूनही अनोळखी अशी चर्या होती वायनान्डची. अनोळखी चेहऱ्यात निदान पुढे ओळख होण्याची शक्यता तरी असते... तसं ठरवलं आणि प्रयत्न केला तर ती शक्यता

आजमावून तरी पहाता येते. हा चेहरा ओळखीचा होता. बंद होता. आणि पुन्हा कधीही त्याच्यापर्यंत पोहोचता येणार नव्हतं.

त्या मुद्रेवर परित्यागाची व्याकुळता नव्हती... त्यापुढली पायरी होती... जिथे दुःखाचाही परित्याग केला जातो. दूर दूर गेलेली मुद्रा. प्रशांत. तिच्यात स्वतःचाच एक डौल होता- त्यात जिवंतपणाचं चिन्हच नव्हतं काही... मध्ययुगीन समाधीवर कोरलेली एखादी शांत मुद्रा जशी भूतकाळातल्या महान घटनांची स्मृती जागवते... तिच्याकडे पाहून समाधीतील अवशेषांना स्पर्श करण्याचं धैर्य नाही होत... तशी...

'मि. रॉर्क, ही मुलाखत होणं गरजेचं होतं. पण माझ्यासाठी फार कठीण आहे हे. प्लीज... हे लक्षात घेऊनच वागा.'

रॉर्कला उमजलं. त्याच्यासाठी दया दाखवणारी कृती ही एवढीच ठरली असती... अखेरचीच... काहीही नात्याचा बंध न जागवता वागायला हवं होतं. समोर उरलेल्या या माणसाला एकाच शब्दाचा उच्चार ढासळून टाकू शकेल... गेल...

रॉर्क उत्तरला, 'होय, मि. वायनान्ड.'

वायनान्डने चार टाइप केलेले कागद उचलून हातात घेतले आणि डेस्कवरून पुढे सरकवले.

'प्लीज, हे वाचा आणि मान्य असेल तर सही करा.'

'काय आहे ते?'

'वायनान्ड बिल्डिंग बांधण्यासाठी, तुमचं करारपत्र.'

रॉर्कने ते कागद खाली ठेवले. ते हाती धरून ठेवणं त्याला शक्य होईना. त्याला त्याकडे पाहवेना.

'प्लीज, काळजीपूर्वक ऐका, मि. रॉर्क. हे समजावून दिलं पाहिजे आणि समजावून घेतलं गेलं पाहिजे. मला वायनान्ड बिल्डिंगचं काम ताबडतोब सुरू करायचं आहे. या शहरातील ती सर्वात उंच इमारत असावी अशी माझी इच्छा आहे. हे काम या घडीला हाती घेणं आर्थिकदृष्ट्या योग्य आहे की नाही, वेळ योग्य आहे की नाही या मुद्द्यांवर मला चर्चा करायची नाहीये. मला ती बांधायची आहे. ती वापरली जाईल- तुम्हाला केवळ त्याचीच काळजी असायला हवी. त्यात क्लॅरियन आणि वायनान्ड व्यापारी साम्राज्यातील इतर काही ऑफिसेस, जी सध्या शहरभर इतस्ततः पसरलेली आहेत- ती असतील. बाकीच्या जागा भाड्याने दिल्या जातील. अजूनही माझी इतकी पत आहे की त्या भाड्याने जातील. आपण निरुपयोगी इमारत बांधतो आहोत अशी चिंता तुम्हाला वाटायला नको. मी तुम्हाला माझ्या गरजांचे तपशील लेखी पाठवेन. बाकी सारं तुमच्यावर सोपवतो मी. तुम्हाला हवी तशी डिझाइन करा बिल्डिंग. तुमचा निर्णय अंतिम असेल. माझ्या मान्यतेची गरज पडणार नाही. तुम्हाला पूर्ण अधिकार असेल, पूर्ण निर्णयस्वातंत्र्य. हे करारपत्रात म्हटलेलं आहे. पण एक गोष्ट तुम्ही समजून घ्यावी अशी माझी इच्छा आहे, की मला तुम्हाला भेटावं लागता कामा नये. साऱ्या तांत्रिक किंवा आर्थिक बाबतीत माझ्या वतीने मी एक प्रतिनिधी पाठवेन. तुम्ही त्यांच्याशी बोला. यापुढील सर्व चर्चा तुम्ही त्यांच्याबरोबर करा. तुम्हाला या कामासाठी कोणते कॉंट्रॅक्टर्स घेणं बरं वाटतं हे तुम्ही त्यांना सांगा. माझ्याशी संपर्क साधण्याची गरज वाटली तर तुम्ही त्यांच्यामार्फत संपर्क साधा. मला भेटण्याची अपेक्षा करू नका, प्रयत्न करू नका. तसं केलंत तर तुम्हाला प्रवेश नाकारला जाईल. मला तुमच्याशी बोलायची इच्छा नाही. मला तुम्हाला पुन्हा कधीही भेटायची इच्छा नाही. या अटींचा स्वीकार करणं तुम्हाला शक्य असेल तर, प्लीज, ते करारपत्र वाचा आणि सही करा.'

रॉर्कने पेन घेतलं आणि कागदाकडे न पहाताच त्यावर सही केली.

'तुम्ही ते वाचलेलं नाही.' वायनान्ड म्हणाला.

रॉर्कने ते कागद डेस्कवर फेकले.

'प्लीज, दोन्ही प्रतींवर सही करा.'

रॉर्कने तसं केलं.

'थँक यू,' वायनान्ड म्हणाला. त्यानेही सह्या केल्या आणि एक प्रत रॉर्ककडे सरकवत म्हणाला, 'ही तुमची प्रत.'

रॉर्कने ती प्रत कोटाच्या खिशात घातली.

'मी या कामाच्या आर्थिक बाजूबाबत काहीच सांगितलं नाही. सर्वांनाच माहीत आहे की तथाकथित वायनान्ड साम्राज्य आता मृतप्राय झालं आहे. पण न्यू यॉर्क शहर वगळता ते इतर सर्वत्र, साऱ्या देशभर व्यवस्थित आहे, कार्यरत आहे. माझ्या जीवनकालात तेही जिवंत राहील. पण माझ्याबरोबरच तेही संपेल. त्यातील बराचसा भाग विकून टाकून मी रोख पैसा करणार आहे. त्यामुळे तुम्हाला तुमच्या बिल्डिंगच्या डिझाइनमधे पैशाच्या कारणाने काहीही तडजोड करावी लागणार नाही, मर्यादा घालून घ्यावी लागणार नाही. तुम्हाला आवश्यक वाटेल त्यानुसार तुम्ही वाटेल तितका खर्च करू शकता. न्यूजरील्स आणि टॅब्लॉइड्स गेल्यानंतर, बऱ्याच काळापर्यंत ही इमारत टिकून राहील.'

'होय, मि. वायनान्ड.'

'मी हे गृहीत धरतो की, या इमारतीच्या देखभालीचा खर्च कमीत कमी असावा या दृष्टीने तुम्ही विशेष विचार कराल. पण मूळ गुंतवणुकीवर काहीही फायदा मिळावा याचा विचार करण्याची तुम्हाला गरज नाही. तो फायदा घेण्यासाठी कोणीही नसेल.'

'होय, मि. वायनान्ड.'

'जगाची सध्याची वर्तणूक आणि जगाचा विपदेकडे चाललेला प्रवास तुम्ही लक्षात घेत असाल तर ही इमारत बांधण्याचा निर्णय तुम्हाला हास्यास्पद वाटेल. गगनचुंबी इमारतींचे दिवस संपले म्हणतात ते. हे दिवस आहेत गृहनिर्माण प्रकल्पांचे... पुन्हा गुहेत जाण्याचे दिवस तिथून फार दूर असणार नाहीत. पण साऱ्या जगाविरुद्ध एक पाऊल उचलण्याचे धारिष्ट्य तुमच्यात आहे. न्यू यॉर्कमधे बांधली गेलेली ही अखेरची गगनचुंबी इमारत असेल कदाचित्. तसं असेल तर हे योग्यच ठरेल. मानवजातीने स्वतःला नष्ट करण्याअगोदर मानवाचं अखेरचं यशोशिखर असेल ते.'

'मानवजात स्वतःला कधीही नष्ट करणार नाही, मि. वायनान्ड. आपण नष्ट होतो आहोत असा विचारही करू नये मानवजातीने. निदान अशा गोष्टी इथे घडू शकतात... तोवर नाहीच.'

'कशा गोष्टी?'

'वायनान्ड बिल्डिंगसारख्या.'

'तुमच्यावर आहे सारं. बॅनरसारख्या मृत गोष्टी केवळ आर्थिक खत म्हणून कामास येतात. तेच त्यांचं योग्य कार्य आहे.'

त्याने कराराची प्रत उचलून तिची घडी केली आणि सफाईदारपणे कोटाच्या खिशात टाकली. तो पुन्हा बोलू लागला, तेव्हाही त्याच्या आवाजात बदल नव्हता.

'मी तुम्हाला एकदा सांगितलं होतं, की ही बिल्डिंग माझ्या आयुष्याचं स्मारक असेल. त्यात आता साजरं करावं असं काहीही उरलं नाही. वायनान्ड बिल्डिंगमधे तसं काहीही नसेल- केवळ

तुम्ही तिला जे बहाल कराल तेच.'

मुलाखत संपल्याचं दर्शवत तो उठून उभा राहिला. रॉर्कही उठला आणि त्याने निरोपादाखल मस्तक किंचित झुकवलं. औपचारिकतेच्या गरजेपेक्षा काही अधिक क्षण तो माथा झुकवून उभा राहिला.

दरवाजाजवळ जाऊन तो थांबला आणि वळला. वायनान्ड त्याच्या डेस्कपाशी स्तब्ध उभा होता. त्यांनी एकमेकांकडे पाहिलं.

वायनान्ड म्हणाला, 'बांधा ती... एक स्मारक म्हणून- त्या आत्मतेजाचं स्मारक- जे तुमच्यात आहे... आणि जे माझ्यात असू शकलं असतं.'

❑

१९

अठरा महिने उलटले होते. वसंतातील एका दिवशी वायनान्ड बिल्डिंगच्या बांधकामाच्या ठिकाणी डॉमिनिक चालतचालत पोहोचली.

शहरातील गगनचुंबी इमारतींकडे ती पहात होती. अनपेक्षित ठिकाणी उगवून आल्यासारख्या वाटत होत्या त्या. बसक्या छपरांच्या रांगांतून मध्येच आलेल्या. त्याच्या असण्यात एक नवल होतं. जणू ती पहात असताना क्षणभरापूर्वीच त्या उगवून आलेल्या. तिला त्यांच्या हालचालींचा अखेरचाच टप्पा दिसला होता की काय... जणू तिने त्यांच्याकडे न पहाता दुसरीकडे नजर वळवली असती आणि खूपच भर्रकन पुन्हा वळून पाहिलं असतं तर त्या उगवण्याच्या ऐन घाईत असताना पकडल्या गेल्या असत्या.

ती हेल्स किचनच्या नाक्यावर वळली आणि एका मोठ्या मैदानापाशी आली.

उखडलेल्या जमिनीवरून यंत्र रांगत होती. भविष्यातली बाग तिथे आकाराला येणार होती. त्या मैदानाच्या मध्यातून वायनान्ड बिल्डिंगचा पूर्णत्वास गेलेला पोलादी सांगाडा आकाशाकडे झेपावला होता. त्या चौकटीचा सर्वात वरचा भाग अजूनही उघडाच होता. पोलाद, काचा आणि विटांचं काम वरवर चढत गेलेलं. बाकी सारी इमारत झाकली गेलेली. अवकाशात एक लांबलचक रेष सरसरलेली.

ती विचार करत होती. ते म्हणतात की पृथ्वीचं हृदय अग्नीव्याप्त असतं. तो अग्नी धरून बांधून कैद झालेला असतो. पण कधी ना कधी तो फुटूनफुटून बाहेर येतो. मातीतून, लोखंडातून, ग्रेनाइटमधून आणि मुक्त होतो. आणि मग तो या सारखा होतो.

ती बिल्डिंगमधे शिरली. खालच्या मजल्यांभोवती एक लाकडी कुंपण होतं. त्या कुंपणावर मोठमोठ्या पाट्या होत्या. जगातल्या सर्वात उंच इमारतीसाठी सामग्री पुरवणाऱ्या कंपन्यांच्या जाहिराती तिथे फडकत होत्या. 'स्टील बाय नॅशनल स्टील इन्कॉर्पोरेशन', 'ग्लास बाय लुडलो', 'इलेक्ट्रिकल इक्विपमेन्ट्स बाय वेल्स-क्लेअरमॉट', 'एलेव्हेटर्स बाय केस्ल इन्कॉर्पोरेशन', 'नॅश अँड डनिंग, कॉन्ट्रॅक्टर्स'.

ती थबकली. तिने एक वस्तू पाहिली, पूर्वी कधीच न दिसलेली. ते दृश्य कपाळावर हाताचा स्नेहस्पर्श व्हावा तसं वाटलं तिला. दंतकथांमधील व्याधीमुक्त करणाऱ्या हस्तस्पर्शासारखा. तिची आणि हेन्री कॅमेरॉनची कधी भेट झाली नव्हती आणि तो हे बोलताना तिने कधी ऐकलं नव्हतं. पण आता तिला वाटलं हे शब्द ती ऐकते आहे.

'... पण मला एक कळतं. तू हे एवढे शब्द अखेरपर्यंत वाहून नेलेस ना- तर तू जिंकशील, हॉवर्ड, आणि हा केवळ तुझा आणि तुझ्यासाठी मिळवलेला विजय नसेल... तो आणखीही कशाचा तरी विजय असेल- जे जिंकायला हवं, जे या जगाला पुढे नेतं, ज्याला कधीही मानवंदना मिळत नाही असं काहीतरी मूल्य. तुझ्या अगोदर घायाळ होऊन पडलेल्या अनेकांच्या वतीने मिळवलेला विजय असेल तो.'

तिने पाहिलं, न्यू यॉर्कमधे उभ्या रहाणाऱ्या सर्वात उंच बिल्डिंगच्या भोवतीने उभारलेल्या कुंपणावर एक लहानशी धातूची पट्टी बसवलेली. त्यावर शब्द कोरले होते- 'हॉवर्ड रॉर्क, आर्किटेक्ट'.

□ □ □

ती सुपरिंटेंडंटच्या शेडकडे चालत गेली. ती इथे अनेकदा येत असे. रॉर्कला भेटायला. बांधकामाची प्रगती बघायला. पण आज तिथे एक नवीन माणूस होता, तिला न ओळखणारा. तिने रॉर्क कुठेय हे विचारलं.

'मि. रॉर्क तिथे वर आहेत, पाण्याच्या टाकीजवळ. आपण कोण, मॅम?'

'मिसेस रॉर्क.' तिने उत्तर दिलं.

त्या माणसाने सुपरिंटेंडंटला शोधून आणलं. त्याने तिला बाहेर लावलेल्या कामचलाऊ लिफ्टवर नेहमीप्रमाणे चढवलं. काही लाकडी फळ्या आणि कठडा म्हणून दोरखंड असलेली ती लिफ्ट बिल्डिंगच्या कडेने वर जाऊ लागली.

ती उभी होती, एक हात वर उचलून, एका केबलला घट्ट धरून. तिच्या उंच टाचांच्या चपला फळ्यांवर घट्ट खंबीरपणे रोवलेल्या. त्या फळ्या हादरत होत्या. वाऱ्याच्या झोताने तिचा स्कर्ट तिच्या पायांना बिलगत होता. जमीन हलकेहलके खाली रहात गेली.

दुकानांच्या खिडक्यांच्या काचांच्या वरवर गेली ती. रस्त्यांच्या खोलखोल रेघा दूर खाली मागे पडल्या. सिनेमा थिएटर्सच्या कनातींच्या वर ती गेली. रंगांच्या वेटोळ्यांत अडकलेले काळे चौकोन खाली दिसू लागले. ऑफिसेसच्या खिडक्या बाजूने खालीखाली गेल्या. काचांचे लांबलचक पट्टे खाली सरकत गेले. गोदामांच्या ठेंगण्या ठुसक्या वास्तू ठिपक्यांएवढ्या झाल्या. त्यांच्यात बंदिस्त असलेले कसलेकसले मौल्यवान साठे बुडालेल्या खजिन्यासारखे अदृश्य झाले. होटेल्सचे मनोरे जवळ येत, दूर जात उघडलेल्या जपानी पंख्याच्या पात्यांसारखे तिरपे होत गेले. धूर सोडणाऱ्या काड्या म्हणजे कारखान्यांची धुरांडी होती. आणि लगबग हलणारे काळपट चौकोन म्हणजे कार्स होत्या. उंचउंच बिल्डिंग्जच्या सुळक्यांवर प्रतिबिंबित झालेल्या उन्हाने साऱ्या सुळक्यांचे दीपस्तंभ बनवून टाकलेले. साऱ्या शहरावर त्यांची प्रतिबिंबित किरणे फेर धरून होती. शहर पसरून राहिलेलं... नदीच्या दिशेने शिस्तबद्ध रांगांत चाल करीत जात होतं. दोन काळ्या जलधारांच्या बाहूंच्या कवेत पकडलेलं शहर. ते झेपावत पुढे गेलेलं आणि मग पुढे धुकटलेल्या पृथ्वीतलामधे, आकाशामधे समरसून गेलेलं.

आजुबाजूच्या इमारतींची सपाट छपरं त्या इमारतींना खाली ढकलत असल्यासारखी खालीखाली जाऊ लागली. तिच्या मार्गातून बाजूला हटू लागली जणू. डायनिंग रुम्सच्या, बेडरुम्सच्या, नर्सरीजच्या काचेच्या चौकोनांना ओलांडून ती वर जात राहिली. एका गच्चीवर फुललेली बाग तिला वाऱ्यावर अंथरलेल्या रुमालासारखी दिसली. अनेक गगनचुंबी इमारती तिच्याशी शर्यत लावून मागे पडल्या. तिच्या पायाखालच्या फळ्या एका रेडिओ स्टेशनच्या अँटेनाच्याही वर निघाल्या.

शहराच्यावर ती लिफ्ट हेलकावत होती. बिल्डिंगच्या बाजूने वरवर सरकत होती. ती इतकी वर

आली की आता विटांचं काम खाली राहिलं होतं. आता तिच्या बाजूला केवळ पोलादी सळ्यांचा सांगाडा आणि अवकाश होतं. उंचीमुळे कानावर ताण आल्याचं तिला जाणवलं. ऊन तिच्या डोळ्यांत घुसत होतं. तिच्या उचललेल्या हनुवटीवर वाऱ्याचा मारा होत होता.

तो वर उभा असलेला तिला दिसला. अगदी वर... वायनान्ड बिल्डिंगच्या सर्वांत वरच्या मजल्यावर. त्याने तिला हात केला.

महासागराची क्षितिजरेखा आकाशाला कापून काढत होती. शहर खाली राहिल्यावर महासागराची सीमा पुढे आल्यासारखी झाली. ती बँक बिल्डिंग्जच्या मनोऱ्यांच्याही वर आली. न्यायालयांचे माथे, चर्चेसचे मनोरे सारंकाही मागे टाकलं होतं तिने आता.

आणि मग तिथे होता...

फक्त क्षितिजावरचा महासागर...

आणि आकाश...

आणि हॉवर्ड रॉर्कची आकृती.

❑